U0137510

东南亚国家语言辞书系列

新汉泰词典

（增订版）

พจนานุกรมจีน-ไทย ฉบับใหม่

（พ.ศ. ๒๕๖๔）

主编：裴晓睿

修订人员：裴晓睿　孙　梅　陈文华　朱　滔　钟秋兰

覃秀红　雷志荣（นายกฤษณะ สุกันตพงศ์）

谢玉冰（จรัสศรี จิรภาส）

周　媚（ประพร ปุพพะธีราวณิชย์）

宋志寿　黄　媛　周彩云（วิภารัตน์ ตู้ทองคำ）

雷　君　黄慧华　何秀菊

广西教育出版社

南宁

图书在版编目（CIP）数据

新汉泰词典 / 裴晓睿主编. -- 增订本. -- 南宁：广西教育出版社，2021.11

（东南亚国家语言辞书系列）

ISBN 978-7-5435-9016-8

Ⅰ．①新… Ⅱ．①裴… Ⅲ．①泰语-词典②词典-汉、泰 Ⅳ．①H412.6

中国版本图书馆 CIP 数据核字 (2021) 第 200406 号

新汉泰词典（增订版）

XIN HAN-TAI CIDIAN

策划编辑：孙 梅	组稿编辑：孙 梅　陈文华
责任编辑：陈文华　朱 滔　钟秋兰	责任校对：石 刚
特约编辑：宋志寿　张 婷	特约校对：万可滢　朱梦迪
封面设计：鲍 翰　武 莉	技术处理：刘秀琪　黎 姿
责任技编：蒋 媛	

出　版　人：石立民
出版发行：广西教育出版社
地　　　址：广西南宁市鲤湾路 8 号　　邮政编码：530022
电　　　话：0771-5865797
本社网址：http://www.gxeph.com
电子信箱：gxeph@vip.163.com
印　　　刷：中华商务联合印刷（广东）有限公司
开　　　本：890mm×1240mm　1/32
印　　　张：24.75
字　　　数：1584 千字
版　　　次：2021 年 11 月第 1 版
印　　　次：2021 年 11 月第 1 次印刷
书　　　号：ISBN 978-7-5435-9016-8
定　　　价：158.00 元

如发现图书有印装质量问题，影响阅读，请与出版社联系调换。

《新汉泰词典》（增订版）说明

　　2011年2月出版的《新汉泰词典》作为国内较早出版的汉泰词典，由广西教育出版社推出已届10年。10年间，社会生活的方方面面都发生了许多变化：伴随互联网、科技创新和全球一体化产生的许多新词语和外来借词已经广泛使用，现代汉语规范标准顺应新的形势对部分词语的词类、词义、用法做出了调整，国际中文教育的发展势头持续强劲。语言学习者不易掌握的一些常用词，其他许多词典又没有收入的，我们有必要在这部词典里做些拾遗补阙的工作；此外，2011年版《新汉泰词典》由于编者水平和客观条件所限，存在疏失。以上这些因素都促使我们对《新汉泰词典》做出增补和修订，以期适应时代的变化，满足读者的需求。

　　本次增订吸纳了使用频率较高的部分新词语，主要是科技类、信息类和网络词语；增补了2011年版中没有收入的部分常用词及成语；依据最新的权威资料适当修订了部分释义的泰语译词；增加了国际中文教育等级标准1—9级部分词汇；附录部分依据最新资料对世界主要国家（地区）和首都（首府）名称做了相应调整和补充。

　　《新汉泰词典》（增订版）的出版工作得到广西教育出版社的大力支持，特别是辞书部编辑以及熟谙汉语、泰语的全体修订人员付出了诸多辛劳，为词典的增订工作提供了高效保障，在此深表感谢！增订版难免仍有错讹疏漏之处，期待方家不吝赐正。

编者

2021年10月

目 录
สารบัญ

用法说明
คำชี้แจงวิธีการใช้พจนานุกรม

一　条目安排

1. 本词典所收条目按照汉语拼音顺序排列。同音的字词按笔画从少到多排列。
2. 单字条目在前，多字条目在后。多字条目前两个字相同时，按第三个字排列，依此类推。
3. 有繁体字的条目后均附繁体字。
4. 单字或多字条目字形相同而读音不同的，分立条目。如："本事běnshì""本事běn·shi"。
5. 轻声条目排在非轻声条目之后。如："地道dì·dao"排在"地道dìdào"之后。

二　注音

1. 条目用汉语拼音注音。
2. 声调只注原调，不注变调。
3. 轻声不加调号。一般轻读、间或重读的字，注音上标调号，注音前再加圆点。
4. 条目注音中音节界限有可能混淆时，加隔音号"'"。如："安琪儿ānqí'ér""平安píng'ān""莲藕lián'ǒu"。
5. 儿化音在基本音节形式后面加r。如："小孩儿xiǎoháir"。
6. 专有名称的注音，第一个字母大写。如："中国科学院Zhōngguó Kēxuéyuàn"。

三　释义

1. 不成词的单字不作为单字条目收录。如："葡""玻"等。
2. 专业条目一般加注所属学科或专业名称，放在尖括号"〈　〉"内。

3. 由于两种语言之间存在差异，汉语条目与释义中的泰语词有的能达到词类对应，有的则不一定能对应。

4. 释义一般用对应的泰语词语进行翻译，如有多个泰语词语与之对应时，则仅选取较常用者。同一条目有两个或两个以上对应的泰语释义时，彼此之间用分号"；"隔开。

5. 释义中的泰语词语如果是转写自英语译音的，则在该词后加注英文原词。

略语表
ตารางอักษรย่อ

贬	贬义 ความหมายทางลบ		测	测量 การวัด
成	成语 สำนวน		电	电学；电工 วิชาไฟฟ้า；วิศวกรรมไฟฟ้า
动	动物；动物学 สัตว์；สัตววิทยา		法	法律 กฎหมาย
方	方言 ภาษาถิ่น		纺	纺织印染 การปั่นทอและย้อมสี
工	工业 อุตสาหกรรม		工美	工艺美术 ศิลปหัตถกรรม
惯	惯用语 คำพูดที่ใช้พูดเป็นประจำ		航	航空；航天；航海 การบิน；การบินในอวกาศ； การเดินเรือทางทะเล
化	化学 เคมี		机	机械 เครื่องจักรกล
计	计算机 คอมพิวเตอร์		简	简略语 คำย่อ
建	建筑；建筑工程 การก่อสร้าง；สิ่งก่อสร้าง		交	交通 การคมนาคม
教	教育 การศึกษา		经	经济 เศรษฐกิจ
敬	敬辞 คำแสดงความเคารพ		旧	旧时用语 คำเก่า
军	军事 การทหาร		剧	戏剧 การละคร
口	口语 ภาษาพูด		矿	矿业 อุตสาหกรรมเหมืองแร่
林	林业 กิจการป่าไม้		骂	骂人语 คำด่า

农	农业	เกษตรกรรม
谦	谦辞	คำแสดงความถ่อมตัว
生化	生物化学	ชีวเคมี
书	书面语	ภาษาหนังสือ
数	数学；几何	คณิตศาสตร์ ; เรขาคณิต
俗	俗语	คำพังเพย
体	体育	การกีฬา
婉	婉辞	คำพูดอ้อมค้อม
物	物理学	ฟิสิกส์
药	药物；药物学	ยา; เภสัชวิทยา
医	医学	แพทยศาสตร์
影视	电影；电视剧	ภาพยนตร์ ; ละครโทรทัศน์
乐	音乐	ดนตรี
植	植物；植物学	พฤกษชาติ; พฤกษศาสตร์
宗	宗教	ศาสนา
气	气象	อุตุนิยมวิทยา
摄	摄影	การถ่ายภาพ
生理	生理学	สรีระวิทยา
熟	熟语	คำพังเพย
水	水利	การชลประทาน
套	套语	คำแสดงความเกรงใจหรือมารยาท
天	天文	ดาราศาสตร์
无	无线电	วิทยุ
讯	电讯	การสื่อสารทางโทรเลข โทรศัพท์ วิทยุ ฯลฯ
冶	冶金	การถลุงโลหะ
印	印务	การพิมพ์
语	语言学	ภาษาศาสตร์
哲	哲学	ปรัชญา
自	自动化	อัตโนมัติ
信	信息	สารสนเทศ

（非缩略语未收入此表，如〈地理〉〈地质〉〈中医〉〈生物〉〈后缀〉等）

词类
ประเภทของคำ

名 → 名词
คำนาม

动 → 动词
คำกริยา

形 → 形容词
คำคุณศัพท์

拟声 → 拟声词
คำเลียนเสียง

副 → 副词
คำกริยาวิเศษณ์

助动 → 助动词
คำกริยาช่วย

数 → 数词
คำบอกจำนวน

量 → 量词
ลักษณนาม

数量 → 数量词
คำบอกจำนวนและลักษณนาม

代 → 代词
คำแทน

介 → 介词
คำบุพบท

连 → 连词
คำเชื่อม

叹 → 叹词
คำอุทาน

助 → 助词
คำช่วย

部首检字

ตารางค้นหาคำด้วยหมวดนำของอักษรจีน

本检字表采用的部首共有187部。部首次序按笔画数目多少排列。难以确定部首的字，收入一、丨、丿、丶、乙五个单笔部首中。有些字同时收录在几个部首内。本检字表末有“难检字”备查。

部首目录

检字表

占 zhàn 621
外 wài 506
处 chǔ 83
处 chù 84
卢 lú 342
贞 zhēn 626
忐 tǎn 483
卤 lǔ 343
卦 guà 202
卧 wò 519
卓 zhuó 653
桌 zhuō 653
睿 ruì 434

冂(⺆)

冈 gāng 181
内 nèi 373
丹 dān 107
用 yòng 596
甩 shuǎi 469
冉 rǎn 425
册 cè 56
再 zài 615
同 tóng 496
网 wǎng 510
肉 ròu 431
周 zhōu 643

亻

一画

亿 yì 585

二画

仁 rén 428
什 shén 447
什 shí 454
仆 pú 399
仇 chóu 78
化 huà 237
仍 réng 429
仅 jǐn 282

三画

仨 sā 435
仕 shì 458
仗 zhàng 623
付 fù 172
代 dài 106
仙 xiān 532
们 men 357
仪 yí 582
仟 qiān 406
他 tā 481
仔 zǐ 654

四画

传 chuán 85
传 zhuàn 650
伟 wěi 514
优 yōu 596
休 xiū 554
伎 jì 259
伍 wǔ 523
伐 fá 149
伏 fú 169
仲 zhòng 642
份 fèn 164
伦 lún 345
价 jià 264
件 jiàn 269
任 rèn 429
伤 shāng 440
华 huá 236
仰 yǎng 572
伫 zhù 646
伉 kàng 303
仿 fǎng 157
伙 huǒ 251
伪 wěi 514
似 shì 458
似 sì 476
伊 yī 581

五画

体 tī 487
体 tǐ 488
何 hé 223
估 gū 197
佐 zuǒ 663
但 dàn 109
伸 shēn 446
佃 diàn 125
伶 líng 337
佚 yì 587
作 zuō 663
作 zuò 663
伯 bó 40
佣 yōng 595
佣 yòng 596
低 dī 117
佝 gōu 196
你 nǐ 375
位 wèi 516
住 zhù 647
伴 bàn 15
伺 cì 92
伺 sì 476
佛 fó 169
伽 gā 177

六画

侠 xiá 530
佳 jiā 262
侍 shì 459
供 gōng 194
供 gòng 195
侥 jiǎo 274
使 shǐ 457
侉 kuǎ 312
例 lì 328
侄 zhí 635
侦 zhēn 626
侃 kǎn 303
侧 cè 56
侏 zhū 644
侨 qiáo 411
侈 chǐ 75
佩 pèi 388
佼 jiǎo 274
依 yī 582
佯 yáng 571

七画

俨 yǎn 568
便 biàn 33
便 pián 392
俩 liǎ 329
俏 qiào 412
俚 lǐ 326
保 bǎo 18
促 cù 94
修 xiū 555
俭 jiǎn 266
俘 fú 170
俗 sú 478
俄 é 143
侮 wǔ 523
信 xìn 549
俊 jùn 299
侵 qīn 413
侯 hóu 229

八画

俸 fèng 169
倩 qiàn 409
债 zhài 620
借 jiè 281
偌 ruò 434
值 zhí 635
倚 yǐ 585
俺 ǎn 4
倒 dǎo 113
倒 dào 113
倾 qīng 415
倘 tǎng 484
俱 jù 294
倡 chàng 64
倏 shū 466
候 hòu 231
倍 bèi 24
倜 tì 488
俯 fǔ 171
倦 juàn 296
倔 jué 297
倔 juè 298
健 jiàn 269

九画

做 zuò 664
偕 xié 545
偿 cháng 63
偶 ǒu 382
偎 wēi 513
偷 tōu 498
停 tíng 494
偏 piān 391
傀 kuǐ 314
假 jiǎ 264
假 jià 265

十画

傲 ào 5
傧 bīn 36
傍 bàng 16
储 chǔ 84

10

16

咋 zé	618	哈 hǎ	215
咋 zhā	619	哗 huā	236
呱 gū	197	哗 huá	236
呱 guā	201	咱 zán	616
知 zhī	633	响 xiǎng	539
和 hé	223	咯 kǎ	300
和 hú	232	咯 lo	341
和 huó	249	哆 duō	142
和 huò	251	咬 yǎo	574
咚 dōng	131	咨 zī	654
鸣 míng	364	咳 hāi	215
周 zhōu	643	咳 ké	305
咆 páo	386	咩 miē	362
咏 yǒng	596	哪 nǎ	370
呢 ne	373	哪 nǎi	371
呢 ní	375	哪 něi	373
咄 duō	142	哟 yō	595
咎 jiù	291	哟 yo	595

七画

哐 kuāng	313	哧 chī	74
哇 wā	506	哮 xiào	544
哑 yǎ	565	唠 láo	320
哄 hōng	227	唠 lào	322
哄 hǒng	229	哺 bǔ	42
咸 xián	534	哽 gěng	189
咧 liě	334	哥 gē	186
咦 yí	583	唇 chún	90
哔 bì	29	哲 zhé	626
呲 cī	90	哨 shào	444
虽 suī	479	哩 li	329
品 pǐn	394	哭 kū	310
咽 yān	565	哦 ó	382
咽 yàn	569	哦 ò	382
咣 guāng	207	唤 huàn	241
哈 hā	215	唁 yàn	570
		哼 hēng	226
		哼 hng	227
		唐 táng	484
		唆 suō	480

八画

喏 nuò	381	喘 chuǎn	86
喵 miāo	361	喉 hóu	229
营 yíng	593	喧 xuān	558
喷 zé	618	喀 kā	300
啦 la	317	啼 tí	487
啪 pā	383	喑 yīn	590
啄 zhuó	653	善 shàn	440
啃 kěn	307	啾 jiū	290
啮 niè	378	嗖 sōu	477
唬 hǔ	233	嗟 jiē	277
唱 chàng	64	喽 lóu	342
啥 shá	438	喔 wō	519
啰 luō	346		
唾 tuò	505	**十画**	
唯 wéi	514	嗷 áo	5
售 shòu	465	嗉 sù	478
啤 pí	391	嗬 hē	222
商 shāng	441	嗫 niè	378
啐 cuì	95	嘟 dū	134
兽 shòu	465	嗜 shì	461
啸 xiào	544	嗑 kè	307
啜 chuò	90	嗔 chēn	68

九画

喷 pēn	388	嗝 gé	187
喷 pèn	389	嗡 wēng	519
喜 xǐ	528	嗅 xiù	556
喋 dié	127	嗥 háo	220
嗒 dā	97	嗨 hāi	215
喳 chā	58	嗓 sǎng	436
喳 zhā	619	嗤 chī	74
喇 lǎ	316	辔 pèi	388
喊 hǎn	218		
喝 hē	222	**十一画**	
喝 hè	225	嘉 jiā	263
喂 wèi	516	嘈 cáo	55

嘛 ma	349	嘎 gā	177
		嘣 bēng	26
十二画		嘘 shī	454
嘻 xī	527	嘘 xū	557
噎 yē	575	嘧 mì	359
嘶 sī	475	嘀 dí	118
嘲 cháo	66		
嘹 liáo	334		
噘 juē	296		
嘿 hēi	226		
噗 pū	399		
嘬 zuō	663		
噙 qín	414		
噢 ō	382		
噌 cēng	57		
嘱 zhǔ	646		
噔 dēng	116		

十三画

噩 è	144
噤 jìn	285
嘴 zuǐ	661
器 qì	405
噪 zào	618
噬 shì	461

十四画

嚏 tì	488
嚓 cā	50
嚎 háo	220

十五画以上

嚣 xiāo	541
嚼 jiáo	274
嚷 rāng	425
嚷 rǎng	425
囊 náng	372

木

木

木 mù 367

一画

本 běn 25
未 wèi 516
末 mò 366
术 shù 467
札 zhá 619

二画

朽 xiǔ 555
朴 pǔ 399
杀 shā 437
朱 zhū 644
杂 zá 614
机 jī 253
朵 duǒ 142
权 quán 421

三画

杆 gān 179
杆 gǎn 179
杠 gàng 183
杜 dù 136
杖 zhàng 623
村 cūn 95
材 cái 50
杏 xìng 553
呆 dāi 106
束 shù 467
杉 shā 438
杉 shān 439
条 tiáo 491
极 jí 256
杧 máng 351
杞 qǐ 402
杈 chā 57
杈 chà 59
杨 yáng 571
李 lǐ 326

四画

枉 wǎng 511
林 lín 335
枝 zhī 633
枢 shū 466
杯 bēi 22
柜 guì 209
枇 pí 391
杳 yǎo 574
枣 zǎo 617
果 guǒ 212
采 cǎi 51
松 sōng 476
杵 chǔ 84
枚 méi 354
析 xī 527
板 bǎn 14
枪 qiāng 409
枞 cōng 92
枭 xiāo 540
构 gòu 196
枫 fēng 167
杰 jié 278
枕 zhěn 628

五画

标 biāo 34
栈 zhàn 621
荣 róng 430
某 mǒu 367
柑 gān 179
枯 kū 310
柘 zhè 626
栋 dòng 132
查 chá 58
相 xiāng 537
相 xiàng 540
柚 yóu 599
柚 yòu 602
柞 zuò 664
柏 bǎi 12
栀 zhī 634
枸 gǒu 196
柄 bǐng 38
栅 zhà 620
柳 liǔ 341
柒 qī 400
染 rǎn 425
柠 níng 378
柁 tuó 505
柱 zhù 647
柿 shì 460
栏 lán 318
树 shù 468
柔 róu 431
枷 jiā 262
架 jià 265

六画

梆 bāng 16
桂 guì 210
桔 jú 293
栽 zāi 614
桠 yā 564
栖 qī 400
栗 lì 329
桎 zhì 638
框 kuàng 314
档 dàng 112
柴 chái 60
桀 jié 279
桌 zhuō 653
桢 zhēn 627
桐 tóng 497
桃 táo 485
栓 shuān 469
株 zhū 644
梃 tǐng 494
梃 tìng 494
桥 qiáo 411
桦 huà 239
格 gé 187
桅 wéi 514
桉 ān 3
案 àn 4
栾 luán 345
桨 jiǎng 271
校 jiào 276
校 xiào 543
桩 zhuāng 651
核 hé 224
核 hú 233
样 yàng 572
栩 xǔ 557
桑 sāng 436
根 gēn 188

七画

彬 bīn 36
梗 gěng 189
梧 wú 523
梵 fàn 154
械 xiè 546
梢 shāo 443
检 jiǎn 267
梨 lí 325
梅 méi 354
渠 qú 420
梁 liáng 332
梳 shū 466
梯 tī 487
桶 tǒng 497
梭 suō 480

八画

棒 bàng 16
棱 léng 324
棋 qí 402
椰 yē 575
植 zhí 635
焚 fén 163
森 sēn 437
椅 yǐ 585
棠 táng 484
棵 kē 305
棍 gùn 210
椎 zhuī 652
集 jí 258
棉 mián 359
棚 péng 389
棕 zōng 658
棺 guān 205
椭 tuǒ 505

九画

楔 xiē 544
椿 chūn 89
禁 jīn 282
禁 jìn 284
楷 kǎi 302
榆 yú 603
楹 yíng 593
椴 duàn 138
槐 huái 239
槌 chuí 88
楦 xuàn 559
楼 lóu 342
概 gài 178
椽 chuán 86
楠 nán 372

27

赛 sài	435	
赚 zhuàn	650	
罂 yīng	593	
赝 yàn	570	
赞 zàn	616	
赠 zèng	619	
赡 shàn	440	
攒 cuán	94	
攒 zǎn	616	
赣 gàn	181	

见

见 jiàn	268
观 guān	203
现 xiàn	535
规 guī	208
觅 mì	359
视 shì	460
觇 yàn	569
觉 jiào	276
觉 jué	296
觊 jì	260
觎 jiàn	270
靓 liàng	333
觐 jìn	285
觑 qù	421

牛(牛牜)

牛 niú	379

二至四画

牟 móu	367
先 xiān	532
牡 mǔ	367
告 gào	185

牢 láo	320
牦 máo	353
牧 mù	368
物 wù	524

五至六画

牵 qiān	406
牲 shēng	451
特 tè	486
牺 xī	527

七至八画

犁 lí	325
犄 jī	255
犀 xī	527

九画以上

犒 kào	304
靠 kào	304
犟 jiàng	272

手

手 shǒu	462
承 chéng	72
拜 bài	12
挚 zhì	638
拿 ná	370
拳 quán	422
掌 zhǎng	623
掰 bāi	9
掣 chè	68
摹 mó	365
摩 mā	348
摩 mó	365
擎 qíng	417
攀 pān	384

毛

毛 máo	352
毡 zhān	620
耗 hào	222
蚝 háo	220
笔 bǐ	27
毫 háo	220
毯 tǎn	483

气

气 qì	403
氖 nǎi	371
氙 xiān	533
氛 fēn	163
氡 dōng	131
氢 qīng	415
氟 fú	170
氨 ān	4
氦 hài	217
氧 yǎng	572
氰 qíng	417
氮 dàn	110
氯 lǜ	345

攵

二至五画

收 shōu	461
攻 gōng	194
改 gǎi	177
孜 zī	654
玫 méi	354
败 bài	12
牧 mù	368

放 fàng	157
政 zhèng	632
故 gù	200

六至七画

致 zhì	638
敌 dí	118
效 xiào	544
敕 shè	445
教 jiāo	274
教 jiào	276
救 jiù	291
敛 liǎn	330
敏 mǐn	362
敝 bì	29
敢 gǎn	180

八画以上

敬 jìng	289
散 sǎn	436
散 sàn	436
敞 chǎng	64
敦 dūn	140
数 shǔ	467
数 shù	468
数 shuò	474
敷 fū	169
整 zhěng	630

片

片 piān	391
片 piàn	392
版 bǎn	14
牌 pái	384

斤

斤 jīn	281
斥 chì	75
折 shé	444
折 zhē	625
折 zhé	625
听 tīng	493
斩 zhǎn	620
所 suǒ	480
欣 xīn	548
斧 fǔ	171
祈 qí	401
颀 qí	401
断 duàn	138
斯 sī	475
新 xīn	548

爪(爫)

爪 zhǎo	624
爪 zhuǎ	648
抓 zhuā	648
妥 tuǒ	505
采 cǎi	51
觅 mì	359
受 shòu	464
爬 pá	383
乳 rǔ	432
舀 yǎo	574
爱 ài	2
奚 xī	527
彩 cǎi	52
孵 fū	169
爵 jué	297

麦

麦 mài		349

走

走 zǒu		659
赴 fù		173
赳 jiū		290
赶 gǎn		179
起 qǐ		402
越 yuè		611
趄 qiè		413
趁 chèn		70
趋 qū		420
超 chāo		65
趣 qù		421
趟 tàng		485

赤

赤 chì		76
赪 chī		74
赦 shè		445
赫 hè		225
赭 zhě		626

豆

豆 dòu		133
逗 dòu		134
壹 yī		582
登 dēng		116
豌 wān		508

酉

二至五画

酋 qiú		419
酌 zhuó		653
配 pèi		388
酝 yùn		613
酗 xù		557
酣 hān		217
酥 sū		478

六至七画

酰 xiān		533
酩 mǐng		365
酪 lào		322
酯 zhǐ		637
酱 jiàng		272
酬 chóu		79
酵 jiào		276
酽 yàn		570
酷 kù		311
酶 méi		355
酿 niàng		377
酸 suān		478

八画以上

醋 cù		94
醇 chún		90
醉 zuì		662
醛 quán		422
醒 xǐng		553
醭 bú		41

辰

辰 chén		68
辱 rǔ		432

唇 chún		90
晨 chén		70

豕

家 jiā		262
豚 tún		503
象 xiàng		540
豢 huàn		241
豪 háo		220

卤

卤 lǔ		343

里

里 lǐ		326
厘 lí		325
俚 lǐ		326
重 chóng		77
重 zhòng		643
理 lǐ		326
野 yě		575
量 liáng		332
量 liàng		333
童 tóng		497

𧾷（足）

足 zú		660

二至四画

趴 pā		383
趸 dǔn		140
趿 tā		481

距 jù		295
趾 zhǐ		637
跃 yuè		611

五画

践 jiàn		270
跋 bá		8
跌 diē		127
跑 pǎo		386
跛 bǒ		41
跆 tái		482

六画

跨 kuà		312
跷 qiāo		411
跳 tiào		492
路 lù		343
跪 guì		210
跺 duò		142
跻 jī		255
跟 gēn		189

七至八画

踌 chóu		79
踉 liàng		333
踊 yǒng		596
踢 tī		487
踏 tā		481
踏 tà		481
踩 cǎi		52
踟 chí		75
踪 zōng		658
踮 diǎn		122

九至十画

踹 chuài		84
蹄 tí		487
踱 duó		142
蹉 cuō		96

蹁 pián		392
蹂 róu		431
蹑 niè		378
蹒 pán		385
蹈 dǎo		113
蹊 qī		401
蹊 xī		528

十一画

蹩 bié		36
蹦 bèng		26

十二画

蹼 pǔ		399
蹿 cuān		94
蹲 dūn		140
蹭 cèng		57
蹬 dēng		116

十三画以上

躁 zào		618
躜 zuān		661

身

身 shēn		446
射 shè		445
躬 gōng		194
躯 qū		420
躲 duǒ		142
躺 tǎng		484

采

悉 xī		527
番 fān		150
釉 yòu		602

汉语拼音音节索引
ดัชนีพยางค์เสียงตามการสะกดเสียงภาษาจีน

a
ā 1
āi 1
ái 1
ǎi 1
ài 1
ān 2
ǎn 4
àn 4
āng 5
áng 5
àng 5
āo 5
áo 5
ào 5

b
bā 7
bá 8
bǎ 8
bà 8
bāi 9
bái 9
bǎi 11
bài 12
bān 13
bǎn 14
bàn 14
bāng 16
bǎng 16
bàng 16
bāo 17
báo 18
bǎo 18
bào 19
bēi 22
běi 22
bèi 23
bēn 24
běn 25
bèn 26
bēng 26
béng 26
bèng 26
bī 26
bí 26
bǐ 27
bì 28
biān 30
biǎn 32
biàn 32
biāo 34
biǎo 34
biào 35
biē 35
bié 35
biè 36
bīn 36
bìn 36
bīng 36
bǐng 38
bìng 38
bō 39
bó 40
bǒ 41
bò 41
bú 41
bǔ 41
bù 42

c
cā 50
cǎ 50
cāi 50
cái 50
cǎi 51
cài 52
cān 53
cán 53
cǎn 54
càn 54
cāng 54
cáng 55
cāo 55
cáo 55
cǎo 55
cè 56
cēn 57
cén 57
cēng 57
céng 57
cèng 57
chā 57
chá 58
chǎ 59
chà 59
chāi 59
chái 60
chān 60
chán 60
chǎn 60
chàn 61
chāng 61
cháng 61
chǎng 63
chàng 64
chāo 65
cháo 66
chǎo 66
chào 67
chē 67
chě 68
chè 68
chēn 68
chén 68
chèn 70
chēng 70
chéng 71
chěng 74
chèng 74
chī 74
chí 75
chǐ 75
chì 75
chōng 76
chóng 77
chǒng 78
chòng 78
chōu 78
chóu 78
chǒu 79
chòu 79
chū 80
chú 83
chǔ 83
chù 84
chuāi 84
chuǎi 84
chuài 84
chuān 84
chuán 85
chuǎn 86
chuàn 86
chuāng 86
chuáng 87
chuǎng 87
chuàng 87
chuī 88
chuí 88
chūn 88
chún 89
chǔn 90
chuō 90
chuò 90
cī 90
cí 90
cǐ 91
cì 91
cōng 92
cóng 92
còu 93
cū 93
cù 94
cuān 94
cuán 94
cuàn 94
cuī 94
cuǐ 95
cuì 95
cūn 95
cún 95
cǔn 95
cùn 95
cuō 96
cuó 96
cuò 96

d
dā 97
dá 97
dǎ 98
dà 100
dāi 106
dǎi 106
dài 106
dān 107
dǎn 109
dàn 109
dāng 110
dǎng 111
dàng 112
dāo 112
dáo 112
dǎo 112
dào 113
dé 115
de 115
děi 115
dēng 115
děng 116
dèng 117
dī 117
dí 118
dǐ 118
dì 119
diān 121
diǎn 122
diàn 122
diāo 126
diào 126
diē 127
dié 127
dīng 127
dǐng 128
dìng 129
diū 130
dōng 130
dǒng 131
dòng 131
dōu 132
dǒu 133
dòu 133
dū 134
dú 134
dǔ 136
dù 136
duān 137
duǎn 137
duàn 137
duī 138
duì 138
dūn 140
dǔn 140
dùn 140
duō 140
duó 142
duǒ 142
duò 142

e
ē 143
é 143
ě 143
è 143
ēn 144
èn 144
ér 144
ěr 145
èr 145

f
fā 147
fá 149
fǎ 149
fà 150
fān 150
fán 151
fǎn 152
fàn 154
fāng 154
fáng 155
fǎng 157
fàng 157
fēi 158
féi 160
fěi 160
fèi 160
fēn 161
fén 163

43

lùn	346	mǐn	362	niū	378	pèng	389	qiē	412	ròu	431
luō	346	míng	362	niú	379	pī	389	qié	412	rú	431
luó	346	mǐng	365	niǔ	379	pí	390	qiě	412	rǔ	432
luǒ	347	mìng	365	niù	379	pǐ	391	qiè	412	rù	432
luò	347	miù	365	nóng	379	pì	391	qīn	413	ruǎn	433
m		mō	365	nòng	380	piān	391	qín	413	ruǐ	433
mā	348	mó	365	nú	380	pián	392	qǐn	414	ruì	433
má	348	mǒ	366	nǔ	380	piàn	392	qìn	414	rùn	434
mǎ	348	mò	366	nù	380	piāo	392	qīng	414	ruò	434
mà	349	móu	367	nǚ	381	piáo	393	qíng	416	**s**	
ma	349	mǒu	367	nuǎn	381	piǎo	393	qǐng	417	sā	435
mái	349	mú	367	nüè	381	piào	393	qìng	417	sǎ	435
mǎi	349	mǔ	367	nuó	381	piē	393	qióng	417	sà	435
mài	349	mù	367	nuò	381	piě	393	qiū	418	sāi	435
mán	350	**n**		**o**		pīn	393	qiú	418	sài	435
mǎn	350	ná	370	ō	382	pín	394	qū	419	sān	435
màn	351	nǎ	370	ó	382	pǐn	394	qú	420	sǎn	436
máng	351	nà	370	ò	382	pìn	394	qǔ	420	sàn	436
mǎng	352	nǎi	370	ōu	382	píng	395	qù	421	sāng	436
māo	352	nài	371	ǒu	382	pō	397	quán	421	sǎng	436
máo	352	nán	371	òu	382	pó	397	quǎn	421	sàng	436
mǎo	353	náng	372			pǒ	397	quàn	422	sāo	437
mào	353	nǎng	373	**p**		pò	397	quē	422	sǎo	437
me	353	nāo	373	pā	373	pōu	398	qué	423	sào	437
méi	353	náo	373	pá	373	pū	398	què	423	sè	437
měi	355	nǎo	373	pà	373	pú	399	qūn	423	sēn	437
mèi	356	nào	373	pāi	373	pǔ	399	qún	423	sēng	437
mēn	356	ne	373	pái	373	pù	399	**r**		shā	437
mén	356	něi	373	pǎi	384			rán	425	shá	438
mèn	357	nèi	373	pài	384	**q**		rǎn	425	shǎ	438
men	357	nèn	374	pān	384	qī	400	rāng	425	shà	438
mēng	357	néng	374	pán	385	qí	401	ráng	425	shāi	439
méng	357	ní	375	pàn	385	qǐ	402	rǎng	425	shǎi	439
měng	357	nǐ	375	pāng	386	qì	403	ràng	425	shài	439
mèng	358	nì	375	páng	386	qiā	405	ráo	425	shān	439
mī	358	niān	376	pǎng	386	qiǎ	405	rǎo	425	shǎn	440
mí	358	nián	376	pàng	386	qià	405	rào	425	shàn	440
mǐ	358	niǎn	377	pāo	386	qiān	405	rě	425	shāng	440
mì	359	niàn	377	páo	377	qián	407	rè	426	shǎng	441
mián	359	niáng	377	pǎo	377	qiǎn	408	rén	426	shàng	441
miǎn	360	niàng	377	pào	377	qiàn	408	rěn	428	shāo	443
miàn	360	niǎo	377	pēi	387	qiāng	409	rèn	428	sháo	444
miāo	361	niào	378	péi	387	qiáng	409	rēng	429	shǎo	444
miáo	361	niē	378	pèi	387	qiǎng	410	réng	429	shào	444
miǎo	361	niè	378	pēn	388	qiàng	411	rì	429	shē	444
miào	361	nín	378	pén	388	qiāo	411	róng	430	shé	444
miē	362	níng	378	pèn	389	qiáo	411	rǒng	431	shě	444
miè	362	nǐng	378	pēng	389	qiǎo	411	róu	431	shè	445
mín	362	nìng	378	péng	389	qiào	412			shéi	446

zhāo	623	zhèn	628	zhóu	644	zhuǎn	649	zǐ	654	zuàn	661
zháo	624	zhēng	629	zhǒu	644	zhuàn	650	zì	655	zuǐ	661
zhǎo	624	zhěng	630	zhòu	644	zhuāng	650	zōng	658	zuì	661
zhào	624	zhèng	630	zhū	644	zhuǎng	651	zǒng	658	zūn	662
zhē	625	zhī	632	zhú	645	zhuàng	651	zòng	659	zǔn	663
zhé	625	zhí	634	zhǔ	645	zhuī	651	zǒu	659	zuō	663
zhě	626	zhǐ	635	zhù	646	zhuì	652	zòu	660	zuó	663
zhè	626	zhì	637	zhuā	648	zhūn	652	zū	660	zuǒ	663
zhe	626	zhōng	639	zhuǎ	648	zhǔn	652	zú	660	zuò	663
zhèi	626	zhǒng	642	zhuāi	648	zhuō	653	zǔ	660		
zhēn	626	zhòng	642	zhuài	648	zhuó	653	zuān	661		
zhěn	628	zhōu	643	zhuān	648	zī	653	zuǎn	661		

A a

阿鼻地狱 ābí dìyù 〈宗〉 นรกอเวจี

阿飞（阿飛）āfēi 名 〈方〉 จิ๊กโก๋ ; จิ๊กกี๋

阿訇 āhōng 名 〈宗〉 โต๊ะอิหม่าม ; อิหม่าม

阿拉伯人 Ālābórén ชาวอาหรับ

阿拉伯数字 Ālābó shùzì เลขอารบิก

阿门（阿門）āmén 〈宗〉 อาเมน (*amen*) (คำกล่าวลงท้ายคำอธิษฐานในคริสต์ศาสนา)

阿司匹林 āsīpǐlín 〈药〉 แอสไพริน (*aspirin*)

阿嚏 ātì 拟声 (เสียงจาม) ฮัดเช้ย

阿姨 āyí 名 น้าสาว (เป็นคำที่เด็ก ๆ ใช้เรียกสตรีมีอายุไล่เลี่ยกับแม่)

啊 ā 叹 นะ (คำลงท้ายประโยคบอกความเน้น ตักเตือน หรือสงสัย ฯลฯ) ; เอย (คำเสริมท้ายคำที่ยกขึ้นเป็นราย ๆ)

哎 āi 叹 พุธโธ่ ; นี่แน่ะ

哎呀 āiyā 叹 พุทโธ่ ; แหม

哎哟 āiyō 叹 อุ๊ย ; อุ๊ยตาย

哀 āi 形 โศกเศร้า

哀愁 āichóu 形 โศกเศร้าอาดูร

哀悼 āidào 动 ไว้อาลัย

哀告 āigào 动 อ้อนวอน

哀号（哀號）āiháo 动 เปล่งเสียงร้องไห้ด้วยความเศร้าโศก

哀叫 āijiào 动 เปล่งเสียงร้องไห้ด้วยความเศร้าโศก

哀恳（哀懇）āikěn 动 อ้อนวอน

哀怜（哀憐）āilián 动 สงสาร ; เวทนา

哀泣 āiqì 动 สะอึกสะอื้นด้วยความเศร้าโศก

哀求 āiqiú 动 วิงวอน

哀伤（哀傷）āishāng 形 เศร้าโศก ; เศร้าอาดูร

哀思 āisī 名 อารมณ์ระลึกถึงด้วยความเศร้าสลด

哀叹（哀嘆）āitàn 动 ทอดถอนใจด้วยความเศร้าอาดูร

哀痛 āitòng 形 เศร้ารันทด ; โศกเศร้าด้วยความเจ็บปวด

哀怨 āiyuàn 形 เสียใจและเจ็บใจเพราะไม่ได้รับความเป็นธรรม

哀乐（哀樂）āiyuè 名 เพลงที่ใช้บรรเลงในงานฌาปนกิจ

挨 āi 动 ตามลำดับ ; ใกล้ชิด

挨个儿（挨個兒）āigèr 副 〈口〉 เรียงเป็นระเบียบ ; ตามลำดับ

挨近 āijìn 动 เข้าใกล้

挨排儿（挨排兒）āipáir 动 เรียงแถว

唉 āi 拟声 ฮื้อ 叹 โธ่ ; พุทโธ่ 应答语 ครับ ; ค่ะ ; ขา

唉声叹气（唉聲嘆氣）āishēng-tànqì 〈成〉 ทอดถอนใจ (ด้วยความกลัดกลุ้มหรือเศร้าสลด)

挨 ái 动 ถูก (กระทำ) ; ผ่านไปด้วยความยากลำบาก

皑皑（皚皚）ái'ái 形 ขาวโพลน (ใช้พรรณนาหิมะ)

癌 ái 名 〈医〉 มะเร็ง

矮 ǎi 形 เตี้ย

矮个儿（矮個兒）ǎigèr 形 ตัวเตี้ย

矮胖 ǎipàng 形 เตี้ยและอ้วน ; เตี้ยม่อต้อ

矮小 ǎixiǎo 形 เตี้ยและเล็ก

矮星 ǎixīng 名 〈天〉 ดาวฤกษ์ขนาดเล็ก ที่มีระดับแสงไม่แก่กล้าและมีระดับความถี่สูง เป็นดาวบริวารของกลุ่มดาวสุนัข

艾 ài 名 พืชสมุนไพรโกฐจุฬาลัมพา 动 หยุด 形 สวย

艾绒（艾絨）àiróng 名 〈药〉 ใบสมุนไพรชนิดหนึ่งเมื่อตากแห้งและทุบละเอียดแล้วใช้รมควันเวลาฝังเข็ม

艾滋病 àizībìng 名 〈医〉 โรคเอดส์ (*AIDS*)

A

爱（愛）ài 动 รัก ; ชอบ

爱不释手（愛不釋手）àibùshìshǒu〈成〉ชอบ
มากจนวางไม่ลง

爱财如命（愛財如命）àicái-rúmìng〈成〉หวง
ทรัพย์เหมือนหวงชีวิต

爱称（愛稱）àichēng 名 ชื่อเรียกที่แสดงความรัก
เอ็นดู

爱答不理（愛答不理）àidā-bùlǐ〈惯〉
เมินเฉย ; ไม่สนใจไยดี

爱戴（愛戴）àidài 动 เคารพรัก

爱抚（愛撫）àifǔ 动 ลูบไล้ปลอบประโลมด้วย
ความทะนุถนอม

爱国（愛國）àiguó 动 รักชาติ

爱国者（愛國者）àiguózhě 名 ผู้รักชาติ

爱国主义（愛國主義）àiguó zhǔyì
ลัทธิรักชาติ ; ชาตินิยม

爱好（愛好）àihào 动 ชอบ 名 ความนิยมชม
ชอบ

爱护（愛護）àihù 动 ทะนุถนอม

爱克斯光（愛克斯光）àikèsīguāng〈物〉
แสงเอกซเรย์ (X-ray)

爱理不理（愛理不理）àilǐ-bùlǐ〈口〉
เมินเฉย ; ไม่สนใจไยดี

爱怜（愛憐）àilián 动 รักและทะนุถนอม

爱恋（愛戀）àiliàn 动 รัก (ส่วนมากหมายถึงรัก
ระหว่างชายหญิง)

爱面子（愛面子）ài miàn•zi〈惯〉รักหน้า ;
รักศักดิ์ศรี

爱莫能助（愛莫能助）àimònéngzhù〈成〉
สุดวิสัยที่จะช่วยเหลือ

爱慕（愛慕）àimù 动 รักและเลื่อมใสศรัทธา ;
ชอบ

爱情（愛情）àiqíng 名 ความรัก

爱人（愛人）ài•ren 名 คู่ครอง ; คู่รัก
(ใช้กับคู่สามีภรรยา)

爱神（愛神）àishén 名 กามเทพ

爱屋及乌（愛屋及烏）àiwū-jíwū〈成〉
รักบ้านก็ต้องรักนกที่ทำรังบนบ้านด้วย อุปมาว่า

รักใครก็ควรเผื่อแผ่ความรักให้กับคนและสิ่งของ
ที่เกี่ยวพันกับคนที่เรารัก

爱惜（愛惜）àixī 动 สนใจและรักษาอย่างดี

爱心（愛心）àixīn 名 จิตใจรักในสิ่งต่าง ๆ

爱憎分明（愛憎分明）àizēng-fēnmíng〈成〉
ความรักความชังแยกกันชัดเจน

隘 ài 形 แคบ

隘口 àikǒu 名 ช่องเขา ; ชัยภูมิที่สำคัญ

隘路 àilù 名 ทางแคบ

碍（礙）ài 动 กีดขวาง ; ขัดขวาง

碍口（礙口）àikǒu 形 พูดไม่ออกเนื่องจากเกรงใจ
หรือลำบากใจ

碍面子（礙面子）ài miàn•zi〈惯〉กลัว
ทำให้เสียหน้า

碍事（礙事）àishì 动 ไม่สะดวก ; ขวางทาง ;
ร้ายแรง

碍手碍脚（礙手礙脚）àishǒu-àijiǎo〈成〉
กีดขวางการทำงานของคนอื่น ; เกะกะ

碍眼（礙眼）àiyǎn 形 ขวางหูขวางตา ; ขัดหูขัด
ตา ; ทำให้คนอื่นไม่สะดวก

暧昧（曖昧）àimèi 形 ไม่กระจ่างแจ้ง ; ลึกลับ ;
ไม่ชอบมาพากล

安 ān 形 สงบ 动 ติดตั้ง

安邦定国（安邦定國）ānbāng-dìngguó〈成〉
ทำให้ประเทศชาติมั่นคงและสงบเรียบร้อย

安步当车（安步當車）ānbù-dàngchē〈成〉
เดินปล่อยอารมณ์ถือเสมือนนั่งรถ

安插 ānchā 动 บรรจุตำแหน่ง ; สอดแทรกเข้าไป
ในตำแหน่งที่เหมาะสม

安厝 āncuò 动 ตั้งโลงศพ

安定 āndìng 形 (ชีวิตหรือสถานการณ์) สงบ 动 ทำ
ให้สงบ

安度 āndù 动 ดำเนินชีวิตอย่างสงบสุข

安顿（安頓）āndùn 动 จัดหาที่พำนักอาศัย

安放 ānfàng 动 วางไว้

安分 ānfèn 形 ประพฤติเรียบร้อย ; เจียมตัว

安分守己 ānfèn-shǒujǐ〈成〉ประพฤติ
เรียบร้อย ไม่นอกลู่นอกทาง

安抚（安撫）ānfǔ 动 ปลอบขวัญ ; บำรุงขวัญ
安好 ānhǎo 形 สบายดี
安家 ānjiā 动 ตั้งรกราก ; มีครอบครัว
安家落户 ānjiā-luòhù〈成〉ตั้งรกราก
安检（安檢）ānjiǎn 动 ตรวจความปลอดภัย
安静 ānjìng 形 สงบ ; เงียบ
安居 ānjū 动 อยู่อย่างสงบสุข
安居乐业（安居樂業）ānjū-lèyè〈成〉อยู่เย็นเป็นสุข
安康 ānkāng 形 สมบูรณ์พูนสุข
安乐（安樂）ānlè 形 เกษมสันต์
安乐死（安樂死）ānlèsǐ 名〈医〉ยูธาเนเซีย (*euthanasia*) (จบชีวิตด้วยเทคนิคทางการแพทย์เพื่อให้หลุดพ้นจากความทรมานของโรคซึ่งไม่มีทางรักษาให้หาย)
安乐窝（安樂窩）ānlèwō 名 ที่อยู่อันสงบสุข
安乐椅（安樂椅）ānlèyǐ 名 เก้าอี้โยก
安理会（安理會）Ānlǐhuì 名〈简〉คณะมนตรีความมั่นคง
安眠 ānmián 动 นอนหลับสบาย
安眠药（安眠藥）ānmiányào 名〈医〉ยานอนหลับ
安民告示 ānmín gào·shi ประกาศ
安宁（安寧）ānníng 形 สงบ
安排 ānpái 动 จัด ; จัดการ
安培 ānpéi 量〈物〉แอมแปร์ (*ampere*)
安培计（安培計）ānpéijì 名〈物〉แอมมิเตอร์ (*ammeter*)
安琪儿（安琪兒）ānqí'ér 名 ทูตสวรรค์
安全 ānquán 形 ปลอดภัย 名 ความปลอดภัย
安全带（安全帶）ānquándài 名 เข็มขัดนิรภัย
安全岛（安全島）ānquándǎo 名 เกาะกลางถนน
安全灯（安全燈）ānquándēng 名 ตะเกียงนิรภัย (ที่ใช้ในเหมืองแร่)
安全阀（安全閥）ānquánfá 名 วาล์วนิรภัย
安全感 ānquángǎn 名 ความรู้สึกปลอดภัย
安全理事会（安全理事會）Ānquán Lǐshìhuì คณะมนตรีความมั่นคง
安全帽 ānquánmào 名 หมวกนิรภัย ; หมวกกันน็อก
安全门（安全門）ānquánmén 名 ประตูฉุกเฉิน ; ทางออก
安全套 ānquántào 名 ถุงยางอนามัย
安然 ānrán 形 ปลอดภัย
安然无恙（安然無恙）ānrán-wúyàng〈成〉ปลอดโรคภัยไข้เจ็บ
安如泰山 ānrútàishān〈成〉(สถานการณ์) มั่นคงดุจดั่งภูเขาไท่ซาน
安设（安設）ānshè 动 ติดตั้ง
安身 ānshēn 动 ตั้งตัว ; อยู่อาศัย
安身立命 ānshēn-lìmìng〈成〉ตั้งตัว ; ตั้งหลัก
安神 ānshén 动〈医〉ทำให้จิตใจสงบ
安生 ān·shēng 形 สงบ ; ไม่ก่อเรื่อง
安睡 ānshuì 动 นอนหลับอย่างสบาย
安危 ānwēi 名 ความปลอดภัยและอันตราย
安慰 ānwèi 动 ปลอบใจ
安稳（安穩）ānwěn 形 ปลอดภัยและมั่นคง
安卧 ānwò 动 นอนอย่างสบาย
安息 ānxī 动 พักผ่อนอย่างสงบ
安息日 ānxīrì 名〈宗〉ซับบาธ (*Sabbath*) ; วันพระของชาวยิว
安息香 ānxīxiāng 名〈植〉กำยาน
安闲（安閑）ānxián 形 (อยู่) อย่างสบายอกสบายใจ
安详（安詳）ānxiáng 形 สงบเยือกเย็น
安歇 ānxiē 动 เข้านอน
安心 ānxīn 形 สงบใจ 动 เจตนา
安逸 ānyì 形 สบาย
安营扎寨（安營扎寨）ānyíng-zhāzhài〈成〉(กองทหาร) ตั้งกระโจม ; ตั้งค่าย
安于 ānyú 动 พอใจใน (สภาวการณ์)
安葬 ānzàng 动 ฝัง (ศพ)
安置 ānzhì 动 จัดการให้เป็นที่เรียบร้อย
安装（安裝）ānzhuāng 动 ติดตั้ง
桉树（桉樹）ānshù 名〈植〉ต้นยูคาลิปตัส (*eucalyptus*)
桉油 ānyóu 名〈药〉น้ำมันยูคาลิปตัส

氨 ān 名〈化〉แอมโมเนีย (*ammonia*)
氨基酸 ānjīsuān 名〈化〉กรดอะมิโน ; อะมิโน แอซิด (*amino acid*)
氨气（氨氣）ānqì 名〈化〉แก๊สแอมโมเนีย (*ammonia gas*)
氨水 ānshuǐ 名〈化〉น้ำแอมโมเนีย (*ammonia water*)
鹌鹑（鵪鶉）ān·chún 名〈动〉นกกระทา
鞍马（鞍馬）ānmǎ 名 อานและม้า ;〈体〉อุปกรณ์ยิมนาสติกชนิดหนึ่ง มีชื่อว่า แพมเมลด์ ฮอร์ส (*pommelled horse*) ; ม้ากายบริหาร
鞍子 ān·zi 名 อานม้า
俺 ǎn 代〈方〉ฉัน ; กู
铵盐（銨鹽）ǎnyán 名〈化〉แอมโมเนียม (*ammonium salt*)
岸 àn 名 ฝั่ง
岸标（岸標）ànbiāo 名 ป้ายบนฝั่งที่บอกทิศทาง
岸然 ànrán 形 ลักษณะท่าทางที่เคร่งขรึมน่าเกรงขาม
岸上 ànshàng บนฝั่ง
按 àn 动 กด 介 ตาม
按兵不动（按兵不動）ànbīng-bùdòng〈成〉หยุดทัพรอจังหวะ
按部就班 ànbù-jiùbān〈成〉ตามขั้นตอน
按键（按鍵）ànjiàn 名 คีย์ (*key*); แป้นที่ใช้นิ้วกด (ของเครื่องพิมพ์ดีด หรือเปียโน ฯลฯ)
按理 ànlǐ 副 ตามเหตุผล
按理说（按理說）ànlǐshuō 副 ว่าตามเหตุผล
按摩 ànmó 动 นวด
按摩椅 ànmóyǐ 名 เก้าอี้นวด
按捺 ànnà 动 ระงับ ; อดกลั้น
按钮（按鈕）ànniǔ 名 สวิตช์
按期 ànqī 副 ตามกำหนดเวลา
按时（按時）ànshí 副 ตามเวลา
按说（按說）ànshuō 副 น่าจะ
按压（按壓）ànyā 动 ข่ม ; กด
按语（按語）ànyǔ 名 หมายเหตุ (ของผู้เขียนหรือบรรณาธิการ)
按照 ànzhào 介 ตาม
案板 ànbǎn 名 แผ่นไม้สี่เหลี่ยมผืนผ้าสำหรับนวดแป้งหรือหั่นผัก ; เขียง
案秤 ànchèng 名 ตาชั่งสำหรับตั้งบนเคาน์เตอร์
案犯 ànfàn 名 นักโทษ ; ผู้ต้องหา
案件 ànjiàn 名 คดี ; กรณี
案卷 ànjuàn 名 เอกสารในแฟ้มของหน่วยราชการ
案例 ànlì 名 ตัวอย่างคดี ; ตัวอย่างกรณี
案情 ànqíng 名 รายละเอียดของคดี
案头（案頭）àntóu 名 บนโต๊ะ ; บันทึกการวิเคราะห์บทละคร บทภาพยนตร์และตัวละคร ฯลฯ ซึ่งผู้กำกับและนักแสดงต้องทำ
案由 ànyóu 名 มูลเหตุแห่งคดี
案子 àn·zi 名 โต๊ะยาว ; คดี
暗 àn 形 มืด ; ลับ
暗暗 àn'àn 副 เงียบ ๆ ; ไม่แสดงออก
暗堡 ànbǎo 名 ป้อมดิน
暗藏 àncáng 动 ซ่อนเร้น
暗娼 ànchāng 名 ผีเสื้อราตรี
暗处（暗處）ànchù 名 ที่มืด ; ที่ลับ
暗淡 àndàn 形 มัวซัว ; ไม่สดใส
暗地 àndì ลับหลัง ; อย่างเงียบ ๆ
暗地里（暗地裏）àndì·lǐ ลับหลัง ; อย่างเงียบ ๆ
暗度陈仓（暗度陳倉）àndù-chéncāng〈成〉ลอบดำเนินการทางอ้อม ; แอบดำเนินการ
暗沟（暗溝）àngōu 名 ทางระบายน้ำใต้ดิน
暗害 ànhài 动 ลอบทำร้าย ; ลอบสังหาร
暗含 ànhán 动 แฝงไว้
暗号（暗號）ànhào 名 สัญญาณลับ ; รหัส
暗合 ànhé 动 ตรงกันโดยบังเอิญ ; สอดคล้องกันโดยบังเอิญ
暗红（暗紅）ànhóng 名 สีแดงคล้ำ
暗花 ànhuā 名〈工美〉〈纺〉ลายน้ำ (บนเครื่องเคลือบหรือสิ่งทอ)
暗记儿（暗記兒）ànjìr 名 เครื่องหมายลับ
暗箭 ànjiàn 名 ลูกธนูที่ยิงออกจากที่มืด ; อุปมาว่า การลอบกัด การลอบทำร้าย

暗礁 ànjiāo 名 หินโสโครก
暗里（暗裏）àn·lǐ ที่ลับหลัง ; เงียบ ๆ
暗绿色（暗綠色）ànlǜsè 名 สีเขียวคล้ำ
暗器 ànqì 名 อาวุธลับ
暗枪（暗槍）ànqiāng 名 ลูกปืนที่ยิงออกจากที่มืด ; อุปมาว่า การลอบกัด การลอบทำร้าย
暗杀（暗殺）ànshā 动 ลอบสังหาร ; ลอบฆ่า
暗哨 ànshào 名 สถานที่ยืนยามที่ลับตา ; ทหารหรือยามที่แอบเฝ้าสถานที่หรือระวังเหตุการณ์
暗示 ànshì 动 บอกเป็นนัย
暗室 ànshì 名 ห้องมืด (สำหรับล้างฟิล์ม)
暗送秋波 ànsòng-qiūbō 〈成〉 เล่นหูเล่นตา
暗算 ànsuàn 动 ลอบทำร้าย
暗锁（暗鎖）ànsuǒ 名 กุญแจลับ
暗滩（暗灘）àntān 名 หาดหินหรือทรายที่ตื้นเขินอยู่กลางน้ำ
暗探 àntàn 名 สายสืบ ; สายลับ
暗无天日（暗無天日）ànwú-tiānrì 〈成〉 (สังคม) มืดมนอนธการ
暗线（暗綫）ànxiàn 名 สายลับ
暗箱 ànxiāng 名 ตลับกันแสง (ของกล้องถ่ายรูป)
暗想 ànxiǎng 动 คิดในใจ
暗笑 ànxiào 动 แอบดีใจ ; ยิ้มเยาะในใจ
暗影 ànyǐng 名 เงามืด
暗语（暗語）ànyǔ 名 ภาษาโค้ด (*code*) ; ภาษาลับ
暗中 ànzhōng 名 ที่มืด ; อย่างลับ ๆ
暗转（暗轉）ànzhuǎn 名 ไฟบนเวทีแสดงดับลงชั่วคราวตามเวลาหรือสถานที่เปลี่ยนไป
暗自 ànzì 副 แอบ...เอง
黯淡 àndàn 形 มืดสลัว ; มืดมัว
黯然 ànrán 形 เศร้าหมอง
黯然失色 ànrán-shīsè 〈成〉 หมดประกาย
肮脏（骯髒）āngzāng 形 สกปรก ; มอมแมม
昂 áng 动 แหงนหน้า 形 สูงลิ่ว
昂奋（昂奮）ángfèn 形 จิตใจฮึกเหิม
昂贵（昂貴）ángguì 形 ราคาแพงลิ่ว
昂然 ángrán 形 ยืดอกเชิดหน้า
昂首 ángshǒu 动 หน้าเชิดคอตั้ง
昂首阔步（昂首闊步）ángshǒu-kuòbù 〈成〉 ก้าวหน้าไปอย่างสง่าผ่าเผย
昂扬（昂揚）ángyáng 形 ฮึกเหิม
盎然 àngrán 形 เปี่ยมล้นไปด้วย ; เต็มไปด้วย
盎司 àngsī 量 ออนซ์ (*ounce*)
凹 āo 形 เว้า
凹版 āobǎn 名 〈印〉 แม่พิมพ์เว้า
凹进（凹進）āojìn 动 เว้าเข้า ; โค้งเข้า
凹镜（凹鏡）āojìng 名 〈物〉 กระจกเว้า
凹面镜（凹面鏡）āomiànjìng 名 〈物〉 กระจกเว้า
凹透镜（凹透鏡）āotòujìng 名 〈物〉 เลนส์เว้า
凹凸不平 āotū-bùpíng 〈成〉 เว้า ๆ นูน ๆ ; ขรุขระ
凹陷 āoxiàn 动 เว้าลึกลง
熬 āo 动 ต้ม
遨游 áoyóu 动 เที่ยวเตร็ดเตร่
嗷嗷待哺 áo'áo-dàibǔ 〈成〉 ร่ำร้องด้วยความหิวโหย
熬 áo 动 ต้ม (ข้าวต้ม ยาจีน ฯลฯ) ; ทนทรมาน
熬煎 áojiān 动 ทนทุกข์ทรมาน
熬夜 áoyè 动 อดหลับอดนอน
翱翔 áoxiáng 动 บินร่อน ; ฉวัดเฉวียน
鏖战（鏖戰）áozhàn 动 สู้รบอย่างทรหด
拗 ào 形 ไม่คล่อง ; ขัดขืน
拗口 àokǒu 形 พูดไม่คล่องปาก
拗口令 àokǒulìng 名 การละเล่นทางภาษาชนิดหนึ่ง
傲骨 àogǔ 名 ความหยิ่งในศักดิ์ศรี
傲慢 àomàn 形 หยิ่งยโส ; อหังการ
傲气（傲氣）àoqì 名 ความหยิ่งยโส
傲然 àorán 形 ทะนงองอาจ
傲视（傲視）àoshì 动 มองด้วยความหยิ่ง
奥林匹克 Àolínpǐkè โอลิมปิก (*Olympic*)
奥秘 àomì 名 ความลึกซึ้งและลี้ลับ
奥妙 àomiào 形 ลึกลับ 名 ความลึกลับ
奥斯卡奖（奥斯卡獎）Àosīkǎjiǎng รางวัลออสการ์
奥委会（奥委會）Àowěihuì 名 〈简〉 คณะกรรมการกีฬาโอลิมปิก

A

奥运村（奥運村）àoyùncūn 名〈简〉หมู่บ้านนักกีฬาโอลิมปิก

奥运会（奥運會）Àoyùnhuì 名〈简〉กีฬาโอลิมปิก (*The Olympic Games*)

懊悔 àohuǐ 动 เสียใจในความผิดที่ได้กระทำลงไป ; เสียใจในภายหลัง

懊恼（懊惱）àonǎo 形 ระคายเคือง

懊丧（懊喪）àosàng 形 ท้อแท้

澳抗 àokàng 名〈医〉แอนติเจน

B b

B

八 bā 数 แปด
八宝菜（八寶菜）bābǎocài 名 ผักดองเค็มแปดอย่าง
八宝粥（八寶粥）bābǎozhōu 名 โจ๊กรวมข้าวแปดอย่าง
八边形（八邊形）bābiānxíng 名〈数〉รูปแปดเหลี่ยม
八成 bāchéng 数 แปดในสิบ 副 คงจะ
八方 bāfāng 名 แปดทิศ ; ทุกด้าน
八哥 bā·ge 名〈动〉นกขุนทอง
八股 bāgǔ 名 บทนิพนธ์ประเภทหนึ่งที่มีโครงสร้างแปดตอนตายตัว
八卦 bāguà 名 แผนภูมิแปดเอกลักษณ์อันเป็นสัญลักษณ์ของปรากฏการณ์ทางธรรมชาติ ; โป๊ยก่วย (แต้จิ๋ว)
八行书（八行書）bāhángshū 名 จดหมายสมัยเก่าของจีนซึ่งเขียนบนกระดาษแนวตรงแปดแนว
八角 bājiǎo 名〈植〉ชื่อพันธุ์ไม้ชนิดหนึ่งของจีนเรียกว่า โป๊ยกั๊ก (แต้จิ๋ว)
八角帽 bājiǎomào 名 หมวกทรงแปดเหลี่ยม
八角形 bājiǎoxíng 名〈数〉รูปแปดหลี่ยม
八进制（八進制）bājìnzhì 名〈数〉เลขฐานแปด
八路军（八路軍）Bā Lù Jūn 名〈简〉กองทัพสายแปด
八面玲珑（八面玲瓏）bāmiàn-línglóng〈成〉ตีสนิทได้ทุกฝ่าย ; เข้าได้ทุกฝ่าย
八面威风（八面威風）bāmiàn-wēifēng〈成〉องอาจผึ่งผาย
八旗 bāqí 名 ธงแปดสี เป็นระบบการจัดกองทัพของชาวแมนจูแห่งราชวงศ์ชิง (เช็ง)
八仙过海（八仙過海）bāxiān-guòhǎi〈成〉แปดเซียนข้ามทะเล ใช้อุปมาอุปไมยว่าต่างคนต่างก็มีความสามารถของตน
八月 bāyuè 名 เดือนสิงหาคม
八月节（八月節）Bāyuè Jié 名 เทศกาลเดือนแปด ; เทศกาลไหว้พระจันทร์
八字步 bāzìbù 名 ท่าก้าวเท้าเหมือนตัวหนังสือจีน “八”
八字脚 bāzìjiǎo 名 ยืนแยกเท้าเหมือนตัวหนังสือจีน “八”
八字名 bāzìmíng 名 วันเดือนปีเกิด ; ตัวหนังสือจีน “八”
八字形 bāzìxíng 名 รูปตัวหนังสือจีน “八”
巴 bā 动〈方〉หวัง ; เกาะติด ; เชื่อมติด
巴比妥 bābǐtuǒ 名〈药〉บาร์บิโทน (*barbitone*)
巴不得 bā·bu·dé 动〈口〉หวังเป็นอย่างยิ่ง
巴豆 bādòu 名〈植〉ครอทัน (*croton*) (ชื่อพันธุ์ไม้ยืนต้นชนิดหนึ่ง)
巴结（巴結）bā·jie 动 ประจบสอพลอ
巴利文 bālìwén 名 ภาษาบาลี
巴儿狗（巴兒狗）bārgǒu 名 สุนัขพันธุ์ปักกิ่ง
巴士 bāshì 名 รถบัส (*bus*)
巴掌 bā·zhang 名 ฝ่ามือ
扒 bā 动 จับ ; เขี่ย
扒拉 bā·la 动 คุ้ยเขี่ย ; ปัด
芭蕉 bājiāo 名〈植〉กล้วยน้ำว้า
芭蕾舞 bālěiwǔ 名 ระบำบัลเลต์ (*ballet*)
吧 bā 拟声 ปัง ; โป๊ะ (คำเลียนเสียงปืนหรือเสียงกิ่งไม้หัก ฯลฯ) 名 บาร์ (*bar*) (สถานที่บันเทิงที่ขายเครื่องดื่มและอาหารว่าง)
疤 bā 名〈生理〉รอยแผลเป็น ; รอยกรีดหรือรอยถลอก
疤痕 bāhén 名 รอยแผลเป็น ; รอยกรีดหรือรอยถลอก
疤瘌 bā·la 名〈口〉แผลเป็น

B

拔 bá 动 ถอน ; ดึง
拔除 báchú 动 ถอนทิ้ง
拔刀相助 bádāo-xiāngzhù 〈成〉 ชักกระบี่เข้าช่วย อุปมาว่า ช่วยผู้ที่ไม่ได้รับความยุติธรรม
拔地而起 bádì'érqǐ 〈成〉 ผุดขึ้นจากพื้นดิน
拔河 báhé 名 〈体〉 ชักเย่อ
拔尖儿（拔尖兒）bájiānr 形 〈口〉 โดดเด่นที่สุด
拔节（拔節）bájié 动 〈农〉 ต้นข้าว (ข้าวสาลี ข้าวฟ่าง ฯลฯ) เติบโตขึ้นอย่างรวดเร็ว
拔苗助长（拔苗助長）bámiáo-zhùzhǎng 〈成〉 ดึงต้นกล้าให้สูงขึ้นเพื่อให้โตเร็ว อุปมาว่า ใจเร็วด่วนได้กลับทำให้เสียหาย
拔丝（拔絲）básī 动 ดึงเป็นเส้น ; วิธีทำของหวานชนิดหนึ่ง
拔腿 bátuǐ 动 สาวเท้า
跋 bá 动 เดินบนภูเขา 名 บทส่งท้าย
跋扈 báhù 形 วางอำนาจบาตรใหญ่
跋山涉水 báshān-shèshuǐ 〈成〉 ลุยน้ำลุยไฟ ; ลุยน้ำข้ามภูเขา
把 bǎ 动 จับ ; กุม
把柄 bǎbǐng 名 จุดอ่อนที่ถูกจับได้
把持 bǎchí 动 กุมไว้
把舵 bǎduò 动 ถือหางเสือ
把关（把關）bǎguān 动 เฝ้ารักษาด่าน ; ตรวจสอบ
把揽（把攬）bǎlǎn 动 ครอบครองหมด
把脉 bǎmài 动 〈医〉 จับชีพจร
把门（把門）bǎmén 动 เฝ้าประตู
把式 bǎ·shi 名 〈口〉 ท่ามวยจีน ; ฝีมือ ; คนมีฝีมือ
把势（把勢）bǎ·shi 名 〈口〉 ท่ามวยจีน ; ฝีมือ ; คนมีฝีมือ
把守 bǎshǒu 动 เฝ้ารักษา
把手 bǎ·shou 名 ที่จับที่ติดอยู่กับประตู หน้าต่าง ลิ้นชัก ฯลฯ ; ด้าม หู ฯลฯ ซึ่งเป็นที่จับ
把握 bǎwò 动 จับ ; ยึดกุม 名 ความมั่นใจ (ในความสำเร็จ)
把戏（把戲）bǎxì 名 กายกรรม ; กลอุบาย ; ปาหี่ (แต้จิ๋ว)
把兄弟 bǎxiōngdì 名 พี่น้องร่วมสาบาน
靶场（靶場）bǎchǎng 名 สนามเป้า
靶子 bǎ·zi 名 เป้า
坝 bà 名 เขื่อนกั้นน้ำ
把儿（把兒）bàr 名 ด้าม หู ฯลฯ ซึ่งเป็นที่จับ
把子 bà·zi 名 ด้าม หู ฯลฯ ซึ่งเป็นที่จับ
爸 bà 名 พ่อ
爸爸 bà·ba 名 พ่อ
耙 bà 名 คราด 动 〈农〉 ใช้คราดชักหรือลากก้อนดินให้แตกซุย
罢（罷）bà 动 หยุด ; เลิก ; ปลด ; เสร็จ
罢黜（罷黜）bàchù 动 ปลด (ออกจากตำแหน่ง) ; ยกเลิก
罢工（罷工）bàgōng 动 สไตรก์ (*strike*) ; หยุดงานประท้วง
罢官（罷官）bàguān 动 ปลดออกจากตำแหน่งข้าราชการฝ่ายบริหาร
罢教（罷教）bàjiào 动 หยุดสอนประท้วง
罢课（罷課）bàkè 动 หยุดเรียนประท้วง
罢免（罷免）bàmiǎn 动 ปลดออกจากตำแหน่ง
罢免权（罷免權）bàmiǎnquán 名 〈法〉 สิทธิปลด (ผู้ได้รับแต่งตั้ง) ออกจากตำแหน่งตามกฎหมาย
罢市（罷市）bàshì 动 หยุดค้าขายประท้วง
罢手（罷手）bàshǒu 动 รามือ
罢诉（罷訴）bàsù 动 〈法〉 ยกเลิกคำฟ้อง
罢休（罷休）bàxiū 动 หยุด ; เลิกรา
罢战（罷戰）bàzhàn 动 เลิกการสงคราม ; เลิกการสู้รบ
罢职（罷職）bàzhí 动 ปลดออกจากตำแหน่ง
霸 bà 名 เจ้าผู้ครองเมืองในสมัยโบราณ ; อันธพาล
霸道 bàdào 名 นโยบายที่ปกครองบ้านเมืองด้วยกำลังทหารและแผนกลยุทธ์ 形 ใช้อำนาจบาตรใหญ่
霸权（霸權）bàquán 名 อำนาจที่ครองความเป็นเจ้าโลก
霸王 bàwáng 名 ฌ้อปาอ๋อง (แต้จิ๋ว) (เซี่ยงอี่ว์ เจ้าผู้ครองเมืองสมัยชุนชิว) ; อันธพาล
霸占 bàzhàn 动 ยึดครองด้วยกำลัง
霸主 bàzhǔ 名 เจ้าผู้ครองเมืองในสมัยชุนชิว

掰 bāi 动 ใช้มือแยกออกหรือหักออก
白 bái 形 ขาว ; ชัด ; สว่าง 副 เสียเปล่า
白皑皑（白皚皚）bái'ái'ái 形 ขาวโพลน (พรรณนาหิมะหรือน้ำแข็ง)
白白 báibái 形 ขาว ๆ 副 เปล่า ๆ
白班 báibān 名 งานกะกลางวัน
白报纸（白報紙）báibàozhǐ 名 กระดาษหนังสือพิมพ์
白璧无瑕（白璧無瑕）báibì-wúxiá〈成〉หยกขาวบริสุทธิ์ไร้ตำหนิ
白醭 báibú 名 ราในน้ำซีอิ๊วหรือน้ำส้มสายชู
白布 báibù 名 ผ้าขาว
白菜 báicài 名 ผักกาดขาว
白吃 báichī 动 กินเปล่า
白痴 báichī 名 ปัญญาอ่อน
白炽灯（白熾燈）báichìdēng 名 หลอดไฟฟ้าที่ให้ความสว่างโดยการเปล่งแสงของไส้คาร์บอนหรือโลหะอื่น
白唇鹿 báichúnlù 名〈动〉กวางปากขาว
白醋 báicù 名 น้ำส้มสายชูใส
白搭 báidā 动〈口〉ไม่มีประโยชน์ (ไม่บังเกิดผล)
白带（白帶）báidài 名〈医〉ตกขาว
白蛋白 báidànbái 名〈生化〉โปรตีนแอลบูมิน (*albumin*)
白道 báidào 名 ทางที่ชอบธรรม (ตรงข้ามกับ 黑道) ; องค์กรจัดตั้งที่ถูกตามนิตินัย ;〈天〉ทางโคจรดวงจันทร์
白地 báidì 名 พื้นสีขาว ; ไร่นาว่างเปล่า (ที่ยังไม่ได้ปลูกพืช)
白丁 báidīng 名 สามัญชน (ที่ไม่มียศถาบรรดาศักดิ์หรือตำแหน่งในราชการ)
白垩（白堊）bái'è 名〈化〉หินปูนขาว
白发（白髮）báifà 名 ผมหงอก
白发苍苍（白髮蒼蒼）báifà-cāngcāng〈成〉ผมสีขาวแกมเทา
白矾（白礬）báifán 名〈化〉สารส้ม
白费（白費）báifèi 动 เสียแรงเปล่า
白粉 báifěn 名 แป้ง ; หินปูนขาว ; เฮโรอีน (*heroin*)
白粉病 báifěnbìng 名〈农〉โรคมิลดู (*powdery mildew*) (โรคเชื้อราชนิดหนึ่งที่เกิดกับพืช)
白干儿（白乾兒）báigānr 名〈方〉เหล้าขาว
白宫 Bái Gōng 名 ทำเนียบขาว
白骨 báigǔ 名 กระดูกขาว
白果 báiguǒ 名〈植〉แปะก๊วย (แต้จิ๋ว)
白鹤（白鶴）báihè 名 นกกระเรียนขาว
白喉 báihóu 名〈医〉โรคคอตีบ
白狐 báihú 名 จิ้งจอกขาว
白花花 báihuāhuā 形 ขาวจนแสบตา
白化病 báihuàbìng 名〈医〉โรคเผือก
白话（白話）báihuà 名 คำพูดลอย ๆ ; รูปแบบภาษาหนังสือปัจจุบันของจีน
白话（白話）bái•hua 动〈方〉คุยเล่น ; คุยโว
白话文（白話文）báihuàwén 名 ความเรียงร้อยแก้วในปัจจุบัน
白桦（白樺）báihuà 名〈植〉ไวต์เบิร์ช (*white birch*) (ชื่อไม้ยืนต้นชนิดหนึ่ง)
白晃晃 báihuǎnghuǎng 形〈惯〉ขาวเรือง
白灰 báihuī 名 ปูนขาว
白金 báijīn 名 ทองขาว
白净 bái•jìng 形 (ผิว) ขาวนวล
白酒 báijiǔ 名 เหล้าขาว
白驹过隙（白駒過隙）báijū-guòxì〈成〉วันเวลาผ่านไปรวดเร็วนัก
白卷 báijuàn 名 กระดาษคำตอบเปล่าหรือกระดาษคำตอบที่ไม่ได้เติมคำตอบใด ๆ ปริยายหมายถึงงานที่ได้รับมอบหมายให้ทำแต่ทำไม่สำเร็จ
白开水（白開水）báikāishuǐ 名 น้ำเปล่าที่ต้มแล้ว
白口铁（白口鐵）báikǒutiě 名〈冶〉เหล็กวิลาด
白蜡（白蠟）báilà 名 ขี้ผึ้งขาว
白兰地（白蘭地）báilándì 名 เหล้าบรั่นดี (*brandy*)
白梨 báilí 名 สาลี่ขาว
白鲢（白鰱）báilián 名〈动〉ปลาซิลเวอร์คาร์ป (*silver carp*)
白脸（白臉）báiliǎn 名 หน้าขาว ; ตัวละครที่แต่งหน้าขาวในงิ้วจีน มักจะเป็นข้าราชการทุจริต
白磷 báilín 名〈化〉ฟอสฟอรัสขาว (*white phosphorus*)

B

白蛉 báilíng 名〈动〉แซนด์ไฟล (*sandfly*) (แมลงดูดเลือดชนิดหนึ่งเป็นพาหะนำโรคหลายชนิดสู่คน)

白领（白領）báilǐng 名〈惯〉ไวทคอลเลอร์ (*white collar*) (ใช้เรียกข้าราชการ ผู้บริหาร เจ้าหน้าที่เทคนิคหรือพนักงาน ฯลฯ ที่ใช้แรงสมอง)

白鹭（白鷺）báilù 名〈动〉นกกระยางขาว

白露 báilù 名 ชื่อฤดูกาล ตรงกับวันที่ ๗ หรือ ๘ ในเดือนกันยายน

白马王子（白馬王子）báimǎ wángzǐ เจ้าชายทรงม้าขาว อุปมาว่า หนุ่มในความฝันของสาว

白茫茫 báimángmáng 形 ขาวโพลนอย่างสุดสายตา (ใช้พรรณนาเมฆหมอก หิมะหรือพื้นน้ำอันกว้างใหญ่ไพศาล)

白煤 báiméi 名〈方〉ถ่านหินไร้ควัน

白米 báimǐ 名 ข้าวสาร

白面（白麵）báimiàn 名 แป้งสาลี ; แป้งหมี่

白面儿（白麵兒）báimiànr 名〈方〉เฮโรอีน (*heroin*)

白描 báimiáo 名 วิธีการวาดภาพแรเงา ; ลีลาการเขียนด้วยสำนวนภาษาที่เรียบง่ายและกะทัดรัด

白沫 báimò 名 ฟองขาว

白木耳 báimù'ěr 名 เห็ดหูหนูขาว

白内障 báinèizhàng 名〈医〉ต้อกระจก

白砒 báipī 名〈化〉สารหนู

白皮书（白皮書）báipíshū 名 เอกสารปกขาว

白皮松 báipísōng 名〈植〉ต้นสนเปลือกขาว

白旗 báiqí 名 ธงขาว เป็นสัญญาแสดงว่ายอมจำนนหรือใช้สำหรับติดต่อตัวแทนของคู่สงคราม

白热（白熱）báirè 名〈物〉ภาวะซึ่งมีแสงขาวจ้าเกิดขึ้นเพราะถูกความร้อนจัด

白热化（白熱化）báirèhuà 动 (เหตุการณ์ อารมณ์ ฯลฯ) เข้าขั้นดุเดือด

白人 Báirén 名 ชาวผิวขาว

白刃战（白刃戰）báirènzhàn 名 การสู้รบประจัญบานกัน ; การรบตะลุมบอน

白日 báirì 名 กลางวัน

白日做梦（白日做夢）báirì-zuòmèng〈成〉ฝันกลางวัน

白色 báisè 名 สีขาว

白食 báishí 名 แปะเจี๊ยะ ; อาหารที่ได้มาฟรี

白事 báishì 名〈婉〉งานฌาปนกิจ

白手起家 báishǒu-qǐjiā〈成〉ก่อร่างสร้างตัวขึ้นมาด้วยมือเปล่า

白薯 báishǔ 名〈植〉มันเทศ

白水 báishuǐ 名 น้ำเปล่า

白糖 báitáng 名 น้ำตาลทรายขาว

白天 báitiān 名 กลางวัน

白条子（白條子）báitiáo·zi 名 ใบรับสินค้าเกษตรซึ่งผู้ซื้อให้แก่ผู้ขายแทนการจ่ายเงินสด

白铁（白鐵）báitiě 名 สังกะสี

白头（白頭）báitóu 名 ผมหงอก หมายถึงอายุมาก

白头翁（白頭翁）báitóuwēng 名〈动〉นกกางเขนจีน ;〈植〉ชื่อสมุนไพรชนิดหนึ่งของจีน

白头偕老（白頭偕老）báitóu-xiélǎo〈成〉(คู่สมรส) อยู่ด้วยกันจนแก่จนเฒ่า

白皙 báixī 形〈书〉ขาวผ่อง ; ขาวหมดจด

白细胞（白細胞）báixìbāo 名〈生理〉เม็ดโลหิตขาว

白熊 báixióng 名 หมีขาว

白血病 báixuèbìng 名〈医〉โรคเม็ดโลหิตขาวจาง

白眼 báiyǎn 名 มองด้วยสายตาเหยียดหยาม

白杨（白楊）báiyáng 名〈植〉ไวต์พอพลาร์ (*white poplar*)

白药（白藥）báiyào 名〈中药〉ไป๋เย่า (แปะเยียะ) ชื่อยาจีนชนิดหนึ่งใช้ห้ามเลือดและรักษาโรคสตรี ฯลฯ

白夜 báiyè 名〈天〉ไวท์ไนท์ (*white night*)

白蚁（白蟻）báiyǐ 名〈动〉ปลวก

白银（白銀）báiyín 名 เงิน

白玉兰（白玉蘭）báiyùlán 名〈植〉จำปี

白云（白雲）báiyún 名 เมฆขาว

白云石（白雲石）báiyúnshí 名〈矿〉แร่โดโลไมต์ (*dolomite*)

白纸黑字（白紙黑字）báizhǐ-hēizì〈成〉ลายลักษณ์อักษร

白昼（白晝）báizhòu 名 กลางวัน

白浊（白濁）báizhuó 名〈医〉โรคหนองใน

白字 báizì 名 ตัวหนังสือที่เขียนหรืออ่าน ออกเสียงผิด

百 bǎi 数 ร้อย

百般 bǎibān 副 ด้วยทุกวิธี ; ทุกวิถีทาง

百步穿杨（百步穿楊）bǎibù-chuānyáng〈成〉แม่นดั่งจับวาง

百川归海（百川歸海）bǎichuān-guīhǎi〈成〉แม่น้ำทุกสายไหลลงสู่ทะเล

百端 bǎiduān 名 ร้อยเรื่อง

百儿八十（百兒八十）bǎi·er-bāshí〈惯〉หนึ่งร้อยหรือต่ำกว่าเล็กน้อย

百发百中（百發百中）bǎifā-bǎizhòng〈成〉ถูกเป้าทุกนัด ; เข้าเป้าทุกนัด

百废待兴（百廢待興）bǎifèi-dàixīng〈成〉งานการจำเป็นต่าง ๆ กำลังรอการลงมือทำอยู่

百废俱兴（百廢俱興）bǎifèi-jùxīng〈成〉งานการจำเป็นต่าง ๆ ซึ่งยังไม่ได้ลงมือสักทีนั้น บัดนี้ได้เริ่มทำแล้ว

百分 bǎifēn 名 ร้อยคะแนน ; ร้อยส่วน

百分比 bǎifēnbǐ 名 อัตราส่วนเปรียบเทียบ ร้อยละ

百分点（百分點）bǎifēndiǎn 名 ร้อยละ

百分号（百分號）bǎifēnhào 名 เครื่องหมายอัตรา ส่วนเปรียบเทียบร้อยละ ได้แก่ "%"

百分率 bǎifēnlǜ 名 อัตราส่วนเปรียบเทียบร้อยละ

百分数（百分數）bǎifēnshù 名 จำนวนร้อยละ

百分之百 bǎi fēn zhī bǎi〈数〉ร้อยเปอร์เซ็นต์ ; ร้อยละร้อย

百感交集 bǎigǎn-jiāojí〈成〉ความรู้สึกต่าง ๆ สุมอยู่ในหัวอก

百合 bǎihé 名〈植〉ดอกลิลลี่ (lily)

百花齐放（百花齊放）bǎihuā-qífàng〈成〉บุปผานานาพันธุ์บานสะพรั่ง

百货（百貨）bǎihuò 名 สรรพสินค้า ; สินค้า นานาชนิด

百货店（百貨店）bǎihuòdiàn 名 ร้านสรรพสินค้า

百家争鸣（百家爭鳴）bǎijiā-zhēngmíng〈成〉ร้อยสำนักประชันกัน

百科 bǎikē 名 สรรพวิชา

百科全书（百科全書）bǎikē quánshū สารานุกรม

百孔千疮（百孔千瘡）bǎikǒng-qiānchuāng〈成〉แผลเต็มตัว

百口莫辩（百口莫辯）bǎikǒu-mòbiàn〈成〉ร้อยปากก็เถียงไม่ขึ้น

百里挑一（百裏挑一）bǎilǐ-tiāoyī〈成〉หนึ่งในร้อย

百炼成钢（百煉成鋼）bǎiliàn-chénggāng〈成〉แข็งแกร่งขึ้นเมื่อได้ผ่านการต่อสู้มาอย่างโชกโชน

百灵鸟（百靈鳥）bǎilíngniǎo 名 นกลาร์ก (lark)

百忙 bǎimáng 名 งานยุ่งต่าง ๆ นานา

百米 bǎimǐ 名 ร้อยเมตร

百年 bǎinián 名 ร้อยปี

百年不遇 bǎinián-bùyù〈成〉ร้อยปีก็ไม่เคยปรากฏ

百年大计（百年大計）bǎinián-dàjì〈成〉โครงการสำคัญซึ่งมีผลประโยชน์อันยาวนาน

百日 bǎirì 名 ร้อยวัน

百日咳 bǎirìké 名〈医〉ไอกรน

百事可乐（百事可樂）Bǎishì Kělè เป๊ปซี่โค้ก (Pepsi-Cola)

百思不解 bǎisī-bùjiě〈成〉คิดยังไงก็คิดไม่ออก

百万（百萬）bǎiwàn 数 ล้าน

百万富翁（百萬富翁）bǎiwàn fùwēng เศรษฐีเงินล้าน

百问不厌（百問不厭）bǎiwènbùyàn〈熟〉ถามร้อยครั้งก็ไม่เบื่อ

百无聊赖（百無聊賴）bǎiwú-liáolài〈成〉เหงาหงอยเหนื่อยหน่าย

百无一失（百無一失）bǎiwú-yīshī〈成〉ไม่พลาดแน่นอน

百姓 bǎixìng 名 ประชาชน ; ชาวบ้าน

百叶窗（百葉窗）bǎiyèchuāng 名 บานเกล็ด

百叶箱（百葉箱）bǎiyèxiāng 名〈气〉กล่อง เทอร์โมมิเตอร์ สครีน (thermometer screen)

百依百顺（百依百順）bǎiyī-bǎishùn〈成〉ตามใจทุกอย่าง

B

百战百胜（百戰百勝）bǎizhàn-bǎishèng〈成〉รบทีไรชนะทีนั้น ; ชนะสิบทิศ
百战不殆（百戰不殆）bǎizhàn-bùdài〈成〉รบร้อยหนก็ไม่เฉื่อยชา
百折不挠（百折不撓）bǎizhé-bùnáo〈成〉ไม่ย่อท้อแม้แต่จะประสบความล้มเหลวนับครั้งไม่ถ้วน
百褶裙 bǎizhěqún 名 กระโปรงจีบที่มีจีบเล็ก ๆ มากมาย
柏树（柏樹）bǎishù 名〈植〉ต้นไซเพรส (*cypress*); ไม้ยืนต้นจำพวกต้นสน
柏油 bǎiyóu 名 ยางมะตอย ; ยางแอสฟัลต์ (*asphalt*)
柏油路 bǎiyóulù 名 ถนนลาดยาง
摆（擺）bǎi 动 วาง
摆布（擺布）bǎi·bù 动 จัดเรียง ; บงการ
摆动（擺動）bǎidòng 动 แกว่งไกว
摆渡（擺渡）bǎidù 动 ข้ามแม่น้ำด้วยเรือ 名 เรือข้ามฟาก
摆放（擺放）bǎifàng 动 วาง ; จัด
摆功（擺功）bǎigōng 动 แสดงความดีความชอบ
摆架子（擺架子）bǎi jià·zi〈俗〉วางมาดใหญ่โต ; วางท่า
摆阔（擺闊）bǎikuò 动 แสดงความหรูหรา
摆擂台（擺擂臺）bǎi lèitái ตั้งเวทีประลองกำลัง
摆龙门阵（擺龍門陣）bǎi lóngménzhèn〈方〉คุยเล่นหรือเล่านิทาน
摆门面（擺門面）bǎi mén·mian แสดงความภูมิฐาน ; อวดหน้าอวดตา
摆弄（擺弄）bǎinòng 动 ขยับ (สิ่งของ) ไปมา ; บงการ
摆平（擺平）bǎipíng 动 จัดการอย่างยุติธรรม ; ปราบให้ราบคาบ
摆谱儿（擺譜兒）bǎipǔr 动〈方〉แสดงความภูมิฐาน ; อวดหน้าอวดตา
摆设（擺設）bǎi·she 名 สิ่งของวางโชว์
摆手（擺手）bǎishǒu 动 โบกมือ
摆摊子（擺攤子）bǎi tān·zi ตั้งแผงลอย
摆脱（擺脱）bǎituō 动 หลุดพ้น
摆样子（擺樣子）bǎi yàng·zi ข้างนอกสุกใส ข้างในเป็นโพรง
摆桌（擺桌）bǎizhuō 动 จัดโต๊ะ
败（敗）bài 动 แพ้
败北（敗北）bàiběi 动 พ่ายแพ้
败笔（敗筆）bàibǐ 名 ขีดของตัวหนังสือที่เขียนได้ไม่ดี ; ส่วนที่วาดได้ไม่สวย ; ประโยคที่แต่งได้ไม่เหมาะ
败兵（敗兵）bàibīng 名 ทหารที่พ่ายแพ้
败毒（敗毒）bàidú 动〈中医〉กำจัดพิษในร่างกาย
败坏（敗壞）bàihuài 动 เสื่อมเสีย ; ทำลาย
败家子（敗家子）bàijiāzǐ 名 ลูกจองล้างจองผลาญ
败将（敗將）bàijiàng 名 ผู้บังคับบัญชาที่รบแพ้ ; ผู้แพ้
败局（敗局）bàijú 名 สถานการณ์พ่ายแพ้
败类（敗類）bàilèi 名 พวกสารเลว
败露（敗露）bàilù 动 (เรื่อง) แดงออกมา
败落（敗落）bàiluò 动 ตกต่ำ
败诉（敗訴）bàisù 动 แพ้คดี
败退（敗退）bàituì 动 พ่ายแพ้และถอนทัพ
败兴（敗興）bàixìng 动 หมดสนุก
败血症（敗血症）bàixuèzhèng 名〈医〉โรคโลหิตเป็นพิษ
败仗（敗仗）bàizhàng 名 การสู้รบพ่ายแพ้
败阵（敗陣）bàizhèn 动 รบแพ้
拜 bài 动 ไหว้ ; แสดงความเคารพ
拜把子 bài bǎ·zi (เพื่อนกัน) ร่วมสาบานเป็นพี่น้อง
拜别 bàibié 动〈敬〉อำลา
拜倒 bàidǎo 动〈贬〉หมอบกราบ ; ถูกพิชิต
拜读（拜讀）bàidú 动〈敬〉อ่าน
拜访（拜訪）bàifǎng 动〈敬〉เยี่ยมเยียน
拜佛 bàifó 动〈宗〉ไหว้พระ (พุทธศาสนา)
拜贺（拜賀）bàihè 动〈敬〉อวยพร
拜会（拜會）bàihuì 动〈敬〉เข้าพบ
拜见（拜見）bàijiàn 动〈敬〉เข้าพบ
拜金主义（拜金主義）bàijīn zhǔyì ลัทธิบูชาเงินเป็นพระเจ้า
拜年 bàinián 动 อวยพรปีใหม่
拜师（拜師）bàishī 动 ไหว้ครูเพื่อฝากตัวเป็น

ลูกศิษย์

拜寿（拜壽）bàishòu 动 อวยพรวันเกิด
(ให้ผู้มีอายุ)

拜堂 bàitáng 动 (เจ้าบ่าวเจ้าสาว) ไหว้ฟ้าดินและ
ไหว้พ่อแม่ในพิธีวิวาห์สมัยเก่าของจีน

拜托 bàituō 动 〈敬〉ไหว้วานฝากฝัง

拜望 bàiwàng 动 〈敬〉เยี่ยมเยียน

拜物教 bàiwùjiào 名 〈宗〉ศาสนาบูชาสิ่งของอย่าง
ใดอย่างหนึ่ง ; การบูชาสิ่งใดสิ่งหนึ่ง

拜谢（拜謝）bàixiè 动 〈敬〉กราบขอบคุณ ;
ขอบพระคุณ

拜谒（拜謁）bàiyè 动 เข้าพบ ; แสดงความคารวะ

稗草 bàicǎo 名 พืชชนิดหนึ่งที่ขึ้นแทรกต้นข้าว
ในนา ใบคล้ายใบข้าว

扳 bān 动 ง้าง ; เหนี่ยว

扳本 bānběn 动 〈方〉เล่นได้เงินที่เสียไปคืน
(ในการพนัน)

扳不倒儿（扳不倒兒）bānbùdǎor 〈口〉ตุ๊กตา
ล้มลุก

扳倒 bāndǎo 动 ทำให้ล้มลง ; ทำให้พ่ายแพ้

扳道工 bāndàogōng 名 〈交〉เจ้าหน้าที่สับรางรถไฟ

扳动（扳動）bāndòng 动 ง้างออก ; เหนี่ยวออก

扳机（扳機）bānjī 名 ไกปืน

扳平 bānpíng 动 〈体〉กลับแพ้เป็นเสมอกัน
(ในการแข่งขันกีฬา)

扳手 bān·shou 名 กุญแจเลื่อน

扳子 bān·zi 名 กุญแจเลื่อน

班 bān 名 ห้องนักเรียน ; กะ (ทำงานเป็นกะ) ; หมู่

班车（班車）bānchē 名 รถรับส่งพนักงาน

班次 bāncì 名 ชั้นเรียน ; เที่ยวรถ เที่ยวบินหรือ
เที่ยวเรือ

班底 bāndǐ 名 นักแสดงชุดเดิมซึ่งไม่รวมนางเอก
พระเอกที่เชิญมาร่วมแสดงชั่วคราว ; กำลังสำคัญ
ในหน่วยงาน

班房 bānfáng 名 คุก ; ห้องสำหรับอยู่เวรในหน่วย
ราชการสมัยโบราณ

班会（班會）bānhuì 名 ประชุมห้อง (นักเรียน)

班级（班級）bānjí 名 ชั้นเรียน

班轮（班輪）bānlún 名 เที่ยวเรือ

班门弄斧（班門弄斧）bānmén-nòngfǔ 〈成〉
เอามะพร้าวห้าวไปขายสวน

班长（班長）bānzhǎng 名 หัวหน้าห้อง

班主任 bānzhǔrèn 名 ครูประจำชั้น

班子 bān·zi 名 คณะละครหรือคณะงิ้ว ; คณะ
การทำงาน

般 bān 量 แบบ ; อย่าง

般配 bānpèi 形 เหมาะสมกัน

颁布（頒布）bānbù 动 ประกาศ (พระราชบัญญัติ
พระราชกฤษฎีกา ข้อบังคับ ฯลฯ)

颁发（頒發）bānfā 动 ประกาศ (คำสั่งหรือนโยบาย
ฯลฯ) ; มอบ (อิสริยาภรณ์ ประกาศนียบัตร
ฯลฯ)

颁奖（頒獎）bānjiǎng 动 มอบรางวัล

斑 bān 名 จุด ; ลาย

斑斑 bānbān 形 เป็นแต้ม ๆ มากมาย

斑驳（斑駁）bānbó 形 〈书〉สลับสี

斑驳陆离（斑駁陸離）bānbó-lùlí 〈成〉เป็นแต้ม
หลากสี

斑点（斑點）bāndiǎn 名 จุด (ที่ปรากฏในสีอีกสี
หนึ่ง)

斑痕 bānhén 名 แผลเป็น

斑鸠（斑鳩）bānjiū 名 นกเขาลาย

斑斓（斑斕）bānlán 形 สีสันหลากหลาย

斑马（斑馬）bānmǎ 名 ม้าลาย

斑马线（斑馬綫）bānmǎxiàn 名 ทางม้าลาย

斑竹 bānzhú 名 ไผ่ลาย

搬 bān 动 เคลื่อนย้าย

搬兵 bānbīng 动 เคลื่อนย้ายกองทหาร (เพื่อ
สนับสนุนหน่วยอื่น)

搬动（搬動）bāndòng 动 เคลื่อนย้าย

搬家 bānjiā 动 ย้ายบ้าน

搬弄 bānnòng 动 ขยับเล่น ; โอ้อวด ; ยุแหย่

搬弄是非 bānnòng-shìfēi 〈成〉ยุให้รำตำให้รั่ว

搬迁（搬遷）bānqiān 动 โยกย้าย

搬用 bānyòng 动 ยกมาใช้ ; รับมาใช้ (โดยไม่มี
การดัดแปลงใด ๆ ทั้งสิ้น)

B

搬运（搬運）bānyùn 动 ขนย้าย ; ขนส่ง

瘢痕 bānhén 名 แผลเป็น

板 bǎn 名 ของแข็งที่มีลักษณะเป็นแผ่น

板报（板報）bǎnbào 名 บอร์ดข่าว

板壁 bǎnbì 名 ฝากั้นห้อง

板擦儿（板擦兒）bǎncār 名 แปรงลบกระดาน

板锉（板銼）bǎncuò 名 ตะไบ

板凳 bǎndèng 名 ม้านั่ง

板胡 bǎnhú 名 ซออู้ชนิดหนึ่ง

板结（板結）bǎnjié 动 (ดิน เลือด ฯลฯ) เกาะตัวแข็ง

板块（板塊）bǎnkuài 名 ภาค ; ส่วน ; 〈地理〉แผ่นเปลือกโลก ; แผ่นธรณีภาค

板栗 bǎnlì 名 เกาลัด

板球 bǎnqiú 名 การละเล่นลูกขนไก่ชนิดหนึ่ง ไม้ตีทำด้วยไม้

板上钉钉（板上釘釘）bǎnshàng-dìngdīng 〈成〉 แน่นอนทีเดียว

板书（板書）bǎnshū 名 ตัวอักษรที่เขียนบนกระดานดำ 动 เขียนบนกระดานดำ

板条（板條）bǎntiáo 名 แผ่นไม้เล็กยาว

板鸭（板鴨）bǎnyā 名 เป็ดแช่เกลือที่อัดเป็นแผ่นแบนแล้วนำมาผึ่งลม เป็นอาหารพื้นเมืองของนครนานกิง (หนานจิง)

板牙 bǎnyá 名 〈方〉 ฟันหน้า

板油 bǎnyóu 名 〈动〉 เปลวหมู

板子 bǎn·zi 名 กระดาน ; ไม้เรียวสำหรับเฆี่ยนตี

版 bǎn 名 〈印〉 บล็อกพิมพ์ ; แม่พิมพ์

版本 bǎnběn 名 〈印〉 หนังสือเล่มเดียวแต่มีฉบับที่แตกต่างทางสำนักพิมพ์ บรรณาธิการ ผู้คัดลอก รูปแบบหนังสือ ฯลฯ

版次 bǎncì 名 〈印〉 การพิมพ์แต่ละครั้ง

版画（版畫）bǎnhuà 名 ภาพบล๊อก ภาพซึ่งพิมพ์ด้วยแม่พิมพ์แกะสลัก

版画家（版畫家）bǎnhuàjiā 名 จิตรกรภาพพิมพ์แกะสลัก

版面 bǎnmiàn 名 หน้าหนังสือพิมพ์

版权（版權）bǎnquán 名 〈法〉 ลิขสิทธิ์ของผู้แต่งหนังสือ ผู้สร้างงานศิลปกรรม ประดิษฐกรรม

版权页（版權頁）bǎnquányè 名 〈印〉 หน้าลิขสิทธิ์

版式 bǎnshì 名 〈印〉 รูปแบบการจัดหน้าหนังสือหรือหนังสือพิมพ์

版税 bǎnshuì 名 〈经〉 ค่าลิขสิทธิ์ที่คิดเป็นเปอร์เซ็นต์ของรายได้จากการพิมพ์จำหน่าย

版图（版圖）bǎntú 名 อาณาเขตของประเทศ

办（辦）bàn 动 ทำ ; จัดการ

办案（辦案）bàn'àn 动 จัดการคดี

办法（辦法）bànfǎ 名 วิธีการ ; วิธี

办公（辦公）bàngōng 动 ทำงาน (ในหน้าที่ราชการ หรือส่วนรวม)

办公室（辦公室）bàngōngshì 名 ที่ทำงาน ; สำนักงาน

办理（辦理）bànlǐ 动 จัดการ ; ดำเนินการ

办事（辦事）bànshì 动 ทำงาน

办事处（辦事處）bànshìchù 名 สำนักงาน

办事员（辦事員）bànshìyuán 名 พนักงาน

办学（辦學）bànxué 动 ก่อตั้งโรงเรียน ; ดำเนินกิจการบริหารโรงเรียน

半 bàn 名 ครึ่งหนึ่ง

半百 bànbǎi 数 ครึ่งร้อย (ห้าสิบ)

半半拉拉 bàn·banlālā 形 〈口〉 ครึ่ง ๆ กลาง ๆ

半辈子（半輩子）bànbèi·zi 名 ครึ่งค่อนชีวิต

半壁江山 bànbì-jiāngshān 〈成〉 ครึ่งค่อนแผ่นดิน

半边（半邊）bànbiān 名 ครึ่งหนึ่ง ; ซีกหนึ่ง

半边天（半邊天）bànbiāntiān 名 ท้องฟ้าครึ่งหนึ่ง (หมายถึงสตรีเพศซึ่งมีบทบาทเทียบเท่าบุรุษเพศ)

半成品 bànchéngpǐn 名 ผลิตภัณฑ์กึ่งสำเร็จรูป

半大 bàndà 形 ขนาดกลาง ๆ (ไม่เล็กไม่ใหญ่)

半导体（半導體）bàndǎotǐ 名 〈物〉 กึ่งตัวนำ ; เซมิคอนดักเตอร์ (*semiconductor*)

半岛（半島）bàndǎo 名 แหลม ; คาบสมุทร

半道儿（半道兒）bàndàor 名 ครึ่งทาง

半点儿（半點兒）bàndiǎnr 数量 นิดเดียว

半吊子 bàndiào·zi 名 คนเอะอะมะเทิ่ง ; คนที่มีความรู้งู ๆ ปลา ๆ

半疯儿（半瘋兒）bànfēngr 名 คนบ้า ๆ บอ ๆ ;

คนบ๊อง ๆ ; คนไม่เต็มเต็ง
半工半读（半工半讀）bàngōng-bàndú〈惯〉 กึ่งทำงานกึ่งเรียน
半官方 bànguānfāng 形 กึ่งทางการ
半价（半價）bànjià 名 ครึ่งราคา
半截儿（半截兒）bànjiér 数量 ครึ่งหนึ่ง
半斤八两 bànjīn-bāliǎng〈成〉 ครึ่งชั่งกับแปดตำลึง หมายถึงพอ ๆ กัน
半径（半徑）bànjìng 名〈数〉 รัศมีวงกลม
半决赛（半決賽）bànjuésài 名〈体〉 การแข่งขันรอบรองชนะเลิศ
半空 bànkōng 名 กลางอากาศ ; กลางเวหา
半劳动力（半勞動力）bànláodònglì 名〈经〉 แรงงานที่มีประสบการณ์ครึ่งหนึ่ง หมายถึงบุคคลที่มีสภาพอ่อนแอทำงานได้แค่งานเบา ๆ เท่านั้น
半老徐娘 bànlǎo-xúniáng〈成〉 หญิงวัยกลางคนซึ่งความสวยลดลง
半流体（半流體）bànliútǐ 名〈物〉 สารกึ่งของเหลว
半路 bànlù 名 ครึ่งทาง ; กลางทาง
半路出家 bànlù-chūjiā〈成〉 มิใช่อาชีพที่ทำตั้งแต่ต้น
半票 bànpiào 名 บัตรครึ่งราคา
半瓶醋 bànpíngcù 名〈口〉 อุปมาว่า คนไม่รู้จริง
半坡 bànpō 名 กลางทางลาด
半球 bànqiú 名〈地理〉 ซีกโลก
半山腰 bànshānyāo 名 กลางไหล่เขา
半晌 bànshǎng 数量〈方〉 ครึ่งค่อนวัน ; ครู่ใหญ่
半身 bànshēn 名 ครึ่งตัว
半身不遂 bànshēn bùsuí〈医〉 อัมพฤกษ์
半身像 bànshēnxiàng 名 รูปครึ่งตัว
半生 bànshēng 名 ครึ่งค่อนชีวิต
半生不熟 bànshēng-bùshú〈成〉 ครึ่งสุกครึ่งดิบ ; สุก ๆ ดิบ ๆ
半世 bànshì 名 ครึ่งค่อนชีวิต
半数（半數）bànshù 名 กึ่งหนึ่ง
半死 bànsǐ 动 หวิดตาย ; แทบตาย
半死不活 bànsǐ-bùhuó〈成〉 เกือบตาย
半天 bàntiān 数量 ครึ่งค่อนวัน ; ครู่ใหญ่
半透明 bàntòumíng 形 กึ่งโปร่งแสง
半途 bàntú 名 ครึ่งทาง ; กลางทาง ; กลางคัน
半途而废（半途而廢）bàntú'érfèi〈成〉 เลิกล้มกลางคัน
半推半就 bàntuī-bànjiù〈成〉 แกล้งทำเป็นไม่ยอม
半脱产（半脱產）bàntuōchǎn 动 กึ่งทำงานใช้แรงกาย
半文半白 bànwén-bànbái〈成〉 ภาษากึ่งคร่ำครึ
半歇 bànxiē 名 ครู่ใหญ่
半新不旧（半新不舊）bànxīn-bùjiù〈口〉 กลางเก่ากลางใหม่
半信半疑 bànxìn-bànyí〈成〉 เชื่อบ้างไม่เชื่อบ้าง
半夜 bànyè 名 เที่ยงคืน
半夜三更 bànyè-sāngēng〈成〉 ดึกดื่นเที่ยงคืน
半音 bànyīn 名〈语〉 ครึ่งเสียง
半元音 bànyuányīn 名〈语〉 เสียงกึ่งสระ
半圆（半圓）bànyuán 名〈数〉 ครึ่งวงกลม
半月刊 bànyuèkān 名 นิตยสารรายปักษ์
半月形 bànyuèxíng 名 รูปอัฒจันทร์
半制品（半製品）bànzhìpǐn 名〈工〉 ผลิตภัณฑ์กึ่งสำเร็จรูป
半自动（半自動）bànzìdòng 形 กึ่งอัตโนมัติ

扮 bàn 动 แสดงเป็นตัวบุคคลอีกประเภทหนึ่ง ; ทำหน้าทำตา
扮鬼脸（扮鬼臉）bàn guǐliǎn 动 ทำหน้าทำตา
扮相 bànxiàng 名 ลักษณะการแต่งตัวในเวลาแสดง
扮演 bànyǎn 动 แสดง (เป็นตัวละคร)
扮装（扮裝）bànzhuāng 动 (นักแสดง) แต่งตัว

伴 bàn 名 เพื่อน 动 เป็นเพื่อน ; ประกอบ
伴唱 bànchàng 动 ร้องเพลงที่ด้านข้างเวทีเพื่อประกอบการแสดง
伴读（伴讀）bàndú 动 เป็นพี่เลี้ยงในการเรียน (ทำหน้าที่ช่วยดูแลชีวิตความเป็นอยู่)
伴郎 bànláng 名 เพื่อนเจ้าบ่าว
伴侣 bànlǚ 名 คู่ชีวิต
伴娘 bànniáng 名 เพื่อนเจ้าสาว

伴儿（伴兒）bànr 名 เพื่อนที่ร่วมกันทำงานหรือร่วมเดินทาง
伴随（伴隨）bànsuí 动 ติดตาม
伴舞 bànwǔ 动 เป็นคู่เต้นรำ
伴音 bànyīn 名〈剧〉เสียงประกอบภาพในภาพยนตร์หรือโทรทัศน์
伴奏 bànzòu 动 ประกอบการบรรเลง
拌 bàn 动 คลุกเคล้า
拌嘴 bànzuǐ 动 ทะเลาะวิวาท
绊（絆）bàn 动 เกี่ยว ; สะดุด
绊倒（絆倒）bàndǎo 动 สะดุดล้มลง
绊脚石（絆脚石）bànjiǎoshí 名 หินที่ขวางทางทำให้สะดุดล้ม อุปมาว่า สิ่งที่ถ่วงความเจริญก้าวหน้า
绊手绊脚（絆手絆脚）bànshǒu-bànjiǎo〈成〉กีดขวางการทำงานของคนอื่น
绊子（絆子）bàn·zi 名 สิ่งที่เกี่ยวเท้าให้ล้มลง
瓣膜 bànmó 名〈生理〉วาล์ว (*valve*)
瓣儿（瓣兒）bànr 名 กลีบ
邦 bāng 名 ประเทศ ; รัฐ
邦交 bāngjiāo 名 ความสัมพันธ์ทางการทูตระหว่างประเทศ
邦联（邦聯）bānglián 名 สัมพันธรัฐ
帮（幫）bāng 动 ช่วย ; รับจ้างทำงาน
帮办（幫辦）bāngbàn 名 ผู้ช่วย (ของเจ้าหน้าที่ระดับหัวหน้า) 动 ช่วยราชการ
帮厨（幫厨）bāngchú 动 ช่วยงานครัว
帮倒忙（幫倒忙）bāng dàománg〈俗〉การช่วยเหลือที่กลับเป็นภาระให้คนอื่น
帮工（幫工）bānggōng 动 ช่วยงาน (ด้านเกษตร) 名 คนที่ช่วยงาน (ด้านเกษตร)
帮会（幫會）bānghuì 名〈旧〉สมาคมลับในสมัยก่อน
帮忙（幫忙）bāngmáng 动 ช่วยเหลือ
帮派（幫派）bāngpài 名 พรรคพวก
帮腔（幫腔）bāngqiāng 动 ช่วยพูดสนับสนุน
帮手（幫手）bāng·shou 名 ผู้ช่วย
帮闲（幫閑）bāngxián 动 รับใช้ 名 คนรับใช้
帮凶（幫凶）bāngxiōng 动 ช่วยก่อกรรมทำเข็ญ 名 คนที่ช่วยก่อกรรมทำเข็ญ
帮助（幫助）bāngzhù 动 ช่วยเหลือ
帮子（幫子）bāng·zi 名〈植〉โคนก้านใบของผัก ; ส่วนบนของรองเท้า (นอกจากพื้นรองเท้า)
梆 bāng 名 เกราะ (ที่ใช้ตีบอกยามหรือเรียกประชุม); เครื่องดนตรีชนิดหนึ่ง
梆硬 bāngyìng 形〈口〉แข็งมาก
梆子 bāng·zi 名 เกราะ (ที่ใช้ตีบอกยามหรือเรียกประชุม) ; เครื่องดนตรีชนิดหนึ่ง
绑（綁）bǎng 动 มัด ; พัน ; ผูก
绑定（綁定）bǎngdìng 动 ผูก (ผูกกับบัญชีธนาคารพร้อมเพย์); ผูกบัญชีธนาคารกับหมายเลขโทรศัพท์และเลขบัตรประชาชน
绑匪（綁匪）bǎngfěi 名 โจรเรียกค่าไถ่
绑架（綁架）bǎngjià 动 ลักพาตัว
绑票（綁票）bǎngpiào 动 ลักพาตัวเรียกค่าไถ่
绑腿（綁腿）bǎng·tuǐ 名 ผ้าพันแข้ง
绑扎（綁扎）bǎngzā 动 พันและมัด
榜 bǎng 名 รายชื่อที่ติดประกาศ ; ประกาศ
榜首 bǎngshǒu 名 รายชื่ออันดับแรกที่ติดประกาศ
榜样（榜樣）bǎngyàng 名 ตัวอย่าง ; แบบอย่าง
膀大腰圆（膀大腰圓）bǎngdà-yāoyuán〈成〉ไหล่กว้างเอวกลม
膀子 bǎng·zi 名 ไหล่
蚌 bàng 名〈动〉หอย
棒 bàng 名 ท่อนไม้ ; กระบอง 形〈口〉เยี่ยม
棒槌 bàng·chui 名 ไม้ทุบผ้า (ใช้ในการซักเสื้อผ้า)
棒球 bàngqiú 名 เบสบอล (*baseball*); ลูกเบสบอล
棒糖 bàngtáng 名 ลูกกวาดที่ติดกับปลายไม้
棒子 bàng·zi 名 กระบอง ;〈方〉ข้าวโพด
傍 bàng 动 ชิด ; ใกล้
傍黑儿（傍黑兒）bànghēir 名〈方〉พลบค่ำ ; โพล้เพล้
傍亮儿（傍亮兒）bàngliàngr 名〈方〉ใกล้ฟ้าสาง
傍晌 bàngshǎng 名〈方〉ใกล้เที่ยง
傍晚 bàngwǎn 名 พลบค่ำ
磅 bàng 量 (น้ำหนัก) ปอนด์ (*pound*) ; ตาชั่ง
磅秤 bàngchèng 名 เครื่องชั่ง

镑（鎊）bàng 名 (เงินสกุลอังกฤษ) ปอนด์ (*pound*)
包 bāo 动 ห่อ ; เหมา 名 กระเป๋า
包办（包辦）bāobàn 动 เหมาจัดการโดยพลการ
包庇 bāobì 动 ปกป้อง (คนผิดคนเลว)
包藏 bāocáng 动 แฝง ; ซ่อนเร้น
包藏祸心（包藏禍心）bāocáng-huòxīn〈成〉คิดประทุษร้าย
包产（包產）bāochǎn 动 เหมาผลิต
包产到户（包產到户）bāochǎn dàohù แต่ละครอบครัวรับเหมาการผลิต
包场（包場）bāochǎng 动 เหมาโรง
包抄 bāochāo 动 ตีโอบ
包车（包車）bāochē 动 เหมารถ 名 รถเหมาเช่า
包打天下 bāodǎ-tiānxià เหมาทำทั้งหมด
包房 bāofáng 动 เหมาเช่าห้องโรงแรม 名 ห้องโรงแรมที่เหมาจ่ายค่าเช่าเป็นช่วง ๆ
包袱 bāo·fu 名 ผืนผ้าสำหรับห่อเสื้อผ้าและสิ่งของ ; ห่อของ ; ภาระ
包干儿（包干兒）bāogānr 动 เหมาทำ
包工 bāogōng 动 รับเหมา 名 ผู้รับเหมา
包工头（包工頭）bāogōngtóu 名 ผู้รับเหมา ; หัวหน้าคนงานผู้รับเหมา
包管 bāoguǎn 动 รับรอง ; รับประกัน
包裹 bāoguǒ 动 ห่อหุ้ม 名 ห่อพัสดุภัณฑ์
包含 bāohán 动 ประกอบด้วย
包涵 bāo·hán 动 ให้อภัย
包伙 bāohuǒ 动 เหมาอาหารเป็นรายเดือน
包机（包機）bāojī 动 เหมาเช่าเครื่องบิน 名 เครื่องบินเหมาลำ
包金 bāojīn 动 ปิดทอง ; หุ้มทอง
包举（包舉）bāojǔ 动〈书〉รวมทั้งหมด
包括 bāokuò 动 รวมทั้ง ; ครอบคลุม
包揽（包攬）bāolǎn 动 รับเหมาทั้งหมด ; รับผิดชอบทั้งหมด
包罗（包羅）bāoluó 动 ครอบคลุม (ขอบข่ายอันกว้างใหญ่)
包罗万象（包羅萬象）bāoluó-wànxiàng〈成〉ครอบคลุมไปหมดทุกสิ่งทุกอย่าง
包米 bāomǐ 名〈方〉ข้าวโพด
包赔（包賠）bāopéi 动 รับประกันจะชดใช้ค่าเสียหาย
包皮 bāopí 名 เปลือกนอกที่หุ้มห่อ ;〈生理〉หนังหุ้มปลายลึงค์
包票 bāopiào 名 ใบรับประกัน
包容 bāoróng 动 ให้อภัย ; บรรจุ
包头巾（包頭巾）bāotóujīn 名 ผ้าโพกหัว
包围（包圍）bāowéi 动 โอบล้อม
包围圈（包圍圈）bāowéiquān 名〈军〉วงโอบล้อม
包厢 bāoxiāng 名 ที่นั่งชั้นพิเศษในโรงละคร ซึ่งแบ่งเป็นบ็อกซ์ ๆ
包销（包銷）bāoxiāo 动 เหมาจัดจำหน่าย
包心菜 bāoxīncài 名〈方〉กะหล่ำปลี
包养（包養）bāoyǎng 动 เลี้ยงเมียเก็บ (โดยให้บ้านพักและเงินใช้จ่ายเป็นประจำ)
包邮（包郵）bāoyóu 动 (พัสดุสินค้า) รวมค่าจัดส่ง
包圆儿（包圓兒）bāoyuánr 动〈口〉เหมาซื้อสินค้าบางส่วนหรือสินค้าที่เหลืออยู่ทั้งหมด
包月 bāoyuè 动 เหมาจ่ายเป็นรายเดือน
包蕴（包蘊）bāoyùn 动 แฝงไว้ด้วย
包扎 bāozā 动 พันปิด ; ผูกมัด
包装（包裝）bāozhuāng 动 บรรจุหีบห่อ 名 สิ่งที่ใช้บรรจุหีบห่อ
包装箱（包裝箱）bāozhuāngxiāng 名 ลังสำหรับบรรจุสินค้า
包子 bāo·zi 名 ซาลาเปา
包租 bāozū 动 เหมาเช่า
苞米 bāomǐ 名〈方〉ข้าวโพด
孢子 bāozǐ 名〈植〉ตัวอ่อน ; สปอร์ (*spore*)
胞波 bāobō 名 (ภาษาพม่า) ผู้ร่วมสายโลหิต ; ญาติ
胞弟 bāodì 名 น้องชายร่วมบิดามารดาเดียวกัน
胞妹 bāomèi 名 น้องสาวร่วมบิดามารดาเดียวกัน
胞兄 bāoxiōng 名 พี่ชายร่วมบิดามารดาเดียวกัน
胞兄弟 bāoxiōngdì 名 พี่น้องท้องเดียวกัน
炮 bāo 动 ผัดไฟแดง ; อบ
剥 bāo 动 ลอก ; แกะ
剥皮 bāopí 动 แกะเอาเปลือกออก

B

B

龅牙（齙牙）bāoyá 名 ฟันเหยิน
褒贬（褒貶）bāobiǎn 动 ติชม
褒奖（褒獎）bāojiǎng 动 ชมเชย
褒扬（褒揚）bāoyáng 动 ยกย่องสรรเสริญ
褒义词（褒義詞）bāoyìcí 名〈语〉ศัพท์ที่มีความหมายในทางบวก
雹灾 báozāi 名〈气〉ภัยลูกเห็บ
雹子 báo•zi 名 ลูกเห็บ
薄 báo 形 บาง ; ไม่ลึกซึ้ง
薄地 báodì 名 ที่ดินจืด
饱（飽）bǎo 形 อิ่ม
饱餐（飽餐）bǎocān 动 รับประทานอิ่ม
饱尝（飽嘗）bǎocháng 动 รู้รสเต็มที่
饱嗝儿（飽嗝兒）bǎogér 名 การเรอเพราะรับประทานอาหารอิ่ม
饱含（飽含）bǎohán 动 เต็มไปด้วย (ความหมาย ฯลฯ)
饱和（飽和）bǎohé 动 อิ่มตัว
饱经（飽經）bǎojīng 动 ผ่านมาอย่างโชกโชน
饱经风霜（飽經風霜）bǎojīng-fēngshuāng〈成〉ผ่านมรสุมมาอย่างโชกโชน
饱览（飽覽）bǎolǎn 动 ได้ชม (ทิวทัศน์ ฯลฯ) อย่างเต็มที่
饱满（飽滿）bǎomǎn 形 อิ่มเอิบ
饱食终日（飽食終日）bǎoshí-zhōngrì〈成〉นั่งกินนอนกินทั้งวัน
饱受（飽受）bǎoshòu 动 ถูก (รังแก ทรมาน ฯลฯ) อย่างหนัก
宝（寶）bǎo 名 ของล้ำค่า ; ของวิเศษ
宝宝（寶寶）bǎo•bao 名 ลูกหัวแก้วหัวแหวน
宝贝（寶貝）bǎo•bèi 名 ของล้ำค่า ; ลูกหัวแก้วหัวแหวน
宝刀不老（寶刀不老）bǎodāo-bùlǎo อุปมาว่าแม้ย่างเข้าวัยชราแล้ว แต่ฝีมือยังไม่ลดหย่อน
宝岛（寶島）bǎodǎo 名 เกาะล้ำค่า
宝地（寶地）bǎodì 名 ที่ดินอันหาค่ามิได้
宝贵（寶貴）bǎoguì 形 มีคุณค่า
宝剑（寶劍）bǎojiàn 名 ดาบวิเศษ ; ดาบ
宝库（寶庫）bǎokù 名 ขุมทรัพย์
宝石（寶石）bǎoshí 名 เพชร ; อัญมณี
宝塔（寶塔）bǎotǎ 名 เจดีย์ ; สถูป
宝物（寶物）bǎowù 名 ของล้ำค่า
宝藏（寶藏）bǎozàng 名 ทรัพย์สมบัติอันมีค่าที่เก็บไว้ ส่วนมากหมายถึงทรัพยากรใต้ดิน
宝珠（寶珠）bǎozhū 名 แก้ววิเศษ ; แก้วสารพัดนึก
宝座（寶座）bǎozuò 名 บัลลังก์
保 bǎo 动 พิทักษ์ ; รักษา
保安 bǎo'ān 动 รักษาความสงบเรียบร้อยของสังคม 名 ยามรักษาการณ์
保本 bǎoběn 动 รักษาเงินต้น
保镖（保鏢）bǎobiāo 名 บอดีการ์ด (*bodyguard*)
保不住 bǎo•buzhù 副 อาจจะ 动 ไม่อาจรักษาไว้ได้ดังเดิม
保藏 bǎocáng 动 เก็บรักษาไว้
保持 bǎochí 动 รักษาให้คงอยู่ต่อไป
保存 bǎocún 动 รักษาไว้
保底 bǎodǐ 动 รักษาเงินต้น ; รับรองปริมาณต่ำสุด
保管 bǎoguǎn 动 เก็บรักษาและดูแล ; มั่นใจเต็มที่หรือรับรองได้
保管员（保管員）bǎoguǎnyuán 名 ผู้มีหน้าที่เก็บรักษาและดูแล
保护（保護）bǎohù 动 ปกปักรักษา ; คุ้มครอง
保护国（保護國）bǎohùguó 名 ประเทศในอาณัติ
保护人（保護人）bǎohùrén 名 ผู้คุ้มครอง
保护伞（保護傘）bǎohùsǎn 名 ร่มคุ้มครอง หมายถึงพลังหรืออำนาจที่คุ้มครองผลประโยชน์ของบุคคลหรือกลุ่มบุคคลไม่ให้เสียหาย
保护色（保護色）bǎohùsè 名〈动〉สีบนตัวสัตว์ที่ใช้อำพรางตัวเองให้เข้ากับสภาพแวดล้อม
保护主义（保護主義）bǎohù zhǔyì ลัทธิคุ้มครองผลประโยชน์ตนเอง
保价（保價）bǎojià 动 คุ้มครองราคาตั๋วเงิน
保价信（保價信）bǎojiàxìn 名 จดหมายลงทะเบียน
保驾（保駕）bǎojià 动 อารักขาพระจักรพรรดิ (ปัจจุบันมักจะใช้เป็นคำล้อเลียน)

保健 bǎojiàn 动 รักษาสุขภาพอนามัย
保健操 bǎojiàncāo 名 กายบริหาร
保健箱 bǎojiànxiāng 名 หีบยา
保龄球（保齡球）bǎolíngqiú 名〈体〉โบว์ลิง (*bowling*)
保留 bǎoliú 动 รักษาไว้ ; สงวนไว้
保密 bǎomì 动 รักษาความลับ ; เก็บเป็นความลับ
保命 bǎomìng 动 รักษาชีวิตให้พ้นภัย
保姆 bǎomǔ 名 แม่นม ; พี่เลี้ยง
保暖 bǎonuǎn 动 รักษาอุณหภูมิ ; เก็บความร้อน
保票 bǎopiào 名 ใบรับประกัน
保全工 bǎoquángōng 名 คนงานบำรุงรักษา
保人 bǎo·ren 名 คนค้ำประกัน
保墒 bǎoshāng 动〈农〉การรักษาความชื้นของที่ดินเพาะปลูก
保湿（保濕）bǎoshī 动 เก็บความชื้น
保释（保釋）bǎoshì 动 (นักโทษ) ได้รับการประกันตัว
保守 bǎoshǒu 动 อนุรักษ์ ; รักษาไว้เพื่อไม่ให้เสียหาย
保守派 bǎoshǒupài 名 ฝ่ายอนุรักษ์นิยม
保守主义（保守主義）bǎoshǒu zhǔyì อนุรักษ์นิยม
保送 bǎosòng 动 ส่งเข้าโรงเรียนโดยยกเว้นการสอบ
保胎 bǎotāi 动〈医〉บำรุงครรภ์
保卫（保衛）bǎowèi 动 พิทักษ์
保温 bǎowēn 动 รักษาอุณหภูมิ ; เก็บความร้อน
保温杯 bǎowēnbēi 名 ถ้วยเก็บความร้อน
保温瓶 bǎowēnpíng 名 กระติกน้ำร้อน
保鲜（保鮮）bǎoxiān 动 รักษาความสด
保鲜剂（保鮮劑）bǎoxiānjì 名〈化〉ยารักษาความสด
保险（保險）bǎoxiǎn 名 ประกันภัย (ประกันชีวิต) 动 รับรอง 形 มั่นคงและปลอดภัย
保险单（保險單）bǎoxiǎndān 名 กรมธรรม์ประกันภัย
保险公司（保險公司）bǎoxiǎn gōngsī บริษัทประกันภัย
保险柜（保險櫃）bǎoxiǎnguì 名 ตู้นิรภัย
保险人（保險人）bǎoxiǎnrén 名 ผู้เอาประกันภัย
保险丝（保險絲）bǎoxiǎnsī 名〈电〉ฟิวส์ (*fuse*)
保险箱（保險箱）bǎoxiǎnxiāng 名 ตู้นิรภัยขนาดเล็ก
保修 bǎoxiū 动 ประกันซ่อมแซม
保养（保養）bǎoyǎng 动 บำรุงรักษา
保佑 bǎoyòu 动 (พระผู้เป็นเจ้า) คุ้มครอง
保育 bǎoyù 动 เลี้ยงดู (เด็ก)
保育员（保育員）bǎoyùyuán 名 พี่เลี้ยงเด็กในโรงเรียนอนุบาลหรือสถานเลี้ยงเด็ก
保育院 bǎoyùyuàn 名 สถานสงเคราะห์เด็กกำพร้า
保障 bǎozhàng 动 คุ้มครอง 名 หลักประกัน
保真度 bǎozhēndù 名 ระดับความเหมือนจริง
保证（保證）bǎozhèng 动 รับรอง ; รับประกัน
保证金（保證金）bǎozhèngjīn 名〈法〉เงินค้ำประกัน
保证人（保證人）bǎozhèngrén 名 คนค้ำประกัน; คนรับรอง
保证书（保證書）bǎozhèngshū 名 หนังสือรับรอง
保值 bǎozhí 动 รักษามูลค่าของเงินตราหรือทรัพย์สิน
保质保量（保質保量）bǎozhì-bǎoliàng〈俗〉รับรองทั้งคุณภาพและปริมาณ
保质期（保質期）bǎozhìqī 名 วันหมดอายุ
保重 bǎozhòng 动 รักษาสุขภาพให้ดี
保准（保準）bǎozhǔn 动 รับรอง ; แน่นอน
鸨母（鴇母）bǎomǔ 名 แม่เล้า
堡垒（堡壘）bǎolěi 名 ป้อมปราการ
报（報）bào 动 แจ้งให้ทราบ 名 หนังสือพิมพ์
报案（報案）bào'àn 动 แจ้งความ
报表（報表）bàobiǎo 名 แบบฟอร์มสำหรับรายงานต่อผู้บังคับบัญชา
报仇（報仇）bàochóu 动 แก้แค้น
报仇雪恨（報仇雪恨）bàochóu-xuěhèn〈成〉แก้แค้น
报酬（報酬）bào·chou 名 ค่าตอบแทน
报答（報答）bàodá 动 ตอบแทน
报单（報單）bàodān 名 ใบแจ้งเสียภาษีในการ

B

ขนส่งสินค้า

报到（報到）bàodào 动 รายงานตัว

报道（報道）bàodào 动 รายงานข่าว

报德（報德）bàodé 动 ตอบแทนคุณความดี ; สนองคุณความดี

报端（報端）bàoduān 名 หน้าหนังสือพิมพ์

报恩（報恩）bào'ēn 动 ตอบแทนบุญคุณ

报废（報廢）bàofèi 动 (เครื่องอุปกรณ์ เป็นอาทิ) โละทิ้ง

报复（報復）bào·fù 动 แก้แค้น ; ตอบโต้

报告（報告）bàogào 动，名 รายงาน

报告文学（報告文學）bàogào wénxué สารคดี ; บทความสารคดี

报功（報功）bàogōng 动 แจ้งความดีความชอบ

报关（報關）bàoguān 动 แจ้งเสียภาษีต่อศุลกากร

报关员（報關員）bàoguānyuán 名 เจ้าหน้าที่ ศุลกากร ; ศุลการักษ์

报馆（報館）bàoguǎn 名 สำนักหนังสือพิมพ์

报国（報國）bàoguó 动 ตอบแทนประเทศชาติ

报话机（報話機）bàohuàjī 名 วิทยุเคลื่อนที่

报价（報價）bàojià 动 เสนอราคา 名 ราคาเสนอ

报架（報架）bàojià 名 ชั้นวางหนังสือพิมพ์

报捷（報捷）bàojié 动 แจ้งข่าวชัยชนะ

报界（報界）bàojiè 名 วงการหนังสือพิมพ์

报警（報警）bàojǐng 动 แจ้งตำรวจ

报警器（報警器）bàojǐngqì 名 เครื่องสัญญาณ เตือนภัย

报刊（報刊）bàokān 名 หนังสือพิมพ์และนิตยสาร

报考（報考）bàokǎo 动 สมัครสอบ

报名（報名）bàomíng 动 สมัคร

报幕（報幕）bàomù 动 ทำหน้าที่พิธีกร (ในงาน บันเทิง)

报幕员（報幕員）bàomùyuán 名 พิธีกร (ในงาน บันเทิง)

报批（報批）bàopī 动 รายงานต่อผู้บังคับบัญชา เพื่อรออนุมัติ

报请（報請）bàoqǐng 动 รายงานขออนุมัติ

报人（報人）bàorén 名 นักหนังสือพิมพ์

报丧（報喪）bàosāng 动 แจ้งข่าวมรณกรรม

报社（報社）bàoshè 名 สำนักหนังสือพิมพ์

报失（報失）bàoshī 动 แจ้งหาย

报时（報時）bàoshí 动 แจ้งเวลา

报数（報數）bàoshù 动 นับ (จำนวนตามลำดับ ซึ่งเป็นคำสั่งในเวลาเข้าแถว)

报送（報送）bàosòng 动 ส่งคำรายงานไปให้ผู้บัง คับบัญชา

报摊（報攤）bàotān 名 แผงขายหนังสือพิมพ์

报亭（報亭）bàotíng 名 ซุ้มขายหนังสือพิมพ์

报童（報童）bàotóng 名 เด็กขายหนังสือพิมพ์

报头（報頭）bàotóu 名 หัวหนังสือพิมพ์

报务员（報務員）bàowùyuán 名 เจ้าหน้าที่ฝ่าย โทรเลข

报喜（報喜）bàoxǐ 动 แจ้งข่าวดี

报销（報銷）bàoxiāo 动 ใช้ใบเสร็จไปเบิกเงิน

报晓（報曉）bàoxiǎo 动 แจ้งฟ้าสาง ; (ไก่ขัน) ทำให้ทราบว่าฟ้าสางแล้ว

报效（報效）bàoxiào 动 รับใช้เพื่อตอบแทน บุญคุณ

报业（報業）bàoyè 名 กิจการหนังสือพิมพ์

报应（報應）bào·yìng 名 กรรมตามสนอง

报怨（報怨）bàoyuàn 动 แก้เผ็ด ; ล้างแค้น

报站（報站）bàozhàn 动 แจ้งชื่อสถานีรถไฟหรือ ชื่อป้ายรถประจำทาง

报章（報章）bàozhāng 名 หนังสือพิมพ์

报账（報賬）bàozhàng 动 แจ้งบัญชี

报纸（報紙）bàozhǐ 名 หนังสือพิมพ์

刨 bào 动 ไสกบ 名 กบ

刨冰 bàobīng 名 น้ำแข็งไส 动 ไสน้ำแข็ง

刨床 bàochuáng 名〈机〉แท่นไสกบ ; แท่นไสโลหะ

刨花 bàohuā 名〈工〉ขี้เลื่อย

刨花板 bàohuābǎn 名〈工〉ไม้อัด

刨子 bào·zi 名 กบไสไม้

抱 bào 动 อุ้ม

抱病 bàobìng 动 ป่วย ; ไม่สบาย

抱不平 bào bùpíng〈惯〉ช่วยเหลือผู้ที่ไม่ได้รับ ความเป็นธรรม

抱残守缺（抱殘守缺）bàocán-shǒuquē〈成〉
จารีตนิยมโดยไม่คิดจะปรับปรุงก้าวหน้า

抱佛脚 bào fójiǎo〈俗〉จุดธูปไหว้พระ
เมื่อเรื่องจวนตัว

抱负（抱負）bàofù 名 ความมุ่งมาดปรารถนา

抱憾 bàohàn 动 คิดเสียดายอยู่ในใจ

抱歉 bàoqiàn 动 เสียใจ (ที่ได้กระทำผิดต่อผู้อื่น)

抱屈 bàoqū 动 คับใจ

抱头鼠窜（抱頭鼠竄）bàotóu-shǔcuàn〈成〉
หนีหัวซุกหัวซุน

抱团儿（抱團兒）bàotuánr 动〈口〉สามัคคี

抱委屈 bào wěi·qu 动 คับอกคับใจ

抱薪救火 bàoxīn-jiùhuǒ〈成〉
หอบฟืนไปช่วยดับไฟ อุปมาว่า แก้ไม่ถูกวิธีกลับทำให้ภัยพิบัติรุนแรงยิ่งขึ้น

抱怨 bào·yuàn 动 บ่นว่าคนอื่นด้วยความไม่พอใจ

豹 bào 名 เสือดาว

豹子 bào·zi 名 เสือดาว

鲍鱼（鮑魚）bàoyú 名 เป๋าฮื้อ

暴 bào 形 ฉับพลันและรุนแรง ; โหดร้าย
动 หุนหันพลันแล่น

暴病 bàobìng 名 โรคร้ายที่กำเริบขึ้นอย่างปัจจุบันทันด่วน

暴跌 bàodiē 动 ตกฮวบ

暴动（暴動）bàodòng 动 ก่อการจลาจล

暴发（暴發）bàofā 动 เกิดขึ้นอย่างฉับพลัน ;
ร่ำรวยขึ้นอย่างรวดเร็ว

暴发户（暴發户）bàofāhù 名〈贬〉บุคคลที่ร่ำรวยขึ้นมาอย่างรวดเร็ว

暴风（暴風）bàofēng 名 พายุ

暴风雪（暴風雪）bàofēngxuě 名 พายุหิมะ

暴风雨（暴風雨）bàofēngyǔ 名 มรสุม

暴风骤雨（暴風驟雨）bàofēng-zhòuyǔ〈成〉
มรสุม

暴富 bàofù 动 ร่ำรวยขึ้นอย่างรวดเร็ว

暴光 bàoguāng 动 ทำให้เป็นที่ประจักษ์แก่สาธารณชน ;〈摄〉รับแสงเข้าฟิล์ม

暴君 bàojūn 名 ทรราช

暴力 bàolì 名 กำลังอาวุธ ; อำนาจบังคับ

暴力团（暴力團）bàolìtuán 名 คณะติดกำลังอาวุธ

暴利 bàolì 名 กำไรมหาศาลที่ได้มาอย่างรวดเร็ว

暴戾 bàolì 形〈书〉(นิสัย) โหดร้ายทารุณ

暴烈 bàoliè 形 (นิสัย) โหดร้ายรุนแรง

暴露 bàolù 动 (สิ่งที่ปิดบังไว้) แดงขึ้นมา

暴乱（暴亂）bàoluàn 名 การจลาจล ;
ความวุ่นวาย

暴怒 bàonù 动 โมโหร้าย ; โกรธสุดขีด

暴虐 bàonüè 形 โหดเหี้ยมทารุณ

暴晒（暴曬）bàoshài 动 ตากแดด

暴死 bàosǐ 动 ตายอย่างฉับพลัน

暴殄天物 bàotiǎn-tiānwù〈成〉ทำลายหรือเปลืองสิ่งของตามอำเภอใจ

暴跳如雷 bàotiào-rúléi〈成〉เต้นเร่า ๆ
ด้วยความโกรธ

暴徒 bàotú 名 ผู้ก่อการร้าย

暴行 bàoxíng 名 พฤติกรรมที่ป่าเถื่อน

暴饮暴食（暴飲暴食）bàoyǐn-bàoshí สวาปาม

暴雨 bàoyǔ 名 ฝนที่เทกระหน่ำลงมาปานฟ้ารั่ว

暴躁 bàozào 形 อารมณ์ร้อนและฉุนเฉียวง่าย

暴涨（暴漲）bàozhǎng 动 ขึ้นอย่างรวดเร็ว ;
โจนทะยานอย่างลิบลิ่ว

暴政 bàozhèng 名 การปกครองด้วยอำนาจป่าเถื่อน

曝光 bàoguāng 动 รับแสงเข้าฟิล์ม ; เปิดหน้ากล้อง ; อุปมา ทำให้เป็นที่ประจักษ์แก่สาธารณชน

曝光表 bàoguāngbiǎo 名〈摄〉มิเตอร์วัดแสง

爆 bào 动 ระเบิด ; แตกกระจาย

爆发（爆發）bàofā 动 ปะทุขึ้น ; แตกออก ;
ระเบิดขึ้น

爆发力（爆發力）bàofālì 名 กำลังปะทุ ; แรงระเบิด

爆红（爆紅）bàohóng 动 ดังชั่วข้ามคืน ; แจ้งเกิด
(ในโซเชียลมีเดีย)

爆冷门（爆冷門）bào lěngmén เกิดเรื่องที่เกินคาดคิด

爆裂 bàoliè 动 แตกร้าว
爆满（爆滿）bàomǎn 动 (โรงละคร โรงภาพยนตร์ ฯลฯ) เต็มโรง
爆米花 bàomǐhuā 名 ข้าวตอก ; ข้าวพอง
爆破 bàopò 动 ระเบิดทำลาย
爆破筒 bàopòtǒng 名〈军〉ตอร์ปิโด (*torpedo*)
爆炸 bàozhà 动 ระเบิด
爆炸力 bàozhàlì 名 แรงระเบิด
爆炸性 bàozhàxìng 名 ลักษณะเหมือนระเบิด
爆竹 bàozhú 名 ประทัด
杯 bēi 名 ถ้วย
杯盘狼藉（杯盤狼藉）bēipán-lángjí〈成〉ถ้วยชามระเกะระกะเรี่ยราด
杯水车薪（杯水車薪）bēishuǐ-chēxīn〈成〉น้ำน้อยย่อมแพ้ไฟ
杯子 bēi·zi 名 ถ้วย ; แก้วน้ำ
卑鄙 bēibǐ 形 (ภาษา พฤติกรรม) ต่ำทราม ; ชั่วช้าสามานย์
卑躬屈膝 bēigōng-qūxī〈成〉นอบน้อมโดยไร้ศักดิ์ศรี
卑贱（卑賤）bēijiàn 形 (ฐานะ) ต่ำต้อย ; ต่ำช้า
卑劣 bēiliè 形 เลวทรามต่ำช้า
卑微 bēiwēi 形 (ฐานะ) ต่ำต้อย
卑下 bēixià 形 (พฤติกรรม บุคลิกลักษณะ) ต่ำช้า ; (ฐานะ) ต่ำต้อย
背 bēi 动 แบก ; แบกรับภาระ
背包 bēibāo 名 กระเป๋าสะพายหลัง ; เป้
背包袱 bēi bāo·fu〈惯〉แบกห่อผ้า ; อุปมาว่าเป็นภาระทางใจ
背带（背帶）bēidài 名 สายพาดไหล่ ; สายสะพาย
背负（背負）bēifù 动 แบกภาระ
背黑锅（背黑鍋）bēi hēiguō〈惯〉เป็นแพะรับบาป
背债（背債）bēizhài 动 เป็นหนี้
悲哀 bēi'āi 形 เศร้าสลด
悲惨 bēicǎn 形 โศกเศร้าน่าเวทนา
悲愁 bēichóu 形 รันทด
悲怆（悲愴）bēichuàng 形〈书〉โศกศัลย์
悲悼 bēidào 动 เศร้าอาลัย
悲愤（悲憤）bēifèn 形 โศกเศร้าเสียใจด้วยความเจ็บแค้น
悲观（悲觀）bēiguān 形 มองแต่ในแง่ร้าย
悲观主义（悲觀主義）bēiguān zhǔyì การมองโลกในแง่ร้าย ; ทุนิยม
悲欢离合（悲歡離合）bēihuān-líhé〈成〉ประสบการณ์ต่าง ๆ ในชีวิตที่มีการพบกันแยกจากกัน ซึ่งมีทั้งความสุขและความทุกข์
悲剧（悲劇）bēijù 名 โศกนาฏกรรม
悲剧性（悲劇性）bēijùxìng 名 ลักษณะดั่งโศกนาฏกรรม
悲苦 bēikǔ 名 ทุกข์โศก
悲凉 bēiliáng 形 (เสียง) เศร้ารันทด
悲悯（悲憫）bēimǐn 动 สมเพชเวทนา
悲鸣（悲鳴）bēimíng 动 ร้องอย่างโศกเศร้า
悲凄 bēiqī 形 (เสียง) เศร้ารันทด
悲泣 bēiqì 动 สะอึกสะอื้นด้วยความเศร้าอาดูร
悲切 bēiqiè 形 แสนจะเศร้าโศก
悲伤（悲傷）bēishāng 形 เศร้าโศกเสียใจ
悲声（悲聲）bēishēng 名〈书〉เสียงร้องไห้อย่างโศกเศร้า
悲叹（悲嘆）bēitàn 动 ทอดถอนใจด้วยความเศร้าสลด
悲痛 bēitòng 形 โศกเศร้าระทมใจ
悲痛欲绝（悲痛欲絶）bēitòng-yùjué〈成〉จะเป็นจะตายด้วยสุดแสนเศร้าระทม
悲喜交集 bēixǐ-jiāojí〈成〉ระคนด้วยความดีใจทั้ง ๆ ที่ระทมทุกข์
悲喜剧（悲喜劇）bēixǐjù 名〈剧〉หัสนาฏกรรมที่คลุกเคล้าด้วยโศกนาฏกรรม
悲壮（悲壯）bēizhuàng 形 (เสียง บทกวี ฯลฯ) เศร้าและฮึกเหิม
碑 bēi 名 ศิลาจารึก
碑刻 bēikè 名 อักษรหรือภาพที่แกะสลักบนศิลาจารึก
碑文 bēiwén 名 อักษรแกะสลักบนศิลาจารึก
碑座 bēizuò 名 แท่นศิลาจารึก
北 běi 名 เหนือ

北半球 běibànqiú 名〈地理〉ซีกโลกเหนือ
北边（北邊）běi•bian 名 ทางเหนือ
北部 běibù 名 ภาคเหนือ
北侧（北側）běicè 名 ด้านเหนือ
北斗星 běidǒuxīng 名 ดาวไถ
北方 běifāng 名 ทิศเหนือ ; ภาคเหนือ
北方话（北方話）běifānghuà 名 ภาษาภาคเหนือ
北国（北國）běiguó 名〈书〉ปัจฉิมประเทศ ; ภาคเหนือของจีน
北寒带（北寒帶）běihándài 名〈地理〉เขตหนาวซีกโลกเหนือ
北回归线（北回歸綫）běihuíguīxiàn 名〈地理〉เส้นทรอปิกเหนือ (*the Tropic of Cancer*)
北极（北極）běijí 名 ขั้วโลกเหนือ
北极光（北極光）běijíguāng 名 แสงขั้วโลกเหนือ
北极狐（北極狐）běijíhú 名〈动〉สุนัขจิ้งจอกขั้วโลกเหนือ
北极圈（北極圈）běijíquān 名〈地理〉วงแหวนรัศมีขั้วโลกเหนือ
北极星（北極星）běijíxīng 名 ดาวเหนือ
北极熊（北極熊）běijíxióng 名〈动〉หมีขั้วโลกเหนือ
北京鸭（北京鴨）běijīngyā 名 เป็ดปักกิ่ง
北面 běimiàn 名 ด้านเหนือ
北美洲 Běiměizhōu 名〈简〉〈地理〉ทวีปอเมริกาเหนือ
北欧（北歐）Běi Ōu 名 ยุโรปเหนือ
北纬（北緯）běiwěi 名〈地理〉เส้นละติจูดเหนือ (เส้นรุ้งเหนือ)
北温带（北温帶）běiwēndài 名〈地理〉เขตอบอุ่นเหนือ
北洋军阀（北洋軍閥）Běiyáng Jūnfá 名 ขุนศึกภาคเหนือ
北约（北約）Běiyuē 名〈简〉นาโต (*NATO*)
贝雕（貝雕）bèidiāo 名〈工美〉เปลือกหอยแกะสลัก
贝壳（貝殼）bèiké 名 เปลือกหอย
贝类（貝類）bèilèi 名〈动〉สัตว์ประเภทหอย
贝母（貝母）bèimǔ 名〈中药〉ชื่อพืชสมุนไพรชนิดหนึ่ง
贝叶经（貝葉經）bèiyèjīng 名〈宗〉คำภีร์ใบลาน
备（備）bèi 副〈书〉เพียบพร้อม 动 ตระเตรียม
备案（備案）bèi'àn 动 ลงบันทึก
备不住（備不住）bèi•buzhù 副〈方〉ไม่แน่ ; อาจจะ
备查（備查）bèichá 动 สำหรับตรวจสอบ
备份（備份）bèifèn 名 ส่วนสำรอง 动 ก๊อปปี้ (เอกสาร ฯลฯ) เพื่อสำรองไว้
备耕（備耕）bèigēng 动〈农〉เตรียมการเพาะปลูก
备货（備貨）bèihuò 动 เตรียมสินค้าเอาไว้
备件（備件）bèijiàn 名〈机〉อะไหล่หรือชิ้นส่วนสำรอง
备考（備考）bèikǎo 名 ภาคผนวก ; เชิงอรรถ 动 สำหรับตรวจสอบ ; เตรียมสอบ
备课（備課）bèikè 动 เตรียมการสอน
备料（備料）bèiliào 动〈工〉เตรียมวัสดุ
备品（備品）bèipǐn 名〈工〉อุปกรณ์หรือเครื่องมือที่เตรียมไว้เผื่อใช้
备忘录（備忘録）bèiwànglù 名 บันทึกความจำ
备用（備用）bèiyòng 动 เตรียมเผื่อไว้ใช้
备战（備戰）bèizhàn 动 เตรียมสงคราม
备至（備至）bèizhì 形 ทั่วถึง ; ไม่ขาดตกบกพร่อง
备注（備注）bèizhù 名 เชิงอรรถ ; หมายเหตุ
背 bèi 名 หลัง 动 หันหลังให้
背部 bèibù 名 หลัง (ส่วนของร่างกาย)
背道而驰（背道而馳）bèidào'érchí〈成〉คนละทิศทาง
背地 bèidì ลับหลัง
背地里（背地裏）bèidì•lǐ〈口〉ลับหลัง
背对背（背對背）bèiduìbèi หันหลังให้กัน
背风（背風）bèifēng 动 ลมพัดไม่ถึง
背光 bèiguāng 动 แสงส่องไม่ถึง
背后（背後）bèihòu 名 ลับหลัง
背井离乡（背井離鄉）bèijǐng-líxiāng〈成〉พลัดที่นาคาที่อยู่
背景 bèijǐng 名 ฉาก ; เบื้องหลัง ; ภูมิหลัง
背静 bèi•jing 形〈口〉(สถานที่) ลับตาคนและเงียบสงัด

B

B

背靠背 bèikàobèi หันหลังให้กัน ; หลังชิดกัน

背离（背離）bèilí 动 จากไป ; ขัดต่อ

背面 bèimiàn 名 ด้านหลัง

背叛 bèipàn 动 ทรยศ

背弃 bèiqì 动 ทอดทิ้ง

背时（背時）bèishí 形〈方〉ไม่เหมาะแก่กาลสมัย; โชคร้าย

背书（背書）bèishū 动 ท่องหนังสือ ; เซ็นชื่อสลักหลังตั๋วเงิน

背水一战（背水一戰）bèishuǐ-yīzhàn〈成〉การสู้รบที่ด้านหลังเป็นสายน้ำ อุปมาว่า สู้ตาย

背诵（背誦）bèisòng 动 ท่องอาขยาน

背投电视（背投電視）bèitóu diànshì 名〈电〉อาร์พีทีวี (RPTV)

背心 bèixīn 名 เสื้อกั๊ก

背信弃义（背信弃義）bèixìn-qìyì〈成〉ไม่รักษาสัจวาจา ; ทรยศเนรคุณ

背阴（背陰）bèiyīn 动 แดดส่องไม่ถึง 名 ร่ม

背影 bèiyǐng 名 ภาพด้านหลัง

背约（背約）bèiyuē 动 ผิดสัญญา

背运（背運）bèiyùn 名 เคราะห์ร้าย 形 โชคร้าย

钡餐（鋇餐）bèicān 名〈医〉บาเรียมมีล (barium meal)

倍 bèi 量 เท่า 副 ยิ่งขึ้น

倍感 bèigǎn 动 รู้สึก...อย่างยิ่ง

倍加 bèijiā 副 ทวีคูณ

倍数（倍數）bèishù 名〈数〉ผลคูณ

倍增 bèizēng 动 เพิ่มทวีขึ้น

被 bèi 介 ถูก 名 ผ้าห่ม

被捕 bèibǔ 动 ถูกจับกุม

被乘数（被乘數）bèichéngshù 名〈数〉จำนวนที่ถูกคูณ ; ตัวตั้งคูณ

被除数（被除數）bèichúshù 名〈数〉จำนวนที่ถูกหาร ; ตัวตั้งหาร

被单（被單）bèidān 名 ผ้าห่ม

被动（被動）bèidòng 形 ถูกกระทำ

被动式（被動式）bèidòngshì 名〈语〉รูปแบบที่ถูกกระทำ

被服 bèifú 名 ผ้าห่มและเสื้อผ้า

被俘 bèifú 动 ถูกจับตัวได้

被告 bèigào 名〈法〉จำเลย

被害人 bèihàirén 名〈法〉ผู้ถูกทำร้าย

被加数（被加數）bèijiāshù 名〈数〉จำนวนที่ถูกบวก

被减数（被減數）bèijiǎnshù 名〈数〉จำนวนที่ถูกลบ

被里（被裏）bèilǐ 名 ชั้นของผ้าที่เย็บติดอยู่ภายในของผ้าห่ม

被面 bèimiàn 名 ชั้นของผ้าที่เย็บติดอยู่ภายนอกของผ้าห่ม

被迫 bèipò 动 ถูกบังคับ

被褥 bèirù 名 ผ้าห่มและที่นอน

被套 bèitào 名 ชุดสวมคลุมผ้าห่ม

被窝儿（被窩兒）bèiwōr 名 ผ้าห่มนวมที่พับเป็นโปง

被选举权（被選舉權）bèixuǎnjǔquán〈法〉สิทธิได้รับการเลือกตั้ง

被罩 bèizhào 名 ผ้าคลุมผ้าห่มนวม

被子 bèi·zi 名 ผ้าห่ม

辈（輩）bèi 名 ลำดับชั้นญาติ ; ชั่วคน ;〈书〉พวก

辈出（輩出）bèichū 动 (บุคคลที่มีความสามารถ) ปรากฏขึ้นมาเป็นรุ่น ๆ อย่างไม่ขาดสาย

辈分（輩分）bèi·fen 名 ลำดับชั้นญาติ

辈子（輩子）bèi·zi 名 ชั่วชีวิต ; ชั่วคน

焙 bèi 动 ปิ้ง ; ย่าง

焙干（焙乾）bèigān 动 ปิ้งให้แห้ง

焙烧（焙燒）bèishāo 动〈冶〉ปิ้งไฟ

蓓蕾 bèilěi 名 ดอกตูม

呗（唄）bei 助 นะซี คำลงท้ายที่แสดงว่าเหตุผลนั้นชัดเจนหรือเห็นด้วยอย่างฝืนใจ

奔 bēn 动 วิ่งอย่างรวดเร็ว ; รีบเร่ง ; มุ่งไปสู่

奔波 bēnbō 动 วิ่งวุ่นเพื่อจัดการเรื่องราว

奔驰（奔馳）bēnchí 动 ห้อตะบึง ; วิ่งอย่างรวดเร็ว (ใช้กับสัตว์หรือยานพาหนะ)

奔放 bēnfàng 形 (ความคิด ความรู้สึก หรือพลังอันแฝงในความเรียง ฯลฯ) หลั่งพรั่งพรู

ออกมา

奔赴 bēnfù 动 มุ่งตรงไปที่...

奔流 bēnliú 动 (น้ำ) ไหลเชี่ยวกราก 名 น้ำที่ไหล
เชี่ยวกราก

奔忙 bēnmáng 动 วิ่งเต้นอย่างเหน็ดเหนื่อย

奔命 bēnmìng 动 วิ่งเต้นตามคำสั่งอย่างเหน็ด
เหนื่อย

奔跑 bēnpǎo 动 วิ่ง ; วิ่งเต้น

奔丧 (奔喪) bēnsāng 动 รีบเดินทางกลับไปเพื่อ
จัดการงานฌาปนกิจ

奔逃 bēntáo 动 วิ่งหนี

奔腾 (奔騰) bēnténg 动 (ม้าจำนวนมาก) วิ่งห้อ

奔走 bēnzǒu 动 เดินอย่างรวดเร็ว ; วิ่งเต้น

奔走相告 bēnzǒu-xiānggào 〈成〉 วิ่งบอกต่อ ๆ
กันไป

锛 (錛) bēn 名 ผึ่งถากไม้

锛子 (錛子) bēn·zi 名 ผึ่งถากไม้

本 běn 名 รากหรือก้านของพันธุ์ไม้ ; สมุด

本币 (本幣) běnbì 名 〈简〉 หน่วยเงินตราที่เป็น
หลักในสกุลเงิน เช่น หยวนของประเทศจีน
บาทของประเทศไทย เป็นต้น

本部 běnbù 名 ส่วนสำคัญ ; ส่วนกลาง

本埠 běnbù 名 เมืองท่านี้

本册 běncè 名 หนังสือเล่มนี้

本朝 běncháo 名 〈旧〉 รัชกาลนี้

本初子午线 (本初子午綫) běnchū-zǐwǔxiàn
〈地理〉 เมริเดียนปฐมภูมิ

本地 běndì 名 ท้องถิ่นนี้

本地化 běndìhuà 动 กลายเป็นลักษณะท้องถิ่น

本地人 běndìrén 名 คนท้องถิ่น

本分 běnfèn 名 ภาระหน้าที่อันพึงทำ 形 ไม่นอก
รีตนอกทาง

本固枝荣 (本固枝榮) běngù-zhīróng 〈成〉
รากแข็งแรง กิ่งก้านจึงงอกงาม

本行 běnháng 名 อาชีพดั้งเดิม

本家 běnjiā 名 คนตระกูลเดียวกัน

本金 běnjīn 名 เงินต้น

本科 běnkē 名 〈教〉 ระดับปริญญาตรี

本科生 běnkēshēng 名 〈教〉 นักศึกษาปริญญาตรี

本来 (本來) běnlái 副 เดิมที 形 ซึ่งมีอยู่เดิม

本垒 (本壘) běnlěi 名 〈体〉 โฮมเบส (home base)
ในกีฬาเบสบอล

本领 (本領) běnlǐng 名 ความสามารถ ; ฝีมือ

本名 běnmíng 名 ชื่อเดิม

本末倒置 běnmò-dàozhì 〈成〉 กลับหัวกลับหางกัน

本能 běnnéng 名 สัญชาตญาณ

本钱 (本錢) běnqián 名 เงินทุน

本儿 (本兒) běnr 名 〈口〉 เงินต้น ; ต้นทุน

本人 běnrén 代 ตัวข้าพเจ้าเอง ; เจ้าตัว

本色 běnsè 名 คุณสมบัติที่แท้จริง

本身 běnshēn 代 ตัว (ผม ฉัน เธอ เขา) เอง

本事 běnshì 名 เค้าโครงนิทานเดิม

本事 běn·shi 名 ความสามารถ ; ฝีมือ

本题 (本題) běntí 名 หัวเรื่อง

本体 (本體) běntǐ 名 ตัวแก่นแท้เดิม ส่วน
สำคัญของเครื่องจักรหรืองานวิศวกรรม

本土 běntǔ 名 บ้านเกิดเมืองนอนของตน ; พื้นบ้าน

本土化 běntǔhuà 动 กลายเป็นลักษณะพื้นเมือง

本位 běnwèi 名 มาตรฐานของหน่วย ; หน่วยงาน
ของตน

本位主义 (本位主義) běnwèi zhǔyì ลัทธิเพื่อผล
ประโยชน์ของหน่วยงานของตน

本文 běnwén 名 บทความนี้ ; ส่วนสำคัญของ
หนังสือ

本乡本土 (本鄉本土) běnxiāng-běntǔ 〈俗〉
บ้านเกิดเมืองนอนของตน

本心 běnxīn 名 ความตั้งใจเดิม

本性 běnxìng 名 สันดานเดิม

本性难移 (本性難移) běnxìng-nányí 〈成〉
สันดานเดิมเปลี่ยนยาก

本义 (本義) běnyì 名 ความหมายเดิม (ของศัพท์)

本意 běnyì 名 เจตนาเดิม

本源 běnyuán 名 บ่อเกิด ; จุดกำเนิด

本着 běn·zhe 介 ตามที่...

本职 (本職) běnzhí 名 หน้าที่ของตน

本质 (本質) běnzhì 名 ธาตุแท้

B

本子 běn·zi 名 สมุด ; หนังสือ

苯 běn 名〈化〉สารเบนซิน (*benzene*) ; เบนซอล (*benzol*)

苯酚 běnfēn 名〈化〉สารฟีนอล (*phenol*)

畚箕 běnjī 名〈方〉ปุ้งกี๋

奔 bèn 动 บากหน้าไป

奔命 bènmìng 动〈口〉รีบเดินทางไปอย่างไม่คิดชีวิต ; ทำงานอย่างยอมถวายชีวิต

奔头儿（奔頭兒）bèn·tour 名 อนาคตที่พอจะมองเห็นได้เมื่อใช้ความพยายาม

笨 bèn 形 โง่ ; เขลา

笨蛋 bèndàn 名〈骂〉ไอ้โง่ ; คนเขลาเบาปัญญา

笨口拙舌 bènkǒu-zhuōshé〈成〉พูดไม่เก่ง ; ลิ้นแข็ง

笨鸟先飞（笨鳥先飛）bènniǎo-xiānfēi〈成〉นกไม่เก่งก็ต้องบินก่อน อุปมาว่า คนไม่เก่งต้องลงมือก่อนคนอื่น มักพูดในเชิงถ่อมตัว

笨手笨脚 bènshǒu-bènjiǎo〈俗〉มือไม้งุ่มง่าม

笨头笨脑（笨頭笨腦）bèntóu-bènnǎo〈俗〉โง่เขลาเบาปัญญา

笨重 bènzhòng 形 เทอะทะ

笨拙 bènzhuō 形 งุ่มง่าม

崩 bēng 动 พังทลาย

崩溃（崩潰）bēngkuì 动 พังทลาย

崩裂 bēngliè 动 แตกพัง

崩落 bēngluò 动 พังทลายและหล่นลงมา

崩塌 bēngtā 动 พังทลาย

绷（綳）bēng 动 ดึงให้ตึง ; รัดแน่น

绷带（綳帶）bēngdài 名 ผ้าพันแผล

嘣 bēng 拟声 ปัง (ๆ) ; ตุบ (ๆ)

甭 béng 副〈方〉ไม่ต้อง

绷（綳）běng 动〈口〉บึ้ง ; พยายามทานเอาไว้

绷脸（綳臉）běngliǎn 动〈口〉หน้าบึ้ง

泵 bèng 名〈机〉ปั๊ม

迸 bèng 动 แตกกระจาย

迸发（迸發）bèngfā 动 ปะทุออกมา ; แตกกระจาย

迸裂 bèngliè 动 แตกออกอย่างฉับพลัน

迸射 bèngshè 动 กระจายพุ่งออกมา

绷（綳）bèng 动 แตกเป็นรอย ; ปริออก

蹦 bèng 动 กระโดด

蹦蹦儿车（蹦蹦兒車）bèngbèngrchē 名 รถบัมพ์

蹦蹦跳跳 bèngbèngtiàotiào กระโดดโลดเต้น

蹦床 bèngchuáng 名〈体〉บอนดิ้งเทเบิ้ล (*bounding table*)

蹦跶（蹦躂）bèng·da 动 กระโดดโลดเต้น

蹦高 bènggāo 动 กระโดดขึ้น

逼 bī 动 บังคับ ; บีบคั้น

逼供 bīgòng 动 บังคับให้สารภาพ

逼和 bīhé 动 บังคับให้ยอมเสมอกัน (ในการแข่งขันกีฬาบางประเภท)

逼婚 bīhūn 动 บังคับให้แต่งงาน

逼近 bījìn 动 ใกล้เข้ามา

逼良为娼（逼良爲娼）bīliángwéichāng〈成〉บังคับหญิงดีให้เป็นโสเภณี

逼命 bīmìng 动 บีบคั้นเอาชีวิต ; เร่งรัด

逼迫 bīpò 动 บีบบังคับ

逼人 bīrén 动 เร่งรัด

逼上梁山 bīshàng-liángshān〈成〉ถูกบีบคั้นสิ้นทางเลือกจึงต้องลุกขึ้นปฏิวัติ

逼使 bīshǐ 动 เคี่ยวเข็ญให้...

逼视（逼視）bīshì 动 เพ่งมอง

逼问（逼問）bīwèn 动 บีบถาม

逼债（逼債）bīzhài 动 เคี่ยวเข็ญให้ใช้หนี้

逼真 bīzhēn 形 เหมือนของจริง ; ชัดเจน

逼真性 bīzhēnxìng 名 ลักษณะเหมือนของจริง

荸荠（荸薺）bí·qi 名〈植〉แห้ว

鼻 bí 名 จมูก ; นาสิก

鼻窦（鼻竇）bídòu 名〈生理〉โพรงจมูกข้าง

鼻窦炎（鼻竇炎）bídòuyán 名〈医〉โพรงจมูกข้างอักเสบ

鼻尖 bíjiān 名 ปลายจมูก

鼻孔 bíkǒng 名 รูจมูก

鼻梁 bíliáng 名 ดั้งจมูก

鼻腔 bíqiāng 名〈生理〉โพรงจมูก

鼻青脸肿（鼻青臉腫）bíqīng-liǎnzhǒng〈成〉

ใบหน้าบวมช้ำ ; ช้ำเลือดช้ำหนอง

鼻儿（鼻兒）bír 名 ช่องบนเครื่องใช้สอยสำหรับสอดใส่สิ่งอื่น

鼻塞 bísè 动〈医〉คัดจมูก

鼻饲（鼻飼）bísì 动〈医〉ให้อาหารทางจมูก

鼻涕 bítì 名 น้ำมูก

鼻烟壶（鼻烟壺）bíyānhú 名 ขวดยานัตถุ์

鼻炎 bíyán 名〈医〉จมูกอักเสบ

鼻音 bíyīn 名〈语〉เสียงขึ้นจมูก ; เสียงนาสิก

鼻韵母 bíyùnmǔ 名〈语〉เสียงสระซึ่งลงท้ายด้วยเสียงขึ้นจมูก

鼻子 bí·zi 名 จมูก

鼻祖 bízǔ 名〈书〉ปรมาจารย์

匕首 bǐshǒu 名 กริช

比 bǐ 动 เปรียบเทียบ

比比皆是 bǐbǐ-jiēshì〈成〉มีอยู่ทั่วทุกแห่ง ; กลาดเกลื่อน

比不上 bǐ·bushàng 动 สู้...ไม่ได้

比方 bǐ·fang 动 เปรียบเทียบ ; อุปมา ; สมมุติ

比分 bǐfēn 名 คะแนนเปรียบเทียบ

比附 bǐfù 动〈书〉เอาสิ่งที่เทียบกันไม่ได้เลยมาเทียบกันอย่างเสียไม่ได้

比画（比畫）bǐ·hua 动 ชี้ไม้ชี้มือ

比价（比價）bǐjià 名 การเปรียบเทียบราคา ; ราคาเปรียบเทียบ

比肩继踵（比肩繼踵）bǐjiān-jìzhǒng〈成〉เบียดเสียดยัดเยียด

比较（比較）bǐjiào 动 เปรียบเทียบ

比例 bǐlì 名 อัตราส่วน ; อัตราเปรียบเทียบ

比例尺 bǐlìchǐ 名〈测〉มาตราส่วน ; เครื่องมือวัดมาตราส่วน

比量 bǐ·liang 名 วัดอย่างคร่าว ๆ (ด้วยมือ เชือกหรือไม้ ฯลฯ) ; ประลองฝีมือ

比邻（比鄰）bǐlín 名 บ้านใกล้เรือนเคียง 动 อยู่ใกล้กัน

比率 bǐlǜ 名 อัตราเปรียบเทียบ

比美 bǐměi 动 แข่งความสวย

比目鱼（比目魚）bǐmùyú 名〈动〉ปลาผีเสื้อ ; ปลาตาเดียว

比拟（比擬）bǐnǐ 动 เทียบเคียง

比如 bǐrú 动 ดังเช่น ; อาทิเช่น

比赛（比賽）bǐsài 动 แข่งขัน

比色计（比色計）bǐsèjì 名〈化〉มาตรเทียบสี ; คัลเลอริมิเตอร์ (*colorimeter*)

比试（比試）bǐ·shi 动 ประลองฝีมือ

比特 bǐtè 量〈计〉บิต (*bit*) หน่วยการวัดคอมพิวเตอร์อินฟอร์เมชัน

比特币（比特幣）bǐtèbì 名〈经〉บิตคอยน์ (*bitcoin*)

比武 bǐwǔ 动 ประลองยุทธ์

比翼 bǐyì 动 บินเคียงข้างกัน

比翼鸟（比翼鳥）bǐyìniǎo 名 นกที่บินเคียงข้างกัน

比翼双飞（比翼雙飛）bǐyì-shuāngfēi〈成〉(นก) บินเคียงคู่กัน อุปมาว่า คู่สามีภรรยารักใคร่และอยู่เคียงคู่กันโดยตลอด

比喻 bǐyù 名 อุปมา 动 เปรียบเทียบ

比照 bǐzhào 动 เทียบกัน

比值 bǐzhí 名 มูลค่าเปรียบเทียบ

比重 bǐzhòng 名 ความถ่วงจำเพาะ ; สัดส่วนเปรียบเทียบ

比重计（比重計）bǐzhòngjì 名〈物〉มาตรความหนาแน่นของเหลว ; ไฮดรอมิเตอร์ (*hydrometer*)

比作 bǐzuò 动 เปรียบเทียบเป็น...

彼 bǐ 代 โน้น ; นั้น ; ฝ่ายตรงข้าม

彼岸 bǐ'àn 名 ฝั่งตรงข้าม (แม่น้ำ) ;〈宗〉แดนนิพพาน

彼此 bǐcǐ 代 ฝ่ายนั้นกับฝ่ายนี้ ; (เมื่อปรากฏในรูปซ้ำคำ 彼此彼此 แปลว่า) เหมือน ๆ กันแหละ

笔（筆）bǐ 名 ปากกา

笔触（筆觸）bǐchù 名 ลีลาในการประพันธ์

笔答（筆答）bǐdá 动 ตอบด้วยข้อเขียน

笔道儿（筆道兒）bǐdàor 名 ขีดแต้มเส้นเบี่ยงเส้นตวัดที่ประกอบเป็นตัวหนังสือ

笔端（筆端）bǐduān 名〈书〉ปลายปากกา

笔法（筆法）bǐfǎ 名 ศิลปะและลีลาในการเขียน

หรือการวาด
笔锋（筆鋒）bǐfēng 名 ปลายพู่กัน ; ลีลาในการประพันธ์ที่คมคาย
笔杆子（筆杆子）bǐgǎn·zi 名 ด้ามปากกา ; อุปมาผู้ชำนาญในการประพันธ์
笔画（筆畫）bǐhuà 名 ขีดแต้มเส้นเบี่ยงเส้นตวัดที่ประกอบเป็นตัวหนังสือจีน
笔记（筆記）bǐjì 名 ข้อความที่บันทึก 动 บันทึก
笔记本（筆記本）bǐjìběn 名 สมุดบันทึก ; 〈简〉โน้ตบุ๊ก (*notebook*)
笔记本电脑（筆記本電腦）bǐjìběn diànnǎo 名〈计〉คอมพิวเตอร์กระเป๋าหิ้ว ; 〈口〉โน้ตบุ๊ก (*notebook*)
笔迹（筆迹）bǐjì 名 ลายมือ ; ลายเซ็น
笔架（筆架）bǐjià 名 ที่วางปากกา
笔尖（筆尖）bǐjiān 名 ปลายปากกา
笔录（筆録）bǐlù 动 บันทึก 名 สิ่งที่บันทึกไว้
笔帽（筆帽）bǐmào 名 ปลอกปากกา (หรือดินสอ พู่กัน ฯลฯ)
笔名（筆名）bǐmíng 名 นามปากกา
笔墨（筆墨）bǐmò 名 ปากกากับน้ำหมึก ; ถ้อยคำสำนวน
笔墨官司（筆墨官司）bǐmò guān·si〈成〉การโต้กันทางปลายปากกา
笔试（筆試）bǐshì 动 สอบข้อเขียน
笔顺（筆順）bǐshùn 名 ลำดับการเขียนตัวหนังสือจีน
笔算（筆算）bǐsuàn 名 การคิดเลขคณิตด้วยข้อเขียน
笔谈（筆談）bǐtán 动 คุยกันทางบทความ 名 ข้อความบันทึก
笔套（筆套）bǐtào 名 ปลอกปากกา (หรือดินสอ พู่กัน ฯลฯ)
笔体（筆體）bǐtǐ 名 ลายมือการเขียน
笔挺（筆挺）bǐtǐng 形 (ยืน) ตรง ; (เสื้อผ้า) เรียบ
笔筒（筆筒）bǐtǒng 名 กระบอกสำหรับใส่ปากกาดินสอ
笔头（筆頭）bǐtóu 名 ปลายพู่กันหรือปลายปากกา ; อุปมาว่า ฝีมือในการเขียน
笔误（筆誤）bǐwù 动 เขียนตัวหนังสือผิดโดยประมาท 名 ตัวหนังสือที่เขียนผิดโดยประมาท
笔下（筆下）bǐxià 名 ใต้ปลายปากกา ; อุปมาว่าการใช้ถ้อยคำสำนวนตลอดจนเจตนาของผู้เขียน
笔下生花（筆下生花）bǐxià-shēnghuā〈成〉ลีลาการเขียนงดงามเหมือนอย่างดอกไม้บาน
笔芯（筆芯）bǐxīn 名 ไส้ปากกาลูกลื่น ; ไส้ดินสอ
笔译（筆譯）bǐyì 动 แปล 名 การแปล
笔友（筆友）bǐyǒu 名 เพื่อนที่คบกันผ่านการเขียนจดหมายหรือมอบงานเขียนแก่กัน
笔战（筆戰）bǐzhàn 动 สงครามปลายปากกา
笔者（筆者）bǐzhě 名 ผู้เขียน
笔直（筆直）bǐzhí 形 ตรงดิ่ง ; ตรงแน่ว
鄙薄 bǐbó 动 เหยียดหยาม
鄙见（鄙見）bǐjiàn 名〈谦〉ความเห็นส่วนตัว (คำพูดถ่อมตน)
鄙陋 bǐlòu 形 ความรู้น้อย
鄙视（鄙視）bǐshì 动 เหยียดหยาม ; ดูถูก
鄙夷 bǐyí 动〈书〉ดูหมิ่น ; เหยียดหยาม
币值（幣值）bìzhí 名 ค่าของเงิน
币制（幣制）bìzhì 名〈经〉ระบบเงินตรา
必 bì 副 จักต้อง ; จำเป็นต้อง
必备（必備）bìbèi 动 จำเป็นต้องมี
必不可少 bìbùkěshǎo〈俗〉ขาดเสียไม่ได้
必得 bìděi 副 จะต้อง...ให้ได้
必定 bìdìng 副 จะต้อง...แน่นอน
必经之地（必經之地）bìjīngzhīdì〈成〉ทางที่ต้องผ่าน
必然 bìrán 形 จะต้อง...อย่างแน่นอน
必然性 bìránxìng 名〈哲〉ความแน่นอน ; ลักษณะที่หลีกเลี่ยงไม่พ้น
必胜（必勝）bìshèng 动 ชนะแน่นอน
必修课（必修課）bìxiūkè 名〈教〉วิชาบังคับ
必须（必須）bìxū 副 จะต้อง
必需 bìxū 动 จำเป็น
必需品 bìxūpǐn 名 สิ่งของจำเป็น

必要 bìyào 形 จำเป็น
必要性 bìyàoxìng 名 ความจำเป็น
必由之路 bìyóuzhīlù 〈成〉 ทางเดียวที่จะต้องผ่าน
毕恭毕敬（畢恭畢敬）bìgōng-bìjìng 〈成〉 เคารพนบนอบ
毕竟（畢竟）bìjìng 副 โดยแก่นแท้ ; ในที่สุด
毕生（畢生）bìshēng 名 ตลอดชีวิต ; ชั่วชีวิต
毕业（畢業）bìyè 动 〈教〉 สำเร็จการศึกษา
毕业生（畢業生）bìyèshēng 名 〈教〉 นักศึกษาที่สำเร็จการศึกษา ; นักเรียนที่เรียนจบ
闭（閉）bì 动 ปิด
闭关（閉關）bìguān 动 ปิดด่าน
闭关自守（閉關自守）bìguān-zìshǒu 〈成〉 ปิดด่านไม่ติดต่อโลกภายนอก
闭合（閉合）bìhé 动 ปิด
闭合电路（閉合電路）bìhédiànlù 〈电〉 วงจรไฟฟ้าปิด
闭会（閉會）bìhuì 动 ปิดประชุม
闭经（閉經）bìjīng 动 〈医〉 ระดูหมด
闭卷（閉卷）bìjuàn 动 〈教〉 สอบโดยห้ามเปิดดูหนังสือ
闭口（閉口）bìkǒu 动 หุบปาก
闭路（閉路）bìlù 名 〈电〉 วงจรปิด
闭路电视（閉路電視）bìlù-diànshì 〈电〉 โทรทัศน์วงจรปิด
闭门羹（閉門羹）bìméngēng 〈惯〉 การปิดประตูไม่รับแขก
闭门思过（閉門思過）bìmén-sīguò 〈成〉 ปิดประตูทบทวนความผิดของตน
闭门造车（閉門造車）bìmén-zàochē 〈成〉 ปิดประตูต่อรถ อุปมาว่า ทำงานโดยไม่คำนึงถึงสภาพความเป็นจริงของโลกภายนอก
闭目（閉目）bìmù 动 หลับตา
闭目塞听（閉目塞聽）bìmù-sètīng 〈成〉 หลับหูหลับตา ไม่ยอมรับรู้เหตุการณ์ภายนอก
闭幕（閉幕）bìmù 动 ปิดฉาก ; ปิดประชุม (หรือปิดงาน)
闭幕式（閉幕式）bìmùshì 名 พิธีปิดประชุม (หรือปิดงาน)
闭塞（閉塞）bìsè 动 อุดตัน 形 ไม่ค่อยติดต่อโลกภายนอก ; ไม่รับรู้เหตุการณ์ภายนอก
闭月羞花（閉月羞花）bìyuè-xiūhuā 〈成〉 พระจันทร์ยลหลบในเมฆ ดอกไม้สร้อยละอายใจ (ใช้ชมความงามของผู้หญิง)
庇护（庇護）bìhù 动 ปกป้อง (คนผิด) ; คุ้มครอง
庇护所（庇護所）bìhùsuǒ 名 สถานที่คุ้มครอง (คนหรือสัตว์) เพื่อให้พ้นจากอันตราย
庇荫（庇蔭）bìyìn 动 〈书〉 (ต้นไม้) บังแดด ; อุปมาปกป้องคุ้มครอง
庇佑 bìyòu 动 〈书〉 (พระผู้เป็นเจ้า) คุ้มครอง
哔叽（嗶嘰）bìjī 名 〈纺〉 ผ้าเสิร์จ (*serge*)
陛下 bìxià 名 〈敬〉 ใต้ฝ่าละอองธุลีพระบาท
毙命（斃命）bìmìng 动 〈贬〉 ตาย ; ถูกฆ่าตาย
敝 bì 形 เก่ากะลาและขาดรุ่งริ่ง ; 〈谦〉 ใช้กับเรื่องราวหรือสิ่งของที่เกี่ยวกับตัวเองในเชิงถ่อมตัว ; 〈书〉 เสื่อมโทรม
婢女 bìnǚ 名 〈旧〉 สาวใช้
筚路蓝缕（篳路藍縷）bìlù-lánlǚ 〈成〉 นั่งเกวียนฟืน สวมเสื้อผ้าขาด ๆ ไปบุกเบิกป่า หมายถึง งานบุกเบิกในขั้นแรกลำบากเหลือเกิน
蓖麻 bìmá 名 〈植〉 ต้นละหุ่ง
滗（潷）bì 动 เทน้ำโดยกันไม่ให้กากหรือสิ่งที่แช่อยู่ในน้ำนั้นไหลออกมา
裨益 bìyì 名 〈书〉 ประโยชน์
辟邪 bìxié 动 ขจัดตัวเสนียดจัญไร ; ปัดรังควาน
碧草 bìcǎo 名 หญ้าเขียวขจี
碧海 bìhǎi 名 ทะเลสีคราม
碧空 bìkōng 名 ท้องฟ้าสีคราม
碧蓝（碧藍）bìlán 形 สีคราม
碧绿（碧緑）bìlǜ 形 เขียวขจี
碧玉 bìyù 名 หยกอ่อนสีเขียว
弊 bì 名 ทุจริต ; สิ่งที่เป็นภัย
弊病 bìbìng 名 ข้อเสีย (ด้านระบบการงาน) ; ข้อบกพร่อง
弊端 bìduān 名 ข้อเสีย (ด้านระบบการงาน)
篦 bì 动 หวีผมด้วยหวีเสนียด
篦子 bì·zi 名 หวีเสนียด

B

壁报（壁報）bìbào 名 กำแพงข่าว (นำข่าว บทความ ประกาศต่าง ๆ ติดตามกำแพงหรือผนัง)
壁橱 bìchú 名 ตู้ติดผนัง
壁灯（壁燈）bìdēng 名 โคมไฟติดผนัง
壁挂 bìguà 名 ภาพสำหรับแขวนติดผนัง
壁柜（壁櫃）bìguì 名 ตู้ติดผนัง
壁虎 bìhǔ 名〈动〉จิ้งจก
壁画（壁畫）bìhuà 名 ภาพฝาผนัง
壁垒（壁壘）bìlěi 名 กำแพงล้อมรอบค่ายทหารในสมัยโบราณ
壁垒森严（壁壘森嚴）bìlěi-sēnyán〈成〉ป้องกันรักษา (ค่าย) ไว้อย่างแน่นหนา ; แบ่งขอบเขตไว้อย่างเคร่งครัด
壁炉（壁爐）bìlú 名 เตาผิง
壁饰（壁飾）bìshì 名 สิ่งประดับฝาผนัง
壁毯 bìtǎn 名 พรมติดฝาผนัง
壁纸（壁紙）bìzhǐ 名 กระดาษติดผนัง ; วอลล์เปเปอร์ (*wall paper*)
避 bì 动 หลบ ; เลี่ยง
避风（避風）bìfēng 动 หลบลม
避风港（避風港）bìfēnggǎng 名 อ่าวท่าเรือหลบลม ; ที่หลบภัย
避讳（避諱）bìhuì 动 หลีกเลี่ยงการเอ่ยถึงชื่อของจักรพรรดิหรือบรรพบุรุษโดยตรง
避讳（避諱）bì·hui 动 หลีกเลี่ยงการพูดถึงหรือฟังคำบางคำซึ่งถือว่าไม่เป็นสิริมงคล ; เลี่ยง
避开（避開）bìkāi 动 หลบหลีก
避雷针（避雷針）bìléizhēn 名〈电〉สายล่อฟ้า
避免 bìmiǎn 动 หลีกเลี่ยงไม่ให้เหตุการณ์เกิดขึ้น
避难就易（避難就易）bìnán-jiùyì〈成〉หลบยากไปหาง่าย ; หนีร้อนไปพึ่งเย็น
避难（避難）bìnàn 动 หลบภัย ; ลี้ภัย
避难所（避難所）bìnànsuǒ 名 สถานที่หลบภัย
避让（避讓）bìràng 动 หลีกทางให้
避实就虚（避實就虛）bìshí-jiùxū〈成〉หลบส่วนที่เป็นแก่นแท้ ยอมรับแต่ส่วนผิวเผิน
避暑 bìshǔ 动 พักร้อน ; ป้องกันโรคลมแดด ; หนีร้อน
避税 bìshuì 动 หลบภาษี
避嫌 bìxián 动 หลบให้พ้นจากการเป็นผู้ถูกสงสัย
避邪 bìxié 动 กันเสนียดจัญไร
避孕 bìyùn 动 คุมกำเนิด
避孕套 bìyùntào 名 ถุงยางอนามัย
避重就轻（避重就輕）bìzhòng-jiùqīng〈成〉ปิดบังโทษสถานหนัก ยอมรับแต่โทษสถานเบา
臂膀 bìbǎng 名 แขน
臂章 bìzhāng 名 เครื่องหมายที่ติดอยู่บนปลอกแขน
边（邊）biān 名 ด้าน ; ข้าง ; ริม ; ขอบ ; ฝ่าย
边材（邊材）biāncái 名 กระพี้
边城（邊城）biānchéng 名 เมืองชายแดน
边陲（邊陲）biānchuí 名〈书〉ชายแดน
边防（邊防）biānfáng 名 การป้องกันชายแดน
边防军（邊防軍）biānfángjūn 名 กองกำลังรักษาชายแดน
边防线（邊防綫）biānfángxiàn 名 พรมแดน
边锋（邊鋒）biānfēng 名〈体〉ปีก (ฟุตบอล)
边关（邊關）biānguān 名 ด่านชายแดน
边际（邊際）biānjì 名 ขอบเขต ; ริม
边疆（邊疆）biānjiāng 名 เขตชายแดน
边角料（邊角料）biānjiǎoliào 名 ส่วนที่เหลือของวัตถุดิบ
边界（邊界）biānjiè 名 พรมแดน (ที่สุดเขตแดน)
边界线（邊界綫）biānjièxiàn 名 ขีดขั้นเขตแดน
边境（邊境）biānjìng 名 ชายแดน
边框（邊框）biānkuàng 名 กรอบ
边贸（邊貿）biānmào 名〈简〉การค้าขายที่ชายแดน
边民（邊民）biānmín 名 ประชาชนตามชายแดน
边区（邊區）biānqū 名 ท้องถิ่นชายแดน
边儿（邊兒）biānr 名 ริม; ขอบ; (เสริมท้ายคำศัพท์ บอกตำแหน่ง แปลว่า) ตรง ; ข้าง ; ด้าน
边塞（邊塞）biānsài 名 จุดที่สำคัญบริเวณชายแดน
边沿（邊沿）biānyán 名 ส่วนที่เป็นริมขอบ ; ส่วนที่คาบเกี่ยวหลายขอบเขต
边音（邊音）biānyīn 名〈语〉เสียงข้างลิ้น
边缘（邊緣）biānyuán 名 ส่วนที่เป็นริมขอบ ; ส่วนที่คาบเกี่ยวหลายขอบเขต

边缘科学（邊緣科學）biānyuán kēxué วิทยาการชายขอบ

边远（邊遠）biānyuǎn 形 ใกล้ชายแดน ; ไกลออกไปจากศูนย์กลาง

边寨（邊寨）biānzhài 名 หมู่บ้านชายแดน

编（編）biān 动 ถัก ; เรียง; เรียบเรียง

编程（编程）biānchéng 动〈计〉เขียนโปรแกรม

编导（編導）biāndǎo 动 เรียบเรียงบทและกำกับการแสดง 名 ผู้เรียบเรียงบทและกำกับการแสดง

编队（編隊）biānduì 动 จัดขบวน ; จัดเป็นหน่วยเป็นทีม

编发（編發）biānfā 动 เรียบเรียงและส่งพิมพ์

编号（編號）biānhào 动 เรียงอันดับ 名 ตัวเลขที่เรียงอันดับ

编后（編後）biānhòu 名 บทส่งท้าย

编户（編户）biānhù 动 เรียงอันดับสำมะโนครัว 名 สำมะโนครัวที่เรียงอันดับ

编辑（編輯）biānjí 动 เลือกเฟ้น รวบรวมและปรับปรุงเรื่องลงพิมพ์ 名 บรรณาธิการ

编辑部（編輯部）biānjíbù 名 กองบรรณาธิการ

编校（編校）biānjiào 动 จัดเตรียมและตรวจทานต้นฉบับในขั้นสุดท้าย

编结（編結）biānjié 动 ถัก

编剧（編劇）biānjù 动 แต่งบทละคร 名 ผู้แต่งบทละคร (หรือบทภาพยนตร์)

编码（編碼）biānmǎ 名 รหัส 动 เรียงรหัส

编码器（編碼器）biānmǎqì 名 เครื่องเรียงรหัส

编目（編目）biānmù 动 เรียบเรียงสารบัญ 名 สารบัญที่เรียบเรียงแล้ว

编内（編内）biānnèi 形〈简〉(เจ้าหน้าที่) ในระบบราชการ

编年史（編年史）biānniánshǐ 名 ประวัติศาสตร์ที่เรียบเรียงตามวัน เดือน ปี

编排（編排）biānpái 动 จัดเรียงตามลำดับหน้าหลัง

编审（編審）biānshěn 动 ปรับปรุงและรับผิดชอบเรื่องลงพิมพ์ 名 บรรณาธิการใหญ่ (ตำแหน่งฝ่ายวิชาการชั้นสูง)

编外（編外）biānwài 形〈简〉(เจ้าหน้าที่) นอกระบบราชการ

编委（編委）biānwěi 名〈简〉กรรมการบรรณาธิการ

编委会（編委會）biānwěihuì 名 คณะกรรมการบรรณาธิการ

编舞（編舞）biānwǔ 动 เรียบเรียงบทนาฏศิลป์

编写（編寫）biānxiě 动 แต่งและเรียบเรียง

编修（編修）biānxiū 动 เรียบเรียงและแก้ไข

编选（編選）biānxuǎn 动 คัดเลือกและเรียบเรียง

编译（編譯）biānyì 动 เรียบเรียงและแปล

编印（編印）biānyìn 动 เรียบเรียงและจัดพิมพ์

编造（編造）biānzào 动 จัดทำ ; เสกสรรปั้นแต่ง

编者（編者）biānzhě 名 ผู้เรียบเรียง ; บรรณาธิการ

编者按（編者按）biānzhě'àn 名 หมายเหตุของบรรณาธิการ

编织（編織）biānzhī 动 ถัก

编制（編制）biānzhì 动 สาน ; จัด (โครงการ ฯลฯ) 名 การจัดสรรตำแหน่งและปริมาณเจ้าหน้าที่ในองค์การ

编著（編著）biānzhù 动 เรียบเรียง ; แต่ง (หนังสือ)

编组（編組）biānzǔ 动 จัดเป็นหน่วย ๆ

编纂（編纂）biānzuǎn 动 เรียบเรียงและรวบรวม

煸 biān 动 ผัดกึ่งสุกกึ่งดิบ

蝙蝠 biānfú 名〈动〉ค้างคาว

鳊鱼（鯿魚）biānyú 名 ปลาแปบ

鞭 biān 名 แส้

鞭策 biāncè 动 กระตุ้น ; เร่งเร้า

鞭长莫及（鞭長莫及）biāncháng-mòjí〈成〉อำนาจควบคุมไปไม่ถึง

鞭笞 biānchī 动〈书〉โบยด้วยแส้หรือไม้

鞭虫（鞭蟲）biānchóng 名〈动〉พยาธิแส้ม้า

鞭打 biāndǎ 动 หวดด้วยแส้

鞭打快牛 biāndǎ-kuàiniú〈成〉เฆี่ยนวัวที่วิ่งเร็ว อุปมาว่า เร่งคนหรือองค์กรที่ทำงานดีจนมากเกินควร

鞭炮 biānpào 名 ประทัด

鞭辟入里（鞭闢入裏）biānpì-rùlǐ 〈成〉 วิจารณ์อย่างลึกซึ้งและถูกประเด็น
鞭挞（鞭撻）biāntà 动 หวดด้วยแส้
鞭子 biān·zi 名 แส้

B

贬（貶）biǎn 动 ลดขั้นตำแหน่ง (หรือลดค่าของเงิน) ; ชี้ให้เห็นข้อบกพร่องแล้ววิจารณ์ในแง่ไม่ดี
贬斥（貶斥）biǎnchì 动 ลดตำแหน่งข้าราชการ ; ตำหนิติเตียน
贬黜（貶黜）biǎnchù 动 〈书〉 ลดตำแหน่ง ; ปลดออก (จากตำแหน่ง)
贬低（貶低）biǎndī 动 ประเมินคุณค่าให้ต่ำลง
贬义（貶義）biǎnyì 名 ความหมายในทางลบ
贬义词（貶義詞）biǎnyìcí 名 〈语〉 ศัพท์ที่มีความหมายในทางลบ
贬值（貶值）biǎnzhí 动 ลดมูลค่า
贬职（貶職）biǎnzhí 动 〈书〉 ลดขั้นตำแหน่ง

扁 biǎn 形 แบน
扁担（扁擔）biǎn·dan 名 ไม้คาน
扁豆 biǎndòu 名 ถั่วฝักยาว
扁桃体（扁桃體）biǎntáotǐ 名 〈生理〉 ต่อมทอนซิล (*tonsil*)

匾 biǎn 名 ป้ายที่เขียนคำขวัญ คำอวยพรหรือยี่ห้อ ; กระด้ง
匾额（匾額）biǎn'é 名 ป้ายที่เขียนคำขวัญ คำอวยพรหรือยี่ห้อ

变（變）biàn 动 เปลี่ยนแปลง ; กลายเป็น
变本加厉（變本加厲）biànběn-jiālì 〈成〉 ทวีความรุนแรงยิ่งขึ้น
变成（變成）biànchéng 动 กลายเป็น
变电器（變電器）biàndiànqì 名 เครื่องแปลงไฟฟ้า
变电站（變電站）biàndiànzhàn 名 สถานีแปลงไฟฟ้า
变调（變調）biàndiào 动 〈语〉 เสียงวรรณยุกต์เปลี่ยนไป ; 〈乐〉 การแปรระดับเสียงดนตรี
变动（變動）biàndòng 动 เปลี่ยนแปลง
变法（變法）biànfǎ 动 ปฏิรูประบบการปกครอง
变法儿（變法兒）biànfǎr 动 〈口〉 พลิกแพลง ; คิดหาวิธีอื่น
变革（變革）biàngé 动 ปฏิวัติ ; ปฏิรูป
变更（變更）biàngēng 动 เปลี่ยนแปลง ; แปรเปลี่ยน
变故（變故）biàngù 名 เหตุฉุกเฉิน ; อุบัติภัย
变卦（變卦）biànguà 动 เปลี่ยนใจ
变化（變化）biànhuà 动 เปลี่ยนแปลง ; กลับกลาย
变化多端（變化多端）biànhuà-duōduān 〈成〉 เปลี่ยนแปลงหลายรูปหลายแบบ
变幻（變幻）biànhuàn 动 เปลี่ยนแปลงไปร้อยแปดพันเก้า
变幻莫测（變幻莫測）biànhuàn-mòcè 〈成〉 เปลี่ยนแปลงไปร้อยแปดพันเก้าซึ่งคาดคิดไม่ถึง
变换（變換）biànhuàn 动 เปลี่ยน ; เปลี่ยนแปลง
变节（變節）biànjié 动 แปรพักตร์
变脸（變臉）biànliǎn 动 พาลโกรธเอาดื้อ ๆ 名 〈剧〉 การแสดงเปลี่ยนหน้ากาก
变量（變量）biànliàng 名 〈数〉 ตัวแปร
变卖（變賣）biànmài 动 ขายสมบัติของตน
变迁（變遷）biànqiān 动 เปลี่ยนแปลง (จากเหตุการณ์หรือช่วงระยะหนึ่งไปสู่อีกเหตุการณ์หรือช่วงระยะหนึ่ง)
变色（變色）biànsè 动 เปลี่ยนสี ; หน้าบึ้ง
变色龙（變色龍）biànsèlóng 名 กิ้งก่าที่เปลี่ยนสีได้
变数（變數）biànshù 名 〈数〉 จำนวนที่เปลี่ยนแปลงได้ในสมการ ; ปัจจัยที่ก่อให้เกิดความเปลี่ยนแปลงได้
变速（變速）biànsù 动 เปลี่ยนความเร็ว
变速器（變速器）biànsùqì 名 〈机〉 เกียร์เปลี่ยนระดับความเร็ว
变态（變態）biàntài 名 สภาพการเปลี่ยนแปร 动 (จิต) วิปริต
变天（變天）biàntiān 动 อากาศเปลี่ยนแปลง ; อุปมาว่า เปลี่ยนการปกครองทางการเมือง
变通（變通）biàntōng 动 พลิกแพลง ; ปรับตัวให้เหมาะ
变为（變爲）biànwéi 动 กลายเป็น
变位（變位）biànwèi 动 เปลี่ยนที่

变味儿（變味兒）biànwèir 动 รสชาติเปลี่ยนไป ; ความหมายเดิมของเรื่องราวเปลี่ยนไป

变戏法（變戲法）biàn xìfǎ 名 การแสดงมายากล; การเล่นปาหี่

变相（變相）biànxiàng 形 การเปลี่ยนรูปแบบโดยเนื้อแท้ไม่เปลี่ยน (ส่วนมากใช้กับเรื่องที่ไม่ดี)

变心（變心）biànxīn 动 เปลี่ยนใจ

变形（變形）biànxíng 动 เปลี่ยนรูป

变形虫（變形蟲）biànxíngchóng 名〈动〉อะมีบา (*amoeba*)

变性（變性）biànxìng 动 ลักษณะธาตุแท้เปลี่ยนไป ; แปลงเพศ

变压器（變壓器）biànyāqì 名〈机〉หม้อแปลงไฟฟ้า ; ทรานส์ฟอร์เมอร์ (*transformer*)

变样（變樣）biànyàng 动 เปลี่ยนโฉมหน้า ; เปลี่ยนรูปแบบ

变异（變异）biànyì 动 การผันแปร (ของสิ่งมีชีวิต) ; การเปลี่ยนแปลง

变异性（變异性）biànyìxìng 名 ลักษณะการผันแปร (ของสิ่งมีชีวิต)

变质（變質）biànzhì 动 คุณภาพเสื่อม

变种（變種）biànzhǒng 名 พันธุ์ที่แตกต่างออกไป ; การเปลี่ยนแปลงลักษณะของยีน

变奏（變奏）biànzòu 动〈乐〉เปลี่ยนการบรรเลง

便 biàn 形 สะดวก

便步 biànbù 名〈军〉เดินทอดน่อง

便池 biànchí 名 โถปัสสาวะ

便当（便當）biàn·dang 形 สะดวก ; ง่าย

便道 biàndào 名 ทางเท้า ; ฟุตปาธ ; บาทวิถี ; ทางลัดที่สะดวก ; ฟุตบาท

便饭（便飯）biànfàn 名 อาหารธรรมดา

便服 biànfú 名 ชุดลำลอง

便函 biànhán 名 หนังสือหรือจดหมายที่ไม่เป็นทางการ

便壶（便壺）名 biànhú กระโถนปัสสาวะ(ของชาย)

便笺（便箋）biànjiān 名 โน้ต (*note*) ; กระดาษโน้ต

便捷 biànjié 形 ง่ายและเร็ว

便览（便覽）biànlǎn 名 คำอธิบายรวม

便利 biànlì 形 สะดวก 动 ทำให้สะดวก

便利店 biànlìdiàn 名 ร้านสะดวกซื้อ

便帽 biànmào 名 หมวกลำลอง

便门（便門）biànmén 名 ประตูข้าง

便秘 biànmì 动〈医〉ท้องผูก

便溺 biànniào 动 ถ่ายทุกข์ 名 อุจจาระ ปัสสาวะ

便盆 biànpén 名 โถส้วม

便士 biànshì 名 เพนนี (*penny*)

便所 biànsuǒ 名〈方〉ห้องน้ำ

便条（便條）biàntiáo 名 โน้ต (*note*)

便携式 biànxiéshì 形 แบบสะดวกพกพา

便鞋 biànxié 名 รองเท้าผ้าใบ

便血 biànxiě 动〈医〉อุจจาระมีเลือดปน

便宴 biànyàn 名 งานเลี้ยงธรรมดา (ไม่เป็นทางการ)

便衣 biànyī 名 ชุดลำลอง ; ทหาร ตำรวจหรือนักสืบนอกเครื่องแบบ

便宜 biànyí 形 สะดวก

便宜行事 biànyí-xíngshì〈成〉ดำเนินการไปตามความเหมาะสม

便于 biànyú 动 สะดวกในการ... ; สะดวกต่อ...

便装（便裝）biànzhuāng 名 ชุดลำลอง

遍 biàn 动 ทั่วไป 量 ครั้ง

遍布 biànbù 动 แผ่กระจายไปทั่ว

遍地 biàndì 副 ทั่วทุกแห่งหน

遍地开花 biàndì-kāihuā〈成〉ดอกไม้บานทั่วทุกหัวระแหง ; ปรากฏขึ้นทั่วทุกแห่งหน

遍及 biànjí 动 แพร่หลายไปถึง

遍体鳞伤（遍體鱗傷）biàntǐ-línshāng〈成〉ถลอกปอกเปิกไปทั่วตัว

辨 biàn 动 จำแนก ; วินิจฉัย

辨别 biànbié 动 จำแนกเพื่อรู้ถึงข้อแตกต่าง

辨认（辨認）biànrèn 动 จำแนกแยกแยะ

辨识（辨識）biànshí 动 จำแนกแยกแยะ

辨析 biànxī 动 พินิจพิเคราะห์

辩（辯）biàn 动 ถกเถียง

辩白（辯白）biànbái 动 พูดแก้ตัว

辩驳（辯駁）biànbó 动 โต้แย้ง

B

辩才（辯才）biàncái 名 ความสามารถในการโต้วาที
辩才无碍（辯才無礙）biàncái-wúài〈成〉มีคารมคมคายพูดจาโต้ตอบฉะฉาน
辩护（辯護）biànhù 动〈法〉แก้ต่าง
辩护人（辯護人）biànhùrén 名〈法〉ผู้แก้ต่าง
辩护士（辯護士）biànhùshì 名〈贬〉ผู้แก้ต่าง
辩解（辯解）biànjiě 动 พูดแก้ตัว
辩论（辯論）biànlùn 动 ถกเถียง ; โต้วาที
辩证（辯證）biànzhèng 动 แยกแยะวิเคราะห์ 形 สอดคล้องกับวิภาษวิธี
辩证法（辯證法）biànzhèngfǎ 名〈哲〉วิภาษวิธี
辫（辮）biàn 名 เปีย
辫子（辮子）biàn·zi 名 เปีย
标（標）biāo 名 ปลายกิ่งไม้ ; เครื่องหมาย
标榜（標榜）biāobǎng 动 โอ้อวด
标本（標本）biāoběn 名 ตัวอย่างสัตว์ พืช แร่ ฯลฯ ที่สตาฟฟ์ไว้สำหรับงานวิจัย ;〈医〉ตัวอย่างโลหิต อุจจาระ ฯลฯ สำหรับตรวจและวิจัย ;〈中医〉ต้นเหตุและอาการของโรค
标兵（標兵）biāobīng 名 บุคคลที่เป็นแบบอย่าง ;〈军〉คนที่ยืนเป็นแถวเพื่อเป็นเครื่องหมายแบ่งเขตในสถานที่ชุมนุมชน
标尺（標尺）biāochǐ 名〈测〉ไม้วัดระดับความสูงหรือความลึก
标底（標底）biāodǐ 名〈经〉ราคาต่ำสุดที่ตั้งไว้สำหรับการประมูล
标点（標點）biāodiǎn 名〈语〉เครื่องหมายวรรคตอน 动 เติมเครื่องหมายวรรคตอน
标点符号（標點符號）biāodiǎn fúhào 名〈语〉เครื่องหมายวรรคตอน
标定（標定）biāodìng 动 กำหนดเขตแดน
标杆（標杆）biāogān 名〈测〉เสาปักรังวัด
标号（標號）biāohào 名 หมายเลขที่แสดงสมรรถนะทางฟิสิกส์ของผลิตภัณฑ์ ; เกรด (*grade*)
标记（標記）biāojì 名 เครื่องหมาย
标价（標價）biāojià 名 ราคาป้าย
标明（標明）biāomíng 动 ระบุชัดแจ้ง
标牌（標牌）biāopái 名 ป้ายเครื่องหมาย
标签（標簽）biāoqiān 名 ฉลากสินค้า
标枪（標槍）biāoqiāng 名〈体〉แหลน ; กีฬาพุ่งแหลน
标示（標示）biāoshì 动 เติมเครื่องหมายไว้ให้เห็น
标题（標題）biāotí 名 หัวเรื่อง
标图（標圖）biāotú 动〈测〉เติมเครื่องหมายไว้บนแผนที่ แผนภูมิ ฯลฯ
标线（標綫）biāoxiàn 名〈交〉สัญลักษณ์กฎจราจรบนถนน
标新立异（標新立异）biāoxīn-lìyì〈成〉สร้างแนวความคิดที่แปลกใหม่และแหวกแนว
标语（標語）biāoyǔ 名 คำขวัญ
标语牌（標語牌）biāoyǔpái 名 ป้ายคำขวัญ
标志（標志）biāozhì 名 สัญลักษณ์ 动 แสดงให้เห็น
标致（標緻）biāo·zhì 形 ชวนพิศ ; ชวนมอง
标注（標注）biāozhù 动 ใช้เครื่องหมายกำกับไว้
标准（標準）biāozhǔn 名 มาตรฐาน
标准化（標準化）biāozhǔnhuà 名 แบบมาตรฐาน 动 ทำให้ได้มาตรฐาน
标准音（標準音）biāozhǔnyīn 名〈语〉เสียงมาตรฐาน
标准语（標準語）biāozhǔnyǔ 名〈语〉ภาษามาตรฐาน
彪悍 biāohàn 形 กล้าหาญ
彪形大汉（彪形大漢）biāoxíng-dàhàn 名 ชายรูปร่างสูงใหญ่
膘 biāo 名 ไขมันแข็ง
镖（鏢）biāo 名〈旧〉อาวุธโบราณชนิดหนึ่งคล้ายหัวหอกใช้สำหรับซัดเข้าใส่ศัตรู
镖师（鏢師）biāoshī 名〈旧〉ผู้คุ้มกัน (คนเดินทางไกลหรือการลำเลียงสิ่งของ)
表 biǎo 名 ชั้นนอก ; ญาติพี่น้องซึ่งเกิดจากสายแม่
表白 biǎobái 动 ชี้แจง (จุดประสงค์ของตน) ; อธิบาย
表册 biǎocè 名 สมุดตารางแบบฟอร์ม
表层（表層）biǎocéng 名 ผิวชั้นนอก
表达（表達）biǎodá 动 แสดง (อารมณ์ ความรู้สึก ความคิด ฯลฯ)

表弟 biǎodì 名 น้องชายที่เป็นลูกพี่ลูกน้องกัน (เฉพาะลูกชายของพี่สาวน้องสาวพ่อและลูกชายของพี่น้องของแม่)
表哥 biǎogē 名 พี่ชายที่เป็นลูกพี่ลูกน้องกัน (เฉพาะลูกชายของพี่สาวน้องสาวพ่อและลูกชายของพี่น้องของแม่)
表格 biǎogé 名 ตารางแบบฟอร์ม
表功 biǎogōng 动 แสดงความดีความชอบ
表姐 biǎojiě 名 พี่สาวที่เป็นลูกพี่ลูกน้องกัน (เฉพาะลูกสาวของพี่สาวน้องสาวพ่อและลูกสาวของพี่น้องของแม่)
表姐妹 biǎojiěmèi 名 ลูกพี่ลูกน้อง (เฉพาะลูกสาวของพี่สาวน้องสาวพ่อและลูกสาวของพี่น้องของแม่)
表决 biǎojué 动 ลงมติ ; ลงคะแนนเสียง
表决器 biǎojuéqì 名 เครื่องลงคะแนนเสียง
表决权（表决權） biǎojuéquán 名 สิทธิในการลงคะแนนเสียง
表里如一（表裏如一）biǎolǐ-rúyī 〈成〉 ภายในกับภายนอกเหมือนกัน
表露 biǎolù 动 แสดงออก ; แย้มพราย
表妹 biǎomèi 名 น้องสาวที่เป็นลูกพี่ลูกน้องกัน (เฉพาะลูกสาวของพี่สาวน้องสาวพ่อและลูกสาวของพี่น้องของแม่)
表面 biǎomiàn 名 ผิวเผิน
表面化 biǎomiànhuà 动 (ความขัดแย้ง ฯลฯ) ปรากฏออกมาให้เห็น
表面积（表面積）biǎomiànjī 名〈数〉 พื้นผิว
表面性 biǎomiànxìng 名 ลักษณะที่แสดงออกส่วนภายนอก
表明 biǎomíng 动 แสดงออกชัดแจ้ง
表皮 biǎopí 名〈植〉 เปลือกชั้นนอกของพืช ; 〈生理〉 หนังกำพร้า
表情 biǎoqíng 名 อารมณ์ความรู้สึกที่แสดงออกบนใบหน้าหรือด้วยกิริยาท่าทาง
表示 biǎoshì 动 แสดง (ความคิด อารมณ์ ท่าทีฯลฯ)
表述 biǎoshù 动 บรรยาย ; ชี้แจง ; สาธยาย
表率 biǎoshuài 名 แบบอย่างที่ดี
表态（表態）biǎotài 动 แสดงความคิดเห็น
表现（表現）biǎoxiàn 名 การแสดงออก 动 แสดงออก
表现力（表現力）biǎoxiànlì 名 สมรรถนะในการแสดงออก
表象 biǎoxiàng 名 ภาพที่ปรากฏในสมอง
表兄弟 biǎoxiōngdì 名 ลูกพี่ลูกน้อง (เฉพาะลูกชายของพี่สาวน้องสาวพ่อและลูกชายของพี่น้องของแม่)
表演 biǎoyǎn 动 แสดง ; สาธิต 名 การแสดง ; การสาธิต
表演赛（表演賽）biǎoyǎnsài 名〈体〉 ประกวดการแสดง
表扬（表揚）biǎoyáng 动 ชมเชย
表语（表語）biǎoyǔ 名〈语〉 วิกัติการก (ศัพท์ทางไวยากรณ์)
表彰 biǎozhāng 动 ประกาศสรรเสริญ
表针（錶針）biǎozhēn 名 เข็มนาฬิกา
婊子 biǎo·zi 名〈骂〉 โสเภณี ; ผู้หญิงขายตัว
裱 biǎo 动 เอารูปภาพไปติดกับกระดาษแข็งและแต่งริมด้วยผ้าแพรบาง ๆ ชนิดหนึ่ง
裱褙 biǎobèi 动 เอารูปภาพไปติดกับกระดาษแข็งและแต่งริมด้วยผ้าแพรบาง ๆ ชนิดหนึ่ง
裱糊 biǎohú 动 ติดกระดาษเพดานห้องหรือผนังห้อง
裱装（裱裝）biǎozhuāng 动 เอารูปภาพไปติดกับกระดาษแข็งและแต่งริมด้วยผ้าแพรบาง ๆ ชนิดหนึ่ง
鳔（鰾）biào 名〈动〉 กระเพาะปลา
瘪三（癟三）biēsān 名 พวกขอทานหรือพวกลักเล็กขโมยน้อย
憋 biē 动 กลั้น ; อั้น
憋气（憋氣）biēqì 动 กลั้นหายใจ
憋屈 biē·qū 动〈口〉 คับอกคับใจ
鳖（鱉）biē 名 ตะพาบน้ำ
别 bié 动 อย่า ; แตกต่าง ; จากไป
别称（別稱）biéchēng 名 ชื่ออีกชื่อหนึ่ง

B

别出心裁 biéchū-xīncái 〈成〉 สร้างลักษณะใหม่ซึ่งไม่ซ้ำแบบใคร
别处（別處）biéchù 名 ที่อื่น
别的 biéde 代 อื่น ; อย่างอื่น
别动队（別動隊）biédòngduì 名〈军〉หน่วยเฉพาะกิจ
别个（別個）biégè 名 อันอื่น
别管 biéguǎn 动 อย่าไปสนใจ 连 ไม่ว่า... ก็ตาม
别号（別號）biéhào 名 สมญานาม
别家 biéjiā 名 บ้านอื่นหรือองค์กรอื่น
别具匠心 biéjù-jiàngxīn〈成〉ความคิดฉลาดแยบคาย (ในด้านวรรณศิลป์) ที่ต่างจากผู้อื่น
别具一格 biéjù-yīgé〈成〉มีลักษณะใหม่อีกแบบหนึ่ง
别开生面（別開生面）biékāi-shēngmiàn〈成〉บุกเบิกโฉมหน้าใหม่หรือรูปแบบใหม่
别离（別離）biélí 动 จากไป
别论（別論）biélùn 名 อีกเรื่องหนึ่งต่างหาก
别名 biémíng 名 ฉายานาม
别人 biérén 名 ผู้อื่น ; คนอื่น
别墅 biéshù 名 คฤหาสน์
别树一帜（別樹一幟）biéshù-yīzhì〈成〉เด่นด้วยลักษณะเฉพาะตัว ; ตั้งตัวเป็นอิสระต่างหาก
别说（別說）biéshuō 连 อย่าว่าแต่
别提 biétí 动 สุดที่จะบรรยายได้ ; อย่าพูดถึงเลย
别无他法（別無他法）biéwú-tāfǎ〈惯〉ไม่มีวิธีอื่นใด
别样（別樣）biéyàng 形 แบบอื่น ; ทำนองอื่น
别有风味（別有風味）biéyǒu-fēngwèi〈成〉มีรสชาติอีกแบบหนึ่ง
别有天地 biéyǒu-tiāndì〈成〉มีฟ้าดินอีกแห่งหนึ่ง ปริยายหมายถึง ทิวทัศน์งดงามมาก
别有用心 biéyǒu-yòngxīn〈成〉มีเจตนาบางอย่างแอบแฝงอยู่
别针（別針）biézhēn 名 เข็มกลัด
别致 biézhì 形 สวยแปลกใหม่
别字 biézì 名〈语〉คำที่เขียนหรืออ่านผิด
蹩 bié 动〈方〉เคล็ด
蹩脚 biéjiǎo 形〈方〉ด้อย ; เกรดต่ำ
别扭（彆扭）biè·niu 形 ไม่สบอารมณ์
宾馆（賓館）bīnguǎn 名 โรงแรม ; เรือนรับรอง
宾客（賓客）bīnkè 名 แขก ; อาคันตุกะ
宾语（賓語）bīnyǔ 名〈语〉บทกรรม
宾至如归（賓至如歸）bīnzhì-rúguī〈成〉ทำให้แขกมีความรู้สึกเสมือนได้กลับบ้านของตน
彬彬有礼（彬彬有禮）bīnbīn-yǒulǐ〈成〉มีมารยาทสุภาพเรียบร้อย
傧相（儐相）bīnxiàng 名 เพื่อนเจ้าบ่าว ; เพื่อนเจ้าสาว
滨（濱）bīn 名 ริมน้ำ ; ใกล้ (น้ำ)
滨海（濱海）bīnhǎi 名 ชายทะเล 动 ใกล้ทะเล
缤纷（繽紛）bīnfēn 形〈书〉เกลื่อนกลาด ; ดาดาษ ; ดาษดื่น
濒临（瀕臨）bīnlín 动 ใกล้ (น้ำ) ; ใกล้จะ
濒危（瀕危）bīnwēi 动 ใกล้จะตาย; ใกล้จะสูญพันธุ์
濒于（瀕于）bīnyú 动 ใกล้ ; จวน
摈斥（擯斥）bìnchì 动 ขับออก (ส่วนมากใช้กับคน)
摈除（擯除）bìnchú 动 ขับออก (ส่วนมากใช้กับสิ่งของ)
摈弃（擯棄）bìnqì 动 ทอดทิ้ง
殡仪馆（殯儀館）bìnyíguǎn 名 ฌาปนสถาน
殡葬（殯葬）bìnzàng 动 พิธีเคลื่อนศพและฝังศพ
髌骨（髕骨）bìngǔ 名〈生理〉กระดูกสะบ้า
鬓（鬢）bìn 名 จอน
鬓发（鬢髮）bìnfà 名 จอนผม
鬓角（鬢角）bìnjiǎo 名 จอน
冰 bīng 名 น้ำแข็ง
冰雹 bīngbáo 名〈气〉ลูกเห็บ
冰碴儿（冰碴兒）bīngchár 名〈方〉เศษน้ำแข็ง ; น้ำแข็งบาง ๆ บนผิวน้ำ
冰场（冰場）bīngchǎng 名 ลานสเกต ; ลานน้ำแข็ง
冰川 bīngchuān 名〈地质〉ธารน้ำแข็ง
冰袋 bīngdài 名〈医〉ถุงน้ำแข็ง
冰刀 bīngdāo 名〈体〉เหล็กคล้ายมีดที่ติดพื้น

รองเท้าสเกต
冰灯（冰燈）bīngdēng 名 โคมไฟน้ำแข็ง
冰点（冰點）bīngdiǎn 名〈物〉จุดเยือกแข็ง
冰雕 bīngdiāo 名 น้ำแข็งแกะสลัก
冰冻（冰凍）bīngdòng 动 น้ำกลายเป็นน้ำแข็ง
冰峰 bīngfēng 名〈地质〉ภูเขาน้ำแข็ง
冰糕 bīnggāo 名〈方〉ไอศกรีม
冰柜（冰櫃）bīngguì 名 ตู้แช่
冰棍儿（冰棍兒）bīnggùnr 名 ไอศกรีมแท่ง
冰河 bīnghé 名 ธารน้ำแข็ง
冰花 bīnghuā 名 เกล็ดหิมะ ; น้ำแข็งบาง ๆ ที่มีลายดอกซึ่งเกาะบนกระจกหน้าต่าง
冰激凌 bīngjīlíng 名 ไอศกรีม (*ice cream*)
冰窖 bīngjiào 名 อุโมงค์เก็บน้ำแข็ง
冰冷 bīnglěng 形 เย็นเยือก ; เย็นยะเยือก
冰凉 bīngliáng 形 เย็นเยือก
冰片 bīngpiàn 名〈药〉พิมเสน
冰期 bīngqī 名〈地质〉ช่วงเวลาที่น้ำในแม่น้ำจับเป็นน้ำแข็ง
冰淇淋 bīngqílín 名 ไอศกรีม (*ice cream*)
冰橇 bīngqiāo 名 รถลากเลื่อนน้ำแข็ง
冰清玉洁（冰清玉潔）bīngqīng-yùjié〈成〉จิตใจบริสุทธิ์งดงามเสมือนหยกใสและน้ำแข็ง
冰球 bīngqiú 名〈体〉ฮอกกี้น้ำแข็ง
冰山 bīngshān 名 ภูเขาน้ำแข็ง
冰霜 bīngshuāng 名〈书〉อุปมา ความบริสุทธิ์ ; ความเคร่งขรึม
冰糖 bīngtáng 名 น้ำตาลกรวด
冰天雪地 bīngtiān-xuědì〈成〉หิมะและน้ำแข็งปกคลุมไปทั่วปฐพี
冰箱 bīngxiāng 名 ตู้เย็น
冰消瓦解 bīngxiāo-wǎjiě〈成〉แตกสลายอย่างสิ้นเชิง
冰鞋 bīngxié 名 รองเท้าสเกต
冰雪 bīngxuě 名 น้ำแข็งกับหิมะ
冰镇（冰鎮）bīngzhèn 动 แช่เย็น
冰砖（冰磚）bīngzhuān 名 ไอศกรีม (ก้อนสี่เหลี่ยมเหมือนอิฐ)

兵 bīng 名 ทหาร
兵变（兵變）bīngbiàn 动 ทหารก่อการกบฏ
兵不血刃 bīngbùxuèrèn〈成〉ไม่ทันออกศึกก็ได้รับชัยชนะ
兵不厌诈（兵不厭詐）bīngbùyànzhà〈成〉ให้ใช้อุบายหลอกลวงได้เต็มที่ในเวลาสู้รบ
兵车（兵車）bīngchē 名 รถทหาร
兵法 bīngfǎ 名 ยุทธวิธี ; ตำราพิชัยสงคราม
兵工厂（兵工廠）bīnggōngchǎng 名 โรงงานสรรพาวุธ
兵贵神速（兵貴神速）bīngguìshénsù〈成〉ความรวดเร็วเป็นเอกในการใช้ทหาร
兵荒马乱（兵荒馬亂）bīnghuāng-mǎluàn〈成〉ความวุ่นวายอันเกิดจากภัยสงคราม
兵舰（兵艦）bīngjiàn 名〈军〉เรือรบ
兵来将挡，水来土掩（兵來將擋，水來土掩）bīnglái-jiàngdǎng，shuǐlái-tǔyǎn〈成〉อุปมาว่า มีวิธีรับมือทุกกรณี ; วิธีรับมือต้องแตกต่างกันตามกรณี
兵力 bīnglì 名〈军〉กำลังทหาร
兵临城下（兵臨城下）bīnglínchéngxià〈成〉ข้าศึกบุกประชิดเมือง
兵马（兵馬）bīngmǎ 名 ทหารกับม้า ; กำลังรบ
兵马俑（兵馬俑）bīngmǎyǒng 名 หุ่นทหารกับม้า (ซึ่งขุดพบที่เมืองซีอาน)
兵痞 bīngpǐ 名〈旧〉ทหารอันธพาล
兵器 bīngqì 名 อาวุธยุทโธปกรณ์
兵强马壮（兵强馬壯）bīngqiáng-mǎzhuàng〈成〉กำลังทหารเข้มแข็ง
兵权（兵權）bīngquán 名 อำนาจทหาร
兵戎相见（兵戎相見）bīngróng-xiāngjiàn〈成〉ใช้กำลังทหาร ; ยกทัพจับศึก
兵团（兵團）bīngtuán 名 กองพลทหาร
兵械 bīngxiè 名 เครื่องอาวุธยุทธภัณฑ์
兵蚁（兵蟻）bīngyǐ 名〈动〉มดงาน
兵役 bīngyì 名 พันธะในการถูกเกณฑ์เป็นทหาร
兵役法 bīngyìfǎ 名 กฎหมายการเกณฑ์ทหาร
兵役制 bīngyìzhì 名 ระเบียบการเกณฑ์ทหาร

兵营（兵營）bīngyíng 名 ค่ายทหาร
兵源 bīngyuán 名〈军〉แหล่งทหาร
兵站 bīngzhàn 名〈军〉สถานีบริการทหาร
兵种（兵種）bīngzhǒng 名〈军〉เหล่าทหาร
槟榔（檳榔）bīng·láng 名〈植〉หมาก
丙 bǐng 名 ตำแหน่งอันดับที่สามในระบบเทียนกาน ซึ่งใช้ร่วมกับระบบตี้จือ ประกอบเป็น ๖๐ ตำแหน่ง เพื่อใช้แสดงลำดับของวัน เดือน ปีเป็นวัฏจักรหมุนเวียนกันไป
秉承 bǐngchéng 动 รับ (คำสั่ง คำชี้นำ ฯลฯ)
秉公 bǐnggōng 副 อย่างยุติธรรม ; โดยความเป็นธรรม
秉性 bǐngxìng 名 ลักษณะนิสัย
秉正 bǐngzhèng 动〈书〉กระทำอย่างเที่ยงธรรม
秉直 bǐngzhí 形 นิสัยซื่อตรง
柄 bǐng 名 ด้าม
饼（餅）bǐng 名 ขนมเปี๊ยะ
饼干（餅乾）bǐnggān 名 ขนมปังกรอบ ; คุกกี้
屏 bǐng 动 กลั้น ; ขจัด
屏除 bǐngchú 动 กำจัด
屏气（屏氣）bǐngqì 动 กลั้นหายใจ
屏退 bǐngtuì 动 ให้ออกไปจากที่ ;〈书〉ปลีกตัวออกจากวงราชการไปอยู่อย่างสันโดษ
屏息 bǐngxī 动 กลั้นลมหายใจ
禀报（禀報）bǐngbào 动 รายงาน (ต่อเบื้องบน)
禀告 bǐnggào 动〈敬〉เรียนให้ทราบ
禀性 bǐngxìng 名 นิสัยเดิม ; สันดาน
并 bìng 动 รวมเข้าด้วยกัน ; เคียงข้างกัน 副 ด้วยกัน 连 และ
并案 bìng'àn 名〈法〉คดีซ้อน 动 รวมเป็นคดีเดียวกัน
并存 bìngcún 动 ดำรงอยู่ด้วยกัน
并蒂莲（并蒂蓮）bìngdìlián 名 บัวคู่ (บัวสองดอกซึ่งขึ้นมาจากก้านเดียวกัน)
并发症（并發症）bìngfāzhèng 名〈医〉โรคแทรกซ้อน
并非 bìngfēi 动 ใช่ว่า
并购（并購）bìnggòu 动〈经〉ควบรวมและเข้าซื้อกิจการ
并轨（并軌）bìngguǐ 动 ทำระบบหรือมาตรการซึ่งดำเนินอยู่คู่ขนานกันให้เป็นหนึ่งเดียว
并驾齐驱（并駕齊驅）bìngjià-qíqū〈成〉เทียมบ่าเทียมไหล่
并肩 bìngjiān 动 เคียงบ่าเคียงไหล่
并进（并進）bìngjìn 动 ก้าวไปข้างหน้าพร้อมกัน
并立 bìnglì 动 ดำรงอยู่ด้วยกัน ; ยืนเคียงข้าง
并联（并聯）bìnglián 动〈电〉วงจรขนาน
并列 bìngliè 动 ขนานกัน
并拢（并攏）bìnglǒng 动 ชิดเข้า
并排 bìngpái 动 เคียงข้าง ; เป็นแนวเดียวกัน
并且 bìngqiě 连 แล้วยัง... ; ซ้ำยัง...
并吞 bìngtūn 动 ผนวก (กิจการหรือดินแดนของผู้อื่น)
并网（并網）bìngwǎng 动〈电〉รวมเครือข่าย
并行 bìngxíng 动 เดินหรือวิ่งขนานกัน ; ดำเนินการพร้อมกัน
并行不悖 bìngxíng-bùbèi〈成〉ดำเนินการพร้อมกันโดยไม่ขัดแย้งกันแต่อย่างใด
并用 bìngyòng 动 ใช้พร้อมกัน
并重 bìngzhòng 动 ให้ความสำคัญเท่ากัน
病 bìng 动 ป่วย 名 โรค
病包儿（病包兒）bìngbāor 名〈口〉คนขี้โรค
病变（病變）bìngbiàn 名〈医〉การเปลี่ยนแปลงของเซลล์หรือองค์ประกอบอวัยวะของร่างกายเนื่องด้วยโรคต่าง ๆ
病病歪歪 bìng·bingwāiwāi 形〈俗〉ขี้โรค
病残（病殘）bìngcán 名 คนป่วยและคนพิการ
病床 bìngchuáng 名 เตียงคนไข้
病倒 bìngdǎo 动 ล้มป่วย
病毒 bìngdú 名〈医〉ไวรัส (*virus*)
病毒学（病毒學）bìngdúxué 名〈医〉ไวรัสวิทยา
病房 bìngfáng 名 ห้องคนไข้
病根 bìnggēn 名 โรคเก่าที่รักษาไม่หาย ; สมมุติฐานของโรค ; สมมุติฐานแห่งความล้มเหลวหรือภัยพิบัติ
病故 bìnggù 动 ป่วยตาย

病害 bìnghài 名 โรค (ของพืช)
病号（病號）bìnghào 名 คนไข้
病患 bìnghuàn 名 โรค ; คนไข้ ; ผู้ป่วย
病假 bìngjià 名 การลาป่วย
病句 bìngjù 名〈语〉ประโยคผิด
病菌 bìngjūn 名〈医〉เชื้อโรค
病理 bìnglǐ 名〈医〉พยาธิวิทยา
病理学（病理學）bìnglǐxué 名〈医〉พยาธิวิทยา
病历（病歷）bìnglì 名 ประวัติการรักษาโรค
病例 bìnglì 名 ตัวอย่างโรค
病魔 bìngmó 名 โรคภัยไข้เจ็บ
病魔缠身（病魔纏身）bìngmó-chánshēn〈成〉โรคภัยไข้เจ็บรุมเร้า
病情 bìngqíng 名 อาการป่วย
病区（病區）bìngqū 名〈医〉ส่วนของร่างกายที่เป็นโรค
病人 bìngrén 名 คนไข้ ; ผู้ป่วย
病容 bìngróng 名 สีหน้าไม่สบาย ; สีหน้าที่แสดงว่าป่วย
病入膏肓 bìngrùgāohuāng〈成〉การเจ็บปวดเข้าขั้นโคม่า
病史 bìngshǐ 名 ประวัติโรค
病逝 bìngshì 动 ป่วยตาย
病榻 bìngtà 名 เตียงผู้ป่วย
病态（病態）bìngtài 名 สภาพไม่ปรกติของร่างกายหรือจิตใจ
病体（病體）bìngtǐ 名 ร่างกายผู้ป่วย
病痛 bìngtòng 名 เจ็บไข้ได้ป่วย
病退 bìngtuì 动 ลาออกหรือปลดเกษียณก่อนกำหนดด้วยเหตุการป่วย
病歪歪 bìngwāiwāi 形〈俗〉ลักษณะที่เป็นโรค
病危 bìngwēi 动 ป่วยร่อแร่เต็มที
病休 bìngxiū 动 ลาป่วย
病恹恹（病懨懨）bìngyānyān 形 อิดโรยเอื่อมระอาด้วยอาการไม่สบาย
病秧子 bìngyāng·zi 名〈方〉คนขี้โรค
病因 bìngyīn 名 มูลเหตุที่เป็นโรค ; สาเหตุของโรค
病友 bìngyǒu 名 เพื่อนคนไข้
病愈 bìngyù 动 โรคหาย ; หายป่วยจากโรค
病员（病員）bìngyuán 名 ผู้ป่วย (ใช้พูดในกองทหาร หน่วยราชการ ฯลฯ)
病原体（病原體）bìngyuántǐ 名〈医〉พยาธิเชื้อโรค
病院 bìngyuàn 名 โรงพยาบาล
病灶（病竈）bìngzào 名〈医〉จุดศูนย์รวมของโรค ; ตำแหน่งที่เป็นโรค
病症 bìngzhèng 名 อาการป่วย
病状（病狀）bìngzhuàng 名 อาการป่วย

摒弃 bìngqì 动 ทอดทิ้ง

拨（撥）bō 动 เขี่ย ; ดีด ; แบ่งสรร
拨打（撥打）bōdǎ 动 กด (หมายเลขโทรศัพท์)
拨动（撥動）bōdòng 动 ดีด
拨付（撥付）bōfù 动 เบิกจ่าย (เงิน)
拨号（撥號）bōhào 动 กดหมายเลข
拨款（撥款）bōkuǎn 动 จัดสรรเงินให้
拨乱反正（撥亂反正）bōluàn-fǎnzhèng〈成〉ปราบความวุ่นวายปั่นป่วนให้เป็นปรกติ
拨弄（撥弄）bō·nòng 动 ขยับ ; ดีด
拨弄是非 bōnòng-shìfēi〈成〉ยุให้แตก
拨冗（撥冗）bōrǒng 动〈套〉โปรดเจียดเวลาจากการงานอันมากมายของท่าน ; โปรดสละเวลาของท่าน
拨通（撥通）bōtōng 动 โทร. ติด
拨云见日（撥雲見日）bōyún-jiànrì〈成〉เมฆลอยผ่านไป ดวงอาทิตย์คล้อยโผล่

波 bō 名 คลื่น
波长（波長）bōcháng 名〈物〉ความยาวของคลื่น
波动（波動）bōdòng 动 หวั่นไหว
波段 bōduàn 名〈物〉ช่วงความถี่ของคลื่นวิทยุ
波峰 bōfēng 名〈物〉ยอดสูงสุดของคลื่น ; สันคลื่น
波幅 bōfú 名〈物〉แอมพลิจูด (*amplitude*) ; อำพนรัศมีของการสั่นสะเทือน
波及 bōjí 动 กระทบไปถึง
波澜（波瀾）bōlán 名 ลูกคลื่น
波澜壮阔（波瀾壯闊）bōlán-zhuàngkuò〈成〉ลูกคลื่นโหมซัดสาดขยายวงกว้างออกไป

B

波浪 bōlàng 名 ลูกคลื่น

波美度 Bōměidù 名 〈化〉 ระดับโบเม (*Baume degrees*)

波谱（波譜）bōpǔ 名 〈物〉 สเปกตรัม (*spectrum*)

波涛（波濤）bōtāo 名 คลื่นลูกใหญ่

波纹（波紋）bōwén 名 ระลอกคลื่น

波形 bōxíng 名 〈物〉 รูปร่างของคลื่น

波折 bōzhé 名 ความยอกย้อน

玻璃 bō·li 名 กระจก ; แก้ว

玻璃板 bō·libǎn 名 แผ่นกระจก

玻璃杯 bō·libēi 名 แก้วน้ำ

玻璃钢（玻璃鋼）bō·ligāng 名 〈工〉 ไฟเบอร์กลาสส์รีอินฟอร์ซพลาสติก (*fiberglass reinforced plastic*) (ทำด้วยใยแก้วและพลาสติก มีลักษณะเหนียวและเบา ทนต่อความร้อน แรงดันและกรด)

玻璃丝（玻璃絲）bō·lisī 名 〈工〉 ใยแก้วกลาสส์ซิลก์ (*glass silk*)

玻璃纤维（玻璃纖維）bō·li xiānwéi 〈工〉 ไฟเบอร์ใยแก้ว ไฟเบอร์กลาสส์ (*fibreglass*)

玻璃纸（玻璃紙）bō·lizhǐ 名 〈工〉 กระดาษแก้ว

玻璃砖（玻璃磚）bō·lizhuān 名 〈工〉 อิฐแก้ว ; บล็อกแก้ว

钵（鉢）bō 名 โถ ; 〈宗〉 บาตร

钵子（鉢子）bō·zi 名 〈方〉 โถ

般若 bōrě 名 〈宗〉 ปัญญา

剥夺（剥奪）bōduó 动 ช่วงชิง ; เพิกถอน

剥离（剥離）bōlí 动 หลุดออก ; ลอกทิ้ง

剥落 bōluò 动 ลอกออก

剥蚀（剥蝕）bōshí 动 กร่อน

剥削 bōxuē 动 ขูดรีด ; รีดนาทาเร้น

剥削者 bōxuēzhě 名 ผู้ขูดรีด

菠菜 bōcài 名 ผักปวยเล้ง

菠萝（菠蘿）bōluó 名 สับปะรด

播 bō 动 กระจายเสียง ; หว่าน (เมล็ดพืช)

播出 bōchū 动 (รายการวิทยุ โทรทัศน์) ออกอากาศหรือส่งกระจายเสียง ; ออนแอร์

播发（播發）bōfā 动 ออกข่าว (ทางวิทยุ โทรทัศน์)

播放 bōfàng 动 กระจายเสียง ; ออกอากาศ

播讲（播講）bōjiǎng 动 บรรยายทางวิทยุ

播弄 bō·nòng 动 ปั่นหัวเล่น ; ยุแหย่

播撒 bōsǎ 动 〈农〉 หว่าน (เมล็ดพันธุ์)

播音 bōyīn 动 กระจายเสียง

播音室 bōyīnshì 名 ห้องกระจายเสียง

播音员（播音員）bōyīnyuán 名 โฆษก ; ผู้ประกาศ (วิทยุ โทรทัศน์)

播映 bōyìng 动 ฉาย (ภาพยนตร์)

播种（播種）bōzhǒng 动 〈农〉 หว่านเมล็ดพันธุ์

播种机（播種機）bōzhǒngjī 名 〈机〉 เครื่องหว่านเมล็ดพันธุ์

播种（播種）bōzhòng 动 หว่าน (เมล็ดพันธุ์)

伯父 bófù 名 ลุง

伯爵 bójué 名 บรรดาศักดิ์เอิร์ล (*earl*)

伯乐（伯樂）Bólè 名 คนสมัยก๊กจิ๋นซึ่งชำนาญการดูลักษณะม้าเป็นพิเศษ อุปมาว่า คนที่สันทัดในการคัดเลือกบุคลากร

伯母 bómǔ 名 ป้า (ภรรยาของลุง)

驳（駁）bó 动 โต้แย้ง

驳斥（駁斥）bóchì 动 โต้แย้ง

驳船（駁船）bóchuán 名 〈航〉 เรือโป๊ะ ; เรือเล็กลำเลียงสินค้าหรือผู้โดยสารจากเรือใหญ่

驳倒（駁倒）bódǎo 动 ต้อนจนมุม

驳回（駁回）bóhuí 动 โต้กลับ

驳价（駁價）bójià 动 ต่อราคา

驳壳枪（駁殼槍）bókéqiāng 名 〈军〉 ปืนพกเมาเซอร์

驳运（駁運）bóyùn 动 〈航〉 การลำเลียงขนส่งสินค้าหรือผู้โดยสารด้วยเรือเล็กให้ขึ้นลงจากเรือใหญ่ในระยะสั้น

驳杂（駁雜）bózá 形 คละปนกัน

帛画（帛畫）bóhuà 名 ภาพวาดผ้าแพรไหม

帛书（帛書）bóshū 名 หนังสือที่เขียนไว้บนผ้าแพรไหม

泊 bó 动 เทียบท่า

泊车（泊車）bóchē 动 〈方〉 จอดรถ

泊位 bówèi 名〈航〉ที่จอดเรือ

勃勃 bóbó 形 คึกคัก

勃发（勃發）bófā 动〈书〉ฮึกเหิม ; เกิดขึ้นอย่างฉับพลัน

勃然大怒 bórán-dànù〈成〉เดือดดาลขึ้นมาทันที

钹（鈸）bó 名〈乐〉ฉิ่ง ; ฉาบ

舶来品（舶來品）bóláipǐn 名〈旧〉สินค้านำเข้า

脖子 bó·zi 名 คอ

博爱（博愛）bó'ài 动 ภราดรภาพ

博采众长（博采衆長）bócǎi-zhòngcháng〈成〉รับส่วนดีจากผู้อื่นมาประยุกต์ใช้อย่างทั่วถึง

博彩 bócǎi 名 สลากกินแบ่ง

博大 bódà 形 กว้างขวางลึกซึ้ง

博导（博導）bódǎo 名〈教〉อาจารย์ที่ปรึกษาของนักศึกษาปริญญาดุษฎีบัณฑิต

博得 bódé 动 ได้รับ (ความนิยมชมชอบ ความเห็นอกเห็นใจ ฯลฯ)

博古通今 bógǔ-tōngjīn〈成〉รอบรู้เหตุการณ์ทั้งสมัยโบราณและสมัยปัจจุบัน

博客 bókè 名〈计〉บล็อก (*blog*); บล็อกเกอร์ (*blogger*)

博览（博覽）bólǎn 动 นิทรรศการ

博览会（博覽會）bólǎnhuì 名 งานนิทรรศการ ; เอ็กซ์โป (*expo*)

博取 bóqǔ 动 ได้รับ (ความไว้วางใจ ความสนใจ ฯลฯ ด้วยคำพูดและการกระทำ)

博士 bóshì 名〈教〉ปริญญาดุษฎีบัณฑิต

博士后（博士後）bóshìhòu 名〈教〉หลังปริญญาดุษฎีบัณฑิต

博闻强识（博聞强識） bówén-qiángzhì〈成〉คงแก่เรียนและความจำดี

博物馆（博物館）bówùguǎn 名 พิพิธภัณฑ์

博学（博學）bóxué 形 มีความรู้กว้างขวาง

鹁鸪（鵓鴣）bógū 名〈动〉นกพิราบไม้

搏动（搏動）bódòng 动 (หัวใจ ฯลฯ) เต้นอย่างเป็นจังหวะ

搏斗（搏鬥）bódòu 动 ตะลุมบอน (ด้วยมือเปล่าหรือด้วยมีดหรือตะบอง)

搏击（搏擊）bójī 动 ต่อสู้อย่างสุดกำลัง

箔 bó 名 ม่านที่จักสานด้วยต้นอ้อหรือต้นข้าวฟ่าง; แผ่นโลหะบาง ๆ

薄礼（薄禮）bólǐ 名〈谦〉ของขวัญเล็ก ๆ น้อย ๆ ; ของชำร่วย

薄利 bólì 名 กำไรเล็ก ๆ น้อย ๆ

薄利多销（薄利多銷）bólì-duōxiāo กำไรน้อยแต่จำนวนจำหน่ายมาก

薄命 bómìng 形 อาภัพ

薄膜 bómó 名 เยื่อ

薄暮 bómù 名〈书〉พลบค่ำ ; โพล้เพล้

薄情 bóqíng 形 ใจจืด ; ปราศจากเยื่อใย

薄弱 bóruò 形 อ่อนแอ

薄田 bótián 名 ที่นากันดาร

薄雾（薄霧）bówù 名 หมอกบาง

跛 bǒ 动 ขาเป๋

跛子 bǒ·zi 名 คนขาเป๋

簸 bǒ 动 ใช้กระด้งฝัดรำแกลบและฝุ่นออก

薄荷 bò·he 名 สะระแหน่

簸箕 bò·ji 名 ปุ้งกี๋

醭 bú 名 ราสีขาวที่ขึ้นลอยหน้าน้ำส้มสายชูหรือซีอิ๊ว

卜 bǔ 动 เสี่ยงทาย ; คาดคะเน

卜卦 bǔguà 动 เสี่ยงทาย

补（補）bǔ 动 ปะ ; เสริม

补白（補白）bǔbái 动 เติมข้อความในช่องว่าง (หนังสือพิมพ์) 名 ข่าวเสริมหน้าหนังสือพิมพ์

补办（補辦）bǔbàn 动 จัดการ (ขั้นตอนระเบียบที่ขาดไป) ตามหลัง

补报（補報）bǔbào 动 รายงานเพิ่มเติม ; ตอบแทน

补差（補差）bǔchā 动 ชดเชยส่วนที่ขาดไป 名 ส่วนชดเชย

补偿（補償）bǔcháng 动 ชดเชย ; ทดแทน

补偿贸易（補償貿易）bǔcháng màoyì 名〈经〉การค้าต่างตอบแทน

补充（補充）bǔchōng 动 เพิ่มเติม ; เสริม

补丁（補丁）bǔ·ding 名 รอยปะ ; ผ้าปะ

补给（補給）bǔjǐ 动〈军〉การเสริมกำลัง

ยุทโธปกรณ์และเสบียงอาหาร
补给线（補給綫）bǔjǐxiàn 名〈军〉เส้นทางลำเลียงยุทโธปกรณ์และสิ่งของต่าง ๆ ยามสงคราม
补记（補記）bǔjì 动 จดเพิ่มเติม
补假（補假）bǔjià 动 ชดเชยวันหยุด
补救（補救）bǔjiù 动 แก้ไขเพื่อกู้สถานการณ์คืน
补考（補考）bǔkǎo 动〈教〉สอบซ่อม
补课（補課）bǔkè 动〈教〉สอนชดเชย ; อุปมาว่าทำซ่อม (งานที่ทำไม่ดีพอ)
补漏（補漏）bǔlòu 动 อุดหรือปะซ่อมส่วนที่เสียเป็นช่องโหว่ ; แก้ไขข้อผิดพลาด (ในการงาน)
补票（補票）bǔpiào 动 ซื้อตั๋ว (โดยสารฯลฯ) ชดเชย
补品（補品）bǔpǐn 名 อาหาร (หรือยา) บำรุง
补缺（補缺）bǔquē 动 เสริมจำนวนที่ขาด
补税（補税）bǔshuì 动〈经〉เสียภาษีชดเชย
补贴（補貼）bǔtiē 名 เงินบำรุง
补习（補習）bǔxí 动 กวดวิชา ; เรียนเพิ่มเติม
补习班（補習班）bǔxíbān 名 ห้องกวดวิชา
补休（補休）bǔxiū 动 หยุดพักชดเชย
补选（補選）bǔxuǎn 动 เลือกตั้งซ่อม
补血（補血）bǔxuè 动 บำรุงเลือด
补养（補養）bǔyǎng 动 บำรุงร่างกาย
补药（補藥）bǔyào 名 ยาบำรุง
补遗（補遺）bǔyí 动 ภาคผนวก ; การเพิ่มหรือบวกเข้า
补益（補益）bǔyì 名〈书〉ประโยชน์ 动〈书〉ก่อให้เกิดประโยชน์
补语（補語）bǔyǔ 名〈语〉บทเสริม (บทช่วยกริยา)
补正（補正）bǔzhèng 动 แก้คำผิด
补助（補助）bǔzhù 动 อุดหนุน ; ช่วยเหลือ
补足（補足）bǔzú 动 เพิ่มเติมให้ครบ (จำนวน)

捕 bǔ 动 จับ ; จับกุม
捕打 bǔdǎ 动 จับปราบ
捕风捉影（捕風捉影）bǔfēng-zhuōyǐng〈成〉ปั้นน้ำเป็นตัว
捕获（捕獲）bǔhuò 动 จับได้
捕获量（捕獲量）bǔhuòliàng 名 ปริมาณการจับ (ใช้กับการประมง)
捕鲸船（捕鯨船）bǔjīngchuán 名 เรือล่าปลาวาฬ
捕捞（捕撈）bǔlāo 动 จับ (ปลาหรือพืชทะเล)
捕猎（捕獵）bǔliè 动 ล่าสัตว์
捕杀（捕殺）bǔshā 动 จับฆ่า (สัตว์)
捕食 bǔshí 动 จับเหยื่อ ; จับกิน

哺乳 bǔrǔ 动 เลี้ยงลูกด้วยนม ; ให้นม
哺育 bǔyù 动 เลี้ยง ; อบรม

不 bù 副 ไม่ ; ไม่ต้อง
不安 bù'ān 形 กระวนกระวาย ; เกรงอกเกรงใจ
不白之冤 bùbáizhīyuān〈成〉ความผิดที่ถูกใส่ร้าย
不败之地（不敗之地）bùbàizhīdì〈成〉ฐานะที่ชนะโดยตลอด
不卑不亢 bùbēi-bùkàng〈成〉ไม่ทำตนต่ำต้อยไม่หยิ่งยโส
不备（不備）bùbèi 动 ไม่ได้เตรียมไว้ ; ไม่พร้อม
不比 bùbǐ 动 ไม่เหมือนกับ...
不必 bùbì 副 ไม่ต้อง
不变（不變）bùbiàn 动 ไม่เปลี่ยน
不变价格（不變價格）bùbiàn jiàgé 名〈经〉ราคาคงที่ (ราคาเปรียบเทียบ)
不便 bùbiàn 形 ไม่สะดวก ; ไม่เหมาะสม
不才 bùcái 动〈书〉ไร้ความสามารถ 名〈书〉〈谦〉ผู้ไร้ความสามารถ
不测（不測）bùcè 名 ไม่อาจคาดการณ์ได้
不曾 bùcéng 副 ไม่เคย
不成 bùchéng 动 ไม่สำเร็จ ; ไม่ได้ผล 形 ไม่เก่ง 助 หรือไม่ก็... อย่างนั้นเชียวหรือ (บ่งบอกการย้อนถามหรือคาดคะเน มักใช้เป็นวลี 难道…不成？莫非…不成？)
不成器 bùchéngqì〈俗〉(เป็นคน) ไม่เคยทำอะไรสำเร็จสักอย่าง
不成文法 bùchéngwénfǎ 名〈法〉กฎหมายที่ไม่ได้บัญญัติเป็นลายลักษณ์อักษร
不耻下问（不耻下問）bùchǐ-xiàwèn〈成〉ไม่รู้สึกละอายในการที่ไถ่ถามผู้มีฐานะและความรู้ต่ำกว่าตน
不齿（不齒）bùchǐ 动 ขี้เกียจพูดถึง (แสดงความ

เหยียดหยาม)
不出所料 bùchū-suǒliào 〈成〉 ดังที่คาดการณ์ไว้
不揣冒昧 bùchuǎi-màomèi 〈成〉 ขอประทานโทษที่บังอาจล่วงเกิน
不辞（不辭）bùcí 动 ไม่อำลา ; ไม่ปฏิเสธที่จะ...
不辞而别（不辭而别）bùcí'érbié 〈成〉 จากไปโดยไม่ได้กล่าวคำลา
不辞辛苦（不辭辛苦）bùcí-xīnkǔ 〈成〉 ไม่กลัวความลำบาก
不错（不錯）bùcuò 形 ถูก ; ไม่ผิด ; ไม่เลว
不打自招 bùdǎ-zìzhāo 〈成〉 สารภาพออกมาเอง
不大离儿（不大離兒）bùdàlír 形 〈方〉 พอ ๆ กัน ; พอไปได้
不但 bùdàn 连 ไม่เพียงแต่
不当（不當）bùdàng 形 ไม่เหมาะสม
不倒翁 bùdǎowēng 名 ตุ๊กตาล้มลุก
不道德 bùdàodé 形 ผิดศีลธรรม
不得 bùdé 助动 ...ไม่ได้ ; ห้ามมิให้...
不得而知 bùdé'érzhī 〈成〉 ไม่ได้รับทราบ
不得劲（不得勁）bù déjìn 形 ไม่สบาย ; ไม่คล่องมือ
不得了 bùdéliǎo 形 แย่มาก ; ...เป็นอย่างยิ่ง
不得人心 bùdé-rénxīn 〈成〉 ประชาชนไม่สนับสนุน
不得要领（不得要領）bùdé-yàolǐng 〈成〉 จับประเด็นสำคัญไม่ถูก ; ไม่ได้ความ
不得已 bùdéyǐ 形 จำใจ ; สุดวิสัย
不等 bùděng 形 ไม่เท่ากัน
不等号（不等號）bùděnghào 名 〈数〉 เครื่องหมายไม่เท่ากัน ดังเช่น "<" ">" "≠"
不等式 bùděngshì 名 〈数〉 สูตรไม่เท่ากัน
不敌（不敵）bùdí 动 สู้ไม่ไหว
不点儿（不點兒）bùdiǎnr 形 นิดเดียว
不迭 bùdié 动 รับมือไม่ทัน ; ไม่หยุด
不丁点儿（不丁點兒）bùdīngdiǎnr 形 นิดเดียว
不定 bùdìng 副 ไม่แน่
不动产（不動産）bùdòngchǎn 名 〈经〉 อสังหาริมทรัพย์
不动声色（不動聲色）bùdòng-shēngsè 〈成〉 ไม่กระโตกกระตาก
不冻港（不凍港）bùdònggǎng 名 ท่าเรือที่น้ำไม่จับเป็นน้ำแข็ง
不独（不獨）bùdú 连 ไม่เพียงแต่
不断（不斷）bùduàn 副 ไม่ขาดสาย ; ไม่หยุด
不对（不對）bùduì 形 ไม่ถูก
不对劲（不對勁）bù duìjìn 形 ไม่ถูกใจ ; ไม่ถูกกัน ; ผิดปรกติ
不乏 bùfá 动 ไม่ขาดแคลน
不乏其例 bùfá-qílì 〈成〉 มีตัวอย่างแบบนี้มากมาย
不法 bùfǎ 形 ผิดกฎหมาย
不法之徒 bùfǎzhītú 〈成〉 พวกทำการนอกกฎหมาย
不凡 bùfán 形 เลอเลิศ
不妨 bùfáng 副 ลอง (ทำอย่างนี้) ก็ได้ ; ไม่เป็นไร
不服 bùfú 动 ไม่ยินยอม ; ไม่นับถือ ; ไม่ชิน
不服水土 bùfú-shuǐtǔ 〈成〉 ผิดดินฟ้าอากาศ
不符 bùfú 动 ไม่สอดคล้อง
不干不净（不乾不净）bùgān-bùjìng 〈成〉 ไม่สะอาด
不甘 bùgān 动 ไม่ยอม
不甘寂寞 bùgān-jìmò 〈成〉 ไม่ยอมนิ่งเฉย
不甘示弱 bùgān-shìruò 〈成〉 ไม่ยอมล้าหลัง
不尴不尬（不尷不尬）bùgān-bùgà 〈方〉 กลืนไม่เข้าคายไม่ออก
不敢当（不敢當）bùgǎndāng 动 〈谦〉 มิกล้ารับ (คำชมเชยหรือการต้อนรับอย่างดีของผู้อื่นซึ่งเป็นคำพูดถ่อมตัว)
不公 bùgōng 形 ไม่เที่ยงธรรม ; ไม่ยุติธรรม
不攻自破 bùgōng-zìpò 〈成〉 ไม่ต้องโจมตี (ค่าย) ก็แตกเอง
不共戴天 bùgòngdàitiān 〈成〉 อยู่ร่วมโลกกันไม่ได้
不苟言笑 bùgǒu-yánxiào 〈成〉 สำรวมกิริยา
不够 bùgòu 副 ไม่เพียงพอ ; ไม่พอ
不顾（不顧）bùgù 动 ไม่คำนึงถึง
不管 bùguǎn 动 ไม่สนใจ 连 ไม่ว่า...
不管不顾（不管不顧）bùguǎn-bùgù 〈成〉 ไม่สนใจไยดี

不管部长（不管部長）bùguǎn-bùzhǎng รัฐมนตรีลอย

不光 bùguāng 连〈口〉ไม่เพียงแต่

不规则（不規則）bùguīzé 形 (รูปแบบหรือการเปลี่ยนแปลง) ไม่มีกฎเกณฑ์

B

不轨（不軌）bùguǐ 形 ผิดกฎหมาย ; นอกรีตนอกทาง

不过（不過）bùguò 副 ไม่มีที่เกินกว่านั้นอีกแล้ว (มักปรากฏหลังคำคุณศัพท์สองพยางค์หรือคุณศัพท์วลี) 连 เพียง ; แต่

不寒而栗 bùhán'érlì〈成〉กลัวจนตัวสั่นงันงก

不好惹 bùhǎorě〈俗〉แตะต้องไม่ได้

不好意思 bù hǎoyì·si〈口〉เขิน ; เกรงใจ

不合时宜（不合時宜）bùhé-shíyí〈成〉ไม่เหมาะสมกับสมัยนิยม

不和 bùhé 形 ไม่ถูกกัน 名 ความบาดหมาง

不哼不哈 bùhēng-bùhā ไม่พูดไม่จา (ส่วนมากหมายถึงควรจะพูดแต่ไม่พูด)

不怀好意（不懷好意）bùhuái-hǎoyì〈成〉เจตนาไม่ดี

不欢而散（不歡而散）bùhuān'érsàn〈成〉เลิกรากันอย่างไม่สบอารมณ์

不慌不忙 bùhuāng-bùmáng〈成〉ไม่รีบร้อน

不讳（不諱）bùhuì 动〈书〉ไม่ถือสา ; ไม่อ้อมค้อม ;〈婉〉ถึงแก่กรรม

不惑 bùhuò 名〈书〉รู้ผิดรู้ถูก ; อายุ ๔๐ ปี

不及 bùjí 动 เทียบไม่ติด ; ไม่ทัน (มักใช้หลังคำกริยา)

不即不离（不即不離）bùjí-bùlí〈成〉ไม่สนิทแต่ก็ไม่ห่างเหิน

不计（不計）bùjì 动 ไม่นับ

不计其数（不計其數）bùjì-qíshù〈成〉นับจำนวนไม่ถ้วน

不济（不濟）bùjì 形〈口〉ใช้การไม่ได้

不济事（不濟事）bùjìshì 形 เปล่าประโยชน์

不佳 bùjiā 形〈书〉ไม่ดี

不假思索 bùjiǎ-sīsuǒ〈成〉(ทำอะไรรวดเร็วโดย) ไม่ต้องคิด

不检（不檢）bùjiǎn 形 ไม่สำรวม ; ไม่บันยะบันยัง

不见（不見）bùjiàn 动 ไม่พบ ; ไม่เห็น

不见得（不見得）bù jiàn·dé 副 ไม่แน่

不见经传（不見經傳）bùjiàn-jīngzhuàn〈成〉ไม่มีบันทึกไว้ในตำราหนังสือ (หมายถึงบุคคลหรือเหตุการณ์ไม่โด่งดัง หรือทฤษฎีไม่มีหลักฐานอ้างอิง)

不结盟（不結盟）bùjiéméng 动 ไม่ฝักใฝ่ฝ่ายใด

不解 bùjiě 动 ไม่เข้าใจ ; ไม่มีวันขาดหาย

不解之缘（不解之緣）bùjiězhīyuán〈成〉ความผูกพันที่ไม่มีวันขาดหาย

不禁 bùjīn 副 อดไม่ได้ที่จะ...

不仅（不僅）bùjǐn 副 连 ไม่เพียงแต่

不尽如人意（不盡如人意）bùjìnrú rényì〈惯〉ไม่เป็นที่น่าพึงพอใจ

不近人情 bùjìn-rénqíng〈成〉นิสัยแปลกจากคนทั่วไป

不经意（不經意）bù jīngyì 动 ไม่เอาใจใส่ ; ไม่ระวัง ; ไม่ได้ตั้งใจ

不经之谈（不經之談）bùjīngzhītán〈成〉คำพูดเหลวไหล

不景气（不景氣）bùjǐngqì 形 ไม่เจริญ ; ซบเซา

不胫而走（不脛而走）bùjìng'érzǒu〈成〉วิ่งเร็วได้ทั้ง ๆ ที่ไม่มีขา อุปมาว่า แพร่สะพัดอย่างรวดเร็ว

不久 bùjiǔ 形 ไม่นาน

不咎既往 bùjiù-jìwǎng〈成〉อโหสิ ; อภัยโทษ

不拘 bùjū 动 ไม่จำกัด ; ไม่เคร่งครัดในกรอบ

不拘小节（不拘小節）bùjū-xiǎojié〈成〉ไม่เคร่งครัดในเรื่องเล็กเรื่องน้อย

不拘一格 bùjū-yīgé〈成〉ไม่เคร่งครัดในกรอบ

不倦 bùjuàn 动 ไม่เบื่อหน่าย ; ไม่เหนื่อยหน่าย

不绝（不絶）bùjué 副 ไม่ขาด

不绝如缕（不絶如縷）bùjué-rúlǚ〈成〉(สถานการณ์) ล่อแหลมคล้ายกับด้ายเส้นเล็กๆที่แทบจะขาด ; (เสียง) แผ่วเบาหวิวไม่ขาด

不堪 bùkān 动 สุดที่จะทนได้

不堪回首 bùkān-huíshǒu〈成〉สุดที่จะหวน

ระลึกถึงได้
不堪入目 bùkān-rùmù 〈成〉 สุดที่จะทนดูได้
不堪设想（不堪設想）bùkān-shèxiǎng 〈成〉 (อันตรายมากจน) ไม่กล้าคิด
不堪一击（不堪一擊）bùkān-yījī 〈成〉 ดีทีเดียวก็พังทลาย
不亢不卑 bùkàng-bùbēi 〈成〉 ไม่หยิ่งยโสและไม่ทำตนต่ำต้อย
不可 bùkě 动 ไม่ได้
不可避免 bùkě-bìmiǎn 〈成〉 หลีกเลี่ยงไม่ได้
不可多得 bùkě-duōdé 〈成〉 หายาก
不可告人 bùkě-gàorén 〈成〉 เปิดเผยไม่ได้
不可估量 bùkě-gūliáng 〈成〉 ยากที่จะหยั่งได้
不可救药（不可救藥）bùkě-jiùyào 〈成〉 ยากที่จะเยียวยา
不可开交（不可開交）bùkě-kāijiāo 〈成〉 สลัดหลุดออกมาไม่ได้
不可理喻 bùkě-lǐyù 〈成〉 พูดด้วยเหตุผลไม่ได้ (เพราะเขาไม่ฟังเหตุผล)
不可名状（不可名狀）bùkě-míngzhuàng 〈成〉 ยากแก่การอธิบาย
不可磨灭（不可磨滅）bùkě-mómiè 〈成〉 ไม่สูญสิ้นไป
不可偏废（不可偏廢）bùkě-piānfèi 〈成〉 อย่าได้สนใจอย่างมองข้ามอย่าง
不可胜数（不可勝數）bùkě-shèngshǔ 〈成〉 นับไม่ถ้วน ; สุดที่จะคณนาได้
不可收拾 bùkě-shōu·shi 〈成〉 (เหตุการณ์) ยากที่จะแก้ไขได้
不可思议（不可思議）bùkě-sīyì 〈成〉 เหลือที่จะคาดคิดได้
不可限量 bùkě-xiànliàng 〈成〉 (อนาคตกว้างไกล) สุดที่จะอนุมานได้
不可一世 bùkě-yīshì 〈成〉 ยโสโอหังยิ่งนัก
不可逾越 bùkě-yúyuè 〈成〉 ข้าม (อุปสรรค เส้นแบ่ง ฯลฯ) ไม่ได้
不可知论（不可知論）bùkězhīlùn 名 〈哲〉 อนัยนิยม ; ทฤษฎีที่ไม่อาจรู้ได้
不可终日（不可終日）bùkě-zhōngrì 〈成〉 (กระสับกระส่าย) อยู่ตลอดเวลา
不克 bùkè 动 〈书〉 ไม่สามารถ
不肯 bùkěn 动 ไม่ยอม
不快 bùkuài 形 ไม่สบายใจ ; (ร่างกาย) ไม่สบาย
不愧 bùkuì 副 สมภาคภูมิ
不赖（不賴）bùlài 形 〈方〉 ไม่เลว
不劳而获（不勞而獲）bùláo'érhuò 〈成〉 ได้มาโดยไม่ต้องเสียแรงแต่อย่างใด
不力 bùlì 形 เฉื่อยเนือย
不利 bùlì 形 ไม่เป็นประโยชน์ ; เป็นภัย
不良 bùliáng 形 ไม่ดี
不了了之 bùliǎo-liǎozhī 〈成〉 เรื่องที่ยังไม่แล้วเสร็จ ก็ให้มันแล้วกันไป
不料 bùliào 连 คิดไม่ถึงว่า...
不露声色（不露聲色）bùlù-shēngsè 〈成〉 อยู่เงียบ ๆ ไม่แสดงอารมณ์ออกมา
不伦不类（不倫不類）bùlún-bùlèi 〈成〉 หัวมังกุ ท้ายมังกร
不论（不論）bùlùn 连 ไม่ว่า...
不落窠臼 bùluò-kējiù 〈成〉 (งานศิลปะ วรรณกรรม) ไม่ซ้ำแบบเก่า
不满（不滿）bùmǎn 形 ไม่พอใจ
不毛之地 bùmáozhīdì 〈成〉 ที่ดินกันดารซึ่งพืชไม่ขึ้น
不免 bùmiǎn 副 อย่างหลีกเลี่ยงไม่ได้
不妙 bùmiào 形 ไม่ดี (มักจะใช้กับการเปลี่ยนแปลงของเหตุการณ์)
不名一文 bùmíng-yīwén 〈成〉 ไม่มีสักเก๊เดียว
不名誉（不名譽）bùmíngyù 形 ชื่อเสียงเสียหาย
不明 bùmíng 形 ไม่กระจ่าง ; ไม่เข้าใจ
不明不白 bùmíng-bùbái 〈成〉 ไม่แจ่มแจ้ง
不谋而合（不謀而合）bùmóu'érhé 〈成〉 ความเห็นตรงกันโดยไม่ได้ปรึกษาหารือมาก่อน
不睦 bùmù 形 ไม่ปรองดองกัน
不难（不難）bùnán 形 ไม่ยาก
不能不 bùnéngbù 副 ไม่...ไม่ได้ ; จำใจต้อง
不怕 bùpà 动 ไม่กลัว

B

不配 bùpèi 动 ไม่คู่ควร
不偏不倚 bùpiān-bùyǐ 〈成〉 ไม่เข้าข้างใคร
不平 bùpíng 形 ไม่ยุติธรรม
不平则鸣（不平則鳴）bùpíngzémíng 〈成〉 เมื่อไม่ได้รับความยุติธรรมก็ต้องร้องเรียน
不破不立 bùpò-bùlì 〈成〉 สิ่งเก่าไม่ถูกทำลาย สิ่งใหม่ก็เกิดขึ้นไม่ได้
不期而遇 bùqī'éryù 〈成〉 พบกันโดยบังเอิญ
不起眼 bùqǐyǎn 〈方〉 ไม่เป็นที่น่าสนใจ ; ไม่อยู่ในสายตา
不巧 bùqiǎo 副 บังเอิญ
不切实际（不切實際）bùqiè-shíjì 〈成〉 ไม่สอดคล้องกับความเป็นจริง
不求甚解 bùqiú-shènjiě 〈成〉 ทำความเข้าใจแค่ผิวเผิน
不屈 bùqū 动 ไม่ย่อท้อ ; ไม่ยอมศิโรราบ
不屈不挠（不屈不撓）bùqū-bùnáo 〈成〉 ไม่ระย่อท้อถอย
不确（不確）bùquè 形 ไม่แน่ชัด
不然 bùrán 连 มิฉะนั้น ; หากไม่เป็นเช่นนี้
不人道 bùréndào 形 ไร้มนุษยธรรม
不仁 bùrén 形 ไร้การุณยธรรม ; ไร้เมตตาธรรม
不忍 bùrěn 动 อดสงสารไม่ได้
不日 bùrì 副 〈书〉 อีกไม่กี่วันข้างหน้า
不容 bùróng 动 ไม่ยอม
不容置疑 bùróng-zhìyí 〈成〉 ไม่ต้องสงสัย
不如 bùrú 动 สู้ไม่ได้ ; สู้...จะดีกว่า
不三不四 bùsān-bùsì 〈成〉 ไม่เป็นโล้เป็นพาย
不善 bùshàn 形 ไม่ดี ; ไม่ชำนาญ ; 〈方〉 ไม่ใช่เล่น (น่าดู)
不少 bùshǎo 形 ไม่น้อย
不慎 bùshèn 动 ไม่ระวัง ; ไม่ดูตาม้าตาเรือ
不声不响（不聲不響）bùshēng-bùxiǎng 〈成〉 ไม่พูดไม่จา
不胜（不勝）bùshèng 动 ไม่ไหว 副 ...เป็นอย่างยิ่ง
不胜枚举（不勝枚舉）bùshèng-méijǔ 〈成〉 ยกตัวอย่างไม่หวาดไม่ไหว
不胜其烦（不勝其煩）bùshèng-qífán 〈成〉 สู้ทนความรำคาญไม่ไหว
不失时机（不失時機）bùshī-shíjī 〈成〉 ไม่ปล่อยให้เสียโอกาส
不失为（不失爲）bùshīwéi 动 ไม่เสียหลายที่ ; นับได้ว่าเป็น...
不时（不時）bùshí 名 ทุกเมื่อ 副 บ่อย ๆ
不时之需（不時之需）bùshízhīxū 〈成〉 ความต้องการในเวลาจำเป็น
不识时务（不識時務）bùshí-shíwù 〈成〉 ไม่รู้กาลเทศะ
不识抬举（不識抬舉）bùshí-tái·ju 〈成〉 ไม่รู้จักรับการเชิดชูให้เกียรติ
不是 bù·shi 名 ความผิด
不是滋味儿（不是滋味兒）bùshì zīwèir รสชาติไม่ดี ; 〈俗〉 ไม่สบายใจ
不适（不適）bùshì 形 ไม่สบาย
不爽 bùshuǎng 形 (ร่างกาย) ไม่สบาย ; ไม่สบายใจ ; ไม่ผิด ; ไม่แตกต่าง
不速之客 bùsùzhīkè 〈成〉 แขกที่ไม่ได้รับเชิญ
不通 bùtōng 动 ตัน ; (คิด) ไม่ตก ; (ข้อความ ฯลฯ) ไม่ราบรื่น
不同 bùtóng 形 ไม่เหมือนกัน
不同凡响（不同凡響）bùtóng-fánxiǎng 〈成〉 ไม่ธรรมดาสามัญ
不痛不痒（不痛不癢）bùtòng-bùyǎng 〈成〉 ไม่เจ็บไม่คัน อุปมาว่า แบบผิวเผิน แบบขอไปที
不妥 bùtuǒ 形 ไม่เหมาะ
不外 bùwài 动 ไม่นอกเหนือไปจาก...
不外乎 bùwàihū 动 ไม่นอกเหนือไปจาก...
不为人知（不爲人知）bùwéirénzhī 〈成〉 ไม่เป็นที่ทราบโดยทั่วถึง
不惟 bùwéi 连 〈书〉 ไม่เพียงแต่
不畏艰险（不畏艱險）bùwèi-jiānxiǎn 〈成〉 ไม่กลัวความลำบากยากเข็ญและอันตรายใด ๆ ทั้งสิ้น
不闻不问（不聞不問）bùwén-bùwèn 〈成〉 ไม่ฟังอีร้าค่าอีรม ; ไม่เหลียวแล

不无（不無）bùwú 动 มี

不无小补（不無小補）bùwú-xiǎobǔ〈成〉มีส่วนช่วยเล็กน้อย

不务正业（不務正業）bùwù-zhèngyè〈成〉ไม่เอาถ่าน

不惜 bùxī 动 ไม่เสียดาย... ; ไม่เห็นแก่...

不下于 bùxiàyú 动 ไม่ต่ำไปกว่า

不相干 bùxiānggān 动 ไม่เกี่ยวข้องกัน

不相上下 bùxiāng-shàngxià〈成〉ไล่เลี่ยกัน

不祥 bùxiáng 形 อัปมงคล

不祥之兆 bùxiángzhīzhào〈成〉 ลางร้าย ; นิมิตหมายอัปมงคล

不想 bùxiǎng 连 คาดคิดไม่ถึงว่า...

不像话（不像話）bùxiànghuà 形 (ภาษาหรือการกระทำ) ไร้เหตุผล ; สิ้นดี

不消 bùxiāo 副 ไม่ต้อง...

不孝 bùxiào 名 อกตัญญู

不肖 bùxiào 形 ความประพฤติไม่เรียบร้อย (มักจะใช้กับลูกหลาน)

不屑 bùxiè 动 ไม่ควรค่าแก่การ... ; ดูถูกดูแคลน

不屑一顾（不屑一顧）bùxiè-yīgù〈成〉ไม่มีค่าควรแก่การให้ความสนใจ

不懈 bùxiè 形 ไม่ผ่อนคลาย

不兴（不興）bùxīng 动 ไม่นิยม ; ไม่อนุญาต

不行 bùxíng 动 ไม่ได้ ; ใช้ไม่ได้ ; ไม่ไหว 形 ไม่ดี ; เหลือเกิน

不省人事 bùxǐng-rénshì〈成〉สลบเหมือด

不幸 bùxìng 形 โชคร้าย ; โชคไม่ดี

不修边幅（不修邊幅）bùxiū-biānfú〈成〉ไม่สนใจในเรื่องการแต่งเนื้อแต่งตัว

不朽 bùxiǔ 动 อมตะ

不锈钢（不銹鋼）bùxiùgāng 名〈冶〉เหล็กสเตนเลสส์ (*stainless steel*)

不虚此行 bùxū-cǐxíng〈成〉ไม่เสียทีที่ได้มาในครั้งนี้

不许（不許）bùxǔ 动 ไม่อนุญาต ;〈口〉ไม่สามารถ (ใช้ในประโยคย้อนถาม)

不宣而战（不宣而戰）bùxuān'érzhàn〈成〉ก่อสงครามขึ้นโดยไม่ประกาศ

不学无术（不學無術）动 bùxué-wúshù〈成〉ไม่มีวิชาความรู้และไร้ความสามารถ ; อวิชชา

不徇私情 bùxùn-sīqíng〈成〉(ปฏิบัติหน้าที่โดย) ไม่เห็นแก่ญาติพี่น้องหรือมิตรสหาย

不亚于（不亞于）bùyàyú 动 ไม่ด้อยไปกว่า...

不言而喻 bùyán'éryù〈成〉เข้าใจโดยไม่ต้องพูด

不厌其烦（不厭其煩）bùyàn-qífán〈成〉ไม่เบื่อในเรื่องที่น่ารำคาญ

不厌其详（不厭其詳）bùyàn-qíxiáng〈成〉ไม่เบื่อในเรื่องความละเอียด

不要 bùyào 副 อย่า ; ไม่เอา

不要紧（不要緊）bù yàojǐn 形 ไม่เป็นไร

不要脸（不要臉）bù yàoliǎn 形〈骂〉ไร้ยางอาย

不一 bùyī 形 ไม่เหมือนกัน

不一而足 bùyī'érzú〈成〉ไม่ได้มีแค่หนึ่งเดียวเท่านั้น

不一会儿（不一會兒）bùyīhuìr 副 สักครู่ต่อมา ; เพียงครู่เดียว

不依 bùyī 动 ไม่ยอม

不宜 bùyí 动 ไม่สมควร

不遗余力（不遺餘力）bùyí-yúlì〈成〉ทุ่มสุดตัว

不已 bùyǐ 动 ...ไม่หยุด

不以为然（不以爲然）bùyǐwéirán〈成〉ไม่เห็นเป็นเช่นนั้น ; ไม่ใส่ใจ

不义之财（不義之財）bùyìzhīcái〈成〉ทรัพย์สินเงินทองที่ได้มาโดยมิชอบ

不亦乐乎（不亦樂乎）bùyìlèhū〈成〉ภาษาจีนโบราณ แปลว่า ก็เป็นที่น่ายินดีมิใช่หรือ สมัยนี้ใช้ในความหมายว่า ถึงระดับสุดขีด

不易 bùyì 形 ไม่ใช่ง่าย ; ยาก ; ลำบาก

不易之论（不易之論）bùyìzhīlùn〈成〉คำกล่าวที่ถูกต้องซึ่งไม่อาจจะแก้ไขได้

不翼而飞（不翼而飛）bùyì'érfēi〈成〉บินหายไปทั้ง ๆ ที่ไม่มีปีก อุปมาว่า สูญหายไปดื้อ ๆ

不用 bùyòng 副 ไม่ต้อง ; อย่า

不用说（不用説）bùyòngshuō ไม่ต้องพูด

不由得 bùyóu·de 副 ไม่อาจจะ (ไม่...) ; อดไม่ได้ที่

จะ...

不由分说（不由分說）bùyóu-fēnshuō〈成〉ไม่ฟังอีร้าค่าอีรม

不由自主 bùyóuzìzhǔ〈成〉ไม่เป็นตัวของตัวเอง ; โดยไม่ตั้งใจ

B

不约而同（不約而同）bùyuē'értóng〈成〉(กระทำการ) พร้อมกันโดยไม่ได้นัดหมายมาก่อน

不孕症 bùyùnzhèng 名〈医〉เป็นหมัน

不在 bùzài 动 ไม่อยู่ ;〈婉〉ตาย

不在乎 bùzài·hu 动 ไม่ยี่หระ

不在话下（不在話下）bùzài-huàxià〈成〉(แค่นี้) ไม่ต้องพูดถึง ; (เรื่องแค่นี้) สบายมาก

不在意 bùzàiyì 动 ไม่สนใจ ; ไม่ใส่ใจ

不择手段（不擇手段）bùzé-shǒuduàn〈成〉เอาทุกวิถีทาง ; ไม่ได้ด้วยเล่ห์ก็เอาด้วยกล

不怎么样（不怎麼樣）bù zěn·meyàng〈俗〉ไม่ดีเท่าไหร่ ; ไม่ค่อยดี

不折不扣 bùzhé-bùkòu〈成〉ร้อยเปอร์เซ็นต์ ; สมบูรณ์

不折不挠（不折不撓）bùzhé-bùnáo〈成〉ไม่ระย่อท้อถอย

不正之风（不正之風）bùzhèngzhīfēng〈成〉กระแสนิยมที่ไม่ถูกต้อง

不知不觉（不知不覺）bùzhī-bùjué〈成〉โดยไม่รู้ตัว

不知好歹 bùzhī-hǎodǎi〈成〉ไม่รู้ดีรู้ชั่ว

不知死活 bùzhī-sǐhuó〈成〉รนหาที่ตาย

不知所措 bùzhī-suǒcuò〈成〉ไม่รู้จะทำอย่างไร

不知所云 bùzhī-suǒyún〈成〉ไม่รู้ว่าเขาพูดอะไร (เนื่องจากพูดอย่างสับสนหรือไร้สาระ)

不值 bùzhí 形 ไม่คุ้ม ; ไม่มีความหมาย

不止 bùzhǐ 动 ไม่หยุด ; ไม่แค่นั้น

不只 bùzhǐ 连 ไม่เพียงแต่

不至于 bùzhìyú 动 ไม่ถึงขนาด...

不治之症 bùzhìzhīzhèng〈成〉โรคที่ยากจะเยียวยา

不致 bùzhì 动 ไม่ถึงกับ...

不置可否 bùzhì-kěfǒu〈成〉ไม่ปริปากพูดว่าถูกหรือไม่

不中 bùzhōng 形〈方〉ใช้ไม่ได้

不周 bùzhōu 形 ไม่ทั่วถึง

不准 bùzhǔn 动 ไม่อนุญาต

不着边际（不着邊際）bùzhuó-biānjì〈成〉(คำพูด) ไร้สาระ ; ไม่ถูกประเด็น

不自量 bù zìliàng ไม่ประมาณตน

不自量力 bùzìliànglì〈成〉ไม่ประมาณกำลังของตน ; ไม่เจียมตัว

不足 bùzú 形 ไม่เพียงพอ 动 ไม่มีค่าควรแก่...

不足道 bùzúdào 动 ไม่มีค่าควรแก่การกล่าวถึง

不足挂齿（不足掛齒）bùzúguàchǐ〈成〉ไม่มีค่าควรแก่การกล่าวถึง

不足取 bùzúqǔ 动 ไม่มีค่าควรแก่การยอมรับ

不足为凭（不足爲憑）bùzúwéipíng〈成〉ไม่มีค่าควรแก่การรับมาเป็นหลักฐาน

不足为奇（不足爲奇）bùzúwéiqí〈成〉ไม่น่าแปลก

不足为训（不足爲訓）bùzúwéixùn〈成〉ไม่น่าที่จะถือเป็นแบบฉบับ

不作声（不作聲）bù zuòshēng 动 ไม่พูด

布 bù 名 ผ้า

布帛 bùbó 名 ผ้าฝ้ายกับผ้าไหม

布丁 bùdīng 名 (ขนม) พุดดิ้ง (*pudding*)

布告 bùgào 名 คำประกาศ

布谷鸟（布穀鳥）bùgǔniǎo 名〈动〉นกกาเหว่า

布景 bùjǐng 名〈剧〉ฉาก

布局 bùjú 名 การจัดวางโครงงาน

布雷 bùléi 动〈军〉วางทุ่นระเบิด

布料 bùliào 名 ผ้าตัดเสื้อ

布满（布滿）bùmǎn 动 จัดวางเต็ม ; เต็มไปด้วย

布匹 bùpǐ 名 ผ้า (คำเรียกทั่วไป)

布纹纸（布紋紙）bùwénzhǐ 名 กระดาษลายผ้า

布衣 bùyī 名〈书〉เสื้อผ้าธรรมดา (ซึ่งเป็นชุดชาวบ้าน) ; สามัญชน

布艺（布藝）bùyì 名 ศิลปกรรมการตัดเย็บหรือปักผ้า

布展 bùzhǎn 动 การจัดวางงานนิทรรศการ

布阵（布陣）bùzhèn 动〈军〉การจัดวางกำลัง
ทหารในการสู้รบ

布置 bùzhì 动 จัด

步 bù 名 จังหวะก้าว ; ขั้น

步兵 bùbīng 名〈军〉ทหารราบ

步步为营（步步爲營）bùbù-wéiyíng〈成〉
กองกำลังทหารคอยตั้งป้อมค่ายทุกระยะทางใน
การกรีฑาทัพ อุปมาว่า ระมัดระวังทุกจังหวะก้าว

步道 bùdào 名〈交〉บาทวิถี

步调（步調）bùdiào 名 จังหวะจะโคน

步伐 bùfá 名 จังหวะก้าว (ของทหารที่เดินทัพ)

步话机（步話機）bùhuàjī 名〈无〉วิทยุวอล์กกี
ทอล์กกี (walkie-talkie)

步枪（步槍）bùqiāng 名〈军〉ปืนเล็กยาว

步人后尘（步人後塵）bùrénhòuchén〈成〉
เจริญรอยตาม

步入 bùrù 动 ก้าวเข้าไป

步行 bùxíng 动 เดิน

步行街 bùxíngjiē 名 ถนนคนเดิน

步骤（步驟）bùzhòu 名 จังหวะ ; ขั้นตอน

步子 bù·zi 名 จังหวะก้าว ; ฝีเท้า

部 bù 名 ส่วน ; กระทรวง ; แผนก ; ฝ่าย

部队（部隊）bùduì 名 กองกำลังทหาร

部分 bù·fen 名 ส่วน ; ภาค

部件 bùjiàn 名〈机〉ชิ้นส่วน (ของเครื่องจักร) ;
อะไหล่

部类（部類）bùlèi 名 หมวดหมู่

部落 bùluò 名 ชนเผ่า

部门（部門）bùmén 名 หน่วย (งาน) ; แผนก (งาน)

部首 bùshǒu 名 ตัวนำของหมวดตัวหนังสือจีน

部属（部屬）bùshǔ 名 ผู้อยู่ใต้สังกัด

部署 bùshǔ 动 จัด ; จัดวาง (กำลังคน หน้าที่
การงาน)

部位 bùwèi 名 ตำแหน่ง (ส่วนมากใช้กับส่วนต่าง
ๆ ของร่างกาย)

部下 bùxià 名 ผู้อยู่ใต้บังคับบัญชา

部长（部長）bùzhǎng 名 รัฐมนตรี ; หัวหน้าฝ่าย

部族 bùzú 名 ชนเผ่า

簿 bù 名 สมุด

簿记（簿記）bùjì 名 งานบัญชี ; สมุดบัญชี

簿子 bù·zi 名 สมุด

B

C c

C

擦 cā 动 เช็ด ; ถู ; ทา ; ขัด ; เฉียด ; ไส
擦背 cābèi 动〈方〉ถูหลัง (เวลาอาบน้ำ ใช้คนช่วยถูสบู่และอาบนวดส่วนหลังของร่างกาย)
擦边球（擦邊球）cābiānqiú 名〈体〉ลูก (ปิงปอง) เฉียดโต๊ะ
擦地板 cā dìbǎn 动 ถูพื้น
擦粉 cāfěn 动 ทาแป้ง
擦黑儿（擦黑兒）cāhēir 名〈方〉พลบค่ำ
擦痕 cāhén 名 รอยขูด ; รอยเสียดสี
擦肩而过（擦肩而過）cājiān'érguò〈成〉เดินเฉียดไหล่ผ่านไป ; อุปมาว่า พลาดโอกาส
擦亮眼睛 cāliàng-yǎnjīng〈惯〉เช็ดหูตาให้สว่าง อุปมาว่า เพิ่มความระมัดระวังไม่ให้ถูกหลอกลวง
擦伤（擦傷）cāshāng 动 (หนัง) ถลอก 名 แผล (หนัง) ถลอก
擦拭 cāshì 动 เช็ดด้วยผ้า
擦丝（擦絲）cāsī 动 ซอย (หัวผักกาด ฟักทอง แตงกวา ฯลฯ) ให้เป็นเส้นเล็ก ๆ
擦洗 cāxǐ 动 เช็ดและล้าง
擦澡 cāzǎo 动 เช็ดตัว
擦子 cā•zi 名 แปรงลบ (กระดานดำหรือกระดานขาว)
嚓 cā 拟声 กรี๊ดเสียงดังแหลมและแสบแก้วหู หรือเสียงเสียดสี เช่น เสียงดังเวลาขีดไม้ขีดไฟหรือเสียงดังเกิดจากล้อรถเสียดสีพื้นเวลาเบรกรถกะทันหัน
礤床儿（礤床兒）cǎchuángr 名 กระต่ายไส (หัวผักกาด ฟักทอง แตงกวา ฯลฯ) ให้เป็นเส้นเล็ก ๆ
猜 cāi 动 ทาย ; คาดคิด
猜测（猜測）cāicè 动 คาดคิด ; เดาเอา
猜度 cāiduó 动 คาดคิด
猜忌 cāijì 动 ไม่พอใจด้วยความระแวง
猜谜（猜謎）cāimí 动 ทายปริศนา
猜破 cāipò 动 ทายถูก ; เดาถูก
猜拳 cāiquán 动 การเล่นทายระหว่างดื่มสุรา ผู้แพ้ต้องดื่ม
猜嫌 cāixián 动〈书〉ไม่พอใจด้วยความระแวง
猜想 cāixiǎng 动 คาดคิด ; เดาเอา
猜疑 cāiyí 动 ระแวง ; สงสัย
才 cái 名 ความสามารถ 副 เพิ่งจะ ; จึงจะ
才干（才幹）cáigàn 名 ความสามารถในการงาน
才华（才華）cáihuá 名 ความรู้ความสามารถ (ในด้านวรรณศิลป์)
才力 cáilì 名 ความรู้ความสามารถ
才略 cáilüè 名 ความปราดเปรื่องในด้านกลยุทธ์ (ทางการทหารและการเมือง)
才貌 cáimào 名 ความรู้ความสามารถ และรูปร่างหน้าตา
才能 cáinéng 名 ความรู้ความสามารถ
才女 cáinǚ 名 หญิงผู้มีความรู้สูง
才气（才氣）cáiqì 名 ความรู้ความสามารถ (ในด้านวรรณศิลป์) ที่แสดงออกมา
才识（才識）cáishí 名 ความรู้ความสามารถ และสติปัญญา
才疏学浅（才疏學淺）cáishū-xuéqiǎn〈成〉ความรู้น้อย (คำพูดในเชิงถ่อมตัว)
才思 cáisī 名 ความปราดเปรื่องในการประพันธ์
才学（才學）cáixué 名 วิชาความรู้
才艺（才藝）cáiyì 名 ความรู้ความสามารถ และฝีมือด้านศิลปกรรม
才智 cáizhì 名 ภูมิปัญญา
才子 cáizǐ 名 ผู้ปราดเปรื่อง ในด้านวรรณศิลป์
材 cái 名 ไม้ ; ข้อมูล ; บุคคลที่มีความสามารถ
材料 cáiliào 名 วัสดุ ; ข้อมูล
材质（材質）cáizhì 名 เนื้อไม้ ; คุณภาพวัสดุ
财（財）cái 名 ทรัพย์สินเงินทอง

财宝（財寶）cáibǎo 名 เงินทองและของล้ำค่า
财产（財産）cáichǎn 名 ทรัพย์สิน ; ทรัพย์ศฤงคาร
财大气粗（財大氣粗）cáidà-qìcū〈成〉คนรวยอวดอิทธิพล
财阀（財閥）cáifá 名 ขุนคลัง
财富（財富）cáifù 名 ทรัพย์สมบัติ
财界（財界）cáijiè 名 วงการเงิน
财经（財經）cáijīng 名 เศรษฐกิจการเงิน
财会（財會）cáikuài 名 การเงินและการบัญชี
财礼（財禮）cáilǐ 名 สินสอดทองหมั้น
财力（財力）cáilì 名 กำลังทรัพย์
财路（財路）cáilù 名 ทางหาเงิน
财贸（財貿）cáimào 名 การเงินและการค้า
财迷（財迷）cáimí 名 ผู้ที่โลภเงินทอง
财迷心窍（財迷心竅）cáimíxīnqiào〈成〉ลุ่มหลงในทรัพย์
财神（財神）cáishén 名 เทพเจ้าแห่งโชคลาภ
财税（財税）cáishuì 名〈经〉ภาษีการเงิน
财团（財團）cáituán 名 กลุ่มสถาบันการเงิน
财务（財務）cáiwù 名 การเงิน
财物（財物）cáiwù 名 ทรัพย์สินและสิ่งของ
财源（財源）cáiyuán 名 แหล่งการเงิน
财运（財運）cáiyùn 名 โชคลาภด้านการเงิน
财政（財政）cáizhèng 名 การเงินการคลัง
财政赤字（財政赤字）cáizhèng chìzì 名〈经〉ตัวแดงทางการคลัง ; ตัวเลขเกินดุลทางการคลัง
财主（財主）cái•zhu 名 เศรษฐี

裁 cái 动 ตัด (ด้วยมีด กรรไกร) ; ลด ; ตัดสิน ; วางเค้าโครง ; บั่นทอน

裁兵 cáibīng 动〈旧〉ลดกำลังทหาร
裁并 cáibìng 动 ลดและผนวก (องค์การหรือหน่วยงาน)
裁撤 cáichè 动 ยกเลิก (องค์การ)
裁处（裁處）cáichǔ 动 ตัดสินและจัดการ
裁定 cáidìng 动 ตัดสิน ;〈法〉พิพากษา
裁夺（裁奪）cáiduó 动 พิจารณาตัดสิน
裁缝（裁縫）cáiféng 动 ตัดเย็บเสื้อผ้า
裁缝（裁縫）cái•feng 名 ช่างตัดเสื้อ
裁减 cáijiǎn 动 ลด ; บั่นทอน
裁剪 cáijiǎn 动 ตัดเสื้อ
裁决 cáijué 动 ตัดสิน
裁军（裁軍）cáijūn 动 ลดกำลังทหาร
裁判 cáipàn 动〈法〉พิพากษา ;〈体〉ตัดสิน 名〈体〉กรรมการตัดสิน
裁判员（裁判員）cáipànyuán 名〈体〉กรรมการตัดสิน
裁判长（裁判長）cáipànzhǎng 名〈体〉ประธานกรรมการตัดสิน
裁员（裁員）cáiyuán 动 ลดเจ้าหน้าที่หรือพนักงานให้น้อยลง

采 cǎi 动 เก็บ

采办（采辦）cǎibàn 动 จัดซื้อ
采编（采編）cǎibiān 动〈简〉เก็บรวบรวม (ข้อมูลข่าวสาร) และบรรณาธิการ
采伐 cǎifá 动 ตัดไม้
采访（采訪）cǎifǎng 动 สัมภาษณ์ ; เก็บรวบรวมและเขียนข่าว (หนังสือพิมพ์)
采风（采風）cǎifēng 动 เก็บรวบรวมเพลงพื้นเมือง
采购（采購）cǎigòu 动 จัดซื้อ
采购员（采購員）cǎigòuyuán 名 พนักงานฝ่ายจัดซื้อ
采光 cǎiguāng 动〈建〉รับแสง
采集 cǎijí 动 เก็บรวบรวม
采景 cǎijǐng 动〈摄〉สำรวจทัศนียภาพ (เพื่อถ่ายรูปหรือวาดภาพ)
采掘 cǎijué 动 ขุด (เหมืองแร่)
采矿（采礦）cǎikuàng 动 ขุดเหมืองแร่
采买（采買）cǎimǎi 动 จัดซื้อ
采纳（采納）cǎinà 动 รับ (ข้อเสนอ ข้อคิดเห็น ฯลฯ)
采暖 cǎinuǎn 动〈建〉ออกแบบก่อสร้างให้เก็บรักษาความอุ่นได้
采取 cǎiqǔ 动 เลือกใช้ (นโยบาย มาตรการ วิธีการ ฯลฯ)
采写（采寫）cǎixiě 动 เก็บและเขียน (ข่าวหนังสือพิมพ์)

采血 cǎixiě 动〈医〉เจาะเลือด
采样（采樣）cǎiyàng 动 เก็บตัวอย่าง
采用 cǎiyòng 动 นำมาใช้
采摘 cǎizhāi 动 เก็บ ; เด็ด
采制（采製）cǎizhì 动 เก็บรวบรวมและผลิต (ยาสมุนไพร ฯลฯ) ; เก็บรวบรวม (ข่าว) และจัดทำ (เป็นรายการโทรทัศน์ วิทยุ ฯลฯ)
C
彩 cǎi 名 สีสัน ; แพรหลากสี ; เสียงร้องสนับสนุน ; รางวัลสลากกินแบ่ง
彩笔（彩筆）cǎibǐ 名 ดินสอสี
彩车（彩車）cǎichē 名 รถประดับ
彩绸（彩綢）cǎichóu 名 แพรสี (สำหรับประดับประดา)
彩带（彩帶）cǎidài 名 สายริบบิ้นหลากสี
彩灯（彩燈）cǎidēng 名 หลอดไฟหลากสี
彩电（彩電）cǎidiàn 名 โทรทัศน์สี
彩虹 cǎihóng 名 สายรุ้ง
彩绘（彩繪）cǎihuì 名 ภาพสีที่วาดบนภาชนะ
彩卷 cǎijuǎn 名〈摄〉ฟิล์มสี
彩扩（彩擴）cǎikuò 动〈摄〉อัดรูปสี
彩礼（彩禮）cǎilǐ 名 สินสอดทองหมั้น
彩练（彩練）cǎiliàn 名 สายริบบิ้นหลากสี
彩民 cǎimín 名 ผู้ซื้อลอตเตอรี่เป็นประจำ
彩墨画（彩墨畫）cǎimòhuà 名 ภาพน้ำหมึกสี
彩排 cǎipái 动 ซ้อมใหญ่
彩票 cǎipiào 名 สลากกินแบ่ง ; ลอตเตอรี่ (*lottery*)
彩旗 cǎiqí 名 ธงสี
彩券 cǎiquàn 名 สลากกินแบ่ง ; ลอตเตอรี่ (*lottery*)
彩色 cǎisè 名 หลากสี
彩色电视（彩色電視）cǎisè diànshì 名 โทรทัศน์สี
彩色片 cǎisèpiàn 名 ภาพยนตร์สี
彩塑 cǎisù 名 รูปปั้นสี
彩陶 cǎitáo 名 เครื่องปั้นดินเผาหลากสี
彩头（彩頭）cǎitóu 名 นิมิตหมายอันเป็นมงคล ; เงินหรือทรัพย์ที่ได้จากการพนันหรือถูกรางวัล ฯลฯ
彩霞 cǎixiá 名 เมฆสี (ซึ่งเกิดจากแสงสะท้อนของพระอาทิตย์)
彩信 cǎixìn 名〈讯〉ชอร์ทแมสซิจที่มีภาพ เสียงและตัวอักษร (*multimedia message*)
彩印 cǎiyìn 动〈印〉พิมพ์สี
彩云（彩雲）cǎiyún 名 เมฆสี (ซึ่งเกิดขึ้นด้วยแสงสะท้อนของพระอาทิตย์)
彩照 cǎizhào 名〈摄〉รูปสี
彩纸（彩紙）cǎizhǐ 名 กระดาษสี
睬 cǎi 动 สนใจ ; แยแส
踩 cǎi 动 เหยียบ
踩点（踩點）cǎidiǎn 动 ไปดูลาดเลาก่อน
踩水 cǎishuǐ 动 ย่ำน้ำ
菜 cài 名 ผัก ; กับข้าว
菜板儿（菜板兒）càibǎnr 名 เขียง (ไม้รองรับการสับ หั่น)
菜帮儿（菜幫兒）càibāngr 名 ใบชั้นนอกของผักกาดขาว
菜场（菜場）càichǎng 名 ตลาดสด
菜单（菜單）càidān 名 รายการอาหาร ; เมนู (*menu*)
菜刀 càidāo 名 มีดหั่นผัก
菜地 càidì 名 สวนผัก
菜店 càidiàn 名 ร้านขายผัก
菜豆 càidòu 名 ถั่วฝักยาว
菜馆（菜館）càiguǎn 名〈方〉ร้านอาหาร
菜花 càihuā 名 กะหล่ำดอก ; ดอกของผัก
菜窖 càijiào 名 อุโมงค์เก็บผัก ; ห้องเก็บผักใต้ดิน
菜篮子（菜籃子）càilán·zi 名 ตะกร้าจ่ายตลาด ; อุปมา เรื่องอาหารการกิน
菜鸟（菜鳥）càiniǎo 名 มือใหม่ ; ฝีมือแย่
菜牛 càiniú 名 วัวเนื้อ
菜农（菜農）càinóng 名 ชาวสวนผัก
菜谱（菜譜）càipǔ 名 รายการอาหาร ; เมนู (*menu*) ; ตำราทำกับข้าว
菜市 càishì 名 ตลาดสด
菜市场（菜市場）càishìchǎng 名 ตลาดสด
菜蔬 càishū 名 ผักสด
菜心 càixīn 名〈植〉ผักกวางตุ้ง
菜肴 càiyáo 名 อาหาร ; กับข้าว

菜油 càiyóu 名 น้ำมันพืช

菜园（菜園）càiyuán 名 สวนผัก

菜籽 càizǐ 名 เมล็ดพันธุ์ผัก

菜籽油 càizǐyóu 名 น้ำมันคอลซา (colza oil)

参（參）cān 动 เข้าร่วม ; เข้าพบ

参拜（參拜）cānbài 动 เข้าเยี่ยมคำนับ

参半（參半）cānbàn 动 ครึ่งหนึ่ง

参股（參股）cāngǔ 动 ถือหุ้น

参观（參觀）cānguān 动 เยี่ยมชม ; ชม

参加（參加）cānjiā 动 เข้าร่วม

参见（參見）cānjiàn 动 เข้าพบ ; ดูที่ (หน้า... หรือหมายเหตุ ฯลฯ)

参军（參軍）cānjūn 动 เข้าเป็นทหาร

参看（參看）cānkàn 动 ดูที่ (หน้า... หรือ หมายเหตุ ฯลฯ)

参考（參考）cānkǎo 动 ศึกษาพิจารณา (ข้อมูล) ; พิจารณาประกอบ ; อ้างอิง

参考书（參考書）cānkǎoshū 名〈教〉หนังสือ อุเทศ

参谋（參謀）cānmóu 名 เสนาธิการ ; ที่ปรึกษา 动 ให้คำปรึกษา

参谋部（參謀部）cānmóubù 名〈军〉กอง เสนาธิการ

参谋长（參謀長）cānmóuzhǎng 名〈军〉 ผู้บัญชาการเสนาธิการ ; เสนาธิการ

参评（參評）cānpíng 动 เข้าร่วมการประกวด การคัดเลือก ฯลฯ

参赛（參賽）cānsài 动 เข้าร่วมการแข่งขัน

参事（參事）cānshì 名 ที่ปรึกษา

参数（參數）cānshù 名〈数〉พารามิเตอร์ (para-meter)

参天（參天）cāntiān 动 สูงเสียดเมฆ

参透（參透）cāntòu 动 เข้าใจลึกซึ้ง ; มองทะลุ ปรุโปร่ง

参选（參選）cānxuǎn 动 เข้าร่วมการเลือกตั้ง

参议会（參議會）cānyìhuì 名 สภาผู้แทน ประชาชนระดับท้องถิ่นสมัยสงครามต่อต้าน ญี่ปุ่นในประเทศจีน

参议员（參議員）cānyìyuán 名 วุฒิสมาชิก

参议院（參議院）cānyìyuàn 名 วุฒิสภา

参与（參與）cānyù 动 เข้าร่วม ; มีส่วนร่วม

参阅（參閱）cānyuè 动 ดูที่ (หน้า... หรือ หมาย เหตุ ฯลฯ)

参赞（參贊）cānzàn 名 อุปทูต 动 เป็นที่ปรึกษา

参展（參展）cānzhǎn 动 เข้าร่วมงานนิทรรศการ

参战（參戰）cānzhàn 动 เข้าร่วมการสู้รบ ; เข้าร่วมสงคราม

参照（參照）cānzhào 动 ศึกษาพิจารณาและปฏิบัติ เอาอย่าง

参照物（參照物）cānzhàowù 名 สิ่งเปรียบเทียบ

参证（參證）cānzhèng 名〈法〉หลักฐานประกอบ

参政（參政）cānzhèng 动 เข้าร่วมกิจกรรมทางการ เมือง ; เข้าร่วมบริหารประเทศ

餐 cān 动 รับประทาน 名 อาหาร

餐车（餐車）cānchē 名 ตู้เสบียง ; รถขายอาหาร

餐馆（餐館）cānguǎn 名 ร้านอาหาร ; ภัตตาคาร

餐巾 cānjīn 名 ผ้าเช็ดปากและมือที่ใช้เวลา รับประทานอาหาร

餐巾纸（餐巾紙）cānjīnzhǐ 名 กระดาษเช็ดปาก ประจำโต๊ะอาหาร ; ทิชชู่ (tissue)

餐具 cānjù 名 ชุดรับประทานอาหาร

餐券 cānquàn 名 คูปองอาหาร

餐厅（餐廳）cāntīng 名 ห้องอาหาร ; ร้านอาหาร

餐桌 cānzhuō 名 โต๊ะอาหาร

残（殘）cán 形 ไม่สมบูรณ์ ; เหี้ยม 动 เหลือ ; ทำลาย

残败（殘敗）cánbài 形 ชำรุดเสื่อมโทรม

残暴（殘暴）cánbào 形 โหดเหี้ยม

残兵败将（殘兵敗將）cánbīng-bàijiàng〈成〉 ทหารเหลือเดนที่แตกหนีหัวซุกหัวซุน

残喘（殘喘）cánchuǎn 名 ดิ้นรนเฮือกสุดท้าย

残存（殘存）cáncún 动 เหลือรอดมา

残敌（殘敵）cándí 名 ข้าศึกที่ยังไม่ถูกกำจัด

残冬（殘冬）cándōng 名 ปลายฤดูหนาว

残毒（殘毒）cándú 名 พิษที่เหลือค้างอยู่ 形 เหี้ยมโหดทารุณ

C

残废（殘廢）cánfèi 动 พิการ 名 คนพิการ ; ทุพพลภาพ

残羹剩饭（殘羹剩飯）cángēng-shèngfàn 〈成〉เศษอาหาร

残骸（殘骸）cánhái 名 ซากศพ (ของคนหรือสัตว์) ; ซากปรักหักพัง หรือซากรถยนต์ ซากเครื่องจักร ฯลฯ

残害（殘害）cánhài 动 ทำลาย ; เข่นฆ่า ; สังหาร

残疾（殘疾）cán•jí 动 พิการ 名 ทุพพลภาพ

残疾人（殘疾人）cán•jírén 名 คนพิการ

残迹（殘迹）cánjì 名 ร่องรอยที่ยังมีอยู่

残局（殘局）cánjú 名 ตาหมากรุกที่ใกล้จะจบเกม ; สภาวะหลังพ่ายแพ้หรือหลังจากเกิดจลาจล

残酷（殘酷）cánkù 形 ทารุณ

残留（殘留）cánliú 动 เหลือไว้ (บางส่วน)

残年（殘年）cánnián 名 ไม้ใกล้ฝั่ง ; ชีวิตในบั้นปลาย

残品（殘品）cánpǐn 名 ผลิตภัณฑ์ที่มีตำหนิ

残破（殘破）cánpò 形 ชำรุดทรุดโทรม

残缺（殘缺）cánquē 形 ไม่สมบูรณ์ ; ไม่สมประกอบ

残忍（殘忍）cánrěn 形 โหดเหี้ยม

残杀（殘殺）cánshā 动 สังหาร ; เข่นฆ่า

残山剩水（殘山剩水）cánshān-shèngshuǐ 〈成〉บ้านเมืองแตกแยก ; อาณาจักรไม่เป็นปึกแผ่น

残生（殘生）cánshēng 名 ชีวิตบั้นปลาย ; ชีวิตที่รอดตายมาได้

残损（殘損）cánsǔn 动 ขาดวิ่น ; แตกแหว่ง

残余（殘餘）cányú 名 กากเดน

残渣（殘渣）cánzhā 名 กาก

残渣余孽（殘渣餘孽）cánzhā-yúniè 〈成〉กากเดน (จากสังคมเก่า ฯลฯ)

蚕（蠶）cán 名〈动〉ไหม

蚕豆（蠶豆）cándòu 名〈植〉ถั่วปากอ้า

蚕茧（蠶繭）cánjiǎn 名〈动〉รังไหม

蚕农（蠶農）cánnóng 名〈农〉ชาวไร่เลี้ยงไหม

蚕食（蠶食）cánshí 动 เล็ม

蚕丝（蠶絲）cánsī 名 ใยไหม

蚕蛹（蠶蛹）cányǒng 名〈动〉หนอนไหม

惭愧（慚愧）cánkuì 形 ละอายใจ

惨（慘）cǎn 形 สังเวช ; ร้ายแรง ; โหดเหี้ยม

惨案（慘案）cǎn'àn 名 กรณีสังหารชีวิตประชาชนอย่างโหดร้ายทารุณ ; คดีฆาตกรรมอย่างเหี้ยมโหด

惨白（慘白）cǎnbái 形 ขาวซีด

惨败（慘敗）cǎnbài 动 พ่ายแพ้อย่างยับเยิน

惨不忍睹（慘不忍睹）cǎnbùrěndǔ 〈成〉น่าเวทนาจนทนดูไม่ได้

惨淡（慘淡）cǎndàn 形 มัวซัว ; ลำบากยากเข็ญ

惨叫（慘叫）cǎnjiào 动 ร้องอย่างน่าเวทนา

惨剧（慘劇）cǎnjù 名 เหตุการณ์อันโหดเหี้ยมทารุณ

惨绝人寰（慘絶人寰）cǎnjuérénhuán 〈成〉โหดร้ายทารุณอย่างไม่เคยมีมาก่อนในโลกมนุษย์

惨烈（慘烈）cǎnliè 形 น่าสังเวชใจอย่างยิ่ง

惨然（慘然）cǎnrán 形 เศร้าสลดใจ

惨杀（慘殺）cǎnshā 动 ฆ่าอย่างโหดเหี้ยม

惨死（慘死）cǎnsǐ 动 ตายอย่างอนาถ

惨痛（慘痛）cǎntòng 形 น่าสังเวชใจ

惨无人道（慘無人道）cǎnwúréndào 〈成〉โหดเหี้ยมทารุณไร้มนุษยธรรม

惨笑（慘笑）cǎnxiào 动 ฝืนยิ้มด้วยความเจ็บปวด

惨重（慘重）cǎnzhòng 形 (เสียหาย) ย่อยยับ

惨状（慘狀）cǎnzhuàng 名 ลักษณะน่าเวทนา

灿烂（燦爛）cànlàn 形 เจิดจ้า ; รุ่งโรจน์

粲然一笑 cànrán-yīxiào 〈成〉ยิ้มแฉ่ง

仓（倉）cāng 名 ฉาง ; ยุ้ง ; คลัง

仓促（倉促）cāngcù 形 ฉุกละหุก ; กระวีกระวาด

仓皇（倉皇）cānghuáng 形 ผลุนผลันและหน้าตาตื่น

仓皇失措（倉皇失措）cānghuáng-shīcuò 〈成〉ตระหนกตกใจจนทำตัวไม่ถูก

仓库（倉庫）cāngkù 名 ฉาง ; ยุ้ง ; โกดัง

苍白（蒼白）cāngbái 形 ซีด

苍翠（蒼翠）cāngcuì 形 เขียวชอุ่ม

苍黄（蒼黄）cānghuáng 形 เขียวซีด 名 สีเขียวและสีเหลือง เหตุการณ์ที่เกิดการเปลี่ยนแปลง

苍劲（蒼勁）cāngjìng 形 (ต้นไม้) อายุมากและดูมีพลัง ; (ภาพวาด ลายมือ) ช่ำชองมีพลัง
苍老（蒼老）cānglǎo 形 แก่เฒ่า ; (ภาพวาด ลายมือ) ช่ำชองมีพลัง
苍鹭（蒼鷺）cānglù 名〈动〉นกกระสา
苍茫（蒼茫）cāngmáng 形 เวิ้งว้าง ; สุดลูกหูลูกตา
苍莽（蒼莽）cāngmǎng 形〈书〉กว้างใหญ่ไพศาล
苍穹（蒼穹）cāngqióng 名〈书〉ท้องฟ้า
苍生（蒼生）cāngshēng 名〈书〉ประชาราษฎร์
苍天（蒼天）cāngtiān 名 ฟ้า ; สวรรค์
苍鹰（蒼鷹）cāngyīng 名〈动〉เหยี่ยว
苍蝇（蒼蠅）cāng•ying 名〈动〉แมลงวัน
苍郁（蒼鬱）cāngyù 形〈书〉เขียวชอุ่ม
沧海（滄海）cānghǎi 名 ทะเล ; มหาสมุทร
沧海桑田（滄海桑田）cānghǎi-sāngtián〈成〉พื้นทะเลค่อย ๆ เปลี่ยนแปลงไปเป็นพื้นนา พื้นนาค่อย ๆ เปลี่ยนแปลงไปเป็นทะเล อุปมาว่าสิ่งต่าง ๆ ในโลกนี้เปลี่ยนแปลงไปมากตามกาลเวลา
沧海一粟（滄海一粟）cānghǎi-yīsù〈成〉เมล็ดข้าวเมล็ดหนึ่งในมหาสมุทร อุปมาว่าน้อยนิดหรือเล็กเหลือเกิน
沧桑（滄桑）cāngsāng 名 การเปลี่ยนแปลงจากหน้ามือเป็นหลังมือ
舱（艙）cāng 名 ห้องบนเรือ ; ห้องบนเครื่องบิน
舱位（艙位）cāngwèi 名〈交〉ที่นั่ง (หรือที่นอน) บนเรือ ; ที่นั่งบนเครื่องบิน
藏 cáng 动 ซ่อน ; เก็บ
藏藏掖掖 cángcángyēyē หลบ ๆ ซ่อน ๆ
藏奸 cángjiān 动 แฝงเจตนาร้าย
藏龙卧虎（藏龍卧虎）cánglóng-wòhǔ〈成〉มีผู้ปรีชาสามารถเก็บตัวอยู่
藏匿 cángnì 动 หลบซ่อน
藏身 cángshēn 动 หลบซ่อน ; ซ่อนตัว
藏书（藏書）cángshū 名 หนังสือที่เก็บสะสมไว้
藏污纳垢（藏污納垢）cángwū-nàgòu〈成〉ช่วยปิดบังอำพรางคนชั่วหรือเรื่องชั่ว
藏掖 cángyē 动 ซ่อน ; ปิดบัง
操 cāo 动 ถือไว้ ; ทำ ; ฝึก
操办（操辦）cāobàn 动 จัดทำ
操场（操場）cāochǎng 名 สนามฝึก
操持 cāochí 动 จัดการ ; ทำ
操控 cāokòng 动 ควบคุม
操劳（操勞）cāoláo 动 ทำงานอย่างเหน็ดเหนื่อย
操练（操練）cāoliàn 动 ฝึก (การเข้าแถวเดินแถว ฯลฯ)
操神 cāoshén 动 ใช้สมองหนัก
操守 cāoshǒu 名 ความประพฤติ
操心 cāoxīn 动 เป็นห่วง
操行 cāoxíng 名 ความประพฤติ (ของนักเรียน)
操之过急（操之過急）cāozhī-guòjí〈成〉ใจร้อนเกินไปในการดำเนินการ
操纵（操縱）cāozòng 动 ควบคุม ; ครอบงำ
操纵台（操縱臺）cāozòngtái 名〈机〉แท่นควบคุมเครื่องจักร
操作 cāozuò 动 เดินเครื่อง ; ดำเนินการ
糙 cāo 形 หยาบ ; ลวก ๆ
曹白鱼（曹白魚）cáobáiyú 名〈动〉ปลาแฮร์ริ่ง (*Chinese herring*)
嘈杂（嘈雜）cáozá 形 (เสียง) จ้อกแจ้กจอแจ
槽 cáo 名 รางอาหารสัตว์
槽钢（槽鋼）cáogāng 名〈冶〉เหล็กกล้าที่มีหน้าตัดเป็นรูป U
槽牙 cáoyá 名〈生理〉ฟันกราม
草 cǎo 名 หญ้า 形 ลวก ๆ
草案 cǎo'àn 名 ฉบับร่าง
草包 cǎobāo 名 ถุงที่สานด้วยฟางข้าว ; อุปมาว่าคนที่ไร้ความสามารถ
草本 cǎoběn 名〈植〉ประเภทลำต้นเป็นหญ้า
草编（草編）cǎobiān 名 เครื่องจักสาน
草草 cǎocǎo 副 ลวก ๆ
草场（草場）cǎochǎng 名 สนามหญ้า ; ทุ่งหญ้า
草创（草創）cǎochuàng 动 ริเริ่ม
草丛（草叢）cǎocóng 名 พงหญ้า
草地 cǎodì 名 สนามหญ้า ; ลานหญ้า

草垫子（草墊子）cǎodiàn•zi 名 เบาะที่ทำด้วยฟาง
草垛 cǎoduò 名 กองหญ้า ; กองฟาง
草房 cǎofáng 名 กระท่อมฝาขัดแตะ
草稿 cǎogǎo 名 ฉบับร่าง
草根 cǎogēn 名 รากหญ้า ; อุปมาว่า ประชาชนที่ยากจนและด้อยโอกาสทางสังคม
草菇 cǎogū 名〈植〉เห็ดนางฟ้า
草荒 cǎohuāng 名〈农〉ไร่นาเต็มไปด้วยวัชพืช ; ภาวะขาดแคลนหญ้าเลี้ยงสัตว์
草菅人命 cǎojiān-rénmìng〈成〉ถือชีวิตคนเสมือนต้นหญ้า ; ฆ่าคนเหมือนผักปลา
草料 cǎoliào 名〈农〉หญ้าเลี้ยงสัตว์
草绿（草綠）cǎolǜ 形 สีเขียวอมเหลือง
草莽 cǎomǎng 名〈书〉พงหญ้า ; ทุ่งหญ้า
草帽 cǎomào 名 หมวกฟาง ; งอบ
草莓 cǎoméi 名〈植〉สตรอเบอร์รี (*strawberry*)
草木灰 cǎomùhuī 名〈农〉ขี้เถ้าของพืชหญ้า
草木皆兵 cǎomù-jiēbīng〈成〉หวาดผวา ; หวาดกลัวเกินไปจนเห็นต้นไม้ใบหญ้าเป็นข้าศึกไปหมด
草拟（草擬）cǎonǐ 动 ร่าง
草棚 cǎopéng 名 กระต๊อบ
草皮 cǎopí 名 แผ่นหญ้าที่มีดินติดอยู่ (ใช้สำหรับปลูก) ; หญ้าปูสนาม
草坪 cǎopíng 名 สนามหญ้า
草签（草簽）cǎoqiān 动 ลงนามขั้นต้น (ในสนธิสัญญาฉบับร่าง)
草绳（草繩）cǎoshéng 名 เชือกฟาง
草书（草書）cǎoshū 名 แบบตัวอักษรหวัด 动 เขียนหวัด
草食 cǎoshí 形〈动〉(สัตว์) ที่กินหญ้า
草率 cǎoshuài 形 ลวก ๆ ; สุกเอาเผากิน
草体（草體）cǎotǐ 名 แบบตัวอักษรหวัด
草图（草圖）cǎotú 名 ภาพ (หรือแผนผัง) ที่ร่างไว้คร่าว ๆ
草屋 cǎowū 名 กระต๊อบที่หลังคามุงด้วยหญ้าคา
草席 cǎoxí 名 เสื่อกก ; เสื่อกระจูด
草鞋 cǎoxié 名 รองเท้าฟาง
草样（草樣）cǎoyàng 名 แบบร่าง
草药（草藥）cǎoyào 名〈中医〉สมุนไพร
草鱼（草魚）cǎoyú 名〈动〉ปลาเฉาฮื้อ (แต้จิ๋ว)
草原 cǎoyuán 名 ทุ่งหญ้า
草纸（草紙）cǎozhǐ 名 กระดาษฟาง

册 cè 名 เล่ม ; สมุด
册封 cèfēng 动 สถาปนาพระยศ
册立 cèlì 动 สถาปนาพระยศ (พระบรมราชินีหรือพระบรมโอรสาธิราช)
册页（冊頁）cèyè 名 อัลบั้มภาพวาดหรือลายมือพู่กันจีน
册子 cè•zi 名 สมุด

厕所（廁所）cèsuǒ 名 ห้องสุขา

侧（側）cè 名 ข้าง 动 เอียง
侧耳（側耳）cè'ěr 动 เงี่ยหู (ฟัง)
侧记（側記）cèjì 名 การบันทึกความเห็นต่างมุมมอง
侧门（側門）cèmén 名 ประตูข้าง
侧面（側面）cèmiàn 名 ด้านข้าง
侧目（側目）cèmù 动〈书〉ชำเลืองมอง ; ค้อน
侧身（側身）cèshēn 动 เอียงกาย
侧视（側視）cèshì 动 ชำเลืองมอง
侧视图（側視圖）cèshìtú 名 ภาพมองด้านข้าง
侧卧（側卧）cèwò 动 นอนตะแคง
侧翼（側翼）cèyì 名〈军〉ปีกข้าง
侧影（側影）cèyǐng 名 ภาพด้านข้าง
侧泳（側泳）cèyǒng 名〈体〉ท่าว่ายน้ำตะแคงกาย
侧重（側重）cèzhòng 动 เน้นหนัก
侧重点（側重點）cèzhòngdiǎn 名 จุดเน้น

测（測）cè 动 วัด ; ทาย ; เดา
测报（測報）cèbào 动〈测〉รังวัด ; สำรวจ
测报员（測報員）cèbàoyuán 名 เจ้าหน้าที่รังวัด
测定（測定）cèdìng 动 วัดกำหนด
测杆（測杆）cègān 名〈测〉ไม้วัด
测绘（測繪）cèhuì 动 รังวัดและเขียนผัง
测距（測距）cèjù 名〈测〉ระยะวัด
测距仪（測距儀）cèjùyí 名〈测〉เครื่องวัดระยะ
测控（測控）cèkòng 动 ควบคุมการวัด
测量（測量）cèliáng 动 วัด

测量学（測量學）cèliángxué 名 วิชารังวัด
测评（測評）cèpíng 动 ตรวจสอบ ; คาดการณ์และวิจารณ์
测试（測試）cèshì 动 ทดสอบการวัด (มิเตอร์ เครื่องไฟฟ้าเครื่องจักรกล ฯลฯ)
测速（測速）cèsù 动 วัดความเร็ว
测算（測算）cèsuàn 动 วัดและคำนวณ
测温（測温）cèwēn 动 วัดอุณหภูมิ ; วัดความร้อน
测验（測驗）cèyàn 动 ตรวจสอบ (ด้วยมิเตอร์หรือวิธีการอื่น ๆ) ; ทดสอบ (ผลการเรียน)
测字（測字）cèzì 动 การเสี่ยงทายด้วยวิธีการแยกตัวหนังสือจีน
恻隐之心（惻隱之心）cèyǐnzhīxīn〈成〉ความสงสาร ; ความเห็นอกเห็นใจ
策动（策動）cèdòng 动 วางแผนก่อการและปลุกระดม
策反 cèfǎn 动 ปลุกระดมให้ก่อการกบฏขึ้นภายในฝ่ายศัตรู
策划（策劃）cèhuà 动 วางแผน
策励（策勵）cèlì 动〈书〉กระตุ้นและให้กำลังใจ
策略 cèlüè 名 กลยุทธ์
策应（策應）cèyìng 动〈军〉หนุนช่วยและร่วมมือกัน (กับสัมพันธมิตรในยามสู้รบ)
策源地 cèyuándì 名 แหล่งกำเนิด
参差（參差）cēncī 形 ความสั้นยาว สูงต่ำ หรือใหญ่เล็กไม่ท่ากัน ; ไม่เสมอกัน
参差不齐（參差不齊）cēncī-bùqí〈成〉ไม่เสมอกัน
涔涔 céncén 形〈书〉(น้ำ เหงื่อ น้ำตา) ไหลพราก
噌 cēng 拟声 ฉับ (เสียงนกกระพือปีกบิน)
层（層）céng 名 ชั้น
层出不穷（層出不窮）céngchū-bùqióng〈成〉ปรากฏออกมาตามลำดับอย่างไม่ขาดสาย
层次（層次）céngcì 名 ลำดับขั้นตอนของข้อความ ; ลำดับชั้นของหน่วยงาน
层叠（層疊）céngdié 动 ซ้อนกันเป็นชั้น ๆ
层级（層級）céngjí 名 ระดับชั้น
层面（層面）céngmiàn 名 ขอบเขตชั้นใดชั้นหนึ่ง ; ด้าน

曾 céng 副 เคย
曾几何时（曾幾何時）céngjǐhéshí〈成〉เวลาผ่านไปไม่นานนัก
曾经（曾經）céngjīng 副 เคย
蹭 cèng 动 เสียดสี ; เปรอะเปื้อน ; เดินหรือกระทำอย่างเชื่องช้า ; ฉวยประโยชน์ ; อาศัยจังหวะ
蹭蹬 cèngdèng 形〈书〉ประสบความล้มเหลว
叉 chā 名 ส้อม ; กากบาท 动 ใช้ส้อมเสียบหรือช้อนของ
叉车（叉車）chāchē 名〈机〉รถฟอร์คลิฟต์ (*forklift*)
叉烧（叉燒）chāshāo 动 วิธีย่างหมูแดงชนิดหนึ่ง
叉腰 chāyāo 动 เท้าสะเอว
叉子 chā·zi 名 ส้อม
杈 chā 名〈农〉ง่ามไม้
差 chā 名 ความแตกต่าง ; ผลลบ
差别 chābié 名 ความแตกต่าง
差错（差錯）chācuò 名 ความผิดพลาด
差额（差額）chā'é 名 จำนวนที่ขาดไป
差价（差價）chājià 名 ราคาต่าง
差距 chājù 名 ช่วงความต่าง ; ระยะความต่าง
差强人意 chāqiáng-rényì〈成〉พอจะถูไถไปได้
差异 chāyì 名 ความแตกต่าง
插 chā 动 เสียบ ; ใส่ ; สอด
插班 chābān 动〈教〉(นักเรียน) ย้ายเข้ามาเรียนกลางเทอม
插翅难飞（插翅難飛）chāchì-nánfēi〈成〉ถึงติดปีกบินก็หนีไม่รอด
插花 chāhuā 动 ปักดอกไม้ ; จัดดอกไม้
插话（插話）chāhuà 动 พูดแทรก ; พูดทะลุกลางปล้อง 名 คำพูดที่สอดแทรกเข้ามา
插件 chājiàn 名 เอกสารแทรก
插脚 chājiǎo 动 เข้าไปยืน (มักใช้ในรูปปฏิเสธ) ; อุปมาว่า เข้าร่วมกิจกรรม
插科打诨（插科打諢）chākē-dǎhùn〈成〉สอดแทรกบทตลก
插空 chākòng 动 ใช้เวลาว่าง

C

插口 chākǒu 动 พูดสอด 名 เบ้าเสียบ
插曲 chāqǔ 名 เพลงประกอบ (ในภาพยนตร์หรือละคร)
插入 chārù 动 เสียบเข้า ; แทรกเข้าไป
插身 chāshēn 动 แทรกตัวเข้าไป
插手 chāshǒu 动 เข้าแทรก ; เข้าร่วม
插条（插條）chātiáo 名 กิ่งปัก (เพาะปลูกต้นไม้)
插头（插頭）chātóu 名 ปลั๊ก (*plug*) ; หัวเสียบ
插图（插圖）chātú 名 ภาพประกอบ
插销（插銷）chāxiāo 名 ลิ่มสลัก ; ปลั๊ก (*plug*)
插叙 chāxù 名 บทบรรยายแทรก
插秧 chāyāng 动〈农〉ดำกล้า
插页（插頁）chāyè 名 ใบแทรก (ในหนังสือพิมพ์)
插足 chāzú 动 เข้าสอดแทรก
插嘴 chāzuǐ 动 พูดสอด
插座 chāzuò 名 เบ้าปลั๊ก
喳喳 chāchā 拟声 เสียงกระซิบกระซาบ
喳喳 chā•cha 动 พูดเบา ๆ
馇（餷）chā 动 ต้มเคี่ยว
锸（鍤）chā 名〈书〉พลั่ว ; เครื่องมือขุดดิน
茬 chá 名〈农〉โคนต้นพืช 量 จำนวนครั้งในการเพาะปลูกหรือเติบโตของพืชไร่บนที่ดินแปลงหนึ่ง
茬子 chá•zi 名〈农〉โคนต้นพืช (เช่น ต้นข้าว ข้าวโพด ฯลฯ)
茶 chá 名 ชา ; น้ำชา
茶杯 chábēi 名 ถ้วยน้ำชา
茶匙 cháchí 名 ช้อนชา
茶道 chádào 名 พิธีดื่มน้ำชา
茶点（茶點）chádiǎn 名 อาหารว่างกับน้ำชา ; แต่เตี้ยม (แต้จิ๋ว)
茶饭（茶飯）cháfàn 名 อาหารการกิน
茶缸子 chágāng•zi 名 ถ้วยน้ำทรงกระป๋อง (มีหูจับ)
茶馆（茶館）cháguǎn 名 ร้านน้ำชา
茶罐 cháguàn 名 ถ้ำชา
茶壶（茶壺）cháhú 名 กาน้ำชา ; ป้านชา
茶花 cháhuā 名〈植〉ดอกแคมิเลีย (*camellia*)
茶话会（茶話會）cháhuàhuì 名 งานเลี้ยงน้ำชา
茶几 chájī 名 โต๊ะวางชุดน้ำชา
茶碱 chájiǎn 名 ด่างใบชา
茶具 chájù 名 ชุดน้ำชา
茶楼（茶樓）chálóu 名 ร้านขายน้ำชา
茶炉（茶爐）chálú 名 เตาต้มน้ำชงชา
茶盘（茶盤）chápán 名 ถาดรองถ้วยน้ำชาและกาน้ำชา
茶色 chásè 名 สีชา
茶树（茶樹）cháshù 名〈植〉ต้นชา
茶水 cháshuǐ 名 น้ำชา
茶碗 cháwǎn 名 ชามน้ำชา
茶叶（茶葉）cháyè 名 ใบชา
茶叶蛋（茶葉蛋）cháyèdàn 名 ไข่เค็มที่ดองน้ำชากับซีอิ๊ว
茶油 cháyóu 名 น้ำมันชา
茶余饭后（茶餘飯後）cháyú-fànhòu〈成〉ยามว่างหลังอาหารและน้ำชา
茶园（茶園）cháyuán 名 สวนชา
茶砖（茶磚）cházhuān 名 แท่งใบชา
茶桌 cházhuō 名 โต๊ะน้ำชา
茶座 cházuò 名 แผงลอยน้ำชา ; ที่นั่งในร้านขายน้ำชา
查 chá 动 ตรวจ ; ค้นดู
查办（查辦）chábàn 动 สอบสวนลงโทษ
查抄 cháchāo 动 ตรวจค้นและริบทรัพย์
查处（查處）cháchǔ 动 ตรวจสอบและจัดการ
查对（查對）cháduì 动 ตรวจตรา
查房 cháfáng 动 (แพทย์) ตรวจสภาพคนไข้ตามห้องคนไข้ ; ตรวจห้องโรงแรม
查封 cháfēng 动 ตรวจสอบและอายัด
查岗（查崗）chágǎng 动 ตรวจการปฏิบัติหน้าที่ของยาม
查号台 cháhàotái 名 ศูนย์สอบถามหมายเลขโทรศัพท์
查核 cháhé 动 ตรวจตรา
查获（查獲）cháhuò 动 ตรวจและจับได้
查禁 chájìn 动 สั่งห้าม
查究 chájiū 动 สอบสวนเอาโทษ

查看 chákàn 动 ตรวจดู
查考 chákǎo 动 สำรวจค้นหา (ข้อเท็จจริง)
查扣 chákòu 动 ตรวจ (สิ่งของ) และยึดไว้
查明 chámíng 动 สำรวจให้ปรากฏผลชัดแจ้ง
查票 chápiào 动 ตรวจตั๋ว
查哨 cháshào 动〈军〉ตรวจงานปฏิบัติหน้าที่ของทหารยาม
查实（查實）cháshí 动 ตรวจสอบแน่ชัด
查收 cháshōu 动 ตรวจรับ
查问（查問）cháwèn 动 สอบถาม
查寻（查尋）cháxún 动 ค้นหา ; สืบหา
查询（查詢）cháxún 动 สอบถาม
查验（查驗）cháyàn 动 ตรวจสอบ
查夜 cháyè 动 ออกตรวจในยามดึก
查阅（查閱）cháyuè 动 ค้นหา (หนังสือ เอกสาร) ออกมาอ่าน (ในส่วนที่เกี่ยวข้อง)
查账（查賬）cházhàng 动 ตรวจบัญชี
查找 cházhǎo 动 ค้นหา
查证（查證）cházhèng 动 ค้นหาหลักฐาน
搽 chá 动 ทา (แป้ง ครีม ฯลฯ)
碴儿（碴兒）chár 名 เศษเล็ก ๆ ; ปากภาชนะที่แตก ; ความบาดหมางใจ
察访（察訪）cháfǎng 动 ออกสำรวจโดยการเยี่ยมเยียนและคอยสังเกต
察觉（察覺）chájué 动 สังเกตเห็น
察看 chákàn 动 สังเกต
察言观色（察言觀色）cháyán-guānsè〈成〉สังเกตคำพูดและสีหน้า ; ดูทางลม
镲（鑔）chǎ 名〈乐〉ฉิ่ง (ขนาดเล็ก)
杈子 chà•zi 名〈植〉กิ่งแยก (ของต้นไม้)
岔开（岔開）chàkāi 动 แยกออก ; เบนออกนอกเส้นทาง
岔路 chàlù 名 ทางแยก
岔气（岔氣）chàqì 动〈生理〉รู้สึกเจ็บที่หน้าอกเวลาหายใจ
岔子 chà•zi 名 ทางแยก ; ความผิดพลาด ; อุบัติเหตุ
刹那 chànà 名 ขณะนั้น ; พริบตาเดียว
刹那间（刹那間）chànàjiān 名 ชั่วพริบตาเดียว
衩 chà 名 ช่วงที่เปิดด้านข้างของเสื้อผ้า
诧异（詫异）chàyì 形 ประหลาดใจ
差 chà 形 แตกต่างกัน ; แย่ ; ผิดพลาด 动 ขาด
差不多 chà•buduō 形 พอ ๆ กัน ; โดยทั่วไป 副 เกือบจะ ; พอใช้ได้
差不离（差不離）chà•bulí 形 พอ ๆ กัน ; โดยทั่วไป ; เกือบจะ ; พอใช้ได้
差等生 chàděngshēng 名〈教〉นักเรียนที่เรียนไม่เก่ง
差点儿（差點兒）chàdiǎnr 形 ด้อยกว่าหน่อยหนึ่ง 副 เกือบจะ ; หวุดหวิด
差劲（差勁）chàjìn 形 แย่ ; ใช้การไม่ได้ (ใช้กับคุณภาพสิ่งของหรือความสามารถของคน)
差评（差評）chàpíng 名 คำวิจารณ์เชิงลบ ; รีวิวด้านลบ ; คอมเมนต์ในแง่ลบ
差生 chàshēng 名 นักเรียนที่เรียนไม่เก่ง
差事 chàshì 形〈口〉แย่ ; ใช้การไม่ได้ (ใช้กับสิ่งของ)
姹紫嫣红（姹紫嫣紅）chàzǐ-yānhóng〈成〉(ดอกไม้นานาชนิด) สวยสดงดงาม
拆 chāi 动 ฉีก ; รื้อ
拆除 chāichú 动 รื้อถอน
拆穿 chāichuān 动 เปิดโปง ; แฉโพย
拆分 chāifēn 动 (หน่วยบริหารใหญ่ ฯลฯ) แยกออกเป็นหน่วยย่อย
拆封 chāifēng 动 เปิดซอง
拆伙（拆夥）chāihuǒ 动 เลิกร่วมมือกัน ; เลิกรา
拆借 chāijiè 动 กู้เงินระยะสั้นโดยคิดดอกเบี้ยเป็นรายวัน
拆卖（拆賣）chāimài 动 (เครื่องเรือน เครื่องจักร ฯลฯ) ถอดขายเป็นชิ้น ๆ
拆迁（拆遷）chāiqiān 动 ย้ายบ้านเนื่องจากบ้านเก่าจะถูกรื้อทิ้ง
拆墙脚（拆墻脚）chāi qiángjiǎo〈俗〉แซะขาเก้าอี้ อุปมาว่า โค่นล้มหรือทำลาย
拆散 chāisǎn 动 แยกออก ; ทำให้แตกแยกกัน
拆台（拆臺）chāitái 动 อุปมาว่า เลื่อยขาเก้าอี้
拆洗 chāixǐ 动 เลาะและซัก (เสื้อนวม ผ้าห่มนวม ฯลฯ)

拆线（拆綫）chāixiàn 动〈医〉ตัดไหม (ที่เย็บบาดแผล) ออก

拆卸 chāixiè 动 ถอดชิ้นส่วน

钗 chāi 名 ปิ่นปักผม

差旅费（差旅費）chāilǚfèi 名 ค่าใช้จ่ายในการเดินทางไปปฏิบัติงานนอกสถานที่

差遣 chāiqiǎn 动 ส่งตัวไปปฏิบัติงานข้างนอก

差使 chāishǐ 动 ส่งตัวไปปฏิบัติหน้าที่

差事 chāi•shi 名 งานที่สั่งให้ไปทำ

差役 chāiyì 名 เจ้าหน้าที่ฝ่ายธุรการในสมัยก่อน ; งานที่ถูกรัฐบาลเกณฑ์ไปทำ

柴 chái 名 ฟืน

柴草 cháicǎo 名 ฟืนและหญ้าแห้ง

柴禾 cháihé 名 ฟืน กิ่งไม้ ก้านพืชแห้ง หญ้าแห้ง ฯลฯ ที่ใช้ก่อไฟได้

柴火 chái•huo 名 ฟืน กิ่งไม้ ก้านพืชแห้ง หญ้าแห้ง ฯลฯ ที่ใช้ก่อไฟได้

柴米油盐（柴米油鹽）chái-mǐ-yóu-yán ฟืน ข้าว น้ำมันและเกลือ ปริยายหมายถึงสิ่งจุกจิก แต่จำเป็นสำหรับชีวิตประจำวัน

柴油 cháiyóu 名〈工〉น้ำมันดีเซล (*diesel oil*)

柴油机（柴油機）cháiyóujī 名〈机〉เครื่องยนต์ที่ใช้น้ำมันดีเซล

豺 chái 名 หมาไน

豺狼 cháiláng 名 หมาไนกับหมาป่า อุปมาว่า คนชั่วใจอำมหิต

豺狼成性 cháiláng-chéngxìng〈成〉สันดานโฉดชั่วเหมือนหมาป่า

豺狼当道（豺狼當道）cháiláng-dāngdào〈成〉หมาไนกับหมาป่าเป็นเจ้า อุปมาว่า คนชั่วกุมอำนาจ

掺和（摻和）chān•huo 动 ผสม ; คลุกเคล้า ; เข้ามาเกี่ยวข้องพัวพันโดยไม่ทำเป็น

掺假（摻假）chānjiǎ 动 ปนของปลอม

掺杂（摻雜）chānzá 动 คละ

搀（攙）chān 动 ประคอง ; ผสม

搀扶（攙扶）chānfú 动 ประคอง ; พยุง

谗言（讒言）chányán 名 คำพูดใส่ร้าย ; คำพูดยุแหย่

馋（饞）chán 形 ตะกละตะกลาม ; อยากจะกิน

馋猫（饞猫）chánmāo 名 คนตะกละ (เรียกในเชิงล้อเล่นหรือเอ็นดู)

馋涎欲滴（饞涎欲滴）chánxián-yùdī〈成〉อยากจะกินจนน้ำลายไหล

馋嘴（饞嘴）chánzuǐ 形 ตะกละตะกลาม 名 คนตะกละตะกลาม

禅（禪）chán 名〈宗〉ฌาน ; เซน (*Zen*)

禅师（禪師）chánshī 名〈宗〉พระคุณเจ้า (คำเรียกพระภิกษุที่นับถือ)

禅学（禪學）chánxué 名〈宗〉พระธรรมของพุทธศาสนานิกายเซน

禅杖（禪杖）chánzhàng 名〈宗〉ไม้เท้าของพระสงฆ์

孱弱 chánruò 形〈书〉(ร่างกาย) อ่อนแอ

缠（纏）chán 动 พัน ; รัดตัว

缠绵（纏綿）chánmián 形 รักใคร่ผูกพันอย่างสุดซึ้ง ; ป้วนเปี้ยน

缠绕（纏繞）chánrào 动 พันรอบ

缠人（纏人）chánrén 形 กวนอยู่เนืองนิตย์จนไม่สามารถปลีกตัวไปได้

缠身（纏身）chánshēn 动 (งาน) รัดตัว

缠手（纏手）chánshǒu 形 จัดการยาก ; (โรค) รักษายาก

蝉（蟬）chán 名〈动〉จักจั่น

蝉联（蟬聯）chánlián 动 ครองตำแหน่งติดต่อกัน

蝉翼（蟬翼）chányì 名〈动〉ปีกจักจั่น

潺潺 chánchán 拟声 (เสียงน้ำไหล) ซ่า ๆ

蟾蜍 chánchú 名〈动〉คางคก

产（産）chǎn 动 คลอด ; ผลิต

产出（産出）chǎnchū 动〈经〉ผลิต

产地（産地）chǎndì 名 แหล่งผลิต

产房（産房）chǎnfáng 名 ห้องคลอด

产妇（産婦）chǎnfù 名〈医〉หญิงเพิ่งคลอดบุตร

产后（産後）chǎnhòu 名 หลังคลอด

产假（産假）chǎnjià 名 การลาคลอด

产科（産科）chǎnkē 名〈医〉แผนกสูติเวช

产量（產量）chǎnliàng 名〈经〉ปริมาณการผลิต
产品（產品）chǎnpǐn 名 ผลิตภัณฑ์ ; ผลิตผล
产前（產前）chǎnqián 名 ก่อนคลอด
产钳（產鉗）chǎnqián 名〈医〉คีมทำคลอด
产区（產區）chǎnqū 名 เขตผลิต
产权（產權）chǎnquán 名〈经〉กรรมสิทธิ์ในทรัพย์สิน
产生（產生）chǎnshēng 动 เกิด ; บังเกิด
产物（產物）chǎnwù 名 ผลิตผล
产销（產銷）chǎnxiāo 名〈简〉การผลิตและการจำหน่าย
产业（產業）chǎnyè 名〈经〉ทรัพย์สินอันเป็นอสังหาริมทรัพย์ เช่น ที่ดิน บ้านเรือน โรงงาน ฯลฯ ; เกี่ยวกับอุตสาหกรรม
产业链（產業鏈）chǎnyèliàn 名〈经〉ห่วงโซ่อุตสาหกรรม
产院（產院）chǎnyuàn 名〈医〉สถานผดุงครรภ์
产值（產值）chǎnzhí 名〈经〉มูลค่าการผลิต
谄媚（諂媚）chǎnmèi 动 ประจบสอพลอ ; ยกยอปอปั้น
铲（鏟）chǎn 名 พลั่ว ; ตะหลิว 动 ขุด
铲车（鏟車）chǎnchē 名 รถตักดิน
铲除（鏟除）chǎnchú 动 ขุดทิ้ง ; อุปมาว่า ขจัด ; กำจัด
铲土机（鏟土機）chǎntǔjī 名〈机〉เครื่องขุดดิน
铲子（鏟子）chǎn•zi 名 พลั่ว
阐发（闡發）chǎnfā 动 อรรถาธิบาย
阐明（闡明）chǎnmíng 动 สาธยาย
阐释（闡釋）chǎnshì 动 บรรยาย ; อธิบาย
阐述（闡述）chǎnshù 动 บรรยายวิเคราะห์
忏悔（懺悔）chànhuǐ 动 สารภาพผิด ; สารภาพบาป
颤（顫）chàn 动 สั่น ; ระริก
颤动（顫動）chàndòng 动 สั่น ; ไหว
颤抖（顫抖）chàndǒu 动 สั่นเทา ; สั่นริก ๆ
颤舌音（顫舌音）chànshéyīn 名〈语〉เสียงรัวลิ้น (*trill*)
颤巍巍（顫巍巍）chànwēiwēi 形 สั่นงก ๆ เงิ่น ๆ
颤音（顫音）chànyīn 名〈语〉เสียงรัว
颤悠（顫悠）chàn•you 动 เยิบ ๆ เนิบ ๆ
昌明 chāngmíng 形 เฟื่องฟู ; เจริญรุ่งเรือง (ใช้กับการเมือง วัฒนธรรม ฯลฯ)
昌盛 chāngshèng 形 เจริญรุ่งเรือง
猖獗 chāngjué 形 กำเริบเสิบสาน
猖狂 chāngkuáng 形 กำเริบเสิบสาน
娼妇（娼婦）chāngfù 名 ดอกทอง ;〈骂〉อีดอก
娼妓 chāngjì 名 โสเภณี
鲳鱼（鯧魚）chāngyú 名〈动〉ปลาจะละเม็ด
长（長）cháng 形 ยาว 名 ความยาว ; ข้อดี
长安（長安）Cháng'ān 名 นครฉางอาน
长臂猿（長臂猿）chángbìyuán 名〈动〉ชะนีแขนยาว
长别（長別）chángbié 动 จากกันเป็นเวลานาน; ถึงแก่กรรม
长波（長波）chángbō 名〈无〉คลื่นยาว
长城（長城）Chángchéng 名 กำแพงเมืองจีน
长处（長處）chángchù 名 ความถนัด ; ความสันทัด ; จุดเด่น
长辞（長辭）chángcí 动 ถึงแก่กรรม
长此以往（長此以往）chángcǐ-yǐwǎng〈成〉ถ้าเป็นเช่นนี้ตลอดไป
长存（長存）chángcún 动 สถิตอยู่ชั่วนิรันดร
长笛（長笛）chángdí 名〈乐〉ฟลุต (*flute*)
长度（長度）chángdù 名 ความยาว
长短（長短）chángduǎn 名 ความสั้นยาว ; ความมีอันเป็นไป ; ความถูกความผิด
长方体（長方體）chángfāngtǐ 名〈数〉ลูกบาศก์
长方形（長方形）chángfāngxíng 名〈数〉รูปสี่เหลี่ยมผืนผ้า
长工（長工）chánggōng 名〈旧〉ชาวนารับจ้างระยะยาว
长号（長號）chánghào 名〈乐〉แตรยาว
长河（長河）chánghé 名 แม่น้ำยาว
长虹（長虹）chánghóng 名 สายรุ้งยาว
长话短说（長話短說）chánghuà-duǎnshuō〈成〉เรื่องยาวพูดสั้น

长假（長假）chángjià 名 วันหยุดยาว

长颈鹿（長頸鹿）chángjǐnglù 名〈动〉ยีราฟ (giraffe)

长久（長久）chángjiǔ 形 ยาวนาน

长空（長空）chángkōng 名 ท้องฟ้าอันกว้างไกล

长廊（長廊）chángláng 名 ระเบียงยาว

长龙（長龍）chánglóng 名 คิวยาว

长毛绒（長毛絨）chángmáoróng 名〈纺〉
กำมะหยี่ขนยาว

长矛（長矛）chángmáo 名 หอก

长眠（長眠）chángmián 动〈婉〉ถึงแก่กรรม

长明灯（長明燈）chángmíngdēng 名 ตะเกียงที่
สว่างทั้งกลางวันและกลางคืน

长命百岁（長命百歲）chángmìng-bǎisuì〈成〉
อายุยืนร้อยปี

长年（長年）chángnián 副 ตลอดปี

长年累月（長年纍月）chángnián-lěiyuè〈成〉
เป็นเวลาหลายปี

长袍（長袍）chángpáo 名 เสื้อคลุมยาวของ
ชายในสมัยก่อนของจีน

长跑（長跑）chángpǎo 名〈体〉วิ่งทน

长篇（長篇）chángpiān 形 (วรรณกรรม) เรื่องยาว

长篇大论（長篇大論）chángpiān-dàlùn〈成〉คำ
พูดหรือบทความที่ยาวยืด

长期（長期）chángqī 名 ระยะยาว

长枪（長槍）chángqiāng 名〈军〉ปืนเล็กยาว ;
ปืนยาว

长驱直入（長驅直入）chángqū-zhírù〈成〉
เร่งเดินทัพทางไกลและบุกตรงเข้าไป

长衫（長衫）chángshān 名 เสื้อคลุมยาวแบบชาย

长舌（長舌）chángshé 名 ลิ้นยาว อุปมาว่า ชอบ
นินทาว่าร้าย

长蛇阵（長蛇陣）chángshézhèn 名 คิวยาว

长生（長生）chángshēng 动 อายุวัฒนะ ; อมตะ

长生不老（長生不老）chángshēng-bùlǎo〈成〉
อายุวัฒนะ ; อมตะ

长逝（長逝）chángshì 动 จากไปอย่างไม่มีวันกลับ
หมายความว่า ถึงแก่กรรม

长寿（長壽）chángshòu 形 อายุยืน ; อายุวัฒนะ

长谈（長談）chángtán 动 คุยกันเป็นเวลานาน

长叹（長嘆）chángtàn 动 ถอนหายใจยาว

长途（長途）chángtú 形 ทางไกล

长线（長綫）chángxiàn 形 ทางไกล ; เวลายาว
นาน 名 ด้าย (ป่าน) เส้นยาว

长项（長項）chángxiàng 名 รายการที่ชำนาญ ;
สิ่งที่ชำนาญ

长效（長效）chángxiào 形 ได้ผลระยะยาว

长袖善舞（長袖善舞）chángxiù-shànwǔ〈成〉
อุปมาว่า มีผู้อุปถัมภ์จึงสำเร็จได้ง่าย ; ชำนาญ
ในการเล่นลูกไม้เพื่อแสวงหาผลประโยชน์

长吁短叹（長吁短嘆）chángxū-duǎntàn〈成〉
ถอนใจพร้อมคร่ำครวญ

长须鲸（長鬚鯨）chángxūjīng 名〈动〉
วาฬหนวดยาว ; ปลาวาฬหนวดยาว

长夜（長夜）chángyè 名 กลางคืนยาว

长远（長遠）chángyuǎn 形 ระยะเวลาอันยาวนาน

长征（長征）chángzhēng 名 การเดินทัพทางไกล

长治久安（長治久安）chángzhì-jiǔ'ān〈成〉
(สังคม) มีระเบียบและสงบสุขเป็นเวลานาน

长足（長足）chángzú 形 (ก้าวหน้า) รวดเร็ว

场（場）cháng 名 ลาน ; ตลาดนัด

场院（場院）chángyuàn 名 ลานนวดข้าว
ตากข้าว

肠（腸）cháng 名〈生理〉ลำไส้

肠梗阻（腸梗阻）chánggěngzǔ 名〈医〉
โรคลำไส้อุดตัน

肠结核（腸結核）chángjiéhé 名〈医〉
ลำไส้ติดเชื้อวัณโรค

肠儿（腸兒）chángr 名 ไส้กรอก

肠胃（腸胃）chángwèi 名〈生理〉ลำไส้และ
กระเพาะอาหาร

肠胃病（腸胃病）chángwèibìng 名〈医〉
โรคลำไส้และกระเพาะอาหาร

肠炎（腸炎）chángyán 名〈医〉ลำไส้อักเสบ

肠衣（腸衣）chángyī 名 ไส้สำหรับใช้ทำไส้กรอก

肠子（腸子）cháng•zi 名〈生理〉ไส้

尝（嘗）cháng 动 ชิม 副〈书〉เคย

尝试（嘗試）chángshì 动 ทดลอง
尝鲜（嘗鮮）chángxiān 动 กินของสด ใหม่
尝新（嘗新）chángxīn 动 กินของสด ใหม่
常 cháng 形 ธรรมดาทั่วไป ; คงที่ 副 บ่อย ๆ
常备不懈（常備不懈）chángbèi-bùxiè 〈成〉 เตรียมพร้อมอยู่เสมอ
常备军（常備軍）chángbèijūn 名〈军〉 ทหารประจำการ
常常 chángcháng 副 บ่อย ๆ ; มักจะ...เสมอ
常春藤 chángchūnténg 名〈植〉 ชื่อพันธุ์ไม้เลื้อยชนิดหนึ่ง ไอวี (*ivy*)
常规（常規）chángguī 名 กฎระเบียบที่เป็นประเพณีนิยม ;〈医〉 กระบวนการที่ใช้อยู่เป็นประจำทางการแพทย์
常衡 chánghéng 名 ระบบชั่งสิ่งของทั่วไป (นอกจากทองคำ เงินและเพชรพลอย) ของอเมริกาและอังกฤษ
常见（常見）chángjiàn 形 พบเห็นบ่อย ; มีอยู่ทั่วไป
常见病（常見病）chángjiànbìng 名 โรคที่พบเห็นบ่อย
常客 chángkè 名 แขกประจำ
常理 chánglǐ 名 เหตุผลโดยทั่วไป
常例 chánglì 名 กฎระเบียบที่เป็นประเพณีนิยม ; ประเพณีนิยม
常量 chángliàng 名〈物〉 ปริมาณคงที่
常绿（常綠）chánglǜ 形〈植〉 (ต้นไม้) เขียวตลอด
常年 chángnián 名 ตลอดปี
常青 chángqīng 形 (ต้นไม้) เขียวตลอด
常情 chángqíng 名 ความรู้สึกหรือเหตุผลโดยทั่วไป
常人 chángrén 名 คนธรรมดาสามัญ
常任 chángrèn 形 ดำรงตำแหน่งประจำ
常设（常設）chángshè 动 ตั้งอยู่ประจำ
常识（常識）chángshí 名 ความรู้ทั่วไป
常事 chángshì 名 เรื่องธรรมดา
常数（常數）chángshù 名〈数〉 ค่าคงที่
常态（常態）chángtài 名 สภาพปรกติ ; ภาวะปรกติ
常谈（常談）chángtán 名 เรื่องพูดถึงบ่อย
常销（常銷）chángxiāo 动〈经〉 (สินค้า) จำหน่ายได้ตลอดปี
常委 chángwěi 名〈简〉 กรรมการประจำ
常委会（常委會）chángwěihuì 名〈简〉 คณะกรรมการประจำ
常温 chángwēn 名 อุณหภูมิปรกติ
常务（常務）chángwù 形 บริหารงานประจำ
常性 chángxìng 名 ความไม่เปลี่ยนแปลง
常压（常壓）chángyā 名〈物〉 ความดันปรกติ
常言 chángyán 名 คำที่กล่าวกันโดยทั่วไป อาทิเช่น สุภาษิต คำพังเพย ฯลฯ
常用 chángyòng 动 ใช้บ่อย ; ใช้เป็นประจำ
常住 chángzhù 动 อยู่เป็นประจำ ; มีถิ่นที่อยู่ 名〈宗〉 อาคารวัดและที่ดิน ฯลฯ ซึ่งเป็นทรัพย์สินของวัด
常驻（常駐）chángzhù 动 ประจำ (สถานที่)
偿付（償付）chángfù 动 ชดใช้
偿还（償還）chánghuán 动 ชำระคืน
偿命（償命）chángmìng 动 ชดใช้ด้วยชีวิต
徜徉 chángyáng 动〈书〉 เดินเอ้อระเหย
嫦娥 Cháng'é 名 ชื่อเทพธิดาบนพระจันทร์ในเทพนิยายจีน
厂（廠）chǎng 名 โรงงาน
厂房（廠房）chǎngfáng 名 อาคารโรงงาน
厂规（廠規）chǎngguī 名 ระเบียบข้อบังคับของโรงงาน
厂纪（廠紀）chǎngjì 名 ระเบียบวินัยของโรงงาน
厂家（廠家）chǎngjiā 名 ฝ่ายโรงงาน
厂价（廠價）chǎngjià 名 ราคาโรงงาน ; ราคาผลิตภัณฑ์ตอนออกจากโรงงาน
厂矿（廠礦）chǎngkuàng 名〈矿〉 โรงงานและเหมืองแร่
厂龄（廠齡）chǎnglíng 名 อายุของโรงงาน
厂貌（廠貌）chǎngmào 名 โฉมหน้าโรงงาน
厂区（廠區）chǎngqū 名 เขตโรงงาน
厂商（廠商）chǎngshāng 名 โรงงาน ; เจ้าของโรงงาน

厂长（廠長）chǎngzhǎng 名 ผู้อำนวยการโรงงาน
厂址（廠址）chǎngzhǐ 名 ที่อยู่ของโรงงาน
厂子（廠子）chǎng•zi 名 โรงงาน
场（場）chǎng 名 สถานที่จัดงาน ; เวที 量 รอบ
场次（場次）chǎngcì 名 จำนวนรอบของการแสดง
场地（場地）chǎngdì 名 สถานที่
场合（場合）chǎnghé 名 กาลเทศะ
场记（場記）chǎngjì 名 การบันทึกการถ่ายทำภาพยนตร์หรือฝึกซ้อมบท ; ผู้ทำงานดังกล่าว
场景（場景）chǎngjǐng 名 สถานที่เกิดเหตุ ; ภาพ ; ฉาก
场面（場面）chǎngmiàn 名 ฉากในเหตุการณ์ ; ภาพ
场面人（場面人）chǎngmiànrén 名 คนออกสังคมบ่อย
场所（場所）chǎngsuǒ 名 สถานที่
场址（場址）chǎngzhǐ 名 ที่ตั้งสถานที่
场子（場子）chǎng•zi 名 สนาม ; ลาน
敞 chǎng 形 กว้าง 动 เปิดอ้า
敞车（敞車）chǎngchē 名 รถเปิดประทุน
敞开（敞開）chǎngkāi 动 เปิดออก
敞口儿（敞口兒）chǎngkǒur 副〈方〉อย่างไม่จำกัด
敞亮 chǎngliàng 形 สว่างโล่ง
敞露 chǎnglù 动 เปิดออก ; อ้าออก
敞篷车（敞篷車）chǎngpéngchē 名 รถเปิดประทุน
怅恨（悵恨）chànghèn 动 กลัดกลุ้มและขุ่นเคือง
怅然（悵然）chàngrán 形 ไม่สบอารมณ์
怅惘（悵惘）chàngwǎng 形 กลัดกลุ้ม ; ไม่สบายใจ
畅（暢）chàng 形 ไม่ติดขัด ; อย่างเต็มที่ ; ราบรื่น
畅怀（暢懷）chànghuái 副 ปล่อยให้สบายใจเต็มที่
畅快（暢快）chàngkuài 形 สบายอกสบายใจ
畅所欲言（暢所欲言）chàngsuǒyùyán〈成〉พูดได้เต็มที่
畅谈（暢談）chàngtán 动 พูดอย่างเต็มที่
畅通（暢通）chàngtōng 形 ไปมาเข้าออกได้อย่างสะดวกสบาย ; ไม่ติดขัด
畅想（暢想）chàngxiǎng 动 ปล่อยความคิดให้เกิดจินตนาการต่าง ๆ
畅销（暢銷）chàngxiāo 动 ขายคล่อง
畅行（暢行）chàngxíng 动 เข้าออกได้อย่างสะดวกสบาย
畅行无阻（暢行無阻）chàngxíng-wúzǔ〈成〉เข้าออกได้อย่างคล่องตัว
畅叙（暢敘）chàngxù 动 คุยกันอย่างสบายอกสบายใจ
畅饮（暢飲）chàngyǐn 动 ดื่ม (เหล้า) อย่างเต็มที่
畅游（暢游）chàngyóu 动 ว่ายน้ำอย่างสบายอารมณ์ ; เที่ยวอย่างสบายอารมณ์
倡办（倡辦）chàngbàn 动 ริเริ่มเปิด ; ริเริ่มก่อตั้ง
倡导（倡導）chàngdǎo 动 ริเริ่มส่งเสริม
倡言 chàngyán 动 เสนออย่างเปิดเผย
倡议（倡議）chàngyì 动 เสนอ ; เสนอข้อคิดเห็น 名 ข้อเสนอ
倡议书（倡議書）chàngyìshū 名 ข้อเสนอ
唱 chàng 动 ร้องเพลง ; ร้องเรียกด้วยเสียงอันดัง
唱白脸（唱白臉）chàng báiliǎn 动〈俗〉แสดงเป็นตัวละครหน้าขาว อุปมาว่า แสดงบทผู้ร้าย
唱本 chàngběn 名〈剧〉หนังสือบทร้อง
唱词（唱詞）chàngcí 名〈剧〉เนื้อร้องของเพลงหรือบทของละคร
唱段 chàngduàn 名〈剧〉บทร้อง
唱对台戏（唱對臺戲）chàng duìtáixì〈成〉ประชันบท อุปมาว่า เป็นปฏิปักษ์ต่อกัน
唱反调（唱反調）chàng fǎndiào 动〈俗〉เสนอความคิดเห็นหรือใช้การกระทำที่เป็นปฏิปักษ์ต่อกัน
唱高调（唱高調）chàng gāodiào 动〈俗〉พูดสวยแต่ไม่สอดคล้องกับความเป็นจริง ; ดีแต่พูด
唱歌 chànggē 动 ร้องเพลง
唱和 chànghè 动 แต่งกลอนตอบรับ ; ร้องเพลงตอบรับ
唱红脸（唱紅臉）chàng hóngliǎn 动〈俗〉แสดง

เป็นตัวละครแต่งหน้าแดง อุปมาว่า แสดงบทซื่อตรง
唱机（唱機）chàngjī 名 เครื่องเล่นแผ่นเสียง
唱空城计（唱空城計）chàng kōngchéngjì 〈成〉 อุปมาว่า ใช้อุบายแยบยลปิดบังความอ่อนแอด้านกำลังทหารฝ่ายตน ; อุปมาว่า เจ้าหน้าที่ทั้งหมดหรือส่วนใหญ่ไม่อยู่ประจำหน้าที่ในหน่วยงาน
唱盘（唱盤）chàngpán 名 จานเสียง ; แผ่นเสียง
唱片 chàngpiàn 名 จานเสียง ; แผ่นเสียง
唱票 chàngpiào 动 ขานเสียง (เวลาเลือกตั้ง)
唱腔 chàngqiāng 名〈剧〉 ท่วงทำนองขับร้อง
唱诗班（唱詩班）chàngshībān 名〈宗〉 คณะร้องเพลงสวดในโบสถ์
唱戏（唱戲）chàngxì 动 ร้องงิ้ว ; แสดงงิ้ว
唱针（唱針）chàngzhēn 名 เข็มเครื่องเล่นแผ่นเสียง
抄 chāo 动 คัด ; ค้นและยึด
抄报（抄報）chāobào 动 นำเอกสารสำเนายื่นเบื้องบน
抄本 chāoběn 名 ฉบับคัดลอก
抄查 chāochá 动 ตรวจค้นและริบ (สิ่งของละเมิดกฎหมาย)
抄道 chāodào 动 เดินทางลัด
抄后路（抄後路）chāo hòulù 动 เดินทางอ้อมตามทางด้านหลัง
抄获（抄獲）chāohuò 动 ค้นพบ
抄家 chāojiā 动 ค้นบ้าน
抄件 chāojiàn 名 เอกสารฉบับสำเนา
抄录（抄録）chāolù 动 คัด
抄身 chāoshēn 动 ค้นตัว
抄手 chāoshǒu 名〈方〉 เกี๊ยวน้ำ
抄送 chāosòng 动 ทำสำเนาและแจก
抄袭（抄襲）chāoxí 动 ขโมยคัดลอก ; 〈军〉 อ้อมไปอีกด้านหนึ่งเพื่อลอบโจมตี
抄写（抄寫）chāoxiě 动 คัดลอก
吵吵 chāo•chao 动〈方〉 ส่งเสียงเจี๊ยวจ้าว
钞票（鈔票）chāopiào 名 ธนบัตร
绰（綽）chāo 动 คว้า
超 chāo 形 เหนือ 动 เกิน
超编（超編）chāobiān 动 เกินโควตาตำแหน่งข้าราชการ
超标（超標）chāobiāo 动 เกินโควตา
超产（超産）chāochǎn 动 ปริมาณการผลิตเกินโครงการ
超常 chāocháng 动 ดีกว่าปรกติ
超车（超車）chāochē 动 แซงรถ
超出 chāochū 动 เกิน
超导（超導）chāodǎo 名〈物〉 สภาพนำยิ่งยวด ; ซูเปอร์คอนดักชัน (*superconduction*)
超导体（超導體）chāodǎotǐ 名〈物〉 ตัวนำยิ่งยวด ; ซูเปอร์คอนดักเตอร์ (*superconductor*)
超等 chāoděng 形 เหนือชั้น ; ชั้นพิเศษ
超低空 chāodīkōng 名〈航〉 ความสูงที่ต่ำสุด
超低温 chāodīwēn 名〈物〉 อุณหภูมิที่ต่ำสุด
超度 chāodù 动〈宗〉 โปรดสัตว์
超短波 chāoduǎnbō 名〈无〉 คลื่นสั้นที่สุด USW
超短裙 chāoduǎnqún 名 มินิสเกิร์ต (*miniskirt*)
超额（超額）chāo'é 动 เกินโควตา
超凡 chāofán 动 เหนือธรรมดาสามัญ
超负荷（超負荷）chāofùhè 动 รับน้ำหนักเกินพิกัด ; โอเวอร์โหลด (*overload*)
超高频（超高頻）chāogāopín 名〈无〉 ความถี่คลื่นวิทยุระหว่าง ๓๐๐ - ๓,๐๐๐ เมกะไซเคิล
超高速 chāogāosù 名〈物〉 ความเร็วเหนือเสียง ; อัตราเร็วกว่าเสียง
超高温 chāogāowēn 名〈物〉 อุณหภูมิสูงสุด
超高压（超高壓）chāogāoyā 名〈物〉 ความดันสูงสุด ; 〈电〉 แรงดันไฟฟ้าสูงสุด
超过（超過）chāoguò 动 เลยไป ; เหนือกว่า ; เกินกว่า
超乎 chāohū 动 เกินกว่า
超级（超級）chāojí 形 เหนือชั้น
超级大国（超級大國）chāojí dàguó อภิมหาประเทศ
超假 chāojià 动 เลยเวลากำหนดการลา
超绝（超絶）chāojué 形 เหนือธรรมดาทั่วไป

超量 chāoliàng 动 เกินปริมาณ
超龄（超齡）chāolíng 动 อายุเกิน
超模 chāomó 名〈简〉ซูเปอร์โมเดล (*supermodel*) (คำย่อจาก 超级模特)
超期 chāoqī 动 เลยกำหนดเวลา
超前 chāoqián 动 ล้ำหน้า 形 นำหน้า
超前性 chāoqiánxìng 名 ลักษณะนำหน้า
超强度 chāoqiángdù 名 ความแข็งแกร่งเหนือชั้น
超群 chāoqún 动 เด่นกว่าคนธรรมดาสามัญ
超然 chāorán 形 เป็นอิสระอยู่เหนือความวุ่นวายของปุถุชน
超然物外 chāorán-wùwài〈成〉อยู่เหนือความวุ่นวายของปุถุชน
超人 chāorén 名 (ความสามารถ ฯลฯ) เหนือกว่าคนทั่วๆ ไป ; ซูเปอร์แมน (*superman*)
超生 chāoshēng 动 ไปผุดไปเกิด ; อุปมาว่าปล่อยให้รอดไป ; มีลูกเกินกำหนดตามแผนครอบครัว
超声波（超聲波）chāoshēngbō 名〈无〉คลื่น (ความเร็ว) เหนือเสียง
超声速（超聲速）chāoshēngsù 名〈航〉ความเร็วเหนือเสียง
超时（超時）chāoshí 动 เกินเวลา
超市 chāoshì 名 ซุปเปอร์มาร์เก็ต (*supermarket*)
超速 chāosù 动 เกินความเร็วที่กำหนด
超算 chāosuàn 名〈计〉〈简〉ซุปเปอร์คอมพิวเตอร์ (คำย่อจาก 超级计算机)
超脱 chāotuō 形 หลุดพ้น ; เป็นอิสระนอกเหนือธรรมดาสามัญ
超小型 chāoxiǎoxíng 形 ขนาดเล็กพิเศษ
超新星 chāoxīnxīng 名〈天〉ซูเปอร์ดาวใหม่ ; ดาวใหม่ที่เหนือชั้น
超员（超員）chāoyuán 动 เกินจำนวนคน
超越 chāoyuè 动 ข้ามเลยไป
超载（超載）chāozài 动 บรรทุกเกินน้ำหนัก
超支 chāozhī 动 ใช้จ่ายเกิน
超值 chāozhí 动 เกินคุ้มค่า
超重 chāozhòng 动 น้ำหนักเกินพิกัด
超自然 chāozìrán 形 เหนือธรรมชาติ

焯 chāo 动 ลวก (ผัก เนื้อ ฯลฯ)

巢 cháo 名 รัง
巢穴 cháoxué 名 รังและถ้ำ (ที่อยู่ของสัตว์) ; ซ่องโจร ; รังโจร

朝 cháo 名 ราชสำนัก ; ราชวงศ์ 介 หันหน้าเข้าหา
朝拜 cháobài 动〈宗〉เข้าเฝ้า ; นมัสการ
朝臣 cháochén 名 ขุนนางในราชสำนัก
朝代 cháodài 名 ราชวงศ์
朝圣（朝聖）cháoshèng 动〈宗〉สักการบูชา ; นมัสการ
朝廷 cháotíng 名 ราชสำนัก ; พระจักรพรรดิ
朝向 cháoxiàng 名〈建〉การหันหน้าไปทิศทาง... (ของประตูหรือหน้าต่าง) ; ทิศทางที่หันหน้าไป
朝阳（朝陽）cháoyáng 动〈建〉หันหน้าไปสู่ดวงตะวัน
朝野 cháoyě 名 ฝ่ายราชสำนักและฝ่ายราษฎร ; ฝ่ายรัฐบาลและฝ่ายประชาชน
朝政 cháozhèng 名 อำนาจการปกครองราชอาณาจักร ; งานของราชสำนัก

嘲讽（嘲諷）cháofěng 动 เย้ยหยันและประชด
嘲弄 cháonòng 动 ยั่วเย้า
嘲笑 cháoxiào 动 เย้ยหยัน ; หัวเราะเยาะ

潮 cháo 名 กระแสน้ำขึ้น 形 ชื้น
潮红（潮紅）cháohóng 形 สีแดงเรื่อ (บนแก้ม)
潮乎乎 cháohūhū 形 ชื้น ๆ
潮剧（潮劇）cháojù 名〈剧〉งิ้วแต้จิ๋ว (คำย่อจาก 潮汕剧)
潮流 cháoliú 名 กระแสน้ำหรือลมที่ไหลหรือพัดเป็นแนว
潮气（潮氣）cháoqì 名 ความชื้น
潮湿（潮濕）cháoshī 形 เปียกชื้น
潮水 cháoshuǐ 名 กระแสน้ำ
潮汐 cháoxī 名 กระแสน้ำขึ้นน้ำลง
潮汛 cháoxùn 名〈气〉กระแสน้ำขึ้นครั้งใหญ่ตามเวลาที่แน่นอนในแต่ละปี

吵 chǎo 动 เอะอะ ; ทะเลาะ
吵架 chǎojià 动 ทะเลาะ; ทะเลาะวิวาท

吵骂（吵駡）chǎomà 动 เอะอะด่าทอ

吵闹（吵鬧）chǎonào 动 เอะอะโวยวาย ; อาละวาด

吵嚷 chǎorǎng 动 ร้องเอะอะโวยวาย

吵人 chǎorén 形 เสียงดังน่ารำคาญ

吵嘴 chǎozuǐ 动 เป็นปากเป็นเสียงกัน ; ทะเลาะกัน

炒 chǎo 动 ผัด ; คั่ว

炒菜 chǎocài 动 ผัดกับข้าว

炒股 chǎogǔ 动 เล่นหุ้น

炒货（炒貨）chǎohuò 名 ของกินที่คั่ว (เช่น ถั่วลิสง ถั่วปากอ้า เมล็ดแตงโม ฯลฯ)

炒冷饭（炒冷飯）chǎo lěngfàn 动〈俗〉ผัดข้าวเย็น (อุปมาว่า เอาเรื่องเก่า ๆ มาพูดหรือทำซ้ำอีกครั้งซึ่งไม่มีความหมาย)

炒买炒卖（炒買炒賣）chǎomǎi-chǎomài〈成〉ซื้อขายเพื่อเก็งกำไร

炒面（炒麵）chǎomiàn 名 หมี่ผัด ; แป้งข้าวสาลีผัด (สำหรับชงน้ำดื่ม)

炒勺 chǎosháo 名 กระทะประเภทท้องกลม

炒鱿鱼（炒魷魚）chǎo yóuyú 动〈惯〉ผัดปลาหมึก อุปมาว่า ไล่ออกจากงาน

炒作 chǎozuò 动 กล่าวเกินจริงผ่านสื่อมวลชนอย่างซ้ำซาก

耖 chào 名〈农〉เครื่องมือการเกษตรชนิดหนึ่งลักษณะคล้ายคราด

车（車）chē 名 รถ

车把（車把）chēbǎ 名 คันจับ (ของรถลาก รถจักรยาน ฯลฯ) ; แฮนด์ (*hand*)

车场（車場）chēchǎng 名 อู่รถ

车程（車程）chēchéng 名 ระยะทางที่รถวิ่ง

车床（車床）chēchuáng 名〈机〉แท่นกลึง

车次（車次）chēcì 名 เที่ยววิ่งของรถ ; หมายเลขขบวนรถไฟ

车刀（車刀）chēdāo 名〈机〉ใบมีดของแท่นกลึง

车道（車道）chēdào 名〈交〉ทางรถวิ่ง

车队（車隊）chēduì 名 ขบวนรถ ; หน่วยงานคุมรถ (ในองค์การ)

车费（車費）chēfèi 名 ค่าโดยสารรถ

车夫 chēfū 名 คนขับรถ ; โชเฟอร์ (*chauffeur*) ; คนลากรถ

车工（車工）chēgōng 名〈机〉งานกลึง ; ช่างกลึง

车轱辘（車軲轆）chēgū·lu 名〈口〉ล้อรถ

车祸（車禍）chēhuò 名 อุบัติเหตุทางรถยนต์หรือรถไฟ

车技（車技）chējì 名 ฝีมือในการขับขี่

车间（車間）chējiān 名 แผนกของโรงงาน

车检（車檢）chējiǎn 动〈交〉ตรวจสภาพรถยนต์ (ของหน่วยงานราชการฝ่ายคุมรถยนต์)

车库（車庫）chēkù 名 โรงเก็บรถ ; โรงรถ

车辆（車輛）chēliàng 名 รถรา

车流（車流）chēliú 名 กระแสรถยนต์ (บนถนน)

车轮（車輪）chēlún 名 ล้อรถ

车轮战（車輪戰）chēlúnzhàn 名 รบแบบเวียนเทียน หมายความว่า หลายคนผลัดกันสู้กับคนเดียวจนคนนั้นยอมแพ้ด้วยทนต่อความเหน็ดเหนื่อยไม่ไหว

车马费（車馬費）chēmǎfèi 名 ค่าพาหนะ

车门（車門）chēmén 名 ประตูรถ ; ประตูที่เปิดให้รถผ่านโดยเฉพาะ

车牌（車牌）chēpái 名 ป้ายทะเบียนรถ

车皮（車皮）chēpí 名 ตู้รถ (ของขบวนรถไฟบรรทุกสินค้า)

车票（車票）chēpiào 名 ตั๋วโดยสารรถ

车钱（車錢）chēqián 名 ค่าโดยสารรถ

车市（車市）chēshì 名 ตลาดจำหน่ายรถยนต์

车手（車手）chēshǒu 名 นักแข่งรถ

车水马龙（車水馬龍）chēshuǐ-mǎlóng〈成〉รถราวิ่งขวักไขว่ ปริยายหมายถึงแขกมาหามากมาย

车速（車速）chēsù 名 ความเร็วของรถ

车胎（車胎）chētāi 名 ยางรถ

车头（車頭）chētóu 名 หัวรถ

车位（車位）chēwèi 名 ช่องจอดรถ

车厢（車廂）chēxiāng 名 ตู้รถ

车型（車型）chēxíng 名 แบบรถ ; รุ่นของรถ

车闸（車閘）chēzhá 名 เบรกรถ

C

车展（車展）chēzhǎn 名〈简〉งานนิทรรศการรถ งานมอเตอร์โชว์ (*motor show*) ; มหกรรมยานยนตร์ ; มอเตอร์เอกซ์โป (*motor expo*) (คำย่อจาก 汽车展览)

车站（車站）chēzhàn 名 สถานี (รถไฟ) ; ป้าย (รถเมล์)

车长（車長）chēzhǎng 名 หัวหน้าเจ้าหน้าที่รถไฟ ; นายขบวน (รถไฟ)

C

车照（車照）chēzhào 名〈交〉ทะเบียนรถ

车轴（車軸）chēzhóu 名〈机〉เพลารถ

车主（車主）chēzhǔ 名 เจ้าของรถ

车子（車子）chē•zi 名 รถ

扯 chě 动 ดึง ; ฉีก ; คุย

扯淡 chědàn 动〈方〉พูดเรื่อยเปื่อย

扯后腿（扯後腿）chě hòutuǐ 动〈俗〉เหนี่ยวรั้งขาไว้ไม่ให้ไป อุปมาว่า พยายามกีดขวางการกระทำของผู้อื่น (มักจะใช้กับคนสนิท)

扯谎（扯謊）chěhuǎng 动 พูดปด ; โกหก

扯皮 chěpí 动 เถียงกันอย่างไร้เหตุผล

彻查（徹查）chèchá 动 สำรวจให้ถึงที่สุด

彻底（徹底）chèdǐ 形 ถึงที่สุด

彻骨（徹骨）chègǔ 动 เข้ากระดูก

彻头彻尾（徹頭徹尾）chètóu-chèwěi〈成〉ตั้งแต่หัวจรดเท้า อุปมาว่า โดยสิ้นเชิง

彻夜（徹夜）chèyè 副 ตลอดคืน

掣 chè 动 รั้ง ; จับ ; แลบ

掣肘 chèzhǒu 动 รั้งแขนไว้ อุปมาว่า ห้ามเอาไว้

撤 chè 动 ปลดออก ; ถอนกลับ

撤兵 chèbīng 动 ถอนทหาร

撤除 chèchú 动 ขจัดออก

撤换 chèhuàn 动 โยกย้ายสับเปลี่ยน

撤回 chèhuí 动 ถอนกลับ ; เพิกถอน

撤军（撤軍）chèjūn 动 ถอนทหาร

撤离（撤離）chèlí 动 ถอน (ทัพ) ออกไป

撤免 chèmiǎn 动 ปลดออก (จากตำแหน่ง)

撤诉（撤訴）chèsù 动〈法〉เพิกถอนคำฟ้อง

撤退 chètuì 动 ถอน (ทัพ) ออก (จากสนามรบหรือสถานที่ที่ยึดได้)

撤销（撤銷）chèxiāo 动 ปลดออก ; ยกเลิก

撤展 chèzhǎn 动 ยกเลิกงานนิทรรศการ ; เอาของแสดงลงจากที่วางโชว์

撤职（撤職）chèzhí 动 ปลดออกจากตำแหน่ง

撤走 chèzǒu 动 ถอนไป ; ยกไป

抻 chēn 动〈口〉ดึง

抻面（抻麵）chēnmiàn 动 ดึงก้อนแป้งให้เป็นเส้นหมี่ 名 เส้นหมี่ที่ทำด้วยวิธีดึงด้วยมือ

嗔怪 chēnguài 动 ไม่พอใจ (ในคำพูดหรือการกระทำของผู้อื่น)

嗔怒 chēnnù 动 โกรธเคือง

臣 chén 名 ขุนนาง ; พสกนิกร

臣服 chénfú 动〈书〉สวามิภักดิ์ยอมอยู่ใต้อำนาจ

尘埃（塵埃）chén'āi 名 ฝุ่น ; ผงคลี; ฝุ่นละออง

尘暴（塵暴）chénbào 名〈气〉พายุฝุ่น

尘肺（塵肺）chénfèi 名〈医〉โรคปอดที่มีฝุ่นเข้าไปจับที่ปอดมากผิดปรกติ

尘封（塵封）chénfēng 动 ฝุ่นจับเต็มไปหมด

尘垢（塵垢）chéngòu 名 ขี้ฝุ่นและสิ่งสกปรก

尘世（塵世）chénshì 名〈宗〉โลกมนุษย์ ; โลกียภูมิ

尘事（塵事）chénshì 名 โลกียวัตร

尘俗（塵俗）chénsú 名〈书〉ธรรมดาโลก;〈宗〉โลกียวิสัย

尘土（塵土）chéntǔ 名 ฝุ่น ; ผงคลี

尘烟（塵烟）chényān 名 ฝุ่นละอองที่ปลิวว่อน ; ฝุ่นกับควัน

尘缘（塵緣）chényuán 名〈宗〉พรหมลิขิตซึ่งบงการความสัมพันธ์ระหว่างมนุษย์หรือสรรพสิ่งในโลก

辰砂 chénshā 名〈矿〉เกล็ดหินแดง ; ปรอทที่เป็นกำมะถัน

辰时（辰時）chénshí 名 ช่วงเวลาระหว่าง ๗ โมงเช้า ถึง ๙ โมงเช้า

沉 chén 动 จม 形 หนัก

沉沉 chénchén 形 หนักหน่วง ; อึมครึม

沉船 chénchuán 名 เรือล่ม

沉底 chéndǐ 动 นอนก้น ; จมอยู่ที่ก้น

沉甸甸 chéndiàndiàn 形 หนักหน่วง

沉淀（沉澱）chéndiàn 动 ตกตะกอน 名 ตะกรัน

沉浮 chénfú 动 ขึ้นลง ; อุปมาว่า ความเสื่อม และความเจริญ ความล่มจมและ ความเฟื่องฟูซึ่งเปลี่ยนไปเรื่อย ๆ

沉积（沉積）chénjī 动 ทับถม

沉寂 chénjì 形 เงียบสงัด ; เงียบเชียบ

沉降 chénjiàng 动 จมลง ; จมปลัก

沉浸 chénjìn 动 แช่อยู่ในน้ำ ; ตกอยู่ในภวังค์

沉静 chénjìng 形 เงียบสงบ ; เงียบกริบ

沉沦（沉淪）chénlún 动 ถลำใจ ; ถลำตัว ; จมลง (ในความทุกข์ทรมานหรือเวรกรรม ฯลฯ)

沉落 chénluò 动 ล่ม ; ตกลงมา ; ถลำใจ ; ถลำตัว

沉闷（沉悶）chénmèn 形 (อากาศ บรรยากาศ) ทำให้รู้สึกอึดอัด ; (จิตใจ) กลัดกลุ้ม

沉迷 chénmí 动 ลุ่มหลง ; คลั่งไคล้

沉湎 chénmiǎn 动〈书〉หมกมุ่น ; มัวเมา

沉没 chénmò 动 ล่มจม

沉默 chénmò 形 เงียบขรึม

沉默寡言 chénmò-guǎyán〈成〉เงียบขรึมไม่ค่อย พูดจา

沉溺 chénnì 动 หมกมุ่น ; มัวเมา

沉睡 chénshuì 动 หลับสนิท

沉思 chénsī 动 ครุ่นคิด

沉痛 chéntòng 形 โศกศัลย์เสียใจเป็นอย่างยิ่ง ; ร้ายแรง

沉稳（沉穩）chénwěn 形 สุขุมหนักแน่น ; (จิตใจ) สงบ

沉陷 chénxiàn 动 (พื้นดิน ฐานสิ่งก่อสร้าง ฯลฯ) ทรุดลง ; ตกลงไปใน (แอ่ง) ; ตกอยู่ใน (ความคะนึง คิด)

沉香 chénxiāng 名〈植〉ไม้กฤษณา

沉吟 chényín 动 อ่านทำนองเสนาะเบา ๆ ; พึมพำด้วยความลังเลใจ

沉鱼落雁（沉魚落雁）chényú-luòyàn 〈成〉(เปรียบเทียบ) ความงามเป็นเลิศของหญิง

沉冤 chényuān 名 คดีถูกใส่ร้ายที่ยังคั่งค้างอยู่หรือ กลับคำพิพากษายาก

沉渣 chénzhā 名 กากนอนก้น ; ตะกรัน

沉重 chénzhòng 形 หนักหน่วง

沉住气（沉住氣）chénzhùqì 动 สงบอารมณ์ไว้ ; ข่มใจไว้

沉着 chénzhuó 形 สุขุมเยือกเย็น

沉醉 chénzuì 动 เมามาย ; คลั่งไคล้

陈（陳）chén 动 ตั้ง ; เล่า 形 เก่า

陈兵（陳兵）chénbīng 动 ตั้งกองทัพไว้

陈陈相因（陳陳相因）chénchén-xiāngyīn 〈成〉เจริญรอยตามแบบเก่ากันเรื่อยมาโดยไม่มี การเปลี่ยนแปลง

陈词（陳詞）chéncí 动 สาธยาย

陈词滥调（陳詞濫調）chéncí-làndiào〈成〉 คำพูดเก่า ๆ ที่ไม่สอดคล้องกับความเป็นจริง

陈醋（陳醋）chéncù 名 น้ำส้มสายชูที่เก็บไว้นานปี

陈放（陳放）chénfàng 动 ตั้ง ; วาง

陈腐（陳腐）chénfǔ 形 เก่าคร่ำครึ

陈规（陳規）chénguī 名 กฎเกณฑ์เก่าคร่ำครึ

陈规旧俗（陳規舊俗）chénguī-jiùsú〈成〉 กฎระเบียบและประเพณีนิยมที่เก่าคร่ำครึ

陈规陋习（陳規陋習）chénguī-lòuxí〈成〉 กฎระเบียบที่เก่าคร่ำครึและขนบธรรมเนียมที่ไม่ เป็นคุณ

陈货（陳貨）chénhuò 名 สินค้าเก่า

陈迹（陳迹）chénjì 名 เรื่องในอดีต ; ร่องรอยเก่า

陈酒（陳酒）chénjiǔ 名 เหล้าที่เก็บไว้นานปี

陈旧（陳舊）chénjiù 形 เก่า

陈粮（陳糧）chénliáng 名 ธัญญาหารที่เก็บข้ามปี หรือเก็บหลายปี

陈列（陳列）chénliè 动 วางเรียง

陈列室（陳列室）chénlièshì 名 ห้องโชว์ ; ห้องจัดนิทรรศการ

陈年（陳年）chénnián 形 ซึ่งเก็บมานานปี

陈情（陳情）chénqíng 动 ระบายความในใจ

陈设（陳設）chénshè 动 จัดวาง 名 สิ่งที่จัดวางไว้

陈述（陳述）chénshù 动 เล่า ; บรรยาย

陈诉（陳訴）chénsù 动 เล่า (ความทุกข์ ความไม่พอใจ)

陈套（陳套）chéntào 名 รูปแบบหรือวิธีการที่เก่า

C

คร่ำครึ
陈账（陳賬）chénzhàng 名 บัญชีเก่า
晨 chén 名 รุ่งเช้า ; อรุณ
晨光 chénguāng 名 แสงรุ่งอรุณ
晨练（晨練）chénliàn 动 ออกกำลังตอนเช้า
晨雾（晨霧）chénwù 名 หมอกตอนเช้า
晨曦 chénxī 名 แสงรุ่งอรุณ
晨星 chénxīng 名 ดาวประกายพรึก ; ดาวรุ่ง
衬布（襯布）chènbù 名 ชั้นบุใน (ของเสื้อผ้าส่วนใดส่วนหนึ่ง เช่น ไหล่ คอเสื้อ หัวเข่ากางเกง ฯลฯ)
衬裤（襯褲）chènkù 名 กางเกงชั้นใน
衬里（襯裏）chènlǐ 名 ซับใน
衬领（襯領）chènlǐng 名 ปกคอเสื้อที่ใส่ทับคอเสื้อเดิมเพื่อกันเปื้อน
衬裙（襯裙）chènqún 名 กระโปรงชั้นใน ; เปตติโคต (*petticoat*)
衬衫（襯衫）chènshān 名 เสื้อเชิ้ต
衬托（襯托）chèntuō 动 หนุนให้เด่น
衬衣（襯衣）chènyī 名 เสื้อเชิ้ต
称心（稱心）chènxīn 形 สมความปรารถนา ; พอใจ
称心如意（稱心如意）chènxīn-rúyì 〈成〉 สมความปรารถนา ; พออกพอใจ
称职（稱職）chènzhí 形 เหมาะสมกับตำแหน่งหน้าที่
趁 chèn 介 ถือโอกาสที่... 动〈方〉มี
趁便 chènbiàn 副 ถือโอกาสในความสะดวก
趁火打劫 chènhuǒ-dǎjié 〈成〉 ฉกเอาผลประโยชน์ขณะที่ผู้อื่นกำลังตกอยู่ในความลำบาก
趁机（趁機）chènjī 副 ถือโอกาส
趁钱（趁錢）chènqián 动〈方〉มีเงิน
趁热打铁（趁熱打鐵）chènrè-dǎtiě 〈成〉 น้ำขึ้นให้รีบตัก
趁势（趁勢）chènshì 副 ถือโอกาสที่กำลังได้เปรียบ
趁早 chènzǎo 副 ให้รีบ (ทำ) เสียแต่เนิ่น ๆ
谶语（讖語）chènyǔ 名 คำพยากรณ์
称（稱）chēng 动 เรียก ; กล่าวว่า ; ชั่ง (น้ำหนัก) 名 ชื่อเรียก
称霸（稱霸）chēngbà 动 วางอำนาจบาตรใหญ่
称便（稱便）chēngbiàn 动 เห็นว่าสะดวก
称病（稱病）chēngbìng 动 อ้างว่าป่วย
称臣（稱臣）chēngchén 动 ยอมถวายตัวเป็นข้าพระบาท
称道（稱道）chēngdào 动 ชื่นชม
称号（稱號）chēnghào 名 นามที่มีเกียรติ ; สมัญญานาม
称贺（稱賀）chēnghè 动 อวยพร
称呼（稱呼）chēng·hu 动 เรียก 名 คำเรียก (ที่แสดงถึงความสัมพันธ์ระหว่างกัน)
称快（稱快）chēngkuài 动 แสดงความดีอกดีใจ
称量（稱量）chēngliáng 动 ชั่งน้ำหนัก
称奇（稱奇）chēngqí 动 เห็นว่าแปลกประหลาด
称说（稱說）chēngshuō 动 เรียกชื่อ (สิ่งของ)
称颂（稱頌）chēngsòng 动 ยกย่องสรรเสริญ
称王称霸（稱王稱霸）chēngwáng-chēngbà 〈成〉 วางอำนาจบาตรใหญ่
称谓（稱謂）chēngwèi 名 คำเรียก (ที่แสดงถึงความสัมพันธ์ระหว่างกัน)
称谢（稱謝）chēngxiè 动 กล่าวขอบคุณ
称兄道弟（稱兄道弟）chēngxiōng-dàodì 〈成〉 เรียกเป็นพี่เป็นน้องกัน
称雄（稱雄）chēngxióng 动 วางอำนาจ
称许（稱許）chēngxǔ 动 ชื่นชม
称誉（稱譽）chēngyù 动 ยกย่อง ; ชมเชย
称赞（稱贊）chēngzàn 动 ชมเชย
铛（鐺）chēng 名 กระทะท้องแบน (สำหรับทอดปอเปี๊ยะ แป้งจี่ ฯลฯ)
撑 chēng 动 ยัน ; ถ่อ ; กาง
撑场面（撐場面）chēng chǎngmiàn 〈惯〉 อวดมั่งอวดมีได้เฉพาะส่วนภายนอก
撑持 chēngchí 动 ประคับประคองพอให้อยู่รอด
撑竿跳高 chēnggān tiàogāo 〈体〉 กระโดดค้ำถ่อ
撑门面（撐門面）chēng mén·mian 〈惯〉 รักษาความโอ่อ่าหรูหราส่วนภายนอกไว้
撑死 chēngsǐ 副〈口〉อย่างมากที่สุดก็...
撑腰 chēngyāo 动 หนุนหลัง

瞠目结舌（瞠目結舌）chēngmù-jiéshé〈成〉ตกตะลึงพรึงเพริด

成 chéng 动 สำเร็จ ; กลายเป็น ; ได้

成百上千 chéngbǎi-shàngqiān〈成〉เป็นร้อยเป็นพัน

成败（成敗）chéngbài 名 สำเร็จหรือล้มเหลว

成败得失（成敗得失）chéngbài-déshī〈成〉ความสำเร็จหรือความล้มเหลว ; ได้หรือเสีย

成倍 chéngbèi 动 เป็นทวีคูณ

成本 chéngběn 名 ต้นทุน

成才 chéngcái 动 เป็นบุคคลที่ประสบความสำเร็จ (ใช้กับเยาวชนหรือคนหนุ่มสาว)

成材 chéngcái 动 เป็นบุคคลที่ประสบความสำเร็จ (ใชกับเยาวชนหรือคนหนุ่มสาว)

成材林 chéngcáilín 名〈林〉ป่าไม้ที่สามารถตัดไม้นำมาใช้เป็นวัสดุได้

成虫（成蟲）chéngchóng 名〈动〉หนอนที่โตเต็มที่

成分 chéngfèn 名 ส่วนประกอบ ; องค์ประกอบ

成风（成風）chéngfēng 动 เป็นที่นิยมทั่วไป (ส่วนมากใช้กับการกระทำ)

成功 chénggōng 动 เป็นผลสำเร็จ ; สัมฤทธิผล

成果 chéngguǒ 名 ผลพวง ; ผลงาน

成婚 chénghūn 动 แต่งงาน

成活 chénghuó 动〈植〉〈动〉เลี้ยงรอด

成绩（成績）chéngjì 名 ผลงาน

成家 chéngjiā 动 แต่งงาน ; เป็นฝั่งเป็นฝา

成家立业（成家立業）chéngjiā-lìyè〈成〉ตั้งตัว

成见（成見）chéngjiàn 名 อคติ

成交 chéngjiāo 动 ตกลงซื้อขายกัน

成就 chéngjiù 名 ความสำเร็จ 动 ทำสำเร็จ ; ทำให้... ประสบผลสำเร็จ

成立 chénglì 动 ก่อตั้ง ; สถาปนา

成名 chéngmíng 动 มีชื่อเสียงโด่งดัง

成命 chéngmìng 名 คำสั่งที่ได้ประกาศไปแล้ว

成年 chéngnián 动 บรรลุนิติภาวะ 副〈口〉ตลอดทั้งปี

成年累月 chéngnián-lěiyuè〈成〉ปีแล้วปีเล่า

成年人 chéngniánrén 名 ผู้ใหญ่ ; บุคคลซึ่งบรรลุนิติภาวะ

成品 chéngpǐn 名 สินค้าสำเร็จรูป

成气候（成氣候）chéng qìhòu〈惯〉เป็นโล้เป็นพาย

成器 chéngqì 动 เป็นบุคคลที่ประสบความสำเร็จ (ใช้กับเยาวชนหรือคนหนุ่มสาว)

成千上万（成千上萬）chéngqiān-shàngwàn〈成〉เรือนพันเรือนหมื่น ; นับพันนับหมื่น

成亲（成親）chéngqīn 动 แต่งงาน ; สมรส

成全 chéngquán 动 ช่วยคนอื่นให้สมความปรารถนา

成群结队（成群結隊）chéngqún-jiéduì〈成〉เป็นหมู่เป็นคณะ

成人 chéngrén 名 ผู้ใหญ่ ; ผู้บรรลุนิติภาวะ

成人教育 chéngrén jiàoyù〈教〉การศึกษาสำหรับผู้ใหญ่

成人之美 chéngrénzhīměi〈成〉ช่วยผู้อื่นให้สมความปรารถนา

成仁 chéngrén 动 พลีชีพเพื่อสัจธรรม

成日 chéngrì 副 ทั้งวัน

成色 chéngsè 名 ส่วนของเนื้อแท้ ; คุณภาพ

成事 chéngshì 动 ทำสำเร็จ

成书（成書）chéngshū 动 แต่งหนังสือสำเร็จ

成熟 chéngshú 形 สุกงอม

成熟期 chéngshúqī 名〈农〉ระยะเวลาที่สุกงอม

成套 chéngtào 动 ครบวงจร ; เป็นชุด

成天 chéngtiān 副〈口〉วัน ๆ

成为（成爲）chéngwéi 动 กลายเป็น

成文 chéngwén 名 บทความสำเร็จรูป อุปมาว่า สิ่งเก่าคร่ำครึ ; ที่เป็นลายลักษณ์อักษร

成像 chéngxiàng 动〈物〉เกิดเป็นมโนภาพขึ้น

成效 chéngxiào 名 ประสิทธิภาพ ; ประสิทธิผล

成心 chéngxīn 副 เจตนา ; จงใจ

成行 chéngxíng 动 เดินทางสำเร็จ

成形 chéngxíng 动 สำเร็จรูป ; เกิดเป็นรูปเป็นร่างขึ้น

成型 chéngxíng 动〈工〉ก่อรูป

成性 chéngxìng 动 ติดเป็นนิสัย

成药（成藥）chéngyào 名 ยาสำเร็จรูป

成夜 chéngyè 副 ตลอดทั้งคืน

成衣 chéngyī 名 เสื้อผ้าสำเร็จรูป

成因 chéngyīn 名 มูลเหตุที่ก่อให้เกิด

成瘾（成癮）chéngyǐn 动 ติด；ติดงอมแงม

成语（成語）chéngyǔ 名 สำนวน

成员（成員）chéngyuán 名 สมาชิก

成员国（成員國）chéngyuánguó 名 ประเทศสมาชิก

成长（成長）chéngzhǎng 动 เติบโต

成竹在胸 chéngzhú-zàixiōng〈成〉อุปมาว่ามีแผนในใจ

呈 chéng 动 ปรากฏเป็น (สี รูปแบบ ฯลฯ)；มี (รูป) เป็น；ถวาย (มอบ) ด้วยความเคารพ

呈报（呈報）chéngbào 动 ทำหนังสือรายงานต่อ (ผู้บังคับบัญชา)

呈递（呈遞）chéngdì 动 ยื่น (หนังสือ สาส์นตราตั้ง ฯลฯ)

呈交 chéngjiāo 动 มอบ (ด้วยความเคารพ)

呈请（呈請）chéngqǐng 动 ยื่น (เอกสาร ฯลฯ) เพื่อขอให้พิจารณาสั่งการ

呈送 chéngsòng 动 ยื่น (เอกสาร ฯลฯ) ไปถึง

呈文 chéngwén 名 หนังสือที่ยื่น (ต่อผู้บังคับบัญชา) 动 ยื่นหนังสือ (ต่อผู้บังคับบัญชา)

呈现（呈現）chéngxiàn 动 ปรากฏ

呈献（呈獻）chéngxiàn 动 มอบ (ถวาย) ด้วยความเคารพ

诚服（誠服）chéngfú 动 ยอมรับด้วยความจริงใจ

诚惶诚恐（誠惶誠恐）chénghuáng-chéngkǒng〈成〉ด้วยความเคารพนับถือและยำเกรง；ควรมิควรแล้วแต่จะกรุณา

诚恳（誠懇）chéngkěn 形 จริงใจ

诚聘（誠聘）chéngpìn 动 เชื้อเชิญให้ดำรงตำแหน่ง

诚然（誠然）chéngrán 连 จริงอยู่ 副 แน่นอน

诚如（誠如）chéngrú 动〈书〉ดังเช่น

诚实（誠實）chéng•shí 形 ซื่อสัตย์

诚心（誠心）chéngxīn 名 ความจริงใจ 形 จริงใจ

诚心诚意（誠心誠意）chéngxīn-chéngyì〈成〉ด้วยน้ำใสใจจริง

诚信（誠信）chéngxìn 名 การรักษาคำมั่นสัญญา；เครดิต (credit)

诚意（誠意）chéngyì 名 ความจริงใจ

诚挚（誠摯）chéngzhì 形 จริงใจ

承 chéng 动 รับ；สืบเนื่อง

承办（承辦）chéngbàn 动 รับทำ；รับจัดการ

承包 chéngbāo 动 รับเหมา

承包商 chéngbāoshāng 名 พ่อค้ารับเหมา

承保 chéngbǎo 动〈经〉เอาประกันภัย

承保人 chéngbǎorén 名〈经〉ผู้เอาประกันภัย

承传（承傳）chéngchuán 动 รับและสืบทอด

承担（承擔）chéngdān 动 รับ；รับภาระ

承当（承當）chéngdāng 动 รับ；รับภาระ

承付 chéngfù 动 รับภาระการจ่าย

承欢（承歡）chénghuān 动〈书〉ปรนนิบัติ (บิดามารดา)

承建 chéngjiàn 动〈建〉รับเหมาก่อสร้าง

承接 chéngjiē 动 ใช้ภาชนะรับของเหลว；รับทำ；สืบต่อ (จากข้อความข้างบน)

承揽（承攬）chénglǎn 动 รับช่วง (กิจการงานต่าง ๆ จากอีกฝ่ายหนึ่ง)

承蒙 chéngméng 动〈套〉ด้วยความกรุณา (ของท่าน)

承诺（承諾）chéngnuò 动 ให้คำมั่นสัญญา；รับปาก

承认（承認）chéngrèn 动 ยอมรับ；สารภาพ

承上启下（承上啓下）chéngshàng-qǐxià〈成〉เชื่อมต่อข้อความข้างบนกับข้อความที่กล่าวต่อไป

承受 chéngshòu 动 รองรับ

承先启后（承先啓後）chéngxiān-qǐhòu〈成〉สืบทอดจากคนรุ่นก่อน ให้ความคิดชี้แนะแนวทางแก่คนรุ่นหลัง

承应（承應）chéngyìng 动 รับคำ；รับปาก

承载（承載）chéngzài 动 รับน้ำหนัก

承重 chéngzhòng 动 รับน้ำหนัก

承租 chéngzū 动 เช่า

承做 chéngzuò 动 รับทำ
城 chéng 名 เมือง ; กำแพงเมือง
城邦国家（城邦國家）chéngbāng guójiā นครรัฐ
城堡 chéngbǎo 名 เมืองป้อมปราการ ; ป้อมยามของเมือง
城池 chéngchí 名 กำแพงเมืองและคูเมือง ปริยายหมายถึงเมือง
城防 chéngfáng 名 การป้องกันของตัวเมือง
城府 chéngfǔ 名〈书〉ความฉลาดเฉียบแหลมและคิดอย่างละเอียดในสังคม ; ลักษณะน้ำนิ่งไหลลึก
城管 chéngguǎn 名 เทศกิจ ; เจ้าหน้าที่เทศกิจ
城建 chéngjiàn 名 การสร้างสรรค์ของตัวเมือง
城郊 chéngjiāo 名 ชานเมือง
城里（城裏）chéngli 名 ในเมือง
城里人（城裏人）chénglirén 名 คนในเมือง
城楼（城樓）chénglóu 名 ประตูกำแพงที่มีหอคอย
城门（城門）chéngmén 名 ประตูเมือง
城墙（城墻）chéngqiáng 名 กำแพงเมือง
城区（城區）chéngqū 名 เขตในเมือง
城市 chéngshì 名 เมือง ; นคร
城乡（城鄉）chéngxiāng 名 เมืองและชนบท
城镇（城鎮）chéngzhèn 名 เมือง
乘 chéng 动 โดยสาร ; คูณ 介 ถือ (โอกาส)
乘便 chéngbiàn 副 ถือโอกาสในความสะดวก
乘车（乘車）chéngchē 动 โดยสารรถ
乘除 chéngchú 名 คูณหาร ;〈书〉ความเจริญและความเสื่อม
乘法 chéngfǎ 名〈数〉วิธีคูณ
乘方 chéngfāng 名〈数〉ยกกำลังในการคูณ
乘风破浪（乘風破浪）chéngfēng-pòlàng〈成〉ฝ่าลมโต้คลื่น อุปมาว่า มุ่งหน้าไปอย่างไม่ท้อถอย ; กิจการพัฒนาไปอย่างรวดเร็ว
乘机（乘機）chéngjī 副 ถือโอกาส 动 โดยสารเครื่องบิน
乘积（乘積）chéngjī 名〈数〉ผลคูณ
乘警 chéngjǐng 名 ตำรวจรถไฟ
乘客 chéngkè 名 ผู้โดยสาร
乘凉 chéngliáng 动 ตากอากาศ ; ตากลม
乘人之危 chéngrénzhīwēi〈成〉ถือโอกาสซ้ำเติม
乘胜（乘勝）chéngshèng 副 ถือโอกาสที่ได้รับชัยชนะ
乘势（乘勢）chéngshì 副 ถือโอกาสที่ได้เปรียบ
乘数（乘數）chéngshù 名〈数〉ตัวคูณ
乘务员（乘務員）chéngwùyuán 名 การ์ดรถ (บนรถไฟ เรือยนต์ เครื่องบิน รถเมล์ ฯลฯ)
乘隙 chéngxì 副 ฉวยโอกาสเมื่อได้จังหวะ
乘兴（乘興）chéngxìng 副 ถือโอกาสที่อารมณ์ดี
乘虚而入 chéngxū'érrù〈成〉ฉวยโอกาสบุกเข้าไปในที่ที่ไม่มีการป้องกัน
乘员（乘員）chéngyuán 名〈交〉ผู้โดยสาร
乘载（乘載）chéngzài 动 โดยสาร
乘坐 chéngzuò 动 โดยสาร
盛 chéng 动 บรรจุ ; จุ
程 chéng 名 ระเบียบ ; ระยะทาง
程度 chéngdù 名 ระดับ ; ชั้น
程控 chéngkòng 形〈自〉ควบคุมโดยโปรแกรม
程式 chéngshì 名 แบบ ; สูตร
程序 chéngxù 名 ระเบียบวาระ ; กระบวนการ
惩办（懲辦）chéngbàn 动 ลงโทษ
惩处（懲處）chéngchǔ 动 ลงโทษ
惩恶扬善（懲惡揚善）chéng'è-yángshàn〈成〉ปราบความชั่ว ส่งเสริมความดี
惩罚（懲罰）chéngfá 动 ลงโทษ (อย่างหนัก)
惩戒（懲戒）chéngjiè 动 ลงโทษตักเตือน
惩前毖后（懲前毖後）chéngqián-bìhòu〈成〉รับบทเรียนในอดีต เพื่อที่จะไม่ทำผิดในโอกาสต่อไป
惩治（懲治）chéngzhì 动 ลงโทษ
澄清 chéngqīng 动 โปร่งใส ; ให้ความกระจ่างแจ้ง
橙 chéng 名〈植〉ส้ม ; สีส้ม
橙红（橙紅）chénghóng 形 สีส้มอมแดง
橙黄 chénghuáng 形 สีส้มอมเหลือง
橙色 chéngsè 名 สีส้ม

橙子 chéng•zi 名 ส้ม
逞 chěng 动 อวด ; (ความมุ่งร้าย) ได้บรรลุผล ; ปล่อยปละละเลย
逞能 chěngnéng 动 อวดความสามารถ
逞强 chěngqiáng 动 อวดดี ; อวดเก่ง
逞性 chěngxìng 动 ทำตามอำเภอใจ
逞凶 chěngxiōng 动 กระทำอย่างโหดร้าย
骋（騁）chěng 动 (ม้า) วิ่ง
秤 chèng 名〈测〉ตาชั่ง ; เครื่องชั่ง
秤盘（秤盤）chèngpán 名 ถาดตาชั่ง
秤砣 chèngtuó 名〈口〉ลูกตุ้มตาชั่ง
吃 chī 动 กิน ; ทาน ; รับประทาน
吃白食 chī báishí〈方〉กินเปล่า ; กินแป๊ะเจี๊ยะ
吃闭门羹（吃閉門羹）chī bìméngēng〈俗〉ไม่สามารถเข้าไปเยี่ยมเยียนได้ด้วยประตูบ้านใส่กุญแจไว้ ; ถูกเจ้าของบ้านปฏิเสธไม่ให้เข้าบ้าน
吃不开（吃不開）chī•bukāi 形 ไม่ได้รับการต้อนรับ ; ถูกกีดกัน
吃不了 chī•buliǎo 动 กินไม่หมด ; กินไม่ได้
吃不上 chī•bushàng 动 ไม่มีจะกิน ; ไม่ได้กิน
吃不下 chī•buxià 动 กินไม่ลง
吃不消 chī•buxiāo 动 รับไม่ไหว
吃不住 chī•buzhù 动 รับไม่ไหว
吃吃喝喝 chīchīhēhē 动 กิน ๆ ดื่ม ๆ (เลี้ยงเหล้าและข้าวปลาอาหารเพื่อผูกใจ)
吃醋 chīcù 动 อุปมาว่า หึงหวง
吃大锅饭（吃大鍋飯）chī dàguōfàn〈俗〉อุปมาว่า รับเงินเดือนหรือค่าจ้างเท่ากันโดยไม่พิจารณาผลงานแต่อย่างใด
吃得开（吃得開）chī•dekāi 形 ได้รับการต้อนรับ ; ใช้การได้
吃得消 chī•dexiāo 动 รับไหว
吃得住 chī•dezhù 动 รับไหว
吃独食（吃獨食）chī dúshí〈俗〉กินคนเดียว อุปมาว่า ไม่ยอมแบ่งปันผลประโยชน์ให้ผู้อื่น
吃饭（吃飯）chīfàn 动 กินข้าว ; รับประทานอาหาร
吃官司 chī guān•si ต้องคดี
吃喝儿（吃喝兒）chīhēr 名〈口〉อาหารการกิน
吃喝玩乐（吃喝玩樂）chī-hē-wán-lè〈成〉เที่ยวเล่นสำราญใจ
吃紧（吃緊）chījǐn 形 ตึงเครียด
吃劲（吃勁）chījìn 形 กินแรง
吃惊（吃驚）chījīng 动 ตกใจ
吃苦 chīkǔ 动 ทนทุกข์ทรมาน
吃苦耐劳（吃苦耐勞）chīkǔ-nàiláo〈成〉ทนทุกข์ทรมานและทำงานอย่างหนัก
吃亏（吃虧）chīkuī 动 ได้รับความเสียหาย ; เสียเปรียบ
吃老本 chī lǎoběn〈俗〉กินต้นทุน อุปมาว่า อาศัยแต่ผลงานในอดีตไม่ยอมสร้างผลงานใหม่
吃里爬外（吃裏爬外）chīlǐ-páwài〈成〉เกลือเป็นหนอน
吃力 chīlì 形 กินแรง ;〈方〉เหนื่อย
吃零嘴 chī língzuǐ〈口〉กินจุบกินจิบ
吃水 chīshuǐ 名〈方〉น้ำดื่ม 动 ดูดน้ำ ; (เรือ) กินน้ำลึก
吃素 chīsù 动 รับประทานอาหารมังสวิรัติ
吃透 chītòu 动 เข้าใจให้ลึกซึ้ง
吃闲饭（吃閑飯）chī xiánfàn〈俗〉อยู่ว่าง ๆ ไม่ทำงาน
吃香 chīxiāng 形〈口〉เป็นที่นิยม ; เนื้อหอม
吃相 chīxiàng 名 ลักษณะท่าทางเวลารับประทาน
吃哑巴亏（吃啞巴虧）chī yǎ•bakuī〈成〉ได้รับความเสียหายแต่พูดไม่ออก
吃斋（吃齋）chīzhāi 动 รับประทานเจ ; กินเจ
吃重 chīzhòng 形 รับภาระหนักมาก 动 รับน้ำหนัก
哧 chī 拟声 คำเลียนเสียง แครก คราก ; กิ๊กกั๊ก
嗤笑 chīxiào 动〈书〉หัวเราะเยาะเย้ย
嗤之以鼻 chīzhī-yǐbí〈成〉ออกเสียงชิชิทางจมูก (แสดงความดูถูกดูแคลน)
痴 chī 形 ปัญญาอ่อน
痴呆 chīdāi 形 ทึ่ม ;〈医〉จิตเสื่อม
痴迷 chīmí 动 หลงใหล
痴情 chīqíng 形 ลุ่มหลงในความรัก
痴人说梦（痴人說夢）chīrén-shuōmèng

〈成〉คนปัญญาอ่อนเพ้อฝัน อุปมาว่า เป็นเรื่องที่เป็นไปไม่ได้
痴想 chīxiǎng 动 คิดเพ้อฝัน
痴心 chīxīn 名 ใจลุ่มหลง
痴心妄想 chīxīn-wàngxiǎng〈成〉คิดเพ้อฝันด้วยใจลุ่มหลง
魑魅魍魉 chīmèi-wǎngliǎng〈成〉ภูตผีปีศาจ
池 chí 名 สระน้ำ
池塘 chítáng 名 สระเก็บน้ำ
池子 chí·zi 名 สระน้ำ ; สระอาบน้ำ ; ฟลอร์เต้นรำ
弛缓（弛緩）chíhuǎn 形 ผ่อนคลาย
驰骋（馳騁）chíchěng 动 ห้อตะบึง
驰名（馳名）chímíng 动 นามกระเดื่อง
迟（遲）chí 形 ช้า ; สาย
迟迟（遲遲）chíchí 副 เชื่องช้า ; เนิบนาบ
迟到（遲到）chídào 动 มาสาย ; มาช้า
迟钝（遲鈍）chídùn 形 (ความคิด การกระทำ) เชื่องช้า ; ทื่ม
迟缓（遲緩）chíhuǎn 形 อืดอาดเชื่องช้า
迟暮（遲暮）chímù 名〈书〉(เวลา) ใกล้ค่ำ ; อุปมาอายุมาก
迟误（遲誤）chíwù 动 เฉื่อยช้าจนพลาดไป
迟延（遲延）chíyán 动 อืดอาด
迟疑（遲疑）chíyí 形 สองจิตสองใจ
迟疑不决（遲疑不決）chíyí-bùjué〈成〉ลังเลตัดสินใจไม่ถูก
迟早（遲早）chízǎo 副 ช้าเร็วก็...
迟滞（遲滯）chízhì 形 เฉื่อยชา ; เอื่อยเฉื่อย
持 chí 动 ถือ ; ยืนหยัด ; จัดการ
持股 chígǔ 动〈经〉ถือหุ้น
持家 chíjiā 动 บริหารงานบ้าน
持久 chíjiǔ 形 ยั่งยืน ; เป็นเวลานาน
持久性 chíjiǔxìng 名 ลักษณะยืดเยื้อ
持平 chípíng 形 ไม่ลำเอียง ; ยุติธรรม ; เสมอกัน ; ไล่เลี่ยกัน
持续（持續）chíxù 动 ต่อเนื่อง ; สืบเนื่อง
持续性（持續性）chíxùxìng 名 ลักษณะต่อเนื่อง
持有 chíyǒu 动 ครอบครอง ; ถือไว้
持之以恒 chízhī-yǐhéng〈成〉ยืนหยัดต่อไปด้วยจิตใจแน่วแน่
持之有故 chízhī-yǒugù〈成〉ความคิดเห็นที่เสนอนั้น มีหลักอ้างอิง
持重 chízhòng 形 สุขุมรอบคอบ
踟蹰不前 chíchú-bùqián〈成〉ลังเลไม่กล้าก้าวไปข้างหน้า
尺 chǐ 量 ฉื่อ (หน่วยมาตรวัดความยาวของจีน ๑ ฉื่อ = ๑/๓ เมตร) ; ฟุต (*feet*) 名 ไม้บรรทัด
尺寸 chǐ·cùn 名 ความยาว ;〈口〉ขอบเขต ; ความเหมาะสม
尺牍（尺牘）chǐdú 名〈书〉จดหมาย
尺度 chǐdù 名 มาตรฐาน
尺码（尺碼）chǐmǎ 名 ขนาด ; ความสั้นยาว ; ไซส์ (*size*)
尺子 chǐ·zi 名 ไม้บรรทัด
齿（齒）chǐ 名〈生理〉ฟัน
齿轮（齒輪）chǐlún 名〈机〉ฟันเฟือง
齿音（齒音）chǐyīn 名〈语〉เสียงที่ออกมาจากช่องฟัน
齿龈（齒齦）chǐyín 名〈生理〉เหงือกฟัน
侈谈（侈談）chǐtán 动〈书〉คุยโว 名〈书〉คำพูดโอ้อวด
耻 chǐ 名 อับอาย
耻骨 chǐgǔ 名〈生理〉กระดูกหัวเหน่า
耻辱 chǐrǔ 名 ความอัปยศอดสู
耻笑 chǐxiào 动 เหยียดหยามเย้ยหยัน
叱 chì 动 ตวาด
叱喝 chìhè 动 ตวาด
叱骂（叱罵）chìmà 动 ตะคอกด่า
叱问（叱問）chìwèn 动 ตะคอกถาม
叱责（叱責）chìzé 动 ติเตียนด้วยเสียงกระโชก
叱咤 chìzhà 动〈书〉คำราม
叱咤风云（叱咤風雲）chìzhà-fēngyún〈成〉คำรามต่อลมและเมฆ อุปมาว่า มีอานุภาพเกรียงไกร
斥力 chìlì 名〈物〉แรงขจัดกัน
斥骂（斥罵）chìmà 动 ด่าว่า

斥问（斥問）chìwèn 动 ท้วงถามด้วยน้ำเสียงติเตียน ; ท้วงถามเสียงดัง

斥责（斥責）chìzé 动 ประณาม ; ต่อว่า

赤 chì 形 สีแดง ; ซื่อสัตย์ ; เปลือยเปล่า

赤背 chìbèi 动 เปลือยร่างส่วนบน

赤膊 chìbó 动 เปลือยร่างส่วนบน

赤诚（赤誠）chìchéng 形 ซื่อสัตย์สุจริต

赤胆忠心（赤膽忠心）chìdǎn-zhōngxīn ‹成› ซื่อสัตย์และจงรักภักดี

赤道 chìdào 名 ‹地理› เส้นศูนย์สูตร ; อิเควเตอร์ (*equator*)

赤地千里 chìdì-qiānlǐ ‹成› พื้นปฐพีอันกว้างใหญ่ที่แห้งแล้งไปทั่ว

赤褐色 chìhèsè 名 สีน้ำตาลอมแดง

赤红（赤紅）chìhóng 形 สีแดง

赤脚 chìjiǎo 名 เท้าเปล่า

赤金 chìjīn 名 ทองคำบริสุทธิ์

赤露 chìlù 动 เปลือยเปล่า

赤裸 chìluǒ 动 เปลือย

赤裸裸 chìluǒluǒ 形 เปลือย ; อุปมา ไม่ปิดบัง

赤贫（赤貧）chìpín 形 สิ้นเนื้อประดาตัว

赤色 chìsè 名 สีแดง

赤身 chìshēn 动 ตัวเปล่า

赤身露体（赤身露體）chìshēn-lùtǐ ‹成› เปลือยกาย

赤手空拳 chìshǒu-kōngquán ‹成› มือเปล่า

赤条条（赤條條）chìtiáotiáo 形 เปลือยล่อนจ้อน

赤铜色（赤銅色）chìtóngsè 名 สีทองแดง

赤小豆 chìxiǎodòu 名 ถั่วแดง

赤心 chìxīn 名 จิตใจที่ซื่อสัตย์สุจริต

赤子 chìzǐ 名 เด็กแรกเกิด ; อุปมา ผู้มีจิตใจบริสุทธิ์

赤字 chìzì 名 ‹经› ตัวเลขสีแดง ; ตัวเลขขาดดุล

赤足 chìzú 名 เท้าเปล่า

炽（熾）chì 形 ‹书› (ไฟ) ลุกโชติช่วง ; ร้อนผ่าว

炽烈（熾烈）chìliè 形 ร้อนสุดขีด

炽热（熾熱）chìrè 形 ร้อนแผดเผา ; ร้อนแรง

翅 chì 名 ปีก ; ส่วนที่ยื่นออกสองข้าง ลักษณะคล้ายปีก

翅膀 chìbǎng 名 ปีก

冲（衝）chōng 名 ทางสายหลัก 动 พุ่ง ; ปะทะกัน

冲刺（衝刺）chōngcì 动 พุ่งสุดตัว

冲淡（衝淡）chōngdàn 动 เจือให้จาง ; ทำให้อ่อนลง

冲动（衝動）chōngdòng 名 วู่วาม 形 ตื่นเต้น

冲锋（衝鋒）chōngfēng 动 บุกโจมตี

冲锋枪（衝鋒槍）chōngfēngqiāng 名 ปืนกลมือ

冲锋陷阵（衝鋒陷陣）chōngfēng-xiànzhèn ‹成› บุกตะลุยโจมตี

冲服（衝服）chōngfú 动 รับประทานยาโดยชงในน้ำหรือสุรา

冲击（衝擊）chōngjī 动 โหมซัดสาด ; บุกโจมตี

冲击波（衝擊波）chōngjībō 名 ‹物› คลื่นสั่นสะเทือน

冲积（衝積）chōngjī 动 ‹地质› กระแสน้ำพัดพาดินทรายมาทับถมที่สองฟากฝั่ง

冲剂（衝劑）chōngjì 名 ‹中药› ยาที่ชงในน้ำหรือในสุราสำหรับรับประทาน

冲垮（衝垮）chōngkuǎ 动 (กระแสน้ำ) โหมซัดสาดให้พังทลาย ; บุกโจมตีให้แตก

冲浪（衝浪）chōnglàng 名 ‹体› กีฬาโต้คลื่น ; เซอร์ฟิ่ง (*surfing*)

冲力（衝力）chōnglì 名 ‹物› แรงพุ่ง ; กำลังเหวี่ยง

冲凉（衝涼）chōngliáng 动 ‹方› อาบน้ำ

冲破（衝破）chōngpò 动 ตีแตก

冲杀（衝殺）chōngshā 动 รบพุ่งฆ่าฟัน

冲刷（衝刷）chōngshuā 动 ซัดเซาะ ; ชะล้าง

冲天（衝天）chōngtiān 动 พุ่งขึ้นสู่ท้องฟ้า อุปมาว่า อารมณ์ฮึกเหิม

冲突（衝突）chōngtū 动 ปะทะกัน ; ขัดกัน

冲洗（衝洗）chōngxǐ 动 ล้าง ; ชะล้าง

冲账（衝賬）chōngzhàng 动 ‹经› รายรับรายจ่ายหักล้างกันพอดี

冲撞（衝撞）chōngzhuàng 动 ซัดสาด ; ล่วงเกิน

充 chōng 动 เต็ม; เติม ; ชาร์จ ; อัด (แบตเตอรี่) ; ทำหน้าที่เป็น...

充斥 chōngchì 动 เต็มไปด้วย (ใช้ในความหมายทางลบ)

充当（充當）chōngdāng 动 เป็น...; ทำหน้าที่เป็น...

充电（充電）chōngdiàn 动 อัดแบตเตอรี่ ; ชาร์จแบตเตอรี่ (*charge a battery*)

充耳不闻（充耳不聞）chōng'ěr-bùwén 〈成〉 อุดหูไม่ยอมฟังเสียง อุปมาว่า เอาหูไปนา เอาตาไปไร่

充分 chōngfèn 形 เพียงพอ ; เต็มที่

充公 chōnggōng 动〈法〉ยึดเป็นของหลวง ; ริบเป็นของหลวง

充饥（充飢）chōngjī 动 ระงับความหิวโหย

充军（充軍）chōngjūn 动 เนรเทศให้ไปอยู่ชายแดน

充满（充滿）chōngmǎn 动 บรรจุเต็ม ; เต็มไปด้วย

充沛 chōngpèi 形 เต็มเปี่ยม

充其量 chōngqíliàng 副 อย่างมากก็แค่...

充气（充氣）chōngqì 动 อัดลม ; เติมลม

充任 chōngrèn 动 เป็น... ; ทำหน้าที่เป็น...

充实（充實）chōngshí 形 เต็มบริบูรณ์ 动 เสริมให้แข็งแกร่ง

充数（充數）chōngshù 动 ประสมประเสให้ครบจำนวน

充血 chōngxuè 动〈医〉เส้นโลหิตขยายจนทำให้องค์ประกอบอวัยวะบางส่วนมีเลือดอิ่มตัว

充盈 chōngyíng 形 เต็มเปี่ยม

充裕 chōngyù 形 มีมากมายเหลือเฟือ

充值 chōngzhí 动 เติมเงิน

充足 chōngzú 形 มีอย่างเพียงพอ

舂 chōng 动 ตำ (ข้าว)

舂米 chōngmǐ 动 ตำข้าว

憧憬 chōngjǐng 动 ใฝ่ฝัน

虫（蟲）chóng 名 หนอน ; แมลง

虫害（蟲害）chónghài 名〈农〉〈林〉โรคระบาดจากแมลง

虫胶（蟲膠）chóngjiāo 名 ครั่ง

虫情（蟲情）chóngqíng 名〈农〉〈林〉ภาวะอันเกิดจากการทำลายพืชของแมลง

虫牙（蟲牙）chóngyá 名〈生理〉ฟันผุ

虫灾（蟲灾）chóngzāi 名〈农〉〈林〉โรคระบาดจากแมลง

虫子（蟲子）chóng•zi 名 หนอน ; แมลง

重 chóng 动 ซ้ำ 副 อีก 量 ชั้น

重版 chóngbǎn 动〈印〉ฉบับพิมพ์ใหม่

重播 chóngbō 动 ถ่ายทอดทางวิทยุหรือทางโทรทัศน์ซ้ำอีกครั้ง

重唱 chóngchàng 名〈乐〉ร้องประสานเสียง

重重叠叠 chóngchóngdiédié 〈成〉ซับซ้อนหลายต่อหลายชั้น

重蹈覆辙（重蹈覆轍）chóngdǎo-fùzhé 〈成〉ซ้ำความผิดเดิม ; ผิดซ้ำซาก

重叠 chóngdié 动 ทับซ้อน ; ซ้ำซ้อน 名〈语〉รูปคำซ้ำ

重返 chóngfǎn 动 หวนกลับ

重逢 chóngféng 动 พบกันอีก

重复（重複）chóngfù 动 ซ้ำ

重合 chónghé 动〈数〉(รูปเรขาคณิตรูปหนึ่ง) ทับพอดี (กับอีกรูปหนึ่ง)

重婚 chónghūn 动〈法〉แต่งงานซ้อน

重见天日（重見天日）chóngjiàn-tiānrì 〈成〉ได้รับการปลดปล่อยจากการกดขี่หรือการคุมขัง

重建 chóngjiàn 动 สร้างใหม่

重聚 chóngjù 动 อยู่พร้อมหน้าพร้อมตากันอีก

重名 chóngmíng 动 ชื่อซ้ำ

重申 chóngshēn 动 ย้ำ

重审（重審）chóngshěn 动〈法〉สอบสวนคดีใหม่

重孙（重孫）chóngsūn 名 เหลน

重围（重圍）chóngwéi 名 วงล้อมหลายชั้น

重温 chóngwēn 动 ทบทวน ; หวนระลึกถึง

重温旧梦（重温舊夢） chóngwēn-jiùmèng 〈成〉ชีวิตอันชื่นมื่นในอดีตหวนกลับมาใหม่อีกครั้งหรือหวนคิดถึงอีกครั้ง

重现（重現）chóngxiàn 动 ปรากฏออกอีกครั้ง

C

重新 chóngxīn 副 ใหม่ ; อีกครั้ง
重修旧好（重修舊好）chóngxiū-jiùhǎo〈成〉คืนดีกัน
重檐 chóngyán 名 ชายคาสองชั้น
重演 chóngyǎn 动 แสดงใหม่ ; ซ้ำรอย
重洋 chóngyáng 名 ทะเลและมหาสมุทรอันกว้างไกล
重阳节（重陽節）Chóngyáng Jié 名 เทศกาลวันขึ้น ๙ ค่ำ (เดือน ๙ ตามจันทรคติของจีน)
重样（重樣）chóngyàng 动 ซ้ำแบบ
重印 chóngyìn 动〈印〉พิมพ์ใหม่
重影 chóngyǐng 名 ภาพหรือตัวอักษรที่พิมพ์ทับตัวบางส่วน
重整旗鼓 chóngzhěng-qígǔ〈成〉รวบรวมกำลังพลใหม่
重组（重組）chóngzǔ 动 จัดตั้งใหม่
崇拜 chóngbài 动 เลื่อมใสศรัทธา
崇高 chónggāo 形 สูงส่ง ; อย่างสูง
崇敬 chóngjìng 动 เคารพเลื่อมใส
崇山峻岭（崇山峻嶺）chóngshān-jùnlǐng〈成〉ภูเขาอันสูงตระหง่าน
崇尚 chóngshàng 动 เลื่อมใสและให้ความสำคัญ ; นิยมนับถือ
崇洋媚外 chóngyáng-mèiwài〈成〉คลั่งไคล้ต่างประเทศ
宠（寵）chǒng 动 โปรดปราน ; โอ๋
宠爱（寵愛）chǒng'ài 动 โปรดปราน
宠儿（寵兒）chǒng'ér 名 คนที่ได้รับความโปรดปราน
宠溺（寵溺）chǒngnì 动 เอาอกเอาใจมากเกินควร
宠物（寵物）chǒngwù 名 สัตว์เลี้ยงตัวน้อยที่ได้รับความโปรดปราน
宠幸（寵幸）chǒngxìng 动 โปรดปราน
冲（衝）chòng 形 แข็งขัน ; (น้ำไหล กลิ่น) แรง 动 ป๊ำ ; พุ่ง 介 กับ ; ตามที่
冲床（衝床）chòngchuáng 名〈机〉แท่นอัด ; แท่นเจาะรู
冲压（衝壓）chòngyā 动 ปั๊ม
抽 chōu 动 จับ ; สูบ
抽查 chōuchá 动 สำรวจสุ่ม (ตัวอย่าง)
抽搐 chōuchù 动〈医〉ชัก ; กระตุก
抽打 chōudǎ 动 เฆี่ยน ; หวด ; โบย
抽搭 chōu·da 动〈口〉สะอึกสะอื้น
抽调（抽調）chōudiào 动 โยกย้าย (เจ้าหน้าที่) บางส่วน
抽动（抽動）chōudòng 动 ชัก
抽风（抽風）chōufēng 动〈医〉อาการชัก ; บ้า ; ดูดลม
抽工夫 chōu gōng·fu〈惯〉เจียดเวลา
抽奖（抽獎）chōujiǎng 动 จับรางวัล
抽筋 chōujīn 动〈医〉เป็นตะคริว
抽考 chōukǎo 动〈教〉คัดเลือกนักเรียนบางส่วนมาเข้าร่วมการสอบ
抽空 chōukòng 动 เจียดเวลา
抽泣 chōuqì 动 สะอึกสะอื้น
抽签（抽簽）chōuqiān 动 จับฉลาก
抽取 chōuqǔ 动 สูบเอา ; ดึงเอา
抽水机（抽水機）chōushuǐjī 名〈机〉เครื่องสูบน้ำ
抽水马桶（抽水馬桶）chōushuǐ mǎtǒng ถังชักโครก
抽穗 chōusuì 动〈农〉แตกรวง
抽屉 chōu·ti 名 ลิ้นชัก
抽闲（抽閑）chōuxián 动 เจียดเวลา
抽象 chōuxiàng 名〈哲〉นามธรรม
抽选（抽選）chōuxuǎn 动 คัดเลือก
抽烟 chōuyān 动 สูบบุหรี่ ; ดูดควัน
抽样（抽樣）chōuyàng 动 คัดเลือกตัวอย่าง ; สุ่มตัวอย่าง
抽印 chōuyìn 动 พิมพ์บางส่วน
仇 chóu 名 ศัตรู ; ความแค้น
仇敌（仇敵）chóudí 名 ศัตรู
仇恨 chóuhèn 名 ความแค้น
仇家 chóujiā 名 คู่อาฆาต ; คู่แค้น
仇人 chóurén 名 ศัตรู
仇杀（仇殺）chóushā 动 สังหารด้วยความอาฆาตแค้น
仇视（仇視）chóushì 动 ปฏิบัติต่อด้วย

ความอาฆาตแค้น
惆怅（惆悵）chóuchàng 形 กลัดกลุ้ม ; เสียใจด้วยความผิดหวัง
绸（綢）chóu 名 ผ้าแพร
绸缎（綢緞）chóuduàn 名 ผ้าแพรและผ้าต่วน ; ผ้าไหม
绸子（綢子）chóu•zi 名 ผ้าแพร
酬报（酬報）chóubào 动 ตอบแทน
酬宾（酬賓）chóubīn 动 ตอบแทนลูกค้า
酬答 chóudá 动 ตอบแทน
酬金 chóujīn 名 ค่าตอบแทน
酬劳（酬勞）chóuláo 动 ตอบแทน 名 ค่าตอบแทน
酬谢（酬謝）chóuxiè 动 ตอบแทนคุณด้วยสิ่งของหรือแรงงาน ; สมนาคุณ
稠 chóu 形 ข้น ; หนาแน่น
稠密 chóumì 形 หนาแน่น
愁 chóu 动 เป็นทุกข์ ; กังวล
愁苦 chóukǔ 形 ระทมทุกข์
愁眉不展 chóuméi-bùzhǎn〈成〉หน้านิ่วคิ้วขมวด
愁眉苦脸（愁眉苦臉）chóuméi-kǔliǎn〈成〉หน้านิ่วคิ้วขมวด
愁闷（愁悶）chóumèn 形 กลัดกลุ้ม
愁容 chóuróng 名 ใบหน้าเศร้าหมอง
筹（籌）chóu 名 ไม้ติ้ว 动 วางแผน
筹办（籌辦）chóubàn 动 วางแผนและจัดทำ
筹备（籌備）chóubèi 动 วางแผนและเตรียมงาน
筹措（籌措）chóucuò 动 จัดหา (เงิน เสบียง ฯลฯ)
筹划（籌劃）chóuhuà 动 วางแผน
筹集（籌集）chóují 动 จัดหารวบรวม
筹建（籌建）chóujiàn 动 วางแผนและก่อตั้ง ; วางแผนและก่อสร้าง
筹借（籌借）chóujiè 动 หาทางยืม (เงิน สิ่งของ ฯลฯ)
筹款（籌款）chóukuǎn 动 จัดหาเงิน
筹码（籌碼）chóumǎ 名 ชิป (*chip*) (ที่ใช้แทนเงิน)
筹谋（籌謀）chóumóu 动 คิดการวางแผน
筹委会（籌委會）chóuwěihuì 名〈简〉คณะกรรมการวางแผนและเตรียมงาน
筹资（籌資）chóuzī 动 จัดหาเงิน
踌躇（躊躇）chóuchú 动 ลังเลใจ ;〈书〉ภาคภูมิใจ
踌躇满志（躊躇滿志）chóuchú-mǎnzhì〈成〉อิ่มอกอิ่มใจในความสำเร็จของตน
丑 chǒu 形 ขี้เหร่ ; อัปลักษณ์ ; ขี้ริ้ว
丑八怪（醜八怪）chǒubāguài 名〈口〉คนหน้าตาขี้เหร่
丑恶（醜惡）chǒu'è 形 อัปลักษณ์และชั่วร้าย
丑化（醜化）chǒuhuà 动 ทำให้ดูอัปลักษณ์
丑话（醜話）chǒuhuà 名 คำหยาบคาย ; คำพูดที่ไม่รื่นหู (แต่เป็นการตักเตือน)
丑剧（醜劇）chǒujù 名〈剧〉เรื่องอัปยศอดสูดุจดังการเล่นละครตลก
丑角 chǒujué 名〈剧〉ตัวตลก
丑类（醜類）chǒulèi 名〈书〉พวกเลวทรามต่ำช้า ; พวกชั่วช้าสามานย์
丑陋（醜陋）chǒulòu 形 อัปลักษณ์
丑时（丑時）chǒushí 名 ช่วงเวลาตั้งแต่ตีหนึ่งถึงตีสาม
丑事（醜事）chǒushì 名 เรื่องที่อับอายขายหน้า
丑态（醜態）chǒutài 名 ลักษณะท่าทางที่อัปยศอดสู
丑态百出（醜態百出）chǒutài-bǎichū〈成〉ลักษณะท่าทางที่อัปยศอดสู
丑行（醜行）chǒuxíng 名 พฤติกรรมที่เลวทราม
丑闻（醜聞）chǒuwén 名 ข่าวอื้อฉาว
瞅 chǒu 动〈方〉มอง ; ดู
瞅见（瞅見）chǒujiàn 动〈方〉มองเห็น
臭 chòu 形 เหม็น
臭虫（臭蟲）chòu•chong 名〈动〉ตัวเรือด
臭豆腐 chòudòu•fu 名 เต้าหู้หมัก (ที่มีกลิ่นฉุน)
臭烘烘 chòuhōnghōng 形 เหม็นหึ่ง
臭架子 chòujià•zi〈惯〉การทำเล่นตัวอย่างน่าเกลียด
臭美 chòuměi 动 อวดสวยไม่เข้าท่า
臭名 chòumíng 名 ชื่อเหม็นฉาวโฉ่
臭名远扬（臭名遠揚）chòumíng-yuǎnyáng〈成〉

ชื่อเหม็นฉาวโฉ่ไปไกล

臭气（臭氣）chòuqì 名 กลิ่นเหม็น

臭味 chòuwèi 名 กลิ่นเหม็น

臭味相投 chòuwèi-xiāngtóu ⟨成⟩
รสนิยมในเชิงต่ำเข้ากันกลมกลืน

臭氧 chòuyǎng 名 ⟨化⟩ โอโซน (ozone)

出 chū 动 ออก

出版 chūbǎn 动 พิมพ์จำหน่าย

出版商 chūbǎnshāng 名 ผู้พิมพ์จำหน่าย

出版社 chūbǎnshè 名 สำนักพิมพ์

出版物 chūbǎnwù 名 สิ่งที่พิมพ์ออกจำหน่าย

出殡（出殯）chūbìn 动 เคลื่อนศพไปยังสุสาน
หรือวัดเพื่อตั้งศพสวดอภิธรรมหรือฝัง

出兵 chūbīng 动 ยกทัพ

出操 chūcāo 动 ออกฝึกซ้อม

出岔子 chū chà•zi ⟨惯⟩ เกิดขัดข้อง ; เกิดผิดพลาด

出差 chūchāi 动 ออกปฏิบัติหน้าที่นอกสถานที่
(ราชการ กองทหาร บริษัท ฯลฯ)

出产（出產）chūchǎn 动 ผลิต

出厂（出廠）chūchǎng 动 (ผลิตภัณฑ์) ออกจาก
โรงงาน

出场（出場）chūchǎng 动 (นักแสดง) ขึ้นเวที ;
(นักกีฬา) ลงสนาม

出车（出車）chūchē 动 ออกรถ (เพื่อลำเลียง
คนหรือสิ่งของ)

出丑（出醜）chūchǒu 动 ปล่อยไก่

出出进进（出出進進）chūchūjìnjìn 动
เข้า ๆ ออก ๆ

出处（出處）chūchù 名 ที่มา

出道 chūdào 动 สำเร็จการเรียนวิชาชีพ

出动（出動）chūdòng 动 (กองกำลัง ฯลฯ)
เคลื่อนพล ; (คนจำนวนมาก) ออกมาทำ
(กิจกรรมบางอย่าง)

出尔反尔（出爾反爾）chū'ěr-fǎn'ěr ⟨成⟩
กลับกลอก ; พูดจากลับกลอก

出发（出發）chūfā 动 ออกเดินทาง

出发点（出發點）chūfādiǎn 名 จุดออกเดินทาง ;
จุดประสงค์

出访（出訪）chūfǎng 动 ไปเยือนต่างประเทศ

出风头（出風頭）chū fēng•tou ⟨惯⟩
ออกหน้าออกตาเพื่ออวดตัวเอง

出格 chūgé 动 ออกนอกลู่นอกทาง ; นอกลู่นอกทาง

出工 chūgōng 动 ออกไปทำงาน (การใช้แรงงาน)

出轨（出軌）chūguǐ 动 (รถไฟ รถราง) ตกราง ;
ออกนอกลู่นอกทาง

出国（出國）chūguó 动 ไปต่างประเทศ

出海 chūhǎi 动 ออกทะเล

出乎意料 chūhūyìliào ⟨成⟩ นอกเหนือความคาด
หมาย

出活儿（出活兒）chūhuór 动 ทำงานได้ผลมาก

出击（出擊）chūjī 动 ออกโจมตี

出家 chūjiā 动 ⟨宗⟩ บวชพระ; บวชชี

出价（出價）chūjià 动 ตั้งราคา

出嫁 chūjià 动 (สตรี) ออกเหย้าออกเรือน

出界 chūjiè 动 (ลูกบอล) ออกนอกสนาม ;
ออกนอกเขต ; เอาต์ไซด์

出借 chūjiè 动 ให้ยืม

出境 chūjìng 动 ออกนอกประเทศ

出局 chūjú 动 ⟨体⟩ ตกรอบ ; ถูกคัดออกเมื่อ
แข่งขันแพ้

出具 chūjù 动 ออก (หนังสือรับรอง ฯลฯ)

出口 chūkǒu 动 ⟨经⟩ (สินค้า) ส่งออก ; พูดออกมา

出口成章 chūkǒu-chéngzhāng ⟨成⟩ พูดจาเป็น
เนื้อถ้อยกระทงความ

出口伤人（出口傷人）chūkǒu-shāngrén ⟨成⟩
พอเอ่ยปากก็ทำร้ายจิตใจผู้อื่น

出来（出來）chū•lái 动 ออกมา

出类拔萃（出類拔萃）chūlèi-bácuì ⟨成⟩
โดดเด่น

出力 chūlì 动 ออกแรง

出列 chūliè 动 ออกจากแถวและยืนตรง

出笼（出籠）chūlóng 动 (หมั่นโถว ซาลาเปา ฯลฯ)
ออกจากซึ้งนึ่ง ; อุปมาว่า ทะลักออกมามากมาย
(โดยทั่วไปจะใช้ในความหมายทางลบ)

出炉（出爐）chūlú 动 เอาของในเตาอบหรือเตาถลุง
ออกมา ; อุปมาว่า สิ่งใหม่ที่เพิ่งจะเกิดขึ้น

出路 chūlù 名 ทางออก

出乱子（出亂子）chū luàn•zi〈惯〉เกิดเรื่อง

出落 chū•luo 动（หนุ่มสาว）รูปร่างหน้าตาดีขึ้นเรื่อย ๆ

出马（出馬）chūmǎ 动 ออกรบ ; ออกหน้า (ทำธุระ)

出卖（出賣）chūmài 动 ขาย ; ทรยศ

出毛病 chū máo•bìng 动 เกิดเสีย ; เกิดขัดข้อง

出门（出門）chūmén 动 ออกไปข้างนอก ;
ออกจากบ้าน

出面 chūmiàn 动 ออกหน้า

出名 chūmíng 形 ชื่อดัง

出没 chūmò 动 ปรากฏตัวผลุบ ๆ โผล่ ๆ

出谋划策（出謀劃策）chūmóu-huàcè〈成〉
ช่วยวางแผน

出纳（出納）chūnà 动 รับจ่าย (เงินสดหรือบิล)
名 แคชเชียร์ (cashier)

出纳员（出納員）chūnàyuán 名 พนักงาน
รับจ่าย ; แคชเชียร์ (cashier)

出难题（出難題）chū nántí 动 ออกข้อสอบที่
ตอบยาก ;〈惯〉(จงใจ) สร้างอุปสรรค

出品 chūpǐn 动 ผลิตผลิตภัณฑ์

出其不意 chūqíbùyì〈成〉ถือโอกาสที่ฝ่ายตรงข้าม
ไม่ทันระวังตัว

出奇 chūqí 形 ประหลาด ; พิเศษ

出奇制胜（出奇制勝）chūqí-zhìshèng〈成〉
เอาชนะฝ่ายตรงข้ามด้วยกลยุทธ์ที่แหวกแนว

出气（出氣）chūqì 动 ระบายอารมณ์แค้น

出气筒（出氣筒）chūqìtǒng 名 อุปมาว่า
คนที่ถูกระบายอารมณ์ใส่

出勤 chūqín 动 ไปทำงาน

出去 chū•qù 动 ออกไป

出圈儿（出圈兒）chūquānr 动 นอกลู่นอกทาง

出让（出讓）chūràng 动 ขาย (ของส่วนตัว)

出人命 chū rénmìng〈惯〉เกิดอุบัติเหตุหรือคดี
เสียชีวิต

出人头地（出人頭地）chūréntóudì〈成〉
เด่นกว่าคนทั่วไป

出人意料 chūrényìliào〈成〉คาดไม่ถึง

出任 chūrèn 动 ดำรงตำแหน่ง

出入 chūrù 动 เข้าออก 名 คลาดเคลื่อน

出赛（出賽）chūsài 动〈体〉ลงสนามแข่งขัน ;
ร่วมการแข่งขัน (หรือประกวด)

出丧（出喪）chūsāng 动 เคลื่อนศพไปฝัง

出色 chūsè 形 ดีเด่น ; เยี่ยม

出山 chūshān 动（ผู้เก็บตัว）ออกมารับราชการ

出身 chūshēn 名 ฐานะเดิม

出神 chūshén 动 เพลินจนลืมตัว

出神入化 chūshén-rùhuà〈成〉(ฝีมือ)
วิเศษที่สุด

出生 chūshēng 动 เกิด

出生率 chūshēnglǜ 名 อัตราการเกิด

出生入死 chūshēng-rùsǐ〈成〉เสี่ยงชีวิต

出声（出聲）chūshēng 动 ออกเสียง ; พูด

出师（出師）chūshī 动 สำเร็จการฝึกงาน ;
〈书〉กรีธาทัพ

出使 chūshǐ 动 รับตำแหน่งหน้าที่ทางการทูตไป
ยังต่างประเทศ

出示 chūshì 动 แสดง (บัตร ฯลฯ)

出世 chūshì 动 เกิด ;〈宗〉หลุดพ้นจากโลกียวิสัย

出事 chūshì 动 เกิดเรื่อง

出手 chūshǒu 动 ขายออก ; ฝีมือที่แสดงให้เห็น
เมื่อแรกเริ่มทำ

出售 chūshòu 动 จำหน่าย

出数儿（出數兒）chūshùr 形〈口〉(ข้าวหุง)
ขึ้นหม้อ

出台（出臺）chūtái 动（นักแสดง）ออกเวที ;
ประกาศหรือเริ่มปฏิบัติ (นโยบายหรือมาตรการ)
อย่างเป็นทางการ

出逃 chūtáo 动 หนีไป

出题（出題）chūtí 动〈教〉ออกข้อสอบ

出庭 chūtíng 动〈法〉ขึ้นศาล

出头（出頭）chūtóu 动 เงยหน้าอ้าปาก ; ออกหน้า

出头露面（出頭露面）chūtóu-lòumiàn〈成〉
ปรากฏตัวอย่างเปิดเผย

出头鸟（出頭鳥）chūtóuniǎo 名〈俗〉อุปมาว่า
คนที่นำหน้าในการทำเรื่องใดเรื่องหนึ่ง

出徒 chūtú 动 สำเร็จการฝึกงาน

出土 chūtǔ 动 (วัตถุโบราณ) ถูกขุดพบออกมา ;
(พืชต้นเล็ก ๆ) งอกขึ้นมาจากดิน

出外 chūwài 动 ไปต่างถิ่น

出息 chū·xi 名 อนาคต ; ปณิธาน ; เจริญก้าวหน้า

出席 chūxí 动 เข้าร่วม (การประชุม)

出现 (出現) chūxiàn 动 ปรากฏ

出线 (出綫) chūxiàn 动 <体> เข้ารอบ

出线权 (出綫權) chūxiànquán 名 <体>
สิทธิเข้ารอบ

出血 chūxiě 动 <医> เลือดออก ; <方> (ประชด)
ออกเงิน

出行 chūxíng 动 ออกเดินทาง

出言不逊 (出言不遜) chūyán-bùxùn <成>
พูดจาอย่างโอหัง

出演 chūyǎn 动 แสดงเป็นตัวละคร

出洋相 chū yángxiàng <俗> ปล่อยไก่

出迎 chūyíng 动 ออกไปต้อนรับ

出游 chūyóu 动 ออกไปท่องเที่ยว ; <宗> จาริก

出于 chūyú 介 เนื่องด้วย...

出院 chūyuàn 动 (คนไข้ที่อยู่โรงพยาบาล) ออก
จากโรงพยาบาล

出战 (出戰) chūzhàn 动 ออกรบ

出账 (出賬) chūzhàng 动 <经> บันทึกรายจ่าย
名 <方> รายจ่าย

出诊 (出診) chūzhěn 动 (หมอ) ออกไปรักษา
คนไข้นอกสถานที่

出征 chūzhēng 动 ออกรบ

出众 (出衆) chūzhòng 形 เด่นกว่าเพื่อน

出资 (出資) chūzī 动 ออกเงิน ; เป็นสปอนเซอร์
(*sponsor*)

出自 chūzì 介 เนื่องด้วย... ; จาก ; (คำกล่าว ข้อ
ความ ฯลฯ) มีอยู่ใน (บทความ หนังสือ ฯลฯ)

出走 chūzǒu 动 หนีออกจากบ้าน

出租 chūzū 动 ให้เช่า

出租车 (出租車) chūzūchē 名 รถเช่า ; รถแท็กซี่ (*taxi*)

初 chū 形 เริ่มต้น ; ต่ำสุด ; เดิมที

初版 chūbǎn 名 <印> ฉบับพิมพ์ครั้งแรก

初步 chūbù 形 ขั้นแรก

初创 (初創) chūchuàng 动 ก่อตั้งขึ้นใหม่ ๆ

初春 chūchūn 名 <气> ต้นฤดูใบไม้ผลิ

初次 chūcì 名 ครั้งแรก

初等 chūděng 形 เบื้องต้น ; ประถม

初等教育 chūděng jiàoyù <教> การศึกษาระดับ
ชั้นประถม

初冬 chūdōng 名 <气> ต้นฤดูหนาว

初二 chū'èr 名 มัธยมศึกษาปีที่ ๒ (ม. ๒) ; ขึ้น ๒
ค่ำ (ตามจันทรคติของจีน)

初犯 chūfàn 动 ทำความผิดครั้งแรก

初稿 chūgǎo 名 ฉบับร่างครั้งแรก

初级 (初級) chūjí 形 ขั้นต้น

初级小学 (初級小學) chūjí xiǎoxué <教>
โรงเรียนประถมศึกษาตอนต้น

初级中学 (初級中學) chūjí zhōngxué <教>
โรงเรียนมัธยมศึกษาตอนต้น

初交 chūjiāo 名 คบกันครั้งแรก

初具规模 (初具規模) chūjù guīmó
เริ่มเป็นรูปเป็นร่าง

初恋 (初戀) chūliàn 动 ความรักครั้งแรก

初露头角 (初露頭角) chūlù-tóujiǎo <成>
แสดงความสามารถครั้งแรก

初期 chūqī 名 ระยะแรก

初秋 chūqiū 名 <气> ต้นฤดูใบไม้ร่วง

初赛 (初賽) chūsài 名 การแข่งขันรอบแรก

初三 chūsān 名 มัธยมศึกษาปีที่ ๓ (ม. ๓) ; ขึ้น ๓
ค่ำ (ตามจันทรคติของจีน)

初审 (初審) chūshěn 动 <法> สอบสวนครั้งแรก

初始 chūshǐ 名 เวลาเริ่มต้น

初试 (初試) chūshì 动 สอบภาคแรก ;
ทดลองครั้งแรก

初夏 chūxià 名 <气> ต้นฤดูร้อน

初小 chūxiǎo 名 <教> ประถมศึกษาตอนต้น

初心 chūxīn 名 ความตั้งใจแรก ; ปณิธาน

初选 (初選) chūxuǎn 动 คัดเลือกครั้งแรก

初学 (初學) chūxué 动 เรียนใหม่ ๆ ;
เริ่มต้นเรียน

初学者 (初學者) chūxuézhě 名 ผู้เริ่มต้นเรียน

初旬 chūxún 名 สิบวันแรกของเดือน
初叶（初葉）chūyè 名 ต้นศตวรรษ
初夜 chūyè 名 ปฐมยาม ; คืนแรกของการสมรส
初一 chūyī 名 มัธยมศึกษาปีที่ ๑ (ม. ๑) ; ขึ้น ๑ ค่ำ (ตามจันทรคติของจีน)
初诊（初診）chūzhěn 名 การตรวจโรคครั้งแรก
初中 chūzhōng 名〈教〉มัธยมศึกษาตอนต้น
初中生 chūzhōngshēng 名〈教〉นักเรียนมัธยมศึกษาตอนต้น
初衷 chūzhōng 名 ความมุ่งมาดเดิม
刍议（芻議）chúyì 名〈书〉〈谦〉คำวิจารณ์อันไร้ค่า
除 chú 动 กำจัด ; ยกเว้น ; หาร
除草 chúcǎo 动 กำจัดหญ้า
除草剂（除草劑）chúcǎojì 名 น้ำยากำจัดหญ้า ; ยาฆ่าหญ้า
除尘器（除塵器）chúchénqì 名 เครื่องดูดฝุ่น
除此 chúcǐ 连 นอกจากนี้
除此之外 chúcǐzhīwài นอกจากนี้แล้ว
除掉 chúdiào 动 กำจัด ; นอกจาก
除法 chúfǎ 名〈数〉วิธีหาร
除非 chúfēi 连 นอกจาก ; ยกเว้น
除根 chúgēn 动 ขุดรากถอนโคน
除旧布新（除舊布新）chújiù-bùxīn〈成〉กำจัดสิ่งเก่าก่อตั้งสิ่งใหม่
除了 chú·le 介 นอกจาก...แล้ว
除名 chúmíng 动 คัดชื่อออก
除去 chúqù 动 กำจัดเสีย 介 นอกจาก
除数（除數）chúshù 名〈数〉ตัวหาร
除外 chúwài 动 ยกเว้น
除夕 chúxī 名 วันส่งท้ายปีเก่า ; วันสุกดิบ
除锈剂（除銹劑）chúxiùjì 名〈化〉น้ำยาขจัดสนิม
厨房 chúfáng 名 ห้องครัว
厨具 chújù 名 เครื่องครัว ; อุปกรณ์ครัว
厨师 chúshī 名 พ่อครัว ; แม่ครัว
厨艺（厨藝）chúyì 名 ฝีมือการปรุงอาหาร
锄（鋤）chú 名 จอบ 动 ใช้จอบพรวนดินหรือขุดหญ้า
锄地（鋤地）chúdì 动 ใช้จอบพรวนดิน
锄头（鋤頭）chú·tou 名〈农〉จอบ
雏（雛）chú 名 ลูกอ่อนของสัตว์ปีก
雏鸡（雛鷄）chújī 名 ลูกไก่
雏形（雛形）chúxíng 名 ลักษณะรูปร่างก่อนเจริญเติบโตซึ่งมีลักษณะแน่นอน ; แบบย่อ
橱 chú 名 ตู้
橱窗 chúchuāng 名 ตู้โชว์
橱柜（橱櫃）chúguì 名 ตู้ถ้วยชาม ; ตู้เตี้ย ๆ
处（處）chǔ 动 อยู่ด้วยกัน ; จัดการ ; อยู่ใน (ฐานะ ระยะเวลา ฯลฯ)
处罚（處罰）chǔfá 动 ลงโทษ
处方（處方）chǔfāng 名〈医〉ใบสั่งยา
处分（處分）chǔfèn 动 ลงโทษฐานผิดระเบียบวินัย
处境（處境）chǔjìng 名 ภาวะ ; สถานภาพ
处决（處决）chǔjué 动 ลงโทษประหารชีวิต ; จัดการและชี้ขาด
处理（處理）chǔlǐ 动 จัดการ
处理品（處理品）chǔlǐpǐn 名 สินค้าลดราคา
处男（處男）chǔnán 名 ชายที่ไม่เคยร่วมประเวณี
处女（處女）chǔnǚ 名 สาวพรหมจารี ; อุปมาว่าครั้งแรก
处女地（處女地）chǔnǚdì 名 ที่ดินที่ยังไม่ได้บุกเบิก
处女作（處女作）chǔnǚzuò 名 บทประพันธ์ที่เขียนขึ้นชิ้นแรก
处身（處身）chǔshēn 动 ปฏิบัติตัว
处世（處世）chǔshì 动 ปฏิบัติตัวต่อสังคม
处事（處事）chǔshì 动 จัดการเรื่องราว ; จัดการธุระ
处死（處死）chǔsǐ 动 ลงโทษประหารชีวิต
处心积虑（處心積慮）chǔxīn-jīlǜ〈成〉พยายามทุกวิถีทาง (มักจะใช้ในความหมายทางลบ)
处于（處于）chǔyú 动 อยู่ใน (สถานการณ์หรือฐานะ) ; ณ ที่
处之泰然（處之泰然）chǔzhī-tàirán〈成〉ไม่สะทกสะท้าน
处治（處治）chǔzhì 动 ลงโทษ

C

处置（處置）chǔzhì 动 จัดการ ; ลงโทษ
杵 chǔ 名 สาก
储备（儲備）chǔbèi 动 เก็บสะสมเผื่อใช้
储藏（儲藏）chǔcáng 动 เก็บสะสม
储藏室（儲藏室）chǔcángshì 名 ห้องเก็บของ
储存（儲存）chǔcún 动 เก็บสะสม
储户（儲户）chǔhù 名 ผู้ฝาก (ออมทรัพย์)
C
储量（儲量）chǔliàng 名 ปริมาณที่มีอยู่ (ของแร่ใต้ดิน) ; ปริมาณที่เก็บสำรองไว้
储物柜（儲物櫃）chǔwùguì 名 ล็อกเกอร์ (*locker*) ; ตู้เก็บสิ่งของชั่วคราว
储蓄（儲蓄）chǔxù 动 ออมสิน ; ออมทรัพย์
储蓄所（儲蓄所）chǔxùsuǒ 名 สำนักงานออมทรัพย์
储油罐（儲油罐）chǔyóuguàn 名 ถังน้ำมัน ; แท็งก์น้ำมัน
储值（儲值）chǔzhí 动〈经〉สะสมมูลค่า ; เติมเงิน
储值卡（儲值卡）chǔzhíkǎ 动〈经〉บัตรเติมเงินสมาชิก
处（處）chù 名 สถานที่ ; แผนก
处处（處處）chùchù 副 ทั่วทุกแห่ง
处理机（處理機）chùlǐjī 名〈计〉โปรเซสเซอร์ (*processor*) ; หน่วยประมวลผล
处所（處所）chùsuǒ 名 สถานที่
怵 chù 动 กลัว
畜 chù 名 สัตว์เลี้ยง
畜类（畜類）chù•lei 名 จำพวกสัตว์
畜力 chùlì 名 กำลังสัตว์ (ที่ใช้ทำงาน)
畜生 chù•sheng 名〈骂〉สัตว์เดรัจฉาน
搐动（搐動）chùdòng 动 ชัก ; กระตุก
触（觸）chù 动 สัมผัส ; ชน ; แตะ ต้อง
触电（觸電）chùdiàn 动 ถูกไฟดูด ; ไฟช็อต
触动（觸動）chùdòng 动 สะเทือนใจ ; ชน
触发（觸發）chùfā 动 ก่อให้เกิด
触犯（觸犯）chùfàn 动 ละเมิด ; ฝ่าฝืน
触感（觸感）chùgǎn 名 ความรู้สึกทางสัมผัส
触及（觸及）chùjí 动 เกี่ยวถึง ; สัมผัส
触礁（觸礁）chùjiāo 动〈航〉ชนหินโสโครก
触角（觸角）chùjiǎo 名〈动〉หนวดสัมผัส
触景生情（觸景生情）chùjǐng-shēngqíng〈成〉ประสบกับภาพอันสะเทือนใจทำให้เกิดอารมณ์ (บางอย่าง) ขึ้นมา
触觉（觸覺）chùjué 名〈生理〉ความรู้สึกทางการสัมผัส
触雷（觸雷）chùléi 动 ถูกทุ่นระเบิด
触类旁通（觸類旁通）chùlèi-pángtōng〈成〉เข้าใจเรื่องหนึ่งทำให้เข้าใจเรื่องอื่น ๆ ที่มีลักษณะเดียวกันไปด้วย
触摸（觸摸）chùmō 动 แตะต้อง ; ลูบคลำ
触目惊心（觸目驚心）chùmù-jīngxīn〈成〉สะเทือนใจเพราะได้เห็นสภาพอันร้ายแรง
触怒（觸怒）chùnù 动 ยั่วโทสะ ; ทำให้โมโห
黜免 chùmiǎn 动〈书〉ปลดออก
矗立 chùlì 动 ตั้งตระหง่าน
揣 chuāi 动 ซ่อนไว้ในเสื้อ
搋 chuāi 动 นวด (แป้ง)
揣测（揣測）chuǎicè 动 คาดคะเน
揣度 chuǎiduó 动〈书〉ประเมิน ; คาดคะเน
揣摩 chuǎimó 动 คิดทบทวน ; คาดหมาย
揣想 chuǎixiǎng 动 คาดคะเน
踹 chuài 动 ถีบ ; เหยียบ
川流不息 chuānliú-bùxī〈成〉(รถหรือผู้คนที่สัญจรไปมา) วิ่งขวักไขว่ไม่ขาดสาย
穿 chuān 动 ทะลุ ; สวมใส่
穿插 chuānchā 动 แทรก ; สลับกัน
穿刺 chuāncì 动〈医〉เจาะ (เอาเลือดหรือหนอง ฯลฯ ออกมา)
穿戴 chuāndài 名 เสื้อผ้าและเครื่องประดับที่สวมใส่
穿过（穿過）chuānguò 动 ทะลุ ; ผ่าน
穿甲弹（穿甲彈）chuānjiǎdàn 名〈军〉กระสุนเจาะเกราะ
穿孔 chuānkǒng 动 เจาะรู ;〈医〉(กระเพาะอาหาร ลำไส้) ทะลุเป็นรู
穿山甲 chuānshānjiǎ 名〈动〉นิ่มหรือลิ่น (สัตว์เลี้ยงลูกด้วยนมชนิดหนึ่ง)
穿梭 chuānsuō 动 วิ่งไปมาเหมือนกระสวย
穿梭外交 chuānsuō wàijiāo บินไปบินมาไม่หยุด

หย่อนเพื่อกิจการทางการทูต
穿堂风（穿堂風）chuāntángfēng 名 ลมที่พัดผ่านช่องลมทั้งสองด้าน
穿线（穿綫）chuānxiàn 动 อุปมาว่า ช่วยติดต่อประสานงาน
穿小鞋 chuān xiǎoxié〈俗〉แกล้ง (เพื่อให้เดือดร้อน)
穿孝 chuānxiào 动 ไว้ทุกข์
穿行 chuānxíng 动 เดินผ่านไปมา
穿衣镜（穿衣鏡）chuānyījìng 名 กระจกที่ส่องได้เต็มตัว
穿越 chuānyuè 动 ข้ามผ่าน ; ทะลุเวลา
穿针引线（穿針引綫）chuānzhēn-yǐnxiàn〈成〉สนเข็ม อุปมาว่า พยายามช่วยติดต่อประสานงาน
穿着 chuānzhuó 名 การแต่งตัว
传（傳）chuán 动 ถ่ายทอด ; เรียกตัว ; ติดต่อ
传帮带（傳幫帶）chuán-bāng-dài 名〈简〉ถ่ายทอด (ประสบการณ์) ช่วยเหลือและกระตุ้น (ให้ก้าวหน้า)
传播（傳播）chuánbō 动 แพร่กระจาย
传抄（傳抄）chuánchāo 动 คัดลอกถ่ายทอดกันไป
传承（傳承）chuánchéng 动 สืบทอด
传出 chuánchū 动 (ข่าว ฯลฯ) แพร่ออก ; แพร่งพราย
传达（傳達）chuándá 动 ถ่ายทอด
传达室（傳達室）chuándáshì 名 ห้องประชาสัมพันธ์
传单（傳單）chuándān 名 ใบปลิว
传导（傳導）chuándǎo 动〈物〉การนำ ; การเป็นสื่อนำ (ไฟฟ้า ความร้อน ฯลฯ)
传递（傳遞）chuándì 动 ส่งผ่าน
传动（傳動）chuándòng 动〈机〉ถ่ายทอดพลังงานการเคลื่อนไหว ; ส่งผ่านสัญญาณข้อมูล
传粉（傳粉）chuánfěn 动〈植〉ถ่ายละอองเรณู
传感技术（傳感技術）chuángǎn jìshù เทคโนโลยีเซนเซอร์
传感器（傳感器）chuángǎnqì 名〈电〉เซนเซอร์ (*sensor*)
传告（傳告）chuángào 动 บอกต่อ ๆ กันไป
传呼（傳呼）chuánhū 动 (ผู้ดูแลโทรศัพท์สาธารณะ) ไปเรียก (คนรับสาย)
传话（傳話）chuánhuà 动 ถ่ายทอดคำพูด
传唤（傳喚）chuánhuàn 动〈法〉ออกหมายเรียก
传家宝（傳家寶）chuánjiābǎo 名 ของล้ำค่าที่สืบทอดกันมาของวงศ์ตระกูล
传教（傳教）chuánjiào 动〈宗〉เผยแพร่ศาสนา
传教士（傳教士）chuánjiàoshì 名〈宗〉บาทหลวง ; ผู้สอนศาสนา
传经（傳經）chuánjīng 动 เผยแพร่คัมภีร์ ; เผยแพร่ประสบการณ์
传看（傳看）chuánkàn 动 ส่งดูต่อ ๆ กันไป
传令（傳令）chuánlìng 动 ถ่ายทอดคำสั่ง
传媒（傳媒）chuánméi 名 สื่อมวลชน (อาทิเช่น หนังสือพิมพ์ โทรทัศน์ อินเตอร์เน็ต) ;〈医〉สื่อนำโรค
传票（傳票）chuánpiào 名〈法〉หมายเรียกตัว
传奇（傳奇）chuánqí 名 เรื่องสั้นในราชวงศ์ถังและราชวงศ์ซ้อง ; บทละครสมัยราชวงศ์หมิง ; ตำนาน
传奇式（傳奇式）chuánqíshì 名 แบบนิยายหรือตำนาน
传情（傳情）chuánqíng 动 ส่งความรักแก่กัน
传球（傳球）chuánqiú 动〈体〉ส่งลูกบอล
传染（傳染）chuánrǎn 动〈医〉(โรค) ติดต่อ
传染病（傳染病）chuánrǎnbìng 名〈医〉โรคติดต่อ
传人（傳人）chuánrén 名 ผู้สืบทอด (วิชาความรู้) 动 ถ่ายทอดให้ผู้อื่น
传入（傳入）chuánrù 动 แพร่หลายเข้ามา
传神（傳神）chuánshén 形 (ผลงานศิลปวรรณ กรรม) สร้างภาพขึ้นเหมือนจริง
传声筒（傳聲筒）chuánshēngtǒng 名 เครื่องขยายเสียง; อุปมาว่า ผู้เป็นกระบอกเสียงของผู้อื่นโดยไม่มีความคิดเห็นของตน
传世（傳世）chuánshì 动 สืบทอด (มาจากสมัยโบราณ)
传授（傳授）chuánshòu 动 ถ่ายทอด (วิชาความรู้)

C

传输（傳輸）chuánshū 动〈电〉ถ่ายทอด (พลังงาน)
传说（傳説）chuánshuō 动 เล่าลือกัน 名 ตำนาน
传送（傳送）chuánsòng 动 ส่งต่อ
传送带（傳送帶）chuánsòngdài 名〈机〉สายพาน
传诵（傳誦）chuánsòng 动 อ่านถ่ายทอดกันไป ; เลื่องลือกล่าวขวัญกัน
传颂（傳頌）chuánsòng 动 เลื่องลือสรรเสริญ
传统（傳統）chuántǒng 名 ประเพณีอันตกทอดมาแต่โบราณกาล
传统艺术（傳統藝術）chuántǒng yìshù ศิลปะปรัมปรา ; ศิลปะที่สืบทอดกันมาแต่โบราณ
传闻（傳聞）chuánwén 名 ข่าวลือ
传讯（傳訊）chuánxùn 动〈法〉(ออกหมาย) เรียกตัวมาสอบสวน
传言（傳言）chuányán 名 คำเล่าลือ 动 ถ่ายทอดคำพูด
传扬（傳揚）chuányáng 动 เลื่องลือ
传艺（傳藝）chuányì 动 ถ่ายทอดศิลปกรรมการฝีมือ
传阅（傳閲）chuányuè 动 ส่งต่อ ๆ กันไปเพื่อให้ได้อ่านกันทั่ว
传真（傳真）chuánzhēn 名 โทรสาร ; แฟกซ์ (*fax*)
传种（傳種）chuánzhǒng 动 แพร่พันธุ์
传宗接代（傳宗接代）chuánzōng-jiēdài〈成〉สืบตระกูลต่อเนื่องกันไป
船 chuán 名 เรือ
船舶 chuánbó 名 เรือ (ทุกชนิด)
船埠 chuánbù 名 ท่าเรือ
船舱（船艙）chuáncāng 名 ห้องเคบินบนเรือ
船队（船隊）chuánduì 名 กองเรือ
船夫 chuánfū 名 คนพายเรือ
船工 chuángōng 名 คนพายเรือ
船桨（船槳）chuánjiǎng 名 พาย ; ไม้พาย (เครื่องมือสำหรับพุ้ยน้ำให้เรือเดิน)
船票 chuánpiào 名 ตั๋วเรือ
船期 chuánqī 名 กำหนดการเดินเรือ
船台（船臺）chuántái 名 แท่นต่อเรือ
船体（船體）chuántǐ 名 ลำเรือ
船头（船頭）chuántóu 名 หัวเรือ
船尾 chuánwěi 名 ท้ายเรือ
船坞（船塢）chuánwù 名 อู่เรือ
船员（船員）chuányuán 名 กะลาสี ; ลูกเรือ
船长（船長）chuánzhǎng 名 กัปตัน
船只（船隻）chuánzhī 名 เรือ (คำที่ใช้เรียกรวม)
船主 chuánzhǔ 名 เจ้าของเรือ
椽子 chuán·zi 名〈建〉จันทัน
喘 chuǎn 动 หอบ
喘气（喘氣）chuǎnqì 动 หายใจ ; พักหายใจ
喘息 chuǎnxī 动 หอบ ; พักหายใจ
串 chuàn 动 เชื่อมโยง ; สมคบ ; เดินจากที่หนึ่งไปอีกที่หนึ่ง ; แสดงบทของตัวละครอีกแบบหนึ่ง 量 พวง
串供 chuàngòng 动〈法〉สมคบกันให้การเท็จ
串换 chuànhuàn 动 สับเปลี่ยน
串讲（串講）chuànjiǎng 动〈教〉อธิบายความหมายทีละคำ ทีละประโยค ไล่ตามกันไป ; บรรยายเนื้อหาของเรื่องตั้งแต่ต้นจนจบพอเป็นสังเขป
串联（串聯）chuànlián 动 ติดต่อสัมพันธ์ต่อเนื่องกันไป ;〈电〉การต่ออนุกรม
串门（串門）chuànmén 动 ไปนั่งคุยเล่นที่บ้านผู้อื่น
串亲戚（串親戚）chuàn qīn·qi 动 เยี่ยมญาติ
串通 chuàntōng 动 สมคบกัน
串味 chuànwèi 动 (อาหาร ใบชา ฯลฯ) กลิ่นคละกัน (เนื่องจากเก็บใกล้กับสิ่งอื่นซึ่งมีกลิ่นแรง)
串线（串綫）chuànxiàn 动 (โทรศัพท์) ต่อสายผิด
串珠 chuànzhū 名 ลูกประคำพวง ; ลูกปัด ; ไข่มุกพวง
创面（創面）chuāngmiàn 名 ผิวบาดเจ็บ
创伤（創傷）chuāngshāng 名 บาดแผล
疮（瘡）chuāng 名〈医〉ฝี
疮疤（瘡疤）chuāngbā 名〈医〉แผลเป็น
疮口（瘡口）chuāngkǒu 名 หัวฝี ; ปากแผล
疮痍（瘡痍）chuāngyí 名〈书〉แผลบาดเจ็บ อุปมาว่า ภาพซากปรักหักพังหลังจากถูกทำลายหรือประสบภัยธรรมชาติ

窗 chuāng 名 หน้าต่าง
窗格子 chuānggé·zi 名 ช่องที่เป็นตาหรือลายของหน้าต่าง อาจทำด้วยไม้หรือเหล็กดัด
窗户 chuāng·hu 名 หน้าต่าง
窗花 chuānghuā 名 ภาพกระดาษตัดที่ประดับหน้าต่าง
窗口 chuāngkǒu 名 ตรงที่ใกล้หน้าต่าง ; ช่องติดต่อ
窗框 chuāngkuàng 名 กรอบหน้าต่าง
窗帘（窗簾）chuānglián 名 ม่านหน้าต่าง
窗明几净 chuāngmíng-jījìng〈成〉โต๊ะและหน้าต่างสะอาดขึ้นเงา ปริยายหมายถึงภายในห้องสะอาดสะอ้านไปหมด
窗纱（窗紗）chuāngshā 名 มุ้งลวดหน้าต่าง ; มุ้งหน้าต่าง
窗台（窗臺）chuāngtái 名 ส่วนที่ยื่นออกจากส่วนล่างของหน้าต่าง
窗子 chuāng·zi 名 หน้าต่าง
床 chuáng 名 เตียง
床单（床單）chuángdān 名 ผ้าปูเตียง
床垫（床墊）chuángdiàn 名 ฟูก
床架 chuángjià 名 โครงเตียง
床铺（床鋪）chuángpù 名 เตียงและที่นอน
床身 chuángshēn 名 ตัวเตียง
床榻 chuángtà 名〈书〉เตียง
床头（床頭）chuángtóu 名 หัวเตียง
床头柜（床頭櫃）chuángtóuguì 名 ตู้หัวเตียง
床帏（床幃）chuángwéi 名 ผ้าม่านเตียง ปริยายหมายถึงเรื่องชายหญิง
床位 chuángwèi 名 เตียงนอน (ในโรงพยาบาล หอพัก ฯลฯ)
床罩 chuángzhào 名 ผ้าคลุมเตียง
闯（闖）chuǎng 动 ถลัน ; ออกไปหาประสบการณ์ในสังคม
闯荡（闖蕩）chuǎngdàng 动 เที่ยวเร่ร่อนไปทำมาหากิน
闯红灯（闖紅燈）chuǎng hóngdēng 动〈交〉ฝ่าไฟแดง
闯祸（闖禍）chuǎnghuò 动 ก่อเรื่องขึ้นด้วยความบุ่มบ่าม
闯江湖（闖江湖）chuǎng jiānghú 动〈俗〉เที่ยวเร่ร่อนไปทำมาหากิน
闯将（闖將）chuǎngjiàng 名 ขุนพลที่ออกศึกนำหน้า ปริยายหมายถึง ผู้กล้าทำงานบุกเบิกนำหน้า
闯劲（闖勁）chuǎngjìn 名 จิตใจซึ่งฟันฝ่าต่อสู้
创（創）chuàng 动 เริ่ม (ทำ) ; ทำ (เป็นครั้งแรก)
创办（創辦）chuàngbàn 动 เริ่มทำ ; เริ่มสร้าง
创办人（創辦人）chuàngbànrén 名 ผู้ริเริ่มทำ
创编（創編）chuàngbiān 动 แต่ง (บทละคร บทนาฏศิลป์ ฯลฯ)
创汇（創匯）chuànghuì 动〈经〉สร้างรายได้เป็นเงินตราต่างประเทศ
创见（創見）chuàngjiàn 名 ความคิดเอกเทศ
创建（創建）chuàngjiàn 动 ก่อตั้งขึ้น (เป็นครั้งแรก)
创举（創舉）chuàngjǔ 名 กิจกรรมที่ไม่เคยมีมาก่อน
创刊号（創刊號）chuàngkānhào 名 (นิตยสาร หนังสือพิมพ์) ฉบับปฐมฤกษ์
创立（創立）chuànglì 动 สถาปนาเป็นครั้งแรก
创利（創利）chuànglì 动〈经〉สร้างกำไร
创设（創設）chuàngshè 动 เริ่มก่อตั้ง ; สร้าง (เงื่อนไข)
创始（創始）chuàngshǐ 动 ริเริ่มก่อตั้ง
创始人（創始人）chuàngshǐrén 名 ผู้ริเริ่ม
创世记（創世記）Chuàngshìjì 名 ปฐมกาล (หนังสือเล่มแรกของพระคัมภีร์ไบเบิล)
创收（創收）chuàngshōu 动 สร้างรายได้
创新（創新）chuàngxīn 动 สร้างโฉมหน้าใหม่
创业（創業）chuàngyè 动 บุกเบิกกิจการ
创业史（創業史）chuàngyèshǐ 名 ประวัติการบุกเบิกกิจการ
创意（創意）chuàngyì 名 มิติใหม่
创优（創優）chuàngyōu 动 สร้างระดับดีเด่น
创造（創造）chuàngzào 动 สร้างสรรค์
创造力（創造力）chuàngzàolì 名 พลังสร้างสรรค์
创造性（創造性）chuàngzàoxìng 名 ลักษณะ

C

สร้างสรรค์
创造者（創造者）chuàngzàozhě 名 ผู้สร้างสรรค์ ; ผู้บุกเบิก
创制（創制）chuàngzhì 动 สร้างเป็นครั้งแรก (ส่วนมากใช้กับการสร้างตัวอักษร บัญญัติกฎหมาย ฯลฯ)
创作（創作）chuàngzuò 动 สร้างผลงานการประพันธ์ 名 ผลงานการประพันธ์
C
吹 chuī 动 เป่า ; พัด
吹吹打打 chuīchuīdǎdǎ 动 บรรเลงดนตรีประเภทตี เป่า
吹吹拍拍 chuīchuīpāipāi 〈惯〉 ประจบสอพลอ
吹风（吹風）chuīfēng 动 ถูกลมพัด ; เป่าผม ; แย้มพราย
吹风机（吹風機）chuīfēngjī 名 เครื่องเป่าผม ; เครื่องเป่าลม (สำหรับใช้เร่งไฟในเตาถ่านหิน)
吹拂 chuīfú 动 (ลม) โชยแผ่ว ๆ
吹鼓手 chuīgǔshǒu 名 คนเล่นดนตรีในงานมงคลหรืองานศพ ; อุปมาว่า ผู้สรรเสริญเยินยอ (ใช้ในความหมายทางลบ)
吹灰之力 chuīhuīzhīlì 〈成〉 แค่เป่าฝุ่น อุปมาว่าง่ายเหลือเกิน
吹了 chuī·le 动〈口〉 ล้มเหลวเสียแล้ว
吹冷风（吹冷風）chuī lěngfēng 动〈俗〉 แพร่คำพูดกระทบกระเทียบ
吹毛求疵 chuīmáo-qiúcī 〈成〉 ฟื้นฝอยหาตะเข็บ
吹牛 chuīniú 动 คุยโว
吹牛皮 chuī niúpí 动 คุยโว ; โม้อวดศักดา
吹捧 chuīpěng 动 ยกยอปอปั้น
吹嘘 chuīxū 动 คุยโวโอ้อวด
吹奏 chuīzòu 动 บรรเลงเครื่องดนตรีประเภทเป่า
吹奏乐（吹奏樂）chuīzòuyuè 名〈乐〉 ดนตรีประเภทเป่า
炊具 chuījù 名 เครื่องหุงต้ม ; เครื่องครัว
炊事 chuīshì 名 งานหุงหาอาหาร
炊事员（炊事員）chuīshìyuán 名 พ่อครัว (แม่ครัว)
炊烟 chuīyān 名 ควันไฟขณะหุงหาอาหาร
炊帚 chuī·zhou 名 แปรงทำความสะอาดเครื่องครัว
垂 chuí 动 ย้อยลง ; ลู่ลง ; ตก ; ตกทอด ; จวนจะ
垂老 chuílǎo 动〈书〉 จวนจะย่างเข้าวัยชรา
垂泪 chuílèi 动 หลั่งน้ำตา
垂柳 chuíliǔ 名〈植〉 ต้นหลิวกิ่งย้อย
垂落 chuíluò 动 ย้อยลง
垂暮 chuímù 名〈书〉 ยามสายัณห์ ; วัยไม้ใกล้ฝั่ง
垂青 chuíqīng 动〈书〉 ให้ความสนใจ ; ให้ความสำคัญ
垂手 chuíshǒu 动 มือแนบลำตัว (แสดงความเคารพ)
垂死 chuísǐ 动 ใกล้จะสิ้นลมหายใจ
垂死挣扎 chuísǐ-zhēngzhá 〈成〉 ดิ้นรนก่อนจะสิ้นลมหายใจ
垂头丧气（垂頭喪氣）chuítóu-sàngqì 〈成〉 หน้าม่อยคอตก
垂危 chuíwēi 动 อาการร่อแร่
垂涎 chuíxián 动 น้ำลายไหล อุปมาว่าอยากได้มาก
垂涎三尺 chuíxián-sānchǐ 〈成〉 น้ำลายไหลยืด อุปมาว่า อยากได้มาก ๆ
垂询（垂詢）chuíxún 动〈书〉〈敬〉 (ผู้อื่น) สอบถาม
垂杨柳（垂楊柳）chuíyángliǔ 名〈植〉 ต้นหลิว
垂直 chuízhí 动 ตรงดิ่ง
垂直线（垂直綫）chuízhíxiàn 名〈数〉 เส้นตรงดิ่ง
垂足 chuízú 名〈数〉 (เรขาคณิต) จุดตั้งฉาก
捶 chuí 动 ทุบ
捶打 chuídǎ 动 ทุบตี
捶胸顿足（捶胸頓足）chuíxiōng-dùnzú 〈成〉 ตีอกชกหัว
槌 chuí 名 ตะบอง
锤（錘）chuí 名 ลูกตุ้ม (อาวุธสมัยโบราณ) ; ค้อน
锤炼（錘煉）chuíliàn 动 หล่อหลอม
锤子（錘子）chuí·zi 名 ค้อน
春 chūn 名 ฤดูใบไม้ผลิ
春饼（春餅）chūnbǐng 名 ขนมเปาะเปี๊ยะ (คนจีนนิยมทำกันในเทศกาลฤดูใบไม้ผลิ)
春播 chūnbō 动〈农〉 เพาะปลูกในฤดูใบไม้ผลิ
春茶 chūnchá 名 ใบชาที่เก็บในฤดูใบไม้ผลิ

春潮 chūncháo 名 กระแสน้ำขึ้นในฤดูใบไม้ผลิ
春分 chūnfēn 名〈气〉วสันตวิษุวัต (ซึ่งเป็นวันที่เวลาใน กลางวันและกลางคืนเท่ากัน ตรงกับวันที่ ๒๐ หรือ ๒๑ เดือนมีนาคม)
春风（春風）chūnfēng 名 ลมฤดูใบไม้ผลิ
春风得意（春風得意）chūnfēng-déyì〈成〉กระหยิ่มยิ้มย่องในความก้าวหน้าทางตำแหน่งราชการหรือกิจการของตน
春风化雨（春風化雨）chūnfēng-huàyǔ〈成〉ฝนฟ้าและลมที่เอื้อประโยชน์ต่อการเติบโตของต้นพืช อุปมาว่า การให้การศึกษาที่ดี
春风满面（春風滿面）chūnfēng-mǎnmiàn〈成〉ใบหน้าอิ่มเอิบไปด้วยความสุข
春耕 chūngēng 动 ไถนาเพื่อเตรียมเพาะปลูกในฤดูใบไม้ผลิ
春灌 chūnguàn 动〈农〉ทดน้ำเข้านาในฤดูใบไมผลิ
春光 chūnguāng 名 ทิวทัศน์ในฤดูใบไม้ผลิ
春寒 chūnhán 名〈气〉ความหนาวในต้นฤดูใบไม้ผลิ
春旱 chūnhàn 名〈气〉ภัยแล้งในฤดูใบไม้ผลิ
春晖（春暉）chūnhuī 名〈书〉ดวงอาทิตย์ในฤดูใบไม้ผลิ อุปมาว่า บุญคุณของบิดามารดา
春季 chūnjì 名 ฤดูใบไม้ผลิ
春假 chūnjià 名 ปิดเทอมช่วงฤดูใบไม้ผลิ
春节（春節）Chūnjié 名 ตรุษจีน
春雷 chūnléi 名 ฟ้าร้องในฤดูใบไม้ผลิ
春联（春聯）chūnlián 名 กลอนคู่ที่เขียนบนกระดาษแดงปิดไว้ที่ประตูในวันตรุษจีนของคนจีน
春麦（春麥）chūnmài 名〈农〉ข้าวสาลีที่ปลูกในฤดูใบไม้ผลิ
春秋 chūnqiū 名 ฤดูใบไม้ผลิและฤดูใบไม้ร่วง ปริยายหมายถึง ตลอดทั้งปี ; อายุคน
春色 chūnsè 名 ทิวทัศน์ในฤดูใบไม้ผลิ
春色满园（春色滿園）chūnsè-mǎnyuán〈成〉ความสวยสดในฤดูใบไม้ผลิปรากฏทั่วทุกหนทุกแห่ง
春天 chūntiān 名 ฤดูใบไม้ผลิ
春宵 chūnxiāo 名 ราตรีในวสันตฤดู
春心 chūnxīn 名 จิตใจที่กระวนกระวายในความรักความใคร่ของชายหญิง
春汛 chūnxùn 名〈气〉กระแสน้ำขึ้นของแม่น้ำในฤดูใบไม้ผลิ
春意 chūnyì 名 บรรยากาศของฤดูใบไม้ผลิ
春游 chūnyóu 动 ท่องเที่ยวในฤดูใบไม้ผลิ
春雨 chūnyǔ 名 ฝนในฤดูใบไม้ผลิ
春运（春運）chūnyùn 名〈交〉〈简〉การคมนาคมขนส่งในช่วงปีใหม่ของจีน
春装（春裝）chūnzhuāng 名 ชุดเสื้อผ้าสำหรับสวมในฤดูใบไม้ผลิ

椿树（椿樹）chūnshù 名〈植〉ต้นสวรรค์จีน ; ต้นมะฮอกกะนี (*Chinese toon*)
椿象 chūnxiàng 名〈动〉(ชื่อแมลงทำลายพืชชนิดหนึ่ง) สทิงก์บัก (*stink bug*)

纯（純）chún 形 บริสุทธิ์ ; ชำนาญ
纯粹（純粹）chúncuì 形 บริสุทธิ์ ; แท้
纯度（純度）chúndù 名 ระดับความบริสุทธิ์ ; ระดับความแท้
纯技术（純技術）chúnjìshù 名 เทคโนโลยีบริสุทธิ์
纯碱（純碱）chúnjiǎn 名〈化〉ด่างบริสุทธิ์
纯洁（純潔）chúnjié 形 บริสุทธิ์
纯洁性（純潔性）chúnjiéxìng 名 ความบริสุทธิ์
纯金（純金）chúnjīn 名 ทองคำบริสุทธิ์ ; ทองคำแท้
纯净（純净）chúnjìng 形 สะอาดไม่มีสิ่งเจือปน
纯净水（純净水）chúnjìngshuǐ 名 น้ำบริสุทธิ์
纯利（純利）chúnlì 名〈经〉กำไรสุทธิ
纯良（純良）chúnliáng 形 (จิตใจ) บริสุทธิ์และดีงาม
纯毛（純毛）chúnmáo 名 ขนสัตว์แท้
纯美（純美）chúnměi 形 (จิตใจ ประเพณี ฯลฯ) บริสุทธิ์และดีงาม
纯朴（純樸）chúnpǔ 形 ซื่อสัตย์เรียบง่าย
纯情（純情）chúnqíng 名 ความรักอันบริสุทธิ์
纯熟（純熟）chúnshú 形 ชำนาญ ; คล่อง ; สันทัด
纯属（純屬）chúnshǔ 动 เป็นการ...แท้ ๆ
纯真（純真）chúnzhēn 形 บริสุทธิ์และจริงใจ
纯正（純正）chúnzhèng 形 แท้ ; บริสุทธิ์ใจ

纯种（純種）chúnzhǒng 名 พันธุ์แท้

唇 chún 名 ริมฝีปาก

唇齿（唇齒）chúnchǐ 名 ริมฝีปากกับฟัน อุปมาว่าต้องพึ่งพาอาศัยกัน

唇膏 chúngāo 名 ลิปสติก (*lipstick*)

唇裂 chúnliè 名〈医〉ริมฝีปากแตก

唇枪舌剑（唇槍舌劍）chúnqiāng-shéjiàn〈成〉โต้เถียงกันอย่างถึงพริกถึงขิง

C

唇舌 chúnshé 名 คารม

唇音 chúnyīn 名〈语〉เสียงริมฝีปาก

淳厚 chúnhòu 形 ซื่อสัตย์และเรียบง่าย

淳朴（淳樸）chúnpǔ 形 ซื่อสัตย์และเรียบง่าย

鹑衣百结（鶉衣百結）chúnyī-bǎijié〈成〉เสื้อผ้าขาดกะรุ่งกะริ่ง

醇厚 chúnhòu 形 (กลิ่น รสชาติ) แท้และเข้มข้น ; ซื่อสัตย์และเรียบง่าย

醇酒 chúnjiǔ 名 เหล้าที่มีแอลกอฮอล์เจือปนมาก

醇美 chúnměi 形 (กลิ่น รสชาติ) อร่อยและเข้มข้น

醇香 chúnxiāng 形 หอมเข้มข้น

蠢 chǔn 形 โง่ ; เก้งก้าง

蠢笨 chǔnbèn 形 โง่เขลา ; เก้งก้าง

蠢材 chǔncái 名 ไอ้โง่ ; หน้าโง่

蠢蠢欲动（蠢蠢欲動）chǔnchǔn-yùdòng〈成〉เตรียมแผนก่อการร้าย

蠢动（蠢動）chǔndòng 动 เตรียมแผนก่อการร้าย

蠢话（蠢話）chǔnhuà 名 คำพูดโง่ ๆ

蠢货（蠢貨）chǔnhuò 名〈骂〉ไอ้โง่ ; หน้าโง่

蠢人 chǔnrén 名 คนโง่เขลาเบาปัญญา

蠢事 chǔnshì 名 เรื่องโง่ ๆ

戳穿 chuōchuān 动 แทงทะลุ ; เปิดโปง ; แฉโพย

戳记（戳記）chuōjì 名 ตราประทับ

戳破 chuōpò 动 แทงทะลุ ; เปิดโปง ; แฉโพย

啜泣 chuòqì 动 สะอึกสะอื้น

绰绰有余（綽綽有餘）chuòchuò-yǒuyú〈成〉เหลือเฟือ

绰号（綽號）chuòhào 名 ฉายา ; ชื่อล้อ

绰约（綽約）chuòyuē 形〈书〉อรชรอ่อนช้อย

辍学（輟學）chuòxué 动 หยุดเรียนหนังสือ

辍演（輟演）chuòyǎn 动 งดการแสดง

刺 cī 拟声 เสียงดังที่เกิดจากเสียงระเบิดหรือเสียงกระทบอย่างรุนแรง

刺溜 cīliū 拟声 คำเลียนเสียงฝีเท้าลื่นไถลหรือสิ่งที่แล่นฉิวไปอย่างรวดเร็ว

呲 cī 动〈口〉ด่าว่า

疵点（疵點）cīdiǎn 名 จุดด่าง ; จุดบกพร่อง

疵品 cīpǐn 名 ผลิตภัณฑ์ที่ไม่เป็นมาตรฐาน

词（詞）cí 名 คำ ; ถ้อยคำ

词不达意（詞不達意）cíbùdáyì〈成〉ถ้อยคำแสดงความหมายไม่แจ่มแจ้ง

词典（詞典）cídiǎn 名 พจนานุกรม ; ปทานุกรม

词法（詞法）cífǎ 名〈语〉วจีวิภาค

词干（詞幹）cígàn 名〈语〉ตัวคำ

词根（詞根）cígēn 名〈语〉รากศัพท์

词汇（詞彙）cíhuì 名〈语〉ประมวลศัพท์ ; คำศัพท์

词汇学（詞彙學）cíhuìxué 名〈语〉ศัพทวิทยา

词句（詞句）cíjù 名 ถ้อยคำ ; คำและประโยค

词类（詞類）cílèi 名〈语〉หมวดของคำ (ชนิดของคำ)

词儿（詞兒）cír 名〈口〉ถ้อยคำ

词素（詞素）císù 名〈语〉ปัจจัยของคำ

词头（詞頭）cítóu 名〈语〉อุปสรรค (*prefix*)

词尾（詞尾）cíwěi 名〈语〉ปัจจัย (*suffix*)

词形（詞形）cíxíng 名〈语〉รูปคำ

词性（詞性）cíxìng 名〈语〉ลักษณะของคำ

词序（詞序）cíxù 名〈语〉ระเบียบของคำ (ระเบียบการเรียงคำในวลีหรือประโยค)

词义（詞義）cíyì 名〈语〉ความหมายของคำ

词语（詞語）cíyǔ 名〈语〉ถ้อยคำ

词源（詞源）cíyuán 名〈语〉ที่มาของคำ

词缀（詞綴）cízhuì 名〈语〉อุปสรรคปัจจัย

词组（詞組）cízǔ 名〈语〉วลี ; กลุ่มคำ

祠堂 cítáng 名 ศาลบรรพบุรุษของวงศ์ตระกูล

瓷 cí 名 กระเบื้องเคลือบ

瓷雕 cídiāo 名 เครื่องกระเบื้องเคลือบแกะสลัก

瓷缸 cígāng 名 โอ่งดินเผาเคลือบ

瓷瓶 cípíng 名 แจกันกระเบื้องเคลือบ

瓷器 cíqì 名 เครื่องกระเบื้องเคลือบ

瓷土 cítǔ 名 เกาลิน ; (ดินเหนียวซึ่งเป็นวัสดุทำเครื่องปั้นดินเผา)

瓷砖 (瓷磚) cízhuān 名 กระเบื้องเคลือบ

辞 (辭) cí 名 ถ้อยคำ 动 อำลา

辞别 (辭別) cíbié 动 อำลา

辞呈 (辭呈) cíchéng 名 หนังสือลาออก

辞令 (辭令) cílìng 名 ถ้อยคำที่เหมาะกับกาลเทศะ

辞让 (辭讓) círàng 动 ปฏิเสธโดยมารยาท

辞世 (辭世) císhì 动 〈书〉 อำลาโลก

辞书 (辭書) císhū 名 พจนานุกรม

辞岁 (辭歲) císuì 动 〈旧〉 ส่งท้ายปีเก่า

辞退 (辭退) cítuì 动 เลิกจ้าง ; ให้ออก

辞谢 (辭謝) cíxiè 动 ปฏิเสธโดยการขอบคุณ

辞行 (辭行) cíxíng 动 อำลาก่อนเดินทาง

辞藻 (辭藻) cízǎo 名 สำนวนโวหาร

辞章 (辭章) cízhāng 名 ร้อยแก้วและร้อยกรอง ; การใช้ถ้อยคำสำนวน

辞职 (辭職) cízhí 动 ลาออก

慈爱 (慈愛) cí'ài 形 (ผู้ใหญ่) รักและเมตตา (เด็ก)

慈悲 cíbēi 形 เมตตาธรรม

慈父 cífù 名 บิดาผู้มีเมตตาธรรม

慈姑 cí•gu 名 〈植〉 เท้ายายม่อม

慈母 címǔ 名 มารดาผู้มีเมตตาธรรม

慈善 císhàn 形 เมตตากรุณา

慈善家 císhànjiā 名 นักบุญ

慈祥 cíxiáng 形 เมตตา ; ใจดี

磁 cí 名 แม่เหล็ก ; เครื่องเคลือบ

磁棒 cíbàng 名 〈物〉 แท่งแม่เหล็ก

磁暴 cíbào 名 〈物〉 พายุแม่เหล็ก

磁场 (磁場) cíchǎng 名 〈物〉 สนามแม่เหล็ก

磁带 (磁帶) cídài 名 แถบบันทึกเสียง (หรือภาพ) ; เทป (tape)

磁感应 (磁感應) cígǎnyìng 名 〈物〉 ปรากฏการณ์เหนี่ยวนำของแม่เหล็ก

磁化 cíhuà 动 〈物〉 ทำให้เป็นแม่เหล็ก

磁极 (磁極) cíjí 名 〈物〉 ขั้วแม่เหล็ก

磁卡 cíkǎ 名 การ์ดแม่เหล็ก (เก็บข้อมูลไว้ในแถบแม่เหล็กด้านหลังบัตร)

磁力 cílì 名 〈物〉 แรงแม่เหล็ก

磁力线 (磁力綫) cílìxiàn 名 〈物〉 เส้นแรงแม่เหล็ก

磁疗 (磁療) cíliáo 动 〈医〉 การรักษาโรคด้วยแม่เหล็ก

磁盘 (磁盤) cípán 名 〈计〉 ดิสก์ (disk)

磁石 císhí 名 〈矿〉 แม่เหล็ก ; แร่แม่เหล็ก

磁铁 (磁鐵) cítiě 名 〈物〉 แม่เหล็ก

磁铁矿 (磁鐵礦) cítiěkuàng 名 〈矿〉 แร่แม่เหล็ก

磁头 (磁頭) cítóu 名 〈计〉 หัวเทป

磁性 cíxìng 名 〈物〉 สภาวะแม่เหล็ก

磁悬浮 (磁懸浮) cíxuánfú 名 〈物〉 การแขวนลอยของแม่เหล็ก

磁选 (磁選) cíxuǎn 名 〈物〉 การแยกแยะด้วยแม่เหล็ก

磁针 cízhēn 名 เข็มแม่เหล็ก

雌 cí 形 ตัวเมีย

雌蕊 círuǐ 名 〈植〉 เกสรตัวเมีย

雌性 cíxìng 名 ลักษณะตัวเมีย

雌雄 cíxióng 名 ตัวเมียกับตัวผู้ ; อุปมาว่าแพ้หรือชนะ

此 cǐ 代 นี้ ; อย่างนี้

此地 cǐdì 名 สถานที่นี้ ; ท้องถิ่นนี้

此后 (此後) cǐhòu 名 แต่นี้ไป

此间 (此間) cǐjiān 名 สถานที่ (ที่ตนอาศัยอยู่) นี้

此刻 cǐkè 名 ขณะนี้

此路不通 cǐlù-bùtōng 〈惯〉 ทางนี้เป็นทางตัน

此起彼伏 cǐqǐ-bǐfú 〈成〉 ต่อเนื่องกันไปเป็นระลอก ๆ

此前 cǐqián 名 ก่อนหน้านี้

此生 cǐshēng 名 ชั่วชีวิตนี้

此时 (此時) cǐshí 名 ในเวลานี้

此事 cǐshì 名 เรื่องนี้ ; กรณีนี้

此外 cǐwài 连 นอกจากนี้

此致 cǐzhì 动 ขอแสดงความเคารพ ; ขอมอบแด่

次 cì 名 ลำดับที่ ; ที่สอง ; (คุณภาพ) ด้อยกว่า

次大陆 (次大陸) cìdàlù 名 〈地理〉 อนุทวีป

次等 cìděng 形 ระดับชั้นสอง

次第 cìdì 名 ลำดับ 副 ตามลำดับ
次官 cìguān 名 ข้าราชการที่เป็นรองหัวหน้า
次货（次貨）cìhuò 名 สินค้าด้อยคุณภาพ
次女 cìnǚ 名 บุตรสาวคนที่สอง
次品 cìpǐn 名 ผลิตภัณฑ์ที่ด้อยคุณภาพ
次区域（次區域）cìqūyù 名 เขตรอง
次日 cìrì 名 วันรุ่งขึ้น ; วันถัดมา
次声波（次聲波）cìshēngbō 名〈物〉 คลื่นเสียงอินฟราซอนิค (*infrasonic wave*)
次数（次數）cìshù 名 จำนวนครั้ง
次序 cìxù 名 ลำดับ
次要 cìyào 形 ไม่สำคัญ ; อันดับรอง
次长（次長）cìzhǎng 名 ปลัดกระทรวง
次子 cìzǐ 名 บุตรคนที่สอง

伺候 cì·hou 动 ปรนนิบัติ ; คอยรับใช้

刺 cì 名 หนาม (รวมทั้งของแหลม ๆ ที่มีลักษณะคล้ายหนาม) 动 แทง ; แสบ
刺鼻 cìbí 形 แสบจมูก
刺刀 cìdāo 名 ดาบปลายปืน
刺耳 cì'ěr 形 แสบแก้วหู ; (คำพูด) ไม่รื่นหู
刺骨 cìgǔ 动 (ความหนาว) จับกระดูก
刺槐 cìhuái 名〈植〉 ต้นโลคัสต์ (*locust tree*)
刺激 cìjī 动 กระตุ้น ; สะเทือนจิตใจ ; ยั่วยุ
刺激性 cìjīxìng 名 ลักษณะกระตุ้น ; ลักษณะยั่วยุ
刺客 cìkè 名 ผู้ลอบสังหาร
刺儿头（刺兒頭）cìrtóu 名〈方〉 คนที่รับมือยาก
刺杀（刺殺）cìshā 动 ลอบสังหาร ; ใช้ดาบปลายปืนตะลุมบอนกับข้าศึก
刺探 cìtàn 动 สอดแนม
刺猬 cì·wei 名〈动〉 เม่น
刺绣（刺綉）cìxiù 动 ปัก (ศิลปะอย่างหนึ่งในจำพวกเย็บปักถักร้อย) 名 ผลิตภัณฑ์ปัก
刺眼 cìyǎn 形 (แสง) จ้าตา ; ขัดลูกหูลูกตา
刺痒（刺癢）cì·yang 形〈口〉 คัน
刺字 cìzì 动 สักตัวหนังสือบนผิวหนัง

赐（賜）cì 动 ประทาน
赐教（賜教）cìjiào 动〈敬〉 โปรดให้คำสั่งสอน
赐予（賜予）cìyǔ 动 ประทาน ; โปรดให้

匆匆 cōngcōng 形 รีบเร่ง ; รีบร้อน
匆忙 cōngmáng 形 รีบร้อน ; ขมีขมัน

枞树（樅樹）cōngshù 名 ต้นจามจุรี ; ต้นเฟอร์ (*fir*) ; ต้นสนจำพวก *Abies*

葱 cōng 名 ต้นหอม 形 เขียวขจี
葱白儿（葱白兒）cōngbáir 名〈植〉 ก้านต้นหอม
葱葱 cōngcōng 形 เขียวชอุ่ม ; เขียวขจี
葱翠 cōngcuì 形 เขียวชอุ่ม
葱花 cōnghuā 名 ต้นหอมซอย
葱茏（葱蘢）cōnglóng 形 เขียวชอุ่มและเจริญงอกงามดี
葱绿色（葱綠色）cōnglǜsè 名 สีเขียวอ่อน
葱头（葱頭）cōngtóu 名 หัวหอม
葱郁（葱鬱）cōngyù 形 เขียวชอุ่มและเจริญงอกงามดี

聪慧（聰慧）cōnghuì 形 เฉลียวฉลาด ; มีสติปัญญา
聪敏（聰敏）cōngmǐn 形 ฉลาดเฉียบแหลม
聪明（聰明）cōng·míng 形 ฉลาด ; สมองดี
聪颖（聰穎）cōngyǐng 形〈书〉 ฉลาด ; สมองดี

从（從）cóng 动 ติดตาม ; ยินยอม 介 จาก
从不（從不）cóngbù 副 ไม่เคย ; แต่ไหนแต่ไรมาไม่เคย
从长计议（從長計議）cóngcháng-jìyì〈成〉 ค่อย ๆ ปรึกษาหารือกัน
从此（從此）cóngcǐ 副 แต่นี้ไป
从动（從動）cóngdòng 形〈机〉 (เฟือง) ตาม
从而 cóng'ér 连 ดังนั้นจึง...
从犯（從犯）cóngfàn 名〈法〉 นักโทษที่สมรู้ร่วมคิดกับผู้เป็นหัวโจก
从简（從簡）cóngjiǎn 动 จัดการอย่างเรียบง่าย
从句（從句）cóngjù 名〈语〉 อนุประโยค
从军（從軍）cóngjūn 动 สมัครเป็นทหาร
从宽（從寬）cóngkuān 动 (จัดการอย่าง) ลดหย่อนผ่อนเบา
从来（從來）cónglái 副 แต่ไหนแต่ไร
从略（從略）cónglüè 动 ละไว้
从命（從命）cóngmìng 动 ทำตามคำสั่ง
从前（從前）cóngqián 名 อดีต

从容（從容）cóngróng 形 ค่อย ๆ (ทำ)
อย่างใจเย็น

从容不迫（從容不迫）cóngróng-bùpò ⟨成⟩
ใจเย็นไม่สะทกสะท้าน

从善如流（從善如流）cóngshàn-rúliú ⟨成⟩
รับความคิดเห็นที่ถูกต้องและปฏิบัติตามโดยไม่
คัดค้านแต่อย่างใด

从实（從實）cóngshí 副 ตามความจริง

从事（從事）cóngshì 动 ประกอบกิจการ... ;
ดำเนินการ (ในด้านใดด้านหนึ่ง)

从属（從屬）cóngshǔ 动 สังกัด ; ขึ้นอยู่กับ ; ใต้
อาณัติ

从速（從速）cóngsù 动 โดยเร็ว

从头（從頭）cóngtóu 副 ตั้งแต่ต้น ; เริ่มต้นใหม่

从头到尾（從頭到尾）cóngtóu-dàowěi ⟨成⟩
ตั้งแต่ต้นจนปลาย ; หัวจรดหาง

从小（從小）cóngxiǎo 副 นับแต่สมัยเด็ก

从新（從新）cóngxīn 副 เริ่มใหม่

从严（從嚴）cóngyán 动 (จัดการอย่าง) เข้มงวด

从业（從業）cóngyè 动 ประกอบอาชีพ

从业者（從業者）cóngyèzhě 名 พนักงานร้านค้า
หรือพนักงานบริษัทที่เกี่ยวกับการบริการ

从优（從優）cóngyōu 动 ได้รับสิทธิพิเศษ

从早到晚（從早到晚）cóngzǎo-dàowǎn
ตั้งแต่เช้าจนค่ำ

从政（從政）cóngzhèng 动 ทำงานด้านการเมือง
การบริหารของรัฐบาล

从中（從中）cóngzhōng 副 จาก... ; ระหว่าง

丛（叢）cóng 名 พุ่ม ; ที่รวมกลุ่ม

丛集（叢集）cóngjí 动 รวมเข้าด้วยกัน

丛刊（叢刊）cóngkān 名 ⟨印⟩ ชุดหนังสือ

丛林（叢林）cónglín 名 ป่า ; ⟨宗⟩ วัดวาอาราม

丛生（叢生）cóngshēng 动 ขึ้นเป็นพุ่ม ; (โรค)
แทรกซ้อน

丛书（叢書）cóngshū 名 ชุดหนังสือ

凑 còu 动 รวมกลุ่ม ; เข้าใกล้

凑份子 còu fèn•zi 动 ⟨方⟩ สมทบเงิน (เพื่อซื้อของ
ขวัญให้เพื่อน)

凑合 còu•he 动 รวมกลุ่ม ; ประสมประเส ; ถูไถไป
ก่อน

凑集 còují 动 สมทบกัน

凑近 còujìn 动 เข้าใกล้ ; ประชิด

凑钱（凑錢）còuqián 动 สมทบเงิน

凑巧 còuqiǎo 形 พอดีที่... ; ประจวบเหมาะ

凑趣 còuqù 动 คอยเอาอกเอาใจ เพื่อให้รู้สึกสนุก

凑热闹（凑熱鬧）còu rè•nao ⟨惯⟩
ประสมโรง ; สร้างความวุ่นวายให้

凑数（凑數）còushù 动 สมทบให้ครบจำนวน

粗 cū 形 ใหญ่ ; หยาบ ; กระด้าง

粗暴 cūbào 形 มุทะลุดุดัน

粗笨 cūbèn 形 เก้งก้าง ; หนักเทอะทะ

粗布 cūbù 名 ⟨纺⟩ ผ้าฝ้ายทอมือ

粗糙 cūcāo 形 หยาบ

粗茶淡饭（粗茶淡飯）cūchá-dànfàn ⟨成⟩
อาหารง่าย ๆ ไม่พิถีพิถัน

粗大 cūdà 形 ใหญ่ (ใช้กับร่างกายหรือสิ่งของ)

粗放 cūfàng 形 ไม่ละเอียด ; สะเพร่า

粗犷（粗獷）cūguǎng 形 บุ่มบ่าม ; เปิดเผยใจป้ำ

粗话（粗話）cūhuà 名 คำพูดหยาบโลน

粗活 cūhuó 名 งานหนัก

粗粮（粗糧）cūliáng 名 ธัญญาหารประเภท
ข้าวโพด ข้าวฟ่าง ถั่ว ฯลฯ (นอกจากข้าวเจ้าและ
ข้าวสาลี)

粗劣 cūliè 形 หยาบและเลว

粗陋 cūlòu 形 ง่าย ๆ หยาบ ๆ

粗鲁（粗魯）cū•lǔ 形 หยาบคาย ; โผงผาง

粗略 cūlüè 形 โดยสังเขป

粗莽 cūmǎng 形 บุ่มบ่าม ; โผงผาง

粗浅（粗淺）cūqiǎn 形 ง่าย ๆ ไม่ลึกซึ้ง

粗人 cūrén 名 ⟨谦⟩ คนไม่มีความรู้ ; คนไม่ละเอียด
อ่อน

粗实（粗實）cū•shi 形 ใหญ่และแข็งแรง

粗疏 cūshū 形 สะเพร่า ; เลินเล่อ ; เผอเรอ

粗俗 cūsú 形 หยาบช้า

粗通 cūtōng 动 มีความรู้ (ด้านใดด้านหนึ่ง) บ้าง

粗细（粗細）cūxì 名 ความใหญ่ ; ความหยาบ

C

粗线条（粗綫條）cūxiàntiáo 名 ลายเส้นเค้าโครง ; ลายเส้นใหญ่ 形 อุปนิสัยหยาบและลวก ๆ

粗心 cūxīn 形 สะเพร่า ; ประมาทเลินเล่อ

粗心大意 cūxīn-dàyì 〈成〉 ประมาทเลินเล่อ

粗选（粗選）cūxuǎn 动 คัดเลือกอย่างลวก ๆ

粗野 cūyě 形 หยาบคาย

粗枝大叶（粗枝大葉）cūzhī-dàyè 〈成〉 ลวก ๆ

粗制滥造（粗製濫造）cūzhì-lànzào 〈成〉 ทำอย่างหยาบ ๆ

粗重 cūzhòng 形 (เสียง) ทุ้ม ; (ของ) หนัก ; (เส้นวาด) ใหญ่และสีเข้ม

粗壮（粗壯）cūzhuàng 形 ล่ำสัน ; (สิ่งของ) ใหญ่และแข็งแรง ; (เสียง) ห้าว

促 cù 动 กระตุ้น (เร่ง) ; กระชั้น ; ชิดใกล้

促成 cùchéng 动 ผลักดันให้สำเร็จ

促进（促進）cùjìn 动 ส่งเสริม

促进派（促進派）cùjìnpài 名 ฝ่ายส่งเสริม

促使 cùshǐ 动 กระตุ้นให้... ; ผลักดันให้

促退 cùtuì 动 ผลักให้ถอยหลัง

促膝谈心（促膝談心）cùxī-tánxīn 〈成〉 นั่งคุยเรื่องในใจกันอย่างใกล้ชิด

促销（促銷）cùxiāo 动 ส่งเสริมการขาย ; โปรโมชั่น (*promotion*)

猝不及防 cùbùjífáng 〈成〉 (เรื่อง) เกิดขึ้นอย่างฉับพลันโดยไม่ทันป้องกัน

猝发（猝發）cùfā 动 อุบัติขึ้นอย่างฉับพลัน

猝然 cùrán 副 อย่างฉับพลัน ; อย่างคาดไม่ถึง

猝死 cùsǐ 动 ตายอย่างกะทันหัน

醋 cù 名 น้ำส้มสายชู

醋罐子 cùguàn•zi 名〈俗〉 อุปมา คนขี้หึง

醋劲儿（醋勁兒）cùjìnr 名 อารมณ์หึงหวง

醋酸 cùsuān 名〈化〉 กรดน้ำส้ม

醋心 cùxīn 动〈口〉 เกิดกรดในกระเพาะอาหาร

醋意 cùyì 名 อารมณ์หึงหวง

簇 cù 量 กลุ่มก้อน ; กอง

簇新 cùxīn 形 ใหม่เอี่ยม

簇拥（簇擁）cùyōng 动 ห้อมล้อม

汆 cuān 动 ลวก (ในน้ำเดือด)

撺掇（攛掇）cuān•duo 动〈口〉 ส่งเสริม (ให้คนอื่นทำบางสิ่งบางอย่าง) ; ยุยง

蹿（躥）cuān 动 กระโดดขึ้น

攒（攢）cuán 动 รวบรวมและประกอบ ; รวบรวม

攒动（攢動）cuándòng 动 เคลื่อนย้ายอย่างเบียดเสียดกันไป

攒集（攢集）cuánjí 动 เบียดเสียดยัดเยียดกัน

攒聚（攢聚）cuánjù 动 เบียดเสียดยัดเยียดกัน

窜（竄）cuàn 动 วิ่งเพ่นพ่าน ; วิ่งอุตลุด

窜犯（竄犯）cuànfàn 动 (โจรหรือข้าศึก) บุกรุกเข้ามา

窜改（竄改）cuàngǎi 动 แก้ (สำนวน เอกสาร หนังสือโบราณ)

窜逃（竄逃）cuàntáo 动 วิ่งหนีอุตลุด

篡 cuàn 动 ช่วงชิง (ตำแหน่ง) ; ยึด (ตำแหน่ง)

篡夺（篡奪）cuànduó 动 ช่วงชิง

篡改 cuàngǎi 动 ปลอมแปลงแก้ไขหรือบิดเบือน (ทฤษฎี นโยบาย คัมภีร์ หรือเอกสาร ฯลฯ)

篡权（篡權）cuànquán 动 ยึดอำนาจ

篡位 cuànwèi 动 ชิงบัลลังก์

催 cuī 动 เร่ง

催逼 cuībī 动 เร่งบังคับ ; เร่งรัด

催产（催産）cuīchǎn 动〈医〉 เร่งให้คลอด

催促 cuīcù 动 เร่ง ; เร่งรัด

催肥 cuīféi 动 เร่งเลี้ยง ; ขุน (ปศุสัตว์) ให้อ้วนก่อนฆ่า

催化 cuīhuà 动〈化〉 เร่งปฏิกิริยา

催化剂（催化劑）cuīhuàjì 名〈化〉 สารเร่งปฏิกิริยา

催泪弹（催泪彈）cuīlèidàn 名 ระเบิดน้ำตา ; ก๊าสน้ำตา

催眠 cuīmián 动 กล่อมให้หลับ ; เร่งให้หลับ ; สะกดจิต

催眠曲 cuīmiánqǔ 名 เพลงกล่อมเด็ก

催眠术（催眠術）cuīmiánshù 名 วิชาสะกดจิต

催命 cuīmìng 动 เร่งเอาชีวิต อุปมาว่า เร่งจะตาย

催情 cuīqíng 动 เร่งให้ (สัตว์ตัวเมีย) เกิดอาการกระสัน

催生 cuīshēng 动〈医〉 เร่งให้คลอด

催熟 cuīshú 动〈农〉 เร่งให้สุกงอม

摧 cuī 动 หัก ; ทำลาย

摧残（摧殘）cuīcán 动 ทำลาย ; ทรมาน
摧毁 cuīhuǐ 动 ทำลายให้พังพินาศ ; ทลาย
摧枯拉朽 cuīkū-lāxiǔ〈成〉ทำลายให้พังพินาศย่อยยับโดยง่าย
璀璨 cuǐcàn 形〈书〉แวววาว
脆 cuì 形 เปราะ ; กรอบ
脆骨 cuìgǔ 名 กระดูกอ่อน
脆化 cuìhuà 动 ทำให้เปราะหักง่าย
脆弱 cuìruò 形 อ่อนแอ
脆生 cuì•sheng 形〈口〉(ของกินบางอย่าง เช่น ผลไม้ ผัก ฯลฯ) กรอบ ; (เสียง) แจ๋ว
脆性 cuìxìng 名〈物〉ความเปราะ
啐 cuì 动 ถ่ม 叹 ถุย
淬火 cuìhuǒ 动〈冶〉ชุบไฟ
翠柏 cuìbǎi 名〈植〉ต้นไป๋ (ไม้จำพวกต้นสน) อันเขียวขจี
翠蓝（翠藍）cuìlán 形 เขียวฟ้าสดใส
翠绿（翠綠）cuìlǜ 形 เขียวมรกต
翠鸟（翠鳥）cuìniǎo 名〈动〉นกกินปลา
翠玉 cuìyù 名 หยกเขียว
翠竹 cuìzhú 名 ไผ่เขียว
村 cūn 名 หมู่บ้าน ; หยาบคาย
村妇（村婦）cūnfù 名 หญิงชาวชนบท
村姑 cūngū 名 สาวชาวชนบท
村落 cūnluò 名 หมู่บ้าน
村民 cūnmín 名 ชาวบ้าน
村舍 cūnshè 名 บ้านเรือนชนบท
村俗 cūnsú 名 ขนบประเพณีตามชนบท
村野 cūnyě 形 หยาบคายคล้ายคนบ้านนอก
村寨 cūnzhài 名 หมู่บ้าน (คำเรียกรวม)
村长（村長）cūnzhǎng 名 ผู้ใหญ่บ้าน
村镇（村鎮）cūnzhèn 名 หมู่บ้านและตำบล
村庄（村莊）cūnzhuāng 名 หมู่บ้าน
村子 cūn•zi 名 หมู่บ้าน
皴 cūn 动 (ผิวหนัง) แตก 名〈方〉คราบสิ่งสกปรกตามผิวหนัง
存 cún 动 มีอยู่ ; เก็บรักษา
存车处（存車處）cúnchēchù 名 ที่ฝากรถ (จักรยาน)
存储（存儲）cúnchǔ 动 เก็บเอาไว้
存储器（存儲器）cúnchǔqì 名〈计〉หน่วยความจำ ; ส่วนเก็บข้อมูลของคอมพิวเตอร์
存单（存單）cúndān 名 ใบรับฝาก (เงิน)
存档（存檔）cúndàng 动 เก็บเอกสารเข้าแฟ้ม
存放 cúnfàng 动 ฝากไว้
存根 cúngēn 名 ต้นขั้วของเช็คหรือใบหลักฐาน
存户 cúnhù 名 เจ้าของบัญชีเงินฝาก
存活 cúnhuó 动 รอดตาย
存货（存貨）cúnhuò 名 สินค้าที่เก็บในสต๊อค
存款 cúnkuǎn 名 เงินที่ฝากไว้กับธนาคาร 动 ฝากเงินไว้กับธนาคาร
存粮（存糧）cúnliáng 动 สำรองธัญญาหาร 名 ธัญญาหารที่สำรองไว้
存留 cúnliú 动 เก็บไว้
存盘（存盤）cúnpán 动〈计〉เก็บข้อมูล (ของคอมพิวเตอร์)
存身 cúnshēn 动 พักพิง ; อยู่
存亡 cúnwáng 名 การตายหรืออยู่ ; การสิ้นชาติหรืออยู่เป็นไท
存心 cúnxīn 副 เจตนา
存疑 cúnyí 动 เก็บข้อข้องใจไว้ชั่วคราว
存在 cúnzài 动 ดำรงอยู่ ; มีอยู่
存折（存摺）cúnzhé 名 สมุดคู่บัญชีเงินฝาก
存贮（存貯）cúnzhù 动 เก็บสำรองไว้
忖 cǔn 动 ครุ่นคิด ; คาดการณ์
忖度 cǔnduó 动 คาดการณ์
忖量 cǔnliàng 动 คาดคะเน ; พิจารณา
忖摸 cǔn•mo 动 กะเอา ; ประมาณเอา
寸 cùn 量 นิ้ว (มาตราวัดความยาวของจีน) ; สั้น (หรือเล็ก) มาก
寸步不让（寸步不讓）cùnbù-bùràng〈成〉ไม่ยอมเสียดินแดนแม้กระเบียดนิ้วเดียว
寸步难行（寸步難行）cùnbù-nánxíng〈成〉ก้าวเดียวก็เดินลำบาก
寸草不留 cùncǎo-bùliú〈成〉ไม่มีหญ้าเหลือเลยแม้แต่ต้นเดียว (ปริยายหมายถึง ถูกปราบจนเกลี้ยง)

寸断（寸斷）cùnduàn 动 ขาดเป็นชิ้นเล็ก ๆ

寸土必争 cùntǔ-bìzhēng〈成〉ดินแดนเท่ากระเบียดนิ้วก็ต้องป้องกันไว้

搓 cuō 动 (ใช้ฝ่ามือ) ถูหรือขยี้

搓麻将（搓麻將）cuō májiàng 动 เล่นไพ่นกกระจอก

搓澡 cuōzǎo 动 ขัดสี (ยามอาบน้ำ)

C

磋商 cuōshāng 动 ปรึกษาหารือ

撮 cuō 动 รวม ; ขยุ้ม

撮合 cuō·he 动 เป็นคนกลางติดต่อให้ (ส่วนมากใช้กับ การเป็นสื่อให้ชายหญิงแต่งงานกัน)

撮弄 cuō·nòng 动 หยอกล้อ ; เสี้ยมสอน

蹉跎 cuōtuó 动 ปล่อยให้ (เวลา) ผ่านไปอย่างไร้ประโยชน์

蹉跎岁月（蹉跎歲月）cuōtuó-suìyuè〈成〉ปล่อยให้เวลาผ่านไปอย่างไร้ประโยชน์

痤疮（痤瘡）cuóchuāng 名〈医〉สิว

挫 cuò 动 ประสบอุปสรรค; กดให้ต่ำลง

挫败（挫敗）cuòbài 动 ประสบอุปสรรคและความล้มเหลว

挫伤（挫傷）cuòshāng 动 บอบช้ำ ; ทำลาย (ความกระตือรือร้นหรือความอยากก้าวหน้า)

挫折 cuòzhé 动 ขัดขวาง ; ทำลาย 名 ความล้มเหลว

措辞（措辭）cuòcí 动 การใช้ถ้อยคำสำนวน (ในการพูดจาหรือแต่งบทประพันธ์)

措施 cuòshī 名 มาตรการ

措手不及 cuòshǒu-bùjí〈成〉รับมือไม่ทัน

措置 cuòzhì 动 จัดการ

锉（銼）cuò 名 ตะไบ 动 (ใช้ตะไบ) ตะไบ (สิ่งของ)

锉刀（銼刀）cuòdāo 名 ตะไบ

错（錯）cuò 名 ความผิด 形 พลาด ; ผิด 动 ไม่สม่ำเสมอกัน

错爱（錯愛）cuò'ài 动〈谦〉(ขอบคุณที่) โปรดเมตตา

错案（錯案）cuò'àn 名〈法〉คดีที่วินิจฉัยผิด

错别字（錯别字）cuòbiézì 名 ตัวหนังสือที่เขียนผิดหรืออ่านผิด

错车（錯車）cuòchē 动 หลีกทาง ; สับรางหลบทาง

错处（錯處）cuòchù 名 ความผิดพลาด

错怪（錯怪）cuòguài 动 กล่าวโทษเพราะเข้าใจผิด

错过（錯過）cuòguò 动 พลาด (โอกาส)

错话（錯話）cuòhuà 名 คำพูดผิด

错觉（錯覺）cuòjué 名 ภาพลวงตา

错开（錯開）cuòkāi 动 สับหลีก

错漏（錯漏）cuòlòu 动 ผิดพลาดและตกหล่น (มักจะใช้กับงานเขียน)

错乱（錯亂）cuòluàn 形 สับสน ; ผิดปกติ

错落（錯落）cuòluò 动 ปะปนกันอย่างไม่เป็นระเบียบ

错失（錯失）cuòshī 动 พลาด (โอกาส ฯลฯ) 名 ความผิดพลาด

错位（錯位）cuòwèi 动 เคลื่อนจากที่เดิม; อุปมาว่า ตกในภาวะผิดปรกติ

错误（錯誤）cuòwù 名 ความผิด 形 ผิด ; ไม่ถูกต้อง ; ความผิดพลาด

错杂（錯雜）cuòzá 动 สับสนปนเป

错字（錯字）cuòzì 名 ตัวหนังสือที่เขียนผิด

错综复杂（錯綜複雜）cuòzōng-fùzá〈成〉สลับซับซ้อน

D d

耷拉 dā·la 动 ก้มต่ำลง ; ตก
搭 dā 动 สร้าง ; พาด ; ต่อให้ติด
搭伴 dābàn 动 เป็นเพื่อนร่วมเดินทาง
搭帮（搭幫）dābāng 动〈方〉รวมกลุ่มกัน
搭车（搭車）dāchē 动 อาศัยรถ ; ปริยายหมายความว่า ถือโอกาส
搭乘 dāchéng 动 โดยสาร
搭档（搭檔）dādàng 动 ร่วมมือกัน 名 เพื่อนร่วมงาน ; คู่หู
搭话（搭話）dāhuà 动 ต่อคำพูดของคนอื่น
搭伙（搭夥）dāhuǒ 动 ร่วมกันเป็นกลุ่ม ; รับประทานที่โรงอาหารเป็นประจำโดยเหมาจ่ายค่าอาหารเป็นเดือน
搭建 dājiàn 动 ปลูก (เรือนแบบง่าย ๆ)
搭界 dājiè 动 ชายแดนติดต่อกัน
搭救 dājiù 动 ช่วยให้พ้นภัย
搭客 dākè 动〈方〉(รถ เรือ ฯลฯ) รับผู้ขออาศัยโดยสารไปด้วย
搭配 dāpèi 动 จัดให้เข้าคู่เข้าชุดหรือเข้ากลุ่มกัน ; 〈语〉ประกอบ (เป็นวลี ฯลฯ)
搭腔 dāqiāng 动 ต่อคำพูด
搭桥（搭橋）dāqiáo 动 สร้างสะพานแบบง่าย ๆ ; อุปมาว่า ช่วยเชื่อมสัมพันธ์กัน
搭讪（搭訕）dā·shàn 动 พูดเพื่อตีสนิทหรือแก้เขิน
搭手 dāshǒu 动〈口〉ออกแรงช่วย ; ช่วยเหลือ
搭线（搭綫）dāxiàn 动 แนะนำให้ติดต่อกัน
搭载（搭載）dāzài 动 อาศัย (รถ) บรรทุกไปด้วย
嗒 dā 拟声 ก๊อกแก๊ก ; ปัง
答茬儿（答茬兒）dāchár 动〈方〉ต่อคำพูดของคนอื่น
答理 dā·li 动 สนใจ ; ทักทายปราศรัย
答言 dāyán 动 ตอบคำถาม ; พูดต่อจากคำพูดคนอื่น
答应（答應）dā·ying 动 ขานรับ ; รับปาก
答允 dāyǔn 动 ยินยอม ; ตกลง
打 dá 量 โหล
达（達）dá 动 ทะลุถึง ; บรรลุถึง
达标（達標）dábiāo 动 ได้มาตรฐาน ; ถึงเกณฑ์มาตรฐาน
达成（達成）dáchéng 动 บรรลุผลสำเร็จ
达旦（達旦）dádàn 动〈书〉ถึงสว่าง
达到（達到）dádào 动 บรรลุถึง
达观（達觀）dáguān 形 มองโลกในแง่กว้าง
达官（達官）dáguān 名 ขุนนางชั้นสูง
达摩（達摩）Dámó 名〈宗〉พระโพธิธรรม สังฆปริณายกองค์ที่ ๒๘ ในอินเดีย จาริกไปสู่ประเทศจีนเมื่อ พ.ศ. ๑๐๖๓ และเป็นผู้ตั้งนิกายฌานขึ้น
达姆弹（達姆彈）dámǔdàn 名〈军〉กระสุนปืนดัมดัม (*dumdum*)
达意（達意）dáyì 动 (ใช้ภาษา) ถ่ายทอดความคิดได้ดี
达因（達因）dáyīn 量〈物〉ไดน์ (*dyne*) (หน่วยของกำลังในระบบเมตริกทางด้านฟิสิกส์)
沓 dá 量 ปึก
沓子 dá·zi 量 ปึก
答 dá 动 ตอบ ; ตอบแทน
答案 dá'àn 名 คำตอบ
答辩（答辯）dábiàn 动〈法〉ตอบแก้ต่าง ; 〈教〉ตอบคำถามในการสอบวิทยานิพนธ์ ; สอบวิทยานิพนธ์
答词（答詞）dácí 名 คำปราศรัยตอบ
答对（答對）dáduì 动 ตอบ (คำพูด)
答非所问（答非所問）dáfēisuǒwèn〈成〉ตอบไม่ตรงกับคำถาม

答复（答復）dá•fù 动 ตอบ
答话（答話）dáhuà 动 ตอบ (คำถาม) ; พูดคุย
答卷 dájuàn 动〈教〉ตอบข้อสอบ 名 ข้อสอบที่เขียนคำตอบไปแล้ว
答礼（答禮）dálǐ 动 แสดงความเคารพตอบ ; ให้ของขวัญเป็นการตอบแทน 名 ของขวัญตอบแทน
答数（答數）dáshù 名〈数〉ผลลัพธ์
答题（答題）dátí 动 ตอบข้อสอบ
答问（答問）dáwèn 动 ตอบคำถาม
答谢（答謝）dáxiè 动 ตอบขอบคุณ
答疑 dáyí 动〈教〉แก้ข้อข้องใจ
瘩背 dábèi 名〈中医〉ฝีฝักบัวที่ขึ้นตามหลัง
打 dǎ 动 ตี ; แตก ; มัด ; สร้าง ; ถัก ; เปิด ; ยก ; ตัด ; ทำ ; เล่น ; ยิง 介 จาก
打靶 dǎbǎ 动 ฝึกยิงเป้า
打靶场（打靶場）dǎbǎchǎng 名 สนามฝึกยิงปืน
打白条（打白條）dǎ báitiáo ออกใบรับที่ไม่เป็นทางการแทนใบเสร็จ
打败（打敗）dǎbài 动 ทำให้พ่ายแพ้ ; พ่ายแพ้
打扮 dǎ•ban 动 แต่งตัว
打包 dǎbāo 动 บรรจุหีบห่อ ; แก้หีบห่อที่บรรจุสิ่งของ
打抱不平 dǎbàobùpíng〈俗〉ช่วยผู้ที่ถูกรังแก
打表 dǎbiǎo 动〈口〉คิดตามมิเตอร์ (แท็กซี่)
打草惊蛇（打草驚蛇）dǎcǎo-jīngshé〈成〉แหวกหญ้าให้งูตื่น อุปมาว่า ด้วยความไม่ระวัง ทำให้ศัตรูรู้ตัวได้
打叉 dǎchā 动 ขีดกากบาท
打岔 dǎchà 动 ขัดจังหวะ
打车（打車）dǎchē 动 เรียกรถแท็กซี่ ; โดยสารรถแท็กซี่
打成一片 dǎchéng-yīpiàn〈惯〉คลุกคลีเป็นอันหนึ่งอันเดียวกัน
打怵 dǎchù 动〈方〉กลัว
打倒 dǎdǎo 动 โค่นล้ม ; ตี (ต่อย ชก ฯลฯ) ให้ล้ม
打底子 dǎ dǐ•zi สเกตช์ภาพ ; ร่าง (บทความ) ; ปูพื้นฐาน
打点（打點）dǎ•dian 动 จัดเตรียม (ของขวัญกระเป๋าเดินทาง ฯลฯ) ;〈俗〉ติดสินบน
打点滴（打點滴）dǎ diǎndī〈医〉หยอดน้ำเกลือ
打动（打動）dǎdòng 动 ทำให้เกิดความรู้สึกซาบซึ้ง
打斗（打鬥）dǎdòu 动 ชกต่อยกัน
打赌（打賭）dǎdǔ 动 พนันกัน
打短工 dǎ duǎngōng เป็นลูกจ้างชั่วคราว
打断（打斷）dǎduàn 动 ตัดบท ; ตีให้หัก
打盹儿（打盹兒）dǎdǔnr 动〈口〉งีบ
打哆嗦 dǎduō•suo ตัวสั่น
打发（打發）dǎ•fa 动 ส่ง (ออกไป) ; ทำให้จากไป
打榧子 dǎ fěi•zi ดีดนิ้ว
打嗝儿（打嗝兒）dǎgér 动 สะอึก ; เรอ
打更 dǎgēng 动〈旧〉ตีเกราะเคาะไม้บอกเวลา
打工 dǎgōng 动 รับจ้างทำงาน
打钩（打鈎）dǎgōu 动 ขีดเครื่องหมาย “√”
打鼓 dǎgǔ 动 ตีกลอง
打谷场（打穀場）dǎgǔcháng 名〈农〉ลานนวดข้าว
打官腔 dǎ guānqiāng〈惯〉กล่าวโต้ตอบปัดภาระหรือตำหนิติเตียนโดยอ้างกฎระเบียบ ข้อบังคับ ฯลฯ (ใช้ในความหมายทางลบ)
打官司 dǎ guān•si ฟ้องร้อง ; ดำเนินคดี
打光棍儿（打光棍兒）dǎ guānggùnr〈惯〉(ชาย) เป็นโสด
打滚 dǎgǔn 动 กลิ้งไปตามพื้น
打哈哈 dǎ hā•ha〈口〉ล้อเล่น
打哈欠 dǎ hā•qian หาว
打鼾 dǎhān 动 กรน
打夯 dǎhāng 动 กระทุ้งพื้นให้แน่น
打呼噜（打呼嚕）dǎ hū•lu〈口〉กรน
打滑 dǎhuá 动 ลื่น ; ไถล
打火机（打火機）dǎhuǒjī 名 ไฟแช็ก
打击（打擊）dǎjī 动 โจมตี ; เคาะตี
打假 dǎjiǎ 动〈法〉ปราบสินค้าปลอม
打价（打價）dǎjià 动〈口〉ต่อราคา
打架 dǎjià 动 ชกต่อยกัน ; ตีกัน
打交道 dǎ jiāo•dao〈口〉ไปมาหาสู่กัน ; คบค้าสมาคม
打搅（打攪）dǎjiǎo 动 รบกวน
打劫 dǎjié 动 ปล้นสะดม

打卡 dǎkǎ 动<口> ตอกบัตร ; เช็คอิน (check in) ; บันทึกเวลาเข้างานหรือเวลาเลิกงาน

打开（打開）dǎkāi 动 เปิด

打瞌睡 dǎ kēshuì <口> สัปหงก

打垮 dǎkuǎ 动 โจมตีให้พังย่อยยับ

打蜡（打蠟）dǎlà 动 ขัดพื้นด้วยเทียนไข ; เคลือบไข

打捞（打撈）dǎlāo 动 งม ; กู้

打雷 dǎléi 动<气> ฟ้าร้อง

打冷战（打冷戰）dǎ lěng·zhan <惯> หนาวจนตัวสั่น

打理 dǎlǐ 动 จัดการ ; บริหาร ; ทำ

打量 dǎ·liang 动 พินิจพิเคราะห์ ; คิดว่า

打猎（打獵）dǎliè 动 ล่าสัตว์

打乱（打亂）dǎluàn 动 ทำให้เกิดความวุ่นวาย ; ทำลาย

打埋伏 dǎ mái·fu <惯> ซุ่ม ; อุปมาว่า ปกปิดหรือซุ่มซ่อนความผิด ทรัพย์สิน กำลังคน ฯลฯ

打鸣儿（打鳴兒）dǎmíngr 动<口> (ไก่) ขัน

打磨 dǎmó 动 ขัดให้ขึ้นเงา ; ฝนให้เรียบ

打闹（打鬧）dǎnào 动 หยอกล้อเล่น ; ทะเลาะวิวาท

打蔫儿（打蔫兒）dǎniānr 动<口> เหี่ยวเฉา

打牌 dǎpái 动 เล่นไพ่

打泡 dǎpào 动 ขึ้นตุ่มพอง (ที่ฝ่ามือ ฝ่าเท้าเนื่องจากเสียดสีมากในเวลาใช้งาน)

打炮 dǎpào 动<军> ยิงปืนใหญ่

打拼 dǎpīn 动<方> พยายามทำ ; พยายามอย่างสุดกำลัง

打破 dǎpò 动 ทำลาย ; ทำแตก

打气（打氣）dǎqì 动 สูบลม (เข้ายางรถหรือลูกบอล) ; ให้กำลังใจ

打气筒（打氣筒）dǎqìtǒng 名 เครื่องสูบลม

打前站 dǎ qiánzhàn <惯> ไปเป็นกองหน้า (เพื่อจัดเตรียมที่พักและอาหารการกินระหว่างการเดินทัพหรือเดินทางหมู่)

打枪（打槍）dǎqiāng 动 ยิงปืน

打情骂俏（打情罵俏）dǎqíng-màqiào <成> เกี้ยวพาราสี

打球 dǎqiú 动<体> เล่นบอล

打趣 dǎqù 动 หยอกล้อ

打拳 dǎquán 动 ชกมวย

打群架 dǎ qúnjià มวยหมู่

打扰（打擾）dǎrǎo 动 รบกวน

打入 dǎrù 动 แทรกซอนเข้าไป

打伞（打傘）dǎsǎn 动 กางร่ม

打扫（打掃）dǎsǎo 动 ปัดกวาด

打闪（打閃）dǎshǎn 动 ฟ้าแลบ

打手 dǎ·shou 名 อันธพาลซึ่งเป็นสมุนเจ้าพ่อ

打算 dǎ·suàn 动 คิดจะ 名 แผนการ

打胎 dǎtāi 动<口> ทำแท้ง

打探 dǎtàn 动 สืบ

打天下 dǎ tiānxià <惯> ก่อการปฏิวัติ (เพื่อยึดอำนาจการปกครอง) ; อุปมา บุกเบิกกิจการ

打铁（打鐵）dǎtiě 动<口> ตีเหล็ก

打听（打聽）dǎ·ting 动 สืบข่าว ; สอบถาม

打通 dǎtōng 动 ตีทะลุ ; (โทรศัพท์) ติด ; ทำให้ (ความคิด) กระจ่างขึ้น

打头（打頭）dǎtóu 动 ตีหัว ; นำหน้า 副 เริ่มต้น

打头阵（打頭陣）dǎ tóuzhèn <惯> รบนำหน้า ; อุปมาว่า ทำงานนำหน้าไป

打退 dǎtuì 动 โจมตีให้ถอยไป

打下 dǎxià 动 ยึด...ได้

打下手 dǎ xiàshǒu <惯> เป็นผู้ช่วย (ทำงานบางอย่าง)

打响（打響）dǎxiǎng 动 เปิดฉากยิง ; อุปมาว่า งานสำเร็จในขั้นแรก

打消 dǎxiāo 动 เลิก (ใช้กับสิ่งนามธรรม เช่น ความคิด แผนการ ฯลฯ)

打雪仗 dǎ xuězhàng เล่นหิมะ (ปั้นหิมะเป็นก้อนแล้วขว้างปาใส่กัน)

打压（打壓）dǎyā 动 กดขี่บีบรัด

打掩护（打掩護）dǎ yǎnhù <惯> โจมตีเพื่อปกป้องกำลังสำคัญ ; ปิดบัง

打眼 dǎyǎn 动 เจาะรู ; <方> มองตำหนิสินค้าไม่ออก 形<方> ดึงดูดความสนใจจากผู้อื่น

打样（打樣）dǎyàng 动<建> เขียนผัง ; <印> ตีพิมพ์ใบตรวจทาน

打印 dǎyìn 动 พิมพ์ปรินท์ (print) ; พิมพ์โรเนียว ;

D

ประทับตรา

打印机（打印機）dǎyìnjī ㆍ名ㆍ เครื่องพิมพ์โรเนียว;
เครื่องพิมพ์ ; ปรินเตอร์ (*printer*)

打游击（打游擊）dǎ yóujī รบแบบกองจรยุทธ์ ;
〈惯〉อุปมาว่า ที่ทำเงินไม่แน่นอนหรือที่กิน
ที่อยู่ไม่แน่นอน

打杂儿（打雜兒）dǎzár ㆍ动ㆍ〈口〉ทำงานเบ็ดเตล็ด

打造 dǎzào ㆍ动ㆍ ผลิต (เครื่องโลหะ) ; ริเริ่มสร้าง

打颤（打顫）dǎzhàn ㆍ动ㆍ สั่น

打仗 dǎzhàng ㆍ动ㆍ รบกัน

打招呼 dǎ zhāo•hu 〈惯〉ทักทายปราศรัย

打折扣 dǎ zhékòu 〈惯〉ลดเปอร์เซ็นต์ (ราคาขาย) ;
อุปมาว่า ไม่ทำตามที่กำหนดไว้เต็มร้อยเปอร์เซ็นต์

打针（打針）dǎzhēn ㆍ动ㆍ〈医〉ฉีดยา

打中 dǎzhòng ㆍ动ㆍ ถูกเป้า

打主意 dǎ zhǔ•yi 〈惯〉คิดวางแผน

打住 dǎzhù ㆍ动ㆍ หยุด

打转（打轉）dǎzhuàn ㆍ动ㆍ หมุน ; วนเวียน

打桩（打樁）dǎzhuāng ㆍ动ㆍ〈建〉ตอกเสาเข็ม

打桩机（打樁機）dǎzhuāngjī ㆍ名ㆍ〈建〉เครื่องตอก
เสาเข็ม

打字 dǎzì ㆍ动ㆍ พิมพ์ดีด

打字机（打字機）dǎzìjī ㆍ名ㆍ เครื่องพิมพ์ดีด

打字员（打字員）dǎzìyuán ㆍ名ㆍ พนักงานพิมพ์ดีด

打字纸（打字紙）dǎzìzhǐ ㆍ名ㆍ กระดาษพิมพ์ดีด

大 dà ㆍ形ㆍ ใหญ่ ; มาก

大巴 dàbā ㆍ名ㆍ〈简〉รถบัส ; รถโคช (*coach*)

大白菜 dàbáicài ㆍ名ㆍ〈植〉ผักกาดขาว

大白天 dàbáitiān ㆍ名ㆍ กลางวันแสก ๆ

大败（大敗）dàbài ㆍ动ㆍ พ่ายแพ้ยับเยิน

大班 dàbān ㆍ名ㆍ〈教〉ชั้นสูงในโรงเรียนอนุบาล
(รับเด็ก ๕-๖ ขวบ)

大半 dàbàn ㆍ数ㆍ ส่วนใหญ่ ㆍ副ㆍ ส่วนมาก

大饱眼福（大飽眼福）dàbǎoyǎnfú 〈成〉
ได้ชมเป็นขวัญตา

大本营（大本營）dàběnyíng ㆍ名ㆍ กองบัญชาการ
สูงสุดในยามสงคราม ; แหล่งกำเนิด (การ
เคลื่อนไหว)

大便 dàbiàn ㆍ名ㆍ อุจจาระ ㆍ动ㆍ ถ่ายอุจจาระ

大饼（大餅）dàbǐng ㆍ名ㆍ โรตีจีน

大伯 dàbó ㆍ名ㆍ ลุง

大不了 dà•buliǎo ㆍ副ㆍ อย่างมากก็แค่... ㆍ形ㆍ ร้ายแรง
(มักจะใช้ในรูปปฏิเสธหรือคำถาม)

大部 dàbù ㆍ名ㆍ ส่วนมาก

大材小用 dàcái-xiǎoyòng 〈成〉บุคคลที่มี
วิชาความรู้สูง แต่ทำงานในตำแหน่งต่ำ

大菜 dàcài ㆍ名ㆍ อาหารจานใหญ่ที่ขึ้นโต๊ะ ดังเช่น
เป็ด ไก่ ขาหมู ฯลฯ ; อาหารฝรั่ง

大餐 dàcān ㆍ名ㆍ อาหารขึ้นโต๊ะที่มีมากมายหลาย
อย่าง ; อาหารฝรั่ง

大操大办（大操大辦）dàcāo-dàbàn 〈惯〉
จัดงานอย่างใหญ่โต

大肠（大腸）dàcháng ㆍ名ㆍ〈生理〉ลำไส้ใหญ่

大氅 dàchǎng ㆍ名ㆍ เสื้อโอเวอร์โค้ต (*overcoat*)

大钞（大鈔）dàchāo ㆍ名ㆍ เงินธนบัตรมูลค่าสูง เช่น
๑๐๐ หยวน

大吵大闹（大吵大鬧）dàchǎo-dànào 〈惯〉
อาละวาดใหญ่

大车（大車）dàchē ㆍ名ㆍ เกวียน

大臣 dàchén ㆍ名ㆍ ขุนนางชั้นผู้ใหญ่

大乘 dàchéng ㆍ名ㆍ〈宗〉(ศาสนาพุทธ) นิกายมหายาน

大乘佛教 dàchéngfójiào 〈宗〉ศาสนาพุทธ
นิกายมหายาน

大吃大喝 dàchī-dàhē 〈惯〉ทั้งกินทั้งดื่ม
อุตลุดอย่างสำราญ

大吃一惊（大吃一驚）dàchī-yījīng 〈成〉
ตื่นตระหนกตกใจ

大出血 dàchūxuè ㆍ动ㆍ〈医〉เลือดออกมาก

大厨 dàchú ㆍ名ㆍ เชฟ (*chef*) ; หัวหน้าพ่อครัว

大吹大擂 dàchuī-dàléi 〈成〉คุยโวโอ้อวด
เป็นการใหญ่

大慈大悲 dàcí-dàbēi 〈成〉ใจบุญสุนทาน

大葱 dàcōng ㆍ名ㆍ〈植〉ต้นหอมใหญ่

大错特错（大錯特錯）dàcuò-tècuò 〈成〉
ผิดฉกรรจ์ ; ผิดอย่างร้ายแรง

大打出手 dàdǎchūshǒu 〈成〉ตีกันนัว

大大 dàdà 副 เป็นการใหญ่ ; อย่างมาก
大大咧咧 dà•dалiēliē 形 ไม่อินังขังขอบ
大胆（大膽）dàdǎn 形 ใจกล้า ; ใจป้ำ
大刀 dàdāo 名 ดาบ
大刀阔斧（大刀闊斧）dàdāo-kuòfǔ〈成〉เฉียบขาดและกล้าได้กล้าเสีย
大道 dàdào 名 ถนนใหญ่ ; ทางหลวง
大道理 dàdàolǐ 名 เหตุผลหลัก ; เหตุผลสำคัญ
大敌当前（大敵當前）dàdí-dāngqián〈成〉เผชิญหน้ากับศัตรูที่มีกำลังมาก
大抵 dàdǐ 副 โดยทั่ว ๆ ไป ; ...เป็นส่วนใหญ่
大地 dàdì 名 พื้นปฐพี
大地回春 dàdì-huíchūn〈成〉พื้นปฐพีเต็มไปด้วยความคึกคัก มีชีวิตชีวาแห่งฤดูใบไม้ผลิ
大典 dàdiǎn 名 สมโภชใหญ่ ; มหกรรม
大殿 dàdiàn 名 พระตำหนักหลวง ; 〈宗〉วิหารหลวง
大动干戈（大動干戈）dàdòng-gāngē〈成〉ก่อสงคราม ; ระดมกำลังเพื่อทำการใหญ่ (ใช้ในความหมายว่าทำเกินควร)
大豆 dàdòu 名〈植〉ถั่วเหลือง
大都 dàdū 副 ส่วนใหญ่ ; ส่วนมาก
大度 dàdù 形〈书〉ใจกว้าง
大队（大隊）dàduì 名 กองพัน ; ขบวนการใหญ่
大多 dàduō 副 ส่วนใหญ่ ; ส่วนมาก
大多数（大多數）dàduōshù 名 จำนวนส่วนมาก
大额（大額）dà'é 形 จำนวน (เงิน) มาก
大发雷霆（大發雷霆）dàfā-léitíng〈成〉โมโหโทโส ; แผดเสียง
大梵天 Dàfàntiān 名〈宗〉พระพรหม
大方 dà•fang 形 ใจกว้างไม่ตระหนี่ ; สง่าผ่าเผย ; ไม่เชย
大放厥词（大放厥詞）dàfàng-juécí〈成〉พูดเหลวไหล ; พูดจาไร้สาระ
大粪（大糞）dàfèn 名 อุจจาระ
大风（大風）dàfēng 名 พายุ ; ลมแรง
大风大浪（大風大浪）dàfēng-dàlàng〈成〉คลื่นใหญ่ลมแรง ; อุปมาว่า อุปสรรคมากมาย
大夫 dàfū 名〈旧〉ต้าฟู ตำแหน่งข้าราชการสมัยโบราณของจีน
大副 dàfù 名〈航〉ต้นหน
大腹便便 dàfù-piánpián〈成〉ลงพุง ; ท้องโต
大概 dàgài 名 เค้าความ 形 โดยสังเขป ; ประมาณ
大干（大幹）dàgàn 动 ทำเป็นการใหญ่
大纲（大綱）dàgāng 名 เค้าโครง (ของบทความ โครงการ ฯลฯ)
大哥 dàgē 名 พี่ชายคนโต ; พี่ใหญ่
大个子（大個子）dàgè•zi 名 คนตัวใหญ่
大功告成 dàgōng-gàochéng〈成〉งานชิ้นใหญ่สำเร็จลุล่วงไป
大公国（大公國）dàgōngguó 名 ประเทศที่มีท่านดยุคเป็นประมุข
大公无私（大公無私）dàgōng-wúsī〈成〉ไม่เห็นแก่ตัว
大褂 dàguà 名 เสื้อคลุมยาวแบบเก่าของจีน
大观（大觀）dàguān 名 ภาพงามเลิศลอยและยิ่งใหญ่ ; การมองภาพรวม
大锅饭（大鍋飯）dàguōfàn 名 อาหารหม้อใหญ่ หมายถึงอาหารธรรมดาที่คนส่วนใหญ่รับประทาน ; อุปมาว่า เงินเดือนหรือค่าจ้างที่เท่ากันทุกคน โดยไม่พิจารณาตามผลงาน
大过（大過）dàguò 名 ความผิดอย่างฉกรรจ์ ; มหันตโทษ
大海捞针（大海撈針）dàhǎi-lāozhēn〈成〉งมเข็มในมหาสมุทร
大寒 dàhán 名〈气〉ฤดูกาล "หนาวมาก" หนึ่งใน ๒๔ ฤดูกาลของจีน ตรงกับวันที่ ๒๐ หรือ ๒๑ มกราคม 形 หนาวมาก
大喊大叫 dàhǎn-dàjiào〈成〉ร้องเสียงดัง ; แผดเสียง
大汉（大漢）dàhàn 名 ชายรูปร่างสูงใหญ่
大好 dàhǎo 形 ดีมาก ; (ป่วย) หายขาด
大号（大號）dàhào 形 เบอร์ใหญ่ ; ขนาดใหญ่ 名〈乐〉แตรใหญ่
大合唱 dàhéchàng 名〈乐〉ร้องหมู่
大亨 dàhēng 名 ผู้มีอิทธิพล
大红（大紅）dàhóng 形 สีแดงสด

大后方（大後方）dàhòufāng 名 เขตแนวหลัง
大后年（大後年）dàhòunián 名 ปีถัดจากสองปีข้างหน้า
大后天（大後天）dàhòutiān 名 วันมะเรื่องนี้
大户 dàhù 名〈旧〉เศรษฐี ; ตระกูลใหญ่ ; บุคคลหรือองค์กรที่โดดเด่นในด้านใดด้านหนึ่ง (ดังเช่น การเสียภาษีมาก การเปลืองไฟฟ้ามาก ฯลฯ)
大话（大話）dàhuà 名 คำคุยโว
大黄鱼（大黄魚）dàhuángyú 名〈动〉ปลาโครเคอะ (*croaker*) (เหลืองชนิดหนึ่ง)
大会（大會）dàhuì 名 ประชุมใหญ่ ; สมัชชาใหญ่
大伙儿（大夥兒）dàhuǒr 代〈口〉พวกเรา ; พวกคุณ ; ทุกคน
大惑不解 dàhuò-bùjiě〈成〉ฉงนสนเท่ห์
大吉 dàjí 形 มหามงคล
大计（大計）dàjì 名 โครงการสำคัญในระยะยาว
大家 dàjiā 名 ผู้เชี่ยวชาญ 代 ทุกคน ; ทุกท่าน
大家庭 dàjiātíng 名 ครอบครัวใหญ่
大驾（大駕）dàjià 名 รถพระที่นั่ง ;〈敬〉ท่าน ; พระองค์
大奖（大獎）dàjiǎng 名 รางวัลใหญ่
大奖赛（大獎賽）dàjiǎngsài 名 การแข่งขันชิงรางวัลใหญ่
大将（大將）dàjiàng 名 จอมพล ; นายทหารชั้นสูงสุด
大江 dàjiāng 名 แม่น้ำ
大轿车（大轎車）dàjiàochē 名 รถเก๋งคันใหญ่
大街 dàjiē 名 ถนนใหญ่
大街小巷 dàjiē-xiǎoxiàng〈成〉ทั้งถนนสายใหญ่และตรอกเล็กซอยน้อย
大捷 dàjié 名〈军〉ชัยชนะครั้งใหญ่
大姐 dàjiě 名 พี่สาวคนโต ; พี่ (ใช้เรียกสตรีทั่วไปซึ่งไม่ใช่ญาติกัน)
大惊小怪（大驚小怪）dàjīng-xiǎoguài〈成〉ตกใจเกินเหตุ
大局 dàjú 名 สถานการณ์โดยทั่วไป
大举（大舉）dàjǔ 副 (ดำเนินการ) เป็นการใหญ่ (มักจะใช้กับการเคลื่อนไหวทางทหาร)
大军（大軍）dàjūn 名 กองกำลังทหารที่เข้มแข็งเกรียงไกร ; กองทัพใหญ่
大开眼界（大開眼界）dàkāi-yǎnjiè〈成〉เปิดหูเปิดตา
大考 dàkǎo 名〈教〉การสอบครั้งใหญ่
大快人心 dàkuài-rénxīn〈成〉ประชาชนดีอกดีใจ (เนื่องจากคนเลวถูกลงโทษ)
大款 dàkuǎn 名 คนรวย
大牢 dàláo 名〈口〉คุก
大老粗 dàlǎocū 名 คนหยาบ ; คนไม่มีความรู้
大理石 dàlǐshí 名〈地质〉หินอ่อน
大力 dàlì 副 ...เป็นการใหญ่ 名 กำลังมาก
大力士 dàlìshì 名 จอมพลัง
大梁 dàliáng 名〈建〉อกไก่
大量 dàliàng 形 จำนวนมาก ; ใจกว้าง
大龄（大齡）dàlíng 形 อายุเกินเกณฑ์
大楼（大樓）dàlóu 名 ตึกใหญ่
大陆（大陸）dàlù 名 แผ่นดินใหญ่
大陆架（大陸架）dàlùjià 名〈地理〉ไหล่ทวีป
大路 dàlù 名 ทางใหญ่ 形 ธรรมดาสามัญ (ใช้กับสินค้า กับข้าว ฯลฯ)
大路货（大路貨）dàlùhuò 名 สินค้าธรรมดาแต่ขายดี
大略 dàlüè 副 โดยสังเขป 名 เนื้อหาโดยสังเขป ; แผนการยิ่งใหญ่
大妈（大媽）dàmā 名 ป้า
大麻 dàmá 名〈植〉ปอ ; กัญชา
大马哈鱼（大馬哈魚）dàmǎhāyú〈动〉ปลาแซลมอนพันธุ์หนึ่ง (*chum salmon*)
大麦（大麥）dàmài 名〈植〉ข้าวบาร์เลย์ (*barley*)
大忙 dàmáng 形 เวลามีน้อยแต่งานการมีมาก
大媒 dàméi 名 พ่อสื่อ ; แม่สื่อ
大门（大門）dàmén 名 ประตูใหญ่ ; ประตูหน้า
大米 dàmǐ 名 ข้าวเจ้า ; ข้าวสาร
大面积（大面積）dàmiànjī 名 พื้นที่ขนาดใหญ่ ; เนื้อที่ขนาดใหญ่
大面儿上（大面兒上）dàmiànrshàng〈方〉ส่วนภายนอก

大名 dàmíng 名 ชื่อจริง ; 〈敬〉ชื่อเสียงที่โด่งดัง
大名鼎鼎 dàmíng-dǐngdǐng 〈成〉ชื่อเสียงโด่งดัง
大漠 dàmò 名 ทะเลทราย
大模大样（大模大樣）dàmú-dàyàng 〈成〉 วางใหญ่วางโต ; วางท่าวางทาง
大拇指 dàmǔzhǐ 名〈口〉หัวแม่มือ ; นิ้วโป้ง
大难（大難）dànàn 名 มหันตภัย ; ความหายนะ
大难临头（大難臨頭）dànàn-líntóu 〈成〉 ความหายนะใกล้จะมาถึง
大脑（大腦）dànǎo 名〈生理〉สมองใหญ่
大逆不道 dànì-bùdào 〈成〉ประพฤติชั่วร้ายเลวทราม
大年 dànián 名 ตรุษจีน ; ปีที่เดือน ๑๒ ตามจันทรคติมี ๓๐ วัน ; ปีที่การเก็บเกี่ยวได้ผลอุดมสมบูรณ์
大年三十 dànián sānshí วันส่งท้ายปีเก่าตามปฏิทินจันทรคติ
大娘 dàniáng 名 ป้า
大牌 dàpái 名 ดาราชื่อดัง
大炮 dàpào 名〈军〉ปืนใหญ่ ; อุปมาว่าคนที่ชอบคุยโวหรือแสดงความเห็นรุนแรง
大棚 dàpéng 名 เรือนกระจก ; กรีนเฮาส์ (*greenhouse*)
大批 dàpī 形 จำนวนมาก
大片 dàpiàn 名〈影视〉ภาพยนตร์ชื่อดัง
大起大落 dàqǐ-dàluò 〈成〉ขึ้นลงอย่างรวดเร็วเป็นการใหญ่
大气（大氣）dàqì 名〈气〉ชั้นบรรยากาศ (อากาศที่หุ้มห่อโลกหรือเทห์ฟากฟ้าใด ๆ) ; การหายใจแรง
大气（大氣）dà·qì 形 ใจกว้าง 名 ความใจกว้าง
大气层（大氣層）dàqìcéng 名〈气〉 ชั้นบรรยากาศ
大气压（大氣壓）dàqìyā 名〈气〉ความกดดันอากาศ
大器 dàqì 名 อัจฉริยบุคคล
大器晚成 dàqì-wǎnchéng 〈成〉อัจฉริยบุคคลจะประสบความสำเร็จในชีวิตบั้นปลาย
大千世界 dàqiān-shìjiè 〈成〉โลกกว้างไพศาลอันไร้ขอบเขต
大钱（大錢）dàqián 名 เงินจำนวนมาก ; 〈旧〉เงินเหรียญใหญ่ (สมัยโบราณ)
大前年 dàqiánnián 名 สามปีก่อน
大前提 dàqiántí 名〈哲〉ปฐมสาเหตุ ; เงื่อนไขสำคัญ
大前天 dàqiántiān 名 สามวันก่อน
大清早 dàqīngzǎo 名 รุ่งเช้า
大晴天 dàqíngtiān 名 ท้องฟ้าปลอดโปร่ง
大庆（大慶）dàqìng 名 งานฉลองใหญ่ ; 〈敬〉วันเกิด (ของผู้สูงอายุ)
大权（大權）dàquán 名 อำนาจใหญ่
大全 dàquán 名 สิ่งที่ประมวลอย่างสมบูรณ์ (มักจะใช้กับชื่อหนังสือหรือพจนานุกรม ฯลฯ)
大人 dà·rén 名〈敬〉ท่าน... ที่เคารพ (ใช้เป็นคำขึ้นต้นจดหมายเรียกผู้ใหญ่)
大人 dà·ren 名 ผู้ใหญ่ ; ใต้เท้า (คำเรียกขุนนางสมัยเก่า)
大人物 dàrénwù 名 บุคคลสำคัญ ; คนใหญ่คนโต
大肉 dàròu 名 เนื้อหมู ; อาหารประเภทเนื้อสัตว์
大赛（大賽）dàsài 名 การแข่งขันครั้งใหญ่ ; การประกวดครั้งใหญ่
大扫除（大掃除）dàsǎochú 动 ทำความสะอาดเป็นการใหญ่
大嫂 dàsǎo 名 พี่สะใภ้
大厦 dàshà 名 อาคารใหญ่
大少爷（大少爺）dàshào·ye 名 คุณชายใหญ่ ; เสี่ยใหญ่
大舌头（大舌頭）dàshé·tou 形〈口〉พูดไม่ชัดด้วยลิ้นคับปาก 名 คนลิ้นคับปาก
大赦 dàshè 动〈法〉นิรโทษกรรมครั้งใหญ่
大赦令 dàshèlìng 名 คำสั่งนิรโทษกรรม
大神 dàshén 名〈俗〉กูรู เซียน
大婶儿（大嬸兒）dàshěnr 名〈口〉คุณอา (คำเรียกผู้หญิงที่มีอายุไล่เลี่ยกับแม่)
大声（大聲）dàshēng 名 เสียงดัง 形 ดัง
大声疾呼（大聲疾呼）dàshēng-jíhū 〈成〉 ร้องตะโกน
大牲畜 dàshēngchù 名 ปศุสัตว์

大失所望 dàshī-suǒwàng 〈成〉 ผิดหวังอย่างยิ่ง

大师（大師）dàshī 名 ปรมาจารย์

大师傅（大師傅）dàshī·fu 名〈宗〉หลวงพ่อ

大师傅（大師傅）dà·shi·fu 名〈口〉พ่อครัว

大实话（大實話）dàshíhuà 名 คำพูดซึ่งเป็นความจริง

大使 dàshǐ 名 เอกอัครราชทูต

大使馆（大使館）dàshǐguǎn 名 สถานเอกอัครราชทูต

大势（大勢）dàshì 名 แนวโน้มสถานการณ์ (ทางการเมือง)

D

大势所趋（大勢所趨）dàshì-suǒqū 〈成〉 แนวโน้มของสถานการณ์พาไป

大势已去（大勢已去）dàshì-yǐqù 〈成〉 จบเห่กัน

大势至菩萨（大勢至菩薩）Dàshìzhì púsà 〈宗〉พระมหาสถามปราปตโพธิสัตว์

大事 dàshì 名 เรื่องใหญ่ ; เรื่องสำคัญ

大事记（大事記）dàshìjì 名 บันทึกเหตุการณ์สำคัญ ; จดหมายเหตุ

大是大非 dàshì-dàfēi 〈成〉 เรื่องสำคัญซึ่งเกี่ยวกับความถูกความผิด

大手笔（大手筆）dàshǒubǐ 名 งานเขียนของนักประพันธ์ชื่อดัง ; นักประพันธ์นามอุโฆษ

大手大脚 dàshǒu-dàjiǎo 〈成〉 มือเติบ

大叔 dàshū 名〈口〉อา (คำเรียกชายที่มีอายุอ่อนกว่าพ่อ แต่รุ่นราวคราวเดียวกับพ่อ)

大暑 dàshǔ 名〈气〉ฤดูกาล "ร้อนที่สุด" หนึ่งใน ๒๔ ฤดูกาลของจีน ตรงกับวันที่ ๒๒ ๒๓ หรือ ๒๔ กรกฎาคม

大数据（大數據）dàshùjù 名 ข้อมูลมหัต ; บิ๊กดาต้า (*big data*) ; ข้อมูลขนาดใหญ่

大水 dàshuǐ 名 น้ำท่วม

大肆 dàsì 副 อย่างกำเริบเสิบสาน

大蒜 dàsuàn 名〈植〉กระเทียม

大踏步 dàtàbù 动 เดินก้าวยาว

大提琴 dàtíqín 名〈乐〉วิโอลอนเชลโล (*violoncello*)

大体（大體）dàtǐ 名 เหตุผลหลัก 副 โดยทั่วไป

大天白日 dàtiān-báirì 〈成〉〈口〉กลางวันแสก ๆ

大厅（大廳）dàtīng 名 ห้องโถง ; ล็อบบี้ (*lobby*)

大庭广众（大庭廣衆）dàtíng-guǎngzhòng〈成〉 สาธารณสถานซึ่งมีผู้คนมากมาย

大同 dàtóng 名 ภราดรภาพ

大同小异 dàtóng-xiǎoyì 〈成〉 ส่วนใหญ่ใกล้เคียงกัน ส่วนน้อยแตกต่างกัน

大头（大頭）dàtóu 名 หัวตุ๊กตาอันใหญ่ที่สวมไว้เล่น (คล้ายหัวโขน) ; ส่วนที่สำคัญกว่าหรือข้างที่ใหญ่กว่า ; คนที่เสียเงินเสียทองไปเปล่า ๆ จะเรียกว่า 冤大头

大头菜（大頭菜）dàtóucài 名〈植〉ผักรูตาเบกา (*rutabaga*)

大头针（大頭針）dàtóuzhēn 名 เข็มหมุด

大团圆（大團圓）dàtuányuán 名 ลงเอยด้วยความสุข ; ครอบครัวอยู่พร้อมหน้ากันอย่างมีสุข

大腿 dàtuǐ 名〈生理〉ขาอ่อน

大腕儿（大腕兒）dàwànr 名 ผู้มีชื่อมีความสามารถ (มักใช้เรียกคนในแวดวงศิลปะและกีฬา)

大王 dàwáng 名 ราชา ; เจ้า

大尉 dàwèi 名〈军〉ร้อยเอกพิเศษ

大无畏（大無畏）dàwúwèi 形 กล้าหาญชาญชัย

大喜 dàxǐ 动〈套〉น่ายินดี 名 เรื่องมงคล

大戏（大戲）dàxì 名〈剧〉งิ้วจีนขนาดใหญ่ ; งิ้วปักกิ่ง

大虾（大蝦）dàxiā 名〈动〉กุ้งใหญ่

大显身手（大顯身手）dàxiǎn-shēnshǒu 〈成〉 แสดงฝีมือ (หรือความรู้ความสามารถ) อย่างเต็มที่

大显神通（大顯神通）dàxiǎn-shéntōng 〈成〉 แสดงฝีมือ (หรือความรู้ความสามารถ) อันยอดเยี่ยมอย่างเต็มที่

大相径庭（大相徑庭）dàxiāng-jìngtíng 〈成〉 แตกต่างกันราวฟ้ากับดิน

大象 dàxiàng 名〈动〉ช้าง

大小 dàxiǎo 名 ขนาด ; ผู้ใหญ่และเด็ก

大校 dàxiào 名〈军〉พันเอกพิเศษ

大写（大寫）dàxiě 名 ตัวอักษรใหญ่

大猩猩 dàxīng·xing 名〈动〉กอริลลา (*gorilla*)

大型 dàxíng 形 ขนาดใหญ่

大姓 dàxìng 名 ตระกูลใหญ่ ; นามสกุลที่มีคนมาก (เช่น 张、王、李、刘 ฯลฯ)

大熊猫 dàxióngmāo 名〈动〉หมีแพนดา (*giant panda*)

大修 dàxiū 动 ตรวจและซ่อมแซม (รถเครื่องจักรกล ฯลฯ) ครั้งใหญ่

大选（大選）dàxuǎn 名 การเลือกตั้งครั้งใหญ่

大学（大學）dàxué 名〈教〉มหาวิทยาลัย

大学生（大學生）dàxuéshēng 名 นิสิต (นักศึกษา) มหาวิทยาลัย

大雪 dàxuě 名 ฤดูกาล "หิมะตกหนัก" หนึ่งใน ๒๔ ฤดูกาลของจีน ตรงกับวันที่ ๖, ๗ หรือ ๘ ธันวาคม ; หิมะตกหนัก

大牙 dàyá 名 ฟันกราม ; ฟันหน้า

大雅 dàyǎ 形〈书〉สุภาพเรียบร้อย

大烟 dàyān 名 ฝิ่น

大言不惭（大言不慚）dàyán-bùcán〈成〉คุยโวโอ้อวดอย่างไร้ยางอาย

大雁 dàyàn 名〈动〉ห่านป่า

大洋 dàyáng 名〈地理〉มหาสมุทร ; เหรียญกษาปณ์เงิน

大样（大樣）dàyàng 名〈印〉ปรูฟใหญ่ (ของหนังสือพิมพ์ทั้งหน้า) (*full-page proof*) ;〈建〉ผังละเอียด

大摇大摆（大搖大擺）dàyáo-dàbǎi〈成〉เดินวางมาด ; เดินเต๊ะท่า

大爷（大爺）dàyé 名 เจ้าใหญ่นายโต

大爷（大爺）dà·ye 名〈口〉ลุง

大衣 dàyī 名 โอเวอร์โค้ต (*overcoat*)

大义（大義）dàyì 名 สัจธรรม

大义凛然（大義凜然）dàyì-lǐnrán〈成〉เด็ดเดี่ยวและองอาจผึ่งผาย

大义灭亲（大義滅親）dàyì-mièqīn〈成〉จัดการกับญาติพี่น้องที่กระทำผิดกฎหมายเพื่อปกป้องความเป็นธรรม

大意 dàyì 名 ใจความสำคัญ

大意 dà·yi 形 เผอเรอ ; ชะล่าใจ

大油 dàyóu 名〈口〉น้ำมันหมู

大有可为（大有可爲）dàyǒu-kěwéi〈成〉น่าทำเพราะมีอนาคตไกล

大有人在 dàyǒu-rénzài〈成〉มีคน (จำพวกนี้) อยู่มากมาย

大有文章 dàyǒu-wénzhāng〈成〉ภูมิหลังยังมีอะไรต่อมิอะไรอีกมากมาย

大有作为（大有作爲）dàyǒu-zuòwéi〈成〉สามารถสร้างผลงานดีเด่นได้ด้วยความรู้ความสามารถอย่างเต็มที่

大雨 dàyǔ 名 ฝนที่ตกหนัก

大元帅（大元帥）dàyuánshuài 名〈军〉จอมทัพ

大约（大約）dàyuē 副 ประมาณ ; ราว ๆ ; คงจะ

大杂烩（大雜燴）dàzáhuì 名 กับข้าวชนิดหนึ่งซึ่งผัดผักรวมหลายอย่างแล้วเติมน้ำผสมแป้งเล็กน้อยต้มต่อ ; อุปมาว่า สิ่งที่ผสมผสานกันลวก ๆ (ใช้ในความหมายทางลบ)

大战（大戰）dàzhàn 名 สงคราม 动 รบกันครั้งใหญ่

大站 dàzhàn 名〈交〉สถานีหรือป้ายรถเมล์ที่มีผู้โดยสารขึ้นลงมาก

大张旗鼓（大張旗鼓）dàzhāng-qígǔ〈成〉โหมเพื่อสร้างบรรยากาศอันครึกครื้น

大丈夫 dàzhàng·fu 名 ลูกผู้ชาย ; ชายชาตรี

大志 dàzhì 名 ปณิธานอันสูงส่ง

大致 dàzhì 副 ส่วนใหญ่ ; ราว ๆ

大智若愚 dàzhì-ruòyú〈成〉คมในฝัก

大众（大衆）dàzhòng 名 มหาชน

大众化（大衆化）dàzhònghuà 动 เป็นแบบสามัญชนทั่ว ๆ ไป

大主教 dàzhǔjiào 名〈宗〉ราชาคณะแห่งคริสตจักร

大专（大專）dàzhuān 名〈教〉วิทยาลัย

大自然 dàzìrán 名 ธรรมชาติ

大自在天 Dàzìzàitiān〈宗〉พระอิศวร ; พระศิวะ（又名"湿婆"）

大字报（大字報）dàzìbào 名 บทความแสดงความเห็นซึ่งเขียนด้วยพู่กันจีนและปิดไว้ตามผนัง

大宗 dàzōng 形 (สินค้า เงิน ฯลฯ) เป็นจำนวนมาก 名 ผลิตภัณฑ์หลัก
大作 dàzuò 名〈敬〉งานประพันธ์อันยิ่งใหญ่ (เป็นคำยกย่อง) 动 ทำกันใหญ่
呆 dāi 形 ทึ่ม ; เหม่อลอย
呆板 dāibǎn 形 แข็งทื่อ ; ตายตัว
呆若木鸡（呆若木鷄）dāiruò-mùjī〈成〉ตกใจงันเพราะหวาดกลัวหรือนึกไม่ถึง
呆傻 dāishǎ 形 เซ่อซ่า
呆头呆脑（呆頭呆腦）dāitóu-dāinǎo〈成〉สมองทึ่ม ; ไม่เต็มบาท
呆滞 dāizhì 形 เซ่อซ่า
呆子 dāi•zi 名 คนเซอะซะ ; ไอ้งั่ง
待 dāi 动〈口〉อยู่ ; พัก
待会儿（待會兒）dāihuìr 动 รออีกสักครู่ ; รอประเดี๋ยวเดียว
歹毒 dǎidú 形 เลวทรามอำมหิต
歹人 dǎirén 名 คนเลว
歹徒 dǎitú 名 คนร้าย
歹心 dǎixīn 名 เจตนาร้าย
歹意 dǎiyì 名 เจตนาร้าย
逮 dǎi 动 จับ
大夫 dài•fu 名〈口〉หมอ
大王 dài•wang 名〈旧〉ราชา ; ท่านอ๋อง (ใช้เรียกหัวหน้าโจรในงิ้วหรือนวนิยายโบราณของจีน)
代 dài 动 แทน 名 สมัย ; รุ่น
代办（代辦）dàibàn 动 จัดการแทน 名 อุปทูต
代笔（代筆）dàibǐ 动 เขียนแทน
代表 dàibiǎo 名 ผู้แทน (ตัวแทน) 动 ในนาม
代表队（代表隊）dàibiǎoduì 名 ทีม (กีฬา)
代表团（代表團）dàibiǎotuán 名 คณะผู้แทน
代表作 dàibiǎozuò 名 ผลงานชิ้นสำคัญ
代称（代稱）dàichēng 名 คำเรียกแทนชื่อจริง
代词（代詞）dàicí 名〈语〉คำสรรพนาม (คำแทน)
代沟（代溝）dàigōu 名 ความเหลื่อมล้ำระหว่างรุ่น ; ช่องว่างระหว่างวัย
代购（代購）dàigòu 动 ซื้อแทน
代号（代號）dàihào 名 รหัส
代价（代價）dàijià 名 เงินที่จ่ายไปเพื่อทดแทนสิ่งของที่ได้มา ; (ปริยายหมายถึง) สิ่งที่สูญเสียไปเพื่อบรรลุจุดประสงค์อย่างใดอย่างหนึ่ง
代金 dàijīn 名〈经〉เงินทดแทน (สิ่งของที่ควรมอบให้)
代课（代課）dàikè 动〈教〉สอนแทน
代劳（代勞）dàiláo 动 ทำแทน
代理 dàilǐ 动 จัดการแทน ; รักษาการแทน
代理人 dàilǐrén 名 ผู้รักษาการแทน ; ผู้แทนจำหน่าย (สินค้า) ; เอเจนต์ (*agent*)
代码（代碼）dàimǎ 名〈计〉โค้ด (*code*)
代码块（代碼塊）dàimǎkuài 名〈计〉กลุ่มระเบียน ; โค้ดบล็อก (*code block*)
代培 dàipéi 动〈教〉ช่วยอบรม
代乳粉 dàirǔfěn 名 อาหารที่ใช้แทนนมผง (ทำจากถั่วเหลืองและอาหารบำรุงอีกหลายชนิด)
代售 dàishòu 动 จำหน่ายแทน
代数（代數）dàishù 名〈数〉พีชคณิต
代替 dàitì 动 แทน
代为（代爲）dàiwéi 动〈书〉แทน
代销（代銷）dàixiāo 动 จำหน่ายแทน
代销店（代銷店）dàixiāodiàn 名 ร้านค้าที่เป็นตัวแทนจำหน่าย
代谢（代謝）dàixiè 动 สิ่งใหม่เปลี่ยนแทนสิ่งเก่า
代序 dàixù 名 บทความซึ่งใช้แทนอารัมภบท
代言人 dàiyánrén 名 โฆษก ; ผู้แถลงข่าว
代议制（代議制）dàiyìzhì 名 ระบบรัฐสภา
代用 dàiyòng 动 ใช้แทน
代用品 dàiyòngpǐn 名 ผลิตภัณฑ์ใช้แทน
代职（代職）dàizhí 动 รักษาการแทนตำแหน่งหน้าที่
玳瑁 dàimào 名〈动〉เต่ากระ
带（帶）dài 动 นำ ; ถือติดตัวไป ; ดูแล ; มี 名 สาย ; แถบ; ยาง (รถ)
带兵（帶兵）dàibīng 动 นำกองทหาร
带刺（帶刺）dàicì 动 มีหนาม
带电（帶電）dàidiàn 动〈电〉ประจุไฟฟ้า
带动（帶動）dàidòng 动 กระตุ้น ;〈机〉ขับเคลื่อนด้วยพลังงาน

带队（帶隊）dàiduì 动 นำทีม ; นำคณะ
带话（帶話）dàihuà 动 ฝากคำพูด ; ฝากข้อความ
带劲（帶勁）dàijìn 形 มีกำลัง ; น่าสนใจ
带菌者（帶菌者）dàijūnzhě 名〈医〉พาหะนำโรค
带领（帶領）dàilǐng 动 นำ ; พา
带路（帶路）dàilù 动 นำทาง
带头（帶頭）dàitóu 动 นำหน้า
带头人（帶頭人）dàitóurén 名 ผู้นำหน้า
带头羊（帶頭羊）dàitóuyáng 名 แพะตัวที่นำหน้าฝูง ; จ่าฝูง
带孝（帶孝）dàixiào 动 ไว้ทุกข์
带音（帶音）dàiyīn 动〈语〉สายเสียงสะเทือนในเวลาออกเสียง
带鱼（帶魚）dàiyú 名〈动〉ปลาดาบ
带状（帶狀）dàizhuàng 名 ลักษณะที่เป็นแถบ
带子（帶子）dài•zi 名 สายรัด (เอวหรือรองเท้า ฯลฯ) ; สายพาน ; เข็มขัด ; เทป

贷（貸）dài 动 กู้
贷方（貸方）dàifāng 名 ฝ่ายเครดิต (ของบัญชี)
贷款（貸款）dàikuǎn 动 กู้เงิน ; ให้กู้ 名 เงินกู้

待 dài 动 รอคอย ; ปฏิบัติต่อ
待产（待産）dàichǎn 动 เตรียมตัวคลอด
待发（待發）dàifā 动 รอที่จะออกเดินทาง
待岗（待崗）dàigǎng 动 (คนว่างงาน) คอยการบรรจุงาน
待工 dàigōng 动 รอทำ
待机（待機）dàijī 动 คอยโอกาส ; (ภาวะ) รอการทำงานของเครื่อง (โทรศัพท์เคลื่อนที่ คอมพิวเตอร์ ฯลฯ)
待价而沽（待價而沽）dàijià'érgū〈成〉คอยจำหน่ายเมื่อราคาดี
待考 dàikǎo 动 เก็บเรื่องไว้เพื่อตรวจสอบอีกที
待客 dàikè 动 ต้อนรับแขก
待料 dàiliào 动 รอวัสดุเข้ามา
待命 dàimìng 动 รอคำสั่ง
待人接物 dàirén-jiēwù〈成〉การปฏิบัติตัวต่อผู้อื่น
待续（待續）dàixù 动 โปรดติดตามตอนต่อไป ; ยังมีต่อ
待业（待業）dàiyè 动 รอการบรรจุงาน
待遇 dàiyù 名 สิทธิและฐานะทางสังคม ; ค่าตอบแทน ;〈书〉การปฏิบัติต่อ

怠工 dàigōng 动 ทำงานอย่างเฉื่อยชา
怠慢 dàimàn 形 เฉยเมย ; ต้อนรับไม่ดี (เป็นคำพูดที่เป็นพิธีรีตอง)

袋 dài 名 ถุง ; กระเป๋า ; กระสอบ
袋鼠 dàishǔ 名〈动〉จิงโจ้
袋装（袋裝）dàizhuāng 名 ที่บรรจุใส่ถุง
袋子 dài•zi 名 ถุง ; กระสอบ

逮捕 dàibǔ 动〈法〉จับกุม (ตัวนักโทษ)

戴 dài 动 สวม ; ใส่
戴高帽子 dài gāomào•zi อุปมาว่า ยกยอ
戴孝 dàixiào 动 ไว้ทุกข์
戴罪立功 dàizuì-lìgōng〈成〉สร้างความดีขณะที่เป็นนักโทษอยู่

丹 dān 形 (สี) แดง 名〈药〉ยาเม็ด
丹顶鹤（丹頂鶴）dāndǐnghè 名〈动〉นกกระเรียนหงอนแดง
丹凤眼（丹鳳眼）dānfèngyǎn 名 ตายาวรีและหางตายกขึ้น (คล้ายตาหงส์)
丹桂 dānguì 名〈植〉ต้นออสแมนทัสดอกสีส้ม (*orange osmanthus*)
丹青 dānqīng 名〈书〉ภาพวาด
丹田 dāntián 名〈中医〉จุดเลือดลมใต้สะดือ ๓ นิ้ว
丹心 dānxīn 名 ใจอันซื่อสัตย์สุจริต ; ใจภักดี

担（擔）dān 动 หาบ ; รับผิดชอบ
担保（擔保）dānbǎo 动 รับประกัน ; รับรอง
担保人（擔保人）dānbǎorén 名 ผู้ประกัน
担保书（擔保書）dānbǎoshū 名 หนังสือรับประกัน
担待（擔待）dāndài 动〈口〉ให้อภัย ; รับผิดชอบ
担当（擔當）dāndāng 动 รับผิดชอบ
担负（擔負）dānfù 动 รับภาระหน้าที่
担架（擔架）dānjià 名 เปลหาม
担惊受怕（擔驚受怕）dānjīng-shòupà〈成〉วิตกกังวล
担任（擔任）dānrèn 动 ดำรงตำแหน่ง

D

担心（擔心）dānxīn 动 เป็นห่วง
担忧（擔憂）dānyōu 动 กังวล
单（單）dān 形 เดี่ยว ; เดียว ; คี่ 副 เพียง
单边（單邊）dānbiān 名 ฝ่ายเดียว
单薄（單薄）dānbó 形 บาง ; บอบบาง ; แบบบาง
单产（單產）dānchǎn 名〈农〉ปริมาณการผลิตต่อหน่วยพื้นที่ภายในหนึ่งปีหรือหนึ่งฤดูกาล
单车（單車）dānchē 名〈方〉รถจักรยาน
单程（單程）dānchéng 名 เที่ยวเดียว
单传（單傳）dānchuán 动 มีลูกโทนสืบตระกูลหลายชั่วคน ; สืบทอดวิชาจากอาจารย์แต่ผู้เดียว
单纯（單純）dānchún 形 ง่าย ๆ ; แต่อย่างเดียว
单词（單詞）dāncí 名〈语〉คำศัพท์
单打（單打）dāndǎ 名〈体〉การแข่งขันประเภทเดี่ยว
单打一（單打一）dāndǎyī 动 ทำแต่เรื่องเดียวโดยไม่สนใจเรื่องอื่น ๆ
单单（單單）dāndān 副 เฉพาะ...เท่านั้น
单刀直入（單刀直入）dāndāo-zhírù〈成〉พูดตรง ๆ โดยไม่มีการอ้อมค้อมแต่อย่างใด
单调（單調）dāndiào 形 จำเจ ; จืดชืด
单独（單獨）dāndú 副 โดดเดี่ยว ; ตามลำพัง
单方（單方）dānfāng 名 ฝ่ายเดียว
单方面（單方面）dānfāngmiàn 名 ฝ่ายเดียว
单飞（單飛）dānfēi 动〈航〉บินเดี่ยว
单干（單幹）dāngàn 动 ทำคนเดียว
单杠（單杠）dāngàng 名〈体〉ราวเดี่ยว
单轨（單軌）dānguǐ 名〈交〉รางเดี่ยว
单过（單過）dānguò 动 (แยกจากครอบครัวใหญ่) อยู่ต่างหาก
单价（單價）dānjià 名〈经〉ราคาต่อหน่วย
单间儿（單間兒）dānjiānr 名 ห้องเดี่ยว
单晶硅（單晶硅）dānjīngguī 名〈电〉โมโนคริสตัลไลน์ซิลิโคน (*monocrystalline silicon*)
单晶体（單晶體）dānjīngtǐ 名〈物〉โมโนคริสตัล (*monocrystal*)
单句（單句）dānjù 名〈语〉เอกรรถประโยค ; ประโยคความเดียว
单据（單據）dānjù 名 ใบเสร็จซึ่งเป็นหลักฐานในการรับจ่ายเงิน
单恋（單戀）dānliàn 动 รักข้างเดียว
单枪匹马（單槍匹馬）dānqiāng-pǐmǎ〈成〉ทวนเล่มหนึ่งกับม้าตัวเดียว ; อุปมาว่าบุกเดี่ยวหรือทำงานคนเดียว
单亲（單親）dānqīn 形 (ครอบครัว) ที่มีแต่พ่อหรือแม่
单人床（單人床）dānrénchuáng 名 เตียงเดี่ยว
单人舞（單人舞）dānrénwǔ 名 ระบำเดี่ยว
单色（單色）dānsè 名 สีเดียว
单身（單身）dānshēn 名 โสด ; คนเดียว
单身汉（單身漢）dānshēnhàn 名 ชายโสด
单数（單數）dānshù 名〈数〉เลขคี่
单挑（單挑）dāntiǎo 动 ท้าประลองตัวต่อตัว
单位（單位）dānwèi 名 หน่วยมาตรฐาน ; หน่วยงานหรือองค์กรของราชการ
单线（單綫）dānxiàn 名 ลายเส้นเดี่ยว ; การติดต่อเฉพาะคนเดียว〈交〉ทางรถไฟหรือทางรถไฟฟ้าเดี่ยว (ทางวันเวย์)
单相思（單相思）dānxiāngsī 动 รักข้างเดียว
单向（單向）dānxiàng 形 แต่ฝ่ายเดียว ; วันเวย์ (*one-way*)
单相（單相）dānxiàng 名〈物〉เฟสเดียว ; วัฏภาคเดียว
单项（單項）dānxiàng 名 รายการเดียว
单项式（單項式）dānxiàngshì 名〈数〉แบบเชิงเดียว
单行（單行）dānxíng 形 ที่ปฏิบัติเฉพาะรายการ 动 ประสบแต่อย่างเดียว 名〈交〉วันเวย์ (*one way*)
单行本（單行本）dānxíngběn 名 ฉบับแยกออกมา (จากหนังสือเล่มอื่นหรือหนังสือพิมพ์) พิมพ์เป็นเล่มต่างหาก
单行线（單行綫）dānxíngxiàn 名〈交〉ทางวันเวย์ (*one-way road*)
单眼皮（單眼皮）dānyǎnpí 名〈生理〉ตาชั้นเดียว
单一（單一）dānyī 形 เฉพาะอย่างเดียว
单衣（單衣）dānyī 名 เสื้อชั้นเดียว (ซึ่งไม่ใช่เสื้อ

กันหนาว)
单翼机（單翼機）dānyìjī 名〈航〉เครื่องบินปีกเดี่ยว
单音词（單音詞）dānyīncí 名〈语〉คำพยางค์เดียว
单用（單用）dānyòng 动 ใช้เฉพาะกรณี ; ใช้ส่วนตัว
单元（單元）dānyuán 名 หมวด (ของบทเรียน) ; ชุด (ของห้อง)
单子（單子）dān•zi 名 ผ้าปูที่นอน ; แผ่นกระดาษที่บันทึกรายการต่าง ๆ
耽搁（耽擱）dān•ge 动 อยู่พัก ; ถ่วงเวลา ; ล่าช้าจนเสียงาน
耽误（耽誤）dān•wu 动 ล่าช้าจนเสียงาน
胆（膽）dǎn 名 ความกล้า ;〈生理〉ดี (อวัยวะร่างกายของคนหรือสัตว์)
胆大（膽大）dǎndà 形 ใจกล้า
胆大包天（膽大包天）dǎndà-bāotiān〈成〉ใจกล้าสุดขีด ; ก๋ากั่น
胆大妄为（膽大妄爲）dǎndà-wàngwéi〈成〉กำเริบเสิบสาน
胆敢（膽敢）dǎngǎn 动 กล้าที่จะ...
胆固醇（膽固醇）dǎngùchún 名〈生化〉คอเลสเตอรอล (*cholesterol*)
胆结石（膽結石）dǎnjiéshí 名〈医〉นิ่วในถุงน้ำดี
胆量（膽量）dǎnliàng 名 ความกล้า
胆略（膽略）dǎnlüè 名 ความกล้าหาญและสติปัญญา
胆囊（膽囊）dǎnnáng 名〈生理〉ถุงน้ำดี
胆囊炎（膽囊炎）dǎnnángyán 名〈医〉ถุงน้ำดีอักเสบ
胆魄（膽魄）dǎnpò 名 ความเด็ดขาดและกล้าหาญ
胆怯（膽怯）dǎnqiè 形 ขี้ขลาด
胆识（膽識）dǎnshí 名 ความกล้า ความรู้และประสบการณ์
胆小（膽小）dǎnxiǎo 形 ขี้ขลาด
胆小鬼（膽小鬼）dǎnxiǎoguǐ 名 คนขี้ขลาดตาขาว
胆小如鼠（膽小如鼠）dǎnxiǎo-rúshǔ〈成〉ขวัญอ่อนเหมือนหนู
胆战心惊（膽戰心驚）dǎnzhàn-xīnjīng〈成〉กลัวจนตัวสั่น
胆汁（膽汁）dǎnzhī 名〈生理〉น้ำดี
胆壮（膽壯）dǎnzhuàng 形 กล้าหาญ
胆子（膽子）dǎn•zi 名 ความกล้า
掸（撣）dǎn 动 ปัด (ฝุ่น)
掸子（撣子）dǎn•zi 名 ไม้ปัดฝุ่น (ที่ทำด้วยขนไก่หรือ เศษผ้า) ; ไม้ขนไก่
石 dàn 量 "ต้าน" หน่วยมาตรตวงของจีน (๑ ต้าน = ๑๐๐ ลิตร, มาตราเมตริก)
旦 dàn 名 ฟ้าสาง ; วัน ;〈剧〉ตัวละครงิ้วที่เป็นหญิง
旦角儿（旦角兒）dànjuér 名〈剧〉ตัวละครงิ้วที่เป็นหญิง
旦夕 dànxī 名〈书〉เช้าเย็น
但 dàn 连 แต่ 副 เพียง
但凡 dànfán 副 ขอเพียงแต่...(ก็)... ; ทุกทีที่... (ก็)...
但是 dànshì 连 แต่ ; แต่ทว่า ; แต่ว่า
但书（但書）dànshū 名〈法〉ข้อแม้ ; เงื่อนไขประกอบ
但愿（但願）dànyuàn 动 ขอจง...
担（擔）dàn 名 คานหาบ 量 หน่วยมาตราชั่งของจีน หนึ่งหาบเท่ากับ ๕๐ กิโลกรัม ; คำบอกจำนวนใช้กับสิ่งของที่เป็นหาบ
担子（擔子）dàn•zi 名 คานหาบ
诞辰（誕辰）dànchén 名 วันคล้ายวันเกิด (ใช้กับบุคคลที่นับถือ)
诞生（誕生）dànshēng 动 เกิด ; สถาปนาขึ้น
淡 dàn 形 จาง ; จืด
淡泊 dànbó 动〈书〉ไม่สนใจในลาภยศสรรเสริญ
淡薄 dànbó 形 เบาบาง ; จางหาย
淡菜 dàncài 名 หอยกาบ
淡而无味（淡而無味）dàn'érwúwèi〈成〉จืดชืดไม่มีรสชาติ
淡红（淡紅）dànhóng 形 สีแดงอ่อน
淡化 dànhuà 动 แปลงน้ำเค็มให้เป็นน้ำจืด
淡黄 dànhuáng 形 สีเหลืองอ่อน
淡季 dànjì 名 ฤดูกาลที่ซบเซา ; โลว์ซีซั่น (*low season*)

D

淡绿（淡綠）dànlǜ 形 สีเขียวอ่อน

淡漠 dànmò 形 ไม่ยินดียินร้าย ; ความทรงจำเลือนราง

淡青 dànqīng 形 สีฟ้าอมเขียวอ่อน ๆ

淡然 dànrán 形〈书〉เฉย ๆ ; ไม่สนใจไยดี

淡水 dànshuǐ 名 น้ำจืด

淡水湖 dànshuǐhú 名 ทะเลสาบน้ำจืด

淡水鱼（淡水魚）dànshuǐyú 名 ปลาน้ำจืด

淡忘 dànwàng 动 ลืมเลือนไป

淡雅 dànyǎ 形 งามเรียบ ๆ

淡妆（淡妝）dànzhuāng 名 การแต่งหน้าอ่อน ๆ

弹（彈）dàn 名〈军〉กระสุน ; ลูกกระสุน ; ลูกกลมเล็ก ๆ

弹道（彈道）dàndào 名〈军〉วิถีกระสุน

弹弓（彈弓）dàngōng 名 คันหน้าไม้

弹痕（彈痕）dànhén 名〈军〉รอยกระสุน

弹尽粮绝（彈盡糧絕）dànjìn-liángjué〈成〉หมดสิ้นไปทั้งกระสุนปืนและเสบียงอาหาร

弹壳（彈殼）dànké 名〈军〉ปลอกกระสุน

弹孔（彈孔）dànkǒng 名〈军〉รูกระสุน

弹片（彈片）dànpiàn 名〈军〉เศษลูกกระสุนปืน ; เศษลูกระเบิด

弹头（彈頭）dàntóu 名〈军〉หัวกระสุน ; หัวลูกปืนใหญ่ ; หัวจรวดนำวิถี

弹丸之地（彈丸之地）dànwánzhīdì〈成〉พื้นที่แค่กระเบียดนิ้ว

弹无虚发（彈無虛發）dànwúxūfā〈成〉ยิงกระสุนถูกเป้าทุกนัด ; อุปมาว่า จัดการเรียบร้อยทุกเรื่อง

弹药（彈藥）dànyào 名〈军〉กระสุนดินดำ

弹药库（彈藥庫）dànyàokù 名〈军〉คลังสรรพาวุธ

弹子锁（彈子鎖）dàn·zisuǒ 名 กุญแจประตูประเภทเป็นลูกโม่ภายใน

蛋 dàn 名 ไข่

蛋白 dànbái 名 ไข่ขาว ; โปรตีน (*protein*)

蛋白质（蛋白質）dànbáizhì 名〈生化〉โปรตีน (*protein*)

蛋糕 dàngāo 名 ขนมเค้ก (*cake*)

蛋羹 dàngēng 名 ไข่ตุ๋น

蛋黄 dànhuáng 名 ไข่แดง

蛋卷儿（蛋卷兒）dànjuǎnr 名 ขนมเค้กโร

蛋壳（蛋殼）dànké 名 เปลือกไข่

蛋清 dànqīng 名 ไข่ขาว

蛋用鸡（蛋用鷄）dànyòngjī 名 ไก่พันธุ์ไข่

氮 dàn 名〈化〉ไนโตรเจน (*nitrogen*)

氮肥 dànféi 名〈农〉ปุ๋ยไนโตรเจน

氮气（氮氣）dànqì 名〈化〉ไนโตรเจน (*nitrogen*)

当（當）dāng 动 เป็น (ดำรงตำแหน่ง) 助动 ควรจะ ; พอสมควร

当班（當班）dāngbān 动 อยู่เวร ; เข้ากะ

当场（當場）dāngchǎng 副 ในสถานที่ที่เกิดเหตุขณะนั้น ; คาที่ ; คาหนังคาเขา

当初（當初）dāngchū 名 ในระยะแรกนั้น

当代（當代）dāngdài 名 ยุคปัจจุบัน ; ร่วมสมัย

当道（當道）dāngdào 名 กลางถนน 动 มีอำนาจการปกครอง (ใช้ในความหมายทางลบ)

当地（當地）dāngdì 名 สถานที่ (ที่เกิดเหตุ) นั้น ; ท้องถิ่นนั้น

当红（當紅）dānghóng 形 (นักแสดง หนังสือ ฯลฯ) กำลังดัง ; กำลังฮิต (*hit*) ; กำลังนิยม

当机立断（當機立斷）dāngjī-lìduàn〈成〉ตัดสินใจให้เฉียบขาดเมื่อโอกาสมาถึง

当即（當即）dāngjí 副 ...ในขณะนั้นทันที

当家（當家）dāngjiā 动 ดูแลครอบครัว

当家的（當家的）dāngjiā·de 名〈口〉เจ้าบ้าน

当家人（當家人）dāngjiārén 名 เจ้าบ้าน

当家做主（當家做主）dāngjiā-zuòzhǔ〈成〉เป็นหัวหน้าครอบครัว ; เป็นเจ้าของประเทศ

当今（當今）dāngjīn 名 ปัจจุบันนี้

当局（當局）dāngjú 名 ผู้บริหารงาน (ของรัฐบาล พรรคหรือโรงเรียน ฯลฯ)

当空（當空）dāngkōng 动 บนท้องฟ้า ; ในอากาศ

当面（當面）dāngmiàn 副 ต่อหน้า

当年（當年）dāngnián 名 ปี (ที่เกิดเหตุ) นั้น

当牛做马（當牛做馬）dāngniú-zuòmǎ〈成〉เป็นวัวเป็นควาย ; อุปมาว่า เป็นข้าทาส

当前（當前）dāngqián 名 ปัจจุบัน 动 เผชิญหน้า

当权（當權）dāngquán 动 กุมอำนาจ

当权派（當權派）dāngquánpài 名 พวกที่กุม
อำนาจ

当然（當然）dāngrán 副 ย่อมจะต้อง...อย่าง
แน่นอน 形 ควรจะต้องเป็นเช่นนั้น

当仁不让（當仁不讓）dāngrén-bùràng 〈成〉
เมื่อเผชิญกับสิ่งที่ควรทำ ย่อมจะไม่ลังเล

当日（當日）dāngrì 名 ในวันเดียวกันนั้น

当时（當時）dāngshí 名 เวลา (ที่เกิดเหตุ) นั้น
动 เหมาะแก่กาลเวลา

当事人（當事人）dāngshìrén 名〈法〉คู่กรณี ;
บุคคลที่อยู่ในเหตุการณ์

当头（當頭）dāngtóu 副 แสกหน้า 动 (เหตุการณ์)
กำลังเผชิญหน้า ; เป็นอันดับแรก

当头棒喝（當頭棒喝）dāngtóu-bànghè 〈成〉
ตีแสกหน้า อุปมาว่า กระตุ้นให้เกิดความสำนึก

当头一棒（當頭一棒）dāngtóu-yībàng 〈成〉
ตีแสกหน้า อุปมาว่า กระตุ้นให้เกิดความสำนึก

当晚（當晚）dāngwǎn 名 คืน (ที่เกิดเหตุ) นั้น

当务之急（當務之急）dāngwùzhījí 〈成〉
งานด่วนที่ต้องรีบจัดการทันที

当下（當下）dāngxià 副 ในขณะนั้น

当先（當先）dāngxiān 动 นำหน้า

当心（當心）dāngxīn 动 ระวัง

当选（當選）dāngxuǎn 动 ได้รับเลือกตั้ง

当夜（當夜）dāngyè 名 คืน (ที่เกิดเหตุ) นั้น

当政（當政）dāngzhèng 动 ครองตำแหน่ง
บริหารราชการ ; กุมอำนาจรัฐ

当之无愧（當之無愧）dāngzhī-wúkuì 〈成〉
สมชื่อแท้ ๆ

当中（當中）dāngzhōng 名 ตรงกลาง ; ท่ามกลาง

当中间儿（當中間兒）dāngzhōngjiànr 名〈口〉
ตรงกลาง

当众（當衆）dāngzhòng 副 ต่อหน้าสาธารณชน ;
ต่อหน้าคนจำนวนมาก

当作（當作）dāngzuò 动 ถือเป็น ; ถือว่าเป็น...

裆（襠）dāng 名 เป้ากางเกง ; หว่างขา

挡（擋）dǎng 动 สกัด ; ต้านทาน ; บัง

挡车工（擋車工）dǎngchēgōng 名〈纺〉
คนงานคุมเครื่องปั่นด้ายในโรงงานทอผ้า

挡风（擋風）dǎngfēng 动 บังลม

挡驾（擋駕）dǎngjià 动〈婉〉งดรับแขก

挡箭牌（擋箭牌）dǎngjiànpái 名 โล่ ; (ปริยาย
หมายถึง) ข้ออ้าง

挡路（擋路）dǎnglù 动 ขวางทาง

挡住（擋住）dǎngzhù 动 ต้านทานไว้ ; สกัดไว้

党（黨）dǎng 名 พรรค

党报（黨報）dǎngbào 名 หนังสือพิมพ์ของพรรค

党代会（黨代會）dǎngdàihuì 名 ประชุมสมัชชาผู้
แทนสมาชิกพรรค

党费（黨費）dǎngfèi 名 ค่าบำรุงพรรค

党风（黨風）dǎngfēng 名 ท่วงทำนองของพรรค

党纲（黨綱）dǎnggāng 名 หลักนโยบายของพรรค

党徽（黨徽）dǎnghuī 名 เครื่องหมายของพรรค ;
สัญลักษณ์ของพรรค

党籍（黨籍）dǎngjí 名 สมาชิกภาพของพรรค

党纪（黨紀）dǎngjì 名 วินัยของพรรค

党禁（黨禁）dǎngjìn 名 ข้อต้องห้ามเกี่ยวกับพรรค

党课（黨課）dǎngkè 名 หลักสูตรการศึกษา
ระเบียบการของพรรค

党魁（黨魁）dǎngkuí 名 หัวหน้าพรรค

党龄（黨齡）dǎnglíng 名 อายุสมาชิกภาพของ
สมาชิกพรรค

党派（黨派）dǎngpài 名 พรรคการเมือง ; กลุ่ม
ภายในพรรค

党旗（黨旗）dǎngqí 名 ธงประจำพรรค

党史（黨史）dǎngshǐ 名 ประวัติพรรค

党委（黨委）dǎngwěi 名 คณะกรรมการของพรรค

党务（黨務）dǎngwù 名 กิจการของพรรค

党校（黨校）dǎngxiào 名 โรงเรียนของพรรค

党性（黨性）dǎngxìng 名 ลักษณะของพรรค ;
จิตใจแห่งพรรคของสมาชิกพรรค

党员（黨員）dǎngyuán 名 สมาชิกพรรค

党章（黨章）dǎngzhāng 名 ระเบียบการของพรรค

党证（黨證）dǎngzhèng 名 บัตรสมาชิกพรรค

D

当（當）dàng 形 เหมาะสม 动 นึกว่า ; จำนำ
当成（當成）dàngchéng 动 ถือเป็น
当年（當年）dàngnián 名 ปีเดียวกันนั้น
当铺（當鋪）dàng•pù 名 โรงรับจำนำ
当时（當時）dàngshí 副 ทันที
当天（當天）dàngtiān 名 ในวันเดียวกันนั้น
当夜（當夜）dàngyè 名 คืนวันเดียวกันนั้น
当月（當月）dàngyuè 名 เดือนเดียวกันนั้น
当真（當真）dàngzhēn 动 ถือเป็นเรื่องจริง 副 จริง
荡（蕩）dàng 动 แกว่ง ; เอ้อระเหยลอยชาย ; กวาดล้าง
荡除（蕩除）dàngchú 动 กวาดล้างให้หมดสิ้น ; ปราบให้ราบคาบ
荡涤（蕩滌）dàngdí 动 ชำระล้าง
荡然（蕩然）dàngrán 形〈书〉สูญหายไปหมดสิ้น ; อันตรธานหายไป
荡漾（蕩漾）dàngyàng 动 กระเพื่อม
档（檔）dàng 名 ชั้นวางระเบียน ; แฟ้มเก็บเอกสาร ; ชั้น (ของคุณภาพ)
档案（檔案）dàng'àn 名 เอกสารที่เก็บเข้าแฟ้ม
档案馆（檔案館）dàng'ànguǎn 名 หอเก็บระเบียน
档次（檔次）dàngcì 名 ชั้น (ของคุณภาพ) ; เกรด (*grade*)
刀 dāo 名 มีด
刀把儿（刀把兒）dāobàr 名 ด้ามมีด ; อุปมาว่า อำนาจ ; จุดอ่อนซึ่งอาจจะถูกคนอื่นถือเป็นจุดโจมตีได้
刀背 dāobèi 名 สันมีด
刀兵 dāobīng 名 อาวุธยุทโธปกรณ์ ; สงคราม
刀锋（刀鋒）dāofēng 名 คมมีด
刀耕火种（刀耕火種）dāogēng-huǒzhòng〈成〉เผาหญ้าเป็นปุ๋ย ขุดหลุมหว่านเมล็ดพืช (เป็นวิธีเพาะปลูกยุคดึกดำบรรพ์)
刀具 dāojù 名 เครื่องมือประเภทตัด เจาะ ไส กลึง ฯลฯ
刀口 dāokǒu 名 คมมีด ; อุปมาว่า ตรงที่แสดงบทบาทได้มากที่สุด
刀片 dāopiàn 名 ใบมีดโกน
刀枪（刀槍）dāoqiāng 名 ดาบและปืน ; อาวุธยุทโธปกรณ์
刀刃 dāorèn 名 คมมีด
刀山火海 dāoshān-huǒhǎi〈成〉ภูเขามีดทะเลไฟ อุปมาว่า มีภยันตรายมากที่สุด
刀削面（刀削麵）dāoxiāomiàn 名 บะหมี่ชนิดหนึ่ง แป้งผสมน้ำนวดเป็นก้อนแข็งแล้วใช้มีดเหลาเป็นแผ่น ๆ
刀子 dāo•zi 名 มีด
叨念 dāoniàn 动〈口〉บ่นคิดถึง
叨咕 dáo•gu 动〈口〉บ่นพึมพำ
导（導）dǎo 动 โน้มน้าว ; นำ ; สั่งสอน
导报（導報）dǎobào 名 หนังสือพิมพ์นำ
导弹（導彈）dǎodàn 名〈军〉ขีปนาวุธ ; จรวดนำวิถี
导电（導電）dǎodiàn 动〈物〉สื่อนำกระแสไฟฟ้า
导电性（導電性）dǎodiànxìng 名〈物〉คุณสมบัติการนำกระแสไฟฟ้า
导读（導讀）dǎodú 动 นำร่องการอ่าน
导购（導購）dǎogòu 动 แนะนำสินค้าต่อลูกค้า 名 พนักงานแนะนำสินค้าต่อลูกค้า ; ช็อปปิ้งไกด์
导管（導管）dǎoguǎn 名〈机〉หลอดนำของเหลว
导轨（導軌）dǎoguǐ 名〈机〉ทางเลื่อน
导航（導航）dǎoháng 动〈航〉นำร่อง
导火索（導火索）dǎohuǒsuǒ 名 ชนวน
导火线（導火綫）dǎohuǒxiàn 名 ชนวน
导论（導論）dǎolùn 名 บทนำ
导热（導熱）dǎorè 动〈物〉นำความร้อน
导师（導師）dǎoshī 名 อาจารย์ที่ปรึกษา ; ปรมาจารย์
导体（導體）dǎotǐ 名〈电〉ตัวนำ
导线（導綫）dǎoxiàn 名〈电〉สายนำกระแสไฟฟ้า
导向（導嚮）dǎoxiàng 名 ทิศทางที่จะนำวนำ
导言（導言）dǎoyán 名 คำนำ
导演（導演）dǎoyǎn 动 กำกับการแสดง 名 ผู้กำกับการแสดง

导游（導游）dǎoyóu 动 นำเที่ยว 名 มัคคุเทศก์
导致（導致）dǎozhì 动 นำมาซึ่ง ; ทำให้เกิด...ขึ้น
岛（島）dǎo 名 เกาะ
岛国（島國）dǎoguó 名 ประเทศหมู่เกาะ ; ประเทศที่เป็นเกาะ
岛屿（島嶼）dǎoyǔ 名 เกาะแก่ง (ชื่อเรียกรวม)
捣（搗）dǎo 动 ทุบ ; ตี ; ก่อกวน
捣蛋（搗蛋）dǎodàn 动 ก่อกวน
捣鬼（搗鬼）dǎoguǐ 动 เล่นเล่ห์เหลี่ยมลับ ๆ
捣毁（搗毀）dǎohuǐ 动 ทำลายย่อยยับ
捣乱（搗亂）dǎoluàn 动 ก่อกวน
倒 dǎo 动 ล้ม ; สับเปลี่ยน
倒把 dǎobǎ 动 ฉวยโอกาสเก็งกำไร
倒班 dǎobān 动 เปลี่ยนกะ (การทำงาน)
倒闭（倒閉）dǎobì 动 ล้มละลาย
倒仓（倒倉）dǎocāng 动 ขนย้ายข้าวในฉางออกมาตากแดด เสร็จแล้วค่อยขนเข้าไปใหม่ ; ขนข้าวสับเปลี่ยนฉางกัน
倒车（倒車）dǎochē 动 ต่อรถ
倒伏 dǎofú 动〈农〉ต้นพืชล้ม
倒戈 dǎogē 动〈军〉ทรยศไปเข้าข้างข้าศึกในระหว่างการรบ
倒换 dǎohuàn 动 สับเปลี่ยน ; หมุนเวียน
倒卖（倒賣）dǎomài 动 ซื้อแล้วขายต่อ
倒霉（倒黴）dǎoméi 形 เคราะห์ร้าย ; ซวย ; อาภัพ
倒票 dǎopiào 动 ซื้อตั๋ว (รถ เรือ ภาพยนตร์ ฯลฯ) แล้วขายต่อเพื่อเก็งกำไร
倒嗓 dǎosǎng 动〈剧〉(นักแสดง นักร้อง) เสียงแหบ
倒手 dǎoshǒu 动 เปลี่ยนมือ
倒塌 dǎotā 动 ถล่ม ; พัง
倒台（倒臺）dǎotái 动 ล้ม (สิ้นอำนาจการปกครอง)
倒腾（倒騰）dǎo•teng 动〈口〉ย้ายที่ ; ค้าขาย
倒头（倒頭）dǎotóu 动 นอนลง
倒胃口 dǎo wèi•kou〈惯〉เบื่ออาหาร ; หมดความสนุก
倒休 dǎoxiū 动 เปลี่ยนวันหยุดพัก
倒牙 dǎoyá 动〈方〉เสียวฟัน
倒运（倒運）dǎoyùn 形〈方〉เคราะห์ร้าย ; โชคไม่ดี 动 โยกย้ายสินค้า
祷告（禱告）dǎogào 动 ภาวนา ; อธิษฐาน
蹈海 dǎohǎi 动〈书〉กระโดดทะเล (ฆ่าตัวตาย)
到 dào 动 ถึง ; ไป ; มา
到场（到場）dàochǎng 动 ถึงสถานที่
到处（到處）dàochù 副 ทั่วทุกแห่งหน
到达（到達）dàodá 动 ไป (มา) ถึง ; บรรลุถึง
到底 dàodǐ 副 ในที่สุด ; ถึงที่สุด
到点（到點）dàodiǎn 动 ถึงเวลา
到顶（到頂）dàodǐng 动 ถึงขั้นสุดยอด
到访（到訪）dàofǎng 动 มาเยี่ยมเยียน
到会（到會）dàohuì 动 ร่วมประชุม
到家 dàojiā 形 ถึงขั้นมาตรฐาน ; ถึงขั้นดีมาก
到来（到來）dàolái 动 มาถึง
到了儿（到了兒）dàoliǎor 副〈口〉ในที่สุด
到期 dàoqī 动 ถึงระยะเวลากำหนด ; หมดอายุ
到任 dàorèn 动 เข้ารับตำแหน่ง
到手 dàoshǒu 动 ถึงมือ
到头（到頭）dàotóu 动 ถึงที่สุด
到头来（到頭來）dàotóulái 副 ในที่สุด (มักจะใช้กับผลพวงทางลบ)
到位 dàowèi 动 เข้าประจำที่ ; ได้ระดับที่น่าพอใจ
倒 dào 动 กลับหัวกลับหาง ; ถอยกลับ ; เท
倒背如流 dàobèi-rúliú〈成〉ท่องจำได้เหมือนกับน้ำไหลไม่ขาดสาย
倒车（倒車）dàochē 动 ถอยรถ
倒打一耙 dàodǎ-yīpá〈成〉(แทนที่จะยอมรับผิด) กลับย้อนเล่นงานฝ่ายตรงข้าม
倒挂 dàoguà 动 แขวนกลับหัวกลับหาง ; อุปมาว่า ที่ควรสูงกลับต่ำ ที่ควรต่ำกลับสูง
倒计时（倒計時）dàojìshí นับเวลาถอยหลัง
倒睫 dàojié 名〈医〉ขนตางอนเข้าข้างใน
倒立 dàolì 动 ยืนกลับหัว
倒流 dàoliú 动 ไหลทวนกลับ
倒赔（倒賠）dàopéi 动 ฝ่ายเสียหายกลับต้องชดใช้ให้ฝ่ายได้เปรียบ
倒是 dàoshì 副 คำกริยาวิเศษณ์แสดงน้ำเสียง

ตำหนิ เกินคาดคิด ผ่อนปรน เร่ง ยอมหรือเชื่อมความแย้งกัน ; กลับ (ตรงข้ามที่คาดหมายหรือที่ควรจะเป็น)
倒数（倒數）dàoshǔ 动 นับถอยหลัง
倒贴（倒貼）dàotiē 动 ฝ่ายรับกลับเป็นฝ่ายจ่าย
倒退 dàotuì 动 ถอยหลัง
倒行逆施 dàoxíng-nìshī 〈成〉การกระทำที่ทวนกระแสน้ำ หมายถึงผิดทำนองคลองธรรม
倒叙 dàoxù 动 บรรยายย้อนหลัง
倒影 dàoyǐng 名 เงากลับหัวกลับหางกัน
倒映 dàoyìng 动 สะท้อนเงากลับหัวกลับหาง
倒置 dàozhì 动 วางกลับหัวกลับหาง ; กลับตาลปัตร
倒转（倒轉）dàozhuǎn 动 หันหลัง ; ย้อนกลับ
倒装（倒裝）dàozhuāng 动〈语〉การสับเปลี่ยนระเบียบของคำ (วิธีการเล่นสำนวนอย่างหนึ่ง โดยทั่วไปจะนำบทกรรมขึ้นหน้าคำกริยา)
盗 dào 动 ขโมย 名 โจร
盗版 dàobǎn 动 พิมพ์ (หนังสือ) หรืออัดสำเนา (แผ่นซีดี) ซ้ำโดยละเมิดลิขสิทธิ์ 名 ฉบับละเมิดลิขสิทธิ์
盗伐 dàofá 动〈林〉ลักลอบตัด (ไม้)
盗匪 dàofěi 名 โจรผู้ร้าย
盗汗 dàohàn 名〈医〉โรคเหงื่อออกในเวลาหลับ
盗卖（盜賣）dàomài 动 ขโมยของไปขาย
盗墓 dàomù 动 ขโมยขุดหลุมฝังศพ (เพื่อเอาของมีค่าที่ฝังอยู่ในหลุมฝังศพ)
盗窃（盜竊）dàoqiè 动 ขโมย
盗窃犯（盜竊犯）dàoqièfàn 名〈法〉นักโทษฐานลักทรัพย์
盗取 dàoqǔ 动 ขโมย
盗亦有道 dàoyìyǒudào〈成〉แม้เป็นโจรก็มีหลักปฏิบัติของโจร
盗印 dàoyìn 动 พิมพ์ (หนังสือ) โดยละเมิดลิขสิทธิ์
盗用 dàoyòng 动 ยักยอก ; แอบอ้าง
盗运（盜運）dàoyùn 动 ขโมยและขนย้ายไป ; ขนย้ายอย่างผิดกฎหมาย
盗贼（盜賊）dàozéi 名 โจรขโมย
悼词（悼詞）dàocí 名 คำไว้อาลัย
悼祭 dàojì 动 ไว้อาลัย
悼念 dàoniàn 动 ไว้อาลัย
悼唁 dàoyàn 动 ไว้อาลัยผู้ถึงแก่กรรมและปลอบขวัญญาติผู้ถึงแก่กรรม
道 dào 名 ถนนหนทาง ;〈宗〉ลัทธิเต๋า ;〈哲〉มรรคแห่งจักรวาล 动 พูด
道白 dàobái 名〈剧〉บทสนทนาในบทละคร
道别 dàobié 动 กล่าวอำลา
道不拾遗（道不拾遺）dàobùshíyí〈成〉ไม่เก็บของที่ตกหล่นตามทางมาครองไว้
道岔 dàochà 名 เครื่องสับราง
道道儿（道道兒）dào•daor 名〈口〉วิธีการ
道德 dàodé 名 ศีลธรรม
道地 dàodì 形 ของแท้
道贺（道賀）dàohè 动 อวยพร ; แสดงความยินดี
道行 dào•heng 名〈宗〉ความสามารถที่ได้จากการบำเพ็ญตบะ (ของนักบวชศาสนาพุทธหรือลัทธิเต๋า)
道教 Dàojiào 名〈宗〉ลัทธิเต๋า
道具 dàojù 名〈剧〉อุปกรณ์การแสดง
道口儿（道口兒）dàokǒur 名 ปากทาง
道理 dào•lǐ 名 เหตุผล
道路 dàolù 名 ถนนหนทาง ; แนวทาง
道貌岸然 dàomào-ànrán〈成〉บุคลิกลักษณะภูมิฐาน (มักจะใช้ในทางเหน็บแนม)
道破 dàopò 动 เปิดโปง ; พูดออกอย่างตรงไปตรงมา
道歉 dàoqiàn 动 ขอโทษ ; ขอขมา
道士 dào•shi 名 นักพรตในศาสนาเต๋า
道听途说（道聽途說）dàotīng-túshuō〈成〉ข่าวลือ
道喜 dàoxǐ 动 อวยพร ; แสดงความยินดี
道谢（道謝）dàoxiè 动 กล่าวขอบคุณ
道学（道學）dàoxué 名 ทฤษฎีปรัชญาของสำนักขงจื่อในสมัยราชวงศ์ซ่ง 形 คร่ำครึ
道义（道義）dàoyì 名 ศีลธรรมและความเที่ยงธรรม
稻 dào 名〈植〉ต้นข้าว ; เมล็ดข้าว
稻草 dàocǎo 名 ฟางข้าว
稻谷（稻穀）dàogǔ 名 ข้าวเปลือก
稻米 dàomǐ 名 ข้าวเปลือก

稻苗 dàomiáo 名 ต้นกล้า

稻穗 dàosuì 名 รวงข้าว

稻田 dàotián 名 นาข้าว

稻子 dào•zi 名〈口〉ต้นข้าว ; เมล็ดข้าว

得 dé 动 ได้ ; เสร็จ ; เหมาะสม ;〈口〉เอาละ ; แล้วกัน

得便 débiàn 动 ในเวลาสะดวก

得病 débìng 动 ป่วย

得不偿失（得不償失）débùchángshī〈成〉ได้ไม่คุ้มเสีย

得逞 déchěng 动 (เจตนามุ่งร้าย) ได้บรรลุผลสำเร็จ

得宠（得寵）déchǒng 动 ได้รับความโปรดปราน

得寸进尺（得寸進尺）décùn-jìnchǐ〈成〉ได้คืบจะเอาศอก

得当（得當）dédàng 形 เหมาะสม

得到 dédào 动 ได้รับ

得而复失（得而復失）dé'érfùshī〈成〉ได้แล้วก็เสียไป

得法 défǎ 形 ถูกวิธี

得分 défēn 动 ได้คะแนน ; ได้แต้ม

得过且过（得過且過）déguò-qiěguò〈成〉ถูไถไปตามเรื่อง

得计（得計）déjì 动 อุบายประสบผลสำเร็จ (ใช้ในความหมายทางลบ)

得奖（得奬）déjiǎng 动 ได้รับรางวัล

得劲（得勁）déjìn 形 สบาย ; คล่อง

得救 déjiù 动 ได้รับการช่วย (ชีวิต) ไว้

得空 dékòng 动 มีเวลาว่าง

得了 dé•le 动 ตกลง ; อย่า 助 แล้วกัน

得力 délì 动 ได้รับความช่วยเหลือ (จาก...) 形 มีความสามารถอย่างสูง

得人心 dé rénxīn ได้รับความนิยมจากประชาชน

得胜（得勝）déshèng 动 ได้รับชัยชนะ

得失 déshī 名 ความได้ความเสีย

得势（得勢）déshì 动 เรืองอำนาจ (ส่วนมากใช้ในความหมายทางลบ)

得手 déshǒu 动 ทำสำเร็จอย่างราบรื่น 形 ถนัดมือ

得体（得體）détǐ 形 (กิริยา วาจา) เหมาะสม

得天独厚（得天獨厚）détiāndúhòu〈成〉ได้รับเงื่อนไขหรือสิ่งแวดล้อมที่ดีเป็นพิเศษ

得闲（得閑）déxián 动 มีเวลาว่าง

得心应手（得心應手）déxīn-yìngshǒu〈成〉ทำได้อย่างคล่องมือดังใจคิด

得益 déyì 动 ได้รับประโยชน์

得意 déyì 形 ปลื้มอกปลื้มใจ ; ภาคภูมิใจ

得意忘形 déyì-wàngxíng〈成〉ดีใจจนลืมตัว

得意洋洋 déyì-yángyáng〈成〉อิ่มอกอิ่มใจ

得鱼忘筌（得魚忘筌）déyú-wàngquán〈成〉ได้ปลาทิ้งลอบ

得知 dézhī 动 ได้รับทราบ

得志 dézhì 动 ได้ดิบได้ดี ; ได้สมปรารถนาในชีวิต

得主 dézhǔ 名 เจ้าของ (รางวัล)

得罪 dé•zuì 动 ล่วงเกิน ; ผิดใจ

德 dé 名 จริยธรรม ; คุณธรรม

德才兼备（德才兼備）décái-jiānbèi〈成〉เพียบพร้อมด้วยคุณธรรมและความรู้ความสามารถ

德高望重 dégāo-wàngzhòng〈成〉คุณธรรมและเกียรติศักดิ์สูงส่ง

德文 Déwén 名 ภาษาเยอรมัน

德行 déxíng 名 คุณธรรมและความประพฤติ

德行 dé•xing 名〈方〉(คำเยาะเย้ยแสดงความเหยียดหยาม) หมั่นไส้

德语（德語）Déyǔ 名 ภาษาเยอรมัน

德育 déyù 名〈教〉จริยศึกษา

德政 dézhèng 名 การปกครองด้วยธรรม

地 de 助 อย่าง ; โดย (ใช้ประกอบหลังบทขยายกริยา)

的 de 助 ที่ ; แห่ง ; ของ (ใช้ประกอบหลังบทขยายนาม)

得 de 助 ได้ (ใช้ประกอบหลังบทขยายกริยาหรือระหว่างคำกริยากับบทเสริม)

得 děi 助动〈口〉จะต้อง

灯（燈）dēng 名 ตะเกียง ; ไฟฟ้า

灯标（燈標）dēngbiāo 名 สัญญาณไฟ

D

灯彩（燈彩）dēngcǎi 名 ศิลปะในการทำโคมไฟ ; 〈剧〉โคมไฟประดับเวที
灯管（燈管）dēngguǎn 名 หลอดไฟนีออน
灯光（燈光）dēngguāng 名 แสงไฟ
灯红酒绿（燈紅酒緑）dēnghóng-jiǔlǜ 〈成〉ชีวิตที่หมกหมุ่นอยู่กับสถานเริงรมย์
灯会（燈會）dēnghuì 名 งานโคมไฟ
灯火（燈火）dēnghuǒ 名 แสงไฟ
灯节（燈節）Dēngjié 名 เทศกาลโคมไฟ
灯具（燈具）dēngjù 名 อุปกรณ์แสงไฟ
灯笼（燈籠）dēng•long 名 โคมไฟ (ทำด้วยผ้าโปร่ง หรือกระดาษ ใช้แขวนหรือถือ)
灯笼裤（燈籠褲）dēng•longkù 名 กางเกงปลายขาจีบ
灯谜（燈謎）dēngmí 名 ปริศนาที่ติดกับโคมไฟ
灯泡（燈泡）dēngpào 名 หลอดไฟฟ้า
灯饰（燈飾）dēngshì 名 โคมไฟที่เป็นเครื่องประดับในตัว เช่น โคมระย้า ฯลฯ
灯塔（燈塔）dēngtǎ 名〈航〉กระโจมไฟ
灯台（燈臺）dēngtái 名 ขาตั้งตะเกียง
灯头（燈頭）dēngtóu 名 เบ้าเสียบของหลอดไฟฟ้า ; ดวง (ลักษณะนามของหลอดไฟฟ้า) ; ส่วนบนของตะเกียงน้ำมันก๊าด (สำหรับใส่ไส้และสวมโป๊ะ)
灯芯绒（燈芯絨）dēngxīnróng 名〈纺〉กำมะหยี่ลูกฟูก
灯盏（燈盞）dēngzhǎn 名 ตะเกียงน้ำมันที่ไม่มีโป๊ะ ; ตะเกียงน้ำมัน
灯罩（燈罩）dēngzhào 名 โป๊ะตะเกียง ; โป๊ะไฟฟ้า
灯座（燈座）dēngzuò 名 ขาตั้งโคมไฟ

登 dēng 动 ถีบ ; ขึ้น (เดินขึ้น) ; (ข่าว บทความ ฯลฯ) ลง (หนังสือพิมพ์หรือวารสาร ฯลฯ)
登岸 dēng'àn 动 ขึ้นฝั่ง
登报（登報）dēngbào 动 ลงหนังสือพิมพ์
登场（登場）dēngchǎng 动 ขึ้นแสดงบนเวที
登程 dēngchéng 动 ออกเดินทาง
登峰造极（登峰造極）dēngfēng-zàojí 〈成〉ถึงขั้นสุดยอด
登高 dēnggāo 动 ขึ้นบนที่สูง ; ขึ้นเขา
登记（登記）dēngjì 动 บันทึก ; จดทะเบียน
登记表（登記表）dēngjìbiǎo 名 แบบฟอร์มบันทึก
登临（登臨）dēnglín 动 เที่ยวชม (ทิวทัศน์ธรรมชาติ) ; ขึ้นภูเขาชมแม่น้ำหรือทะเล
登陆（登陸）dēnglù 动 ขึ้นบก
登陆艇（登陸艇）dēnglùtǐng 名〈军〉เรือยกพลขึ้นบก
登录（登録）dēnglù 动 บันทึก ; 〈计〉ล็อกอิน (*log in*)
登门（登門）dēngmén 动 (เยี่ยม) ถึงบ้าน
登山 dēngshān 动 ขึ้นเขา ; ไต่เขา
登山运动（登山運動）dēngshān yùndòng 名〈体〉กีฬาไต่เขา
登台（登臺）dēngtái 动 ขึ้นเวที
登月 dēngyuè 动 ขึ้นดวงจันทร์
登载（登載）dēngzǎi 动 ลงหนังสือพิมพ์

噔 dēng 拟声 (คำเลียนเสียงที่เกิดจากของหนักตกลงบนพื้นหรือกระทบกับสิ่งของอื่น ๆ) ตึง ๆ

蹬 dēng 动 ถีบ ; เหยียบ ; เหยียด
蹬腿 dēngtuǐ 动 เหยียดขา ; อุปมาว่า สิ้นใจตาย

等 děng 动 รอคอย
等不及 děng•bují 动 รอไม่ไหว
等次 děngcì 名 ระดับชั้น
等待 děngdài 动 รอคอย
等到 děngdào 介 พอ... ; เมื่อ...
等等 děngděng 助 เป็นอาทิ ; เป็นต้น
等分 děngfēn 动 แบ่งส่วนเท่ากัน
等份 děngfèn 名 ส่วนที่แบ่งเท่ากัน
等号（等號）děnghào 名〈数〉เครื่องหมายเท่ากับ “=”
等候 děnghòu 动 รอคอย
等级（等級）děngjí 名 ระดับชั้น ; ชั้นวรรณะ
等价（等價）děngjià 动 ราคาเท่ากัน
等价物（等價物）děngjiàwù 名〈经〉สิ่งที่มีมูลค่าเท่าเทียมกับสินค้า เช่นเงินตรา ฯลฯ
等距离（等距離）děngjùlí 名 ระยะความยาวที่

เท่ากัน ; ระยะทางที่เท่ากัน
等量齐观（等量齊觀）děngliàng-qíguān〈成〉ปฏิบัติต่ออย่างเสมอภาค
等式 děngshì 名〈数〉รูปสมการ
等同 děngtóng 动 ปฏิบัติต่ออย่างเสมอภาค
等外品 děngwàipǐn 名 ผลิตภัณฑ์ที่ด้อยคุณภาพ
等闲视之（等閑視之）děngxián-shìzhī〈成〉ถือเป็นสิ่งไม่สลักสำคัญ
等效 děngxiào 形 สมมูล
等于 děngyú 动 เท่ากับ
等值 děngzhí 形 มูลค่าเท่ากัน
戥 děng 动 ชั่งน้ำหนักด้วยตาเต็ง
戥子 děng•zi 名 ตาเต็ง (เครื่องชั่งขนาดเล็กของจีน)
凳 dèng 名 ม้านั่ง ; ตั่ง
凳子 dèng•zi 名 ม้านั่ง ; ตั่ง
磴 dèng 名〈书〉ขั้นบันไดหิน ; ขั้น
瞪 dèng 动 ถลึง ; ขมึง
瞪眼 dèngyǎn 动 ถลึงตา ; ขึงตา
低 dī 形 ต่ำ
低矮 dī'ǎi 形 เตี้ย
低保 dībǎo 名 ระบบสงเคราะห์ขั้นพื้นฐานของชาวเมือง
低层（低層）dīcéng 名 ชั้นที่ต่ำกว่า
低产（低産）dīchǎn 形 ปริมาณการผลิตต่ำ
低潮 dīcháo 名 กระแสน้ำต่ำ ; อุปมาว่าสถานการณ์ไม่กระเตื้อง
低沉 dīchén 形 (ท้องฟ้า) พยับเมฆ ; (เสียง) ทุ้ม ; (อารมณ์) ตกต่ำ
低档（低檔）dīdàng 形 (คุณภาพสินค้า) เกรดต่ำ
低等 dīděng 形 ชั้นต่ำ ; เกรดต่ำ
低地 dīdì 名 พื้นที่ต่ำ ; ที่ลุ่ม
低调（低調）dīdiào 名 เข้มข้นน้อย ; น้อยไปกว่าความจริง
低度 dīdù 形 ดีกรีต่ำ
低估 dīgū 动 ประเมินต่ำไป
低谷 dīgǔ 名 พื้นที่ต่ำสุด; อุปมา ช่วงระยะเวลาที่พัฒนาเชื่องช้าหรือหยุดชะงัก
低耗 dīhào 形 สิ้นเปลือง (พลังงาน) น้อย
低级（低級）dījí 形 ชั้นต่ำ ; เกรดต่ำ
低价（低價）dījià 名 ราคาที่ต่ำกว่า
低贱（低賤）dījiàn 形 ต่ำต้อย
低空 dīkōng 名 (บิน ฯลฯ ใน) ระดับต่ำ
低栏（低欄）dīlán 名〈体〉การวิ่งข้ามรั้วต่ำ (กรีฑาประเภทลู่ชนิดหนึ่ง)
低廉 dīlián 形 (ราคา) ถูก
低劣 dīliè 形 (คุณภาพ) เลว
低龄（低齡）dīlíng 形 อายุที่ต่ำกว่าวัย เช่น วัยชรา วัยหนุ่มสาว
低落 dīluò 形 ตกต่ำ
低迷 dīmí 形 (เศรษฐกิจ ฯลฯ) ตกต่ำ ;〈书〉เลือนราง
低能 dīnéng 形 ปัญญาอ่อน
低能儿（低能兒）dīnéng'ér 名 เด็กปัญญาอ่อน
低频（低頻）dīpín 名〈无〉ความถี่ต่ำ
低气压（低氣壓）dīqìyā 名〈气〉ดีเปรสชัน (*depression*)
低热（低熱）dīrè 名 ความร้อนต่ำ
低人一等 dīrényīděng〈成〉(ฐานะหรืออาชีพในสังคม) ต่ำกว่าคนอื่น
低三下四 dīsān-xiàsì〈成〉ฐานะต่ำต้อยกว่าคนอื่น
低烧（低燒）dīshāo 名〈医〉ไข้ต่ำ
低声（低聲）dīshēng 名 เสียงค่อย
低声下气（低聲下氣）dīshēng-xiàqì〈成〉พูดอย่างนอบน้อมและระมัดระวังตัวมาก
低俗 dīsú 形 (ท่วงทำนอง รสนิยม ฯลฯ) ต่ำ
低碳 dītàn 形 โลว์คาร์บอน (*low carbon*)
低头（低頭）dītóu 动 ก้มหัว ; อุปมาว่า ยอมแพ้
低洼（低窪）dīwā 形 ที่ลุ่มต่ำ
低微 dīwēi 形 (เสียง) แผ่วเบา ;〈旧〉(ฐานะ) ต่ำต้อย
低温 dīwēn 名 อุณหภูมิต่ำ
低息 dīxī 名〈经〉ดอกเบี้ยต่ำ
低下 dīxià 形 (ระดับการผลิต ฐานะทางเศรษฐกิจ ฯลฯ) ต่ำกว่าระดับมาตรฐาน
低限 dīxiàn 名 ขีดจำกัดต่ำสุด
低血糖 dīxuètáng 名〈医〉ภาวะที่โลหิตมีกลูโคสน้อยกว่าปรกติ

低血压（低血壓）dīxuèyā 名〈医〉ความดันโลหิตต่ำ
低压（低壓）dīyā 名〈物〉〈电〉ความกดดันต่ำ
低压槽（低壓槽）dīyācáo 名〈气〉เขตความกดดันอากาศต่ำ
低音 dīyīn 名 เสียงต่ำ
低语（低語）dīyǔ 动 กระซิบ ; พูดเสียงค่อย
的士 dīshì 名〈方〉แท็กซี่ (*taxi*)
堤 dī 名 ทำนบ
堤坝（堤壩）dībà 名 ทำนบและเขื่อน
堤防 dī·fáng 名 ทำนบ
提防 dī·fang 动 ป้องกัน ; ระมัดระวัง
提溜 dī·liu 动〈口〉หิ้ว
滴 dī 量 หยด
滴虫（滴蟲）dīchóng 名〈动〉เชื้อทริโคโมแนด (*trichomonad*)
滴答 dīdā 拟声 (คำเลียนเสียงเดินของนาฬิกาหรือเสียงน้ำหยด) ติ๊ก ๆ ; ติ๊กต๊อก
滴滴涕 dīdītì 名〈农〉ดีดีที (*DDT*) (ยาฆ่าแมลงชนิดหนึ่ง)
滴水 dī·shui 名〈建〉หัวกระเบื้องที่มุงชายคาบ้านซึ่งเป็นรูปสามเหลี่ยมสำหรับหยดน้ำฝน ; ช่องที่ทิ้งไว้สำหรับหยดน้ำฝนระหว่างชายคาของบ้านสองหลังที่สร้างติดกัน
滴水不漏 dīshuǐ-bùlòu〈成〉น้ำไม่รั่วแม้หยดเดียว อุปมาว่า มิดชิด ไม่มีช่องโหว่
滴水成冰 dīshuǐ-chéngbīng〈成〉พอน้ำหยดลงมาก็กลายเป็นน้ำแข็งทันที (ปริยายหมายถึงอากาศหนาวจัด)
迪斯科 dísīkē 名〈乐〉ดิสโก้ (*disco*)
的确（的確）díquè 副 จริง ๆ ; เป็นความจริง
的确良（的確良）díquèliáng 名〈纺〉(ผ้า) เทริลีน (*terylene*)
籴（糴）dí 动 ซื้อ (ข้าว)
敌（敵）dí 名 ศัตรู ; ข้าศึก 动 ต้านทาน
敌百虫（敵百蟲）díbǎichóng 名〈农〉ดิปเทเร็กซ์ (*dipterex*) (ยาฆ่าแมลงชนิดหนึ่ง)
敌敌畏（敵敵畏）dídíwèi 名〈农〉ดีดีวีพี (*DDVP*) (ยาฆ่าแมลงชนิดหนึ่ง)
敌对（敵對）díduì 形 เป็นอริกัน ; เป็นปรปักษ์กัน
敌方（敵方）dífāng 名 ฝ่ายศัตรู ; ฝ่ายข้าศึก
敌国（敵國）díguó 名 ประเทศคู่ปรปักษ์ ; ประเทศที่เป็นศัตรู
敌害（敵害）díhài 名 สิ่งมีชีวิตที่เป็นศัตรูทำร้ายตามธรรมชาติ
敌后（敵後）díhòu 名 แนวหลังของข้าศึก
敌机（敵機）díjī 名 เครื่องบินข้าศึก
敌军（敵軍）díjūn 名 ทหารข้าศึก
敌寇（敵寇）díkòu 名 ข้าศึกผู้รุกราน
敌情（敵情）díqíng 名 สถานการณ์ของข้าศึก ; การเคลื่อนไหวของข้าศึก
敌人（敵人）dírén 名 ศัตรู ; ข้าศึก
敌视（敵視）díshì 动 เป็นปฏิปักษ์ต่อ ; อาฆาตแค้น
敌手（敵手）díshǒu 名 คู่ต่อสู้ที่มีฝีมือไล่เลี่ยกัน
敌意（敵意）díyì 名 ความอาฆาต
敌阵（敵陣）dízhèn 名 ค่ายข้าศึก
涤除（滌除）díchú 动 กวาดล้างให้หมดสิ้นไป
涤荡（滌蕩）dídàng 动 กวาดล้างให้หมดสิ้นไป ; กำจัดให้หมดสิ้นไป
涤纶（滌綸）dílún 名〈纺〉ใยสังเคราะห์โพลีเอสเตอร์ (*polyester*)
涤棉（滌棉）dímián 名〈纺〉ฝ้ายผสมใยสังเคราะห์
笛 dí 名 ขลุ่ย
笛子 dí·zi 名 ขลุ่ย
嘀咕 dí·gu 动 กระซิบ ; ระแวง ; กังขา
嫡传（嫡傳）díchuán 动 ถ่ายทอดโดยสายโลหิต ; ถ่ายทอดโดยตรง
嫡亲（嫡親）díqīn 形 ร่วมสายโลหิต
嫡系 díxì 名 ความสัมพันธ์สายบิดากับมารดาซึ่งเป็นภรรยาหลวง
抵 dǐ 动 ยัน ; ชดใช้ ; ไป (มา) ถึง
抵偿（抵償）dǐcháng 动 ชดใช้ ; ชดเชย
抵触（抵觸）dǐchù 动 ขัดกัน
抵达（抵達）dǐdá 动 ไป (มา) ถึง
抵挡（抵擋）dǐdǎng 动 ต้านทาน
抵还（抵還）dǐhuán 动 ชดใช้ด้วยสิ่งของที่มีราคาพอ ๆ กัน

抵抗 dǐkàng 动 ต่อต้าน
抵抗力 dǐkànglì 名 กำลังต่อต้าน
抵赖（抵賴）dǐlài 动 บิดพลิ้ว
抵命 dǐmìng 动 ชดใช้ชีวิต
抵消 dǐxiāo 动 หักล้างกัน
抵押 dǐyā 动〈经〉จำนอง ; มัดจำ
抵押金 dǐyājīn 名 เงินมัดจำ
抵押品 dǐyāpǐn 名 ของจำนอง
抵御（抵禦）dǐyù 动 ต่อต้าน
抵债（抵債）dǐzhài 动 ใช้หนี้
抵账（抵賬）dǐzhàng 动〈经〉ชดใช้หนี้สินด้วยทรัพย์สินหรือแรงงาน
抵制 dǐzhì 动 ต่อต้าน ; บอยคอตต์ (*boycott*)
抵罪 dǐzuì 动 ถูกลงโทษใช้กรรม

底 dǐ 名 ก้น (ส่วนที่อยู่ใต้สุดของสิ่งของ) ; เบื้องหลัง ; ปลาย
底版 dǐbǎn 名〈摄〉ฟิล์ม (ที่ถ่ายแล้ว)
底本 dǐběn 名 ต้นฉบับ
底部 dǐbù 名 ส่วนล่าง
底层（底層）dǐcéng 名 ชั้นล่าง ; ใต้ถุนตึก
底稿 dǐgǎo 名 ต้นฉบับเดิม
底价（底價）dǐjià 名〈经〉ราคาฐาน
底里（底裏）dǐlǐ 名〈书〉รายละเอียดเบื้องหลัง ; มูลเหตุ
底牌 dǐpái 名 ไพ่ตัวเก็งในมือ (อุปมาว่ากำลังสำคัญที่ยังไม่ได้แสดงออกมา)
底片 dǐpiàn 名〈摄〉ฟิล์ม (ที่ถ่ายแล้ว)
底气（底氣）dǐqì 名 ปริมาณลมหายใจของร่างกาย ; ความมั่นใจและความกระตือรือร้น
底色 dǐsè 名 สีพื้น
底数（底數）dǐshù 名〈数〉ฐานตัวเลข ; มูลเหตุของเรื่อง ; โครงการหรือตัวเลขที่ตั้งไว้
底细（底細）dǐxì 名 เค้าเงื่อนเดิม ; พื้นเพ
底下 dǐ·xia 名 ข้างล่าง ; ใต้ ; ภายใต้ ; ต่อไป
底线（底綫）dǐxiàn 名 เส้นฐาน ; เงื่อนไขพื้นฐาน
底薪 dǐxīn 名 เงินเดือนพื้นฐาน
底子 dǐ·zi 名 พื้น ; รายละเอียดเบื้องหลัง ; เรื่องของเรื่อง
底座 dǐzuò 名 แท่น ; ฐาน

砥砺（砥礪）dǐlì 动〈书〉ฝึกฝน ; ให้กำลังใจ

骶骨 dǐgǔ 名〈生理〉กระดูกกระเบนเหน็บ

地 dì 名 พื้นดิน ; ที่ดิน
地板 dìbǎn 名 พื้นไม้กระดาน ; พื้น (ซีเมนต์ ฯลฯ)
地堡 dìbǎo 名〈军〉ป้อมปราการใต้ดิน ; บังเกอร์ (*bunker*)
地表 dìbiǎo 名〈地理〉พื้นผิวโลก
地步 dìbù 名 ฐานะที่เป็นอยู่ (ส่วนมากจะใช้ในทางลบ) ; ขั้น
地层（地層）dìcéng 名〈地质〉ลำดับชั้นของดิน
地产（地産）dìchǎn 名 กรรมสิทธิ์ที่ดิน
地秤 dìchèng 名〈测〉ตาชั่งตั้งพื้น
地磁 dìcí 名〈物〉สภาวะแม่เหล็กโลก
地大物博 dìdà-wùbó〈成〉พื้นที่กว้างใหญ่ไพศาลทรัพยากรอุดมสมบูรณ์
地带（地帶）dìdài 名 บริเวณ ; โซน ; แถบ
地道 dìdào 名 อุโมงค์
地道 dì·dao 形 แท้จริง ; แท้ ๆ
地点（地點）dìdiǎn 名 สถานที่ ; ทำเล ; ที่ตั้ง
地电（地電）dìdiàn 名〈物〉สภาวะไฟฟ้าของโลก
地洞 dìdòng 名 อุโมงค์ใต้ดิน
地段 dìduàn 名 พื้นที่ที่แบ่งเป็นเขต ๆ
地方 dìfāng 名 ท้องถิ่น (ซึ่งตรงข้ามกับศูนย์กลาง)
地方 dì·fang 名 บางส่วนของท้องที่ ; บางแห่ง (บางส่วน)
地方病 dìfāngbìng 名〈医〉โรคที่เกิดเสมอในท้องถิ่น ; โรคประจำถิ่น
地方戏（地方戲）dìfāngxì 名〈剧〉(ละคร) งิ้วท้องถิ่น
地方志 dìfāngzhì 名 ตำนานท้องถิ่น
地沟（地溝）dìgōu 名 คู ; ร่องน้ำ
地瓜 dìguā 名〈植〉〈方〉มันเทศ ; มันแกว
地滚球 dìgǔnqiú 名〈体〉กราวนด์บอล (*ground ball*)
地基 dìjī 名 รากฐาน (ของสิ่งก่อสร้าง)
地价（地價）dìjià 名 ราคาที่ดิน
地窖 dìjiào 名 ห้องเก็บอาหารใต้ดิน

（ใช้เก็บอาหารจำพวกมัน ผักกาดขาว ฯลฯ）

地界 dìjiè 名 เส้นแบ่งเขตแดน ; เขตแดน

地牢 dìláo 名 คุกใต้ดิน

地雷 dìléi 名〈军〉ระเบิดบก

地理 dìlǐ 名 ภูมิศาสตร์ ; ภูมิประเทศ

地力 dìlì 名〈农〉ความอุดมสมบูรณ์ของที่ดิน

地利 dìlì 名 ความได้เปรียบทางด้านภูมิประเทศ ;
เงื่อนไขเอื้ออำนวยในการเพาะปลูกของที่ดิน

地貌 dìmào 名〈地质〉ลักษณะพื้นผิวของโลก ;
สัณฐานธรณี

地面 dìmiàn 名 พื้นดิน ; พื้นผิวโลก

地面站 dìmiànzhàn 名〈航〉สถานีดาวเทียมบน
พื้นดิน

地名 dìmíng 名 ชื่อสถานที่

地盘（地盤）dìpán 名 เขตอิทธิพล

地皮 dìpí 名〈建〉ที่ดินก่อสร้าง ; พื้นดิน

地痞 dìpǐ 名 นักเลงโตประจำถิ่น ; พวกสวะประจำถิ่น

地平线（地平綫）dìpíngxiàn 名 เส้นขอบฟ้า

地铺（地鋪）dìpù 名 ที่นอนที่ปูกับพื้น

地壳（地殼）dìqiào 名〈地理〉เปลือกโลก

地勤 dìqín 名〈航〉ฝ่ายภาคพื้นดิน (ของสนามบิน)

地球 dìqiú 名〈地理〉ลูกโลก ; โลก

地球村 dìqiúcūn 名 โลกาภิวัตน์

地球仪（地球儀）dìqiúyí 名 ลูกโลกจำลอง

地区（地區）dìqū 名 ภูมิภาค ; เขต

地权（地權）dìquán 名〈经〉กรรมสิทธิ์ในที่ดิน

地热（地熱）dìrè 名〈地质〉พลังงานความร้อน
ใต้ดิน

地势（地勢）dìshì 名〈地理〉ภูมิประเทศ
(ลักษณะสูงต่ำของพื้นที่)

地摊（地攤）dìtān 名 แผงลอย

地毯 dìtǎn 名 พรม

地铁（地鐵）dìtiě 名〈交〉〈简〉รถไฟใต้ดิน

地铁站（地鐵站）dìtiězhàn 名〈交〉〈简〉
สถานีรถไฟใต้ดิน

地头（地頭）dìtóu 名 บริเวณข้าง ๆ ที่นา

地头蛇（地頭蛇）dìtóushé 名 นักเลงหัวไม้

地图（地圖）dìtú 名 แผนที่

地位 dìwèi 名 ฐานะ

地温 dìwēn 名〈地质〉อุณหภูมิของโลก

地下 dìxià 名 ใต้ดิน

地下 dì·xia 名 พื้นดิน

地下室 dìxiàshì 名 ห้องใต้ดิน

地下水 dìxiàshuǐ 名〈地质〉น้ำบาดาล

地形 dìxíng 名〈地理〉ลักษณะภูมิประเทศ

地形图（地形圖）dìxíngtú 名 แผนที่ที่แสดง
ลักษณะภูมิประเทศ

地狱（地獄）dìyù 名〈宗〉นรก

地域 dìyù 名 ภูมิภาค ; ท้องถิ่น

地藏菩萨（地藏菩薩）Dìzàng púsà〈宗〉
พระกษิติครรภโพธิสัตว์

地震 dìzhèn 动〈地质〉แผ่นดินไหว

地震仪（地震儀）dìzhènyí 名 เครื่องวัดแผ่นดินไหว

地址 dìzhǐ 名 ที่อยู่

地质（地質）dìzhì 名 องค์ประกอบและโครงสร้าง
ของพื้นผิวโลก

地质学（地質學）dìzhìxué 名 ธรณีวิทยา

地轴（地軸）dìzhóu 名〈地理〉แกนโลก

地主 dìzhǔ 名 เจ้าของที่ดิน

地砖（地磚）dìzhuān 名〈建〉กระเบื้องปูพื้น

地租 dìzū 名 ค่าเช่าที่ดิน

弟 dì 名 น้องชาย

弟弟 dì·di 名 น้องชาย

弟妹 dìmèi 名 น้องชายและน้องสาว ; น้องสะใภ้

弟媳 dìxí 名 น้องสะใภ้

弟兄 dì·xiong 名 น้องชายและพี่ชาย ; พี่น้องฝ่ายชาย

弟子 dìzǐ 名 ลูกศิษย์ ; สาวก

帝 dì 名 พระผู้เป็นเจ้า ; จักรพรรดิ

帝国（帝國）dìguó 名 ประเทศที่ปกครองโดย
พระจักรพรรดิ

帝国主义（帝國主義）dìguó zhǔyì
จักรวรรดินิยม

帝王 dìwáng 名 พระจักรพรรดิ

帝制 dìzhì 名 ระบอบราชาธิปไตย

递（遞）dì 动 ยื่น ; ส่ง ; ตามลำดับ

递变（遞變）dìbiàn 动 เปลี่ยนไปเรื่อย ๆ ตามลำดับ

递补（遞補）dìbǔ 动 เสริม (ส่วนที่ขาด) ตามลำดับ
递减（遞減）dìjiǎn 动 ลดหลั่น
递交（遞交）dìjiāo 动 ยื่นให้ ; มอบ
递进（遞進）dìjìn 动 พัฒนาหรือก้าวหน้าไปตามลำดับ
递送（遞送）dìsòng 动 ส่ง (หนังสือราชการ เอกสาร ฯลฯ) ; ส่งทางไปรษณีย์
递增（遞增）dìzēng 动 เพิ่มขึ้นตามลำดับ

第 dì ลำดับที่

第二 dì-èr 数 ที่สอง ; อันดับสอง
第二产业（第二產業）dì-èr chǎnyè〈经〉อุตสาหกรรมที่สอง (ได้แก่อุตสาหกรรมหนักและการก่อสร้าง)
第二审（第二審）dì'èrshěn 名〈法〉การพิพากษาครั้งที่สอง
第二性 dì'èrxìng 名〈哲〉ลักษณะพิเศษจำเพาะที่สอง
第二职业（第二職業）dì-èr zhíyè อาชีพที่สอง ; อาชีพรอง
第三产业（第三產業）dì-sān chǎnyè〈经〉อุตสาหกรรมที่สาม (ได้แก่ กิจการศิลปวัฒนธรรม การศึกษา การบริการ การพาณิชย์ ฯลฯ)
第三世界 dì-sān shìjiè โลกที่สาม
第三者 dìsānzhě 名〈法〉บุคคลที่สาม ; มือที่สาม
第三种人（第三種人）dìsānzhǒngrén บุคคลประเภทที่สาม
第四代移动通信技术（第四代移動通信技術）dì-sì dài yídòng tōngxìn jìshù〈计〉เทคโนโลยีการสื่อสารไร้สายยุคที่ 4 ; 4G (*Fourth Generation*)
第五代移动通信技术（第五代移動通信技術）dì-wǔ dài yídòng tōngxìn jìshù〈计〉เทคโนโลยีการสื่อสารไร้สายยุคที่ 5 ; 5G (*Fifth Generation*)
第一 dì-yī 数 ที่หนึ่ง ; อันดับหนึ่ง ; อันดับแรก ; เอก
第一把手 dìyībǎshǒu บุคคลซึ่งเป็นผู้นำอันดับหนึ่งในองค์การ
第一产业（第一產業）dì-yī chǎnyè〈经〉อุตสาหกรรมที่หนึ่ง (ได้แก่ อุตสาหกรรมการเกษตร รวมทั้งการป่าไม้ การประมงและปศุสัตว์ ฯลฯ)
第一夫人 dì-yī fū•rén มาดามเอก (ภริยาของผู้นำสูงสุดของรัฐ)
第一流 dìyīliú 形 ชั้นหนึ่ง ; อันดับหนึ่ง
第一炮 dìyīpào 名 เสียงปืนใหญ่นัดแรก
第一审（第一審）dìyīshěn 名〈法〉การพิพากษาครั้งที่หนึ่ง
第一手 dìyīshǒu 形 มือแรก
第一手材料 dìyīshǒu cáiliào ข้อมูลมือแรก
第一书记（第一書記）dì-yī shūjì เลขาธิการเอก
第一线（第一綫）dìyīxiàn 名 แนวหน้า
第一性 dìyīxìng 名〈哲〉ลักษณะพิเศษจำเพาะดั้งเดิม

谛听（諦聽）dìtīng 动〈书〉ตั้งใจฟัง

缔交（締交）dìjiāo 动〈书〉สถาปนาความสัมพันธ์ทางการทูต ; ผูกพันเป็นเพื่อนกัน
缔结（締結）dìjié 动 ทำ (สนธิสัญญา)
缔约（締約）dìyuē 动 ทำสนธิสัญญา
缔约国（締約國）dìyuēguó 名 ประเทศสนธิสัญญา
缔造（締造）dìzào 动 สร้าง (มักจะใช้กับกิจการอันยิ่งใหญ่)

掂 diān 动 ชั่งน้ำหนักด้วยมือ ; กะประมาณ

掂量 diān•liang 动 ชั่งน้ำหนักด้วยมือ ; พิจารณาอย่างรอบคอบ

颠（顛）diān 名 ยอด 动 โคลงเคลง

颠簸（顛簸）diānbǒ 动 โคลงเคลง
颠倒（顛倒）diāndǎo 动 กลับตาลปัตร ; กลับหัวกลับหาง ; สับสนงงงวย
颠倒黑白（顛倒黑白）diāndǎo-hēibái〈成〉กลับดำเป็นขาว กลับขาวเป็นดำ
颠倒是非（顛倒是非）diāndǎo-shìfēi〈成〉กลับถูกเป็นผิด กลับผิดเป็นถูก
颠覆（顛覆）diānfù 动 ล้มล้าง (รัฐบาล)
颠来倒去（顛來倒去）diānlái-dǎoqù〈成〉กลับไปกลับมาทบทวนหลายตลบ
颠沛流离（顛沛流離）diānpèi-liúlí〈成〉

ระเหเร่ร่อน

颠扑不破（顛撲不破）diānpū-bùpò〈成〉ไม่อาจจะหักล้างได้

颠三倒四（顛三倒四）diānsān-dǎosì〈成〉สับสนไม่เป็นระเบียบ

巅峰（巔峰）diānfēng 名 ยอดเขา ; สุดยอด

癫狂（癲狂）diānkuáng 形 วิกลจริต ; บ้าคลั่ง ; (การพูดจาหรือกิริยาท่าทาง) แผลง ๆ

癫痫（癲癇）diānxián 名〈医〉โรคลมบ้าหมู

典 diǎn 名 มาตรฐาน ; แบบฉบับ 动 จำนอง

典藏 diǎncáng 动 (ห้องสมุด พิพิธภัณฑ์ ฯลฯ) เก็บ (หนังสือ วัตถุโบราณ ฯลฯ)

典当（典當）diǎndàng 动 จำนองและจำนำ

典范（典範）diǎnfàn 名 แบบอย่าง

典故 diǎngù 名 เรื่องหรือสำนวนที่อ้างอิงจากหนังสือโบราณ

典籍 diǎnjí 名 หนังสือตำรา

典礼（典禮）diǎnlǐ 名 พิธี

典型 diǎnxíng 名 แบบฉบับ 形 ซึ่งมีลักษณะเป็นตัวอย่างได้

典型性 diǎnxíngxìng 形 ลักษณะที่เป็นตัวอย่าง

典押 diǎnyā 动 จำนอง

典雅 diǎnyǎ 形 งดงามแบบเรียบ ๆ

典章 diǎnzhāng 名 ระบอบและกฎหมาย

点（點）diǎn 名 จุด 动 พยัก (หน้า) ; นับ

点拨（點撥）diǎn•bō 动〈口〉ชี้แนะ

点播（點播）diǎnbō 动〈农〉หว่านเมล็ดพันธุ์เป็นหลุม ๆ ตามระยะความห่างที่เท่ากัน ; เลือกรายการออกอากาศ

点菜（點菜）diǎncài 动 สั่งอาหาร

点滴（點滴）diǎndī 名 ส่วนเล็ก ๆ น้อย ๆ 形 เล็กน้อย

点火（點火）diǎnhuǒ 动 จุดไฟ ; ยุยงให้เกิดความวุ่นวาย

点击（點擊）diǎnjī 动〈计〉คลิก (*click*)

点击率（點擊率）diǎnjīlǜ 名 อัตราการคลิก

点睛（點睛）diǎnjīng 动 ดู "画龙点睛"

点卯（點卯）diǎnmǎo 动〈旧〉ขานชื่อ

点名（點名）diǎnmíng 动 ขานชื่อ ; ระบุชื่อ

点明（點明）diǎnmíng 动 ชี้ให้รู้ไว้

点评（點評）diǎnpíng 动 วิเคราะห์วิจารณ์ ; คอมเมนต์ (*comment*)

点破（點破）diǎnpò 动 เปิดเผย (ความจริง) ออกมา

点球（點球）diǎnqiú 名〈体〉ลูกโทษ

点儿（點兒）diǎnr 名 จุด ; หยด ; นิดหน่อย

点燃（點燃）diǎnrán 动 จุด (ไฟหรือคบเพลิง ฯลฯ)

点射（點射）diǎnshè 动〈军〉ยิงเป็นช่วง ๆ

点数（點數）diǎnshù 动 นับจำนวน

点题（點題）diǎntí 动 เน้นประเด็นสำคัญ

点铁成金（點鐵成金）diǎntiě-chéngjīn〈成〉เล่นแร่แปรธาตุ อุปมาว่า ทำให้สิ่งไม่ดีกลายเป็นสิ่งดีมีค่า

点头（點頭）diǎntóu 动 พยักหน้า

点头哈腰（點頭哈腰）diǎntóu-hāyāo〈成〉〈贬〉พินอบพิเทา

点心（點心）diǎn•xin 名 อาหารว่าง ; ขนม 动 ทานอาหารว่าง

点穴（點穴）diǎnxué 动 จี้จุดตามร่างกาย (เป็นวิชากังฟูของจีน) ; วีธีนวดชนิดหนึ่งของจีนกดจุดตามร่างกาย

点赞（點贊）diǎnzàn 动 กดไลค์ (*give a like*)

点阵（點陣）diǎnzhèn 名〈物〉แลตทิซ (*lattice*)

点缀（點綴）diǎnzhuì 动 ประดับ ; ตกแต่ง

点子（點子）diǎn•zi 名 หยาด ; รอยที่เป็นจุด ; ข้อคิด

碘 diǎn 名〈化〉ไอโอดีน (*iodine*)

碘酒 diǎnjiǔ 名〈药〉ทิงเจอร์ไอโอดีน (*tincture of iodine*)

碘盐（碘鹽）diǎnyán 名 เกลือไอโอดีน

踮 diǎn 动 เขย่ง

踮脚 diǎnjiǎo 动〈方〉เขย่งเท้า

电（電）diàn 名 ไฟฟ้า

电报（電報）diànbào 名〈讯〉โทรเลข

电报挂号（電報挂號）diànbào guàhào 〈讯〉 รหัสแทนชื่อและที่อยู่ของผู้รับโทรเลข

电报局（電報局）diànbàojú 名 ที่ทำการไปรษณีย์

电笔（電筆）diànbǐ 名〈电〉ดินสอทดลองกระแสไฟฟ้า

电表（電表）diànbiǎo 名〈电〉มาตรกระแสไฟฟ้า ; แอมมิเตอร์ (*ammeter*) ; โวลต์มิเตอร์ (*voltmeter*)

电冰箱（電冰箱）diànbīngxiāng 名 ตู้เย็น

电波（電波）diànbō 名〈物〉คลื่นแม่เหล็กไฟฟ้า

电唱机（電唱機）diànchàngjī 名 เครื่องเล่นจานเสียง

电车（電車）diànchē 名 รถไฟฟ้า

电池（電池）diànchí 名 ถ่านไฟฉาย ; เซลล์แห้ง

电传（電傳）diànchuán 名〈讯〉โทรพิมพ์

电传机（電傳機）diànchuánjī 名 เครื่องโทรพิมพ์

电磁（電磁）diàncí 名〈物〉แม่เหล็กไฟฟ้า

电磁炉（電磁爐）diàncílú 名 เตาไฟฟ้าแม่เหล็ก

电磁铁（電磁鐵）diàncítiě 名〈物〉แม่เหล็กไฟฟ้า

电大（電大）diàndà 名〈简〉มหาวิทยาลัยที่สอนทางโทรทัศน์

电灯（電燈）diàndēng 名 ไฟฟ้า

电灯泡（電燈泡）diàndēngpào 名 หลอดไฟฟ้า

电动（電動）diàndòng 形 การขับเคลื่อนมอเตอร์ด้วยพลังไฟฟ้า

电动车（電動車）diàndòngchē 名 รถขับเคลื่อนด้วยมอเตอร์ไฟฟ้า

电动机（電動機）diàndòngjī 名〈电〉มอเตอร์ ; เครื่องยนต์

电度表（電度表）diàndùbiǎo 名 มิเตอร์ไฟฟ้า

电镀（電鍍）diàndù 动〈机〉ชุบด้วยไฟฟ้า

电饭锅（電飯鍋）diànfànguō 名 หม้อหุงข้าวไฟฟ้า

电费（電費）diànfèi 名 ค่าไฟฟ้า

电风扇（電風扇）diànfēngshàn 名 พัดลมไฟฟ้า

电复（電復）diànfù 动 ตอบทางโทรเลข

电告（電告）diàngào 动 แจ้ง (หรือรายงาน) ทางโทรเลข

电工（電工）diàngōng 名 ช่างไฟฟ้า

电工学（電工學）diàngōngxué 名 วิชาวิศวกรรมไฟฟ้า

电功率（電功率）diàngōnglǜ 名〈电〉อัตรากำลังไฟฟ้า

电灌（電灌）diànguàn 动〈农〉ทดน้ำเข้านาด้วยพลังงานไฟฟ้า

电光（電光）diànguāng 名 แสงไฟฟ้า ; แสงฟ้าแลบ

电焊（電焊）diànhàn 动〈机〉บัดกรีด้วยไฟฟ้า ; การเชื่อม (โลหะ) ด้วยไฟฟ้า

电焊机（電焊機）diànhànjī 名〈机〉เครื่องบัดกรีไฟฟ้า ; เครื่องเชื่อมไฟฟ้า

电耗（電耗）diànhào 名 การใช้ไฟฟ้า ; การสิ้นเปลืองไฟฟ้า

电贺（電賀）diànhè 动 ส่งโทรเลขอวยพร

电荷（電荷）diànhè 名〈电〉ประจุไฟฟ้า

电弧（電弧）diànhú 名〈电〉อาร์กไฟฟ้า

电话（電話）diànhuà 名 โทรศัพท์

电话会议（電話會議）diànhuà huìyì การประชุมทางโทรศัพท์

电话机（電話機）diànhuàjī 名 เครื่องรับโทรศัพท์

电话局（電話局）diànhuàjú 名 ที่ทำการโทรศัพท์

电话卡（電話卡）diànhuàkǎ 名 การ์ดโทรศัพท์ ; โฟนการ์ด (*phone card*)

电话亭（電話亭）diànhuàtíng 名 ตู้โทรศัพท์

电汇（電匯）diànhuì 动 การโอนเงินทางโทรเลขหรือคอมพิวเตอร์

电火花（電火花）diànhuǒhuā 名 ประกายไฟฟ้า

电击（電擊）diànjī 动 ไฟดูด

电机（電機）diànjī 名 เครื่องกำเนิดไฟฟ้า

电极（電極）diànjí 名〈物〉ขั้วไฟฟ้า

电键（電鍵）diànjiàn 名 คีย์โทรเลข ; คันเคาะ

电教（電教）diànjiào 名〈教〉〈简〉โสตทัศนศึกษา

电解（電解）diànjiě 动〈物〉การแยกสลายด้วยไฟฟ้า

电解质（電解質）diànjiězhì 名〈物〉〈化〉สารสังเคราะห์ในสารละลายที่เป็นตัวนำไฟฟ้าและแตกตัวเป็นไอออน ; อิเล็กทรอไลต์ (*electrolyte*)

电锯（電鋸）diànjù 名 เลื่อยไฟฟ้า

电缆（電纜）diànlǎn 名〈电〉สายเคเบิล
电力（電力）diànlì 名〈电〉พลังไฟฟ้า
电力线（電力綫）diànlìxiàn 名 สายส่งกำลังไฟฟ้า
电量（電量）diànliàng 名〈电〉ปริมาณประจุไฟฟ้า
电疗（電療）diànliáo 动〈医〉รักษาโรคด้วยกระแสไฟฟ้า
电料（電料）diànliào 名 วัสดุและอุปกรณ์เครื่องไฟฟ้า
电铃（電鈴）diànlíng 名 กระดิ่งไฟฟ้า
电流（電流）diànliú 名〈电〉กระแสไฟฟ้า
电流表（電流表）diànliúbiǎo 名〈电〉มาตรกระแสไฟฟ้า ; แอมมิเตอร์ (*ammeter*)
电流计（電流計）diànliújì 名〈电〉กัลวานอมิเตอร์ (*galvanometer*)
电炉（電爐）diànlú 名 เตาไฟฟ้า
电路（電路）diànlù 名〈电〉วงจรไฟฟ้า
电路图（電路圖）diànlùtú 名 แผนภาพวงจรไฟฟ้า
电码（電碼）diànmǎ 名〈讯〉รหัสโทรเลข
电门（電門）diànmén 名 สวิตช์เปิดปิด
电木（電木）diànmù 名〈化〉เบคะไลต์ (*bakelite*)
电脑（電腦）diànnǎo 名〈计〉คอมพิวเตอร์
电脑绘图（電腦繪圖）diànnǎo huìtú〈计〉เรขภาพคอมพิวเตอร์ ; คอมพิวเตอร์กราฟิกส์
电能（電能）diànnéng 名〈电〉พลังงานไฟฟ้า
电钮（電鈕）diànniǔ 名 ปุ่มเปิดปิดไฟฟ้า
电瓶（電瓶）diànpíng 名 เซลล์สะสมไฟฟ้า ; หม้อแบต
电瓶车（電瓶車）diànpíngchē 名 รถขับเคลื่อนด้วยเซลล์สะสมไฟฟ้า
电气（電氣）diànqì 名 ไฟฟ้า
电气化（電氣化）diànqìhuà 动 ภาวะการใช้ไฟฟ้าแพร่หลาย
电器（電器）diànqì 名 เครื่องไฟฟ้า
电热（電熱）diànrè 形 ความร้อนไฟฟ้า
电热厂（電熱廠）diànrèchǎng 名 โรงงานผลิตไฟฟ้าด้วยเชื้อเพลิง
电容（電容）diànróng 名〈电〉ความจุกระแสไฟฟ้า
电容器（電容器）diànróngqì 名〈电〉ตัวเก็บประจุไฟฟ้า ; คอนเดนเซอร์ (*condenser*)
电扇（電扇）diànshàn 名 พัดลมไฟฟ้า
电石（電石）diànshí 名〈化〉แคลเซียมคาร์ไบด์ (*calcium carbide*)
电势（電勢）diànshì 名〈电〉ศักย์ไฟฟ้า
电视（電視）diànshì 名 โทรทัศน์
电视机（電視機）diànshìjī 名 เครื่องรับโทรทัศน์
电视剧（電視劇）diànshìjù 名 ละครโทรทัศน์
电视连续剧（電視連續劇）diànshì liánxùjù ละครโทรทัศน์ที่ออกอากาศเป็นตอน ๆ
电视片（電視片）diànshìpiàn 名 ภาพยนตร์โทรทัศน์
电视塔（電視塔）diànshìtǎ 名 หอส่งสัญญาณโทรทัศน์
电视台（電視臺）diànshìtái 名 สถานีโทรทัศน์
电台（電臺）diàntái 名 สถานีวิทยุ
电梯（電梯）diàntī 名 ลิฟต์ (*lift*); บันไดเลื่อน
电筒（電筒）diàntǒng 名 ไฟฉาย
电网（電網）diànwǎng 名 ลวดหนามไฟฟ้า ; ระบบจำหน่ายไฟฟ้า
电文（電文）diànwén 名 ข้อความในโทรเลข
电线（電綫）diànxiàn 名 สายไฟฟ้า
电线杆（電綫杆）diànxiàngān 名 เสาไฟฟ้า
电信（電信）diànxìn 名 การสื่อสารด้วยโทรเลข โทรศัพท์ วิทยุ ฯลฯ
电信局（電信局）diànxìnjú 名 ที่ทำการไปรษณีย์โทรเลข
电信诈骗（電信詐騙）diànxìn zhàpiàn การฉ้อโกงทางโทรคมนาคม
电刑（電刑）diànxíng 名〈法〉การลงทัณฑ์ด้วยไฟฟ้า
电学（電學）diànxué 名 วิชาไฟฟ้า
电讯（電訊）diànxùn 名 การสื่อสารทางโทรเลข โทรศัพท์ วิทยุ ฯลฯ ; คลื่นวิทยุ
电压（電壓）diànyā 名〈电〉ความต่างศักย์เป็นโวลต์ ; แรงดันไฟฟ้า
电唁（電唁）diànyàn 动 ส่งโทรเลขแสดงความเสียใจ

电影（電影）diànyǐng 名 ภาพยนตร์
电影片（電影片）diànyǐngpiàn 名 ภาพยนตร์
电影院（電影院）diànyǐngyuàn 名 โรงภาพยนตร์
电源（電源）diànyuán 名〈电〉แหล่งกำเนิดไฟฟ้า
电熨斗（電熨斗）diànyùndǒu 名 เตารีดไฟฟ้า
电闸（電閘）diànzhá 名〈电〉เบรกเกอร์ (*breaker*) ; สวิตซ์ไฟฟ้าขนาดใหญ่
电站（電站）diànzhàn 名 สถานีกำเนิดไฟฟ้า ; สถานีจำหน่ายไฟฟ้า
电子（電子）diànzǐ 名 อิเล็กตรอน (*electron*)
电子版（電子版）diànzǐbǎn 名〈印〉ฉบับอิเล็กทรอนิกส์
电子表（電子錶）diànzǐbiǎo 名 นาฬิกาอิเล็กตรอน
电子狗（電子狗）diànzǐgǒu 名 เครื่องเตือนความเร็วรถยนต์
电子管（電子管）diànzǐguǎn 名〈电〉หลอดอิเล็กตรอน
电子化（電子化）diànzǐhuà 动 การใช้อิเล็กทรอนิกส์แพร่หลาย
电子计算机（電子計算機）diànzǐ jìsuànjī〈电〉เครื่องคอมพิวเตอร์ (*electronic computer*)
电子琴（電子琴）diànzǐqín 名 อิเล็กโทน ออร์แกน (*electronic organ*)
电子显微镜（電子顯微鏡）diànzǐ xiǎnwēijìng กล้องจุลทรรศน์อิเล็กทรอนิกส์
电子信箱（電子信箱）diànzǐ xìnxiāng อีเมลบ็อกซ์ (*e-mail box*)
电子学（電子學）diànzǐxué 名 อิเล็กทรอนิกส์ (*electronics*)
电子眼（電子眼）diànzǐyǎn 名 ตาอิเล็กทรอนิกส์
电子邮件（電子郵件）diànzǐ yóujiàn〈计〉จดหมายอิเล็กทรอนิกส์ ; ไปรษณีย์อิเล็กทรอนิกส์ ; อีเมล (*e-mail*)
电子游戏（電子游戲）diànzǐ yóuxì วิดีโอเกมส์ (*video games*)
电阻（電阻）diànzǔ 名〈电〉ความต้านทานกระแสไฟฟ้า
电钻（電鑽）diànzuàn 名 สว่านไฟฟ้า

佃 diàn 动 เช่าที่นาทำกิน
佃农（佃農）diànnóng 名 ชาวนาที่เช่าที่นาทำกิน
店 diàn 名 ร้าน
店东（店東）diàndōng 名 เจ้าของร้าน
店家 diànjiā 名 เจ้าของร้าน ;〈方〉ร้านค้า
店面 diànmiàn 名 หน้าร้าน
店铺（店鋪）diànpù 名 ร้านค้า
店员（店員）diànyuán 名 พนักงานร้านค้า
玷污 diànwū 动 ทำให้ด่างพร้อย ; ทำให้มีมลทิน
垫（墊）diàn 动 รอง ; หนุน
垫背（墊背）diànbèi 动〈方〉รับบาปแทนผู้อื่น
垫底（墊底）diàndǐ 动 รองพื้น ; รองท้อง ; เป็นอันดับสุดท้าย
垫付（墊付）diànfù 动 ทดรองจ่าย
垫肩（墊肩）diànjiān 名 ที่เสริมไหล่
垫脚（墊脚）diàn•jiao 名〈口〉ดินและหญ้าแห้งสำหรับรองพื้นคอกหมูคอกวัว
垫脚石（墊脚石）diànjiǎoshí 名 หินสำหรับเหยียบเพื่อไต่ขึ้นไป
垫款（墊款）diànkuǎn 动 ทดรองจ่ายเงิน 名 เงินทดรองจ่าย
垫支（墊支）diànzhī 动 ทดรองจ่าย
垫子（墊子）diàn•zi 名 เบาะรอง
淀粉（澱粉）diànfěn 名 แป้ง (สำหรับปรุงกับข้าว)
惦记（惦記）diàn•jì 动 เป็นห่วง
惦念 diànniàn 动 เป็นห่วง ; กังวล
奠定 diàndìng 动 สร้าง (รากฐาน) ไว้อย่างมั่นคง
奠基 diànjī 动 วางศิลาฤกษ์ ; สร้างรากฐาน
奠基礼（奠基禮）diànjīlǐ 名 พิธีวางศิลาฤกษ์
奠基石 diànjīshí 名 ศิลาฤกษ์
殿 diàn 名 ตำหนัก ; วิหาร
殿后（殿後）diànhòu 动〈军〉คุ้มกันอยู่ด้านหลัง ; ป้องกันอยู่ด้านหลัง
殿堂 diàntáng 名 วังหรือวัด ฯลฯ ซึ่งเป็นสิ่งปลูกสร้างที่สูงใหญ่
殿下 diànxià 名〈敬〉ใต้ฝ่าละอองพระบาท ; พระองค์ (สรรพนามบุรุษที่ ๒ ที่ ๓ ใช้กับพระราชินีและพระโอรส)

D

靛 diàn 形 สีคราม
靛蓝（靛藍）diànlán 形 สีน้ำเงินแก่ 名 วัสดุย้อมสีน้ำเงินแก่
靛青 diànqīng 形 สีน้ำเงินแก่
刁 diāo 形 มีเล่ห์เหลี่ยม ; ปลิ้นปล้อน ; 〈方〉 กินยาก
刁横 diāohèng 形 เล่ห์เหลี่ยมและเกะกะระราน
刁滑 diāohuá 形 ปลิ้นปล้อน
刁蛮（刁蠻）diāomán 形 ปลิ้นปล้อนและพาลรีพาลขวาง
刁民 diāomín 名 คนปลิ้นปลอก (สมัยก่อนข้าราชการใช้ด่าว่าชาวบ้านที่ไม่เชื่อฟัง)
刁难（刁難）diāonàn 动 กลั่นแกล้ง
刁钻（刁鑽）diāozuān 形 ปลิ้นปล้อน
叼 diāo 动 คาบ ; งับ
凋敝 diāobì 形 (ชีวิต) ลำบาก ; (กิจการ) ซบเซา
凋零 diāolíng 动 โรยรา
凋落 diāoluò 动 ร่วงโรย
凋谢（凋謝）diāoxiè 动 ร่วงโรย
貂 diāo 名〈动〉มาร์เทน (*marten*) (สัตว์สี่เท้าชนิดหนึ่ง)
貂皮 diāopí 名 หนังมาร์เทน
碉堡 diāobǎo 名〈军〉ป้อมปราการ
雕 diāo 动 แกะสลัก 名〈动〉นกแร้ง ; อีแร้ง
雕虫小技（雕蟲小技）diāochóng-xiǎojì〈成〉ฝีมือระดับจิ๊บจ๊อย (ส่วนมากใช้กับงานขีดเขียน)
雕刻 diāokè 动〈工美〉แกะสลัก
雕梁画栋（雕梁畫棟）diāoliáng-huàdòng〈成〉(สิ่งปลูกสร้าง) ที่มีภาพวาดสีประดับประดา
雕塑 diāosù 动〈工美〉แกะสลัก ; ปั้น 名 การแกะสลักและการปั้น
雕塑家 diāosùjiā 名 ช่างปั้นแกะสลัก
雕像 diāoxiàng 名〈工美〉รูปแกะสลัก
雕琢 diāozhuó 动 เจียระไน ; เกลาสำนวน
吊 diào 动 แขวน ; ห้อย
吊车（吊車）diàochē 名〈机〉ปั้นจั่น
吊床 diàochuáng 名 เปลญวน
吊带（吊帶）diàodài 名 สายโยง ; สายดึง
吊灯（吊燈）diàodēng 名 โคมไฟแขวน ; โคมระย้า
吊顶（吊頂）diàodǐng 动〈建〉ตกแต่งเพดานห้อง
吊儿郎当（吊兒郎當）diào•erlángdāng 形〈口〉เอ้อระเหยลอยชาย
吊环（吊環）diàohuán 名〈体〉ห่วง
吊铺（吊鋪）diàopù 名 เตียงแขวน
吊桥（吊橋）diàoqiáo 名 สะพานแขวน
吊丧（吊喪）diàosāng 动 ไปเซ่นไหว้ผู้ถึงแก่กรรม (ที่บ้านผู้ถึงแก่กรรม)
吊嗓子 diào sǎng•zi (นักร้อง) ฝึกเสียง
吊扇 diàoshàn 名 พัดลมแขวนเพดาน
吊死 diàosǐ 动 ผูกคอตาย
吊死鬼 diàosǐguǐ 名 ผีซึ่งผูกคอตาย
吊桶 diàotǒng 名 ถังโยงเชือกสำหรับขนย้ายสิ่งของ เช่น ปูนซีเมนต์ น้ำ ฯลฯ
吊胃口 diào wèikǒu〈惯〉ยั่วให้เกิดความอยากกินด้วยอาหารอร่อย ; อุปมาว่า ยั่วให้เกิดความสนใจหรือความอยากได้
吊销（吊銷）diàoxiāo 动 เพิกถอน ; ยกเลิก
吊唁 diàoyàn 动 ไว้อาลัยผู้ถึงแก่กรรมและปลอบใจญาติพี่น้องของผู้ถึงแก่กรรม
钓（釣）diào 动 ตก (ปลา)
钓饵（釣餌）diào'ěr 名 เหยื่อ (ตกปลา)
钓竿（釣竿）diàogān 名 คันเบ็ด
钓钩（釣鈎）diàogōu 名 เบ็ด
钓具（釣具）diàojù 名 เครื่องมือตกปลา
钓鱼（釣魚）diàoyú 动 ตกปลา ; อุปมาว่าหลอกลวง
调（調）diào 动 โยกย้าย
调包（調包）diàobāo 动 แอบสับเปลี่ยน
调兵遣将（調兵遣將）diàobīng-qiǎnjiàng〈成〉โยกย้ายทหาร
调拨（調撥）diàobō 动 จัดสรร ; จัดจ่าย
调查（調查）diàochá 动 สำรวจ
调动（調動）diàodòng 动 โยกย้าย (หน้าที่การงาน) ; ระดม
调度（調度）diàodù 动 จัดและควบคุม (รถ งาน การผลิต ฯลฯ) 名 พนักงานจัดรถ
调防（調防）diàofáng 动〈军〉สับเปลี่ยนกอง

กำลังรักษาการณ์
调函（調函）diàohán 名 หนังสือสั่งย้ายของราชการ
调号（調號）diàohào 名〈语〉วรรณยุกต์
调虎离山（調虎離山）diàohǔ-líshān〈成〉ล่อเสือออกจากถ้ำ อุปมาว่า ล่อศัตรูให้ออกจากค่าย
调换（調换）diàohuàn 动 สับเปลี่ยนกัน
调集（調集）diàojí 动 โยกย้ายและรวบรวม (กำลัง สิ่งของ ฯลฯ)
调离（調離）diàolí 动 โยกย้ายออก
调令（調令）diàolìng 名 คำสั่งย้าย
调门儿（調門兒）diàoménr 名〈口〉ระดับเสียง
调配（調配）diàopèi 动 โยกย้ายและแบ่งสรร
调遣（調遣）diàoqiǎn 动 โยกย้ายหรือส่งไปปฏิบัติงาน
调任（調任）diàorèn 动 โยกย้ายไปรับตำแหน่งใหม่
调研（調研）diàoyán 动 สำรวจวิจัย
调研员（調研員）diàoyányuán 名 เจ้าหน้าที่สำรวจวิจัย
调演（調演）diàoyǎn 动 จัดงานแสดงโดยโยกย้ายคณะการแสดงจากท้องที่ต่าง ๆ
调用（調用）diàoyòng 动 โยกย้าย (เจ้าหน้าที่) หรือแบ่งสรร (สิ่งของ) เพื่อใช้งาน
调运（調運）diàoyùn 动 จัดสรรและขนส่ง
调职（調職）diàozhí 动 ย้ายไปที่หน่วยงานใหม่
调转（調轉）diàozhuǎn 动 หันกลับ
调子（調子）diào•zi 名〈乐〉ทำนองเสียง
掉 diào 动 ตก ; หล่น
掉膘 diàobiāo 动 ผอมลง
掉队（掉隊）diàoduì 动 ตกอยู่หลังขบวน ; ล้าหลัง
掉价（掉價）diàojià 动 ลดราคา ; ลดฐานะ
掉色 diàoshǎi 动 สีตก
掉头（掉頭）diàotóu 动 หันกลับ ; กลับรถ ; ยูเทิร์น (*U-turn*)
掉线（掉綫）diàoxiàn 动〈讯〉กระแสไฟฟ้า (สัญญาณโทรศัพท์ อินเตอร์เน็ต ฯลฯ) ขาด
掉以轻心（掉以輕心）diàoyǐqīngxīn〈成〉ประมาทเลินเล่อ
掉转（掉轉）diàozhuǎn 动 หันกลับ
爹 diē 名〈口〉พ่อ
爹爹 diē•die 名〈方〉พ่อ
爹娘 diēniáng 名〈方〉พ่อแม่
跌 diē 动 ล้ม ; (ราคา) ตก
跌宕 diēdàng 形〈书〉คะนอง ; เหิมเกริม
跌倒 diēdǎo 动 ล้มลง
跌跌撞撞 diēdiēzhuàngzhuàng 形 โซซัดโซเซ
跌幅 diēfú 名〈经〉ขนาดการตกต่ำ
跌价（跌價）diējià 动 ราคาตก
跌跤 diējiāo 动 หกล้ม ; อุปมาว่า เสียท่า
跌落 diēluò 动 (สิ่งของ) ตกลงมา ; (ราคา) ตกต่ำ
跌破 diēpò 动〈经〉(ราคา ฯลฯ) ตกทำลาย (ตัวเลขที่กำหนดหรือคาดการณ์ไว้)
迭 dié 动 สลับ ; หมุนเวียน 副 หลายครั้ง
迭次 diécì 副 หลายครั้ง ; ครั้งแล้วครั้งเล่า
迭起 diéqǐ 动 ปรากฏขึ้นหลายต่อหลายครั้ง
谍报（諜報）diébào 名 ข่าวจารกรรม
喋喋不休 diédié-bùxiū〈成〉พูดฉอด ๆ ; พูดไม่หยุด
喋血 diéxuè 动〈书〉นองเลือด
叠 dié 动 ซ้อน ; พับ
叠床架屋 diéchuáng-jiàwū〈成〉เตียงซ้อนเตียง บ้านซ้อนบ้าน อุปมาว่า (คำพูดหรือบทความ) ยืดยาวซ้ำซาก
叠罗汉（叠羅漢）dié luóhàn〈体〉คนหลาย ๆ คนขี่คร่อมซ้อน ๆ กันเป็นรูปปิระมิด
叠嶂 diézhàng 名 ภูเขาที่มองดูเหมือนซ้อนซับกันหลายชั้น
碟子 dié•zi 名 จานเล็ก ๆ
蝶泳 diéyǒng 名〈体〉การว่ายน้ำท่าผีเสื้อ
丁 dīng 名 ตำแหน่งที่ ๔ ในระบบ "เทียนกาน" ซึ่งใช้ร่วมกับระบบ "ตี้จือ" ประกอบเป็น ๖๐ ตำแหน่ง เพื่อใช้แสดงลำดับวัน เดือน ปี ; ชายผู้บรรลุนิติภาวะ ; สมาชิกครอบครัว ; (ผัก เนื้อ ฯลฯ ที่หั่นเป็น) ชิ้นเล็ก ๆ
丁点儿（丁點兒）dīngdiǎnr 量〈方〉น้อยนิดเดียว

D

丁零当啷（丁零噹啷）dīng•lingdānglāng 拟声 (เสียงดัง) เหง่งหง่าง
丁宁（丁寧）dīngníng 动 กำชับ
丁香 dīngxiāng 名〈植〉ไลแล็ก (*lilac*) (ชื่อดอกไม้ชนิดหนึ่ง) ; กานพลู
丁字尺 dīngzìchǐ 名 ไม้ฟุตมุมฉาก
丁字钢（丁字鋼）dīngzìgāng 名〈工〉เหล็กกล้ารูปตัว "T"
丁字街 dīngzìjiē 名 ทางสามแพร่ง ; สามแยก
丁字形 dīngzìxíng 名 รูปตัว "T"
叮 dīng 动 (ยุง) กัด ; ถามย้ำ
叮当（叮噹）dīngdāng 拟声 (เสียงดัง) ดิงดอง ; เหง่งหง่าง
叮咚 dīngdōng 拟声 (เสียงดัง) ดิงดอง ; ซู่ซ่า
叮咛（叮嚀）dīngníng 动 กำชับ
叮咬 dīngyǎo 动 (ยุง ฯลฯ) กัด
叮嘱（叮囑）dīngzhǔ 动 กำชับ
盯 dīng 动 จ้อง ; เพ่ง
盯梢 dīngshāo 动 ประกบตัวอยู่ด้านหลัง ; สะกดรอย
钉（釘）dīng 名 ตะปู
钉子（釘子）dīng•zi 名 ตะปู
疔 dīng 名〈医〉สิวหัวช้าง
顶（頂）dǐng 名 สุดยอด 动 ทูน ; ดัน ; ต้าน ; พูดแย้ง
顶班（頂班）dǐngbān 动 เข้ากะแทน
顶点（頂點）dǐngdiǎn 名 จุดสุดยอด
顶端（頂端）dǐngduān 名 จุดสุดยอด
顶多（頂多）dǐngduō 副 อย่างมาก
顶风（頂風）dǐngfēng 动 ทวนลม
顶峰（頂峰）dǐngfēng 名 ยอดเขา
顶杠（頂槓）dǐnggàng 动〈方〉โต้แย้ง ; เถียง
顶呱呱（頂呱呱）dǐngguāguā 形 เยี่ยมมาก ; ยอดเยี่ยม
顶级（頂級）dǐngjí 形 ระดับสูงสุด ; ชั้นสุดยอด
顶尖（頂尖）dǐngjiān 名 จุดยอด ; จุดสูงสุด
顶礼膜拜（頂禮膜拜）dǐnglǐ-móbài〈成〉กราบไหว้
顶梁柱（頂梁柱）dǐngliángzhù 名 เสาหลัก ; อุปมาว่า กำลังสำคัญ
顶楼（頂樓）dǐnglóu 名 ชั้นสูงสุดในตึก
顶名（頂名）dǐngmíng 动 แทนชื่อ ; ปลอมชื่อ
顶牛儿（頂牛兒）dǐngniúr 动 ขัดกันและต่างฝ่ายต่างไม่ยอมกัน
顶棚（頂棚）dǐngpéng 名 ฝ้าเพดาน
顶事（頂事）dǐngshì 动 สามารถแก้ปัญหาได้
顶数（頂數）dǐngshù 动 ปลอมแปลง 形 ใช้การได้ (มักจะใช้ในรูปปฏิเสธ 不顶数 ใช้การไม่ได้)
顶替（頂替）dǐngtì 动 แทน
顶天立地（頂天立地）dǐngtiān-lìdì〈成〉หัวค้ำฟ้า เท้าเหยียบดิน อุปมาว่า จิตใจองอาจกล้าหาญ
顶头（頂頭）dǐngtóu 动 เผชิญหน้า ; ต้าน (ลม)
顶头上司（頂頭上司）dǐngtóu shàng•si〈口〉ผู้บังคับบัญชาโดยตรง
顶用（頂用）dǐngyòng 形 สามารถแก้ปัญหาได้ ; ใช้งานได้
顶针（頂針）dǐng•zhen 名 ปลอกสวมนิ้ว (ใช้ในเวลาเย็บผ้า)
顶职（頂職）dǐngzhí 动 ลูกรับช่วงทำงานต่อหลังจากพ่อแม่เกษียณอายุ
顶住（頂住）dǐngzhù 动 ต้านทานไว้
顶撞（頂撞）dǐngzhuàng 动 โต้เถียง (ผู้ใหญ่)
顶嘴（頂嘴）dǐngzuǐ 动〈口〉เถียง (ผู้ใหญ่)
顶罪（頂罪）dǐngzuì 动 สารภาพผิดแทนคนอื่น ; รับผิดแทนคนอื่น
鼎 dǐng 名 ภาชนะหุงต้มในสมัยโบราณ มีสามขาสองหู 副〈书〉กำลัง...อยู่ 形 ทั้งใหญ่ทั้งหนัก
鼎鼎大名 dǐngdǐng-dàmíng〈成〉ชื่อเสียงเลื่องลือ ; นามอุโฆษ
鼎沸 dǐngfèi 形〈书〉(เสียงดัง) โกลาหลคล้ายน้ำเดือด
鼎力相助 dǐnglì-xiāngzhù〈成〉พยายามช่วยอย่างเต็มที่
鼎立 dǐnglì 动 สร้างดุลกำลังแบบสามเส้า

鼎盛 dǐngshèng 形 กำลังเจริญรุ่งเรือง
鼎新 dǐngxīn 动〈书〉ปฏิรูปใหม่
鼎足 dǐngzú 名 สามขาของติ่งซึ่งเป็นภาชนะหุงต้มสมัยโบราณ ; อุปมาว่า ดุลกำลังสามเส้า
订（訂）dìng 动 ตกลงทำ ; สั่งจอง ; เย็บ
订单（訂單）dìngdān 名 ใบสั่งสินค้า
订费（訂費）dìngfèi 名 ค่าสั่งจอง; ค่ารับ (หนังสือพิมพ์หรือนิตยสาร)
订购（訂購）dìnggòu 动 สั่งสินค้า
订户（訂户）dìnghù 名 สมาชิกรับหนังสือพิมพ์หรือนิตยสาร
订婚（訂婚）dìnghūn 动 หมั้น
订货（訂貨）dìnghuò 动 สั่งซื้อสินค้า
订金（訂金）dìngjīn 名 เงินมัดจำ
订立（訂立）dìnglì 动 ตกลงทำ (สัญญา ข้อตกลง ฯลฯ)
订亲（訂親）dìngqīn 动 หมั้น
订书机（訂書機）dìngshūjī 名 เครื่องเย็บเล่มหนังสือ
订阅（訂閱）dìngyuè 动 รับ (หนังสือพิมพ์หรือนิตยสาร ฯลฯ) เป็นประจำ
订正（訂正）dìngzhèng 动 แก้ไข (ความผิดในงานเขียน)
钉（釘）dìng 动 ตอก ; เย็บติด
定案 dìng'àn 动 ตัดสินคดี (หรือแผนการ) ; คำตัดสินที่มีต่อคดี (หรือแผนการ)
定单（定單）dìngdān 名〈经〉ใบสั่งสินค้า
定点（定點）dìngdiǎn 形 (การตรวจงาน ฯลฯ) เจาะจงเฉพาะหน่วยงานบางแห่ง 动 กำหนดเวลาแน่นอน
定夺（定奪）dìngduó 动 ตัดสินใจ
定额（定額）dìng'é 名 จำนวนที่กำหนด
定岗（定崗）dìnggǎng 动 กำหนดตำแหน่งการงาน
定稿 dìnggǎo 动 ตรวจและตัดสินต้นฉบับ (งานเขียน)
定格 dìnggé 名 ภาพนิ่ง (ในภาพยนตร์ โทรทัศน์) 动 หยุดนิ่งอยู่ในภาวะรูปแบบหรือมาตรฐานอย่างใดอย่างหนึ่ง
定规（定規）dìngguī 名 กฎเกณฑ์ ; ระเบียบ
定级（定級）dìngjí 动 กำหนดขั้น (ข้าราชการ)
定计（定計）dìngjì 动 วางแผน
定价（定價）dìngjià 名〈经〉ราคากำหนด 动 ตั้งราคา ; กำหนดราคา
定金 dìngjīn 名〈经〉เงินมัดจำ
定睛 dìngjīng 动 จับตา ; จ้อง ; เพ่งดู
定居 dìngjū 动 ตั้งถิ่นฐานที่แน่นอน
定居点（定居點）dìngjūdiǎn 名 แหล่งที่ตั้งถิ่นฐาน
定局 dìngjú 动 ตัดสินขั้นสุดท้าย 名 สถานการณ์ที่แน่นอน
定理 dìnglǐ 名 สูตร ; หลักหรือกฎ
定例 dìnglì 名 ข้อปฏิบัติประจำ
定量 dìngliàng 名 ปริมาณส่วนประกอบของวัตถุ ; ปริมาณที่กำหนด
定量分析 dìngliàng fēnxī〈化〉การวิเคราะห์ปริมาณส่วนประกอบของสสาร
定律 dìnglǜ 名 กฎ
定论（定論）dìnglùn 名 ข้อสรุปขั้นสุดท้าย
定期 dìngqī 动 ตามกำหนดเวลา
定亲（定親）dìngqīn 动 หมั้น
定情 dìngqíng 动 ตกลงใจรักกัน (ด้วยการมอบสิ่งของหรือคำสาบานเป็นพยานแก่กัน)
定然 dìngrán 副 แน่นอน
定神 dìngshén 动 ตั้งใจ ; สำรวมใจ
定时（定時）dìngshí 动 ตามกำหนดเวลา 名 เวลาที่กำหนด
定时器（定時器）dìngshíqì 名 เครื่องตั้งเวลา
定式 dìngshì 名 รูปแบบหรือวิธีการที่เป็นแบบแผน
定数（定數）dìngshù 名 จำนวนแน่นอน ;〈宗〉ชะตากรรม
定位 dìngwèi 动〈测〉กำหนดตำแหน่ง
定向 dìngxiàng 动〈测〉กำหนดทิศทาง
定心丸 dìngxīnwán 名 เม็ดยาที่กล่อมใจ อุปมาว่า วาจาหรือการกระทำที่สามารถช่วย

D

ให้อารมณ์หรือจิตใจสงบลง
定型 dìngxíng 动 มีรูปลักษณะแน่นอน
定性 dìngxìng 动 ชี้ขาดลักษณะของความผิด ;〈化〉วิเคราะห์ส่วนประกอบของสสาร
定义（定義）dìngyì 名 นิยาม ; คำจำกัดความ
定影 dìngyǐng 动〈摄〉ทำให้ภาพคงที่
定语（定語）dìngyǔ 名〈语〉บทขยายนาม
定员（定員）dìngyuán 名 จำนวน (เจ้าหน้าที่ พนักงาน ผู้โดยสาร ฯลฯ) จำกัด
定则（定則）dìngzé 名 กฎ
定准（定準）dìngzhǔn 名 มาตรฐาน 动 ตกลง 副 แน่นอน
定罪 dìngzuì 动〈法〉ตัดสินลงโทษ
定做 dìngzuò 动 สั่งทำ (ผลิตภัณฑ์)
碇 dìng 名 ตอม่อหิน (ที่ใช้ผูกเรือ)
锭（錠）dìng 名 แกนไน (ของเครื่องปั่นด้าย) ; แท่ง (เงิน ทอง ฯลฯ)
锭子（錠子）dìng•zi 名〈纺〉แกนไน (ของเครื่องปั่นด้าย)
丢 diū 动 หาย ; ทิ้ง
丢丑（丢醜）diūchǒu 动 ขายหน้า
丢掉 diūdiào 动 ตกหาย ; โยนทิ้ง
丢魂落魄 diūhún-luòpò〈成〉อกสั่นขวัญแขวน ; ใจไม่อยู่กับเนื้อกับตัว
丢盔卸甲 diūkuī-xièjiǎ〈成〉หนีหัวซุกหัวซุน
丢脸（丢臉）diūliǎn 动 ขายหน้า
丢面子 diū miàn•zi〈惯〉เสียหน้า
丢弃 diūqì 动 โยนทิ้ง
丢人 diūrén 动 อับอายขายหน้า
丢三落四 diūsān-làsì〈成〉หลง ๆ ลืม ๆ
丢失 diūshī 动 ทำหาย
丢眼色 diū yǎnsè〈惯〉ขยิบตาให้
东（東）dōng 名 ตะวันออก ; เจ้าภาพ
东半球（東半球）dōngbànqiú 名〈地理〉ซีกโลกตะวันออก
东北（東北）dōngběi 名 ตะวันออกเฉียงเหนือ
东北亚（東北亞）Dōngběi Yà 名〈地理〉เอเชียตะวันออกเฉียงเหนือ
东奔西走（東奔西走）dōngbēn-xīzǒu〈成〉เที่ยววิ่งเต้น
东边（東邊）dōng•bian 名 ด้านตะวันออก
东部（東部）dōngbù 名 ภาคตะวันออก
东侧（東側）dōngcè 名 ข้างตะวันออก
东窗事发（東窗事發）dōngchuāng-shìfā〈成〉ความแตก ; เรื่องแดงขึ้น
东道主（東道主）dōngdàozhǔ 名 เจ้าภาพ
东方（東方）dōngfāng 名 ทิศตะวันออก
东方学（東方學）dōngfāngxué 名 ตะวันออกศึกษา
东风（東風）dōngfēng 名 ลมตะวันออก ; ลมฤดูใบไม้ผลิ
东家（東家）dōng•jia 名 นายจ้าง
东郊（東郊）dōngjiāo 名 ชานเมืองตะวันออก
东经（東經）dōngjīng 名〈地理〉เส้นแวงทางตะวันออก ; ลองจิจูดทางตะวันออก (*east longitude*)
东拉西扯（東拉西扯）dōnglā-xīchě〈成〉พูดสะเปะสะปะ ; พูดจาวกวน
东鳞西爪（東鱗西爪）dōnglín-xīzhǎo〈成〉เกร็ดเล็กเกร็ดน้อย
东盟（東盟）Dōngméng 名〈简〉อาเซียน (*ASEAN*)
东面（東面）dōngmiàn 名 ด้านตะวันออก
东南（東南）dōngnán 名 ตะวันออกเฉียงใต้
东南亚（東南亞）Dōngnán Yà 名〈地理〉เอเชียตะวันออกเฉียงใต้ ; เอเชียอาคเนย์
东拼西凑（東拼西凑）dōngpīn-xīcòu〈成〉ผสมผเสกันอย่างลำบาก
东山再起（東山再起）dōngshān-zàiqǐ〈成〉หวนกลับมาตั้งตัวเป็นใหญ่อีกครั้งหนึ่ง
东头（東頭）dōngtóu 名 ด้านตะวันออก
东西（東西）dōngxī 名 ทิศตะวันออกกับทิศตะวันตก ; จากทิศตะวันออกไปทิศตะวันตก
东西（東西）dōng•xi 名 สิ่งของ ; ใช้เรียกคนหรือสัตว์ (ในเชิงรังเกียจหรือเอ็นดู)
东亚（東亞）Dōng Yà 名〈地理〉เอเชียตะวันออก

东洋（東洋）Dōngyáng 名 ญี่ปุ่น
东张西望（東張西望）dōngzhāng-xīwàng 〈成〉มองซ้ายแลขวา
东正教（東正教）Dōngzhèngjiào 名〈宗〉ศาสนาคริสต์นิกายออร์โธดอกซ์ตะวันออก
冬 dōng 名 ฤดูหนาว
冬奥会（冬奥會）Dōng'àohuì 名〈体〉〈简〉งานกีฬาโอลิมปิกฤดูหนาว
冬虫夏草（冬蟲夏草）dōngchóng-xiàcǎo ยาสมุนไพรชนิดหนึ่งของจีนลักษณะคล้ายตัวหนอน
冬耕 dōnggēng 动〈农〉ไถนาในฤดูหนาว
冬菇 dōnggū 名〈植〉เห็ดหอมที่เก็บในฤดูหนาว
冬瓜 dōng•guā 名〈植〉ฟักเขียว
冬季 dōngjì 名 ฤดูหนาว
冬眠 dōngmián 名 (สัตว์) จำศีลในฤดูหนาว
冬青 dōngqīng 名〈植〉ไม้ยืนต้นเขียวตลอดปีชนิดหนึ่ง
冬笋 dōngsǔn 名〈植〉หน่อไม้ที่แตกหน่อในฤดูหนาว
冬天 dōngtiān 名 ฤดูหนาว
冬闲（冬閑）dōngxián 名〈农〉ยามว่างงานในฤดูหนาว
冬训（冬訓）dōngxùn 名〈体〉การฝึกทหารในฤดูหนาว ; การฝึกกีฬาในฤดูหนาว
冬汛 dōngxùn 名〈气〉กระแสน้ำขึ้นในฤดูหนาว
冬衣 dōngyī 名 เสื้อกันหนาว
冬泳 dōngyǒng 动〈体〉ว่ายน้ำในฤดูหนาว
冬至 dōngzhì 名〈气〉ฤดูกาล "ถึงฤดูหนาว" ซึ่งเป็นหนึ่งใน ๒๔ ฤดูกาลของจีน ตรงกับวันที่ ๒๑ ๒๒ หรือ ๒๓ เดือนธันวาคม
冬装（冬裝）dōngzhuāng 名 เสื้อกันหนาว
咚 dōng 拟声 ตุ๊บ ๆ
咚咚 dōngdōng 拟声 ตุ๊บ ๆ ; ตุ๊ม ๆ ต่อม ๆ
氡气（氡氣）dōngqì 名〈化〉เรดอน (*radon*) (สารเคมีชนิดหนึ่ง)
董事 dǒngshì 名 กรรมการ
董事会（董事會）dǒngshìhuì 名 คณะกรรมการบริหาร (ขององค์การเอกชน)
董事长（董事長）dǒngshìzhǎng 名 ประธานคณะกรรมการบริหาร (ขององค์การเอกชน)
懂 dǒng 动 เข้าใจ ; รู้
懂得 dǒng•de 动 เข้าใจ ; รู้
懂行 dǒngháng 形 ชำนาญ ; สันทัด
懂事 dǒngshì 形 รู้เรื่อง
动（動）dòng 动 เคลื่อนไหว ; ทำ ; ใช้
动笔（動筆）dòngbǐ 动 เริ่มเขียน ; เขียน
动兵（動兵）dòngbīng 动 ใช้กำลังทหาร
动不动（動不動）dòng•budòng 副 ไม่ทันไรก็...
动产（動産）dòngchǎn 名〈经〉สังหาริมทรัพย์
动词（動詞）dòngcí 名〈语〉คำกริยา
动粗（動粗）dòngcū 动 ใช้พฤติกรรมหรือวาจาที่หยาบคาย อาทิเช่น ตี ด่า ฯลฯ
动荡（動蕩）dòngdàng 动 หวั่นไหว 形 ไม่สงบ
动感（動感）dònggǎn 名 (ภาพวาด รูปปั้น ตัวละครในวรรณกรรม ฯลฯ) ที่เหมือนมีชีวิตจริง
动工（動工）dònggōng 动 ลงมือก่อสร้าง ; ดำเนินการก่อสร้าง
动画（動畫）dònghuà 名 ภาพการ์ตูน (*cartoon*)
动画片（動畫片）dònghuàpiàn 名 หนังการ์ตูน (*cartoon*)
动火（動火）dònghuǒ 动〈口〉โมโห
动机（動機）dòngjī 名 จุดประสงค์ ; เจตนา
动静（動静）dòng•jing 名 เสียงพูดและเสียงเคลื่อนไหว ; ลาดเลา
动力（動力）dònglì 名 พลวัต
动力学（動力學）dònglìxué 名 พลศาสตร์
动量（動量）dòngliàng 名〈物〉โมเมนตัม (*momentum*)
动乱（動亂）dòngluàn 名 จลาจล
动脉（動脉）dòngmài 名〈生理〉เส้นโลหิตแดง
动脉硬化（動脉硬化）dòngmài yìnghuà〈医〉ภาวะผนังเส้นโลหิตแดงหนาและมีความยืดหยุ่นน้อยลง
动漫（動漫）dòngmàn 名〈简〉การ์ตูนและภาพล้อ ; ภาพยนตร์การ์ตูน ; หนังสือนิทานภาพ

D

动能（動能）dòngnéng 名〈物〉พลังงานจลน์
动怒（動怒）dòngnù 动 เกิดอารมณ์ฉุนเฉียว ; เกิดโทสะ
动气（動氣）dòngqì 动 เกิดโทสะ ; เกิดโมโห
动情（動情）dòngqíng 动 เกิดอารมณ์ปฏิพัทธ์ ; เกิดอารมณ์รัก
动人（動人）dòngrén 形 ทำให้รู้สึกซาบซึ้งใจ
动容（動容）dòngróng 动 ใบหน้าแสดงความซาบซึ้งใจหรือสะเทือนใจ
动身（動身）dòngshēn 动 ออกเดินทาง
动手（動手）dòngshǒu 动 ลงมือ ; ลงมือลงตีน
动手动脚（動手動脚）dòngshǒu-dòngjiǎo〈成〉ลงมือลงตีน ; เกี้ยวพาราสี
动手术（動手術）dòngshǒushù〈医〉ผ่าตัด
动态（動態）dòngtài 名 สภาพการเปลี่ยนแปลง ; จลนภาพ
动弹（動彈）dòng•tan 动 ขยับเขยื้อน
动听（動聽）dòngtīng 形 ไพเราะเพราะพริ้ง
动土（動土）dòngtǔ 动 เริ่มขุดดิน (ในการฝังศพหรือการก่อสร้าง)
动窝（動窩）dòngwō 动〈口〉ออกจากที่เดิม
动武（動武）dòngwǔ 动 ใช้กำลัง
动物（動物）dòngwù 名 สัตว์
动物学（動物學）dòngwùxué 名 สัตวศาสตร์
动物油（動物油）dòngwùyóu 名 น้ำมันสัตว์ ; ไขมันสัตว์
动物园（動物園）dòngwùyuán 名 สวนสัตว์
动向（動向）dòngxiàng 名 แนวโน้มการเปลี่ยนแปลง ; แนวโน้มการเคลื่อนไหว
动销（動銷）dòngxiāo 动〈经〉เริ่มจำหน่าย
动心（動心）dòngxīn 动 ความคิดหรืออารมณ์หวั่นไหว
动刑（動刑）dòngxíng 动 ใช้เครื่องมือทรมานนักโทษ
动摇（動摇）dòngyáo 动 หวั่นไหว
动议（動議）dòngyì 名 ญัตติ
动因（動因）dòngyīn 名 จุดประสงค์ ; สาเหตุ
动用（動用）dòngyòng 动 นำมาใช้ (เงินหรือสิ่งของ)
动员（動員）dòngyuán 动 ระดมกำลัง
动员令（動員令）dòngyuánlìng 名 คำสั่งระดมกำลัง
动嘴（動嘴）dòngzuǐ 动 พูด
动作（動作）dòngzuò 名 กิริยาท่าทาง ; อิริยาบถ

冻（凍）dòng 动 (น้ำ) เกาะตัวเป็นน้ำแข็ง ; หนาว (จนรู้สึกไม่สบาย)
冻冰（凍冰）dòngbīng 动 (น้ำ) เกาะตัวเป็นน้ำแข็ง
冻疮（凍瘡）dòngchuāng 名〈医〉แผลเปื่อยซึ่งเกิดจากอากาศหนาวจัด
冻僵（凍僵）dòngjiāng 动 หนาวจนตัวแข็ง
冻结（凍結）dòngjié 动 เกาะตัวเป็นน้ำแข็ง ; อายัด
冻儿（凍兒）dòngr 名 น้ำแกงเกาะเป็นวุ้น
冻肉（凍肉）dòngròu 名 เนื้อสัตว์แช่แข็ง
冻伤（凍傷）dòngshāng 名〈医〉บาดแผลซึ่งเกิดจากอากาศหนาวจัด
冻土（凍土）dòngtǔ 名 ดินเกาะตัวแข็งเนื่องจากอากาศหนาวจัด
冻灾（凍灾）dòngzāi 名〈气〉พืชเกษตรตายเนื่องจากอากาศหนาวจัด

栋梁（棟梁）dòngliáng 名 ไม้อกไก่กับไม้ขื่ออุปมาว่า บุคคลสำคัญของชาติบ้านเมือง

洞 dòng 名 รู ; ถ้ำ 动 ทะลุ ; รู้ซึ้ง
洞察 dòngchá 动 มองทะลุปรุโปร่ง
洞房 dòngfáng 名 ห้องหอ ; ห้องนอนของคู่บ่าวสาว
洞开（洞開）dòngkāi 动 (ประตูหน้าต่าง) เปิดกว้างออก
洞口 dòngkǒu 名 ปากถ้ำ
洞天 dòngtiān 名〈宗〉อาศรม ; ปูชนียสถาน ; ที่ซึ่งมีทัศนียภาพสวยงาม
洞悉 dòngxī 动 รู้แจ้ง
洞晓（洞曉）dòngxiǎo 动 รู้อย่างทะลุปรุโปร่ง
洞穴 dòngxué 名 ถ้ำ

恫吓（恫嚇）dònghè 动 ขู่ ; ขู่กรรโชก

胴体（胴體）dòngtǐ 名 ลำตัว

都 dōu 副 ล้วน ; ล้วนแต่

兜 dōu 名 กระเป๋า ; เอี๊ยม
兜捕 dōubǔ 动 โอบล้อมจับกุม

兜底 dōudǐ 动〈口〉แฉโพย
兜兜 dōu•dou 名〈口〉เอี๊ยม
兜肚 dōu•du 名 เอี๊ยม
兜风（兜風）dōufēng 动 ต้านลม ; (นั่งรถ ขี่ม้า ฯลฯ) กินลมเที่ยวเตร็ดเตร่ไป
兜揽（兜攬）dōulǎn 动 หาลูกค้า ; ดึงเรื่องราวมาสู่ตัว
兜圈子 dōu quān•zi วนเวียน ; อ้อมค้อม
兜儿（兜兒）dōur 名 กระเป๋า
兜售 dōushòu 动 เร่ขาย
兜子 dōu•zi 名 กระเป๋า ; ถุง
斗 dǒu 量 โต่ว (ชื่อมาตราตวงของจีนเทียบเท่ากับ ๑๐ ลิตร) 名 โต่ว (เครื่องตวง) ; สิ่งของที่มีรูปลักษณะคล้ายโต่ว
斗胆（斗膽）dǒudǎn 副〈谦〉บังอาจ ; อาจเอื้อม
斗笠 dǒulì 名 งอบ
斗篷 dǒu•peng 名 เสื้อคลุมที่ไม่มีแขน
斗室 dǒushì 名〈书〉ห้องเล็ก ๆ
抖 dǒu 动 สั่น ; สะบัด ; แฉโพย
抖动（抖動）dǒudòng 动 สั่นเทา ; สะบัด
抖搂（抖摟）dǒu•lou 动〈口〉สะบัด ; แฉโพย
抖擞（抖擻）dǒusǒu 动 กระตุ้นตัวเองให้กระปรี้กระเปร่าขึ้น
抖威风（抖威風）dǒu wēifēng〈惯〉โอ้อวดบารมีของตน
陡 dǒu 形 ชัน ; อย่างฉับพลัน
陡壁 dǒubì 名 ผาหรือฝั่งน้ำที่ตั้งตรงเหมือนผนัง
陡峻 dǒujùn 形 (ลักษณะพื้นภูมิ) สูงชัน
陡立 dǒulì 动 (ภูเขา สิ่งปลูกสร้าง ฯลฯ) ตั้งตรง
陡坡 dǒupō 名 เนินชัน
陡峭 dǒuqiào 形 (ลักษณะภูเขา) สูงชัน
陡然 dǒurán 副 อย่างฉับพลัน
斗（鬥）dòu 动 ต่อสู้ ; แข่งขัน ; แหย่ให้สัตว์สู้กัน
斗鸡（鬥鷄）dòujī 动〈体〉ชนไก่
斗牛（鬥牛）dòuniú 动〈体〉ชนวัว
斗牛士（鬥牛士）dòuniúshì 名 นักชนวัว
斗殴（鬥毆）dòu'ōu 动 ชกต่อยกัน
斗气（鬥氣）dòuqì 动 สู้กันด้วยอารมณ์ที่เกิดจากอคติ
斗士（鬥士）dòushì 名 นักรบ
斗眼（鬥眼）dòuyǎn 名〈口〉ตาเข ; ตาเหล่
斗争（鬥争）dòuzhēng 动 ต่อสู้
斗志（鬥志）dòuzhì 名 จิตใจต่อสู้
斗志昂扬（鬥志昂揚）dòuzhì-ángyáng〈成〉อารมณ์ต่อสู้ฮึกเหิม
斗智（鬥智）dòuzhì 动 สู้ด้วยสติปัญญา
斗嘴（鬥嘴）dòuzuǐ 动 เป็นปากเป็นเสียงกัน ; หยอกล้อเล่นกัน
豆 dòu 名〈植〉ถั่ว
豆瓣儿（豆瓣兒）dòubànr 名 กลีบเม็ดถั่ว
豆包 dòubāo 名 ซาลาเปาไส้ถั่ว
豆饼（豆餅）dòubǐng 名 กากถั่วที่อัดเป็นแผ่นกลมใช้เป็นอาหารสัตว์หรือปุ๋ย
豆豉 dòuchǐ 名 เต้าเจี้ยว ; เต้าซี
豆粉 dòufěn 名 แป้งถั่ว
豆腐 dòu•fu 名 เต้าหู้
豆腐干（豆腐乾）dòu•fugān 名 เต้าหู้แห้ง
豆腐脑（豆腐腦）dòu•funǎo 名 เต้าฮวย
豆腐渣 dòu•fuzhā 名 กากถั่วที่เหลือจากการบดน้ำเต้าหู้
豆花儿（豆花兒）dòuhuār 名〈方〉เต้าฮวย
豆荚（豆莢）dòujiá 名〈植〉ฝักถั่ว
豆浆（豆漿）dòujiāng 名 น้ำเต้าหู้
豆角儿（豆角兒）dòujiǎor 名〈植〉〈口〉ฝักถั่ว
豆蔻 dòukòu 名〈植〉กระวาน
豆粒 dòulì 名 เมล็ดถั่ว
豆绿（豆緑）dòulǜ 形 สีเขียวดังถั่วเขียว
豆奶 dòunǎi 名 เครื่องดื่มที่ผสมน้ำนมกับน้ำเต้าหู้
豆青 dòuqīng 形 สีเขียวดังถั่วเขียว
豆蓉 dòuróng 名 ถั่วกวน ; ถั่วสุกตากแห้งแล้วบดเป็นแป้งใช้ทำไส้ขนม
豆沙 dòushā 名 ถั่วกวน ; ถั่วสุกบดให้ละเอียดเติมน้ำตาลใช้ทำไส้ขนม
豆芽儿（豆芽兒）dòuyár 名〈植〉ถั่วงอก
豆油 dòuyóu 名 น้ำมันถั่วเหลือง
豆汁 dòuzhī 名 น้ำถั่วเขียวที่ได้มาจากการทำวุ้นเส้น

รสออกเปรี้ยว ๆ รับประทานได้

豆制品（豆製品）dòuzhìpǐn 名 อาหารประเภทเต้าหู้

豆子 dòu·zi 名〈植〉ถั่ว

逗 dòu 动 หยอกล้อเล่น 形 สนุก

逗点（逗點）dòudiǎn 名〈语〉คอมม่า (*comma*) ; จุดจุลภาค “,” ; ลูกน้ำ

逗号（逗號）dòuhào 名〈语〉เครื่องหมายจุลภาค ; คอมม่า (*comma*)

逗乐儿（逗樂兒）dòulèr 动 ยั่วให้หัวเราะ

逗留 dòuliú 动 อยู่เป็นเวลาสั้น ๆ

逗弄 dòu·nong 动 หยอกล้อเล่น ; ล่อใจ

逗趣儿（逗趣兒）dòuqùr 动 ยั่วให้หัวเราะเพื่อล้อเล่น

逗笑儿（逗笑兒）dòuxiàor 动 ยั่วให้หัวเราะ

逗引 dòuyǐn 动 หยอกล้อเล่น

痘 dòu 名〈医〉ฝีดาษ ; ไข้ทรพิษ

都 dū 名 เมืองหลวง ; นคร

都城 dūchéng 名 นครหลวง

都会（都會）dūhuì 名 นคร

都市 dūshì 名 นคร

督办（督辦）dūbàn 动 ควบคุมและเร่งรัดให้จัดการ

督察 dūchá 动 ควบคุมและตรวจตรา 名 สารวัตร

督促 dūcù 动 ควบคุมและเร่งรัด

督战（督戰）dūzhàn 动 คุมการสู้รบ

督阵（督陣）dūzhèn 动 ควบคุมการสู้รบที่สนามรบ

嘟 dū 拟声 (เสียง) “ตุก ๆ” 动 เบ้ปาก

嘟噜 dū·lu 量〈口〉พวง

嘟囔 dū·nang 动 บ่นพึมพำ

毒 dú 名 พิษ ; ยาเสพติด 形 ชั่วช้า

毒草 dúcǎo 名 หญ้าพิษ

毒虫（毒蟲）dúchóng 名 หนอนที่มีพิษ

毒打 dúdǎ 动 ตีอย่างโหดร้ายทารุณ

毒饵（毒餌）dú’ěr 名 เหยื่อที่มีพิษ

毒犯 dúfàn 名 นักโทษที่ผลิต ลำเลียงหรือค้าขายยาเสพติด

毒贩（毒販）dúfàn 名 ผู้ค้ายาเสพติด

毒害 dúhài 动 เบื่อ ; วางยาพิษฆ่า ; ทำร้ายร่างกายหรือจิตใจด้วยสิ่งมีพิษ

毒化 dúhuà 动 ปล่อยพิษทำลาย

毒计（毒計）dújì 名 อุบายที่ชั่วร้าย

毒剂（毒劑）dújì 名〈化〉ยาพิษ ; แก๊สพิษ

毒箭 dújiàn 名 ลูกธนูอาบพิษ ; อุปมาว่าการใส่ร้ายป้ายสีอย่างร้ายแรง

毒菌 dújūn 名〈生化〉เชื้อราที่เป็นพิษ

毒辣 dúlà 形 อำมหิต

毒瘤 dúliú 名〈医〉มะเร็ง

毒品 dúpǐn 名 ยาเสพติด

毒气（毒氣）dúqì 名〈化〉แก๊สพิษ

毒气弹（毒氣彈）dúqìdàn 名〈军〉ลูกระเบิดแก๊สพิษ

毒蛇 dúshé 名〈动〉งูพิษ

毒手 dúshǒu 名 วิธีสังหารอย่างเหี้ยมโหด

毒素 dúsù 名〈化〉สารพิษ

毒瓦斯 dúwǎsī 名〈化〉แก๊สพิษ

毒物 dúwù 名 วัตถุมีพิษ

毒刑 dúxíng 名 การลงโทษด้วยการทรมานร่างกาย

毒性 dúxìng 名 ความเป็นพิษ ; ฤทธิ์เป็นพิษ

毒蕈 dúxùn 名〈植〉เห็ดพิษ

毒牙 dúyá 名 เขี้ยวของสัตว์ที่มีพิษ

毒药（毒藥）dúyào 名〈药〉ยาพิษ ; ยาเบื่อ

毒液 dúyè 名〈生理〉เมือกพิษ

毒瘾（毒癮）dúyǐn 名 การติดยาเสพติด

独（獨）dú 形 เดี่ยว 副 เพียงแต่

独霸（獨霸）dúbà 动 เป็นเจ้าแต่ผู้เดียว ; ผูกขาดแต่ผู้เดียว

独白（獨白）dúbái 名〈剧〉บทพูดแต่ลำพัง (ของตัวละคร)

独步（獨步）dúbù 动〈书〉เดินคนเดียว

独裁（獨裁）dúcái 动 เผด็จการ

独裁者（獨裁者）dúcáizhě 名 ผู้เผด็จการ

独唱（獨唱）dúchàng 动〈乐〉ร้องเดี่ยว

独出心裁（獨出心裁）dúchū-xīncái〈成〉ออกความคิดใหม่ที่ไม่เหมือนใคร

独处（獨處）dúchǔ 动 อยู่ตามลำพัง

独创（獨創）dúchuàng 动 ริเริ่มสร้างสรรค์ที่ไม่ซ้ำแบบใคร

独创性（獨創性）dúchuàngxìng 名 ลักษณะริเริ่มสร้างสรรค์

独当一面（獨當一面）dúdāng-yīmiàn 〈成〉 รับผิดชอบภาระหน้าที่ด้านหนึ่งแต่ผู้เดียว

独到（獨到）dúdào 形 ไม่ซ้ำแบบใคร

独断（獨斷）dúduàn 动 พลการ

独断专行（獨斷專行）dúduàn-zhuānxíng 〈成〉 การดำเนินโดยพลการ

独夫（獨夫）dúfū 名 ผู้ปกครองเผด็จการซึ่งถูกประชาชนทอดทิ้ง

独个（獨個）dúgè 名 ลำพังคนเดียว

独个儿（獨個兒）dúgèr 副 ลำพังคนเดียว

独家（獨家）dújiā 副 เจ้าเดียว (บริษัท สำนัก โรงเรียน ฯลฯ)

独角戏（獨角戲）dújiǎoxì 名〈剧〉 ละครที่แสดงเดี่ยว ; จำอวดแถบลุ่มแม่น้ำแยงซีเกียง

独具匠心（獨具匠心）dújù-jiàngxīn 〈成〉 มีความคิดความอ่านที่แยบยลกว่าผู้ใด

独具只眼（獨具隻眼）dújù-zhīyǎn 〈成〉 สามารถมองเห็นสิ่งที่ผู้อื่นมองไม่เห็น

独揽（獨攬）dúlǎn 动 คุมหมดคนเดียว

独立（獨立）dúlì 动 เป็นอิสระ

独立国（獨立國）dúlìguó 名 ประเทศเอกราช

独立性（獨立性）dúlìxìng 名 ความเป็นอิสระ

独立自主（獨立自主）dúlì-zìzhǔ 〈成〉 เป็นอิสระและเป็นตัวของตัวเอง

独轮车（獨輪車）dúlúnchē 名 รถเข็นล้อเดียว

独门独户（獨門獨户）dúmén-dúhù 〈成〉 บ้านเดี่ยว

独门儿（獨門兒）dúménr 名 ฝีมือในวิชาชีพที่มีอยู่เฉพาะตัวหรือถ่ายทอดภายในตระกูล

独苗（獨苗）dúmiáo 名 หน่อหน่อเดียว อุปมาว่า ลูกโทน

独木难支（獨木難支）dúmù-nánzhī 〈成〉 ไม้ต้นเดียวไม่สามารถค้ำบ้านทั้งหลังได้ อุปมาว่าลำพังแต่กำลังของคนเดียวย่อมไม่สามารถรักษาสถานการณ์ทั้งมวลไว้ได้

独木桥（獨木橋）dúmùqiáo 名 สะพานซึ่งพาดด้วยลำไม้ต้นเดียว

独木舟（獨木舟）dúmùzhōu 名 เรือโกลน

独幕剧（獨幕劇）dúmùjù 名 ละครองก์เดียว

独辟蹊径（獨闢蹊徑）dúpì-xījìng 〈成〉 บุกเบิกวิถีทางของตน ; อุปมาว่า สร้างลีลาหรือวิธีการใหม่ของตนขึ้นมาเอง

独善其身（獨善其身）dúshàn-qíshēn 〈成〉 สนใจแต่เรื่องส่วนตัว ไม่แยแสเรื่องผู้อื่น

独身（獨身）dúshēn 名 ตัวคนเดียว 动 เป็นโสด

独生女（獨生女）dúshēngnǚ 名 ลูกสาวคนเดียว ; ลูกสาวโทน

独生子（獨生子）dúshēngzǐ 名 ลูกชายคนเดียว ; ลูกชายโทน

独树一帜（獨樹一幟）dúshù-yīzhì 〈成〉 ชูธงของตนขึ้นมา อุปมาว่า ก่อตั้งสำนักของตนขึ้นมา

独特（獨特）dútè 形 พิเศษจำเพาะ

独吞（獨吞）dútūn 动 ยักยอกเป็นของตนแต่คนเดียว ; อมเป็นของตนแต่ผู้เดียว

独舞（獨舞）dúwǔ 名 ระบำเดี่ยว

独行（獨行）dúxíng 动 เดินคนเดียว ; ทำตามความคิดของตน

独眼龙（獨眼龍）dúyǎnlóng 名 คนตาบอดข้างเดียว

独一无二（獨一無二）dúyī-wú'èr 〈成〉 หนึ่งเดียว ไม่มีสอง

独有（獨有）dúyǒu 动 มีแต่ผู้เดียว

独院儿（獨院兒）dúyuànr 名 บ้านเดี่ยว

独占（獨占）dúzhàn 动 ครองไว้แต่ผู้เดียว

独占鳌头（獨占鰲頭）dúzhàn-áotóu 〈成〉 ครองอันดับหนึ่งแต่ผู้เดียว

独资（獨資）dúzī 形〈经〉 ทุนฝ่ายเดียว (ไม่ได้ร่วมทุนกับฝ่ายอื่น)

独子（獨子）dúzǐ 名 ลูกโทน

独自（獨自）dúzì 副 คนเดียว 名 โดยตัวเอง ;

แต่คนเดียว

独奏（獨奏）dúzòu 动〈乐〉บรรเลงเดี่ยว

读（讀）dú 动 อ่าน

读本（讀本）dúběn 名〈教〉หนังสือแบบเรียน (ทางภาษาและวรรณคดี)

读后感（讀後感）dúhòugǎn 名 ความรู้สึกนึกคิดที่ได้จากการอ่าน

读书（讀書）dúshū 动 อ่านหนังสือ ; ศึกษาเล่าเรียน

读书班（讀書班）dúshūbān 名 กลุ่มการเรียนหนังสือ

D

读书人（讀書人）dúshūrén 名 ปัญญาชน ; คนเรียนหนังสือ

读数（讀數）dúshù 名〈机〉ตัวเลข (ที่อ่านได้จากอุปกรณ์)

读物（讀物）dúwù 名 คำเรียกรวมของหนังสือ วารสาร หนังสือพิมพ์ ฯลฯ

读音（讀音）dúyīn 名〈语〉การอ่านออกเสียง

读者（讀者）dúzhě 名 ผู้อ่าน

渎职（瀆職）dúzhí 动 บกพร่องต่อหน้าที่

黩武（黷武）dúwǔ 动〈书〉นิยมอำนาจทหาร

肚 dǔ 名 กระเพาะ (ของสัตว์เคี้ยวเอื้องที่ใช้รับประทานเป็นอาหารได้)

肚子 dǔ·zi 名 กระเพาะ (ของสัตว์เคี้ยวเอื้องที่ใช้รับประทานเป็นอาหารได้) ; ผ้าขี้ริ้ว

笃爱（篤愛）dǔ'ài 动 รักอย่างลุ่มลึก

笃定（篤定）dǔdìng 副〈方〉แน่นอน 形 ใจเย็น

笃守（篤守）dǔshǒu 动 ปฏิบัติอย่างซื่อสัตย์

笃信（篤信）dǔxìn 动 เลื่อมใสด้วยความซื่อสัตย์

堵 dǔ 动 อุด 形 กลัดกลุ้ม

堵车（堵車）dǔchē 动 รถติด

堵截 dǔjié 动 ดัก

堵塞 dǔsè 动 อุดตัน ; ติดขัด

堵心 dǔxīn 形 แน่นหน้าอก

堵嘴 dǔzuǐ 动 ปิดปาก

赌（賭）dǔ 动 พนัน ; เล่นการพนัน

赌本（賭本）dǔběn 名 เดิมพัน

赌博（賭博）dǔbó 动 เล่นการพนัน

赌场（賭場）dǔchǎng 名 บ่อนการพนัน

赌风（賭風）dǔfēng 名 กระแสนิยมการพนัน

赌鬼（賭鬼）dǔguǐ 名 นักการพนัน

赌棍（賭棍）dǔgùn 名 นักเลงการพนัน

赌局（賭局）dǔjú 名 บ่อนการพนัน

赌具（賭具）dǔjù 名 เครื่องมือการพนัน

赌气（賭氣）dǔqì 动 โกรธขึ้ง

赌钱（賭錢）dǔqián 动 เล่นการพนัน

赌徒（賭徒）dǔtú 名 นักการพนัน

赌咒（賭咒）dǔzhòu 动 สบถสาบาน

赌注（賭注）dǔzhù 名 เงินเดิมพัน

睹物伤情（睹物傷情）dǔwù-shāngqíng〈成〉เห็นของก็เกิดอารมณ์เศร้าโศก

睹物思人 dǔwù-sīrén〈成〉เห็นของก็คิดถึงคน

杜鹃（杜鵑）dùjuān 名〈动〉นกแขกเต้า

杜鹃花（杜鵑花）dùjuānhuā 名〈植〉ดอกอาเซเลีย (*azalea*)

杜绝（杜絶）dùjué 动 ระงับโดยสิ้นเชิง

杜撰 dùzhuàn 动 แต่งขึ้นตามจินตนาการ

肚量 dùliàng 名 ความใจกว้าง ; ปริมาณการรับประทานอาหาร

肚皮 dùpí 名〈生理〉〈方〉ท้อง

肚脐（肚臍）dùqí 名〈生理〉สะดือ

肚子 dù·zi 名〈生理〉ท้อง ; พุง

妒火 dùhuǒ 名 ไฟแห่งความอิจฉาริษยา

妒嫉 dùjí 动 อิจฉา ; ริษยา

妒忌 dùjì 动 อิจฉา ; ริษยา

度 dù 动 วัดความสั้นยาว 名 ระดับ 量 องศา

度过（度過）dùguò 动 ผ่าน ; ใช้ชีวิต

度荒 dùhuāng 动 ใช้ชีวิตในปีที่การเก็บเกี่ยวไม่ได้ผล

度假 dùjià 动 ใช้ชีวิตในวันหยุดพัก

度假村 dùjiàcūn 名 รีสอร์ท (*resort*) ; บ้านพักตากอากาศ ; หมู่บ้านพักผ่อน

度量 dùliàng 名 ความใจกว้างในการให้อภัย

度量衡 dùliànghéng 名 มาตราชั่ง ตวง วัด

度日 dùrì 动 ประทังชีวิตไปวัน ๆ

度日如年 dùrì-rúnián〈成〉ชีวิตผ่านไปวันหนึ่ง

เหมือนกับผ่านไปเป็นปี ; อุปมาว่า ชีวิตแสน
ลำบากยากเข็ญ

度数（度數）dù•shu 名 จำนวนองศา ; จำนวนดีกรี

度汛 dùxùn 动 ใช้ชีวิตช่วงเวลาน้ำท่วม

渡 dù 动 ข้ามฟาก ; ข้าม (แม่น้ำ)

渡船 dùchuán 名 เรือข้ามฟาก

渡口 dùkǒu 名 ท่าเรือ ; ท่าน้ำ

渡轮（渡輪）dùlún 名 เรือยนต์ข้ามฟาก

镀 （鍍）dù 动 ชุบ (ทอง เงินหรือโลหะอื่น ๆ)

镀金（鍍金）dùjīn 动 ชุบทอง

蠹虫（蠹蟲）dùchóng 名 มอด ; คนกินชาติ

端 duān 名 ปลาย ; จุดเริ่มต้น 动 ยก

端口 duānkǒu 名〈计〉พอร์ต (port)

端倪 duānní 名〈书〉เงื่อนงำ 动 เบาะแส

端午节（端午節）Duānwǔ Jié 名 เทศกาลไหว้กวี
เอกชีหยวนของจีน ซึ่งตรงกับวันที่ห้าเดือนห้า
ตามจันทรคติ ; สารทขนมจ้าง

端详（端詳）duānxiáng 名 รายละเอียด 形
สงบเสงี่ยมเรียบร้อย

端详（端詳）duān•xiang 动 จ้องมองอย่าง
พินิจพิเคราะห์

端正 duānzhèng 动 ตั้งตรง 形 เรียบร้อย ;
ถูกต้อง

端庄（端莊）duānzhuāng 形 (การแสดงออก
อิริยาบถ) ภูมิฐานและเรียบร้อย

端坐 duānzuò 动 นั่งอย่างเรียบร้อย

短 duǎn 形 สั้น 动 ขาด 名 ข้อบกพร่อง

短兵相接 duǎnbīng-xiāngjiē〈成〉ตะลุมบอน ;
ประจัญบาน

短波 duǎnbō 名〈无〉คลื่นสั้น

短程 duǎnchéng 形 ระยะทางอันสั้น

短处（短處）duǎnchù 名 ข้อบกพร่อง

短促 duǎncù 形 สั้นมาก ; ฉุกละหุก

短笛 duǎndí 名〈乐〉ขลุ่ยสั้น

短工 duǎngōng 名 คนงานชั่วคราว

短号（短號）duǎnhào 名〈乐〉แตรสั้น

短见（短見）duǎnjiàn 名 ความคิดตื้น

短剑（短劍）duǎnjiàn 名 ดาบสั้น

短斤少两（短斤少兩）duǎnjīn-shǎoliǎng〈成〉
น้ำหนักขาด

短剧（短劇）duǎnjù 名〈剧〉ละครสั้น

短裤（短褲）duǎnkù 名 กางเกงขาสั้น

短路 duǎnlù 动〈电〉ไฟช็อต

短命 duǎnmìng 形 อายุสั้น

短跑 duǎnpǎo 名〈体〉กีฬาวิ่งเร็ว

短篇 duǎnpiān 形 เรื่องสั้น

短片 duǎnpiàn 名 หนังสั้น ; ภาพยนตร์สั้น

短评（短評）duǎnpíng 名 บทวิจารณ์สั้น ๆ

短期 duǎnqī 名 ระยะเวลาอันสั้น

短浅（短淺）duǎnqiǎn 形 (มองการณ์)
ไม่กว้างไกล ; (ความคิด) ตื้น

短欠 duǎnqiàn 动 ขาด ; ติดหนี้

短枪（短槍）duǎnqiāng 名〈军〉ปืนสั้น

短缺 duǎnquē 动 ขาดแคลน

短裙 duǎnqún 名 กระโปรงสั้น

短少 duǎnshǎo 动 ขาดแคลน

短视（短視）duǎnshì 形 สายตาสั้น ; มอง
การณ์ไม่กว้างไกล

短寿（短壽）duǎnshòu 形 อายุสั้น

短途 duǎntú 形 ระยะทางอันสั้น

短文 duǎnwén 名 บทความสั้น

短线（短綫）duǎnxiàn 名〈经〉เส้นทางใกล้

短小 duǎnxiǎo 形 สั้นและเล็ก ; เล็ก ๆ

短信 duǎnxìn 名 เมสซิจ (message) ; ข้อความ ;
เอสเอ็มเอส (SMS)

短训班（短訓班）duǎnxùnbān 名 ชั้นอบรมระยะ
สั้น

短讯（短訊）duǎnxùn 名 ข่าวสั้น

短语（短語）duǎnyǔ 名〈语〉วลี ; กลุ่มคำ

短暂（短暫）duǎnzàn 形 (เวลา) สั้น

短装（短裝）duǎnzhuāng 名 การแต่งตัวแบบสวม
แต่เสื้อกับกางเกงโดยไม่คลุมเสื้อยาว

段 duàn 量 ตอน ; ท่อน

段落 duànluò 名 ตอนหนึ่งของความเรียง

段位 duànwèi 名〈体〉เกรด (grade) (ในการเล่น
หมากรุก)

段长（段長）duànzhǎng 名 หัวหน้างวดงาน ; หัวหน้าแผนกงาน

段子 duàn·zi 名〈剧〉ตอนหนึ่งของเนื้อเรื่องซึ่งสามารถแสดงให้จบได้ในแต่ละครั้ง

断（斷）duàn 动 ขาด ; งด ; ตัด

断案（斷案）duàn'àn 动 วินิจฉัยคดี ; พิพากษา

断层（斷層）duàncéng 名〈地质〉ชั้นที่แยกสลายของธรณี

断肠（斷腸）duàncháng 动 ทรมานใจแทบจะขาด

断炊（斷炊）duànchuī 动 ไม่มีข้าวกรอกหม้อ

断代史（斷代史）duàndàishǐ 名 ประวัติศาสตร์ที่เขียนเฉพาะยุคสมัย

断档（斷檔）duàndàng 动 ขาดช่วง ; (สินค้า) ขาดตลาด

断定（斷定）duàndìng 动 วินิจฉัยชี้ขาด

断断续续（斷斷續續）duànduànxùxù 形 กระท่อนกระแท่น ; ไม่ปะติดปะต่อ

断顿（斷頓）duàndùn 动 ไม่มีข้าวกรอกหม้อ

断根（斷根）duàngēn 动 ขาดทายาท ; (โรค) หายขาด

断后（斷後）duànhòu 动 รั้งท้าย

断交（斷交）duànjiāo 动 ตัดความสัมพันธ์

断句（斷句）duànjù 动〈语〉กำหนดการหยุดพักเสียงเวลาอ่านหนังสือโบราณ 名 ประโยคที่ไม่สมบูรณ์

断绝（斷絶）duànjué 动 ตัดขาด

断粮（斷糧）duànliáng 动 ขาดเสบียงอาหาร

断裂（斷裂）duànliè 动 ขาด ; แตก

断流（斷流）duànliú 动 สายน้ำขาด

断路（斷路）duànlù 动〈电〉(กระแสไฟฟ้า) วงจรเปิด

断码（斷碼）duànmǎ 动 ไซส์ของสินค้าไม่ครบ

断面（斷面）duànmiàn 名 หน้าตัด

断奶（斷奶）duànnǎi 动 หย่านม

断气（斷氣）duànqì 动 ขาดใจ ; สิ้นลม

断然（斷然）duànrán 副 อย่างเด็ดขาด

断送（斷送）duànsòng 动 สูญเสีย (อนาคต ชีวิต ฯลฯ)

断头台（斷頭臺）duàntóutái 名 แท่นตัดหัว ; กิโยติน

断弦（斷弦）duànxián 动 หม้าย (ภรรยาตาย)

断线风筝（斷綫風箏）duànxiàn fēng·zheng〈成〉ว่าวที่ขาดลอย อุปมาว่า จากไปโดยไม่มีวันกลับ

断言（斷言）duànyán 动 กล่าวด้วยความแน่ใจ

断语（斷語）duànyǔ 名 คำกล่าวชี้ขาด ; ข้อสรุป

断章取义（斷章取義）duànzhāng-qǔyì〈成〉จับเอาใจความเฉพาะตอนโดยไม่สนใจเนื้อความทั้งหมด (ของบทความหรือคำกล่าว)

断肢（斷肢）duànzhī 动 แขนขาหัก 名 แขนขาที่หัก

断子绝孙（斷子絶孫）duànzǐ-juésūn〈成〉ไม่มีทายาท ; สิ้นลูกขาดหลาน

缎子（緞子）duàn·zi 名〈纺〉ผ้าแพรต่วน

椴木 duànmù 名〈植〉ไม้ลินเดน (*linden*)

煅烧（煅燒）duànshāo 动〈化〉ตีหลอม

锻打（鍛打）duàndǎ 动 ตีหลอม

锻工（鍛工）duàngōng 名 ช่างหลอม

锻炼（鍛煉）duànliàn 动 ฝึกฝน

锻铁（鍛鐵）duàntiě 名 เหล็กพืด

锻造（鍛造）duànzào 动 ตีหลอม

堆 duī 动 กอง 名 กอง 量 กอง ; กลุ่ม (ใช้กับสิ่งของที่รวมไว้เป็นกองหรือผู้คนที่รวมเป็นกลุ่ม)

堆放 duīfàng 动 กองไว้

堆积（堆積）duījī 动 รวมไว้เป็นกอง

堆砌 duīqì 动 ก่ออิฐ ; อุปมาว่า รวบรวมศัพท์สวยหรูไว้มากมายในงานเขียน

堆笑 duīxiào 动 ยิ้มโดยไม่มีความหมายแต่อย่างใด

队（隊）duì 名 แถว ; ทีม ; กอง

队列（隊列）duìliè 名 ขบวนแถว

队旗（隊旗）duìqí 名 ธงประจำกอง (หรือทีม)

队伍（隊伍）duì·wu 名 กองกำลังทหาร ; ขบวน

队形（隊形）duìxíng 名 รูปขบวน ; รูปแถว

队友（隊友）duìyǒu 名 เพื่อนร่วมทีม

队员（隊員）duìyuán 名 ลูกทีม ;〈简〉

สมาชิกเยาวชน กองหน้าของจีน (คำย่อจาก 少年
先锋队员)

对（對）duì 动 ตอบ ; ต่อ ; ถูก

对岸（對岸）duì'àn 名 ฝั่งตรงกันข้าม

对白（對白）duìbái 名〈剧〉บทสนทนา (ในบท
ละคร)

对半（對半）duìbàn 动 ครึ่งต่อครึ่ง

对比（對比）duìbǐ 动 เปรียบเทียบ

对不起（對不起）duì·buqǐ 动〈套〉ขอโทษ

对策（對策）duìcè 名 แผนการตอบโต้

对唱（對唱）duìchàng 动 ร้องเพลงโต้ตอบกัน

对称（對稱）duìchèn 形 สมมาตร

对冲（對衝）duìchōng 动〈经〉ป้องกัน
ความเสี่ยง (วิธีประกันความเสี่ยงของการ
ลงทุนรูปแบบหนึ่ง เช่น 货币对冲 ป้องกัน
ความเสี่ยงอัตราแลกเปลี่ยน)

对答（對答）duìdá 动 ตอบโต้

对答如流（對答如流）duìdá-rúliú〈成〉ตอบ
เป็นน้ำไหลไฟดับ

对待（對待）duìdài 动 ปฏิบัติต่อ

对得起（對得起）duì·deqǐ 动 ไม่เนรคุณ ;
ไม่ทำในสิ่งที่ไม่ดีต่อคนอื่น

对等（對等）duìděng 形（ฐานะ）เท่าเทียมกัน

对调（對調）duìdiào 动 โยกย้ายสับเปลี่ยน ; สับ
เปลี่ยน

对方（對方）duìfāng 名 ฝ่ายตรงกันข้าม

对付（對付）duì·fu 动 รับมือ ; ถูไถ

对歌（對歌）duìgē 动〈乐〉ร้องเพลงโต้ตอบกัน

对过（對過）duìguò 名 ฝั่งตรงข้าม

对号（對號）duìhào 动 ตรวจสอบเลขที่ 名
เครื่องหมายถูก "√"

对号入座（對號入座）duìhào-rùzuò〈成〉
นั่งตามเลขที่ อุปมาว่า นำผู้อื่นหรือเรื่อง
ราวที่เกิดกับผู้อื่นมาเทียบกับตัวเอง ;
นำพฤติกรรมของผู้กระทำผิดมาสอบ
เทียบกับกฤษฎีกา

对话（對話）duìhuà 动 สนทนา 名 คำสนทนา

对换（對換）duìhuàn 动 แลกกัน

对讲机（對講機）duìjiǎngjī 名〈讯〉วิทยุเคลื่อนที่

对奖（對獎）duìjiǎng 动 ตรวจหมายเลขรางวัล

对焦（對焦）duìjiāo 动〈物〉ปรับช่วงระยะของจุด
รวมแสง

对角线（對角綫）duìjiǎoxiàn 名〈数〉เส้นทแยง
มุม

对接（對接）duìjiē 动 เชื่อมต่อกัน

对劲（對勁）duìjìn 形 ถูกใจ ; เหมาะมือ ; เป็นปรกติ

对局（對局）duìjú 动〈体〉เล่นหมากรุก ; เล่นบอล

对开（對開）duìkāi 动 (ขับรถ เรือ เครื่องบิน ฯลฯ)
วิ่งสวนกัน 名〈印〉(กระดาษ) สองหน้ายก

对抗（對抗）duìkàng 动 เป็นปฏิปักษ์ ; ต่อต้าน

对口（對口）duìkǒu 动 ร้องเพลงแบบต่อปากต่อ
คำหรือพูดจำอวด 形 งานที่ได้รับบรรจุเหมาะกับ
วิชาที่ได้เรียนมา ; ลักษณะการงานของ
หน่วยงานสองฝ่ายเกี่ยวข้องหรือใกล้เคียงกัน ;
(อาหาร) ถูกปาก

对垒（對壘）duìlěi 动 คุมเชิง

对立（對立）duìlì 动 เป็นปฏิปักษ์ต่อกัน

对立面（對立面）duìlìmiàn 名〈哲〉ฝ่ายที่เป็นปฏิปักษ์

对联（對聯）duìlián 名 คำกลอนคู่ของจีน

对流（對流）duìliú 动〈物〉กระแสที่นำพาความร้อน
ขึ้นและความเย็นลงไหลสวนกัน

对路（對路）duìlù 形 สอดคล้องต้องกัน

对门（對門）duìmén 名 ประตูบ้านสองหลังที่อยู่
คนละฟากตรงกัน ; บ้านที่อยู่คนละฟากตรงกัน

对面（對面）duìmiàn 名 ฝั่งตรงกันข้าม 副
ต่อหน้า ; ตรงข้างหน้า

对牛弹琴（對牛彈琴）duìniú-tánqín〈成〉
สีซอให้ควายฟัง

对偶（對偶）duì'ǒu 名〈语〉ถ้อยคำที่เป็นคู่กัน
ในภาษาจีน

对儿（對兒）duìr 名 คู่

对诗（對詩）duìshī 动 ท่องกลอนต่อประโยค

对手（對手）duìshǒu 名 คู่ต่อสู้ ; คู่แข่ง

对数（對數）duìshù 名〈数〉ลอการิทึม
(*logarithm*)

对台戏（對臺戲）duìtáixì 名 ละครที่แสดง

D

ประชันกัน
对头（對頭）duìtóu 形 ถูกต้อง ; เข้ากันได้
对头（對頭）duì·tou 名 คู่อาฆาต ; คู่ต่อสู้
对外（對外）duìwài 动 สำหรับส่วนภายนอก
对外贸易（對外貿易）duìwài-màoyì 名 การค้าระหว่างประเทศ ; การค้าระหว่างเขต
对味儿（對味兒）duìwèir 形 รสชาติถูกใจ ; ถูกรสนิยม (ส่วนมากใช้ในรูปปฏิเสธ)
对虾（對蝦）duìxiā 名〈动〉กุ้งนาง
对象（對象）duìxiàng 名 เป้า ; คู่รัก ; เนื้อคู่
对眼（對眼）duìyǎn 形〈口〉ต้องตา ; ถูกคอ
对弈（對弈）duìyì 动〈书〉เล่นหมากรุก
对应（對應）duìyìng 动 ตรงกัน
对于（對于）duìyú 介 สำหรับ ; เกี่ยวกับ
对照（對照）duìzhào 动 เทียบ
对折（對摺）duìzhé 名 ลดครึ่งหนึ่ง
对着干（對着幹）duì·zhegàn 动 ปฏิบัติตรงกันข้ามเพื่อคัดค้านหรือทำลาย ; แข่งกันทำงาน
对证（對證）duìzhèng 动 ตรวจสอบเพื่อพิสูจน์ความจริง
对症下药（對症下藥）duìzhèng-xiàyào〈成〉ให้ยาตรงกับโรค
对质（對質）duìzhì 动〈法〉ยืนยันกันต่อหน้า
对峙（對峙）duìzhì 动 (ภูเขา) ตั้งตระหง่านอยู่ตรงข้าม ; คุมเชิงกัน
对准（對準）duìzhǔn 动 เทียบให้ตรง ; เล็งให้ตรง (เป้า)
对子（對子）duì·zi 名 คำกลอนคู่แบบจีน

兑 duì 动 แลก ; เติม (น้ำ ฯลฯ)
兑付 duìfù 动 จ่ายเงินตามตั๋วเงิน (เช็ค)
兑换 duìhuàn 动 แลกเปลี่ยนเงินตราต่างสกุล
兑奖（兑獎）duìjiǎng 动 แลกเงินรางวัล
兑现（兑現）duìxiàn 动 ถือตั๋วเงินเบิกเงินกับธนาคาร ; ทำตามคำมั่นสัญญา

吨（噸）dūn 量 ตัน (*ton*)
吨公里（噸公里）dūngōnglǐ 量 ตัน/กิโลเมตร
吨海里（噸海里）dūnhǎilǐ 量〈航〉ตัน/ไมล์ทะเล
吨时（噸時）dūnshí 量 ตัน/ชั่วโมง
吨位（噸位）dūnwèi 名〈航〉ระวางขับน้ำ

敦促 dūncù 动 เร่งรัดด้วยการขอร้อง
敦厚 dūnhòu 形 ซื่อสัตย์และบริสุทธิ์
敦请（敦請）dūnqǐng 动 เชื้อเชิญด้วยความจริงใจ
敦实（敦實）dūn·shi 形 เตี้ยและแข็งแรง

墩布 dūnbù 名 ไม้ถูพื้น
墩子 dūn·zi 名 ตอไม้ ; ตั่งหิน

蹲 dūn 动 นั่งยอง ๆ
蹲班 dūnbān 动 (นักเรียน) เรียนซ้ำชั้น
蹲点（蹲點）dūndiǎn 动 ลงไปทำงานและสำรวจข้อมูลตามหน่วยงานย่อย
蹲守 dūnshǒu 动 (ตำรวจ ฯลฯ) เฝ้าสำรวจและคอยจับคนร้ายในที่หลบซ่อน

趸（躉）dǔn 副 สินค้าที่ขายเป็นจำนวนมาก 动 ซื้อเป็นจำนวนมาก (เพื่อขายต่อ)

囤 dùn 名 ที่เก็บธัญญาหารซึ่งสานด้วยตอก ฯลฯ

炖 dùn 动 ตุ๋น

钝（鈍）dùn 形 ทู่ ; ทื่อ
钝角（鈍角）dùnjiǎo 名〈数〉มุมป้าน

盾 dùn 名 โล่ ; ของที่มีลักษณะคล้ายโล่
盾牌 dùnpái 名 โล่ ; โล่บังหน้า

顿（頓）dùn 动 หยุดชะงัก ; จัดการให้เรียบร้อย
顿号（頓號）dùnhào 名〈语〉เครื่องหมายหยุดพักเสียง “ 、” ใช้ระหว่างคำหรือวลีที่มีความหมายทางไวยากรณ์เท่าเทียมกัน
顿开茅塞（頓開茅塞）dùnkāi-máosè〈成〉สมองเกิดโปร่งใสขึ้นโดยฉับพลัน
顿时（頓時）dùnshí 副 ทันที
顿悟（頓悟）dùnwù 动 เกิดสำนึกได้โดยฉับพลัน
顿足（頓足）dùnzú 动 กระทืบเท้า
顿足捶胸（頓足捶胸）dùnzú-chuíxiōng〈成〉ทุบอกชกหัว

遁词（遁詞）dùncí 名 คำเลี่ยงเพื่อแก้ตัว
遁形 dùnxíng 动 ล่องหนหายตัว

多 duō 形 มาก
多半 duōbàn 数 ส่วนมาก
多胞胎 duōbāotāi 名 แฝดสาม แฝดสี่ ฯลฯ ;

มัลทิเพิล เบิร์ธ (*multiple birth*)
多边（多邊）duōbiān 形 หลายฝ่าย
多边形（多邊形）duōbiānxíng 名〈数〉รูปหลายเหลี่ยม
多变（多變）duōbiàn 形 เปลี่ยนบ่อย
多才多艺（多才多藝）duōcái-duōyì〈成〉มีวิชาความรู้รอบด้าน
多彩 duōcǎi 形 หลากสี
多愁善感 duōchóu-shàngǎn〈成〉อารมณ์เปราะบาง ; ทุกข์ง่าย
多此一举（多此一舉）duōcǐyījǔ〈成〉ทำในสิ่งที่เกินความจำเป็น
多党制（多黨制）duōdǎngzhì 名 ระบอบการปกครองประเทศโดยพรรคการเมืองหลายพรรค
多端 duōduān 形 หลายแบบหลายอย่าง
多多益善 duōduō-yìshàn〈成〉ยิ่งมากยิ่งดี
多发病（多發病）duōfābìng 名 โรคที่เป็นบ่อย
多方 duōfāng 副 หลายทาง ; หลายฝ่าย
多寡 duōguǎ 名 มากน้อย
多会儿（多會兒）duōhuìr 代 เมื่อไร
多极化（多極化）duōjíhuà 动 แบบหลายขั้ว
多角形 duōjiǎoxíng 名〈数〉รูปหลายเหลี่ยม
多晶体（多晶體）duōjīngtǐ 名〈物〉ตัวหลายผลึก ; โพลีคริสตัล (*polycrystal*)
多久 duōjiǔ 副 นานเท่าไร
多亏（多虧）duōkuī 动 ดีที่...
多虑（多慮）duōlǜ 动 คิดมาก ; เป็นห่วงมาก
多么（多麼）duō·me 副 ช่าง...เสียนี่กระไร ; เพียงไร
多面手 duōmiànshǒu 名 คนที่มีความสามารถหลายด้าน
多面体（多面體）duōmiàntǐ 名〈数〉รูปทรงปริมาตรหลายด้าน
多谋善断（多謀善斷）duōmóu-shànduàn〈成〉สติปัญญาเฉียบแหลมและชำนาญในการตัดสินชี้ขาด
多幕剧（多幕劇）duōmùjù 名〈剧〉ละครหลายองก์
多年 duōnián 名 หลายปี
多年来（多年來）duōniánlái 名 หลายปีมานี้
多情 duōqíng 形 จิตใจเต็มไปด้วยความรัก
多日 duōrì 形 หลายวัน
多如牛毛 duōrúniúmáo〈成〉มากมายนับไม่ถ้วน
多少 duō·shǎo 名 ความมากน้อย 副 บ้าง ; นิดหน่อย
多少 duōshao 代 เท่าไร ; เท่าไร...เท่านั้น 数 (ไม่มาก) เท่าไร (ใช้ในรูปปฏิเสธ) ; หลาย
多时（多時）duōshí 名 เป็นเวลานาน
多事 duōshì 动 มากเรื่อง ; มีเหตุการณ์ผันผวนมากมาย
多事之秋 duōshìzhīqiū〈成〉ปีที่มีเหตุการณ์ผันผวนมากมาย
多数（多數）duōshù 名 ส่วนมาก ; ส่วนใหญ่
多项式（多項式）duōxiàngshì 名〈数〉รูปหลายเทอม ; รูปหลายจำนวน ; รูปหลายเชิง
多谢（多謝）duōxiè 动〈套〉ขอบคุณมาก
多心 duōxīn 动 คิดมาก ; ขี้ระแวง
多样（多樣）duōyàng 形 หลายรูปหลายแบบ
多样化（多樣化）duōyànghuà 动 ทำเป็นหลายรูปหลายแบบ
多疑 duōyí 形 ขี้ระแวง
多义词（多義詞）duōyìcí 名〈语〉คำหลายความหมาย
多音字 duōyīnzì 名〈语〉ตัวหนังสือที่อ่านได้หลายเสียง
多余（多餘）duōyú 形 เหลือเฟือ 动 เกินความจำเป็น
多元 duōyuán 名 พหุลักษณ์ ; หลากหลาย
多元化 duōyuánhuà 形 อเนกนิยม ; พหุนิยม
多元共生 duōyuán gòngshēng ความเป็นเอกภาพท่ามกลางความหลากหลาย
多元文化 duōyuán wénhuà วัฒนธรรมพหุลักษณ์
多云（多雲）duōyún 形〈气〉เมฆมาก
多灾多难（多災多難）duōzāi-duōnàn〈成〉โรคภัยมากมาย ; ภัยพิบัติมากมาย
多种（多種）duōzhǒng 名 หลายชนิด ;

หลายประเภท
多嘴 duōzuǐ 动 ปากมาก
咄 咄咄逼人 duōduō-bīrén ‹成› พูดจาระรานไม่รอมชอม
咄咄怪事 duōduō-guàishì ‹成› เรื่องแปลกประหลาดจริง ๆ
哆 哆嗦嗦 duōduōsuōsuō 动 สั่นเทา ; สั่นระริก
哆嗦 duō·suo 动 สั่น
掇 弄 duōnòng 动 ‹方› ซ่อมแซม ; จัด (เก็บ) ของ ; ยุยง
夺（奪）duó 动 แย่ง ; ชิง
夺标（奪標）duóbiāo 动 ‹体› ชิงชนะเลิศ
夺得（奪得）duódé 动 ชิง...ได้
夺冠（奪冠）duóguàn 动 ‹体› ชิงชนะเลิศ
夺魁（奪魁）duókuí 动 ชิงชนะเลิศ ; สอบได้อันดับหนึ่ง
夺目（奪目）duómù 形 ลานตา ; สะดุดตา
夺取（奪取）duóqǔ 动 ยึดเอา ; ชิงเอา
夺权（奪權）duóquán 动 ยึดอำนาจ
度 duó 动 คาดคะเน
踱 duó 动 เดินทอดน่อง
朵 duǒ 量 ดอก (ใช้เป็นลักษณนามของดอกไม้) ; ก้อน (ใช้เป็นลักษณนามของเมฆ)
躲 duǒ 动 หลบ ; ซ่อน ; หลีก
躲避 duǒbì 动 หลบหน้า ; หลบเลี่ยง
躲藏 duǒcáng 动 หลบซ่อน
躲让（躲讓）duǒràng 动 หลีกทางให้
躲闪（躲閃）duǒshǎn 动 หลีกทาง ; หลีก
剁 duò 动 ตัด ; สับ
垛 duò 动 กองเป็นชั้น 名 กอง
舵 duò 名 หางเสือ (ของเรือหรือเครื่องบิน)
舵手 duòshǒu 名 นายท้าย
堕（墮）duò 动 ตก ; หล่น
堕落（墮落）duòluò 动 เหลวแหลก ; เสื่อมทราม
堕胎（墮胎）duòtāi 动 ‹医› ทำแท้ง
惰 性 duòxìng 名 ‹化› ลักษณะเฉื่อย ; อุปมาว่านิสัยขี้เกียจ
跺 duò 动 กระทืบ (เท้า)

E e

阿胶（阿膠）ējiāo 名〈中药〉เออเจียว (ยาจีนชนิดหนึ่ง ได้จากการเคี่ยวหนังลา)

阿弥陀佛（阿彌陀佛）Ēmítuófó 名〈宗〉พระอมิตาภพุทธะ

阿谀奉承（阿諛奉承）ēyú-fèng·cheng〈成〉ประจบสอพลอ

屙 ē 动 ถ่าย (อุจจาระ ปัสสาวะ)

婀娜 ēnuó 形 อรชรอ้อนแอ้น

讹（訛）é 动 ผิด ; หลอกต้ม ; ขู่เข็ญ

讹传（訛傳）échuán 名 ข่าวลือปราศจากมูล

讹误（訛誤）éwù 名 (ตัวหนังสือ การบันทึก) ผิดพลาด

讹诈（訛詐）ézhà 动 หลอกต้ม ; ขู่เข็ญ

俄文 Éwén 名 ภาษารัสเซีย

俄语（俄語）Éyǔ 名 ภาษารัสเซีย

娥眉 éméi 名 คิ้วโก่งอันงดงาม (ของหญิง) ; หญิงงาม

鹅（鵝）é 名 ห่าน

鹅蛋脸（鵝蛋臉）édànliǎn 名 ใบหน้ารูปไข่

鹅黄（鵝黄）éhuáng 形 สีเหลืองอ่อน

鹅口疮（鵝口瘡）ékǒuchuāng 名〈医〉ซาง

鹅卵石（鵝卵石）éluǎnshí 名 กรวดขนาดปานกลาง

鹅毛（鵝毛）émáo 名 ขนห่าน

鹅绒（鵝絨）éróng 名 ขนอ่อนของห่าน

鹅掌（鵝掌）ézhǎng 名 ตีนห่าน

蛾子 é·zi 名 แมลงเม่า

额定（額定）édìng 形 จำนวนที่กำหนด

额度（額度）édù 名 จำนวนที่จำกัด ; โควตา (*quota*)

额骨（額骨）égǔ 名 กระดูกหน้าผาก

额角（額角）éjiǎo 名 ท้ายหน้าผาก

额头（額頭）é·tóu 名 หน้าผาก

额外（額外）éwài 形 พิเศษ ; นอกเหนือจากที่กำหนดไว้

恶心（惡心）ě·xin 动 คลื่นเหียน 形 สะอิดสะเอียน

厄境 èjìng 名 สภาพลำบากยากแค้น

厄难（厄難）ènàn 名 ภัยพิบัติ ; ความทุกข์ยาก

厄运（厄運）èyùn 名 โชคร้าย

扼 è 动〈书〉เค้น ; รักษาการณ์ ; ควบคุม

扼杀（扼殺）èshā 动 เค้นคอให้ตาย

扼守 èshǒu 动 เฝ้ารักษาการณ์

扼腕 èwàn 动〈书〉มือข้างหนึ่งจับข้อมืออีกข้างหนึ่ง เป็นท่าทางแสดงความฮึกเหิม ความโกรธ หรือความเสียดายอย่างแรง

扼要 èyào 形 จับประเด็นสำคัญ

扼制 èzhì 动 ควบคุม

轭（軛）è 名 แอก

恶（惡）è 名 ความชั่ว 形 ร้าย ; ไม่ดี

恶霸（惡霸）èbà 名 ดาวร้าย ; นักเลงหัวไม้

恶报（惡報）èbào 名〈宗〉กรรมสนอง

恶变（惡變）èbiàn 动〈医〉กลายเป็นมะเร็ง

恶补（惡補）èbǔ 动 เร่งเพิ่มเติม (ความรู้ อาหารบำรุง ฯลฯ) ภายในเวลาอันสั้น

恶臭（惡臭）èchòu 名 เหม็นโฉ่

恶斗（惡鬥）èdòu 动 ต่อสู้อย่างดุเดือดฮึกเหิม

恶毒（惡毒）èdú 形 อำมหิต

恶感（惡感）ègǎn 名 ความรู้สึกที่ไม่พอใจ ; ความรู้สึกเกลียดชัง

恶狗（惡狗）ègǒu 名 สุนัขดุ

恶贯满盈（惡貫滿盈）èguàn-mǎnyíng〈成〉ก่อกรรมทำชั่วอย่างหนัก

恶棍（惡棍）ègùn 名 วายร้าย

恶果（惡果）èguǒ 名 กรรม ; ผลร้าย

恶狠狠（惡狠狠）èhěnhěn 形 (อย่าง) ดุร้าย
恶化（惡化）èhuà 动 (สถานการณ์ อาการป่วย ฯลฯ) ทรุดลง ; แย่ลง
恶劣（惡劣）èliè 形 ชั่วเลว
恶梦（惡夢）èmèng 名 ฝันร้าย
恶名（惡名）èmíng 名 ชื่อเสียงที่ไม่ดี
恶魔（惡魔）èmó 名〈宗〉มารร้าย
恶气（惡氣）èqì 名 กลิ่นไม่ดี ; กลิ่นเหม็น ; ความไม่พอใจ ; ความคับแค้นใจ
恶人（惡人）èrén 名 คนร้าย ; คนชั่ว
恶煞（惡煞）èshà 名 ปีศาจร้าย ; อุปมาว่าคนโหดเหี้ยมและใจดำอำมหิต
恶少（惡少）èshào 名 หนุ่มที่ประพฤติชั่ว
恶声恶气（惡聲惡氣）èshēng-èqì〈成〉ท่าทีและน้ำเสียงดุร้าย
恶习（惡習）èxí 名 นิสัยที่ไม่ดี ; ความเคยชินที่ไม่ดี
恶行（惡行）èxíng 名 พฤติกรรมต่ำทราม
恶性（惡性）èxìng 形 ลักษณะที่เลวร้าย
恶性循环（惡性循環）èxìng xúnhuán การหมุนเวียนที่เป็นไปในทางทรุดโทรม
恶意（惡意）èyì 名 เจตนาร้าย
恶语中伤（惡語中傷）èyǔ-zhòngshāng〈成〉ใส่ร้ายป้ายสี ; ทำลายชื่อเสียง
恶战（惡戰）èzhàn 名 รบกันอย่างดุเดือด
恶作剧（惡作劇）èzuòjù 名 การเล่นพิเรนทร์ ; การกลั่นแกล้ง
饿（餓）è 形 หิว
饿饭（餓飯）èfàn 动〈方〉หิวข้าว
饿虎扑食（餓虎撲食）èhǔ-pūshí〈成〉เสือหิวตะครุบเหยื่อ อุปมา การกระทำรวดเร็วรุนแรง
饿殍（餓殍）èpiǎo 名〈书〉คนที่อดตาย
萼 è 名〈植〉กลีบเลี้ยง (ของดอกไม้)
遏抑 èyì 动 ระงับ ; ขัดขวาง
遏止 èzhǐ 动 ยับยั้ง
遏制 èzhì 动 ยับยั้งและควบคุม
愕然 èrán 形 งงงัน
腭 è 名〈生理〉เพดานปาก
腭裂 èliè 名〈医〉เพดานปากแตก (มักจะเป็นพร้อมกับโรคปากครุฑ)
鹗（鶚）è 名〈动〉นกกินปลา
噩耗 èhào 名 ข่าวมรณกรรม
噩梦（噩夢）èmèng 名 ฝันร้าย
噩运（噩運）èyùn 名 เคราะห์ร้าย ; โชคร้าย
鳄鱼（鰐魚）èyú 名〈动〉จระเข้
恩 ēn 名 บุญคุณ
恩爱（恩愛）ēn'ài 形 ความรักใคร่ (ระหว่างสามีภรรยา)
恩宠（恩寵）ēnchǒng 名〈书〉ความโปรดปรานรักใคร่
恩仇 ēnchóu 名 บุญคุณและความแค้น
恩赐（恩賜）ēncì 动 พระราชทาน ; การให้ด้วยความเมตตากรุณา
恩断义绝（恩斷義絶）ēnduàn-yìjué〈成〉ตัดขาดความรักและบุญคุณทั้งหมด
恩惠 ēnhuì 名 บุญคุณ
恩将仇报（恩將仇報）ēnjiāngchóubào〈成〉กินบนเรือนขี้บนหลังคา ; ทำคุณบูชาโทษ
恩情 ēnqíng 名 บุญคุณ
恩人 ēnrén 名 ผู้มีบุญคุณ
恩师（恩師）ēnshī 名 อาจารย์ผู้มีบุญคุณ
恩怨 ēnyuàn 名 ความรักความแค้น
恩泽（恩澤）ēnzé 名 พระมหากรุณาธิคุณ ; กรุณาธิคุณ
恩准 ēnzhǔn 动 ทรงอนุญาต
摁 èn 动 กด
摁钉儿（摁釘兒）èndīngr 名〈口〉หมุดติดบอร์ด
摁扣儿（摁扣兒）ènkòur 名〈口〉กระดุมแป๊ก
儿（兒）ér 名 เด็ก ; ลูก
儿歌（兒歌）érgē 名 เพลงสำหรับเด็ก
儿化（兒化）érhuà 动〈语〉เสริมท้ายคำด้วยเสียง "r"
儿科（兒科）érkē 名〈医〉แผนกกุมารเวช
儿女（兒女）érnǚ 名 ลูก ๆ ; หญิงชาย
儿时（兒時）érshí 名 สมัยเด็ก
儿孙（兒孫）érsūn 名 ลูกหลาน

儿童（兒童）értóng 名 เด็ก ๆ
儿童节（兒童節）Értóng Jié 名 วันเด็ก
儿媳（兒媳）érxí 名 ลูกสะใภ้
儿戏（兒戲）érxì 名 การเล่นของเด็ก ; การทำเหมือนเด็กเล่น
儿子（兒子）ér•zi 名 ลูกชาย
而 ér 连 และ ; ครั้นแล้ว ; หาก ; แต่
而后（而後）érhòu 连 ครั้นแล้ว
而今 érjīn 名 ทุกวันนี้
而立 érlì 名 อายุ ๓๐ ปี
而且 érqiě 连 หากยัง...อีกด้วย
而是 érshì 连 แต่กลับ
而外 érwài 助 นอกจาก
而已 éryǐ 助 ...เท่านั้นแหละ
尔格（爾格）ěrgé 量〈物〉เอิร์ก (*erg*)
尔后（爾後）ěrhòu 连 ตั้งแต่นี้เป็นต้นไป
尔虞我诈（爾虞我詐）ěryú-wǒzhà〈成〉ต่างฝ่ายต่างหลอกกัน
耳 ěr 名〈生理〉หู
耳背 ěrbèi 形 หูตึง
耳鼻喉科 ěr-bí-hóukē〈医〉แผนกหู คอ จมูก ; แผนกโสต ศอ นาสิก
耳边风（耳邊風）ěrbiānfēng 名 ลมพัดผ่านหู อุปมาว่า คำพูดที่เข้าหูซ้ายทะลุหูขวา
耳垂 ěrchuí 名 ติ่งหู
耳聪目明（耳聰目明）ěrcōng-mùmíng〈成〉หูไว ตาสว่าง
耳朵 ěr•duo 名 หู
耳根 ěrgēn 名 ส่วนล่างใบหู ; หู
耳垢 ěrgòu 名 ขี้หู
耳光 ěrguāng 名 การตบหน้า
耳环（耳環）ěrhuán 名 ต่างหู ; ตุ้มหู
耳机（耳機）ěrjī 名 หูฟัง
耳尖 ěrjiān 形 หูไว
耳孔 ěrkǒng 名 ช่องหู
耳麦（耳麥）ěrmài 名 หูฟังแบบหัวสวม ; เฮดเซ็ต (*headset*)
耳鸣（耳鳴）ěrmíng 动〈医〉หูอื้อ
耳膜 ěrmó 名〈生理〉เยื่อหู
耳目 ěrmù 名 หูตา ; ข่าวคราว ; ผู้สืบข่าว
耳目一新 ěrmù-yīxīn〈成〉สิ่งที่ได้ยินได้เห็นเปลี่ยนโฉมใหม่หมด
耳旁风（耳旁風）ěrpángfēng 名 คำพูดที่เข้าหูซ้ายทะลุหูขวา
耳热（耳熱）ěrrè 形 ตื่นเต้นดีใจ ; อับอาย
耳濡目染 ěrrú-mùrǎn〈成〉ได้รับผลกระทบด้วยเหตุที่ได้ยินได้เห็นอยู่เสมอ
耳软心活（耳軟心活）ěrruǎn-xīnhuó〈成〉หูเบา
耳塞 ěrsāi 名 หูฟัง ; ที่อุดหู
耳塞机（耳塞機）ěrsāijī 名 หูฟัง
耳生 ěrshēng 形 แปลกหู
耳屎 ěrshǐ 名〈口〉ขี้หู
耳饰（耳飾）ěrshì 名 เครื่องประดับหู
耳熟 ěrshú 形 คุ้นหู
耳熟能详（耳熟能詳）ěrshú-néngxiáng〈成〉ฟังจนคุ้นหูแล้วจึงบอกรายละเอียดได้
耳顺（耳順）ěrshùn 名〈书〉อายุ ๖๐ ปี 形 รื่นหู
耳提面命 ěrtí-miànmìng〈成〉จับหูสั่งสอนต่อหน้า อุปมาว่า อบรมสั่งสอนด้วยความหวังดียิ่ง
耳闻（耳聞）ěrwén 动 ได้ยินมา
耳闻目睹（耳聞目睹）ěrwén-mùdǔ〈成〉ได้ยินได้เห็นมาด้วยตนเอง
耳语（耳語）ěryǔ 动 กระซิบ
耳针（耳針）ěrzhēn 名〈中医〉การฝังเข็มที่ใบหู
耳坠（耳墜）ěrzhuì 名 ต่างหู ; ตุ้มหู
饵料（餌料）ěrliào 名 เหยื่อปลา
二 èr 数 สอง
二百五 èrbǎiwǔ 名〈口〉โง่และมุทะลุ
二重唱 èrchóngchàng 名〈乐〉ร้องประสานเสียง
二重性 èrchóngxìng 名 ลักษณะสองด้าน
二重奏 èrchóngzòu 名〈乐〉บรรเลงประสานเสียง
二次方程 èr cì fāngchéng 名〈数〉สมการสองชั้น
二等 èrděng 形 อันดับสอง ; ชั้นสอง ; ชั้นโท
二房东（二房東）èrfángdōng 名 ผู้ให้เช่าช่วง
二副 èrfù 名 ต้นหนที่หนึ่ง (ของเรือ)
二锅头（二鍋頭）èrguōtóu 名 เหล้าขาวเอ้อร์กวอโถว

二胡 èrhú 名 ‹乐› ซออู้ (ซอจีนชนิดหนึ่ง)

二话（二話）èrhuà 名 คำพูดอื่น ๆ
(ส่วนมากจะใช้ในรูปปฏิเสธ)

二婚 èrhūn 动 ‹口› แต่งงานเป็นครั้งที่สอง

二极管（二極管）èrjíguǎn 名 ‹电子› ไดโอด
(diode)

二尖瓣 èrjiānbàn 名 ‹生理› ลิ้นไมทรัล
(mitral valve)

二进制（二進制）èrjìnzhì 名 ‹数› ระบบทวิ

二郎腿 èrlángtuǐ 名 ‹方› นั่งไขว่ห้าง

二老 èrlǎo 名 บิดามารดา

二流 èrliú 形 (ระดับ) ชั้นสอง

二流子 èrliú·zi 名 พวกเสเพล

二秘 èrmì 名 เลขาโท

二奶 èrnǎi 名 ‹方› เมียเก็บ

二手 èrshǒu 形 มือสอง

二手车（二手車）èrshǒuchē 名 รถมือสอง

二维码（二維碼）èrwéimǎ 名 ‹信息› คิวอาร์โค้ด

(QR code) ; รหัสคิวอาร์

二线（二綫）èrxiàn 名 แนวที่สอง

二项式（二項式）èrxiàngshì 名 ‹数›
รูปสองเทอม

二心 èrxīn 名 ความคิดนอกใจ
形 ขาดความตั้งใจ

二心不定 èrxīn-bùdìng สองจิตสองใจ

二性子 èrxìng·zi 名 กะเทย

二氧化碳 èryǎnghuàtàn 名 ‹化›
คาร์บอนไดออกไซด์ (carbon dioxide)

二意 èryì 名 ‹书› ความคิดนอกใจ

二元 èryuán 名 ลักษณะสองปัจจัย

二元论（二元論）èryuánlùn 名 ‹哲› ทวินิยม

二元酸 èryuánsuān 名 ‹化› กรดทวิภาค

二月 èryuè 名 เดือนกุมภาพันธ์

二者 èrzhě 名 ทั้งสอง

贰（貳）èr 数 สอง

F f

发（發）fā 动 ส่ง ; เกิด ; ยิง
发案（發案）fā'àn 动 เกิดอาชญากรรม
发案率（發案率）fā'ànlǜ 名〈法〉อัตราการเกิดอาชญากรรม
发榜（發榜）fābǎng 动 ประกาศผลการสอบคัดเลือก
发报（發報）fābào 动 ส่งโทรเลข
发报机（發報機）fābàojī 名〈讯〉เครื่องส่งโทรเลข
发表（發表）fābiǎo 动 แถลง ; ตีพิมพ์ลง (นิตยสาร หนังสือพิมพ์)
发兵（發兵）fābīng 动〈军〉ส่งทหาร (ไปรบ)
发病（發病）fābìng 动 เป็นโรค ; เกิดป่วย
发病率（發病率）fābìnglǜ 名〈医〉อัตราการเป็นโรค ; อัตราการป่วย
发布（發布）fābù 动 ประกาศ ; แถลงข่าว
发财（發財）fācái 动 ร่ำรวยขึ้น
发颤（發顫）fāchàn 动 สั่นเทา
发车（發車）fāchē 动 ออกรถ
发痴（發痴）fāchī 动〈方〉เหม่อลอย ; เป็นบ้า
发愁（發愁）fāchóu 动 เป็นทุกข์
发出（發出）fāchū 动 ส่ง...ออก ; ออก
发怵（發怵）fāchù 动〈方〉กลัว
发达（發達）fādá 形 เจริญ
发呆（發呆）fādāi 动 เหม่อลอย
发电（發電）fādiàn 动 กำเนิดไฟฟ้า
发电机（發電機）fādiànjī 名〈电〉เครื่องกำเนิดไฟฟ้า
发电站（發電站）fādiànzhàn 名〈电〉สถานีผลิตไฟฟ้า
发动（發動）fādòng 动 ก่อการ ; ปลุกระดม ; ติดเครื่อง
发动机（發動機）fādòngjī 名〈机〉เครื่องยนต์ ; มอเตอร์ (*motor*)
发抖（發抖）fādǒu 动 สั่นเทา ; สั่นระริก
发放（發放）fāfàng 动 แจกจ่าย
发奋（發奮）fāfèn 动 มุมานะ
发愤图强（發憤圖强）fāfèn-túqiáng〈成〉มุมานะต่อสู้เพื่อช่วงชิงชัยชนะ
发疯（發瘋）fāfēng 动 เป็นบ้า ; (พูดหรือทำ) อย่างผิดปกติ
发福（發福）fāfú 动〈套〉ร่างกายเกิดสมบูรณ์ขึ้นกว่าเดิม
发绀（發紺）fāgàn 动〈医〉ผิวหนังเกิดจ้ำเขียวเนื่องจากการขาดอ๊อกซิเจน
发糕（發糕）fāgāo 名 ขนมเค้กนึ่งฟู
发稿（發稿）fāgǎo 动 (สำนักข่าว) ส่งข่าว (ไปให้สำนักหนังสือพิมพ์ สถานีโทรทัศน์ ฯลฯ) ; (สำนักบรรณาธิการ) ส่งต้นฉบับหนังสือ (ไปให้สำนักพิมพ์เพื่อตีพิมพ์)
发光（發光）fāguāng 动 เปล่งแสง ; ฉายแสง
发汗（發汗）fāhàn 动 (ใช้ยา) ขับเหงื่อ
发号施令（發號施令）fāhào-shīlìng〈成〉ออกคำสั่ง ; บัญชาการ
发狠（發狠）fāhěn 动 ตัดสินใจเด็ดขาดโดยไม่สนใจอะไรทั้งสิ้น ; เดือดดาล
发话（發話）fāhuà 动 พูด ; สั่ง ; ตักเตือน
发还（發還）fāhuán 动 คืน (สิ่งของที่เก็บมา)
发慌（發慌）fāhuāng 动 ยุ่งใจ ; กลัวตาลีตาลาน (เนื่องจากกลัว ร้อนรน ตื่นเต้นหรือร่างกายอ่อนแอ)
发挥（發揮）fāhuī 动 สำแดง ; แสดง
发昏（發昏）fāhūn 动 เวียนศีรษะ ; เสียสติ
发火（發火）fāhuǒ 动 ลุกไหม้ ; โมโห
发急（發急）fājí 动 ร้อนใจ
发迹（發迹）fājì 动 เกิดร่ำรวยขึ้น
发家（發家）fājiā 动 ทำให้ครอบครัวร่ำรวยขึ้น
发酵（發酵）fājiào 动〈化〉หมัก
发窘（發窘）fājiǒng 动 เก้อ ; เก้อเขิน

发酒疯（發酒瘋）fā jiǔfēng 动〈口〉เมาขาดสติ ; เมาหัวราน้ำ

发觉（發覺）fājué 动 เกิดรู้สึกตัว ; รู้สึก

发掘（發掘）fājué 动 ขุดค้น

发刊词（發刊詞）fākāncí 名 คำแถลงฉบับปฐมฤกษ์

发狂（發狂）fākuáng 动 เป็นบ้า อุปมาว่า ผิดปกติ

发困（發困）fākùn 动 ง่วง

发愣（發愣）fālèng 动〈口〉เหม่อลอย ; งงงัน

发亮（發亮）fāliàng 动 สว่างขึ้น ; เป็นเงาวาววับ

发令（發令）fālìng 动 ออกคำสั่ง

发令枪（發令槍）fālìngqiāng 名〈体〉ปืนสัญญาณ

发落（發落）fāluò 动 จัดการลงโทษ ; จัดการ

发麻（發麻）fāmá 动 เกิดอาการชาขึ้น

发毛（發毛）fāmáo 动〈口〉ขนลุก ; กลัว ;〈方〉โกรธ

发霉（發黴）fāméi 动 ขึ้นรา

F

发闷（發悶）fāmēn 动 หายใจไม่ออก

发蒙（發蒙）fāmēng 动〈口〉งุนงง

发面（發麵）fāmiàn 动 หมักแป้งให้ฟู 名 แป้งหมัก

发明（發明）fāmíng 动 ประดิษฐ์ขึ้น ; คิดค้นขึ้น

发明家（發明家）fāmíngjiā 名 นักประดิษฐ์

发难（發難）fānàn 动 ก่อการกบฏ ; ก่อการปฏิวัติ

发蔫（發蔫）fāniān 动 เริ่มเหี่ยว ; ซึม

发怒（發怒）fānù 动 โมโห ; เดือดดาล

发排（發排）fāpái 动〈印〉ส่งเรียงพิมพ์

发胖（發胖）fāpàng 动 (ร่างกาย) อ้วนขึ้น

发配（發配）fāpèi 动 เนรเทศ

发脾气（發脾氣）fā pí·qi 动 ใช้อารมณ์ ; อารมณ์เสีย

发票（發票）fāpiào 名 ใบเสร็จ ; บิล (*bill*)

发起（發起）fāqǐ 动 ริเริ่ม ; ก่อการ

发情（發情）fāqíng 动 (สัตว์เพศเมีย) เกิดอาการกำหนัด

发情期（發情期）fāqíngqī 名 ระยะเวลา (สัตว์เพศเมีย) เกิดอาการกำหนัด

发球（發球）fāqiú 动〈体〉เสิร์ฟลูก

发热（發熱）fārè 动 เป็นไข้ ; ตัวร้อน ; เปล่งความร้อน ; อารมณ์วู่วาม

发人深思（發人深思）fārénshēnsī〈成〉กระตุ้นให้ครุ่นคิดอย่างลึกซึ้ง

发人深省（發人深省）fārénshēnxǐng〈成〉กระตุ้นให้เกิดความสำนึก

发软（發軟）fāruǎn 动 อ่อนลง ; นิ่มลง

发散（發散）fāsàn 动 กระจายออกไป ; คลายความร้อน (ในร่างกายออกไป)

发丧（發喪）fāsāng 动 ประกาศฌาปณกิจ ; จัดการงานศพ

发傻（發傻）fāshǎ 动 ตะลึง ; (พูดหรือทำ) อย่างเซ่อ ๆ

发烧（發燒）fāshāo 动〈医〉เป็นไข้ ; ตัวร้อน

发射（發射）fāshè 动 ยิง ; ส่ง (คลื่นวิทยุ)

发射场（發射場）fāshèchǎng 名 สนามยิง (ขีปนาวุธ จรวด ฯลฯ)

发神经（發神經）fā shénjīng 动 (พูดหรือทำ) ผิดปรกติ

发生（發生）fāshēng 动 เกิดขึ้น

发声（發聲）fāshēng 动〈生理〉ออกเสียง

发市（發市）fāshì 动〈方〉ร้านค้าเปิดกิจการ ; ขายประเดิม

发誓（發誓）fāshì 动 สาบาน

发售（發售）fāshòu 动 นำออกจำหน่าย

发水（發水）fāshuǐ 动 เกิดอุทกภัย ; เกิดน้ำท่วม

发送（發送）fāsòng 动 ส่ง (คลื่นวิทยุ จดหมาย ฯลฯ)

发送（發送）fā·song 动 เคลื่อนย้ายศพไปฝังที่สุสาน

发送机（發送機）fāsòngjī 名 เครื่องส่งคลื่นวิทยุ

发酸（發酸）fāsuān 动 เปรี้ยว ; เมื่อย

发条（發條）fātiáo 名〈机〉ลาน (นาฬิกา ฯลฯ)

发威（發威）fāwēi 动 แสดงอำนาจ ; วางท่าทางหรือส่งเสียงที่น่าเกรงขาม

发文（發文）fāwén 名 เอกสารราชการที่ส่งออก 动 ออกเอกสารราชการ

发问（發問）fāwèn 动 ถาม ; เสนอปัญหา

发现（發現）fāxiàn 动 ค้นพบ ; รู้สึก

发祥地（發祥地）fāxiángdì 名 แหล่งกำเนิด

(วัฒนธรรม ชนชาติ ฯลฯ)
发饷（發餉）fāxiǎng 动〈旧〉จ่ายเงินเดือน (ให้ทหาร ตำรวจ)
发笑（發笑）fāxiào 动 หัวเราะ
发泄（發泄）fāxiè 动 ระบาย (อารมณ์)
发薪（發薪）fāxīn 动 จ่ายเงินเดือน
发行（發行）fāxíng 动 จัดจำหน่าย (เงินตรา พันธบัตร หนังสือ นิตยสาร หนังสือพิมพ์ ฯลฯ)
发芽（發芽）fāyá 动 แตกหน่อ
发言（發言）fāyán 动 กล่าว (ในที่ประชุม) 名 คำกล่าวในที่ประชุม
发言人（發言人）fāyánrén 名 โฆษก ; ผู้แถลงข่าว ; ผู้กล่าวคำปราศรัยในที่ประชุม
发炎（發炎）fāyán 动〈医〉อักเสบ
发扬（發揚）fāyáng 动 ส่งเสริม
发扬光大（發揚光大）fāyáng-guāngdà〈成〉ส่งเสริมให้เจริญรุ่งเรือง
发洋财（發洋財）fā yángcái 动〈口〉ร่ำรวยขึ้นอย่างมหาศาล
发音（發音）fāyīn 动〈语〉ออกเสียง
发育（發育）fāyù 动 เติบโต
发源（發源）fāyuán 动 กำเนิด (แม่น้ำ)
发源地（發源地）fāyuándì 名 แหล่งกำเนิด (ของแม่น้ำ เหตุการณ์ ฯลฯ)
发晕（發暈）fāyūn 动 วิงเวียนศีรษะ
发运（發運）fāyùn 动 ออกรถขนส่ง
发展（發展）fāzhǎn 动 พัฒนา ; ขยายออก
发怔（發怔）fāzhèng 动 เหม่อลอย
发作（發作）fāzuò 动 กำเริบ ; เกิดโทสะ
乏
乏 fá 形 ขาดแคลน ; อ่อนกำลัง
乏力 fálì 形 อ่อนเพลีย
乏术（乏術）fáshù 动 หมดปัญญา
乏味 fáwèi 形 ไม่สนุก
伐
伐 fá 动 ตัด (ไม้) ; ปราบปราม
伐木 fámù 动 โค่นต้นไม้ ; ตัดไม้
伐区（伐區）fáqū 名〈林〉เขตสัมปทานให้ตัดไม้
罚
罚（罰）fá 动 ปรับ ; ลงโทษ
罚不当罪（罰不當罪）fábùdāngzuì〈成〉การลงโทษไม่เหมาะสมกับความผิด
罚单（罰單）fádān 名 ใบแจ้งรายการปรับ
罚金（罰金）fájīn 名 เงินค่าปรับ 动 ปรับเงิน
罚酒（罰酒）fájiǔ 动 ปรับให้ดื่มเหล้า
罚款（罰款）fákuǎn 名 เงินค่าปรับ 动 ปรับเงิน
罚球（罰球）fáqiú 动〈体〉เตะลูกโทษ ; ชูตลูกโทษ
阀
阀门（閥門）fámén 名〈机〉วาล์ว (ของเครื่องจักรต่าง ๆ)
筏
筏子 fá·zi 名 แพ
法
法 fǎ 名 กฎหมาย ; วิธีการ
法案 fǎ'àn 名 ญัตติ (ที่เสนอต่อรัฐสภา)
法办（法辦）fǎbàn 动 ลงโทษตามกฎหมาย
法宝（法寶）fǎbǎo 名 ของวิเศษ (ในเทพนิยายของลัทธิเต๋า) ;〈宗〉หลักธรรม (ในพุทธศาสนา)
法币（法幣）fǎbì 名 ชื่อเงินตราของรัฐบาลก๊กมินตั๋งหลัง ค.ศ. ๑๙๓๕
法场（法場）fǎchǎng 名 สถานที่ประหารชีวิตนักโทษ
法典 fǎdiǎn 名 ประมวลกฎหมาย
法定 fǎdìng 形 กำหนดโดยกฎหมาย
法度 fǎdù 名 กฎหมายและระเบียบ ; บรรทัดฐานในการปฏิบัติตัว
法官 fǎguān 名 ผู้พิพากษา
法规（法規）fǎguī 名〈法〉กฎหมายและระเบียบข้อบังคับ ;〈宗〉ธรรมบัญญัติ
法号（法號）fǎhào 名〈宗〉นามของนักบวช
法纪（法紀）fǎjì 名〈法〉กฎหมายและระเบียบวินัย
法警 fǎjǐng 名〈法〉ตำรวจศาล
法兰（法蘭）fǎlán 名〈机〉แฟลนจ์ (*flange*)
法兰盘（法蘭盤）fǎlánpán 名〈机〉จานแฟลนจ์
法兰绒（法蘭絨）fǎlánróng 名〈纺〉ผ้าสักหลาดแฟลนแนล (*flannel*)
法郎 fǎláng 名 เงินฟรังก์ (*franc*)
法老 fǎlǎo 名 ฟาโรห์ (คำใช้เรียกกษัตริย์อียิปต์) (*Pharaoh*)
法理 fǎlǐ 名〈法〉หลักทฤษฎีของกฎหมาย ; กฎเกณฑ์ ; กฎหมายและเหตุผล ;〈宗〉ธรรมะ

法力 fǎlì 名〈宗〉พลังอันลึกลับ ; พลังแห่งพุทธธรรม
法令 fǎlìng 名 คำสั่งของรัฐบาล ; พระราชกฤษฎีกา
法律 fǎlǜ 名 กฎหมาย
法律界 fǎlǜjiè 名 วงการกฎหมาย
法律学（法律學）fǎlǜxué 名 นิติศาสตร์
法盲 fǎmáng 名 คนที่ไม่มีความรู้ทางกฎหมาย
法门（法門）fǎmén 名〈宗〉ธรรมทวาร
法名 fǎmíng 名〈宗〉นามของนักบวช
法权（法權）fǎquán 名〈法〉สิทธิตามกฎหมาย
法儿（法兒）fǎr 名〈口〉วิธีการ
法人 fǎrén 名〈法〉นิติบุคคล
法身 fǎshēn 名〈宗〉ธรรมกาย
法师（法師）fǎshī 名 หลวงพ่อ ; อาจารย์ (เป็นคำที่ใช้เรียกพระหรือนักพรต)
法术（法術）fǎshù 名 วิทยาคม
法庭 fǎtíng 名 ศาล
法统（法統）fǎtǒng 名〈法〉รัฐธรรมนูญและกฎหมาย ที่ตกทอดมาโดยเป็นหลักในการปกครองประเทศ
法网（法網）fǎwǎng 名 เงื้อมมือกฎหมาย
法文 fǎwén 名 ภาษาฝรั่งเศส
法西斯 fǎxīsī 名 ฟาสซิสต์ (*fascist*)
法西斯主义（法西斯主義）fǎxīsī zhǔyì ฟาสซิสม์ (*fascism*)
法学（法學）fǎxué 名 นิติศาสตร์
法学家（法學家）fǎxuéjiā 名 นักกฎหมาย
法学界（法學界）fǎxuéjiè 名 วงการกฎหมาย
法眼 fǎyǎn 名 ตาทิพย์
法医（法醫）fǎyī 名 แพทย์นิติเวช
法语（法語）fǎyǔ 名 ภาษาฝรั่งเศส
法院 fǎyuàn 名 ศาล
法则（法則）fǎzé 名 กฎเกณฑ์
法制 fǎzhì 名 ระบบกฎหมาย
法制国家（法制國家）fǎzhì guójiā〈法〉นิติรัฐ
法治 fǎzhì 名 ปกครองประเทศด้วยกฎหมาย
法子 fǎ·zi 名 วิธีการ

砝码（砝碼）fǎmǎ 名 ลูกตุ้มหรือตุ้มน้ำหนักของตาชั่งหรือตาเต็ง

发（髮）fà 名 ผม
发菜（髮菜）fàcài 名〈植〉สาหร่ายชนิดหนึ่ง
发髻（髮髻）fàjì 名 มวยผม
发夹（髮夾）fàjiā 名 กิ๊บหนีบผม
发胶（髮膠）fàjiāo 名 สเปรย์แต่งผม
发蜡（髮蠟）fàlà 名 วาสลินแต่งผม
发廊（髮廊）fàláng 名 ห้องแต่งผม
发卡（髮卡）fàqiǎ 名 กิ๊บหนีบผม
发乳（髮乳）fàrǔ 名 ครีมแต่งผม
发型（髮型）fàxíng 名 ทรงผม

珐琅 fàláng 名 อีแนเมล (*enamel*) ; สารเคลือบ
珐琅质（珐琅質）fàlángzhì 名〈旧〉สารเคลือบฟัน

帆 fān 名 ใบเรือ
帆板 fānbǎn 名〈体〉วินด์เซิร์ฟ
帆布 fānbù 名 ผ้าใบ
帆船 fānchuán 名 เรือใบ

番 fān 名 ฮวน (ชาวต่างชาติหรือต่างประเทศ) 量 ประเภท ; ครั้ง
番号（番號）fānhào 名 ชื่อกองกำลังทหารที่เป็นหมายเลข
番茄 fānqié 名〈植〉มะเขือเทศ
番石榴 fānshí·liu 名〈植〉ฝรั่ง
番薯 fānshǔ 名〈植〉〈方〉มันเทศ

幡 fān 名 ธงรูปสี่เหลี่ยมผืนผ้าผูกกับเสาธงตามแนวตั้ง
幡然 fānrán 副 เกิดการเปลี่ยนแปลงโดยสิ้นเชิงอย่างรวดเร็ว
幡然悔悟 fānrán-huǐwù〈成〉กลับเนื้อกลับตัวใหม่อย่างสิ้นเชิงและรวดเร็ว

藩篱 fānlí 名 รั้ว
藩属（藩屬）fānshǔ 名 อาณานิคม ; เมืองขึ้น

翻 fān 动 พลิก ; ข้าม (ภูเขา)
翻案 fān'àn 动〈法〉พลิกคดี
翻白眼 fān báiyǎn 动 ค้อนปะหลับปะเหลือก ; ตาค้าง
翻版 fānbǎn 名〈印〉ฉบับพิมพ์ใหม่ ; ก๊อปปี้ (*copy*) ;

อุปมาว่า การลอกแบบโดยไม่รู้จักพลิกแพลง
翻车（翻車）fānchē 动 รถคว่ำ
翻船 fānchuán 动 เรือล่ม
翻地 fāndì 动 ขุดดิน
翻动（翻動）fāndòng 动 พลิก
翻斗车（翻斗車）fāndǒuchē 名 รถดัมพ์ป (*dumper*) ; รถทิป (*tipper*)
翻番 fānfān 动 เพิ่มขึ้นหนึ่งเท่า
翻飞（翻飛）fānfēi 动 บินว่อน
翻覆 fānfù 动 คว่ำพลิกตัวไปมา ; เปลี่ยนแปลงอย่างใหญ่หลวง
翻跟头（翻跟頭）fān gēn·tou 动 ตีลังกา
翻个儿（翻個兒）fāngèr 动 พลิกกลับ
翻工 fāngōng 动〈方〉ทำใหม่ ; แก้ไขใหม่
翻供 fāngòng 动〈法〉กลับคำให้การ
翻滚 fāngǔn 动 พลิกตัวไปมา ; โหมซัดสาดไล่หลัง
翻悔 fānhuǐ 动 กลับคำ (เพราะเสียใจภายหลัง)
翻江倒海 fānjiāng-dǎohǎi〈成〉พลิกแม่น้ำคว่ำทะเล (หมายถึง พลังอันมหาศาล)
翻来覆去（翻來覆去）fānlái-fùqù〈成〉พลิกตัวไปพลิกตัวมา
翻脸（翻臉）fānliǎn 动 โกรธขึ้นมา
翻录（翻録）fānlù 动 อัดสำเนาซ้ำ (เช่น อัดสำเนาเทปหรือแผ่นซีดี)
翻拍 fānpāi 动 ถ่ายสำเนาซ้ำ (เช่น ถ่ายสำเนาภาพหรือเอกสาร)
翻砂 fānshā 动〈冶〉งานหลอม
翻山越岭（翻山越嶺）fānshān-yuèlǐng〈成〉ข้ามเขาข้ามดอย
翻身 fānshēn 动 พลิกตัว ; ได้รับการปลดปล่อย
翻腾（翻騰）fānténg 动 กลิ้งขึ้นกลิ้งลง
翻腾（翻騰）fān·teng 动 รื้อค้น
翻天 fāntiān 动 พลิกฟ้า ; กบฏ
翻天覆地 fāntiān-fùdì〈成〉พลิกฟ้าพลิกแผ่นดิน
翻胃 fānwèi 动 คลื่นไส้คลื่นเหียน
翻箱倒柜（翻箱倒櫃）fānxiāng-dǎoguì〈成〉รื้อหีบค้นตู้
翻新 fānxīn 动 พลิกแบบใหม่ ; ซ่อมใหม่
翻修 fānxiū 动 รื้อซ่อมใหม่
翻译（翻譯）fānyì 动 แปล ; ล่าม
翻印 fānyìn 动〈印〉พิมพ์ใหม่ (ส่วนมากหมายถึงขโมยพิมพ์)
翻阅（翻閲）fānyuè 动 พลิกอ่าน
翻越 fānyuè 动 ข้าม (ภูเขา)
翻云覆雨（翻雲覆雨）fānyún-fùyǔ〈成〉กลับกลอก
翻转（翻轉）fānzhuǎn 动 หมุนตัว ; ตีลังกา
凡 fán 形 ธรรมดา 名 โลกมนุษย์
凡尘（凡塵）fánchén 名 โลกมนุษย์
凡此种种（凡此種種）fáncǐzhǒngzhǒng〈书〉ประเภทต่าง ๆ ดังกล่าวนี้
凡尔丁（凡爾丁）fán'ěrdīng 名〈纺〉ผ้าวาลิติน (*valetin*)
凡夫俗子 fánfū-súzǐ〈成〉คนธรรมดาสามัญ ; ปุถุชน
凡间（凡間）fánjiān 名 โลกมนุษย์
凡例 fánlì 名 อรรถาธิบายในการใช้ (หนังสือ)
凡人 fánrén 名 ปุถุชน ; มนุษย์
凡士林 fánshìlín 名〈工〉วาสลิน (*vaseline*)
凡是 fánshì 副 ทุกอย่างที่... ; ทุกสิ่งที่... ; ทุกคนที่...
凡俗 fánsú 形 โลกีย์
凡响（凡響）fánxiǎng 名 เสียงดนตรีธรรมดา อุปมาว่า ธรรมดาสามัญ
凡心 fánxīn 名 ใจโลกีย์ชน (นักบวช) ใจที่ยังอาลัยอาวรณ์ถึงโลกียวิสัย
矾（礬）fán 名〈化〉วิโทรล (*vitriol*) ; สารส้ม
矾土（礬土）fántǔ 名〈矿〉อลูมินา (*alumina*)
烦（煩）fán 动 รำคาญ ; รบกวน 形 เบื่อหน่าย
烦闷（煩悶）fánmèn 形 กลัดกลุ้ม
烦恼（煩惱）fánnǎo 形 ยุ่งยากใจ
烦请（煩請）fánqǐng 动〈敬〉ขอรบกวน ; ขอความกรุณา
烦人（煩人）fánrén 形 น่ารำคาญ
烦琐（煩瑣）fánsuǒ 形 จุกจิกยุ่งยาก
烦心（煩心）fánxīn 形 รำคาญใจ 动〈方〉ยุ่งยากใจ
烦躁（煩躁）fánzào 形 กระวนกระวาย
樊笼（樊籠）fánlóng 名 กรงนก ; อุปมาว่า

F

สถานที่ซึ่งไร้อิสรภาพ

繁 fán 形 มากมาย

繁多 fánduō 形 มากมาย ; หลายหลาก

繁复（繁複）fánfù 形 มากมายและสลับซับซ้อน

繁华（繁華）fánhuá 形 เจริญ

繁忙 fánmáng 形 (งาน) ยุ่ง

繁茂 fánmào 形 (พรรณไม้) เจริญงอกงาม

繁密 fánmì 形 หนาแน่น

繁难（繁難）fánnán 形 ยุ่งยากลำบาก

繁荣（繁榮）fánróng 形 เจริญ

繁荣昌盛（繁榮昌盛）fánróng-chāngshèng〈成〉เจริญรุ่งเรือง

繁体字（繁體字）fántǐzì 名 ตัวหนังสือจีนที่เขียนเต็มรูป ; อักษรจีนตัวเต็ม

繁文缛节（繁文縟節）fánwén-rùjié〈成〉พิธีรีตองที่หยุมหยิมยุ่งยากและไม่จำเป็น ; เรื่องหยุมหยิม ยุ่งยากและไร้ประโยชน์

繁星 fánxīng 名 ดวงดาวเดียรดาษ

繁衍 fányǎn 动〈书〉ค่อย ๆ เพิ่มทวีและแพร่หลายมากขึ้น

繁育 fányù 动 เพาะเลี้ยง

繁杂（繁雜）fánzá 形 สลับซับซ้อนและยุ่งยาก

繁殖 fánzhí 动 แพร่พันธุ์

繁殖率 fánzhílǜ 名 อัตราการแพร่พันธุ์

繁重 fánzhòng 形 (งาน ภารกิจ ฯลฯ) หนักอึ้ง

反 fǎn 形 กลับกัน 动 โต้กลับ ; คัดค้าน ; ต่อต้าน

反绑（反綁）fǎnbǎng 动 มัดมือไขว้หลัง

反比 fǎnbǐ 名 การเปรียบเทียบเชิงผกผัน

反比例 fǎnbǐlì 名 อัตราเปรียบเทียบเชิงผกผัน ; สัดส่วนผกผัน

反驳（反駁）fǎnbó 动 โต้แย้ง ; โต้

反差 fǎnchā 名 ความแตกต่างในการเปรียบเทียบ

反常 fǎncháng 形 ผิดปรกติ

反衬（反襯）fǎnchèn 动 ดุนให้เด่นในด้านกลับกัน

反刍（反芻）fǎnchú 动 (วัว ควาย) เคี้ยวเอื้อง

反串 fǎnchuàn 动 นักแสดงงิ้วเล่นบทต่างประเภท เช่น นางเอกแสดงบทพระเอก ตัวตลกแสดงบทนางเอก เป็นต้น

反唇相讥（反脣相譏）fǎnchún-xiāngjī〈成〉ย้อนคำประชดประชัน

反倒 fǎndào 副 กลับ...เสียด้วยซ้ำไป

反调（反調）fǎndiào 名 ทัศนะหรือคำพูดที่ตรงกันข้าม

反动（反動）fǎndòng 形 ปฏิกิริยา ; ปฏิปักษ์ต่อการปฏิวัติ

反动派（反動派）fǎndòngpài 名 พวกปฏิกิริยา

反对（反對）fǎnduì 动 คัดค้าน

反而 fǎn'ér 副 กลับ...เสียด้วยซ้ำไป

反方 fǎnfāng 名 ฝ่ายค้าน

反复（反復）fǎnfù 动 กลับไปกลับมา ; ซ้ำซากครั้งแล้วครั้งเล่า

反复无常（反復無常）fǎnfù-wúcháng〈成〉กลับไปกลับมาไม่แน่ไม่นอน

反感 fǎngǎn 名 อารมณ์ที่ไม่พอใจมาก

反戈一击（反戈一擊）fǎngē-yījī〈成〉หันอาวุธโจมตีฝ่ายตน

反革命 fǎngémìng 名 พวกปฏิปักษ์ต่อการปฏิวัติ 形 ต่อต้านการปฏิวัติ

反攻 fǎngōng 动 บุกตอบโต้

反躬自问（反躬自問）fǎngōng-zìwèn〈成〉พิจารณาตัวเอง

反顾（反顧）fǎngù 动〈书〉หันกลับมามอง ; อุปมาว่า เสียใจในสิ่งที่ทำไป

反光 fǎnguāng 动 สะท้อนแสง

反光灯（反光燈）fǎnguāngdēng 名 สปอตไลท์ (*spotlight*) ; สะท้อนแสง

反光镜（反光鏡）fǎnguāngjìng 名〈物〉กระจกสะท้อนแสง ; เลนส์สะท้อนแสง

反过来（反過來）fǎnguòlái 动 ย้อนกลับ ; พลิกกลับ

反话（反話）fǎnhuà 名 คำพูดที่ตรงข้ามกับใจ

反悔 fǎnhuǐ 动 เสียใจในสิ่งที่ทำไป ; กลับคำ

反击（反擊）fǎnjī 动 ตีโต้ ; โต้กลับ

反剪 fǎnjiǎn 动 เอามือทั้งสองไขว้หลัง ; มัดมือไพล่หลัง

反间计（反間計）fǎnjiànjì 名〈军〉แผนซ้อนแผน

反诘（反詰）fǎnjié 动 ย้อนถาม

F

反抗 fǎnkàng 动 ต่อต้าน

反客为主（反客爲主）fǎnkèwéizhǔ〈成〉กลับฐานะที่เป็นฝ่ายถูกกระทำให้เป็นฝ่ายกระทำ

反恐 fǎnkǒng 动 ต่อต้านลัทธิก่อการร้าย

反口 fǎnkǒu 动 กลับคำ

反馈（反饋）fǎnkuì 动〈电〉ป้อนกลับ ; ฟีดแบค (*feedback*)

反粒子 fǎnlìzǐ 名〈物〉แอนติพาร์ติเคิล (*antiparticle*)

反面 fǎnmiàn 名 ด้านกลับ 形 ตรงข้าม

反目 fǎnmù 动 (สามีภรรยา เพื่อนกัน ฯลฯ) ไม่มองกัน ; ผิดใจกัน

反派 fǎnpài 名〈剧〉ตัวผู้ร้าย ; ตัวร้าย

反叛 fǎnpàn 动 ทรยศ ; กบฏ

反扑（反撲）fǎnpū 动 หวนกระโจนเข้าใส่

反射 fǎnshè 动〈物〉สะท้อนกลับ ; สนองตอบ

反射炉（反射爐）fǎnshèlú 名〈冶〉เตาถลุง

反身 fǎnshēn 动 หันหลังกลับ

反手 fǎnshǒu 动〈体〉แบคแฮนด์ (*backhand*)

反思 fǎnsī 动 คิดทบทวน

反诉（反訴）fǎnsù 名〈法〉ฟ้องกลับ ; ฟ้องแย้ง

反锁（反鎖）fǎnsuǒ 动 ใส่กุญแจขังตัวไว้ในห้อง

反弹（反彈）fǎntán 动 กระเด็นกลับ ; มีปฏิกิริยาย้อนกลับ

反胃 fǎnwèi 动 คลื่นเหียน

反问（反問）fǎnwèn 动 ย้อนถาม ; ถามโต้

反诬（反誣）fǎnwū 动 ย้อนใส่ร้าย (ผู้กล่าวหา ผู้ฟ้องร้อง ฯลฯ)

反响（反響）fǎnxiǎng 名 ผลสะท้อน

反向 fǎnxiàng 动 สวนทิศทาง

反省 fǎnxǐng 动 ทบทวนความคิดของตน ; พินิจพิจารณาตัวเอง

反咬 fǎnyǎo 动 แว้งกัดย้อนใส่ร้าย (ผู้กล่าวหา ผู้ฟ้องร้อง ฯลฯ)

反咬一口 fǎnyǎo-yīkǒu〈惯〉แว้งกัด ; ย้อนใส่ร้าย (ผู้กล่าวหา ผู้ฟ้องร้อง ฯลฯ)

反义词（反義詞）fǎnyìcí 名〈语〉คำที่มีความหมายตรงกันข้าม

反应（反應）fǎnyìng 名 การตอบสนอง ;〈化〉ปฏิกิริยา ;〈医〉อาการแพ้ยา

反应堆（反應堆）fǎnyìngduī 名〈物〉เครื่องปฏิกรณ์

反映 fǎnyìng 动 สะท้อน ; รายงาน

反语（反語）fǎnyǔ 名 คำพูดที่ตรงข้ามกับใจ

反战（反戰）fǎnzhàn 动 ต่อต้านสงคราม

反照 fǎnzhào 动 สะท้อนแสง

反正 fǎnzhèng 动 กลับมาสู่ทางถูกต้อง ; (ทหารข้าศึก) สวามิภักดิ์ต่อฝ่ายชนะ

反正 fǎn•zhèng 副 ถึงอย่างไรก็... ; ยังไง ๆ ก็...

反之 fǎnzhī 连 ตรงกันข้าม

反质子（反質子）fǎnzhìzǐ 名〈物〉แอนติโปรตอน (*antiproton*)

反中子 fǎnzhōngzǐ 名〈物〉แอนตินิวตรอน (*antineutron*)

反转（反轉）fǎnzhuǎn 动 พลิกตัวกลับ

反作用 fǎnzuòyòng 名〈物〉ปฏิกิริยา ; บทบาททางลบ

返 fǎn 动 กลับ

返潮 fǎncháo 动〈气〉(อากาศ) กลายเป็นชื้นขึ้น

返程 fǎnchéng 名 ขากลับ

返工 fǎngōng 动 ทำใหม่ ; แก้ไขใหม่

返航 fǎnháng 动 (เรือ) แล่นกลับ ; (เครื่องบิน) บินกลับ

返还（返還）fǎnhuán 动 กลับคืน

返回 fǎnhuí 动 กลับที่เดิม

返老还童（返老還童）fǎnlǎo-huántóng〈成〉กลับคืนเป็นวัยหนุ่มสาว

返利 fǎnlì 动 คืนกำไร 名 กำไรที่คืนให้

返聘 fǎnpìn 动 จ้างผู้ปลดเกษียณอายุทำงานต่อในหน่วยงานเดิม

返璞归真（返璞歸真）fǎnpú-guīzhēn〈成〉ถอดเครื่องประดับออก แสดงความบริสุทธิ์แท้จริง

返青 fǎnqīng 动〈农〉(ต้นพืช) กลับคืนเป็นสีเขียวหลังจากข้ามฤดูหนาวหรือย้ายที่ปลูกแล้ว

返身 fǎnshēn 动 หันตัวกลับ

F

返销（返銷）fǎnxiāo 动〈经〉นำ (ข้าว ฯลฯ) กลับจำหน่ายให้ (ชาวนาชาวไร่)
返修 fǎnxiū 动 ส่งคืนเพื่อซ่อมแซม
返祖现象（返祖現象）fǎnzǔ xiànxiàng〈生理〉การปรากฏลักษณะทางพันธุกรรมของบรรพบุรุษ
犯 fàn 动 ฝ่าฝืน ; ก้าวร้าว ; นักโทษ
犯案 fàn'àn 动 ทำผิดกฎหมาย ; ก่อคดี
犯病 fànbìng 动 โรคกำเริบ
犯不着 fàn•buzháo 动〈口〉ไม่จำเป็นที่จะ...
犯愁 fànchóu 动 เป็นทุกข์ ; กลุ้มใจ
犯得着 fàn•dezháo 动 จำเป็นที่จะ... (มักจะใช้ในรูปแบบการย้อนถาม แปลว่า จำเป็นหรือที่จะ...)
犯法 fànfǎ 动 ฝ่าฝืนกฎหมาย
犯规（犯規）fànguī 动 ฝ่าฝืนกติกา
犯浑（犯渾）fànhún 动 (พูดหรือทำ) อย่างไม่ดูตาม้าตาเรือ
犯忌 fànjì 动 ฝ่าฝืนข้อห้าม
犯贱（犯賤）fànjiàn 动 การกระทำหรือกิริยาท่าทางที่ดูต่ำต้อย
犯节气（犯節氣）fàn jié•qi 动 (โรคเรื้อรังบางชนิด) กำเริบตามฤดูกาล
犯戒 fànjiè 动 ผิดศีล
犯困 fànkùn 动 ง่วงนอน
犯难（犯難）fànnán 动 ลำบากใจ
犯人 fànrén 名 นักโทษ
犯傻 fànshǎ 动〈方〉แสร้งทำเป็นโง่ หรือไม่รู้เรื่อง ; ทำอย่างโง่ ๆ ; เหม่อลอย
犯罪 fànzuì 动 ทำผิดกฎหมาย
犯罪率 fànzuìlǜ 名 อัตราการทำผิดกฎหมาย
饭（飯）fàn 名 ข้าว ; อาหาร
饭菜（飯菜）fàncài 名 ข้าวและกับข้าว ; กับข้าวที่รับประทานกับข้าว (แตกต่างกับกับแกล้ม)
饭店（飯店）fàndiàn 名 โรงแรม ; ภัตตาคาร
饭馆（飯館）fànguǎn 名 ร้านอาหาร
饭锅（飯鍋）fànguō 名 หม้อหุงข้าว
饭局（飯局）fànjú 名 งานเลี้ยง
饭盒（飯盒）fànhé 名 กล่องอาหาร ; ตลับอาหาร
饭粒（飯粒）fànlì 名 เมล็ดข้าว
饭量（飯量）fàn•liàng 名 ปริมาณอาหารที่คนหนึ่ง ๆ รับประทานได้ภายในมื้อหนึ่ง ๆ
饭铺（飯鋪）fànpù 名 ร้านอาหารขนาดเล็ก
饭钱（飯錢）fànqián 名 ค่าอาหาร
饭食（飯食）fàn•shi 名 อาหาร ; เหล้ายาปลาปิ้ง
饭厅（飯廳）fàntīng 名 ห้องอาหาร
饭桶（飯桶）fàntǒng 名 ถังบรรจุข้าวปลาอาหาร ;〈骂〉อุปมาว่า คนที่ไม่เป็นโล้เป็นพาย
饭团（飯團）fàntuán 名 ข้าวสุกที่ปั้นเป็นก้อน
饭碗（飯碗）fànwǎn 名 ชามข้าว ; อุปมาว่างานที่ทำเพื่อเลี้ยงชีพ
饭庄（飯莊）fànzhuāng 名 ภัตตาคาร
饭桌（飯桌）fànzhuō 名 โต๊ะอาหาร
泛 fàn 动 ลอย ; ปรากฏ 形 ทั่ว ๆ ไป
泛称（泛稱）fànchēng 名 คำเรียกทั่ว ๆ ไป
泛读（泛讀）fàndú 动 การอ่านเอาเรื่อง
泛泛 fànfàn 形 ผิวเผิน ; ทั่ว ๆ ไป
泛滥（泛濫）fànlàn 动 (น้ำ) ท่วม ; ล้นเอ่อ ; อุปมาว่า สิ่งที่เป็นพิษเป็นภัยแพร่กระจาย
泛论（泛論）fànlùn 动 กล่าวโดยทั่ว ๆ ไป
泛指 fànzhǐ 动 กล่าวทั่ว ๆ ไป
泛舟 fànzhōu 动〈书〉ล่องเรือ
范本（範本）fànběn 名 หนังสือหรือภาพวาดที่เป็นแบบอย่าง
范畴（範疇）fànchóu 名 ปริมณฑล ; ขอบเขต
范例（範例）fànlì 名 ตัวอย่าง ; แบบอย่าง
范式（範式）fànshì 名 รูปแบบที่เป็นตัวอย่าง
范围（範圍）fànwéi 名 ขอบเขต
范文（範文）fànwén 名 ความเรียงที่เป็นแบบอย่าง
贩（販）fàn 动 ซื้อมาเพื่อขาย 名 พ่อค้าเร่
贩毒（販毒）fàndú 动 ซื้อขายยาเสพติด
贩卖（販賣）fànmài 动 ซื้อขาย
贩运（販運）fànyùn 动 ขนถ่ายสินค้าไปขาย
贩子（販子）fàn•zi 名 พ่อค้าเร่
梵文 Fànwén 名 ภาษาสันสกฤต
方 fāng 名 เหลี่ยม ; ทิศทาง

方案 fāng'àn 名 แบบแผน ; โครงการ
方便 fāngbiàn 形 สะดวก
方便面（方便麵）fāngbiànmiàn 名 บะหมี่สำเร็จรูป
方步 fāngbù 名 จังหวะก้าวแบบทอดน่องไปเอื่อย ๆ
方才 fāngcái 名 เมื่อกี้นี้
方舱医院（方艙醫院）fāngcāng yīyuàn โรงพยาบาลสนาม
方程 fāngchéng 名〈数〉สมการ
方程式 fāngchéngshì 名〈数〉สมการ
方寸 fāngcùn 名 ตารางนิ้ว (จีน) ; หัวใจ ; จิตใจ
方法 fāngfǎ 名 วิธี ; วิธีการ
方法论 fāngfǎlùn 名〈哲〉มรรควิธีการวิทยา ; เมโทโดโลยี (*methodology*)
方方面面 fāngfāngmiànmiàn ทุก ๆ ด้าน
方钢（方鋼）fānggāng 名〈冶〉เหล็กฉาก
方格 fānggé 名 ตาหมากรุก ; ลายสก็อต
方根 fānggēn 名〈数〉กรณฑ์ ; รูต (*root*)
方剂（方劑）fāngjì 名〈中医〉ตำรับยา ; ใบสั่งยา
方解石 fāngjiěshí 名〈矿〉สารแร่แคลไซต์ (*calcite*)
方家 fāngjiā 名〈书〉บุคคลผู้เชี่ยวชาญในวิชาอย่างใดอย่างหนึ่ง
方今 fāngjīn 名〈书〉ทุกวันนี้ ; ปัจจุบันนี้
方块（方塊）fāngkuài 名 สิ่งที่มีลักษณะสี่เหลี่ยม
方块字（方塊字）fāngkuàizì 名 ตัวหนังสือลักษณะสี่เหลี่ยมได้แก่ ตัวหนังสือจีน
方框 fāngkuàng 名 กรอบสี่เหลี่ยม
方括号（方括號）fāngkuòhào 名〈语〉เครื่องหมายวรรคตอนรูป “[ ]”
方略 fānglüè 名 แผนการ ; อุบาย
方面 fāngmiàn 名 ด้าน ; ทาง
方枘圆凿（方枘圓鑿）fāngruì-yuánzáo〈成〉เดือยเหลี่ยมรูกลม อุปมาว่า เข้ากันไม่ได้ ; ไม่มีทางลงรอยกัน
方士 fāngshì 名 ผู้แสวงหาความเป็นเซียนและอายุวัฒนะ
方式 fāngshì 名 รูปแบบ ; วิธี
方糖 fāngtáng 名 น้ำตาลก้อน ; คิวบ์ซูการ์ (*cube sugar*)
方位 fāngwèi 名 ทิศทางและตำแหน่ง
方向 fāngxiàng 名 ทิศทาง
方向盘（方向盤）fāngxiàngpán 名 พวงมาลัย (รถยนต์)
方兴未艾（方興未艾）fāngxīng-wèi'ài〈成〉กำลังเจริญก้าวหน้าไปเรื่อย ๆ
方形 fāngxíng 名 รูปสี่เหลี่ยม
方言 fāngyán 名 ภาษาถิ่น
方音 fāngyīn 名〈语〉เสียง (สระ พยัญชนะ วรรณยุกต์) ของภาษาถิ่น
方圆（方圓）fāngyuán 名 บริเวณโดยรอบ ๆ ; ความยาวเส้นรอบวง
方丈 fāng•zhang 名〈宗〉กุฏิเจ้าอาวาส ; เจ้าอาวาส
方针（方針）fāngzhēn 名 เข็มมุ่ง ; นโยบาย
方阵（方陣）fāngzhèn 名 ขบวนรบสี่เหลี่ยม ; ขบวนพาเรดรูปสี่เหลี่ยม
方正 fāngzhèng 形 เป็นรูปสี่เหลี่ยมจัตุรัส ; ตรง ; ซื่อตรง
方桌 fāngzhuō 名 โต๊ะสี่เหลี่ยม
方子 fāng•zi 名〈口〉ตำรายา ; ใบสั่งยา

芳草 fāngcǎo 名 หญ้าหอม อุปมาว่า บุคคลที่มีคุณธรรมและซื่อสัตย์สุจริต
芳龄（芳齡）fānglíng 名 อายุรุ่นกำดัด (ใช้กับหญิงสาวเพื่อแสดงการชื่นชม)
芳名 fāngmíng 名〈敬〉ชื่ออันดีงาม (ใช้กับหญิงสาวเพื่อแสดงการให้เกียรติ) ; ชื่อเสียงที่ดี
芳容 fāngróng 名 ใบหน้างาม (ของหญิงสาว)
芳香 fāngxiāng 形 หอม 名 กลิ่นหอม
芳香油 fāngxiāngyóu 名 น้ำมันหอม
芳心 fāngxīn 名〈书〉จิตใจอันดีงาม

防 fáng 动 ป้องกัน ; พิทักษ์
防癌 fáng'ái 动 ป้องกันมะเร็ง
防暴 fángbào 动 ป้องกันจลาจล
防备（防備）fángbèi 动 ป้องกัน ; เตรียมป้องกัน
防病 fángbìng 动 ป้องกันโรค
防不胜防（防不勝防）fángbùshèngfáng〈成〉

F

เหตุการณ์เกิดขึ้นบ่อยมากจนยากที่จะป้องกัน
防潮 fángcháo 动 กันชื้น
防尘（防塵）fángchén 动 กันฝุ่นละออง
防弹（防彈）fángdàn 动 กันกระสุน
防盗 fángdào 动 กันขโมย
防盗门（防盜門）fángdàomén 名 ประตูกันขโมย
防地 fángdì 名〈军〉เขตป้องกัน
防冻（防凍）fángdòng 动 ป้องกันจับเกาะเป็นน้ำแข็ง
防冻剂（防凍劑）fángdòngjì 名 ยาป้องกันไม่ให้จับเกาะเป็นน้ำแข็ง
防毒 fángdú 动 ป้องกันพิษ
防范（防範）fángfàn 动 เตรียมการป้องกัน
防风（防風）fángfēng 动 กันลม 名〈植〉〈药〉ฝางฟง (ชื่อยาสมุนไพรชนิดหนึ่ง)
防风林（防風林）fángfēnglín 名 ป่ากันลม
防腐 fángfǔ 动 กันบูด ; กันเสีย
防腐剂（防腐劑）fángfǔjì 名 ยากันเสีย ; ยากันบูด ; สารกันบูด
防寒 fánghán 动 ป้องกันภัยหนาว ; กันหนาว
防旱 fánghàn 动 ป้องกันภัยแล้ง
防洪 fánghóng 动 ป้องกันอุทกภัย
防护（防護）fánghù 动 ป้องกันและรักษา
防化兵 fánghuàbīng 名〈军〉กองกำลังทหารต่อต้านอาวุธสงครามเคมี
防患未然 fánghuàn-wèirán〈成〉ป้องกันมิให้เหตุร้ายเกิดขึ้น
防火 fánghuǒ 动 ป้องกันอัคคีภัย ; ป้องกันเพลิงไหม้
防火墙（防火牆）fánghuǒqiáng 名〈建〉กำแพงป้องกันอัคคีภัย ;〈计〉ไฟร์วอลล์ (*firewall*)
防空 fángkōng 动〈军〉ป้องกันภัยทางอากาศ
防空洞 fángkōngdòng 名〈军〉อุโมงค์ป้องกันภัยทางอากาศ
防老 fánglǎo 动 ป้องกันความขาดแคลนยามวัยชรา
防涝（防澇）fánglào 动 ป้องกันน้ำท่วมที่ไร่นา
防区（防區）fángqū 名 เขตป้องกันและรักษา
防染剂（防染劑）fángrǎnjì 名〈纺〉น้ำยากันสีย้อม
防身 fángshēn 动 ป้องกันมิให้ร่างกายถูกทำร้าย
防守 fángshǒu 动 พิทักษ์รักษา
防暑 fángshǔ 动 ป้องกันไข้ความร้อนหรือไข้แดด
防水 fángshuǐ 动 กันน้ำซึม ; กันน้ำ
防水表（防水錶）fángshuǐbiǎo 名 นาฬิกากันน้ำ
防缩（防縮）fángsuō 动〈纺〉(ผ้า) กันหดน้ำ
防微杜渐（防微杜漸）fángwēi-dùjiàn〈成〉ป้องกันเหตุร้ายที่เริ่มต้นเพียงเล็กน้อยก่อนที่มันจะก่อตัวเป็นภัย ; ตัดไฟแต่ต้นลม
防伪（防僞）fángwěi 动 ป้องกันปลอมแปลง
防卫（防衛）fángwèi 动 ป้องกัน ; พิทักษ์รักษา
防务（防務）fángwù 名 ภารกิจในการรักษาความปลอดภัย
防线（防綫）fángxiàn 名 แนวป้องกัน
防锈（防銹）fángxiù 动 กันสนิม
防汛 fángxùn 动 ป้องกันน้ำท่วม (ฝั่งแม่น้ำ)
防疫 fángyì 动 ป้องกันโรคระบาด
防疫站 fángyìzhàn 名 สถานีป้องกันโรคระบาด
防雨布 fángyǔbù 名 ผ้ากันฝน
防御（防禦）fángyù 动 ป้องกัน (การบุกรุกของข้าศึก)
防御战（防禦戰）fángyùzhàn 名〈军〉การสู้รบเพื่อป้องกันการบุกรุกของข้าศึก
防震 fángzhèn 动 กันสะเทือน ; ป้องกันแผ่นดินไหว
防止 fángzhǐ 动 ป้องกันไม่ให้เกิด ; ระงับ
防治 fángzhì 动 ป้องกันและรักษา (โรค)
妨碍（妨礙）fáng'ài 动 เป็นอุปสรรค ; ก่อกวน
妨害 fánghài 动 เป็นภัย ; เป็นอันตราย
房 fáng 名 ห้อง ; บ้าน
房产（房產）fángchǎn 名 ทรัพย์สินที่เป็นบ้าน
房产证（房產證）fángchǎnzhèng 名 หนังสือกรรมสิทธิ์ห้องชุด (หรือบ้าน)
房地产（房地產）fángdìchǎn 名 อสังหาริมทรัพย์ ; ทรัพย์สินที่เป็นบ้านและที่ดิน
房东（房東）fángdōng 名 เจ้าของบ้านเช่า
房费（房費）fángfèi 名 ค่าเช่าบ้าน ; ค่าเช่าห้องโรงแรม

房改 fánggǎi 动 การปฏิรูประบอบทรัพย์สินเคหสถาน

房基 fángjī 名〈建〉ฐานของบ้าน

房价（房價）fángjià 名 ราคาบ้าน

房间（房間）fángjiān 名 ห้อง ; ห้องหับ

房管 fángguǎn 名 การบริหารทรัพย์สินที่ดินและเคหสถาน

房客 fángkè 名 ผู้เช่าบ้าน

房门（房門）fángmén 名 ประตูบ้าน

房契 fángqì 名 กรรมสิทธิ์บ้าน

房事 fángshì 名〈婉〉เรื่องในมุ้ง ; การมีเพศสัมพันธ์ระหว่างสามีภรรยา

房屋 fángwū 名 ตึกรามบ้านช่อง ; บ้านเรือน

房檐 fángyán 名〈建〉ชายคาบ้าน

房主 fángzhǔ 名 เจ้าของบ้าน

房子 fáng•zi 名 บ้านเรือน

房租 fángzū 名 ค่าเช่าบ้าน

鲂（魴）fáng 名〈动〉ปลาน้ำจืดชนิดหนึ่งคล้ายปลาตะเพียน

仿 fǎng 动 เลียนแบบ ; จำลอง ; คล้ายคลึง

仿佛 fǎngfú 副 คล้ายกับ 动 เหมือน

仿古 fǎnggǔ 动 แบบโบราณ

仿建 fǎngjiàn 动 ก่อสร้างตามแบบ

仿冒 fǎngmào 动 ลอกแบบปลอมแปลง

仿生学（仿生學）fǎngshēngxué 名〈生化〉วิชาการเลียนแบบชีววิทยา ; ไบโอนิกส์ (*bionics*)

仿宋体（仿宋體）fǎngsòngtǐ 名〈印〉แบบตัวหนังสือพู่กันจีนสมัยราชวงศ์ซ่ง (หรือซ้อง)

仿效 fǎngxiào 动 เอาอย่าง

仿造 fǎngzào 动 ทำตามแบบ ; ถ่ายแบบ

仿照 fǎngzhào 动 เลียนแบบ

仿真 fǎngzhēn 动 (ทดลองโดย) ใช้ระบบจำลอง (ในงานวิจัยวิทยาศาสตร์) ; ถ่ายแบบ

仿制（仿製）fǎngzhì 动 ทำตามแบบ ; ถ่ายแบบ

访（訪）fǎng 动 เยี่ยม ; สืบ

访查（訪查）fǎngchá 动 สืบ ; สำรวจ

访客（訪客）fǎngkè 名 แขกผู้มาเยี่ยม

访求（訪求）fǎngqiú 动 สืบเสาะหา

访谈（訪談）fǎngtán 动 สัมภาษณ์

访问（訪問）fǎngwèn 动 เยี่ยม ; เยือน

访寻（訪尋）fǎngxún 动 แสวงหา

访友（訪友）fǎngyǒu 动 เยี่ยมเพื่อน

纺（紡）fǎng 动 ปั่น (ด้าย) 名 ผ้าไหมดิบ

纺车（紡車）fǎngchē 名〈纺〉ไนปั่นด้าย

纺绸（紡綢）fǎngchóu 名〈纺〉ผ้าไหมดิบเบาบางชนิดหนึ่ง

纺锭（紡錠）fǎngdìng 名〈纺〉แกนไน (สำหรับปั่นด้าย)

纺纱（紡紗）fǎngshā 动 ปั่นด้าย

纺纱机（紡紗機）fǎngshājī 名〈纺〉เครื่องปั่นด้าย

纺织（紡織）fǎngzhī 动 ปั่นทอ

纺织机（紡織機）fǎngzhījī 名〈纺〉เครื่องทอผ้า

纺织品（紡織品）fǎngzhīpǐn 名 สิ่งทอ

放 fàng 动 ปล่อย ; เลิก (เรียน งาน ฯลฯ)

放大 fàngdà 动 ขยาย (ให้ใหญ่ขึ้น)

放大机（放大機）fàngdàjī 名 เครื่องขยาย

放大镜（放大鏡）fàngdàjìng 名 แว่นขยาย

放大器 fàngdàqì 名〈计〉ตัวขยายสัญญาณ ; เครื่องขยายเสียง ; วงจรขยาย

放大纸（放大紙）fàngdàzhǐ 名 กระดาษขยาย

放贷（放貸）fàngdài 动 ปล่อยกู้

放胆（放膽）fàngdǎn 动 ทำใจให้กล้า

放荡（放蕩）fàngdàng 形 กระเหิม ; เที่ยวเตร่เสเพล

放荡不羁（放蕩不羈）fàngdàng-bùjī〈成〉กระเหิม ไม่บังคับตัวเองแต่อย่างใด

放电（放電）fàngdiàn 动〈物〉ปล่อยกระแสไฟฟ้า

放毒 fàngdú 动 วางยาพิษ ; ปล่อยพิษ

放飞（放飛）fàngfēi 动 ปล่อยให้ขึ้นสู่อากาศ

放风（放風）fàngfēng 动 ปล่อยนักโทษที่ติดคุกให้ออกมาเดินเล่นในลาน หรือปล่อยให้เข้าห้องน้ำ ; แพร่งพรายข่าว

放工 fànggōng 动 (คนงาน) เลิกงาน

放过（放過）fàngguò 动 ปล่อย ; พลาด (โอกาส)

F

放虎归山（放虎歸山）fànghǔguīshān〈成〉ปล่อยเสือคืนถ้ำ

放话（放話）fànghuà 动 แพร่งพรายข่าว (เพื่อขู่เข็ญ ฯลฯ)

放火 fànghuǒ 动 วางเพลิง

放假 fàngjià 动 หยุดงาน ; หยุดเรียน ; ปิดเทอม

放空 fàngkōng 动 ตีรถ (หรือ เรือ) เปล่า

放空炮 fàng kōngpào 动 โม้

放空气（放空氣）fàng kōngqì 动〈贬〉แพร่งพรายข่าว ; แสร้งสร้างบรรยากาศ

放宽（放寬）fàngkuān 动 ปล่อยให้กว้าง (ให้หลวมให้พลิกแพลงได้)

放款 fàngkuǎn 动 ปล่อยเงินกู้

放浪 fànglàng 动 กระเหิม ; เที่ยวเตร่เสเพล

放慢 fàngmàn 动 ทำให้ช้าลง

放牧 fàngmù 动 เลี้ยงสัตว์ตามทุ่งหญ้า

放炮 fàngpào 动 ยิงปืนใหญ่

放屁 fàngpì 动 ผายลม ;〈骂〉พูดเหลวไหล

放弃 fàngqì 动 สละ (สิทธิ์ ข้อเสนอ ความ คิดเห็น ฯลฯ)

放情 fàngqíng 动 ปล่อยอารมณ์

放晴 fàngqíng 动 ท้องฟ้าเริ่มปลอดโปร่ง (หลังจากฝนหรือหิมะหยุด)

放权（放權）fàngquán 动 มอบอำนาจให้แก่เบื้องล่างหรือหน่วยงานใต้สังกัด

放任 fàngrèn 动 ปล่อยตามใจ

放哨 fàngshào 动 ยืนยามหรือตระเวนเพื่อรักษาการณ์

放射 fàngshè 动 ฉายแสง ; ฉายรังสี

放射病 fàngshèbìng 名〈医〉โรคอันเกิดจากสารกัมมันตรังสี

放射疗法（放射療法）fàngshè liáofǎ〈医〉การรักษาโรคด้วยรังสี

放射线（放射綫）fàngshèxiàn 名〈物〉กัมมันตรังสี

放射性 fàngshèxìng 名〈物〉ความเป็นกัมมันตรังสี

放生 fàngshēng 动 ปล่อยสัตว์ (เพื่อทำบุญ)

放声（放聲）fàngshēng 副 ปล่อยเสียงเต็มที่

放手 fàngshǒu 动 ปล่อยมือ ; ปล่อยให้ทำเต็มที่

放水 fàngshuǐ 动 ปล่อยน้ำ ; แสร้งทำเป็นแพ้ต่อคู่แข่ง (ในการแข่งขันกีฬา ฯลฯ)

放肆 fàngsì 形 กำเริบเสิบสาน

放松（放鬆）fàngsōng 动 ผ่อนคลาย

放血 fàngxiě 动 ปล่อยเลือด ; ทำร้ายร่างกายจนเลือดออก ; โละขาย

放心 fàngxīn 动 วางใจ

放行 fàngxíng 动 ปล่อยให้ผ่าน

放学（放學）fàngxué 动 เลิกเรียน (ประจำวัน)

放眼 fàngyǎn 动 ทอดสายตา

放羊 fàngyáng 动 ปล่อยแพะแกะไปกินหญ้าตามทุ่ง ; อุปมาว่า ปล่อยให้เป็นอิสระโดยไม่มีการดูแลควบคุม

放养（放養）fàngyǎng 动〈农〉เลี้ยงปล่อย (ปลาตัวไหม ฯลฯ ณ ที่เหมาะแก่การแพร่พันธุ์)

放样（放樣）fàngyàng 动〈建〉ขยายแบบ ; วาดผังให้ใหญ่เท่าของจริง

放映 fàngyìng 动 ฉาย (ภาพยนตร์)

放映机（放映機）fàngyìngjī 名 เครื่องฉายภาพยนตร์

放映员（放映員）fàngyìngyuán 名 พนักงานฉายภาพยนตร์

放债（放債）fàngzhài 动 ปล่อยหนี้ ; ปล่อยเงินกู้

放置 fàngzhì 动 วาง ; วางไว้

放逐 fàngzhú 动 เนรเทศ

放纵（放縱）fàngzòng 动 ปล่อยปละละเลย (การประพฤติ) ไม่มีระเบียบ ; ไม่มีมารยาท

飞（飛）fēi 动 บิน ; รวดเร็ว

飞奔（飛奔）fēibēn 动 วิ่งห้อ ; วิ่งปรื๋อ

飞镖（飛鏢）fēibiāo 名〈体〉ดาท (dart) (อาวุธเก่าชนิดหนึ่ง ลักษณะคล้ายหัวหอก ใช้ซัดออกไปที่เป้า)

飞车（飛車）fēichē 动 วิ่งรถเร็วจี๋ 名 รถที่วิ่งเร็วจี๋

飞驰（飛馳）fēichí 动 (ม้า) วิ่งห้อราวกับบิน ; (รถ) วิ่งเร็วจี๋

飞虫（飛蟲）fēichóng 名 แมลงปีก

飞船（飛船）fēichuán 名〈航〉ยานอวกาศ ; โพยมยาน

F

飞弹（飛彈）fēidàn 名〈军〉ขีปนาวุธ ; (กระสุนปืน) ลูกหลง

飞碟（飛碟）fēidié 名 ยูเอฟโอ (UFO) ;〈体〉จานบินซึ่งเป็นเป้ายิงเคลื่อนที่

飞短流长（飛短流長）fēiduǎn-liúcháng〈成〉ต่อความยาวสาวความยืด

飞蛾（飛蛾）fēi'é 名 แมลงเม่า

飞蛾投火（飛蛾投火）fēi'é-tóuhuǒ〈成〉แมลงเม่าบินเข้ากองไฟ อุปมาว่า รนหาที่ตาย

飞花（飛花）fēihuā 名〈纺〉ใยฝ้ายที่ปลิวกระจาย (ในขณะที่ปั่นฝ้าย)

飞黄腾达（飛黄騰達）fēihuáng-téngdá〈成〉ตำแหน่งเลื่อนพรวดพราด

飞蝗（飛蝗）fēihuáng 名〈动〉ตั๊กแตน

飞机（飛機）fēijī 名 เครื่องบิน

飞机场（飛機場）fēijīchǎng 名 สนามบิน

飞溅（飛濺）fēijiàn 动 กระเด็นเป็นฝอย

飞快（飛快）fēikuài 形 เร็วจี๋ ; คมมาก

飞来横祸（飛來横禍）fēilái-hènghuò〈成〉อุบัติเหตุ

飞轮（飛輪）fēilún 名〈机〉ล้อตุนกำลัง ; ไฟลวีล (flywheel)

飞落（飛落）fēiluò 动 ตกขอบ

飞毛腿（飛毛腿）fēimáotuǐ 名 ฝีเท้าเร็วเหมือนกับบิน ; คนวิ่งเร็ว

飞沫（飛沫）fēimò 名 ฟองฝอยน้ำลายที่พ่นออกมาขณะไอหรือจาม

飞跑（飛跑）fēipǎo 动 วิ่งปร๋อ

飞禽走兽（飛禽走獸）fēiqín-zǒushòu〈成〉นกกับสัตว์จตุบท ; สิงสาราสัตว์

飞人（飛人）fēirén 名 คนเหาะ (รายการกายกรรม) ; คนกระโดดสูงเป็นพิเศษหรือวิ่งเร็วเป็นพิเศษ

飞散（飛散）fēisàn 动 บินกระจัดกระจาย

飞升（飛升）fēishēng 动 บินขึ้นอย่างรวดเร็ว

飞驶（飛駛）fēishǐ 动 (รถ เรือ) วิ่งอย่างรวดเร็ว

飞逝（飛逝）fēishì 动 (วันเวลา ฯลฯ) ผ่านไปโดยเร็ว

飞速（飛速）fēisù 副 รวดเร็วมาก

飞腾（飛騰）fēiténg 动 บินขึ้นสู่เวหาอย่างรวดเร็ว

飞天（飛天）fēitiān 名〈宗〉เทวดาเหินฟ้าในภาพวาดหรือภาพแกะสลัก อาทิเช่น คนธรรพ์ อัปสร ฯลฯ

飞艇（飛艇）fēitǐng 名〈航〉โพยมยาน

飞往（飛往）fēiwǎng 动 บินไปสู่

飞吻（飛吻）fēiwěn 动 ส่งจูบ

飞舞（飛舞）fēiwǔ 动 บินร่อนราวกับเต้นระบำ ; ปลิวร่อน

飞翔（飛翔）fēixiáng 动 บินวนเวียน ; บินร่อน

飞行（飛行）fēixíng 动 (เครื่องบิน จรวด ฯลฯ) บินกลางเวหา

飞行器（飛行器）fēixíngqì 名〈航〉ยานพาหนะทางอากาศ เช่น เครื่องบินยานอวกาศ

飞行员（飛行員）fēixíngyuán 名 นักบิน

飞檐（飛檐）fēiyán 名〈建〉ชายคาที่โค้งขึ้นแบบจีน

飞檐走壁（飛檐走壁）fēiyán-zǒubì〈成〉(ผู้มีวิชาตัวเบา) เดินเหินบนหลังคาหรือกำแพง

飞眼（飛眼）fēiyǎn 动 ทำตาหวาน

飞扬（飛揚）fēiyáng 动 ตลบฟุ้ง

飞扬跋扈（飛揚跋扈）fēiyáng-báhù〈成〉อหังการ

飞鱼（飛魚）fēiyú 名 ปลาทะเลชนิดหนึ่งมีครีบคล้ายปีก สามารถบินบนผิวน้ำได้

飞跃（飛躍）fēiyuè 动 รุดหน้าไปอย่างรวดเร็ว ; ก้าวกระโดด

飞越（飛越）fēiyuè 动 บินข้ามไป

飞贼（飛賊）fēizéi 名 นักย่องเบา ; ข้าศึกที่บุกรุกเข้ามาทางอากาศ

飞涨（飛漲）fēizhǎng 动 (ราคา) ขึ้นอย่างรวดเร็ว

飞针走线（飛針走綫）fēizhēn-zǒuxiàn〈成〉เย็บ (เสื้อผ้า ฯลฯ) อย่างคล่องแคล่วมาก

飞舟（飛舟）fēizhōu 名〈书〉เรือที่แล่นเร็วจี๋

妃子 fēi·zi 名 พระสนม

非 fēi 名 ความผิด 动 ไม่ใช่ 副 จะต้อง

非常 fēicháng 形 ไม่ธรรมดา 副 เหลือเกิน

非此即彼 fēicǐ-jíbǐ〈成〉ไม่นี่ก็นั่น

F

非但 fēidàn 连 ไม่เพียงแต่
非得 fēiděi 副 จะต้อง...ให้ได้
非典 fēidiǎn 名〈医〉〈简〉โรคซาร์ส (*SARS*)
非法 fēifǎ 形 ผิดกฎหมาย
非法性 fēifǎxìng 名 ภาวะผิดกฎหมาย
非凡 fēifán 形 อย่างยิ่ง ; เหนือชั้น ; ล้ำเลิศ
非分 fēifèn 形 ไม่ใช่ส่วนที่ตนควรได้
非金属（非金屬）fēijīnshǔ 名〈化〉อโลหะ
非礼（非禮）fēilǐ 动〈方〉ล่วงเกิน ; ทำอนาจาร 形 ไม่ถูกจารีตประเพณี
非驴非马（非驢非馬）fēilǘ-fēimǎ〈成〉ไม่ใช่ลาและก็ไม่ใช่ม้าด้วย อุปมาว่า ไม่เหมือนสักอย่าง
非卖品（非賣品）fēimàipǐn 名 สินค้าตัวอย่าง ที่ไม่จำหน่าย
非命 fēimìng 名 การตายโหง
非难（非難）fēinàn 动 ตำหนิ ; ติเตียน
非人 fēirén 形 (ใช้) ผิดคน ; ไร้มนุษยธรรม ; อมนุษย์
非同小可 fēitóng-xiǎokě〈成〉ไม่ใช่เล่น ; ไม่ใช่เรื่องเล็ก ; ไม่ใช่ย่อย
非同寻常（非同尋常）fēitóng-xúncháng〈成〉ไม่ใช่ธรรมดา
非要 fēiyào 副 จะต้อง...ให้ได้
非议（非議）fēiyì 动 ตำหนิติเตียน
绯红（緋紅）fēihóng 形 สีแดงสด
绯闻（緋聞）fēiwén 名 ข่าวลือเรื่องชู้สาว
扉页（扉頁）fēiyè 名 รองปกหน้า (ต่อจากหน้าปกหนังสือ) ; รองปกหน้าและรองปกหลัง
蜚声（蜚聲）fēishēng 动〈书〉เด่น ; ยอดเยี่ยม
蜚语（蜚語）fēiyǔ 名 ข่าวลือ
鲱鱼（鯡魚）fēiyú 名〈动〉ปลาแฮร์ริง (*herring*)
肥 féi 形 อ้วน 名 ปุ๋ย
肥差 féichāi 名 งานการชนิดที่ได้ผลประโยชน์ส่วนตัวเป็นอย่างมาก
肥大 féidà 形 (เสื้อผ้า) หลวม ; อ้วน ; โต
肥厚 féihòu 形 (เนื้อผลไม้ ฯลฯ) หนา
肥力 féilì 名 ระดับความอุดมสมบูรณ์ (ของดิน)
肥料 féiliào 名〈农〉ปุ๋ย
肥美 féiměi 形 (ที่ดิน) อุดมสมบูรณ์ ; (สัตว์เลี้ยง) อ้วนดี
肥胖 féipàng 形 อ้วน
肥缺 féiquē 名 ตำแหน่งหน้าที่ที่หากินได้คล่อง
肥实（肥實）féi•shi 形〈口〉อ้วนเนื้อแน่น
肥瘦儿（肥瘦兒）féishòur 名 ขนาดหลวม คับ (ของเสื้อผ้า) ;〈方〉เนื้อติดมัน
肥水 féishuǐ 名 น้ำที่มีสารบำรุง ; ปุ๋ยน้ำ ; อุปมาว่าผลประโยชน์
肥硕（肥碩）féishuò 形 (ผลไม้ ฯลฯ) โตและอิ่มเอิบ
肥沃 féiwò 形 (ที่ดิน) อุดมสมบูรณ์
肥效 féixiào 名 ประสิทธิภาพของปุ๋ย
肥皂 féizào 名 สบู่
肥皂剧（肥皂劇）féizàojù 名〈剧〉ละครวิทยุหรือโทรทัศน์ในเวลากลางวัน
肥皂泡 féizàopào 名 ฟองสบู่
肥壮（肥壯）féizhuàng 形 อ้วนและแข็งแรง ; อ้วนท้วน
匪 fěi 名 โจร 副〈书〉ไม่
匪帮（匪幫）fěibāng 名 แก๊งโจร
匪巢 fěicháo 名 ซ่องโจร
匪盗 fěidào 名 โจรผู้ร้าย
匪患 fěihuàn 名 ภัยพิบัติโจรกรรม
匪首 fěishǒu 名 หัวหน้าแก๊งโจร
匪徒 fěitú 名 โจร ; ผู้ก่อกรรมทำเข็ญกับประชาชน
匪穴 fěixué 名 ซ่องโจร
匪夷所思 fěiyísuǒsī〈成〉สิ่งที่ไม่เข้าเรื่องเข้าราวซึ่งคนทั่วไปคาดไม่ถึง
诽谤（誹謗）fěibàng 动 ใส่ร้าย
菲薄 fěibó 形 (ของขวัญ รายได้ ฯลฯ) น้อยนิด (มักจะใช้เป็นคำพูดถ่อมตัว) 动 ดูถูก
菲仪（菲儀）fěiyí 名〈书〉〈谦〉ของขวัญนิดหน่อย (ใช้เป็นคำพูดถ่อมตัว)
斐然 fěirán 形〈书〉โดดเด่น ; อย่างเฉียบแหลม (ทางด้านวิชาศิลปะวรรณคดี)
翡翠 fěicuì 名〈矿〉มรกต
吠 fèi 动 เห่า
肺 fèi 名〈生理〉ปอด

肺癌 fèi'ái 名〈医〉โรคมะเร็งในปอด
肺病 fèibìng 名〈医〉โรคปอด ; วัณโรค
肺腑 fèifǔ 名 ปอด ; ในใจ
肺活量 fèihuóliàng 名〈生理〉ปริมาณการสูดลมหายใจของปอด
肺结核（肺結核）fèijiéhé 名〈医〉วัณโรค
肺痨（肺癆）fèiláo 名〈医〉〈俗〉วัณโรค
肺泡 fèipào 名〈生理〉โพรงปอด
肺气肿（肺氣腫）fèiqìzhǒng 名〈医〉โรคถุงลมโป่งพอง
肺炎 fèiyán 名〈医〉ปอดอักเสบ
肺叶（肺葉）fèiyè 名〈生理〉กลีบปอด

废（廢）fèi 动 เลิก (ใช้หรือทำ) ; เสีย
废弛（廢弛）fèichí 动 (คำสั่งทางราชการ ระเบียบวินัย ฯลฯ) หย่อนยานลง
废除（廢除）fèichú 动 เลิกล้ม
废黜（廢黜）fèichù 动〈书〉ปลดออก (จากตำแหน่ง)
废话（廢話）fèihuà 名 คำพูดที่ไร้สาระ ; คำพูดเหลวไหล
废旧（廢舊）fèijiù 形 (ของ) เก่าและใช้การไม่ได้
废料（廢料）fèiliào 名〈工〉วัสดุที่เหลือใช้
废品（廢品）fèipǐn 名 ของเสีย ; ผลิตภัณฑ์ที่ไม่ได้มาตรฐาน
废气（廢氣）fèiqì 名〈工〉อากาศเสีย
废弃（廢弃）fèiqì 动 เลิกใช้ ; ทิ้ง
废弃物（廢弃物）fèiqìwù 名 ของทิ้ง
废寝忘食（廢寢忘食）fèiqǐn-wàngshí〈成〉อดตาหลับขับตานอน ; ลืมกินลืมนอน
废人（廢人）fèirén 名 คนพิการ ; คนไม่มีประโยชน์
废水（廢水）fèishuǐ 名〈工〉น้ำเสีย
废铜烂铁（廢銅爛鐵）fèitóng-làntiě〈成〉เศษเหล็ก อุปมาว่า ของที่ไร้ประโยชน์
废物（廢物）fèiwù 名 ของเสีย
废物（廢物）fèi•wu 名〈骂〉คนที่ใช้การไม่ได้ ; คนไร้ประโยชน์ ; คนไม่มีประโยชน์
废墟（廢墟）fèixū 名 ซากปรักหักพัง
废液（廢液）fèiyè 名〈工〉ของเหลวที่เป็นปฏิกูล
废渣（廢渣）fèizhā 名〈工〉กาก
废止（廢止）fèizhǐ 动 ยกเลิก ; เลิกล้ม (คำสั่งกฎหมาย ฯลฯ)
废址（廢址）fèizhǐ 名〈书〉สถานที่ที่เสื่อมเสียแล้ว
废纸（廢紙）fèizhǐ 名 เศษกระดาษ ; กระดาษที่ใช้แล้ว
废置（廢置）fèizhì 动 ทิ้งไว้ไม่ได้ใช้เป็นประโยชน์

沸点（沸點）fèidiǎn 名 จุดเดือด
沸沸扬扬（沸沸揚揚）fèifèiyángyáng〈成〉โกลาหลอลหม่าน ; เสียงขรม ; อึกทึกครึกโครม
沸水 fèishuǐ 名 น้ำเดือด
沸腾（沸騰）fèiténg 动 เดือดพล่าน ; คึกคักมีชีวิตชีวา

费（費）fèi 名 ค่าใช้จ่าย 动 สิ้นเปลือง
费厄泼赖（費厄潑賴）fèi'èpōlài 名 การแข่งขันอย่างยุติธรรม ; แฟร์เพลย์ (*fair play*)
费工（費工）fèigōng 动 เสียเวลาทำงาน ; เปลืองแรงงาน
费话（費話）fèihuà 动 เสียแรงพูด
费解（費解）fèijiě 形 เข้าใจยาก
费尽心机（費盡心機）fèijìn-xīnjī〈成〉พยายามใช้หัวคิดอย่างเต็มที่ในการวางแผน
费劲（費勁）fèijìn 动 เปลืองแรง ; ลำบาก
费力（費力）fèilì 动 เปลืองแรง ; ลำบาก
费神（費神）fèishén 动 เปลืองสมอง ;〈套〉กรุณาช่วย (ใช้ในกรณีไหว้วานคนอื่นหรือแสดงความขอบคุณ)
费时（費時）fèishí 动 เสียเวลา
费事（費事）fèishì 动 ยาก ; ลำบาก
费心（費心）fèixīn 动 เปลืองสมอง ;〈套〉กรุณาช่วย (ใช้ในกรณีไหว้วานคนอื่นหรือแสดงความขอบคุณ)
费用（費用）fèi•yong 名 ค่าใช้จ่าย

痱子 fèi•zi 名〈医〉ผด
痱子粉 fèi•zifěn 名 แป้งทาผด

分 fēn 动 แบ่ง ; แยกออก 名，量 คะแนน ; นาที ; ส่วน ; สาขา
分贝（分貝）fēnbèi 量〈物〉เดซิเบล (*decibel*) (หน่วยวัดความเข้มของเสียง)

F

分崩离析（分崩離析）fēnbēng-líxī 〈成〉 แตกแยกพังทลาย
分辨 fēnbiàn 动 แยกแยะ ; วิเคราะห์
分辨率 fēnbiànlǜ 名 อัตราการจำแนกออก
分辩（分辯）fēnbiàn 动 แก้ตัว
分别 fēnbié 动 จากกัน ; แยกออก
分布 fēnbù 动 กระจาย
分餐 fēncān 动 แบ่งกันรับประทาน
分册 fēncè 名 เล่มหนังสือ (ของหนังสือชุด)
分成 fēnchéng 动 แบ่งส่วน
分词（分詞）fēncí 名〈语〉คำกริยาที่นำมาใช้เป็นคำคุณศัพท์ในภาษาอังกฤษโดยมีรูปเป็นปัจจุบันกาลและอดีตกาล
分寸 fēn•cun 名 บันยะบันยัง
分担（分擔）fēndān 动 แบ่งกันรับผิดชอบ ; แบ่งกันรับภาระหน้าที่
分道扬镳（分道揚鑣）fēndào-yángbiāo 〈成〉 ไม่ลงลอยกัน ; ต่างคนต่างไป ; ตัวใครตัวมัน
分得 fēndé 动 แบ่งได้ (จำนวนเท่าไร)
分店 fēndiàn 名 ห้างร้านสาขา
分队（分隊）fēndùi 名 หน่วยงานย่อยในกองปฏิบัติการ ;〈军〉กองกำลังทหารตั้งแต่หมู่ถึงกองพัน
分而治之 fēn'érzhìzhī 〈成〉 แบ่งแยกแล้วปกครอง
分发（分發）fēnfā 动 แจกจ่าย ; จัดส่ง
分割 fēngē 动 เชือดเฉือน ; แบ่งแยก
分隔 fēngé 动 แบ่งกั้น ; แยกออกจากกัน
分工 fēngōng 动 แบ่งงาน
分公司 fēngōngsī 名 บริษัทสาขา
分管 fēnguǎn 动 แบ่งกันบริหาร ; แบ่งกันดูแล
分毫 fēnháo 名 จำนวนน้อยนิด
分号（分號）fēnhào 名〈语〉เครื่องหมายอัฒภาค ได้แก่ " ; " ; ห้างร้านสาขา
分红（分紅）fēnhóng 动〈经〉แบ่งกำไร ; แบ่งโบนัส (*bonus*)
分洪 fēnhóng 动〈水〉แยกพื้นที่เป็นส่วน ๆ เพื่อบรรเทาอุทกภัย
分化 fēnhuà 动 แยกออก ; ทำให้แตกแยก
分机（分機）fēnjī 名 (เครื่องโทรศัพท์) สายพ่วง
分级（分級）fēnjí 动 แบ่งชั้น
分家 fēnjiā 动 (พี่น้อง) แบ่งสมบัติแยกครอบครัวกัน
分解 fēnjiě 动 แยกสังเคราะห์ ; อธิบายความ ; แก้ตัว ; สลายตัว
分界 fēnjiè 动 แบ่งเขต 名 พรมแดน
分界线（分界綫）fēnjièxiàn 名 เส้นแบ่งเขต
分居 fēnjū 动 แยกครอบครัว ; แยกกันอยู่
分句 fēnjù 名〈语〉อนุประโยค
分开（分開）fēnkāi 动 แยกออก ; แบ่งออก
分科 fēnkē 名〈教〉สาขาวิชา
分类（分類）fēnlèi 动 แบ่งหมวดหมู่ ; แยกประเภท
分类账（分類賬）fēnlèizhàng 名〈经〉บัญชีแยกประเภท
分离（分離）fēnlí 动 แยกออกจากกัน ; จากกัน
分力 fēnlì 名〈物〉แรงส่วนประกอบ
分列式 fēnlièshì 名〈军〉รูปขบวนการจัดแถว
分裂 fēnliè 动 แตกตัว ; ทำให้สลายตัว
分裂主义（分裂主義）fēnliè zhǔyì ลัทธิแบ่งแยก
分流 fēnliú 动 แยกกระแส (น้ำ รถ ฯลฯ) ; ลดจำนวนเจ้าหน้าที่ขององค์กรบริหารโดยโยกย้ายไปที่หน่วยงานอื่น ๆ
分门别类（分門别類）fēnmén-biélèi 〈成〉 แบ่งหมวดหมู่ ; แยกประเภท
分米 fēnmǐ 量〈数〉เดซิเมตร (*decimeter*)
分泌 fēnmì 动〈生理〉ขับ (น้ำย่อย ฯลฯ)
分泌物 fēnmìwù 名〈生理〉สิ่งขับออก
分娩 fēnmiǎn 动〈生理〉คลอดลูก ; (สัตว์) ออกลูก
分秒必争 fēnmiǎo-bìzhēng 〈成〉 ช่วงชิงเวลาทุกวินาที
分明 fēnmíng 副 อย่างชัดเจน 形 เด่นชัด
分母 fēnmǔ 名〈数〉ตัวส่วน (ในคณิตศาสตร์)
分派 fēnpài 动 แบ่ง (งาน) ให้ทำ ; แบ่งกัน
分配 fēnpèi 动 จัดสรร ; แบ่งสันปันส่วน
分期 fēnqī 动 แบ่งช่วงเวลา ; แบ่งเป็นงวด ๆ
分歧 fēnqí 形 แตกต่าง 名 ความแตกต่าง
分清 fēnqīng 动 แยกแยะให้ชัดเจน
分区（分區）fēnqū 动 แบ่งเขต 名 เขตสาขา

F

分散 fēnsàn 动 กระจัดกระจาย

分设（分設）fēnshè 动 แยกกันก่อตั้ง

分身 fēnshēn 动 ปลีกตัว

分神 fēnshén 动 เบนความสนใจ (ไปที่สิ่งอื่น) ; 〈套〉กรุณาให้ความสนใจบ้าง (เป็นคำพูดอย่างเกรงใจในการขอร้องให้คนอื่นเป็นธุระให้)

分式 fēnshì 名〈数〉สูตรอัตราสัดส่วนของเศษส่วน

分手 fēnshǒu 动 แยกกัน

分数（分數）fēnshù 名 คะแนน ; 〈数〉เศษส่วน

分水岭（分水嶺）fēnshuǐlǐng 名〈地理〉สันปันน้ำ ; อุปมาว่า เส้นแบ่งเขต (ของเรื่องราวที่แตกต่างกัน)

分说（分説）fēnshuō 动 แก้ตัว ; แก้ต่าง (มักจะใช้ในรูปปฏิเสธ)

分摊（分攤）fēntān 动 แบ่ง (ค่าใช้จ่าย) กัน ; แชร์กัน

分庭抗礼（分庭抗禮）fēntíng-kànglǐ〈成〉ปฏิบัติต่อกันด้วยฐานะเสมอภาค

分头（分頭）fēntóu 副 แยกย้ายกัน (ทำ)

分为（分爲）fēnwéi 动 แบ่งเป็น... ; แยกเป็น...

分文 fēnwén 名 สตางค์เดียว

分文不取 fēnwén-bùqǔ〈成〉ไม่รับแม้แต่สตางค์เดียว

分析 fēnxī 动 วิเคราะห์

分享 fēnxiǎng 动 แบ่งความสุขกัน

分销（分銷）fēnxiāo 动 แยกจำหน่าย (ตามสาขาห้างร้านหรือร้านค้าตัวแทน)

分销店（分銷店）fēnxiāodiàn 名 ร้านสาขา

分晓（分曉）fēnxiǎo 名 รู้ผลหรือรายละเอียด (ของเรื่อง) ; เหตุผล (มักจะใช้ในรูปปฏิเสธ) 动 รู้แจ่มแจ้ง

分校 fēnxiào 名〈教〉โรงเรียน (หรือมหาวิทยาลัย) สาขา ; วิทยาเขต

分心 fēnxīn 动 เบนความสนใจ (ไปที่สิ่งอื่น)

分野 fēnyě 名 เขตแบ่ง ; เส้นแบ่ง

分忧（分憂）fēnyōu 动 แบ่งเบาความทุกข์

分院 fēnyuàn 名 สถาบันสาขา

分赃（分贜）fēnzāng 动 แบ่งเงินหรือสิ่งของทุจริต ; อุปมาว่า แบ่งอำนาจหรือผลประโยชน์ที่ทุจริต

分账（分賬）fēnzhàng 动 แบ่งเงินตามอัตราส่วน

分针（分針）fēnzhēn 名 เข็มนาที

分支 fēnzhī 名 สาขา

分子 fēnzǐ 名〈数〉ตัวเศษ (คณิตศาสตร์) ; 〈物〉อณู

芬芳 fēnfāng 形 หอมหวน ; หอม

吩咐 fēn·fù 动〈口〉กำชับ ; สั่ง

纷呈（紛呈）fēnchéng 动 ปรากฏตาม ๆ กัน

纷繁（紛繁）fēnfán 形 มากมายและสับสน

纷飞（紛飛）fēnfēi 动 บินว่อน

纷纷（紛紛）fēnfēn 形 (พูดกัน) เซ็งแซ่ 副 พากัน (ของ) ปลิวว่อน

纷乱（紛亂）fēnluàn 形 สับสนอลหม่าน

纷纭（紛紜）fēnyún 形 (พูดกัน) เซ็งแซ่

纷杂（紛雜）fēnzá 形 สับสนวุ่นวาย

纷争（紛争）fēnzhēng 名 ข้อพิพาท

纷至沓来（紛至沓來）fēnzhì-tàlái〈成〉ทยอยกันมาอย่างไม่ขาดสาย

氛围（氛圍）fēnwéi 名 บรรยากาศรอบตัว

坟（墳）fén 名 หลุมฝังศพ

坟地（墳地）féndì 名 ที่ฝังศพ

坟墓（墳墓）fénmù 名 สุสาน

焚 fén 动〈书〉เผา

焚化 fénhuà 动 เผา (ศพ ภาพเทวดา กระดาษเงินกระดาษทอง)

焚毁 fénhuǐ 动 เผาทำลาย

焚烧（焚燒）fénshāo 动 เผา

焚香 fénxiāng 动 จุดธูป

粉 fěn 名 แป้ง ; ผง

粉白 fěnbái 形 ขาวนวล

粉笔（粉筆）fěnbǐ 名 ชอล์ก (*chalk*)

粉彩 fěncǎi 名 สีชมพูในเครื่องกระเบื้องเคลือบของจีน ; สีตระกูลแดงกุหลาบ

粉尘（粉塵）fěnchén 名〈工〉ฝุ่นละออง (ที่เกิดจากการเผาไหม้หรือการผลิตทางอุตสาหกรรม)

粉刺 fěncì 名〈医〉สิว

粉蝶 fěndié 名〈动〉ผีเสื้อขาว

粉红（粉紅）fěnhóng 形 สีชมพู
粉剂（粉劑）fěnjì 名〈药〉(ยา) ผง
粉瘤 fěnliú 名〈医〉เนื้องอก
粉末 fěnmò 名 ผง
粉墨登场（粉墨登場）fěnmò-dēngchǎng〈成〉แต่งหน้าแต่งตัวขึ้นเวทีการแสดง ; อุปมาว่าคนเลวปลอมตัวเป็นคนดีเพื่อเล่นการเมือง
粉皮 fěnpí 名 วุ้นที่เป็นแผ่นบาง ๆ
粉扑儿（粉撲兒）fěnpūr 名 ฟองน้ำแต่งหน้า
粉墙（粉墻）fěnqiáng 名 ผนังสีขาว ; กำแพงสีขาว
粉色 fěnsè 名 สีชมพู
粉身碎骨 fěnshēn-suìgǔ〈成〉ร่างแหลกป่นปี้ ; พลีชีพ (ด้วยความเต็มใจ)
粉饰（粉飾）fěnshì 动 ตกแต่ง อุปมาว่าปกปิดอำพราง (ข้อบกพร่องหรือความด่างพร้อย)
粉刷 fěnshuā 动 ทาสี (ผนัง)
粉丝（粉絲）fěnsī 名 วุ้นเส้น ; แฟนานุแฟน (คนทั่วไปที่นิยมชมชอบผู้ใดผู้หนึ่งอย่างยิ่ง)

F

粉丝团（粉絲團）fěnsītuán 名〈惯〉แฟนคลับ (*fans club*) (กลุ่มคนที่ชื่นชอบหลงใหลในบุคคลแนวคิดหรือสิ่งใดสิ่งหนึ่งเป็นอย่างยิ่ง)
粉碎 fěnsuì 动 แตกละเอียด ; บดขยี้
粉碎机（粉碎機）fěnsuìjī 名 เครื่องบด
粉条（粉條）fěntiáo 名 วุ้นเส้นใหญ่

分量 fèn·liàng 名 น้ำหนัก
分内 fènnèi 形 หน้าที่การงานอันพึงกระทำ
分外 fènwài 形 (งาน) นอกหน้าที่ 副 เป็นพิเศษ
分子 fènzǐ 名 บุคคล (ที่ขึ้นต่อกับชนชั้นพรรคพวกหรือมีลักษณะพิเศษโดยเฉพาะ)

份 fèn 量 ส่วน ; ชุด ; ฉบับ
份额（份額）fèn'é 名 จำนวนส่วน ; จำนวนชุด
份儿（份兒）fènr 名〈口〉ส่วน
份儿饭（份兒飯）fènrfàn 名 อาหารชุด
份子 fèn·zi 名 เงินเฉลี่ยสำหรับซื้อของขวัญ

奋不顾身（奮不顧身）fènbùgùshēn〈成〉บากหน้าอย่างไม่เสียดายชีวิต
奋斗（奮鬥）fèndòu 动 บากบั่นต่อสู้
奋发（奮發）fènfā 动 มุมานะบากบั่น
奋发图强（奮發圖强）fènfā-túqiáng〈成〉มุมานะบากบั่นเพื่อให้ได้มาซึ่งความเข้มแข็งเกรียงไกร
奋飞（奮飛）fènfēi 动 พยายามบิน
奋进（奮進）fènjìn 动 ก้าวไปข้างหน้าอย่างห้าวหาญ
奋力（奮力）fènlì 副 พยายามเต็มที่
奋起（奮起）fènqǐ 动 ลุกขึ้นต่อสู้
奋勇（奮勇）fènyǒng 动 ห้าวหาญ
奋战（奮戰）fènzhàn 动 พยายามต่อสู้อย่างกล้าหาญ

粪（糞）fèn 名〈生理〉ขี้ ; อุจจาระ
粪便（糞便）fènbiàn 名〈生理〉อุจจาระและปัสสาวะ
粪池（糞池）fènchí 名 บ่อเก็บอุจจาระปัสสาวะ ; บ่อเก็บปุ๋ยคอก
粪肥（糞肥）fènféi 名〈农〉ปุ๋ยมูล ; ปุ๋ยคอก
粪坑（糞坑）fènkēng 名 แอ่งปุ๋ยคอก
粪土（糞土）fèntǔ 名 อุจจาระกับดิน ; อุปมาว่าของไม่มีค่า

愤愤不平（憤憤不平）fènfèn-bùpíng〈成〉ขุ่นเคือง
愤恨（憤恨）fènhèn 动 โกรธแค้น
愤慨（憤慨）fènkǎi 形 แค้นเคือง
愤懑（憤懣）fènmèn 形〈书〉กลัดกลุ้ม ; ขุ่นเคือง
愤怒（憤怒）fènnù 形 โกรธเคือง
愤世嫉俗（憤世嫉俗）fènshì-jísú〈成〉จงเกลียดจงชังสังคมอันเน่าเฟะและมืดมน

丰碑（豐碑）fēngbēi 名 อนุสาวรีย์ ; อุปมาว่าผลงานอันยิ่งใหญ่และอมตะ
丰产（豐産）fēngchǎn 动〈农〉ผลิตผลอุดมสมบูรณ์
丰登（豐登）fēngdēng 动〈农〉ผลิตผลอุดมสมบูรณ์
丰富（豐富）fēngfù 形 อุดมสมบูรณ์ 动 ทำให้อุดมสมบูรณ์
丰富多彩（豐富多彩）fēngfù-duōcǎi〈成〉มากมายหลายหลาก
丰功伟绩（豐功偉績）fēnggōng-wěijì〈成〉คุณูปการอันยิ่งใหญ่
丰厚（豐厚）fēnghòu 形 มากและหนา ; (รายได้) สูง

丰满（豐滿）fēngmǎn 形 อวบอิ่ม ; เต็มเปี่ยม ; บริบูรณ์

丰美（豐美）fēngměi 形 (หญ้า) งอกงามเขียวชอุ่ม

丰年（豐年）fēngnián 名〈农〉ปีที่การเก็บเกี่ยวได้ผลอุดมสมบูรณ์

丰沛（豐沛）fēngpèi 形 (ฝนตก) ชุก ; (ฝนฟ้า) อำนวย

丰饶（豐饒）fēngráo 形 อุดมสมบูรณ์

丰润（豐潤）fēngrùn 形 อวบอิ่มมีน้ำมีนวล

丰盛（豐盛）fēngshèng 形 มากมายหลายอย่าง

丰收（豐收）fēngshōu 动 การเก็บเกี่ยวได้ผลอุดมสมบูรณ์

丰硕（豐碩）fēngshuò 形 (ผลไม้) ดกและใหญ่ ; อุปมาว่า ผลงานมากมาย

丰胸（豐胸）fēngxiōng 动〈医〉เสริมหน้าอก

丰衣足食（豐衣足食）fēngyī-zúshí〈成〉อยู่ดีกินดี

丰盈（豐盈）fēngyíng 形 (ร่างกาย) อวบงาม ; มั่งคั่ง

丰腴（豐腴）fēngyú 形 (ร่างกาย) อวบอิ่ม

丰裕（豐裕）fēngyù 形 อุดมสมบูรณ์

丰韵 fēngyùn 名 ลักษณะท่าทางอันงดงาม

丰姿 fēngzī 名 บุคลิกลักษณะอันงดงาม

丰足（豐足）fēngzú 形 อุดมสมบูรณ์

风（風）fēng 名 ลม

风暴（風暴）fēngbào 名〈气〉พายุ ; มรสุม

风波（風波）fēngbō 名 ความวุ่นวาย

风采（風采）fēngcǎi 名 บุคลิกลักษณะอันมีสง่าราศี

风餐露宿（風餐露宿）fēngcān-lùsù〈成〉นอนกลางดิน กินกลางทราย

风潮（風潮）fēngcháo 名 การเคลื่อนไหวของประชาชน ; ความปั่นป่วน

风车（風車）fēngchē 名 กังหัน ; เครื่องฝัดข้าว

风尘（風塵）fēngchén 名 ความเหน็ดเหนื่อยเมื่อยล้าในการเดินทาง ; สภาพที่ตกยาก

风尘仆仆（風塵僕僕）fēngchén-púpú〈成〉เดินทางมาอย่างเหน็ดเหนื่อย

风驰电掣（風馳電掣）fēngchí-diànchè〈成〉(วิ่ง) เร็วปานลมพัด

风传（風傳）fēngchuán 动 ลือกัน

风吹草动（風吹草動）fēngchuī-cǎodòng〈成〉ลมพัดใบหญ้าไหว ; อุปมาว่า เหตุการณ์เปลี่ยนแปลงเล็กน้อย

风笛（風笛）fēngdí 名〈乐〉ปี่สก๊อต ; แบ๊กไพพ์ (*bagpipe*)

风动工具（風動工具）fēngdòng gōngjù เครื่องมือที่ทำงานด้วยแรงอัดของลม

风度（風度）fēngdù 名 กิริยาท่าทาง ; บุคลิกอันดีงาม

风发（風發）fēngfā 形 รวดเร็วเพียงลม ; (จิตใจ) ฮึกเหิม

风帆（風帆）fēngfān 名 ใบเรือ

风范（風範）fēngfàn 名〈书〉บุคลิกลักษณะอันดีงาม

风风火火（風風火火）fēngfēnghuǒhuǒ〈成〉รีบร้อนบุ่มบ่าม ; คึกคัก

风风雨雨（風風雨雨）fēngfēngyǔyǔ〈成〉ลมฝนซัดสาด ; อุปมาว่า อุปสรรคมากมาย

风干（風乾）fēnggān 动 ผึ่งลมให้แห้ง

风格（風格）fēnggé 名 ท่วงที ; ท่วงทำนอง ; ทำนอง

风骨（風骨）fēnggǔ 名 ความหยิ่งในศักดิ์ศรี ; ลักษณะเข้มแข็งและทรงพลัง (ของงานศิลปะหรืองานวรรณกรรม)

风光（風光）fēngguāng 名 ทัศนียภาพ ; ทิวทัศน์

风光（風光）fēng•guāng 形〈口〉มีหน้ามีตา ; หรูหราฟุ่มเฟือย

风害（風害）fēnghài 名 วาตภัย

风寒（風寒）fēnghán 名 ลมและอากาศที่หนาวเหน็บ

风和日丽（風和日麗）fēnghé-rìlì〈成〉อากาศแจ่มใส

风华（風華）fēnghuá 名 บุคลิกและความรู้ความสามารถ

风化（風化）fēnghuà 名 จารีตประเพณีและวัฒนธรรม ;〈地质〉การเปลี่ยนแปลงอันเกิดจากดินฟ้าอากาศ

F

风级（風級）fēngjí 名〈气〉ระดับของลม
风纪（風紀）fēngjì 名 ท่วงทำนองการทำงานและระเบียบวินัย (ในกองทหาร ฯลฯ)
风景（風景）fēngjǐng 名 ทิวทัศน์ ; ทัศนียภาพ
风景点（風景點）fēngjǐngdiǎn 名 สถานที่ที่มีทิวทัศน์สวยงาม
风景画（風景畫）fēngjǐnghuà 名 ภาพทิวทัศน์ ; รูปวิว
风镜（風鏡）fēngjìng 名 แว่นตากันลม
风口（風口）fēngkǒu 名 ช่องลม
风浪（風浪）fēnglàng 名 คลื่นลม ; อุปมาว่าประสบการณ์อันโชกโชน
风雷（風雷）fēngléi 名 ฟ้าคะนองท่ามกลางพายุอันแรงจัด ; อุปมาว่า พลังโหมกระหน่ำอย่างรุนแรง
风力（風力）fēnglì 名〈气〉กำลังลม
风凉（風涼）fēngliáng 形 ลมโชยเย็นสบาย
风凉话（風涼話）fēngliánghuà 名 คำพูดกระทบกระแทก
风铃（風鈴）fēnglíng 名 กระดิ่งลม
风流（風流）fēngliú 形 มีคุณงามความดีและปรีชาสามารถในทางวรรณคดี ; ความรู้ความสามารถสูงแต่ไม่ปฏิบัติตามจารีตประเพณี ; เจ้าชู้
风貌（風貌）fēngmào 名 สไตล์และโฉมหน้า
风靡（風靡）fēngmǐ 动 นิยมกันอย่างแพร่หลาย
风能（風能）fēngnéng 名 พลังงานลม
风平浪静（風平浪静）fēngpíng-làngjìng〈成〉ลมและคลื่นสงบเงียบ
风起云涌（風起雲涌）fēngqǐ-yúnyǒng〈成〉กระแสคลื่นโหมซัดสาด
风气（風氣）fēngqì 名 กระแสนิยม
风琴（風琴）fēngqín 名〈乐〉หีบเพลง
风情（風情）fēngqíng 名 ความรักระหว่างชายหญิง ;〈书〉ประเพณีนิยม ; สภาพของลม
风趣（風趣）fēngqù 名 รสนิยม 形 อารมณ์ขัน
风骚（風騷）fēngsāo 名 วรรณคดี 形 พราวเสน่ห์
风沙（風沙）fēngshā 名 พายุทราย
风扇（風扇）fēngshàn 名 พัดลม
风尚（風尚）fēngshàng 名 กระแสนิยมในสังคม
风声（風聲）fēngshēng 名 เสียงลม ; ข่าวคราว
风湿病（風濕病）fēngshībìng 名〈医〉โรครูมาทิสซัม (*rheumatism*)
风势（風勢）fēngshì 名 กำลังพัดของลม
风霜（風霜）fēngshuāng 名 อุปมา ความลำบากยากเข็ญ
风水（風水）fēng·shuǐ 名 (จีน) ฮวงจุ้ยหรือฮวงซุ้ย (ลักษณะทำเลของบ้านเรือนหรือสุสาน) ; ภูมิลักษณศาสตร์
风俗（風俗）fēngsú 名 ประเพณี
风俗画（風俗畫）fēngsúhuà 名 ภาพประเพณีของสังคม
风速（風速）fēngsù 名 ความเร็วของลม
风涛（風濤）fēngtāo 名 คลื่นลม
风调雨顺（風調雨順）fēngtiáo-yǔshùn〈成〉ฝนฟ้าอำนวย ; ฝนฟ้าตกต้องตามฤดูกาล
风头（風頭）fēngtóu 名 ต้นลม
风头（風頭）fēng·tou 名 ปริยายหมายถึงแนวโน้มหรือพัฒนาการของสถานการณ์ ; ออกหน้าออกตา
风土人情（風土人情）fēngtǔ-rénqíng〈成〉ภูมิอากาศและประเพณีนิยม
风味（風味）fēngwèi 名 รสชาติอาหารประจำท้องถิ่น ; รสนิยม
风险（風險）fēngxiǎn 名 อันตราย
风箱（風箱）fēngxiāng 名〈机〉เครื่องเป่าลม (ใช้สำหรับเร่งไฟในเตา)
风向（風向）fēngxiàng 名 ทิศทางลม
风行一时（風行一時）fēngxíng-yīshí〈成〉นิยมกันพักหนึ่ง
风雅（風雅）fēngyǎ 形〈书〉สุภาพเรียบร้อย 名〈书〉กิจกรรมทางด้านกวี
风烟（風烟）fēngyān 名 ลมกับหมอก ; ลมพัดควันไฟ ปริยายหมายถึงความวุ่นวายระหว่างสงคราม
风言风语（風言風語）fēngyán-fēngyǔ〈成〉คำเล่าลือ ; คำใส่ร้ายป้ายสี ; นินทาว่าร้ายลับหลัง
风衣（風衣）fēngyī 名 เสื้อคลุมกันลม

风雨（風雨）fēngyǔ 名 ลมฝน ; ปริยายหมายถึงประสบการณ์อันโชกโชน
风雨飘摇（風雨飄搖）fēngyǔ-piāoyáo〈成〉สถานะอันไม่มั่นคง
风雨同舟（風雨同舟）fēngyǔ-tóngzhōu〈成〉ร่วมกันฝ่าวิกฤต
风雨无阻（風雨無阻）fēngyǔ-wúzǔ〈成〉ฝ่าลมฝ่าฝนไปอย่างไม่ท้อถอย
风雨衣（風雨衣）fēngyǔyī 名 เสื้อคลุมกันลมกันฝน
风月（風月）fēngyuè 名 ลมและดวงเดือน ปริยายหมายถึง ทิวทัศน์ ; เรื่องรัก ๆ ใคร่ ๆ
风云（風雲）fēngyún 名 สถานการณ์ผันผวน
风云变幻（風雲變幻）fēngyún-biànhuàn〈成〉สถานการณ์ผันแปรอย่างคาดกันไม่ถึง
风云人物（風雲人物）fēngyún rénwù〈成〉บุคคลซึ่งสามารถพลิกแพลงสถานการณ์ได้
风韵（風韵）fēngyùn 名 ความชดช้อย
风灾（風災）fēngzāi 名〈气〉วาตภัย
风疹（風疹）fēngzhěn 名〈医〉ลมพิษ
风筝（風箏）fēng·zheng 名 ว่าว
风烛残年（風燭殘年）fēngzhú-cánnián〈成〉ไม้ใกล้ฝั่ง
风姿（風姿）fēngzī 名 บุคลิกลักษณะอันงดงาม
风钻（風鑽）fēngzuàn 名〈机〉สว่านลม
枫树（楓樹）fēngshù 名〈植〉ต้นเมเปิล (*maple*)
枫叶（楓葉）fēngyè 名 ใบเมเปิล
封 fēng 动 ปิด ; ผนึก 名 ซอง 量 ฉบับ
封闭（封閉）fēngbì 动 ปิด ; สั่งปิด
封闭性（封閉性）fēngbìxìng 名 ลักษณะปิด
封存 fēngcún 动 ปิดผนึกเก็บไว้
封底 fēngdǐ 名 ปกหลัง
封顶（封頂）fēngdǐng 动 ยอดไม้หยุดขึ้น ; (การก่อสร้าง) ปิดหลังคา ; จำกัดยอดจำนวน
封冻（封凍）fēngdòng 动〈气〉น้ำ (ในแม่น้ำลำคลอง) กลายเป็นน้ำแข็ง
封官许愿（封官許願）fēngguān-xǔyuàn〈成〉รับปากด้วยการให้ตำแหน่งชื่อเสียงและผลประโยชน์
封火 fēnghuǒ 动 หรี่ไฟ (เพื่อให้ไฟในเตาอ่อนลง)
封建社会（封建社會）fēngjiàn shèhuì สังคมศักดินา
封建主 fēngjiànzhǔ 名 เจ้าศักดินา
封建主义（封建主義）fēngjiàn zhǔyì ศักดินานิยม
封禁 fēngjìn 动 อายัด
封口 fēngkǒu 动 ปิดปากไม่พูด ; ปิดปากไม่เปลี่ยนคำพูด ; ปิดผนึก 名 ปากซอง
封里（封裏）fēnglǐ 名〈印〉ด้านหลังของปกหน้า
封门（封門）fēngmén 动 ปิดประกาศห้ามที่ประตู (เพื่ออายัดทรัพย์หรือห้ามเข้า)
封面 fēngmiàn 名〈印〉ปกหน้า
封皮 fēngpí 名〈印〉ปกหนังสือ ; แถบกระดาษประทับตราและระบุวันเดือนปี ซึ่งปิดไว้ที่ประตูหรือหีบห่อเพื่อแสดงการอายัดทรัพย์หรือห้ามเปิด
封杀（封殺）fēngshā 动 ใช้มาตรการอายัดหรือปิดล้อมทำให้อยู่ไม่ได้
封山 fēngshān 动 ปิดเขา
封山育林 fēngshān yùlín 动〈林〉ปิดเขาเพื่ออนุรักษ์ป่าไม้
封赏（封賞）fēngshǎng 动 พระราชทาน ; สิ่งที่พระราชทาน
封锁（封鎖）fēngsuǒ 动 ปิดล้อม
封锁线（封鎖綫）fēngsuǒxiàn 名〈军〉แนวปิดล้อม
封套 fēngtào 名 ซอง (สำหรับใส่หนังสือ เอกสาร ฯลฯ)
封条（封條）fēngtiáo 名 แถบกระดาษประทับตราและระบุวันเดือนปี สำหรับปิดไว้ที่ประตูหรือหีบห่อเพื่อแสดงการอายัดทรัพย์หรือห้ามเปิด
封嘴 fēngzuǐ 动 ปิดปากไม่เปลี่ยนคำพูด ; ปิดปากไม่ให้พูด
疯（瘋）fēng 形 บ้า
疯癫（瘋癲）fēngdiān 动 สติวิปลาส
疯疯癫癫（瘋瘋癲癲）fēng·fengdiāndiān 形 บ้า ๆ บอ ๆ
疯狗（瘋狗）fēnggǒu 名 สุนัขบ้า
疯话（瘋話）fēnghuà 名 คำพูดบ้า ๆ บอ ๆ
疯狂（瘋狂）fēngkuáng 形 บ้าคลั่ง

疯牛病（瘋牛病）fēngniúbìng 名〈医〉โรควัวบ้า

疯人院（瘋人院）fēngrényuàn 名 โรงพยาบาล
โรคจิต

疯子（瘋子）fēng•zi 名 คนบ้า

峰 fēng 名 ยอดเขา

峰巅 fēngdiān 名 ยอดเขา

峰回路转（峰迴路轉）fēnghuí-lùzhuǎn〈成〉
ทางตามเทือกเขาคดเคี้ยวเลี้ยวลด ; อุปมาว่า
พบโอกาสดีหลังจากล้มเหลวมาแล้ว

峰会（峰會）fēnghuì 名 การประชุมประมุข

峰峦（峰巒）fēngluán 名 เทือกเขา

峰值 fēngzhí 名 มูลค่าตัวเลขสูงสุด

烽火 fēnghuǒ 名 ไฟสัญญาณ ; ไฟสงคราม

烽火台（烽火臺）fēnghuǒtái 名〈军〉ป้อมไฟ
สัญญาณ

烽烟 fēngyān 名 ไฟสัญญาณ ; ไฟสงคราม

锋钢（鋒鋼）fēnggāng 名〈冶〉เหล็กกล้าคมกริบ

锋快（鋒快）fēngkuài 形 คม

锋利（鋒利）fēnglì 形 แหลมคม ; คมคาย

锋芒（鋒芒）fēngmáng 名 คมหรือปลายแหลม
（ของมีดหรือดาบ）; อุปมาว่า ความสามารถที่
แสดงออก

锋芒毕露（鋒芒畢露）fēngmáng-bìlù〈成〉
ได้แสดงความสามารถออกมาให้เห็นหมด

锋面（鋒面）fēngmiàn 名〈气〉พื้นผิวหน้า

蜂 fēng 名〈动〉ผึ้ง

蜂巢 fēngcháo 名 รวงผึ้ง

蜂房 fēngfáng 名 รังผึ้ง

蜂蜡（蜂蠟）fēnglà 名 ขี้ผึ้ง

蜂蜜 fēngmì 名 น้ำผึ้ง

蜂鸣器（蜂鳴器）fēngmíngqì 名 เครื่องไฟฟ้าที่
ให้สัญญาณเรียกเป็นเสียงหึ่ง

蜂鸟（蜂鳥）fēngniǎo 名〈动〉ฮัมมิงเบิร์ด
（นกพันธุ์สีชมพูตัวเล็กที่สุดในโลก มีในคิวบา）
（humming bird）

蜂起 fēngqǐ 动 ฮือขึ้น ; ลุกฮือ

蜂群 fēngqún 名 ฝูงผึ้ง

蜂乳 fēngrǔ 名 เยลลี่ของผึ้งหลวง ; นมผึ้ง

蜂王 fēngwáng 名 ราชินีผึ้ง ; นางพญาผึ้ง

蜂窝（蜂窩）fēngwō 名 รวงผึ้ง ; สิ่งที่มีลักษณะ
คล้ายรวงผึ้ง

蜂窝煤（蜂窩煤）fēngwōméi 名〈矿〉ถ่านหินรังผึ้ง

蜂箱 fēngxiāng 名 ตู้เลี้ยงผึ้ง

蜂拥（蜂擁）fēngyōng 动 กรูเกรียว ; เฮโล

逢 féng 动 พบ ; ประสบ

逢场作戏（逢場作戲）féngchǎng-zuòxì〈成〉
เล่นสนุกในบางโอกาส

逢凶化吉 féngxiōng-huàjí〈成〉เรื่องร้าย
กลายเป็นดี

逢迎 féngyíng 动〈贬〉ทำเป็นเอาอกเอาใจ

缝（縫）féng 动 เย็บ

缝补（縫補）féngbǔ 动 เย็บปะ

缝缝补补（縫縫補補）féngféngbǔbǔ 动
เย็บ ๆ ปะ ๆ

缝合（縫合）fénghé 动〈医〉เย็บแผล

缝纫（縫紉）féngrèn 动 งานเย็บ

缝纫机（縫紉機）féngrènjī 名 จักรเย็บผ้า

讽刺（諷刺）fěngcì 动 เสียดสี

讽喻（諷喻）fěngyù 动 สาธกนิยาย

凤（鳳）fèng 名 หงส์

凤冠（鳳冠）fèngguān 名〈旧〉
มงกุฎหงส์ （เครื่องสวมพระเศียรราชินี）

凤凰（鳳凰）fènghuáng 名 หงส์

凤梨（鳳梨）fènglí 名 สับปะรด

凤毛麟角（鳳毛麟角）fèngmáo-línjiǎo〈成〉
ขนหงส์เขากิเลน อุปมา ของดีมีค่าที่หายาก

凤尾鱼（鳳尾魚）fèngwěiyú 名〈动〉
ปลาแอนโชวี（anchovy）

凤眼（鳳眼）fèngyǎn 名 ตายาวรีและหางตา
ยกขึ้น （เหมือนตาหงส์）

奉 fèng 动 มอบแด่ ; น้อมรับ ; เลื่อมใสศรัทธา

奉承 fèng•cheng 动 ประจบประแจง

奉告 fènggào 动〈敬〉เรียนให้ทราบ

奉公守法 fènggōng-shǒufǎ〈成〉ปฏิบัติ
หน้าที่ราชการและรักษากฎหมาย

奉还（奉還）fènghuán 动〈敬〉ขอคืน

F

奉命 fèngmìng 动 รับคำสั่ง ; ปฏิบัติตามคำสั่ง
奉陪 fèngpéi 动〈敬〉คอยอยู่เป็นเพื่อน (เป็นคำพูดในเชิงถ่อมตัว)
奉劝（奉勸）fèngquàn 动〈敬〉พูดโน้มน้าว
奉若神明 fèngruòshénmíng〈成〉ปฏิบัติต่อเหมือนบูชาเทพยดา
奉送 fèngsòng 动〈敬〉ขอมอบให้
奉献（奉獻）fèngxiàn 动 มอบด้วยความเคารพ ; ถวาย ; การเสียสละ
奉行 fèngxíng 动 ปฏิบัติตาม
奉养（奉養）fèngyǎng 动 ปรนนิบัติและเลี้ยงดู
奉迎 fèngyíng 动 ประจบประแจง ; เอาอกเอาใจ ;〈敬〉ต้อนรับ
俸禄 fènglù 名 เงินเดือน (ของข้าราชการในสมัยก่อน)
缝（縫）fèng 名 รอยต่อ ; ช่อง
缝儿（縫兒）fèngr 名 รอยต่อ ; ช่อง
缝隙（縫隙）fèngxì 名 ช่องโหว่ ; รอยร้าว
缝子（縫子）fèng•zi 名〈口〉ช่องโหว่ ; รอยร้าว
佛 fó 名 พุทธ ; พุทธศาสนา ; พระพุทธรูป
佛法 fófǎ 名〈宗〉พระธรรม
佛教 Fójiào 名 พุทธศาสนา
佛经（佛經）fójīng 名 คัมภีร์พุทธศาสนา
佛理 fólǐ 名〈宗〉หลักธรรมในพุทธศาสนา
佛门（佛門）fómén 名〈宗〉ศาสนาพุทธ
佛事 fóshì 名〈宗〉พุทธกิจวัตร
佛寺 fósì 名〈宗〉วัดศาสนาพุทธ
佛陀 Fótuó 名〈宗〉พระพุทธเจ้า
佛像 fóxiàng 名 พระพุทธรูป
佛学（佛學）fóxué 名 พุทธศาสนศาสตร์
佛珠 fózhū 名〈宗〉ประคำ
佛祖 fózǔ 名 พระพุทธเจ้า
否 fǒu 动 ปฏิเสธ 副〈书〉ไม่
否定 fǒudìng 动 ปฏิเสธ
否定词（否定詞）fǒudìngcí 名〈语〉คำปฏิเสธ
否决 fǒujué 动 ยับยั้ง ; วีโต้ (*veto*)
否决权（否決權）fǒujuéquán 名 สิทธิยับยั้ง ; สิทธิวีโต้
否认（否認）fǒurèn 动 ไม่ยอมรับ
否则（否則）fǒuzé 连 มิฉะนั้น
夫 fū 名 สามี ; ชายที่บรรลุนิติภาวะ
夫唱妇随（夫唱婦隨）fūchàng-fùsuí〈成〉ผัวเมียเป็นเสียงเดียวกัน ; ผัวเมียกลมกลืนกัน
夫妇（夫婦）fūfù 名 สามีภรรยา
夫妻 fūqī 名 สามีภรรยา ; ผัวเมีย
夫权（夫權）fūquán 名 อำนาจของสามี (ในการบงการภรรยา)
夫人 fū•rén 名 ภรรยา ; มาดาม
肤浅（膚淺）fūqiǎn 形 (ความรู้ ความเข้าใจ) ตื้น ๆ
肤色（膚色）fūsè 名 สีผิว
孵 fū 动 ฟักตัว
孵化 fūhuà 动 ฟัก (ให้เป็นตัว)
敷 fū 动 ทา ; พอ
敷料 fūliào 名〈医〉อุปกรณ์แต่งแผล (เช่น สำลี ผ้าพันแผล ฯลฯ)
敷设（敷設）fūshè 动 ปู (รางรถไฟ ท่อน้ำ ฯลฯ) ; วาง (ทุ่นระเบิด ฯลฯ)
敷衍 fūyǎn 动〈书〉บรรยายและอ้างอิง
敷衍 fū•yǎn 动 ขอไปที
敷衍了事 fū•yǎn-liǎoshì〈成〉ทำอย่างขอไปที
敷衍塞责（敷衍塞責）fū•yǎn-sèzé〈成〉ปฏิบัติหน้าที่อย่างขอไปที
伏 fú 动 ซบ ; ลง ; ฟุบ ; ซุ่ม
伏案 fú'àn 动 ก้มหน้า (เขียนหรืออ่านหนังสือ) กับโต๊ะ
伏笔（伏筆）fúbǐ 名 ปมเงื่อน (ในงานประพันธ์)
伏兵 fúbīng 名 กองทหารที่ดักซุ่ม
伏法 fúfǎ 动 (นักโทษ) ถูกประหารชีวิต
伏击（伏擊）fújī 动〈军〉ซุ่มโจมตี
伏输（伏輸）fúshū 动 ยอมแพ้
伏特 fútè 量〈电〉โวลต์ (*volt*)
伏特计（伏特計）fútèjì 名〈电〉โวลต์มิเตอร์ (*voltmeter*) ; มาตรความต่างศักย์
伏特加 fútèjiā 名 เหล้าวอดก้า (*vodka*)
伏天 fútiān 名〈气〉ช่วงเวลาร้อนที่สุดในฤดูร้อนของจีน (แบ่งเป็นสามช่วง ช่วงละ ๑๐ วัน)
伏贴（伏貼）fútiē 形 แนบสนิท ; แนบเนื้อ

F

凫水（凫水）fúshuǐ 动〈方〉ว่ายน้ำ
扶 fú 动 ประคอง
扶持 fúchí 动 ประคับประคอง
扶老携幼 fúlǎo-xiéyòu〈成〉ประคองคนแก่และจูงลูกเล็กเด็กแดง
扶贫（扶貧）fúpín 动〈简〉สงเคราะห์ครอบครัวหรือท้องถิ่นที่ยากจน
扶手 fúshǒu 名 ราวบันได
扶梯 fútī 名 บันไดที่มีราว ; บันได
扶危济困（扶危濟困）fúwēi-jìkùn〈成〉ช่วยผู้ตกทุกข์ได้ยาก
扶养（扶養）fúyǎng 动 เลี้ยงดู
扶摇直上 fúyáo-zhíshàng〈成〉ขึ้นสูงลิ่วประหนึ่งลมบ้าหมูพุ่งขึ้นสู่ฟ้า
扶植 fúzhí 动 อุ้มชู
扶助 fúzhù 动 ช่วยเหลือ
芙蓉 fúróng 名〈书〉ดอกบัว
拂 fú 动 เฉียดเบา ๆ ;〈书〉ฝืน (เจตนาของผู้อื่น)
拂逆 fúnì 动 ขัดขืน
拂拭 fúshì 动 ปัด (ฝุ่น)
拂晓（拂曉）fúxiǎo 名 ฟ้าสาง
拂意 fúyì 动 ไม่สบอารมณ์ ; ไม่ถูกใจ
服 fú 名 เสื้อผ้า 动 กิน ; ยอม
服从（服從）fúcóng 动 เชื่อฟัง
服毒 fúdú 动 กินยาพิษ
服老 fúlǎo 动 ยอมแก่
服气（服氣）fúqì 动 ยอมด้วยความเลื่อมใส
服软（服軟）fúruǎn 动〈口〉ยอมแพ้
服色 fúsè 名 แบบและสีของเสื้อผ้า
服式 fúshì 名 แบบเสื้อ
服饰（服飾）fúshì 名 เสื้อผ้าอาภรณ์
服侍 fú•shi 动 ปรนนิบัติ ; รับใช้
服输（服輸）fúshū 动 ยอมแพ้
服帖 fútiē 形 เชื่อฟัง ; สบายใจ ; เรียบร้อย
服务（服務）fúwù 动 รับใช้ ; บริการ
服务行业（服務行業）fúwù hángyè〈经〉ธุรกิจการให้บริการ
服务器（服務器）fúwùqì 名〈计〉เครื่องแม่ข่าย ; เซิร์ฟเวอร์ (*server*)
服务社（服務社）fúwùshè 名 ร้านขายของ
服务台（服務臺）fúwùtái 名 แผนกสอบถามและต้อนรับ
服务员（服務員）fúwùyuán 名 บริกร
服务站（服務站）fúwùzhàn 名 สำนักงานบริการ
服刑 fúxíng 动 ต้องโทษจำคุก
服药（服藥）fúyào 动 รับประทานยา
服役 fúyì 动 รับราชการทหาร ; ถูกเกณฑ์ไปทำงานหนัก
服用 fúyòng 名〈书〉เสื้อผ้าอาภรณ์และของใช้ 动 กิน (ยา)
服装（服裝）fúzhuāng 名 เสื้อผ้า
服装师（服裝師）fúzhuāngshī 名 ช่างเสื้อ
服罪 fúzuì 动 ยอมรับผิด
氟 fú 名〈化〉ฟลูออรีน (*fluorine*)
氟化物 fúhuàwù 名〈化〉สารฟลูออไรด์ (*fluoride*)
氟利昂 fúlì'áng 名〈化〉ฟรีออน (*freon*)
俘获（俘獲）fúhuò 动 จับ (เชลยศึก) และยึด (อาวุธ ยุทโธปกรณ์)
俘虏（俘虜）fúlǔ 名 เชลยศึก 动 จับเชลยศึก
浮 fú 动 ลอย
浮标（浮標）fúbiāo 名〈航〉ทุ่นลอย
浮冰 fúbīng 名 น้ำแข็งลอย
浮财（浮財）fúcái 名〈经〉สังหาริมทรัพย์
浮尘（浮塵）fúchén 名 ฝุ่นที่ตลบฟุ้ง ; ฝุ่นที่เกาะตามสิ่งของ
浮沉 fúchén 动 จม ๆ ลอย ๆ ; (ปริยายหมายถึงชีวิตหรือตำแหน่ง) ขึ้น ๆ ลง ๆ ไม่แน่นอน
浮雕 fúdiāo 名 การสลักนูน ; ภาพสลักนูน
浮动（浮動）fúdòng 动 ลอยกระเพื่อม ; ไม่คงที่
浮光掠影 fúguāng-lüèyǐng〈成〉(เลือนรางเหมือน) แสงที่กระทบผิวน้ำหรือเงาที่แฉลบไปแวบหนึ่ง
浮华（浮華）fúhuá 形 โอ่อ่าหรูหราเพียงภายนอก
浮夸（浮誇）fúkuā 形 คุยโวโอ้อวด
浮力 fúlì 名〈物〉กำลังลอยตัว

浮皮潦草 fúpí-liáocǎo〈成〉(ทำงานอย่าง) ลวก ๆ
浮萍 fúpíng 名〈植〉จอกแหน
浮浅（浮淺）fúqiǎn 形 ตื้นเขิน
浮桥（浮橋）fúqiáo 名 สะพานลอยน้ำ
浮水 fúshuǐ 动 ลอยอยู่บนผิวน้ำ ;〈方〉ว่ายน้ำ
浮筒 fútǒng 名〈航〉ทุ่น
浮土 fútǔ 名 ฝุ่นที่เกาะตามผิวภายนอกของสิ่งของ
浮现（浮現）fúxiàn 动 (เรื่องในอดีต) ปรากฏขึ้นในสมอง
浮想联翩（浮想聯翩）fúxiǎng-liánpiān〈成〉คิดฝันไปต่าง ๆ นานา
浮游 fúyóu 动 ลอยอยู่บนผิวน้ำ
浮云（浮雲）fúyún 名 เมฆที่ลอยอยู่บนท้องฟ้า
浮躁 fúzào 形 หุนหันพลันแล่น
浮肿（浮腫）fúzhǒng 动〈医〉โรคบวมน้ำ
符 fú 名 สัญลักษณ์ ; เครื่องราง 动 สอดคล้องกัน
符号（符號）fúhào 名 เครื่องหมาย
符合 fúhé 动 สอดคล้องกัน ; ตรงกัน
幅 fú 名 หน้ากว้าง (ของผ้า) ; ความกว้าง
幅度 fúdù 名 ขนาดของการเปลี่ยนแปลง
幅宽（幅寬）fúkuān 名 หน้ากว้าง (ของผ้า)
幅面 fúmiàn 名〈纺〉หน้ากว้างของผ้า
幅员（幅員）fúyuán 名 อาณาเขต
辐（輻）fú 名 ซี่วงล้อรถ
辐射（輻射）fúshè 名〈物〉การแผ่รังสี
辐条（輻條）fútiáo 名 ซี่วงล้อรถ
福 fú 名 ความสุข ; บุญ ; วาสนา
福地 fúdì 名〈宗〉สุขาวดี (ในลัทธิเต๋า) ; ที่ซึ่งเต็มไปด้วยความสุข
福尔马林（福爾馬林）fú'ěrmǎlín 名〈化〉ฟอร์มาลิน (*formalin*)
福分 fú•fen 名〈口〉บุญวาสนา
福利 fúlì 名 สวัสดิการ
福利院 fúlìyuàn 名 บ้านสงเคราะห์
福气（福氣）fú•qi 名 บุญวาสนา
福相 fúxiàng 名 รูปลักษณ์ที่เป็นสิริมงคล
福星 fúxīng 名 ดาวนำโชค ; ผู้ที่นำโชคมาให้
福音 fúyīn 名 ข่าวดี ;〈宗〉เสียงของพระเยซู
福祉 fúzhǐ 名〈书〉ความผาสุก ; บุญ
抚爱（撫愛）fǔ'ài 动 ปลอบประโลมด้วยความรักความเอ็นดู
抚今追昔（撫今追昔）fǔjīn-zhuīxī〈成〉จากวันนี้ จึงนึกถึงอดีต
抚摸（撫摸）fǔmō 动 ลูบไล้ ; คลำ
抚慰（撫慰）fǔwèi 动 ปลอบประโลม
抚恤（撫恤）fǔxù 动 บำรุงขวัญ
抚恤金（撫恤金）fǔxùjīn 名 เงินบำรุงขวัญ
抚养（撫養）fǔyǎng 动 เลี้ยงดูและคุ้มครอง (เด็ก)
抚育（撫育）fǔyù 动 ดูแลปกป้อง (เด็ก สัตว์ หรือต้นไม้ ฯลฯ)
斧 fǔ 名 ขวาน
斧头（斧頭）fǔ•tóu 名 ขวาน
斧正 fǔzhèng 动〈书〉〈敬〉(ขอความกรุณา) ช่วยแก้ (บทประพันธ์) ให้ด้วย
斧子 fǔ•zi 名 ขวาน
府 fǔ 名 คฤหาสน์ ; ทำเนียบ
府绸（府綢）fǔchóu 名 ผ้าฝ้ายเนื้อละเอียดชนิดหนึ่ง
府第 fǔdì 名 คฤหาสน์ ; ทำเนียบ
府上 fǔshàng 名〈敬〉บ้านของท่าน (ใช้พูดในลักษณะเคารพและให้เกียรติผู้ฟัง)
俯 fǔ 动 ก้ม
俯冲（俯衝）fǔchōng 动 (เครื่องบิน) ดำดิ่งลง
俯角 fǔjiǎo 名〈测〉มุมก้ม
俯瞰 fǔkàn 动 มองจากข้างบนลงมา
俯拾即是 fǔshí-jíshì〈成〉มีอยู่กลาดเกลื่อน
俯视（俯視）fǔshì 动 มองจากข้างบนลงมา
俯视图（俯視圖）fǔshìtú 名 ภาพที่มองจากข้างบนลงมา
俯首 fǔshǒu 动 โน้มศีรษะ
俯首帖耳 fǔshǒu-tiē'ěr〈成〉พินอบพิเทาเหมือนสุนัขหูตูบคอตก
俯卧 fǔwò 动 นอนคว่ำ
俯卧撑 fǔwòchēng 名〈体〉วิดพื้น
俯仰之间（俯仰之間）fǔyǎngzhījiān〈成〉ในระหว่างก้มหน้าลงและเงยหน้าขึ้น ; ปริยายหมายถึง ระยะเวลาอันสั้น

F

釜 fǔ 名 หม้อ
釜底抽薪 fǔdǐ-chōuxīn 〈成〉 ชักฟืนออกจากใต้หม้อ อุปมาว่าแก้ให้เสร็จสิ้นไปด้วยวิธีตัดราก
辅币（輔幣）fǔbì 名〈经〉〈简〉 เงินตราปลีก
辅导（輔導）fǔdǎo 动 ช่วยเหลือและชี้แนะ
辅导员（輔導員）fǔdǎoyuán 名 อาจารย์ที่ปรึกษา ; ผู้ช่วยชี้นำ (ด้านความคิดและทางวิชาการ)
辅料（輔料）fǔliào 名 วัตถุดิบเสริม
辅食（輔食）fǔshí 名 อาหารเสริมสำหรับเด็กทารก
辅修（輔修）fǔxiū 动〈教〉 เรียนเป็นวิชาโท
辅音（輔音）fǔyīn 名〈语〉 พยัญชนะ
辅助（輔助）fǔzhù 动 ช่วย ; เป็นรอง
辅佐（輔佐）fǔzuǒ 动 ช่วย (กษัตริย์ปกครองราชการแผ่นดิน)
腐败（腐敗）fǔbài 动 บูดเน่า ; เหลวแหลก ; เสื่อมทราม
腐臭 fǔchòu 动 เน่าเหม็น
腐化 fǔhuà 动 เสื่อมโทรม ; เน่าเปื่อย
腐烂（腐爛）fǔlàn 动 เน่าเปื่อย
腐乳 fǔrǔ 名 เต้าหู้ยี้
腐蚀（腐蝕）fǔshí 动〈化〉 กัดกร่อน
腐蚀剂（腐蝕劑）fǔshíjì 名〈化〉 ยากัด
腐朽 fǔxiǔ 动 (ไม้) ผุพัง 形 (ความคิด) คร่ำครึ ; (ชีวิต หรือระบบ) เสื่อมโทรม
腐竹 fǔzhú 名 ฟองเต้าหู้แห้ง
父 fù 名 บิดา
父辈（父輩）fùbèi 名 รุ่นพ่อ
父老 fùlǎo 名 ผู้อาวุโส (ร่วมชาติหรือบ้านเดียวกัน)
父母 fùmǔ 名 บิดามารดา
父母官 fùmǔguān 名 นายอำเภอ (เป็นชื่อเรียกนายอำเภอในสมัยเก่าของจีน)
父女 fùnǚ 名 บิดากับบุตรี ; พ่อกับลูกสาว
父亲（父親）fù•qīn 名 บิดา ; พ่อ
父权制（父權制）fùquánzhì 名 ระบบครอบครัวที่มีบิดาปกครอง
父系 fùxì 形 สายบิดา
父兄 fùxiōng 名 บิดาและพี่ชาย ; ผู้ปกครองครอบครัว
父业（父業）fùyè 名 กิจการของบิดา
父子 fùzǐ 名 บิดากับบุตรชาย ; พ่อกับลูกชาย
讣告（訃告）fùgào 名 ข่าวมรณกรรม
付 fù 动 จ่าย ; ให้
付出 fùchū 动 จ่ายไป ; เสียไป
付方 fùfāng 名 (บัญชี) ด้านเครดิต
付费（付費）fùfèi 动 ชำระเงิน ; จ่ายเงิน
付款 fùkuǎn 动 จ่ายเงิน
付排 fùpái 动〈印〉 ส่งเรียงพิมพ์
付讫（付訖）fùqì 动 จ่ายเสร็จ
付清 fùqīng 动 (เงิน) จ่ายหมดสิ้น
付托 fùtuō 动 ฝากฝัง ; มอบหมาย (ให้คนอื่นจัดการ)
付息 fùxī 动 จ่ายดอกเบี้ย
付现（付現）fùxiàn 动 จ่ายเงินสด
付型 fùxíng 动〈印〉 ส่งทำบล็อกการพิมพ์
付印 fùyìn 动 ส่งพิมพ์
付邮（付郵）fùyóu 动 ส่งไปรษณีย์
付与（付與）fùyǔ 动 จ่ายให้ ; มอบให้
付账（付賬）fùzhàng 动 ชำระบัญชี
付之一炬 fùzhī-yījù 〈成〉 เผาไหม้วอดวาย
付之一笑 fùzhī-yīxiào 〈成〉 ได้แต่หัวเราะ ; หัวเราะเป็นเชิงตอบ
付诸（付諸）fùzhū 动 นำ (สิ่งของ) ไปให้แก่...
付诸东流（付諸東流）fùzhū-dōngliú 〈成〉 ไหลตามกระแสน้ำไป อุปมาว่า ล้มเหลวไปอย่างสิ้นเชิง
负（負）fù 动 แบก ; ทรยศ ; ลบ
负担（負擔）fùdān 动 รับภาระ 名 ภาระที่ต้องแบกรับ
负电（負電）fùdiàn 名〈物〉 ไฟฟ้าลบ
负号（負號）fùhào 名〈数〉 เครื่องหมายลบ
负荷（負荷）fùhè 动〈书〉 รับน้ำหนัก 名〈物〉 โหลด (*load*)
负极（負極）fùjí 名〈物〉 ขั้วลบ
负荆请罪（負荊請罪）fùjīng-qǐngzuì 〈成〉 ขอยอมรับผิดและขอขมา
负疚（負疚）fùjiù 动〈书〉 รู้สึกขอโทษ
负面（負面）fùmiàn 形 ด้านลบ

负片（負片）fùpiàn 名〈摄〉ฟิล์มที่กลับสีดำเป็นขาว

负气（負氣）fùqì 动 ไม่พอใจ ; โกรธเคือง

负伤（負傷）fùshāng 动 ได้รับบาดเจ็บ

负数（負數）fùshù 名〈数〉จำนวนลบ

负心（負心）fùxīn 动 ทรยศต่อความรัก ; เนรคุณ

负有（負有）fùyǒu 动 มี (ภาระหน้าที่ ฯลฯ)

负隅顽抗（負隅頑抗）fùyú-wánkàng〈成〉สู้หลังชนฝา

负约（負約）fùyuē 动 ผิดสัญญา ; ผิดนัด

负载（負載）fùzài 名〈机〉รับน้ำหนัก ; โหลด (*load*)

负责（負責）fùzé 动 รับผิดชอบ

负责人（負責人）fùzérén 名 ผู้รับผิดชอบ

负债（負債）fùzhài 动 ติดหนี้

负重（負重）fùzhòng 动 รับน้ำหนัก

负罪（負罪）fùzuì 动 มีโทษ

妇（婦）fù 名 หญิง ; ภรรยา

妇产科（婦産科）fù-chǎnkē 名〈医〉แผนกสูตินารีเวช

妇道（婦道）fùdào 名〈旧〉จริยธรรมของสตรี (สมัยเก่า)

妇道（婦道）fù•dao 名 สตรี ; หญิง

妇科（婦科）fùkē 名〈医〉แผนกนารีเวช

妇联（婦聯）fùlián 名〈简〉สันนิบาตสตรี

妇女（婦女）fùnǚ 名 สตรี

妇女病（婦女病）fùnǚbìng 名 โรคผู้หญิง

妇女节（婦女節）Fùnǚ Jié 名 วันสตรี

妇人（婦人）fùrén 名 ผู้หญิง (ที่แต่งงานแล้ว)

妇孺（婦孺）fùrú 名 สตรีและเด็ก

妇幼（婦幼）fùyòu 名 สตรีและเด็ก

附 fù 动 ประกอบ ; ใกล้ ; คล้อยตาม

附笔（附筆）fùbǐ 名 ปัจฉิมลิขิต (ป.ล.)

附带（附帶）fùdài 动 เสริมประกอบ 形 ประกอบไปด้วย

附耳 fù'ěr 动 กระซิบข้างหู

附和 fùhè 动〈贬〉คล้อยตาม (มักจะใช้ในความหมายทางลบ)

附会（附會）fùhuì 动 บิดเบือนให้ลงรอยกัน

附寄 fùjì 动 ส่งแนบไปด้วย ; ส่งสอดไปด้วย

附加 fùjiā 动 เสริมประกอบ ; เพิ่มประกอบ

附件 fùjiàn 名 เอกสารประกอบ ; ชิ้นส่วนประกอบ ;〈计〉อะแทชด์ไฟล์ (*attached file*)

附近 fùjìn 形 ใกล้เคียง

附录（附錄）fùlù 名 ภาคผนวก

附设（附設）fùshè 动 ตั้งขึ้นเป็นส่วนประกอบ ; ตั้งเป็นส่วนสังกัด

附属（附屬）fùshǔ 形 ในสังกัด

附属国（附屬國）fùshǔguó 名 ประเทศบริวาร

附送 fùsòng 动 แถม

附图（附圖）fùtú 名 ภาพประกอบ

附小 fùxiǎo 名〈教〉โรงเรียนชั้นประถมในสังกัด

附言 fùyán 名 ปัจฉิมลิขิต (ป.ล.)

附议（附議）fùyì 动 เห็นด้วยกับข้อเสนอ (ร่วมเป็นผู้เสนอด้วย)

附庸 fùyōng 名 ประเทศบริวาร ; สิ่งที่ขึ้นต่อกับสิ่งอื่น

附庸国（附庸國）fùyōngguó 名 ประเทศบริวาร ; เมืองบริวาร

附则（附則）fùzé 名 อนุมาตราผนวกท้าย

附中 fùzhōng 名〈教〉โรงเรียนชั้นมัธยมในสังกัด

附注 fùzhù 名 เชิงอรรถ

附着 fùzhuó 动 เกาะอยู่ ; ติดอยู่

附着力 fùzhuólì 名〈物〉แรงเกาะติด

服 fù 量 ขนาน ; เทียบ (ลักษณนามของยาสมุนไพรที่ประกอบเป็นชุด)

赴 fù 动〈书〉ไป

赴会（赴會）fùhuì 动 ไปประชุม ; ไปงาน

赴任 fùrèn 动 ไปดำรงตำแหน่ง

赴汤蹈火（赴湯蹈火）fùtāng-dǎohuǒ〈成〉บุกน้ำลุยไฟ

赴宴 fùyàn 动 ไปร่วมงานเลี้ยง

赴约（赴約）fùyuē 动 ไปตามนัด

复 fù 动 ซ้ำ ; กลับคืนสภาพเดิม

复本（複本）fùběn 名 ฉบับสำเนา

复辟（復辟）fùbì 动 กู้บัลลังก์คืน ; (ระบอบเก่า ฯลฯ) ฟื้นคืนชีพ

F

复查（復查）fùchá 动 ตรวจสอบใหม่

复仇（復仇）fùchóu 动 แก้แค้น

复仇主义（復仇主義）fùchóu zhǔyì ลัทธิแก้แค้น

复出（復出）fùchū 动 (ผู้มีชื่อเสียง) กลับมารับตำแหน่งหรือร่วมกิจการสังคมใหม่ หลังจากออกจากตำแหน่งหรือเลิกร่วมกิจการสังคมแล้ว

复电（復電）fùdiàn 动 โทรเลขหรือโทรศัพท์ตอบกลับ 名 โทรเลขหรือโทรศัพท์ที่ตอบกลับ

复读（複讀）fùdú 动〈教〉(นักเรียนชั้นประถมหรือมัธยม) เรียนซ้ำชั้นอีกปีหนึ่งหลังจากสอบเข้าโรงเรียนมัธยมหรือมหาวิทยาลัยตก

复发（復發）fùfā 动 (โรค) กำเริบอีก

复方（複方）fùfāng 名〈药〉ตำรับยาที่มีส่วนผสมตัวยาสองชนิดขึ้นไป

复工（復工）fùgōng 动 กลับเข้าทำงานตามเดิม (หลังจากหยุดงานหรือหยุดงานเพื่อประท้วง)

复古（復古）fùgǔ 动 ฟื้นฟูระบอบหรือประเพณีสมัยโบราณ

复函（復函）fùhán 动 ตอบจดหมาย

复合（複合）fùhé 动 ผสม ; ประสม ; ประสาน

复合词（複合詞）fùhécí 名〈语〉คำประสม

复核（復核）fùhé 动 ตรวจสอบ (ตัวเลข ฯลฯ) ; (ศาลฎีกา) พิจารณาทบทวน (คดี)

复会（復會）fùhuì 动 เปิดประชุมใหม่หลังจากปิดประชุมชั่วคราว

复婚（復婚）fùhūn 动 คู่สามีภรรยาที่หย่ากันแล้วกลับมาแต่งงานใหม่อีกครั้ง

复活（復活）fùhuó 动 คืนชีพ

复活节（復活節）Fùhuó Jié 名〈宗〉เทศกาลอีสเตอร์ (ของคริสต์ศาสนา)

复建（復建）fùjiàn 动 (สิ่งก่อสร้างที่ถูกทำลาย) สร้างใหม่ตามแบบเดิม

复交（復交）fùjiāo 动 ฟื้นฟูความสัมพันธ์ทางการทูต

复旧（復舊）fùjiù 动 ฟื้นฟูระบบหรือประเพณีนิยมเก่า

复句（複句）fùjù 名〈语〉สังกรประโยค ; ประโยคความซ้อน

复刊（復刊）fùkān 动 (หนังสือพิมพ์ นิตยสาร) ออกพิมพ์จำหน่ายใหม่ (หลังจากหยุดไปช่วงระยะหนึ่ง)

复课（復課）fùkè 动 กลับมาเข้าเรียนใหม่ (หลังจากหยุดเรียนประท้วงไปพักหนึ่ง)

复利（複利）fùlì 名〈经〉ดอกเบี้ยทบต้น

复明（復明）fùmíng 动〈医〉หายจากโรคตาบอด

复命（復命）fùmìng 动 รายงานการปฏิบัติภารกิจ

复赛（復賽）fùsài 动〈体〉แข่งขันรอบก่อนชิงชนะเลิศ

复审（復審）fùshěn 动 ตรวจสอบใหม่ ; สอบสวนใหม่

复生（復生）fùshēng 动 คืนชีพ ; เกิดใหม่

复式（複式）fùshì 形 การกรอกรายการบัญชีลงทั้งด้านลูกหนี้และเจ้าหนี้เพื่อให้งบยอดตรงกัน ;〈建〉(ห้องชุด) แบบสองชั้น

复试（復試）fùshì 动 สอบรอบที่สอง

复述（複述）fùshù 动 เล่าซ้ำ

复数（復數）fùshù 名〈语〉พหูพจน์ ;〈数〉จำนวนเชิงซ้อน

复苏（復蘇）fùsū 动 ฟื้นขึ้น ; คืนสู่สภาพเดิม

复位（復位）fùwèi 动 กลับเข้าครองราชสมบัติใหม่ ; กลับเข้าดำรงตำแหน่งเดิม

复习（複習）fùxí 动 ทบทวน (วิชาเรียน)

复现（復現）fùxiàn 动 ปรากฏซ้ำ

复写（複寫）fùxiě 动 เขียนสำเนา

复写纸（複寫紙）fùxiězhǐ 名 กระดาษเขียนสำเนา ; กระดาษก๊อบปี้

复信（復信）fùxìn 动 ตอบจดหมาย

复兴（復興）fùxīng 动 ฟื้นฟูใหม่ ; เจริญขึ้นใหม่

复姓（複姓）fùxìng 名 นามสกุลของคนจีนที่มีตัวหนังสือจีนสองตัวขึ้นไป

复学（復學）fùxué 动 กลับเข้าเรียนใหม่ (หลังจากหยุดพักการเรียนไปช่วงระยะหนึ่ง)

复业（復業）fùyè 动 กลับมาทำงานหรือเปิดกิจการใหม่ (หลังจากว่างงานหรือหยุดกิจการไปช่วงระยะหนึ่ง)

复议（復議）fùyì 动 ทบทวนมติ

复音词（複音詞）fùyīncí 名〈语〉คำหลายพยางค์

复印（複印）fùyìn 动 ถ่ายเอกสาร ; ซีร็อกซ์ (*xerox*)

复印机（複印機）fùyìnjī 名 เครื่องถ่ายเอกสาร ; เครื่องซีร็อกซ์

复印件（複印件）fùyìnjiàn 名 ฉบับสำเนา

复员（復員）fùyuán 动 (ทหาร) ปลดประจำการ

复原（復原）fùyuán 动 ฟื้นคืนสู่สภาพเดิม

复杂（複雜）fùzá 形 สลับซับซ้อน ; ยุ่งยาก

复杂性（複雜性）fùzáxìng 名 ลักษณะสลับซับซ้อน ; ความยุ่งยาก

复诊（復診）fùzhěn 动〈医〉(คนไข้) ไปตรวจรักษาใหม่ (ที่โรงพยาบาล)

复职（復職）fùzhí 动 ดำรงตำแหน่งเดิม

复制（複製）fùzhì 动 ลอกเลียนแบบ

复制品（複製品）fùzhìpǐn 名 ของเลียนแบบ

复种（復種）fùzhòng 动〈农〉การปลูกพืชไร่ปีละหลายครั้งในที่ดินแปลงเดียวกัน

副 fù 形 รอง ; ผู้ช่วย

副本 fùběn 名 ชุดสำเนา

副标题（副標題）fùbiāotí 名 หัวข้อย่อย

副产品（副産品）fùchǎnpǐn 名 ผลพลอยได้

副词（副詞）fùcí 名〈语〉คำกริยาวิเศษณ์

副反应（副反應）fùfǎnyìng 名 ปฏิกิริยาข้างเคียง

副歌 fùgē 名〈乐〉ท่อนเนื้อเพลงซ้ำในบทเพลงหลายท่อน ; ท่อนซ้ำ

副官 fùguān 名 นายทหารระดับผู้ช่วย

副将（副將）fùjiàng 名 รองแม่ทัพ ; ผู้ช่วยแม่ทัพ

副教授 fùjiàoshòu 名〈教〉รองศาสตราจารย์

副刊 fùkān 名 คอลัมน์หน้าใน (ของหนังสือพิมพ์)

副科 fùkē 名〈教〉วิชารอง

副品 fùpǐn 名 สินค้าเกรดสอง

副热带（副熱帶）fùrèdài 名〈地理〉แถบภูมิภาคใกล้โซนร้อน

副伤寒（副傷寒）fùshānghán 名〈医〉ไทฟอยด์เทียม

副食品 fùshípǐn 名 ผักปลาอาหารอื่น ๆ นอกจากข้าว ขนมปัง ฯลฯ ที่เป็นอาหารหลัก

副手 fùshǒu 名 ผู้ช่วย ; มือรอง

副署 fùshǔ 名 การลงนามกำกับ ; การลงนามร่วม

副题（副題）fùtí 名 หัวข้อย่อย

副修 fùxiū 名〈教〉วิชาโท

副研 fùyán 名〈教〉รองนักวิจัย (ตำแหน่งทางวิชาการเทียบเท่ารองศาสตราจารย์)

副业（副業）fùyè 名 อาชีพเสริม ; อาชีพประกอบ

副翼 fùyì 名〈航〉ปีกแก้เอียง

副油箱 fùyóuxiāng 名〈航〉ถังน้ำมันสำรอง

副职（副職）fùzhí 名 ตำแหน่งรอง ; ตำแหน่งผู้ช่วย

副作用 fùzuòyòng 名 ประสิทธิผลข้างเคียง ; ผลแทรกซ้อน

赋（賦）fù 动 มอบหมาย 名 ภาษี ; รูปแบบร้อยกรองชนิดหนึ่งของจีน

赋税（賦税）fùshuì 名 ภาษีอากร

赋有（賦有）fùyǒu 动 เพียบพร้อมด้วย

赋予（賦予）fùyǔ 动 มอบหมายให้

富 fù 形 รวย

富贵（富貴）fùguì 形 ร่ำรวยและมีเกียรติ

富国（富國）fùguó 名 ประเทศมั่งคั่ง 动 ทำให้ประเทศมั่งคั่ง

富国强兵（富國强兵）fùguó-qiángbīng〈成〉บำรุงให้ประเทศมั่งคั่ง กองกำลังทหารเข้มแข็ง

富含 fùhán 动 มี (ส่วนประกอบ) อย่างสมบูรณ์ ; อุดมสมบูรณ์ด้วย

富豪 fùháo 名 มหาเศรษฐีผู้ทรงอิทธิพล

富矿（富礦）fùkuàng 名〈矿〉เหมืองแร่ที่อุดมสมบูรณ์

富丽堂皇（富麗堂皇）fùlì-tánghuáng〈成〉โอ่อ่า โอฬาร ; หรูหราและโอ่โถง

富农（富農）fùnóng 名 ชาวนาผู้ร่ำรวย

富婆 fùpó 名 เศรษฐีนี

富强 fùqiáng 形 (ประเทศ) สมบูรณ์มั่งคั่งและเข้มแข็งเกรียงไกร

富饶（富饒）fùráo 形 อุดมสมบูรณ์

富人 fùrén 名 คนรวย

富商 fùshāng 名 พ่อค้ารวย

富实（富實）fù•shi 形〈口〉รวย ; มั่งมี

富庶 fùshù 形 อุดมสมบูรณ์และมีประชากรมากมาย

F

富态（富態）fù·tai 形〈口〉(รูปร่าง) สมบูรณ์

富翁 fùwēng 名 เศรษฐี

富有 fùyǒu 形 มั่งมี

富余（富餘）fù·yu 动 เหลือเฟือ

富裕 fùyù 形 ร่ำรวย ; มั่งคั่งบริบูรณ์

富足 fùzú 形 ร่ำรวยบริบูรณ์

腹 fù 名〈生理〉ท้อง

腹背受敌（腹背受敵）fùbèi-shòudí〈成〉ถูก
　ข้าศึกตีขนาบ

腹部 fùbù 名〈生理〉ส่วนหน้าท้อง

腹地 fùdì 名 เขตใจกลางของดินแดน

腹稿 fùgǎo 名 บทความที่คิดเรียบเรียงไว้ในใจ

腹鸣（腹鳴）fùmíng 动〈医〉เสียงของลมที่อยู่ใน
　ลำไส้

腹腔 fùqiāng 名〈生理〉ช่องท้อง

腹水 fùshuǐ 名〈医〉โรคท้องมาน

腹痛 fùtòng 动〈医〉ปวดท้อง

腹泻（腹瀉）fùxiè 动〈医〉ท้องร่วง ; ท้องเสีย

腹胀（腹脹）fùzhàng 动〈医〉ท้องอืด

缚（縛）fù 动 มัด

蝮蛇 fùshé 名〈动〉งูหัวสามเหลี่ยม

覆盖（覆蓋）fùgài 动 ปกคลุม

覆盖率（覆蓋率）fùgàilǜ 名 อัตราการปกคลุม

覆巢无完卵（覆巢無完卵）fù cháo wú wán
　luǎn〈成〉อุปมาว่า ยามที่ภัยมาถึงหมู่คณะ
　ย่อมไม่มีผู้ใดเอาตัวรอดได้

覆灭（覆滅）fùmiè 动 พินาศย่อยยับ

覆没 fùmò 动〈书〉พินาศย่อยยับ ; อับปาง

覆水难收（覆水難收）fùshuǐ-nánshōu〈成〉
　น้ำที่หกลงพื้นแล้วยากที่จะตักกลับคืนมาได้
　อุปมาว่า ไม่มีทางแก้ตัว

覆亡 fùwáng 动 ล่มสลาย ; ล่มจม

覆辙（覆轍）fùzhé 名 ทางที่รถเคยคว่ำมาแล้ว

馥郁 fùyù 形〈书〉หอมกรุ่น

F

G g

夹肢窝（夾肢窩）gā·zhiwō 名〈口〉〈生理〉รักแร้

旮旯儿（旮旯兒）gālár 名〈方〉ซอกมุม

伽马射线（伽馬射綫）gāmǎ shèxiàn〈物〉รังสีแกมมา (gamma ray) (รังสีที่มีความถี่สูงมากชนิดหนึ่ง)

咖喱 gālí 名 ผงกะหรี่

嘎 gā 拟声 คำเลียนเสียงที่เป็นเสียงสั้นและดัง

嘎巴 gābā 拟声 (เสียงไม้หัก ฯลฯ) โพละ

嘎巴 gā·ba 动〈方〉ติดเกรอะกรัง

嘎巴儿（嘎巴兒）gā·bar 名 เกรอะกรัง

该（該）gāi 助动 ควร；พึงจะต้อง 动 ติด 代〈书〉นี้；นั้น

该当（該當）gāidāng 动 สมควร 副 พึงจะต้อง

该地（該地）gāidì 名 ที่ตรงนี้ (นั้น)

该欠（該欠）gāiqiàn 动 ติด (ติดหนี้หรือติดสิ่งของคนอื่นไม่ได้คืน)

该死（該死）gāisǐ 动〈骂〉บ้าจริง；ไปตายซะ

该着（該着）gāizháo 动 หลีกไม่พ้น (ด้วยชะตากรรมกำหนดไว้)

改 gǎi 动 เปลี่ยน；แก้

改版 gǎibǎn 动 ปรับปรุงฉบับเรียงพิมพ์；ปรับปรุงรายการวิทยุ โทรทัศน์ ฯลฯ

改扮 gǎibàn 动 ปลอมตัว；แปลงโฉม

改编（改編）gǎibiān 动 เรียบเรียงใหม่

改变（改變）gǎibiàn 动 เปลี่ยนแปลง

改朝换代 gǎicháo-huàndài〈成〉เปลี่ยนแผ่นดิน；เปลี่ยนราชวงศ์

改道 gǎidào 动 เปลี่ยนเส้นทาง

改订（改訂）gǎidìng 动 แก้ไข (กฎเกณฑ์)；เปลี่ยนเป็นรับ (หนังสือพิมพ์ นิตยสาร ฯลฯ) ฉบับอื่น

改动（改動）gǎidòng 动 แก้ไข；เปลี่ยนแปลง

改恶从善（改惡從善）gǎi'è-cóngshàn〈成〉กลับตัวเป็นคนดี

改革 gǎigé 动 ปฏิรูป；แก้ไขปรับปรุง

改革家 gǎigéjiā 名 นักปฏิรูป

改观（改觀）gǎiguān 动 เปลี่ยนโฉมหน้าใหม่

改过（改過）gǎiguò 动 กลับตัว

改过自新（改過自新）gǎiguò-zìxīn〈成〉กลับตัวใหม่

改行 gǎiháng 动 เปลี่ยนอาชีพ

改换 gǎihuàn 动 เปลี่ยน

改悔 gǎihuǐ 动 สำนึกในความผิด

改嫁 gǎijià 动 แต่งงานใหม่

改建 gǎijiàn 动 ดัดแปลงต่อเติม (สิ่งปลูกสร้าง โรงงาน เหมืองแร่ ฯลฯ)

改进（改進）gǎijìn 动 ปรับปรุงแก้ไขให้เจริญก้าวหน้า

改口 gǎikǒu 动 เปลี่ยนคำพูด

改良 gǎiliáng 动 ปฏิรูป

改判 gǎipàn 动〈法〉กลับคำพิพากษา

改期 gǎiqī 动 เปลี่ยนวันเวลา

改色 gǎisè 动 เปลี่ยนสี；(หน้า) ถอดสี

改善 gǎishàn 动 ปรับปรุงให้ดีขึ้น

改天 gǎitiān 副 วันหลัง

改头换面（改頭換面）gǎitóu-huànmiàn〈成〉เปลี่ยนรูปเปลี่ยนร่าง；เปลี่ยนส่วนภายนอก

改弦更张（改弦更張）gǎixián-gēngzhāng〈成〉เปลี่ยนวิธีการ；เปลี่ยนระบบ

改弦易辙（改弦易轍）gǎixián-yìzhé〈成〉เปลี่ยนวิธีการ；เปลี่ยนท่าที

改邪归正（改邪歸正）gǎixié-guīzhèng〈成〉กลับตัวใหม่

改写（改寫）gǎixiě 动 เขียนและเรียบเรียงใหม่ (บนพื้นฐานต้นฉบับเดิม)

改选（改選）gǎixuǎn 动 เลือกตั้งใหม่
改造 gǎizào 动 ดัดแปลง
改正 gǎizhèng 动 แก้ให้ถูกต้อง
改装（改裝）gǎizhuāng 动 เปลี่ยนการแต่งตัว ; แก้การบรรจุหีบห่อใหม่ ; เปลี่ยนเครื่องอุปกรณ์ติดตั้งใหม่
改锥（改錐）gǎizhuī 名 ไขควง
改组（改組）gǎizǔ 动 ปรับปรุงคณะทำงาน
钙（鈣）gài 名〈化〉แคลเซียม (*calcium*)
钙化（鈣化）gàihuà 动〈医〉เกลือของแคลเซียมเกาะตัวเป็นก้อนแข็ง
盖（蓋）gài 名 ฝา 动 ปิด ; ประทับ (ตรา)
盖棺论定（蓋棺論定）gàiguān-lùndìng〈成〉กรรมดีกรรมชั่วของบุคคลนั้น ๆ จะสรุปได้หลังการตายของเขา
盖儿（蓋兒）gàir 名 ฝา
盖世（蓋世）gàishì 动 ชนะทั้งพิภพ
盖世无双（蓋世無雙）gàishì-wúshuāng〈成〉เป็นหนึ่งไม่เป็นสองรองใคร
盖章（蓋章）gàizhāng 动 ประทับตรา
盖子（蓋子）gài·zi 名 ฝา ; กระดอง
G
概 gài 副 คร่าว ๆ ; ทั้งสิ้น
概观（概觀）gàiguān 名 ปริทรรศน์
概况 gàikuàng 名 สภาพทั่วไป
概括 gàikuò 动 สรุปรวบรัด 形 อย่างคร่าว ๆ
概括性 gàikuòxìng 名 ลักษณะสรุปรวบรัด
概率 gàilǜ 名〈数〉ความน่าจะเป็น ; โอกาสที่น่าจะเป็นไปได้
概率论（概率論）gàilǜlùn 名〈数〉ทฤษฎีว่าด้วยความน่าจะเป็น
概略 gàilüè 名 สภาพโดยสังเขป
概论（概論）gàilùn 名 ทฤษฎีทั่วไป ; ศาสตร์เบื้องต้น
概貌 gàimào 名 สภาพทั่ว ๆ ไป
概莫能外 gàimònéngwài〈成〉ไม่มีสิ่งใดที่จะยกเว้นได้
概念 gàiniàn 名〈哲〉มโนภาพ ; คอนเซ็ปต์ (*concept*)
概念化 gàiniànhuà 动 กลายเป็นแบบมโนภาพทั่ว ๆ ไป
概述 gàishù 动 กล่าวพอเป็นสังเขป
概数（概數）gàishù 名 จำนวนคร่าว ๆ
概算 gàisuàn 名〈经〉งบประมาณคร่าว ๆ
概要 gàiyào 名 เนื้อหาโดยสังเขป
干（乾）gān 形 แห้ง ; ว่างเปล่า
干巴（乾巴）gān·ba 形〈口〉เหี่ยวแห้ง
干巴巴（乾巴巴）gānbābā 形 แห้งผาก ; (ภาษา) จืดชืด
干板（乾板）gānbǎn 名〈摄〉เพลต (*plate*) แห้ง ; แม่พิมพ์โลหะที่ยังไม่ได้ใช้งาน
干杯（乾杯）gānbēi 动 (ขอเชิญชวน) ดื่ม (ให้หมดแก้ว)
干贝（乾貝）gānbèi 名 เนื้อหอยเชลล์ตากแห้ง
干瘪（乾癟）gānbiě 形 เหี่ยวแห้ง ; ซูบผอม
干冰（乾冰）gānbīng 名〈化〉คาร์บอนไดออกไซด์ที่เป็นของแข็ง
干菜（乾菜）gāncài 名 ผักแห้ง
干草（乾草）gāncǎo 名 หญ้าแห้ง (สำหรับเป็นอาหารสัตว์)
干柴烈火（乾柴烈火）gānchái-lièhuǒ〈成〉ไม้แห้งใกล้ไฟ เปรียบเทียบชายหญิงที่มีกามารมณ์แรง ; สถานการณ์ล่อแหลม
干脆（乾脆）gāncuì 副 ตรงไปตรงมา 形 เปิดเผย
干瞪眼（乾瞪眼）gāndèngyǎn 动〈口〉มองตาปริบ ๆ โดยไม่สามารถช่วยได้
干电池（乾電池）gāndiànchí 名 แบตเตอรี่แห้ง
干爹（乾爹）gāndiē 名 พ่อบุญธรรม
干儿子（乾兒子）gān'ér·zi 名 บุตรบุญธรรม
干饭（乾飯）gānfàn 名 ข้าวสวย
干戈 gāngē 名 อาวุธยุทโธปกรณ์ ปริยายหมายถึงสงคราม
干果（乾果）gānguǒ 名 ผลไม้ประเภทเปลือกแข็ง (เช่น เกาลัด ฯลฯ) ; ผลไม้ตากแห้ง
干旱（乾旱）gānhàn 形 แห้งแล้ง
干涸（乾涸）gānhé 形 แห้งขอด
干净（乾净）gānjìng 形 สะอาด
干渴（乾渴）gānkě 形 หิวน้ำ ; คอแห้ง
干枯（乾枯）gānkū 形 เหี่ยวแห้ง ; แห้งขอด

干酪（乾酪）gānlào 名 เนยแข็ง ; ชีส (cheese)

干冷（乾冷）gānlěng 形 (อากาศ) แห้งผากและหนาวยะเยือก

干粮（乾糧）gān·liang 名 เสบียงกรัง

干裂（乾裂）gānliè 动 แตก (เพราะอากาศแห้ง) ; แตกระแหง

干妈（乾媽）gānmā 名 แม่บุญธรรม

干女儿（乾女兒）gānnǚ'ér 名 บุตรสาวบุญธรรม

干扰（乾擾）gānrǎo 动 รบกวน

干涉 gānshè 动 ก้าวก่าย ; แทรกแซง ; 〈书〉ความเกี่ยวข้อง

干尸（乾尸）gānshī 名 มัมมี่ (mummy)

干瘦（乾瘦）gānshòu 形 ผอมแห้ง

干爽（乾爽）gānshuǎng 形 แห้งสบาย

干洗（乾洗）gānxǐ 动 ซักแห้ง

干系 gān·xì 名 ความเกี่ยวข้องกัน (ทางความรับผิดชอบหรือข้อพิพาท)

干笑（乾笑）gānxiào 动 ฝืนหัวเราะ ; ยิ้มแหย ๆ

干预（乾預）gānyù 动 ก้าวก่าย ; แทรกแซง

干燥（乾燥）gānzào 形 แห้ง ; ไร้รสชาติ

干燥剂（乾燥劑）gānzàojì 名 〈化〉ยาดูดความชื้น

甘 gān 形 หวาน 动 ยินยอม

甘拜下风（甘拜下風）gānbài-xiàfēng 〈成〉ยอมแพ้ (ต่อผู้มีความรู้ความสามารถมากกว่า) อย่างสุดใจ

甘草 gāncǎo 名 〈中药〉ชะเอม

甘当（甘當）gāndāng 动 ยอมเป็น...

甘居 gānjū 动 ยินยอมตกในฐานะ...

甘苦 gānkǔ 名 ทุกข์สุข ; รสชาติ

甘蓝（甘藍）gānlán 名 〈植〉ผักกะหล่ำ

甘霖 gānlín 名 ฝนตกหลังจากแห้งแล้งมานาน

甘露 gānlù 名 น้ำอมฤต ; กระยาทิพย์

甘美 gānměi 形 หวานอร่อย

甘泉 gānquán 名 น้ำพุที่หวานชุ่มคอ

甘薯 gānshǔ 名 〈植〉มันเทศ

甘甜 gāntián 形 หวานอร่อย ; หวาน

甘心 gānxīn 动 สมัครใจ ; ยอมด้วยความยินดี

甘心情愿（甘心情願）gānxīn-qíngyuàn 〈成〉ยินยอม

甘油 gānyóu 名 〈化〉กลีเซอรีน (glycerine)

甘于 gānyú 动 ยินยอมที่จะ...

甘愿（甘願）gānyuàn 动 ยินยอม ; ยอมด้วยความยินดี

甘蔗 gān·zhe 名 〈植〉อ้อย

杆子 gān·zi 名 เสา

肝 gān 名 〈生理〉ตับ

肝癌 gān'ái 名 〈医〉มะเร็งในตับ

肝胆（肝膽）gāndǎn 名 น้ำใสใจจริง ; ความกล้าหาญ

肝胆相照（肝膽相照）gāndǎn-xiāngzhào 〈成〉มีน้ำใสใจจริงต่อกัน

肝火 gānhuǒ 名 〈中医〉อารมณ์ที่โกรธง่าย ; อาการที่เกิดจากตับทำงานหนักกว่าปรกติ

肝脑涂地（肝腦塗地）gānnǎo-túdì 〈成〉สละชีวิต

肝儿（肝兒）gānr 名 ตับ

肝炎 gānyán 名 〈医〉ตับอักเสบ

肝硬化 gānyìnghuà 名 〈医〉ตับแข็ง

肝脏（肝臟）gānzàng 名 〈生理〉ตับ

泔水 gān·shui 名 น้ำซาวข้าว ; น้ำล้างผักและน้ำล้างถ้วยชาม

柑橘 gānjú 名 〈植〉ส้ม

柑子 gān·zi 名 〈方〉ส้มจีน

竿 gān 名 ราวไม้ไผ่

竿子 gān·zi 名 ราวไม้ไผ่

尴尬（尷尬）gāngà 形 เก้อเขิน ; กลืนไม่เข้าคายไม่ออก

杆 gǎn 名 ด้าม ; คัน ; กระบอก 量 กระบอก ; คัน

杆秤 gǎnchèng 名 〈测〉ตาชูตาชั่งที่เป็นคัน

杆菌 gǎnjūn 名 〈生化〉เชื้อจุลินทรีย์ ; แบคทีเรีย (bacteria)

杆子 gǎn·zi 名 คัน ; กระบอก

秆 gǎn 名 ก้าน (ของพืชไร่)

赶（趕）gǎn 动 ไล่กวด

赶不及（趕不及）gǎn·bují 动 ไม่ทัน

赶不上（趕不上）gǎn·bushàng 动 ไม่ทัน ; ตามไม่ทัน ; ไม่ประสบ ; สู้ไม่ได้

赶超（趕超）gǎnchāo 动 รีบเร่งตามทันและ

แซงหน้าไป
赶车（趕車）gǎnchē 动 ขับเกวียน (ที่เทียมด้วยสัตว์พาหนะ) ; เร่งรีบไปให้ทันรถ (รถไฟ รถประจำทาง ฯลฯ)
赶到（趕到）gǎndào 动 เร่งรีบไปถึง
赶得及（趕得及）gǎn·dejí 动 ทัน
赶得上（趕得上）gǎn·deshàng 动 ทัน ; ไล่ทัน
赶点（趕點）gǎndiǎn 动 เร่งให้ทันเวลา
赶赴（趕赴）gǎnfù 动 เร่งรีบไป...
赶工（趕工）gǎngōng 动 เร่งงาน
赶集（趕集）gǎnjí 动 ไปตลาดนัด
赶紧（趕緊）gǎnjǐn 副 เร่งรีบ
赶尽杀绝（趕盡殺絕）gǎnjìn-shājué〈成〉สังหารราบเรียบ
赶考（趕考）gǎnkǎo 动 ไปให้ทันสอบ
赶快（趕快）gǎnkuài 副 เร่งรีบ ; เร็วเข้า
赶浪头（趕浪頭）gǎn làng·tou〈惯〉ไล่ตามกระแสนิยม
赶路（趕路）gǎnlù 动 เร่งการเดินทาง
赶忙（趕忙）gǎnmáng 副 รีบ
赶明儿（趕明兒）gǎnmíngr 副〈方〉พรุ่งนี้ ; วันหลัง
赶巧（趕巧）gǎnqiǎo 副 บังเอิญ ; ประจวบเหมาะ
赶上（趕上）gǎnshàng 动 ตามทัน ; เจอพอดี ; เทียบเท่า
赶时髦（趕時髦）gǎn shímáo 动 ตามสมัยนิยม
赶趟儿（趕趟兒）gǎntàngr 动〈口〉ทัน
赶圩（趕圩）gǎnxū 动〈方〉ไป (ซื้อหรือขายที่) ตลาด
赶早（趕早）gǎnzǎo 副 เนิ่น ๆ
赶走（趕走）gǎnzǒu 动 ไล่ออก

敢 gǎn 动 กล้า

敢保 gǎnbǎo 动〈方〉รับรอง
敢当（敢當）gǎndāng 动 กล้ารับผิดชอบ
敢情 gǎn·qing 副〈方〉ที่แท้... ; แน่นอนทีเดียว
敢死队（敢死隊）gǎnsǐduì 名〈军〉หน่วยกล้าตาย
敢问（敢問）gǎnwèn 动〈敬〉ขอเรียนถามว่า... ; กล้าถาม
敢于 gǎnyú 动 กล้าที่จะ...

感 gǎn 动 รู้สึก ; ซาบซึ้งใจ

感触（感觸）gǎnchù 名 สะดุดใจ ; กระทบใจ ; สะเทือนใจ
感到 gǎndào 动 รู้สึก ; รู้สึกถึง ; รู้สึกว่า
感动（感動）gǎndòng 动 ซาบซึ้ง
感恩 gǎn'ēn 动 รู้บุญคุณ
感恩戴德 gǎn'ēn-dàidé〈成〉รู้สึกซาบซึ้งในบุญคุณเป็นอย่างยิ่ง
感恩节（感恩節）Gǎn'ēn Jié 名 วันขอบคุณพระเจ้า (*Thanksgiving Day*)
感恩图报（感恩圖報）gǎn'ēn-túbào〈成〉ซาบซึ้งในบุญคุณและพยายามตอบแทนบุญคุณให้ได้
感官 gǎnguān 名〈生理〉อวัยวะสัมผัส
感光 gǎnguāng 动〈摄〉ความไวแสง
感光度 gǎnguāngdù 名〈摄〉ระดับความไวแสง
感光纸（感光紙）gǎnguāngzhǐ 名〈摄〉กระดาษอัดรูป
感化 gǎnhuà 动 กล่อมเกลา
感怀（感懷）gǎnhuái 动 สะดุดใจ ; คะนึงคิด
感激 gǎnjī 动 ซาบซึ้ง
感激涕零 gǎnjī-tìlíng〈成〉ซาบซึ้งจนน้ำตาไหลพราก
感觉（感覺）gǎnjué 名 ความรู้สึก 动 รู้สึก
感慨 gǎnkǎi 动 ทอดถอนใจด้วยความสะเทือนใจ
感慨万端（感慨萬端）gǎnkǎi-wànduān〈成〉สะเทือนใจด้วยความรู้สึกร้อยแปดพันเก้า
感冒 gǎnmào 动〈医〉เป็นหวัด
感情 gǎnqíng 名 อารมณ์ความรู้สึก ; ความรู้สึกที่สนใจและชอบใจ
感情用事 gǎnqíng yòngshì〈成〉ทำอย่างใช้อารมณ์
感染 gǎnrǎn 动〈医〉ติดเชื้อ ; โน้มน้าว ; มีอิทธิพลต่อ
感人 gǎnrén 形 ทำให้เกิดอารมณ์ซาบซึ้ง
感人肺腑 gǎnrénfèifǔ〈成〉ซาบซึ้งเป็นอย่างยิ่ง
感伤（感傷）gǎnshāng 形 ใจคอหดหู่
感受 gǎnshòu 名 ความรู้สึกนึกคิด (ที่ได้มาจาก

การสัมผัสกับสิ่งภายนอก) 动 ได้รับผลกระทบ
感叹（感嘆）gǎntàn 动 ทอดถอนใจ ; ปลงอนิจจัง ; อุทาน
感叹词（感嘆詞）gǎntàncí 名〈语〉คำอุทาน
感叹号（感嘆號）gǎntànhào 名〈语〉เครื่องหมายอุทาน
感叹句（感嘆句）gǎntànjù 名〈语〉ประโยคอุทาน
感悟 gǎnwù 动 สำนึก
感想 gǎnxiǎng 名 ความรู้สึกนึกคิด
感谢（感謝）gǎnxiè 动 ขอบคุณ
感谢信（感謝信）gǎnxièxìn 名 จดหมายแสดงความขอบคุณ
感兴趣（感興趣）gǎnxìngqù 动 สนใจ ; มีความสนใจต่อ
感性 gǎnxìng 形 ที่เกี่ยวกับการรับรู้สัมผัส
感性认识（感性認識） gǎnxìng rèn·shi〈哲〉การรับรู้ด้วยประสาทสัมผัส
感言 gǎnyán 名 คำกล่าวแสดงความรู้สึกนึกคิด
感应（感應）gǎnyìng 动〈物〉การเหนี่ยวนำ ; สนองตอบ
感召 gǎnzhào 动 กล่อมเกลาและเรียกร้อง
感知 gǎnzhī 动 การรับรู้สัมผัส
橄榄（橄欖）gǎnlǎn 名〈植〉สมอจีน ; มะกอกฝรั่ง
橄榄绿（橄欖綠）gǎnlǎnlǜ 形 สีเขียวมะกอก
橄榄球（橄欖球）gǎnlǎnqiú 名〈体〉รักบี้ (*rugby*) ; ลูกรักบี้
橄榄油（橄欖油）gǎnlǎnyóu 名 น้ำมันมะกอก
擀 gǎn 动 (ใช้ไม้นวด) นวดแป้ง
擀面杖（擀麵杖）gǎnmiànzhàng 名 ไม้นวดแป้ง
干（幹）gàn 名 ลำต้น 动 ทำ ; มีความสามารถ
干部（幹部）gànbù 名 ผู้ปฏิบัติงาน ; ข้าราชการ
干才（幹才）gàncái 名 ความสามารถ ; บุคคลผู้มีความสามารถ
干活儿（幹活兒）gànhuór 动 ทำงาน ; ใช้แรงงาน
干将（幹將）gànjiàng 名 ผู้มีความสามารถ ; ผู้กล้าทำ
干劲（幹勁）gànjìn 名 ความกระตือรือร้นในการทำงาน
干警（幹警）gànjǐng 名 นายตำรวจกับพลตำรวจ ; ตำรวจ
干练（幹練）gànliàn 形 มีทั้งความสามารถและประสบการณ์
干流（幹流）gànliú 名〈水〉สายน้ำหลัก
干吗（幹嗎）gànmá 代〈口〉ทำไม ; ทำอะไร
干渠（幹渠）gànqú 名〈水〉คลองน้ำหลัก
干群（幹群）gànqún 名〈简〉ผู้ปฏิบัติงานกับมวลชน
干什么（幹什麽）gàn shén·me ทำไม ; เหตุใด
干事（幹事）gàn·shi 名 ผู้จัดการ (ของสมาคม) ; เลขานุการฝ่าย
干线（幹綫）gànxiàn 名〈交〉สายหลัก (ของทางคมนาคม)
干仗（幹仗）gànzhàng 动〈方〉ตีกัน ; ทะเลาะกัน
绀色（紺色）gànsè 名 สีดำอมแดง
赣（贛）Gàn 名〈简〉ฉายานามของมณฑลเจียงซี
赣语（贛語）gànyǔ 名〈语〉ภาษามณฑลเจียงซี
冈（岡）gāng 名 สันเขาที่เรียบต่ำ
刚（剛）gāng 形 แข็ง 副 เพิ่งจะ
刚愎自用（剛愎自用）gāngbì-zìyòng〈成〉ดันทุรัง ; ดื้อรั้น
刚才（剛才）gāngcái 名 เมื่อตะกี้นี้ ; เพิ่งจะ
刚刚（剛剛）gānggāng 副 เพิ่งจะ ; พอดิบพอดี
刚果红（剛果紅）gāngguǒhóng 形 สีแดงคองโก (ผงย้อมสีแดงสด)
刚好（剛好）gānghǎo 形 พอดี 副 บังเอิญ
刚健（剛健）gāngjiàn 形 (นิสัย ลีลา ท่วงที ฯลฯ) เข้มแข็งมีพลัง
刚劲（剛勁）gāngjìng 形 (ท่วงที ลีลา ฯลฯ) แข็งแกร่ง
刚烈（剛烈）gāngliè 形 (ลักษณะนิสัย) เข้มแข็งและหยิ่งในศักดิ์ศรี
刚强（剛强）gāngqiáng 形 (ลักษณะนิสัย จิตใจ) เข้มแข็ง
刚巧（剛巧）gāngqiǎo 副 พอดี ; บังเอิญ
刚韧（剛韌）gāngrèn 形 แข็งแกร่งและเหนียวแน่น
刚柔相济（剛柔相濟）gāngróu-xiāngjì〈成〉ความเข้มแข็งเด็ดเดี่ยวกับความอ่อนน้อมเสริม

G

ซึ่งกันและกัน
刚体（剛體）gāngtǐ 名〈物〉ของแข็ง ; ริจิตบอดี้ (*rigid body*)
刚性（剛性）gāngxìng 名〈物〉ลักษณะแข็งแกร่ง
刚毅（剛毅）gāngyì 形 เข้มแข็ง ; เด็ดเดี่ยว
刚正（剛正）gāngzhèng 形 แข็งแกร่งและซื่อตรง
刚正不阿（剛正不阿）gāngzhèng-bù'ē〈成〉แข็งแกร่งซื่อตรงไม่ประจบสอพลอ
刚直（剛直）gāngzhí 形 แข็งแกร่งและซื่อตรง
岗（崗）gāng 名 สันเขาที่เรียบต่ำ
肛裂 gāngliè 名〈医〉ผิวเยื่อเมือกของทวารหนักแตก
肛门（肛門）gāngmén 名〈生理〉ทวารหนัก
纲（綱）gāng 名 เชือกที่รวบหัวแห ; ส่วนสำคัญของเรื่อง
纲举目张（綱舉目張）gāngjǔ-mùzhāng〈成〉ดึงเชือกที่ยึดปลายแหขึ้น ตาข่ายร่างแหก็กางออกทุกตา อุปมาว่า เมื่อยึดหลักสำคัญได้แล้ว สิ่งปลีกย่อยก็จะคล้อยตามไปอย่างราบรื่น
纲领（綱領）gānglǐng 名 โครงร่างของเป้าหมายและขั้นตอนการปฏิบัติ ; หลักชี้นำ
纲目（綱目）gāngmù 名 โครงร่างและรายละเอียด
纲要（綱要）gāngyào 名 โครงร่าง ; เค้าโครง
钢（鋼）gāng 名〈冶〉เหล็กกล้า
钢板（鋼板）gāngbǎn 名〈冶〉แผ่นเหล็กกล้า ; กระดานเขียนกระดาษไข
钢包（鋼包）gāngbāo 名 เตาถลุงเหล็กกล้า
钢笔（鋼筆）gāngbǐ 名 ปากกา
钢材（鋼材）gāngcái 名〈建〉วัสดุเหล็กกล้า
钢尺（鋼尺）gāngchǐ 名〈测〉บรรทัดเหล็ก
钢刀（鋼刀）gāngdāo 名 มีดเหล็ก
钢锭（鋼錠）gāngdìng 名〈冶〉แท่งเหล็กกล้า
钢管（鋼管）gāngguǎn 名 ท่อเหล็กกล้า
钢轨（鋼軌）gāngguǐ 名〈交〉รางรถไฟ
钢号（鋼號）gānghào 名〈冶〉ระดับชั้นของเหล็กกล้า
钢花（鋼花）gānghuā 名 ฟองฝอยเหล็กกล้าหลอมเหลว
钢化玻璃（鋼化玻璃）gānghuà bō·li〈冶〉กระจกเหนียว
钢筋（鋼筋）gāngjīn 名〈建〉เหล็กเส้นเสริม
钢筋混凝土（鋼筋混凝土）gāngjīn hùnníngtǔ〈建〉คอนกรีตเสริมเหล็ก
钢精（鋼精）gāngjīng 名 อะลูมิเนียมที่ทำภาชนะ
钢盔（鋼盔）gāngkuī 名 หมวกกันน็อก (ทำด้วยเหล็กกล้า)
钢坯（鋼坯）gāngpī 名〈冶〉ท่อนเหล็กกล้าดิบ
钢瓶（鋼瓶）gāngpíng 名〈工〉ถังเหล็กกล้าสำหรับบรรจุออกซิเจนแก๊ส ฯลฯ
钢钎（鋼釺）gāngqiān 名〈冶〉เหล็กเจาะ
钢枪（鋼槍）gāngqiāng 名 ปืน
钢琴（鋼琴）gāngqín 名〈乐〉เปียโน (*piano*)
钢琴曲（鋼琴曲）gāngqínqǔ 名 เพลงเปียโน
钢水（鋼水）gāngshuǐ 名〈冶〉เหล็กกล้าหลอมเหลว
钢丝（鋼絲）gāngsī 名 เส้นลวด
钢丝锯（鋼絲鋸）gāngsījù 名〈工〉เลื่อยฉลุ
钢丝绳（鋼絲繩）gāngsīshéng 名〈工〉เชือกสายลวด
钢铁（鋼鐵）gāngtiě 名 เหล็กและเหล็กกล้า ; เหล็กกล้า ; อุปมาว่า ความแข็งแกร่งดุจเหล็ก
钢印（鋼印）gāngyìn 名 ตรานูน
钢针（鋼針）gāngzhēn 名 เข็มเหล็ก
缸 gāng 名 โอ่ง ; อ่าง
缸子 gāng·zi 名 กระป๋อง (น้ำ) ; กระปุก
岗（崗）gǎng 名 เนิน ; ตำแหน่งที่เฝ้ารักษาการณ์
岗楼（崗樓）gǎnglóu 名〈军〉หอยาม
岗哨（崗哨）gǎngshào 名 ตำแหน่งที่เฝ้ารักษาการณ์ ; ยามที่ยืนเฝ้ารักษาการณ์
岗亭（崗亭）gǎngtíng 名 ป้อมยาม
岗位（崗位）gǎngwèi 名 ตำแหน่งหน้าที่
岗子（崗子）gǎng·zi 名 เนิน ; โคก ; ดอน
港 gǎng 名 ท่าเรือ
港币（港幣）gǎngbì 名 เงินฮ่องกง
港口 gǎngkǒu 名 ท่าเรือ
港商 gǎngshāng 名 นักธุรกิจชาวฮ่องกง
港湾（港灣）gǎngwān 名 อ่าวทะเลซึ่งเป็นที่ตั้งของท่าเรือ

港务（港務）gǎngwù 名 การท่า

港务局（港務局）gǎngwùjú 名 กรมเจ้าท่า

港元 gǎngyuán 名 เงินดอลลาร์ฮ่องกง

杠 gàng 名 ไม้คาน ; เครื่องหมายขีดฆ่า ; 〈体〉 บาร์ (*bar*) ; ราว

杠杆 gànggǎn 名 〈机〉 คานงัด

杠杠 gàng·gang 名 เส้นขีด

杠铃（杠鈴）gànglíng 名 〈体〉 บาร์เบล (*barbell*)

杠子 gàng·zi 名 ไม้คาน ; บาร์ (*bar*) ; ราว ; เครื่องหมายขีดฆ่า

钢（鋼）gàng 动 ลับ (มีด)

高 gāo 形 สูง

高矮 gāo'ǎi 名 ความสูงต่ำ ; ความสูง

高昂 gāo'áng 形 เชิดให้สูงขึ้น ; (ระดับเสียง) สูง; (อารมณ์) ฮึกเหิม

高傲 gāo'ào 形 เย่อหยิ่ง

高不可攀 gāobùkěpān 〈成〉 สูงเกินที่จะปีนป่ายขึ้นได้ ; อุปมาว่า ฐานะสูงจนยากที่จะคบได้

高才生 gāocáishēng 名 นักเรียน (นักศึกษา) ดีเด่น

高参（高參）gāocān 名 〈简〉 ที่ปรึกษาชั้นสูง

高层（高層）gāocéng 名 ชั้นสูง

高产（高産）gāochǎn 名 ปริมาณการผลิตสูง

高超 gāochāo 形 เหนือชั้น ; เลิศล้ำ

高潮 gāocháo 名 กระแสสูง ; จุดสุดยอด ; ไคลแมกซ์ (*climax*)

高大 gāodà 形 สูงใหญ่

高档（高檔）gāodàng 形 เกรดสูง ; คุณภาพสูง

高等 gāoděng 形 ชั้นสูง ; ระดับสูง

高等动物（高等動物） gāoděng dòngwù สัตว์ชั้นสูง

高等教育 gāoděng jiàoyù 〈教〉 อุดมศึกษา

高等学府（高等學府）gāoděng xuéfǔ สถาบันการศึกษาระดับอุดมศึกษา

高低 gāodī 名 ความสูงต่ำ ; ที่ต่ำที่สูง 副 ถึงอย่างไรก็... ; 〈方〉 ในที่สุด

高低杠 gāodīgàng 名 〈体〉 ราวต่างระดับ ; บาร์ต่างระดับ

高地 gāodì 名 พื้นที่ระดับสูง ; ที่ดอน

高调（高調）gāodiào 名 ทำนองเสียงสูง ; คำคุยโว

高度 gāodù 名 ความสูง ; ระดับสูง ; ระดับความสูง

高端 gāoduān 形 ระดับขั้นของเทคนิค สินค้า ฯลฯ ที่สูงกว่า 名 (บุคคล) ชั้นสูง

高额（高額）gāo'é 形 จำนวน (เงิน) มาก ; หน้าผากโหนกออก

高尔夫球（高爾夫球）gāo'ěrfūqiú 〈体〉 กอล์ฟ (*golf*) ; ลูกกอล์ฟ

高仿 gāofǎng 形 〈简〉 การลอกเลียนระดับสูง ; การเลียนแบบเกรดเอ (*grade A*)

高分子 gāofēnzǐ 名 〈化〉 พอลิเมอร์สูง (*high polymer*)

高风亮节（高風亮節）gāofēng-liàngjié 〈成〉 เข้มแข็งมีเกียรติและหยิ่งในศักดิ์ศรี

高峰 gāofēng 名 ยอดเขาสูง ; ยอด

高干（高幹）gāogàn 名 〈简〉 ข้าราชการชั้นสูง

高高在上 gāogāo-zàishàng 〈成〉 อยู่เหนือมวลชนทั่วไป

高歌猛进（高歌猛進）gāogē-měngjìn 〈成〉 รุดหน้าไปอย่างห้าวหาญ

高个儿（高個兒）gāogèr 名 ตัวสูง ; ร่างสูงชะลูด

高跟儿鞋（高跟兒鞋）gāogēnrxié รองเท้าส้นสูง

高工 gāogōng 名 〈简〉 วิศวกรชั้นสูง

高官厚禄 gāoguān-hòulù 〈成〉 ตำแหน่งราชการสูงและเงินเดือนมาก

高贵（高貴）gāoguì 形 สูงส่ง ; สูงศักดิ์

高寒 gāohán 形 (พื้นที่แถบ) สูงและหนาว

高呼 gāohū 动 ร้องเสียงดัง

高级（高級）gāojí 形 ชั้นสูง ; เกรดสูง

高价（高價）gāojià 名 ราคาที่สูงกว่า

高检（高檢）gāojiǎn 名 〈简〉 ศาลฎีกา

高见（高見）gāojiàn 名 ความคิดเห็นที่ยอดเยี่ยม

高教 gāojiào 名 〈教〉〈简〉 อุดมศึกษา

高洁（高潔）gāojié 形 บริสุทธิ์และสูงส่ง

高就 gāojiù 动 〈敬〉 รับตำแหน่งการงาน

高举（高舉）gāojǔ 动 ชูเชิด

高亢 gāokàng 形 (เสียง) สูงและดังก้อง

G

高考 gāokǎo 名 การสอบเข้ามหาวิทยาลัย ; การสอบเอ็นทรานซ์ ; การสอบเอ็นท์ 动 สอบเข้ามหาวิทยาลัย ; สอบเอ็นท์ ; สอบเอ็นทรานซ์

高科技 gāokējì 名〈简〉วิทยาศาสตร์และเทคโนโลยีชั้นสูง

高空 gāokōng 名 บรรยากาศชั้นบน

高栏（高欄）gāolán 名〈体〉การวิ่งข้ามรั้วสูง

高丽参（高麗參）gāolíshēn 名〈植〉โสมเกาหลี

高利 gāolì 名 กำไรสูง ; ดอกเบี้ยสูง

高利贷（高利貸）gāolìdài 名 เงินกู้ดอกเบี้ยสูง

高粱 gāo·liang 名〈植〉ข้าวฟ่างแดง (ชนิดเมล็ดกลมใหญ่แดง)

高粱米 gāo·liangmǐ 名 เมล็ดข้าวฟ่างแดง (ที่เอาเปลือกออกแล้ว)

高龄（高齡）gāolíng 名〈敬〉อายุ (ของผู้สูงวัย) 形 วัยสูงเกินเกณฑ์

高岭土（高嶺土）gāolǐngtǔ 名〈矿〉เกาลิน (kaolin) (ดินขาวสำหรับทำถ้วยชาม)

高楼（高樓）gāolóu 名 ตึกสูง

高炉（高爐）gāolú 名〈冶〉เตาถลุงเหล็ก

高论（高論）gāolùn 名 คำกล่าวหรือคำวิจารณ์ที่ยอดเยี่ยม

高帽子 gāomào·zi 名 หมวกสูง อุปมาว่า คำเยินยอ

高锰酸钾（高錳酸鉀）gāoměngsuānjiǎ〈化〉โปตัสเซียม เปอร์แมงกาเนต (potassium permanganate)

高明 gāomíng 形 ยอดเยี่ยม 名 บุคคลปราดเปรื่อง

高难（高難）gāonán 形 (ระดับ) ยากเป็นพิเศษ

高能 gāonéng 形 พลังงานสูง

高攀 gāopān 动〈套〉คบผู้ที่มีฐานะสูงกว่า

高朋满座（高朋滿座）gāopéng-mǎnzuò〈成〉แขกผู้มีเกียรติมากมาย

高频（高頻）gāopín 形 ความถี่สูง

高强 gāoqiáng 形 (ฝีมือการใช้กำลัง) ยอดเยี่ยม ; เหนือชั้น

高跷（高蹺）gāoqiāo 名 ไม้สูง (ระบำพื้นเมืองชนิดหนึ่งซึ่งเล่นบนปลายไม้)

高人一等 gāorényīděng〈成〉(รู้สึกตัวเอง) สูงส่งกว่าคนอื่น

高山 gāoshān 名 ภูเขาสูง

高尚 gāoshàng 形 สูงส่ง

高烧（高燒）gāoshāo 名〈医〉ไข้สูง

高射炮 gāoshèpào 名〈军〉ปืนต่อสู้อากาศยาน

高深 gāoshēn 形 ลึกซึ้ง

高升 gāoshēng 动 ขึ้นสูง ; เลื่อนขั้น

高师（高師）gāoshī 名〈教〉〈简〉อาจารย์ผู้มีความรู้สูง ; สถาบันครุศาสตร์ชั้นสูง

高视阔步（高視闊步）gāoshì-kuòbù〈成〉ก้าวไปข้างหน้าอย่างภาคภูมิใจ ; หยิ่งยโส

高手 gāoshǒu 名 ผู้มีความสามารถสูง

高寿（高壽）gāoshòu 形 อายุยืน 名〈敬〉อายุ (ของผู้สูงวัย)

高耸（高聳）gāosǒng 动 สูงตระหง่าน

高速 gāosù 形 ความเร็วสูง

高速公路 gāosù gōnglù〈交〉ทางด่วน

高抬贵手（高抬貴手）gāotái-guìshǒu〈成〉ขอความเมตตาให้ลดหย่อนผ่อนผัน

高谈阔论（高談闊論）gāotán-kuòlùn〈成〉คำกล่าวที่มีวิสัยทัศน์กว้างไกลและความคิดเห็นยอดเยี่ยม ; คุยโวโอ้อวด

高铁（高鐵）gāotiě 名〈交〉〈简〉ทางรถไฟความเร็วสูง

高徒 gāotú 名 ศิษย์เก่ง ; ศิษย์ที่ประสบผลสำเร็จ

高位 gāowèi 名〈书〉ตำแหน่งที่สูง

高温 gāowēn 名 อุณหภูมิสูง

高屋建瓴 gāowū-jiànlíng〈成〉เทน้ำในขวดบนหลังคาเรือน อุปมาว่า สถานการณ์ได้เปรียบอย่างยิ่ง

高校 gāoxiào 名〈教〉〈简〉สถาบันอุดมศึกษา

高效 gāoxiào 形 ประสิทธิภาพสูง

高新技术（高新技術）gāoxīn-jìshù เทคโนโลยีใหม่ระดับสูง

高兴（高興）gāoxìng 形 ดีใจ

高悬（高懸）gāoxuán 动 แขวนไว้สูง

高血压（高血壓）gāoxuèyā 名〈医〉ความดันโลหิตสูง

高压（高壓）gāoyā 名〈物〉แรงกดดันสูง

G

高压锅（高壓鍋）gāoyāguō 名 หม้อต้มที่มีแรงดันสูง

高压线（高壓綫）gāoyāxiàn 名 สายไฟฟ้าแรงสูง

高雅 gāoyǎ 形 สูงส่งงดงาม

高音 gāoyīn 名 เสียงสูง

高于 gāoyú 动 สูงกว่า

高原 gāoyuán 名 ที่ราบสูง

高云（高雲）gāoyún 名〈气〉เมฆที่ลอยสูง

高瞻远瞩（高瞻遠矚）gāozhān-yuǎnzhǔ〈成〉วิสัยทัศน์กว้างไกล

高涨（高漲）gāozhǎng 动 (ราคาสินค้า) ขึ้นสูงลิ่ว 形 (อารมณ์) ฮึกเหิม

高招 gāozhāo 名〈口〉วิธียอดเยี่ยม

高枕无忧（高枕無憂）gāozhěn-wúyōu〈成〉นอนสบายไม่มีห่วง

高知 gāozhī 名〈简〉ปัญญาชนชั้นสูง

高中 gāozhōng 名〈简〉มัธยมศึกษาตอนปลาย

高中生 gāozhōngshēng 名 นักเรียนมัธยมปลาย

高姿态（高姿態）gāozītài 名 ท่าทีที่เข้มงวดต่อตัวเองแต่ใจกว้างต่อผู้อื่น

高足 gāozú 名〈敬〉ลูกศิษย์ (ของท่าน)

羔羊 gāoyáng 名 ลูกแพะ ; ลูกแกะ

睾丸 gāowán 名〈生理〉ลูกอัณฑะ

膏 gāo 名 ไขมัน ; ขี้ผึ้ง ; ครีม (*cream*)

膏剂（膏劑）gāojì 名〈中药〉ยาที่เป็นขี้ผึ้ง

膏药（膏藥）gāo•yao 名〈中药〉ยากอเอี๊ยะ ; พลาสเตอร์ปิดแผล

篙 gāo 名 ไม้ถ่อ

糕 gāo 名 ขนมประเภทเค้ก

糕点（糕點）gāodiǎn 名 ขนม

搞 gǎo 动 ทำ

搞定 gǎodìng 动〈方〉จัดการเรียบร้อย ; แก้ตก

搞鬼 gǎoguǐ 动 เล่นเล่ห์เหลี่ยม ; ก่อกวน

搞好 gǎohǎo 动 ทำให้ดี ; ทำ...ให้ดี

搞活 gǎohuó 动 พลิกแพลง ; ทำให้มีชีวิตชีวา

搞笑 gǎoxiào 动〈方〉ตลกขบขัน ; พูดจาหรือทำเรื่องสนุกเพื่อให้คนอื่นหัวเราะ

槁木死灰 gǎomù-sǐhuī〈成〉ไม้แห้งกับขี้เถ้าเย็น อุปมาว่า จิตใจหมดอาลัยตายอยาก

镐（鎬）gǎo 名 อีเต้อ

镐头（鎬頭）gǎo•tou 名 อีเต้อ

稿 gǎo 名 ต้นฉบับร่าง

稿酬 gǎochóu 名 ค่าเรื่อง

稿费（稿費）gǎofèi 名 ค่าเรื่อง

稿件 gǎojiàn 名 งานเขียน (ที่ส่งกองบรรณาธิการหนังสือพิมพ์ นิตยสารหรือสำนักพิมพ์)

稿约（稿約）gǎoyuē 名 แจ้งความให้ส่งเรื่องเขียนไปตีพิมพ์

稿纸（稿紙）gǎozhǐ 名 กระดาษที่เขียนต้นฉบับ

稿子 gǎo•zi 名 ต้นร่าง ; เรื่องที่เขียน (งานเขียน) ; แผนในใจ

告 gào 动 บอก ; ฟ้อง

告白 gàobái 动 ประกาศ; สารภาพ

告别 gàobié 动 ลาจากกัน ; อำลา

告吹 gàochuī 动 แตกแยก ; ล้มเหลว

告辞（告辭）gàocí 动 ขอลากลับ ; บอกอำลา

告发（告發）gàofā 动 ฟ้องผู้ทำผิด ; กล่าวโทษผู้ทำผิด

告急 gàojí 动 แจ้งเหตุด่วน

告假 gàojià 动 ลางาน ; ขอลา

告捷 gàojié 动 ประสบชัยชนะ ; รายงานข่าวชัยชนะ

告诫（告誡）gàojiè 动 ตักเตือน

告老 gàolǎo 动〈旧〉เกษียณอายุ

告老还乡（告老還鄉）gàolǎo-huánxiāng〈成〉เกษียณอายุกลับบ้านเกิด

告密 gàomì 动 แจ้งจับฐานประกอบกิจการลับ

告罄 gàoqìng 动 (สิ่งของ) ใช้หมด ; (สินค้า) จำหน่ายหมดสิ้น

告缺 gàoquē 动 (สิ่งของ สินค้า ฯลฯ) เกิดขาดแคลน

告饶（告饒）gàoráo 动 ขอความเมตตาให้ยกโทษ

告示 gào•shi 名 ประกาศ (ของหน่วยงานราชการ)

告送 gào•song 动〈方〉บอก

告诉（告訴）gào•su 动 บอก

告退 gàotuì 动 ขอตัวก่อน ; (สมัยก่อนหมายถึง) ลาออกจากตำแหน่ง

告慰 gàowèi 动 ปลอบใจ ; ทำให้โล่งอก

告知 gàozhī 动 บอกให้ทราบ ; แจ้งให้ทราบ

告终（告終）gàozhōng 动 สิ้นสุดลง

告状（告狀）gàozhuàng 动 ฟ้องร้อง

诰封（誥封）gàofēng 动〈旧〉มีพระราชโองการแต่งตั้งบรรดาศักดิ์

膏 gào 动 หยอดน้ำมันหล่อลื่น

戈 gē 名 อาวุธชนิดหนึ่งในสมัยโบราณ

戈比 gēbǐ 名 คอเป๊ก (*kopek*) (เหรียญเงินตราของรัสเซีย)

戈壁 gēbì 名〈地理〉(ทะเลทราย) โกบี (*gobi*)

戈壁滩（戈壁灘）gēbìtān 名 ทะเลทรายโกบี

疙瘩 gē·da 名 ปุ่ม ; ปม ; ก้อนเล็ก ๆ ; ตุ่ม

哥 gē 名 พี่ชาย

哥哥 gē·ge 名 พี่ชาย

哥们儿（哥們兒）gē·menr 名〈口〉พี่ ๆ น้อง ๆ ; คำเรียกเพื่อนวัยเดียวกัน

胳膊 gē·bo 名〈生理〉แขน

胳膊肘 gē·bozhǒu 名〈口〉ข้อศอก

鸽（鴿）gē 名〈动〉นกพิราบ

鸽子（鴿子）gē·zi 名〈动〉นกพิราบ

搁（擱）gē 动 วาง

搁浅（擱淺）gēqiǎn 动 เกยตื้น

搁置（擱置）gēzhì 动 ทิ้งไว้

搁不住（擱不住）gé·buzhù 动 เก็บไว้นานไม่ได้

搁得住（擱得住）gé·dezhù 动 เก็บได้นาน

割 gē 动 ตัด ; เกี่ยว (ข้าว หญ้า ฯลฯ)

割爱（割愛）gē'ài 动 ตัดทิ้งสิ่งที่ใจรัก

割除 gēchú 动 ตัดทิ้ง

割断（割斷）gēduàn 动 ตัดขาด

割据（割據）gējù 动 ยึดดินแดนแยกปกครอง ; แยกยึดครอง

割裂 gēliè 动 แยก (สิ่งนามธรรม) ออกจากกัน

割让（割讓）gēràng 动 แบ่งแยก (ดินแดน) ให้

割肉 gēròu 动 เชือดเนื้อ อุปมาว่า ขายอย่างขาดทุน (ส่วนมากใช้กับการขายหุ้น)

割舍（割捨）gēshě 动 ตัดใจสละทิ้ง

歌 gē 名 เพลง

歌本 gēběn 名〈乐〉หนังสือเพลง

歌唱 gēchàng 动 ร้องเพลง

歌唱家 gēchàngjiā 名 นักร้อง

歌词（歌詞）gēcí 名 เนื้อเพลง ; บทเพลง

歌功颂德（歌功頌德）gēgōng-sòngdé〈成〉สรรเสริญคุณงามความดี

歌喉 gēhóu 名 เสียงร้อง (ของนักร้อง)

歌剧（歌劇）gējù 名 อุปรากร ; โอเปรา (*opera*)

歌剧团（歌劇團）gējùtuán 名 คณะอุปรากร

歌诀（歌訣）gējué 名 สูตรท่องในรูปร้อยกรอง

歌迷 gēmí 名 แฟนเพลง ; คนที่ติดเรื่องร้องเพลง

歌女 gēnǚ 名 หญิงขับร้องบำเรอ ; นักร้องหญิง

歌片儿（歌片兒）gēpiānr 名〈乐〉บทเพลง

歌谱（歌譜）gēpǔ 名〈乐〉โน้ตเพลง

歌曲 gēqǔ 名 เพลง

歌儿（歌兒）gēr 名 เพลง

歌声（歌聲）gēshēng 名 เสียงเพลง

歌手 gēshǒu 名 นักร้อง

歌颂（歌頌）gēsòng 动 สดุดี ; สรรเสริญ

歌坛（歌壇）gētán 名 วงการการร้องเพลง

歌厅（歌廳）gētīng 名 คาราโอเกะ (*karaoke*) ; เคทีวี (*KTV*) ; คาบาเรต์ (*cabaret*)

歌舞 gēwǔ 名 เพลงและระบำ 动 ร้องรำทำเพลง

歌舞剧（歌舞劇）gēwǔjù 名 อุปรากรที่มีทั้งร้องทั้งรำและดนตรีบรรเลงประกอบ

歌舞升平 gēwǔ-shēngpíng〈成〉ร้องรำทำเพลงเพื่อเฉลิมฉลองสันติสุข

歌舞厅（歌舞廳）gēwǔtīng 名 คาบาเรต์ (*cabaret*)

歌星 gēxīng 名 ดารานักร้อง

歌谣（歌謠）gēyáo 名 เพลงพื้นเมือง

歌咏 gēyǒng 动 ร้อง เพลง ; อ่านทำนองเสนาะ

革 gé 名 หนังสัตว์ 动 เปลี่ยนแปลง ; ปลดออก (จากตำแหน่ง)

革除 géchú 动 ขจัด ; ปลดออก (จากตำแหน่ง)

革故鼎新 gégù-dǐngxīn〈成〉ขจัดสิ่งเก่าที่ไม่ดีสร้างระบอบใหม่ขึ้น ; ปฏิรูป

革命 gémìng 动 ปฏิวัติ

革命者 gémìngzhě 名 นักปฏิวัติ

革新 géxīn 动 ปฏิรูป ; เปลี่ยนแปลงใหม่

革职（革職）gézhí 动 ปลดออกจากตำแหน่ง

G

阁（閣）gé 名 หอ ; คณะรัฐมนตรี
阁楼（閣樓）gélóu 名 ชั้นลอย
阁下（閣下）géxià 名〈敬〉ฯพณฯ ; ท่าน
阁员（閣員）géyuán 名 รัฐมนตรี
格 gé 名 ตาราง ; ลีลา
格调（格調）gédiào 名 ลีลา ; ท่วงที
格斗（格鬥）gédòu 动 ตีรันฟันแทง
格格不入 gégé-bùrù〈成〉เข้ากันไม่ได้
格局 géjú 名 โครงสร้างและรูปแบบ
格律 gélǜ 名 กฎบังคับ (ของร้อยกรอง)
格杀勿论（格殺勿論）géshā-wùlùn〈成〉ให้สังหาร (ผู้ต่อต้าน) เสียโดยจะถือเป็นมาตรการวิสามัญ
格式 gé·shi 名 รูปแบบ
格式化 géshìhuà 动 จัดให้เป็นรูปแบบเดียวกัน ;〈计〉ฟอร์แมทิง
格外 géwài 副 เป็นพิเศษ
格物致知 géwù-zhìzhī〈成〉ค้นคว้าหลักของเหตุผลและสรุปเป็นวิชาความรู้
格言 géyán 名 สุภาษิต
格子 gé·zi 名 ตาราง ; ตาหมากรุก ;〈纺〉ลายสก็อต
葛 gé 名〈植〉คัดซูวีน (*kudzu vine*) (พืชประเภทไม้เลื้อยชนิดหนึ่ง)
葛布 gébù 名〈纺〉ผ้าป่าน
蛤蜊 gé·lí 名〈动〉หอยกาบ
隔 gé 动 กั้น ; เว้น
隔岸观火（隔岸觀火）gé'àn-guānhuǒ〈成〉มองดูไฟไหม้ที่ฝั่งตรงข้าม อุปมาว่าเห็นคนอื่นประสบภัยแล้วไม่ยื่นมือช่วย
隔壁 gébì 名 ข้างบ้าน
隔断（隔斷）géduàn 动 กั้นให้แยกออก ; ตัดขาด 名〈建〉ส่วนที่กั้น เช่น กำแพง ฝา ผนัง ฯลฯ
隔行 géháng 动 คนละอาชีพ ; เว้นบรรทัด
隔阂（隔閡）géhé 名 ความไม่สามารถจะเข้าใจได้
隔绝（隔絕）géjué 动 (ข่าวคราว) ขาดหายไป ; ตัดขาด
隔开（隔開）gékāi 动 กั้นไว้ ; กั้นให้แยกจากกัน
隔离（隔離）gélí 动 แยกออกจากกัน
隔离带（隔離帶）gélídài 名 แถบพื้นที่กั้นกลาง
隔膜 gémó 名 สภาพที่ไม่สามารถจะเข้าใจได้ ; 形 ไม่ชำนาญ (ในวิชาความรู้หรือเทคนิค ฯลฯ)
隔墙（隔牆）géqiáng 名 ฝากั้นห้อง ; ผนังกั้นห้อง
隔墙有耳（隔牆有耳）géqiáng-yǒu'ěr〈成〉ฝาผนังมีหู ; กำแพงมีหู ประตูมีช่อง อุปมาว่ามีคนแอบฟัง
隔热（隔熱）gérè 动 กันความร้อน
隔日 gérì 动 เว้นวัน
隔三差五 gésān-chàwǔ〈成〉เว้นทุกสามวันหรือห้าวัน หมายความว่า บ่อย ๆ
隔世 géshì 动 อยู่คนละภพ
隔靴搔痒（隔靴搔癢）géxuē-sāoyǎng〈成〉คันที่เท้าแต่เการองเท้า อุปมาว่า (คำวิพากษ์วิจารณ์) ไม่ถูกจุดสำคัญ (แก้ปัญหาไม่ได้)
隔夜 géyè 动 ค้างคืน
隔音 géyīn 动 กั้นเสียง ; เก็บเสียง
嗝 gé 名〈生理〉เรอ
嗝儿（嗝兒）gér 名 อาการเรอ ; อาการสะอึก
合 gě 量 มาตราตวงวัดของจีน 1 合 เทียบเท่า ๑๐๐ มิลลิลิตร 名 เครื่องตวงวัดข้าวของจีน
舸 gě 名〈书〉เรือลำใหญ่
个（個）gè 量 อัน
个案（個案）gè'àn 名 คดีพิเศษ ; กรณีพิเศษ
个别（個別）gèbié 形 เป็นการส่วนตัว ; ส่วนน้อยมาก
个儿（個兒）gèr 名 ขนาด (ของรูปร่างหรือสิ่งของ) ; คนแต่ละคนหรือสิ่งของแต่ละอัน
个人（個人）gèrén 名 ส่วนตัว ; ตัว (ข้าพเจ้า) เอง
个人所得税（個人所得稅）gèrén suǒdéshuì〈经〉ภาษีเงินได้
个人主义（個人主義）gèrén zhǔyì ปัจเจกชนนิยม
个数（個數）gèshù 名 จำนวน
个体（個體）gètǐ 名 ส่วนบุคคล ; ส่วนเอกชน
个体户（個體户）gètǐhù 名 ผู้ประกอบกิจการค้าขายส่วนเอกชน

G

个头儿（個頭兒）gètóur 名〈方〉ขนาด (ของรูปร่างหรือสิ่งของ)
个位（個位）gèwèi 名〈数〉หลักหน่วย
个性（個性）gèxìng 名 อุปนิสัย ; ลักษณะพิเศษเฉพาะตัว
个子（個子）gè·zi 名 รูปร่าง
各 gè 代 ทุก ; บรรดา 副 ต่าง
各半 gèbàn 动 ครึ่งต่อครึ่ง
各奔前程 gèbèn-qiánchéng〈成〉ต่างคนต่างเดินตามทางของตน
各持己见（各持己見）gèchí-jǐjiàn〈成〉ต่างคนต่างยึดถือความเห็นของตน
各得其所 gèdé-qísuǒ〈成〉ต่างคนต่างมีที่ลงเอยอันเหมาะสม
各地 gèdì 代 ทุกแห่ง ; ทุกที่
各负其责（各負其責）gèfù-qízé〈成〉ต่างคนต่างรับผิดชอบตามหน้าที่ของตน
各个（各個）gègè 代 แต่ละ ; ทุก 副 ทีละ
各个击破（各個擊破）gègè-jīpò〈成〉ตีแตกทีละจุด ๆ
各行各业（各行各業）gèháng-gèyè〈成〉ทุกฝ่ายทุกอาชีพ
各家各户 gèjiā-gèhù แต่ละครอบครัว ; ทุกครอบครัว
各尽其职（各盡其職）gèjìn-qízhí〈成〉ต่างคนต่างปฏิบัติตามหน้าที่อย่างสุดความสามารถ
各尽所能（各盡所能）gèjìn-suǒnéng〈成〉ต่างคนต่างทำงานอย่างสุดความสามารถ
各取所需 gèqǔ-suǒxū〈成〉ต่างคนต่างได้รับสิ่งที่ต้องการ
各色 gèsè 形 หลายอย่าง ; หลากสี ;〈方〉แปลก ๆ (ใช้ในความหมายทางลบ)
各式各样（各式各樣）gèshì-gèyàng〈成〉หลายแบบหลายอย่าง
各抒己见（各抒己見）gèshū-jǐjiàn〈成〉ต่างคนต่างแสดงความคิดเห็นของตน
各位 gèwèi 代 ทุกท่าน
各显神通（各顯神通）gèxiǎn-shéntōng〈成〉ต่างคนต่างแสดงบทบาทของตน
各行其是 gèxíng-qíshì〈成〉ต่างคนต่างทำตามทางของตน
各异 gèyì 形 ต่างไม่เหมือนกัน
各有千秋 gèyǒu-qiānqiū〈成〉ต่างมีข้อดีไปคนละอย่าง
各执一词（各執一詞）gèzhí-yīcí〈成〉ต่างยึดถือความเห็นคนละอย่าง
各种（各種）gèzhǒng 代 ทุกชนิด ; ทุกประเภท
各自 gèzì 代 ต่างคน (ต่าง...)
各自为政（各自爲政）gèzì-wéizhèng〈成〉ต่างคนต่างทำงานตามทางของตนโดยไม่ยอมร่วมมือกับคนอื่น ; แยกตัวเป็นอิสระโดยไม่เห็นแก่ส่วนรวม
硌 gè 动〈口〉เจ็บ (เพราะทับเอาของแข็งหรือของที่นูนขึ้น)
铬钢（鉻鋼）gègāng 名〈冶〉เหล็กโครเมียม
铬铁（鉻鐵）gètiě 名〈冶〉เฟอร์โรโครม (*ferrochrome*) (โลหะเจือโครเมียมกับเหล็ก)
给（給）gěi 动 ให้ ; ทำให้
给脸（給臉）gěiliǎn 动 เห็นแก่หน้า
给面子（給面子）gěi miàn·zi 动〈惯〉เห็นแก่หน้า
给以（給以）gěiyǐ 动 อำนวย
根 gēn 名 ราก ; เค้าเดิม
根本 gēnběn 名 มูลฐาน 形 หลัก 副 สิ้นเชิง
根除 gēnchú 动 ขจัดโดยสิ้นเชิง
根底 gēndǐ 名 รากฐาน ; เส้นสนกลใน
根雕 gēndiāo 名〈工美〉รากไม้แกะสลัก
根基 gēnjī 名 รากฐาน
根据（根據）gēnjù 名 หลักฐานอ้างอิง 介 ตาม
根据地（根據地）gēnjùdì 名〈军〉ฐานที่มั่น
根绝（根絕）gēnjué 动 กำจัดโดยสิ้นเชิง ; กำจัดให้หมดสิ้นไป
根儿（根兒）gēnr 名 ราก
根深蒂固 gēnshēn-dìgù〈成〉รากฐานมั่นคง
根深叶茂（根深葉茂）gēnshēn-yèmào〈成〉รากลึกใบดก

根由 gēnyóu 名 มูลเหตุ
根源 gēnyuán 名 บ่อเกิด ; แหล่งกำเนิด
根治 gēnzhì 动〈医〉รักษาให้หายขาด
根子 gēn·zi 名 ราก ; ต้นเหตุ
跟 gēn 动 ติดตาม 名 ส้น (เท้า) 介 กับ
跟班 gēnbān 动 เข้าร่วมการทำงานในกะ ; เข้าฟังในชั้นเรียน
跟班儿（跟班兒）gēnbānr 名〈旧〉ผู้ติดตาม (เจ้านาย) 动 ติดตาม (เจ้านาย)
跟从（跟從）gēncóng 动 ตาม
跟斗（跟鬥）gēn·dou 名〈方〉ท่าตีลังกา
跟风（跟風）gēnfēng 动 ตามสมัยนิยม
跟脚 gēnjiǎo 形 รองเท้าพอดีกับเท้า 动 ตามติด ๆ
跟进（跟進）gēnjìn 动 ก้าวตามไป ; ทำตาม
跟前 gēnqián 名 ที่ใกล้ ๆ ตัว
跟随（跟隨）gēnsuí 动 ติดตาม
跟头（跟頭）gēn·tou 名 อาการหกล้ม ; อาการตีลังกา
跟着 gēn·zhe 动 ติดตาม ; ตาม
跟踪 gēnzōng 动 สะกดรอย
更 gēng 动 เปลี่ยน 量 ยาม
更迭 gēngdié 动 สับเปลี่ยนหมุนเวียนกันไป
更动（更動）gēngdòng 动 เปลี่ยนแปลง
更改 gēnggǎi 动 เปลี่ยนแปลงแก้ไข
更换 gēnghuàn 动 เปลี่ยน
更名 gēngmíng 动 เปลี่ยนชื่อ
更年期 gēngniánqī 名〈生理〉ช่วงระยะเวลาเลือดจะไปลมจะมา
更深人静 gēngshēn-rénjìng〈成〉ยามดึกเงียบสงัด
更生 gēngshēng 动 ฟื้นคืนชีพ
更替 gēngtì 动 เปลี่ยนแทน
更新 gēngxīn 动 เปลี่ยนใหม่ ; อัปเดต (*update*)
更新换代 gēngxīn-huàndài〈成〉เปลี่ยนรุ่นใหม่ ; ออกรุ่นใหม่
更衣 gēngyī 动 เปลี่ยนเสื้อผ้า ;〈婉〉เข้าห้องน้ำ
更衣室 gēngyīshì 名 ห้องเปลี่ยนเสื้อผ้า ; ห้องน้ำ
更张（更張）gēngzhāng 动 ปรับสายซอ อุปมาว่า ปรับปรุง ดัดแปลง
更正 gēngzhèng 动 แก้ผิด
耕 gēng 动〈农〉ไถ
耕畜 gēngchù 名〈农〉สัตว์เลี้ยงสำหรับไถนา
耕地 gēngdì 名〈农〉ที่ดินเพาะปลูก
耕具 gēngjù 名〈农〉เครื่องไถ
耕牛 gēngniú 名〈农〉วัว (ควาย) ไถนา
耕田 gēngtián 动〈农〉ไถนา
耕耘 gēngyún 动 ไถนาและดายหญ้า ; อุปมาว่าทำงานทำการ
耕种（耕種）gēngzhòng 动〈农〉เพาะปลูก
耕作 gēngzuò 动〈农〉ปรับที่ดิน (ด้วยการไถนาคราดดิน พรวนดิน ฯลฯ) ; ทำนา
羹 gēng 名 น้ำแกงข้น
羹匙 gēngchí 名 ช้อนโต๊ะ ; ช้อนซุป
埂 gěng 名 คันนา
耿耿 gěnggěng 形 สว่าง ; ซื่อสัตย์ ; เก็บความในใจจนทำให้จิตใจไม่สงบ
耿耿于怀（耿耿于懷）gěnggěngyúhuái〈成〉พะวงอยู่ในใจ ; จดจำอยู่ในใจเสมอ
耿直 gěngzhí 形 ซื่อสัตย์และตรงไปตรงมา
哽 gěng 动 (ลำคอ) ตีบตัน
哽塞 gěngsè 动 (ลำคอ) ตีบตัน
哽噎 gěngyē 动 สะอึกสะอื้น
哽咽 gěngyè 动 สะอึกสะอื้น
梗 gěng 名 ก้าน 动 ยืดให้ตรง
梗概 gěnggài 名 เนื้อหาคร่าว ๆ
梗塞 gěngsè 动〈医〉อุดตัน
梗死 gěngsǐ 动〈医〉(เส้นโลหิต) อุดตัน
梗阻 gěngzǔ 动 ติดขัด ; ขัดขวาง
更 gèng 副 ยิ่งขึ้น ;〈书〉อีก
更加 gèngjiā 副 ยิ่งขึ้น
更上一层楼（更上一層樓）gèng shàng yī céng lóu อุปมาว่า ยกระดับสูงขึ้นอีกขั้นหนึ่ง
更是 gèngshì 副 ยิ่งกว่านั้น
工 gōng 名 กรรมกร ; คนงาน ; งาน (แรงงาน)
工本 gōngběn 名 ต้นทุนการผลิต
工笔画（工筆畫）gōngbǐhuà 名〈工美〉ภาพวาด

G

จีนแบบฝีมือประณีต

工兵 gōngbīng 名 ทหารช่าง

工厂（工廠）gōngchǎng 名 โรงงาน

工场（工場）gōngchǎng 名 โรงงานหัตถกรรม

工潮 gōngcháo 名 การหยุดงานประท้วงของ
กรรมกร

工程 gōngchéng 名 วิศวกรรมโยธา ; วิศวกรรม

工程兵 gōngchéngbīng 名〈军〉ทหารวิศวกรรมโยธา

工程师（工程師）gōngchéngshī 名 วิศวกร

工程应用（工程應用）gōngchéng yìngyòng〈工〉
วิศวกรรมประยุกต์

工地 gōngdì 名 สถานที่ก่อสร้าง ; ไซต์งาน

工读（工讀）gōngdú 动〈教〉ทำงานไปด้วยเรียน
ไปด้วย

工读生（工讀生）gōngdúshēng 名〈教〉
นักเรียนที่เรียนควบไปด้วยกับการทำงาน

工段 gōngduàn 名 ช่วงงาน ; แผนกงาน (ใน
โรงงาน)

工房 gōngfáng 名 ส่วนที่ทำงานของโรงงาน

工分 gōngfēn 名〈经〉คะแนนการทำงาน (ใน
ชนบทสมัยระบบคอมมูนประชาชนของจีน)

工蜂 gōngfēng 名〈动〉ผึ้งงาน

工夫 gōng·fu 名 คนงานรับจ้างชั่วคราว ; เวลา ;
เวลาว่าง

工会（工會）gōnghuì 名 สหภาพแรงงาน

工间操（工間操）gōngjiāncāo 名 การเล่นกาย
บริหารระหว่างหยุดพักการทำงาน

工件 gōngjiàn 名 ผลิตภัณฑ์ชิ้นส่วน ; อะไหล่

工匠 gōngjiàng 名 ช่างหัตถกรรม ; ช่างฝีมือ

工交 gōngjiāo 名〈简〉อุตสาหกรรมและคมนาคม

工具 gōngjù 名 เครื่องมือ

工具书（工具書）gōngjùshū 名 หนังสือคู่มือ

工科 gōngkē 名〈教〉〈简〉วิชาวิศวกรรมศาสตร์

工矿（工礦）gōngkuàng 名 อุตสาหกรรมเหมืองแร่

工料 gōngliào 名〈经〉วัสดุและแรงงาน

工龄（工齡）gōnglíng 名 อายุงาน

工农联盟（工農聯盟）gōng-nóng liánméng
สัมพันธมิตรกรรมกรและชาวนา

工棚 gōngpéng 名 เพิง (ที่ไซต์งาน)

工期 gōngqī 名 เวลากำหนดของงาน
วิศวกรรมโยธา

工钱（工錢）gōng·qián 名 ค่าจ้าง ; ค่าแรง

工区（工區）gōngqū 名 เขตงานการผลิต
(ของงานอุตสาหกรรมหรือเหมืองแร่)

工人 gōngrén 名 กรรมกร ; คนงาน

工人党 gōngréndǎng 名 พรรคกรรมกร ; พรรค
แรงงาน

工人阶级（工人階級）gōngrén jiējí ชนชั้น
กรรมกร ; ชนชั้นกรรมาชีพ

工伤（工傷）gōngshāng 名 บาดเจ็บโดยอุบัติเหตุ
ระหว่างทำงาน

工商业（工商業）gōngshāngyè 名〈经〉
อุตสาหกรรมและพาณิชยกรรม

工时（工時）gōngshí 名〈工〉ชั่วโมงการทำงาน

工事 gōngshì 名〈军〉งานก่อสร้างสิ่งป้องกันใน
การสู้รบ เช่น อุโมงค์ สนามเพลาะ ฯลฯ

工头（工頭）gōngtóu 名 หัวหน้าคนงาน

工细（工細）gōngxì 形 ประณีตละเอียดอ่อน

工效 gōngxiào 名 ประสิทธิภาพในการทำงาน

工薪 gōngxīn 名 ค่าจ้าง ; ค่าแรง

工薪阶层（工薪階層）gōngxīn jiēcéng
ชั้นชนที่มีรายได้เป็นเงินเดือน

工休 gōngxiū 动 หยุดพักการทำงาน

工序 gōngxù 名 ขั้นตอนการผลิต ; กระบวนการผลิต

工学院（工學院）gōngxuéyuàn 名〈教〉สถาบัน
วิศวกรรมศาสตร์ ; คณะวิศวกรรมศาสตร์

工业（工業）gōngyè 名 อุตสาหกรรม

工业国（工業國）gōngyèguó 名 ประเทศ
อุตสาหกรรม

工业化（工業化）gōngyèhuà 动
พัฒนาให้อุตสาหกรรมเป็นเศรษฐกิจหลัก
แห่งชาติ

工业品（工業品）gōngyèpǐn 名 ผลิตภัณฑ์

工蚁（工蟻）gōngyǐ 名〈动〉มดงาน

工艺（工藝）gōngyì 名 เทคโนโลยี ; หัตถกรรม

工艺美术（工藝美術）gōngyì měishù

ศิลปหัตถกรรม
工艺品（工藝品）gōngyìpǐn 名 ผลิตภัณฑ์ศิลปหัตถกรรม
工艺师（工藝師）gōngyìshī 名 ช่างศิลปหัตถกรรม
工友 gōngyǒu 名 นักการ ; ภารโรง
工整 gōngzhěng 形 บรรจงเรียบร้อย
工种（工種）gōngzhǒng 名〈工〉〈矿〉ประเภทของงาน (อุตสาหกรรมและเหมืองแร่)
工装（工裝）gōngzhuāng 名 (เสื้อผ้า) ชุดทำงาน (ของคนงาน)
工资（工資）gōngzī 名 เงินเดือน
工资制（工資制）gōngzīzhì 名 ระบบเงินเดือน
工字钢(工字鋼)gōngzìgāng 名〈冶〉เหล็กรูปตัว "工"
工作 gōngzuò 动 ทำงาน 名 งาน
工作队（工作隊）gōngzuòduì 名 ทีมงาน ; หน่วยทำงาน
工作服 gōngzuòfú 名 (เสื้อผ้า) ชุดทำงาน
工作量 gōngzuòliàng 名 ปริมาณงาน
工作日 gōngzuòrì 名 วันทำงาน
工作室 gōngzuòshì 名 ห้องทำงาน ; สตูดิโอ (*studio*)
工作站 gōngzuòzhàn 名 สถานที่ทำงาน
工作证（工作證）gōngzuòzhèng 名 บัตรลูกจ้าง ; บัตรเจ้าหน้าที่ ; บัตรพนักงาน

弓 gōng 名 คันธนู

弓箭 gōngjiàn 名 คันธนูและลูกศร
弓腰 gōngyāo 动 โค้งตัว
弓子 gōng·zi 名 สิ่งที่มีรูปลักษณะคล้ายคันธนู ;〈乐〉คันซอ

公 gōng 名 สาธารณะ ; ยุติธรรม 形 ผู้

公安 gōng'ān 名 สันติบาล
公安局 gōng'ānjú 名 สำนักงานสันติบาล
公案 gōng'àn 名 คดีอันสลับซับซ้อน
公报（公報）gōngbào 名〈简〉แถลงการณ์
公报私仇（公報私仇）gōngbào-sīchóu〈成〉อาศัยอำนาจส่วนรวมแก้แค้นส่วนตัว
公布 gōngbù 动 ประกาศ
公厕（公厠）gōngcè 名〈简〉สุขาสาธารณะ
公差 gōngchāi 名 งานราชการชั่วคราว ; เจ้าหน้าที่ปฏิบัติงานชั้นผู้น้อยในสมัยก่อน
公车（公車）gōngchē 名 รถส่วนรวม ; รถเมล์ ; รถประจำทาง
公尺 gōngchǐ 量〈旧〉เมตร (*metre*)
公出 gōngchū 动 ออกไปปฏิบัติหน้าที่นอกสถานที่
公担（公擔）gōngdàn 量 หนึ่งร้อยกิโลกรัม
公道 gōngdào 名 ความเป็นธรรม
公道 gōng·dao 形 ยุติธรรม ; แฟร์ (*fair*)
公德 gōngdé 名 จรรยาบรรณทางสังคม ; จริยธรรมทางสังคม
公敌（公敵）gōngdí 名 ศัตรูของชาติ ; ศัตรูของประชาชน
公断（公斷）gōngduàn 动 ตัดสินชี้ขาดโดยคนกลาง ; ตัดสินชี้ขาดอย่างเป็นธรรม
公而忘私 gōng'érwàngsī〈成〉สละผลประโยชน์ส่วนตัวเพื่อประโยชน์ส่วนรวม
公法 gōngfǎ 名〈法〉กฎหมายของรัฐ
公房 gōngfáng 名 อาคารบ้านเรือนของหลวง
公费（公費）gōngfèi 名 ทุนหลวง ; ทุนรัฐบาล
公分 gōngfēn 量〈旧〉เซนติเมตร (*centimetre*)
公愤（公憤）gōngfèn 名 ความเคียดแค้นของประชาชน
公干（公幹）gōnggàn 名 กิจการราชการ
公告 gōnggào 名 ประกาศของหน่วยราชการ
公告牌 gōnggàopái 名 ป้ายแจ้งความ ; ป้ายปิดประกาศ
公公 gōng·gong 名 พ่อสามี ; คำที่ใช้เรียกขันทีในสมัยก่อน
公共 gōnggòng 形 สาธารณะ
公共场所（公共場所）gōnggòng chǎngsuǒ สถานที่สาธารณะ
公共关系（公共關係）gōnggòng guān·xì ประชาสัมพันธ์
公共积累（公共積累）gōnggòng jīlěi เงินสะสมของส่วนกลาง
公共汽车（公共汽車）gōnggòng qìchē รถยนต์ประจำทาง ; รถเมล์

公关（公關）gōngguān 名〈简〉ประชาสัมพันธ์
公馆（公館）gōngguǎn 名〈旧〉คฤหาสน์
公海 gōnghǎi 名 ทะเลหลวง
公害 gōnghài 名 สาธารณภัย ; มลภาวะ
公函 gōnghán 名 หนังสือราชการ
公鸡（公鷄）gōngjī 名〈动〉ไก่ตัวผู้
公积金（公積金）gōngjījīn 名 เงินทุนสะสมเพื่อขยายการผลิตหรือกิจการบางอย่าง
公假 gōngjià 名 วันหยุดราชการ
公家 gōng·jia 名 ฝ่ายหลวง ; ฝ่ายรัฐบาล
公交 gōngjiāo 名〈简〉การคมนาคมสาธารณะ ; การจราจรสาธารณะ
公交车（公交車）gōngjiāochē 名〈交〉รถประจำทาง ; รถเมล์
公斤 gōngjīn 量 กิโลกรัม (*kilogram*)
公爵 gōngjué 名 ดยุค (*duke*) (บรรดาศักดิ์ชั้นสูงสุดของอังกฤษ)
公开（公開）gōngkāi 动 เปิดเผย
公开化（公開化）gōngkāihuà 动 แบบเปิดเผย
公开信（公開信）gōngkāixìn 名 จดหมายเปิดผนึก
公款 gōngkuǎn 名 เงินหลวง ; เงินรัฐบาล
公里 gōnglǐ 量 กิโลเมตร (*kilometre*)
公理 gōnglǐ 名 ความจริงที่เห็นได้ชัด ; ความจริงซึ่งเป็นที่ยอมรับกันโดยทั่วไป
公历（公曆）gōnglì 名 คริสต์ศักราช
公立 gōnglì 形 ก่อตั้งขึ้นโดยรัฐบาล
公粮（公糧）gōngliáng 名〈农〉ธัญญาหารที่ชำระแก่รัฐบาลเป็นค่าภาษีการเกษตร
公路 gōnglù 名 ทางหลวง
公论（公論）gōnglùn 名 ข้อวิจารณ์ของสาธารณชน
公民 gōngmín 名 พลเมือง
公民权（公民權）gōngmínquán 名 สิทธิพลเมือง
公亩（公畝）gōngmǔ 量 หน่วยวัดพื้นที่ เท่ากับ ๑๐๐ ตารางเมตร
公墓 gōngmù 名 สุสานสาธารณะ
公平 gōngpíng 形 ยุติธรรม ; เที่ยงธรรม
公平秤 gōngpíngchèng 名 ตาชั่งมาตรฐาน (ที่ฝ่ายบริหารตลาดเตรียมไว้ให้ผู้ซื้อชั่งน้ำหนักเพื่อความยุติธรรม)
公婆 gōngpó 名 พ่อผัวแม่ผัว ;〈方〉ผัวเมีย
公仆（公僕）gōngpú 名 ข้ารับใช้ประชาชน หมายถึง ข้าราชการ
公顷（公頃）gōngqǐng 量 เฮกตาร์ (*hectare*)
公然 gōngrán 副 อย่างโจ่งแจ้ง
公认（公認）gōngrèn 动 เป็นที่ยอมรับกันโดยทั่วไป
公伤（公傷）gōngshāng 名 บาดเจ็บในระหว่างปฏิบัติงานราชการ
公社 gōngshè 名 คอมมูน
公审（公審）gōngshěn 动〈法〉การพิจารณาคดีต่อหน้าสาธารณชน
公升 gōngshēng 量 ลิตร (*litre*)
公使 gōngshǐ 名 อัครราชทูต
公使馆（公使館）gōngshǐguǎn 名 สถานอัครราชทูต
公使衔参赞（公使銜參贊）gōngshǐxián cānzàn อัครราชทูตที่ปรึกษา
公示 gōngshì 动 ประกาศต่อสาธารณชน ; ประกาศณ สาธารณสถาน
公式 gōngshì 名 สูตร
公事 gōngshì 名 งานราชการ
公事公办（公事公辦）gōngshì-gōngbàn〈成〉งานราชการก็ต้องทำตามระเบียบราชการ
公署 gōngshǔ 名 ศาลากลาง
公司 gōngsī 名 บริษัท
公私兼顾（公私兼顧）gōngsī-jiāngù〈成〉คำนึงถึงผลประโยชน์ทั้งของหลวงและของส่วนตัวไปด้วย
公诉（公訴）gōngsù 动〈法〉การดำเนินคดีโดยอัยการ
公诉人（公訴人）gōngsùrén 名〈法〉ผู้ดำเนินคดีแทนรัฐ
公堂 gōngtáng 名〈旧〉ศาล (เป็นคำที่ใช้ในสมัยโบราณ)
公文 gōngwén 名 หนังสือราชการ ; เอกสาร

ราชการ
公文包 gōngwénbāo 名 กระเป๋าเอกสาร
公务（公務）gōngwù 名 งานราชการ
公务员（公務員）gōngwùyuán 名 เจ้าหน้าที่ราชการ ; ข้าราชการ
公物 gōngwù 名 ของหลวง ; ของส่วนรวม
公心 gōngxīn 名 จิตใจที่เห็นแก่ส่วนรวม
公休 gōngxiū 动 วันหยุดราชการ
公演 gōngyǎn 动 (ละคร) ออกแสดง
公益 gōngyì 名 สาธารณประโยชน์
公益性 gōngyìxìng 名 ความเป็นสาธารณประโยชน์
公映 gōngyìng 动 (ภาพยนตร์) ออกฉาย
公用 gōngyòng 动 ใช้ร่วมกัน 形 ของสาธารณะ
公用事业（公用事業）gōngyòng shìyè กิจการสาธารณประโยชน์
公有 gōngyǒu 动 กรรมสิทธิ์ร่วม
公有制 gōngyǒuzhì 名〈经〉ระบบกรรมสิทธิ์ร่วม
公寓 gōngyù 名 แฟลต (*flat*) ; อาคารห้องชุด ; อพาร์ตเมนต์ (*apartment*)
公元 gōngyuán 名 คริสต์ศักราช
公园（公園）gōngyuán 名 สวนสาธารณะ
公约（公約）gōngyuē 名 สนธิสัญญา (ระหว่างสามประเทศขึ้นไป) ; กติกา
公约数（公約數）gōngyuēshù 名〈数〉ตัวหารร่วม
公允 gōngyǔn 形 เที่ยงธรรม
公债（公債）gōngzhài 名〈经〉พันธบัตร
公债券（公債券）gōngzhàiquàn 名〈经〉พันธบัตร
公章 gōngzhāng 名 ตราราชการ
公正 gōngzhèng 形 เที่ยงธรรม ; ยุติธรรม
公证（公證）gōngzhèng 动〈法〉รับรองเป็นหลักฐาน ; โนตาไรเซชัน
公证处（公證處）gōngzhèngchù 名 สำนักงานที่ออกหนังสือรับรองเป็นหลักฐาน
公证书（公證書）gōngzhèngshū 名〈法〉หนังสือรับรอง
公之于世 gōngzhīyúshì〈成〉เปิดเผยต่อสังคม
公职（公職）gōngzhí 名 ตำแหน่งราชการ
公制 gōngzhì 名 มาตราเมตริก
公众（公衆）gōngzhòng 名 สาธารณชน
公众号（公衆號）gōngzhònghào 名 บัญชีทางการ
公众人物（公衆人物）gōngzhòng rénwù สาธารณะบุคคล
公主 gōngzhǔ 名 เจ้าหญิง
公子 gōngzǐ 名 คุณชาย
公子哥儿（公子哥兒）gōngzǐgēr ลูกท่านหลานเธอ ; หนุ่มที่ถูกเลี้ยงอย่างตามใจตั้งแต่เด็ก

功 gōng 名 คุณงามความดี ; ผล ; ความชำนาญ
功败垂成（功敗垂成）gōngbàichuíchéng〈成〉เรือล่มเมื่อจอด
功臣 gōngchén 名 ขุนนางผู้มีความดีความชอบ ; ผู้มีความดีความชอบ
功成名就 gōngchéng-míngjiù〈成〉งานใหญ่สำเร็จ ชื่อเสียงโด่งดัง
功德 gōngdé 名 ความดีความชอบและบุญคุณ ; (จีน) กงเต๊ก
功底 gōngdǐ 名 พื้นฐานแห่งความชำนาญ
功夫 gōng·fu 名 ความชำนาญ ; ฝีมือ ; ความสามารถในมวยจีน (กังฟู)
功夫茶 gōng·fuchá 名 ศิลปะการดื่มน้ำชาแถบมลฑลกวางตุ้งและฮกเกี้ยน
功夫片 gōng·fupiàn 名 ภาพยนตร์กังฟู (การต่อสู้ป้องกันตัวแบบหนึ่งของจีน)
功过（功過）gōngguò 名 คุณกับโทษ ; ความดีกับความชั่ว
功绩（功績）gōngjì 名 ความดีกับความชอบ ; คุณงามความดี
功课（功課）gōngkè 名 วิชาเรียน (ของนักเรียน)
功亏一篑（功虧一簣）gōngkuīyīkuì〈成〉ล้มเหลวในตอนจวน ๆ จะสำเร็จ ; เรือล่มเมื่อจอด
功劳（功勞）gōngláo 名 ความดีความชอบ ; คุณงามความดี
功利 gōnglì 名 อรรถประโยชน์ ; ชื่อเสียงลาภยศ ; ยศถาบรรดาศักดิ์และผลประโยชน์
功利主义（功利主義）gōnglì zhǔyì ลัทธิอรรถประโยชน์
功率 gōnglǜ 名〈物〉หน่วยพลังงาน

G

功名 gōngmíng 名 ลาภยศ
功能 gōngnéng 名 สมรรถนะ
功效 gōngxiào 名 สรรพคุณ
功勋（功勛）gōngxūn 名 คุณงามความดีอันยิ่งใหญ่ที่มีต่อประเทศชาติและประชาชน
功业（功業）gōngyè 名 ภารกิจและคุณงามความดี
功用 gōngyòng 名 สมรรถนะ ; ประโยชน์ในการใช้
攻 gōng 动 โจมตี
攻城略地 gōngchéng-lüèdì〈成〉ตีเมืองและยึดครองดินแดน
攻打 gōngdǎ 动 บุกโจมตี
攻读（攻讀）gōngdú 动 มุ่งศึกษา
攻防 gōngfáng 动 โจมตีและป้องกัน
攻关（攻關）gōngguān 动 ตีด่าน ; แก้ปัญหาสำคัญ
攻击（攻擊）gōngjī 动 โจมตี
攻击机（攻擊機）gōngjījī 名〈军〉เครื่องบินโจมตี
攻坚（攻堅）gōngjiān 动〈军〉บุกโจมตีป้อมปราการของข้าศึก
攻坚战（攻堅戰）gōngjiānzhàn 名〈军〉การสู้รบที่บุกโจมตีป้อมปราการของข้าศึก
攻克 gōngkè 动 บุกยึด (ฐานที่มั่นของข้าศึก)
攻略 gōnglüè 动 จู่โจมและเข้ายึด
攻破 gōngpò 动〈军〉ตี (เมือง แนวรบ ฯลฯ) แตก
攻其不备（攻其不備）gōngqíbùbèi〈成〉บุกโจมตีในเวลาหรือสถานที่ที่ข้าศึกขาดการป้องกัน
攻取 gōngqǔ 动 ยึดได้
攻势（攻勢）gōngshì 名 สถานการณ์การโจมตี
攻守同盟 gōng-shǒu tóngméng〈成〉เป็นสัมพันธมิตรทางการทหาร
攻无不克（攻無不克）gōngwúbùkè〈成〉รบที่ไหนชนะที่นั่น
攻陷 gōngxiàn 动 ตีแตก
攻心 gōngxīn 动〈军〉โจมตีด้านจิตใจ
攻占 gōngzhàn 动〈军〉โจมตีและยึดได้
供 gōng 动 สนอง (ความต้องการ) ; จัดเสนอ ; อุปทาน
供不应求（供不應求）gōngbùyìngqiú〈成〉อุปทานไม่พอกับอุปสงค์
供大于求 gōngdàyúqiú〈经〉อุปทานมากกว่าอุปสงค์
供稿 gōnggǎo 动 เสนอบทความ ภาพข่าว ฯลฯ (ให้สื่อมวลชน)
供过于求（供過于求）gōngguòyúqiú〈经〉อุปทานมากกว่าอุปสงค์
供给（供給）gōngjǐ 动 จัดเสนอให้ ; สนองตามความต้องการ
供暖 gōngnuǎn 动 ให้ความร้อน (ในหน้าหนาว)
供求 gōngqiú 名〈经〉อุปทานและอุปสงค์
供销（供銷）gōngxiāo 名〈经〉การเสนอเครื่องบริโภคอุปโภคและการตลาด
供销社（供銷社）gōngxiāoshè 名 สหกรณ์จำหน่ายเครื่องบริโภคอุปโภค
供养（供養）gōngyǎng 动 เลี้ยงดู (ผู้อาวุโส) ; อุปการะ
供应（供應）gōngyìng 动 จัดเสนอ ; สนอง (ความต้องการ)
宫 gōng 名 วัง
宫灯（宮燈）gōngdēng 名 โคมพระราชวัง
宫殿 gōngdiàn 名 พระตำหนัก
宫廷 gōngtíng 名 พระราชวัง ; พระราชสำนัก
宫廷政变（宮廷政變）gōngtíng zhèngbiàn รัฐประหารภายในพระราชสำนัก ; รัฐประหารภายในกลุ่มการปกครอง
恭贺（恭賀）gōnghè 动 อวยพร
恭贺新禧（恭賀新禧）gōnghè-xīnxǐ〈成〉สวัสดีปีใหม่
恭候 gōnghòu 动〈敬〉รอคอยด้วยความเคารพ
恭敬 gōngjìng 形 เคารพ ; นอบน้อม
恭请（恭請）gōngqǐng 动〈敬〉ขอเรียนเชิญ
恭维（恭維）gōng·wéi 动 เยินยอ
恭喜 gōngxǐ 动〈套〉แสดงความยินดี
恭祝 gōngzhù 动 ขออวยพร
躬 gōng 动 ก้มตัว
躬亲（躬親）gōngqīn 动〈书〉ทำด้วยตนเอง
巩固（鞏固）gǒnggù 动 มั่นคง ; มีเสถียรภาพ
汞 gǒng 名〈化〉(ธาตุ) ปรอท
拱 gǒng 动 การไหว้แบบจีน ; โค้งตัว

拱门（拱門）gǒngmén 名〈建〉ประตูโค้ง
拱手 gǒngshǒu 动 ประสานมือทั้งสองยกขึ้นไหว้
拱形 gǒngxíng 名 รูปโค้ง
拱券 gǒngxuàn 名〈建〉ส่วนโค้งบนสะพาน ประตู หน้าต่าง ฯลฯ
共 gòng 形 เหมือน 动 ร่วม 副 รวม
共产党（共產黨）gòngchǎndǎng 名 พรรคคอมมิวนิสต์
共产国际（共產國際）Gòngchǎn Guójì พรรคคอมมิวนิสต์สากล
共产主义（共產主義）gòngchǎn zhǔyì ลัทธิคอมมิวนิสต์
共产主义青年团（共產主義青年團）gòngchǎn zhǔyì qīngniántuán สันนิบาตเยาวชนลัทธิคอมมิวนิสต์
共处（共處）gòngchǔ 动 อยู่ร่วมกัน
共存 gòngcún 动 ดำรงอยู่ร่วมกัน
共度 gòngdù 动 ร่วมกันผ่าน (เวลาเฉลิมฉลอง ฯลฯ)
共轭（共軛）gòng'è 名〈数〉คอนจุเกต (*conjugate*) ; ร่วม ; เชื่อมผนึก
共管 gòngguǎn 动 ควบคุมรักษาร่วมกัน
共和 gònghé 名 สาธารณรัฐ
共和国（共和國）gònghéguó 名 ประเทศสาธารณรัฐ
共和制 gònghézhì 名 ระบอบสาธารณรัฐ
共计（共計）gòngjì 动 รวมทั้งสิ้น ; ร่วมกันปรึกษาหารือ
共建 gòngjiàn 动 ร่วมสร้าง
共勉 gòngmiǎn 动 ให้กำลังใจแก่กัน
共鸣（共鳴）gòngmíng 动〈物〉เกิดเสียงก้องจากการสั่นพ้อง 名 เรโซแนนซ์ (*resonance*) ; (เกิด) ความรู้สึกตอบสนอง
共青团（共青團）gòngqīngtuán 名〈简〉สันนิบาตเยาวชนคอมมิวนิสต์
共商国是（共商國是）gòngshāng guóshì ร่วมกันปรึกษาหารือนโยบายประเทศ
共生 gòngshēng 动〈生物〉เกิดร่วม ; ดำรงอยู่ร่วมกันเพื่อเป็นประโยชน์แก่กัน ; ภาวะพึ่งพิงซึ่งกันและกัน
共识（共識）gòngshí 名 ความเห็นพ้องต้องกัน
共事 gòngshì 动 ทำงานร่วมกัน
共通 gòngtōng 形 ลักษณะที่ใช้ได้ทั่วไป
共同 gòngtóng 副 ร่วมกัน 形 เหมือนกัน
共同点（共同點）gòngtóngdiǎn 名 ข้อเหมือนกัน
共同体（共同體）gòngtóngtǐ 名 ประชาคม
共同语（共同語）gòngtóngyǔ 名〈语〉ภาษาที่เหมือนกัน
共同语言（共同語言）gòngtóng yǔyán ทัศนะเดียวกัน
共享 gòngxiǎng 动 ร่วมใช้เป็นประโยชน์ ; แชร์ (*share*) ; แบ่งปัน
共享经济（共享經濟）gòngxiǎng jīngjì เศรษฐกิจแบ่งปัน
共性 gòngxìng 名 ลักษณะร่วม
共赢 gòngyíng 动 ชนะร่วมกัน
共运（共運）gòngyùn 名〈简〉การเคลื่อนไหวลัทธิคอมมิวนิสต์
共振 gòngzhèn 动〈物〉สั่นพ้อง 名 การสั่นพ้อง ; เรโซแนนซ์ (*resonance*)
贡献（貢獻）gòngxiàn 名 คุณูปการ ; ผลงาน 动 อุทิศ ; บำเพ็ญ
供 gòng 动 เซ่นไหว้ ;〈法〉สารภาพ
供词（供詞）gòngcí 名〈法〉คำให้การ
供奉 gòngfèng 动 บูชา
供品 gòngpǐn 名 ของเซ่นไหว้
供认（供認）gòngrèn 动〈法〉สารภาพ
供认不讳（供認不諱）gòngrèn-bùhuì〈成〉สารภาพทุกประการ
供事 gòngshì 动 ปฏิบัติหน้าที่ ; ทำงาน
供需 gòngxū 名〈经〉อุปทานและอุปสงค์
供职（供職）gòngzhí 动 รับตำแหน่งหน้าที่ ; ปฏิบัติหน้าที่
供状（供狀）gòngzhuàng 名〈法〉คำให้การเป็นลายลักษณ์อักษร
勾 gōu 动 ขีดฆ่า (หรือทำเครื่องหมาย “√”) ;

วาดเค้าโครง ; ชักนำ
勾搭 gōu·da 动 สมคบ ; ล่อ
勾画（勾畫）gōuhuà 动 วาดเค้าโครง
勾魂摄魄（勾魂攝魄）gōuhún-shèpò〈成〉ดึงดูดให้เพลิดเพลินหลงใหลไปหมด
勾结（勾結）gōujié 动 สมคบ
勾勒 gōulè 动 วาดเค้าโครง
勾留 gōuliú 动 ค้างชั่วคราว
勾通 gōutōng 动 สมคบ ; คบคิด
勾销（勾銷）gōuxiāo 动 ยกเลิก ; เลิกล้ม
勾引 gōuyǐn 动 ชักนำ (ไปในทางเสื่อมเสีย)
佝偻病（佝僂病）gōulóubìng 名〈医〉โรคหลังค่อม
沟（溝）gōu 名 คู ; ร่องน้ำ
沟壑（溝壑）gōuhè 名 ร่องน้ำตามภูเขา ; หลุม
沟渠（溝渠）gōuqú 名 คลองชลประทาน
沟通（溝通）gōutōng 动 เชื่อมสัมพันธ์ ; สื่อสาร
钩（鉤）gōu 名 ตาขอ
钩虫（鉤蟲）gōuchóng 名〈动〉พยาธิปากขอ
钩心斗角（鉤心鬥角）gōuxīn-dòujiǎo〈成〉ชิงดีชิงเด่น ; ปัดแข้งปัดขา
钩针（鉤針）gōuzhēn 名 เข็มถักลูกไม้
钩子（鉤子）gōu·zi 名 ตาขอ ; สิ่งของที่มีรูปลักษณ์คล้ายตาขอ
篝火 gōuhuǒ 名 ไฟแคมป์
苟安 gǒu'ān 动 เอาแต่ความสุขสบายชั่วคราว
苟合 gǒuhé 动 ร่วมประเวณีโดยมิชอบ
苟活 gǒuhuó 动 เอาตัวรอดไปวัน ๆ อย่างน่าอดสู
苟且 gǒuqiě 形 ถูไถ ; ลวก ๆ ; สมสู่กัน
苟且偷安 gǒuqiě-tōu'ān〈成〉เอาแต่ความสุขสบายชั่วคราว
苟全 gǒuquán 动 รอดชีวิตได้ไปวัน ๆ
苟同 gǒutóng 动〈书〉คล้อยตามไปอย่างไร้เหตุผล
苟延残喘（苟延殘喘）gǒuyán-cánchuǎn〈成〉ยืดชีวิตที่ตายแหล่มิตายแหล่ไปวัน ๆ
狗 gǒu 名 สุนัข ; หมา ; (นักษัตร) จอ
狗急跳墙（狗急跳墻）gǒují-tiàoqiáng〈成〉สุนัขจนตรอก
狗皮膏药（狗皮膏藥）gǒupí gāo·yao〈成〉พลาสเตอร์หนังหมา ; อุปมาว่า สิ่งที่หลอกลวงคน
狗屁不通 gǒupì-bùtōng〈成〉(คำพูดหรือบทประพันธ์) เหมือนขี้หมูขี้หมา
狗屎堆 gǒushǐduī 名〈骂〉ขี้หมูขี้หมา อุปมาว่าคนที่น่าเกลียดน่าชัง
狗头军师（狗頭軍師）gǒutóu jūnshī〈成〉เสนาธิการหัวหมา อุปมาว่า คนที่ชอบออกความคิดเห็นที่ไร้ค่าแก่คนอื่น
狗腿子 gǒutuǐ·zi 名〈口〉สุนัขรับใช้
狗尾草 gǒuwěicǎo 名〈植〉หญ้าชนิดหนึ่งรูปลักษณ์คล้ายหางสุนัข
狗熊 gǒuxióng 名〈动〉หมีควาย ; หมีดำ
狗血喷头（狗血噴頭）gǒuxuè-pēntóu〈成〉ด่าอย่างรุนแรง
狗咬狗 gǒuyǎogǒu 动〈俗〉หมากัดกัน อุปมาว่าคนชั่วกัดกันเอง
狗仗人势（狗仗人勢）gǒuzhàngrénshì〈成〉อาศัยบารมีของนาย เที่ยวรังแกชาวบ้าน
枸杞子 gǒuqǐzǐ 名〈植〉เก๋ากี้ (พืชสมุนไพรชนิดหนึ่งของจีน)
勾当（勾當）gòu·dàng 名 แผนชั่ว
构成（構成）gòuchéng 动 ประกอบเป็น...; ประกอบขึ้น
构词（構詞）gòucí 动〈语〉สร้างคำ ; ประสมคำ
构词法（構詞法）gòucífǎ 名〈语〉วิธีการสร้างคำ ; วิธีการประสมคำ
构架（構架）gòujià 名 โครงสร้าง 动 สร้าง (สิ่งนามธรรม อาทิเช่น ระบบทฤษฎี ฯลฯ)
构件（構件）gòujiàn 名 ชิ้นส่วนประกอบ ; อุปกรณ์ก่อสร้าง
构建（構建）gòujiàn 动 สร้าง (สิ่งนามธรรม อาทิเช่น ระบบทฤษฎี ฯลฯ)
构思（構思）gòusī 动 ใช้ความคิดในการแต่งบทประพันธ์หรือสร้างงานศิลปะ
构图（構圖）gòutú 动 วางเค้าโครงในการวาดภาพ
构想（構想）gòuxiǎng 动 วางแผน

G

构造（構造）gòuzào 名 โครงสร้าง
构筑（構築）gòuzhù 动 สร้าง (งานวิศวกรรมโยธาการทหาร)
购（購）gòu 动 ซื้อ
购价（購價）gòujià 名 ราคาซื้อ
购买（購買）gòumǎi 动 ซื้อ
购买力（購買力）gòumǎilì 名 กำลังซื้อ ; 〈经〉อำนาจซื้อ
购物（購物）gòuwù 动 ซื้อของ
购销（購銷）gòuxiāo 名 การซื้อและการจำหน่าย
购销两旺（購銷兩旺）gòuxiāo-liǎngwàng คึกคักทั้งการซื้อและการจำหน่าย
购置（購置）gòuzhì 动 ซื้อ (สิ่งของที่ใช้ในระยะยาว)
诟病（詬病）gòubìng 动〈书〉ประณาม
诟骂（詬罵）gòumà 动〈书〉ด่าเหยียดหยาม
垢 gòu 形〈书〉สกปรก เปื้อน 名 สิ่งสกปรก ;〈书〉ความอัปยศอดสู
够 gòu 动 พอ
够本 gòuběn 动 คุ้มทุน
够格 gòugé 动 ได้ระดับ
够朋友 gòu péng·you〈口〉สมกับที่เป็นเพื่อน
够呛 gòuqiàng 形〈方〉ยากที่จะเป็นไปได้; เหลือทน ; เหลือกำลัง
够瞧的 gòuqiáo·de 形〈口〉เหลือกำลัง ; เหลือทน
够受 gòushòu 形〈口〉เหลือทน
够数（够數）gòushù 动 จำนวนพอ ; ครบจำนวน
够味儿（够味兒）gòuwèir 形〈口〉ถึงใจพระเดชพระคุณ
够意思 gòu yì·si〈口〉ถึงอกถึงใจ ; มีน้ำใจดี
媾和 gòuhé 动〈书〉เจรจาสงบศึก
估 gū 动 กะ ; คาด
估测（估測）gūcè 动 ประเมิน ; คาดคะเน
估产（估產）gūchǎn 动 ประเมินปริมาณการผลิต
估计（估計）gūjì 动 คาด ; ประเมิน
估价（估價）gūjià 动 ประเมินราคา
估量 gū·liang 动 ประเมิน ; กะ
估摸 gū·mo 动〈口〉ประเมิน ; กะ
估算 gūsuàn 动 ประเมิน ; กะ
咕 gū 拟声 กุ๊ก (เสียงร้องของแม่ไก่)
咕咚 gūdōng 拟声 (เสียงของหนักตกลง) ตูม
咕唧 gūjī 拟声 (เสียงน้ำถูกบีบกระเด็นออกไป) จั๊ก ๆ
咕唧 gū·ji 动 ซุบซิบ ; กระซิบกับตัวเอง
咕哝（咕噥）gū·nong 动 กระซิบบ่น (อย่างไม่พอใจ)
呱呱 gūgū 拟声〈书〉(เสียงเด็กร้องไห้) อุแว้ ๆ
沽 gū 动〈书〉ซื้อ (เหล้า) ; ขาย
沽名钓誉（沽名釣譽）gūmíng-diàoyù〈成〉ล่าชื่อเสียง
孤 gū 形 กำพร้า ; โดดเดี่ยว 名 สรรพนามบุรุษที่หนึ่งสำหรับพระราชา
孤傲 gū'ào 形 เย่อหยิ่งโดดเดี่ยว
孤本 gūběn 名 (หนังสือ) ฉบับที่เหลืออยู่เล่มเดียว
孤城 gūchéng 名 เมืองโดดเดี่ยว
孤单（孤單）gūdān 形 โดดเดี่ยวเดียวดาย
孤岛（孤島）gūdǎo 名 เกาะเดี่ยว
孤独（孤獨）gūdú 形 โดดเดี่ยวเดียวดาย
孤儿（孤兒）gū'ér 名 เด็กกำพร้า
孤芳自赏（孤芳自賞）gūfāng-zìshǎng〈成〉ยกยอตนเองว่าตนเองประเสริฐกว่าผู้อื่น
孤寡 gūguǎ 名 เด็กกำพร้าและแม่ม่าย
孤寂 gūjì 形 อ้างว้างเดียวดาย
孤家寡人 gūjiā-guǎrén〈成〉ผู้โดดเดี่ยวเดียวดาย
孤军奋战（孤軍奮戰）gūjūn-fènzhàn〈成〉กองทหารที่สู้รบอย่างโดดเดี่ยว
孤苦伶仃 gūkǔ-língdīng〈成〉โดดเดี่ยวและลำบากยากแค้น
孤老 gūlǎo 名 คนไม่มีลูกตลอดชีวิต
孤立 gūlì 形 โดดเดี่ยว 动 ทำให้โดดเดี่ยว
孤零零 gūlínglíng 形 โดดเดี่ยว ; ไร้ที่พึ่ง
孤陋寡闻（孤陋寡聞）gūlòu-guǎwén〈成〉หูตาแคบความรู้น้อย
孤僻 gūpì 形 สันโดษและนิสัยแปลกประหลาด
孤身 gūshēn 形 ตัวคนเดียว

G

孤掌难鸣（孤掌難鳴）gūzhǎng-nánmíng〈成〉ตบมือข้างเดียวไม่ดัง อุปมาว่า ขาดผู้สนับสนุนยากที่จะสำเร็จ

孤注一掷（孤注一擲）gūzhù-yīzhì〈成〉แทงลงไปทีเดียวสุดตัว (ในการเล่นการพนัน)

姑 gū 名 อาหญิง ; ป้า (พี่สาวของพ่อ)

姑夫 gū·fu 名 อาเขย ; ลุง (สามีของพี่สาวของพ่อ)

姑父 gū·fu 名 อาเขย ; ลุง (สามีของพี่สาวของพ่อ)

姑姑 gū·gu 名 อาหญิง ; ป้า (พี่สาวของพ่อ)

姑妈（姑媽）gūmā 名 อาหญิง ; ป้า (พี่สาวของพ่อ)

姑母 gūmǔ 名 อาหญิง ; ป้า (พี่สาวของพ่อ)

姑奶奶 gūnǎi·nai 名 ย่า (พี่สาวหรือน้องสาวของปู่) ;〈口〉เป็นคำที่คนในครอบครัวของแม่เรียกลูกสาวที่แต่งงานออกไปแล้ว

姑娘 gū·niang 名 หญิงสาว ; ลูกสาว

姑婆 gūpó 名〈方〉ป้า (พี่สาวหรือน้องสาวของพ่อสามี)

姑且 gūqiě 副 ... เสียก่อน (ชั่วคราว)

姑嫂 gūsǎo 名 คำที่ใช้เรียก ผู้หญิงกับพี่สะใภ้หรือน้องสะใภ้

姑息 gūxī 动 ปล่อยไว้ให้เหลิง

姑息养奸（姑息養奸）gūxī-yǎngjiān〈成〉การปล่อยปละละเลยต่อการทำผิดมีแต่จะส่งเสริมให้ทำผิดมากขึ้น

G

姑爷（姑爺）gū·ye 名〈口〉ลูกเขย

轱辘（軲轆）gū·lu 名〈口〉ล้อรถ 动 กลิ้ง

骨朵儿（骨朵兒）gū·duor 名〈口〉ดอกตูม

骨碌 gū·lu 动 กลิ้ง

菰 gū 名〈植〉ต้นพืชที่ขึ้นตามน้ำชนิดหนึ่ง ก้านอ่อนรับประทานเป็นผักได้เรียกว่า 茭白 "เจียวไป๋" ; เห็ด

辜负（辜負）gūfù 动 ทำให้ (คนอื่น) ผิดหวัง

箍 gū 动 รัด 名 ห่วงรัด (สิ่งของ)

古 gǔ 形 โบราณ ; คร่ำครึ

古奥 gǔ'ào 形 เก่าแก่และลึกซึ้ง

古板 gǔbǎn 形 (ความคิด ท่วงทำนอง) คร่ำครึและตายตัว

古堡 gǔbǎo 名 ป้อมโบราณ

古币（古幣）gǔbì 名 เงินตราสมัยโบราณ

古刹 gǔchà 名〈宗〉วัดโบราณ

古城 gǔchéng 名 เมืองโบราณ

古代 gǔdài 名 สมัยโบราณ

古典 gǔdiǎn 名 งานที่มีรูปแบบดั้งเดิมและคุณภาพสูง; คลาสสิก (*classic*) 形 คลาสสิคอล (*classical*)

古典文学（古典文學）gǔdiǎn wénxué วรรณคดีคลาสสิก ; วรรณคดีสมัยโบราณ

古典主义（古典主義）gǔdiǎn zhǔyì ลัทธิคลาสสิก

古董 gǔdǒng 名 โบราณวัตถุ ; คนหัวโบราณ

古都 gǔdū 名 เมืองหลวงสมัยโบราณ ; กรุงเก่า

古尔邦节（古爾邦節）Gǔ'ěrbāng Jié〈宗〉เทศกาลคอร์บัน (*Corban*)

古怪 gǔguài 形 แปลกประหลาด ; พิลึกกึกกือ

古国（古國）gǔguó 名 ประเทศที่มีประวัติอันยาวนาน

古画（古畫）gǔhuà 名 ภาพวาดสมัยโบราณ

古话（古話）gǔhuà 名 ถ้อยคำที่กล่าวสืบต่อกันมาแต่สมัยโบราณ ; คำพังเพย

古籍 gǔjí 名 หนังสือโบราณ

古迹 gǔjì 名 โบราณสถาน

古今 gǔjīn 名 สมัยโบราณและสมัยปัจจุบัน

古今中外 gǔjīn-zhōngwài〈成〉ทั้งสมัยโบราณและสมัยปัจจุบัน ทั้งประเทศจีนและต่างประเทศ

古兰经（古蘭經）Gǔlánjīng 名〈宗〉คัมภีร์โกหร่าน (*Koran*)

古老 gǔlǎo 形 เก่าแก่ ; มีประวัติยาวนาน

古朴（古樸）gǔpǔ 形 (ลักษณะ) แบบโบราณและเรียบ ๆ

古钱（古錢）gǔqián 名 เหรียญกษาปณ์สมัยโบราณ

古琴 gǔqín 名〈乐〉ขิมโบราณ

古曲 gǔqǔ 名〈乐〉เพลงโบราณ

古人 gǔrén 名 คนสมัยโบราณ

古色古香 gǔsè-gǔxiāng〈成〉วิจิตรงดงามแบบโบราณ

古生代 gǔshēngdài 名〈地质〉ยุคพาลีโอโซอิก (*Paleozoic era*)

古生物 gǔshēngwù 名 สัตว์และพฤกษชาติยุค

พาลีโอโซอิก ; บรรพชีวิน
古生物学（古生物學）gǔshēngwùxué บรรพชีวินวิทยา
古尸 gǔshī 名 ซากศพสมัยโบราณ
古诗（古詩）gǔshī 名 กวีนิพนธ์สมัยโบราณ
古时（古時）gǔshí 名 สมัยโบราณ
古书（古書）gǔshū 名 หนังสือโบราณ
古体诗（古體詩）gǔtǐshī 名 ชื่อร้อยกรองประเภทหนึ่งของจีน เกิดขึ้นหลังสมัยราชวงศ์ถัง
古铜色（古銅色）gǔtóngsè 名 สีน้ำตาลแก่ (เหมือนสีทองสัมฤทธิ์สมัยโบราณ)
古玩 gǔwán 名 ของเก่าลายคราม
古往今来（古往今來）gǔwǎng jīnlái〈成〉ตั้งแต่สมัยโบราณจนกระทั่งปัจจุบัน
古为今用（古爲今用）gǔwéijīnyòng〈成〉โบราณรับใช้ปัจจุบัน
古文 gǔwén 名 ภาษาสมัยโบราณ (หมายถึงภาษาหนังสือที่ใช้กันก่อนการเคลื่อนไหว ๔ พฤษภาคม ค.ศ. ๑๙๑๙)
古文字 gǔwénzì 名 ตัวอักษรสมัยโบราณ
古物 gǔwù 名 โบราณวัตถุ
古稀 gǔxī 名 อายุ ๗๐ ปี
古训（古訓）gǔxùn 名 สุภาษิต
古语（古語）gǔyǔ 名 ภาษาโบราณ ; สุภาษิต
古远（古遠）gǔyuǎn 形 โบราณกาล
古筝 gǔzhēng 名〈乐〉เจ้ง (เครื่องดนตรีจีนชนิดหนึ่ง) ; กู่เจิง
古装（古裝）gǔzhuāng 名 เสื้อผ้าแบบโบราณ

谷 gǔ 名 หุบเขา ; ธัญพืช
谷氨酸（穀氨酸）gǔ'ānsuān 名〈药〉กรดกลูแทมิก (*glutamic acid*)
谷仓（穀倉）gǔcāng 名 ยุ้งข้าว
谷底 gǔdǐ 名 จุดต่ำที่สุด เปรียบว่า ตกลงถึงขั้นต่ำที่สุด
谷地 gǔdì 名 ที่ลุ่ม
谷壳（穀殼）gǔké 名 เปลือกข้าว
谷类（穀類）gǔlèi 名 ธัญพืช
谷穗（穀穗）gǔsuì 名 รวงข้าว
谷物（穀物）gǔwù 名 ธัญพืช
谷雨（穀雨）gǔyǔ 名 ฝนข้าว เป็นหนึ่งใน ๒๔ ฤดูกาลของจีน ซึ่งตรงกับวันที่ ๑๙, ๒๐ หรือ ๒๑ เมษายน
谷子（穀子）gǔ·zi 名 ข้าวฟ่างเหลืองเปลือก (ชนิดเมล็ดกลมเล็กเหลือง)

汩汩 gǔgǔ 拟声 โกรก ๆ เสียงของ กระแสน้ำที่กำลังหลั่งไหลอยู่

股 gǔ 名 แผนก ; หุ้น
股本 gǔběn 名〈经〉เงินทุนของหุ้นส่วน
股东（股東）gǔdōng 名 ผู้ถือหุ้น
股份 gǔfèn 名 หุ้นส่วน
股份公司 gǔfèn gōngsī บริษัทหุ้นส่วน
股份制 gǔfènzhì 名〈经〉ระบบหุ้นส่วน
股骨 gǔgǔ 名〈生理〉กระดูกโคนขา
股价（股價）gǔjià 名〈经〉ราคาของหุ้น
股金 gǔjīn 名〈经〉เงินทุนของหุ้น
股迷 gǔmí 名 คนชอบเล่นหุ้น
股民 gǔmín 名 คนเล่นหุ้น
股票 gǔpiào 名 ใบหุ้น
股权（股權）gǔquán 名〈经〉สิทธิของผู้ถือหุ้น
股市 gǔshì 名 ตลาดหลักทรัพย์
股息 gǔxī 名〈经〉กำไรของหุ้น ; เงินปันผล
股子 gǔ·zi 名 หุ้น 量 ลักษณนามของกำลัง กลิ่น ฯลฯ

骨 gǔ 名 กระดูก
骨癌 gǔ'ái 名〈医〉มะเร็งในกระดูก
骨刺 gǔcì 名〈医〉ปุ่มกระดูก
骨粉 gǔfěn 名 ผงกระดูก ; ปุ๋ยกระดูก
骨感 gǔgǎn 形 ผอมจนเห็นกระดูก
骨干（骨幹）gǔgàn 名〈生理〉ก้านกระดูกยาว ; อุปมาว่า กำลังสำคัญ
骨骼 gǔgé 名 กระดูก ;〈生理〉โครงกระดูก
骨灰 gǔhuī 名 อัฐิ
骨灰盒 gǔhuīhé 名 กล่องอัฐิ
骨架 gǔjià 名 โครงกระดูก ; โครง
骨胶（骨膠）gǔjiāo 名〈生化〉กาวกระดูก
骨节（骨節）gǔjié 名〈生理〉ข้อกระดูก

G

骨科 gǔkē 名〈医〉แผนกโรคกระดูก
骨牌 gǔpái 名 โดมิโน (*domino*)
骨盆 gǔpén 名〈生理〉กระดูกเชิงกราน
骨气（骨氣）gǔqì 名 ความหยิ่งในศักดิ์ศรี
骨肉 gǔròu 名 สายเลือดเดียวกัน
骨瘦如柴 gǔshòurúchái〈成〉ผอมแห้ง
骨髓 gǔsuǐ 名〈生理〉ไขกระดูก
骨头（骨頭）gǔ·tou 名 กระดูก
骨质疏松 gǔzhì shūsōng〈医〉โรคกระดูกผุ
骨折 gǔzhé 动〈医〉กระดูกหัก
骨子 gǔ·zi 名 โครง (ของร่ม พัด ฯลฯ)
骨子里（骨子裏）gǔ·zilǐ 名 สนใจ ; ส่วนภายใน ; เนื้อแท้
蛊惑（蠱惑）gǔhuò 动 หลอกให้หลง ; มอมเมา
鼓 gǔ 名〈乐〉กลอง
鼓板 gǔbǎn 名〈乐〉ไม้เคาะจังหวะ (เครื่องดนตรีชนิดหนึ่ง)
鼓吹 gǔchuī 动 โฆษณาส่งเสริม ; คุยโวโอ้อวด
鼓捣（鼓搗）gǔ·dao 动〈方〉ทำอย่างไม่ชำนาญ ; ยุแหย่
鼓点子（鼓點子）gǔdiǎn·zi 名〈乐〉จังหวะกลอง
鼓动（鼓動）gǔdòng 动 ปลุกปั่น
鼓动性（鼓動性）gǔdòngxìng 名 ลักษณะปลุกระดม
鼓风机（鼓風機）gǔfēngjī 名 เครื่องเป่าลม
鼓鼓囊囊 gǔ·gunāngnāng 形 (กระเป๋าใส่ของ) ตุง
鼓劲（鼓勁）gǔjìn 动 ให้กำลังใจ ; ปลุกระดม
鼓励（鼓勵）gǔlì 动 ให้กำลังใจ ; ส่งเสริม
鼓手 gǔshǒu 名 มือกลอง ; คนตีกลอง
鼓舞 gǔwǔ 动 ปลุกเร้าใจ 形 ตื่นเต้นเร้าใจ
鼓乐（鼓樂）gǔyuè 名 เสียงดนตรีบรรเลงด้วยกลอง ; เสียงดุริยางค์
鼓噪 gǔzào 动 เสียงอึกทึก
鼓掌 gǔzhǎng 动 ปรบมือ
鼓足干劲（鼓足幹勁）gǔzú gànjìn〈熟〉พยายามเต็มที่
毂（轂）gǔ 名 เพลารถ
固 gù 形 มั่นคง ; แข็ง 副 แต่เดิม

固定 gùdìng 形 คงที่ 动 ทำให้คงที่
固定资产（固定資產）gùdìng zīchǎn〈经〉อสังหาริมทรัพย์
固化 gùhuà 动〈化〉ทำให้กลายเป็นของแข็ง
固件 gùjiàn 名〈计〉ซอฟต์แวร์ที่บรรจุไว้อย่างถาวรในหน่วยความจำ
固结（固結）gùjié 动 (ของเหลว) แข็งตัว
固然 gùrán 连 ถึงแม้ว่า ; ก็จริงอยู่
固若金汤（固若金湯）gùruòjīntāng〈成〉(สิ่งก่อสร้างการป้องกัน) แข็งแกร่งมากไม่สามารถตีให้แตกได้
固沙林 gùshālín 名〈林〉ป่าป้องกันทรายเคลื่อนที่
固守 gùshǒu 动 รักษาไว้อย่างมั่นคง
固态（固態）gùtài 名〈物〉สภาวะของแข็ง
固体（固體）gùtǐ 名 ของแข็ง
固习（固習）gùxí 名 ความเคยชิน
固有 gùyǒu 形 มีอยู่แต่เดิม
固执（固執）gù·zhi 形 ดื้อรั้น 动 ถือทิฐิ
固执己见（固執己見）gùzhí-jǐjiàn〈成〉ดื้อรั้นในความเห็นของตน
故 gù 名 มูลเหตุ 形 เดิม ; เก่า 动 ตาย ; แสร้ง
故步自封 gùbù-zìfēng〈成〉กักตัวเองไว้ในสภาพเดิมไม่คิดก้าวหน้า
故此 gùcǐ 连 เพราะเหตุฉะนี้
故地 gùdì 名 สถานที่เก่า
故都 gùdū 名 กรุงเก่า ; เมืองหลวงเก่า
故而 gù'ér 连 ฉะนั้นจึง
故宫 gùgōng 名 พระราชวังโบราณ
故技 gùjì 名 ลูกไม้เก่า (หลอกลวง)
故交 gùjiāo 名 เพื่อนเก่า
故旧（故舊）gùjiù 名〈书〉เพื่อนเก่า
故居 gùjū 名 บ้านเดิม
故里 gùlǐ 名 บ้านเกิด
故弄玄虚 gùnòng-xuánxū〈成〉แสร้งทำเป็นเร้นลับซับซ้อน
故去 gùqù 动 ถึงแก่กรรม
故人 gùrén 名 เพื่อนเก่า
故事 gùshì 名 ข้อปฏิบัติดั้งเดิม ; ประเพณี

การทำงานดั้งเดิม

故事 gù·shi 名 นิทาน ; เรื่อง ; เรื่องราว ; นิยาย ; เนื้อเรื่อง

故事片 gù·shipiàn 名 ภาพยนตร์เรื่อง

故态复萌（故態復萌）gùtài-fùméng〈成〉สันดานเก่ากำเริบ

故土 gùtǔ 名 บ้านเกิดเมืองนอน

故乡（故鄉）gùxiāng 名 บ้านเกิด

故意 gùyì 副 เจตนา ; ตั้งใจ

故友 gùyǒu 名 เพื่อนเก่า

故园（故園）gùyuán 名 บ้านเกิดเมืองนอน

故障 gùzhàng 名 การขัดข้อง (ของเครื่องจักรกล มิเตอร์ ฯลฯ)

故知 gùzhī 名〈书〉เพื่อนเก่า

故址 gùzhǐ 名 ที่อยู่เดิม

故纸堆（故紙堆）gùzhǐduī 名 กองกระดาษเก่า ๆ ปริยายหมายถึง หนังสือหรือข้อมูลเก่า ๆ มากมายก่ายกอง แต่ไร้ประโยชน์

故作 gùzuò 动 แสร้งทำเป็น

顾（顧）gù 动 หันหน้ามอง ; ให้ความสนใจ ; เยี่ยมเยียน

顾不得（顧不得）gùbù·de 动 ดูแลไม่ถึง ; ทำไม่ทัน

顾不上（顧不上）gùbùshàng 动 ดูแลไม่ถึง ; ทำไม่ทัน

顾此失彼（顧此失彼）gùcǐ-shībǐ〈成〉ดูแลทางนี้ก็เสียทางโน้น

顾及（顧及）gùjí 动 คำนึงถึง

顾忌（顧忌）gùjì 动 กลัวเกรง (จะไม่เป็นผลดีแก่ตัวเองหรือคนอื่น)

顾家（顧家）gùjiā 动 ดูแลครอบครัว

顾客（顧客）gùkè 名 ลูกค้า

顾虑（顧慮）gùlǜ 动 กังวล (ในสิ่งที่อาจจะไม่เป็นผลดีต่อตัวเองหรือคนอื่น)

顾名思义（顧名思義）gùmíng-sīyì〈成〉พอเห็นชื่อก็คิดโยงไปถึงความหมาย

顾盼（顧盼）gùpàn 动 มองซ้ายแลขวา

顾全（顧全）gùquán 动 ให้ความสนใจเพื่อไม่ให้เกิดความเสียหาย

顾全大局（顧全大局）gùquán-dàjú เห็นแก่ส่วนรวม ; คำนึงถึงสถานการณ์รวม

顾问（顧問）gùwèn 名 ที่ปรึกษา

顾惜（顧惜）gùxī 动 รัก ; สงสาร

顾影自怜（顧影自憐）gùyǐng-zìlián〈成〉เห็นเงาของตนแล้วเกิดสงสารตัวเองขึ้นมา

顾主（顧主）gùzhǔ 名 ลูกค้า

雇 gù 动 จ้าง

雇工 gùgōng 名 ลูกจ้าง ; คนงานรับจ้าง 动 จ้างคนงาน

雇农（雇農）gùnóng 名 ชาวนารับจ้าง

雇请（雇請）gùqǐng 动 ว่าจ้าง (เป็นคำที่ให้เกียรติ)

雇佣（雇傭）gùyōng 动 ว่าจ้าง

雇佣军（雇傭軍）gùyōngjūn 名〈军〉ทหารรับจ้าง

雇用 gùyòng 动 ว่าจ้าง

雇员（雇員）gùyuán 名 พนักงาน ; ลูกจ้าง

雇主 gùzhǔ 名 นายจ้าง

瓜 guā 名〈植〉แตง

瓜分 guāfēn 动 แบ่งแยกกันเหมือนผ่าแตงเป็นชิ้น ๆ (มักจะหมายถึงการแบ่งแยกแผ่นดิน)

瓜葛 guāgé 名 ความพัวพันกัน

瓜果 guāguǒ 名 ผลไม้

瓜农（瓜農）guānóng 名 ชาวสวนปลูกแตง

瓜熟蒂落 guāshú-dìluò〈成〉เมื่อแตงสุก ขั้วก็หลุดเอง อุปมาว่า เมื่อเงื่อนไขเพียบพร้อมแล้วทุกอย่างก็ย่อมจะสำเร็จได้

瓜田李下 guātián-lǐxià〈成〉ในไร่แตงโมหรือใต้ต้นพลัม อุปมาว่า สถานที่ที่ก่อให้เกิดความสงสัยง่ายที่สุด

瓜蔓 guāwàn 名 เถาจำพวกฟักแฟงแตงบวบ

瓜子 guāzǐ 名 เมล็ดแตงโม (ฟักทอง ฯลฯ) ; (จีน) กวยจี๊

瓜子脸（瓜子臉）guāzǐliǎn 名 ใบหน้ารูปไข่

呱呱 guāguā 拟声 (เสียงกบร้อง) อ๊บ ๆ ; (เสียงเป็ดร้อง) ก๊าบ ๆ

呱呱叫 guāguājiào 形〈口〉ยอดเยี่ยม

刮 guā 动 โกน (หนวด) ; ขูด ; (ลม) พัด

刮刀 guādāo 名 มีดโกน

刮脸（刮臉）guāliǎn 动 โกนหนวดเคราและขนตามใบหน้า

G

刮目相看 guāmù-xiāngkàn〈成〉มองด้วยสายตาอันน่าทึ่ง

剐（剮）guǎ 动 แล่ (เนื้อทีละชิ้น ๆ) ; บาดเอา

寡 guǎ 形 น้อย ; จืด 名 แม่ม่าย

寡不敌众（寡不敵衆）guǎbùdízhòng〈成〉น้ำน้อยย่อมแพ้ไฟ

寡妇（寡婦）guǎ·fu 名 แม่ม่าย

寡欢（寡歡）guǎhuān 形 ขาดความสุข

寡居 guǎjū 动 เป็นม่าย

寡廉鲜耻（寡廉鮮恥）guǎlián-xiǎnchǐ〈成〉ไร้ยางอาย

寡头（寡頭）guǎtóu 名〈经〉คนกลุ่มน้อยที่กุมอำนาจเศรษฐกิจการเมือง

寡言 guǎyán 形 พูดจาน้อย

卦 guà 名 เครื่องหมายเสี่ยงทาย

挂 guà 动 แขวน ; เกี่ยวเอา ; เป็นห่วง

挂碍（挂礙）guà'ài 动 เป็นห่วง ; กังวล

挂不住 guà·buzhù 动〈方〉อดกลั้นไม่ได้ ; ข่มอารมณ์ไม่อยู่

挂彩 guàcǎi 名 ผ้าแพรสีที่ประดับประดาตามบ้านเพื่อเฉลิมฉลอง 动 ได้รับบาดเจ็บ (ในการสู้รบ)

挂车（挂車）guàchē 名 รถพ่วง

挂钩（挂鈎）guàgōu 名 สับ (ระหว่างตู้รถไฟสองตู้) ; ขอเกี่ยว 动 ติดต่อสัมพันธ์กัน

挂号（挂號）guàhào 动 ลงทะเบียน (เพื่อจัดอันดับหรือกันหาย)

挂花 guàhuā 动 ต้นไม้ออกดอก ; ได้รับบาดเจ็บ (ในการสู้รบ)

挂怀（挂懷）guàhuái 动 คิดถึงและเป็นห่วง

挂机（挂機）guàjī 动 วางสายโทรศัพท์

挂件 guàjiàn 名 เครื่องประดับใช้แขวนตามผนังหรือห้อยที่คอ ฯลฯ

挂靠 guàkào 动 รวมกิจการเอกชนให้ขึ้นอยู่กับหน่วยราชการ

挂历（挂曆）guàlì 名 ปฏิทินแขวน

挂面（挂麵）guàmiàn 名 เส้นบะหมี่แห้ง

挂名 guàmíng 动 มีตำแหน่งแต่ในนาม (แต่ไม่ทำงาน)

挂念 guàniàn 动 เป็นห่วงและคิดถึง

挂牌 guàpái 动 เปิดกิจการ ; ติดป้ายหน้าอาคารที่ทำการซึ่งเปิดใหม่ ; ติดป้ายชื่อที่อกเสื้อ

挂失 guàshī 动 แจ้งหาย

挂帅（挂帥）guàshuài 动 นำทัพ ; เป็นฝ่ายนำ

挂锁（挂鎖）guàsuǒ 名 กุญแจชนิดติดกับสายยู

挂毯 guàtǎn 名 พรมสำหรับประดับผนัง

挂图（挂圖）guàtú 名 แผนที่ (หรือแผนผัง) ที่ติดตามผนัง

挂心 guàxīn 动 เป็นห่วง

挂一漏万（挂一漏萬）guàyī-lòuwàn〈成〉ยกตัวอย่างขึ้นมาข้อหนึ่ง แต่ตกหล่นไปเป็นหมื่นข้อ อุปมาว่า ขาดตกบกพร่องเป็นอย่างมาก

挂职（挂職）guàzhí 动 รับตำแหน่งหน้าที่ชั่วคราว (เพื่อฝึกฝนตน)

挂钟（挂鐘）guàzhōng 名 นาฬิกาแขวน

褂子 guà·zi 名 เสื้อแบบจีน

乖 guāi 形 เชื่อฟัง ; ดี 动〈书〉ผิดปรกติ

乖乖 guāiguāi 形 ว่านอนสอนง่าย

乖戾 guāilì 形〈书〉(นิสัย วาจา พฤติกรรม) แปลก ๆ ไร้เหตุผล

乖僻 guāipì 形 (นิสัย) แปลก

乖巧 guāiqiǎo 形 น่ารัก ; เฉลียวฉลาด

乖张（乖張）guāizhāng 形 (นิสัยหรือประพฤติ) ประหลาดไร้เหตุผล

掴（摑）guāi 动 ตบ

拐 guǎi 动 เลี้ยว ; ขาเป๋ ; ลักพา

拐点（拐點）guǎidiǎn 名〈数〉〈经〉นีพอยท์ (*knee point*)

拐棍 guǎigùn 名 ไม้เท้า

拐角 guǎijiǎo 名 หัวเลี้ยว

拐卖（拐賣）guǎimài 动 ลักพาไปขาย

拐骗（拐騙）guǎipiàn 动 ลักพา ; หลอกเอา (คนหรือทรัพย์) ไป

拐弯（拐彎）guǎiwān 动 เลี้ยว

拐弯抹角（拐彎抹角）guǎiwān-mòjiǎo〈成〉เดินวกไปวนมา ; อุปมาว่า พูดอ้อมค้อม

G

拐杖 guǎizhàng 名 ไม้เท้า

拐子 guǎi·zi 名〈口〉คนลักพา ; คนขาเป๋

怪 guài 形 แปลก 动 ตำหนิ

怪不得 guài·bu·de 副 มิน่า 动 ว่าไม่ได้ ; โทษไม่ได้

怪诞（怪誕）guàidàn 形 แปลก ; พิลึก

怪诞不经（怪誕不經）guàidàn-bùjīng〈成〉พิลึกกึกกือและเหลวไหล

怪话（怪話）guàihuà 名 คำพูดแปลกพิลึก ; คำพูดไม่พอใจ

怪里怪气（怪裏怪氣）guài·liguàiqì 形〈俗〉(รูปร่างหน้าตา การแต่งตัว เสียงพูด ฯลฯ) แปลก ชอบกล

怪论（怪論）guàilùn 名 คำพูดเหลวไหลชอบกล

怪模怪样（怪模怪樣）guàimú-guàiyàng〈成〉รูปร่างหน้าตาแปลกประหลาดชอบกล

怪癖 guàipǐ 名 นิสัยแผลง

怪僻 guàipì 形 แปลก ; พิลึกกึกกือ

怪圈 guàiquān 名 ปรากฏการณ์ที่เกิดขึ้นหมุนเวียนกันไปอย่างชอบกล

怪声怪气（怪聲怪氣）guàishēng-guàiqì〈成〉เสียงพูดแปลก ๆ ชอบกล

怪事 guàishì 名 เรื่องแปลก

怪胎 guàitāi 名 ทารกในครรภ์ที่ผิดปรกติ (ส่วนมากจะใช้ในความหมายเปรียบเทียบกับปรากฏการณ์ที่ผิดปรกติ)

怪物 guài·wu 名 อสุรกาย ; คนที่นิสัยแผลง ๆ

怪异 guàiyì 形 แปลกประหลาด ; พิลึกพิลั่น

怪罪 guàizuì 动 ต่อว่า ; ตัดพ้อ ; โทษ

关（關）guān 动 ปิด ; ขัง 名 ด่าน

关爱（關愛）guān'ài 动 รักและเอาใจใส่

关隘（關隘）guān'ài 名〈书〉ด่านที่เป็นช่องแคบ

关闭（關閉）guānbì 动 ปิด ; เลิก (กิจการ)

关掉（關掉）guāndiào 动 ปิด (เครื่องให้หยุดเดินหรือปิดไฟให้ดับ ฯลฯ) เสีย

关防（關防）guānfáng 名 มาตรการป้องกันความลับรั่วไหล ;〈旧〉ตราราชการสมัยโบราณ ;〈书〉〈军〉ด่านที่มีทหารคอยรักษาการณ์

关怀（關懷）guānhuái 动 เอาใจใส่

关机（關機）guānjī 动 ปิดเครื่อง ;〈影视〉งานถ่ายทำภาพยนตร์ ละครโทรทัศน์ สิ้นสุดลง

关键（關鍵）guānjiàn 名 กลอนประตู ; จุดสำคัญ ; ปัจจัยชี้ขาด

关键词（關鍵詞）guānjiàncí 名 คำไข

关节（關節）guānjié 名 เส้นสาย (ปริยายหมายถึงพวกพ้องหรือผู้ช่วยเหลือที่สามารถอำนวยประโยชน์ให้ได้) ; จุดสำคัญ ;〈生理〉ข้อต่อกระดูก

关节炎（關節炎）guānjiéyán 名〈医〉ไขข้ออักเสบ

关口（關口）guānkǒu 名 ด่าน ; จุดหัวเลี้ยวหัวต่อ

关联（關聯）guānlián 动 เกี่ยวเนื่องกัน

关门（關門）guānmén 动 ปิดประตู ; เลิกกิจการ

关内（關内）Guānnèi 名 เขตภาคเหนือของจีนระหว่างด่านซานไห่กวนและด่านเจียอี้กวน

关卡（關卡）guānqiǎ 名 ด่านศุลกากร ; จุดตรวจ

关切（關切）guānqiè 动 เอาใจใส่

关上（關上）guānshàng 动 ปิดเสีย

关税（關税）guānshuì 名〈经〉ภาษีศุลกากร

关税壁垒（關税壁壘）guānshuì bìlěi〈经〉กำแพงภาษี

关头（關頭）guāntóu 名 ช่วงระยะเวลาหัวเลี้ยวหัวต่อ

关系（關係）guān·xì 名 ความสัมพันธ์ 动 เกี่ยวเนื่อง

关系户（關係户）guān·xìhù 名 ผู้มีความสัมพันธ์กันทางด้านผลประโยชน์

关心（關心）guānxīn 动 สนใจ ; เอาใจใส่

关押（關押）guānyā 动 กักขัง ; คุมขัง

关于（關于）guānyú 介 เกี่ยวกับ

关张（關張）guānzhāng 动 เลิกกิจการ

关照（關照）guānzhào 动 ดูแล ; บอก

关注（關注）guānzhù 动 ให้ความสนใจ

观（觀）guān 动 มอง 名 ทัศนะ ; วิว ; โฉมหน้า

观测（觀測）guāncè 动 สังเกตการณ์

观测站（觀測站）guāncèzhàn 名 สถานีสังเกต การณ์

观察（觀察）guānchá 动 สังเกต ; สำรวจ

观察家（觀察家）guāncháijiā 名 นักสังเกตการณ์

G

观察员（觀察員）guānchάyuán 名 ผู้สังเกตการณ์
观点（觀點）guāndiǎn 名 ทัศนคติ
观感（觀感）guāngǎn 名 ความรู้สึกนึกคิดต่อสิ่งที่ได้พบเห็นมา
观光（觀光）guānguāng 动 ทัศนศึกษา ; ท่องเที่ยว
观后感（觀後感）guānhòugǎn 名 ความรู้สึกนึกคิดต่อสิ่งที่ได้พบเห็นมา
观看（觀看）guānkàn 动 ชม ; มองดู
观礼（觀禮）guānlǐ 动 (ได้รับเชิญให้ไป) ชมพิธีเฉลิมฉลอง
观礼台（觀禮臺）guānlǐtái 名 อัฒจันทร์ชมพิธีเฉลิมฉลอง
观摩（觀摩）guānmó 动 ชมและศึกษาเป็นแบบอย่าง
观念（觀念）guānniàn 名 จิตสำนึก ; มโนภาพความคิด
观赏（觀賞）guānshǎng 动 ชม
观世音（觀世音）Guānshìyīn 名〈宗〉พระอวโลกิเตศวรโพธิสัตว์ ; พระโพธิสัตว์กวนอิม
观望（觀望）guānwàng 动 มองดู ; คอยดูด้วยอาการลังเล
观音（觀音）Guānyīn 名〈宗〉พระอวโลกิเตศวรโพธิสัตว์ ; พระโพธิสัตว์กวนอิม
观音菩萨（觀音菩薩）Guānyīn púsà〈宗〉พระอวโลกิเตศวรโพธิสัตว์ ; พระโพธิสัตว์กวนอิม
观瞻（觀瞻）guānzhān 名 ภาพพจน์ ; ภาพลักษณ์ 动〈书〉ชม
观战（觀戰）guānzhàn 动 มองดูการสู้รบ ; ชมการแข่งขัน
观众（觀衆）guānzhòng 名 ผู้ชม ; ผู้ดู

官 guān 名 ข้าราชการ ; ราชการ

官办（官辦）guānbàn 形 จัดทำโดยรัฐบาล
官报私仇（官報私仇）guānbào-sīchóu〈成〉อาศัยอำนาจรัฐแก้แค้นส่วนตัว
官逼民反 guānbī-mínfǎn〈成〉รัฐบาลบีบคั้นประชาชนจึงก่อกบฏ
官兵 guānbīng 名 นายทหารและพลทหาร
官场（官場）guānchǎng 名 วงการราชการ
官称（官稱）guānchēng 名 ชื่อเรียกทางราชการ
官倒 guāndǎo 名 ผู้ค้าขายโดยอาศัยอำนาจทางราชการ
官邸 guāndǐ 名 ทำเนียบรัฐบาล ; บ้านพักของข้าราชการชั้นผู้ใหญ่ ; จวน
官方 guānfāng 名 ฝ่ายรัฐบาล ; ทางราชการ
官费（官費）guānfèi 名 ทุนรัฐบาล
官府 guānfǔ 名〈旧〉รัฐบาลท้องถิ่น (สมัยโบราณ) ; ขุนนาง (สมัยโบราณ)
官复原职（官復原職）guānfùyuánzhí〈成〉ข้าราชการที่ถูกพักงานกลับเข้ารับตำแหน่งเดิม
官官相护（官官相護）guānguān-xiānghù〈成〉ข้าราชการปกป้องซึ่งกันและกัน
官话（官話）guānhuà 名 ภาษาแมนดาริน (ซึ่งเป็นคำเรียกภาษาจีนกลางในสมัยก่อน) ; คำพูดตามภาษาราชการเพื่อบอกปัดหรือตำหนิติเตียน
官价（官價）guānjià 名 ราคาที่กำหนดโดยรัฐบาล
官架子 guānjià·zi 名 มาดเจ้าขุนมูลนาย ; เจ้ายศเจ้าอย่าง
官吏 guānlì 名 ข้าราชการ (ของรัฐบาลสมัยเก่า) ; ขุนนาง
官僚 guānliáo 名 ขุนนาง
官僚主义（官僚主義）guānliáo zhǔyì ลัทธิเจ้าขุนมูลนาย
官迷 guānmí 名 ผู้ลุ่มหลงที่จะได้เป็นเจ้าขุนมูลนาย
官名 guānmíng 名 ชื่อตำแหน่งของข้าราชการ ; ชื่อจริง (ไม่ใช่ชื่อเล่น)
官能 guānnéng 名〈医〉สมรรถนะของอวัยวะร่างกาย
官腔 guānqiāng 名 สำนวนราชการ
官儿（官兒）guānr 名 ข้าราชการ
官商 guānshāng 名 พ่อค้าข้าราชการ
官司 guān·si 名 คดี
官厅（官廳）guāntīng 名〈旧〉ที่ทำการของรัฐบาล
官位 guānwèi 名 ตำแหน่งข้าชาชการ

官衔（官銜）guānxián 名 ยศข้าราชการ
官样文章（官樣文章）guānyàng-wénzhāng〈成〉การทำเป็นพิธีเท่านั้น (ความจริงเป็นไปไม่ได้)
官员（官員）guānyuán 名 ข้าราชการ
官运（官運）guānyùn 名 ลาภยศถาบรรดาศักดิ์
官长（官長）guānzhǎng 名 ข้าราชการชั้นผู้ใหญ่
官职（官職）guānzhí 名 ตำแหน่งข้าราชการ
冠冕堂皇 guānmiǎn-tánghuáng〈成〉เคร่งขรึมและทรงคุณธรรม ; เคร่งขรึมและทรงคุณธรรมแต่รูปภายนอก
冠心病 guānxīnbìng 名〈医〉โรคเส้นโลหิตดำที่หัวใจตีบตัน
冠子 guān·zi 名 หงอนไก่
棺材 guān·cai 名 โลงศพ ; หีบศพ
棺木 guānmù 名 โลงศพ ; หีบศพ
鳏夫（鰥夫）guānfū 名 พ่อม่าย
馆（館）guǎn 名 หอ ; สถาน ; ร้าน
馆藏（館藏）guǎncáng 动 (หนังสือ สิ่งของ ฯลฯ) ที่เก็บไว้ในหอ (หอสมุด พิพิธภัณฑ์)
馆子（館子）guǎn·zi 名 ร้านอาหาร
管 guǎn 动 ดูแล ; ควบคุม
管保 guǎnbǎo 动〈口〉รับรอง ; รับประกัน
管道 guǎndào 名 ท่อ
管道运输（管道運輸）guǎndào yùnshū ท่อส่ง (แก๊สธรรมชาติ น้ำมันปิโตรเลียม น้ำ ฯลฯ)
管风琴（管風琴）guǎnfēngqín 名〈乐〉ออร์แกน (*organ*)
管家 guǎnjiā 名 พ่อบ้าน (ของบ้านเศรษฐี หรือขุนนาง)
管家婆 guǎnjiāpó 名〈旧〉แม่บ้าน
管见（管見）guǎnjiàn 名〈谦〉ความคิดเห็นอันตื้น (ของข้าพเจ้า)
管教 guǎnjiào 动 สั่งสอนอบรม ; ควบคุมและสั่งสอน ;〈方〉รับรอง 名 เจ้าหน้าที่ประจำคุก
管窥蠡测（管窺蠡測）guǎnkuī-lícè〈成〉สายตาคับแคบประสบการณ์น้อยนิด
管理 guǎnlǐ 动 บริหาร ; คุมและดูแล
管事 guǎnshì 动 คุมงาน 形〈口〉มีประสิทธิผล
管束 guǎnshù 动 ดูแลให้อยู่ในกรอบ
管辖（管轄）guǎnxiá 动 ปกครอง ; บังคับบัญชา
管弦乐（管弦樂）guǎnxiányuè 名〈乐〉ดนตรีประเภทเครื่องเป่าและเครื่องสาย
管用 guǎnyòng 形 ใช้ได้ผล
管乐（管樂）guǎnyuè 名〈乐〉ดนตรีประเภทเป่า
管乐器（管樂器）guǎnyuèqì 名〈乐〉เครื่องดนตรีประเภทเป่า
管制 guǎnzhì 动 ควบคุม
管中窥豹（管中窺豹）guǎnzhōng-kuībào〈成〉มองเห็นแค่ส่วนหนึ่งของสิ่งทั้งหมด
管子 guǎn·zi 名 ท่อ
贯（貫）guàn 动 ทะลุ ; เชื่อมต่อกับ
贯彻（貫徹）guànchè 动 ดำเนินให้สำเร็จลุล่วงไปจนถึงที่สุด
贯穿（貫穿）guànchuān 动 เชื่อมโยงไปทั่ว
贯通（貫通）guàntōng 动 เข้าใจ (วิชาการ ความคิด ฯลฯ) อย่างทะลุปรุโปร่ง ; เชื่อมต่อกัน
贯注（貫注）guànzhù 动 ตั้งอกตั้งใจ ; ใจจดใจจ่อ
冠 guàn 动 สวมหมวก 名 อันดับหนึ่ง
冠词（冠詞）guàncí 名〈语〉คำนำหน้านาม
冠军（冠軍）guànjūn 名 ผู้ชนะเลิศ ; แชมเปียน (*champion*)
冠军赛（冠軍賽）guànjūnsài 名〈体〉การแข่งขันรอบชิงชนะเลิศ
冠名 guànmíng 动 ตั้งชื่อ
掼（摜）guàn 动〈方〉โยน ; หกล้ม ; ฟาด
惯（慣）guàn 动 เคยชิน ; ตามใจ (จนทำให้นิสัยเสีย)
惯常（慣常）guàncháng 副 เป็นประจำ
惯盗（慣盜）guàndào 名 โจรที่เที่ยวปล้นขโมยเป็นประจำ
惯犯（慣犯）guànfàn 名〈法〉นักโทษที่ก่อความผิดบ่อย
惯匪（慣匪）guànfěi 名 โจรที่เที่ยวปล้นเป็นประจำ
惯技（慣技）guànjì 名 ลูกไม้เก่า ๆ ที่ใช้เป็นประจำ

G

惯例（慣例）guànlì 名 ธรรมเนียม
惯量（慣量）guànliàng 名〈物〉ปริมาณความเฉื่อย
惯偷（慣偷）guàntōu 名 โขมยที่โขมยจนติดเป็นนิสัย
惯性（慣性）guànxìng 名〈物〉ความเฉื่อย
惯用语（慣用語）guànyòngyǔ 名 คำพูดที่ใช้พูดเป็นประจำ
惯于（慣于）guànyú 动 เคยชินกับ
惯纵（慣縱）guànzòng 动 โอ๋ ; ตามใจ
盥洗室 guànxǐshì 名 ห้องน้ำ
灌 guàn 动 ทดน้ำ ; กรอก (น้ำ)
灌肠（灌腸）guàncháng 动 ไส้กรอก
灌溉 guàngài 动〈农〉ทดน้ำเข้านา
灌浆（灌漿）guànjiāng 动〈建〉กรอกปูนยึดอิฐ ;〈农〉(เมล็ดข้าวในรวง) เพิ่งจะเริ่มมีน้ำมัน
灌米汤（灌米湯）guàn mǐ·tāng อุปมาว่า ป้อนลูกยอ
灌木 guànmù 名 พุ่มไม้เตี้ย ๆ
灌渠 guànqú 名 คลองทดน้ำ
灌输（灌輸）guànshū 动 ทดน้ำเข้าไปยังที่ซึ่งต้องการน้ำ ; กรอก (ความคิด ความรู้ ฯลฯ)
灌注 guànzhù 动 เทลงไป
鹳（鸛）guàn 名〈动〉นกจำพวกนกกระสา
罐 guàn 名 กระปุก ; กระป๋อง
罐头（罐頭）guàn·tou 名 อาหารกระป๋อง
罐装（罐裝）guànzhuāng 动 บรรจุกระป๋อง
罐子 guàn·zi 名 กระปุก ; กระป๋อง
光 guāng 名 แสง 动〈敬〉ให้เกียรติ 形 หมด
光斑 guāngbān 名〈天〉จุดสว่างเป็นพิเศษที่ดวงอาทิตย์
光板儿（光板兒）guāngbǎnr 名 หนังที่ขนหลุดหมด
光笔（光筆）guāngbǐ 名〈计〉ไลต์กัน (*light gun*) ; ไลต์เพน (*light pen*)
光标（光標）guāngbiāo 名〈计〉เคอร์เซอร์ (*cursor*) (สัญลักษณ์กระพริบบอกตำแหน่งอักขระหรือการกระทำต่อไปบนจอคอมพิวเตอร์)
光波 guāngbō 名〈物〉คลื่นของแสง
光彩 guāngcǎi 名 สีสันและแสงแวววาว 形 แพรวพราย ; เชิดหน้าชูตา
光彩夺目（光彩奪目）guāngcǎi-duómù〈成〉แสงสีงดงามตระการตา
光彩照人 guāngcǎi-zhàorén〈成〉งามเพริศพริ้ง; งามเฉิดฉาย ; ความโดดเด่นน่าเลื่อมใส
光大 guāngdà 动〈书〉เผยแพร่เกียรติคุณ
光导纤维（光導纖維）guāngdǎo-xiānwéi〈物〉เส้นใยออปติก (*optical fiber*)
光电管（光電管）guāngdiànguǎn 名〈电〉โฟโตเซลล์ (*photocell*) ; หลอดไฟโฟโต (*phototube*)
光电效应（光電效應）guāngdiàn-xiàoyìng〈物〉ปรากฏการณ์ของโฟโตอิเล็กทริก (*photo-electric effect*)
光碟 guāngdié 名〈计〉ซีดีรอม (*CD-ROM*)
光度 guāngdù 名〈物〉ความเข้มของแสง ; สภาพส่องสว่าง
光度计（光度計）guāngdùjì 名〈物〉มาตรแสง
光辐射（光輻射）guāngfúshè 名〈物〉การแผ่รังสี
光复（光復）guāngfù 动 กอบกู้คืน
光杆儿（光杆兒）guānggǎnr 名 ต้นไม้หรือดอกไม้ที่ไม่มีใบ ; อุปมาว่า คนโดดเดี่ยวไม่มีคนช่วยเหลือหรือค้ำจุน
光顾（光顧）guānggù 动〈敬〉ให้เกียรติมาอุดหนุน (ใช้ในกรณีที่พูดกับลูกค้าอย่างนอบน้อม)
光怪陆离（光怪陸離）guāngguài-lùlí〈成〉ปรากฏการณ์แปลกประหลาด ; แสงสีหลากหลายละลานตา
光棍儿（光棍兒）guānggùnr 名 ชายโสด
光合作用 guānghé-zuòyòng〈生化〉การสังเคราะห์ด้วยแสง
光滑 guānghuá 形 เกลี้ยงเกลา
光环（光環）guānghuán 名 ทรงกลด (วงแหวนสีรุ้ง)
光辉（光輝）guānghuī 名 แสงอันรุ่งโรจน์
光洁（光潔）guāngjié 形 สะอาดและเป็นเงา
光景 guāngjǐng 名 สภาพ ; กาลเวลาและภาพในอดีต

光刻 guāngkè 名〈物〉การสลักด้วยแสง

光缆（光纜）guānglǎn 名〈讯〉โทรภาพโดย
สายเคเบิล

光亮 guāngliàng 名 แสงสว่าง

光临（光臨）guānglín 动〈敬〉ให้เกียรติมา
(เยี่ยมเยียน)

光溜 guāng·liu 形〈口〉เกลี้ยงเกลา ; ลื่น

光芒 guāngmáng 名 รัศมี ; รังสีแสง

光面 guāngmiàn 名 บะหมี่น้ำไม่ใส่เครื่อง ;
ด้านลื่น

光敏 guāngmǐn 名〈物〉ความไวแสง

光明 guāngmíng 名 แสงสว่าง 形 รุ่งโรจน์

光明磊落 guāngmíng-lěiluò〈成〉(จิตใจ)
เปิดเผยและบริสุทธิ์

光明正大 guāngmíng-zhèngdà〈成〉
เปิดเผยบริสุทธิ์และยึดมั่นในความเป็นธรรม

光能 guāngnéng 名〈物〉พลังงานแสง

光年 guāngnián 量〈物〉ปีแสง

光盘 guāngpán 名〈计〉ซีดีรอม (CD-ROM)

光谱（光譜）guāngpǔ 名〈物〉สเปกตรัม
(spectrum)

光谱仪（光譜儀）guāngpǔyí 名〈物〉เครื่องมือ
การแยกแสง ; สเปกโทรมิเตอร์ (spectrometer)

光驱（光驅）guāngqū 名〈计〉ซีดีไดรเวอร์ (CD
driver)

光圈 guāngquān 名〈物〉วงแสง ; ไดอะแฟรม
(diaphragm)

光荣（光榮）guāngróng 形 มีเกียรติ

光荣榜（光榮榜）guāngróngbǎng 名 บอร์ด
เกียรติยศ

光润（光潤）guāngrùn 形 (ผิวหนัง) ชุ่มชื้นเกลี้ยง
เกลา

光束 guāngshù 名〈物〉ลำแสง

光速 guāngsù 名〈物〉ความเร็วของแสง

光天化日 guāngtiān-huàrì〈成〉กลางวันแสก ๆ

光头（光頭）guāngtóu 名 หัวล้าน 动 ไม่สวม
หมวก

光秃秃 guāngtūtū 形 โกร๋น

光纤（光纖）guāngxiān 名〈物〉
โฟโตคอนดักเตอร์ไฟเบอร์ (photoconductor
fiber)

光鲜（光鮮）guāngxiān 形〈方〉สดใส ;
สวยและสะอาด ; มีหน้ามีตา

光线（光綫）guāngxiàn 名 แสง ; รังสี

光学（光學）guāngxué 名〈物〉ทัศนศาสตร์

光艳（光艷）guāngyàn 形 สวยสดใส

光耀 guāngyào 名 แสงอันรุ่งโรจน์ ; เกียรติ 动
ส่งเสริมให้รุ่งโรจน์

光阴（光陰）guāngyīn 名 กาลเวลา

光源 guāngyuán 名〈物〉แหล่งกำเนิดแสง

光泽（光澤）guāngzé 名 ความมันเงา

光照 guāngzhào 动 แดดส่อง ; แสงส่อง

光子 guāngzǐ 名〈物〉โฟตอน (photon)

光子流 guāngzǐliú 名〈物〉กระแสของโฟตอน
(photon)

光宗耀祖 guāngzōng-yàozǔ〈成〉เทิดเกียรติให้
บรรพบุรุษ

咣当（咣當）guāngdāng 拟声 (คำเลียนเสียง
กระแทก) ปัง

广（廣）guǎng 形 กว้าง ; ไพศาล

广播（廣播）guǎngbō 动 กระจายเสียง ; ออก
รายการทางอากาศ

广播体操（廣播體操）guǎngbō tǐcāo
กายบริหารทางวิทยุ

广播站（廣播站）guǎngbōzhàn 名 สถานีวิทยุ

广博（廣博）guǎngbó 形 (วิชาความรู้) รอบด้าน

广场（廣場）guǎngchǎng 名 จัตุรัส ; ลานกว้าง

广大（廣大）guǎngdà 形 กว้างใหญ่ ; (จำนวนคน)
มหาศาล

广度（廣度）guǎngdù 名 ความกว้าง

广泛（廣泛）guǎngfàn 形 กว้างขวาง

广柑（廣柑）guǎnggān 名 ส้มชนิดหนึ่งของจีน

广告（廣告）guǎnggào 名 โฆษณา

广告色（廣告色）guǎnggàosè 名 สีโปสเตอร์

广开言路（廣開言路）guǎngkāi-yánlù〈成〉
เปิดเวทีพูดให้กว้าง

G

广阔（廣闊）guǎngkuò 形 กว้างใหญ่ไพศาล

广袤（廣袤）guǎngmào 名〈书〉ความยาวและ
ความกว้างของที่ดิน 形〈书〉กว้างใหญ่ไพศาล

广漠（廣漠）guǎngmò 形 กว้างและโล่ง

广为（廣爲）guǎngwéi 副 อย่างแพร่หลาย ;
ให้ทั่วถึง

广义（廣義）guǎngyì 名 ความหมายกว้าง ๆ

广种薄收（廣種薄收）guǎngzhòng-bóshōu〈成〉
ปลูกไว้มากแต่ได้ผลเก็บเกี่ยวน้อย

逛 guàng 动 เดินเที่ยวเตร่

逛荡（逛蕩）guàng·dang 动 เดินเตร็ดเตร่
(ส่วนมากจะใช้ในความหมายทางลบ)

逛街 guàngjiē 动 เดินเที่ยว ; เดินดูของ

逛窑子 guàng yáo·zi เที่ยวซ่องโสเภณี

归（歸）guī 动 กลับ

归案（歸案）guī'àn 动〈法〉จับตัวผู้ต้องหาได้

归并（歸并）guībìng 动 ผนวก

归程（歸程）guīchéng 名 ขากลับ

归档（歸檔）guīdàng 动 เข้าระเบียน

归队（歸隊）guīduì 动 กลับคืนสู่สังกัดเดิม

归附（歸附）guīfù 动 สวามิภักดิ์

归根（歸根）guīgēn 动 กลับคืนสู่ภูมิลำเนาเดิม

归根结底（歸根結底）guīgēn-jiédǐ〈成〉ว่ากัน
ถึงแก่นแท้แล้ว

归公（歸公）guīgōng 动 ยกให้รัฐบาล ; ยกให้
ส่วนรวม

归功（歸功）guīgōng 动 ยกความดีความชอบให้

归航（歸航）guīháng 动 (เครื่องบิน) บินกลับ ;
(เรือ) เดินกลับ

归化（歸化）guīhuà 动 แปลงสัญชาติ

归还（歸還）guīhuán 动 ส่งคืน

归回（歸回）guīhuí 动 กลับคืนสู่

归结（歸結）guījié 动 สรุป ; ผลสุดท้าย

归咎（歸咎）guījiù 动 โยนความผิด

归口（歸口）guīkǒu 动 จัดองค์กรให้ขึ้นต่อแขนง
อาชีพที่เกี่ยวข้อง

归来（歸來）guīlái 动 กลับมา

归类（歸類）guīlèi 动 แยกประเภท

归拢（歸攏）guīlǒng 动 จัดรวบรวมไว้

归纳（歸納）guīnà 动 สรุปรวบยอด

归纳法（歸納法）guīnàfǎ 名〈哲〉วิธีอุปนัย

归期（歸期）guīqī 名 เวลากำหนดกลับ

归侨（歸僑）guīqiáo 名〈简〉ชาวจีนโพ้นทะเลที่
กลับคืนสู่ประเทศจีน

归去（歸去）guīqù 动 กลับไป

归属（歸屬）guīshǔ 动 ขึ้นอยู่กับ

归顺（歸順）guīshùn 动 สวามิภักดิ์

归宿（歸宿）guīsù 名 ที่ไป ; จุดหมายปลายทาง

归途（歸途）guītú 名 ทางขากลับ

归降（歸降）guīxiáng 动 ยอมจำนน

归心似箭（歸心似箭）guīxīn-sìjiàn〈成〉ใจที่
อยากจะรีบกลับบ้านนั้น เหมือนลูกธนูที่พุ่งออก
จากคันธนู

归总（歸總）guīzǒng 动 รวบรวม 副 รวมยอด

归罪（歸罪）guīzuì 动 โยนความผิดไปให้

龟（龜）guī 名 เต่า

龟甲（龜甲）guījiǎ 名 กระดองเต่า

龟缩（龜縮）guīsuō 动 หลบซ่อนเหมือนเต่าหดหัว
เข้ากระดอง

规避（規避）guībì 动 หาทางหลบเลี่ยง

规程（規程）guīchéng 名 ข้อบังคับ ; ระเบียบ

规定（規定）guīdìng 动 กำหนด 名 ข้อกำหนด

规范（規範）guīfàn 名 มาตรฐาน

规范化（規範化）guīfànhuà 动 ทำให้เป็นแบบ
มาตรฐาน

规格（規格）guīgé 名 มาตรฐาน (ของคุณภาพ
สินค้า) ; สเปก

规格化（規格化）guīgéhuà 动 ให้ได้มาตรฐาน
(ของคุณภาพสินค้า)

规划（規劃）guīhuà 动 โครงการ ; แผนการ

规矩（規矩）guī·ju 名 ขนบธรรมเนียมประเพณี ;
จารีตประเพณี 形 ซื่อสัตย์เรียบร้อย

规律（規律）guīlǜ 名 กฎ

规模（規模）guīmó 名 ขนาด (ของกิจการ
องค์กร สิ่งปลูกสร้าง งานที่จัดขึ้น ฯลฯ)

规劝（規勸）guīquàn 动 ตักเตือน

G

规约（規約）guīyuē 名 กติกาสัญญา
规则（規則）guīzé 名 ข้อบังคับ
规章（規章）guīzhāng 名 ระเบียบข้อบังคับ
皈依 guīyī 动〈宗〉อุปสมบท
闺房（閨房）guīfáng 名〈旧〉ห้องของหญิงสาว (ใช้พูดกันในสมัยก่อน)
闺女（閨女）guī·nü 名〈口〉หญิงสาว ; ลูกสาว
闺秀（閨秀）guīxiù 名〈旧〉ธิดา (คำเรียกบุตรสาวของครอบครัวมั่งมี)
硅 guī 名〈化〉ซิลิคอน (*silicon*)
硅谷 guīgǔ 名 ซิลิคอนแวลลี่ย์ (*Silicon Valley*) (ฉายาของเซนต์คลารา ทางตะวันออกเฉียงใต้ของนครซานฟรานซิสโก ซึ่งเป็นที่ตั้งของบริษัทไมโครคอมพิวเตอร์ที่สำคัญของอเมริกา)
硅片 guīpiàn 名〈电〉ซิลิคอนชิป (*silicon chip*)
瑰宝（瑰寶）guībǎo 名 สิ่งล้ำค่า
瑰丽（瑰麗）guīlì 形 วิจิตรงดงามยิ่ง
鲑鱼（鮭魚）guīyú 名〈动〉ปลาแซลมอน (*salmon*)
轨（軌）guǐ 名〈交〉รางรถ ; ลู่ทาง
轨道（軌道）guǐdào 名 รางรถ ; วงโคจร ; วิถีทาง
轨迹（軌迹）guǐjì 名 เส้น (ร่องรอยการเคลื่อนที่ของจุด) ; วงโคจร ; เส้นทาง
诡辩（詭辯）guǐbiàn 动 ใช้คารมโต้ตอบโดยเหตุผลที่อ้างผิด ๆ
诡计（詭計）guǐjì 名 เล่ห์เหลี่ยม ; อุบายหลอกลวง
诡计多端（詭計多端）guǐjì-duōduān〈成〉เล่ห์เหลี่ยมร้อยแปด ; อุบายหลอกลวงร้อยแปด
诡谲（詭譎）guǐjué 形〈书〉ผันแปรเปลี่ยนแปลงและแปลกประหลาด ; หลอกลวง
诡秘（詭秘）guǐmì 形 ลึกลับมีเลศนัย
诡异（詭异）guǐyì 形 แปลกประหลาด
诡诈（詭詐）guǐzhà 形 มีเล่ห์เหลี่ยม ; มีอุบายหลอกลวง
鬼 guǐ 名 ผี ; ปีศาจ
鬼把戏（鬼把戲）guǐbǎxì 名 เลศนัย ; แผนกลั่นแกล้ง
鬼点子（鬼點子）guǐdiǎn·zi 名 แผนชั่ว ; แผนอุบาทว์
鬼斧神工 guǐfǔ-shéngōng〈成〉(ฝีมือก่อสร้างหรือแกะสลัก) ประณีตละเอียดอ่อนเหนือวิสัยมนุษย์
鬼怪 guǐguài 名 ภูตผีปีศาจ ; ผีสางนางไม้
鬼鬼祟祟 guǐguǐsuìsuì〈成〉ลับ ๆ ล่อ ๆ
鬼话（鬼話）guǐhuà 名 คำพูดเหลวไหล
鬼魂 guǐhún 名 วิญญาณคนตาย ; ผี
鬼混 guǐhùn 动 มั่วสุม ; มั่วไปวัน ๆ
鬼火 guǐhuǒ 名 ไฟโขมด
鬼哭狼嚎 guǐkū-lángháo〈成〉เสียงร้องห่มร้องไห้เหมือนผีสาง หมาป่า (ใช้ในความหมายทางลบ)
鬼脸（鬼臉）guǐliǎn 名 หน้ากาก ; หน้าทะเล้น
鬼门关（鬼門關）guǐménguān 名 ประตูนรก
鬼迷心窍（鬼迷心竅）guǐmíxīnqiào〈成〉ผีสิง; หลงผิด
鬼名堂 guǐmíng·tang 名〈口〉อุบายลับ
鬼神 guǐshén 名 ผีสางเทวดา
鬼使神差 guǐshǐ-shénchāi〈成〉(ประจวบเหมาะเหมือน) ผีหลอกหรือเทวดาช่วย
鬼胎 guǐtāi 名 อุปมา แผนชั่วที่ลึกลับ
鬼头鬼脑（鬼頭鬼腦）guǐtóu-guǐnǎo〈成〉ลับ ๆ ล่อ ๆ
鬼子 guǐ·zi 名 คำเรียกชาวต่างชาติที่รุกรานจีน
柜（櫃）guì 名 ตู้
柜橱（櫃橱）guìchú 名 ตู้ถ้วยชาม ; ตู้ตั้งที่มีลิ้นชัก
柜台（櫃檯）guìtái 名 เคาน์เตอร์ (*counter*)
柜员（櫃員）guìyuán 名 พนักงานประจำเคาน์เตอร์ (ธนาคาร ฯลฯ)
柜员机（櫃員機）guìyuánjī 名 เครื่องเอทีเอ็ม (*ATM*)
柜子（櫃子）guì·zi 名 ตู้
刽子手（劊子手）guì·zishǒu 名〈旧〉เพชฌฆาต
贵（貴）guì 形 แพง ; มีคุณค่าสูง ; ฐานะสูง
贵宾（貴賓）guìbīn 名 แขกผู้มีเกียรติ
贵妃（貴妃）guìfēi 名 พระสนมเอก

贵妇人（貴婦人）guìfùrén 名 หญิงสูงศักดิ์

贵干（貴幹）guìgàn 名〈敬〉กิจการงานอันสำคัญของท่าน (ใช้พูดกับคู่สนทนาอย่างมีมารยาท)

贵庚（貴庚）guìgēng 名〈敬〉อายุของท่าน (ใช้ถามอายุของคู่สนทนาอย่างมีมารยาท)

贵贱（貴賤）guìjiàn 名 ราคาแพงหรือถูก; ฐานะสูงหรือต่ำ 副〈方〉ถึงอย่างไรก็ตาม

贵金属（貴金屬）guìjīnshǔ 名〈矿〉โลหะสูงค่า

贵客（貴客）guìkè 名 แขกผู้มีเกียรติ

贵戚（貴戚）guìqī 名 ญาติของกษัตริย์

贵人（貴人）guìrén 名 พระสนม; ผู้มีฐานะสูง

贵姓（貴姓）guìxìng 名〈敬〉นามสกุลของท่าน (ใช้ถามคู่สนทนาอย่างมีมารยาท)

贵重（貴重）guìzhòng 形 มีค่า; ล้ำค่า

贵族（貴族）guìzú 名 ผู้ดี

桂冠 guìguān 名 มงกุฎมาลัยลอเรล (laurel) (เกียรติยศสูงสุดจากการชนะเลิศการประกวด)

桂花 guìhuā 名〈植〉ต้นกุ้ยฮวา; ดอกกุ้ยฮวา

桂皮 guìpí 名 เปลือกต้นอบเชย

桂圆（桂圓）guìyuán 名〈植〉ลำไย

跪 guì 动 คุกเข่า

跪拜 guìbài 动〈旧〉กราบไหว้

跪倒 guìdǎo 动 คุกเข่าลง

鳜鱼（鱖魚）guìyú 名〈动〉ปลาน้ำจืดชนิดหนึ่งของจีน

绲边（緄邊）gǔnbiān 名〈纺〉กุ๊น

辊（輥）gǔn 名〈机〉ลูกรีด; โรลเลอร์ (roller)

滚 gǔn 动 กลิ้ง

滚蛋 gǔndàn 动〈骂〉ไสหัวออกไป; ไปให้พ้น

滚刀 gǔndāo 名〈机〉ฮอบบิงคัตเตอร์ (hobbing cutter)

滚刀肉 gǔndāoròu 名 ชิ้นเนื้อที่หั่นเป็นรูปเหลี่ยม;〈方〉พวกหนังเหนียว

滚动（滚動）gǔndòng 动 กลิ้ง

滚翻 gǔnfān 名〈体〉กลิ้ง; ม้วน

滚瓜烂熟（滚瓜爛熟）gǔnguā-lànshú〈成〉ท่องจนคล่อง; อ่านคล่อง

滚滚 gǔngǔn 形 กลิ้งไล่หลังอย่างรวดเร็ว; โหมซัดสาดไล่หลังกัน; ต่อเนื่องกันไปอย่างไม่ขาดสาย

滚开（滚開）gǔnkāi 动〈骂〉ไปให้พ้น

滚雷 gǔnléi 名 ลูกระเบิดกลิ้ง

滚热（滚熱）gǔnrè 形 ร้อนผ่าว

滚水 gǔnshuǐ 名 น้ำเดือด

滚烫（滚燙）gǔntàng 形 ร้อนผ่าว

滚筒 gǔntǒng 名〈机〉(เครื่องพิมพ์) กระบอกสูบ

滚雪球 gǔn xuěqiú กลิ้งหิมะ (การละเล่นอย่างหนึ่งในยามหิมะตก);〈惯〉อุปมาว่า ค่อย ๆ ขยายใหญ่โตขึ้นมา

滚圆（滚圓）gǔnyuán 形 กลมดิก

滚珠 gǔnzhū 名〈机〉ลูกปืน (สำหรับใส่ในตลับรองเพลาเครื่องจักร)

磙 gǔn 名〈机〉ลูกกลิ้ง

磙子 gǔn·zi 名〈机〉ลูกกลิ้งหิน (ใช้สำหรับบดข้าวบดถนนหรืออัดดินให้แน่นหลังจากหว่านเมล็ดพืช)

棍 gùn 名 กระบอง; ท่อนไม้

棍棒 gùnbàng 名 กระบอง

棍子 gùn·zi 名 กระบอง

聒噪 guōzào 形〈方〉เสียงเอะอะมะเทิ่ง; เสียงเจี๊ยวจ๊าว

锅（鍋）guō 名 หม้อ

锅巴（鍋巴）guōbā 名 ข้าวตัง

锅饼（鍋餅）guō·bing 名 ขนมเปี๊ยะปิ้ง (แข็งใหญ่และหนา)

锅炉（鍋爐）guōlú 名〈方〉หม้อสตีม; หม้อน้ำ

锅台（鍋臺）guōtái 名 แท่นเตาอิฐ

锅贴儿（鍋貼兒）guōtiēr 名 เกี๊ยวทอดที่ใส่น้ำมันและน้ำเล็กน้อย

锅灶（鍋竈）guōzào 名 เตาอิฐ

蝈蝈儿（蟈蟈兒）guō·guor 名〈动〉ตั๊กแตนจีน

国（國）guó 名 ประเทศ; รัฐ

国宝（國寶）guóbǎo 名 สมบัติอันล้ำค่าของประเทศ

国标（國標）guóbiāo 名 สัญลักษณ์ประจำชาติ

国宾（國賓）guóbīn 名 แขกของรัฐบาล
国宾馆（國賓館）guóbīnguǎn 名 บ้านรับรองแขกของรัฐบาล
国策（國策）guócè 名 นโยบายของประเทศ
国产（國産）guóchǎn 形 ผลิตภายในประเทศ
国耻（國耻）guóchǐ 名 ความอัปยศอดสูของประเทศ
国仇（國仇）guóchóu 名 ความแค้นของชาติ
国粹（國粹）guócuì 名 มรดกล้ำค่าประจำชาติ (ทางด้านวัฒนธรรม)
国道（國道）guódào 名〈交〉ทางหลวง
国都（國都）guódū 名 เมืองหลวง ; นครหลวง
国度（國度）guódù 名 ประเทศ (ส่วนใหญ่หมายถึง อาณาจักรของประเทศ)
国法（國法）guófǎ 名 กฎหมายของประเทศ
国防（國防）guófáng 名 การป้องกันประเทศ ; กลาโหม
国防部（國防部）guófángbù 名 กระทรวงกลาโหม
国防军（國防軍）guófángjūn 名 ทหารประจำการที่ปกป้องประเทศ
国府（國府）guófǔ 名 รัฐบาลของประเทศ
国歌（國歌）guógē 名 เพลงชาติ
国格（國格）guógé 名 ศักดิ์ศรีของประเทศชาติ
国故（國故）guógù 名 วัฒนธรรมดั้งเดิมของชาติ (เช่น ภาษา วรรณคดี ประวัติศาสตร์ ฯลฯ)
国花（國花）guóhuā 名 ดอกไม้ประจำชาติ
国画（國畫）guóhuà 名 ภาพวาดจีน
国徽（國徽）guóhuī 名 ตราประจำชาติ
国会（國會）guóhuì 名 สภาผู้แทนราษฎร
国货（國貨）guóhuò 名 สินค้าที่ผลิตภายในประเทศ
国籍（國籍）guójí 名 สัญชาติ
国际（國際）guójì 名 สากล ; ระหว่างประเทศ ; นานาประเทศ
国际儿童节（國際兒童節）Guójì Értóng Jié วันเด็กสากล
国际法（國際法）guójìfǎ 名 กฎหมายระหว่างประเทศ
国际歌（國際歌）Guójì Gē 名 เพลงสากลชนชั้นกรรมาชีพ
国际惯例（國際慣例）guójì guànlì ประเพณีสากล
国际化（國際化）guójìhuà 名 แบบสากล 动 ให้เป็นแบบสากล
国际象棋（國際象棋）guójì xiàngqí〈体〉หมากรุกสากล
国际性（國際性）guójìxìng 名 ความเป็นสากล
国家（國家）guójiā 名 ประเทศ ; บ้านเมือง ; รัฐ
国家公园（國家公園）guójiā gōngyuán อุทยานแห่งชาติ
国家机关（國家機關）guójiā jīguān องค์การราชการ
国脚（國脚）guójiǎo 名〈体〉นักฟุตบอลทีมชาติที่ยอดเยี่ยม
国界（國界）guójiè 名 พรมแดน
国境（國境）guójìng 名 เขตแดนของประเทศ ; อาณาเขตของประเทศ
国境线（國境綫）guójìngxiàn 名 ชายแดน
国库（國庫）guókù 名 ท้องพระคลัง ; คลังของประเทศ
国库券（國庫券）guókùquàn 名〈经〉พันธบัตรของรัฐ
国力（國力）guólì 名 กำลังของประเทศ
国立（國立）guólì 形 จัดตั้งโดยรัฐบาล
国门（國門）guómén 名 ประตูเมืองของนครหลวง; ชายแดนของประเทศ
国民（國民）guómín 名 พลเมือง
国民党（國民黨）guómíndǎng 名 พรรคก๊กมิ่นตั๋ง (ของจีน)
国民经济（國民經濟）guómín jīngjì〈经〉เศรษฐกิจแห่งชาติ
国难（國難）guónàn 名 ภัยพิบัติของประเทศชาติ (อันเกิดจากการถูกรุกราน)
国内（國内）guónèi 名 ภายในประเทศ
国旗（國旗）guóqí 名 ธงชาติ
国情（國情）guóqíng 名 สภาพบ้านเมือง
国庆（國慶）guóqìng 名 วันชาติ

国庆节（國慶節）Guóqìng Jié 名 วันชาติ

国人（國人）guórén 名 ประชาชนของประเทศ

国事（國事）guóshì 名 เรื่องสำคัญของประเทศชาติ

国事访问（國事訪問）guóshì fǎngwèn การเยือนอย่างเป็นทางการของประมุขแห่งประเทศหรือผู้นำรัฐบาล

国是（國是）guóshì 名〈书〉เรื่องสำคัญของประเทศชาติ

国手（國手）guóshǒu 名 มือหนึ่งของประเทศ

国书（國書）guóshū 名 สาสน์ตราตั้ง

国体（國體）guótǐ 名 ระบอบการปกครองของประเทศ

国土（國土）guótǔ 名 ดินแดนของประเทศ ; อาณาเขตของประเทศ

国外（國外）guówài 名 ต่างประเทศ ; นอกประเทศ

国王（國王）guówáng 名 กษัตริย์ ; พระเจ้าแผ่นดิน ; พระราชา

国威（國威）guówēi 名 อานุภาพของประเทศชาติ

国务（國務）guówù 名 ราชการแผ่นดิน

国务卿（國務卿）guówùqīng 名 รัฐมนตรีว่าการกระทรวงการต่างประเทศ (ของสหรัฐอเมริกา)

国务院（國務院）guówùyuàn 名 คณะรัฐมนตรี

国学（國學）guóxué 名 จีนศึกษาก ศาสตร์ที่ศึกษาปรัชญา ประวัติศาตร์ โบราณคดี วรรณคดีและอักษรศาสตร์ของจีน (เจาะจงเฉพาะการศึกษาของชาวจีน ส่วนการศึกษาของชาวต่างชาติจะเรียกว่า "国际汉学")

国宴（國宴）guóyàn 名 งานเลี้ยงรับรองที่จัดโดยรัฐบาล

国营（國營）guóyíng 形 รัฐวิสาหกิจ

国有（國有）guóyǒu 动 กรรมสิทธิ์ของรัฐ

国有经济（國有經濟）guóyǒu jīngjì〈经〉เศรษฐกิจแบบรัฐครอบครองกรรมสิทธิ์

国有资产（國有資産）guóyǒu zīchǎn〈经〉ทรัพย์สินของรัฐ

国语（國語）guóyǔ 名 ภาษากลาง

国葬（國葬）guózàng 名 งานฌาปนกิจที่จัดในนามของรัฐ

国债（國債）guózhài 名〈经〉หนี้สินของรัฐบาล

果 guǒ 名 ผลไม้ ; ผล

果不其然 guǒ·bùqírán〈成〉จริงอย่างคาดคิด

果冻（果凍）guǒdòng 名 วุ้นแช่เย็น

果断（果斷）guǒduàn 形 เด็ดขาด

果脯 guǒfǔ 名 ผลไม้เชื่อม ; ผลไม้แช่อิ่ม

果腹 guǒfù 动〈书〉กินให้อิ่ม

果敢 guǒgǎn 形 กล้าหาญชาญชัยและเด็ดเดี่ยว

果酱（果醬）guǒjiàng 名 แยม (*jam*) ; ผลไม้กวน

果酒 guǒjiǔ 名 เหล้าที่หมักจากผลไม้

果料儿（果料兒）guǒliàor 名 ผลไม้เชื่อม เมล็ดพืช องุ่นแห้ง ฯลฯ สำหรับโรยหน้าขนมเค้ก

果木 guǒmù 名 ต้นไม้ที่ปลูกเอาผล

果农（果農）guǒnóng 名 ชาวสวนผลไม้

果盘（果盤）guǒpán 名 จานผลไม้

果皮 guǒpí 名 เปลือกผลไม้

果品 guǒpǐn 名 ผลไม้สดและผลไม้แห้ง

果然 guǒrán 副 จริงอย่างที่คาดคิด

果仁儿（果仁兒）guǒrénr 名 เมล็ดผลไม้ ; เนื้อในผลไม้เปลือกแข็ง

果肉 guǒròu 名 เนื้อผลไม้

果实（果實）guǒshí 名 ผล (ของพืช) ; ผลประโยชน์

果树（果樹）guǒshù 名 ต้นไม้ที่ปลูกเอาผล

果糖 guǒtáng 名〈化〉ฟรุกโตส (*fructose*) ; เลวุโลส (*levulose*)

果蝇（果蠅）guǒyíng 名〈动〉แมลงวันเล็ก ๆ ชนิดหนึ่ง (มักจะใช้สำหรับทำการทดลองในห้องแล็บ)

果园（果園）guǒyuán 名 สวนผลไม้

果真 guǒzhēn 副 จริงอย่างคาดคิด 连 ถ้าหาก...จริง ๆ

果汁 guǒzhī 名 น้ำผลไม้

果枝 guǒzhī 名 กิ่งที่ออกผลไม้ ;〈植〉กิ่งที่ออกดอกฝ้าย

果子 guǒ·zi 名 ผลไม้ ; ขนมทอด

果子酒 guǒ·zijiǔ 名 เหล้าผลไม้

裹 guǒ 动 ห่อ ; พัน

裹脚布 guǒjiǎobù 名 ผ้ารัดเท้าผู้หญิงให้เล็กลงในสมัยเก่าของจีน

裹胁 guǒxié 动 จี้เอาตัวไป

裹扎 guǒzā 动 พัน (แผล แข้งขา)

裹足不前 guǒzú-bùqián 〈成〉 อิดเอื้อนไม่กล้าทำ

过（過）guò 动 ผ่าน ; ข้าม ; เกิน

过半（過半）guòbàn 动 เกินครึ่ง

过磅（過磅）guòbàng 动 ชั่งด้วยเครื่องชั่งตั้งพื้น

过饱和（過飽和）guòbǎohé 形 〈化〉 เกินจุดอิ่มตัว

过不去（過不去）guò·buqù 动 ผ่านไม่ได้ ; เจตนาแกล้ง ; รู้สึกเกรงใจ

过场（過場）guòchǎng 名 〈剧〉 (การแสดง) เดินผ่านเวที ; การแสดงสลับฉาก ; การกระทำแบบขอไปที

过程（過程）guòchéng 名 กระบวนการ ; วิธีดำเนินการ

过秤（過秤）guòchèng 动 ชั่งน้ำหนัก (ด้วยเครื่องชั่ง)

过错（過錯）guòcuò 名 ความผิด

过道（過道）guòdào 名 ทางผ่าน ; ระเบียง

过得去（過得去）guò·deqù 动 ผ่านได้ ; พอไปได้ ; ใช้ได้

过得硬（過得硬）guòdéyìng 形 ฝีมือเฉียบ ; แน่มาก

过冬（過冬）guòdōng 动 ผ่านฤดูหนาว ; ใช้ชีวิตในฤดูหนาว

过度（過度）guòdù 形 เลยเถิด

过渡（過渡）guòdù 动 ข้ามฟาก ; (จากช่วงระยะเวลาหนึ่ง) ก้าวข้ามไป (สู่อีกช่วงระยะหนึ่ง)

过分（過分）guòfèn 形 เลยเถิด ; เกินไป

过关（過關）guòguān 动 ผ่านด่าน ; ผ่านการตรวจ

过关斩将（過關斬將）guòguān-zhǎnjiàng 〈成〉 ฆ่าศัตรูและผ่านด่านไปได้ อุปมาว่าชนะคู่แข่งและเข้ารอบแข่งขันต่อไป

过河拆桥（過河拆橋）guòhé-chāiqiáo 〈成〉 ข้ามฟากได้แล้วก็ถีบเรือส่ง อุปมาว่า เนรคุณ

过后（過後）guòhòu 名 ภายหลัง ; ครั้นแล้ว

过户（過户）guòhù 动 〈法〉 โอนกรรมสิทธิ์

过活（過活）guòhuó 动 ดำเนินชีวิต

过火（過火）guòhuǒ 形 เลยเถิด ; เกินไป

过激（過激）guòjī 形 รุนแรงเกินควร

过继（過繼）guòjì 动 เอาหลานมาเลี้ยงเป็นลูกบุญธรรม

过奖（過獎）guòjiǎng 动 〈谦〉 (คำที่แสดงความถ่อมตัวเมื่อได้รับคำชม) ขอบคุณที่ให้เกียรติชมเชย

过街老鼠（過街老鼠）guòjiē lǎoshǔ 〈成〉 หนูข้ามถนน เปรียบคนเลวหรือเรื่องชั่วที่ทุกคนเกลียดชัง

过街天桥（過街天橋）guò jiē tiānqiáo 〈交〉 สะพานลอย

过节（過節）guòjié 动 ฉลองเทศกาล ; ฉลองตรุษสารท

过境（過境）guòjìng 动 ข้ามชายแดน ; ผ่านแดน

过客（過客）guòkè 名 คนเดินผ่าน ; นักท่องเที่ยว

过来（過來）guò·lái 动 มา ; ...มา (คำประกอบหลังกริยาบ่งบอกความหมายต่าง ๆ เช่น กริยาที่เกิดขึ้นมีทิศทางมายังตัวผู้พูดหรือกลับไปยังสภาพเดิม เช่น 走过来 เดินมา , 夺过来 ชิงมา ฯลฯ)

过来人（過來人）guò·láirén 名 ผู้ที่มีประสบการณ์มาแล้ว

过量（過量）guòliàng 动 จำนวนเกินเพียงพอ

过路（過路）guòlù 动 เดินทางผ่าน

过虑（過慮）guòlǜ 动 เป็นห่วงมากเกินไป ; คิดมากเกินไป

过滤（過濾）guòlǜ 动 กลั่นกรอง

过敏（過敏）guòmǐn 动 〈医〉 อาการแพ้ยา ; ภูมิแพ้

过目（過目）guòmù 动 ดู ; อ่าน ; ผ่านตา

过目成诵（過目成誦）guòmù-chéngsòng 〈成〉 อ่านรอบเดียวก็จำได้

过年（過年）guònián 动 ฉลองปีใหม่

过年（過年）guò·nián 名 〈口〉 ปีหน้า

过期（過期）guòqī 动 หมดอายุ

过谦（過謙）guòqiān 形 ถ่อมตัวเกินไป

G

过去（過去）guòqù 名 อดีต

过去（過去）guò·qù 动 ไป ; ผ่านไป ; กลับ (ใช้ประกอบหลังคำกริยา บ่งบอกทิศทางที่ผ่านหรือห่างจากตัวผู้พูดไป การเปลี่ยนแปลงไปจากสภาพเดิม การพลิกกลับ เช่น 走过去 เดินไป, 晕过去 สลบไป, 转过去 หันตัวกลับ ฯลฯ) ; 〈婉〉 เสียชีวิต

过日子（過日子）guò rì·zi 动 ดำรงชีวิต ; ใช้ชีวิต

过山车（過山車）guòshānchē 名 รอลเลอร์โคสเทอร์ (*roller coaster*) (รถรางเวียนที่เหวี่ยงอย่างเร็วในสวนสนุก)

过剩（過剩）guòshèng 动 เหลือเฟือ ; ล้นตลาด

过失（過失）guòshī 名 ความผิดพลาด

过时（過時）guòshí 形 ล้าสมัย

过世（過世）guòshì 动 ถึงแก่กรรม

过手（過手）guòshǒu 动 ผ่านมือ

过堂风（過堂風）guòtángfēng 名 ลมที่เข้าออกตามช่องลมสองด้านตรงกันข้าม

过头（過頭）guòtóu 形 เกินควร

过往（過往）guòwǎng 动 ไป ๆ มา ๆ ; ไปมาหาสู่กัน 名 อดีต

过问（過問）guòwèn 动 สนใจถาม ; ยุ่งเกี่ยว

过细（過細）guòxì 形 ละเอียดมาก

过心（過心）guòxīn 动 〈方〉 ใส่ใจ

过眼云烟（過眼雲烟）guòyǎn-yúnyān 〈成〉 หมอกเมฆที่ผ่านตา อุปมาว่า หายไปอย่างรวดเร็ว

过夜（過夜）guòyè 动 ค้างคืน ; ข้ามคืน

过意不去（過意不去）guò yì bù qù รู้สึกเกรงใจ

过瘾（過癮）guòyǐn 形 ถึงอกถึงใจ

过硬（過硬）guòyìng 形 แน่นมาก ; ฝีมือเฉียบ

过于（過于）guòyú 副 เกินไป

过载（過載）guòzài 动 บรรทุกน้ำหนักเกิน

过早（過早）guòzǎo 形 เช้าเกินไป ; เร็วเกินไป

过账（過賬）guòzhàng 动 〈经〉 โอนบัญชี ; ลงบัญชี

过招（過招）guòzhāo 动 ประลองฝีมือ

过重（過重）guòzhòng 形 น้ำหนักเกิน 动 ชั่งน้ำหนัก

H h

哈 hā 动 เป่าลมออกทางปาก 拟声 (เสียงหัวเราะ) ก๊าก ; ฮา (แสดงความอิ่มอกอิ่มใจ)

哈哈镜（哈哈鏡）hāhājìng 名 กระจกที่ส่องรูปบิดเบี้ยว

哈雷彗星 Hāléi huìxīng〈天〉ดาวหางฮัลเลย์ (*Halley*)

哈里发（哈裏發）hālǐfā 名〈宗〉(ศาสนาอิสลาม) กาหลิบ (*caliph*)

哈密瓜 hāmìguā 名〈植〉แคนตาลูป (แตงชนิดหนึ่ง คล้ายแตงไทย)

哈气（哈氣）hāqì 动 เป่าลม 名 ลมที่พ่นออกจากปาก ; ไอน้ำที่จับเป็นน้ำแข็งบนกระจก

哈欠 hā•qian 名 หาว

哈腰 hāyāo 动〈口〉ก้มลง ; ย่อตัวลง

蛤蟆 há•ma 名〈动〉กบ ; คางคก

哈巴狗 hǎ•bagǒu 名 สุนัขพันธุ์ปักกิ่ง ; อุปมาว่าขี้ข้าว่าง่าย

哈达（哈達）hǎdá 名 แพรฮาด้า (ของขวัญที่ชาวทิเบตและชาวมองโกลส่วนหนึ่งใช้มอบให้กันเพื่อแสดงความเคารพและอวยพร)

咳 hāi 叹 โธ่ (คำอุทานแสดงความเศร้าใจหรือประหลาดใจ)

嗨 hāi 叹 เฮ้ย ; นี่ (คำอุทานเพื่อบอกให้รู้ตัว)

还是（還是）hái•shi 副 ยังคง ; หรือจะ ; จะดีกว่า

孩儿（孩兒）hái'ér 名 ลูก (สรรพนามบุรุษที่สอง) ; ลูก (สรรพนามบุรุษที่หนึ่ง)

孩提 háití 名〈书〉วัยเด็ก ; เด็ก ๆ

孩童 háitóng 名〈书〉เด็ก

孩子 hái•zi 名 เด็ก

孩子气（孩子氣）hái•ziqì 名 นิสัยเด็ก ๆ 形 ลักษณะเด็ก ๆ

骸骨 háigǔ 名 กระดูกของศพ

海 hǎi 名 ทะเล

海岸 hǎi'àn 名 ฝั่งทะเล

海岸线（海岸綫）hǎi'ànxiàn 名 แนวฝั่งทะเล

海拔 hǎibá 名〈地理〉ความสูงเหนือระดับน้ำทะเล

海报（海報）hǎibào 名 โปสเตอร์ (*poster*)

海豹 hǎibào 名〈动〉แมวน้ำ

海边（海邊）hǎibiān 名 ชายทะเล

海滨（海濱）hǎibīn 名 ชายทะเล

海菜 hǎicài 名 สาหร่ายทะเลชนิดหนึ่ง

海草 hǎicǎo 名 หญ้าทะเล ; สาหร่ายทะเล

海产（海産）hǎichǎn 名 ผลิตผลจากทะเล

海产品（海産品）hǎichǎnpǐn 名 ของ (ที่เกิดจาก) ทะเล ; ผลิตผลจากทะเล

海潮 hǎicháo 名 กระแสน้ำทะเลที่ขึ้น ๆ ลง ๆ

海船 hǎichuán 名 เรือเดินทะเล

海带（海帶）hǎidài 名〈植〉สาหร่ายทะเลชนิดหนึ่ง

海胆（海膽）hǎidǎn 名〈动〉หอยเม่น

海岛（海島）hǎidǎo 名 เกาะ

海盗 hǎidào 名 โจรสลัด

海底 hǎidǐ 名 ก้นทะเล ; ใต้ทะเล

海底捞月（海底撈月）hǎidǐ-lāoyuè〈成〉สอยดาวใต้ทะเล

海底捞针（海底撈針）hǎidǐ-lāozhēn〈成〉งมเข็มในมหาสมุทร

海防 hǎifáng 名〈军〉การป้องกันประเทศตามชายฝั่งทะเล

海风（海風）hǎifēng 名 ลมทะเล

海港 hǎigǎng 名 ท่าเรือ

海沟（海溝）hǎigōu 名〈地理〉ร่องน้ำทะเล

海狗 hǎigǒu 名〈动〉สัตว์ที่เลี้ยงลูกด้วยน้ำนมชนิดหนึ่ง

海关（海關）hǎiguān 名 ด่านศุลกากร

海归（海歸）hǎiguī 动 นักเรียนนอกหรือบุคคลที่เคยทำงานต่างประเทศกลับสู่เมืองจีน 名 นักเรียนนอกหรือบุคคลที่เคยทำงานต่างประเทศที่ได้กลับสู่เมืองจีนแล้ว

海龟（海龜）hǎiguī 名〈动〉เต่าตนุ

海涵 hǎihán 动〈敬〉โปรดให้อภัย

海魂衫 hǎihúnshān 名 เสื้อกะลาสี

海货（海貨）hǎihuò 名 ของทะเล ; สินค้าที่เป็นของทะเล

海疆 hǎijiāng 名 พรมแดนชายฝั่งทะเล

海角天涯 hǎijiǎo-tiānyá〈成〉สุดหล้าฟ้าเขียว

海军（海軍）hǎijūn 名 ทหารเรือ

海口 hǎikǒu 名 ปากน้ำ ; ท่าเรือที่อ่าวทะเล ; คำคุยโวโอ้อวด

海枯石烂（海枯石爛）hǎikū-shílàn〈成〉ชั่วฟ้าดินสลาย

海阔天空（海闊天空）hǎikuò-tiānkōng〈成〉กว้างใหญ่ไพศาลดุจท้องฟ้าและพื้นทะเล ; พูดกว้างอย่างไม่มีขอบเขต

海蓝（海藍）hǎilán 形 สีน้ำทะเล ; สีคราม

海浪 hǎilàng 名 คลื่นทะเล

海里 hǎilǐ 量 ไมล์ทะเล ; นอต (*knot*)

海量 hǎiliàng 名 การดื่มเหล้าได้มาก ;〈敬〉ใจกว้างเหมือนมหานที

海流 hǎiliú 名 กระแสน้ำทะเล

海龙（海龍）hǎilóng 名〈动〉ปลาทะเลยาวเรียวชนิดหนึ่งในตระกูล Syngnathidae (海龙鱼 ก็เรียก)

海路 hǎilù 名〈航〉ทางทะเล

海轮（海輪）hǎilún 名 เรือเดินทะเล

海螺 hǎiluó 名〈动〉หอยสังข์

海洛因 hǎiluòyīn 名 เฮโรอีน (*heroin*)

海马（海馬）hǎimǎ 名〈动〉ม้าน้ำ

海米 hǎimǐ 名 กุ้งแห้ง

海绵（海綿）hǎimián 名 ฟองน้ำ

海面 hǎimiàn 名 พื้นทะเล

海难（海難）hǎinàn 名 ภัยพิบัติที่เกิดจากทะเล

海内 hǎinèi 名 ภายในประเทศ

海内外 hǎinèiwài 名 ภายในและนอกประเทศ

海鸥（海鷗）hǎi'ōu 名〈动〉นกนางนวล

海平面 hǎipíngmiàn 名 ระดับน้ำทะเล

海区（海區）hǎiqū 名 เขตทะเล (*sea area*)

海上 hǎishàng 名 ในทะเล

海蛇 hǎishé 名〈动〉งูทะเล

海参（海參）hǎishēn 名〈动〉ปลิงทะเล

海狮（海獅）hǎishī 名〈动〉สิงโตทะเล

海市蜃楼（海市蜃樓）hǎishì-shènlóu〈成〉เงาที่ปรากฏในท้องฟ้าเหนือทะเลหรือทะเลทราย ; ภาพลวงตา

海事 hǎishì 名 เรื่องที่เกี่ยวกับทะเล ; อุบัติเหตุทางทะเล

海誓山盟 hǎishì-shānméng〈成〉คำสาบานที่จะรักกันชั่วฟ้าดินสลาย

海水 hǎishuǐ 名 น้ำทะเล

海獭（海獺）hǎitǎ 名〈动〉นากทะเล

海滩（海灘）hǎitān 名 หาดทรายชายทะเล

海棠 hǎitáng 名〈植〉ต้นแอปเปิ้ลแคระ (*crabapple*) (พืชพันธุ์ไม้ชนิดหนึ่ง ดอกสีขาวหรือสีชมพู ผลกลมเล็ก รสหวานอมเปรี้ยว)

海图（海圖）hǎitú 名 แผนที่ทะเล

海豚 hǎitún 名〈动〉โลมา

海外 hǎiwài 名 โพ้นทะเล ; นอกประเทศ

海湾（海灣）hǎiwān 名 อ่าวทะเล

海王星 hǎiwángxīng 名〈天〉ดาวเนปจูน (*Neptune*)

海味 hǎiwèi 名 อาหารทะเล

海峡（海峽）hǎixiá 名 ช่องแคบ

海鲜（海鮮）hǎixiān 名 อาหารทะเล

海象 hǎixiàng 名〈动〉ช้างน้ำ (สัตว์ทะเลเลี้ยงลูกด้วยนมที่มีขนาดใหญ่ จำพวก Odobenus)

海啸（海嘯）hǎixiào 名〈地质〉สึนามิคลื่นหรือกลุ่มคลื่นที่จุดกำเนิดอยู่ในเขตทะเลลึก

海星 hǎixīng 名〈动〉ปลาดาว

海选（海選）hǎixuǎn 动 การประกวดด้วยการลงคะแนนเสียงโดยตรง

海盐（海鹽）hǎiyán 名 เกลือทะเล

海燕 hǎiyàn 名〈动〉นกนางแอ่น

海洋 hǎiyáng 名 มหาสมุทร

海域 hǎiyù 名 น่านน้ำ

海员（海員）hǎiyuán 名 กะลาสีเรือ

海运（海運）hǎiyùn 动〈航〉การขนส่งทางทะเล

海葬 hǎizàng 动 การปลงศพในทะเล

海藻 hǎizǎo 名〈植〉สาหร่ายทะเล

海战（海戰）hǎizhàn 名〈军〉การรบทางทะเล

海蜇 hǎizhé 名〈动〉แมงกะพรุน

海震 hǎizhèn 名〈地质〉แผ่นดินไหวใต้ทะเล

海子 hǎi·zi 名〈方〉ทะเลสาบ

骇然（駭然）hàirán 形 ตกตะลึง

骇人听闻（駭人聽聞）hàiréntīngwén〈成〉เขย่าขวัญ

氦气（氦氣）hàiqì 名〈化〉สารฮีเลียม (*helium*)

害 hài 名 ภัย 动 สังหาร ; ทำให้เสียหาย ; เกิด
（ไม่สบาย）; รู้สึก (อาย , กลัวเป็นต้น)

害病 hàibìng 动 เจ็บป่วย

害虫（害蟲）hàichóng 名 แมลงที่เป็นภัย

害处（害處）hàichù 名 ผลเสีย

害鸟（害鳥）hàiniǎo 名 นกที่เป็นภัย

害怕 hàipà 动 กลัว

害群之马（害群之馬）hàiqúnzhīmǎ〈成〉
แกะดำ

害人 hàirén 形 เป็นภัยต่อคน

害臊 hàisào 形〈口〉อาย

害兽（害獸）hàishòu 名 สัตว์ที่เป็นภัย

害羞 hàixiū 形 อาย ; เขิน ; เหนียม

酣畅（酣暢）hānchàng 形 (ดื่มเหล้าหรือนอน
ฯลฯ) อย่างสบายที่สุด

酣睡 hānshuì 动 นอนหลับสนิท

憨厚 hānhòu 形 ซื่อ ๆ

憨笑 hānxiào 动 หัวเราะอย่างไร้เดียงสา ; ยิ้มซื่อ ๆ

鼾声（鼾聲）hānshēng 名 เสียงกรน

鼾睡 hānshuì 动 นอนกรน

含 hán 动 อม ; แฝง

含恨 hánhèn 动 กล้ำกลืนความเคียดแค้น

含糊 hán·hu 形 คลุมเครือ ; ไม่จริงจัง

含糊其词（含糊其詞）hán·hu-qící〈成〉พูด
อย่างคลุมเครือ

含混 hánhùn 形 คลุมเครือ ; กำกวม

含混不清 hánhùn-bùqīng〈成〉กำกวมไม่
แจ่มแจ้ง

含量 hánliàng 名 ปริมาณความจุ

含怒 hánnù 动 โกรธกรุ่น

含情脉脉 hánqíng-mòmò〈成〉มองด้วยสายตาหวาน

含沙射影 hánshā-shèyǐng〈成〉สาดโคลน ;
ใส่ร้ายป้ายสี

含水率 hánshuǐlǜ 名 อัตราส่วนความจุของน้ำ

含笑 hánxiào 动 อมยิ้ม

含辛茹苦 hánxīn-rúkǔ〈成〉ทนทุกข์ทรมานลำบาก

含羞 hánxiū 动 อาย ; กระดาก

含羞草 hánxiūcǎo 名〈植〉ต้นไมยราบ

含蓄 hánxù 形 แฝงความหมาย ; เก็บอารมณ์
ความรู้สึก

含蓄语（含蓄語）hánxùyǔ 名 คำที่ต้องตีความ

含血喷人（含血噴人）hánxuè-pēnrén〈成〉
ใส่ความ

含义（含義）hányì 名 ความหมาย (ของศัพท์หรือ
ประโยค)

含意 hányì 名 ความหมายแฝง (ของบทกวีหรือวาจา)

含有 hányǒu 动 มี ; แฝงไว้ด้วย...

含冤 hányuān 动 กล้ำกลืนความไม่เป็นธรรม
（ที่ถูกกลั่นแกล้ง）

函 hán 名〈书〉จดหมาย

函电（函電）hándiàn 名 จดหมายและโทรเลข

函复（函復）hánfù 动 ตอบด้วยจดหมาย

函告 hángào 动 แจ้งทางจดหมาย

函购（函購）hángòu 动 สั่งซื้อทางไปรษณีย์

函件 hánjiàn 名 จดหมาย

函授 hánshòu 动〈教〉สอนทางไปรษณีย์

函数（函數）hánshù 名〈数〉ฟังก์ชัน (*function*)
（ในคณิตศาสตร์）

涵洞 hándòng 名〈交〉อุโมงค์ทางน้ำไหล
ใต้ทางรถไฟหรือทางรถยนต์

涵盖（涵蓋）hángài 动 ครอบคลุม

涵养（涵養）hányǎng 名 ขันติธรรมประจำใจ

涵义（涵義）hányì 名 ความหมาย (ของคำศัพท์

H

หรือประโยค)

寒 hán 形 หนาว

寒潮 háncháo 名〈气〉กระแสลมหนาว

寒碜（寒磣）hán•chen 形〈口〉น่าเกลียด 动 เยาะเย้ย

寒窗 hánchuāng 名 อุปมา ชีวิตการเล่าเรียนที่แสนลำบาก

寒带（寒帶）hándài 名〈地理〉โซนหนาว ; เขตหนาว

寒冬 hándōng 名 ฤดูหนาว

寒风（寒風）hánfēng 名 ลมหนาว

寒假 hánjià 名 ช่วงปิดเทอมหน้าหนาว

寒冷 hánlěng 形 หนาว

寒流 hánliú 名〈气〉กระแสลมหนาว ; กระแสน้ำทะเลที่มีอุณหภูมิต่ำกว่าอุณหภูมิเขตทะเล

寒毛 hánmáo 名 ขนอ่อนที่ขึ้นตามผิวหนังคน

寒气（寒氣）hánqì 名 อากาศหนาว

寒暑表 hánshǔbiǎo 名 เทอร์โมมิเตอร์ (*thermometer*) ; เครื่องวัดอุณหภูมิ

寒酸 hánsuān 形 ซอมซ่อ

寒心 hánxīn 动 ผิดหวังอย่างเจ็บใจ

寒暄 hánxuān 动 ทักทายปราศรัย

寒夜 hányè 名 กลางคืนอันหนาวจัด

寒意 hányì 名 ความรู้สึกหนาวนิดหน่อย

寒战（寒戰）hánzhàn 名 อาการตัวสั่นด้วยความหนาวหรือตกใจ

罕见（罕見）hǎnjiàn 形 มีอยู่น้อยมาก

喊 hǎn 动 ตะโกน ; เรียก

喊话（喊話）hǎnhuà 动 ตะโกนเรียกร้อง (ให้ข้าศึกยอมจำนน)

喊价（喊價）hǎnjià 动 ประมูลราคา ; บิดดิ้ง (*bidding*)

喊叫 hǎnjiào 动 ร้องเสียงดัง

喊冤叫屈 hǎnyuān-jiàoqū〈成〉ร้องเรียนเมื่อถูกใส่ร้าย

汉（漢）hàn 名 ชนชาติฮั่นของจีน ; ชาย ; ราชวงศ์ฮั่น

汉白玉（漢白玉）hànbáiyù 名 หินอ่อนสีขาว

汉堡包（漢堡包）hànbǎobāo 名 แฮมเบอร์เกอร์ (*hamburger*)

汉奸（漢奸）hànjiān 名 ไส้ศึกที่ขายชาติจีน

汉人（漢人）Hànrén 名 ชาวชนชาติฮั่น ; ชาวสมัยราชวงศ์ฮั่น

汉文（漢文）Hànwén 名 ตัวหนังสือจีน ; ภาษาจีน

汉学（漢學）hànxué 名 จีนศึกษา

汉语（漢語）Hànyǔ 名 ภาษาจีน

汉字（漢字）Hànzì 名 ตัวหนังสือจีน

汉子（漢子）hàn•zi 名 ผู้ชาย ;〈方〉สามี

汉族（漢族）Hànzú 名 ชนชาติฮั่น (*Han*)

汗 hàn 名 เหงื่อ

汗臭 hànchòu 名 กลิ่นเหม็นของเหงื่อ

汗脚 hànjiǎo 名 เท้าที่ออกเหงื่อมาก

汗流浃背（汗流浹背）hànliú-jiābèi〈成〉เหงื่อไหลไคลย้อย

汗马功劳（汗馬功勞）hànmǎ-gōngláo〈成〉ความดีความชอบในการสู้รบ

汗毛 hànmáo 名〈生理〉ขนอ่อนที่ขึ้นตามผิวหนังคน

汗衫 hànshān 名 เสื้อยืดชั้นใน ; เสื้อทีเชิ้ต (*T-shirt*)

汗水 hànshuǐ 名 เหงื่อ

汗颜（汗顏）hànyán 动 อับอายจนเหงื่อออกที่ใบหน้า

汗液 hànyè 名 เหงื่อ

汗珠子 hànzhū•zi 名 หยาดเหงื่อ

汗渍（汗漬）hànzì 名 รอยเปื้อนเหงื่อ

旱 hàn 形 แล้ง 名 ทางบก

旱冰场（旱冰場）hànbīngchǎng 名〈体〉ลานสเกตบนบก

旱稻 hàndào 名〈农〉ข้าวนาดอน

旱地 hàndì 名〈农〉ไร่

旱季 hànjì 名 หน้าแล้ง

旱涝保收（旱澇保收）hànlào-bǎoshōu การเก็บเกี่ยวได้ผลทั้งยามแห้งแล้งและน้ำท่วม อุปมาว่า ได้รับผลประโยชน์แน่นอนไม่ว่าในกรณีเช่นไร

旱路 hànlù 名〈交〉ทางบก

旱情 hànqíng 名 สภาพความแห้งแล้ง

旱区（旱區）hànqū 名 เขตแห้งแล้ง

旱伞（旱傘）hànsǎn 名 ร่มกันแดด

H

旱田 hàntián 名〈农〉ไร่ ; ไร่ที่ขาดชลประทาน
旱象 hànxiàng 名 สภาพแห้งแล้ง
旱鸭子（旱鴨子） hànyā·zi 名 (ประชด) คนว่ายน้ำไม่เป็น
旱烟 hànyān 名 ยาเส้น
旱烟袋 hànyāndài 名 กล้องยาเส้นลำยาวของจีน
旱灾 hànzāi 名〈气〉ภัยแล้ง
捍卫（捍衛）hànwèi 动 พิทักษ์ ; ปกปักรักษา
悍妇（悍婦）hànfù 名 หญิงร้าย
悍将（悍將）hànjiàng 名 ขุนพลผู้กล้าหาญ ; ผู้กล้าหาญ
悍然 hànrán 副 อย่างเหี้ยมหาญ
焊 hàn 动 เชื่อมโลหะ ; อ๊อก
焊工 hàngōng 名 งานเชื่อมโลหะ ; งานอ๊อก ; ช่างเชื่อมโลหะ ; ช่างอ๊อก
焊接 hànjiē 动 เชื่อมโลหะ ; อ๊อก
焊枪（焊槍）hànqiāng 名 คันคอห่านเชื่อมโลหะ
焊条（焊條）hàntiáo 名 แท่งโลหะสำหรับใช้เชื่อมโลหะ
撼 hàn 动 เขย่า
翰墨 hànmò 名〈书〉พู่กันและน้ำหมึก เป็นคำเรียกแทนความเรียง หนังสือ และภาพวาดทั้งหลาย
憾事 hànshì 名 เรื่องที่น่าเสียดาย
瀚海 hànhǎi 名〈书〉ทะเลทราย
夯 hāng 名〈建〉ไม้กระทุ้ง 动 กระทุ้ง
夯歌 hānggē 名 เพลงร้องปลุกอารมณ์ขณะกระทุ้งดิน
夯实（夯實）hāngshí 动 กระทุ้งดินให้แน่น ; อุปมาว่า เสริมสร้างรากฐาน
行 háng 名 แถว ; อาชีพ
行当（行當）háng·dang 名 อาชีพ ;〈剧〉ประเภทของบทแสดง (เช่นนางเอก ตัวผู้ร้าย ฯลฯ)
行道 háng·dao 名〈方〉อาชีพ
行规（行規）hángguī 名 ข้อบังคับของสมาคมอาชีพ
行话（行話）hánghuà 名 ภาษาวิชาชีพ
行会（行會）hánghuì 名〈旧〉〈经〉สมาคมวิชาชีพ
行货（行貨）hánghuò 名 สินค้าต่างประเทศที่นำเข้ามาถูกต้องตามกฎหมาย ; สินค้าโหล
行家 háng·jia 名 ผู้ชำนาญในวิชาชีพ
行距 hángjù 名 ระยะห่างกันระหว่างแถว (หรือบรรทัด)
行列 hángliè 名 แถว ; ขบวน
行情 hángqíng 名 ราคาตลาด ; อัตราการแลกเปลี่ยนเงินตรา
行市 háng·shi 名〈经〉ราคาตลาด
行业（行業）hángyè 名 อาชีพ ; วิชาชีพ
行院 hángyuàn 名〈旧〉ซ่องโสเภณี (เป็นคำที่ใช้ในสมัยราชวงศ์จินและราชวงศ์หยวน)
绗（絎）háng 动 การเย็บเป็นแนวยาวเพื่อให้ผ้าชั้นนอกกับฝ้ายที่อยู่ตรงกลางและผ้าซับในติดกัน
航 háng 动 เดินเรือ 名〈书〉เรือ
航班 hángbān 名〈航〉เที่ยวเรือ ; เที่ยวบิน
航标（航標）hángbiāo 名〈航〉เครื่องหมายการเดินเรือ
航测（航測）hángcè 动〈测〉〈简〉การสำรวจรังวัดทางอากาศ
航程 hángchéng 名 ระยะทางการบิน ; ระยะทางการเดินเรือ
航船 hángchuán 名 เรือลำเลียงที่เดินตามลำน้ำระหว่างเมืองเป็นประจำ
航道 hángdào 名〈航〉เส้นทางเดินเรือ
航海 hánghǎi 动 การเดินเรือทางทะเล
航海家 hánghǎijiā 名 นักเดินเรือ
航空 hángkōng 名 การบิน
航空兵 hángkōngbīng 名 ทหารอากาศ
航空港 hángkōnggǎng 名 ท่าอากาศยาน
航空母舰（航空母艦）hángkōng mǔjiàn〈航〉เรือบรรทุกเครื่องบิน
航空器 hángkōngqì 名〈航〉อากาศยาน
航空信 hángkōngxìn 名 จดหมายไปรษณีย์อากาศ ; จดหมายแอร์เมล์ (*airmail*)
航模 hángmó 名〈简〉เครื่องบินจำลอง
航母 hángmǔ 名〈简〉เรือบรรทุกเครื่องบิน
航拍 hángpāi 动〈摄〉ถ่ายวิดีโอทางอากาศ (*aerial photography*)

H

航速 hángsù 名 ความเร็วของเครื่องบิน ; ความเร็วของเรือ

航天 hángtiān 动 〈航〉 การบินในอวกาศ

航天器 hángtiānqì 名 〈航〉 ยานอวกาศ

航天员 (航天員) hángtiānyuán 名 〈航〉 นักบินอวกาศ

航天站 hángtiānzhàn 名 〈航〉 สถานีอวกาศ

航线 (航綫) hángxiàn 名 เส้นทางเดินเรือ ; สายการบิน

航向 hángxiàng 名 ทิศทางเดินเรือ ; ทิศทางบิน

航行 hángxíng 动 เดินเรือ ; เดินอากาศ

航运 (航運) hángyùn 名 การขนส่งทางเรือ

沆瀣一气 (沆瀣一氣) hàngxiè-yīqì 〈成〉 คนแย่พอ ๆ กันสมคบกัน

巷道 hàngdào 名 〈矿〉 อุโมงค์ในเหมือง

蒿子 hāo•zi 名 〈植〉 พืชไม้ขม

薅 hāo 动 ถอน (หญ้า) ด้วยมือ ; 〈方〉 ดึง

号 (號) háo 动 ร้องเสียงลั่น

号叫 (號叫) háojiào 动 ร้องเสียงลั่น

号哭 (號哭) háokū 动 ร้องไห้โฮ

号啕 (號啕) háotáo 动 ร้องไห้โฮ

蚝油 háoyóu 名 น้ำมันหอย

毫 háo 名 ขนเล็กยาว 副 นิดหนึ่ง

毫安 háo'ān 量 มิลลิแอมแปร์ (milliampere)

毫不 háobù 副 ไม่...แม้แต่น้อย

毫不犹豫 (毫不猶豫) háobùyóuyù ไม่ลังเลแม้แต่น้อย

毫发 (毫髮) háofà 名 〈书〉 ปริมาณน้อยนิด (ใช้ในรูปปฏิเสธ)

毫伏 háofú 量 มิลลิโวลต์ (millivolt)

毫克 háokè 量 มิลลิกรัม (milligram)

毫毛 háomáo 名 ขนอ่อน ; ขนอุย

毫米 háomǐ 量 มิลลิเมตร (millimeter)

毫秒 háomiǎo 量 มิลลิวินาที (millisecond)

毫升 háoshēng 量 มิลลิลิตร (millilitre)

毫微米 háowēimǐ 量 มิลลิไมครอน (millimicron)

毫微秒 háowēimiǎo 量 มิลลิไมโครวินาที (millimicrosecond)

毫无 (毫無) háowú 副 ไม่มี...แม้แต่น้อย

嗥 háo 动 หอน

貉子 háo•zi 名 〈动〉 แรกคูน (raccoon dog)

豪放 háofàng 形 ใจคอกว้างขวาง ; กล้าได้กล้าเสีย

豪华 (豪華) háohuá 形 โอ่อ่าหรูหรา

豪杰 háojié 名 บุคคลผู้มีความสามารถยอดเยี่ยม

豪迈 (豪邁) háomài 形 กล้าได้กล้าเสีย ; องอาจ กล้าหาญ

豪门 (豪門) háomén 名 ตระกูลมหาเศรษฐีผู้มี อิทธิพล

豪气 (豪氣) háoqì 名 ความองอาจกล้าหาญ

豪情 háoqíng 名 จิตใจอันองอาจกล้าหาญ

豪情壮志 (豪情壯志) háoqíng-zhuàngzhì 〈成〉 จิตใจองอาจ ความมุ่งมาดกว้างไกล ; องอาจกล้าหาญและมีอุดมการณ์

豪爽 háoshuǎng 形 ใจกว้างและตรงไปตรงมา

豪言壮语 (豪言壯語) háoyán-zhuàngyǔ 〈成〉 คำพูดอันห้าวหาญกล้าแกร่ง

豪宅 háozhái 名 คฤหาสน์

豪猪 háozhū 名 〈动〉 เม่น

豪壮 (豪壯) háozhuàng 形 แข็งแกร่ง ; (เสียง) ห้าวหาญ ; กล้าแกร่ง

壕 háo 名 คูเมือง ; สนามเพลาะ ; หลุมหลบภัย

壕沟 (壕溝) háogōu 名 〈军〉 สนามเพลาะ ; คู

壕堑战 (壕塹戰) háoqiànzhàn 名 การรบโดย อาศัยสนามเพลาะ

嚎叫 háojiào 动 ร้องเสียงลั่น

好 hǎo 形 ดี

好半天 hǎobàntiān 形 ตั้งนาน

好比 hǎobǐ 动 เปรียบเสมือน

好处 (好處) hǎochù 名 ผลดี ; ประโยชน์

好歹 hǎodǎi 名 ดีและชั่ว ; ชั่วดีถี่ห่าง ; อันตราย 副 ถึงอย่างไรก็

好端端 hǎoduānduān 形 อยู่ดี ๆ

好多 hǎoduō 数 มากมาย ; เท่าไร

好感 hǎogǎn 名 ความรู้สึกที่ดี (ต่อบุคคล)

好过 (好過) hǎoguò 形 (ความรู้สึก) ดีขึ้น ; อยู่ดี กินดี

好汉（好漢）hǎohàn 名 ชายชาตรี
好好 hǎohǎo 形 ดี ๆ 副 ให้ดี
好话（好話）hǎohuà 名 คำพูดที่น่าฟัง
好家伙（好傢伙）hǎojiā•huo 叹 โอ้โฮ
好久 hǎojiǔ 形 ตั้งนาน
好看 hǎokàn 形 น่าดู ; สวย
好评（好評）hǎopíng 名 คำวิจารณ์เชิงบวก ; รีวิวดี ; รีวิวด้านบวก ; คอมเมนต์ในแง่บวก
好气儿（好氣兒）hǎoqìr 名〈口〉ท่าทีที่ดี
好人 hǎorén 名 คนดี
好日子 hǎorì•zi 名 วันดี ; วันมงคล ; ชีวิตที่เป็นสุข
好容易 hǎoróngyì 形 กว่าจะ...ก็แทบแย่
好生 hǎoshēng 副〈方〉เหลือเกิน ; ดี ๆ
好使 hǎoshǐ 形 ใช้ดี
好事 hǎoshì 名 เรื่องดี ; การกุศล ; ความรัก ; เรื่องน่าเฉลิมฉลอง
好事多磨 hǎoshì-duōmó〈成〉เรื่องดีมักมีอุปสรรคมาก
好手 hǎoshǒu 名 มือดี ; ผู้ชำนาญ
好受 hǎoshòu 形 สบาย
好说（好說）hǎoshuō 动〈套〉พูดได้ (หมายถึง มีอะไรปรึกษากันได้)
好说歹说（好說歹說）hǎoshuō-dǎishuō〈成〉ชักแม่น้ำทั้งห้ามาพูด
好说话（好說話）hǎo shuōhuà 形 พูดง่าย
好似 hǎosì 动 เปรียบเหมือน
好听（好聽）hǎotīng 形 น่าฟัง ; ไพเราะ
好玩儿（好玩兒） hǎowánr 形 สนุก
好像 hǎoxiàng 动 ดูเหมือน ; คล้ายกับ
好笑 hǎoxiào 形 น่าหัวเราะ ; น่าขำ
好些 hǎoxiē 数 มากมาย
好心 hǎoxīn 名 ใจดี
好心人 hǎoxīnrén 名 คนใจดี
好样儿的（好樣兒的）hǎoyàngr•de〈口〉เยี่ยม (คำชื่นชมต่อผู้ที่หยิ่งในศักดิ์ศรี คนกล้าหาญ หรือมีผลงานดีเด่น)
好意 hǎoyì 名 เจตนาดี
好意思 hǎoyì•si 动 ไม่ละอายใจ ; ไม่เกรงใจ
好友 hǎoyǒu 名 เพื่อนที่ดี
好运（好運）hǎoyùn 名 โชคดี
好在 hǎozài 副 ดีที่ ...(มีสภาพหรือเงื่อนไขที่ดีหรือเอื้ออำนวย)
好转（好轉）hǎozhuǎn 动 ดีขึ้น ; ค่อยยังชั่ว
好自为之（好自爲之）hǎozìwéizhī〈成〉จัดการด้วยตนเองให้ดี

号（號）hào 名 นาม ; เลขที่ ; คำสั่ง
号兵（號兵）hàobīng 名〈军〉ทหารเป่าแตรสัญญาณ
号称（號稱）hàochēng 动 ขึ้นชื่อว่า
号角（號角）hàojiǎo 名〈军〉แตรที่ทำด้วยเขาสัตว์
号令（號令）hàolìng 名 คำสั่ง
号码（號碼）hàomǎ 名 หมายเลข
号码机（號碼機）hàomǎjī 名 เครื่องตีหมายเลข
号脉（號脉）hàomài 动〈中医〉จับชีพจร
号手（號手）hàoshǒu 名 คนเป่าแตร
号外（號外）hàowài 名 ฉบับพิเศษ (ของหนังสือพิมพ์)
号召（號召）hàozhào 动 เรียกร้อง
号子（號子）hào•zi 名 เพลงร้องในเวลาใช้แรงงานหมู่โดยมีคนหนึ่งร้องนำ คนอื่น ๆ ก็ร้องตามไปเพื่อที่จะลงแรงพร้อมกันตามจังหวะและปลุกอารมณ์ให้คึกคักด้วย

好 hào 动 ชอบ
好吃懒做（好吃懶做）hàochī-lǎnzuò〈成〉ชอบกินแต่ขี้เกียจทำ
好大喜功 hàodà-xǐgōng〈成〉ชอบสร้างผลงานใหญ่โดยไม่พิจารณาเงื่อนไข
好高骛远（好高騖遠）hàogāo-wùyuǎn〈成〉ตั้งเป้าหมายสูงจนเกินควร
好客 hàokè 形 ต้อนรับแขกอย่างเอื้ออารี
好奇 hàoqí 形 อยากรู้อยากเห็น
好奇心 hàoqíxīn 名 ความอยากรู้อยากเห็น
好强 hàoqiáng 形 (ลักษณะนิสัย) ไม่ยอมน้อยหน้าใคร
好色 hàosè 形 เจ้าชู้
好善乐施（好善樂施）hàoshàn-lèshī〈成〉ใจบุญสุนทาน
好胜（好勝）hàoshèng 形 (ลักษณะนิสัย) ไม่ยอม

แพ้ใคร
好事 hàoshì 形 ชอบยุ่งเรื่องชาวบ้าน
好为人师（好爲人師）hàowéirénshī〈成〉ชอบวางตัวเป็นครูคนอื่น
好恶（好惡）hàowù 名 ความชอบความรังเกียจ
好学（好學）hàoxué 动 หมั่นศึกษา ; ขยันเรียน
好逸恶劳（好逸惡勞）hàoyì-wùláo〈成〉ชอบสบายขี้เกียจทำงาน
好战（好戰）hàozhàn 形 บ้าสงคราม
耗 hào 动 สิ้นเปลือง ; ถ่วง
耗电（耗電）hàodiàn 动 เปลืองไฟ
耗电量（耗電量）hàodiànliàng 名 ปริมาณการสิ้นเปลืองของไฟฟ้า
耗费（耗費）hàofèi 动 สิ้นเปลือง
耗尽（耗盡）hàojìn 动 สูญสิ้นไปหมด
耗能 hàonéng 动 สิ้นเปลืองพลังงาน
耗神 hàoshén 动 สิ้นเปลืองสมอง
耗时（耗時）hàoshí 动 เสียเวลา ; ใช้เวลา
耗损（耗損）hàosǔn 动 สิ้นเปลือง
耗用 hàoyòng 动 สิ้นเปลือง ; ใช้จ่าย
耗油 hàoyóu 动 เปลืองน้ำมัน
耗油率 hàoyóulǜ 名 อัตราการเปลืองน้ำมัน
耗资（耗資）hàozī 动 สิ้นเปลืองค่าใช้จ่าย
耗子 hào•zi 名〈方〉หนู
浩大 hàodà 形 มโหฬาร ; ยิ่งใหญ่มหาศาล
浩荡（浩蕩）hàodàng 形 (พื้นน้ำ) กว้างใหญ่ไพศาล ; มโหฬาร
浩繁 hàofán 形 จำนวนมหาศาล
浩瀚 hàohàn 形〈书〉กว้างใหญ่ไพศาล ; จำนวนมหาศาล
浩浩荡荡（浩浩蕩蕩）hàohàodàngdàng〈成〉มโหฬารและเกรียงไกร
浩劫 hàojié 名 มหันตภัย
浩渺 hàomiǎo 形 (พื้นน้ำ) กว้างไพศาล
浩气（浩氣）hàoqì 名 กำลังจิตใจอันยิ่งใหญ่เกรียงไกร
浩然 hàorán 形〈书〉กว้างใหญ่ไพศาล ; (จิตใจ) ซื่อตรงและยิ่งใหญ่เกรียงไกร
浩然之气（浩然之氣）hàoránzhīqì〈成〉กำลังจิตใจอันยิ่งใหญ่เกรียงไกร
浩如烟海 hàorúyānhǎi〈成〉(ข้อมูลเอกสาร ฯลฯ) มากมายก่ายกอง
皓首 hàoshǒu 名〈书〉ผมหงอก
皓月 hàoyuè 名 พระจันทร์สุกสกาว
呵 hē 叹 หายใจทางปาก 动 ดุเอา
呵斥 hēchì 动 ตะคอกเสียงดัง
呵护（呵護）hēhù 动 ปกป้องและดูแลเอาใจใส่
喝 hē 动 ดื่ม
喝闷酒 hē mènjiǔ ดื่มเหล้าคนเดียวอย่างกลัดกลุ้ม
喝西北风（喝西北風）hē xīběifēng〈惯〉อุปมาว่า ไม่มีจะกิน
喝醉 hēzuì 动 ดื่มเมา
嗬 hē 叹 โอ้โฮ
禾苗 hémiáo 名 ต้นกล้า (ของพืชข้าว)
合 hé 动 ร่วมกัน ; ปิด
合办（合辦）hébàn 动 ร่วมกันจัดทำ
合编（合編）hébiān 动 ร่วมกันเรียบเรียง
合并 hébìng 动 รวม (เป็นหนึ่งเดียวกัน) ; ผนวก
合并症 hébìngzhèng 名〈医〉โรคแทรกซ้อน
合唱 héchàng 动〈乐〉ร้องหมู่
合成 héchéng 动 ประสม ;〈化〉สังเคราะห์
合成词（合成詞）héchéngcí 名〈语〉คำประสม
合订本（合訂本）hédìngběn 名 ฉบับรวมเล่ม
合法 héfǎ 形 ชอบด้วยกฎหมาย
合法性 héfǎxìng 名 ความชอบด้วยกฎหมาย
合格 hégé 形 ได้มาตรฐาน
合格率 hégélǜ 名 อัตราส่วนการได้มาตรฐาน
合格证（合格證）hégézhèng 名 บัตรรับรองคุณภาพ
合股 hégǔ 动〈经〉ร่วมหุ้น
合乎 héhū 动 สอดคล้องกับ
合欢（合歡）héhuān 动 (ชายหญิงที่รักกัน) ได้พบหน้ากันด้วยความดีใจ 名〈植〉ต้นไหม (*silk tree*)
合伙（合夥）héhuǒ 动 ร่วมกัน ; ร่วมหุ้นกัน
合计（合計）héjì 动 คิดรวม ; รวบยอด ; รวมทั้งสิ้น

合剂（合劑）héjì 名〈药〉ยาเชิงประกอบ
合家（閤家）héjiā 名 ทั้งครอบครัว
合脚 héjiǎo 形 (รองเท้า) พอดีกับเท้า
合金 héjīn 名〈冶〉โลหะผสม ; โลหะเจือ
合金钢（合金鋼）héjīngāng 名 เหล็กกล้าผสม
合刊 hékān 名 นิตยสารฉบับรวมเล่ม
合理 hélǐ 形 สมเหตุสมผล ; ชอบธรรม
合理化 hélǐhuà 动 การปรับปรุงให้สมเหตุสมผล
合力 hélì 动 ร่วมแรงกัน
合流 héliú 动 กระแสน้ำไหลมาบรรจบกัน
合拢（合攏）hélǒng 动 ปิด (หนังสือ ฯลฯ) ; หลับ (ตา)
合谋（合謀）hémóu 动 วางแผนร่วมกัน
合拍 hépāi 动 สอดคล้องกับจังหวะ
合情合理 héqíng-hélǐ〈成〉สมเหตุสมผล
合群 héqún 形 เข้ากับคนอื่นได้ ; อยู่เป็นกลุ่ม
合身 héshēn 形 (เสื้อผ้า) พอดีกับตัว
合时（合時）héshí 形 เหมาะกับกาลเวลา
合适（合適）héshì 形 เหมาะสม
合算 hésuàn 形 คุ้มค่า
合体（合體）hétǐ 形 (เสื้อผ้า) พอดีกับตัว
合同 hé•tóng 名 สัญญา
合同工 hé•tónggōng 名 คนงานรับจ้างตามสัญญา
合围（合圍）héwéi 动 โอบล้อม ; โอบล้อมด้วยแขน
合眼（閤眼）héyǎn 动 หลับตา
合一 héyī 动 เป็นเอกภาวะ ; เป็นเอกภาพ
合议（合議）héyì 动 ร่วมพิจารณา
合议庭（合議庭）héyìtíng 名〈法〉ศาลรูปผสม
合意 héyì 形 ถูกใจ
合营（合營）héyíng 动 ดำเนินกิจการค้าขายร่วมกัน
合影 héyǐng 动 ถ่ายรูปร่วมกัน
合用 héyòng 动 ใช้ร่วมกัน 形 ใช้ดี
合约（合約）héyuē 名 สัญญา
合葬 hézàng 动 ฝัง (ศพ) ร่วมกัน
合照 hézhào 名 รูปถ่ายหมู่
合众国（合衆國）hézhòngguó 名 สหพันธรัฐ
合资（合資）hézī 动〈经〉ร่วมทุนกัน
合奏 hézòu 动〈乐〉บรรเลงหมู่
合作 hézuò 动 ร่วมมือ
合作化 hézuòhuà 动 ดำเนินการในรูปสหกรณ์
合作社 hézuòshè 名 สหกรณ์

何 hé 代 ไหน ; อะไร ; ไฉน
何必 hébì 副 ทำไมต้อง... (ใช้ในประโยคย้อนถามมีความหมายว่าไม่จำเป็นต้อง...)
何不 hébù 副 ทำไมไม่...
何曾 hécéng 副 เคย...ที่ไหน (ใช้ในประโยคย้อนถามมีความหมายว่าไม่เคย)
何尝（何嘗）hécháng 副 ก็ทำไมจะไม่... (ใช้ในประโยคย้อนถาม มีความหมายว่า ไม่... หรือ ไม่เคย)
何处（何處）héchù 代 ที่ใด
何等 héděng 代 ระดับไหน (ย้อนถาม) 副 ขนาดไหน
何妨 héfáng 副 จะเป็นไร (ย้อนถาม)
何故 hégù 副 เหตุใด
何苦 hékǔ 副 จะแกว่งเท้าหาเสี้ยนไปทำไม ; ทำไม (ย้อนถาม)
何况 hékuàng 连 ไหนยังจะ...อีก
何其 héqí 副 ช่าง...เสียนี่กระไร ; ช่าง...เหลือเกิน
何去何从（何去何從）héqù-hécóng〈成〉จะเลือกท่าทีอย่างใดหรือจะทำอย่างไร (เมื่อเผชิญหน้ากับปัญหาสำคัญ)
何如 hérú 代〈书〉ว่าไง ; อย่างไร 连〈书〉สู้...จะดีกว่า
何时（何時）héshí 代 เมื่อไร
何谓（何謂）héwèi 动〈书〉อะไรคือ... ; ...หมายถึงอะไร
何须（何須）héxū 副 จะ...ทำไม ; ทำไมต้อง...
何以 héyǐ 副〈书〉ทำไม ; ทำอย่างไรจึงจะ...
何在 hézài 动〈书〉อยู่แห่งใด
何止 hézhǐ 动 ไม่เพียงแต่ ; ไม่เพียงแค่

和 hé 连 และ 介 กับ 形 อ่อนโยน
和蔼（和藹）hé'ǎi 形 อ่อนโยน
和风细雨（和風細雨）héfēng-xìyǔ〈成〉(วิธีการ) ละมุนละม่อม
和好 héhǎo 动 คืนดีกัน
和缓（和緩）héhuǎn 形 อ่อนโยน 动 คลี่คลาย

H

和会（和會）héhuì 名〈军〉ประชุมสงบศึก
和解 héjiě 动 เลิกโต้แย้งและคืนดีกัน
和睦 hémù 形 ปรองดอง
和平 hépíng 名 สันติภาพ
和平鸽（和平鴿）hépínggē 名 นกพิราบ
和平共处（和平共處）hépíng gòngchǔ การอยู่ร่วมกันอย่างสันติ
和气（和氣）hé·qi 形 สุภาพอ่อนโยน 名 ความปรองดอง
和善 héshàn 形 สุภาพอ่อนโยน ; เมตตาปรานี
和尚 hé·shang 名 พระสงฆ์ (พุทธศาสนา)
和声（和聲）héshēng 名〈乐〉เสียงดนตรีที่ประสานกัน
和事佬 héshìlǎo 名 ผู้ไกล่เกลี่ย
和顺（和順）héshùn 形 อ่อนโยน
和谈（和談）hétán 动 เจรจาสงบศึก
和弦 héxián 名〈乐〉เสียงคล้องจอง (ซึ่งเป็นกลุ่มเสียงที่เกี่ยวข้องกันทางความแตกต่างระหว่างเสียงดนตรี) ; คอร์ด (*chord*)
和谐（和諧）héxié 形 กลมกลืน
和谐社会（和諧社會）héxié shèhuì สังคมกลมกลืน
和煦 héxù 形 อบอุ่น
和颜悦色（和顏悦色）héyán-yuèsè〈成〉ใบหน้าที่อ่อนโยน
和约（和約）héyuē 名 สนธิสัญญาสงบศึกและฟื้นฟูสันติภาพ

河 hé 名 แม่น้ำ
河岸 hé'àn 名 ฝั่งแม่น้ำ
河川 héchuān 名 แม่น้ำลำธาร
河床 héchuáng 名 ท้องน้ำของแม่น้ำ
河道 hédào 名 เส้นทางน้ำ
河沟（河溝）hégōu 名 ธารน้ำ ; ร่องน้ำ
河谷 hégǔ 名 ห้วยลึกระหว่างเขา
河口 hékǒu 名 ปากน้ำ
河流 héliú 名 แม่น้ำ ; ลำน้ำ
河马（河馬）hémǎ 名〈动〉ช้างน้ำ ; ฮิปโป (*hippo*)
河畔 hépàn 名 ริมฝั่งแม่น้ำ
河渠 héqú 名 แม่น้ำลำคลอง
河山 héshān 名 พื้นปฐพี (ของประเทศชาติ)
河滩（河灘）hétān 名 ที่ลุ่มของแม่น้ำ
河套 hétào 名〈动〉ทางโค้งของลำน้ำ
河豚 hétún 名 ปลาปักเป้า
河网（河網）héwǎng 名 สายน้ำหลายสายที่เชื่อมต่อกัน
河蟹 héxiè 名 ปูน้ำจืด
河沿 héyán 名 ริมแม่น้ำ
河运（河運）héyùn 动 การขนส่งทางแม่น้ำ

荷包 hé·bāo 名 กระเป๋าเล็ก ๆ ที่ถือติดตัวสำหรับใส่เงินย่อยและของเล็กน้อย ; กระเป๋าเสื้อหรือกระเป๋ากางเกง
荷尔蒙（荷爾蒙）hé'ěrméng 名〈生理〉ฮอร์โมน (*hormone*)
荷花 héhuā 名 ดอกบัว ; ปทุม
荷塘 hétáng 名 สระบัว ; สระปทุม

核查 héchá 动 ตรวจสอบ
核弹（核彈）hédàn 名〈军〉ระเบิดนิวเคลียร์
核弹头（核彈頭）hédàntóu 名〈军〉หัวระเบิดนิวเคลียร์
核电（核電）hédiàn 名〈电〉พลังงานไฟฟ้านิวเคลียร์
核电站（核電站）hédiànzhàn 名 โรงไฟฟ้านิวเคลียร์
核定 hédìng 动 ตรวจสอบชี้ขาด
核对（核對）héduì 动 ตรวจสอบ
核发（核發）héfā 动 ตรวจสอบแล้วแจก
核反应（核反應）héfǎnyìng 动〈物〉ปฏิกิริยานิวเคลียร์
核反应堆（核反應堆）héfǎnyìngduī〈物〉เครื่องปฏิกรณ์นิวเคลียร์
核废料（核廢料）héfèiliào 名 กากนิวเคลียร์
核辐射（核輻射）héfúshè 动〈物〉การแผ่รังสีนิวเคลียร์
核计（核計）héjì 动 คำนวณ ; ตรวจสอบและคำนวณ
核军备（核軍備）héjūnbèi 名〈军〉อาวุธยุทโธปกรณ์นิวเคลียร์
核能 hénéng 名〈物〉พลังงานนิวเคลียร์
核潜艇 héqiántǐng 名〈军〉เรือ

H

ดำน้ำพลังงานนิวเคลียร์
核燃料 héránliào 名 เชื้อเพลิงนิวเคลียร์
核实（核實）héshí 动 ตรวจสอบความเป็นจริง
核试验（核試驗）héshìyàn 动 การทดลองอาวุธนิวเคลียร์
核收 héshōu 动 ตรวจสอบแล้วรับไว้
核酸检测（核酸檢測）hésuān jiǎncè วิธีตรวจสารพันธุกรรม ; การตรวจแนท (*NAT*) ; การตรวจกรดนิวคลีอิก
核算 hésuàn 动 ตรวจสอบและคำนวณ
核糖核酸 hétáng hésuān 〈化〉 กรดไรโบนิวคลีอิก (*ribonucleic acid*)
核桃 hé•tao 名 วอลนัต (*walnut*)
核武器 héwǔqì 名〈军〉อาวุธนิวเคลียร์
核心 héxīn 名 ใจกลาง ; ส่วนสำคัญ
核战争（核戰爭）hézhànzhēng 名〈军〉สงครามนิวเคลียร์
核准 hézhǔn 动 อนุมัติหลังจากตรวจสอบแล้ว
核子 hézǐ 名〈物〉นิวคลีออน (*nucleon*)
盒 hé 名 กล่อง ; ตลับ
盒带（盒帶）hédài 名 ตลับเทป
盒饭（盒飯）héfàn 名 อาหารกล่อง
盒子 hé•zi 名 กล่อง ; ตลับ
颌骨（頜骨）hégǔ 名〈生理〉กระดูกขากรรไกร
貉 hé 名〈动〉แรกคูน (*raccoon dog*)
吓（嚇）hè 动 ขู่ 叹 อุ๊บ๊ะ
贺（賀）hè 动 อวยพร
贺词（賀詞）hècí 名 คำอวยพร
贺电（賀電）hèdiàn 名 โทรเลขอวยพร
贺卡（賀卡）hèkǎ 名 บัตรอวยพร
贺礼（賀禮）hèlǐ 名 ของขวัญอวยพร
贺年片（賀年片）hèniánpiàn 名 บัตรส่งความสุขปีใหม่ (ส.ค.ส.)
贺岁（賀歲）hèsuì 动 อวยพรปีใหม่
贺喜（賀喜）hèxǐ 动 แสดงความยินดี ; อวยพร
贺信（賀信）hèxìn 名 จดหมายอวยพร
荷枪实弹（荷槍實彈）hèqiāng-shídàn 〈成〉แบกปืนที่ใส่กระสุนไว้เต็ม หมายถึงเตรียมพร้อมที่จะออกรบ
荷载（荷載）hèzài 名 ระวางน้ำหนักบรรทุก 动 รับน้ำหนักบรรทุก
喝 hè 动 ตะโกน
喝彩 hècǎi 动 ร้องเชียร์
喝倒彩 hè dàocǎi ฮาป่า
喝令 hèlìng 动 ตะโกนออกคำสั่ง
喝问（喝問）hèwèn 动 ตะโกนถาม
赫赫有名 hèhè-yǒumíng 〈成〉 เลื่องชื่อลือนาม
赫然 hèrán 形 โผล่พรวดออกมาให้เห็น ; ปรากฏออกมาอย่างฉับพลัน
赫兹 hèzī 量 เฮิรตซ์ (*hertz*) (เท่ากับ ๑ ไซเกิลต่อวินาที)
褐煤 hèméi 名〈矿〉ถ่านลิกไนต์ (*lignite*)
褐色 hèsè 形 สีน้ำตาล
褐铁矿（褐鐵礦）hètiěkuàng 名 แร่เหล็กลิโมไนต์ (*limonite*)
鹤（鶴）hè 名〈动〉นกกระเรียน
鹤发童颜（鶴髮童顔）hèfà-tóngyán 〈成〉ผมขาวแต่หน้าเหมือนหน้าเด็ก
鹤立鸡群（鶴立鷄群）hèlìjīqún 〈成〉หงส์ในฝูงกา
黑 hēi 形 มืด ; ดำ
黑暗 hēi'àn 形 มืด ; มืดมน ; อนธการ
黑白 hēibái 名 ขาวดำ ; อุปมาว่า ความผิดกับความถูก
黑白电视（黑白電視）hēibái diànshì โทรทัศน์ขาวดำ
黑白片儿（黑白片兒）hēibáipiānr 〈口〉ภาพยนตร์ขาวดำ
黑板 hēibǎn 名 กระดานดำ
黑板报（黑板報）hēibǎnbào 名 ข่าวกระดานดำ
黑板擦 hēibǎncā 名 แปรงลบกระดาน
黑帮（黑幫）hēibāng 名 กลุ่มอิทธิพลมืด
黑沉沉 hēichénchén 形 มืดมัว
黑道 hēidào 名 ทางมืด ; ทางของโจร ; กลุ่มอิทธิพลมืด
黑灯瞎火（黑燈瞎火）hēidēng-xiāhuǒ 〈成〉มืดตื๊ดตื๋อ
黑店 hēidiàn 名 โรงเตี๊ยมที่ปล้นหรือฆ่าผู้เข้าพักเพื่อชิงทรัพย์ ; ร้านค้าหรือโรงเตี๊ยมที่เปิด

H

กิจการอย่างผิดกฎหมาย
黑洞 hēidòng 名 อุโมงค์มืด ๆ ; ถ้ำมืด ๆ ;〈天〉หลุมดำ (*black hole*)
黑豆 hēidòu 名 ถั่วดำ
黑光 hēiguāng 名〈物〉แสงดำ (แสงอัลตราไวโอเลตและแสงอินฟราเรด)
黑乎乎 hēihūhū 形 ดำเปื้อน ; ดำมืด
黑话（黑話）hēihuà 名 ภาษาลับ ; ภาษาที่มีความหมายสองนัย
黑货（黑貨）hēihuò 名 สินค้าเถื่อน
黑客 hēikè 名〈计〉แฮกเกอร์ (*hacker*)
黑马（黑馬）hēimǎ 名 ม้าดำ (*dark horse*) ; อุปมาว่า ผู้ชนะในการแข่งขันซึ่งเกินคาดคิด
黑麦（黑麥）hēimài 名 ข้าวไรย์ (*rye*)
黑名单（黑名單）hēimíngdān 名 บัญชีดำ
黑幕 hēimù 名 เบื้องหลังอันมืดมน
黑木耳 hēimù'ěr 名 เห็ดหูหนูดำ
黑啤酒 hēipíjiǔ 名 เบียร์ดำ
黑枪（黑槍）hēiqiāng 名 การลอบยิง
黑人 Hēirén 名 คนผิวดำ
黑人 hēirén 名 คนเถื่อน ; คนที่หลบซ่อนตัวอยู่
黑色 hēisè 名 สีดำ
黑色金属（黑色金屬）hēisè jīnshǔ〈化〉โลหะสีดำ เช่น Fe, Mn, Cr และโลหะผสมบางชนิด
黑色素 hēisèsù 名〈生理〉สารสีดำ
黑纱（黑紗）hēishā 名 ผ้าดำติดแขนสำหรับไว้ทุกข์
黑社会（黑社會）hēishèhuì 名 สังคมอิทธิพลมืด
黑市 hēishì 名 ตลาดมืด
黑手 hēishǒu 名 มือมืด
黑死病 hēisǐbìng 名〈医〉กาฬโรค
黑糖 hēitáng 名〈方〉น้ำตาลแดง
黑体（黑體）hēitǐ 名〈印〉(ตัวหนังสือหรือตัวอักษร) ตัวดำ ; ตัวหนา
黑天 hēitiān 名 ฟ้ามืด
黑土 hēitǔ 名 ดินดำ
黑匣子 hēixiá•zi 名〈航〉กล่องดำ ; แบล็คบ็อกซ์ (*black box*)
黑心 hēixīn 名 ใจดำ
黑猩猩 hēixīng•xing 名〈动〉ลิงชิมแปนซี (*chimpanzee*)
黑熊 hēixióng 名〈动〉หมีดำ
黑压压（黑壓壓）hēiyāyā 形 มืดฟ้ามัวดิน
黑夜 hēiyè 名 กลางคืน
黑影 hēiyǐng 名 เงาดำ
黑枣（黑棗）hēizǎo 名〈植〉ลูกเดตพลัมเพอร์ซิมมอน (*dateplum persimmon*)
嘿 hēi 叹 เฮ้ย ; นี่ (คำอุทานเพื่อเรียกความสนใจ)
痕迹 hénjì 名 ร่องรอย ; รอย
很 hěn 副 มาก ; เหลือเกิน
狠 hěn 形 เหี้ยมโหด 动 หักใจ ; พยายามอย่างสุดกำลัง
狠毒 hěndú 形 เหี้ยมโหด
狠命 hěnmìng 副 อย่างสุดชีวิต
狠心 hěnxīn 动 หักใจ 形 ใจดำ
恨 hèn 动 เกลียดชัง ; เคียดแค้น
恨不得 hèn•bu•de 动 อยาก...ใจจะขาด
恨铁不成钢（恨鐵不成鋼）hèn tiě bù chéng gāng〈成〉อุปมาว่า เข้มงวดกับเขาเพราะหวังที่จะให้เขาได้ดี
恨之入骨 hènzhīrùgǔ〈成〉เกลียดจนเข้ากระดูกดำ
亨通 hēngtōng 形 ราบรื่น
哼 hēng 动 ฮัม 名 เสียงฮัม
哼哧 hēngchī 拟声 หอบฮืดฮาด
哼哼 hēngheng 拟声 เสียงครวญคราง 动 ครวญคราง
哼唧 hēng•ji 动 พูดจา ร้องเพลงหรืออ่านออกเสียงด้วยเสียงเบา ๆ
恒齿（恒齒）héngchǐ 名〈生理〉ฟันแท้
恒等 héngděng 动〈数〉เท่ากันตลอดไป
恒等式 héngděngshì 名〈数〉สมการรูปเท่ากันตลอดไป
恒定 héngdìng 动 คงที่อย่างถาวร
恒河 Hénghé 名 แม่น้ำคงคา (ในอินเดีย)
恒久 héngjiǔ 形 ชั่วนิรันดร ; ชั่วกาลนาน
恒量 héngliàng 名〈物〉จำนวนคงที่
恒温 héngwēn 名 อุณหภูมิคงที่

H

恒心 héngxīn 名 จิตใจที่มั่นคงตลอดไป
恒星 héngxīng 名〈天〉ดาวฤกษ์
恒星系 héngxīngxì 名〈天〉ดาราจักรดาวฤกษ์
横 héng 形 แนวนอน ; แนวขวาง
横匾 héngbiǎn 名 ป้ายที่แขวนตามแนวนอน
横标（横標）héngbiāo 名 แผ่นคำขวัญตามแนวนอน
横冲直撞（横衝直撞）héngchōng-zhízhuàng〈成〉วิ่งชนดะ
横笛 héngdí 名〈乐〉ขลุ่ย
横渡 héngdù 动 ข้ามฟาก (แม่น้ำหรือทะเล)
横断面（横斷面）héngduànmiàn 名 หน้าตัดตามขวาง
横队（横隊）héngduì 名 แถวเรียงหน้ากระดาน
横幅 héngfú 名 แผ่นภาพวาด หนังสือพู่กันจีน คำขวัญ ป้ายผ้า ฯลฯ ตามแนวนอน
横膈膜 hénggémó 名〈生理〉กะบังลม
横跨 héngkuà 动 ทอดข้าม ; เชื่อมต่อด้วย
横梁 héngliáng 名〈建〉ขื่อขวาง ; ขื่อขัด
横流 héngliú 动 ท้นหลาก ; นอง (น้ำตา)
横眉怒目 héngméi-nùmù〈成〉ถมึงทึง
横七竖八（横七豎八）héngqī-shùbā〈成〉(วาง) ระเกะระกะ ; (วาง) ไม่เป็นระเบียบ
横切面 héngqiēmiàn 名 หน้าตัดตามขวาง
横肉 héngròu 名 เนื้อบนใบหน้าที่ทำให้ดูลักษณะดุร้าย
横扫（横掃）héngsǎo 动 กวาดล้าง ; กวาด
横生枝节（横生枝節）héngshēng-zhījié〈成〉อุปมาว่า ปัญหาปลีกย่อยแทรกเข้ามา รบกวนการแก้ไขปัญหาหลัก
横竖（横豎）héngshù 副〈口〉ถึงอย่างไรก็...
横卧 héngwò 动 นอนขวาง
横线（横綫）héngxiàn 名 เส้นตามแนวขวาง
横向 héngxiàng 形 แนวขวาง
横心 héngxīn 动 ตัดสินใจเด็ดขาด ; หักใจ
横行 héngxíng 动 ก่อกรรมทำเข็ญ
横行霸道 héngxíng-bàdào〈成〉วางอำนาจบาตรใหญ่
横越 héngyuè 动 ข้าม (แม่น้ำหรือทะเล)
横征暴敛（横徵暴斂）héngzhēng-bàoliǎn〈成〉เก็บภาษีอย่างรีดนาทาเร้น
横轴（横軸）héngzhóu 名〈机〉แกนเพลาตามขวาง
横坐标（横坐標）héngzuòbiāo 名〈数〉พิกัดที่หนึ่ง
衡量 héngliáng 动 พิจารณา (ผลได้ ผลเสีย) ; เทียบดู
衡器 héngqì 名〈测〉เครื่องชั่งน้ำหนัก
横 hèng 形 ดุร้ายป่าเถื่อน ; อัปมงคล
横财（横財）hèngcái 名 ลาภลอยที่ได้มาโดยมิชอบ
横祸（横禍）hènghuò 名 อุบัติเหตุ ; ภัยพิบัติ
横死 hèngsǐ 动 ตายโดยอุบัติเหตุ ; ตายโหง
哼 hng 叹 ฮึ่ม
轰（轟）hōng 拟声 (เสียงดัง) ตูม 动 ระเบิด ; ไล่ (ต้อน)
轰动（轟動）hōngdòng 动 ครึกโครม
轰轰烈烈（轟轟烈烈）hōnghōnglièliè 形 เอิกเกริกกึกก้อง ; เอิกเกริกเกรียวกราว
轰击（轟擊）hōngjī 动 ยิงด้วยปืนใหญ่
轰隆（轟隆）hōnglōng 拟声 (เสียงดัง) ตูมตาม ; (เสียงดัง) ครืน ๆ
轰鸣（轟鳴）hōngmíng 动 เสียงดังครึกโครม ; เสียงดังครั่นครืน
轰然（轟然）hōngrán 形 ดังสะเทือนเลื่อนลั่น
轰响（轟響）hōngxiǎng 动 (เสียง) ดังครั่นครืน ; (เสียง) ดังครึกโครม
轰炸（轟炸）hōngzhà 动 (เครื่องบิน) ทิ้งระเบิด
轰炸机（轟炸機）hōngzhàjī 名〈军〉เครื่องบินทิ้งระเบิด
哄传（哄傳）hōngchuán 动 ลือลั่น
哄抢（哄搶）hōngqiǎng 动 กรูกันเข้าไปแย่งชิงหรือแย่งซื้อ
哄抬 hōngtái 动 (พ่อค้าฉวยโอกาส) พากันขึ้นราคา (สินค้า)
哄堂大笑 hōngtáng-dàxiào〈成〉คนทั้งห้องหัวเราะกันครืน
哄笑 hōngxiào 动 หัวเราะกันครืน ; หัวเราะ

H

ครึ้นแครง

烘 hōng 动 ผิง ; อบ ; ดุนให้เด่น

烘干（烘乾）hōnggān 动 อบแห้ง

烘干机（烘乾機）hōnggānjī 名 เครื่องอบแห้ง

烘烤 hōngkǎo 动 ผิงไฟ ; อังไฟ

烘炉（烘爐）hōnglú 名 เตาอบ

烘托 hōngtuō 动 ดุนให้เด่น

烘箱 hōngxiāng 名 เตาอบ

弘扬（弘揚）hóngyáng 动 ส่งเสริม

红（紅）hóng 形 แดง

红白喜事（紅白喜事） hóng bái xǐshì งานมงคลและงานอวมงคล

红包（紅包）hóngbāo 名 ห่อแดง (หมายถึงเงินรางวัล) ; (แต้จิ๋ว) อั่งเปา

红宝石（紅寶石）hóngbǎoshí 名〈矿〉ทับทิม ; พลอยสีแดง

红茶（紅茶）hóngchá 名 ชาดำ ; ชาฝรั่ง

红尘（紅塵）hóngchén 名 โลกมนุษย์ ; สังคมโลกีย์

红灯（紅燈）hóngdēng 名 ไฟแดง ; โคมแดง

红豆（紅豆）hóngdòu 名〈植〉มะกล่ำตาหนู

红矾（紅礬）hóngfán 名〈方〉สารหนู

红粉佳人（紅粉佳人）hóngfěn jiārén 名 นางงาม ; สาวสวย

红光满面（紅光滿面）hóngguāng-mǎnmiàn〈成〉สีหน้าสดชื่น ; สีหน้าแดงเปล่งปลั่ง

红果儿（紅果兒）hóngguǒr 名〈方〉ผลไม้ของต้นฮอว์ธอร์น (*Chinese hawthorn*)

红狐（紅狐）hónghú 名 จิ้งจอกแดง

红花（紅花）hónghuā 名 ดอกแดง ;〈药〉แซฟฟลาวเวอร์ (*safflower*)

红火（紅火）hóng•huo 形 เจริญงอกงาม ; คึกคักมีชีวิตชีวา

红酒（紅酒）hóngjiǔ 名 เหล้าองุ่น ; ไวน์ (*wine*)

红军（紅軍）Hóngjūn 名 กองทัพแดง (ของพรรคคอมมิวนิสต์) ; กองทัพบกของรัสเซียก่อน ค. ศ. 1946

红利（紅利）hónglì 名〈经〉โบนัส (*bonus*)

红铃虫（紅鈴蟲）hónglíngchóng 名〈动〉หนอนสมอฝ้าย

红领巾（紅領巾）hónglǐngjīn 名 ผ้าผูกคอแดง (ของสมาชิกกองหน้าเยาวชนจีน) ; สมาชิกกองหน้าเยาวชนจีน

红绿灯（紅綠燈）hóng-lǜdēng 名〈交〉ไฟเขียวไฟแดง ; ไฟสัญญาณจราจร

红木（紅木）hóngmù 名〈植〉ไม้แดง ; ไม้ชิงชัน

红男绿女（紅男綠女）hóngnán-lǜnǚ〈成〉ชายหนุ่มหญิงสาวที่แต่งตัวสีฉูดฉาด

红牌（紅牌）hóngpái 名〈体〉ป้ายแดง

红皮书（紅皮書）hóngpíshū 名 สมุดปกแดง (รายงานของรัฐบาลอย่างเป็นทางการ)

红扑扑（紅撲撲）hóngpūpū 形 (หน้า) แดง

红旗（紅旗）hóngqí 名 ธงแดง

红人（紅人）hóngrén 名 คนโปรด ; คนดัง

红润（紅潤）hóngrùn 形 แดงเปล่งปลั่ง

红色（紅色）hóngsè 名 สีแดง

红烧（紅燒）hóngshāo 动 วิธีปรุงอาหารชนิดหนึ่ง เอาหมูหรือปลาผัดน้ำมันใส่น้ำตาล น้ำซีอิ๊วแล้วต้มจนเป็นสีดำอมแดง

红十字（紅十字）hóngshízì 名 กาชาด

红薯（紅薯）hóngshǔ 名〈植〉มันเทศ

红松（紅松）hóngsōng 名〈植〉สนเกาหลี

红糖（紅糖）hóngtáng 名 น้ำตาลแดง

红彤彤（紅彤彤）hóngtóngtóng 形 แดงแจ๊ด

红头文件（紅頭文件）hóngtóu-wénjiàn เอกสารหัวกระดาษสีแดง หมายถึงเอกสารสำคัญของรัฐบาล

红土（紅土）hóngtǔ 名 ดินแดง ; วัสดุย้อมสีแดง

红外线（紅外綫）hóngwàixiàn 名〈物〉รังสีอินฟราเรด (*infrared ray*)

红细胞（紅細胞）hóngxìbāo 名〈医〉เม็ดโลหิตแดง

红霞（紅霞）hóngxiá 名 ผีตากผ้าอ้อม

红小豆（紅小豆）hóngxiǎodòu 名 ถั่วแดง

红星（紅星）hóngxīng 名 ดาวแดง

红颜（紅顏）hóngyán 名 นางงาม

红颜知己（紅顏知己）hóngyán-zhījǐ เพื่อนผู้หญิงที่รู้ใจกันของผู้ชาย ; กิ๊กหญิง

H

红眼（紅眼）hóngyǎn 动 โกรธเป็นฟืนเป็นไฟ ; อิจฉาตาร้อน
红眼病（紅眼病）hóngyǎnbìng 名〈医〉โรคตาแดง
红艳艳（紅艷艷）hóngyànyàn 形 แดงสด
红药水（紅藥水）hóngyàoshuǐ 名〈医〉ยาแดง
红叶（紅葉）hóngyè 名 ใบไม้แดง (ของต้นเมเปิล ฯลฯ)
红衣主教（紅衣主教）hóngyī-zhǔjiào〈宗〉บาทหลวงคาร์ดินาล (*cardinal*)
红缨枪（紅纓槍）hóngyīngqiāng 名〈旧〉〈军〉หอกพู่ห้อยแดง
红运（紅運）hóngyùn 名 โชคดี
红晕（紅暈）hóngyùn 名 แดงเลือดฝาด
红蜘蛛（紅蜘蛛）hóngzhīzhū 名 แมงมุมแดง
红肿（紅腫）hóngzhǒng 形 บวมแดง
宏大 hóngdà 形 มโหฬาร ; ยิ่งใหญ่
宏观（宏觀）hóngguān 形 มหาทรรศน์
宏论（宏論）hónglùn 名 คำกล่าวที่เพียบพร้อมไปด้วยความรู้รอบด้าน
宏图（宏圖）hóngtú 名 แผนการอันยิ่งใหญ่
宏伟（宏偉）hóngwěi 形 (ขนาด แผนการ ฯลฯ) ยิ่งใหญ่
宏愿（宏願）hóngyuàn 名 ปณิธานอันยิ่งใหญ่
虹 hóng 名 รุ้ง
洪 hóng 形 ใหญ่ 名 อุทกภัย
洪大 hóngdà 形 (เสียง) ดังก้อง
洪峰 hóngfēng 名 ระดับน้ำในแม่น้ำขึ้นถึงจุดสูงสุด
洪福 hóngfú 名 บุญบารมี
洪亮 hóngliàng 形 (เสียง) ดังก้อง ; ดังกังวาน
洪流 hóngliú 名 กระแสน้ำที่ไหลบ่า
洪炉（洪爐）hónglú 名 เตาใหญ่ ; อุปมา แหล่งฝึกฝน
洪水 hóngshuǐ 名 น้ำป่า
洪水猛兽（洪水猛獸）hóngshuǐ-měngshòu〈成〉ภัยพิบัติอันใหญ่หลวง
洪灾 hóngzāi 名 อุทกภัย
洪钟（洪鐘）hóngzhōng 名 ระฆังใหญ่
鸿福（鴻福）hóngfú 名 บุญบารมี
鸿沟（鴻溝）hónggōu 名 ช่องว่าง
鸿毛（鴻毛）hóngmáo 名 ขนของห่านหงส์ ; อุปมา ไม่สำคัญแม้แต่นิดเดียว
鸿雁（鴻雁）hóngyàn 名 ห่านป่า
哄 hǒng 动 เกลี้ยกล่อม ; ล่อให้ดีใจ ; หลอก
哄骗（哄騙）hǒngpiàn 动 หลอก
侯 hóu 名 ตำแหน่งอันดับที่สองในบรรดาห้าบรรดาศักดิ์สมัยศักดินา ; ขุนนางชั้นผู้ใหญ่
侯爵 hóujué 名 ตำแหน่งอันดับที่สองในบรรดาห้าบรรดาศักดิ์สมัยศักดินา
喉 hóu 名〈生理〉คอ
喉癌 hóu'ái 名〈医〉มะเร็งในลำคอ
喉管 hóuguǎn 名〈生理〉ลำคอ
喉结（喉結）hóujié 名〈生理〉ลูกกระเดือก
喉咙（喉嚨）hóu•lóng 名 ลำคอและคอหอย
喉舌 hóushé 名 ปากเสียง (ตัวแทนในการพูด)
喉头（喉頭）hóutóu 名 ลำคอ
喉炎 hóuyán 名〈医〉ลำคออักเสบ
猴 hóu 名 ลิง ; วานร
猴年马月（猴年馬月）hóunián-mǎyuè〈惯〉ปีวอกเดือนมะเมีย หมายความว่า วันเวลาที่ไม่สามารถล่วงรู้ได้ มักจะใช้ในกรณีที่บ่นว่าจะไม่มีวันปรากฏเป็นจริงขึ้นได้
猴皮筋儿（猴皮筋兒）hóupíjīnr〈口〉ยางรัด
猴头（猴頭）hóutóu 名〈植〉เห็ดหัวลิง ; หัวลิง
猴子 hóu•zi 名 ลิง
瘊子 hóu•zi 名〈医〉หูด
吼 hǒu 动 คำราม ; แผดเสียงก้อง
吼叫 hǒujiào 动 คำราม ; แผดเสียงก้อง
吼声（吼聲）hǒushēng 名 เสียงคำราม
后 hòu 名 หลัง ; ราชินี
后半天（後半天）hòubàntiān 名 ช่วงบ่าย
后半夜（後半夜）hòubànyè 名 หลังเที่ยงคืน
后备（後備）hòubèi 形 ที่สำรองไว้เพื่อหนุนช่วยหรือเสริมเพิ่มเติม
后备箱（後備箱）hòubèixiāng 名 กระโปรงหลังรถ

后备役（後備役）hòubèiyì 名〈军〉ทหารกองหนุน
后背（後背）hòubèi 名 หลัง (ของร่างกาย)
后辈（後輩）hòubèi 名 รุ่นหลัง
后边（後邊）hòu·bian 名 ด้านหลัง ; ข้างหลัง
后撤（後撤）hòuchè 动 ถอยหลัง
后尘（後塵）hòuchén 名〈书〉ฝุ่นที่ตลบฟุ้งขึ้นหลังจากคนเดินผ่านไป อุปมาว่า (ตาม) หลังคนอื่น
后代（後代）hòudài 名 คนรุ่นหลัง
后爹（後爹）hòudiē 名〈口〉พ่อเลี้ยง
后盾（後盾）hòudùn 名 กำลังหนุน
后发制人（後發制人）hòufā-zhìrén〈成〉ถอยหลังก่อนแล้วค่อยบุกโจมตีศัตรู
后方（後方）hòufāng 名 แนวหลัง
后跟（後跟）hòugēn 名 ส้น
后顾之忧（後顧之憂）hòugùzhīyōu〈成〉ความกังวลที่มีต่อครอบครัว
后果（後果）hòuguǒ 名 ผลสุดท้าย
后话（後話）hòuhuà 名 เรื่องที่เกิดขึ้นภายหลัง
后患（後患）hòuhuàn 名 ภัยที่เกิดขึ้นในภายภาคหน้า
后悔（後悔）hòuhuǐ 动 เสียใจในภายหลัง
后会有期（後會有期）hòuhuì-yǒuqī〈成〉พบกันในโอกาสหน้า
后记（後記）hòujì 名 คำเสริมท้าย ; ภาคผนวก
后继有人（後繼有人）hòujì-yǒurén〈成〉มีผู้สืบช่วงต่อไป
后脚（後脚）hòujiǎo 名 ขาหลัง (เวลาก้าวเท้าเดิน) 副 ตามหลัง
后进（後進）hòujìn 名 ผู้มีอาวุโสน้อยกว่า ; บุคคล (หรือคณะ) ที่ก้าวหน้าช้า
后劲（後勁）hòujìn 名 ฤทธิเดชตอนท้าย ; กำลังที่ทุ่มเทไปในช่วงสุดท้าย
后来（後來）hòulái 名 ต่อมาภายหลัง
后来居上（後來居上）hòulái-jūshàng〈成〉ผู้มาทีหลังก้าวล้ำหน้าไป
后来人（後來人）hòuláirén 名 ผู้มาภายหลัง ; คนรุ่นหลัง
后路（後路）hòulù 名 เส้นทางบำรุงแนวหลัง (ของกองทัพ) ; ทางหนีทีไล่
后妈（後媽）hòumā 名〈口〉แม่เลี้ยง
后门（後門）hòumén 名 ประตูหลัง
后面（後面）hòumiàn 名 ด้านหลัง ; ต่อมา
后脑勺（後腦勺）hòunǎosháo 名〈口〉ท้ายทอย
后年（後年）hòunián 名 ปีที่ต่อจากปีหน้า ; สองปีข้างหน้า
后怕（後怕）hòupà 动 รู้สึกหวาดกลัวเมื่อหวนนึกถึงเรื่องที่เกิดขึ้น
后期（後期）hòuqī 名 ระยะหลัง
后起之秀（後起之秀）hòuqǐzhīxiù มือดีรุ่นหลัง
后勤（後勤）hòuqín 名 งานพลาธิการแนวหลัง ; งานฝ่ายธุรการ
后人（後人）hòurén 名 คนรุ่นหลัง
后任（後任）hòurèn 名 ผู้รับตำแหน่งแทนคนต่อมา
后身（後身）hòushēn 名 ด้านหลังของร่างกาย ; ส่วนด้านหลังของเสื้อ
后生可畏（後生可畏）hòushēng-kěwèi〈成〉คนรุ่นหลังย่อมจะสามารถแซงหน้าคนรุ่นก่อนได้เสมอ
后世（後世）hòushì 名 ยุคหลัง
后事（後事）hòushì 名 เรื่องที่เกิดขึ้นภายหลัง ; งานศพ
后手（後手）hòushǒu 名〈旧〉ผู้รับช่วงต่อ ; การเสียเปรียบ (ในการเล่นหมากรุก) ; ทางออก
后台（後臺）hòutái 名 ด้านหลังของเวที ; คนหนุนอยู่เบื้องหลัง
后台老板（後臺老闆）hòutái lǎobǎn ผู้หนุนหลัง ; ผู้อยู่หลังฉาก
后天（後天）hòutiān 名 วันมะรืนนี้
后天性（後天性）hòutiānxìng 名 ลักษณะที่อุบัติขึ้นหลังเกิดมาแล้ว
后头（後頭）hòu·tou 名 ข้างหลัง ; ต่อไปภายหน้า
后退（後退）hòutuì 动 ถอยหลัง
后卫（後衛）hòuwèi 名〈军〉〈体〉กองหลัง
后项（後項）hòuxiàng 名〈数〉เทอมหลัง (เช่น

H

a:b,b เป็นเทอมหลัง)
后效（後效）hòuxiào 名 ผลที่ปรากฏขึ้นภายหลัง
后续（後續）hòuxù 形 ที่มาเชื่อมต่อภายหลัง
后学（後學）hòuxué 名〈谦〉ผู้มีคุณวุฒิด้านการศึกษาด้อยกว่า (มักจะใช้พูดถึงตัวเองในเชิงถ่อมตัว)
后遗症（後遺症）hòuyízhèng 名〈医〉อาการแทรกซ้อนที่ยังตกค้างอยู่
后裔（後裔）hòuyì 名 ผู้สืบเชื้อสาย
后援（後援）hòuyuán 名〈军〉กองกำลังเสริม
后院（後院）hòuyuàn 名 ส่วนหลังของบ้านซื่อเหอย่วน（四合院）; แนวหลัง ; ส่วนภายใน
后者（後者）hòuzhě 代 รายการหลัง ; กรณีหลัง
后肢（後肢）hòuzhī 名 ขาหลัง (ของสัตว์สี่เท้า)
后缀（後綴）hòuzhuì 名〈语〉ปัจจัย (ส่วนเติมท้ายศัพท์)
厚 hòu 形 หนา
厚爱（厚愛）hòu'ài 名 ความเมตตาเอ็นดูอย่างใหญ่หลวง
厚薄 hòubó 名 หนาบาง
厚此薄彼 hòucǐ-bóbǐ〈成〉เลือกที่รักมักที่ชัง
厚待 hòudài 动 ปฏิบัติต่ออย่างดี ; รับรองอย่างดี
厚道 hòu·dao 形 มีน้ำใสใจจริงและใจกว้าง
厚度 hòudù 名 ความหนา
厚礼（厚禮）hòulǐ 名 ของขวัญอย่างงาม
厚脸皮（厚臉皮）hòuliǎnpí 名〈骂〉หน้าด้านไร้ยางอาย
厚实（厚實）hòu·shi 形〈口〉หนาและแน่น
厚望 hòuwàng 名 ความหวังอย่างสูง
厚颜无耻（厚顏無恥）hòuyán-wúchǐ〈成〉หน้าด้านไร้ยางอาย
厚意 hòuyì 名 น้ำใจเอื้ออาทร
厚重 hòuzhòng 形 ทั้งหนาและหนัก ; (ของขวัญ ฯลฯ) มากและมีค่าสูง ;〈书〉ซื่อสัตย์และหนักแน่น
候 hòu 动 รอคอย ; ถามทุกข์สุข 名 กาลเวลา
候补（候補）hòubǔ 动 สำรอง
候车室（候車室）hòuchēshì 名 ห้องพักผู้โดยสาร (รถยนต์ รถไฟ ฯลฯ)
候机室（候機室）hòujīshì 名 ห้องพักผู้โดยสาร (เครื่องบิน)
候鸟（候鳥）hòuniǎo 名 นกที่โยกย้ายถิ่นที่อยู่ตามฤดูกาล
候审（候審）hòushěn 动〈法〉รอคอยการสอบสวน
候选人（候選人）hòuxuǎnrén 名 ผู้สมัครรับการเลือกตั้ง
候诊（候診）hòuzhěn 动 รอการตรวจของหมอ
鲎（鱟）hòu 名〈动〉แมงดาทะเล ; เหรา
乎 hū 助〈书〉ปัจจัยเสริมท้ายคำกริยาในภาษาจีนโบราณบอกคำถาม เท่ากับ “吗” “呢” ; คำเสริมท้ายประโยคบอกการคาดคะเน เท่ากับ “吧” ; บอกอุทานเท่ากับ “啊”
呼 hū 拟声 (คำเลียนเสียงอย่างเสียงลมพัด) อู้ 动 หายใจออก ; เรียก
呼哧 hūchī 拟声 (คำเลียนเสียงอย่างเสียงหอบ) ฮัก ๆ
呼风唤雨（呼風喚雨）hūfēng-huànyǔ〈成〉เรียกลมเรียกฝน ; ครอบงำสิ่งธรรมชาติหรือสถานการณ์
呼喊 hūhǎn 动 ร้องเรียก
呼号（呼號）hūháo 动 ร้องไห้โฮ ๆ
呼号（呼號）hūhào 名 สัญญาณเรียก ; คำร้อง
呼唤 hūhuàn 动 เรียกหา
呼叫 hūjiào 动 ใช้สัญญาณเรียก (ทางวิทยุ) ; ร้องเรียก
呼救 hūjiù 动 ร้องเรียกให้ช่วยชีวิต
呼啦圈 hūlāquān 名〈体〉ฮูลาฮูป (*hula hoop*)
呼噜（呼嚕）hūlū 拟声 (กรน) ครอก ๆ
呼哨 hūshào 名 เสียงผิวปาก
呼声（呼聲）hūshēng 名 เสียงที่เรียกร้อง
呼天抢地（呼天搶地）hūtiān-qiāngdì〈成〉ปล่อยเสียงร้องไห้โฮ
呼吸 hūxī 动 หายใจ
呼吸道 hūxīdào 名〈生理〉ช่องหายใจ
呼啸（呼嘯）hūxiào 动 คำราม ; แผดเสียงก้อง
呼应（呼應）hūyìng 动 ร้องเรียกและตอบรับ
呼吁（呼籲）hūyù 动 เรียกร้อง (เพื่อขอความช่วยเหลือหรือขอความเป็นธรรม)
呼之欲出 hūzhī-yùchū〈成〉คนในภาพวาดหรือ

ตัวละครในวรรณกรรมมีชีวิตชีวาเหมือนจริงขนาดถ้าเรียกก็เดินออกมาได้

忽 hū 动 ละเลย 副 ประเดี๋ยว...ประเดี๋ยว...

忽地 hūdì 副 อย่างฉับพลัน

忽而 hū'ér 副 ประเดี๋ยว...ประเดี๋ยว...

忽高忽低 hūgāo-hūdī 〈成〉 (เสียง)ประเดี๋ยวสูงประเดี๋ยวต่ำ ; (อารมณ์) ประเดี๋ยวดีประเดี๋ยวไม่ดี

忽冷忽热（忽冷忽熱）hūlěng-hūrè 〈成〉 ประเดี๋ยวร้อนประเดี๋ยวหนาว

忽略 hūlüè 动 เผอเรอ ; ละเลย ; เลินเล่อ

忽米 hūmǐ 量 เศษหนึ่งส่วนแสนเมตร

忽然 hūrán 副 ทันใดนั้น ; ทันทีทันใด

忽闪（忽閃）hūshǎn 动 เปล่งแสงแวววับ

忽视（忽視）hūshì 动 มองข้าม

忽悠 hū•you 动 〈方〉 โบกสะบัด ; หลอกลวง ; ต้ม

糊 hū 动 โปะ (ทากาวหรือทาแป้งเปียก)

囫囵觉（囫圇覺）húlúnjiào 名 การหลับสนิททั้งคืน

囫囵吞枣（囫圇吞棗）húlún-tūnzǎo 〈成〉 กลืนพุทราไม่คายเมล็ด อุปมาว่า การรับเอามาโดยไม่เลือก ; กะล่อมกะแล่ม

和 hú 动 เล่นไพ่นกกระจอกหรือไพ่อื่น ๆ ตรงกับกฎเกณฑ์ (จึงชนะ)

狐 hú 名 〈动〉 สุนัขจิ้งจอก

狐臭 húchòu 名 〈医〉 เหม็นขี้เต่า

狐假虎威 hújiǎhǔwēi 〈成〉 จิ้งจอกแอบอิงบารมีของเสือ

狐狸 hú•li 名 สุนัขจิ้งจอก

狐狸精 hú•lijīng 名 ภูตจิ้งจอก ; ปีศาจจิ้งจอก ; 〈骂〉 หญิงที่มีเสน่ห์ยั่วยวน

狐狸尾巴 hú•li wěi•ba หางจิ้งจอก อุปมาว่า เจตนาหรือพฤติกรรมชั่วร้ายซึ่งไม่อาจซุกซ่อนให้มิดชิดได้

狐媚 húmèi 形 ยั่วยวนด้วยเสน่ห์

狐朋狗友 húpéng-gǒuyǒu 〈成〉 พวกหัวมังกุท้ายมังกร

狐裘 húqiú 名 เสื้อคลุมหนังสุนัขจิ้งจอก

狐群狗党（狐群狗黨）húqún-gǒudǎng 〈成〉 พรรคพวกหัวมังกุท้ายมังกร

狐疑 húyí 动 สงสัย ; ระแวง

弧 hú 名 〈数〉 ส่วนโค้ง ; ความโค้ง

弧度 húdù 量 〈数〉 ส่วนโค้งของวงกลมที่มีความยาวเท่ากับรัศมีของมัน

弧光 húguāng 名 ไฟแสงโค้ง

弧光灯（弧光燈）húguāngdēng 名 หลอดไฟแสงโค้ง

弧线（弧綫）húxiàn 名 เส้นโค้ง

弧形 húxíng 名 รูปโค้ง

胡缠（胡纏）húchán 动 อ้อนวอนเคี่ยวเข็ญ

胡扯 húchě 动 พูดเหลวไหล ; พูดคุยเรื่องไร้สาระ

胡吹 húchuī 动 พูดคุยโวโอ้อวดไร้สาระ

胡搞 húgǎo 动 ทำเหลวไหล ; ทำอย่างสุ่มสี่สุ่มห้า

胡话（胡話）húhuà 名 คำเพ้อ

胡椒 hújiāo 名 〈植〉 พริกไทย

胡搅蛮缠（胡攪蠻纏）hújiǎo-mánchán 〈成〉 เถียงข้าง ๆ คู ๆ

胡来（胡來）húlái 动 ทำเหลวไหล ; ทำตามใจชอบ

胡乱（胡亂）húluàn 副 ลวก ๆ ; ตามอำเภอใจ ; มักง่าย

胡萝卜（胡蘿蔔）húluó•bo 名 〈植〉 แครอท (*carrot*)

胡麻 húmá 名 ป่าน

胡闹（胡鬧）húnào 动 เอะอะก่อกวน ; พาลหาเรื่อง

胡琴 hú•qin 名 〈乐〉 ซออู้

胡说（胡説）húshuō 动 พูดบ้า ๆ บอ ๆ ; พูดเหลวไหล

胡说八道（胡説八道）húshuō-bādào 〈成〉 พูดบ้า ๆ บอ ๆ ; พูดเหลวไหล

胡思乱想（胡思亂想）húsī-luànxiǎng 〈成〉 คิดบ้า ๆ บอ ๆ ; คิดเหลวไหล

胡同 hútòng 名 ซอย ; ตรอก

胡须（鬍鬚）húxū 名 หนวดเครา

胡言乱语（胡言亂語）húyán-luànyǔ 〈成〉 พูดเหลวไหล

胡诌（胡謅）húzhōu 动 โกหกตอแหล

胡子（鬍子）hú•zi 名 หนวดเครา

胡子拉碴（鬍子拉碴）hú•zilāchā 形 〈口〉 หนวดเครารุงรัง

胡作非为（胡作非爲）húzuò-fēiwéi〈成〉เที่ยว
ก่อกรรมทำเข็ญ

壶（壺）hú 名 กาน้ำ

核儿（核兒）húr 名〈口〉เมล็ดผลไม้

葫芦（葫蘆）hú•lu 名〈植〉น้ำเต้า

湖 hú 名 ทะเลสาบ ; สระ

湖滨（湖濱）húbīn 名 ชายฝั่งทะเลสาบ

湖光山色 húguāng-shānsè〈成〉ทิวทัศน์ภูเขา
และทะเลสาบ

湖畔 húpàn 名 ริมฝั่งทะเลสาบ

湖泊 húpō 名〈ชื่อเรียกรวม〉ทะเลสาบ

湖心 húxīn 名 กลางทะเลสาบ

煳 hú 动 ไหม้เกรียม

槲 hú 名〈植〉ต้นโอ๊คมองโกเลีย

蝴蝶 húdié 名〈动〉ผีเสื้อ

蝴蝶结（蝴蝶結）húdiéjié 名 โบว์ (bow)

糊 hú 动 ทากาวหรือแป้งเปียก ; ไหม้เกรียม 名
อาหารประเภทโจ๊ก

糊糊 hú•hu 名〈方〉ข้าวต้ม ; โจ๊ก ; แป้งเปียก

糊口 húkǒu 动 เลี้ยงปากเลี้ยงท้อง

糊里糊涂（糊里糊塗）hú•lihútú〈成〉เลอะเทอะ ;
หลง ๆ ลืม ๆ

糊涂（糊塗）hú•tu 形 เลอะเทอะ ; ยุ่งเหยิง

糊涂虫（糊塗蟲）hú•tuchóng 名 คนขี้หลงขี้ลืม

糊涂账（糊塗賬）hú•tuzhàng 名 บัญชีที่ยุ่งเหยิง

虎 hǔ 名〈动〉เสือ

虎背熊腰 hǔbèi-xióngyāo〈成〉อุปมาว่า รูปร่าง
ใหญ่โตและแข็งแกร่ง

虎将 hǔjiàng 名 นายทหารที่ห้าวหาญ

虎口 hǔkǒu 名 ปากเสือ ; แหล่งที่อันตรายที่สุด

虎口拔牙 hǔkǒu-báyá〈成〉ถอนฟันในปากเสือ
อุปมาว่า เสี่ยงอันตรายเป็นอย่างมาก

虎口余生（虎口餘生）hǔkǒu-yúshēng〈成〉
รอดตายจากปากเสือ (รอดปากเหยี่ยวปากกา)

虎气（虎氣）hǔ•qì 名 ความมีพลัง

虎钳（虎鉗）hǔqián 名 คีมปากนกแก้ว

虎视眈眈（虎視眈眈）hǔshì-dāndān〈成〉จ้อง
ตะครุบเหมือนเสือ

虎头虎脑（虎頭虎腦）hǔtóu-hǔnǎo〈成〉
ไร้เดียงสาและแข็งแรง (มักจะใช้กับเด็กผู้ชายที่
น่ารัก ๆ)

虎头蛇尾（虎頭蛇尾）hǔtóu-shéwěi〈成〉
หัวเสือหางงู อุปมาว่า ตอนต้นแข็ง ตอนท้ายอ่อน

虎威 hǔwēi 名 บารมีของขุนพล

虎穴 hǔxué 名 ถ้ำเสือ ; อุปมาว่า เขตอันตราย

虎牙 hǔyá 名〈口〉เขี้ยว

唬 hǔ 动〈口〉ขู่หรือต้มตุ๋น

琥珀 hǔpò 名 อำพัน

互 hù 副 ซึ่งกันและกัน

互补（互補）hùbǔ 动 เสริมซึ่งกันและกัน

互补性（互補性）hùbǔxìng 名 ลักษณะเสริมซึ่ง
กันและกัน

互动（互動）hùdòng 动 ส่งอิทธิพลให้กัน

互访（互訪）hùfǎng 动 เยี่ยมเยียนซึ่งกันและกัน

互感 hùgǎn 动〈电〉เหนี่ยวนำซึ่งกันและกัน

互换 hùhuàn 动 แลกเปลี่ยนซึ่งกันและกัน

互惠 hùhuì 动 เอื้อประโยชน์แก่กันและกัน

互见（互見）hùjiàn 动 (ข้อความสองตอนหรือ
หลายตอน) เสริมซึ่งกันและกัน ; มีอยู่พร้อมกัน

互利 hùlì 动 อำนวยผลประโยชน์แก่กันและกัน

互利互惠 hùlì•hùhuì เอื้ออำนวยประโยชน์ต่อกัน

互联网（互聯網）hùliánwǎng 名〈计〉
อินเตอร์เน็ต (internet)

互谅互让（互諒互讓）hùliàng-hùràng ให้อภัย
และลดราวาศอกต่อกัน

互勉 hùmiǎn 动〈书〉ให้กำลังใจแก่กัน

互让（互讓）hùràng 动 ยอมซึ่งกันและกัน ; ลด
ราวาศอกต่อกัน

互通有无（互通有無）hùtōng-yǒuwú
แลกเปลี่ยนสิ่งของที่ต่างฝ่ายต่างต้องการ

互相 hùxiāng 副 ซึ่งกันและกัน

互信 hùxìn 动 เชื่อถือซึ่งกันและกัน

互助 hùzhù 动 ช่วยเหลือซึ่งกันและกัน

户 hù 名 ประตู ; ครอบครัว

户部 hùbù 名〈旧〉กรมการคลัง (กรมซึ่งคุมงาน
ที่ดิน สำมะโนครัว ภาษีอากรและการเงิน

H

ในสมัยโบราณ)
户籍 hùjí 名 ทะเบียนบ้าน
户口 hùkǒu 名 สำมะโนครัว
户口本 hùkǒuběn 名 ทะเบียนสำมะโนครัว
户头（户頭）hùtóu 名 บัญชีผู้ฝากเงิน (ธนาคาร)
户外 hùwài 名 ภายนอกสถานที่
户型 hùxíng 名〈建〉แบบของห้องชุด
户主 hùzhǔ 名 เจ้าบ้าน
护（護）hù 动 ปกป้อง ; ให้ท้าย
护岸（護岸）hù'àn 动 รักษาฝั่ง (แม่น้ำหรือทะเล)
护兵（護兵）hùbīng 名 ทหารคุ้มกัน
护城河（護城河）hùchénghé 名 คูเมือง
护短（護短）hùduǎn 动 แก้ตัวในความผิดของฝ่ายตน ; เข้าข้างฝ่ายตนซึ่งเป็นฝ่ายผิด
护肤（護膚）hùfū 动 บำรุงผิว ; ดูแลผิว
护肤品（護膚品）hùfūpǐn 名 ผลิตภัณฑ์บำรุงผิว ; ผลิตภัณฑ์ดูแลผิว
护工（護工）hùgōng 名 ลูกจ้างดูแลคนไข้
护航（護航）hùháng 动 คุ้มกันเส้นทางเดินเรือ ; คุ้มกันเส้นทางบิน
护驾（護駕）hùjià 动 อารักขา
护栏（護欄）hùlán 名 รั้ว ; เครื่องกั้นเป็นเขต
护理（護理）hùlǐ 动 พยาบาล ; บำรุงรักษา
护林（護林）hùlín 动 รักษาป่าไม้
H
护身符（護身符）hùshēnfú 名 ยันต์ป้องกันตัว
护士（護士）hù·shi 名 นางพยาบาล
护士长（護士長）hù·shizhǎng 名 หัวหน้าพยาบาล
护送（護送）hùsòng 动 คุ้มกันไปส่ง
护腿（護腿）hùtuǐ 名〈体〉สนับแข้ง
护卫（護衛）hùwèi 动 พิทักษ์รักษา 名 เจ้าหน้าที่อารักขา
护卫艇（護衛艇）hùwèitǐng 名〈军〉เรือคุ้มกัน
护膝（護膝）hùxī 名〈体〉สนับเข่า
护胸（護胸）hùxiōng 名〈体〉เครื่องป้องกันหน้าอก
护养（護養）hùyǎng 动 บำรุงรักษา
护照（護照）hùzhào 名 หนังสือเดินทาง ; พาสปอร์ต (*passport*)
沪（滬）Hù 名 ชื่อย่อของนครเซี่ยงไฮ้
怙恶不悛（怙惡不悛）hù'è-bùquān〈成〉ก่อกรรมทำชั่วโดยไม่ยอมกลับตัว
戽 hù 名〈农〉พลั่ววิดน้ำ 动 วิด
糊弄 hù·nong 动〈方〉หลอก ; ถูไถ
花 huā 名 ดอกไม้ 动 ใช้จ่าย
花白 huābái 形 (ผม) หงอก ; สีเทา ๆ (ขาวปนดำ)
花瓣 huābàn 名〈植〉กลีบดอกไม้
花苞 huābāo 名〈植〉ดอกไม้ตูม
花边（花邊）huābiān 名 ขอบลาย ; ผ้าลูกไม้
花布 huābù 名 ผ้าดอก
花菜 huācài 名〈植〉กะหล่ำดอก
花草 huācǎo 名 ดอกและหญ้า
花茶 huāchá 名 ชาหอม (ใบชาอบดอกมะลิ)
花车（花車）huāchē 名 รถแห่ ; รถที่ประดับดอกไม้
花丛（花叢）huācóng 名 พุ่มไม้ดอก
花旦 huādàn 名〈剧〉ตัวละครที่แสดงเป็นหญิงสาวร่าเริงและใจกล้า
花灯（花燈）huādēng 名 โคมไฟที่ประดับแสงสีสวยงามในงานเทศกาลประชันโคมไฟ
花朵 huāduǒ 名 ดอกไม้
花儿（花兒）huā'ér 名 เพลงลูกทุ่งประเภทหนึ่งของจีน (เป็นเพลงรัก)
花房 huāfáng 名 ห้องเพาะเลี้ยงดอกไม้
花费（花費）huāfèi 动 สิ้นเปลือง ; ใช้จ่าย
花费（花費）huā·fei 名 ค่าใช้จ่าย
花粉 huāfěn 名〈植〉เรณูดอกไม้
花岗岩（花崗岩）huāgāngyán 名〈地质〉หินแกรไนต์ (*granite*)
花骨朵 huāgū·duo 名 ดอกไม้ตูม
花冠 huāguān 名〈植〉ตัวดอก ; โคโรลลา (*corolla*)
花好月圆（花好月圓）huāhǎo-yuèyuán〈成〉ดอกไม้ก็งาม พระจันทร์ก็เต็มดวง (เป็นคำอวยพรในวันงานมงคลสมรส)
花红柳绿（花紅柳綠）huāhóng-liǔlǜ〈成〉ดอกไม้แดงต้นหลิวเขียว อุปมา ทิวทัศน์สวยงามในฤดูใบไม้ผลิ

花花肠子（花花腸子）huā·huacháng·zi 〈方〉 กลอุบาย ; ชั้นเชิง

花花公子 huāhuā-gōngzǐ หนุ่มเจ้าสำราญ ; เพลย์บอย (*playboy*)

花花绿绿（花花緑緑）huāhuālǜlǜ 形 สีสันฉูดฉาด

花花世界 huāhuā-shìjiè โลกคาวโลกีย์

花环（花環）huāhuán 名 พวงมาลา ; พวงมาลัย

花卉 huāhuì 名 ดอกไม้และต้นหญ้า

花会（花會）huāhuì 名 งานประกวดดอกไม้ ; หวย

花季 huājì 名 ฤดูดอกไม้บาน อุปมา (เด็กหญิง) วัยรุ่น

花甲 huājiǎ 名 อายุ ๖๐ ปี

花架子 huājià·zi 名 ที่รองกระถางดอกไม้ ; อุปมาว่า ข้างนอกสุกใส ข้างในเป็นโพรง

花剑（花劍）huājiàn 名 〈体〉 ฟอยล์ (*foil*) (ดาบไม่มีคมสำหรับฝึกฟันดาบ) ; การฟันดาบด้วยฟอยล์

花匠 huājiàng 名 มาลาการ ; คนทำสวน

花椒 huājiāo 名 〈植〉 พริกหอม

花轿（花轎）huājiào 名 เกี้ยวที่เจ้าสาวนั่งในวันมงคลสมรส

花镜（花鏡）huājìng 名 แว่นสายตายาว

花卷 huājuǎn 名 ฮวาจ่วน เป็นขนมม้วนที่ทำด้วยแป้งนึ่ง

花篮（花籃）huālán 名 กระเช้าดอกไม้

花蕾 huālěi 名 〈植〉 ดอกตูม

花脸（花臉）huāliǎn 名 〈剧〉 ตัวละครงิ้วที่เขียนหน้าด้วยสีให้มีลวดลาย

花柳病 huāliǔbìng 名 〈医〉 กามโรค

花露水 huālùshuǐ 名 น้ำหอมชนิดหนึ่งของจีน

花蜜 huāmì 名 〈植〉 น้ำหวานของเกสรดอกไม้

花名册 huāmíngcè 名 สมุดรายชื่อ

花木 huāmù 名 ดอกไม้และต้นไม้ที่ปลูกไว้สำหรับชม

花鸟（花鳥）huāniǎo 名 ภาพวาดจีนที่วาดดอกไม้และนกเป็นหลัก

花农（花農）huānóng 名 ชาวสวนที่ปลูกดอกไม้เป็นอาชีพ

花炮 huāpào 名 ดอกไม้ไฟและประทัด

花盆 huāpén 名 กระถางดอกไม้

花瓶 huāpíng 名 แจกันดอกไม้

花圃 huāpǔ 名 สวนเพาะดอกไม้

花钱（花錢）huāqián 动 เสียเงิน ; ใช้เงิน

花前月下 huāqián-yuèxià 〈成〉 หน้าพุ่มดอกไม้ใต้แสงจันทร์ ปริยายหมายถึงที่ซึ่งเหมาะแก่ชายหญิงนัดพบกัน

花枪（花槍）huāqiāng 名 อาวุธโบราณคล้ายหอกแต่สั้นกว่า ; (เล่น) ลูกไม้

花腔 huāqiāng 名 〈剧〉 การขับร้องที่เล่นเสียง

花圈 huāquān 名 พวงหรีด

花儿（花兒）huār 名 ดอกไม้

花容月貌 huāróng-yuèmào 〈成〉 (หญิง) หน้าตาสวยงามดุจดอกไม้และพระจันทร์

花蕊 huāruǐ 名 〈植〉 เกสรดอกไม้

花色 huāsè 名 สีและลาย ; แบบต่าง ๆ ของสินค้าประเภทเดียวกัน

花哨 huā·shao 形 สีสันฉูดฉาด

花生 huāshēng 名 〈植〉 ถั่วลิสง

花生酱（花生醬）huāshēngjiàng 名 แยมถั่วลิสง

花生米 huāshēngmǐ 名 เมล็ดถั่วลิสง

花生油 huāshēngyóu 名 น้ำมันถั่วลิสง

花束 huāshù 名 ช่อดอกไม้

花坛（花壇）huātán 名 แท่นดอกไม้

花天酒地 huātiān-jiǔdì 〈成〉 ชีวิตสำมะเลเทเมา ; โลกสุรานารี

花团锦簇（花團錦簇）huātuán-jǐncù 〈成〉 สีสันแพรวพราว

花纹（花紋）huāwén 名 ลาย

花线（花綫）huāxiàn 名 ด้ายปักดอกไม้ ; 〈电〉 สายไฟที่งอได้

花销（花銷）huā·xiao 动 〈口〉 ใช้จ่าย 名 〈口〉 ค่าใช้จ่าย

花心 huāxīn 名, 形 เจ้าชู้

花絮 huāxù 名 เกร็ดข่าว ; เก็บตกเบื้องหลังการถ่ายทำ

花言巧语（花言巧語）huāyán-qiǎoyǔ 〈成〉

H

คำพูดไพเราะแต่ไม่จริงใจ ; พูดคำไพเราะแต่ไม่จริงใจ

花眼 huāyǎn 名 สายตายาว ; สายตาคนแก่

花样（花樣）huāyàng 名 แบบลาย ; แบบ ; (เล่น) ลวดลาย

花样游泳（花樣游泳）huāyàng yóuyǒng〈体〉บัลเล่ต์น้ำ

花园（花園）huāyuán 名 สวนดอกไม้

花展 huāzhǎn 名 นิทรรศการดอกไม้ ; ดอกไม้โชว์

花招 huāzhāo 名 ลูกไม้ (ในการเล่นมวย) ; (เล่น) ลูกไม้ (เพื่อล่อหลอก)

花枝招展 huāzhī-zhāozhǎn〈成〉(หญิงที่แต่งตัว) สวยเพริศพริ้ง

花烛（花燭）huāzhú 名 เทียนซึ่งจุดในห้องคู่บ่าวสาวในวันมงคลสมรส

哗（嘩）huā 拟声 (เสียงน้ำไหล) ซู่ซ่า ; โครม

划 huá 动 พาย ; คุ้ม (ค่า) ; กรีด

划不来（划不來）huá·bulái 形 ไม่คุ้มค่า

划得来（划得來）huá·delái 形 คุ้มค่า

划拉（劃拉）huá·la 动〈方〉ปัด ; เขียนลวก ๆ

划拳（劃拳）huáquán 动 เล่นทายนิ้ว

划水（劃水）huáshuǐ 动 พายเรือ

划算 huásuàn 形 คุ้มค่า 动 คิดคำนวณ

划艇 huátǐng 名〈体〉เรือพาย

华（華）huá 名 แสงรุ่งโรจน์ ; จีน 形 รุ่งเรือง

华北（華北）Huáběi 名 เขตเหนือของจีน (รวมมณฑลเหอเป่ย มณฑลซานซี นครปักกิ่งและนครเทียนสินและภาคกลางมองโกเลียใน)

华达呢（華達呢）huádání 名〈纺〉ผ้ากาบาร์ดีน (*gabardine*)

华诞（華誕）huádàn 名〈书〉วันเกิด

华灯（華燈）huádēng 名 โคมไฟอันวิจิตรงดงามและเปล่งแสงเรืองรอง

华东（華東）Huádōng 名 ภาคตะวันออกของจีน (รวมมณฑลซานตุง เจียงซู เจ้อเจียง อานฮุย เจียงซี ฮกเกี้ยน ไต้หวันและนครเซี่ยงไฮ้)

华而不实（華而不實）huá'érbùshí〈成〉มีแต่ดอกไม่มีผล อุปมาว่า สวยแต่รูปจูบไม่หอม

华尔街（華爾街）Huá'ěr Jiē 名 ถนนวอลล์สตรีท (*Wall Street*)

华尔兹（華爾兹）huá'ěrzī 名 วอลตซ์ (*waltz*)

华发（華髮）huáfà 名〈书〉ผมหงอก ; ผมสีขาว

华盖（華蓋）huágài 名 ฉัตร

华贵（華貴）huáguì 形 งามและล้ำค่า ; โอ่อ่าโหฐาน

华丽（華麗）huálì 形 สวยหรู

华美（華美）huáměi 形 สวยหรู ; สวยโอ่อ่า

华南（華南）Huánán 名 ภาคใต้ของจีน (รวมมณฑลกวางตุ้งและกวางสี)

华年（華年）huánián 名 วัยหนุ่มสาว

华侨（華僑）huáqiáo 名 ชาวจีนโพ้นทะเล

华人（華人）huárén 名 คนเชื้อสายจีน

华文（華文）Huáwén 名 ภาษาจีน

华西（華西）Huáxī 名 ภาคตะวันตกของจีน

华夏（華夏）Huáxià 名 ชื่อประเทศจีนในสมัยโบราณ

华裔（華裔）huáyì 名 ลูกหลานของชาวจีนโพ้นทะเล

华语（華語）Huáyǔ 名 ภาษาจีน

华中（華中）Huázhōng 名 ภาคกลางของจีน (รวมมณฑลหูเป่ยและมณฑลหูหนาน)

哗变（嘩變）huábiàn 动 (กองทหาร) ก่อการกบฏขึ้นอย่างฉับพลัน

哗然（嘩然）huárán 形 (คนมากมายส่งเสียง) เอะอะโวยวาย

哗众取宠（嘩衆取寵）huázhòng-qǔchǒng〈成〉เอาใจมวลชนเพื่อให้สนับสนุน

猾 huá 形 เจ้าเล่ห์

滑 huá 形 เกลี้ยงเกลา ; ลื่น

滑板 huábǎn 名〈机〉สไลด์ (*slide*) ;〈体〉การโจมตีแบบกลลวง (ยุทธวิธีการเล่นปิงปอง)

滑冰 huábīng 动〈体〉เล่นสเกตน้ำแข็ง

滑冰场（滑冰場）huábīngchǎng 名 ลานสเกต

滑道 huádào 名 ทางลาด (นำส่งสิ่งของหรือนำคนลงจากภูเขา) ; ทางเลื่อนไหล

滑动（滑動）huádòng 动 ลื่นไถล

滑稽 huá·jī 形 ตลก

滑稽戏（滑稽戲）huá·jīxì 名〈剧〉หัสนาฏกรรม ; ละครชวนหัว

滑溜 huá·liu 形〈口〉ลื่น ; เกลี้ยงเกลา
滑轮（滑輪）huálún 名〈机〉ลูกรอก
滑落 huáluò 动 ลื่นหล่นลง
滑腻 huánì 形 (ผิว) ละเอียดเกลี้ยงเกลา
滑坡 huápō 动 (ดรรชนีผลการเรียน ผลงาน ฯลฯ) ตก ; ล้าหลัง ; ถดถอย
滑润（滑潤）huárùn 形 (ผิวหนัง) เกลี้ยงเกลาและมีน้ำมีนวล
滑石粉 huáshífěn 名〈矿〉ผงแป้ง (*talcum*)
滑爽 huáshuǎng 形 (แป้ง) ลื่นสบายตัว
滑梯 huátī 名 บันไดลื่น
滑头(滑頭)huátóu 名 คนปลิ้นปล้อน ; จอมกะล่อน 形 กะล่อน
滑翔 huáxiáng 动 บินร่อน
滑翔机（滑翔機）huáxiángjī 名〈航〉เครื่องร่อน
滑行 huáxíng 动 ลื่นไหล (ไปข้างหน้า)
滑雪 huáxuě 动〈体〉เล่นสกี
滑雪板 huáxuěbǎn 名 กระดานสกี
滑音 huáyīn 名〈乐〉เสียงเอื้อน ; เสียงกลมกล่อม

化 huà 动 เปลี่ยนแปลง ; ละลาย

化冻（化凍）huàdòng 动 ละลายน้ำแข็ง
化肥 huàféi 名〈简〉ปุ๋ยเคมี
化工 huàgōng 名〈简〉อุตสาหกรรมเคมี
化合 huàhé 动〈化〉การรวมตัวทางเคมี
化合物 huàhéwù 名〈化〉สารประกอบเคมี
化解 huàjiě 动 คลายลง
化疗（化療）huàliáo 动〈医〉〈简〉การรักษาด้วยวิธีเคมีบำบัด ; (ปาก) การทำคีโม (*chemotherphy*)
化名 huàmíng 名 ชื่อปลอม 动 ปลอมชื่อ
化脓（化膿）huànóng 动〈医〉เป็นหนอง
化身 huàshēn 名〈宗〉นิรมาณกาย ; ร่างจำแลง ; ภาพลักษณ์
化石 huàshí 名 ซากดึกดำบรรพ์
化外之民 huàwàizhīmín〈成〉คนป่าเถื่อน ; คนนอกรีตนอกประเพณี
化为乌有（化爲烏有）huàwéi-wūyǒu〈成〉กลายเป็นสูญ ; อันตรธานไป
化纤（化纖）huàxiān 名〈纺〉〈简〉ใยเคมี ; ใยสังเคราะห์
化险为夷（化險爲夷）huàxiǎnwéiyí〈成〉อันตรายกลายเป็นปลอดภัย ; รอดพ้นจากอันตราย
化学（化學）huàxué 名 เคมี
化学变化（化學變化）huàxué biànhuà〈化〉การเปลี่ยนแปลงทางเคมี
化学反应（化學反應）huàxué fǎnyìng〈化〉ปฏิกิริยาทางเคมี
化学家（化學家）huàxuéjiā 名 นักเคมี
化学性质（化學性質）huàxué xìngzhì〈化〉คุณสมบัติทางเคมี
化学元素（化學元素）huàxué yuánsù〈化〉มูลธาตุเคมี
化验（化驗）huàyàn 动 ทดลอง
化验室（化驗室）huàyànshì 名 ห้องทดลอง
化验员（化驗員）huàyànyuán 名 เจ้าหน้าที่ห้องทดลอง
化缘（化緣）huàyuán 动〈宗〉บิณฑบาต
化整为零（化整爲零）huàzhěngwéilíng〈成〉แยกจำนวนเต็มเป็นจำนวนย่อย ; แยกกลุ่มใหญ่เป็นกลุ่มย่อย
化妆（化妝）huàzhuāng 动 แต่งหน้า ; ผัดหน้าทาปาก
化妆品（化妝品）huàzhuāngpǐn 名 เครื่องสำอาง
化装（化裝）huàzhuāng 动 (นักแสดง) แต่ง (เป็นตัวละคร) ; ปลอมตัว

划（劃）huà 动 กำหนดเส้นแบ่ง ; วางแผน

划拨（劃撥）huàbō 动 จัดสรร ; โอน
划分（劃分）huàfēn 动 แบ่งแยก
划归（劃歸）huàguī 动 กำหนดให้ขึ้นต่อ...
划价（劃價）huàjià 动 ตีราคา
划界（劃界）huàjiè 动 กำหนดเส้นแบ่ง
划清（劃清）huàqīng 动 แบ่งให้ชัดเจน
划时代（劃時代）huàshídài 形 บุกเบิกยุคสมัย
划一（劃一）huàyī 形 เป็นอันหนึ่งอันเดียวกัน 动 ทำให้เป็นอันหนึ่งอันเดียวกัน

画（畫）huà 动 วาด 名 ภาพวาด

画板（畫板）huàbǎn 名 กระดานวาดภาพ
画报（畫報）huàbào 名 วารสารภาพ ; หนังสือพิมพ์ภาพประกอบ
画笔（畫筆）huàbǐ 名 ดินสอวาดเขียน ; พู่กันวาดภาพ
画饼充饥（畫餅充饑）huàbǐng-chōngjī〈成〉วาดขนมเปี๊ยะแก้หิว อุปมาว่า ปลอบใจตัวเองด้วยความฝัน
画布（畫布）huàbù 名 ผ้าเขียนภาพ
画册（畫册）huàcè 名 หนังสือภาพ
画地为牢（畫地爲牢）huàdì-wéiláo〈成〉กำหนดพื้นที่ให้ดำเนินการ ; กำหนดปริมณฑลให้ดำเนินการ
画法（畫法）huàfǎ 名 วิธีการวาดภาพ
画稿（畫稿）huàgǎo 名 ต้นร่างภาพวาด
画工（畫工）huàgōng 名 ช่างวาดเขียน ; ฝีมือวาดเขียน
画虎类犬（畫虎類犬）huàhǔ-lèiquǎn〈成〉วาดรูปเสือกลับคล้ายสุนัข อุปมาว่า เลียนแบบไม่ชำนาญ
画夹（畫夾）huàjiā 名 แฟ้มใส่ภาพวาด
画家（畫家）huàjiā 名 จิตรกร
画架（畫架）huàjià 名 ขาตั้งวาดภาพ
画匠（畫匠）huàjiàng 名 ช่างวาดภาพ
画卷（畫卷）huàjuàn 名 ภาพม้วน ; อุปมาว่า ทิวทัศน์หรือสถานที่ที่ยิ่งใหญ่มโหฬาร
画刊（畫刊）huàkān 名 วารสารภาพ
画廊（畫廊）huàláng 名 ระเบียงภาพวาด ; ระเบียงนิทรรศการภาพวาด ; ร้านขายภาพวาด
画龙点睛（畫龍點睛）huàlóng-diǎnjīng〈成〉วาดมังกรเสร็จพอเขียนตาเข้าไปปุ๊บตัวมังกรก็เหาะขึ้นสู่ท้องฟ้าทันที อุปมาว่า ในการเขียนเรียงความ หรือการกล่าวคำพูดนั้น ถ้าเติมส่วนสำคัญนิดหน่อยเข้าไปจะทำให้มีชีวิตชีวาขึ้นมาทันที
画眉（畫眉）huàméi 名〈动〉นกธวัชชนิดหนึ่ง มีเสียงร้องไพเราะ
画面（畫面）huàmiàn 名 ภาพที่ปรากฏบนภาพวาดหรือจอภาพยนตร์
画片（畫片）huàpiàn 名 ภาพพิมพ์เล็ก ๆ ที่ย่อจากภาพใหญ่
画儿（畫兒）huàr 名 ภาพ
画蛇添足（畫蛇添足）huàshé-tiānzú〈成〉วาดงูแล้วเติมขา อุปมาว่า ต่อเติมให้มากเรื่อง
画师（畫師）huàshī 名 ช่างวาดเขียน
画室（畫室）huàshì 名 ห้องภาพ ; สตูดิโอ (*studio*)
画图（畫圖）huàtú 动 วาดภาพ ; วาดแผนผัง 名 ภาพวาด
画外音（畫外音）huàwàiyīn 名 เสียงนอกจอ (ภาพยนตร์)
画像（畫像）huàxiàng 名 รูปวาด (ต่างจากรูปถ่าย) 动 วาดรูปเหมือน
画押（畫押）huàyā 动 ลงสัญลักษณ์ยอมรับ (ที่เอกสารสัญญาหรือคำให้การ ฯลฯ)
画页（畫頁）huàyè 名 ภาพแทรกในหนังสือ หนังสือพิมพ์หรือนิตยสาร
画院（畫院）huàyuàn 名 สถาบันวาดเขียนในสมัยราชวงศ์ซ่ง ซึ่งมีฝีมือประณีตในการวาดเขียน
画展（畫展）huàzhǎn 名〈简〉นิทรรศการภาพวาด
画轴（畫軸）huàzhóu 名 ม้วนภาพวาด
画作（畫作）huàzuò 名 ภาพวาด

话（話）huà 名 คำพูด 动 พูด ; กล่าว
话别（話别）huàbié 动 กล่าวอำลา
话柄（話柄）huàbǐng 名 เรื่องที่เป็นขี้ปากคน
话费（話費）huàfèi 名〈简〉ค่าโทรศัพท์
话剧（話劇）huàjù 名 ละครพูด
话里有话（話裏有話）huà·lǐ-yǒuhuà〈成〉แฝงนัยไว้ในคำพูด
话梅（話梅）huàméi 名 ลูกบ๊วย
话说（話説）huàshuō 动 ว่ากันว่า (มักจะใช้กล่าวขึ้นต้นในการเล่านิยายสมัยก่อน)
话题（話題）huàtí 名 เรื่องที่จะพูด
话筒（話筒）huàtǒng 名 ไมโครโฟน (*microphone*) ; ลำโพง
话头（話頭）huàtóu 名 ประเด็นที่ยกขึ้นมาถกกัน ; ถ้อยคำ
话务员（話務員）huàwùyuán 名 พนักงาน

ชุมสายโทรศัพท์

话匣子（話匣子）huàxiá•zi 名 เครื่องรับวิทยุ ;
อุปมาคนที่ชอบพูด

话音（話音）huàyīn 名 เสียงพูด ; น้ำเสียง

话语（話語）huàyǔ 名 ถ้อยคำ ; คำพูด

桦树（樺樹）huàshù 名〈植〉ต้นเบิร์ช (birch)

怀（懷）huái 名 อ้อมอก ; จิตใจ 动 คิดถึง ;
แฝงไว้ในใจ

怀抱（懷抱）huáibào 名 อ้อมอก

怀表（懷錶）huáibiǎo 名 นาฬิกาพก

怀才不遇（懷才不遇）huáicái-bùyù〈成〉
มีความรู้ความสามารถแต่ไม่มีโอกาสแสดงออก

怀恨（懷恨）huáihèn 动 ผูกแค้น

怀旧（懷舊）huáijiù 动 รำลึกความในอดีต

怀里（懷裏）huáilǐ 名 อ้อมอก ; อ้อมกอด

怀念（懷念）huáiniàn 动 รำลึกถึง

怀胎（懷胎）huáitāi 动 ตั้งครรภ์

怀疑（懷疑）huáiyí 动 สงสัย

怀孕（懷孕）huáiyùn 动〈生理〉ตั้งครรภ์

槐树（槐樹）huáishù 名〈植〉ต้นสกอลาร์จีน
(Chinese scholar tree)

坏（壞）huài 形 เลว ; เสีย ; ชั่ว

坏处（壞處）huàichù 名 ข้อเสีย

坏蛋（壞蛋）huàidàn 名〈口〉〈骂〉พวกสารเลว ;
ไอ้ชั่ว

坏点子（壞點子）huàidiǎn•zi 名 แผนชั่ว

坏东西（壞東西）huàidōng•xi 名 คนเลว ;
คนระยำ

坏话（壞話）huàihuà 名 คำพูดที่ทำให้เสียหาย

坏人（壞人）huàirén 名 คนเลว

坏事（壞事）huàishì 名 เรื่องไม่ดี ;
เหตุการณ์ที่ไม่เป็นมงคล 动 ทำให้เรื่องเสีย

坏死（壞死）huàisǐ 动〈医〉เนื้อตาย

坏心眼儿（壞心眼兒）huàixīnyǎnr เจตนาร้าย

坏血病（壞血病）huàixuèbìng 名〈医〉โรคลักปิด
ลักเปิด

欢（歡）huān 形 ดีใจ ; คึกคัก

欢蹦乱跳（歡蹦亂跳）huānbèng-luàntiào

กระโดดโลดเต้น

欢畅（歡暢）huānchàng 形 สบายอกสบายใจ

欢唱（歡唱）huānchàng 动 ร้องเพลงอย่าง
ดีอกดีใจ

欢度（歡度）huāndù 动 ฉลองกันอย่างครึกครื้น

欢歌（歡歌）huāngē 名 เสียงร้องเพลงอย่าง
ดีอกดีใจ

欢呼（歡呼）huānhū 动 ไชโยโห่ร้อง

欢聚（歡聚）huānjù 动 ชุมนุมกันด้วย
ความปีติยินดี

欢快（歡快）huānkuài 形 รื่นเริงและมีชีวิตชีวา

欢乐（歡樂）huānlè 形 ดีอกดีใจอย่างครึกครื้น

欢庆（歡慶）huānqìng 动 ฉลองกันอย่างครึกครื้น

欢声雷动（歡聲雷動）huānshēng-léidòng〈成〉
เสียงไชโยโห่ร้องดังสนั่นหวั่นไหว

欢声笑语（歡聲笑語）huānshēng-xiàoyǔ〈成〉
เสียงหัวเราะร่าเริง

欢送（歡送）huānsòng 动 ส่งด้วยความยินดี ;
ชุมนุมกันเลี้ยงส่งหรือส่งถึงที่ออกเดินทาง

欢腾（歡騰）huānténg 动 กระโดดโลดเต้นกัน
อย่างดีอกดีใจ

欢天喜地（歡天喜地）huāntiān-xǐdì〈成〉
ดีอกดีใจเป็นล้นพ้น

欢喜（歡喜）huānxǐ 形 ดีใจ

欢笑（歡笑）huānxiào 动 หัวเราะร่า ; หัวเราะ
อย่างเบิกบานใจ

欢心（歡心）huānxīn 名 ความชอบใจ

欢欣（歡欣）huānxīn 形 ปลื้มปีติยินดี

欢欣鼓舞（歡欣鼓舞）huānxīn-gǔwǔ〈成〉
ปลุกเร้าใจและดีใจเป็นล้นพ้น

欢颜（歡顏）huānyán 名〈书〉ใบหน้าที่ส่อให้
เห็นความเบิกบานใจ

欢迎（歡迎）huānyíng 动 ยินดีต้อนรับ ; ต้อนรับ

欢迎曲（歡迎曲）huānyíngqǔ 名 เพลงต้อนรับ
แขก

欢愉（歡愉）huānyú 形 เบิกบานใจ

欢悦（歡悦）huānyuè 形 ชื่นชมยินดี

獾 huān 名〈动〉แบดเจอร์ (badger) สัตว์กินเนื้อ

H

ชนิดหนึ่ง

还（還）huán 动 กลับคืน ; ส่งคืน
还本（還本）huánběn 动 คืนเงินต้น
还魂（還魂）huánhún 动 ฟื้นชีพ
还击（還擊）huánjī 动 ตอบโต้ ; ยิงตอบโต้
还价（還價）huánjià 动 ต่อราคา
还口（還口）huánkǒu 动 โต้เถียง
还款（還款）huánkuǎn 动 คืนเงิน (ที่ยืม หรือกู้)
还礼（還禮）huánlǐ 动 แสดงความเคารพตอบ ; มอบของขวัญเพื่อตอบแทน
还情（還情）huánqíng 动 ตอบแทนน้ำใจ
还手（還手）huánshǒu 动 ตีโต้ตอบ
还俗（還俗）huánsú 动〈宗〉(พระหรือแม่ชี) สึก
还乡（還鄉）huánxiāng 动 กลับบ้านเกิด ; คืนสู่เหย้า
还阳（還陽）huányáng 动 คืนชีพ
还原（還原）huányuán 动 คืนสู่สภาพเดิม
还债（還債）huánzhài 动 คืนหนี้ ; ชำระหนี้
还嘴（還嘴）huánzuǐ 动 เถียง

环（環）huán 名 ห่วง 动 ล้อมรอบ
环保（環保）huánbǎo 名〈简〉การรักษาสิ่งแวดล้อม
环抱（環抱）huánbào 动 โอบล้อม
环衬（環襯）huánchèn 名〈印〉หน้าเปล่าหลังปกหนังสือ
环城（環城）huánchéng 动 รอบเมือง
环岛（環島）hùándǎo 名〈交〉ถนนวงแหวน
环顾（環顧）huángù 动〈书〉มองไปรอบ ๆ
环节（環節）huánjié 名 ห่วงลูกโซ่ ; ขั้นตอน
环境（環境）huánjìng 名 สิ่งแวดล้อม
环境保护（環境保護）huánjìng bǎohù การรักษาสิ่งแวดล้อม
环境污染（環境污染）huánjìng wūrǎn มลภาวะ
环球（環球）huánqiú 名 ทั่วโลก
环绕（環繞）huánrào 动 ล้อมรอบ
环视（環視）huánshì 动 มองไปรอบ ๆ
环卫（環衛）huánwèi 形〈简〉ความสะอาดในที่สาธารณะ ; ความสะอาดรอบตัว
环线（環綫）huánxiàn 名〈简〉เส้นทางวงแหวน
环行（環行）huánxíng 动 เดินวนรอบ ; วิ่งวนรอบ
环形（環形）huánxíng 名 รูปวงแหวน
环宇（環宇）huányǔ 名 ทั่วทั้งพิภพ

寰球 huánqiú 名 ทั่วโลก
寰宇 huányǔ 名〈书〉ทั่วทั้งพิภพ

缓（緩）huǎn 形 เชื่องช้า 动 ประวิง
缓兵之计（緩兵之計）huǎnbīngzhījì〈成〉แผนประวิงเวลา
缓步（緩步）huǎnbù 动 เดินช้า ๆ
缓冲（緩衝）huǎnchōng 动 กันชน
缓冲器（緩衝器）huǎnchōngqì 名〈机〉ตัวกั้นกลาง ; บัมเปอร์ (*bumper*)
缓和（緩和）huǎnhé 动 คลี่คลายลง 形 ผ่อนคลายลง
缓缓（緩緩）huǎnhuǎn 形 ช้า ๆ ; เอื่อย ๆ
缓急（緩急）huǎnjí 名 ความเร่งด่วนและไม่เร่งด่วน
缓解（緩解）huǎnjiě 动 คลี่คลายลง
缓慢（緩慢）huǎnmàn 形 เชื่องช้า ; เอื่อย ๆ
缓坡（緩坡）huǎnpō 名 เนินที่ไม่ชัน
缓期（緩期）huǎnqī 动 เลื่อนเวลา ; พักไว้ชั่วคราว
缓气（緩氣）huǎnqì 动 หายใจเอาแรง
缓刑（緩刑）huǎnxíng 动〈法〉ภาคทัณฑ์
缓行（緩行）huǎnxíng 动 เคลื่อนที่ช้าๆ ; เลื่อนเวลาดำเนินการ

幻灯（幻燈）huàndēng 名 ภาพสไลด์
幻化 huànhuà 动 เปลี่ยนแปลงไปอย่างน่าอัศจรรย์
幻觉（幻覺）huànjué 名 ความรู้สึกหลอน
幻梦（幻夢）huànmèng 名 ฝัน
幻灭（幻滅）huànmiè 动 ความฝันดับสูญ
幻术（幻術）huànshù 名 วิทยากล
幻听（幻聽）huàntīng 名〈医〉จิตหลอนทางหู
幻想 huànxiǎng 动 เพ้อฝัน
幻想曲 huànxiǎngqǔ 名〈乐〉เพลงแฟนตาเซีย (*fantasia*)
幻象 huànxiàng 名 ภาพลวงตา

H

幻影 huànyǐng 名 ภาพเพ้อฝัน

换 huàn 动 เปลี่ยน ; แลก

换班 huànbān 动 ผลัดเวร ; เปลี่ยนกะ

换车（换車）huànchē 动 เปลี่ยนรถ ; ต่อรถ

换成 huànchéng 动 แลกเป็น ; เปลี่ยนเป็น

换代 huàndài 动 เปลี่ยนรุ่น

换挡（换擋）huàndǎng 动 เปลี่ยนเกียร์

换防 huànfáng 动〈军〉การเปลี่ยนเวรระหว่างกองทหารประจำท้องถิ่น

换岗（换崗）huàngǎng 动 เปลี่ยนเวร ; เปลี่ยนยาม

换个儿（换個兒）huàngèr 动〈口〉สับเปลี่ยนกัน

换工 huàngōng 动 แลกเปลี่ยนแรงงานกัน

换购（换購）huàngòu 动 แลกสินค้าด้วยคูปองหรือสินค้าเก่าและชำระส่วนต่างของราคา

换汇（换匯）huànhuì 动 แลกเงินตราต่างประเทศ

换货（换貨）huànhuò 动 เปลี่ยนสินค้า

换季 huànjì 动 เปลี่ยนฤดูกาล

换届 huànjiè 动 เปลี่ยนชุดบริหารใหม่

换气（换氣）huànqì 动 เปลี่ยนอากาศ ; ถ่ายเทอากาศ

换钱（换錢）huànqián 动 แลกเงิน ; แตกเงิน

换取 huànqǔ 动 แลกเอามา

换算 huànsuàn 动 คิดเทียบจำนวนของหน่วยหนึ่งเป็นจำนวนของอีกหน่วยหนึ่ง

换位思考 huànwèisīkǎo 动 คิดแบบใจเขาใจเรา

换文 huànwén 名 สาสน์ที่แลกเปลี่ยนกันระหว่างประเทศ

换洗 huànxǐ 动 เปลี่ยนและซัก (เสื้อผ้า ผ้าปูที่นอน ฯลฯ)

换血 huànxiě 动 ถ่ายเลือด

换牙 huànyá 动〈生理〉เปลี่ยนฟัน

换言之（换言之）huànyánzhī〈书〉พูดอีกอย่างหนึ่ง ; กล่าวอีกแง่มุมหนึ่ง

换样（换樣）huànyàng 动 เปลี่ยนรูป ; เปลี่ยนโฉมหน้า

换约（换約）huànyuē 动 ลกเปลี่ยนข้อตกลงกัน

唤 huàn 动 เรียก

唤起 huànqǐ 动 ปลุกให้ตื่นตัว

唤醒 huànxǐng 动 ปลุกให้ตื่น

涣散 huànsàn 形 หย่อนยาน

患 huàn 名 ภัยพิบัติ 动 เป็นโรค

患病 huànbìng 动 ป่วย

患处（患處）huànchù 名 ส่วนที่เป็นบาดแผล ; ส่วนที่บาดเจ็บ

患得患失 huàndé-huànshī〈成〉กังวลเรื่องส่วนได้ส่วนเสียของตน

患难（患難）huànnàn 名 ตกยาก

患难与共（患難與共）huànnàn-yǔgòng〈成〉ร่วมทุกข์ร่วมสุข

患有 huànyǒu 动 เป็น (โรค...)

患者 huànzhě 名 ผู้ป่วย

焕发（焕發）huànfā 动 กระปรี้กระเปร่า ; เปล่งปลั่ง

焕然一新 huànrán-yīxīn〈成〉เปลี่ยนโฉมหน้าใหม่หมด

豢养（豢養）huànyǎng 动 เลี้ยง (สัตว์) ; อุปมาว่า เลี้ยงไว้เพื่อใช้เป็นประโยชน์

荒 huāng 形 รกร้าง ; ไร้สาระ

荒草 huāngcǎo 名 หญ้ารก

荒村 huāngcūn 名 หมู่บ้านที่เปล่าเปลี่ยวและอยู่ห่างจากชุมนุมชน

荒诞（荒誕）huāngdàn 形 ไร้สาระ

荒岛（荒島）huāngdǎo 名 เกาะร้าง

荒地 huāngdì 名 ที่รกร้าง

荒废（荒廢）huāngfèi 动 ละเลย ; ทอดทิ้ง ; ทิ้งให้รกร้างว่างเปล่า

荒郊 huāngjiāo 名 ที่รกร้างชานเมือง

荒凉 huāngliáng 形 รกร้างเปล่าเปลี่ยว

荒乱（荒亂）huāngluàn 形 (สังคม) วุ่นวาย

荒谬（荒謬）huāngmiù 形 เหลวไหล

荒漠 huāngmò 形 เปล่าเปลี่ยวสุดสายตา 名 ทุ่ง (หรือทะเลทราย) อันเปล่าเปลี่ยวเวิ้งว้าง

荒漠化 huāngmòhuà 动 การกลายเป็นที่เปล่าเปลี่ยวเวิ้งว้าง

荒年 huāngnián 名〈农〉ปีที่ข้าวยากหมากแพง

H

荒僻 huāngpì 形 เปล่าเปลี่ยวและอยู่ห่างจากชุมนุมชน

荒沙 huāngshā 名 ที่ดินทรายอันรกร้างว่างเปล่า

荒山 huāngshān 名 ภูเขาที่แห้งแล้ง

荒疏 huāngshū 动 ปล่อยปละละเลย ; ไม่เอาใจใส่

荒滩（荒灘）huāngtān 名 ชายหาดรกร้าง

荒唐 huāng•táng 形 เหลวไหล ; ตอแหล

荒无人烟（荒無人烟）huāngwú-rényān〈成〉อ้างว้างปราศจากผู้คน

荒芜（荒蕪）huāngwú 形 (ที่นา) รกร้างและมีหญ้าขึ้นเต็ม

荒野 huāngyě 名 ทุ่งร้าง

荒淫 huāngyín 形 หมกมุ่นอยู่กับสุรานารี

荒原 huāngyuán 名 ทุ่งร้าง

慌 huāng 动 กลัว 形 เหลือทน

慌乱（慌亂）huāngluàn 形 หวาดหวั่นวุ่นวาย

慌忙 huāngmáng 形 รีบร้อน ; ฉุกละหุก

慌神儿（慌神兒）huāngshénr 动〈口〉หวาดกลัว; ตื่นเต้นกลัว

慌手慌脚 huāngshǒu-huāngjiǎo〈成〉หวาดหวั่นวุ่นวาย

慌张（慌張）huāng•zhāng 形 ลุกลี้ลุกลน ; ตะลีตะลาน ; ตาลีตาเหลือก

皇储 huángchǔ 名 พระราชโอรสาธิราช

皇帝 huángdì 名 พระจักรพรรดิ

皇宫 huánggōng 名 พระราชวัง

皇冠 huángguān 名 มงกุฎของพระจักรพรรดิ

皇后 huánghòu 名 พระราชินี

皇家 huángjiā 名 พระราชวงศ์

皇历（皇曆）huáng•li 名〈旧〉ปฏิทินดาราศาสตร์ประจำปี

皇权（皇權）huángquán 名 พระราชอำนาจของพระจักรพรรดิ

皇上 huáng•shang 名 พระจักรพรรดิ (ทรงครองราชอยู่)

皇室 huángshì 名 พระราชวงศ์

皇太后 huángtàihòu 名 พระราชชนนี

皇太子 huángtàizǐ 名 พระโอรสาธิราช

皇天 huángtiān 名 ฟ้า

皇位 huángwèi 名 พระราชบัลลังก์ของพระจักรพรรดิ

皇族 huángzú 名 พระราชนิกูล

黄 huáng 形 เหลือง ; ล้มเหลว

黄灿灿（黄燦燦）huángcàncàn 形 เหลืองอร่าม

黄疸 huángdǎn 名〈医〉โรคดีซ่าน

黄道吉日 huángdào-jírì วันดี ; ฤกษ์งามยามดี

黄帝 Huángdì 名 พระเจ้าหวางตี้ ตามพงศาวดารจีนเล่ากันว่า พระเจ้าหวางตี้กับพระเจ้าเหยียนตี้เป็นกษัตริย์สององค์แรกของจีน มักจะรวมเรียกกันว่า 炎黄 ถือเป็นบรรพบุรุษของชาวจีน

黄鲷（黄鯛）huángdiāo 名〈动〉ปลาหนวดหนามปากแหลมชนิดหนึ่ง

黄豆 huángdòu 名 ถั่วเหลือง

黄蜂 huángfēng 名〈动〉ตัวต่อ

黄瓜 huáng•guā 名〈植〉แตงกวา

黄褐色 huánghèsè 名 สีน้ำตาลอมเหลือง

黄花菜 huánghuācài 名〈植〉ดอกไม้จีน

黄花闺女（黄花閨女）huánghuā guī•nü สาวพรหมจารี

黄花鱼（黄花魚）huánghuāyú 名〈动〉ปลาเยลโลโครเคอร์ (*yellow croaker*) (ปลาทะเลชนิดหนึ่ง)

黄昏 huánghūn 名 สายัณห์ ; พลบค่ำ

黄金 huángjīn 名 ทองคำ

黄金时代（黄金時代）huángjīn shídài ยุคทอง

黄金周 huángjīnzhōu 名 สัปดาห์ทอง (วันหยุดยาวหนึ่งสัปดาห์)

黄鹂（黄鸝）huánglí 名〈动〉ชื่อนกชนิดหนึ่ง ตัวสีเหลืองปนดำ ปากสีแดงหรือเหลือง เสียงร้องไพเราะมาก（黄莺、鸧鹒 ก็เรียก）

黄连（黄連）huánglián 名〈药〉ชื่อสมุนไพรชนิดหนึ่งของจีน

黄粱美梦（黄粱美夢）huángliáng-měimèng〈成〉ความฝันดีอันตรธานไปเมื่อตื่นจากอาการหลับ

黄磷 huánglín 名 ฟอสฟอรัสสีเหลือง (*yellow phosphorus*)

黄栌（黄櫨）huánglú 名〈植〉ต้นสโมก (ต้นใบไม้

แดง) (*smoke tree*)

黄麻 huángmá 名 ปอกระเจา

黄毛丫头（黄毛丫頭）huángmáo yā•tou แม่หนู (มีความหมายในเชิงดูถูกหรือล้อเล่น)

黄梅季 huángméijì 名〈气〉ฤดูฝนภาคใต้ของจีน

黄米 huángmǐ 名 ข้าวเหนียวเหลือง

黄鸟（黄鳥）huángniǎo 名 นกขมิ้น

黄牛 huángniú 名〈动〉วัว

黄牌 huángpái 名〈体〉ป้ายเหลือง (กรรมการตัดสินใช้เป็นสัญลักษณ์ตักเตือนนักกีฬาที่ผิดกติกาการแข่งขัน ; การตักเตือนบุคคลหรือองค์กรที่กระทำผิดกฎระเบียบหรือข้อบังคับเรียกว่า 亮黄牌)

黄皮书（黄皮書）huángpíshū 名 หนังสือปกเหลือง (ซึ่งเป็นเอกสารสำคัญที่รัฐบาลหรือสภาประกาศต่อสาธารณชน แต่ละประเทศจะใช้ปกสีแตกต่างกัน)

黄泉 huángquán 名 บ่อน้ำบาดาล ปริยายหมายถึงแหล่งที่ฝังคนตาย ; โลกยมบาล

黄壤 huángrǎng 名〈地质〉ดินเหลือง

黄热病（黄熱病）huángrèbìng 名〈医〉ไข้เหลือง

黄色 huángsè 名 สีเหลือง

黄沙 huángshā 名 ทรายเหลือง

黄鳝（黄鱔）huángshàn 名〈动〉ปลาไหล

黄鼠狼 huángshǔláng 名〈动〉แมงกระพอน ; วีเซลเหลือง (สัตว์สี่เท้าจำพวกหนึ่งคล้ายแมว) (*yellow weasel*)

黄水疮（黄水瘡）huángshuǐchuāng 名〈医〉โรคผิวหนังชนิดหนึ่งเป็นตุ่มพุพอง

黄铜（黄銅）huángtóng 名 ทองเหลือง

黄土 huángtǔ 名 ดินเหลือง

黄羊 huángyáng 名〈动〉ละมั่งเหลือง ; ละมั่งมองโกเลีย

黄莺（黄鶯）huángyīng 名〈动〉นกขมิ้นเหลืองอ่อน

黄油 huángyóu 名 น้ำมันหล่อลื่นสีเหลือง ; เนย

黄鱼（黄魚）huángyú 名 ปลาเยลโลโครเคอร์ (*yellow croaker*)

黄种人（黄種人）huángzhǒngrén 名 คนผิวเหลือง

惶惶 huánghuáng 形 หวาดหวั่น

惶惑 huánghuò 形 (จิตใจ) หวั่นไหวและงงงวย

惶恐不安 huángkǒng-bù'ān〈成〉(จิตใจ) หวาดหวั่นพรั่นพรึง

蝗虫（蝗蟲）huángchóng 名 ตั๊กแตน

蝗灾 huángzāi 名 ภัยตั๊กแตน

磺胺 huáng'àn 名〈药〉ซัลฟานิลาไมด์ (*sulphanilamide*)

簧 huáng 名〈乐〉ลิ้น (ของเครื่องดนตรี) ; สปริง (*spring*)

簧片 huángpiàn 名〈乐〉ลิ้น (ของเครื่องดนตรี)

恍惚 huǎng•hū 形 ใจลอย ; เคลิบเคลิ้ม ; คลับคล้ายคลับคลา

恍然大悟 huǎngrán-dàwù〈成〉รู้ตัวขึ้นในฉับพลัน

恍如隔世 huǎngrúgéshì〈成〉คล้ายกับเกิดใหม่อีกชาติหนึ่ง ปริยายหมายถึงกาลเวลาและทุกสิ่งที่เปลี่ยนแปลงไปมาก

恍悟 huǎngwù 动 ตื่นตัวในฉับพลัน

晃 huǎng 动 (แสง) จ้า ; แวบหนึ่ง

晃眼 huǎngyǎn 动 จ้าตา

谎（謊）huǎng 名 คำโกหก

谎报（謊報）huǎngbào 动 รายงานเท็จ

谎称（謊稱）huǎngchēng 动 กล่าวอ้างข้อเท็จ

谎话（謊話）huǎnghuà 名 คำโกหก

谎言（謊言）huǎngyán 名 คำหลอกลวง

幌子 huǎng•zi 名 ธงที่เป็นเครื่องหมายบอกสินค้าที่จำหน่าย (เช่น สุรา ฯลฯ) ซึ่งแขวนไว้หน้าร้าน ; อุปาว่า ฉากบังหน้า

晃 huàng 动 แกว่ง

晃荡（晃蕩）huàng•dang 动 แกว่งไกว ; โยกเยก

晃动（晃動）huàngdòng 动 แกว่งไกว ; สั่นไหว

晃悠 huàng•you 动 โซเซ ; แกว่งไกว ; โยกเยก

灰 huī 名 ฝุ่น ; ขี้เถ้า ; ปูน 形 ท้อแท้

灰暗 huī'àn 形 มืดสลัว

灰白 huībái 形 (สี) เทาอ่อน

灰尘（灰塵）huīchén 名 ฝุ่น ; ฝุ่นละออง

灰鹤（灰鶴）huīhè 名〈动〉นกกระเรียนสีเทา

H

灰浆（灰漿）huījiāng 名〈建〉ปูนน้ำ (สำหรับ
ทาสีฝาผนัง) ; ปูนสอ

灰烬（灰燼）huījìn 名 ขี้เถ้า

灰口铁（灰口鐵）huīkǒutiě 名〈冶〉เหล็กสีเทา

灰溜溜 huīliūliū 形 ดำคล้ำ ; ซึมเศร้า ; หงอยเหงา

灰蒙蒙 huīméngméng 形 มืดครึ้ม

灰色 huīsè 名 สีเทา

灰鼠 huīshǔ 名〈动〉กระรอกสีเทา

灰心 huīxīn 动 ท้อใจ

灰心丧气（灰心喪氣）huīxīn-sàngqì〈成〉
ท้อแท้ใจ

灰指甲 huīzhǐ·jia 名〈医〉โรคขี้กลากตามเล็บ

诙谐（詼諧）huīxié 形 (อารมณ์) ขัน

挥（揮）huī 动 โบก ; ปัด

挥动（揮動）huīdòng 动 โบก ; กวัดแกว่ง

挥发（揮發）huīfā 动〈物〉ระเหย

挥发物（揮發物）huīfāwù 名〈物〉วัตถุระเหย

挥发性（揮發性）huīfāxìng 名〈物〉การระเหย ;
ภาวะการระเหย

挥毫（揮毫）huīháo 动〈书〉ขยับพู่กันเขียน ;
ขยับพู่กันวาด

挥霍（揮霍）huīhuò 动 ผลาญ (เงินทองหรือ
ทรัพย์สมบัติ)

挥金如土（揮金如土）huījīn-rútǔ〈成〉
ผลาญเงินเหมือนผลาญดิน

挥洒（揮灑）huīsǎ 动 หลั่ง (น้ำ น้ำตา) ; อุปมาว่า
การแต่งบทประพันธ์หรือการวาดภาพคล่อง

挥手（揮手）huīshǒu 动 โบกมือ

挥舞（揮舞）huīwǔ 动 ชูมือ (ที่ถือธงหรือดอกไม้
ฯลฯ) โบกไปมา

恢复（恢復）huīfù 动 ฟื้นฟู

恢复期（恢復期）huīfùqī 名 ระยะฟื้นฟู

恢宏 huīhóng 形〈书〉กว้างใหญ่ไพศาล 动〈书〉
ส่งเสริม

辉煌（輝煌）huīhuáng 形 รุ่งโรจน์

辉映（輝映）huīyìng 动 ส่องแสง ; สะท้อนแสง

徽号（徽號）huīhào 名 ฉายานามอันดีงาม

徽章 huīzhāng 名 เครื่องหมายหรือเข็มที่ติดตัว

(แสดงอาชีพ ตำแหน่งหรือยศ ฯลฯ)

回 huí 动 กลับ ; ตอบ 量 ครั้ง ; บท

回拜 huíbài 动 เยี่ยมเยียนเพื่อเป็นการตอบสนอง

回报（回報）huíbào 动 ตอบแทน

回避 huíbì 动 หลบหลีก

回波 huíbō 名〈电〉คลื่นสะท้อนกลับ

回潮 huícháo 动 กระแสคลื่นไหลย้อน
กลับ ; ฟื้นคืน ; (ความคิดเก่า ประเพณีเก่า ฯลฯ)
คืนชีพ

回程 huíchéng 名 ขากลับ ; เที่ยวกลับ

回答 huídá 动 ตอบ

回荡（迴蕩）huídàng 动 (เสียง) สะท้อนกลับ

回到 huídào 动 กลับถึง ; กลับคืนสู่

回电（回電）huídiàn 动 ตอบโทรเลข (หรือโทรศัพท์)
名 โทรเลข (หรือโทรศัพท์) ตอบ

回访（回訪）huífǎng 动 เยือนเพื่อเป็นการตอบ
สนอง

回放 huífàng 动 (ภาพยนตร์ วีดีโอ ฯลฯ)
ฉายบางตอนใหม่

回复（回復）huífù 动 ตอบ (จดหมาย ฯลฯ) ;
คืนสู่สภาพเดิม

回顾（回顧）huígù 动 หันกลับมามอง ; หวน
ระลึกถึง

回光返照 huíguāng-fǎnzhào〈成〉
แสงอาทิตย์สะท้อนกลับในขณะที่ตกดิน;
คนป่วยหนัก อาการกลับดีขึ้นชั่วคราวก่อนจะสิ้นใจ

回归（回歸）huíguī 动 กลับคืนสู่ที่เดิม ;〈数〉
(สถิติ) ถอยหลัง

回归热（回歸熱）huíguīrè 名〈医〉ไข้ซึม (ไข้ตัว
ร้อนเป็นพัก ๆ)

回归线（回歸綫）huíguīxiàn 名〈地理〉เส้นรุ้งที่
ห่างจากเส้นศูนย์สูตรของโลก ๒๓ องศา ๒๗
ลิปดา

回锅（回鍋）huíguō 动 (อาหารที่ปรุงกึ่งสุกหรือสุก
แล้ว) เทใส่หม้ออุ่นให้ร้อนใหม่

回国（回國）huíguó 动 กลับบ้านเมือง ;
กลับประเทศ

回合 huíhé 量 เพลง ; ยก ; รอบ

回话（回話）huíhuà 动 ตอบ 名 คำตอบ
回火 huíhuǒ 动〈机〉ชุบไฟ
回击（回擊）huíjī 动 ตอบโต้ ; ตีโต้
回家 huíjiā 动 กลับบ้าน
回见（回見）huíjiàn 动〈套〉พบกันใหม่
回敬 huíjìng 动 ตอบแทนน้ำใจของผู้อื่น ; แสดงความคารวะตอบ
回绝（回絶）huíjué 动 ปฏิเสธ
回扣 huíkòu 名 ค่านายหน้าที่จ่ายย้อนหลัง; ค่าคอมมิสชัน (*commission*)
回馈（回饋）huíkuì 动 ตอบแทน
回来（回來）huí·lái 动 กลับมา
回礼（回禮）huílǐ 动 แสดงความคารวะตอบ ; มอบของขวัญตอบ
回炉（回爐）huílú 动 หลอมใหม่ ; ย่าง (หรือปิ้ง) ใหม่
回路 huílù 名 ทางกลับ ;〈电〉วงจรปิด
回落 huíluò 动 ลดลง
回马枪（回馬槍）huímǎqiāng 名 การหวนกลับจู่โจมผู้รุกไล่
回民 Huímín 名 ชาวชนชาติหุย (ชาวอิสลาม)
回眸 huímóu 动〈书〉(หญิง) หันตามอง ; หันหน้ามอง
回去 huí·qù 动 กลับไป
回身 huíshēn 动 หันตัวกลับ ; หันหลัง
回神 huíshén 动 ได้สติ (จากการตกตะลึงหรือความเพลิน)
回升 huíshēng 动 กลับเพิ่มขึ้น
回生 huíshēng 动 คืนชีพ
回声（迴聲）huíshēng 名 เสียงสะท้อน
回收 huíshōu 动 รับซื้อของเก่า
回手 huíshǒu 动 ยื่นมือไปด้านหลังหรือหันกลับแล้วเหยียดแขน ; ตีโต้
回首 huíshǒu 动〈书〉หวนรำลึกถึง ; หันหน้ากลับ
回溯 huísù 动 คิดย้อนหลัง ; ทวนกลับ
回头（回頭）huítóu 动 หันหน้ากลับ ; กลับตัวใหม่ 名 ทีหลัง (ค่อย)...
回头客（回頭客）huítóukè 名 ลูกค้าเก่า
回头路（回頭路）huítóulù 名 เส้นทางถอยหลัง ; เส้นทางเก่า
回头是岸（回頭是岸）huítóu-shì'àn〈成〉กลับตัวใหม่ย่อมจะมีทางรอด
回味 huíwèi 名 รสอร่อยที่ยังติดลิ้นอยู่ 动 ทบทวนความรู้สึกจากการหวนนึกถึงเรื่องในอดีต
回乡（回鄉）huíxiāng 动 กลับบ้านเกิด
回响（回響）huíxiǎng 名 เสียงก้องสะท้อน
回想 huíxiǎng 动 หวนคิดถึง ; รำลึกถึง
回心转意（回心轉意）huíxīn-zhuǎnyì〈成〉กลับใจ
回信 huíxìn 动 ตอบจดหมาย 名 จดหมายตอบ
回形针（迴形針）huíxíngzhēn 名 ลวดหนีบกระดาษ ; คลิป (*clip*)
回旋（迴旋）huíxuán 动 วนเวียน ; เดินหน้าถอยหลัง
回忆（回憶）huíyì 动 หวนนึกถึงความหลัง ; ประหวัด
回忆录（回憶録）huíyìlù 名 บันทึกความทรงจำ
回音 huíyīn 名 เสียงสะท้อน ; คำตอบ
回应（回應）huíyìng 动 ตอบรับ
回赠（回贈）huízèng 动 มอบของขวัญเพื่อเป็นการตอบแทน
回执（回執）huízhí 名 ใบเซ็นรับ
回转（回轉）huízhuǎn 动 หันกลับ
回族 Huízú 名 ชนชาติหุย (ชนชาติชาวอิสลาม)
回嘴 huízuǐ 动 พูดย้อน ; ด่าย้อน

茴香 huíxiāng 名〈植〉ยี่หร่า ; ผักชีญวน

洄游 huíyóu 动〈动〉การที่ปลาทะเลเคลื่อนย้ายไปมาตามเส้นทางที่แน่นอนเนื่องจากสาเหตุเปลี่ยนฤดูกาลหรือต้องการออกไข่

蛔虫（蛔蟲）huíchóng 名 พยาธิในลำไส้

悔 huǐ 动 เสียใจทีหลัง ; สำนึกผิด
悔不当初（悔不當初）huǐbùdāngchū〈成〉เสียใจที่ไม่ได้ทำอย่างนี้ในเวลานั้น ; เสียใจที่ได้ทำอย่างนี้ไปแล้วในเวลานั้น
悔改 huǐgǎi 动 สำนึกผิดและกลับตัวใหม่
悔过（悔過）huǐguò 动 สำนึกผิด
悔过自新（悔過自新）huǐguò-zìxīn〈成〉สำนึกผิดและกลับตัวใหม่

H

悔恨 huǐhèn 动 สำนึกและแค้นใจตัวเองที่ได้กระทำผิด
悔悟 huǐwù 动 สำนึกผิดและตื่นตัวขึ้น
悔约（悔約）huǐyuē 动 ทำลายสัญญา

毁 huǐ 动 ทำลาย
毁害 huǐhài 动 ทำลาย
毁坏（毁壞）huǐhuài 动 ทำเสีย
毁灭（毁滅）huǐmiè 动 ทำลายให้พินาศ
毁灭性（毁滅性）huǐmièxìng 名 การทำลายให้พินาศ
毁弃 huǐqì 动 ทำลายทิ้ง
毁容 huǐróng 动 ทำให้เสียโฉม
毁伤（毁傷）huǐshāng 动 ทำลาย ; ทำร้าย
毁约（毁約）huǐyuē 动 ทำลายสัญญา

汇（匯、彙）huì 动 บรรจบ ; ชุมนุม ; ส่ง (เงินทางไปรษณีย์หรือธนาคาร ฯลฯ)
汇报（彙報）huìbào 动 รวบรวมข้อมูลและรายงาน
汇编（彙編）huìbiān 动 ชุมนุม ; รวบรวม (เอกสาร ฯลฯ)
汇兑（匯兑）huìduì 动 (ธนาคารหรือที่ทำการไปรษณีย์) ชำระเงินที่ส่งทางธนาคารหรือทางธนาณัติให้ผู้รับเงิน
汇费（匯費）huìfèi 名 ค่าธรรมเนียมการส่งเงิน
汇合（匯合）huìhé 动 (กระแสน้ำ) ไหลมาบรรจบกัน
汇集（彙集）huìjí 动 ชุมนุม ; รวบรวม
汇寄（匯寄）huìjì 动 ส่ง (เงิน) ทางธนาณัติหรือทางธนาคาร
汇款（匯款）huìkuǎn 动 ส่งเงินทางธนาณัติหรือทางธนาคาร
汇款单（匯款單）huìkuǎndān 名 ใบส่งเงิน
汇流（匯流）huìliú 动 (สายน้ำ) ไหลมาบรรจบกัน
汇率（匯率）huìlǜ 名〈经〉อัตราการแลกเปลี่ยนเงินตราต่างประเทศ
汇票（匯票）huìpiào 名 ดราฟต์ (*draft*) ; ใบจ่ายเงินทางธนาณัติ
汇总（彙總）huìzǒng 动 รวบรวมเข้าด้วยกัน

会（會）huì 名 ชุมนุม ; สมาคม 动 เป็น ; รู้
会标（會標）huìbiāo 名 สัญลักษณ์สมาคม ; เครื่องหมายสมาคม
会餐（會餐）huìcān 动 ร่วมรับประทานอาหาร
会场（會場）huìchǎng 名 สถานที่ประชุม
会费（會費）huìfèi 名 ค่าสมาชิก
会合（會合）huìhé 动 รวมตัวกัน ; บรรจบกัน
会话（會話）huìhuà 动 สนทนา
会见（會見）huìjiàn 动 พบปะ
会聚（會聚）huìjù 动 ชุมนุมกัน
会刊（會刊）huìkān 名 วารสารของสมาคม ; หนังสือรายงานการประชุม
会考（會考）huìkǎo 名〈教〉การสอบเป็นเอกภาพภายในเขต ; การสอบเป็นเอกภาพทั่วประเทศ
会客（會客）huìkè 动 พบแขก ; ต้อนรับแขก
会客室（會客室）huìkèshì 名 ห้องรับแขก
会面（會面）huìmiàn 动 พบหน้ากัน
会期（會期）huìqī 名 ช่วงเวลาประชุม
会旗（會旗）huìqí 名 ธงสันนิบาต (สมาคม ฯลฯ)
会签（會簽）huìqiān 动 ร่วมลงนาม
会商（會商）huìshāng 动 พบปะหารือกัน
会审（會審）huìshěn 动 ร่วมกันพิจารณาคดี ; ร่วมกันตรวจสอบ
会师（會師）huìshī 动 ชุมนุมพลในสนามรบ
会所（會所）huìsuǒ 名 สโมสรในหมู่บ้านจัดสรรหรืออาคารจัดสรรที่อยู่อาศัย
会谈（會談）huìtán 动 เจรจา
会堂（會堂）huìtáng 名 หอประชุม ; ศาลา
会同（會同）huìtóng 动 ร่วมกัน
会务（會務）huìwù 名 กิจการของสมาคม ; กิจการของการประชุม
会晤（會晤）huìwù 动 พบกัน
会心（會心）huìxīn 动 รู้ใจ
会演（會演）huìyǎn 动 ชุมนุมการแสดง
会议（會議）huìyì 名 การประชุม
会议室（會議室）huìyìshì 名 ห้องประชุม
会意（會意）huìyì 动 เข้าใจ 名〈语〉การรวมความหมาย (หนึ่งในวิธีการประกอบตัวหนังสือจีน ๖ วิธี)
会员（會員）huìyuán 名 สมาชิกสมาคม (หรือ

สโมสร ฯลฯ)
会员国（會員國）huìyuánguó 名 ประเทศภาคีสมาชิก
会展（會展）huìzhǎn 名 การประชุมและนิทรรศการ
会战（會戰）huìzhàn 动〈军〉(ทั้งสองฝ่าย) เผด็จศึกกัน (ในสมรภูมิ) ; รวมกำลังหลายฝ่ายเพื่อดำเนินการสำเร็จลุล่วงไป
会长（會長）huìzhǎng 名 นายกสมาคม
会诊（會診）huìzhěn 动〈医〉(แพทย์หลายคน) ร่วมกันตรวจโรค
讳（諱）huì 动 ถือ 名 เรื่องที่ถือ
讳疾忌医（諱疾忌醫）huìjí-jìyī〈成〉ปิดบังเรื่องที่เป็นโรค ปฏิเสธการรักษา ; อุปมาว่า ปิดบังข้อบกพร่อง ของตนและไม่ยอมแก้ไขปรับปรุง
讳忌（諱忌）huìjì 动 ถือ ; แสลง
讳莫如深（諱莫如深）huìmòrúshēn〈成〉ปกปิดความลับอย่างมิดชิด
讳言（諱言）huìyán 动 ไม่กล้าพูด ; ไม่อยากพูด
荟萃（薈萃）huìcuì 动 (บุคคลยอดเยี่ยมหรือสิ่งดีงาม) ชุมนุมในที่เดียวกัน
诲人不倦（誨人不倦）huìrén-bùjuàn〈成〉อบรมสั่งสอนอย่างไม่รู้จักเบื่อหน่าย
绘（繪）huì 动 วาดเขียน
绘画（繪畫）huìhuà 动 วาดภาพ
绘声绘色（繪聲繪色）huìshēng-huìsè〈成〉มีชีวิตชีวา
绘声绘影（繪聲繪影）huìshēng-huìyǐng〈成〉มีชีวิตชีวา
绘图（繪圖）huìtú 动 เขียนแผนผัง
绘制（繪製）huìzhì 动 เขียน (แผนผัง)
贿赂（賄賂）huìlù 动 ติดสินบน
贿选（賄選）huìxuǎn 动 ซื้อเสียง
烩（燴）huì 动 (วิธีการปรุงอาหาร) ผัดกับข้าวใส่น้ำแป้ง ; นำข้าว (หรือขนมเปี๊ยะ) และกับข้าวต้มน้ำรวม ๆ กัน
彗星 huìxīng 名〈天〉ดาวหาง
晦气（晦氣）huì·qì 形 เคราะห์ร้าย 名 เคราะห์ร้าย ; ซวย
晦涩（晦澀）huìsè 形 เคลือบคลุม ; คลุมเครือ
秽气（穢氣）huìqì 名 กลิ่นอายสกปรก
秽闻（穢聞）huìwén 名〈书〉ข่าวคาวโลกีย์
秽行（穢行）huìxíng 名〈书〉พฤติกรรมด้านคาวโลกีย์
秽语（穢語）huìyǔ 名 คำพูดสกปรก
惠存 huìcún 动〈敬〉โปรดให้เกียรติเก็บไว้เป็นที่ระลึก
惠顾（惠顧）huìgù 动〈敬〉ได้โปรดอุดหนุน
惠及 huìjí 动〈书〉เอื้ออำนวยประโยชน์แก่...
惠赠（惠贈）huìzèng 动〈敬〉ได้โปรดมอบให้
溃脓（潰膿）huìnóng 动〈医〉เน่าเปื่อยเป็นหนอง
慧根 huìgēn 名〈宗〉ปัญญินทรี
慧眼 huìyǎn 名 ตาทิพย์ ; สายตาอันแหลมคม
昏 hūn 形 โพล้เพล้ ; เลอะเลือน
昏暗 hūn'àn 形 มืดสลัว
昏沉 hūnchén 形 มืดครึ้ม ; สติเลอะเลือน
昏倒 hūndǎo 动 สลบ ; สิ้นสติ
昏黑 hūnhēi 形 มืดมน
昏花 hūnhuā 形 (สายตาคนมีอายุ) เลือนราง
昏黄 hūnhuáng 形 (แสงไฟ ท้องฟ้า ฯลฯ) สลัว ๆ
昏厥 hūnjué 动〈医〉โคม่า (*coma*) ; หมดความรู้สึก
昏聩（昏聵）hūnkuì 形 ตาลายหูหนวก ; อุปมาว่า เลอะเทอะหรือไม่รู้จักแยกแยะอะไรถูกอะไรผิด
昏乱（昏亂）hūnluàn 形 มันสมองเลอะเลือน
昏迷 hūnmí 动〈医〉สลบ
昏睡 hūnshuì 动 หลับใน
昏天黑地 hūntiān-hēidì〈成〉ท้องฟ้ามืดมน ; หน้ามืด ; ชีวิตเหลวไหลไร้สาระ ; (ตีกัน) วุ่นวาย (สังคม) มืดมน
昏头昏脑（昏頭昏腦）hūntóu-hūnnǎo〈成〉หน้ามืดตาลาย
昏庸 hūnyōng 形 เลอะเทอะโง่เขลา
荤（葷）hūn 名 (อาหาร) คาว
荤菜（葷菜）hūncài 名 อาหารประเภทเนื้อ ; อาหารคาว
荤腥（葷腥）hūnxīng 名 อาหารคาว
婚变（婚變）hūnbiàn 名 การหย่าร้าง
婚嫁 hūnjià 名 การสมรส ; วิวาห์
婚礼（婚禮）hūnlǐ 名 พิธีแต่งงาน

婚恋（婚戀）hūnliàn 名 การรักกันและสมรสกัน

婚龄（婚齡）hūnlíng 名 อายุในวัยแต่งงาน

婚期 hūnqī 名 วันแต่งงาน

婚庆（婚慶）hūnqìng 名 พิธีวิวาห์

婚纱（婚紗）hūnshā 名 ชุดวิวาห์ของเจ้าสาว

婚事 hūnshì 名 เรื่องการแต่งงาน

婚俗 hūnsú 名 ประเพณีการสมรส

婚外恋（婚外戀）hūnwàiliàn 名 การนอกใจ
คู่สมรส

婚姻 hūnyīn 名 การสมรส

婚姻法 hūnyīnfǎ 名〈法〉กฎหมายการสมรส

婚约（婚約）hūnyuē 名 การหมั้น

浑（渾）hún 形 ขุ่น；โง่

浑蛋（渾蛋）húndàn 名〈骂〉ไอ้ระยำ

浑厚（渾厚）húnhòu 形 เรียบ ๆ ซื่อ ๆ；(ลีลา
ศิลปะ) เรียบ ๆ มีพลัง

浑浑噩噩（渾渾噩噩）húnhún'è'è〈成〉
โง่เขลาเบาปัญญาและหลง ๆ ลืม ๆ

浑然一体（渾然一體）húnrán-yītǐ〈成〉เป็นอัน
หนึ่งอันเดียวกันอย่างแยกกันไม่ได้

浑身（渾身）húnshēn 名 ทั้งตัว；ทั่วร่าง

浑水摸鱼（渾水摸魚）húnshuǐ-mōyú〈成〉
จับปลาเมื่อน้ำขุ่น อุปมาว่า ฉวยโอกาสกอบโกย
ผลประโยชน์

浑浊（渾濁）húnzhuó 形 ขุ่น

馄饨（餛飩）hún•tun 名 เกี๊ยวน้ำกวางตุ้ง

魂 hún 名 วิญญาณ；จิตใจ

魂不附体（魂不附體）húnbùfùtǐ〈成〉
อกสั่นขวัญแขวน

魂不守舍 húnbùshǒushè〈成〉ใจไม่อยู่กับ
เนื้อกับตัว

魂飞魄散（魂飛魄散）húnfēi-pòsàn〈成〉
อกสั่นขวัญหาย

魂灵（魂靈）húnlíng 名 วิญญาณ

魂魄 húnpò 名 วิญญาณ；ขวัญ

魂牵梦萦（魂牽夢縈）húnqiān-mèngyíng〈成〉
คิดถึงอย่างลุ่มลึกทั้งวันทั้งคืน

魂儿（魂兒）húnr 名 วิญญาณ

混 hùn 动 ผสม；มั่ว

混编（混編）hùnbiān 动 ประสมประเส (ใช้ใน
กรณีจัดระบบของหน่วยงาน)

混沌 hùndùn 名 อากาศมัวสลัวเต็มไปหมด ซึ่งเป็น
สภาพก่อนโลกจะอุบัติขึ้น 形 โง่เขลาเบาปัญญา

混纺（混紡）hùnfǎng 名〈纺〉(ผ้า) ทอด้วยฝ้าย
ผสมใยสังเคราะห์

混合 hùnhé 动 ผสมผสาน；ปะปน

混合器 hùnhéqì 名 เครื่องผสม

混合物 hùnhéwù 名〈化〉วัตถุผสม；สิ่งผสม

混混儿（混混兒）hùn•hunr 名〈方〉จิ๊กโก๋

混进（混進）hùnjìn 动 ลักลอบเข้ามา；ปะปน
กันเข้ามา

混乱（混亂）hùnluàn 形 วุ่นวาย；สับสน

混凝土 hùnníngtǔ 名〈建〉คอนกรีต (concrete)

混日子 hùnrì•zi ถูไถไปวัน ๆ

混世魔王 hùnshì-mówáng มารร้ายที่ผจญโลก

混事 hùnshì 动 ทำมาหากินไปวัน ๆ

混同 hùntóng 动 นำเอาสิ่งที่แตกต่างกันมา
ปะปนเป็นสิ่งเดียวกัน

混为一谈（混爲一談）hùnwéiyītán〈成〉
เอาเรื่องที่ไม่เหมือนกันมาพูดปะปนกัน

混响（混響）hùnxiǎng 名 การดังก้อง；เสียง
สะท้อนกลับ

混淆 hùnxiáo 动 ปะปนกัน；ปนเปกัน
(มักจะใช้กับสิ่งที่เป็นนามธรรม)

混淆视听（混淆視聽）hùnxiáo-shìtīng〈成〉
ทำให้คนแยกไม่ออกว่า อะไรจริง อะไรปลอม
อะไรถูก อะไรผิด

混淆是非 hùnxiáo-shìfēi〈成〉กลับถูกเป็นผิด
กลับผิดเป็นถูก

混血儿（混血兒）hùnxuè'ér 名 ลูกครึ่ง；
เลือดผสม

混杂（混雜）hùnzá 动 ผสมปนเปกัน

混战（混戰）hùnzhàn 动 รบกันพัลวัน

混账（混賬）hùnzhàng 形〈骂〉บัดซบ

混浊（混濁）hùnzhuó 形 ขุ่น

耠 huō 动〈农〉พรวน (ดิน)

H

劐 huō 动〈口〉กรีด

豁 huō 动 ฉีก ; ร้าว ; ยอมสูญเสียค่าตอบแทนอย่างสูง

豁出去 huō•chu•qu 动 ยอมสูญเสียทุกอย่าง

豁口 huōkǒu 名 ช่องโหว่

攉 huō 动 ใช้พลั่วตักสิ่งของ (เช่น ถ่านหิน ฯลฯ) ที่กองอยู่ไปเทลงอีกที่หนึ่ง

和 huó 动 ผสม (ใช้น้ำผสมกับดินหรือแป้ง ฯลฯ)

活 huó 动 มีชีวิต 名 งาน

活宝（活寶）huóbǎo 名 ตัวตลก

活报剧（活報劇）huóbàojù 名〈剧〉ละครที่แสดงเรื่องข่าวสารการเมือง มักจะแสดงตามถนน

活蹦乱跳（活蹦亂跳）huóbèng-luàntiào〈成〉กระโดดโลดเต้นอย่างคึกคักมีชีวิตชีวา

活动（活動）huódòng 动 เคลื่อนไหว 名 กิจกรรม

活动家（活動家）huódòngjiā 名 ผู้เข้าร่วมสังคมเก่งและมีอิทธพล ; นักเคลื่อนไหว ; นักกิจกรรม

活法 huó•fǎ 名〈口〉ท่าทีที่มีต่อชีวิตและวิธีการใช้ชีวิต

活该（活該）huógāi 动〈口〉สมน้ำหน้า

活化 huóhuà 名〈化〉การทำให้เกิดภาวะกัมมันตภาพรังสี (*activation*)

活话（活話）huóhuà 名 คำพูดที่ยืดหยุ่นได้

活火山 huóhuǒshān 名〈地理〉ภูเขาไฟที่ยังไม่ดับ

活计（活計）huó•ji 名 งาน (ด้านการใช้แรงกาย)

活见鬼（活見鬼）huójiànguǐ〈惯〉แปลกชะมัด ; ไม่น่าเชื่อ

活口 huókǒu 名 พยานปากที่รอดตายมาได้ ; เชลยศึกที่สามารถบอกเหตุการณ์ของฝ่ายข้าศึกได้

活力 huólì 名 กำลังวังชา

活灵活现（活靈活現）huólíng-huóxiàn〈成〉มีชีวิตชีวาเหมือนจริง

活路 huólù 名 ทางรอด

活络（活絡）huóluò 形〈方〉(เส้นสาย กระดูก ชิ้นส่วน ฯลฯ) คลอน ; ยืดหยุ่น ; คลุมเครือ

活埋 huómái 动 ฝังทั้งเป็น

活门（活門）huómén 名〈口〉〈机〉วาลว์ (*valve*)

活命 huómìng 动 เลี้ยงชีวิต ; ช่วยชีวิตให้รอด

活泼（活潑）huó•pō 形 ร่าเริง ; มีชีวิตชีวา

活菩萨（活菩薩）huópú•sà 名 พระโพธิสัตว์จุติ เปรียบเทียบคนที่ใจเมตตาซึ่งคอยช่วยให้ปลดทุกข์

活期 huóqī 形 (บัญชีเงินฝาก) เผื่อเรียก ; บัญชีเงินฝากออมทรัพย์

活气（活氣）huóqì 名 บรรยากาศที่มีชีวิตชีวา

活儿（活兒）huór 名 งาน (ด้านการใช้แรงกาย)

活人 huórén 名 คนมีชีวิต 动 เลี้ยงชีวิต

活塞 huósāi 名〈机〉ลูกสูบของเครื่องยนต์

活生生 huóshēngshēng 形 ซึ่งมีอยู่จริง ; เห็นอยู่ทนโท่

活受罪 huóshòuzuì 动〈口〉ตกนรกทั้งเป็น

活水 huóshuǐ 名 น้ำที่ไหลจากต้นน้ำ

活物 huówù 名 สิ่งที่มีชีวิต

活像 huóxiàng 动 เหมือนกันราวกับแกะ

活性 huóxìng 名〈化〉กัมมันต์

活性染料 huóxìng rǎnliào〈化〉สีย้อมกัมมันต์

活性碳 huóxìngtàn 名〈化〉คาร์บอนกัมมันต์

活血 huóxuè 动〈中医〉ช่วยให้เลือดหมุนเวียนคล่อง

活页（活頁）huóyè 名 แผ่นกระดาษที่ยังไม่ได้เย็บเข้าเล่ม

活用 huóyòng 动 ประยุกต์ใช้ ; นำมาใช้

活跃（活躍）huóyuè 形 คึกคัก ; ทำให้เกิดบรรยากาศคึกคัก

活捉 huózhuō 动 จับเป็น

活字 huózì 名〈印〉ตัว (หนังสือ) เรียงพิมพ์

活字印刷 huózì yìnshuā〈印〉การพิมพ์ที่เรียงด้วยตัวเรียงพิมพ์

火 huǒ 名 ไฟ ; อาการร้อนใน 副 ด่วนมาก 形 เดือดดาล ; (อารมณ์) ร้อน

火把 huǒbǎ 名 คบเพลิง

火暴 huǒbào 形〈方〉โมโหร้าย ; ครึกครื้น ; เจริญงอกงาม

火并 huǒbìng 动 (คนพวกเดียวกัน) ปะทะกำลังกันเอง

火柴 huǒchái 名 ไม้ขีดไฟ

火场（火場）huǒchǎng 名 สถานที่เกิดเพลิงไหม้

H

火车（火車）huǒchē 名 รถไฟ

火车头（火車頭）huǒchētóu 名 หัวรถจักร ; รถจักร

火车站（火車站）huǒchēzhàn 名〈交〉สถานีรถไฟ

火电站（火電站）huǒdiànzhàn 名〈工〉
สถานีพลังงานไฟฟ้า ; โรงไฟฟ้า

火光 huǒguāng 名 แสงไฟ ; แสงเพลิง

火锅（火鍋）huǒguō 名 หม้อไฟ ; สุกียากี้ (สุกี้)

火海 huǒhǎi 名 ทะเลไฟ

火红（火紅）huǒhóng 形 แดงเหมือนไฟ

火候 huǒ•hou 名 ระดับไฟในเตาและเวลาการใช้ไฟ
(เช่น ไฟแก่ ไฟอ่อน) ; ระดับความชำนาญ ;
เวลาคับขัน

火花 huǒhuā 名 ประกายไฟ

火化 huǒhuà 动 เผาศพ ; ปลงศพ

火鸡（火鷄）huǒjī 名 ไก่งวง

火急 huǒjí 形 ด่วนมาก

火碱 huǒjiǎn 名 โซดาไฟ

火箭 huǒjiàn 名〈航〉จรวด

火箭炮 huǒjiànpào 名〈军〉ปืนจรวด

火箭筒 huǒjiàntǒng 名〈军〉เครื่องยิงกระสุน
เจาะเกราะ ; บาซูก้า (bazooka)

火警 huǒjǐng 名 เหตุการณ์เพลิงไหม้ ; สัญญาณ
ไฟไหม้

火炬 huǒjù 名 คบเพลิง

火炕 huǒkàng 名 แท่นนอนที่ก่อด้วยอิฐซึ่งมี
ปล่องภายในเชื่อมติดกับเตาไฟริมแท่น สำหรับ
ระบายไออุ่นเพื่อแก้ความหนาวยามนอนได้

火坑 huǒkēng 名 อุปมาว่า ขุมไฟนรก

火辣辣 huǒlàlà 形 ร้อนผะผ่าว ; ปวดแสบปวด
ร้อน ; ร้อนวูบ (ด้วยอารมณ์ตื่นเต้น) ; ใจกล้า

火力 huǒlì 名 พลังงานเชื้อเพลิง ;〈军〉กำลัง
ทำลายของอาวุธ

火力发电（火力發電）huǒlì fādiàn〈物〉กำเนิด
ไฟฟ้าด้วยแรงไฟ

火炉（火爐）huǒlú 名 เตาไฟ

火冒三丈 huǒmàosānzhàng〈成〉โกรธเป็นฟืน
เป็นไฟ

火苗 huǒmiáo 名 เปลวไฟ

火炮 huǒpào 名 ปืนใหญ่

火拼 huǒpīn 动 ปะทะกันด้วยกำลังอาวุธ

火漆 huǒqī 名 ครั่ง

火气（火氣）huǒqì 名 ความโมโห ;〈中医〉
อาการร้อนใน

火器 huǒqì 名 อาวุธดินปืน

火枪（火槍）huǒqiāng 名 ปืนไฟ

火球 huǒqiú 名 ลูกไฟกลม ๆ ; ดวงไฟกลม ๆ

火热（火熱）huǒrè 形 ร้อนแผดเผา ; ร้อนระอุ

火山 huǒshān 名〈地质〉ภูเขาไฟ

火山灰 huǒshānhuī 名〈地质〉เถ้าถ่านภูเขาไฟ

火山口 huǒshānkǒu 名〈地质〉ปากภูเขาไฟ

火伤（火傷）huǒshāng 名 แผลไฟลวก

火上浇油（火上澆油）huǒshàng-jiāoyóu〈成〉ราด
น้ำมันลงในกองไฟ อุปมาว่า เพิ่มความร้ายแรง
ขึ้นอีก

火烧眉毛（火燒眉毛）huǒshāo-méi•mao〈成〉
ไฟไหม้ขนคิ้ว อุปมาว่า (เรื่อง) จวนตัวมาก

火烧云（火燒雲）huǒshāoyún 名 เมฆที่แดงโร่
(ในขณะที่ดวงอาทิตย์ขึ้นหรือตกดิน)

火舌 huǒshé 名 เปลวไฟที่แลบแปลบปลาบ

火石 huǒshí 名 หินเหล็กไฟ

火势（火勢）huǒshì 名 ภาวะไหม้ของเพลิง

火速 huǒsù 副 ด่วนจี๋

火炭 huǒtàn 名 ถ่านไฟ

火烫（火燙）huǒtàng 形 ร้อนจี๋ 动 ดัดผมด้วย
เครื่องดัดไฟฟ้า

火头上（火頭上）huǒtóu•shàng 名 ขณะที่
กำลังเดือดดาล

火腿 huǒtuǐ 名 หมูแฮม

火险（火險）huǒxiǎn 名 อัคคีภัย

火线（火綫）huǒxiàn 名〈军〉สนามรบ

火星 huǒxīng 名 ประกายไฟ ;〈天〉ดาวอังคาร

火眼金睛 huǒyǎn-jīnjīng〈成〉ตาทิพย์ซึ่ง
สามารถมองทะลุทุกสิ่งได้

火焰 huǒyàn 名 เปลวไฟ

火焰喷射器（火焰噴射器）huǒyàn pēnshèqì〈军〉
เครื่องพ่นไฟ

火药（火藥）huǒyào 名 ดินปืน

火药库（火藥庫）huǒyàokù 名 ห้องเก็บวัตถุ
ระเบิด ; คลังดินปืน

火药味（火藥味）huǒyàowèi 名 กลิ่นดินปืน
(อุปมาบรรยากาศที่เต็มไปด้วยความขัดแย้ง
และความเครียด)

火源 huǒyuán 名 ต้นเพลิง

火灾 huǒzāi 名 อัคคีภัย ; เพลิงไหม้

火葬 huǒzàng 名 ฌาปนกิจ 动 เผาศพ

火葬场（火葬場）huǒzàngchǎng 名 ฌาปนสถาน

火中取栗 huǒzhōng-qǔlì（成）ถูกหลอกใช้ให้เสี่ยง
ตายเพื่อคนอื่น

火种（火種）huǒzhǒng 名 เชื้อเพลิง

火烛（火燭）huǒzhú 名 สิ่งที่จะก่อให้เกิดไฟ
ไหม้ได้

火柱 huǒzhù 名 เปลวไฟที่พุ่งตรงขึ้นไป

伙 huǒ 名 อาหาร ; เพื่อน 量 กลุ่ม

伙伴（夥伴）huǒbàn 名 เพื่อน (ที่ร่วมดำเนิน
กิจการ)

伙计（夥計）huǒ·ji 名 เพื่อนร่วมกิจการ ; ลูกจ้าง
ตามร้าน

伙食 huǒ·shí 名 อาหาร (ที่รับประทานเป็นมื้อ ๆ)

伙同（夥同）huǒtóng 动 ร่วมกัน (ทำ)

或 huò 连 หรือ 副 อาจจะ

或多或少 huòduō-huòshǎo ไม่มากก็น้อย

或然 huòrán 形 อาจจะเป็นไปได้

或然性 huòránxìng 名 ความเป็นไปได้

或是 huòshì 连 หรือไม่ก็

或许（或許）huòxǔ 副 อาจจะ

或者 huòzhě 连 หรือว่า 副 อาจจะ

和 huò 动 ผสม 量 ครั้ง (ที่เปลี่ยนน้ำเวลาซัก
หรือล้างสิ่งของ)

货（貨）huò 名 สินค้า

货币（貨幣）huòbì 名〈经〉เงินตรา

货舱（貨艙）huòcāng 名 ห้องสินค้า
(บนเครื่องบินหรือบนเรือ)

货场（貨場）huòchǎng 名 ลานเก็บสินค้า

货车（貨車）huòchē 名 รถบรรทุกสินค้า

货船（貨船）huòchuán 名 เรือบรรทุกสินค้า

货单（貨單）huòdān 名 ใบกำกับสินค้า ;
อินวอยซ์ (invoice)

货价（貨價）huòjià 名 ราคาสินค้า

货架（貨架）huòjià 名 ชั้นวางสินค้า

货款（貨款）huòkuǎn 名 เงินซื้อขายสินค้า

货轮（貨輪）huòlún 名 เรือบรรทุกสินค้า

货品（貨品）huòpǐn 名 สินค้า

货色（貨色）huòsè 名 ประเภทและคุณภาพ
ของสินค้า ;〈贬〉ประเภทหรือคุณภาพ
ของคน ความคิด งานประพันธ์ ฯลฯ (ใช้ใน
ความหมายทางลบ)

货摊（貨攤）huòtān 名 แผงลอย ; แผงขายของ

货物（貨物）huòwù 名 สินค้า

货样（貨樣）huòyàng 名 ตัวอย่างสินค้า

货源（貨源）huòyuán 名 แหล่งสินค้า

货运（貨運）huòyùn 名 การขนส่งสินค้า

货运量（貨運量）huòyùnliàng 名〈交〉ปริมาณ
การขนส่งสินค้า

货真价实（貨真價實）huòzhēn-jiàshí（成）
ของแท้ราคายุติธรรม

货主（貨主）huòzhǔ 名 เจ้าของสินค้า

获 huò 动 ได้รับ ; จับได้

获得（獲得）huòdé 动 ได้รับ

获奖（獲獎）huòjiǎng 动 ได้รับรางวัล

获救（獲救）huòjiù 动 ได้รับการช่วยเหลือให้รอด
ชีวิต

获利（獲利）huòlì 动 ได้รับผลประโยชน์ ;
ได้กำไร

获取（獲取）huòqǔ 动 ได้รับ

获胜（獲勝）huòshèng 动 ได้รับชัยชนะ

获释（獲釋）huòshì 动 ได้รับการปล่อยตัว

获悉（獲悉）huòxī 动 ได้ทราบแล้ว

获益（獲益）huòyì 动 ได้รับผลประโยชน์

获知（獲知）huòzhī 动 ได้ทราบแล้ว

获准（獲准）huòzhǔn 动 ได้รับอนุญาต

获罪（獲罪）huòzuì 动 ได้รับโทษ

祸（禍）huò 名 ภัยพิบัติ ; สร้างความหายนะ

祸不单行（禍不單行）huòbùdānxíng〈成〉
เคราะห์ร้ายมักจะเกิดซ้ำซ้อน ; เคราะห์ซ้ำกรรมซัด

祸从天降（禍從天降）huòcóngtiānjiàng〈成〉
เคราะห์ร้ายหล่นลงมาจากฟ้า หมายความว่า
เคราะห์ร้ายอุบัติขึ้นอย่างฉับพลัน

祸根（禍根）huògēn 名 บ่อเกิดแห่งความหายนะ

祸国殃民（禍國殃民）huòguó-yāngmín〈成〉
สร้างความหายนะแก่ชาติบ้านเมืองและประชาชน

祸害（禍害）huò•hai 名 ความหายนะ ;
สิ่งที่ก่อให้เกิดความหายนะ

祸患（禍患）huòhuàn 名 ภัยพิบัติ

祸乱（禍亂）huòluàn 名 ภัยพิบัติกับจลาจล

祸事（禍事）huòshì 名 ภยันตราย

祸首（禍首）huòshǒu 名 ตัวการที่ก่อให้เกิดความ
หายนะ

祸水（禍水）huòshuǐ 名 คนหรือเหตุการณ์ซึ่งก่อ
ให้เกิดความหายนะ

祸心（禍心）huòxīn 名 ความคิดที่ก่อกรรมทำชั่ว

霍霍huòhuò 拟声 คำเลียนเสียงที่เป็นเสียงลับมีด

霍乱（霍亂）huòluàn 名〈医〉อหิวาตกโรค

豁达（豁達）huòdá 形 ใจกว้าง

豁亮huòliàng 形 สว่างและกว้างขวาง

豁免huòmiǎn 动 ยกเว้น (ภาษี การเกณฑ์แรงงาน
ฯลฯ)

豁然开朗（豁然開朗）huòrán-kāilǎng〈成〉
สว่างโร่ขึ้นทันที

H

J j

几乎（幾乎）jīhū 副 เกือบจะ ; แทบจะ
讥讽（譏諷）jīfěng 动 เสียดสี ; ประชด
讥笑（譏笑）jīxiào 动 หัวเราะเยาะ
击（擊）jī 动 ตี ; ซัด ; โจมตี
击败（擊敗）jībài 动 ตีให้แตกพ่าย
击毙（擊斃）jībì 动 ยิงตาย
击沉（擊沉）jīchén 动 ยิง (เรือ) ล่ม
击毁（擊毀）jīhuǐ 动 ยิงให้พังทลาย ; ทำลาย
击剑（擊劍）jījiàn 名〈体〉ฟันดาบ
击溃（擊潰）jīkuì 动 ตีให้พ่ายแพ้ยับเยิน ; ซัดจนพินาศ
击落（擊落）jīluò 动 ยิง (เครื่องบิน) ตก
击破（擊破）jīpò 动 ตีแตก
击伤（擊傷）jīshāng 动 ตีหรือยิงจนทำให้ (ข้าศึก) บาดเจ็บ
击退（擊退）jītuì 动 ตีจน (ข้าศึก) ถอยร่น
击掌（擊掌）jīzhǎng 动 ตบมือ ; ตบมือกันเป็นการให้คำมั่นหรือให้กำลังใจหรือแสดงความยินดี
击中（擊中）jīzhòng 动 ยิงถูกเป้า
叽（嘰）jī 拟声 (คำเลียนเสียงนกร้อง) กุ๊กกรู
叽咕（嘰咕）jī·gu 动 กระซิบกระซาบ
叽叽喳喳（嘰嘰喳喳）jī·jizhāzhā 拟声 เสียงอย่างเสียงนกร้องหนุงหนิงหรือเสียงคุยกันจอแจ
叽里呱啦（嘰里呱啦）jī·liguālā 拟声 เสียงอย่างเสียงพูดโขมงโฉงเฉง
饥不择食（飢不擇食）jībùzéshí〈成〉กินอย่างไม่เลือกเพราะความหิว
饥肠（飢腸）jīcháng 名〈书〉ท้องที่หิวโหย
饥饿（飢餓）jī'è 形 หิว
饥寒交迫（飢寒交迫）jīhán-jiāopò〈成〉ความหิวและความหนาวเข้ามาบีบคั้นพร้อมกัน
饥荒（饑荒）jī·huang 名 การเก็บเกี่ยวไม่ได้ผล ; 〈口〉การหมุนเงิน (ทางบ้าน) ไม่คล่อง ; หนี้สิน
饥馑（饑饉）jījǐn 名〈书〉การเก็บเกี่ยวไม่ได้ผล
饥渴（飢渴）jīkě 形 หิวโหย
饥民（饑民）jīmín 名 ประชาชนที่อดอยาก
机（機）jī 名 เครื่องจักร ; เครื่องบิน ; โอกาส
机不可失（機不可失）jībùkěshī〈成〉โอกาสอันดีไม่ควรจะปล่อยให้หลุดมือ ; น้ำขึ้นให้รีบตัก
机舱（機艙）jīcāng 名〈航〉ห้องเครื่อง (ในเรือยนต์) ; ห้องผู้โดยสารและห้องสินค้า (บนเครื่องบิน)
机场（機場）jīchǎng 名 สนามบิน
机车（機車）jīchē 名 หัวรถ ; รถจักร
机床（機床）jīchuáng 名〈机〉แท่นกลึง
机电（機電）jīdiàn 名 เครื่องจักรและอุปกรณ์ไฟฟ้า
机动（機動）jīdòng 形 เดินเครื่องโดยอาศัยเครื่องยนต์ ; พลิกแพลงตามเหตุการณ์
机动车（機動車）jīdòngchē 名 รถที่ติดเครื่องยนต์
机房（機房）jīfáng 名 ห้องชุมสายโทรศัพท์ ; ห้องคอมพิวเตอร์ ; ห้องที่ติดตั้งเครื่องจักรกลหรือเครื่องอุปกรณ์
机构（機構）jīgòu 名 องค์การ ; ส่วนประกอบของเครื่องจักรหรือขององค์การ
机关（機關）jīguān 名 องค์การ ; กลไกของเครื่องจักร ; เล่ห์กล
机关报（機關報）jīguānbào 名 หนังสือพิมพ์องค์การ
机关枪（機關槍）jīguānqiāng 名〈军〉ปืนกล
机会（機會）jī·huì 名 โอกาส
机警（機警）jījǐng 形 ปฏิภาณไหวพริบ

机理（機理）jīlǐ 名 กฎเกณฑ์ด้านฟิสิกส์หรือเคมีภายในระบบการงานหรือในปรากฏการณ์ธรรมชาติ

机灵（機靈）jī·ling 形 ฉลาดเฉียบแหลม

机灵鬼（機靈鬼）jī·lingguǐ 名 เด็กฉลาด

机密（機密）jīmì 名 ความลับ

机敏（機敏）jīmǐn 形 ฉลาดว่องไว

机能（機能）jīnéng 名 〈生化〉 สมรรถนะของเซลล์หรืออวัยวะร่างกาย

机票（機票）jīpiào 名 ตั๋วเครื่องบิน

机器（機器）jī·qì 名 เครื่องจักรกล

机器翻译（機器翻譯）jī·qì fānyì การแปลภาษาโดยเครื่องแปลอัตโนมัติ

机器人（機器人）jī·qìrén 名 หุ่นยนต์ ; มนุษย์กล

机枪（機槍）jīqiāng 名〈军〉 ปืนกล

机群（機群）jīqún 名 ฝูงบิน

机体（機體）jītǐ 名〈生理〉 อินทรีย์ ; องคาพยพ ; 〈航〉 โครงเครื่องบิน

机械（機械）jīxiè 名 เครื่องจักรกล 形 ตายตัว

机械化（機械化）jīxièhuà 动 การพัฒนาให้เป็นแบบการใช้เครื่องจักรกลแทนการใช้แรงงานคน

机械师（機械師）jīxièshī 名 ช่างกล

机械手（機械手）jīxièshǒu 名 ช่างบังคับเครื่องยนต์กลไก

机械油（機械油）jīxièyóu 名〈机〉 น้ำมันหล่อลื่น

机型（機型）jīxíng 名 รุ่นของเครื่องจักรกล

机修（機修）jīxiū 名 การซ่อมแซมเครื่องจักรกล

机要（機要）jīyào 形 สำคัญและเป็นความลับ

机翼（機翼）jīyì 名 ปีกเครื่องบิน

机油（機油）jīyóu 名 น้ำมันหล่อลื่น ; น้ำมันเครื่อง

机遇（機遇）jīyù 名 โอกาสและสภาพแวดล้อมที่ดี

机缘（機緣）jīyuán 名 โอกาสและโชค

机长（機長）jīzhǎng 名 กัปตันเครื่องบิน

机制（機制）jīzhì 形 ผลิตโดยเครื่องจักรกล 名 ความเกี่ยวข้องกันระหว่างอวัยวะต่าง ๆ ; ระบบการดำเนินงานหรือกฎการเปลี่ยนแปลงแห่งธรรมชาติ

机智（機智）jīzhì 形 ชาญฉลาดและมีไหวพริบ

机组（機組）jīzǔ 名〈机〉 ชุดเครื่องจักรกล ; ทีมการบิน

肌肤（肌膚）jīfū 名 เนื้อหนัง

肌腱 jījiàn 名〈生理〉 เอ็น

肌肉 jīròu 名〈生理〉 กล้ามเนื้อ

肌体（肌體）jītǐ 名〈生理〉 ร่างกาย ; อินทรีย์

鸡（鷄）jī 名〈动〉 ไก่

鸡蛋（鷄蛋）jīdàn 名 ไข่ไก่

鸡蛋里挑骨头（鷄蛋裏挑骨頭）jīdàn ·li tiāo gǔ·tou 〈俗〉 แคะได้

鸡冠花（鷄冠花）jīguānhuā 名〈植〉 ดอกหงอนไก่

鸡精（鷄精）jījīng 名 เครื่องปรุงรสชนิดหนึ่งทำด้วยเนื้อไก่ ไข่กระดูกไก่และผงชูรส

鸡肋（鷄肋）jīlèi 名〈书〉 ซี่โครงไก่ อุปมาว่าสิ่งที่ไม่มีค่าเท่าไรแต่จะทิ้งก็น่าเสียดาย

鸡毛蒜皮（鷄毛蒜皮）jīmáo-suànpí〈成〉 อุปมาว่า เรื่องกระจอกงอกง่อย

鸡皮疙瘩（鷄皮疙瘩）jīpí gē·da ตุ่มเล็ก ๆ ที่ขึ้นตามผิวหนังเพราะโดนความหนาวจัดหรือตกใจกลัวลักษณะคล้ายหนังไก่ที่ถอนขนไปแล้ว

鸡犬不宁（鷄犬不寧）jīquǎn-bùníng 〈成〉 ก่อกวนจนเดือดร้อนไปทั่ว

鸡尾酒（鷄尾酒）jīwěijiǔ 名 เหล้าค็อกเทล (*cocktail*)

鸡瘟（鷄瘟）jīwēn 名 〈医〉 โรคระบาดไก่

鸡胸（鷄胸）jīxiōng 名 〈医〉 โรคกระดูกอกนูน

鸡血藤（鷄血藤）jīxuèténg 名 〈植〉 เรทิคิวเลตมิลลิเทีย (*reticulate millettia*)

鸡眼（鷄眼）jīyǎn 名 〈医〉 ตาปลาบนผิวหนัง (ส่วนใหญ่เป็นตามนิ้วเท้า)

奇数（奇數）jīshù 名 〈数〉 เลขคี่

积（積）jī 动 สะสม

积存（積存）jīcún 动 เก็บสะสม

积德（積德）jīdé 动 สร้างสมบุญกุศล

积点（積點）jīdiǎn 名 〈教〉 จีพีเอ (*grade point average*)

积淀（積澱）jīdiàn 动 สะสมเพิ่มพูน

积肥（積肥）jīféi 动 เก็บสะสมปุ๋ย

积分（積分）jīfēn 名 จำนวนเต็ม ; 〈数〉

J

อินทิกรัล (*integration*) ; คะแนนรวม
积极（積極）jījí 形 เอาการเอางาน ; กระตือรือร้น ; ลักษณะด้านบวก
积极分子（積極分子）jījí fènzǐ บุคคลที่ขะมักเขม้นในการทำงาน
积极性（積極性）jījíxìng 名 ความกระตือรือร้น ; ความขะมักเขม้น
积聚（積聚）jījù 动 สะสมรวบรวม
积劳成疾（積勞成疾）jīláo-chéngjí 〈成〉 หักโหมทำงานมานาน จนเป็นโรคติดตัว
积累（積累）jīlěi 动 สะสมเรื่อย ๆ
积木（積木）jīmù 名 ไม้ต่อภาพของเด็ก
积少成多（積少成多）jīshǎo-chéngduō 〈成〉 สะสมทีละเล็กทีละน้อย สุดท้ายก็กลายเป็นมากมายก่ายกอง
积习（積習）jīxí 名 นิสัยที่ติดตัวมานานปี
积蓄（積蓄）jīxù 动 สะสม 名 เงินสะสม ; เงินออม
积压（積壓）jīyā 动 ค้างสต๊อก ; ค้าง
积云（積雲）jīyún 名 〈气〉 เมฆก้อนใหญ่
积重难返（積重難返）jīzhòng-nánfǎn 〈成〉 ความประพฤติไม่ดีที่ติดเป็นนิสัยย่อมแก้ยาก ; ปัญหาที่สะสมมานานยากต่อการแก้ไข

基 jī 名 ฐาน
基本 jīběn 名 มูลฐาน ; ส่วนสำคัญ 副 โดยหลัก ; โดยทั่วไป
基本功 jīběngōng 名 ความรู้ความสามารถขั้นพื้นฐาน
基本粒子 jīběn lìzǐ 〈物〉 อนุภาคพื้นฐาน
基本盘（基本盤）jīběnpán 名 ฐานเสียง ; ฐานเสียงเลือกตั้ง
基本上 jīběn·shàng 副 โดยส่วนใหญ่ ; โดยทั่ว ๆ ไป
基层（基層）jīcéng 名 ขั้นพื้นฐาน
基础（基礎）jīchǔ 名 พื้นฐาน
基础教育（基礎教育）jīchǔ jiàoyù 〈教〉 การศึกษาขั้นพื้นฐาน
基础课（基礎課）jīchǔkè 名〈教〉 หลักสูตรขั้นพื้นฐาน
基地 jīdì 名 ฐาน ; ฐานที่มั่น
基点（基點）jīdiǎn 名 พื้นฐาน ; ศูนย์กลาง ; จุดเริ่มต้น
基调（基調）jīdiào 名〈乐〉 หลักทำนองเพลง ; ประเด็นสำคัญ (ของคำกล่าวหรืองานประพันธ์)
基督教 Jīdūjiào 名〈宗〉 คริสต์ศาสนา
基价（基價）jījià 名 ราคาฐาน ; ราคาต่ำสุด ; ราคาขั้นต้น
基建 jījiàn 名 การสร้างสรรค์ขั้นพื้นฐาน
基金 jījīn 名 เงินทุน ; กองทุน
基金会（基金會）jījīnhuì 名 มูลนิธิ
基石 jīshí 名 ศิลาฤกษ์
基线（基綫）jīxiàn 名 〈测〉 เส้นมาตรฐาน (ในการรังวัด)
基业（基業）jīyè 名 กิจการขั้นพื้นฐาน
基因 jīyīn 名 〈动〉〈植〉 เชื้อพันธุ์ (หน่วยทางพันธุกรรมในโครโมโซม) ; ยีน (*gene*)
基于 jīyú 介 ตามที่... ; เนื่องด้วย...
基准（基準）jīzhǔn 名 มาตรฐาน
基座 jīzuò 名 ฐานตั้ง

犄角 jījiǎo 名〈口〉 เขาของสัตว์

缉捕（緝捕）jībǔ 动 จับกุม
缉查（緝查）jīchá 动 ตรวจค้น
缉毒（緝毒）jīdú 动 ปราบยาเสพติด
缉拿（緝拿）jīná 动 จับกุม
缉私（緝私）jīsī 动 จับการค้าของเถื่อน
缉凶（緝凶）jīxiōng 动 จับกุมฆาตกร

畸形 jīxíng 形 รูปร่างพิกลพิการ ; สภาพผิดปรกติ

跻身（躋身）jīshēn 动 〈书〉 ก้าวขึ้น

稽查 jīchá 动 ตรวจสอบ (เรื่องการหนีภาษีและการละเมิดข้อต้องห้าม ฯลฯ) 名 เจ้าหน้าที่ตรวจสอบ (เรื่องการหนีภาษี การละเมิดข้อต้องห้าม ฯลฯ)
稽核 jīhé 动 ตรวจสอบ (บัญชี ฯลฯ)

激 jī 动 (น้ำ) กระเด็นพุ่งขึ้นสูง ; ยั่ว (อารมณ์) ; รุนแรง
激昂 jī'áng 形 ฮึกเหิม ; เร่าร้อน
激荡（激蕩）jīdàng 动 กระเพื่อม ; (จิตใจ อารมณ์ ฯลฯ) หวั่นไหว (ด้วยถูกกระทบ)
激动（激動）jīdòng 形 ตื่นเต้น 动 ทำให้ตื่นเต้น

J

激发（激發）jīfā 动 ปลุกใจ ; เร้าใจ
激奋（激奮）jīfèn 形 ตื่นเต้นฮึกเหิม
激愤（激憤）jīfèn 形 เดือดแค้นเป็นอย่างยิ่ง
激光 jīguāng 名〈物〉แสงเลเซอร์ (*laser*)
激光器 jīguāngqì 名〈机〉เครื่องเลเซอร์
激光束 jīguāngshù 名〈物〉ลำแสงเลเซอร์
激化 jīhuà 动 ดุเดือดยิ่งขึ้น ; รุนแรงยิ่งขึ้น
激活 jīhuó 动 กระตุ้นให้คึกคัก ; กระตุ้นให้เกิดปฏิกิริยา
激将法（激將法）jījiàngfǎ 名 วิธีการยั่วให้ทำ
激进（激進）jījìn 形 หัวรุนแรง
激剧（激劇）jījù 形 ดุเดือดรุนแรง
激励（激勵）jīlì 动 ปลุกเร้าและให้กำลังใจ
激烈 jīliè 形 ดุเดือด ; รุนแรง
激流 jīliú 名 กระแสน้ำอันเชี่ยวกราก
激怒 jīnù 动 ยั่วให้โมโห
激起 jīqǐ 动 กระตุ้นให้...เกิดขึ้น
激情 jīqíng 名 อารมณ์ที่รุนแรง ; อารมณ์ที่ฮึกเหิม
激素 jīsù 名〈生理〉ฮอร์โมน (*hormone*)
激扬（激揚）jīyáng 动 ตื่นเต้นฮึกเหิม ; ปลุกเร้าให้ฮึกเหิมมากขึ้น
激增 jīzēng 动 เพิ่มขึ้นอย่างรวดเร็ว
激战（激戰）jīzhàn 动 รบกันอย่างดุเดือด

羁绊（羈絆）jībàn 动〈书〉ผูกพัน ; พันธนาการ
羁押（羈押）jīyā 动 กักตัว

及 jí 动 ถึง ; ทัน
及格 jígé 动〈教〉สอบได้ (สอบผ่าน)
及格率 jígélǜ 名〈教〉อัตราสอบได้
及时（及時）jíshí 形 ทันเวลา 副 ทันที
及时雨（及時雨）jíshíyǔ 名 ฝนที่ทันกาล
及早 jízǎo 副 แต่เนิ่น ๆ
及至 jízhì 介 จนกระทั่ง

吉 jí 形 สิริมงคล
吉卜赛人（吉卜賽人）Jíbǔsàirén 名 ชาวยิปซี (*Gypsy*)
吉利 jílì 形 ราบรื่นและเป็นสิริมงคล
吉普车（吉普車）jípǔchē 名 รถจี๊ป (*jeep*)
吉庆（吉慶）jíqìng 形 เป็นมงคล ; โชคดี
吉人天相 jírén-tiānxiàng〈成〉สวรรค์หรือพระเจ้าย่อมช่วยคนดีเสมอ ; คนดีผีคุ้ม
吉日 jírì 名 วันมงคล
吉日良辰 jírì-liángchén วันเวลาฤกษ์ดี
吉他 jítā 名〈乐〉กีตาร์ (*guitar*)
吉祥 jíxiáng 形 เป็นสิริมงคล
吉祥物 jíxiángwù 名 ตัวนำโชค ; มาสคอต (*mascot*)
吉凶 jíxiōng 名 เคราะห์ดีเคราะห์ร้าย
吉言 jíyán 名 คำพูดที่เป็นสิริมงคล
吉兆 jízhào 名 นิมิตหมายที่ดี ; ลางดี

岌岌可危 jíjí-kěwēi〈成〉อันตรายมาก ; หวุดหวิด

汲 jí 动 เอาน้ำขึ้นมา (จากที่ต่ำ เช่น บ่อน้ำ แม่น้ำ ฯลฯ)
汲取 jíqǔ 动 รับ (บทเรียน สารบำรุง ฯลฯ)
汲水 jíshuǐ 动 ตักน้ำ (จากบ่อ)

级（級）jí 量 ชั้น ; ขั้น 名 ระดับ
级别（級別）jíbié 名 ระดับชั้น ; ระดับขั้น
级差（級差）jíchā 名 ความแตกต่างระหว่างขั้น

极（極）jí 名 จุดสุดยอด 副 อย่างยิ่ง
极地（極地）jídì 名〈地理〉เขตขั้วโลก
极点（極點）jídiǎn 名〈地理〉สุดขีด
极度（極度）jídù 副 อย่างยิ่ง
极端（極端）jíduān 名 สุดขั้ว 副 อย่างยิ่ง
极光（極光）jíguāng 名〈天〉แสงขั้วโลก ; แสงออโรรา (*aurora*)
极乐鸟（極樂鳥）jílèniǎo 名〈动〉นกแดนสุขาวดี
极乐世界（極樂世界）jílè shìjiè〈宗〉แดนสุขาวดี
极力（極力）jílì 副 พยายามอย่างสุดความสามารถ
极品（極品）jípǐn 名 สิ่งของชั้นดี
极其（極其）jíqí 副 ที่สุด ; อย่างยิ่ง
极圈（極圈）jíquān 名〈地理〉วงแหวนขั้วโลก
极权（極權）jíquán 名 เผด็จการ
极为（極爲）jíwéi 副 เป็นที่สุด ; เป็นอย่างยิ่ง
极限（極限）jíxiàn 名 ขีดสูงสุด ;〈物〉〈数〉ขีดจำกัด
极刑（極刑）jíxíng 名 การลงโทษประหารชีวิต
极夜（極夜）jíyè 名 ขั้วโลกกลางคืน (*polar night*)

极昼（極晝）jízhòu 名 ขั้วโลกกลางวัน (*polar day*)

即 jí 动 ใกล้ (สัมผัส) 副 ก็ ; 〈书〉 นี่เอง

即便 jíbiàn 连 แม้ ; ถึง ; ถึงแม้

即将（即將）jíjiāng 副 กำลังจะ ; ใกล้จะ ; จวนจะ

即景生情 jíjǐng-shēngqíng 〈成〉 เกิดมีอารมณ์ความรู้สึกขึ้นมาเมื่อได้เห็นทัศนียภาพ

即可 jíkě ก็ดีแล้ว ; ก็ได้แล้ว

即刻 jíkè 副 ทันที ; บัดนี้

即令 jílìng 连 แม้ ; ถึง...(ก็...) ; ถึงแม้

即日 jírì 名 วันนี้

即时（即時）jíshí 副 ทันที

即食 jíshí 动 รับประทานได้ทันที

即使 jíshǐ 连 แม้ ; ถึงแม้ ; ถึง...(ก็)

即位 jíwèi 动 เข้าประจำที่ ; ขึ้นครองราชสมบัติ

即席 jíxí 动 (กล่าวสด แต่งกลอนสด) ณ ที่ประชุมหรืองานเลี้ยง ; นั่งประจำที่

即兴（即興）jíxìng 动 เกิดอารมณ์ขึ้น ; เกิดแรงดลใจขึ้น ; เกิดแรงบันดาลใจ

亟 jí 副〈书〉 รีบด่วน

亟待 jídài 动 รอการ...อย่างรีบด่วน

亟须 jíxū 动 ต้องการ...อย่างรีบด่วน

急 jí 形 ร้อนใจ ; ด่วน

急病 jíbìng 名 โรคปัจจุบันทันด่วน

急不可待 jíbùkědài 〈成〉 ด่วนมากจนไม่มีเวลารออีกต่อไป

急步 jíbù 动 ก้าวเร็ว ; ก้าวอย่างเร่งรีบ

急匆匆 jícōngcōng 形 รีบร้อน ; เร่ง รีบ

急促 jícù 形 เร่งด่วน

急电（急電）jídiàn 名 โทรเลขด่วน

急风暴雨（急風暴雨）jífēng-bàoyǔ 〈成〉 ฝนหนักพายุแรง

急功近利 jígōng-jìnlì 〈成〉 กระหายในความสำเร็จและผลประโยชน์เฉพาะหน้า

急急如律令 jíjí rú lǜlìng 〈成〉 รีบปฏิบัติตามคำสั่ง

急件 jíjiàn 名 เอกสารด่วน ; หนังสือด่วน

急救 jíjiù 动 ปฐมพยาบาล

急剧（急劇）jíjù 形 เร็วฮวบฮาบ

急遽 jíjù 副 เร็วฮวบฮาบ

急流 jíliú 名 กระแสน้ำอันเชี่ยวกราก

急流勇进（急流勇進）jíliú-yǒngjìn 〈成〉 ทวนกระแสน้ำอันเชี่ยวกราก ; มุ่งหน้าไปอย่างกล้าหาญ

急流勇退 jíliú-yǒngtuì 〈成〉 รีบถอนตัวทั้ง ๆ ที่อยู่ในฐานะอันรุ่งโรจน์

急忙 jímáng 副 รีบ

急迫 jípò 形 เร่งด่วน

急起直追 jíqǐ-zhízhuī 〈成〉 เร่งไล่กวดให้ทัน

急切 jíqiè 形 รีบด่วน ; เร่าร้อน ; ฉุกละหุก

急事 jíshì 名 เรื่องด่วน

急速 jísù 形 อย่างรวดเร็ว

急行军（急行軍）jíxíngjūn 动 〈军〉 ยาตราทัพอย่างเร่งด่วน

急性子 jíxìng·zi 名 คนใจร้อน ; คนอารมณ์ร้อน

急需 jíxū 动 ต้องการด่วน

急眼 jíyǎn 动 〈方〉 อารมณ์ร้อนขึ้นมา ; โมโหขึ้นมา

急用 jíyòng 动 ต้องการใช้ด่วน

急于 jíyú 动 มุ่งหวังจะรีบ... ; มุ่งหวังให้... โดยเร็ว

急于求成 jíyú-qiúchéng 〈成〉 มุ่งหวังให้สัมฤทธิผลโดยเร็ว

急躁 jízào 形 อารมณ์เสีย ; งุ่นง่าน

急诊（急診）jízhěn 名 〈医〉 การรักษาฉุกเฉิน ; แผนกฉุกเฉิน

急中生智 jízhōng-shēngzhì 〈成〉 ปฏิภาณเกิดขึ้นในยามล่อแหลม

急转弯（急轉彎）jízhuǎnwān 动 เลี้ยวหักมุม

急转直下（急轉直下）jízhuǎn-zhíxià 〈成〉 (สถานการณ์ ฯลฯ) เกิดผันแปรไปอย่างกะทันหัน

疾病 jíbìng 名 โรคภัยไข้เจ็บ

疾恶如仇（疾惡如仇）jí'è-rúchóu 〈成〉 เกลียดชังความชั่วดุจเกลียดชังศัตรู

疾风劲草（疾風勁草）jífēng jìngcǎo 〈成〉 หญ้าแข็งแกร่งสามารถยืนโต้พายุได้

疾呼 jíhū 动 ตะโกนอย่างเร่งรีบ

疾苦 jíkǔ 名 ความลำเค็ญ ; ความทุกข์ยาก

疾驶（疾駛）jíshǐ 动 (รถ ฯลฯ) วิ่งเร็วจี๋

疾言厉色（疾言厲色）jíyán-lìsè 〈成〉 หน้าบึ้งเสียงดัง

棘 jí 名〈植〉 ต้นพุทรา ; ต้นไม้ที่มีหนาม ; หนาม

棘手 jíshǒu 形 จัดการยาก (เหมือนหนามตำมือ)

集 jí 动 รวม 名 ตลาดนัด

集成电路（集成電路）jíchéng diànlù 〈电〉 วงจรรวม

集合 jíhé 动 รวมตัวกัน ; ชุมนุม

集会（集會）jíhuì 名 งานชุมนุม

集结（集結）jíjié 动 ชุมนุมกัน

集锦（集錦）jíjǐn 名 รวมภาพหรือกวีนิพนธ์ชั้นเยี่ยม (มักจะใช้เป็นชื่อหนังสือ)

集居 jíjū 动 ชุมนุมกันอยู่พักอาศัย

集聚 jíjù 动 ชุมนุม

集权（集權）jíquán 动 อำนาจรวมศูนย์

集散地 jísàndì 名 แหล่งรวบรวมและกระจาย (สินค้า)

集市 jíshì 名 ตลาดนัด

集思广益（集思廣益）jísī-guǎngyì 〈成〉 รวบรวมสติปัญญาของมวลชน รับฟังความเห็นที่เป็นประโยชน์อย่างกว้างขวาง

集体（集體）jítǐ 名 ส่วนรวม

集体经济（集體經濟）jítǐ jīngjì 〈经〉 เศรษฐกิจรวมหมู่

集体舞（集體舞）jítǐwǔ 名 ระบำหมู่

集团（集團）jítuán 名 หมู่คณะ ; เครือข่าย ; กรุ๊ป

集团军（集團軍）jítuánjūn 名〈军〉 กองกำลังทหารระดับสูง ซึ่งรวมหลายกองทัพหรือกองพล

集训（集訓）jíxùn 动 ชุมนุมอบรม

集腋成裘 jíyè-chéngqiú 〈成〉 สะสมหนังขนใต้ง่ามขาของสุนัขจิ้งจอกก็สามารถเย็บเป็นเสื้อคลุมที่ล้ำค่าได้ อุปมาว่า สะสมเล็ก ๆ น้อย ๆ ก็จะกลายเป็นของมีค่าได้

集邮（集郵）jíyóu 动 สะสมแสตมป์

集约（集約）jíyuē 形〈农〉ระดมกำลังดำเนินการผลิตอย่างพิถีพิถัน ; ทำการเกษตรด้วยมาตรการอันเข้มงวด

集中 jízhōng 动 รวมศูนย์

集中营（集中營）jízhōngyíng 名 ค่ายกักกัน

集装箱（集裝箱）jízhuāngxiāng 名 คอนเทเนอร์ (*container*)

集资（集資）jízī 动 รวบรวมเงินทุน

集子 jí·zi 名 หนังสือที่รวบรวมผลงาน

蒺藜 jí·li 名〈植〉โคกกระสุน

辑（輯）jí 动 รวบรวม 量 ชุด (หนังสือหรือข้อมูล ฯลฯ)

辑要（輯要）jíyào 动 รวมสาระสำคัญ

嫉妒 jídù 动 อิจฉา ; ริษยา

嫉恨 jíhèn 动 เกลียดเพราะอิจฉา

瘠薄 jíbó 形 (ที่ดิน) ขาดปุ๋ย

籍贯（籍貫）jíguàn 名 ภูมิลำเนาเดิม

几（幾）jǐ 数 กี่

几次三番（幾次三番）jǐcì-sānfān 〈成〉 หลายครั้งหลายหน ; ครั้งแล้วครั้งเล่า

几多（幾多）jǐduō 代〈方〉 เท่าไร 副〈方〉 เท่าใด

几何（幾何）jǐhé 名〈数〉 เรขาคณิต 代〈书〉เท่าไหร่

几何级数（幾何級數）jǐhé jíshù 〈数〉 อนุกรมเรขาคณิต ; ลำดับเรขาคณิต

几何学（幾何學）jǐhéxué 名〈数〉 วิชาเรขาคณิต

几经（幾經）jǐjīng 动〈书〉 ผ่านหลายครั้งหลายหน

几时（幾時）jǐshí 代〈书〉 เมื่อใดเวลาใด

几许（幾許）jǐxǔ 代〈书〉 เท่าใด

己 jǐ 代 ตนเอง ; ตัวเอง

己方 jǐfāng 名 ฝ่ายตน

己见（己見）jǐjiàn 名 ความเห็นของตน

己任 jǐrèn 名 หน้าที่ของตน

挤（擠）jǐ 动 เบียด ; บีบ

挤兑（擠兑）jǐduì 动 เบียดกันแย่งถอนเงินจากธนาคาร

挤咕（擠咕）jǐ·gu 动〈方〉 ขยิบ (ตา) ; กะพริบ (ตา)

挤眉弄眼（擠眉弄眼）jǐméi-nòngyǎn 〈成〉 เล่นหูเล่นตา ; ขยิบตา (เพื่อบอกนัยอย่างใดอย่างหนึ่ง)

挤压（擠壓）jǐyā 动 บีบ ; คั้น

挤占（擠占）jǐzhàn 动 เบียดแทรกเข้าไปครอบครองโดยพลการ

济济一堂（濟濟一堂）jǐjǐ-yītáng 〈成〉 ชุมนุมกันมากหน้าหลายตา

给养（給養）jǐyǎng 名 เสบียงอาหาร

给予（給予）jǐyǔ 动〈书〉ให้
脊背 jǐbèi 名 หลัง (ส่วนของร่างกาย)
脊梁 jǐ·liáng 名 กระดูกสันหลัง
脊梁骨 jǐ·liánggǔ 名 กระดูกสันหลัง
脊髓 jǐsuǐ 名〈生理〉ไขกระดูกสันหลัง
脊椎 jǐzhuī 名〈生理〉กระดูกสันหลัง
脊椎动物（脊椎動物）jǐzhuī dòngwù〈动〉สัตว์ที่มีกระดูกสันหลัง
戟 jǐ 名 ง้าว
麂 jǐ 名〈动〉เลียงผา
计（計）jì 动 นับ 名 แผน
计策（計策）jìcè 名 แผนการ ; กลยุทธ์
计程仪（計程儀）jìchéngyí 名〈航〉เครื่องวัดระยะทาง
计费（計費）jìfèi 动 คิดเป็นเงิน
计分（計分）jìfēn 动 คิดคะแนน
计划（計劃）jìhuà 动 วางโครงการ 名 โครงการ
计划生育（計劃生育）jìhuà shēngyù วางแผนครอบครัว
计价（計價）jìjià 动 คิดราคา
计件工资（計件工資）jìjiàn gōngzī ค่าจ้างคิดตามชิ้นงาน
计较（計較）jìjiào 动 คิดเล็กคิดน้อย ; ถือสา ; คิดการ
计量（計量）jìliàng 动 วัดปริมาณ
计谋（計謀）jìmóu 名 แผนการ ; กลยุทธ์
计时（計時）jìshí 动 นับเวลา
计时工资（計時工資）jìshí gōngzī ค่าจ้างคิดตามเวลางาน
计时器（計時器）jìshíqì 名 เครื่องบันทึกเวลา
计数（計數）jìshù 动 บันทึกจำนวน
计数器（計數器）jìshùqì 名 เครื่องบันทึกจำนวน
计算（計算）jìsuàn 动 คิด ; คำนวณ
计算尺（計算尺）jìsuànchǐ 名〈数〉ไม้ฟุตคำนวณ ; สไลด์รูล (*slide rule*)
计算机（計算機）jìsuànjī 名 เครื่องคำนวณ ; เครื่องคอมพิวเตอร์ (*computer*) ; คณิตกร
计算机病毒（計算機病毒）jìsuànjī bìngdú〈计〉ไวรัส (*virus*) คอมพิวเตอร์
计算器（計算器）jìsuànqì 名 เครื่องคิดเลข
计议（計議）jìyì 动 ปรึกษาหารือ
记（記）jì 动 จำ ; จด
记仇（記仇）jìchóu 动 ผูกแค้น ; ผูกพยาบาท
记得（記得）jì·de 动 จำได้
记分（記分）jìfēn 动 จดคะแนน
记功（記功）jìgōng 动 บันทึกความดีความชอบ
记过（記過）jìguò 动 บันทึกความผิด
记号（記號）jì·hao 名 เครื่องหมาย
记恨（記恨）jì·hèn 动 แค้นใจ ; ผูกพยาบาท
记录（記録）jìlù 动 บันทึก
记名（記名）jìmíng 动 ลงชื่อ
记取（記取）jìqǔ 动 จดจำ
记事（記事）jìshì 动 บันทึกเหตุการณ์
记述（記述）jìshù 动 บันทึกคำบรรยาย
记性（記性）jì·xing 名 ความทรงจำ
记叙（記叙）jìxù 动 บันทึกคำบรรยาย
记叙文（記叙文）jìxùwén 名 ความเรียงบรรยายโวหาร
记忆（記憶）jìyì 动 จำ 名 ความทรงจำ
记忆力（記憶力）jìyìlì 名 ความทรงจำ
记忆犹新（記憶猶新）jìyì-yóuxīn〈成〉ความทรงจำยังสดใสอยู่
记载（記載）jìzǎi 动 บันทึกไว้
记者（記者）jìzhě 名 นักข่าว ; นักหนังสือพิมพ์
记住（記住）jìzhù 动 จำไว้
伎俩（伎倆）jìliǎng 名 วิธีการเล่นอุบาย
纪检（紀檢）jìjiǎn 名〈简〉การตรวจสอบระเบียบวินัย
纪录片（紀録片）jìlùpiàn 名 ภาพยนตร์บันทึกเหตุการณ์ ; ภาพยนตร์สารคดี
纪律（紀律）jìlǜ 名 วินัย
纪年（紀年）jìnián 名 ศักราช
纪念（紀念）jìniàn 动 ระลึก
纪念碑（紀念碑）jìniànbēi 名 อนุสาวรีย์
纪念币（紀念幣）jìniànbì 名 เหรียญที่ระลึก
纪念册（紀念册）jìniàncè 名 สมุดที่ระลึก

J

纪念馆（紀念館）jìniànguǎn 名 หออนุสรณ์
纪念品（紀念品）jìniànpǐn 名 ของที่ระลึก
纪念日（紀念日）jìniànrì 名 วันเฉลิมฉลอง ; วันที่ระลึก
纪念章（紀念章）jìniànzhāng 名 เหรียญอนุสรณ์
纪实（紀實）jìshí 名 บันทึกเหตุการณ์ตามความเป็นจริง
纪事（紀事）jìshì 名 บันทึกเหตุการณ์
纪行（紀行）jìxíng 名 บันทึกการทัศนาจร
纪要（紀要）jìyào 名 บันทึกข้อสำคัญ
纪元（紀元）jìyuán 名 ศักราช ; ยุคสมัย
纪传体（紀傳體）jìzhuàntǐ 名 รูปแบบการแต่งหนังสือประวัติศาสตร์ที่ถือการบันทึกชีวประวัติของบุคคลสำคัญเป็นหลัก
技法 jìfǎ 名 ฝีมือด้านเทคนิคและวิธิการ
技工 jìgōng 名 ช่าง
技工学校（技工學校）jìgōng xuéxiào โรงเรียนการช่าง
技能 jìnéng 名 ทักษะ
技巧 jìqiǎo 名 ฝีมือ ; เทคนิค (*technique*)
技师（技師）jìshī 名 ช่างเทคนิค ; ช่างฝีมือ
技术（技術）jìshù 名 เทคนิค (*technique*) ; ฝีมือ ; เทคโนโลยี (*technology*)
技术革新（技術革新）jìshù géxīn ปฏิรูปด้านเทคนิค
技术员（技術員）jìshùyuán 名 เจ้าหน้าที่เทคนิค
技术装备（技術裝備）jìshù zhuāngbèi 〈工〉 เครื่องอุปกรณ์ด้านเทคนิค
技艺（技藝）jìyì 名 ศิลปะการช่างหรือการแสดง
系（繫）jì 动 ผูก
忌 jì 动 อิจฉา ; กลัว ; ถือ
忌辰 jìchén 名 วันถึงแก่กรรม
忌惮（忌憚）jìdàn 动〈书〉 กลัว
忌妒 jì·du 动 อิจฉา
忌恨 jìhèn 动 เกลียดเพราะอิจฉา
忌讳（忌諱）jì·huì 动 ถือ ; ต้องห้าม 名 ข้อห้าม
忌口 jìkǒu 动 อดของแสลง
忌日 jìrì 名 วันถึงแก่กรรม

际（際）jì 名 ขอบ ; 〈书〉ระหว่าง 介 〈书〉 ขณะที่
际遇（際遇）jìyù 动 〈书〉 โอกาส
妓女 jìnǚ 名 โสเภณี ; หญิงงามเมือง
妓院 jìyuàn 名 ซ่องโสเภณี
季 jì 名 ฤดูกาล
季度 jìdù 名 ไตรมาส
季风（季風）jìfēng 名〈气〉 ลมมรสุม
季节（季節）jìjié 名 ฤดูกาล
季军（季軍）jìjūn 名 อันดับที่สาม (ในการแข่งขัน)
季刊 jìkān 名 วารสารราย ๓ เดือน ; วารสารรายไตรมาส
剂（劑）jì 名 ยาที่ปรุงตามตำรับยา 量 ขนาน ; เทียบ
剂量（劑量）jìliàng 名 ปริมาณการใช้ยา
迹象 jìxiàng 名 เค้าเงื่อน ; ร่องรอย ; ทีท่า
济（濟）jì 动 ข้ามฝั่ง ; ช่วย ; อนุเคราะห์
济困扶危（濟困扶危）jìkùn-fúwēi 〈成〉 ช่วยเหลือผู้ตกทุกข์ได้ยาก
济贫（濟貧）jìpín 动 สงเคราะห์คนยากจน
济世（濟世）jìshì 动 ช่วยมนุษย์ให้พ้นจากความทุกข์
济事（濟事）jìshì 形 ช่วยให้เรื่องราวสำเร็จได้
既 jì 副 ได้...ไปแล้ว ; ทั้ง 连 ในเมื่อ
既定 jìdìng 动 ได้กำหนดแน่นอนไปแล้ว
既而 jì'ér 连〈书〉 และแล้ว ; ครั้นแล้ว
既然 jìrán 连 ในเมื่อ
既是 jìshì 连 ในเมื่อ
既往 jìwǎng 名 อดีตกาล ; เรื่องที่ผ่านไป
既往不咎 jìwǎng-bùjiù 〈成〉 ไม่ถือโทษในเรื่องที่ผ่านไป
觊觎（覬覦）jìyú 动 〈书〉 จ้องอยากได้ (สิ่งที่ไม่ควรจะได้)
继（繼）jì 动 สืบต่อ
继承（繼承）jìchéng 动 สืบช่วง ; รับช่วง
继承权（繼承權）jìchéngquán 名〈法〉 สิทธิสืบมรดก
继承人（繼承人）jìchéngrén 名 ทายาท ; ผู้รับช่วง
继电器（繼電器）jìdiànqì 名〈电〉 เครื่องถ่ายทอดกระแสไฟฟ้า ; รีเลย์ (*relay*)

J

继而（繼而）jì'ér 连 ต่อมาก็ ; ครั้นแล้วก็
继父（繼父）jìfù 名 พ่อเลี้ยง
继母（繼母）jìmǔ 名 แม่เลี้ยง
继任（繼任）jìrèn 动 รับช่วงตำแหน่งต่อ
继室（繼室）jìshì 名 ภรรยาซึ่งแต่งหลังจากภรรยาคนแรกถึงแก่กรรม
继往开来（繼往開來）jìwǎng-kāilái 〈成〉 สืบช่วงภารกิจบรรพบุรุษและบุกเบิกหนทางในอนาคต
继位（繼位）jìwèi 动 สืบราชสมบัติ
继续（繼續）jìxù 动 สืบต่อไป
继续教育（繼續教育）jìxù jiàoyù 〈教〉 การศึกษาต่อเนื่อง

祭 jì 动 เซ่นไหว้
祭奠 jìdiàn 动 ประกอบพิธีเซ่นไหว้ผู้ล่วงลับ
祭扫（祭掃）jìsǎo 动 ประกอบพิธีเซ่นไหว้และทำความสะอาดสุสาน
祭祀 jìsì 动 ประกอบพิธีเซ่นไหว้ (บรรพบุรุษหรือเทพเจ้า)

寄 jì 动 ส่ง (ทางไปรษณีย์) ; อาศัย
寄存 jìcún 动 ฝากเก็บ
寄存器 jìcúnqì 名〈计〉 หน่วยความจำ
寄放 jìfàng 动 ฝากเก็บ
寄居 jìjū 动 อาศัยอยู่
寄人篱下（寄人籬下）jìrénlíxià 〈成〉 อาศัยอยู่กับคนอื่น ; พึ่งพาอาศัยคนอื่น
寄生 jìshēng 动 〈动〉〈植〉 เป็นกาฝาก ; เกาะกิน
寄生虫（寄生蟲）jìshēngchóng 名〈动〉 สัตว์ที่อาศัยอยู่ตามร่างกายของสิ่งมีชีวิตอื่น ๆ เช่น เหา หมัด พยาธิ ฯลฯ ; พวกที่เกาะคนอื่นกิน
寄售 jìshòu 动 ฝากขาย
寄宿 jìsù 动 อาศัยพัก ; (นักเรียน) อยู่หอพัก
寄宿生 jìsùshēng 名 นักเรียนกินนอน
寄托 jìtuō 动 ฝากฝัง ; ฝากความหวังไว้
寄养（寄養）jìyǎng 动 ฝากเลี้ยง
寄予 jìyǔ 动 ฝากฝัง ; ให้
寄语（寄語）jìyǔ 动 ฝากคำกล่าว 名 คำกล่าวที่ฝากความหวังไว้

寂静 jìjìng 形 เงียบสงัด
寂寞 jìmò 形 เหงา ; หงอยเหงา

绩（績）jì 名 ผลงานคุณูปการ 动 ทอใยป่าน
绩效（績效）jìxiào 名 〈书〉 ผลงาน ; ประสิทธิผล

鲫鱼（鯽魚）jìyú 名 〈动〉 ครูชันคาร์ป (*crucian carp*) (ปลาน้ำจืดชนิดหนึ่ง)

冀图 jìtú 动 〈书〉 มุ่งหวัง
冀望 jìwàng 动 〈书〉 หวัง

加 jiā 动 เพิ่ม ; บวก
加班 jiābān 动 ทำงานเพิ่มอีกกะหนึ่ง
加倍 jiābèi 动 เพิ่มอีกหนึ่งเท่า 副 มากยิ่งขึ้น
加车（加車）jiāchē 名 รถประจำทางเสริม
加大 jiādà 动 เพิ่มมากขึ้น
加点（加點）jiādiǎn 动 ต่อเวลาทำงาน
加法 jiāfǎ 名 〈数〉 วิธีบวก
加工 jiāgōng 动 แปรรูปผลิตภัณฑ์ ; เสริมงาน
加固 jiāgù 动 เสริมให้มั่นคงแข็งแรง
加害 jiāhài 动 ใส่ร้าย
加号（加號）jiāhào 名〈数〉 เครื่องหมายบวก
加急 jiājí 形 ด่วนมาก
加价（加價）jiājià 动 ขึ้นราคา
加紧（加緊）jiājǐn 动 เร่ง
加劲（加勁）jiājìn 动 พยายามยิ่งขึ้น
加剧（加劇）jiājù 动 ร้ายแรงยิ่งขึ้น
加快 jiākuài 动 รวดเร็วยิ่งขึ้น
加宽（加寬）jiākuān 动 ขยายให้กว้างขึ้น
加仑（加侖）jiālún 量 แกลลอน (*gallon*)
加码（加碼）jiāmǎ 动 เพิ่มเงินเดิมพัน ; เพิ่มปริมาณที่กำหนดไว้
加盟 jiāméng 动 เข้าร่วมเป็นพันธมิตร
加密 jiāmì 动 เข้ารหัส
加密货币（加密貨幣）jiāmì huòbì 〈经〉 เงินตราเข้ารหัสลับ; สกุลเงินเข้ารหัส; คริปโทเคอร์เรนซี (*Crypto currency*)
加冕 jiāmiǎn 动 ราชาภิเษก
加农炮（加農炮）jiānóngpào 名〈军〉 แคนนอน (*cannon*) ; ปืนใหญ่

J

加强 jiāqiáng 动 เสริมให้แข็งแกร่ง
加热（加熱）jiārè 动 ทำให้ร้อน ; อุ่น
加入 jiārù 动 เข้าร่วม ; เติมเข้าไป
加上 jiāshàng 动 บวก 连 อีกทั้ง
加深 jiāshēn 动 ทำให้ลึกเข้า
加数（加數）jiāshù 名 ‹数› จำนวนบวก
加速 jiāsù 动 เร่งความเร็ว
加速度 jiāsùdù 名 ‹物› ความเร่ง
加速器 jiāsùqì 名 ‹物› ตัวเร่งความเร็ว
加温 jiāwēn 动 เพิ่มความร้อน ; เพิ่มอุณหภูมิ
加薪 jiāxīn 动 เพิ่มเงินเดือน
加以 jiāyǐ 动 ใช้นำหน้าคำกริยามากพยางค์ (บ่งถึงการจัดการกับสิ่งของหรือเรื่องราวที่กล่าวไว้ข้างหน้า เช่น 有问题要及时加以解决。)
加油 jiāyóu 动 เติมน้ำมัน ; เพิ่มความพยายามเข้า
加油站 jiāyóuzhàn 名 ปั๊มน้ำมัน
加重 jiāzhòng 动 เพิ่มน้ำหนัก ; เสริมให้หนักแน่น
夹（夾）jiā 动 หนีบ ; สอด ; คีบ
夹板（夾板）jiābǎn 名 แผ่นไม้ตีประกบ ; แผ่นไม้ขนาบ ; แผ่นไม้อัด ; เฝือก
夹层（夾層）jiācéng 名 (กำแพงกระจก ฯลฯ) สองชั้น
夹带（夾帶）jiādài 动 สอดใส่ในที่ลับเมื่อนำเข้าไป
夹缝（夾縫）jiāfèng 名 ช่องแคบ ๆ (ระหว่างสิ่งของสองอย่างที่เรียงติดกัน)
夹攻（夾攻）jiāgōng 动 โจมตีขนาบ
夹击（夾擊）jiājī 动 ‹军› บุกโจมตีขนาบ
夹剪（夾剪）jiājiǎn 名 คีม
夹克（夾克）jiākè 名 เสื้อแจ็กเกต (*jacket*)
夹生（夾生）jiāshēng 形 ครึ่งสุกครึ่งดิบ
夹杂（夾雜）jiāzá 动 ปะปน
夹竹桃（夾竹桃）jiāzhútáo 名 ‹植› ต้นยี่โถ
夹注（夾注）jiāzhù 名 อรรถาธิบายที่แทรกระหว่างบรรทัด
夹子（夾子）jiā·zi 名 แหนบ ; แฟ้ม
佳 jiā 形 ดีงาม
佳话（佳話）jiāhuà 名 เรื่องดีงามที่แพร่หลาย
佳绩（佳績）jiājì 名 ผลงานที่ดี
佳节（佳節）jiājié 名 เทศกาลอันสนุกสนาน
佳境 jiājìng 名 สภาวะที่ดี
佳丽（佳麗）jiālì 名 ‹书› หญิงงาม
佳酿（佳釀）jiāniàng 名 สุราชั้นดี
佳偶 jiā'ǒu 名 ‹书› คู่สมรสที่ดี
佳期 jiāqī 名 ‹书› วันมงคลสมรส ; เวลาที่คนรักนัดพบกัน
佳人 jiārén 名 ‹书› หญิงงาม
佳肴 jiāyáo 名 อาหารดี ๆ
佳音 jiāyīn 名 ‹书› ข่าวดี
佳作 jiāzuò 名 ผลงาน (ด้านศิลปวรรณคดี) ดีเด่น
枷 jiā 名 ขื่อสวมคอนักโทษ
枷锁（枷鎖）jiāsuǒ 名 ขื่อคา ; เครื่องจองจำ
痂 jiā 名‹生理› สะเก็ดแผล
家 jiā 名 ครอบครัว ; บ้าน
家财（家財）jiācái 名 ทรัพย์สมบัติของครอบครัว
家产（家產）jiāchǎn 名 ทรัพย์สมบัติของครอบครัว (รวมทั้งสังหาริมทรัพย์และอสังหาริมทรัพย์)
家常 jiācháng 名 สิ่งที่ใช้ประจำในชีวิตครอบครัว
家常便饭（家常便飯）jiācháng-biànfàn ‹成› อาหารธรรมดาที่รับประทานเป็นประจำ
家丑（家醜）jiāchǒu 名 เรื่องอัปยศอดสูในบ้าน
家畜 jiāchù 名 สัตว์เลี้ยง
家当（家當）jiā·dàng 名‹口› ทรัพย์สมบัติของครอบครัว
家底 jiādǐ 名 ทรัพย์สมบัติของครอบครัวที่สะสมมานานปี
家电（家電）jiādiàn 名 เครื่องใช้ไฟฟ้าสำหรับใช้ภายในบ้าน
家访（家訪）jiāfǎng 动 ไปเยี่ยมที่บ้านด้วยความจำเป็นทางการงาน
家风（家風）jiāfēng 名 ประเพณีของครอบครัว ; ประเพณีของตระกูล
家规（家規）jiāguī 名 ระเบียบของครอบครัว
家伙（傢夥）jiā·huo 名‹口› (คำใช้แทนชื่อสิ่งที่กล่าวถึง เช่น เครื่องมือหรืออาวุธ ฯลฯ) อ้าย (นี่ นั่น) ; หมอ (นี่ นั่น)
家计（家計）jiājì 名 การเลี้ยงชีพของครอบครัว

家家户户 jiājiāhùhù ทุกครัวเรือน

家教 jiājiào 名 การสั่งสอนอบรมภายในครอบครัว ; 〈简〉ครูผู้รับจ้างสอนตามบ้าน (คำย่อของ 家庭教师)

家境 jiājìng 名 ฐานะทางครอบครัว

家居 jiājū 名 อยู่บ้านไม่มีงานทำ ; ห้องในบ้าน

家具（傢具）jiājù 名 เครื่องเรือน ; เฟอร์นิเจอร์ (*furniture*)

家眷 jiājuàn 名 ครอบครัว (หมายถึงภรรยาและลูก ๆ)

家里（家裏）jiālǐ ทางบ้าน ; ในบ้าน

家破人亡 jiāpò-rénwáng 〈成〉บ้านแตกสาแหรกขาด

家谱（家譜）jiāpǔ 名 พงศาวลี

家禽 jiāqín 名 สัตว์เลี้ยงที่มีปีก ; สัตว์ปีก (เช่น ไก่ เป็ด ห่าน นก ฯลฯ)

家人 jiārén 名 สมาชิกครอบครัว

家事 jiāshì 名 เรื่องในครอบครัว

家室 jiāshì 名 ครอบครัว ; ภรรยา ; บ้านเรือน

家书（家書）jiāshū 名 จดหมายทางบ้าน

家属（家屬）jiāshǔ 名 คนในครอบครัว

家庭 jiātíng 名 ครอบครัว

家庭暴力 jiātíng bàolì 〈法〉การใช้กำลังภายในครอบครัว

家庭妇女（家庭婦女）jiātíng fùnǚ แม่บ้าน

家庭教师（家庭教師）jiātíng jiàoshī ครูผู้สอนตามบ้าน

家庭医生（家庭醫生）jiātíng yīshēng หมอประจำบ้าน ; หมอประจำหมู่บ้านหรือเขตอาคารจัดสรร

家庭影院（家庭影院）jiātíng yǐngyuàn โฮมเธียเตอร์ (*home theatre*)

家徒四壁 jiātúsìbì 〈成〉ยากจนค่นแค้นมากจนไม่มีทรัพย์สมบัติเหลืออยู่ในบ้านแม้แต่ชิ้นเดียว

家兔 jiātù 名 กระต่ายเลี้ยง

家务（家務）jiāwù 名 งานบ้าน

家乡（家鄉）jiāxiāng 名 บ้านเกิด

家小 jiāxiǎo 名 ลูกเมีย

家信 jiāxìn 名 จดหมายทางบ้าน

家业（家業）jiāyè 名 ทรัพย์สินและกิจการของครอบครัว

家用 jiāyòng 名 ค่าใช้จ่ายทางครอบครัว 形 (สิ่งของ) ที่ใช้ในบ้าน

家用电器（家用電器）jiāyòng diànqì เครื่องไฟฟ้าสำหรับใช้ในบ้าน

家喻户晓（家喻户曉）jiāyù-hùxiǎo 〈成〉รู้กันอย่างแพร่หลาย

家园（家園）jiāyuán 名 บ้านเกิดเมืองนอน

家长（家長）jiāzhǎng 名 หัวหน้าครอบครัว ; ผู้ปกครอง (ของเด็ก)

家长制（家長制）jiāzhǎngzhì 名 ระบบการปกครองโดยบิดา ; ระบอบพ่อปกครองลูก

家政 jiāzhèng 名 เคหกรรม

家族 jiāzú 名 วงศ์ตระกูล

袈裟 jiāshā 名 〈宗〉จีวร

嘉宾（嘉賓）jiābīn 名 แขกผู้มีเกียรติ

嘉奖（嘉獎）jiājiǎng 动 ชมเชยและให้รางวัล 名 คำชมเชยและรางวัล

嘉勉 jiāmiǎn 动〈书〉ชมเชยมอบรางวัลและส่งเสริมให้กำลังใจ

嘉年华（嘉年華）jiāniánhuá 名 งานรื่นเริง ; งานเฉลิมฉลอง

嘉许（嘉許）jiāxǔ 动〈书〉ชมเชย

夹（夾）jiá 形 (เสื้อผ้าหรือผ้าห่ม) ที่เป็นสองชั้น

荚果（莢果）jiáguǒ 名 〈植〉พืชประเภทที่มีฝัก

戛然而止 jiárán'érzhǐ 〈成〉(เสียง) ขาดไปอย่างฉับพลัน

甲板 jiǎbǎn 名 ดาดฟ้าเรือ

甲苯 jiǎběn 名 〈化〉ทอลูอีน (*toluene*)

甲虫（甲蟲）jiǎchóng 名 〈动〉แมลงปีกแข็ง

甲醇 jiǎchún 名 〈化〉เมทิลแอลกอฮอล์ (*methyl alcohol*) ; เมทานอล (*methanol*)

甲方 jiǎfāng 名 ฝ่าย ก

甲肝 jiǎgān 名 〈医〉โรคตับอักเสบชนิด เอ

甲骨文 jiǎgǔwén 名 ตัวอักษรโบราณของจีนซึ่งแกะสลักไว้บนกระดองเต่าหรือกระดูกสัตว์

甲基 jiǎjī 名〈化〉เมทิล (*methyl*)

甲醚 jiǎmí 名 〈化〉เมทิลอีเธอร์ (*methyl ether*)

甲壳（甲殼）jiǎqiào 名〈动〉เปลือกแข็งของสัตว์น้ำ

J

เช่น เปลือกกุ้ง กระดองเต่า ฯลฯ

甲醛 jiǎquán 名〈化〉ฟอร์แมลดีไฮด์ (*formaldehyde*)

甲酸 jiǎsuān 名〈化〉กรดฟอร์มิก (*formic acid*)

甲烷 jiǎwán 名〈化〉มีเทน (*methane*)

甲癣（甲癬）jiǎxuǎn 名〈医〉โรคขี้กลากชนิดหนึ่งซึ่งเกิดขึ้นที่ขาหนีบ

甲鱼（甲魚）jiǎyú 名〈动〉ตะพาบน้ำ

甲状腺（甲狀腺）jiǎzhuàngxiàn 名〈医〉ต่อมไทรอยด์ (*thyroid gland*)

钾（鉀）jiǎ 名〈化〉โปแตสเซียม (*potassium*)

钾肥（鉀肥）jiǎféi 名〈农〉ปุ๋ยเคมีโปแตช

钾碱（鉀鹼）jiǎjiǎn 名〈化〉โปแตช (*potash*)

钾盐（鉀鹽）jiǎyán 名〈化〉เกลือโปแตช

假 jiǎ 形 ปลอม ; สมมุติ

假扮 jiǎbàn 动 ปลอมตัว

假钞（假鈔）jiǎchāo 名 ธนบัตรปลอม

假充 jiǎchōng 动 ปลอมตัว ; แสร้งทำเป็น

假定 jiǎdìng 动 สมมุติ

假发（假髮）jiǎfà 名 ผมปลอม ; วิก (*wig*)

假分数（假分數）jiǎfēnshù 名〈数〉เศษส่วนที่เศษมากกว่าส่วน

假公济私（假公濟私）jiǎgōng-jìsī〈成〉เบียดบังผลประโยชน์ส่วนรวมเป็นของส่วนตัว

假话（假話）jiǎhuà 名 คำโกหก

假货（假貨）jiǎhuò 名 ของปลอม ; สินค้าปลอม

假借 jiǎjiè 动 แอบอ้าง

假冒 jiǎmào 动 แอบอ้าง ; ปลอมแปลง

假寐 jiǎmèi 动〈书〉งีบ

假面具 jiǎmiànjù 名 หน้ากาก

假名 jiǎmíng 名 ชื่อปลอม ; นามแฝง ; ตัวอักขระภาษาญี่ปุ่น

假仁假义（假仁假義）jiǎrén-jiǎyì〈成〉เมตตาธรรมที่จอมปลอม ; ปากบุญใจบาป

假如 jiǎrú 连 สมมุติว่า ; ถ้าหากว่า

假山 jiǎshān 名 ภูเขาจำลอง

假设（假設）jiǎshè 动 สมมุติว่า 名 สมมุติฐาน

假使 jiǎshǐ 连 ถ้าหาก

假释（假釋）jiǎshì 动〈法〉ปล่อยตัวโดยมีทัณฑ์บน ; ปล่อยตัวโดยมีเงื่อนไข

假手 jiǎshǒu 动 (กระทำโดย) ยืมมือคนอื่น

假说（假説）jiǎshuō 名 สมมุติฐาน

假死 jiǎsǐ 动〈医〉อวัยวะร่างกายหยุดทำงานชั่วคราว ; แกล้งตาย

假戏真做（假戲真做）jiǎxì-zhēnzuò〈成〉ละครเป็นเรื่องแต่งแต่แสดงเหมือนจริง อุปมาว่า ทำเรื่องไม่จริงให้เป็นจริงไปได้

假想 jiǎxiǎng 动 สมมุติขึ้น 名 จินตนาการ

假象 jiǎxiàng 名 ภาพลวงตา

假惺惺 jiǎxīngxīng 形 เสแสร้ง ; ไม่จริงใจ

假牙 jiǎyá 名 ฟันปลอม

假意 jiǎyì 副 เสแสร้ง ; ไม่จริงใจ 名 ความไม่จริงใจ

假造 jiǎzào 动 ปลอมแปลง ; เสกสรร

假肢 jiǎzhī 名 แขนขาปลอม

假装（假裝）jiǎzhuāng 动 แสร้งทำเป็น...

价（價）jià 名 ราคา ; มูลค่า

价格（價格）jiàgé 名 ราคา

价廉物美（價廉物美）jiàlián-wùměi〈成〉สินค้าดีราคาถูก

价码（價碼）jiàmǎ 名〈口〉ราคาสินค้าที่ติดไว้

价目（價目）jiàmù 名 ราคาสินค้าที่ติดไว้

价目表（價目表）jiàmùbiǎo 名 รายการราคาสินค้า

价钱（價錢）jià·qián 名 ราคา

价位（價位）jiàwèi 名 ระดับราคา (ของสินค้า) ในตลาด

价值（價值）jiàzhí 名 มูลค่า ; คุณค่า

价值观（價值觀）jiàzhíguān 名 ค่านิยม

价值连城（價值連城）jiàzhí-liánchéng〈成〉ราคาเทียบเท่าห้าเมือง อุปมาว่า ของล้ำค่า

驾车（駕車）jiàchē 动 ขับรถ ; ขับเกวียน

驾临（駕臨）jiàlín 动〈敬〉ให้เกียรติมา

驾轻就熟（駕輕就熟）jiàqīng-jiùshú〈成〉อุปมาว่า รู้ลู่ทางของงานดี

驾驶（駕駛）jiàshǐ 动 ขับ (รถ เรือ เครื่องบิน ฯลฯ)

驾驶室（駕駛室）jiàshǐshì 名 ห้องขับรถ

驾驶员（駕駛員）jiàshǐyuán 名 ผู้ขับ ; คนขับ

驾驭（駕馭）jiàyù 动 ขับขี่ ; ควบคุม

驾照（駕照）jiàzhào 名 ใบขับขี่

架 jià 名 โครง ; ที่แขวน ; ค้ำ

架构（架構）jiàgòu 动〈建〉ก่อสร้าง 名 โครงสร้าง

架空 jiàkōng 动〈建〉สร้างยกพื้น ; ลอย

架设（架設）jiàshè 动 สร้างลอยเหนือพื้นดิน

架势（架勢）jià•shi 名 ท่าทาง ; มาด

架子 jià•zi 名 มาด ; โครง ; ท่า

假 jià 名 วันหยุด ; วันลา

假期 jiàqī 名 ช่วงปิดเทอม ; ช่วงลางาน

假日 jiàrì 名 วันหยุด

假条（假條）jiàtiáo 名 ใบขอลา

嫁 jià 动 (หญิง) แต่งงาน

嫁祸于人（嫁禍于人）jiàhuòyúrén〈成〉โยนความผิดให้คนอื่น

嫁接 jiàjiē 动〈农〉ทาบกิ่ง ; แกรฟทิง

嫁妆（嫁妝）jià•zhuang 名 สินเดิมของฝ่ายหญิง

尖 jiān 形 แหลม 名 ยอด

尖兵 jiānbīng 名〈军〉กองหน้า

尖刀 jiāndāo 名 มีดแหลม

尖端 jiānduān 名 ยอด ; ปลายแหลม

尖刻 jiānkè 形 (คำพูด) เจ็บแสบ

尖利 jiānlì 形 แหลมคม

尖儿（尖兒）jiānr 名 ยอด ; หัวแหลม

尖锐（尖鋭）jiānruì 形 แหลมคม ; รุนแรง

尖酸 jiānsuān 形 (คำพูด) เจ็บแสบ

尖子 jiān•zi 名 คนที่ยอดเยี่ยมที่สุด

尖嘴猴腮 jiānzuǐ-hóusāi〈成〉ใบหน้าซูบผอมอัปลักษณ์

奸 jiān 形 คดในข้องอในกระดูก ; เห็นแก่ตัว 动 ล่วงประเวณี

奸臣 jiānchén 名 อำมาตย์ทุจริต ; อำมาตย์ทรยศ; กังฉิน

奸党（奸黨）jiāndǎng 名 พรรคที่แปรพักตร์

奸夫 jiānfū 名 ชายชู้

奸妇（奸婦）jiānfù 名 หญิงชู้

奸猾 jiānhuá 形 คดในข้องอในกระดูก ; เล่ห์เหลี่ยม

奸计（奸計）jiānjì 名 แผนชั่ว

奸情 jiānqíng 名 เรื่องชู้สาว

奸商 jiānshāng 名 พ่อค้าทุจริต

奸污 jiānwū 动 ข่มขืนชำเรา

奸细（奸細）jiānxì 名 ไส้ศึก ; หนอนบ่อนไส้

奸笑 jiānxiào 动 ยิ้มอย่างมีเลศนัย

奸淫 jiānyín 动 มั่วโลกีย์ ; ข่มขืนชำเรา

奸贼（奸賊）jiānzéi 名 คนทุจริต ; คนขายชาติ

奸诈（奸詐）jiānzhà 形 ทุจริตคดโกง

歼击机（殲擊機）jiānjījī 名〈军〉เครื่องบินขับไล่

歼灭（殲滅）jiānmiè 动 ทำลายล้าง

坚不可摧（堅不可摧）jiānbùkěcuī〈成〉แข็งแกร่งไม่อาจจะทำลายได้

坚持（堅持）jiānchí 动 ยืนหยัด

坚持不懈（堅持不懈）jiānchí-bùxiè〈成〉ยืนหยัดอย่างไม่ระย่อท้อถอย

坚定（堅定）jiāndìng 形 เด็ดเดี่ยวแน่วแน่ ; หนักแน่น

坚固（堅固）jiāngù 形 มั่นคง ; แข็งแกร่ง

坚果（堅果）jiānguǒ 名 เมล็ดของพรรณไม้ที่กะเทาะเปลือกแล้วใช้รับประทาน เช่น เกาลัด วอลนัต อัลมอนด์ ฯลฯ

坚决（堅決）jiānjué 形 เด็ดขาด ; เด็ดเดี่ยว

坚强（堅強）jiānqiáng 形 เข้มแข็ง

坚韧（堅韌）jiānrèn 形 แข็งแกร่งและเหนียวแน่น

坚韧不拔（堅韌不拔）jiānrèn-bùbá〈成〉เด็ดเดี่ยวแน่วแน่ไม่คลอนแคลน

坚如磐石（堅如磐石）jiānrúpánshí〈成〉มั่นคงแข็งแกร่งดุจศิลายักษ์

坚实（堅實）jiānshí 形 มั่นคง ; แข็งแรง

坚守（堅守）jiānshǒu 动 รักษาอย่างเข้มแข็ง ; ยึดมั่น

坚挺（堅挺）jiāntǐng 形〈经〉(เงินตรา) แข็งขึ้น ; แข็ง

坚信（堅信）jiānxìn 动 เชื่อมั่น

坚毅（堅毅）jiānyì 形 เด็ดเดี่ยวหนักแน่น

坚硬（堅硬）jiānyìng 形 แข็ง

J

坚贞（堅貞）jiānzhēn 形 ยึดมั่นในความซื่อสัตย์

间（間）jiān 名 ช่วงเวลาหรือช่องว่าง ; ระหว่าง ; ท่ามกลาง 量 ห้อง

间距（間距）jiānjù 名 ช่วง

肩 jiān 名 ไหล่ ; บ่า

肩膀 jiānbǎng 名 ไหล่ ; บ่า

肩负（肩負）jiānfù 动 แบกรับภาระ

肩头（肩頭）jiāntóu 名 บนไหล่ ; 〈方〉 ไหล่

肩章 jiānzhāng 名 อินทรธนู

艰巨性（艱巨性）jiānjùxìng 名 ความหนักหน่วงและยากลำเค็ญ

艰苦（艱苦）jiānkǔ 形 ยากลำบาก ; ทรหดอดทน

艰苦奋斗（艱苦奮鬥）jiānkǔ-fèndòu 〈成〉 ต่อสู้ด้วยความยากลำบาก

艰苦卓绝（艱苦卓絶）jiānkǔ-zhuójué 〈成〉 (การต่อสู้) ลำบากยากเข็ญเกินคาดคิด

艰难（艱難）jiānnán 形 ลำบากยากเข็ญ

艰深（艱深）jiānshēn 形 ลึกซึ้ง ; เข้าใจยาก

艰险（艱險）jiānxiǎn 形 ยากลำบากและอันตราย

艰辛（艱辛）jiānxīn 形 ยากลำบาก

监（監）jiān 动 เฝ้าดู 名 คุก

监测（監測）jiāncè 动 〈物〉 ตรวจวัดและคอยสังเกต

监测器（監測器）jiāncèqì 名 〈物〉 เครื่องตรวจ

监察（監察）jiānchá 动 ตรวจควบคุม

监督（監督）jiāndū 动 ตรวจและควบคุมดูแล

监工（監工）jiāngōng 名 ผู้คุมงาน 动 คุมงาน

监管（監管）jiānguǎn 动 ควบคุมและเฝ้าติดตามการเคลื่อนไหว (ของนักโทษ)

监护（監護）jiānhù 动 คุ้มครอง ; ปกครอง

监护人（監護人）jiānhùrén 名 〈法〉 ผู้ปกครอง ; ผู้คุ้มครอง

监禁（監禁）jiānjìn 动 คุมขัง

监考（監考）jiānkǎo 动 คุมสอบ

监控（監控）jiānkòng 动 ควบคุมและคอยสังเกต

监牢（監牢）jiānláo 名 คุก ; ตะราง ; เรือนจำ

监视（監視）jiānshì 动 เฝ้าติดตามการเคลื่อนไหว ; ควบคุมดูแล

监听（監聽）jiāntīng 动 ใช้เครื่องรับฟังสัญญาณเพื่อทดสอบคุณภาพการส่งสัญญาณ ; ดักฟัง

监狱（監獄）jiānyù 名 คุก ; ตะราง ; เรือนจำ

监制（監製）jiānzhì 动 ควบคุมการผลิต

兼 jiān 动 สองสิ่งควบคู่กันไป 形 เป็นสองเท่า

兼备（兼備）jiānbèi 动 มีพร้อม (หลายอย่าง)

兼并 jiānbìng 动 ผนวก ; รวม

兼差 jiānchāi 动 ควบหลายตำแหน่ง

兼程 jiānchéng 动 เร่งเดินทางด้วยความเร็วทวีคูณ

兼顾（兼顧）jiāngù 动 ดูแล (หลายด้าน) พร้อมกัน

兼管 jiānguǎn 动 คุม (หลายด้าน)

兼课（兼課）jiānkè 动 สอนพิเศษ

兼任 jiānrèn 动 ควบหลายตำแหน่ง ; ดำรงตำแหน่งพิเศษ

兼容 jiānróng 形 〈电〉 ซึ่งอยู่ด้วยกันได้ ; ซึ่งเข้ากันได้ (เช่น เครื่องอิเล็กทรอนิกส์ โทรทัศน์ ฯลฯ) (*compatible*)

兼容并蓄 jiānróng-bìngxù 〈成〉 รับสิ่งที่แตกต่างกันเข้ามาด้วย

兼职（兼職）jiānzhí 动 ควบหลายตำแหน่ง ; ประกอบอาชีพเสริม 名 อาชีพเสริม ; งานพิเศษ

缄（緘）jiān 动 ผนึก (ซองจดหมาย)

缄口（緘口）jiānkǒu 动 ปิดปากเงียบ

缄默（緘默）jiānmò 动 นิ่งเงียบ ; เงียบงัน

煎 jiān 动 ทอดด้วยน้ำมันน้อย ๆ ; ต้ม (ยาสมุนไพร ฯลฯ)

煎熬 jiān'áo 动 ทรมาน

煎饼（煎餅）jiān·bing 名 โรตีแผ่นบาง ๆ ซึ่งทำด้วยแป้งถั่วแป้งข้าวฟ่างและ แป้งข้าวสาลีผสมกัน

拣选（揀選）jiǎnxuǎn 动 เลือกสรร

茧（繭）jiǎn 名 〈动〉 รังไหม

茧子（繭子）jiǎn·zi 名〈生理〉 ผิวหนังด้าน

柬帖 jiǎntiě 名 ชื่อเรียกรวมของจดหมาย นามบัตร หนังสือเชิญ บัตรเชิญ ฯลฯ

俭朴（儉樸）jiǎnpǔ 形 ประหยัดและเรียบ ๆ ง่าย ๆ

俭省（儉省）jiǎnshěng 形 ประหยัด

捡（撿）jiǎn 动 เก็บ ; หยิบ
捡破烂（撿破爛）jiǎn pòlàn เก็บเศษของในกองขยะ ; เก็บของเก่า
捡拾（撿拾）jiǎnshí 动 เก็บ
检波器（檢波器）jiǎnbōqì 名〈电〉เครื่องตรวจคลื่นวิทยุ
检测（檢測）jiǎncè 动 ตรวจวัด
检查（檢查）jiǎnchá 动 ตรวจ
检查员（檢查員）jiǎncháyuán 名 เจ้าหน้าที่ตรวจงาน
检察（檢察）jiǎnchá 动 ตรวจสอบข้อเท็จจริงของความผิด
检察官（檢察官）jiǎncháguān 名 อัยการ
检察院（檢察院）jiǎncháyuàn 名〈法〉สำนักงานอัยการ
检点（檢點）jiǎndiǎn 动 ตรวจความถูกต้อง ; สำรวม
检举（檢舉）jiǎnjǔ 动 รายงานความผิด (ของผู้อื่นต่อหน่วยราชการ)
检票口（檢票口）jiǎnpiàokǒu 名 ที่ตรวจตั๋ว
检索（檢索）jiǎnsuǒ 动 ตรวจหา (ข้อมูล ฯลฯ) 名 ดัชนี
检讨（檢討）jiǎntǎo 动 สำรวจความผิดของตน ; ตรวจสอบและค้นคว้า
检修（檢修）jiǎnxiū 动 ตรวจและซ่อมแซม
检验（檢驗）jiǎnyàn 动 พิสูจน์
检疫（檢疫）jiǎnyì 动 ตรวจและป้องกันโรคติดต่อ
检阅（檢閱）jiǎnyuè 动 ตรวจพล
检字（檢字）jiǎnzì 动 ค้นศัพท์ (ในพจนานุกรม)
减 jiǎn 动 ลด ; ลบ
减产（減産）jiǎnchǎn 动 ลดปริมาณการผลิต
减低 jiǎndī 动 ลดลง
减法 jiǎnfǎ 名〈数〉วิธีการลบ
减肥 jiǎnféi 动 ลดความอ้วน
减负（減負）jiǎnfù 动 ลดภาระ
减号（減號）jiǎnhào 名〈数〉เครื่องหมายลบ
减缓（減緩）jiǎnhuǎn 动 ลดหย่อน
减价（減價）jiǎnjià 动 ลดราคา
减慢 jiǎnmàn 动 ช้าลง
减免 jiǎnmiǎn 动 ลดหรือยกเว้น (ค่าธรรมเนียม ภาษี หรือโทษทัณฑ์ ฯลฯ)
减轻（減輕）jiǎnqīng 动 เบาลง
减弱 jiǎnruò 动 อ่อนลง ; อ่อนตัว
减色 jiǎnsè 动 ด้อยลง
减少 jiǎnshǎo 动 น้อยลง
减速 jiǎnsù 动 ลดความเร็ว
减缩（減縮）jiǎnsuō 动 (ค่าใช้จ่าย) ลดน้อยลง
减退 jiǎntuì 动 (ระดับ) ลดต่ำลง ; บรรเทา ; ทุเลา
减薪 jiǎnxīn 动 ลดเงินเดือน
减刑 jiǎnxíng 动〈法〉ลดโทษ
减压（減壓）jiǎnyā 动 ลดความกดดัน
减员（減員）jiǎnyuán 动 ลดจำนวนเจ้าหน้าที่หรือพนักงาน ; การลดลงของกำลังพล
减震器 jiǎnzhènqì 名〈机〉อุปกรณ์กันสะเทือน ; โช้คอัพ
剪 jiǎn 动 ตัด (ด้วยกรรไกร) 名 กรรไกร
剪报（剪報）jiǎnbào 动 ตัดหนังสือพิมพ์
剪裁 jiǎncái 动 ตัด (เสื้อผ้า)
剪彩 jiǎncǎi 动 ตัดริบบิน (ในพิธีเปิดงาน)
剪除 jiǎnchú 动 กำจัด
剪刀 jiǎndāo 名 ตะไกร ; กรรไกร
剪刀差 jiǎndāochā 名〈经〉ราคาแตกต่างรูปกรรไกร
剪辑（剪輯）jiǎnjí 动 ตัดต่อเรียบเรียง (ภาพยนตร์ เทป ภาพถ่าย ฯลฯ)
剪辑艺术（剪輯藝術）jiǎnjí yìshù〈工美〉กฤตศิลป์ ; ศิลป์การตัดต่อ
剪接 jiǎnjiē 动 การตัดต่อภาพยนตร์
剪票 jiǎnpiào 动 หนีบตั๋ว (เวลาตรวจตั๋วบนรถไฟ รถเมล์ ฯลฯ)
剪贴（剪貼）jiǎntiē 动 ตัดติด (ข้อมูลจากหนังสือพิมพ์ ฯลฯ) ; การตัดต่อภาพ (ของนักเรียน)
剪影 jiǎnyǐng 动〈工美〉ตัดรูปกระดาษ (ตามรูปใบหน้าหรือรูปร่างของคน)
剪纸（剪紙）jiǎnzhǐ 动〈工美〉ตัดภาพกระดาษ

J

剪子 jiǎn·zi 名 ตะไกร ; กรรไกร

锏（鐧）jiǎn 名 〈旧〉〈军〉ชื่ออาวุธโลหะสมัยโบราณชนิดหนึ่ง รูปสี่เหลี่ยม ยาว ไม่มีคม แต่มีสี่แง่ง

简（簡）jiǎn 形 ง่าย ; ย่อ ; รวบรัด

简报（簡報）jiǎnbào 名 รายงานข่าวสั้น

简本（簡本）jiǎnběn 名 ฉบับย่อเรื่อง

简编（簡編）jiǎnbiān 动 เรียบเรียงโดยสังเขป

简便（簡便）jiǎnbiàn 形 ง่ายและสะดวก

简表（簡表）jiǎnbiǎo 名 ตารางแบบย่อ ๆ

简称（簡稱）jiǎnchēng 名 ชื่อย่อ

简单（簡單）jiǎndān 形 ง่าย

简短（簡短）jiǎnduǎn 形 สั้น ๆ

简化（簡化）jiǎnhuà 动 เป็นแบบย่อ ๆ

简洁（簡潔）jiǎnjié 形 (คำพูดเรียงความ) เรียบง่ายและกะทัดรัด

简捷（簡捷）jiǎnjié 形 ง่ายและรวดเร็ว ; ตรง ๆ

简介（簡介）jiǎnjiè 名 คำแนะนำโดยสังเขป

简况（簡況）jiǎnkuàng 名 สภาพโดยสังเขป ; สภาพทั่วไป

简历（簡歷）jiǎnlì 名 ประวัติย่อ

简练（簡練）jiǎnliàn 形 (สำนวนภาษา) กะทัดรัด

简陋（簡陋）jiǎnlòu 形 (เครื่องอุปกรณ์ บ้านเรือน ฯลฯ) ง่าย ๆ หยาบ ๆ

简略（簡略）jiǎnlüè 形 (ภาษาเนื้อหา) สั้น ๆ ; ไม่ละเอียด

简明（簡明）jiǎnmíng 形 ง่ายและแจ่มแจ้ง

简朴（簡樸）jiǎnpǔ 形 เรียบ ๆ ง่าย ๆ

简省（簡省）jiǎnshěng 动 ประหยัด

简史（簡史）jiǎnshǐ 名 ประวัติศาสตร์ย่อ

简述（簡述）jiǎnshù 动 บรรยายพอสังเขป

简缩（簡縮）jiǎnsuō 动 ย่อให้สั้นลง

简体字（簡體字）jiǎntǐzì 名 ตัวหนังสือจีนรูปย่อ

简图（簡圖）jiǎntú 名 ภาพร่าง ; ภาพสเกตซ์

简写（簡寫）jiǎnxiě 名 การเขียนตัวหนังสือจีนรูปย่อ

简讯（簡訊）jiǎnxùn 名 ข่าวสั้น

简要（簡要）jiǎnyào 形 สังเขป ; (ใจความ) สำคัญและรวบรัด

简易（簡易）jiǎnyì 形 ง่าย ๆ

简章（簡章）jiǎnzhāng 名 ระเบียบข้อบังคับโดยสังเขป

简直（簡直）jiǎnzhí 副...เลย ; ...แท้ ๆ

简装（簡裝）jiǎnzhuāng 形 การบรรจุหีบห่อแบบธรรมดา

碱地 jiǎndì 名 ที่ดินที่มีด่างมาก

碱性 jiǎnxìng 名〈化〉ภาวะด่าง

见（見）jiàn 动 เห็น ; พบ ; สัมผัส

见报（見報）jiànbào 动 ลงหนังสือพิมพ์

见长（見長）jiàncháng 动 ถนัด ; เชี่ยวชาญ

见到（見到）jiàndào 动 ได้พบ ; ได้เห็น

见地（見地）jiàndì 名 ความคิดเห็น

见多识广（見多識廣）jiànduō-shíguǎng 〈成〉ประสบการณ์มาก ความรู้จึงกว้าง

见方（見方）jiànfāng 名〈口〉หนึ่งตาราง

见风使舵（見風使舵）jiànfēng-shǐduò 〈成〉หันไปตามโอกาส

见缝插针（見縫插針）jiànfèng-chāzhēn 〈成〉พยายามใช้เวลาหรือที่ว่างให้เป็นประโยชน์เต็มที่

见怪（見怪）jiànguài 动 ต่อว่า

见鬼（見鬼）jiànguǐ 动 แปลกประหลาด ; ตาย

见过（見過）jiànguò 动 เคยพบ ; เคยเห็น

见好（見好）jiànhǎo 动 ดีขึ้น

见机行事（見機行事）jiànjī-xíngshì 〈成〉ดำเนินการตามโอกาส

见解（見解）jiànjiě 名 ความคิดเห็น

见谅（見諒）jiànliàng 动〈书〉〈套〉ให้อภัย

见面（見面）jiànmiàn 动 พบหน้ากัน

见面礼（見面禮）jiànmiànlǐ 名 ของขวัญที่มอบให้เมื่อพบหน้ากันครั้งแรก

见钱眼开（見錢眼開）jiànqián-yǎnkāi 〈成〉เห็นเงินก็เบิกตา อุปมาว่า ใจโลภ

见仁见智（見仁見智）jiànrén-jiànzhì 〈成〉เห็นดีไปคนละทาง ; แต่ละคนมีความคิดเห็นที่ไม่เหมือนกัน

见世面（見世面）jiàn shìmiàn เปิดหูเปิดตา

见识（見識）jiàn·shi 动 เปิดหูเปิดตา 名 ความรู้
见死不救（見死不救）jiànsǐ-bùjiù 〈成〉 เห็นคนจะตายแต่ไม่ช่วย
见所未见（見所未見）jiànsuǒwèijiàn 〈成〉 ไม่เคยเห็นมาก่อน
见外（見外）jiànwài 形 ถือเป็นคนนอก ; เกรงอกเกรงใจ
见闻（見聞）jiànwén 名 สิ่งที่ได้เห็นได้ฟังมา
见习（見習）jiànxí 动 ฝึกงาน
见笑（見笑）jiànxiào 动 หัวเราะเยาะ
见效（見效）jiànxiào 动 ได้ผล
见义勇为（見義勇爲）jiànyì-yǒngwéi 〈成〉 กล้าทำในเรื่องที่ชอบธรรม
见异思迁（見异思遷）jiànyì-sīqiān 〈成〉 เห็นใหม่ก็ลืมเก่า
见证（見證）jiànzhèng 名 ประจักษ์พยาน
见证人（見證人）jiànzhèngrén 名 บุคคลที่เป็นประจักษ์พยาน ; สักขีพยาน

件 jiàn 量 ชิ้น 名 ชิ้นส่วน

间（間）jiàn 名 ช่อง 动 ยุ
间谍（間諜）jiàndié 名 จารชน
间断（間斷）jiànduàn 动 ขาดช่วง
间隔（間隔）jiàngé 名 เว้นระยะ
间隔号（間隔號）jiàngéhào 名 〈语〉 เครื่องหมายให้แยกออกระหว่างวันที่กับเดือนหรือระหว่างชื่อกับนามสกุล ได้แก่ “•”
间或（間或）jiànhuò 副 บางครั้งบังเอิญ
间接（間接）jiànjiē 形 ทางอ้อม
间隙（間隙）jiànxì 名 ช่องว่าง
间歇（間歇）jiànxiē 动 ไม่ต่อเนื่อง ; เดิน ๆ หยุด ๆ เป็นพัก ๆ

饯行（餞行）jiànxíng 动 เลี้ยงส่ง

建 jiàn 动 สร้าง
建材 jiàncái 名 อุปกรณ์ก่อสร้าง
建成 jiànchéng 动 สร้างสำเร็จ ; ก่อตั้งขึ้น
建都 jiàndū 动 ตั้งเมืองหลวง ; ตั้งราชธานี
建功 jiàngōng 动 สร้างความดีความชอบ
建构（建構）jiàngòu 动 สร้าง (สิ่งนามธรรม)
建国（建國）jiànguó 动 สถาปนาประเทศ
建交 jiànjiāo 动 สถาปนาความสัมพันธ์ทางการทูต
建立 jiànlì 动 สถาปนาขึ้น ; ก่อตั้งขึ้น
建设（建設）jiànshè 动 สร้างสรรค์ 名 นวัตกรรม ; นวกิจ ; นวการ
建设性（建設性）jiànshèxìng 名 ลักษณะสร้างสรรค์ ; คุณสมบัติในเชิงสร้างสรรค์
建树（建樹）jiànshù 动 สร้าง (คุณงามความดี) 名 คุณงามความดี
建议（建議）jiànyì 动 เสนอ 名 ข้อเสนอ
建造 jiànzào 动 ก่อสร้าง ; ต่อ (เรือ)
建制 jiànzhì 名 ระบบการจัดตั้ง
建筑（建築）jiànzhù 动 ก่อสร้าง 名 สิ่งก่อสร้าง
建筑群（建築群）jiànzhùqún 名 สิ่งก่อสร้างที่สร้างแล้วเสร็จเป็นหย่อม ๆ
建筑师（建築師）jiànzhùshī 名 สถาปนิก
建筑物（建築物）jiànzhùwù 名 สิ่งก่อสร้าง
建筑学（建築學）jiànzhùxué 名 สถาปัตยกรรมศาสตร์

贱（賤）jiàn 形 ต่ำต้อย ; (ราคา) ถูก
贱货（賤貨）jiànhuò 名 ของไม่มีราคา ; ของเลว ; 〈骂〉 คนต่ำต้อย
贱价（賤價）jiànjià 名 ราคาถูก

剑（劍）jiàn 名 ดาบ
剑拔弩张（劍拔弩張）jiànbá-nǔzhāng 〈成〉 กำลังชักดาบน้าวธนูจะเข้าห้ำหั่นกัน อุปมาว่าสถานการณ์ตึงเครียดมาก
剑锋（劍鋒）jiànfēng 名 คมดาบ
剑客（劍客）jiànkè 名 นักเลงที่ชำนาญวิชาฟันดาบ
剑麻（劍麻）jiànmá 名 〈植〉 ซีซัลเฮมป์ (*sisal hemp*) (ต้นปอชนิดหนึ่งใบคล้ายดาบ)
剑眉（劍眉）jiànméi 名 คิ้วที่มีลักษณะหางคิ้วยกขึ้น
剑鞘（劍鞘）jiànqiào 名 ปลอกดาบ
剑术（劍術）jiànshù 名 วิชาฟันดาบ

健步 jiànbù 名 เดินเก่ง ; ฝีเท้าเร็วและหนักแน่น
健儿（健兒）jiàn'ér 名 ผู้กล้าหาญ

健将（健將）jiànjiàng 名 คนมีฝีมือยอดเยี่ยม ; นักกีฬาชั้นหนึ่ง
健康 jiànkāng 形 สุขภาพแข็งแรง
健美 jiànměi 形 สุขภาพแข็งแรงและรูปร่างสวยงาม
健美操 jiànměicāo 名〈体〉แอโรบิก (*aerobics*)
健全 jiànquán 形 สมบูรณ์
健身 jiànshēn 名 กายบริหาร 动 ออกกำลังกาย
健身操 jiànshēncāo 名〈体〉กายบริหาร
健身房 jiànshēnfáng 名 ห้องกายบริหาร; ห้องฟิตเนส
健谈（健談）jiàntán 形 พูดเก่ง ; คุยเก่ง
健忘 jiànwàng 形 ขี้ลืม
健在 jiànzài 动 ยังมีชีวิตแข็งแรงอยู่
健壮（健壯）jiànzhuàng 形 แข็งแรง
涧（澗）jiàn 名 ทางน้ำไหลตามภูเขา
舰队（艦隊）jiànduì 名〈军〉กองเรือรบ
舰艇（艦艇）jiàntǐng 名〈军〉เรือรบ
舰长（艦長）jiànzhǎng 名〈军〉กัปตันเรือรบ
舰只（艦隻）jiànzhī 名 เรือรบ
渐（漸）jiàn 副 ค่อย ๆ ; ทีละน้อย
渐变（漸變）jiànbiàn 动 ค่อย ๆ เปลี่ยนแปลงทีละน้อย
渐渐（漸漸）jiànjiàn 副 ค่อย ๆ
渐进（漸進）jiànjìn 动 ค่อย ๆ ก้าวหน้าไป
践踏（踐踏）jiàntà 动 เหยียบย่ำ
践行（踐行）jiànxíng 动 ปฏิบัติตาม
践约（踐約）jiànyuē 动 ปฏิบัติตามที่นัดหมาย ; ปฏิบัติตามสัญญา
腱 jiàn 名〈生理〉เอ็น
溅（濺）jiàn 动 กระเซ็น
溅落（濺落）jiànluò 动 พุ่งลงน้ำ
鉴（鑒）jiàn 名 กระจก 动 ส่อง
鉴别（鑒别）jiànbié 动 วินิจฉัย ; แยกแยะ ; พินิจพิเคราะห์
鉴定（鑒定）jiàndìng 动 วินิจฉัยชี้ขาด (ดีชั่วหรือแท้ปลอม)
鉴赏（鑒賞）jiànshǎng 动 ชื่นชมและวิจารณ์ในคุณค่า
鉴于（鑒于）jiànyú 连 เนื่องด้วย
键（鍵）jiàn 名 คีย์ (*key*) ; แป้น
键盘（鍵盤）jiànpán 名 แป้นพิมพ์ ; คีย์บอร์ด (*key-board*)
键盘侠（鍵盤俠）jiànpánxiá 名 คีย์บอร์ดแมน (*keyboard man*)
箭 jiàn 名 ลูกศร ; ลูกธนู
箭步 jiànbù 名 ก้าวยาวที่พุ่งปราดไปข้างหน้า
箭头（箭頭）jiàntóu 名 หัวลูกธนู
箭猪 jiànzhū 名〈动〉เม่น
江 jiāng 名 แม่น้ำ
江河日下 jiānghé-rìxià〈成〉น้ำในแม่น้ำไหลลงสู่ตอนล่างทุกวัน อุปมาว่า สภาพทรุดลงทุกที
江湖 jiānghú 名 แม่น้ำและทะเลสาป ; ทั่วทุกสารทิศ; คนที่เที่ยวหากินไปตามที่ต่าง ๆ เช่น ขายยา เล่นกายกรรม ทำการเสี่ยงทาย ฯลฯ ; อาชีพที่เที่ยวหากินไปตามที่ต่าง ๆ
江郎才尽（江郎才盡）jiāngláng-cáijìn〈成〉อุปมาว่า สติปัญญาหมดสิ้น
江轮（江輪）jiānglún 名〈航〉เรือยนต์ที่แล่นตามลำน้ำ
江面 jiāngmiàn 名 พื้นผิวแม่น้ำ
江南 Jiāngnán 名 ลุ่มแม่น้ำฉางเจียงตอนใต้
江山 jiāngshān 名 ภูเขาและแม่น้ำ ; ปริยายหมายถึง ประเทศหรืออำนาจรัฐ
将（將）jiāng 副 จะ 动 นำเอา ; ยั่ว
将错就错（將錯就錯）jiāngcuò-jiùcuò〈成〉ตกกระไดพลอยโจน
将功补过（將功補過）jiānggōng-bǔguò〈成〉เอาคุณความดีลบล้างความผิด
将功折罪（將功折罪）jiānggōng-zhézuì〈成〉เอาคุณความดีลบล้างความผิด
将计就计（將計就計）jiāngjì-jiùjì〈成〉กลซ้อนกล ; แผนซ้อนแผน
将近（將近）jiāngjìn 副 จวนจะ ; เกือบจะ
将就（將就）jiāng•jiu 动 ถูไถ
将军（將軍）jiāngjūn 名 นายพล
将来（將來）jiānglái 名 ในอนาคต ; ต่อไปข้างหน้า
将心比心（將心比心）jiāngxīn-bǐxīn〈成〉

เอาใจเขาใส่ใจเรา

将信将疑（將信將疑）jiāngxìn-jiāngyí〈成〉 เชื่อครึ่งไม่เชื่อครึ่ง

将要（將要）jiāngyào 副 กำลังจะ

姜（薑）jiāng 名〈植〉ขิง ; นามสกุลชาวจีน

浆（漿）jiāng 名 ของเหลวที่ค่อนข้างจะข้น

浆果（漿果）jiāngguǒ 名〈植〉ผลไม้ชนิดมีน้ำมาก

僵 jiāng 形 แข็งทื่อ 动〈方〉ชะงักงัน

僵持 jiāngchí 动 (ต่างฝ่ายต่าง) ยืนกราน

僵化 jiānghuà 动 แข็งตัว ; หยุดอยู่กับที่ไม่คืบหน้า

僵局 jiāngjú 名 สถานการณ์ที่ไม่คืบหน้า ; ภาวะ ชะงักงัน

僵尸 jiāngshī 名 ศพแข็ง

僵硬 jiāngyìng 形 แข็ง ; ตายตัว

缰绳（繮繩）jiāng·shéng 名 สายบังเหียน

疆场（疆場）jiāngchǎng 名 สนามรบ

疆界 jiāngjiè 名 พรมแดน

疆土 jiāngtǔ 名 ดินแดน

疆域 jiāngyù 名 อาณาจักร

讲（講）jiǎng 动 กล่าว ; เล่า

讲稿（講稿）jiǎnggǎo 名 ต้นร่างคำกล่าว

讲和（講和）jiǎnghé 动 เจรจาสงบศึก

讲话（講話）jiǎnghuà 动 กล่าวคำปราศรัย ; พูด

讲解（講解）jiǎngjiě 动 อธิบาย ; บรรยาย

讲究（講究）jiǎng·jiu 形 พิถีพิถัน 动 พิถีพิถันใน

讲课（講課）jiǎngkè 动 บรรยาย ; สอน (หนังสือ)

讲理（講理）jiǎnglǐ 动 ต่อว่าต่อขาน ; มีเหตุมีผล

讲评（講評）jiǎngpíng 动 วิจารณ์

讲情（講情）jiǎngqíng 动 วอนขอแทนคนอื่น

讲求（講求）jiǎngqiú 动 เน้น... ; พิถีพิถัน

讲师（講師）jiǎngshī 名〈教〉ผู้ช่วยศาสตราจารย์

讲授（講授）jiǎngshòu 动 สอน (วิชาความรู้) ; บรรยาย

讲述（講述）jiǎngshù 动 เล่า

讲台（講臺）jiǎngtái 名 แท่นบรรยาย ; โพเดียม (*podium*)

讲坛（講壇）jiǎngtán 名 แท่นบรรยาย ; สถานที่ บรรยาย หรืออภิปราย

讲学（講學）jiǎngxué 动 บรรยายเผยแพร่วิชา ความรู้

讲演（講演）jiǎngyǎn 动 แสดงปาฐกถา

讲义（講義）jiǎngyì 名 บทเรียนสำหรับการสอน

讲座（講座）jiǎngzuò 名 การบรรยายเฉพาะเรื่อง ; การบรรยายเป็นช่วง ๆ ทางวิทยุ โทรทัศน์หรือ วารสาร ฯลฯ

奖（獎）jiǎng 名 รางวัล 动 ให้รางวัล

奖杯（獎杯）jiǎngbēi 名 ถ้วยรางวัล

奖惩（獎懲）jiǎngchéng 动 การปูนบำเหน็จและ การลงโทษ

奖金（獎金）jiǎngjīn 名 เงินรางวัล

奖励（獎勵）jiǎnglì 动 ให้รางวัล (เพื่อเป็นการ ให้กำลังใจ)

奖牌（獎牌）jiǎngpái 名 โล่รางวัล

奖品（獎品）jiǎngpǐn 名 ของรางวัล

奖旗（獎旗）jiǎngqí 名 ธงรางวัล

奖券（獎券）jiǎngquàn 名 คูปองสำหรับชิงรางวัล

奖赏（獎賞）jiǎngshǎng 动 ให้รางวัล 名 รางวัล

奖项（獎項）jiǎngxiàng 名 ชื่อรางวัล

奖学金（獎學金）jiǎngxuéjīn 名 ทุนการศึกษา

奖章（獎章）jiǎngzhāng 名 เข็มรางวัล

奖状（獎狀）jiǎngzhuàng 名 ประกาศนียบัตร เกียรติคุณ

桨（槳）jiǎng 名 พาย (ที่ใช้พายเรือ)

耩 jiǎng 动〈农〉หว่านเพาะ (ด้วยเครื่องหว่าน ซึ่งมีลักษณะคล้ายคันไถ)

匠 jiàng 名 ช่าง

匠心独运（匠心獨運）jiàngxīn-dúyùn〈成〉 มีความริเริ่มในการสร้างงานศิลปะหรือ งานวรรณคดี

降 jiàng 动 ลด

降半旗 jiàng bànqí ลดธงครึ่งเสา

降低 jiàngdī 动 ลดต่ำ

降幅 jiàngfú 名 ขอบข่ายการลด (ราคา)

降格 jiànggé 动 ลดมาตรฐาน ; ลดฐานะ

降级（降級）jiàngjí 动 ลดชั้นเรียนหรือขั้นตำแหน่ง

降价（降價）jiàngjià 动 ลดราคา

J

271

降解 jiàngjiě 动〈化〉การทำให้สึกกร่อน

降临（降臨）jiànglín 动〈书〉มาถึง ; บังเกิดขึ้น

降落（降落）jiàngluò 动 ลงสู่พื้นดิน

降落伞（降落傘）jiàngluòsǎn 名 ร่ม (ของนักบิน
ที่ใช้กระโดดร่ม)

降幂 jiàngmì 名〈数〉ลดยกกำลัง

降旗 jiàngqí 动 ลดธง

降生 jiàngshēng 动 เกิด (ออกจากครรภ์)

降水量 jiàngshuǐliàng 名〈气〉ปริมาณน้ำฝนและหิมะ

降温 jiàngwēn 动〈气〉อุณหภูมิลดลง

降薪 jiàngxīn 动 ลดเงินเดือน

降压（降壓）jiàngyā 动 แปลงความกดดัน
กระแสไฟฟ้า ;〈医〉ลดความดันโลหิต

降雨 jiàngyǔ 动 ฝนตก

降雨量 jiàngyǔliàng 名〈气〉ปริมาณน้ำฝน

降职（降職）jiàngzhí 动 ลดตำแหน่ง

虹 jiàng 名〈口〉สายรุ้ง

将（將）jiàng 名 นายพล

将才（將才）jiàngcái 名 คุณสมบัติในการเป็น
ผู้นำหรือบัญชากำลังทหาร ; บุคคลที่มีคุณสมบัติ
ในการเป็นผู้นำหรือบัญชากำลังทหาร

将官（將官）jiàngguān 名 นายพล ;
นายทหารชั้นสูง

将领（將領）jiànglǐng 名 นายทหารชั้นสูง

将士（將士）jiàngshì 名〈书〉นายทหารและ
พลทหาร ; เหล่าทหารหาญ

绛红色（絳紅色）jiànghóngsè 名 สีแดงแก่

绛紫色（絳紫色）jiàngzǐsè 名 สีม่วงแก่อมแดง

浆糊（漿糊）jiàng·hu 名 แป้งเปียก

酱（醬）jiàng 名 เต้าเจี้ยว 动 ดองด้วยเต้าเจี้ยว

酱菜（醬菜）jiàngcài 名 ผักดองด้วยเต้าเจี้ยว

酱肉（醬肉）jiàngròu 名 เนื้อแดงหมักซีอิ๊วหรือ
เต้าเจี้ยว

酱色（醬色）jiàngsè 名 สีน้ำตาลแก่

酱油（醬油）jiàngyóu 名 น้ำซีอิ๊ว

酱紫（醬紫）jiàngzǐ 形 สีม่วงแก่

犟 jiàng 形 ดื้อ ; ดื้อด้าน ; ดื้อรั้น

犟嘴 jiàngzuǐ 动 เถียงกับผู้ใหญ่ ; ปากแข็ง

糨 jiàng 形 ข้น

交 jiāo 动 ส่ง ; คบ ; ชำระ

交班 jiāobān 动 มอบเวร ; มอบงาน (ให้แก่ผู้
มารับช่วงแทน)

交办（交辦）jiāobàn 动 มอบ (งาน) ให้ทำ

交叉 jiāochā 动 ไขว้กัน ; สลับกัน ; ทับซ้อนกัน

交差 jiāochāi 动 รายงานผลงาน

交错（交錯）jiāocuò 动 ไขว้กัน ; สลับกัน

交代 jiāodài 动 มอบ (งานให้แก่ผู้มารับช่วงแทน)
กำชับ ; สารภาพ

交待 jiāodài 动 กำชับ ; จบ (หมายความว่า
ตาย เป็นคำพูดขบขัน)

交道 jiāo·dao 名 เรื่องไปมาหาสู่กัน

交点（交點）jiāodiǎn 名〈数〉จุดที่เส้นตัดกัน

交费（交費）jiāofèi 动 ชำระเงิน ; เสียค่าธรรมเนียม

交锋（交鋒）jiāofēng 动 ปะทะกัน

交付 jiāofù 动 มอบให้ ; จ่ายให้

交割 jiāogē 动 จัดการขั้นตอนให้เสร็จเรียบร้อย
(ส่วนมากใช้กับกิจการค้าขาย)

交给（交給）jiāogěi 动 มอบให้ ; ให้

交工 jiāogōng 动 (ฝ่ายรับเหมาก่อสร้าง) มอบสิ่ง
ก่อสร้างที่สร้างสำเร็จให้แก่เจ้าของโครงการ

交媾 jiāogòu 动 ร่วมเพศ

交还（交還）jiāohuán 动 ส่งคืน

交换 jiāohuàn 动 แลกเปลี่ยน

交换机（交換機）jiāohuànjī 名〈讯〉สวิตช์บอร์ด
(switchboard) ; เครื่องสับเปลี่ยนโทรศัพท์

交汇（交匯）jiāohuì 动 (สายน้ำหลายสาย)
รวมกัน

交火 jiāohuǒ 动 ยิงกัน ; รบกัน

交集 jiāojí 动 (อารมณ์ความรู้สึก หรือปรากฏการณ์
ต่าง ๆ) ผสมปนเปกัน

交际（交際）jiāojì 动 คบค้าสมาคม

交际花（交際花）jiāojìhuā 名 สาวสังคม

交际舞（交際舞）jiāojìwǔ 名 ลีลาศ

交加 jiāojiā 动 (สองสิ่ง) ปรากฏขึ้นพร้อมกัน
อาทิเช่น 风雪交加，拳脚交加

交接 jiāojiē 动 เชื่อมต่อกัน ; มอบและรับ

交界 jiāojiè 动 แดนต่อแดน

交警 jiāojǐng 名 〈交〉〈简〉 ตำรวจจราจร

交流 jiāoliú 动 แลกเปลี่ยน

交流电 (交流電) jiāoliúdiàn 名〈物〉 ไฟฟ้ากระแสสลับ

交纳 (交納) jiāonà 动 ชำระ (เงินหรือสิ่งของให้รัฐบาลหรือองค์กร)

交配 jiāopèi 动〈动〉〈植〉 (สัตว์ พืช) ผสมพันธุ์

交情 jiāo•qing 名 มิตรภาพที่มีต่อกัน ; ความสนิทสนม

交融 jiāoróng 动 กลมเกลียว

交涉 jiāoshè 动 ติดต่อเจรจา

交手 jiāoshǒu 动 ต่อสู้กัน ; ชกต่อยกัน

交谈 (交談) jiāotán 动 คุยกัน ; สนทนาวิสาสะ ; โอภาปราศรัย

交替 jiāotì 动 เข้าแทนที่ ; สับเปลี่ยนกัน

交通 jiāotōng 动〈书〉 คมนาคม ; จราจร

交通工具 jiāotōng gōngjù ยานพาหนะ

交通警察 jiāotōng jǐngchá ตำรวจจราจร

交头接耳 (交頭接耳) jiāotóu-jiē'ěr 〈成〉 กระซิบกระซาบ

交往 jiāowǎng 动 ไปมาหาสู่กัน

交尾 jiāowěi 动〈动〉 เป็นสัด ; สมสู่

交恶 (交惡) jiāowù 动 โกรธเคืองกัน ; ขัดใจกัน

交响曲 (交響曲) jiāoxiǎngqǔ 名〈乐〉 เพลงซิมโฟนี (symphony)

交响乐 (交響樂) jiāoxiǎngyuè 名〈乐〉 ดนตรีซิมโฟนี (symphony)

交心 jiāoxīn 动 เปิดอก

交易 jiāoyì 动 ค้าขาย 名 การค้า

交友 jiāoyǒu 动 คบเพื่อน

交战 (交戰) jiāozhàn 动 รบกัน

交战国 (交戰國) jiāozhànguó 名 ประเทศคู่สงคราม

交织 (交織) jiāozhī 动 ผสมผสานกันอย่างสลับซับซ้อน

郊区 (郊區) jiāoqū 名 ชานเมือง

郊外 jiāowài 名 นอกเมือง

郊游 jiāoyóu 动 ไปเที่ยวที่นอกเมือง

浇 (澆) jiāo 动 รด (น้ำ) ; เท ; ราด

浇灌 (澆灌) jiāoguàn 动 เท ; ชักน้ำเข้านา

浇注 (澆注) jiāozhù 动〈冶〉 เท (โลหะเหลว คอนกรีต ฯลฯ) ลง (ในเบ้าหลอม)

浇铸 (澆鑄) jiāozhù 动〈冶〉 เทโลหะเหลวลงในเบ้าและหลอมเป็นรูป

娇 (嬌) jiāo 形 อ่อนช้อย ; อ้อนแอ้น ; อรชร

娇宠 (嬌寵) jiāochǒng 动 โปรดปราน

娇滴滴 (嬌滴滴) jiāodīdī 形 งามหยาดเยิ้ม ; หวานหยาดเยิ้ม

娇惯 (嬌慣) jiāoguàn 动 ตามใจจนเหลิง

娇媚 (嬌媚) jiāomèi 形 ฉอเลาะ ; (หญิง) งามเพริศพริ้ง ; (ดอกไม้) งามตา

娇嫩 (嬌嫩) jiāonèn 形 อ่อนช้อย ; เปราะบาง

娇气 (嬌氣) jiāo•qì 形 เปราะบาง 名 ลักษณะที่เอาแต่สบาย หนักไม่เอาเบาไม่สู้

娇生惯养 (嬌生慣養) jiāoshēng-guànyǎng 〈成〉 เลี้ยงเด็กอย่างตามใจและให้อยู่อย่างสบายมาตลอด

娇小 (嬌小) jiāoxiǎo 形 ตัวเล็กและอ่อนช้อยน่ารัก

娇羞 (嬌羞) jiāoxiū 形 ขวยอาย

娇艳 (嬌艷) jiāoyàn 形 งามเพริศพริ้ง

娇纵 (嬌縱) jiāozòng 动 ตามใจจนเหลิง

姣好 jiāohǎo 形 (หญิง) งามตา

姣美 jiāoměi 形 โฉมงาม

骄傲 (驕傲) jiāo'ào 形 เย่อหยิ่ง

骄横 (驕橫) jiāohèng 形 ยโสโอหัง

骄气 (驕氣) jiāo•qì 名 ลักษณะท่าทางที่เย่อหยิ่งทะนงตัว

骄奢淫逸 (驕奢淫逸) jiāoshē-yínyì 〈成〉 เย่อหยิ่งฟุ่มเฟือยลามกอนาจาร

骄躁 (驕躁) jiāozào 形 เย่อหยิ่งและอารมณ์ร้อน

骄子 (驕子) jiāozǐ 名 ลูกโอ๋ (มักจะใช้ในทางเปรียบเทียบ)

骄纵 (驕縱) jiāozòng 形 หยิ่งผยองและกำเริบเสิบสาน

胶 (膠) jiāo 名 กาว

胶版 (膠版) jiāobǎn 名〈印〉 แม่พิมพ์นูนที่อัดด้วย

ยาง ; แม่พิมพ์ออฟเซต

胶版纸（膠版紙）jiāobǎnzhǐ 名〈印〉ออฟเซต
เปเปอร์ (*offset paper*)

胶布（膠布）jiāobù 名 พลาสเตอร์ (*plaster*)

胶带（膠帶）jiāodài 名 เทป (*tape*)

胶合板（膠合板）jiāohébǎn 名〈建〉แผ่นไม้อัด

胶结（膠結）jiāojié 动 (แป้งเปียกหรือกาว)
แห้งแข็งตัว

胶卷（膠捲）jiāojuǎn 名 ม้วนฟิล์ม

胶木（膠木）jiāomù 名 เบคะไลต์ (*bakelite*)

胶囊（膠囊）jiāonáng 名〈药〉แคปซูล (*capsule*)

胶皮（膠皮）jiāopí 名〈口〉ยางกำมะถัน

胶片（膠片）jiāopiàn 名〈摄〉ฟิล์ม (*film*)

胶水（膠水）jiāoshuǐ 名 กาวน้ำ

胶鞋（膠鞋）jiāoxié 名 รองเท้ายาง

胶印（膠印）jiāoyìn 动〈印〉การพิมพ์ด้วย
เครื่องออฟเซต

胶印机（膠印機）jiāoyìnjī 名〈印〉
เครื่องพิมพ์ออฟเซต

教 jiāo 动 สอน

教书（教書）jiāoshū 动 สอนหนังสือ

教学（教學）jiāoxué 动 การเรียนการสอน

蛟 jiāo 名 มังกรซึ่งอยู่ตามน้ำลึก

焦 jiāo 形 เกรียม

焦点（焦點）jiāodiǎn 名 จุดความสนใจ ;〈物〉
จุดรวมแสง ; จุดโฟกัส (*focus*)

焦耳 jiāo'ěr 量〈物〉จูล (*joule*)

焦化 jiāohuà 动〈物〉เผา (ถ่านหิน) จนหมดควัน

焦黄 jiāohuáng 形 เหลืองซีด ; เหลืองกรอบ

焦急 jiāojí 形 ร้อนใจ

焦距 jiāojù 名〈物〉ความยาวโฟกัส ;
ระยะโฟกัส

焦枯 jiāokū 形 แห้งเฉา

焦虑（焦慮）jiāolǜ 形 กังวล

焦炭 jiāotàn 名 ถ่านโค้ก

焦头烂额（焦頭爛額）jiāotóu-làn'é 〈成〉อุปมาว่า
ลำบากจนมุม

焦土 jiāotǔ 名 ผืนดินที่ถูกไหม้เกรียม

焦心 jiāoxīn 形 ร้อนใจ

焦躁 jiāozào 形 กระสับกระส่าย ; ร้อนรน

礁 jiāo 名 หินโสโครก

礁石 jiāoshí 名 หินโสโครก

嚼 jiáo 动 เคี้ยว

嚼舌 jiáoshé 动 พูดส่งเดช ; นินทาว่าร้าย ; เล่นลิ้น

嚼子 jiáo•zi 名 เหล็กบังเหียน

角 jiǎo 名 มุม ; เขา (ของวัว ควาย แพะ กวาง
ฯลฯ)

角尺 jiǎochǐ 名〈测〉ไม้ฉาก

角度 jiǎodù 名 องศาของมุม ; มุมมอง

角落 jiǎoluò 名 ซอกมุม

角膜 jiǎomó 名〈生理〉เยื่อกระจกตา

角速度 jiǎosùdù 名〈物〉ความเร็วเชิงมุม

角铁（角鐵）jiǎotiě 名〈冶〉เหล็กฉาก

侥幸（僥幸）jiǎoxìng 形 โชคดีโดยบังเอิญ

佼佼者 jiǎojiǎozhě 名 ผู้ดีเด่น

狡辩（狡辯）jiǎobiàn 动 เถียงข้าง ๆ คู ๆ

狡猾 jiǎohuá 形 ปลิ้นปล้อน

狡赖（狡賴）jiǎolài 动 บิดพลิ้ว

狡兔三窟 jiǎotù-sānkū 〈成〉กระต่ายเจ้าเล่ห์
มีรังซ่อนตัว ๓ รัง อุปมาว่า คนเจ้าเล่ห์มี
ที่ซ่อนตัวมากแห่ง

狡黠 jiǎoxiá 形〈书〉คดโกงและมีเล่ห์เหลี่ยมจัด

狡诈（狡詐）jiǎozhà 形 คดโกงและมีเล่ห์
เหลี่ยมจัด

饺子（餃子）jiǎo•zi 名 เกี๊ยว

绞（絞）jiǎo 动 ตีเกลียว ; บิด

绞车（絞車）jiǎochē 名〈机〉เครื่องกว้าน

绞架（絞架）jiǎojià 名 ที่แขวนคอนักโทษ

绞尽脑汁（絞盡腦汁）jiǎojìn-nǎozhī 〈成〉
ขบคิดจนหัวแตก

绞盘（絞盤）jiǎopán 名〈机〉เครื่องกว้าน

绞肉机（絞肉機）jiǎoròujī 名 เครื่องบดเนื้อ

绞索（絞索）jiǎosuǒ 名 เชือกแขวนคอ

绞痛（絞痛）jiǎotòng 动〈医〉ปวดเค้น

绞刑（絞刑）jiǎoxíng 名〈法〉ลงโทษประหาร
ชีวิตด้วยการแขวนคอ

铰（鉸）jiǎo 动〈口〉ตัด (ด้วยกรรไกร) ; คว้าน (ด้วยเครื่องคว้านรู)

铰接（鉸接）jiǎojiē 动〈机〉ติดไว้ด้วยบานพับ

铰链（鉸鏈）jiǎoliàn 名〈机〉บานพับ

矫健（矯健）jiǎojiàn 形 กระฉับกระเฉง

矫捷（矯捷）jiǎojié 形 คล่องแคล่วว่องไว

矫揉造作（矯揉造作）jiǎoróu-zàozuò〈成〉ดัดจริต

矫枉过正（矯枉過正）jiǎowǎng-guòzhèng〈成〉การปรับปรุงแก้ไขเกินควร (ย่อมจะพาให้เกิดผลเสีย)

矫形（矯形）jiǎoxíng 动〈医〉ศัลยกรรมตกแต่งให้งาม

矫正（矯正）jiǎozhèng 动 ดัดให้ตรง ; แก้ไขให้ถูก

矫治（矯治）jiǎozhì 动〈医〉ศัลยกรรมตกแต่ง

皎洁（皎潔）jiǎojié 形 สุกสกาว

脚 jiǎo 名 เท้า ; ตีน ; เชิง

脚板 jiǎobǎn 名 ฝ่าเท้า

脚背 jiǎobèi 名 หลังเท้า

脚本 jiǎoběn 名〈剧〉บทละคร ; บทภาพยนตร์

脚脖子 jiǎobó•zi 名〈方〉ข้อเท้า

脚步 jiǎobù 名 ฝีเท้า ; จังหวะก้าว

脚底 jiǎodǐ 名 ฝ่าเท้า

脚跟 jiǎogēn 名 ส้นเท้า

脚后跟（脚後跟）jiǎohòu•gen 名 ส้นเท้า

脚尖 jiǎojiān 名 ปลายเท้า

脚力 jiǎolì 名 กำลังของสองขา ; กรรมกรขนถ่ายสินค้า ; ค่าจ้างขนส่ง

脚镣（脚鐐）jiǎoliào 名 โซ่ตรวน

脚面 jiǎomiàn 名 หลังเท้า

脚气（脚氣）jiǎoqì 名〈医〉ฮ่องกงฟุต

脚踏两只船（脚踏兩隻船）jiǎo tà liǎng zhī chuán〈俗〉เหยียบเรือสองแคม

脚踏实地（脚踏實地）jiǎotàshídì〈成〉เหยียบอยู่บนพื้นดิน อุปมาว่า ทำงานเอาจริงเอาจัง

脚下 jiǎoxià 名 ใต้เท้า

脚心 jiǎoxīn 名 ฝ่าเท้า

脚癣（脚癬）jiǎoxuǎn 名〈医〉ฮ่องกงฟุต

脚印 jiǎoyìn 名 รอยเท้า

脚掌 jiǎozhǎng 名 ฝ่าเท้า

脚趾 jiǎozhǐ 名 นิ้วเท้า

脚注 jiǎozhù 名 เชิงอรรถ ; หมายเหตุ (ท้ายหน้า) ; ฟุตโน้ต (*footnote*)

搅（攪）jiǎo 动 คน (ให้เข้ากัน) ; กวน

搅拌机（攪拌機）jiǎobànjī 名 เครื่องผสมปูน

搅动（攪動）jiǎodòng 动 กวน

搅浑（攪渾）jiǎohún 动 กวน (น้ำ) ให้ขุ่น อุปมาว่า ก่อกวนให้เกิดความวุ่นวาย

搅混（攪混）jiǎo•hun 动〈方〉คลุกเคล้าผสมผเส

搅和（攪和）jiǎo•huo 动〈口〉คลุก ; ก่อกวน

搅局（攪局）jiǎojú 动 ก่อกวน (เรื่องของคนอื่นที่จัดไว้เรียบร้อย) ให้เกิดความวุ่นวาย

搅乱（攪亂）jiǎoluàn 动 ก่อความยุ่งยาก

搅扰（攪擾）jiǎorǎo 动 รบกวน

剿 jiǎo 动 ปราบ

剿灭（剿滅）jiǎomiè 动 ปราบให้ราบคาบ ; ทำลายล้าง

缴（繳）jiǎo 动 ยื่นมอบ ; ปลด (อาวุธ)

缴费（繳費）jiǎofèi 动 ชำระค่าธรรมเนียม

缴获（繳獲）jiǎohuò 动 ยึดได้

缴纳（繳納）jiǎonà 动 ชำระ (ให้หน่วยราชการหรือองค์กรที่เกี่ยวข้อง)

缴械（繳械）jiǎoxiè 动 ปลดอาวุธ

叫 jiào 动 ร้องเรียก ; ร้อง

叫板 jiàobǎn 动ท้าทาย ;〈剧〉ลากเสียงบทพูดคำสุดท้ายเพื่อเชื่อมต่อกับบทร้องต่อไปในการแสดงงิ้วจีน

叫喊 jiàohǎn 动 ตะโกน ; ร้อง

叫好 jiàohǎo 动 ร้องเชียร์ (*cheer*)

叫号（叫號）jiàohào 动 เอ็ดตะโร

叫花子 jiàohuā•zi 名 ขอทาน

叫唤 jiào•huan 动 ร้องเสียงดัง

叫绝（叫絕）jiàojué 动 ชมว่าดีเยี่ยม

叫苦 jiàokǔ 动 ร้องทุกข์

叫骂（叫駡）jiàomà 动 ด่าเสียงดัง

叫卖（叫賣）jiàomài 动 ร้องขาย

叫嚷 jiàorǎng 动 ร้องโวยวาย

叫嚣 jiàoxiāo 动 ร้องอึกทึก

叫作 jiàozuò 动 เรียกว่า ; มีชื่อว่า

叫座 jiàozuò 形 ดึงดูดคนชม

觉（覺）jiào 名 การนอนหลับ

校 jiào 动 ตรวจแก้ ; ตรวจปรูฟ ; ตรวจทาน

校订（校訂）jiàodìng 动 ตรวจและแก้ไข

校对（校對）jiàoduì 动 ตรวจปรูฟ ; ตรวจทาน

校勘 jiàokān 动 ตรวจสอบโดยเปรียบเทียบฉบับพิมพ์หรือคัดลอกหลายฉบับเพื่อค้นหาโฉมหน้าจริงของต้นฉบับเดิม

校样（校樣）jiàoyàng 名〈印〉ปรูฟชีต ; หน้าหนังสือตรวจทาน

校阅（校閲）jiàoyuè 动 ตรวจและแก้ไข

校正 jiàozhèng 动 ตรวจแก้

校准（校準）jiàozhǔn 动 ปรับเทียบให้ตรง (ส่วนมากจะใช้กับเครื่องจักรมิเตอร์ ฯลฯ)

轿（轎）jiào 名 เกี้ยว

轿车（轎車）jiàochē 名 รถเก๋ง ; รถม้าที่มีกระโจม

较（較）jiào 动 เปรียบเทียบ

较劲（較勁）jiàojìn 动 ประลองกำลัง ; ตั้งตัวเป็นศัตรู ; ต้องการทุ่มเทมาก

较量（較量）jiàoliàng 动 ประลองฝีมือ ; ประลองกำลัง

较为（較爲）jiàowéi 副 ค่อนข้างจะ

较真（較真）jiàozhēn 形〈方〉จริงจังมาก

教 jiào 动 สอน 名 ศาสนา

教案 jiào’àn 名〈教〉แผนการสอน

教材 jiàocái 名 บทเรียน

教程 jiàochéng 名 หลักสูตรการสอน ; กระบวนวิชา

教导（教導）jiàodǎo 动 สั่งสอน ; อบรม

教法 jiàofǎ 名 วิธีการสอน

教辅（教輔）jiàofǔ 形〈教〉ซึ่งมีบทบาทช่วยการเรียนการสอน

教父 jiàofù 名〈宗〉ก๊อดฟาเธอร์ (*godfather*)

教改 jiàogǎi 动〈简〉ปรับปรุงการเรียนการสอน

教官 jiàoguān 名 ครูผู้ฝึก

教规（教規）jiàoguī 名〈宗〉ข้อปฏิบัติทางศาสนา

教化 jiàohuà 动〈书〉สั่งสอนกล่อมเกลา

教皇 jiàohuáng 名〈宗〉สังฆราช

教会（教會）jiàohuì 名〈宗〉สมาคมศาสนา ; องค์การศาสนา

教诲（教誨）jiàohuì 动〈书〉อบรมสั่งสอน

教具 jiàojù 名〈教〉อุปกรณ์ประกอบการสอน

教科书（教科書）jiàokēshū 名 ตำราเรียน

教练（教練）jiàoliàn 名 ครูฝึก ; โค้ช (*coach*) 动 ฝึกอบรม

教练机（教練機）jiàoliànjī 名 เครื่องบินฝึก

教龄（教齡）jiàolíng 名〈教〉อายุการสอน

教派 jiàopài 名〈宗〉นิกายทางศาสนา

教师（教師）jiàoshī 名 ครู ; อาจารย์

教师节（教師節）JiàoshīJié 名 วันครู

教室 jiàoshì 名 ห้องเรียน

教授 jiàoshòu 名 ศาสตราจารย์

教唆 jiàosuō 动 ยุยง ; เสี้ยมสอน

教堂 jiàotáng 名〈宗〉โบสถ์

教条（教條）jiàotiáo 名 ข้อบัญญัติทางศาสนา ; ลัทธิคัมภีร์ 形 ตายตัว

教徒 jiàotú 名〈宗〉ศาสนิกชน

教务（教務）jiàowù 名〈教〉งานบริหารด้านการศึกษา

教习（教習）jiàoxí 名〈旧〉ครู 动〈书〉สอน

教学（教學）jiàoxué 名 การเรียนการสอน

教训（教訓）jiào•xùn 名 บทเรียน

教研室 jiàoyánshì 名〈教〉ห้องหมวดวิจัย

教养（教養）jiàoyǎng 动 อบรมสั่งสอน 名 คุณสมบัติด้านวัฒนธรรมและจริยธรรม

教义（教義）jiàoyì 名〈宗〉หลักธรรมทางศาสนา

教育 jiàoyù 动 อบรมสั่งสอน 名 การศึกษา

教育家 jiàoyùjiā 名 นักการศึกษา

教员（教員）jiàoyuán 名〈教〉ครู ; อาจารย์

窖 jiào 名 อุโมงค์ 动 เก็บไว้ในอุโมงค์

窖藏 jiàocáng 动 เก็บไว้ในอุโมงค์

酵母 jiàomǔ 名〈简〉เชื้อหมัก

阶（階）jiē 名 ขั้น ; ขั้นบันได

阶层（階層）jiēcéng 名 ชั้น ; ระดับ

阶段（階段）jiēduàn 名 ช่วงระยะเวลา ; ขั้นตอน

阶级（階級）jiējí 名 ชนชั้น

阶梯（階梯）jiētī 名 บันได

J

疖子（癤子）jiē·zi 名〈医〉ตุ่มมีหนองบนหรือใต้ผิวหนัง

结（結）jiē 动 ออก (ผล)

结巴（結巴）jiē·ba 动 ติดอ่าง

结果（結果）jiēguǒ 动 ออกผล 名 ผล ; ผลลัพธ์

结实（結實）jiē·shi 形 แข็งแรง

接 jiē 动 ติด ; รับ

接班人 jiēbānrén 名 ผู้รับช่วง ; ผู้สืบทอด

接触（接觸）jiēchù 动 สัมผัส

接待 jiēdài 动 ต้อนรับ

接待室 jiēdàishì 名 ห้องรับแขก

接到 jiēdào 动 ได้รับ ; รับ (แขก สิ่งของ ฯลฯ) ได้เรียบร้อย

接地 jiēdì 动〈电〉ติดสายดิน

接二连三（接二連三）jiē'èr-liánsān〈成〉มาอย่างไม่ขาดสาย

接访（接訪）jiēfǎng 动〈简〉(ผู้นำหรือองค์การราชการ) รับฟังคำร้องของประชาชน

接风（接風）jiēfēng 动 เลี้ยงรับรอง

接骨 jiēgǔ 动〈医〉ต่อกระดูก

接管 jiēguǎn 动 รับมาและเข้าไปบริหาร

接轨（接軌）jiēguǐ 动 เชื่อมต่อรางรถไฟ อุปมาว่าจัดระบบให้เชื่อมต่อกับระบบอื่นได้

接合 jiēhé 动〈机〉เชื่อมต่อ

接火 jiēhuǒ 动〈军〉เริ่มยิงกัน ;〈电〉เริ่มจ่ายไฟฟ้า

接济（接濟）jiējì 动 อุดหนุนจุนเจือ

接见（接見）jiējiàn 动 พบปะ ; ให้เข้าพบ

接近 jiējìn 形 ใกล้ 动 ใกล้ชิด

接口 jiēkǒu 名 จุดต่อ 动 ต่อคำพูด

接力 jiēlì 动 ทำต่อ ๆ กันไป

接力棒 jiēlìbàng 名〈体〉ไม้วิ่งผลัด

接力赛（接力賽）jiēlìsài 名〈体〉การแข่งขันวิ่งผลัด

接连（接連）jiēlián 副 ติด ๆ กัน ; ต่อเนื่องกัน

接目镜（接目鏡）jiēmùjìng 名〈物〉เลนส์ใกล้ตา

接纳（接納）jiēnà 动 รับ (เข้าเป็นสมาชิก)

接洽 jiēqià 动 ติดต่อ

接壤 jiērǎng 动 ชายแดนเชื่อมต่อกัน

接任 jiērèn 动 รับตำแหน่งหน้าที่ต่อจากคนก่อน

接生 jiēshēng 动〈医〉ผดุงครรภ์ ; รับทำคลอด

接生员（接生員）jiēshēngyuán 名 หมอผดุงครรภ์ ; ผู้ทำคลอด

接收 jiēshōu 动 รับ

接收机（接收機）jiēshōujī 名 เครื่องรับสัญญาณ; เครื่องรับวิทยุ

接手 jiēshǒu 动 รับช่วง

接受 jiēshòu 动 รับ

接送 jiēsòng 动 รับและส่ง

接替 jiētì 动 แทนที่ ; ทำหน้าที่แทน

接听（接聽）jiētīng 动 รับ (โทรศัพท์)

接通 jiētōng 动 (โทรศัพท์) ติด

接头（接頭）jiētóu 动 ต่อ (สองสิ่งให้ติดกัน) ;〈口〉ติดต่อ

接吻 jiēwěn 动 จูบ ; จุมพิต

接下来（接下來）jiēxiàlái 动 ต่อจากนี้ไป ; ต่อไป

接线（接綫）jiēxiàn 动〈电〉ต่อสายไฟ ; เดินสายไฟ

接线员（接綫員）jiēxiànyuán 名 พนักงานต่อสายโทรศัพท์ ; โอเปอเรเตอร์ (*operator*)

接应（接應）jiēyìng 动 หนุนช่วย (ในเวลาสู้รบ) ; ส่งช่วย

接着 jiē·zhe 动 แบมือรับ ; ต่อ ; ต่อจากนั้น

接种（接種）jiēzhòng 动〈医〉ปลูกฝี

秸秆 jiēgǎn 名〈农〉ก้านของพืชเกษตร

揭 jiē 动 เปิด ; แกะออก

揭穿 jiēchuān 动 เปิดโปง

揭底 jiēdǐ 动 เปิดโปงเบื้องหลัง

揭短 jiēduǎn 动 เปิดโปงจุดอ่อน

揭发（揭發）jiēfā 动 เปิดโปง ; แฉโพย

揭开（揭開）jiēkāi 动 เปิดออก ; เผยให้เห็น

揭露 jiēlù 动 เปิดโปง

揭幕 jiēmù 动 เปิดงาน

揭示 jiēshì 动 เปิดให้เห็น ; แสดงให้เห็น

揭晓（揭曉）jiēxiǎo 动 ประกาศผล

嗟叹（嗟嘆）jiētàn 动〈书〉ถอนใจ

街 jiē 名 ถนน

街道 jiēdào 名 ถนนหนทาง

J

街灯（街燈）jiēdēng 名 ไฟข้างถนน
街坊 jiē·fang 名〈口〉เพื่อน (ข้าง) บ้าน
街角 jiējiǎo 名 มุมถนน
街景 jiējǐng 名 ทิวทัศน์ตามถนน
街口 jiēkǒu 名 หัวถนน
街面 jiēmiàn 名 ท้องถนน
街区（街區）jiēqū 名〈建〉เขตพื้นที่ในเมือง ; บล็อก (*block*)
街市（街市）jiēshì 名 ย่านการค้า
街头（街頭）jiētóu 名 ถนน ; หัวถนน
街头巷尾（街頭巷尾）jiētóu-xiàngwěi〈成〉ถนนและซอกซอย
街舞 jiēwǔ 名 ฮิปฮอป (*hip hop*)
孑孓 jiéjué 名〈动〉ลูกน้ำ
孑然 jiérán 形〈书〉เดียวดาย
节（節）jié 名 ข้อต่อ ; เทศกาล 量 ท่อน ; ตอน 动 ประหยัด ; ตัดตอน
节哀（節哀）jié'āi 动〈书〉โปรดระงับความเสียใจ
节哀顺变（節哀順變）jié'āi-shùnbiàn〈成〉(เป็นคำปลอบใจแก่ญาติของผู้ล่วงลับ) โปรดอย่าได้โศกเศร้านัก ทุกสิ่งย่อมเป็นไปตามกฎธรรมดาของโลก
节本（節本）jiéběn 名 ฉบับตัดทอน
节操（節操）jiécāo 名〈书〉หลักธรรมจริยา
节假日（節假日）jiéjiàrì 名 วันหยุดและวันงานเทศกาล
节俭（節儉）jiéjiǎn 形 ประหยัดมัธยัสถ์
节减（節減）jiéjiǎn 动 ประหยัดและตัดทอน (ค่าใช้จ่าย ฯลฯ)
节令（節令）jiélìng 名〈气〉ดินฟ้าอากาศและปรากฏการณ์ที่มีกฎเกณฑ์ของสิ่งมีชีวิตตามช่วงฤดูกาล
节录（節錄）jiélù 动 บันทึกตัดทอน
节目（節目）jiémù 名 รายการ
节能（節能）jiénéng 动〈简〉ประหยัดพลังงาน
节拍（節拍）jiépāi 名〈乐〉จังหวะ (ดนตรี)
节气（節氣）jié·qì 名〈天〉ฤดูกาล
节庆（節慶）jiéqìng 名 วันงานเทศกาล
节日（節日）jiérì 名 เทศกาล ; วันเฉลิมฉลอง
节省（節省）jiéshěng 动 ประหยัด
节食（節食）jiéshí 动 อดอาหาร (เพื่อลดความอ้วน)
节外生枝（節外生枝）jiéwài-shēngzhī〈成〉อุปมาว่า มีปัญหาแทรกซ้อนเข้ามา
节选（節選）jiéxuǎn 动 คัดเลือกตัดทอน
节衣缩食（節衣縮食）jiéyī-suōshí〈成〉ประหยัดค่าใช้จ่ายเสื้อผ้าและอาหารการกิน ; ประหยัดมัธยัสถ์
节余（節餘）jiéyú 动 เหลือจากการประหยัด 名 เงิน (หรือสิ่งของ) เหลือที่ได้จากการประหยัด
节育（節育）jiéyù 动 คุมกำเนิด
节约（節約）jiéyuē 动 ประหยัด
节制（節制）jiézhì 动 ควบคุมให้อยู่ในขอบเขต ; จำกัด
节奏（節奏）jiézòu 名〈乐〉จังหวะ (ของดนตรี) ; จังหวะจะโคน
劫 jié 动 ปล้น ; ขู่บังคับ 名〈宗〉กัลป์ ; มหันตภัย
劫持 jiéchí 动 จี้เอาตัวไป ; ลักพาตัว
劫道 jiédào 动 ปล้นกลางทาง
劫匪 jiéfěi 名 โจรปล้น
劫机（劫機）jiéjī 动 จี้เครื่องบิน
劫难（劫難）jiénàn 名 ภัยพิบัติ
劫数（劫數）jiéshù 名〈宗〉ชะตากรรมที่ถูกลิขิตไว้
劫狱（劫獄）jiéyù 动 ปล้นคุก (เพื่อที่จะชิงนักโทษออกมา)
杰出 jiéchū 形 ยอดเยี่ยม ; ดีเด่น
杰作 jiézuò 名 ผลงานดีเด่น
诘问（詰問）jiéwèn 动〈书〉ซักถาม ; ตั้งกระทู้ถาม
洁白（潔白）jiébái 形 ขาวสะอาด
洁净（潔淨）jiéjìng 形 สะอาด
洁癖（潔癖）jiépǐ 名 นิสัยรักสะอาดผิดปรกติ
洁身自好（潔身自好）jiéshēn-zìhào〈成〉รักษาความสุจริต ไม่คลุกคลีตีโมงคนชั่ว
结（結）jié 动 ผูก ; สิ้นสุด 名 เงื่อน
结案（結案）jié'àn 动〈法〉ยุติคดี
结伴（結伴）jiébàn 动 ไป (หรือมา) เป็นเพื่อน
结冰（結冰）jiébīng 动 (น้ำ) กลายเป็นน้ำแข็ง

结彩（結彩）jiécǎi 动 ประดับประดาให้มีสีสันสวยงาม
结仇（結仇）jiéchóu 动 ผูกแค้น ; ผูกพยาบาท
结存（結存）jiécún 名 ยอดคงเหลือ (ในบัญชี)
结队（結隊）jiéduì 动 รวมเป็นกลุ่ม ; รวมเป็นขบวน
结发夫妻（結髮夫妻）jiéfà fūqī สามีภรรยาที่แต่งงานกันครั้งแรก
结构（結構）jiégòu 名 โครงสร้าง
结果（結果）jiéguǒ 名 ผล 连 ในที่สุด 动 ฆ่าตาย
结合（結合）jiéhé 动 ประสานกัน ; แต่งงานกัน
结核病（結核病）jiéhébìng 名〈医〉วัณโรค ; ทีบี (*TB*)
结婚（結婚）jiéhūn 动 แต่งงาน ; สมรส
结伙（結夥）jiéhuǒ 动 คบกันเป็นพรรคพวก
结集（結集）jiéjí 动 รวบรวมบทความเพื่อพิมพ์เป็นเล่ม ; รวมพล
结交（結交）jiéjiāo 动 คบค้าสมาคม
结晶（結晶）jiéjīng 动〈化〉กลายเป็นผลึก 名 ผลึก ; ผลงาน
结晶体（結晶體）jiéjīngtǐ 名 ก้อนผลึก
结局（結局）jiéjú 名 ผลสุดท้าย ; ตอนอวสาน
结论（結論）jiélùn 名 ข้อวินิจฉัย ; ข้อสรุป ; ข้อยุติ
结盟（結盟）jiéméng 动 เป็นพันธมิตร
结亲（結親）jiéqīn 动 สมรส ; (สองครอบครัว) ดองกัน ; นับเป็นญาติด้วยการแต่งงานกัน
结社（結社）jiéshè 动 ก่อตั้งสมาคม
结石（結石）jiéshí 名〈医〉นิ่ว
结识（結識）jiéshí 动 รู้จักและไปมาหาสู่กัน
结束（結束）jiéshù 动 สิ้นสุด
结束语（結束語）jiéshùyǔ 名 บทส่งท้าย
结算（結算）jiésuàn 动 งบบัญชี
结尾（結尾）jiéwěi 名 ตอนจบ ; ช่วงสุดท้าย
结业（結業）jiéyè 动〈教〉จบการศึกษา ; จบการอบรม (ระยะสั้น)
结余（結餘）jiéyú 名 คงเหลือ
结缘（結緣）jiéyuán 动 ผูกพัน
结怨（結怨）jiéyuàn 动 ผูกอาฆาต
结扎（結扎）jiézā 动〈医〉การผูก (เส้นโลหิต ท่อส่งไข่หรือท่อหลั่งน้ำอสุจิ) ; การมัด
结账（結賬）jiézhàng 动 คิดบัญชี
桀骜 jié'ào 形〈书〉ดื้อรั้นซึ่งไม่สามารถควบคุมได้
捷报（捷報）jiébào 名 ข่าวชัยชนะ
捷径（捷徑）jiéjìng 名 ทางลัด
捷足先登 jiézú-xiāndēng〈成〉ฝีเท้าเร็วก็ไปถึงก่อน
睫毛 jiémáo 名 ขนตา
截 jié 动 ตัด 量 ท่อน ; ตอน
截断（截斷）jiéduàn 动 ตัดให้ขาด
截稿 jiégǎo 动 หยุดรับงานเขียน
截获（截獲）jiéhuò 动 สกัดยึดได้
截击（截擊）jiéjī 动〈军〉ดักโจมตี
截流 jiéliú 动〈水〉กั้นกระแสน้ำ
截面 jiémiàn 名 หน้าตัด
截屏 jiépíng 动 จับภาพหน้าจอ ;〈口〉แคปหน้าจอ ; สกรีนช็อต (*screen shot*)
截取 jiéqǔ 动 ตัดเอา
截然 jiérán 副 โดยสิ้นเชิง
截然不同 jiérán-bùtóng〈成〉แตกต่างกันโดยสิ้นเชิง
截肢 jiézhī 动〈医〉การตัดขาหรือแขนส่วนหนึ่งที่บาดเจ็บและรักษาไม่หาย
截止 jiézhǐ 动 หมดเขต
截至 jiézhì 动 หมดเขตถึง...
竭诚（竭誠）jiéchéng 副 สุดจิตสุดใจ
竭尽（竭盡）jiéjìn 动 พยายามเต็มที่
竭力 jiélì 副 พยายามอย่างสุดกำลัง
竭泽而渔（竭澤而漁）jiézé'éryú〈成〉วิดน้ำในหนองให้แห้งเพื่อจับปลา อุปมาว่าตักตวงผลประโยชน์หรือมุ่งแต่ผลประโยชน์ตรงหน้าโดยไม่คำนึงถึงผลประโยชน์ในระยะยาว
姐 jiě 名 พี่สาว
姐夫 jiě·fu 名 พี่เขย
姐姐 jiě·jie 名 พี่สาว
姐妹 jiěmèi 名 พี่สาวน้องสาว
姐丈 jiězhàng 名 พี่เขย
解馋（解饞）jiěchán 动 แก้ความอยากกิน
解嘲 jiěcháo 动 กู้หน้า
解愁 jiěchóu 动 แก้ความทุกข์

J

解除 jiěchú 动 ยกเลิก ; ปลดออก

解答 jiědá 动 ตอบคำถาม

解冻（解凍）jiědòng 动 ละลายน้ำแข็ง

解毒 jiědú 动〈医〉 แก้พิษ

解读（解讀）jiědú 动 อ่านและอธิบาย ; ศึกษาและวิเคราะห์ ; เข้าใจ

解乏 jiěfá 动 แก้ความเหนื่อยเพลีย

解法 jiěfǎ 名 วิธีแก้

解放 jiěfàng 动 ปลดปล่อย ; ปลดแอก

解雇 jiěgù 动 เลิกจ้าง ; ให้ออก

解恨 jiěhèn 动 ระบายความแค้น

解禁 jiějìn 动 ยกเลิกคำสั่งห้าม

解酒 jiějiǔ 动 สร่างเมา

解救 jiějiù 动 ช่วยให้พ้นจากความทุกข์ยากหรือภยันตราย

解决 jiějué 动 แก้ไข ; แก้ให้ตก

解开（解開）jiěkāi 动 แก้ (ปัญหา) ตก ; ปลด (กระดุม ปมเชือก ฯลฯ) ออก

解渴 jiěkě 动 แก้กระหายน้ำ

解码（解碼）jiěmǎ 动〈无〉 ถอดรหัส

解码器（解碼器）jiěmǎqì 名〈无〉 เครื่องถอดรหัส

解闷（解悶）jiěmèn 动 แก้เหงา

解难（解難）jiěnàn 动 แก้ความยากลำบาก ; แก้ข้อข้องใจ

解聘 jiěpìn 动 เลิกจ้าง

解剖 jiěpōu 动〈生理〉 กายวิภาค ; วิภาค

解剖学（解剖學）jiěpōuxué 名 กายวิภาคศาสตร์

解气（解氣）jiěqì 动 ระบายความโกรธ ; สะใจ

解劝（解勸）jiěquàn 动 ปลอบใจ

解散 jiěsàn 动 เลิกแถว ; เลิกล้ม (หมู่คณะ)

解释（解釋）jiěshì 动 อธิบาย

解手 jiěshǒu 动 ไปห้องน้ำ

解说（解説）jiěshuō 动 อธิบาย

解题（解題）jiětí 动 ตอบคำถาม ; เฉลยปัญหา

解体（解體）jiětǐ 动 สลายตัว

解脱 jiětuō 动 หลุดพ้น ; 〈宗〉 พ้นทุกข์

解围（解圍）jiěwéi 动 ทลายการปิดล้อมของข้าศึก ; ช่วยกู้หน้าให้

解悟 jiěwù 动 จากไม่เข้าใจถึงเข้าใจ

解析 jiěxī 动 วิเคราะห์

解严（解嚴）jiěyán 动 ยกเลิกประกาศภาวะฉุกเฉิน

解疑 jiěyí 动 แก้ข้อสงสัย

解约（解約）jiěyuē 动 ยกเลิกข้อตกลงยกเลิกสนธิสัญญา

介 jiè 动 คั่นกลาง 名 กระดอง 形〈书〉 ซื่อตรง

介词（介詞）jiècí 名〈语〉 คำบุพบท

介壳（介殻）jièqiào 名〈动〉 เปลือกหอย ; กระดอง

介入 jièrù 动 เข้าไปพัวพันด้วย

介绍（介紹）jièshào 动 แนะนำ

介形虫（介形蟲）jièxíngchóng 名〈动〉 กุ้งฝอย

介意 jièyì 动 ถือสา

介质（介質）jièzhì 名〈物〉 ตัวกลาง

戒 jiè 动 ระวัง ; เลิก 名〈宗〉 ศีล

戒备（戒備）jièbèi 动 เตรียมการป้องกัน

戒除 jièchú 动 เลิก ; งด

戒毒 jièdú 动 เลิก (สูบ) ยาเสพติด

戒忌 jièjì 名 ข้อห้าม 动 ระมัดระวังในเรื่องแสลง

戒骄戒躁（戒驕戒躁）jièjiāo-jièzào〈成〉 งดเว้นจากความเย่อหยิ่งทะนงตนและอารมณ์วู่วาม

戒律 jièlǜ 名〈宗〉 หิริโอตตัปปะ

戒心 jièxīn 名 ความระมัดระวังในใจ

戒行 jièxíng 名〈宗〉 สังฆกรรม

戒烟 jièyān 动 เลิกบุหรี่

戒严（戒嚴）jièyán 动 ประกาศกฎอัยการศึก ; ประกาศภาวะฉุกเฉิน

戒指 jiè·zhi 名 แหวน

芥菜 jiècài 名〈植〉 ผักมัสตาร์ด

芥蒂 jièdì 名〈书〉 ความแสลงใจ ; ความขัดข้องใจ

芥末 jiè·mo 名 มัสตาร์ด (*mustard*) ; อาซาบ

届 jiè 量 รุ่น ; สมัย ; ถึง

届满（届滿）jièmǎn 动 ครบวาระ

届时（届時）jièshí 副 ถึงเวลานั้น

界 jiè 名 ขอบเขต ; เส้นแบ่งเขต

界碑 jièbēi 名 ศิลาหลักพื้นที่

界别 jièbié 名 ประเภทวงการ
界定 jièdìng 动 กำหนดขอบเขต
界河 jièhé 名 แม่น้ำพรมแดน
界面 jièmiàn 名 เขตพื้นที่
界说（界説）jièshuō 名 คำนิยาม ; คำจำกัดความ
界限 jièxiàn 名 เส้นแบ่งเขต ; ขอบเขต
界线（界綫）jièxiàn 名 เส้นแบ่งเขต
界桩（界樁）jièzhuāng 名 หลักเขตแดน
疥疮（疥瘡）jièchuāng 名〈医〉โรคหิด
借 jiè 动 ยืม
借词（借詞）jiècí 名〈语〉คำทับศัพท์ ; คำต่างประเทศที่นำมาใช้
借代 jièdài 名 การใช้ชื่อแทน (เป็นพรรณนาโวหารประเภทหนึ่ง)
借贷（借貸）jièdài 动 กู้เงิน
借刀杀人（借刀殺人）jièdāo-shārén〈成〉ยืมมือคนอื่นมาฆ่าคน
借端（藉端）jièduān 副 อ้างเหตุ
借方 jièfāng 名〈经〉ฝ่ายเจ้าหนี้
借古讽今（藉古諷今）jiègǔ-fěngjīn〈成〉อ้างตำนานโบราณมาวิจารณ์ปัจจุบัน ; ตีวัวกระทบคราด
借故（藉故）jiègù 副 อ้างเหตุ
借光（藉光）jièguāng 动〈口〉ขอโทษ ; ขอทางหน่อย ;〈套〉ขอถามหน่อย
借花献佛（借花獻佛）jièhuā-xiànfó〈成〉ยืมดอกไม้คนอื่นมาไหว้พระ อุปมาว่า เอาของคนอื่นไปแสดงน้ำใจตน
借机（藉機）jièjī 动 ถือโอกาส
借鉴（藉鑒）jièjiàn 动 ถือเป็นบทเรียน
借据（借據）jièjù 名 หลักฐานการกู้ยืม
借口（藉口）jièkǒu 名 ข้ออ้าง
借款 jièkuǎn 动 ยืมเงิน 名 เงินที่ยืม
借势（藉勢）jièshì 副 อาศัยอำนาจ ; อาศัยสถานการณ์
借宿 jièsù 动 อาศัยค้างคืน
借题发挥（藉題發揮）jiètí-fāhuī〈成〉อาศัยเรื่องนี้ระบายเรื่องอื่นออกมา ; ขยายความ
借条（借條）jiètiáo 名 หลักฐานขอยืมของ (หรือเงิน)
借以 jièyǐ 连 จะได้
借用 jièyòng 动 ขอยืมใช้
借阅（借閲）jièyuè 动 ขอยืมอ่าน
借债（借債）jièzhài 动 ขอยืมเงิน ; ขอกู้เงิน
借支 jièzhī 动 เบิกเงินล่วงหน้า
借助（藉助）jièzhù 动 อาศัย...ช่วย
解 jiè 动 คุมตัว (นักโทษ) ไปส่ง
斤 jīn 量 ชั่ง (มาตรฐานน้ำหนักของจีน) ; ครึ่งกิโลกรัม
斤斤计较（斤斤計較）jīnjīn-jìjiào〈成〉ถือสาในเรื่องเล็กเรื่องน้อย
斤两（斤兩）jīnliǎng 名 น้ำหนัก
今 jīn 名 ปัจจุบัน
今后（今後）jīnhòu 名 วันหลัง ; วันหน้า ; ต่อไปนี้
今年 jīnnián 名 ปีนี้
今日 jīnrì 名 วันนี้
今生 jīnshēng 名 ชั่วชีวิตนี้
今天 jīntiān 名 วันนี้
今昔 jīnxī 名 ปัจจุบันและอดีต ; ทุกวันนี้และอดีต
今朝 jīnzhāo 名〈书〉ทุกวันนี้ ;〈方〉วันนี้
金 jīn 名 โลหะ ; ทอง ; เงิน
金本位 jīnběnwèi 名〈经〉มาตรฐานทองคำ
金笔（金筆）jīnbǐ 名 ปากกาทอง
金币（金幣）jīnbì 名 เหรียญกษาปณ์ทอง
金碧辉煌（金碧輝煌）jīnbì-huīhuáng〈成〉(สิ่งปลูกสร้าง) เหลืองอร่ามแวววาว
金箔 jīnbó 名 แผ่นทอง ; แผ่นกระดาษทอง
金灿灿（金燦燦）jīncàncàn 形 แสงทองเจิดจ้า ; แสงทองอร่ามเรืองไร
金蝉脱壳（金蟬脱殼）jīnchán-tuōqiào〈成〉จักจั่นทองลอกคราบ อุปมาว่า ใช้อุบายหลบหนี
金店 jīndiàn 名 ร้านขายทอง
金额（金額）jīn'é 名 จำนวนเงิน
金发（金髮）jīnfà 名 ผมสีทอง
金刚（金剛）Jīngāng 名〈宗〉วัชระ
金刚石（金剛石）jīngāngshí 名〈矿〉เพชร

J

金刚钻（金剛鑽）jīngāngzuàn 名〈矿〉เพชร ; ดอกสว่านเพชร
金光 jīnguāng 名 แสงทอง
金黄色 jīnhuángsè 名 สีทอง
金婚 jīnhūn 名 การสมรสทองคำ (การสมรสครบรอบ ๕๐ ปี)
金鸡纳霜（金鷄納霜）jīnjīnàshuāng〈药〉ควินิน (*quinine*)
金奖（金奬）jīnjiǎng 名 รางวัลทอง
金口玉言 jīnkǒu-yùyán〈成〉คำพูดที่มีค่า ; พระราชดำรัส ; คำไหนก็คำนั้น
金库（金庫）jīnkù 名 ท้องพระคลัง
金块（金塊）jīnkuài 名 ทองคำแท่ง
金矿（金礦）jīnkuàng 名〈矿〉เหมืองทองคำ
金牌 jīnpái 名 เหรียญทอง (รางวัลอันดับหนึ่ง)
金钱（金錢）jīnqián 名 เงินทอง
金钱豹（金錢豹）jīnqiánbào 名〈动〉เสือดาว
金枪鱼（金槍魚）jīnqiāngyú 名〈动〉ปลาทูน่า
金融 jīnróng 名〈经〉การเงิน ; ไฟแนนซ์ (*finance*)
金融产品（金融産品）jīnróng chǎnpǐn〈经〉สินค้าการเงิน
金融家 jīnróngjiā 名 นักการเงิน
金融票证（金融票證）jīnróng piàozhèng ตั๋วเงิน
金色 jīnsè 名 สีทอง
金属（金屬）jīnshǔ 名 โลหะ
金丝雀（金絲雀）jīnsīquè 名〈动〉นกคีรีบูน
金条（金條）jīntiáo 名 ทองแท่ง
金星 jīnxīng 名〈天〉ดาววีนัส (*Venus*) ; ดาวทอง
金牙 jīnyá 名 ฟันทอง
金鱼（金魚）jīnyú 名〈动〉ปลาเงินปลาทอง
金玉良言 jīnyù-liángyán〈成〉คำแนะนำที่ประเสริฐ
金针菜（金針菜）jīnzhēncài 名〈植〉ดอกไม้จีน
金枝玉叶（金枝玉葉）jīnzhī-yùyè〈成〉พระโอรสพระธิดา ; บุตรหรือบุตรีในตระกูลสูง
金砖（金磚）jīnzhuān 名 แท่งทองคำ ; อิฐขนาดใหญ่ สมัยโบราณของจีน
金子 jīn•zi 名 ทองคำ
金字塔 jīnzìtǎ 名 ปิระมิด (*pyramid*)

津津 jīnjīn 形 เอร็ดอร่อย ; สนุกสนานเพลิดเพลิน
津津有味 jīnjīn-yǒuwèi〈成〉ความรู้สึกออกรสออกชาติ ; รับประทานอย่างเอร็ดอร่อย ; คุยกันอย่างออกรส
津贴（津貼）jīntiē 名 เบี้ยเลี้ยง

矜持 jīnchí 形 สำรวม
矜夸 jīnkuā 动〈书〉หยิ่งยโสโอ้อวด

筋 jīn 名〈生理〉เส้นเอ็น
筋斗 jīndǒu 名〈方〉ท่าตีลังกา
筋骨 jīngǔ 名 เอ็นและกระดูก ; สุขภาพร่างกาย
筋疲力尽（筋疲力盡）jīnpí-lìjìn〈成〉เหน็ดเหนื่อยเมื่อยล้า ; หมดแรง

禁 jīn 动 ทนทาน ; อดกลั้น
禁不起 jīn•buqǐ 动 ทนต่อ...ไม่ไหว
禁不住 jīn•buzhù 动 อดไม่ได้ที่จะ... ; อดรนทนไม่ได้ ; ห้ามใจไม่ได้
禁得起 jīn•deqǐ 动 ทนต่อ...ได้
禁得住 jīn•dezhù 动 ทน...ได้
禁受 jīnshòu 动 ทนทาน

襟怀坦白（襟懷坦白）jīnhuái-tǎnbái〈成〉จิตใจเปิดเผย

仅（僅）jǐn 副 เพียง
仅仅（僅僅）jǐnjǐn 副 เพียง

尽（儘）jǐn 动 พยายามให้ถึงขีดสุด 介 จำกัดในขอบเขต 副 ที่สุด
尽管（儘管）jǐnguǎn 副 ถึงแม้ว่า
尽可能（儘可能）jǐnkěnéng 副 พยายามเท่าที่จะทำได้
尽快（儘快）jǐnkuài 副 ให้เร็วที่สุดเท่าที่จะเร็วได้
尽量（儘量）jǐnliàng 副 พยายาม...เท่าที่จะทำได้
尽速（儘速）jǐnsù 副 พยายามให้เร็วที่สุดเท่าที่จะเร็วได้
尽早（儘早）jǐnzǎo 副 ให้เร็วที่สุดเท่าที่จะเร็วได้ ; ให้เช้าที่สุดเท่าที่จะเช้าได้

紧（緊）jǐn 形 ตึง ; แน่น ; เร่งด่วน ; ขาดแคลน
紧逼（緊逼）jǐnbī 动 เร่งบีบคั้น ; กระชั้นชิด
紧闭（緊閉）jǐnbì 动 ปิดสนิท ; ปิดแน่น
紧凑（緊凑）jǐncòu 形 กระชับ
紧急（緊急）jǐnjí 形 เร่งด่วน ; ฉุกเฉิน
紧急状态（緊急狀態）jǐnjí zhuàngtài สภาพฉุกเฉิน

紧接着（緊接着）jǐnjiē•zhe ถัดไป ; ต่อไป
紧锣密鼓（緊鑼密鼓）jǐnluó-mìgǔ 〈成〉 ประโคมเสียงฆ้องเสียงกลองในการโหมโรง อุปมาว่า เกริ่นไว้ก่อน
紧密（緊密）jǐnmì 形 แน่นแฟ้น
紧迫（緊迫）jǐnpò 形 คับขัน ; กระชั้นชิด
紧俏（緊俏）jǐnqiào 形 ต้องการมากแต่มีน้อย (ส่วนมากหมายถึง สินค้าที่ขาดตลาด)
紧缺（緊缺）jǐnquē 形 (สินค้า สิ่งของ ฯลฯ) ขาดตลาดหรือขาดแคลน
紧身儿（緊身兒）jǐnshēnr 动 รัดรูป ; รัดรูป รัดทรง
紧缩（緊縮）jǐnsuō 动 ลดให้น้อยลง ; บีบ (วง) ให้แคบลง
紧要（緊要）jǐnyào 形 สำคัญ
紧张（緊張）jǐnzhāng 形 ตื่นเต้น ; ตึงเครียด ; ขาดแคลน
锦标（錦標）jǐnbiāo 名 รางวัลชนะเลิศ
锦标赛（錦標賽）jǐnbiāosài 名 〈体〉 การแข่งขันชิงชนะเลิศ
锦缎（錦緞）jǐnduàn 名 〈纺〉 ผ้าต่วน เป็นผ้าแพรชนิดหนึ่ง ทอลายสอง เนื้อเกลี้ยงเป็นมันด้านเดียว
锦纶（錦綸）jǐnlún 名 〈纺〉 (ใยสังเคราะห์) โพลีแอไมด์ (*polyamide*)
锦旗（錦旗）jǐnqí 名 ธงรางวัลดีเด่น ; ธงชมเชยความดี ความชอบหรือแสดงความขอบคุณ
锦上添花（錦上添花）jǐnshàng-tiānhuā 〈成〉 เติมลายดอกไม้บนผ้าต่วน อุปมาว่า เสริมสิ่งที่ดีงามแล้วให้ดีงามยิ่งขึ้น
锦绣河山（錦綉河山）jǐnxiù héshān 〈成〉 แผ่นดินอันสวยงามวิจิตรตระการตา
锦衣玉食（錦衣玉食）jǐnyī-yùshí 〈成〉 เสื้อผ้าสวยหรู อาหารล้ำค่า หมายถึงชีวิตที่หรูหราฟุ่มเฟือย
谨（謹）jǐn 形 ระมัดระวัง ; จริงจัง 副 ด้วยความเคารพ
谨防（謹防）jǐnfáng 动 ป้องกันอย่างระมัดระวัง
谨慎（謹慎）jǐnshèn 形 ระมัดระวังและรอบคอบ
谨小慎微（謹小慎微）jǐnxiǎo-shènwēi 〈成〉 ระมัดระวังในเรื่องเล็กน้อยมากเกินควร
谨言慎行（謹言慎行）jǐnyán-shènxíng 〈成〉 ระมัดระวังทั้งวาจาและการกระทำ
尽（盡）jìn 动 หมด ; 〈书〉 ขีดสุด
尽力（盡力）jìnlì 动 พยายามเต็มที่
尽量（盡量）jìnliàng 动 พยายามเท่าที่จะทำได้
尽情（盡情）jìnqíng 副 อย่างถึงอกถึงใจ
尽人皆知（盡人皆知）jìnrén-jiēzhī 〈成〉 เป็นที่ทราบกันทั่วทุกคน
尽如人意（盡如人意）jìnrú-rényì 〈成〉 ถูกใจหมดทุกอย่าง (มักจะใช้ในรูปแบบปฏิเสธว่า 难以尽如人意，不能尽如人意)
尽善尽美（盡善盡美）jìnshàn-jìnměi 〈成〉 ดีงามอย่างสมบูรณ์แบบ
尽头（盡頭）jìntóu 名 ที่สิ้นสุด ; ปลาย
尽心（盡心）jìnxīn 动 พยายามอย่างสุดจิตสุดใจ
尽兴（盡興）jìnxìng 动 สนุกเต็มที่
尽责（盡責）jìnzé 动 รับผิดชอบอย่างเต็มที่
尽职（盡職）jìnzhí 动 ปฏิบัติหน้าที่อย่างเต็มที่
尽忠（盡忠）jìnzhōng 动 จงรักภักดีเต็มที่ ; สละชีพเพื่อความจงรักภักดี
进（進）jìn 动 เคลื่อนย้ายไปข้างหน้า ; เข้า
进逼（進逼）jìnbī 动 (กองกำลังทหาร) บุกกระชั้นชิด
进步（進步）jìnbù 动 ก้าวหน้า
进餐（進餐）jìncān 动 รับประทานอาหาร
进场（進場）jìnchǎng 动 เข้าไปในสถานที่ (ประชุม การแสดง ฯลฯ)
进程（進程）jìnchéng 名 วิถีดำเนินงาน ; กระบวนการพัฒนา
进出（進出）jìnchū 动 เข้าออก 名 รายรับรายจ่าย
进出口（進出口）jìn-chūkǒu 动 (สินค้า) นำเข้าและส่งออก
进度（進度）jìndù 名 ความเร็วในการดำเนินงาน
进而（進而）jìn'ér 连 ครั้นแล้วจึง...
进发（進發）jìnfā 动 มุ่งหน้าไปสู่
进犯（進犯）jìnfàn 动 บุกรุกราน
进攻（進攻）jìngōng 动 บุกโจมตี

J

进化（進化）jìnhuà 动 วิวัฒนาการ

进化论（進化論）jìnhuàlùn 名〈生物〉ทฤษฎีว่าด้วยการวิวัฒนาการ

进货（進貨）jìnhuò 动 (ห้างร้าน) ซื้อสินค้าเข้ามาเพื่อจำหน่าย

进见（進見）jìnjiàn 动 เข้าพบ ; เข้าเฝ้า

进军（進軍）jìnjūn 动 เคลื่อนทัพ

进口（進口）jìnkǒu 动 นำเข้า (สินค้า)

进来（進來）jìn·lái 动 เข้ามา

进取（進取）jìnqǔ 动 ก้าวหน้า ; พยายามต่อสู้เพื่อความสำเร็จ

进去（進去）jìn·qù 动 เข้าไป

进入（進入）jìnrù 动 เข้าไป

进食（進食）jìnshí 动〈书〉รับประทานอาหาร

进退两难（進退兩難）jìntuì-liǎngnán〈成〉กลืนไม่เข้าคายไม่ออก

进退维谷（進退維谷）jìntuì-wéigǔ〈成〉ไปหน้าก็ไม่ได้ ถอยหลังก็ใช่ที่ อุปมาว่าตกในภาวะลำบาก ; กลืนไม่เข้าคายไม่ออก

进项（進項）jìn·xiàng 名 รายได้ ; รายรับ

进行（進行）jìnxíng 动 ดำเนินการ

进行曲（進行曲）jìnxíngqǔ 名〈乐〉เพลงมาร์ช

进修（進修）jìnxiū 动〈教〉ศึกษาเพิ่มเติม

进一步（進一步）jìnyībù 副 ยิ่งขึ้น

进展（進展）jìnzhǎn 动 คืบหน้า

进账（進賬）jìnzhàng 动 เข้าบัญชี 名 รายได้ ; รายรับ

进驻（進駐）jìnzhù 动 เคลื่อน (ทัพหรือทีมงาน) เข้าไปตั้งฐานประจำ

近 jìn 动 ใกล้ 形 สนิท

近处（近處）jìnchù 名 ที่ใกล้

近代 jìndài 名 ยุคใกล้

近海 jìnhǎi 名 บริเวณใกล้ฝั่งทะเล

近乎 jìnhū 动 คล้ายกับ

近乎 jìn·hu 形〈方〉สนิทสนม

近景 jìnjǐng 名 ภาพใกล้

近况 jìnkuàng 名 สภาพใกล้ ๆ

近来（近來）jìnlái 名 เมื่อเร็ว ๆ นี้ ; ในระยะใกล้ ๆ นี้

近邻（近鄰）jìnlín 名 เพื่อนบ้านที่อยู่ใกล้ ๆ

近年 jìnnián 名 ไม่กี่ปีมานี้

近旁 jìnpáng 名 บริเวณใกล้ ๆ ; ที่ใกล้ ๆ ตัว

近期 jìnqī 名 ระยะใกล้ ๆ

近亲（近親）jìnqīn 名 ญาติสนิท

近日 jìnrì 名 ไม่กี่วันมานี้ ; อีกไม่กี่วันข้างหน้า

近视（近視）jìnshì 形 สายตาสั้น

近视眼（近視眼）jìnshìyǎn 名〈医〉คนสายตาสั้น

近水楼台（近水樓臺）jìnshuǐ-lóutái〈成〉อุปมาว่า จะได้รับผลประโยชน์ก่อนคนอื่นด้วยความใกล้ชิดกว่า

近似 jìnsì 动 คล้าย ๆ กัน ; ใกล้เคียงกัน

近似值 jìnsìzhí 名〈数〉มูลค่าใกล้เคียง

近影 jìnyǐng 名〈摄〉รูปถ่ายในระยะใกล้ ๆ ; รูปร่างหน้าตาที่เห็นใกล้ ๆ

近战（近戰）jìnzhàn 动〈军〉รบระยะประชิด

近照 jìnzhào 名 รูปถ่ายในระยะใกล้

劲（勁）jìn 名 แรง

劲儿（勁兒）jìnr 名 แรง

劲头（勁頭）jìntóu 名 แรง ; อารมณ์กระตือรือร้น

晋级（晋級）jìnjí 动 เลื่อนตำแหน่ง ; เลื่อนขั้น

晋见（晋見）jìnjiàn 动 เข้าพบ ; เข้าเฝ้า

晋升 jìnshēng 动 เลื่อนขั้น ; เลื่อนตำแหน่ง

浸 jìn 动 แช่

浸泡 jìnpào 动 แช่น้ำ

浸染 jìnrǎn 动 ค่อย ๆ ย้อมสี ; ค่อย ๆ ติดเป็นนิสัย

浸润（浸潤）jìnrùn 动 ค่อย ๆ ซึม

浸透 jìntòu 动 เปียก

浸种（浸種）jìnzhǒng 动〈农〉แช่เมล็ดพันธุ์

禁 jìn 动 ห้าม ; คุมขัง

禁闭（禁閉）jìnbì 动 กักตัว

禁地 jìndì 名 สถานที่ต้องห้าม

禁毒 jìndú 动 ปราบยาเสพติด

禁赌（禁賭）jìndǔ 动 ห้ามการพนัน

禁锢（禁錮）jìngù 动〈书〉คุมขัง ; ผูกมัดอย่างแน่นหนา

禁忌 jìnjì 名 ข้อต้องห้าม

禁绝（禁絕）jìnjué 动 ห้ามเด็ดขาด

禁令 jìnlìng 名 คำสั่งห้าม
禁区（禁區）jìnqū 名 เขตหวงห้าม
禁赛（禁賽）jìnsài 动〈体〉ห้ามร่วมการแข่งขัน
禁售 jìnshòu 动 ห้ามจำหน่าย
禁书（禁書）jìnshū 名 หนังสือต้องห้าม
禁烟 jìnyān 动 งดสูบบุหรี่
禁药（禁藥）jìnyào 名 ยาแสลง
禁用 jìnyòng 动 ห้ามใช้
禁欲主义（禁欲主義）jìnyù zhǔyì บำเพ็ญตบะนิยม ; เอสเซทิซิสม์ (*asceticism*)
禁运（禁運）jìnyùn 动 การห้ามขนส่งสินค้า
禁止 jìnzhǐ 动 ห้าม

觐见（覲見）jìnjiàn 动 เข้าเฝ้า

噤若寒蝉（噤若寒蟬）jìnruòhánchán〈成〉เงียบราวกับจิ้งจั่นในฤดูหนาวอุปมาว่ากลัวหรือเกรงจนไม่กล้าออกเสียง
噤声（噤聲）jìnshēng 动 ปิดปากเงียบ

茎（莖）jīng 名〈植〉ก้าน (ของพืชไม้)

京 jīng 名 เมืองหลวง
京城 jīngchéng 名 เมืองหลวง ; นครหลวง
京都 jīngdū 名 เมืองหลวง ; นครหลวง
京剧（京劇）jīngjù 名〈剧〉งิ้วปักกิ่ง ; อุปรากรจีน
京派 jīngpài 名〈剧〉งิ้วสำนักปักกิ่งเอกลักษณ์ปักกิ่ง
京腔 jīngqiāng 名〈剧〉สำเนียงปักกิ่ง
京戏（京戲）jīngxì 名〈口〉งิ้วปักกิ่ง

经（經）jīng 动 ผ่าน ; ดำเนินการ 名 คัมภีร์
经办（經辦）jīngbàn 动 ดำเนินการ
经不起（經不起）jīng·buqǐ 动 ทนต่อ...ไม่ไหว
经常（經常）jīngcháng 形 บ่อย 副 เป็นประจำ ; เสมอ
经典（經典）jīngdiǎn 名 คัมภีร์ ; ตำรับตำราที่เป็นอมตะ 形 แบบฉบับ
经度（經度）jīngdù 名〈地理〉เส้นแวง ; ลองจิจูด (*longitude*)
经费（經費）jīngfèi 名 ค่าใช้จ่ายประจำ (ของโรงเรียน องค์กร ฯลฯ)
经管（經管）jīngguǎn 动 รักษาดูแล
经过（經過）jīngguò 动 ผ่าน 名 เหตุการณ์ที่ผ่านมา
经纪人（經紀人）jīngjìrén 名 นายหน้า ; โบรกเกอร์ (*broker*)
经济（經濟）jīngjì 名 เศรษฐกิจ
经济法（經濟法）jīngjìfǎ 名〈法〉กฎหมายทางเศรษฐกิจ
经济犯罪（經濟犯罪）jīngjì fànzuì〈法〉โทษกรรมฐานผิดกฎหมายทางเศรษฐกิจ
经济特区（經濟特區）jīngjì tèqū เขตเศรษฐกิจพิเศษ
经济效益（經濟效益）jīngjì xiàoyì คุณประโยชน์ทางเศรษฐกิจ
经济学（經濟學）jīngjìxué 名〈经〉เศรษฐศาสตร์
经久（經久）jīngjiǔ 动 เป็นเวลานาน 形 คงทน ; ยั่งยืน
经久不息（經久不息）jīngjiǔ-bùxī〈成〉(เสียงปรบมือ) ดังเป็นเวลานาน
经理（經理）jīnglǐ 名 ผู้จัดการ 动 บริหารธุรกิจ
经历（經歷）jīnglì 名 ประสบการณ์ 动 ประสบ ; ผ่าน
经贸（經貿）jīngmào 名 เศรษฐกิจการค้า
经期（經期）jīngqī 名〈生理〉ระยะระดูมา ; ระยะประจำเดือนมา
经商（經商）jīngshāng 动 ประกอบธุรกิจการค้า
经手（經手）jīngshǒu 动 ผ่านมือ ; เป็นผู้ดำเนินการ
经受（經受）jīngshòu 动 ได้รับ ; ประสบ ; ถูก
经天纬地（經天緯地）jīngtiān-wěidì〈成〉(ความสามารถล้ำเลิศในการ) วางแผนการปกครองบ้านเมือง
经纬度（經緯度）jīngwěidù 名〈地理〉เส้นรุ้งเส้นแวง
经纬仪（經緯儀）jīngwěiyí 名 เครื่องวัดเส้นรุ้งเส้นแวง
经线（經綫）jīngxiàn 名〈地理〉เส้นแวง ;〈纺〉เส้นด้ายตามแนวยาว
经销（經銷）jīngxiāo 动 จำหน่าย
经销商（經銷商）jīngxiāoshāng 名 ผู้จัด

J

จำหน่าย

经心（經心）jīngxīn 动 สนใจ

经验（經驗）jīngyàn 名 ประสบการณ์ ; ความเจนจัด 动 ผ่าน

经验主义（經驗主義）jīngyàn zhǔyì 〈哲〉 ลัทธิประสบการณ์

经营（經營）jīngyíng 动 บริหาร (ธุรกิจ) ; วางแผนและจัดการ

经由（經由）jīngyóu 介 ผ่าน (เส้นทาง)

荆 jīng 名 〈植〉 พุ่มไม้ชนิดหนึ่ง ก้านใช้สานเข่งหรือตะกร้า

荆棘 jīngjí 名 พุ่มไม้ที่มีหนาม

惊（驚）jīng 动 ตกใจ

惊诧（驚詫）jīngchà 形 ประหลาดใจ

惊动（驚動）jīngdòng 动 รบกวน ; ทำให้ตกใจ

惊愕（驚愕）jīng'è 形〈书〉 ตื่นตะลึง

惊服（驚服）jīngfú 动 น่าประหลาดใจและต้องยอมรับ

惊弓之鸟（驚弓之鳥）jīnggōngzhīniǎo 〈成〉 นกตื่นธนู อุปมาว่า คนที่ตกใจง่ายเพราะเคยตกใจมาก่อน

惊骇（驚駭）jīnghài 形〈书〉 ตกใจกลัว

惊呼（驚呼）jīnghū 动 ร้องเรียกด้วยความหวาดกลัว

惊慌（驚慌）jīnghuāng 形 ตื่นตระหนกตกใจ

惊慌失措（驚慌失措）jīnghuāng-shīcuò ตื่นตระหนกตกใจจนทำอะไรไม่ถูก ; ลนลาน

惊惶（驚惶）jīnghuáng 形 ตื่นตระหนกตกใจ

惊叫（驚叫）jīngjiào 动 ร้องเสียงลั่นด้วยความตกใจ

惊厥（驚厥）jīngjué 动 สลบไปด้วยความตกใจกลัว

惊恐（驚恐）jīngkǒng 形 หวาดผวา ; หวาดกลัว

惊奇（驚奇）jīngqí 形 แปลกประหลาด

惊扰（驚擾）jīngrǎo 动 ทำให้ตื่นตระหนกตกใจ ; รบกวน

惊人（驚人）jīngrén 形 น่าตื่นตะลึง

惊世骇俗（驚世駭俗）jīngshì-hàisú 〈成〉 ทำให้ชาวโลกตะลึงงันด้วยวาจาหรือการกระทำที่แหวกแนว

惊叹（驚嘆）jīngtàn 动 อุทานด้วยความตื่นเต้นและชื่นชม

惊叹号（驚嘆號）jīngtànhào 名 เครื่องหมายอุทาน

惊涛骇浪（驚濤駭浪）jīngtāo-hàilàng 〈成〉 คลื่นที่โหมซัดสาดอย่างบ้าคลั่ง ; อุปมาว่าสภาพแวดล้อมที่เต็มไปด้วยอันตราย

惊天动地（驚天動地）jīngtiān-dòngdì 〈成〉 สะเทือนเลื่อนลั่นไปทั่วหล้า

惊悉（驚悉）jīngxī 动 ได้รับทราบด้วยความตกใจ

惊喜（驚喜）jīngxǐ 形 ตื่นเต้นและดีใจ

惊吓（驚嚇）jīngxià 动 สะดุ้ง ; ผวา

惊险（驚險）jīngxiǎn 形 น่าหวาดเสียว

惊心动魄（驚心動魄）jīngxīn-dòngpò 〈成〉 ใจหายใจคว่ำ

惊醒（驚醒）jīngxǐng 动 สะดุ้งตื่น ; ผวาตื่น

惊讶（驚訝）jīngyà 形 ประหลาดใจ

惊异（驚异）jīngyì 形 ประหลาดใจ

晶格 jīnggé 名 〈物〉 (ผลึก) แลตทิซ (*lattice*)

晶亮 jīngliàng 形 แวววาว

晶石 jīngshí 名 หินจำพวกที่เป็นผลึกใส

晶体（晶體）jīngtǐ 名〈化〉 ผลึก

晶体管 jīngtǐguǎn 名〈电〉 หลอดทรานซิสเตอร์ (*transistor*)

晶莹（晶瑩）jīngyíng 形 สุกใสแวววาว

腈纶（腈綸）jīnglún 名〈纺〉 ใยสังเคราะห์อะครีลิก (*acrylic fibre*)

精 jīng 形 ยอดเยี่ยม ; ประณีต 名 พลัง

精兵 jīngbīng 名 ทหารผู้เกรียงไกร

精兵简政（精兵簡政）jīngbīng-jiǎnzhèng 〈成〉 ปฏิรูปองค์การบริหารให้กะทัดรัด ลดเจ้าหน้าที่ให้น้อยลง

精彩 jīngcǎi 形 (บทความ การแสดง คำกล่าว ฯลฯ) ยอดเยี่ยม ; เด่น

精诚（精誠）jīngchéng 形〈书〉 ซื่อสัตย์สุจริต

精粹 jīngcuì 形 งามประณีตและบริสุทธิ์

名 ส่วนที่รวบรัดและมีสาระ

精打细算（精打細算）jīngdǎ-xìsuàn 〈成〉 คำนวณอย่างละเอียดถี่ถ้วน

精当（精當）jīngdàng 形 เหมาะสมและถูกต้องแม่นยำ

精雕细刻（精雕細刻）jīngdiāo-xìkè 〈成〉 แกะสลักอย่างละเอียดประณีต

精读（精讀）jīngdú 动 อ่านอย่างละเอียด

精度 jīngdù 名〈机〉 ระดับความละเอียดแม่นยำ

精干（精幹）jīnggàn 形 เฉียบแหลมและช่ำชองฉับไว

精耕细作（精耕細作）jīnggēng-xìzuò 〈成〉 ทำไร่ไถนาอย่างละเอียดอ่อน

精光 jīngguāng 形 หมดเกลี้ยง

精悍 jīnghàn 形 เฉียบแหลมช่ำชองฉับไว ; (สำนวน) กะทัดรัดคมกริบ

精华（精華）jīnghuá 名 ส่วนยอดเยี่ยม ; หัวกะทิ

精简（精簡）jīngjiǎn 动 ตัดส่วนที่ไม่จำเป็นออก

精力 jīnglì 名 กำลังวังชา

精练（精練）jīngliàn 形 กะทัดรัด

精良 jīngliáng 形 (ผลิตภัณฑ์ อุปกรณ์ ฯลฯ) ประณีต ; ดีเด่น ; สมบูรณ์แบบ

精灵（精靈）jīng•líng 名 เปรต 形〈方〉 ฉลาดฉับไว ; หัวใส

精美 jīngměi 形 ประณีตงดงาม

精密 jīngmì 形 แม่นยำและละเอียดลออ

精妙 jīngmiào 形 ประณีตวิจิตรตระการตา

精明 jīngmíng 形 ฉลาดหลักแหลม

精疲力竭 jīngpí-lìjié 〈成〉 เหนื่อยใจเหนื่อยกายสิ้นดี

精辟（精闢）jīngpì 形 ลึกซึ้งและทะลุปรุโปร่งถึงแก่นแท้

精品 jīngpǐn 名 สินค้าชั้นเยี่ยม ; ผลงานชั้นเยี่ยม

精巧 jīngqiǎo 形 ประณีตแนบเนียน

精确（精確）jīngquè 形 ละเอียดแม่นยำ

精确度（精確度）jīngquèdù 名 ความแม่นยำ ; ความถูกต้อง

精肉 jīngròu 名 เนื้อแดง (ส่วนมากหมายถึงเนื้อหมู)

精锐（精銳）jīngruì 形 (กองกำลังทหาร) ดีเลิศ

精深 jīngshēn 形 (ความรู้ ทฤษฎี) ละเอียดและลึกซึ้ง

精神 jīngshén 名 จิตใจ ; เจตจำนง

精神 jīng•shen 形 คึกคักมีชีวิตชีวา ; หล่อเหลา

精神病 jīngshénbìng 名 〈医〉 โรคจิต

精神分裂症 jīngshén fēnlièzhèng 〈医〉 สคิทซฟริเนีย (*schizophrenia*) (โรคจิตที่สำคัญที่สุดมีอาการขาดการติดต่อกับสิ่งแวดล้อมหรือมีบุคลิกภาพที่แตกแยก)

精神文明 jīngshén wénmíng อารยธรรมด้านจิตใจ

精髓 jīngsuǐ 名 อุปมา หัวกะทิ ; แก่นสาร

精通 jīngtōng 动 เชี่ยวชาญ ; รู้แจ้งแตกฉาน

精细（精細）jīngxì 形 ละเอียดถี่ถ้วน

精心 jīngxīn 形 ตั้งอกตั้งใจเป็นพิเศษ

精选（精選）jīngxuǎn 动 คัดเลือกอย่างละเอียด

精盐（精鹽）jīngyán 名 เกลือบริสุทธิ์

精益求精 jīngyìqiújīng 〈成〉 ปรับปรุงให้ดีขึ้นไปเรื่อย ๆ

精英 jīngyīng 名 ผู้ยอดเยี่ยม ; อุปมา หัวกะทิ

精湛 jīngzhàn 形 ประณีตและลึกซึ้ง ; หลักแหลม

精制（精製）jīngzhì 动 ผลิตอย่างประณีต

精致（精緻）jīngzhì 形 แนบเนียนและละเอียดอ่อน

精装（精裝）jīngzhuāng 形 (หนังสือ) ฉบับปกแข็ง

精壮（精壯）jīngzhuàng 形 กำยำล่ำสัน ; แข็งแรง

精子 jīngzǐ 名〈生理〉 ตัวอสุจิ

鲸

鲸吞（鯨吞）jīngtūn 动 กลืนเหมือนปลาวาฬกลืนอาหาร

鲸鱼（鯨魚）jīngyú 名 วาฬ ; ปลาวาฬ

井 jǐng 名 บ่อ ; บ่อแร่ 形 เป็นระเบียบ

井底之蛙 jǐngdǐzhīwā 〈成〉 กบในบ่อ อุปมาว่าผู้รู้น้อยเห็นน้อย

井架 jǐngjià 名〈矿〉 โครงเหล็กเหนือปากบ่อน้ำมัน

井井有条（井井有條）jǐngjǐng-yǒutiáo 〈成〉 เป็นระเบียบเรียบร้อยดี

J

井喷（井噴）jǐngpēn 动〈矿〉 น้ำมันปิโตร
เลียมพุ่งออกมาจากบ่อ

井然 jǐngrán 形〈书〉เป็นระเบียบเรียบร้อย

颈部（頸部）jǐngbù 名〈生理〉ส่วนคอ

颈项（頸項）jǐngxiàng 名〈生理〉คอ

颈椎（頸椎）jǐngzhuī 名〈生理〉กระดูกสัน
หลังส่วนคอ

景 jǐng 名 ทัศนียภาพ ; สภาพ ; ฉาก

景点（景點）jǐngdiǎn 名 สถานที่ที่มีทิวทัศน์ ;
แหล่งท่องเที่ยว

景观（景觀）jǐngguān 名 ภาพภูมิประเทศ ;
ทัศนียภาพ

景况 jǐngkuàng 名 สภาพ ; สภาพความเป็นอยู่

景气（景氣）jǐngqì 名 สภาพเศรษฐกิจ
เจริญรุ่งเรือง

景区（景區）jǐngqū 名 เขตทัศนียภาพ

景色 jǐngsè 名 ทัศนียภาพ ; ทิวทัศน์

景泰蓝（景泰藍）jǐngtàilán 名〈工美〉จิ่งไท่หลัน
(เครื่องถมลงยา สมัยจิ่งไท่ราชวงศ์หมิงของจีน)

景物 jǐngwù 名 ทิวทัศน์และสิ่งของที่น่าชื่นชม

景象 jǐngxiàng 名 สภาพ ; ปรากฏการณ์

景仰 jǐngyǎng 动 เลื่อมใส

景致 jǐngzhì 名 ทัศนียภาพ ; ทิวทัศน์

警报（警報）jǐngbào 名 สัญญาณเตือนภัย

警报器（警報器）jǐngbàoqì 名 เครื่องสัญญาณ
เตือนภัย ; ไซเรน (siren)

警备（警備）jǐngbèi 动 เตรียมพร้อมคอย
ระมัดระวัง

警察 jǐngchá 名 ตำรวจ

警察局 jǐngchájú 名 สถานีตำรวจ ; โรงพัก

警车（警車）jǐngchē 名 รถตำรวจ

警笛 jǐngdí 名 เสียงหวูดเตือนภัย ; นกหวีด
ตำรวจ

警方 jǐngfāng 名 ฝ่ายตำรวจ

警匪片 jǐngfěipiàn 名〈影视〉ภาพยนตร์เรื่อง
ประเภทตำรวจจับโจร

警服 jǐngfú 名 เครื่องแบบตำรวจ

警告 jǐnggào 动 เตือน (ให้รู้สำนึก) 名

การตักเตือน (ซึ่งเป็นการลงโทษชนิดหนึ่ง)

警官 jǐngguān 名 นายตำรวจ

警棍 jǐnggùn 名 กระบองตำรวจ

警花 jǐnghuā 名 ตำรวจสาว

警戒 jǐngjiè 动 ตักเตือน (ให้แก้ความผิด) 名
มาตรการระวังการจู่โจมของศัตรู

警戒线（警戒綫）jǐngjièxiàn 名 แนวรักษา
ความปลอดภัย

警句 jǐngjù 名 คติพจน์ ; คำพังเพย ; คำคม

警觉（警覺）jǐngjué 名 ความตื่นตัว (ที่มีต่อ
ภยันตรายหรือการเปลี่ยนแปลงที่เกิดขึ้น)

警铃（警鈴）jǐnglíng 名 ออดสัญญาณภัย

警犬 jǐngquǎn 名 สุนัขตำรวจ

警示 jǐngshì 动 เตือน (ให้รู้สำนึก)

警惕 jǐngtì 动 ระมัดระวัง ; ความไม่ประมาท ;
สังวรณ์ในภยันตราย

警卫（警衛）jǐngwèi 名 อารักขา 动 พิทักษ์
รักษา

警务（警務）jǐngwù 名 กิจการของตำรวจ

警醒 jǐngxǐng 形 หลับ ๆ ตื่น ๆ 动 ตักเตือนให้
รู้สำนึก

警长（警長）jǐngzhǎng 名 สารวัตรใหญ่

警钟（警鐘）jǐngzhōng 名 ระฆังเตือนภัย ;
อุปมาว่า สัญญาณเตือน

劲爆（勁爆）jìngbào 形 ครึกโครมสนุกสนาน

劲敌（勁敵）jìngdí 名 ศัตรูผู้แข็งแกร่ง ; คู่แข่งผู้
แข็งแกร่ง

劲歌（勁歌）jìnggē 名 เพลงฮิตที่จังหวะเร็ว
และมีพลัง

劲旅（勁旅）jìnglǚ 名 กองกำลังอันเกรียงไกร

劲舞（勁舞）jìngwǔ 名 ระบำฮิตที่จังหวะ
เต้นเร็วและมีพลัง

径流（徑流）jìngliú 名〈地理〉น้ำฝนที่ไหล
ลงเป็นสาย

径赛（徑賽）jìngsài 名〈体〉การแข่งขัน
กรีฑาประเภทลู่

径直（徑直）jìngzhí 副 มุ่งตรงไป

径自（逕自）jìngzì 副 (ทำ) ไปเอง (โดยตรง)

净 jìng 形 สะอาด หมดเกลี้ยง ; หมดจด
净产值（净産值）jìngchǎnzhí 名〈经〉มูลค่าการผลิตสุทธิ
净化 jìnghuà 动 ทำให้บริสุทธิ์ ; ทำให้สะอาด
净利 jìnglì 名〈经〉กำไรสุทธิ
净手 jìngshǒu 动〈婉〉ถ่ายทุกข์
净土 jìngtǔ 名〈宗〉แดนสุขาวดี ; ดินแดนที่ปลอดจากมลภาวะ
净行 jìngxíng 名〈宗〉สังฆกิจ
净余（净餘）jìngyú 动 จำนวนที่เหลือกำไร
净增 jìngzēng 动 ปริมาณเพิ่มสุทธิ
净重 jìngzhòng 名 น้ำหนักสุทธิ
胫骨（脛骨）jìnggǔ 名〈生理〉กระดูกหน้าแข้ง
痉挛（痙攣）jìngluán 动〈医〉ชัก ; ชักกระตุก ; หดเกร็ง
竞猜（競猜）jìngcāi 动 แข่งเล่นทาย
竞技（競技）jìngjì 动 แข่งขันกีฬา
竞赛（競賽）jìngsài 动 แข่งขัน
竞相（競相）jìngxiāng 副 แข่งกัน ; แย่งกัน
竞选（競選）jìngxuǎn 动 แข่งขันการเลือกตั้ง
竞争（競争）jìngzhēng 动 แข่งขัน
竞走（競走）jìngzǒu 名〈体〉การแข่งขันเดินเร็ว
竟 jìng 动 สำเร็จ 副 ตลอด ; ในที่สุด
竟敢 jìnggǎn 副 บังอาจที่จะ... ; กล้านักที่จะ...
竟然 jìngrán 副 คำกริยาวิเศษณ์บ่งบอกว่ากิริยาที่เกิดขึ้นนั้นเหนือความคาดหมาย
竟自 jìngzì 副 คำกริยาวิเศษณ์บ่งบอกว่ากิริยาที่เกิดขึ้นนั้นเหนือความคาดหมาย
敬 jìng 动 เคารพ ; นอบน้อม ; ยื่นให้อย่างมีมารยาท
敬爱（敬爱）jìng'ài 动 เคารพรัก
敬辞（敬辭）jìngcí 名 ภาษาที่ใช้แสดงความนอบน้อม
敬而远之（敬而遠之）jìng'éryuǎnzhī〈成〉เคารพแต่ขอปลีกตัวห่าง
敬告 jìnggào 动〈敬〉เรียนให้ทราบ
敬贺（敬賀）jìnghè 动〈敬〉ขออวยพรด้วยความเคารพ
敬候 jìnghòu 动〈敬〉รอคอย ; ถามทุกข์สุขมาด้วยความเคารพ
敬酒 jìngjiǔ 动 ขอเชิญดื่ม
敬老院 jìnglǎoyuàn 名 สถานสงเคราะห์คนชรา
敬礼（敬禮）jìnglǐ 动 แสดงความเคารพ ; วันทยหัตถ์ ; วันทยาวุธ
敬佩 jìngpèi 动 เคารพเลื่อมใส
敬请（敬請）jìngqǐng 动 ขอเรียนเชิญ
敬畏 jìngwèi 动 เคารพและยำเกรง
敬仰 jìngyǎng 动 เลื่อมใสศรัทธา
敬业（敬業）jìngyè 动 ใจจดจ่อกับการงาน
敬意 jìngyì 名 ความเคารพ ; ความนับถือ
敬赠（敬贈）jìngzèng 动 ขอมอบให้ด้วยความเคารพ
敬重 jìngzhòng 动 เคารพและนอบน้อม ; นับถืออย่างสูง
敬祝 jìngzhù 动〈敬〉ขออวยพรด้วยความเคารพ
静 jìng 形 สงบ ; เงียบ
静电（静電）jìngdiàn 名〈物〉ไฟฟ้าสถิต
静观（静觀）jìngguān 动 จับตามองอย่างเงียบ ๆ
静候 jìnghòu 动 รอคอยอย่างเงียบ ๆ
静脉 jìngmài 名〈生理〉หลอดโลหิตดำ
静谧（静謐）jìngmì 形〈书〉เงียบสงัด
静悄悄 jìngqiāoqiāo 形 เงียบ ๆ
静态（静態）jìngtài 名〈物〉ภาวะหยุดนิ่ง ; สถานะสถิต ; ภาวะนิ่ง 形 คงที่
静听（静聽）jìngtīng 动 ฟังเงียบ ๆ
静物 jìngwù 名〈工美〉〈摄〉สิ่งที่ใช้เป็นแแบบวาดภาพนิ่งหรือถ่ายภาพนิ่ง อาทิเช่น ผลไม้ ดอกไม้ ภาชนะ ฯลฯ
静心 jìngxīn 动 ใจสงบ
静养（静養）jìngyǎng 动 พักฟื้น
静止 jìngzhǐ 动 หยุดนิ่ง
静坐 jìngzuò 动 นั่งสมาธิ ; นั่งประท้วง
境地 jìngdì 名 สภาพที่เป็นอยู่ ; ภาวะแวดล้อม
境界 jìngjiè 名 ระดับหรือสภาพที่เป็นอยู่ ; ภาวะแวดล้อม
境况 jìngkuàng 名 สภาพการณ์ (ส่วนมากจะใช้ด้านเศรษฐกิจหรือด้านความเป็นอยู่)

J

境内 jìngnèi 名 ภายในเขตแดน ; ภายในประเทศ

境遇 jìngyù 名 สภาพความเป็นอยู่และเคราะห์กรรม

境外 jìngwài 名 ภายนอกเขตแดน ; ภายนอกประเทศ

镜花水月（鏡花水月）jìnghuā-shuǐyuè ‹成› พระจันทร์ในน้ำ ดอกไม้ในกระจก อุปมาว่าภาพลวงตา

镜框（鏡框）jìngkuàng 名 กรอบกระจก

镜片（鏡片）jìngpiàn 名 เลนส์ (*lens*)

镜头（鏡頭）jìngtóu 名‹摄› เลนส์กล้องถ่ายรูป ; ฉากที่ถ่ายทำ ; ภาพที่ถ่ายทำ

镜子（鏡子）jìng·zi 名 กระจกเงา

迥然 jiǒngrán 形 แตกต่างกันมาก

迥异 jiǒngyì 形 แตกต่างกันอย่างสิ้นเชิง

炯炯有神 jiǒngjiǒng-yǒushén ‹成› (นัยน์ตา) เปล่งประกายแวววาว

窘 jiǒng 形 อับจน ; เก้อ

窘境 jiǒngjìng 名 สภาวะยากแค้นแสนเข็ญและจนปัญญา ; สภาวะกระอักกระอ่วน

窘迫 jiǒngpò 形 ยากแค้นแสนเข็ญ ; ลำบากใจมาก

窘态 jiǒngtài 名 ท่าทางเก้อเขิน

纠察（糾察）jiūchá 动 รักษาความสงบเรียบร้อย 名 ผู้รักษาความสงบเรียบร้อย

纠缠（糾纏）jiūchán 动 ยุ่งเหยิง ; ก่อกวน

纠纷（糾紛）jiūfēn 名 ข้อพิพาท

纠葛（糾葛）jiūgé 名 ความยุ่งเหยิง ; ความขัดแย้ง

纠合（糾合）jiūhé 动 ‹贬› รวบรวม

纠集（糾集）jiūjí 动 ‹贬› รวบรวม

纠正（糾正）jiūzhèng 动 แก้ไข ; แก้ให้ถูก

究 jiū 动 สืบสาวราวเรื่อง 副 ในที่สุด

究竟 jiūjìng 名 ผลสุดท้าย 副 ...กันแน่ ; โดยแท้จริงแล้ว

赳赳 jiūjiū 形 (ท่าทาง) องอาจผึ่งผาย

阄（鬮）jiū 名 ฉลาก (ที่ใช้จับเสี่ยงโชค)

揪 jiū 动 จับไว้แน่น ; ดึง

揪心 jiūxīn 形 ‹口› เป็นห่วงเป็นใย

啾啾 jiūjiū 拟声 ซะซอเซีย (เสียงนกร้องจอแจ)

九 jiǔ 数 เก้า

九九表 jiǔjiǔbiǎo 名‹数› ตารางสูตรคูณ

九牛一毛 jiǔniú-yīmáo ‹成› ขนเส้นเดียวจากวัวเก้าตัว อุปมาว่า น้อยนิด

九泉 jiǔquán 名 โลกยมบาล

九死一生 jiǔsǐ-yīshēng ‹成› รอดตายมาได้อย่างหวุดหวิด

九天 jiǔtiān 名 ชั้นฟ้าที่สูงสุด

九霄云外（九霄雲外）jiǔxiāoyúnwài ‹成› ฟากฟ้าที่สูงลิบลับ

九州 jiǔzhōu 名 ทวีปทั้งเก้า เป็นคำเรียกแทนประเทศจีน

久 jiǔ 形 นาน

久别 jiǔbié 动 จากกันนาน

久而久之 jiǔ'érjiǔzhī ‹成› เป็นเวลานานเข้า

久久 jiǔjiǔ 副 นาน ๆ

久留 jiǔliú 动 อยู่เป็นเวลานาน ; ค้างเป็นเวลานาน

久违（久違）jiǔwéi 动‹套› ไม่ได้พบกันเป็นเวลานาน

久仰 jiǔyǎng 动‹套› เลื่อมใสมานาน

久远（久遠）jiǔyuǎn 形 ชั่วกาลนาน

玖 jiǔ 数 เก้า

灸 jiǔ 动‹中医› เผายาสมุนไพรแล้วรมที่ผิวหนังตามตำแหน่งฝังเข็ม

韭菜 jiǔcài 名‹植› ผักกุยช่าย

酒 jiǔ 名 เหล้า ; สุรา

酒吧 jiǔbā 名 บาร์ (*bar*)

酒吧间（酒吧間）jiǔbājiān 名 บาร์ (*bar*)

酒杯 jiǔbēi 名 แก้วเหล้า

酒店 jiǔdiàn 名 ร้านขายเหล้า ; โรงแรม

酒鬼 jiǔguǐ 名 ขี้เมา

酒会（酒會）jiǔhuì 名 งานเลี้ยงค็อกเทล (*cocktail party*)

酒家 jiǔjiā 名 ภัตตาคาร

酒驾（酒駕）jiǔjià 动‹简› ขับขี่ยานพาหนะภายใต้ฤทธิ์สุรา

酒精 jiǔjīng 名‹化› แอลกอฮอล์ (*alcohol*)

酒具 jiǔjù 名 เครื่องแก้วสุรา

酒量 jiǔliàng 名 ความสามารถในการดื่มสุรา
酒楼（酒樓）jiǔlóu 名 ภัตตาคาร
酒器 jiǔqì 名 เครื่องแก้วสุรา
酒肉朋友 jiǔròu-péng·you เพื่อนกิน
酒水 jiǔshuǐ 名 เครื่องดื่ม
酒徒 jiǔtú 名 พวกขี้เมาหยำเป
酒窝（酒窩）jiǔwō 名 ลักยิ้ม
酒席 jiǔxí 名 สุราอาหารที่ตั้งไว้เป็นโต๊ะ
酒宴 jiǔyàn 名 งานเลี้ยง (ที่มีเหล้าและอาหารเป็นโต๊ะ ๆ)
酒盅 jiǔzhōng 名 จอกเหล้า

旧

旧（舊）jiù 形 เก่า
旧病（舊病）jiùbìng 名 โรคเก่า ; โรคเรื้อรัง
旧地（舊地）jiùdì 名 ที่เก่า
旧调重弹（舊調重彈）jiùdiào-chóngtán 〈成〉 เพลงเก่าบรรเลงใหม่ อุปมาว่า นำเอาทฤษฎีหรือความคิดล้าสมัยมาใช้
旧都（舊都）jiùdū 名 เมืองหลวงเก่า
旧恶（舊惡）jiù'è 名〈书〉 กรรมเก่า ; ความแค้นเก่า
旧好（舊好）jiùhǎo 名〈书〉 เพื่อนเก่า ; มิตรภาพเก่า
旧货（舊貨）jiùhuò 名 ของเก่า ; สินค้าเก่า
旧交（舊交）jiùjiāo 名 เพื่อนเก่า
旧居（舊居）jiùjū 名 บ้านเดิม
旧历（舊曆）jiùlì 名 ปฏิทินจันทรคติ
旧例（舊例）jiùlì 名 ตัวอย่างเก่า ; ระเบียบแบบแผนเก่า
旧貌（舊貌）jiùmào 名 โฉมหน้าเก่า
旧梦（舊夢）jiùmèng 名 ความฝันในอดีต อุปมาว่า เรื่องเก่าที่ผ่านมา
旧情（舊情）jiùqíng 名 ความรักเก่า ; มิตรภาพเก่า
旧日（舊日）jiùrì 名 วันเวลาที่ผ่านมา
旧时（舊時）jiùshí 名 อดีต ; สมัยก่อน
旧式（舊式）jiùshì 形 แบบเก่า
旧事（舊事）jiùshì 名 เรื่องเก่า
旧书（舊書）jiùshū 名 หนังสือเก่า
旧俗（舊俗）jiùsú 名 ประเพณีเก่า ; ขนบธรรมเนียมเก่าแก่
旧习（舊習）jiùxí 名 ประเพณีเก่า ; ขนบธรรมเนียมเก่าแก่
旧友（舊友）jiùyǒu 名 เพื่อนเก่า
旧雨（舊雨）jiùyǔ 名〈书〉 เพื่อนเก่า
旧账（舊賬）jiùzhàng 名 หนี้สินเก่า ; ความผิดพลาดหรือความแค้นใจในอดีต
旧址（舊址）jiùzhǐ 名 ที่อยู่เก่า

臼

臼 jiù 名 ครก
臼齿（臼齒）jiùchǐ 名 ฟันกราม

咎

咎由自取 jiùyóuzìqǔ 〈成〉 ถูกตำหนิหรือลงโทษเป็นเพราะก่อกรรมทำเข็ญเอง

救

救 jiù 动 ช่วย ; กู้
救兵 jiùbīng 名 ทหารกองหนุน ; ผู้ช่วยให้พ้นภัย
救护（救護）jiùhù 动〈医〉 ปฐมพยาบาล ; รักษาพยาบาล
救护车（救護車）jiùhùchē 名 รถพยาบาล
救活 jiùhuó 动 ช่วยรักษาให้รอดชีวิตมาได้
救火 jiùhuǒ 动 ดับเพลิง
救火车（救火車）jiùhuǒchē 名 รถดับเพลิง
救急 jiùjí 动 ช่วยแก้ปัญหาเร่งด่วน
救济（救濟）jiùjì 动 จุนเจือ ; สงเคราะห์
救济金（救濟金）jiùjìjīn 名 เงินสงเคราะห์
救命 jiùmìng 动 ช่วยชีวิต
救难（救難）jiùnàn 动 ช่วยให้พ้นภัย
救生 jiùshēng 动 ช่วยชีวิต
救生圈 jiùshēngquān 名 ห่วงชูชีพ
救生艇 jiùshēngtǐng 名 เรือชูชีพ
救生衣 jiùshēngyī 名 เสื้อชูชีพ
救生员（救生員）jiùshēngyuán 名 เจ้าหน้าที่คอยช่วยชีวิตคนตกน้ำ ; ยามฝั่ง
救世主 Jiùshìzhǔ 名〈宗〉 พระเจ้าผู้ช่วยชีวิต ; พระเยซูคริสต์ ; ผู้ไถ่บาป
救死扶伤（救死扶傷）jiùsǐ-fúshāng 〈成〉 รักษาพยาบาลผู้บาดเจ็บ ช่วยชีวิตให้รอดจากความตาย
救亡图存（救亡圖存）jiùwáng-túcún 〈成〉 กอบกู้ชาติเพื่ออยู่รอด
救险（救險）jiùxiǎn 动 กู้ภัย
救星 jiùxīng 名 ผู้มีบุญคุณในการช่วยชีวิตให้พ้นจากความทุกข์ยาก
救应（救應）jiù·ying 动 หนุนช่วย

救援 jiùyuán 动 หนุนช่วย

救灾 jiùzāi 动 กู้ภัย ; สงเคราะห์ประชาชนที่ประสบภัย

救治 jiùzhì 动 รักษาให้รอดพ้นจากอันตราย

救助 jiùzhù 动 ช่วยเหลือให้พ้นจากความทุกข์ยาก

厩肥 jiùféi 名 ปุ๋ยคอก

就 jiù 副 ก็ ; เพียง 动 เข้าใกล้ ; เข้า ; สำเร็จ 介 ถือ (ความสะดวกที่...) 连 แม้แต่

就便 jiùbiàn 副 ถือความสะดวก

就餐 jiùcān 动 〈书〉 รับประทานอาหาร

就地 jiùdì 副 ณ ที่นั้น

就地取材 jiùdì-qǔcái 〈成〉 หาวัตถุดิบที่นั้นเอง (ที่ซึ่งทำการผลิต)

就读 (就讀) jiùdú 动 〈书〉 เรียน (ที่โรงเรียน)

就范 (就範) jiùfàn 动 ยอมอยู่ใต้การควบคุม บัญชา

就近 jiùjìn 副 ตามที่ใกล้ ๆ

就擒 jiùqín 动 〈书〉 ถูกจับ

就寝 jiùqǐn 动 เข้านอน

就任 jiùrèn 动 เข้าดำรงตำแหน่ง

就事论事 (就事論事) jiùshì-lùnshì 〈成〉 พูดกัน ตามเรื่องตามราว

就势 (就勢) jiùshì 副 ถือโอกาส ; ตามสถานการณ์

就是 jiùshì 副 ใช่ (เห็นด้วย) ;...อยู่ดี (ใช้ท้ายประ โยคเพื่อเน้นย้ำ) ; ทีเดียว (เน้นการกระทำ ที่เด็ดขาดรวดเร็ว) 连 ถึงแม้ ; แม้กระทั่ง 助 ก็แล้วกัน

就是说 (就是説) jiùshìshuō 动 หมายความว่า ; หมายถึง

就手 jiùshǒu 副 ถือความสะดวก

就算 jiùsuàn 连〈口〉 ถึงแม้ว่า

就位 jiùwèi 动 เข้าประจำที่

就绪 (就緒) jiùxù 动 พร้อม ; เรียบร้อย

就学 (就學) jiùxué 动 เรียน (ที่โรงเรียน)

就要 jiùyào 副 ก็ต้อง ; จะต้อง ; จวนจะ

就业 (就業) jiùyè 动 มีงานทำ

就医 (就醫) jiùyī 动 ไปหาหมอ

就诊 (就診) jiùzhěn 动 ไปหาหมอ

就职 (就職) jiùzhí 动 เข้าดำรงตำแหน่ง

就座 jiùzuò 动 เข้าประจำที่นั่ง

舅父 jiùfù 名 น้าชาย ; ลุง (พี่ชายของแม่)

舅舅 jiù·jiu 名〈口〉 น้าชาย ; ลุง (พี่ชายของแม่)

舅妈 (舅媽) jiùmā 名〈口〉 น้าสะใภ้ ; ป้า (ภรรยาพี่ชายของแม่)

舅母 jiù·mu 名 น้าสะใภ้ ; ป้า (ภรรยาพี่ชาย ของแม่)

鹫 (鷲) jiù 名〈动〉 อีแร้ง

拘 jū 动 จับ

拘捕 jūbǔ 动 จับกุม

拘捕证 jūbǔzhèng 名〈法〉 หมายจับ

拘谨 (拘謹) jūjǐn 形 ระวังตัวมากเกินไป

拘禁 jūjìn 动 กักขัง

拘礼 (拘禮) jūlǐ 动 ถือเคร่งในมารยาท

拘留 jūliú 动〈法〉 กักตัว

拘泥 jūnì 动 ถืออย่างเคร่งครัดโดยไม่รู้จักพลิกแพลง

拘审 (拘審) jūshěn 动〈法〉 จับไปสอบสวน

拘束 jūshù 动 จำกัดให้ปฏิบัติตามกฎเกณฑ์ 形 บังคับตัวเองมากจนไม่เป็นธรรมชาติ

拘押 jūyā 动 กักขัง

狙击 (狙擊) jūjī 动〈军〉 ดักยิง

狙击手 (狙擊手) jūjīshǒu 名 นักลอบสังหาร

居 jū 动 อยู่อาศัย 名 สถานที่อยู่อาศัย

居安思危 jū'ān-sīwēi 〈成〉 อยู่ในยามสบาย อย่าลืมภัยจะเกิดขึ้น

居多 jūduō 动 เป็นส่วนมาก

居高临下 (居高臨下) jūgāo-línxià 〈成〉 อยู่ในที่สูงสามารถมองเห็นที่ต่ำได้ง่าย ; อุปมาว่า อยู่ในฐานะที่เป็นต่อ

居功 jūgōng 动 ถือว่าตนมีความดีความชอบ

居家 jūjiā 动 อยู่ที่บ้าน

居留 jūliú 动 อยู่อาศัย

居民 jūmín 名 ประชาชนผู้มีถิ่นที่อยู่ (ในท้องที่หนึ่ง ๆ)

居民楼 (居民樓) jūmínlóu 名 อาคารที่ประชาชน อยู่อาศัย

居然 jūrán 副 อย่างเกินความคาดคิด

居室 jūshì 名 ห้องนอน

居心 jūxīn 动 เจตนา

居心叵测（居心叵測）jūxīn-pǒcè <成> มีเจตนาร้ายแอบแฝงอยู่

居于 jūyú 动 อยู่ที่

居中 jūzhōng 动 อยู่ตรงกลาง

居住 jūzhù 动 อยู่ ; อยู่อาศัย

驹（駒）jū 名<动> ม้าหนุ่มที่วิ่งเร็ว ; ลูกม้า ลูกลา หรือลูกล่อ

疽 jū 名<医> แผลพุพองชนิดรากลึก

锔（鋦）jū 动 ปะเครื่องปั้นดินเผาที่แตกร้าว

鞠躬 jūgōng 动<书> โค้งคำนับ

鞠躬尽瘁（鞠躬盡瘁）jūgōng-jìncuì <成> ทำงานอย่างสุขุมรอบคอบและทุ่มเทสติปัญญาทั้งหมด จนกว่าชีวิตจะหมดสิ้น

局 jú 名 กรม ; สภาพ ; เกม

局部 júbù 名 เฉพาะส่วน

局促 júcù 形 คับแคบ ; เวลาน้อยเกินไป ; ระวังตัวมากเกินไป

局面 júmiàn 名 สภาวการณ์

局内人 júnèirén 名 คนในเหตุการณ์

局势（局勢）júshì 名 สถานการณ์

局外人 júwàirén 名 คนนอกเหตุการณ์

局限 júxiàn 动 จำกัด

局域网（局域網）júyùwǎng 名 <计> ระบบแลน (ทศ) ; ระบบเครือข่ายเชื่อมต่อคอมพิวเตอร์ภายในสถานที่เดียวกัน

局长（局長）júzhǎng 名 อธิบดีกรม

桔 jú 名<植> ส้ม

菊 jú 名<植> ดอกเบญจมาศ

菊花 júhuā 名 ดอกเบญจมาศ

橘 jú 名<植> ส้ม

橘红色（橘紅色）júhóngsè 名 สีส้มเข้ม

橘黄色 júhuángsè 名 สีส้มอ่อน

橘子 jú·zi 名<植> ส้ม

橘子汁 júzǐzhī 名 น้ำส้ม

咀嚼 jǔjué 动 เคี้ยว

沮丧（沮喪）jǔsàng 形 ผิดหวังท้อใจ ; ห่อเหี่ยว

矩形 jǔxíng 名 รูปสี่เหลี่ยมผืนผ้า

矩阵（矩陣）jǔzhèn 名<数> เมทริกซ์ (*matrix*)

举（舉）jǔ 动 ยก (ชู) ; กระทำ ; เลือก

举案齐眉（舉案齊眉）jǔ'àn-qíméi <成> คู่สามีภรรยาเคารพนบนอบต่อกัน

举办（舉辦）jǔbàn 动 จัดทำ

举报（舉報）jǔbào 动 รายงานความผิดของคนอื่นต่อหน่วยราชการ

举不胜举（舉不勝舉）jǔbùshèngjǔ <成> ยกตัวอย่างไม่หวาดไม่ไหว

举步（舉步）jǔbù 动<书> ก้าวเท้า

举步维艰（舉步維艱）jǔbù-wéijiān <成> ลำบากทุกย่างก้าว

举措（舉措）jǔcuò 名 การกระทำ

举动（舉動）jǔdòng 名 กิริยาท่าทาง ; การกระทำ

举国（舉國）jǔguó 名 ทั่วประเทศ

举荐（舉薦）jǔjiàn 动 เสนอแนะ (บุคคล)

举例（舉例）jǔlì 动 ยกตัวอย่าง ; ยกอุทาหรณ์

举目（舉目）jǔmù 动<书> ลืมตามอง

举目无亲（舉目無親）jǔmù-wúqīn <成> มองไปทางไหนก็ไม่มีญาติพี่น้อง

举棋不定（舉棋不定）jǔqí-bùdìng <成> สองจิตสองใจ ; ลังเลใจ

举世无双（舉世無雙）jǔshì-wúshuāng <成> ไร้คู่แข่ง

举世瞩目（舉世矚目）jǔshì-zhǔmù <成> ดึงดูดความสนใจจากทั่วโลก

举手之劳（舉手之勞）jǔshǒuzhīláo <成> อุปมาว่า ทำง่ายนิดเดียว

举行（舉行）jǔxíng 动 จัดให้มีขึ้น

举一反三（舉一反三）jǔyī-fǎnsān <成> จากตัวอย่างหนึ่งสามารถรับรู้ได้อีกหลายเรื่อง

举证（舉證）jǔzhèng 动<法> แสดงหลักฐาน

举止（舉止）jǔzhǐ 名 บุคลิกลักษณะและอิริยาบถ

举重（舉重）jǔzhòng 名 <体> กีฬายกน้ำหนัก

举足轻重（舉足輕重）jǔzú-qīngzhòng <成> มีลักษณะชี้ขาด ; สำคัญยิ่ง

巨变（巨變）jùbiàn 名 การเปลี่ยนแปลงอย่างใหญ่หลวง

巨擘 jùbò 名 <书> หัวแม่มือ อุปมาว่า บุคคลสำคัญ

J

อันดับหนึ่งในด้านใดด้านหนึ่ง

巨大 jùdà 形 ใหญ่หลวง

巨额（巨額）jù'é 形 จำนวนมหาศาล

巨幅 jùfú 形 (รูปภาพ โปสเตอร์ ฯลฯ) ขนาด
ใหญ่มาก

巨富 jùfù 名 มหาเศรษฐี

巨匠 jùjiàng 名 ผู้ยิ่งใหญ่ (ในด้านวิทยาศาสตร์หรือ
ศิลปวรรณคดี)

巨款 jùkuǎn 名 เงินจำนวนมหาศาล

巨轮（巨輪）jùlún 名 เรือยนต์ขนาดใหญ่ ;
ล้อรถขนาดใหญ่

巨人 jùrén 名 ผู้ยิ่งใหญ่ ; มนุษย์ร่างยักษ์

巨头（巨頭）jùtóu 名 ยักษ์ใหญ่ในวงการ

巨无霸（巨無霸）jùwúbà 名 สิ่งที่แข็งแกร่งหรือ
ใหญ่โตที่สุดในประเภทเดียวกัน

巨细（巨細）jùxì 名 เรื่องใหญ่และเรื่องเล็ก

巨响（巨響）jùxiǎng 名 เสียงดังลั่น

巨星 jùxīng 名 ดาวยักษ์ ; ดาราผู้ยิ่งใหญ่

巨型 jùxíng 形 ขนาดใหญ่

巨制 jùzhì 名 งานประพันธ์อันยิ่งใหญ่หรือ
ขนาดใหญ่

巨著 jùzhù 名 งานประพันธ์ขนาดใหญ่หรือ
เนื้อหากว้างและลุ่มลึก

巨资（巨資）jùzī 名 เงินทุนมหาศาล

巨作 jùzuò 名 งานประพันธ์ขนาดใหญ่

句 jù 名〈语〉ประโยค

句法 jùfǎ 名〈语〉วากยสัมพันธ์

句号（句號）jùhào 名〈语〉ฟูลสต็อป (full stop) ;
มหัพภาค

句式 jùshì 名〈语〉รูปประโยค

句型 jùxíng 名〈语〉รูปประโยค

句子 jù·zi 名〈语〉ประโยค

拒 jù 动 ปฏิเสธ ; ต่อต้าน

拒捕 jùbǔ 动 ขัดขืนการจับกุม

拒付 jùfù 动 ปฏิเสธการจ่าย

拒绝（拒絕）jùjué 动 ปฏิเสธ

拒签（拒簽）jùqiān 动 ปฏิเสธการลงนาม ;
ปฏิเสธการออกวีซ่า

拒载（拒載）jùzài 动 (ยานพาหนะ) ปฏิเสธที่
จะรับผู้โดยสาร

具 jù 名 เครื่องมือเครื่องใช้ 动 มี ; จัดเตรียม

具备（具備）jùbèi 动 มีพร้อม

具结（具結）jùjié 动〈旧〉เสนอใบรับรอง ; เสนอใบรับ

具名 jùmíng 动 ลงนามในเอกสาร

具体（具體）jùtǐ 形 รูปธรรม

具有 jùyǒu 动 มี ; เพียบพร้อม

俱乐部（俱樂部）jùlèbù 名 สโมสร

俱全 jùquán 形 มีครบถ้วน

剧（劇）jù 名 ละคร 形 รุนแรง

剧本（劇本）jùběn 名〈剧〉บทละคร

剧变（劇變）jùbiàn 动 เปลี่ยนแปลงอย่างใหญ่
หลวง

剧场（劇場）jùchǎng 名 โรงละคร

剧毒（劇毒）jùdú 名 พิษร้าย

剧烈（劇烈）jùliè 形 รุนแรง ; ดุเดือด

剧目（劇目）jùmù 名〈剧〉รายการละคร ; รายการงิ้ว

剧评（劇評）jùpíng 名 บทวิจารณ์ละคร

剧情（劇情）jùqíng 名〈剧〉เนื้อเรื่องบทละคร

剧痛（劇痛）jùtòng 名 ปวดรุนแรง ; เจ็บรุนแรง

剧团（劇團）jùtuán 名 คณะละคร ; คณะงิ้ว

剧务（劇務）jùwù 名〈剧〉กิจการละคร ;
ผู้ดำเนินกิจการละคร

剧院（劇院）jùyuàn 名 โรงละคร ; คณะละคร ;
โรงงิ้ว

剧增（劇增）jùzēng 动 เพิ่มสูงลิ่ว

剧照（劇照）jùzhào 名 ภาพถ่ายการแสดงละคร

剧中人（劇中人）jùzhōngrén 名〈剧〉ตัวละคร

剧终（劇終）jùzhōng 动 อวสาน (การแสดงละคร)

剧种（劇種）jùzhǒng 名〈剧〉ประเภทละคร

剧组（劇組）jùzǔ 名 คณะการละครหรือการถ่าย
ทำภาพยนตร์ (รวมผู้เรียบเรียงบท ผู้กำกับการ
แสดง นักแสดงและผู้ดำเนินกิจการละคร ฯลฯ)

剧作家（劇作家）jùzuòjiā 名 นักเขียนบทละคร

据（據）jù 动 ยึดครอง 介 ตาม 名 หลักฐาน

据此（據此）jùcǐ 动 ตาม...ดังกล่าว ; ด้วย...
ดังกล่าว

据点（據點）jùdiǎn 名〈军〉ฐานที่มั่น
据守（據守）jùshǒu 动 เฝ้ารักษาไว้
据说（據説）jùshuō 动 ตามที่กล่าวกันว่า ; ได้ข่าวว่า
据为己有（據爲己有）jùwéijǐyǒu〈成〉ครองไว้เป็นของตน
据悉（據悉）jùxī 动 ข่าวว่า
距 jù 名 ระยะ 动 ห่าง
距离（距離）jùlí 名 ระยะ (ที่ห่างจากกันทางกาละหรือเทศะ)
惧怕（懼怕）jùpà 动 กลัว ; ครั่นคร้าม
惧色（懼色）jùsè 名 สีหน้าหวาดกลัว
飓风（颶風）jùfēng 名〈气〉พายุเฮอริเคน (*hurricane*)
锯（鋸）jù 动 เลื่อย 名 เลื่อย
锯齿（鋸齒）jùchǐ 名 ฟันเลื่อย
锯末（鋸末）jùmò 名 ขี้เลื่อย
锯条（鋸條）jùtiáo 名 ใบเลื่อย
锯子（鋸子）jù•zi 名 เลื่อย
聚 jù 动 ชุมนุม
聚宝盆（聚寶盆）jùbǎopén 名 อ่างเก็บสมบัติสารพัดนึก (ซึ่งมีเงินทองเพชรพลอยที่ไม่มีวันใช้หมดสิ้น) ปริยายหมายถึงแหล่งอุดมสมบูรณ์
聚餐 jùcān 动 รวมกันรับประทานอาหาร
聚光 jùguāng 动〈物〉รวมแสง
聚光灯（聚光燈）jùguāngdēng 名 ไฟสปอตไลต์ (*spotlight*)
聚合 jùhé 动〈化〉ก่อให้เกิดการรวมตัวของสาร
聚合物 jùhéwù 名〈化〉สารเกาะรวม ; พอลีเมอร์ (*polymer*)
聚会（聚會）jùhuì 动 ชุมนุมกัน ; พบกัน
聚集 jùjí 动 รวมเข้า
聚焦 jùjiāo 动〈物〉รวมแสงที่จุดหนึ่ง
聚精会神（聚精會神）jùjīng-huìshén〈成〉ตั้งอกตั้งใจ
聚居 jùjū 动 อยู่รวมกัน
聚居区（聚居區）jùjūqū 名 เขตอยู่รวมกัน
聚拢（聚攏）jùlǒng 动 รวมเข้า
聚氯乙烯 jùlǜyǐxī〈化〉พีวีซี (*PVC*)
聚齐（聚齊）jùqí 动 รวมตัวพร้อมหน้า
聚沙成塔 jùshā-chéngtǎ〈成〉ก่อทรายเป็นเจดีย์ อุปมาว่า เก็บเล็กผสมน้อยจนเป็นจำนวนมาก
聚众（聚衆）jùzhòng 动 ชุมนุมกัน
捐 juān 动 บริจาค ; สละ
捐款 juānkuǎn 动 บริจาคเงิน
捐躯（捐軀）juānqū 动 พลีชีพ
捐献（捐獻）juānxiàn 动 บริจาค (ให้รัฐหรือส่วนรวม)
捐赠（捐贈）juānzèng 动 บริจาค ; มอบให้
捐助 juānzhù 动 บริจาค ; สงเคราะห์
捐资（捐資）juānzī 动 บริจาคเงิน
涓涓 juānjuān 形〈书〉(น้ำไหล) ริน ๆ
娟秀 juānxiù 形〈书〉(ลายมือ) งาม
圈 juān 动 (ใช้รั้ว) ล้อม (สัตว์เลี้ยง) ; กุมขัง
镌刻（鐫刻）juānkè 动 แกะสลัก
卷（捲）juǎn 量 ม้วน 动 หอบ 名 สิ่งที่มีลักษณะม้วนพับ
卷笔刀（捲筆刀）juǎnbǐdāo 名 มีดเหลาดินสอ
卷尺（捲尺）juǎnchǐ 名 เทปวัด
卷发（捲髮）juǎnfà 名 ผมหยิก ; ผมหยักศก
卷铺盖（捲鋪蓋）juǎn pū•gai〈俗〉อุปมาว่า ลาออกหรือถูกไล่ออก
卷曲（捲曲）juǎnqū 形 หยิก
卷儿（捲兒）juǎnr 名 ม้วน
卷入（捲入）juǎnrù 动 ม้วนเข้าไปใน... ; พัวพันเข้ากับ...
卷土重来（捲土重來）juǎntǔ-chónglái〈成〉หวนกลับคืนมาอีก อุปมาว่า ฟื้นฟูอิทธิพลใหม่อีกครั้งหลังจากล้มเหลวมาแล้ว
卷心菜（捲心菜）juǎnxīncài 名〈方〉กะหล่ำปลี
卷烟（捲烟）juǎnyān 名 บุหรี่
卷 juàn 名 หนังสือ ; กระดาษข้อสอบ ; เอกสารที่เก็บไว้ 量 เล่ม (หนังสือ)
卷轴（卷軸）juànzhóu 名〈书〉ภาพวาดหรืออักษรศิลป์จีนซึ่งม้วนเป็นม้วน

卷子 juàn·zi 名 กระดาษข้อสอบ; หนังสือฉบับคัดลอกสมัยโบราณ

卷宗 juànzōng 名 เอกสาร (ที่เก็บไว้โดยแยกเป็นประเภท ๆ) ; แฟ้มเอกสาร

隽永 juànyǒng 形<书> (สำนวนภาษา กวีนิพนธ์ ฯลฯ) มีความหมายลึกซึ้ง

倦 juàn 形 เหนื่อยเพลีย

倦怠 juàndài 形 เหน็ดเหนื่อยง่วงเหงา

倦容 juànróng 名 สีหน้าเหนื่อยเพลีย

倦意 juànyì 名 ลักษณะเหน็ดเหนื่อย ; ลักษณะอ่อนเพลีย

绢（絹）juàn 名<纺> ผ้าแพรไหมบาง ; ผ้าไหมดิบ

圈 juàn 名 คอก

圈养（圈養）juànyǎng 动 เลี้ยง (สัตว์) ในคอก

眷顾（眷顧）juàngù 动 <书> เอาใจใส่และดูแลอย่างดี

眷恋（眷戀）juànliàn 动<书> อาลัยอาวรณ์

眷念 juànniàn 动<书> คิดถึง

眷属（眷屬）juànshǔ 名 ครอบครัว

撅 juē 动 กระดกขึ้น ; หัก

噘嘴 juēzuǐ 动 บุ้ยปาก

决 jué 动 ตัดสินใจ ; ชี้ขาด 副 เด็ดขาด

决不 juébù 动 ไม่...เป็นอันขาด

决策 juécè 动 วางแผนและกำหนดวิธีการ 名 แผนการที่กำหนดแน่นอนไว้แล้ว

决雌雄 jué cíxióng <俗> ชี้ขาดแพ้ชนะ

决堤 juédī 动 ทำนบพัง

决定 juédìng 动 ตกลง ; ชี้ขาด 名 ข้อตกลง

决定性 juédìngxìng 名 ลักษณะชี้ขาด

决斗（决鬥）juédòu 动 ดวล ; ต่อสู้ชี้ขาดในขั้นสุดท้าย

决断（决斷）juéduàn 动 ตัดสินใจ 名 ความเด็ดเดี่ยวในการตัดสินใจ

决计（决計）juéjì 动 ตัดสินใจแน่วแน่ 副 แน่นอน

决绝（决絕）juéjué 动 ตัดขาด ; ตัดเยื่อใย ; ตัดไมตรี

决口 juékǒu 动 (ทำนบ) พัง

决裂 juéliè 动 (การเจรจา ความสัมพันธ์ ฯลฯ) แตกร้าว ; แตกแยก

决然 juérán 副<书> เด็ดเดี่ยวแน่วแน่ ; แน่นอน

决赛（决賽）juésài 动 <体> แข่งขันรอบชิงชนะเลิศ

决胜（决勝）juéshèng 动<体> ชี้ขาดชัยชนะขั้นสุดท้าย

决死 juésǐ 形 (การต่อสู้) ชี้ขาดความเป็นความตาย

决算 juésuàn 名 <经> งบดุลประจำปี

决心 juéxīn 名 ความตั้งใจจริง 动 ตัดสินใจ

决一死战（决一死戰）juéyīsǐzhàn ต่อสู้เพื่อชี้ขาดความเป็นความตาย

决议（决議）juéyì 名 ข้อตกลง (ของที่ประชุม) ; มติ

决意 juéyì 动 ตัดสินใจแน่วแน่

决战（决戰）juézhàn 动 สู้รบกันในขั้นสุดท้าย

诀别（訣別）juébié 动 จากกันโดยไม่มีทางพบกันอีก

诀窍（訣竅）juéqiào 名 เคล็ดลับ

抉择（抉擇）juézé 动<书> คัดเลือก ; ตัดสินใจเลือก

角 jué 名 <剧> บทที่แสดง ; ประเภทของตัวละคร ; นักแสดง

角斗（角鬥）juédòu 动<体> ต่อสู้กันด้วยมวยปล้ำ

角力 juélì 动<体> สู้ด้วยพละกำลัง

角色 juésè 名 บทบาทตัวละคร ; ตัวละคร

角逐 juézhú 动 การแข่งขันด้านแสนยานุภาพ ; การแข่งขัน

觉（覺）jué 名 ความรู้สึก 动 ตื่น

觉察（覺察）juéchá 动 รู้ตัว ; ตรวจพบ

觉得（覺得）jué·de 动 รู้สึกว่า

觉悟（覺悟）juéwù 动 ตื่นตัว 名 ความตื่นตัว

觉醒（覺醒）juéxǐng 动 ตื่นตัว

绝（絕）jué 动 ตัดขาด 副 สิ้น ; เด็ดขาด

绝版（絕版）juébǎn 动<印> (หนังสือ) ฉบับที่ไม่มีพิมพ์จำหน่ายอีก

绝笔（絕筆）juébǐ 名 หนังสือหรือภาพชิ้นสุดท้ายที่เขียนก่อนเสียชีวิต

绝壁（絕壁）juébì 名 หน้าผาสูงชัน (ที่ไม่อาจ

จะไต่ขึ้นไปได้)
绝唱（絕唱）juéchàng 名 กวีนิพนธ์ยอดเยี่ยมที่สุด ; เพลงสุดท้ายที่ร้องก่อนเสียชีวิต
绝处逢生（絕處逢生）juéchù-féngshēng 〈成〉 รอดชีวิตจากความตาย
绝代佳人（絕代佳人）juédài-jiārén 〈成〉 ยอดหญิงงามแห่งยุค
绝顶（絕頂）juédǐng 副 อย่างยิ่ง 名〈书〉ยอดเขา
绝对（絕對）juéduì 副 อย่างเด็ดขาด
绝对值（絕對值）juéduìzhí 名〈数〉มูลค่าสัมบูรณ์
绝好（絕好）juéhǎo 形 ดีเยี่ยม ; ดีที่สุด
绝后（絕後）juéhòu 动 ไม่มีทายาท ; ไม่มีอีกแล้ว
绝活（絕活）juéhuó 名 ฝีมือที่มีเอกลักษณ์ยอดเยี่ยม
绝技（絕技）juéjì 名 ฝีมือศิลปะชั้นเยี่ยมซึ่งคนอื่นยากที่จะเรียนรู้
绝迹（絕迹）juéjì 动 ไม่มีร่องรอยเหลือ ; หายสาบสูญไปหมด
绝交（絕交）juéjiāo 动 ตัดไมตรี ; ตัดความสัมพันธ์ทางการทูต
绝境（絕境）juéjìng 名 ที่อับจน
绝句（絕句）juéjù 名 รูปแบบร้อยกรองภาษาจีนประเภทหนึ่ง บทละสี่บาทมีบาทละสี่พยางค์และบาทละเจ็ดพยางค์สองชนิด
绝口（絕口）juékǒu 动 หยุดพูด (ใช้หลังคำว่า 不，เช่น 赞不绝口) 副 ไม่พูด
绝路（絕路）juélù 名 ทางตัน ; ทางไปสู่ความพินาศ
绝伦（絕倫）juélún 动〈书〉เป็นหนึ่งไม่มีสอง
绝密（絕密）juémì 形 (เอกสาร ข่าว ฯลฯ) ลับสุดยอด
绝妙（絕妙）juémiào 形 ยอดเยี่ยมที่สุด ; เลิศล้ำที่สุด
绝灭（絕滅）juémiè 动 สาบสูญไปหมดสิ้น
绝命书（絕命書）juémìngshū 名 หนังสืออำลาโลก
绝情（絕情）juéqíng 形 ไม่มีเยื่อใยแห่งความรักเหลือ ; ใจไม้ไส้ระกำ
绝然（絕然）juérán 副 อย่างเด็ดขาด
绝热（絕熱）juérè 动〈物〉กันความร้อน
绝色（絕色）juésè 名〈书〉(หญิง) สวยงามเป็นเอก
绝食（絕食）juéshí 动 อดอาหาร
绝望（絕望）juéwàng 动 สิ้นหวัง
绝无仅有（絕無僅有）juéwú-jǐnyǒu 〈成〉 มีน้อยนักน้อยหนา
绝响（絕響）juéxiǎng 名〈书〉ดนตรีที่หายสาบสูญไป ; สิ่งที่หายสาบสูญไปในประวัติ
绝学（絕學）juéxué 名〈书〉วิชาความรู้ที่หายสาบสูญไป ; วิชาความรู้ที่เลิศล้ำโดดเด่นเป็นของตนเอง
绝艺（絕藝）juéyì 名 ฝีมือศิลปกรรมที่เลิศล้ำ
绝育（絕育）juéyù 动〈医〉ทำหมัน
绝缘（絕緣）juéyuán 动 ไม่ติดต่อกับภายนอก ; 〈电〉ไม่เป็นตัวนำไฟฟ้าหรือความร้อน
绝缘体（絕緣體）juéyuántǐ 名〈电〉ฉนวน
绝招（絕招）juézhāo 名 ฝีมือศิลปะชั้นเยี่ยมซึ่งผู้อื่นยากเรียนรู้ได้ ; แผนการที่เหนือความคาดคิด
绝症（絕症）juézhèng 名〈医〉โรคที่ไม่มีทางที่จะรักษาให้หายได้
绝种（絕種）juézhǒng 动〈动〉〈植〉สูญพันธุ์

倔强 juéjiàng 形 ดื้อรั้น ; หัวแข็ง

掘 jué 动 ขุด
掘进（掘進）juéjìn 动〈矿〉ขุดอุโมงค์ในบ่อเหมือง
掘墓人 juémùrén 名 ผู้ขุดหลุมฝังศพ
掘土机（掘土機）juétǔjī 名 เครื่องขุดดิน

崛起 juéqǐ 动〈书〉ผุดขึ้น ; กำเนิดและเจริญขึ้น

橛子 jué·zi 名 หลักไม้อันสั้น

爵士 juéshì 名 (บรรดาศักดิ์สมัยศักดินาในยุโรป) อัศวิน ; เซอร์ (*sir*)
爵士乐（爵士樂）juéshìyuè 名 ดนตรีแจซซ์ (*jazz*)
爵位 juéwèi 名 ตำแหน่งบรรดาศักดิ์
爵衔 juéxián 名 ฐานันดรศักดิ์

矍铄（矍鑠）juéshuò 形〈书〉(ผู้สูงอายุ) กระปรี้กระเปร่า

攫取 juéqǔ 动 ฉกฉวย

倔 juè 形 ตรงไปตรงมาและพูดจาโผงผาง

军（軍）jūn 名 ทหาร ; กำลังทหาร

军备（軍備）jūnbèi 名 ทหารและอาวุธยุทโธปกรณ์

军车（軍車）jūnchē 名 รถทหาร

军刀（軍刀）jūndāo 名 ดาบทหาร

军队（軍隊）jūnduì 名 กองกำลังทหาร ; กองทัพ

军法（軍法）jūnfǎ 名 กฎหมายอาญาทหาร

军方（軍方）jūnfāng 名 ฝ่ายทหาร

军费（軍費）jūnfèi 名 งบประมาณกองทหาร ;
ค่าใช้จ่ายกองทหาร

军风（軍風）jūnfēng 名 ท่วงทำนองทหาร

军服（軍服）jūnfú 名 เครื่องแบบทหาร

军港（軍港）jūngǎng 名 ท่าเรือทหาร

军歌（軍歌）jūngē 名 เพลงทหาร

军工（軍工）jūngōng 名〈简〉อุตสาหกรรมทางทหาร ;
วิศวกรรมทางทหาร

军功（軍功）jūngōng 名 ความดีความชอบทาง
ทหาร

军官（軍官）jūnguān 名 นายทหาร

军管（軍管）jūnguǎn 动〈简〉การควบคุมทาง
ทหาร

军号（軍號）jūnhào 名 แตรทหาร

军徽（軍徽）jūnhuī 名 เครื่องหมายทหาร

军火（軍火）jūnhuǒ 名 อาวุธยุทโธปกรณ์

军火库（軍火庫）jūnhuǒkù 名 คลังแสงสรรพาวุธ

军火商（軍火商）jūnhuǒshāng 名 นักธุรกิจค้า
อาวุธ

军机（軍機）jūnjī 名 แผนยุทธการ ; ความลับ
ทางการทหาร

军籍（軍籍）jūnjí 名 ทะเบียนทหาร ; ฐานะที่เป็น
ทหาร

军纪（軍紀）jūnjì 名 วินัยทหาร

军舰（軍艦）jūnjiàn 名 เรือรบ

军阶（軍階）jūnjiē 名 ยศทหาร

军警（軍警）jūnjǐng 名 ทหารและตำรวจ ;
สารวัตรทหาร

军礼（軍禮）jūnlǐ 名 วันทยหัตถ์ ; วันทยาวุธ

军粮（軍糧）jūnliáng 名 เสบียงทหาร

军龄（軍齡）jūnlíng 名 อายุการรับราชการทหาร

军令（軍令）jūnlìng 名 คำสั่งทางทหาร

军令状（軍令狀）jūnlìngzhuàng 名 หนังสือ
ยืนยัน (ว่า ถ้าปฏิบัติตามคำสั่งไม่สำเร็จ
จะยินยอมรับการลงโทษ)

军旅（軍旅）jūnlǚ 名〈书〉กองทหาร ; การทหาร

军马（軍馬）jūnmǎ 名 ม้าทหาร

军民（軍民）jūnmín 名 ทหารและประชาชน

军棋（軍棋）jūnqí 名 หมากรุกชนิดหนึ่ง

军旗（軍旗）jūnqí 名 ธงทหาร

军情（軍情）jūnqíng 名 ข่าวสารทางการทหาร ;
สถานะทางทหาร

军区（軍區）jūnqū 名 เขตทหาร

军权（軍權）jūnquán 名 อำนาจบัญชาการและ
โยกย้ายกำลังทหาร

军人（軍人）jūnrén 名 ทหาร

军容（軍容）jūnróng 名 ความเรียบร้อยและระ-
เบียบวินัยของทหาร

军嫂（軍嫂）jūnsǎo 名 ภรรยาของทหาร

军师（軍師）jūnshī 名 ที่ปรึกษาทางด้านการทหาร
(สมัยเก่า) ; ที่ปรึกษา ; ตำแหน่งขุนนางสมัยเก่า
มีหน้าที่ดูแลกิจการทหารในกองทัพ

军事（軍事）jūnshì 名 การทหาร

军事化（軍事化）jūnshìhuà 动 ให้กลายเป็นแบบ
การทหาร

军事演习（軍事演習）jūnshì yǎnxí การซ้อมรบ

军属（軍屬）jūnshǔ 名 ครอบครัวของทหาร

军团（軍團）jūntuán 名 กองกำลังทหารที่รวม
สองกองทัพขึ้นไปยามสู้รบ

军威（軍威）jūnwēi 名 อานุภาพของกองกำลัง
ทหาร

军务（軍務）jūnwù 名 กิจการทหาร

军衔（軍銜）jūnxián 名 ยศทหาร

军饷（軍餉）jūnxiǎng 名 เงินเดือนและเสบียงของ
ทหาร

军校（軍校）jūnxiào 名 โรงเรียนทหาร

军械（軍械）jūnxiè 名 อาวุธยุทโธปกรณ์

军心（軍心）jūnxīn 名 กำลังใจทหาร

J

军需品（軍需品）jūnxūpǐn 名 ยุทธปัจจัย
军训（軍訓）jūnxùn 动 การฝึกทหาร
军医（軍醫）jūnyī 名 แพทย์ทหาร
军营（軍營）jūnyíng 名 ค่ายทหาร
军用品（軍用品）jūnyòngpǐn 名 เครื่องมือเครื่องใช้ด้านการทหาร
军邮（軍郵）jūnyóu 名 การไปรษณีย์ทหาร
军援（軍援）jūnyuán 名 ความช่วยเหลือด้านการทหาร
军乐（軍樂）jūnyuè 名 ดุริยางค์ทหาร
军乐队（軍樂隊）jūnyuèduì 名 กองดุริยางค์ทหาร
军乐团（軍樂團）jūnyuètuán 名 วงดุริยางค์ทหาร
军装（軍裝）jūnzhuāng 名 เครื่องแบบทหาร
均 jūn 形 เฉลี่ยเท่ากัน 副 ทั้งนั้น
均等 jūnděng 形 เท่ากัน
均分 jūnfēn 动 แบ่งเฉลี่ย
均衡 jūnhéng 形 สมดุล
均价（均價）jūnjià 名 ราคาเฉลี่ย
均势（均勢）jūnshì 名 สภาพกำลังเสมอกัน
均摊（均攤）jūntān 动 เฉลี่ยกัน
均匀 jūnyún 形 (กระจาย) ทั่วถึง ; (แบ่ง) เท่ากัน
龟裂（龜裂）jūnliè 动 แตกระแหง
君 jūn 名 กษัตริย์ ; ราชา ; ท่าน (คำเรียกยกย่องสุภาพบุรุษหรือสุภาพสตรี)
君王 jūnwáng 名 พระราชา ; พระจักรพรรดิ
君主 jūnzhǔ 名 จักรพรรดิ ; ราชา
君主国（君主國）jūnzhǔguó 名 ประเทศที่มีกษัตริย์เป็นองค์ประมุข
君主制 jūnzhǔzhì 名 ระบอบสมบูรณาญาสิทธิราชย์
君子 jūnzǐ 名 สุภาพบุรุษ
君子协定（君子協定）jūnzǐ xiédìng สัญญาสุภาพบุรุษ
菌 jūn 名 เชื้อรา ; เชื้อแบคทีเรีย (*bacterium*)
菌苗 jūnmiáo 名 〈医〉 วัคซีน (*vaccine*)
皲裂（皸裂）jūnliè 动 (ผิวหนัง) แตก (เพราะอากาศแห้งและหนาว)
俊 jùn 形 สวย ; หล่อ ; สติปัญญาล้ำเลิศ
俊杰 jùnjié 名 อัจฉริยบุคคล
俊朗 jùnlǎng 形 งามพริ้งพรายและจิตใจเปิดเผย
俊美 jùnměi 形 งามพริ้งพราย
俊俏 jùnqiào 形 งามเฉิดฉาย
俊秀 jùnxiù 形 งามพริ้งพราย
郡 jùn 名 (เขตการปกครองในสมัยโบราณ) อำเภอ ; จังหวัด
郡主 jùnzhǔ 名 พระธิดาในพระราชทายาท (สมัยราชวงศ์ถัง) ; พระธิดาในพระราชวงศานุวงศ์ (สมัยราชวงศ์ซ่ง) ; พระธิดาในพระองค์เจ้าชั้นพระบรมวงศ์ (สมัยราชวงศ์หมิงและชิง)
峻急 jùnjí 形〈书〉 (น้ำไหล) เชี่ยวกราก ; (นิสัย) เข้มงวดกวดขันและอารมณ์ร้อน
峻峭 jùnqiào 形 สูงชัน
骏马（駿馬）jùnmǎ 名 ม้าพันธุ์ดี
竣工 jùngōng 动 งาน (วิศวกรรม) สำเร็จลุล่วงไป

K k

咖啡 kāfēi 名 กาแฟ (*coffee*)
咖啡色 kāfēisè 名 สีน้ำตาลเข้ม
咖啡厅 kāfēitīng 名 ร้านกาแฟ
咖啡因 kāfēiyīn 名〈药〉คาเฟอีน (*caffeine*)
喀 kā 拟声 (คำเลียนเสียงไอหรือเสียงอาเจียน) แค้ก ๆ ; โอ้ก ๆ
卡 kǎ 量 กัก 名〈简〉แคลอรี (*calorie*)
卡宾枪（卡賓槍）kǎbīnqiāng 名 ปืนคาร์ไบน์ (*carbine*)
卡车（卡車）kǎchē 名 รถบรรทุก
卡尺 kǎchǐ 名 ไม้ฟุตสไลดิงคาลลิเพิร์ส (*sliding callipers*)
卡介苗 kǎjièmiáo 名〈药〉วัคซีนบีซีจี (*BCG vaccine*)
卡路里 kǎlùlǐ 量〈物〉แคลอรี (*calorie*)
卡片 kǎpiàn 名 การ์ด (*card*)
咯 kǎ 动 ขาก ; สำรอก ; อาเจียน
咯血 kǎxiě 动 อาเจียนเป็นเลือด
开（開）kāi 动 เปิด ; ออก ; บาน ; ขับ ; เดือด
开拔（開拔）kāibá 动 (กองทหาร) ออกเดินทาง
开办（開辦）kāibàn 动 ตั้ง (โรงงาน โรงเรียน ฯลฯ) ; เปิด (ร้านค้า โรงเรียนอนุบาล ฯลฯ)
开本（開本）kāiběn 名〈印〉ขนาดหน้ายก
开采（開采）kāicǎi 动 ขุด (เหมืองแร่)
开场（開場）kāichǎng 动 โหมโรง ; เริ่มการแสดง
开场白（開場白）kāichǎngbái 名 คำกล่าวนำ ; อารัมภกถา
开诚布公（開誠布公）kāichéng-bùgōng〈成〉ปฏิบัติต่อผู้อื่นอย่างจริงใจและเปิดเผย
开除（開除）kāichú 动 คัดชื่อออก ; ไล่ออก
开创（開創）kāichuàng 动 บุกเบิก ; เริ่มก่อตั้ง
开春（開春）kāichūn 动 ต้นฤดูใบไม้ผลิ
开裆裤（開襠褲）kāidāngkù 名 กางเกงเด็กน้อยซึ่งเปิดช่องที่เป้า
开刀（開刀）kāidāo 动〈口〉ผ่าตัด ; ลงมือทำ (จากด้านใดด้านหนึ่ง)
开导（開導）kāidǎo 动 พูดโน้มน้าว ; เกลี้ยกล่อม
开道（開道）kāidào 动 เปิดทาง
开动（開動）kāidòng 动 (รถยนต์) สตาร์ท (*start*) ; (เครื่องจักรกล) เดินเครื่อง ; ใช้ (สมอง)
开端（開端）kāiduān 名 จุดเริ่มต้น
开恩（開恩）kāi'ēn 动 ขอได้โปรด
开发（開發）kāifā 动 บุกเบิก ; พัฒนา
开发区（開發區）kāifāqū 名 เขตพัฒนาซึ่งได้รับสิทธิพิเศษจากรัฐบาล
开发商（開發商）kāifāshāng 名 ธุรกิจพัฒนาบ้านและที่ดิน ; นักธุรกิจพัฒนาบ้านและที่ดิน
开饭（開飯）kāifàn 动 เอาอาหารขึ้นโต๊ะ (พร้อมที่จะรับประทานได้) ; โรงอาหารเปิด (พร้อมที่จะรับประทานอาหารได้)
开方（開方）kāifāng 动〈数〉วิธีหาค่าจากจำนวนที่เขียนไว้ในเครื่องหมายกรณฑ์
开方儿（開方兒）kāifāngr 动〈医〉เขียนใบสั่งยา ; สั่งยา
开放（開放）kāifàng 动 ดอกไม้บาน ; เปิด
开赴（開赴）kāifù 动 (ยกขบวน) ไปยัง... ; (ขับรถ) ไปยัง...
开工（開工）kāigōng 动 เริ่มทำงาน (การผลิต การก่อสร้าง ฯลฯ)
开关（開關）kāiguān 名 สวิตช์ปิดเปิด (*switch*)
开光（開光）kāiguāng 动〈宗〉เบิกเนตร (พระพุทธรูป)
开锅（開鍋）kāiguō 动 น้ำในหม้อเดือด
开国（開國）kāiguó 动 สถาปนาประเทศ

开航（開航）kāiháng 动〈航〉เปิดสายการบินใหม่ ; เปิดสายการเดินเรือ ; เรือออก

开后门（開後門）kāi hòumén〈惯〉เปิดประตูหลัง อุปมาว่า ใช้อำนาจอำนวยผลประโยชน์หรือความสะดวกอย่างไม่ถูกต้อง

开户（開户）kāihù 动 เปิดบัญชีเงินฝาก (ที่ธนาคาร)

开花（開花）kāihuā 动 ดอกไม้บาน ; เจริญงอกงาม ; ระเบิด

开化（開化）kāihuà 动 เริ่มมีวัฒนธรรม ;〈方〉น้ำแข็งเริ่มละลาย

开怀（開懷）kāihuái 动 เบิกบานใจเต็มที่ ; เปิดอก ; เปิดหัวใจ

开荒（開荒）kāihuāng 动 หักร้างถางพง

开会（開會）kāihuì 动 ประชุม ; เปิดประชุม

开荤（開葷）kāihūn 动 เลิกกินเจ ; คนกินอาหารมังสวิรัติเป็นประจำมากินอาหารประเภทเนื้อเป็นครั้งคราว

开火（開火）kāihuǒ 动 ยิง ; เปิดฉากรบกัน

开机（開機）kāijī 动 เปิดเครื่อง ; เปิดกล้อง (เริ่มต้นการถ่ายทำภาพยนตร์เป็นปฐมฤกษ์)

开价（開價）kāijià 动 บอกราคา

开奖（開獎）kāijiǎng 动 รางวัลออก

开戒（開戒）kāijiè 动 เลิกถือศีลกินเจ ; เลิกปฏิบัติตามข้อห้าม (เช่น ห้ามดื่มสุรา ห้ามสูบบุหรี่ ฯลฯ)

开禁（開禁）kāijìn 动 ยกเลิกคำสั่งห้าม

开卷（開卷）kāijuàn 动〈书〉เปิดหนังสือ (อ่าน) ; การสอบแบบให้เปิดหนังสือได้

开掘（開掘）kāijué 动 ขุด (เหมืองหรือดิน ทราย ฯลฯ)

开课（開課）kāikè 动 (โรงเรียน) เริ่มเรียน ; (ครู) เปิดคอร์สเรียน

开垦（開墾）kāikěn 动 บุกเบิก (ที่รกร้างให้เป็นที่เพาะปลูก)

开口（開口）kāikǒu 动 เอ่ยปาก ; ลับคมมีด (ของมีดเล่มใหม่หรือขวานเล่มใหม่)

开矿（開礦）kāikuàng 动 ขุดเหมืองแร่

开阔（開闊）kāikuò 形 กว้างไพศาล ; (ใจคอ ความคิด) กว้าง 动 ทำให้กว้างขึ้น

开朗（開朗）kāilǎng 形 โล่ง ; (ความคิด จิตใจ นิสัย) เบิกบาน

开列（開列）kāiliè 动 เขียนเป็นรายการ

开裂（開裂）kāiliè 动 แตกเป็นช่องโหว่ ; แตก

开路（開路）kāilù 动 เปิดทาง

开绿灯（開綠燈）kāi lǜdēng〈惯〉เปิดไฟเขียว ; อุปมาว่า อนุญาตหรือเปิดโอกาสให้ทำ

开门（開門）kāimén 动 เปิดประตู

开门见山（開門見山）kāimén-jiànshān〈成〉เริ่มต้นก็พูดตรงประเด็น ; ไม่พูดพร่ำทำเพลง

开明（開明）kāimíng 形 ความคิดทันสมัย

开幕（開幕）kāimù 动 เปิดฉาก

开幕式（開幕式）kāimùshì 名 พิธีเปิดงาน

开盘（開盤）kāipán 动〈经〉ราคาเปิดตลาด (แต่ละวันในตลาดหลักทรัพย์หรือตลาดทองคำ ฯลฯ)

开炮（開炮）kāipào 动 ยิงปืนใหญ่

开辟（開闢）kāipì 动 เปิดทาง ; บุกเบิกพัฒนา

开票（開票）kāipiào 动 เปิดหีบที่ใส่บัตรลงคะแนนเสียง ; ออกใบเสร็จรับเงิน

开启（開啓）kāiqǐ 动 เปิด

开枪（開槍）kāiqiāng 动 ยิงปืน

开腔（開腔）kāiqiāng 动 เอ่ยปาก

开窍（開竅）kāiqiào 动 คิดตก ; (เด็ก ๆ) เริ่มมีสติปัญญา ; เปิดหูเปิดตา

开赛（開賽）kāisài 动 เริ่มการแข่งขัน

开设（開設）kāishè 动 ก่อตั้ง

开始（開始）kāishǐ 动 เริ่มต้น ; เริ่ม (ทำ)

开水（開水）kāishuǐ 名 น้ำร้อน ; น้ำที่เดือดแล้ว

开司米（開司米）kāisīmǐ 名〈纺〉ไหมพรมแคชเมียร์ (*cashmere*)

开天辟地（開天闢地）kāitiān-pìdì〈成〉เปิดฟ้าดิน ; สร้างโลก

开庭（開庭）kāitíng 动〈法〉เปิดศาล

开通（開通）kāitōng 动 เปิดให้สัญจรไปมาได้

开通（開通）kāi•tong 形 ความคิดทันสมัย

开头（開頭）kāitóu 动 เริ่มต้น 名 ตอนแรก

开脱（開脱）kāituō 动 ปัด (ความรับผิดชอบในความผิด) ; หลุดพ้น (จากโทษหรือความรับผิดชอบ)

开拓（開拓）kāituò 动 บุกเบิกพัฒนา

开外（開外）kāiwài 名 เกินกว่า

开玩笑（開玩笑）kāi wánxiào พูดเล่น

开胃（開胃）kāiwèi 动 เจริญอาหาร

开销（開銷）kāi·xiāo 名 ค่าใช้จ่าย 动 ใช้จ่าย

开小差（開小差）kāi xiǎochāi <惯> หนีทหาร ; ใจไม่อยู่กับเนื้อกับตัว

开心（開心）kāixīn 形 สบายใจ 动 ดีใจ

开学（開學）kāixué 动 (โรงเรียน) เปิดเทอม ; (โรงเรียน) เปิดภาคเรียน

开颜（開顔）kāiyán 动 ยิ้มแย้มแจ่มใส ; ยิ้มหน้าบาน

开眼（開眼）kāiyǎn 动 เปิดหูเปิดตา

开业（開業）kāiyè 动 (บริษัท ร้านค้า ฯลฯ) เปิดกิจการ

开夜车（開夜車）kāi yèchē <惯> ทำงานดึกดื่นเที่ยงคืน

开印（開印）kāiyìn 动<印> เริ่มพิมพ์

开映（開映）kāiyìng 动 (ภาพยนตร์) เริ่มฉาย

开源节流（開源節流）kāiyuán-jiéliú <成> หาวิธีเพิ่มพูนรายได้และลดรายจ่าย

开凿（開鑿）kāizáo 动 ขุด (อุโมงค์) ; ขุดลอก (แม่น้ำลำคลอง)

开闸（開閘）kāizhá 动 เปิดประตูน้ำ

开斋节（開齋節）Kāizhāi Jié 名<宗> วันเลิกถือศีลอด (ของศาสนาอิสลาม)

开展（開展）kāizhǎn 动 ดำเนินการ ; ขยาย

开战（開戰）kāizhàn 动 เปิดฉากทำสงคราม ; เปิดการรบ

开绽（開綻）kāizhàn 动 แตก ; ปริ

开张（開張）kāizhāng 动 (ร้านค้า) เปิดกิจการ ; ขายประเดิม ; เริ่มดำเนิน

开支（開支）kāizhī 动 ใช้จ่าย 名 ค่าใช้จ่าย

开宗明义（開宗明義）kāizōng-míngyì <成> พอเปิดฉากก็สาธยายประเด็นสำคัญ

揩 kāi 动 เช็ด

揩拭 kāishì 动 เช็ด

揩油 kāiyóu 动 ไถ (เอาเปรียบผู้อื่นหรือส่วนรวม)

凯歌（凱歌）kǎigē 名 เพลงแห่งชัยชนะ ; เพลงฉลองชัยชนะ

凯旋（凱旋）kǎixuán 动 เคลื่อนทัพกลับมาด้วยความมีชัย

铠甲（鎧甲）kǎijiǎ 名 เสื้อเกราะ

慨然 kǎirán 副 ด้วยความรู้สึกซาบซึ้งใจ ; อย่างใจกว้าง

慨叹（慨嘆）kǎitàn 动 ทอดถอนใจด้วยความรู้สึกซาบซึ้ง

楷模 kǎimó 名 แบบอย่าง

楷书（楷書）kǎishū 名 ตัวหนังสือจีนแบบบรรจง

刊 kān 动 พิมพ์จำหน่าย 名 นิตยสาร

刊登 kāndēng 动 ลงพิมพ์ (ในหนังสือพิมพ์ นิตยสาร)

刊物 kānwù 名 นิตยสาร ; วารสาร

刊行 kānxíng 动 จัดพิมพ์จำหน่าย

刊载（刊載）kānzǎi 动 ลง (หนังสือพิมพ์ วารสาร)

看 kān 动 เฝ้า ; ดูแล ; ควบคุมตัว

看管 kānguǎn 动 คุม

看护（看護）kānhù 动 พยาบาล

看家 kānjiā 动 เฝ้าบ้าน

看门（看門）kānmén 动 เฝ้าประตู ; เฝ้าบ้าน

看守 kānshǒu 动 เฝ้ารักษา ; คุม 名 พัศดี

看守所 kānshǒusuǒ 名 สถานที่กักกันผู้กระทำผิดกฎหมายชั่วคราว

看摊（看攤）kāntān 动<口> เฝ้าร้าน ; อุปมาว่าเฝ้าที่ทำงาน

看押 kānyā 动 กักกัน

勘测（勘測）kāncè 动 สำรวจและรังวัด

勘察 kānchá 动<地质> สำรวจ

勘定 kāndìng 动 สำรวจและมีผลแน่ชัด

勘探 kāntàn 动<矿> สำรวจ

勘误（勘誤）kānwù 动 แก้คำผิด

堪 kān 副 สามารถที่จะ 动 ทนไหว

堪称（堪稱）kānchēng 动 เรียกได้ว่า ;

สมชื่อที่ว่า
坎 kǎn 名 คัน (คันนา คันดิน)
坎坷 kǎnkě 形 ขรุขระ
侃侃而谈（侃侃而談）kǎnkǎn'értán 〈成〉 พูดฉะฉาน
砍 kǎn 动 ตัด ; ฟัน ; 〈方〉 ขว้างปา
砍伐 kǎnfá 动 โค่น (ต้นไม้)
砍价（砍價）kǎnjià 动 〈口〉 ต่อราคา
看 kàn 动 ดู ; เยี่ยม ; มอง
看病 kànbìng 动 รักษาโรค ; ไปหาหมอ
看不起 kàn•buqǐ 动〈口〉 ดูถูก ; ดูหมิ่นดูแคลน
看穿 kànchuān 动 มองทะลุ ; ดูออก
看待 kàndài 动 ปฏิบัติต่อ ; ถือว่า
看得起 kàn•deqǐ 动〈口〉 ให้ความสำคัญ ; ให้เกียรติ
看跌 kàndiē 动 (ราคาตลาด) คาดว่าจะตก
看法 kàn•fǎ 名 ความคิดเห็น ; ทัศนะ
看风使舵（看風使舵）kànfēng-shǐduò 〈成〉 เบนหางเสือไปตามทิศทางลม อุปมาว่า เปลี่ยนท่าทีตามสถานการณ์ (ใช้ในความหมายทางลบ)
看好 kànhǎo 动 มีแนวโน้มไปทางดี
看见（看見）kànjiàn 动 เห็น ; มองเห็น ; แลเห็น
看开（看開）kànkāi 动 ปลงตก
看客 kànkè 名〈方〉 ผู้ชม ; ผู้อ่าน
看来（看來）kànlái 动 ดูเหมือน ; ดูท่า
看破 kànpò 动 มองทะลุปรุโปร่ง
看破红尘（看破紅塵） kànpò-hóngchén 〈成〉 มองโลกโลกีย์อย่างทะลุปรุโปร่ง ปริยายหมายถึง เลิกใฝ่ฝันในชีวิตชาวโลกีย์
看齐（看齊）kànqí 动 มองตรง (คำสั่งในการตั้งแถว)
看轻（看輕）kànqīng 动 มองข้าม
看上 kànshàng 动 ต้องตา ; ถูกตา
看台（看臺）kàntái 名 อัฒจันทร์
看透 kàntòu 动 มองทะลุปรุโปร่ง
看头（看頭）kàn•tou 名 ความน่าดู
看望 kànwàng 动 เยี่ยมเยียน
看相 kànxiàng 动 ดูรูปร่างลักษณะ ; ดูโหงวเฮ้ง
看样子（看樣子）kàn yàng•zi ดูท่า ; ดูเหมือน
看涨（看漲）kànzhǎng 动 (ราคาตลาด) คาดว่าจะขึ้น
看中 kànzhòng 动 หมายตาไว้
看重 kànzhòng 动 ให้ความสำคัญ
看做 kànzuò 动 มองเป็น... ; ถือเป็น...
康采恩 kāngcǎi'ēn 名 〈经〉 บริษัทผูกขาดรูปคอนเซิร์น (*konzern*)
康复（康復）kāngfù 动 (โรค) หายเป็นปรกติ ; (สุขภาพ) กลับเป็นปรกติ
康健 kāngjiàn 形 สุขภาพแข็งแรง
康乐（康樂）kānglè 形 สงบสุข ; อยู่เย็นเป็นสุข
康乃馨 kāngnǎixīn 名〈植〉 ดอกคาร์เนชั่น (*carnation*)
康庄大道（康莊大道）kāngzhuāng-dàdào 〈成〉 ถนนที่ราบเรียบกว้างใหญ่ ; อนาคตที่สดใส
慷慨 kāngkǎi 形 ใจสปอร์ต ; ฮึกห้าว ; ใจกว้าง ; โอบอ้อมอารี
慷慨激昂 kāngkǎi-jī'áng 〈成〉 ฮึกเหิมเร่าร้อน
糠 kāng 名 รำข้าว
扛 káng 动 แบก
亢奋（亢奮）kàngfèn 形 (เส้นประสาท) ตื่นเต้นเกินไป
亢进（亢進）kàngjìn 动〈生理〉 ทำหน้าที่เกินขอบเขต (ของอวัยวะร่างกาย)
伉俪（伉儷）kànglì 名〈书〉 สามีภรรยา
抗 kàng 动 ต่อต้าน ; ขัดขืน
抗癌 kàng'ái 动〈医〉 ต้านทานมะเร็ง
抗暴 kàngbào 动 ต่อต้านความโหดร้ายทารุณ
抗辩（抗辯） kàngbiàn 动〈法〉 ฟ้องแย้ง
抗病 kàngbìng 动 ต้านทานโรค
抗旱 kànghàn 动 ต้านภัยแล้ง
抗衡 kànghéng 动 ตีเสมอ
抗洪 kànghóng 动 ต้านอุทกภัย
抗击（抗擊）kàngjī 动 ต่อต้านโจมตี
抗拒 kàngjù 动 ต่อต้าน (ไม่ยอมจำนน)
抗菌素 kàngjūnsù 名 〈药〉 ยาปฏิชีวนะ
抗命 kàngmìng 动 ขัดขืนคำสั่ง
抗日战争（抗日戰争）Kàng Rì Zhànzhēng

K

สงครามต่อต้านญี่ปุ่น
抗生素 kàngshēngsù 名〈药〉ยาปฏิชีวนะ
抗水性 kàngshuǐxìng 名 ภาวะต้านทานน้ำ
抗税 kàngshuì 动 คัดค้านการเก็บภาษี
抗诉（抗訴）kàngsù 动〈法〉คัดค้าน (ต่อศาล)
抗体（抗體）kàngtǐ 名〈医〉สิ่งต่อต้าน ; สิ่งคุ้มกัน (ต่อต้านโรคในร่างกาย)
抗药性（抗藥性）kàngyàoxìng 名〈医〉ภาวะดื้อยา
抗议（抗議）kàngyì 动 คัดค้าน
抗灾 kàngzāi 动 กู้ภัย
抗战（抗戰）kàngzhàn 动 ต่อต้านการรุกราน 名 สงครามต่อต้านญี่ปุ่น
抗震 kàngzhèn 动 กู้ภัยแผ่นดินไหว
抗争 kàngzhēng 动 ต่อสู้ ; ต่อต้าน
炕 kàng 名 เตียงนอนที่ก่อด้วยอิฐ
考 kǎo 动 สอบ
考博 kǎobó 动〈简〉สอบเข้าเป็นนักศึกษาปริญญาเอก
考查 kǎochá 动 ตรวจสอบ
考察 kǎochá 动 ดูงาน ; สำรวจศึกษา
考场（考場）kǎochǎng 名 สนามสอบ
考点（考點）kǎodiǎn 名 สนามสอบ (ที่แยกเป็นแห่ง ๆ เมื่อเวลาจัดสอบขนาดใหญ่)
考订（考訂）kǎodìng 动 ตรวจสอบและแก้ไข
考分 kǎofēn 名 คะแนนสอบ
考古 kǎogǔ 名 โบราณคดี 动 ศึกษาประวัติศาสตร์จากโบราณวัตถุ โบราณสถานและหนังสือโบราณ
考古学（考古學）kǎogǔxué 名 โบราณคดี
考官 kǎoguān 名 ขุนนางฝ่ายการสอบคัดเลือก ; ผู้คุมการสอบ
考核 kǎohé 动 ตรวจสอบ
考级（考級）kǎojí 动 สอบกำหนดขั้นหรือเลื่อนขั้น
考绩（考績）kǎojì 动 ตรวจสอบผลงาน
考究 kǎo·jiu 动 สำรวจค้นคว้า 形 พิถีพิถัน
考据（考據）kǎojù 动 ศึกษาค้นคว้า พิสูจน์และอรรถาธิบาย (ตามข้อมูล)
考卷 kǎojuàn 名 กระดาษข้อสอบ
考量 kǎo·liáng 动 พิจารณา ; พินิจ
考虑（考慮）kǎolǜ 动 พิจารณา
考勤 kǎoqín 动 ตรวจสอบการเข้างานหรือการเข้าเรียน
考取 kǎoqǔ 动 สอบเข้า (โรงเรียน มหาวิทยาลัย ฯลฯ) ได้
考生 kǎoshēng 名 นักเรียนผู้สมัครสอบ (เข้าโรงเรียนหรือมหาวิทยาลัย)
考试（考試）kǎoshì 名 การสอบ
考题（考題）kǎotí 名 ข้อสอบ
考研 kǎoyán 动〈简〉สอบเข้าเป็นนักศึกษาปริญญาโท
考验（考驗）kǎoyàn 动 ทดสอบ (ความเข้มแข็ง ความซื่อสัตย์สุจริต ความถูกต้อง ฯลฯ)
考证（考證）kǎozhèng 动 ศึกษาค้นคว้า พิสูจน์และอรรถาธิบาย (ตามข้อมูล)
拷贝（拷貝）kǎobèi 名 ก๊อบปี้ (*copy*) (ของภาพยนตร์)
拷打 kǎodǎ 动 เฆี่ยนตี ; โบย
拷问（拷問）kǎowèn 动 สอบปากคำโดยวิธีการทรมาน
烤 kǎo 动 ย่าง ; ปิ้ง ; ผิง
烤火 kǎohuǒ 动 ผิงไฟ
烤肉 kǎoròu 名 เนื้อย่าง 动 ย่างเนื้อ
烤箱 kǎoxiāng 名 เตาอบ
烤鸭（烤鴨）kǎoyā 名 เป็ดย่าง 动 ย่างเป็ด
烤烟 kǎoyān 名 ใบยาสูบแห้ง
铐（銬）kào 名 กุญแจมือ 动 ใส่กุญแจมือ
犒劳（犒勞）kào·láo 动 เลี้ยงเหล้าและข้าวปลาอาหารเพื่อเป็นการปูนบำเหน็จ
犒赏（犒賞）kàoshǎng 动 เลี้ยงฉลองหรือบำเหน็จรางวัล
靠 kào 动 พิง ; ชิด ; อาศัย
靠背 kàobèi 名 พนักพิง
靠边（靠邊）kàobiān 动 ชิดริม ; ชิดข้าง
靠不住 kào·buzhù 形 เชื่อถือไม่ได้ ; ไว้ใจไม่ได้
靠得住 kào·dezhù 形 เชื่อถือได้ ; ไว้ใจได้
靠垫（靠墊）kàodiàn 名 หมอนอิง
靠近 kàojìn 形 ประชิด 动 เข้าใกล้
靠拢（靠攏）kàolǒng 动 กระเถิบชิด
靠山 kàoshān 名 ที่พึ่ง (หมายถึงผู้สนับสนุน

K

หรืออิทธิพลที่เข้มแข็ง)

坷 垃 kē·la 名〈方〉 ก้อนดิน

苛 kē 形 รุนแรง ; เข้มงวดเกินควร ; หยุมหยิม

苛捐杂税（苛捐雜稅）kējuān-záshuì ภาษีอากร
ที่จัดเก็บอย่างทารุณ

苛刻 kēkè 形 เข้มงวดเกินควร

苛求 kēqiú 动 เรียกร้องสูงเกินไป

苛政 kēzhèng 名 การปกครองที่โหดร้ายทารุณ

珂 罗版（珂羅版）kēluóbǎn 名〈印〉 คอลโลไทป์
(collotype)

科 kē 名 สาขาวิชา ; แผนก

科幻 kēhuàn 名〈简〉 นิยายวิทยาศาสตร์

科技 kējì 名 วิทยาศาสตร์และเทคโนโลยี

科教片 kējiàopiàn 名〈简〉 ภาพยนตร์สารคดี
วิทยาศาสตร์

科教兴国（科教興國）kējiào xīngguó พัฒนา
ประเทศชาติด้วยการส่งเสริมวิทยาศาสตร์
และการศึกษา

科目 kēmù 名 สาขา (วิชา) ; ประเภท (บัญชี)

科普 kēpǔ 名〈简〉 การเผยแพร่วิทยาศาสตร์

科室 kēshì 名 แผนกฝ่ายบริหาร

科学（科學）kēxué 名 วิทยาศาสตร์ ; วิทยาการ

科学家（科學家）kēxuéjiā 名 นักวิทยาศาสตร์

科学院（科學院）kēxuéyuàn 名 สภาวิทยาศาสตร์

科研 kēyán 动〈简〉 งานวิจัยด้านวิทยาศาสตร์ ;
งานวิจัยด้านวิทยาการ ; งานวิจัยด้านวิชาการ

棵 kē 量 ต้น (ลักษณนามของต้นไม้)

颏（頦）kē 名 คาง

窠 kē 名 รัง ; ถ้ำ (ที่อยู่ของสัตว์)

窠臼 kējiù 名〈书〉 รูปแบบเก่าตายตัว

颗（顆）kē 量 เม็ด ; ซี่

颗粒（顆粒）kēlì 名 เม็ด

磕 kē 动 โขก (เคาะเอาของออกจากสิ่งบรรจุ) ;
กระแทก

磕巴 kē·ba 动〈方〉 ติดอ่าง

磕磕绊绊（磕磕絆絆）kē·kebànbàn 形 ขรุขระ ;
ไม่ราบรื่น

磕磕撞撞 kē·kezhuàngzhuàng 形 เดินโซซัดโซเซ

磕碰 kēpèng 动 กระแทก

磕头（磕頭）kētóu 动 คุกเข่าโขกศีรษะ (แสดง
ความเคารพ)

瞌 睡 kēshuì 动 สัปหงก

蝌 蚪 kēdǒu 名〈动〉 ลูกกบ ; ลูกเขียด

髁 kē 名〈生理〉 ส่วนที่ยื่นออกของกระดูก

壳（殼）ké 名 เปลือกแข็ง

壳子（殼子）ké·zi 名 เปลือกแข็ง

咳 ké 动 ไอ

咳嗽 ké·sou 动〈生理〉 ไอ

可 kě 动 ได้ ; น่า 连 แต่

可爱（可愛）kě'ài 形 น่ารัก

可悲 kěbēi 形 น่าเสียใจ ; น่าโศกเศร้า

可鄙 kěbǐ 形 น่าเหยียดหยาม

可变（可變）kěbiàn 形 เปลี่ยนแปลงได้

可不是 kěbù·shi ก็ใช่นะซิ ; ก็นั่นนะซิ

可怖 kěbù 形 น่าหวาดเสียว

可曾 kěcéng 副 เคย...หรือไม่

可乘之机（可乘之機）kěchéngzhījī〈成〉
โอกาสที่ใช้เป็นประโยชน์ได้

可耻 kěchǐ 形 น่าอับอาย

可读性（可讀性）kědúxìng 名 ความน่าอ่าน

可歌可泣 kěgē-kěqì〈成〉 น่าสรรเสริญชื่นชม

可耕地 kěgēngdì 名〈农〉 ที่ดินเพาะปลูก

可观（可觀）kěguān 形 น่าดู ; ค่อนข้างมาก
(หรือใหญ่)

可贵（可貴）kěguì 形 อันมีค่า ; น่าทะนุถนอม
และให้ความสำคัญ

可恨 kěhèn 形 น่าชัง ; น่ารังเกียจ ; พึงแค้นเคือง

可见（可見）kějiàn 连 แสดงว่า 动 มองเห็นได้

可见度（可見度）kějiàndù 名 ทัศนวิสัย

可见光（可見光）kějiànguāng 名〈物〉 แสงที่
มองเห็นด้วยสายตาได้

可脚 kějiǎo 形〈方〉 (รองเท้า) พอดีกับเท้า

可敬 kějìng 形 น่านับถือ

可靠 kěkào 形 เชื่อถือได้ ; ไว้ใจได้

可可 kěkě 名〈植〉 โกโก้ (cocoa)

可控硅 kěkòngguī 名〈电〉 ซิลิคอนควบคุมวงจรเรียง

K

305

กระแส ; ไทริเตอร์ (*thyristor*) ; เอสซีอาร์ (*SCR*)
可口 kěkǒu 形 อร่อย ; ถูกปาก
可口可乐（可口可樂）Kěkǒu Kělè โคคาโคล่า (*Coca Cola*)
可乐（可樂）kělè 名〈简〉โค้ก 形 น่าหัวเราะ
可怜（可憐）kělián 形 น่าสงสาร
可怜虫（可憐蟲）kěliánchóng 名 คนน่าสงสาร (ใช้พูดในลักษณะดูถูก)
可能 kěnéng 动 อาจจะ 形 เป็นไปได้
可能性 kěnéngxìng 名 ความเป็นไปได้
可逆反应（可逆反應）kěnì-fǎnyìng〈化〉ปฏิกิริยาผันกลับ
可怕 kěpà 形 น่ากลัว
可欺 kěqī 形 รังแกได้
可气（可氣）kěqì 形 น่าโมโห
可亲（可親）kěqīn 形 น่าเข้าใกล้
可取 kěqǔ 形 พึงปรารถนา ; บังควร
可燃性 kěránxìng 名 ภาวะเผาไหม้ได้ ; สันดาป
可溶性 kěróngxìng 名〈化〉ภาวะละลายน้ำได้
可身 kěshēn 形〈方〉พอดีกับตัว (ร่าง)
可是 kěshì 连 แต่ว่า
可塑性 kěsùxìng 名 คุณสมบัติที่สามารถหล่อปั้นหรือแกะสลักได้ ; ความสามารถในการปรับตัวเข้ากับสิ่งแวดล้อม
可叹（可嘆）kětàn 形 น่าเสียดาย
可体（可體）kětǐ 形 พอดีกับตัว (ร่าง)
可望而不可即 kě wàng ér bù kě jí〈成〉มองเห็นได้แต่เข้าใกล้ไม่ได้ ; (ความหวัง ฯลฯ) ดูเหมือนจะกลายเป็นจริงได้ แต่ความจริงเป็นไปยาก
可谓（可謂）kěwèi 动〈书〉พูดได้ว่า
可恶（可惡）kěwù 形 น่าเกลียดชัง ; ชั่วมาก
可惜 kěxī 形 น่าเสียดาย
可喜 kěxǐ 形 น่ายินดี
可想而知 kěxiǎng'érzhī〈成〉พอจะคาดการณ์ได้
可笑 kěxiào 形 น่าขัน ; น่าหัวเราะ
可心 kěxīn 形 ถูกใจ
可信 kěxìn 形 น่าเชื่อ
可行 kěxíng 形 ทำได้ ; เป็นไปได้
可行性 kěxíngxìng 名 ความเป็นไปได้
可疑 kěyí 形 น่าสงสัย
可以 kěyǐ 动 ได้ ; ใช้ได้ ; อนุญาตให้ทำ 形 ร้ายมาก
可憎 kězēng 形 น่ารังเกียจ
可知 kězhī 形 เรียนรู้ได้

渴 kě 形 หิวน้ำ ; กระหายน้ำ ; กระหายใคร่จะ...
渴求 kěqiú 动 อยากได้อย่างยิ่ง
渴望 kěwàng 动 หวังอย่างยิ่ง

克 kè 动 ควบคุม ; พิชิต 量 กรัม (*gram*)
克服 kèfú 动 พิชิต ; อดทน
克己奉公 kèjǐ-fènggōng〈成〉บังคับตัวเองเพื่อส่วนรวม
克扣 kèkòu 动 อม (ทรัพย์สินของคนอื่น) ; ฉ้อฉล
克拉 kèlā 量 กะรัต (*carat*)
克郎球 kèlángqiú 名〈体〉แคร็อมส์ (*caroms*)
克隆 kèlóng 动 โคลน (*clone*) ; สำเนาพันธุ์
克星 kèxīng 名 คู่ปรับ
克制 kèzhì 动 ควบคุม (อารมณ์) ; ห้ามใจ

刻 kè 动 แกะสลัก 名 เวลา 量 ๑๕ นาที
刻板 kèbǎn 名 แม่พิมพ์แกะสลัก 形 ตายตัวมาก
刻薄 kèbó 形 ใจจืดใจดำ ; เรียกร้องสูงเกินไป
刻不容缓（刻不容緩）kèbùrónghuǎn〈成〉รีบด่วนที่สุด (ไม่อาจจะถ่วงเวลาได้แม้แต่วินาทีเดียว)
刻刀 kèdāo 名 มีดแกะสลัก
刻毒 kèdú 形 ใจดำอำมหิต
刻度 kèdù 名 ขีด (บนไม้ฟุต มิเตอร์ ฯลฯ)
刻骨铭心（刻骨銘心）kègǔ-míngxīn〈成〉จดจำไว้ในส่วนลึกของหัวใจ
刻画（刻畫）kèhuà 动 พรรณนาหรือแสดงออกด้วยรูปแบบศิลปะ (ถึงภาพลักษณ์หรืออุปนิสัยของคน)
刻苦 kèkǔ 形 ขยันหมั่นเพียร ; ประหยัด
刻录机（刻録機）kèlùjī 名 ซีดี ไรเตอร์ (*CD writer*) ; เครื่องเขียนซีดี
刻写（刻寫）kèxiě 动 เขียนกระดาษไข
刻意 kèyì 副 สุดจิตสุดใจ
刻舟求剑（刻舟求劍）kèzhōu-qiújiàn〈成〉อุปมาว่า ยึดมั่นในกรอบคร่ำครึอย่างตาย

ตัวโดยไม่รู้จักพลิกแพลงตามสถานการณ์

恪尽职守（恪盡職守）kèjìn-zhíshǒu 〈成〉 ปฏิบัติตามหน้าที่การงานอย่างรอบคอบและจริงจัง

恪守 kèshǒu 动 ปฏิบัติตามอย่างเข้มงวด

客 kè 名 แขก ; ผู้โดยสาร ; ลูกค้า

客舱（客艙）kècāng 名 ห้องผู้โดยสาร

客车（客車）kèchē 名 รถโดยสาร

客船 kèchuán 名 เรือโดยสาร

客店 kèdiàn 名 โรงเตี๊ยม

客队（客隊）kèduì 名〈体〉 ทีมรับเชิญ

客房 kèfáng 名 ห้องพักโรงแรม ; ห้องพักสำหรับแขก

客观（客觀）kèguān 形 ภววิสัย

客户 kèhù 名 ลูกค้า

客机（客機）kèjī 名 เครื่องบินโดยสาร

客居 kèjū 动 อาศัยอยู่ที่ต่างถิ่น

客流 kèliú 名 ผู้สัญจร (ไปหรือมา) ต่อเวลา

客流量 kèliúliàng 名 จำนวนผู้สัญจร (ไปหรือมา) ต่อเวลา ; จำนวนลูกค้า (เข้าหรือออก) ต่อเวลา

客轮（客輪）kèlún 名 เรือยนต์โดยสาร

客满（客滿）kèmǎn 动 (โรงแรม) แขกเต็ม ; (โรงภาพยนตร์ โรงละคร ฯลฯ) ผู้ชมเต็ม

客票 kèpiào 名 ตั๋วโดยสาร

客气（客氣）kè•qi 形 เกรงใจ ; มีมารยาท

客人 kè•rén 名 แขก (ผู้มาเยี่ยมเยียน)

客商 kèshāng 名 พ่อค้าที่เดินทางค้าขายตามเมืองต่าง ๆ

客套 kètào 名 คำพูดที่เป็นพิธีรีตอง 动 พูดอย่างเกรงอกเกรงใจ

客体（客體）kètǐ 名〈哲〉 สรรพสิ่งภววิสัย

客厅（客廳）kètīng 名 ห้องรับแขก

客源 kèyuán 名 แหล่งลูกค้า

客运（客運）kèyùn 名 กิจการขนส่งผู้โดยสาร

客运量（客運量）kèyùnliàng 名〈交〉 จำนวนการขนส่งผู้โดยสาร

客栈（客棧）kèzhàn 名〈旧〉 โรงเตี๊ยม

客站 kèzhàn 名 สถานีขนส่งผู้โดยสาร

客座 kèzuò 名 ที่นั่งสำหรับแขก

客座教授 kèzuò jiàoshòu ศาสตราจารย์อาคันตุกะ

课（課）kè 名 ชั่วโมงเรียน ; คอร์สเรียน ; บท (เรียน)

课本（課本）kèběn 名 บทเรียน ; ตำราเรียน

课表（課表）kèbiǎo 名 ตารางสอน

课程（課程）kèchéng 名 หลักสูตรการเรียน

课间（課間）kèjiān 名 เวลาพักระหว่างชั่วโมงเรียน

课时（課時）kèshí 名〈教〉 ชั่วโมงเรียน

课堂（課堂）kètáng 名 ห้องบรรยายขณะที่ใช้บรรยายอยู่

课题（課題）kètí 名〈教〉 หัวข้อศึกษาค้นคว้า ; กิจการสำคัญที่รอการดำเนินการโดยด่วน

课外（課外）kèwài 名 นอกชั่วโมงเรียน

课文（課文）kèwén 名 บทเรียน (ในหนังสือเรียน)

课业（課業）kèyè 名 การเรียน

课余（課餘）kèyú 名 นอกเวลาเรียน

课桌（課桌）kèzhuō 名 โต๊ะเขียนหนังสือ (ในห้องเรียน)

嗑 kè 动 ขบ

肯 kěn 动 ยอม

肯定 kěndìng 动 ยืนยัน ; ยอมรับ 副 แน่นอน

垦荒（墾荒）kěnhuāng 动 หักร้างถางพง

恳切（懇切）kěnqiè 形 จริงใจ

恳请（懇請）kěnqǐng 动 ขอร้องด้วยความจริงใจ

恳求（懇求）kěnqiú 动 วิงวอน ; ขอร้องด้วยความจริงใจ

恳谈（懇談）kěntán 动 คุยกันด้วยความจริงใจ

啃 kěn 动 แทะ

坑 kēng 名 หลุม 动 ล่อให้ตกสู่สภาวะลำบาก

坑道 kēngdào 名 อุโมงค์

坑害 kēnghài 动 ล่อให้ตกสู่สภาวะลำบาก

坑坑洼洼（坑坑窪窪）kēngkēngwāwā 形 ลุ่ม ๆ ดอน ๆ

坑骗（坑騙）kēngpiàn 动 ต้มตุ๋น

坑人 kēngrén 动 ล่อให้ตกสู่สภาวะลำบาก

吭 kēng 动 เอ่ยปาก

吭气（吭氣）kēngqì 动 เอ่ยปาก

吭声（吭聲）kēngshēng 动 เอ่ยปาก ; พูด

铿（鏗）kēng 拟声 กึงกัง ; แกร๊ง ๆ

铿锵（鏗鏘）kēngqiāng 形 แกร๊ง ๆ

空 kōng 形 ว่างเปล่า 名 บนอากาศ ;
〈宗〉สุญตา

空城计（空城計）kōngchéngjì 名 อุบายเมืองว่าง
(เป็นกลยุทธ์ของขงเบ้งในเรื่องสามก๊ก)

空荡荡（空蕩蕩）kōngdàngdàng 形 (สถานที่)
ว่างเปล่า

空洞 kōngdòng 形 ไม่มีเนื้อหาที่แท้จริง

空洞无物（空洞無物）kōngdòng-wúwù 〈成〉
น้ำท่วมทุ่งผักบุ้งโหรงเหรง

空乏 kōngfá 形 ยากแค้น ; (เนื้อหา) เลื่อนลอย
และไม่เป็นรส

空泛 kōngfàn 形 เนื้อหาเลื่อนลอย

空防 kōngfáng 名〈军〉การป้องกันทางอากาศ

空房 kōngfáng 名 ห้องว่าง

空腹 kōngfù 动 ท้องว่าง

空格 kōnggé 名 ช่องว่าง (บนกระดาษ
เขียนหนังสือ)

空话（空話）kōnghuà 名 คำพูดลอย ๆ ; คำพูด
ที่ไม่มีสาระ

空幻 kōnghuàn 形 เพ้อฝัน

空间（空間）kōngjiān 名 ที่ว่าง ; อวกาศ

空间站（空間站）kōngjiānzhàn 名〈航〉สถานี
อวกาศ

空降 kōngjiàng 动 กระโดดร่ม

空姐 kōngjiě 名〈简〉พนักงานต้อนรับหญิงบนเครื่อง
บิน ; แอร์โฮสเตส (air hostess)

空军（空軍）kōngjūn 名 ทหารอากาศ

空空如也 kōngkōngrúyě 〈成〉ว่างเปล่า

空口 kōngkǒu 副 ปากเปล่า (ไม่มีหลักฐานหรือ
ไม่รับรองแต่อย่างใด) ; กินข้าวโดยไม่มีกับข้าว ;
กินเหล้าโดยไม่มีกับแกล้ม

空口无凭（空口無憑）kōngkǒu-wúpíng 〈成〉
ปากเปล่าไม่มีหลักฐาน

空旷（空曠）kōngkuàng 形 เวิ้งว้าง ; โล่งแจ้ง

空阔（空闊）kōngkuò 形 เวิ้งว้าง ; โล่งแจ้ง

空论（空論）kōnglùn 名 คำพูดลอย ๆ

空名 kōngmíng 名 นามที่ไม่สอดคล้องกับ
ความจริง

空难（空難）kōngnàn 名 อุบัติเหตุทางเครื่องบิน

空气（空氣）kōngqì 名 อากาศ

空前 kōngqián 动 เป็นประวัติการณ์

空勤 kōngqín 名〈航〉งานธุรการบนเครื่องบิน

空手 kōngshǒu 动 มือเปล่า

空手道 kōngshǒudào 名〈体〉คาราเต้ (karate)

空谈（空談）kōngtán 动 ได้แต่พูด 名 คำพูดที่ไม่
สอดคล้องกับความจริง

空调（空調）kōngtiáo 名〈简〉เครื่องปรับอากาศ

空头支票（空頭支票）kōngtóu zhīpiào เช็ค
เด้ง (เช็คที่ไม่มีค่า ขึ้นเงินไม่ได้)

空投 kōngtóu 动 ทิ้งของลงมาจากเครื่องบิน

空袭（空襲）kōngxí 动 โจมตีทางอากาศ

空想 kōngxiǎng 动 คิดฝัน 名 ความเพ้อฝัน

空心 kōngxīn 名 กลวง ; ไส้กลวง

空心菜 kōngxīncài 名〈植〉ผักบุ้ง

空心面 kōngxīnmiàn 名 มะกะโรนี (macaroni)

空虚 kōngxū 形 ว่างเปล่า ; ว้าเหว่

空穴来风（空穴來風）kōngxué-láifēng 〈成〉
กำเนิดขึ้นจากอากาศธาตุ ; ข่าวยกเมฆ

空运（空運）kōngyùn 动 ขนส่งทางอากาศ

空战（空戰）kōngzhàn 动〈军〉การรบทางอากาศ ;
การรบทางเวหา

空中 kōngzhōng 名 กลางเวหา ; บนท้องฟ้า

空中楼阁（空中樓閣）kōngzhōng-lóugé 〈成〉
วิมานในอากาศ อุปมาว่า ภาพความสุขความ
สำเร็จที่คิดฝันขึ้นหรือทฤษฎี โครงการฯลฯที่ไม่
สอดคล้องกับความจริง

空中小姐 kōngzhōng xiǎojiě แอร์โฮสเตส (air
hostess)

空中走廊 kōngzhōng zǒuláng ระเบียงทางอากาศ

孔 kǒng 名 รู ; ช่อง

孔洞 kǒngdòng 名 รู ; ช่อง

孔庙（孔廟）Kǒngmiào 名 ศาลเจ้าขงจื่อ

孔雀 kǒngquè 名〈动〉นกยูง

K

孔雀绿（孔雀綠）kǒngquèlǜ 形 สีเขียวนกยูง ; สีเขียวแมลาไชต์ (*malachite green*)

恐 kǒng 动 เกรง ; ขู่ 副 คงจะ

恐怖 kǒngbù 形 หวาดเสียว ; สยดสยอง

恐怖主义（恐怖主義）kǒngbù zhǔyì ลัทธิก่อการร้าย

恐吓（恐嚇）kǒnghè 动 ขู่ขวัญ

恐慌 kǒnghuāng 形 หวาดหวั่น

恐惧（恐懼）kǒngjù 形 หวาดกลัว

恐龙（恐龍）kǒnglóng 名〈动〉 ไดโนเสาร์ (*dinosaur*)

恐怕 kǒngpà 副 เกรงว่า ; คงจะ

恐水病 kǒngshuǐbìng 名〈医〉 โรคกลัวน้ำ

空 kòng 形 ปล่อยให้ว่าง 名 ที่ว่าง

空白 kòngbái 名 ที่ว่าง (บนกระดาษหนังสือพิมพ์ หนังสือ ภาพวาด ฯลฯ)

空白点（空白點）kòngbáidiǎn 名 จุดว่าง (ส่วนงานที่ยังดูแลไม่ถึง)

空当儿（空當兒）kòngdāngr 名〈口〉 เวลาว่างช่วงหนึ่ง ; ที่ว่างเล็กน้อย

空地 kòngdì 名 ที่ว่าง

空额（空額）kòng'é 名 จำนวน (คน) ที่ยังไม่ครบ

空缺 kòngquē 名 ตำแหน่งว่าง

空儿（空兒）kòngr 名 ที่ว่าง ; เวลาว่าง

空隙 kòngxì 名 ช่องว่าง

空闲（空閑）kòngxián 名 เวลาว่าง 形 ว่างไว้ไม่ได้ใช้งาน

空余（空餘）kòngyú 形 ว่างไว้ไม่ได้ใช้งาน

空子 kòng•zi 名 ช่องว่าง ; โอกาสที่ฉกฉวยได้

控 kòng 动 ฟ้อง ; ควบคุม ; คว่ำ

控告 kònggào 动 ฟ้องร้อง

控股 kònggǔ 动〈经〉 ถือหุ้นส่วนใหญ่ของบริษัท ; บีวีไอ (*BVI*)

控诉（控訴）kòngsù 动 กล่าวหา ; ประณาม

控制 kòngzhì 动 ควบคุม

控制论（控制論）kòngzhìlùn 名〈数〉 ทฤษฎีว่าด้วยการควบคุม

抠（摳）kōu 动 แคะ ; แกะ ; 〈方〉 งกมาก

抠门儿（摳門兒）kōuménr 动 〈方〉 ขี้เหนียว ; งก

抠字眼儿（摳字眼兒）kōu zìyǎnr แกะความหมายตามตัวหนังสือ

眍（瞘）kōu 动 ตาโหล

口 kǒu 名 ปาก ; วาจา ; ช่อง 量 คน

口岸 kǒu'àn 名 ท่าเรือ

口杯 kǒubēi 名 ถ้วย

口碑 kǒubēi 名 คำสรรเสริญจากประชาชน

口才 kǒucái 名 คารม ; ฝีปาก

口吃 kǒuchī 动 ติดอ่าง

口齿（口齒）kǒuchǐ 名 การออกเสียง ; ฝีปาก

口臭 kǒuchòu 名 กลิ่นปากเหม็น 形 ปากมีกลิ่นเหม็น

口袋 kǒu•dai 名 กระเป๋า (ตามเสื้อผ้า) ; ถุง

口风（口風）kǒufēng 名 เจตนา (ที่แสดงออกจากคำพูด)

口服 kǒufú 动 (ยา) ใช้รับประทาน ; ปากบอกว่ายอม

口服液 kǒufúyè 名〈药〉 ยาน้ำที่ใช้รับประทาน

口福 kǒufú 名 ลาภปาก

口感 kǒugǎn 名 ความรู้สึกทางชิวหาประสาท

口供 kǒugòng 名〈法〉 คำให้การ

口号（口號）kǒuhào 名 คำขวัญ

口红（口紅）kǒuhóng 名 ลิปสติก (*lipstick*)

口技 kǒujì 名 ศิลปะการเลียนแบบเสียงต่าง ๆ

口角 kǒujiǎo 动 มุมปาก

口径（口徑）kǒujìng 名 เส้นผ่าศูนย์กลางของปากกระบอก ; มาตรฐาน ; อุปมา มุมมองหรือหลักการในการจัดการ

口诀（口訣）kǒujué 名 สูตรที่ท่อง

口角 kǒujué 名 การทะเลาะวิวาท

口口声声（口口聲聲）kǒu•koushēngshēng 副 พูดเน้นอยู่บ่อยๆ

口快 kǒukuài 形 ปากไว ; พูดพรวดออกไป (โดยไม่ยั้งคิด)

口粮（口糧）kǒuliáng 名 เสบียงอาหาร (ของทหาร) ; ข้าวที่รับประทานประจำทุกวัน

口令 kǒulìng 名 คำสั่งเป็นวาจา ; คำพูดเป็นรหัส

K

口蜜腹剑（口蜜腹劍）kǒumì-fùjiàn 〈成〉 ปากหวานก้นเปรี้ยว ; พูดดีแต่ใจไม่ดี

口气（口氣）kǒu•qì 名 มาดในการพูด ; น้ำเสียง

口腔 kǒuqiāng 名 ช่องปาก

口琴 kǒuqín 名〈乐〉 ฮาร์โมนิกา (*harmonica*) ; หีบเพลงปาก

口儿（口兒）kǒur 名 ปาก ; ช่อง ; รอยแตกปริ

口若悬河（口若懸河）kǒuruòxuánhé 〈成〉 พูดเป็นน้ำไหลไฟดับ

口哨儿（口哨兒）kǒushàor 名 ผิวปาก

口舌 kǒushé 名 การเป็นปากเป็นเสียงกัน ; คำพูด (ในเวลาเจรจาโต้เถียงหรือโน้มน้าว)

口实（口實）kǒushí 名〈书〉 ข้ออ้าง

口试（口試）kǒushì 动 สอบปากเปล่า

口是心非 kǒushì-xīnfēi 〈成〉 ปากว่าตาขยิบ ; ปากกับใจไม่ตรงกัน

口授 kǒushòu 动 ถ่ายทอด (วิชาความรู้หรือการร้องรำทำเพลง) ด้วยวาจา ; พูดให้จดไว้

口述 kǒushù 动 เล่าด้วยวาจา

口水 kǒushuǐ 名 น้ำลาย

口算 kǒusuàn 动 คิดเลขในใจ

口头（口頭）kǒutóu 形 ด้วยปากเปล่า ; ด้วยคำพูด

口头禅（口頭禪）kǒutóuchán 名 สำนวนที่ติดปาก

口头语（口頭語）kǒutóuyǔ 名 คำพูดที่ติดปาก

口味 kǒuwèi 名 รสชาติ

口吻 kǒuwěn 名 น้ำเสียง

口误（口誤）kǒuwù 动 เผลอพูดผิด

口香糖 kǒuxiāngtáng 名 หมากฝรั่ง

口信 kǒuxìn 名 ข่าวคราวที่ส่งผ่านด้วยวาจา

口译（口譯）kǒuyì 动 แปลปากเปล่า

口音 kǒuyīn 名 สำเนียงพูด ; เสียงพูด

K

口语（口語）kǒuyǔ 名 ภาษาพูด

口罩 kǒuzhào 名 ผ้าปิดปากและจมูก ; หน้ากากอนามัย

口子 kǒu•zi 名 ช่อง ; ปากบาดแผล 量〈口〉 คน (ลักษณนามของคน)

叩 kòu 动 เคาะ ; กราบ ; สอบถาม

叩击（叩擊）kòujī 动 เคาะ

叩见（叩見）kòujiàn 动〈敬〉 ขอพบ

叩门（叩門）kòumén 动 เคาะประตู

叩头（叩頭）kòutóu 动 กราบไหว้

扣 kòu 动 กลัด (กระดุม) ; วางคว่ำ ; หักเปอร์เซ็นต์

扣除 kòuchú 动 หัก (จากจำนวนรวม)

扣发（扣發）kòufā 动 หัก (จากจำนวนที่ควรจะให้เบิกจ่าย)

扣留 kòuliú 动 อายัด ; กักตัว

扣人心弦 kòurénxīnxián 〈成〉 โดนใจ ; น่าตื่นเต้น

扣押 kòuyā 动 กักตัว

扣子 kòu•zi 名 กระดุม

寇仇 kòuchóu 名 ศัตรู

枯 kū 形 เหี่ยวแห้ง

枯肠（枯腸）kūcháng 名〈书〉 แนวทางนึกคิด (ในการแต่งบทประพันธ์) ที่ขาดหาย

枯干（枯乾）kūgān 形 แห้งเหือด ; แห้งเหี่ยว

枯槁 kūgǎo 形 แห้งเหี่ยว ; ซีดเซียว

枯黄 kūhuáng 形 (ใบไม้) เหลืองแห้งกรอบ

枯寂 kūjì 形 เซ็งและหงอยเหงา

枯焦 kūjiāo 形 (พืช) แห้งเหี่ยวจนกรอบ

枯竭 kūjié 形 แห้งขอด ; ขัดสน

枯井 kūjǐng 名 บ่อน้ำที่แห้งขอด

枯木逢春 kūmù-féngchūn 〈成〉 ไม้แห้งเมื่อถึงฤดูใบไม้ผลิจึงฟื้นขึ้นใหม่ อุปมาว่า ได้โอกาสที่ฟื้นชีพใหม่

枯涩（枯澀）kūsè 形 (สำนวนภาษา) จืดชืดไม่ราบรื่น

枯瘦 kūshòu 形 ผอมแห้ง

枯萎 kūwěi 形 เหี่ยวเฉา

枯燥 kūzào 形 เซ็ง ; ไร้รสชาติ

枯枝 kūzhī 名 กิ่งไม้แห้ง

哭 kū 动 ร้องไห้

哭鼻子 kū bí•zi 动〈口〉 ร้องไห้

哭泣 kūqì 动 ร้องไห้สะอึกสะอื้น

哭诉（哭訴）kūsù 动 ร้องไห้ร้องห่มปรับทุกข์

哭笑不得 kūxiào-bùdé 〈成〉 ทำหน้าไม่ถูก

ด้วยความเคอะเขิน

窟 kū 名 ถ้ำ

窟窿 kū•long 名 โพรง ; รู ; ส่วนที่ขาดทุน

骷髅（骷髏）kūlóu 名 โครงกระดูกคนตาย

苦 kǔ 名 ทุกข์ ; ความทุกข์ยาก 形 ขม

苦差 kǔchāi 名 งาน (ที่ใช้ให้ทำ) ทั้งลำบากและไม่มีส่วนได้สำหรับตัวเอง

苦楚 kǔchǔ 形 ความเจ็บปวดในใจ

苦处（苦處）kǔchù 名 ความทุกข์ยาก

苦干（苦幹）kǔgàn 动 ต่อสู้อย่างทรหด

苦工 kǔgōng 名 งานที่ต้องใช้แรงงานหนัก ; คนงานที่ใช้แรงงานหนัก

苦瓜 kǔguā 名〈植〉มะระ

苦果 kǔguǒ 名 ผลกรรมอันขมขื่น

苦海 kǔhǎi 名 ห้วงแห่งความทุกข์ อุปมาว่าสิ่งแวดล้อมที่เต็มไปด้วยความยากลำบาก

苦尽甘来（苦盡甘來）kǔjìn-gānlái〈成〉ความทุกข์ผ่านไปความสุขเข้ามา

苦酒 kǔjiǔ 名 เหล้าขม อุปมาว่า ความทุกข์

苦口婆心 kǔkǒu-póxīn〈成〉เตือนแล้วเตือนอีกด้วยความหวังดี

苦力 kǔlì 名 กุลี

苦练（苦練）kǔliàn 动 ฝึกฝนอย่างทรหด

苦闷（苦悶）kǔmèn 形 กลัดกลุ้ม

苦命 kǔmìng 名 อาภัพ

苦难（苦難）kǔnàn 名 ความลำบากยากเข็ญและทุกข์ทรมาน

苦恼（苦惱）kǔnǎo 形 ความกลัดกลุ้มและรำคาญใจ

苦肉计（苦肉計）kǔròujì 名 แผนทรมานร่างกายตนเองเพื่อให้ข้าศึกไว้ใจ

苦涩（苦澀）kǔsè 形 ขมฝาด ; เจ็บปวด

苦水 kǔshuǐ 名 น้ำรสขม ; ความทุกข์

苦思冥想 kǔsī-míngxiǎng〈成〉คิดแบบล้มประดาตาย

苦痛 kǔtòng 形 ความทุกข์ทรมาน

苦头（苦頭）kǔ•tóu 名 ความลำบาก

苦味 kǔwèi 名 รสขม ; ความเจ็บปวด

苦笑 kǔxiào 动 ยิ้มแห้ง ๆ ; ฝืนยิ้ม ; ยิ้มแหย ๆ

苦心 kǔxīn 名 ความเหนื่อยยากลำบากใจ

苦心孤诣（苦心孤詣）kǔxīn-gūyì〈成〉ดำเนินการด้วยความเหนื่อยยากลำบากใจเป็นอย่างยิ่ง

苦役 kǔyì 名 แรงงานหนักที่ถูกเกณฑ์ทำ

苦于 kǔyú 动 กลุ้มใจที่... ; ลำบากยิ่งกว่า...

苦战（苦戰）kǔzhàn 动 สู้รบอย่างทรหด ; ต่อสู้อย่างทรหด

苦衷 kǔzhōng 名 ความลำบากใจ

库（庫）kù 名 คลัง ; โกดัง ; ที่เก็บสิ่งของขนาดใหญ่

库藏（庫藏）kùcáng 动 เก็บไว้ในโกดัง (ห้องสมุด ฯลฯ)

库存（庫存）kùcún 名 ที่เก็บไว้ในโกดัง

库房（庫房）kùfáng 名 โกดัง ; คลังสินค้า

库仑（庫侖）kùlún 量〈电〉คูลอมบ์ (*coulomb*)

裤（褲）kù 名 กางเกง

裤衩（褲衩）kùchǎ 名 กางเกงชั้นใน

裤裆（褲襠）kùdāng 名 เป้ากางเกง

裤兜（褲兜）kùdōu 名 กระเป๋ากางเกง

裤脚（褲脚）kùjiǎo 名 ส่วนปลายของขากางเกง

裤筒（褲筒）kùtǒng 名 ขากางเกง

裤头（褲頭）kùtóu 名〈方〉กางเกงชั้นใน

裤腿（褲腿）kùtuǐ 名 ขากางเกง

裤线（褲綫）kùxiàn 名 รอยรีดเส้นกลางหน้าและหลังบนขากางเกง

裤腰（褲腰）kùyāo 名 ส่วนเอวกางเกง

裤子（褲子）kù•zi 名 กางเกง

酷爱（酷愛）kù'ài 动 ชอบอย่างยิ่ง

酷寒 kùhán 形 หนาวยะเยือก

酷热（酷熱）kùrè 形 ร้อนระอุ

酷暑 kùshǔ 名 หน้าร้อนที่ร้อนระอุ

酷似 kùsì 动 เหมือนกันทีเดียว

酷刑 kùxíng 名 การลงโทษอย่างทารุณ

夸（誇）kuā 动 ชมเชย ; คุยโว

夸大（誇大）kuādà 动 พูดเกินจริง

夸大其词（誇大其詞）kuādà-qící〈成〉พูดเกินจริง

夸海口（誇海口）kuā hǎikǒu〈惯〉คุยโว ; โม้

K

夸奖（誇獎）kuājiǎng 动 ชมเชย

夸克（誇克）kuākè 名〈物〉 ควาร์ก (*quark*) อนุภาคมูลฐานสามชั้นที่เป็นรากฐานของมวลทั้งหมดในจักรวาล

夸口（誇口）kuākǒu 动 โม้ ; คุยโต

夸夸其谈（誇誇其談）kuākuā-qítán〈成〉 คุยโวโอ้อวด

夸脱（誇脱）kuātuō 量 ควอร์ต (*quart*)

夸耀（誇耀）kuāyào 动 โอ้อวด

夸赞（誇贊）kuāzàn 动 ชมเชย

夸张（誇張）kuāzhāng 形 พูดเกินจริง 名 การพรรณนาเกินจริง

侉 kuǎ 形〈方〉 เสียงแปร่ง ; ใหญ่เทอะทะ

垮 kuǎ 动 พังทลาย ; ทรุด

垮台（垮臺）kuǎtái 动 ล้ม (สิ้นอำนาจ)

挎 kuà 动 ควงด้วยแขน ; สะพาย

挎包 kuàbāo 名 กระเป๋าสะพาย

胯 kuà 名〈生理〉 ตะโพก ; สะโพก

胯骨 kuàgǔ 名〈生理〉 กระดูกตะโพก ; กระดูกสะโพก

跨 kuà 动 ก้าว ; ข้าม ; คร่อม

跨度 kuàdù 名 ช่วงระยะความยาวระหว่างตอม่อสะพานหรือกำแพงค้ำน้ำหนักสิ่งก่อสร้าง

跨国（跨國）kuàguó 形 ข้ามชาติข้ามประเทศ

跨栏（跨欄）kuàlán 名〈体〉 การกระโดดข้ามรั้ว

跨学科（跨學科）kuàxuékē 动 ข้ามศาสตร์

跨越 kuàyuè 动 ก้าวข้าม

会计（會計）kuài•jì 名 การบัญชี ; พนักงานบัญชี

会计师（會計師）kuàijìshī 名 สมุห์บัญชี

块（塊）kuài 量 ก้อน ; ชิ้น ; ผืน ; แปลง

块儿（塊兒）kuàir 名〈口〉 ก้อน ; ชิ้น ; ผืน ; แปลง

块头（塊頭）kuàitóu 名〈方〉 ขนาดรูปร่าง (สูง เตี้ย อ้วน ผอม)

快 kuài 形，副 เร็ว ; ด่วน

快板儿 kuàibǎnr 名〈剧〉 การพูดทำนองเสนาะพร้อมกับเคาะจังหวะด้วยกรับ (รูปแบบการแสดงพื้นบ้านชนิดหนึ่งของจีน)

快报（快報）kuàibào 名 ข่าวด่วน ; ข่าวด่วนที่ติดบอร์ด

快步 kuàibù 名 ฝีเท้าที่ก้าวเร็ว

快步流星 kuàibù-liúxīng〈成〉 สาวเท้าด้วยจังหวะก้าวที่รวดเร็ว

快餐 kuàicān 名 อาหารจานด่วน ; ฟาสต์ฟูด (*fast food*)

快车（快車）kuàichē 名 ขบวนรถด่วน ; รถเร็ว

快当（快當）kuài•dang 形 รวดเร็ว

快刀斩乱麻（快刀斬亂麻）kuàidāo zhǎn luànmá〈成〉 ตัดสินใจแก้ปัญหายุ่งยากอย่างเฉียบขาดรวดเร็ว

快递（快遞）kuàidì 动 ส่งด่วนทางไปรษณีย์ 名 การขนส่งด่วน

快点儿（快點兒）kuàidiǎnr เร็วเข้า ; เร็วหน่อย

快感 kuàigǎn 名 ความรู้สึกชื่นใจ

快活 kuài•huo 形 สุขใจ

快件 kuàijiàn 名 จดหมายหรือไปรษณียภัณฑ์ส่งด่วน ; อี.เอ็ม.เอส. (*EMS*)

快捷 kuàijié 形 ฉับไว

快乐（快樂）kuàilè 形 สุขใจ ; สบายอารมณ์

快马加鞭（快馬加鞭）kuàimǎ-jiābiān〈成〉 เฆี่ยนม้าเร็วด้วยแส้ อุปมาว่า เร่งให้เร็วขึ้นอีกทั้ง ๆ ที่รวดเร็วอยู่แล้ว

快慢 kuàimàn 名 ความเร็ว ; ช้าหรือเร็ว

快门（快門）kuàimén 名〈摄〉 ชัตเตอร์ (*shutter*)

快人快语（快人快語）kuàirén-kuàiyǔ〈成〉 คนเปิดเผยพูดจาก็ตรงไปตรงมา

快事 kuàishì 名 เรื่องที่สบอารมณ์ ; เรื่องที่สะใจ

快手 kuàishǒu 名 คนทำงานฉับไว

快速 kuàisù 形 รวดเร็ว

快艇 kuàitǐng 名 เรือเร็ว ; เรือยนต์

快慰 kuàiwèi 形 ชื่นใจและพอใจ

快信 kuàixìn 名 จดหมายด่วน

快讯（快訊）kuàixùn 名 ข่าวด่วน

快要 kuàiyào 副 เกือบจะ ; แทบจะ

快意 kuàiyì 形 ชื่นใจ

快运（快運）kuàiyùn 动 ขนส่งด่วน

快嘴 kuàizuǐ 名 ปากไว

脍炙人口（膾炙人口）kuàizhì-rénkǒu <成> อาหารรสดี ผู้คนชอบกิน อุปมาว่า บทประพันธ์ที่ดีเป็นที่ชื่นชอบของบุคคลทั่วไป

筷子 kuài·zi 名 ตะเกียบ

鲙鱼（鱠魚）kuàiyú 名<动> ปลาเฮริงจีน (*Chinese herring*) (ตระกูลปลาทู)

宽（寬）kuān 形 กว้าง ; ผ่อนผัน

宽敞（寬敞）kuān·chang 形 กว้าง ; กว้างใหญ่

宽绰（寬綽）kuān·chuo 形 กว้าง ; โล่ง ; เหลือกินเหลือใช้

宽大（寬大）kuāndà 形 กว้างหรือใหญ่ ; (ปฏิบัติต่อผู้กระทำผิดอย่าง) ผ่อนผัน

宽大为怀（寬大爲懷）kuāndà-wéihuái <成> ใจกว้างและโอบอ้อมอารี

宽待（寬待）kuāndài 动 ปฏิบัติต่ออย่างผ่อนผัน

宽带网络（寬帶網絡）kuāndài wǎngluò <计> ไวด์แบนด์ (*wideband*) ; บร็อดแบนด์ เน็ตเวิร์ก (*broadband network*)

宽度（寬度）kuāndù 名 ความกว้าง

宽泛（寬泛）kuānfàn 形 (ความหมาย) กว้าง

宽广（寬廣）kuānguǎng 形 กว้างขวาง

宽宏大量（寬宏大量）kuānhóng-dàliàng <成> ใจกว้าง

宽厚（寬厚）kuānhòu 形 กว้างและหนา ; ใจกว้างและจริงใจ

宽阔（寬闊）kuānkuò 形 กว้างใหญ่ไพศาล ; กว้าง

宽容（寬容）kuānróng 动 ให้อภัยโดยไม่ถือสา

宽恕（寬恕）kuānshù 动 อภัยโทษ

宽松（寬鬆）kuān·sōng 形 หลวม ๆ ; พลิกแพลงได้

宽慰（寬慰）kuānwèi 动 โล่งอกและสบายใจขึ้น

宽限（寬限）kuānxiàn 动 ผ่อนผันระยะเวลา

宽心（寬心）kuānxīn 动 โล่งใจ ; สบายใจ

宽银幕（寬銀幕）kuānyínmù 名 จอกว้าง (จอภาพยนตร์)

宽裕（寬裕）kuānyù 形 เหลือเฟือ ; กินดีอยู่ดี

宽窄（寬窄）kuānzhǎi 名 ความกว้าง ; กว้างหรือแคบ

髋骨（髖骨）kuāngǔ 名<生理> กระดูกตะโพก

款 kuǎn 名 เงิน ; แบบ 动 ต้อนรับ ; ช้า ๆ

款待 kuǎndài 动 ต้อนรับ

款额（款額）kuǎn'é 名 จำนวนเงิน

款留 kuǎnliú 动 ขอร้องให้ (แขก) อยู่ต่อไปอย่างจริงใจ

款式 kuǎnshì 名 แบบ

款项（款項）kuǎnxiàng 名 รายรับรายจ่ายของงวดเงิน ; รายการ (ในข้อสัญญา ฯลฯ)

款子 kuǎn·zi 名<口> เงิน

匡算 kuāngsuàn 动 คำนวณโดยประมาณ

匡正 kuāngzhèng 动 แก้ไขให้ถูกต้อง

诓（誆）kuāng 动 หลอก

诓骗（誆騙）kuāngpiàn 动 หลอกลวง

哐 kuāng 拟声 ปัง (คำเลียนเสียงที่เป็นเสียงกระทบกัน)

筐子 kuāng·zi 名 เข่ง

狂 kuáng 形 บ้า ; สติฟั่นเฟือน ; บ้าคลั่ง

狂暴 kuángbào 形 บ้าคลั่ง

狂奔 kuángbēn 动 วิ่งห้อ ; วิ่งควบโดยเร็ว

狂飙 kuángbiāo 名 พายุเฮอริเคน (*hurricane*)

狂吠 kuángfèi 动 เห่าหอนอย่างบ้าคลั่ง

狂风（狂風）kuángfēng 名 พายุจัด

狂呼 kuánghū 动 ร้องตะโกนเสียงลั่น

狂欢（狂歡）kuánghuān 动 สนุกสนานอย่างเต็มที่

狂欢节（狂歡節）kuánghuānjié 名 เทศกาลคาร์นิวัล (*carnival*)

狂澜（狂瀾）kuánglán 名 คลื่นที่โหมซัดสาดอย่างบ้าคลั่ง

狂怒 kuángnù 形 โกรธเป็นบ้า ; โกรธจัด

狂犬病 kuángquǎnbìng 名<医> โรคกลัวน้ำ

狂热（狂熱）kuángrè 形 ความกระตือรือร้นอย่างสุดขีด

狂人 kuángrén 名 คนบ้า

狂妄 kuángwàng 形 อวดดีนัก

狂喜 kuángxǐ 形 ดีใจเป็นบ้า ; ดีใจเป็นล้นพ้น

狂想 kuángxiǎng 动 เพ้อฝันอย่างคลั่งไคล้

狂想曲 kuángxiǎngqǔ 名<乐> เพลงแรปโซดี (*rhapsody*)

狂笑 kuángxiào 动 หัวเราะเป็นบ้า

K

狂言 kuángyán 名 คำพูดที่อวดดีนัก
狂躁 kuángzào 形 ร้อนรนสุดขีด
旷（曠）kuàng 形 โล่งและกว้างไพศาล
旷工（曠工）kuànggōng 动 ขาดงานโดยไม่ลา
旷课（曠課）kuàngkè 动 ขาดเรียนโดยไม่ลา
旷野（曠野）kuàngyě 名 ทุ่งโล่ง
况且 kuàngqiě 连 ยิ่งกว่านั้น
矿（礦）kuàng 名 แร่ ; เหมืองแร่
矿藏（礦藏）kuàngcáng 名 แร่ธาตุ
矿层（礦層）kuàngcéng 名<地质> ชั้นแร่
矿产（礦産）kuàngchǎn 名 สินแร่
矿床（礦床）kuàngchuáng 名<地质> แหล่งแร่
矿灯（礦燈）kuàngdēng 名 ตะเกียงที่ใช้ในบ่อเหมือง
矿工（礦工）kuànggōng 名 กรรมกรเหมืองแร่
矿井（礦井）kuàngjǐng 名 บ่อเหมือง
矿难（礦難）kuàngnàn 名 อุบัติเหตุที่เกิดจากเหมืองแร่
矿区（礦區）kuàngqū 名 บริเวณเหมืองแร่
矿泉水（礦泉水）kuàngquánshuǐ 名 น้ำแร่
矿砂（礦砂）kuàngshā 名<矿> แร่ที่เป็นเม็ดทราย
矿山（礦山）kuàngshān 名 เหมืองแร่
矿石（礦石）kuàngshí 名 สินแร่
矿物（礦物）kuàngwù 名 แร่
矿样（礦樣）kuàngyàng 名 ตัวอย่างแร่
矿业（礦業）kuàngyè 名 อุตสาหกรรมเหมืองแร่
矿渣（礦渣）kuàngzhā 名 กากแร่
框 kuàng 名 กรอบ ; วงกบ
框架 kuàngjià 名 วงกบ ; โครงสร้าง
框框 kuàng•kuang 名 วงจำกัด ; ขอบเขต
框图（框圖）kuàngtú 名 แผนผังที่ใส่กรอบ ; แฟรแมดพิกเจอร์ (*framed picture*)
框子 kuàng•zi 名 กรอบ
眶 kuàng 名 เบ้าตา
亏（虧）kuī 动 เสียหาย ; ขาด
亏本（虧本）kuīběn 动 ขาดทุน
亏待（虧待）kuīdài 动 ปฏิบัติต่ออย่างไม่ยุติธรรม
亏得（虧得）kuī•de 动 โชคดีที่... ; ดีที่...
亏耗（虧耗）kuīhào 名 เสื่อมเสีย ; สึกหรอ
亏空（虧空）kuī•kong 动 ขาดทุน 名 หนี้สิน
亏欠（虧欠）kuīqiàn 动 ขาดทุน
亏损（虧損）kuīsǔn 动 ขาดทุน ; (ร่างกาย) เสื่อมโทรม
亏心（虧心）kuīxīn 形 สำนึกในบาปกรรม
岿然不动（巋然不動）kuīrán-bùdòng <成> ตั้งตระหง่านอย่างโดดเด่น
盔 kuī 名 หมวกกันน็อก ; ภาชนะเครื่องเคลือบลักษณะคล้ายอ่าง
盔甲 kuījiǎ 名 หมวกกันน็อกและเสื้อเกราะ
窥测（窺測）kuīcè 动 แอบสังเกตการณ์
窥见（窺見）kuījiàn 动 แอบสังเกตเห็น ; มองออก
窥视（窺視）kuīshì 动 แอบมอง
窥探（窺探）kuītàn 动 สอดส่อง
奎宁（奎寧）kuíníng 名 <药> ยาควินิน (*quinine*)
葵花 kuíhuā 名 ดอกทานตะวัน
葵花子 kuíhuāzǐ 名 เมล็ดดอกทานตะวัน
葵扇 kuíshàn 名 พัดใบปาล์ม
魁首 kuíshǒu 名 ผู้โดดเด่นเป็นอันดับหนึ่ง
魁伟（魁偉）kuíwěi 形 (ร่างกาย) สูงใหญ่แข็งแรง
魁梧 kuí•wu 形 (ร่างกาย) สูงใหญ่แข็งแรง
蝰蛇 kuíshé 名<动> ไวเพอร์ (*viper*) (งูพิษชนิดหนึ่ง)
傀儡 kuǐlěi 名 หุ่นกระบอก
匮乏（匱乏）kuìfá 形<书> ขาดแคลน
匮竭（匱竭）kuìjié 动<书> ขาดแคลนจนเหือดแห้ง
馈赠（饋贈）kuìzèng 动 ให้ (ของขวัญ) ; อภินันทนาการ (ของขวัญ)
溃败（潰敗）kuìbài 动 (ถูกตี) พ่ายแพ้ยับเยิน
溃烂（潰爛）kuìlàn 动 เปื่อย ; เน่าเปื่อย
溃散（潰散）kuìsàn 动 (ถูกตี) พ่ายแพ้แตกกระเจิดกระเจิง
溃逃（潰逃）kuìtáo 动 (ถูกตี) พ่ายแพ้แตกหนี
溃退（潰退）kuìtuì 动 (ถูกตี) พ่ายแพ้จนต้องถอยทัพ
溃疡（潰瘍）kuìyáng 动<医> แผลเปื่อย

K

愧 kuì 形 ละอายใจ
愧恨 kuìhèn 动 อับอายและแค้นใจตัวเอง
愧疚 kuìjiù 形 อับอายและกระวนกระวายใจ
坤 kūn 名〈书〉 เพศหญิง
坤表（坤錶）kūnbiǎo 名 นาฬิกาสตรี
坤车（坤車）kūnchē 名 จักรยานสตรี
坤角儿（坤角兒）kūnjuér 名〈剧〉 ตัวละครหญิงในงิ้วจีน
昆虫（昆蟲）kūnchóng 名 แมลง
昆虫学（昆蟲學）kūnchóngxué 名 กีฏวิทยา
昆仲 kūnzhòng 名〈书〉 คำเรียกพี่น้องคนอื่นด้วยความยกย่อง
捆 kǔn 动 มัด
捆绑（捆綁）kǔnbǎng 动 มัด (คน สัตว์ ฯลฯ)
捆扎 kǔnzā 动 มัด (สิ่งของ)
困 kùn 形 ง่วง ; อ่อนเพลีย ; อับจน
困顿（困頓）kùndùn 形 เหน็ดเหนื่อยเมื่อยล้าเต็มทน ; อับจน
困乏 kùnfá 形 อ่อนเพลีย ; เมื่อยล้า
困惑 kùnhuò 形 ฉงนสนเท่ห์
困境 kùnjìng 名 สภาพที่ตกอับ
困窘 kùnjiǒng 形 คับแค้น
困局 kùnjú 名 สภาพที่ตกอับ
困倦（睏倦）kùnjuàn 形 ง่วง
困苦 kùnkǔ 形 ลำบากยากแค้น
困难（困難）kùn•nan 名 ความยากลำบาก
困扰（困擾）kùnrǎo 动 ทำให้งง ; ทำให้ยุ่งเหยิงใจ
困守 kùnshǒu 动 ยืนหยัดรักษา (เมือง ฐานที่มั่น ฯลฯ) ขณะที่ถูกปิดล้อม
困兽犹斗（困獸猶鬥）kùnshòu-yóudòu 〈成〉 หมาจนตรอกยังจะสู้
扩编（擴編）kuòbiān 动 ขยายหน่วยงานและเพิ่มอัตรากำลังคน
扩充（擴充）kuòchōng 动 ขยาย ; เพิ่ม ; เสริม
扩大（擴大）kuòdà 动 แผ่ขยาย
扩建（擴建）kuòjiàn 动 สร้างขยาย
扩军（擴軍）kuòjūn 动 ขยายกำลังรบ
扩散（擴散）kuòsàn 动 แผ่กระจาย
扩音机（擴音機）kuòyīnjī 名 เครื่องขยายเสียง
扩印（擴印）kuòyìn 动 พิมพ์ขยาย
扩展（擴展）kuòzhǎn 动 ขยายออกไป ; พัฒนา
扩张（擴張）kuòzhāng 动 ขยาย (อิทธิพล ดินแดน การปกครอง ฯลฯ)
括 kuò 动 ครอบคลุม
括号 kuòhào 名〈语〉 เครื่องหมายวงเล็บ ; นขลิขิต
阔（闊）kuò 形 กว้าง ; หรูหราฟุ่มเฟือย
阔别（闊別）kuòbié 动 จากกันเป็นเวลานาน
阔步（闊步）kuòbù 动 ก้าวไปข้างหน้าด้วยฝีก้าวใหญ่
阔绰（闊綽）kuòchuò 形 หรูหราฟุ่มเฟือย
阔气（闊氣）kuò•qi 形 หรูหราฟุ่มเฟือย
阔人（闊人）kuòrén 名 คนรวย
阔叶树（闊葉樹）kuòyèshù 名〈植〉 ต้นไม้ชนิดใบกว้าง

K

L l

垃圾 lājī 名 ขยะ
垃圾桶 lājītǒng 名 ถังขยะ
垃圾邮件（垃圾郵件）lājī yóujiàn
จดหมายที่ไม่มีค่า ; 〈计〉 อีเมลที่ไม่มีค่า ; จังค์เมล (*junk mail*) ; จดหมายขยะ

拉 lā 动 ดึง ; ลาก
拉帮结派（拉幫結派）lābāng-jiépài 〈成〉〈贬〉 คบกันเป็นพรรคพวก ; คบกันเป็นแก๊ง (*gang*)
拉扯 lā·che 动 〈口〉 ฉุดดึง ; เลี้ยงดู ; ช่วย
拉倒 lādǎo 动 〈口〉 แล้วกันไป ; เลิกกันไป
拉丁文 Lādīngwén 名 ภาษาลาติน (*Latin language*)
拉丁舞 lādīngwǔ 名 ระบำลาติน
拉丁字母 Lādīng zìmǔ อักขระลาติน ; อักษรลาติน
拉动 lādòng 动 ใช้มาตรการกระตุ้นให้พัฒนา
拉肚子 lā dù·zi 动 〈口〉 ท้องเดิน ; ท้องเสีย
拉杆 lāgān 名 〈机〉 ก้านดึง ; ส่วนเชื่อมระหว่างข้อเหวี่ยงเครื่องจักรกับก้าน
拉钩（拉鉤）lāgōu 动 เอานิ้วชี้หรือนิ้วก้อยของมือขวาคล้องกันโดยปริยายหมายถึงไม่กลับคำ
拉关系（拉關係）lā guān·xi 动 〈贬〉 ตีสนิท
拉后腿（拉後腿）lā hòutuǐ 动 〈口〉 เหนี่ยวรั้งขาไว้ไม่ให้ไป อุปมาว่า พยายามกีดขวางการกระทำของคนอื่น (มักจะใช้กับคนสนิท)
拉家常 lā jiācháng 动 〈口〉 คุยเรื่องสัพเพเหระ
拉锯（拉鋸）lājù 动 ช่วยกันเลื่อย (แบบชักเย่อ)
拉客 lākè 动 ดึงลูกค้า
拉拉扯扯 lālāchěchě 〈成〉 จับมือถือแขน
拉拉队（拉拉隊）lālāduì 名 กองเชียร์ ; เชียร์ลีเดอร์ (*heer leader*)
拉力 lālì 名 〈物〉 แรงดึง
拉力器 lālìqì 名 〈体〉 เครื่องยืดหน้าอก
拉力赛（拉力賽）lālìsài 名 〈体〉 การแข่งขันแรลลี (*rally*)
拉链（拉鏈）lāliàn 名 ซิป (*zipper*)
拉拢（拉攏）lā·lǒng 动 ดึงมาเป็นพวก
拉门（拉門）lāmén 名 ประตูผลักดึง
拉面（拉麵）lāmiàn 名 บะหมี่ชนิดหนึ่งซึ่งนำเอาก้อนแป้งมาดึงเป็นเส้น ๆ
拉皮条（拉皮條）lā pítiáo 动 ชักนำชายหญิงให้เป็นชู้กันอย่างผิดจารีต
拉平 lāpíng 动 ทำให้เสมอกัน
拉手 lāshǒu 动 จับมือ
拉手 lā·shou 名 คันจับ ; มือถือ
拉锁儿（拉鎖兒）lāsuǒr 名 ซิป (*zipper*)
拉稀 lāxī 动 〈口〉 ท้องร่วง ; ท้องเสีย
拉下脸（拉下臉）lāxià liǎn 动 〈口〉 ฉีกหน้า ; ไม่ไว้หน้า ; หน้าบึ้ง
拉下水 lāxià shuǐ 动 〈口〉 ฉุดลงน้ำ อุปมาว่าให้ทำความชั่วด้วยกัน
拉线（拉綫）lāxiàn 动 ชักนำ ; ชักจูง
拉杂（拉雜）lāzá 形 จุกจิกยุ่งเหยิง

拉 lá 动 กรีด (ด้วยมีด)
拉开（拉開）lákāi 动 กรีดออก

喇叭 lǎ·ba 名 ลำโพง ; 〈乐〉 แตร
喇叭花 lǎ·bahuā 名 ดอกบานบุรี
喇叭裤（喇叭褲）lǎ·bakù 名 กางเกงขาบาน
喇嘛 lǎ·ma 名 〈宗〉 พระลามะ (ของทิเบต)

落 là 动 ตก ; ลืมทิ้งไว้ ; ตกหลัง

腊肠（臘腸）làcháng 名 กุนเชียง
腊梅（臘梅）làméi 名 〈植〉 ต้นดอกเหมยเหลือง ; ดอกเหมยเหลือง
腊月（臘月）làyuè 名 เดือนสิบสองตามจันทรคติ

蜡（蠟）là 名 ขี้ผึ้ง ; เทียนไข
蜡版（蠟版）làbǎn 名 แม่พิมพ์กระดาษไขสำหรับพิมพ์โรเนียว
蜡笔（蠟筆）làbǐ 名 ดินสอสีขี้ผึ้ง ; สีเทียม
蜡果（蠟果）làguǒ 名〈工美〉ผลไม้เทียมทำด้วยขี้ผึ้ง
蜡黄（蠟黄）làhuáng 形 เหลืองเหมือนสีขี้ผึ้ง
蜡疗（蠟療）làliáo 动〈医〉การรักษาโรคด้วยขี้ผึ้ง
蜡染（蠟染）làrǎn 动〈工〉พิมพ์ลายดอกผ้าด้วยขี้ผึ้ง 名 ผ้าที่พิมพ์ลายดอกด้วยขี้ผึ้ง
蜡人（蠟人）làrén 名 หุ่นขี้ผึ้ง
蜡像（蠟像）làxiàng 名 หุ่นขี้ผึ้ง
蜡纸（蠟紙）làzhǐ 名 กระดาษไข
蜡烛（蠟燭）làzhú 名 เทียนไข
辣 là 形 เผ็ด ; แสบ ; เหี้ยม
辣酱（辣醬）làjiàng 名 เต้าเจี้ยวรสเผ็ด; ซอสพริก
辣椒 làjiāo 名〈植〉พริก
辣手 làshǒu 名 มือเหี้ยม 形〈方〉เหี้ยมโหด ; จัดการยาก
啦 la 助 คำลงท้ายประโยค บอกการเปลี่ยนแปลงการมีเหตุการณ์ใหม่เกิดขึ้นหรือการเร่ง การห้าม ฯลฯ
来（來）lái 动 มา ; ทำ
来宾（來賓）láibīn 名 แขกที่มา (ใช้เฉพาะกับแขกที่ได้รับเชิญจากรัฐบาล หรือองค์การ ฯลฯ)
来不得（來不得）lái•bu•de 动 ไม่บังควร
来不及（來不及）lái•bují 动 ไม่ทัน
来潮（來潮）láicháo 动 น้ำขึ้น ; ระดูมา
来得及（來得及）lái•dejí 动 ทัน
来电（來電）láidiàn 名 โทรเลข ; โทรศัพท์ ; โทรพิมพ์ 动 ส่งโทรเลขหรือโทรพิมพ์มา ; โทรศัพท์เข้ามา
来犯（來犯）láifàn 动 มารุกราน
来访（來訪）láifǎng 动 มาเยี่ยม ; มาเยือน
来复枪（來复槍）láifùqiāng 名〈军〉ปืนไรเฟิล (*rifle*)
来稿（來稿）láigǎo 名 (ฝ่ายบรรณาธิการสำนักพิมพ์หมายถึง) งานเขียนที่ผู้เขียนส่งมา
来函（來函）láihán 名 จดหมายทางการที่ส่งมา
来回（來回）láihuí 动 ไปกลับ
来件（來件）láijiàn 名 เอกสารหรือสิ่งของที่ส่งมา
来劲（來勁）láijìn 形〈口〉จิตใจฮึกเหิม ; มีกำลังมากยิ่งขึ้น
来客（來客）láikè 名 แขกที่มาหา ; อาคันตุกะที่มาเยือน
来历（來歷）láilì 名 ความเป็นมา ; ประวัติ
来临（來臨）láilín 动 มาถึง
来龙去脉（來龍去脉）láilóng-qùmài〈成〉ความเป็นมา ; ต้นสายปลายเหตุ
来路（來路）láilù 名 เส้นทางที่มา ; แหล่งที่มา
来路（來路）lái•lu 名 ประวัติ ; ความเป็นมา
来年（來年）láinián 名 ปีหน้า ; ปีต่อไป
来去（來去）láiqù 动 ไปมา ; ไปหรือมา
来人（來人）láirén 名 ผู้มา
来日（來日）láirì 名 วันหน้าวันหลัง
来日方长（來日方長）láirì-fāngcháng〈成〉วันเวลาข้างหน้ายังมีอีกมาก
来生（來生）láishēng 名 ชาติหน้า
来使（來使）láishǐ 名 ทูตที่ส่งมาปฏิบัติหน้าที่
来世（來世）láishì 名 ชาติหน้า
来势（來勢）láishì 名 สถานการณ์ที่จะเผชิญ
来头（來頭）lái•tou 名 ภูมิหลัง ; สาเหตุ
来往（來往）láiwǎng 动 ไปมา ; ไปมาหาสู่
来信（來信）láixìn 动 ส่งจดหมายมา 名 จดหมายที่ส่งมา
来意（來意）láiyì 名 จุดประสงค์ที่มาหา
来由（來由）láiyóu 名 สาเหตุ
来源（來源）láiyuán 名 แหล่งที่มา
来源于（來源于）láiyuányú มีแหล่งที่มาจาก
来者（來者）láizhě 名 บุคคลหรือสิ่งใดสิ่งหนึ่งซึ่งจะบังเกิดขึ้นในกาลภายหน้า ; ผู้มา ; สิ่งของที่ให้มา
赖（賴）lài 动 อาศัย 形〈口〉บิดพลิ้ว ; ดื้อแพ่ง
赖皮（賴皮）làipí 形〈口〉หน้าด้าน ; ไร้ยางอาย
赖以（賴以）làiyǐ 动 อาศัยด้วย...
赖账（賴賬）làizhàng 动 เหนียวหนี้ ; บิดพลิ้ว
癞蛤蟆（癩蛤蟆）làihá•ma 名〈动〉คางคก

癞皮狗（癞皮狗）làipígǒu 名 หมาขี้เรื้อน

兰（蘭）lán 名 กล้วยไม้

兰草（蘭草）láncǎo 名〈植〉กล้วยไม้ชนิดหนึ่ง

兰花（蘭花）lánhuā 名〈植〉คำเรียกทั่ว ๆ ไปของกล้วยไม้

拦（攔）lán 动 ขัดขวาง ; กั้น ; สกัด

拦河坝（攔河壩）lánhébà 名〈水〉เขื่อนกั้นน้ำ

拦击（攔擊）lánjī 动 สกัดโจมตี

拦截（攔截）lánjié 动 สกัด

拦路（攔路）lánlù 动 ขวางทาง

拦路虎（攔路虎）lánlùhǔ 名 โจรที่ดักปล้นกลางทาง ; อุปสรรคที่ขวางทาง

拦网（攔網）lánwǎng 动〈体〉ป้องกันลูกวอลเลย์บอลไม่ให้ข้ามตาข่าย ; บล๊อค (*block*)

拦腰（攔腰）lányāo 动 โอบเอว 副 จากกึ่งกลาง

拦阻（攔阻）lánzǔ 动 ขัดขวาง

栏（欄）lán 名 รั้ว ; ราว

栏杆（欄杆）lángān 名 ราว

栏目（欄目）lánmù 名 คอลัมน์ (*column*)

阑珊（闌珊）lánshān 动〈书〉กำลังจะหมดสิ้น ; เสื่อมถอย

阑尾（闌尾）lánwěi 名〈生理〉ไส้ติ่ง

阑尾炎（闌尾炎）lánwěiyán 名〈医〉ไส้ติ่งอักเสบ

蓝（藍）lán 形 สีน้ำเงิน ; สีคราม

蓝宝石（藍寶石）lánbǎoshí 名 นิลสีน้ำเงิน

蓝本（藍本）lánběn 名 แบบฉบับที่อ้างอิง

蓝领（藍領）lánlǐng 名 ปกน้ำเงิน (*blue collar*) เป็นคำเรียกผู้ใช้แรงกายในบางประเทศ

蓝皮书（藍皮書）lánpíshū 名 สมุดปกน้ำเงิน

蓝色（藍色）lánsè 名 สีน้ำเงิน ; สีคราม

蓝天（藍天）lántiān 名 ท้องฟ้าสีคราม

蓝图（藍圖）lántú 名 แบบพิมพ์เขียว ; อุปมาว่าโครงการสร้างสรรค์

蓝牙（藍牙）lányá 名〈无〉บลูทูธ (*Bluetooth*)

谰言（讕言）lányán 名 คำใส่ร้ายป้ายสี ; คำพูดที่ไม่มีมูล

褴褛（襤褸）lánlǚ 形 ขาดกะรุ่งกะริ่ง

篮（籃）lán 名 ตะกร้า

篮板（籃板）lánbǎn 名〈体〉แป้นบาสเกตบอล

篮筐（籃筐）lánkuāng 名〈体〉ตะกร้าบาสเกตบอล

篮球（籃球）lánqiú 名〈体〉บาสเกตบอล (*basketball*)

篮子（籃子）lán•zi 名 ตะกร้า

揽（攬）lǎn 动 โอบกอด ; รวบ ; ดึงไว้ในมือ

揽活（攬活）lǎnhuó 动 ดึงงานมาไว้ในมือของตน

揽客（攬客）lǎnkè 动 ดึงลูกค้ามาใช้บริการของตน

缆（纜）lǎn 名 โซ่หรือเชือกใหญ่สำหรับผูกเรือ

缆车（纜車）lǎnchē 名 รถกระเช้า

缆绳（纜繩）lǎnshéng 名 เชือกใหญ่ ; สายเคเบิล (*cable*)

懒（懶）lǎn 形 ขี้เกียจ

懒虫（懶蟲）lǎnchóng 名〈口〉คนสันหลังยาว (ใช้เป็นคำล้อเล่นหรือคำด่า)

懒惰 lǎnduò 形 ขี้เกียจ

懒汉（懶漢）lǎnhàn 名 คนขี้เกียจ

懒散 lǎnsǎn 形 เกียจคร้าน

懒洋洋（懶洋洋）lǎnyángyáng 形 เหนื่อยหน่าย

烂（爛）làn 形 เปื่อย ; เน่า

烂糊（爛糊）làn•hu 形 เปื่อยยุ่ย

烂漫（爛漫）lànmàn 形 สีสันสดสวย ; เปิดเผยตามธรรมชาติ

烂泥（爛泥）lànní 名 โคลนเฉอะแฉะ

烂熟（爛熟）lànshú 形 เปื่อยยุ่ย ; ท่องจำได้อย่างคล่อง

烂摊子（爛攤子）làntān•zi 名 สภาพที่ยุ่งเหยิงสับสน

烂醉（爛醉）lànzuì 动 เมามายเต็มที่

滥（濫）làn 动 (น้ำ) ไหลบ่า 形 เกินขอบเขต

滥调（濫調）làndiào 名 คำพูดที่ไม่สอดคล้องกับความเป็นจริงและน่าเบื่อหน่าย

滥伐（濫伐）lànfá 动 ตัดไม้สุ่มสี่สุ่มห้า

滥用（濫用）lànyòng 动 ใช้อย่างเกินควร

滥竽充数（濫竽充數）lànyú-chōngshù〈成〉อุปมาว่า ผู้ที่ไม่มีความสามารถมั่วปลอมเข้าไปในกลุ่มผู้เชี่ยวชาญหรือสิ่งของชั้นต่ำปลอมปนกับสิ่ง

ของชั้นดี

郎 láng 名 ชื่อตำแหน่งขุนนางสมัยโบราณ ; คำที่ใช้เรียกคนบางประเภท ; คำที่ผู้หญิงเรียกสามี

郎才女貌 lángcái-nǚmào 〈成〉 ชายเก่งหญิงงาม (หมายความถึงคู่รักที่เหมาะสม)

郎中 lángzhōng 名 ชื่อตำแหน่งขุนนางสมัยโบราณ ; หมอจีน

狼 láng 名 หมาป่า ; สุนัขป่า

狼狈（狼狽）lángbèi 形 ตกในฐานะลำบาก

狼狈为奸（狼狽爲奸）lángbèi-wéijiān 〈成〉 สมคบกันทำความชั่ว

狼狗 lánggǒu 名 〈动〉 สุนัขเลี้ยงพันธุ์ใหญ่พันธุ์หนึ่งลักษณะคล้ายหมาป่า

狼藉 lángjí 形 ระเกะระกะ ; (ชื่อเสียง) ฉาวโฉ่

狼吞虎咽 lángtūn-hǔyàn 〈成〉 กินอย่างตะกละตะกลาม

狼心狗肺 lángxīn-gǒufèi 〈成〉 ใจดำเหมือนหมาป่า

狼子野心 lángzǐ-yěxīn 〈成〉 ความทะเยอทะยานที่โฉดชั่ว

锒铛入狱（鋃鐺入獄）lángdāng-rùyù 〈成〉 ถูกจองจำในคุก

朗读（朗讀）lǎngdú 动 การอ่านออกเสียง

朗朗 lǎnglǎng 形 สว่างแจ้ง ; เสียงดัง

朗诵（朗誦）lǎngsòng 动 การอ่านเป็นทำนอง

浪 làng 名 คลื่น

浪潮 làngcháo 名 กระแสคลื่น

浪荡（浪蕩）làngdàng 动 เที่ยวเอ้อระเหยลอยชาย 形 เสเพล

浪费（浪費）làngfèi 动 สุรุ่ยสุร่าย ; สิ้นเปลือง

浪花 lànghuā 名 คลื่นที่ถูกซัดกระเซ็น

浪迹 làngjì 动 เที่ยวระเหเร่ร่อน

浪漫 làngmàn 形 โรแมนติก (*romantic*)

浪漫主义 làngmàn zhǔyì โรแมนติกซิสม์ (*romanticism*)

浪头（浪頭）làng•tou 名 ลูกคลื่น

浪子 làngzǐ 名 คนเสเพล ; ลูกจองล้างจองผลาญ

捞（撈）lāo 动 ช้อน (เอาสิ่งของจากน้ำ) ; คว้า

捞取（撈取）lāoqǔ 动 คว้าเอา

劳（勞）láo 名 แรงงาน 形 เหน็ดเหนื่อย

劳保（勞保）láobǎo 名 การประกันภัยทางด้านแรงงาน ; การคุ้มครองทางด้านแรงงาน

劳动（勞動）láodòng 动 ทำงาน ; ใช้แรงงาน

劳动（勞動）láo•dong 动 〈敬〉 รบกวน

劳动法（勞動法）láodòngfǎ 名 〈法〉 กฎหมายแรงงาน

劳动节（勞動節）Láodòng Jié 名 วันแรงงาน ; วันเมย์เดย์ (*May Day*)

劳动力（勞動力）láodònglì 名 〈经〉 แรงงาน

劳动模范（勞動模範）láodòng mófàn บุคคลแบบอย่างที่มีผลงานโดดเด่นในการผลิต

劳动强度（勞動强度）láodòng qiángdù 〈工〉 ความเครียดของแรงงาน

劳动者（勞動者）láodòngzhě 名 ผู้ใช้แรงงาน ; ผู้ทำงาน

劳顿（勞頓）láodùn 形 〈书〉 เหน็ดเหนื่อย

劳而无功（勞而無功）láo'ér-wúgōng 〈成〉 เหนื่อยเปล่าไม่มีผลงาน

劳改（勞改）láogǎi 动 〈法〉〈简〉 บังคับ (นักโทษ) ใช้แรงงานเพื่อดัดสันดาน

劳工（勞工）láogōng 名 กรรมกร ; ผู้ใช้แรงงาน

劳绩（勞績）láojì 名 ผลงานและคุณงามความดี

劳驾（勞駕）láojià 动 〈套〉 ขอโทษ ขอรบกวนหน่อย

劳教（勞教）láojiào 动 〈法〉 การอบรมสั่งสอน (นักโทษ) โดยวิธีบังคับให้ทำงาน

劳苦（勞苦）láokǔ 形 เหน็ดเหนื่อยตรากตรำ

劳苦功高（勞苦功高）láokǔ-gōnggāo 〈成〉 เหน็ดเหนื่อยตรากตรำและมีผลงานอย่างใหญ่หลวง

劳累（勞累）láolèi 形 เหน็ดเหนื่อยเพราะทำงานหนัก

劳力（勞力）láolì 名 แรงงาน

劳碌（勞碌）láolù 形 เหน็ดเหนื่อยเพราะงานการมากมาย

劳民伤财（勞民傷財）láomín-shāngcái〈成〉ทำให้ประชาชนต้องทำงานหนักและทำให้ชาติต้องสิ้นเปลืองเงินทอง
劳神（勞神）láoshén 动 ใช้สมอง
劳损（勞損）láosǔn 动〈医〉(กล้ามเนื้อ) เครียดเกินไปจนเจ็บ
劳务（勞務）láowù 名〈经〉งานที่ใช้แรงกายหรืองานบริการ
劳务费（勞務費）láowùfèi 名〈经〉ค่าแรง ; ค่าป่วยการ
劳心（勞心）láoxīn 动 ใช้สมอง
劳燕分飞（勞燕分飛）láoyàn-fēnfēi〈成〉อุปมาการจากกันของคู่สามีภรรยา
劳役（勞役）láoyì 名 การใช้แรงงานที่ถูกบังคับ
劳逸（勞逸）láoyì 名 การทำงานและการพักผ่อน
劳资（勞資）láozī 名 คนงานและนายทุน
劳作（勞作）láozuò 动 ทำงาน
牢 láo 名 คุก ; คอก 形 แน่นหนา
牢不可破 láobùkěpò〈成〉แน่นหนาทนทานไม่อาจทำลายได้
牢房 láofáng 名 คุก ; ตะราง
牢固 láogù 形 แน่นหนาทนทาน ; แข็งแรง
牢记（牢記）láojì 动 จำให้แม่น
牢靠 láokào 形 แข็งแรงทนทาน ; ไว้ใจได้
牢笼（牢籠）láolóng 名 กรงขัง 动〈书〉ผูกมัด
牢骚（牢騷）láo•sāo 名 ความไม่พอใจ 动 บ่น
牢狱（牢獄）láoyù 名 คุก ; ตะราง
唠叨（嘮叨）láo•dao 动 บ่น
痨病（癆病）láobìng 名〈医〉วัณโรค
老 lǎo 形 แก่ ; เก่า ; เดิม ; สุดท้อง 副 มักจะ〈后缀〉คำเสริมหน้าคำเรียก
老百姓 lǎobǎixìng 名 ชาวบ้าน ; ประชาชน
老板（老闆）lǎobǎn 名 เถ้าแก่ ; นายห้าง
老板娘（老闆娘）lǎobǎnniáng 名 ภรรยาเถ้าแก่ ; เถ้าแก่เนี้ย
老半天 lǎobàntiān 名 ครู่ใหญ่ ; พักใหญ่
老伴儿 lǎobànr 名 ยายแก่ที่บ้าน ; ตาแก่ที่บ้าน (คำเรียกกันระหว่างสามีภรรยาผู้สูงอายุ)
老鸨（老鴇）lǎobǎo 名 แม่เล้า
老辈（老輩）lǎobèi 名 รุ่นอาวุโส ; รุ่นลายคราม
老本 lǎoběn 名 ทุนเดิม
老表 lǎobiǎo 名 ลูกพี่ลูกน้องฝ่ายมารดา ; คำเรียกชาวมณฑลเจียงซี (กังไส) ในเชิงล้อเล่น ;〈方〉คำเรียกชายอายุไล่เลี่ยกันแต่ไม่รู้จักกันอย่างมีมารยาท
老兵 lǎobīng 名 ทหารอาวุโส ; ทหารเก่า
老伯伯 lǎobó•bo 名 คุณลุง
老巢 lǎocháo 名 รังเก่า ; ซ่องโจร
老成 lǎochéng 形 สุขุมรอบคอบและมีประสบการณ์
老成持重 lǎochéng-chízhòng〈成〉สุขุมรอบคอบและมีประสบการณ์
老粗 lǎocū 名〈谦〉คนที่ไม่ได้เรียนหนังสือมา
老搭档（老搭檔）lǎodādàng 名 คู่หูที่ร่วมทำงานด้วยกันมานาน
老大 lǎodà 名 คนโต (ในรุ่นพี่น้อง) ; พี่ใหญ่ 副 อย่างยิ่ง
老大不小 lǎodà-bùxiǎo 形〈口〉โตพอที่จะเป็นผู้ใหญ่แล้ว
老大难（老大難）lǎo-dà-nán 形 สลับซับซ้อนและยากที่จะแก้ไขได้
老大娘 lǎodà•niáng 名〈口〉ป้า (เป็นคำที่ใช้เรียกหญิงผู้มีอายุ)
老大爷（老大爺）lǎodà•ye 名〈口〉ลุง (เป็นคำที่ใช้เรียกชายผู้มีอายุ)
老当益壮（老當益壯）lǎodāngyìzhuàng〈成〉กำลังใจยังเข้มแข็งถึงแม้ว่าอายุจะมาก
老底 lǎodǐ 名 ประวัติ (ของบุคคล) ; ภูมิหลัง (ของบุคคล)
老弟 lǎodì 名 น้องชาย (คำเรียกเพื่อนผู้ชายซึ่งมีอายุน้อยกว่าตน)
老调重弹（老調重彈）lǎodiào-chóngtán〈成〉คำพูดซ้ำซาก ; เหล้าเก่าในขวดใหม่
老掉牙 lǎodiàoyá 形〈俗〉เก่าคร่ำครึ
老干部（老幹部）lǎogànbù 名 ผู้ปฏิบัติงานอาวุโส
老公 lǎogōng 名〈口〉สามี ; ผัว

老公 lǎo•gong 名〈口〉คำเรียกขันทีสมัยโบราณ

老公公 lǎogōng•gong 名〈方〉ตาเฒ่า ; พ่อผัว ; พ่อสามี

老姑娘 lǎogū•niang 名 สาวแก่ ; ลูกสาวคนเล็ก

老古董 lǎogǔdǒng 名 ของโบราณ ; คนหัวโบราณ

老鸹（老鴰）lǎo•gua 名〈方〉อีกา

老汉（老漢）lǎohàn 名 ชายแก่

老好人 lǎohǎorén 名〈口〉คนที่อัธยาศัยดีและไม่ขัดใจคนอื่น

老狐狸 lǎohú•li 名 จิ้งจอกแก่ ; คนเจ้าเล่ห์

老虎 lǎohǔ 名 เสือ

老虎屁股摸不得 lǎohǔ pìgu mōbude〈俗〉เหมือนก้นเสือแตะต้องไม่ได้

老虎钳（老虎鉗）lǎohǔqián 名 เครื่องหนีบ (ปากกา) ; คีมปากนกแก้ว

老花镜（老花鏡）lǎohuājìng 名 แว่นสายตายาว

老花眼 lǎohuāyǎn 名 สายตาคนแก่

老化 lǎohuà 动 เสื่อมโทรม ; เสื่อมคุณภาพ ; ทรุดโทรม (ตามกาลเวลา)

老话（老話）lǎohuà 名 คำพูดเก่า ; เรื่องเก่า ๆ

老皇历（老皇曆）lǎohuáng•li 名 อุปมาว่า กฎระเบียบเก่าแก่ที่ล้าสมัย

老黄牛 lǎohuángniú 名 อุปมาว่า คนทำงานอย่างขยันหมั่นเพียร

老几（老幾）lǎojǐ 名〈口〉เรียงลำดับคนที่เท่าไร ; ใช้เป็นคำย้อนถาม หมายความว่า ไม่อยู่ในอันดับ

老骥伏枥（老驥伏櫪）lǎojì-fúlì〈成〉ถึงอายุมากแล้วก็ตาม แต่จิตใจที่ฮึกเหิมก็ยังไม่ลด

老家 lǎojiā 名 บ้านเกิด

老奸巨猾 lǎojiān-jùhuá〈成〉เล่ห์เหลี่ยมจัด

老茧（老繭）lǎojiǎn 名 หนังด้าน (ที่ฝ่ามือหรือฝ่าเท้า)

老将（老將）lǎojiàng 名 ขุนพลอาวุโส ; (มักจะใช้ในความหมายเปรียบเทียบ) ผู้อาวุโส

老赖（老賴）lǎolài 名〈俗〉คนเบี้ยวหนี้ ; คนหนีหนี้ ; คนเหนียวหนี้

老脸（老臉）lǎoliǎn 名〈谦〉(เห็นแก่) หน้าคนแก่ ; หน้าด้าน

老练（老練）lǎoliàn 形 จัดเจน ; ช่ำชอง

老龄（老齡）lǎolíng 形 สูงอายุ

老龄化（老齡化）lǎolínghuà 动 ภาวะผู้สูงอายุเพิ่มมากขึ้น

老路 lǎolù 名 เส้นทางเก่า

老妈子（老媽子）lǎomā•zi 名〈旧〉คนใช้หญิงที่มีอายุ

老马识途（老馬識途）lǎomǎ-shítú〈成〉ม้าแก่รู้จักทาง อุปมาว่า คนมีประสบการณ์ย่อมจะมีบทบาทนำทางได้

老迈（老邁）lǎomài 形 ชรา

老谋深算（老謀深算）lǎomóu-shēnsuàn〈成〉วางแผนรอบคอบ คิดลึกซึ้งกว้างไกล

老奶奶 lǎonǎi•nai 名 คุณยาย (คำที่เด็ก ๆ เรียกหญิงชรา) ; ย่าทวด

老年 lǎonián 名 วัยชรา

老年病 lǎoniánbìng 名 โรคคนแก่

老娘 lǎoniáng 名 แม่ (ผู้มีอายุ) ;〈方〉ข้า (หญิงวัยกลางคนหรือวัยชราเรียกตัวเองในเชิงหยิ่งยโส)

老娘 lǎo•niang 名〈方〉ยาย ;〈口〉สมัยเก่าเรียกหมอตำแย

老牌 lǎopái 名 ยี่ห้อเก่า 形 อาวุโส

老婆 lǎo•po 名〈口〉เมีย

老婆婆 lǎopó•po 名〈方〉ยาย (ใช้เรียกหญิงชรา) ; แม่ผัว

老婆子 lǎopó•zi 名〈口〉ยายแก่

老气横秋（老氣橫秋）lǎoqì-héngqiū〈成〉แก่เฒ่าไร้ชีวิตชีวา ; วางมาดเป็นผู้อาวุโส

老人 lǎorén 名 คนแก่ ; ผู้สูงอายุ

老人家 lǎo•ren•jia 名〈口〉ท่าน

老弱残兵（老弱殘兵）lǎoruòcánbīng〈熟〉คนมีอายุหรือสุขภาพไม่ดีฯลฯที่ไม่สามารถทำงานได้เต็มที่

老少 lǎoshào 名 คนแก่และเด็ก

老生常谈（老生常談）lǎoshēng-chángtán〈成〉คำพูดธรรมดาซึ่งพูดบ่อย ๆ

老师（老師）lǎoshī 名 ครู ; อาจารย์

老师傅（老師傅）lǎoshī•fu 名 อาจารย์ (เป็นคำเรียกผู้ชำนาญการเทคนิคที่มีอายุ)

老式 lǎoshì 形 แบบเก่า

老是 lǎoshì 副〈口〉มักจะ ; เป็นเนืองนิจ

老实（老實）lǎo•shi 形 ซื่อตรง

老实巴交（老實巴交）lǎo•shibājiāo 形〈俗〉ซื่อ ๆ

老手 lǎoshǒu 名 มือเก่า

老寿星（老壽星）lǎoshòu•xing 名 ผู้มีอายุวัฒนะ (เป็นคำเรียกคนอายุยืนหรือกล่าวอวยพรวันเกิดให้คนมีอายุ)

老鼠 lǎoshǔ 名 หนู

老太婆 lǎotàipó 名 ยายแก่

老太太 lǎotài•tai 名 คุณยาย (ใช้เรียกหญิงชรา) ; คุณแม่ (ใช้เรียกแม่คนอื่นหรือพูดถึงแม่ของตน)

老太爷（老太爺）lǎotàiyé 名 คุณตา (ใช้เรียกชายชรา) ; คุณพ่อ (ใช้เรียกพ่อคนอื่นหรือพูดถึงพ่อของตน)

老态龙钟（老態龍鍾）lǎotài-lóngzhōng〈成〉แก่เฒ่าจนเดินเหินไม่สะดวก

老套子 lǎotào•zi 名 แบบเก่า

老天 lǎotiān 名 สวรรค์

老天爷（老天爺）lǎotiānyé 名 สวรรค์ ; พระผู้เป็นเจ้า

老头儿（老頭兒）lǎotóur 名〈口〉ผู้เฒ่า

老头子（老頭子）lǎotóu•zi 名 ตาเฒ่า (มีความหมายในเชิงรังเกียจ) ; คำที่หญิงเรียกสามีผู้สูงอายุ

老外 lǎowài 名〈口〉ฝรั่งต่างชาติ

老顽固（老頑固）lǎowángù 名 คนหัวโบราณที่ดื้อรั้น ; คนคร่ำครึ

老翁 lǎowēng 名〈书〉คนชรา

老乡（老鄉）lǎoxiāng 名 คนบ้านเดียวกัน

老小 lǎoxiǎo 名 คนแก่และเด็ก

老兄 lǎoxiōng 名 พี่ชาย (คำเรียกเพื่อนผู้ชายซึ่งมีอายุมากกว่าตน)

老羞成怒 lǎoxiū-chéngnù〈成〉พาลโมโหด้วยทนความอับอายขายหน้าไม่ไหว

老朽 lǎoxiǔ 形 แก่หง่ำเหงอะ 名〈谦〉คนแก่ใช้เรียกตัวเองอย่างถ่อมตัว

老眼昏花 lǎoyǎn-hūnhuā〈俗〉คนแก่ตาลาย

老爷（老爺）lǎo•ye 名〈旧〉นายท่าน (คำที่ชาวบ้านใช้เรียกขุนนางหรือผู้มีอิทธิพล)

老爷爷（老爺爺）lǎoyé•ye 名 คุณปู่ (คำที่เด็กใช้เรียกชายชรา) ; ปู่ทวด

老一套 lǎoyītào 名 (ธรรมเนียมหรือวิธีการ) แบบเก่า

老鹰（老鷹）lǎoyīng 名〈动〉เหยี่ยว

老友 lǎoyǒu 名 เพื่อนเก่า

老远（老遠）lǎoyuǎn 形 ไกลมาก

老者 lǎozhě 名 ผู้มีอายุ ; ผู้อาวุโส

老子 lǎo•zi 名〈口〉พ่อ ; คำที่ใช้เรียกตัวเองในเชิงวางมาดใหญ่โต (มักจะพูดเวลาโมโหหรือล้อเล่น)

老字号（老字號）lǎozì•hao 名 (ร้านค้า) เจ้าเก่า

老总（老總）lǎozǒng 名〈旧〉คำที่ชาวบ้านเรียกทหารหรือตำรวจในสมัยก่อน ; คำที่ใช้เรียกผู้จัดการทั่วไป บรรณาธิการใหญ่ วิศวกรใหญ่ ฯลฯ

姥姥 lǎo•lao 名 ยาย

姥爷（姥爺）lǎo•ye 名 ตา

唠（嘮）lào 动〈方〉คุยกัน

烙 lào 动 รีด ; ปิ้ง

烙饼（烙餅）làobǐng 名 โรตีจีน 动 ปิ้งโรตีจีน

烙铁（烙鐵）lào•tie 名 เตารีด ; เครื่องบัดกรี

烙印 làoyìn 名 ตราไฟนาบ

涝（澇）lào 形 (พืชเกษตร) ถูกน้ำท่วม 名 น้ำที่ท่วมนองอยู่ในไร่นา

涝灾（澇災）làozāi 名 ภัยอันเกิดจากไร่นาถูกน้ำท่วม

落枕 làozhěn 名〈医〉โรคคอแข็งทื่อ (เนื่องจากเวลานอนถูกลมเย็นหรือท่านอนหมอนไม่ถูกต้อง) ; ตกหมอน

酪 lào 名 เนยแข็ง ; ครีม (ผลไม้ เมล็ดผลไม้ ฯลฯ)

乐（樂）lè 形 ดีใจ ; หัวเราะ 动 ชอบ

乐不可支（樂不可支）lèbùkězhī〈成〉ดีใจสุดขีด

乐不思蜀（樂不思蜀）lèbùsīshǔ〈成〉อุปมาว่าเพลิดเพลินอยู่ในความสุขจนลืมกลับบ้าน

乐此不疲（樂此不疲）lècǐ-bùpí〈成〉ชอบทำเรื่องนี้โดยไม่รู้สึกเบื่อหน่าย

乐得（樂得）lèdé 动 พอดีถูกใจ จึงยินดีที่จะ...
乐观（樂觀）lèguān 形 มองโลกในแง่ดี 名 สุขนิยม
乐呵呵（樂呵呵）lèhēhē 形 ดีอกดีใจ
乐极生悲（樂極生悲）lèjí-shēngbēi〈成〉รักสนุกทุกข์สนัด
乐趣（樂趣）lèqù 名 ความอภิรมย์ ; ความสนุก
乐事（樂事）lèshì 名 เรื่องที่น่าสนุก
乐天（樂天）lètiān 动 พอใจในสิ่งที่มีอยู่
乐土（樂土）lètǔ 名 แดนสุขาวดี
乐意（樂意）lèyì 动 ยินดี
乐于（樂于）lèyú 动 ยินดีที่จะ
乐园（樂園）lèyuán 名 สวนสนุก ; ดินแดนแห่งความผาสุก ; แดนสุขาวดี
勒令 lèlìng 动 สั่งบังคับ
勒索 lèsuǒ 动 รีดไถ
了 le 助 แล้ว
勒 lēi 动 รัด
累累（纍纍）léiléi 形〈书〉(ผลไม้) ดกเป็นพวง
累赘（纍贅）léi·zhui 形 ยืดยาด 动 เป็นภาระยุ่งเหยิง 名 ภาระยุ่งเหยิง
雷 léi 名〈气〉ฟ้าร้อง
雷暴 léibào 名〈气〉พายุฝนฟ้าคะนอง
雷达（雷達）léidá 名〈无〉เรดาร์ (*radar*)
雷达站（雷達站）léidázhàn 名 สถานีเรดาร์
雷打不动 léidǎbùdòng〈惯〉เด็ดเดี่ยวแน่วแน่ไม่หวั่นไหว
雷电（雷電）léidiàn 名 ฟ้าร้องและฟ้าแลบ
雷动（雷動）léidòng 动 ดังสนั่นหวั่นไหว
雷公 Léigōng 名 เทวดาแห่งฟ้าร้อง
雷管 léiguǎn 名 ท่อชนวนระเบิด
雷击（雷擊）léijī 动 ฟ้าผ่า
雷厉风行（雷厲風行）léilì-fēngxíng〈成〉ปฏิบัติ (ตามนโยบาย หรือคำสั่ง) อย่างรวดเร็วและเฉียบขาด
雷鸣（雷鳴）léimíng 动 ฟ้าร้อง
雷声（雷聲）léishēng 名 เสียงฟ้าร้อง
雷霆万钧（雷霆萬鈞）léitíng-wànjūn〈成〉อานุภาพดังฟ้าผ่า (ซึ่งไม่มีสิ่งใดจะต้านทานได้)
雷同 léitóng 动 เหมือนกัน (โดยไม่ควรจะเหมือน) ; คล้อยตาม
雷阵雨（雷陣雨）léizhènyǔ 名〈气〉ฝนไล่ช้าง
擂 léi 动〈方〉บด ; ตี (กลอง)
镭（鐳）léi 名〈化〉เรเดียม (*radium*)
羸弱 léiruò 形〈书〉ผอมและอ่อนแอ
垒（壘）lěi 动 ก่อ (อิฐ หิน ดิน ฯลฯ) 名 เชิงเทิน ; ป้อม
垒球（壘球）lěiqiú 名〈体〉ซอฟต์บอล (*softball*)
累次（纍次）lěicì 副 หลายครั้ง
累犯（纍犯）lěifàn 动〈法〉ทำความผิดครั้งแล้วครั้งเล่า
累积（纍積）lěijī 动 เพิ่มสะสม
累计（纍計）lěijì 动 รวมทั้งสิ้น
累教不改（纍教不改）lěijiào-bùgǎi〈成〉สั่งสอนหลายครั้งหลายคราก็ไม่ยอมปรับตัว
累进（纍進）lěijìn 动〈数〉เพิ่มทวีตามอนุกรม
累累（纍纍）lěilěi 形 (ผลไม้) ดก 副 หลายครั้ง
累年（纍年）lěinián 动 ต่อเนื่องกันหลายปี
磊落 lěiluò 形 เปิดเผย
肋 lèi 名〈生理〉ซี่โครง
肋骨 lèigǔ 名〈生理〉กระดูกซี่โครง
泪 lèi 名 น้ำตา
泪痕 lèihén 名 คราบน้ำตา
泪花 lèihuā 名 หยาดน้ำตา
泪水 lèishuǐ 名 น้ำตา
泪汪汪 lèiwāngwāng 形 น้ำตาคลอตา
泪腺 lèixiàn 名〈生理〉ต่อมน้ำตา
泪眼 lèiyǎn 名〈书〉ตาที่มีน้ำตาคลอ
泪珠 lèizhū 名 หยาดน้ำตา
类（類）lèi 量 ประเภท 动 คล้าย
类比（類比）lèibǐ 动 อนุมานโดยการเปรียบเทียบ
类别（類別）lèibié 名 ประเภท
类聚（類聚）lèijù 动 รวมกลุ่มกันตามประเภท
类人猿（類人猿）lèirényuán 名 มนุษย์วานร
类似（類似）lèisì 动 คล้ายกัน
类推（類推）lèituī 动 อนุมานในลักษณะที่คล้ายกัน
类型（類型）lèixíng 名 รูปแบบ

累 lèi 形 เหนื่อย

擂台（擂臺）lèitái 名 เวทีประลองฝีมือ

擂台赛（擂臺賽）lèitáisài 名 การแข่งขันประลองฝีมือ

棱 léng 名 เหลี่ยม ; สันคม

棱角 léngjiǎo 名 เหลี่ยม ; ความแหลมคม ; ความชัดเจน

棱镜（棱鏡）léngjìng 名〈物〉แก้วปริซึม (*prism*)

棱柱 léngzhù 名〈数〉ทรงปริซึม (*prism*)

棱锥（棱錐）léngzhuī 名〈数〉ทรงปิระมิด

冷 lěng 形 หนาว

冷板凳 lěngbǎndèng 名〈惯〉ตั่งที่เย็น อุปมาว่าตำแหน่งที่ไม่มีอำนาจ หรือตำแหน่งที่ลำบากเงียบเหงา

冷冰冰 lěngbīngbīng 形 เย็นชา ; (สิ่งของ) เย็น

冷不防 lěng•bufáng 副 เผลอ ๆ

冷餐 lěngcān 名 อาหารจานเย็น ; อาหารประเภทเย็น

冷藏 lěngcáng 动 แช่เย็น

冷藏车（冷藏車）lěngcángchē 名 รถแช่เย็น

冷藏室 lěngcángshì 名 ห้องแช่เย็น

冷场（冷場）lěngchǎng 动 เวทีแสดงเงียบ (เพราะนักแสดงมาช้าหรือลืมบท) ; ที่ประชุมเงียบ (เพราะไม่มีคนพูด)

冷嘲热讽（冷嘲熱諷）lěngcháo-rèfěng〈成〉เยาะเย้ยถากถาง ; เหน็บแนม

冷淡 lěngdàn 形 เย็นชา 动 ไม่แยแส

冷冻（冷凍）lěngdòng 动 แช่ให้แข็ง

冷冻机（冷凍機）lěngdòngjī 名 เครื่องแช่แข็ง

冷锋（冷鋒）lěngfēng 名〈气〉ลิ่มอากาศหนาว

冷敷 lěngfū 动〈医〉ประคบด้วยถุงน้ำแข็งหรือผ้าเย็น ; ประคบเย็น

冷汗 lěnghàn 名 เหงื่อกาฬ

冷加工 lěngjiāgōng 动〈机〉เสริมงานโลหะภายใต้อุณหภูมิปกติ

冷箭 lěngjiàn 名 ไม้มืด

冷噤 lěngjìn 名 อาการหนาวสั่น

冷静 lěngjìng 形 ใจเย็น

冷峻 lěngjùn 形 ขาดความรู้สึกที่อบอุ่น ; เยือกเย็นเคร่งขรึม

冷库（冷庫）lěngkù 名 ห้องแช่เย็น (สำหรับเก็บของ)

冷酷 lěngkù 形 เย็นชาและใจจืด

冷酷无情（冷酷無情）lěngkù-wúqíng〈成〉เย็นชาและใจจืด

冷落 lěngluò 形 เงียบเหงา 动 ไม่แยแส

冷门（冷門）lěngmén 名 แขนงวิชาหรืองานที่มีผู้สนใจน้อยมาก ; ชัยชนะการแข่งขันที่เหนือความคาดหมาย

冷漠 lěngmò 形 เมินเฉย ; ไม่สนใจไยดี

冷暖 lěngnuǎn 名 ความหนาวความร้อน ; อุปมาถึงชีวิตความเป็นอยู่

冷盘（冷盤）lěngpán 名 ออร์เดิร์ฟ (*hors d'oeuvres*); อาหารจานเย็น

冷僻 lěngpì 形 เปลี่ยวและเงียบสงัด ; (ตัวหนังสือ ชื่อ ฯลฯ) ที่พบเห็นน้อย

冷气（冷氣）lěngqì 名 เครื่องทำความเย็น ; แอร์ (*air conditioning*)

冷枪（冷槍）lěngqiāng 名 การลอบยิง

冷清 lěng•qing 形 เงียบเหงา

冷却 lěngquè 动 ทำให้อุณหภูมิของสิ่งของลดลง ; อุณหภูมิของสิ่งของลดลง

冷若冰霜 lěngruòbīngshuāng〈成〉เย็นชาดุจดังน้ำแข็ง

冷色 lěngsè 名 สีเย็นตา

冷食 lěngshí 名 เครื่องดื่มแช่เย็นและอาหารว่าง

冷水 lěngshuǐ 名 น้ำเย็น

冷飕飕（冷颼颼）lěngsōusōu 形 (ลม) เย็นเยือก

冷天 lěngtiān 名 อากาศที่หนาวเย็น

冷笑 lěngxiào 动 ยิ้มเยาะ ; หัวเราะเยาะ

冷言冷语（冷言冷語）lěngyán-lěngyǔ〈成〉คำกระทบกระเทียบ

冷眼 lěngyǎn 名 มองดูเงียบ ๆ อย่างใจเย็น ; ไม่สนใจไยดี

冷眼旁观（冷眼旁觀）lěngyǎn-pángguān〈成〉มองดูเงียบๆโดยไม่เข้าไปยุ่งเกี่ยว

L

冷饮（冷飲）lěngyǐn 名 เครื่องดื่มแช่เย็น
冷遇 lěngyù 名 การต้อนรับอย่างไม่เต็มใจ
冷轧（冷軋）lěngzhá 名〈冶〉กรรมวิธีรีดเย็น
冷战（冷戰）lěngzhàn 名 สงครามเย็น
愣 lèng 动 ตะลึง ; มุทะลุ
愣神儿（愣神兒）lèngshénr 动〈方〉ตะลึง
愣是 lèng•shì 副〈口〉ดันทุรังที่จะ...
愣头愣脑（愣頭愣腦）lèngtóu-lèngnǎo〈口〉บุ่มบ่าม ; มุทะลุ
愣头青（愣頭青）lèngtóuqīng 名〈方〉คนบุ่มบ่าม
愣住 lèngzhù 动 ตะลึงงัน
厘 lí 量 หนึ่งเปอร์เซ็นต์ (ของหน่วยวัด หน่วยตวงบางชนิด) ; แก้ไขปรับปรุง
厘米 límǐ 量 เซนติเมตร (*centimetre*)
离（離）lí 动 แยกจากกัน ; ห่างจาก ; ขาด
离别（離別）líbié 动 จาก ; จากกัน
离不开（離不開）líbukāi 动 ขาดเสียไม่ได้ ; แยกจากกันไม่ได้
离愁（離愁）líchóu 名〈书〉ความทุกข์ในการจากไป
离队（離隊）líduì 动 ออกจากกองทหารไป ; ออกจากที่ทำงานไป
离格儿（離格兒）lígér 动〈口〉(พูดหรือทำ) นอกลู่นอกทาง
离合（離合）líhé 动 จากไปกับการอยู่ร่วมกัน
离合器（離合器）líhéqì 名〈机〉คลัตช์ (*clutch*)
离婚（離婚）líhūn 动 หย่า ; หย่าร้าง
离间（離間）líjiàn 动 ยุให้แตกแยกกัน
离经叛道（離經叛道）líjīng-pàndào〈成〉ละเมิดหลักคุณธรรมและจารีตประเพณี
离境（離境）líjìng 动 ออกจากประเทศ ; ออกจากเขตแดน
离开（離開）líkāi 动 จากไป
离谱（離譜）lípǔ 形 (การกระทำหรือคำพูด) นอกลู่นอกทาง
离奇（離奇）líqí 形 แปลกประหลาด ; มหัศจรรย์
离群索居（離群索居）líqún-suǒjū〈成〉แยกจากผู้คนไปอยู่โดดเดี่ยวคนเดียว
离任（離任）lírèn 动 พ้นจากตำแหน่ง
离散（離散）lísàn 动 พลัดพรากจากกัน ; จากกันไปคนละทิศคนละทาง
离世（離世）líshì 动〈婉〉อำลาโลก
离题（離題）lítí 动 (คำพูดหรือข้อเขียน) ไม่ถูกประเด็น
离乡背井（離鄉背井）líxiāng-bèijǐng〈成〉พลัดพรากจากบ้านเกิดเมืองนอน
离心（離心）líxīn 动 เอาใจออกหาก ;〈物〉(แรง) หนีศูนย์กลาง
离心离德（離心離德）líxīn-lídé〈成〉เอาใจออกห่าง
离心力（離心力）líxīnlì 名〈物〉แรงหนีศูนย์กลาง
离异（離异）líyì 动 หย่ากัน
离职（離職）lízhí 动 ออกจากตำแหน่ง
离子（離子）lízǐ 名〈物〉อิออน (*ion*)
梨 lí 名 แพร์ (*pear*) ; สาลี่
梨树（梨樹）líshù 名〈植〉ต้นแพร์ ; ต้นสาลี่
犁 lí 名 ไถ (เครื่องมือทำไร่ทำนา) 动 ไถ (นา)
黎民 límín 名 ปุถุชน ; สามัญชน
黎明 límíng 名 รุ่งอรุณ
罹难（罹難）línàn 动〈书〉ถึงแก่กรรมเนื่องจากอุบัติเหตุ ; ถูกฆาตกรรม
篱笆（籬笆）lí•ba 名 รั้ว
礼（禮）lǐ 名 พิธี ; พิธีรีตอง ; ของขวัญ
礼拜（禮拜）lǐbài 名〈口〉สัปดาห์ ;〈宗〉พิธีทางศาสนาคริสต์
礼拜二（禮拜二）lǐbài'èr 名 วันอังคาร
礼拜六（禮拜六）lǐbàiliù 名 วันเสาร์
礼拜日（禮拜日）lǐbàirì 名 วันอาทิตย์
礼拜三（禮拜三）lǐbàisān 名 วันพุธ
礼拜四（禮拜四）lǐbàisì 名 วันพฤหัสบดี
礼拜天（禮拜天）lǐbàitiān 名 วันอาทิตย์
礼拜五（禮拜五）lǐbàiwǔ 名 วันศุกร์
礼拜一（禮拜一）lǐbàiyī 名 วันจันทร์
礼包（禮包）lǐbāo 名 ชุดของขวัญ
礼服（禮服）lǐfú 名 ชุดแต่งกายในงานพิธี
礼花（禮花）lǐhuā 名 ดอกไม้ไฟ

礼节（禮節）lǐjié 名 พิธีรีตอง ; มารยาท

礼节性（禮節性）lǐjiéxìng 名 ลักษณะที่เป็น
พิธีการ ; ลักษณะที่เป็นมารยาท

礼金（禮金）lǐjīn 名 เงินของขวัญ

礼帽（禮帽）lǐmào 名 หมวกที่สวมประกอบกับชุด
พิธี ; ท็อปแฮต (top hat)

礼貌（禮貌）lǐmào 名 มารยาท

礼炮（禮炮）lǐpào 名 พลุ

礼品（禮品）lǐpǐn 名 ของขวัญ ; ของชำร่วย

礼券（禮券）lǐquàn 名 คูปองของขวัญ

礼让（禮讓）lǐràng 动 ให้เกียรติอย่างมีมารยาท

礼尚往来（禮尚往來）lǐ shàng wǎng lái〈成〉
หมูไปไก่มา ; ดีมาก็ดีไป

礼堂（禮堂）lǐtáng 名 หอประชุม

礼物（禮物）lǐwù 名 ของขวัญ

礼仪（禮儀）lǐyí 名 พิธีการ

礼仪小姐（禮儀小姐）lǐyí xiǎojiě
บริกรหญิงฝ่ายพิธีการ

礼义廉耻（禮義廉恥）lǐ-yì-lián-chǐ จริยะ ธรรมะ
สุทธะ โอตตัปปะ (ซึ่งเป็นคุณธรรมทั้งสี่)

礼遇（禮遇）lǐyù 名 การต้อนรับอย่างให้เกียรติ

礼赞（禮贊）lǐzàn 名 สรรเสริญด้วยความเคารพ

李子 lǐ·zi 名〈植〉พลัม (plum)

里（裏）lǐ 名 ใน ; ซับใน ; ชั้นบุใน

里边（裏邊）lǐ·bian 名 ข้างใน

里层（裏層）lǐcéng 名 ชั้นใน

里程 lǐchéng 名 ระยะทาง

里程碑 lǐchéngbēi 名 หลักไมล์

里程表 lǐchéngbiǎo 名 เครื่องวัดระยะทางของ
รถยนต์ รถจักรยานยนต์

里带（裏帶）lǐdài 名〈机〉ยางใน (ของยางรถยนต์)

里间（裏間）lǐjiān 名 ห้องที่พักอยู่ส่วนในของบ้าน

里拉 lǐlā 名 ลีรา (lira) (หน่วยเงินตราของอิตาลี)

里面（裏面）lǐmiàn 名 ข้างใน

里通外国（裏通外國）lǐ tōng wàiguó〈成〉
แอบสมคบต่างชาติ (โดยทรยศต่อบ้านเมือง
ของตน)

里头（裏頭）lǐ·tou 名 ข้างใน

里屋（裏屋）lǐwū 名 ห้องข้างใน (ภายในห้องชุด)

里应外合（裏應外合）lǐyìng-wàihé〈成〉
ปฏิบัติการภายในประสานกับการโจมตี
ภายนอก

里子（裏子）lǐ·zi 名 ซับใน ; ชั้นบุใน

俚语（俚語）lǐyǔ 名 คำสแลง

理 lǐ 名 เหตุผล ; วิทยาศาสตร์ 动 จัด

理财（理財）lǐcái 动 บริหารการเงิน

理睬 lǐcǎi 动 สนใจไยดี ; เหลียวแล

理当（理當）lǐdāng 动 ตามเหตุผลแล้วควรจะ...

理发（理髮）lǐfà 动 ตัดผม ; ทำผม

理发师（理髮師）lǐfàshī 名 ช่างตัดผม ; กัลบก

理工 lǐgōng 名〈教〉วิทยาศาสตร์และ
วิศวกรรมศาสตร์

理化 lǐhuà 名〈教〉วิชาฟิสิกส์และวิชาเคมี (physics
and chemistry)

理会（理會）lǐhuì 动 สนใจไยดี ; เข้าใจ

理货（理貨）lǐhuò 动 จัดสินค้า

理解 lǐjiě 动 เข้าใจ

理解力 lǐjiělì 名 ความสามารถในการเข้าใจ ;
ทักษะในการเข้าใจ

理据（理據）lǐjù 名 เหตุผล ; ข้อมูลอ้างอิง

理科 lǐkē 名〈教〉แขนงวิทยาศาสตร์ ; สาย
วิทยาศาสตร์

理亏（理虧）lǐkuī 形 ไร้เหตุผล

理疗（理療）lǐliáo 名〈医〉กายภาพบำบัด

理论（理論）lǐlùn 名 ทฤษฎี

理论家（理論家）lǐlùnjiā 名 นักทฤษฎี

理念 lǐniàn 名 ศรัทธา ; ความคิด ; มโนทรรศน์

理赔（理賠）lǐpéi 动〈经〉จัดการชดใช้

理屈词穷（理屈詞窮）lǐqū-cíqióng〈成〉
ไร้เหตุผลจึงสิ้นคำตอบโต้

理事 lǐshì 名 กรรมการบริหาร 动 บริหารงาน

理事国（理事國）lǐshìguó 名 ประเทศซึ่งเป็น
กรรมการบริหารในองค์กรระหว่างประเทศ

理顺（理順）lǐshùn 动 จัดให้ถูกลู่ถูกทาง

理所当然（理所當然）lǐsuǒdāngrán〈成〉
สมเหตุสมผล

理想 lǐxiǎng 名 อุดมคติ ; อุดมการณ์
理想化 lǐxiǎnghuà 动 ให้กลายเป็นแบบในอุดมคติ
理性 lǐxìng 名 ความรู้สึกในทางเหตุผล ; สติสัมปชัญญะ
理性认识（理性認識）lǐxìng rèn•shi 〈哲〉 การรับรู้ด้วยสติสัมปชัญญะ
理应（理應）lǐyīng 动 ควรจะ ; พึงจะ
理由 lǐyóu 名 เหตุผล
理直气壮（理直氣壯）lǐzhí-qìzhuàng 〈成〉 มีเหตุมีผลและพูดได้เต็มปากเต็มคำ
理智 lǐzhì 名 สติสัมปชัญญะ 形 มีสติสัมปชัญญะ
鲤鱼（鯉魚）lǐyú 名 〈动〉 ปลาหลีฮื้อ ; ปลาไน (*carp*)
力 lì 名 กำลัง ; แรง ; พลัง ; พยายาม
力不从心（力不從心）lìbùcóngxīn 〈成〉 ใจสู้แต่กำลังไม่สู้
力场（力場）lìchǎng 名 〈物〉 สนามแห่งพลัง ; ฟอร์สฟิลด์ (*force field*)
力度 lìdù 名 〈乐〉 ระดับความหนักเบา (ของเสียงดนตรี)
力戒 lìjiè 动 พยายามละเว้น
力量 lì•liàng 名 กำลัง ; พลัง
力气（力氣）lì•qi 名 แรงกาย
力气活（力氣活）lì•qihuó 名 งานใช้แรงกาย
力求 lìqiú 动 พยายามที่จะ
力士 lìshì 名 จอมพลัง
力所能及 lìsuǒnéngjí 〈成〉 เท่าที่จะทำได้
力图（力圖）lìtú 动 พยายามมุ่งที่จะ
力挽狂澜（力挽狂瀾）lìwǎn-kuánglán 〈成〉 พยายามกอบกู้สถานการณ์ที่เลวร้ายลง
力行 lìxíng 动 พยายามปฏิบัติตาม
力学（力學）lìxué 名 〈物〉 พลศาสตร์
力争 lìzhēng 动 พยายามช่วงชิงให้ได้มาซึ่ง...
力争上游 lìzhēng-shàngyóu 〈惯〉 มุมานะบากบั่นเพื่อให้ได้มาซึ่งความก้าวหน้า
力作 lìzuò 名 งานประพันธ์หรืองานศิลปะที่ทุ่มเทมากและแสดงถึงความรู้ความสามารถของผู้สร้างอย่างเต็มที่
历程（歷程）lìchéng 名 ระยะทางที่ผ่านมา ; กระบวนการ
历次（歷次）lìcì 形 แต่ละครั้งที่ผ่านมา
历代（歷代）lìdài 名 ทุกสมัย ; แต่ละยุค
历法（曆法）lìfǎ 名 ปฏิทิน
历届（歷屆）lìjiè 形 ทุกรุ่นที่ผ่านมา ทุกสมัยในอดีต
历尽（歷盡）lìjìn 动 ประสบหลายต่อหลายครั้ง
历经（歷經）lìjīng 动 ผ่านมาหลายต่อหลายครั้ง
历来（歷來）lìlái 副 แต่ไหนแต่ไรมา
历历在目（歷歷在目）lìlì-zàimù 〈成〉 ปรากฏให้เห็นอย่างชัดเจน
历年（歷年）lìnián 名 ทุกปีที่ผ่านมา
历任（歷任）lìrèn 动 เคยดำรงตำแหน่ง 形 ที่เคยดำรงตำแหน่ง...แต่ละสมัย
历时（歷時）lìshí 动 ได้ใช้เวลา... 形 ต่างสมัย (ตรงข้ามกับร่วมสมัย)
历史（歷史）lìshǐ 名 ประวัติศาสตร์ ; ประวัติ
历史性（歷史性）lìshǐxìng 名 เป็นประวัติการณ์
历史学（歷史學）lìshǐxué 名 ประวัติศาสตร์
历书（曆書）lìshū 名 ปฏิทิน
历险（歷險）lìxiǎn 动 ผจญภัย
厉害（厲害）lì•hai 形 ร้ายแรง ; ร้าย ; เก่งมาก
厉声（厲聲）lìshēng 副 เสียงพูดที่เคร่งขรึมและเฉียบขาด
厉行（厲行）lìxíng 动 ดำเนินการอย่างเคร่งครัด
立 lì 动 ยืน ; ตั้ง ; สถาปนา
立案 lì'àn 动 จดทะเบียน ; 〈法〉 บันทึกลงทะเบียนคดีฟ้องร้อง
立场（立場）lìchǎng 名 จุดยืน
立定 lìdìng 动 ยืนตรง
立法 lìfǎ 动 〈法〉 บัญญัติกฎหมาย
立方 lìfāng 名 〈数〉 ลูกบาศก์ ; คิวบ์ (*cube*)
立方米 lìfāngmǐ 量 〈数〉 ลูกบาศก์เมตร
立方体（立方體）lìfāngtǐ 名 〈数〉 ลูกบาศก์
立竿见影（立竿見影）lìgān-jiànyǐng 〈成〉 พอตั้งไม้ราวขึ้นก็เห็นเงา อุปมาว่า เกิดผลทันที
立功 lìgōng 动 สร้างความดีความชอบ

L

立柜（立櫃）lìguì 名 ตู้แนวตั้ง
立国（立國）lìguó 动 สถาปนาประเทศ
立户 lìhù 动 เปิดบัญชี (ที่ธนาคาร) ; ขึ้นทะเบียนสำมะโนครัว
立即 lìjí 副 ทันที
立交桥（立交橋）lìjiāoqiáo 名〈交〉สะพานลอยต่างระดับ
立脚 lìjiǎo 动 ตั้งตัว ; ตั้งหลักแหล่ง ; ยืน
立脚点（立脚點）lìjiǎodiǎn 名 จุดที่ยืน ; สถานที่ที่ตั้งหลักแหล่ง
立刻 lìkè 副 ทันที
立论（立論）lìlùn 动 เสนอทัศนะของตน 名 ทัศนะ
立时（立時）lìshí 副 ทันที
立式 lìshì 形 ทรงตั้ง
立誓 lìshì 动 สาบาน
立体（立體）lìtǐ 形 รูปทรงสามมิติ ; แบบลอยตัว
立体感（立體感）lìtǐgǎn 名 ความรู้สึกคล้ายลักษณะสามมิติ
立体声 lìtǐshēng 名〈乐〉เสียงสเตอริโอ
立宪（立憲）lìxiàn 动〈法〉บัญญัติรัฐธรรมนูญ
立项（立項）lìxiàng 动 ขึ้นทะเบียนการวางโครงการ
立意 lìyì 动 ตัดสินใจ 名 การสร้างมโนคติ
立正 lìzhèng 动 ยืนตรง
立志 lìzhì 动 ตั้งปณิธาน
立足 lìzú 动 ตั้งตัว ; ตั้งหลักแหล่ง ; ยืน
立足点（立足點）lìzúdiǎn 名 จุดที่ยืน ; สถานที่ที่ตั้งหลักแหล่ง
丽人（麗人）lìrén 名〈书〉หญิงงาม
丽质（麗質）lìzhì 名 (หญิง) งามบริสุทธิ์ผุดผ่อง
利 lì 形 คม ; ราบรื่น 名 ผลประโยชน์
利弊 lìbì 名 ส่วนได้ส่วนเสีย
利害 lìhài 名 คุณและโทษ
利害 lì·hai 形 ร้ายแรง ; รุนแรง ; เก่งมาก
利己 lìjǐ 动 เห็นแก่ผลประโยชน์ส่วนตัว
利令智昏 lìlìngzhìhūn〈成〉ความโลภมากจะทำให้ขาดสติ
利禄 lìlù 名〈书〉เงินทองและยศถาบรรดาศักดิ์ (ของขุนนาง)
利率 lìlǜ 名〈经〉อัตราดอกเบี้ย
利落 lì·luo 形 คล่องแคล่ว ; เป็นระเบียบเรียบร้อย
利尿剂（利尿劑）lìniàojì 名〈医〉ยาขับปัสสาวะ
利器 lìqì 名 เครื่องใช้ที่มีคม ; เครื่องมือที่มีประสิทธิภาพ
利钱（利錢）lì·qián 名〈口〉เงินกำไร
利润（利潤）lìrùn 名〈经〉กำไร
利索 lì·suo 形 คล่องแคล่ว
利息 lìxī 名 ดอกเบี้ย
利益 lìyì 名 ผลประโยชน์
利用 lìyòng 动 ใช้เป็นประโยชน์
利诱（利誘）lìyòu 动 ล่อด้วยผลประโยชน์
利于 lìyú 动 เป็นประโยชน์ต่อ...
利欲熏心 lìyù-xūnxīn〈成〉ความละโมบเข้าครอบงำจิตใจ
沥青（瀝青）lìqīng 名 ยางแอสฟัลต์ (*asphalt*) ; ยางมะตอย
励精图治（勵精圖治）lìjīng-túzhì〈成〉ปลุกเร้าใจ ; มุ่งหมายบริหารประเทศให้ดี
励志（勵志）lìzhì 动〈书〉ปลุกเร้าใจ
例 lì 名 ตัวอย่าง ; อุทาหรณ์
例会（例會）lìhuì 名 การประชุมสมัยสามัญ ; การประชุมประจำ
例假 lìjià 名 วันหยุดประจำ ;〈婉〉〈生理〉ประจำเดือน
例举（例舉）lìjǔ 动 ยกตัวอย่าง
例句 lìjù 名 ประโยคตัวอย่าง
例如 lìrú 动 ตัวอย่างเช่น ; เป็นต้นว่า
例题（例題）lìtí 名 ตัวอย่างที่ใช้อธิบายสูตร
例外 lìwài 动 ยกเว้น 名 ข้อยกเว้น
例行公事 lìxíng-gōngshì〈成〉งานราชการประจำวัน
例证（例證）lìzhèng 名 ตัวอย่างประกอบการอธิบาย
例子 lì·zi 名 ตัวอย่าง
隶属（隸屬）lìshǔ 动 สังกัด ; ขึ้นต่อ
荔枝 lìzhī 名〈植〉ลิ้นจี่

L

莅会（莅會）lìhuì 动〈书〉เข้าร่วมการประชุม
莅临（莅臨）lìlín 动〈书〉(แขกผู้มีเกียรติ) มาถึง
栗色 lìsè 名 สีน้ำตาลอ่อน
栗子 lì·zi 名 เกาลัด
砾石（礫石）lìshí 名 กรวด
粒 lì 量 เมล็ด ; เม็ด
粒度 lìdù 名〈矿〉ขนาดของเม็ดที่ประกอบเป็นวัตถุแข็งหรือตัวผลึก
粒状（粒狀）lìzhuàng 形 รูปลักษณ์ที่เป็นเม็ด
粒子 lìzǐ 名〈物〉อนุภาค
痢疾 lì·ji 名〈医〉โรคบิด
哩 li 助〈方〉แน่ะ ; ...เลย ; ...เอย
俩（倆）liǎ 数量〈口〉ทั้งสอง
连（連）lián 动 เชื่อม ; ต่อเนื่อง
连鬓胡子（連鬢鬍子）liánbìn-hú·zi เครา
连词（連詞）liáncí 名〈语〉คำสันธาน ; คำเชื่อม
连带（連帶）liándài 动 รวมทั้ง
连队（連隊）liánduì 名〈军〉กองร้อย
连亘（連亘）liángèn 动 (ภูเขา) ต่อเนื่องกันเป็นแนวยาวเหยียด
连拱桥（連拱橋）liángǒngqiáo 名 สะพานหลายโค้ง
连贯（連貫）liánguàn 动 เชื่อมโยง ; ต่อเนื่อง
连滚带爬（連滚帶爬）liángǔn-dàipá〈成〉วิ่งตะลีตะลาน ; วิ่งหนีอย่างล้มลุกคลุกคลาน
连环画（連環畫）liánhuánhuà 名 หนังสือนิทานภาพ ; หนังสือการ์ตูน ; นิทานลูกโซ่
连脚裤（連脚褲）liánjiǎokù 名 กางเกงหุ้มเท้าสำหรับเด็กทารก
连接（連接）liánjiē 动 เชื่อมต่อกัน
连襟（連襟）liánjīn 名 คู่เขย
连累（連累）lián·lei 动 พลอยทำให้เดือดร้อนไปด้วย
连理（連理）liánlǐ 动〈书〉(ต้นไม้) ที่ติดสนิทเป็นเนื้อเดียว ; อุปมาว่า สามีภรรยาที่รักกันอย่างลุ่มลึก
连连（連連）liánlián 副 ไม่หยุดหย่อน ; ติดต่อกัน
连忙（連忙）liánmáng 副 รีบ ; โดยเร็ว
连绵（連綿）liánmián 动 (เทือกเขา แม่น้ำ ฝนตก หิมะตก ฯลฯ) ไม่ขาดสาย
连年（連年）liánnián 动 ติดต่อกันหลายปี
连篇累牍（連篇纍牘）liánpiān-lěidú〈成〉บรรยายด้วยเนื้อหาอืดอาดเยิ่นเย้อ
连任（連任）liánrèn 形 ดำรงตำแหน่งติดต่อกันสองสมัยขึ้นไป
连日（連日）liánrì 动 ติดต่อกันหลายวัน ; วันแล้ววันเล่า
连声（連聲）liánshēng 副 ไม่ขาดปาก
连锁（連鎖）liánsuǒ 形 เชื่อมโยงเป็นห่วงลูกโซ่
连锁店（連鎖店）liánsuǒdiàn 名 ร้านค้าในเครือข่าย ; เฟรนด์ไชส์
连锁反应（連鎖反應）liánsuǒ fǎnyìng 名〈化〉ปฏิกิริยาที่เกิดขึ้นเป็นห่วงลูกโซ่
连天（連天）liántiān 动 ติดต่อกันหลายวัน ; ติด ๆ กัน ; จรดขอบฟ้า
连同（連同）liántóng 连 รวมทั้ง ; พร้อมกับ
连写（連寫）liánxiě 动 (คำภาษาจีนหลายพยางค์ที่สะกดเป็นระบบ Pinyin) เขียนติดกัน (โดยไม่เว้นระยะ) ; (ตัวหนังสือจีน) ที่เขียนเชื่อมโยงระหว่างขีด
连续（連續）liánxù 动 ต่อเนื่อง ; ติดต่อ
连续剧（連續劇）liánxùjù 名〈影视〉ละครที่เป็นตอน ๆ
连续性（連續性）liánxùxìng 名 ความต่อเนื่อง
连夜（連夜）liányè 副 ...ในคืนนั้นเอง (หมายถึงไม่ข้ามคืน)
连衣裙（連衣裙）liányīqún 名 ชุดแซก (ชุดกระโปรงติดเสื้อ)
连阴天（連陰天）liányīntiān 名 ครึ้มฟ้าครึ้มฝนติด ๆ กันมาหลายวัน
连载（連載）liánzǎi 动 ลง (หนังสือพิมพ์ นิตยสาร ฯลฯ) ติดต่อกันหลายฉบับ
连珠（連珠）liánzhū 名 ลูกปัดที่ร้อยเป็นพวง อุปมาว่า เสียงที่ดังขึ้นติด ๆ กัน
怜爱（憐愛）lián'ài 动 เอ็นดู ; รัก

怜悯（憐憫）liánmǐn 动 สงสาร

怜惜（憐惜）liánxī 动 เห็นใจและปกป้อง

帘（簾）lián 名 ม่าน ; มู่ลี่

帘子（簾子）lián•zi 名 ม่าน ; มู่ลี่

莲（蓮）lián 名〈植〉บัว

莲花（蓮花）liánhuā 名 ดอกบัว

莲藕（蓮藕）lián'ǒu 名 ก้านและรากของบัว ; รากบัว

莲蓬（蓮蓬）lián•peng 名 ฝักบัว

莲蓉（蓮蓉）liánróng 名 แป้งเมล็ดบัว (ใช้ทำไส้ขนม)

莲子（蓮子）liánzǐ 名 เมล็ดบัว

涟漪（漣漪）liányī 名〈书〉ระลอกคลื่น

联（聯）lián 动 สัมพันธ์กัน

联办（聯辦）liánbàn 动 จัดการร่วม ; ร่วมจัด

联邦（聯邦）liánbāng 名 สหพันธรัฐ

联播（聯播）liánbō 动 ร่วมกันออกรายการ ; ร่วมกันกระจายเสียง

联队（聯隊）liánduì 名 ทีมสัมพันธมิตร

联合（聯合）liánhé 动 รวมกัน

联合国（聯合國）Liánhéguó 名 สหประชาชาติ

联欢（聯歡）liánhuān 动 จัดงานรื่นเริงเพื่อเชื่อมสัมพันธไมตรี

联机（聯機）liánjī 动〈计〉ออนไลน์

联结（聯結）liánjié 动 เชื่อมโยง

联军（聯軍）liánjūn 名 ทหารพันธมิตร

联络（聯絡）liánluò 动 ติดต่อ

联络员（聯絡員）liánluòyuán 名 ผู้ติดต่อประสานงาน

联袂（聯袂）liánmèi 动〈书〉จูงมือกัน ; ร่วมกัน

联盟（聯盟）liánméng 名 พันธมิตร ; สันนิบาต

联名（聯名）liánmíng 动 ลงนามร่วมกัน

联翩（聯翩）liánpiān 形 (มโนคติ ฯลฯ) เชื่อมโยงกันอย่างไม่ขาดสาย

联赛（聯賽）liánsài 名〈体〉การแข่งขันกีฬาร่วมตั้งแต่สามทีมขึ้นไป

联手（聯手）liánshǒu 动 ร่วมมือ

联署（聯署）liánshǔ 动 ลงนามร่วมกัน

联网（聯網）liánwǎng 动 เชื่อมโยงเป็นโครงข่าย 名 ข่ายงาน

联席（聯席）liánxí 动 (ประชุม) ร่วมกัน

联系（聯繫）liánxì 动 ติดต่อสัมพันธ์ ; ประสาน

联想（聯想）liánxiǎng 动 คิดโยงไปถึง ; มโนคติสังสรรค์

联谊（聯誼）liányì 动 เชื่อมมิตรภาพ

联姻（聯姻）liányīn 动 ผูกพันเป็นญาติกันโดยการสมรส

联营（聯營）liányíng 动 ดำเนินกิจการร่วมกัน

联运（聯運）liányùn 动 การขนส่งร่วมกัน

廉耻 liánchǐ 名 สุทธะกับหิริโอตตัปปะ

廉价（廉價）liánjià 名 ราคาถูก

廉洁（廉潔）liánjié 形 สุจริต

廉明 liánmíng 形 (การเมืองการปกครอง) สะอาดและมีกฎเกณฑ์

廉正 liánzhèng 形 (การเมืองการปกครอง) สะอาดและยุติธรรม

廉政 liánzhèng 动 ปกครองบ้านเมืองด้วยความสุจริต

鲢鱼（鰱魚）liányú 名〈动〉ปลาเกล็ดเงิน

镰（鐮）lián 名 เคียว

镰刀（鐮刀）liándāo 名 เคียว

敛（斂）liǎn 动〈书〉ยั้งไว้ ; เก็บรวบรวม

敛财（斂財）liǎncái 动 รวบรวมทรัพย์สินเงินทองโดยวิธีมิชอบ

敛迹（斂迹）liǎnjì 动〈书〉ยั้งไว้ซึ่งความประพฤติชั่ว ; หลบซ่อน

脸（臉）liǎn 名 ใบหน้า

脸蛋儿（臉蛋兒）liǎndànr 名 แก้ม

脸红（臉紅）liǎnhóng 动 หน้าแดง

脸颊（臉頰）liǎnjiá 名 แก้ม

脸面（臉面）liǎnmiàn 名 หน้า ; ศักดิ์ศรี

脸庞（臉龐）liǎnpáng 名 ใบหน้า

脸盆（臉盆）liǎnpén 名 กะละมัง

脸皮（臉皮）liǎnpí 名 หน้า ; ศักดิ์ศรี

脸谱（臉譜）liǎnpǔ 名 ผังแต่งหน้าของตัวละครงิ้วจีนซึ่งบ่งบอกถึงลักษณะนิสัยใจคอ

脸儿（臉兒）liǎnr 名 ใบหน้า

脸热（臉熱）liǎnrè 形 หน้าแดง
脸色（臉色）liǎnsè 名 สีหน้า ; ราศี
脸书（臉書）liǎnshū 名 เฟซบุ๊ก (*Facebook*)
脸形（臉形）liǎnxíng 名 รูปใบหน้า
练（練）liàn 动 ฝึก ; หัด
练兵（練兵）liànbīng 动 ฝึกทหาร ; ฝึกซ้อม
练功（練功）liàngōng 动 ฝึกกังฟู ; ฝึกกายบริหาร ; ฝึกฝีมือ
练就（練就）liànjiù 动 ฝึกจนสำเร็จ
练武（練武）liànwǔ 动 ฝึกวิชากังฟู ; ฝึกทหาร
练习（練習）liànxí 动 ฝึกหัด
练习本（練習本）liànxíběn 名 สมุดแบบฝึกหัด
炼丹（煉丹）liàndān 名〈宗〉กลั่นยาอายุวัฒนะ
炼钢（煉鋼）liàngāng 动〈冶〉ถลุงเหล็กกล้า
炼乳（煉乳）liànrǔ 名 นมข้น
炼油（煉油）liànyóu 动〈冶〉กลั่นน้ำมันปิโตรเลียม ; เจียวน้ำมันสัตว์หรือพืช
炼狱（煉獄）liànyù 名〈宗〉ที่ซึ่งคนตายไปสู่เพื่อล้างบาปโดยจะได้รับการทำโทษ ; อุปมาว่าสภาพแวดล้อมที่ลำบากเป็นอย่างยิ่ง
炼制（煉製）liànzhì 动 กลั่น ; ถลุง ; หลอม
恋（戀）liàn 动 รัก (ฉันคู่รัก) ; อาลัยอาวรณ์
恋爱（戀愛）liàn'ài 动 รัก (ฉันคู่รัก)
恋家（戀家）liànjiā 动 รักบ้านไม่อยากจากบ้านไป
恋旧（戀舊）liànjiù 动 อาลัยถึงคนหรือชีวิตในอดีต
恋恋不舍（戀戀不捨）liànliàn-bùshě〈成〉อาลัยอาวรณ์
恋情（戀情）liànqíng 名 ความรัก (ระหว่างคู่รัก)
恋人（戀人）liànrén 名 คู่รัก
恋战（戀戰）liànzhàn 动 มุ่งแต่เอาชนะโดยไม่คิดจะออกจากสนามรบ
链（鏈）liàn 名 โซ่ ; สร้อย ; สายรัด
链接（鏈接）liànjiē 动〈计〉ลิงก์ (*link*) ; เชื่อม
链条（鏈條）liàntiáo 名 สายโซ่
链子（鏈子）liàn·zi 名 สายโซ่
良 liáng 形 ดี
良材 liángcái 名 ไม้ดี ; บุคคลผู้มีความสามารถ
良策 liángcè 名 แผนการที่ดี
良辰 liángchén 名 วันเวลาที่ดี ; วันเวลาที่มีความสุข
良辰美景 liángchén-měijǐng〈成〉ฤกษ์งามยามดี ทิวทัศน์สวยงาม
良方 liángfāng 名 ตำรับยาที่ดี ; ปริยายหมายถึงวิธีการที่ดี
良港 liánggǎng 名 ท่าเรือที่ดี
良好 liánghǎo 形 ดี
良机（良機）liángjī 名 โอกาสที่ดี
良久 liángjiǔ 形 นาน
良民 liángmín 名 สุจริตชน ;〈旧〉สามัญชน (ตรงข้ามกับชนต่ำต้อย)
良师益友（良師益友）liángshī-yìyǒu〈成〉ครูที่ดีและเพื่อนที่คอยให้ความช่วยเหลือ
良田 liángtián 名 ไร่นาที่อุดมสมบูรณ์
良宵 liángxiāo 名〈书〉ราตรีที่เต็มไปด้วยความสุข
良心 liángxīn 名 จิตสำนึกที่รู้บาปรู้คุณ
良性 liángxìng 形 ลักษณะที่เป็นคุณ ; ลักษณะที่ไม่ร้ายแรง
良言 liángyán 名 สิริพจนะ ; คำพูดที่เป็นประโยชน์
良药（良藥）liángyào 名 ยาดี
良药苦口（良藥苦口）liángyào-kǔkǒu〈成〉ยาดีย่อมขม
良莠不齐（良莠不齊）liángyǒu-bùqí〈成〉ดีชั่วปะปนกัน
良缘（良緣）liángyuán 名 บุพเพสันนิวาสที่ประเสริฐ
良知 liángzhī 名 ความรู้สึกอันบังเกิดโดยสัญชาตญาณ
良种（良種）liángzhǒng 名〈农〉พันธุ์ดี
凉 liáng 形 เย็น
凉白开（凉白開）liángbáikāi 名 น้ำเปล่าเย็น
凉拌 liángbàn 动 เอาผักหรืออาหารประเภทเนื้อที่สุกแล้วผสมกัน แล้วใส่เครื่องปรุงรสทำเป็นกับข้าวจานเย็น ; ยำ
凉菜 liángcài 名 กับข้าวจานเย็น
凉粉 liángfěn 名 ก๋วยเตี๋ยวเส้นวุ้นเย็น
凉风（凉風）liángfēng 名 ลมเย็น

L

凉快 liáng•kuai 形 อากาศเย็นสบาย
凉棚 liángpéng 名 ศาลาพักร้อน
凉气（凉氣）liángqì 名 ลมเย็น ; อากาศเย็น
凉薯 liángshǔ 名〈方〉มันแกว
凉爽 liángshuǎng 形 เย็นสบาย
凉水 liángshuǐ 名 น้ำเย็น
凉飕飕（凉颼颼）liángsōusōu 形 เย็น ๆ
凉台（凉臺）liángtái 名 เฉลียงตากลม
凉亭 liángtíng 名 ศาลาหลบแดดและฝน
凉席 liángxí 名 เสื่อ
凉鞋 liángxié 名 รองเท้าโปร่ง ; รองเท้าสาน
凉意 liángyì 名 ความรู้สึกที่อากาศออกเย็น
梁 liáng 名 คาน ; ไม้ขื่อ
梁上君子 liángshàng-jūnzǐ〈成〉นักย่องเบา
梁柱 liángzhù 名 คานและเสา
量 liáng 动 วัด ; ตวง ; ชั่ง
量杯 liángbēi 名〈测〉ถ้วยตวง
量度 liángdù 动〈测〉ชั่ง ; ตวง ; วัด
量规（量規）liángguī 名〈测〉อุปกรณ์วัดขนาดของชิ้นส่วน
量角器 liángjiǎoqì 名〈数〉ไม้วัดมุม
量具 liángjù 名〈测〉เครื่องวัด เป็นต้นว่า ไม้บรรทัด เครื่องชั่ง ฯลฯ
量瓶 liángpíng 名〈测〉ขวดตวง (ของเหลว)
量热器（量熱器）liángrèqì 名〈测〉เครื่องวัดความร้อน
量筒 liángtǒng 名〈测〉ภาชนะตวงของเหลวทรงกระบอกที่แบ่งขีดบอกปริมาณ
粮（糧）liáng 名 ธัญญาหาร ; ข้าว
粮仓（糧倉）liángcāng 名 ฉางข้าว
粮草（糧草）liángcǎo 名〈军〉เสบียงของทหารและหญ้าแห้งสำหรับเลี้ยงม้า
粮荒（糧荒）liánghuāng 名 สภาพขาดแคลนธัญญาหาร
粮库（糧庫）liángkù 名 ฉางข้าว
粮食（糧食）liáng•shi 名 ธัญญาหาร ; ข้าว
粮食作物（糧食作物）liáng•shi zuòwù〈农〉ธัญญาพืช

两（兩）liǎng 数 สอง 量 ตำลึง
两岸（兩岸）liǎng'àn 名 สองฝั่ง (แม่น้ำหรือช่องแคบทะเล) ; (ชี้เฉพาะ) แผ่นดินใหญ่กับไต้หวันของจีน
两败俱伤（兩敗俱傷）liǎngbài-jùshāng〈成〉เสียหายทั้งสองฝ่าย
两边（兩邊）liǎngbiān 名 สองข้าง ; สองฝ่าย
两边倒（兩邊倒）liǎngbiāndǎo 动〈俗〉เอนเอียงทั้งสองฝ่าย (ไม่มีจุดยืนและความคิดเห็นที่แน่ชัด)
两便（兩便）liǎngbiàn 形 สะดวกทั้งสองฝ่าย
两侧（兩側）liǎngcè 名 สองข้าง
两重性（兩重性）liǎngchóngxìng 名 ความเป็นสอง
两端（兩端）liǎngduān 名 ปลายทั้งสองข้าง
两分法（兩分法）liǎngfēnfǎ 名〈哲〉หนึ่งแบ่งเป็นสอง
两回事（兩回事）liǎnghuíshì คนละเรื่อง
两极（兩極）liǎngjí 名〈地理〉สองขั้วโลก ;〈电〉ขั้วบวกและขั้วลบ
两可（兩可）liǎngkě 动 ได้ทั้งสองอย่าง
两口子（兩口子）liǎngkǒu•zi 名 สองคนผัวเมีย ; คู่ผัวตัวเมีย
两利（兩利）liǎnglì 形 มีประโยชน์ทั้งสองฝ่าย ; ถ้อยทีถ้อยอาศัยกัน
两码事（兩碼事）liǎngmǎshì 名 คนละเรื่อง
两面（兩面）liǎngmiàn 名 สองด้าน
两面派（兩面派）liǎngmiànpài 名 พวกตีสองหน้า
两面三刀（两面三刀）liǎngmiàn-sāndāo〈成〉เล่นตีสองหน้า
两面性（兩面性）liǎngmiànxìng 名 ลักษณะสองด้าน ; ความเป็นสองด้าน
两难（兩難）liǎngnán 形 กลืนไม่เข้าคายไม่ออก
两旁（兩旁）liǎngpáng 名 สองข้าง
两栖（兩栖）liǎngqī 动 สะเทินน้ำสะเทินบก
两清（兩清）liǎngqīng 动 เคลียร์ (บัญชี) ทั้งสองฝ่าย
两全（兩全）liǎngquán 动 เป็นประโยชน์แก่ทั้งสอ

ฝ่าย

两全其美（兩全其美）liǎngquán-qíměi〈成〉บัวไม่ให้ช้ำ น้ำไม่ให้ขุ่น

两手（兩手）liǎngshǒu 名 ฝีมือหรือความสามารถ ; สองวิธีที่คอยรับมือทั้งสองด้าน

两头（兩頭）liǎngtóu 名 หัวท้าย ; ทั้งสองฝ่าย

两下子（兩下子）liǎngxià·zi 名〈俗〉ฝีมือหรือความสามารถ 数量 สองสามที

两相情愿（兩相情願）liǎngxiāng-qíngyuàn〈成〉ยินยอมทั้งสองฝ่าย

两小无猜（兩小無猜）liǎngxiǎo-wúcāi〈成〉สมัยเป็นเด็กชายหญิงทั้งสองเป็นเพื่อนเล่นกันอย่างบริสุทธิ์ใจ

两性（兩性）liǎngxìng 名 สองเพศ ; สองลักษณะ

两性人（兩性人）liǎngxìngrén 名 คนสองเพศ ; กะเทย

两袖清风（兩袖清風）liǎngxiù-qīngfēng〈成〉มือสะอาดไม่มีด่างพร้อย

两样（兩樣）liǎngyàng 形 สองอย่าง ; คนละแบบ

两翼（兩翼）liǎngyì 名 ปีกสองข้าง

两者（兩者）liǎngzhě 代〈书〉ทั้งสอง

亮 liàng 形 สว่าง

亮点（亮點）liàngdiǎn 名 จุดเด่น

亮度 liàngdù 名 ความสว่าง

亮光 liàngguāng 名 แสงสว่าง

亮晶晶 liàngjīngjīng 形 แววววาว ; ใสแจ๋ว

亮丽（亮麗）liànglì 形 สวยสดใส ; งาม

亮堂 liàng·tang 形 สว่างโล่ง

亮堂堂 liàngtángtáng 形 สว่างโล่ง ; กระจ่างแจ้ง

亮相 liàngxiàng 动 หยุดให้โชว์ท่าแสดง (หรือท่าการเต้นรำ) ชั่วขณะ ; เปิดเผยทัศนะ ; โผล่หน้า

凉 liàng 动 (ของร้อน) พักให้เย็นลง ; พัก (ของร้อน) ให้เย็นลง

谅（諒）liàng 动 อภัย ; คาดว่า

谅解（諒解）liàngjiě 动 ให้อภัย ; อโหสิ

辆（輛）liàng 量 คัน (ลักษณนามของรถ)

靓（靚）liàng 形〈方〉สวย

量 liàng 名 ปริมาณ

量变（量變）liàngbiàn 名 การเปลี่ยนแปลงด้านปริมาณ

量词（量詞）liàngcí 名〈语〉ลักษณนาม

量化 liànghuà 动 จำแนกคุณสมบัติด้วยปริมาณ

量力 liànglì 动 ประมาณกำลัง

量力而行 liànglì'érxíng〈成〉ทำไปตามกำลังของตน

量体裁衣（量體裁衣）liàngtǐ-cáiyī〈成〉ตัดเสื้อตามรูปทรงของร่างกาย

量刑 liàngxíng 动〈法〉ดุลพินิจในการลงโทษ

量子 liàngzǐ 名〈物〉ควอนตัม (*quantum*) หน่วยพลังงานที่เล็กที่สุด

晾 liàng 动 ตาก

晾干（晾乾）liànggān 动 ตากให้แห้ง

晾晒（晾曬）liàngshài 动 ตากแดด

踉跄（踉蹌）liàngqiàng 动 โซเซ

撩 liāo 动 ถลก ; เลิก (เสื่อผ้า ฯลฯ) ; พรม (น้ำ)

辽阔（遼闊）liáokuò 形 กว้างไพศาล

辽远（遼遠）liáoyuǎn 形 กว้างไกล

疗程（療程）liáochéng 名 ระยะเวลาที่กำหนดในการบำบัดรักษา

疗法（療法）liáofǎ 名 วิธีการรักษา

疗效（療效）liáoxiào 名 ผลการรักษาโรค

疗养（療養）liáoyǎng 动 พักฟื้น

疗养院（療養院）liáoyǎngyuàn 名 สถานพักฟื้น

聊 liáo 动〈口〉คุยกัน 副〈书〉พอที่จะ

聊赖（聊賴）liáolài 名 สิ่งซึ่งเป็นที่พึ่งทางจิตใจหรือชีวิต มักจะใช้ในความปฏิเสธ เช่น 百无聊赖

聊天儿（聊天兒）liáotiānr 动〈口〉คุยกันเล่น ๆ

聊天室 liáotiānshì 名 ห้องแชท (*chat*)

聊以自慰 liáoyǐzìwèi〈成〉พอที่จะปลอบใจตัวเองได้บ้าง

僚属（僚屬）liáoshǔ 名〈旧〉ข้าราชการผู้อยู่ใต้บังคับบัญชา

寥廓 liáokuò 形〈书〉กว้างใหญ่ไพศาล

寥寥无几（寥寥無幾）liáoliáo-wújǐ〈成〉น้อยมาก

寥落 liáoluò 形 บางตา ; หร็อมแหร็ม

L

寥若晨星 liáoruòchénxīng〈成〉หร็อมแหร็ม เหมือนดวงดาวยามรุ่งอรุณ

撩拨（撩撥）liáobō 动 ยั่วยวน ; ยั่วอารมณ์

撩逗 liáodòu 动 ยั่วอารมณ์

嘹亮 liáoliàng 形 (เสียง) ดังกังวาน

潦草 liáocǎo 形 หวัด ๆ

潦倒 liáodǎo 形 (ชีวิต) ระหกระเหิน

缭（繚）liáo 形 ยุ่งเหยิง 动 สอย (วิธีการเย็บชนิดหนึ่ง)

缭乱（繚亂）liáoluàn 形 สับสนว้าวุ่น ; ลานตา

缭绕（繚繞）liáorào 动 (เมฆ ควัน) ลอยวนเวียน ; (เสียงดัง) ก้องกังวาน

燎 liáo 动 ไหม้ลาม

燎原 liáoyuán 动 (ไฟ) ลามทุ่ง

了 liǎo 动 เสร็จ ; เข้าใจ

了不得 liǎo•bu•dé 形 เหลือเกิน ; เกินคาดคิด ; แย่เต็มที

了不起 liǎo•buqǐ 形 เยี่ยม ; เก่งมาก

了当（了當）liǎodàng 形 รวดเร็วเฉียบขาด ; (เสร็จ) เรียบร้อย 动〈旧〉จัดการ

了断（了斷）liǎoduàn 动 เสร็จสิ้น ; แก้ไขเรียบร้อย

了结（了結）liǎojié 动 เสร็จสิ้น ; แก้ไขเรียบร้อย

了解（瞭解）liǎojiě 动 เข้าใจ ; รู้

了局 liǎojú 动 สิ้นสุด 名 วิธีการแก้ปัญหา

了却 liǎoquè 动 ให้จบสิ้น

了然（瞭然）liǎorán 形 รู้แจ้ง

了如指掌（瞭如指掌）liǎorúzhǐzhǎng〈成〉รู้แจ้งเหมือนรู้นิ้วมือของตน

了事 liǎoshì 动 ให้สิ้นเรื่องสิ้นราวไป

尥蹶子 liào juě•zi 动 (ม้าหรือล่อ) ถีบ

料 liào 动 คาด 名 วัสดุ

料到 liàodào 动 คาดไว้

料定 liàodìng 动 คาดการณ์อย่างมั่นใจ

料及 liàojí 动〈书〉คาดคิดถึง

料酒 liàojiǔ 名 เหล้าต้ม

料理 liàolǐ 动 จัดการ ;〈方〉ปรุงอาหาร 名〈方〉อาหาร

料事如神 liàoshì-rúshén〈成〉คาดการณ์แม่นยำดุจเทวดา

料想 liàoxiǎng 动 คาดคิด

料子 liào•zi 名 ผ้าที่ใช้ตัดเสื้อ

撂 liào 动〈口〉วาง

瞭望 liàowàng 动 มองไกล ๆ ; สังเกตการณ์

瞭望哨 liàowàngshào 名〈军〉ยามคอยสังเกตการณ์

瞭望塔 liàowàngtǎ 名 หอคอย

瞭望台（瞭望臺）liàowàngtái 名 หอคอย

镣铐（鐐銬）liàokào 名 ตรวนและกุญแจมือ

咧 liě 动 แสยะ ; เบะปาก

咧嘴 liězuǐ 动 แสยะปาก ; เบะปาก

列 liè 动 เรียงลำดับ ; จัดเข้าประเภทการงาน 名 แถว

列车（列車）lièchē 名 ขบวนรถไฟ

列车员（列車員）lièchēyuán 名 พนักงานรถไฟ

列车长（列車長）lièchēzhǎng 名 หัวหน้าพนักงานรถไฟ

列出 lièchū 动 เรียงลำดับออกมา

列岛（列島）lièdǎo 名 หมู่เกาะ

列队（列隊）lièduì 动 จัดแถว

列举（列舉）lièjǔ 动 ยกขึ้นเป็นราย ๆ

列强 lièqiáng 名 บรรดาประเทศมหาอำนาจ

列入 lièrù 动 จัดเข้าไปใน...

列为（列爲）lièwéi 动 จัดเป็น...

列席 lièxí 动 เข้าร่วม (ประชุม) โดยไม่มีสิทธิลงคะแนน

列传（列傳）lièzhuàn 名 ชีวประวัติของบุคคลในประวัติศาสตร์

劣 liè 形 เลว ; ชั่ว

劣等 lièděng 形 ชั้นต่ำ

劣迹 lièjì 名 พฤติกรรมที่ชั่วช้า

劣马（劣馬）lièmǎ 名 ม้าพันธุ์เลว

劣品 lièpǐn 名 สินค้าชั้นต่ำ

劣绅（劣紳）lièshēn 名 ผู้ดีที่ประพฤติชั่ว

劣势（劣勢）lièshì 名 ฐานะที่เป็นรอง ; ฐานะที่เป็นฝ่ายเสียเปรียบ

劣质（劣質）lièzhì 形 คุณภาพต่ำ
劣种（劣種）lièzhǒng 形 พันธุ์ที่เลว
烈 liè 形 รุนแรง ; เด็ดเดี่ยวแข็งแกร่ง
烈度 lièdù 名〈地质〉ความรุนแรง ; ความเข้ม
烈风（烈風）lièfēng 名〈气〉ลมแรง ; ลมร้าย
烈火 lièhuǒ 名 ไฟที่แรงจัด
烈酒 lièjiǔ 名 เหล้าที่มีดีกรีสูง
烈马（烈馬）lièmǎ 名 ม้าพยศ
烈女 liènǚ 名 หญิงที่ยอมพลีชีพเพื่อรักษาศักดิ์ศรี
烈日 lièrì 名 ดวงอาทิตย์ที่ร้อนแผดเผา
烈士 lièshì 名 วีรชนผู้พลีชีพเพื่อชาติ
烈属（烈屬）lièshǔ 名 ครอบครัวของวีรบุรุษที่พลีชีพเพื่อชาติหรือความเป็นธรรม
烈性 lièxìng 形 นิสัยแข็งแกร่ง ; (เหล้า) ดีกรีสูง ; รุนแรง
烈焰 lièyàn 名 เปลวไฟที่ลุกโชติโชน
猎（獵）liè 动 ล่าสัตว์
猎获（獵獲）lièhuò 动 ล่าได้
猎奇（獵奇）lièqí 动 ล่าหาสิ่งแปลกใหม่
猎潜艇（獵潜艇）lièqiántǐng 名〈军〉เรือล่าเรือใต้น้ำ
猎枪（獵槍）lièqiāng 名 ปืนล่าสัตว์
猎取（獵取）lièqǔ 动 ล่าจับ
猎犬（獵犬）lièquǎn 名 สุนัขล่าสัตว์
猎人（獵人）lièrén 名 พราน
猎手（獵手）lièshǒu 名 นักล่าสัตว์
猎物（獵物）lièwù 名 สัตว์ที่ล่าได้
猎鹰（獵鷹）lièyīng 名 เหยี่ยวล่าสัตว์
猎装（獵裝）lièzhuāng 名 ชุดซาฟารี (*safari dress*)
裂 liè 动 ฉีก ; ปริ ; แยกออก
裂变（裂變）lièbiàn 动〈物〉การแบ่งแยกตัว
裂缝（裂縫）lièfèng 动 แตกร้าว 名 รอยร้าว
裂痕 lièhén 名 รอยร้าว
裂口 lièkǒu 名 รอยแตก
裂纹（裂紋）lièwén 名 ลายแตก
裂隙 lièxì 名 รอยร้าว
鬣狗 liègǒu 名〈动〉ไฮอีนา (*hyena*) (สัตว์กินเนื้อชนิดหนึ่งในแอฟริกา)
拎 līn 动 หิ้ว
拎包 līnbāo 动〈方〉ถือกระเป๋า 名〈方〉กระเป๋าถือ
邻（鄰）lín 名 เพื่อนบ้าน 动 ใกล้เคียง
邻邦（鄰邦）línbāng 名 ประเทศบ้านใกล้เรือนเคียง
邻国（鄰國）línguó 名 ประเทศเพื่อนบ้าน
邻接（鄰接）línjiē 动 เชื่อมต่อกัน
邻近（鄰近）línjìn 动 ใกล้ ๆ กัน
邻居（鄰居）línjū 名 เพื่อนบ้าน
邻里（鄰里）línlǐ 名 หมู่บ้านเดียวกัน ; ถนนที่ใกล้เคียงกัน ; เพื่อนบ้าน
邻人（鄰人）línrén 名 เพื่อนบ้าน
邻舍（鄰舍）línshè 名〈方〉เพื่อนบ้าน
林 lín 名 ป่าไม้
林产品（林産品）línchǎnpǐn 名 ผลิตผลจากป่า
林场（林場）línchǎng 名 การป่าไม้ ; ฟาร์มการป่าไม้
林带（林帶）líndài 名 แถบป่าไม้
林地 líndì 名 แหล่งป่าไม้
林海 línhǎi 名 ป่าไม้อันกว้างใหญ่ไพศาล
林立 línlì 动 ตั้งอยู่มากมายเหมือนต้นไม้ในป่า
林林总总（林林總總）línlínzǒngzǒng 形 มากมายก่ายกอง
林木 línmù 名 ป่าไม้ ; ต้นไม้ในป่า
林区（林區）línqū 名 เขตป่าไม้
林学家（林學家）línxuéjiā 名 นักวนศาสตร์
林业（林業）línyè 名 กิจการการป่าไม้
林荫道（林蔭道）línyīndào 名 ถนนที่มีร่มไม้
林子 lín·zi 名〈口〉ป่าไม้
临（臨）lín 动 ใกล้ชิด ; มาถึง 介 ก่อนที่จะ
临别（臨別）línbié 动 ก่อนจากกัน
临产（臨産）línchǎn 动 ใกล้จะคลอด
临场（臨場）línchǎng 动 มาถึงสถานที่
临床（臨床）línchuáng 动〈医〉รักษาพยาบาล
临到（臨到）líndào 动 ใกล้จะถึง... ; ถึงตัว (คุณ เขา ผม ฯลฯ)
临街（臨街）línjiē 动 หันเข้าหาถนน ; ใกล้ถนน ; ข้างถนน

L

临界（臨界）línjiè 形〈物〉วิกฤต (ด้านฟิสิกส์)

临界点（臨界點）línjièdiǎn 名〈物〉จุดวิกฤต

临近（臨近）línjìn 动 ใกล้ (เวลาหรือสถานที่)

临渴掘井（臨渴掘井）línkě-juéjǐng〈成〉ขุดบ่อเมื่อหิวน้ำ ; จุดธูปไหว้พระเมื่อเรื่องจวนตัว

临了（臨了）línliǎo 副〈方〉ในที่สุด ; สุดท้าย

临门（臨門）línmén 动 ถึงหน้าบ้าน ; ถึงประตูฟุตบอล

临摹（臨摹）línmó 动 ลอกแบบ (ตัวหนังสือหรือภาพวาด)

临盆（臨盆）línpén 动 ใกล้จะคลอด

临时（臨時）línshí 名 ชั่วคราว ; ยามจวนตัว

临时代办（臨時代辦）línshí dàibàn อุปทูต

临时工（臨時工）línshígōng 名 คนงานว่าจ้างชั่วคราว

临头（臨頭）líntóu 动 (เคราะห์ร้ายฯลฯ) มาถึงตัว

临危（臨危）línwēi 动 ก่อนสิ้นลมหายใจเพราะป่วยหนัก ; ยามเผชิญกับอันตราย

临危不惧（臨危不懼）línwēi-bùjù〈成〉ไม่หวาดหวั่นแต่อย่างใดในเมื่อเผชิญหน้ากับอันตราย

临战（臨戰）línzhàn 动 ใกล้จะสู้รบ

临阵（臨陣）línzhèn 动 ใกล้ถึงสนามรบออกศึก

临阵脱逃（臨陣脱逃）línzhèn-tuōtáo〈成〉ถือโอกาสหลบหนียามจะออกศึก

临终（臨終）línzhōng 动 ก่อนสิ้นลมหายใจ

淋 lín 动 สาด

淋巴 línbā 名〈生理〉น้ำเหลือง

淋巴结（淋巴結）línbājié 名〈生理〉หลอดน้ำเหลือง

淋巴腺 línbāxiàn 名〈生理〉ต่อมน้ำเหลือง

淋巴液 línbāyè 名〈生理〉น้ำเหลือง

淋漓 línlí 形 หยด ; ไหล ; ถึงอกถึงใจ

淋漓尽致（淋漓盡致）línlí-jìnzhì〈成〉(บทความ การบรรยาย ฯลฯ) ละเอียดลออและลึกซึ้งแจ่มแจ้ง

淋浴 línyù 动 อาบน้ำด้วยฝักบัว

琳琅满目（琳琅滿目）línláng-mǎnmù〈成〉ของสวยงามมากมายหลายหลากจนลานตาไปหมด

嶙峋 línxún 形〈书〉(ลักษณะของก้อนหิน) ทับถมซ้อนกัน ; ผอมโซ

遴选（遴選）línxuǎn 动 คัดเลือก (บุคคล)

磷 lín 名〈化〉ฟอสฟอรัส (*phosphorus*)

磷肥 línféi 名〈农〉ปุ๋ยฟอสฟอรัส

磷光 línguāng 名〈物〉แสงฟอสฟอรัส

磷灰石 línhuīshí 名〈矿〉อาพาไทต์ (*apatite*)

磷火 línhuǒ 名〈物〉ไฟฟอสฟอรัส

磷酸 línsuān 名〈化〉กรดฟอสฟอริค (*phosphoric acid*)

磷酸盐（磷酸鹽）línsuānyán 名〈化〉ฟอสเฟต (*phosphate*)

磷虾（磷蝦）línxiā 名〈动〉คริล (*krill*) สัตว์น้ำในน้ำเค็ม ตัวเล็ก ๆ คล้ายกุ้งเคย

磷脂 línzhī 名〈化〉ฟอสฟาไทด์ (*phosphatide*) สารประกอบไขมันกลุ่มหนึ่ง

鳞（鱗）lín 名 เกล็ด

鳞波（鱗波）línbō 名 ระลอกขนาดย่อม ๆ คล้ายเกล็ดปลา

鳞翅目（鱗翅目）línchìmù 名〈动〉แมลงประเภทที่มีปีกเป็นเกล็ด

鳞次栉比（鱗次櫛比）líncì-zhìbǐ〈成〉(อาคารบ้านช่อง) ปลูกเรียงติด ๆ กันเป็นแถว ๆ คล้ายกับเกล็ดปลา

鳞片（鱗片）línpiàn 名 เกล็ดปลา ; เปลือกที่หุ้มหน่อไม้

鳞爪（鱗爪）línzhǎo 名〈书〉เกล็ดและกรงเล็บ อุปมาว่า สิ่งละพันอันละน้อยของเรื่องราว

凛冽 lǐnliè 形 หนาวยะเยือก

凛凛 lǐnlǐn 形 หนาวเหน็บ ;〈书〉เข้มงวดและน่าเกรงขาม

凛然 lǐnrán 形 เคร่งครัดน่าเกรงขาม

吝啬（吝嗇）lìnsè 形 ขี้เหนียว ; ตระหนี่

吝惜 lìnxī 动 เสียดายเพราะหวง

赁（賃）lìn 动 เช่า

淋 lìn 动 กรอง

淋病 lìnbìng 名〈医〉โรคหนองใน

L

伶仃 língdīng 形 โดดเดี่ยวเดียวดาย ; ผอมแห้งแรงน้อย

伶俐 líng·lì 形 ฉลาด ; คล่อง

伶牙俐齿（伶牙俐齒）língyá-lìchǐ〈惯〉พูดคล่อง ; ปากไว

灵（靈）líng 形 คล่องว่องไว ; ขลัง

灵便（靈便）líng·bian 形 ปราดเปรียว ; คล่องมือ

灵车（靈車）língchē 名 รถบรรทุกศพ

灵床（靈床）língchuáng 名 ที่ตั้งศพ

灵丹妙药（靈丹妙藥）língdān-miàoyào〈成〉ยาวิเศษ

灵感（靈感）línggǎn 名 แรงดลใจ ; แรงบันดาลใจ

灵光（靈光）língguāng 名 รัศมีรอบพระเศียรของพระพุทธเจ้าหรือเทพเจ้า 形〈方〉ดี ; ได้ผลดี

灵魂（靈魂）línghún 名 วิญญาณ

灵活（靈活）línghuó 形 ว่องไว ; พลิกแพลง

灵活性（靈活性）línghuóxìng 名 ความพลิกแพลง

灵机一动（靈機一動）língjī-yīdòng〈成〉เกิดความดลใจขึ้นในทันใด

灵柩（靈柩）língjiù 名 โลงศพ

灵敏（靈敏）língmǐn 形 ว่องไวปราดเปรียว ; ไว

灵敏度（靈敏度）língmǐndù 名 ระดับความไว

灵气（靈氣）língqì 名 ความเฉียบแหลม ; พลังอันศักดิ์สิทธิ์

灵巧（靈巧）língqiǎo 形 ปราดเปรื่องคล่องแคล่ว

灵台（靈檯）língtái 名 แท่นที่ตั้งโลงศพ ; โต๊ะที่ตั้งป้ายวิญญาณหรือกล่องอัฐิ ; ดวงจิต

灵通（靈通）língtōng 形 สันทัดกรณี ; ใช้การได้ดี

灵位（靈位）língwèi 名 ที่ตั้งป้ายวิญญาณสำหรับบูชา

灵犀（靈犀）língxī 名 เส้นขาวบนเขาแรดซึ่งเป็นเส้นประสาทสะท้อนความรู้สึกฉับไว จึงนำมาเปรียบเทียบว่า การรู้ใจกันหรืออารมณ์ความรู้สึกที่เกิดขึ้นพร้อมเพรียงกันเสมอ

灵性（靈性）língxìng 名 ลักษณะแสนรู้ (ของสัตว์)

灵验（靈驗）língyàn 形 มีประสิทธิผล ; (คาดการณ์) ถูกต้อง ; ขลัง

灵芝（靈芝）língzhī 名〈药〉เห็ดหลิงจือ

囹圄 língyǔ 名〈书〉คุก ; ตะราง

玲珑（玲瓏）línglóng 形 กระจุ๋มกระจิ๋ม ; เฉียบแหลมปราดเปรื่อง

玲珑剔透（玲瓏剔透）línglóng-tītòu〈成〉(เครื่องศิลปหัตถกรรม) สวยประณีตและแจ่มใส ; เฉียบแหลมปราดเปรื่อง

铃（鈴）líng 名 กระดิ่ง ; กริ่ง ; ออด

铃铛（鈴鐺）líng·dang 名 กระดิ่ง

铃声（鈴聲）língshēng 名 เสียงกระดิ่ง ; เสียงกริ่ง ; เสียงออด

凌晨 língchén 名 ยามก่อนฟ้าสาง

凌驾（凌駕）língjià 动 เหนือ (ผู้อื่นหรือสิ่งอื่นใด)

凌空 língkōng 动 อยู่บนท้องฟ้า ; สู่เวหา

凌厉（凌厲）línglì 形 (พายุ) แรงจัด ; (การบุกโจมตี) ดุเดือดรุนแรง

凌乱（凌亂）língluàn 形 ระเกะระกะ ; ยุ่งเหยิง

凌辱 língrǔ 动 ข่มเหงเหยียดหยาม

凌云壮志（凌雲壯志）língyún-zhuàngzhì〈成〉ปณิธานอันแรงกล้าเสมือนเมฆที่ทยานสู่ฟ้า

陵 líng 名 สุสาน

陵墓 língmù 名 สุสาน

陵园（陵園）língyuán 名 สุสาน

聆听（聆聽）língtīng 动〈书〉ฟัง

菱角 líng·jiao 名〈植〉กระจับ

菱形 língxíng 名 รูปสี่เหลี่ยมขนมเปียกปูน

翎 líng 名 ขนปีกนกหรือหางนก

翎毛 língmáo 名 ขนของสัตว์ปีก ; ภาพวาดจีนที่วาดนกเป็นสำคัญ

羚牛 língniú 名〈动〉เทคิน (*takin*)

羚羊 língyáng 名〈动〉ละมั่ง

零 líng 名 เศษ ; ศูนย์

零蛋 língdàn 名〈口〉ตัวเลข "0" ; คะแนน "0"

零点（零點）língdiǎn 名 เวลาศูนย์นาฬิกา

零丁 língdīng 形 โดดเดี่ยว

零度 língdù 名 ศูนย์องศา

零工 línggōng 名 งานชั่วคราว ; คนงานรับจ้างชั่วคราว

L

零花钱（零花錢）línghuāqián 名 เงินสำหรับใช้จ่ายเบ็ดเตล็ด ; เงินค่าขนม
零活儿（零活兒）línghuór 名 งานปลีกย่อย
零件 língjiàn 名 อะไหล่ ; ชิ้นส่วน
零距离（零距離）língjùlí 名 ใกล้ชิดที่สุด
零乱（零亂）língluàn 形 ระเกะระกะ
零落 língluò 动 ร่วงโรย ; เสื่อมโทรม 形 บางตา ; ห่าง ๆ กัน
零钱（零錢）língqián 名 เงินปลีกย่อย ; เงินสำหรับใช้จ่ายเบ็ดเตล็ด ; เงินค่าขนม
零儿（零兒）língr 名 เศษ
零散 líng·sǎn 形 กระจัดกระจาย
零上 língshàng 名 ศูนย์องศาขึ้นไป
零时（零時）língshí 名 เวลาศูนย์นาฬิกา
零食 língshí 名 ของกินจุบจิบ
零售 língshòu 动 ขายปลีก
零碎 língsuì 形 เศษเล็กเศษน้อย ; จุกจิก
零头（零頭）líng·tóu 名 จำนวนเศษ
零下 língxià 名 (อุณหภูมิ) ติดลบ (ต่ำกว่า 0 องศา)
零星 língxīng 形 เศษ ๆ ; เล็กน้อย
零用 língyòng 动 ใช้จ่ายเบ็ดเตล็ด ; เงินสำหรับใช้จ่ายเบ็ดเตล็ด

鲮鱼（鯪魚）língyú 名 ปลาตะเพียน

令 lǐng 量 รีม (ลักษณนามของกระดาษ ๕๐๐ แผ่น)

岭（嶺）lǐng 名 ภูเขาที่มีทางเดินบนยอด ; เทือกเขาใหญ่
岭南（嶺南）Lǐngnán 名 เขตที่อยู่ทางใต้ของภูเขาทั้งห้า ได้แก่ แถบมณฑลกว่างตงและมณฑลกว่างซี

领（領）lǐng 名 ปกเสื้อ 动 นำ
领班（領班）lǐngbān 名 หัวหน้าคนงาน ; โฟร์แมน (*foreman*)
领唱（領唱）lǐngchàng 动 ร้องเพลงนำ
领带（領帶）lǐngdài 名 เน็คไท (*necktie*)
领导（領導）lǐngdǎo 动 นำ 名 ผู้นำ
领导人（領導人）lǐngdǎorén 名 ผู้นำ
领地（領地）lǐngdì 名 ที่ดินของเจ้าศักดินา ; ดินแดนของประเทศ
领队（領隊）lǐngduì 名 ผู้นำทีม ; ผู้นำขบวน 动 นำทีม ; นำขบวน
领港（領港）lǐnggǎng 动〈航〉นำร่องเรือเข้าออกท่าเรือ 名 เจ้าหน้าที่นำร่องเรือเข้าออกท่าเรือ
领工（領工）lǐnggōng 名 หัวหน้าคนงาน ; โฟร์แมน (*foreman*)
领海（領海）lǐnghǎi 名 น่านน้ำ
领航（領航）lǐngháng 动 นำร่อง
领会（領會）lǐnghuì 动 เข้าใจ ; ทำความเข้าใจ
领教（領教）lǐngjiào 动〈套〉น้อมรับคำสั่งสอน (จากท่าน) ; น้อมรับความรู้ (จากท่าน)
领结（領結）lǐngjié 名 โบว์ (*bow tie*)
领巾（領巾）lǐngjīn 名 ผ้าพันคอ
领军（領軍）lǐngjūn 动 นำกองทัพ ; อุปมา นำทีม
领空（領空）lǐngkōng 名 น่านฟ้า
领口（領口）lǐngkǒu 名 คอเสื้อ
领路（領路）lǐnglù 动 นำทาง
领略（領略）lǐnglüè 动 ชื่นชม ; เข้าใจ
领情（領情）lǐngqíng 动 รับน้ำใจ
领取（領取）lǐngqǔ 动 รับ (สิ่งของ)
领事（領事）lǐngshì 名 กงสุล
领事馆（領事館）lǐngshìguǎn 名 สถานกงสุล
领受（領受）lǐngshòu 动 รับ (น้ำใจ ความหวังดี ฯลฯ)
领属（領屬）lǐngshǔ 动 สังกัด
领水（領水）lǐngshuǐ 名 น่านน้ำ
领头（領頭）lǐngtóu 动〈口〉นำหน้า
领土（領土）lǐngtǔ 名 อาณาจักร ; ดินแดน
领悟（領悟）lǐngwù 动 เข้าใจ ; ทำความเข้าใจ
领先（領先）lǐngxiān 动 นำหน้า
领衔（領銜）lǐngxián 动 เรียงนามนำหน้า
领袖（領袖）lǐngxiù 名 ผู้นำ
领养（領養）lǐngyǎng 动 รับเลี้ยง
领域（領域）lǐngyù 名 อาณาจักร ; ขอบเขต ; แวดวง
领章（領章）lǐngzhāng 名 เครื่องยศประดับปกคอเสื้อ
领子（領子）lǐng·zi 名 ปกคอเสื้อ

另 lìng 代 อื่น
另类 lìnglèi 形 แปลก ๆ ; ไม่เหมือนใคร
另外 lìngwài 连 นอกจากนั้น 代 อื่น ๆ
另眼相看 lìngyǎn-xiāngkàn 〈惯〉 มอง (คนใดคนหนึ่งหรือคนจำพวกหนึ่ง) ไม่เหมือนเดิม
令 lìng 动 สั่ง ; ทำให้ 名 คำสั่ง ; 〈敬〉 ของท่าน
令爱（令愛）lìng' ài 名 〈敬〉 บุตรีของท่าน
令弟 lìngdì 名 〈敬〉 น้องชายของท่าน
令郎 lìngláng 名 〈敬〉 บุตรของท่าน
令堂 lìngtáng 名 〈敬〉 มารดาของท่าน
令尊 lìngzūn 名 〈敬〉 บิดาของท่าน
溜 liū 动 ลื่นไหล ; เกลี้ยงเกลา ; ดอดหนี
溜冰 liūbīng 动 〈体〉 เล่นสเกตน้ำแข็ง
溜冰场（溜冰場）liūbīngchǎng 名 ลานเล่นสเกตน้ำแข็ง
溜达（溜達）liū•da 动 〈口〉 เดินเตร่
溜光 liūguāng 形 〈方〉 เกลี้ยงเกลา
溜号（溜號）liūhào 动 〈方〉 ดอดหนี
溜须拍马（溜鬚拍馬）liūxū-pāimǎ 〈成〉 ประจบสอพลอ
溜圆（溜圓）liūyuán 形 〈方〉 กลมดิก
溜之大吉 liūzhī-dàjí 〈俗〉 แอบเดินหนีไปจะได้หมดเรื่องเสีย
熘 liū 动 ผัดใส่แป้ง
浏览（瀏覽）liúlǎn 动 ดูผ่าน ๆ ตา
浏览器（瀏覽器）liúlǎnqì 名 〈计〉 เบราว์เซอร์ (*browser*)
留 liú 动 อยู่กับที่ ; รั้งไว้ ; สงวนไว้
留步 liúbù 动 〈套〉 ไม่ต้องส่ง (แขกใช้พูดเมื่อขอร้องเจ้าของบ้านไม่ต้องเดินออกมาส่ง)
留传（留傳）liúchuán 动 สืบทอด
留存 liúcún 动 เก็บไว้
留级（留級）liújí 动 ซ้ำชั้นเรียน
留兰香（留蘭香）liúlánxiāng 名 〈植〉 สเพียร์มินต์ (*spearmint*)
留恋（留戀）liúliàn 动 อาลัยอาวรณ์
留念 liúniàn 动 เก็บไว้เป็นที่ระลึก
留鸟（留鳥）liúniǎo 名 〈动〉 นกที่อยู่ประจำท้องถิ่น (โดยไม่อพยพตามฤดูกาล)
留情 liúqíng 动 ไว้หน้า
留任 liúrèn 动 อยู่ดำรงตำแหน่งต่อไป
留神 liúshén 动 ระมัดระวัง
留声机（留聲機）liúshēngjī 名 เครื่องเล่นจานเสียง
留守 liúshǒu 动 อยู่รักษาเมือง ; อยู่รักษาเหตุการณ์ ; (โดยปริยายหมายถึง) อยู่เฝ้าบ้าน
留宿 liúsù 动 ค้างคืน
留下 liúxià 动 ทิ้งไว้ ; ฝากไว้
留心 liúxīn 动 สนใจ ; คอยระวัง
留学（留學）liúxué 动 เรียนต่อที่ต่างประเทศ
留学生（留學生）liúxuéshēng 名 นักเรียนนักศึกษาชาวต่างชาติ ; นักเรียนนักศึกษาที่เรียนนอก
留言 liúyán 动 เขียนความเห็นทิ้งไว้ (ก่อนจากไป)
留言簿 liúyánbù 名 สมุดสำหรับเขียนความเห็น (ตามสถานที่ให้บริการ ฯลฯ)
留医（留醫）liúyī 动 〈医〉 (คนไข้) อยู่โรงพยาบาลเพื่อรักษาต่อ
留意 liúyì 动 ระมัดระวัง ; สนใจ
留影 liúyǐng 动 ถ่ายรูปไว้เป็นที่ระลึก
留用 liúyòng 动 จ้าง (ให้ทำงาน) ต่อ
留职（留職）liúzhí 动 สงวนตำแหน่งไว้
留种（留種）liúzhǒng 动 〈农〉 เหลือพันธุ์เพาะปลูกไว้
流 liú 动 ไหล ; แพร่กระจาย 名 กระแส
流弊 liúbì 名 ความทุจริตที่แพร่หลาย
流产（流產）liúchǎn 动 〈医〉 แท้ง
流畅（流暢）liúchàng 形 (ภาษา ฯลฯ) ราบรื่น
流程 liúchéng 名 ระยะทางน้ำไหล ; กระบวนการผลิต
流传（流傳）liúchuán 动 แพร่หลาย ; เล่าลือต่อ ๆ กันไป
流窜（流竄）liúcuàn 动 แตกหนีหัวซุกหัวซุน
流弹（流彈）liúdàn 名 กระสุนหลง
流动（流動）liúdòng 动 ไหล ; เคลื่อนที่

L

流动性（流動性）liúdòngxìng 名 ลักษณะเคลื่อนที่ ; ความเคลื่อนไหวง่าย

流毒 liúdú 动 พิษร้ายแพร่หลาย 名 พิษร้ายที่แพร่หลาย

流放 liúfàng 动 เนรเทศ

流感 liúgǎn 名〈医〉〈简〉ไข้หวัดใหญ่

流光溢彩 liúguāng-yìcǎi〈成〉แสงสีแวววาวสว่างไสว

流寇 liúkòu 名 โจรที่ระเหเร่ร่อน

流浪 liúlàng 动 ร่อนเร่พเนจร

流浪汉（流浪漢）liúlànghàn 名 ชายพเนจร

流离失所（流離失所）liúlí-shīsuǒ〈成〉พลัดที่นาคาที่อยู่

流里流气（流裏流氣）liú•liliúqì〈口〉ลักษณะนิสัยอันธพาล

流利 liúlì 形 (พูด อ่าน เขียน) คล่อง

流连忘返（流連忘返）liúlián-wàngfǎn〈成〉อาลัยอาวรณ์จนลืมกลับบ้าน

流量 liúliàng 名〈计〉ปริมาณการใช้อินเตอร์เน็ตต่อหน่วยเวลา ; ปริมาณส่งผ่านข้อมูลบนเครือข่ายอินเทอร์เน็ต (*website traffic*) ;〈交〉ปริมาณการจราจรต่อหน่วยเวลา ;〈水〉ปริมาณการไหลของน้ำต่อหน่วยเวลา

流量计（流量計）liúliàngjì 名〈测〉เครื่องวัดความเร็วน้ำไหล

流露 liúlù 动 แสดงออกโดยไม่ตั้งใจ

流落 liúluò 动 ระเหเร่ร่อน ; เตร็ดเตร่ไปโดยไร้ที่หมาย

流氓 liúmáng 名 อันธพาล

流脑（流腦）liúnǎo 名〈简〉〈医〉สมองอักเสบระบาด

流派 liúpài 名 สำนัก (ทางวิชาการหรือด้านศิลปะและวรรณคดี)

流气（流氣）liú•qì 形 ลักษณะนิสัยอันธพาล

流入 liúrù 动 (น้ำ) ไหลเข้า ; (ประชากร ทรัพสิน ฯลฯ) เคลื่อนย้ายเข้ามา

流沙 liúshā 名 ทรายไหล

流失 liúshī 动 ไหลหายไป

流食 liúshí 名 อาหารเหลว

流逝 liúshì 动 ผ่านไปรวดเร็วเหมือนน้ำไหล

流水 liúshuǐ 名 กระแสน้ำไหล อุปมาว่าต่อเนื่องกันไม่ขาดสาย ; (บัญชี) เดินสะพัด

流水线（流水綫）liúshuǐxiàn 名 กระบวนการผลิตที่ต่อเนื่องกัน

流速 liúsù 名〈水〉ความเร็วการไหล

流淌 liútǎng 动 (ของเหลว) ไหล ; หลั่งไหล

流体（流體）liútǐ 名〈物〉ของไหล

流通 liútōng 动 หมุนเวียน ; ถ่ายเท

流亡 liúwáng 动 ลี้ภัย (การเมือง)

流亡者 liúwángzhě 名 ผู้ลี้ภัยการเมือง

流线型（流綫型）liúxiànxíng 名 รูปเพรียวลม

流向 liúxiàng 名 ทิศทางไหล

流泻（流瀉）liúxiè 动 (ของเหลว) ไหลออก ; (แสง) สาดเข้า

流星 liúxīng 名〈天〉ดาวตก ; ผีพุ่งใต้

流行 liúxíng 动 แพร่หลาย

流行病 liúxíngbìng 名〈医〉โรคระบาด

流行文化 liúxíng wénhuà วัฒนธรรมประชานิยม

流血 liúxuè 动 เลือดไหล ; นองเลือด

流言 liúyán 名 ข่าวลือ

流言蜚语（流言蜚語）liúyán-fēiyǔ〈成〉คำโจษจัน

流溢 liúyì 动 ล้นออก ; ทะลักออก

流域 liúyù 名 แถบลุ่มน้ำ

流质（流質）liúzhì 形 ของเหลว ; อาหารเหลว

流转（流轉）liúzhuǎn 动 เคลื่อนที่ ;〈经〉(สินค้า) หมุนเวียน

硫 liú 名〈化〉ซัลเฟอร์ (*sulphur*) ; (สาร) กำมะถัน

硫化 liúhuà 名〈化〉การทำให้ยางแข็งตัวโดยกิริยาของกำมะถัน

硫化物 liúhuàwù 名〈化〉สารผสมกำมะถันกับธาตุอื่น ๆ ; ซัลไฟด์ (*sulphide*)

硫磺 liúhuáng 名〈化〉กำมะถัน ; ซัลเฟอร์ (*sulphur*)

硫酸 liúsuān 名〈化〉กรดกำมะถัน

硫酸盐（硫酸鹽）liúsuānyán 名 เกลือของกรดกำมะถัน ; ซัลเฟต (*sulphate*)

榴弹炮（榴彈炮）liúdànpào 名〈军〉ปืนครก ; ปืนเฮาวิตเซอร์ (*howitzer*)

榴梿（榴槤）liúlián 名〈植〉ทุเรียน

镏金（鎦金）liújīn 动 ชุบทอง

瘤 liú 名〈医〉เนื้องอก

瘤子 liú•zi 名〈口〉เนื้องอก

柳暗花明 liǔ'àn-huāmíng〈成〉อุปมาว่ามองเห็นความหวังท่ามกลางสถานการณ์ที่เลวร้าย

柳眉 liǔméi 名 คิ้วอันเรียวโค้งของหญิง

柳树（柳樹）liǔshù 名〈植〉ต้นหลิว

柳条（柳條）liǔtiáo 名〈植〉กิ่งหลิว

柳絮 liǔxù 名 เมล็ดต้นหลิวที่มีขนขาวเป็นปุย

绺（綹）liǔ 量 กระจุก ; ปอย

六 liù 数 หก

六边形（六邊形）liùbiānxíng 名 รูปหกเหลี่ยม

六面体（六面體）liùmiàntǐ 名 รูปหกด้าน

六亲不认（六親不認）liùqīn-bùrèn〈成〉ไม่เห็นแก่หน้าใครทั้งสิ้น

六神无主（六神無主）liùshén-wúzhǔ〈成〉ร้อนรนหรือตกใจจนสับสนไปหมด

六弦琴 liùxiánqín 名〈乐〉กีตาร์ (*guitar*)

六一儿童节（六一兒童節）Liù-Yī Értóng Jié วันที่หนึ่งมิถุนายนซึ่งเป็นวันเด็กสากล

六月 liùyuè 名 เดือนมิถุนายน

陆（陸）liù 数 หก

遛 liù 动 เดินเล่น

馏（餾）liù 动 นึ่งให้ร้อน

溜 liù 名 กระแสน้ำอันเชี่ยวกราก 量 แถว

镏子（鎦子）liù•zi 名〈方〉แหวน

咯 lo 助 ล่ะ

龙（龍）lóng 名 มังกร

龙胆紫（龍膽紫）lóngdǎnzǐ 名 ม่วงดีมังกร ;〈医〉น้ำยาม่วงดีมังกร

龙飞凤舞（龍飛鳳舞）lóngfēi-fèngwǔ〈成〉มังกรเหินฟ้า หงส์เริงระบำ ใช้เปรียบเทียบเทือกเขาที่เลี้ยวลดและดูทรงพลัง หรืออักษรศิลป์จีนที่เขียนอย่างทรงพลังและมีชีวิตชีวา

龙宫（龍宫）lónggōng 名 พระราชวังของพญามังกร

龙骨（龍骨）lónggǔ 名 กระดูกหน้าอกของนก ; กระดูกงูเรือ

龙井茶（龍井茶）lóngjǐngchá 名 ชาหลงจิ่ง (ชาเขียวชนิดหนึ่งของจีน)

龙卷风（龍捲風）lóngjuǎnfēng 名〈气〉พายุทอร์นาโด (*tornado*)

龙门刨（龍門刨）lóngménbào 名 แท่นไสกบ

龙盘虎踞（龍盤虎踞）lóngpán-hǔjù〈成〉เสมือนมังกรขดตัวและเสือหมอบยอบกาย ใช้เปรียบเทียบลักษณะชัยภูมิที่ป้องกันภัย

龙舌兰（龍舌蘭）lóngshélán 名〈植〉เซนจูรีแพลนต์ (*century plant*) พืชพันธุ์หนึ่งจากเม็กซิโก

龙潭虎穴（龍潭虎穴）lóngtán-hǔxué〈成〉บ่อมังกรและถ้ำเสือ ใช้เปรียบเทียบแหล่งที่เต็มไปด้วยภยันตราย

龙腾虎跃（龍騰虎躍）lóngténg-hǔyuè〈成〉มังกรเหินฟ้าและเสือสางกระโจน อุปมาว่าคึกคักมีชีวิตชีวาและฮึกหาญทรงพลัง

龙头（龍頭）lóngtóu 名 ก๊อกน้ำ ; แฮนด์จักรยานหรือรถสามล้อ (*handle bars*) ; สิ่งที่มีบทบาทนำหน้าหรือเป็นปัจจัยชี้ขาด

龙钟（龍鍾）lóngzhōng 形〈书〉แก่หง่อม

龙虾（龍蝦）lóngxiā 名 กุ้งมังกร

龙涎香（龍涎香）lóngxiánxiāng 名 อำพันปลาวาฬ

龙须草（龍須草）lóngxūcǎo 名〈植〉แอลไพน์รัชจีน (*Chinese alpine rush*)

龙眼（龍眼）lóngyǎn 名 ลำไย

龙争虎斗（龍争虎鬥）lóngzhēng-hǔdòu〈成〉เสือเจอสิงห์ อุปมาว่า สองฝ่ายที่มีกำลังไล่เลี่ยกันต่อสู้อย่างดุเดือด

龙舟（龍舟）lóngzhōu 名 เรือมังกร

砻（礱）lóng 名〈方〉เครื่องสีข้าว 动 สีข้าว

聋（聾）lóng 形 หูหนวก

聋哑人（聾啞人）lóngyǎrén 名 คนใบ้หูหนวก

聋子（聾子）lóng•zi 名 คนหูหนวก

笼（籠）lóng 名 กรง ; ซึ้งนึ่ง

笼屉（籠屜）lóngtì 名 ซึ้งนึ่ง ; ลังถึง
笼头（籠頭）lóng•tou 名 ห่วงสวมหัวม้า (หรือล่อ)
笼子（籠子）lóng•zi 名 กรง
隆冬 lóngdōng 名〈气〉ช่วงหนาวที่สุดในฤดูหนาว
隆起 lóngqǐ 动 นูนขึ้น
隆重 lóngzhòng 形 มโหฬาร ; เคร่งขรึมและเอาจริงเอาจัง
垄（壟）lǒng 名〈农〉คันนา
垄断（壟斷）lǒngduàn 动〈经〉ผูกขาด
拢（攏）lǒng 动 หุบ ; ชิด ; รวบ
笼（籠）lǒng 动 ปกคลุม 名 หีบ
笼络（籠絡）lǒngluò 动 ใช้วิธีการผูกมัดจิตใจคน
笼统（籠統）lǒngtǒng 形 เคลือบคลุม ; รวม ๆ
笼罩（籠罩）lǒngzhào 动 ปกคลุม
笼子（籠子）lǒng•zi 名〈方〉หีบหรือลังที่ค่อนข้างใหญ่
搂（摟）lōu 动 โกย ; เหนี่ยว
喽啰（嘍囉）lóu•luó 名〈旧〉ลูกน้องโจรผู้ร้าย
楼（樓）lóu 名 ตึก
楼层（樓層）lóucéng 名 ชั้นของตึก
楼道（樓道）lóudào 名 ทางเดินในตึก
楼房（樓房）lóufáng 名 อาคารตึก
楼盘（樓盤）lóupán 名 อาคารตึกที่กำลังก่อสร้างหรือกำลังจำหน่าย
楼群（樓群）lóuqún 名 หมู่ตึก
楼上（樓上）lóushàng 名 ชั้นบน (ของตึก)
楼梯（樓梯）lóutī 名 บันได
楼下（樓下）lóuxià 名 ชั้นล่าง (ของตึก)
蝼蛄（螻蛄）lóugū 名〈动〉ตุ่น
搂（摟）lǒu 动 โอบ
搂抱（摟抱）lǒubào 动 โอบกอด
篓（簍）lǒu 名 เข่ง
陋俗 lòusú 名 ประเพณีนิยมที่เสื่อมเสีย
陋习（陋習）lòuxí 名 ขนบธรรมเนียมที่เสื่อมเสีย; ความเคยชินที่ไม่ดี
镂（鏤）lòu 动 สลัก
镂骨铭心（鏤骨銘心）lòugǔ-míngxīn〈成〉จารึกอยู่ในส่วนลึกของหัวใจ ; อุปมาว่าซาบซึ้งในบุญคุณหรือจดจำความแค้นอย่างไม่มีวันลืม
镂刻（鏤刻）lòukè 动 สลัก
镂空（鏤空）lòukōng 动 แกะลายฉลุ
漏 lòu 动 รั่ว
漏电（漏電）lòudiàn 动〈电〉ไฟฟ้ารั่ว
漏洞 lòudòng 名 รูรั่ว ; ช่องโหว่
漏斗 lòudǒu 名 กรวย
漏税 lòushuì 动〈法〉ภาษีรั่วไหล (ไม่ได้เสียภาษีด้วยความประมาทหรือไม่เข้าใจกฎหมายที่เกี่ยวข้อง) ; หลบเลี่ยงภาษี
漏网（漏網）lòuwǎng 动 (นักโทษ ข้าศึก ฯลฯ) ที่หนีรอด (จนได้)
漏网之鱼（漏網之魚）lòuwǎngzhīyú〈成〉ปลาที่ลอดช่องแหไปได้ ; อุปมาว่า นักโทษหรือข้าศึก ฯลฯ ที่หนีรอดไปได้
漏嘴（漏嘴）lòuzuǐ 动 เผลอไปพูดสิ่งที่ไม่ควรจะพูด ; หลุดปากพูด
露脸（露臉）lòuliǎn 动 ได้หน้า
露马脚（露馬脚）lòu mǎjiǎo〈俗〉ส่อพิรุธให้เห็น
露面 lòumiàn 动 โผล่หน้า ; ปรากฏตัว
露怯 lòuqiè 动〈方〉ปล่อยไก่
露头（露頭）lòutóu 动 โผล่หัว ; โผล่หน้า
露馅儿（露餡兒）lòuxiànr 动〈俗〉(สิ่งที่ไม่อยากให้คนอื่นล่วงรู้) รู้ไปถึงคนอื่น
露一手 lòu yīshǒu〈口〉แสดงฝีมือบางอย่าง
卢比（盧比）lúbǐ 名 รูปี (*rupee*)
卢布（盧布）lúbù 名 รูเบิล (*rouble*)
芦荟（蘆薈）lúhuì 名〈植〉แอโล (*aloe*) พืชจำพวกว่านหางจระเข้
芦花（蘆花）lúhuā 名〈植〉ดอกต้นอ้อ
芦笋（蘆筍）lúsǔn 名〈植〉หน่อไม้ฝรั่ง
芦苇（蘆葦）lúwěi 名〈植〉ต้นอ้อ
庐舍（廬舍）lúshè 名 กระท่อม ; บ้านหยาบ ๆ
炉（爐）lú 名 เตา
炉灰（爐灰）lúhuī 名 ขี้เถ้าในเตาไฟ
炉火（爐火）lúhuǒ 名 ไฟในเตา
炉火纯青（爐火純青）lúhuǒ-chúnqīng〈成〉

(ความรู้ ฝีมือ ฯลฯ) บรรลุถึงระดับสูงสุด

炉灶（爐竈）lúzào 名 เตา

炉渣（爐渣）lúzhā 名 กากถ่านหิน ; ขี้โลหะ

炉子（爐子）lú•zi 名 เตา

卤（鹵）lǔ 名 สารบิตเทิร์น (*bittern*) ; 〈化〉แฮโลเจน (*halogen*) ; แกงข้นสำหรับราดหน้าบะหมี่ ; พะโล้ 动 ปรุงอาหารแบบพะโล้

卤化（鹵化）lǔhuà 动 〈化〉แฮโลเจเนต (*halogenate*)

卤化物（鹵化物）lǔhuàwù 名 〈化〉สารแฮโลเจไนด์ (*halogenide*)

卤水（鹵水）lǔshuǐ 名 เกลือบิตเทิร์น (*bittern*)

卤素（鹵素）lǔsù 名 〈化〉แฮโลเจน (*halogen*)

卤味（滷味）lǔwèi 名 อาหารประเภทเนื้อที่ปรุงแบบพะโล้

卤制（鹵制）lǔzhì 动 ปรุงแบบพะโล้

虏（虜）lǔ 动 จับตัวเป็นเชลย 名 เชลย ; คำเรียกศัตรูด้วยความเหยียดหยาม

虏获（虜獲）lǔhuò 动 จับตัวเป็นเชลยและยึดอาวุธ

鲁莽（魯莽）lǔmǎng 形 มุทะลุ

橹（櫓）lǔ 名 กรรเชียง (เรือ)

陆（陸）lù 名 บก ; แผ่นดิน

陆沉（陸沉）lùchén 动 แผ่นดินทรุด

陆地（陸地）lùdì 名 บก

陆军（陸軍）lùjūn 名 〈军〉ทหารบก

陆路（陸路）lùlù 名 ทางบก

陆续（陸續）lùxù 副 ทยอย

陆运（陸運）lùyùn 动 〈交〉ขนส่งทางบก

陆战队（陸戰隊）lùzhànduì 名 〈军〉นาวิกโยธิน

录（録）lù 动 บันทึก

录播（錄播）lùbō 动〈简〉บันทึกเทปออกอากาศ ; บันทึกวิดีโอออกอากาศ

录放机（録放機）lùfàngjī 名 เครื่องเทป ; เครื่องบันทึกเสียง

录供（録供）lùgòng 动 〈法〉บันทึกคำให้การ

录取（録取）lùqǔ 动 รับ (โดยผ่านการสอบคัดเลือก)

录入（録入）lùrù 动 〈计〉เก็บ (ข้อมูล) เข้าคอมพิวเตอร์ ; เอนเทอร์ริง (*entering*)

录像（録像）lùxiàng 动 ถ่ายวิดีโอ ; บันทึกภาพ

录像机（録像機）lùxiàngjī 名 เครื่องถ่ายวิดีโอ

录像片（録像片）lùxiàngpiàn 名 ภาพยนตร์วิดีโอ

录音（録音）lùyīn 动 บันทึกเสียง

录音带（録音帶）lùyīndài 名 เทปบันทึกเสียง ; แถบบันทึกเสียง

录音机（録音機）lùyīnjī 名 เครื่องเทป ; เครื่องบันทึกเสียง ; เครื่องอัดเสียง

录用（録用）lùyòng 动 รับ (พนักงาน) ; แต่งตั้ง

录制（録製）lùzhì 动 บันทึกเทป

鹿 lù 名 〈动〉กวาง

鹿角 lùjiǎo 名 เขากวาง

鹿茸 lùróng 名 〈中药〉เขากวางอ่อน

鹿死谁手（鹿死誰手）lùsǐshéishǒu 〈成〉อุปมาว่า ใครแแพ้ใครชนะ (โดยใช้การล่ากวางเปรียบเทียบการช่วงชิงอำนาจการปกครองประเทศ)

鹿寨 lùzhài 名 〈军〉เครื่องกีดขวางข้าศึก (ลักษณะคล้ายเขากวาง)

碌碌无为（碌碌無爲）lùlù-wúwéi 〈成〉ความสามารถธรรมดาสามัญไม่มีผลงานดีเด่น

路 lù 名 ทาง ; ถนน

路边（路邊）lùbiān 名 ริมถนน ; ข้างถนน

路标（路標）lùbiāo 名 〈交〉ป้ายทาง ; เครื่องหมายจราจร

路不拾遗（路不拾遺）lùbùshíyí 〈成〉(บ้านเมืองสงบสุข) แม้แต่ของตกหล่นตามถนนก็ไม่มีใครหยิบเอา

路程 lùchéng 名 ระยะทาง

路灯（路燈）lùdēng 名 ไฟถนน

路段 lùduàn 名 〈交〉ช่วงระยะทางบนถนน

路费（路費）lùfèi 名 ค่าเดินทาง

路过（路過）lùguò 动 เดินผ่าน

路基 lùjī 名 〈建〉ฐานของถนน

路口 lùkǒu 名 〈交〉ปากทาง

路况 lùkuàng 名 〈交〉สภาพของถนน (รวมถึงสภาพพื้นถนนและสภาพการจราจร ฯลฯ)

路面 lùmiàn 名 ผิวถนน

L

路牌 lùpái 名〈交〉ป้ายถนน

路人 lùrén 名 คนเดินถนน อุปมาว่า คนนอกซึ่งไม่เกี่ยวข้องกัน

路上 lù•shang 名 บนถนน ; ระหว่างทาง

路途 lùtú 名 ทาง ; ระยะทาง

路线（路綫）lùxiàn 名 เส้นทาง ; แนวทาง

路障 lùzhàng 名〈交〉สิ่งกีดขวางบนถนน

路子 lù•zi 名 ช่องทาง

鹭鸶（鷺鷥）lùsī 名〈动〉นกกระสา

露 lù 动 ปรากฏ 名 น้ำค้าง

露出 lùchū 动 ปรากฏออก ; โผล่ออก

露骨 lùgǔ 形 โจ่งแจ้ง

露水 lù•shui 名 น้ำค้าง

露宿 lùsù 动 ค้างคืนกลางแจ้ง

露宿风餐（露宿風餐）lùsù-fēngcān〈成〉นอนกลางดิน กินกลางทราย

露天 lùtiān 名 กลางแจ้ง

露天矿（露天礦）lùtiānkuàng 名〈矿〉บ่อเหมืองโล่ง

露头（露頭）lùtóu 名〈矿〉แร่ที่โผล่พ้นผิวดิน

露营（露營）lùyíng 动〈军〉พักแรม

驴（驢）lǘ 名〈动〉ลา

捋 lǚ 动 ลูบ

旅 lǚ 动 เดินทาง

旅伴 lǚbàn 名 เพื่อนร่วมทาง

旅差费（旅差費）lǚchāifèi 名 ค่าเดินทางเพื่อปฏิบัติราชการ

旅程 lǚchéng 名 ระยะเดินทาง

旅店 lǚdiàn 名 โรงเตี๊ยม ; โรงแรม

旅费（旅費）lǚfèi 名 ค่าเดินทาง

旅馆（旅館）lǚguǎn 名 โรงแรม

旅居 lǚjū 动 พำนักอยู่ต่างถิ่น

旅客 lǚkè 名 ผู้โดยสาร

旅社 lǚshè 名 โรงแรม ; โรงเตี๊ยม

旅途 lǚtú 名 ระหว่างการเดินทาง

旅行 lǚxíng 动 เดินทาง ; ทัศนาจร

旅行家 lǚxíngjiā 名 นักท่องเที่ยว ; นักทัศนาจร

旅行社 lǚxíngshè 名 บริษัทนำเที่ยว ; บริษัททัวร์

旅游 lǚyóu 动 ท่องเที่ยว ; ทัศนาจร

旅游鞋 lǚyóuxié 名 รองเท้าทัศนาจร

铝（鋁）lǚ 名〈化〉อะลูมิเนียม (*aluminium*)

铝箔（鋁箔）lǚbó 名 อะลูมิเนียมเปลว

屡（屢）lǚ 副 บ่อยครั้ง

屡次（屢次）lǚcì 副 หลายครั้ง

屡见不鲜（屢見不鮮）lǚjiàn-bùxiān〈成〉เห็นบ่อยจนไม่รู้สึกแปลก

屡教不改（屢教不改）lǚjiào-bùgǎi〈成〉สั่งสอนหลายต่อหลายครั้งก็ไม่ยอมปรับตัว

屡禁不绝（屢禁不絶）lǚjìn-bùjué〈成〉ห้ามหลายต่อหลายครั้งก็ไม่ได้ผล

屡屡（屢屢）lǚlǚ 副 หลายต่อหลายครั้ง

缕（縷）lǚ 名 ด้าย 量 ปอย

履带（履帶）lǚdài 名〈机〉สายพาน (ของยานเกราะหรือรถแทรกเตอร์)

履历（履歷）lǚlì 名 ประวัติส่วนตัว

履行 lǚxíng 动 ปฏิบัติ (ตามคำมั่นสัญญา)

履约（履約）lǚyuē 动〈书〉ปฏิบัติตามสัญญา

律师（律師）lǜshī 名〈法〉ทนายความ

律条（律條）lǜtiáo 名〈法〉บทบัญญัติกฎหมาย

率 lǜ 名 อัตรา

绿（緑）lǜ 形 เขียว

绿宝石（緑寶石）lǜbǎoshí 名 มรกต

绿茶（緑茶）lǜchá 名 ชาเขียว

绿葱葱（緑葱葱）lǜcōngcōng 形 เขียวขจี

绿灯（緑燈）lǜdēng 名〈交〉ไฟเขียว

绿地（緑地）lǜdì 名 พื้นที่สีเขียว

绿豆（緑豆）lǜdòu 名〈植〉ถั่วเขียว

绿矾（緑礬）lǜfán 名〈化〉กำมะถันสีเขียว ; เฟอร์รัสซัลเฟต (*ferrous sulfate*)

绿肥（緑肥）lǜféi 名 ปุ๋ยสีเขียว

绿化（緑化）lǜhuà 动 ทำให้กลายเป็นพื้นที่สีเขียว

绿色（緑色）lǜsè 名 สีเขียว

绿叶（緑葉）lǜyè 名 ใบไม้สีเขียว

绿荫（緑蔭）lǜyīn 名 ร่มไม้

绿油油（緑油油）lǜyóuyóu 形 เขียวชอุ่ม ; เขียวเป็นมันขลับ

绿藻（綠藻）lǜzǎo 名 สาหร่ายเขียว
绿洲（綠洲）lǜzhōu 名 โอเอซิส (*oasis*) บริเวณที่อุดมด้วยน้ำและต้นไม้ในทะเลทราย
氯 lǜ 名〈化〉คลอรีน (*chlorine*)
氯仿 lǜfǎng 名〈化〉สารคลอโรฟอร์ม (*chloroform*)
氯化物 lǜhuàwù 名〈化〉คลอไรด์ (*chloride*)
氯纶（氯綸）lǜlún 名〈纺〉ใยโพลีไวนิลคลอไรด์ (*polyvinyl chloride fibre*)
氯霉素（氯黴素）lǜméisù 名〈药〉คลอโรมัยซิติน (*chloromycetin*)
氯酸 lǜsuān 名〈化〉คลอริกแอซิด (*chloric acid*)
滤（濾）lǜ 动 กรอง
滤波器（濾波器）lǜbōqì 名〈电〉เครื่องกรองคลื่น
滤器（濾器）lǜqì 名 เครื่องกรอง
滤色镜（濾色鏡）lǜsèjìng 名〈摄〉เลนส์กรองสี
滤液（濾液）lǜyè 名〈化〉ของเหลวที่ผ่านการกรองแล้ว
滤纸（濾紙）lǜzhǐ 名〈化〉กระดาษกรอง
孪生（孿生）luánshēng 形 ฝาแฝด
栾（欒）luán 名〈植〉ต้นโกลเดนเรนในเทพนิยาย (*goldenrain*) ; นามสกุลชาวจีน
鸾（鸞）luán 名 นกประเภทหงส์ในเทพนิยาย
卵 luǎn 名 ไข่
卵巢 luǎncháo 名〈生理〉รังไข่
卵磷脂 luǎnlínzhī 名〈生化〉เลซิติน (*lecithin*)
卵生 luǎnshēng 形 เกิดจากไข่
卵石 luǎnshí 名 กรวด
卵子 luǎnzǐ 名〈生理〉ไข่
乱（亂）luàn 形 ยุ่งเหยิง ; วุ่นวาย
乱兵（亂兵）luànbīng 名 ทหารกบฏ
乱哄哄（亂哄哄）luànhōnghōng 形 อึกทึกครึกโครม
乱伦（亂倫）luànlún 动 ได้เสียกันระหว่างญาติใกล้ชิด
乱蓬蓬（亂蓬蓬）luànpéngpéng 形 (ผม หนวดเคราหรือต้นหญ้า ฯลฯ) ยุ่งเหยิง
乱七八糟（亂七八糟）luànqībāzāo 形 สับสนวุ่นวาย ; ระเกะระกะ
乱世（亂世）luànshì 名 สมัยที่บ้านเมืองปั่นป่วน
乱套（亂套）luàntào 动〈方〉ระเบียบแบบแผนเสียหมด
乱糟糟（亂糟糟）luànzāozāo 形 สับสนวุ่นวาย
乱真（亂真）luànzhēn 动 ลอกแบบเหมือนจริง
乱子（亂子）luàn•zi 名 เหตุร้าย ; จลาจล
掠 lüè 动 ฉวย
掠夺（掠奪）lüèduó 动 ปล้นชิงเอา
掠取 lüèqǔ 动 ปล้นชิง
掠影 lüèyǐng 名 เงาที่ผ่านตาแวบหนึ่ง
略 lüè 动 ย่อพอสังเขป
略加 lüèjiā 副 นิดหน่อย
略论（略論）lüèlùn 动 วิเคราะห์วิจารณ์โดยสังเขป
略图（略圖）lüètú 名 ภาพย่อ
略微 lüèwēi 副 นิดหน่อย ; เล็กน้อย
略语（略語）lüèyǔ 名〈语〉คำย่อ
抡（掄）lūn 动 แกว่ง
伦巴（倫巴）lúnbā 名 รุมบา (*rumba*)
伦理（倫理）lúnlǐ 名 จริยธรรม
伦理学（倫理學）lúnlǐxué 名 จริยศาสตร์
伦琴射线（倫琴射綫）Lúnqín shèxiàn〈物〉รังสีเรินต์เกน (*roentgen rays*)
沦落（淪落）lúnluò 动 ระเหเร่ร่อน
沦亡（淪亡）lúnwáng 动 (ประเทศชาติ) ล่มจม
沦陷（淪陷）lúnxiàn 动 (ดินแดน) ถูกข้าศึกยึดได้
轮（輪）lún 名 ล้อ 动 สับเปลี่ยนหมุนเวียนกันไป
轮班（輪班）lúnbān 动 เปลี่ยนกะ
轮唱（輪唱）lúnchàng 动 เวียนกันร้องเพลง
轮船（輪船）lúnchuán 名 เรือกลไฟ ; เรือยนต์
轮番（輪番）lúnfān 副 หมุนเวียนกัน (ทำ)
轮换（輪換）lúnhuàn 动 สับเปลี่ยนหมุนเวียนกัน
轮回（輪回）lúnhuí 动〈宗〉สังสารวัฏ
轮奸（輪奸）lúnjiān 动 ร่วมข่มขืนกระทำชำเรา ; ลงแขก
轮距（輪距）lúnjù 名 ระยะความห่างระหว่างล้อ
轮空（輪空）lúnkōng 动〈体〉ผ่านข้ามเล่นในรอบต่อไป
轮廓（輪廓）lúnkuò 名 เค้าโครง

L

轮流（輪流）lúnliú 动 หมุนเวียนกัน
轮胎（輪胎）lúntāi 名 ยางล้อรถ
轮椅（輪椅）lúnyǐ 名 เก้าอี้ล้อเข็น
轮子（輪子）lún·zi 名 ล้อ
轮作（輪作）lúnzuò 动〈农〉พลัดกันปลูกพืชไร่ต่างชนิดบนที่ดินผืนเดียวกัน
论（論）lùn 动 ว่าด้วย 名 ทฤษฎี
论处（論處）lùnchǔ 动 พิจารณาโทษ
论丛（論叢）lùncóng 名 รวมบทความด้านวิชาการเฉพาะเรื่อง
论敌（論敵）lùndí 名 คู่โต้วาที (ทางด้านการเมืองหรือด้านวิชาการ)
论点（論點）lùndiǎn 名 ข้อโต้แย้ง ; ข้อวินิจฉัย
论调（論調）lùndiào 名〈贬〉ทัศนะ ; ข้อโต้แย้ง
论断（論斷）lùnduàn 名 ข้อสรุป ; ข้อวินิจฉัย
论功行赏（論功行賞）lùngōng-xíngshǎng〈成〉ให้รางวัลตามความดีความชอบ
论据（論據）lùnjù 名 หลักอ้างอิง
论述（論述）lùnshù 动 สาธกและวิเคราะห์
论说（論說）lùnshuō 动 วิจารณ์
论说文（論說文）lùnshuōwén 名 บทวิจารณ์
论坛（論壇）lùntán 名 เวทีอภิปราย ; ฟอรัม (*forum*)
论题（論題）lùntí 名 ข้อวินิจฉัยที่ต้องการพิสูจน์
论文（論文）lùnwén 名 วิทยานิพนธ์ ; บทความทางวิชาการ
论文答辩（論文答辯）lùnwén dábiàn 动〈教〉สอบวิทยานิพนธ์
论战（論戰）lùnzhàn 动 โต้แย้ง ; โต้วาที
论争（論爭）lùnzhēng 动 โต้แย้ง
论证（論證）lùnzhèng 动 สาธก
论著（論著）lùnzhù 名 วิทยานิพนธ์ ; งานเขียนทางวิชาการ
论资排辈（論資排輩）lùnzī-páibèi〈成〉กำหนดลำดับชั้นตามความอาวุโส
论罪（論罪）lùnzuì 动〈法〉พิจารณาโทษ
捋 luō 动 รูด ; ดึง
啰唆（囉唆）luō·suo 形 จู้จี้จุกจิก
罗（羅）luó 名 ตาข่าย (จับนก) ; เรียง
罗刹（羅刹）luóchà 名〈宗〉ยักษ์ ; ผีเสื้อน้ำ ; รากษส
罗锅（羅鍋）luóguō 名 หลังค่อม
罗汉（羅漢）luóhàn 名〈宗〉พระอรหันต์
罗口（羅口）luókǒu 名 ปากแขนเสื้อหรือปากถุงเท้าที่ยืดได้
罗列（羅列）luóliè 动 ตั้งเรียงราย ; ยกขึ้นมากล่าว
罗马数字（羅馬數字）Luómǎ shùzì 名 ตัวเลขโรมัน
罗曼蒂克（羅曼蒂克）luómàndìkè 形 โรแมนติก (*romantic*)
罗曼史（羅曼史）luómànshǐ 名 โรมานส์ (*romance*)
罗盘（羅盤）luópán 名〈测〉เข็มทิศ
罗网（羅網）luówǎng 名 ตาข่ายจับนก
罗纹（羅紋）luówén 名 ลายก้นหอย
罗织（羅織）luózhī 动〈书〉สร้างข้อกล่าวหาเท็จ
罗致（羅致）luózhì 动 เชื้อเชิญ ; รวบรวม
萝卜（蘿蔔）luó·bo 名〈植〉หัวผักกาด
逻辑（邏輯）luó·jí 名 ตรรก
逻辑学（邏輯學）luó·jíxué 名 ตรรกวิทยา
锣（鑼）luó 名〈乐〉ฆ้อง
锣鼓喧天（鑼鼓喧天）luógǔ-xuāntiān〈成〉ตะลุ่งตุ้งแช่
箩（籮）luó 名 กระจาด
箩筐（籮筐）luókuāng 名 หลัว
骡子（騾子）luó·zi 名〈动〉ล่อ (สัตว์เลี้ยงเพื่อใช้งาน)
螺 luó 名 หอย
螺钉（螺釘）luódīng 名 สกรู (*screw*) ; ตะปูควง
螺母 luómǔ 名 แป้นเกลียว ; น็อต (*nut*)
螺栓 luóshuān 名 สลักสกรู
螺丝（螺絲）luósī 名 สกรู ; ตะปูควง
螺丝刀（螺絲刀）luósīdāo 名 ไขควง
螺丝钉（螺絲釘）luósīdīng 名 สกรู ; ตะปูควง
螺纹（螺紋）luówén 名 ลายก้นหอย ; เส้นเกลียว
螺旋 luóxuán 名 สิ่งที่เป็นเกลียว ; เส้นขด
螺旋桨（螺旋槳）luóxuánjiǎng 名〈机〉ใบพัด

L

裸露 luǒlù 动 เปลือย
裸体（裸體）luǒtǐ 动 เปลือยกาย
裸线（裸綫）luǒxiàn 名〈电〉สายไฟที่ไม่มีฉนวนหุ้ม ; สายเปลือย
骆驼（駱駝）luò·tuo 名〈动〉อูฐ
络（絡）luò 名〈动〉สิ่งที่คล้ายตาข่าย
络腮胡子（絡腮鬍子）luòsāi-hú·zi 名 เคราที่ติดจอนผม
络绎（絡繹）luòyì 形〈书〉(ไปหรือมา) อย่างไม่ขาดสาย
络绎不绝（絡繹不絶）luòyì-bùjué〈成〉(ไป ๆ มา ๆ) อย่างไม่ขาดสาย
落 luò 动 ตก
落榜 luòbǎng 动 สอบ (เข้าโรงเรียน) ตก
落笔（落筆）luòbǐ 动 ลงมือเขียน
落草 luòcǎo 动 เข้าป่าไปเป็นโจร ; ตกฟาก
落差 luòchā 名 อัตราความแตกต่างระหว่างระดับน้ำ
落潮 luòcháo 动 กระแสน้ำลด
落成 luòchéng 动 (สิ่งก่อสร้าง) สร้างสำเร็จ
落地 luòdì 动 ตกลงบนพื้น ; ติดพื้น ; (ทารก) คลอด
落地灯（落地燈）luòdìdēng 名 โคมไฟฟ้าตั้งพื้น
落地扇 luòdìshàn 名 พัดลมตั้งพื้น
落后（落後）luòhòu 形 ล้าหลัง
落户 luòhù 动 ตั้งรกราก
落花流水 luòhuā-liúshuǐ〈成〉ดอกไม้ร่วงหล่นตามน้ำไหล เดิมหมายถึง ทัศนียภาพฤดูใบไม้ร่วงที่เสื่อมโทรม ปัจจุบันอุปมาว่า พ่ายแพ้ยับเยิน
落脚 luòjiǎo 动 อยู่พักชั่วคราว ; ค้างคืนชั่วคราว
落脚点（落脚點）luòjiǎodiǎn 名 สถานที่ค้างคืน
落井下石 luòjǐng-xiàshí〈成〉ซ้ำเติม
落空 luòkōng 动 คว้าน้ำเหลว
落款 luòkuǎn 动 เขียนชื่อผู้รับและผู้ส่ง (บนภาพเขียน จดหมาย ของขวัญ ฯลฯ)
落泪 luòlèi 动 หลั่งน้ำตา
落落大方 luòluò-dà·fang〈成〉สง่าผ่าเผย
落幕 luòmù 动 ปิดฉาก
落难（落難）luònàn 动 ตกทุกข์ได้ยาก
落魄 luòpò 形〈书〉ผิดหวังท้อใจ
落日 luòrì 名 ตะวันที่กำลังตกดิน
落山 luòshān 动 ตะวันตกดิน
落实（落實）luòshí 动 นำไปปฏิบัติให้กลายเป็นจริงได้
落水 luòshuǐ 动 ตกน้ำ
落汤鸡（落湯鷄）luòtāngjī 名 ไก่ตกน้ำ อุปมาว่า เปียกโชกไปทั้งตัว
落体（落體）luòtǐ 名〈物〉เทหวัตถุที่ตกลงมา
落网（落網）luòwǎng 动 ถูกจับตัวได้
落伍 luòwǔ 动 ล้าหลัง ; ล้าสมัย
落选（落選）luòxuǎn 动 พลาดการเลือกตั้ง
落叶（落葉）luòyè 名 ใบไม้ร่วง
落叶归根（落葉歸根）luòyè-guīgēn〈成〉ใบไม้ร่วงลงสู่ราก อุปมาว่า กลับบ้านเกิดเมืองนอนในวัยชรา
落叶树（落葉樹）luòyèshù 名〈植〉ต้นไม้ผลัดใบ
落座 luòzuò 动 นั่งประจำที่
摞 luò 动 วางซ้อน 量 ตั้ง

M m

妈（媽）mā 名〈口〉แม่

妈妈（媽媽）mā•ma 名〈口〉แม่

抹 mā 动 เช็ด ; ลูบ

抹布 mābù 名 ผ้าเช็ดโต๊ะ ; ผ้าขี้ริ้ว

摩挲 mā•sa 动 ลูบ ; ลูบไล้

麻 má 名〈植〉ปอ 形 ชา (ไม่มีความรู้สึก)

麻痹 mábì 动〈医〉อาการตายด้าน ; อัมพาต

麻布 mábù 名 ผ้าป่าน

麻袋 mádài 名 กระสอบ

麻烦（麻煩）má•fan 形 ยุ่งยาก 名 ความยุ่งยาก
动 รบกวน

麻纺（麻紡）máfǎng 形〈纺〉การปั่นด้าย
ด้วยใยป่าน

麻风病（麻風病）máfēngbìng 名〈医〉โรคเรื้อน

麻将（麻將）májiàng 名 ไพ่นกกระจอก

麻辣 málà 形 (รส) เผ็ดชา

麻利 má•li 形 คล่องแคล่ว ; ฉับไว 副 รีบ

麻木 mámù 形 ชา ; เย็นชา ; ขาดความรู้สึกไวต่อ

麻木不仁 mámù-bùrén〈成〉เฉยชา ; ขาด
ความรู้สึกไวต่อ

麻雀 máquè 名〈动〉นกกระจอก

麻绳（麻繩）máshéng 名 เชือกปอ ; เชือกป่าน

麻线（麻綫）máxiàn 名 ด้ายป่าน

麻药（麻藥）máyào 名〈药〉ยาชา

麻疹 mázhěn 名〈医〉โรคหัด

麻子 má•zi 名 หน้าข้าวตัง

麻醉 mázuì 动〈医〉ฉีดยาชา ; ทำให้มึนเมา

麻醉剂（麻醉劑）mázuìjì 名〈药〉ยาชา

麻醉师（麻醉師）mázuìshī 名 แพทย์
ผู้ฉีดยาชา ; วิสัญญีแพทย์

马（馬）mǎ 名 ม้า

马鞍（馬鞍）mǎ'ān 名 อานม้า

马不停蹄（馬不停蹄）mǎbùtíngtí〈成〉อุปมาว่า
วิ่งรุดหน้าไปโดยไม่หยุดหย่อน

马槽（馬槽）mǎcáo 名 รางใส่หญ้าสำหรับให้ม้ากิน

马车（馬車）mǎchē 名 รถม้า

马达（馬達）mǎdá 名〈机〉มอเตอร์ (motor)

马大哈（馬大哈）mǎdàhā 名 คนสะเพร่า 形
สะเพร่า ; เลินเล่อ

马刀（馬刀）mǎdāo 名 ดาบทหารม้า

马到成功（馬到成功）mǎdào-chénggōng〈成〉
พอม้าศึกเหยียบสนามรบก็ได้รับชัยชนะทันที
อุปมาว่า พอคนมาถึงงานก็สำเร็จ

马镫（馬鐙）mǎdèng 名 โกลนม้า

马粪纸（馬糞紙）mǎfènzhǐ 名 กระดาษแข็ง
หยาบที่ทำด้วยฟางข้าว

马蜂（馬蜂）mǎfēng 名〈动〉ตัวต่อ

马蜂窝（馬蜂窩）mǎfēngwō 名 รังตัวต่อ
อุปมาว่า คนหรือเรื่องที่ก่อความยุ่งยากง่าย

马夫（馬夫）mǎfū 名 คนเลี้ยงม้า

马后炮（馬後炮）mǎhòupào 名 อุปมาว่า เสนอข้อ
คิดเห็นหลังจากเหตุการณ์เกิดขึ้นและแก้ไขไม่
ทันเสียแล้ว

马虎（馬虎）mǎ•hu 形 สะเพร่า ; เลินเล่อ

马甲（馬甲）mǎjiǎ 名〈方〉เสื้อกั๊ก

马脚（馬脚）mǎjiǎo 名 พิรุธ

马厩（馬厩）mǎjiù 名 คอกม้า

马驹（馬駒）mǎjū 名 ลูกม้า

马克（馬克）mǎkè 名 เงินมาร์ก (mark)

马克思主义（馬克思主義）Mǎkèsī zhǔyì
ลัทธิมาร์กซ (Marxism)

马口铁（馬口鐵）mǎkǒutiě 名〈冶〉เหล็กวิลาส

马裤（馬褲）mǎkù 名 กางเกงขี่ม้า

马拉松（馬拉松）mǎlāsōng 名〈体〉มาราธอน

(*marathon*)
马力（馬力）mǎlì 量〈物〉แรงม้า
马铃薯（馬鈴薯）mǎlíngshǔ 名〈植〉มันฝรั่ง
马路（馬路）mǎlù 名 ถนน
马马虎虎（馬馬虎虎）mǎmǎhūhū〈成〉สะเพร่า ; ลวก ๆ
马匹（馬匹）mǎpǐ 名 ม้า (คำเรียกรวม)
马球（馬球）mǎqiú 名〈体〉กีฬาโปโล (*polo*) ; ลูกบอลโปโล
马赛克（馬賽克）mǎsàikè 名 กระเบื้องโมเสก (*mosaic*)
马上（馬上）mǎshàng 副 ทันที
马术（馬術）mǎshù 名〈体〉ศิลปะการขี่ม้า
马蹄（馬蹄）mǎtí 名 กีบม้า
马桶（馬桶）mǎtǒng 名 ถังอุจจาระ ; ถังชักโครก
马尾松（馬尾松）mǎwěisōng 名〈植〉ต้นสนแมสซัน (*masson pine*)
马戏（馬戲）mǎxì 名 ละครสัตว์
马靴（馬靴）mǎxuē 名 รองเท้าท็อปบูต
马仰人翻（馬仰人翻）mǎyǎng-rénfān〈成〉อุปมาว่า ชุลมุนวุ่นวายไปหมด
马掌（馬掌）mǎzhǎng 名 เกือกม้า
马鬃（馬鬃）mǎzōng 名 ขนแผงคอม้า
吗啡（嗎啡）mǎfēi 名〈药〉มอร์ฟีน (*morphine*)
玛瑙（瑪瑙）mǎnǎo 名 โมรา
码（碼）mǎ 名 เครื่องหมายที่แสดงตัวเลข 动 วางซ้อน 量 หลา
码头（碼頭）mǎ•tóu 名 ท่าเรือ
码子（碼子）mǎ•zi 名 เครื่องหมายตัวเลข ; เบี้ยกลมที่แสดงตัวเลข
蚂蟥（螞蟥）mǎhuáng 名〈动〉ปลิง
蚂蚁（螞蟻）mǎyǐ 名〈动〉มด
蚂蚱（螞蚱）mà•zha 名〈动〉ตั๊กแตน
骂（罵）mà 动 ด่า ; ผรุสวาท ; ดุว่า
骂架（罵架）màjià 动〈方〉ทะเลาะวิวาท ; ด่าทอ
骂街（罵街）màjiē 动 ด่ากราด ; ด่าประจาน
骂骂咧咧（罵罵咧咧）mà•maliēliē 形〈俗〉พูดไปด่าไป
骂名（罵名）màmíng 名 ชื่อเสียงอันเหม็นฉาวโฉ่
吗（嗎）ma 助 ไหม ; หรือ ; น่ะ
嘛 ma 助 ซิ ; นา
埋 mái 动 ฝัง
埋藏 máicáng 动 กลบฝัง
埋伏 mái•fú 动 ซุ่ม
埋没 máimò 动 กลบฝัง ; กดไม่ให้แสดงความสามารถ
埋头（埋頭）máitóu 动 ก้มหน้าก้มตา
埋葬 máizàng 动 ฝังศพ
买（買）mǎi 动 ซื้อ
买不起（買不起）mǎi•buqǐ 动 ไม่มีเงินซื้อ ; ซื้อไม่ไหว
买得起（買得起）mǎi•deqǐ 动 มีเงินซื้อ ; ซื้อไหว
买方（買方）mǎifāng 名〈经〉ฝ่ายซื้อ
买价（買價）mǎijià 名 ราคาซื้อ
买进（買進）mǎijìn 动 ซื้อเข้า
买空卖空（買空賣空）mǎikōng-màikōng〈成〉การค้าขายที่หากำไรจากการเก็งราคา ซึ่งผู้ค้าขายไม่มีสินค้าและเงินสดในมือ
买卖（買賣）mǎi•mai 名 กิจการค้าขาย
买卖人（買賣人）mǎi•mairén 名 นักธุรกิจ
买通（買通）mǎitōng 动 ติดสินบน
买账（買賬）mǎizhàng 动 ยอมรับ (เขา) (ส่วนมากใช้ในรูปปฏิเสธ ตัวอย่างเช่น 不买他的账)
买主（買主）mǎizhǔ 名 ผู้ซื้อ
迈（邁）mài 动 ก้าว 形 แก่
迈步（邁步）màibù 动 ก้าวเท้า
迈进（邁進）màijìn 动 ก้าวไปข้างหน้า
麦（麥）mài 名〈植〉ข้าวสาลี
麦克风（麥克風）màikèfēng 名 ไมโครโฟน (*microphone*) ; ไมค์ (*mike*)
麦芒（麥芒）màimáng 名〈植〉หนวดแหลมที่รวงข้าวสาลี
麦苗（麥苗）màimiáo 名〈植〉ต้นกล้าข้าวสาลี
麦片（麥片）màipiàn 名 ข้าวโอ๊ต (*oatmeal*)
麦乳精（麥乳精）màirǔjīng 名 มอลต์ผสมนม
麦穗（麥穗）màisuì 名 รวงข้าวสาลี

M

麦芽（麥芽）màiyá 名〈植〉ข้าวบาร์เลย์ที่แตกหน่อ

麦子（麥子）mài·zi 名 ข้าวสาลี

卖（賣）mài 动 ขาย

卖场（賣場）màichǎng 名 สถานที่จำหน่ายสินค้าที่กว้างใหญ่

卖唱（賣唱）màichàng 动 ร้องเพลงหาเงิน

卖出（賣出）màichū 动 ขายออก

卖方（賣方）màifāng 名〈经〉ฝ่ายขาย

卖乖（賣乖）màiguāi 动 อวดความฉลาด

卖国（賣國）màiguó 动 ขายชาติ

卖国贼（賣國賊）màiguózéi 名 โจรขายชาติ

卖价（賣價）màijià 名 ราคาขาย

卖劲（賣勁）màijìn 形 ทุ่มเทกำลัง

卖老（賣老）màilǎo 动 ถือดีในความอาวุโสและคุณวุฒิของตน

卖力（賣力）màilì 形 ทุ่มเทกำลัง

卖萌（賣萌）màiméng 动 ทำตัวมุ้งมิ้ง ; ทำตัวน่ารัก ; แอ๊บแบ๊ว

卖命（賣命）màimìng 动 ตายเพื่อคนอื่นอย่างไร้ค่า ; ทุ่มเทกำลังทำ

卖弄（賣弄）mài·nong 动 อวด (ฝีมือ)

卖身（賣身）màishēn 动 ขายตัว

卖笑（賣笑）màixiào 动 ขายยิ้ม หมายถึงมีอาชีพเป็นนางบำเรอหรือนางระบำ

卖艺（賣藝）màiyì 动 เร่แสดงกายกรรม มวยจีนหรือขับร้องเพื่อประทังชีวิต

卖淫（賣淫）màiyín 动 ค้าประเวณี

卖主（賣主）màizhǔ 名 ผู้ขาย

卖座（賣座）màizuò (โรงละคร โรงภาพยนตร์ ฯลฯ) มีผู้ชมเต็มโรง

脉 mài 名〈生理〉ชีพจร ; เส้นโลหิต

脉搏 màibó 名〈生理〉ชีพจร

脉冲（脉衝）màichōng 名〈电〉พัลส์ (*pulse*) ; ความสั่นสะเทือนของกระแสไฟฟ้า

脉络（脉絡）màiluò 名〈中医〉เส้นโลหิต

埋怨 mányuàn 动 ต่อว่า

蛮（蠻）mán 形 ป่าเถื่อน ; เหลือเกิน ; อย่างยิ่ง

蛮不讲理（蠻不講理）mánbùjiǎnglǐ〈成〉พาลไม่ยอมฟังเหตุผล

蛮干（蠻幹）mángàn 动 ทำอย่างบุ่มบ่าม

蛮横（蠻横）mánhèng 形 เกกมะเหรก

蛮劲（蠻勁）mánjìn 名 กำลังหักโหม

蛮子（蠻子）mán·zi 名〈旧〉เป็นคำที่คนภาคเหนือเรียกคนภาคใต้ในเชิงดูหมิ่นในสมัยก่อนของจีน

蔓菁 mán·jing 名〈植〉หัวผักกาดชนิดหนึ่ง

馒头（饅頭）mán·tou 名 หมั่นโถว

瞒（瞞）mán 动 ปิดบัง

瞒哄（瞞哄）mánhǒng 动 หลอก

瞒上欺下（瞞上欺下）mánshàng-qīxià〈成〉หลอกลวงเบื้องบนรังแกผู้อยู่ใต้บังคับบัญชา

瞒天过海（瞞天過海）mántiān-guòhǎi〈成〉แอบทำโดยใช้วิธีหลอกลวง

鳗鱼（鰻魚）mányú 名〈动〉ปลาไหล

满（滿）mǎn 形 เต็ม 动 ครบ ; ทั่ว

满不在乎（滿不在乎）mǎnbùzài·hu〈成〉ไม่ยี่หระเลยแม้แต่น้อย

满城风雨（滿城風雨）mǎnchéng-fēngyǔ〈成〉โจษจันกันเกรียวกราวทั่วบ้านทั่วเมือง

满分（滿分）mǎnfēn 名 คะแนนเต็ม

满负荷（滿負荷）mǎnfùhè〈机〉ปริมาณงานที่รับทำได้เต็มที่ ; ระวางน้ำหนักเต็มที่

满腹（滿腹）mǎnfù 动 ในใจเต็มไปด้วย...

满腹经纶（滿腹經綸）mǎnfù-jīnglún〈成〉ในใจเต็มไปด้วยความรู้ความสามารถทางการเมืองการปกครองหรือทางวิชาการ

满怀（滿懷）mǎnhuái 动 จิตใจเต็มไปด้วย... 名 อ้อมอก

满口（滿口）mǎnkǒu 名 (พูดอย่าง) เต็มปากเต็มคำ

满面（滿面）mǎnmiàn 动 ใบหน้าเต็มไปด้วย...

满面春风（滿面春風）mǎnmiàn-chūnfēng〈成〉ใบหน้าอิ่มเอิบไปด้วยความสุข

满面红光（滿面紅光）mǎnmiàn-hóngguāng〈成〉ใบหน้าแช่มชื่นและออกสีแดงเรื่อ ๆ

M

满期（滿期）mǎnqī 动 ครบกำหนดเวลา ; ครบวาระ

满腔热忱（滿腔熱忱）mǎnqiāng-rèchén 〈成〉 เต็มไปด้วยความกระตือรือร้น

满勤（滿勤）mǎnqín 动 ไม่ขาดงาน

满山遍野（滿山遍野）mǎnshān-biànyě 〈成〉 กระจายไปทั่วตามภูเขาและทุ่งนา

满师（滿師）mǎnshī 动 ฝึกงานกับอาจารย์สำเร็จ

满心（滿心）mǎnxīn 副 จิตใจเต็มไปด้วย...

满眼（滿眼）mǎnyǎn 名 เต็มตา ; เต็มครรลองสายตา

满意（滿意）mǎnyì 动 พอใจ

满员（滿員）mǎnyuán 动 ครบจำนวนคนตามกำหนด

满月（滿月）mǎnyuè 名 พระจันทร์เต็มดวง 动 เด็กที่เกิดใหม่ครบเดือน

满载（滿載）mǎnzài 动 บรรทุกเต็ม

满载而归（滿載而歸）mǎnzài'érguī 〈成〉 บรรทุกสิ่งของเต็มกลับมา ; ได้รับผลสำเร็จเต็มเปี่ยม

满足（滿足）mǎnzú 动 พอใจ ; ทำให้พอใจ

满嘴（滿嘴）mǎnzuǐ 名 (พูดอย่าง) เต็มปากเต็มคำ

满座（滿座）mǎnzuò 动 (โรงละครโรงภาพยนตร์ ฯลฯ) ที่นั่งเต็ม

螨（蟎）mǎn 名 〈动〉 เห็บ ; ไร

曼延 mànyán 动 ขยายยาวเหยียด

谩骂（謾罵）mànmà 动 ด่าตามอำเภอใจ ; ด่าอย่างสุ่มสี่สุ่มห้า

蔓草 màncǎo 名 หญ้าที่เลื้อยเกาะ ; ไม้เลื้อย

蔓延 mànyán 动 ลุกลาม ; แผ่ขยาย

幔 màn 名 ม่าน ; ฉาก

幔帐 mànzhàng 名 ผ้าม่าน

幔子 màn·zi 名 〈方〉 ผ้าม่าน

漫 màn 动 ล้น ; เอ่อล้น ; เต็มไปทั่ว

漫不经心（漫不經心）mànbùjīngxīn 〈成〉 ไม่ใส่ใจ ; ไม่สนใจไยดี

漫步 mànbù 动 เดินทอดน่องไปตามอารมณ์

漫长（漫長）màncháng 形 ยาวเหยียด ; (เวลา) นานแสนนาน

漫画（漫畫）mànhuà 名 ภาพล้อ

漫骂（漫罵）mànmà 动 ด่ากราด

漫谈（漫談）màntán 动 กล่าวอย่างไม่มีพิธีรีตอง

漫天 màntiān 动 เต็มไปทั่วท้องฟ้า 形 ไร้ขอบเขต

漫无边际（漫無邊際）mànwúbiānjì 〈成〉 กว้างใหญ่ไพศาล ; (พูดหรือเขียนข้อความ) นอกเรื่อง

漫延 mànyán 动 ขยายยาวเหยียด

漫游 mànyóu 动 ท่องเที่ยวไปตามอารมณ์

慢 màn 形 ช้า

慢步 mànbù 动 ก้าวช้า

慢车（慢車）mànchē 名 〈交〉 รถไฟขบวนธรรมดา ; รถเมล์ที่หยุดทุกป้าย

慢火 mànhuǒ 名 ไฟอ่อน

慢件 mànjiàn 名 ไปรษณียภัณฑ์ประเภทธรรมดา

慢慢 mànmàn 形 ช้า ๆ

慢慢来（慢慢來）mànmànlái 动 ค่อย ๆ ทำ ; ทำช้า ๆ ; ค่อยเป็นค่อยไป

慢腾腾（慢騰騰）mànténgténg 形 เชื่องช้า

慢条斯理（慢條斯理）màntiáo-sīlǐ 〈成〉 ช้า ๆ ; ไม่รีบร้อน

慢性 mànxìng 形 (โรค) เรื้อรัง ; นิสัยเชื่องช้า

慢性病 mànxìngbìng 名 〈医〉 โรคเรื้อรัง

慢性子 mànxìng·zi 名 นิสัยเชื่องช้า ; คนนิสัยเชื่องช้า

芒果 mángguǒ 名 มะม่วง

忙 máng 形 ยุ่ง (ไม่ว่าง) ; งานเต็มมือ

忙乎 máng·hu 动 〈口〉 เร่งทำงาน

忙活 máng·huo 动 〈口〉 เร่งทำงาน

忙季 mángjì 名 ฤดูทำนา ; ฤดูกิจการยุ่ง

忙里偷闲（忙裏偷閑）mánglǐ-tōuxián 〈俗〉 ปลีกตัวจากงานยุ่งเหยิง

忙碌 mánglù 形 งานยุ่ง

忙乱（忙亂）mángluàn 形 ชุลมุนวุ่นวาย

忙音 mángyīn 名 (โทรศัพท์) สัญญาณสายไม่ว่าง

忙于 mángyú 动 ยุ่งอยู่กับ...

杧果 mángguǒ 名 มะม่วง

盲肠（盲腸）mángcháng 名〈生理〉กระพุ้งลำไส้ใหญ่ซึ่งติดกับไส้ติ่ง
盲肠炎（盲腸炎）mángchángyán 名〈医〉กระพุ้งลำไส้ใหญ่อักเสบ
盲从（盲從）mángcóng 动 คล้อยตามอย่างหลับหูหลับตา
盲点（盲點）mángdiǎn 名 จุดบอด
盲动（盲動）mángdòng 动 หลับหูหลับตาทำ
盲目 mángmù 形 ตาบอด ; หลับหูหลับตา
盲区（盲區）mángqū 名〈无〉เขตบอด (บริเวณคลื่นเรดาร์ตรวจไม่ถึง)
盲人 mángrén 名 คนตาบอด
盲童 mángtóng 名 เด็กตาบอด
盲文 mángwén 名 อักษรเบรล (*braille*) (ตัวอักษรนูนสำหรับคนตาบอด)
茫茫 mángmáng 形 เวิ้งว้าง ; เลือนราง
茫然 mángrán 形 งุนงง ; ไม่สมหวัง
茫然若失 mángrán-ruòshī〈成〉ลักษณะท่าทางที่ไม่สมหวัง ; งงงวย
莽汉（莽漢）mǎnghàn 名 ชายซุ่มซ่าม ; คนเงอะงะ
莽莽（莽莽）mǎngmǎng 形 (ทุ่งนา) กว้างไพศาล ; มองสุดสายตา
莽撞（莽撞）mǎngzhuàng 形 ซุ่มซ่าม ; บุ่มบ่าม
蟒 mǎng 名〈动〉งูเหลือม
蟒蛇 mǎngshé 名〈动〉งูเหลือม
猫 māo 名〈动〉แมว
猫头鹰（猫頭鷹）māotóuyīng 名〈动〉นกเค้าแมว ; นกฮูก
猫熊 māoxióng 名〈动〉หมีแพนดา (*panda*)
猫腰 māoyāo 动〈方〉ก้มตัว
毛 máo 名 ขน
毛笔（毛筆）máobǐ 名 พู่กัน
毛边纸（毛邊紙）máobiānzhǐ 名 กระดาษที่ทำจากใยต้นไผ่ เหมาะสำหรับเขียนหนังสือพู่กัน
毛病 máo·bìng 名 ข้อบกพร่อง ; ความเจ็บป่วย
毛玻璃 máobō·li 名〈建〉กระจกฝ้า
毛糙 máo·cao 形 หยาบ
毛虫（毛蟲）máochóng 名〈动〉ตัวแก้ว ; ตัวด้วง
毛刺 máocì 名 ส่วนยื่นออกจากพื้นผิวโลหะลักษณะคล้ายเสี้ยน
毛涤（毛滌）máodí 形〈纺〉ผ้าพอลิสเตอร์ผสมขนสัตว์
毛发（毛髮）máofà 名 ขนและผม
毛纺（毛紡）máofǎng 形〈纺〉การทอด้วยขนสัตว์
毛估 máogū 动 กะคร่าว ๆ ; ประมาณพอเป็นสังเขป
毛骨悚然 máogǔ-sǒngrán〈成〉ขนลุกขนพอง
毛孩子 máohái·zi 名〈贬〉เด็กน้อย
毛巾 máojīn 名 ผ้าขนหนู
毛巾被 máojīnbèi 名 ผ้าห่มที่เป็นผ้าขนหนู
毛孔 máokǒng 名 ขุมขน
毛蓝（毛藍）máolán 形〈工美〉สีฟ้าเข้ม
毛利 máolì 名〈经〉กำไรที่ยังไม่ได้หักค่าใช้จ่ายใด ๆ
毛料 máoliào 名〈纺〉ผ้าขนสัตว์
毛驴（毛驢）máolǘ 名〈动〉ลา
毛毛虫（毛毛蟲）máo·maochóng 名〈动〉ตัวแก้ว ; ตัวด้วง
毛毛雨 máo·maoyǔ 名〈气〉ฝนปรอย ๆ ; ฝนตกหยิม ๆ
毛坯 máopī 名〈建〉ผลิตภัณฑ์กึ่งสำเร็จรูป
毛皮 máopí 名 หนังสัตว์ที่มีขนสำหรับทำเสื้อกันหนาวกับหมวก ฯลฯ
毛茸茸 máoróngróng 形 ขนปุกปุย
毛手毛脚 máoshǒu-máojiǎo〈成〉ทำงานสะเพร่า
毛遂自荐（毛遂自薦）máosuì-zìjiàn〈成〉แนะนำตัวเองให้คนอื่นยอมรับ (เพื่อบรรจุตำแหน่งหรือส่งไปปฏิบัติงาน)
毛毯 máotǎn 名 ผ้าห่มขนสัตว์
毛细血管（毛細血管）máoxì-xuèguǎn〈生理〉เส้นโลหิตฝอย
毛虾（毛蝦）máoxiā 名〈动〉กุ้งฝอย
毛线（毛綫）máoxiàn 名 ไหมพรม
毛衣 máoyī 名 เสื้อไหมพรม
毛躁 máo·zao 形 อารมณ์ร้อน ; สะเพร่า

毛毡（毛氈）máozhān 名〈纺〉 ผ้าสักหลาดหยาบ ; พรมสักหลาดหยาบ

毛织品（毛織品）máozhīpǐn 名〈纺〉 สิ่งทอขนสัตว์

毛重 máozhòng 名 น้ำหนักรวม

毛竹 máozhú 名〈植〉 ไผ่ชนิดลำต้นสูงใหญ่

矛 máo 名 หอก

矛盾 máodùn 名 หอกกับโล่ ; ความขัดแย้ง 形 ขัดแย้ง

矛头（矛頭）máotóu 名 หัวหอก ; เป้าหมาย โจมตี

茅草 máocǎo 名〈植〉 หญ้าคา ; แฝก

茅庐 máolú 名 กระท่อม

茅棚 máopéng 名 กระต๊อบที่มุงด้วยหญ้าคา

茅塞顿开（茅塞頓開）máosè-dùnkāi 〈成〉 ความคิดสว่างโล่งอย่างฉับพลัน

茅台酒（茅臺酒）máotáijiǔ 名 เหล้าเหมาไถ

茅屋 máowū 名 กระท่อมที่มุงด้วยแฝก (หรือ ต้นอ้อ ฟาง ฯลฯ)

牦牛 máoniú 名〈动〉 จามร ; จามรี

锚（錨）máo 名〈航〉 สมอ

锚地（錨地）máodì 名〈航〉 ที่ทอดสมอเรือ

蟊贼（蟊賊）máozéi 名 โจรปล้นชาติปล้น ประชาชน

卯时（卯時）mǎoshí 名 ช่วงเวลาตามระบบ เวลาของจีนคือ ๕.๐๐น. – ๗.๐๐น.

铆（鉚）mǎo 动 ย้ำหมุด

铆钉（鉚釘）mǎodīng 名 หมุดย้ำ

铆接（鉚接）mǎojiē 动 ย้ำหมุด

茂密 màomì 形 งอกงามหนาแน่น

茂盛 màoshèng 形 งอกงามดี

冒 mào 动 โผล่ออก ; พ่นออก

冒充 màochōng 动 สวมรอย ; ปลอมตัว

冒顶（冒頂）màodǐng 动〈矿〉 หลังคาบ่อเหมือง พังทลาย

冒渎（冒瀆）màodú 动〈书〉 ล่วงเกินและ สบประมาท

冒犯 màofàn 动 ล่วงเกิน

冒号（冒號）màohào 名〈语〉 เครื่องหมายโคลอน

":" ; จุดคู่

冒火 màohuǒ 动 โกรธเป็นฟืนเป็นไฟ

冒尖 màojiān 动 บรรจุล้นภาชนะ ; โดดเด่น

冒进（冒進）màojìn 动 รุดหน้าไปโดยไม่ดูตา ม้าตาเรือ ; รุดไปอย่างหุนหันพลันแล่น

冒领（冒領）màolǐng 动 แอบอ้างไปรับเอา (เงินทองหรือสิ่งของ)

冒昧 màomèi 形 ละลาบละล้วง

冒名 màomíng 动 แอบอ้างชื่อ

冒名顶替（冒名頂替）màomíng-dǐngtì 〈成〉 แอบอ้างชื่อ

冒牌 màopái 形 ปลอมยี่ห้อ

冒失 mào•shi 形 บุ่มบ่าม ; ซุ่มซ่าม

冒失鬼 mào•shiguǐ 名 คนบุ่มบ่าม ; คนซุ่มซ่าม

冒死 màosǐ 副 เสี่ยงความตาย

冒头（冒頭）màotóu 动 โผล่หัวออก

冒险（冒險）màoxiǎn 动 เสี่ยงภัย ; ผจญภัย

贸然（貿然）màorán 副 อย่างสะเพร่า ; โดยปราศจากการไตร่ตรอง

贸易（貿易）màoyì 名 การค้า

帽 mào 名 หมวก ; สิ่งที่มีลักษณะคล้ายหมวก

帽徽 màohuī 名 เครื่องหมายติดหมวก

帽子 mào•zi 名 หมวก

貌合神离（貌合神離）màohé-shénlí 〈成〉 ดูผิวเผินปรองดองกัน แต่ความจริงแตกแยกกัน

貌似 màosì 动 คลับคล้ายคลับคลาทางด้าน โฉมภายนอก

么（麼）me〈后缀〉 เป็นคำเสริมท้ายคำ ; ใช้เป็น คำแทรกในเนื้อเพลง

没 méi 副 ไม่ 动 ไม่มี

没词儿（没詞兒）méicír 动〈口〉 พูดไม่ออก

没错（没錯）méicuò 动 ไม่ผิด ; ถูกต้อง

没大没小 méidà-méixiǎo 〈惯〉 ไม่รู้จักเคารพ ผู้ใหญ่

没底 méidǐ 动 ขาดความมั่นใจ ; ไม่แน่ใจ

没法儿（没法兒）méifǎr 动 ไม่มีทาง

没关系（没關係）méi guān•xi 动 ไม่เป็นไร

没劲（没勁）méijìn 动 ไม่มีแรง 形 ไม่สนุก

没精打采 méijīng-dǎcǎi 〈成〉 หงอยเหงาเศร้าซึม
没门儿（没門兒）méiménr 动 〈方〉 ไม่มีวิธี ; ไม่มีทาง (เป็นไปไม่ได้) ; ไม่ได้ (ไม่เห็นด้วย)
没命 méimìng 动 เสียชีวิต ; (อย่าง) ไม่เสียดายชีวิต
没皮没脸（没皮没臉）méipí-méiliǎn 〈俗〉 หน้าด้าน
没谱儿（没譜兒）méipǔr 动 〈口〉 ไม่แน่ใจ ; ไม่มีแผนในใจ
没轻没重（没輕没重）méiqīng-méizhòng 〈成〉 ไม่รู้จักที่หนักที่เบา
没趣 méiqù 形 เสียหน้า ; ไม่สนุก
没日没夜 méirì-méiyè 〈成〉 ทั้งกลางวันและกลางคืน
没什么（没什麽）méi shén•me 〈惯〉 ไม่มีอะไร ; ไม่เป็นไร
没事 méishì 动 ไม่เป็นไร ; ไม่มีงานทำ ; หมดเรื่อง
没说的（没説的）méishuō•de 〈惯〉 ไม่มีที่ติ ; ไม่มีทางเถียง ; ไม่มีปัญหา
没头没脑（没頭没腦）méitóu-méinǎo 〈成〉 ทำให้งง ; (ตี เท ฯลฯ) ใส่หัว
没完 méiwán 动 ไม่มีที่สิ้นสุด ; ไม่รู้จบ
没完没了 méiwán-méiliǎo 〈俗〉 ไม่มีการเสร็จสิ้น
没戏（没戲）méixì 动 〈方〉 อย่าหวัง
没想到 méixiǎngdào 动 คิดไม่ถึง ; นึกไม่ถึง
没心没肺 méixīn-méifèi 〈成〉 ไม่รู้จักใช้สมอง ; ไม่รู้บุญคุณ
没羞 méixiū 形 ไร้ยางอาย
没意思 méi yì•si 形 ไม่สนุก ; ไร้สาระ
没影儿（没影兒）méiyǐngr 动 เป็นไปไม่ได้ ; หายตัวไป
没用 méiyòng 动 ไม่มีประโยชน์
没有 méi•yǒu 动 ไม่มี
没辙（没轍）méizhé 动 〈口〉 ไม่มีวิธี ; หมดปัญญา
没治 méizhì 动 〈口〉 ไม่มีทางรักษาให้หาย ; ไม่มีทางเยียวยา ; (ดี ชั่ว ฯลฯ) เต็มที
没准儿（没準兒）méizhǔnr 动 ไม่แน่

玫瑰 méi•gui 名 〈植〉 กุหลาบ
玫瑰红（玫瑰紅）méi•guihóng 形 สีแดงกุหลาบ

枚 méi 量 (ลักษณนามใช้กับสิ่งของชิ้นเล็ก ๆ เช่น เหรียญ ฯลฯ) อัน
枚举（枚舉）méijǔ 动 ยกตัวอย่างทีละข้อ ๆ

眉 méi 名 คิ้ว
眉笔（眉筆）méibǐ 名 ดินสอเขียนคิ้ว
眉飞色舞（眉飛色舞）méifēi-sèwǔ 〈成〉 ยิ้มแย้มแจ่มใส ; หน้าบาน
眉睫 méijié 名 คิ้วและขนตา
眉开眼笑（眉開眼笑）méikāi-yǎnxiào 〈成〉 ยิ้มแย้มแจ่มใส
眉来眼去（眉來眼去）méilái-yǎnqù 〈成〉 เล่นหูเล่นตา
眉毛 méi•mao 名 คิ้ว
眉目 méimù 名 คิ้วและตา ; หน้าตา ; เค้าโครง
眉目 méi•mu 名 เค้าเงื่อน
眉清目秀 méiqīng-mùxiù 〈成〉 หน้าตาหล่อเหลา
眉梢 méishāo 名 ปลายคิ้ว
眉头（眉頭）méitóu 名 หัวคิ้ว
眉眼 méiyǎn 名 คิ้วและตา ; หน้าตา
眉宇 méiyǔ 名 หน้าผาก

梅 méi 名 〈植〉 ดอกเหมย
梅毒 méidú 名 〈医〉 โรคซิฟิลิส (*syphilis*)
梅花 méihuā 名 ดอกเหมย
梅花鹿 méihuālù 名 〈动〉 กวางซิกา (*sika*)
梅雨 méiyǔ 名 〈气〉 ฝนปลายฤดูใบไม้ผลิและต้นฤดูร้อน
梅子 méi•zi 名 ต้นเหมย ; ลูกบ๊วย

媒 méi 名 แม่สื่อ ; พ่อสื่อ
媒介 méijiè 名 สื่อนำ ; สื่อสัมพันธ์
媒人 méi•ren 名 แม่สื่อ ; พ่อสื่อ ; แม่สื่อพ่อชัก
媒体（媒體）méitǐ 名 สื่อมวลชน
媒质（媒質）méizhì 名 〈物〉 ตัวสื่อนำ ; ตัวกลาง

煤 méi 名 ถ่านหิน
煤层（煤層）méicéng 名 〈矿〉 ชั้นถ่านหิน

煤耗 méihào 名 ปริมาณการสิ้นเปลืองถ่านหิน

煤灰 méihuī 名 เขม่าถ่านหิน ; เถ้าถ่านหิน

煤火 méihuǒ 名 ไฟถ่านหิน

煤焦油 méijiāoyóu 名 น้ำมันดำจากถ่านหิน

煤矿（煤礦）méikuàng 名 เหมืองถ่านหิน

煤炉（煤爐）méilú 名 เตาถ่านหิน

煤气（煤氣）méiqì 名 แก๊สถ่านหิน (*coal gas*) ; แก๊ส (*gas*)

煤气表（煤氣表）méiqìbiǎo 名 มิเตอร์แก๊ส (*gas meter*)

煤炭 méitàn 名 ถ่านหิน

煤田 méitián 名 〈矿〉 พื้นที่กว้างใหญ่ซึ่งมีแร่ถ่านหินฝังอยู่

煤窑 méiyáo 名 〈矿〉 เหมืองถ่านหิน

煤油 méiyóu 名 น้ำมันก๊าส

煤油灯（煤油燈）méiyóudēng 名 ตะเกียงน้ำมันก๊าส

煤油炉（煤油爐）méiyóulú 名 เตาน้ำมันก๊าส

煤渣（煤渣）méizhā 名 กากถ่านหิน

酶 méi 名 〈生化〉 เอนไซม์ (*enzyme*)

霉（黴）méi 名 รา

霉变（黴變）méibiàn 动 ขึ้นรา

霉菌（黴菌）méijūn 名 〈医〉 เชื้อรา

霉烂（黴爛）méilàn 动 ขึ้นราจนเน่า

霉头（黴頭）méitóu 名 ความอับโชค ; ความซวย

每 měi 代 ทุก

每当（每當）měidāng 副 ทุกครั้งที่...

每逢 měiféng 副 ทุกครั้งที่...

每况愈下 měikuàng-yùxià 〈成〉 นับวันจะทรุดลงยิ่งขึ้น

每每 měiměi 副 มักจะ

美 měi 形 สวย

美不胜收（美不勝收）měibùshèngshōu 〈成〉 สิ่งสวยงามมากมายจนชมไม่หมด

美餐 měicān 动 รับประทานอย่างเอร็ดอร่อย 名 อาหารเลิศรส

美差 měichāi 名 งานที่ถูกใจ

美钞（美鈔）měichāo 名 เงินดอลลาร์ (*US Dollar*)

美称（美稱）měichēng 名 คำเรียกชื่อที่ยกย่อง

美德 měidé 名 คุณธรรมอันดีงาม

美感 měigǎn 名 ความรู้สึกในสุนทรียภาพ

美工 měigōng 名 งานออกแบบด้านจิตรกรรม (ของภาพยนตร์ ฯลฯ) ; เจ้าหน้าที่ออกแบบด้านจิตรกรรม

美观（美觀）měiguān 形 (รูปแบบ) สวยงาม

美好 měihǎo 形 ดีงาม

美化 měihuà 动 ทำให้สวยงาม

美金 měijīn 名 เงินดอลลาร์สหรัฐ

美景 měijǐng 名 ทิวทัศน์อันสวยงาม

美酒 měijiǔ 名 สุรารสเลิศ

美丽（美麗）měilì 形 สวยงาม

美轮美奂（美輪美奐）měilún-měihuàn 〈成〉 (สิ่งปลูกสร้าง การตบแต่ง ฯลฯ) หรูหราและวิจิตรงดงาม

美满（美滿）měimǎn 形 (ชีวิต) สมบูรณ์และเต็มไปด้วยความสุข

美貌 měimào 名 โฉมงาม

美梦（美夢）měimèng 名 ฝันหวาน

美妙 měimiào 形 งามวิเศษ

美名 měimíng 名 ชื่อเสียงอันดีงาม

美女 měinǚ 名 นางงาม ; สาวสวย

美人 měirén 名 คนสวย

美人计（美人計）měirénjì 名 อุบายนารี ; แผนนารีพิฆาต

美人蕉 měirénjiāo 名 〈植〉 พุทธรักษา

美容 měiróng 动 เสริมสวย

美容师（美容師）měiróngshī 名 ช่างเสริมสวย

美食 měishí 名 อาหารอร่อยและทำอย่างพิถีพิถัน ; อาหารดี ๆ

美食家 měishíjiā 名 นักโภชนากร

美事 měishì 名 เรื่องดีงาม

美术（美術）měishù 名 จิตรกรรม ; วิจิตรศิลป์

美术馆（美術館）měishùguǎn 名 หอจิตรกรรม ; หอวิจิตรศิลป์

M

美术家（美術家）měishùjiā 名 จิตรกร

美术片（美術片）měishùpiàn 名 ภาพยนตร์การ์ตูน

美术字（美術字）měishùzì 名 ตัวหนังสืออาร์ต ; อักษรศิลป์

美谈（美談）měitán 名 เรื่องที่น่าชื่นชม

美味 měiwèi 名 โอชารส

美学（美學）měixué 名 สุนทรียศาสตร์

美学家（美學家）měixuéjiā 名 นักสุนทรียศาสตร์

美言 měiyán 动 พูดคำไพเราะ (แทนคนอื่น) 名 〈书〉 วาจาอันดีงาม

美艳（美艷）měiyàn 形 งามเพริศพริ้ง ; งามเฉิดฉาย

美意 měiyì 名 น้ำใจอันดีงาม ; ความหวังดี

美育 měiyù 名 การศึกษาทางสุนทรียศาสตร์

美誉（美譽）měiyù 名 ชื่อเสียงอันดีงาม

美元 měiyuán 名 เงินดอลลาร์

美展 měizhǎn 名 นิทรรศการทางจิตรกรรม

美中不足 měizhōng-bùzú 〈成〉 ข้อบกพร่องในความดีงาม

美洲虎 měizhōuhǔ 名 〈动〉 เสือลายตลับ

美滋滋 měizīzī 形 ดีอกดีใจ

镁（鎂）měi 名 〈化〉 แมกนีเซียม (*magnesium*)

镁光灯（鎂光燈）měiguāngdēng 名 แมกนีเซียมแฟลร์ (*magnesium flare*)

妹 mèi 名 น้องสาว

妹夫 mèi·fu 名 น้องเขย

妹妹 mèi·mei 名 น้องสาว

昧 mèi 动 โง่เขลา ; ซ่อน

昧心 mèixīn 动 ฝืนต่อหิริโอตตัปปะของตน

媚态（媚態）mèitài 名 ท่าทางที่ประจบประแจง

媚外 mèiwài 动 ประจบสอพลอต่างชาติ

媚眼 mèiyǎn 名 ตาหวานมีเสน่ห์

魅惑 mèihuò 动 ยั่วยวน ; ดึงดูดด้วยเสน่หา

魅力 mèilì 名 เสน่ห์

魅人 mèirén 形 ดึงดูดใจ

闷（悶）mēn 形 อบอ้าว

闷热（悶熱）mēnrè 形 ร้อนอบอ้าว

闷声闷气（悶聲悶氣）mēnshēng-mēnqì 形 เสียงทุ้มต่ำ ; เสียงคัดจมูก

闷头儿（悶頭兒）mēntóur 副 (พยายาม) อย่างเงียบ ๆ ไม่พูดไม่จา

门（門）mén 名 ประตู

门齿（門齒）ménchǐ 名 ฟันหน้า

门当户对（門當户對）méndāng-hùduì 〈成〉 ฐานะเท่าเทียมกัน

门道（門道）mén·dao 名 〈口〉 ช่องทาง ; วิธี ; เคล็ดลับ

门第（門第）méndì 名 ฐานะของวงศ์ตระกูล

门洞儿（門洞兒）méndòngr 名 ระเบียงจากประตูหน้าถึงอาคารบ้าน

门风（門風）ménfēng 名 ประเพณีของวงศ์ตระกูล

门缝（門縫）ménfèng 名 ช่องประตู

门岗（門崗）méngǎng 名 ยามเฝ้าประตู

门户（門户）ménhù 名 ประตู ; ทางผ่านที่จำเป็น ; พรรคพวก

门户之见（門户之見）ménhùzhījiàn 〈成〉 อคติในการถือพรรคถือพวก

门禁卡（門禁卡）ménjìnkǎ 名 คีย์การ์ด (*key card*)

门槛（門檻）ménkǎn 名 〈建〉 ธรณีประตู

门可罗雀（門可羅雀）ménkěluóquè 〈成〉 กางตาข่ายจับนกที่หน้าประตูได้ อุปมา ความซบเซาของสถานที่ซึ่งมีผู้คนไปมาหาสู่กันน้อยมาก

门口（門口）ménkǒu 名 หน้าประตู

门框（門框）ménkuàng 名 〈建〉 วงกบประตู

门类（門類）ménlèi 名 ประเภท

门帘（門簾）ménlián 名 ม่านประตู

门脸儿（門臉兒）ménliǎnr 名 〈方〉 หน้าร้าน

门铃（門鈴）ménlíng 名 ออด ; กริ่งไฟฟ้า

门路（門路）mén·lu 名 ช่องทาง ; เส้นสาย

门面（門面）mén·mian 名 หน้าร้าน ; โฉมภายนอก

门牌（門牌）ménpái 名 เลขบ้าน

门票（門票）ménpiào 名 บัตรผ่านประตู

门市（門市）ménshì 名 หน้าร้านที่ขายสินค้า

门厅（門廳）méntīng 名〈建〉ห้องระหว่างประตู
　ด้านนอกกับส่วนในของบ้าน

门庭若市（門庭若市）méntíng-ruòshì〈成〉
　คนเดินขวักไขว่เหมือนตลาด ; อุปมาว่า คนมาติด
　ต่อเยี่ยมเยียนมากมาย

门徒（門徒）méntú 名 ลูกศิษย์ ; สาวก

门外汉（門外漢）ménwàihàn 名 คนนอกวงการ
　วิชาความรู้ด้านใดด้านหนึ่ง

门卫（門衛）ménwèi 名 ยามเฝ้าประตู

门牙（門牙）ményá 名 ฟันหน้า

门诊（門診）ménzhěn 动〈医〉รักษาผู้ป่วยนอก

门诊部（門診部）ménzhěnbù 名〈医〉แผนก
　ผู้ป่วยนอก

扪心（捫心）ménxīn 动〈书〉ลูบอกแสดงท่าทาง
　สำรวจตนเอง ; สำรวจจิตใจตน

闷（悶）mèn 形 กลัดกลุ้ม ; น่าเบื่อ ; อบอ้าว

闷棍（悶棍）mèngùn 名 การฟาดด้วยไม้อย่าง
　หนักโดยฉับพลัน ; อุปมา การที่ถูกโจมตีอย่าง
　หนักโดยฉับพลัน

闷葫芦（悶葫蘆）mènhú·lu 名 คำพูดที่เดาเอา
　ยาก ; เรื่องที่เดายาก ; คนที่ไม่ชอบพูด

闷雷（悶雷）mènléi 名 ฟ้าลั่นครืดคราด ; อุปมาว่า
　การที่ถูกทำลายจิตใจอย่างรุนแรงโดยฉับพลัน

闷闷不乐（悶悶不樂）mènmèn-bùlè〈成〉กลุ้ม
　อกกลุ้มใจ

焖（燜）mèn 动 อบ (ด้วยไฟอ่อนเพื่อทำให้สุก)

们（們）men〈后缀〉ทั้งหลาย ; ทั้งปวง ; บรรดา ; พวก

蒙 mēng 动 หลอก ; เดา ; วิงเวียน

蒙蒙亮 mēngmēngliàng 形 (ฟ้า) สาง

蒙骗（矇騙）mēngpiàn 动 หลอกลวง

蒙头转向（蒙頭轉向）mēngtóu-zhuànxiàng
　〈成〉ปวดเศียรเวียนเกล้า ; หัวปั่น

虻 méng 名〈动〉ตัวเหลือบ

萌发（萌發）méngfā 动〈植〉งอก

萌生 méngshēng 动 เริ่มเกิดขึ้น (มักใช้กับสิ่ง
　นามธรรม)

萌芽 méngyá 动 งอก ; แตกหน่อ

蒙 méng 动 คลุม ; ประสบ ; เขลา

蒙蔽 méngbì 动 ปิดบังหลอกลวง

蒙混 ménghùn 动 หลอกลวงชวนเชื่อ

蒙混过关（蒙混過關）ménghùn-guòguān
　〈成〉หลอกลวงชวนเชื่อเพื่อเอาตัวรอด

蒙眬（蒙矓）ménglóng 形 งัวเงีย

蒙昧 méngmèi 形 อนารยะ ; โง่เขลา

蒙蒙（濛濛）méngméng 形 (ฝนตก) พรำ

蒙难（蒙難）méngnàn 动 ประสบความหายนะ ;
　ถูกศัตรูประทุษร้าย

蒙受 méngshòu 动 ประสบ ; ได้รับ

蒙太奇 méngtàiqí 名 มอนตาจ (montage)

蒙冤 méngyuān 动 ถูกใส่ร้าย

盟 méng 名 พันธมิตร 动 สาบาน

盟邦 méngbāng 名 ประเทศเพื่อนบ้านซึ่ง
　เป็นพันธมิตร

盟国（盟國）méngguó 名 ประเทศพันธมิตร

盟军（盟軍）méngjūn 名 ทหารพันธมิตร

盟誓 méngshì 动〈书〉สาบาน

盟兄弟 méngxiōngdì 名 พี่น้องร่วมสาบาน

盟友 méngyǒu 名 พันธมิตร

盟约（盟約）méngyuē 名 สนธิสัญญาระหว่าง
　พันธมิตร ; สนธิสัญญาว่าด้วยการเป็นพันธมิตรกัน

盟主 méngzhǔ 名 ผู้นำพันธมิตร ; ผู้นำหรือผู้ริเริ่ม
　ของวงการกิจกรรม

朦胧（朦朧）ménglóng 形 (แสงจันทร์) มัวสลัว
　เลือนราง

猛 měng 形 รุนแรง

猛虎 měnghǔ 名 เสือที่ดุร้าย

猛进（猛進）měngjìn 动 รุดหน้าไปอย่างห้าวหาญ

猛力 měnglì 动 ใช้กำลังแรง

猛烈 měngliè 形 ดุเดือด ; รุนแรง

猛禽 měngqín 名 นกที่ดุร้าย

猛然 měngrán 副 ฉับพลัน

猛士 měngshì 名 ผู้ห้าวหาญ

猛兽（猛獸）měngshòu 名 สัตว์ดุร้าย

猛醒 měngxǐng 动 ตื่นตัวทันที

蒙古包 měnggǔbāo 名 กระโจมของชาวมองโกล

蒙文 měngwén 名 อักษรมองโกล ; ภาษามองโกล

M

蒙语（蒙語）měngyǔ 名 ภาษามองโกล

锰（錳）měng 名〈化〉สารแมงกานีส (*manganese*)

锰钢（錳鋼）měnggāng 名〈冶〉เหล็กแมงกานีส

懵懂 měngdǒng 形 งง ; ไม่รู้ผิดรู้ชอบ

蠓 měng 名〈动〉มิดจ์ (*midge*) (แมลงชนิดหนึ่ง)

孟 mèng 名 เดือนแรกของฤดูกาล ; พี่คนโตในการเรียงลำดับพี่น้อง ; นามสกุลของชาวจีน

梦（夢）mèng 动 ฝัน 名 ความฝัน

梦笔生花（夢筆生花）mèngbǐshēnghuā〈成〉ฝันเห็นปลายพู่กันเกิดดอกไม้บาน อุปมาว่าฝีมือการประพันธ์ยอดเยี่ยม

梦话（夢話）mènghuà 名 คำพูดละเมอ ; คำพูดเพ้อฝัน

梦幻（夢幻）mènghuàn 名 ความฝัน ; ภาพลวงตา

梦见（夢見）mèngjiàn 动 ฝันเห็น

梦境（夢境）mèngjìng 名 ภาพในความฝัน

梦寐以求（夢寐以求）mèngmèiyǐqiú〈成〉ใฝ่หาแม้แต่ในความฝัน

梦乡（夢鄉）mèngxiāng 名 นิทรารมณ์ ; ในฝัน

梦想（夢想）mèngxiǎng 名 คิดฝัน

梦魇（夢魘）mèngyǎn 动 ฝันร้าย

梦呓（夢囈）mèngyì 名 คำพูดละเมอ

梦游症（夢游症）mèngyóuzhèng 名〈医〉โรคละเมอเดิน

眯 mī 动 หรี่ (ตา)

眯缝（眯縫）mī·feng 动 หรี่ (ตา)

弥补（彌補）míbǔ 动 ชดเชย

弥合（彌合）míhé 动 ทำให้ (บาดแผลที่ร่ายกายหรือจิตใจ) หาย

弥勒（彌勒）Mílè 名〈宗〉พระเมตไตรยโพธิสัตว์

弥留（彌留）míliú 动〈书〉เจ็บหนักใกล้ตาย

弥漫（彌漫）mímàn 动 ตลบฟุ้ง

弥天大谎（彌天大謊）mítiān-dàhuǎng〈成〉คำโกหกลวงโลก

迷 mí 动 หลง ; ติด

迷彩服 mícǎifú 名 เครื่องแบบสนามชุดพรางตา

迷宫 mígōng 名 เขาวงกต

迷糊 mí·hu 形 (สติ) เลอะเลือน

迷昏 míhūn 动 สลบ ; มึนซึม

迷惑 mí·huò 形 งงงวย

迷惑不解 míhuò-bùjiě〈成〉งงงวยไม่เข้าใจ

迷恋（迷戀）míliàn 动 หลงใหล

迷路 mílù 动 หลงทาง

迷茫 mímáng 形 กว้างใหญ่ไพศาลและเลือนราง ; งงงวย

迷梦（迷夢）mímèng 名 ความเพ้อฝัน

迷人 mírén 形 ทำให้หลงใหล

迷失 míshī 动 หลงทิศทาง

迷途 mítú 动 หลงทาง

迷惘 míwǎng 形 งงงวย

迷雾（迷霧）míwù 名 หมอกหนา ; สิ่งที่ทำให้หลงทาง

迷信 míxìn 动 หลงงมงาย ; เชื่อไสยศาสตร์

迷住 mízhù 动 ทำให้หลง

猕猴（獼猴）míhóu 名〈动〉ลิงกัง

猕猴桃（獼猴桃）míhóutáo 名〈植〉ลูกกีวี (*kiwi*)

谜（謎）mí 名 ปริศนา

谜底（謎底）mídǐ 名 คำแก้ปริศนา ; อุปมาข้อเท็จจริง

谜团（謎團）mítuán 名 สิ่งที่น่าสงสัยที่เชื่อมโยงกันหลายข้อ ; ความฉงนสนเท่ห์

谜语（謎語）míyǔ 名 ปริศนา

糜费（糜費）mífèi 动 สิ้นเปลือง

糜烂（糜爛）mílàn 动〈医〉เน่าเปื่อย

麋鹿 mílù 名〈动〉เดวิดสเดียร์ (*David's deer*) ; กวางเดวิด

米 mǐ 名 ข้าว 量 เมตร

米尺 mǐchǐ 名〈测〉เครื่องวัดความยาวตามมาตราเมตริก

米醋 mǐcù 名 น้ำส้มสายชูที่กลั่นจากข้าวสาร

米饭（米飯）mǐfàn 名 ข้าวสวย

米粉 mǐfěn 名 แป้งข้าวจ้าว ; ก๋วยเตี๋ยว

米黄色 mǐhuángsè 名 สีครีม

米酒 mǐjiǔ 名 เหล้าข้าวเหนียว

米糠 mǐkāng 名 รำข้าว

米老鼠 mǐlǎoshǔ 名 มิกกี้เมาส์ (*Mickey Mouse*)
米粒 mǐlì 名 เมล็ดข้าว
米汤（米湯）mǐ·tāng 名 น้ำข้าว
靡丽 mǐlì 形 <书> งดงามและหรูหรา
靡靡之音 mǐmǐzhīyīn <成> เสียงเพลงยั่วโลกีย์
觅求（覓求）mìqiú 动 แสวงหา ; เสาะหา
觅取（覓取）mìqǔ 动 เสาะหาเพื่อเอาไป
觅食（覓食）mìshí 动 หาอาหาร
秘本 mìběn 名 หนังสือหายากที่เก็บรักษาไว้อย่างดี
秘而不宣 mì'érbùxuān <成> เก็บไว้เป็นความลับ
秘方 mìfāng 名 ตำรายาลับ
秘诀（秘訣）mìjué 名 เคล็ดลับ
秘密 mìmì 名 ความลับ
秘书（秘書）mìshū 名 เลขานุการ
秘闻（秘聞）mìwén 名 ข่าวความลับ (โดยทั่วไปจะเกี่ยวกับความลับส่วนตัว)
密 mì 形 ถี่ ; ใกล้ชิด ; ลับ
密闭（密閉）mìbì 动 ปิดแน่น
密不可分 mìbùkěfēn <成> ความผูกพันธ์ใกล้ชิดอย่างแยกไม่ออก
密布 mìbù 动 ปกคลุมอย่างหนาทึบ
密电（密電）mìdiàn 名 โทรเลขลับ
密度 mìdù 名 ระดับความถี่ ; ระดับความหนาแน่น
密封 mìfēng 动 ปิดผนึกแน่น
密告 mìgào 动 แอบรายงาน ; แอบฟ้อง
密级 mìjí 名 ระดับขั้นของความลับแห่งชาติ ซึ่งมีสามขั้นได้แก่ ความลับสูงสุด (绝密) ความลับสำคัญ (机密) และความลับ (秘密)
密集 mìjí 动 ชุมนุมกันอย่างหนาแน่น
密件 mìjiàn 名 เอกสารลับ
密林 mìlín 名 ป่าทึบ
密令 mìlìng 名 คำสั่งลับ 动 ออกคำสั่งลับ
密码（密碼）mìmǎ 名 รหัสลับ ; โค้ดลับ
密密麻麻 mì·mimámá 形 ทั้งมากทั้งถี่
密谋（密謀）mìmóu 动 วางแผนกันอย่างลับ ๆ
密切 mìqiè 形 สนิทสนม 动 ใกล้ชิด
密实（密實）mì·shi 形 (รอยเย็บ) ถี่
密使 mìshǐ 名 ทูตลับ
密室 mìshì 名 ห้องลับ
密谈（密談）mìtán 动 เจรจากันลับ ๆ
密探 mìtàn 名 สายลับ ; สายสืบ
密写（密寫）mìxiě 动 เขียนหนังสือลับ
密信 mìxìn 名 จดหมายลับ
密友 mìyǒu 名 เพื่อนสนิท
密语（密語）mìyǔ 动 พูดเป็นความลับ ; กระซิบ
密约（密約）mìyuē 名 สัญญาลับ
幂 mì 名 ผ้าคลุม ; <数> สูตรยกกำลัง 动 คลุม
谧静（謐靜）mìjìng 形 <书> เงียบสงัด
嘧啶 mìdìng 名 <化> สารไพริมิดีน (*pyrimidine*)
蜜 mì 名 น้ำผึ้ง ; หวาน
蜜蜂 mìfēng 名 <动> ผึ้ง
蜜饯（蜜餞）mìjiàn 名 ผลไม้เชื่อม
蜜桃 mìtáo 名 ลูกท้อหวาน
蜜月 mìyuè 名 ฮันนีมูน (*honeymoon*) ; เดือนแรกหลังแต่งงาน
蜜枣（蜜棗）mìzǎo 名 พุทราเชื่อม
蜜贮罐（蜜貯罐）mìzhùguàn 名 ไซโล (*silo*)
眠 mián 动 นอนหลับ
绵绵（綿綿）miánmián 形 ติดต่อกันไม่ขาดสาย
绵软（綿軟）miánruǎn 形 อ่อนนุ่ม
绵延（綿延）miányán 动 ทอดยาวเหยียดกันไป
绵羊（綿羊）miányáng 名 <动> แกะ
绵纸（綿紙）miánzhǐ 名 กระดาษทิชชู (*tissue*)
绵子（綿子）mián·zi 名 ปุยใยไหม (ที่ใช้ทำเสื้อนวมหรือผ้าห่มนวม)
棉 mián 名 <植> ฝ้าย
棉被 miánbèi 名 ผ้าห่มนวม
棉布 miánbù 名 ผ้าฝ้าย
棉纺（棉紡）miánfǎng 形 <纺> ที่ปั่นทอจากด้ายฝ้าย
棉花 mián·huā 名 ต้นฝ้าย ; ปุยฝ้าย
棉袍 miánpáo 名 เสื้อนวมยาวที่เป็นเสื้อคลุม
棉签（棉簽）miánqiān 名 สำลีก้าน ; คอตตอนบัด (*cotton bud*)

M

棉纱（棉紗）miánshā 名〈纺〉ด้ายฝ้ายดิบ ;
　ใยสังเคราะห์

棉条（棉條）miántiáo 名 เศษเส้นใยฝ้าย

棉线（棉綫）miánxiàn 名 ด้ายฝ้าย

棉衣 miányī 名 เสื้อนวม ; เสื้อกันหนาว

棉织品（棉織品）miánzhīpǐn 名 สิ่งทอจากฝ้าย

免 miǎn 动 ยกเว้น ; ปลดออก

免不了 miǎn·buliǎo 动 หลีกเลี่ยงไม่ได้ ;
　ยกเว้นไม่ได้

免除 miǎnchú 动 กำจัด ; ปลดออก

免得 miǎn·de 连 จะได้ไม่...

免费（免費）miǎnfèi 动 ยกเว้นค่าใช้จ่าย ; ฟรี

免冠 miǎnguān 动 ถอดหมวก

免检（免檢）miǎnjiǎn 动 ยกเว้นการตรวจ

免礼（免禮）miǎnlǐ 动〈套〉ตามสบาย
　(ใช้พูดห้ามเวลาคนอื่นทำความเคารพต่อตัวเอง)

免票 miǎnpiào 名 ตั๋วฟรี 动 ไม่ต้องซื้อตั๋ว

免签（免簽）miǎnqiān 动 ยกเว้นการขอวีซ่า

免试（免試）miǎnshì 动〈教〉ยกเว้นการสอบ

免税 miǎnshuì 动 ยกเว้นภาษี

免修 miǎnxiū 动〈教〉ยกเว้นการเรียน (บางวิชา)

免验（免驗）miǎnyàn 动 ยกเว้นการตรวจ

免役 miǎnyì 动 ยกเว้นการถูกเกณฑ์เป็นทหาร

免疫 miǎnyì 动〈医〉มีภูมิคุ้มกัน

免疫力 miǎnyìlì 名〈医〉ภูมิคุ้มกัน

免职（免職）miǎnzhí 动 ปลดออกจากตำแหน่ง

免罪 miǎnzuì 动〈法〉ยกโทษ

勉 miǎn 动 พยายาม ; ให้กำลังใจ ; ฝืนใจ

勉力 miǎnlì 动 พยายาม

勉励（勉勵）miǎnlì 动 ให้กำลังใจ

勉强 miǎnqiǎng 形 ฝืนใจ ; ฝืนกำลัง

勉为其难（勉爲其難）miǎnwéiqínán〈成〉
　ทำสิ่งที่เหลือบ่ากว่าแรง

缅怀（緬懷）miǎnhuái 动 หวนรำลึก

腼腆 miǎntiǎn 形 อาย ; เหนียม

面 miàn 名 หน้า ; แป้ง

面包（麵包）miànbāo 名 ขนมปัง

面包车（麵包車）miànbāochē 名 รถตู้

面包圈（麵包圈）miànbāoquān 名 (ขนม)
　โดนัท (donut)

面部 miànbù 名 ใบหน้า

面对（面對）miànduì 动 ต่อหน้า ; เผชิญหน้า

面对面（面對面）miànduìmiàn 动 ต่อหน้าต่อตา ;
　ซึ่งหน้า

面额（面額）miàn'é 名 จำนวนค่าธนบัตร

面粉（麵粉）miànfěn 名 แป้งข้าวสาลี ; แป้งหมี่

面馆（麵館）miànguǎn 名 ร้านบะหมี่

面红耳赤（面紅耳赤）miànhóng-ěrchì〈成〉
　หน้าดำหน้าแดง

面黄肌瘦 miànhuáng-jīshòu〈成〉ผอมหน้าซีด

面积（面積）miànjī 名 เนื้อที่

面颊（面頰）miànjiá 名 แก้ม

面交 miànjiāo 动 มอบให้ต่อหน้า ; มอบให้โดยตรง

面巾 miànjīn 名 ผ้าเช็ดหน้า

面具 miànjù 名 หน้ากาก

面孔 miànkǒng 名 ใบหน้า

面料 miànliào 名 ผ้าสำหรับตัดเสื้อ

面临（面臨）miànlín 动 เผชิญหน้า

面貌 miànmào 名 โฉมหน้า

面面俱到 miànmiàn-jùdào〈成〉ดูแลทั่วถึง

面面相觑（面面相覷）miànmiàn-xiāngqù
　〈成〉ต่างมองหน้ากันอย่างหมดปัญญา

面膜 miànmó 名 เฟซฟิล์ม (face film) ;
　แผ่นหน้ากากพอกหน้า

面目 miànmù 名 โฉมหน้า

面目全非 miànmù-quánfēi〈成〉เปลี่ยน
　โฉมหน้าไปหมด

面目一新 miànmù-yīxīn〈成〉เปลี่ยน
　โฉมหน้าใหม่

面庞（面龐）miànpáng 名 ใบหน้า

面洽 miànqià 动 ติดต่อหารือกันซึ่ง ๆ หน้า

面前 miànqián 名 ซึ่งหน้า

面容 miànróng 名 หน้าตา

面如土色 miànrútǔsè หน้าซีดเซียว

面色 miànsè 名 สีหน้า

面纱（面紗）miànshā 名 ผ้าคลุมหน้า

面善 miànshàn 形 คุ้น ๆ หน้า ; หน้าใจดี

面商 miànshāng 动 หารือต่อหน้ากัน

面生 miànshēng 形 แปลกหน้า

面食（麵食）miànshí 名 อาหารประเภทแป้ง

面世 miànshì 动 วางตลาด ; ออก

面市 miànshì 动 (ผลิตภัณฑ์) ออกตลาด

面试（面試）miànshì 动 สอบสัมภาษณ์

面授 miànshòu 动 สอนต่อหน้า

面授机宜（面授機宜）miànshòu-jīyí 〈成〉 สอนแผนการปฏิบัติสองต่อสอง

面熟 miànshú 形 คุ้น ๆ หน้า

面谈（面談）miàntán 动 คุยกันต่อหน้า

面条（麵條）miàntiáo 名 บะหมี่ ; เส้นหมี่

面无人色（面無人色）miànwúrénsè หน้าถอดสี

面向 miànxiàng 动 หันหน้าไปที่...

面谢（面謝）miànxiè 动 ขอบคุณต่อหน้า

面议（面議）miànyì 动 หารือกันต่อหน้า

面罩 miànzhào 名 หน้ากาก ; ผ้าคลุมหน้า

面值 miànzhí 名 ค่าธนบัตร

面子 miàn·zi 名 หน้า (ศักดิ์ศรี) ; ผิวนอกสิ่งของ

喵 miāo 拟声 (คำเลียนเสียงแมวร้อง) เหมียว

苗 miáo 名 หน่อ ; ต้นกล้า

苗床 miáochuáng 名 〈农〉〈林〉 แปลงเพาะต้นกล้า

苗距 miáojù 名 〈农〉〈林〉 ความถี่ระหว่างต้นกล้า

苗木 miáomù 名 〈林〉 ต้นอ่อน

苗圃 miáopǔ 名 สวนเพาะต้นอ่อน

苗期 miáoqī 名 〈农〉〈林〉 ระยะเจริญเติบโตของต้นอ่อน

苗条（苗條）miáo·tiao 形 อรชรอ้อนแอ้น

苗头（苗頭）miáo·tou 名 เค้าเงื่อน

苗语（苗語）miáoyǔ 名 ภาษาแม้ว

苗子 miáo·zi 名 เยาวชนผู้สืบช่วง (กิจการบางอย่าง)

描 miáo 动 วาดตามแบบ

描红（描紅）miáohóng 动 ฝึกเขียนอักษรพู่กันโดยวิธีเขียนทับแบบอักษรตัวอย่างสีแดง

描画（描畫）miáohuà 动 วาดเขียน ; พรรณนา

描绘（描繪）miáohuì 动 วาดเขียน ; พรรณนา

描摹 miáomó 动 ฝึกวาดเขียนบนแบบตัวอย่าง ; รจนา (ภาพลักษณ์ในวรรณกรรม)

描述 miáoshù 动 พรรณนา

描图（描圖）miáotú 动 เขียนผัง

描写（描寫）miáoxiě 动 พรรณนา

瞄 miáo 动 เล็ง

瞄准（瞄準）miáozhǔn 动 เล็งเป้า

秒 miǎo 量 วินาที

秒表（秒錶）miǎobiǎo 名 นาฬิกาวินาที ; นาฬิกาจับวินาที ; เครื่องบันทึกเวลา

秒杀（秒殺）miǎoshā 动 จัดการ (คู่ต่อสู้) เสร็จภายในชั่วพริบตา ; แฟลชเซลส์ (*flash sell*) ; การขายแบบจำกัดเวลา ; ดีลแบบจำกัดเวลา

秒针（秒針）miǎozhēn 名 เข็มวินาที

渺茫 miǎománg 形 เลือนราง (เพราะไกลลิบ) ; เลื่อนลอย

渺无人烟（渺無人烟）miǎowúrényān 〈成〉 เวิ้งว้างไม่มีผู้คนอยู่อาศัย

渺小 miǎoxiǎo 形 กระจิริด ; ไร้ความหมาย

藐视（藐視）miǎoshì 动 มองข้าม ; ดูถูก ; ดูหมิ่นสบประมาท

藐小 miǎoxiǎo 形 เล็กนิดเดียว

妙 miào 形 เยี่ยม ; วิเศษ ; แยบคาย

妙笔（妙筆）miàobǐ 名 ฝีมือการประพันธ์ที่วิเศษยอดเยี่ยม

妙不可言 miàobùkěyán 〈成〉 ยอดเยี่ยมสุดที่จะบรรยายเป็นคำพูดได้

妙处（妙處）miàochù 名 ข้อที่ยอดเยี่ยม

妙法 miàofǎ 名 วิธีการแยบคาย

妙计（妙計）miàojì 名 แผนการแยบคาย

妙龄（妙齡）miàolíng 名 วัยรุ่น

妙趣横生 miàoqù-héngshēng 〈成〉 เต็มไปด้วยอารมณ์ขัน

妙手回春 miàoshǒu-huíchūn 〈成〉 (แพทย์) สามารถรักษาคนไข้ที่ป่วยหนักให้หายดีได้

妙算 miàosuàn 名 แผนการแยบยล

妙药（妙藥）miàoyào 名 ยาขลัง

妙用 miàoyòng 名 การใช้อย่างแยบยล

M

妙语（妙語）miàoyǔ 名 คำพูดที่ขบขันแยบคาย
妙招 miàozhāo 名 วิธีวิเศษแยบยล
庙（廟）miào 名 ศาลเจ้า
庙会（廟會）miàohuì 名 งานวัด
庙宇（廟宇）miàoyǔ 名 ศาลเจ้า ; วัด
咩 miē 拟声 (คำเลียนเสียงแพะ แกะร้อง) แมะ
灭（滅）miè 动 ดับ ; กำจัด ; จม
灭顶（滅頂）mièdǐng 动 จมน้ำ
灭火（滅火）mièhuǒ 动 ดับเพลิง
灭火剂（滅火劑）mièhuǒjì 名 น้ำยาดับเพลิง
灭火器（滅火器）mièhuǒqì 名 เครื่องดับเพลิง
灭迹（滅迹）mièjì 动 ทำลายหลักฐานการกระทำความชั่ว
灭绝（滅絶）mièjué 动 กำจัดสูญสิ้น ; สูญสิ้น
灭绝人性（滅絶人性）mièjué-rénxìng 〈成〉 สูญสิ้นความเป็นมนุษย์
灭口（滅口）mièkǒu 动 ฆ่าปิดปาก
灭亡（滅亡）mièwáng 动 สิ้น (ชาติ บ้านเมือง ฯลฯ)
灭种（滅種）mièzhǒng 动 สูญพันธุ์
蔑视（蔑視）mièshì 动 เหยียดหยาม
篾 miè 名 ไม้ตอก (ของไม้ไผ่)
民办（民辦）mínbàn 形 จัดทำโดยประชาชน
民兵 mínbīng 名 ทหารบ้าน
民不聊生 mínbùliáoshēng 〈成〉 ประชาชนไม่สามารถมีชีวิตอยู่ต่อไปได้
民法 mínfǎ 名 〈法〉 กฎหมายแพ่ง
民房 mínfáng 名 บ้านเรือนของประชาชน
民愤（民憤）mínfèn 名 ความเคียดแค้นของประชาชน
民风（民風）mínfēng 名 ประเพณีนิยมของประชาชน
民夫 mínfū 名 ชาวบ้านที่ถูกเกณฑ์ไปใช้แรงงาน
民歌 míngē 名 เพลงลูกทุ่ง
民工 míngōng 名 คนงานชาวบ้าน ; แรงงานที่มาจากชนบท
民航 mínháng 名 〈简〉 การบินพลเรือน
民间（民間）mínjiān 名 พื้นเมือง ; ในหมู่ประชาชน
民警 mínjǐng 名 〈简〉 ตำรวจประชาชน
民居 mínjū 名 บ้านเรือนของประชาชน
民情 mínqíng 名 ภาพความเป็นอยู่ของประชาชน; ความปรารถนาของประชาชน
民权（民權）mínquán 名 สิทธิของประชาชน
民生 mínshēng 名 ปากท้องของประชาชน ; ชีวิตความเป็นอยู่ของประชาชน
民事 mínshì 形 〈法〉 เกี่ยวกับกฎหมายแพ่ง
民俗 mínsú 名 ขนบธรรมเนียมและจารีตประเพณีของประชาชน ; คติชน
民俗学（民俗學）mínsúxué 名 คติชนวิทยา
民心 mínxīn 名 จิตใจและความปรารถนาของประชาชน
民选（民選）mínxuǎn 动 เลือกตั้งโดยประชาชน
民谣（民謡）mínyáo 名 เพลงพื้นเมือง
民意 mínyì 名 เจตนารมณ์ของประชาชน
民营（民營）mínyíng 形 บริหารกิจการโดยประชาชน
民用 mínyòng 形 สิ่งจำเป็นใช้สอยในชีวิตประชาชน
民怨 mínyuàn 名 ความคับแค้นของประชาชน
民宅 mínzhái 名 บ้านเรือนของประชาชน
民脂民膏 mínzhī-míngāo 〈成〉 เลือดเนื้อของประชาชน ; อุปมาว่า ทรัพย์สินของประชาชน
民众（民衆）mínzhòng 名 ประชาราษฎร์ ; มวลชน
民主 mínzhǔ 名 ประชาธิปไตย
民族 mínzú 名 ประชาชาติ ; ชนชาติ
民族学（民族學）mínzúxué 名 ชาติพันธุ์วิทยา
抿 mǐn 动 เม้ม ; จิบ
泯灭（泯滅）mǐnmiè 动 (ร่องรอยความประทับใจ ฯลฯ) สูญสิ้น
敏感 mǐngǎn 形 ไวต่อความรู้สึก ; อ่อนไหว
敏捷 mǐnjié 形 ว่องไว
敏锐（敏鋭）mǐnruì 形 เฉียบแหลม
名 míng 名 ชื่อ ; นาม

名不副实（名不副實）míngbùfùshí〈成〉ชื่อไม่ตรงกับความจริง

名不虚传（名不虛傳）míngbùxūchuán〈成〉ชื่อที่เลื่องลือสมกับความจริง

名菜 míngcài 名 อาหารที่ลือชื่อ

名册 míngcè 名 สมุดรายนาม

名产（名產）míngchǎn 名 ผลิตภัณฑ์ที่ลือชื่อ

名称（名稱）míngchēng 名 ชื่อ (ของสิ่งของหรือหมู่คณะ ฯลฯ)

名城 míngchéng 名 เมืองที่ลือชื่อ

名垂千古 míngchuíqiāngǔ〈成〉ชื่อเสียงสถิตชั่วนิรันดร

名词（名詞）míngcí 名〈语〉คำนาม

名次 míngcì 名 ลำดับชื่อ

名存实亡（名存實亡）míngcún-shíwáng〈成〉เหลือไว้แต่ชื่อ ความจริงไม่มี

名单（名單）míngdān 名 รายชื่อ ; รายนาม

名额（名額）míng'é 名 จำนวนคนตามโควตา

名分 míngfèn 名 นามและฐานะ

名副其实（名副其實）míngfùqíshí〈成〉ชื่อตรงกับความจริง

名贵（名貴）míngguì 形 ลือชื่อและล้ำค่า

名过其实（名過其實）míngguòqíshí〈成〉ชื่อเสียงเกินความจริง

名家 míngjiā 名 ผู้ลือชื่อ (ทางด้านวิชาการหรือเทคนิค)

名将（名將）míngjiàng 名 แม่ทัพชื่อดัง

名酒 míngjiǔ 名 เหล้าชื่อดัง

名句 míngjù 名 สุภาษิต ; คติพจน์

名剧（名劇）míngjù 名 ละครลือชื่อ

名角 míngjué 名 นักแสดงชื่อดัง

名利 mínglì 名 ชื่อเสียงและผลประโยชน์

名列前茅 mínglièqiánmáo〈成〉สอบได้อันดับต้น ๆ ; ชื่ออยู่อันดับต้น ๆ

名流 míngliú 名 บุคคลผู้มีชื่อเสียง

名录（名録）mínglù 名 บันทึกรายนาม

名落孙山（名落孫山）míngluòsūnshān〈成〉สอบตก

名门（名門）míngmén 名 ตระกูลชื่อดัง

名目 míngmù 名 ชื่อของสิ่งต่าง ๆ

名牌 míngpái 名 ป้ายชื่อ ; (สินค้า) ชื่อดัง

名篇 míngpiān 名 บทความที่ลือชื่อ

名片 míngpiàn 名 นามบัตร

名气（名氣）míng·qi 名 ชื่อเสียง

名儿（名兒）míngr 名 ชื่อเสียง

名人 míngrén 名 บุคคลชื่อดัง

名声（名聲）míngshēng 名 ชื่อเสียง

名胜（名勝）míngshèng 名 ปูชนียสถาน ; สถานที่ลือชื่อ

名胜古迹（名勝古迹）míngshèng-gǔjì โบราณสถานและสถานที่ลือชื่อ

名师（名師）míngshī 名 อาจารย์ผู้สอนที่มีชื่อเสียงโด่งดัง

名望 míngwàng 名 ชื่อเสียงอันดีงาม

名下 míngxià 名 (เกี่ยวพันถึง) ชื่อของ... ; ในนามของ...

名言 míngyán 名 คำพูดที่รู้กันอย่างแพร่หลาย

名扬四海（名揚四海）míngyángsìhǎi〈成〉ชื่อเสียงเลื่องลือไปทั่ว

名医（名醫）míngyī 名 แพทย์ชื่อดัง

名义（名義）míngyì 名 ในนาม

名誉（名譽）míngyù 名 ชื่อเสียง ; กิตติมศักดิ์

名正言顺（名正言順）míngzhèng-yánshùn〈成〉ถูกหลักทำนองคลองธรรมและชอบด้วยเหตุผล

名著 míngzhù 名 งานประพันธ์ที่มีคุณค่าและชื่อดัง

名字 míng·zi 名 ชื่อ ; นาม

名作 míngzuò 名 งานประพันธ์ชื่อดัง

明 míng 形 สว่าง ; แจ่มแจ้ง

明白 míng·bai 动 เข้าใจ 形 แจ่มแจ้ง

明摆着（明擺着）míngbǎi·zhe 动 ปรากฏชัดแจ้งต่อหน้าต่อตา

明辨是非 míngbiàn-shìfēi〈成〉รู้ผิดรู้ชอบ

明察 míngchá 动 มองเห็นชัดแจ้ง

明察秋毫 míngchá-qiūháo〈成〉สามารถมองทะลุแม้แต่ปัญหาเล็ก ๆ น้อย ๆ

明澈 míngchè 形 ใสแจ๋ว
明处（明處）míngchù 名 ที่สว่าง ; ที่เปิดเผย
明灯（明燈）míngdēng 名 ดวงประทีป ; อุปมาว่า ผู้คน (หรือสิ่ง) ซึ่งนำประชาชนก้าวไปสู่อนาคตอันรุ่งโรจน์
明断（明斷）míngduàn 动 พิพากษาคดีอย่างเที่ยงธรรม
明矾（明礬）míngfán 名 〈化〉 สารส้ม
明晃晃 mínghuǎnghuǎng 形 เปล่งประกายแวววับ
明火 mínghuǒ 名 ไฟที่มีเปลวไฟ (ไฟที่เกิดจากการรวมแสงอาทิตย์โดยใช้กระจกทองสำริดสะท้อนแสง)
明教 míngjiào 名 〈敬〉 คำชี้แนะที่ล้ำค่า
明净 míngjìng 形 ใสสะอาด ; แจ่มใส
明镜（明鏡）míngjìng 名 กระจกที่ใสสะอาด
明快 míngkuài 形 (สำนวนภาษา) ราบรื่นแจ่มแจ้ง ; (จิตใจ) เบิกบานและ (นิสัย) ตรงไปตรงมา
明朗 mínglǎng 形 แสงสว่าง ; ชัดแจ้ง ; เปิดเผย
明朗化 mínglǎnghuà 动 ทำให้แจ่มแจ้ง
明理 mínglǐ 动 เข้าใจเหตุผล 名 เหตุผลที่เห็นชัด
明丽（明麗）mínglì 形 (ทิวทัศน์) สวยงามและชัดแจ้ง
明亮 míngliàng 形 สว่าง
明了（明瞭）míngliǎo 动 รู้แจ้ง 形 แจ่มแจ้ง
明码（明碼）míngmǎ 名 รหัสเปิดเผย ; ติดป้ายบอกราคา
明媒正娶 míngméi-zhèngqǔ 〈成〉 แต่งงานอย่างถูกต้องตามธรรมเนียม
明媚 míngmèi 形 สดใสงดงาม
明明 míngmíng 副 (อย่าง) ชัด ๆ
明目张胆（明目張膽）míngmù-zhāngdǎn 〈成〉 (อย่าง) โจ่งแจ้ง
明年 míngnián 名 ปีหน้า
明枪暗箭（明槍暗箭）míngqiāng-ànjiàn 〈成〉 โจมตีต่อหน้าทำร้ายลับหลัง
明确（明確）míngquè 形 แน่ชัด
明日 míngrì 名 พรุ่งนี้
明说（明説）míngshuō 动 พูดอย่างเปิดเผย
明天 míngtiān 名 พรุ่งนี้
明文 míngwén 名 ลายลักษณ์อักษร
明晰 míngxī 形 ชัดแจ้ง ; แจ่มใส
明细表（明細表）míngxìbiǎo 名 บัญชีแยกประเภทย่อย
明显（明顯）míngxiǎn 形 ชัดเจน
明信片 míngxìnpiàn 名 ไปรษณียบัตร ; โปสการ์ด (*postcard*)
明星 míngxīng 名 ดารา
明眼人 míngyǎnrén 名 ผู้มีสายตาเฉียบแหลม
明早 míngzǎo 名 เช้าพรุ่งนี้
明哲保身 míngzhé-bǎoshēn 〈成〉 รักษาตัวรอดเป็นยอดดี
明争暗斗（明争暗鬥）míngzhēng-àndòu 〈成〉 ต่อสู้กันทั้งอย่างเปิดเผยและอย่างลับ ๆ
明证（明證）míngzhèng 名 หลักฐานที่แน่ชัด
明知 míngzhī 动 รู้อยู่แก่ใจ
明知故犯 míngzhī-gùfàn 〈成〉 ทั้ง ๆ ที่รู้อยู่แล้วก็ยังเจตนาฝ่าฝืน
明知故问（明知故問）míngzhī-gùwèn 〈成〉 ทั้ง ๆ ที่รู้อยู่แล้วก็ยังแกล้งถาม
明智 míngzhì 形 ฉลาดเฉียบแหลม

鸣（鳴）míng 动 (นก แมลง สัตว์บางชนิด) ร้อง ; มีเสียงออกมา ; แสดง (ความเห็น ความรู้สึก ฯลฯ)
鸣笛（鳴笛）míngdí 动 เปิดหวูด
鸣叫（鳴叫）míngjiào 动 ร้อง
鸣谢（鳴謝）míngxiè 动 แจ้งความขอบคุณอย่างเปิดเผย
鸣冤（鳴冤）míngyuān 动 ร้องทุกข์

冥思苦想 míngsī-kǔxiǎng 〈成〉 ครุ่นคิดอย่างหนัก
冥顽 míngwán 形 โง่เขลาและถือทิฏฐิมานะไม่ยอมเปลี่ยน
冥王星 míngwángxīng 名 〈天〉 ดาวพลูโต
冥想 míngxiǎng 动 ครุ่นคิด ; จินตนาการ

铭记（銘記）míngjì 动 จารึกอยู่ในใจ

铭刻（銘刻）míngkè 名 ข้อความจารึก 动 จารึก

铭牌（銘牌）míngpái 名 ป้ายข้อมูลสินค้า (เช่น เครื่องจักร มิเตอร์ รถ ฯลฯ)

铭文（銘文）míngwén 名 คำจารึก

铭心刻骨（銘心刻骨）míngxīn-kègǔ 〈成〉 จารึกไว้ในใจอย่างไม่มีวันลืม

瞑目 míngmù 动 (ตาย) ตาหลับ

酩酊大醉 mǐngdǐngdàzuì 〈成〉 เมาหยำเป

命 mìng 名 ชีวิต 动 ออกคำสั่ง

命案 mìng'àn 名 คดีฆาตกรรม

命定 mìngdìng 动 ชะตาลิขิต

命根子 mìnggēn·zi 名 (สำคัญเหมือน) ชีวิตจิตใจ

命令 mìnglìng 名 คำสั่ง 动 ออกคำสั่ง

命脉 mìngmài 名 ชีวิตกับชีพจร ; เส้นชีวิต อุปมาสิ่งที่สำคัญอย่างยิ่ง

命名 mìngmíng 动 ขนานนาม

命题（命題）mìngtí 动 กำหนดหัวข้อ 名 〈哲〉 ข้อวินิจฉัย

命途多舛 mìngtú-duōchuǎn 〈成〉 ชะตาชีวิตตกอับอยู่เรื่อยมา

命运（命運）mìngyùn 名 ชะตากรรม

命中 mìngzhòng 动 ยิงถูกเป้า

命中率 mìngzhònglǜ 名 อัตรายิงถูกเป้า

谬论（謬論）miùlùn 名 คำพูดเหลวไหล

谬误（謬誤）miùwù 名 ความผิด

摸 mō 动 แตะ ; คลำ ; จับ

摸彩 mōcǎi 动 จับฉลากกินแบ่ง

摸底 mōdǐ 动 รู้เบื้องหลังและรายละเอียด

摸黑 mōhēi 动 〈口〉 คลำหา (หรือทำ) ท่ามกลางความมืด

摸索 mō·suǒ 动 คลำหา

摹本 móběn 名 (หนังสือ) ฉบับลอกเลียนแบบ

摹写 móxiě 动 คัดลอกตามแบบ ; พรรณนา

模范（模範）mófàn 名 แบบอย่าง

模仿 mófǎng 动 เลียนแบบ

模糊 mó·hu 形 เลือนราง

模棱两可（模棱兩可）móléng-liǎngkě 〈成〉 กำกวมไม่กระจ่างแจ้ง

模拟（模擬）mónǐ 动 เลียนแบบ ; 〈计〉 แอนะล็อก (*analogue*)

模式 móshì 名 รูปแบบ

模数（模數）móshù 名 〈物〉 มอดุลัส (*modulus*)

模特儿（模特兒）mótèr 名 นางแบบ ; ตัวแบบ

模型 móxíng 名 แบบจำลอง ; โมเดล (*model*)

膜 mó 名 เยื่อ

膜拜 móbài 动 กราบไหว้

摩擦力 mócālì 名 〈物〉 กำลังเสียดสี

摩登 módēng 形 ทันสมัย ; โมเดิร์น (*modern*)

摩电灯（摩電燈）módiàndēng 名 〈电〉 ไดนาโม (*dynamo*)

摩尼教 Móníjiào 名 〈宗〉 ศาสนาแมเนอกีในอิหร่าน โดยผนวกลัทธิอัคนี คริสต์และพุทธเข้าด้วยกัน

摩拳擦掌 móquán-cāzhǎng 〈成〉 กำลังคันไม้คันมืออยากจะสู้

摩挲 mósuō 动 ลูบไล้

摩天楼（摩天樓）mótiānlóu 名 ตึกระฟ้า

摩托车（摩托車）mótuōchē 名 จักรยานยนต์ ; มอเตอร์ไซค์ (*motorcycle*)

摩托艇 mótuōtǐng 名 เรือยนต์

磨 mó 动 เสียดสี ; ลับ ; ตื๊อ

磨蹭 mó·ceng 动 โอ้เอ้ ; ถู

磨床 móchuáng 名 〈机〉 เครื่องขัด

磨刀石 módāoshí 名 หินลับมีด

磨合 móhé 动 ขัดสี

磨具 mójù 名 เครื่องมือขัดและลับ

磨炼（磨煉）móliàn 动 ฝึกฝน

磨灭（磨滅）mómiè 动 สึกหรอสูญหายไป

磨难（磨難）mónàn 名 ทนทุกข์ทรมาน

磨损（磨損）mósǔn 动 สึกหรอ

磨牙 móyá 动 〈方〉 โต้เถียงกันอย่างไร้สาระ 名 ฟันกราม

磨洋工 mó yánggōng 动 〈俗〉 ทำงานถ่วงเวลา ; ทำงานอืดอาด

嬷嬷 mó·mo 名 〈方〉 (คำเรียกหญิงชรา) ยาย ; แม่นม

蘑菇 mó·gu 名 เห็ด

M

魔 mó 名 มาร

魔鬼 móguǐ 名 มาร ; ภูตผีปีศาจ

魔力 mólì 名 อำนาจวิเศษ ; อำนาจอาถรรพณ์

魔术（魔術）móshù 名 มายากล

魔术师（魔術師）móshùshī 名 นักมายากล

魔掌 mózhǎng 名 อุ้งมือมาร

魔爪 mózhǎo 名 กรงเล็บมาร

抹 mǒ 动 เช็ด ; ทา ; ขีดฆ่า

抹黑 mǒhēi 动 ทำให้เสียชื่อ

抹杀（抹殺）mǒshā 动 ลบล้าง

末 mò 名 ปลาย ; สุดท้าย ; ผง

末班车（末班車）mòbānchē 名 รถเที่ยวสุดท้าย

末代 mòdài 名 ปลายสมัย ; ปลายรัชกาล

末端 mòduān 名 ปลาย

末了 mòliǎo 名 สุดท้าย

末流 mòliú 名 (สำนักวิชาการ สำนักวรรณคดี ฯลฯ) ชั้นเสื่อมโทรม

末路 mòlù 名 ปลายทาง ; อุปมาว่า วาระสุดท้าย

末年 mònián 名 ปลายสมัย

末期 mòqī 名 ระยะเวลาหลัง ๆ

末儿（末兒）mòr 名 ผง

末日 mòrì 名 วันสุดทาง ; วาระสุดท้าย

末梢 mòshāo 名 ปลาย ; ยอดต้นไม้

末尾 mòwěi 名 ท้ายสุด

末叶（末葉）mòyè 名 ปลาย (ศตวรรษ ราชวงศ์ ฯลฯ)

末子 mò•zi 名 ผง

没 mò 动 จม ; ตก ; ริบ ; ตาย ; สิ้นสุด

没齿不忘（没齒不忘）mòchǐ-bùwàng 〈成〉 ไม่ลืมตลอดชีวิต

没落 mòluò 动 ตกต่ำ

没收 mòshōu 动 ริบ

茉莉花 mòlìhuā 名 ดอกมะลิ

抹 mò 动 ฉาบ (ปูน) ; เลี้ยวชิด (ขอบ)

抹不开（抹不開）mò•bukāi 动 เกรงใจ ; ละอาย ; 〈方〉 คิดไม่ตก

沫 mò 名 ฟอง

沫子 mò•zi 名 ฟอง

陌 mò 名 ทางเดินในไร่นา

陌路 mòlù 名 〈书〉 คนแปลกหน้า

陌生 mòshēng 形 แปลกหน้า

脉脉 mòmò 形 อาการแสดงอารมณ์ผ่านสายตาหรือกิริยาอย่างเงียบ ๆ

脉脉含情 mòmò-hánqíng 〈成〉 เปี่ยมไปด้วยความรัก

莫 mò 副 〈书〉 ไม่มีใคร (หรือสิ่งใด) ; ไม่ ; อย่า

莫不 mòbù 副 ไม่มีใคร (หรือสิ่งใด) ที่จะไม่...

莫大 mòdà 形 ไม่มีสิ่งใดที่จะใหญ่ (หรือมาก) ไปกว่า

莫非 mòfēi 副 หรือว่า

莫过于（莫過于）mòguòyú อย่างมากก็แค่

莫名其妙 mòmíngqímiào 〈成〉 ไม่มีใครที่จะอธิบายสาเหตุได้

莫逆 mònì 形 ถูกคอชอบพอกัน;สนิทกันมาก

莫逆之交 mònìzhījiāo 〈成〉 เพื่อนคู่ใจ ; เพื่อนคู่หู

莫如 mòrú 连 สู้...จะดีกว่า

莫须有（莫須有）mòxūyǒu ปั้นน้ำเป็นตัว

莫衷一是 mòzhōng-yīshì 〈成〉 ไม่สามารถลงเอยเป็นเอกฉันท์ได้เพราะความเห็นแตกต่างกัน

蓦地（驀地）mòdì 副 อย่างคาดคิดไม่ถึง ; อย่างฉับพลัน

蓦然（驀然）mòrán 副 พรวด ; อย่างไม่รู้สึกตัว

漠不关心（漠不關心）mòbùguānxīn 〈成〉 ไม่สนใจไยดี

漠然 mòrán 形 ไม่สนใจไยดี

漠视（漠視）mòshì 动 มองข้าม ; ไม่สนใจ

墨 mò 名 หมึก ; ดำ

墨黑 mòhēi 形 ดำมิดหมี ; ดำมืด

墨镜（墨鏡）mòjìng 名 แว่นกันแดด

墨客 mòkè 名 นักประพันธ์

墨绿色（墨綠色）mòlǜsè 名 สีเขียวเข้ม

墨守成规（墨守成規）mòshǒu-chéngguī 〈成〉 ยึดในระเบียบเก่าตายตัว

墨水 mòshuǐ 名 น้ำหมึก

墨鱼（墨魚）mòyú 名 〈动〉 ปลาหมึก

墨汁 mòzhī 名 น้ำหมึก

默 mò 动 เงียบ ; เขียนตามความจำ
默哀 mò'āi 动 ยืนสงบไว้อาลัย
默不作声（默不作聲）mòbùzuòshēng 〈成〉 นิ่งเงียบไม่พูด
默读（默讀）mòdú 动 อ่านในใจ
默默 mòmò 副 เงียบ ๆ
默默无闻（默默無聞）mòmò-wúwén 〈成〉 ไม่มีชื่อเสียง ; ไม่เป็นที่รู้จัก
默默无言（默默無言）mòmò-wúyán 〈成〉 นิ่งเงียบไม่รู้จะพูดอะไร
默念 mòniàn 动 พูดในใจ
默契 mòqì 形 เข้าใจกันโดยไม่ต้องพูดออกมา ; สัญญาลับ
默认（默認）mòrèn 动 ยอมรับโดยปริยาย
默写（默寫）mòxiě 动 เขียนตามบทอาขยาน
默许（默許）mòxǔ 动 อนุญาตโดยปริยาย

磨 mò 名 โม่
磨不开（磨不開）mò·bukāi 动 อับอาย ; เกรงใจ ; 〈方〉 คิดไม่ตก
磨坊 mòfáng 名 โรงโม่

牟利 móulì 动 มุ่งหากำไร ; แสวงหาผลประโยชน์
牟取 móuqǔ 动 แสวงหา (ลาภยศ)

眸子 móuzǐ 名 รูม่านตา ; ตา

谋财害命（謀財害命）móucái-hàimìng 〈成〉 ฆ่าคนเพื่อหวังได้ทรัพย์สินเงินทอง
谋反（謀反）móufǎn 动 วางแผนก่อกบฏ
谋害（謀害）móuhài 动 ประทุษร้าย
谋划（謀劃）móuhuà 动 วางแผน
谋略（謀略）móulüè 名 แผนการและยุทธวิธี
谋求（謀求）móuqiú 动 แสวงหา
谋取（謀取）móuqǔ 动 มุ่งให้ได้มาซึ่ง...
谋杀（謀殺）móushā 动 วางแผนสังหาร
谋生（謀生）móushēng 动 ทำมาหากิน ; หาเลี้ยงชีพ
谋事（謀事）móushì 动 วางแผน ; หางาน
谋私（謀私）móusī 动 มุ่งแสวงหาผลประโยชน์ส่วนตัว
谋职（謀職）móuzhí 动 หางาน

某某 mǒumǒu 代 คนใดคนหนึ่ง ; ที่ใดที่หนึ่ง

模板 múbǎn 名 ไม้แบบสำหรับเทคอนกรีต
模具 mújù 名 แบบ (ที่ใช้ในการผลิต) ; เบ้าหลอม แม่พิมพ์
模样（模樣）múyàng 名 รูปร่างหน้าตา ; ลักษณะการแต่งตัว
模子 mú·zi 名 〈口〉 แบบ ; เบ้า

母 mǔ 名 แม่ ; ตัวเมีย
母爱（母愛）mǔ'ài 名 ความรักของแม่ที่มีต่อลูก
母本 mǔběn 名 〈植〉 ต้นเพาะพันธุ์
母后 mǔhòu 名 เสด็จแม่ ; พระราชชนนี
母机（母機）mǔjī 名 〈机〉 เครื่องจักรกลสำหรับผลิตเครื่องจักรต่าง ๆ ; เครื่องมือกล
母鸡（母鷄）mǔjī 名 〈动〉 ไก่ตัวเมีย
母女 mǔnǚ 名 แม่กับลูกสาว
母亲（母親）mǔ·qīn 名 แม่ ; มารดา
母乳 mǔrǔ 名 น้ำนมแม่
母体（母體）mǔtǐ 名 〈动〉 ตัวแม่
母系 mǔxì 形 เชื้อสายทางแม่
母校 mǔxiào 名 โรงเรียนเก่า (ที่เคยเรียนหนังสือมา)
母性 mǔxìng 名 สัญชาตญาณความเป็นแม่
母语（母語）mǔyǔ 名 ภาษาแม่ (ภาษาที่เกิดมาหัดพูดเป็นภาษาแรก)
母子 mǔzǐ 名 แม่กับลูกชาย

牡丹 mǔ·dan 名 〈植〉 ดอกโบตั๋น
牡蛎（牡蠣）mǔlì 名 〈动〉 หอยนางรม

亩（畝）mǔ 量 โหม่ว (หน่วยเนื้อที่ของจีน หนึ่งโหม่ว เท่ากับ ๒.๔ ไร่)
亩产（畝産）mǔchǎn 名 〈农〉 ปริมาณการผลิตต่อโหม่ว

拇指 mǔzhǐ 名 หัวแม่มือ

木 mù 名 ต้นไม้ ; ไม้
木板 mùbǎn 名 แผ่นไม้ ; ไม้กระดาน
木本 mùběn 形 〈植〉 พืชเนื้อไม้
木材 mùcái 名 วัสดุจำพวกไม้
木柴 mùchái 名 ฟืน
木耳 mù'ěr 名 เห็ดหูหนู

木工 mùgōng 名 ช่างไม้ ; งานช่างไม้
木瓜 mùguā 名 มะละกอ
木棍 mùgùn 名 ไม้กระบอง ; ไม้พลอง
木匠 mù•jiàng 名 ช่างไม้
木槿 mùjǐn 名 〈植〉 กุหลาบชารอน (*rose of Sharon*)
木刻 mùkè 名 ภาพไม้แกะสลัก
木兰（木蘭）mùlán 名 〈植〉 ต้นลิลีแมกโนเลีย (*lily magnolia*)
木料 mùliào 名 วัสดุไม้แปรรูป
木马（木馬）mùmǎ 名 ม้าไม้ ; ม้าโยก
木棉 mùmián 名 〈植〉 นุ่น
木讷（木訥）mùnè 形〈书〉 ซื่อ ๆ และพูดไม่เก่ง ; ซื่อ ๆ พูดไม่เก่ง
木乃伊 mùnǎiyī 名 มัมมี่ (*mummy*) ; อุปมาว่าสิ่งที่หยุดอยู่กับที่ไม่มีการเปลี่ยนแปลง
木偶 mù'ǒu 名 หุ่นกระบอก
木偶戏（木偶戲）mù'ǒuxì 名 การแสดงมหรสพเชิดหุ่นกระบอก
木排 mùpái 名 แพ
木片 mùpiàn 名 แผ่นไม้
木器 mùqì 名 เครื่องเรือนไม้ ; เฟอร์นิเจอร์ไม้
木琴 mùqín 名 〈乐〉 ระนาด
木然 mùrán 形 ตะลึงงันไม่รู้จะทำอย่างไร
木梳 mùshū 名 หวีที่ทำด้วยไม้
木薯 mùshǔ 名 〈植〉 ต้นสำปะหลัง ; สำปะหลัง
木炭 mùtàn 名 ถ่าน ; ถ่านไม้
木炭画（木炭畫）mùtànhuà 名 〈工美〉 ภาพวาดด้วยถ่านไม้
木头（木頭）mù•tou 名 ไม้ ; ท่อนไม้
木屑 mùxiè 名 เศษไม้
木星 mùxīng 名 〈天〉 ดาวจูปิเตอร์ (*Jupiter*)
木已成舟 mùyǐchéngzhōu 〈成〉 ไม้ถูกนำมาต่อเป็นเรือเสร็จแล้ว อุปมาว่า ไม่มีทางเปลี่ยนแปลงสถานการณ์ไปได้
目 mù 名 ตา ; ข้อย่อย ; รายชื่อ
目标（目標）mùbiāo 名 เป้าหมาย
目不忍睹 mùbùrěndǔ 〈成〉 ทนดูไม่ได้
目不识丁（目不識丁）mùbùshídīng 〈成〉 ไม่รู้หนังสือเลยแม้แต่ตัวเดียว
目不暇接 mùbùxiájiē 〈成〉 มากมายจนดูไม่หวาดไม่ไหว
目不转睛（目不轉睛）mùbùzhuǎnjīng 〈成〉 มองอย่างไม่กะพริบตา
目测（目測）mùcè 动 วัด (ความยาว) ด้วยสายตา
目次 mùcì 名 สารบัญ
目瞪口呆 mùdèng-kǒudāi 〈成〉 ตกตะลึงพรึงเพริด
目的 mùdì 名 จุดประสงค์
目的地 mùdìdì 名 จุดหมายปลายทาง
目睹 mùdǔ 动 เห็นกับตา
目光 mùguāng 名 สายตา ; อำนาจในการคาดคะเน
目光短浅（目光短淺）mùguāng-duǎnqiǎn 〈成〉 มองการณ์ใกล้
目击（目擊）mùjī 动 เห็นกับตา
目击者（目擊者）mùjīzhě 名 ผู้เห็นกับตา
目镜（目鏡）mùjìng 名 〈物〉 เลนส์กล้อง (ขยายหรือส่องทางไกล)
目空一切 mùkōngyīqiè 〈成〉 หยิ่งยโสมากถึงขนาดมองทุกสิ่งไม่อยู่ในสายตา
目力 mùlì 名 สายตา ; อำนาจในการมองเห็น ; ความสามารถในการเห็นภาพ
目录（目録）mùlù 名 สารบัญ
目前 mùqián 名 ขณะนี้ ; ปัจจุบันนี้
目送 mùsòng 动 มองตามหลังไป
目无法纪（目無法紀）mùwúfǎjì 〈成〉 กฎหมายและวินัยไม่อยู่ในสายตา
目眩 mùxuàn 形 ตาลาย
目中无人（目中無人）mùzhōng-wúrén 〈成〉 ไม่มีใครอยู่ในสายตา
沐浴 mùyù 动 อาบน้ำ ; อาบ
沐浴露 mùyùlù 名 ครีมอาบน้ำ ; สบู่เหลว
苜蓿 mù•xu 名 〈植〉 พืชแอลแฟลฟา (*alfalfa*)
牧草 mùcǎo 名 หญ้าเลี้ยงสัตว์
牧场（牧場）mùchǎng 名 ฟาร์มปศุสัตว์

牧民 mùmín 名 คนเลี้ยงสัตว์

牧群 mùqún 名 ฝูงปศุสัตว์

牧师（牧師）mùshī 名〈宗〉บาทหลวง

牧童 mùtóng 名 เด็กเลี้ยงวัว (หรือแพะ แกะ ฯลฯ)

牧羊人 mùyángrén 名 คนเลี้ยงแกะ

牧业（牧業）mùyè 名〈经〉กิจการปศุสัตว์

牧主 mùzhǔ 名 เจ้าของกิจการปศุสัตว์

募 mù 动 บริจาค ; เกณฑ์

募集 mùjí 动 รวบรวมอย่างกว้างขวาง

募捐 mùjuān 动 บริจาค

墓 mù 名 สุสาน ; หลุมฝังศพ

墓碑 mùbēi 名 ศิลาจารึกที่ตั้งอยู่หน้าสุสาน

墓地 mùdì 名 ที่ตั้งสุสาน

墓穴 mùxué 名 หลุมสำหรับฝังศพ

墓葬 mùzàng 名 สุสาน (ศัพท์ที่ใช้ในโบราณคดี)

墓志铭（墓志銘）mùzhìmíng 名 ศิลาจารึก ชีวประวัติของผู้ตาย

幕 mù 名 ม่าน

幕布 mùbù 名 ม่าน

幕后（幕後）mùhòu 名 หลังม่าน ; หลังฉาก ; เบื้องหลัง

幕僚 mùliáo 名〈旧〉ข้าราชการที่มีตำแหน่ง หน้าที่เป็นผู้ช่วย

睦邻（睦鄰）mùlín 动 สมานฉันท์เพื่อนบ้าน

慕名 mùmíng 动 เลื่อมใสในชื่อเสียง

暮霭（暮靄）mù'ǎi 名 หมอกยามเย็น

暮春 mùchūn 名〈气〉ปลายฤดูใบไม้ผลิ

暮年 mùnián 名 ปัจฉิมวัย

暮气（暮氣）mùqì 名 ลักษณะที่เฉื่อยชา

暮秋 mùqiū 名〈气〉ปลายฤดูใบไม้ร่วง

暮色 mùsè 名 แสงสายัณห์

穆斯林 mùsīlín 名〈宗〉มุสลิม (Muslim)

M

369

N

N n

拿 ná 动 หยิบ ; เอา
拿不准 ná·buzhǔn 动 ไม่แน่ใจ
拿获（拿獲）náhuò 动 จับกุมได้
拿手 náshǒu 形 ถนัดหรือเชี่ยวชาญ (ในงานศิลปะหรือการฝีมือบางอย่าง)
拿手好戏（拿手好戲）náshǒu hǎoxì 〈成〉 รายการแสดงที่ถนัดของนักแสดง ; อุปมาว่าเรื่องที่ชำนาญ ; งานที่ถนัด ฯลฯ
拿手戏（拿手戲）náshǒuxì 名 รายการแสดงที่ถนัด ; งานฝีมือที่ถนัด
拿下 náxià 动 จับตัวไว้ ; ยึดไว้
拿主意 ná zhǔ·yi 动 ตัดสินใจ
哪个 nǎ·ge 代 อัน (ตัว คน ฯลฯ) ไหน
哪里 nǎ·lǐ 代 ที่ไหน
哪怕 nǎpà 连 ถึง...ก็ไม่กลัว
哪儿（哪兒）nǎr 代 ที่ไหน
哪些 nǎxiē 代 อัน (ตัว คน ฯลฯ) ไหนบ้าง
哪样（哪樣）nǎyàng 代 อย่างไหน
哪知道 nǎzhī·dào ทราบอย่างไร ; รู้ได้ยังไง
那 nà 代 นั่น ; นั้น; โน่น; โน้น 连 ถ้าอย่างนั้น ; ถ้างั้น
那边（那邊）nàbian 代 ตรงนั้น ; ที่นั่น
那个（那個）nà·ge 代 อัน (ตัว คน เรื่อง ฯลฯ) นั้น
那会儿（那會兒）nàhuìr 代 〈口〉 เวลานั้น (เจาะจงเวลาในอดีต)
那里（那裏）nà·lǐ 代 ที่นั่น
那么（那麼）nà·me 代 อย่างนั้น 连 ถ้าอย่างงั้น
那么点儿（那麼點兒）nà·mediǎnr 代 แค่นั้น
那么些（那麼些）nà·mexiē 代 มากอย่างนั้น
那么样（那麼樣）nà·meyàng 代 อย่างนั้น
那儿（那兒）nàr 代 นั่น ; ที่นั่น
那时（那時）nàshí 名 เวลานั้น ; ขณะนั้น ; เมื่อนั้น ; ตอนนั้น
那时候（那時候）nàshí·hou 名 เวลานั้น ; ขณะนั้น ; เมื่อนั้น
那些 nàxiē 代 เหล่านั้น
那样（那樣）nàyàng 代 อย่างนั้น
呐喊 nàhǎn 动 โห่ร้อง
纳（納）nà 动 รับ ; ชำระ
纳粹（納粹）Nàcuì 名 นาซี (*Nazi*)
纳凉（納涼）nàliáng 动 ตากลม
纳闷儿（納悶兒）nàmènr 动 〈口〉 สงสัย
纳入（納入）nàrù 动 รับเข้า
纳税（納稅）nàshuì 动 ชำระภาษี
纳税人（納稅人）nàshuìrén 名 ผู้เสียภาษี
钠（鈉）nà 名 〈化〉 สารโซเดียม (*sodium*)
捺 nà 动 ระงับ ; ขีดลากลงเอียงขวา (ของตัวหนังสือจีน)
乃 nǎi 副 〈书〉 เป็น ; คือ 连 〈书〉 จึง
乃是 nǎishì 副 เป็น ; คือ
乃至 nǎizhì 连 แม้กระทั่ง
奶 nǎi 名 นม
奶茶 nǎichá 名 ชานม
奶粉 nǎifěn 名 นมผง
奶酪 nǎilào 名 เนยแข็ง
奶妈（奶媽）nǎimā 名 〈口〉 แม่นม
奶奶 nǎi·nai 名 〈口〉 ย่า
奶牛 nǎiniú 名 วัวนม ; โคนม
奶声奶气（奶聲奶氣）nǎishēng-nǎiqì เสียงพูดอย่างเด็กน้อย
奶水 nǎishuǐ 名 น้ำนม
奶糖 nǎitáng 名 ท็อฟฟี่ (*toffee*)
奶头（奶頭）nǎitóu 名 หัวนม
奶牙 nǎiyá 名 ฟันน้ำนม

奶油 nǎiyóu 名 เนย
奶油小生 nǎiyóu xiǎoshēng
หนุ่มรูปหล่อแต่ขาดลักษณะชายชาตรี
奶汁 nǎizhī 名 น้ำนม
奶制品（奶製品）nǎizhìpǐn 名 ผลิตภัณฑ์ที่ทำจากนม
奶嘴 nǎizuǐ 名 หัวนม (ของขวดนม)
氖灯（氖燈）nǎidēng 名 หลอดไฟนีออน
哪 nǎi 代 ไหน
奈何 nàihé 动 ทำยังไร ; ทำอะไร (ใคร) ได้
耐 nài 动 อดทน ; ทน
耐烦（耐煩）nàifán 形 อดทน ; ไม่รำคาญ
耐寒 nàihán 形 ทนหนาว
耐旱 nàihàn 形 ทนแล้ง
耐火 nàihuǒ 形 ทนไฟ
耐火砖（耐火磚）nàihuǒzhuān 名 อิฐทนไฟ
耐久 nàijiǔ 形 ใช้ทน
耐看 nàikàn 形 งามพิศ
耐劳（耐勞）nàiláo 形 อดทนต่อความเหนื่อยยาก
耐力 nàilì 名 ความทนทาน ; ความอดทน ; ความยืนยง
耐磨 nàimó 形 ทนต่อการเสียดสี
耐热（耐熱）nàirè 形 ทนร้อน
耐人寻味（耐人尋味）nàirénxúnwèi 〈成〉 ชวนให้ขบคิดกันเป็นเวลานาน
耐酸 nàisuān 形 ทนต่อกรด
耐心 nàixīn 形 อดทน 名 ความอดทน
耐性 nàixìng 名 ความอดทน
耐用 nàiyòng 形 ใช้ทน
萘酚 nàifēn 名 〈化〉 แนปธาลีน (*naphthol*)
男 nán 名 ชาย
男厕（男厠）náncè 名 สุขาชาย
男盗女娼 nándào-nǚchāng 〈成〉 ชายคนร้าย หญิงคนชั่ว ; หญิงร้ายชายเลว
男低音 nándīyīn 名 〈乐〉 เสียงทุ้มชาย
男儿（男兒）nán'ér 名 ลูกผู้ชาย
男方 nánfāng 名 ฝ่ายชาย ; ฝ่ายเจ้าบ่าว
男高音 nángāoyīn 名 〈乐〉 เสียงสูงชาย
男孩儿（男孩兒）nánháir 名 เด็กชาย
男爵 nánjué 名 บารอน (*baron*)
男女 nánnǚ 名 ชายหญิง
男朋友 nánpéng•you 名 แฟน (ผู้ชาย) ; เพื่อนผู้ชาย
男人 nánrén 名 ผู้ชาย
男人 nán•ren 名 สามี
男生 nánshēng 名 นักเรียนชาย ; นักศึกษาชาย
男声（男聲）nánshēng 名 〈乐〉 เสียงชาย
男士 nánshì 名 สุภาพบุรุษ
男性 nánxìng 名 เพศชาย
男婴（男嬰）nányīng 名 ทารกชาย
男中音 nánzhōngyīn 名 〈乐〉 เสียงกลางชาย
男装（男裝）nánzhuāng 名 เสื้อผ้าผู้ชาย ; ชุดชาย
男子 nánzǐ 名 บุรุษ
男子汉（男子漢）nánzǐhàn 名 ลูกผู้ชาย
南 nán 名 ใต้
南半球 nánbànqiú 名 〈地理〉 ซีกโลกใต้
南北 nánběi 名 ภาคใต้กับภาคเหนือ ; ทิศใต้กับทิศเหนือ
南边（南邊）nán•bian 名 ทางใต้
南部 nánbù 名 ภาคใต้
南侧（南側）náncè 名 ข้างใต้
南方 nánfāng 名 ทิศใต้ ; ภาคใต้
南瓜 nán•guā 名 〈植〉 ฟักทอง
南回归线（南回歸綫）nánhuíguīxiàn 〈地理〉 ทรอปิกออฟแคพริคอร์น (*Tropic of Capricorn*) (เส้นทางใต้ของเส้นศูนย์สูตรที่ดวงอาทิตย์ขึ้นเหนือและลงใต้)
南极（南極）nánjí 名 〈地理〉 ขั้วโลกใต้
南极光（南極光）nánjíguāng 名 〈天〉 แสงขั้วโลกใต้
南极圈（南極圈）nánjíquān 名 〈地理〉 บริเวณขั้วโลกใต้
南来北往（南來北往）nánlái-běiwǎng 〈成〉 สัญจรไปมา
南美 Nán Měi 名 ทวีปอเมริกาใต้
南面 nánmiàn 名 ด้านใต้
南欧（南歐）Nán Ōu 名 ยุโรปใต้

南腔北调（南腔北調）nánqiāng-běidiào 〈成〉 สำเนียงเหน่อ ; สำเนียงท้องถิ่นต่าง ๆ

南头（南頭）nántóu 名 ทางใต้

南纬（南緯）nánwěi 名 〈地理〉 เส้นละติจูดใต้

南温带（南温帶）nánwēndài 名 〈地理〉 เขตอบอุ่นใต้

南亚（南亞）Nán Yà 名 เอเชียใต้

南辕北辙（南轅北轍）nányuán-běizhé 〈成〉 ใจจะไปทางใต้แต่ขับเกวียนไปทางเหนือ อุปมาว่า การกระทำไม่ตรงกับเป้าหมาย

南征北战（南征北戰）nánzhēng-běizhàn 〈成〉 รบเหนือยันใต้

难（難）nán 形 ยาก

难熬（難熬）nán'áo 形 ทนทุกข์ทรมานไม่ไหว ; ลำบากยากเข็ญ

难办（難辦）nánbàn 动 ทำยาก

难保（難保）nánbǎo 动 รับรองยาก ; รักษายาก

难缠（難纏）nánchán 形 เซ้าซี้

难产（難產）nánchǎn 动 〈医〉 คลอดยาก ; อุปมาว่า ผลงาน (ด้านการประพันธ์หรือแผนการ ฯลฯ) สำเร็จลำบาก

难处（難處）nánchǔ 形 เข้ากันลำบาก

难处（難處）nánchù 名 ความลำบาก

难道（難道）nándào 副 หรือว่า...เชียวหรือ

难得（難得）nándé 形 หายาก ; พบยาก

难得一见（難得一見）nándéyījiàn 〈成〉 เห็นหน้ากันยาก ; พบยาก

难点（難點）nándiǎn 名 จุดยาก

难度（難度）nándù 名 ความยากง่าย (ทางด้านเทคนิค การฝีมือ ฯลฯ)

难分难舍（難分難捨）nánfēn-nánshě 〈成〉 อาลัยอาวรณ์ไม่อยากจากกันไป

难怪（難怪）nánguài 副 มิน่า

难关（難關）nánguān 名 ด่านที่ผ่านยาก ; อุปมาว่า ความยากลำบากที่ขจัดยาก

难过（難過）nánguò 形 เสียใจ

难堪（難堪）nánkān 动 ทนไม่ได้ 形 ขวยเขิน

难看（難看）nánkàn 形 ไม่สวย ; ไม่น่าดู ; เสียหน้า

难免（難免）nánmiǎn 形 หลีกเลี่ยงไม่ได้

难能可贵（難能可貴）nánnéng-kěguì 〈成〉 น่าชื่นชมเพราะทำได้ยากแต่ทำจนได้

难色（難色）nánsè 名 สีหน้าที่ลำบากใจ

难事（難事）nánshì 名 เรื่องที่ทำยาก ; เรื่องลำบาก

难受（難受）nánshòu 形 ไม่สบาย

难说（難説）nánshuō 动 พูดยาก ; ไม่แน่

难题（難題）nántí 名 ปัญหาที่แก้ยาก

难听（難聽）nántīng 形 ไม่เพราะ ; ไม่น่าฟัง

难忘（難忘）nánwàng 动 ลืมยาก

难为（難爲）nán•wei 动 ทำให้ลำบากใจ ; ทำให้ลำบาก

难为情（難爲情）nánwéiqíng 形 กระดากใจ

难言（難言）nányán 动 พูดยาก

难言之隐（難言之隱）nányánzhīyǐn 〈成〉 เรื่องในใจที่พูดยาก

难以（難以）nányǐ 动 ยากที่จะ

难以想象（難以想象）nányǐxiǎngxiàng 〈成〉 เกินจินตนาการ ; ไม่น่าเชื่อ ; นึกภาพไม่ออก

难以置信（難以置信）nányǐzhìxìn 〈成〉 ไม่น่าเชื่อ

难于（難于）nányú 动 ยากที่จะ

难住（難住）nánzhù 动 ทำให้หมดปัญญาแก้ไข

楠木 nánmù 名 〈植〉 หนานมู่ (ไม้ยืนต้นชนิดหนึ่งขึ้นตามมณฑลยูนนาน เสฉวน กุ้ยโจว หูหนานของจีน เนื้อไม้แข็งและหอม)

难（難）nàn 名 ภัยพิบัติ ; เคราะห์ร้าย 动 ต่อว่า

难民（難民）nànmín 名 ผู้ลี้ภัย ; ผู้ประสบภัย

难民营（難民營）nànmínyíng 名 ค่ายผู้ลี้ภัย

难兄难弟（難兄難弟）nànxiōng-nàndì 〈成〉 เพื่อนคู่ทุกข์คู่ยาก

难友（難友）nànyǒu 名 เพื่อนยาก

囊 náng 名 ถุง

囊虫（囊蟲）nángchóng 名 ตัวอ่อนของพยาธิตัวตืดในระยะมีถุงหุ้ม

囊空如洗 nángkōng-rúxǐ 〈成〉 กระเป๋าแห้ง

囊括 nángkuò 动 รวม ; ครอบคลุม

囊肿（囊腫）nángzhǒng 名 〈医〉 เนื้องอก

馕（饢）náng 名 โรตีอบของชาวเวกูรและชาวฮาซัค

攮 nǎng 动 แทง (ด้วยมีด)

孬 nāo 形 〈方〉 เลว ; ขี้ขลาด

孬种（孬種）nāozhǒng 名 〈方〉 คนขี้ขลาดตาขาว

挠（撓）náo 动 เกา

挠头（撓頭）náotóu 形 เกาหัว อุปมาว่า เจอปัญหายุ่งยากที่แก้ไขลำบาก

铙（鐃）náo 名 〈乐〉 ฉาบ (เครื่องดนตรีชนิดหนึ่ง)

蛲虫（蟯蟲）náochóng 名 พยาธิเข็มหมุด

恼（惱）nǎo 动 โกรธ 形 กลัดกลุ้ม

恼恨（惱恨）nǎohèn 动 โกรธแค้น

恼火（惱火）nǎohuǒ 形 โมโห

恼怒（惱怒）nǎonù 形 โกรธเคือง

恼人（惱人）nǎorén 形 น่าโมโห

恼羞成怒（惱羞成怒）nǎoxiū-chéngnù 〈成〉 โกรธเคืองด้วยความอับอาย

脑（腦）nǎo 名 สมอง

脑袋（腦袋）nǎo•dai 名 〈口〉 หัว

脑袋瓜（腦袋瓜）nǎo•daiguā 名 〈口〉 หัว

脑电波（腦電波）nǎodiànbō 名 〈生理〉 คลื่นสมอง

脑电图（腦電圖）nǎodiàntú 名 〈医〉 อีอีจี (*EEG*) (ภาพบันทึกคลื่นไฟฟ้าสมอง)

脑海（腦海）nǎohǎi 名 สมอง (อวัยวะการคิดและจดจำ)

脑浆（腦漿）nǎojiāng 名 〈生理〉 มันสมอง

脑筋（腦筋）nǎojīn 名 สมอง (ความสามารถในการคิดและจดจำ)

脑力（腦力）nǎolì 名 สมรรถนะของสมอง

脑瘤（腦瘤）nǎoliú 名 〈医〉 เนื้องอกในสมอง

脑门儿（腦門兒）nǎoménr 名 〈方〉 หน้าผาก

脑室（腦室）nǎoshì 名 〈生理〉 โพรงสมอง

脑血栓（腦血栓）nǎoxuèshuān 名 〈医〉 เส้นโลหิตในสมองตีบตัน

脑炎（腦炎）nǎoyán 名 〈医〉 สมองอักเสบ

脑溢血（腦溢血）nǎoyìxuè 名 〈医〉 เส้นโลหิตในสมองแตก

脑子（腦子）nǎo•zi 名 〈口〉 สมอง ; มันสมอง

闹（鬧）nào 动 เอะอะ ; อาละวาด ; พาลหาเรื่อง

闹别扭（鬧彆扭）nào biè•niu 动 เข้ากันไม่ได้ ; แกล้งกัน

闹病（鬧病）nàobìng 动 ป่วย

闹鬼（鬧鬼）nàoguǐ 动 ผีหลอก ; ทำเรื่องเลวลับหลัง ; ทำเล่นเล่ห์เพทุบายลับๆ

闹哄哄（鬧哄哄）nàohōnghōng 形 อึกทึกโวยวาย ; เอะอะมะเทิ่ง

闹饥荒（鬧饑荒）nào jī•huang เกิดทุพภิกขภัย ; 〈方〉 เกิดข้าวยากหมากแพง

闹架（鬧架）nàojià 动 〈方〉 ทะเลาะวิวาท

闹剧（鬧劇）nàojù 名 〈剧〉 ละครตลก ; การเล่นตลก

闹情绪（鬧情緒）nào qíngxù 动 อารมณ์เสียเพราะไม่พอใจ

闹事（鬧事）nàoshì 动 ก่อเรื่อง

闹市区（鬧市區）nàoshìqū 名 ย่านการค้า

闹腾（鬧騰）nào•teng 动 ก่อความวุ่นวาย ; ล้อเล่นกันอย่างสนุกสนาน

闹笑话（鬧笑話）nào xiào•hua 动 ปล่อยไก่

闹钟（鬧鐘）nàozhōng 名 นาฬิกาปลุก

呢 ne 助 แน่ะ ; ล่ะ

哪 něi 代 ไหน

内 nèi 名 ใน

内部 nèibù 名 ภายใน

内出血 nèichūxuè 名 〈医〉 เลือดตกใน

内存 nèicún 名 〈计〉 หน่วยความจำ

内地 nèidì 名 ท้องที่ที่ห่างไกลจากชายแดน

内弟 nèidì 名 น้องชายของภรรยา

内定 nèidìng 动 กำหนดไว้เป็นการภายใน

内耳 nèi'ěr 名 〈生理〉 ส่วนหูภายใน

内分泌 nèifēnmì 名 〈生理〉 น้ำคัดหลั่งภายใน

内服 nèifú 动 〈医〉 รับประทาน (ยา)

内阁（內閣）nèigé 名 คณะรัฐมนตรี

内海 nèihǎi 名 ทะเลส่วนใน ; หมายถึงทะเลที่ถูกโอบล้อมด้วยแผ่นดิน

内涵 nèihán 名 〈哲〉 ความหมายที่นิยามไว้ตามมโนภาพ ; คุณสมบัติทางจิตใจ

N

内行 nèiháng 形 ชำนาญ 名 ผู้ชำนาญการ ; ผู้สันทัดกรณี
内耗 nèihào 名 〈机〉 การสิ้นเปลืองภายใน
内河 nèihé 名 แม่น้ำลำคลองภายในประเทศ
内讧（内訌）nèihòng 动 เกิดแตกแยกกันภายใน
内奸 nèijiān 名 ไส้ศึก
内径（内徑）nèijìng 名 〈机〉 เส้นผ่าศูนย์กลางวงใน
内疚 nèijiù 形 สำนึกในความผิดของตน
内眷 nèijuàn 名 ผู้หญิงในครอบครัว
内科 nèikē 名 〈医〉 แผนกอายุรกรรม
内裤（内褲）nèikù 名 กางเกงใน
内窥镜（内窺鏡）nèikuījìng 名 〈医〉 กล้องส่องอวัยวะส่วนในของร่างกาย
内力 nèilì 名 〈物〉 กำลังภายใน
内陆（内陸）nèilù 名 แผ่นดินที่ห่างไกลจากทะเล
内陆国（内陸國）nèilùguó 名 ประเทศที่ไม่ติดทะเล
内陆河（内陸河）nèilùhé 名 แม่น้ำที่ไม่มีทางออกสู่ทะเล
内乱（内亂）nèiluàn 名 จลาจลภายในประเทศ ; สงครามกลางเมือง
内幕 nèimù 名 เบื้องหลัง หมายถึงสิ่งที่ไม่เปิดเผยหรือแอบแฝงอยู่
内勤 nèiqín 名 งานที่ทำภายในสำนักงาน ; เจ้าหน้าที่ผู้ปฏิบัติงานภายในสำนักงาน
内情 nèiqíng 名 สภาพภายใน
内燃机（内燃機）nèiránjī 名 〈机〉 เครื่องดีเซล
内热（内熱）nèirè 名 〈医〉 ร้อนใน
内容 nèiróng 名 เนื้อหา
内伤（内傷）nèishāng 名 〈医〉 โรคที่เกิดจากการรับประทานอาหารไม่เหมาะสม เหน็ดเหนื่อยหรือกลัดกลุ้ม ; ช้ำใน
内胎 nèitāi 名 〈机〉 ยางใน
内外交困 nèiwài-jiāokùn 〈成〉 ลำบากทั้งภายในและภายนอก
内务（内務）nèiwù 名 กิจการภายใน
内线（内綫）nèixiàn 名 สายสืบภายใน
内向 nèixiàng 形 อุปนิสัยแบบชอบเก็บความรู้สึก
内销（内銷）nèixiāo 动 จำหน่ายภายในประเทศ
内心 nèixīn 名 ในใจ
内兄 nèixiōng 名 พี่ชายของภรรยา
内秀 nèixiù 形 เฉลียวฉลาดโดยไม่ได้แสดงออก
内需 nèixū 名 ความต้องการของตลาดบริโภคอุปโภคภายในประเทศ
内循环（内循環）nèixúnhuán 动 〈经〉 เศรษฐกิจหมุนเวียนภายในประเทศ
内衣 nèiyī 名 เสื้อผ้าชุดชั้นใน
内因 nèiyīn 名 〈哲〉 มูลเหตุภายใน
内应（内應）nèiyìng 名 สายสืบภายในค่ายข้าศึกที่คอยช่วยโจมตี
内应力（内應力）nèiyìnglì 名 〈机〉 แรงกระตุ้นภายใน
内在 nèizài 形 ซึ่งมีอยู่ภายใน
内脏（内臟）nèizàng 名 〈生理〉 อวัยวะภายใน
内债（内債）nèizhài 名 〈经〉 หนี้สินภายในประเทศ
内战（内戰）nèizhàn 名 สงครามกลางเมือง
内政 nèizhèng 名 กิจการภายในประเทศ
内侄 nèizhí 名 หลานชายของภรรยา (ลูกชายของพี่ชายหรือน้องชายของภรรยา)
内侄女 nèizhínǚ 名 หลานสาวของภรรยา (ลูกสาวของพี่ชายหรือน้องชายของภรรยา)
内痔 nèizhì 名 〈医〉 ริดสีดวงในทวาร
内助 nèizhù 名 〈书〉 แม่บ้าน (ภรรยา)

嫩 nèn 形 อ่อน
嫩绿（嫩緑）nènlǜ 形 เขียวอ่อน
嫩芽 nènyá 名 หน่ออ่อน

能 néng 名 ความสามารถ 动 ได้
能不能 néngbùnéng ได้หรือไม่ ; ได้หรือเปล่า
能动（能動）néngdòng 形 กระตือรือร้น ; มุมานะพยายาม
能动性（能動性）néngdòngxìng 名 ความมุมานะพยายามด้วยตนเอง
能否 néngfǒu ได้หรือไม่
能干（能幹）nénggàn 形 เก่ง ; มีความสามารถ
能歌善舞 nénggē-shànwǔ 〈成〉 ชำนาญในการร้องรำทำเพลง
能工巧匠 nénggōng-qiǎojiàng 〈成〉

ช่างผู้ชำนาญการ ; ช่างฝีมือยอดเยี่ยม

能够 nénggòu 动 สามารถ ; (กระทำ) ได้

能耗 nénghào 名 การสิ้นเปลืองพลังงาน

能见度（能見度）néngjiàndù 名 ทัศนวิสัย

能力 nénglì 名 ความสามารถ ; ศักยภาพ

能量 néngliàng 名 〈物〉 พลังงาน

能耐 néng•nai 名 〈口〉 ความสามารถ ; ฝีมือ ; สมรรถภาพ

能屈能伸 néngqū-néngshēn 〈成〉 จะงอก็ได้จะยืดก็ได้ อุปมาว่า ปรับตัวเข้าได้ทุกสถานภาพ

能人 néngrén 名 คนเก่ง

能事 néngshì 名 ความสามารถที่ชำนาญ

能手 néngshǒu 名 มือแน่ ; คนมีฝีมือ

能说会道（能説會道）néngshuō-huìdào 〈成〉 พูดเก่ง

能效 néngxiào 名 ประสิทธิภาพ

能言善辩（能言善辯）néngyán-shànbiàn 〈成〉 ฝีปากคมคายและชำนาญการโต้คารม

能源 néngyuán 名 พลังงาน

能者多劳（能者多勞）néngzhě-duōláo 〈成〉 ผู้มีความสามารถมากจะต้องเหน็ดเหนื่อยมาก

尼姑 nígū 名 〈宗〉 แม่ชี

尼古丁 nígǔdīng 名 〈化〉 นิโคติน (*nicotine*)

尼龙（尼龍）nílóng 名 〈纺〉 ไนลอน (*nylon*)

呢喃 nínán 拟声 ชี ๆ (คำเลียนเสียงที่เป็นเสียงนกนางแอ่นร้อง) ; ซุบซิบ (อุปมา เสียงพูดเบา ๆ และรวดเร็ว)

呢绒（呢絨）níróng 名 〈纺〉 ผ้าขนสัตว์

呢子 ní•zi 名 〈纺〉 ผ้าสักหลาด

泥 ní 名 โคลน ; ตม ; โคลนตม

泥巴 ní•ba 名 〈方〉 โคลน ; เลน

泥垢 nígòu 名 ขี้ดินขี้ทราย

泥浆（泥漿）níjiāng 名 โคลนเลน

泥泞（泥濘）nínìng 形 เฉอะแฉะไปด้วยโคลนเลน

泥鳅 ní•qiu（泥鰍）名 〈动〉 ปลาโลช (*loach*) (ปลาชนิดหนึ่งอยู่ในวงศ์ปลาค้อ)

泥人 nírén 名 〈工美〉 ตุ๊กตาดิน

泥沙 níshā 名 〈地〉 โคลนกับทราย

泥石流 níshíliú 名 〈地质〉 กระแสน้ำไหลซึ่งเต็มไปด้วยเลนและกรวด

泥塑 nísù 名 〈工美〉 รูปปั้นดิน

泥潭 nítán 名 หนองเลน

泥土 nítǔ 名 ดิน ; โคลน

泥污 níwū 名 รอยเปื้อนโคลนเลน

霓虹灯（霓虹燈）níhóngdēng 名 ไฟนีออน (*neon*)

拟（擬）nǐ 动 ร่าง ; ว่าจะ ; เลียนแบบ

拟订（擬訂）nǐdìng 动 ร่าง (โครงการ สัญญา ฯลฯ)

拟定（擬定）nǐdìng 动 ร่างต้นฉบับเสร็จแล้วขอการตรวจสอบ

拟稿（擬稿）nǐgǎo 动 ร่างต้นฉบับ ; พล็อตเรื่อง

拟人（擬人）nǐrén 名 พรรณนาโวหารชนิดหนึ่งซึ่งเปรียบสิ่งของหรือสัตว์เป็นคน

拟声词（擬聲詞）nǐshēngcí 名 〈语〉 คำเลียนเสียง

拟议（擬議）nǐyì 名 สิ่งที่คิดไว้ก่อน 动 ร่าง

你 nǐ 代 คุณ ; เธอ

你们（你們）nǐ•men 代 พวกคุณ ; พวกเธอ

你死我活 nǐsǐ-wǒhuó 〈惯〉 ต่อสู้กันอย่างเอาเป็นเอาตาย

泥 nì 动 ฉาบ

泥子 nì•zi 名 〈建〉 ปูนน้ำมัน (สำหรับอุดรูหรือรอยต่อ)

昵称（昵稱）nìchēng 名 ชื่อเรียกที่แสดงความรักและความเอ็นดู

逆 nì 动 ทวน ; ขัด

逆差 nìchā 名 〈经〉 การเสียเปรียบดุลการค้า

逆耳 nì'ěr 形 ขัดหู

逆反 nìfǎn 动 ขัดขืน

逆风（逆風）nìfēng 动 ทวนลม

逆光 nìguāng 动 〈摄〉 ย้อนแสง

逆境 nìjìng 名 สภาพที่ลำบาก

逆来顺受（逆來順受）nìlái-shùnshòu 〈成〉 หวานอมขมกลืน ; ยอมอดทนต่อการข่มเหงรังแกของคนอื่น

逆流 nìliú 名 กระแสทวน 动 ทวนกระแส

N

逆时针（逆時針）nìshízhēn 形 ทวนเข็มนาฬิกา
逆水 nìshuǐ 动 ทวนกระแสน้ำ
逆水行舟 nìshuǐ-xíngzhōu 〈成〉 พายเรือทวนน้ำ ; อุปมาว่า ถ้าไม่พยายามพายไปข้างหน้าย่อมถอยหลัง
逆向 nìxiàng 名 ทิศทางย้อนศร
逆行 nìxíng 动 เดิน (หรือวิ่ง) ย้อนศร
逆转（逆轉）nìzhuǎn 动 (สถานการณ์) เลวร้ายลง
逆子 nìzǐ 名 ลูกเนรคุณ
匿藏 nìcáng 动 ซ่อนเร้น ; อำพราง
匿迹 nìjì 动 หลบซ่อน ; ไม่ปรากฏตัว
匿名 nìmíng 动 ไม่ระบุชื่อ (หรือไม่ระบุชื่อจริง) ; นามแฝง
匿名信 nìmíngxìn 名 บัตรสนเท่ห์
匿影藏形 nìyǐng-cángxíng 〈成〉 เก็บตัว
腻 nì 形 เลี่ยน ; เบื่อ
腻虫（膩蟲）nìchóng 名 〈动〉 เพลี้ย
腻烦（膩煩）nì·fan 形 เบื่อหน่าย ; เอือมระอา 动 รำคาญ
腻人 nìrén 形 เลี่ยน
腻味 nì·wei 形 〈方〉 เบื่อหน่าย 动 〈方〉 รำคาญ
溺爱（溺愛）nì'ài 动 รักและตามใจลูกมากเกินไป
溺水 nìshuǐ 动 จมน้ำ
拈 niān 动 ใช้นิ้วสองสามนิ้วหยิบเอา ; จับ
蔫 niān 形 เหี่ยวเฉา
年 nián 名 ปี ; อายุ ; วัย
年报（年報）niánbào 名 รายงานประจำปี
年表 niánbiǎo 名 ตารางลำดับเหตุการณ์สำคัญในประวัติศาสตร์
年成 nián·chéng 名 〈农〉 ผลการเก็บเกี่ยวของปี
年初 niánchū 名 ต้นปี
年代 niándài 名 ยุค ; สมัย
年底 niándǐ 名 ปลายปี
年度 niándù 名 ปี (การศึกษา การบัญชี การคลัง ฯลฯ)
年份 niánfèn 名 ปี (ใดปีหนึ่ง) ; อายุ
年富力强 niánfù-lìqiáng 〈成〉 อายุหนุ่มแน่น ร่างกายแข็งแรง
年关（年關）niánguān 名 〈旧〉 สิ้นปี
年华（年華）niánhuá 名 กาลเวลา ; อายุ
年画（年畫）niánhuà 名 〈工美〉 ภาพมงคลฉลองตรุษจีน (ซึ่งมักจะปิดตามผนังที่บ้าน)
年会（年會）niánhuì 名 การประชุมประจำปี
年货（年貨）niánhuò 名 สินค้าสำหรับฉลองเทศกาลตรุษจีน
年级（年級）niánjí 名 ชั้นเรียน (ในโรงเรียน)
年纪（年紀）niánjì 名 อายุ (ของคน)
年假 niánjià 名 วันหยุดปีใหม่ ; วันหยุดประจำปี
年检（年檢）niánjiǎn 动 การตรวจประจำปี (เช่น การตรวจยานพาหนะประจำปี การตรวจองค์การการเงินประจำปี ฯลฯ)
年鉴（年鑒）niánjiàn 名 หนังสือประจำปี ; หนังสือบันทึกสถิติข้อมูลประจำปี
年景 niánjǐng 名 ผลการเก็บเกี่ยวประจำปี
年均 niánjūn 动 คิดเฉลี่ยต่อปี
年刊 niánkān 名 วารสารรายปี
年老 niánlǎo 形 อายุมาก
年历（年曆）niánlì 名 ปฏิทิน
年龄（年齡）niánlíng 名 อายุ (ของคนหรือสัตว์)
年轮（年輪）niánlún 名 〈植〉 ชั้นวงกลมในเนื้อไม้พืช แต่ละปีมีอยู่ ๒ ชั้น
年迈（年邁）niánmài 形 อายุมาก ; สูงอายุ
年末 niánmò 名 ปลายปี ; สิ้นปี
年谱（年譜）niánpǔ 名 หนังสือชีวประวัติที่เขียนตามลำดับปี
年前 niánqián 名 ก่อนตรุษจีน
年青 niánqīng 形 อายุน้อย ; หนุ่มสาวหรือเริ่มแตกเนื้อหนุ่มเนื้อสาว
年轻（年輕）niánqīng 形 อายุน้อย ; อายุน้อยกว่า
年轻人（年輕人）niánqīngrén 名 คนหนุ่มสาว
年三十 niánsānshí 名 วันที่ ๓๐ เดือน ๑๒ ซึ่งเป็นวันส่งท้ายปีเก่าตามจันทรคติของจีน
年少 niánshào 形 อายุน้อย
年审（年審）niánshěn 动 การตรวจสอบประจำปี
年事 niánshì 名 〈书〉 อายุ ; วัย
年岁（年歲）niánsuì 名 อายุ ; วัย

N

年头儿（年頭兒）niántóur 名 ปี ; หลายปี ; สมัย
年尾 niánwěi 名 ปลายปี
年息 niánxī 名〈经〉ดอกเบี้ยรายปี
年限 niánxiàn 名 ระยะเวลากำหนด ; ปีกำหนด
年薪 niánxīn 名 เงินเดือนต่อปี
年夜 niányè 名 คืนวันส่งท้ายปีเก่าตามจันทรคติจีน
年夜饭（年夜飯）niányèfàn 名 อาหารฉลองตรุษจีนในคืนวันส่งท้ายปีเก่าซึ่งสมาชิกครอบครัวร่วมรับประทานพร้อมหน้ากัน
年幼 niányòu 形 อายุน้อย ; เยาว์วัย
年月 niányuè 名 สมัย ; กาลเวลา
年中 niánzhōng 名 กลางปี (เดือนมิ.ย.-ก.ค.)
年终（年終）niánzhōng 名 สิ้นปี
鲇鱼（鯰魚）niányú 名〈动〉ปลาแคตฟิช
黏 nián 形 เหนียว
黏虫（黏蟲）niánchóng 名〈动〉ตัวดักแด้ของผีเสื้อกลางคืน
黏稠 niánchóu 形 เหนียวและข้น
黏度 niándù 名〈化〉ระดับความเหนียว
黏附 niánfù 动 เกาะติด
黏合 niánhé 动〈化〉ยึดติด
黏合剂（黏合劑）niánhéjì 名 สารยึดติด (เช่นกาว ฯลฯ)
黏糊糊 niánhūhū 形 เหนียว ๆ
黏结（黏結）niánjié 动 ยึดติด
黏膜 niánmó 名〈生理〉เยื่อ
黏土 niántǔ 名 ดินเหนียว
黏液 niányè 名〈生理〉น้ำเมือก
黏着 niánzhuó 动 เกาะติด
黏着力 niánzhuólì 名〈语〉แรงเกาะติด
捻 niǎn 动 ฟั่น
捻度 niǎndù 名〈纺〉จำนวนวงรอบของเกลียวด้าย
捻子 niǎn•zi 名 กระดาษหรือเส้นด้ายที่ฟั่นเป็นเกลียว
撵（攆）niǎn 动 ไล่ ; ขับไล่
碾 niǎn 名 เครื่องบด 动 สี (ข้าว)
碾坊 niǎnfáng 名 โรงสี ; โรงโม่
碾米机（碾米機）niǎnmǐjī 名 เครื่องสีข้าว
廿 niàn 数 ยี่สิบ
念 niàn 动 คิดถึง ; อ่าน ; เรียน
念白 niànbái 名 บทพูดในงิ้วจีน
念叨 niàn•dao 动 พูดถึง ; บ่นถึง
念佛 niànfó 动〈宗〉สวดมนต์
念经（念經）niànjīng 动〈宗〉สวดมนต์
念念不忘 niànniàn-bùwàng〈成〉คิดถึงอยู่เสมอไม่ลืม
念念有词（念念有詞）niànniàn-yǒucí〈成〉ท่องคาถาหรือสวดมนต์ ; บ่นพึมพำ
念书（念書）niànshū 动 อ่านหนังสือ ; เรียนหนังสือ
念头（念頭）niàn•tou 名 สิ่งที่คิดในใจ
念珠 niànzhū 名〈宗〉ลูกประคำ
埝 niàn 名 คันดินสำหรับกั้นน้ำ
娘 niáng 名 แม่
娘家 niáng•jiā 名 บ้านแม่ของหญิงที่แต่งงานไปแล้ว
娘娘 niáng•niang 名 ราชินีหรือนางสนมเอก ; คำเรียกเทพธิดา
娘娘腔 niáng•niangqiāng 名 สำเนียงพูดจา (ของผู้ชาย) ที่เหมือนผู้หญิง
娘胎 niángtāi 名 ครรภ์แม่
酿（釀）niàng 动 กลั่น ; (ผึ้ง) ทำน้ำผึ้ง ; ค่อย ๆ กลายเป็น...
酿成（釀成）niàngchéng 动 ค่อย ๆ ก่อให้เกิดขึ้น
酿酒（釀酒）niàngjiǔ 动 กลั่นเหล้า
酿造（釀造）niàngzào 动 กลั่น ; ผลิต
鸟（鳥）niǎo 名 นก
鸟巢（鳥巢）niǎocháo 名 รังของนก
鸟粪（鳥糞）niǎofèn 名 ขี้นก
鸟瞰（鳥瞰）niǎokàn 动 มองจากที่สูง ; มองในแง่ทั่ว ๆ ไป
鸟类（鳥類）niǎolèi 名〈动〉สัตว์จำพวกนก
鸟笼（鳥籠）niǎolóng 名 กรงนก
鸟枪（鳥槍）niǎoqiāng 名 ปืนยิงนก
鸟枪换炮（鳥槍換炮）niǎoqiāng-huànpào〈成〉ปืนใหญ่เข้าแทนที่ปืนลม อุปมาว่า

สถานภาพดีขึ้นกว่าเก่ามาก

鸟儿（鳥兒）niǎor 名 〈口〉 นก

鸟语花香（鳥語花香）niǎoyǔ-huāxiāng 〈成〉 เสียงนกร้องพร้องเพรียก ดอกไม้ส่งกลิ่นหอมหวน (พรรณนาภาพสวยงามน่าดึงดูดใจในฤดูใบไม้ผลิ)

袅袅（裊裊）niǎoniǎo 形 สภาพของควันที่ลอยเวียนสู่ท้องฟ้าเรื่อย ๆ ; สภาพที่พริ้วไปมาตามกระแสลม ; (เสียง) ดังกังวาลอยู่นาน ๆ

袅娜（裊娜）niǎonuó 形 〈书〉 (ต้นไม้ใบหญ้า) เรียวอ่อน ; (ผู้หญิง) อ่อนช้อย

尿 niào 名 〈生理〉 ปัสสาวะ 动 เยี่ยว ; ฉี่

尿布 niàobù 名 ผ้าอ้อม

尿床 niàochuáng 动 เยี่ยวรดที่นอน

尿道 niàodào 名 〈生理〉 ท่อปัสสาวะ

尿毒症 niàodúzhèng 名 〈医〉 โรคยูริเมีย (*uremia*) (ภาวะที่เกิดจากความบกพร่องของไตและมีสารปัสสาวะขังอยู่ในโลหิตแทนที่จะถูกขับออก) ; โรคนิ่ว

尿检（尿檢）niàojiǎn 动 〈医〉 ตรวจปัสสาวะ

尿素 niàosù 名 〈化〉 ยูเรีย (*urea*) ; คาร์บาไมด์ (*carbamide*)

尿酸 niàosuān 名 〈化〉 กรดปัสสาวะ ; กรดยูริค (*uric acid*)

尿血 niàoxiě 动 〈医〉 ปัสสาวะมีเลือดปน

捏 niē 动 จับ ; หยิบ ; ปั้น (ให้เป็นรูป)

捏合 niēhé 动 ดึงให้เข้ากัน

捏一把汗 niē yī bǎ hàn 动 〈惯〉 เป็นห่วงมากจนเหงื่อออก

捏造 niēzào 动 เสกสรรปั้นแต่ง

涅槃 nièpán 动 〈宗〉 นิพพาน

啮合（嚙合）nièhé 动 กัดฟันแน่น ; ประกบกันเหมือนฟันกัดกันแน่น

嗫嚅（囁嚅）nièrú 形 〈书〉 อิดเอื้อน

镊子（鑷子）niè·zi 名 แหนบ

镍（鎳）niè 名 〈化〉 นิกเกิล (*nickel*)

镍币（鎳幣）nièbì 名 เหรียญนิกเกิล

蹑（躡）niè 动 อ้ำอึ้ง

蹑手蹑脚（躡手躡脚）nièshǒu-nièjiǎo 〈成〉 ย่องเบา ๆ ; เดินเบา ๆ

蹑足（躡足）nièzú 动 ย่อง

孽 niè 形 ชั่วร้าย 名 บาปกรรม

孽债（孽債）nièzhài 名 หนี้บาป

孽障 nièzhàng 名 บาปกรรมในการทำลายตบะ ; ลูกเวร

孽种（孽種）nièzhǒng 名 เจ้ากรรม ; 〈旧〉 ลูกอีเวร

蘖 niè 名 〈植〉 หน่อที่งอกจากตอไม้

您 nín 代 ท่าน ; คุณ

宁静（寧靜）níngjìng 形 สงบ ; เงียบ

狞笑（獰笑）níngxiào 动 แสยะยิ้ม

柠檬（檸檬）níngméng 名 〈植〉 มะนาว

凝 níng 动 แข็งตัว (จากของเหลวกลายเป็นของแข็ง) ; รวมความสนใจ

凝点（凝點）níngdiǎn 名 〈物〉 จุดแข็งตัว

凝固 nínggù 动 แข็งตัว

凝集 níngjí 动 〈化〉 ควบตัว

凝结（凝結）níngjié 动 ควบแน่น

凝聚 níngjù 动 ควบแน่น

凝聚力 níngjùlì 名 แรงที่ทำให้เชื่อมแน่น

凝练（凝練）níngliàn 形 รวบรัด

凝神 níngshén 动 สำรวมใจ ; ใจจดใจจ่อ

凝视（凝視）níngshì 动 เพ่ง ; จ้องมอง

凝思 níngsī 动 ครุ่นคิด

凝望 níngwàng 动 จ้องมอง

凝滞（凝滯）níngzhì 动 หยุดไหล ; เหม่อลอย

凝重 níngzhòng 形 แน่นหนา ; จริงจังและหนักแน่น

拧（擰）nǐng 动 บิด 形 ไม่ลงรอยกัน

宁（寧）nìng 副 ยอม

宁可（寧可）nìngkě 副 ยอม ; ยอมที่จะ...

宁肯（寧肯）nìngkěn 副 ยอม ; ยอมที่จะ...

宁缺毋滥（寧缺毋濫）nìngquē-wúlàn 〈成〉 ยอมขาดดีกว่ามีแต่ของไม่ดี

宁死不屈（寧死不屈）nìngsǐ-bùqū 〈成〉 ยอมตายแต่ไม่ยอมศิโรราบ

宁愿（寧願）nìngyuàn 副 ยอม ; ยอมที่จะ

拧（擰）nìng 形 〈方〉 ดื้อ

妞 niū 名 〈方〉 เด็กผู้หญิง

牛 niú 名〈动〉วัว

牛刀小试（牛刀小試）niúdāo-xiǎoshì〈成〉อุปมาว่า มีความสามารถมากแต่จะทดลองทำเรื่องเล็ก ๆ

牛痘 niúdòu 名〈医〉ฝีดาษวัว ; วัคซีนที่ใช้ในการปลูกฝี

牛犊子（牛犢子）niúdú·zi 名 ลูกวัว

牛顿（牛頓）niúdùn 量〈物〉นิวตัน (*newton*)

牛鬼蛇神 niúguǐ-shéshén〈成〉ภูตผีปีศาจ ; เสือสิงห์กระทิงแรด อุปมาว่า คนเลวทรามต่ำช้าหรือสิ่งชั่วร้ายในสังคม

牛黄 niúhuáng 名〈中药〉ก้อนนิ่วในถุงน้ำดีของวัว (เป็นยาจีนที่มีค่า)

牛角 niújiǎo 名 เขาวัว ; เขาควาย

牛角尖 niújiǎojiān 名 อุปมาว่า ปัญหาที่ไม่มีทางแก้ไขได้หรือปัญหาเล็ก ๆ น้อย ๆ ; ปัญหาที่ไม่มีค่าควรแก่การศึกษา

牛马（牛馬）niúmǎ 名 (เป็น) วัวควาย ; อุปมาว่า คนที่ถูกบังคับใช้งานอย่างทรมาน

牛毛 niúmáo 名 ขนวัว

牛虻 niúméng 名〈动〉เหลือบ

牛奶 niúnǎi 名 นมโค ; นมวัว

牛排 niúpái 名 สเต๊กเนื้อ (*beefsteak*)

牛皮 niúpí 名 หนังวัว ; หนังควาย ; คำคุยโต

牛皮癣（牛皮癬）niúpíxuǎn 名〈医〉ขี้เรื้อนกวาง

牛皮纸（牛皮紙）niúpízhǐ 名 กระดาษคราฟต์ (*kraft paper*)

牛脾气（牛脾氣）niúpí·qi 名 นิสัยดื้อรั้น

牛肉 niúròu 名 เนื้อวัว

牛头不对马嘴（牛頭不對馬嘴）niútóu bù duì mǎzuǐ〈俗〉ไปไหนมาสามวาสี่ศอก ; คนละเรื่อง

牛蛙 niúwā 名〈动〉อึ่งอ่าง

牛油 niúyóu 名 น้ำมันไขวัว

牛仔 niúzǎi 名 คาวบอย (*cowboy*)

牛仔裤（牛仔褲）niúzǎikù 名 กางเกงยีนส์ (*jeans*)

扭 niǔ 动 หัน ; บิด

扭打 niǔdǎ 动 คว้าจับตบตีกัน

扭结（扭結）niǔjié 动 พันกันยุ่ง

扭亏（扭虧）niǔkuī 动 เปลี่ยนสภาพขาดทุนเป็นได้กำไร

扭捏 niǔ·nie 动 กระบิดกระบวน

扭曲 niǔqū 动 บูดเบี้ยว ; บิดเบือน

扭伤（扭傷）niǔshāng 动 เคล็ด

扭送 niǔsòng 动 จับ (คนร้าย) แล้วส่งไป (ที่สน.ตำรวจ ฯลฯ)

扭头（扭頭）niǔtóu 动 หันหลัง ; หันหน้า

扭秧歌 niǔ yāng·ge 动 ระบำพื้นเมืองทางภาคเหนือของจีนชนิดหนึ่ง

扭转（扭轉）niǔzhuǎn 动 หันกลับ ; เปลี่ยนทิศทาง

忸怩 niǔní 形 กระบิดกระบวน

纽（紐）niǔ 名 หูหิ้ว ; กระดุม

纽带（紐帶）niǔdài 名 สิ่งที่มีบทบาทเชื่อมโยงผูกพัน

纽扣（紐扣）niǔkòu 名 กระดุม

拗 niù 形 ดื้อ ; ถือทิฐิ

农产品（農產品）nóngchǎnpǐn 名 ผลิตผลทางเกษตรกรรม

农场（農場）nóngchǎng 名 ฟาร์ม (*farm*)

农村（農村）nóngcūn 名 ชนบท

农夫（農夫）nóngfū 名 กสิกร ; ชาวไร่ชาวนา ; เกษตรกร

农妇（農婦）nóngfù 名 กสิกรหญิง

农户（農戶）nónghù 名 ครอบครัวกสิกร ; ครอบครัวชาวไร่ชาวนา

农活（農活）nónghuó 名 งานเกษตรกรรม

农机（農機）nóngjī 名 เครื่องจักรกลการเกษตร

农具（農具）nóngjù 名 เครื่องมือการเกษตร

农历（農曆）nónglì 名 ปฏิทินจันทรคติ

农忙（農忙）nóngmáng 名 ช่วงเวลาทำนาที่ยุ่งที่สุด

农贸市场（農貿市場）nóngmào shìchǎng ตลาดสด

农民（農民）nóngmín 名 กสิกร ; ชาวไร่ชาวนา ; เกษตรกร

农民工（農民工）nóngmíngōng 名 แรงงานเกษตรกร

农奴（農奴）nóngnú 名 ชาวนาทาส

农奴主（農奴主）nóngnúzhǔ 名 นายของชาว

N

นาทาส
农舍（農舍）nóngshè 名 บ้านชาวนา
农时（農時）nóngshí 名 ฤดูทำนา
农田（農田）nóngtián 名 ไร่นา
农闲（農閑）nóngxián 名 ช่วงเวลาว่างจากการทำนา
农学（農學）nóngxué 名 เกษตรศาสตร์
农学家（農學家）nóngxuéjiā 名 นักเกษตรศาสตร์
农谚（農諺）nóngyàn 名 สุภาษิตการเกษตร ; ภาษิตของชาวนา
农药（農藥）nóngyào 名 สารเคมีปราบศัตรูพืช
农业（農業）nóngyè 名 เกษตรกรรม
农艺（農藝）nóngyì 名 เทคนิคการเพาะปลูก
农艺师（農藝師）nóngyìshī 名 ช่างเทคนิคการเพาะปลูก
农用（農用）nóngyòng 形 สำหรับใช้ทางการเกษตร
农庄（農莊）nóngzhuāng 名 ฟาร์ม (*farm*)
农作物（農作物）nóngzuòwù 名 พืชการเกษตร
浓（濃）nóng 形 เข้มข้น ; ข้น
浓淡（濃淡）nóngdàn 名 ระดับความเข้มข้น ; (รส) ความเข้มข้นกับความจืดชืด ; (สี) ความเข้มกับความจาง
浓度（濃度）nóngdù 名 ระดับความข้น
浓厚（濃厚）nónghòu 形 เข้มข้น
浓眉（濃眉）nóngméi 名 คิ้วดก
浓密（濃密）nóngmì 形 หนาทึบ
浓缩（濃縮）nóngsuō 动 〈化〉 ทำให้ข้น
浓郁（濃郁）nóngyù 形 (กลิ่นดอกไม้ ใบหญ้า) หอมกรุ่น
浓重（濃重）nóngzhòng 形 (สี กลิ่น หมอก ฯลฯ) เข้มข้น ; แรง ; หนัก
浓妆（濃妝）nóngzhuāng 名 แต่งหน้าอย่างเข้ม ; ใบหน้าที่แต่งเข้ม ; แต่งตัวมาก
浓妆艳抹（濃妝艷抹）nóngzhuāng-yànmǒ 〈成〉 แต่งหน้าอย่างเข้ม ; ใบหน้าที่แต่งเข้ม ; แต่งตัวมาก
脓（膿）nóng 名 〈医〉 หนอง
脓包（膿包）nóngbāo 名 〈医〉 ตุ่มหนอง ; ฝี ; เม็ดหนอง
脓疮（膿瘡）nóngchuāng 名 〈医〉 แผลเน่าเปื่อยเป็นหนอง
脓肿（膿腫）nóngzhǒng 名 〈医〉 บวมเป็นหนอง ; โพรงหนอง ; ฝี
弄 nòng 动 ทำ ; หามา ; เล่น
弄潮儿（弄潮兒）nòngcháo'ér 名 หนุ่มโต้คลื่นน้ำ ; อุปมาว่า คนกล้าเสี่ยงภัย
弄假成真 nòngjiǎ-chéngzhēn 〈成〉 ทำเล่นกลายเป็นจริง
弄巧成拙 nòngqiǎo-chéngzhuō 〈成〉 ตั้งใจใช้ฝีมือแยบยล กลับทำให้เรื่องเสีย
弄权（弄權）nòngquán 动 〈书〉 เล่นอำนาจ (ใช้อำนาจในทางมิชอบ)
弄虚作假 nòngxū-zuòjiǎ 〈成〉 หลอกลวง
奴才 nú·cai 名 ขี้ข้า
奴化 núhuà 动 ทำให้ยอมรับเป็นข้าทาส
奴隶（奴隸）núlì 名 ทาส ; ข้าทาส
奴隶主（奴隸主）núlìzhǔ 名 นายของทาส
奴仆（奴僕）núpú 名 ขี้ข้า ; คนใช้
奴性 núxìng 名 อุปนิสัยที่ยินยอมเป็นข้าทาส
奴颜婢膝（奴顔婢膝）núyán-bìxī 〈成〉 ทำตัวอย่างกับขี้ข้า
奴役 núyì 动 ใช้เป็นข้าทาส
努 nǔ 动 ออกกำลัง ; นูนออก
努力 nǔlì 动 พยายาม ; พากเพียรทำ
努嘴 nǔzuǐ 动 บุ้ยปาก
怒 nù 动 โกรธ ; โมโห
怒不可遏 nùbùkě'è 〈成〉 โกรธอย่างยั้บยั้งไม่ได้
怒斥 nùchì 动 ตวาด ; ประณามด้วยความโกรธแค้น
怒冲冲（怒衝衝）nùchōngchōng 形 เดือดดาล
怒发冲冠（怒髮衝冠）nùfà-chōngguān 〈成〉 อุปมาว่า เดือดดาลเป็นฟืนเป็นไฟ
怒放 nùfàng 动 (ดอกไม้) บานสะพรั่ง
怒号（怒號）nùháo 动 (ลม) แผดเสียงก้อง
怒吼 nùhǒu 动 คำราม ; แผดเสียงก้อง
怒火 nùhuǒ 名 ความเดือดดาล

怒火中烧（怒火中燒）nùhuǒ-zhōngshāo 〈成〉 เดือดดาลเป็นฟืนเป็นไฟ

怒气（怒氣）nùqì 名 ความโกรธ

怒容 nùróng 名 หน้าบึ้งด้วยความโกรธ

怒色 nùsè 名 สีหน้าโกรธ

怒视（怒視）nùshì 动 ขมึงตาจ้องด้วยความโกรธ

怒涛（怒濤）nùtāo 名 คลื่นที่โหมซัดโครมคราม

女 nǚ 名 หญิง

女兵 nǚbīng 名 ทหารหญิง

女厕（女厠）nǚcè 名 สุขาหญิง

女低音 nǚdīyīn 名 〈乐〉 เสียงทุ้มหญิง

女儿（女兒）nǚ'ér 名 ลูกสาว

女方 nǚfāng 名 ฝ่ายหญิง ; ฝ่ายเจ้าสาว

女高音 nǚgāoyīn 名 〈乐〉 เสียงสูงหญิง ; เสียงโซปราโน (*soprano*)

女工 nǚgōng 名 คนงานหญิง

女红（女紅）nǚgōng 名 〈旧〉 งานเย็บปักถักร้อย

女孩儿（女孩兒）nǚháir 名 เด็กหญิง ; หญิงสาว

女皇 nǚhuáng 名 จักรพรรดินี

女将（女將）nǚjiàng 名 นายพลหญิง ; สตรีผู้เก่งกล้าและมีความสามารถสูง

女眷 nǚjuàn 名 สมาชิกครอบครัวที่เป็นหญิง

女角 nǚjué 名 ตัวละครหญิง

女郎 nǚláng 名 หญิงสาว

女流 nǚliú 名 〈贬〉 ผู้หญิงยิงเรือ

女朋友 nǚpéng•you 名 เพื่อนผู้หญิง ; แฟนผู้หญิง

女仆（女僕）nǚpú 名 สาวใช้ ; คนใช้ที่เป็นหญิง

女强人 nǚqiángrén 名 ผู้หญิงเก่งกล้า ; ผู้หญิงเหล็ก

女权（女權）nǚquán 名 สิทธิสตรี

女人 nǚrén 名 สตรี ; ผู้หญิง

女人 nǚ•ren 名 ภรรยา ; แม่บ้าน

女色 nǚsè 名 ความงามของนารี

女神 nǚshén 名 เทพี

女生 nǚshēng 名 นักเรียนหญิง ; นักศึกษาหญิง

女声（女聲）nǚshēng 名 〈乐〉 เสียงหญิง

女士 nǚshì 名 สตรี ; สุภาพสตรี

女王 nǚwáng 名 กษัตรี ; ราชินี (พระเจ้าแผ่นดิน)

女巫 nǚwū 名 แม่มด

女校 nǚxiào 名 〈教〉 โรงเรียนสตรี

女性 nǚxìng 名 เพศหญิง

女婿 nǚ•xu 名 ลูกเขย

女婴（女嬰）nǚyīng 名 ทารกหญิง

女友 nǚyǒu 名 เพื่อนผู้หญิง ; แฟนผู้หญิง

女招待 nǚzhāodài 名 〈旧〉 พนักงานต้อนรับหญิง

女中音 nǚzhōngyīn 名 〈乐〉 เสียงกลางหญิง

女主人 nǚzhǔ•rén 名 เจ้าของบ้านหญิง ; แม่บ้าน

女装（女裝）nǚzhuāng 名 เสื้อผ้าสตรี ; ชุดสตรี

女子 nǚzǐ 名 ผู้หญิง ; สตรี

暖 nuǎn 形 อุ่น

暖冬 nuǎndōng 名 〈气〉 ฤดูหนาวที่อากาศค่อนข้างจะอบอุ่น

暖房 nuǎnfáng 名 ห้องเพาะเลี้ยงพืช

暖烘烘 nuǎnhōnghōng 形 อุ่นสบาย

暖乎乎 nuǎnhūhū 形 อุ่นสบาย

暖和 nuǎn•huo 形 (อากาศ เสื้อหนาว ฯลฯ) อบอุ่น ; 动 ทำให้อุ่นขึ้น

暖流 nuǎnliú 名 〈气〉 กระแสอากาศอุ่น

暖气（暖氣）nuǎnqì 名 ไออุ่น ; ฮีตเตอร์ ; อากาศอุ่น

暖色 nuǎnsè 名 〈工美〉 สีวอร์ม

暖水瓶 nuǎnshuǐpíng 名 กระติกน้ำร้อน

疟疾（瘧疾）nüè•ji 名 〈医〉 มาเลเรีย (*malaria*) ; ไข้จับสั่น

虐待 nüèdài 动 ปฏิบัติต่ออย่างโหดร้ายทารุณ

虐杀（虐殺）nüèshā 动 สังหารโหด

挪 nuó 动 ขยับ ; เคลื่อนย้าย

挪动（挪動）nuó•dong 动 เคลื่อนย้าย

挪窝儿（挪窩兒）nuówōr 动 〈口〉 ย้ายที่ ; ย้ายบ้าน

挪用 nuóyòng 动 ยักย้าย (เงิน) ไปใช้ด้านอื่น

诺言（諾言）nuòyán 名 คำมั่นสัญญา

喏 nuò 叹 〈方〉 นี่

懦夫 nuòfū 名 คนขี้ขลาด

懦弱 nuòruò 形 อ่อนแอ ; ขี้ขลาด

糯米 nuòmǐ 名 ข้าวเหนียว

O

O o

噢 ō 叹 อ้อ (แสดงความเข้าใจ รู้แล้ว นึกได้)

哦 ó 叹 อ๋อ ; งั้นหรือ (แสดงความเชื่อครึ่งไม่เชื่อครึ่ง)

哦 ò 叹 อ้อ (แสดงว่าเข้าใจ รู้แล้ว นึกได้)

讴歌（謳歌）ōugē 动 〈书〉 สรรเสริญ

欧 ōu 名 นามสกุลของชาวจีน; ยุโรป

欧共体（歐共體）Ōugòngtǐ 名 〈简〉 ประชาคมยุโรป ; อีอีซี (*EEC*: *European Economic Community*)

欧姆（歐姆）ōumǔ 量 〈物〉 โอห์ม (*ohm*)

殴打（毆打）ōudǎ 动 ตี (คน)

殴斗（毆鬥）ōudòu 动 ตีกัน

鸥（鷗）ōu 名 〈动〉 นกนางนวล

呕（嘔）ǒu 动 อาเจียน ; อ้วก

呕吐（嘔吐）ǒutù 动 อาเจียน ; อ้วก

呕心沥血（嘔心瀝血）ǒuxīn-lìxuè 〈成〉 สิ้นเปลืองสติปัญญาเป็นอย่างมาก

呕血（嘔血）ǒuxuè 动 〈医〉 อาเจียนเป็นเลือด ; รากเลือด

偶 ǒu 名 หุ่น ; คู่ ; บังเอิญ

偶尔（偶爾）ǒu'ěr 副 บางครั้ง ; เป็นครั้งเป็นคราว

偶发（偶發）ǒufā 形 เกิดขึ้นโดยบังเอิญ

偶感 ǒugǎn 动 เกิดความรู้สึกนึกคิดขึ้นโดยบังเอิญ

偶合 ǒuhé 动 ตรงกันโดยบังเอิญ

偶然 ǒurán 形 บังเอิญ

偶然性 ǒuránxìng 名 ความบังเอิญ

偶人 ǒurén 名 หุ่น ; เจว็ด

偶数（偶數）ǒushù 名 〈数〉 เลขคู่

偶像 ǒuxiàng 名 เจว็ดรูป ; บุคคลที่นิยมชมชอบถือเป็นแบบอย่าง ; ไอดอล (*idol*)

藕 ǒu 名 รากบัว ; เหง้าบัว

藕断丝连（藕斷絲連）ǒuduàn-sīlián 〈成〉 รากบัวขาดยังเหลือใย อุปมาว่า ดูผิวเผินแล้วได้ตัดความสัมพันธ์ไป แต่จิตใจก็ยังมีความห่วงใย

藕粉 ǒufěn 名 แป้งรากบัว

藕荷色 ǒuhésè 名 สีม่วงอ่อนอมชมพู

藕灰 ǒuhuī 形 สีเทาอ่อนอมชมพู

沤（漚）òu 动 หมัก

怄气（慪氣）òuqì 动 〈方〉 ขุ่นเคือง

P p

趴 pā 动 นอนคว่ำ;ฟุบ;หมอบ

趴下 pāxià 动 นอนคว่ำ;หมอบลง

啪 pā 拟声 (คำเลียนเสียงที่เป็นเสียงปืน เสียงปรบมือหรือเสียงกระทบกัน) ปัง, เปรี้ยง ; เพล้ง

葩 pā 名 ‹书› บุปผชาติ ; ดอกไม้

扒 pá 动 คราด;พุ้ย

扒窃 (扒竊) páqiè 动 (ขโมย) ล้วงกระเป๋า

扒手 páshǒu 名 นักล้วง

爬 pá 动 คลาน;ปีน

爬山虎 páshānhǔ 名 ‹植› บอสตันไอวี (Boston ivy) ไม้เถาพันเลื้อยชนิดหนึ่ง

爬升 páshēng 动 (เครื่องบิน จรวด ฯลฯ) บินสูงขึ้น ; อุปมาว่า ก้าวหน้าขึ้นเรื่อย ๆ

爬行 páxíng 动 คลาน

耙 pá 名‹农› คราด 动 ใช้คราดโกยหรือกวาด

耙子 pá·zi 名‹农› คราด

怕 pà 动 กลัว ; หวาดกลัว

怕人 pàrén 形 กลัวคน;น่ากลัว

怕生 pàshēng 动 (เด็ก) กลัวคนแปลกหน้า

怕事 pàshì 动 กลัวจะมีเรื่อง

怕死鬼 pàsǐguǐ 名 ขี้ขลาดตาขาว

怕羞 pàxiū 动 ขี้อาย ; เหนียม

拍 pāi 动 ตบเบา ๆ;ถ่าย (รูป)

拍案 pāi'àn 动 ตบโต๊ะ (ชมเปาะ หรือโกรธรุนแรง)

拍案叫绝 (拍案叫絕) pāi'àn-jiàojué ‹成› ตบโต๊ะชมเปาะ

拍板 pāibǎn 动 เคาะจังหวะ;ตัดสินชี้ขาด

拍打 pāi·dǎ 动 ตบ;ปัด

拍档 (拍檔) pāidàng 动‹方› ร่วมมือ 名 ผู้ร่วมมือ; พาร์ตเนอร์ (partner)

拍发 (拍發) pāifā 动 ส่ง (โทรเลข)

拍马 (拍馬) pāimǎ 动 ประจบสอพลอ

拍马屁 (拍馬屁) pāi mǎpì 动‹口› ประจบสอพลอ

拍卖 (拍賣) pāimài 动 ขายเลหลัง;ขายลดราคา

拍卖行 (拍賣行) pāimàiháng 名 ร้านขายของ เลหลัง

拍摄 (拍攝) pāishè 动 ถ่ายทำ (ภาพยนตร์);ถ่าย (รูป)

拍手 pāishǒu 动 ปรบมือ

拍手称快 (拍手稱快) pāishǒu-chēngkuài ‹成› ปรบมือร้องว่าสะใจ

拍拖 pāituō 动‹方› เป็นแฟนกัน;จีบกัน

拍戏 (拍戲) pāixì 动‹影视› (นักแสดง) ถ่ายภาพยนตร์หรือละครโทรทัศน์

拍胸脯 pāi xiōngpú 动 ตบหน้าอก เป็นการแสดงว่า รับรองไม่มีปัญหา

拍掌 pāizhǎng 动 ปรบมือ

拍照 pāizhào 动 ถ่ายรูป

拍子 pāi·zi 名 ไม้ตี (ปิงปอง แบดมินตัน ฯลฯ); ‹乐› จังหวะ (ดนตรี)

排 pái 动 เรียง ; ระบายออก 量 แถว

排版 páibǎn 动‹印› เรียงพิมพ์

排比 páibǐ 名‹语› (วิธีการประพันธ์รูปแบบหนึ่ง) การจัดวลีหรือประโยคซึ่งมีโครงสร้างคล้ายกัน หลายวลีหรือประโยคให้เรียงขนานกัน

排笔 (排筆) páibǐ 名‹工美› แปรงทาสี

排场 (排場) pái·chǎng 形 หรูหราฟุ่มเฟือย 名 ความหรูหราฟุ่มเฟือย

排斥 páichì 动 ขับให้ออกห่าง

排除 páichú 动 ขจัดให้สูญสิ้นไป

排队 (排隊) páiduì 动 เรียงแถว

排放 páifàng 动 ระบายออก

排风扇 (排風扇) páifēngshàn 名 พัดลมระบาย

อากาศ
排骨 páigǔ 名 ซี่โครงหมู (หรือเนื้อแกะที่ทำเป็นอาหาร)
排灌 páiguàn 动 〈水〉 ระบายน้ำและทดน้ำเข้านา
排行 páiháng 动 เรียงลำดับพี่น้อง
排行榜 páihángbǎng 名 ประกาศรายนาม (จัดอันดับตามสถิติ)

P

排挤（排擠）páijǐ 动 เบียดเบียน
排解 páijiě 动 ไกล่เกลี่ย ; ขจัด (ความกลัดกลุ้มหรือความเหงา)
排涝（排澇）páilào 动 〈水〉 ระบายน้ำท่วมในไร่นา
排雷 páiléi 动〈军〉 กำจัดทุ่นระเบิด
排练（排練）páiliàn 动 ซ้อม
排列 páiliè 动 เรียงลำดับ
排卵 páiluǎn 动 〈生理〉 ตกไข่ ; ขับไข่
排名 páimíng 动 เรียงลำดับนาม
排炮 páipào 名〈军〉 การระดมยิงปืนใหญ่ 动 ขจัดลูกปืนใหญ่ที่ด้าน (ไม่ระเบิด)
排气（排氣）páiqì 动 ระบายอากาศ
排遣 páiqiǎn 动 ขจัด (ความกลัดกลุ้มหรือความเหงา)
排球 páiqiú 名〈体〉 ลูกวอลเลย์บอล ; กีฬาวอลเลย์บอล (*volleyball*)
排山倒海 páishān-dǎohǎi 〈成〉 มีพลังมหาศาลขนาดสามารถถล่มทลายภูเขาและพลิกคว่ำมหาสมุทรได้
排水 páishuǐ 动 ระบายน้ำ
排水量 páishuǐliàng 名〈航〉 ระวางขับน้ำ (ของเรือ) ; ปริมาณน้ำที่ระบายออก
排头（排頭）páitóu 名 หัวแถว
排头兵（排頭兵）páitóubīng 名 ทหารหัวแถว
排外 páiwài 动 ต่อต้านชาวต่างประเทศ ; ต่อต้านคนต่างถิ่นหรือคนนอกกลุ่ม
排尾 páiwěi 名 หางแถว
排污 páiwū 动 〈简〉 ระบายน้ำเสีย อากาศเสีย ฯลฯ
排戏（排戲）páixì 动〈剧〉 ซ้อมละคร ; ซ้อมงิ้ว
排险（排險）páixiǎn 动 ขจัดสิ่งอันตราย
排泄 páixiè 动 ระบาย (น้ำ) ; ขับถ่าย
排演 páiyǎn 动〈剧〉 ซ้อมการแสดง
排印 páiyìn 动〈印〉 เรียงพิมพ์
排忧解难（排憂解難）páiyōu-jiěnàn 〈成〉 ขจัดความยุ่งยากลำบากหรือภยันตราย
排中律 páizhōnglǜ 名〈 哲〉 กฎที่ขจัดตัวกลาง
排字 páizì 动 〈印〉 เรียงพิมพ์
徘徊 páihuái 动 เดินกลับไปกลับมา
牌 pái 名 ป้าย ; ยี่ห้อ
牌匾 páibiǎn 名 ป้ายคำขวัญ
牌坊 pái·fāng 名 ซุ้มประตู
牌号（牌號）páihào 名 ยี่ห้อ
牌价（牌價）páijià 名 ราคาที่ติดป้าย
牌位 páiwèi 名 ป้ายวิญญาณ (ของเทพเจ้าหรือบรรพบุรุษซึ่งตั้งไว้เพื่อบวงสรวงหรือเซ่นไหว้)
牌照 páizhào 名〈交〉 ทะเบียนรถ ; ทะเบียนการค้าพิเศษ
牌证（牌證）páizhèng 名 ทะเบียนและเอกสารยืนยันฐานะ ฯลฯ
牌子 pái·zi 名 ป้าย
迫击炮（迫擊炮）pǎijīpào 名〈军〉 ปืนครก
派 pài 名 ฝักฝ่าย 动 ส่งตัวไป
派别 pàibié 名 ฝ่าย ; กลุ่ม ; สำนัก
派出 pàichū 动 ส่งตัวไป (ปฏิบัติหน้าที่)
派出所 pàichūsuǒ 名 สถานีตำรวจท้องที่
派发（派發）pàifā 动 แจกจ่าย
派活 pàihuó 动 แจกงาน
派款 pàikuǎn 动 แจกหน้าที่บริจาคเงิน
派力司呢 pàilìsīní 名 〈纺〉 ผ้าขนสัตว์พาเลซ
派遣 pàiqiǎn 动 ส่งตัวไป (ปฏิบัติหน้าที่)
派生 pàishēng 动 แตกแขนง
派送 pàisòng 动 แจก (ของ)
派头（派頭）pàitóu 名 มาด
派系 pàixì 名 พรรคพวก
派员（派員）pàiyuán 动 ส่งเจ้าหน้าที่ไป
派驻（派駐）pàizhù 动 ส่งไปปฏิบัติหน้าที่ประจำ
攀 pān 动 ปีนป่าย
攀比 pānbǐ 动 เทียบกับผู้มีฐานะสูงกว่า
攀登 pāndēng 动 ปีน ; ขึ้น
攀附 pānfù 动 เกาะไว้และคลานขึ้นไป ;

แอบอิงผู้มีอิทธิพล
攀高 pāngāo 动 สูงขึ้น; เทียบกับผู้ที่สูงกว่าตนในบางด้าน; คบผู้ที่มีฐานะสูงกว่า
攀龙附凤（攀龍附鳳）pānlóng-fùfèng 〈成〉 ประจบและแอบอิงผู้มีอิทธิพล
攀亲（攀親）pānqīn 动 อ้างเป็นญาติกัน; สู่ขอ
攀升 pānshēng 动 (ปริมาณ ตัวเลข) สูงขึ้น
攀谈（攀談）pāntán 动 คุยกัน
攀缘（攀緣）pānyuán 动 ปีนป่ายขึ้นไปโดยเกาะกุมสิ่งใดสิ่งหนึ่ง
攀越 pānyuè 动 ปีนป่ายและข้ามไป
攀折 pānzhé 动 หัก (กิ่งไม้) ลงมา
爿 pán 名 ไม้หรือไม้ไผ่ที่ผ่าเป็นซีก ; แปลง (ลักษณนามของไร่นา) ; แห่ง (ลักษณนามของ โรงงาน ร้านค้า ฯลฯ)
盘（盤）pán 名 จาน ; สิ่งของที่มีรูปลักษณ์คล้ายจาน ; สิ่งของที่ใส่ลักษณนามเรียกจาน ; 〈经〉 ราคาสินค้าตามท้องตลาด 动 ตรวจ (สินค้า) ; ซักไซ้ ; สอบถาม ; ขด ; วกวน ; วนเวียน
盘剥（盤剝）pánbō 动 ขูดรีดโดยให้กู้เงินดอกเบี้ยสูง
盘查（盤查）pánchá 动 ตรวจและซักถาม
盘缠（盤纏）pán•chan 名〈旧〉〈口〉 ค่าเดินทาง
盘秤（盤秤）pánchèng 名 ตาชั่งจาน (แบบจานเดียว)
盘道（盤道）pándào 名 ทางวกวน (ตามภูเขา)
盘点（盤點）pándiǎn 动 ตรวจ (สินค้าคงเหลือ); เช็คสต็อก (*check stock*)
盘根错节（盤根錯節）pángēn-cuòjié 〈成〉 อุปมาว่าเรื่องราวยุ่งยากสลับซับซ้อนและแก้ไขยาก
盘根问底（盤根問底）pángēn-wèndǐ 〈成〉 ซักถามสาเหตุและรายละเอียด
盘桓（盤桓）pánhuán 动〈书〉 เตร่ไปเตร่มา; (วิ่ง บิน) เวียนวน
盘货（盤貨）pánhuò 动 ตรวจสินค้าคงเหลือ ; เช็คสต็อกสินค้า
盘踞（盤踞）pánjù 动 เข้าครอบครองโดยพลการ
盘库（盤庫）pánkù 动 ตรวจสอบสินค้าในโกดัง; เช็คสต็อก (*check stock*)
盘弄（盤弄）pánnòng 动 จับเล่นไปมา; ลูบไล้ไปมา
盘绕（盤繞）pánrào 动 พันรอบ
盘山（盤山）pánshān 动 (ทาง ลำน้ำ) วกวนตามภูเขา
盘算（盤算）pán•suan 动 คิดคำนวณ ; วางแผน
盘梯（盤梯）pántī 名〈建〉 บันไดวน
盘腿（盤腿）pántuǐ 动 นั่งขัดสมาธิ
盘问（盤問）pánwèn 动 ซักถาม ; ซักไซ้
盘旋（盤旋）pánxuán 动 บินวนเวียน ; เดินไปเดินมา
盘账（盤賬）pánzhàng 动 ตรวจสอบบัญชี
盘子（盤子）pán•zi 名 จาน
磐石（磐石）pánshí 名 ก้อนหินหนาใหญ่
蹒跚（蹣跚）pánshān 形 เดินโขยกเขยก
判 pàn 动 ตัดสิน; แยกแยะ
判案 pàn'àn 动 ตัดสินคดี
判别 pànbié 动 แยกแยะ
判处（判處）pànchǔ 动〈法〉 ตัดสินลงโทษ
判词（判詞）pàncí 名〈法〉 คำพิพากษา
判定 pàndìng 动 ตัดสินชี้ขาด
判断（判斷）pànduàn 动 วินิจฉัย 名 ข้อวินิจฉัย
判断力（判斷力）pànduànlì 名 ความสามารถในการวินิจฉัย
判罚（判罰）pànfá 动 ตัดสินปรับ
判决 pànjué 动〈法〉 ตัดสินลงโทษ
判明 pànmíng 动 แยกแยะให้ชัดแจ้ง
判刑 pànxíng 动〈法〉 ตัดสินลงอาญา
判罪 pànzuì 动〈法〉 ตัดสินลงโทษ
盼 pàn 动 เฝ้าคอย; คาดหวัง
盼头（盼頭）pàn•tou 名 ความหวัง
盼望 pànwàng 动 เฝ้าคอย; คาดหวัง
叛变（叛變）pànbiàn 动 ทรยศ
叛兵 pànbīng 名 ทหารก่อการกบฏ
叛匪 pànfěi 名 พวกโจรก่อกบฏ
叛国（叛國）pànguó 动 ทรยศต่อประเทศชาติ
叛乱（叛亂）pànluàn 动 ก่อกบฏ
叛卖（叛賣）pànmài 动 ทรยศขายชาติ

叛逆 pànnì 动 ทรยศ 名 ผู้ทรยศ

叛逃 pàntáo 动 ทรยศแล้วหลบหนี

叛徒 pàntú 名 ผู้ทรยศ

畔 pàn 名 ริมฝั่ง (น้ำ ทาง ฯลฯ) ; คันนา

襻 pàn 名 รังดุมที่ทำด้วยผ้าลักษณะคล้ายห่วง

乓 pāng 拟声 (คำเลียนเสียงที่เป็นเสียงปืน เสียงเปิดประตู ฯลฯ) ปัง

滂沱 pāngtuó 形 (ฝน) ตกหนัก

膀 pāng 动 บวม

彷徨 pánghuáng 动 ลังเล

庞大（龐大）pángdà 形 มหาศาล ; มหึมา

庞然大物（龐然大物）pángrán-dàwù 〈成〉 สิ่งที่ยิ่งใหญ่มหึมา

庞杂（龐雜）pángzá 形 มากมายและยุ่งเหยิงซับซ้อน

旁 páng 名 ข้าง

旁白 pángbái 名〈剧〉〈影视〉 คำพูดที่ตัวละครหรือผู้พากย์พูดกับผู้ชม

旁边（旁邊）pángbiān 名 ข้าง ๆ

旁观（旁觀）pángguān 动 นิ่งดูอยู่ข้าง ๆ

旁观者清（旁觀者清）pángguānzhěqīng 〈成〉 ผู้อยู่รอบนอกข้าง ๆ ย่อมมองเหตุการณ์ได้ชัดเจนกว่า

旁敲侧击（旁敲側擊）pángqiāo-cèjī 〈成〉 พูดเปรียบเปรย

旁人 pángrén 代 คนอื่น ; คนที่ไม่เกี่ยวข้อง

旁若无人（旁若無人）pángruòwúrén 〈成〉 คล้ายกับข้าง ๆ ไม่มีใครทั้งสิ้น ปริยายหมายถึงวางตัวสบาย ๆ หรือเยิ่อหยิ่งไม่สนใจใครทั้งนั้น

旁听（旁聽）pángtīng 动〈教〉 เข้าฟัง

旁征博引（旁徵博引）pángzhēng-bóyǐn 〈成〉 อ้างอิงข้อมูลมากมายหลายหลาก

旁证（旁證）pángzhèng 名 พยานเสริม ; หลักฐานประกอบ

膀胱 pángguāng 名〈生理〉 กระเพาะปัสสาวะ

膀胱炎 pángguāngyán 名 〈医〉 กระเพาะปัสสาวะอักเสบ

磅礴 pángbó 形 (ลักษณะพลังที่แสดงออก) ยิ่งใหญ่มหาศาล 动 เต็มเปี่ยม

螃蟹 pángxiè 名〈动〉 ปู

耪 pǎng 动〈农〉 พรวนดิน

胖 pàng 形 อ้วน

胖墩儿（胖墩兒）pàngdūnr 名〈口〉 เด็กอ้วนน่ารัก

胖乎乎 pànghūhū 形 อ้วนตุ๊ต๊ะ

胖头鱼（胖頭魚）pàngtóuyú 名 ปลาบิ๊กเฮด (*bighead*)

胖子 pàng•zi 名 คนอ้วน

抛 pāo 动 โยน ; ทิ้ง

抛光 pāoguāng 动〈机〉 ขัดให้วาว

抛开（抛開）pāokāi 动 โยนทิ้ง ; ทอดทิ้ง

抛锚（抛錨）pāomáo 动 〈航〉 ทอดสมอเรือ ; หยุดชะงักกลางคัน

抛弃 pāoqì 动 ทอดทิ้ง

抛售 pāoshòu 动 ขายเลหลัง

抛头露面（抛頭露面）pāotóu-lùmiàn 〈成〉 ออกหน้าออกตา

抛物线（抛物綫）pāowùxiàn 名〈数〉 เส้นโค้งพาราโบลา (*parabola*)

抛掷（抛擲）pāozhì 动 ขว้าง

抛砖引玉（抛磚引玉）pāozhuān-yǐnyù 〈成〉〈谦〉 โยนอิฐเพื่อล่อให้โยนหยก เป็นคำพูดถ่อมตัวว่าการที่ตัวเองแสดงความเห็นตื้น ๆ นั้นเพื่อจะล่อให้ผู้อื่นแสดงความคิดเห็นที่ลึกซึ้งและมีคุณค่าออกมา

泡 pāo 形 สิ่งที่มีลักษณะพองตัว

泡桐 pāotóng 名 〈植〉 ต้นพอโลวเนีย (*paulownia*)

刨 páo 动 ขุด ; หัก

刨除 páochú 动 หักออก

刨根问底（刨根問底）páogēn-wèndǐ 〈成〉 สืบสาวราวเรื่อง

咆哮 páoxiào 动 คำราม

狍子 páo•zi 名〈动〉 โรเดียร์ (กวางตัวเล็กชนิดหนึ่ง) (*roe deer*)

炮 páo 动 〈中医〉 ปรุงยาสมุนไพร

炮制（炮製）páozhì 动 ปรุงยาสมุนไพร ; เสกสรรปั้นแต่ง

袍 páo 名 เสื้อคลุมยาวแบบจีน

袍子 páo•zi 名 เสื้อคลุมยาวแบบจีน

跑 pǎo 动 วิ่ง ; วิ่งเต้น ; หนี

跑表（跑錶）pǎobiǎo 名〈体〉นาฬิกาจับเวลา

跑步 pǎobù 动 วิ่ง

跑车（跑車）pǎochē 名 รถแข่ง

跑道 pǎodào 名〈航〉ลานวิ่งของเครื่องบิน; 〈体〉ลู่วิ่งแข่ง

跑调（跑調）pǎodiào 动〈乐〉(ร้องเพลงหรือบรรเลงดนตรี) ไม่เข้าทำนองเสียง

跑龙套（跑龍套）pǎo lóngtào 动 แสดงเป็นตัวติดตามในละครงิ้ว ; อุปมาว่าเป็นลูกมือให้คนอื่น

跑马（跑馬）pǎomǎ 动〈体〉ห้อม้า; แข่งม้า

跑马场（跑馬場）pǎomǎchǎng 名 สนามม้า

跑腿儿（跑腿兒）pǎotuǐr 动〈口〉วิ่งเต้น

跑鞋 pǎoxié 名 รองเท้าวิ่งแข่ง

泡 pào 名 ฟอง 动 แช่

泡菜 pàocài 名 ผักดองรสเปรี้ยวชนิดหนึ่ง (โดยเอากะหล่ำปลี หัวผักกาด แครอท ฯลฯ แช่ในน้ำเย็นซึ่งใส่เกลือ เหล้าและพริกหอมไว้)

泡蘑菇 pào mó•gu 动 โอ้เอ้; นั่งแช่

泡沫 pàomò 名 ฟอง

泡汤（泡湯）pàotāng 动〈口〉คว้าน้ำเหลว

泡影 pàoyǐng 名 ความหวังที่ดับสูญไป

炮 pào 名 ปืนใหญ่

炮兵 pàobīng 名〈军〉ทหารปืนใหญ่

炮弹（炮彈）pàodàn 名〈军〉กระสุนปืนใหญ่

炮灰 pàohuī 名〈军〉ซากที่ยิงด้วยปืนใหญ่

炮火 pàohuǒ 名〈军〉ห่ากระสุนปืนใหญ่

炮击（炮擊）pàojī 动〈军〉ระดมยิงด้วยปืนใหญ่

炮舰（炮艦）pàojiàn 名〈军〉เรือปืน

炮手 pàoshǒu 名〈军〉ทหารปืนใหญ่

炮台（砲臺）pàotái 名〈军〉ป้อมปืน

炮艇 pàotǐng 名〈军〉เรือปืน

炮筒 pàotǒng 名〈军〉กระบอกปืนใหญ่

炮筒子 pàotǒng•zi 名 อุปมา คนใจร้อนและพูดตรงไปตรงมา

炮战（炮戰）pàozhàn 动〈军〉กระหน่ำด้วยปืนใหญ่

炮仗 pào•zhang 名 ประทัด

疱 pào 名〈医〉เม็ดพุพอง

疱疹 pàozhěn 名〈医〉เม็ดหัด; ตุ่มพอง; เม็ดพอง

呸 pēi 叹 ถุย

胚胎 pēitāi 名 ทารกในครรภ์ระยะ ๑-๘ อาทิตย์; 〈植〉ต้นอ่อนที่อยู่ในเมล็ดพืชระยะแรกเริ่ม

陪 péi 动 อยู่หรือติดตามเป็นเพื่อน

陪伴 péibàn 动 อยู่หรือติดตามเป็นเพื่อน

陪衬（陪襯）péichèn 动 ดุนให้เด่น; เสริมให้เด่น

陪床 péichuáng 动 อยู่เฝ้าคนไข้กลางคืน

陪嫁 péijià 名 สินสมรสของเจ้าสาว (ซึ่งพ่อแม่ยกให้) 动 ให้สินสมรสแก่ลูกสาว

陪酒 péijiǔ 动 ดื่มเหล้าเป็นเพื่อนแขกเวลาเลี้ยงต้อนรับ

陪客 péikè 动 อยู่เป็นเพื่อนแขก 名 ผู้ที่ทำหน้าที่ช่วยต้อนรับแขก

陪审（陪審）péishěn 动〈法〉เป็นลูกขุนร่วมพิจารณาคดี

陪审员（陪審員）péishěnyuán 名〈法〉ลูกขุน

陪送 péi•song 名〈口〉〈旧〉สินสมรสของเจ้าสาว (ซึ่งพ่อแม่ยกให้) 动 ให้สินสมรสแก่ลูกสาว

陪同 péitóng 动 คอยติดตามเป็นเพื่อน 名 บุคคลที่ทำหน้าที่พาเที่ยวหรือดูงาน

陪葬 péizàng 动 ฝังพร้อมกับคนตาย

培 péi 动 พูน (ดิน)

培土 péitǔ 动〈植〉พูนดิน

培训（培訓）péixùn 动 อบรม; ฝึกฝน

培训班（培訓班）péixùnbān 名 ชั้นเรียนฝึกอบรม ; หลักสูตรฝึกอบรม

培养（培養）péiyǎng 动 เพาะเลี้ยง; อบรมเลี้ยงดู

培育 péiyù 动 เพาะเลี้ยง

培植 péizhí 动 เพาะปลูก; ปลูกฝัง

赔（賠）péi 动 ชดใช้; ขาดทุน

赔本（賠本）péiběn 动 ขาดทุน

赔不是（賠不是）péi bù•shi ขอโทษ; ขออภัย

赔偿（賠償）péicháng 动 ชดใช้

赔付（賠付）péifù 动 จ่ายเพื่อชดใช้

赔款（賠款）péikuǎn 动 ชดใช้เงิน 名 ค่าปฏิกรรม

赔礼（賠禮）péilǐ 动 ขอโทษ; ขออภัย

赔钱（賠錢）péiqián 动 ชดใช้เงิน; ขาดทุน

赔小心（賠小心）péi xiǎoxīn ปฏิบัติต่อ (ผู้อื่น)

อย่างรอบคอบระมัดระวังเพื่อเอาใจหรือทำให้
หายโกรธ

赔笑（賠笑）péixiào 动 ยิ้มให้เพื่อเอาใจ

赔罪（賠罪）péizuì 动 ขอขมา

裴 Péi 名 นามสกุลของชาวจีน

佩 pèi 动 พก；ประดับ；นับถือ

佩带（佩帶）pèidài 动 ประดับ；ติด

佩服 pèi•fú 动 ยอมนับถือ；เลื่อมใส

配 pèi 动 สมรส；ผสมพันธุ์；แบ่งสรร

配备（配備）pèibèi 动 แบ่งสรร

配餐 pèicān 动 ผสมอาหาร

配电（配電）pèidiàn 动〈电〉จ่ายไฟ

配对（配對）pèiduì 动 ประกอบเป็นคู่

配额（配額）pèi'é 名 จำนวนที่แบ่งสรรให้

配发（配發）pèifā 动 แบ่งสรรให้；ลง (บทความ
หรือรูปถ่าย) ประกอบด้วย

配方 pèifāng 动〈药〉ปรุงยาตามใบสั่งของแพทย์ 名
วิธีการประกอบสารเคมี

配合 pèihé 动 ร่วมมือกัน

配合 pèi•he 形 คู่ควรกัน

配给（配給）pèijǐ 动 แบ่งสรร

配件 pèijiàn 名〈机〉ชิ้นส่วนประกอบ

配角 pèijué 名〈剧〉〈影视〉ตัวแสดงประกอบ

配料 pèiliào 名 เครื่องประกอบ 动 ผสมวัตถุดิบ
ตามอัตราส่วน

配偶 pèi'ǒu 名 คู่สมรส

配色 pèisè 动 ผสมสี

配送 pèisòng 动 ประกอบสินค้าเข้าชุดแล้วจัด
ส่งไป (ให้ลูกค้า)

配套 pèitào 动 ประกอบเป็นชุด；ประกอบให้
ครบวงจร

配药（配藥）pèiyào 动 ปรุงยา

配音 pèiyīn 动〈影视〉ประกอบเสียงภาพยนตร์

配乐（配樂）pèiyuè 动〈剧〉〈影视〉การประกอบ
เสียงดนตรี

配制（配製）pèizhì 动 ผสม；ปรุง

配置 pèizhì 动 จัดวาง；จัดสรร〈计〉ส่วนประกอบ
(ของคอมพิวเตอร์ ฯลฯ)

配种（配種）pèizhǒng 动〈动〉ผสมพันธุ์

辔（轡）pèi 名 บังเหียน

喷（噴）pēn 动 พ่น

喷薄（噴薄）pēnbó 形 (น้ำ) พุ；(ดวงอาทิตย์)
โผล่ขึ้น

喷灯（噴燈）pēndēng 名 เครื่องพ่นไฟ
โบลว์แลมป์ (blow lamp)

喷发（噴發）pēnfā 动 (ภูเขาไฟ) พ่นไฟ

喷饭（噴飯）pēnfàn 动 (น่าหัวเราะจน)
สำลักเอาข้าวออกมา อุปมาว่า ขบขันมาก

喷灌（噴灌）pēnguàn 动〈水〉ทดน้ำด้วยการฉีดน้ำ

喷壶（噴壺）pēnhú 名 กาฝักบัวรดน้ำ

喷火器（噴火器）pēnhuǒqì 名〈军〉เครื่องพ่นไฟ
(อาวุธที่ใช้ในสงคราม)

喷浆（噴漿）pēnjiāng 名〈建〉พ่นน้ำปูนขาว
(บนผนัง ฯลฯ)

喷漆（噴漆）pēnqī 名 สีสเปรย์ (spray paint) 动
พ่นสีสเปรย์ (หรือแล็กเกอร์)

喷气式（噴氣式）pēnqìshì 形 (เครื่องบิน)
แบบไอพ่น

喷枪（噴槍）pēnqiāng 名 ปืนพ่น；เครื่องพ่น
(spray gun)

喷泉（噴泉）pēnquán 名 น้ำพุ

喷洒（噴灑）pēnsǎ 动 สาด；พ่น

喷射（噴射）pēnshè 动 พ่น

喷水池（噴水池）pēnshuǐchí 名 สระน้ำพุ

喷嚏（噴嚏）pēntì 名 จาม

喷头（噴頭）pēntóu 名 หัวฉีด

喷雾（噴霧）pēnwù 动 ฉีดน้ำให้โปรยปราย

喷雾器（噴霧器）pēnwùqì 名 เครื่องพ่น；เครื่องฉีด

喷云吐雾（噴雲吐霧）pēnyún-tǔwù〈成〉
(เวลาสูบบุหรี่) พ่นควันออกมามาก

喷嘴（噴嘴）pēnzuǐ 名 หัวฉีด

盆 pén 名 กะละมัง；อ่าง；กระถาง

盆地 péndì 名〈地理〉แอ่ง；ที่ลุ่ม

盆花 pénhuā 名 ดอกไม้ที่ปลูกในกระถาง

盆景 pénjǐng 名〈工美〉บอนไซ (ปลูกต้นไม้เล็ก ๆ
ประดับด้วยหินกรวดในกระถาง)

盆浴 pényù 动 อาบน้ำในอ่าง

盆栽 pénzāi 名 ดอกไม้ที่ปลูกในกระถาง ; 动 ปลูกดอกไม้ในกระถาง

盆子 pén•zi 名 กระถาง ; กะละมัง ; อ่าง

喷香（噴香）pènxiāng 形 หอมกรุ่น

抨击（抨擊）pēngjī 动 วิจารณ์โจมตี

怦 pēng 拟声 (คำเลียนเสียงหัวใจเต้น) ตุ๊บ ๆ

砰 pēng 拟声 (คำเลียนเสียงที่เป็นเสียงกระทบกันหรือของหนักตกพื้น) โครม

烹 pēng 动 ต้ม ; ทอด

烹饪（烹飪）pēngrèn 动 ทำอาหาร

烹调（烹調）pēngtiáo 动 ปรุงอาหาร

澎 pēng 动 〈方〉 สาดกระเซ็น

朋党（朋黨）péngdǎng 名〈书〉 พรรคพวก

朋友 péng•you 名 เพื่อน ; มิตร ; สหาย

棚 péng 名 เพิง

棚子 péng•zi 名 เพิง ; กระท่อม ; โรง

蓬 péng 名 พอง ; กอ

蓬荜生辉（蓬蓽生輝）péngbì-shēnghuī 〈成〉〈谦〉 (การที่แขกมาถึงบ้าน หรือภาพวาดอักษรศิลป์จีนที่แขกมอบให้ซึ่งประดับไว้ที่บ้านอยู่แล้วนั้น) ทำให้บ้านนี้มีเกียรติอย่างยิ่ง

蓬勃 péngbó 形 เจริญงอกงาม

蓬松（蓬鬆）péngsōng 形 ปุกปุย ; ฟูรุงรัง

蓬头垢面（蓬頭垢面）péngtóu-gòumiàn 〈成〉 หน้ามอมแมมผมยุ่งเหยิง

硼 péng 名 〈化〉 (สารเคมี) บอรอน (*boron*)

硼砂 péngshā 名 〈化〉 บอแรกซ์ (*borax*)

硼酸 péngsuān 名 〈化〉 กรดบอริก (*boric acid*)

鹏（鵬）péng 名 (นกยักษ์ในเทพนิยาย) ครุฑ

鹏程万里（鵬程萬里）péngchéng-wànlǐ 〈成〉 ครุฑบินหมื่นลี้ อุปมาว่า อนาคตกว้างไกล

澎湃 péngpài 形 โหมซัดสาด

篷 péng 名 กระโจม ; ใบเรือ

篷布 péngbù 名 ผ้าใบ

篷车（篷車）péngchē 名 รถม้าที่มีประทุน ; รถบรรทุกที่มีประทุน

膨大 péngdà 动 พองตัว

膨化 pénghuà 动 ขยายตัวขึ้น

膨体纱（膨體紗）péngtǐshā 名〈纺〉 ไหมพรมซึ่งทำจากเส้นใยสังเคราะห์อะครีลิก

膨胀（膨脹）péngzhàng 动 ขยายตัว ; พองตัว

膨胀率（膨脹率）péngzhànglǜ 名〈物〉 อัตราการขยายตัว

捧 pěng 动 กอบ 量 กอบ

捧场（捧場）pěngchǎng 动 ยกยอปอปั้น ; ช่วยเชียร์

捧腹 pěngfù 动 หัวเราะจนท้องคัดท้องแข็ง

碰 pèng 动 ชน ; กระทบ

碰杯 pèngbēi 动 ชนแก้วชวนดื่มเหล้า

碰壁 pèngbì 动 เจออุปสรรคเข้า

碰瓷 pèngcí 动 〈方〉 แกล้งทำเป็นถูกทำร้ายเพื่อร้องเรียกค่าเสียหาย

碰到 pèngdào动 เจอ ; พบเห็น

碰钉子（碰釘子）pèng dīng•zi 〈熟〉 ถูกปฏิเสธ

碰见（碰見）pèngjiàn 动 เจอเข้า ; พบเห็น

碰面 pèngmiàn 动 เจอกัน

碰巧 pèngqiǎo 副 บังเอิญ

碰上 pèngshàng 动 เจอ ; พบเห็น

碰头（碰頭）pèngtóu 动 พบกัน ; พบปะ

碰撞 pèngzhuàng 动 กระทบ ; กระทบกระแทก

批 pī 动 วิจารณ์ 量 ลักษณนามใช้กับสิ่งของหรือคนจำนวนมาก เช่น ชุด กรุ๊ป งวด ฯลฯ

批驳（批駁）pībó 动 วิพากษ์วิจารณ์และโต้แย้ง

批次 pīcì 量 ลำดับงวด

批发（批發）pīfā 动 ขายส่ง

批发商（批發商）pīfāshāng 名 พ่อค้าขายส่ง

批复（批復）pīfù 动 แทงคำรายงาน

批改 pīgǎi 动 แก้ (การบ้าน บทความ ฯลฯ)

批号（批號）pīhào 名 เลขที่อนุมัติ

批件 pījiàn 名 เอกสารอนุมัติ

批量 pīliàng 名 ปริมาณการผลิตที่ผลิตเป็นงวด ๆ

批零 pīlíng 动 〈简〉 ทั้งขายส่งและขายปลีก

批判 pīpàn 动 วิพากษ์

批评（批評）pīpíng 动 วิจารณ์ ; วิพากษ์วิจารณ์

批评家（批評家）pīpíngjiā 名 นักวิจารณ์

批示 pīshì 动 แทงหนังสือ 名 บันทึกสั่งการ

批文 pīwén 名 ข้อความที่เบื้องบนสั่งการ
批销（批銷）pīxiāo 动 ขายส่ง
批语（批語）pīyǔ 名 คำสั่งการ
批阅（批閱）pīyuè 动 อ่านและเขียนคำพิจารณาชี้ขาด
批注 pīzhù 名 แทงหนังสือ
批准 pīzhǔn 动 อนุมัติ
纰（紕）pī 动 แตกเกลียว
纰漏（紕漏）pīlòu 名 ผิดพลาดเล็กน้อย
坯 pī 名 อิฐดิบ; สิ่งของกึ่งสำเร็จรูป (เช่น เครื่องปั้นดินก่อนเผา เครื่องลายครามโลหะก่อนลงยา 景泰蓝 ฯลฯ)
坯料 pīliào 名 ผลิตภัณฑ์กึ่งสำเร็จรูป
坯胎 pītāi 名 สิ่งของกึ่งสำเร็จรูป (เช่น เครื่องปั้นดินก่อนเผา เครื่องลายครามโลหะก่อนลงยา 景泰蓝 ฯลฯ)
坯子 pī·zi 名 อิฐที่ยังไม่ได้เผา; สิ่งของกึ่งสำเร็จรูป; คนที่มีแววจะสำเร็จในด้านใดด้านหนึ่ง
披 pī 动 คลุม; เปิด; (ไม้ไผ่ ฯลฯ) แตก
披风（披風）pīfēng 名 เสื้อคลุมยาวไม่มีแขน
披肩 pījiān 名 ผ้าคลุมไหล่
披肩发（披肩髮）pījiānfà 名 ทรงผมยาวระไหล่
披荆斩棘（披荊斬棘）pījīng-zhǎnjí 〈成〉 ฟันฝ่าอุปสรรคต่าง ๆ นานา
披露 pīlù 动 เปิดเผย; ประกาศ
披麻戴孝 pīmá-dàixiào 〈成〉 ประเพณีไว้ทุกข์ให้พ่อแม่ในสมัยก่อน ซึ่งต้องสวมชุดผ้าป่านหยาบ ๆ และใช้เชือกรัดเอว
披靡 pīmǐ 动 (ต้นไม้ใบหญ้า) ล้มลู่ตามลม; (ทหาร) แตกหนีกระเจิดกระเจิง
披散 pī·san 动 สยาย (ผม)
披头散发（披頭散髮）pītóu-sànfà 〈成〉 ผมสยาย
披星戴月 pīxīng-dàiyuè 〈成〉 หามรุ่งหามค่ำ
披阅（披閱）pīyuè 动〈书〉 เปิดอ่าน (หนังสือ ฯลฯ)
砒霜 pīshuāng 名〈化〉 สารหนู
劈 pī 动 ผ่า
劈手 pīshǒu 副 คว้าอย่างฉับไว
劈头（劈頭）pītóu 副 จังหน้า
劈头盖脸（劈頭蓋臉）pītóu-gàiliǎn 〈成〉 เทใส่หัว
劈胸 pīxiōng 副 (กระชากหรือคว้า) ตรงหน้าอก
霹雳（霹靂）pīlì 名〈气〉 ฟ้าผ่า; อัสนีบาต
皮 pí 名 หนัง ; ผิวหนัง ; เปลือก 形 ซน
皮袄（皮襖）pí'ǎo 名 เสื้อหนาที่ทำด้วยหนังติดขนสัตว์
皮包 píbāo 名 กระเป๋าหนัง
皮包商 píbāoshāng 名 พ่อค้าฉวยโอกาสเก็งกำไร
皮鞭 píbiān 名 แส้หนัง
皮层（皮層）pícéng 名〈生理〉 ชั้นผิวนอก (ขององค์ประกอบร่างกายคน สัตว์หรือต้นพืช); เปลือกสมอง
皮尺 píchǐ 名 เทปวัด
皮带（皮帶）pídài 名 เข็มขัด; สายพาน
皮蛋 pídàn 名 ไข่เยี่ยวม้า
皮筏 pífá 名 แพที่ทำด้วยหนัง
皮肤（皮膚）pífū 名〈生理〉 ผิวหนัง
皮肤病（皮膚病）pífūbìng 名〈医〉 โรคผิวหนัง
皮革 pígé 名 หนังฟอก
皮货（皮貨）píhuò 名 สินค้าที่ทำด้วยหนัง
皮夹（皮夾）píjiā 名 กระเป๋าที่ทำด้วยหนัง
皮件 píjiàn 名 สิ่งของที่ทำด้วยหนัง
皮匠 pí·jiàng 名 ช่างรองเท้าหนัง; ช่างฟอกหนัง
皮筋 píjīn 名 ยางรัด
皮具 píjù 名 เครื่องหนัง
皮开肉绽（皮開肉綻）píkāi-ròuzhàn 〈成〉 (ถูกตีจน) เนื้อตัวเต็มไปด้วยแผลเหวอะหวะ
皮毛 pímáo 名 หนังสัตว์ที่มีขน; ผิวเผิน
皮球 píqiú 名 บอลยาง; ลูกหนัง
皮肉 píròu 名 เนื้อหนัง
皮实（皮實）pí·shi 形 (ร่างกาย) แข็งแรง; (สิ่งของ) ใช้ทน
皮试（皮試）píshì 名〈医〉〈简〉 การทดสอบภูมิแพ้บนผิวหนัง
皮艇 pítǐng 名 เรือไคแอค (*kayak*); เรือแคนูขนาดเล็ก
皮下注射 píxià zhùshè 〈医〉 ฉีดยาใต้ผิวหนัง
皮箱 píxiāng 名 กระเป๋าเดินทางที่ทำด้วยหนัง
皮鞋 píxié 名 รองเท้าหนัง
皮靴 píxuē 名 บูตหนัง

皮炎 píyán 名〈医〉ผิวหนังอักเสบ
皮衣 píyī 名 เสื้อหนัง
皮疹 pízhěn 名〈医〉ผื่น
皮质（皮質）pízhì 名〈生理〉องค์ประกอบชั้นผิวนอกของอวัยวะภายใน；ผิวมันสมอง
皮重 pízhòng 名 น้ำหนักของเครื่องหีบห่อหรือภาชนะบรรจุของ
皮子 pí·zi 名 หนังฟอก；หนังสัตว์
枇杷 pí·pa 名〈植〉(ต้นไม้หรือผลไม้) ผีผา；โลควอต (*loquat*)
毗邻（毗鄰）pílín 动 เชื่อมต่อกัน
毗湿奴（毗濕奴）Píshīnú 名〈宗〉พระพิษณุ；พระวิษณุ
蚍蜉 pífú 名〈动〉มดตัวใหญ่
疲 pí 形 เพลีย
疲惫（疲憊）píbèi 形 อ่อนเพลีย
疲惫不堪（疲憊不堪） píbèi-bùkān〈成〉เหน็ดเหนื่อยเมื่อยล้า
疲乏 pífá 形 อ่อนเพลีย
疲倦 píjuàn 形 เพลียและง่วงนอน
疲劳（疲勞）píláo 形 เหนื่อย
疲软（疲軟）píruǎn 形 อ่อนเพลีย；ราคาตก
疲沓 pí·ta 形 เฉื่อยชา
疲于奔命 píyúbēnmìng〈成〉วิ่งเต้นหรือวิ่งหนีอย่างเหน็ดเหนื่อย；งานท่วมหัวจนทำไม่หวาดไม่ไหว
啤酒 píjiǔ 名 เบียร์
脾 pí 名〈生理〉ม้าม
脾气（脾氣）pí·qi 名 นิสัยใจคอ；ความโมโห
脾胃 píwèi 名 รสนิยม
脾性 píxìng 名〈方〉นิสัย；ความเคยชิน
脾脏（脾臟）pízàng 名〈生理〉ม้าม
蜱 pí 名〈动〉เห็บ
貔貅 píxiū 名 สัตว์ร้ายลักษณะคล้ายเสือในนิยายโบราณ； อุปมา กองทัพที่องอาจกล้าหาญ
匹 pǐ 量 (ลักษณนามของม้า ล่อ) ตัว；(ลักษณนามของผ้า) พับ
匹敌（匹敵）pǐdí 动 ทัดเทียม；สู้ได้
匹夫 pǐfū 名 คนธรรมดาสามัญ；คนไร้ความรู้ไร้สติปัญญา
匹夫有责（匹夫有責）pǐfū-yǒuzé〈成〉พลเมืองทุกคนต่างมีหน้าที่ของตน
匹配 pǐpèi 动〈书〉คู่ควร
否 pǐ 形 เลว；ร้าย；วิจารณ์ในแง่ร้าย
否极泰来（否極泰來）pǐjí-tàilái〈成〉ชะตาชีวิตที่ตกอับจนถึงขีดสุด แล้วได้กลับรุ่งเรืองขึ้นมาอีกครั้ง
痞子 pǐ·zi 名 อันธพาล
劈 pǐ 动 ผ่า；ถ่างออก；ทำให้แยกออกจากต้น
劈柴 pǐ·chái 名 ฟืน
擗 pǐ 动 ใช้แรงแยกของออก；ทุบ
癖 pǐ 名 การติดเป็นนิสัย
癖好 pǐhào 名 ความชอบเป็นพิเศษ
癖性 pǐxìng 名 ความชอบเป็นพิเศษและความเคยชิน
屁 pì 名 ลมตด
屁股 pì·gu 名〈生理〉ก้น；ตะโพก
屁滚尿流 pìgǔn-niàoliú〈俗〉ตระหนกตกใจจนปัสสาวะไหล
屁话（屁話）pìhuà 名〈骂〉คำพูดเหลวไหล
辟（闢）pì 动 บุกเบิก；แก้
辟谣（闢謡）pìyáo 动 แก้ข่าวลือ
媲美 pìměi 动 สวยเท่าเทียมกัน；ดีเท่าเทียมกัน
僻静 pìjìng 形 เปล่าเปลี่ยว
僻远（僻遠）pìyuǎn 形 เปล่าเปลี่ยวและไกลพ้น
譬方 pìfāng 动 เปรียบเทียบ
连 สมมุติว่า
譬如 pìrú 动 ตัวอย่างเช่น；เปรียบเหมือน
譬喻 pìyù 动 เปรียบเทียบ 名 อุปมา
片子 piān·zi 名〈影视〉ฟิล์มภาพยนตร์；จานเสียง
偏 piān 形 เอียง；จะต้อง...ให้ได้
偏爱（偏愛）piān'ài 动 รักลำเอียง；เข้าข้าง
名 ฉันทาคติ
偏安 piān'ān 动 (จักรพรรดิ) พอใจในการปกครองแผ่นดินส่วนเดียวโดยไม่คิดจะกู้แผ่นดินที่สูญเสียไปกลับคืน
偏差 piānchā 名 ความคลาดเคลื่อน；ความผิดพลาด

偏方 piānfāng 名〈药〉 ตำรายาจีนพื้นบ้าน
偏房 piānfáng 名 ห้องตะวันตกและห้องตะวันออกในบ้านล้อมรอบสี่ด้านแบบจีน; อนุภรรยา
偏废（偏廢）piānfèi 动 (งานการ) ทำอย่างทิ้งอย่าง
偏航 piānháng 动 การเดินเรือห่างเหไปจากเส้นทาง
偏好 piānhào 动 การที่ชอบแต่อย่างเดียวโดยไม่สนใจอย่างอื่น
偏护（偏護）piānhù 动 เข้าข้างและปกป้อง
偏激 piānjī 形 (ความคิด ความเห็น) รุนแรงเกินควร
偏见（偏見）piānjiàn 名 อคติ
偏口鱼（偏口魚）piānkǒuyú 名〈动〉 แฟลตฟิช (*flat fish*) ปลาตัวแบนและสองตาขึ้นอยู่ข้างเดียว
偏离（偏離）piānlí 动 เหห่าง; เบี่ยงเบน
偏旁 piānpáng 名 ส่วนประกอบด้านข้างของอักษรจีน
偏僻 piānpì 形 ลับตาคน; ห่างไกลจากตัวเมือง; ทุรกันดาร
偏偏 piānpiān 副 แต่ท่าเดียว
偏颇（偏頗）piānpō 形〈书〉 ไม่เที่ยงธรรม
偏巧 piānqiǎo 副 พอดี; บังเอิญ
偏食 piānshí 名〈天〉 สุริยุปราคา หรือจันทรุปราคาบางส่วน 动〈医〉 เลือกกิน
偏瘫（偏癱）piāntān 动〈医〉 อัมพาตครึ่งซีก
偏袒 piāntǎn 动 ลำเอียงและปกป้อง
偏题（偏題）piāntí 名 หัวข้อสอบที่แปลก ๆ หรือไม่ค่อยเห็น
偏向 piānxiàng 动 ลำเอียง 名 แนวโน้มที่ไม่ถูกต้อง
偏心 piānxīn 形 ลำเอียง; เข้าข้าง
偏心眼儿（偏心眼兒）piānxīnyǎnr ใจลำเอียง
偏要 piānyào 副 ดึงดันจะ...
偏移 piānyí 动 เหห่าง; เบี่ยงเบน
偏远（偏遠）piānyuǎn 形 ไกลและลับตาคน
偏振 piānzhèn 动〈物〉 โพลาไรเซชัน (*polarization*)
偏重 piānzhòng 动 ให้ความสำคัญเฉพาะด้าน
偏转（偏轉）piānzhuǎn 动 (แสงรังสี เข็มทิศแม่เหล็กหรือมิเตอร์ ฯลฯ) เบน (ทิศทาง)
篇 piān 量 บท (ลักษณนามของบทความ)
篇幅 piān·fú 名 ความสั้นยาวของบทความ; จำนวนหน้าของหนังสือ
篇目 piānmù 名 สารบัญ; ชื่อเรื่องของบทความในหนังสือ
篇章 piānzhāng 名 บทความ
翩翩 piānpiān 形 (ร่ายรำ) อย่างงดงาม; สง่าผ่าเผย
翩然 piānrán 形〈书〉 เยื้องกราย
便宜 pián·yi 形 (ราคา) ถูก
蹁跹（蹁躚）piánxiān 形〈书〉 ร่ายรำวนเวียน
片 piàn 量 แผ่น 名 เขตเล็ก (ภายในเขต)
片酬 piànchóu 名〈影视〉 ค่าตอบแทนของนักแสดงภาพยนตร์หรือละครโทรทัศน์
片段 piànduàn 名 บางตอน (ของหนังสือ ภาพยนตร์หรือละครโทรทัศน์ ฯลฯ)
片断（片斷）piànduàn 名 ตอน (ใช้กับบทประพันธ์ ช่วงชีวิต ประสบการณ์ ฯลฯ) 形 เกร็ด
片剂（片劑）piànjì 名〈药〉 ยาที่เป็นเม็ดแบน ๆ
片假名 piànjiǎmíng 名〈语〉 (ตัวอักษรภาษาญี่ปุ่น) คะตะคะนะ
片刻 piànkè 名 ชั่วขณะ ; ประเดี๋ยวเดียว
片面 piànmiàn 形 ด้านเดียว
片面性 piànmiànxìng 名 ลักษณะด้านเดียว
片儿（片兒）piànr 名 แผ่น; เขตเล็ก (ภายในเขต)
片子 piàn·zi 名 แผ่น; นามบัตร
骗（騙）piàn 动 หลอก; ต้ม
骗局（騙局）piànjú 名 อุบายหลอกลวง
骗取（騙取）piànqǔ 动 หลอกเอา
骗人（騙人）piànrén 动 หลอกลวง ; โกหก
骗术（騙術）piànshù 名 วิธีหลอกลวง; วิธีต้มตุ๋น
骗子（騙子）piàn·zi 名 นักต้ม
剽悍 piāohàn 形 ปราดเปรียวและห้าวหาญ
剽窃（剽竊）piāoqiè 动 ขโมยคัดลอก (ผลงานประพันธ์ของผู้อื่น)
漂 piāo 动 ลอย (น้ำ)
漂泊 piāobó 动 ระเหเร่ร่อน
漂荡（漂蕩）piāodàng 动 ลอยน้ำไป; ระเหเร่ร่อน
漂动（漂動）piāodòng 动 ลอยตามกระแสน้ำ
漂浮 piāofú 动 ลอย 形 ลอยฟ่อง
漂流 piāoliú 动 ลอยน้ำ; พเนจร

漂洋过海（漂洋過海）piāoyáng-guòhǎi 〈成〉 ข้ามน้ำข้ามท่า (ไปต่างประเทศ)
漂移 piāoyí 动 เคลื่อนที่ไปตามกระแสน้ำ
缥缈（縹緲）piāomiǎo 形 เลือนลาง ; รำไร
飘（飄）piāo 动 ปลิว
飘带（飄帶）piāodài 名 สายที่สะบัดพลิ้ว
飘荡（飄蕩）piāodàng 动 โบกพลิ้ว ; ล่องลอย
飘动（飄動）piāodòng 动 โบกสะบัด ; ปลิวไสว
飘拂（飄拂）piāofú 动 โบกสะบัด
飘忽（飄忽）piāohū 动 (เมฆ) ลอยลิ่ว ; (ใจ) ลอย ; (จิตใจ) ไม่สงบ
飘零（飄零）piāolíng 动 ร่วงหล่น ; ระเหเร่ร่อน
飘飘然（飄飄然）piāopiāorán 形 อิ่มอกอิ่มใจ (ความหมายทางลบ) ; ดังจะโบยบินไปมา
飘然（飄然）piāorán 形 ลอย ; ลอยละลิ่ว
飘洒（飄灑）piāosǎ 动 โปรยปราย ; (ลายมือเขียน) งดงามละมุนละม่อม
飘扬（飄揚）piāoyáng 动 โบกพลิ้ว
飘摇（飄摇）piāoyáo 动 ปลิวไปตามสายลม
飘移（飄移）piāoyí 动 ลอยล่องไปตามลม
飘逸（飄逸）piāoyì 形 〈书〉 สุภาพละมุนละม่อม และมีสง่า ; (ลักษณะ) เป็นธรรมชาติ
飘溢（飄溢）piāoyì 动 (กลิ่น) ฟุ้งกระจายไปทั่ว
飘游（飄游）piāoyóu 动 ลอยล่องไปในอากาศ ; พเนจร
嫖 piáo 动 เที่ยวผู้หญิง
嫖客 piáokè 名 นักเที่ยวผู้หญิง
瓢 piáo 名 กระบวย
瓢虫（瓢蟲）piáochóng 名〈动〉 เต่าทอง (แมลงปีกแข็งชนิดหนึ่ง)
瓢泼（瓢潑）piáopō 动 (ฝน) เทกระหน่ำลงมา
漂 piǎo 动 〈化〉 ฟอกขาว
漂白 piǎobái 动 〈化〉 ฟอกขาว
漂白粉 piǎobáifěn 名 〈化〉 ผงฟอกขาว
漂洗 piǎoxǐ 动 ล้างน้ำ
瞟 piǎo 动 ชำเลือง
票 piào 名 บัตร ; ตั๋ว (รถหรือเรือฯลฯ)
票贩子（票販子）piàofàn·zi 名 คนที่ลอบซื้อขายตั๋วรถ ตั๋วเรือ บัตรชมการแสดง ฯลฯ เพื่อเก็งกำไร
票房 piàofáng 名〈影视〉 ห้องขายตั๋ว (ของโรงละคร โรงหนัง สถานีรถไฟ ท่าเรือ ฯลฯ)
票根 piàogēn 名 ต้นขั้วตั๋ว
票价（票價）piàojià 名 ราคาตั๋ว
票据（票據）piàojù 名 ตั๋วเงิน ; ใบเสร็จ
票面 piàomiàn 名 จำนวนเงินที่หน้าธนบัตร หรือตั๋วเงิน
票箱 piàoxiāng 名 กล่องใส่บัตร
票子 piào·zi 名 ธนบัตร
漂亮 piào·liang 形 สวย
撇 piē 动 ทิ้ง ; ช้อนผิวหน้าของน้ำออก
撇开（撇開）piē·kāi 动 ทิ้งเสีย
撇下 piēxià 动 ทิ้ง...ไป
瞥 piē 动 มองแวบหนึ่ง
瞥见（瞥見）piējiàn 动 มองเห็นแวบหนึ่ง
撇 piě 动 โยน ; ขีดเบี่ยงซ้ายของตัวหนังสือจีน
撇嘴 piězuǐ 动 บุ้ยปาก
拼 pīn 动 รวบเข้า ; ผนวก ; สู้อย่างสุดชีวิต
拼版 pīnbǎn 动 〈印〉 เข้าหน้า (หลังเรียงพิมพ์เสร็จ)
拼搏 pīnbó 动 ต่อสู้อย่างสุดชีวิต
拼车（拼車）pīnchē 动 〈交〉 ร่วมโดยสารไปในเส้นทางเดียวกัน 名 การเดินทางแบบคาร์พูล (*carpool*)
拼刺刀 pīncìdāo 动 ประจัญบานด้วยดาบปลายปืน
拼凑 pīncòu 动 ผสมผเส
拼读（拼讀）pīndú 动 อ่านสะกดเสียง
拼接 pīnjiē 动 เชื่อมติด
拼命 pīnmìng 动 สู้อย่างไม่คำนึงถึงชีวิต ; พยายามอย่างสุดขีด
拼盘（拼盤）pīnpán 名 ออร์เดิร์ฟ (*hors d' oeuvres*)
拼杀（拼殺）pīnshā 动 ต่อสู้กันอย่างสุดชีวิต
拼死 pīnsǐ 副 สู้ตาย
拼图（拼圖）pīntú 名 จิ๊กซอ (*jigsaw*) 动 เล่นจิ๊กซอ
拼写（拼寫）pīnxiě 动 เขียนสะกด
拼音 pīnyīn 动 เขียนหรือบอกตัวอักษรที่ประกอบกันเป็นคำ

P

拼音字母 pīnyīn zìmǔ 名〈语〉 สัทอักษร

拼争 pīnzhēng 动 พยายามช่วงชิง

拼缀（拼綴）pīnzhuì 动 เชื่อมต่อ；รวมเข้า

姘夫 pīnfū 名 ชายชู้

姘妇（姘婦）pīnfù 名 หญิงมีชู้

姘居 pīnjū 动 อยู่ด้วยกันฉันชู้สาว

姘头（姘頭）pīn•tou 名 ชู้

贫（貧）pín 形 ยากจน

贫乏（貧乏）pínfá 形 ขาดแคลน

贫富（貧富）pínfù 名 ความยากจนกับความร่ำรวย

贫寒（貧寒）pínhán 形 ยากจนข้นแค้น

贫瘠（貧瘠）pínjí 形（ที่ดิน）แร้นแค้น

贫贱（貧賤）pínjiàn 形 ยากจนฐานะต่ำ

贫苦（貧苦）pínkǔ 形 อัตคัดขัดสน

贫矿（貧礦）pínkuàng 名〈矿〉 สินแร่ที่ธาตุโลหะต่ำ

贫困（貧困）pínkùn 形 ลำบากยากแค้น

贫困线（貧困綫）pínkùnxiàn 名〈经〉 เส้นกำหนด
ระดับความยากจน

贫民（貧民）pínmín 名 คนจน

贫民窟（貧民窟）pínmínkū 名 สลัม；แหล่ง
เสื่อมโทรม

贫农（貧農）pínnóng 名 ชาวนายากจน

贫穷（貧窮）pínqióng 形 ยากจน

贫弱（貧弱）pínruò 形（ประเทศ）ยากจนและอ่อนแอ

贫血（貧血）pínxuè 动〈医〉 โรคโลหิตจาง

贫嘴（貧嘴）pínzuǐ 形 พูดเรื่อยเจื้อย；ชอบพูดเล่น

频（頻）pín 形 ถี่；บ่อยครั้ง

频传（頻傳）pínchuán 动（ข่าวคราว）
ทยอยกันส่งมาอย่างไม่ขาดสาย

频带（頻帶）píndài 名〈物〉 แถบความถี่；
แบนด์ความถี่

频道（頻道）píndào 名 ช่องความถี่（ของโทรทัศน์）

频度（頻度）píndù 名 ระดับความถี่

频繁（頻繁）pínfán 形 บ่อย ๆ

频率（頻率）pínlǜ 名 ความถี่

频频（頻頻）pínpín 副 ครั้งแล้วครั้งเล่า

品 pǐn 名 สิ่งของ；ลำดับชั้น 动 ชิม（รส）

品尝（品嘗）pǐncháng 动 ชิม（รส）；ลิ้ม（รส）

品德 pǐndé 名 จริยธรรม

品读（品讀）pǐndú 动 อ่านละเอียดและ
ทำความเข้าใจอย่างลึกซึ้ง

品格 pǐngé 名 อุปนิสัย

品红（品紅）pǐnhóng 形 สีแดงเรื่อ

品级（品級）pǐnjí 名 ชั้นยศของขุนนาง；
ระดับชั้นของสินค้า

品类（品類）pǐnlèi 名 ประเภทและระดับชั้น

品貌 pǐnmào 名 อุปนิสัยและรูปร่างหน้าตา

品名 pǐnmíng 形 ชื่อของสินค้า

品牌 pǐnpái 名 ยี่ห้อสินค้า（โดยทั่วไปจะ
หมายถึงยี่ห้อดัง）

品评（品評）pǐnpíng 动 วิจารณ์

品头论足（品頭論足）pǐntóu-lùnzú〈成〉
เที่ยววิพากษ์วิจารณ์หน้าตาของสตรีอย่าง
คนอยู่ไม่สุข；เที่ยวฟื้นฝอยหาตะเข็บ

品脱 pǐntuō 量（หน่วยความจุของเหลว）ไปนต์
（pint）

品位 pǐnwèi 名 ลำดับตำแหน่ง วิชาความรู้หรือ
คุณภาพสิ่งของ；〈矿〉 เกรดสินแร่

品味 pǐnwèi 动 ชิมรส 名 รสนิยม

品行 pǐnxíng 名 ความประพฤติ

品性 pǐnxìng 名 อุปนิสัยและความประพฤติ

品质（品質）pǐnzhì 名 สันดาน；คุณภาพ

品种（品種）pǐnzhǒng 名 ประเภท；ชนิด

聘 pìn 动 ว่าจ้าง（เชิญให้ดำรงตำแหน่ง）；หมั้น

聘金 pìnjīn 名 สินสอดทองหมั้น

聘礼（聘禮）pìnlǐ 名 ของขวัญสำหรับเชิญให้ดำรง
ตำแหน่ง；สินสอดทองหมั้น

聘请（聘請）pìnqǐng 动 เชิญให้ดำรงตำแหน่ง

聘任 pìnrèn 动 เชิญให้ดำรงตำแหน่ง；จ้างให้
ดำรงตำแหน่ง

聘书（聘書）pìnshū 名 หนังสือเชิญให้ดำรง
ตำแหน่ง

聘用 pìnyòng 动 ว่าจ้าง

聘约（聘約）pìnyuē 名 สัญญาว่าจ้าง

乒 pīng 拟声（คำเลียนเสียงของเสียงปืน）ปัง
名〈体〉 ปิงปอง

乒乓球 pīngpāngqiú 名<体> กีฬาปิงปอง;ลูกปิงปอง

娉婷 pīngtíng 形 <书> สะโอดสะอง

平 píng 形 ราบ;เรียบ;เสมอ 动 ทำให้เรียบ

平安 píng'ān 形 สวัสดิภาพ

平白无故（平白無故）píngbái-wúgù <成> ไม่มี
สาเหตุแต่อย่างใด

平板 píngbǎn 形 ตายตัวไม่มีการพลิกแพลง

平版 píngbǎn 名<印> แท่นพิมพ์หิน (หรือโลหะ);
หน้าเรียบ

平辈（平輩）píngbèi 名 วัยวุฒิเท่ากัน;รุ่นเดียวกัน

平步青云（平步青雲）píngbù-qīngyún <成>
รวดเดียวก้าวสู่ตำแหน่งสูง

平常 píngcháng 形 ธรรมดา 名 ปรกติ

平常心 píngchángxīn 名 ความปกติของ
จิตไม่ทะเยอทะยาน

平川 píngchuān 名 ทุ่งกว้างที่ราบเรียบ

平淡 píngdàn 形 (คำกล่าว บทความ ฯลฯ) จืดชืด

平等 píngděng 形 เสมอภาค

平地 píngdì 名 ที่ราบ 动 ปรับพื้นที่ให้ราบ

平定 píngdìng 动 สงบลง;ปราบปรามให้สงบลง

平凡 píngfán 形 ธรรมดาสามัญ

平反 píngfǎn 名 พลิกคดีที่ตัดสินผิด;กลับคำพิพากษา

平方 píngfāng 名<数> ยกกำลังสอง;ตาราง
(เมตร นิ้ว ฯลฯ)

平方公里 píngfāng gōnglǐ 量 ตารางกิโลเมตร

平方米 píngfāngmǐ 量 ตารางเมตร

平房 píngfáng 名 บ้านชั้นเดียว;อาคารชั้นเดียว

平分 píngfēn 动 แบ่งเฉลี่ยเท่ากัน

平分秋色 píngfēn-qiūsè <成> แบ่งกันคนละครึ่ง;
เสมอกัน

平复（平復）píngfù 动 สงบลง

平光 píngguāng 形 (แว่นตา) ไดออปเตอร์เป็นศูนย์;
กระจกแว่นตาธรรมดา

平和 pínghé 形 อ่อนโยน;(ฤทธิ์ยา ฯลฯ)
เรียบ ๆ

平衡 pínghéng 形 สมดุล

平衡木 pínghéngmù 名<体> ราวทรงตัว

平滑 pínghuá 形 เรียบและเกลี้ยงเกลา

平缓（平緩）pínghuǎn 形 ราบเรียบ;เอื่อย ๆ

平假名 píngjiǎmíng 名<语> อักษรภาษาญี่ปุ่น
ที่เรียกว่า ฮิระกะนะ

平价（平價）píngjià 名 ราคาปรกติ

平静 píngjìng 形 สงบ

平局 píngjú 名 (การแข่งขัน) เสมอกัน

平均 píngjūn 动 เฉลี่ย

平均数（平均數）píngjūnshù 名<数> จำนวนเฉลี่ย

平均值 píngjūnzhí 名 มูลค่าโดยเฉลี่ย

平流 píngliú 动<气> พาตามแนวราบ (ของอากาศ)

平流层 píngliúcéng 名<气> สเทรโทสเฟียร์
(stratosphere) (บริเวณชั้นบนของบรรยากาศที่อยู่
เหนือพื้นดินประมาณ 15 ไมล์ซึ่งมีอากาศเคลื่อน
ที่ตามแนวราบ)

平炉（平爐）pínglú 名<冶> เตาหลอมเปิดข้าง

平米 píngmǐ 量 ตารางเมตร

平面 píngmiàn 名<数> พื้นราบ;แนวราบ

平面图（平面圖）píngmiàntú 名 แผนผัง

平民 píngmín 名 สามัญชน

平年 píngnián 名 ปีธรรมดา (ที่ไม่มีอธิกมาสหรือ
อธิกสุรทิน)

平平 píngpíng 形 ธรรมดา ๆ

平铺直叙（平鋪直敘）píngpū-zhíxù <成>
บรรยายเรียบ ๆ โดยปราศจากอลังการ

平起平坐 píngqǐ-píngzuò <成> สถานภาพ
เท่าเทียมกัน

平日 píngrì 名 วันธรรมดา

平生 píngshēng 名 ชั่วชีวิต;ตลอดมา

平时（平時）píngshí 名 ตามปรกติ

平实（平實）píngshí 形 เรียบง่าย;ซื่อสัตย์จริงใจ

平视（平視）píngshì 动 มองตรงไปข้างหน้า

平手 píngshǒu 名 (ผลการแข่งขัน) เสมอกัน

平素 píngsù 名 เวลาปรกติ

平台（平臺）píngtái 名 ดาดฟ้า;แท่น;
แพลตฟอร์ม (platform)

平摊（平攤）píngtān 动 แบ่งรับ (งาน ค่าใช้จ่าย
ฯลฯ) เท่ากัน

平坦 píngtǎn 形 ราบเรียบ

平添 píngtiān 动 เพิ่ม (บรรยากาศสนุกสนาน ฯลฯ) โดยธรรมชาติ; (ความทุกข์ ฯลฯ) เพิ่มมากยิ่งขึ้นอย่างไม่มีสาเหตุ

平头（平頭）píngtóu 名 ผมทรงลานบิน

平纹（平紋）píngwén 名〈纺〉 ลายเรียบ

平稳（平穩）píngwěn 形 ราบรื่นปลอดภัย

平息 píngxī 动 สงบลง; ปราบให้สงบลง

平心 píngxīn 动 สงบใจ

平心而论（平心而論）píngxīn'érlùn 〈惯〉 วิจารณ์อย่างสงบอกสงบใจ

平信 píngxìn 名 จดหมายธรรมดา

平行 píngxíng 动〈数〉 ขนานกัน; ระดับชั้นเท่าเทียมกัน; ควบคู่กันไป

平行线（平行綫）píngxíngxiàn 名〈数〉 เส้นขนาน

平易 píngyì 形 ถ่อมตัวและอ่อนโยน; เข้าใจง่าย

平易近人 píngyì-jìnrén 〈成〉 ถ่อมตัวและเข้ากับคนง่าย

平庸 píngyōng 形 ธรรมดา ๆ ไม่มีอะไรดีเด่น

平鱼（平魚）píngyú 名〈动〉 ปลาจะละเม็ด

平原 píngyuán 名〈地理〉 ที่ราบ

平展 píngzhǎn 形 ราบเรียบและกว้างใหญ่ไพศาล

平整 píngzhěng 动 ปรับพื้น 形 เรียบ

平直 píngzhí 形 (หนทาง ถนนฯลฯ) เรียบและตรง; (ภาษา) เรียบง่าย

平装本（平裝本）píngzhuāngběn 名〈印〉 (หนังสือ) ฉบับปกอ่อน

平足 píngzú 名〈医〉เท้าแบน

评（評）píng 动 วิจารณ์; ประกวด

评比（評比）píngbǐ 动 ประกวด

评定（評定）píngdìng 动 วินิจฉัย

评分（評分）píngfēn 动 ให้คะแนน

评功（評功）pínggōng 动 วินิจฉัยความดีความชอบ

评估（評估）pínggū 动 ประเมิน (คุณค่า ผลงาน ฯลฯ)

评级（評級）píngjí 动 พิจารณาชี้ขาดการกำหนดขั้นของข้าราชการ

评价（評價）píngjià 动 ประเมินค่า

评奖（評獎）píngjiǎng 动 พิจารณาชี้ขาดการให้รางวัล

评介（評介）píngjiè 动 วิจารณ์และแนะนำ

评理（評理）pínglǐ 动 วินิจฉัยความผิดความถูก

评论（評論）pínglùn 动 วิจารณ์ ; คอมเมนต์ (*comment*) 名 บทวิจารณ์

评论家（評論家）pínglùnjiā 名 นักวิจารณ์

评论员（評論員）pínglùnyuán 名 นักวิจารณ์

评判（評判）píngpàn 动 ตัดสิน

评聘（評聘）píngpìn 动 พิจารณาชี้ขาดและแต่งตั้งตำแหน่ง

评审（評審）píngshěn 动 ตรวจสอบและวินิจฉัย

评述（評述）píngshù 动 กล่าววิจารณ์

评头论足（評頭論足）píngtóu-lùnzú 〈成〉 เที่ยววิพากษ์วิจารณ์หน้าตาของสตรีอย่างคนอยู่ไม่สุข; เที่ยวฟื้นฝอยหาตะเข็บ

评委（評委）píngwěi 名 กรรมการตรวจสอบ

评选（評選）píngxuǎn 动 พิจารณาคัดเลือก

评议（評議）píngyì 动 พิจารณาและวิพากษ์วิจารณ์

评语（評語）píngyǔ 名 คำวิจารณ์

评阅（評閱）píngyuè 动 อ่านและให้คำวิจารณ์

评注（評注）píngzhù 动 วิจารณ์และอรรถาธิบาย

坪 píng 名 ที่ราบ

苹果（蘋果）píngguǒ 名〈植〉 แอปเปิ้ล (*apple*)

苹果绿（蘋果緑）píngguǒlǜ 名 สีเขียวแอปเปิ้ล

凭（憑）píng 动 พิง; อิง 名 หลักฐาน

凭单（憑單）píngdān 名 หนังสือหลักฐาน

凭吊（憑吊）píngdiào 动 ไว้อาลัย

凭借（憑藉）píngjiè 动 อาศัย

凭据（憑據）píngjù 名 หลักฐาน

凭空（憑空）píngkōng 副 โดยไม่มีหลักฐาน

凭信（憑信）píngxìn 动 เชื่อถือ 名 หลักฐาน

凭仗（憑仗）píngzhàng 动 อาศัย

凭着（憑着）píng·zhe 动 อาศัย

凭证（憑證）píngzhèng 名 หลักฐาน

屏 píng 名 ฉากกั้น; แผ่นกระดาษยาวที่เขียนภาพวาดจีนหรืออักษรศิลป์จีน 动 กำบัง

屏蔽 píngbì 动 กำบังเหมือนบังตา 名 สิ่งกำบัง

屏风（屏風）píngfēng 名 ฉากบังลม; ฉากกั้น

屏幕 píngmù 名 จอ (โทรทัศน์)

屏障 píngzhàng 名 สิ่งกำบัง

瓶 píng 名 ขวด

瓶胆（瓶膽）píngdǎn 名 ขวดไส้กระติกน้ำร้อน

瓶颈（瓶頸）píngjǐng 名 คอขวด

瓶塞 píngsāi 名 จุกขวด

瓶装（瓶裝）píngzhuāng 名 การบรรจุขวด

瓶子 píng•zi 名 ขวด

萍水相逢 píngshuǐ-xiāngféng 〈成〉 คนไม่รู้จักกันได้พบกันโดยบังเอิญ

萍踪 píngzōng 名〈书〉ร่องรอยที่อยู่อย่างระเหระหน

坡 pō 名 เนิน 形 เอียงลาด

坡地 pōdì 名 ที่ดินเอียงลาดบนเนินเขา

坡度 pōdù 名 ระดับความเอียงลาด

泼（潑）pō 动 สาด; จัดจ้าน

泼妇（潑婦）pōfù 名 หญิงจัดจ้าน; ผู้หญิงก๋ากั่น

泼辣（潑辣）pōlà 形 ดุร้ายไม่ฟังเหตุผล; เข้มแข็งใจกล้า

泼冷水（潑冷水）pō lěngshuǐ 〈俗〉 ทำลายความกระตือรือร้น

泼墨（潑墨）pōmò 名〈工美〉 วิธีวาดภาพจีนชนิดหนึ่งโดยใช้พู่กันจุ่มหมึกและสะบัดลงบนกระดาษหรือผ้าแพร แล้ววาดเป็นภาพ 动 วาดภาพหรือเขียนหนังสือพู่กันด้วยน้ำหมึก

泼皮（潑皮）pōpí 名 คนพาล

泼洒（潑灑）pōsǎ 动 สาด (ซัดน้ำออกไป)

泼水节（潑水節）Pōshuǐ Jié 名 เทศกาลสงกรานต์

颇（頗）pō 形〈书〉 เอียง 副〈书〉...อย่างมาก

颇为（頗爲）pōwéi 副 เป็นที่...อย่างมาก

婆 pó 名 หญิงชรา; แม่สามี

婆家 pó•jiā 名 บ้านสามี

婆罗奈国（婆羅奈國）Póluónàiguó เมืองพาราณสี (เมืองสมัยโบราณของอินเดีย)

婆婆 pó•po 名 แม่สามี

婆婆妈妈（婆婆媽媽）pó•pomāmā 形〈俗〉 พูดจู้จี้; อืดอาด; ใจเสาะ

叵 pǒ 副〈书〉 ไม่อาจ...ได้; จึง

叵测（叵測）pǒcè 动〈贬〉 ไม่อาจคาดคะเนได้ (เชิงลบ)

迫 pò 动 บีบบังคับ

迫不得已 pòbùdéyǐ 〈成〉 กระทำไปโดยไม่มีทางเลือก; ถูกบังคับจนจนใจ

迫不及待 pòbùjídài 〈成〉 รอไม่ไหว; อดใจไว้ไม่ไหว

迫害 pòhài 动 บีบคั้นและแกล้ง

迫降 pòjiàng 动〈航〉 บังคับ (เครื่องบิน) ให้ลงสู่พื้นดิน

迫近 pòjìn 动 ใกล้เข้าไปมากอยู่แล้ว

迫切 pòqiè 形 ต้องการอย่างเร่งเร้า

迫切性 pòqièxìng 名 ความต้องการด่วน

迫使 pòshǐ 动 บังคับให้...

迫在眉睫 pòzàiméijié 〈成〉 กระชั้นชิด

破 pò 动 ชำรุด; ทำลาย

破案 pò'àn 动 สืบได้ความ

破败（破敗）pòbài 形 ชำรุดทรุดโทรม

破冰船 pòbīngchuán 名〈航〉 เรือตัดน้ำแข็ง

破财（破財）pòcái 动 สูญเสียทรัพย์สินเงินทอง

破产（破産）pòchǎn 动 ล้มละลาย

破除 pòchú 动 กำจัด

破费（破費）pòfèi 动 สิ้นเปลือง

破釜沉舟 pòfǔ-chénzhōu 〈成〉 อุปมาว่า ตัดสินใจเด็ดขาดที่จะต่อสู้จนถึงที่สุด

破格 pògé 动 ถือเป็นการยกเว้น; ถือเป็นกรณีพิเศษ

破罐破摔 pòguàn-pòshuāi 〈成〉 อุปมาว่า ไหน ๆ ก็ผิดไปแล้ว ก็สุดแต่จะเป็นไป

破坏（破壞）pòhuài 动 ทำลาย

破获（破獲）pòhuò 动 สืบสวนคดีพร้อมกับจับผู้ต้องหาและยึดของกลางได้

破解 pòjiě 动 ไข (ความ); เฉลย (หัวข้อ); แก้ (ด้วยวิชาอาคม)

破戒 pòjiè 动 กลับมากินเหล้าเมายาอีกหลังจากเลิกไปแล้ว ; 〈宗〉 ต้องอาบัติ

破镜重圆（破鏡重圓）pòjìng-chóngyuán 〈成〉 อุปมาว่า สามีภรรยาที่แตกแยกกันแล้วกลับมาคืนดีกันใหม่

破旧（破舊）pòjiù 形 เก่า ๆ ขาด ๆ; เก่าและชำรุดทรุดโทรม

破口大骂（破口大罵）pòkǒu-dàmà 〈俗〉 ด่าสาดเสียเทเสีย

破烂（破爛）pòlàn 形 ชำรุดทรุดโทรม 名 ของทิ้ง

破例 pòlì 动 ถือเป็นกรณีพิเศษ

破裂 pòliè 动 แตกร้าว

破落 pòluò 形 (ฐานะของครอบครัว) ตกอับ

破门（破門）pòmén 动 พังประตู;〈宗〉 ขับไล่ออกจากศาสนา;〈体〉 ยิง (ลูกบอล) เข้าประตู

破灭（破滅）pòmiè 动 (ความหวัง ฯลฯ) สูญสลาย

破伤风（破傷風）pòshāngfēng 名 〈医〉 โรคบาดทะยัก

破身 pòshēn 动 เสียพรหมจารี

破碎 pòsuì 动 แตกย่อยยับ

破损（破損）pòsǔn 动 ชำรุดเสียหาย

破题（破題）pòtí 动 เฉลยหัวข้อ; อธิบายหัวข้อ

破天荒 pò tiānhuāng 动 〈俗〉 เป็นประวัติการณ์; ไม่เคยมีมาก่อน

破土 pòtǔ 动 เริ่มขุดดิน (ในการก่อสร้างฝังศพหรือเพาะปลูก ฯลฯ)

破相 pòxiàng 动 เสียโฉม

破晓（破曉）pòxiǎo 动 (ฟ้า) สาง; อรุณเบิกฟ้า

破鞋 pòxié 名〈方〉 หญิงมั่วโลกีย์; กากี

破译（破譯）pòyì 动 ถอด (รหัส) ได้

破绽（破綻）pòzhàn 名 ข้อพิรุธ

破折号（破折號）pòzhéhào 名〈语〉 เครื่องหมาย "——" ซึ่งยาวกว่าเครื่องหมายยัติภังค์ แสดงการอธิบาย การเปลี่ยนหัวข้อพูด หรือการลากเสียงยาวในคำพูด

魄力 pòlì 名 ความกล้าหาญเด็ดขาด

剖 pōu 动 ผ่า ; วิเคราะห์

剖腹 pōufù 动 ผ่าท้อง

剖面 pōumiàn 名 หน้าตัด

剖面图（剖面圖）pōumiàntú 名 ภาพหน้าตัด

剖视（剖視）pōushì 动 วิเคราะห์และสังเกตการณ์

剖视图（剖視圖）pōushìtú 名 ภาพคัดอะเวย์วิว (*cutaway view*)

剖析 pōuxī 动 วิเคราะห์

扑（撲）pū 动 โผ; กระโจน; ตี (ปีก)

扑鼻（撲鼻）pūbí 动 (กลิ่น) โชยมาเตะจมูก

扑打（撲打）pūdǎ 动 ตบ; ตี

扑粉（撲粉）pūfěn 名 ทาแป้ง; ผัดแป้ง

扑救（撲救）pūjiù 动 ดับเพลิงช่วยชีวิตคนและทรัพย์สิน

扑克（撲克）pūkè 名 (ไพ่) โปกเกอร์ (*poker*); ไพ่ป๊อก

扑空（撲空）pūkōng 动 หา (คน) ไม่พบ

扑面（撲面）pūmiàn 动 (ลม) ปะทะหน้า

扑面而来（撲面而來）pūmiàn'érlái 〈成〉 ปะทะหน้า

扑灭（撲滅）pūmiè 动 กำจัดให้หมดสิ้น

扑朔迷离（撲朔迷離）pūshuò-mílí 〈成〉 สลับซับซ้อนจนไม่อาจมองชัดเจนได้

扑簌（撲簌）pūsù 形 (น้ำตาไหล) พราก

扑腾（撲騰）pūtēng 拟声 (คำเลียนเสียงที่เป็นเสียงของหนักตกลงมา) โครม

扑腾（撲騰）pū·teng 动 (ใจ) เต้น; (เท้า) กระทุ่มน้ำ (เวลาว่ายน้ำ)

扑通（撲通）pūtōng 拟声 (เสียงของหนักตกพื้น) ตูม; ตึก; (เสียงของหนักตกน้ำ) ซ่า

铺（鋪）pū 动 ปู (วางทอดลงบนพื้น); วาง

铺陈（鋪陳）pūchén 动 เล่า (เหตุการณ์) 名〈方〉 ที่หลับที่นอนบนเตียง

铺垫（鋪墊）pūdiàn 名 ฟูก; (วิธีการประพันธ์) การบรรยายล่วงหน้าเพื่อขับให้เนื้อหาส่วนหลังดูเด่น

铺盖（鋪蓋）pū·gai 名 ที่หลับที่นอน

铺轨（鋪軌）pūguǐ 动〈交〉 วางรางรถไฟ

铺路（鋪路）pūlù 动 ตัดถนน ; อุปมาว่า สร้างเงื่อนไ

铺平（鋪平）pūpíng 动 ปูให้เรียบ

铺设（鋪設）pūshè 动 วาง (รางรถไฟ ฯลฯ)

铺天盖地（鋪天蓋地）pūtiān-gàidì 〈成〉 อุปมาว่ามีอานุภาพเกรียงไกรและเกลื่อนกลาดทั่วทุกแห่งหน

铺叙（鋪敘）pūxù 动 (ความเรียง) บรรยายอย่างละเอียด

铺展（鋪展）pūzhǎn 动 วางทอดลงบนพื้น

铺张（鋪張）pūzhāng 形 ฟุ่มเฟือย

噗 pū 拟声 คำเลียนเสียงที่เป็นเสียงเป่าลมหรือเป่าฝุ่น ฯลฯ

仆（僕）pú 名 คนใช้

仆从（僕從）púcóng 名 ผู้ติดตามและคอยรับใช้

仆人（僕人）púrén 名 คนใช้

仆役（僕役）púyì 名 〈旧〉 คนใช้

匍匐 púfú 动 หมอบคลาน

菩萨（菩薩）pú•sà 名 〈宗〉 พระโพธิสัตว์; อุปมาผู้มีจิตใจเมตตากรุณา

菩提树（菩提樹）pútíshù 名 ต้นโพธิ์

葡萄 pú•tao 名 องุ่น

葡萄干（葡萄乾）pú•taogān 名 ลูกเกด; องุ่นแห้ง

葡萄酒 pú•taojiǔ 名 เหล้าองุ่น ; ไวน์ (*wine*)

葡萄糖 pú•taotáng 名〈化〉 กลูโคส (*glucose*)

蒲 pú 名 〈植〉 ว่านน้ำ

蒲草 púcǎo 名 ว่านน้ำ

蒲公英 púgōngyīng 名 〈植〉 แดนดิไลออน (*dandelion*)

蒲葵 púkuí 名〈植〉 ต้นลาน

蒲扇 púshàn 名 พัดที่ทำจากใบปาล์ม

朴实（樸實）pǔshí 形 เรียบ ๆ ง่าย ๆ; หนักแน่นจริงจัง

朴素（樸素）pǔsù 形 เรียบ ๆ ง่าย ๆ

朴质（樸質）pǔzhì 形 บริสุทธิ์และเป็นธรรมชาติ

普pǔ ทั่วไป

普遍 pǔbiàn 形 ทั่วไป

普测（普測）pǔcè 动 สำรวจโดยทั่วไป

普查 pǔchá 动 สำรวจทั่วไป

普法 pǔfǎ 动 〈简〉 เผยแพร่ความรู้ทางกฎหมาย

普及 pǔjí 动 แพร่หลายไปทั่ว; เผยแพร่

普快 pǔkuài 名〈交〉〈简〉 รถไฟด่วน

普天同庆（普天同慶）pǔtiān-tóngqìng 〈成〉 ประชาชนร่วมกันเฉลิมฉลองทั่วประเทศ (หรือทั่วโลก)

普通 pǔtōng 形 ธรรมดา

普通话（普通話）pǔtōnghuà 名 ภาษาจีนกลาง; ภาษาแมนดาริน (*mandarin*)

普通教育 pǔtōng jiàoyù 〈教〉 สามัญศึกษา

普通人 pǔtōngrén 名 คนทั่วไป ; คนธรรมดา ; สามัญชน

普贤菩萨（普賢菩薩）Pǔxián púsà 名 〈宗〉 สมันตภัทรโพธิสัตว์

普选（普選）pǔxuǎn 动 การเลือกตั้งทั่วไป

普照 pǔzhào 动 (แดด) ส่องทั่วพื้นปฐพี

谱（譜）pǔ 动 แผนภูมิ; หนังสือคู่มือ; ทำนองเพลง

谱曲（譜曲）pǔqǔ 动〈乐〉 แต่งทำนองเพลง

谱系（譜系）pǔxì 名〈动〉〈植〉 เชื้อสาย; วงศ์ตระกูล

谱写（譜寫）pǔxiě 动 แต่ง (เพลง)

谱子（譜子）pǔ•zi 名〈口〉〈乐〉 ทำนองเพลง

蹼 pǔ 名〈动〉 พังผืดระหว่างนิ้วตีนสัตว์

蹼泳 pǔyǒng 名 〈体〉 ฟิน สวีมมิ่ง (*fin swimming*) กีฬาแข่งความเร็วการแหวกว่ายใต้น้ำโดยสวมชุดดำน้ำ

铺（鋪）pù 名 ร้านค้า; เตียงไม้กระดาน

铺面（鋪面）pùmiàn 名 หน้าร้าน

铺位（鋪位）pùwèi 名 ที่นอน (บนรถไฟ เรือยนต์หรือในโรงแรม)

铺子（鋪子）pù•zi 名 ร้านค้า

瀑布 pùbù 名 น้ำตก

曝露 pùlù 动 〈书〉 การออกจากที่กำบัง; การผึ่งแดด ผึ่งฝนหรือผึ่งลม

曝晒 pùshài 动 ตากแดด

Q q

七 qī 数 เจ็ด

七彩 qīcǎi 名 เจ็ดสี

七巧板 qīqiǎobǎn 名 ไม้ประดิษฐ์เจ็ดแผ่นสำหรับต่อเล่น

七窍生烟（七竅生烟）qīqiào-shēngyān 〈成〉 เดือดเป็นฟืนเป็นไฟ

七情 qīqíng 名 อารมณ์ทั้งเจ็ดของมนุษย์

七情六欲 qīqíng-liùyù 名 อารมณ์ทั้งเจ็ดและกามคุณทั้งหก อุปมา อารมณ์และความปรารถนาของมนุษย์

七上八下 qīshàng-bāxià 〈成〉 ใจไม่อยู่กับเนื้อกับตัว

七夕 qīxī 名 คืนแรม ๗ ค่ำเดือน ๗ ตามจันทรคติ

七月 qīyuè 名 กรกฎาคม

七嘴八舌 qīzuǐ-bāshé 〈成〉 คนมากปากมาก

沏 qī 动 ชง (ด้วยน้ำร้อน)

妻 qī 名 ภรรยา

妻室 qīshì 名 ภรรยา

妻小 qīxiǎo 名 ภรรยาและลูก ๆ

妻子 qī·zi 名 ภรรยา

柒 qī 数 เจ็ด

栖身 qīshēn 动 พักอาศัยชั่วคราว

栖息 qīxī 动 หยุดพัก; (นก) เกาะพัก

凄惨（凄慘）qīcǎn 形 วิเวกเศร้าโศก ; เศร้าสลด

凄厉（凄厲）qīlì 形 (เสียง) แหลมและเศร้ารันทด

凄凉 qīliáng 形 วิเวกวังเวง ; เศร้าสร้อย

凄然 qīrán 形 〈书〉 อย่างเศร้าโศกเสียใจ

期 qī 名 วันเวลาที่กำหนดไว้ ; ระยะเวลา

期待 qīdài 动 เฝ้าคอย

期货（期貨）qīhuò 名 〈经〉 สินค้าที่ซื้อขายล่วงหน้า

期间（期間）qījiān 名 ในช่วงระยะเวลานั้น

期刊 qīkān 名 วารสาร

期考 qīkǎo 名 〈教〉 การสอบปลายเทอม

期满（期滿）qīmǎn 动 ครบกำหนดเวลา ; หมดอายุ; สิ้นเวลา

期末 qīmò 名 〈教〉 ปลายเทอม ; ปลายภาค (การศึกษา)

期盼 qīpàn 动 รอคอย

期票 qīpiào 名 〈经〉 ตั๋วสัญญาใช้เงิน

期望 qīwàng 动 มุ่งหวัง

期限 qīxiàn 名 เวลากำหนด

期中 qīzhōng 名 〈教〉 กลางเทอม ; กลางภาค (การศึกษา)

期终（期終）qīzhōng 名〈教〉 ปลายเทอม ; ปลายภาค (การศึกษา)

欺 qī 动 รังแก ; หลอกลวง

欺负（欺負）qī·fu 动 รังแก

欺凌 qīlíng 动 รังแก ; ข่มเหง

欺瞒（欺瞞）qīmán 动 หลอกลวงและตบตา

欺骗（欺騙）qīpiàn 动 หลอกลวง

欺骗性（欺騙性）qīpiànxìng 名 ลักษณะหลอกลวง

欺软怕硬 qīruǎn-pàyìng 〈成〉 รังแกคนอ่อนแอแต่กลัวคนแข็งกร้าว

欺上瞒下 qīshàng-mánxià 〈成〉 หลอกลวงเบื้องบนและปิดบังผู้อยู่ใต้บังคับบัญชา

欺生 qīshēng 动 รังแกคนแปลกหน้า ; ต้มตุ๋นคนแปลกหน้า

欺世盗名 qīshì-dàomíng 〈成〉 หลอกลวงเพื่อได้ชื่อเสียง

欺侮 qīwǔ 动 รังแก

欺压（欺壓）qīyā 动 กดขี่ข่มเหง ; ข่มขี่

欺诈（欺詐）qīzhà 动 ฉ้อโกง

漆 qī 名 แล็กเกอร์ (*lacquer*)

漆包线（漆包綫）qībāoxiàn 名 〈电〉 เส้นลวดที่หุ้มด้วยฉนวน

漆布 qībù 名 ผ้าน้ำมัน

漆黑 qīhēi 形 มืดมิด ; ดำขลับ

漆器 qīqì 名 〈工美〉 เครื่องเขิน

漆树（漆樹）qīshù 名〈植〉ต้นรัก
蹊跷（蹊蹺）qī·qiao 形 แปลกประหลาด
齐（齊）qí 形 ครบครัน ; พร้อมพรัก
齐备（齊備）qíbèi 形 ครบครัน
齐步走（齊步走）qíbù zǒu〈军〉การเดินแถวด้วยจังหวะที่เร็ว ; (คำสั่ง) หน้าเดิน
齐唱（齊唱）qíchàng 动〈乐〉ร้องเพลงพร้อม ๆ กัน
齐名（齊名）qímíng 动 มีชื่อเสียงเท่าเทียมกัน
齐全（齊全）qíquán 形 ครบครัน
齐声（齊聲）qíshēng 副 เปล่งเสียงพร้อมกัน
齐头并进（齊頭并進）qítóu-bìngjìn〈成〉ก้าวหน้าไปพร้อมกัน ; (งานการ) ดำเนินไปพร้อมกัน
齐心（齊心）qíxīn 形 พร้อมใจกัน
齐整（齊整）qízhěng 形 เป็นระเบียบเรียบร้อย
齐奏（齊奏）qízòu 动〈乐〉บรรเลงพร้อมกัน
其 qí 代〈书〉ของเขา (มัน แก เธอ) ; มัน (เขา แก เธอ) ; นั้น
其次 qícì 代 รองลงไป ; ฐานะเป็นรอง
其后（其後）qíhòu 名 หลังจากนั้น
其间（其間）qíjiān 名 ในระหว่างนั้น ; ในระยะเวลานั้น
其貌不扬 qímào-bùyáng〈成〉หน้าตาธรรมดา ๆ ; หน้าตาไม่สวย (ไม่หล่อ)
其实（其實）qíshí 副 ความจริง
其他 qítā 代 อื่น ๆ
其余（其餘）qíyú 代 (นอกจาก...แล้ว) ที่เหลือ...
其中 qízhōng 名 ในนั้น
奇 qí 形 แปลก
奇才 qícái 名 สมรรถภาพที่โดดเด่น ; บุคคลที่มีสมรรถภาพโดดเด่น
奇怪 qíguài 形 ผิดปกติ ; แปลกประหลาด
奇观（奇觀）qíguān 名 สิ่งมหัศจรรย์ซึ่งพบเห็นได้ยาก
奇花异草 qíhuā-yìcǎo 名 ดอกไม้ต้นหญ้าที่แปลกและหายาก
奇迹 qíjì 名 ปาฏิหาริย์
奇景 qíjǐng 名 ทัศนียภาพมหัศจรรย์
奇丽（奇麗）qílì 形 สวยอย่างพิสดาร ; สวยอย่างมหัศจรรย์
奇妙 qímiào 形 ยอดเยี่ยมน่าพิศวง ; ดีเลิศ
奇谋（奇謀）qímóu 名 แผนอุบายที่ยอดเยี่ยม
奇巧 qíqiǎo 形 แปลกและประณีต ; ประจวบเหมาะอย่างน่าประหลาดใจ
奇缺 qíquē 动 ขาดแคลนมาก
奇谈（奇談）qítán 名 ข้อคิดเห็นที่แปลกประหลาด
奇特 qítè 形 แปลกมาก
奇闻（奇聞）qíwén 名 เรื่องที่น่าทึ่งน่าฟัง
奇想 qíxiǎng 名 ความคิดที่แปลกใหม่ ; ความคิดแผลง ๆ
奇效 qíxiào 名 ผลดีอันน่าทึ่ง
奇异 qíyì 形 แปลกประหลาด ; มหัศจรรย์
奇遇 qíyù 名 การผจญภัย ; การพบปะที่เหนือความคาดหมาย
奇装异服（奇裝异服）qízhuāng-yìfú〈成〉〈贬〉เสื้อผ้าแบบแปลก ๆ
歧视（歧視）qíshì 动 เหยียดหยาม
歧途 qítú 名 ทางแยก ; ทางที่ผิด
歧义（歧義）qíyì 名〈语〉ความหมายสอง (หรือหลาย) นัย ; ภาษากำกวม
祈祷（祈禱）qídǎo 动 อธิษฐาน
祈求 qíqiú 动 ภาวนา ; ขอ
祈使句 qíshǐjù 名〈语〉ประโยคคำสั่งหรือขอร้อง
颀长（頎長）qícháng 形 (ร่าง) สูง
脐（臍）qí 名〈生理〉สะดือ
脐带（臍帶）qídài 名〈生理〉สายสะดือ
畦 qí 名 แปลง (นา)
崎岖（崎嶇）qíqū 形 (ทางบนภูเขา) ขรุขระ
骑（騎）qí 动 ขี่
骑兵（騎兵）qíbīng 名 ทหารม้า
骑车（騎車）qíchē 动 ขี่จักรยาน ; ถีบจักรยาน
骑虎难下（騎虎難下）qíhǔ-nánxià〈成〉เมื่อขี่บนหลังเสือแล้ว จะลงก็ยาก อุปมาว่าการทำสิ่งใดจะหยุดกลางคันก็ไม่ได้
骑墙（騎墻）qíqiáng 动 เหยียบเรือสองแคม
骑士（騎士）qíshì 名 อัศวิน

骑术（騎術）qíshù 名 ฝีมือขี่ม้า

棋 qí 名 หมากรุก

棋类（棋類）qílèi 名 ประเภทหมากรุก

棋迷 qímí 名 แฟนหมากรุก

棋盘（棋盤）qípán 名 กระดานหมากรุก

棋谱（棋譜）qípǔ 名 ตำราหมากรุก

棋圣（棋聖）qíshèng 名 เซียนหมากรุก

棋手 qíshǒu 名 นักเล่นหมากรุก

棋王 qíwáng 名 ราชาหมากรุก

棋艺（棋藝）qíyì 名 ฝีมือเล่นหมากรุก

棋子 qízǐ 名 ตัวหมากรุก

旗 qí 名 ธง

旗杆 qígān 名 เสาธง

旗鼓相当（旗鼓相當）qígǔ-xiāngdāng〈成〉 พละกำลังและความสามารถไล่เลี่ยกัน

旗号（旗號）qíhào 名 ธงแห่งชื่อกองทัพ ; นามที่แอบอ้าง

旗舰（旗艦）qíjiàn 名〈军〉เรือธง

旗袍 qípáo 名 กี่เพ้า

旗手 qíshǒu 名 คนถือธง ; ผู้นำในกิจการ

旗鱼（旗魚）qíyú 名〈动〉เซลฟิช (sailfish)

旗语（旗語）qíyǔ 名 สัญญาณธง

旗帜（旗幟）qízhì 名 ธง ; อุปมาหมายถึง แบบอย่าง

旗子 qí·zi 名 ธง

鳍（鰭）qí 名〈动〉ครีบ

乞丐 qǐgài 名 คนขอทาน ; ยาจก

乞怜（乞憐）qǐlián 动 ขอความสงสาร

乞求 qǐqiú 动 ขอร้อง ; วิงวอน

乞讨（乞討）qǐtǎo 动 ขอทาน

岂（豈）qǐ 副〈书〉ที่ไหน (ใช้ในประโยคย้อนถาม)

岂但（豈但）qǐdàn 连 ไม่เพียงแต่

岂非（豈非）qǐfēi 副 ... มิใช่หรือ

岂敢（豈敢）qǐgǎn 动 มิกล้า ; มิบังอาจ

岂能（豈能）qǐnéng 动 จะ...ได้อย่างไร

岂有此理（豈有此理）qǐyǒucǐlǐ〈成〉มีอย่างที่ไหน

岂知（豈知）qǐzhī 动 จะทราบได้อย่างไร (ว่า)...

企鹅（企鵝）qǐ'é 名〈动〉เพนกวิน (penguin) (นกชนิดหนึ่งในขั้วโลกใต้)

企划（企劃）qǐhuà 动 วางโครงการ ;

วางแผนงาน

企盼 qǐpàn 动 เฝ้าปรารถนา ; มุ่งมาด

企求 qǐqiú 动 หวังจะได้

企图（企圖）qǐtú 动 มุ่งหมาย ; คิดจะ 名 ความมุ่งหมาย (มักจะใช้ในทางลบ)

企业（企業）qǐyè 名 ธุรกิจ ; วิสาหกิจ

企业家（企業家）qǐyèjiā 名 นักธุรกิจ

杞人忧天（杞人憂天）qǐrén-yōutiān〈成〉 กลัวฟ้าจะถล่มลงมาทับตัว อุปมาว่า กังวลเกินกว่าเหตุ

启（啓）qǐ 动 เปิด ; เบิก ; เริ่ม

启程（啓程）qǐchéng 动 ออกเดินทาง

启齿（啓齒）qǐchǐ 动 เอ่ยปาก

启迪（啓迪）qǐdí 动 แนะแนว

启动（啓動）qǐdòng 动（เครื่องจักร มิเตอร์ อุปกรณ์เครื่องไฟฟ้า ฯลฯ）สตาร์ท (start) ; (กฎหมาย โครงการ ฯลฯ) เริ่มดำเนินการ ; บุกเบิก

启发（啓發）qǐfā 动 แนะแนว

启封（啓封）qǐfēng 动 เปิดผนึก ; เอาตราพิมพ์ออก

启航（啓航）qǐháng 动 ออกเรือ ; (เครื่องบิน) ออก

启蒙（啓蒙）qǐméng 动 ให้ความรู้ขั้นพื้นฐานแก่ ผู้เริ่มศึกษาเรียน

启明星（啓明星）qǐmíngxīng 名〈天〉ดาววีนัส (Venus) ; ดาวรุ่ง ; ดาวศุกร์

启示（啓示）qǐshì 动 แนะแนว

启事（啓事）qǐshì 名 แถลงไข ; ประกาศ

启用（啓用）qǐyòng 动 เริ่มใช้

启运（啓運）qǐyùn 动 (สินค้า) เริ่มส่ง

启奏（啓奏）qǐzòu 动〈书〉กราบทูล

起 qǐ 动 ลุกขึ้น ; ก่อ ; ขึ้น ; มี

起爆 qǐbào 动 ทำให้ระเบิดขึ้น

起搏器 qǐbóqì 名〈医〉เครื่องคุมจังหวะ (หัวใจเต้น)

起步 qǐbù 动 ออกเดิน (หรือวิ่ง) ; (กิจการ ฯลฯ) เริ่มดำเนินการ

起草 qǐcǎo 动 ร่าง (ข้อเขียน)

起程 qǐchéng 动 ออกเดินทาง

起初 qǐchū 名 เดิมที ; แรกเริ่ม

Q

起床 qǐchuáng 动 ลุกจากเตียง ; ตื่นนอน
起到 qǐdào 动 แสดง (บทบาท ฯลฯ) ; มี (บทบาท ฯลฯ)
起点（起點）qǐdiǎn 名 จุดเริ่มต้น
起动（起動）qǐdòng 动 สตาร์ท (*start*) ; เดินเครื่อง
起飞（起飛）qǐfēi 动 (เครื่องบิน) ออกบิน ; (เศรษฐกิจ กิจการ ฯลฯ) เริ่มพัฒนาอย่างรวดเร็ว
起伏 qǐfú 动 ขึ้นลง
起航 qǐháng 动 ออกเรือ ; เครื่องบินออก
起哄 qǐhòng 动 พากันเอะอะโวยวาย ; พากันหยอกล้อ
起火 qǐhuǒ 动 ทำกับข้าว ; เกิดไฟไหม้ ; โมโห
起家 qǐjiā 动 ก่อตั้งกิจการ
起劲（起勁）qǐjìn 形 คึกคัก ; ฮึกเหิม
起居 qǐjū 名 ชีวิตประจำวัน
起来（起來）qǐ·lái 动 ลุกขึ้น ; ขึ้น
起立 qǐlì 动 ลุกขึ้นยืน
起落 qǐluò 动 ขึ้นลง
起落架 qǐluòjià 名 〈航〉 เกียร์จอดเครื่องบิน
起码（起碼）qǐmǎ 形 อย่างน้อยที่สุด
起锚（起錨）qǐmáo 动 ถอนสมอ ; ออกเรือ
起名儿 qǐmíngr 动 ตั้งชื่อ
起跑 qǐpǎo 动 〈体〉 ออกวิ่ง
起跑线（起跑綫）qǐpǎoxiàn 名 〈体〉 จุดเริ่มต้นวิ่ง ; จุดสตาร์ท
起色 qǐsè 名 สภาพ (อาการป่วย) ที่ค่อยยังชั่ว; สภาพ (การงาน) ที่ดีขึ้น
起身 qǐshēn 动 ออกเดินทาง ; ตื่นนอน
起誓 qǐshì 动 สาบาน ; สบถสาบาน
起诉（起訴）qǐsù 动 〈法〉 ยื่นฟ้อง
起先 qǐxiān 名 ทีแรก ; เดิมที
起夜 qǐyè 动 ลุกจากเตียงเพื่อเข้าห้องน้ำในตอนกลางคืน
起疑 qǐyí 动 เกิดความสงสัย
起义（起義）qǐyì 动 ก่อการปฏิวัติ ; ลุกฮือ
起意 qǐyì 动 เกิดเจตนาร้ายขึ้น
起因 qǐyīn 名 สาเหตุ
起用 qǐyòng 动 เชิญผู้ปลดเกษียณกลับไปดำรงตำแหน่งใหม่ ; แต่งตั้งคนใหม่
起源 qǐyuán 名 แหล่งกำเนิด
起赃（起臟）qǐzāng 动 ค้นของโจรหรือเงินสินบน
起早 qǐzǎo 动 ตื่นแต่เช้า
起重 qǐzhòng 动 ยกของหนัก
起重机（起重機）qǐzhòngjī 名 〈机〉 ปั้นจั่น ; เครน (*crane*)
起子 qǐ·zi 名 ที่เปิดฝาขวด ; 〈方〉 แป้งหมักสำหรับทำขนมฟู

绮丽（綺麗）qǐlì 形 (ทัศนียภาพ) สวยสดงดงาม

气（氣）qì 名 อากาศ ; กลิ่น ; สภาพจิตใจ ; ลมปราณ ; โทสะ

气泵（氣泵）qìbèng 名 〈机〉 เครื่องสูบลม
气冲冲（氣衝衝）qìchōngchōng 形 โมโหโทโส
气喘（氣喘）qìchuǎn 动 〈医〉 โรคหอบ
气喘吁吁（氣喘吁吁）qìchuǎn-xūxū 〈成〉 หอบแฮก ๆ
气窗（氣窗）qìchuāng 名 〈建〉 หน้าต่างระบายอากาศ
气锤（氣錘）qìchuí 名 〈机〉 ค้อนยางอัดลม
气垫（氣墊）qìdiàn 名 เบาะอัดลม
气垫船（氣墊船）qìdiànchuán 名 เรือยางอัดลม ; โฮเวอร์คราฟต์ (*hovercraft*)
气动（氣動）qìdòng 动 〈机〉 ขับเคลื่อนด้วยความดันของอากาศ
气度（氣度）qìdù 名 ความใจกว้าง
气短（氣短）qìduǎn 形 หายใจลำบาก ; ท้อใจ
气氛（氣氛）qì·fēn 名 บรรยากาศ
气愤（氣憤）qìfèn 形 โกรธแค้น
气概（氣概）qìgài 名 จิตใจอันองอาจห้าวหาญ
气缸（氣缸）qìgāng 名 〈机〉 ถังบรรจุอากาศ
气功（氣功）qìgōng 名 ชี่กง (การออกกำลังกายด้วยลมปราณ)
气管（氣管）qìguǎn 名 〈生理〉 หลอดลม
气管炎（氣管炎）qìguǎnyán 名 〈医〉 หลอดลมอักเสบ
气焊（氣焊）qìhàn 动 〈机〉 การเชื่อมโลหะด้วยแก๊ส
气候（氣候）qìhòu 名 ดินฟ้าอากาศ
气呼呼（氣呼呼）qìhūhū 形 หายใจลำบากด้วยความโกรธ

气化（氣化）qìhuà 名〈物〉การระเหยกลายเป็นไอ
气话（氣話）qìhuà 名 คำพูดยามเกิดโทสะ
气急败坏（氣急敗壞）qìjí-bàihuài〈成〉ตะลีตะลาน กระหืดกระหอบ ; เดือดดาลจนหายใจลำบาก
气节（氣節）qìjié 名 ความรักศักดิ์ศรี
气孔（氣孔）qìkǒng 名〈植〉รูเปิด (ที่ต้นพืช) ; ช่องหายใจ (ที่หัวปลาบางชนิด) ; ช่องเปิด (ภายในเหล็กหลอม) ; ช่องลม
气力（氣力）qìlì 名 กำลังวังชา ; เรี่ยวแรง
气量（氣量）qìliàng 名 ระดับความใจกว้าง
气流（氣流）qìliú 名 กระแสอากาศ ; กระแสลม
气恼（氣惱）qìnǎo 形 โกรธเคือง
气馁（氣餒）qìněi 形 ท้อใจ
气派（氣派）qìpài 名 ความโอ่อ่า 形 มาดสง่างาม
气泡（氣泡）qìpào 名 ฟองอากาศ
气魄（氣魄）qìpò 名 ความเก่งกล้าและเด็ดขาด ; ความโอ่อ่า ; ความอาจหาญ
气枪（氣槍）qìqiāng 名 ปืนลม
气球（氣球）qìqiú 名 ลูกโป่ง
气色（氣色）qìsè 名 สีหน้า ; ราศี
气势（氣勢）qìshì 名 ความทรงพลังที่แสดงออก ; โมเมนตัม (*momentum*)
气体（氣體）qìtǐ 名 อากาศธาตุ
气田（氣田）qìtián 名〈石油〉บ่อแก๊ส
气筒（氣筒）qìtǒng 名 กระบอกสูบลม
气团（氣團）qìtuán 名〈气〉กลุ่มอากาศ
气味（氣味）qìwèi 名 กลิ่น
气温（氣温）qìwēn 名〈气〉อุณหภูมิของอากาศ
气息（氣息）qìxī 名 กลิ่นอาย
气象（氣象）qìxiàng 名〈气〉อุตุนิยมวิทยา ; สภาพการณ์
气象台（氣象臺）qìxiàngtái 名 สถานีอุตุนิยมวิทยา
气胸（氣胸）qìxiōng 名〈医〉โพรงเยื่อหุ้มปอดที่อากาศขัง
气虚（氣虛）qìxū 形〈中医〉ร่างกายอ่อนแอ มีอาการหน้าซีด หายใจถี่ มือเท้าไม่มีแรงและเหงื่อออกอยู่เสมอ
气压（氣壓）qìyā 名〈气〉ความดันของอากาศ
气压表（氣壓表）qìyābiǎo 名 เครื่องวัดความดันของอากาศ ; บาโรมิเตอร์ (*barometer*)
气焰（氣焰）qìyàn 名 ความยโส
气质（氣質）qìzhì 名 อุปนิสัย ; บุคลิกลักษณะ
迄今 qìjīn 动 ถึงปัจจุบัน
迄今为止（迄今爲止）qìjīn-wéizhǐ ถึงปัจจุบัน
弃 qì 动 ทิ้ง
弃暗投明 qì'àn-tóumíng〈成〉ออกจากความมืดมุ่งสู่ความสว่าง ; อุปมาว่า ตัดขาดจากอิทธิพลมืดมุ่งสู่ฝ่ายก้าวหน้า
弃旧图新（弃舊圖新）qìjiù-túxīn〈成〉ทิ้งความเก่า มุ่งความใหม่
弃权（弃權）qìquán 动 สละสิทธิ์
弃世 qìshì 动〈书〉อำลาโลก
弃婴（弃嬰）qìyīng 名 เด็กทารกที่ถูกทอดทิ้ง
弃置 qìzhì 动 ทิ้งไว้
汽 qì 名 ไอน้ำ
汽车（汽車）qìchē 名 รถยนต์
汽车站（汽車站）qìchēzhàn 名 ป้ายรถเมล์ ; สถานีขนส่ง (โดยรถยนต์) ; ท่ารถ
汽船 qìchuán 名 เรือกลไฟ ; เรือยนต์ (ที่ขับเคลื่อนด้วยพลังไอน้ำ)
汽锤（汽錘）qìchuí 名〈机〉ค้อนไอน้ำ
汽灯（汽燈）qìdēng 名 ตะเกียงแก๊ส
汽笛 qìdí 名 หวูด
汽缸 qìgāng 名〈机〉กระบอกสูบในเครื่องยนต์
汽化 qìhuà 动〈物〉การกลายเป็นไอน้ำ
汽化器 qìhuàqì 名〈机〉คาร์บูเรเตอร์ (*carburettor*); เครื่องทำไอน้ำ
汽轮机（汽輪機）qìlúnjī 名 เครื่องกังหันไอน้ำ
汽水 qìshuǐ 名 น้ำอัดลม
汽艇 qìtǐng 名 เรือกลไฟ ; เรือยนต์
汽油 qìyóu 名 น้ำมันเบนซิน (*benzin*)
契合 qìhé 动 สอดคล้อง ; ตรงกัน
契机（契機）qìjī 名 หัวเลี้ยวหัวต่อหรือปัจจัยสำคัญในการเกิดการเปลี่ยนแปลง
契税 qìshuì 名 ภาษีโอนย้ายทรัพย์สิน ; ดีสแท็กซ์ (*deed tax*)

契约（契約）qìyuē 名 สัญญา (ซื้อขาย จำนอง เช่า ฯลฯ)
砌 qì 动 ก่อ (อิฐหรือหิน)
槭树（槭樹）qì•shù 名 〈植〉 ต้นเมเปิล (*maple*)
器 qì 名 ภาชนะ ; อวัยวะ
器材 qìcái 名 อุปกรณ์
器官 qìguān 名 อวัยวะ
器件 qìjiàn 名 〈电〉 ชิ้นส่วนในเครื่องไฟฟ้าหรือเครื่องอิเล็กตรอน
器具 qìjù 名 เครื่องมือ
器量 qìliàng 名 ความใจกว้างใจแคบ
器皿 qìmǐn 名 ภาชนะ
器物 qìwù 名 สิ่งของ
器械 qìxiè 名 อุปกรณ์ (เฉพาะด้านหรือชนิดประณีต); อาวุธยุทโธปกรณ์
器乐（器樂）qìyuè 名 〈乐〉 เครื่องดนตรี
器重 qìzhòng 动 (เบื้องบนต่อเบื้องล่าง ผู้อาวุโสต่อผู้น้อย) ให้ความสำคัญ
掐 qiā 动 เด็ด ; เค้น
掐算 qiāsuàn 动 คำนวณด้วยการนับนิ้ว
卡 qiǎ 动 ติด ; คา ; หนีบ 名 ด่านตรวจ
卡具 qiǎjù 名 〈机〉 เครื่องหนีบ
卡壳（卡殼）qiǎké 动 (กระสุนปืน)ขัดลำกล้อง
卡盘 qiǎpán 名 〈机〉 เครื่องหนีบของแผ่นกลึง
卡子 qiǎ•zi 名 กิ๊บ (ติดผม) ; ด่านตรวจ
洽购（洽購）qiàgòu 动 ปรึกษาหารือเรื่องสั่งซื้อ (สินค้า)
洽商 qiàshāng 动 ปรึกษาหารือ
洽谈（洽談）qiàtán 动 เจรจาหารือ
恰 qià 副 ปรองดอง
恰当（恰當）qiàdàng 形 เหมาะสม
恰到好处（恰到好處）qiàdào-hǎochù 〈成〉 กำลังดี ; พอเหมาะพอดี
恰好 qiàhǎo 副 พอดี
恰恰 qiàqià 副 พอดี ; ทีเดียว
恰恰相反 qiàqiàxiāngfǎn 〈成〉 ตรงข้ามกันพอดี
恰巧 qiàqiǎo 副 พอดี ; บังเอิญ
恰如 qiàrú 动 เหมือนกับ ; เหมือน...ทีเดียว
恰如其分 qiàrú-qífèn 〈成〉 เหมาะเจาะทีเดียว
恰似 qiàsì 动 เหมือนกับ ; เหมือน...ทีเดียว
千 qiān 数 หนึ่งพัน
千变万化（千變萬化）qiānbiàn-wànhuà 〈成〉 เปลี่ยนแปลงผันแปรไปต่าง ๆ นานา
千差万别（千差萬别）qiānchā-wànbié〈成〉ความแตกต่างระหว่างสรรพสิ่งมีมากมายหลายอย่าง
千疮百孔（千瘡百孔）qiānchuāng-bǎikǒng 〈成〉 พรุนไปหมด
千锤百炼（千錘百煉）qiānchuí-bǎiliàn 〈成〉 ตรากตรำฝึกฝนมานานปี ; ขัดเกลาปรับปรุงมาหลายต่อหลายครั้ง
千方百计（千方百計）qiānfāng-bǎijì 〈成〉 ใช้วิธีการร้อยแปดพันเก้า
千分尺 qiānfēnchǐ 名 〈测〉 ไมโครมิเตอร์ (*micrometer*)
千夫所指 qiānfūsuǒzhǐ 〈成〉 คนที่ถูกทุก ๆ คนชี้หน้าด่าแช่ง
千伏 qiānfú 量 〈电〉 กิโลโวลต์ (*kilovolt*)
千沟万壑（千溝萬壑）qiāngōu-wànhè 〈成〉 หุบผาและเหวลึกมากมาย
千古 qiāngǔ 名 ชั่วกัปชั่วกัลป์ 动 〈婉〉 (ไว้อาลัยผู้ถึงแก่กรรม) สถิตสถาพร
千古罪人 qiāngǔ-zuìrén 〈成〉 เป็นคนบาปไปชั่วกัปชั่วกัลป์
千赫 qiānhè 量 〈物〉 กิโลเฮิรตซ์ (*kilohertz*)
千家万户（千家萬户）qiānjiā-wànhù 〈成〉 หลากหลายครัวเรือน ; ทุก ๆ ครัวเรือน
千金 qiānjīn 名 เงินจำนวนมากมาย ; 〈敬〉 บุตรี
千斤顶 qiānjīndǐng 名〈机〉 แม่แรงสำหรับยกของหนัก
千军万马（千軍萬馬）qiānjūn-wànmǎ 〈成〉 กองกำลังทหารเป็นหมื่นเป็นพัน
千钧一发（千鈞一髮）qiānjūn-yīfà 〈成〉 ล่อแหลม
千克 qiānkè 量 กิโลกรัม (*kilogram*)
千里马（千里馬）qiānlǐmǎ 名 ม้าฝีเท้าดี ; อาชาไนย
千里迢迢 qiānlǐ-tiáotiáo 〈成〉 ไกลแสนไกล
千米 qiānmǐ 量 กิโลเมตร (*kilometre*)

千篇一律 qiānpiān-yīlǜ 〈成〉 (บทประพันธ์หรือสิ่งอื่น ๆ) เป็นแบบเดียวกันหมด
千奇百怪 qiānqí-bǎiguài 〈成〉 สิ่งแปลก ๆ มีมากมายหลายหลาก
千秋 qiānqiū 名 พันปี ; 〈敬〉 อายุมั่นขวัญยืน
千丝万缕（千絲萬縷）qiānsī-wànlǚ 〈成〉 โยงใยกันไปทั่ว อุปมาว่า มีความสัมพันธ์สนิทชิดเชื้อ
千头万绪（千頭萬緒）qiāntóu-wànxù 〈成〉 (งานการ ฯลฯ) มากมายหลายอย่าง
千瓦 qiānwǎ 量 กิโลวัตต์ (*kilowatt*)
千瓦小时（千瓦小時）qiānwǎxiǎoshí 量 〈物〉 กิโลวัตต์ต่อชั่วโมง
千万（千萬）qiānwàn 副 จักต้อง
千辛万苦（千辛萬苦）qiānxīn-wànkǔ 〈成〉 ลำบากยากเข็ญต่าง ๆ นานา
千言万语（千言萬語）qiānyán-wànyǔ 〈成〉 คำพูดมากมาย
千载难逢（千載難逢）qiānzǎi-nánféng 〈成〉 พันปีก็ยากที่จะพบสักครั้ง
千载一时（千載一時）qiānzǎi-yīshí 〈成〉 โอกาสที่พันปีถึงจะมีสักครั้ง
千真万确（千真萬確）qiānzhēn-wànquè 〈成〉 จริง ๆ ; แท้จริง
千周 qiānzhōu 名 〈物〉 กิโลไซเคิล (*kilocycle*)
仟 qiān 数 พัน
迁（遷）qiān 动 ย้าย ; เปลี่ยนแปลง
迁就（遷就）qiānjiù 动 โอนอ่อนผ่อนตาม
迁居（遷居）qiānjū 动 ย้ายบ้าน
迁怒（遷怒）qiānnù 动 ระบายความโกรธกับคนอื่น
迁徙（遷徙）qiānxǐ 动 โยกย้าย ; อพยพ
迁移（遷移）qiānyí 动 ย้าย
钎子（釺子）qiān·zi 名 เหล็กเจาะ
牵（牽）qiān 动 จูง ; พัวพัน
牵肠挂肚（牽腸掛肚）qiāncháng-guàdù 〈成〉 ห่วงใยมากเป็นพิเศษ
牵扯（牽扯）qiānchě 动 พัวพัน
牵动（牽動）qiāndòng 动 กระทบกระเทือน (เพราะเกี่ยวโยงกัน)
牵挂（牽掛）qiānguà 动 ห่วงใย
牵连（牽連）qiānlián 动 เกี่ยวพัน
牵牛花（牽牛花）qiānniúhuā 名 〈植〉 (ดอกไม้) มอร์นิงกลอรี (*morning glory*)
牵强（牽強）qiānqiǎng 形 บังคับให้ลงรอย
牵涉（牽涉）qiānshè 动 เกี่ยวโยง
牵手（牽手）qiānshǒu 动 จูงมือ ; ร่วมมือกัน
牵头（牽頭）qiāntóu 动 ออกหน้าประสานงาน
牵线（牽綫）qiānxiàn 动 ชักใยอยู่เบื้องหลัง ; เป็นสื่อ
牵引（牽引）qiānyǐn 动 ลากจูง
牵引力（牽引力）qiānyǐnlì 名 〈物〉 กำลังลาก
牵制（牽制）qiānzhì 动 ตรึงเอาไว้
铅（鉛）qiān 名 〈化〉 ตะกั่ว ; ไส้ดินสอ
铅笔（鉛筆）qiānbǐ 名 ดินสอ
铅笔画（鉛筆畫）qiānbǐhuà 名 〈美工〉 ภาพวาดด้วยดินสอ
铅锤（鉛錘）qiānchuí 名 〈建〉 ลูกดิ่ง
铅球（鉛球）qiānqiú 名 〈体〉 ช็อต (*shot*) ; ลูกเหล็กสำหรับทุ่มน้ำหนัก
铅丝（鉛絲）qiānsī 名 สายลวดเคลือบสังกะสี
铅条（鉛條）qiāntiáo 名 〈印〉 แท่งตะกั่วที่สอดระหว่างตัวพิมพ์ ; ไส้ดินสอ
铅印（鉛印）qiānyìn 名 〈印〉 การพิมพ์ด้วยตัวตะกั่ว
铅字（鉛字）qiānzì 名 〈印〉 ตัวพิมพ์ตะกั่ว
悭吝（慳吝）qiānlìn 形 ตระหนี่ถี่เหนียว
谦辞（謙辭）qiāncí 名 คำพูดถ่อมตัว
谦恭（謙恭）qiāngōng 形 ถ่อมตัวและมีมารยาท
谦让（謙讓）qiānràng 动 ปฏิเสธด้วยความถ่อมตัว
谦虚（謙虛）qiānxū 形 ถ่อมตัว
谦逊（謙遜）qiānxùn 形 นอบน้อมถ่อมตัว
签（簽）qiān 动 เซ็น
签到（簽到）qiāndào 动 เซ็นชื่อที่สมุดลงเวลา (เข้าทำงานหรือเข้าร่วมประชุม ฯลฯ)
签订（簽訂）qiāndìng 动 ทำและเซ็น (สัญญา ฯลฯ)
签发（簽發）qiānfā 动 ลงนามอนุมัติ
签名（簽名）qiānmíng 动 เซ็นชื่อ ; ลงนาม
签收（簽收）qiānshōu 动 เซ็นรับ (เอกสาร ฯลฯ)
签署（簽署）qiānshǔ 动 ลงนาม

签约（簽約）qiānyuē 动 ลงนามในสนธิสัญญา ; เซ็นสัญญา

签证（簽證）qiānzhèng 名 วีซ่า (visa) 动 ลงนามและประทับตราวีซ่า

签字（簽字）qiānzì 动 ลงนาม

荨麻（蕁麻）qiánmá 名 〈植〉 ต้นตำแย

前 qián 名 ข้างหน้า ; หน้า ; อดีต

前辈（前輩）qiánbèi 名 ผู้อาวุโส ; รุ่นอาวุโส

前臂 qiánbì 名 〈生理〉 ลำแขนช่วงปลาย

前边（前邊）qián•bian 名 ข้างหน้า

前不久 qiánbùjiǔ 名 เมื่อไม่นานมานี้

前程 qiánchéng 名 อนาคต

前导（前導）qiándǎo 名 มัคคุเทศก์ 动 นำทางข้างหน้า

前额 qián'é 名 หน้าผาก

前方 qiánfāng 名 ข้างหน้า ; แนวหน้า

前锋（前鋒）qiánfēng 名 กองหน้า

前夫 qiánfū 名 อดีตสามี

前赴后继（前赴後繼）qiánfù-hòujì 〈成〉 คนข้างหน้าบุกไป คนข้างหลังบุกตามอย่างไม่ขาดสาย

前功尽弃（前功盡弃）qiángōng-jìnqì 〈成〉 งานที่ทำไปเสียไปหมดสิ้น

前后（前後）qiánhòu 名 ด้านหน้าและด้านหลัง ; ช่วงเวลาก่อนหรือหลัง

前脚 qiánjiǎo 名 เท้าที่ก้าวไปก่อน 副 ...ก่อนนิดเดียว

前进（前進）qiánjìn 动 ก้าวไปข้างหน้า ; รุดหน้า

前景 qiánjǐng 名 ภาพอนาคต

前科 qiánkē 名 〈法〉 อาญาโทษครั้งก่อน

前来（前來）qiánlái 动 มา

前列 qiánliè 名 แถวหน้า

前列腺 qiánlièxiàn 名 〈生理〉 ต่อมลูกหมากที่ขับน้ำอสุจิ

前面 qiánmiàn 名 ข้างหน้า ; ด้านหน้า

前年 qiánnián 名 ปีก่อน

前排 qiánpái 名 แถวหน้า

前妻 qiánqī 名 อดีตภรรยา

前期 qiánqī 名 ระยะแรก

前驱（前驅）qiánqū 名 ผู้บุกเบิก ; เหตุการณ์หรือกรณีซึ่งมีบทบาทบุกเบิกนำหน้า

前人 qiánrén 名 คนรุ่นก่อน

前任 qiánrèn 名 ผู้ครองตำแหน่งในอดีต

前日 qiánrì 名 วันก่อน

前哨 qiánshào 名 〈军〉 ด่านหน้า

前身 qiánshēn 名 องค์กรเดิม (ซึ่งต่อมาได้เปลี่ยนไป)

前世 qiánshì 名 〈宗〉 ชาติก่อน

前所未有 qiánsuǒwèiyǒu 〈成〉 ไม่เคยมีมาก่อน ; เป็นประวัติการณ์

前台（前臺）qiántái 名 หน้าเวที ; (อุปมา) ที่เปิดเผย ; เคาน์เตอร์ต้อนรับหรือเคลียร์บัญชี

前提 qiántí 名 〈哲〉 เงื่อนไขแรก

前天 qiántiān 名 วันก่อน

前头（前頭）qián•tou 名 ข้างหน้า ; ด้านหน้า

前途 qiántú 名 อนาคต

前往 qiánwǎng 动 ไป

前卫（前衛）qiánwèi 名 〈军〉 กองระวังหน้า ; 〈体〉 กองหน้า 形 นำสมัย

前无古人（前無古人）qiánwúgǔrén 〈成〉 เป็นประวัติการณ์

前夕 qiánxī 名 คืนวันก่อนวันสำคัญ ; ช่วงเวลาก่อนจะเกิดเหตุการณ์

前嫌 qiánxián 名 ความแค้นในอดีต

前线（前綫）qiánxiàn 名 แนวหน้า

前行 qiánxíng 动 เดินหน้า (มุ่งมั่นดำเนินการต่อไป)

前言 qiányán 名 อารัมภบท ; คำนำ

前沿 qiányán 名 แนวหน้าสุด

前仰后合（前仰後合）qiányǎng-hòuhé 〈成〉 หัวเราะท้องคัดท้องแข็ง

前夜 qiányè 名 คืนวันก่อนวันสำคัญ

前站 qiánzhàn 名 ฐานข้างหน้าที่จะไปตั้งค่าย

前兆 qiánzhào 名 นิมิตหมาย ; ลางบอกเหตุ

前者 qiánzhě 名 (ข้อ ประการ สิ่ง คน ฯลฯ) แรก (ที่เอ่ยถึงก่อน)

前置词（前置詞）qiánzhìcí 名 〈语〉 คำบุพบท

前缀 qiánzhuì 名 〈语〉 อุปสรรค

Q

前奏 qiánzòu 名 〈乐〉 เพลงโหมโรง
前奏曲 qiánzòuqǔ 名 〈乐〉 เพลงโหมโรง
虔诚（虔誠）qiánchéng 形 นับถือ (ศาสนา) ด้วยความจริงใจ
虔敬 qiánjìng 形 เคารพนับถือด้วยความจริงใจ
虔心 qiánxīn 名 จิตใจที่ศรัทธา
钱（錢）qián 名 เงิน
钱包（錢包）qiánbāo 名 กระเป๋าเงิน
钱币（錢幣）qiánbì 名 เงินตรา
钱财（錢財）qiáncái 名 ทรัพย์สินเงินทอง
钱柜（錢櫃）qiánguì 名 ตู้เก็บเงิน
钱款（錢款）qiángkuǎn 名 เงิน (จำนวนมาก) ; เงิน (เฉพาะรายการ)
钳工（鉗工）qiángōng 名 งานประเภทติดตั้งซ่อมแซมเครื่องจักรกล ; ช่างติดตั้งซ่อมแซม
钳制（鉗制）qiánzhì 动 บีบเอาไว้
钳子（鉗子）qián•zi 名 คีม
掮客 qiánkè 名 นายหน้า ; โบรกเกอร์ (*broker*)
乾坤 qiánkūn 名 ฟ้าดิน
潜 qián 动 ซ่อน
潜藏 qiáncáng 动 ซุ่มซ่อน
潜伏 qiánfú 动 ซุ่มซ่อน ; ดักซุ่ม
潜伏期 qiánfúqī 名 〈医〉 ระยะเวลานับแต่ไวรัสหรือเชื้อโรคเข้าไปในร่างกายจนถึงอาการโรคปรากฏ ; ระยะแฝง
潜力 qiánlì 名 กำลังแฝง ; ศักยภาพ
潜流 qiánliú 名 〈地质〉 กระแสใต้น้ำ
潜能 qiánnéng 名 พลังงานแฝง ; ศักยภาพ
潜热（潛熱）qiánrè 名 〈物〉 ความร้อนแฝง
潜入 qiánrù 动 แอบเข้ามา
潜水 qiánshuǐ 动 ดำน้ำ ; ซุ่มเงียบ (คอยดู ฟังติดตามข้อมูลในโลกโซเชียล แต่ไม่มีปฏิสัมพันธ์)
潜水艇 qiánshuǐtǐng 名 เรือดำน้ำ
潜水衣 qiánshuǐyī 名 ชุดประดาน้ำ
潜水员（潛水員）qiánshuǐyuán 名 นักประดาน้ำ
潜台词（潛臺詞）qiántáicí 名 ความหมายแฝงของคำพูดในบทละคร ; ความหมายแฝง
潜逃 qiántáo 动 หลบหนี
潜望镜（潛望鏡）qiánwàngjìng 名 กล้องเปริสโคป (*periscope*) ; กล้องส่องดูเหนือผิวน้ำของเรือใต้น้ำ ; กล้องส่องดูภาพที่หักเหสายตาเป็นมุมฉากซึ่งอยู่เหนือระดับสายตาตรง
潜心 qiánxīn 动 หมกมุ่น ; ตั้งอกตั้งใจ
潜移默化 qiányí-mòhuà 〈成〉 (ความคิดหรืออุปนิสัย) ค่อย ๆ เกิดการเปลี่ยนแปลงด้วยถูกกล่อมกลืนเป็นเวลานาน
潜意识（潛意識）qiányì•shí 名 จิตใต้สำนึก
潜泳 qiányǒng 动 ดำน้ำ
潜在 qiánzài 形 แฝงอยู่
潜质（潛質）qiánzhì 名 คุณสมบัติดั้งเดิมที่แฝงอยู่
浅（淺）qiǎn 形 ตื้น ; ง่าย ; (สี) อ่อน
浅薄（淺薄）qiǎnbó 形 (ความรู้หรือการศึกษา) ตื้นเขิน ; รู้แค่งู ๆ ปลา ๆ
浅海（淺海）qiǎnhǎi 名 ทะเลน้ำตื้น
浅黄（淺黄）qiǎnhuáng 形 สีเหลืองอ่อน
浅见（淺見）qiǎnjiàn 名 〈谦〉 ความคิดเห็นตื้น ๆ
浅近（淺近）qiǎnjìn 形 ง่าย
浅蓝（淺藍）qiǎnlán 形 สีน้ำเงินอ่อน
浅陋（淺陋）qiǎnlòu 形 (ความรู้ความเห็น) ผิวเผิน
浅色（淺色）qiǎnsè 名 สีอ่อน
浅说（淺説）qiǎnshuō 动 คำอธิบายง่าย ๆ
浅滩（淺灘）qiǎntān 名 ชายหาดน้ำตื้น
浅显（淺顯）qiǎnxiǎn 形 สั้น ๆ ง่าย ๆ
浅易（淺易）qiǎnyì 形 (วรรณกรรม ข้อความ ฯลฯ) ง่าย ๆ
遣 qiǎn 动 ส่ง (คน) ไป ; กำจัดให้หมดสิ้น
遣返 qiǎnfǎn 动 ส่ง (คน) ไปที่เดิม
遣送 qiǎnsòng 动 ส่ง (คนที่อยู่อย่างไม่ถูกต้อง) ออกไป
谴责（譴責）qiǎnzé 动 ประณาม
缱绻（繾綣）qiǎnquǎn 形 〈书〉 อาลัยรัก
欠 qiàn 动 ติดหนี้ ; ขาด
欠产（欠産）qiànchǎn 动 ปริมาณการผลิตไม่บรรลุเป้าหมายที่กำหนดไว้
欠佳 qiànjiā 动 ไม่ดีพอ

欠款 qiànkuǎn 动 ติดเงิน 名 ส่วนเงินที่ค้างชำระ
欠情 qiànqíng 动 เป็นหนี้บุญคุณทางน้ำใจ
欠缺 qiànquē 动 ขาดแคลน
欠身 qiànshēn 动 ลุกจากที่นั่งและโค้งนิดหนึ่ง (เพื่อแสดงความเคารพ)
欠条（欠條）qiàntiáo 名 ใบยืม (ทรัพย์สิน สิ่งของ)
欠妥 qiàntuǒ 形 ไม่เหมาะสม
欠债（欠債）qiànzhài 动 ติดหนี้
欠账（欠賬）qiànzhàng 动 ติดหนี้ 名 บัญชีค้างชำระ
欠资（欠資）qiànzī 动 ติดไปรษณียากรไม่ครบ ; ติดแสตมป์ขาด

纤（縴）qiàn 名 เชือกสำหรับลากเรือ
纤夫（縴夫）qiànfū 名 คนลากเรือ
纤绳（縴繩）qiànshéng 名 เชือกลากเรือ

芡 qiàn 名 〈植〉 กอร์กอน ยูริล (*gorgon euryale*)
芡粉 qiànfěn 名 แป้งลูกเดือย ; แป้งปรุงอาหาร

茜草 qiàncǎo 名 〈植〉 แมดเดอร์ (*madder*)

倩影 qiànyǐng 名 〈书〉 รูปร่างที่งดงาม

堑壕（塹壕）qiànháo 名 〈军〉 สนามเพลาะ

嵌 qiàn 动 เลี่ยม ; ฝัง
嵌花 qiànhuā 动 ฉลุลาย
嵌入 qiànrù 动 ฝังเข้าไป (มักจะใช้กับการทำเครื่องศิลปหัตถกรรม)

歉收 qiànshōu 动 การเก็บเกี่ยวไม่ได้ผล
歉意 qiànyì 名 ความรู้สึกเสียใจในความบกพร่องของตน

呛（嗆）qiāng 动 สำลัก

羌笛 qiāngdí 名 ขลุ่ยชนชาติเชียง

枪（槍）qiāng 名 ปืน ; หอก (อาวุธโบราณชนิดหนึ่ง)
枪毙（槍斃）qiāngbì 动 ยิงเป้า
枪弹（槍彈）qiāngdàn 名 กระสุนปืน
枪法（槍法）qiāngfǎ 名 ฝีมือในการยิงปืน
枪杆子（槍杆子）qiānggǎn·zi 名 กระบอกปืน ; อาวุธ ; กำลังอาวุธ
枪号（槍號）qiānghào 名 สัญญาณปืน ; หมายเลขของปืน
枪击（槍擊）qiāngjī 动 ยิงปืน
枪决（槍决）qiāngjué 动 ยิงประหาร
枪口（槍口）qiāngkǒu 名 ปากกระบอกปืน
枪杀（槍殺）qiāngshā 动 สังหารด้วยปืน
枪伤（槍傷）qiāngshāng 名 แผลถูกยิง
枪声（槍聲）qiāngshēng 名 เสียงปืน
枪手（槍手）qiāngshǒu 名 มือปืน
枪托（槍托）qiāngtuō 名 พานท้ายปืน
枪械（槍械）qiāngxiè 名 ปืนผาหน้าไม้
枪眼（槍眼）qiāngyǎn 名 ช่องปืน ; รูที่ถูกกระสุนปืนยิงทะลุ
枪鱼（槍魚）qiāngyú 名 〈动〉 ปลามาร์ลิน (*marlin*)
枪战（槍戰）qiāngzhàn 名 รบกันด้วยอาวุธปืน ; ยิงกัน
枪支（槍支）qiāngzhī 名 ปืน (คำเรียกรวม)
枪子儿（槍子兒）qiāngzǐr 名 〈口〉 กระสุนปืน

戗（戧）qiāng 动 ทวน (ลม) ; ปะทะ (ด้วยคารม)

腔 qiāng 名 ช่อง (ในร่างกาย) ; คำพูด ; ท่วงทำนองเสียง
腔调（腔調）qiāngdiào 名 〈乐〉 ท่วงทำนองเสียงร้อง ; สำเนียง

锵（鏘）qiāng 拟声 (คำเลียนเสียง เช่นเสียงตีฆ้องฯลฯ) โหม่ง

镪水（鏹水）qiāngshuǐ 名 〈化〉 น้ำกรด

强 qiáng 形 แข็งแกร่ง ; เด่นกว่า
强暴 qiángbào 动 ใช้กำลังบังคับ 名 อิทธิพลป่าเถื่อน
强大 qiángdà 形 เข้มแข็งเกรียงไกร
强盗 qiángdào 名 โจร
强敌（强敵）qiángdí 名 ศัตรูที่แข็งแกร่ง
强调（强調）qiángdiào 动 เน้น
强度 qiángdù 名 ความแข็งแกร่ง
强渡 qiángdù 动 〈军〉 บุกข้ามแม่น้ำ (ที่ข้าศึกเฝ้ารักษาอยู่) โดยอาศัยปืนใหญ่ยิงคุ้มกัน
强风（强風）qiángfēng 名 〈气〉 ลมที่พัดแรง
强攻 qiánggōng 动 บุกโจมตีด้วยกำลัง
强国（强國）qiángguó 名 ประเทศที่เข้มแข็งเกรียงไกร
强悍 qiánghàn 形 ทระนงองอาจ

Q

强横 qiánghèng 形 พาลเกะกะระราน
强化 qiánghuà 动 เสริมให้แข็งแกร่ง
强击机（强擊機）qiángjījī 名 〈军〉 เครื่องบินจู่โจม
强加 qiángjiā 动 บังคับให้รับ (ความคิดเห็นหรือวิธีการ ฯลฯ)
强奸 qiángjiān 动 ข่มขืนชำเรา
强健 qiángjiàn 形 สุขภาพแข็งแรง
强劲（强勁）qiángjìng 形 มีกำลังมาก ; แรง
强烈 qiángliè 形 แรงมาก ; เด่นชัด
强权（强權）qiángquán 名 มหาอำนาจ
强人 qiǎngrén 名 คนเก่งกาจสามารถ ; โจรผู้ร้าย
强弱 qiángruò 名 ความเข้มแข็งและความอ่อนแอ
强身 qiángshēn 动 ทำให้สุขภาพแข็งแรง
强盛 qiángshèng 形 เข้มแข็งเกรียงไกรและเจริญรุ่งเรือง
强势（强勢）qiángshì 名 แนวโน้มที่แข็งแกร่ง ; ฝ่ายแข็งแกร่ง
强手 qiángshǒu 名 พวกแข็งกล้า
强项（强項）qiángxiàng 形 หัวแข็งไม่ยอมอ่อนข้อ 名 (ด้านวิชาการ เทคนิค ฝีมือ การกีฬา ฯลฯ) ที่โดดเด่น
强行 qiángxíng 副 กระทำโดยฝ่าฝืนกฎบังคับ ; บังคับทำ
强行军（强行軍）qiángxíngjūn 动 การเดินทัพที่รวดเร็วฉับไว
强硬 qiángyìng 形 แข็งกร้าว
强硬派 qiángyìngpài 名 พวกที่แข็งกร้าว
强占 qiángzhàn 动 ใช้กำลังเข้ายึดครอง
强者 qiángzhě 名 ผู้เข้มแข็ง
强震 qiángzhèn 动 〈地质〉 สั่นสะเทือนอย่างแรง
强制 qiángzhì 动 บังคับ
强制性 qiángzhìxìng 名 ลักษณะบังคับ
强壮（强壯）qiángzhuàng 形 (สุขภาพ) แข็งแรง

墙（墻）qiáng 名 กำแพง ; ผนัง
墙报（墻報）qiángbào 名 บทความหรือประกาศที่ติดบนกำแพง
墙壁（墻壁）qiángbì 名 ฝาผนัง
墙根（墻根）qiánggēn 名 เชิงกำแพง
墙角（墻角）qiángjiǎo 名 มุมกำแพง
墙头（墻頭）qiángtóu 名 สันกำแพง
墙头草（墻頭草）qiángtóucǎo 名 ต้นหญ้าที่ขึ้นบนสันกำแพง (ย่อมลู่ไปตามลมอยู่เสมอ) อุปมาว่าคนที่ไม่มีจุดยืนที่แน่นอน (ย่อมเปลี่ยนท่าทีตามสถานการณ์อยู่เสมอ)
墙纸（墻紙）qiángzhǐ 名 กระดาษปิดผนังเพื่อตกแต่ง ; วอลล์เปเปอร์ (*wallpaper*)

蔷薇（薔薇）qiángwēi 名 〈植〉 กุหลาบ (ประเภทไม้เลื้อยดอกเล็กสีขาวหรือชมพู)

抢（搶）qiǎng 动 แย่ง ; ชิง
抢白（搶白）qiǎngbái 动 ต่อว่าหรือประชดซึ่ง ๆ หน้า
抢答（搶答）qiǎngdá 动 ชิงตอบ (คำถาม)
抢渡（搶渡）qiǎngdù 动 ชิงข้ามแม่น้ำ
抢夺（搶奪）qiǎngduó 动 แย่งชิง
抢购（搶購）qiǎnggòu 动 ชิงซื้อ (สินค้า); แย่งกันซื้อ
抢劫（搶劫）qiǎngjié 动 ปล้น ; ปล้นสะดม
抢救（搶救）qiǎngjiù 动 ช่วยเหลืออย่างรีบด่วนในยามอันตราย
抢掠（搶掠）qiǎnglüè 动 ปล้นสะดม (ทรัพย์สินเงินทอง)
抢沙发（搶沙發）qiǎngshāfā 动 แย่งโพสต์แรก ; ตอบโพสต์เป็นคนแรก ; แย่งแสดงความคิดเห็นหรือตอบความคิดเห็นเป็นคนแรก
抢收（搶收）qiǎngshōu 动 〈农〉 เร่งเก็บเกี่ยว
抢手（搶手）qiǎngshǒu 形 (สินค้า) ขายดีเป็นเทน้ำเทท่า
抢手货（搶手貨）qiǎngshǒuhuò 名 สินค้าที่ขายดีเป็นเทน้ำเทท่า
抢先（搶先）qiǎngxiān 动 ชิงนำหน้าก่อน
抢险（搶險）qiǎngxiǎn 动 ช่วยกู้ภัยอย่างรีบด่วน
抢修（搶修）qiǎngxiū 动 รีบซ่อมแซม
抢眼（搶眼）qiǎngyǎn 形 ดึงดูดความสนใจ ; โดดเด่น
抢占（搶占）qiǎngzhàn 动 ชิงยึด
抢嘴（搶嘴）qiǎngzuǐ 动 〈方〉 ชิงพูดก่อน ; ชิงกินก่อน

强 qiǎng 形 ฝืน
强逼 qiǎngbī 动 บีบบังคับ
强辩（强辯）qiǎngbiàn 动 เถียง
强词夺理（强詞奪理）qiǎngcí-duólǐ 〈成〉 เถียงเอาดื้อ ๆ ; เถียงข้าง ๆ คู ๆ
强迫 qiǎngpò 动 บังคับ
强求 qiǎngqiú 动 บังคับ (ให้ต้อง...)
强人所难（强人所難）qiǎngrénsuǒnán 〈成〉 ฝืนใจคนอื่น
强颜欢笑（强顏歡笑）qiǎngyán-huānxiào 〈成〉 ฝืนใจทำเป็นยิ้ม
襁褓 qiǎngbǎo 名 ผ้าหุ้มห่อทารก
戗（戧）qiàng 名 ไม้ค้ำ 动 ค้ำ
炝（熗）qiàng 动 นำเนื้อและต้นหอม กระเทียมไปทอดในน้ำมัน แล้วใส่เครื่องปรุงผัดหรือต้มในน้ำต่อ
悄悄 qiāoqiāo 副 (อย่าง) เงียบ ๆ
悄悄话（悄悄話）qiāoqiāohuà 名 คำกระซิบ ; คำที่พูดคุยระหว่างคนรู้ใจกัน
跷（蹺）qiāo 动 เขย่ง ; ยก (เท้าหรือนิ้ว) ขึ้น
跷跷板（蹺蹺板）qiāoqiāobǎn 名 ไม้กระดานหก
锹（鍬）qiāo 名 พลั่ว
劁 qiāo 动 ตอน
敲 qiāo 动 เคาะ ; เขก
敲边鼓（敲邊鼓）qiāo biāngǔ 〈惯〉 คอยช่วยพูดอยู่ข้าง ๆ ; คอยเชียร์อยู่ข้าง ๆ
敲打 qiāo·dǎ 动 เคาะตี
敲定 qiāodìng 动 ตกลง
敲击（敲擊）qiāojī 动 เคาะตี
敲门（敲門）qiāomén 动 เคาะประตู
敲门砖（敲門磚）qiāoménzhuān 名 อิฐเคาะประตู อุปมาว่า สิ่งที่ใช้ประโยชน์เพื่อบรรลุเป้าหมายในขั้นแรก
敲诈（敲詐）qiāozhà 动 รีดไถ
敲竹杠 qiāo zhúgàng 〈俗〉 รีดไถทรัพย์ โดยใช้จุดอ่อนของคนอื่นเป็นประโยชน์ หรือถือข้ออ้างบางอย่าง
橇 qiāo 名 กระดานเลื่อน (พาหนะชนิดหนึ่งไม่มีล้อ ใช้ลากบนหิมะหรือน้ำแข็ง)
缲（繰）qiāo 动 สอย (ขอบผ้า)
乔木（喬木）qiáomù 名 〈植〉 ต้นไม้สูงใหญ่
乔其纱（喬其紗）qiáoqíshā 名 〈纺〉 ผ้าจอร์เกตต์ (*georgette*)
乔迁（喬遷）qiáoqiān 动 โยกย้าย (บ้านใหม่) ; เลื่อนตำแหน่ง
乔装（喬裝）qiáozhuāng 动 ปลอมตัว
侨胞（僑胞）qiáobāo 名 พี่น้องร่วมชาติซึ่งมีถิ่นที่อยู่ในต่างประเทศ
侨汇（僑匯）qiáohuì 名 เงินที่คนอพยพไปอยู่ต่างแดนส่งกลับประเทศของตน
侨居（僑居）qiáojū 动 มีถิ่นที่อยู่ในต่างประเทศ
侨民（僑民）qiáomín 名 ผู้ที่มีถิ่นที่อยู่ในต่างประเทศ ; คนต่างด้าวที่มีถิ่นที่อยู่ในประเทศ
侨商（僑商）qiáoshāng 名 นักธุรกิจชาวจีนโพ้นทะเล
侨资（僑資）qiáozī 名 ทุนทรัพย์ของชาวจีนโพ้นทะเล ; เงินที่ชาวจีนโพ้นทะเลลงทุน
荞麦（蕎麥）qiáomài 名 〈植〉 ข้าวบักวีต (*buckwheat*)
桥（橋）qiáo 名 สะพาน
桥洞（橋洞）qiáodòng 名 〈口〉 ช่องสะพาน
桥墩（橋墩）qiáodūn 名 ตอม่อสะพาน
桥梁（橋梁）qiáoliáng 名 สะพาน
桥牌（橋牌）qiáopái 名 ไพ่บริดจ์ (*bridge*)
桥头（橋頭）qiáotóu 名 หัวสะพาน
桥头堡（橋頭堡）qiáotóubǎo 名 〈军〉〈建〉 ป้อมหัวสะพาน
翘楚（翹楚）qiáochǔ 名 〈书〉 ผู้โดดเด่น
翘盼（翹盼）qiáopàn 动 ชะเง้อมอง ; เฝ้าคอย
憔悴 qiáocuì 形 หน้าซีด ; ผอมแห้งแรงน้อย
瞧 qiáo 动 ดู
瞧不起 qiáo·buqǐ 动 〈口〉 ดูถูก
瞧得起 qiáo·deqǐ 动 〈口〉 ให้เกียรติ
瞧见（瞧見）qiáojiàn 动 〈口〉 เห็น
巧 qiǎo 形 ฉลาดและฝีมือเยี่ยม ; พอเหมาะพอดี
巧辩（巧辯）qiǎobiàn 动 โต้เถียงอย่างเฉลียวฉลาด
巧夺天工（巧奪天工）qiǎoduó-tiāngōng 〈成〉

ฝีมือประณีตเหนือธรรมชาติ
巧合 qiǎohé 形 บังเอิญ ; ประจวบกัน
巧计（巧計）qiǎojì 名 อุบายอันแยบคาย
巧匠 qiǎojiàng 名 ช่างฝีมือประณีต
巧克力 qiǎokèlì 名 ช็อกโกแลต (*chocolate*)
巧妙 qiǎomiào 形 แยบคาย ; ฉลาด
巧取豪夺（巧取豪奪）qiǎoqǔ-háoduó 〈成〉 การใช้เล่ห์กลหลอกลวงและช่วงชิงผลประโยชน์จากผู้อื่น
巧手 qiǎoshǒu 名 คนฝีมือดี
巧遇 qiǎoyù 动 พบกันโดยบังเอิญ
悄然 qiǎorán 形 อย่างเงียบ ๆ
雀盲眼 qiǎo•mangyǎn 名 〈方〉〈医〉 ตาบอดกลางคืน
壳（殼）qiào 名 เปลือกแข็ง
俏 qiào 形 งาม ; กระฉับกระเฉง ; (สินค้า) ขายดี
俏货（俏貨）qiàohuò 名 สินค้าขายดี
俏丽（俏麗）qiàolì 形 งามเฉิดฉาย
俏皮 qiào•pí 形 ร่าเริงและอารมณ์ขบขัน ; สมาร์ท (*smart*)
俏皮话（俏皮話）qiào•píhuà 名 คำพูดล้อเล่น
峭 qiào 形 สูงชัน
峭壁 qiàobì 名 หน้าผาที่สูงชัน
窍门（竅門）qiàomén 名 เคล็ดลับ
翘（翹）qiào 动 กระดก
撬 qiào 动 งัด
撬杠 qiàogàng 名 ไม้งัด
鞘 qiào 名 ฝัก (มีดดาบ)
切 qiē 动 หั่น ; ตัด
切除 qiēchú 动 ตัดออก
切磋琢磨 qiēcuō-zhuómó 〈成〉 ปรึกษาหารือและแลกเปลี่ยนความรู้ซึ่งกันและกัน
切点（切點）qiēdiǎn 名 〈数〉 จุดตัด
切断（切斷）qiēduàn 动 ตัดให้ขาด
切分 qiēfēn 动 ตัดเป็นส่วน ๆ
切割 qiēgē 动 ตัด (ด้วยมีดหรือเครื่องตัดอื่น ๆ)
切换 qiēhuàn 动 〈影视〉 ตัดฉาก
切面 qiēmiàn 名 บะหมี่ ; 〈数〉 หน้าตัด
切片 qiēpiàn 动 หั่นเป็นแผ่นบาง ๆ 名 〈医〉 ส่วนที่ตัดออก (จากอวัยวะร่างกายเพื่อนำไปตรวจและวิจัย)
切入 qiērù 动 (การวิเคราะห์วิจารณ์ ฯลฯ) เจาะลึกเข้าไป (จากจุดใดจุดหนึ่ง)
切削 qiēxiāo 动 〈机〉 กลึง
茄子 qié•zi 名 〈植〉 มะเขือ
且 qiě 副 ... ไว้ก่อน ; 〈方〉...ได้นาน 连 ก็ยัง... ; ทั้งยัง
且慢 qiěmàn 动 ช้าก่อน
且说（且說）qiěshuō 动 〈旧〉 ว่าแต่
切 qiè 动 สอดคล้อง ; ชิด
切齿（切齒）qièchǐ 动 กัดฟันกรอด ๆ แสดงอาการโกรธแค้นมาก
切肤之痛（切膚之痛）qièfūzhītòng 〈成〉 เจ็บช้ำน้ำใจเป็นอย่างมาก
切合 qièhé 形 สอดคล้องเป็นอย่างมาก
切记（切記）qièjì 动 จำไว้ให้แม่น
切忌 qièjì 动 อย่าได้ ... เป็นอันขาด
切近 qièjìn 动 ใกล้ ; ชิด
切盼 qièpàn 动 หวังเป็นอย่างยิ่ง
切切 qièqiè 副 เด็ดขาด 形 ซื่อสัตย์และจริงใจ
切身 qièshēn 形 เกี่ยวกับตัวเอง ; ด้วยตนเอง
切实（切實）qièshí 形 สอดคล้องกับความเป็นจริง ; อย่างแท้จริง
切题（切題）qiètí 动 ตรงประเด็น
切中 qièzhòng 动 ตรงเป้า
妾 qiè 名 อนุภรรยา
怯 qiè 形 ขี้ขลาด ; กลัว ; เชย
怯场（怯場）qièchǎng 动 ประหม่า
怯懦 qiènuò 形 ขี้ขลาดตาขาว
怯弱 qièruò 形 ขี้ขลาดและจิตใจอ่อนแอ
怯生 qièshēng 形 〈方〉 กลัวคนแปลกหน้า
怯阵（怯陣）qièzhèn 动 ตื่นสนามรบ ; ประหม่า
窃案（竊案）qiè'àn 名 คดีลักของ
窃夺（竊奪）qièduó 动 ช่วงชิง ; แย่งชิง ; ขโมย
窃据（竊據）qièjù 动 ครอบครองโดยมิชอบ
窃密（竊密）qièmì 动 ขโมยความลับ
窃窃私语（竊竊私語）qièqiè-sīyǔ 〈成〉 แอบกระซิบกระซาบ

窃取（竊取）qièqǔ 动 ลัก ; ขโมย
窃听（竊聽）qiètīng 动 ดักฟัง
窃听器（竊聽器）qiètīngqì 名 เครื่องดักฟัง
窃喜（竊喜）qièxǐ 动 แอบดีใจ
窃笑（竊笑）qièxiào 动 แอบหัวเราะ
窃贼（竊賊）qièzéi 名 (คน) ขโมย
惬意（惬意）qièyì 形 ชื่นใจ
趄 qiè 动 เอียง ; ลาด
锲而不舍 qiè'érbùshě 〈成〉 สลักอย่างไม่หยุดยั้ง อุปมาว่า มีความตั้งใจและความอดทน
钦佩（欽佩）qīnpèi 动 เลื่อมใส
侵犯 qīnfàn 动 รุกราน ; ล่วงละเมิด
侵害 qīnhài 动 เข้าทำลาย
侵略 qīnlüè 动 รุกราน
侵略者 qīnlüèzhě 名 ผู้รุกราน
侵权（侵權）qīnquán 动 〈法〉 ละเมิดสิทธิ
侵扰（侵擾）qīnrǎo 动 บุกล่วงล้ำและก่อกวน
侵入 qīnrù 动 บุกรุกเข้า
侵蚀（侵蝕）qīnshí 动 กัดกร่อน
侵吞 qīntūn 动 ยักยอก
侵袭（侵襲）qīnxí 动 บุกรุกโจมตี
侵占 qīnzhàn 动 ยึดครอง
亲（親）qīn 形 สนิทสนม ; รัก 动 ด้วยตนเอง ; จูบ
亲爱（親愛）qīn'ài 形 (ที่) รัก
亲笔（親筆）qīnbǐ 副 เขียนด้วยตนเอง
亲耳（親耳）qīn'ěr 副 ได้ยินกับหู
亲和力（親和力）qīnhélì 名 สัมพรรคภาพ ; แรงเกาะติด ; ความมีเสน่ห์ชวนให้คนชิดใกล้
亲近（親近）qīnjìn 形 สนิทกัน
亲眷（親眷）qīnjuàn 名 ญาติพี่น้อง
亲口（親口）qīnkǒu 副 พูดเอง ; ชิมเอง
亲历（親歷）qīnlì 动 ผ่านมาด้วยตนเอง
亲邻（親鄰）qīnlín 动 เป็นมิตรกับเพื่อนบ้าน
亲密（親密）qīnmì 形 สนิทสนม
亲昵（親昵）qīnnì 形 สนิทมาก
亲朋（親朋）qīnpéng 名 ญาติพี่น้องและเพื่อนฝูง
亲朋好友（親朋好友）qīnpéng-hǎoyǒu ญาติสนิทมิตรสหาย
亲戚（親戚）qīn•qi 名 ญาติ
亲切（親切）qīnqiè 形 สนิทสนม ; อุ่นใจ
亲情（親情）qīnqíng 名 ความรักระหว่างญาติพี่น้อง ; ความรักเสมือนญาติพี่น้อง
亲热（親熱）qīnrè 形 สนิทและอบอุ่น
亲人（親人）qīnrén 名 ญาติพี่น้อง
亲善（親善）qīnshàn 形 มีไมตรีจิตต่อกัน (โดยทั่วไปจะใช้กับความสัมพันธ์ระหว่างประเทศ)
亲身（親身）qīnshēn 副 ด้วยตัวเอง
亲生（親生）qīnshēng 形 ให้กำเนิด ; ผู้ให้กำเนิด
亲事（親事）qīnshì 名 เรื่องการแต่งงาน
亲手（親手）qīnshǒu 副 (ทำ) ด้วยมือของตน
亲属（親屬）qīnshǔ 名 ญาติทางสายเลือด
亲吻（親吻）qīnwěn 动 จุมพิต
亲信（親信）qīnxìn 动 สนิทและไว้ใจ 名 คนสนิทและไว้ใจ
亲眼所见（親眼所見）qīnyǎnsuǒjiàn 〈成〉 เห็นกับตา ; เห็นเต็มตา ; เห็นเต็มลูกนัยน์ตา ; เห็นเต็มสองตา
亲友（親友）qīnyǒu 名 ญาติมิตร
亲缘（親緣）qīnyuán 名 ความผูกพันทางสายเลือด
亲子鉴定（親子鑒定）qīnzǐ jiàndìng 〈医〉 การพิสูจน์ความสัมพันธ์ทางสายเลือดระหว่างพ่อลูกหรือแม่ลูก
亲自（親自）qīnzì 副 ด้วยตนเอง
亲嘴（親嘴）qīnzuǐ 动 จูบ ; จุมพิต
芹菜 qíncài 名 〈植〉 ผักขึ้นฉ่าย
秦 Qín 名 แคว้นฉินของราชวงศ์โจว ; ราชวงศ์ฉิน ; มณฑลส่านซี
琴 qín 名 ขิม ; พิณ ; คำเรียกทั่วไปของเครื่องดนตรีบางชนิด
琴键（琴鍵）qínjiàn 名 〈乐〉 คีย์ (*key*) (บนเครื่องดนตรี)
琴鸟（琴鳥）qínniǎo 名 〈动〉 ไลเออร์เบิร์ด (*lyrebird*)
琴弦 qínxián 名 〈乐〉 สายขิม (พิณ ซออู้ ฯลฯ)
禽流感 qínliúgǎn 名 〈医〉 ไข้หวัดนก
禽兽（禽獸）qínshòu 名 สัตว์เดียรัจฉาน

勤 qín 形 ขยัน

勤奋（勤奮）qínfèn 形 ขยันหมั่นเพียร

勤工俭学（勤工儉學）qíngōng-jiǎnxué 〈熟〉 ทำงานหาเงินเพื่อช่วยค่าเล่าเรียน

勤俭（勤儉）qínjiǎn 形 ขยันหมั่นเพียรและประหยัดมัธยัสถ์

勤恳（勤懇）qínkěn 形 ขยันและจริงจัง

勤苦 qínkǔ 形 ขยันหมั่นเพียรและทรหดอดทน

勤快 qín·kuai 形 〈口〉 ขยัน

勤劳（勤勞）qínláo 形 ขยันขันแข็ง

勤勉 qínmiǎn 形 ขยันหมั่นเพียร

勤务（勤務）qínwù 名 งานธุรการ

擒 qín 动 จับกุม

擒获（擒獲）qínhuò 动 จับกุมได้

擒拿 qínná 动 จับกุม

噙 qín 动 (ปาก) คาบ ; (น้ำตา) คลอ (หน่วย)

寝食不安 qǐnshí-bù'ān 〈成〉 กินไม่ลงนอนไม่หลับ ; กินไม่ได้นอนไม่หลับ

寝室 qǐnshì 名 ห้องนอน (ในหอพัก)

沁 qìn 动 ซึมซาบ ; กำจาย

沁人心脾 qìnrénxīnpí 〈成〉 (เสียงดนตรีหรือบทประพันธ์) ซึมซาบเข้าสู่หัวใจคน

青 qīng 形 เขียว ; สีคราม ; ดำ

青菜 qīngcài 名 ผักสด ; ผักกาดขาวชนิดหนึ่ง

青草 qīngcǎo 名 หญ้าสด (ตรงข้ามกับหญ้าแห้ง)

青春 qīngchūn 名 วัยหนุ่มสาว ; วัยรุ่น

青春期 qīngchūnqī 名 〈生理〉 วัยแตกเนื้อหนุ่มสาว

青翠 qīngcuì 形 เขียวสดใส

青光眼 qīngguāngyǎn 名 〈医〉 โรคต้อหิน

青筋 qīngjīn 名 เส้นโลหิตดำใต้ผิวหนังที่มองเห็นได้

青睐（青睞）qīnglài 动 〈书〉 โปรดปราน

青莲色（青蓮色）qīngliánsè 名 สีม่วงอ่อน

青绿（青緑）qīnglǜ 形 เขียวเข้ม

青梅竹马（青梅竹馬）qīngméi-zhúmǎ 〈成〉 อุปมาว่า หนุ่มสาวเป็นเพื่อนเล่นกันตั้งแต่เด็ก ๆ

青霉素（青黴素）qīngméisù 名 〈药〉 เพนนิซิลลิน (*penicillin*)

青年 qīngnián 名 เยาวชน ; หนุ่มสาว

青色 qīngsè 名 สีเขียว ; สีดำ

青涩 qīngsè 形 (ผลไม้ดิบ) เขียวและรสฝาด ; (ลักษณะวัยรุ่นที่) ขาดประสบการณ์

青山 qīngshān 名 ภูเขาเขียว

青少年 qīngshàonián 名 เยาวชน ; หนุ่มสาวและวัยรุ่น

青松 qīngsōng 名 ต้นสนสีเขียว

青苔 qīngtái 名 〈植〉 ตะไคร่

青铜器（青銅器）qīngtóngqì 名 เครื่องทองสัมฤทธิ์

青蛙 qīngwā 名 〈动〉 กบ

青鱼（青魚）qīngyú 名 〈动〉 ปลาแบล็คคาร์ป (*black carp*)

青紫 qīngzǐ 名 〈医〉 ไซอะโนซิส (*cyanosis*) (ภาวะผิวหนังเป็นสีเขียวเนื่องจากการขาดออกซิเจน)

轻（輕）qīng 形 เบา

轻便（輕便）qīngbiàn 形 เบาและสะดวก

轻薄（輕薄）qīngbó 形 ลักษณะเจ้าชู้ 动 พูดจาและกิริยาท่าทางเหลาะแหละ

轻车熟路（輕車熟路）qīngchē-shúlù 〈成〉 ขับรถที่บรรทุกของเบาตามหนทางที่คุ้นเคย อุปมาว่า ชำนาญในการงานที่เคยผ่านมือมา

轻敌（輕敵）qīngdí 动 ประมาทข้าศึก

轻而易举（輕而易舉）qīng'éryìjǔ 〈成〉 ทำได้ง่ายมาก

轻放（輕放）qīngfàng 动 วางเบา ๆ

轻浮（輕浮）qīngfú 形 (พูดจาและกิริยาท่าทาง) เหลาะแหละ

轻工业（輕工業）qīnggōngyè 名 〈经〉 อุตสาหกรรมเบา

轻活（輕活）qīnghuó 名 งานเบา ๆ

轻机枪（輕機槍）qīngjīqiāng 名 〈军〉 ปืนกลเบา

轻捷（輕捷）qīngjié 形 ว่องไว

轻金属（輕金屬）qīngjīnshǔ 名 โลหะเบา

轻快（輕快）qīngkuài 形 กระฉับกระเฉง ; สบายอกสบายใจ

轻狂（輕狂）qīngkuáng 形 ปล่อยตัวมาก

轻慢（輕慢）qīngmàn 动 มองข้าม ; ไม่ให้เกียรติ

轻描淡写（輕描淡寫）qīngmiáo-dànxiě〈成〉 บรรยายอย่างผาด ๆ

轻蔑（輕蔑）qīngmiè 动 เหยียดหยาม

轻飘飘（輕飄飄）qīngpiāopiāo 形 เบาหวิว

轻骑（輕騎）qīngqí 名 ทหารม้าที่ติดอาวุธเบา ; ขบวนรถม้าที่วิ่งรวดเร็ว

轻骑兵（輕騎兵）qīngqíbīng 名 ทหารม้าที่ติดอาวุธเบา

轻巧（輕巧）qīng·qiǎo 形 เบาและคล่องตัว ; ง่าย

轻轻（輕輕）qīngqīng 形 เบา ๆ

轻柔（輕柔）qīngróu 形 เบาและนุ่ม

轻伤（輕傷）qīngshāng 动〈医〉บาดเจ็บเล็กน้อย

轻生（輕生）qīngshēng 动 ไม่รักชีวิต (หมายถึงฆ่าตัวตาย)

轻声（輕聲）qīngshēng 名 (พูด) เสียงค่อย ;〈语〉สระเสียงสั้นและเบา

轻视（輕視）qīngshì 动 ดูถูก ; มองข้าม

轻率（輕率）qīngshuài 形 สะเพร่า

轻松（輕鬆）qīngsōng 形 สบาย ๆ

轻佻（輕佻）qīngtiāo 形 (พูดจาและกิริยาท่าทาง) เหลาะแหละ

轻微（輕微）qīngwēi 形 นิดหน่อย ; เบา ๆ

轻闲（輕閑）qīngxián 形 (ชีวิต) สบาย ๆ ; (งาน) เบา ๆ

轻信（輕信）qīngxìn 动 เชื่อง่าย ; หูเบา

轻型（輕型）qīngxíng 形 ขนาดเบา

轻易（輕易）qīngyì 副 ง่าย ๆ

轻音乐（輕音樂）qīngyīnyuè 名〈乐〉เพลงเบา ๆ

轻盈（輕盈）qīngyíng 形 อรชรอ้อนแอ้น ; (เสียงจังหวะ) เบา ๆ

轻重（輕重）qīngzhòng 名 ความหนักเบา

轻装（輕裝）qīngzhuāng 名 ชุดเดินทางเบา ๆ ; อาวุธยุทโธปกรณ์ขนาดเบา

氢（氫）qīng 名〈化〉ไฮโดรเจน (hydrogen)

氢弹（氫彈）qīngdàn 名〈军〉ลูกระเบิดไฮโดรเจน

氢化物（氫化物）qīnghuàwù 名〈化〉สารประกอบไฮโดรเจน

氢气（氫氣）qīngqì 名〈化〉ไฮโดรเจน

倾（傾）qīng 动 เอียง ; เท ; ถล่ม ; ลาด

倾城倾国（傾城傾國）qīngchéng-qīngguó〈成〉(หญิง) งามหยาดเยิ้ม

倾倒（傾倒）qīngdǎo 动 เอียงพังลง ; เลื่อมใส ; รักมาก

倾覆（傾覆）qīngfù 动 ล้มคว่ำ

倾家荡产（傾家蕩產）qīngjiā-dàngchǎn〈成〉สิ้นเนื้อประดาตัว

倾力（傾力）qīnglì 动 ทุ่มเทกำลังทั้งหมด

倾慕（傾慕）qīngmù 动 รักอย่างใจจดใจจ่อ

倾盆大雨（傾盆大雨）qīngpén-dàyǔ〈成〉ฝนเทลงมาปานฟ้ารั่ว

倾诉（傾訴）qīngsù 动 ระบายความในใจออกมาหมด

倾听（傾聽）qīngtīng 动 สดับตรับฟัง

倾向（傾向）qīngxiàng 名 แนวโน้ม 动 โน้มเอียง

倾向性（傾向性）qīngxiàngxìng 名 ความโน้มเอียง

倾销（傾銷）qīngxiāo 动〈经〉ทุ่มตลาด

倾斜（傾斜）qīngxié 动 เอียงลาด

倾泻（傾瀉）qīngxiè 动 น้ำไหลพุ่ง

倾心（傾心）qīngxīn 动 ผูกใจรัก

倾轧（傾軋）qīngyà 动 ปัดแข้งปัดขา ; บ่อนทำลายกัน

倾注（傾注）qīngzhù 动 (น้ำ) เทลง ; ทุ่มเท

清 qīng 形 ใส ; ชัด ; สุจริต 动 ขจัด ; ทำให้สะอาด

清白 qīngbái 形 บริสุทธิ์ ; สุจริต

清仓（清倉）qīngcāng 动 เช็คสต็อก

清查 qīngchá 动 ตรวจสอบ

清澈 qīngchè 形 (น้ำ) ใสแจ๋ว

清晨 qīngchén 名 เช้าตรู่

清除 qīngchú 动 กวาดให้สะอาด ; กวาดล้าง

清楚 qīng·chu 形 ชัดเจน 动 เข้าใจ

清纯（清純）qīngchún 形 งามสดใส ; สวยเรียบ ๆ

清脆 qīngcuì 形 (เสียง) ใสและไพเราะเพราะพริ้ง

清单（清單）qīngdān 名 ใบแสดงรายการสิ่งของ

清淡 qīngdàn 形 (สี รสชาติ กลิ่น) อ่อน ; ไม่เลี่ยน ;

(การค้า) ซบเซา
清道夫 qīngdàofū 名 คนงานทำความสะอาดถนน
清点（清點）qīngdiǎn 动 ตรวจนับ
清风（清風）qīngfēng 名 ลมเย็นสบาย
清高 qīnggāo 形 จิตใจสูงส่งและบริสุทธิ์
清规戒律（清規戒律）qīngguī-jièlǜ 〈成〉 ศีลและระเบียบวินัยที่ศาสนิกชนต้องปฏิบัติ ; ระเบียบข้อบังคับที่ตายตัว
清寒 qīnghán 形 ยากจน ; (แสงจันทร์ ฯลฯ) แจ่มใสและเย็นเยือก
清洁（清潔）qīngjié 形 สะอาด
清洁工（清潔工）qīngjiégōng 名 พนักงานทำความสะอาด
清静 qīngjìng 形 สงบเงียบ
清冷 qīnglěng 形 หนาวเย็น ; เงียบเหงา
清理 qīnglǐ 动 สะสาง ; ชำระ
清廉 qīnglián 形 มือสะอาด ; สุจริต
清凉 qīngliáng 形 เย็นชุ่มชื่น
清亮 qīngliàng 形 (เสียง) ใส ; กังวาน
清明 qīngmíng 形 (การเมืองการปกครอง) มีระเบียบและสงบเรียบร้อย ; (อากาศ) ปลอดปรุ่งและแจ่มใส ; (สมอง) มีสติดี
清明节（清明節）Qīngmíng Jié 名 เทศกาลเช็งเม้งวันเซ่นไหว้วิญญาณบรรพบุรุษที่หลุมฝังศพของชาวจีน
清贫（清貧）qīngpín 形 ยากจน
清扫（清掃）qīngsǎo 动 ทำความสะอาด
清瘦 qīngshòu 形 ซูบผอม
清爽 qīngshuǎng 形 สะอาดและเย็นสบาย ; เบาใจ
清算 qīngsuàn 动 ชำระ (บัญชี) ; สะสาง (หนี้สิน)
清谈（清談）qīngtán 动 คุยฟุ้ง
清汤（清湯）qīngtāng 名 น้ำแกงน้ำใส
清晰 qīngxī 形 ชัดเจน
清晰度 qīngxīdù 名 ระดับความชัดเจน
清洗 qīngxǐ 动 ล้างให้สะอาด
清闲（清閑）qīngxián 形 ว่าง ๆ
清香 qīngxiāng 名 (กลิ่น) หอมสดชื่น
清新 qīngxīn 形 (อากาศ) สดชื่น ; ใหม่และมีชีวิตชีวา
清醒 qīngxǐng 形 (สมอง) ปลอดโปร่ง 动 ฟื้น ; สร่าง ; ได้สติ
清秀 qīngxiù 形 งามเฉิดฉาย
清音 qīngyīn 名 〈语〉 เสียงโฆษะ ; เสียงก้อง
清幽 qīngyōu 形 (สถานที่) สวยและเงียบสงัด
清早 qīngzǎo 名 รุ่งเช้า ; เช้าตรู่
清账（清賬）qīngzhàng 动 ชำระบัญชี ; เคลียร์บัญชี
清真寺 qīngzhēnsì 名〈宗〉 สุเหร่า ; มัสยิด

蜻蜓 qīngtíng 名 〈动〉 แมลงปอ

情 qíng 名 อารมณ์ความรู้สึก ; อารมณ์รัก ; ความกรุณา
情爱（情愛）qíng'ài 名 ความรัก
情报（情報）qíngbào 名 ข่าวกรอง
情报局（情報局）qíngbàojú 名 กองการสนเทศ
情不自禁 qíngbùzìjīn 〈成〉 อดใจไม่ได้
情操 qíngcāo 名 อารมณ์ความรู้สึกและความซื่อสัตย์สุจริต
情敌（情敵）qíngdí 名 คู่แข่งในความรัก
情调（情調）qíngdiào 名 อาเวค ; อารมณ์ความรู้สึก
情分 qíngfèn 名 ไมตรีจิต
情夫 qíngfū 名 ชายชู้
情妇（情婦）qíngfù 名 หญิงชู้
情感 qínggǎn 名 อารมณ์ความรู้สึก
情歌 qínggē 名 เพลงรัก
情话（情話）qínghuà 名 คำพูดรัก ๆ ใคร่ ๆ
情怀（情懷）qínghuái 名 สภาพจิตใจที่มีอารมณ์ความรู้สึกบางอย่าง
情急智生 qíngjí-zhìshēng 〈成〉 เกิดปฏิภาณในการแก้ปัญหาขึ้นเมื่อตกอยู่ในสภาวะคับขัน
情节（情節）qíngjié 名 พล็อตเรื่อง (*plot*) ; สภาพ
情结（情結）qíngjié 名 ปมในใจ ; ความรักในส่วนลึกของหัวใจ
情景 qíngjǐng 名 ภาพของเหตุการณ์
情境 qíngjìng 名 ภาพของเหตุการณ์ ; สภาพการณ์
情况 qíngkuàng 名 สภาพ ; 〈军〉 การเปลี่ยนแปลงทางด้านการทหารของฝ่ายข้าศึก
情理 qínglǐ 名 เหตุผลและน้ำใจ
情侣 qínglǚ 名 คู่รัก

情面 qíngmiàn 名 ไมตรีจิตและการให้เกียรติที่มีต่อ
กัน

情趣 qíngqù 名 รสนิยม

情人 qíngrén 名 คู่รัก

情商 qíngshāng 名 อีคิว (EQ)

情书（情書）qíngshū 名 จดหมายรัก

情态（情態）qíngtài 名 สภาพจิตใจที่แสดงออก

情同手足 qíngtóngshǒuzú 〈成〉รักกันฉันท์พี่น้อง

情网（情網）qíngwǎng 名 หลุมรัก

情形 qíng·xing 名 สภาพ

情绪（情緒）qíngxù 名 อารมณ์

情义（情義）qíngyì 名 ความผูกพันทางด้านจิตใจ

情谊（情誼）qíngyì 名 มิตรภาพ ; ไมตรีจิต

情意 qíngyì 名 น้ำใจ ; ความรักและความห่วงใย

情由 qíngyóu 名 มูลเหตุ

情欲 qíngyù 名 กามารมณ์

情愿（情願）qíngyuàn 动 สมัครใจ 副 ยินยอม

晴 qíng 形 ท้องฟ้าแจ่มใส ; ท้องฟ้าปลอดโปร่ง

晴和 qínghé 形 ท้องฟ้าแจ่มใสและอากาศอบอุ่น

晴空 qíngkōng 名 ท้องฟ้าที่ปลอดโปร่ง

晴朗 qínglǎng 形 ท้องฟ้าแจ่มใส

晴雨表 qíngyǔbiǎo 名 〈气〉บาโรมิเตอร์ (barometer)

氰 qíng 名 〈化〉ไซแอนโนเจน (cyanogen)

擎 qíng 动 ชู

苘麻 qǐngmá 名 〈植〉(ปอชนิดหนึ่ง) ไพเมเกอร์
(piemarker)

顷（頃）qǐng 名 ชั่วครู่ 量 ฉิ่ง (ลักษณนามเนื้อที่
ของจีน ๑ ฉิ่ง＝๑๐๐ โหม่ว=๖๖.๖๖๗ เฮกตาร์)

顷刻（頃刻）qǐngkè 名 ในบัดดล

请（請）qǐng 动 เชิญ ; ขอ

请安（請安）qǐng'ān 动 แสดงความคารวะและ
ความห่วงใยต่อผู้ใหญ่

请便（請便）qǐngbiàn 动 ตามสบาย

请功（請功）qǐnggōng 动 ขอเบื้องบนบันทึกความ
ดีความชอบให้

请假（請假）qǐngjià 动 ขอลา (เพื่อหยุดงาน หยุด
เรียน ฯลฯ)

请柬（請柬）qǐngjiǎn 名 บัตรเชิญ

请教（請教）qǐngjiào 动 〈敬〉เรียนถาม ; ขอคำแนะนำ

请进（請進）qǐngjìn 动 เชิญเข้ามา

请客（請客）qǐngkè 动 เลี้ยงแขก ; เลี้ยง

请求（請求）qǐngqiú 动 ขอร้อง

请示（請示）qǐngshì 动 ขอคำชี้แนะจากเบื้องบน

请帖（請帖）qǐngtiě 名 บัตรเชิญ

请问（請問）qǐngwèn 动 ขอเรียนถาม ; ขอถาม

请愿（請願）qǐngyuàn 动 ร่วมกันยื่นคำร้องทุกข์
(ต่อรัฐบาลหรือหน่วยราชการ ฯลฯ)

请战（請戰）qǐngzhàn 动 ขอร่วมการต่อสู้

请罪（請罪）qǐngzuì 动 ขอรับโทษด้วยตัวเอง
ขอขมา

请坐（請坐）qǐngzuò 动 เชิญนั่ง

庆（慶）qìng 动 ฉลอง

庆典（慶典）qìngdiǎn 名 งานสมโภช ;
พิธีเฉลิมฉลอง

庆功（慶功）qìnggōng 动 ฉลองความดีความชอบ ;
ฉลองชัยชนะ

庆贺（慶賀）qìnghè 动 อวยพร

庆幸（慶幸）qìngxìng 动 ดีใจด้วยโชคดีโดยบังเอิญ

庆祝（慶祝）qìngzhù 动 ฉลอง

亲家（親家）qìng·jia 名 ญาติที่ผูกพันด้วย
การสมรสของลูก

亲家公（親家公）qìng·jiagōng 名 พ่อตาของลูกชาย ;
พ่อสามีของลูกสาว

亲家母（親家母）qìng·jiamǔ 名 แม่ยายของลูกชาย ;
แม่สามีของลูกสาว

磬 qìng 名 〈乐〉ชิ่ง (เครื่องดนตรีประเภทตีชนิด
หนึ่งของจีนในสมัยโบราณ)

穷（窮）qióng 形 จน ; สิ้นสุด ; สุดขีด

穷兵黩武（窮兵黷武）qióngbīng-dúwǔ 〈成〉
ทุ่มเทกำลังทหารทั้งหมดเพื่อก่อศึกทำสงคราม ;
ชอบทำการศึกเป็นอย่างมาก

穷光蛋（窮光蛋）qióngguāngdàn 名 〈口〉คนจน
(มีความหมายในทางเหยียดหยามหรือประชด)

穷鬼（窮鬼）qióngguǐ 名 〈骂〉คนจน (เป็นคำด่าใน
ทางรังเกียจ)

穷尽（窮盡）qióngjìn 动 สิ้นสุด

穷寇（窮寇）qióngkòu 名 ข้าศึกที่หมดทางสู้
穷苦（窮苦）qióngkǔ 形 ยากจนข้นแค้น
穷困（窮困）qióngkùn 形 ลำบากยากแค้น
穷人（窮人）qióngrén 名 คนจน
穷酸（窮酸）qióngsuān 形 ยากจนและคร่ำครึ (คำประชดนักศึกษายากจนสมัยเก่า)
穷途末路（窮途末路）qióngtú-mòlù 〈成〉 เข้าตาจน
穷乡僻壤（窮鄉僻壤）qióngxiāng-pìrǎng 〈成〉 ชนบทที่ยากจนและห่างไกลความเจริญ

Q

穷凶极恶（窮凶極惡）qióngxiōng-jí'è 〈成〉 โหดร้ายทารุณอย่างสุดขีด
穷追（窮追）qióngzhuī 动 ไล่ตามให้ถึงที่สุด
茕茕（煢煢）qióngqióng 形 〈书〉 โดดเดี่ยวเดียวดาย
穹苍（穹蒼）qióngcāng 名 〈书〉 ท้องนภา
穹隆 qiónglóng 形 〈书〉 (ท้องฟ้า หลังคา)โค้ง
穹庐（穹廬）qiónglú 名〈书〉เต็นท์ (*tent*) (ยอดกลมแบบกลุ่มชนเลี้ยงสัตว์เร่ร่อนใช้พักอาศัย)
琼（瓊）qióng 名 〈书〉 หยกงาม ; สิ่งสวยงาม
琼浆（瓊漿）qióngjiāng 名 〈书〉 สุรารสเลิศ
丘 qiū 名 เนิน
丘陵 qiūlíng 名 ภูเขาเล็กๆที่เชื่อมต่อกัน
丘疹 qiūzhěn 名 〈医〉 ตุ่มเล็ก ๆ สีแดง (ไม่มีหนอง) ที่ขึ้นตามผิวหนัง
秋 qiū 名 ฤดูใบไม้ร่วง
秋波 qiūbō 名 ตาหวานหยาดเยิ้มของสาวสวย
秋季 qiūjì 名 ฤดูใบไม้ร่วง
秋景 qiūjǐng 名 ทิวทัศน์ฤดูใบไม้ร่วง
秋千（鞦韆）qiūqiān 名 ชิงช้า
秋色 qiūsè 名 ทิวทัศน์ฤดูใบไม้ร่วง
秋收 qiūshōu 动 〈农〉 การเก็บเกี่ยวในฤดูใบไม้ร่วง
秋天 qiūtiān 名 ฤดูใบไม้ร่วง
秋游 qiūyóu 动 ท่องเที่ยวในฤดูใบไม้ร่วง
秋雨 qiūyǔ 名 ฝนตกในฤดูใบไม้ร่วง
秋种（秋種）qiūzhòng 动 〈农〉 เพาะปลูกในฤดูใบไม้ร่วง
蚯蚓 qiūyǐn 名 〈动〉 ไส้เดือน
囚 qiú 动 คุมขัง 名 นักโทษ
囚车（囚車）qiúchē 名 รถคุมนักโทษ
囚犯 qiúfàn 名 นักโทษ
囚禁 qiújìn 动 คุมขัง
囚笼（囚籠）qiúlóng 名 กรงขัง
囚室 qiúshì 名 ห้องขัง
囚徒 qiútú 名 นักโทษที่ถูกคุมขัง
求 qiú 动 ขอ ; แสวงหา
求爱（求愛）qiú'ài 动 ขอความรัก ; เกี้ยว
求得 qiúdé 动 ขอได้ ; แสวงหาได้
求告 qiúgào 动 วิงวอน
求购（求購）qiúgòu 动 ขอซื้อ
求和 qiúhé 动 ขอสงบศึก
求婚 qiúhūn 动 ขอแต่งงาน
求见（求見）qiújiàn 动 ขอพบ
求教 qiújiào 动 ขอเรียนถาม ; ขอคำแนะนำ
求解 qiújiě 动 การแสดงวิธีทำและหาคำตอบ (ทางคณิตศาสตร์ เรขาคณิต เคมี ฟิสิกส์ ฯลฯ)
求救 qiújiù 动 ขอความช่วยเหลือในยามอันตราย
求靠 qiúkào 动 〈方〉 ขอพึ่งพาอาศัย
求偶 qiú'ǒu 动 หาคู่
求聘 qiúpìn 动 (นายจ้าง) ประกาศจ้าง ; ขอสมัครงาน
求亲（求親）qiúqīn 动 สู่ขอ
求情 qiúqíng 动 ขอความเมตตา
求全 qiúquán 动 เรียกร้องให้สมบูรณ์ทุกอย่าง
求饶（求饒）qiúráo 动 ขอร้องให้ยกโทษ
求人 qiúrén 动 ขอความช่วยเหลือจากคนอื่น
求生 qiúshēng 动 หาทางเพื่อรอดชีวิต ; หาทางเลี้ยงชีพ
求实（求實）qiúshí 动 เน้นให้สอดคล้องกับความเป็นจริง
求索 qiúsuǒ 动 แสวงหา
求同存异 qiútóng-cúnyì 〈成〉 แสวงหาข้อที่เห็นพ้องต้องกัน รักษาไว้ซึ่งข้อแตกต่าง
求学（求學）qiúxué 动 เรียนหนังสือ
求医（求醫）qiúyī 动 หาหมอ ; ขอรักษาโรคให้
求援 qiúyuán 动 ขอความช่วยเหลือ
求诊（求診）qiúzhěn 动 หาหมอ ; หาทางรักษาโรค
求证（求證）qiúzhèng 动 หาข้อพิสูจน์
求知欲 qiúzhīyù 名 ความกระหายในการแสวงหา

ความรู้
求职（求職）qiúzhí 动 หางาน
求助 qiúzhù 动 ขอความช่วยเหลือ
泅 qiú 动 ว่ายน้ำ
泅渡 qiúdù 动 ว่ายน้ำข้าม (แม่น้ำ ฯลฯ)
酋长（酋長）qiúzhǎng 名 หัวหน้าเผ่า
酋长国（酋長國）qiúzhǎngguó 名 เมืองที่มีหัวหน้าเผ่าเป็นประมุข
球 qiú 名 ลูกบอล ; โลก
球场（球場）qiúchǎng 名 สนามบอล
球胆（球膽）qiúdǎn 名 ไส้ในลูกบอล
球队（球隊）qiúduì 名 ทีมกีฬาประเภทบอล
球技 qiújì 名 เทคนิคในการเล่นบอล
球类（球類）qiúlèi 名 กีฬาประเภทบอล
球门（球門）qiúmén 名〈体〉ประตูฟุตบอล
球迷 qiúmí 名 แฟนกีฬาประเภทบอล
球面镜（球面鏡）qiúmiànjìng 名〈物〉กระจกทรงกลม
球磨机（球磨機）qiúmójī 名〈机〉เครื่องบอลมิลล์ (*ball mill*) (เครื่องบดสินแร่)
球拍 qiúpāi 名〈体〉ไม้ปิงปอง ฯลฯ ; แร็กเกต (*racket*) (สำหรับตีเทนนิสหรือแบดมินตัน)
球儿（球兒）qiúr 名 ลูกบอล
球赛（球賽）qiúsài 名〈体〉การแข่งขันบอล
球台（球檯）qiútái 名 โต๊ะสำหรับตีปิงปองหรือแทงบิลเลียด
球体（球體）qiútǐ 名 ปริมาตรทรงกลม
球网（球網）qiúwǎng 名〈体〉เน็ต (*net*)
球鞋 qiúxié 名 รองเท้ากีฬา
球心 qiúxīn 名 จุดศูนย์กลางของปริมาตรทรงกลม
球星 qiúxīng 名 ดารากีฬาประเภทบอล
球形 qiúxíng 名 ทรงกลม
球衣 qiúyī 名 สเวตเตอร์ (*sweater*)
球艺（球藝）qiúyì 名 เทคนิคกีฬาประเภทบอล
球员（球員）qiúyuán 名 นักกีฬาประเภทบอล
遒劲（遒勁）qiújìng 形〈书〉แข็งแกร่งและมีพลัง
裘皮 qiúpí 名 เสื้อหนังสัตว์
区（區）qū 名 เขต ; แยก
区别（區別）qūbié 名 ความแตกต่าง 动 จำแนก
区分（區分）qūfēn 动 แบ่งแยก
区划（區劃）qūhuà 名 การแบ่งเขต
区间（區間）qūjiān 名 ช่วงระยะเวลาหนึ่งตามเส้นทางวิ่งของรถประจำทางหรือรถไฟ
区块链（區塊鏈）qūkuàiliàn 名〈计〉บล็อกเชน (*blockchain*)
区区（區區）qūqū 形 น้อยนิด ; จิ๊บจ๊อย
区域（區域）qūyù 名 ภูมิภาค
区域性（區域性）qūyùxìng 名 ความเป็นภูมิภาค
区长（區長）qūzhǎng 名 ผู้ว่าการเขต
曲 qū 形 งอ ; โค้ง
曲笔 qūbǐ 名 ข้อเขียนที่บิดเบือนความจริง ; วิธีการประพันธ์ซึ่งผู้เขียนเจตนาเขียนออกนอกประเด็นก่อน
曲别针（曲別針）qūbiézhēn 名 ลวดหนีบกระดาษ
曲尺 qūchǐ 名 ไม้ฟุตฉาก
曲棍球 qūgùnqiú 名〈体〉ลูกฮอกกี้ (*hockey ball*) ; กีฬาฮอกกี้
曲解 qūjiě 动 บิดเบือน
曲径（曲徑）qūjìng 名 ทางเดินเล็ก ๆ ที่เลี้ยวลดคดเคี้ยว
曲奇 qūqí 名 คุกกี้ (*cookie*)
曲线（曲綫）qūxiàn 名 เส้นโค้ง
曲线美（曲綫美）qūxiànměi 名 ความงามส่วนเว้า
曲折 qūzhé 形 เลี้ยวลดคดเคี้ยว
曲直 qūzhí 名 ไร้เหตุผลกับมีเหตุผล ; ความถูกความผิด
驱（驅）qū 动 ต้อนวิ่งเร็ว ; ขับไล่
驱车（驅車）qūchē 动 ขับรถโดยเร็ว
驱除（驅除）qūchú 动 ขับไล่
驱动（驅動）qūdòng 动〈机〉ขับให้เคลื่อนที่
驱动程序（驅動程序）qūdòng chéngxù〈计〉หน่วยขับจานบันทึก ; ไดรเวอร์ (*driver*)
驱赶（驅趕）qūgǎn 动 ขับไล่
驱散（驅散）qūsàn 动 ไล่ให้แตกกระจัดกระจายไป ; ทำให้กระจายหายไป
驱使（驅使）qūshǐ 动 บังคับให้ทำ ; ผลักดันให้ไปทำ

驱逐（驅逐）qūzhú 动 ขับไล่
驱逐机（驅逐機）qūzhújī 名〈旧〉เครื่องบินขับไล่
驱逐舰（驅逐艦）qūzhújiàn 名〈军〉เรือพิฆาต
驱逐令（驅逐令）qūzhúlìng 名 คำสั่งขับไล่
屈 qū 动 งอ ; ศิโรราบ ; ไม่ได้รับความเป็นธรรม
屈才 qūcái 动 ใช้คนที่มีความรู้ความสามารถสูงไปทำงานง่าย ๆ
屈从（屈從）qūcóng 动 ยอมอย่างฝืนใจ
屈打成招 qūdǎ-chéngzhāo〈成〉ยอมรับผิดด้วยทนถูกทรมานไม่ไหว
屈服 qūfú 动 ยอมศิโรราบ
屈节（屈節）qūjié 动〈书〉เสียศักดิ์ศรี
屈就 qūjiù 动〈套〉ลดเกียรติรับตำแหน่ง (เป็นคำพูดที่ยกย่องผู้รับตำแหน่ง)
屈居 qūjū 动 อยู่ในอันดับ...โดยไม่ได้รับความเป็นธรรม
屈辱 qūrǔ 名 ความอัปยศอดสู
屈死 qūsǐ 动 ถูกกลั่นแกล้งจนตาย
屈膝 qūxī 动 คุกเข่า
屈折语（屈折語）qūzhéyǔ 名〈语〉ภาษาที่ใช้ในการแปลงวิภัตติของคำเพื่อบอกการกและกาล
屈指可数（屈指可數）qūzhǐ-kěshǔ〈成〉งอนิ้วนับได้ (หมายถึงจำนวนน้อยมาก)
屈尊 qūzūn 动〈套〉ลดเกียรติ (เป็นคำพูดยกย่องผู้อื่น)
袪 qū 动 ขับออก ; ขจัด
袪除 qūchú 动 ขับ ; กำจัด (โรคภัยไข้เจ็บ ความกลัว เสนียดจัญไร ฯลฯ)
袪痰 qūtán 动〈医〉ขับเสมหะ
蛆 qū 名〈动〉ตัวอ่อนของแมลงวัน
躯干（軀幹）qūgàn 名〈生理〉ลำตัว
躯壳（軀殼）qūqiào 名 ร่างกาย (คู่กับจิตใจ)
躯体（軀體）qūtǐ 名 สรีระ ; ร่างกาย
趋（趨）qū 动 รีบเดิน 名 แนวโน้ม
趋紧（趨緊）qūjǐn 动 มีแนวโน้มคับขันยิ่งขึ้น ; มีแนวโน้มกวดขันมากขึ้น
趋时（趨時）qūshí 动 คล้อยตามกระแสนิยม
趋势（趨勢）qūshì 名 แนวโน้ม
趋向（趨向）qūxiàng 动 มีแนวโน้มไปทาง... 名 แนวโน้ม
趋炎附势（趨炎附勢）qūyán-fùshì〈成〉ประจบและพึ่งพาผู้มีอิทธิพล
趋于（趨于）qūyú 动 มีแนวโน้มไปทาง...
蛐蛐儿（蛐蛐兒）qū·qur 名〈方〉จิ้งหรีด
黢黑 qūhēi 形 มืดมิด ; ดำปี๋
渠 qú 名 คลอง
渠道 qúdào 名 คลองส่งน้ำ ; ช่องทาง
曲 qǔ 名 เพลง ; ทำนองเพลง
曲调（曲調）qǔdiào 名〈乐〉ทำนองเพลง
曲目 qǔmù 名〈剧〉รายการการแสดงละครงิ้ว เพลงดนตรี ฯลฯ
曲谱（曲譜）qǔpǔ 名〈乐〉โน้ตเพลง ; หนังสือบทเพลง
曲式 qǔshì 名〈乐〉รูปแบบเพลง
曲艺（曲藝）qǔyì 名 ฉวี่อี้ (ศิลปะขับร้องแบบพื้นบ้านของจีน รวมทั้งการขับร้องเล่านิทาน การแสดงจำอวด ฯลฯ)
曲子 qǔ·zi 名 เพลง
取 qǔ 动 รับ
取保 qǔbǎo 动〈法〉หาคนประกันตัว
取材 qǔcái 动 หาข้อมูล ; หาวัตถุดิบ
取长补短（取長補短）qǔcháng-bǔduǎn〈成〉รับข้อดีของผู้อื่นมาเสริมข้อบกพร่องของตน
取代 qǔdài 动 เข้าแทนที่
取道 qǔdào 动 เลือกเส้นทาง
取得 qǔdé 动 ได้รับ
取缔（取締）qǔdì 动 ประกาศยกเลิก
取而代之 qǔ'érdàizhī〈成〉เข้าแทนที่
取经（取經）qǔjīng 动 ไปอัญเชิญพระไตรปิฎกที่อินเดีย อุปมาว่า ไปศึกษาหาประสบการณ์จากผู้อื่น
取景 qǔjǐng 动〈摄〉〈影视〉เลือกฉาก (เวลาถ่ายภาพหรือสเกตซ์ภาพ)
取决于 动 qǔjuéyú ชี้ขาดด้วย ; ขึ้นอยู่กับ
取款机（取款機）qǔkuǎnjī 名 เครื่องเอทีเอ็ม (*ATM*) ; เครื่องสำหรับลูกค้าธนาคารทำธุรกรรม เช่น ถอนเงิน โอนเงินด้วยตนเอง
取乐（取樂）qǔlè 动 หาความสนุกสนาน

取名 qǔmíng 动 ตั้งชื่อ ; ขนานนาม
取暖 qǔnuǎn 动 ทำให้รู้สึกอุ่นขึ้น ; เปิดเครื่องทำความร้อน ; เปิดฮีตเตอร์
取齐（取齊）qǔqí 动 ให้เท่ากัน
取巧 qǔqiǎo 动 ใช้อุบายฉกฉวยผลประโยชน์
取舍（取捨）qǔshě 动 รับเอาหรือทอดทิ้ง ; คัดเลือก
取胜（取勝）qǔshèng 动 ได้รับชัยชนะ
取消 qǔxiāo 动 ยกเลิก ; เพิกถอน
取笑 qǔxiào 动 หยอกล้อ ; หัวเราะเยาะ
取样（取樣）qǔyàng 动 สุ่มตัวอย่าง
取悦 qǔyuè 动 เอาใจ
取证（取證）qǔzhèng 动 หาหลักฐาน
娶 qǔ 动 แต่งภรรยา
娶亲（娶親）qǔqīn 动 แต่งภรรยา
龋齿（齲齒）qǔchǐ 名 〈医〉ฟันผุ
去 qù 动 ไป ; สูญเสีย ; อดีต
去除 qùchú 动 เอาออก ; ตัดทิ้ง ; ลบทิ้ง
去处（去處）qùchù 名 ที่ไป
去掉 qùdiào 动 เอาออก
去垢剂（去垢劑）qùgòujì 名 น้ำยากำจัดคราบ
去路 qùlù 名 ทางไป
去年 qùnián 名 ปีที่แล้ว ; ปีกลาย
去声（去聲）qùshēng 名 〈语〉เสียงวรรณยุกต์ที่สี่ในภาษาจีนปัจจุบัน
去世 qùshì 动 ถึงแก่กรรม
去污粉 qùwūfěn 名 ผงขจัดคราบ
去向 qùxiàng 名 ทิศทางที่ไป
趣 qù 形 สนุก 名 รสนิยม
趣事 qùshì 名 เรื่องสนุก
趣味 qùwèi 名 รสนิยม
趣闻（趣聞）qùwén 名 ข่าวเฮฮา
觑（覷）qù 动 มอง
圈 quān 名 วงแหวน ; ห่วง ; กลุ่ม 动 ล้อม
圈儿（圈兒）quānr 名 วงกลม ; ห่วง
圈套 quāntào 名 หลุมพราง ; กับดัก
圈子 quān·zi 名 วง ; รอบ ; กลุ่ม
权（權）quán 名 อำนาจ ; สิทธิ ; ชั่วคราว
权柄（權柄）quánbǐng 名 อำนาจ
权当（權當）quándāng 动 ถือเสียว่า
权贵（權貴）quánguì 名 ผู้มีตำแหน่งสูงและมีอำนาจ
权衡（權衡）quánhéng 动 ดุลพินิจ
权力（權力）quánlì 名 อำนาจ
权利（權利）quánlì 名 สิทธิ
权谋（權謀）quánmóu 名 อุบายที่พลิกแพลงไปตามสถานการณ์
权且（權且）quánqiě 副 เป็นการชั่วคราวไปก่อน
权势（權勢）quánshì 名 อำนาจและอิทธิพล
权术（權術）quánshù 名 อุบายที่พลิกแพลงไปตามสถานการณ์ ; กลวิธี
权威（權威）quánwēi 名 อำนาจและเกียรติภูมิ ; ผู้ที่มีอำนาจและเกียรติภูมิสูงสุด ; ทรงคุณวุฒิ
权威性（權威性）quánwēixìng 名 ความมีอำนาจและเกียรติภูมิ
权限（權限）quánxiàn 名 ขอบเขตอำนาจ
权宜（權宜）quányí 形 ชั่วคราว ; ยืดหยุ่น
权宜之计（權宜之計）quányízhījì 〈成〉 แผนการชั่วคราว
权益（權益）quányì 名 สิทธิและประโยชน์
全 quán 形 ครบถ้วน ; ทั้งหมด ; สมบูรณ์
全部 quánbù 名 ทั้งมวล ; ทั้งหมด ; ทั้งปวง ; ทั้งสิ้น
全才 quáncái 名 ผู้มีความรู้ความสามารถรอบด้าน
全长（全長）quáncháng 名 ความยาวสุทธิ
全场（全場）quánchǎng 名 ผู้ร่วมงานทั้งหมด ; ทั่วสถานที่ (จัดงาน) ; ทั่วสถานที่
全称（全稱）quánchēng 名 ชื่อเต็ม
全程 quánchéng 名 ตลอดระยะทาง
全都 quándōu 副 ทั้งนั้น ; ทั้งหมด ; ล้วน
全额（全額）quán'é 名 จำนวนที่กำหนดไว้ทั้งหมด
全方位 quánfāngwèi 名 ทุกทิศทุกที่ ; รอบด้าน
全副 quánfù 形 ครบชุด
全国（全國）quánguó 名 ทั่วประเทศ
全国性（全國性）quánguóxìng 名 ทั่วประเทศ
全集 quánjí 名 รวมบทนิพนธ์ครบชุด
全家 quánjiā 名 ทั้งครอบครัว
全价（全價）quánjià 名 ราคาเต็ม

全歼（全殲）quánjiān 动 กำจัดหมดสิ้น

全景 quánjǐng 名 ทัศนียภาพทั้งหมด

全局 quánjú 名 สถานการณ์ทั่วทุกด้าน

全力 quánlì 名 กำลังทั้งหมด

全力以赴 quánlìyǐfù ⟨成⟩ ทุ่มเทกำลังทั้งหมด

全貌 quánmào 名 โฉมหน้าทั้งหมด ; ทั่วทุกด้าน

全面 quánmiàn 形 รอบด้าน

全面发展（全面發展）quánmiàn fāzhǎn
พัฒนารอบด้าน

全民 quánmín 名 ประชาชนทั่วประเทศ

全能 quánnéng 形 ความสามารถรอบด้าน

全年 quánnián 名 ทั้งปี ; ตลอดปี

全盘（全盤）quánpán 形 ทั้งหมด ; รอบด้าน
(ใช้กับสิ่งนามธรรม)

全球 quánqiú 名 ทั่วโลก

全球化 quánqiúhuà 名 โลกาภิวัตน์ (全球一体化
ก็เรียก)

全权（全權）quánquán 名 อำนาจเต็ม

全然 quánrán 副 ทั้งสิ้น ; ใด ๆ ทั้งสิ้น

全日制 quánrìzhì 名 ระบบเต็มวัน ; ภาคปรกติ

全色 quánsè 名 ⟨摄⟩ ไวแสงทุกสี (รวมทั้งสีแดง
ด้วย)

全身 quánshēn 名 ทั้งตัว ; ทั่วร่าง

全身像 quánshēnxiàng 名 ⟨摄⟩ รูปถ่าย (หรือรูปวาด)
ทั้งตัว

全神贯注（全神貫注）quánshén-guànzhù ⟨成⟩
ใจจดใจจ่อ

全盛 quánshèng 形 เจริญเต็มที่

全世界 quánshìjiè 名 ทั่วโลก

全数（全數）quánshù 名 จำนวนทั้งหมด

全速 quánsù 名 ความเร็วสุด

全损（全損）quánsǔn 动 เสียหายเต็มที่

全损险（全損險）quánsǔnxiǎn 名⟨经⟩ ประกัน
แบบทีแอลโอ (TLO)

全体（全體）quántǐ 名 ทั้งปวง ; ทั้งมวล (มักจะใช้กับ
บุคคล)

全天候 quántiānhòu 形 (เหมาะกับ) ทุกสภาพ
อากาศ

全文 quánwén 名 บทความทั้งบท ;
เอกสารทั้งฉบับ

全息 quánxī 形 เทคนิคเขียนภาพสามมิติ

全线（全綫）quánxiàn 名 ตลอดทั้งสาย ; ตลอดทั้ง
แนว

全心全意 quánxīn-quányì ⟨成⟩ อย่างสุดจิตสุดใจ

全新 quánxīn 形 ใหม่หมด

全员（全員）quányuán 名 สมาชิกทั้งหมด

全运会（全運會）quányùnhuì 名 ⟨简⟩ งานกีฬา
ทั่วประเทศ

全自动（全自動）quánzìdòng 形 อัตโนมัติ

诠释（詮釋）quánshì 动 ตีความและอรรถาธิบาย

泉 quán 名 ตาน้ำพุ

泉水 quánshuǐ 名 น้ำพุ

泉源 quányuán 名 แหล่งน้ำ ; แหล่งกำเนิด

拳 quán 名 หมัด ; กำปั้น ; มวย

拳打脚踢 quándǎ-jiǎotī ⟨成⟩ ทั้งชกทั้งเตะ

拳击（拳擊）quánjī 名 ⟨体⟩ ชกมวย

拳师（拳師）quánshī 名 ครูฝึกมวย ; นักมวย

拳术（拳術）quánshù 名 ⟨体⟩ วิชามวย

拳头 quán·tóu 名 กำปั้น ; หมัด

拳王 quánwáng 名 ราชามวย

痊愈 quányù 动 (อาการป่วย) หายดี

蜷伏 quánfú 动 ขดตัวฟุบลง

蜷曲 quánqū 动 งอ ; ขด

蜷缩 quánsuō 动 ขดตัว ; งอตัว

醛 quán 名⟨化⟩ สารแอลดีไฮด์ (aldehyde)

颧骨（顴骨）quángǔ 名 ⟨生理⟩ กระดูกโหนก
แก้ม

犬 quǎn 名 ⟨动⟩ สุนัข

犬齿（犬齒）quǎnchǐ 名 เขี้ยว

劝（勸）quàn 动 พูดโน้มน้าว ; เตือน

劝导（勸導）quàndǎo 动 พูดโน้มน้าว ; ตักเตือน

劝告（勸告）quàngào 动 ตักเตือนโน้มน้าว

劝架（勸架）quànjià 动 ไกล่เกลี่ยให้เลิกทะเลาะกัน
หรือตีกัน

劝解（勸解）quànjiě 动 พูดโน้มน้าวและปลอบใจ ; ไกล่เกลี่ยให้เลิกทะเลาะกันหรือดีกัน
劝诫（勸誡）quànjiè 动 ตักเตือนให้หลีกเลี่ยง ; ตักเตือนให้ระวัง
劝酒（勸酒）quànjiǔ 动 เชิญชวนดื่มเหล้า (ในงานเลี้ยง)
劝勉（勸勉）quànmiǎn 动 พูดโน้มน้าวและให้กำลังใจ
劝说（勸説）quànshuō 动 พูดชักชวน
劝退（勸退）quàntuì 动 ตักเตือนให้ลาออก (จากพรรค ฯลฯ)
劝慰（勸慰）quànwèi 动 พูดปลอบใจ
劝降（勸降）quànxiáng 动 ชักจูงให้ยอมจำนน
劝诱（勸誘）quànyòu 动 พูดชักจูง
劝止（勸止）quànzhǐ 动 ตักเตือนห้ามปราม
劝阻（勸阻）quànzǔ 动 ตักเตือนห้ามปราม
券 quàn 名 บัตร ; ตั๋ว
缺 quē 动 ขาดแคลน ; ขาด
缺德 quēdé 形 เลว (ไม่มีศีลธรรม)
缺点（缺點）quēdiǎn 名 ข้อบกพร่อง
缺额（缺額）quē'é 名 ตำแหน่งที่ว่าง
缺乏 quēfá 动 ขาดแคลน
缺憾 quēhàn 名 สิ่งที่น่าเสียดาย (เพราะขาดความสมบูรณ์)
缺货（缺貨）quēhuò 动 สินค้าขาดตลาด 名 สินค้าที่ขาดตลาด
缺课（缺課）quēkè 动 ขาดเรียน
缺口 quēkǒu 名 ปากแหว่ง ; (ค่าใช้จ่าย สิ่งของฯลฯ) ส่วนที่ขาด
缺漏 quēlòu 名 ส่วนที่ขาดตกบกพร่อง
缺勤 quēqín 动 ขาดงาน
缺少 quēshǎo 动 ขาด
缺失 quēshī 名 ข้อบกพร่อง 动 ขาดตกบกพร่อง
缺损（缺損）quēsǔn 动 เสียหาย ; 〈医〉 อวัยวะไม่สมบูรณ์
缺席 quēxí 动 ขาดประชุม
缺陷 quēxiàn 名 ปมด้อย ; ข้อบกพร่อง
瘸 qué 动 (ขา) เป๋
瘸腿 quétuǐ 名 ขาเป๋
瘸子 qué·zi 名 คนขาเป๋
却 què 动 ถอยหลัง ; ปฏิเสธ 连 แต่
却步 quèbù 动 ถอยหลังด้วยความหวาดกลัว
却是 quèshì 连 แต่กลับเป็นว่า
雀 què 名 〈动〉 นกกระจอก
雀斑 quèbān 名 〈医〉 กระ (ตามผิวหนัง)
确（確）què 形 จริง ; แน่นอน ; แท้
确保（確保）quèbǎo 动 รับรองแน่นอน
确定（確定）quèdìng 动 แน่นอน ; ตกลงแน่นอน
确立（確立）quèlì 动 ก่อตั้งไว้อย่างมั่นคง
确切（確切）quèqiè 形 แม่นยำ ; แน่แท้
确认（確認）quèrèn 动 ยอมรับอย่างแน่ชัด
确实（確實）quèshí 副 แน่แท้
确信（確信）quèxìn 动 มั่นใจ ; เชื่อแน่
确凿（確鑿）quèzáo 形 แน่ชัด
确诊（確診）quèzhěn 动 〈医〉 วินิจฉัยโรค
阕（闋）què 量 〈乐〉 บท (ลักษณนามของเพลงหรือบทกวี) 动 〈书〉 จบ ; สิ้นสุด
鹊（鵲）què 名 〈动〉 นกกางเขน
鹊巢鸠占（鵲巢鳩占）quècháo-jiūzhàn 〈成〉 เข้าครอบครองที่อยู่ของผู้อื่นโดยพลการ
鹊起（鵲起）quèqǐ 动 อุปมาว่า ขึ้นชื่อลือนาม
鹊桥（鵲橋）quèqiáo 名 อุปมาว่า ทางที่นำคนรักได้พบปะกัน
逡巡 qūnxún 动 〈书〉 ลังเลและไม่กล้าก้าวหน้าด้วยความกังวล
裙带（裙帶）qúndài 形 ความสัมพันธ์ทางฝ่ายภรรยา ลูกสาวหรือพี่สาวน้องสาว
裙子 qún·zi 名 กระโปรง
群 qún 量 กลุ่ม ; ฝูง
群岛（群島）qúndǎo 名 หมู่เกาะ
群婚 qúnhūn 名 การแต่งงานหมู่ (รูปแบบการแต่งงานในสมัยดึกดำบรรพ์)
群居 qúnjū 动 อยู่กันเป็นกลุ่ม
群龙无首（群龍無首）qúnlóng-wúshǒu 〈成〉 อุปมาว่า กลุ่มคนที่ขาดผู้นำ

Q

群情鼎沸 qúnqíng-dǐngfèi 〈成〉 อารมณ์ของมวลชนเดือดพล่าน

群落 qúnluò 名 ชุมชน ; กลุ่ม ; สังคม ; สิ่งมีชีวิตที่เป็นพืชและสัตว์ของเขตหนึ่ง (*biological community*)

群体（群體）qúntǐ 名 หมู่คณะ ; ส่วนรวม

群众（群衆）qúnzhòng 名 มวลชน

麇集 qúnjí 动 〈书〉 (สัตว์) จับกลุ่มกัน

R r

然 rán 代 〈书〉 เช่นนี้ 连 〈书〉 แต่ว่า 〈后缀〉 ปัจจัยท้ายคำ
然而 rán'ér 连 แต่ทว่า
然后（然後）ránhòu 连 และแล้ว
燃 rán 动 ไหม้ ; จุด (ไฟ)
燃点（燃點）rándiǎn 名 〈化〉 จุดลุกไหม้ 动 จุดไฟ (ทำให้ไฟติด)
燃放 ránfàng 动 จุดชนวนให้ระเบิด (ดอกไม้ไฟ ประทัด ฯลฯ)
燃料 ránliào 名 เชื้อเพลิง
燃眉之急 ránméizhījí 〈成〉 สภาพที่จวนตัวมาก
燃气（燃氣）ránqì 名 แก๊สเชื้อเพลิง
燃烧（燃燒）ránshāo 动 〈化〉 ลุกไหม้ ; สันดาป
燃烧弹（燃燒彈）ránshāodàn 名 ลูกระเบิดเพลิง
燃油 rányóu 名 น้ำมันเชื้อเพลิง
冉冉 rǎnrǎn 副 〈书〉 อย่างช้า ๆ 形 (กิ่งไม้) ลู่ลง
染 rǎn 动 ย้อม ; ติด (เชื้อโรค ฯลฯ)
染病 rǎnbìng 动 ป่วย
染缸 rǎngāng 名 อ่างย้อมผ้า
染料 rǎnliào 名 วัสดุย้อมผ้า
染色 rǎnsè 动 ย้อมสี
染色体（染色體）rǎnsètǐ 名 〈生理〉 โครโมโซม (*chromosome*)
嚷嚷 rāng•rang 动 〈口〉 เอะอะโวยวาย ; ส่งเสียงดัง ; แพร่ข่าว
瓤 ráng 名 เนื้อผลไม้ ; สิ่งที่หุ้มไว้ในเปลือก
壤 rǎng 名 ดิน ; พื้นดิน ; แดน
攘 rǎng 动 ขับไล่ ; แย่งชิง
攘攘 rǎngrǎng 形 〈书〉 วุ่นวาย
嚷 rǎng 动 ร้องเสียงดัง
让（讓）ràng 动 ยอม ; หลีก ; ขอเชิญ ; ให้ (ทำ)
让步（讓步）ràngbù 动 ยอมสละผลประโยชน์หรือความเห็นของตน
让开（讓開）ràngkāi 动 หลีกทางให้
让利（讓利）rànglì 动 ยอมเสียกำไร
让路（讓路）rànglù 动 หลีกทาง
让位（讓位）ràngwèi 动 หลีกทางให้ (คนอื่น) ขึ้นครองตำแหน่ง
让座（讓座）ràngzuò 动 สละที่นั่ง (ให้คนอื่น)
饶（饒）ráo 动 ให้อภัย ; แถม
饶命（饒命）ráomìng 动 ไว้ชีวิต
饶舌（饒舌）ráoshé 动 ปากมาก ; ขี้บ่น
饶恕（饒恕）ráoshù 动 ยกโทษ
扰（擾）rǎo 动 ก่อกวน ; 〈套〉 รบกวน (พูดในเชิงเกรงใจ)
扰乱（擾亂）rǎoluàn 动 ก่อกวน
绕（繞）rào 动 พัน ; วน ; อ้อม
绕道（繞道）ràodào 动 อ้อม (ทาง)
绕口令（繞口令）ràokǒulìng 名 การละเล่นชนิดหนึ่งทางภาษา
绕圈子（繞圈子）rào quān•zi 动 เดินทางอ้อม ; พูดอ้อมค้อม
绕弯子（繞彎子）rào wān•zi 动 〈方〉 พูดอ้อมค้อม
绕行（繞行）ràoxíng 动 เดิน (หรือวิ่ง) อ้อม
绕远儿（繞遠兒）ràoyuǎnr 形 (เส้นทาง) วกวนและไกล ; 动 เดินเส้นทางที่วกวนและไกล
绕嘴（繞嘴）ràozuǐ 形 พูดหรืออ่านขัด ๆ (เป็นเพราะภาษาไม่ราบรื่น)
惹 rě 动 ก่อให้เกิด ; ยั่ว
惹祸（惹禍）rěhuò 动 นำภัยใส่ตัว
惹乱子（惹亂子）rěluàn•zi 〈惯〉 นำภัยใส่ตัว
惹气（惹氣）rěqì 动 ทำให้โมโห ; ทำให้กลัดกลุ้ม
惹事 rěshì 动 ก่อเรื่อง
惹是生非 rěshì-shēngfēi 〈成〉 ก่อให้เกิดความวุ่นวาย

热（熱）rè 形 ร้อน 动 อุ่นให้ร้อน ; นิยม ; อิจฉา
热爱（熱愛）rè'ài 动 รักอย่างดูดดื่ม
热播（熱播）rèbō 动〈影视〉รายการที่ออกอากาศพร้อมกันหลายช่องโทรทัศน์
热潮（熱潮）rècháo 名 กระแสนิยม
热忱（熱忱）rèchén 名 ความกระตือรือร้น
热诚（熱誠）rèchéng 形 อบอุ่นและจริงใจ
热带（熱帶）rèdài 名〈地理〉โซนร้อน ; เขตร้อน
热带鱼（熱帶魚）rèdàiyú 名〈动〉ปลาทะเลเขตร้อน
热带雨林（熱帶雨林）rèdài yǔlín 名〈地理〉ป่าดงดิบ
热点（熱點）rèdiǎn 名 ข่าวฮอต (*hot*) ; จุดสนใจ
热电（熱電）rèdiàn 名〈物〉ไฟฟ้าพลังงานความร้อน
热电厂（熱電廠）rèdiànchǎng 名 โรงไฟฟ้าผลิตด้วยเชื้อเพลิง
热度（熱度）rèdù 名 ระดับความร้อน
热敷（熱敷）rèfū 动〈医〉ประคบด้วยความร้อน
热狗（熱狗）règǒu 名 ฮ็อตด็อก (*hot dog*)
热乎（熱乎）rè·hu 形 ร้อน ๆ ; สนิทสนม
热火（熱火）rè·huo 形 ครึกครื้น ; ร้อน ๆ ; สนิทสนม
热辣辣（熱辣辣）rèlàlà 形 ร้อนผ่าว
热浪（熱浪）rèlàng 名〈气〉คลื่นความร้อน
热泪盈眶（熱泪盈眶）rèlèi-yíngkuàng〈成〉น้ำตาคลอเพราะสะเทือนอารมณ์
热力（熱力）rèlì 名〈物〉พลังงานความร้อน
热力学（熱力學）rèlìxué 名〈物〉วิทยาศาสตร์พลังงานความร้อน
热恋（熱戀）rèliàn 动 รักอย่างหลงใหล
热量（熱量）rèliàng 名〈物〉ปริมาณความร้อน
热烈（熱烈）rèliè 形 เอิกเกริก ; คึกคัก ; อบอุ่น
热流（熱流）rèliú 名 กระแสนิยม ; ความรู้สึกอบอุ่น
热门（熱門）rèmén 形 เป็นที่นิยม 名 สิ่งที่นิยมหรือได้รับความสนใจ
热闹（熱鬧）rè·nao 形 ครึกครื้น ; เอิกเกริก ; ทำให้คึกคักสนุกสนาน
热能（熱能）rènéng 名〈工〉พลังงานความร้อน
热气（熱氣）rèqì 名 ไอร้อน ; อากาศที่ร้อนระอุ
热气球（熱氣球）rèqìqiú 名 บอลลูน (*hot air ballon*)
热切（熱切）rèqiè 形 กระตือรือร้น
热情（熱情）rèqíng 形 กระตือรือร้น 名 ความอบอุ่น
热身（熱身）rèshēn 动 อุ่นเครื่อง
热身赛（熱身賽）rèshēnsài 名〈体〉การแข่งขันอุ่นเครื่อง
热水（熱水）rèshuǐ 名 น้ำร้อน
热水瓶（熱水瓶）rèshuǐpíng 名 กระติกน้ำร้อน
热水器（熱水器）rèshuǐqì 名 เครื่องทำน้ำร้อน
热腾腾（熱騰騰）rèténgténg 形 ร้อนระอุ
热天（熱天）rètiān 名 อากาศร้อน ; ฤดูร้อน ; วันที่อากาศร้อน
热望（熱望）rèwàng 名 ความหวังอันแรงกล้า ; 动 หวังอย่างยิ่ง
热线（熱綫）rèxiàn 名 ฮ็อตไลน์ (*hot line*) ; (โทรศัพท์หรือโทรเลข) สายด่วน
热心（熱心）rèxīn 形 มีความกระตือรือร้น ; มีน้ำใจ
热学（熱學）rèxué 名〈物〉วิชาว่าด้วยความร้อน
热血（熱血）rèxuè 名 เลือดอันเร่าร้อน
热压（熱壓）rèyā 名〈物〉อัดด้วยพลังความร้อน
热饮（熱飲）rèyǐn 名 เครื่องดื่มชนิดร้อน
热源（熱源）rèyuán 名 แหล่งความร้อน
热轧（熱軋）rèzhá 动〈冶〉รีดแผ่นเหล็กด้วยพลังงานความร้อน
热衷（熱衷）rèzhōng 动 ทะเยอทะยานมาก ; ชอบเป็นพิเศษ
人 rén 名 คน
人才 réncái 名 บุคคลผู้ทรงความรู้ความสามารถ
人称（人稱）rénchēng 名〈语〉บุรุษสรรพนาม
人次 réncì 量 คน-ครั้ง
人道 réndào 名 มนุษยธรรม
人道主义（人道主義）réndào zhǔyì ลัทธิมนุษยธรรม
人丁 réndīng 名 จำนวนคน (ในครอบครัว) ; ประชากร
人犯 rénfàn 名〈法〉ผู้ต้องหา
人贩子（人販子）rénfàn·zi 名 พ่อค้าค้ามนุษย์

人浮于事 rénfúyúshì 〈成〉 คนมากกว่างาน
人格 réngé 名 ศีลธรรมและความประพฤติ ; บุคลิกลักษณะ ; เกียรติคุณของบุคคล
人工 réngōng 名 แรงงานคน ; มนุษย์สร้างขึ้น
人工呼吸 réngōng hūxī 〈医〉 ผายปอดให้หายใจ (เป็นการปฐมพยาบาลชนิดหนึ่ง)
人工湖 réngōnghú 名 ทะเลสาบที่ขุดขึ้น ; สระที่ขุดขึ้น
人工授精 réngōng shòujīng 〈医〉 การผสมพันธุ์เทียม
人工智能 réngōng zhìnéng ปัญญาประดิษฐ์ ; เอไอ (*AI, artificial intelligence*)
人海 rénhǎi 名 ทะเลคน (ผู้คนล้นหลามดุจทะเลซึ่งมองไม่เห็นริมฝั่ง)
人和 rénhé 名 ความสามัคคีเป็นอันหนึ่งอันเดียวกัน
人迹 rénjì 名 ร่องรอยของคน
人迹罕至 rénjì-hǎnzhì 〈成〉 มีคนไปถึงน้อยมาก
人家 rénjiā 名 บ้านคน ; ครอบครัว
人家 rén•jia 代 คนอื่นเขา ; ฉัน (สรรพนามบุรุษที่ ๑)
人间（人間）rénjiān 名 โลกมนุษย์
人杰 rénjié 名 อัจฉริยบุคคล
人均 rénjūn 动 เฉลี่ยต่อหัว
人口 rénkǒu 名 ประชากร ; จำนวนคน
人口学（人口學）rénkǒuxué 名 ประชากรศาสตร์
人类（人類）rénlèi 名 มนุษยชาติ
人类学（人類學）rénlèixué 名 มานุษยวิทยา
人力 rénlì 名 กำลังคน ; แรงคน
人力车（人力車）rénlìchē 名 รถลาก ; รถเข็น
人流 rénliú 名 ฝูงชนที่หลั่งไหลไป
人伦（人倫）rénlún 名 ความสัมพันธ์ระหว่างมนุษย์ตามหลักศีลธรรมจรรยา
人马（人馬）rénmǎ 名 กำลังทหาร ; กำลังคน (ในทีมงาน)
人脉 rénmài 名 มนุษยสัมพันธ์
人们（人們）rén•men 名 ผู้คน
人面兽心（人面獸心）rénmiàn-shòuxīn 〈成〉 หน้าเนื้อใจเสือ
人民 rénmín 名 ประชาชน
人民币（人民幣）rénmínbì 名 เงินเหรินหมินปี้
人名 rénmíng 名 ชื่อคน
人命 rénmìng 名 ชีวิตคน
人命关天（人命關天）rénmìng-guāntiān 〈成〉 ชีวิตคนสำคัญยิ่ง
人品 rénpǐn 名 คุณสมบัติประจำตัว ; บุคลิกภาพ ; รูปร่างหน้าตาและบุคลิก
人气（人氣）rénqì 名 ระดับการได้รับความนิยม ; 〈方〉 อุปนิสัย
人情 rénqíng 名 อารมณ์ความรู้สึกของมนุษย์ ; น้ำใจมนุษย์ ; ประเพณีการแสดงน้ำใจต่อกัน ; ของขวัญ
人权（人權）rénquán 名 สิทธิมนุษยชน
人群 rénqún 名 กลุ่มคน ; ฝูงชน
人肉搜索 rénròu sōusuǒ ตามล่าหาตัวบนโลกไซเบอร์ (*cyber manhunt*) ; ขุดคุ้ยบนโลกไซเบอร์, 人肉 ก็เรียก
人山人海 rénshān-rénhǎi 〈成〉 คนล้นหลามดุจทะเลซึ่งมองไม่เห็นฝั่ง
人蛇 rénshé 名〈方〉 คนลักลอบเข้าเมือง
人身 rénshēn 名 ตัวบุคคล ; ทางกาย
人参（人參）rénshēn 名 〈植〉 〈中药〉 โสม
人生 rénshēng 名 ชีวิตของคนเรา
人生观（人生觀）rénshēngguān 名 ชีวทรรศน์
人声鼎沸（人聲鼎沸）rénshēng-dǐngfèi 〈成〉 เสียง (คน) ดังกึกก้อง
人士 rénshì 名 บุคคลที่มีชื่อเสียง
人世 rénshì 名 โลกมนุษย์
人世间（人世間）rénshìjiān 名 ในโลกมนุษย์
人事 rénshì 名 เรื่องของมนุษย์ ; งานบุคคล
人手 rénshǒu 名 กำลังคน
人数（人數）rénshù 名 จำนวนคน
人所共知 rénsuǒgòngzhī 〈成〉 เป็นที่ทราบกันโดยทั่วไป
人体（人體）réntǐ 名 สรีระ ; ร่างกายของคน
人体感应（人體感應）réntǐ gǎnyìng 〈生理〉 สรีระโทรเพท ; การตอบสนองทางสรีระ
人头（人頭）réntóu 名 จำนวนคน ; รายหัว
人头税（人頭稅）réntóushuì 名 ภาษีรายหัว

人望 rénwàng 名 〈书〉 ความนับถือของคนทั่วไป

人为（人爲）rénwéi 动 มนุษย์สร้างขึ้น ; คนทำ

人文主义（人文主義）rénwén zhǔyì มนุษยนิยม

人物 rénwù 名 บุคคล

人像 rénxiàng 名 ภาพคน ; รูปคน

人心 rénxīn 名 ใจคน ; จิตใจมนุษย์

人心所向 rénxīn-suǒxiàng 〈成〉 ความต้องการของชนทั่วไป

人行道 rénxíngdào 名 〈交〉 บาทวิถี ; ทางเท้า

人性 rénxìng 名 ความเป็นมนุษย์ ; ลักษณะธรรมชาติของมนุษย์

人选（人選）rénxuǎn 名 บุคคลที่ได้รับการคัดเลือก

人烟 rényān 名 บ้านที่มีคนอยู่อาศัย

R

人言可畏 rényán-kěwèi 〈成〉 คำพูดของคนน่ากลัวมาก

人影儿（人影兒）rényǐngr 名 เงาของคน ; 〈口〉 คน

人员（人員）rényuán 名 เจ้าหน้าที่

人缘儿（人緣兒）rényuánr 名 มนุษยสัมพันธ์

人云亦云 rényún-yìyún 〈成〉 เขาพูดว่าอย่างไร ตนก็พูดว่าอย่างนั้น อุปมาว่า ไม่มีความคิดของตัวเอง

人造 rénzào 形 ทำด้วยฝีมือมนุษย์ ; เทียม

人造革 rénzàogé 名 หนังเทียม

人造毛 rénzàomáo 名 〈纺〉 ขนสัตว์เทียม

人造棉 rénzàomián 名 〈纺〉 ใยเทียมผสมฝ้าย

人造丝（人造絲）rénzàosī 名 〈纺〉 ผ้าไหมเทียม

人造卫星（人造衛星）rénzào wèixīng ดาวเทียม

人证（人證）rénzhèng 名 〈法〉 พยานบุคคล

人之常情 rénzhī-chángqíng 〈成〉 อารมณ์ความรู้สึกของมนุษย์;ทางโลก

人质（人質）rénzhì 名 ตัวประกัน

人治 rénzhì 名 ปกครองประเทศด้วยบุคคล (มิใช่กฎหมาย)

人中 rénzhōng 名 〈生理〉 ร่องใต้จมูกถึงริมฝีปากบน

人种（人種）rénzhǒng 名 ชาติพันธุ์

仁 rén 形 เมตตา ; กรุณา

仁爱（仁愛）rén'ài 形 การุณยธรรม

仁慈 réncí 形 เมตตากรุณา

仁义（仁義）rényì 名 การุณยธรรมและเที่ยงธรรม

仁义道德（仁義道德）rényì-dàodé 〈成〉 ศีลธรรมแห่งการุณยธรรมและเที่ยงธรรม

仁政 rénzhèng 名 การปกครองด้วยเมตตาธรรม

仁至义尽（仁至義盡）rénzhì-yìjìn 〈成〉 การให้ความช่วยเหลือแก่ผู้อื่นจนสุดความสามารถโดยยึดความเมตตาจิตและเที่ยงธรรมเป็นที่ตั้ง

忍 rěn 动 อดทน ; อดกลั้น

忍饥挨饿（忍飢挨餓）rěnjī-ái'è 〈成〉 อดอยาก

忍俊不禁 rěnjùn-bùjīn 〈成〉 กลั้นหัวเราะไม่อยู่

忍耐 rěnnài 动 อดทน

忍耐性 rěnnàixìng 名 ความอดทน

忍气吞声（忍氣吞聲）rěnqì-tūnshēng 〈成〉 อดกลั้นความโกรธแค้นโดยไม่กล้าเปล่งเสียง

忍让（忍讓）rěnràng 动 อดทนและยอมอ่อนข้อให้

忍辱负重（忍辱負重）rěnrǔ-fùzhòng 〈成〉 กล้ำกลืนความอัปยศอดสูเพื่อให้ปฏิบัติภาระกิจอันหนักหน่วงของตนนั้นสำเร็จลุล่วง

忍受 rěnshòu 动 อดทน

忍痛 rěntòng 动 ทนความเจ็บปวด

忍心 rěnxīn 动 แข็งใจ

荏苒 rěnrǎn 动 〈书〉 (เวลา) ผ่านไปเรื่อย ๆ

刃 rèn 名 คม (ของมีด ดาบ ขวาน ฯลฯ) 动 สังหารด้วยมีด

刃具 rènjù 名 เครื่องมือประเภทตัด

认（認）rèn 动 จำ ; ยอมรับ ; แยกแยะ

认出（認出）rènchū 动 จำแนกได้ ; จำได้ ; แยกแยะ

认错（認錯）rèncuò 动 ยอมรับผิด

认得（認得）rèn•de 动 จำได้

认定（認定）rèndìng 动 วินิจฉัยแน่ชัด

认罚（認罰）rènfá 动 ยอมถูกปรับ

认可（認可）rènkě 动 ยอม ; อนุญาต

认领（認領）rènlǐng 动 รับ (ของหาย) คืน

认命（認命）rènmìng 动 ยอมรับชะตากรรม

认清（認清）rènqīng 动 ดูให้แน่ชัด

认生（認生）rènshēng 形 กลัวคนแปลกหน้า

认识（認識）rèn•shi 动 รู้จัก
认输（認輸）rènshū 动 ยอมแพ้
认同（認同）rèntóng 动 เห็นพ้องต้องกัน
认为（認爲）rènwéi 动 เห็นว่า
认贼作父（認賊作父）rènzéizuòfù 〈成〉 ยอมเป็นขี้ข้าของศัตรู
认账（認賬）rènzhàng 动 ยอมรับ
认真（認真）rènzhēn 形 จริงจัง 动 คิดว่าเป็นจริง
认证（認證）rènzhèng 动 การยอมรับเอกสารพยาน
认知（认知）rènzhī 动 〈哲〉 รับรู้
认准（認准）rènzhǔn 动 ดูให้แน่ชัด
认罪（認罪）rènzuì 动 ยอมรับโทษ
任 rèn 动 แต่งตั้ง ; ดำรงตำแหน่ง ; ปล่อยให้เป็นไป
任何 rènhé 代 ใด ๆ ทั้งสิ้น
任教 rènjiào 动 ทำหน้าที่การสอน
任劳任怨（任勞任怨）rènláo-rènyuàn 〈成〉 ทนความเหนื่อยยากลำบากและคำต่อว่าต่าง ๆ นานา
任免 rènmiǎn 动 การแต่งตั้งและการปลดออกจากตำแหน่ง
任命 rènmìng 动 แต่งตั้ง
任凭（任憑）rènpíng 动 แล้วแต่ ; ตามใจ 连 ไม่ว่า
任期 rènqī 名 ระยะเวลาการดำรงตำแหน่ง
任人宰割 rènrén-zǎigē 〈成〉 ปล่อยให้เข่นฆ่าเสมือนลูกไก่ในกำมือ
任务（任務）rèn•wu 名 หน้าที่ ; ภารกิจ
任性 rènxìng 形 ตามแต่อารมณ์
任意 rènyì 副 ตามแต่ใจชอบ
任用 rènyòng 动 แต่งตั้ง
任职（任職）rènzhí 动 ดำรงตำแหน่ง
任重道远（任重道遠）rènzhòng-dàoyuǎn 〈成〉 ภาระกิจหนักหน่วง หนทางก็ยาวไกล
纫（紉）rèn 动 สนเข็ม ; เย็บ
韧（韌）rèn 形 เหนียวแน่น
韧带（韌帶）rèndài 名 〈生理〉 เนื้อเยื่อค้ำจุ้นในร่างกาย
韧劲（韌勁）rènjìn 名 ความเหนียวแน่นทนทาน
韧性（韌性）rènxìng 名 ความเหนียวแน่นทนทาน
妊娠 rènshēn 动 〈生理〉 ตั้งครรภ์
扔 rēng 动 ทิ้ง ; ขว้าง ; โยน ; ทอดทิ้ง
仍 réng 副 ยังคง ; 〈书〉 บ่อย
仍旧（仍舊）réngjiù 副 ยังคง
仍然 réngrán 副 ยังคง
日 rì 名 ดวงอาทิตย์ ; กลางวัน ; วัน
日报（日報）rìbào 名 หนังสือพิมพ์รายวัน
日常 rìcháng 形 ประจำวัน
日程 rìchéng 名 กำหนดการ ; โปรแกรม
日程表 rìchéngbiǎo 名 กำหนดการ
日出 rìchū 动 พระอาทิตย์ขึ้น
日戳 rìchuō 名 ตราประทับวัน เดือน ปี
日复一日（日復一日） rìfùyīrì 〈成〉 วันแล้ววันเล่า
日光 rìguāng 名 แสงแดด
日光灯（日光燈）rìguāngdēng 名 หลอดไฟฟ้าเรืองแสง
日光浴 rìguāngyù 动 อาบแดด
日后（日後）rìhòu 名 วันหลัง
日积月累（日積月累）rìjī-yuèlěi 〈成〉 ทับถมมานานปี ; สะสมกันวันแล้ววันเล่า
日记（日記）rìjì 名 บันทึกประจำวัน
日间（日間）rìjiān 名 ช่วงกลางวัน
日见（日見）rìjiàn 副 ปรากฏว่า...ทุกวัน
日渐（日漸）rìjiàn 副 ค่อย ๆ ...ทุกวัน
日历（日曆）rìlì 名 ปฏิทิน
日落 rìluò 动 ตะวันตกดิน ; อาทิตย์อัสดง
日冕 rìmiǎn 名 〈天〉 แสงเรืองวงแหวนที่เกิดขึ้นเมื่อสุริยคราสเต็มดวง
日内 rìnèi 名 ภายในไม่กี่วันนี้
日期 rìqī 名 วันที่
日前 rìqián 名 เมื่อไม่กี่วันก่อน
日趋（日趨）rìqū 副 มีแนวโน้มไปในทาง...ทุกวัน
日食 rìshí 名 〈天〉 สุริยคราส ; สุริยุปราคา
日头（日頭）rì•tou 名 〈方〉 ดวงอาทิตย์ ; ดวงตะวัน
日文 rìwén 名 ภาษาญี่ปุ่น
日新月异 rìxīn-yuèyì 〈成〉 มีการเปลี่ยนแปลงใหม่ทุกวัน
日夜 rìyè 名 ทั้งกลางวันและกลางคืน
日益 rìyì 副 ยิ่งขึ้นทุกวัน
日用品 rìyòngpǐn 名 ของใช้ประจำวัน

R

日语（日語）rìyǔ 名 ภาษาญี่ปุ่น
日元 rìyuán 名 เงินเยน (*Yen*)
日照 rìzhào 名 เวลาที่มีแสงอาทิตย์ส่อง
日志 rìzhì 名 อนุทิน
日子 rì•zi 名 วันเวลา
戎装（戎裝）róngzhuāng 名〈书〉เครื่องแบบทหาร
茸 róng 名 ขนอ่อน ; เขากวาง
茸毛 róngmáo 名 ขนอ่อน
荣（榮）róng 形 เจริญ ; มีเกียรติ
荣华富贵（榮華富貴）rónghuá-fùguì〈成〉เจริญรุ่งเรืองร่ำรวยสูงศักดิ์
荣获（榮獲）rónghuò 动 ได้รับ...อย่างมีเกียรติ
荣立（榮立）rónglì 动 สร้าง (ความดีความชอบ) ไว้อย่างมีเกียรติ
荣任（榮任）róngrèn 动 ได้ดำรงตำแหน่งอย่างมีเกียรติ
荣辱（榮辱）róngrǔ 名 ความมีเกียรติหรือความเสื่อมเสีย
荣升（榮升）róngshēng 动 ได้รับการเลื่อนตำแหน่งอย่างมีเกียรติ
荣幸（榮幸）róngxìng 形 เป็นเกียรติ
荣耀（榮耀）róngyào 形 มีเกียรติ ; เป็นเกียรติ
荣膺（榮膺）róngyīng 动〈书〉ได้รับ...อย่างมีเกียรติ
荣誉（榮譽）róngyù 名 เกียรติยศ
荣誉感（榮譽感）róngyùgǎn 名 ความรู้สึกที่มีเกียรติ
绒（絨）róng 名〈纺〉ขนอ่อน ; ผ้าที่มีขนปุยตามผิวผ้า
绒布（絨布）róngbù 名〈纺〉ผ้าที่มีขนปุยตามผิวผ้า
绒毛（絨毛）róngmáo 名〈纺〉ขนอ่อน ; ขนปุยตามผิวสิ่งทอ
绒毯（絨毯）róngtǎn 名 ผ้าห่มสักหลาดเทียม
绒线（絨綫）róngxiàn 名〈纺〉ไหมที่ใช้ปักผ้า ; ไหมพรม
容 róng 动 จุ 名 โฉมหน้า
容光焕发（容光煥發）róngguāng-huànfā〈成〉สีหน้าสดชื่น
容积（容積）róngjī 名 ปริมาตรบรรจุ
容量 róngliàng 名 ปริมาณความจุ
容貌 róngmào 名 โฉมหน้า ; หน้าตา
容纳（容納）róngnà 动 จุ ; รับ (ความเห็น)
容器 róngqì 名 ภาชนะบรรจุ
容忍 róngrěn 动 อดกลั้น
容身 róngshēn 动 อาศัยอยู่
容许（容許）róngxǔ 动 อนุญาต
容颜（容顏）róngyán 名 หน้าตา
容易 róngyì 形 ง่าย
溶 róng 动 ละลาย
溶化 rónghuà 动 ละลาย
溶剂（溶劑）róngjì 名〈化〉สารเคมีที่ช่วยในการละลาย ; โซลเวนต์ (*solvent*)
溶解 róngjiě 动〈化〉ละลาย
溶液 róngyè 名〈化〉สารละลาย
榕树（榕樹）róngshù 名〈植〉ต้นไทร
熔 róng 动 หลอมเหลว
熔点（熔點）róngdiǎn 名〈物〉จุดหลอมเหลว
熔化 rónghuà 动〈物〉หลอมเหลว
熔剂（熔劑）róngjì 名〈冶〉ตัวเร่งในการหลอม ; ฟลักซ์ (*flux*)
熔解 róngjiě 动〈物〉หลอมเหลว
熔炉（熔爐）rónglú 名 เตาหลอม
熔岩 róngyán 名〈地质〉หินละลายจากภูเขาไฟ ; ลาวา (*lava*)
蝾螈（蠑螈）róngyuán 名〈动〉สัตว์จำพวกสะเทินน้ำสะเทินบกคล้ายกิ้งก่า
融 róng 动 ละลาย ; ผสมผสาน
融合 rónghé 动 ผสมผสาน
融化 rónghuà 动 ละลาย
融会贯通（融會貫通）rónghuì-guàntōng〈成〉เข้าใจอย่างถ่องแท้ด้วยการผสมผสานความรู้หลาย ๆ ด้าน
融解 róngjiě 动 ละลาย
融洽 róngqià 形 ปรองดอง ; กลมเกลียว
融融 róngróng 形〈书〉กลมกลืนและมีความสุข ; อบอุ่น

融入 róngrù 动 ผสมผสานกับ... ; รวมตัวเข้ากับ...
融资（融資）róngzī 动〈经〉ผสมผสานเงินทุนและทำให้หมุนเวียนไป ; เตรียมเงินทุน 名 เงินทุนที่ผสมผสาน
冗长（冗長）rǒngcháng 形 ยืดยาด
冗员（冗員）rǒngyuán 名 เจ้าหน้าที่เกินความจำเป็นในองค์กร
冗赘（冗贅）rǒngzhuì 形 ส่วนเกิน
柔 róu 形 อ่อนนุ่ม ; นุ่มนวล
柔肠（柔腸）róucháng 名 จิตใจที่นุ่มนวลเต็มไปด้วยความรัก
柔道 róudào 名〈体〉ยูโด (*judo*)
柔和 róuhé 形 นุ่มนวล
柔媚 róumèi 形 นุ่มนวลน่ารัก
柔情 róuqíng 名 จิตใจที่นุ่มนวลและเต็มไปด้วยความรัก
柔韧性（柔韌性）róurènxìng 名 ความอ่อนนุ่มและเหนียวแน่น
柔软（柔軟）róuruǎn 形 อ่อนนุ่ม
柔弱 róuruò 形 อ่อนปวกเปียก
柔顺（柔順）róushùn 形 โอนอ่อนผ่อนตาม
揉 róu 动 ขยี้ ; นวด
揉搓 róu•cuo 动 ขยำ ;〈方〉ขยี้
糅合 róuhé 动 ปะปนกัน
糅杂 róuzá 动 ผสมกัน
蹂躏 róulìn 动 ย่ำยี
鞣 róu 动 ฟอก (หนัง)
鞣革 róugé 动 ฟอกหนัง
鞣酸 róusuān 名〈化〉กรดแทนนิก (*tannic acid*)
肉 ròu 名 เนื้อ ; เนื้อ (ของผลไม้)
肉搏 ròubó 动 ตะลุมบอน
肉搏战（肉搏戰）ròubózhàn 名 การสู้รบแบบตะลุมบอน
肉畜 ròuchù 名 สัตว์ที่เลี้ยงไว้สำหรับเอาเนื้อเป็นอาหาร เช่น หมู แกะ ฯลฯ
肉冻（肉凍）ròudòng 名 เนื้อวุ้น
肉桂 ròuguì 名〈植〉อบเชย
肉鸡（肉鷄）ròujī 名 ไก่เนื้อ
肉类（肉類）ròulèi 名 อาหารประเภทเนื้อ
肉瘤 ròuliú 名〈医〉เนื้องอก
肉麻 ròumá 形 น่าสะอิดสะเอียน
肉皮 ròupí 名 หนังหมู
肉片 ròupiàn 名 แผ่นเนื้อ (หมู วัว แกะ ไก่ ฯลฯ)
肉色 ròusè 名 สีเนื้อ
肉食 ròushí 形 (สัตว์ที่) กินเนื้อเป็นอาหาร ; กินอาหารประเภทเนื้อ 名 อาหารประเภทเนื้อสัตว์
肉松（肉鬆）ròusōng 名 หมูหยอง
肉体（肉體）ròutǐ 名 ร่างกาย (ซึ่งแตกต่างจากจิตใจ) ; เนื้อหนังมังสา
肉馅（肉餡）ròuxiàn 名 ไส้เนื้อ
肉刑 ròuxíng 名 การลงโทษทางกาย
肉眼 ròuyǎn 名 ตาเปล่า
肉欲 ròuyù 名〈贬〉กามตัณหา
肉汁 ròuzhī 名 น้ำแกงเนื้อข้น
肉制品（肉製品）ròuzhìpǐn 名 อาหารแห้งประเภทเนื้อ
如 rú 动 เหมือน ; ถ้า ; เช่น
如常 rúcháng 动 เป็นปรกติ
如出一辙（如出一轍）rúchūyīzhé〈成〉เหมือนราวกับแกะ
如此 rúcǐ 代 เช่นนี้
如此而已 rúcǐ-éryǐ〈成〉ก็แค่นั้นเอง
如次 rúcì 动 ดังต่อไปนี้
如痴如醉 rúchī-rúzuì〈成〉เคลิบเคลิ้ม ; หลงใหล
如故 rúgù 动 เหมือนเดิม ; เหมือนเพื่อนเก่า
如果 rúguǒ 连 ถ้าหาก ; ผิว่า
如果说（如果説）rúguǒshuō 连 ถ้าหากว่า
如何 rúhé 代 อย่างไร ; เป็นอย่างไร
如今 rújīn 名 ปัจจุบัน
如雷贯耳（如雷貫耳）rúléiguàn'ěr〈成〉(ชื่อเสียง) ดังก้องหู
如梦初醒（如夢初醒）rúmèngchūxǐng〈成〉เหมือนตื่นจากความฝัน
如期 rúqī 副 ตามกำหนดเวลา
如若 rúruò 连〈书〉ถ้าหาก

R

如实（如實）rúshí 副 ตามความจริง

如释重负（如釋重負）rúshìzhòngfù 〈成〉 รู้สึกโล่งอกเมื่อทำภาระหน้าที่เสร็จเรียบร้อย ; เหมือนยกภูเขาออกจากอก

如数（如數）rúshù 副 ตามจำนวนเดิม

如同 rútóng 动 เหมือนกับ

如下 rúxià 动 ดังนี้ ; ดังต่อไปนี้

如一 rúyī 动 เหมือนเดิมโดยตลอด ; ดังเดิม

如意 rúyì 动 สมความปรารถนา ; สมใจ

如鱼得水（如魚得水）rúyúdéshuǐ 〈成〉 เหมือนปลาได้น้ำ

如愿以偿（如願以償）rúyuànyǐcháng 〈成〉 สมความปรารถนา

儒 rú 名 สำนักขงจื่อ ; 〈旧〉 ปัญญาชนหรือผู้ได้ศึกษาเล่าเรียน (ในสมัยเก่า)

R

儒家 Rújiā 名 สำนักขงจื่อ

儒学（儒學）rúxué 名 วิชาสำนักขงจื่อ

儒雅 rúyǎ 形 〈书〉 บุคลิกลักษณะที่งามสง่าของผู้คงแก่เรียน

孺子 rúzǐ 名 〈书〉 เด็ก

蠕虫（蠕蟲）rúchóng 名 〈动〉 สัตว์เลื้อยคลาน

蠕动（蠕動）rúdòng 动 เลื้อยคลาน

汝 rǔ 代 〈书〉 คุณ (สรรพนามบุรุษที่สอง)

乳白色 rǔbáisè 名 สีครีม

乳儿（乳兒）rǔ'ér 名 เด็กทารกที่กินน้ำนมเป็นอาหารหลัก

乳房 rǔfáng 名 〈生理〉 เต้านม

乳化 rǔhuà 动 〈化〉 เป็นภาวะอีมัลชัน

乳化剂（乳化劑）rǔhuàjì 名 〈化〉 อีมัลสิไฟเออร์ (*emulsifier*)

乳化液 rǔhuàyè 名 〈化〉 อีมัลชัน (*emulsion*)

乳黄色 rǔhuángsè 名 สีนวล

乳剂（乳劑）rǔjì 名 〈化〉 อีมัลชัน (*emulsion*)

乳胶（乳膠）rǔjiāo 名 〈化〉 อีมัลชัน (*emulsion*) ; น้ำยาง

乳酪 rǔlào 名 เนยเหลว ; เนยแข็ง

乳名 rǔmíng 名 ชื่อเล่นสมัยเด็ก

乳母 rǔmǔ 名 แม่นม

乳牛 rǔniú 名 วัวนม ; โคนม

乳品 rǔpǐn 名 อาหารประเภทนม

乳酸 rǔsuān 名 〈化〉 กรดแล็กติก (*lactic acid*)

乳糖 rǔtáng 名 〈化〉 น้ำตาลนม ; แล็กโทส (*lactose*)

乳头（乳頭）rǔtóu 名 〈生理〉 หัวนม

乳腺 rǔxiàn 名 〈生理〉 ต่อมเต้านม

乳臭 rǔxiù 名 กลิ่นน้ำนม

乳臭未干（乳臭未乾）rǔxiù-wèigān 〈成〉 ยังไม่สิ้นกลิ่นน้ำนม

乳罩 rǔzhào 名 เสื้อยกทรง

乳汁 rǔzhī 名 〈生理〉 น้ำนม

乳制品（乳製品）rǔzhìpǐn 名 อาหารที่ผลิตจากนม

辱骂（辱罵）rǔmà 动 ด่าอย่างหยามหน้า

辱没 rǔmò 动 ทำให้มีมลทิน ; ทำให้เสียเกียรติ

入 rù 动 เข้า 名 รายได้

入不敷出 rùbùfūchū 〈成〉 รายได้ที่ไม่พอรายจ่าย

入场（入場）rùchǎng 动 เข้าไปในสถานที่ (ประชุม การแสดง ฯลฯ)

入场券（入場券）rùchǎngquàn 名 บัตรผ่านประตู

入超 rùchāo 动 〈经〉 เสียเปรียบดุลการค้า

入耳 rù'ěr 形 น่าฟัง

入股 rùgǔ 动 〈经〉 ถือหุ้น

入骨 rùgǔ 动 เข้ากระดูกดำ

入户 rùhù 动 เข้าถึงบ้าน

入伙 rùhuǒ 动 เข้ากลุ่ม ; ร่วมรับประทานอาหารในโรงอาหาร (โดยเหมาจ่ายค่าอาหารเป็นรายเดือน)

入籍 rùjí 动 แปลงสัญชาติ

入境 rùjìng 动 เข้าประเทศ

入口 rùkǒu 名 เข้าปาก ; (สินค้า) ขาเข้า

入库（入庫）rùkù 动 เข้าโกดัง

入殓（入殮）rùliàn 动 บรรจุศพ

入列 rùliè 动 〈军〉 เข้าไปเป็นแถว

入门（入門）rùmén 动 เข้าประตู ; เรียนรู้ขั้นเบื้องต้น

入梦（入夢）rùmèng 动 เข้าฝัน

入迷 rùmí 动 หลง ; ติด

入眠 rùmián 动 หลับ

入魔 rùmó 动 หลงใหลจนเสียสติ

入侵 rùqīn 动 ล่วงล้ำดินแดน ; รุกราน

入侵者 rùqīnzhě 名 ผู้ล่วงล้ำดินแดน ; ผู้รุกราน

入情入理 rùqíng-rùlǐ 〈成〉 สมเหตุสมผล

入神 rùshén 动 เคลิบเคลิ้ม

入时 (入時) rùshí 形 ทันสมัย

入世 rùshì 动 เข้าสู่วงสังคม

入室 rùshì 动 〈书〉 เข้าไปในห้อง

入手 rùshǒu 动 ลงมือ ; เริ่มต้น

入睡 rùshuì 动 หลับ

入土 rùtǔ 动 ฝังศพ

入托 rùtuō 动 ฝาก (เด็ก) เข้าโรงเรียนอนุบาล

入微 rùwēi 形 ประณีตละเอียดอ่อน

入味 rùwèi 形 มีรสชาติ

入伍 rùwǔ 动 เข้าเป็นทหาร

入席 rùxí 动 เข้าประจำที่นั่งในงาน

入乡随俗 (入鄉隨俗) rùxiāng-suísú 〈成〉 เข้า
เมืองตาหลิ่วต้องหลิ่วตาตาม

入选 (入選) rùxuǎn 动 ได้รับเลือก

入学 (入學) rùxué 动 เข้าเรียน (เริ่มเรียนใน
โรงเรียน)

入眼 rùyǎn 形 เพลินตา

入药 (入藥) rùyào 动 〈药〉 ใช้เป็นยา

入夜 rùyè 动 ตกกลางคืน

入狱 (入獄) rùyù 动 เข้าคุก

入院 rùyuàn 动 เข้าโรงพยาบาล

入账 (入賬) rùzhàng 动 เข้าบัญชี

入座 rùzuò 动 เข้าประจำที่นั่ง

褥疮 (褥瘡) rùchuāng 名 〈医〉 แผลนอนทับ

褥单 (褥單) rùdān 名 ผ้าปูเตียง

褥子 rù•zi 名 ฟูก

软 (軟) ruǎn 形 อ่อน ; นิ่ม ; นุ่ม

软钉子 (軟釘子) ruǎndīng•zi 名 ตะปูอ่อน
อุปมาว่า การปฏิเสธอย่างอ้อมค้อม

软腭 (軟腭) ruǎn'è 名 〈生理〉 เพดานอ่อนในปาก

软膏 (軟膏) ruǎngāo 名 ครีม (ทาแผล)

软骨 (軟骨) ruǎngǔ 名 〈生理〉 กระดูกอ่อน

软骨头 (軟骨頭) ruǎngǔ•tou 名 คนไร้ศักดิ์ศรี

软管 (軟管) ruǎnguǎn 名 หลอดยาง

软乎乎 (軟乎乎) ruǎnhūhū 形 นิ่ม ๆ ; นุ่ม

软化 (軟化) ruǎnhuà 动 อ่อนลง ; ทำให้อ่อนลง

软和 (軟和) ruǎn•huo 形 〈口〉 อ่อนนุ่ม

软件 (軟件) ruǎnjiàn 名 〈计〉 ซอฟต์แวร์ (software)

软件包 (軟件包) ruǎnjiànbāo 名 〈计〉 ซอฟต์แวร์
แพ็กเกจ (software package)

软禁 (軟禁) ruǎnjìn 动 กักบริเวณ

软科学 (軟科學) ruǎnkēxué 名 ซอฟท์ ไซนส์
(soft science)

软绵绵 (軟綿綿) ruǎnmiánmián 形 อ่อนนุ่ม ;
อ่อนเพลีย

软木 (軟木) ruǎnmù 名 ไม้ก๊อก

软盘 (軟盤) ruǎnpán 名 〈计〉 ฟล็อปปี้ดิสก์ (floppy
disk)

软片 (軟片) ruǎnpiàn 名 〈摄〉 ฟิล์ม (film)

软弱 (軟弱) ruǎnruò 形 อ่อนแอ

软实力 (軟實力) ruǎnshílì 名 อำนาจละมุน ;
ซอฟต์พาวเวอร์ (soft power)

软水 (軟水) ruǎnshuǐ 名 〈化〉 น้ำอ่อน

软糖 (軟糖) ruǎntáng 名 ท็อฟฟี่ชนิดนิ่ม ; เจลลี่

软梯 (軟梯) ruǎntī 名 〈口〉 บันไดเชือก

软卧 (軟卧) ruǎnwò 名 ที่นอนที่มีเบาะ (บนรถไฟ)

软席 (軟席) ruǎnxí 名 ที่นั่งหรือที่นอนที่มีเบาะ
(บนรถไฟ)

软着陆 (軟着陸) ruǎnzhuólù 动 〈航〉 (เครื่องบิน)
ลงนิ่ม ; 〈经〉 อุปมาว่า แก้ปัญหาเศรษฐกิจด้วย
มาตรการอันมั่นคง

软组织 (軟組織) ruǎnzǔzhī 名 〈生理〉 กล้ามเนื้อ
และเอ็น ; เนื้อเยื่อพื้นฐานของพืชที่ประกอบ
ด้วยเซลล์ที่มีผนังบาง

蕊 ruǐ 名 เกสร

锐 (銳) ruì 形 แหลมคม ; รวดเร็ว

锐不可当 (銳不可當) ruìbùkědāng 〈成〉 ความ
องอาจกล้าหาญที่ไม่อาจจะต้านทานได้

锐减 (銳減) ruìjiǎn 动 ลดลงอย่างรวดเร็ว;ตกฮวบ

锐角 (銳角) ruìjiǎo 名 〈数〉 มุมแหลม

锐利 (銳利) ruìlì 形 แหลมคม ; คมคาย

锐气（鋭氣）ruìqì 名 ความกล้าหาญในการบากบั่น
ต่อสู้

锐意（鋭意）ruìyì 副 ปักใจแน่วแน่

锐增（鋭增）ruìzēng 动 เพิ่มขึ้นอย่างรวดเร็ว

瑞 ruì 名 สิริมงคล

瑞雪 ruìxuě 名 หิมะซึ่งเป็นนิมิตมงคล (หิมะที่ตก
ตามฤดูกาล)

睿智 ruìzhì 形 〈书〉ฉลาดเฉียบแหลมและมีสายตา
กว้างไกล

闰年（閏年）rùnnián 名 ปีที่มีวันอธิกสุรทิน

闰月（閏月）rùnyuè 名 อธิกมาส

润（潤）rùn 形 ชุ่มชื้น 动 ทำให้ชุ่ม 名 ผล
ประโยชน์

润笔（潤筆）rùnbǐ 名 ค่าตอบแทนที่ให้แก่
นักประพันธ์ จิตรกร ฯลฯ

润滑（潤滑）rùnhuá 形 หล่อลื่น

润滑油（潤滑油）rùnhuáyóu 名 〈机〉น้ำมันหล่อลื่น

润色（潤色）rùnsè 动 เกลาสำนวน

润湿（潤濕）rùnshī 形 ทำให้ชุ่มชื้น

润饰（潤飾）rùnshì 动 เกลาสำนวน

润泽（潤澤）rùnzé 形 ชุ่มชื้น 动 เติมความชุ่มชื้น

若 ruò 动 ดุจดัง 连 ถ้าหาก

若非 ruòfēi 连 〈书〉ถ้าหากไม่ใช่

若干 ruògān 代 เท่าไหร่ ; จำนวนหนึ่ง

若明若暗 ruòmíng-ruò'àn 〈成〉(แสง) สลัว ๆ

若是 ruòshì 连 ถ้าหากว่า

若无其事（若無其事）ruòwúqíshì 〈成〉ทำเป็น
ไม่รู้ไม่ชี้

若隐若现（若隱若現）ruòyǐn-ruòxiàn 〈成〉
ปรากฏวับวาบ

若有所失 ruòyǒusuǒshī 〈成〉คล้ายกับว่าได้
สูญเสียอะไรไป

若有所思 ruòyǒusuǒsī 〈成〉คล้ายกับว่ากำลังคิด
อะไรอยู่ในใจ

偌大 ruòdà 形 ใหญ่เช่นนี้

弱 ruò 形 อ่อนแอ

弱不禁风（弱不禁風）ruòbùjīnfēng 〈成〉
อ่อนแอจนต้านลมไม่อยู่

弱点（弱點）ruòdiǎn 名 จุดอ่อน

弱化 ruòhuà 动 อ่อนลง ; ทำให้อ่อนลง

弱肉强食 ruòròu-qiángshí 〈成〉
ผู้อ่อนแอเป็นเนื้อ ผู้แข็งแรงเป็นเสือ

弱势（弱勢）ruòshì 名 ฝ่ายอ่อนแอ ;
แนวโน้มที่อ่อนลง

弱小 ruòxiǎo 形 อ่อนแอและเล็ก

弱者 ruòzhě 名 ผู้อ่อนแอ

弱智 ruòzhì 形 〈医〉ปัญญาอ่อน ; ปัญญานิ่ม

S s

仨 sā 数量〈口〉สามอัน (คน ตัว ใบ ฯลฯ)

撒 sā 动 ปล่อย

撒旦 sādàn 名〈宗〉ซาตาน (*Satan*)

撒欢儿（撒歡兒）sāhuānr 动〈方〉ปีติลิงโลด ; ดีใจจนลิงโลด

撒谎（撒謊）sāhuǎng 动〈口〉โกหกพกลม

撒娇（撒嬌）sājiāo 动 งอน

撒酒疯（撒酒瘋）sā jiǔfēng 动 อาละวาดหลังจากเมาเหล้า

撒尿 sāniào 动〈口〉ฉี่ ; เยี่ยว

撒泼（撒潑）sāpō 动 อาละวาด

撒手 sāshǒu 动 ปล่อยมือ ; วางมือ

撒腿 sātuǐ 动 (วิ่งอย่าง) สุดฝีเท้า

撒网（撒網）sāwǎng 动 ทอดแห

撒野 sāyě 动 พาลรีพาลขวาง

洒（灑）sǎ 动 พรม (ประโปรย) ; สาด

洒扫（灑掃）sǎsǎo 动〈书〉พรมน้ำกวาดพื้น

洒脱（灑脱）sǎtuō 形 (การพูดจาหรือบุคลิกลักษณะ) เป็นธรรมชาติ ; ง่าย ๆ ไม่มีพิธีรีตอง ; ไม่เคร่งครัด

撒 sǎ 动 โรย ; ตกกระจาย

撒播 sǎbō 动 หว่าน (เมล็ดพืช)

撒种（撒種）sǎzhǒng 动 หว่านเมล็ดพืช

飒飒（颯颯）sàsà 拟声 เสียงลมและฝน

飒爽（颯爽）sàshuǎng 形〈书〉(ลักษณะอากัปกิริยา) สง่าผ่าเผยและมีพลัง

萨克斯管（薩克斯管）sàkèsīguǎn〈乐〉(เครื่องดนตรีประเภทเป่า) แซกโซโฟน (*saxophone*)

腮 sāi 名〈生理〉แก้ม

腮帮子（腮幫子）sāibāng•zi 名〈口〉แก้ม

腮腺炎 sāixiànyán 名〈医〉ต่อมทอนซิลอักเสบ

塞 sāi 动 ยัด ; อุด

塞儿（塞兒）sāir 名 จุก

塞子 sāi•zi 名 จุก

鳃（鰓）sāi 名〈动〉ครีบ (ปลา)

塞 sài 名 ชัยภูมิ

塞外 Sàiwài 名 เขตทางเหนือของกำแพงเมืองจีน

赛（賽）sài 动 แข่ง

赛场（賽場）sàichǎng 名〈体〉สนามแข่งขัน

赛车（賽車）sàichē 动〈体〉แข่งรถ 名 รถแข่ง ; รถจักรยานแข่ง

赛马（賽馬）sàimǎ 动〈体〉แข่งม้า

赛跑（賽跑）sàipǎo 动〈体〉วิ่งแข่ง

赛区（賽區）sàiqū 名〈体〉เขตการแข่งขัน

赛艇（賽艇）sàitǐng 名〈体〉เรือยนต์แข่ง

三 sān 数 สาม

三部曲 sānbùqǔ 名 (นวนิยาย ดนตรี ละคร ฯลฯ) สามเรื่องต่อเนื่องกัน

三餐 sāncān 名 อาหารสามมื้อ

三叉戟 sānchājǐ 名 อาวุธสามง่าม

三重唱 sānchóngchàng 名〈乐〉ร้อง (เพลง) ประสานเสียงสามเสียง ; ร้องทรีโอ (*trio*)

三段论（三段論）sānduànlùn 名〈哲〉การอนุมานโดยทางอ้อมสามขั้นตอน ; ซิลโลจิสม์ (*syllogism*)

三番五次 sānfān-wǔcì〈成〉หลายต่อหลายครั้ง

三合板 sānhébǎn 名〈建〉ไม้อัด

三极管（三極管）sānjíguǎn 名〈无〉หลอดไทรโอด (*triode*)

三级跳远（三級跳遠）sān jí tiàoyuǎn〈体〉การกระโดดไกลสามจังหวะ

三角 sānjiǎo 名 สามเหลี่ยม

三角板 sānjiǎobǎn 名 ไม้ฉากสามเหลี่ยม

三角函数（三角函數）sānjiǎo hánshù〈数〉ฟังก์ชันของตรีโกณมิติ (*trigonometric function*)

三角区（三角區）sānjiǎoqū 名 เขตสามเหลี่ยม

三角铁（三角鐵）sānjiǎotiě 名 เหล็กฉาก ; 〈乐〉 เหล็กเคาะจังหวะที่มีรูปสามเหลี่ยม

三角形 sānjiǎoxíng 名〈数〉รูปสามเหลี่ยม

三角学（三角學）sānjiǎoxué 名〈数〉วิชาตรีโกณมิติ

三角洲 sānjiǎozhōu 名 ดินดอนสามเหลี่ยมปากแม่น้ำ

三脚架 sānjiǎojià 名〈摄〉สามขา

三界 sānjiè 名〈宗〉ไตรภูมิ ; ไตรภพ

三K党（三K黨）Sān K Dǎng 名 พรรคคูคลักซ์แคลน (*Ku Klux Klan*)

三棱镜（三棱鏡）sānléngjìng 名〈物〉ปริซึม (*prism*)

三令五申 sānlìng-wǔshēn〈成〉การออกคำสั่งหรือคำตักเตือนครั้งแล้วครั้งเล่า

三轮车（三輪車）sānlúnchē 名 รถสามล้อ

三昧 sānmèi 名〈宗〉สมาธิ

三明治 sānmíngzhì 名 แซนด์วิช (*sandwich*)

三思 sānsī 动 คิดทบทวน

S

三思而行 sānsī'érxíng〈成〉ตรึกตรองให้รอบคอบก่อนลงมือทำ

三维（三維）sānwéi 名 สามมิติ

三五成群 sānwǔ-chéngqún〈成〉เป็นกลุ่ม ๆ

三相电流 sānxiāng diànliú〈电子〉ไฟฟ้าแบบสามสาย (*three-phase current*)

三心二意 sānxīn-èryì〈成〉สองจิตสองใจ

三月 sānyuè 名 เดือนมีนาคม

三藏经 Sān Zàng Jīng 名〈宗〉คัมภีร์พระไตรปิฎก

叁 sān 数 สาม

伞（傘）sǎn 名 ร่ม

伞兵（傘兵）sǎnbīng 名〈军〉ทหารพลร่ม

散 sǎn 动 กระจัดกระจาย ; ปลีก

散兵 sǎnbīng 名 ทหารที่ไม่มีสังกัด

散光 sǎnguāng 形〈医〉สายตาพร่า

散记（散記）sǎnjì 名 บันทึกปกิณกะ

散剂（散劑）sǎnjì 名〈药〉ยาผง

散架 sǎnjià 动 โครงพังทลาย

散件 sǎnjiàn 名 ชิ้นส่วนที่ไม่เป็นชุด

散居 sǎnjū 动 อยู่กันตามลำพังอย่างกระจัดกระจาย

散开（散開）sǎnkāi 动 กระจายออก ; ปล่อย

散漫 sǎnmàn 形 (การปฏิบัติตัวแบบ) ตามใจชอบและไม่รักษาระเบียบวินัย

散射 sǎnshè 动〈物〉กระเจิง (ของแสง, เสียง)

散文 sǎnwén 名 บทร้อยแก้ว ; ปกิณกคดี

散装（散裝）sǎnzhuāng 形 สินค้าที่ไม่บรรจุหีบห่อ ; สินค้าที่แยกขายเป็นห่อเล็กห่อน้อย

散 sàn 动 เลิก ; กระจาย

散布 sànbù 动 กระจายไปตามที่ต่าง ๆ ; แพร่

散步 sànbù 动 เดินเล่น

散场（散場）sànchǎng 动 (การแสดง การแข่งขัน ฯลฯ) เลิก

散发（散發）sànfā 动 กำจาย ; แจกจ่าย

散会（散會）sànhuì 动 เลิกประชุม

散伙（散夥）sànhuǒ 动 (องค์กร สถาบัน ฯลฯ) ยุบ

散开（散開）sànkāi 动 กระจัดกระจาย

散热器（散熱器）sànrèqì 名〈机〉เครื่องระบายความร้อน

散失 sànshī 动 กระจัดกระจายสูญหายไป ; ระเหย

散心 sànxīn 动 ผ่อนคลายอารมณ์ ; แก้กลุ้ม

丧服（喪服）sāngfú 名 เสื้อผ้าชุดไว้ทุกข์

丧礼（喪禮）sānglǐ 名 พิธีฌาปนกิจ ; งานศพ

丧事（喪事）sāngshì 名 ฌาปนกิจ

丧葬（喪葬）sāngzàng 名 ฌาปนกิจ ; การฝังศพ

桑蚕（桑蠶）sāngcán 名 ตัวไหม

桑拿 sāngná 名 ซาวน่า (*sauna*)

桑葚儿（桑葚兒）sāngrènr 名〈口〉ผลของต้นหม่อน

桑葚 sāngshèn 名〈植〉ผลของต้นหม่อน

桑树（桑樹）sāngshù 名〈植〉ต้นหม่อน

搡 sǎng 动〈方〉ผลักโดยแรง

嗓门儿（嗓門兒）sǎngménr 名 เสียงพูด ; เสียงร้อง

嗓音 sǎngyīn 名 เสียงพูด ; เสียงร้อง

嗓子 sǎng·zi 名 คอ ; เสียงพูด ; เสียงร้อง

丧（喪）sàng 动 สูญเสีย

丧胆（喪膽）sàngdǎn 动 ปอดแหก

丧命（喪命）sàngmìng 动 เสียชีวิต

丧偶（喪偶）sàng'ǒu 动〈书〉คู่สมรสถึงแก่กรรม

丧气（喪氣）sàngqì 动 ท้อใจ

丧气（喪氣）sàng•qi 形〈口〉เคราะห์ร้าย ; ซวย

丧权辱国（喪權辱國）sàngquán-rǔguó〈成〉เสียเอกราชและเสียเกียรติภูมิของชาติ

丧生（喪生）sàngshēng 动 เสียชีวิต

丧失（喪失）sàngshī 动 สูญเสีย

丧心病狂（喪心病狂）sàngxīn-bìngkuáng〈成〉บ้าคลั่ง

搔 sāo 动 เกา

搔痒（搔癢）sāoyǎng 动 เกาแก้คัน

骚动（騷動）sāodòng 动 ก่อความไม่สงบ ; วุ่นวาย

骚货（騷貨）sāohuò 名〈骂〉นางกากี

骚客（騷客）sāokè 名〈书〉กวี

骚乱（騷亂）sāoluàn 动 จลาจล

骚扰（騷擾）sāorǎo 动 ก่อกวน

缫丝（繅絲）sāosī 动〈纺〉สาวไหม

臊 sāo 形 กลิ่นเหม็นสาบ ; กลิ่นเหม็นเยี่ยว

扫（掃）sǎo 动 กวาด

扫除（掃除）sǎochú 动 ทำความสะอาด

扫荡（掃蕩）sǎodàng 动 กวาดล้าง

扫地（掃地）sǎodì 动 กวาดพื้น

扫雷（掃雷）sǎoléi 动〈军〉กวาดทุ่นระเบิด

扫雷舰（掃雷艦）sǎoléijiàn 名〈军〉เรือกวาดทุ่นระเบิด

扫盲（掃盲）sǎománg 动〈教〉ขจัดความไม่รู้หนังสือ

扫描（掃描）sǎomiáo 动〈电〉สแกนนิง (*scanning*) ;〈计〉สแกน (*scan*)

扫描仪（掃描儀）sǎomiáoyí 名〈计〉สแกนเนอร์ (*scanner*)

扫墓（掃墓）sǎomù 动 ทำความสะอาดสุสานและเซ่นไหว้ผู้ล่วงลับ

扫平（掃平）sǎopíng 动 กวาดล้างราบคาบ

扫射（掃射）sǎoshè 动 ยิงกราด

扫视（掃視）sǎoshì 动 มองกวาดไปรอบ ๆ ตัว

扫尾（掃尾）sǎowěi 动 ทำงานช่วงสุดท้าย

扫兴（掃興）sǎoxìng 形 หมดอารมณ์ ; เซ็ง

嫂 sǎo 名 พี่สะใภ้

嫂子 sǎo•zi 名〈口〉พี่สะใภ้

扫帚（掃帚）sào•zhou 名 ไม้กวาด

扫帚星（掃帚星）sào•zhouxīng 名〈天〉ดาวหาง

瘙痒（瘙癢）sàoyǎng 形〈医〉คัน

臊 sào 动 เหนียม ; อาย

色 sè 名 สี ;〈宗〉กาเม

色彩 sècǎi 名 สีสัน

色差 sèchā 名〈物〉ความคลาดสี ;〈纺〉สีคลาด

色调（色調）sèdiào 名 ท่วงทำนองของสีสัน ; สีสันแห่งความรู้สึกนึกคิด

色度 sèdù 名 ระดับความเข้มของสี

色鬼 sèguǐ 名 คนบ้ากาม

色基 sèjī 名〈化〉พื้นของสี

色拉 sèlā 名 สลัด (*salad*)

色盲 sèmáng 名〈医〉ตาบอดสี

色情 sèqíng 名 สิ่งซึ่งยั่วกามารมณ์

色素 sèsù 名〈生理〉รงควัตถุ

色泽（色澤）sèzé 名 สีและความวาว

涩（澀）sè 形 ฝาด ; ฝืด ; (คำพูดหรือสำนวนภาษาในบทความ) ไม่ราบรื่น

瑟瑟 sèsè 拟声 (คำเลียนเสียงซึ่งเป็นเสียงเบา ๆ) สวบ ๆ ; ซู่ ๆ ; (ตัวสั่น) งัก ๆ

瑟缩（瑟縮）sèsuō 动 ขดตัว ; ขดตัวและสั่นงัก ๆ

塞责（塞責）sèzé 动 (ทำอย่าง) ขอไปที

森林 sēnlín 名 ป่าไม้

森然 sēnrán 形〈书〉(ต้นไม้) ชูสลอนอย่างหนาแน่น ; (บรรยากาศ) น่าครั่นคร้าม

森严（森嚴）sēnyán 形 (การป้องกันอย่าง) เข้มงวดกวดขัน

僧 sēng 名〈宗〉สงฆ์

僧侣 sēnglǚ 名〈宗〉พระภิกษุสงฆ์

僧人 sēngrén 名〈宗〉พระภิกษุสงฆ์

杀（殺）shā 动 ฆ่า

杀虫剂（殺蟲劑）shāchóngjì 名〈农〉ยาฆ่าแมลง

杀敌（殺敵）shādí 动 สังหารข้าศึก

杀毒（殺毒）shādú 动 ฆ่าเชื้อ ;〈计〉ฆ่าไวรัสคอมพิวเตอร์

杀害（殺害）shāhài 动 สังหาร

杀鸡取卵（殺雞取卵）shājī-qǔluǎn〈成〉ฆ่าไก่เพื่อเอาไข่

S

杀菌（殺菌）shājūn 动 ฆ่าเชื้อ

杀菌剂（殺菌劑）shājūnjì 名〈药〉ยาฆ่าเชื้อ

杀戮（殺戮）shālù 动 เข่นฆ่า

杀气腾腾（殺氣騰騰）shāqì-téngténg ความกระหายเลือด ; ความเหี้ยมโหด

杀人不眨眼（殺人不眨眼）shā rén bù zhǎyǎn ฆ่าคนโดยไม่กะพริบตา (โหดเหี้ยมทารุณที่สุด)

杀人犯（殺人犯）shārénfàn 名 นักโทษประหาร

杀人越货（殺人越貨）shārén-yuèhuò〈成〉(โจรผู้ร้าย) ฆ่าคนปล้นทรัพย์

杀伤（殺傷）shāshāng 动 ยิงตายและบาดเจ็บ

杀身成仁（殺身成仁）shāshēn-chéngrén〈成〉พลีชีพเพื่อความชอบธรรม

杀生（殺生）shāshēng 动 ตัดชีวิต

杀手（殺手）shāshǒu 名 ฆาตกร

杀头（殺頭）shātóu 动 ตัดหัว

杉木 shāmù 名〈植〉ไม้ฉำฉาจีน

沙 shā 名 ทราย

沙场（沙場）shāchǎng 名 ลานทราย ; สนามรบ

沙丁鱼（沙丁魚）shādīngyú 名 ปลาซาร์ดีน (*sardine*)

沙发（沙發）shāfā 名 โซฟา (*sofa*)

沙荒 shāhuāng 名 ที่รกร้างเพราะดินถูกทรายกลบ

沙鸡（沙鷄）shājī 名〈动〉(นก) แซนด์เกราส์ (*sandgrouse*)

沙坑 shākēng 名〈体〉หลุมทราย

沙里淘金（沙裏淘金）shālǐ-táojīn〈成〉ร่อนทองจากดินทราย อุปมาว่า เสียแรงมากแต่ได้ผลน้อย

沙龙（沙龍）shālóng 名 ซาลอน (*salon*) ; ชมรม

沙漠 shāmò 名 ทะเลทราย

沙漠化 shāmòhuà 动〈地质〉ที่ดินกลายเป็นทะเลทราย

沙盘（沙盤）shāpán 名 แผนผังจำลองทำด้วยทราย

沙丘 shāqiū 名〈地质〉เนินทราย

沙石 shāshí 名 ทรายและหิน

沙滩（沙灘）shātān 名 หาดทราย

沙文主义（沙文主義）Shāwén zhǔyì ลัทธิโชวินิสม์ (*chauvinism*) ; ลัทธิคลั่งชาติ

沙哑（沙啞）shāyǎ 形 (เสียง) แหบ

沙眼 shāyǎn 名〈医〉ริดสีดวงตา

沙子 shā•zi 名 ทราย ; สิ่งที่เป็นเม็ดเล็ก ๆ คล้ายทราย

纱（紗）shā 名 ด้ายเส้นเล็ก ; ผ้ามุ้ง

纱布（紗布）shābù 名 ผ้ากอซ (*gauze*) ; ผ้าโปร่ง

纱窗（紗窗）shāchuāng 名 หน้าต่างมุ้งลวด

纱锭（紗錠）shādìng 名〈纺〉แกนในปั่นด้าย

纱巾（紗巾）shājīn 名 ผ้าพันคอ (หรือผ้าโพกหัว) ที่โปร่งบาง

纱线（紗綫）shāxiàn 名〈纺〉ด้ายเส้นเล็ก

刹 shā 动 ห้ามล้อ ; เบรก

刹车（刹車）shāchē 动 ห้ามล้อรถ ; เบรกรถ

砂布 shābù 名 ผ้ากากเพชร

砂浆（砂漿）shājiāng 名〈建〉ปูนผสมสำหรับก่ออิฐ

砂轮（砂輪）shālún 名〈机〉เครื่องลับคมเครื่องมือทำเป็นลูกล้อกลม ; ล้อลับ

砂糖 shātáng 名 น้ำตาลทราย

砂型 shāxíng 名〈冶〉เบ้าแบบดินทราย

砂纸（砂紙）shāzhǐ 名 กระดาษทราย

痧 shā 名〈中医〉(ชื่อโรคที่เรียกตามแพทย์แผนจีน) อหิวาตกโรค ; ไข้พิษแดด ฯลฯ

煞 shā 动 สิ้นสุด ; รัด ; หยุด

煞尾 shāwěi 动 จบตอนสุดท้าย

煞住 shāzhù 动 เบรกไว้

鲨鱼（鯊魚）shāyú 名 ปลาฉลาม

啥 shá 代〈方〉อะไร

傻 shǎ 形 โง่ ; ทึ่ม

傻瓜 shǎguā 名 ไอ้โง่

傻呵呵 shǎhēhē 形 ซื่อ ๆ ไร้เดียงสา

傻气（傻氣）shǎqì 形 เซ่อ ๆ

傻笑 shǎxiào 动 หัวเราะเซ่อ ๆ

傻眼 shǎyǎn 动 งงงัน ; ตะลึงลาน

傻子 shǎ•zi 名 คนโง่

厦 shà 名 อาคารสูงใหญ่

煞白 shàbái 形 ซีดเผือด

煞费苦心（煞費苦心）shàfèi-kǔxīn〈成〉เหนื่อยยากลำบากใจอย่างยิ่ง

霎时（霎時）shàshí 名 ทันใดนั้น

筛（篩）shāi 动 ร่อน (ด้วยตะแกรง)
筛选（篩選）shāixuǎn 动 คัดเลือก
筛子（篩子）shāi·zi 名 ตะแกรง
色 shǎi 名〈口〉สี
色子 shǎi·zi 名 ลูกเต๋า
晒（曬）shài 动 ตากแดด ; ส่องแดด
晒太阳（曬太陽）shài tài·yáng 动 ตากแดด
山 shān 名 ภูเขา
山坳 shān'ào 名 ที่ราบระหว่างภูเขา
山城 shānchéng 名 เมืองที่ตั้งอยู่บนภูเขา
山川 shānchuān 名 ภูเขาและแม่น้ำ
山村 shāncūn 名 หมู่บ้านที่ตั้งอยู่ในเขตภูเขา
山地 shāndì 名〈地理〉เขตเขา ; ที่ดินเพาะปลูกบนภูเขา
山顶（山頂）shāndǐng 名 ยอดเขา
山洞 shāndòng 名 ถ้ำ
山峰 shānfēng 名 ยอดเขา
山冈（山岡）shāngāng 名 เนินเขา
山岗（山崗）shāngǎng 名 เนินเขา
山歌 shāngē 名 เพลงชาวเขา ; เพลงลูกทุ่ง
山沟（山溝）shāngōu 名 หุบเขา ; เขตเขาที่ห่างไกลจากความเจริญ
山谷 shāngǔ 名 หุบเขา
山河 shānhé 名 ภูเขาและแม่น้ำ ; แผ่นดินของประเทศ
山洪 shānhóng 名 น้ำที่ไหลบ่าจากภูเขา
山货（山貨）shānhuò 名 สินค้าพื้นเมืองจากภูเขา ; ของป่า
山鸡（山鷄）shānjī 名〈方〉ไก่ฟ้า
山脊 shānjǐ 名 สันเขา
山涧（山澗）shānjiàn 名 ลำธารเล็ก ๆ ระหว่างภูเขา
山脚 shānjiǎo 名 ตีนเขา
山口 shānkǒu 名 ปากทางภูเขา
山里红（山裏紅）shān·lihóng 名〈植〉ฮอว์ธอร์นจีน (*Chinese hawthorn*)
山梁 shānliáng 名 สันเขา
山林 shānlín 名 ป่าเขา
山岭（山嶺）shānlǐng 名 เทือกเขาสูง
山路 shānlù 名 ทางบนภูเขา
山麓 shānlù 名〈书〉เชิงเขา
山峦（山巒）shānluán 名 หมู่เขาที่ซับซ้อนติดกันเป็นพืด
山脉 shānmài 名〈地理〉เทือกเขา
山毛榉（山毛櫸）shānmáojǔ 名〈植〉ต้นบีช (*beech*)
山炮 shānpào 名〈军〉ปืนใหญ่ที่ใช้รบกันบนภูเขา
山坡 shānpō 名 เนินเขา
山区（山區）shānqū 名 เขตเขา
山雀 shānquè 名〈动〉นกกระจอกป่า
山水画（山水畫）shānshuǐhuà 名 ภาพภูเขาและแม่น้ำ
山头（山頭）shāntóu 名 ยอดเขา
山系 shānxì 名〈地理〉กลุ่มเทือกเขา
山乡（山鄉）shānxiāng 名 ชนบทเขตเขา
山崖 shānyá 名 หน้าผา
山羊 shānyáng 名 แพะ
山腰 shānyāo 名 ไหล่เขา
山药蛋（山藥蛋）shān·yaodàn 名〈方〉มันฝรั่ง
山岳 shānyuè 名 ภูเขาอันสูงใหญ่
山楂 shānzhā 名〈植〉ฮอว์ธอร์นจีน (*Chinese hawthorn*) ; ฮอ (*haw*)
山楂糕 shānzhāgāo 名 เจลลี่ฮอ (*haw jelly*)
山寨 shānzhài 名 หมู่บ้านบนภูเขา ; บริเวณที่มีรั้วล้อมไว้ในป่า ; ปลอมแปลง
山珍海味 shānzhēn-hǎiwèi〈成〉อาหารป่าและอาหารทะเลที่มีค่า
山庄（山莊）shānzhuāng 名 บ้านพักบนภูเขา
杉树（杉樹）shānshù 名 ต้นฉำฉาจีน
删 shān 动 ตัด (ข้อความในงานเขียน)
删除 shānchú 动 ตัดออก
删改 shāngǎi 动 แก้ไขและตัดทอน
删节（刪節）shānjié 动 ตัดทอน
删帖 shāntiě 动 ลบโพสต์ ; ลบคอมเมนต์
苫 shān 名 คลุมสิ่งของด้วยเสื่อหรือผ้า
姗姗来迟（姗姗來遲）shānshān-láichí〈成〉เดินเฉื่อย ๆ มาทีหลัง
珊瑚 shānhú 名 ปะการัง
珊瑚岛（珊瑚島）shānhúdǎo 名 เกาะปะการัง

珊瑚礁 shānhújiāo 名 โขดหินปะการัง

舢板 shānbǎn 名 เรือพายขนาดเล็ก

扇 shān 动 พัด ; ปลุกปั่น

煽动（煽動）shāndòng 动 ปลุกระดม

煽动性（煽動性）shāndòngxìng 名 ลักษณะปลุกระดม

煽情（煽情）shānqíng 动 ปลุกเร้าอารมณ์

潸然泪下 shānránlèixià 〈成〉 น้ำตาไหลนองหน้า

潸潸（潸潸）shānshān 形 〈书〉 (น้ำตาไหล) พรากไม่รู้หยุด

膻 shān 形 กลิ่นสาบของเนื้อแพะหรือแกะ

闪（閃）shǎn 动 หลีก ; ฟ้าแลบ ; เคล็ด

闪电（閃電）shǎndiàn 名 〈气〉 ฟ้าแลบ

闪电战（閃電戰）shǎndiànzhàn 名 〈军〉 สงครามสายฟ้าแลบ หมายความว่ารวมกำลังทหารและอาวุธยุทโธปกรณ์ทันสมัยบุกโจมตีข้าศึกอย่างฉับพลัน

闪光（閃光）shǎnguāng 动 เปล่งแสง

闪光灯（閃光燈）shǎnguāngdēng 名 〈摄〉 แฟลช (*flash*)

闪身（閃身）shǎnshēn 动 เอี้ยงกาย

闪失（閃失）shǎnshī 名 ความผิดพลาด ; ความเสียหายที่คาดคิดไม่ถึง

闪烁（閃爍）shǎnshuò 动 (แสง) ระยิบระยับ

闪烁其词（閃爍其詞）shǎnshuò-qící 〈成〉 พูดกำกวมหลีก ๆ เลี่ยง ๆ

闪现（閃現）shǎnxiàn 动 ปรากฏแวบหนึ่ง ; ปรากฏ

闪耀（閃耀）shǎnyào 动 เปล่งแสงระยิบระยับ ; ส่องแสงแวววาว

讪笑（訕笑）shànxiào 动 〈书〉 หัวเราะเยาะ

疝气（疝氣）shànqì 名 〈医〉 ไส้เลื่อน

扇 shàn 名 พัด ; บาน (ประตู ฯลฯ) 量 บาน

扇贝（扇貝）shànbèi 名 〈动〉 หอยเชลล์

扇形 shànxíng 名 รูปพัด

扇子 shàn·zi 名 พัด

善 shàn 形 ดี ; ปรองดอง ; สันทัด ; ง่าย 名 บุญกุศล 动 ทำเรียบร้อย

善本 shànběn 名 (หนังสือโบราณ) ฉบับสมบูรณ์

善变（善變）shànbiàn 动 เปลี่ยนใจง่าย

善后（善後）shànhòu 动 จัดการปัญหาที่ตกค้างไว้หลังจากเหตุการณ์เกิดขึ้นอย่างเรียบร้อย

善举（善舉）shànjǔ 名 〈书〉 งานกุศล

善良 shànliáng 形 เมตตาธรรม

善始善终（善始善終）shànshǐ-shànzhōng 〈成〉 เสมอต้นเสมอปลาย

善事 shànshì 名 งานกุศล

善心 shànxīn 名 ใจดี

善意 shànyì 名 เจตนาดี

善于 shànyú 动 ชำนาญในการ... ; เชี่ยวชาญในด้าน... ; เก่งในด้าน...

善战（善戰）shànzhàn 形 สันทัดในการรบ

骟（騸）shàn 动 ตอน (สัตว์เลี้ยง)

缮写（繕寫）shànxiě 动 คัดลอก

擅长（擅長）shàncháng 动 ชำนาญ ; ถนัด

擅权（擅權）shànquán 动 ใช้อำนาจเกินขอบเขต

擅入 shànrù 动 เข้ามาโดยไม่ได้รับอนุญาต

擅自 shànzì 副 โดยพลการ

膳食 shànshí 名 อาหารการกิน

赡养（贍養）shànyǎng 动 เลี้ยงดู (พ่อแม่)

鳝鱼（鱔魚）shànyú 名 〈动〉 ปลาไหล

伤（傷）shāng 名 บาดเจ็บ 动 ทำให้บาดเจ็บ ; ทำให้เสียหาย 形 เศร้าโศก

伤疤（傷疤）shāngbā 名 แผลเป็น

伤兵（傷兵）shāngbīng 名 ทหารบาดเจ็บ

伤病员（傷病員）shāngbìngyuán 名 ทหารบาดเจ็บ

伤残（傷殘）shāngcán 动 บาดเจ็บหรือพิการ

伤风（傷風）shāngfēng 名 〈医〉 ไข้หวัด

伤感（傷感）shānggǎn 形 เศร้าใจ

伤害（傷害）shānghài 动 เป็นอันตราย (ต่อร่างกายหรือจิตใจ) ; ทำลาย

伤寒（傷寒）shānghán 名 〈医〉 โรคไทฟอยด์ (*typhoid*)

伤痕（傷痕）shānghén 名 รอยบาดแผล

伤口（傷口）shāngkǒu 名 บาดแผล ; แผล

伤脑筋（傷腦筋）shāng nǎojīn 〈惯〉 ปวดหัว (เพราะทำได้ยาก)

伤神（傷神）shāngshén 动 เปลืองสมอง

伤势（傷勢）shāngshì 名 อาการบาดเจ็บ

伤亡（傷亡）shāngwáng 动 บาดเจ็บและเสียชีวิต

伤心（傷心）shāngxīn 形 เสียใจ ; เศร้าใจ

伤员（傷員）shāngyuán 名 ผู้บาดเจ็บ
(ส่วนมากหมายถึง) ทหารบาดเจ็บ

商 shāng 动 ปรึกษา 名 พาณิชย์

商标（商標）shāngbiāo 名 ตราสินค้า

商埠 shāngbù 名 เมืองท่า

商场（商場）shāngchǎng 名 ตลาดการค้า ;
พลาซา (plaza) ; วงการค้า

商城 shāngchéng 名 พลาซา (plaza) ; ห้าง

商船 shāngchuán 名 เรือสินค้า

商店 shāngdiàn 名 ร้านค้า

商定 shāngdìng 动 ปรึกษาหารือและตกลง

商队（商隊）shāngduì 名 คาราวานพ่อค้า

商法 shāngfǎ 名〈法〉กฎหมายพาณิชย์

商贩（商販）shāngfàn 名 พ่อค้ารายย่อย

商港 shānggǎng 名 ท่าเรือพาณิชย์

商贾（商賈）shānggǔ 名〈书〉พ่อค้าวานิช

商行 shāngháng 名 ห้างร้าน ; ร้านค้า

商号（商號）shānghào 名 ร้านค้า

商会（商會）shānghuì 名〈经〉หอการค้า ;
สมาคมพ่อค้า

商检（商檢）shāngjiǎn 名〈简〉การตรวจคุณภาพ
สินค้า

商界 shāngjiè 名 วงการธุรกิจ

商量 shāng·liang 动 ปรึกษา ; หารือ

商贸（商貿）shāngmào 名 พาณิชยกรรมและการค้า

商品 shāngpǐn 名 สินค้า

商品房 shāngpǐnfáng 名 บ้านจัดสรร

商洽 shāngqià 动 ติดต่อหารือ

商情 shāngqíng 名 สภาพการค้า (หมายถึงราคา
สินค้าและสภาพตลาด)

商榷 shāngquè 动 ปรึกษาหารือและอภิปราย

商人 shāngrén 名 พ่อค้า

商社 shāngshè 名 สมาคมการค้า

商谈（商談）shāngtán 动 ปรึกษาหารือ

商讨（商討）shāngtǎo 动 ปรึกษาหารือและอภิปราย

商团（商團）shāngtuán 名 สมาคมนักธุรกิจ

商务（商務）shāngwù 名 กิจการค้า ; ธุรกิจ

商业（商業）shāngyè 名 พาณิชยการ ; กิจการค้า

商业界（商業界）shāngyèjiè 名 วงการธุรกิจการค้า

商议（商議）shāngyì 动 ปรึกษาหารือ

上声（上聲）shǎngshēng 名〈语〉
เสียงวรรณยุกต์ที่สามในภาษาจีนกลางปัจจุบัน

晌午 shǎng·wǔ 名〈方〉ตอนเที่ยง

赏（賞）shǎng 动 ให้รางวัล ; ชื่นชม

赏赐（賞賜）shǎngcì 动 (ผู้ใหญ่ที่มีฐานะสูง)
ให้รางวัล (ผู้น้อย)

赏罚（賞罰）shǎngfá 动 ให้รางวัลและลงโทษ

赏格（賞格）shǎnggé 名 จำนวนเงินรางวัลที่ประกาศ
จะให้ (เช่น ประกาศให้รางวัลนำจับ ประกาศ
ให้รางวัลหาคน ฯลฯ)

赏光（賞光）shǎngguāng 动〈套〉ให้เกียรติ

赏金（賞金）shǎngjīn 名 เงินรางวัล

赏脸（賞臉）shǎngliǎn 动〈套〉ขอโปรดให้เกียรติ ;
ให้เกียรติ

赏识（賞識）shǎngshí 动 ชื่นชม

赏玩（賞玩）shǎngwán 动 ชมเล่น

赏析（賞析）shǎngxī 动 วิจารณ์และชื่นชม
(วรรณกรรม ฯลฯ)

赏心悦目（賞心悅目）shǎngxīn-yuèmù〈成〉
รื่นตาชื่นใจ

上 shàng 动 ขึ้น ; เข้า ; ไป ; ใส่ ; ออก (ทีวี) ; ลง
(หนังสือพิมพ์ ฯลฯ) 名 ต้น ; บน

上班 shàngbān 动 ไปทำงาน

上报（上報）shàngbào 动 ลงหนังสือพิมพ์ ;
รายงานต่อหน่วยเหนือ

上臂 shàngbì 名〈生理〉แขนท่อนบน

上边（上邊）shàng·bian 名 ข้างบน ; เบื้องบน

上宾（上賓）shàngbīn 名 แขกผู้มีเกียรติ

上操 shàngcāo 动 ออกฝึกซ้อมทหารหรือกายบริหาร

上策 shàngcè 名 แผนที่ดี

上层（上層）shàngcéng 名 ชั้นบน

上层建筑（上層建築）shàngcéng jiànzhù〈哲〉

S

โครงสร้างเบื้องบน (หมายถึงทัศนะทางการเมือง กฎหมาย ศาสนา ศิลปะ ปรัชญา ฯลฯ ซึ่งสร้างขึ้นบนพื้นฐานเศรษฐกิจ ตลอดจนระบอบทางการเมือง กฎหมาย ฯลฯ ที่สอดคล้องกับทัศนะดังกล่าว)

上场（上場）shàngchǎng 动 ออกแสดง ; ลงสนาม

上乘 shàngchéng 名 (ศิลปะวรรณคดี) ชั้นเยี่ยม ; (คุณภาพ) ชั้นดี ; 〈宗〉 มหายาน

上传（上傳）shàngchuán 动 อัปโหลด (*upload*) ; บรรจุขึ้น ; ส่งไฟล์

上次 shàngcì 名 คราวก่อน ; ครั้งที่แล้ว

上当（上當）shàngdàng 动 ถูกหลอก ; ถูกต้มตุ๋น

上等 shàngděng 形 ชั้นดี

上帝 Shàngdì 名〈宗〉พระเจ้า

上吊 shàngdiào 动 ผูกคอตาย

上调（上調）shàngdiào 动 โยกย้ายหน้าที่ไปหน่วยงานเบื้องบน ; ขนย้ายทรัพยากรไปที่เมือง

S

上冻（上凍）shàngdòng 动 (น้ำ) เกาะตัวเป็นน้ำแข็ง ; (ดิน) แข็งตัว (เพราะอากาศหนาว)

上颚（上顎）shàng'è 名 〈生理〉 ขากรรไกรบน

上方 shàngfāng 名 ข้างบน ; เบื้องบน

上风（上風）shàngfēng 名 ต้นลม

上岗（上崗） shànggǎng 动 เข้าเวร ; เริ่มปฏิบัติหน้าที่การงาน

上告 shànggào 动 ฟ้องขึ้นศาล ; ฟ้องร้องต่อองค์การเบื้องบน ; รายงานต่อเบื้องบน

上个月（上個月）shànggèyuè 名 เดือนที่แล้ว ; เดือนก่อน

上工 shànggōng 动 (กรรมกร คนงาน) ไปทำงาน

上钩（上鈎）shànggōu 动 ติดเบ็ด ; ถูกหลอก

上光 shàngguāng 动 ชักเงา

上轨道（上軌道）shàngguǐdào 动 (เรื่อง) เริ่มดำเนินไปตามระเบียบขั้นตอน

上呼吸道 shànghūxīdào〈生理〉ช่องหายใจบน

上火 shànghuǒ 动 〈中医〉 เกิดอาการร้อนใน

上级（上級）shàngjí 名 เบื้องบน

上家 shàngjiā 名 ผู้ที่นั่งอยู่อันดับข้างหน้าในวงไพ่

上将（上將）shàngjiàng 名 〈军〉 พลเอก

上缴（上繳）shàngjiǎo 动 มอบ (ทรัพย์สิน รายได้ ฯลฯ) ให้เบื้องบน

上街 shàngjiē 动 ออกไปข้างนอก ; ไปตลาด

上进（上進）shàngjìn 动 ก้าวหน้า

上课（上課）shàngkè 动 เข้าเรียน ; เข้าสอน

上空 shàngkōng 名 ท้องฟ้าบนสถานที่แห่งใดแห่งหนึ่ง

上来（上來）shànglái 动 ขึ้นมา

上列 shàngliè 形 ดังที่ระบุไว้ข้างต้น

上流 shàngliú 名 ต้นน้ำ ; (สังคม บุคคล) ชั้นสูง

上楼（上樓）shànglóu 动 ขึ้นชั้นบน (ของตึก)

上路 shànglù 动 ออกเดินทาง ; เข้าร่องเข้ารอย

上马（上馬）shàngmǎ 动 ขึ้นม้า ; เริ่มดำเนินการ

上门（上門）shàngmén 动 ไปบ้านผู้อื่น ; แต่งลูกเขยเข้าบ้าน

上面 shàngmiàn 名 ข้างบน ; ดังกล่าว ; เบื้องบน

上年 shàngnián 名 ปีกลาย ; ปีที่แล้ว

上年纪（上年紀）shàng nián•ji 动 มีอายุมาก

上坡路 shàngpōlù 名 ทางขึ้นเนิน

上期 shàngqī 名 งวดที่แล้ว ; ช่วงระยะเวลาตามกำหนดที่ผ่านมา

上去 shàng•qù 动 ขึ้นไป

上任 shàngrèn 动 เข้าดำรงตำแหน่ง ; อดีต (ตำแหน่ง)

上色 shàngsè 形 (คุณภาพสินค้า) ชั้นดี

上色 shàngshǎi 动 ระบายสี

上山 shàngshān 动 ขึ้นภูเขา

上身 shàngshēn 名 ท่อนบนของร่างกาย ; เสื้อ

上升 shàngshēng 动 ขึ้นสูง

上士 shàngshì 名〈军〉สิบเอก

上市 shàngshì 动〈经〉ออกสู่ตลาด

上手 shàngshǒu 名 ด้านที่นั่งสำหรับผู้ที่มีเกียรติสูงกว่า 动 ลงมือ ; เริ่มต้น

上书（上書）shàngshū 动 ยื่นหนังสือต่อเบื้องบน

上述 shàngshù 形 ดังกล่าว

上税 shàngshuì 动 เสียภาษี

上司 shàng•si 名 หัวหน้า ; เบื้องบน

上诉（上訴）shàngsù 动 〈法〉 ยื่นอุทธรณ์

上算 shàngsuàn 形 คุ้มค่า

上岁数（上歲數）shàng suì•shu 动〈口〉อายุมาก
上台（上臺）shàngtái 动 ขึ้นเวที ; เข้าดำรงตำแหน่ง ; ขึ้นครองอำนาจ
上膛 shàngtáng 动〈军〉บรรจุกระสุน
上天 shàngtiān 名 สวรรค์ 动 ขึ้นสวรรค์
上头（上頭）shàngtóu 动〈旧〉เกล้าผม (สตรีสมัยเก่าจะต้องเกล้าผมเป็นจุกก่อนแต่งงาน) ; แต่งงาน
上头（上頭）shàng•tou 名 ข้างบน ; เบื้องบน (หน่วยเหนือ)
上网（上網）shàngwǎng 动〈计〉เล่นอินเตอร์เน็ต ; ท่องอินเทอร์เน็ต
上尉 shàngwèi 名〈军〉ร้อยเอก
上文 shàngwén 名 ข้อความข้างต้น
上午 shàngwǔ 名 ตอนเช้า
上下 shàngxià 名 เบื้องบนและเบื้องล่าง ; ราว ๆ 动 ขึ้นลง
上下文 shàngxiàwén 名 ข้อความตอนต้นและตอนต่อไป ; บริบท
上弦 shàngxián 名〈天〉ดวงจันทร์เสี้ยวข้างขึ้น
上限 shàngxiàn 名 ขอบเขตจำกัด (ปริมาณ) สูงสุด; ขอบเขตจำกัด (เวลา) ยาวนานที่สุด
上相 shàngxiàng 形 ถ่ายรูปขึ้น
上校 shàngxiào 名〈军〉พันเอก
上学（上學）shàngxué 动 ไปโรงเรียน ; เริ่มเรียนหนังสือในโรงเรียน
上旬 shàngxún 名 ต้นเดือน (วันที่ ๑ ถึงวันที่ ๑๐)
上演 shàngyǎn 动〈剧〉ออกแสดง (ละครงิ้ว นาฏศิลป์ ฯลฯ)
上衣 shàngyī 名 เสื้อ
上议院（上議院）shàngyìyuàn 名 สภาสูง (ของรัฐสภา) ; วุฒิสภา
上瘾 shàngyǐn 动 ติด ; ติดเป็นนิสัย
上映 shàngyìng 动〈影视〉(ภาพยนตร์) เข้าฉาย (ในโรงภาพยนตร์)
上游 shàngyóu 名 แม่น้ำตอนบน ; ฐานะที่ก้าวหน้า
上月 shàngyuè 名 เดือนที่แล้ว ; เดือนก่อน
上涨（上漲）shàngzhǎng 动 (น้ำ ราคา ฯลฯ) ขึ้น
上阵（上陣）shàngzhèn 动 ออกสนามรบ
上周 shàngzhōu 名 สัปดาห์ที่แล้ว ; อาทิตย์ที่แล้ว
上肢 shàngzhī 名〈生理〉แขน
上装（上裝）shàngzhuāng 名 เสื้อนอก ; เสื้อ 动 แต่งตัว (เพื่อขึ้นแสดง)
上座 shàngzuò 名 ที่นั่งสำหรับผู้มีเกียรติ ; ลูกค้า (ของโรงหนัง โรงละคร ภัตตาคาร) มีมาก
上座部佛教 Shàngzuòbù Fójiào〈宗〉ศาสนาพุทธนิกายหินยาน
上座率 shàngzuòlǜ 名 อัตราจำนวนลูกค้าของโรงหนัง โรงละคร ภัตตาคาร ฯลฯ
尚 shàng 动 เคารพบูชา 副〈书〉ยัง
尚方宝剑 shàngfāng bǎojiàn พระแสงอาญาสิทธิ์
尚可 shàngkě〈书〉พอใช้ได้
尚且 shàngqiě 连 ก็ยัง
尚未 shàngwèi 副〈书〉ยังไม่
尚武 shàngwǔ 动〈书〉นิยมใช้กำลัง
捎 shāo 动 ฝากติดตัวไป ; รับฝากติดตัวไป
捎带（捎帶）shāodài 动 ติดไม้ติดมือไป
捎话（捎話）shāohuà 动 ฝากบอก
烧（燒）shāo 动 เผา ; ไหม้
烧杯（燒杯）shāobēi 名〈化〉ภาชนะแก้วที่ใช้ในการทดลอง
烧荒（燒荒）shāohuāng 动 เผาหญ้าในที่รกร้าง
烧毁（燒毀）shāohuǐ 动 เผาทำลาย
烧火（燒火）shāohuǒ 动 ก่อไฟ (ทำอาหาร)
烧碱（燒鹼）shāojiǎn 名〈化〉โซเดียมไฮดรอกไซด์ (*sodium hydroxide*)
烧酒（燒酒）shāojiǔ 名 เหล้าขาว
烧烤（燒烤）shāokǎo 名 อาหารบาร์บีคิว (*barbecue*)
烧瓶（燒瓶）shāopíng 名〈化〉ขวดอุปกรณ์
烧伤（燒傷）shāoshāng 动 บาดเจ็บด้วยไฟลวก
烧心（燒心）shāoxīn 动〈医〉อาการจุกเสียดที่กระเพาะอาหาร (เพราะน้ำกรดกัดเยื่อกระเพาะ)
梢头（梢頭）shāotóu 名 ปลายกิ่งไม้
稍 shāo 副 สักหน่อย
稍后（稍後）shāohòu 副 หลังจากนั้นไม่นาน ; อีกไม่นาน ; อีกสักครู่
稍候 shāohòu 动 คอยสักครู่ ; รอประเดี๋ยว

S

稍加 shāojiā 副 เพิ่มการ...สักหน่อย

稍稍 shāoshāo 副 สักนิด

稍微 shāowēi 副 ...นิดหน่อย ; สักนิด

稍息 shàoxī 动〈军〉พัก ; (คำสั่ง) แถว...พัก

稍许（稍許）shāoxǔ 副 ...นิดหน่อย ; สักนิด

勺 sháo 名 ช้อน

勺子 sháo·zi 名 ช้อน ; ทัพพี

芍药（芍藥）sháo·yao 名〈植〉เฮอร์เบซัส พีอานี จีน (Chinese herbaceous peony พืชไม้ดอกของจีน ลักษณะคล้ายโบตั๋น)

少 shǎo 形 น้อย ; ขาด

少不得 shǎo·budé 动 ขาดไม่ได้

少不了 shǎo·buliǎo 动 ขาดไม่ได้

少见（少見）shǎojiàn 形 พบเห็นน้อย

少见多怪（少見多怪）shǎojiàn-duōguài〈成〉รู้ น้อยเห็นน้อย จึงเห็นเรื่องธรรมดาเป็นเรื่องประหลาด

少量 shǎoliàng 形 จำนวนน้อย ; ปริมาณน้อย

少顷（少頃）shǎoqǐng 副 ประเดี๋ยวเดียว

少数（少數）shǎoshù 名 ส่วนน้อย

少许（少許）shǎoxǔ 形〈书〉นิดหน่อย ; จำนวนน้อย

少有 shǎoyǒu 形 มีน้อย ; หายาก

少儿（少兒）shào'ér 名 เด็กเล็ก

少妇（少婦）shàofù 名 หญิงวัยสาวที่แต่งงานไปแล้ว

少将（少將）shàojiàng 名〈军〉พลตรี

少林寺 shàolínsì 名 วัดเส้าหลิน

少年 shàonián 名 วัยรุ่น ; เยาวชน

少女 shàonǚ 名 สาววัยรุ่น

少尉 shàowèi 名〈军〉ร้อยตรี

少校 shàoxiào 名〈军〉พันตรี

少爷（少爺）shào·ye 名 คุณชาย

少壮派（少壯派）shàozhuàngpài 名 กลุ่มวัย หนุ่ม ; (คำตลาด) กลุ่มยังเติร์ก (Young Turk)

哨 shào 名 เสียงนกร้อง ; นกหวีด

哨兵 shàobīng 名〈军〉ทหารยาม ; ทหารรักษาการณ์

哨卡 shàoqiǎ 名〈军〉ด่านตรวจ

哨所 shàosuǒ 名〈军〉ป้อมยาม ; ป้อมรักษาการณ์

哨音 shàoyīn 名 เสียงนกหวีด

哨子 shào·zi 名 นกหวีด

奢侈 shēchǐ 形 ฟุ่มเฟือย

奢侈品 shēchǐpǐn 名 ของฟุ่มเฟือย

奢华（奢華）shēhuá 形 หรูหรา

奢求 shēqiú 名 คำขอที่มากเกินควร

奢望 shēwàng 名 ความหวังที่มากเกินควร

赊（賒）shē 动 ค้างชำระ ; (ซื้อ) เชื่อ

赊购（賒購）shēgòu 动 ซื้อเชื่อ

赊欠（賒欠）shēqiàn 动 ค้างชำระ

赊销（賒銷）shēxiāo 动 ขายเชื่อ

赊账（賒賬）shēzhàng 动 ลงบัญชีขายเชื่อ ; ค้างชำระ ; เซ็น

猞猁 shēlì 名〈动〉แมวป่า

舌 shé 名 ลิ้น

舌根 shégēn 名 โคนลิ้น

舌尖 shéjiān 名 ปลายลิ้น

舌苔 shétāi 名〈生理〉ฝ้าลิ้น

舌头（舌頭）shé·tou 名 ลิ้น

舌战（舌戰）shézhàn 动 โต้คารม

折 shé 动 หัก

折本 shébén 动 ขาดทุน

蛇 shé 名 งู

蛇胆（蛇膽）shédǎn 名 ดีของงูแมวเซา (ใช้เป็นยาแก้ร้อนในและฆ่าแมลง)

蛇毒 shédú 名 พิษงู

蛇蝎 shéxiē 名 อุปมา คนโหดร้าย

舍（捨）shě 动 สละ ; ให้ทาน

舍不得（捨不得）shě·bu·de 动 เสียดาย (ของ) ทิ้งไม่ลง

舍得（捨得）shě·de 动 ไม่เสียดาย (ของ) ; ทิ้งลงได้

舍己救人（捨己救人）shějǐ-jiùrén〈成〉 ยอมเสียสละเพื่อช่วยคนอื่น

舍近求远（捨近求遠）shějìn-qiúyuǎn〈成〉 ทิ้งที่ใกล้ไปหวังเอาที่ไกล อุปมาว่า เดินทาง อ้อมหรือมุ่งแสวงหาสิ่งที่ไม่สอดคล้องกับความเป็นจริง

舍命（捨命）shěmìng 动 พลีชีพ

舍弃（捨棄）shěqì 动 ละทิ้ง ; สละ

舍身（捨身）shěshēn 动 อุทิศชีวิต

舍生忘死（捨生忘死）shěshēng-wàngsǐ〈成〉

S

ไม่คำนึงถึงชีวิต

设（設）shè 动 จัดวาง ; วางแผน ; ติดตั้ง

设备（設備）shèbèi 名 อุปกรณ์ 动 ติดตั้งเครื่องมือหรืออุปกรณ์

设定（設定）shèdìng 动 กำหนดไว้ ; ตั้งไว้ ; ตั้งค่า

设法（設法）shèfǎ 动 หาทาง

设防（設防）shèfáng 动 จัดวางกำลังป้องกัน

设计（設計）shèjì 动 ออกแบบ

设计师（設計師）shèjìshī 名 ผู้ออกแบบ

设立（設立）shèlì 动 ก่อตั้ง

设色（設色）shèsè 动 ทาสี

设身处地（設身處地）shèshēn-chǔdì 〈成〉 เอาใจเขามาใส่ใจเรา

设施（設施）shèshī 名 องค์การจัดตั้งและอุปกรณ์ ฯลฯ (ซึ่งอำนวยความสะดวกในการดำเนินงาน)

设想（設想）shèxiǎng 动 คิดสมมุติขึ้น ; คำนึงถึง

设宴（設宴）shèyàn 动 จัดงานเลี้ยง

设障（設障）shèzhàng 动 วางเครื่องกีดขวาง

设置（設置）shèzhì 动 จัดตั้ง ; ติดตั้ง

社 shè 名 องค์การจัดตั้ง

社会（社會）shèhuì 名 สังคม

社会化（社會化）shèhuìhuà 动 การขัดเกลาทางสังคม

社会科学（社會科學）shèhuì kēxué สังคมศาสตร์และมนุษยศาสตร์

社会学（社會學）shèhuìxué 名 สังคมศาสตร์

社会主义（社會主義）shèhuì zhǔyì สังคมนิยม

社交 shèjiāo 名 การสังคม

社论（社論）shèlùn 名 บทนำ ของหนังสือพิมพ์หรือวารสาร

社评（社評）shèpíng 名 บทนำ ของหนังสือพิมพ์หรือวารสาร

社区（社區）shèqū 名 เขตที่อยู่ของประชาชน ; ชุมชน

社团（社團）shètuán 名 องค์การจัดตั้งของมวลชน

舍间 shèjiān 名 〈谦〉 (คำพูดถ่อมตัว) บ้านของตน

舍利 shèlì 名 〈宗〉 พระบรมสารีริกธาตุ

射 shè 动 ยิง ; (น้ำ) พุ่ง ; (แสง) ส่อง

射程 shèchéng 名 〈军〉 ระยะยิง

射电（射電）shèdiàn 名 〈天〉 การใช้วิทยุเป็นเครื่องมือในการวิจัยดาราศาสตร์

射击（射擊）shèjī 动 ยิงปืน 名 〈体〉 กีฬายิงปืน

射击场（射擊場）shèjīchǎng 名 สนามยิงปืน

射箭 shèjiàn 动 ยิงธนู 名 〈体〉 กีฬายิงธนู

射精 shèjīng 动 〈生理〉 หลั่งน้ำอสุจิ

射猎（射獵）shèliè 动 ล่าสัตว์

射门（射門）shèmén 动 〈体〉 ยิงประตู (ของกีฬาฟุตบอล)

射频（射頻）shèpín 名〈无〉อัตราความถี่ของวิทยุ

射手 shèshǒu 名 นักยิงปืน

射线（射綫）shèxiàn 名 〈物〉 รังสี

涉及 shèjí 动 เกี่ยวข้องถึง

涉猎（涉獵）shèliè 动 อ่านผาด ๆ

涉外 shèwài 形 เกี่ยวกับการต่างประเทศ

涉嫌 shèxián 动 ต้องสงสัย

涉足 shèzú 动 〈书〉 ก้าวเข้าไป

赦 shè 动 ยกโทษ

赦免 shèmiǎn 动 นิรโทษ

摄（攝）shè 动 ถ่ายทำ ; รับ

摄取（攝取）shèqǔ 动 รับ (สิ่งบำรุง ฯลฯ) ; ถ่าย (ภาพ)

摄氏（攝氏）shèshì 名 (อุณหภูมิ) เซนติเกรด (*centigrade*) ; เซลเซียส (*celsius*)

摄像（攝像）shèxiàng 动 ถ่ายวิดีโอเทป

摄像机（攝像機）shèxiàngjī 名 เครื่องถ่ายวิดีโอ

摄影（攝影）shèyǐng 动 ถ่ายรูป ; ถ่ายทำภาพยนตร์

摄影机（攝影機）shèyǐngjī 名 กล้องถ่ายรูป ; เครื่องถ่ายภาพยนตร์

摄影棚（攝影棚）shèyǐngpéng 名 โรงภาพยนตร์

摄影师（攝影師）shèyǐngshī 名 ช่างภาพ ; ช่างถ่ายภาพยนตร์

摄政（攝政）shèzhèng 动 สำเร็จราชการแทนจักรพรรดิ

摄制（攝製）shèzhì 动 〈影视〉 ถ่ายทำ (ภาพยนตร์)

慑于（懾于）shèyú 动 〈书〉 กลัวใน...

麝 shè 名 〈动〉 ชะมดกวาง ; ชะมด

S

麝牛 shèniú 名〈动〉ชะมดวัว

麝鼠 shèshǔ 名〈动〉ชะมดหนู

麝香 shèxiāng 名〈药〉ชะมด

谁（誰）shéi 代 ใคร

申办（申辦）shēnbàn 动 ยื่นคำขอ (จัดการประชุมงานกีฬา ลงทะเบียน ฯลฯ)

申报（申報）shēnbào 动 รายงาน (ต่อเบื้องบนหรือหน่วยราชการที่เกี่ยวข้อง) ; แจ้ง (ชำระภาษี)

申辩（申辯）shēnbiàn 动〈法〉แก้ต่าง ; โต้ข้อกล่าวหา

申斥 shēnchì 动 (ผู้ใหญ่) ต่อว่า (ผู้น้อย) ; ดุว่า

申领（申領）shēnlǐng 动 ยื่นคำขอ (เพื่อรับเงินสังเคราะห์ ฯลฯ)

申明 shēnmíng 动 ชี้แจงอย่างเป็นทางการ

申请（申請）shēnqǐng 动 ยื่นคำร้อง ; สมัคร

申述 shēnshù 动 ชี้แจงอย่างละเอียด

申诉（申訴）shēnsù 动 ยื่นคำร้อง ; 〈法〉ขออุทธรณ์

申冤 shēnyuān 动 ล้างแค้นอันเนื่องจากถูกใส่ความ ; ร้องเรียนเรื่องที่ถูกใส่ความ

伸 shēn 动 ยืด

伸懒腰（伸懶腰）shēn lǎnyāo〈惯〉บิดขี้เกียจ

伸手 shēnshǒu 动 ยื่นมือ

伸缩（伸縮）shēnsuō 动 ยืดและหด ; ยืดหยุ่น

伸腰 shēnyāo 动 ยืดเอว ; อุปมาว่า ลืมตาอ้าปาก

伸展 shēnzhǎn 动 แผ่ออก

伸张（伸張）shēnzhāng 动 แผ่ขยาย ; ส่งเสริม

伸直 shēnzhí 动 ยื่นตรง

身 shēn 名 ร่างกาย ; ตัวเอง 量 ชุด (เสื้อผ้า)

身败名裂（身敗名裂）shēnbài-míngliè〈成〉เสียหายทั้งฐานะและชื่อเสียง

身板 shēnbǎn 名〈方〉ร่างกาย ; สุขภาพ

身边（身邊）shēnbiān 名 ข้างตัว ; ที่ติดตัว ; ที่ใกล้ตัว

身不由己 shēnbùyóujǐ〈成〉ไม่เป็นตัวของตัวเอง

身材 shēncái 名 รูปร่าง ; ทรวดทรง

身长（身長）shēncháng 名 ความสูงของร่างกาย ; ความยาวของเสื้อ

身段 shēnduàn 名 รูปร่างของหญิง ; ท่าทาง (ของนักแสดง)

身份 shēn•fèn 名 ฐานะ (ในสังคมหรือทางกฎหมาย)

身份证（身份證）shēnfènzhèng 名 บัตรประชาชน

身高 shēngāo 名 ความสูงของร่างกาย

身后（身後）shēnhòu 名 หลังจากถึงแก่กรรม ; เบื้องหลังร่างกาย

身价（身價）shēnjià 名 ฐานะทางสังคม ; ค่าตัว

身教 shēnjiào 动 อบรมสั่งสอนโดยการทำให้ดูเป็นตัวอย่าง

身量 shēn•liang 名〈口〉รูปร่าง

身临其境（身臨其境）shēnlínqíjìng〈成〉เข้าไปในเหตุการณ์หรือสถานที่ด้วยตนเอง

身强力壮（身强力壯）shēnqiáng-lìzhuàng〈成〉ร่างกายแข็งแรง

身躯（身軀）shēnqū 名 ร่างกาย

身上 shēn•shang 名 ร่ายกาย ; ตามตัว ; ติดตัว

身世 shēnshì 名 ชีวิตที่ได้ประสบการณ์มา

身手不凡 shēnshǒu-bùfán〈熟〉ฝีมือเยี่ยม

身体（身體）shēntǐ 名 ร่างกาย

身条儿（身條兒）shēntiáor 名〈口〉รูปร่าง ; หุ่น

身亡 shēnwáng 动〈书〉สิ้นชีพ

身心 shēnxīn 名 ร่างกายและจิตใจ ; สังขาร

身影 shēnyǐng 名 เงาของร่างกาย ; รูปร่าง

身孕 shēnyùn 名 การตั้งครรภ์

身子 shēn•zi 名〈口〉ร่างกาย ; การตั้งครรภ์

呻吟 shēnyín 动 ครวญคราง

参（參）shēn 名〈植〉โสม

绅士（紳士）shēnshì 名 ผู้ดี ; สุภาพบุรุษ

砷 shēn 名〈化〉สารอาร์เซนิก (*arsenic*) ; สารหนู

深 shēn 形 ลึก ; ลึกซึ้ง

深奥 shēn'ào 形 ลึกล้ำ

深层（深層）shēncéng 名 ชั้นลึก

深长（深長）shēncháng 形 (ความหมาย) ลึกซึ้ง

深沉 shēnchén 形 สุดซึ้ง ; (เสียง) ทุ้ม ; ล้ำลึก

深处（深處）shēnchù 名 ที่ลึกเข้าไป ; ส่วนลึก

深冬 shēndōng 名〈气〉ปลายฤดูหนาว

深度 shēndù 名 ความลึก

深耕 shēngēng 动〈农〉ไถ (นา) ลึก

深谷 shēngǔ 名 เหวลึก

深海 shēnhǎi 名 ทะเลลึก
深红（深紅）shēnhóng 形 สีแดงแก่
深厚 shēnhòu 形 (อารมณ์ ความรู้สึก) ลึกซึ้ง ; (พื้นฐาน) หนาแน่น
深呼吸 shēnhūxī 动 หายใจลึก
深化 shēnhuà 动 ลึกซึ้งขึ้น ; รุนแรงขึ้น
深黄 shēnhuáng 形 สีเหลืองแก่
深灰 shēnhuī 形 สีเทาเข้ม
深涧（深澗）shēnjiàn 名 ร่องน้ำลึกในภูเขา
深交 shēnjiāo 名 ความสัมพันธ์อันแน่นแฟ้น 动 ไปมาหาสู่กันอย่างใหล้ชิด
深究 shēnjiū 动 สืบสาวอย่างจริงจัง
深刻 shēnkè 形 ถึงแก่นแท้ ; ลึกซึ้ง
深蓝（深藍）shēnlán 形 สีน้ำเงินเข้ม ; สีกรมท่า
深绿（深綠）shēnlǜ 形 สีเขียวเข้ม
深谋远虑（深謀遠慮）shēnmóu-yuǎnlǜ 〈成〉 แผนการสุขุม ไตร่ตรองรอบคอบ
深浅（深淺）shēnqiǎn 名 ระดับความลึก ; บันยะบันยัง
深切 shēnqiè 形 สุดซึ้งและจริงใจ
深情 shēnqíng 名 อารมณ์ความรู้สึกอันลึกซึ้ง
深情厚谊（深情厚誼）shēnqíng-hòuyì 〈成〉 มิตรภาพอันลึ้กซึ้ง
深秋 shēnqiū 名〈气〉ปลายฤดูใบไม้ร่วง
深入 shēnrù 动 ลึกเข้าไป
深入浅出（深入淺出）shēnrù-qiǎnchū 〈成〉 เนื้อความลึกซึ้งแต่สำนวนเรียบง่าย
深入人心 shēnrù-rénxīn 〈成〉 (ความคิด นโยบาย ฯลฯ) ฝังรากลึกในใจผู้คน
深山 shēnshān 名 ภูเขาลึก
深深 shēnshēn 副 อย่างลึกซึ้ง ; อย่างมาก
深受 shēnshòu 动 ได้รับ (ความเคารพ ฯลฯ) เป็นอย่างมาก
深思 shēnsī 动 คิดอย่างลึกซึ้ง
深思熟虑（深思熟慮）shēnsī-shúlǜ 〈成〉 ไตร่ตรองอย่างละเอียดรอบคอบ
深邃 shēnsuì 形 ลึก ; ลึกล้ำ
深谈（深談）shēntán 动 คุยกันอย่างลึก
深恶痛绝（深惡痛絕）shēnwù-tòngjué 〈成〉 เกลียดจนเข้ากระดูกดำ
深信 shēnxìn 动 เชื่อมั่น
深夜 shēnyè 名 ดึกดื่น
深渊（深淵）shēnyuān 名 ห้วงน้ำลึก
深远（深遠）shēnyuǎn 形 (ผลกระทบ ความหมาย ฯลฯ) ลึกซึ้งและยาวไกล
深造 shēnzào 动 ศึกษาเพิ่มเติม
深湛 shēnzhàn 形 แตกฉานและลึกซึ้ง
深知 shēnzhī 动 เข้าใจดี
深挚（深摯）shēnzhì 形 สุดซึ้งและจริงใจ
深重 shēnzhòng 形 (บาปกรรม ภัยพิบัติ วิกฤตการณ์ ฯลฯ) หนักหนา ; ร้ายแรง

什么（什麼）shén•me 代 อะไร
什么的（什麼的）shén•me•de 助 〈口〉 (ใช้ต่อท้ายประโยค)...อะไรทำนองนั้น
什么样（什麼樣）shén•meyàng 代 อย่างไร

神 shén 名 เทวดา ; จิตใจ 形 เหนือธรรมชาติ ; ฉลาดยิ่ง
神笔（神筆）shénbǐ 名 ปากกาวิเศษ ; สำนวนวิเศษ
神采 shéncǎi 名 ราศี ; ลักษณะท่าทาง
神采奕奕 shéncǎi-yìyì 〈成〉 กระปรี้กระเปร่า
神出鬼没 shénchū-guǐmò 〈成〉 เดี๋ยวปรากฏตัว เดี๋ยวหายวับ เหมือนผีสางเทวดา ; ผลุบ ๆ โผล่ ๆ
神甫 shén•fu 名〈宗〉บาทหลวง
神怪 shénguài 名 ผีสางเทวดา
神乎其神 shénhūqíshén 〈成〉 ลึกลับแยบยลที่สุด
神化 shénhuà 动 ทำให้กลายเป็นเทพเจ้าไป ; นับถือเป็นเทพเจ้า
神话（神話）shénhuà 名 เทพนิยาย ; ตำนานปรำปรา
神魂颠倒（神魂顛倒）shénhún-diāndǎo 〈成〉 จิตใจเคลิบเคลิ้มหลงใหล
神经（神經）shénjīng 名 〈生理〉 เส้นประสาท
神经病（神經病）shénjīngbìng 名 〈医〉 โรคประสาท
神经质（神經質）shénjīngzhì 名 〈医〉 โรคประสาทซึ่งมีอารมณ์อยู่เหนือเหตุผล
神力 shénlì 名 พลังปาฏิหาริย์
神聊 shénliáo 动〈口〉คุยฟุ้ง

S

神灵（神靈）shénlíng 名 สิ่งศักดิ์สิทธิ์ ; เทพเจ้า
神秘 shénmì 形 ลึกลับ
神明 shénmíng 名 สิ่งศักดิ์สิทธิ์ ; เทพเจ้า
神奇 shénqí 形 มหัศจรรย์
神气（神氣）shén•qì 名 อารมณ์ที่แสดงออกบนใบหน้า 形 กระปรี้กระเปร่า
神气活现（神氣活現）shénqì-huóxiàn 〈成〉 กระหยิ่มยิ้มย่อง
神枪手（神槍手）shénqiāngshǒu 名 มือแม่นปืน
神情 shénqíng 名 อารมณ์ที่แสดงออกบนใบหน้า
神色 shénsè 名 สีหน้า
神圣（神聖）shénshèng 形 ศักดิ์สิทธิ์
神思 shénsī 名 จิตใจ
神似 shénsì 形 เหมือนจริงทีเดียว ; เหมือนทางด้านจิตใจ
神速 shénsù 形 รวดเร็วอย่างปาฏิหาริย์
神算 shénsuàn 名 คาดการณ์แม่นยำ
神态（神態）shéntài 名 ลักษณะทางจิตใจและท่าทาง
神通 shéntōng 名 อภินิหาร
神通广大（神通廣大）shéntōng-guǎngdà 〈成〉 มีพลังอภินิหาร ; มีความสามารถอย่างมหัศจรรย์
神童 shéntóng 名 เด็กอัจฉริยะ
神往 shénwǎng 动 ใจเลื่อมใส
神仙 shén•xiān 名 เทวดา ; (จีน) เซียน
神像 shénxiàng 名 เทวรูป
神学（神學）shénxué 名 〈宗〉 เทววิทยา
神学家（神學家）shénxuéjiā 名 นักเทววิทยา
神医（神醫）shényī 名 แพทย์ที่มีฝีมือรักษาโรคอย่างปาฏิหาริย์ ; แพทย์อัจฉริยะ
神韵 shényùn 名 เสน่ห์ทางจิตใจ
神职人员（神職人員）shénzhí rényuán เจ้าหน้าที่ฝ่ายกิจการศาสนา (คริสเตียน คาทอลิก ฯลฯ)
神志 shénzhì 名 สติสัมปชัญญะ

审（審）shěn 动 ตรวจ ; สอบสวน 形 ละเอียดรอบคอบ
审查（審查）shěnchá 动 ตรวจสอบ
审订（審訂）shěndìng 动 ตรวจและแก้ไขปรับปรุง
审定（審定）shěndìng 动 ตรวจสอบและตัดสินชี้ขาด
审核（審核）shěnhé 动 ตรวจสอบ (ข้อมูล ตัวเลข ฯลฯ)
审计（審計）shěnjì 动 ตรวจสอบบัญชี
审校（審校）shěnjiào 动 ตรวจและแก้ผิด
审理（審理）shěnlǐ 动 〈法〉 ตรวจสอบคดี
审美（審美）shěnměi 动 รู้คุณค่าในความงาม
审判（審判）shěnpàn 动 〈法〉 พิพากษา
审判员（審判員）shěnpànyuán 名 ผู้พิพากษา
审判长（審判長）shěnpànzhǎng 名 ประธานคณะผู้พิพากษา
审批（審批）shěnpī 动 ตรวจสอบและอนุมัติ
审评（審評）shěnpíng 动 ตรวจสอบและวิจารณ์
审慎（審慎）shěnshèn 形 ละเอียดรอบคอบ
审时度势（審時度勢）shěnshí-duóshì 〈成〉 พิจารณาและคาดการณ์สภาพสถานการณ์
审视（審視）shěnshì 动 พินิจพิจารณา ; พินิจพิเคราะห์
审问（審問）shěnwèn 动 สอบสวน
审讯（審訊）shěnxùn 动 〈法〉 สอบสวน
审议（審議）shěnyì 动 ตรวจสอบและอภิปราย
审阅（審閱）shěnyuè 动 ตรวจอ่าน

婶（嬸）shěn 名 น้าสะใภ้ (ภรรยาของน้องชายพ่อ)
婶子（嬸子）shěn•zi 名 〈口〉 น้าสะใภ้

肾（腎）shèn 名 〈生理〉 ไต
肾病（腎病）shènbìng 名 〈医〉 โรคไต
肾炎（腎炎）shènyán 名 〈医〉 ไตอักเสบ
肾脏（腎臟）shènzàng 名 〈生理〉 ไต

甚 shèn 副 มาก ; อย่างยิ่ง
甚至 shènzhì 连 แม้กระทั่ง
甚至于 shènzhìyú 连 แม้กระทั่ง

渗（滲）shèn 动 ซึม
渗漏（滲漏）shènlòu 动 ซึมรั่ว
渗入（滲入）shènrù 动 ซึมเข้าไป
渗透（滲透）shèntòu 动 แทรกซึม

慎重 shènzhòng 形 ระมัดระวังและเอาจริงเอาจัง

升 shēng 动 ลอยขึ้น ; เลื่อนขึ้น
升高 shēnggāo 动 สูงขึ้น ; ยกขึ้น

升格 shēnggé 动 เลื่อนชั้น

升官 shēngguān 动 เลื่อนตำแหน่งราชการ

升华（升華）shēnghuá 动〈物〉ระเหิด ; (ผลงานศิลปวรรณคดี ฯลฯ) ยกระดับสูงขึ้น

升级（升級）shēngjí 动 เลื่อนชั้น ; เลื่อนขั้น ;〈计〉ยกระดับ ; อัปเกรด (*upgrade*)

升降机（升降機）shēngjiàngjī 名 ลิฟต์ (*lift*)

升旗 shēngqí 动 ชักธงขึ้นสู่ยอดเสา

升任 shēngrèn 动 เลื่อนชั้นไปดำรงตำแหน่ง

升腾（升騰）shēngténg 动 ลอยขึ้น

升天 shēngtiān 动〈宗〉ขึ้นสวรรค์

升温 shēngwēn 动 อุณหภูมิสูงขึ้น ; เพิ่มอุณหภูมิ

升学（升學）shēngxué 动 เรียนต่อที่โรงเรียนในชั้นที่สูงขึ้น

升值 shēngzhí 动〈经〉มีค่าสูงขึ้น

生 shēng 动 คลอด ; มีชีวิต 形 ดิบ 名 นักเรียน

生搬硬套 shēngbān-yìngtào〈成〉ลอกตามแบบโดยสิ้นเชิง

生病 shēngbìng 动 ป่วย

生不逢时（生不逢時）shēngbùféngshí〈成〉ชีวิตที่เกิดมามีโชคชะตาอาภัพ

生财（生財）shēngcái 动 เพิ่มทรัพย์สินเงินทอง

生财有道（生財有道）shēngcái-yǒudào〈成〉มีวิธีการเพิ่มทรัพย์สินเงินทอง ; หาเงินเก่ง

生产（生産）shēngchǎn 动 ผลิต ; คลอด

生产力（生産力）shēngchǎnlì 名〈经〉กำลังการผลิต

生产率（生産率）shēngchǎnlǜ 名〈经〉อัตราการผลิต

生产者（生産者）shēngchǎnzhě 名〈经〉ผู้ผลิต

生产资料（生産資料）shēngchǎn zīliào〈经〉ปัจจัยการผลิต

生辰 shēngchén 名〈书〉วันเกิด

生成 shēngchéng 动 แปรธาตุเป็น... ; กลายเป็น... ; ก่อรูปเป็น... ; ก่อตัว ;〈化〉เกิดการเปลี่ยนแปลงทางเคมี

生词（生詞）shēngcí 名 ศัพท์ใหม่ ; คำใหม่

生存 shēngcún 动 ดำรงชีวิต

生动（生動）shēngdòng 形 มีชีวิตชีวา

生父 shēngfù 名 บิดาผู้ให้กำเนิด

生根 shēnggēn 动 แตกราก

生花妙笔（生花妙筆）shēnghuā-miàobǐ〈成〉ปลายปากกาอันอัจฉริยะ อุปมาว่า ความสามารถในการประพันธ์ที่โดดเด่น

生化 shēnghuà 名〈简〉ชีวเคมี

生活 shēnghuó 名 ชีวิตความเป็นอยู่ 动 ดำรงชีวิต

生活费（生活費）shēnghuófèi 名 ค่าครองชีพ ; ค่าใช้จ่ายประจำวัน

生火 shēnghuǒ 动 ก่อไฟ

生机（生機）shēngjī 名 โอกาสที่รอดตาย ; กำลังแห่งชีวิต

生计（生計）shēngjì 名 หนทางแห่งการเลี้ยงชีพ ; ชีวิตความเป็นอยู่

生就 shēngjiù 动 มีมาแต่กำเนิด

生来（生來）shēnglái 副 เป็นมาแต่กำเนิด

生理 shēnglǐ 名 สรีระ

生理学（生理學）shēnglǐxué 名 สรีรวิทยา

生力军（生力軍）shēnglìjūn 名 กองกำลังทหารใหม่ที่แข็งกล้า ; ผู้ร่วมงานใหม่ที่มีบทบาทอันเป็นคุณ

生灵（生靈）shēnglíng 名〈书〉สิ่งมีชีวิต ; ประชาชน

生路 shēnglù 名 ทางรอด ; ทางดำรงชีวิต

生命 shēngmìng 名 ชีวิต ; ทางดำรงชีวิต

生命科学（生命科學）shēngmìng kēxué วิทยาศาสตร์ชีวภาพ

生命力 shēngmìnglì 名 พลังชีวิต

生命线（生命綫）shēngmìngxiàn 名 เส้นชีวิต อุปมาว่า ปัจจัยสำคัญยิ่งสำหรับการดำรงอยู่และการพัฒนา

生母 shēngmǔ 名 มารดาผู้ให้กำเนิด

生怕 shēngpà 动 กลัวแต่ว่า ; เป็นห่วงว่า

生僻 shēngpì 形 (ศัพท์ ตัวหนังสือ ฯลฯ ที่) พบเห็นน้อยมาก

生平 shēngpíng 名 ชั่วชีวิต ; ชีวประวัติ

生气（生氣）shēngqì 动 โกรธ 名 พลังชีวิต

生前 shēngqián 名 ก่อนถึงแก่กรรม

生擒 shēngqín 动 จับเป็น

生人 shēngrén 名 คนแปลกหน้า

生日 shēngrì 名 วันเกิด

生色 shēngsè 动 เพิ่มสีสัน ; เพิ่มความครึกครื้น

生生不息 shēngshēngbùxī 〈成〉 สืบต่อกันไปทุกชั่วคน

生生世世 shēngshēngshìshì 〈成〉 ทุกชั่วอายุของสิ่งมีชีวิตในสงสารวัฏ ; ทุกชั่วอายุคน

生事 shēngshì 动 ก่อเรื่อง

生手 shēngshǒu 名 มือใหม่

生疏 shēngshū 形 ไม่คุ้น

生水 shēngshuǐ 名 น้ำดิบ

生死 shēngsǐ 名 ความเป็นความตาย

生死攸关（生死攸關）shēngsǐ-yōuguān 〈成〉 เกี่ยวถึงความเป็นความตาย

生死与共（生死與共）shēngsǐ-yǔgòng 〈成〉 ร่วมเป็นร่วมตาย

生态（生態）shēngtài 名 ภาวะการดำรงชีวิตตามธรรมชาติ

生态学（生態學）shēngtàixué 名 สัตววิทยา

生铁（生鐵）shēngtiě 名 〈冶〉 เหล็กหล่อ

生物 shēngwù 名 สิ่งมีชีวิต

生物化学 shēngwù huàxué ชีวเคมีวิทยา

生物界 shēngwùjiè 名 ชีวภาค

生物圈 shēngwùquān 名 ชีวภาค

生物学（生物學）shēngwùxué 名 ชีววิทยา

生物钟（生物鐘）shēngwùzhōng 名 มาตรเวลาชีววิทยา

生息 shēngxī 动 ดอกเบี้ยงอกเงย ; ดำรงชีวิต ; ก่อให้เกิด

生肖 shēngxiào 名 สิบสองนักษัตร

生效 shēngxiào 动 บังเกิดผล

生性 shēngxìng 名 สันดาน

生锈（生銹）shēngxiù 动 เป็นสนิม

生涯 shēngyá 名 วิชาชีพ

生疑 shēngyí 动 เกิดความสงสัย

生意 shēngyì 名 บรรยากาศที่เต็มไปด้วยชีวิตชีวา

生意 shēng•yi 名 กิจการค้าขาย

生意经（生意經）shēng•yijīng 名 เคล็ดในการค้าขาย

生硬 shēngyìng 形 แข็งกระด้าง ; ไม่เป็นธรรมชาติ

生育 shēngyù 动 การให้กำเนิด ; คลอด

生造 shēngzào 动 โมเมสร้าง (คำ) ใหม่

生长（生長）shēngzhǎng 动 เติบโต ; งอกงาม

生长期（生長期）shēngzhǎngqī 名 ระยะเวลาเจริญเติบโต ; ระยะเวลางอกงาม

生长素（生長素）shēngzhǎngsù 名 ฮอร์โมนที่กระตุ้นส่งเสริมการเจริญเติบโต

生殖 shēngzhí 动 แพร่พันธุ์

生殖器 shēngzhíqì 名 อวัยวะสืบพันธุ์

声（聲）shēng 名 เสียง

声波（聲波）shēngbō 名 〈物〉 คลื่นเสียง

声称（聲稱）shēngchēng 动 กล่าวว่า ; แถลงว่า

声带（聲帶）shēngdài 名 〈生理〉 สายเสียง ; บันทึกเสียง (บนฟิล์มภาพยนตร์)

声调（聲調）shēngdiào 名 〈语〉 วรรณยุกต์

声东击西（聲東擊西）shēngdōng-jīxī 〈成〉 ทำทีจะบุกโจมตีด้านตะวันออก แต่กลับบุกโจมตีด้านตะวันตก

声控（聲控）shēngkòng 形 〈物〉 ควบคุมด้วยเสียง

声浪（聲浪）shēnglàng 名 คลื่นเสียง ; เสียงโห่ร้องดังลั่นของมวลชน

声泪俱下（聲淚俱下）shēnglèi-jùxià 〈成〉 ร้องห่มร้องไห้พร้อมทั้งพร่ำรำพันไปด้วย

声名（聲名）shēngmíng 名 ชื่อเสียง

声名狼藉（聲名狼藉）shēngmíng-lángjí 〈成〉 ชื่อเสียงฉาวกระฉ่อน

声明（聲明）shēngmíng 动 แถลง 名 แถลงการณ์

声母（聲母）shēngmǔ 名 〈语〉 พยัญชนะ (ในภาษาจีน)

声呐（聲吶）shēngnà 名 〈物〉 โซนาร์ (*sonar*) (ระบบการนำทางเรือหรือวัดระยะทางน้ำโดยคลื่นที่เร็วเหนือเสียงและเสียงสะท้อน)

声频（聲頻）shēngpín 名 〈物〉 ความถี่ของคลื่นเสียง

声强（聲强）shēngqiáng 名 〈物〉 ความเข้มของเสียง

声色（聲色）shēngsè 名 น้ำเสียงกับสีหน้า ; ดนตรี

และนารี

声色俱厉（聲色俱厲）shēngsè-jùlì〈成〉ขึงขังทั้ง
น้ำเสียงและสีหน้า

声势（聲勢）shēngshì 名 อิทธิพลของชื่อเสียงและ
อำนาจ ; แรงกระตุ้น

声速（聲速）shēngsù 名〈物〉ความเร็วของเสียง

声讨（聲討）shēngtǎo 动 ประณามอย่างเปิดเผย

声望（聲望）shēngwàng 名 ชื่อเสียงบารมี

声息（聲息）shēngxī 名 เสียง ; ข่าวคราว

声响（聲響）shēngxiǎng 名 เสียง

声学（聲學）shēngxué 名〈物〉สวนศาสตร์ ; วิชา
ว่าด้วยเสียง

声言（聲言）shēngyán 动 แถลงว่า

声音（聲音）shēngyīn 名 เสียง

声誉（聲譽）shēngyù 名 ชื่อเสียง

声援（聲援）shēngyuán 动 ออกแถลงการณ์
สนับสนุน

声乐（聲樂）shēngyuè 名〈乐〉เสียงเพลง

声张（聲張）shēngzhāng 动 แพร่ข่าวออกไป

牲畜 shēngchù 名 ปศุสัตว์

牲口 shēng•kou 名 สัตว์เลี้ยงสำหรับใช้แรงงาน

笙 shēng 名〈乐〉เซิง (เครื่องดนตรีประเภทเป่า
ชนิดหนึ่ง)

绳（繩）shéng 名 เชือก

绳索（繩索）shéngsuǒ 名 เชือกใหญ่

绳梯（繩梯）shéngtī 名 บันไดเชือก

绳子（繩子）shéng•zi 名 เชือก

省 shěng 名 มณฑล 动 ประหยัด ; ทุ่น

省城 shěngchéng 名 เมืองเอก (ของมณฑล)

省得 shěng•de 连 จะได้ไม่...

省会（省會）shěnghuì 名 เมืองเอกของมณฑล

省力 shěnglì 动 ทุ่นแรง

省略 shěnglüè 动 ละ ; ตัดข้อความออก

省略号（省略號）shěnglüèhào 名 เครื่อง
หมายละ ได้แก่ "......"

省钱（省錢）shěngqián 动 ประหยัดเงิน

省事 shěngshì 动 ลดขั้นตอน ; สะดวก ; ง่าย

省心 shěngxīn 动 ผ่อนคลายความเป็นห่วง

圣诞节（聖誕節）Shèngdàn Jié 名 วันคริสต์มาส
(*Christmas Day*)

圣诞树（聖誕樹）shèngdànshù 名 ต้นคริสต์มาส

圣地（聖地）shèngdì 名〈宗〉นครศักดิ์สิทธิ์ของ
ศาสนา ; ปูชนียสถาน

圣火（聖火）shènghuǒ 名 คบเพลิงอันศักดิ์สิทธิ์

圣洁（聖潔）shèngjié 形 ศักดิ์สิทธิ์และบริสุทธิ์

圣经（聖經）Shèngjīng 名〈宗〉พระคัมภีร์ไบเบิล
(*Bible*)

圣母（聖母）shèngmǔ 名 พระแม่เจ้า ; พระแม่มารี

圣人（聖人）shèngrén 名 ยอดนักปราชญ์ ; ปรัชญา
เมธี

圣贤（聖賢）shèngxián 名 ปรัชญาเมธี

圣旨（聖旨）shèngzhǐ 名 พระราชโองการ

胜（勝）shèng 动 ชนะ ; มีชัย

胜败（勝敗）shèngbài 名 แพ้ชนะ

胜出（勝出）shèngchū 动 ชนะ ; ได้รับชัยชนะ
(ในการแข่งขัน)

胜地（勝地）shèngdì 名 สถานที่ท่องเที่ยวที่มี
ทิวทัศน์สวยงามลือชื่อ

胜负（勝負）shèngfù 名 แพ้ชนะ

胜景（勝景）shèngjǐng 名 ทิวทัศน์ที่สวยงามลือชื่อ

胜利（勝利）shènglì 动 ชัยชนะ ; ความมีชัย

胜任（勝任）shèngrèn 动 มีความสามารถที่จะรับ
หน้าที่ได้

胜似（勝似）shèngsì 动 เหนือกว่า... ; ดีกว่า...

胜诉（勝訴）shèngsù 动〈法〉ชนะความ

胜仗（勝仗）shèngzhàng 名 การรบชนะ

乘 shèng 名 พงศาวดาร 量 ยาน (เครื่องนำไป)

盛 shèng 形 เจริญรุ่งเรือง ; มโหฬาร ; แรง ; อย่างยิ่ง

盛产（盛產）shèngchǎn 动 ผลิตมากมาย

盛传（盛傳）shèngchuán 动 แพร่สะพัด

盛大 shèngdà 形 มโหฬาร

盛典 shèngdiǎn 名 พิธียิ่งใหญ่มโหฬาร

盛会（盛會）shènghuì 名 การประชุมที่จัดขึ้นอย่าง
มโหฬาร ; งานที่จัดขึ้นอย่างมโหฬาร

盛举（盛舉）shèngjǔ 名 งานมโหฬาร

盛开（盛開）shèngkāi 动 (ดอกไม้) บานสะพรั่ง

盛况 shèngkuàng 名 สภาพอันครึกครื้นมโหฬาร

盛名 shèngmíng 名 ชื่อเสียงอันโด่งดัง

盛怒 shèngnù 动〈书〉โมโหมาก ; โกรธอย่างยิ่ง

盛气凌人（盛氣凌人）shèngqì-língrén〈成〉
วางอำนาจบาตรใหญ่ข่มขู่ผู้อื่น

盛情 shèngqíng 名 ไมตรีจิตอันดีงาม

盛世 shèngshì 名 ยุคที่เจริญรุ่งเรือง

盛事 shèngshì 名 งานที่ใหญ่โตมโหฬาร

盛衰 shèngshuāi 名 ความเจริญและความเสื่อม

盛夏 shèngxià 名〈气〉ช่วงเวลาที่ร้อนมากในฤดูร้อน

盛行 shèngxíng 动 แพร่หลายอย่างกว้างขวาง ;
เป็นที่นิยมกันทั่วไป

盛宴 shèngyàn 名 งานเลี้ยงมโหฬาร

盛意 shèngyì 名 ไมตรีจิตอันดีงาม

盛誉（盛譽）shèngyù 名 ชื่อเสียงอันโด่งดัง

盛赞（盛贊）shèngzàn 动 สรรเสริญ ; ชื่นชมอย่างยิ่ง

盛装（盛裝）shèngzhuāng 名 การแต่งตัวที่สวยหรู ;
การตกแต่งอย่างสวยหรู

剩 shèng 动 เหลือ

剩下 shèngxia 动 เหลือไว้ ; เหลือแต่

剩余（剩餘）shèngyú 动 เหลือ ; ล้นเหลือ

尸 shī 名 ศพ

尸骨 shīgǔ 名 โครงกระดูก (ของศพ) ; ศพ

尸检（尸檢）shījiǎn 动 ชันสูตรพลิกศพ

尸首 shī·shou 名 ศพของคน

尸体（尸體）shītǐ 名 ศพ

尸位素餐 shīwèi-sùcān〈成〉กินเงินเดือนตาม
ตำแหน่ง แต่ไม่ปฏิบัติงานตามหน้าที่

失 shī 动 เสีย ; หาย ; ผิดพลาด

失败（失敗）shībài 动 พ่ายแพ้

失败者（失敗者）shībàizhě 名 ผู้แพ้

失策 shīcè 动 วางแผนผิดพลาด

失察 shīchá 动 บกพร่องในการสำรวจตรวจสอบ

失常 shīcháng 形 ผิดปรกติ

失宠（失寵）shīchǒng 动 ไม่เป็นที่โปรดปรานอีก
ต่อไป

失传（失傳）shīchuán 动 ไม่ได้สืบทอดกันมา

失聪（失聰）shīcōng 动〈医〉หูหนวก

失当（失當）shīdàng 形 ไม่เหมาะสม

失盗 shīdào 动 ถูกขโมย

失地 shīdì 动 สูญเสียดินแดน

失掉 shīdiào 动 สูญเสียไป

失和 shīhé 动 ไม่ลงรอยกัน

失魂落魄 shīhún-luòpò〈成〉ใจไม่อยู่กับเนื้อกับตัว

失火 shīhuǒ 动 เกิดเพลิงไหม้

失脚 shījiǎo 动 ก้าวพลาด

失节（失節）shījié 动 เสียศักดิ์ศรี ; เสียตัว

失禁 shījìn 动〈医〉สูญเสียสมรรถภาพในการ
ควบคุมการขับถ่าย

失敬 shījìng 动〈套〉ขออภัยที่เสียมารยาท

失控 shīkòng 动 ควบคุมไม่อยู่

失口 shīkǒu 动 พลั้งปาก

失礼（失禮）shīlǐ 动 เสียมารยาท

失利 shīlì 动 รบแพ้ ; แพ้การแข่งขัน

失恋（失戀）shīliàn 动 อกหัก

失灵（失靈）shīlíng 动 (ชิ้นส่วนของเครื่องจักร
มิเตอร์ ฯลฯ) เกิดขัดข้องไป

失落 shīluò 形 ตกหล่น ; สูญเสีย

失落感 shīluògǎn 名 ความรู้สึกสูญเสีย

失密 shīmì 动 ความลับรั่ว

失眠 shīmián 动 นอนไม่หลับ

失明 shīmíng 动 ตาบอด

失陪 shīpéi 动〈套〉ขออภัยที่ไม่สามารถอยู่เป็น
เพื่อนได้ ; ขอตัว (คำบอกลา)

失窃（失竊）shīqiè 动 ถูกขโมย

失去 shīqù 动 สูญเสีย

失散 shīsàn 动 พลัดพรากจากกัน

失色 shīsè 动 สีตก ; ถอดสีหน้า

失身 shīshēn 动 เสียตัว

失神 shīshén 动 ใจลอย ; เผลอเรอ

失声（失聲）shīshēng 动 เผลอปล่อยเสียง
(หัวเราะ ร้องไห้ ฯลฯ) ออกมาหมด ;〈医〉ภาวะไม่มี
เสียง (เนื่องจากลำคอหรือสายเสียงเจ็บป่วย)

失时（失時）shīshí 动 พลาดโอกาส

失实（失實）shīshí 动 ไม่ตรงกับความจริง

失势（失勢）shīshì 动 หมดอำนาจ

失事 shīshì 动 เกิดอุบัติเหตุ

失手 shīshǒu 动 พลาดมือ

失守 shīshǒu 动 ‹军› ป้องกันไว้ไม่อยู่ ; ถูกข้าศึก ตีแตก

失算 shīsuàn 动 คิดผิดพลาด

失态 (失態) shītài 动 อากัปกิริยาเสียมารยาท

失调 (失調) shītiáo 动 เสียดุลยภาพ ; ขาดการ บำรุงรักษา

失望 shīwàng 动 ผิดหวัง

失物 shīwù 名 ของที่ตกหาย

失误 (失誤) shīwù 动 พลาด

失陷 shīxiàn 动 (ดินแดน) ถูกข้าศึกยึด

失笑 shīxiào 动 เผลอหัวเราะออกมา

失效 shīxiào 动 หมดประสิทธิภาพ

失信 shīxìn 动 เสียคำพูด ; เสียเครดิต

失修 shīxiū 动 (บ้านเรือน เครื่องจักร ฯลฯ) ไม่ได้ซ่อมแซมและบำรุงรักษา

失学 (失學) shīxué 动 เสียโอกาสเรียนหนังสือใน โรงเรียน (เพราะความยากจนหรือความเจ็บป่วย ฯลฯ)

失学率 (失學率) shīxuélǜ 名 อัตราการเสียโอกาส เรียนหนังสือในโรงเรียน

失血 shīxuè 动 เสียเลือด

失言 shīyán 动 พลั้งปาก

失业 (失業) shīyè 动 ว่างงาน ; ตกงาน

失业率 (失業率) shīyèlǜ 名 อัตราการว่างงาน

失意 shīyì 形 ไม่สมหวัง

失音 shīyīn 动 ‹医› ภาวะไม่มีเสียง (เนื่องจาก ลำคอหรือสายเสียงเจ็บป่วย)

失迎 shīyíng 动 ‹套› ขออภัยที่ไม่ได้ออกไปต้อนรับ ด้วยตนเอง

失语症 (失語症) shīyǔzhèng 名 ‹医› อาการขาด อำนาจควบคุมการพูดเนื่องจากโรคสมอง

失约 (失約) shīyuē 动 ผิดนัด

失真 shīzhēn 动 (เสียง ภาพพจน์ ฯลฯ) ไม่เหมือน ของจริง

失之交臂 shīzhī-jiāobì ‹成› พลาดโอกาสต่อหน้า ต่อตา

失职 (失職) shīzhí 动 บกพร่องในหน้าที่

失重 shīzhòng 动 สูญสิ้นน้ำหนัก

失主 shīzhǔ 名 เจ้าของทรัพย์สินที่ตกหาย

失踪 shīzōng 动 (คน) หายไปอย่างปราศจาก ร่องรอย

失踪者 shīzōngzhě 名 ผู้สาบสูญ

失足 shīzú 动 ถลำตัว ; ผิดพลาดอย่างร้ายแรง

失足者 shīzúzhě 名 ผู้กระทำความผิดพลาดอย่าง ร้ายแรง

师 (師) shī 名 ครู ; ช่าง ; แบบอย่าง ; กองพล 动 เอาอย่าง

师表 (師表) shībiǎo 名 ‹书› แบบอย่างที่ดี

师范 (師範) shīfàn 名 ‹教› โรงเรียนฝึกหัดครู

师范学校 (師範學校) shīfàn xuéxiào ‹教› โรงเรียนฝึกหัดครู

师父 (師父) shī·fu 名 อาจารย์ (คำเรียก พระนักพรต แม่ชี)

师傅 (師傅) shī·fu 名 อาจารย์ (ผู้ถ่ายทอดศิลปะ การช่าง การค้า การละคร ฯลฯ)

师母 (師母) shīmǔ 名 คำเรียกภรรยาของ อาจารย์

师生 (師生) shīshēng 名 ครูและนักเรียน ; อาจารย์กับลูกศิษย์

师徒 (師徒) shītú 名 อาจารย์ (ผู้ถ่ายทอดศาสนา กังฟู ศิลปะการช่าง การค้า การละคร ฯลฯ) กับ ลูกศิษย์

师团 (師團) shītuán 名 ‹军› กองพล

师友 (師友) shīyǒu 名 อาจารย์และเพื่อน

师长 (師長) shīzhǎng 名 ท่านอาจารย์

师资 (師資) shīzī 名 บุคลากรทางด้านครู

诗 (詩) shī 名 บทกวี

诗歌 (詩歌) shīgē 名 บทกวี ; บทกวีและเพลง

诗集 (詩集) shījí 名 รวมกวีนิพนธ์

诗篇 (詩篇) shīpiān 名 บทกวี

诗人 (詩人) shīrén 名 กวี

诗意 (詩意) shīyì 名 จินตภาพทางกวี

虱子 shī·zi 名 เหา

狮子 (獅子) shī·zi 名 สิงโต

S

施 shī 动 กระทำการ ; ให้ ; ใส่
施暴 shībào 动 กระทำอย่างป่าเถื่อน
施放 shīfàng 动 ปล่อย (แก๊สน้ำตา) ; วาง (ยาพิษ)
施肥 shīféi 动 ใส่ปุ๋ย
施工 shīgōng 动〈建〉ก่อสร้าง
施加 shījiā 动 สร้าง (แรงกดดัน ฯลฯ) ; ก่อให้เกิด (อิทธิพลต่อ...)
施礼（施禮）shīlǐ 动 แสดงความเคารพ ; คารวะ
施舍 shīshě 动 ให้ทาน ; บริจาคทาน
施行 shīxíng 动 ดำเนินการ ; ปฏิบัติการ
施压（施壓）shīyā 动 กดดัน
施用 shīyòng 动 ใช้
施与（施與）shīyǔ 动 สงเคราะห์ ; ให้
施展 shīzhǎn 动 แสดง (ความสามารถ ฯลฯ) ออกมา
施政 shīzhèng 动 บริหารราชการแผ่นดิน
施主 shīzhǔ 名〈宗〉โยม
湿（濕）shī 形 ชื้น
湿度（濕度）shīdù 名 ความชื้น
湿度计（濕度計）shīdùjì 名 มาตรความชื้นสัมพัทธ์
湿乎乎（濕乎乎）shīhūhū 形 ชื้น ๆ
湿漉漉（濕漉漉）shīlùlù 形 เปียกชื้น
湿气（濕氣）shīqì 名 ไอชื้น
湿热（濕熱）shīrè 形 (อากาศ) ชื้นและร้อน
湿润（濕潤）shīrùn 形 ชุ่มชื้น
湿疹（濕疹）shīzhěn 名〈医〉โรคผิวหนังอักเสบมีลักษณะเป็นผื่นแดงหรือเป็นตุ่มพุพองตกสะเก็ดคันแสบ
嘘 shī 叹 จุ๊ ๆ
十 shí 数 สิบ ; เต็มที่
十二分 shí'èrfēn 副 อย่างยิ่ง
十二月 shí'èryuè 名 เดือนธันวาคม
十二指肠（十二指腸）shí'èrzhǐcháng〈生理〉ลำไส้เล็กช่วงต้น
十分 shífēn 副 อย่างยิ่ง ; เหลือเกิน ; เต็มที่
十进制（十進制）shíjìnzhì 名〈数〉ระบบทศนิยม
十念景 shíniànjǐng 名 ถ้ำมอง
十全十美 shíquán-shíměi〈成〉ดีหมดทุกอย่าง ; สมบูรณ์แบบ
十一 Shí-Yī 名 วันที่หนึ่งตุลาคม (วันชาติ ของสาธารณรัฐประชาชนจีน)
十一月 shíyīyuè 名 เดือนพฤศจิกายน
十月 shíyuè 名 เดือนตุลาคม
十字架 shízìjià 名〈宗〉ไม้กางเขน
十字路口 shízì lùkǒu〈交〉ทางสี่แยก
十足 shízú 形 เต็มที่ ; ร้อยเปอร์เซ็นต์
什锦（什錦）shíjǐn 形 (อาหาร) รวมมิตร ; (อาหาร) ผสมหลายอย่าง
什物 shíwù 名 ของใช้ประจำวันในครอบครัว
石 shí 名 หิน ; ศิลา
石斑鱼（石斑魚）shíbānyú 名〈动〉ปลาเก๋า
石板 shíbǎn 名 แผ่นหิน ; กระดานชนวน
石碑 shíbēi 名 ศิลาจารึก
石笔（石筆）shíbǐ 名 ดินสอหิน
石壁 shíbì 名 ผนังหิน
石雕 shídiāo 名 หินแกะสลัก ; หน้าผา
石膏 shígāo 名〈化〉ปูนปลาสเตอร์ ; ยิปซัม (*gypsum*)
石灰 shíhuī 名 ปูนขาว
石灰石 shíhuīshí 名 หินปูน
石匠 shí·jiang 名 ช่างหิน
石刻 shíkè 名 หินสลัก
石窟 shíkū 名 ถ้ำหิน
石块（石塊）shíkuài 名 ก้อนหิน
石蜡（石蠟）shílà 名〈化〉ไขพาราฟิน (*paraffin wax*)
石榴 shí·liu 名〈植〉ต้นทับทิม
石棉 shímián 名〈矿〉เยื่อหินทนไฟ
石墨 shímò 名〈矿〉ตะกั่วดำ ; แร่คาร์บอนที่ใช้ทำดินสอ
石女 shínǚ 名〈医〉หญิงที่เป็นหมัน
石器 shíqì 名 เครื่องหิน
石笋 shísǔn 名〈地质〉หินงอก
石炭系 shítànxì 名〈地质〉ชั้นดินที่เกิดถ่านหินขึ้นราว ๆ ๓๕๐ ล้านปีมาแล้ว
石头（石頭）shí·tou 名 หิน
石翁仲 shíwēngzhòng 名 ตุ๊กตาหิน
石像 shíxiàng 名 ตุ๊กตาหิน
石英 shíyīng 名〈矿〉หินเขี้ยวหนุมาน ; ควอรตซ์ (*quartz*)

石英钟（石英鐘）shíyīngzhōng 名 นาฬิกาควอรตซ์
石油 shíyóu 名 น้ำมันปิโตรเลียม (*petroleum*)
石油气（石油氣）shíyóuqì 名 แก๊สปิโตรเลียม (*petroleum gas*)
石子儿（石子兒）shízǐr 名 〈口〉 ก้อนหินเล็ก ๆ
时（時）shí 名 เวลา ; กาล
时不时（時不時）shíbùshí 副 〈方〉 เป็นครั้งคราว
时差（時差）shíchā 名 ความแตกต่างของเวลา
时常（時常）shícháng 副 บ่อย ๆ
时辰（時辰）shí•chen 名 การนับเวลาของจีน วันหนึ่งแบ่งเป็น ๑๒ เวลา
时代（時代）shídài 名 สมัย ; ยุค
时代感（時代感）shídàigǎn 名 การแสดงออกที่ทันสมัย
时段（時段）shíduàn 名 ช่วงเวลา ; ระยะเวลา
时而（時而）shí'ér 副 บางที ; เดี๋ยว... เดี๋ยว... (ใช้ในรูปซ้ำ)
时分（時分）shífēn 名 ยาม ; เวลา
时隔（時隔）shígé เวลาห่างกัน...
时光（時光）shíguāng 名 วันเวลา ; กาลเวลา
时好时坏（時好時壞）shíhǎo-shíhuài 〈惯〉 ประเดี๋ยวดี ประเดี๋ยวร้าย
时候（時候）shí•hou 名 เวลา
时机（時機）shíjī 名 โอกาส
时间（時間）shíjiān 名 เวลา
时节（時節）shíjié 名 ฤดูกาล ; เวลา
时局（時局）shíjú 名 สถานการณ์ทางการเมือง
时刻（時刻）shíkè 名 เวลา ; ทุกเวลา
时刻表（時刻表）shíkèbiǎo 名 ตารางเวลา (ของรถไฟ ฯลฯ)
时空（時空）shíkōng 名 〈物〉 เวลาและสถานที่ (*space-time*)
时令（時令）shílìng 名 ฤดูกาล
时髦（時髦）shímáo 形 ทันสมัย ; นำสมัย
时期（時期）shíqī 名 ระยะเวลา
时区（時區）shíqū 名 เขตเวลามาตรฐาน
时尚（時尚）shíshàng 名 สมัยนิยม
时时（時時）shíshí 副 บ่อย ๆ
时势（時勢）shíshì 名 สถานการณ์
时事（時事）shíshì 名 เหตุการณ์บ้านเมืองปัจจุบัน
时俗（時俗）shísú 名 ประเพณีนิยมแห่งสมัย
时速（時速）shísù 名 ความเร็วต่อชั่วโมง
时态（時態）shítài 名 〈语〉 กาล
时务（時務）shíwù 名 เหตุการณ์หรือสถานการณ์ปัจจุบัน
时下（時下）shíxià 名 ปัจจุบันนี้ ; เดี๋ยวนี้
时鲜（時鮮）shíxiān 名 (ผลไม้ ปลา กุ้ง ฯลฯ) สด ๆ ตามฤดูกาล
时限（時限）shíxiàn 名 ระยะเวลาที่กำหนด
时效（時效）shíxiào 名 ผลบังคับในระยะเวลาที่กำหนด
时兴（時興）shíxīng 动 เป็นที่นิยมกันในสมัย
时宜（時宜）shíyí 名 ความต้องการในสมัย
时针（時針）shízhēn 名 เข็มนาฬิกา ; เข็มสั้น (ที่บอกชั่วโมง)
时钟（時鐘）shízhōng 名 นาฬิกา
时装（時裝）shízhuāng 名 เสื้อผ้าทันสมัย
识（識）shí 动 รู้ 名 ความรู้
识别（識別）shíbié 动 แยกแยะ
识货（識貨）shíhuò 形 รู้คุณภาพสินค้า
识破（識破）shípò 动 รู้เท่า
识趣（識趣）shíqù 形 รู้จักสิ่งใดควรสิ่งใดไม่ควร
识相（識相）shíxiàng 形 〈方〉 รู้จักสังเกตสีหน้าคนอื่น ; รู้จักสิ่งใดควรสิ่งใดไม่ควร
识字（識字）shízì 动 รู้หนังสือ ; เล่าเรียนหนังสือ
实（實）shí 形 ตัน ; จริง
实诚（實誠）shí•cheng 形 〈口〉 ซื่อ
实词（實詞）shící 名〈语〉คำแท้ (คำที่มีความหมายเป็นรูปธรรม)
实弹（實彈）shídàn 名 กระสุนจริง
实地（實地）shídì 副 ...ยังสถานที่ปฏิบัติ ; (ปฏิบัติ) ภาคสนาม
实干（實幹）shígàn 动 ทำจริง ๆ
实干家（實幹家）shígànjiā 名 ผู้ปฏิบัติงานอย่างจริงจัง
实话（實話）shíhuà 名 คำพูดที่เป็นจริง

S

实话实说（實話實説）shíhuà-shíshuō 〈成〉 พูดตามความจริง

实惠（實惠）shíhuì 名 ผลประโยชน์ 形 มีผลประโยชน์

实际（實際）shíjì 名 ความเป็นจริง 形 ที่มีจริง ; ที่สอดคล้องกับความจริง

实际上（實際上）shíjì·shàng 副 ความเป็นจริงแล้ว 副 แท้จริงแล้ว ; จริง ๆ แล้ว

实践（實踐）shíjiàn 动 การปฏิบัติ

实据（實據）shíjù 名 หลักฐานที่เป็นจริง

实况（實况）shíkuàng 名 สภาพที่เป็นจริง ; เหตุการณ์ที่เป็นจริง

实力（實力）shílì 名 กำลังที่มีอยู่จริง

实力派（實力派）shílìpài 名 พวกที่มีกำลังที่แท้จริง

实例（實例）shílì 名 ตัวอย่างที่เป็นจริง

实录（實録）shílù 动 บันทึกความจริง 名 สิ่งที่บันทึกตามความจริง

S

实情（實情）shíqíng 名 ความจริง ; เรื่องจริง

实权（實權）shíquán 名 อำนาจแท้จริง

实施（實施）shíshī 动 นำไปปฏิบัติ (โดยทั่วไปจะหมายถึงนโยบาย กฎหมาย ฯลฯ)

实事（實事）shíshì 名 ความจริง

实事求是（實事求是）shíshì-qiúshì 〈成〉 แสวงหาความจริงและแก้ปัญหาอย่างถูกต้อง

实数（實數）shíshù 名 〈数〉 ตัวเลขจริง ; จำนวนจริง

实说（實説）shíshuō 动 พูดตามความจริง

实体（實體）shítǐ 名 〈哲〉 สสาร ; 〈法〉 สิ่งที่มีอยู่จริง

实务（實務）shíwù 名 วิสาหกิจ

实物（實物）shíwù 名 ของจริง

实习（實習）shíxí 动 ฝึกภาคปฏิบัติ

实习生（實習生）shíxíshēng 名 ผู้ฝึกงาน

实现（實現）shíxiàn 动 ปรากฏเป็นจริงขึ้น

实像（實像）shíxiàng 名 〈物〉 ภาพจริง

实效（實效）shíxiào 名 ประสิทธิภาพ ; ผลที่แท้จริง

实心（實心）shíxīn 形 จริงใจ ; (สิ่งของ) ข้างในตัน

实行（實行）shíxíng 动 ปฏิบัติจริง

实验（實驗）shíyàn 动 ทดลอง

实验室（實驗室）shíyànshì 名 ห้องทดลอง

实业（實業）shíyè 名 วิสาหกิจ ; ธุรกิจ

实业家（實業家）shíyèjiā 名 นักธุรกิจ

实业界（實業界）shíyèjiè 名 วงการธุรกิจ

实用（實用）shíyòng 动 ใช้เป็นประโยชน์ได้

实用性（實用性）shíyòngxìng 名 ลักษณะที่ใช้เป็นประโยชน์ได้

实用主义（實用主義）shíyòng zhǔyì อรรถประโยชน์นิยม

实在（實在）shízài 形 จริง ; จริง ๆ 副 แท้จริงแล้ว

实在（實在）shí·zai 形〈口〉(การทำงาน ฝีมืองาน ฯลฯ) แน่แท้ ; (นิสัยคน) ซื่อ ๆ

实战（實戰）shízhàn 名 〈军〉 การสู้รบจริง

实证（實證）shízhèng 名 ข้อพิสูจน์จากความเป็นจริง

实证主义（實證主義）shízhèng zhǔyì ลัทธิที่ยึดถือแต่สิ่งที่เห็นหรือพิสูจน์ได้ ; ลัทธิความจริง

实质（實質）shízhì 名 เนื้อแท้ ; ธาตุแท้

实质性（實質性）shízhìxìng 名 ความเป็นเนื้อแท้

实足（實足）shízú 形 จำนวนเต็ม

拾 shí 动 เก็บ ; หยิบ

拾掇 shí·duo 动 จัดให้เรียบร้อย ; ซ่อม

拾荒 shíhuāng 动 เก็บฟืนฟาง รวงข้าวที่ตกหล่นตามไร่นาและของเก่า ฯลฯ เพื่อใช้เป็นประโยชน์

拾金不昧 shíjīn-bùmèi 〈成〉 เก็บเงินทองได้แล้วไม่เข้ากระเป๋าของตน

拾取 shíqǔ 动 เก็บได้

拾遗（拾遺）shíyí 动 〈书〉 เก็บของที่ตกหล่น ; เก็บรวบรวมเรื่องที่ตกหล่น

拾音器 shíyīnqì 名 〈电〉 เครื่องพิกอัป (บนเครื่องเล่นจานเสียง)

食 shí 名 อาหาร 动 รับประทาน

食道 shídào 名 〈生理〉 หลอดอาหาร

食客 shíkè 名 ผู้อาศัยกินตามบ้านขุนนาง คอยช่วยวางแผนออกความคิดเห็น ตลอดจนวิ่งเต้นงานการต่าง ๆ

食粮（食糧）shíliáng 名 ธัญญาหาร ; อาหาร

食量 shíliàng 名 ปริมาณการรับประทานอาหาร

食疗（食療）shíliáo 动〈医〉การรักษาโรคด้วย
อาหารการกิน

食品 shípǐn 名 อาหาร

食谱（食譜）shípǔ 名 ตำราปรุงอาหาร ; รายการ
อาหารตามที่แพทย์สั่ง

食宿 shísù 名 การกินการอยู่

食堂 shítáng 名 โรงอาหาร

食糖 shítáng 名 น้ำตาล (ที่ใช้รับประทาน)

食物 shíwù 名 อาหาร ; ของกิน

食物链（食物鏈）shíwùliàn 名〈生物〉โซ่อาหาร
(ความสัมพันธ์ระหว่างสัตว์และพืช เนื่องด้วยอาหาร
การกิน เช่น นกอินทรีกินนกกระจอกเขา
นกกระจอกเขากินแมลงปีกแข็ง แมลงปีกแข็ง
กินตัวเพลี้ย ฯลฯ)

食性 shíxìng 名 ความเคยชินในอาหารการกิน

食盐（食鹽）shíyán 名 เกลือ (ที่ใช้รับประทาน)

食蚁兽（食蟻獸）shíyǐshòu 名〈动〉สัตว์กินมด

食用 shíyòng 动 ใช้รับประทาน

食油 shíyóu 名 น้ำมันพืชที่ใช้รับประทาน

食欲 shíyù 名 ความอยากอาหาร

食指 shízhǐ 名〈生理〉นิ้วชี้

蚀本（蝕本）shíběn 动 ขาดทุน

鲥鱼（鰣魚）shíyú 名〈动〉ปลานวลจันทร์

史 shǐ 名 ประวัติศาสตร์ ; ประวัติ

史册 shǐcè 名 บันทึกเหตุการณ์ประวัติศาสตร์

史话（史話）shǐhuà 名 เล่าเรื่องประวัติศาสตร์

史籍 shǐjí 名 ตำราประวัติศาสตร์

史家 shǐjiā 名 นักประวัติศาสตร์

史料 shǐliào 名 ข้อมูลประวัติศาสตร์

史前 shǐqián 名 ก่อนประวัติศาสตร์

史诗（史詩）shǐshī 名 มหากาพย์

史实（史實）shǐshí 名 ข้อเท็จจริงด้านประวัติศาสตร์

史书（史書）shǐshū 名 หนังสือประวัติศาสตร์

史无前例（史無前例）shǐwúqiánlì〈成〉
เป็นประวัติการณ์

史学（史學）shǐxué 名 วิชาประวัติศาสตร์

史学家（史學家）shǐxuéjiā 名 นักประวัติศาสตร์

矢口 shǐkǒu 副 พูดอย่างเด็ดขาด

矢量 shǐliàng 名〈数〉〈物〉เวกเตอร์ (vector)

矢志 shǐzhì 动〈书〉สาบานและตั้งปณิธาน

使 shǐ 动 ใช้ 名 ทูต

使不得 shǐ·bu·de 动 ใช้ไม่ได้ ; ไม่ได้

使得 shǐ·de 动 ใช้ได้ ; ทำให้...

使馆（使館）shǐguǎn 名〈简〉สถานทูต

使坏（使壞）shǐhuài 动〈口〉ออกอุบายชั่ว ; เล่น
เหลี่ยม

使唤 shǐ·huan 动 เรียกใช้

使节（使節）shǐjié 名 ทูต ; ทูตานุทูต

使劲（使勁）shǐjìn 动 ใช้แรง ; พยายาม

使命 shǐmìng 名 ภารกิจ (อันใหญ่หลวง)

使女 shǐnǚ 名 สาวใช้

使团（使團）shǐtuán 名 คณะทูต ; คณะทูตานุทูต

使眼色 shǐ yǎnsè〈惯〉ขยิบตาให้

使用 shǐyòng 动 ใช้สอย

使者 shǐzhě 名 ทูต

始 shǐ 动 เริ่ม

始创（始創）shǐchuàng 动 ริเริ่ม

始发站（始發站）shǐfāzhàn 名 จุดออกรถ ; ป้าย
ออกรถ

始末 shǐmò 名 (เรื่องราว) ตั้งแต่ต้นจนจบ

始终（始終）shǐzhōng 副 ตลอดมา ; โดยตลอด

始终如一（始終如一）shǐzhōng-rúyī〈成〉เสมอ
ต้นเสมอปลาย

驶（駛）shǐ 动 (รถ ม้า ฯลฯ) วิ่งอย่างรวดเร็ว ;
ขับ (รถ เรือ)

屎 shǐ 名〈生理〉ขี้ ; อุจจาระ

屎壳郎（屎殼郎）shǐ·keláng 名〈动〉〈口〉
ด้วงปีกแข็งที่เกาะอยู่ตามมูลสัตว์

士 shì 名 ทหาร ;〈旧〉ปัญญาชน

士兵 shìbīng 名 พลทหาร

士气（士氣）shìqì 名 ขวัญทหาร

士卒 shìzú 名 พลทหาร

氏 shì 名 นามสกุล

氏族 shìzú 名 ชาติวงศ์

示波管 shìbōguǎn 名〈电〉หลอดออสซิลโลสโคป

(*oscilloscope tube*)
示波器 shìbōqì 名〈电〉ออสซิลโลสโคป (*oscilloscope*)
示范（示範）shìfàn 动 สาธิต
示例 shìlì 动 สาธิต ; แสดงตัวอย่าง
示威 shìwēi 动 สำแดงกำลังเพื่อประท้วง ; แสดงกำลัง
示意 shìyì 动 บอกเจตนาด้วยสีหน้าหรืออากัปกิริยา
示意图（示意圖）shìyìtú 名 แผนผังสเกตช์ ; แผนที่สเกตช์
示众（示衆）shìzhòng 动 ประจาน
示踪原子 shìzōng-yuánzǐ〈物〉ปรมาณูที่ติดตามด้วยสารกัมมันตรังสี
世 shì 名 ชั่วชีวิต ; โลก ; สมัย
世仇 shìchóu 名 ความแค้นหลายชั่วคน
世传（世傳）shìchuán 动 ตกทอดมาหลายชั่วคน
世代 shìdài 名 หลายยุคหลายสมัย ; ทุกชั่วคน
世道 shìdào 名 สภาพสังคม
世故 shìgù 名 ประสบการณ์ในการปฏิบัติตัวในสังคม
世故 shì·gu 形 จัดเจนในชีวิตของสังคมโลก
世纪（世紀）shìjì 名 ศตวรรษ
世纪末（世紀末）shìjìmò 名 ปลายศตวรรษ
世家 shìjiā 名 ครอบครัวขุนนาง
世界 shìjiè 名 โลก
世界杯 Shìjièbēi 名〈体〉〈简〉มหกรรมฟุตบอลโลก ย่อจาก 国际足联世界杯 (*FIFA World Cup*)
世界观（世界觀）shìjièguān 名〈哲〉โลกทัศน์
世界级（世界級）shìjièjí 名 ระดับนานาชาติ ; ระดับโลก ; ระดับสากล
世界语（世界語）Shìjièyǔ 名 ภาษาโลก (*Esperanto*)
世面 shìmiàn 名 สภาพด้านต่าง ๆ ของสังคม
世人 shìrén 名 ชาวโลก
世上 shìshàng 名 ในโลก
世世代代 shìshìdàidài〈熟〉ทุกชั่วคน
世俗 shìsú 名 โลก ; โลกียวิสัย
世态炎凉（世態炎涼）shìtài-yánliáng〈成〉มีเงินมีอำนาจคนก็มาประจบเอาใจ ไม่มีเงินไม่มีอำนาจคนก็ตีตัวออกห่าง
世外桃源 shìwài-táoyuán〈成〉แดนสงบสุขซึ่งตัดจากโลกภายนอก
世袭（世襲）shìxí 动 สืบราชบัลลังก์หรือบรรดาศักดิ์ต่อ ๆ กันไป
仕女 shìnǚ 名 กำนัล ; สตรีในบ้านขุนนาง
仕途 shìtú 名〈书〉วิถีทางที่จะเป็นขุนนางขึ้นมาตามลำดับขั้น
市 shì 名 ตลาด ; เมือง
市场（市場）shìchǎng 名 ตลาด ; ร้านรวง
市场经济（市場經濟）shìchǎng jīngjì (ระบบ) เศรษฐกิจการตลาด
市府 shìfǔ 名 เทศบาลนคร
市花 shìhuā 名 บุปผชาติประจำเมือง ; ดอกไม้ประจำเมือง
市价（市價）shìjià 名 ราคาตลาด
市郊 shìjiāo 名 ชานเมือง
市斤 shìjīn 名 มาตราชั่งน้ำหนักจีน (๒ ชั่ง = ๑ กิโลกรัม)
市井 shìjǐng 名〈书〉ตลาด
市侩（市儈）shìkuài 名 พ่อค้าหน้าเลือด ; ผู้เห็นแก่ผลประโยชน์ส่วนตัว
市立 shìlì 形 ก่อตั้งโดยเทศบาลนคร
市面 shìmiàn 名 สภาพตลาดการค้า
市民 shìmín 名 ชาวเมือง
市区（市區）shìqū 名 เขตตัวเมือง
市容 shìróng 名 โฉมหน้าของเมือง
市长（市長）shìzhǎng 名 นายกเทศมนตรี
市政 shìzhèng 名 เทศบาล
市值 shìzhí 名〈经〉มูลค่าตลาด
式 shì 名 แบบ ; สูตร
式样（式樣）shìyàng 名 แบบ
式子 shì·zi 名 สูตร ; ท่า (รำมวย ฯลฯ)
似的 shì·de 助 เหมือนกับ ; อย่างกับ
势（勢）shì 名 อิทธิพล ; แนวโน้ม
势必（勢必）shìbì 副 จะต้อง...แน่นอน
势不可挡（勢不可擋）shìbùkědǎng〈成〉บุกรุกรวดเร็วมากจนไม่สามารถต้านทานได้
势力（勢力）shìlì 名 อิทธิพล
势利（勢利）shì·li 形 ประจบสอพลอผู้ที่มีฐานะสูง

แต่วางตัวปั้นปึ่งกับผู้ที่มีฐานะต่ำกว่า

势利小人（勢利小人）shì·li xiǎorén คนต่ำทรามที่คอยประจบสอพลอผู้ที่มีฐานะสูงแต่วางตัวปั้นปึ่งกับผู้ที่มีฐานะต่ำ

势利眼（勢利眼）shì·liyǎn 形 ประจบสอพลอผู้ที่มีฐานะสูง, แต่วางตัวปั้นปึ่งกับผู้ที่มีฐานะต่ำกว่า 名 คนที่ประจบสอพลอผู้ที่มีฐานะสูงแต่วางตัวปั้นปึ่งกับผู้ที่มีฐานะต่ำกว่า

势能（勢能）shìnéng 名 〈物〉 พลังงานศักย์

势如破竹（勢如破竹）shìrúpòzhú 〈成〉 การบุกโจมตีรวดเร็วราบรื่นราวกับผ่าไม้ไผ่

势头（勢頭）shì·tou 名 〈口〉 สถานการณ์ ; ลักษณะ ; ท่า

事 shì 名 ธุระ ; เรื่อง

事半功倍 shìbàn-gōngbèi 〈成〉 เสียแรงน้อยได้ผลมาก

事倍功半 shìbèi-gōngbàn 〈成〉 เสียแรงมากได้ผลน้อย

事变（事變）shìbiàn 名 กรณีที่เกิดขึ้นอย่างฉับพลันทางด้านการเมืองหรือการทหาร

事出有因 shìchū-yǒuyīn 〈成〉 เรื่องเกิดขึ้นเพราะมีสาเหตุ

事端 shìduān 名 เรื่อง ; กรณีพิพาท

事故 shìgù 名 อุบัติเหตุ

事后（事後）shìhòu 名 หลังจากเหตุการณ์เกิดขึ้นแล้ว ; หลังจากเรื่องราวสิ้นสุดลง

事迹 shìjì 名 เกียรติประวัติ

事件 shìjiàn 名 กรณี ; เหตุการณ์

事理 shìlǐ 名 เหตุผลของเรื่อง

事例 shìlì 名 อุทาหรณ์ ; ตัวอย่าง

事前 shìqián 名 ก่อนเหตุการณ์จะเกิดขึ้น ; ก่อนเรื่องราวจะสิ้นสุดลง

事情 shì·qing 名 เรื่อง ; ธุระ ; งาน

事儿（事兒）shìr 名 เรื่อง ; ธุระ ; งาน

事实（事實）shìshí 名 ความจริง

事实上（事實上）shìshí·shang 名 ทางด้านความเป็นจริง 副 ความจริงแล้ว ; แท้จริงแล้ว

事态（事態）shìtài 名 สถานการณ์ ; ภาวะ

事务（事務）shìwù 名 งานการ ; ธุรการ

事务所（事務所）shìwùsuǒ 名 สำนักงาน

事物 shìwù 名 สิ่งของและเหตุการณ์

事先 shìxiān 名 ก่อนเหตุการณ์จะเกิดขึ้น ; ก่อนเรื่องราวจะสิ้นสุดลง

事项（事項）shìxiàng 名 ข้อ ; รายการ

事业（事業）shìyè 名 กิจการ (ที่มีอิทธิพลต่อสังคม) ; กิจการซึ่งไม่มีรายได้จากการผลิต

事宜 shìyí 名 การจัดการกิจการงาน

事由 shìyóu 名 สาเหตุของเรื่อง ; เรื่อง

事与愿违（事與願違）shìyǔyuànwéi 〈成〉 เหตุการณ์มิได้เป็นไปตามที่คาดหวังไว้

事在人为（事在人爲）shìzàirénwéi 〈成〉 งานการจะสำเร็จหรือไม่นั้นขึ้นอยู่กับความพยายามของคน

事主 shìzhǔ 名 〈法〉 เจ้าทุกข์

侍

侍从（侍從）shìcóng 名 บริวาร

侍奉 shìfèng 动 ปรนนิบัติ (ผู้อาวุโส)

侍候 shìhòu 动 ปรนนิบัติ ; รับใช้

侍卫（侍衛）shìwèi 名 องครักษ์ ; บอดี้การ์ด (*bodyguard*)

侍者 shìzhě 名 ผู้รับใช้

饰（飾）shì 动 ประดับ ; ตกแต่ง

饰品（飾品）shìpǐn 名 เครื่องประดับ

饰物（飾物）shìwù 名 เครื่องประดับ

试（試）shì 动 ทดลอง ; สอบ

试办（試辦）shìbàn 动 ดำเนินการในขั้นทดลอง

试播（試播）shìbō 动 การทดลองกระจายเสียง ; การทดลองถ่ายทอดรายการโทรทัศน์

试车（試車）shìchē 动 ลองรถ

试点（試點）shìdiǎn 动 ทดลองก่อนที่จะดำเนินการ 名 หน่วยนำร่อง ; การนำร่อง

试电笔（試電筆）shìdiànbǐ 名 〈电〉 ดินสอทดลอง (ไขควงที่ติดตัวทดลองความต่างศักย์เป็นโวลต์)

试飞（試飛）shìfēi 动 〈航〉 ทดลองบิน

试工（試工）shìgōng 动 ลองงาน

试管（試管）shìguǎn 名 〈化〉 หลอดทดลอง

S

试航（試航）shìháng 动〈航〉ทดลองการบิน ; ทดลองการเดินเรือ

试机（試機）shìjī 动 ลองเครื่อง

试剂（試劑）shìjì 名〈化〉ยาซัดรีเอเจนต์ (*reagent*)

试金石（試金石）shìjīnshí 名 หินฝนทอง อุปมาว่ามาตรการทดสอบที่แม่นยำและเชื่อถือได้

试卷（試卷）shìjuàn 名 กระดาษสอบ ; ข้อสอบ

试探（試探）shì·tan 动 หยั่งเชิง

试探性（試探性）shìtànxìng 名 (เป็น) การหยั่งเชิง

试题（試題）shìtí 名 ข้อสอบ

试图（試圖）shìtú 动 คิดจะ ; หมายจะ

试问（試問）shìwèn 动 ลองถามดู

试想（試想）shìxiǎng 动 ลองคิดดู

试销（試銷）shìxiāo 动 ลองจำหน่ายดู

试行（試行）shìxíng 动 ลองดำเนินการดู

试验（試驗）shìyàn 动 ทดลอง

试样（試樣）shìyàng 名 ตัวอย่างทดลอง

试用（試用）shìyòng 动 ทดลองใช้

试用期（試用期）shìyòngqī 名 ช่วงทดลองงาน ; ช่วงโปร ; ช่วงทดลองการใช้งาน

试纸（試紙）shìzhǐ 名〈化〉กระดาษยาซัดรีเอเจนต์

试制（試製）shìzhì 动 ทดลองผลิต

视（視）shì 动 มอง ; ดู

视差（視差）shìchā 名〈物〉ความคลาดเคลื่อนในการมองด้วยตาเปล่า

视察（視察）shìchá 动 ดูงาน ; ตรวจดู

视窗（視窗）shìchuāng 名〈计〉วินโดวส์ (*windows*)

视角（視角）shìjiǎo 名 มุมมอง

视觉（視覺）shìjué 名 จักษุสัมผัส

视力（視力）shìlì 名 สายตา

视力表（視力表）shìlìbiǎo 名 แผนผังที่ทดสอบสายตา

视频（視頻）shìpín 名 วิดีโอ (*video*)

视频游戏（視頻游戲）shìpín yóuxì วิดีโอเกม (*video game*)

视神经（視神經）shìshénjīng 名〈生理〉จักษุประสาท

视死如归（視死如歸）shìsǐ-rúguī〈成〉เห็นการตายเป็นเรื่องเล็ก (เหมือนกลับบ้าน) ; ไม่กลัวตาย

视听（視聽）shìtīng 名 การมองและการฟัง ; สิ่งที่ได้เห็นและได้ยิน ; ความเห็นโดยทั่วไป

视图（視圖）shìtú 名〈机〉ผัง

视网膜（視網膜）shìwǎngmó 名〈生理〉เรตินา (*retina*) (เยื่อชั้นในสุดของส่วนหลังของลูกตา)

视为（視爲）shìwéi 动 ถือเป็น ; ถือว่า

视线（視綫）shìxiàn 名 สายตามอง

视野（視野）shìyě 名 ทัศนวิสัย

拭 shì 动 เช็ด

拭目以待 shìmùyǐdài〈成〉จับตาคอยดูด้วยความปรารถนาอย่างใดอย่างหนึ่ง

柿子 shì·zi 名〈植〉ลูกพลับ

柿子椒 shì·zijiāo 名〈植〉พริกหวาน

是 shì 形 ถูก 动 ใช่ ; เป็น ; ครับ (ค่ะ)

是不是 shìbùshì 副 ใช่หรือไม่

是非 shìfēi 名 ความถูกความผิด

是否 shìfǒu 副 ใช่หรือไม่

适当（適當）shìdàng 形 เหมาะสม

适度（適度）shìdù 形 พอเหมาะพอควร 名 ความเหมาะสม

适合（適合）shìhé 动 สอดคล้อง

适可而止（適可而止）shìkě'érzhǐ〈成〉หยุดแค่พอเหมาะพอควร

适口（適口）shìkǒu 形 ถูกปาก

适量（適量）shìliàng 形 ปริมาณพอควร

适龄（適齡）shìlíng 形 อายุเข้าเกณฑ์

适时（適時）shìshí 形 เหมาะกับเวลา

适销（適銷）shìxiāo 动 เหมาะกับการจำหน่าย

适宜（適宜）shìyí 形 พอเหมาะพอดี

适应（適應）shìyìng 形 สอดคล้อง 动 ปรับตัวให้เข้ากัน

适应性（適應性）shìyìngxìng 名 ลักษณะการสอดคล้อง ; สมรรถนะในการปรับตัว

适用（適用）shìyòng 形 เหมาะสมในการใช้

适于（適于）shìyú 动 เหมาะกับ

适中（適中）shìzhōng 形 พอเหมาะพอดี ; เป็นกลาง

恃才傲物 shìcái-àowù 〈成〉 เย่อหยิ่งถือตน (คิดว่าตนมีสติปัญญาความรู้ความสามารถเหนือกว่าผู้อื่น)

室 shì 名 ห้อง

室内乐（室内樂）shìnèiyuè 名〈乐〉ดนตรีที่บรรเลงในห้อง (ต่างกับดนตรีทางศาสนา)

室女 shìnǚ 名〈旧〉สาวโสด

室温 shìwēn 名 อุณหภูมิในห้อง

逝世 shìshì 动 ถึงแก่กรรม

释放（釋放）shìfàng 动 ปล่อยตัว (ผู้ถูกคุมขัง)

释迦牟尼（釋迦牟尼）Shìjiāmóuní〈宗〉พระศากยมุนี

释教（釋教）Shìjiào 名 พุทธศาสนา

释然（釋然）shìrán 形〈书〉คลายความข้องใจ

释义（釋義）shìyì 动 อรรถาธิบาย

谥（謚）shì 名 เกียรตินาม (ที่ได้รับหลังจากถึงแก่กรรมแล้ว ในสมัยที่พระจักรพรรดิปกครองประเทศ)

嗜好 shìhào 名 ความชอบพิเศษที่ติดเป็นนิสัย

嗜血 shìxuè 动 กระหายเลือด

誓 shì 动 สาบาน

誓词（誓詞）shìcí 名 คำปฏิญาณ ; คำสาบาน

誓死 shìsǐ 副 แม้ตัวจะตายก็จะ...

誓言 shìyán 名 คำสาบาน ; ปฏิญาณ

噬 shì 动 กัด

噬菌体（噬菌體）shìjūntǐ 名〈生化〉ไวรัสที่ทำลายแบคทีเรีย

收 shōu 动 รับ ; เก็บ ; หยุด

收报机（收報机）shōubàojī 名〈讯〉เครื่องรับโทรเลข ; เครื่องรับวิทยุโทรเลข

收编（收編）shōubiān 动 รับกองกำลังอาวุธเข้ามาและจัดระบบใหม่

收兵 shōubīng 动〈军〉ถอยทัพ

收藏 shōucáng 动 เก็บรักษา ; สะสม

收藏家 shōucángjiā 名 นักสะสม

收场（收場）shōuchǎng 动 เลิก ; อวสาน

收成 shōu•cheng 名〈农〉การเก็บเกี่ยว

收存 shōucún 动 เก็บไว้

收到 shōudào 动 ได้รับ

收方 shōufāng 名 (รายการบัญชี) ฝ่ายลูกหนี้

收费（收費）shōufèi 动 เก็บเงิน

收复（收復）shōufù 动 ยึดคืน

收割 shōugē 动〈农〉เก็บเกี่ยว

收割机（收割機）shōugējī 名 เครื่องเกี่ยวข้าว

收工 shōugōng 动 เลิกงาน (การใช้แรงกาย)

收购（收購）shōugòu 动 รับซื้อ

收归（收歸）shōuguī 动 รับคืน

收回 shōuhuí 动 เอาคืน

收获（收穫）shōuhuò 动 เก็บเกี่ยว 名 ผลพวง

收集 shōují 动 รวบรวม ; สะสม

收监（收監）shōujiān 动 จับเข้าคุก

收缴（收繳）shōujiǎo 动 ปลดและยึด (อาวุธ)

收紧（收緊）shōujǐn 动 ทำให้กระชับ

收据（收據）shōujù 名 ใบรับ ; ใบเสร็จ

收看 shōukàn 动 ดู (โทรทัศน์) ; รับชม (รายการโทรทัศน์ ฯลฯ)

收口 shōukǒu 动 (การถักเสื้อไหมพรม) เกี่ยวเข้าหากัน ; ปากแผลหายสนิท

收礼（收禮）shōulǐ 动 รับของขวัญ

收敛（收斂）shōuliǎn 动 ก่อให้เกิดการหดตัว ; (รอยยิ้ม แสงแดด ฯลฯ) อ่อนลงหรือน้อยลง ; การกระทำที่กำเริบเสิบสานลดน้อยลง

收留 shōuliú 动 รับเอาไว้ ; รับเลี้ยง

收拢（收攏）shōulǒng 动 รวบ ; เกลี้ยกล่อมและซื้อตัว

收录（收録）shōulù 动 รับบรรจุ ; คัดรวม (งานเขียนเข้าไปในหนังสือด้วย)

收录机（收録機）shōulùjī 名 เครื่องเทป

收罗（收羅）shōuluó 动 รวบรวม

收买（收買）shōumǎi 动 รับซื้อ

收盘（收盤）shōupán 动〈经〉(ราคาก่อน) ปิดตลาด (หลักทรัพย์) ; (ราคาก่อน) ปิดร้าน (แลกเงิน) ;〈体〉สิ้นสุดการแข่งขันหมากรุก

收讫（收訖）shōuqì 动 รับเรียบร้อย (ส่วนมากจะใช้กับการรับจำนวนเงินครบ)

收取 shōuqǔ 动 รับ (ค่าธรรมเนียม ฯลฯ) ; เรียกเก็บ

收容 shōuróng 动 รับ (ผู้ประสบเคราะห์ภัยหรือผู้ลี้ภัย)

收入 shōurù 动 รับเข้ามา 名 (เงิน) รายรับ ; รายได้
收审（收審）shōushěn 动 กักขังและสอบสวน
收尸 shōushī 动 เก็บศพ
收拾 shōu•shi 动 เก็บกวาด ; จัดการ
收视率（收視率）shōushìlǜ 名〈影视〉อัตราการชม (รายการโทรทัศน์)
收缩（收縮）shōusuō 动 หดตัว
收条（收條）shōutiáo 名 ใบรับ (เงินหรือสิ่งของ)
收听（收聽）shōutīng 动 รับฟัง (รายการวิทยุ)
收尾 shōuwěi 动 จบงานตอนสุดท้าย ; เก็บตก 名 ตอนปลายของงานเขียน
收文 shōuwén 名 หนังสือเอกสารที่ได้รับ (ของหน่วยงาน)
收悉 shōuxī 动〈书〉ได้รับ (จดหมาย ฯลฯ) และทราบข้อความเรียบร้อย
收效 shōuxiào 动 บังเกิดผล
收心 shōuxīn 动 สำรวมใจ
收押 shōuyā 动 กักขัง (ผู้ต้องหา ฯลฯ)
收养（收養）shōuyǎng 动 รับเลี้ยง
收益 shōuyì 名〈经〉รายได้ (จากการผลิตหรือค้าขาย)
收音机（收音機）shōuyīnjī 名 เครื่องรับวิทยุ
收支 shōuzhī 名〈经〉รายรับรายจ่าย
收执（收執）shōuzhí 动 (ภาษาหนังสือราชการ) ได้รับและเก็บไว้เรียบร้อย ; ใบรับ (ภาษีหรือสิ่งของ)
熟 shóu 形 สุก ; คุ้นเคย ; เจนจัด
手 shǒu 名 มือ
手背 shǒubèi 名 หลังมือ
手笔（手筆）shǒubǐ 名 สิ่งที่เขียนด้วยตนเอง ; ความชำนาญในการประพันธ์
手臂 shǒubì 名 แขน
手边（手邊）shǒubiān 名 ใกล้มือ ; ในมือ
手表（手錶）shǒubiǎo 名 นาฬิกาข้อมือ
手册 shǒucè 名 หนังสือคู่มือ ; สมุดคู่มือ
手抄本 shǒuchāoběn 名 ฉบับคัดลอก
手电筒（手電筒）shǒudiàntǒng 名 ไฟฉาย
手动（手動）shǒudòng 形 ควบคุมด้วยมือ (ต่างกับอัตโนมัติ) ; แบบแมนนวล
手段 shǒuduàn 名 ฝีมือ ; วิธีการ ; กลอุบาย
手法 shǒufǎ 名 ฝีมือ (ด้านศิลปวรรณคดี) ; กลเม็ด
手风琴（手風琴）shǒufēngqín 名〈乐〉หีบเพลง ; แอกคอร์เดียน (*accordion*)
手感 shǒugǎn 名 ความรู้สึกทางสัมผัสด้วยมือ
手稿 shǒugǎo 名 ต้นฉบับที่เขียนด้วยมือ
手工 shǒugōng 名 งานการฝีมือ
手工业（手工業）shǒugōngyè 名〈经〉หัตถกรรม
手工业者（手工業者）shǒugōngyèzhě 名 ช่างการฝีมือ
手工艺品（手工藝品）shǒugōngyìpǐn 名 เครื่องศิลปหัตถกรรม
手机（手機）shǒujī 名〈简〉โทรศัพท์มือถือ
手迹 shǒujì 名 ลายมือ
手脚 shǒujiǎo 名 มือไม้ ;〈贬〉เล่ห์กล
手巾 shǒu•jīn 名 ผ้าขนหนู ;〈方〉ผ้าเช็ดหน้า
手紧（手緊）shǒujǐn 形 กระเหม็ดกระแหม่ ; ขาดเงินใช้
手锯（手鋸）shǒujù 名 เลื่อยมือ
手绢（手絹）shǒujuàn 名 ผ้าเช็ดหน้า
手铐（手銬）shǒukào 名 กุญแจมือ
手雷 shǒuléi 名〈军〉ลูกระเบิดมือที่ยิงต่อสู้รถถัง
手里（手裏）shǒu•li 名 ในมือ
手令 shǒulìng 名 คำสั่งที่เขียนด้วยมือ
手榴弹（手榴彈）shǒuliúdàn 名〈军〉ลูกระเบิดมือ
手忙脚乱（手忙腳亂）shǒumáng-jiǎoluàn〈成〉อาการลนลานจนทำอะไรไม่ถูก
手旗 shǒuqí 名 ธงสัญญาณ
手气（手氣）shǒuqì 名 โชคลาภในการเล่นพนัน
手枪（手槍）shǒuqiāng 名 ปืนพก
手巧 shǒuqiǎo 形 ฝีมือดี
手球 shǒuqiú 名〈体〉แฮนด์บอล (*handball*)
手软（手軟）shǒuruǎn 形 ทำไม่ลงเพราะใจอ่อน
手势（手勢）shǒushì 名 ท่าทางชี้ไม้ชี้มือ ; สัญญาณมือ
手势语（手勢語）shǒushìyǔ 名 ภาษาใบ้
手书（手書）shǒushū 名 เขียนด้วยตนเอง ; จดหมายที่เขียนด้วยตนเอง
手术（手術）shǒushù 名〈医〉ศัลยกรรม ; การผ่าตัด

手术刀（手術刀）shǒushùdāo 名 มีดผ่าตัด
手术室（手術室）shǒushùshì 名 ห้องผ่าตัด
手套 shǒutào 名 ถุงมือ
手提包 shǒutíbāo 名 กระเป๋าถือ
手提箱 shǒutíxiāng 名 กระเป๋าเดินทาง
手头（手頭）shǒutóu 名 ใกล้มือ ; ในมือ ; สภาพการเงินส่วนตัวในบางเวลา
手推车（手推車）shǒutuīchē 名 รถเข็น
手腕 shǒuwàn 名〈生理〉ข้อมือ ; ลูกไม้ ; เล่ห์กระเท่ห์
手腕子 shǒuwàn•zi 名〈生理〉ข้อมือ
手无寸铁（手無寸鐵）shǒuwúcùntiě〈成〉มือเปล่า (ไม่มีอาวุธใด ๆ ถือไว้ในมือ)
手舞足蹈 shǒuwǔ-zúdǎo〈成〉เต้นแร้งเต้นกา ; เต้นแร้งเต้นแฉ่ง
手下 shǒuxià 名 ภายใต้การนำ ; ในมือ ; ขณะที่ลงมือ
手相 shǒuxiàng 名 ลักษณะลายมือ
手写体（手寫體）shǒuxiětǐ 名 ตัวเขียน (ซึ่งคู่กับตัวพิมพ์)
手心 shǒuxīn 名 ฝ่ามือ
手续（手續）shǒuxù 名 ระเบียบการ ; ขั้นตอน
手续费（手續費）shǒuxùfèi 名 ค่าธรรมเนียม
手艺（手藝）shǒuyì 名 ฝีมือด้านการช่าง
手淫 shǒuyín 动〈医〉สำเร็จความใคร่ด้วยมือ ; ชักว่าว
手印 shǒuyìn 名 รอยพิมพ์ลายมือ
手语（手語）shǒuyǔ 名 ภาษาใบ้
手札 shǒuzhá 名〈书〉จดหมายที่เขียนด้วยตนเอง
手掌 shǒuzhǎng 名 ฝ่ามือ
手杖 shǒuzhàng 名 ไม้เท้า
手纸（手紙）shǒuzhǐ 名 กระดาษชำระ
手指 shǒuzhǐ 名 นิ้วมือ
手指头（手指頭）shǒuzhǐ•tou 名〈口〉นิ้วมือ
手镯（手鐲）shǒuzhuó 名 กำไลมือ
手足 shǒuzú 名 มือเท้า ; พี่น้อง
手足无措（手足無措）shǒuzú-wúcuò〈成〉(ตกใจกลัว) ไม่รู้จะทำอย่างไร
手足之情 shǒuzúzhīqíng〈成〉ความรักระหว่างพี่น้อง

守 shǒu 动 ป้องกัน ; เฝ้า ; ปฏิบัติตาม

守备（守備）shǒubèi 动 ป้องกันและรักษา
守财奴（守財奴）shǒucáinú 名 เศรษฐีขี้เหนียว
守法 shǒufǎ 动 เคารพและปฏิบัติตามกฎหมาย
守寡 shǒuguǎ 动 อยู่เป็นม่าย (ไม่ยอมแต่งงานใหม่)
守候 shǒuhòu 动 รอคอย
守护（守護）shǒuhù 动 เฝ้ารักษา
守节（守節）shǒujié 动 รักษาความซื่อสัตย์สุจริต ; รักษาความเป็นม่ายตลอดไป
守旧（守舊）shǒujiù 形 อนุรักษ์ ; รักษาตามแบบแผนเก่า
守军（守軍）shǒujūn 名 กองกำลังทหารที่เฝ้าปกป้องรักษา
守口如瓶 shǒukǒu-rúpíng〈成〉ปิดปากไม่พูดเพื่อรักษาความลับ
守灵（守靈）shǒulíng 动 เฝ้าศพ
守门员（守門員）shǒuményuán 名〈体〉ผู้รักษาประตู (กีฬาฟุตบอล ฯลฯ)
守时（守時）shǒushí 动 รักษาเวลา
守势（守勢）shǒushì 名 การตั้งรับ
守望相助 shǒuwàng-xiāngzhù〈成〉เฝ้าสังเกตการณ์และช่วยเหลือซึ่งกันและกัน
守卫（守衛）shǒuwèi 动 พิทักษ์รักษา
守信 shǒuxìn 动 รักษาคำพูด
守业（守業）shǒuyè 动 รักษากิจการ
守约（守約）shǒuyuē 动 รักษาสัญญา ; รักษาตามนัด
守则（守則）shǒuzé 名 ระเบียบข้อบังคับ

首 shǒu 名 ศีรษะ ; อันดับแรก 量 บท

首倡 shǒuchàng 动 ริเริ่มส่งเสริม
首车（首車）shǒuchē 名 รถเที่ยวแรก
首创（首創）shǒuchuàng 动 ริเริ่มก่อตั้ง
首次 shǒucì 数量 ครั้งแรก
首当其冲（首當其衝）shǒudāng-qíchōng〈成〉เป็นหนังหน้าไฟ
首都 shǒudū 名 นครหลวง
首恶（首惡）shǒu'è 名 หัวโจก ; อาชญากรตัวการ

S

首犯 shǒufàn 名 นักโทษตัวการ

首府 shǒufǔ 名 เมืองเอกของมณฑล ; เมืองเอกของประเทศอาณานิคม

首富 shǒufù 名 ผู้ที่รวยเป็นอันดับหนึ่ง

首航 shǒuháng 名 การบินครั้งแรก ; การเดินเรือครั้งแรก

首级 (首級) shǒují 名 ศีรษะที่ถูกตัด

首届 shǒujiè 数量 รุ่นแรก ; สมัยแรก

首肯 shǒukěn 动 พยักหน้าเห็นด้วย

首领 (首領) shǒulǐng 名 ผู้นำ ; หัวหน้า

首脑 (首腦) shǒunǎo 名 ประมุข

首批 shǒupī 数量 ชุดแรก ; ล็อตแรก

首日封 shǒurìfēng 名 ซองจดหมายในวันที่ไปรษณียากรที่ระลึกออกเป็นวันแรก

首饰 (首飾) shǒu•shì 名 เครื่องอาภรณ์ (ตุ้มหูสร้อย แหวน กำไล ฯลฯ)

首尾 shǒuwěi 名 หัวและท้าย

首位 shǒuwèi 名 อันดับแรก

首席 shǒuxí 名 ที่นั่งตำแหน่งสูงสุด ; ตำแหน่งสูงสุด

首席执行官 shǒuxí zhíxíngguān ซีอีโอ (CEO : *chief executive officer*)

首先 shǒuxiān 副 ก่อนอื่น

首相 shǒuxiàng 名 นายกรัฐมนตรี

首要 shǒuyào 形 สำคัญอันดับหนึ่ง

首映式 shǒuyìngshì 名 <影视> พิธีเปิดฉาย (ภาพยนตร์) เป็นรอบปฐมทัศน์

首战告捷 (首戰告捷) shǒuzhàn-gàojié <熟> ชนะการสู้รบครั้งแรก

首长 (首長) shǒuzhǎng 名 ผู้นำชั้นสูงในหน่วยงานรัฐบาลหรือในกองทัพ

寿 (壽) shòu 名 อายุ ; อายุยืน ; วันเกิด ; <婉> สิ่งที่เกี่ยวกับการบรรจุศพ

寿辰 (壽辰) shòuchén 名 วันเกิด (ใช้กับคนวัยกลางคนและวัยชรา)

寿礼 (壽禮) shòulǐ 名 ของขวัญวันเกิด

寿命 (壽命) shòumìng 名 อายุขัย ; อายุ (การใช้งาน)

寿木 (壽木) shòumù 名 โลงศพ

寿司 (壽司) shòusī 名 ซูชิ (sushi)

寿星 (壽星) shòu•xing 名 คนอายุยืน

寿衣 (壽衣) shòuyī 名 เสื้อผ้าสำหรับสวมให้ผู้ล่วงลับ

受 shòu 动 ได้รับ ; ถูก ; ประสบ

受潮 shòucháo 动 ได้รับความชื้น

受宠若惊 (受寵若驚) shòuchǒng-ruòjīng <成> ตื่นเต้นดีใจเพราะได้รับความเมตตาและเอ็นดูอย่างคาดไม่ถึง

受挫 shòucuò 形 ประสบอุปสรรค

受罚 (受罰) shòufá 动 ถูกลงโทษ ; ถูกปรับ

受粉 shòufěn 动 <植> ได้รับละอองเกสรตัวผู้

受过 (受過) shòuguò 动 รับบาปแทน

受害 shòuhài 动 ถูกประทุษร้าย ; ถูกฆ่าตาย

受害者 shòuhàizhě 名 ผู้ถูกประทุษร้ายหรือฆ่าตาย

受话器 (受話器) shòuhuàqì 名<讯> หูฟังของเครื่องโทรศัพท์

受贿 (受賄) shòuhuì 动 รับสินบน

受惊 (受驚) shòujīng 动 ตกใจ

受看 shòukàn 形 งามพิศ

受苦 shòukǔ 动 ได้รับความทุกข์

受累 shòulèi 动 ได้รับความเหน็ดเหนื่อย

受理 shòulǐ 动 <法> (ศาล) รับคดี

受凉 shòuliáng 动 (ร่างกาย) โดนความเย็น

受命 shòumìng 动 รับคำสั่ง

受难 (受難) shòunàn 动 ประสบภัย

受骗 (受騙) shòupiàn 动 ถูกหลอก ; โดนต้ม

受聘 shòupìn 动 รับเชิญไปทำงาน

受气 (受氣) shòuqì 动 ถูกรังแก

受气包 (受氣包) shòuqìbāo 名 <口> คนที่ถูกรังแกบ่อย ๆ

受穷 (受窮) shòuqióng 动 ทนความลำบากยากแค้น

受权 (受權) shòuquán 动 ได้รับมอบอำนาจ

受热 (受熱) shòurè 动 ได้รับความกระทบกระเทือนจากความร้อน

受辱 shòurǔ 动 ถูกเหยียดหยาม

受伤 (受傷) shòushāng 动 ได้รับบาดเจ็บ

受审（受審）shòushěn 动〈法〉ถูกสอบสวน
受胎 shòutāi 动〈生理〉〈动〉ตั้งครรภ์
受听（受聽）shòutīng 形 น่าฟัง
受降 shòuxiáng 动 รับการยอมจำนนของฝ่ายตรงข้าม
受训（受訓）shòuxùn 动 รับการอบรม
受益 shòuyì 动 ได้รับผลประโยชน์
受用 shòuyòng 动 ได้รับประโยชน์
受用 shòu•yong 形 สุขกายสบายใจ
受援 shòuyuán 动 ได้รับการหนุนช่วย ; ได้รับความอนุเคราะห์
受孕 shòuyùn 动〈生理〉〈动〉ตั้งครรภ์
受灾 shòuzāi 动 ประสบภัยพิบัติ
受阻 shòuzǔ 动 ถูกขัดขวาง
受罪 shòuzuì 动 ได้รับความทุกข์ทรมาน
狩猎（狩獵）shòuliè 动 ล่าสัตว์
授 shòu 动 มอบ ; ถ่ายทอด
授粉 shòufěn 动〈植〉ถ่ายละอองเรณู
授奖（授獎）shòujiǎng 动 มอบรางวัล
授精 shòujīng 动〈生理〉ฉีดอสุจิผสมเมล็ดไข่ ; ผสมเชื้อ
授课（授課）shòukè 动 สอนหนังสือ
授权（授權）shòuquán 动 มอบอำนาจ
授勋（授勛）shòuxūn 动 มอบอิสริยาภรณ์
授意 shòuyì 动 แนะให้ทำ
授予 shòuyǔ 动 มอบให้
售 shòu 动 ขาย ; จำหน่าย
售货亭（售貨亭）shòuhuòtíng 名 ซุ้มขายของ (ที่ตั้งอยู่ริมถนน)
售货员（售貨員）shòuhuòyuán 名 พนักงานขาย
售价（售價）shòujià 名 ราคาขาย
售票 shòupiào 动 จำหน่ายบัตร ; ขายตั๋ว
售票处（售票處）shòupiàochù 名 ที่จำหน่ายบัตร ; ที่ขายตั๋ว
售票员（售票員）shòupiàoyuán 名 พนักงานจำหน่ายบัตร ; พนักงานขายตั๋ว
兽（獸）shòu 名 สัตว์เลี้ยงลูกด้วยนม ; สัตว์สี่เท้า
兽类（獸類）shòulèi 名〈动〉ประเภทสัตว์สี่เท้า
兽力车（獸力車）shòulìchē 名 รถที่ลากด้วยม้า ลา ล่อ วัว ฯลฯ
兽王（獸王）shòuwáng 名 เจ้าป่า ; ราชาของสัตว์
兽行（獸行）shòuxíng 名 พฤติการณ์ป่าเถื่อนเยี่ยงสัตว์เดรัจฉาน
兽性（獸性）shòuxìng 名 สันดานสัตว์เดรัจฉาน
兽药（獸藥）shòuyào 名 ยารักษาโรคสัตว์
兽医（獸醫）shòuyī 名 สัตวแพทย์
兽医学（獸醫學）shòuyīxué 名 สัตวแพทยศาสตร์
兽欲（獸欲）shòuyù 名 ความใคร่ของสัตว์เดรัจฉาน
绶带（綬帶）shòudài 名 สายริบบินที่ผูกกับเหรียญตราหรือตราประทับของราชการ
瘦 shòu 形 ผอม ; คับ ; (เนื้อ) ไม่มีมัน
瘦长（瘦長）shòucháng 形 ผอมและสูง ; แคบและยาว
瘦猴 shòuhóu 名 ไอ้ผอม
瘦弱 shòuruò 形 ผอมและร่างกายอ่อนแอ
瘦小 shòuxiǎo 形 ร่างผอมลีบ
瘦削 shòuxuē 形 ผอมซะลูด ; ผอมเพรียว
瘦子 shòu•zi 名 คนผอม
书（書）shū 名 หนังสือ ; จดหมาย 动 เขียน
书包（書包）shūbāo 名 กระเป๋าหนังสือ
书报（書報）shūbào 名 หนังสือและหนังสือพิมพ์
书本（書本）shūběn 名 ตำรับตำรา ; หนังสือ
书橱（書橱）shūchú 名 ตู้หนังสือ
书呆子（書呆子）shūdāi•zi 名 หนอนหนังสือ
书店（書店）shūdiàn 名 ร้านขายหนังสือ
书法（書法）shūfǎ 名 ศิลปะในการเขียนหรือคัดตัวหนังสือ ; ลายสือศิลป์จีน
书法家（書法家）shūfǎjiā 名 ศิลปินนักเขียนลายสือศิลป์จีน
书房（書房）shūfáng 名 ห้องเขียนหนังสือ
书稿（書稿）shūgǎo 名 ต้นฉบับหนังสือแต่ง
书柜（書櫃）shūguì 名 ตู้หนังสือ
书籍（書籍）shūjí 名 หนังสือ (คำเรียกรวม)
书记（書記）shūjì 名 เลขา (ของพรรค ฯลฯ) ; 〈旧〉เสมียน
书架（書架）shūjià 名 ชั้นวางหนังสือ
书刊（書刊）shūkān 名 หนังสือและนิตยสาร

书库（書庫）shūkù 名 ห้องเก็บหนังสือ

书迷（書迷）shūmí 名 แฟนหนังสือ

书面（書面）shūmiàn 名 ลายลักษณ์อักษร

书面语（書面語）shūmiànyǔ 名〈语〉ภาษาหนังสือ

书名（書名）shūmíng 名 ชื่อหนังสือ

书名号（書名號）shūmínghào 名 เครื่องหมาย กำกับชื่อหนังสือ ได้แก่ "《 》"

书目（書目）shūmù 名 รายชื่อหนังสือ

书皮（書皮）shūpí 名 ปกหนังสือ

书评（書評）shūpíng 名 บทวิจารณ์หนังสือ

书签（書簽）shūqiān 名 ใบคั่นหนังสือ

书生气（書生氣）shūshēngqì 名 บุคลิกของ ปัญญาชน

书市（書市）shūshì 名 ตลาดหนังสือ

书摊（書攤）shūtān 名 แผงหนังสือ

书亭（書亭）shūtíng 名 ซุ้มจำหน่ายหนังสือ

书写（書寫）shūxiě 动 เขียน

书信（書信）shūxìn 名 จดหมาย

书展（書展）shūzhǎn 名 นิทรรศการหนังสือ

书桌（書桌）shūzhuō 名 โต๊ะเขียนหนังสือ

抒发（抒發）shūfā 动 ระบาย (อารมณ์ความรู้สึก)

抒情 shūqíng 形 ระบายอารมณ์ความรู้สึก

抒情诗（抒情詩）shūqíngshī 名 บทกวีที่ระบาย อารมณ์ความรู้สึก

枢密院（樞密院）Shūmìyuàn 名 คณะองคมนตรี

枢纽（樞紐）shūniǔ 名 จุดสำคัญ ; แกนกลาง

叔 shū 名 อา (น้องชายของพ่อ) ; น้องชายของสามี

叔父 shūfù 名 อา (น้องชายของพ่อ)

叔母 shūmǔ 名 อาสะใภ้ (ภรรยาของอา)

叔叔 shū·shu 名〈口〉อา (น้องชายของพ่อ)

殊不知 shūbùzhī 动 หารู้ไม่ว่า

殊荣（殊榮）shūróng 名 เกียรติยศพิเศษ

殊死 shūsǐ 形 สู้จนสิ้นลมปราณ

殊途同归（殊途同歸）shūtú-tóngguī〈成〉 เส้นทางต่างกันแต่จุดหมายปลายทางเหมือนกัน

倏忽 shūhū 副〈书〉อย่างรวดเร็ว ; พริบตาเดียว

梳 shū 名 หวี (สำหรับหวีผม) 动 หวี

梳理 shūlǐ 动 หวี ; สาง

梳头（梳頭）shūtóu 动 หวีผม

梳洗 shūxǐ 动 หวีผมล้างหน้า

梳妆（梳妝）shūzhuāng 动 หวีผมล้างหน้าและ แต่งตัว

梳妆台（梳妝檯）shūzhuāngtái 名 โต๊ะเครื่องแป้ง

梳子 shū·zi 名 หวี (สำหรับหวีผม)

淑女 shūnǚ 名〈书〉หญิงสาวที่มีจิตใจดีงาม ; กุลสตรี

舒 shū 动 แผ่ออกไป ; สบาย

舒畅（舒暢）shūchàng 形 สบายอกสบายใจ

舒服 shū·fu 形 (สุขภาพ จิตใจ) สบาย

舒适（舒適）shūshì 形 (ที่อยู่) สบาย

舒坦 shū·tan 形 (จิตใจ) สบาย

舒心 shūxīn 形 สบายใจ

舒展 shūzhǎn 形 แผ่ออกไป ; (จิตใจ) สุขสบาย

舒张（舒張）shūzhāng 动〈生理〉(กล้ามเนื้อของ หัวใจหรือหลอดเลือด) คลายความตึงเครียด

疏 shū 动 ลอก (ลำคลอง ฯลฯ) 形 บาง ; ห่าง

疏导（疏導）shūdǎo 动〈水〉〈交〉ระบาย (น้ำใน แม่น้ำลำคลอง รถราบนถนน ฯลฯ)

疏忽 shū·hu 动 ประมาทเลินเล่อ ; พลาด

疏浚 shūjùn 动〈水〉ขุดลอก (คลอง)

疏漏 shūlòu 动 ประมาทเลินเล่อ

疏落 shūluò 形 บางตา ; หร็อมแหร็ม

疏密相间（疏密相間）shūmì-xiāngjiàn〈熟〉 ความเบาบางกับความหนาทึบสลับกันไป

疏散 shūsàn 动 อพยพออกไป 形 กระจาย

疏松（疏鬆）shūsōng 动 ทำให้ร่วน 形 ร่วน

疏通 shūtōng 动 ขุดลอก ; ติดต่อเจรจาให้ปรับความ เข้าใจกัน

疏远（疏遠）shūyuǎn 形 ห่างเหิน

输（輸）shū 动 ขนส่ง ; แพ้

输出（輸出）shūchū 动 ส่งออก ; นำออก

输电网（輸電網）shūdiànwǎng 名 โครงข่ายจ่าย กระแสไฟฟ้า

输家（輸家）shūjiā 名 ผู้แพ้

输精管（輸精管）shūjīngguǎn 名〈生理〉 ท่อส่งน้ำอสุจิ

输卵管（輸卵管）shūluǎnguǎn 名〈生理〉ท่อส่งไข่ (ในมดลูก)

输尿管（輸尿管）shūniàoguǎn 名〈生理〉ท่อส่งปัสสาวะ

输入（輸入）shūrù 动 นำเข้า ; ป้อนเข้า

输送（輸送）shūsòng 动 ลำเลียง ; ส่ง

输血（輸血）shūxuè 动〈医〉ให้เลือด

输氧（輸氧）shūyǎng 动〈医〉ให้ออกซิเจน

输液（輸液）shūyè 动〈医〉ให้น้ำเกลือ

输赢（輸贏）shūyíng 名 แพ้ชนะ

输油管（輸油管）shūyóuguǎn 名 ท่อส่งน้ำมัน

蔬菜 shūcài 名 ผัก

赎（贖）shú 动 ไถ่คืน ; ชดเชย

赎金（贖金）shújīn 名 ค่าไถ่

赎买（贖買）shúmǎi 动 ไถ่ซื้อ

赎罪（贖罪）shúzuì 动 ไถ่โทษ ; ชดเชยความผิด

熟 shú 形 สุก ; คุ้นเคย ; เจนจัด

熟菜 shúcài 名 กับข้าวที่ทำสุกแล้ว

熟记（熟記）shújì 动 ท่องจำขึ้นใจ

熟练（熟練）shúliàn 形 คล่อง ; ชำนาญ

熟路 shúlù 名 ทางที่คุ้นเคย

熟能生巧 shúnéngshēngqiǎo〈成〉ความชำนาญเกิดจากการฝึกฝน

熟人 shúrén 名 คนที่รู้จักดี

熟食 shúshí 名 อาหารสุก

熟识（熟識）shú·shi 动 รู้จักกันดี ; ชำนาญ

熟视无睹（熟視無睹）shúshì-wúdǔ〈成〉ไม่สนใจใยดีต่อสิ่งที่พบเห็นจนชินตา

熟手 shúshǒu 名 มือชำนาญ ; ผู้สันทัด

熟睡 shúshuì 动 หลับสนิท

熟铁（熟鐵）shútiě 名〈冶〉เหล็กในรูปที่ค่อนข้างบริสุทธิ์ เกือบจะไม่มีคาร์บอน

熟悉 shú·xi 动 รู้จักดี

熟语（熟語）shúyǔ 名〈语〉สำนวน

熟知 shúzhī 动 ทราบดี

暑 shǔ 形 ร้อน

暑假 shǔjià 名 ปิดเทอมหน้าร้อน ; วันหยุดพักร้อน ; ปิดเทอมซัมเมอร์

暑期 shǔqī 名 ช่วงเวลาปิดเทอมหน้าร้อน

暑热（暑熱）shǔrè 名〈气〉อากาศร้อนในฤดูร้อน

属（屬）shǔ 名 ประเภท 动 สังกัด

属地（屬地）shǔdì 名 ดินแดนในอาณัติ

属实（屬實）shǔshí 动 ถูกต้องตามความจริง

属下（屬下）shǔxià 名 ผู้อยู่ใต้บังคับบัญชา ; ลูกน้อง

属相（屬相）shǔ·xiang 名 สิบสองนักษัตร

属性（屬性）shǔxìng 名 ลักษณะประจำตัวของสรรพสิ่ง

属于（屬于）shǔyú 动 เป็นของ... ; ขึ้นกับ...

署 shǔ 名 ที่ทำการราชการ 动 ลงนาม

署名 shǔmíng 动 ลงนาม

蜀 Shǔ 名 ชื่อย่อของมณฑลเสฉวน

蜀锦（蜀錦）shǔjǐn 名〈纺〉ผ้าไหมเสฉวน

鼠 shǔ 名〈动〉หนู

鼠目寸光 shǔmù-cùnguāng〈成〉สายตามองการณ์ไม่ไกล

鼠疫 shǔyì 名〈医〉กาฬโรค

数（數）shǔ 动 นับ ; ยกขึ้นมากล่าว

数得着（數得着）shǔ·dezháo 动 โดดเด่น

数落（數落）shǔ·luo 动 ต่อว่าต่อขาน ; ยกขึ้นมาว่ากล่าว

薯 shǔ 名〈植〉มัน(ชื่อเรียกไม้เถาหรือไม้ต้นหลายชนิดที่รากใช้เป็นอาหารได้)

薯片 shǔpiàn 名 มันฝรั่งแผ่นทอด

薯条（薯條）shǔtiáo 名 มันฝรั่งเส้นทอด

曙光 shǔguāng 名 แสงอรุณ

曙色 shǔsè 名 สีฟ้าสาง

术语（術語）shùyǔ 名 ศัพท์ทางวิชาการ ; ศัพท์เทคนิค

戍边（戍邊）shùbiān 动〈军〉รักษาการณ์ชายแดน

束 shù 动 มัด 量 ช่อ

束缚（束縛）shùfù 动 ผูกมัด

束手无策（束手無策）shùshǒu-wúcè〈成〉หมดปัญญาสู้

述 shù 动 บรรยาย ; เล่า

述评（述評）shùpíng 动 บรรยายและวิจารณ์

述说（述說）shùshuō 动 บรรยายชี้แจง

S

述职（述職）shùzhí 动 รายงานตัวต่อหน่วยสังกัด

树（樹）shù 名 ต้นไม้ 动 ปลูก ; สร้าง

树杈（樹杈）shùchà 名 ง่ามไม้

树丛（樹叢）shùcóng 名 พุ่มไม้

树敌（樹敵）shùdí 动 สร้างศัตรู

树干（樹幹）shùgàn 名 ลำต้น

树冠（樹冠）shùguān 名 เรือนพุ่มต้นไม้

树胶（樹膠）shùjiāo 名 ยางไม้

树立（樹立）shùlì 动 สร้าง (ใช้กับสิ่งนามธรรม เช่น สร้างแบบอย่าง ความคิดรักชาติ)

树林（樹林）shùlín 名 ป่าไม้

树龄（樹齡）shùlíng 名 อายุของต้นไม้

树苗（樹苗）shùmiáo 名 หน่อต้นไม้

树木（樹木）shùmù 名 ต้นไม้ (ชื่อเรียกรวม)

树皮（樹皮）shùpí 名 เปลือกต้นไม้

树梢（樹梢）shùshāo 名 ยอดต้นไม้

树叶（樹葉）shùyè 名 ใบไม้

树荫（樹蔭）shùyīn 名 ร่มไม้

树枝（樹枝）shùzhī 名 กิ่งไม้

树脂（樹脂）shùzhī 名 ยางไม้ ; ยางเรซิน (*resin*)

树种（樹種）shùzhǒng 名 พันธุ์ไม้

竖（豎）shù 形 แนวตั้ง ; แนวดิ่ง

竖立（豎立）shùlì 动 ตั้งอยู่

竖起（豎起）shùqǐ 动 ตั้งขึ้น

竖琴（豎琴）shùqín 名〈乐〉ฮาร์ป (*harp*) (เครื่องดนตรีประเภทเครื่องสายชนิดหนึ่ง)

竖直（豎直）shùzhí 动 ตั้งตรง

恕 shù 动 อภัย

恕罪 shùzuì 动 อภัยโทษ

庶民 shùmín 名〈书〉ปุถุชน

数（數）shù 名 จำนวน ;〈语〉พจน์ 数 หลาย

数词（數詞）shùcí 名〈语〉คำบอกจำนวน ; สังขยาวิเศษณ์

数额（數額）shù'é 名 จำนวนที่กำหนด

数据（數據）shùjù 名 ตัวเลขในการอ้างอิง

数据分析（數據分析）shùjù fēnxī การวิเคราะห์ข้อมูล (*data analysis*)

数据库（數據庫）shùjùkù 名〈计〉ฐานข้อมูล ; ดาตาเบส (*database*)

数据科学（數據科學）shùjù kēxué วิทยาศาสตร์ข้อมูล ; วิทยาการข้อมูล (*data science*)

数控（數控）shùkòng 形〈机〉การควบคุมเชิงตัวเลข

数量（數量）shùliàng 名 จำนวน ; ปริมาณ

数码（數碼）shùmǎ 名 ตัวเลข ; จำนวน ;〈计〉ดิจิทัล (*digital*)

数目（數目）shùmù 名 จำนวน

数目字（數目字）shùmùzì 名 ตัวหนังสือที่บอกจำนวน ; ตัวเลข ; จำนวน

数学（數學）shùxué 名 คณิตศาสตร์

数学家（數學家）shùxuéjiā 名 นักคณิตศาสตร์

数值（數值）shùzhí 名〈数〉มูลค่าตัวเลข ได้แก่ตัวเลขที่แสดงจำนวนบวกกับลักษณนามของสิ่งของนั้น ๆ เช่น ๔ กรัม ๖ เมตร ฯลฯ

数字（數字）shùzì 名 ตัวหนังสือที่บอกจำนวน ; ตัวเลข ; จำนวน

数字颠覆（數字顛覆）shùzì diānfù〈计〉การเปลี่ยนครั้งใหญ่อันเนื่องมาจากเทคโนโลยีดิจิทัล（又名"数字干扰"）

数字化（數字化）shùzìhuà 动 แปลงเป็นดิจิทัล 名〈信息〉การแปลงข้อมูลไปเป็นดิจิทัล การเปลี่ยนแปลงกระบวนการทำงานไปเป็นดิจิทัล

数字化转型（數字化轉型）shùzìhuà zhuǎnxíng การแปลงเป็นดิจิทัล ; การเปลี่ยนผ่านสู่โลกดิจิทัล (การเปลี่ยนวิธีปฏิบัติงานจากระบบที่ใช้แรงงานคนไปสู่การใช้ระบบดิจิทัลหรือระบบอัตโนมัติเพื่อลดการใช้ทรัพยากรและต้นทุน)

数字货币（數字貨幣）shùzì huòbì〈经〉สกุลเงินดิจิทัล

数字素养（數字素養）shùzì sùyǎng〈计〉ทักษะความเข้าใจและการใช้เทคโนโลยีดิจิทัล（又名"数位素养"）

漱 shù 动 บ้วน

漱口杯 shùkǒubēi 名 ถ้วยน้ำบ้วนปาก

刷 shuā 动 แปรง ; ขัดล้าง 名 แปรง

刷卡 shuākǎ 动 รูดบัตร (ชำระเงินด้วยบัตรเครดิต ฯลฯ)

刷脸（刷臉）shuāliǎn 动〈信息〉สแกนใบหน้า

刷脸支付（刷臉支付）shuāliǎn zhīfù <信息> การชำระเงินด้วยการสแกนใบหน้า ; การชำระเงินด้วยระบบตรวจจับใบหน้า

刷屏 shuāpíng 动 ส่งข้อความสแปม

刷洗 shuāxǐ 动 ใช้แปรงขัดล้าง ; ล้าง (หม้อจาน ฯลฯ)

刷新 shuāxīn 动 ตกแต่งใหม่ ; ทำลายสถิติ

刷子 shuā•zi 名 แปรง

耍 shuǎ 动 เล่น

耍花招 shuǎ huāzhāo <惯> เล่นลวดลาย ; เล่นเกม

耍滑头 shuǎ huátóu <惯> เล่นกลเม็ดเพื่อเบี้ยวงานหรือไม่รับผิดชอบ

耍赖（耍賴）shuǎlài 动 ปลิ้นปล้อน ; กระทำอย่างไร้ยางอาย ; เบี้ยว

耍流氓 shuǎ liúmáng <惯> ออกลายอันธพาล ; ลวนลามผู้หญิง

耍弄 shuǎnòng 动 ยั่วเล่น ; หลอกลวง

耍贫嘴（耍貧嘴）shuǎ pínzuǐ <惯> <方> พูดไม่เป็นสาระ

耍威风（耍威風）shuǎ wēifēng<惯> แสดงอำนาจบาตรใหญ่

耍无赖（耍無賴）shuǎ wúlài<惯> ตลบตะแลง ; กระทำอย่างไร้ยางอาย ; เบี้ยว

耍笑 shuǎxiào 动 หยอกล้อกันเล่น ; ยั่วเล่น

耍心眼儿（耍心眼兒）shuǎ xīnyǎnr<惯> เล่นกลเม็ดเล็กน้อยเพื่อผลประโยชน์ของตน

耍嘴皮子 shuǎ zuǐpí•zi <惯> <贬> เล่นลิ้น ; ดีแต่พูด

衰 shuāi 形 เสื่อม

衰败（衰敗）shuāibài 动 เสื่อมโทรม

衰变（衰變）shuāibiàn 动 <物> การสลายตัวของกัมมันตภาพรังสี ; การสูญเสียพลังงานโดยการแผ่รังสีผ่านสสาร

衰减 shuāijiǎn 动 <电> การลด (การอ่อนกำลังลงหรือเบาบางลง)

衰竭 shuāijié 动 <医> (สมรรถนะร่างกาย) ล้มเหลว

衰老 shuāilǎo 形 แก่ชรา

衰落 shuāiluò 动 เสื่อมสลาย

衰弱 shuāiruò 形 (ร่างกาย) อ่อนแอ

衰退 shuāituì 动 ถดถอย

衰亡 shuāiwáng 动 เสื่อมโทรมจนกระทั่งสูญสิ้นไป

摔 shuāi 动 หกล้ม ; ตกหล่นแตก ; โยน

摔打 shuāi•da 动 ฟาด ; ฝึกฝนในสภาพที่ลำบาก

摔倒 shuāidǎo 动 หกล้ม

摔跤 shuāijiāo 动 หกล้ม　名 <体> มวยปล้ำ

甩 shuǎi 动 สะบัด ; เหวี่ยง

甩卖（甩賣）shuǎimài 动 ขายล้างสต็อก

甩手 shuǎishǒu 动 สะบัดแขน ; ละมือไป

帅（帥）shuài 名<军> ผู้บัญชาการทหารสูงสุด 形 หล่อเหลา ; สง่างาม

帅哥（帥哥）shuàigē 名 หนุ่มหล่อ

帅气（帥氣）shuài•qi 形 สง่างาม

率 shuài 动 นำ ; ตรงไปตรงมา　副 <书> ล้วน

率领（率領）shuàilǐng 动 นำ

率先 shuàixiān 副 นำหน้า

率真 shuàizhēn 形 ตรงไปตรงมาและจริงใจ

率直 shuàizhí 形 ตรงไปตรงมา

闩（閂）shuān 名 กลอนประตู　动 ใส่กลอนประตู

拴 shuān 动 ผูก

栓剂（栓劑）shuānjì 名<药>ยาเหน็บ

栓塞 shuānsè 名 <医> เส้นโลหิตถูกอุดตัน

涮 shuàn 动 แกว่งล้างในน้ำ ; ลวกในน้ำเดือด

涮锅子（涮鍋子）shuàn guō•zi 名 หม้อไฟ

涮火锅（涮火鍋）shuàn huǒguō 名 หม้อไฟ

双（雙）shuāng 量 คู่

双胞胎（雙胞胎）shuāngbāotāi 名 ฝาแฝด

双边（雙邊）shuāngbiān 形 ทวิภาคี

双重（雙重）shuāngchóng 形 สองชั้น ; สองอย่าง

双打（雙打）shuāngdǎ 名<体>การแข่งขันประเภทคู่

双方（雙方）shuāngfāng 名 ทั้งสองฝ่าย

双杠（雙杠）shuānggàng 名<体>บาร์คู่ ; ราวคู่

双拐（雙拐）shuāngguǎi 名 ไม้เท้าคู่

双关（雙關）shuāngguān 名 มีความหมายสองนัย

双轨（雙軌）shuāngguǐ 名<交>รางคู่

双轨制（雙軌制）shuāngguǐzhì 名 สองระบบดำเนินการพร้อมกันไป

双簧管（雙簧管）shuānghuángguǎn 名<乐> ปี่โอโบ (*oboe*)

双季稻（雙季稻）shuāngjìdào 名〈农〉ข้าวที่ทำนาปีละสองครั้ง

双料（雙料）shuāngliào 形 (ผลิตภัณฑ์) คุณภาพพิเศษ

双目（雙目）shuāngmù 名 ตาทั้งสองข้าง

双亲（雙親）shuāngqīn 名 ผู้บังเกิดเกล้าทั้งสอง

双全（雙全）shuāngquán 动 เพียบพร้อมทั้งคู่ (หรือทั้งสองอย่าง)

双人床（雙人床）shuāngrénchuáng 名 เตียงใหญ่ (ที่นอนได้สองคน)

双人舞（雙人舞）shuāngrénwǔ 名 ระบำคู่

双手（雙手）shuāngshǒu 名 สองมือ

双数（雙數）shuāngshù 名〈数〉เลขคู่

双双（雙雙）shuāngshuāng 副 เป็นคู่ ๆ ; ทั้งสอง

双向（雙向）shuāngxiàng 形 สองทาง ; ทูเวย์ (*two-way*)

双向车道（雙向車道）shuāngxiàng chēdào 〈交〉ถนนสองทาง

双向行驶（雙向行駛）shuāngxiàng xíngshǐ 〈交〉เดินรถสองทาง

双向选择（雙向選擇）shuāngxiàng xuǎnzé เลือกซึ่งกันและกันทั้งสองฝ่าย

双休日（雙休日）shuāngxiūrì 名 วันหยุดวันเสาร์และวันอาทิตย์

双眼皮（雙眼皮）shuāngyǎnpí 名 ตาสองชั้น

双翼机（雙翼機）shuāngyìjī 名 เครื่องบินปีกสองชั้น

双赢（雙贏）shuāngyíng 动 ชนะทั้งสองฝ่าย

双语（雙語）shuāngyǔ 名 สองภาษา

双月刊（雙月刊）shuāngyuèkān 名 นิตยสารรายสองเดือน

双周刊（雙周刊）shuāngzhōukān 名 นิตยสารรายปักษ์

霜 shuāng 名 น้ำค้างแข็ง

霜冻（霜凍）shuāngdòng 名〈气〉พืชปกคลุมไปด้วยน้ำค้างแข็ง

霜期 shuāngqī 名〈气〉ช่วงระยะเวลาที่มีน้ำค้างแข็ง

霜叶（霜葉）shuāngyè 名 ใบไม้ที่กลายเป็นสีแดงเนื่องจากถูกน้ำค้างแข็งเกาะ

孀居 shuāngjū 动〈书〉อยู่เป็นม่าย

爽口 shuǎngkǒu 形 ชุ่มคอ

爽快 shuǎng•kuai 形 สบายใจ ; ตรงไปตรงมา

爽朗 shuǎnglǎng 形 (อากาศ) ปลอดโปร่งแจ่มใส ; (นิสัย) เบิกบานและตรงไปตรงมา

爽身粉 shuǎngshēnfěn 名 แป้งทาตัว

爽性 shuǎngxìng 副 (ทำ) ไปเลย

爽约（爽約）shuǎngyuē 动〈书〉ผิดนัด

爽直 shuǎngzhí 形 เปิดเผยตรงไปตรงมา

谁（誰）shuí 代 ใคร

谁人（誰人）shuírén 代 ใคร ; ผู้ใด

谁知道（誰知道）shuízhīdào ใครจะไปรู้ ; ผู้ใดทราบ

水 shuǐ 名 น้ำ

水坝（水壩）shuǐbà 名〈水〉เขื่อน

水泵 shuǐbèng 名 เครื่องสูบน้ำ ; ปั๊มน้ำ

水表 shuǐbiǎo 名 มิเตอร์น้ำ ; มาตรวัดน้ำ

水兵 shuǐbīng 名〈军〉ทหารเรือ

水玻璃 shuǐbō•li 名〈化〉กระจกหลอดแก้ว ; โซเดียมซิลิเคต (*sodium silicate*)

水彩画（水彩畫）shuǐcǎihuà 名 ภาพสีน้ำ

水槽 shuǐcáo 名 รางน้ำ

水草 shuǐcǎo 名 แหล่งน้ำและหญ้าวัชพืช ; วัชพืชน้ำ

水产（水產）shuǐchǎn 名 ผลิตผลสัตว์น้ำและพืชน้ำ

水产品（水產品）shuǐchǎnpǐn 名 ผลิตผลสัตว์น้ำและพืชน้ำ

水车（水車）shuǐchē 名 ระหัดวิดน้ำ ; กังหันน้ำ ; รถบรรทุกน้ำ

水池 shuǐchí 名 สระน้ำ

水道 shuǐdào 名〈交〉ทางน้ำ

水稻 shuǐdào 名〈农〉ข้าวนาลุ่ม

水滴石穿 shuǐdī-shíchuān〈成〉น้ำหยดลงหินทะลุ อุปมาว่า มีความพยายามจะมีความสำเร็จ

水电站（水電站）shuǐdiànzhàn 名 สถานีไฟฟ้าพลังน้ำ

水貂 shuǐdiāo 名〈动〉มิงก์ (*mink*)

水痘 shuǐdòu 名〈医〉อีสุกอีใส

水费（水費）shuǐfèi 名 ค่าน้ำประปา
水粉画（水粉畫）shuǐfěnhuà 名 ภาพสีฝุ่นผสมน้ำ
水分 shuǐfèn 名 ส่วนที่เป็นน้ำ ; ความชื้น
水沟（水溝）shuǐgōu 名 ร่องน้ำ
水垢 shuǐgòu 名 ตะกอน ; คราบน้ำ
水管 shuǐguǎn 名 ท่อน้ำ
水果 shuǐguǒ 名 ผลไม้
水合物 shuǐhéwù 名〈化〉สารประกอบที่มีโมเลกุลของน้ำอยู่ด้วย
水红（水紅）shuǐhóng 形 สีชมพูเข้ม
水壶（水壺）shuǐhú 名 กาน้ำ ; เหยือกน้ำ
水花 shuǐhuā 名 น้ำที่กระเซ็นเป็นฝอย
水患 shuǐhuàn 名 ภัยน้ำท่วม ; อุทกภัย
水火 shuǐhuǒ 名 น้ำกับไฟ อุปมาว่า สิ่งที่ไม่ลงรอยกัน ; ความเดือดร้อน ; ภาวะตกทุกข์ได้ยาก
水火无情（水火無情）shuǐhuǒ-wúqíng〈成〉น้ำและไฟไม่มีความปรานีต่อใคร
水货（水貨）shuǐhuò 名 สินค้าหนีภาษีโดยนำเข้าจากทางน้ำ ; สินค้าคุณภาพต่ำ
水浇地（水澆地）shuǐjiāodì 名〈农〉ที่ดินที่ทดน้ำเข้านา
水饺（水餃）shuǐjiǎo 名 เกี๊ยวน้ำ
水解 shuǐjiě 动〈化〉วิเคราะห์สารประกอบด้วยน้ำ
水晶 shuǐjīng 名〈矿〉แก้วผลึก ; คริสตัล (*crystal*)
水井 shuǐjǐng 名 บ่อน้ำ
水坑 shuǐkēng 名 สระน้ำ ; แอ่งที่มีน้ำขัง
水库（水庫）shuǐkù 名〈水〉อ่างเก็บน้ำ
水牢 shuǐláo 名 คุกน้ำ
水涝（水澇）shuǐlào 名 น้ำท่วมนา
水雷 shuǐléi 名〈军〉ทุ่นระเบิดน้ำ
水冷 shuǐlěng 名 (ระบบ) น้ำเย็น
水力 shuǐlì 名 พลังงานน้ำ
水利 shuǐlì 名 ชลประทาน
水灵（水靈）shuǐ·ling 形 (รูปร่าง หน้าตา) สะสวยและมีน้ำมีนวล ;〈方〉(ผัก ผลไม้ ฯลฯ) สดและฉ่ำมาก
水流 shuǐliú 名 กระแสน้ำ
水龙带（水龍帶）shuǐlóngdài 名 ท่อผ้าใบสำหรับดับเพลิง
水龙头（水龍頭）shuǐlóngtóu 名 หัวก๊อกน้ำประปา
水陆（水陸）shuǐlù 名 ทางน้ำและทางบก
水路 shuǐlù 名 ทางน้ำ
水轮泵（水輪泵）shuǐlúnbèng 名 กังหันสูบน้ำ
水轮机（水輪機）shuǐlúnjī 名 กังหันพลังงานน้ำ
水落石出 shuǐluò-shíchū〈成〉น้ำลดตอผุด อุปมาว่า เรื่องแดงขึ้นหรือความจริงปรากฏขึ้น
水煤气（水煤氣）shuǐméiqì 名〈化〉แก๊สน้ำ
水蜜桃 shuǐmìtáo 名〈植〉ลูกท้อชนิดหนึ่ง รสหวานและฉ่ำน้ำ
水面 shuǐmiàn 名 พื้นน้ำ
水墨画（水墨畫）shuǐmòhuà 名 ภาพวาดด้วยน้ำหมึก
水母 shuǐmǔ 名〈动〉แมงกะพรุน
水泥 shuǐní 名 ปูนซีเมนต์ (*cement*)
水鸟（水鳥）shuǐniǎo 名 นกน้ำ
水牛 shuǐniú 名 ควาย ; กระบือ
水暖 shuǐnuǎn 名 ฮีตเตอร์น้ำ
水暖工 shuǐnuǎngōng 名 ช่างฮีตเตอร์
水泡 shuǐpào 名 ฟองน้ำ
水平 shuǐpíng 名 ระดับน้ำ ; ระดับ
水平贸易（水平貿易）shuǐpíng màoyì การค้าภายในอุตสาหกรรมเดียวกันแบบแนวนอน (“产业内贸易”“双向贸易” ก็เรียก)
水平面 shuǐpíngmiàn 名 ระดับน้ำ
水平线（水平綫）shuǐpíngxiàn 名 เส้นแนวระดับน้ำ
水平仪（水平儀）shuǐpíngyí 名 เครื่องวัดระดับน้ำ
水汽 shuǐqì 名 ไอน้ำ
水枪（水槍）shuǐqiāng 名 เครื่องฉีดด้วยพลังน้ำ
水禽 shuǐqín 名〈动〉นกน้ำ
水情 shuǐqíng 名〈水〉สภาพของระดับน้ำและปริมาณการไหล
水球 shuǐqiú 名〈体〉โปโลน้ำ
水渠 shuǐqú 名 คลองน้ำ ; ร่องน้ำ

S

水乳交融 shuǐrǔ-jiāoróng〈成〉เข้ากันอย่างกลมกลืนเหมือนน้ำปนกับนม
水杉 shuǐshān 名〈植〉ฉำฉาน้ำ
水蛇 shuǐshé 名〈动〉งูน้ำ ; งูปลา
水深火热（水深火熱）shuǐshēn-huǒrè〈成〉อุปามาว่า เดือดร้อนเสมือนหนึ่งตกอยู่ในกองไฟ
水生 shuǐshēng 形 ขึ้นตามน้ำ
水势（水勢）shuǐshì 名 สภาวะการไหลของน้ำ
水手 shuǐshǒu 名 กะลาสีเรือ
水塔 shuǐtǎ 名 หอพักน้ำ
水獭 shuǐtǎ 名〈动〉นาก
水田 shuǐtián 名 นา
水桶 shuǐtǒng 名 ถังน้ำ
水土 shuǐtǔ 名 น้ำและดินของพื้นดิน ; สภาพสิ่งแวดล้อมธรรมชาติและดินฟ้าอากาศ
水汪汪 shuǐwāngwāng 形 เต็มไปด้วยน้ำ
水网（水網）shuǐwǎng 名 โครงข่ายสายน้ำ
水位 shuǐwèi 名 ระดับน้ำ
水温 shuǐwēn 名 อุณหภูมิน้ำ
水文 shuǐwén 名 อุทกศาสตร์
水系 shuǐxì 名 ระบบน้ำ
水仙 shuǐxiān 名〈植〉ดอกแดฟโฟดิล (*daffodil*) ; ดอกนาร์ซิสซัส (*narcissus*) ; จุ้ยเซียน
水箱 shuǐxiāng 名 แท็งก์น้ำ
水泄不通 shuǐxièbùtōng〈成〉แน่นเอี๊ยด
水星 shuǐxīng 名〈天〉ดาวพุธ
水性 shuǐxìng 名 ลักษณะของน้ำ ; ฝีมือในการว่ายน้ำ
水锈（水銹）shuǐxiù 名 ตะกอน ; ตะกรัน ; คราบน้ำ
水压（水壓）shuǐyā 名 ความดันอุทกพลวัต
水压机（水壓機）shuǐyājī 名 เครื่องความดันอุทกพลวัต
水银（水銀）shuǐyín 名〈化〉ปรอท
水银灯（水銀燈）shuǐyíndēng 名 ตะเกียงไอปรอท
水印 shuǐyìn 名〈工美〉การพิมพ์สีน้ำด้วยแม่พิมพ์แกะสลักไม้ ; ลายน้ำ
水域 shuǐyù 名 น่านน้ำ
水源 shuǐyuán 名 แหล่งน้ำ
水运（水運）shuǐyùn 名 การลำเลียงทางน้ำ
水灾 shuǐzāi 名 อุทกภัย ; ภัยน้ำท่วม
水葬 shuǐzàng 动 พิธีศพชนิดหนึ่งโดยการลอยศพในน้ำ
水闸（水閘）shuǐzhá 名 ประตูน้ำ
水涨船高（水漲船高）shuǐzhǎng-chuángāo〈成〉น้ำขึ้นเรือย่อมลอยสูง ; เงาตามตัว
水蒸气（水蒸氣）shuǐzhēngqì 名 ไอน้ำ
水质（水質）shuǐzhì 名 คุณภาพของน้ำ
水肿（水腫）shuǐzhǒng 动〈医〉บวมน้ำ ; น้ำคาเนื้อ
水珠 shuǐzhū 名 หยดน้ำ
水柱 shuǐzhù 名 ลำน้ำวนที่ลมหวนพาขึ้นไปบนอากาศ
水准（水準）shuǐzhǔn 名 ระดับ ; มาตรฐาน ;〈地质〉ระดับพื้นผิวน้ำของโลก
水准仪（水準儀）shuǐzhǔnyí 名 เครื่องวัดระดับ
水族 shuǐzú 名 สัตว์น้ำ
水族馆（水族館）shuǐzúguǎn 名 พิพิธภัณฑ์สัตว์น้ำ ; อะควาเรียม (*aquarium*)

说

说客（説客）shuìkè 名 ผู้ทำหน้าที่เกลี้ยกล่อมแทนคนอื่น (มักจะใช้ในทางลบ)

税

税 shuì 名 ภาษี
税单（税單）shuìdān 名 ใบเสียภาษี
税额（税額）shuì'é 名 จำนวนภาษี
税金 shuìjīn 名 เงินค่าภาษี
税款 shuìkuǎn 名 เงินค่าภาษี
税率 shuìlǜ 名〈经〉อัตราภาษี
税收 shuìshōu 名〈经〉การเก็บภาษี
税务（税務）shuìwù 名 สรรพากร
税则（税則）shuìzé 名〈经〉พิกัดภาษี
税制 shuìzhì 名〈经〉ระบบการเก็บภาษี
税种（税種）shuìzhǒng 名〈经〉ประเภทภาษี

睡

睡 shuì 动 นอน
睡袋 shuìdài 名 ถุงนอน
睡觉（睡覺）shuìjiào 动 นอน
睡莲（睡蓮）shuìlián 名〈植〉บัวสาย
睡梦（睡夢）shuìmèng 名 อาการหลับสนิท
睡眠 shuìmián 名 การนอนหลับ
睡醒 shuìxǐng 动 ตื่นนอน
睡衣 shuìyī 名 เสื้อนอน ; ชุดนอน

S

睡意 shuìyì 名 อาการง่วงนอน

睡着 shuìzháo 动 หลับ

睡着 shuì·zhe 动 นอนหลับอยู่

吮吸 shǔnxī 动 ดูด ; สูบ

顺（順）shùn 介 ตาม (ลม กระแส ถนน ฯลฯ) 动 ถูก (ถูกใจ ถูกปาก ฯลฯ) ; ถือโอกาส ; ราบรื่น

顺便（順便）shùnbiàn 副 ถือโอกาส

顺差（順差）shùnchā 名〈经〉ได้เปรียบดุลการค้า

顺产（順産）shùnchǎn 动〈医〉คลอดตามธรรมชาติ

顺畅（順暢）shùnchàng 形 ราบรื่น

顺从（順從）shùncóng 动 ยินยอมคล้อยตาม

顺当（順當）shùn·dang 形〈口〉ราบรื่น

顺道（順道）shùndào 副 ถือโอกาสที่เดินทางผ่านพอดี ; เส้นทางเดินสะดวก

顺耳（順耳）shùn'ěr 形 รื่นหู

顺风（順風）shùnfēng 动 ตามลม

顺口（順口）shùnkǒu 形 คล่องปาก ; พลั้งปาก ; ถูกปาก

顺理成章（順理成章）shùnlǐ-chéngzhāng〈成〉การกระทำสิ่งใด ถ้าถูกต้องตามระเบียบขั้นตอนย่อมจะได้ผลงานที่ดี

顺利（順利）shùnlì 形 ราบรื่น

顺路（順路）shùnlù 副 ถือโอกาสที่เดินทางผ่านพอดี 形 เส้นทางเดินสะดวก

顺其自然（順其自然）shùnqízìrán〈成〉เป็นไปตามกฎธรรมชาติ ; ปล่อยไปตามธรรมชาติ

顺势（順勢）shùnshì 副 ตามสถานการณ์ที่เป็นไป ; ถือโอกาส

顺手（順手）shùnshǒu 形 (เรื่องจัดการ) ราบรื่น 副 ยื่นมือไป (ทำ) อย่างง่าย

顺水（順水）shùnshuǐ 动 ตามน้ำ

顺水推舟（順水推舟）shùnshuǐ-tuīzhōu〈成〉เข็นเรือตามน้ำ อุปมาว่า ดำเนินการตามสถานการณ์ที่เป็นไป

顺心（順心）shùnxīn 形 ถูกใจ

顺序（順序）shùnxù 名 ลำดับ 副 ตามลำดับ

顺延（順延）shùnyán 动 เลื่อนเวลาออกไปตามลำดับ

顺眼（順眼）shùnyǎn 形 ถูกตา

顺应（順應）shùnyìng 动 คล้อยตาม

顺嘴（順嘴）shùnzuǐ 形 คล่องปาก 副 เผลอ (พูดออกมา)

瞬间（瞬間）shùnjiān 名 ชั่วเวลาฉับพลัน

瞬时值（瞬時值）shùnshízhí 名〈物〉มูลค่าชั่วเวลาฉับพลัน

瞬息万变（瞬息萬變）shùnxī-wànbiàn〈成〉เปลี่ยนแปลงไปร้อยแปดพันเก้าในชั่วพริบตาเดียว

说（說）shuō 动 พูด

说白了（說白了）shuōbái·le 动〈口〉พูดตรง ๆ ก็คือ

说不得（說不得）shuō·bu·de 动 พูดไม่ได้ ; ไม่รู้จะพูดยังไง

说不定（說不定）shuō·budìng 动 ไม่แน่ว่า ; อาจจะ

说不上（說不上）shuō·bushàng 动 พูดไม่ถูก (เพราะไม่รู้)

说不准（說不准）shuō·buzhǔn 动 พูดไม่ถูก (เพราะไม่แน่ใจ)

说穿（說穿）shuōchuān 动 พูดเปิดเผยความจริง ; พูดหมดเปลือก

说大话（說大話）shuōdàhuà 动 คุยโว

说到底（說到底）shuōdàodǐ〈口〉ว่าไปว่ามาสุดท้ายก็...

说道（說道）shuōdào 动 พูดว่า ; กล่าวว่า

说道（說道）shuō·dao 动〈方〉พูด ; ปรึกษา

说得来（說得來）shuō·delái 动 ถูกคอ ; พูดเป็น

说定（說定）shuōdìng 动 พูดตกลง

说法（說法）shuō·fǎ 名 วิธีการพูด ; ข้อคิดเห็น 动〈宗〉เทศน์

说服（說服）shuōfú 动 เกลี้ยกล่อมให้ยินยอม

说服力（說服力）shuōfúlì 名 เหตุผลในการเกลี้ยกล่อมให้ยินยอม

说干就干（說幹就幹）shuōgànjiùgàn〈惯〉พูดว่าจะทำ ก็ลงมือทำทันที

说合（說合）shuō·he 动 ชักนำให้คนอื่นตกลงกัน ; ไกล่เกลี่ยให้คืนดีกัน

说话（說話）shuōhuà 动 พูด ; คุย ; ติเตียน 名 ขณะที่คุยกัน

说谎（說謊）shuōhuǎng 动 โกหก ; พูดปด

说教（說教）shuōjiào 动 เทศนา ; พูดตามสูตร

说老实话（說老實話）shuō lǎoshíhuà 〈惯〉 พูดตามความจริง

说理（說理）shuōlǐ 动 ชี้แจงเหตุผล 形 มีเหตุผล (ไม่พาล)

说明（說明）shuōmíng 动 อธิบาย ; แสดงว่า 名 คำอธิบาย

说明书（說明書）shuōmíngshū 名 หนังสืออธิบาย ; คำชี้แจง ; คู่มือ

说破（說破）shuōpò 动 พูดเปิดเผยความจริง ; พูดหมดเปลือก

说起来（說起來）shuōqǐlái 〈惯〉 ว่าไปแล้ว

说情（說情）shuōqíng 动 พูดขอร้อง (ให้เห็นใจหรือให้ยกโทษ) แทนคนอื่น

说三道四（說三道四）shuōsān-dàosì 〈成〉 นินทาว่าร้าย

说实话（說實話）shuō shíhuà 动 พูดตามความจริง

说闲话（說閑話）shuō xiánhuà 动 นินทาลับหลัง ; คุยกันเล่น

说笑（說笑）shuōxiào 动 พูดไปหัวเราะไป ; พูดเล่นอย่างสนุกสนาน

说嘴（說嘴）shuōzuǐ 动 คุยโว

朔风（朔風）shuòfēng 名〈书〉 ลมเหนือ

硕大（碩大）shuòdà 形 ใหญ่

硕大无比（碩大無比）shuòdà-wúbǐ 〈成〉 ใหญ่มหึมา

硕果（碩果）shuòguǒ 名 ผลไม้ลูกใหญ่ ; ผลงานอันยิ่งใหญ่

硕果仅存（碩果僅存）shuòguǒ-jǐncún 〈成〉 อุปมาว่าบุคคลสำคัญที่ยังมีชีวิตอยู่จนถึงสมัยนี้ หรือผลงานอันยิ่งใหญ่ที่ยังตกทอดมาจนถึงปัจจุบัน

硕士（碩士）shuòshì 名〈教〉 มหาบัณฑิต ; ปริญญาโท

数见不鲜（數見不鮮）shuòjiàn-bùxiān 〈成〉 เห็นบ่อยจนชินชา

司 sī 名 กรม 动 คุม

司法 sīfǎ 名 การตุลาการ ; การจัดการให้เป็นไปตามกฎหมาย

司法部 sīfǎbù 名 กระทรวงยุติธรรม

司机（司機）sījī 名 คนขับรถ

司空见惯（司空見慣）sīkōng-jiànguàn 〈成〉 เรื่องธรรมดา ; เห็นจนชินตา

司令 sīlìng 名〈军〉 ผู้บัญชาการทหาร

司令部 sīlìngbù 名〈军〉 กองบัญชาการทหาร

司令官 sīlìngguān 名〈军〉 ผู้บัญชาการทหาร

司炉（司爐）sīlú 名 คนงานที่คุมเตาไฟ (บนรถไฟ)

司务长（司務長）sīwùzhǎng 名〈军〉 นายทหารหัวหน้าฝ่ายธุรการ

司药（司藥）sīyào 名〈医〉 พนักงานจ่ายยา

司仪（司儀）sīyí 名 พิธีกร

司长（司長）sīzhǎng 名 อธิบดีกรม

丝（絲）sī 名 ไหม ; สิ่งที่มีลักษณะคล้ายเส้นไหม

丝绸（絲綢）sīchóu 名 แพรไหม

丝带（絲帶）sīdài 名 สายไหม ; ริบบิ้นไหม

丝瓜（絲瓜）sīguā 名〈植〉 บวบ

丝毫（絲毫）sīháo 形 น้อยนิด

丝袜（絲襪）sīwà 名 ถุงเท้าไนลอนชนิดบางโปร่ง

丝线（絲綫）sīxiàn 名 ด้ายไหม

丝织品（絲織品）sīzhīpǐn 名 ผลิตภัณฑ์ผ้าไหม

丝竹（絲竹）sīzhú 名〈乐〉 เครื่องดนตรีทั้งประเภทสายและประเภทปี่

私 sī 形 ส่วนตัว ; เห็นแก่ตัว ; เถื่อน

私娼 sīchāng 名 โสเภณี

私仇 sīchóu 名 ความแค้นส่วนตัว

私邸 sīdǐ 名 บ้านพักส่วนตัว (ของข้าราชการชั้นสูง)

私法 sīfǎ 名〈法〉 กฎหมายว่าด้วยการคุ้มครองผลประโยชน์ส่วนบุคคล

私房钱（私房錢）sī·fángqián 名 เงินออมส่วนตัว (ของสมาชิกครอบครัว)

私访（私訪）sīfǎng 动 (ข้าราชการ) ไปสืบคดีหรือข้อเท็จจริงอย่างลับ ๆ

私愤（私憤）sīfèn 名 ความแค้นส่วนตัว

私货（私貨）sīhuò 名 สินค้าเถื่อน

私家车（私家車）sījiāchē 名 รถยนตร์ส่วนบุคคล ; รถส่วนตัว

私交 sījiāo 名 ความสัมพันธ์ส่วนตัว

私立 sīlì 动 ก่อตั้งโดยเอกชน

私利 sīlì 名 ผลประโยชน์ส่วนตัว

私情 sīqíng 名 ความสัมพันธ์อันใกล้ชิดส่วนตัว

私人 sīrén 名 ส่วนตัว ; เอกชน ; ส่วนบุคคล

私生活 sīshēnghuó 名 ชีวิตส่วนตัว

私生子 sīshēngzǐ 名 ลูกนอกกฎหมาย

私事 sīshì 名 เรื่องส่วนตัว

私通 sītōng 动 ลอบติดต่อ ; ลักลอบเป็นชู้กัน

私下 sīxià 形 ลับหลัง 副 เป็นการส่วนตัว

私心 sīxīn 名 ความคิดที่เห็นแก่ตัว

私刑 sīxíng 名〈法〉การทำโทษโดยพลการ

私营（私營）sīyíng 动〈经〉ดำเนินกิจการโดยเอกชน

私有 sīyǒu 动〈经〉ถือกรรมสิทธิ์ส่วนบุคคล ; เป็นกรรมสิทธิ์เอกชน

私有化 sīyǒuhuà 动〈经〉เป็นแบบระบบกรรมสิทธิ์เอกชน

私有制 sīyǒuzhì 名〈经〉ระบบกรรมสิทธิ์เอกชน

私欲 sīyù 名 กิเลสส่วนตัว

私宅 sīzhái 名 บ้านส่วนตัว

私自 sīzì 副 โดยพลการ ; แอบ (กระทำ) เอง

咝（噝）sī 拟声 (คำเลียนเสียง ซึ่งเป็นเสียงกระสุนปืนแหวกอากาศ ฯลฯ) หวือ

思 sī 动 คิด

思潮 sīcháo 名 กระแสความคิด

思忖 sīcǔn 动〈书〉ใคร่ครวญ ; คิด

思考 sīkǎo 动 พิจารณา ; ครุ่นคิด

思量 sī•liang 动 ใคร่ครวญ ;〈方〉คิด

思路 sīlù 名 แนวคิด

思虑（思慮）sīlǜ 动 คิด ; พิจารณา

思慕 sīmù 动 คิดถึงด้วยความเลื่อมใส

思念 sīniàn 动 คิดถึง

思前想后（思前想後）sīqián-xiǎnghòu〈成〉คิดหน้าคิดหลัง

思索 sīsuǒ 动 คิดหาคำตอบ

思维（思維）sīwéi 名〈哲〉การคิด

思想 sīxiǎng 名 ความคิด 动 คิด

思想家 sīxiǎngjiā 名 นักคิด

思绪（思緒）sīxù 名 แนวคิด ; จิตใจ

斯文 sī•wen 形 สุภาพเรียบร้อย

厮混 sīhùn 动 มั่วกัน

厮杀（厮殺）sīshā 动 เข่นฆ่ากัน

撕 sī 动 ฉีก

撕毁 sīhuǐ 动 ฉีก ; ทำลาย (ข้อตกลง ฯลฯ)

撕票 sīpiào 动 ฆ่าตัวประกัน

嘶哑（嘶啞）sīyǎ 形 (เสียง) แหบแห้ง

死 sǐ 动 ตาย 形 ตายตัว

死板 sǐbǎn 形 ตายตัว

死党（死黨）sǐdǎng 名 พรรคพวกร่วมเป็นร่วมตาย

死敌（死敵）sǐdí 名 ศัตรูคู่อาฆาต

死对头（死對頭）sǐduì•tou 名 ศัตรูคู่อาฆาต

死光 sǐguāng 动 ตายหมด

死鬼 sǐguǐ 名〈骂〉ไอ้ผีทะเล (ใช้ด่าหรือพูดเล่น) ; คนที่ตายไปแล้ว

死灰复燃（死灰復燃）sǐhuī-fùrán〈成〉เถ้าถ่านที่ไฟดับไปแล้วกลับลุกขึ้นใหม่ อุปมาว่า สิ่งเลวร้ายฟื้นคืน

死活 sǐhuó 名 ความเป็นความตาย 副〈口〉เป็นตายก็...

死火山 sǐhuǒshān 名〈地理〉ภูเขาไฟที่ดับแล้ว

死记硬背（死記硬背）sǐjì-yìngbèi〈熟〉จำตายตัว

死寂 sǐjì 形 เงียบสงัด

死角 sǐjiǎo 名 มุมบอด

死劲儿（死勁兒）sǐjìnr 副〈口〉สุดกำลัง

死里逃生（死裏逃生）sǐlǐ-táoshēng〈成〉รอดชีวิตจากความตาย

死路 sǐlù 名 ทางตัน ; ทางที่ไปสู่ความพินาศ

死命 sǐmìng 名 ชะตากรรมที่ต้องตาย 副 สุดชีวิต

死难者（死難者）sǐnànzhě 名 ผู้เสียชีวิต (ด้วยประสบภัยพิบัติ)

死气沉沉（死氣沉沉）sǐqì-chénchén〈成〉บรรยากาศซึมเซา

死去活来（死去活來）sǐqù-huólái〈成〉สลบไสลหลายตลบ (โศกเศร้าหรือเจ็บปวดเหลือเกิน)

死人 sǐrén 名 คนตาย

死尸 sǐshī 名 ศพ

S

死守 sǐshǒu 动 รักษา (ฐานที่มั่น ฯลฯ) อย่างสุดชีวิต; รักษา (แบบแผน ฯลฯ) อย่างไม่รู้จักพลิกแพลง
死水 sǐshuǐ 名 น้ำขังนิ่ง
死亡 sǐwáng 动 ตาย
死亡率 sǐwánglǜ 名 อัตราการตาย
死亡线（死亡綫）sǐwángxiàn 名 เส้นตาย
死心 sǐxīn 动 ตายใจ
死心塌地 sǐxīn-tādì〈成〉สุดจิตสุดใจ
死心眼儿（死心眼兒）sǐxīnyǎnr 形 หัวรั้น 名 คนหัวรั้น
死刑 sǐxíng 名〈法〉โทษประหาร
死讯（死訊）sǐxùn 名 ข่าวมรณกรรม
死硬 sǐyìng 形 แข็งทื่อ ; ดื้อรั้น
死于非命 sǐyúfēimìng〈成〉ตายโหง ; ตายโดยอุบัติเหตุ
死者 sǐzhě 名 ผู้ตาย
死罪 sǐzuì 名〈法〉โทษถึงตาย

四 sì 数 สี่
四边形（四邊形）sìbiānxíng 名〈数〉รูปสี่เหลี่ยม
四重唱 sìchóngchàng 名 ร้องประสานเสียงสี่เสียง
四重奏 sìchóngzòu 名 บรรเลงประสานเสียงสี่เสียง
四出 sìchū 动 ...ไปตามทั่วทุกแห่ง
四处（四處）sìchù 名 ทั่วทุกแห่งทุกหนรอบสี่ด้าน
四大天王 Sì Dà Tiānwáng 名〈宗〉จตุมหาราชิกา
四方 sìfāng 名 สี่ทิศ หมายถึงทั่วทุกแห่ง ; สี่เหลี่ยม
四方形 sìfāngxíng 名〈数〉ทรงสี่เหลี่ยม
四顾（四顧）sìgù 动 มองไปรอบ ๆ ตัว
四合院 sìhéyuàn 名 บ้านที่ปลูกล้อมรอบลาน บ้านทั้งสี่ด้านแบบจีน
四极管（四極管）sìjíguǎn 名〈无〉หลอดวิทยุที่มี ๔ อิเล็กโตรด
四季 sìjì 名〈气〉สี่ฤดู
四邻（四鄰）sìlín 名 เพื่อนบ้านรอบ ๆ ตัว
四面 sìmiàn 名 สี่ด้าน ; รอบ ๆ
四面八方 sìmiàn-bāfāng〈成〉สารทิศ
四面楚歌 sìmiàn-chǔgē〈成〉ตกอยู่ในวงล้อม ; ถูกตีโอบทั้งสี่ด้าน
四平八稳（四平八穩）sìpíng-bāwěn〈成〉(พูดหรือทำ) ช้า ๆ แต่แน่ชัด ; กลัวผิดพลาดไม่กล้าทำเร็ว
四起 sìqǐ 动 ขึ้นมาจากรอบ ๆ
四散 sìsàn 动 กระเจิดกระเจิงไปทั่วทุกสารทิศ
四舍五入 sì shě wǔ rù〈成〉ปัดสี่ทิ้งยกห้าขึ้น (เศษสี่ให้ปัดทิ้ง เศษตั้งแต่ห้าขึ้นไปให้ยกขึ้น)
四时（四時）sìshí 名 สี่ฤดูกาล
四通八达（四通八達）sìtōng-bādá〈成〉(การคมนาคม) ไปได้ทุกทิศทุกทาง
四下里（四下裏）sìxià·li 名 ทั่วทุกแห่งรอบสี่ด้าน
四月 sìyuè 名 เดือนเมษายน
四则运算（四則運算）sìzé yùnsuàn〈数〉หลักการคำนวณขั้นมูลฐานสี่ประการ (ได้แก่ บวก ลบ คูณ หาร)
四肢 sìzhī 名〈生理〉แขนขาทั้งสี่ (ของคน) ; ขาทั้งสี่ (ของสัตว์)
四周 sìzhōu 名 บริเวณรอบ ๆ สี่ด้าน

寺 sì 名 วัด ; สุเหร่า
寺庙（寺廟）sìmiào 名 สถานที่บูชาและเซ่นไหว้
寺院（寺院）sìyuàn 名 วัดวาอาราม

似 sì 动 เหมือน ; เหมือนกับ
似曾相识（似曾相識）sìcéngxiāngshí〈成〉คล้ายกับว่าเคยรู้จักกันมาก่อน
似乎 sìhū 副 ดูเหมือน
似是而非 sìshì-érfēi〈成〉น่าเชื่อเมื่อฟังแต่เผิน ๆ แต่ความจริงไม่ใช่

伺机（伺機）sìjī 动 เฝ้าคอยโอกาส

饲草（飼草）sìcǎo 名 หญ้าสำหรับเลี้ยงสัตว์
饲料（飼料）sìliào 名 อาหารสัตว์
饲养（飼養）sìyǎng 动 เลี้ยง (สัตว์)

肆 sì 形 กำเริบ 名 ร้านค้า ;〈数〉สี่
肆虐 sìnüè 动 ฆ่าสังหารหรือคุกคามตามอำเภอใจ ; ทำลาย
肆无忌惮（肆無忌憚）sìwú-jìdàn〈成〉กำเริบเสิบสาน
肆意 sìyì 副 ตามอำเภอใจ

松 sōng 名〈植〉ต้นสน
松柏 sōngbǎi 名〈植〉ต้นสนและต้นไป้
松绑（鬆綁）sōngbǎng 动 แก้มัด ; ปล่อยให้เป็น

อิสระมากขึ้น
松弛（鬆弛）sōngchí 形 หย่อนยาน ; หย่อนคลาย
松动（鬆動）sōngdòng 动 ผ่อนคลายลง ; หลวม
松花蛋 sōnghuādàn 名 ไข่เยี่ยวม้า
松节油（松節油）sōngjiéyóu 名〈化〉น้ำมันเทอร์เพนไทน์ (*turpentine oil*)
松紧带（鬆緊帶）sōngjǐndài 名 สายยืด
松劲（鬆勁）sōngjìn 动 ลงแรงน้อยลง
松口（鬆口）sōngkǒu 动 เผยอปากปล่อยของที่กัดไว้ ; ไม่ยืนหยัดในความคิดเห็นต่อไป
松快（鬆快）sōng•kuai 形 โล่ง ; สบาย
松毛虫（松毛蟲）sōngmáochóng 名〈动〉แมลงไพน์ม็อธ (*pine moth*)
松木 sōngmù 名 ไม้สน
松气（鬆氣）sōngqì 动 คลายเครียด
松软（鬆軟）sōngruǎn 形 อ่อนนุ่ม ; ร่วน
松散（鬆散）sōngsǎn 形 หละหลวม ; ร่วน
松散（鬆散）sōng•san 动 ผ่อนคลายให้สบาย
松手（鬆手）sōngshǒu 动 คลายมือ ; ปล่อยมือ
松鼠 sōngshǔ 名〈动〉กระรอก
松树（松樹）sōngshù 名〈植〉ต้นสน
松香 sōngxiāng 名 ยางสน
松懈（鬆懈）sōngxiè 形 หย่อนยาน
松针（松針）sōngzhēn 名 ใบสน
松脂 sōngzhī 名 ยางสน
怂恿（慫恿）sǒngyǒng 动 ยุยง
耸（聳）sǒng 动 ตั้งตระหง่าน
耸肩（聳肩）sǒngjiān 动 ยักไหล่
耸立（聳立）sǒnglì 动 ตั้งตระหง่าน
耸人听闻（聳人聽聞）sǒngréntīngwén〈成〉พูดเขย่าขวัญ
悚然 sǒngrán 形 สยดสยอง
讼案（訟案）sòng'àn 名〈法〉คดีฟ้องร้อง
讼词（訟詞）sòngcí 名〈法〉คำฟ้องร้อง
送 sòng 动 ส่ง
送别 sòngbié 动 ไปส่ง (คนที่จะเดินทางจากไป) ; เลี้ยงส่ง
送殡（送殯）sòngbìn 动 ส่งศพที่นำไปฝัง
送到 sòngdào 动 ส่งถึงที่
送给（送給）sònggěi 动 ให้ ; ส่งให้ ; มอบให้
送话器（送話器）sònghuàqì 名〈电〉ไมโครโฟน
送还（送還）sònghuán 动 ส่งคืน
送货（送貨）sònghuò 动 ส่งสินค้า ; ส่งของ
送交 sòngjiāo 动 ส่งมอบ
送客 sòngkè 动 ส่งแขก
送礼（送禮）sònglǐ 动 มอบหรือให้ของขวัญ
送命 sòngmìng 动 เสียชีวิต (เปล่า ๆ) ; รนหาที่ตาย
送人情 sòng rénqíng〈惯〉ให้ผลประโยชน์แก่ผู้อื่นเพื่อเอาใจ ;〈方〉ให้ของขวัญ
送死 sòngsǐ 动〈口〉รนหาที่ตาย
送信 sòngxìn 动 ส่งจดหมาย
送行 sòngxíng 动 ไปส่ง (คนที่จะเดินทางจากไป) ; เลี้ยงส่ง
送葬 sòngzàng 动 ส่งศพที่นำไปฝัง
送终（送終）sòngzhōng 动 เฝ้าดูแลญาติผู้ใหญ่ก่อนสิ้นใจและจัดการงานศพของญาติ
诵读（誦讀）sòngdú 动 อ่าน (กวีนิพนธ์ ฯลฯ)
颂（頌）sòng 动 สรรเสริญ ; สดุดี
颂词（頌詞）sòngcí 名 คำสรรเสริญ ; คำสดุดี
颂歌（頌歌）sònggē 名 เพลงสดุดี ; เพลงสรรเสริญ
颂扬（頌揚）sòngyáng 动 สรรเสริญ ; สดุดี
搜 sōu 动 ค้นหา
搜捕 sōubǔ 动 ค้นจับกุม
搜查 sōuchá 动 ตรวจค้น
搜查证（搜查證）sōucházhèng 名 หมายค้น
搜刮 sōuguā 动 รีดไถ
搜集 sōují 动 เก็บรวบรวม ; สะสม
搜救 sōujiù 动 ค้นหาและกอบกู้
搜罗（搜羅）sōuluó 动 แสวงหาและรวบรวม
搜身 sōushēn 动 ค้นตัว
搜索 sōusuǒ 动 สืบค้น
搜寻（搜尋）sōuxún 动 ค้นหา
嗖 sōu 拟声 หวือ (เสียงแล่นฉิว)
馊（餿）sōu 形 (อาหาร) เหม็นบูด ; (ความเห็น) แย่
艘 sōu 量 ลำ (ลักษณนามของเรือ)

S

叟 sǒu 名〈书〉ชายชรา

苏打（蘇打）sūdá 名 โซดา (*soda*)

苏丹（蘇丹）sūdān 名 สุลต่าน (*sultan*)

苏醒（蘇醒）sūxǐng 动 ฟื้น (จากอาการสลบ)

酥 sū 形 กรอบ 名 คุ้กกี้แบบจีน

酥软 sūruǎn 形 (แขนขา) อ่อนปวกเปียก

俗 sú 名 ประเพณีนิยม ; พื้น ๆ ;〈宗〉โลกและฆราวาส 形 หยาบคาย ; สามานย์

俗称（俗稱）súchēng 名 ชื่อเรียกทั่วไป

俗话（俗話）súhuà 名〈口〉สุภาษิต

俗话说（俗話說）súhuàshuō〈惯〉สุภาษิตกล่าวไว้ว่า

俗名 súmíng 名 ชื่อเรียกทั่วไป

俗气（俗氣）sú·qi 形 หยาบ ; ไม่มีรสนิยม

俗套 sútào 名 จารีตประเพณีที่น่าเบื่อหน่าย ; ท่วงทำนองเก่า ๆ

俗语（俗語）súyǔ 名〈语〉คำพังเพย

S

夙愿（夙願）sùyuàn 名 ความปรารถนาเดิม

诉（訴）sù 动 บอกเล่า ; ฟ้อง

诉苦（訴苦）sùkǔ 动 ปรับทุกข์

诉说（訴說）sùshuō 动 เล่า

诉讼（訴訟）sùsòng 动〈法〉การดำเนินคดี ; การฟ้องร้อง

诉诸（訴諸）sùzhū 动 ดำเนินการด้วย...

诉状（訴狀）sùzhuàng 名〈法〉คำฟ้อง

肃静（肅靜）sùjìng 形 นิ่งเงียบ ; เคร่งขรึม

肃立（肅立）sùlì 动 ยืนตรงแสดงความเคารพ

肃穆（肅穆）sùmù 形 เงียบและเคร่งขรึม

肃清（肅清）sùqīng 动 กวาดล้างให้หมดสิ้น

肃然（肅然）sùrán 形 อย่างเคารพนับถือ

素 sù 形 สีขาว 名 มังสวิรัติ 副 แต่ไหนแต่ไร

素不相识（素不相識）sùbùxiāngshí〈成〉ไม่รู้จักกันมาก่อน

素材 sùcái 名 ข้อมูลดั้งเดิม

素菜 sùcài 名 กับข้าวมังสวิรัติ

素常 sùcháng 名 วันปกติธรรมดา

素淡 sùdàn 形 เรียบ ๆ ; งามเรียบ ๆ

素净 sù·jing 形 สีเรียบ ๆ สะอาดตา

素来（素來）sùlái 副 แต่ไหนแต่ไรมา

素描 sùmiáo 名 สเกตช์ภาพ

素食 sùshí 名 อาหารมังสวิรัติ

素雅 sùyǎ 形 งามเรียบ ๆ

素养（素養）sùyǎng 名 คุณสมบัติทางด้านจิตใจ ความคิดและความรู้ต่าง ๆ

素质（素質）sùzhì 名 ธาตุแท้ ; คุณสมบัติทางด้านจิตใจ ความคิดและความรู้ต่าง ๆ

速 sù 形 เร็ว 名 ความเร็ว

速成 sùchéng 动 เรียนลัด

速冻（速凍）sùdòng 动 เยือกแข็งเร็ว

速度 sùdù 名 ความเร็ว

速记（速記）sùjì 动 จดชวเลข 名 ชวเลข

速率 sùlǜ 名〈物〉อัตราความเร็ว

速射 sùshè 动 ยิงเร็ว

速效 sùxiào 名 ผลที่เกิดขึ้นเร็ว

速写（速寫）sùxiě 动 สเกตช์ (*sketch*) 名 สเกตช์ (รูปแบบการประพันธ์ชนิดหนึ่ง)

宿命论（宿命論）sùmìnglùn 名 ความเชื่อในโชคชะตา

宿舍 sùshè 名 หอพัก

宿营（宿營）sùyíng 动 ตั้งค่ายพักแรม

宿缘 sùyuán 名〈宗〉บุพกรรม

宿怨 sùyuàn 名 ความแค้นเก่า

粟 sù 名 ข้าว

嗉囊 sùnáng 名〈动〉ถุงกระเพาะอาหารของนก

塑 sù 动 ปั้น

塑料 sùliào 名 พลาสติก (*plastics*)

塑像 sùxiàng 名 รูปปั้น 动 ปั้นรูป

塑造 sùzào 动 ปั้นรูป ; สร้างภาพพจน์

溯 sù 动 ทวนน้ำ

溯源 sùyuán 动 ย้อนถึงต้นกำเนิด

愫 sù〈书〉ความจริงใจ

簌簌 sùsù 拟声 เสียงลมพัดใบไม้ 形 (น้ำตา) ไหลพรากลงมา ; (ตัวหรือส่วนของร่างกาย) สั่นริก

酸 suān 形 เปรี้ยว ; เมื่อย 名〈化〉กรด

酸楚 suānchǔ 形 ระทมทุกข์

酸度 suāndù 名 ภาวะเป็นกรด ; ความเปรี้ยว
酸溜溜 suānliūliū 形 เปรี้ยว ๆ ; เมื่อย ๆ ; เป็นทุกข์เพราะริษยา
酸奶 suānnǎi 名 นมเปรี้ยว
酸牛奶 suānniúnǎi 名 นมเปรี้ยว
酸甜苦辣 suān-tián-kǔ-là 〈成〉 อุปมาว่า ชีวิตที่มีทั้งความทุกข์และความสุข
酸痛 suāntòng 形 ปวดเมื่อย
酸味 suānwèi 名 รสเปรี้ยว ; กลิ่นเหม็นเปรี้ยว
酸性 suānxìng 名〈化〉ความเป็นกรด
酸雨 suānyǔ 名 ฝนที่มีสารเป็นกรด
蒜 suàn 名〈植〉กระเทียม
蒜头（蒜頭）suàntóu 名 หัวกระเทียม
算 suàn 动 คำนวณ ; นับรวม ; วางแผน ; คาด ; เลิก
算法 suànfǎ 名 วิธีคำนวณ
算计（算計）suàn•jì 动 คำนวณ ; พิจารณา
算了 suàn•le แล้วก็แล้วไป ; ลืมไปเถอะ
算命 suànmìng 动 ผูกดวง ; ดูหมอ
算盘（算盤）suàn•pán 名 ลูกคิด
算式 suànshì 名〈数〉สูตรการคำนวณ
算是 suànshì 副 นับเป็น ; ถือได้ว่า
算术（算術）suànshù 名〈数〉เลขคณิต
算数（算數）suànshù 动 รักษาคำ
算账（算賬）suànzhàng 动 คิดบัญชี
尿 suī 名〈口〉เยี่ยว ; ฉี่
虽（雖）suī 连 แม้ว่า
虽然（雖然）suīrán 连 แม้ว่า
随（隨）suí 动 ติดตาม
随笔（隨筆）suíbǐ 名 ปกิณกะคดี
随便（隨便）suíbiàn 动 ตามใจ ; ตามสบาย
随波逐流（隨波逐流）suíbō-zhúliú 〈成〉 ล่องไปตามกระแสน้ำ อุปมาว่า ไม่มีความคิดเห็นของตัวเอง
随处（隨處）suíchù 副 ทุกหนทุกแห่ง
随处可见（隨處可見）suíchù-kějiàn พบเห็นได้ทุกที่ ; ดาดาษ
随从（隨從）suícóng 名 ผู้ติดตาม 动 ติดตาม
随大溜（隨大溜）suí dàliù คล้อยตามคนส่วนมาก
随带（隨帶）suídài 动 ส่งพร้อมกันไป ; ติดตัวไป
随地（隨地）suídì 副 ทุกที่ ; ไม่ว่าที่ไหน
随和（隨和）suí•he 形 โอนอ่อนผ่อนตาม ; พูดง่าย
随后（隨後）suíhòu 副 ตามหลัง
随机（隨機）suíjī 副 ตามโอกาส ; ตามสถานการณ์
随机应变（隨機應變）suíjī-yìngbiàn 〈成〉 พลิกแพลงไปตามโอกาส ; พลิกแพลงไปตามสถานการณ์
随即（隨即）suíjí 形 ทันที
随口（隨口）suíkǒu 形 พูดออกมาโดยไม่ทันคิด
随身（隨身）suíshēn 形 ติดตัว
随声附和（隨聲附和）suíshēng-fùhè 〈成〉 พูดคล้อยตาม
随时（隨時）suíshí 副 ทุกเวลา ; ไม่ว่าเวลาไหน
随时随地（隨時隨地）suíshí-suídì 〈成〉 ทุกที่ทุกเวลา
随手（隨手）suíshǒu 副 ถือโอกาสที่มือทำสะดวก
随同（隨同）suítóng 动 ติดตามไปด้วย ; เป็นเพื่อนไปด้วย
随心所欲（隨心所欲）suíxīnsuǒyù 〈成〉 ตามใจชอบ ; ตามอำเภอใจ
随行（隨行）suíxíng 动 เดินทางตาม
随意（隨意）suíyì 形 ตามอารมณ์
随员（隨員）suíyuán 名 ผู้ติดตาม ; นายเวร
随着（隨着）suí•zhe 介 พร้อมกับ
岁（歲）suì 名 ปี
岁暮（歲暮） suìmù 名 ปลายปี ; อุปมา วัยชรา
岁数（歲數）suì•shu 名 อายุ
岁月（歲月）suìyuè 名 กาลเวลา
祟 suì (ผี) หลอก ; (ผี) ทำร้ายคน ; ประพฤติที่ไม่ถูกต้อง
遂心 suìxīn 形 สบอารมณ์ ; ถูกใจ
遂愿 suìyuàn 动 สมความปรารถนา
碎 suì 动 แตกเป็นชิ้น ๆ 名 เศษ 形 จู้จี้จุกจิก
碎石 suìshí 名 หินป่น
碎嘴子 suìzuǐ•zi 名〈方〉คนจู้จี้จุกจิก
隧道 suìdào 名 ทางอุโมงค์

S

燧石 suìshí 名〈地质〉หินเหล็กไฟ

穗 suì 名 รวง (ข้าว) ; พู่

穗选（穗選）suìxuǎn 动〈农〉คัดรวงข้าว

穗子 suì·zi 名 พู่ระย้า

孙女（孫女）sūn·nǚ 名 หลานสาว (หลานปู่)

孙子（孫子）sūn·zi 名 หลานชาย (หลานปู่)

损（損）sǔn 动 เสียหาย

损公肥私（損公肥私）sǔngōng-féisī〈成〉ยักยอกของหลวงเพื่อความร่ำรวยส่วนตัว

损害（損害）sǔnhài 动 ทำให้เสียหาย

损耗（損耗）sǔnhào 动 สูญเสีย ; สิ้นเปลือง

损坏（損壞）sǔnhuài 动 ทำลาย ; เสีย

损人利己（損人利己）sǔnrén-lìjǐ〈成〉ทำลายคนอื่นเพื่อเป็นประโยชน์ต่อตน

损伤（損傷）sǔnshāng 动 ทำลาย ; เสียหาย

损失（損失）sǔnshī 动 เสียหาย 名 ความเสียหาย

笋 sǔn 名〈植〉หน่อไม้

笋壳鱼（笋殼魚）sǔnkéyú 名〈动〉ปลาบู่

隼 sǔn 名〈动〉เหยี่ยว

榫 sǔn 名 เดือย

唆使 suōshǐ 动 ยุยง

梭鱼（梭魚）suōyú 名〈动〉ปลามัลเลต (*mullet*)

梭子 suō·zi 名〈纺〉กระสวย 量 กระสวย(ใช้เป็นลักษณนามของที่อัดบรรจุลูกกระสุนปืนกล)

睃 suō 动 ชำเลือง

羧基 suōjī 名〈化〉คาร์โบซีล (*carboxyl*)

缩（縮）suō 动 หด ; ย่อ ; ลด

缩短（縮短）suōduǎn 动 หดสั้นลง

缩减（縮减）suōjiǎn 动 ลดให้น้อยลง

缩略语（縮略語）suōlüèyǔ 名〈语〉คำย่อ

缩手缩脚（縮手縮脚）suōshǒu-suōjiǎo〈成〉งอมืองอเท้า หมายความว่า ไม่กล้าทำ

缩水（縮水）suōshuǐ 动 หดน้ำ

缩水率（縮水率）suōshuǐlǜ 名 อัตราส่วนหดน้ำ

缩微（縮微）suōwēi 动〈印〉(ถ่ายรูป) ย่อให้เป็นขนาดจิ๋ว

缩小（縮小）suōxiǎo 动 ลดให้น้อยลง ; ย่อให้เล็กลง

缩写（縮寫）suōxiě 动 เขียนย่อ

缩印本（縮印本）suōyìnběn 名〈印〉ฉบับพิมพ์ย่อ

缩影（縮影）suōyǐng 名 ภาพย่อ

所 suǒ 助 ที่ 名 สถานี ; สถาบัน ; สถาน

所得 suǒdé 形 ที่ได้มา

所得税 suǒdéshuì 名〈经〉ภาษีเงินได้

所定 suǒdìng 形 ที่ตกลงไว้ ; ที่กำหนด

所属（所屬）suǒshǔ 形 ในสังกัด

所谓（所謂）suǒwèi 形 ที่ว่า ; ที่เรียกว่า

所向无敌（所向無敵）suǒxiàng-wúdí〈成〉รบที่ไหนชนะที่นั่น

所以 suǒyǐ 连 เพราะฉะนั้น

所以然 suǒyǐrán 名 สาเหตุ ; เหตุผล

所有 suǒyǒu 名 ที่มีกรรมสิทธิ์ ; ทั้งหมด

所有权（所有權）suǒyǒuquán 名〈法〉กรรมสิทธิ์

所有制 suǒyǒuzhì 名〈经〉ระบบกรรมสิทธิ์

所在 suǒzài 名 แหล่ง ; สถานที่

所长（所長）suǒzhǎng 名 ผู้บังคับการ (กองการตำรวจ ฯลฯ) ; ผู้อำนวยการ

所作所为（所作所爲）suǒzuò-suǒwéi〈成〉การกระทำ

索道 suǒdào 名 ทางสายเคเบิล

索贿（索賄）suǒhuì 动 เรียกสินบน ; เรียกค่าน้ำร้อนน้ำชา

索赔（索賠）suǒpéi 动 เรียกค่าชดใช้

索取 suǒqǔ 动 เรียกเอา

索然无味（索然無味）suǒrán-wúwèi〈成〉ไร้รสชาติสิ้นดี

索性 suǒxìng 副 ...ไปเลย

索引 suǒyǐn 名 ดัชนี

琐事（瑣事）suǒshì 名 เรื่องจุกจิก

琐碎（瑣碎）suǒsuì 形 จุกจิก

琐细（瑣細）suǒxì 形 จุกจิก

锁（鎖）suǒ 名 แม่กุญแจ 动 ใส่กุญแจ

锁骨（鎖骨）suǒgǔ 名〈生理〉กระดูกไหปลาร้า

锁链（鎖鏈）suǒliàn 名 สายโซ่

锁头（鎖頭）suǒ·tou 名 แม่กุญแจ

锁钥（鎖鑰）suǒyuè 名 แม่กุญแจกับลูกกุญแจ

T t

他 tā 代 เขา (สรรพนามบุรุษที่สามใช้กับเพศชาย)
他们（他們）tā•men 代 พวกเขา
他人 tārén 代 คนอื่น ; ผู้อื่น
他日 tārì 名〈书〉วันอื่น
他杀（他殺）tāshā 动〈法〉ถูกสังหาร
他乡（他鄉）tāxiāng 名 ที่ไกลบ้าน
他者 tāzhě 代 คนอื่น ; ความเป็นอื่น
它 tā 代 มัน (สรรพนามบุรุษที่สามใช้กับสัตว์หรือสิ่งของ)
它们（它們）tā•men 代 สรรพนามบุรุษที่สามใช้กับสัตว์หรือสิ่งของที่มีจำนวนมากกว่าหนึ่ง
她 tā 代 เขา (สรรพนามบุรุษที่สามใช้กับเพศหญิง) เธอ ; หล่อน
她们（她們）tā•men 代 พวกเขา (ใช้กับเพศหญิง)
趿拉 tā•la 动 สวมรองเท้าผ้าแบบสวมรองเท้าแตะ
塌 tā 动 พัง ; ยุบ
塌方 tāfāng 动〈地质〉พังทลาย
塌陷 tāxiàn 动 ถล่ม
踏实（踏實）tā•shi 形 จริงจังสม่ำเสมอ
塔 tǎ 名 เจดีย์ ; หอสูง
塔吊 tǎdiào 名〈机〉ปั้นจั่น
塔夫绸（塔夫綢）tǎfūchóu 名〈纺〉แพรแทฟฟีทา (*taffeta*)
獭（獺）tǎ 名〈动〉นาก
拓 tà 动〈印〉พิมพ์ตัวหนังสือหรือรูปภาพจากศิลาจารึกหรือเครื่องทองสัมฤทธิ์
拓本 tàběn 名 ฉบับพิมพ์ลอกแบบจากศิลาจารึกหรือเครื่องทองสัมฤทธิ์
拓片 tàpiàn 名 แผ่นกระดาษที่พิมพ์ลอกแบบจากศิลาจารึกหรือเครื่องทองสัมฤทธิ์
榻 tà 名 เตียงนอนเล่น (ค่อนข้างเตี้ยและแคบ)
踏 tà 动 เหยียบ ; ไปสำรวจยังสถานที่ ; ก้าว
踏板 tàbǎn 名 แผ่นไม้สำหรับเหยียบ
踏步 tàbù 动 ย่ำเท้ากับที่
踏勘 tàkān 动 สำรวจสถานที่ (ก่อนสร้างทางรถไฟ ทางหลวง ขุดอ่างเก็บน้ำ ฯลฯ)
踏青 tàqīng 动 ไปเที่ยวตามทุ่งนาตอนฤดูใบไม้ผลิ
踏上 tàshàng 动 ก้าวเข้าไป
胎 tāi 名 ครรภ์
胎动（胎動）tāidòng 动〈生理〉การขยับตัวของครรภ์ในท้อง
胎儿（胎兒）tāi'ér 名 ทารกในครรภ์
胎教 tāijiào 名 (หญิงระยะตั้งครรภ์) บำรุงร่างกายและจิตใจเพื่อให้ทารกในครรภ์เติบโตแข็งแรง
胎毛 tāimáo 名〈生理〉ผมไฟ ; ขนของสัตว์เมื่อแรกเกิด
胎盘（胎盤）tāipán 名〈生理〉รก (ของทารกในครรภ์)
胎生 tāishēng 形〈生物〉การออกลูกเป็นตัว
胎位 tāiwèi 名〈医〉ตำแหน่งของทารกในครรภ์
胎衣 tāiyī 名〈生理〉รกและเยื่อหุ้ม
台 tái 名 แท่น ; เวที
台布（臺布）táibù 名 ผ้าปูโต๊ะ
台词（臺詞）táicí 名〈剧〉〈影视〉บทคำพูดของนักแสดง
台灯（臺燈）táidēng 名 ไฟตั้งโต๊ะ
台风（颱風）táifēng 名〈气〉พายุไต้ฝุ่น (*typhoon*)
台风眼（颱風眼）táifēngyǎn 名〈气〉ตาพายุไต้ฝุ่น
台阶（臺階）táijiē 名 ขั้นบันได
台历（臺曆）táilì 名 ปฏิทินตั้งโต๊ะ
台钳（臺鉗）táiqián 名〈机〉คีมตั้งโต๊ะ
台球（檯球）táiqiú 名〈体〉บิลเลียด (*billiard ball*)
台扇（臺扇）táishàn 名 พัดลมตั้งโต๊ะ
台上（臺上）tái•shang 名 บนเวที
台柱子（臺柱子）táizhù•zi 名 ตัวชูโรง ; เสาหลัก

T

台子（臺子）tái•zi 名 แท่น ; โต๊ะ (บิลเลียด ปิงปอง ฯลฯ)

苔 tái 名 〈植〉 ตะไคร่น้ำ

苔藓 táixiǎn 名 〈植〉 พืชประเภทตะไคร่น้ำ

抬 tái 动 ยก ; หาม

抬杠 táigàng 动 〈口〉 เถียงกัน

抬高 táigāo 动 ยกให้สูงขึ้น

抬价（抬價）táijià 动 โก่งราคา

抬举（抬舉）tái•ju 动 ให้เกียรติ

抬头（抬頭）táitóu 动 เงยหน้า ; เชิดศีรษะ

跆拳道 táiquándào 名 〈体〉 เทควันโด

太 tài 副 เหลือเกิน ; สูง ; ใหญ่

太极拳（太極拳）tàijíquán 名 มวยไทเก๊ก (ไท่จี๋)

太空 tàikōng 名 〈天〉 อวกาศ

太空船 tàikōngchuán 名 〈天〉 ยานอวกาศ

太空站 tàikōngzhàn 名 〈天〉 สถานีอวกาศ

太平 tàipíng 形 สันติสุข

太平间（太平間）tàipíngjiān 名 ห้องดับจิต (ห้องเก็บศพในโรงพยาบาล)

太平门（太平門）tàipíngmén 名 ทางออก (ตามโรงละคร โรงภาพยนตร์ ฯลฯ)

T

太太 tài•tai 名 ภรรยา ; คุณผู้หญิง ; 〈旧〉 คุณนาย

太阳（太陽）tài•yáng 名 ดวงอาทิตย์ ; สุริยะ ; แสงแดด

太阳镜（太陽鏡）tàiyángjìng 名 แว่นกันแดด

太阳能（太陽能）tàiyángnéng 名 พลังงานแสงอาทิตย์

太阳系（太陽系）tàiyángxì 名 〈天〉 ระบบสุริยะ

太阳穴（太陽穴）tàiyángxué 名 〈生理〉 ขมับ

态（態）tài 名 รูปลักษณะ ; 〈语〉 วาจก

态度（態度）tài•dù 名 ท่าที ; ท่วงท่า

态势（態勢）tàishì 名 สภาวการณ์

钛（鈦）tài 名 〈化〉 ธาตุไทเทเนียม (*titanium*)

钛白（鈦白）tàibái 名 〈化〉 สารไทเทเนียมไวต์

钛合金（鈦合金）tàihéjīn 名 〈冶〉 โลหะผสมไทเทเนียม

泰斗 tàidǒu 名 บุคคลที่เป็นเอกและสำคัญที่สุดในวงการใดวงการหนึ่ง

泰然 tàirán 形 สงบเยือกเย็น

泰山 tàishān 名 ภูเขาไท่ซาน ; อุปมา บุคคลหรือสิ่งที่มีคุณค่าและความสำคัญมากที่สุด

坍 tān 动 พัง ; ถล่ม

坍塌 tāntā 动 พังลง ; ถล่มลง

贪（貪）tān 动 โลภ

贪杯（貪杯）tānbēi 动 ชอบดื่มเหล้ามากเกินควร

贪财（貪財）tāncái 动 โลภในทรัพย์สินเงินทอง

贪官污吏（貪官污吏）tānguān-wūlì 〈成〉 ข้าราชการที่ฉ้อราษฎร์บังหลวง

贪婪（貪婪）tānlán 形 โลภ ; มักมาก

贪恋（貪戀）tānliàn 动 อาลัยอาวรณ์อย่างยิ่ง

贪生怕死（貪生怕死）tānshēng-pàsǐ 〈成〉 รักตัวกลัวตาย ; ขี้ขลาดตาขาว

贪图（貪圖）tāntú 动 อยากได้...เป็นอย่างยิ่ง

贪玩（貪玩）tānwán 动 ชอบเล่นเกินไป

贪污（貪污）tānwū 动 ทุจริต ; คอร์รัปชั่น (*corruption*)

贪心（貪心）tānxīn 形 มักได้ ; โลภ

贪赃枉法（貪贜枉法）tānzāng-wǎngfǎ 〈成〉 ฉ้อราษฎร์บังหลวง

贪嘴（貪嘴）tānzuǐ 动 ตะกละตะกลาม

摊（攤）tān 动 แบ 名 แผงขายของ

摊点（攤點）tāndiǎn 名 จุดรวมแผงขายของ

摊贩（攤販）tānfàn 名 พ่อค้าแผงลอย

摊牌（攤牌）tānpái 动 แสดงไพ่ทั้งหมด (เพื่อชี้ขาดแพ้ชนะในขั้นสุดท้าย) ; แบไต๋

摊派（攤派）tānpài 动 แบ่งกันบริจาค

摊位（攤位）tānwèi 名 ตำแหน่งที่ตั้งแผงขายของ ; บูธ (*booth*)

摊子（攤子）tān•zi 名 แผงขายของ ; อุปมาว่าองค์ประกอบของหน่วยงาน

滩（灘）tān 名 หาด

瘫（癱）tān 动 〈医〉 อัมพาต

瘫痪（癱瘓）tānhuàn 动 〈医〉 อัมพาต

坛 tán 名 แท่น (บูชา หรือทำพิธี) ; ยกพื้น (สำหรับปลูกดอกไม้) ; วงการ (ศิลปวรรณคดี หรือกีฬา ฯลฯ)

坛子（罈子）tán•zi 名 ไห ; กระปุก

昙花（曇花）tánhuā 名 〈植〉 ดอกถานฮวา

ดอกสีขาวมักจะบานตอนกลางคืนและบานเพียงเวลาสั้น ๆ

昙花一现（曇花一現）tánhuā-yīxiàn 〈成〉 อุปมาว่า เหตุการณ์ที่เกิดขึ้นหรือชื่อเสียงที่โด่งดังเพียงชั่วครู่เดียวก็หายไป

谈（談）tán 动 พูด ; คุย 名 คำพูด

谈不上（談不上）tán•bushàng 动 ไม่น่ากล่าวถึง ; ไม่อยู่ในการพิจารณา; เป็นไปไม่ได้

谈到（談到）tándào 动 คุยกันถึง ; กล่าวถึง

谈锋（談鋒）tánfēng 名 คารม

谈何容易（談何容易）tánhéróngyì 〈成〉 พูดง่ายอะไรอย่างนี้ (จริง ๆ แล้วทำยาก)

谈虎色变（談虎色變）tánhǔ-sèbiàn 〈成〉 พอพูดถึงสิ่งที่น่ากลัว หน้าก็ถอดสีทันที

谈话（談話）tánhuà 动 คุยกัน ; สนทนา ; ให้สัมภาษณ์

谈及（談及）tánjí 动 พูดถึง

谈论（談論）tánlùn 动 พูดวิพากษ์วิจารณ์

谈判（談判）tánpàn 动 เจรจา

谈起（談起）tánqǐ 动 พูดถึง ; เอ่ยถึง ; คุยกันถึง

谈天（談天）tántiān 动 คุยเล่น ; คุยเรื่องสัพเพเหระ

谈吐（談吐）tántǔ 名 ลีลาและท่าทีการเจรจา

谈笑风生（談笑風生）tánxiào-fēngshēng 〈成〉 คุยกันอย่างสนุกสนาน

谈心（談心）tánxīn 动 คุยเรื่องความในใจ

谈资（談資）tánzī 动 เรื่องที่น่าคุย

弹（彈）tán 动 ดีด ; เด้ง ; ปัด

弹劾（彈劾）tánhé 动 (สมาชิกสภา) กล่าวโทษ (ข้าราชการ)

弹簧（彈簧）tánhuáng 名 สปริง

弹簧秤（彈簧秤）tánhuángchèng 名 ตาชั่งสปริง

弹力（彈力）tánlì 名 แรงดีด

弹力袜（彈力襪）tánlìwà 名 ถุงเท้าไนล่อน

弹射（彈射）tánshè 动 〈军〉 ปล่อย (ดาวเทียม เรือ ฯลฯ) ; ยิง ; พุ่ง ; ขับออก

弹跳（彈跳）tántiào 动 เด้ง ; กระโดด

弹性（彈性）tánxìng 名 ความยืดหยุ่น

弹指（彈指）tánzhǐ 名 ดีดนิ้ว อุปมาว่า เวลาสั้นเพียงแวบเดียว

弹奏（彈奏）tánzòu 动 บรรเลง

痰 tán 名 〈生理〉 เสมหะ ; เสลด

痰桶 tántǒng 名 〈口〉 กระโถน

痰盂 tányú 名 กระโถน

潭 tán 名 สระน้ำลึก

檀香 tánxiāng 名 〈植〉 ต้นจันทน์ ; ไม้จันทน์

忐忑不安 tǎntè-bù'ān 〈成〉 กระสับกระส่าย

坦白 tǎnbái 动 สารภาพ (ความผิดหรือโทษของตน) ตามจริง 形 จิตใจบริสุทธิ์และพูดจาตรงไปตรงมา

坦诚（坦誠）tǎnchéng 形 จริงใจ ; เปิดใจ

坦荡（坦蕩）tǎndàng 形 กว้างใหญ่ราบเรียบ ; ใจกว้างและบริสุทธิ์

坦克 tǎnkè 名 〈军〉 รถถัง

坦然 tǎnrán 形 จิตใจสงบไร้กังวล

坦率 tǎnshuài 形 เปิดเผยตรงไปตรงมา ; แฟร์ ๆ

坦途 tǎntú 名 หนทางที่กว้างใหญ่ราบเรียบ (ส่วนมากใช้ในทางอุปมาอุปไมย)

坦言 tǎnyán 动 พูดอย่างตรงไปตรงมา 名 คำพูดที่ตรงไปตรงมา

袒护（袒護）tǎnhù 动 เข้าข้างและปกป้อง (ความผิด)

袒露 tǎnlù 动 เปลือย (กาย)

毯子 tǎn•zi 名 พรม

叹（嘆）tàn 动 ถอนใจ ; อุทาน

叹词（嘆詞）tàncí 名 〈语〉 คำอุทาน

叹服（嘆服）tànfú 动 ชื่นชมและศรัทธา

叹号（嘆號）tànhào 名 〈语〉 เครื่องหมายอุทาน; อัศเจรีย์ ได้แก่ “ ! ”

叹气（嘆氣）tànqì 动 ถอนใจ

叹赏（嘆賞）tànshǎng 动 ชื่นชม

叹息（嘆息）tànxī 动 ถอนใจ

炭 tàn 名 ถ่าน

炭笔（炭筆）tànbǐ 名 ดินสอถ่าน

炭画（炭畫）tànhuà 名 〈工美〉 ภาพวาดด้วยดินสอถ่าน

炭精 tànjīng 名 คำเรียกผลิตภัณฑ์ที่มีถ่านผสม

炭精棒 tànjīngbàng 名 〈电〉 แท่งคาร์บอน

探 tàn 动 สำรวจ (หรือสืบ) ; เยี่ยม ; ยื่น (หรือชะโงก)

T

探测（探測）tàncè 动 วัด (ขนาดหรือปริมาณของสิ่งต่าง ๆ)

探测器（探測器）tàncèqì 名 เครื่องสืบหา เช่น เครื่องรับสัญญาณโทรเลข เครื่องแหย่สำหรับตรวจดูแผลในช่องหรือทางเดินในร่างกาย ฯลฯ

探访（探訪）tànfǎng 动 เยี่ยมเยียน ; สืบหา

探戈 tàngē 名 การเต้นรำแทงโก้

探监（探監）tànjiān 动 เยี่ยมนักโทษ (ที่ถูกขังคุก)

探井 tànjǐng 名 〈矿〉 บ่อสำรวจแร่ ; บ่อ (น้ำมันปิโตรเลียม) ทดลอง

探究 tànjiū 动 สืบหาค้นคว้า

探矿（探礦）tànkuàng 动 〈矿〉 สืบหาแหล่งแร่

探路 tànlù 动 สำรวจทาง

探明 tànmíng 动 สืบทราบแจ่มแจ้ง

探亲（探親）tànqīn 动 เยี่ยมครอบครัว ; เยี่ยมญาติ

探求 tànqiú 动 สืบแสวงหา

探伤（探傷）tànshāng 动 〈冶〉 ค้นหาจุดบกพร่องภายในของโลหะ

探伤仪（探傷儀）tànshāngyí 名 〈冶〉 เครื่องค้นหาจุดบกพร่องภายในของโลหะ

探视（探視）tànshì 动 เยี่ยม (คนไข้)

探索 tànsuǒ 动 สืบหา

探讨（探討）tàntǎo 动 ค้นคว้า

探听（探聽）tàntīng 动 สืบข่าว

探头（探頭）tàntóu 动 ชะโงกหัว 名 〈电〉 กล้องวงจรปิด

探头探脑（探頭探腦）tàntóu-tànnǎo 〈成〉 ชะโงกหัวเยี่ยม ๆ มอง ๆ

探望 tànwàng 动 เยี่ยมเยียน ; มองหา

探险（探險）tànxiǎn 动 ผจญภัย

探询（探詢）tànxún 动 สอบถาม

探照灯（探照燈）tànzhàodēng 名 โคมไฟฉาย

探针（探針）tànzhēn 名 〈医〉 เครื่องมือสำหรับตรวจแผลในช่องหรือทางเดินในร่างกาย

探子 tàn·zi 名 นักสืบ

碳 tàn 名 〈化〉 ธาตุคาร์บอน (*carbon*)

碳黑 tànhēi 名 〈化〉 สารดำคาร์บอน

碳素钢（碳素鋼）tànsùgāng 名 〈化〉 เหล็กกล้าที่มีส่วนผสมของคาร์บอน

碳酸 tànsuān 名 〈化〉 กรดคาร์บอนิก (*carbonic acid*)

碳酸盐（碳酸鹽）tànsuānyán 名 〈化〉 คาร์บอเนต (*carbonate*)

汤（湯）tāng 名 น้ำร้อน ; น้ำแกง

汤匙（湯匙）tāngchí 名 ช้อนโต๊ะ ; ช้อนตักน้ำแกง

汤料（湯料）tāngliào 名 เครื่องปรุงน้ำแกง

唐人街 Tángrénjiē 名 ถนนที่ชาวจีนโพ้นทะเลอาศัยอยู่ ; ไชนาทาวน์ (*Chinatown*)

唐突 tángtū 动 ล่วงเกิน 形 พลุ่มพล่าม

堂 táng 名 ห้องโถง ; ห้องที่ใช้เฉพาะกิจกรรม

堂皇 tánghuáng 形 โอ่อ่า

堂堂 tángtáng 形 (หน้าตา) สง่าผ่าเผย ; มโหฬาร ; (จิตใจ) ฮึกเหิม

棠梨 tánglí 名 〈植〉 ต้นเบิร์ชลีฟแพร์ (*birchleaf pear*)

塘 táng 名 สระน้ำ ; อ่างอาบน้ำสาธารณะ ; เขื่อน

搪 táng 动 ต้าน ; เคลือบ

搪瓷 tángcí 名 เครื่องเคลือบ

搪塞 tángsè 动 ขายผ้าเอาหน้ารอด ; ถูไถเอาตัวรอด

膛 táng 名 〈生理〉 ส่วนที่กลวงของสิ่งของ ; ทรวงอก

膛线（膛綫）tángxiàn 名 〈军〉 ร่องเกลียวในลำกล้องปืน

镗床（鏜床）tángchuáng 名 〈机〉 เครื่องเจาะรู

糖 táng 名 น้ำตาล

糖果 tángguǒ 名 ทอฟฟี่ ; ลูกกวาด

糖葫芦（糖葫蘆）tánghú·lu 名 ขนมชนิดหนึ่ง นำผลไม้มาเสียบไม้ แล้วชุบในน้ำเชื่อม

糖化 tánghuà 动 〈化〉 แปรสภาพเป็นน้ำตาล

糖浆（糖漿）tángjiāng 名 น้ำเชื่อม

糖精 tángjīng 名 ดีน้ำตาล ; ขัณฑสกร

糖尿病 tángniàobìng 名 〈医〉 โรคเบาหวาน

糖衣 tángyī 名 ชั้นนอกที่เคลือบด้วยน้ำตาล

螳螂 tángláng 名 〈动〉 ตั๊กแตน

倘 tǎng 连 ถ้าหาก

倘若 tǎngruò 连 ถ้าหากว่า

淌 tǎng 动 ไหลลง

躺 tǎng 动 นอน

躺倒 tǎngdǎo 动 นอนลง

躺椅 tǎngyǐ 名 เก้าอี้นอนเอน ; เก้าอี้ผ้าใบ

烫（燙）tàng 动 ลวก ; ดัด
烫发（燙髮）tàngfà 动 ดัดผม
烫金（燙金）tàngjīn 动 〈印〉 เดินทอง
烫伤（燙傷）tàngshāng 名〈医〉 แผลน้ำร้อนลวกหรือไอน้ำลวก
烫手（燙手）tàngshǒu 形 ร้อนจนเจ็บมือ
趟 tàng 量 เที่ยว ; 〈方〉 แถว
涛（濤）tāo 名 คลื่นใหญ่
绦虫（縧蟲）tāochóng 名 〈动〉 พยาธิตัวตืด
掏 tāo 动 ควัก ; ล้วง
掏钱（掏錢）tāoqián 动 ควักกระเป๋า ; จ่ายเงิน
掏腰包 tāo yāobāo 动 〈口〉 ควักกระเป๋า ; จ่ายเงิน
滔滔滔不绝（滔滔不絕）tāotāo-bùjué 〈成〉 พูดน้ำไหลไฟดับ
滔天 tāotiān 动 (คลื่นใหญ่) ซัดสูงเทียมฟ้า ; (โทษ) มหันต์
逃 táo 动 หนี
逃奔 táobèn 动 วิ่งหนี
逃避 táobì 动 หลบหนี
逃兵 táobīng 名 ทหารที่หลบหนี ; คนที่ทิ้งหน้าที่เพราะหวาดกลัว
逃窜（逃竄）táocuàn 动 หนีเตลิดเปิดเปิง
逃遁 táodùn 动 วิ่งหนี ; หลบหนี
逃犯 táofàn 名 นักโทษที่หลบหนี
逃荒 táohuāng 动 หนีภัยธรรมชาติ
逃命 táomìng 动 หนีตาย
逃难（逃難）táonàn 动 หนีภัย
逃匿 táonì 动 หนีและหลบซ่อน
逃跑 táopǎo 动 วิ่งหนี
逃散 táosàn 动 หนีกระจัดกระจาย
逃生 táoshēng 动 หนีเอาชีวิตรอด
逃税 táoshuì 动 หนีภาษี
逃脱 táotuō 动 หนีรอด
逃亡 táowáng 动 ลี้ภัย
逃学（逃學）táoxué 动 หนีเรียน ; โดดเรียน
逃走 táozǒu 动 หนีไป
桃 táo 名 ลูกท้อ ; สิ่งที่มีลักษณะคล้ายลูกท้อ
桃红色 táohóngsè 名 สีชมพูเข้ม
桃李 táolǐ 名 อุปมา ลูกศิษย์
桃色 táosè 名 สีชมพูเข้ม ; อัปมา เรื่องชู้สาว
桃树（桃樹）táoshù 名 〈植〉 ต้นท้อ
陶瓷 táocí 名 (คำเรียกรวมของ)เครื่องเคลือบดินเผา
陶器 táoqì 名 เครื่องปั้นดินเผา
陶然 táorán 形 〈书〉 เบิกบานใจ
陶土 táotǔ 名 เกาลิน
陶冶 táoyě 动 กล่อมเกลา
陶醉 táozuì 动 เพลิดเพลิน
淘 táo 动 ซาว ; ชะล้าง
淘金 táojīn 动 ร่อนทอง
淘米 táomǐ 动 ซาวข้าว
淘气（淘氣）táoqì 形 ซน
淘汰 táotài 动 คัดออก
淘汰赛（淘汰賽）táotàisài 名 〈体〉 การแข่งขันแบบแพ้คัดออกน็อคเอาท์
讨（討）tǎo 动 ขอ ; ทวง ; ปราบปราม ; ชวนให้... ; อภิปราย
讨伐（討伐）tǎofá 动 ปราบปราม
讨饭（討飯）tǎofàn 动 ขอทาน
讨好（討好）tǎohǎo 动 เอาใจ ; ได้ผลดี
讨还（討還）tǎohuán 动 ขอคืน
讨价（討價）tǎojià 动 ต่อราคา
讨价还价（討價還價）tǎojià-huánjià 〈成〉 ต่อรอง
讨教（討教）tǎojiào 动 ขอคำแนะนำ
讨论（討論）tǎolùn 动 อภิปราย ; สัมมนา
讨巧（討巧）tǎoqiǎo 动 ได้ประโยชน์ด้วยเคล็ดลับ
讨饶（討饒）tǎoráo 动 ขออภัยโทษ
讨人喜欢（討人喜歡）tǎorén xǐhuān น่ารักน่าเอ็นดู
讨嫌（討嫌）tǎoxián 形 น่ารำคาญ
讨厌（討厭）tǎoyàn 形 น่าเบื่อ ; น่ารำคาญ
讨债（討債）tǎozhài 动 ทวงหนี้
套 tào 名 สิ่งที่หุ้มห่อไว้ชั้นนอก (เช่น ปลอกผ้าคลุม ฯลฯ) 动 คลุม 量 ชุด
套餐 tàocān 名 อาหารชุด ; แพ็กเกจ (*package*)
套房 tàofáng 名 ห้องชุด
套服 tàofú 名 เสื้อผ้าที่เป็นชุด
套购（套購）tàogòu 动 ลักลอบซื้อสินค้าที่รัฐบาลควบคุม

套间（套間）tàojiān 名 ห้องชั้นใน ; ห้องที่มีห้องชั้นใน
套色 tàoshǎi 动〈印〉สอดสี
套索 tàosuǒ 名 เชือกบ่วงบาศ
套印 tàoyìn 动〈印〉การพิมพ์สอดสี
套用 tàoyòng 动 เลียนแบบ
套语（套語）tàoyǔ 名 คำทักทายปราศรัยตามขนบธรรมเนียม
套种（套種）tàozhòng 动〈农〉การปลูกพืชไร่แซม
套子 tào·zi 名 ปลอก ; ห่วง
特 tè 副 พิเศษ ; เป็นพิเศษ
特别 tèbié 副 พิเศษ ; เป็นพิเศษ
特产（特産）tèchǎn 名 ผลิตภัณฑ์พิเศษของท้องถิ่น
特长（特長）tècháng 名 ความสามารถพิเศษ
特出 tèchū 形 เด่นเป็นพิเศษ
特此 tècǐ 副 (ใช้กับเอกสารราชการหรือจดหมาย) ...มา ณ โอกาสนี้
特大 tèdà 形 ใหญ่เป็นพิเศษ ; ใหญ่หลวง
特等 tèděng 形 ชั้นพิเศษ
特地 tèdì 副 โดยเฉพาะ
特点（特點）tèdiǎn 名 ลักษณะพิเศษ
特定 tèdìng 形 กำหนดเฉพาะ ; เฉพาะ (คน ระยะเวลา สถานที่ ฯลฯ)
特工 tègōng 名 สายสืบ ; สายลับ
特级（特級）tèjí 形 ชั้นพิเศษ
特急 tèjí 形 ด่วนมาก
特辑（特輯）tèjí 名 (หนังสือพิมพ์ นิตยสาร ฯลฯ) ฉบับพิเศษ ; (ภาพยนตร์) ชุดพิเศษ
特技 tèjì 名 ฝีมือการแสดงโลดโผน ; การถ่ายทำ (ภาพยนตร์) โดยใช้เทคนิคพิเศษ
特价（特價）tèjià 名 ราคาพิเศษ
特刊 tèkān 名 (นิตยสาร หนังสือพิมพ์ ฯลฯ) ฉบับพิเศษ
特快 tèkuài 形〈交〉(รถ) ด่วนพิเศษ
特例 tèlì 名 กรณีพิเศษ
特命 tèmìng 动 สั่งการพิเศษ　名 คำสั่งพิเศษ
特派 tèpài 动 จัดส่ง (เจ้าหน้าที่) เป็นกรณีพิเศษ
特聘 tèpìn 动 จ้างเป็นพิเศษ
特区（特區）tèqū 名 เขตบริหารพิเศษ
特权（特權）tèquán 名 สิทธิพิเศษ
特色 tèsè 名 ลักษณะพิเศษ
特设（特設）tèshè 动 จัดตั้งขึ้นโดยเฉพาะ
特赦 tèshè 动 นิรโทษกรรมในกรณีพิเศษ
特使 tèshǐ 名 ทูตวิสามัญ
特殊 tèshū 形 พิเศษ (ตรงกันข้ามกับคำว่า “ทั่วไป”)
特殊性 tèshūxìng 名 ลักษณะพิเศษ
特务（特務）tè·wu 名 สายลับ ; งานเฉพาะกิจ
特效 tèxiào 名 สรรพคุณพิเศษ ; ประสิทธิภาพพิเศษ
特写（特寫）tèxiě 名 สารคดีที่เขียนจากเรื่องจริง
特性 tèxìng 名 เอกลักษณ์
特许（特許）tèxǔ 动 อนุมัติพิเศษ
特邀 tèyāo 动 เชิญเป็นพิเศษ
特异 tèyì 形 ดีเลิศ ; ผิดแปลกจากคนอื่น
特意 tèyì 副 เจาะจงโดยเฉพาะ
特有 tèyǒu 动 มีอยู่โดยเฉพาะ
特约（特約）tèyuē 动 นัดหมายเป็นพิเศษ ; เชิญเป็นพิเศษ
特征（特徵）tèzhēng 名 ลักษณะพิเศษ
特制（特製）tèzhì 动 ผลิตเป็นพิเศษ ; ผลิตโดยเฉพาะ
特质（特質）tèzhì 名 ลักษณะพิเศษ ; คุณสมบัติพิเศษ
疼 téng 形 เจ็บ
疼爱（疼愛）téng'ài 动 รักใคร่ทะนุถนอม
疼痛 téngtòng 形 เจ็บปวด
腾（騰）téng 动 กระโดด ; ลอย (ขึ้นสู่ฟ้า)
腾达（騰達）téngdá 动 (ฐานะหรือตำแหน่ง)สูงขึ้น
腾飞（騰飛）téngfēi 动 บินขึ้น ; อุปมาว่า ก้าวหน้ารวดเร็ว
腾空（騰空）téngkōng 动 ลอยฟ้า
腾跃（騰躍）téngyuè 动 กระโจน
誊（謄）téng 动 คัดลอก
誊录（謄録）ténglù 动 คัดลอก
誊清（謄清）téngqīng 动 คัดให้ถูกต้องชัดเจน
誊写（謄寫）téngxiě 动 คัดลอก
誊印（謄印）téngyìn 动 สำเนาโดยใช้พิมพ์ดีดหรือเขียนหนังสือลงบนกระดาษไข
藤 téng 名 ต้นหวาย ; เถาวัลย์
藤椅 téngyǐ 名 เก้าอี้หวาย

藤子 téng•zi 名 〈口〉 หวาย

体己（體己）tī•ji 形 รู้ใจกัน ; สนิทสนม ; เงินเก็บออมส่วนตัว (ซึ่งแยกจากทรัพย์สินของครอบครัว)

剔 tī 动 แคะ ; คัด

剔除 tīchú 动 ขูดทิ้ง ; แคะออก ; คัดออก

剔透 tītòu 形 โปร่งใส

梯 tī 名 บันได ; รูปขั้นบันได

梯队（梯隊）tīduì 名 〈军〉 รูปแถวที่จัดเป็นขั้นบันได

梯恩梯 tī'ēntī 名 〈化〉〈简〉 ทีเอ็นที

梯级 tījí 名 ขั้นบันได

梯形 tīxíng 名 〈数〉 รูปบันได ; รูปสี่เหลี่ยมคางหมู

梯子 tī•zi 名 บันได

锑（銻）tī 名 〈化〉 ธาตุสทิเบียม (*stibium*) ; พลวง

踢 tī 动 เตะ

踢踏舞 tītàwǔ 名 เต้นแท็ป (การเต้นรำชนิดที่ใช้รองเท้าเคาะพื้น)

提 tí 动 ถือ ; หิ้ว ; เสนอ ; เลื่อนขั้น

提案 tí'àn 名 ญัตติ

提拔 tíbá 动 คัดเลือกให้ดำรงตำแหน่งที่สูงกว่า ; อุ้มชู

提包 tíbāo 名 กระเป๋าหิ้ว ; กระเป๋าถือ

提倡 tíchàng 动 ส่งเสริม

提成 tíchéng 动 แบ่งสัดส่วนออกมาจากจำนวนเงินทั้งหมด

提出 tíchū 动 เสนอขึ้น

提纯 tíchún 动 กลั่นให้บริสุทธิ์

提词（提詞）tící 名 〈剧〉 บอกบท

提单（提單）tídān 名 ใบเบิกสินค้า

提到 tídào 动 พูดถึง ; เอ่ยถึง

提法 tífǎ 名 วิธีกล่าว ; วิธีเสนอ

提纲（提綱）tígāng 名 โครงร่าง

提高 tígāo 动 ยกระดับให้สูงขึ้น

提供 tígōng 动 เสนอ ; อำนวย

提货 tíhuò 动 เบิกสินค้า

提货单（提貨單）tíhuòdān 名 ใบเบิกสินค้า

提及 tíjí 动 พูดถึง

提价（提價）tíjià 动 ขึ้นราคา

提交 tíjiāo 动 เสนอให้

提款 tíkuǎn 动 ถอนเงิน (จากธนาคาร)

提炼（提煉）tíliàn 动 กลั่น ; กลั่นกรอง

提名 tímíng 动 เสนอชื่อ

提起 tíqǐ 动 เสนอขึ้น ; พูดถึง ; เอ่ยถึง ; ยกขึ้น

提前 tíqián 动 ล่วงหน้า ; ก่อนกำหนด

提琴 tíqín 名 〈乐〉 ไวโอลิน ; วิโอลา ; เชลโล ; ดับเบิลเบส

提请（提請）tíqǐng 动 เสนอขออนุมัติ

提取 tíqǔ 动 ถอน ; เบิก

提神 tíshén 动 ทำให้สดชื่น

提审（提審）tíshěn 动 เบิกตัวเพื่อสอบสวน

提升 tíshēng 动 เลื่อน (ตำแหน่ง ขั้น ฯลฯ) ; เคลื่อนที่ไปยังที่สูง

提示 tíshì 动 แนะแนว

提速 tísù 动 เพิ่มความเร็ว ; เร่งเครื่อง

提问（提問）tíwèn 动 ถามปัญหา

提箱 tíxiāng 名 กระเป๋าเดินทาง (ลักษณะคล้ายหีบ)

提携 tíxié 动 อุ้มชู

提心吊胆（提心吊膽）tíxīn-diàodǎn 〈成〉 อกสั่นขวัญแขวน ; อกสั่นขวัญหาย

提醒 tíxǐng 动 เตือน

提要 tíyào 名 สาระสำคัญ

提议（提議）tíyì 动 เสนอ 名 ข้อเสนอ

提早 tízǎo 动 ก่อนเวลา ; ล่วงหน้า

啼哭 tíkū 动 ร้องไห้

鹈鹕（鵜鶘）tíhú 名 〈动〉 นกกระทุง

题（題）tí 名 หัวข้อ ; ข้อ

题材（題材）tícái 名 ข้อมูล (ด้านศิลปวรรณคดี)

题词（題詞）tící 动 ให้คำขวัญเพื่อเป็นที่ระลึก 名 เนื้อความที่เขียนมาเพื่อเป็นที่ระลึกและให้กำลังใจ

题解（題解）tíjiě 名 หมายเหตุชื่อเรื่อง ; เฉลยคำถาม (วิชาคณิตศาสตร์ ฟิสิกส์ ฯลฯ)

题目（題目）tímù 名 หัวข้อ ; ชื่อเรื่อง ; คำถาม

题签（題簽）tíqiān 动 เขียนชื่อเรื่องลงฉลากที่หน้าปกหนังสือ 名 ชื่อเรื่องที่เขียนลงหน้าปกหนังสือ

题字（題字）tízì 动 เขียนคำสั้น ๆ เพื่อเป็นที่ระลึกและคำขวัญ 名 ตัวหนังสือที่เขียนมาเพื่อเป็นที่ระลึก

蹄子 tí•zi 名 〈口〉 กีบ

T

体（體）tǐ 名 ร่างกาย ; สสาร ; รูปแบบ (ตัวอักษร บทประพันธ์ ฯลฯ) ; ระบบ 动 ประสบด้วยตนเอง

体裁（體裁）tǐcái 名 รูปแบบวรรณกรรม

体操（體操）tǐcāo 名 〈体〉 กายบริหาร

体察（體察）tǐchá 动 สังเกตและเผชิญด้วยตนเอง

体罚（體罰）tǐfá 动 ลงโทษทางกาย

体格（體格）tǐgé 名 สุขภาพ

体会（體會）tǐhuì 名 ความรู้สึกนึกคิด 动 ลิ้มรสด้วยตนเองเพื่อทำความเข้าใจ

体积（體積）tǐjī 名 ปริมาตร

体检（體檢）tǐjiǎn 动 ตรวจร่างกาย

体力（體力）tǐlì 名 กำลังกาย

体例（體例）tǐlì 名 รูปแบบการจัดทำหนังสือ ; รูปแบบการจัดบทประพันธ์

体谅（體諒）tǐliàng 动 ให้อภัยโดยเอาใจเขามาใส่ใจเรา

体面（體面）tǐmiàn 名 ศักดิ์ศรี ; หน้า (เกียรติ) 形 มีเกียรติ ; สวย

体能（體能）tǐnéng 名 〈体〉 สมรรถภาพทางกาย

体魄（體魄）tǐpò 名 สุขภาพร่างกายและจิตใจ

体弱（體弱）tǐruò 动 ร่างกายอ่อนแอ

体式（體式）tǐshì 名 รูปแบบตัวอักษร ; รูปแบบวรรณกรรม

体态（體態）tǐtài 名 รูปร่างท่าทาง

体贴（體貼）tǐtiē 动 เอาใจใส่อย่างใกล้ชิด

体统（體統）tǐtǒng 名 ระบบระเบียบ ; จารีตประเพณี

体味（體味）tǐwèi 动 ลิ้มรสด้วยตนเอง

体温（體温）tǐwēn 名 อุณหภูมิของร่างกาย

体温计（體温計）tǐwēnjì 名 〈医〉 ปรอทวัดไข้

体无完肤（體無完膚）tǐwúwánfū 〈成〉 เป็นรอยแผลช้ำไปหมดทั้งตัว (เพราะถูกเฆี่ยนตี) ; (ข้อโต้แย้งหรือบทความ ฯลฯ) ถูกวิพากษ์วิจารณ์อย่างไม่มีชิ้นดี

体系（體系）tǐxì 名 ระบบ

体现（體現）tǐxiàn 动 สะท้อนให้เห็น

体形（體形）tǐxíng 名 รูปร่าง ; หุ่น

体恤（體恤）tǐxù 动 เข้าใจและเห็นอกเห็นใจ

体验（體驗）tǐyàn 动 เรียนรู้จากการปฏิบัติ ; เรียนรู้จากประสบการณ์

体育（體育）tǐyù 名 กีฬา ; 〈教〉 พลศึกษา

体育场（體育場）tǐyùchǎng 名 สนามกีฬา

体育馆（體育館）tǐyùguǎn 名 ห้องพละ ; โรงยิม

体征（體徵）tǐzhēng 名 〈医〉 ลักษณะของรูปร่าง

体制（體制）tǐzhì 名 ระบอบการปกครอง ; โครงสร้างของรูปแบบวรรณกรรม

体质（體質）tǐzhì 名 สุขภาพร่างกาย

体重（體重）tǐzhòng 名 น้ำหนักตัว

屉 tì 名 ซึ้งนึ่ง ; ลิ้นชัก

剃 tì 动 โกน

剃刀 tìdāo 名 มีดโกน

剃度 tìdù 动 〈宗〉 บวช

剃头（剃頭）tìtóu 动 โกนหัว

倜傥（倜儻）tìtǎng 形 〈书〉 หล่อเหลามีเสน่ห์

涕 tì 名 น้ำตา ; น้ำมูก

涕泪 tìlèi 名 น้ำตา ; น้ำตากับน้ำมูก

替 tì 动 แทน ; เพื่อ

替补（替補）tìbǔ 动 ทดแทน ; เสริม ; ซ่อม

替代 tìdài 动 แทนที่

替换 tìhuàn 动 แทนที่

替身 tìshēn 名 ตัวแทน (ส่วนใหญ่หมายถึงรับบาปแทนคนอื่นหรือเป็นตัวแทนนักแสดง ฯลฯ)

替罪羊 tìzuìyáng 名 แพะรับบาป

嚏喷（嚏噴）tì·pen 名 จาม

天 tiān 名 วัน ; ฟ้า ; ฤดู ; อากาศ ; สวรรค์

天边（天邊）tiānbiān 名 ขอบฟ้า

天才 tiāncái 名 พรสวรรค์ ; อัจฉริยบุคคล

天长地久（天長地久）tiāncháng-dìjiǔ 〈成〉 ชั่วฟ้าดินสลาย ; ชั่วนิรันดร

天长日久（天長日久）tiāncháng-rìjiǔ 〈成〉 วันเวลายาวนาน

天车（天車）tiānchē 名 〈机〉 ปั้นจั่นเคลื่อนซึ่งตั้งอยู่เหนือหลังคาเรือนของโรงงาน

天窗 tiānchuāng 名 หน้าต่างบนหลังคา

天敌（天敵）tiāndí 名 〈动〉〈植〉 ศัตรูธรรมชาติ

天地 tiāndì 名 ฟ้าดิน

天蛾 tiān'é 名 〈动〉 ผีเสื้อราตรี

天鹅绒（天鵝絨）tiān'éróng 名 〈纺〉 กำมะหยี่

天方夜谭（天方夜譚）tiānfāng-yètán 〈成〉 นิทานพันหนึ่งราตรี (ของอาหรับ)

天分 tiānfèn 名 สติปัญญาที่มีมาแต่กำเนิด

天赋 tiānfù 名 ธรรมชาติอำนวยให้ ; พรสวรรค์

天工 tiāngōng 名 เทพนิรมิต ; ธรรมชาติสร้างขึ้น

天光 tiānguāng 名 แสงท้องฟ้า

天国（天國）tiānguó 名〈宗〉 สวรรค์

天河 tiānhé 名〈天〉 ทางช้างเผือก

天花 tiānhuā 名〈医〉 ฝีดาษ ; ไข้ทรพิษ

天花板 tiānhuābǎn 名 เพดาน

天机（天機）tiānjī 名 เจตนาของสวรรค์ ; ความลับอันสำคัญ ; ความลับของธรรมชาติ

天际（天際）tiānjì 名 ขอบฟ้า

天经地义（天經地義）tiānjīng-dìyì 〈成〉 หลักธรรมชาติของฟ้าและดิน ; สัจธรรมซึ่งเปลี่ยนแปลงไม่ได้

天井 tiānjǐng 名 ลานแจ้งกลางบ้าน ; ช่องแสงบนหลังคา

天空 tiānkōng 名 ท้องฟ้า

天籁（天籟）tiānlài 名 〈书〉 เสียงธรรมชาติ

天蓝色（天藍色）tiānlánsè 名 สีฟ้า

天理 tiānlǐ 名 หลักธรรม ; หลักธรรมธรรมชาติ

天良 tiānliáng 名 จิตสำนึก

天亮 tiānliàng 动 ฟ้าสาง

天灵盖（天靈蓋）tiānlínggài 名 〈生理〉 ยอดหัวกะโหลก

天伦（天倫）tiānlún 名 ความผูกพันระหว่างพ่อลูก พี่น้อง ฯลฯ

天伦之乐（天倫之樂）tiānlúnzhīlè 〈成〉 ความสุขทางครอบครัว

天罗地网（天羅地網）tiānluó-dìwǎng 〈成〉 กรงเล็บของกฎหมาย

天明 tiānmíng 动 ฟ้าสว่าง

天命 tiānmìng 名 ฟ้าลิขิต ; พรหมลิขิต

天幕 tiānmù 名 ท้องฟ้าที่แผ่คลุมพื้นปฐพี ; ม่านสีฟ้าบนเวทีซึ่งใช้แสดงเป็นท้องฟ้า

天年 tiānnián 名 อายุตามธรรมชาติ

天牛 tiānniú 名 〈动〉 แมลงลอนจิคอร์น (แมลงปีกแข็งหนวดยาวชนิดหนึ่ง)

天棚 tiānpéng 名 เพดาน ; เพิงกันแดด

天平 tiānpíng 名 ตาชั่ง ; เครื่องชั่ง

天气（天氣）tiānqì 名 ดินฟ้าอากาศ

天堑（天塹）tiānqiàn 名 คูน้ำธรรมชาติที่กั้นทางคมนาคม

天青色 tiānqīngsè 名 สีดำอมแดง

天穹 tiānqióng 名 ท้องฟ้าที่ครอบพื้นปฐพี

天然 tiānrán 形 ธรรมชาติ

天然气（天然氣）tiānránqì 名 แก๊สธรรมชาติ

天壤之别 tiānrǎngzhībié 〈成〉 แตกต่างกันราวฟ้ากับดิน

天日 tiānrì 名 ท้องฟ้าและดวงอาทิตย์ อุปมาว่า แสงสว่าง

天色 tiānsè 名 สีของท้องฟ้า ปริยายหมายถึง เวลาเช้าเย็นหรือการเปลี่ยนแปลงของดินฟ้าอากาศ

天上 tiānshàng 名 บนฟ้า ; บนสวรรค์

天生 tiānshēng 形 เป็นมาโดยธรรมชาติ

天时（天時）tiānshí 名 โอกาส ; เงื่อนไขทางดินฟ้าอากาศ

天使 tiānshǐ 名 〈宗〉 ทูตสวรรค์

天堂 tiāntáng 名 สวรรค์

天体（天體）tiāntǐ 名 〈天〉 องค์ประกอบของฟ้า

天天 tiāntiān 副 ทุกวัน

天网恢恢（天網恢恢）tiānwǎng-huīhuī 〈成〉 คนก่อกรรมทำชั่วย่อมจะหนีไม่พ้นผลกรรมของตน

天文 tiānwén 名 ดาราศาสตร์

天文馆（天文館）tiānwénguǎn 名 หอดาราศาสตร์ ; หอดูดาว

天文台（天文臺）tiānwéntái 名 หอดาราศาสตร์; หอดูดาว

天下 tiānxià 名 ทั่วประเทศจีน ; ทั่วโลก ; อำนาจการปกครองประเทศ

天险（天險）tiānxiǎn 名 ชัยภูมิที่มีสิ่งกีดขวางทางธรรมชาติ

天线（天綫）tiānxiàn 名 〈无〉 สายอากาศ

天象 tiānxiàng 名 ปรากฏการณ์บนท้องฟ้า

天晓得（天曉得）tiān xiǎo·de 〈方〉 ใครจะไปรู้
天性 tiānxìng 名 สัญชาตญาณ
天涯 tiānyá 名 สุดหล้าฟ้าเขียว
天衣无缝（天衣無縫）tiānyī-wúfèng 〈成〉 แนบเนียนไม่มีที่ติ
天意 tiānyì 名 มติสวรรค์
天渊之别（天淵之别）tiānyuānzhībié 〈成〉 ต่างกันราวฟ้ากับดิน
天灾 tiānzāi 名 ภัยธรรมชาติ
天灾人祸（天災人禍）tiānzāi-rénhuò 〈成〉 ภัยธรรมชาติกับภัยมนุษย์
天造地设（天造地設）tiānzào-dìshè 〈成〉 สวรรค์บรรจงสร้างขึ้น
天真 tiānzhēn 形 ไร้เดียงสา
天职（天職）tiānzhí 名 หน้าที่อันพึงกระทำ
天主教 Tiānzhǔjiào 名 〈宗〉 ศาสนาคริสต์นิกายโรมันคาทอลิก (*Catholic*)
天竺葵 tiānzhúkuí 名 〈植〉 ฟิชเพลาโกเนียม (*pelargonium*) (พืชชนิดหนึ่งใบกลม ดอกสีแดงชมพูหรือขาว)
天资（天資）tiānzī 名 สติปัญญา
天子 tiānzǐ 名 พระจักรพรรดิ ; พระราชา
天作之合 tiānzuòzhīhé 〈成〉 สวรรค์ประสงค์ให้เป็นสามีภรรยากัน

添 tiān 动 เพิ่ม
添补（添補）tiān·bu 动 เพิ่มเติม (เครื่องมือเครื่องใช้ เสื้อผ้าอาภรณ์ ฯลฯ)
添堵 tiāndǔ 动 〈方〉 ทำให้อึดอัดใจ ; ทำให้ไม่สบายใจ
添加 tiānjiā 动 เพิ่มเติม ; เติม
添加剂（添加劑）tiānjiājì 名 〈化〉 สารเติมแต่ง
添乱（添亂）tiānluàn 动 รบกวน ; กวนใจ
添枝加叶（添枝加葉）tiānzhī-jiāyè 〈成〉 แต่งเติม (เวลาถ่ายทอดหรือบรรยายข้อความ)
添置 tiānzhì 动 ซื้อเพิ่มเติม

田 tián 名 ไร่นา
田地 tiándì 名 ที่นา
田埂 tiángěng 名 คันนา
田间（田間）tiánjiān 名 ในนา
田径（田徑）tiánjìng 名 〈体〉 กีฬาประเภทลู่และลาน
田径赛（田徑賽）tiánjìngsài 名 〈体〉 การแข่งขันกีฬาประเภทลู่และลาน
田螺 tiánluó 名 〈动〉 หอยโข่ง
田契 tiánqì 名 โฉนดที่ดิน
田鼠 tiánshǔ 名 〈动〉 หนูพุก ; หนูนา
田野 tiányě 名 ทุ่งนา
田园（田園）tiányuán 名 เรือกสวนไร่นา
田园诗（田園詩）tiányuánshī 名 บทกวีลูกทุ่ง

恬淡 tiándàn 形 ไม่ยินดียินร้ายกับลาภยศ
恬静 tiánjìng 形 สงบเรียบ

甜 tián 形 หวาน ; (หลับ) สนิท
甜菜 tiáncài 名 〈植〉 บีท (*beet*)
甜点（甜點）tiándiǎn 名 ของหวาน
甜瓜 tiánguā 名 〈植〉 แตงหอม
甜美 tiánměi 形 หวานอร่อย ; หวานชื่น ; สบาย
甜蜜 tiánmì 形 หวานชื่น ; สุขใจ
甜食 tiánshí 名 อาหารหวาน ; ของหวาน
甜丝丝（甜絲絲）tiánsīsī 形 หวานปะแล่ม ; หวานนุ่มลิ้น ; สุขใจ
甜头（甜頭）tián·tou 名 รสหวาน ; ผลประโยชน์
甜味 tiánwèi 名 รสหวาน
甜香 tiánxiāng 形 หอมหวาน
甜言蜜语（甜言蜜語）tiányán-mìyǔ 〈成〉 คำพูดที่หวานไพเราะ

填 tián 动 กรอก ; ถม
填报（填報）tiánbào 动 กรอกข้อความในแบบฟอร์มเพื่อรายงาน
填补（填補）tiánbǔ 动 เติม (ส่วนที่ขาด) ให้เต็ม
填充 tiánchōng 动 เติม (ส่วนที่ว่าง) ให้เต็ม ; เติมคำในช่องว่าง
填充物 tiánchōngwù 名 สิ่งที่เติมเข้าไป (ในส่วนที่ว่าง)
填房 tián·fang 名 หญิงที่แต่งเป็นภรรยาของพ่อม่ายเมียตาย
填空 tiánkòng 动 เติมช่องว่าง
填料 tiánliào 名 〈建〉 สารประจุ (สำหรับผสมในคอนกรีต พลาสติก ยาง ฯลฯ)

T

填写（填寫）tiánxiě 动 กรอกข้อความ

忝 tiǎn 动 <书> <谦> ละอายใจที่ทำให้ท่านต้องเสียเกียรติเพราะข้าพเจ้า

腆 tiǎn 形 อุดมสมบูรณ์ 动 ยื่น ; ยืด

舔 tiǎn 动 เลีย

挑 tiāo 动 คัด ; หาบ

挑刺儿（挑刺兒）tiāocìr 动 จับผิด

挑肥拣瘦（挑肥揀瘦）tiāoféi-jiǎnshòu <成> เลือกเอาแต่ที่เป็นประโยชน์แก่ตน

挑拣（挑揀）tiāojiǎn 动 เลือก

挑食 tiāoshí 动 กินยาก

挑剔 tiāo·ti 动 ฟื้นฝอยหาตะเข็บ

挑选（挑選）tiāoxuǎn 动 คัดเลือก

挑眼 tiāoyǎn 动 <方> จับผิด (ด้านมารยาท)

挑子 tiāo·zi 名 หาบ (ไม้คานกับสิ่งของที่หาบไว้)

条（條）tiáo 名 สิ่งของที่มีรูปลักษณะเล็กยาว ; รายการ 量 ลักษณนามของสิ่งที่มีรูปลักษณะเล็กยาว เช่น ปลา เรือ กางเกง ฯลฯ

条播（條播）tiáobō 名 <农> การหว่านเพาะเป็นร่องยาว

条幅（條幅）tiáofú 名 ภาพหรือลายสือศิลป์จีนแผ่นยาวสำหรับแขวนตามแนวตั้ง

条几（條几）tiáojī 名 โต๊ะยาวสำหรับวางสิ่งของตั้งโชว์

条件（條件）tiáojiàn 名 เงื่อนไข

条件反射（條件反射）tiáojiàn fǎnshè <生理> ปฏิกิริยาโต้ตอบที่มีเงื่อนไข ; คอนดิชันแนลรีเฟล็กซ์ (*conditional reflex*)

条款（條款）tiáokuǎn 名 มาตรา ; รายการ

条理（條理）tiáolǐ 名 ระเบียบ ; แบบแผน

条例（條例）tiáolì 名 ระเบียบข้อบังคับ

条令（條令）tiáolìng 名 ระเบียบข้อบังคับของทหาร

条目（條目）tiáomù 名 รายการของระเบียบข้อบังคับหรือสนธิสัญญา

条条框框（條條框框）tiáotiáo kuàngkuàng <熟> กรอบข้อบังคับ

条文（條文）tiáowén 名 รายการของระเบียบข้อบังคับ

条纹（條紋）tiáowén 名 ลายเส้น

条约（條約）tiáoyuē 名 สนธิสัญญา

条子（條子）tiáo·zi 名 ข้อความสั้น ๆ ; โน้ต (*note*); กระดาษแผ่นเล็กยาว

迢迢 tiáotiáo 形 ไกลแสนไกล

调（調）tiáo 动 ปรับปรุง ; ไกล่เกลี่ย ; คลุก

调处（調處）tiáochǔ 动 ไกล่เกลี่ย

调幅（調幅）tiáofú 动 <无> การปรับแอมพลิจูด (*AM*: *amplitude modulation*); การปรับช่วงกว้างของคลื่นเสียง

调和（調和）tiáohé 动 ประสม ; ประนีประนอม ; ไกล่เกลี่ย

调剂（調劑）tiáojì 动 ปรุงยาตามใบสั่งยาของแพทย์ ; ปรับปรุง ; สงเคราะห์

调价（調價）tiáojià 动 ปรับราคา

调教（調教）tiáojiào 动 อบรมสั่งสอน ; เลี้ยงให้เชื่อง

调节（調節）tiáojié 动 ปรับปรุง

调解（調解）tiáojiě 动 ไกล่เกลี่ย ; ปรับความเข้าใจ

调侃（調侃）tiáokǎn 动 หยอกล้อ

调控（調控）tiáokòng 动 ปรับปรุงและควบคุม

调理（調理）tiáo·lǐ 动 ดูแลรักษา (สุขภาพ) ; จัดการดูแล

调料（調料）tiáoliào 名 เครื่องปรุงรส

调配（調配）tiáopèi 动 ผสม ; ปรุง

调皮（調皮）tiáopí 形 ซน

调频（調頻）tiáopín 动 <电> การกล้ำความถี่

调情（調情）tiáoqíng 动 เกี้ยวพาราสี

调色板（調色板）tiáosèbǎn 名 <工美> จานสี

调试（調試）tiáoshì 动 <计> ตรวจแก้ไขโปรแกรม (ของมิเตอร์ ฯลฯ)

调适（調適）tiáoshì 动 ปรับตัว

调速器（調速器）tiáosùqì 名 <机> อุปกรณ์สำหรับควบคุมความเร็วของเครื่องยนต์หรือเครื่องจักร

调停（調停）tiáo·tíng 动 ไกล่เกลี่ย ; ปรับความเข้าใจ

调味（調味）tiáowèi 动 ปรุงรส

调戏（調戲）tiáo·xì 动 เกี้ยว

调笑（調笑）tiáoxiào 动 ล้อเล่น

调谐（調諧）tiáoxié 动 <电> ปรับเสียงวิทยุ ; ทำให้

กลมกลืนกัน

调压器（調壓器）tiáoyāqì 名 〈电〉 ตัวคุมค่าความต่างศักย์

调养（調養）tiáoyǎng 动 บำรุงรักษา (สุขภาพ)

调匀（調勻）tiáoyún 动 คลุกให้ทั่ว ; ประสมให้ทั่ว

调整（調整）tiáozhěng 动 ปรับปรุง

调治（調治）tiáozhì 动 บำรุง (ร่างกาย) และรักษา (โรคภัยไข้เจ็บ)

调制解调器（調制解調器）tiáozhì-jiětiáoqì 〈计〉 โมเด็ม *(modem)*

笤帚 tiáo•zhou 名 ไม้กวาด

挑 tiǎo 动 ยั่วยุ ; บ่ง ; เปิดออก

挑拨 tiǎobō 动 ยุยง ; ยุให้รำตำให้รั่ว

挑动（挑動）tiǎodòng 动 ยั่วยุ

挑逗 tiǎodòu 动 ยั่ว (อารมณ์)

挑明 tiǎomíng 动 พูดให้รู้เรื่อง

挑起 tiǎoqǐ 动 ยุยงให้...เกิดขึ้น ; ยุยงให้เกิด...

挑唆 tiǎo•suō 动 ยุยง ; เสี้ยมสอน

挑衅（挑釁）tiǎoxìn 动 ท้าทาย ; ยั่วยุ

挑衅性（挑釁性）tiǎoxìnxìng 名 ลักษณะท้าทาย ; ลักษณะยั่วยุ

挑战（挑戰）tiǎozhàn 动 ท้ารบ

眺望 tiàowàng 动 ทอดสายตามองไปไกล ๆ จากที่สูง

粜（糶）tiào 动 ขาย (ข้าว)

跳 tiào 动 กระโดด ; เต้น

跳班 tiàobān 动 เรียนข้ามชั้น 同“跳级”

跳板 tiàobǎn 名 กระดานกระโดดน้ำ ; ไม้กระดานที่พาดเป็นทางข้าม ; สปริงบอร์ด (*spring board*)

跳槽 tiàocáo 动 〈口〉 สัตว์เลี้ยงกินอาหารที่รางของสัตว์ตัวอื่น ; อุปมาว่า ลาออกไปทำงานที่อื่น

跳动（跳動）tiàodòng 动 เต้น

跳高 tiàogāo 动 〈体〉 กระโดดสูง

跳级（跳級）tiàojí 动 เรียนข้ามชั้น

跳栏（跳欄）tiàolán 名 〈体〉 วิ่งกระโดดข้ามรั้ว

跳马（跳馬）tiàomǎ 名 〈体〉 ม้าไม้(เครื่องกีฬาชนิดหนึ่ง รูปร่างคล้ายม้า หลังไม่มีหูจับ) 动 กระโดดม้าไม้

跳棋 tiàoqí 名 〈体〉หมากรุกชนิดหนึ่ง

跳伞（跳傘）tiàosǎn 动 〈体〉 กระโดดร่ม

跳绳（跳繩）tiàoshéng 动 〈体〉กระโดดเชือก

跳鼠 tiàoshǔ 名 〈动〉 หนูจิงโจ้ ; เจอร์โบ (*jerboa*)

跳水 tiàoshuǐ 动 〈体〉 กระโดดน้ำ

跳台（跳臺）tiàotái 名 หอกระโดดน้ำ

跳舞 tiàowǔ 动 เต้นระบำ ; เต้นรำ ; ฟ้อนรำ

跳箱 tiàoxiāng 名 〈体〉 ม้ากระโดด

跳远（跳遠）tiàoyuǎn 动 〈体〉 กระโดดไกล

跳跃（跳躍）tiàoyuè 动 กระโดด

跳蚤 tiào•zao 名 ตัวหมัด

跳蚤市场（跳蚤市場）tiào•zao shìchǎng ตลาดขายของเก่า

跳闸（跳閘）tiàozhá 动 〈电〉ตัดวงจรสับเปลี่ยนไฟฟ้า

贴（貼）tiē 动 ติด ; ปิด ; ชิด 量 (ลักษณนามของพลาสเตอร์ยา) แผ่น

贴补（貼補）tiēbǔ 动 ให้เงินช่วยเหลือ (แก่ญาติพี่น้อง) ; เอาเงินที่สะสมไว้มาช่วยค่าใช้จ่ายประจำวัน ; เงินช่วยเหลือ

贴近（貼近）tiējìn 动 ชิด

贴切（貼切）tiēqiè 形 (การใช้คำศัพท์) เหมาะสม

贴身（貼身）tiēshēn 形 แนบกาย

贴水（貼水）tiēshuǐ 动 〈经〉 เสียเงินส่วนเพิ่มตามอัตราแลกเปลี่ยนเงิน 名 เงินส่วนเพิ่มตามอัตราแลกเปลี่ยนเงิน

贴息（貼息）tiēxī 动 〈经〉 จ่ายดอกเบี้ยในการแลกตั๋วเงินเป็นเงินสด 名 ดอกเบี้ยที่จ่ายไปในการแลกตั๋วเงินเป็นเงินสด

贴现（貼現）tiēxiàn 动 〈经〉 เงินส่วนลดในการเบิกเงินล่วงหน้า

贴现率（貼現率）tiēxiànlǜ 名 〈经〉 อัตราส่วนลดในการเบิกเงินล่วงหน้า

贴心（貼心）tiēxīn 形 รู้ใจกัน

铁（鐵）tiě 名 เหล็ก

铁饼（鐵餅）tiěbǐng 名 〈体〉 จาน (สำหรับเล่นกรีฑาขว้างจาน) ; กรีฑาขว้างจาน

铁窗（鐵窗）tiěchuāng 名 หน้าต่างที่ติดลูกกรงเหล็ก ; คุก

铁道（鐵道）tiědào 名 ทางรถไฟ
铁定（鐵定）tiědìng 动 แน่นอนเด็ดขาด
铁饭碗（鐵飯碗）tiěfànwǎn 名〈俗〉อุปมาว่า อาชีพการงานที่มั่นคง
铁杆（鐵杆）tiěgǎn 形 ไว้เนื้อเชื่อใจได้ 名 คนที่ยืนหยัดในความผิดโดยไม่ยอมแก้ตัว
铁观音（鐵觀音）tiěguānyīn 名 เถี่ยกวนอิน (ซึ่งเป็นชื่อใบชาอูหลงชนิดหนึ่ง)
铁轨（鐵軌）tiěguǐ 名〈交〉รางรถไฟ
铁汉（鐵漢）tiěhàn 名 มนุษย์เหล็ก ; คนเหล็ก
铁红（鐵紅）tiěhóng 形 สีแดงเหล็กออกไซด์
铁蒺藜（鐵蒺藜）tiějí·li 名〈军〉ขวากหนามเหล็ก
铁匠（鐵匠）tiě·jiàng 名 ช่างตีเหล็ก
铁军（鐵軍）tiějūn 名 กองทัพเหล็ก (กองทัพที่เข้มแข็งเกรียงไกร)
铁矿（鐵礦）tiěkuàng 名 เหมืองเหล็ก
铁链（鐵鏈）tiěliàn 名 โซ่เหล็ก
铁路（鐵路）tiělù 名 ทางรถไฟ
铁面无私（鐵面無私）tiěmiàn-wúsī〈成〉ใจยุติธรรมโดยไม่เห็นแก่หน้าใครทั้งสิ้น
铁幕（鐵幕）tiěmù 名 ม่านเหล็ก
铁皮（鐵皮）tiěpí 名〈冶〉แผ่นเหล็ก
铁骑（鐵騎）tiěqí 名 ทหารม้าที่แข็งแกร่ง
铁器（鐵器）tiěqì 名 เครื่องเหล็ก
铁青色（鐵青色）tiěqīngsè 名 สีเทาอมดำ ; สีหน้าเขียว
铁拳（鐵拳）tiěquán 名 หมัดเหล็ก อุปมาว่า หมัดที่มีกำลังมาก
铁杉（鐵杉）tiěshān 名〈植〉เฮมล็อกจีน (*Chinese hemlock*) (ไม้ยืนต้นชนิดหนึ่ง เนื้อไม้อ่อนใช้เป็นวัสดุก่อสร้าง)
铁石心肠（鐵石心腸）tiěshí-xīncháng〈成〉ใจแข็งประดุจเหล็ก อุปมาว่า ไม่อ่อนไหวตามอารมณ์ความรู้สึก
铁树（鐵樹）tiěshù 名〈植〉พืชจำพวกปาล์มชนิดหนึ่ง
铁水（鐵水）tiěshuǐ 名〈冶〉เหล็กหลอมเหลว
铁丝（鐵絲）tiěsī 名 ลวดเหล็ก
铁丝网（鐵絲網）tiěsīwǎng 名 ลวดหนาม ; ตาข่ายลวดเหล็ก
铁塔（鐵塔）tiětǎ 名 หอเหล็ก ; เสาไฟฟ้าแรงสูง
铁蹄（鐵蹄）tiětí 名 กีบเหล็ก อุปมาว่า การย่ำยีประชาชนอย่างทารุณ
铁腕（鐵腕）tiěwàn 名 ข้อมือเหล็ก อุปมาว่า การปกครองอย่างเข้มแข็งหรือด้วยฝีมืออันทรงพลัง
铁心（鐵心）tiěxīn 动 ไส้เหล็ก (ของเครื่องกำเนิดไฟฟ้า หม้อแปลงไฟฟ้า แม่เหล็กไฟฟ้า ฯลฯ)
铁锈（鐵銹）tiěxiù 名〈化〉สนิม
铁盐（鐵鹽）tiěyán 名〈化〉โมลีไซต์ (*molysite*)
铁砧（鐵砧）tiězhēn 名 ทั่ง
铁证（鐵證）tiězhèng 名 หลักฐานที่แน่ชัด
铁证如山（鐵證如山）tiězhèng-rúshān〈成〉หลักฐานแน่ชัดไม่สามารถพลิกได้

帖 tiě 名 สมุดแบบเขียนตัวหนังสือหรือภาพวาด
帖子 tiě·zi 名 บัตรเชิญ (งานมงคลสมรส ฯลฯ) ; แผ่นประกาศ ; ข้อความที่โพสต์ลงเน็ตเวิร์ก

厅（廳）tīng 名 ห้องโถง ; สำนักงาน ; กรม

听（聽）tīng 动 ฟัง ; เชื่อฟัง ; แล้วแต่
听便（聽便）tīngbiàn 动 แล้วแต่ความสะดวก
听差（聽差）tīngchāi 名 คนใช้ (ผู้ชาย)〈旧〉นักการ
听从（聽從）tīngcóng 动 เชื่อฟัง
听到（聽到）tīngdào 动 ได้ยิน ; ได้รับฟัง (คำรายงาน ฯลฯ)
听骨（聽骨）tīnggǔ 名〈生理〉กระดูกหู
听候（聽候）tīnghòu 动 คอยฟัง
听话（聽話）tīnghuà 动 เชื่อฟัง
听见（聽見）tīngjiàn 动 ได้ยิน
听讲（聽講）tīngjiǎng 动 ฟังคำบรรยาย
听觉（聽覺）tīngjué 名〈生理〉โสตประสาท
听课（聽課）tīngkè 动 ฟังคำบรรยาย ; เข้าฟังบรรยาย
听力（聽力）tīnglì 名 สมรรถนะในการฟัง ; ทักษะการฟัง
听凭（聽憑）tīngpíng 动 แล้วแต่
听取（聽取）tīngqǔ 动 รับฟัง
听任（聽任）tīngrèn 动 แล้วแต่

T

听神经（聽神經）tīngshénjīng 名〈生理〉โสตประสาท
听说（聽說）tīngshuō 动 ได้ข่าวว่า 形〈方〉ว่าง่าย
听筒（聽筒）tīngtǒng 名 หูฟัง ; เครื่องฟัง (ของแพทย์)
听写（聽寫）tīngxiě 动〈教〉เขียนตามคำบอก
听信（聽信）tīngxìn 动 เชื่อ ; รอฟังข่าวคราว
听信儿（聽信兒）tīngxìnr 动 รอฟังข่าวคราว
听者（聽者）tīngzhě 名 ผู้ฟัง
听诊（聽診）tīngzhěn 动〈医〉การตรวจโรคด้วยการฟังเสียงภายในร่างกาย
听诊器（聽診器）tīngzhěnqì 名〈医〉เครื่องฟัง (ของแพทย์)
听众（聽衆）tīngzhòng 名 ผู้ฟัง
烃基（烴基）tīngjī 名〈化〉ไฮโดรคาร์บอน
亭 tíng 名 ศาลา ; เก๋ง
亭亭玉立 tíngtíng-yùlì〈成〉สะโอดสะอง
亭子 tíng·zi 名〈建〉เก๋งจีน
庭 tíng 名 ห้องโถง ; ลานบ้าน ; ศาล
庭园（庭園）tíngyuán 名 สวนดอกไม้ในบ้าน
庭院 tíngyuàn 名 ลานบ้าน
停 tíng 动 หยุด ; จอด
停摆（停擺）tíngbǎi 动 ลูกตุ้มนาฬิกาหยุดแกว่ง ; (เรื่องราว) หยุดชะงัก
停泊 tíngbó 动 เทียบท่า
停产（停産）tíngchǎn 动 หยุดการผลิต
停车（停車）tíngchē 动 จอดรถ
停车场（停車場）tíngchēchǎng 名 ลานจอดรถ
停车位（停車位）tíngchēwèi 名 ที่จอดรถ ; ช่องจอดรถ
停当（停當）tíng·dang 形 เสร็จเรียบร้อย
停电（停電）tíngdiàn 动 หยุดจ่ายกระแสไฟฟ้า ; ไฟดับ
停顿（停頓）tíngdùn 动 หยุดชะงัก
停放 tíngfàng 动 วาง (หรือจอด) ชั่วคราว
停工 tínggōng 动 หยุดงาน
停航 tíngháng 动〈航〉(เครื่องบิน) หยุดบิน ; หยุดเดินเรือ
停火 tínghuǒ 动〈军〉หยุดยิง
停机（停機）tíngjī 动 จอดเครื่องบิน ; เครื่องหยุดทำงาน
停建 tíngjiàn 动 หยุดสร้าง
停刊 tíngkān 动 (หนังสือพิมพ์ นิตยสาร ฯลฯ) หยุดพิมพ์จำหน่าย
停靠 tíngkào 动 (เรือ รถ ฯลฯ) จอดอยู่ตามสถานที่
停课（停課）tíngkè 动 หยุดเรียน
停留 tíngliú 动 หยุดเดินทาง
停牌 tíngpái 动〈经〉หุ้นในตลาดหลักทรัพย์หยุดค้าขายชั่วคราว
停赛（停賽）tíngsài 动〈体〉หยุดการแข่งขัน
停手 tíngshǒu 动 หยุดมือ ; รามือ
停息 tíngxī 动 หยุดลง ; สงบลง
停下 tíngxià 动 หยุด
停歇 tíngxiē 动 หยุดพัก ; เลิกกิจการ
停业（停業）tíngyè 动 ปิดกิจการชั่วคราว ; เลิกกิจการ
停战（停戰）tíngzhàn 动 หยุดรบ ; สงครามสิ้นสุดลง
停职（停職）tíngzhí 动 สั่งพักงาน
停止 tíngzhǐ 动 หยุด
停滞 tíngzhì 动 หยุดนิ่ง
挺 tǐng 形 แข็ง ; ตรง 副 เหลือเกิน 量 กระบอก (ลักษณนามของปืนกล)
挺拔 tǐngbá 形 ยืนตระหง่าน ; เข้มแข็งมีพลัง
挺好 tǐnhǎo 形〈口〉ดีมาก
挺进（挺進）tǐngjìn 动 (กองทหาร) มุ่งรุดหน้าไป
挺举（挺舉）tǐngjǔ 名〈体〉(ท่ายกน้ำหนัก) คลีนแอนด์เจิร์ก (*clean and jerk*)
挺立 tǐnglì 动 ยืนตรง ; ตั้งตระหง่าน
挺身 tǐngshēn 动 ยืดอก (สู้อย่างอาจหาญ)
挺秀 tǐngxiù 形 (รูปร่างหรือต้นไม้) งามชะลูด
梃 tǐng 名〈书〉ก้านของต้นพืช ; กระบอง
铤而走险（鋌而走險）tǐng'érzǒuxiǎn〈成〉เสี่ยงเพราะเข้าตาจน
梃 tìng 动 กระทุ้งใต้หนังหมูเป็นร่อง (เวลาฆ่าหมู) 名 ท่อนเหล็กที่ใช้กระทุ้งหนังหมูที่ขา

通 tōng 动 ผ่านได้ตลอด ; ทะลุ ; เข้าใจ 形 ทั่ว
通报（通報）tōngbào 动 แจ้งให้ทราบ (โดยทั่วถึง) ; 名 หนังสือแจ้งให้ทราบ (โดยทั่วถึง)
通病 tōngbìng 名 ข้อบกพร่องที่มีอยู่ทั่วไป
通常 tōngcháng 形 ทั่วไป ; ตามปรกติ
通畅（通暢）tōngchàng 形 โล่ง
通车（通車）tōngchē 动 〈交〉 (ทางรถไฟ ทางรถยนต์) เปิดให้รถแล่น ; มีรถไปมา
通称（通稱）tōngchēng 动 โดยทั่วไปเรียกว่า ; 名 ชื่อที่ใช้เรียกกันโดยทั่วไป
通达（通達）tōngdá 动 เข้าใจอย่างดี ; รู้เรื่อง
通道 tōngdào 名 ทางสัญจร
通敌（通敵）tōngdí 动 สมคบกับศัตรู
通电（通電）tōngdiàn 动 ให้กระแสไฟฟ้าผ่าน ; ส่งโทรเลขแจ้งให้ทราบ
通牒 tōngdié 名 คำขาด
通读（通讀）tōngdú 动 อ่านโดยตลอด ; อ่านให้เข้าใจ
通分 tōngfēn 动 〈数〉 การทำให้เศษส่วนสองสูตรขึ้นไปมีส่วนที่ร่วมกันโดยมีค่าของเศษส่วนไม่เปลี่ยน
通风（通風）tōngfēng 形 โปร่งอากาศ 动 แอบบอกข่าว
通风报信（通風報信）tōngfēng-bàoxìn 〈成〉 แอบส่งข่าว
通告 tōnggào 动 แจ้งให้ทราบโดยทั่วถึง 名 ใบประกาศ
通共 tōnggòng 副 รวมทั้งหมด ; รวมทั้งสิ้น
通关（通關）tōngguān 动 ผ่านด่านศุลกากร ; ชวนดื่มเหล้าคู่กันกับทุก ๆ คนที่โต๊ะอาหาร
通过（通過）tōngguò 动 ผ่าน
通航 tōngháng 动 〈航〉 มีเรือหรือเครื่องบินไปมาถึงกัน
通红（通紅）tōnghóng 形 แดงเถือก ; แดงฉาน
通话（通話）tōnghuà 动 สนทนา ; พูดโทรศัพท์
通婚 tōnghūn 动 แต่งงานกัน
通货（通貨）tōnghuò 名 〈经〉 เงินตรา
通货紧缩（通貨緊縮）tōnghuò jǐnsuō 〈经〉 เงินฝืด
通货膨胀（通貨膨脹）tōnghuò péngzhàng 名 〈经〉 เงินเฟ้อ
通缉（通緝）tōngjī 动 ประกาศจับกุม
通奸 tōngjiān 动 ลอบเป็นชู้กัน
通力 tōnglì 副 ร่วมแรงกัน ; พยายามพร้อมกัน
通例 tōnglì 名 กฎทั่วไป
通令 tōnglìng 名 สั่งการไปตามหน่วยงานต่าง ๆ ; คำสั่งที่แจ้งไปตามหน่วยงานต่าง ๆ
通路 tōnglù 名 ทางสัญจร
通论（通論）tōnglùn 名 〈书〉 คำวิจารณ์ที่สมเหตุสมผล ; ทฤษฎีว่าด้วย...โดยทั่วไป
通明 tōngmíng 形 สว่างจ้า
通盘（通盤）tōngpán 形 ทั่วทุกด้าน
通票 tōngpiào 名 ตั๋วยานพาหนะที่ใช้เชื่อมต่อได้ตลอดสาย ; บัตรผ่านประตูที่ใช้ได้ทั่วทุกแห่งภายในสถานที่ (สวนสาธารณะ พิพิธภัณฑ์ ฯลฯ)
通气（通氣）tōngqì 动 อากาศไหลผ่านไปมาโดยสะดวก ; ส่งข่าวแก่กันและกัน
通情达理（通情達理）tōngqíng-dálǐ 形 รู้ความเป็นธรรมและเหตุผล ; (การกระทำ) สมเหตุสมผล
通融 tōngróng 动 ผ่อนผันให้ความสะดวก ; ยืมเงินชั่วคราว
通商 tōngshāng 动 ติดต่อค้าขายกัน
通史 tōngshǐ 名 หนังสือประวัติศาสตร์ทั่วไป
通顺（通順）tōngshùn 形 (เขียนบทความ) ราบรื่น
通俗 tōngsú 形 ธรรมดาสามัญ ; ทั่วไป
通天 tōngtiān 动 เหนือเมฆ ; สามารถติดต่อกับเบื้องบนสูงสุดได้
通条（通條）tōng·tiáo 名 แท่งเหล็กที่ใช้กระทุ้ง (เตา ลำกล้องปืน ฯลฯ)
通通 tōngtōng 副 ทั้งสิ้น
通透 tōngtòu 动 ทะลุปรุโปร่ง ; 形 แจ่มแจ้ง
通途 tōngtú 名 〈书〉 ถนนใหญ่
通往 tōngwǎng 动 ไปยัง; ไปสู่
通宵 tōngxiāo 名 ตลอดคืน
通晓（通曉）tōngxiǎo 动 เชี่ยวชาญ ; รู้
通信 tōngxìn 动 ติดต่อทางจดหมาย
通行 tōngxíng 动 ผ่านได้ ; ใช้ได้ทั่วไป
通行证（通行證）tōngxíngzhèng 名 บัตรผ่าน ; ใบอนุญาตผ่านทาง ; บัตรเข้าออก

T

通性 tōngxìng 名 ลักษณะทั่วไป

通讯（通訊）tōngxùn 名 การสื่อสาร ; ข่าว

通讯处（通訊處）tōngxùnchù 名 ที่อยู่ติดต่อสื่อสาร

通讯社（通訊社）tōngxùnshè 名 สำนักข่าว

通用 tōngyòng 动 ใช้ได้ทั่วไป

通则（通則）tōngzé 名 หลักทั่วไป

通知 tōngzhī 动 แจ้งให้ทราบ 名 ใบประกาศ

通知书（通知書）tōngzhīshū 名 หนังสือแจ้ง

同 tóng 形 เดียวกัน 动 เหมือน 介 กับ

同案犯 tóng'ànfàn 名〈法〉นักโทษที่ร่วมกันทำความผิด

同班 tóngbān 名 ห้องเรียนเดียวกัน ; เพื่อนเรียนห้องเดียวกัน

同伴 tóngbàn 名 เพื่อนผู้ร่วมเดินทางหรือร่วมกันทำกิจกรรม

同胞 tóngbāo 名 เพื่อนร่วมชาติ

同辈（同輩）tóngbèi 名 รุ่นเดียวกัน

同病相怜（同病相憐）tóngbìng-xiānglián〈成〉เป็นโรคเหมือนกันต่างก็มีความสงสารซึ่งกันและกัน

同步 tóngbù 动 จังหวะเดียวกัน

同窗 tóngchuāng 动 เรียนในโรงเรียนเดียวกัน 名 เพื่อนโรงเรียนเดียวกัน

同党（同黨）tóngdǎng 名〈贬〉พรรคพวกเดียวกัน

同等 tóngděng 形 เท่าเทียมกัน ; ระดับเดียวกัน

同犯 tóngfàn 名 นักโทษที่ทำผิดร่วมกัน

同房 tóngfáng 动 ร่วมห้อง (ร่วมประเวณี) 名 พี่น้องพ่อเดียวกัน

同感 tónggǎn 名 ความรู้สึกเหมือนกัน

同归于尽（同歸于盡）tóngguīyújìn〈成〉ตายหรือพินาศด้วยกัน

同行 tóngháng 动 อาชีพเดียวกัน 名 บุคคลในอาชีพเดียวกัน

同化 tónghuà 动 เกิดการสมานลักษณ์ ; กลืนกลาย; 〈语〉กลืนเสียง

同伙（同夥）tónghuǒ 动〈贬〉ร่วมดำเนินกิจการ 名〈贬〉พวกเดียวกัน

同居 tóngjū 动 อยู่ด้วยกัน ; อยู่กินด้วยกันอย่างสามีภรรยา

同类（同類）tónglèi 形 พันธุ์เดียวกัน ; ชนิดเดียวกัน

同僚 tóngliáo 名〈旧〉เพื่อนร่วมงานในหน่วยราชการ

同龄人（同齡人）tónglíngrén 名 รุ่นราวคราวเดียวกัน

同流合污 tóngliú-héwū〈成〉คลุกคลีตีโมงกับคนชั่ว

同路 tónglù 动 ไปทางเดียวกัน

同路人 tónglùrén 名 เพื่อนร่วมทาง

同盟 tóngméng 名 สัมพันธมิตร

同盟军（同盟軍）tóngméngjūn 名 ทหารพันธมิตร

同名 tóngmíng 动 ชื่อเดียวกัน

同谋（同謀）tóngmóu 动 สมรู้ร่วมคิด 名 ผู้สมรู้ร่วมคิด

同期 tóngqī 名 ระยะเวลาเดียวกัน

同情 tóngqíng 动 เห็นใจ

同人 tóngrén 名 เพื่อนร่วมงาน

同声（同聲）tóngshēng 动 เสียงเดียวกัน

同时（同時）tóngshí 名 ขณะเดียวกัน ; เวลาเดียวกัน

同事 tóngshì 名 เพื่อนร่วมงาน

同岁（同歲）tóngsuì 动 อายุเท่ากัน

同位素 tóngwèisù 名〈化〉ไอโซโทป (*isotope*)

同乡（同鄉）tóngxiāng 名 คนในหมู่บ้านเดียวกัน

同心 tóngxīn 动 ใจเดียวกัน

同心协力（同心協力）tóngxīn-xiélì〈成〉ร่วมแรงร่วมใจกัน

同行 tóngxíng 动 ร่วมเดินทาง

同性 tóngxìng 形 เพศเดียวกัน

同性恋（同性戀）tōngxìngliàn 名 การรักเพศเดียวกัน

同学（同學）tóngxué 名 เพื่อนนักเรียน ; เพื่อนนักศึกษา

同样（同樣）tóngyàng 形 เหมือนกัน

同一 tóngyī 形 เอกภาพ ; เป็นหนึ่งเดียวกัน

同义（同義）tóngyì 动 ความหมายเหมือนกัน

同义词（同義詞）tóngyìcí 名〈语〉คำพ้อง

同意 tóngyì 动 เห็นด้วย

同音 tóngyīn 动 เสียงพ้องกัน

同音词（同音詞）tóngyīncí 名〈语〉คำพ้องเสียง

同源 tóngyuán 动 แหล่งกำเนิดเดียวกัน

同志 tóngzhì 名 สหาย
同舟共济 tóngzhōu-gòngjì 〈成〉 อุปมาว่า ช่วยเหลือซึ่งกันและกันเพื่อฟันฝ่าอุปสรรคต่าง ๆ
彤云（彤雲）tóngyún 名 〈书〉 เมฆแดง
茼蒿 tónghāo 名 〈植〉 ตั้งโอ๋ (พืชชนิดหนึ่ง ดอกสีเหลืองหรือสีขาว ก้านและใบมีกลิ่นหอม รับประทานได้)
桐树（桐樹）tóngshù 名 〈植〉 ต้นมะเยา
铜（銅）tóng 名 〈矿〉 ทองแดง ; ทองสัมฤทธิ์ ; ทองเหลือง
铜版（銅版）tóngbǎn 名 〈印〉 แม่พิมพ์ทองแดง
铜币（銅幣）tóngbì 名 เหรียญกษาปณ์ทองแดง
铜管乐（銅管樂）tóngguǎnyuè 名 〈乐〉 ดนตรีแตรวง
铜矿（銅礦）tóngkuàng 名 〈矿〉 เหมืองทองแดง
铜绿（銅緑）tónglǜ 名 〈化〉 สนิมเขียวของทองแดง (ทองเหลือง ทองสัมฤทธิ์)
铜牌（銅牌）tóngpái 名 เหรียญทองแดง ; ป้ายทองแดง
铜器（銅器）tóngqì 名 เครื่องทองแดง (ทองเหลือง ทองสัมฤทธิ์)
铜钱（銅錢）tóngqián 名 เหรียญกษาปณ์ทองแดง
铜像（銅像）tóngxiàng 名 รูปทองแดง
铜臭（銅臭）tóngxiù 名 กลิ่นเหม็นของเหรียญกษาปณ์ ใช้ประชดคนที่เห็นแก่เงิน
童工 tónggōng 名 คนงานเด็ก
童话（童話）tónghuà 名 นิทานสำหรับเด็ก
童年 tóngnián 名 วัยเด็ก ; สมัยเด็ก
童山 tóngshān 名 ภูเขาหัวโล้น
童声（童聲）tóngshēng 名 เสียงเด็ก
童心 tóngxīn 名 ใจเด็ก ; ใจเหมือนใจเด็ก
童星 tóngxīng 名 ดาราเด็ก
童谣（童謡）tóngyáo 名 เพลงพื้นเมืองสำหรับเด็ก
童贞（童貞）tóngzhēn 名 พรหมจารี
童真 tóngzhēn 名 ความไร้เดียงสาของเด็ก
童装（童裝）tóngzhuāng 名 เสื้อผ้าเด็ก
童子 tóngzǐ 名 เด็กชาย
童子鸡（童子鷄）tóngzǐjī 名 〈方〉 ไก่รุ่นกระทง
瞳孔 tóngkǒng 名 〈生理〉 รูม่านตา
瞳仁 tóngrén 名 รูม่านตา

统（統）tǒng 动 ครอบครอง 副 รวมกัน ; สืบต่อเนื่อง
统称（統稱）tǒngchēng 名 ชื่อเรียกรวม 动 เรียกรวม
统筹（統籌）tǒngchóu 动 วางแผนรวม
统共（統共）tǒnggòng 副 รวมทั้งหมด
统管（統管）tǒngguǎn 动 จัดการรวม
统计（統計）tǒngjì 动 สถิติ ; มวลรวม
统计表（統計表）tǒngjìbiǎo 名 ตารางสถิติ
统领（統領）tǒnglǐng 动 ควบคุมและนำ 名 นายทหารที่ควบคุมและนำกองกำลังทหาร
统属（統屬）tǒngshǔ 动 การปกครองกับการขึ้นต่อ
统帅（統帥）tǒngshuài 名 ผู้บัญชาการทหารสูงสุด
统统（統統）tǒngtǒng 副 ทั้งสิ้น ; ทั้งหมด
统辖（統轄）tǒngxiá 动 ครอบครอง ; ปกครอง
统一（統一）tǒngyī 动 เป็นเอกภาพ 形 เอกภาพ
统治（統治）tǒngzhì 动 ปกครอง
统治者（統治者）tǒngzhìzhě 名 ผู้ปกครอง
捅 tǒng 动 แทง ; กระทุ้ง
捅娄子（捅婁子）tǒng lóu•zi 〈惯〉 ก่อเรื่อง
桶 tǒng 名 ถัง
筒 tǒng 名 กระบอก
筒子 tǒng•zi 名 กระบอก
恸哭（慟哭）tòngkū 动 ร้องไห้โฮ ; ร้องไห้ด้วยความเศร้าโศกอย่างมาก
痛 tòng 形 ปวด ; เจ็บ ; เศร้าโศก
痛斥 tòngchì 动 ประณามอย่างรุนแรง
痛楚 tòngchǔ 形 ความเจ็บปวด
痛处（痛處）tòngchù 名 บริเวณที่ปวด ; ความทุกข์ในใจ
痛打 tòngdǎ 动 ตีอย่างสะใจ
痛风（痛風）tòngfēng 名 〈医〉 โรคเก๊าท์ (*gout*)
痛感 tònggǎn 动 รู้สึกอย่างลึกซึ้ง ; รู้สึกอย่างขมขื่น
痛恨 tònghèn 动 เคียดแค้น
痛悔 tònghuǐ 动 เสียใจในความผิดของตนเป็นอย่างมาก
痛经（痛經）tòngjīng 名 〈生理〉 การปวดระดู
痛哭 tòngkū 动 ร้องไห้โฮ
痛苦 tòngkǔ 形 เป็นทุกข์ ; แสบสันต์
痛快 tòng•kuài 形 สบายอกสบายใจ ; ถึงอกถึงใจ ;

ตรงไปตรงมา
痛骂（痛罵）tòngmà 动 ด่าอย่างหนำใจ
痛切 tòngqiè 形 ปวดร้าวใจเป็นอย่างยิ่ง
痛恶（痛惡）tòngwù 动 เกลียดชัง
痛惜 tòngxī 动 เสียดายอย่างยิ่ง
痛心 tòngxīn 形 เจ็บใจ
痛心疾首 tòngxīn-jíshǒu 〈成〉 เจ็บอกเจ็บใจยิ่งนัก
痛痒（痛癢）tòngyǎng 名 ความทุกข์ยาก ; เรื่องสำคัญ (มักจะใช้ในรูปปฏิเสธ)
痛饮（痛飲）tòngyǐn 动 ดื่มอย่างหนำใจ
偷 tōu 动 ขโมย ; ลัก 副 แอบ
偷安 tōu'ān 动 เอาแต่ความสบายเฉพาะหน้า
偷盗 tōudào 动 ขโมย ; ลัก
偷渡 tōudù 动 ลักลอบเข้าเมือง ; ลักลอบข้ามแม่น้ำ
偷换 tōuhuàn 动 แอบเปลี่ยน
偷看 tōukàn 动 แอบดู
偷空 tōukòng 动 เจียดเวลา
偷窥（偷窺）tōukuī 动 แอบมอง ; แอบดู ; ลอบมอง ; ลอบดู
偷懒（偷懶）tōulǎn 动 เกียจคร้าน
偷窃（偷竊）tōuqiè 动 ขโมย ; ลัก
偷情 tōuqíng 动 ลักลอบเป็นชู้
偷生 tōushēng 动 มีชีวิตอยู่ไปวัน ๆ อย่างไร้ความหมาย
偷税 tōushuì 动 หนีภาษี
偷偷 tōutōu 副 แอบ ; ลักลอบ ; เงียบ ๆ
偷袭（偷襲）tōuxí 动 ลอบจู่โจม ; โจมตีแบบสายฟ้าแลบ
偷闲（偷閑）tōuxián 动 หาเวลาว่างเพื่อพักผ่อน
偷眼（偷眼）tōuyǎn 副 แอบ ๆ ดู
偷营（偷營）tōuyíng 动 แอบโจมตี (หรือปล้น) ค่ายทหารของข้าศึก
偷越 tōuyuè 动 ลักลอบข้ามแดน
偷嘴 tōuzuǐ 动 ขโมยกิน
头（頭）tóu 名 หัว ; ศีรษะ ; 〈形〉 แรก ; อันดับหนึ่ง
头版（頭版）tóubǎn 名 หน้าแรก (ของหนังสือพิมพ์)
头部（頭部）tóubù 名 ส่วนหัว ; ส่วนศีรษะ
头彩（頭彩）tóucǎi 名 ลอตเตอรี่รางวัลที่หนึ่ง ; รางวัลที่หนึ่งของการพนัน
头等（頭等）tóuděng 形 ชั้นหนึ่ง
头顶（頭頂）tóudǐng 名 ยอดศีรษะ
头发（頭髮）tóu•fa 名 ผม ; เกศา
头功（頭功）tóugōng 名 ความดีความชอบชั้นหนึ่ง
头骨（頭骨）tóugǔ 名 〈生理〉 กระโหลกศีรษะ
头号（頭號）tóuhào 形 อันดับหนึ่ง
头昏（頭昏）tóuhūn 动 เวียนหัว
头角（頭角）tóujiǎo 名 แววสติปัญญา
头巾（頭巾）tóujīn 名 ผ้าโพกหัว
头盔（頭盔）tóukuī 名 หมวกเหล็ก ; หมวกกันน็อก ; หมวกนิรภัย
头里（頭裏）tóu•lǐ 名 ข้างหน้า ; ก่อน
头脸（頭臉）tóuliǎn 名 หน้าตา ; หน้า (โดยปริยายหมายถึงเกียรติ)
头领（頭領）tóulǐng 名 หัวหน้า ; ผู้นำ
头颅（頭顱）tóulú 名 〈生理〉 เศียร ; ศีรษะ
头面人物（頭面人物）tóumiàn rénwù คนใหญ่คนโต
头目（頭目）tóumù 名 หัวหน้า ; หัวโจก
头脑（頭腦）tóunǎo 名 สมอง ; ต้นสายปลายเหตุ ; 〈口〉 หัวหน้า
头年（頭年）tóunián 名 ปีแรก ; ปีที่แล้ว
头皮（頭皮）tóupí 名 หนังศีรษะ ; ขี้รังแค
头儿（頭兒）tóur 名 หัวหน้า
头人（頭人）tóurén 名 หัวหน้าชนกลุ่มน้อย
头虱（頭虱）tóushī 名 〈动〉 เหา
头饰（頭飾）tóushì 名 เครื่องประดับศีรษะ
头套（頭套）tóutào 名 ผ้าคลุมหัวของนักแสดง
头疼（頭疼）tóuténg 形 ปวดหัว
头天（頭天）tóutiān 名 วันแรก ; เมื่อวาน
头条（頭條）tóutiáo 名 (ข่าว) ชิ้นแรก ; ซอยแรก
头痛（頭痛）tóutòng 形 ปวดหัว ; อุปมาว่าลำบากใจหรือน่ารำคาญ
头头儿（頭頭兒）tóu•tour 名 〈口〉 หัวหน้า
头头是道（頭頭是道）tóutóu-shìdào 〈成〉 คำพูดที่มีเหตุมีผล ; การกระทำที่เป็นระเบียบเรียบร้อย

头陀（頭陀）tóutuó 名 〈宗〉 พระธุดงค์
头午（頭午）tóuwǔ 名 ตอนเช้า
头衔（頭銜）tóuxián 名 ยศ ; ตำแหน่งหรือบรรดาศักดิ์
头像（頭像）tóuxiàng 名 รูปศีรษะ (รูปถ่าย รูปวาด รูปปั้น ฯลฯ)
头绪（頭緒）tóuxù 名 หัวเชือก อุปมาว่า ต้นสาย ปลายเหตุ
头羊（頭羊）tóuyáng 名 จ่าฝูงแกะหรือแพะ
头油（頭油）tóuyóu 名 น้ำมันใส่ผม
头晕（頭暈）tóuyūn 动 เวียนหัว
头子（頭子）tóu•zi 名 〈贬〉 หัวโจก

投 tóu 动 โยน
投案 tóu'àn 动 〈法〉 เข้ามอบตัว
投保 tóubǎo 动 ซื้อประกัน
投奔 tóubèn 动 ขอพึ่งพาอาศัย
投保单（投保單）tóubǎodān 名 คำขอเอาประกันภัย
投标（投標）tóubiāo 动 〈经〉 ประมูล
投产（投産）tóuchǎn 动 〈经〉 เริ่มการผลิต
投弹（投彈）tóudàn 动 ขว้างลูกระเบิดมือ ; ทิ้งระเบิด
投敌（投敵）tóudí 动 สวามิภักดิ์ต่อศัตรู
投递（投遞）tóudì 动 ส่ง (เอกสาร จดหมาย พัสดุภัณฑ์ ฯลฯ) ทางไปรษณีย์
投递员（投遞員）tóudìyuán 名 บุรุษไปรษณีย์
投放 tóufàng 动 วางลงไป ; วาง (ตลาด)
投稿 tóugǎo 动 ส่งเรื่องที่เขียนไปลง (หนังสือพิมพ์ วารสาร ฯลฯ)
投合 tóuhé 形 ถูกเส้นกัน 动 เอาใจ
投机（投機）tóujī 形 ถูกคอกัน 动 ฉวยโอกาส
投寄 tóujì 动 ส่งทางไปรษณีย์
投考 tóukǎo 动 สมัครสอบ
投靠 tóukào 动 มุ่งหน้าไปพึ่งพาอาศัย
投篮（投籃）tóulán 动 〈体〉 ชู้ต(ลูกบาสเกตบอล) ; โยน (ลูกบาสเกตบอล) เข้าห่วง
投票 tóupiào 动 ลงคะแนนเสียง
投入 tóurù 动 เข้าร่วม ; ทุ่มเท
投射 tóushè 动 ขว้างไปที่เป้า ; (แสง) สาด
投身 tóushēn 动 เข้าร่วม ; อุทิศตน
投生 tóushēng 动 (วิญญาณ) มาเกิดในท้องแม่
投石问路（投石問路）tóushí-wènlù 〈成〉 โยนหินถามทาง อุปมาว่า หยั่งเชิง
投书（投書）tóushū 动 ส่งจดหมาย
投鼠忌器 tóushǔ-jìqì 〈成〉 อุปามาว่า จะโจมตีคนเลวก็กลัวจะกระทบผู้อื่นที่อยู่รอบข้าง
投送 tóusòng 动 ส่ง (เอกสาร จดหมาย พัสดุภัณฑ์ ฯลฯ) ทางไปรษณีย์
投诉（投訴）tóusù 动 ยื่นคำฟ้อง
投宿 tóusù 动 หาที่พักแรม
投胎 tóutāi 动 〈宗〉 อวตาร ; เกิดใหม่
投降 tóuxiáng 动 ยอมจำนน
投影 tóuyǐng 动 ทอดเงา 名 เงา
投影仪（投影儀）tóuyǐngyí 名 เครื่องฉายแผ่นใส
投缘（投緣）tóuyuán 形 ถูกเส้นกัน ; ถูกคอกัน
投掷（投擲）tóuzhì 动 ขว้าง ; ปา ; ซัด (หอก)
投注 tóuzhù 动 ทุ่มเท ; ทุ่ม(เงินทุน) ; ซื้อสลากกินแบ่ง
投资（投資）tóuzī 动 ลงทุน

透 tòu 动 ลอด ; แอบบอก ; ถึงที่สุด 形 โปร่ง
透彻（透徹）tòuchè 形 แจ่มแจ้งลึกซึ้ง
透底 tòudǐ 动 แฉความจริง
透顶（透頂）tòudǐng 形 ยิ่งนัก
透风（透風）tòufēng 动 ระบายอากาศ
透过（透過）tòuguò 动 ผ่าน ; ทะลุ
透镜（透鏡）tòujìng 名 〈物〉 เลนส์ (*lens*)
透亮 tòu•liang 形 สว่าง ; เข้าใจแจ่มแจ้ง
透亮儿（透亮兒）tòuliàngr 动 โปร่งแสง
透漏 tòulòu 动 แอบบอก
透露 tòulù 动 แฉ ; แย้ม
透明 tòumíng 形 โปร่งใส
透明体（透明體）tòumíngtǐ 名 〈物〉 วัตถุโปร่งแสง
透气（透氣）tòuqì 动 อากาศโปร่ง
透热性（透熱性）tòurèxìng 名 〈物〉 คุณสมบัติที่สามารถถ่ายเทการแผ่รังสีความร้อน
透射 tòushè 动 〈物〉 (แสง) ส่องลอด
透视（透視）tòushì 动 อุปมาว่า มองทะลุถึงแก่นแท้ ; 〈医〉 ฉายเอ็กซเรย์ 名 วิธีแรเงาให้เป็นภาพมิติ

透视图（透視圖）tòushìtú 名 ภาพแรเงาที่ดูเป็นภาพมิติ

透析 tòuxī 动 วิเคราะห์อย่างเจาะลึกลงไป ; 〈医〉ไดแอลลิซิส (*dialysis*) ; แยกโมเลกุลขนาดเล็กออกจากโมเลกุลขนาดใหญ่

透雨 tòuyǔ 名 ฝนที่ตกหนักจนดินชุ่ม

透支 tòuzhī 动 〈经〉เบิกเงินเกินบัญชี ; ใช้จ่ายเกินตัว

凸 tū 动 นูน

凸版 tūbǎn 名 〈印〉แม่พิมพ์นูน

凸出 tūchū 动 นูนขึ้นมา

凸面镜（凸面鏡）tūmiànjìng 名 〈物〉กระจกนูน

凸透镜（凸透鏡）tūtòujìng 名 〈物〉เลนส์นูน

凸显（凸顯）tūxiǎn 动 ปรากฏขึ้นอย่างเห็นได้ชัด

凸现（凸現）tūxiàn 动 แสดงตัวขึ้นอย่างชัดเจน

秃 tū 形 ล้าน ; โล้น ; ทู่

秃顶（秃頂）tūdǐng 名 หัวล้าน

秃鹫（秃鷲）tūjiù 名 〈动〉อีแร้ง

秃头（秃頭）tūtóu 名 คนหัวล้าน 动 ผมร่วงหมด ; ไม่สวมหมวก

秃子 tū•zi 名 คนหัวล้าน

突 tū 动 บุกฝ่า 副 ฉับพลัน

突变（突變）tūbiàn 动 เปลี่ยนแปลงอย่างฉับพลัน

突出 tūchū 动 ยื่นออก 形 เด่น

突发（突發）tūfā 动 เกิดขึ้นอย่างกะทันหันและเกินคาดคิด

突击（突擊）tūjī 动 บุกโจมตี ; รวมกำลังเร่งทำให้เสร็จ

突击手（突擊手）tūjīshǒu 名 นักรบจู่โจม อุปมาว่าหัวเรี่ยวหัวแรงในการเร่งทำงาน

突破 tūpò 动 บุกทะลวง

突破口 tūpòkǒu 名 ช่องตีฝ่า

突起 tūqǐ 动 ผุดขึ้นอย่างฉับพลัน ; สูงโดดเด่น

突然 tūrán 形 ฉับพลันทันที ; กะทันหัน

突如其来（突如其來）tūrú-qílái 〈成〉เกิดขึ้นอย่างฉับพลัน

突审（突審）tūshěn 动 〈法〉เร่งสอบสวนโดยด่วน

突围（突圍）tūwéi 动 ตีฝ่าวงล้อม

突兀 tūwù 形 สูงตระหง่าน 动 เกิดขึ้นอย่างกะทันหันและคาดไม่ถึง

突袭（突襲）tūxí 动 จู่โจมอย่างกะทันหัน

突显（突顯）tūxiǎn 动 แสดงให้เห็นอย่างเด่นชัด

突现（突現）tūxiàn 动 ปรากฏให้เห็นอย่างเด่นชัด ; ปรากฏให้เห็นโดยไม่คาดคิด

图（圖）tú 名 ภาพ ; 动 มุ่งหวัง

图案（圖案）tú'àn 名 แบบลวดลาย ; แผน

图板（圖板）túbǎn 名 ไม้กระดานรองแผนผัง

图表（圖表）túbiǎo 名 แผนภาพ ; กราฟ (*graph*)

图册（圖册）túcè 名 สมุดภาพ

图钉（圖釘）túdīng 名 หมุดปัก ; เป๊ก

图画（圖畫）túhuà 名 รูปภาพ ; ภาพ

图鉴（圖鑒）tújiàn 名 คู่มือนิทัศน์ที่มีภาพประกอบ

图解（圖解）tújiě 名 แผนภาพ 动 วิเคราะห์หรืออธิบายด้วยแผนภาพ

图解式（圖解式）tújiěshì 形 〈信息〉เชิงกราฟิก (*graphic*)

图景（圖景）tújǐng 名 ทิวทัศน์ในภาพ อุปมาว่าภาพในอุดมการณ์

图例（圖例）túlì 名 คำอธิบายเครื่องหมายบนแผนผัง

图谋（圖謀）túmóu 动 วางแผน (มักจะใช้ในทางลบ) 名 อุบาย

图片（圖片）túpiàn 名 รูปภาพ

图谱（圖譜）túpǔ 名 แผนภาพที่เป็นระบบ

图书（圖書）túshū 名 หนังสือ (คำเรียกรวม)

图书馆（圖書館）túshūguǎn 名 หอสมุด

图腾（圖騰）túténg 名 โทเทม (*totem*) (รูปสัตว์หรือสิ่งธรรมชาติที่ชาวพื้นเมืองถือเป็นสัญลักษณ์แห่งเผ่าของตน)

图文并茂（圖文并茂）túwén-bìngmào 〈成〉สมบูรณ์และประณีตงดงามทั้งข้อความและภาพประกอบด้วย

图像（圖像）túxiàng 名 ภาพ (วาด ถ่าย หรือพิมพ์ ฯลฯ)

图形（圖形）túxíng 名 รูป ; รูปเรขาคณิต

图样（圖樣）túyàng 名 แบบแปลน ; แบบอย่าง

图章（圖章）túzhāng 名 ตราประทับ

图纸（圖紙）túzhǐ 名 พิมพ์เขียว ; แบบแปลน

荼毒 túdú 动 〈书〉 ทำร้ายด้วยพิษ
荼毗大典 túpí dàdiǎn 名 〈宗〉 พิธีฌาปนกิจ ; พิธีถวายพระเพลิง
徒 tú 动 เดินเท้า 形 เปล่า ๆ 名 ศิษย์
徒步 túbù 副 เดินเท้า
徒弟 tú·dì 名 ลูกศิษย์
徒劳（徒勞）túláo 动 เสียแรงเปล่า
徒然 túrán 副 เปล่าประโยชน์ ; เพียงแต่...เท่านั้น
徒手 túshǒu 副 มือเปล่า
徒刑 túxíng 名 〈法〉 โทษจำคุก
途 tú 名 ทาง
途经（途經）tújīng 动 เดินทางผ่าน
途径（途徑）tújìng 名 วิถีทาง
途中 túzhōng 名 ระหว่างทาง
涂（塗）tú 动 ทา ; ลบออก
涂改（塗改）túgǎi 动 ลบและแก้ไข
涂料（塗料）túliào 名 วัสดุที่ใช้ทา
涂抹（塗抹）túmǒ 动 ทา ; เขียนเปะปะ
涂片（塗片）túpiàn 名 〈医〉 (แพทย์) สเมียร์ (*smear*)
涂炭(塗炭)tútàn 名〈书〉 อุปมาว่า สภาพแวดล้อมที่ลำบากยากเข็ญ 动 ทำให้ต้องตกอยู่ในสภาพชีวิตที่ลำบากยากเข็ญ
涂写（塗寫）túxiě 动 เขียนเรื่อยเปื่อยไปตามอารมณ์
涂鸦（塗鴉）túyā 动 〈谦〉 เขียน (หนังสือหรือภาพ) ไม่สวย
屠 tú 动 ฆ่า
屠场（屠場）túchǎng 名 โรงฆ่าสัตว์
屠城 túchéng 动 ฆาตกรรมหมู่ ; ฆ่าคนทั้งเมือง
屠刀 túdāo 名 มีดฆ่าสัตว์
屠夫 túfū 名 คนฆ่าสัตว์
屠戮 túlù 动 เข่นฆ่า
屠杀（屠殺）túshā 动 เข่นฆ่า
屠宰 túzǎi 动 ฆ่าสัตว์
土 tǔ 名 ดิน;พื้นเมือง 形 แบบบ้านนอก
土产品（土產品）tǔchǎnpǐn 名 ผลิตภัณฑ์พื้นเมือง
土地 tǔdì 名 ที่ดิน
土豆 tǔdòu 名 〈植〉 มันฝรั่ง
土法 tǔfǎ 名 วิธีการของชาวบ้าน
土方 tǔfāng 名 ลูกบาศก์เมตรในการถมดิน ; 〈简〉 วิศวกรรมการถมดิน 动 ขุดดินหรือขนดิน
土匪 tǔfěi 名 โจรท้องถิ่น
土话（土話）tǔhuà 名 ภาษาท้องถิ่น
土黄 tǔhuáng 形 สีดินเหลือง
土块（土塊）tǔkuài 名 ก้อนดิน
土霉素（土黴素）tǔméisù 名 〈药〉 ยาเทอรามัยซิน (*terramycin*)
土木 tǔmù 名 〈建〉 วิศวกรรมโยธา
土坯 tǔpī 名 〈建〉 อิฐดิน (ที่ไม่ผ่านกรรมวิธีเผา)
土气（土氣）tǔ·qì 名 แบบบ้านนอก 形 เชย
土壤 tǔrǎng 名 ดิน ; อุปมา สิ่งแวดล้อมที่เหมาะแก่การเจริญเติบโต
土壤学（土壤學）tǔrǎngxué 名 ปฐพีวิทยา
土人 tǔrén 名 ชาวพื้นเมือง
土生土长（土生土長）tǔshēng-tǔzhǎng 〈成〉 เกิดและเจริญเติบโตในท้องถิ่น
土石方 tǔshífāng 名 ลูกบาศก์เมตรของดินกับหิน
土特产（土特產）tǔtèchǎn 名 〈简〉 ของพื้นเมือง ; สินค้าพื้นเมือง
土星 tǔxīng 名 〈天〉 ดาวเสาร์
土语（土語）tǔyǔ 名 ภาษาท้องถิ่น
土葬 tǔzàng 名 การฝังศพ
土著 tǔzhù 名 ชาวพื้นเมือง
吐 tǔ 动 คาย ; ถ่ม
吐口 tǔkǒu 动 รับปาก ; เอ่ยปาก
吐露 tǔlù 动 เปิดเผย (พูดออก)
吐气（吐氣）tǔqì 动 ระบายความกลัดกลุ้มหรือความแค้นในใจ
吐穗 tǔsuì 动 〈农〉 (ต้นพืช) ออกรวง
吐絮 tǔxù 动 ปุยฝ้ายแตกออกจากผล
吐字 tǔzì 动 ออกเสียงคำพูด
吐 tù 动 อาเจียน ; อ้วก
吐血 tùxiě 动 รากเลือด ; อาเจียนเป็นโลหิต
兔 tù 名 กระต่าย
兔唇 tùchún 名 〈医〉 ปากแหว่ง ; เพดานโหว่
兔崽子 tùzǎi·zi 名 〈骂〉 สารเลว

T

兔子 tù·zi 名 〈动〉 กระต่าย

湍急 tuānjí 形 (กระแสน้ำไหล) เชี่ยวกราก

湍流 tuānliú 名 〈书〉 กระแสน้ำที่ไหลเชี่ยวกราก

团（團）tuán 形 กลม 名 คณะ ; 〈军〉 กรมทหาร

团队（團隊）tuánduì 名 คณะ ; ทีม

团伙（團夥）tuánhuǒ 名 แก๊ง

团结（團結）tuánjié 动 สามัคคี

团聚（團聚）tuánjù 动 อยู่พร้อมหน้ากัน

团体（團體）tuántǐ 名 คณะ ; กลุ่ม ; หมู่ ; องค์กร

团体操（團體操）tuántǐcāo 名 〈体〉 กายบริหารหมู่

团体赛（團體賽）tuántǐsài 名 〈体〉 การแข่งขันประเภทกลุ่ม

团团转（團團轉）tuántuánzhuàn 形 หมุนติ้ว

团圆（團圓）tuányuán 动 (ครอบครัว) อยู่พร้อมหน้าพร้อมตากัน

团坐（團坐）tuánzuò 动 นั่งเป็นวงกลม

忒 tuī 副 〈方〉 เกินไป ; มาก (อย่างยิ่ง)

推 tuī 动 ผลัก ; เข็น

推测（推測）tuīcè 动 คาดการณ์

推迟（推遲）tuīchí 动 เลื่อนเวลาออกไป

推斥力 tuīchìlì 名 〈物〉 กำลังที่ขจัดกันและกัน

推崇 tuīchóng 动 ยกย่อง ; เทิดทูน

推出 tuīchū 动 นำ (ผลงาน ฯลฯ) ออกสู่สังคม

推辞（推辭）tuīcí 动 บอกปัด ; ปฏิเสธ

推导（推導）tuīdǎo 动 คิดค้นและแก้ปัญหา (ด้านคณิตศาสตร์ ฟิสิกส์ ฯลฯ)

推倒 tuīdǎo 动 ผลักล้ม ; โค่นล้ม

推动（推動）tuīdòng 动 ผลักดัน

推动力（推動力）tuīdònglì 名 แรงผลักดัน

推断（推斷）tuīduàn 动 คาดการณ์

推翻 tuīfān 动 โค่นล้ม

推广（推廣）tuīguǎng 动 เผยแพร่

推荐（推薦）tuījiàn 动 แนะนำ

推进（推進）tuījìn 动 ผลักดันให้ก้าวหน้า

推进器（推進器）tuījìnqì 名 〈机〉 เครื่องขับดัน ; ใบจักร (ใบพัด)

推举（推舉）tuījǔ 动 เลือกตั้ง ; คัดเลือก ; 〈体〉 (ท่ายกน้ำหนัก) คลีนแอนด์เพรส (*clean and press*)

推开（推開）tuīkāi 动 ผลักออก

推理 tuīlǐ 动 〈哲〉 อุปนัย

推力 tuīlì 名 แรงผลัก

推论（推論）tuīlùn 名 อนุมาน

推拿 tuīná 动 〈医〉 นวดกดจุดแบบแพทย์แผนจีน

推敲 tuīqiāo 动 กลั่นกรอง (สำนวน) ; คิดทบทวน

推却 tuīquè 动 บอกปัด ; ปฏิเสธ

推让（推讓）tuīràng 动 ไม่ยอมรับด้วยความถ่อมตัวหรือเกรงใจ

推搡 tuīsǎng 动 ผลักไส

推说（推説）tuīshuō 动 บอกปัดโดยอ้างว่า

推算 tuīsuàn 动 คำนวณตามข้อมูลตัวเลขที่มีอยู่

推土机（推土機）tuītǔjī 名 〈机〉 เครื่องเกลี่ยดิน

推脱 tuītuō 动 อ้างเหตุปฏิเสธ

推诿 tuīwěi 动 เกี่ยง ; เลี่ยง

推想 tuīxiǎng 动 คาดคิด

推销（推銷）tuīxiāo 动 เสนอขายสินค้า ; เผยแพร่สินค้า

推销员（推銷員）tuīxiāoyuán 名 พนักงานเสนอขายสินค้า

推卸 tuīxiè 动 ปฏิเสธ (ความรับผิดชอบ)

推心置腹 tuīxīn-zhìfù 〈成〉 ปฏิบัติต่อผู้อื่นอย่างจริงใจ

推行 tuīxíng 动 ดำเนินอย่างแพร่หลาย ; ส่งเสริม

推选（推選）tuīxuǎn 动 เลือกตั้ง (ด้วยวาจา)

推延 tuīyán 动 ประวิงเวลา

推移 tuīyí 动 ขับเคลื่อน ; เปลี่ยนแปลงไปตามกาลสมัย

推子 tuī·zi 名 ปัตตะเลี่ยน

颓败（頹敗）tuíbài 形 เสื่อมโทรม ; ชำรุดทรุดโทรม

颓废（頹廢）tuífèi 形 ซึมเซา ; เสื่อมโทรม

颓然（頹然）tuírán 形 〈书〉 หมดสนุก ; หมดกำลังใจ

颓丧（頹喪）tuísàng 形 ซึมเศร้า ; หดหู่

颓势（頹勢）tuíshì 名 แนวโน้มที่เสื่อมโทรม

颓唐（頹唐）tuítáng 形 หดหู่ ; ซึมเซา

腿 tuǐ 名 ขา

腿肚子 tuǐdù·zi 名 〈口〉 น่อง

腿脚 tuǐjiǎo 名 ขาและเท้า ; ความสามารถในการเดิน

T

腿勤 tuǐqín 动 ขยันเดิน

腿腕子 tuǐwàn•zi 名 ข้อเท้า

退 tuì 动 ถอย ; ถอน (ตัว) ออก ; ส่งคืน

退避 tuìbì 动 หลบหลีก

退兵 tuìbīng 动 ถอนทัพ ; ทำให้ข้าศึกถอยทัพ

退步 tuìbù 动 ล้าหลัง ; ถอยหลัง

退场（退場）tuìchǎng 动 ออกจากสถานที่ (ประชุม การแสดง ฯลฯ)

退潮 tuìcháo 动 น้ำลง

退出 tuìchū 动 ถอนตัวออก ; เดินออก (จากที่ประชุม ฯลฯ); 〈计〉 ออกจากระบบ ; ล็อกเอาต์ (*log out*)

退化 tuìhuà 动 〈动〉〈植〉 เสื่อมถอย

退还（退還）tuìhuán 动 ส่งคืน

退换 tuìhuàn 动 แลกคืน

退回 tuìhuí 动 ส่งคืน

退婚 tuìhūn 动 ถอนหมั้น

退火 tuìhuǒ 动 〈冶〉 หลอมให้อ่อนตัวแล้วค่อย ๆ ทำให้เย็นลง

退货（退貨）tuìhuò 动 คืนสินค้า

退路 tuìlù 名 ทางถอย ; ทางหนีทีไล่

退赔（退賠）tuìpéi 动 คืนและชดใช้ (สิ่งของหรือเงินทองที่ได้มาโดยมิชอบ)

退票 tuìpiào 动 คืนบัตร (รถ เรือ ภาพยนตร์ ฯลฯ) และรับเงินค่าบัตรกลับคืน

退坡 tuìpō 动 ถอยหลัง (เพราะไม่มีจิตใจสู้)

退却 tuìquè 动 ถอยทัพ ; ถอย (ไม่กล้าสู้)

退让（退讓）tuìràng 动 ลดราวาศอก ; สละให้

退色 tuìsè 动 สีตก

退烧（退燒）tuìshāo 动 〈医〉 ไข้ลดลง

退缩（退縮）tuìsuō 动 ถอย ; หด

退庭 tuìtíng 动 〈法〉 (โจทก์ จำเลย ทนาย พยาน ฯลฯ) ออกจากศาล

退位 tuìwèi 动 สละบัลลังก์

退伍 tuìwǔ 动 〈军〉 (ทหาร) ปลดประจำการ

退席 tuìxí 动 ออกจากงานเลี้ยงหรือที่ประชุม

退休 tuìxiū 动 ปลดเกษียณ ; เกษียณอายุ

退休金 tuìxiūjīn 名 บำนาญ ; เบี้ยบำนาญ ; เงินบำนาญ

退学（退學）tuìxué 动 ออกจากโรงเรียน ; ลบชื่อออกจากโรงเรียน

退役 tuìyì 动 (ทหาร) ปลดประจำการ

退职（退職）tuìzhí 动 ลาออก

蜕变（蜕變）tuìbiàn 动 แปรเปลี่ยน (ธาตุแท้) ; เปลี่ยนสี

蜕化 tuìhuà 动 ลอกคราบ ; อุปมาว่า เสื่อมทรามลง

蜕皮 tuìpí 动 〈动〉 ลอกคราบ

煺 tuì 动 (หมู ไก่ที่ฆ่าตายแล้ว) ลวกน้ำร้อนถอนขน

褪 tuì 动 ถอด ; ผลัดขน ; สีตก

褪色 tuìsè 动 สีตก

吞 tūn 动 กลืน

吞并 tūnbìng 动 ยึดมารวมกับของตน

吞服 tūnfú 动 กลืน (ยา)

吞灭 tūnmiè 动 ยึดได้และปราบให้หมดสิ้น

吞没 tūnmò 动 จมหายไปในน้ำ (ถูกคลื่นน้ำกลืนจมหายไป) ; ฮุบเอา

吞声（吞聲） tūnshēng 动 กล้ำกลืน

吞食 tūnshí 动 กลืนอาหาร

吞噬 tūnshì 动 กลืนกิน ; ยึด

吞吐 tūntǔ 动 กลืนเข้าคายออก อุปมาว่า (ยานพาหนะหรือผู้โดยสาร) เข้าออกมากมาย ; อิดเอื้อน

吞吐量 tūntǔliàng 名 〈交〉 จำนวนการเข้าออก (ของสถานที่ขนส่งผู้โดยสารหรือสินค้า)

吞吞吐吐 tūntūntǔtǔ 〈形〉 อิด ๆ เอื้อน ๆ ; พูดไม่เต็มปากเต็มคำ

屯 tún 动 ตุน ; หมู่บ้าน ; ตั้ง

屯兵 túnbīng 动 ตั้งทัพ

屯垦（屯墾）túnkěn 动 ทหารชุมนุมกันทำนา

囤 tún 动 ตุน

囤积（囤積）túnjī 动 กักตุน

豚 tún 名 〈动〉 ลูกหมู ; หมู

豚鼠 túnshǔ 名 〈动〉 หนูตะเภา

臀部 túnbù 名 〈生理〉 ตะโพก

氽 tǔn 动 〈方〉 ลอยน้ำ ; ทอด (น้ำมัน)

托 tuō 动 ยัน ; วาน (ฝาก) ; พึ่ง ; อ้าง

托庇 tuōbì 动 〈书〉 พึ่งใบบุญ

托病 tuōbìng 动 อ้างว่าป่วย
托钵僧（托鉢僧）tuōbósēng 名〈宗〉พระบิณฑบาต
托词（托詞）tuōcí 名 ข้ออ้าง 动 หาข้ออ้าง
托儿所（托兒所）tuō'érsuǒ 名 ศูนย์รับเลี้ยงเด็ก ; เนิร์สเซอรี (*nursery*)
托福 tuōfú 动〈套〉พึ่งบุญวาสนา
托付 tuōfù 动 ฝากฝัง
托故 tuōgù 动 อ้างเหตุ
托管 tuōguǎn 动 มอบหมายให้จัดการดูแล
托管地 tuōguǎndì 名 ดินแดนในภาวะทรัสตี
托拉斯 tuōlāsī 名〈经〉ทรัสต์ (*trust*)
托梦（托夢）tuōmèng 动 วิญญาณเข้าฝัน
托盘（托盤）tuōpán 名 จานรอง ; ถาด
托人情 tuō rénqíng 动 ฝากฝัง (ให้ช่วยจัดการ)
托运（托運）tuōyùn 动 ฝากส่ง (ที่ฝ่ายขนส่ง)

拖 tuō 动 ลาก ; ถ่วง
拖把 tuōbǎ 名 ไม้ถูพื้น
拖布 tuōbù 名 ไม้ถูพื้น
拖车（拖車）tuōchē 名 รถพ่วง
拖船 tuōchuán 名 เรือพ่วง ;〈方〉เรือโยง
拖带（拖帶）tuōdài 动 พ่วง ; ลาก
拖斗 tuōdǒu 名 รถพ่วงบรรทุกซึ่งไม่มีประทุน
拖后腿（拖後腿）tuō hòutuǐ〈惯〉เหนี่ยวรั้ง (ไม่ให้ทำ)
拖拉 tuōlā 形 (ทำงาน) ผัดวันประกันพรุ่ง ; (ทำงาน) ชักช้า
拖拉机（拖拉機）tuōlājī 名〈机〉รถแทรกเตอร์
拖累 tuōlěi 动 ทำให้พลอยเดือดร้อนไปด้วย
拖轮（拖輪）tuōlún 名 เรือพ่วง ; เรือโยง
拖泥带水（拖泥帶水）tuōní-dàishuǐ〈成〉ยืดยาด
拖欠 tuōqiàn 动 ค้างชำระ (เป็นเวลานาน)
拖腔 tuōqiāng 动 เสียงเอื้อน
拖沓 tuōtà 形 อืดอาด
拖网（拖網）tuōwǎng 名 อวน
拖鞋 tuōxié 名 รองเท้าแตะ
拖延 tuōyán 动 ถ่วงเวลา

脱 tuō 动 หลุด ; ถอด ; พ้น
脱靶 tuōbǎ 动 พลาดเป้า
脱产（脱產）tuōchǎn 动 ออกจากตำแหน่งงานการผลิตโดยตรงเพื่อไปรับตำแหน่งการบริหารหรือไปฝึกอบรมชั่วคราว
脱发（脱髮）tuōfà 动〈医〉ผมร่วง
脱肛 tuōgāng 动〈医〉ดากหลุด
脱稿 tuōgǎo 动 (งานเขียน) เขียนเสร็จ
脱钩（脱鈎）tuōgōu 动 ปลดขอออก ; ตัดความสัมพันธ์จากกัน
脱轨（脱軌）tuōguǐ 动〈交〉(รถไฟ) ตกราง
脱缰（脱繮）tuōjiāng 动 บังเหียนหลุด
脱胶（脱膠）tuōjiāo 动 ยางหลุด ; สกัดยางออก
脱节（脱節）tuōjié 动 ข้อต่อหลุด
脱臼 tuōjiù 动〈医〉กระดูกข้อต่อเคลื่อนที่
脱壳（脱殼）tuōké 动 ลอกเปลือก
脱口 tuōkǒu 动 โพล่งออกจากปาก
脱口而出 tuōkǒu'érchū〈成〉(คำพูด) โพล่งออกจากปาก
脱离（脱離）tuōlí 动 ห่างเหิน
脱粒 tuōlì 动〈农〉นวดข้าว
脱粒机（脱粒機）tuōlìjī 名〈机〉เครื่องนวดข้าว
脱硫 tuōliú 动〈化〉สกัดกำมะถันออก
脱落 tuōluò 动 หลุดออก
脱盲 tuōmáng 动 พ้นจากสภาพไม่รู้หนังสือ
脱毛 tuōmáo 动 ขนร่วง ; ขจัดขน
脱帽 tuōmào 动 ถอดหมวก
脱皮 tuōpí 动〈生理〉หนังถลอก
脱贫（脱貧）tuōpín 动〈简〉ขจัดความยากจน ; หลุดพ้นจากความยากจน
脱色 tuōsè 动 ฟอกสี
脱身 tuōshēn 动 ปลีกตัวออก
脱手 tuōshǒu 动 หลุดจากมือ ; (สินค้า) ขายออก
脱水 tuōshuǐ 动〈医〉การสูญเสียของเหลวในร่างกาย ; ขับน้ำออกจากสารประกอบ
脱俗 tuōsú 动 ไม่ติดนิสัยหยาบคาย
脱逃 tuōtáo 动 หนีรอด
脱险（脱險）tuōxiǎn 动 พ้นอันตราย
脱销（脱銷）tuōxiāo 动 (สินค้า) ขาดตลาด
脱氧 tuōyǎng 动〈化〉กำจัดออกซิเจนให้หมดไป

脱衣舞 tuōyīwǔ 名 ระบำเปลื้องผ้า

脱颖而出（脱穎而出）tuōyǐng'érchū 〈成〉 โผล่ออกมาแสดงฝีมือเต็มที่

脱脂 tuōzhī 动 สกัดไขมันออก

脱脂棉 tuōzhīmián 名 สำลี

驮（馱）tuó 动 แบกด้วยหลัง ; บรรทุกด้วยหลัง (สัตว์)

陀螺 tuóluó 名 ลูกข่าง

陀螺仪（陀螺儀）tuóluóyí 名 〈航〉 ไจโรสโคป (*gyroscope*)

坨 tuó 名 สิ่งที่ติดเป็นก้อน 量 ก้อน

驼（駝）tuó 名 〈动〉 อูฐ 形 (หลัง) ค่อม

驼背（駝背）tuóbèi 动 หลังค่อม

驼峰（駝峰）tuófēng 名 ตะโหงกอูฐ

驼绒（駝絨）tuóróng 名 ขนอูฐ

驼色（駝色）tuósè 动 สีน้ำตาลอ่อน

驼子 tuó• zi 名 〈方〉 คนหลังค่อม

柁 tuó 名 〈建〉 คานขนาดใหญ่

砣 tuó 名 ลูกตุ้มตาชั่งจีน

鸵鸟（鴕鳥）tuóniǎo 名 〈动〉 นกกระจอกเทศ

妥 tuǒ 形 เหมาะ ; เรียบร้อย

妥当（妥當）tuǒ•dàng 形 มั่นเหมาะ

妥善 tuǒshàn 形 มั่นเหมาะ ; เรียบร้อย

妥帖 tuǒtiē 形 เหมาะเจาะ

妥协（妥協）tuǒxié 动 ประนีประนอม

椭圆（橢圓）tuǒyuán 名 〈数〉 รูปกลมรี

拓 tuò 动 บุกเบิก

拓荒者 tuòhuāngzhě 名 ผู้บุกเบิก ; ผู้หักร้างถางพง

拓宽（拓寬）tuòkuān 动 ขยาย (ขอบเขต) ให้กว้างออกไป

拓扑学（拓撲學）tuòpūxué 名 〈数〉 วิชาโทโพโลยี (*topology*)

拓展 tuòzhǎn 动 บุกเบิกและขยาย

唾骂（唾罵）tuòmà 动 ด่าอย่างหยามหน้า

唾沫 tuò•mo 名 น้ำลาย

唾弃 tuòqì 动 ถุยทิ้ง

唾手可得 tuòshǒu-kědé 〈成〉 การได้มาอย่างง่ายดาย

唾液 tuòyè 名 〈生理〉 น้ำลาย

T

W w

挖 wā 动 ขุด
挖补（挖補）wābǔ 动 ขุดเอาส่วนเสียออก ปะเสริมของใหม่เข้าไป
挖掘 wājué 动 ขุดค้น
挖掘机（挖掘機）wājuéjī 名〈机〉เครื่องขุด
挖空心思 wākōng-xīnsī 〈成〉〈贬〉คิดแผนในใจแทบล้มประดาตาย
挖苦 wā•ku 动 เหน็บแนม
挖墙脚（挖墻脚）wā qiángjiǎo 〈惯〉ขุดฐานกำแพง อุปมาว่า โค่นให้ล้ม
挖土机（挖土機）wātǔjī 名〈机〉เครื่องขุดดิน
哇 wā 拟声 คำเลียนเสียง ซึ่งเป็นเสียงอ้วก เสียงร้องไห้โฮ ฯลฯ
洼（窪）wā 名 ลุ่ม ; ที่ลุ่ม
洼地（窪地）wādì 名 ที่ลุ่ม
洼陷（窪陷）wāxiàn 动 เป็นหลุม ; เป็นแอ่ง
蛙 wā 名〈动〉กบ
蛙人 wārén 名 มนุษย์กบ
蛙泳 wāyǒng 名〈体〉การว่ายน้ำท่ากบ
娃 wá 名 เด็กเล็ก ;〈方〉ลูกอ่อนของสัตว์บางชนิด
娃娃 wá•wa 名 เด็กเล็ก
娃娃鱼（娃娃魚）wá•wayú 名〈动〉สัตว์สะเทินน้ำสะเทินบกชนิดหนึ่ง ชอบอยู่ตามลำธารในหุบเขา กินปลา กบ กุ้งเป็นอาหาร เสียงร้องเหมือนเด็กทารก
瓦 wǎ 名〈建〉กระเบื้องมุงหลังคา ;〈电〉วัตต์ (*watt*)
瓦匠 wǎ•jiàng 名 ช่างกระเบื้อง
瓦解 wǎjiě 动 พังทลาย
瓦砾（瓦礫）wǎlì 名 เศษอิฐเศษกระเบื้อง
瓦斯 wǎsī 名 แก๊ส (*gas*)
瓦特 wǎtè 量〈电〉วัตต์ (*watt*)
瓦 wà 动 มุง (กระเบื้อง)
瓦刀 wàdāo 名 เหล็กโบกปูน ; เกรียง
袜（襪）wà 名 ถุงเท้า
袜子（襪子）wà•zi 名 ถุงเท้า
歪 wāi 形 เอียง ; เบี้ยว
歪打正着 wāidǎ-zhèngzháo〈成〉จับพลัดจับผลูดีถูก
歪风（歪風）wāifēng 名 การกระทำที่ผิดศีลธรรมซึ่งนิยมกันพักหนึ่ง
歪理 wāilǐ 名 เหตุผลที่ไม่ถูกต้อง
歪曲 wāiqū 动 บิดเบือน
歪歪扭扭 wāiwāiniǔniǔ 形 เฉเฉียงเอียงเอน
歪斜 wāixié 形 เฉไฉ
崴 wǎi 动 (ข้อเท้า) เคล็ด 名〈方〉สถานที่ที่มีแม่น้ำหรือเทือกเขาวกวน
外 wài 名 นอก
外币（外幣）wàibì 名 เงินตราต่างประเทศ
外边（外邊）wài•bian 名 ข้างนอก
外表 wàibiǎo 名 ผิวภายนอก ; ส่วนภายนอก
外宾（外賓）wàibīn 名 แขกชาวต่างชาติ
外部 wàibù 名 ภายนอก ; ส่วนภายนอก
外埠 wàibù 名 ต่างเมือง
外钞（外鈔）wàichāo 名 ธนบัตรต่างประเทศ
外出 wàichū 动 ออกไปข้างนอก
外地 wàidì 名 ต่างถิ่น
外电（外電）wàidiàn 名〈讯〉(รายงาน) ข่าวจากสำนักข่าวต่างประเทศ
外感 wàigǎn 名〈医〉เป็นหวัด (เนื่องจากร่างกายสัมผัสกับอากาศผิดปรกติ)
外公 wàigōng 名〈方〉ตา (บิดาของแม่)
外观（外觀）wàiguān 名 รูปลักษณะภายนอก
外国（外國）wàiguó 名 ต่างประเทศ
外行 wàiháng 形 ไม่ชำนาญ 名 คนไม่ชำนาญ

外号（外號）wàihào 名 ฉายานาม

外患 wàihuàn 名 ภัยรุกรานจากต่างประเทศ

外汇（外匯）wàihuì 名 〈经〉 เงินตราและตั๋วเงินต่างประเทศ

外货（外貨）wàihuò 名 สินค้าต่างประเทศ ; ของนอก

外籍 wàijí 名 สัญชาติต่างประเทศ

外加 wàijiā 动 เพิ่มต่างหาก

外间（外間）wàijiān 名 ห้องชั้นนอก ; วงนอก

外交 wàijiāo 名 การต่างประเทศ

外交部 wàijiāobù 名 กระทรวงการต่างประเทศ

外交官 wàijiāoguān 名 ทูต ; นักการต่างประเทศ

外教 wàijiào 名 〈简〉 อาจารย์ชาวต่างชาติ

外界 wàijiè 名 วงนอก ; ภายนอก

外景 wàijǐng 名 〈剧〉〈影视〉 ฉากวิวนอกห้อง ; ฉากนอกโรงถ่ายทำภาพยนตร์

外径（外徑）wàijìng 名 〈机〉 เส้นผ่าศูนย์กลางวงนอก

外科 wàikē 名 〈医〉 แผนกศัลยกรรม

外壳（外殼）wàiké 名 เปลือกชั้นนอก

外快 wàikuài 名 รายได้พิเศษ

外来（外來）wàilái 形 มาจากต่างถิ่น ; มาจากภายนอก ; มาจากต่างประเทศ

外来语（外來語）wàiláiyǔ 名 〈语〉 คำที่มาจากภาษาต่างประเทศ

外力 wàilì 名 กำลังภายนอก ; 〈物〉 พลังภายนอก

外流 wàiliú 动 (ประชากร ทรัพย์สมบัติ ฯลฯ) ไหลออกนอกท้องถิ่นหรือนอกประเทศ

外露 wàilù 动 แสดงออกนอกหน้า ; แสดงออก

外卖（外賣）wàimài 动 (ร้านอาหาร) จำหน่ายอาหารสำหรับนำกลับบ้าน 名 อาหารที่ซื้อกลับบ้าน

外贸（外貿）wàimào 名 〈经〉 การค้าระหว่างประเทศ

外贸部（外貿部）wàimàobù 名 กระทรวงการค้าระหว่างประเทศ

外貌 wàimào 名 โฉมภายนอก

外面 wàimiàn 名 โฉมภายนอก ; ข้างนอก

外派 wàipài 动 ส่งไปปฏิบัติงานที่องค์การอื่นหรือที่ต่างประเทศ

外婆 wàipó 名 〈方〉 ยาย

外企 wàiqǐ 名 บริษัทของชาวต่างชาติ

外强中干（外强中乾）wàiqiáng-zhōnggān 〈成〉 แข็งนอกอ่อนใน

外侨（外僑）wàiqiáo 名 คนต่างด้าวผู้มีถิ่นที่อยู่ในประเทศ

外勤 wàiqín 名 งานนอกสำนักงาน ; ผู้ปฏิบัติงานนอกสำนักงาน

外人 wàirén 名 คนนอก

外伤（外傷）wàishāng 名 บาดเจ็บภายนอก

外商 wàishāng 名 นักธุรกิจชาวต่างชาติ

外甥 wài•sheng 名 หลานชาย (ซึ่งเป็นลูกชายของพี่สาวหรือน้องสาว)

外甥女 wài•shengnǚ 名 หลานสาว (ซึ่งเป็นลูกสาวของพี่สาวหรือน้องสาว)

外事 wàishì 名 วิเทศกิจ ; วิเทศสัมพันธ์

外孙（外孫）wàisūn 名 หลานชาย (ซึ่งเป็นลูกชายของลูกสาว)

外孙女（外孫女）wàisūn•nǚ 名 หลานสาว (ซึ่งเป็นลูกสาวของลูกสาว)

外胎 wàitāi 名 〈机〉 ยางนอก

外逃 wàitáo 动 หนีออกนอก ; หนีออกนอกประเทศ

外套 wàitào 名 เสื้อนอก ; เสื้อโอเวอร์โค้ต (*overcoat*)

外头（外頭）wài•tou 名 ข้างนอก

外围（外圍）wàiwéi 名 รอบนอก

外文 wàiwén 名 ภาษาต่างประเทศ

外线（外綫）wàixiàn 名 สายนอก (ของโทรศัพท์) ; แนวรบรอบนอก

外乡人（外鄉人）wàixiāngrén 名 ชาวชนบท ; คนบ้านนอก

外向 wàixiàng 形 (อุปนิสัย) ชอบแสดงออก 动 〈经〉 เปิดต่อตลาดต่างประเทศ

外销（外銷）wàixiāo 动 ส่งจำหน่ายต่างประเทศ

外心 wàixīn 名 การนอกใจ ; 〈数〉 ศูนย์กลางรอบ ; เซอร์คัมเซ็นเตอร์ (*circumcenter*)

W

外星人 wàixīngrén 名 มนุษย์ต่างดาว

外形 wàixíng 名 รูปลักษณะภายนอก

外延 wàiyán 名〈哲〉ความหมายครอบคลุมที่ขยายออกไป

外衣 wàiyī 名 เสื้อชั้นนอก

外溢 wàiyì 动 ล้นออก

外因 wàiyīn 名〈哲〉มูลเหตุภายนอก

外阴（外陰）wàiyīn 名〈生理〉แคมช่องคลอด

外用 wàiyòng 形 (ยา) ใช้ทา

外语（外語）wàiyǔ 名 ภาษาต่างประเทศ

外遇 wàiyù 名 ความสัมพันธ์นอกกฎหมายสมรสระหว่างชายกับหญิง ; การนอกใจคู่สมรส

外援 wàiyuán 名 ความช่วยเหลือจากภายนอก (หรือจากต่างประเทศ)

外在 wàizài 形 มีอยู่ภายนอก

外债（外債）wàizhài 名 หนี้สินต่างประเทศ ; หนี้สินที่ส่วนบุคคลหรือหน่วยงานกู้ยืม

外罩 wàizhào 名 เสื้อคลุม ; ผ้าคลุม

外资（外資）wàizī 名 ทุนต่างประเทศ

外族 wàizú 名 คนนอกวงศ์ตระกูล ; ชาวต่างประเทศ ; คนชนชาติอื่น ๆ

外祖父 wàizǔfù 名 ตา (บิดาของแม่)

外祖母 wàizǔmǔ 名 ยาย (มารดาของแม่)

弯（彎）wān 形 งอ ; โค้ง

弯度（彎度）wāndù 名 ความงอ ; ความโค้ง

弯路（彎路）wānlù 名 ทางคดเคี้ยว

弯曲（彎曲）wānqū 形 คดเคี้ยว ; วกวน

弯子（彎子）wān·zi 名 หัวโค้ง

剜 wān 动 คว้าน

湾（灣）wān 名 คุ้งน้ำ ; อ่าว

蜿蜒 wānyán 形 (งู) เลื้อย ; คดเคี้ยว

豌豆 wāndòu 名〈植〉ถั่วลันเตา

丸 wán 名 เม็ดกลม ๆ

丸药 wányào 名〈中药〉ยาเม็ด

丸子 wán·zi 名 ลูกชิ้น

纨绔子弟（紈絝子弟）wánkù-zǐdì〈成〉ลูกคนรวยที่เที่ยวสนุกไปวัน ๆ ; หนุ่มเจ้าสำราญ ; เพลย์บอย (*playboy*)

完 wán 动 เสร็จ (จบ) ; หมด ; บูรณภาพ

完备（完備）wánbèi 形 สมบูรณ์ ; บริบูรณ์ ; ครบครัน

完毕（完畢）wánbì 动 เสร็จสิ้น

完璧归赵（完璧歸趙）wánbì-guīzhào〈成〉อุปมาว่า คืนสิ่งของให้เจ้าของเดิมโดยบริบูรณ์

完成 wánchéng 动 สำเร็จ

完蛋 wándàn 动〈口〉จบเห่ ; หมดสิ้น

完稿 wángǎo 动 (งานเขียน) เขียนเสร็จ

完工 wángōng 动 (งานโยธา ฯลฯ) สำเร็จลุล่วงไป

完好 wánhǎo 形 บริบูรณ์

完婚 wánhūn 动 แต่งงาน

完结（完結）wánjié 动 สิ้นสุดลง

完了 wánliǎo 动 เสร็จสิ้น ; ยุติ

完满（完滿）wánmǎn 形 สมบูรณ์ ; บริบูรณ์

完美 wánměi 形 ดีบริบูรณ์

完全 wánquán 形 ครบบริบูรณ์ 副 ทั้งสิ้น

完人 wánrén 名 คนที่ดีพร้อม

完善 wánshàn 形 บริบูรณ์

完事 wánshì 动 เรื่องเสร็จสิ้น ; งานเสร็จสิ้น

完税 wánshuì 动 เสียภาษี

完税单（完稅單）wánshuìdān 名〈经〉ใบผ่านภาษี

完整 wánzhěng 形 บูรณภาพ

玩 wán 动 เล่น ; เที่ยว

玩忽职守（玩忽職守）wánhū-zhíshǒu〈成〉ประมาทในหน้าที่

玩火自焚 wánhuǒ-zìfén〈成〉เล่นไฟกลับถูกไฟเผา

玩具 wánjù 名 เครื่องเล่น ; ของเล่น

玩乐（玩樂）wánlè 动 เที่ยวเล่นสำราญใจ

玩弄 wánnòng 动 ยั่วเล่น ; เล่น

玩儿（玩兒）wánr 动 เล่น ; เที่ยว

玩儿命（玩兒命）wánrmìng 动〈口〉เอาชีวิตไปเสี่ยง

玩儿完（玩兒完）wánrwán 动〈口〉จบเห่ ; ตาย

玩赏（玩賞）wánshǎng 动 ชมเล่น

玩世不恭 wánshì-bùgōng〈成〉ดูถูกสังคม ;

ไม่จริงจังกับทุกเรื่อง
玩耍 wánshuǎ 动 เล่นสนุก ๆ
玩味 wánwèi 动 ขบคิดอย่างละเอียด
玩物 wánwù 名 ของเล่น
玩物丧志 wánwù-sàngzhì 〈成〉 มัวแต่เล่นชมสิ่งที่ชอบจนหมดความตั้งใจในความก้าวหน้า
玩笑 wánxiào 动 ล้อเล่น 名 คำพูดล้อเล่น
玩意儿（玩意兒）wányìr 名 〈口〉 ของเล่น ; สิ่งของ
顽敌（頑敵）wándí 名 ศัตรูที่ดื้อรั้นไม่ยอมจำนน
顽固（頑固）wángù 形 ดื้อรั้น
顽抗（頑抗）wánkàng 动 ต่อต้านด้วยความทรหด
顽皮（頑皮）wánpí 形 ซน
顽强（頑强）wánqiáng 形 เข้มแข็ง
顽童（頑童）wántóng 名 เด็กซน
顽症（頑症）wánzhèng 名 โรคที่รักษายาก
宛然 wǎnrán 副 ดุจดัง ; ดุจหนึ่ง
宛如 wǎnrú 动 ดุจดัง
宛若 wǎnruò 动 ดุจดัง ; ประหนึ่ง
挽 wǎn 动 จูง ; รั้ง ; พับ
挽回 wǎnhuí 动 กู้กลับคืน
挽救 wǎnjiù 动 ช่วยให้รอด
挽联（挽聯）wǎnlián 名 กลอนคู่เพื่อไว้อาลัยผู้ถึงแก่กรรม
挽留 wǎnliú 动 รั้งไว้ไม่ให้จากไป
莞尔（莞爾）wǎn'ěr 形 〈书〉 ยิ้ม
晚 wǎn 名 กลางคืน 形 ล่าช้า
晚安 wǎn'ān 名 〈套〉 ราตรีสวัสดิ์
晚班 wǎnbān 名 ผลัดเย็น ; กะกลางคืน
晚报（晚報）wǎnbào 名 หนังสือพิมพ์ฉบับเย็น
晚辈（晚輩）wǎnbèi 名 รุ่นหลัง ; ผู้น้อย
晚餐 wǎncān 名 อาหารมื้อเย็น
晚场（晚場）wǎnchǎng 名 รอบกลางคืน
晚点（晚點）wǎndiǎn 动 (รถไฟ เรือ เครื่องบินออกหรือเข้าสถานี หรือท่า) ล่าช้ากว่ากำหนดเวลา
晚饭（晚飯）wǎnfàn 名 อาหารมื้อเย็น
晚会（晚會）wǎnhuì 名 งานราตรี ; ปาร์ตี้ (*party*)
晚间（晚間）wǎnjiān 名 ตอนกลางคืน
晚节（晚節）wǎnjié 名 ศักดิ์ศรีในชีวิตบั้นปลาย
晚近 wǎnjìn 名 ระยะหลัง ๆ ไม่กี่ปีมานี้
晚年 wǎnnián 名 บั้นปลายของชีวิต
晚期 wǎnqī 名 ระยะหลัง ๆ ; สมัยปลาย
晚上 wǎn•shang 名 ตอนกลางคืน
晚熟 wǎnshú 形 〈农〉 (พืชธัญญาหาร ต้นผลไม้ ฯลฯ) สุกช้า
晚霞 wǎnxiá 名 ผีตากผ้าอ้อม
晚宴 wǎnyàn 名 งานเลี้ยงอาหารค่ำ
惋惜 wǎnxī 形 เสียดาย
婉辞（婉辭）wǎncí 名 คำพูดที่อ้อมค้อม
婉谢（婉謝）wǎnxiè 动 ปฏิเสธอย่างอ้อมค้อม
婉言 wǎnyán 名 คำพูดที่อ้อมค้อม
婉约 wǎnyuē 形〈书〉 อ้อมค้อม ; นุ่มนวลละมุนละไม
婉转（婉轉）wǎnzhuǎn 形 (คำพูด) อ้อมค้อม นุ่มนวล ละมุนละไม ; (เสียง) ไพเราะเพราะพริ้ง
绾（綰）wǎn 动 เกล้า (ผม) ; ผูก
碗 wǎn 名 ชาม
碗柜（碗櫃）wǎnguì 名 ตู้เก็บถ้วยชาม
万（萬）wàn 数 หมื่น 形 มากมาย 副 อย่างยิ่ง
万般（萬般）wànbān 数量 ทุกทาง 副 อย่างยิ่ง
万端（萬端）wànduān 形 มากมาย ; ร้อยแปดพันเก้า
万恶（萬惡）wàn'è 形 ชั่วช้ายิ่งนัก
万分（萬分）wànfēn 副 อย่างยิ่ง
万古长青（萬古長青）wàngǔ-chángqīng 〈成〉 สถิตสถาพรชั่วนิรันดร
万花筒（萬花筒）wànhuātǒng 名 กล้องคาไลโดสโคป (*kaleidoscope*) (เครื่องเล่นชนิดหนึ่ง)
万金油（萬金油）wànjīnyóu 名 ยาหม่อง
万里长城（萬里長城）Wàn Lǐ Chángchéng กำแพงเมืองจีนหมื่นลี้
万难（萬難）wànnán 副 ยากอย่างยิ่งที่จะ... 名 อุปสรรคนานาประการ
万能（萬能）wànnéng 形 สามารถทุกทาง ; อเนกประสงค์
万能表（萬能表）wànnéngbiǎo 名 มิเตอร์อเนก

ประสงค์

万能胶（萬能膠）wànnéngjiāo 名 กาวอเนกประสงค์

万千（萬千）wànqiān 数 จำนวนมาก; มากมายหลายอย่าง (หรือหลายด้าน)

万全（萬全）wànquán 形 รอบคอบอย่างยิ่ง ; ปลอดภัยอย่างยิ่ง

万人空巷（萬人空巷）wànrén-kōngxiàng 〈成〉 คนทุกบ้านพากันออกมาจากตรอกซอย (เพื่อเฉลิมฉลองหรือต้อนรับ)

万事（萬事）wànshì 名 ทุกเรื่อง

万事如意（萬事如意）wànshì-rúyì 〈成〉 สมความปรารถนาทุกประการ

万事通（萬事通）wànshìtōng 名 คนรู้ทุกอย่าง

万水千山（萬水千山）wànshuǐ-qiānshān 〈成〉 แม่น้ำหมื่นสายและขุนเขาพันลูก อุปมาว่าทางไกลและอุปสรรคมากมาย

万岁（萬歲）wànsuì 动 อายุหมื่นปี ; จงเจริญ

万万（萬萬）wànwàn 副 อย่างเด็ดขาด (ใช้ในรูปปฏิเสธ)

万无一失（萬無一失）wànwú-yīshī 〈成〉 ไม่มีทางพลาดเด็ดขาด

万物（萬物）wànwù 名 สรรพสิ่ง

万象更新（萬象更新）wànxiàng-gēngxīn 〈成〉 สรรพสิ่งในจักรวาลเปลี่ยนโฉมหน้าใหม่

W

万幸（萬幸）wànxìng 形 โชคดีเป็นอย่างยิ่ง

万一（萬一）wànyī 名 เศษหนึ่งส่วนหมื่น อุปมาว่าน้อยนิด 连 บังเอิญ

万众（萬衆）wànzhòng 名 มหาชน

万状（萬狀）wànzhuàng 形 เหลือหลาย ; อย่างยิ่ง

万紫千红（萬紫千紅）wànzǐ-qiānhóng 〈成〉 บุปผาชาติบานสะพรั่ง

腕力 wànlì 名 แรงข้อมือ

腕子 wàn·zi 名 ข้อมือ

蔓 wàn 名 〈植〉 ต้นของไม้เลื้อย

蔓儿（蔓兒）wànr 名 ต้นของไม้เลื้อย

汪 wāng 形 (น้ำ) กว้างและลึก 拟声 โฮ้ง (คำเลียนเสียงสุนัขเห่า)

汪汪 wāngwāng 形 น้ำตาหรือน้ำเต็มปริ่ม

汪洋 wāngyáng 形 เวิ้งว้างกว้างใหญ่

亡 wáng 动 ตาย ; หนี

亡故 wánggù 动 ถึงแก่กรรม

亡国奴（亡國奴）wángguónú 名 คนสิ้นชาติ

亡灵（亡靈）wánglíng 名 วิญญาณของคนตาย

亡命 wángmìng 动 ลี้ภัย ; (เสี่ยงทำความชั่ว) อย่างไม่คำนึงถึงชีวิต

亡羊补牢（亡羊補牢）wángyáng-bǔláo 〈成〉 วัวหายแล้วค่อยล้อมคอกก็ยังไม่สายเกินไป อุปมาว่า เมื่อพบปัญหาแล้วรีบหาทางแก้ไขเพื่อไม่ให้เกิดความเสียหายต่อเนื่อง

王 wáng 名 ราชา

王八 wáng·ba 名 เต่า ; สามีที่ภรรยานอกใจหรือมีชู้

王八蛋 wáng·badàn 名 〈骂〉 ชั่วช้าสารเลว

王朝 wángcháo 名 ราชวงศ์

王储（王儲）wángchǔ 名 รัชทายาท ; มกุฎราชกุมาร

王道 wángdào 名 ราชธรรม

王宫 wánggōng 名 พระราชวัง

王冠 wángguān 名 มงกุฎ

王国（王國）wángguó 名 ราชอาณาจักร

王后 wánghòu 名 ราชินี

王浆（王漿）wángjiāng 名 น้ำผึ้งรอยัล ; ราชาน้ำผึ้ง

王牌 wángpái 名 ไพ่ตัวคิง

王权（王權）wángquán 名 อำนาจของกษัตริย์ ; ราชยาธิการ

王室 wángshì 名 ราชสกุล ; ราชสำนัก ; พระบรมวงศานุวงศ์

王水 wángshuǐ 名 〈化〉 อะกัวเรเกีย (*aqua regia*)

王孙（王孫）wángsūn 名 ลูกท่านหลานเธอ ; ราชนิกุล

王位 wángwèi 名 ราชบัลลังก์

王子 wángzǐ 名 พระโอรส ; พระราชกุมาร

网（網）wǎng 名 ตาข่าย ; แห ; 〈计〉 อินเตอร์เน็ต (*Internet*)

网吧（網吧）wǎngbā 名 〈计〉อินเตอร์เน็ตคาเฟ่ (*internet café*) ; ร้านเน็ต

网暴（網暴）wǎngbào 动 ระรานทางไซเบอร์ (*cyber bully*)

网虫（網蟲）wǎngchóng 名 〈计〉ผู้เป็นโรคติดอินเตอร์เน็ต ; ผู้หมกมุ่นอยู่กับการเล่นอินเตอร์เน็ต

网点（網點）wǎngdiǎn 名 เครือข่ายสาขา

网兜（網兜）wǎngdōu 名 ย่ามตาข่าย ; ถุงตาข่าย

网红（網紅） wǎnghóng 名 เน็ตไอดอล (*net idol*)

网警（網警）wǎngjǐng 名〈简〉ตำรวจไซเบอร์

网具（網具）wǎngjù 名 ชุดแห

网开一面（網開一面）wǎngkāiyīmiàn 〈成〉การลดหย่อนผ่อนปรนโทษให้แก่ผู้ต้องโทษ

网恋（網戀）wǎngliàn 名 〈计〉ความรักที่เกิดขึ้นบนอินเตอร์เน็ต

网罗（網羅）wǎngluó 动 รวบรวม (บุคคล) 名 ตาข่ายจับนก

网络（網絡）wǎngluò 名〈计〉เน็ตเวิร์ก (*network*) ; 〈电〉เครือข่าย

网络安全（網絡安全） wǎngluò ānquán ความมั่นคงปลอดภัยทางไซเบอร์

网络犯罪（網絡犯罪）wǎngluò fànzuì 动 อาชญากรรมไซเบอร์ 名 การกระทำผิดทางคอมพิวเตอร์

网络化（網絡化）wǎngluòhuà 名 ระบบเครือข่าย (*networking*) ; การสร้างเครือข่าย ; การเชื่อมโยงเครือข่าย

网络水军（網絡水軍） wǎngluò shuǐjūn นักสแปมเมอร์ (*spammer*) (กลุ่มที่ได้รับการว่าจ้างให้สร้างข่าวเท็จเพื่อโจมตีบุคคลหรือเหตุการณ์ให้คนอื่นเข้าใจผิด)

网络用语（網絡用語）wǎngluò yòngyǔ ภาษาบนโลกออนไลน์

网络游戏（網絡游戲）wǎngluò yóuxì เกมออนไลน์ (*online game*)

网络诈骗（網絡詐騙） wǎngluò zhàpiàn การฉ้อโกงทางอินเตอร์เน็ต ; การหลอกลวงทางอินเตอร์เน็ต

网民（網民）wǎngmín 名 〈计〉ชาวเน็ต ; ผู้ใช้งานอินเตอร์เน็ต

网球（網球）wǎngqiú 名 〈体〉กีฬาเทนนิส (*tennis*) ; ลูกเทนนิส

网上（網上）wǎngshàng 名 บนอินเตอร์เน็ต ; ออนไลน์ (*on line*)

网页（網頁）wǎngyè 名 〈计〉เว็บไซต์ (*website*) ; หน้าเว็บ ; เว็บเพจ (*web page*)

网页板（網頁板）wǎngyèbǎn 名〈计〉เว็บบอร์ด (*web board*)

网页版（網頁版）wǎngyèbǎn 名 〈计〉เวอร์ชันสำหรับเดสก์ท็อป (*web version*)

网友（網友）wǎngyǒu 名 〈计〉เพื่อนที่รู้จักกันบนอินเตอร์เน็ต

网约车 （網約車）wǎngyuēchē 名 รถรับจ้างที่จองผ่านแอป

网站（網站）wǎngzhàn 名 〈计〉เน็ตเวิร์กสเตชั่น (*network station*) ; เว็บไซต์ (*website*)

网址（網址）wǎngzhǐ 名 〈计〉ที่อยู่เว็บ ; เว็บไซต์ (*website*)

网状（網狀）wǎngzhuàng 名 ลักษณะมีลายคล้ายตาข่าย

网子（網子）wǎng•zi 名 ตาข่าย

枉法 wǎngfǎ 动 ไม่ปฏิบัติตามกฎหมายหรือทำลายกฎหมาย

枉费心机（枉費心機）wǎngfèi-xīnjī 〈成〉เหนื่อยใจเปล่า ๆ

枉然 wǎngrán 形 ไม่เป็นผล ; เสียแรงเปล่า

往 wǎng 动 ไป 介 อดีต

往常 wǎngcháng 名 ตามปรกติที่แล้วมา

往返 wǎngfǎn 动 ไปกลับ

往返票 wǎngfǎnpiào 名 ตั๋วไปกลับ

往复 wǎngfù 动 ไป ๆ มา ๆ

往后（往後）wǎnghòu 名 วันหลัง

往来（往來）wǎnglái 动 ไปมา

往年 wǎngnián 名 ปีที่แล้ว ๆ มา

W

往日 wǎngrì 名 วันก่อน ๆ ; แต่ก่อน
往事 wǎngshì 名 เรื่องในอดีต
往往 wǎngwǎng 副 มักจะ ; เสมอ ๆ
往昔 wǎngxī 名 อดีต
惘然 wǎngrán 形 ผิดหวัง (เนื่องจากได้สูญเสียสิ่งที่ต้องการไป)
妄 wàng 副 เหลวไหล ; บุ่มบ่าม ; บ้าบอ ; ตอแหล
妄动（妄動）wàngdòng 动 กระทำอย่างบุ่มบ่าม
妄断（妄斷）wàngduàn 动 ตัดสินอย่างบุ่มบ่าม
妄图（妄圖）wàngtú 动 มุ่งหมายอย่างบ้าบอ
妄为（妄爲）wàngwéi 动 กระทำอย่างบุ่มบ่าม
妄想 wàngxiǎng 动 คิดเหลวไหล ; มุ่งหมายอย่างบ้าบอ
忘 wàng 动 ลืม ; มองข้าม
忘本 wàngběn 动 ลืมตัว ; ลืมกำพืด
忘不了 wàngbùliǎo ไม่ลืม ; ลืมไม่ลง ; จำได้ไม่ลืม
忘掉 wàngdiào 动 ลืมเสีย
忘恩负义（忘恩負義）wàng'ēn-fùyì <成> เนรคุณ
忘怀（忘懷）wànghuái 动 ลืม
忘记（忘記）wàngjì 动 ลืม
忘年交 wàngniánjiāo 名 เพื่อนสนิทต่างวัย
忘情 wàngqíng 动 ลืมความรักความห่วงใยที่มีอยู่ในใจได้ (มักใช้ในรูปปฏิเสธ) ; ลืมตัว
忘却 wàngquè 动 ลืม
忘我 wàngwǒ 动 (เพื่อประโยชน์ของส่วนรวม) ไม่คิดถึงตัวเอง
忘形 wàngxíng 动 ลืมตัว
旺 wàng 形 รุ่งเรือง
旺季 wàngjì 名 ไฮซีซั่น (*high season*)
旺盛 wàngshèng 形 เจริญงอกงาม ; ฮึกเหิม ; คึกคัก
旺销（旺銷）wàngxiāo 动 ขายดี
望 wàng 动 มอง
望尘莫及（望塵莫及）wàngchén-mòjí <成> เทียบกันไม่ติด ห่างไกลกันราวฟ้ากับดิน
望而却步 wàng'érquèbù <成> หยุดอยู่กับที่เมื่อแลเห็น (เพราะกลัวหรือลำบากใจ)
望风（望風）wàngfēng 动 เฝ้ามองให้เพื่อนที่กำลังดำเนินกิจการอย่างลับ ๆ
望风捕影（望風捕影）wàngfēng-bǔyǐng <成> อ้างเรื่องที่ไม่มีมูลความจริง
望见（望見）wàngjiàn 动 มองเห็น
望文生义（望文生義）wàngwén-shēngyì <成> อธิบายคำศัพท์ตามตัวหนังสือโดยไม่เข้าใจความหมายที่แท้จริง
望眼欲穿 wàngyǎnyùchuān <成> เฝ้าคอยด้วยความเร่าร้อนเป็นอย่างยิ่ง
望远镜（望遠鏡）wàngyuǎnjìng 名 กล้องส่องทางไกล
望族 wàngzú 名 ตระกูลที่มีชื่อเสียงโด่งดัง
危害 wēihài 动 เป็นภัย ; ทำลาย
危害性 wēihàixìng 名 ความเป็นภัย
危机（危機）wēijī 名 วิกฤตการณ์
危及 wēijí 动 เป็นภัยต่อ...
危急 wēijí 形 ฉุกเฉิน ; คับขัน
危难（危難）wēinàn 名 อันตราย ; ความทุกข์เข็ญ
危险（危險）wēixiǎn 形 อันตราย
危险品（危險品）wēixiǎnpǐn 名 สิ่งอันตราย
威逼 wēibī 动 ขู่เข็ญและบีบคั้น
威德 wēidé 名 <宗> บารมี ; คุณธรรม
威风（威風）wēifēng 名 ความองอาจผึ่งผายเป็นที่น่าเกรงขาม; ความสง่าผ่าเผย
威吓（威嚇）wēihè 动 ขู่กรรโชก
威力 wēilì 名 อานุภาพ ; ฤทธิ์เดช
威名 wēimíng 名 ชื่อเสียงโด่งดังด้วยการมีพลังอันยิ่งใหญ่
威慑（威懾）wēishè 动 คุกคามด้วยกำลัง
威士忌 wēishìjì 名 วิสกี้ (*whisky*)
威望 wēiwàng 名 บารมี ; เกียรติศักดิ์
威武 wēiwǔ 名 อำนาจและกำลัง 形 องอาจผึ่งผาย
威胁（威脅）wēixié 动 คุกคาม
威信 wēixìn 名 เกียรติคุณและเครดิต
威严（威嚴）wēiyán 名 ความเคร่งขรึมน่าเกรง

ขาม 形 ลักษณะอันน่าเกรงขาม
逶迤 wēiyí 形 〈书〉(ทาง, เทือกเขา, แม่น้ำ) วกวนไปมา
偎 wēi 动 คลอเคลีย
偎依 wēiyī 动 คลอเคลีย ; ชิดตัว
微 wēi 形 นิด ; น้อย
微安 wēi'ān 量 〈电〉 ไมโครแอมแปร์ (*microampere*)
微波 wēibō 名 〈物〉 ไมโครเวฟ (*microwave*)
微波炉（微波爐）wēibōlú 名 เตาไมโครเวฟ
微博 wēibó 名 เวยป๋ัว (ไมโครบล็อกกิ้งที่เป็นที่นิยมในจีนแผ่นดินใหญ่) ; ไมโครบล็อก (*microblog*)
微薄 wēibó 形 น้อยนิด
微不足道 wēibùzúdào 〈成〉 น้อยนิดจนไม่มีค่าพอที่จะพูดถึง
微词（微詞）wēicí 名 〈书〉 คำพูดที่แฝงไว้ด้วยความติเตียน
微电脑（微電腦）wēidiànnǎo 名 〈计〉 ไมโครคอมพิวเตอร์
微电子（微電子）wēidiànzǐ 名 〈电子〉 ไมโครอิเล็กทรอนิกส์ (*microeletronics*)
微分 wēifēn 名 〈数〉 แคลคูลัส (*calculus*)
微风（微風）wēifēng 名 ลมเฉื่อย ๆ
微服私访（微服私訪）wēifú-sīfǎng 〈成〉 แต่งตัวนอกเครื่องแบบออกตรวจการณ์
微观（微觀）wēiguān 形 จุลทรรศน์
微乎其微 wēihūqíwēi 〈成〉 เล็กนักเล็กหนา ; น้อยนักน้อยหนา
微机（微機）wēijī 名 〈计〉 ไมโครคอมพิวเตอร์ (*microcomputer*)
微积分（微積分）wēijīfēn 名 〈数〉แคลคูลัส (*calculus*)
微克 wēikè 量 ไมโครแกรม (กรัม) (*microgram*)
微粒 wēilì 名 เม็ดละเอียด ; อนุภาคที่เล็กมาก
微量元素 wēiliàng yuánsù 〈化〉 เทรซอิลิเมนต์ (*trace element*)
微米 wēimǐ 量 ไมครอน (*micron*)
微秒 wēimiǎo 量 เศษหนึ่งส่วนล้านวินาที
微妙 wēimiào 形 ลึกลับซับซ้อน
微弱 wēiruò 形 อ่อนแอ ; แผ่วเบา
微生物 wēishēngwù 名 จุลินทรีย์
微生物学（微生物學）wēishēngwùxué จุลชีววิทยา
微微 wēiwēi 副 น้อย ๆ
微细（微細）wēixì 形 เล็กนิดเดียว
微小 wēixiǎo 形 เล็กน้อย ; จิ๋ว
微笑 wēixiào 动 ยิ้ม
微型 wēixíng 形 ขนาดจิ๋ว ; ขนาดเล็ก
微言大义（微言大義）wēiyán-dàyì 〈成〉 คำพูดน้อยนิดแต่ความหมายล้ำลึก
煨 wēi 动 ตุ๋น ; ปิ้ง
巍峨 wēi'é 形 สูงตระหง่าน
巍然 wēirán 形 ตั้งตระหง่าน
巍巍 wēiwēi 形 สูงใหญ่
韦编三绝（韋編三絶）wéibiān-sānjué 〈成〉 เรียนหนังสือด้วยความขยันหมั่นเพียรเป็นอย่างยิ่ง
韦伯（韋伯）wéibó 量 〈物〉 เวเบอร์ (*weber*)
韦陀（韋陀）Wéituó 名 〈宗〉 พระขันธกุมาร โอรสของพระศิวะ เกิดแต่นางปารวตี
为（爲）wéi 动 ทำ ; เป็น
为富不仁（爲富不仁）wéifù-bùrén 〈成〉 คนรวยใจดำอำมหิต
为害（爲害）wéihài 动 เป็นภัย
为患（爲患）wéihuàn 动 เป็นภัย
为难（爲難）wéinán 形 ลำบากใจ 动 กลั่นแกล้ง
为期（爲期）wéiqī 动 เป็นระยะเวลา...
为人（爲人）wéirén 名 ความเป็นคน ; การปฏิบัติตัว 动 เป็นคน
为首（爲首）wéishǒu 动 เป็นผู้นำ ; นำโดย
为数（爲數）wéishù 动 เป็นจำนวน...
为所欲为（爲所欲爲）wéisuǒyùwéi 〈成〉 ทำตามอำเภอใจ
为伍（爲伍）wéiwǔ 动 คบเป็นเพื่อน (หรือพรรคพวก) กัน
为止（爲止）wéizhǐ 动 สิ้นสุดลง ; หมดเขต
为主（爲主） wéizhǔ 动 ...เป็นหลัก ;

W

...เป็นสำคัญ

违（違）wéi 动 ฝ่าฝืน ; จากกัน

违背（違背）wéibèi 动 ฝ่าฝืน ; ละเมิด

违法（違法）wéifǎ 动 ฝ่าฝืนกฎหมาย

违反（違反）wéifǎn 动 ฝ่าฝืน ; ขัดต่อ

违犯（違犯）wéifàn 动 ฝ่าฝืน

违规（違規）wéiguī 动 ผิดระเบียบ ; ฝ่าฝืนกฎเกณฑ์ ; ละเมิดกฎกติกา

违禁品（違禁品）wéijìnpǐn 名 สิ่งของต้องห้าม

违抗（違抗）wéikàng 动 ขัดขืน

违例（違例）wéilì 动 ฝ่าฝืนระเบียบ

违心（違心）wéixīn 动 ฝืนใจ

违约（違約）wéiyuē 动 ผิดสัญญา

违章（違章）wéizhāng 动 ฝ่าฝืนกฎเกณฑ์

围（圍）wéi 动 ล้อม 名 รอบ

围捕（圍捕）wéibǔ 动 ล้อมจับกุม

围攻（圍攻）wéigōng 动 ล้อมโจมตี

围观（圍觀）wéiguān 动 มุงดู

围歼（圍殲）wéijiān 动 ล้อมทำลายล้าง

围剿（圍剿）wéijiǎo 动 ล้อมปราบ

围巾（圍巾）wéijīn 名 ผ้าพันคอ

围困（圍困）wéikùn 动 ล้อมขัง

围拢（圍攏）wéilǒng 动 ล้อมรอบ

围棋（圍棋）wéiqí 名 〈体〉 หมากล้อม

围墙（圍墻）wéiqiáng 名 กำแพงล้อมรอบ

围裙（圍裙）wéi·qún 名 ผ้ากันเปื้อน (ที่ผูกเอว)

围绕（圍繞）wéirào 动 วนล้อมรอบ ; ถือ ... เป็นใจกลาง

围网（圍網）wéiwǎng 名 อวน

围嘴儿（圍嘴兒）wéizuǐr 名 ผ้ารองน้ำลาย

桅灯（桅燈）wéidēng 名 〈航〉ไฟปลายเสากระโดงเรือ ; ตะเกียงเจ้าพายุ

桅杆 wéigān 名〈航〉 เสากระโดงเรือ

唯独（唯獨）wéidú 副 มีแต่...เท่านั้น

唯恐 wéikǒng 动 กลัวแต่

唯利是图（唯利是圖）wéilìshìtú 〈成〉 มุ่งแต่จะเอาผลประโยชน์อย่างเดียว

唯唯诺诺（唯唯諾諾）wéiwéinuònuò 形 รับปากลูกเดียว

唯物主义（唯物主義）wéiwù zhǔyì วัตถุนิยม

唯心主义（唯心主義）wéixīn zhǔyì จิตนิยม

唯一 wéiyī 形 เพียงหนึ่งเดียวเท่านั้น

唯有 wéiyǒu 副 เพียง...เท่านั้น 连 มีเพียง...เท่านั้น

帷幕 wéimù 名 ผ้าม่านผืนใหญ่

惟 wéi 副 เพียงแต่ ; มีแต่

惟妙惟肖 wéimiào-wéixiào 〈成〉 มีชีวิตชีวา

维（維）wéi 动 เชื่อมสัมพันธ์ ; รักษา

维持（維持）wéichí 动 รักษา

维护（維護）wéihù 动 คุ้มครอง ; รักษา

维尼纶（維尼綸）wéinílún 名 〈纺〉 วิไนลอน (*vinylon*)

维权（維權）wéiquán 动 〈简〉 คุ้มครองสิทธิ ; ปกป้องสิทธิและผลประโยชน์

维生素（維生素）wéishēngsù 名 〈化〉 วิตามิน (*vitamin*)

维系（維繫）wéixì 动 ผูกพัน

维修（維修）wéixiū 动 บำรุงรักษาและซ่อมแซม

伟大（偉大）wěidà 形 ยิ่งใหญ่

伟绩（偉績）wěijì 名 ความดีความชอบอันใหญ่หลวง

伟人（偉人）wěirén 名 มหาบุรุษ

伟业（偉業）wěiyè 名 〈书〉 ภารกิจอันยิ่งใหญ่

伪（僞）wěi 形 ปลอม

伪币（僞幣）wěibì 名 เงินตราปลอม

伪钞（僞鈔）wěichāo 名 ธนบัตรปลอม

伪君子（僞君子）wěijūnzǐ 名 สุภาพบุรุษจอมปลอม

伪劣（僞劣）wěiliè 形 (สินค้า) ปลอมหรือคุณภาพไม่ดี

伪善（僞善）wěishàn 形 แสร้งทำเป็นใจดี

伪托（僞托）wěituō 动 แอบอ้าง

伪造（僞造）wěizào 动 ปลอมแปลง

伪证（僞證）wěizhèng 名 〈法〉 พยานหลักฐานเท็จ

W

伪装（僞裝）wěizhuāng 动 ปลอมตัว

苇子（葦子）wěi·zi 名〈植〉ต้นอ้อ

尾 wěi 名 หาง ; ปลาย

尾巴 wěi·ba 名 หาง

尾部 wěibù 名 ส่วนหาง ; ส่วนปลาย

尾灯（尾燈）wěidēng 名 ไฟท้ายรถ

尾气（尾氣）wěiqì 名 ไอเสีย (ที่เกิดจากการเผาไหม้ของน้ำมันเครื่องยนตร์ที่ขับออกทางท่อ)

尾声（尾聲）wěishēng 名 เพลงสุดท้าย (ในการแสดงละครหรืองานดนตรี) ; อุปมาว่า ตอนอวสาน ; ระยะใกล้สิ้นสุด

尾数（尾數）wěishù 名 จำนวนเศษ ;〈数〉จำนวนหลังจุดทศนิยม ; เลขท้าย

尾随（尾隨）wěisuí 动 ติดตาม

尾追 wěizhuī 动 ไล่ตามหลัง

纬（緯）wěi 名〈纺〉เส้นด้ายลายขวาง ;〈地理〉ละติจูด (*latitude*)

纬度（緯度）wěidù 名〈地理〉ละติจูด (*latitude*)

纬线（緯綫）wěixiàn 名〈地理〉เส้นละติจูด ; เส้นรุ้ง ;〈纺〉เส้นด้ายลายขวาง

委 wěi 动 มอบหมาย ; ทิ้ง ; ปัด 形 อ้อมค้อม ; ซึมเซา 副〈书〉จริง 名 ปลาย

委过（委過）wěiguò 动 ปัดความผิด

委靡 wěimǐ 形 ซึมเซา

委派 wěipài 动 ส่งไปดำรงตำแหน่งหรือปฏิบัติหน้าที่

委曲 wěiqū 形 เลี้ยวลดคดเคี้ยว 名〈书〉ต้นสายปลายเหตุ

委曲求全 wěiqū-qiúquán〈成〉ยอมประนีประนอมเพื่อผลประโยชน์ส่วนรวม

委屈 wěi·qu 动 ความรู้สึกที่ไม่ได้รับความเป็นธรรม ; ทำให้ไม่ได้รับความเป็นธรรม

委任 wěirèn 动 แต่งตั้ง

委实（委實）wěishí 副 จริง ๆ

委托 wěituō 动 มอบหมาย ; ฝากฝัง

委托书（委托書）wěituōshū 名 หนังสือมอบอำนาจ

委婉 wěiwǎn 形 ละมุนละไมอ้อมค้อม

委员（委員）wěiyuán 名 กรรมการ

委员会（委員會）wěiyuánhuì 名 คณะกรรมการ

娓娓 wěiwěi 形 เจื้อยแจ้ว

萎 wěi 形 เหี่ยวเฉา 动 ตกต่ำ ; เสื่อมลง

萎靡 wěimǐ 形 ซึมเซา

萎靡不振 wěimǐ-bùzhèn〈成〉ซึมเซา

萎缩（萎縮）wěisuō 动 หดเหี่ยว

萎谢 wěixiè 动 เหี่ยวเฉาโรยรา

猥辞（猥辭）wěicí 名 วาจาหยาบโลน

猥劣 wěiliè 形〈书〉เลวทรามชั่วช้า

猥琐（猥瑣）wěisuǒ 形 อัปลักษณ์

猥亵（猥褻）wěixiè 形 ลามกอนาจาร 动 ลวนลาม

卫兵（衛兵）wèibīng 名 ทหารอารักขา

卫道士（衛道士）wèidàoshì 名〈宗〉ผู้ที่แก้ตัวปกป้องในหลักธรรมของคริสต์ศาสนานิกายโปรเตสแตนต์โดยเฉพาะ ; ผู้แก้ข้อกล่าวหา

卫队（衛隊）wèiduì 名 กองอารักขา

卫国（衛國）wèiguó 动 ป้องกันประเทศ ; รักษาดินแดน

卫冕（衛冕）wèimiǎn 动 รักษาตำแหน่งแชมเปียน ; รักษาแชมป์

卫生（衛生）wèishēng 名 อนามัย ; ความสะอาด 形 สะอาด

卫生带（衛生帶）wèishēngdài 名 ผ้าอนามัยที่ใช้สายรัด

卫生间（衛生間）wèishēngjiān 名 ห้องสุขา

卫生巾（衛生巾）wèishēngjīn 名 ผ้าอนามัย

卫生球（衛生球）wèishēngqiú 名 การบูร ; ลูกเหม็น

卫生院（衛生院）wèishēngyuàn 名 สถานีอนามัย

卫生纸（衛生紙）wèishēngzhǐ 名 กระดาษชำระ ; ทิชชู (*tissue*)

卫士（衛士）wèishì 名 ทหารอารักขา ; องครักษ์

卫视（衛視）wèishì 名〈简〉โทรทัศน์ผ่านดาวเทียม

卫戍区（衛戍區）wèishùqū 名 กองรักษาการณ์นครหลวง

卫星（衛星）wèixīng 名 ดาวบริวาร ; ดาวเทียม

卫星城（衛星城）wèixīngchéng 名 เมืองบริวาร

为（爲）wèi 介 เพื่อ ; เพราะ

为此（爲此）wèicǐ 连 เพราะเหตุนี้

为国捐躯（爲國捐軀）wèiguó-juānqū 〈成〉 พลีชีพเพื่อประเทศชาติ

为何（爲何）wèihé 副 〈书〉 เหตุไฉน ; เหตุใด

为了（爲了）wèi•le 介 เพื่อ

为什么（爲什麽）wèi shén•me เพราะอะไร ; ทำไม

未 wèi 副 ยังไม่ ; ไม่

未必 wèibì 副 ไม่แน่ ; ไม่แน่ว่า

未便 wèibiàn 副 ไม่สมควรที่จะ ; ไม่สะดวกที่จะ

未曾 wèicéng 副 ไม่เคย

未尝（未嘗）wèicháng 副 ไม่เคย ; ใช่ว่า

未成年人 wèichéngniánrén บุคคลผู้ยังไม่บรรลุนิติภาวะ

未婚 wèihūn 动 โสด

未婚夫 wèihūnfū 名 คู่หมั้น (ว่าที่สามี)

未婚妻 wèihūnqī 名 คู่หมั้น (ว่าที่ภรรยา)

未几（未幾）wèijǐ 副 〈书〉 เวลาไม่นาน

未经（未經）wèijīng 副 ยังไม่ได้ผ่าน... ; ยังไม่ได้รับ...

未竟 wèijìng 动 ยังไม่สำเร็จ

未决 wèijué 动 ยังไม่ตกลง

未来（未來）wèilái 名 อนาคต ; เวลาข้างหน้า

未了 wèiliǎo 动 ยังไม่เสร็จสิ้น

未免 wèimiǎn 副 ...ไปเสียจริง ๆ ; ... ไปหน่อย

未然 wèirán 动 ก่อนที่จะเกิดเหตุ

未始 wèishǐ 副 〈书〉 ใช่ว่า

未遂 wèisuì 动 ไม่สำเร็จ

未亡人 wèiwángrén 名 แม่ม่าย

未雨绸缪（未雨綢繆）wèiyǔ-chóumóu 〈成〉 เตรียมตัวล่วงหน้าให้พร้อมที่จะเผชิญกับเหตุการณ์ต่าง ๆ ; ล้อมคอกก่อนวัวหาย

未知数（未知數）wèizhīshù 名 ที่ยังไม่รู้ ; 〈数〉 จำนวนไม่รู้ค่า

位 wèi 量 〈敬〉 ตำแหน่ง 名 บัลลังก์

位移 wèiyí 名 〈物〉 การเคลื่อนที่

位于 wèiyú 动 ตั้งอยู่ที่

位置 wèi•zhì 名 ตำแหน่ง (ที่อยู่) ; ฐานะ

位子 wèi•zi 名 ที่นั่ง ; ที่ครอบครอง

味 wèi 名 รส ; กลิ่น ; ซาบซึ้งใน... ; ชนิด (ของยาจีนซึ่งประกอบเป็นชุด)

味道 wèi•dào 名 รส ; รสชาติ

味精 wèijīng 名 ผงชูรส

味觉（味覺）wèijué 名 〈生理〉 ความรู้สึกในการสัมผัสรส ; ชิวหาวิญญาณ

味蕾 wèilěi 名 〈生理〉 ต่อมสัมผัสรส

味儿（味兒）wèir 名 กลิ่น

味素 wèisù 名 ผงชูรส

畏 wèi 动 กลัว

畏惧（畏懼）wèijù 动 เกรงกลัว

畏难（畏難）wèinán 动 กลัวความยากลำบาก

畏首畏尾 wèishǒu-wèiwěi 〈成〉 กลัวโน่นกลัวนี่

畏缩（畏縮）wèisuō 动 ย่อท้อ

畏途 wèitú 名 〈书〉 ทางที่น่าหวาดหวั่น อุปมาว่าเรื่องที่ไม่กล้าทำ

畏罪 wèizuì 动 กลัวถูกลงโทษ

胃 wèi 名 〈生理〉 กระเพาะอาหาร

胃癌 wèi'ái 名 〈医〉 มะเร็งในกระเพาะอาหาร

胃病 wèibìng 名 〈医〉 โรคกระเพาะอาหาร

胃镜（胃鏡）wèijìng 名 〈医〉 กล้องตรวจกระเพาะอาหาร

胃口 wèikǒu 名 ความอยากอาหาร ; รสนิยม

胃溃疡（胃潰瘍）wèikuìyáng 名 〈医〉 โรคแผลเปื่อยในกระเพาะอาหาร

胃酸 wèisuān 名 〈生理〉กรดเกลือในน้ำย่อยในกระเพาะอาหาร

胃炎 wèiyán 名 〈医〉 กระเพาะอาหารอักเสบ

谓（謂）wèi 动 พูด ; เรียก ; เรียกว่า

谓语（謂語）wèiyǔ 名 〈语〉 ภาคแสดง (ของประโยค)

尉 wèi 名 นายทหารระดับนายร้อย

喂 wèi 叹 ฮัลโหล (*hello*) ; ไฮ (*hi*) 动 ให้อาหาร (สัตว์) ; ป้อน

喂食 wèishí 动 ป้อนอาหาร

W

喂养（餵養）wèiyǎng 动 ให้อาหาร (เด็กหรือสัตว์)

蔚蓝色（蔚藍色）wèilánsè 名 สีคราม

蔚然 wèirán 形 เจริญงอกงาม

蔚然成风（蔚然成風）wèirán-chéngfēng 〈成〉 กลายเป็นกระแสนิยมอันดีงาม

慰藉 wèijiè 动 〈书〉 ปลอบโยน

慰劳（慰勞）wèiláo 动 บำรุงขวัญ

慰问（慰問）wèiwèn 动 บำรุงขวัญ

温 wēn 形 อุ่น 名 อุณหภูมิ 动 อุ่นให้ร้อนขึ้นเล็กน้อย ; ทบทวน

温饱（温飽）wēnbǎo 名 ความอบอุ่นและอิ่มหนำสำราญ

温差 wēnchā 名〈气〉 ความแตกต่างของอุณหภูมิ

温床 wēnchuáng 名 แหล่งเพาะความชั่ว ; 〈农〉 แปลงเพาะหน่ออ่อน

温存 wēncún 名 อ่อนโยนเอาอกเอาใจ (ส่วนมากใช้กับต่างเพศ)

温带（温帶）wēndài 名 〈地理〉 แถบอบอุ่น ; โซนอบอุ่น

温度 wēndù 名 อุณหภูมิ

温度计（温度計）wēndùjì 名 ปรอทวัดอุณหภูมิ ; เทอร์โมมิเตอร์

温故知新 wēngù-zhīxīn 〈成〉 เมื่อทบทวนความรู้เก่าก็จะเกิดความรู้ความเข้าใจใหม่

温和 wēnhé 形 อบอุ่น ; อ่อนโยน

温厚 wēnhòu 形 สุภาพอ่อนโยนและโอบอ้อมอารี

温和 wēn•huo 形 (น้ำ อาหาร ฯลฯ) อุ่น ๆ (ไม่ร้อนไม่เย็น)

温暖 wēnnuǎn 形 อบอุ่น

温情 wēnqíng 名 ความอบอุ่น (ด้านน้ำใจ ความรู้สึก ฯลฯ)

温泉 wēnquán 名 บ่อน้ำร้อน

温柔 wēnróu 形 อ่อนหวานละมุนละไม

温湿计（温濕計）wēnshījì 名 ปรอทวัดความร้อนและความชื้น

温室 wēnshì 名 ห้องกระจก ; เรือนกระจกปลูกพืชที่ไม่ทนต่อความหนาวเย็น

温顺（温順）wēnshùn 形 โอนอ่อนผ่อนตาม

温习（温習）wēnxí 动 ทบทวน

温馨 wēnxīn 形 อบอุ่นและหวานชื่นใจ

温驯（温馴）wēnxùn 形 เชื่อง

瘟 wēn 名 〈医〉 โรคระบาดร้ายแรง ; โรคห่า

瘟疫 wēnyì 名 〈医〉 โรคห่า

文 wén 名 ตัวอักษร ; ภาษา ; บทความ

文本 wénběn 名 ฉบับเอกสาร ; ฉบับหนังสือ

文笔（文筆）wénbǐ 名 ลีลาการเขียน

文采 wéncǎi 名 สีสันอันงดงาม ; ความเฉียบแหลมทางด้านศิลปวรรณกรรม

文昌鱼（文昌魚）wénchāngyú 名 〈动〉 ปลาลานซลิต (*lancelet*)

文传（文傳）wénchuán 动 〈讯〉 โทรสาร

文辞（文辭）wéncí 名 วิธีการใช้ภาษาในบทความ ; บทประพันธ์

文档（文檔）wéndàng 名 〈计〉 เอกสาร

文牍主义（文牘主義）wéndú zhǔyì ลัทธิเอกสาร (ทำงานโดยจัดการแต่เรื่องเอกสารโดยไม่สนใจสภาพความเป็นจริง)

文法 wénfǎ 名 〈语〉 ไวยากรณ์

文风（文風）wénfēng 名 ท่วงทำนองในการประพันธ์

文稿 wéngǎo 名 ต้นร่างของบทประพันธ์

文告 wéngào 名 ประกาศ

文官 wénguān 名 ข้าราชการพลเรือน

文豪 wénháo 名 นักเขียนผู้ยิ่งใหญ่

文化 wénhuà 名 วัฒนธรรม

文化部 wénhuàbù 名 กระทรวงวัฒนธรรม

文化馆（文化館）wénhuàguǎn 名 ศูนย์วัฒนธรรม

文化人 wénhuàrén 名 ปัญญาชน

文火 wénhuǒ 名 ไฟอ่อน

文集 wénjí 名 หนังสือรวมงานประพันธ์ของนักเขียน

文件 wénjiàn 名 เอกสาร

文教 wénjiào 名 〈简〉 วัฒนธรรมและการศึกษา

文静 wénjìng 形 สุภาพเรียบร้อยและสงบเสงี่ยม

W

文具 wénjù 名 เครื่องเขียน

文科 wénkē 名 〈教〉 แขนงวิชาสายศิลปศาสตร์

文库（文庫）wénkù 名 หนังสือชุด (ส่วนมากใช้เป็นชื่อหนังสือ)

文类（文類）wénlèi 名 ประเภทวรรณกรรม

文理 wénlǐ 名 ระเบียบทางด้านเนื้อหาและถ้อยคำสำนวนของความเรียง ; 〈教〉 ศิลปศาสตร์และวิทยาศาสตร์

文盲 wénmáng 名 คนไม่รู้หนังสือ

文秘 wénmì 名 〈简〉 เลขาและเจ้าหน้าที่ดูแลหนังสือเอกสาร

文明 wénmíng 名 อารยธรรม

文墨 wénmò 名 การประพันธ์

文痞 wénpǐ 名 อันธพาลในวงการวรรณกรรม

文凭（文憑）wénpíng 名 ประกาศนียบัตร

文人 wénrén 名 ปัญญาชนผู้ชำนาญการประพันธ์

文身 wénshēn 动 สักตามร่างกาย

文书（文書）wénshū 名 หนังสือเอกสาร ; เจ้าหน้าที่ดูแลหนังสือเอกสาร

文殊菩萨（文殊菩薩）Wénshū púsà 〈宗〉 พระมัญชุศรีโพธิสัตว์

文物 wénwù 名 โบราณวัตถุที่มีค่าทางด้านวัฒนธรรม

文献（文獻）wénxiàn 名 หนังสือที่มีค่าทางด้านประวัติศาสตร์

W

文选（文選）wénxuǎn 名 สรรนิพนธ์

文学（文學）wénxué 名 วรรณคดี

文学家（文學家）wénxuéjiā 名 นักวรรณศิลป์

文学界（文學界）wénxuéjiè 名 วงการวรรณคดี

文雅 wényǎ 形 สุภาพเรียบร้อย

文言 wényán 名 ภาษาจีนโบราณ

文艺（文藝）wényì 名 ศิลปวรรณคดี

文娱 wényú 名 งานบันเทิง

文员（文員）wényuán 名 พนักงานฝ่ายนั่งโต๊ะ

文摘 wénzhāi 名 หนังสือหรือวารสารที่ประมวลใจความสำคัญ

文章 wénzhāng 名 บทความ

文职（文職）wénzhí 名 ตำแหน่งข้าราชการพลเรือน

文质彬彬（文質彬彬）wénzhì-bīnbīn 〈成〉 สุภาพเรียบร้อย

文字 wénzì 名 อักษร ; ภาษาหนังสือ ; ความเรียง

纹（紋）wén 名 ลาย ; รอย

纹理（紋理）wénlǐ 名 ลาย

纹路儿（紋路兒）wénlùr 名 ริ้วรอย

闻（聞）wén 动 ได้ยิน ; ดม

闻风而动（聞風而動）wénfēng'érdòng 〈成〉 พอได้ข่าวก็รีบลงมือทำทันที

闻名（聞名）wénmíng 动 ได้ยินชื่อเสียง ; ชื่อเสียงโด่งดัง

蚊虫（蚊蟲）wénchóng 名 ยุง

蚊帐（蚊帳）wénzhàng 名 มุ้ง

蚊子 wén·zi 名 〈动〉 ยุง

刎 wěn 动 ฆ่าตัวตาย

吻 wěn 动 จูบ ; จุมพิต

吻别 wěnbié 动 จุมพิตยามจากกัน ; จูบลา

吻合 wěnhé 形 สอดคล้องกัน ; ตรงกัน

吻合术（吻合術）wěnhéshù 名 〈医〉 การต่ออวัยวะที่ขาดไป

紊乱（紊亂）wěnluàn 形 ไม่เป็นระเบียบ ; สับสน

稳（穩）wěn 形 มั่นคง ; สุขุม ; แน่นอน

稳步（穩步）wěnbù 副 จังหวะก้าวที่มั่นคง

稳当（穩當）wěn·dang 形 สุขุมและมั่นเหมาะ ; ไม่คลอนแคลน

稳定（穩定）wěndìng 形 มั่นคง 动 คงที่

稳定性（穩定性）wěndìngxìng 名 ลักษณะความมั่นคง

稳固（穩固）wěngù 形 มั่นคงแข็งแรง

稳健（穩健）wěnjiàn 形 หนักแน่นมีกำลัง ; ไม่ประมาท

稳妥（穩妥）wěntuǒ 形 มั่นเหมาะ ; ปลอดภัย ; ไว้วางใจได้

稳重（穩重）wěnzhòng 形 สุขุมเยือกเย็น

问（問）wèn 动 ถาม

问安（問安）wèn'ān 动 ไถ่ถามทุกข์สุข (ต่อผู้อาวุโสกว่า)

问答（問答）wèndá 动 ถามตอบ

问好（問好）wènhǎo 动 ไถ่ถามทุกข์สุข ; ฝากความคิดถึง

问号（問號）wènhào 名〈语〉เครื่องหมายคำถาม ได้แก่ “ ? ”

问候（問候）wènhòu 动 ไถ่ถามทุกข์สุข ; ฝากความคิดถึง

问话（問話）wènhuà 动 ถาม

问句（問句）wènjù 名〈语〉ประโยคคำถาม

问卷（問卷）wènjuàn 名 แบบสอบถาม

问路（問路）wènlù 动 ถามทาง

问世（問世）wènshì 动 (งานประพันธ์) ออกวางตลาด ; ออกสู่สังคม

问题（問題）wèntí 名 คำถาม ; ปัญหา

问心无愧（問心無愧）wènxīn-wúkuì〈成〉ทบทวนตัวเองแล้ว ไม่มีอะไรที่จะต้องละอายแก่ใจ ; บริสุทธิ์ใจ

问询（問詢）wènxún 动 สอบถาม

问罪（問罪）wènzuì 动 กล่าวโทษ

璺 wèn 名 รอยร้าว (บนภาชนะเครื่องปั้นดินเผาหรือแก้วหยก ฯลฯ)

翁 wēng 名 ชายชรา

嗡 wēng 拟声 หึ่ง

瓮 wèng 名 โอ่ง

莴苣（萵苣）wō•jù 名〈植〉ผักเลตทิซ (*lettuce*)

莴笋（萵筍）wōsǔn 名〈植〉ผักเลตทิซชนิดหนึ่ง ลักษณะคล้ายหน่อไม้ฝรั่งแต่ใหญ่กว่า

涡流（渦流）wōliú 名 น้ำวน ; ลมวน ;〈物〉กระแส (ไฟฟ้า) วน

涡轮机（渦輪機）wōlúnjī 名〈机〉เครื่องเทอร์ไบน์

喔 wō 拟声 (คำเลียนเสียงไก่ขัน) โอ้ก

窝（窩）wō 量 รัง 名 รัง ; ส่วนที่เว้าเข้า 动 เก็บซ่อน

窝藏（窩藏）wōcáng 动 ซ่อน (ตัวนักโทษหรือของผิดกฎหมาย)

窝工（窩工）wōgōng 动 งานล่าช้าหรือหยุดชะงัก (เพราะการวางแผนหรือจัดการไม่ดี)

窝火（窩火）wōhuǒ 动 โมโหในใจ

窝囊（窩囊）wō•nang 形 คับอกคับใจ ; อ่อนแอไร้ความสามารถ

窝棚（窩棚）wō•peng 名 กระท่อมโกโรโกโส

窝赃（窩贓）wōzāng 动 เก็บซ่อนของโจร

窝主（窩主）wōzhǔ 名 ผู้ที่เก็บซ่อนของโจรของผิดกฎหมายหรือซ่อนนักโทษ

蜗牛（蝸牛）wōniú 名〈动〉หอยทาก

我 wǒ 代 ฉัน (สรรพนามบุรุษที่หนึ่ง, เอกพจน์)

我们（我們）wǒ•men 代 เรา (สรรพนามบุรุษที่หนึ่ง, พหูพจน์)

沃土 wòtǔ 名 ที่ดินที่อุดมสมบูรณ์

卧 wò 动 นอน

卧病 wòbìng 动 ล้มหมอนนอนเสื่อ

卧车（卧車）wòchē 名〈交〉ตู้นอน (ของรถไฟ) ; รถเก๋ง

卧床 wòchuáng 动 นอนเตียง (เพราะป่วยหรือแก่ชรา)

卧倒 wòdǎo 动 หมอบลง

卧底 wòdǐ 动 หลบซ่อนเป็นไส้ศึกอยู่ข้างใน

卧具 wòjù 名 เครื่องหลับเครื่องนอน ; ที่หลับที่นอน

卧铺（卧鋪）wòpù 名〈交〉ที่นอนในตู้นอนของรถไฟ

卧射 wòshè 动〈军〉หมอบยิง

卧式 wòshì 名 แบบนอน (ตรงกันข้ามกับ แบบตั้ง)

卧室 wòshì 名 ห้องนอน

握 wò 动 จับ ; กุม

握别 wòbié 动 จับมือเพื่ออำลา

握力 wòlì 名 แรงจับ

握手 wòshǒu 动 จับมือ

斡旋 wòxuán 动 ไกล่เกลี่ย

龌龊（齷齪）wòchuò 形 สกปรก ; ลามก

乌（烏）wū 形 ดำ 名 อีกา 代〈书〉เหตุไฉน

乌龟（烏龜）wūguī 名 เต่า

乌合之众（烏合之衆）wūhézhīzhòng〈成〉กลุ่มคนที่รวมกันอย่างไม่มีระเบียบวินัย

乌黑（烏黑）wūhēi 形 ดำสนิท

乌龙茶（烏龍茶）wūlóngchá 名 ชาอูหลง (ชาแดงชนิดหนึ่งของจีน)

W

乌木（烏木）wūmù 名〈植〉ไม้ดำแข็ง ; ไม้มะเกลือ

乌托邦（烏托邦）wūtuōbāng 名 ยูโทเปีย (*Utopia*)

乌鸦（烏鴉）wūyā 名〈动〉อีกา

乌有 wūyǒu 动〈书〉ไม่มี ; เป็นมายา

乌鱼（烏魚）wūyú 名〈动〉ปลาตะลุมพุก

乌云（烏雲）wūyún 名 เมฆดำ

乌贼（烏賊）wūzéi 名 ปลาหมึก

污 wū 形 สกปรก

污点（污點）wūdiǎn 名 จุดด่าง ; ราคี

污垢 wūgòu 名 คราบสกปรก

污秽（污穢）wūhuì 名 ของสกปรก

污染 wūrǎn 动 มลภาวะ ; ทำให้สกปรก

污辱 wūrǔ 动 เหยียดหยาม ; ทำให้อับอายขายหน้า ; ทำให้มีมลทิน

污水 wūshuǐ 名 น้ำเสีย ; น้ำครำ

污浊（污濁）wūzhuó 形 ขุ่นและสกปรก

污渍（污漬）wūzì 名 คราบสกปรก

巫 wū 名 แม่มด ; พ่อมด

巫婆 wūpó 名 แม่มด

巫师（巫師）wūshī 名 พ่อมด

巫术（巫術）wūshù 名 ไสยศาสตร์

呜（嗚）wū 拟声 คำเลียนเสียงซึ่งเป็นเสียงรถแล่นเร็วเสียงหวูด เสียงร้องไห้ ฯลฯ

呜呼（嗚呼）wūhū 叹〈书〉พุทโธ่ ; โอ้

呜咽（嗚咽）wūyè 动 ร้องไห้สะอึกสะอื้น

钨（鎢）wū 名 (ธาตุ) วุลแฟรม (*wolfram*); ทังสเตน

钨钢（鎢鋼）wūgāng 名〈冶〉เหล็กวุลแฟรม ; เหล็กทังสเตน

钨丝（鎢絲）wūsī 名 ลวดทังสเตน

诬告（誣告）wūgào 动 ใส่ความ

诬害（誣害）wūhài 动 ปั้นเรื่องใส่ร้าย

诬赖（誣賴）wūlài 动 ใส่ร้าย

诬蔑（誣衊）wūmiè 动 ป้ายความผิด ; ใส่ร้ายป้ายสี

诬陷（誣陷）wūxiàn 动 ใส่ความ

屋 wū 名 บ้านเรือน ; ห้อง

屋顶（屋頂）wūdǐng 名 หลังคาเรือน

屋脊 wūjǐ 名〈建〉อกไก่ (ของหลังคา)

屋檐 wūyán 名〈建〉ชายคา

屋子 wū·zi 名 ห้อง

无（無）wú 动 ไม่มี

无比（無比）wúbǐ 动 ไม่มีสิ่งใดจะเทียบได้

无边（無邊）wúbiān 动 ไม่มีขอบเขต

无补（無補）wúbǔ 动 เปล่าประโยชน์

无不（無不）wúbù 副 ไม่มี (คนไหน อันใด ฯลฯ) ที่จะไม่... ; ทั้งนั้น

无产者（無產者）wúchǎnzhě 名〈经〉ชนกรรมาชีพ

无常（無常）wúcháng 名 ผีที่มาชักจูงวิญญาณของคนไป 动 เปลี่ยนแปลงเสมอ ;〈宗〉อนิจจัง

无偿（無償）wúcháng 形 ไม่เรียกการตอบแทน

无耻（無恥）wúchǐ 形 ไร้ยางอาย

无从（無從）wúcóng 副 ไม่มีทางที่จะทำได้

无敌（無敵）wúdí 动 ไม่มีใครจะสู้ได้

无动于衷（無動于衷）wúdòngyúzhōng〈成〉จิตใจหรืออารมณ์ไม่หวั่นไหว

无度（無度）wúdù 动 ไม่บันยะบันยัง

无端（無端）wúduān 副 ไม่มีสาเหตุ

无恶不作（無惡不作）wú'è-bùzuò〈成〉ก่อกรรมทำเข็ญทุกอย่าง

无法（無法）wúfǎ 动 ไม่มีทาง ; ไม่มีวิธี

无妨（無妨）wúfáng 动 ไม่เป็นไร

无非（無非）wúfēi 副 เพียงแต่

无辜（無辜）wúgū 形 ไม่มีความผิด 名 คนที่ไม่ได้ทำผิด

无故（無故）wúgù 副 ไม่มีสาเหตุ

无怪（無怪）wúguài 副 มิน่า

无关（無關）wúguān 动 ไม่เกี่ยว

无关紧要（無關緊要）wúguān-jǐnyào〈成〉ไม่สำคัญอะไรนัก

无轨电车（無軌電車）wúguǐ-diànchē〈交〉รถไฟฟ้าไร้ราง

无害（無害）wúhài 形 ไม่มีอันตราย ; ไม่มีเจตนาร้าย

无核区（無核區）wúhéqū 名 เขตปลอดนิวเคลียร์

无花果（無花果）wúhuāguǒ 名 〈植〉 มะเดื่อ

无话可说（無話可説）wúhuà-kěshuō 〈成〉 ไม่มีอะไรจะพูด ; หมดคำพูด ; จนคำพูด

无机（無機）wújī 形 〈化〉 อนินทรีย์

无机物（無機物）wújīwù 名 〈化〉 สารประกอบอนินทรีย์

无稽之谈（無稽之談）wújīzhītán 〈成〉 คำพูดที่ไม่มีมูลความจริง

无几（無幾）wújǐ 动 ไม่มาก ; ไม่ช้าไม่นาน

无际（無際）wújì 动 ไร้ขอบเขต

无济于事（無濟于事）wújìyúshì 〈成〉 ไม่มีประโยชน์ ; ช่วยอะไรไม่ได้

无家可归（無家可歸）wújiā-kěguī 〈成〉 ไม่มีบ้านที่จะกลับไปอยู่ได้

无价之宝（無價之寶）wújiàzhībǎo 〈成〉 ของล้ำค่า

无间（無間）wújiàn 动 〈书〉 ไม่มีช่องโหว่ ; ไม่ขาดสาย

无疆（無疆）wújiāng 形 ไม่มีขอบเขต ; ไม่มีที่สิ้นสุด

无精打采（無精打采）wújīng-dǎcǎi 〈成〉 หงอยเหงาซึมเซา

无可奉告（無可奉告）wúkěfènggào 〈成〉 ไม่มีอะไรที่จะบอก

无可奈何（無可奈何）wúkěnàihé 〈成〉 จนปัญญา ; จนใจ

无愧（無愧）wúkuì 动 ไม่มีอะไรที่จะต้องละอายแก่ใจ ; บริสุทธิ์ใจ

无赖（無賴）wúlài 形 สารเลวแบบคนพาล 名 คนพาล

无礼（無禮）wúlǐ 动 ไม่มีมารยาท ; เสียมารยาท

无理（無理）wúlǐ 动 ไม่มีเหตุผล

无理取闹（無理取鬧）wúlǐ-qǔnào 〈成〉 เจตนาก่อกวนอย่างไม่มีเหตุผล

无理数（無理數）wúlǐshù 名 〈数〉 จำนวนอตรรกยะ

无力（無力）wúlì 动 ไม่มีแรง ; ไม่มีกำลัง

无聊（無聊）wúliáo 形 ไร้สาระ ; เหงา

无论（無論）wúlùn 连 ไม่ว่า

无论如何（無論如何）wúlùn-rúhé 〈成〉 อย่างไรก็ตาม

无名氏（無名氏）wúmíngshì 名 บุคคลนิรนาม

无名小卒（無名小卒）wúmíng xiǎozú คนสามัญที่ไม่มีชื่อเสียง

无名英雄（無名英雄）wúmíng yīngxióng ผู้กล้าหาญนิรนาม

无名指（無名指）wúmíngzhǐ 名 นิ้วนาง

无奈（無奈）wúnài 动 จนใจ 连 น่าเสียดายที่...

无能（無能）wúnéng 形 ไร้สมรรถภาพ

无期（無期）wúqī 形 〈法〉 ตลอดกาล ; ตลอดชีวิต

无情（無情）wúqíng 动 ไร้ความปราน 形 ไม่มีน้ำใจ

无情无义（無情無義）wúqíng-wúyì 〈成〉 ไร้ความเมตตาและความเป็นธรรม ; ไร้ความปราณี ; ไร้เยื่อใย

无穷（無窮）wúqióng 动 ไม่มีที่สิ้นสุด

无穷大（無窮大）wúqióngdà 名 〈数〉 ใหญ่อย่างไม่มีที่สิ้นสุด

无穷无尽（無窮無盡）wúqióng-wújìn 〈成〉 ไม่มีที่สิ้นสุด

无穷小（無窮小）wúqióngxiǎo 名 〈数〉 เล็กอย่างไม่มีที่สิ้นสุด

无人飞行器（無人飛行器）wúrén fēixíngqì 〈航〉 อากาศยานไร้คนขับ ; ยูเอวี (*UAV*: *unmanned aerial vehicle*)

无人机（無人機）wúrénjī 名 〈航〉 อากาศยานไร้คนขับ ; ยูเอวี (*UAV*: *unmanned aerial vehicle*)

无人驾驶（無人駕駛）wúrén jiàshǐ 动 〈交〉 (รถยนต์ เครื่องบิน ฯลฯ) ไร้คนขับ

无人问津（無人問津）wúrén-wènjīn 〈成〉 ไม่มีใครถามถึง ; ไม่มีใครสนใจ

无上（無上）wúshàng 形 สูงสุด

无神论（無神論）wúshénlùn 名 〈哲〉 อเทวนิยม

无声（無聲）wúshēng 动 ไร้เสียง

无视（無視）wúshì 动 มองข้าม

无数（無數）wúshù 形 นับไม่ถ้วน 动 ไม่แน่ใจ

无霜期（無霜期）wúshuāngqī 名〈气〉ช่วงเวลาที่ไม่มีน้ำค้างแข็ง

无双（無雙）wúshuāng 动 เป็นหนึ่งไม่เป็นสองรองใคร

无私（無私）wúsī 形 ไม่เห็นแก่ตัว

无损（無損）wúsǔn 动 ไม่เสียหาย

无所事事（無所事事）wúsuǒshìshì〈成〉อยู่ว่าง ๆ ไม่ทำอะไร

无所谓（無所謂）wúsuǒwèi 动 ไม่อาจที่จะเรียกได้ว่า... ; ยังไงก็ได้

无所作为（無所作爲）wúsuǒzuòwéi〈成〉ไม่มีผลงานอะไร ; ไม่คิดจะสร้างผลงานอะไร

无条件（無條件）wútiáojiàn 动 ปราศจากเงื่อนไข

无望（無望）wúwàng 动 ไม่มีหวัง ; ไม่มีทาง

无微不至（無微不至）wúwēi-bùzhì〈成〉คิดอย่างละเอียดรอบคอบ ; อุปมาว่าดูแลเอาใจใส่ในทุกเรื่อง

无味（無味）wúwèi 动 ไม่มีรสชาติ

无畏（無畏）wúwèi 形 ไม่หวาดหวั่น ; กล้าหาญ

无谓（無謂）形 wúwèi ไร้ความหมาย ; ไร้ค่า

无误（無誤）wúwù 动 ไม่ผิดพลาด

无暇（無暇）wúxiá 动 ไม่มีเวลา ; ไม่ว่าง

无限（無限）wúxiàn 形 ไม่จำกัด

无限期（無限期）wúxiànqī 动 ไม่จำกัดเวลา

无线（無綫）wúxiàn 名 ไร้สาย

无线电（無綫電）wúxiàndiàn 名〈通信〉วิทยุ ; เครื่องส่งวิทยุ

无线网（無綫網）wúxiànwǎng 名〈通信〉วายฟาย (*Wi-Fi*) ; เครือข่ายไร้สาย

无效（無效）wúxiào 动 ไม่มีผล ; เป็นโมฆะ

无心（無心）wúxīn 动 ไม่มีกะจิตกะใจ 副 ไม่ได้ตั้งใจ

无形（無形）wúxíng 形 ไม่มีรูป ; อรูป

无形中（無形中）wúxíngzhōng 副 โดยไม่รู้เนื้อรู้ตัว ; โดยเป็นไปตามธรรมชาติ

无性（無性）wúxìng 形〈生理〉ไร้เพศ;ปราศจากอวัยวะเพศ

无须（無須）wúxū 副 ไม่จำเป็นต้อง

无烟煤（無烟煤）wúyānméi 名 ถ่านหินชนิดไร้ควัน ; ถ่านหินแอนทราไซต์

无恙（無恙）wúyàng 动〈书〉ไม่มีโรคภัยไข้เจ็บ

无遗（無遺）wúyí 动 ไม่มีอะไรเหลือ

无疑（無疑）wúyí 动 ไม่ต้องสงสัย

无异（無异）wúyì 动 ไม่แตกต่าง

无益（無益）wúyì 动 ไร้ประโยชน์

无意（無意）wúyì 动 ไม่ได้เจตนา

无意识（無意識）wúyì·shí 副 ไม่มีจิตสำนึก ; ไม่รู้ตัว

无垠 wúyín 动〈书〉ไร้ขอบเขต

无影灯（無影燈）wúyǐngdēng 名〈医〉หลอดไฟไร้เงา

无影无踪（無影無踪）wúyǐng-wúzōng〈成〉ปราศจากวี่แวว

无用（無用）wúyòng 动 ใช้การไม่ได้ 形 ไม่มีประโยชน์

无忧无虑（無憂無慮）wúyōu-wúlǜ〈成〉ไม่มีอะไรที่ต้องกังวลใจ

无缘（無緣）wúyuán 动 ไม่มีวาสนา ; พลาดโอกาส

无缘无故（無緣無故）wúyuán-wúgù〈成〉ไม่มีสาเหตุอันใด

无韵诗（無韵詩）wúyùnshī 名 กลอนเปล่า

无知（無知）wúzhī 形 อวิชชา ; เขลา ; ไม่รู้เรื่อง

无中生有（無中生有）wúzhōng-shēngyǒu〈成〉ปั้นน้ำเป็นตัว

无足轻重（無足輕重）wúzú-qīngzhòng〈成〉ไม่สำคัญ

无罪（無罪）wúzuì 动〈法〉ไม่มีโทษ

毋宁（毋寧）wúnìng 副〈书〉สู้...จะดีกว่า

毋庸 wúyōng 副〈书〉ไม่ต้อง

毋庸讳言（毋庸諱言）wúyōng-huìyán〈成〉ไม่ต้องหลีกเลี่ยงในคำพูดที่ว่า

毋庸赘述（毋庸贅述）wúyōng-zhuìshù〈成〉ไม่ต้องพูดให้ยืดยาว

芜菁（蕪菁）wújīng 名〈植〉หัวผักกาดชนิดหนึ่ง

芜杂（蕪雜）wúzá 形 รกรุงรัง ; สับสน (ส่วนมากใช้กับเนื้อหาของบทความ)

梧桐 wútóng 名〈植〉ต้นหวูถง ; ต้นไชนีสแพระซอล (Chinese parasol)

蜈蚣 wú•gōng 名〈动〉ตะขาบ

鼯鼠 wúshǔ 名〈动〉กระรอกบิน

五 wǔ 数 ห้า

五边形（五邊形）wǔbiānxíng 名 รูปห้าเหลี่ยม

五彩 wǔcǎi 名 ห้าสี ; หลากสี

五分制 wǔfēnzhì 名〈教〉ระบบสอบคะแนนเต็มห้าคะแนน

五谷（五穀）wǔgǔ 名〈农〉ธัญพืชทั้งห้าได้แก่ ข้าวเจ้า ข้าวเหนียวเหลือง ข้าวฟ่าง ข้าวสาลี และถั่ว

五官 wǔguān 名 อวัยวะทั้งห้า (หู ตา ปาก จมูก ร่างกาย) ; หน้าตา

五光十色 wǔguāng-shísè〈成〉แพรวพราวไปด้วยสีสันต่าง ๆ

五花八门（五花八門）wǔhuā-bāmén〈成〉มากมายหลายหลาก ; ร้อยแปดพันเก้า

五花肉 wǔhuāròu 名 หมูสามชั้น

五角星 wǔjiǎoxīng 名 ดาวห้าแฉก

五金 wǔjīn 名 โลหะทั้งห้า (ทองคำ เงิน ทองแดง เหล็ก และดีบุก) ; โลหะ

五色 wǔsè 名 ห้าสี ; หลากสี

五线谱（五綫譜）wǔxiànpǔ 名〈乐〉โน้ตเพลงห้าเส้น

五星红旗（五星紅旗）Wǔxīng-Hóngqí ธงแดงห้าดาว (ซึ่งเป็นธงชาติแห่งสาธารณรัฐประชาชนจีน)

五星级（五星級）wǔxīngjí 名 ระดับห้าดาว

五颜六色（五顏六色）wǔyán-liùsè〈成〉เต็มไปด้วยสีสัน

五一劳动节（五一勞動節）Wǔ-Yī Láodòng Jié วันเมย์เดย์ (May Day) (เป็นวันแรงงานสากล)

五月 wǔyuè 名 เดือนพฤษภาคม

五脏（五臟）wǔzàng 名〈中医〉อวัยวะภายในทั้งห้า (หัวใจ ตับ ม้าม ปอดและไต)

五洲 wǔzhōu 名〈地理〉ห้าทวีป

午餐 wǔcān 名 อาหารกลางวัน

午饭（午飯）wǔfàn 名 อาหารกลางวัน

午后（午後）wǔhòu 名 หลังเที่ยง

午间（午間）wǔjiān 名 ช่วงเวลาเที่ยง

午觉（午覺）wǔjiào 名 การนอนพักหลังเที่ยง

午前 wǔqián 名 ก่อนเที่ยง

午时（午時）wǔshí 名〈旧〉เวลาเที่ยง (๑๑.๐๐ – ๑๓.๐๐ น.)

午夜 wǔyè 名 ช่วงเวลาเที่ยงคืน

伍 wǔ 名〈军〉กองทหาร ; พวกเดียวกัน 数 ห้า

忤逆 wǔnì 动 อกตัญญู (ต่อพ่อแม่)

妩媚（嫵媚）wǔmèi 形 งามเพริศพริ้ง

武 wǔ 形 เกี่ยวกับการทหาร ; เกี่ยวกับศิลปะในการป้องกันตัว ; อาจหาญ ; รุนแรง

武德 wǔdé 名 ยุทธจรรยา

武断（武斷）wǔduàn 形 ตัดสินโดยอัตวิสัย

武功 wǔgōng 名 วิทยายุทธ

武官 wǔguān 名〈军〉นายทหาร ; ทูตทหาร

武警 wǔjǐng 名 ตำรวจติดอาวุธ

武警部队（武警部隊）wǔjǐng bùduì กองกำลังตำรวจติดอาวุธ

武力 wǔlì 名 กำลังทหาร

武林 wǔlín 名 วงการวิชาเพลงอาวุธและเพลงมวย

武器 wǔqì 名 อาวุธยุทโธปกรณ์

武士道 wǔshìdào 名 บูชิโด (bushido)

武术（武術）wǔshù 名〈体〉วิชาเพลงอาวุธและเพลงมวย

武侠（武俠）wǔxiá 名 ผู้มีวรยุทธสูง

武艺（武藝）wǔyì 名 วิชาเพลงอาวุธและเพลงมวย ; วิทยายุทธ

武装（武裝）wǔzhuāng 名 อาวุธยุทโธปกรณ์ 动 ติดอาวุธ

侮蔑 wǔmiè 动 หมิ่นประมาท

侮辱 wǔrǔ 动 เหยียดหยาม

W

523

捂 wǔ 动 ปิดให้มิดชิด
舞 wǔ 名 ระบำ 动 รำ ; กวัดแกว่ง ; เล่น
舞伴 wǔbàn 名 คู่เต้นรำ
舞弊 wǔbì 动 เล่นไม่ซื่อ ; ทุจริต ; ยักยอก
舞场（舞場）wǔchǎng 名 ห้องลีลาศ ; ห้องบอลรูม
舞蹈 wǔdǎo 名 ระบำ 动 เต้นระบำ
舞蹈病 wǔdǎobìng 名 〈医〉 โรคประสาทชักกระตุก
舞蹈家 wǔdǎojiā 名 นักเต้นรำ ; นาฏศิลปิน
舞动（舞動）wǔdòng 动 โบก ; แกว่ง
舞会（舞會）wǔhuì 名 งานเต้นรำ ; งานลีลาศ
舞剧（舞劇）wǔjù 名 ละครระบำ
舞迷 wǔmí 名 แฟนเต้นรำ
舞弄 wǔnòng 动 กวัดแกว่ง
舞女 wǔnǚ 名 นางระบำ
舞曲 wǔqǔ 名 เพลงเต้นรำ ; เพลงลีลาศ
舞台（舞臺）wǔtái 名 เวที
舞厅（舞廳）wǔtīng 名 ห้องเต้นรำ
舞姿 wǔzī 名 ท่าเต้นระบำ ; ท่าลีลาศ
兀鹫（兀鷲）wùjiù 名 〈动〉 อีแร้ง
兀立 wùlì 动 〈书〉 ยืนตระหง่าน
勿 wù 副 อย่า (แสดงการห้ามหรือตักเตือน)
务（務）wù 名 ธุระ 动 ทำ 副 จำเป็นต้อง
务必（務必）wùbì 副 จักต้อง...(ให้ได้)
务工（務工）wùgōng 动 รับจ้างทำงานด้านอุตสาหกรรมหรือวิศวกรรม
务农（務農）wùnóng 动 ทำเกษตรกรรม
务求（務求）wùqíu 动 จะต้องเรียกร้องให้ (บรรลุถึงเป้าหมายอย่างใดอย่างหนึ่ง)
务实（務實）wùshí 动 ดำเนินกิจการงานที่เป็นรูปธรรม
务使（務使）wùshǐ 动 จักต้องทำให้...
务须（務須）wùxū 副 จักต้อง...(ให้ได้)
物 wù 名 สิ่งของ ; วัตถุ ; เนื้อหา ; สาระ
物产（物産）wùchǎn 名 ผลิตผล
物候学（物候學）wùhòuxué 名 ฟีโนโลยี (*phenology*) (วิทยาศาสตร์ที่เกี่ยวกับอิทธิพลของดินฟ้าอากาศที่มีต่อการดำเนินชีวิตของคนและสัตว์)
物极必反（物極必反）wùjí-bìfǎn 〈成〉 เหตุการณ์หรือสิ่งทั้งหลายเมื่อพัฒนาถึงที่สุดแล้วมักจะเกิดผลในทางกลับกัน
物价（物價）wùjià 名 〈经〉 ราคาสินค้า
物件 wùjiàn 名 สิ่งของ
物镜（物鏡）wùjìng 名 〈物〉 เลนส์ใกล้วัตถุ
物理 wùlǐ 名 ฟิสิกส์ (*physics*)
物理学（物理學）wùlǐxué 名 วิชาฟิสิกส์
物力 wùlì 名 กำลังทรัพย์
物联网（物聯網）wùliánwǎng 名 อินเตอร์เน็ตของสรรพสิ่ง (*Internet of things*)
物流 wùliú 名 〈简〉 โลจิสติกส์ (*logistics*)
物品 wùpǐn 名 สิ่งของ
物色 wùsè 动 แสวงหา (บุคลากรหรือของมีค่าซึ่งหายาก)
物体（物體）wùtǐ 名 สสาร ; เทหวัตถุ ; วัตถุ
物业（物業）wùyè 名 〈建〉 ทรัพย์สินอาคารรวมทั้งเครื่องประกอบ อุปกรณ์และสถานที่ ฯลฯ
物以类聚（物以類聚）wùyǐlèijù 〈成〉 สิ่งของประเภทเดียวกันย่อมจะรวมตัวกันเป็นกลุ่ม ; คนเลวมักจะรวมกลุ่มคลุกคลีอยู่ด้วยกัน
物证（物證）wùzhèng 名 〈法〉 พยานวัตถุ
物质（物質）wùzhì 名 วัตถุ ; สสาร
物种（物種）wùzhǒng 名 〈动〉〈植〉 ชนิดของสิ่งมีชีวิต
物主 wùzhǔ 名 เจ้าของทรัพย์
物资（物資）wùzī 名 เครื่องอุปโภคบริโภค
误（誤）wù 动 ผิดพลาด ; ทำให้เสียหายโดยประมาท; พลาด ; ไม่เจตนา
误差（誤差）wùchā 名 ความคลาดเคลื่อน
误传（誤傳）wùchuán 动 เล่าลือกันผิดพลาดไป
误导（誤導）wùdǎo 动 โน้มนำไปในทางที่ผิด
误点（誤點）wùdiǎn 动 ล่าช้า
误工（誤工）wùgōng 动 ทำงานล่าช้าขาดงานหรือมาสาย
误会（誤會）wùhuì 动 เข้าใจผิด
误解（誤解）wùjiě 动 เข้าใจผิด
误期（誤期）wùqī 动 ล่าช้ากว่าเวลากำหนด

误区（誤區）wùqū 名 ความเข้าใจหรือการปฏิบัติที่ไม่ถูกต้องเป็นเวลานาน

误杀（誤殺）wùshā 动 〈法〉ฆ่าคนโดยประมาท

误伤（誤傷）wùshāng 动 ทำให้ได้รับบาดเจ็บโดยประมาท

误事（誤事）wùshì 动 ทำให้เสียงาน

误听（誤听）wùtīng 动 ฟังผิด

误诊（誤診）wùzhěn 动 〈医〉วินิจฉัยโรคผิดพลาด

恶（惡）wù 动 รำคาญ ; เกลียด

悟 wù 动 เข้าใจ ; ตื่นตัว ; สำนึก

悟道 wùdào 动 〈宗〉ตรัสรู้

悟性 wùxìng 名 สติปัญญาในการวิเคราะห์และเข้าใจสรรพสิ่ง

晤面 wùmiàn 动 〈书〉พบหน้ากัน

晤谈（晤談）wùtán 动 〈书〉พบคุยกัน

焐 wù 动 ทำให้อุ่นโดยใช้ของร้อนสัมผัสของเย็น

雾（霧）wù 名 〈气〉หมอก

雾霭（霧靄）wù'ǎi 名 〈书〉หมอก

雾化（霧化）wùhuà 动 ทำให้เป็นละออง

雾霾（霧霾）wùmái 名 หมอกควันพิษ ; สม็อก (smog)

雾蒙蒙（霧蒙蒙）wùméngméng 形 คลุ้มหมอก ; เต็มไปด้วยหมอก

雾气（霧氣）wùqì 名 〈气〉หมอก

雾凇（霧凇）wùsōng 名 〈气〉เกล็ดหมอก (หมอกที่จับตัวเป็นแผ่นน้ำแข็ง สีขาวและเกาะบนกิ่งไม้ สายไฟฟ้า ฯลฯ) โดยทั่วไปจะเรียกว่า 树挂

W

X x

夕 xī 名 สายัณห์ ; กลางคืน
夕烟 xīyān 名 เมฆ หมอก ควันและอากาศยามสายัณห์
夕阳（夕陽）xīyáng 名 ตะวันยามสายัณห์
夕照 xīzhào 名 แสงแดดยามสายัณห์
西 xī 名 ตะวันตก
西班牙语（西班牙語）Xībānyáyǔ ภาษาสเปน
西半球 xībànqiú 名 〈地理〉 ซีกโลกตะวันตก
西北 xīběi 名 ตะวันตกเฉียงเหนือ
西边（西邊）xī•bian 名 ด้านตะวันตก ; ทางตะวันตก
西部 xībù 名 ภาคตะวันตก
西餐 xīcān 名 อาหารฝรั่ง
西番莲（西番蓮）xīfānlián 名 〈植〉 แพสชันฟลาวเวอร์ (*passion flower*)
西方 xīfāng 名 ทิศตะวันตก
西风（西風）xīfēng 名 ลมตะวันตก
西服 xīfú 名 ชุดสากล
西瓜 xī•guā 名 〈植〉 แตงโม
西红柿（西紅柿）xīhóngshì 名 〈植〉 มะเขือเทศ
西葫芦（西葫蘆）xīhú•lu 名 〈植〉 น้ำเต้าชนิดหนึ่ง
西化 xīhuà 动 กลายเป็นแบบฝรั่ง
西经（西經）xījīng 名 〈地理〉 เส้นแวงตะวันตก ; เส้นลองจิจูดตะวันตก
西历（西曆）xīlì 名 คริสต์ศักราช
西南 xīnán 名 ตะวันตกเฉียงใต้
西晒（西曬）xīshài 动 (บ้าน) หันไปทางทิศตะวันตก จึงถูกแดดส่องจนร้อนอ้าว
西式 xīshì 形 แบบฝรั่ง
西文 xīwén 名 ภาษาฝรั่ง ; ภาษายุโรปและอเมริกา
西学（西學）xīxué 名 วิชาของโลกตะวันตก (หมายถึงวิทยาศาสตร์ สังคมศาสตร์และรัฐศาสตร์)
西洋 Xīyáng 名 ฝรั่ง (หมายถึงประเทศต่าง ๆ ในทวีปยุโรป ประเทศอเมริกาและออสเตรเลีย)
西洋景 xīyángjǐng 名 ถ้ำมอง ; วิธีหลอกลวง
西洋参（西洋参）xīyángshēn 名 〈药〉 โสมอเมริกัน
西药（西藥）xīyào 名 ยาแผนปัจจุบัน
西医（西醫）xīyī 名 แพทย์แผนปัจจุบัน ; แพทยศาสตร์
西语（西語）xīyǔ 名 ภาษาฝรั่ง ; ภาษายุโรปและอเมริกา
西乐（西樂）xīyuè 名 ดนตรีตะวันตก
西装（西裝）xīzhuāng 名 ชุดสากล
吸 xī 动 สูด ; สูบ ; ดูด
吸尘器（吸塵器）xīchénqì 名 เครื่องดูดฝุ่น
吸顶灯（吸頂燈）xīdǐngdēng 名 ไฟพร้อมด้วยโป๊ะติดเพดาน
吸毒 xīdú 动 เสพยาเสพติด
吸附 xīfù 动 〈化〉 ดูดซับ
吸管 xīguǎn 名 หลอด (สำหรับดูดน้ำ)
吸力 xīlì 名 แรงดูด
吸墨纸（吸墨紙）xīmòzhǐ 名 กระดาษซับ
吸纳（吸納）xīnà 动 สูบ (อากาศ) เข้าไป ; รับเอาไว้
吸取 xīqǔ 动 รับเอา (บทเรียน ฯลฯ) ; ดูดเอา (น้ำ ฯลฯ)
吸热（吸熱）xīrè 动 ดูดความร้อน
吸湿性（吸濕性）xīshīxìng 名 สมรรถนะในการดูดความชื้น
吸食 xīshí 动 ดูด (อาหาร ยาเสพติด ฯลฯ) เข้าไป
吸收 xīshōu 动 ดูดเอา ; รับเอา
吸吮 xīshǔn 动 ดูด (นม น้ำ เลือด ฯลฯ)
吸铁石（吸鐵石）xītiěshí 名 แม่เหล็ก
吸血鬼 xīxuèguǐ 名 ปีศาจดูดเลือด

X

吸引 xīyǐn 动 ดึงดูด
吸引力 xīyǐnlì 名 แรงดึงดูด
希 xī 动 หวัง
希求 xīqiú 动 หวังที่จะได้รับ 名 ความหวังและ
　ความต้องการ
希图（希圖）xītú 动 มุ่งหวัง
希望 xīwàng 动 หวัง 名 ความหวัง
昔 xī 名 อดีต
昔日 xīrì 名 อดีต ; อดีตกาล
析出 xīchū 动 〈化〉 วิเคราะห์ออกมา
析疑 xīyí 动 〈书〉 อธิบายข้อข้องใจ
矽肺 xīfèi 名 〈医〉 โรคปอดที่เกิดจาก
　การสูดฝุ่นที่มีซิลิคอนเข้าไป
矽钢（矽鋼）xīgāng 名 〈冶〉 เหล็กกล้าซิลิคอน
牺牲（犧牲）xīshēng 动 เสียสละ ; พลีชีพ
牺牲品（犧牲品）xīshēngpǐn 名 ของสังเวย ;
　เหยื่อสังเวย
息 xī 名 ลมหายใจ ; ดอกเบี้ย 动 หยุด
息怒 xīnù 动 หยุดโมโห ; ยับยั้งความโกรธ
息肉 xīròu 名 〈生理〉 ติ่งเนื้อเมือก
息事宁人（息事寧人）xīshì-níngrén 〈成〉
　ไกล่เกลี่ยให้เรื่องราวสงบลง
息息相关（息息相關）xīxī-xiāngguān 〈成〉
　ผูกพันกันอย่างแน่นแฟ้น
奚落 xīluò 动 พูดฉีกหน้า
悉力 xīlì 副 ทุ่มเทกำลัง
悉数（悉數）xīshǔ 动 〈书〉 นับทั้งหมด ;
　นับให้ครบ
悉数（悉數）xīshù 副 〈书〉 นับให้ครบ ; ทั้งหมด
悉心 xīxīn 副 ทุ่มเทความคิดความอ่าน
烯烃（烯烴）xītīng 名 〈化〉 สารออลคีน (alkene)
惜 xī 动 เสียดาย ; รักทะนุถนอม
惜别 xībié 动 อาลัยอาวรณ์ในเวลาจากกัน
惜力 xīlì 动 ถนอมกำลัง
稀 xī 形 มีน้อย ; บางตา
稀薄 xībó 形 (อากาศ หมอก ฯลฯ) เบาบาง
稀罕 xī•han 形 พบยาก 动 คิดอยากได้
稀客 xīkè 名 แขกที่นาน ๆ มาครั้ง

稀烂（稀爛）xīlàn 形 เปื่อยเละ ; แตกละเอียด ;
　ทำสิ้นเชิง
稀里糊涂（稀裏糊塗）xī•lihútú 形 ความทรงจำ
　เลอะเลือน ; สะเพร่า
稀奇 xīqí 形 แปลกและพบยาก
稀缺 xīquē 形 ขาดแคลนและหายาก
稀少 xīshǎo 形 ปรากฏให้เห็นน้อย
稀释（稀釋）xīshì 动 〈化〉 ทำให้เจือจางลง ; ทำให้
　บางหรือน้อยลง
稀释剂（稀釋劑）xīshìjì 名 〈化〉 น้ำยาที่ทำให้เจือ
　จาง ; ทินเนอร์ (thinner)
稀疏 xīshū 形 บางตา ; ห่าง
稀松（稀鬆）xīsōng 形 ไม่เอาไหน ; ไม่สำคัญ
稀土 xītǔ 名 〈化〉 (ธาตุโลหะ) แรร์เอิร์ธ (rare earth)
稀有 xīyǒu 形 หายาก
稀有金属（稀有金屬）xīyǒu jīnshǔ 〈化〉
　โลหะหายาก
翕动（翕動）xīdòng 动 〈书〉 (ริมฝีปาก ฯลฯ)
　ขมุบขมิบ ; ปิดเปิด
犀利 xīlì 形 คมกริบ
犀鸟（犀鳥）xīniǎo 名 〈动〉 นกเงือก
犀牛 xīniú 名 〈动〉 แรด
锡（錫）xī 名 〈化〉 ดีบุก
锡箔（錫箔）xībó 名 แผ่นเปลวดีบุก
锡矿（錫礦）xīkuàng 名 〈矿〉 เหมืองแร่ดีบุก
锡纸（錫紙）xīzhǐ 名 กระดาษเงิน
溪 xī 名 ลำธาร
溪流 xīliú 名 ลำธารที่ไหลออกจากภูเขา
熙熙攘攘 xīxī-rǎngrǎng 〈成〉 คนเดินขวักไขว่
蜥蜴 xīyì 名 〈动〉 สัตว์เลื้อยคลานสี่เท้า จำพวก
　จิ้งจก จิ้งเหลน ตุ๊กแก
熄 xī 动 ดับ
熄灯（熄燈）xīdēng 动 ปิดไฟหรือดับไฟ (ไฟฟ้า
　หรือไฟตะเกียง ฯลฯ)
熄火 xīhuǒ 动 ไฟดับ ; ดับไฟ ; ดับเครื่อง
熄灭（熄滅）xīmiè 动 ดับ
嘻嘻哈哈 xīxī-hāhā 〈熟〉 หัวเราะเฮฮา
膝 xī 名 〈生理〉 หัวเข่า

膝盖（膝蓋）xīgài 名〈生理〉หัวเข่า

膝关节（膝關節）xīguānjié 名〈生理〉ข้อต่อของกระดูกหัวเข่า

膝下 xīxià 名〈旧〉〈敬〉ใต้หัวเข่า (คำต่อท้ายคำขึ้นต้นจดหมายถึงบิดามารดาหรือปู่ย่าตายาย เช่น 父母亲大人膝下)

嬉皮士 xīpíshì 名 ฮิปปี้ (*hippy*) คนกลุ่มหนึ่งที่ดำเนินชีวิตโดยอิสระไม่ขึ้นกับประเพณีวัฒนธรรม ไม่สนใจสังคม มักจะไว้ผมยาวรุ่มร่ามแต่งตัวแปลก ๆ และติดยาเสพติด

嬉皮笑脸（嬉皮笑臉）xīpí-xiàoliǎn〈熟〉ทำหน้าทะเล้น

嬉戏（嬉戲）xīxì 动〈书〉เล่น

嬉笑 xīxiào 动 หัวเราะสนุกสนาน

蹊径（蹊徑）xījìng 名〈书〉ลู่ทาง

蟋蟀 xīshuài 名〈动〉จิ้งหรีด

习（習）xí 动 ทบทวน ; เคยชิน

习惯（習慣）xíguàn 动 เคยชิน 名 ความเคยชิน

习见（習見）xíjiàn 动 เห็นอยู่เป็นประจำ

习气（習氣）xíqì 名 นิสัย

习尚（習尚）xíshàng 名 ประเพณีนิยม

习俗（習俗）xísú 名 ขนบธรรมเนียมและประเพณีนิยม

习题（習題）xítí 名 แบบฝึกหัด

习习（習習）xíxí 形 (ลมพัด) เอื่อย ๆ

习性（習性）xíxìng 名 อุปนิสัย

习以为常（習以爲常）xíyǐwéicháng〈成〉เคยชินจนเป็นนิสัย

习用（習用）xíyòng 动 ใช้บ่อย

习语（習語）xíyǔ 名 ภาษาที่ใช้บ่อย

习作（習作）xízuò 名 ฝึกความเรียง ; งานเขียน

席 xí 名 เสื่อ ; ตำแหน่งที่นั่ง

席地 xídì 动 นั่งกับพื้น

席卷（席捲）xíjuǎn 动 ม้วนเอาไปหมดเหมือนกับม้วนเสื่อ

席位 xíwèi 名 ตำแหน่งที่นั่ง

席子 xí·zi 名 เสื่อ

袭（襲）xí 动 จู่โจม

袭击（襲擊）xíjī 动 บุกโจมตี

袭扰（襲擾）xírǎo 动 จู่โจมและก่อกวน

袭用（襲用）xíyòng 动 สืบทอดและนำมาใช้

媳妇（媳婦）xífù 名 ลูกสะใภ้ ; ภรรยาของหลานชาย

媳妇儿（媳婦兒）xí·fur 名〈方〉เมีย ; หญิงสาวที่แต่งงานใหม่ ๆ

檄文 xíwén 名 คำประกาศปราบปราม

洗 xǐ 动 ล้าง ; ซัก

洗尘（洗塵）xǐchén 动 เลี้ยงต้อนรับแขกที่มาจากแดนไกล

洗涤（洗滌）xǐdí 动 ล้าง ; ซัก

洗涤剂（洗滌劑）xǐdíjì 名 น้ำยาซักฟอก

洗发剂（洗髮劑）xǐfàjì 名 แชมพูสระผม

洗劫 xǐjié 动 กวาดล้าง

洗礼（洗禮）xǐlǐ 名〈宗〉พิธีรดน้ำมนต์ ; พิธีล้างบาป (ในคริสต์ศาสนา)

洗牌 xǐpái 动 ล้างไพ่

洗染 xǐrǎn 动 ซักและย้อม (ผ้า) ; สระและย้อมสี (ผม)

洗手间（洗手間）xǐshǒujiān 名 ห้องน้ำ ; สุขา

洗漱 xǐshù 动 ล้างหน้าแปรงฟัน

洗刷 xǐshuā 动 ขัดล้าง ; ชะล้าง

洗衣粉 xǐyīfěn 名 ผงซักฟอก

洗衣机（洗衣機）xǐyījī 名 เครื่องซักผ้า

洗印 xǐyìn 动〈摄〉ล้างฟิล์มและอัดรูป

洗澡 xǐzǎo 动 อาบน้ำ

洗濯 xǐzhuó 动 ชำระล้าง

铣（銑）xǐ 动〈机〉กลึง

铣床（銑床）xǐchuáng 名〈机〉แท่นกลึง

铣工（銑工）xǐgōng 名 งานกลึง ; ช่างกลึง

喜 xǐ 形 ดีใจ 动 ชอบ 名 เรื่องมงคล

喜爱（喜愛）xǐ'ài 动 ชอบ ; โปรดปราน

喜报（喜報）xǐbào 名 หนังสือที่แจ้งข่าวดี

喜出望外 xǐchūwàngwài〈成〉ดีใจเป็นล้นพ้น

喜好 xǐhào 动 ชอบ ; โปรด

喜欢（喜歡）xǐ·huan 动 ชอบ ; ดีใจ ; ไลก์ (*like*)

喜酒 xǐjiǔ 名 เหล้ามงคล (ในงานเลี้ยงพิธีแต่งงาน)

X

喜剧（喜劇）xǐjù 名 ละครชวนหัว ; 〈剧〉 หัสนาฏกรรม

喜怒哀乐（喜怒哀樂）xǐ-nù-āi-lè 〈成〉 อารมณ์ความรู้สึกที่หลากหลายของมนุษย์ ได้แก่ ยินดี โกรธ เศร้าโศก และมีความสุข

喜怒无常（喜怒無常）xǐnù-wúcháng 〈成〉 เดี๋ยวดีใจ เดี๋ยวโกรธ ; อารมณ์แปรปรวน

喜气（喜氣）xǐqì 名 ใบหน้าหรือบรรยากาศที่เต็มไปด้วยความปลื้มปิติ

喜庆（喜慶）xǐqìng 名 เรื่องที่น่าปีติยินดีและเฉลิมฉลอง

喜鹊（喜鵲）xǐquè 名 〈动〉 นกกางเขน

喜人 xǐrén 形 น่าปีติยินดี ; น่ารัก

喜色 xǐsè 名 ใบหน้าที่เบิกบาน

喜事 xǐshì 名 เรื่องสิริมงคล ; งานสมรส

喜糖 xǐtáng 名 ของหวานประเภทลูกอม ลูกกวาดซึ่งนิยมแจกในพิธีมงคลสมรส

喜闻乐见（喜聞樂見）xǐwén-lèjiàn 〈成〉 ชอบฟังชอบดู

喜笑颜开（喜笑顔開）xǐxiào-yánkāi 〈成〉 หน้าตายิ้มแย้มแจ่มใส

喜新厌旧（喜新厭舊）xǐxīn-yànjiù 〈成〉 ได้ใหม่ลืมเก่า

喜讯（喜訊）xǐxùn 名 ข่าวดี

喜洋洋 xǐyángyáng 形 เต็มไปด้วยความปลื้มปิติยินดี

喜悦 xǐyuè 形 ชื่นบาน

戏（戲）xì 名 ละคร ; งิ้ว 动 เล่น

戏法（戲法）xìfǎ 名 วิทยากล

戏剧（戲劇）xìjù 名 ละครและงิ้ว

戏剧家（戲劇家）xìjùjiā 名 ศิลปินการละคร ; นักแต่งบทละคร ; นักแสดงงิ้ว

戏剧性（戲劇性）xìjùxìng 名 ลักษณะเหมือนละคร

戏迷（戲迷）xìmí 名 แฟนงิ้ว

戏弄（戲弄）xìnòng 动 แกล้ง ; ล้อเล่น

戏票（戲票）xìpiào 名 ตั๋วละคร

戏曲（戲曲）xìqǔ 名 งิ้ว

戏耍（戲耍）xìshuǎ 动 ล้อเล่น ; เล่น

戏台（戲臺）xìtái 名 เวทีแสดง

戏文（戲文）xìwén 名 บทงิ้ว (รวมทั้งบทร้องและบทพูดด้วย)

戏谑（戲謔）xìxuè 动 หยอกล้อ

戏言（戲言）xìyán 名 คำล้อเล่น

戏园子（戲園子）xìyuán•zi 名 〈旧〉 โรงละคร ; โรงงิ้ว

戏院（戲院）xìyuàn 名 โรงละคร

戏装（戲裝）xìzhuāng 名 ชุดแสดง

戏子（戲子）xì•zi 名 〈旧〉 นักแสดงงิ้ว (ชื่อเรียกในสมัยก่อนซึ่งมีความหมายดูหมิ่น)

系 xì 名 ระบบ ; คณะ (หรือภาควิชา) 动 〈书〉 คือ

系词（係詞）xìcí 名 〈语〉 กริยาวิกัติการก

系列 xìliè 名 อนุกรม ; ชุด ; ที่เป็นลำดับ

系数（系數）xìshù 名 〈数〉 สัมประสิทธิ์

系统（系統）xìtǒng 名 ระบบ ; อย่างเป็นระบบ

细（細）xì 形 เส้นเล็ก ; ละเอียด ; ประณีต

细胞（細胞）xìbāo 名 〈生物〉 เซลล์ (*cell*)

细部（細部）xìbù 名 ส่วนรายละเอียดของแผนผังหรือภาพ

细长（細長）xìcháng 形 เรียวและยาว

细活（細活）xìhuó 名 งานฝีมือประณีต

细节（細節）xìjié 名 รายละเอียด ; พลความ

细菌（細菌）xìjūn 名 〈生物〉 เชื้อจุลินทรีย์ ; เชื้อแบคทีเรีย

细毛羊（細毛羊）xìmáoyáng 名 〈动〉 แกะขนละเอียด

细密（細密）xìmì 形 ละเอียด

细目（細目）xìmù 名 รายการย่อย

细腻（細膩）xìnì 形 ละเอียดเกลี้ยงเกลา ; ละเอียดอ่อน

细软（細軟）xìruǎn 名 เพชรพลอยและของมีค่า

细弱（細弱）xìruò 形 เล็กและบอบบาง

细纱（細紗）xìshā 名 〈纺〉 เส้นด้ายเส้นเล็ก

细水长流（細水長流）xìshuǐ-chángliú 〈成〉 น้ำที่ไหลแต่น้อย ๆ จะไหลได้นาน อุปมาว่า

การประหยัดมัธยัสถ์จะช่วยให้ไม่ขาดแคลน ; ค่อย ๆ ทำงานไปเรื่อย ๆ
细碎（細碎）xìsuì 形 เล็กน้อย ; เล็กเบา
细微（細微）xìwēi 形 กระจิริด
细小（細小）xìxiǎo 形 เล็ก ๆ
细心（細心）xìxīn 形 ละเอียด ; รอบคอบ
细雨（細雨）xìyǔ 名 ฝนปรอย ๆ
细则（細則）xìzé 名 ข้อปลีกย่อย ; รายละเอียด
细账（細賬）xìzhàng 名 รายละเอียดของบัญชี
细致（細緻）xìzhì 形 ละเอียดถี่ถ้วน ; ประณีต
呷 xiā 动 〈方〉 จิบ
虾（蝦）xiā 名 〈动〉 กุ้ง
虾米（蝦米）xiā•mi 名 กุ้งแห้ง
虾皮（蝦皮）xiāpí 名 กุ้งฝอยตากแห้ง
虾仁（蝦仁）xiārén 名 กุ้งที่แกะเอาหัวและเปลือกออก
虾子（蝦子）xiāzǐ 名 ไข่กุ้ง
瞎 xiā 动 บอด 副 ส่งเดช
瞎扯 xiāchě 动 พูดสะเปะสะปะ ; พูดส่งเดช
瞎话（瞎話）xiāhuà 名 คำพูดโกหกพกลม
瞎闹（瞎鬧）xiānào 动 ทำอย่างสุ่มสี่สุ่มห้า
瞎说（瞎説）xiāshuō 动 พูดส่งเดช
瞎眼 xiāyǎn 动 ตาบอด
瞎子xiā•zi 名 คนตาบอด
匣子 xiá•zi 名 ตลับ ; กล่อง
侠（俠）xiá 名 ผู้กล้าหาญที่ชอบปราบคนชั่วช่วยคนดี ; จิตใจกล้าหาญที่ชอบปราบคนชั่วช่วยคนดี
侠客（俠客）xiákè 名 ผู้กล้าหาญที่ชอบปราบคนชั่วช่วยคนดี
侠义（俠義）xiáyì 形 จิตใจกล้าหาญที่ชอบปราบคนชั่วช่วยคนดี
狎昵 xiánì 形 ตีสนิทเกินควรและท่าทีเหลาะแหละ
峡（峽）xiá 名 ช่องเขา
峡谷（峽谷）xiágǔ 名 ช่องเขาที่สายน้ำไหลผ่าน
狭（狹）xiá 形 แคบ
狭隘（狹隘）xiá'ài 形 คับแคบ ; ใจแคบ
狭长（狹長）xiácháng 形 แคบยาว
狭小（狹小）xiáxiǎo 形 แคบ
狭义（狹義）xiáyì 名 〈语〉 ความหมายในวงแคบ
狭窄（狹窄）xiázhǎi 形 แคบ
遐想 xiáxiǎng 动 คิดไปไกล ; จินตนาการไปไกล
遐迩 xiá'ěr 名〈书〉 ไกลและใกล้ ; ทุกแห่งหน
瑕疵 xiácī 名 มลทิน ; ความด่างพร้อย
暇 xiá 名 เวลาว่าง
辖区（轄區）xiáqū 名 เขตใต้สังกัด
霞 xiá 名 แสงเงินแสงทอง ; แสงสายัณห์
霞光 xiáguāng 名 แสงเงินแสงทอง
黠慧 xiáhuì 形〈书〉 เฉลียวฉลาดและมีเล่ห์เหลี่ยม
下 xià 动 ลง ; เลิก 名 ล่าง ; ใต้ 量 ที ; ครั้ง
下巴 xià•ba 名 〈生理〉 คาง
下巴颏儿（下巴頦兒）xià•bakēr 〈口〉 คาง
下摆（下擺）xiàbǎi 名 ชายเสื้อ
下班 xiàbān 动 เลิกงาน
下半旗 xià bànqí 动 ลดธงครึ่งเสา
下辈子 xià bèi•zi 名 ชาติหน้า
下笔（下筆）xiàbǐ 动 ลงมือเขียน
下边（下邊）xià•bian 名 ข้างล่าง
下部 xiàbù 名 ส่วนล่าง ; ภาคปลาย
下操 xiàcāo 动 เลิกฝึกภาคสนาม
下策 xiàcè 名 วิธีที่เลว ; แผนการที่ไม่ฉลาด
下层（下層）xiàcéng 名 ชั้นล่าง
下场（下場）xiàchǎng 动 〈剧〉 (นักแสดง) ลงจากหน้าเวที ; 〈体〉 (นักกีฬา) ออกจากสนาม 名 จุดจบ
下沉 xiàchén 动 อับปาง
下乘 xiàchéng 名 〈宗〉 (ศาสนาพุทธ) นิกายหินยาน ; (งานศิลปวรรณกรรม) เกรดชั้นต่ำ
下船 xiàchuán 动 ขึ้นฝั่ง (จากเรือ)
下垂 xiàchuí 动 ห้อยลง
下达（下達）xiàdá 动 ถ่ายทอด (คำสั่ง) ไปยังหน่วยงานใต้บังคับบัญชา
下蛋 xiàdàn 动 〈动〉 ออกไข่
下等 xiàděng 形 ชั้นต่ำ ; คุณภาพเลว
下地 xiàdì 动 〈农〉 ลงนา ; ลงจากเตียงนอนเดินได้
下跌 xiàdiē 动 (ราคา ดัชนี ฯลฯ) ตก

下颚（下顎）xià'è 名 〈生理〉 ขากรรไกรล่าง

下饭（下飯）xiàfàn 动 ทานกับข้าวสวย 形 เหมาะที่จะทานกับข้าวสวย

下方 xiàfāng 名 ที่ซึ่งอยู่ต่ำลงไป

下放 xiàfàng 动 มอบอำนาจบางอย่างให้ หน่วยงานเบื้องล่าง ; ส่งคนไปปฏิบัติงานยัง หน่วยงานเป็นต้น

下风（下風）xiàfēng 名 ใต้ลม ; เป็นรอง

下岗（下崗）xiàgǎng 动 (ทหาร) เลิกเฝ้ายาม ; ว่างงาน

下个月（下個月）xiàgèyuè 名 เดือนหน้า

下工 xiàgōng 动 เลิกงาน (ส่วนใหญ่หมายถึงการใช้ แรงกาย)

下功夫 xià gōng·fu ทุ่มเทเวลาและกำลังวังชา

下跪 xiàguì 动 คุกเข่า

下海 xiàhǎi 动 ลงทะเล (ว่ายน้ำ) ; (ชาวประมง) ออกทะเล (จับปลา) ; อุปมา ลาออกจากงานเดิม เพื่อทำธุรกิจใหม่

下滑 xiàhuá 动 (ผลงาน คุณภาพ ฯลฯ) ตก ; ตกต่ำ

下级（下級）xiàjí 名 ผู้อยู่ใต้บังคับบัญชา ; หน่วย ใต้บังคับบัญชา

下贱（下賤）xiàjiàn 形 ต่ำต้อย ; ต่ำทราม

下降 xiàjiàng 动 ลง ; ลดลง

下脚 xiàjiǎo 动 เหยียบเท้า

下脚料 xiàjiǎoliào 名 เศษวัสดุ

下酒 xiàjiǔ 动 แกล้มเหล้า

下决心 xiàjuéxīn 动 ตัดสินใจ

下课（下課）xiàkè 动 เลิกเรียน

下来（下來）xià·lái 动 ลงมา

下列 xiàliè 形 ดังต่อไปนี้

下令 xiàlìng 动 ออกคำสั่ง

下流 xiàliú 名 กระแสน้ำตอนล่าง 形 หยาบคาย

下楼（下樓）xiàlóu 动 ลงมาจากตึก

下落 xiàluò 名 ที่อยู่ของคนหรือสิ่งของซึ่งสูญหาย ไป

下马（下馬）xiàmǎ 动 ลงจากหลังม้า ; เลิกล้ม

下面 xiàmiàn 名 ข้างล่าง

下品 xiàpǐn 名 สิ่งของคุณภาพต่ำ

下坡 xiàpō 动 ทางลาดลง ; ทางเสื่อมทรุด

下坡路 xiàpōlù 名 ทางลาดลง ; ทางเสื่อมทรุด

下铺（下鋪）xiàpù 名 เตียงนอนชั้นล่าง (ของ เตียงสองชั้นหรือสามชั้น)

下期 xiàqī 名 ระยะเวลาที่กำหนดระยะต่อไป ; (วารสาร) ฉบับหน้า ; (ชั้นฝึกอบรม) รุ่นต่อไป

下棋 xiàqí 动 เล่นหมากรุก

下情 xiàqíng 名 สภาพของผู้ใต้บังคับบัญชา หรือไพร่ฟ้าข้าแผ่นดิน

下去 xià·qù 动 ลงไป ; ต่อไป

下山 xiàshān 动 ลงจากภูเขา

下身 xiàshēn 名 ร่างกายท่อนล่าง ; อวัยวะสืบพันธุ์

下生 xiàshēng 动 〈方〉 คลอดออกมา

下士 xiàshì 名 〈军〉 สิบตรี

下手 xiàshǒu 动 ลงมือ (ทำ) 名 ผู้ช่วย

下属（下屬）xiàshǔ 名 บุคคลหรือหน่วยงาน ที่อยู่ใต้บังคับบัญชา

下述 xiàshù 形 ดังจะกล่าวต่อไป

下水 xiàshuǐ 动 ลงน้ำ ; แล่น (เรือ) ตามน้ำ

下水道 xiàshuǐdào 名 ท่อระบายน้ำ

下水 xià·shui 名 เครื่องใน (เช่นตับ ไต ไส้ ฯลฯ ซึ่งใช้ทำเป็นอาหารได้)

下榻 xiàtà 动 พักแรม

下台（下臺）xiàtái 动 ลงจากเวที ; ออก จากตำแหน่ง

下体（下體）xiàtǐ 名 ร่างกายท่อนล่าง ; อวัยวะสืบพันธุ์

下调（下調）xiàtiáo 动 ปรับต่ำลง

下同 xiàtóng 动 คำนี้ในข้อความต่อไปจะมีความ หมายเช่นเดียวกัน (ใช้ในเชิงอรรถ)

下头（下頭）xià·tou 名 ข้างล่าง ; ใต้

下网（下網）xiàwǎng 动 〈计〉 เลิกเล่น อินเตอร์เน็ต

下文 xiàwén 名 ข้อความต่อไป

下午 xiàwǔ 名 ตอนบ่าย

下弦 xiàxián 名 〈天〉 แรม ๗ ค่ำหรือ ๘ ค่ำ

下限 xiàxiàn 名 ขีดจำกัดต่ำสุด

下乡（下鄉）xiàxiāng 动 ไปชนบท

X

下泻（下瀉）xiàxiè 动〈医〉ท้องร่วง

下雪 xiàxuě 动 หิมะตก

下旬 xiàxún 名 ปลายเดือน (วันที่ 20-30 หรือ 31)

下野 xiàyě 动 ถูกบังคับให้ออกจากตำแหน่งการปกครอง

下一步 xiàyībù 名 ก้าวต่อไปอีกก้าวหนึ่ง

下一代 xiàyīdài 名 คนรุ่นหลัง ; รุ่นต่อไป

下意识（下意識）xiàyì·shí 名〈心理〉จิตใต้สำนึก 副 โดยไม่รู้ตัว

下议院（下議院）xiàyìyuàn 名 สภาล่าง

下游 xiàyóu 名 กระแสน้ำตอนล่าง

下载（下載）xiàzài 动〈计〉ดาวน์โหลด (*download*) ; บรรจุลง ; รับไฟล์

下葬 xiàzàng 动 ฝังศพ

下肢 xiàzhī 名〈生理〉ขาและเท้า

下种（下種）xiàzhǒng 动〈农〉หว่านเมล็ดพันธุ์

下周 xiàzhōu 名 สัปดาห์หน้า ; อาทิตย์หน้า

下装（下裝）xiàzhuāng 动〈剧〉(นักแสดง) ถอดชุดแสดง

下坠（下墜）xiàzhuì 动〈医〉ท้องเกิดถ่วงหนัก ; ตกลงมา

下作 xià·zuo 形 เลวทรามต่ำช้า 名〈方〉กินอย่างตะกละตะกลาม ; ผู้ช่วย

吓（嚇）xià 动 ขู่

吓唬（嚇唬）xià·hu 动 ขู่ ; ข่มขวัญ

吓人（嚇人）xiàrén 形 น่ากลัว

夏 xià 名 ฤดูร้อน

夏布 xiàbù 名 ผ้าใยป่าน

夏季 xiàjì 名 ฤดูร้อน ; หน้าร้อน

夏粮（夏糧）xiàliáng 名 ธัญพืชที่เก็บเกี่ยวหน้าร้อน

夏令 xiàlìng 名〈气〉หน้าร้อน ; อากาศหน้าร้อน

夏令时（夏令時）xiàlìngshí 名 ระบบเวลาที่กำหนดใช้เฉพาะฤดูร้อน

夏令营（夏令營）xiàlìngyíng 名 ค่ายฤดูร้อน

夏眠 xiàmián 名 (สัตว์จำพวกหนึ่ง) จำศีลในหน้าร้อน

夏日 xiàrì 名 หน้าร้อน

夏时制（夏時制）xiàshízhì 名 ระบบเวลาที่กำหนดใช้เฉพาะฤดูร้อน

夏收 xiàshōu 动〈农〉การเก็บเกี่ยวในฤดูร้อน

夏天 xiàtiān 名 หน้าร้อน

夏娃 Xiàwá 名〈宗〉อีฟ (*Eve*)

夏装（夏裝）xiàzhuāng 名 เสื้อผ้าฤดูร้อน

仙 xiān 名 เซียน ; เทวดา

仙丹 xiāndān 名 ยาวิเศษ

仙鹤（仙鶴）xiānhè 名〈动〉นกกระเรียน

仙境 xiānjìng 名 เมืองแมนแดนสวรรค์

仙女 xiānnǚ 名 นางฟ้า ; เทพธิดา

仙女座 xiānnǚzuò 名〈天〉หมู่ดาวแอนดรอมิดา (*Andromeda*)

仙人 xiānrén 名 เซียน ; เทวดา

仙人掌 xiānrénzhǎng 名〈植〉ต้นกระบองเพชร

仙逝 xiānshì 动〈婉〉สู่สุคติ (ถึงแก่กรรม)

仙子 xiānzǐ 名 นางฟ้า ; เทวดา

先 xiān 副 ก่อน 名 รุ่นก่อน

先辈（先輩）xiānbèi 名 คนรุ่นก่อน

先导（先導）xiāndǎo 动 นำทาง 名 ผู้นำทาง

先睹为快（先睹爲快）xiāndǔ-wéikuài〈成〉พอใจที่ได้ชมก่อนคนอื่น ๆ

先发制人（先發制人）xiānfā-zhìrén〈成〉ลงมือก่อนเพื่อปราบให้แพ้

先锋（先鋒）xiānfēng 名 กองหน้า

先河 xiānhé 名 สิ่งที่ริเริ่มขึ้น

先后（先後）xiānhòu 名 ก่อนหลัง 副 ทยอยกัน

先见之明（先見之明）xiānjiànzhīmíng〈成〉ทัศนาการล่วงหน้า ; มองการณ์ไกล ; ความคิดลึกซึ้งเกี่ยวกับเหตุการณ์ข้างหน้า

先进（先進）xiānjìn 形 ก้าวหน้า

先决 xiānjué 形 (เงื่อนไข ปัญหา ฯลฯ) ที่จะต้องแก้ไขไว้ก่อน

先礼后兵（先禮後兵）xiānlǐ-hòubīng〈成〉เจรจากันด้วยเหตุผลก่อน เมื่อล้มเหลวจึงใช้กำลัง

先例 xiānlì 名 แบบอย่างที่มีมาก่อน

先烈 xiānliè 名 วีรชนผู้พลีชีพ

先令 xiānlìng 名 ชิลลิง (*shilling*)

X

先期 xiānqī 名 ล่วงหน้า ; ก่อน
先前 xiānqián 名 เมื่อก่อน
先遣 xiānqiǎn 形 (บุคคลหรือหน่วยงาน) ที่ถูกส่งล่วงหน้าไปก่อน
先遣队（先遣隊）xiānqiǎnduì 名 กองระวังหน้า
先驱（先驅）xiānqū 名 ผู้เบิกทาง ; ผู้ริเริ่ม ; การกระทำเบื้องต้น
先驱者（先驅者）xiānqūzhě 名 ผู้เบิกทาง ; ผู้ริเริ่ม
先人 xiānrén 名 บรรพบุรุษ ; บิดาผู้ล่วงลับไปแล้ว
先入为主（先入爲主）xiānrù-wéizhǔ 〈成〉 สิ่งที่ได้ยินหรือได้เห็นเป็นอันดับแรกมักจะส่งผลให้เกิดความคิดหรือภาพจำที่ทำให้เพิกเฉยหรือไม่ยอมรับสิ่งที่เห็นหรือเกิดตามมา
先声夺人（先聲奪人）xiānshēng-duórén 〈成〉 สร้างอานุภาพขู่ขวัญไว้ก่อน
先生 xiān•sheng 名 อาจารย์; คุณ ; ซินแส ; สรรพนามบุรุษที่สามที่ใช้เรียกสามีของตนหรือสามีของผู้อื่น
先世 xiānshì 动 บรรพบุรุษ ; บรรพชน
先天 xiāntiān 名 เป็นมาแต่กำเนิด
先天不足 xiāntiān-bùzú 〈成〉ไม่สมบูรณ์มาแต่กำเนิด
先天观念（先天觀念）xiāntiān guānniàn 〈哲〉 มโนคติแต่กำเนิด
先天性 xiāntiānxìng 名 ลักษณะที่เป็นมาแต่กำเนิด
先头（先頭）xiāntóu 形 ที่อยู่ข้างหน้า ; แต่ก่อน
先行 xiānxíng 动 เดินนำหน้า ; ดำเนินการก่อน
先行者 xiānxíngzhě 名 ผู้ริเริ่มส่งเสริมการก่อน
先验（先驗）xiānyàn 名 〈哲〉 บุริมภาพ
先验论（先驗論）xiānyànlùn 名 〈哲〉 ว่าด้วยบุริมภาพ ; อะไพรออริสม์ (*apriorism*)
先兆 xiānzhào 名 นิมิตหมาย
先哲 xiānzhé 名 นักปราชญ์รุ่นก่อน
先知 xiānzhī 名 ผู้ที่รู้เหตุการณ์ล่วงหน้า ; นักพยากรณ์ ; 〈宗〉 ศาสดาพยากรณ์ของศาสนาอิสลาม
纤尘不染（纖塵不染）xiānchén-bùrǎn 〈成〉 ไม่แปดเปื้อนแม้แต่ละอองฝุ่น
纤度（纖度）xiāndù 名 〈纺〉 เบอร์เส้นใย ; ขนาดเส้นใย
纤毛虫（纖毛蟲）xiānmáochóng 名 〈动〉 อินฟิวซอเรียน (*infusorian*) (สัตว์จำพวกเซลล์เดียวที่มีมาดั้งเดิมที่สุดชนิดหนึ่ง)
纤巧（纖巧）xiānqiǎo 形 เล็กกะทัดรัด
纤弱（纖弱）xiānruò 形 บอบบางและอ่อนแอ
纤瘦（纖瘦）xiānshòu 形 ผอมบอบบาง
纤维（纖維）xiānwéi 名 ใย ; ไฟเบอร์ (*fibre*)
纤维板（纖維板）xiānwéibǎn 名 〈工〉 ไม้กระดานไฟเบอร์
纤维素（纖維素）xiānwéisù 名 〈化〉 เซลลูโลส (*cellulose*)
纤细（纖細）xiānxì 形 เล็กเป็นฝอย ; เล็กบอบบาง
纤纤（纖纖）xiānxiān 形 〈书〉 เรียวแหลม
氙灯（氙燈）xiāndēng 名 ตะเกียงแก๊สเซนอน (*xenon lamp*)
氙气（氙氣）xiānqì 名 〈化〉 ธาตุเซนอน (*xenon*)
掀 xiān 动 เปิด ; เลิก ; พลิก
掀动（掀動）xiāndòng 动 ก่อให้เกิด ; เคลื่อนไหว
掀起 xiānqǐ 动 เปิดออก ; ก่อให้เกิด
酰基 xiānjī 名 〈化〉 สารแอซิล (*acyl*)
锨（鍁）xiān 名 พลั่ว
鲜（鮮）xiān 形 สด
鲜果（鮮果）xiānguǒ 名 ผลไม้สด
鲜红（鮮紅）xiānhóng 形 แดงสด
鲜花（鮮花）xiānhuā 名 ดอกไม้สด
鲜活（鮮活）xiānhuó 形 แจ่มชัดและมีชีวิตชีวา
鲜货（鮮貨）xiānhuò 名 (ผลไม้ ผัก อาหารทะเล ฯลฯ) ของสด
鲜亮（鮮亮）xiān•liang 形 〈方〉 สดใส ; แจ่มชัด
鲜美（鮮美）xiānměi 形 (ผลไม้ ผัก ฯลฯ) สดอร่อย ; 〈书〉 งามสดใส
鲜明（鮮明）xiānmíng 形 (สี) สดใส ; แจ่มชัด
鲜嫩（鮮嫩）xiānnèn 形 สดอ่อน
鲜血（鮮血）xiānxuè 名 เลือด
鲜艳（鮮艷）xiānyàn 形 สวยสดงดงาม
暹罗 Xiānluó 名 สยาม
闲（閑）xián 形 ว่าง
闲扯（閑扯）xiánchě 动 คุยเล่น ; คุยเรื่อง

X

สัพเพเหระ

闲荡（閑蕩）xiándàng 动 เดินเตร่

闲工夫（閑工夫）xiángōng·fu 名 เวลาว่าง

闲逛（閑逛）xiánguàng 动 เดินเที่ยวเตร่

闲话（閑話）xiánhuà 名 คำคุยเล่น ; คำนินทา

闲居（閑居）xiánjū 动 อยู่ว่าง ๆ

闲空（閑空）xiánkòng 名 เวลาว่าง ; ยามว่าง

闲聊（閑聊）xiánliáo 动 คุยเล่น

闲人（閑人）xiánrén 名 ผู้ที่ไม่มีกิจ

闲散（閑散）xiánsǎn 形 อยู่ว่าง ๆ และเป็นอิสระ ; ไม่ได้ใช้งาน

闲事（閑事）xiánshì 名 เรื่องที่ไม่เกี่ยวกับตัวเอง ; เรื่องไม่สำคัญ

闲书（閑書）xiánshū 名 หนังสืออ่านเล่น

闲谈（閑談）xiántán 动 คุยกันเล่น

闲暇（閑暇）xiánxiá 名 ยามว่าง

闲心（閑心）xiánxīn 名 อารมณ์ว่าง ; ความห่วงใยที่ไม่จำเป็น

闲职（閑職）xiánzhí 名 ตำแหน่งที่ไม่ค่อยมีงานทำ

闲置（閑置）xiánzhì 动 ทิ้งไว้ไม่ใช้

贤达（賢達）xiándá 名 ปรีชาสามารถ ; ผู้ทรงคุณวุฒิและเกียรติศักดิ์

贤惠（賢惠）xiánhuì 形 (สตรี) เพียบพร้อมด้วยศีลธรรม ; (สตรี) ใจดีและรู้เรื่อง

贤良（賢良）xiánliáng 形 〈书〉 มีความรู้ความสามารถและยึดถือในคุณธรรม 名 ผู้มีความรู้ความสามารถยึดถือในศีลธรรม

贤明（賢明）xiánmíng 形 ปรีชาสามารถ

贤能（賢能）xiánnéng 形 มีคุณธรรมและความสามารถ

贤妻良母（賢妻良母）xiánqī-liángmǔ 〈成〉 (เป็นทั้ง)ภรรยาที่ดีและคุณแม่ตัวอย่าง

贤人（賢人）xiánrén 名 ผู้มีความรู้ความสามารถและยึดถือในคุณธรรม

贤淑（賢淑）xiánshū 形〈书〉 (สตรี) เพียบพร้อมด้วยศีลธรรมอันดีงาม

贤哲（賢哲）xiánzhé 形 〈书〉 เปี่ยมพร้อมไปด้วยจริยธรรมและสติปัญญา 名 ปรัชญาเมธี

弦 xián 名 สายธนู ; 〈乐〉 สายเครื่องดนตรี เช่น สายซออู้ สายกีตาร์ ฯลฯ

弦外之音 xiánwàizhīyīn 〈成〉 ความหมายนอกคำพูด

弦乐器（弦樂器）xiányuèqì 名 〈乐〉 เครื่องดนตรีประเภทสาย

弦子 xián·zi 名 〈乐〉 ซอสามสาย

咸（鹹）xián 形 เค็ม ; 〈书〉 ทั้งหมด

咸菜（鹹菜）xiáncài 名 ผักเค็ม ; ผักดอง

咸肉（鹹肉）xiánròu 名 เนื้อเค็ม

咸水湖（鹹水湖）xiánshuǐhú 名 ทะเลสาบน้ำเค็ม

咸鱼（鹹魚）xiányú 名 ปลาเค็ม

涎皮赖脸（涎皮賴臉）xiánpí-làiliǎn 〈成〉 เซ้าซี้ร่ำไป

涎水 xiánshuǐ 名 〈方〉 น้ำลาย

娴静（嫻静）xiánjìng 形 สงบเสงี่ยมและสุภาพเรียบร้อย

娴熟（嫻熟）xiánshú 形 ช่ำชอง

衔（銜）xián 动 คาบ 名 ยศ

衔接（銜接）xiánjiē 动 คาบเกี่ยว

舷 xián 名 แคมเรือ ; กราบเรือ

舷窗 xiánchuāng 名 หน้าต่างเคบินบนเครื่องบินหรือเรือโดยสาร

嫌 xián 名 ความระแวง ; ความแค้น 动 รังเกียจ

嫌弃 xiánqì 动 รังเกียจและไม่สนใจไยดี

嫌恶(嫌惡) xiánwù 动 เกลียด

嫌隙 xiánxì 名 ความเกลียดอันเกิดจากการไม่ลงรอยกันและความระแวงต่อกัน

嫌疑 xiányí 名 ถูกสงสัยในการกระทำบางอย่าง

嫌疑犯 xiányífàn 名 〈法〉 นักโทษผู้ต้องสงสัย

显（顯）xiǎn 动 ประจักษ์ ; แสดง ; มีชื่อเสียงและอำนาจ

显摆（顯擺）xiǎn·bai 动 〈方〉 อวด

显出（顯出）xiǎnchū 动 แสดงให้เห็น ; ปรากฏชัด

显达（顯達）xiǎndá 形 มีฐานะและชื่อเสียงในวงราชการ

显得（顯得）xiǎn·de 动 ปรากฏว่า ; ดูราวกับ ; ประหนึ่ง

显而易见（顯而易見）xiǎn'éryìjiàn 〈成〉 เป็นที่ประจักษ์ชัดแจ้ง

显贵(顯貴) xiǎnguì 形 สูงศักดิ์ (มีชื่อเสียงและอำนาจ) 名 ผู้สูงศักดิ์ (มีชื่อเสียงและอำนาจ)

显赫（顯赫）xiǎnhè 形 กระเดื่อง ; เด่น

显见（顯見）xiǎnjiàn 动 เห็นได้ชัด

显灵（顯靈）xiǎnlíng 动 (เทวดาหรือผี) สำแดงฤทธิ์

显露（顯露）xiǎnlù 动 ปรากฏให้เห็น

显明（顯明）xiǎnmíng 形 ชัดแจ้ง

显然（顯然）xiǎnrán 形 เห็นได้ชัด

显示（顯示）xiǎnshì 动 แสดงให้เห็น

显示器（顯示器）xiǎnshìqì 名 〈计〉 จอคอมพิวเตอร์ ; มอนิเตอร์ (*monitor*)

显微镜（顯微鏡）xiǎnwēijìng 名 〈物〉 กล้องจุลทรรศน์

显现（顯現）xiǎnxiàn 动 ปรากฏออก ; แสดงออก ; ประจักษ์

显像管（顯像管）xiǎnxiàngguǎn 名 〈电〉 หลอดภาพ

显形（顯形）xiǎnxíng 动 〈贬〉 ปรากฏร่างเดิม ; ปรากฏโฉมหน้าที่แท้จริง

显性（顯性）xiǎnxìng 形 〈动〉 〈植〉 ลักษณะที่มีอำนาจเหนือ ; ภาวะครอบงำ

显眼（顯眼）xiǎnyǎn 形 สะดุดตา

显要（顯要）xiǎnyào 形 เรืองอำนาจ 名 บุคคลเรืองอำนาจเด่นชัดและสำคัญ

显影（顯影）xiǎnyǐng 动 〈摄〉 ล้างฟิล์ม

显影剂（顯影劑）xiǎnyǐngjì 名 〈摄〉 น้ำยาล้างฟิล์ม

显著（顯著）xiǎnzhù 形 โดดเด่น

险（險）xiǎn 形 อันตราย ; โหดเหี้ยม

险恶（險惡）xiǎn'è 形 อันตราย ; โหดเหี้ยม

险峰（險峰）xiǎnfēng 名 ภูเขาสูงชัน

险境（險境）xiǎnjìng 名 ภาวะอันตราย ; สถานที่อันตราย

险峻（險峻）xiǎnjùn 形 (ภูเขา) สูงและอันตราย

险情（險情）xiǎnqíng 名 สภาพที่เต็มไปด้วยอันตราย

险胜（險勝）xiǎnshèng 动 เอาชนะได้อย่างหวุดหวิด

险些（險些）xiǎnxiē 副 แทบจะ

险要（險要）xiǎnyào 形 ทำเลสำคัญที่เต็มไปด้วยอันตราย

险阻（險阻）xiǎnzǔ 形 ถนนหนทางที่มีอันตรายกีดขวาง

铣铁（銑鐵）xiǎntiě 名 〈冶〉 เหล็กหล่อ

鲜为人知（鮮爲人知）xiǎnwéirénzhī 〈成〉 ไม่ค่อยมีคนรู้

藓（蘚）xiǎn 名 〈植〉 ตะไคร่น้ำ

苋菜（莧菜）xiàncài 名 〈植〉 ผักขม

县（縣）xiàn 名 อำเภอ

县城（縣城）xiànchéng 名 เมืองอันเป็นที่ตั้งอำเภอ

县长（縣長）xiànzhǎng 名 นายอำเภอ

现（現）xiàn 名 ปัจจุบัน 动 ปรากฏ 形 (เงิน) สด

现场（現場）xiànchǎng 名 สถานที่เกิดเหตุ; สถานที่ประกอบการ

现钞（現鈔）xiànchāo 名 เงินสด

现成（現成）xiànchéng 形 สำเร็จรูป ; มีอยู่แล้ว

现丑（現醜）xiànchǒu 动 ปล่อยไก่

现存（現存）xiàncún 动 (ที่) มีอยู่ปัจจุบัน

现代（現代）xiàndài 名 สมัยปัจจุบัน ; ยุคปัจจุบัน

现代化（現代化）xiàndàihuà 动 เป็นแบบทันสมัย

现货（現貨）xiànhuò 名 สินค้าที่มีอยู่

现今（現今）xiànjīn 名 ทุกวันนี้

现金（現金）xiànjīn 名 เงินสด

现款（現款）xiànkuǎn 名 เงินสด

现况（現况）xiànkuàng 名 สภาพปัจจุบัน

现钱（現錢）xiànqián 名 เงินสด

现任（現任）xiànrèn 动 เวลานี้ดำรงตำแหน่ง 形 ที่ดำรงตำแหน่ง...อยู่ในปัจจุบัน

现身说法（現身說法）xiànshēn-shuōfǎ 〈成〉 〈宗〉 (พระพุทธเจ้า) ปรากฏพุทธกายเพื่อแสดงธรรมเทศนา ; การเล่าประสบการณ์ของตนให้ผู้อื่นฟังเพื่อเป็นคติสอนใจ

X

现时（現時）xiànshí 名 เวลานี้

现实（現實）xiànshí 名 <哲> สภาพความเป็นจริง 形 สอดคล้องกับสภาพความเป็นจริง

现实主义（現實主義）xiànshí zhǔyì อัตถนิยม

现象（現象）xiànxiàng 名 ปรากฏการณ์

现行（現行）xiànxíng 形 บังคับใช้ในปัจจุบัน ; กำลังกระทำอยู่

现形（現形）xiànxíng 动 ปรากฏรูปร่างเดิม

现眼（現眼）xiànyǎn 动 ปล่อยไก่ ; เสียหน้า

现役（現役）xiànyì 名 (ทหาร) ประจำการ

现有（現有）xiànyǒu 动 มีอยู่ปัจจุบัน ; มีอยู่ขณะนี้ ; มีอยู่

现在（現在）xiànzài 名 ปัจจุบัน ; ขณะนี้

现职（現職）xiànzhí 名 ตำแหน่งปัจจุบัน

现状（現狀）xiànzhuàng 名 สภาพปัจจุบัน

限 xiàn 名 ขอบเขต 动 จำกัด

限定 xiàndìng 动 จำกัด

限度 xiàndù 名 ขีดจำกัด ; ขอบเขตจำกัด

限额（限額）xiàn'é 名 จำนวนจำกัด

限价（限價）xiànjià 动 ราคากำหนด

限量 xiànliàng 动 ปริมาณจำกัด

限令 xiànlìng 动 สั่งให้ดำเนินการภายในเวลากำหนด

限期 xiànqī 动 ระยะเวลากำหนด

限时（限時）xiànshí 动 จำกัดเวลา

限于 xiànyú 动 จำกัดอยู่ใน (ขอบเขตหรือเงื่อนไขบางอย่าง)

限制 xiànzhì 动 จำกัด

线 （綫）xiàn 名 เส้น ; ด้าย ; เส้นทาง

线材（綫材）xiàncái 名 <冶> ลวดโลหะ

线段（綫段）xiànduàn 名 <数> เส้นตรงระหว่างสองจุด

线路（綫路）xiànlù 名 <交> เส้นทาง ; <电> วงจร

线描（綫描）xiànmiáo 动 <工美> วาดเส้น

线圈（綫圈）xiànquān 名 <电> ขดลวด

线上（綫上）xiànshàng 形 ออนไลน์ (on-line)

线绳（綫繩）xiànshéng 名 เชือกที่ทำด้วยด้ายฝ้าย

线速度（綫速度）xiànsùdù 名 <物> ความเร็วเชิงเส้น

线索（綫索）xiànsuǒ 名 เบาะแส ; เค้าเงื่อน

线条（綫條）xiàntiáo 名 ลายเส้น ; เส้นโค้งเส้นเว้าของร่างกาย

线头（綫頭）xiàntóu 名 ปลายของด้าย ; เศษด้าย

线下（綫下）xiànxià 形 ออฟไลน์ (off-line)

线性（綫性）xiànxìng 名 <数> เชิงเส้น

线衣（綫衣）xiànyī 名 เสื้อที่ถักด้วยด้ายเส้นใหญ่

宪兵（憲兵）xiànbīng 名 สารวัตรทหาร

宪法（憲法）xiànfǎ 名 รัฐธรรมนูญ

宪章（憲章）xiànzhāng 名 กฎบัตร

宪政（憲政）xiànzhèng 名 การปกครองระบอบรัฐธรรมนูญ

陷 xiàn 动 ถล่ม ; ตกหลุม

陷害 xiànhài 动 ใส่ความ ; ให้ร้ายป้ายสี

陷阱 xiànjǐng 名 หลุมพราง ; กับดัก

陷坑 xiànkēng 名 หลุมพราง ; กับดัก

陷落 xiànluò 动 (แผ่นดิน) ถล่ม ; ถูกตีแตก

陷入 xiànrù 动 ตกอยู่ใน (สภาพที่ไม่ดี)

馅（餡）xiàn 名 ไส้ขนม

馅饼（餡餅）xiànbǐng 名 ขนมเปี๊ยะสอดไส้

馅儿（餡兒）xiànr 名 ไส้ขนม

羡慕 xiànmù 动 อิจฉา ; ชื่นชม

献（獻）xiàn 动 มอบ ; แสดงให้ดู

献策（獻策）xiàncè 动 เสนอแผนการ

献丑（獻醜）xiànchǒu 动 <谦> (คำพูดถ่อมตนในขณะที่แสดงฝีมือ) ขออภัยที่ฝีมืออ่อนหัด

献词（獻詞）xiàncí 名 คำอวยพร

献花（獻花）xiànhuā 动 มอบดอกไม้

献计（獻計）xiànjì 动 เสนอแผนการ

献礼（獻禮）xiànlǐ 动 มอบของขวัญ

献媚（獻媚）xiànmèi 动 ประจบสอพลอ

献身（獻身）xiànshēn 动 ถวายตัว ; สละชีวิต

献血（獻血）xiànxiě 动 บริจาคโลหิต

献艺（獻藝）xiànyì 动 แสดงฝีมือ

腺 xiàn 名 <生理> ต่อม

霰 xiàn 名 <气> ลูกเห็บที่อ่อนตัว

霰弹（霰彈）xiàndàn 名 <军> ลูกปราย

X

乡（鄉）xiāng 名 ชนบท ; บ้านเกิด ; ตำบล
乡巴佬（鄉巴佬）xiāng•balǎo 名 〈口〉 คนบ้านนอก
乡愁（鄉愁）xiāngchóu 名 ความคนึงคิดถึงบ้านเกิดเมืองนอนด้วยความรันทดใจ
乡村（鄉村）xiāngcūn 名 ชนบท
乡间（鄉間）xiāngjiān 名 ในชนบท ; ชนบท
乡里（鄉裏）xiānglǐ 名 หมู่บ้านซึ่งเป็นถิ่นที่อยู่ ; คนหมู่บ้านเดียวกัน ; ตำบล
乡亲（鄉親）xiāngqīn 名 คนหมู่บ้านเดียวกัน ; พี่ป้าน้าอา
乡情（鄉情）xiāngqíng 名 จิตใจที่ผูกพันกับบ้านเกิดเมืองนอน
乡思（鄉思）xiāngsī 名 ความคิดถึงบ้านเกิดเมืองนอน
乡土（鄉土）xiāngtǔ 名 ท้องถิ่น ; พื้นบ้าน
乡下（鄉下）xiāng•xia 名 〈口〉 ในชนบท ; ชนบท
乡下人（鄉下人）xiāng•xiarén 名 〈口〉 คนชนบท
乡音（鄉音）xiāngyīn 名 สำเนียงท้องถิ่น
乡长（鄉長）xiāngzhǎng 名 กำนัน
乡镇（鄉鎮）xiāngzhèn 名 ตำบลและเมืองเล็กซึ่งอยู่ภายใต้อำเภอ
相 xiāng 副 ซึ่งกันและกัน ; ดูด้วยตนเอง
相爱（相愛）xiāng'ài 动 รักใคร่ซึ่งกันและกัน
相安无事（相安無事）xiāng'ān-wúshì 〈成〉 อยู่ด้วยกันอย่างสันติ
相伴 xiāngbàn 动 อยู่เป็นเพื่อนกัน
相比 xiāngbǐ 动 เปรียบเทียบกัน
相比之下 xiāngbǐzhīxià เมื่อเปรียบเทียบกันแล้ว
相差 xiāngchà 动 แตกต่างกัน
相称（相稱）xiāngchèn 形 คู่ควรกัน ; เหมาะสมกัน
相持 xiāngchí 动 ต่างฝ่ายต่างไม่ยอมกัน
相处（相處）xiāngchǔ 动 อยู่ร่วมกัน
相传（相傳）xiāngchuán 动 ถ่ายทอดต่อ ๆ มา
相当（相當）xiāngdāng 动 พอ ๆ กัน 形 เหมาะสม 副 พอสมควร
相当于 xiāngdāngyú 动 เท่ากับ
相得益彰 xiāngdé-yìzhāng 〈成〉 (สิ่งของหรือการกระทำใด ๆ) เมื่อนำมาประกอบกันเข้าให้ความดีปรากฏเด่นชัดขึ้น
相等 xiāngděng 动 เท่ากัน
相抵 xiāngdǐ 动 หักกลบลบกัน
相对（相對）xiāngduì 动 ตรงกันข้าม ; สัมพัทธ์ 形 ค่อนข้างจะ
相对而言（相對而言）xiānduì'éryán เมื่อเปรียบเทียบกันแล้ว ค่อนข้างจะ...
相对论（相對論）xiāngduìlùn 名 〈物〉 ทฤษฎีสัมพัทธภาพ ; 〈哲〉ทฤษฎีสัมพัทธภาพ
相反 xiāngfǎn 形 ตรงกันข้าม
相仿 xiāngfǎng 形 คล้ายกัน ; พอ ๆ กัน
相逢 xiāngféng 动 พบกัน
相符 xiāngfú 形 ลงรอยกัน
相辅相成（相輔相成）xiāngfǔ-xiāngchéng 〈成〉 อนุเคราะห์ซึ่งกันและกัน
相干 xiānggān 动 เกี่ยวข้องกัน (โดยทั่วไปจะใช้ในรูปปฏิเสธหรือคำถาม)
相隔 xiānggé 动 ห่างกัน ; คั่นกัน
相关（相關）xiāngguān 动 เกี่ยวพันกัน
相好 xiānghǎo 形 สนิทกัน 动 รักใคร่กัน
相互 xiānghù 副 ซึ่งกันและกัน
相会（相會）xiānghuì 动 พบกัน
相继（相繼）xiāngjì 副 ต่อ ๆ กันไป
相见（相見）xiāngjiàn 动 พบกัน
相见恨晚（相見恨晚）xiāngjiàn-hènwǎn 〈成〉 เสียดายที่ได้รู้จักกันช้าเกินไป
相间（相間）xiāngjiàn 动 สลับกัน
相交 xiāngjiāo 动 ตัดกัน ; คบกัน
相近 xiāngjìn 形 ใกล้กัน
相敬如宾（相敬如賓）xiāngjìng-rúbīn 〈成〉 (คู่สามีภรรยา) อ่อนน้อมนับถือกันเสมือนปฏิบัติต่อแขก
相距 xiāngjù 动 ห่างกัน
相连（相連）xiānglián 动 เชื่อมกัน
相配 xiāngpèi 形 คู่ควรกัน ; เหมาะสมกัน
相扑（相撲）xiāngpū 名 〈体〉 ซูโม่ (*sumo*) (กีฬาญี่ปุ่นชนิดหนึ่ง)

相亲相爱（相親相愛）xiāngqīn-xiāng'ài 〈成〉
　　รักใคร่สนิทสนมกัน

相劝（相勸）xiāngquàn 动 ตักเตือนขอร้อง

相让（相讓）xiāngràng 动 ต่างยินยอมกัน

相容 xiāngróng 动 ต่างยินยอมให้อภัยแก่กัน

相濡以沫 xiāngrú-yǐmò 〈成〉 การช่วยเหลือเกื้อกูล
　　กันตามกำลังที่พอมี เมื่อตกอยู่ในภาวะลำบากด้วยกัน

相商 xiāngshāng 动 ปรึกษากัน ; หารือกัน

相识（相識）xiāngshí 动 รู้จักกัน

相思 xiāngsī 动 คิดถึงด้วยความรักใคร่

相思病 xiāngsībìng 名 ไข้ใจ

相思鸟（相思鳥）xiāngsīniǎo 名 นกไลโอธริกซ์
　　ปากแดง (red-billed leiothrix)

相思子 xiāngsīzǐ 名 〈植〉 มะกล่ำ

相似 xiāngsì 形 คล้ายกัน

相似形 xiāngsìxíng 名 〈数〉 รูปปฏิภาค ; รูปคล้าย

相送 xiāngsòng 动 ส่ง (คนที่จะเดินทาง)

相提并论（相提并論）xiāngtí-bìnglùn 〈成〉
　　นำบุคคลหรือสรรพสิ่งซึ่งแตกต่างกันมาก
　　มากล่าวรวม ๆ กันหรือเปรียบเทียบกัน

相通 xiāngtōng 动 ทะลุถึงกัน ; (ใจ) ตรงกัน

相同 xiāngtóng 形 เหมือนกัน

相投 xiāngtóu 形 (ความรู้สึกนึกคิด) เข้ากันได้

相托 xiāngtuō 动 ไหว้วาน ; ฝากฝัง

相像 xiāngxiàng 形 คล้ายคลึงกัน

相信 xiāngxìn 动 เชื่อ ; เชื่อถือ

相形 xiāngxíng 动 เปรียบเทียบกัน

相沿成习（相沿成習）xiāngyán-chéngxí 〈成〉
　　สืบทอดกันมาจนกลายเป็นประเพณีนิยม

相依为命（相依爲命）xiāngyī-wéimìng 〈成〉
　　พึ่งพาอาศัยกันเพื่อดำรงชีวิตต่อไป

相宜 xiāngyí 形 เหมาะ

相应（相應）xiāngyìng 动 สัมพันธ์กัน ; คล้อย
　　ตามกัน

相与（相與）xiāngyǔ 动 คบกัน

相遇 xiāngyù 动 เจอกัน (โดยบังเอิญ)

相约（相約）xiāngyuē 动 นัดกัน

相知 xiāngzhī 动 รู้ใจกัน

相助 xiāngzhù 动 ช่วยเหลือกัน

相左 xiāngzuǒ 形 ขัดแย้งกัน ; ตรงข้ามกัน

香 xiāng 形 หอม ; อร่อย 名 ธูป

香案 xiāng'àn 名 โต๊ะบูชา

香槟（香檳）xiāngbīn 名 เหล้าแชมเปญ (cham-
　　pagne)

香菜 xiāngcài 名 〈植〉 ผักชี

香草 xiāngcǎo 名 〈植〉 หญ้าหอม ; สวีทกราส
　　(sweet grass)

香肠（香腸）xiāngcháng 名 กุนเชียง ; ไส้กรอก

香椿 xiāngchūn 名 〈植〉 ต้นทูนจีน

香粉 xiāngfěn 名 แป้งทาหน้า ; เพาเดอร์ (powder)

香菇 xiānggū 名 เห็ดหอม

香瓜 xiāngguā 名 〈植〉 แตงไทย ; มัสก์เมลอน
　　(muskmelon)

香花 xiānghuā 名 ดอกไม้หอม

香蕉 xiāngjiāo 名 〈植〉 กล้วยหอม

香蕉水 xiāngjiāoshuǐ 名 〈化〉 น้ำมันกล้วยหอม

香精 xiāngjīng 名 หัวน้ำหอม

香料 xiāngliào 名 เครื่องเทศ ; เครื่องหอม

香茅 xiāngmáo 名 〈植〉 ตะไคร้

香喷喷（香噴噴）xiāngpēnpēn 形 หอมกรุ่น

香气（香氣）xiāngqì 名 กลิ่นหอม

香水 xiāngshuǐ 名 น้ำหอม

香酥鸡（香酥鷄）xiāngsūjī 名 ไก่หอมกรอบ

香甜 xiāngtián 形 หอมหวาน ; (หลับ) สบาย

香味 xiāngwèi 名 กลิ่นหอม

香烟 xiāngyān 名 บุหรี่ ; ควันธูปเทียนหรือบุหรี่

香油 xiāngyóu 名 น้ำมันงา

香皂 xiāngzào 名 สบู่หอม

香脂 xiāngzhī 名 ครีมบำรุงผิว

厢 xiāng 名 ห้องข้าง ; ตู้ (รถ)

箱 xiāng 名 หีบ ; ลัง

箱包 xiāngbāo 名 กระเป๋า (คำเรียกรวมกระเป๋า
　　ชนิดต่าง ๆ)

箱子 xiāng•zi 名 หีบ

襄理 xiānglǐ 名 〈旧〉〈书〉 ผู้ช่วยผู้จัดการ

襄助 xiāngzhù 动 〈书〉 ช่วย

镶（鑲）xiāng 动 เลี่ยม ; ฝัง (เพชร พลอย)

镶边（鑲邊）xiāngbiān 动 เลี่ยมขอบ

镶嵌（鑲嵌）xiāngqiàn 动 ฝังประดับ

镶牙（鑲牙）xiāngyá 动 〈医〉 ใส่ฟันปลอม

详（詳）xiáng 形 ละเอียด ; ชัดแจ้ง

详尽（詳盡）xiángjìn 形 ละเอียดถี่ถ้วน

详明（詳明）xiángmíng 形 ละเอียดและแจ่มแจ้ง

详情（詳情）xiángqíng 名 สภาพรายละเอียด

详述（詳述）xiángshù 动 บอกเล่าอย่างละเอียด

详图（詳圖）xiángtú 名 แผนผังละเอียด ; แผนที่ละเอียด

详细（詳細）xiángxì 形 ละเอียด

降伏 xiángfú 动 พิชิต ; กำราบ

降服 xiángfú 动 ยอมศิโรราบ ; ยอมจำนน

祥和 xiánghé 形 กลมกลืนและเป็นสิริมงคล

祥瑞 xiángruì 名 สวัสดิมงคล

翔实（翔實）xiángshí 形 (ข้อมูล ฯลฯ) ละเอียดและถูกต้อง

享 xiǎng 动 เสพสุข

享福 xiǎngfú 动 เสวยสุข

享乐（享樂）xiǎnglè 动 เสพสุข (มักใช้ในความหมายทางลบ)

享年 xiǎngnián 名 〈敬〉 มีอายุได้... (ใช้เป็นคำที่แสดงความเคารพต่อผู้ล่วงลับ)

享受 xiǎngshòu 动 เสพสุข ; ได้รับ...อย่างน่าพึงพอใจ ; เสวยสุข

享用 xiǎngyòng 动 ใช้ (หรือรับ) อย่างอิ่มอกอิ่มใจ

享有 xiǎngyǒu 动 ได้รับ...จากสังคม

响（響）xiǎng 动 ดัง 形 เสียงดัง

响彻云霄（響徹雲霄）xiǎngchè-yúnxiāo 〈成〉 ดังก้องสะท้านฟ้า

响动（響動）xiǎng•dong 名 เสียงเคลื่อนไหว

响度（響度）xiǎngdù 名 〈物〉 ความดัง

响亮（響亮）xiǎngliàng 形 ดังกังวาน

响起（響起）xiǎngqǐ 动 (เสียง) ดังขึ้น

响器（響器）xiǎngqì 名 〈乐〉 เครื่องดนตรีประเภทเคาะหรือตี เช่น กลอง ฉิ่ง ฆ้อง ฯลฯ

响声（響聲）xiǎngshēng 名 เสียงดัง

响尾蛇（響尾蛇）xiǎngwěishé 名 〈动〉 งูกะปะ

响应（響應）xiǎngyìng 动 ขานรับ ; ตอบสนอง

饷（餉）xiǎng 动 〈书〉 เลี้ยงเหล้าและอาหาร 名 〈旧〉 เงินเดือน (สำหรับทหารและตำรวจ)

飨 xiǎng 动〈书〉 เลี้ยงต้อนรับ ; เชิญเสพความสุข

想 xiǎng 动 คิด

想必 xiǎngbì 副 คงจะ ; น่าจะ

想不到 xiǎng•budào 动 คิดไม่ถึง ; นึกไม่ถึง ; คาดคิดไม่ถึง

想不开（想不開）xiǎng•bukāi 动 ปลงไม่ตก

想当然（想當然）xiǎngdāngrán 动 คิดเอาเอง

想到 xiǎngdào 动 นึกถึง ; คิดไปถึง

想得到 xiǎng•dedào 动 จะไปนึกได้เลยว่า (ใช้ในรูปย้อนถาม)

想得开（想得開）xiǎng•dekāi 动 ปลงตก

想法 xiǎngfǎ 动 คิดหาทาง

想法 xiǎng•fǎ 名 ความคิดเห็น

想方设法（想方設法）xiǎngfāng-shèfǎ 〈成〉 พยายามคิดหาทาง

想见（想見）xiǎngjiàn 动 มองเห็น ; นึกดูแล้วก็พอจะรู้

想来（想來）xiǎnglái 动 คิดว่า

想念 xiǎngniàn 动 คิดถึง

想起 xiǎngqǐ 动 นึกออก ; คิดขึ้นมา ; คิดออก

想入非非 xiǎngrùfēifēi 〈成〉 คิดเพ้อเจ้อ

想头（想頭）xiǎng•tou 名 〈口〉 ความหวัง ; ความคิด

想象 xiǎngxiàng 动 จินตนาการ

想象力 xiǎngxiànglì 名 ความสามารถในการจินตนาการ

向 xiàng 名 ทิศทาง 动 เข้าข้าง

向背（嚮背）xiàngbèi 动 สนับสนุนหรือคัดค้าน

向导（嚮導）xiàngdǎo 动 นำทาง 名 ผู้นำทาง ; มัคคุเทศก์

向来（向來）xiànglái 副 แต่ไหนแต่ไร

向量（嚮量）xiàngliàng 名 〈数〉 เส้นสมมุติหรือลูกศรสมมุติที่แสดงปริมาณและทิศทาง

向前 xiàngqián 动 ไปข้างหน้า

向日葵（嚮日葵）xiàngrìkuí 名 〈植〉

ดอกทานตะวัน

向上 xiàngshàng 动 มุ่งความก้าวหน้า ; ขึ้น

向往 xiàngwǎng 动 ใฝ่ฝัน

向心 xiàngxīn 动 〈物〉สู่ศูนย์กลาง

向心力 xiàngxīnlì 名 〈物〉แรงสู่ศูนย์กลาง

向学 xiàngxué 动 มุ่งแสวงหาความรู้

向阳（嚮陽）xiàngyáng 动 หันเข้าหาดวงอาทิตย์ ;
หันไปทางใต้

向隅（嚮隅）xiàngyú 动 〈书〉หันหน้าไปที่มุมห้อง
อุปมาว่า โดดเดี่ยวหรือผิดหวัง

向隅而泣（嚮隅而泣）xiàngyú'érqì 〈成〉
หันหน้าไปที่มุมห้อง และร้องไห้สะอึกสะอื้น
อุปมาว่า โดดเดี่ยวและผิดหวังมาก

向着 xiàng•zhe 动 หันเข้าหา ; เข้าข้าง

项（項）xiàng 名 〈书〉ก้านคอ 量 รายการ

项链（項鏈）xiàngliàn 名 สร้อยคอ

项目（項目）xiàngmù 名 โครงการ ; รายการ ;
โปรเจกต์ (project)

巷 xiàng 名 ซอย ; ตรอก

巷战（巷戰）xiàngzhàn 名 รบกันตามถนนและ
ซอกซอย

巷子 xiàng•zi 名 ตรอก ; ซอย

相 xiàng 名 โฉมหน้า 动 ช่วย ; ดู

相册 xiàngcè 名 อัลบั้มรูป

相机（相機）xiàngjī 名 กล้องถ่ายรูป

相貌 xiàngmào 名 โฉมหน้า ; ราศี

相面 xiàngmiàn 动 ดูราศีของใบหน้าเพื่อ
ทำนายโชคชะตา

相片儿（相片兒）xiàngpiānr 名 〈口〉
รูปถ่าย

相片 xiàngpiàn 名 รูปถ่าย

相声（相聲）xiàng•sheng 名 จำอวดจีน

相术（相術）xiàngshù 名 วิชาดูราศี ;
วิชาดูโหงวเฮ้ง (จีน)

相纸（相紙）xiàngzhǐ 名 〈摄〉กระดาษอัดรูป

象 xiàng 名 〈动〉ช้าง ; ปรากฏการณ์

象鼻虫（象鼻蟲）xiàngbíchóng 名 〈动〉ตัวด้วง

象棋 xiàngqí 名 หมากรุกจีน

象声词（象聲詞）xiàngshēngcí 名 〈旧〉คำเลียน
เสียง

象牙 xiàngyá 名 งาช้าง

象征（象徵）xiàngzhēng 动 เป็นสัญลักษณ์
名 สัญลักษณ์

象征性（象徵性）xiàngzhēngxìng 名 ซึ่งเป็น
สัญลักษณ์ ; ที่เป็นเครื่องหมาย

像 xiàng 名 รูป (ของคน) 动 เหมือน

像话（像話）xiànghuà 形 (คำพูดหรือการกระทำ)
มีเหตุผล

像样（像樣）xiàngyàng 形 เข้าท่า

像章 xiàngzhāng 名 เข็มกลัดรูปคน

橡胶（橡膠）xiàngjiāo 名 〈工〉ยางพารา

橡皮 xiàngpí 名 ยางลบ

橡皮膏 xiàngpígāo 名 〈医〉พลาสเตอร์

橡皮筋 xiàngpíjīn 名 ยางรัด ; ยางเส้น

橡皮泥 xiàngpíní 名 ดินน้ำมันสำหรับให้เด็กปั้นรูป

橡皮艇 xiàngpítǐng 名 เรือยาง

橡树（橡樹）xiàngshù 名 〈植〉ต้นโอ๊ค (oak)

枭首（梟首）xiāoshǒu 动 ตัดหัวเสียบประจาน

枭雄（梟雄）xiāoxióng 名 〈书〉ผู้เหี้ยมหาญและ
มักใหญ่ใฝ่สูง

削 xiāo 动 ปอก ; เหลา ; ตัด

骁勇（驍勇）xiāoyǒng 形 〈书〉องอาจกล้าหาญ

逍遥 xiāoyáo 形 อิสระเสรี

逍遥法外 xiāoyáo-fǎwài 〈成〉ลอยนวลอยู่
เหนือกฎหมาย

逍遥自在 xiāoyáo-zìzài 〈成〉ลอยนวลอยู่ตามสบาย

消 xiāo 动 หายไป ; กำจัด

消沉 xiāochén 形 ซึมเซา

消愁 xiāochóu 动 แก้กลุ้ม

消除 xiāochú 动 กำจัด

消毒 xiāodú 动 ฆ่าเชื้อ

消毒剂（消毒劑）xiāodújì 名 ยาฆ่าเชื้อ

消防 xiāofáng 动 ป้องกันอัคคีภัย ; ดับเพลิง

消防车（消防車）xiāofángchē 名 รถดับเพลิง

消费（消費）xiāofèi 动 บริโภคอุปโภค ; ใช้จ่าย

消费品（消費品）xiāofèipǐn 名 สิ่งบริโภคอุปโภค

X

消费维权（消費維權）xiāofèi wéiquán การปกป้องสิทธิผู้บริโภค ; การคุ้มครองสิทธิผู้บริโภค
消费者（消費者）xiāofèizhě 名 ผู้บริโภคอุปโภค
消耗 xiāohào 动 สิ้นเปลือง
消化 xiāohuà 动 〈生理〉 ย่อย
消化酶 xiāohuàméi 名 〈生理〉 เชื้อหมักย่อย
消火栓 xiāohuǒshuān 名 หัวก๊อกดับเพลิง
消极（消極）xiāojí 形 ไม่เป็นคุณ ; ไม่หวังก้าวหน้า ; ท้อถอย
消解 xiāojiě 动 ละลายหายไป ; หมดไป
消灭（消滅）xiāomiè 动 กำจัด ; สูญสลาย
消磨 xiāomó 动 ค่อย ๆ หมดไป ; ฆ่า (เวลา)
消气（消氣）xiāoqì 动 หายโกรธ
消遣 xiāoqiǎn 动 พักผ่อนหย่อนใจ 名 สันทนาการ
消融 xiāoróng 动 (น้ำแข็ง หิมะ ฯลฯ) ละลาย
消散 xiāosàn 动 (หมอก ควัน กลิ่น สิ่งนามธรรม ฯลฯ) สลายไป
消声器（消聲器）xiāoshēngqì 名 〈机〉 เครื่องเก็บเสียง
消失 xiāoshī 动 สูญหาย
消逝 xiāoshì 动 สูญหาย
消受 xiāoshòu 动 เสพสุข ; อดกลั้น
消瘦 xiāoshòu 形 ผอมลง
消亡 xiāowáng 动 ดับสูญ
消息 xiāo•xi 名 ข่าว
消炎 xiāoyán 动 〈医〉 แก้อักเสบ ; หายอักเสบ
消音 xiāoyīn 动 กำจัดเสียง
消音器 xiāoyīnqì 名 〈机〉 เครื่องกำจัดเสียง
消长（消長）xiāozhǎng 动 ลดลงหรือเพิ่มขึ้น
消肿（消腫）xiāozhǒng 动 〈医〉 แก้บวม ; หายบวม
宵禁 xiāojìn 动 ห้ามออกนอกบ้านในตอนกลางคืน ; เคอร์ฟิว (*curfew*)
宵夜 xiāoyè 动 รับประทานอาหารว่างยามดึก
萧瑟（蕭瑟）xiāosè 拟声 (เสียงลมพัดกระทบต้นไม้) กรอบแกรบ ๆ 形 วิเวกวังเวง
萧疏（蕭疏）xiāoshū 形 〈书〉 (ต้นไม้) หร็อมแหร็ม ; (บรรยากาศ) ซบเซา
萧索（蕭索）xiāosuǒ 形 เปล่าเปลี่ยวเดียวดายไร้ชีวิตชีวา
萧条（蕭條）xiāotiáo 形 ซบเซา
硝 xiāo 名 〈化〉 ดินประสิว
硝化 xiāohuà 名 〈化〉 การกลายเป็นสารผสมของดินประสิว
硝石 xiāoshí 名 ดินประสิว
硝酸 xiāosuān 名 〈化〉 กรดดินประสิว
硝烟 xiāoyān 名 ควันระเบิด
销（銷）xiāo 动 ละลาย ; จำหน่าย
销毁（銷毀）xiāohuǐ 动 เผาทำลาย ; ทำลายโดยกระบวนการหลอมเหลว
销魂（銷魂）xiāohún 动 เศร้ารันทดอย่างสุดหัวใจ ; เคลิบเคลิ้มด้วยความสุขอย่างสุดหัวใจ
销量（銷量）xiāoliàng 名 ปริมาณการจำหน่าย
销路（銷路）xiāolù 名 ลู่ทางการจำหน่าย
销售（銷售）xiāoshòu 动 จำหน่าย
销行（銷行）xiāoxíng 动 จำหน่าย
销赃（銷臟）xiāozāng 动 〈法〉 ทำลายหลักฐานที่เป็นของโจรหรือสินบน ; จำหน่ายของโจรหรือของที่เป็นสินบน
销账（銷賬）xiāozhàng 动 〈经〉 ตัดบัญชี
箫（簫）xiāo 名 〈乐〉 ขลุ่ย
潇洒（瀟灑）xiāosǎ 形 (อิริยาบถ บุคลิกลักษณะ) เป็นธรรมชาติและเป็นอิสระเสรี
嚣张（囂張）xiāozhāng 形 กำเริบเสิบสาน
小 xiǎo 形 เล็ก ; อนุ ; เด็ก
小白脸儿（小白臉兒）xiǎobáiliǎnr 〈口〉 หนุ่มผิวขาวและหน้าตาดี (มักจะใช้ในการหยอกล้อหรือดูถูก)
小半 xiǎobàn 数 ส่วนที่น้อยกว่าครึ่งหนึ่ง
小报（小報）xiǎobào 名 หนังสือพิมพ์ขนาดเล็ก
小报告（小報告）xiǎobàogào 名 〈贬〉 เรื่องคนอื่นซึ่งนำไปแอบรายงานต่อเจ้านาย
小便 xiǎobiàn 名 〈生理〉 ปัสสาวะ 动 ถ่ายปัสสาวะ
小辫儿（小辮兒）xiǎobiànr 名 เปีย
小辫子（小辮子）xiǎobiàn•zi 名 จุดอ่อน
小菜 xiǎocài 名 ผักดอง ; 〈口〉 กล้วย ๆ (ง่ายนิดเดียว)

X

小册子 xiǎocè•zi 名 หนังสือเล่มเล็ก
小产（小産）xiǎochǎn 动 〈医〉 แท้ง (ลูก)
小肠（小腸）xiǎocháng 名 〈生理〉 ลำไส้เล็ก
小车（小車）xiǎochē 名 รถเก๋ง ; รถเล็ก
小乘 xiǎochéng 名 〈宗〉 (ศาสนาพุทธ) นิกายหินยาน
小吃 xiǎochī 名 อาหารว่าง
小吃部 xiǎochībù 名 แผนกขายอาหารว่างในร้านอาหาร
小吃店 xiǎochīdiàn 名 ร้านอาหารว่าง
小丑 xiǎochǒu 名 〈剧〉 ตัวตลก ; คนต่ำทราม
小聪明（小聰明）xiǎocōng•ming 名 〈贬〉 ความฉลาดในเรื่องเล็กเรื่องน้อย
小刀 xiǎodāo 名 มีดเล่มเล็กทั่ว ๆไป หมายถึงมีดพับ
小道 xiǎodào 名 ทางเล็ก ; แหล่งที่ไม่เป็นทางการ
小调（小調）xiǎodiào 名 〈乐〉 เพลงพื้นเมือง
小动作（小動作）xiǎodòngzuò 名 การกระทำลับหลังเพื่อก่อกวน
小豆 xiǎodòu 名 ถั่วแดง
小恩小惠 xiǎo'ēn-xiǎohuì 〈成〉 บุญคุณเล็ก ๆ น้อย ๆ
小儿（小兒）xiǎo'ér 名 เด็กน้อย
小儿科（小兒科）xiǎo'érkē 名 อุปมา สิ่งไร้ค่าและไม่สำคัญ ; อุปมา สิ่งที่ทำง่าย ; น้อยหน้า
小贩（小販）xiǎofàn 名 พ่อค้าหาบเร่แผงลอย
小费（小費）xiǎofèi 名 ค่าทิป
小腹 xiǎofù 名 〈生理〉 ท้องน้อย (ท้องใต้สะดือ)
小工 xiǎogōng 名 คนงานประเภทไร้ฝีมือ
小馆儿（小館兒）xiǎoguǎnr 名 ร้านอาหารเล็ก ๆ
小鬼 xiǎoguǐ 名 บริวารของผีสางเทวดา ; เจ้าหนูน้อย
小孩儿（小孩兒）xiǎoháir 名 〈口〉 เด็ก
小号（小號）xiǎohào 名 〈乐〉 แตร ; เบอร์เล็ก
小黄鱼（小黄魚）xiǎohuángyú 名 ปลาเหลืองเล็ก
小伙儿（小夥兒）xiǎohuǒr 名 〈口〉 คนหนุ่ม
小伙子（小夥子）xiǎohuǒ•zi 名 〈口〉 คนหนุ่ม
小家庭 xiǎojiātíng 名 ครอบครัวขนาดเล็ก (ส่วนใหญ่หมายถึงหนุ่มสาวหลังจากแต่งงานแล้วแยกจากครอบครัวพ่อแม่ไปอยู่ต่างหาก)
小家子气 xiǎojiā•ziqì 形 กิริยาวาจาและการกระทำที่ส่อให้เห็นความใจแคบ
小轿车（小轎車）xiǎojiàochē 名 รถเก๋ง
小节（小節）xiǎojié 名 เรื่องหยุมหยิม (ที่ไม่เกี่ยวกับหลักการใหญ่)
小结（小結）xiǎojié 名 ข้อสรุปย่อย
小姐 xiǎojiě 名 คุณหนู ; คุณ (ใช้เรียกหญิงสาวที่ยังไม่แต่งงาน)
小舅子 xiǎojiù•zi 名 〈口〉 น้องชายของภรรยา
小看 xiǎokàn 动 〈口〉 ดูถูก
小康 xiǎokāng 形 (ฐานะ) มีอันจะกิน
小考 xiǎokǎo 名 〈教〉 สอบย่อย
小老婆 xiǎolǎo•po 名 เมียน้อย
小两口（小兩口）xiǎoliǎngkǒu 名 〈口〉 ผัวหนุ่มเมียสาว
小路 xiǎolù 名 ทางเดินแคบ ; ทางลัด ; ทางเล็ก ๆ
小麦（小麥）xiǎomài 名 〈植〉 ข้าวสาลี
小卖部（小賣部）xiǎomàibù 名 แผนกขายของเบ็ดเตล็ด
小米 xiǎomǐ 名 ข้าวฟ่างเหลือง (ที่สีเปลือกแล้ว)
小名 xiǎomíng 名 ชื่อเล่น
小拇指 xiǎomǔzhǐ 名 〈口〉 นิ้วก้อย
小跑 xiǎopǎo 动 〈口〉 วิ่งเหยาะ ๆ
小朋友 xiǎopéngyǒu 名 เด็ก ; หนูน้อย
小便宜 xiǎopián•yi 名 ผลประโยชน์เล็ก ๆ น้อย ๆ ; ความได้เปรียบเล็กน้อย
小品 xiǎopǐn 名 บทความสั้น ๆ ; บทแสดงสั้น ๆ
小气（小氣）xiǎo•qi 形 ขี้เหนียว ; 〈方〉 ใจแคบ
小前提 xiǎoqiántí 名 〈哲〉 ข้อเสนอน้อยที่สนับสนุนการสรุป
小瞧 xiǎoqiáo 动 〈方〉 ดูหมิ่นดูแคลน
小巧 xiǎoqiǎo 形 กระจุ๋มกระจิ๋ม
小青年 xiǎoqīngnián 名 หนุ่มน้อย
小区（小區）xiǎoqū 名 ชุมชน ; หมู่บ้าน (ในเมือง)
小曲儿（小曲兒）xiǎoqǔr 名 〈乐〉 เพลงพื้นเมือง
小圈子 xiǎoquān•zi 名 วงแคบ ๆ
小人 xiǎorén 名 คนต่ำทราม ; ผู้น้อย
小人儿书（小人兒書）xiǎorénrshū หนังสือ

สำหรับเด็ก
小人物 xiǎorénwù 名 สามัญชน
小商品 xiǎoshāngpǐn 名 สินค้าย่อยราคาถูก
小生产（小生産）xiǎoshēngchǎn 名〈经〉รูปแบบการผลิตย่อยโดยถือกรรมสิทธิ์ตามครอบครัว
小声（小聲）xiǎoshēng 副 เสียงเบา
小时（小時）xiǎoshí 名 ชั่วโมง
小时候（小時候）xiǎoshí·hou 名〈口〉สมัยเด็ก
小市民 xiǎoshìmín 名 ชาวเมืองชนชั้นนายทุนน้อย; ชาวเมืองชนชั้นพื้น ๆ ผู้มีวิสัยทัศน์แคบ
小数（小數）xiǎoshù 名〈数〉ทศนิยม ; เศษ
小数点（小數點）xiǎoshùdiǎn 名〈数〉จุดทศนิยม
小说（小說）xiǎoshuō 名 นวนิยาย
小说家（小說家）xiǎoshuōjiā 名 นักเขียนนวนิยาย
小苏打（小蘇打）xiǎosūdá 名〈化〉โซดาทำขนมปัง ; โซดาผง
小提琴 xiǎotíqín 名〈乐〉ไวโอลิน
小艇 xiǎotǐng 名 เรือบด
小偷 xiǎotōu 名 คนลักเล็กขโมยน้อย
小腿 xiǎotuǐ 名〈生理〉แข้ง
小小说（小小說）xiǎoxiǎoshuō 名 เรื่องสั้นขนาดจิ๋ว
小溪 xiǎoxī 名 ลำธาร
小心 xiǎoxīn 动 ระมัดระวัง
小心眼儿（小心眼兒）xiǎoxīnyǎnr 形 ใจแคบ
小心翼翼 xiǎoxīn-yìyì〈成〉ระมัดระวังเป็นอย่างยิ่ง
小行星 xiǎoxíngxīng 名〈天〉ดาวเคราะห์ดวงเล็ก
小型 xiǎoxíng 形 ขนาดเล็ก
小学（小學）xiǎoxué 名〈教〉โรงเรียนชั้นประถมศึกษา
小学生（小學生）xiǎoxuéshēng 名 นักเรียนชั้นประถม ;〈谦〉ผู้มีความรู้น้อย
小雪 xiǎoxuě 名〈气〉หิมะตกน้อย ; ฤดูกาลหิมะตกน้อยซึ่งตรงกับวันที่ ๒๒ หรือ ๒๓ เดือนพฤศจิกายน (หนึ่งใน ๒๔ ฤดูกาลของจีน)
小样（小樣）xiǎoyàng 名〈印〉ข่าวหรือคอลัมน์ที่จะให้พิสูจน์อักษรก่อนส่งพิมพ์
小夜曲 xiǎoyèqǔ 名〈乐〉เพลงร้องหรือบรรเลงในยามราตรี ; เซรีเนด (*serenade*)
小姨子 xiǎoyí·zi 名〈口〉น้องสาวภรรยา
小意思 xiǎoyì·si 名 น้ำใจเล็กน้อย ; เรื่องเล็ก (ไม่ต้องเกรงใจ)
小于 xiǎoyú น้อยกว่า ; เล็กกว่า
小雨 xiǎoyǔ 名〈气〉ฝนประปราย
小指 xiǎozhǐ 名 นิ้วก้อย
小传（小傳）xiǎozhuàn 名 ชีวประวัติย่อ
小子 xiǎo·zi 名〈口〉เด็กผู้ชาย ; ไอ้...
小宗 xiǎozōng 形 รายย่อย
小卒 xiǎozú 名 พลทหาร ; สมุน
小组（小組）xiǎozǔ 名 กลุ่มเล็ก ; หน่วยเล็ก

晓（曉）xiǎo ช่วงฟ้าสาง ; ทราบ ; ให้ทราบ
晓畅（曉暢）xiǎochàng 动 เชี่ยวชาญ 形 (งานเขียน) ราบรื่นและได้ความ
晓得（曉得）xiǎo·de 动 ทราบ
晓示（曉示）xiǎoshì 动 บอกให้อย่างชัดแจ้ง
晓谕（曉諭）xiǎoyù 动〈书〉(เบื้องบนต่อเบื้องล่าง) แจ้งให้ทราบ

孝 xiào 动 กตัญญู 名 ชุดไว้ทุกข์
孝敬 xiàojìng 动 แสดงความกตัญญูกตเวที
孝顺（孝順）xiào·shùn 动 กตัญญูกตเวที
孝心 xiàoxīn 名 ใจกตัญญู
孝子 xiàozǐ 名 ลูกกตัญญู

肖像 xiàoxiàng 名 รูปคน
肖像画（肖像畫）xiàoxiànghuà 名 ภาพวาดรูปคน

校 xiào 名 โรงเรียน ; นายพัน
校服 xiàofú 名 เครื่องแบบสถานศึกษา
校官 xiàoguān 名〈军〉นายทหารระดับนายพัน
校规（校規）xiàoguī 名〈教〉ข้อบังคับของสถานศึกษา
校花 xiàohuā 名 ดาวโรงเรียน ; ดาวมหาวิทยาลัย
校徽 xiàohuī 名 เครื่องหมายของสถานศึกษา
校庆（校慶）xiàoqìng 名 วันสถาปนาสถานศึกษา
校容 xiàoróng 名 โฉมหน้าสถานศึกษา
校舍 xiàoshè 名 อาคารของสถานศึกษา
校医（校醫）xiàoyī 名 แพทย์ประจำสถานศึกษา
校友 xiàoyǒu 名 ศิษย์เก่าสถานศึกษา

校园（校園）xiàoyuán 名 บริเวณสถานศึกษา
校长（校長）xiàozhǎng 名 อาจารย์ใหญ่ ; อธิการบดี
校址 xiàozhǐ 名 ที่อยู่ของสถานศึกษา
哮喘 xiàochuǎn 名 〈医〉 หืด
笑 xiào 动 หัวเราะ ; ยิ้ม ; เยาะ
笑柄 xiàobǐng 名 เรื่องตลกที่มักจะถูกนำมาหัวเราะเยาะ
笑哈哈 xiàohāhā 形 หัวเราะเอิ้กอ้าก
笑话（笑話）xiào•hua 名 มุขตลก ; เรื่องขบขัน 动 หัวเราะเยาะ
笑剧（笑劇）xiàojù 名 〈剧〉 หัสนาฏกรรม
笑里藏刀（笑裏藏刀）xiàolǐ-cángdāo 〈成〉 หน้าเนื้อใจเสือ
笑脸（笑臉）xiàoliǎn 名 ใบหน้าที่ยิ้มแย้ม
笑料 xiàoliào 名 เรื่องขำ ; สิ่งน่าขัน
笑骂（笑駡）xiàomà 动 หัวเราะเยาะเย้ยและด่าว่า
笑眯眯 xiàomīmī 形 ยิ้มตาหยี
笑面虎 xiàomiànhǔ 名 คนหน้าเนื้อใจเสือ
笑纳（笑納）xiàonà 动 〈套〉 โปรดรับไว้
笑容 xiàoróng 名 รอยยิ้ม
笑声（笑聲）xiàoshēng 名 เสียงหัวเราะ
笑谈（笑談）xiàotán 名 เรื่องตลกที่มักจะถูกนำมาหัวเราะเยาะ
笑嘻嘻 xiàoxīxī 形 ยิ้มแต้ ; ยิ้มหัว
笑吟吟 xiàoyínyín 形 ยิ้มละไม
笑语（笑語）xiàoyǔ 名 การพูดคุยที่ร่าเริงสนุกสนาน
笑逐颜开（笑逐顔開）xiàozhúyánkāi 〈成〉 ยิ้มแย้มแจ่มใส
效法 xiàofǎ 动 ทำตาม ; เอาอย่าง
效仿 xiàofǎng 动 ลอกแบบ ; เอาอย่าง
效果 xiàoguǒ 名 ผล ; ประสิทธิผล
效劳（效勞）xiàoláo 动 รับใช้
效力 xiàolì 动 รับใช้ 名 ประสิทธิผล
效率 xiàolǜ 名 ประสิทธิภาพ
效命 xiàomìng 动 อุทิศตนรับใช้อย่างสุดชีวิต
效能 xiàonéng 名 สมรรถนะ ; สรรพคุณ
效益 xiàoyì 名 คุณประโยชน์ ; ผลประโยชน์
效应（效應）xiàoyìng 名 ผล (อันเกิดจากปฏิกิริยาทางฟิสิกส์หรือเคมี)
效用 xiàoyòng 名 อรรถประโยชน์
效忠 xiàozhōng 动 จงรักภักดี
啸（嘯）xiào 动 คำราม ; ร้อง
些 xiē 量 บ้าง ; เล็กน้อย
些微 xiēwēi 副 บ้าง ; เล็กน้อย 形 นิดหน่อย
些小 xiēxiǎo 形 〈书〉 นิดเดียว ; นิดหน่อย
些许（些許）xiēxǔ 形 บ้าง
楔 xiē 名 ลิ่ม
楔子 xiē•zi 名 ลิ่ม ; อารัมภบท
歇 xiē 动 พัก
歇工 xiēgōng 动 หยุดทำงานพักผ่อน (ใช้กับงานการใช้แรงกาย)
歇后语（歇後語）xiēhòuyǔ 名 〈语〉 คำพังเพยพักท้าย
歇脚 xiējiǎo 动 หยุดพักระหว่างเดินทาง
歇凉 xiēliáng 动 〈方〉 พักให้หายร้อนในที่ร่มเย็น
歇气 xiēqì 动 หยุดเพื่อพักเอาแรง
歇手 xiēshǒu 动 หยุดทำ
歇斯底里 xiēsīdǐlǐ 〈医〉 โรคฮิสทีเรีย (*hysteria*)
歇息 xiē•xi 动 พักผ่อน ; นอน
歇业（歇業）xiēyè 动 เลิกกิจการ
蝎子 xiē•zi 名 〈动〉 แมงป่อง
协定（協定）xiédìng 名 ข้อตกลง ; สนธิสัญญา
协会（協會）xiéhuì 名 สมาคม ; สหภาพ
协力（協力）xiélì 动 ช่วยกันทำ
协商（協商）xiéshāng 动 ปรึกษาหารือ
协调（協調）xiétiáo 动 ประสานกันให้กลมกลืน
协同（協同）xiétóng 动 ประสานกัน
协议（協議）xiéyì 动 ปรึกษาหารือ 名 ข้อตกลง
协议书（協議書）xiéyìshū 名 ข้อตกลง ; สัญญา
协约国（協約國）xiéyuēguó 名 ประเทศสนธิสัญญา
协助（協助）xiézhù 动 ช่วย
协奏曲（協奏曲）xiézòuqǔ 名 〈乐〉 เพลงบรรเลงประสานเสียง ; คอนเชอร์โต (*concerto*)

X

协作（協作）xiézuò 动 ร่วมมือ

邪 xié 名 เสนียด 形 ผิดปรกติ

邪恶（邪惡）xié'è 形 ชั่วร้าย

邪乎 xié·hu 形〈方〉ร้ายแรง ; พิลึกพิลั่น

邪教 xiéjiào 名〈宗〉ศาสนาชั่วร้าย ; ลัทธิชั่วร้าย

邪路 xiélù 名 ทางผิด (หมายถึงทางดำรงชีวิตที่ผิด)

邪门儿（邪門兒）xiéménr 形〈方〉ผิดปรกติ ; ผิดประหลาด

邪念 xiéniàn 名 ความคิดไปในทางที่ผิด

邪气（邪氣）xiéqì 名 สมัยนิยมที่ผิดทำนองคลองธรรม ; เสนียด ; ปัจจัยที่ก่อให้เกิดโรคขึ้นในร่างกาย

邪说（邪説）xiéshuō 名 ทฤษฎีที่ผิดและเป็นภัยต่อสังคม

胁（脅）xié 名〈生理〉สีข้าง 动 คุกคาม

胁持（脅持）xiéchí 动 จับตัวไว้ทั้งสองข้าง ; จี้เอาตัวไป

胁从（脅從）xiécóng 动 ถูกบังคับให้ทำผิด

胁迫（脅迫）xiépò 动 คุกคามและบีบบังคับ

挟（挾）xié 动 หนีบด้วยแขน ; บีบบังคับ

挟持（挾持）xiéchí 动 จับตัวไว้ทั้งสองข้าง ; จี้เอาตัวไป

挟制（挾制）xiézhì 动 จับจุดอ่อนบีบบังคับให้ยอม

偕 xié 动 ด้วยกัน

偕老 xiélǎo 动 สามีภรรยาอยู่ด้วยกันจนแก่เฒ่า

偕同 xiétóng 动 ด้วยกัน

斜 xié 形 เอียง 动 ลาด ; เฉียง

斜边（斜邊）xiébiān 名〈数〉ด้านตรงข้ามมุมฉาก

斜度 xiédù 名 ความเอียง ; ความชัน

斜角 xiéjiǎo 名〈数〉มุมเฉียง

斜路 xiélù 名 อุปมา ทางผิด (หมายถึงทางดำรงชีวิตที่ผิด)

斜率 xiélǜ 名〈数〉อัตราเอียงลาด

斜面 xiémiàn 名〈数〉ระนาบเอียง

斜坡 xiépō 名 เนินลาด

斜射 xiéshè 动〈物〉(แสง) ส่องเอียง ; ยิงเฉียง

斜视（斜視）xiéshì 名〈医〉อาการตาเหล่ 动 ชายตามอง

斜体字 xiétǐzì 名〈印〉ตัว (หนังสือ) เอน

斜纹（斜紋）xiéwén 名〈纺〉ผ้าลายสอง

斜线（斜綫）xiéxiàn 名 เส้นเฉียง ; เส้นลาด

斜眼 xiéyǎn 名〈医〉ตาเหล่ ; ตาเข

斜阳（斜陽）xiéyáng 名 ตะวันบ่ายคล้อย

谐和（諧和）xiéhé 形 เข้ากันอย่างกลมกลืน

谐声（諧聲）xiéshēng 名〈语〉〈旧〉ตัวหนังสือจีนที่ประกอบด้วยปัจจัยสองส่วนได้แก่ รูปและเสียง 动 พ้องเสียง

谐调（諧調）xiétiáo 形 กลมกลืน

谐谑（諧謔）xiéxuè 动 (ภาษา) ขบขันและแฝงด้วยความเยาะเย้ย

谐音（諧音）xiéyīn 名 เสียงที่พ้องกัน ;〈乐〉เสียงประกอบ 动 พ้องเสียง

谐振（諧振）xiézhèn 动〈物〉(เสียง) สั่นพ้อง ; เรโซแนนซ์

携 xié 动 ติดตัวไป ; จูง (มือ)

携带（携帶）xiédài 动 ติดตัวไป ; พาไป

携手 xiéshǒu 动 จูงมือ

鞋 xié 名 รองเท้า

鞋拔子 xiébá·zi 名 ช้อนรองเท้า

鞋帮（鞋幫）xiébāng 名 หน้ารองเท้า ; ปีกข้างของรองเท้า

鞋带（鞋帶）xiédài 名 เชือกผูกรองเท้า

鞋底 xiédǐ 名 พื้นรองเท้า

鞋垫（鞋墊）xiédiàn 名 ที่รองพื้นในรองเท้า

鞋匠 xié·jiàng 名 ช่างทำรองเท้า

鞋楦 xiéxuàn 名 หุ่นรองเท้า

鞋油 xiéyóu 名 ยาขัดรองเท้า

撷取（擷取）xiéqǔ 动〈书〉เด็ด

写（寫）xiě 动 เขียน ; แต่ง ; วาด

写法（寫法）xiě·fǎ 名 วิธีเขียน ; วิธีประพันธ์

写景（寫景）xiějǐng 动 พรรณนาทิวทัศน์

写生（寫生）xiěshēng 动 สเก๊ตซ์ภาพ

写实（寫實）xiěshí 动 เขียนตามความจริง

写照（寫照）xiězhào 动 การเขียนรูปคน ; การพรรณนา

写真（寫真）xiězhēn 动 เขียนหรือถ่ายรูปคน 名 รูปคนที่เขียนขึ้น ; การพรรณนาตามความจริง

X

写字楼（寫字樓）xiězìlóu 名 อาคารสำนักงาน ; ตึกออฟฟิศ

写字台（寫字臺）xiězìtái 名 โต๊ะเขียนหนังสือ ; โต๊ะทำงาน

写作（寫作）xiězuò 动 การเขียน ; การประพันธ์

血 xiě 名 〈口〉 โลหิต ; เลือด

血淋淋 xiělínlín 形 แดงฉานไปด้วยเลือด

泄 xiè 动 ระบายออก ; รั่ว

泄愤（泄憤）xièfèn 动 ระบายความแค้น

泄洪 xièhóng 动 〈水〉 ระบายน้ำป่า

泄洪道 xièhóngdào 名 〈水〉 ทางระบายน้ำป่า

泄劲（泄勁）xièjìn 动 หมดกำลังใจ

泄漏 xièlòu 动 ทำให้ (เรื่องราว ข่าวสาร ฯลฯ) รั่วไหล

泄露 xièlòu 动 ทำให้ (เรื่องราว ข่าวสาร ฯลฯ) รั่วไหล

泄密 xièmì 动 ทำให้ความลับรั่วไหล ; เผยความลับ

泄气（泄氣）xièqì 动 ท้อใจ

泻（瀉）xiè 动 ไหลพุ่ง

泻肚（瀉肚）xièdù 动 〈口〉 ท้องเดิน ; ท้องเสีย ; ท้องร่วง

泻药（瀉藥）xièyào 名 ยาถ่าย

卸 xiè 动 ขนถ่าย ; ถอดชิ้นส่วน

卸车（卸車）xièchē 动 ขนถ่ายสินค้าลงจากรถบรรทุก

卸货（卸貨）xièhuò 动 ขนถ่ายสินค้า

卸任 xièrèn 动 ปลดออกจากตำแหน่ง

卸载（卸載）xièzài 动 〈计〉 ถอนการติดตั้ง

卸责(卸責)xièzé 动 ปัดความรับผิดชอบ

卸职（卸職）xièzhí 动 ปลดออกจากตำแหน่ง

卸妆（卸妝）xièzhuāng 动 ถอดชุดเครื่องประดับออกจากตัว ; ล้างเครื่องสำอาง

卸装（卸裝）xièzhuāng 动 (นักแสดง) เปลื้องชุดแสดง

屑 xiè 名 เศษ 动 คิดจะทำ

械斗（械鬥）xièdòu 动 ตะลุมบอนด้วยอาวุธ

亵渎（褻瀆）xièdú 动 〈书〉 สบประมาท

谢（謝）xiè 动 ขอบคุณ ; ยอมรับผิด ; ปฏิเสธ ; โรย

谢忱（謝忱）xièchén 名 ความขอบคุณ

谢词（謝詞）xiècí 名 คำขอบคุณ

谢绝（謝絕）xièjué 动 〈婉〉 ปฏิเสธ

谢幕（謝幕）xièmù 动 (นักแสดง) แสดงความขอบคุณต่อผู้ชมหลังปิดม่าน

谢世（謝世）xièshì 动 〈书〉 ถึงแก่กรรม ; อำลาโลก

谢谢（謝謝）xiè•xie 动 ขอบคุณ

谢意（謝意）xièyì 名 ความขอบคุณ

谢罪（謝罪）xièzuì 动 ยอมรับผิดและขอประทานโทษ

邂逅 xièhòu 动 〈书〉 พบกันโดยบังเอิญ

懈怠 xièdài 形 เกียจคร้าน

蟹 xiè 名 〈动〉 ปู

蟹黄 xièhuáng 名 ไข่ปู

心 xīn 名 ใจ

心爱（心愛）xīn'ài 动 ใจรัก ; ชอบ

心安理得 xīn'ān-lǐdé 〈成〉 ทำอย่างถูกต้อง ; อกโล่งใจสบาย

心病 xīnbìng 名 ความกลุ้มใจ ; ความทุกข์ที่เก็บไว้ในใจ

心不在焉 xīnbùzàiyān 〈成〉 ใจไม่อยู่กับเนื้อกับตัว

心肠（心腸）xīncháng 名 น้ำใจ ; ใจ

心潮 xīncháo 名 จิตใจอันไม่สงบเหมือนกระแสน้ำที่ขึ้น ๆ ลง ๆ

心得 xīndé 名 ข้อคิดที่ได้จากประสบการณ์

心底 xīndǐ 名 ส่วนลึกของหัวใจ

心地 xīndì 名 จิตใจ ; ใจคอ

心电图（心電圖）xīndiàntú 名 〈医〉 ภาพคลื่นไฟฟ้าของหัวใจ (บันทึกเป็นกราฟการทำงานของหัวใจ) ; อีเคจี (*EKG*) ; อีซีจี (*ECG*)

心动 xīndòng 动 สะกิดใจ

心烦（心煩）xīnfán 形 ว้าวุ่น

心烦意乱（心煩意亂）xīnfán-yìluàn 〈成〉 ว้าวุ่น

心房 xīnfáng 名 〈生理〉 หัวใจห้องบน

心扉 xīnfēi 名 ความในใจ

心服 xīnfú 动 ยอมด้วยความจริงใจ

心腹 xīnfù 名 คนสนิทและไว้เนื้อเชื่อใจ

心甘情愿（心甘情願）xīngān-qíngyuàn 〈成〉 ยอมด้วยความสมัครใจ

心肝 xīngān 名 ใจมนุษย์ ; ขวัญใจ

心广体胖（心廣體胖）xīnguǎng-tǐpán 〈成〉 จิตใจสบาย พาให้ร่างกายสมบูรณ์ไปด้วย

心寒 xīnhán 形 ผิดหวังและเจ็บใจ

心黑 xīnhēi 形 ใจอำมหิต ; ใจโลภ

心狠 xīnhěn 动 ใจร้าย ; ใจดำ

心狠手辣 xīnhěn-shǒulà 〈成〉 ใจดำอำมหิต

心花怒放 xīnhuā-nùfàng 〈成〉 เบิกบานใจ

心怀（心懷）xīnhuái 动 มีอยู่ในใจ 名 อารมณ์ความรู้สึก ;อก

心怀不满（心懷不滿）xīnhuáibùmǎn 〈熟〉 ไม่พอใจ

心慌 xīnhuāng 形 พรั่นใจ 动 〈方〉 หัวใจเต้นเร็ว เต้นแรงหรือเต้นไม่สม่ำเสมอ

心机（心機）xīnjī 名 ความคิดอันแยบคาย ; อุบาย

心肌梗死 xīnjī gěngsǐ 〈医〉 กล้ามเนื้อหัวใจตายเนื่องจากเส้นเลือดอุดตัน

心肌炎 xīnjīyán 名 〈医〉 กล้ามเนื้อหัวใจอักเสบ

心急 xīnjí 动 ใจร้อน

心急如火 xīnjí-rúhuǒ 〈成〉 ใจร้อนดุจดังไฟไหม้ (心急如焚 ก็พูด)

心计（心計）xīnjì 名 อุบาย ; ความคิดในใจ

心迹 xīnjì 名 ความจริงในใจ

心悸 xīnjì 名 〈医〉 หัวใจเต้นเร็ว เต้นแรงหรือเต้นไม่สม่ำเสมอ

心焦 xīnjiāo 形 กระวนกระวาย

心绞痛（心絞痛）xīnjiǎotòng 名〈医〉 โรคเจ็บปวดที่หัวใจ

心结（心結）xīnjié 名 ความขัดข้องในใจ

心惊胆战（心驚膽戰）xīnjīng-dǎnzhàn 〈成〉 อกสั่นขวัญแขวน

心惊肉跳（心驚肉跳）xīnjīng-ròutiào 〈成〉 กลัวด้วยความหวาดระแวง

心静 xīnjìng 形 ใจสงบ

心境 xīnjìng 名 สภาพจิตใจ

心坎 xīnkǎn 名 ส่วนลึกของหัวใจ

心口 xīnkǒu 名 หน้าอก

心宽（心寬）xīnkuān 形 ใจกว้าง

心里（心裏）xīn•lǐ 名 ในใจ ; ในอก

心里话（心裏話）xīnlǐhuà 名 คำพูดอย่างจริงใจ ; ความในใจ

心理 xīnlǐ 名 จิต ; จิตใจ ; ความคิดและอารมณ์ความรู้สึก

心理学（心理學）xīnlǐxué 名 จิตวิทยา

心理战（心理戰）xīnlǐzhàn 名 สงครามทางจิตใจ

心力 xīnlì 名 ความคิดและกำลังกาย

心力衰竭 xīnlì shuāijié 〈医〉 หัวใจวาย

心灵（心靈）xīnlíng 形 ปราดเปรื่อง 名 หัวใจ (หมายถึงจิตใจ ความคิด ฯลฯ)

心灵美（心靈美）xīnlíngměi จิตใจงาม

心灵手巧（心靈手巧）xīnlíng-shǒuqiǎo 〈成〉 หัวไวมือคล่อง

心领（心領）xīnlǐng 动 〈套〉 รับน้ำใจไว้ (เป็นคำพูดอ้อมค้อมในเชิงปฏิเสธสิ่งของที่คนอื่นมอบให้)

心领神会（心領神會）xīnlǐng-shénhuì 〈成〉 เข้าใจอย่างลึกซึ้ง

心路 xīnlù 名 ความคิดอันแยบคาย ; ความใจกว้าง ; เจตนา ; ความคิด ; กระบวนการเปลี่ยนแปลงทางจิตใจ

心律 xīnlǜ 名 〈医〉 จังหวะเต้นของหัวใจ

心乱如麻（心亂如麻）xīnluàn-rúmá 〈成〉 จิตใจว้าวุ่น

心满意足（心滿意足）xīnmǎn-yìzú 〈成〉 อิ่มอกอิ่มใจ ; พออกพอใจ

心明眼亮 xīnmíng-yǎnliàng 〈成〉 หูตาและจิตใจสว่าง ปริยายหมายถึง มอง (คนหรือเรื่อง) ทะลุปรุโปร่งและแยกแยะความถูกความผิดชัดแจ้ง

心目 xīnmù 名 ความรู้สึกที่เกิดจากจักษุสัมผัสหรือเกิดขึ้นในใจ ; ความรู้สึกนึกคิด

心平气和（心平氣和）xīnpíng-qìhé 〈成〉 จิตใจสงบและอารมณ์เยือกเย็น

心窍（心竅）xīnqiào 名 ปฏิภาณ

心切 xīnqiè 形 ปรารถนาอย่างแรง

心情 xīnqíng 名 สภาพอารมณ์

心曲 xīnqū 名 เรื่องในใจ
心如止水 xīnrúzhǐshuǐ 〈成〉 จิตใจสงบเหมือนน้ำนิ่ง
心软（心軟）xīnruǎn 形 ใจอ่อน
心上人 xīnshàngrén 名 ยอดรัก ; ขวัญใจ
心神 xīnshén 名 จิตใจ
心神不定 xīnshén-bùdìng 〈成〉 จิตใจไม่สงบ
心声（心聲）xīnshēng 名 เสียงจากส่วนลึกของหัวใจ
心事 xīnshì 名 ความในใจ
心室 xīnshì 名 〈生理〉 ห้องหัวใจ
心术（心術）xīnshù 名 เจตนา ; อุบาย
心思 xīn•si 名 ความคิดความอ่าน
心酸 xīnsuān 形 ตรอมใจ
心算 xīnsuàn 动 คำนวณเลขในใจ
心碎 xīnsuì 动 หัวใจแตกเป็นเสี่ยง ๆ
心态（心態）xīntài 名 สภาพจิตใจ
心疼 xīnténg 动 รักอย่างสุดหัวใจ ; เสียดาย
心田 xīntián 名 หัวใจ
心跳 xīntiào 动 ใจเต้น
心头（心頭）xīntóu 名 ในใจ
心窝儿（心窩兒）xīnwōr 名 ช่องหัวใจ ; ส่วนลึกของหัวใจ
心细（心細）xīnxì 形 ความละเอียดลออ
心想事成 xīnxiǎng-shìchéng 〈成〉 คิดสิ่งใดขอให้สมปรารถนา ; คิดถึงสิ่งใดสมปรารถนา
心心相印 xīnxīn-xiāngyìn 〈成〉 จิตใจแนบชิดสนิทเป็นอันหนึ่งอันเดียวกัน
心性 xīnxìng 名 นิสัยใจคอ
心胸 xīnxiōng 名 ใจคอ
心虚 xīnxū 形 กินปูนร้อนท้อง ; ขาดความมั่นใจ
心绪（心緒）xīnxù 名 จิตใจ (สงบหรือวุ่นวาย)
心血 xīnxuè 名 ความมานะบากบั่นที่ทุ่มเท
心血管 xīnxuèguǎn 名 〈生理〉 หลอดโลหิต
心眼儿（心眼兒）xīnyǎnr 名 ในใจ ; ใจ ; ความเฉลียวฉลาดและไหวพริบ
心仪（心儀）xīnyí 动 〈书〉 เลื่อมใสในใจ
心意 xīnyì 名 น้ำใจ ; เจตจำนง
心音 xīnyīn 名 〈生理〉 เสียงหัวใจ
心猿意马（心猿意馬）xīnyuán-yìmǎ 〈成〉 จิตใจฟุ้งซ่าน
心愿（心願）xīnyuàn 名 ความปรารถนา
心悦诚服（心悦誠服）xīnyuè-chéngfú 〈成〉 ยอมและนับถือด้วยความจริงใจ
心脏（心臟）xīnzàng 名 〈生理〉 หัวใจ
心脏病（心臟病）xīnzàngbìng 名 〈医〉 โรคหัวใจ
心志 xīnzhì 名 ปณิธาน
心智 xīnzhì 名 สติปัญญา
心中 xīnzhōng 名 ในใจ ; ในอก
心中无数（心中無數）xīnzhōng-wúshù 〈成〉 เข้าใจไม่ดีพอและขาดความมั่นใจ
心中有鬼 xīnzhōng-yǒuguǐ 〈熟〉 มีเลศนัยอยู่ในใจ
心中有数（心中有數）xīnzhōng-yǒushù 〈成〉 เข้าใจได้ดีและมีความมั่นใจด้วย
心子 xīn•zi 名 ส่วนที่เป็นใจกลางของสิ่งของ
心醉 xīnzuì 动 หลงใหลเพราะมีเสน่ห์
芯片 xīnpiàn 名 〈电〉 ซิลิคอนชิป
辛迪加 xīndíjiā 名 〈经〉 ซินดิเคต (*syndicate*)
辛苦 xīnkǔ 形 ลำบาก
辛辣 xīnlà 形 เผ็ดร้อน ; (สำนวนบทความ) เจ็บแสบ
辛劳（辛勞）xīnláo 形 เหนื่อยยากลำบาก
辛勤 xīnqín 形 ขยันหมั่นเพียร
辛酸 xīnsuān 形 สังเวช ; ขมขื่น
欣然 xīnrán 形 〈书〉 ด้วยความยินดี
欣赏（欣賞）xīnshǎng 动 ชื่นชม
欣慰 xīnwèi 形 ปลาบปลื้ม
欣悉 xīnxī 动 ได้รับทราบด้วยความปีติยินดี
欣喜 xīnxǐ 形 ดีอกดีใจ
欣羡 xīnxiàn 动 〈书〉 ชื่นชมอิจฉา ; ชื่นชอบ
欣欣向荣 xīnxīn-xiàngróng 〈成〉 (ต้นไม้) งอกงาม ; เจริญรุ่งเรือง
锌（鋅）xīn 名 〈化〉 สังกะสี
锌版（鋅版）xīnbǎn 名 〈印〉 แม่พิมพ์สังกะสี
新 xīn 形 ใหม่
新潮 xīncháo 名 สมัยนิยมใหม่

X

新陈代谢（新陳代謝）xīnchén-dàixiè <成> ขับถ่ายสิ่งเก่าออก รับสิ่งใหม่เข้ามา ; อุปมาว่าสิ่งใหม่เข้ามาแทนที่สิ่งเก่า

新宠（新寵）xīnchǒng 名 บุคคลหรือสิ่งของที่ได้รับความนิยมกันใหม่ ๆ

新春 xīnchūn 名 เทศกาลตรุษจีน (ช่วงเวลานับแต่วันตรุษจีนไป ๑๐-๒๐ วัน)

新大陆（新大陸）Xīn Dàlù 名 ผืนแผ่นดินใหม่ (ใช้เรียกทวีปอเมริกา)

新房 xīnfáng 名 บ้านหลังใหม่ ; เรือนหอ

新妇（新婦）xīnfù 名 หญิงที่เพิ่งแต่งงานใหม่ ๆ ; เจ้าสาว

新高 xīngāo 名 (ปริมาณ ระดับ ฯลฯ สูงขึ้นถึง) จุดสูงสุดใหม่ ; นิวไฮ (*new high*)

新冠病毒 xīnguān bìngdú <医> เชื้อไวรัสโคโรนาสายพันธุ์ใหม่ (*novel coronavirus*)

新冠肺炎 xīnguān fèiyán <医> (โรค) ปอดอักเสบจากการติดเชื้อไวรัสโคโรนาสายพันธุ์ใหม่หรือโควิด-19 (*COVID*-19)

新贵（新貴）xīnguì 名 ผู้ดีรุ่นใหม่

新欢（新歡）xīnhuān 名 คู่รักใหม่

新婚 xīnhūn 动 เพิ่งแต่งงานหมาด ๆ

新纪元（新紀元）xīnjìyuán 名 ศักราชใหม่

新近 xīnjìn 副 ช่วงระยะเวลาใกล้ ๆ นี้

新居 xīnjū 名 บ้านใหม่

新款 xīnkuǎn 名 (ผลิตภัณฑ์) รุ่นใหม่ ; (ผลิตภัณฑ์) แบบใหม่

新郎 xīnláng 名 เจ้าบ่าว

新年 xīnnián 名 ปีใหม่

新娘 xīnniáng 名 เจ้าสาว

新奇 xīnqí 形 แปลกพิสดาร ; แปลกใหม่

新巧 xīnqiǎo 形 แปลกใหม่และประณีตแนบเนียน

新区（新區）xīnqū 名 เขตใหม่

新人 xīnrén 名 บุคคลที่มีคุณธรรมรุ่นใหม่ ; บุคคลที่ปรากฏใหม่ในด้านใดด้านหนึ่ง ; คนหน้าใหม่ ; คนที่แก้ตัวใหม่ ; เจ้าบ่าวและเจ้าสาว

新任 xīnrèn 形 ดำรงตำแหน่งใหม่

新锐（新鋭）xīnruì 形 (บุคคลที่) สร้างชื่อเสียงใหม่ ๆ และมีหัวก้าวหน้า 名 บุคคลที่สร้างชื่อเสียงใหม่ ๆ และมีหัวก้าวหน้า

新生 xīnshēng 形 เพิ่งจะเกิดขึ้น 名 ชีวิตใหม่ ; นักเรียนใหม่

新生代 xīnshēngdài 名 คนรุ่นใหม่

新生儿（新生兒）xīnshēng'ér 名 เด็กเพิ่งคลอด

新式 xīnshì 形 แบบใหม่ ; รูปแบบใหม่

新手 xīnshǒu 名 มือใหม่

新闻（新聞）xīnwén 名 ข่าว ; เรื่องที่เพิ่งเกิดขึ้นในสังคม

新闻纸（新聞紙）xīnwénzhǐ 名 กระดาษหนังสือพิมพ์

新媳妇儿（新媳婦兒）xīnxí·fur <口> เจ้าสาว

新鲜（新鮮）xīn·xiān 形 สด

新兴（新興）xīnxīng 形 เจริญเติบโตใหม่

新星 xīnxīng 名 <天> โนวา (ดาวที่มีความสว่างขึ้นทันทีหลายพันเท่า แล้วค่อย ๆ จางลง) ; ดาราใหม่

新型 xīnxíng 形 แบบใหม่ ; รุ่นใหม่

新秀 xīnxiù 名 ผู้ดีเด่นที่เพิ่งปรากฏ

新意 xīnyì 名 ความหมายใหม่

新颖（新穎）xīnyǐng 形 แปลกใหม่ (ไม่ซ้ำแบบใครหรือสิ่งใด)

新月 xīnyuè 名 ดวงจันทร์เสี้ยว

新政 xīnzhèng 名 มาตรการใหม่ทางการเมืองการปกครอง

新知 xīnzhī 名 ความรู้ใหม่ ; เพื่อนรู้ใจที่รู้จักกันใหม่ ๆ

新著 xīnzhù 名 ผลงานการประพันธ์ใหม่

新装（新裝）xīnzhuāng 名 เสื้อผ้าชุดใหม่

薪 xīn 名 ฟืน

薪金 xīnjīn 名 เงินเดือน

薪水 xīn·shui 名 เงินเดือน

馨 香 xīnxiāng 名 กลิ่นหอมของธูป 形 หอม

囟 门（囟門）xìnmén 名 <生理> กระหม่อม

芯 子 xìn·zi 名 ไส้ (ของเทียนหรือประทัด ฯลฯ)

信 xìn 形 จริง 动 เชื่อ 名 จดหมาย

信步 xìnbù 动 เดินปล่อยอารมณ์

信贷（信貸）xìndài 名 〈经〉 สินเชื่อ
信访（信訪）xìnfǎng 动 ประชาชนยื่นหนังสือร้องเรียนหรือร้องเรียนด้วยตนเอง
信风（信風）xìnfēng 名 〈气〉 ลมสินค้า
信封 xìnfēng 名 ซองจดหมาย
信奉 xìnfèng 动 เลื่อมใสศรัทธา ; เชื่อและปฏิบัติตาม
信服 xìnfú 动 เชื่อถือ
信鸽（信鴿）xìngē 名 นกพิราบสื่อสาร
信函 xìnhán 名 จดหมาย
信号（信號）xìnhào 名 สัญญาณ
信号弹（信號彈）xìnhàodàn 名 พลุสัญญาณ
信号灯（信號燈）xìnhàodēng 名 〈交〉 ไฟสัญญาณ
信号旗（信號旗）xìnhàoqí 名 ธงสัญญาณ
信号枪（信號槍）xìnhàoqiāng 名 ปืนสัญญาณ
信汇（信匯）xìnhuì 动 〈经〉 ธนาณัติ
信笺（信箋）xìnjiān 名 กระดาษจดหมาย
信件 xìnjiàn 名 จดหมายและไปรษณียภัณฑ์ ; จดหมาย
信口开河（信口開河）xìnkǒu-kāihé 〈成〉 พูดส่งเดช
信赖（信賴）xìnlài 动 ไว้ใจ ; เชื่อใจ
信念 xìnniàn 名 ความศรัทธา
信皮儿（信皮兒）xìnpír 名 〈口〉 ซองจดหมาย
信任 xìnrèn 动 เชื่อถือ
信使 xìnshǐ 名 ผู้ถือสาร
信誓旦旦 xìnshì-dàndàn 〈成〉 ให้คำสาบานด้วยความหนักแน่นจริงใจ
信手 xìnshǒu 副 มือกระทำเรื่อยเปื่อยไป
信守 xìnshǒu 动 รักษาสัจจะ
信天翁 xìntiānwēng 名 〈动〉 นกแอลเบทรอส (*albatross*)
信条（信條）xìntiáo 名 หลักการที่ศรัทธาและปฏิบัติตามอย่างซื่อสัตย์
信筒 xìntǒng 名 ตู้ไปรษณีย์
信徒 xìntú 名 ศาสนิกชน
信托 xìntuō 动 ทรัสต์ (*trust*) ; จัดซื้อและจำหน่ายแทน
信物 xìnwù 名 สิ่งยืนยัน
信息 xìnxī 名 ข่าวสาร ; สารสนเทศ ; ข้อมูล
信息化 xìnxīhuà 动 ความเป็นสารสนเทศ ; ประยุกต์ใช้เทคโนโลยีสารสนเทศ
信息库（信息庫）xìnxīkù 名 〈计〉 คลังข้อมูล
信息量 xìnxīliàng 名 ปริมาณสารสนเทศ
信息论（信息論）xìnxīlùn 名 ทฤษฎีสารสนเทศ
信息图表（信息圖表）xìnxī túbiǎo 〈信息〉 อินโฟกราฟิกส์ (*infographics*)
信箱 xìnxiāng 名 ตู้จดหมาย ; ตู้ไปรษณีย์ ; อีเมลบอกซ์ (*E-mail box*)
信心 xìnxīn 名 ความมั่นใจ
信仰 xìnyǎng 动 ศรัทธา ; เลื่อมใส 名 ความศรัทธา
信义（信義）xìnyì 名 สัตยพรตและความเป็นธรรม (การถือความมั่นสัญญา)
信用 xìnyòng 名 ความเชื่อถือ ; เครดิต (*credit*)
信用卡 xìnyòngkǎ 名 บัตรเครดิต
信誉（信譽）xìnyù 名 เกียรติศักดิ์และเครดิต
信札 xìnzhá 名 จดหมาย
信纸（信紙）xìnzhǐ 名 กระดาษจดหมาย

兴（興）xīng 动 เฟื่องฟู ; นิยม

兴办（興辦）xīngbàn 动 ริเริ่มสร้าง (กิจการ)
兴奋（興奮）xīngfèn 动 ตื่นเต้น ; ดีใจ
兴奋剂（興奮劑）xīngfènjì 名 ยากระตุ้นประสาท
兴建（興建）xīngjiàn 动 เริ่มสร้าง
兴隆（興隆）xīnglóng 形 (กิจการค้าขาย ฯลฯ) เจริญรุ่งเรือง
兴起（興起）xīngqǐ 动 เริ่มเกิดขึ้นและเจริญเฟื่องฟู
兴盛（興盛）xīngshèng 形 เจริญรุ่งเรือง
兴师动众（興師動衆）xīngshī-dòngzhòng 〈成〉 ระดมกำลัง
兴衰（興衰）xīngshuāi 动 ความเจริญและความเสื่อมโทรม
兴叹（興嘆）xīngtàn 动 〈书〉 ร้องอุทาน
兴亡（興亡）xīngwáng 动 (ประเทศชาติ) เจริญรุ่งเรืองหรือสูญเสียเอกราช
兴旺（興旺）xīngwàng 形 เฟื่องฟู
兴修（興修）xīngxiū 动 เริ่มสร้าง

X

兴许（興許）xīngxǔ 副 อาจจะ

星 xīng 名 ดาว ; ดารา

星辰 xīngchén 名 ดวงดาว

星等 xīngděng 名 〈天〉ความสว่างเปรียบเทียบ
ของดาวฤกษ์

星斗 xīngdǒu 名 ดวงดาว

星光 xīngguāng 名 แสงดาว

星号（星號）xīnghào 名 เครื่องหมายดอกจัน
" * "

星河 xīnghé 名 ทางช้างเผือก

星火 xīnghuǒ 名 ลูกไฟดวงน้อย ๆ ; แสงของดาวตก

星际（星際）xīngjì 形 〈天〉อวกาศระหว่างดาว
เคราะห์

星空 xīngkōng 名 ท้องฟ้าที่มีดวงดาว

星期 xīngqī 名 สัปดาห์ ; อาทิตย์

星期二 xīngqī'èr 名 วันอังคาร

星期六 xīngqīliù 名 วันเสาร์

星期日 xīngqīrì 名 วันอาทิตย์

星期三 xīngqīsān 名 วันพุธ

星期四 xīngqīsì 名 วันพฤหัสบดี

星期天 xīngqītiān 名 วันอาทิตย์

星期五 xīngqīwǔ 名 วันศุกร์

星期一 xīngqīyī 名 วันจันทร์

星球 xīngqiú 名 〈天〉ดวงดาว

星散 xīngsàn 动 กระจัดกระจายไปดุจดังดวงดาว

星体（星體）xīngtǐ 名 〈天〉ดวงดาว

星团（星團）xīngtuán 名 〈天〉กลุ่มดาวฤกษ์

星系 xīngxì 名 〈天〉ดาราจักร

星相 xīngxiàng 名 โหราศาสตร์

星象 xīngxiàng 名 ปรากฏการณ์ของดวงดาว

星星 xīng•xing 名 〈口〉ดวงดาว

星宿 xīngxiù 名 กลุ่มดวงดาว ๒๘ กลุ่ม

星夜 xīngyè 名 กลางคืน

星云（星雲）xīngyún 名 〈天〉กลุ่มดวงดาวที่
มองดูคล้ายกับเมฆ

星座 xīngzuò 名 〈天〉กลุ่มดวงดาว

猩红（猩紅）xīnghóng 形 สีเลือดหมู

猩红热（猩紅熱）xīnghóngrè 名 〈医〉ไข้ดำแดง ;

ไข้ผื่นแดง

猩红色（猩紅色）xīnghóngsè 名 สีเลือดหมู

猩猩 xīng•xing 名 〈动〉อุรังอุตัง ; คิงคอง

惺忪 xīngsōng 形 (ตา) ปรือ

腥 xīng 形 คาว 名 อาหารคาว

腥臭 xīngchòu 形 เหม็นคาว

腥气（腥氣）xīng•qi 名 กลิ่นคาว

腥臊 xīngsāo 形 เหม็นคาวและเหม็นกลิ่นปัสสาวะ

腥膻 xīngshān 名 〈书〉เหม็นคาวและเหม็นสาบ

腥味儿（腥味兒）xīngwèir 名 กลิ่นคาว

刑场（刑場）xíngchǎng 名 ลานประหาร

刑罚（刑罰）xíngfá 名 〈法〉ทัณฑกรรม

刑法 xíngfǎ 名 〈法〉กฎหมายอาญา

刑警 xíngjǐng 名 ตำรวจอาชญากรรม

刑具 xíngjù 名 เครื่องลงทัณฑ์

刑律 xínglǜ 名 〈法〉กฎหมายอาญา

刑期 xíngqī 名 〈法〉ระยะเวลาการลงอาญา

刑事 xíngshì 形 〈法〉เกี่ยวกับการกระทำความผิด
ตามกฎหมายอาญา

刑事犯 xíngshìfàn 名 〈法〉อาชญากร

刑讯（刑訊）xíngxùn 动 〈法〉ไต่สวนโดยใช้
เครื่องลงทัณฑ์

刑侦 xíngzhēn 动 〈法〉สืบสวนการกระทำ
ความผิดตามกฎหมายอาญา

行 xíng 动 เดิน ; ดำเนิน ; แพร่หลาย ; พฤติกรรม

行车记录仪（行車記錄儀）xíngchē jìlùyí 〈交〉
กล้องติดรถยนต์

行程 xíngchéng 名 ระยะทาง

行船 xíngchuán 动 เดินเรือ

行刺 xíngcì 动 ลอบสังหาร

行动（行動）xíngdòng 动 เคลื่อนไหว ; กระทำ ;
ดำเนิน

行方便 xíng fāng•bian 〈惯〉อำนวยความสะดวก

行宫 xínggōng 名 พระตำหนักสำหรับเสด็จ
พักผ่อนชั่วคราว

行贿（行賄）xínghuì 动 ติดสินบน

行迹 xíngjì 名 ร่องรอยการเคลื่อนไหว

行将（行將）xíngjiāng 副 〈书〉กำลังจะ ; ใกล้จะ

X

行脚僧 xíngjiǎosēng 名 〈宗〉 พระธุดงค์

行进（行進）xíngjìn 动 มุ่งหน้าไป

行经（行經）xíngjīng 动 〈生理〉 ระดูมา；เดินผ่าน；วิ่งผ่าน

行径（行徑）xíngjìng 名 พฤติการณ์

行军（行軍）xíngjūn 动 เดินทัพ

行乐（行樂）xínglè 动 หาความสุขสำราญ

行礼（行禮）xínglǐ 动 แสดงคารวะ

行李 xíng·li 名 สัมภาระ；กระเป๋าเดินทาง

行李箱 xíng·lixiāng 名 กระเป๋าเดินทาง

行旅 xínglǚ 名 ผู้เดินทางไกล

行囊 xíngnáng 名 〈书〉 กระเป๋าเดินทาง

行骗（行騙）xíngpiàn 动 ทำการหลอกลวง

行期 xíngqī 名 เวลาออกเดินทาง

行乞 xíngqǐ 动 ขอทาน

行窃（行竊）xíngqiè 动 ขโมย

行人 xíngrén 名 คนเดินถนน

行善 xíngshàn 动 ทำการกุศล

行商 xíngshāng 名 พ่อค้าเร่ขาย

行时（行時）xíngshí 动 (บุคคลหรือสิ่งของ) กำลังเฟื่อง

行使 xíngshǐ 动 ใช้ (อำนาจหน้าที่)

行驶（行駛）xíngshǐ 动 แล่น

行事 xíngshì 名 พฤติการณ์ 动 ดำเนินการ

行为（行爲）xíngwéi 名 พฤติกรรม

行文 xíngwén 动 เรียบเรียงข้อความ；ส่งหนังสือราชการ

行销（行銷）xíngxiāo 动 จำหน่ายไปตามที่ต่าง ๆ

行星 xíngxīng 名 〈天〉 ดาวเคราะห์

行刑 xíngxíng 动 〈法〉 ลงโทษ；ลงโทษประหาร

行凶 xíngxiōng 动 ทำร้ายร่างกาย；ทำร้ายชีวิต

行医（行醫）xíngyī 动 ประกอบอาชีพทางการแพทย์

行云流水（行雲流水）xíngyún-liúshuǐ 〈成〉 เมฆเหินน้ำไหล อุปมาว่า ลีลาการเขียนการร้องรำทำเพลงลื่นไหลเป็นธรรมชาติ

行政 xíngzhèng 名 การบริหารราชการแผ่นดิน；งานบริหาร

行政区（行政區）xíngzhèngqū 名 เขตปกครอง

行装（行裝）xíngzhuāng 名 สัมภาระในการเดินทาง

行踪 xíngzōng 名 ร่องรอยการเคลื่อนไหว

行走 xíngzǒu 动 เดิน；〈方〉 ไปมาหาสู่กัน

形 xíng 名 รูปลักษณะ；รูปร่าง；ปรากฏ；เปรียบเทียบ

形变（形變）xíngbiàn 名 〈物〉 การเปลี่ยนแปลงของรูปร่าง

形成 xíngchéng 动 กลายเป็น；ก่อตัว

形单影只（形單影隻）xíngdān-yǐngzhī 〈成〉 โดดเดี่ยวเดียวดาย

形而上学（形而上學）xíng'érshàngxué 〈哲〉 อภิปรัชญา

形骸 xínghái 名 สังขาร

形迹 xíngjì 名 ร่องรอย

形容 xíngróng 名 รูปร่างหน้าตา 动 พรรณนา

形容词（形容詞）xíngróngcí 名 〈语〉 คำคุณศัพท์

形式 xíngshì 名 รูปแบบ

形势（形勢）xíngshì 名 สถานการณ์

形似 xíngsì 动 รูปลักษณะคล้ายกัน

形态（形態）xíngtài 名 รูปร่าง；รูปแบบ；รูปคำ

形态学（形態學）xíngtàixué 名 〈动〉〈植〉 มอร์ฟอโลจี (morphology) (วิทยาศาสตร์เกี่ยวกับรูปแบบและโครงสร้างของสัตว์และพืช)；〈语〉 วจีวิภาค

形体（形體）xíngtǐ 名 รูปร่าง

形象 xíngxiàng 名 ภาพลักษณ์；ภาพพจน์

形形色色 xíngxíngsèsè 形 หลายรูปหลายแบบ

形影不离（形影不離）xíngyǐng-bùlí 〈成〉 เหมือนเงากับตัวไม่แยกจากกัน

形状（形狀）xíngzhuàng 名 รูปร่างลักษณะ

型 xíng 名 แม่พิมพ์；แบบ

型钢（型鋼）xínggāng 名 〈冶〉 เหล็กกล้าที่หน้าตัดเป็นรูปแบบต่าง ๆ

型号（型號）xínghào 名 แบบ；เบอร์

省察 xǐngchá 动 สำรวจความคิดและความประพฤติของตัวเอง

省亲（省親）xǐngqīn 动 กลับบ้านเยี่ยมพ่อแม่และญาติผู้ใหญ่

省悟 xǐngwù 动 สำนึกตัว ; ตื่นตัว

醒 xǐng 动 ตื่น

醒酒 xǐngjiǔ 动 ทำให้สร่างเมา

醒来（醒來）xǐnglái 动 ฟื้นขึ้น (จากการหมดสติ) ; ตื่นนอน

醒目 xǐngmù 形 สะดุดตา

醒悟 xǐngwù 动 ตื่นตัว ; สำนึกตัว

擤 xǐng 动 สั่งน้ำมูก

兴冲冲（興衝衝）xìngchōngchōng 形 ดีอกดีใจ

兴高采烈（興高采烈）xìnggāo-cǎiliè 〈成〉 ตื่นเต้นดีอกดีใจ

兴趣（興趣）xìngqù 名 ความสนใจ

兴头（興頭）xìng•tou 名 ความกระตือรือร้นด้วยความชื่นชอบ

兴味（興味）xìngwèi 名 ความชื่นชอบ

兴致（興致）xìngzhì 名 ความสนใจ

兴致勃勃（興致勃勃）xìngzhì-bóbó 〈成〉 ความชื่นชมยินดีด้วยความสนใจ

杏 xìng 名 〈植〉 แอพริคอต (*apricot*)

杏红（杏紅）xìnghóng 形 เหลืองอมแดง

杏黄 xìnghuáng 形 สีเหลืองอมชมพู

杏仁 xìngrén 名 เมล็ดอัลมอนด์ ; เมล็ดแอพริคอต

杏树（杏樹）xìngshù 名 〈植〉 ต้นอัลมอนด์ ; ต้นแอพริคอต

杏眼 xìngyǎn 名 นัยน์ตากลมโต (ของหญิง)

杏子 xìng•zi 名 〈方〉 ลูกอัลมอนด์ ; ลูกแอพริคอต

幸存 xìngcún 动 รอดมาอยู่ได้

幸而 xìng'ér 副 โชคดีที่...

幸福 xìngfú 名 ความสุข 形 มีความสุข

幸好 xìnghǎo 副 โชคดีที่...

幸会（幸會）xìnghuì 动 〈套〉 รู้สึกมีเกียรติที่ได้พบท่าน

幸亏（幸虧）xìngkuī 副 เคราะห์ดีที่...

幸免 xìngmiǎn 动 โชคดีที่รอดพ้น (จาก...)

幸巧 xìngqiǎo 副 บังเอิญโชคดีที่...

幸事 xìngshì 名 เรื่องโชคดี

幸喜 xìngxǐ 副 โชคดีที่...

幸运（幸運）xìngyùn 名 โชคดี

幸运儿（幸運兒）xìngyùn'ér 名 คนโชคดี

幸灾乐祸（幸災樂禍）xìngzāi-lèhuò 〈成〉 ดีใจที่คนอื่นประสบภัย

性 xìng 名 นิสัย ; ลักษณะ ; เพศ

性爱（性愛）xìng'ài 名 ความรักใคร่ระหว่างเพศ ; เซ็กซ์ (*sex*)

性别 xìngbié 名 เพศ (ตัวผู้ ตัวเมียหรือชายหญิง)

性病 xìngbìng 名 〈医〉 กามโรค

性感 xìnggǎn 形 เซ็กซี่ (*sexy*)

性格 xìnggé 名 นิสัย

性激素 xìngjīsù 名 〈生理〉 ฮอร์โมนเพศ

性急 xìngjí 形 ใจร้อน

性价比（性價比）xìngjiàbǐ 名 ความคุ้มค่าเมื่อเปรียบเทียบกันระหว่างคุณภาพกับราคา

性交 xìngjiāo 动 ร่วมเพศ ; ร่วมประเวณี

性科学（性科學）xìngkēxué 名 เพศวิทยา

性灵（性靈）xìnglíng 名 〈书〉 จิตใจ ; นิสัยใจคอและความรู้สึก

性命 xìngmìng 名 ชีวิต

性能 xìngnéng 名 สมรรถนะ

性器官 xìngqìguān 名 〈生理〉 อวัยวะเพศ

性情 xìngqíng 名 นิสัยใจคอ

性无能（性無能）xìngwúnéng 名 การไร้สมรรถภาพทางเพศ

性腺 xìngxiàn 名 〈生理〉 ต่อมอวัยวะเพศ

性欲 xìngyù 名 กามารมณ์

性质（性質）xìngzhì 名 ลักษณะ ; คุณภาพ

性状（性狀）xìngzhuàng 名 รูปร่างลักษณะ

性子 xìng•zi 名 ลักษณะนิสัย ; อารมณ์

姓 xìng 名 นามสกุล 动 แซ่

姓名 xìngmíng 名 ชื่อและนามสกุล

姓氏 xìngshì 名 นามสกุล

悻悻 xìngxìng 形 โกรธ ; แค้นใจ

凶 xiōng 形 ดุ ; ร้าย ; รุนแรง

凶残（凶殘）xiōngcán 形 โหดเหี้ยมทารุณ

凶恶（凶惡）xiōng'è 形 โหดร้าย ; ดุร้าย
凶犯 xiōngfàn 名 ฆาตกร
凶悍 xiōnghàn 形 โหดเหี้ยมห้าวหาญ
凶狠 xiōnghěn 形 โหดเหี้ยม
凶横 xiōnghèng 形 โหดร้ายป่าเถื่อน
凶猛 xiōngměng 形 ดุร้าย ; ร้ายกาจ
凶器 xiōngqì 名 อาวุธที่ใช้ทำร้ายหรือฆ่าคน
凶杀（凶殺）xiōngshā 动 ฆาตกรรม
凶神恶煞（凶神惡煞）xiōngshén-èshà 〈成〉 ปีศาจร้าย ; อุปมาว่า คนที่โหดเหี้ยมและใจดำอำมหิต
凶手 xiōngshǒu 名 ฆาตกร
凶险（凶險）xiōngxiǎn 形 (สภาพ สถานการณ์ ฯลฯ) อันตรายและน่ากลัวมาก
凶宅 xiōngzhái 名 บ้านผีสิง
兄 xiōng 名 พี่ชาย
兄弟 xiōngdì 名 พี่น้อง (ที่เป็นชาย)
兄弟 xiōng•di 名 น้องชาย
兄长（兄長）xiōngzhǎng 名 พี่ชาย
汹涌 xiōngyǒng 动 (น้ำ) โหมซัดสาด
胸 xiōng 名 〈生理〉 อก ; ทรวงอก
胸部 xiōngbù 名 หน้าอก
胸怀（胸懷）xiōnghuái 名 ใจคอ 动 ในใจเต็มไปด้วย...
胸襟 xiōngjīn 名 ความมุ่งมาดปรารถนา ; ใจ
胸口 xiōngkǒu 名 หน้าอก
胸膜炎 xiōngmóyán 名 〈医〉 เยื่อหุ้มปอดอักเสบ
胸脯 xiōngpú 名 หน้าอก
胸腔 xiōngqiāng 名 〈生理〉 ช่องอก
胸膛 xiōngtáng 名 หน้าอก
胸围（胸圍）xiōngwéi 名 〈生理〉 ความกว้างรอบอก
胸像 xiōngxiàng 名 รูปปั้นครึ่งตัว
胸有成竹 xiōngyǒuchéngzhú 〈成〉 มีแผนอยู่ในใจ
胸中有数（胸中有數）xiōngzhōng-yǒushù 〈成〉 เข้าใจดีและมีความมั่นใจด้วย
雄 xióng 形 ตัวผู้ ; ผู้ทรงพลัง ; ยิ่งใหญ่
雄辩（雄辯）xióngbiàn 动 มีคารมคมคาย ; มีพลังในการโต้แย้ง
雄才大略 xióngcái-dàlüè 〈成〉 สติปัญญาเฉียบแหลมและมีแผนการล้ำลึก
雄大 xióngdà 形 เข้มแข็งเกรียงไกรและทรงพลัง
雄风（雄風）xióngfēng 名 〈书〉 ลมแรง ; ความองอาจผึ่งผายเป็นที่น่าเกรงขาม
雄关（雄關）xióngguān 名 ด่านแน่นหนา
雄厚 xiónghòu 形 (กำลังทรัพย์ กำลังคน) มากมายก่ายกอง
雄黄 xiónghuáng 名〈矿〉 ดินถนำ ; รีลการ์ (*realgar*)
雄浑（雄渾）xiónghún 形 เรียบ ๆ และทรงพลัง
雄鸡（雄鷄）xióngjī 名 ไก่ตัวผู้
雄健 xióngjiàn 形 เข้มแข็งทรงพลัง
雄蕊 xióngruǐ 名 〈植〉 เกสรตัวผู้
雄师（雄師）xióngshī 名 กองทัพเกรียงไกร
雄狮（雄獅）xióngshī 名 สิงโตตัวผู้
雄图（雄圖）xióngtú 名 แผนการอันยิ่งใหญ่
雄伟（雄偉）xióngwěi 形 โอ่อ่าโหฐาน
雄心 xióngxīn 名 ความทะเยอทะยานอันแรงกล้า
雄性 xióngxìng 名 เพศผู้ ; ตัวผู้
雄鹰（雄鷹）xióngyīng 名 〈动〉 นกอินทรีที่กล้าแกล้วทรงพลัง
雄壮（雄壯）xióngzhuàng 形 เกรียงไกร ; ห้าวหาญ
雄姿 xióngzī 名 ลักษณะองอาจผ่าเผย
熊 xióng 名 〈动〉 หมี ; 〈方〉 ด่า 形 ไร้ความสามารถ
熊包 xióngbāo 名 〈方〉 คนไร้สมรรถภาพ
熊猫 xióngmāo 名 〈动〉 หมีแพนดา (*panda*)
熊市 xióngshì 名 〈经〉 ตลาดหลักทรัพย์ที่ราคาตก ; สภาวะตลาดซบเซา ; แบร์ มาร์เกต (*bear market*)
熊熊 xióngxióng 形 (ไฟที่) ลุกโชน
熊掌 xióngzhǎng 名 อุ้งตีนหมี
休 xiū 动 พัก ; หยุด 副 อย่า
休会（休會）xiūhuì 动 พักประชุม
休假 xiūjià 动 ลาพัก
休克 xiūkè 动 〈医〉 ช็อก (*shock*)
休眠 xiūmián 动 〈动〉〈植〉 หยุดการเจริญเติบโตชั่วคราว (ของสัตว์หรือพืช) ; อยู่เฉย ๆ ไม่เคลื่อนไหว

休憩 xiūqì 动 พักผ่อน

休息 xiū·xi 动 พักผ่อน

休闲（休閑）xiūxián 动 อยู่ว่าง ๆ ; รีแลกซ์ (relax) 名 สันทนาการ ; การพักผ่อนหย่อนใจ

休想 xiūxiǎng 动 อย่าหวัง ; อย่าได้คิด ; ฝันไปเถอะ ; ไม่มีทาง

休学（休學）xiūxué 动 พักการเรียน

休养（休養）xiūyǎng 动 พักฟื้น

休战（休戰）xiūzhàn 动 พักรบ

休整 xiūzhěng 动 หยุดพักและปรับปรุง

休止 xiūzhǐ 动 หยุด

休止符 xiūzhǐfú 名 ⟨乐⟩ เครื่องหมายจังหวะหยุด

修 xiū 动 ซ่อมแซม ; แต่ง ; ปรับปรุง ; บำเพ็ญ

修补（修補）xiūbǔ 动 ซ่อมปะ

修禅（修禪）xiūchán 动 ⟨宗⟩ วิปัสสนาธุระ ; บำเพ็ญฌาน

修长（修長）xiūcháng 形 สูงระหง

修车（修車）xiūchē 动 ซ่อมรถ

修辞（修辭）xiūcí 名 เกลาสำนวน

修辞学（修辭學）xiūcíxué 名 ⟨语⟩ สุนทรียศาสตร์ทางภาษา

修道仙人 xiūdào xiānrén ⟨宗⟩ ฤษี

修道院 xiūdàoyuàn 名 ⟨宗⟩ วัดหรือสำนักชี (ของศาสนาโรมันคาทอลิกและออร์ธอด็อกซ์)

修订（修訂）xiūdìng 动 ปรับปรุงแก้ไข

修订本（修訂本）xiūdìngběn 名 ฉบับปรับปรุง

修复（修復）xiūfù 动 บูรณะซ่อมแซม ; ปฏิสังขรณ์

修改 xiūgǎi 动 แก้ไขปรับปรุง

修好 xiūhǎo 动 เจริญสันถวไมตรี

修剪 xiūjiǎn 动 ตัดแต่ง (เล็บ) ; ลิด (กิ่งไม้)

修建 xiūjiàn 动 ก่อสร้าง

修理 xiūlǐ 动 ซ่อมแซม

修路 xiūlù 动 ตัดถนน ; ซ่อมทาง

修面 xiūmiàn 动 โกนหน้า

修女 xiūnǚ 名 ⟨宗⟩ แม่ชี (ของศาสนาโรมันคาทอลิกและออร์ธอด็อกซ์)

修配 xiūpèi 动 ซ่อมแซมและประกอบชิ้นส่วน

修葺 xiūqì 动 ปฏิสังขรณ์

修缮（修繕）xiūshàn 动 ปฏิสังขรณ์

修身 xiūshēn 动 ฝึกฝนตนให้ยึดมั่นในคุณธรรม

修士 xiūshì 名 ⟨宗⟩ บาทหลวง (ของศาสนาโรมันคาทอลิกและออร์ธอด็อกซ์)

修饰（修飾）xiūshì 动 ตกแต่ง ; แต่งตัว ; ขัดเกลา

修行 xiū·xíng 动 บำเพ็ญตบะ

修养（修養）xiūyǎng 名 ระดับความรู้ความสามารถ ; ท่าทีการปฏิบัติตัวต่อสังคม

修业（修業）xiūyè 动 ศึกษาเล่าเรียน

修造 xiūzào 动 ซ่อมแซมและก่อสร้าง

修整 xiūzhěng 动 ซ่อมแซมให้เรียบร้อย ; ตัดแต่งให้เรียบร้อย

修正 xiūzhèng 动 แก้ไขให้ถูกต้อง

修正案 xiūzhèng'àn 名 ญัตติฉบับแก้ไขเพิ่มเติม

修筑（修築）xiūzhù 动 ก่อสร้าง ; สร้าง (ถนน เขื่อน วิศวโยธา ฯลฯ)

羞 xiū 动 อาย ; ทำให้ (เขา) รู้สึกอาย 名 ความอดสู

羞惭（羞慚）xiūcán 形 ละอาย

羞耻 xiūchǐ 形 อัปยศอดสู

羞答答 xiūdādā 形 ขวยเขิน

羞愧 xiūkuì 形 ละอาย

羞怯 xiūqiè 形 กระดาก

羞人 xiūrén 形 อับอายขายหน้า

羞辱 xiūrǔ 名 อัปยศอดสู 动 ทำให้อับอายขายหน้า

羞涩（羞澀）xiūsè 形 ขวยอาย

朽 xiǔ 动 (ไม้) เปื่อยผุ ; ชรา

朽木 xiǔmù 名 ไม้ผุ ; ไม้เปื่อย

宿 xiǔ 量 คืน (ลักษณนามของการค้างแรม)

秀 xiù 形 สวยงาม ; ยอดเยี่ยม 动 ⟨农⟩ ธัญพืชออกรวง

秀才 xiù·cai 名 ปัญญาชนทั่วไป ; ชื่อบัณฑิตสมัยราชวงศ์หมิงและราชวงศ์ชิง

秀发（秀髮）xiùfà 名 ผมสละสลวย

秀丽（秀麗）xiùlì 形 สวยพริ้ง ; งามเย็นตา

秀美 xiùměi 形 งามเย็นตา ; สวยพริ้ง

秀气（秀氣）xiù·qi 形 พริ้มเพรา ; งามเย็นตา ; จุ๋มจิ๋มน่ารัก

袖 xiù 名 แขนเสื้อ 动 ซ่อนในแขนเสื้อ

X

袖标（袖標）xiùbiāo 名 เครื่องหมายที่ติดแขนเสื้อ
袖口 xiùkǒu 名 ปลายแขนเสื้อ
袖手旁观（袖手旁觀）xiùshǒu-pángguān 〈成〉 นิ่งดูดาย
袖珍 xiùzhēn 形 (หนังสือ ฯลฯ) ฉบับกระเป๋า ; ขนาดจิ๋ว
袖子 xiù•zi 名 แขนเสื้อ
绣（綉）xiù 动 ปัก (ลาย)
绣房 xiùfáng 名 ห้องนอนของหญิงสาว (สมัยเก่า)
绣花（綉花）xiùhuā 动 ปักลาย
绣品（綉品）xiùpǐn 名 ผลิตภัณฑ์ปักลาย
绣球花（綉球花）xiùqiúhuā 名 〈植〉 ดอกไฮเดรนเจีย (*bigleaf hydrangea*)
绣像（綉像）xiùxiàng 名 รูปคนที่ปัก
锈（銹）xiù 名 〈化〉 สนิม
锈病（銹病）xiùbìng 名 〈农〉 โรคสนิมของพืชเนื่องจากเชื้อรา
锈蚀（銹蝕）xiùshí 动 (โลหะ) สึกกร่อนด้วยสนิม
嗅 xiù 动 ดม
嗅觉（嗅覺）xiùjué 名 〈生理〉 ฆานวิญญาณ ; ความรู้สึกในการได้กลิ่น
嗅神经（嗅神經）xiùshénjīng 名 〈生理〉 ฆานประสาท ; ประสาทดมกลิ่น
溴 xiù 名 〈化〉 (ธาตุ) โบรมีน (*bromine*)
溴化物 xiùhuàwù 名 〈化〉 สารประกอบโบรมีน (*bromide*)
溴水 xiùshuǐ 名 〈化〉 น้ำโบรมีน (*bromine water*)
吁吁 xūxū 拟声 เสียงกระหืบกระหอบ
须 xū 助动 จะต้อง 动 คอย 名 หนวด
须眉（鬚眉）xūméi 名 หนวดเคราและขนคิ้ว ; อุปมาว่า ผู้ชาย
须要（須要）xūyào 动 จำเป็นต้อง
须臾（須臾）xūyú 名 〈书〉 ชั่วขณะ
须知（須知）xūzhī 名 พึงรับทราบ
须子（鬚子）xū•zi 名 หนวด
虚 xū 形 ว่างเปล่า ; ไม่แท้
虚报（虛報）xūbào 动 รายงานเท็จ
虚词（虛詞）xūcí 名 〈语〉 คำไม่แท้ (คำที่ทำหน้าที่ทางไวยากรณ์ โดยไม่มีความหมายแท้)
虚度 xūdù 动 ปล่อยให้เวลาผ่านไปอย่างเปล่าประโยชน์
虚构（虛構）xūgòu 动 ปั้นเรื่องตามจินตนาการ
虚汗 xūhàn 名 เหงื่อที่ไหลออกผิดปรกติ
虚幻 xūhuàn 形 ลวงตา ; เป็นมายา
虚假 xūjiǎ 形 ไม่เป็นจริง
虚惊（虛驚）xūjīng 名 ตกใจไปเปล่า ๆ
虚夸（虛誇）xūkuā 形 คุยโตหลอกลวง
虚名 xūmíng 名 ชื่อเสียงที่ไม่สอดคล้องกับความจริง
虚拟（虛擬）xūnǐ 动 สมมุติ ; ปั้นเรื่องขึ้นตามจินตนาการ
虚拟现实（虛擬現實）xūnǐ xiànshí 〈计〉 ความจริงเสมือน ; วีอาร์ (*VR: Virtual Reality*)
虚胖 xūpàng 形 อ้วนฉุ
虚荣（虛榮）xūróng 形 เอาหน้าเอาตา
虚弱 xūruò 形 อ่อนแอ
虚设（虛設）xūshè 动 ตั้งขึ้นลอย ๆ
虚实（虛實）xūshí 名 สภาพภายในที่แท้จริง
虚数（虛數）xūshù 名 〈数〉 ตัวเลขไม่จริง ; จำนวนลวง ; อิเมจินะรี นัมเบอร์ (*imaginary number*)
虚脱 xūtuō 动 〈医〉 อาการกำลังร่างกายเสื่อมทรุด
虚妄 xūwàng 形 ไม่มีมูลความจริง
虚伪（虛僞）xūwěi 形 ไม่จริงใจ
虚无（虛無）xūwú 形 ว่างเปล่า
虚无主义（虛無主義）xūwú zhǔyì ลัทธิว่างเปล่า (หมายถึง ปฏิเสธทุกอย่าง) ; ไนอะลิสซึม (*nihilism*)
虚线（虛綫）xūxiàn 名 เส้นจุดไข่ปลา
虚像 xūxiàng 名 〈物〉 ภาพลวง
虚心 xūxīn 形 ถ่อมตัว
虚掩 xūyǎn 动 (ประตู) ปิดโดยไม่ล็อก
虚与委蛇（虛與委蛇）xūyǔwēiyí 〈成〉 ต้อนรับขับสู้อย่างเสียไม่ได้
虚张声势（虛張聲勢）xūzhāng-shēngshì 〈成〉 เขียนเสือให้วัวกลัว
需 xū 动 ต้องการ

需求 xūqiú 名 ความต้องการ

需要 xūyào 动 ต้องการ 名 ความต้องการ

需用 xūyòng 名 ค่าใช้จ่ายจำเป็น

嘘 xū 动 ถอนใจ 叹 จุ๊ ๆ

嘘寒问暖 xūhán-wènnuǎn 〈成〉 ถามทุกข์สุขด้วยความเอาใจใส่

嘘唏 xūxī 动 〈书〉 สะอึกสะอื้น

徐缓（徐緩）xúhuǎn 形 เฉื่อยชา ; ช้า ๆ

徐徐 xúxú 形 〈书〉 ช้า ๆ

许（許）xǔ 动 อนุญาต ; รับปาก 副 อาจจะ

许多（許多）xǔduō 形 มากมาย

许久（許久）xǔjiǔ 形 เวลานาน

许可（許可）xǔkě 动 อนุญาต ; อนุมัติ

许可证（許可證）xǔkězhèng 名 ใบอนุญาต

许诺（許諾）xǔnuò 动 รับปาก

许配（許配）xǔpèi 动 (ผู้หญิง) หมั้น (กับผู้ชายโดยมีพ่อแม่เป็นผู้เลือกให้)

许愿（許願）xǔyuàn 动 บนบาน ; รับปากจะให้

诩（詡）xǔ 动 อวด

栩栩 xǔxǔ 形 มีชีวิตชีวา

栩栩如生 xǔxǔ-rúshēng 〈成〉 มีชีวิตชีวา ; ดังมีชีวิต

旭日 xùrì 名 ดวงอาทิตย์อรุโณทัย

序 xù 名 อารัมภบท ; ลำดับ ; ก่อนเริ่มต้น

序号（序號）xùhào 名 หมายเลขเรียงลำดับ

序列 xùliè 名 ลำดับ

序幕 xùmù 名 〈剧〉 ฉากเบิกโรง ; การเริ่มต้น (ของเหตุการณ์สำคัญ)

序曲 xùqǔ 名 〈乐〉 เพลงโหมโรง ; อุปมาว่าการเริ่มต้น

序数（序數）xùshù 名 〈语〉 เลขลำดับ

序文 xùwén 名 อารัมภบท

序言 xùyán 名 อารัมภบท ; คำนำ

叙 xù 动 เล่า ; บรรยาย

叙旧（敘舊）xùjiù 动 (ระหว่างเพื่อนหรือญาติพี่น้อง) คุยถึงอดีตที่ผ่านด้วยกัน

叙事 xùshì 动 เล่าเรื่อง

叙事诗（敘事詩）xùshìshī 名 กวีนิพนธ์เล่าเรื่อง

叙述 xùshù 动 บรรยาย ; เล่า

叙说（敘説）xùshuō 动 เล่า

叙谈（敘談）xùtán 动 คุยกัน

叙言 xùyán 名 อารัมภบท ; คำนำ ; 〈旧〉 คุยกัน

畜产品（畜産品）xùchǎnpǐn 名 〈经〉 ผลิตผลจากการปศุสัตว์

畜牧 xùmù 名 การปศุสัตว์

畜养（畜養）xùyǎng 动 เลี้ยง (ปศุสัตว์)

酗酒 xùjiǔ 动 ดื่มเหล้าไม่อั้น

绪论（緒論）xùlùn 名 บทนำ (ของหนังสือวิชาการซึ่งจะกล่าวถึงจุดประสงค์ของผู้แต่งและสาระสำคัญของหนังสือ)

绪言（緒言）xùyán 名 บทนำ (ทั่ว ๆ ไป)

续（續）xù 动 ต่อเนื่อง

续编（續編）xùbiān 名 (หนังสือ) เล่มต่อ (จากเล่มแรก)

续订（續訂）xùdìng 动 รับ (หนังสือพิมพ์นิตยสาร) ต่อ

续航力（續航力）xùhánglì 名 〈航〉 ระยะทางที่บิน (หรือแล่น) ได้เต็มที่ (ของเครื่องบินหรือเรือยนต์)

续集（續集）xùjí 名 (ละครโทรทัศน์) ตอนต่อ

续篇（續篇）xùpiān 名 (บทประพันธ์) บทต่อ

续签（續簽）xùqiān 动 เซ็นเพื่อต่ออายุ

续弦（續弦）xùxián 动 (ผู้ชาย) แต่งงานใหม่ (หลังจากภรรยาถึงแก่กรรม)

絮 xù 名 ปุยฝ้าย ; ปุย 动 เบื่อ

絮叨 xù•dao 形 พูดซ้ำซาก

絮烦（絮煩）xù•fan 形 เบื่อ ; จู้จี้จุกจิก

蓄 xù 动 สะสม ; ไว้ (โดยไม่โกน) ; เก็บไว้ในใจ

蓄电池（蓄電池）xùdiànchí 名 ถ่านไฟฉาย ; แบตเตอรี่ (*battery*)

蓄洪 xùhóng 动 〈水〉 เก็บกักน้ำที่ไหลบ่า

蓄积（蓄積）xùjī 动 เก็บสะสม

蓄谋（蓄謀）xùmóu 动 มีแผนอุบายมานาน (ใช้ในทางลบ)

蓄水 xùshuǐ 动 เก็บกักน้ำ

蓄意 xùyì 动 มีเจตนามานาน

煦 xù 形〈书〉อบอุ่น

轩昂（軒昂）xuān'áng 形 สง่าผ่าเผย

宣 xuān 动 ประกาศ ; ระบาย

宣布 xuānbù 动 ประกาศ ; แถลง

宣称（宣稱）xuānchēng 动 ประกาศว่า

宣传（宣傳）xuānchuán 动 โฆษณา ; เผยแพร่

宣传弹（宣傳彈）xuānchuándàn 名 ลูกระเบิดทิ้งใบปลิว

宣传品（宣傳品）xuānchuánpǐn 名 สื่อโฆษณา

宣读（宣讀）xuāndú 动 อ่านต่อสาธารณชน

宣告 xuāngào 动 ประกาศ

宣讲（宣講）xuānjiǎng 动 โฆษณาและอธิบาย

宣判 xuānpàn 动〈法〉ประกาศผลการตัดสิน

宣誓 xuānshì 动 ปฏิญาณตน

宣泄 xuānxiè 动 ระบายน้ำออก ; ระบายอารมณ์

宣言 xuānyán 名 คำประกาศ ; แถลงการณ์

宣扬（宣揚）xuānyáng 动 เผยแพร่

宣战（宣戰）xuānzhàn 动 ประกาศสงคราม

喧宾夺主（喧賓奪主）xuānbīn-duózhǔ〈成〉เสียงแขกข่มเสียงเจ้าภาพ อุปมาว่า แขกเข้าแทนที่ฐานะเจ้าภาพหรือสิ่งที่มีฐานะเป็นรองเข้าแทนที่สิ่งสำคัญ

喧哗（喧嘩）xuānhuá 形 เสียงดังอึกทึก 动 ส่งเสียงดัง

喧闹（喧鬧）xuānnào 动 อึกทึกครึกโครม

喧嚷 xuānrǎng 动 ส่งเสียงโวยวาย

喧腾（喧騰）xuānténg 动 อึกทึกครึกโครม

喧嚣（喧囂）xuānxiāo 形 อึกทึกครึกโครม 动 โวยวายร้องลั่น

煊赫 xuānhè 形 ชื่อเสียงโด่งดังและอำนาจยิ่งใหญ่

玄 xuán 形 ลึกลับ ;〈口〉เลื่อนลอย

玄奥 xuán'ào 形 ลึกล้ำ ; ลุ่มลึก

玄关（玄關）xuánguān 名〈建〉พื้นที่ระหว่างประตูถึงห้องรับแขกในห้องชุด

玄乎 xuán·hu 形〈口〉ลอยๆไม่มีหลัก

玄机（玄機）xuánjī 名〈宗〉ทฤษฎีอันลึกซึ้งมหัศจรรย์ของลัทธิเต๋า ; อุบายอันแยบยล

玄妙 xuánmiào 形 ลึกซึ้งมหัศจรรย์

玄孙（玄孫）xuánsūn 名 ลูกของเหลน

玄武岩 xuánwǔyán 名〈地质〉หินบาซอลต์ (*basalt*)

玄虚 xuánxū 名 ความลี้ลับซับซ้อนที่หลอกลวงคน 形 เลื่อนลอย

玄学（玄學）xuánxué 名〈哲〉อภิปรัชญา

悬（懸）xuán 动 ห้อย ; แขวน

悬案（懸案）xuán'àn 名 คดีที่ยังค้างอยู่

悬垂（懸垂）xuánchuí 动 ห้อย

悬浮（懸浮）xuánfú 动 แขวนลอย

悬挂（懸掛）xuánguà 动 แขวน

悬乎（懸乎）xuán·hu 形〈方〉อันตราย ; ไม่แน่ (เลื่อนลอย)

悬空（懸空）xuánkōng 动 แขวนอยู่กลางหาว

悬铃木（懸鈴木）xuánlíngmù 名〈植〉(ต้นไม้) เพลนทรี (*plane tree*)

悬念（懸念）xuánniàn 动 เป็นห่วง 名 ความห่วงใย (ของผู้ชมหรือผู้อ่านที่มีต่อตัวละครหรือเนื้อเรื่องในวรรณกรรม) ซึ่งอยากรู้แต่ก็ไม่สามารถคาดเดา

悬赏（懸賞）xuánshǎng 动 ประกาศขอความช่วยเหลือโดยให้รางวัล

悬殊（懸殊）xuánshū 形 แตกต่างกันมากมาย

悬崖（懸崖）xuányá 名 หน้าผาที่สูงชัน

悬崖勒马（懸崖勒馬）xuányá-lèmǎ〈成〉ดึงบังเหียนม้าให้หยุดขณะถึงหน้าผาสูงชัน อุปมาว่า กลับตัวก่อนที่จะสายเกินไป

悬疑（懸疑）xuányí 名 ปริศนาที่ทิ้งไว้

旋 xuán 动 หมุน ; กลับมา

旋律 xuánlǜ 名〈乐〉ลีลา

旋钮（旋鈕）xuánniǔ 名 ลูกบิด ; ปุ่ม

旋绕（旋繞）xuánrào 动 วนรอบ

旋梯 xuántī 名 บันไดเวียน

旋涡（旋渦）xuánwō 名 น้ำวน

旋转（旋轉）xuánzhuǎn 动 หมุนเวียน

漩涡（漩渦）xuánwō 名 น้ำวน

选（選）xuǎn 动 เลือก

选拔（選拔）xuǎnbá 动 คัดเลือก

选拔赛（選拔賽）xuǎnbásài 名 การแข่งขันคัด

เลือก

选编（選編）xuǎnbiān 动 คัดเลือก (บทความ) และเรียบเรียง ; บทคัดเลือก

选材（選材）xuǎncái 动 เลือกข้อมูล

选场（選場）xuǎnchǎng 动 เลือกแสดงเฉพาะบางตอน (ของละคร) 名 ละครบางตอนที่เลือกแสดง

选登（選登）xuǎndēng 动 เลือกลง (หนังสือพิมพ์ นิตยสาร ฯลฯ)

选定（選定）xuǎndìng 动 เลือกได้เรียบร้อย

选读（選讀）xuǎndú 动 เลือกอ่าน 名 บทอ่านคัดเลือก

选段（選段）xuǎnduàn 动 เลือกบางตอนของบทประพันธ์ 名 บางตอนของบทประพันธ์ที่คัดเลือก

选购（選購）xuǎngòu 动 เลือกซื้อ

选集（選集）xuǎnjí 名 สรรนิพนธ์

选辑（選輯）xuǎnjí 动 คัดเลือกและรวมเป็นเล่ม 名 บทคัดเลือก

选举（選舉）xuǎnjǔ 动 เลือกตั้ง

选刊 xuǎnkān 动 สรรนิพนธ์ 名 วารสารสรรนิพนธ์ (วารสารที่คัดวรรณกรรมซึ่งลงพิมพ์แล้วมาลงใหม่)

选矿（選礦）xuǎnkuàng 动 〈矿〉 คัดแร่

选美 xuǎnměi 动 ประกวดนางงาม

选民（選民）xuǎnmín 名 ประชาชนผู้มีสิทธิ์เลือกตั้ง

选派（選派）xuǎnpài 动 คัดเลือกและจัดส่งไป (ปฏิบัติหน้าที่)

选票（選票）xuǎnpiào 名 บัตรเลือกตั้ง

选区（選區）xuǎnqū 名 เขตเลือกตั้ง

选曲（選曲）xuǎnqǔ 名 〈乐〉 เพลงที่เลือกสรร

选取（選取）xuǎnqǔ 动 คัดเลือกมา

选手（選手）xuǎnshǒu 名 ผู้เข้าร่วมรับการคัดเลือก

选送（選送）xuǎnsòng 动 คัดเลือกและส่งไป

选题（選題）xuǎntí 动 เลือกหัวข้อ 名 หัวข้อที่ได้รับเลือก

选项（選項）xuǎnxiàng 名 รายการที่ให้เลือก ; หัวข้อที่ให้เลือก

选修（選修）xuǎnxiū 动 〈教〉 เลือกวิชาเรียน

选样（選樣）xuǎnyàng 动 คัดตัวอย่าง

选用（選用）xuǎnyòng 动 เลือกใช้

选育（選育）xuǎnyù 动 〈农〉 คัดและเพาะพันธุ์

选择（選擇）xuǎnzé 动 เลือกสรร ; เลือก

选种（選種）xuǎnzhǒng 动 〈农〉 คัดพันธุ์

癣（癬）xuǎn 名 〈医〉 เกลื้อน

炫目 xuànmù 形 (แสงสี) จ้าตา ; ลานตา

炫耀 xuànyào 动 โอ้อวด ; ส่องแสง

绚烂（絢爛）xuànlàn 形 สวยตระการตา

绚丽（絢麗）xuànlì 形 สวยพร่างพราย

眩目 xuànmù 形 ลานตา

眩晕（眩暈）xuànyùn 动 วิงเวียนศีรษะ

旋 xuàn 动 หมุน ; กลึง

旋风（旋風）xuànfēng 名 ลมบ้าหมู

渲染 xuànrǎn 动 ระบายสี ; อุปมาว่า บรรยายหรือเขียนเกินความจริง

楦 xuàn 名 หุ่นรองเท้า (หรือหมวก) 动 ขยายรองเท้า (หรือหมวก) ให้กว้าง

楦头（楦頭）xuàn•tou 名 หุ่นรองเท้า (หรือหมวก)

楦子 xuàn•zi 名 หุ่นรองเท้า (หรือหมวก)

削价（削價）xuējià 动 ลดราคา

削减 xuējiǎn 动 ตัดทอนให้น้อยลง

削平 xuēpíng 动 ถากให้เรียบ

削弱 xuēruò 动 ตัดทอน (กำลัง) ให้อ่อนลง

靴 xuē 名 บูต (*boots*)

靴子 xuē•zi 名 รองเท้าบูต

穴 xué 名 ถ้ำ ; หลุม ; ตำแหน่ง (ฝังเข็ม)

穴居 xuéjū 动 อยู่ตามถ้ำหรือหลุม ; รัง

穴位 xuéwèi 名 〈中医〉 ตำแหน่ง (ฝังเข็ม)

学（學）xué 动 เรียน ; ศึกษา ; เลียนแบบ 名 ความรู้ ; ศาสตร์ ; โรงเรียน

学报（學報）xuébào 名 วารสารโรงเรียน ; วารสารมหาวิทยาลัย

学潮（學潮）xuécháo 名 การเคลื่อนไหวของนักเรียนนักศึกษา

学费（學費）xuéfèi 名 ค่าเล่าเรียน

学分（學分）xuéfēn 名 〈教〉 หน่วยกิต

学风（學風）xuéfēng 名 ท่วงทำนองการศึกษา

学府（學府）xuéfǔ 名 สถาบันการศึกษา

X

学好（學好）xuéhǎo 动 เลียนแบบอย่างที่ดี
学会（學會）xuéhuì 名 สมาคมการศึกษา
学籍（學籍）xuéjí 名 〈教〉 ทะเบียนนักเรียน นักศึกษา
学究（學究）xuéjiū 名 ปัญญาชนหัวคร่ำครึ
学科（學科）xuékē 名 〈教〉 แขนงวิชา
学力（學力）xuélì 名 〈教〉 วิทยฐานะ ; ระดับการศึกษา
学历（學歷）xuélì 名 〈教〉 ประวัติการศึกษา
学龄（學齡）xuélíng 名 〈教〉 อายุเข้าโรงเรียน
学名（學名）xuémíng 名 ชื่อทางวิชาการ ; ชื่อที่ใช้เป็นทางการเมื่อเข้าโรงเรียน
学年（學年）xuénián 名 〈教〉 ปีการศึกษา
学派（學派）xuépài 名 สำนักความคิดทางวิชาการ
学期（學期）xuéqī 名 〈教〉 ภาคการศึกษา ; ภาคเรียน ; เทอม (*term*)
学前（學前）xuéqián 名 ก่อนเข้าโรงเรียน
学人（學人）xuérén 名 นักวิชาการ
学舌（學舌）xuéshé 动 พูดตามคนอื่น (ไม่มีความคิดเห็นของตนเอง) ; ปากเปราะ
学生（學生）xué•shēng 名 นักเรียน ; นักศึกษา ; นิสิต
学时（學時）xuéshí 名 〈教〉 ชั่วโมงเรียน
学识（學識）xuéshí 名 〈教〉 ความรู้
学士（學士）xuéshì 名 〈教〉 ปริญญาตรี
学术（學術）xuéshù 名 วิชาการ
学术界（學術界）xuéshùjiè 名 วงการวิชาการ
学说（學説）xuéshuō 名 ทฤษฎีทางด้านวิชาการ
学堂（學堂）xuétáng 名 〈方〉 โรงเรียน (คำเรียกโรงเรียนในสมัยก่อน)
学徒（學徒）xuétú 名 ผู้ฝึกงาน
学徒工（學徒工）xuétúgōng 名 คนงานฝึกงาน ; กรรมกรฝึกงาน
学位（學位）xuéwèi 名 〈教〉 ปริญญา
学问（學問）xué•wen 名 ความรู้ ; วิชา
学无止境（學無止境）xuéwúzhǐjìng 〈成〉 การเรียนไม่มีที่สิ้นสุด
学习（學習）xuéxí 动 เรียน ; ศึกษา
学衔（學銜）xuéxián 名 ตำแหน่งทางวิชาการ
学校（學校）xuéxiào 名 โรงเรียน
学业（學業）xuéyè 名 〈教〉 กิจกรรมการศึกษา
学艺（學藝）xuéyì 动 ศึกษาศิลปวิทยา
学员（學員）xuéyuán 名 นักศึกษา (ระดับอุดมศึกษาหรือที่เรียนหลักสูตรอบรม)
学院（學院）xuéyuàn 名 〈教〉 สถาบัน ; วิทยาลัย ; คณะ (ในมหาวิทยาลัย)
学运（學運）xuéyùn 名 การเคลื่อนไหวของนักศึกษา
学者（學者）xuézhě 名 นักวิชาการ
学制（學制）xuézhì 名 〈教〉 หลักสูตรการศึกษา
学子（學子）xuézǐ 名 〈书〉 นักเรียนนักศึกษา

雪 xuě 名 〈气〉 หิมะ
雪白 xuěbái 形 ขาวดุจหิมะ
雪豹 xuěbào 名 〈动〉 เสือดาวหิมะ
雪暴 xuěbào 名 〈气〉 พายุหิมะ
雪崩 xuěbēng 动 〈地质〉 หิมะถล่ม
雪耻 xuěchǐ 动 ล้างความอับอาย
雪糕 xuěgāo 名 〈方〉 ไอศกรีม (*ice cream*)
雪恨 xuěhèn 动 แก้แค้น
雪花 xuěhuā 名 เกล็ดหิมะ
雪茄 xuějiā 名 ซิการ์ (*cigar*)
雪莲（雪蓮）xuělián 名 〈植〉 บัวหิมะ (ดอกไม้ที่ขึ้นตามภูเขาสูงแถวยูนนาน ทิเบต ซินเกียง ฯลฯ ใช้เป็นสมุนไพรรักษาโรคสตรีและมีสรรพคุณบำรุงร่างกายด้วย)
雪亮 xuěliàng 形 สว่างจ้า
雪盲 xuěmáng 名 〈医〉 โรคตาเจ็บเนื่องจากถูกแสงสะท้อนจากหิมะ
雪片 xuěpiàn 名 เกล็ดหิมะ
雪橇 xuěqiāo 名 แคร่เลื่อนหิมะ ; กระดานเลื่อนหิมะ
雪球 xuěqiú 名 ก้อนหิมะ
雪人 xuěrén 名 ตุ๊กตาหิมะ
雪山 xuěshān 名 ภูเขาที่ปกคลุมไปด้วยหิมะ
雪上加霜 xuěshàng-jiāshuāng 〈成〉 อุปมาว่าเคราะห์ซ้ำกรรมซัด

X

雪线 （雪綫） xuěxiàn 名 〈地理〉 แนวเขตแดนที่มี
หิมะตลอดปี

雪灾 xuězāi 名 ภัยหิมะ

雪中送炭 xuězhōng-sòngtàn 〈成〉
ส่งถ่านไปให้ยามหนาวกลางหิมะตกหนัก อุปมาว่า
ช่วยเหลือขณะที่ (ผู้อื่น) กำลังตกทุกข์ได้ยาก

血 xuè 名 เลือด ; โลหิต

血案 xuè'àn 名 คดีฆาตกรรม

血本 xuèběn 名 ต้นทุน

血崩 xuèbēng 名 〈医〉 โรคมดลูกตกเลือด

血管 xuèguǎn 名 〈生理〉 หลอดโลหิต ; เส้นเลือด

血汗 xuèhàn 名 เลือดและเหงื่อ อุปมาว่า
น้ำพักน้ำแรง

血红色 （血紅色） xuèhóngsè 名 สีแดงสด

血迹 xuèjì 名 รอยเลือด

血浆 （血漿） xuèjiāng 名 〈生理〉 ส่วนของเหลว
ของน้ำเหลืองและของโลหิต

血库 （血庫） xuèkù 名 〈医〉 ธนาคารโลหิต

血泪 xuèlèi 名 อุปมา ประสบการณ์หรือ
ประวัติที่เจ็บช้ำ

血脉 xuèmài 名 〈医〉 เส้นเลือดและการ
หมุนเวียนของเลือดในร่างกาย ; สายเลือด ;
สายโลหิต

血尿 xuèniào 名 〈医〉 ปัสสาวะเป็นเลือด

血泡 xuèpào 名 〈医〉 แผลพุพอง

血泊 xuèpō 名 กองเลือด

血气方刚 （血氣方剛） xuèqì-fānggāng 〈成〉
เลือดร้อนและจิตใจฮึกเหิม

血亲 （血親） xuèqīn 名 ญาติสายเลือดเดียวกัน

血清 xuèqīng 名 〈生理〉 เซรุ่ม (serum)

血球 xuèqiú 名 〈生理〉 เม็ดโลหิต

血肉 xuèròu 名 เลือดเนื้อ

血色 xuèsè 名 สีเลือดฝาด (บนผิวหนัง)

血色素 xuèsèsù 名 〈生理〉 ธาตุสีแดงในเม็ดโลหิต

血栓 xuèshuān 名 〈医〉 ลิ่มโลหิต

血糖 xuètáng 名 〈生理〉 น้ำตาลในเลือด

血统 （血統） xuètǒng 名 สายเลือด

血污 xuèwū 名 รอยเปื้อนเลือด

血洗 xuèxǐ 动 นองเลือด

血象 xuèxiàng 名 〈生理〉 ผังเลือด

血小板 xuèxiǎobǎn 名 〈生理〉 เกล็ดเลือด

血腥 xuèxīng 形 คาวเลือด

血型 xuèxíng 名 〈生理〉 กลุ่มเลือด ; กรุ๊ปเลือด

血循环 （血循環） xuèxúnhuán 名 〈生理〉
การหมุนเวียนของเลือด

血压 （血壓） xuèyā 名 〈生理〉 ความดันโลหิต

血压计 （血壓計） xuèyājì 名 เครื่องวัด
ความดันโลหิต

血液 xuèyè 名 〈生理〉 เลือด ; โลหิต

血液病 xuèyèbìng 名 〈医〉 โรคโลหิต

血友病 xuèyǒubìng 名 〈医〉 โรคโลหิตไหลไม่หยุด
เป็นเวลานานเพราะเลือดไม่จับตัวเป็นก้อน

血缘 （血緣） xuèyuán 名 สายเลือด ; สายโลหิต

血债 （血債） xuèzhài 名 หนี้เลือด

血战 （血戰） xuèzhàn 名 รบกันอย่างนองเลือด

血脂 xuèzhī 名 〈生理〉 ไขมันในเลือด

血肿 （血腫） xuèzhǒng 名 〈医〉 ห้อเลือด

勋爵 （勛爵） xūnjué 名 บรรดาศักดิ์ ; บรรดาศักดิ์
ลอร์ด (Lord)

勋业 （勛業） xūnyè 名 คุณูปการและกิจการ

勋章 （勛章） xūnzhāng 名 อิสริยาภรณ์

熏 xūn 动 รม (ควัน ยา ฯลฯ) ; อบ

熏鸡 （熏鷄） xūnjī 名 ไก่รมควัน

熏染 xūnrǎn 动 มีอิทธิพลในทางเสื่อมเรื่อย ๆ

熏陶 xūntáo 动 ค่อย ๆ อบรมและกล่อมเกลา

熏鱼 （熏魚） xūnyú 名 ปลารมควัน

熏蒸 xūnzhēng 动 อบอ้าว

熏制 （熏製） xūnzhì 动 ทำ (อาหาร) ด้วยวิธีรม
หรืออบ

旬 xún 名 ช่วงเวลาสิบวันของเดือน ; ช่วงระยะเวลา
สิบปี

旬报 （旬報） xúnbào 名 หนังสือพิมพ์รายสิบวัน

旬刊 xúnkān 名 วารสารรายสิบวัน

旬日 xúnrì 名 สิบวัน

寻 （尋） xún 动 หา

寻常 （尋常） xúncháng 形 ปรกติธรรมดา

X

寻访（尋訪）xúnfǎng 动 ถามหา

寻根（尋根）xúngēn 动 เสาะหารากเหง้า

寻花问柳（尋花問柳）xúnhuā-wènliǔ 〈成〉 เที่ยวหญิงโสเภณี

寻机（尋機）xúnjī 动 หาโอกาส

寻开心（尋開心）xún kāixīn 〈方〉 พูดเล่น

寻觅（尋覓）xúnmì 动 แสวงหา

寻求（尋求）xúnqiú 动 แสวงหา (ความรู้ สัจธรรม ฯลฯ)

寻思（尋思）xún•si 动 〈方〉 คิด ; ครุ่นคิด

寻死（尋死）xúnsǐ 动 〈方〉 ฆ่าตัวตาย

寻味（尋味）xúnwèi 动 เข้าใจอย่างละเอียดลึกซึ้ง

寻隙（尋隙）xúnxì 动 หาโอกาส

寻衅（尋釁）xúnxìn 动 เจตนาหาเรื่อง

寻找（尋找）xúnzhǎo 动 แสวงหา

巡 xún 动 ตระเวน

巡查 xúnchá 动 ตระเวนตรวจการณ์

巡防 xúnfáng 动 เที่ยวตระเวนคอยป้องกัน

巡航 xúnháng 动 (เรือ) ลาดตระเวน

巡回（巡迴）xúnhuí 动 ตระเวนไปตามที่ต่าง ๆ

巡警 xúnjǐng 名 〈旧〉 ตำรวจ ; ตำรวจตระเวนตรวจการณ์

巡礼（巡禮）xúnlǐ 动 แสวงบุญ ; ทัศนาจร

巡逻（巡邏）xúnluó 动 ลาดตระเวน

巡视（巡視）xúnshì 动 ตระเวนตรวจดู

巡洋舰（巡洋艦）xúnyángjiàn 名 〈军〉 เรือรบลาดตระเวน

巡夜 xúnyè 动 ตระเวนตรวจการณ์กลางคืน

巡诊（巡診）xúnzhěn 动 ตระเวนรักษาคนไข้

询查（詢查）xúnchá 动 สอบถาม

询问（詢問）xúnwèn 动 ถาม

循 xún 动 ปฏิบัติตาม ; เจริญรอยตาม

循环（循環）xúnhuán 动 หมุนเวียน

循环利用（循環利用）xúnhuán lìyòng รีไซเคิล (*recycle*) (นำกลับมาใช้ใหม่ให้เกิดประสิทธิภาพสูงสุด)

循环赛（循環賽）xúnhuánsài 名 〈体〉 การแข่งขันแบบพบกันหมด

循序 xúnxù 动 ตามลำดับ

循序渐进（循序漸進）xúnxù-jiànjìn 〈成〉 ค่อยก้าวหน้าไปตามลำดับ

循循善诱（循循善誘）xúnxún-shànyòu 〈成〉 ค่อย ๆ โน้มน้าวตามลำดับอย่างมีขั้นตอน

训（訓）xùn 动 อบรมสั่งสอน 名 มาตรฐาน

训斥（訓斥）xùnchì 动 ตวาดสั่งสอน

训导（訓導）xùndǎo 动 สั่งสอน

训话（訓話）xùnhuà 动 ให้โอวาท

训诫（訓誡）xùnjiè 动 สั่งสอนและตักเตือน

训练（訓練）xùnliàn 动 ฝึกอบรม ; ฝึก

训练班（訓練班）xùnliànbān 名 ชั้นอบรม

训令（訓令）xùnlìng 名 หนังสือสั่งการ

训示（訓示）xùnshì 动 สั่งสอนและชี้แนะ 名 คำชี้แนะ

讯（訊）xùn 动 สอบถาม 名 ข่าว

讯号（訊號）xùnhào 名 สัญญาณ

讯问（訊問）xùnwèn 动 สอบถาม

讯息（訊息）xùnxī 名 ข่าวสาร

汛期 xùnqī 名 〈水〉 ช่วงระยะเวลาน้ำขึ้น

汛情 xùnqíng 名 〈水〉 สภาพน้ำขึ้น

迅即 xùnjí 副 ทันที

迅疾 xùnjí 形 รวดเร็วฉับไว

迅捷 xùnjié 形 รวดเร็วฉับไว

迅猛 xùnměng 形 รวดเร็วและรุนแรง

迅速 xùnsù 形 รวดเร็ว

驯（馴）xùn 形 เชื่อง 动 ทำให้เชื่อง

驯服（馴服）xùnfú 形 เชื่อง 动 ทำให้เชื่อง

驯化（馴化）xùnhuà 动 สอนให้เชื่อง

驯良（馴良）xùnliáng 形 เรียบร้อยใจดี

驯鹿（馴鹿）xùnlù 名 〈动〉 กวางเรนเดียร์ (*reindeer*)

驯兽（馴獸）xùnshòu 动 สอนสัตว์ให้เชื่อง

驯顺（馴順）xùnshùn 形 ว่านอนสอนง่าย

驯养（馴養）xùnyǎng 动 เลี้ยงสัตว์ป่าให้เชื่อง

徇私 xùnsī 动 〈书〉 ปฏิบัติหน้าที่มิชอบเพราะเห็นแก่ความสัมพันธ์ส่วนตัว

徇私舞弊 xùnsī-wǔbì 〈成〉 ฉ้อราษฎร์บังหลวง

X

逊（遜）xùn 形 ถ่อมตัว ; ‹书› ด้อยกว่า 动 สละ

逊色（遜色）xùnsè 形 ด้อยกว่า

逊位（遜位）xùnwèi 动 สละราชสมบัติ

殉道 xùndào 动 พลีชีพเพื่อธรรม

殉国（殉國）xùnguó 动 พลีชีพเพื่อประเทศชาติ

殉难（殉難）xùnnàn 动 พลีชีพ (เพื่อชาติ
บ้านเมือง)

殉情 xùnqíng 动 ฆ่าตัวตายเพื่อบูชารัก

殉葬 xùnzàng 动 ฝัง (คนเป็นหรือสิ่งของ) รวมกับ
คนตาย

殉葬品 xùnzàngpǐn 名 สิ่งที่ฝังรวมกับคนตาย

殉职（殉職）xùnzhí 动 พลีชีพเพื่อหน้าที่

熏 xùn 动 ‹方› ถูกพิษแก๊สถ่านหิน

蕈 xùn 名 ‹植› เห็ด

X

Y y

丫鬟 yā·huan 名 〈旧〉 สาวใช้

丫头（丫頭）yā·tou 名 คำเรียกเด็กหญิง ; คำเรียกสาวใช้

压（壓）yā 动 กด ; ทับ ; บีบ ; แช่เย็น (เอาเก็บไว้เป็นเวลานานโดยไม่ดำเนินการ)

压仓（壓倉）yācāng 动 ถ่วงท้องเรือด้วยของหนัก ๆ

压秤（壓秤）yāchèng 形 หนักตาชั่ง (มีน้ำหนักมากกว่าเมื่อเทียบกับสิ่งของที่มีปริมาตรเท่ากัน)

压倒（壓倒）yādǎo 动 เหนือกว่า

压低（壓低）yādī 动 กดให้ต่ำลง

压服（壓服）yāfú 动 บีบบังคับให้ยินยอม

压价（壓價）yājià 动 กดราคา

压境（壓境）yājìng 动 (กองกำลังทหาร) ชิดพรมแดน

压力（壓力）yālì 名 ความกดดัน ; 〈物〉 แรงกดดัน

压力表（壓力表）yālìbiǎo 名 〈物〉 มิเตอร์วัดความดัน

压路机（壓路機）yālùjī 名 〈机〉 รถบดถนน

压迫（壓迫）yāpò 动 กดขี่

压强（壓强）yāqiáng 名 〈物〉 ความเข้มของความดัน

压舌板（壓舌板）yāshébǎn 名 〈医〉 ไม้กดลิ้น

压岁钱（壓歲錢）yāsuìqián 名 เงินแต๊ะเอีย ; เงินของขวัญตรุษจีน

压缩（壓縮）yāsuō 动 กดอัดให้เล็กลง ; ตัดทอนให้น้อยลง

压缩机（壓縮機）yāsuōjī 名 〈机〉 คอมเพรสเซอร์ (*compressor*)

压抑（壓抑）yāyì 动 อึดอัดใจ ; อัดอั้นตันใจ

压榨（壓榨）yāzhà 动 บีบคั้น ; ขูดรีด

压制（壓制）yāzhì 动 กดดัน ; หักห้าม

呀 yā 叹 โอ้

押 yā 动 จำนอง ; กักขัง

押车（押車）yāchē 动 คุมของบนรถ

押解 yājiè 动 คุมตัว (นักโทษ ฯลฯ) ไปส่ง

押金 yājīn 名 เงินมัดจำ

押款 yākuǎn 名 เงินกู้จากธนาคารโดยมีหลักทรัพย์ค้ำประกัน ; เงินมัดจำ 动 กู้เงินโดยมีหลักทรัพย์ค้ำประกัน

押送 yāsòng 动 คุมส่ง

押运（押運）yāyùn 动 คุมสินค้าไปส่ง

押韵 yāyùn 动 สัมผัส (ในบทร้อยกรอง)

鸦片（鴉片）yāpiàn 名 ฝิ่น

鸦雀无声（鴉雀無聲）yāquè-wúshēng 〈成〉 เงียบกริบ ; เงียบเป็นเป่าสาก

桠杈（椏杈）yāchà 名 ง่ามกิ่งไม้

桠枝（椏枝）yāzhī 名 กิ่งไม้

鸭（鴨）yā 名 〈动〉 เป็ด

鸭蛋（鴨蛋）yādàn 名 ไข่เป็ด

鸭蛋青（鴨蛋青）yādànqīng 形 ไข่ขาวของไข่เป็ด ; สีครามอ่อน ๆ

鸭蛋圆（鴨蛋圓）yādànyuán 形 〈方〉 รูปกลมรี

鸭梨（鴨梨）yālí 名 สาลี่ชนิดหนึ่ง

鸭绒（鴨絨）yāróng 名 ขนอ่อนของเป็ด (นิยมนำมาทำเป็นไส้ในของเสื้อกันหนาว ผ้าห่มนวม หรือหมอน)

鸭绒被（鴨絨被）yāróngbèi 名 ผ้าห่มนวมขนเป็ด

鸭子（鴨子）yā·zi 名 เป็ด

鸭嘴兽（鴨嘴獸）yāzuǐshòu 名 〈动〉 แพลตติพุส (*platypus*) ; ตุ่นปากเป็ด

牙 yá 名 ฟัน

牙齿（牙齒）yáchǐ 名 ฟัน

牙床 yáchuáng 名 〈生理〉 เหงือกฟัน

牙雕 yádiāo 名 งานแกะสลักงาช้าง ; การแกะสลักงาช้าง
牙粉 yáfěn 名 ยาสีฟันชนิดผง
牙缝（牙縫）yáfèng 名 ซอกฟัน
牙膏 yágāo 名 ยาสีฟัน (ชนิดครีม)
牙关（牙關）yáguān 名 ข้อต่อระหว่างขากรรไกรบนกับขากรรไกรล่าง
牙科 yákē 名〈医〉แผนกทันตกรรม
牙口 yá•kou 名 อายุของสัตว์ (ดูจากฟันของสัตว์) ; ความแข็งแรงของฟันของผู้สูงอายุ
牙签（牙籤）yáqiān 名 ไม้จิ้มฟัน
牙刷 yáshuā 名 แปรงสีฟัน
牙医（牙醫）yáyī 名 ทันตแพทย์
牙龈（牙齦）yáyín 名〈生理〉เหงือก
牙周炎 yázhōuyán 名〈医〉เยื่อหุ้มฟันอักเสบ
芽 yá 名 หน่ออ่อน
蚜虫（蚜蟲）yáchóng 名〈动〉เพลี้ย
睚眦 yázì 动〈书〉ถลึงตา 名 ความแค้นเล็ก ๆ น้อย ๆ
哑（啞）yǎ 动 ใบ้ 形 (เสียง) แหบ
哑巴（啞巴）yǎ•ba 名 คนใบ้
哑剧（啞劇）yǎjù 名 ละครใบ้
哑铃（啞鈴）yǎlíng 名〈体〉ดัมเบลล์ (*dumbbell*)
哑谜（啞謎）yǎmí 名 ปริศนา
哑然（啞然）yǎrán 形〈书〉เงียบสงัด ; อาการที่พูดไม่ออกด้วยความตกใจ ; เสียงหัวเราะ
哑然失笑（啞然失笑）yǎrán-shīxiào〈成〉กลั้นหัวเราะไม่อยู่
哑语（啞語）yǎyǔ 名 ภาษาใบ้
雅观（雅觀）yǎguān 形 งามอย่างสุภาพเรียบร้อย (โดยทั่วไปจะปรากฏในรูปปฏิเสธ)
雅号（雅號）yǎhào 名 นามอันสูงส่ง ; ฉายา
雅静 yǎjìng 形 สงบและงดงามเรียบร้อย
雅量 yǎliàng 名 ความใจกว้าง ; คอเหล้าคอแข็ง
雅皮士 yǎpíshì 名 ยัปปี้ (*yuppy*) (คนหนุ่มสาวรุ่นใหม่ที่มุ่งประกอบอาชีพเพื่อความร่ำรวยอย่างเดียว)
雅趣 yǎqù 名 ความมีรสนิยมสูง
雅俗共赏（雅俗共賞）yǎsú-gòngshǎng〈成〉ชมได้ทั้งคนมีความรู้สูงและคนมีความรู้ธรรมดา
雅兴（雅興）yǎxìng 名 อารมณ์ที่มีรสนิยมสูง
雅意 yǎyì 名 น้ำใจอันดีงาม
雅致 yǎ•zhi 形 งามแปลกตา
雅座 yǎzuò 名 ห้องส่วนตัว (ในภัตตาคาร ฯลฯ)
轧（軋）yà 动 บด ; ทับ 拟声 (เสียงเครื่องจักรเดิน) จั๊ก ๆ
亚（亞）yà 形 ด้อยกว่า 数 อันดับรอง 名 เอเชีย
亚当（亞當）Yàdāng 名〈宗〉อาดัม (*Adam*)
亚寒带（亞寒帶）yàhándài 名〈地理〉แถบใกล้โซนหนาว
亚急性（亞急性）yàjíxìng 名〈医〉(โรค) เกือบปัจจุบันทันด่วน
亚军（亞軍）yàjūn 名〈体〉รองชนะเลิศ
亚硫酸（亞硫酸）yàliúsuān 名〈化〉กำมะถัน
亚麻（亞麻）yàmá 名〈植〉แฟลกซ์ (*flax*) ; ใยเปลือกต้นแฟลกซ์ที่ใช้ทอผ้าลินิน
亚热带（亞熱帶）yàrèdài 名〈地理〉แถบใกล้โซนร้อน
亚硝酸（亞硝酸）yàxiāosuān 名〈化〉กรดไนทรัส (*nitrous acid*)
亚原子水平（亞原子水平）yàyuánzǐ shuǐpíng〈物〉ระดับต่ำกว่าอะตอม ; ระดับย่อยอะตอม
亚运会（亞運會）yàyùnhuì 名〈体〉〈简〉งานกีฬาเอเชีย ; เอเชียนเกมส์ (*Asian Games*)
亚洲（亞洲）Yàzhōu 名 ทวีปเอเชีย
砑 yà 动 บด (หนัง ผ้า ฯลฯ) ให้เนื้อแน่นและขึ้นเงา
揠苗助长（揠苗助長）yàmiáo-zhùzhǎng〈成〉ดึงต้นกล้าสูงขึ้นเพื่อให้โตเร็ว
呀 ya 助 แน่ะ ; นะ
咽喉 yānhóu 名〈生理〉คอหอยและกล่องเสียง
咽头（咽頭）yāntóu 名 คอหอย
咽炎 yānyán 名〈医〉คอหอยอักเสบ
恹恹（懨懨）yānyān 形〈书〉อ่อนเพลีย (เพราะป่วย)
殷红（殷紅）yānhóng 形〈书〉แดงอมดำ

胭脂 yān·zhi 名 ชาดทาแก้มหรือริมฝีปากให้แดง
烟 yān 名 ควัน ; ยาสูบ 动 แสบตาเพราะถูกควันรม
烟波 yānbō 名 ภาพผิวน้ำที่ปกคลุมด้วยหมอก
烟草 yāncǎo 名 ยาสูบ ; ‹植› ต้นยาสูบ
烟尘（烟塵）yānchén 名 ควันและฝุ่น ; ‹旧› ไฟสงคราม
烟囱 yāncōng 名 ปล่องควัน
烟斗 yāndǒu 名 กล้องยาเส้น ; หัวของกล้องฝิ่น
烟盒 yānhé 名 ซองบุหรี่
烟花 yānhuā 名 ‹书› ภาพสวยสดงดงามในฤดูใบไม้ผลิ ; ‹旧› นางโลม ; ดอกไม้ไฟ
烟花爆竹 yānhuā-bàozhú พลุและดอกไม้ไฟ
烟灰 yānhuī 名 ขี้บุหรี่
烟灰缸 yānhuīgāng 名 ที่เขี่ยบุหรี่
烟火 yān·huo 名 ดอกไม้ไฟ
烟碱 yānjiǎn 名 ‹化› นิโคติน (*nicotine*)
烟卷儿（烟捲兒）yānjuǎnr 名 บุหรี่
烟幕 yānmù 名 ม่านควัน
烟幕弹（烟幕彈）yānmùdàn 名 ระเบิดควัน
烟丝（烟絲）yānsī 名 ยาเส้น
烟筒 yān·tong 名 ปล่องควัน
烟头（烟頭）yāntóu 名 ก้นบุหรี่
烟雾（烟霧）yānwù 名 เมฆ ; หมอก ; ควันและไอน้ำ
烟消云散（烟消雲散）yānxiāo-yúnsàn ‹成› สลายไปหมด ; มลายหายไปหมด
烟叶（烟葉）yānyè 名 ใบยาสูบ
烟云（烟雲）yānyún 名 ควันและเมฆหมอก
阉（閹）yān 动 ตอน
阉割（閹割）yāngē 动 ตอน ; ตัดส่วนสำคัญออก
淹 yān 动 จมน้ำ ; (น้ำ) ท่วม
淹没 yānmò 动 ท่วม
腌 yān 动 ดอง ; หมักเกลือ
湮灭（湮滅）yānmiè 动 จมสาบสูญ
湮没 yānmò 动 จมหาย
嫣红（嫣紅）yānhóng 形 ‹书› แดงสดใส
嫣然 yānrán 形 ‹书› งาม

Y

延 yán 动 ยืดออก ; ขยายออก ; เชิญ (ในลักษณะว่าจ้าง)
延长（延長）yáncháng 动 ยืดออก ; ขยายออก
延长线（延長綫）yánchángxiàn 名 เส้นขยาย
延迟（延遲）yánchí 动 (เวลา) เลื่อนออก
延宕 yándàng 动 ถ่วง (เวลา) ; หน่วงเหนี่ยว
延缓（延緩）yánhuǎn 动 (เวลา) เลื่อนออก
延聘 yánpìn 动 ‹书› เชิญ (ในลักษณะว่าจ้าง)
延期 yánqī 动 เลื่อนเวลา ; ต่อเวลา
延请（延請）yánqǐng 动 เชิญในลักษณะว่าจ้างชั่วคราว
延伸 yánshēn 动 ขยายออก
延误（延誤）yánwù 动 ถ่วงเวลาจนเสียการ
延续（延續）yánxù 动 ต่อเนื่อง
芫荽 yán·suī 名 ‹植› ผักชี
严（嚴）yán 形 เข้มงวด ; มิดชิด
严办（嚴辦）yánbàn 动 จัดการอย่างเข้มงวด ; ลงโทษอย่างหนัก
严惩（嚴懲）yánchéng 动 ลงโทษอย่างหนัก
严处（嚴處）yánchǔ 动 จัดการอย่างเข้มงวด ; ลงโทษอย่างหนัก
严词（嚴詞）yáncí 名 คำพูดที่เฉียบขาดและจริงจัง
严冬（嚴冬）yándōng 名 ฤดูหนาวที่อากาศหนาวจัด
严防（嚴防）yánfáng 动 ป้องกันอย่างกวดขัน
严格（嚴格）yángé 动 เข้มงวดกวดขัน 形 เคร่งครัด
严寒（嚴寒）yánhán 形 หนาวจัด
严谨（嚴謹）yánjǐn 形 รอบคอบและกวดขัน
严禁（嚴禁）yánjìn 动 ห้ามเด็ดขาด
严峻（嚴峻）yánjùn 形 เข้มงวด ; ร้ายแรง
严酷（嚴酷）yánkù 形 ร้ายแรง ; โหดร้ายทารุณ
严厉（嚴厲）yánlì 形 เข้มงวดกวดขัน ; เคร่งครัดมาก
严令（嚴令）yánlìng 动 สั่งเด็ดขาด
严密（嚴密）yánmì 形 มิดชิด
严明（嚴明）yánmíng 形 เด็ดขาดและเที่ยงธรรม
严实（嚴實）yán·shi 形 ‹口› มิดชิด
严守（嚴守）yánshǒu 动 ปฏิบัติอย่างเคร่งครัด ;

รักษาอย่างเข้มงวด
严肃（嚴肅）yánsù 形 เคร่งขรึม ; จริงจัง 动 เข้มงวด
严刑（嚴刑）yánxíng 名 โทษหนัก ; การลงโทษหนัก
严整（嚴整）yánzhěng 形 เคร่งครัดและเป็นระเบียบ
严正（嚴正）yánzhèng 形 จริงจังและเที่ยงธรรม
严重（嚴重）yánzhòng 形 ร้ายแรง ; ฉกรรจ์
言 yán 名 คำพูด ; คำ 动 พูด
言不由衷 yánbùyóuzhōng 〈成〉 ปากไม่ตรงกับใจ
言辞（言辭）yáncí 名 วาจา ; คำพูด
言归于好（言歸于好）yánguīyúhǎo 〈成〉 คืนดีกันเหมือนเดิม
言过其实（言過其實）yánguòqíshí 〈成〉 พูดเกินความจริง ; พูดเลยเถิด
言和 yánhé 动 คืนดีกัน (โดยสงบศึกหรือยุติข้อโต้แย้ง)
言简意赅（言簡意賅）yánjiǎn-yìgāi 〈成〉 ใช้ภาษาง่ายแต่กินความครอบคลุม
言路 yánlù 名 ช่องทางแสดงความคิดเห็น
言论（言論）yánlùn 名 คำพูดที่แสดงความคิดเห็น
言谈（言談）yántán 名 การพูดจา
言外之意 yánwàizhīyì 〈成〉 ความหมายที่บอกเป็นนัย
言行 yánxíng 名 การพูดและการกระทำ
言语（言語）yányǔ 名 คำพูด ; วาจา
妍 yán 名 〈书〉 สวยงาม
岩层（岩層）yáncéng 名 〈地质〉 ชั้นหิน
岩洞 yándòng 名 〈地理〉 ถ้ำหิน
岩浆（岩漿）yánjiāng 名 〈地质〉 หินหนืด
岩石 yánshí 名 〈地质〉 หิน
岩盐（岩鹽）yányán 名 แร่ฮาไลต์ (*halite*)
岩羊 yányáng 名 〈动〉 บลูชีป (*blue sheep*) (สัตว์ประเภทแกะตัวยาว 1-2 เมตรมีเขาทั้งตัวเมียและตัวผู้ขนหลังสีน้ำตาลอมเทา)
炎黄 Yán-Huáng 名 พระเจ้าเอี๋ยน (พระนามเสินหนง神农) และพระเจ้าหวง (พระนามซวนหยวน 轩辕) ซึ่งเป็นปฐมกษัตริย์สองพระองค์แรกของชาติจีนในตำนานสมัยโบราณ ; บรรพบุรุษของชนชาติจีน
炎凉 yánliáng 名 ความร้อนกับความหนาว อุปมาว่าท่าทีที่คอยประจบเอาใจ (ยามเขาเฟื่อง) และหมางเมินไม่แยแส (ยามเขาตกอับ)
炎热（炎熱）yánrè 形 ร้อนจัด
炎夏 yánxià 名 หน้าร้อนที่อากาศร้อนมาก
炎症 yánzhèng 名 〈医〉 อาการอักเสบ
沿 yán 名 ริม 介 ตาม 动 กุ๊น
沿岸 yán'àn 名 ชายฝั่ง (แม่น้ำ ทะเล ทะเลสาบ)
沿边（沿邊）yánbiān 动 กุ๊นริมเสื้อผ้า
沿革 yángé 名 วิวัฒนาการ
沿海 yánhǎi 名 ชายฝั่งทะเล
沿路 yánlù 副 ตามทาง 名 ระหว่างทาง
沿途 yántú 副 ตามทาง 名 ระหว่างทาง
沿袭（沿襲）yánxí 动 ตามประเพณีนิยม
沿线（沿綫）yánxiàn 名 ตามเส้นทาง
沿用 yányòng 动 ใช้สืบต่อกันมา
沿着 yán•zhe 动 เลียบตามแนว (ทาง ฝั่งแม่น้ำ ฯลฯ)
研 yán 动 ศึกษา ; ค้นคว้า ; วิจัย
研发（研發）yánfā 动 ศึกษาค้นคว้าและพัฒนา
研究 yánjiū 动 ศึกษาค้นคว้า
研究生 yánjiūshēng 名 〈教〉 นักศึกษาปริญญาโทและปริญญาเอก
研究所 yánjiūsuǒ 名 สถาบันวิจัย
研究员（研究員）yánjiūyuán 名 นักวิจัยระดับหนึ่ง (เทียบเท่าศาสตราจารย์) ; ผู้ได้รับทุนวิจัยในสาขาวิชา
研磨 yánmó 动 บด
研讨（研討）yántǎo 动 สัมมนา ; อภิปราย
研讨会（研討會）yántǎohuì 名 งานสัมมนา
研习（研習）yánxí 动 ศึกษาค้นคว้า
研修 yánxiū 动 ศึกษาค้นคว้า
研制（研製）yánzhì 动 ศึกษาค้นคว้าและผลิต
盐（鹽）yán 名 เกลือ
盐场（鹽場）yánchǎng 名 นาเกลือ

Y

盐池（鹽池）yánchí 名 บ่อเกลือ
盐湖（鹽湖）yánhú 名 ทะเลสาบน้ำเค็ม
盐碱地（鹽碱地）yánjiǎndì 名 ดินที่มีสารเกลือมาก
盐类（鹽類）yánlèi 名 จำพวกเกลือ
盐卤（鹽鹵）yánlǔ 名 ดีเกลือ
盐水（鹽水）yánshuǐ 名 น้ำเกลือ
盐酸（鹽酸）yánsuān 名 〈化〉 กรดไฮโดรคลอริก (*hydrochloric acid*)
盐田（鹽田）yántián 名 นาเกลือ
阎罗（閻羅）Yánluó 名 〈宗〉 ยมราช
阎王（閻王）Yán•wang 名 〈宗〉 ยมราช
筵席 yánxí 名 งานเลี้ยง
颜料（顏料）yánliào 名 สี ; วัสดุที่ใช้ในการย้อมสีหรือวาดภาพ
颜面（顏面）yánmiàn 名 ใบหน้า ; หน้า (ศักดิ์ศรี)
颜色（顏色）yánsè 名 สี ; สีหน้า (ที่บอกนัย)
颜色（顏色）yán•shai 名 〈口〉 วัสดุย้อม
檐 yán 名 〈建〉 ชายคา
奄奄一息 yǎnyǎn-yīxī 〈成〉 ร่อแร่เต็มที (เหลือลมหายใจแผ่วเบาเล็กน้อย)
俨然（儼然）yǎnrán 形 〈书〉 ภูมิฐาน ; คล้ายกันมาก ; เป็นระเบียบ
衍变（衍變）yǎnbiàn 动 เปลี่ยนแปลงและพัฒนา
衍化 yǎnhuà 动 เกิดการเปลี่ยนแปลง
衍射 yǎnshè 动 〈物〉 การอ้อมของคลื่นเสียงหรือแสงที่ผ่านวัตถุที่ขวางหน้า
衍生 yǎnshēng 动 〈化〉 เป็นอนุพันธ์
衍生物 yǎnshēngwù 名 〈化〉 อนุพันธ์
掩 yǎn 动 ปิด ; 〈方〉 งับ
掩蔽 yǎnbì 动 อำพราง
掩藏 yǎncáng 动 ซ่อนเร้น
掩耳盗铃（掩耳盜鈴）yǎn'ěr-dàolíng 〈成〉 ปิดหูขโมยกระดิ่ง อุปมาว่า หลอกลวงตนเอง
掩盖（掩蓋）yǎngài 动 ปกคลุม ; ปิดบัง
掩护（掩護）yǎnhù 动 คุ้มกัน
掩埋 yǎnmái 动 ฝัง
掩人耳目 yǎnrén'ěrmù 〈成〉 ปิดหูปิดตาคนอื่น อุปมาว่า ตบตาคนอื่น
掩饰（掩飾）yǎnshì 动 ปิดบัง
掩体（掩體）yǎntǐ 名 〈军〉 ที่กำบัง
掩映 yǎnyìng 动 (สองสิ่ง) บังและขับดุนซึ่งกันและกัน
眼 yǎn 名 ตา ; รู 量 บ่อ
眼白 yǎnbái 名 〈生理〉 ตาขาว (ส่วนขาวของนัยน์ตา)
眼病 yǎnbìng 名 โรคตา
眼馋（眼饞）yǎnchán 形 〈方〉 เห็นแล้วอยากได้
眼眵 yǎnchī 名 〈生理〉 ขี้ตา
眼底 yǎndǐ 名 ก้นตา ; ในสายตา
眼底下 yǎndǐ•xia 名 ใกล้ตา ; ขณะนี้
眼福 yǎnfú 名 บุญตา
眼光 yǎnguāng 名 สายตา (ความสามารถในการสังเกตหรือคาดคะเน ; ทรรศนะ
眼红（眼紅）yǎnhóng 形 อิจฉาตาร้อน ; ตาแดงก่ำด้วยความโกรธ
眼花缭乱（眼花繚亂）yǎnhuā-liáoluàn 〈成〉 ลานตาไปหมด
眼睑（眼瞼）yǎnjiǎn 名 〈生理〉 หนังตา
眼角 yǎnjiǎo 名 หางตา
眼睫毛 yǎnjiémáo 名 ขนตา
眼界 yǎnjiè 名 วิสัยทัศน์
眼睛 yǎn•jing 名 ตา ; จักษุ
眼镜（眼鏡）yǎnjìng 名 แว่นตา
眼镜蛇（眼鏡蛇）yǎnjìngshé 名 〈动〉 งูเห่า
眼看 yǎnkàn 副 ทันที 动 ปล่อยให้...
眼科 yǎnkē 名 〈医〉 แผนกจักษุแพทย์
眼眶 yǎnkuàng 名 〈生理〉 เบ้าตา
眼泪 yǎnlèi 名 น้ำตา
眼力 yǎnlì 名 〈生理〉 สายตา (ความสามารถในการมองเห็น) ; สายตาในการจำแนกดีหรือชั่ว
眼里（眼裏）yǎn•li 名 ในตา ; ในสายตา
眼帘（眼簾）yǎnlián 名 ในสายตา (มักจะใช้ในงานวรรณกรรม)
眼眉 yǎnméi 名 คิ้ว
眼明手快 yǎnmíng-shǒukuài 〈成〉 มีปฏิภาณไหวพริบ

眼目 yǎnmù 名 ตา ; คนที่เป็นหูเป็นตา
眼泡 yǎnpāo 名 หนังตาบน
眼皮 yǎnpí 名 หนังตา
眼前 yǎnqián 名 บัดนี้ ; ต่อหน้าต่อตา ; ซึ่งหน้า ; เบื้องหน้า ; ในขณะนั้น
眼球 yǎnqiú 名 〈生理〉 ลูกตา
眼圈 yǎnquān 名 ขอบตา
眼热（眼熱）yǎnrè 形 อิจฉาตาร้อน
眼色 yǎnsè 名 สายตาที่แสดงให้คนอื่นรู้เป็นนัย
眼神 yǎnshén 名 แววตา (ที่แสดงความรู้สึก) ; 〈方〉 สายตา (ความสามารถในการเห็นภาพ)
眼生 yǎnshēng 形 แปลกหูแปลกตา ; ไม่รู้จัก
眼屎 yǎnshǐ 名 〈方〉 ขี้ตา
眼熟 yǎnshú 形 คุ้นหูคุ้นตา ; รู้จัก
眼窝（眼窩）yǎnwō 名 〈生理〉 เบ้าตา
眼下 yǎnxià 名 บัดนี้ ; ขณะนี้
眼药（眼藥）yǎnyào 名 ยาสำหรับรักษาโรคตา
眼晕（眼暈）yǎnyùn 动 วิงเวียนศีรษะเพราะตาลาย
眼罩 yǎnzhào 名 ที่บังตา
眼睁睁 yǎnzhēngzhēng 形 เบิกตาโพลง ; ตลึงงัน
眼中钉（眼中釘）yǎnzhōngdīng 名 อุปมาว่า คนที่ขวางหูขวางตา
眼珠 yǎnzhū 名 〈口〉 ลูกตา
演 yǎn 动 แสดง ; พัฒนา
演变（演變）yǎnbiàn 动 วิวัฒน์ ; กลาย
演播 yǎnbō 动 ออกรายการวิทยุหรือโทรทัศน์
演播室 yǎnbōshì 名 ห้องผลิตรายการวิทยุหรือโทรทัศน์ ; สตูดิโอ (*studio*)
演唱 yǎnchàng 动 แสดงการขับร้องละคร งิ้ว ฯลฯ
演唱会（演唱會）yǎnchànghuì 名 การแสดงดนตรีหรือคอนเสิร์ต (*concert*)
演出 yǎnchū 动 แสดง
演化 yǎnhuà 动 วิวัฒนาการ (ทางด้านธรรมชาติ)
演技 yǎnjì 名 ฝีมือการแสดง
演讲（演講）yǎnjiǎng 动 แสดงปาฐกถา ; กล่าวคำปราศรัย ; กล่าวสุนทรพจน์
演进（演進）yǎnjìn 动 วิวัฒนาการ
演练（演練）yǎnliàn 动 ฝึกซ้อม
演示 yǎnshì 动 สาธิต
演说（演説）yǎnshuō 动 แสดงปาฐกถา ; กล่าวคำปราศรัย ; กล่าวสุนทรพจน์
演算 yǎnsuàn 动 〈数〉 คิดคำนวณตามสูตร
演习（演習）yǎnxí 动 〈军〉 ฝึกซ้อม (ด้านการทหาร)
演戏（演戲）yǎnxì 动 แสดงงิ้ว ; แสดงละคร
演义（演義）yǎnyì 名 〈书〉 พงศาวดาร ; นิยายอิงประวัติศาสตร์
演艺（演藝）yǎnyì 名 ศิลปะการแสดง
演艺圈（演藝圈）yǎnyìquān 名 วงการบันเทิง ; แวดวงการแสดง
演绎（演繹）yǎnyì 动 〈哲〉 สรุปจากหลักเกณฑ์ ; นิรนัย
演员（演員）yǎnyuán 名 นักแสดง
演奏 yǎnzòu 动 บรรเลง
演奏员（演奏員）yǎnzòuyuán 名 ผู้บรรเลงด้วยเครื่องดุริยางค์
魇（魘）yǎn 动 ผีอำ
鼹鼠 yǎnshǔ 名 〈动〉 ตุ่น
厌（厭）yàn 动 เบื่อ ; รำคาญ
厌烦（厭煩）yànfán 动 เบื่อหน่าย ; รำคาญ
厌倦（厭倦）yànjuàn 动 เบื่อ
厌弃（厭弃）yànqì 动 หน่ายหนี
厌食（厭食）yànshí 动 เบื่ออาหาร
厌世（厭世）yànshì 动 เบื่อโลก
厌恶（厭惡）yànwù 动 สะอิดสะเอียน ; เกลียด
厌战（厭戰）yànzhàn 动 เบื่อสงคราม
砚（硯）yàn 名 จานฝนหมึก
砚台（硯臺）yàn•tai 名 จานฝนหมึก (สำหรับเขียนหนังสือพู่กันจีน)
咽 yàn 动 กลืน
咽气（咽氣）yànqì 动 สิ้นลมหายใจ
艳（艷）yàn 形 ฉูดฉาด ; 〈书〉 อิจฉา
艳福（艷福）yànfú 名 วาสนาด้านความรัก
艳丽（艷麗）yànlì 形 สวยสดงดงาม
艳情（艷情）yànqíng 名 พิศวาส
艳史（艷史）yànshǐ 名 นิยายรัก (ของ

หญิงสาวชายหนุ่ม)
艳羡（艷羡）yànxiàn 动 〈书〉 อิจฉา
艳阳天（艷陽天）yànyángtiān 名 ทัศนียภาพฤดูใบไม้ผลิที่สวยงาม
艳装（艷裝）yànzhuāng 名 การแต่งกายฉูดฉาด
唁电（唁電）yàndiàn 名 โทรเลขแสดงความเสียใจ (ในมรณกรรม)
唁函 yànhán 名 จดหมายแสดงความเสียใจ (ในมรณกรรม)
宴 yàn 动 เลี้ยงอาหาร 名 งานเลี้ยง
宴会（宴會）yànhuì 名 งานเลี้ยง
宴请（宴請）yànqǐng 动 จัดงานเลี้ยงต้อนรับ
宴席 yànxí 名 งานเลี้ยง ; โต๊ะอาหารในงานเลี้ยง
验（驗）yàn 动 พิสูจน์
验方（驗方）yànfāng 名 〈中医〉 ตำรับยา
验光（驗光）yànguāng 动 ตรวจสายตา
验明（驗明）yànmíng 动 พิสูจน์แน่ชัด
验讫（驗訖）yànqì 动 〈书〉 ตรวจเสร็จเรียบร้อย
验尸（驗尸）yànshī 动 ชันสูตรพลิกศพ
验收（驗收）yànshōu 动 ตรวจรับ
验算（驗算）yànsuàn 动 〈数〉 คำนวณทบทวน
验证（驗證）yànzhèng 动 ตรวจสอบยืนยัน
谚语（諺語）yànyǔ 名 สุภาษิต
堰 yàn 名 เขื่อนขนาดเล็ก
雁 yàn 名 ห่านป่า
雁过拔毛（雁過拔毛）yànguò-bámáo 〈成〉 อุปมาว่า คอยรีดไถทุกโอกาสที่มี
焰火 yànhuǒ 名 ดอกไม้ไฟ
酽（釅）yàn 形 (น้ำชา) แก่
燕 yàn 名 〈动〉 นกนางแอ่น
燕麦（燕麥）yànmài 名 〈植〉 ข้าวโอ๊ต (*oats*)
燕尾服 yànwěifú 名 ชุดทักซิโด ; เสื้อราตรีหางยาว
燕窝（燕窩）yànwō 名 รังนก
燕子 yàn•zi 名 〈动〉 นกนางแอ่น
赝币（贋幣）yànbì 名 กษาปณ์ปลอม ; เหรียญปลอม ; เงินปลอม
赝品（贋品）yànpǐn 名 ของปลอม
央告 yāng•gao 动 อ้อนวอน
央求 yāngqiú 动 อ้อนวอน
泱泱 yāngyāng 形 (พื้นน้ำ) กว้างใหญ่ไพศาล ; อานุภาพเกรียงไกร
泱泱大国（泱泱大國）yāngyāng-dàguó 〈成〉 ประเทศอันยิ่งใหญ่
殃及 yāngjí 动 เป็นภัยถึง ; พลอยทำให้ประสบความพินาศ
秧 yāng 名 〈农〉 (ต้น) กล้า ; หน่อ ; เถาวัลย์
秧歌 yāng•ge 名 ระบำยางเกอ ระบำพื้นเมืองภาคเหนือจีน มีการตีฆ้องตีกลองบรรเลงประกอบ
秧苗 yāngmiáo 名 〈农〉 ต้นกล้า
扬（揚）yáng 动 ชูสูง ; แพร่
扬长避短（揚長避短）yángcháng-bìduǎn 〈成〉 ส่งเสริมจุดเด่นหลบเลี่ยงจุดอ่อน
扬长而去（揚長而去）yángcháng'érqù 〈成〉 ไปอย่างลอยชาย
扬程（揚程）yángchéng 名 〈水〉 ระดับความสูงที่เครื่องสูบน้ำสูบขึ้นได้
扬帆（揚帆）yángfān 动 ชักใบเรือขึ้น
扬花（揚花）yánghuā 动 〈农〉 เรณูดอกไม้ปลิวกระจาย
扬眉吐气（揚眉吐氣）yángméi-tǔqì 〈成〉 เงยหน้าอ้าปาก ; ลืมตาอ้าปาก
扬名（揚名）yángmíng 动 เผยแพร่ชื่อเสียง ; ชื่อเสียงเลื่องลือ
扬弃（揚弃）yángqì 动 ส่งเสริมปัจจัยที่เป็นคุณละทิ้งปัจจัยที่เป็นโทษ ; ทอดทิ้ง
扬琴（揚琴）yángqín 名 〈乐〉 ขิมจีน
扬声器（揚聲器）yángshēngqì 名 ลำโพง
扬水（揚水）yángshuǐ 动 สูบน้ำ
扬水站（揚水站）yángshuǐzhàn 名 สถานีสูบน้ำ
扬汤止沸（揚湯止沸）yángtāng-zhǐfèi 〈成〉 ตักน้ำเดือดขึ้นแล้วเทกลับลงไปอีกเพื่อหวังจะให้น้ำหยุดเดือด อุปมาว่า แก้ปัญหาผิวเผิน
扬威（揚威）yángwēi 动 เชิดหน้าชูตา ; สำแดงอานุภาพ
扬言（揚言）yángyán 动 จงใจแพร่คำพูด (ว่าจะกระทำเช่นนี้เช่นนั้น)

扬子鳄（揚子鰐）yángzǐ'è 名 〈动〉จระเข้
แม่น้ำแยงซี

羊 yáng 名 แพะ ; แกะ

羊肠线（羊腸綫）yángchángxiàn 名 〈医〉เชือก
เหนียวที่ทำจากไส้แห้งของสัตว์สำหรับเย็บแผล

羊羔 yánggāo 名 ลูกแกะ ; ลูกแพะ

羊角风（羊角風）yángjiǎofēng 名 〈医〉
โรคลมบ้าหมู

羊毛 yángmáo 名 ขนแกะ ; ขนแพะ

羊皮 yángpí 名 หนังแกะ ; หนังแพะ

羊皮纸（羊皮紙）yángpízhǐ 名 แผ่นหนังที่ใช้เขียน
หนังสือในสมัยโบราณ

羊绒（羊絨）yángróng 名 〈纺〉ขนแกะแคชเมียร์
(cashmere)

羊绒衫（羊絨衫）yángróngshān 名 แคชเมียร์
สเวตเตอร์ (cashmere sweater) ; เสื้อขน
แกะแคชเมียร์

羊肉 yángròu 名 เนื้อแกะ ; เนื้อแพะ

羊肉串 yángròuchuàn 名 เนื้อแกะ (หรือเนื้อแพะ)
เสียบไม้ปิ้งหรือย่าง

羊水 yángshuǐ 名 〈生理〉น้ำคร่ำ

阳（陽）yáng 名 ดวงอาทิตย์ ; (ขั้วไฟฟ้า) ปฏิฐาน ;
(จีน) หยาง (เช่น หยินหยาง)

阳春（陽春）yángchūn 名 ฤดูใบไม้ผลิ

阳电（陽電）yángdiàn 名 〈物〉ไฟฟ้าขั้วบวก

阳奉阴违（陽奉陰違）yángfèng-yīnwéi 〈成〉
หน้าไหว้หลังหลอก

阳刚（陽剛）yánggāng 形 มีพลัง ; (บุคลิกลักษณะ
ของผู้ชาย) เข้มแข็ง

阳光（陽光）yángguāng 名 แสงแดด

阳极（陽極）yángjí 名 〈物〉ขั้วบวก

阳间（陽間）yángjiān 名 โลกมนุษย์

阳历（陽曆）yánglì 名 ปฏิทินสุริยคติ

阳历年（陽曆年）yánglìnián 名 วันขึ้นปีใหม่ตาม
ปฏิทินสุริยคติ

阳伞（陽傘）yángsǎn 名 ร่มกันแดด

阳台（陽臺）yángtái 名 〈建〉ระเบียง ; นอกชาน ;
เฉลียง

阳桃（陽桃）yángtáo 名 〈植〉มะเฟือง

阳痿（陽痿）yángwěi 名 〈医〉องคชาตไม่แข็งตัว ;
การหย่อนหรือไร้สมรรถภาพทางเพศ

阳文（陽文）yángwén 名 ลายนูน (บนตราหรือ
เครื่องแกะสลัก)

阳性（陽性）yángxìng 名 〈医〉ปฏิกิริยาเชิงบวก ;
〈语〉ปุลลึงค์

杨（楊）yáng 名 〈植〉ต้นหยาง ; ต้นพอพลาร์
(poplar)

杨柳（楊柳）yángliǔ 名 〈植〉ต้นหลิว

杨梅（楊梅）yángméi 名 〈植〉เบย์เบอร์รีแดง
(red bayberry)

佯攻 yánggōng 动 แกล้งทำเป็นจู่โจม

佯装（佯裝）yángzhuāng 动 แสร้งทำ

洋 yáng 名 มหาสมุทร ; ฝรั่งมังค่า 形 มากมาย ;
นำสมัย

洋白菜 yángbáicài 名 กะหล่ำปลี

洋财（洋財）yángcái 名 ทรัพย์สินเงินทองที่ได้
มาจากค้าขายกับต่างประเทศ ; ลาภลอย

洋场（洋場）yángchǎng 名 เมืองที่มีฝรั่งอาศัยอยู่
มาก (เช่น เซี่ยงไฮ้ในสมัยก่อน)

洋葱 yángcōng 名 〈植〉หัวหอม

洋房 yángfáng 名 บ้านทรงยุโรปหรืออเมริกา

洋鬼子 yángguǐ·zi 名 ไอ้ฝรั่ง (คำเรียกชาวต่าง
ชาติที่รุกรานจีนในเชิงรังเกียจ)

洋红色（洋紅色）yánghóngsè 名 สีชมพู

洋槐 yánghuái 名 〈植〉ต้นโลคัสต์ (locust tree)

洋奴 yángnú 名 ทาสฝรั่ง ; ฝรั่งกังไส

洋气（洋氣）yáng·qì 名 สไตล์ตะวันตก

洋人 yángrén 名 คนต่างชาติ (ส่วนใหญ่หมายถึง
ชาวตะวันตก)

洋娃娃 yángwá·wa 名 ตุ๊กตาฝรั่ง

洋相 yángxiàng 名 การปล่อยไก่

洋洋 yángyáng 形 มากมายหลายหลาก

洋洋大观（洋洋大觀）yángyáng-dàguān 〈成〉
มากมายหลายหลาก

洋洋洒洒（洋洋灑灑）yángyángsǎsǎ 形
เนื้อหาสาระมากมาย

Y

洋溢 yángyì 动 เต็มเปี่ยม

仰 yǎng 动 หงาย ; เงยหน้า ; เลื่อมใส ; พึ่งพา

仰角 yǎngjiǎo 名 มุมเงย

仰赖（仰賴）yǎnglài 动 พึ่งพาอาศัย

仰面 yǎngmiàn 动 แหงนหน้า

仰慕 yǎngmù 动 เลื่อมใส

仰视（仰視）yǎngshì 动 เงยหน้ามอง ; แหงนหน้ามอง

仰天 yǎngtiān 动〈书〉แหงนหน้ามองฟ้า

仰头（仰頭）yǎngtóu 动 แหงนหน้า

仰望 yǎngwàng 动 เงยหน้ามอง

仰卧 yǎngwò 动 นอนหงาย

仰泳 yǎngyǒng 名〈体〉ท่าว่ายน้ำหงายหลังตีกรรเชียง

仰仗 yǎngzhàng 动 อาศัย ; พึ่งพา

养（養）yǎng 动 เลี้ยงดู ; บำรุง

养病（養病）yǎngbìng 动 พักผ่อนรักษาโรค

养成（養成）yǎngchéng 动 เลี้ยงดูปลูกฝังจนเป็นนิสัย

养分（養分）yǎngfèn 名 ส่วนประกอบที่มีคุณประโยชน์

养父（養父）yǎngfù 名 พ่อบุญธรรม

养虎遗患（養虎遺患）yǎnghǔ-yíhuàn〈成〉เลี้ยงเสือมักจะถูกขบกัดในภายหลัง การเลี้ยงคนเลวก็เช่นเดียวกัน

养护（養護）yǎnghù 动 บำรุงรักษา (สิ่งปลูกสร้างหรือเครื่องจักร ฯลฯ)

养活（養活）yǎng•huo 动 เลี้ยง

养家（養家）yǎngjiā 动 เลี้ยงครอบครัว

养老（養老）yǎnglǎo 动 เลี้ยงดูผู้สูงอายุ ; ใช้ชีวิตบั้นปลาย

养老金（養老金）yǎnglǎojīn 名 บำนาญ ; เงินบำนาญ ; เบี้ยบำนาญ

养老院（養老院）yǎnglǎoyuàn 名 สถานสงเคราะห์คนชรา

养料（養料）yǎngliào 名 สิ่งบำรุง ; ส่วนประกอบที่มีประโยชน์ต่อการเจริญเติบโต

养母（養母）yǎngmǔ 名 แม่บุญธรรม

养女（養女）yǎngnǚ 名 ลูกสาวบุญธรรม

养伤（養傷）yǎngshāng 动 พักผ่อนรักษาอาการบาดเจ็บ

养神（養神）yǎngshén 动 รักษาความสงบเพื่อพักให้หายเหนื่อย

养生（養生）yǎngshēng 动 บำรุงสุขภาพ

养眼（養眼）yǎngyǎn 形 ชื่นตา

养育（養育）yǎngyù 动 เลี้ยงดูและอบรมสั่งสอน

养殖（養殖）yǎngzhí 动 เพาะเลี้ยง

养子（養子）yǎngzǐ 名 ลูกบุญธรรม

养尊处优（養尊處優）yǎngzūn-chǔyōu〈成〉ชีวิตที่อยู่ดีกินดี ไม่รู้ความทุกข์เป็นอย่างไร

氧 yǎng 名〈化〉ออกซิเจน (*oxygen*)

氧化 yǎnghuà 动〈化〉กลายเป็นออกซิไดซ์

氧化剂（氧化劑）yǎnghuàjì 名〈化〉ออกซิไดเซอร์ (*oxidizer*)

氧化铁（氧化鐵）yǎnghuàtiě 名〈化〉เหล็กออกไซด์ (*ferric oxide*)

氧化物 yǎnghuàwù 名〈化〉สารออกไซด์ (*oxide*)

氧气（氧氣）yǎngqì 名 ออกซิเจน (*oxygen*)

痒（癢）yǎng 形 คัน

痒痒（癢癢）yǎng•yang 形〈口〉คัน

怏怏怏不乐（怏怏不樂）yàngyàng-bùlè〈成〉อารมณ์ไม่ดี

样（樣）yàng 名 แบบ ; ตัวอย่าง

样板（樣板）yàngbǎn 名 แบบอย่าง ; กระสวน

样本（樣本）yàngběn 名 หนังสือภาพตัวอย่างสินค้า ;〈印〉ตัวอย่างหนังสือ

样稿（樣稿）yànggǎo 名 ตัวอย่างงานเขียนหรือแบบแปลน

样机（樣機）yàngjī 名 ตัวอย่างเครื่องบินเครื่องจักร

样片（樣片）yàngpiàn 名 ภาพยนตร์ตัวอย่าง

样品（樣品）yàngpǐn 名 ตัวอย่างสินค้า

样式（樣式）yàngshì 名 รูปแบบ ; สไตล์ (*style*)

样子（樣子）yàng•zi 名 รูปแบบ ; ลักษณะ ; หน้าตา

恙 yàng 名〈书〉ป่วย

漾 yàng 动 (ผิวน้ำ) กระเพื่อม ; ล้น

幺 yāo 数 หนึ่ง ; 〈方〉 คนเล็ก (ในบรรดาพี่น้อง)

夭亡 yāowáng 动 ตายเมื่ออายุยังน้อย

夭折 yāozhé 动 ตายเมื่ออายุยังน้อย

吆喝 yāo•he 动 ร้องตะโกน

约 (約) yāo 动 〈口〉 ชั่งน้ำหนัก

妖 yāo 名 ปีศาจ ; ยักษ์

妖风 (妖風) yāofēng 名 ลมปีศาจ ; กระแสนิยมที่เลวร้าย

妖怪 yāoguài 名 ปีศาจ

妖精 yāo•jing 名 ปีศาจ ; หญิงที่เย้ายวนเพศตรงข้าม

妖魔 yāomó 名 ยักษ์มาร

妖孽 yāoniè 名 〈书〉 เสนียดจัญไร ; คนเสนียดจัญไร

妖婆 yāopó 名 หญิงเสนียดจัญไร

妖娆 (妖嬈) yāoráo 形 〈书〉 สวยหยาดเยิ้ม

妖术 (妖術) yāoshù 名 ไสยศาสตร์

妖艳 (妖艷) yāoyàn 形 สวยมีเสน่ห์ยั่วยวน

要求 yāoqiú 动 ขอร้อง ; เรียกร้อง 名 ข้อเรียกร้อง

要挟 (要挾) yāoxié 动 บีบบังคับ

腰 yāo 名 〈生理〉 เอว

腰板儿 (腰板兒) yāobǎnr 名 เอวและหลัง ; สุขภาพ

腰包 yāobāo 名 กระเป๋าเงิน

腰带 (腰帶) yāodài 名 เข็มขัด

腰身 yāoshēn 名 รอบเอว

腰围 (腰圍) yāowéi 名 ความยาวรอบเอว

腰斩 (腰斬) yāozhǎn 动 (วิธีลงโทษตามกฎหมายอาญาสมัยโบราณ) ฟันเอวให้ขาดเป็นสองท่อน ; ตัดขาดเป็นสองส่วน

腰椎 yāozhuī 名 〈生理〉 กระดูกสันหลังช่วงเอว

腰子 yāo•zi 名 〈口〉 ไต

邀 yāo 动 เชื้อเชิญ

邀功 yāogōng 动 แย่งความดีความชอบ (ของคนอื่น) ; ขอรางวัลตอบแทนความดีความชอบ

邀击 (邀擊) yāojī 动 〈军〉 สกัดโจมตี

邀集 yāojí 动 เชิญ (หลาย ๆ คน) มาชุมนุมกัน

邀请 (邀請) yāoqǐng 动 เชื้อเชิญ

窑 yáo 名 เตาเผา ; บ่อเหมือง ; ถ้ำ

窑洞 yáodòng 名 ถ้ำ

窑姐儿 (窑姐兒) yáojiěr 名 〈方〉 โสเภณี

窑子 yáo•zi 名 〈方〉 ซ่องโสเภณี

谣 (謡) yáo 名 〈乐〉 เพลงพื้นเมือง ; ข่าวลือ

谣传 (謡傳) yáochuán 动 ข่าวลือ ; เล่าลือ

谣言 (謡言) yáoyán 名 ข่าวลือ

摇 yáo 动 แกว่ง ; เขย่า

摇把 yáobà 名 คันโยก ; เพลาโยก

摇摆 (摇擺) yáobǎi 动 แกว่งไกว

摇臂 yáobì 名 〈机〉 คันโยก ; เพลาโยก

摇荡 (摇蕩) yáodàng 动 โยกคลอน

摇动 (摇動) yáodòng 动 เขย่า

摇滚乐 (摇滚樂) yáogǔnyuè 名 〈乐〉 ดนตรีร็อกแอนด์โรล (*rock and roll*)

摇撼 yáo•hàn 动 โยก (ต้นไม้ สิ่งปลูกสร้าง ฯลฯ) ; โยกให้สั่นสะเทือน

摇晃 yáo•huàng 动 โยกเยก

摇篮 (摇籃) yáolán 名 เปล

摇篮曲 (摇籃曲) yáolánqǔ 名 〈乐〉 เพลงกล่อมเด็ก

摇手 yáoshǒu 动 โบกมือห้าม ; โบกมือปฏิเสธ

摇头 (摇頭) yáotóu 动 สั่นหัว ; ส่ายหน้า

摇摇欲坠 (摇摇欲墜) yáoyáo-yùzhuì 〈成〉 โอนเอนจะล้มลง

摇曳 yáoyè 动 ไหวพลิ้ว ; สั่นไหว

摇椅 yáoyǐ 名 เก้าอี้โยก

遥 yáo 形 ไกลโพ้น

遥测 (遥測) yáocè 动 วัดและสั่งข้อมูลทางไกล

遥感 yáogǎn 动 〈电〉 สำรวจและวิเคราะห์ข้อมูลระยะไกล

遥控 yáokòng 动 การควบคุมระยะไกล ; รีโมตคอนโทรล (*remote control*)

遥望 yáowàng 动 มองไปที่ไกล ๆ

遥想 yáoxiǎng 动 คิดไกล

遥遥无期 (遥遥無期) yáoyáo-wúqī 〈成〉 เวลานานแสนนาน (ซึ่งไม่รู้ว่าจะนานอีกเท่าไร)

遥远 (遥遠) yáoyuǎn 形 ไกลโพ้น

遥祝 yáozhù 动 ส่งคำอวยพรไปที่ไกล

Y

杳 无音讯（杳無音訊）yǎowúyīnxùn〈成〉ไม่มีวี่แวว ; ไม่มีข่าวคราว

咬 yǎo 动 กัด ; (สุนัข) เห่า ; อ่านออกเสียง
咬定 yǎodìng 动 ยืนยัน
咬耳朵 yǎo ěr•duo〈口〉กระซิบที่หู
咬牙切齿（咬牙切齒）yǎoyá-qièchǐ〈成〉กัดฟันด้วยความเคียดแค้น
咬字儿（咬字兒）yǎozìr 动 อ่านออกเสียงตัวหนังสือ (อย่างถูกต้องและชัดเจน)

舀 yǎo 动 ตัก
窈窕 yǎotiǎo 形〈书〉อ่อนหวานแช่มช้อย
疟子（瘧子）yào•zi 名〈口〉〈医〉ไข้มาลาเรีย
药（藥）yào 名 ยา
药材（藥材）yàocái 名 ยาสมุนไพร ; ยาจีน
药草（藥草）yàocǎo 名 สมุนไพร
药典（藥典）yàodiǎn 名 ตำรายา
药店（藥店）yàodiàn 名 ร้านขายยา
药方（藥方）yàofāng 名 ใบสั่งยา
药房（藥房）yàofáng 名 ร้านขายยา ; แผนกเภสัช (ในโรงพยาบาล)
药费（藥費）yàofèi 名 ค่ายา
药粉（藥粉）yàofěn 名 ยาผง
药膏（藥膏）yàogāo 名 ยาครีม
药剂（藥劑）yàojì 名 ยา ; เภสัช
药检（藥檢）yàojiǎn 名 การตรวจยา
药理（藥理）yàolǐ 名 เภสัชวิทยา
药力（藥力）yàolì 名 ฤทธิ์ยา ; สรรพคุณยา
药棉（藥棉）yàomián 名 สำลี
药片（藥片）yàopiàn 名 ยาเม็ด
药品（藥品）yàopǐn 名 ยาและสารเคมีที่ใช้ในการทดลอง
药石之言（藥石之言）yàoshízhīyán〈成〉คำตักเตือนให้กลับตัวกลับใจ
药水（藥水）yàoshuǐ 名 ยาน้ำ
药丸（藥丸）yàowán 名 ยาลูกกลอน
药物（藥物）yàowù 名 ยาหรือสารเคมีที่ใช้ในการรักษาโรคหรือฆ่าแมลง
药物学（藥物學）yàowùxué 名 เภสัชวิทยา

药箱（藥箱）yàoxiāng 名 หีบยา
药效（藥效）yàoxiào 名 สรรพคุณยา
药性（藥性）yàoxìng 名 คุณสมบัติยา
药学（藥學）yàoxué 名 เภสัชวิทยา
药液（藥液）yàoyè 名〈化〉น้ำยา
药用（藥用）yàoyòng 动 ใช้เป็นยา ; ใช้ทำยา
药浴（藥浴）yàoyù 名 การแช่น้ำยาสมุนไพรซึ่งเป็นวิธีรักษาโรคชนิดหนึ่ง
药皂（藥皂）yàozào 名 สบู่ยา

要 yào 动 ต้องการ 形 สำคัญ 副 จะต้อง
要隘 yào'ài 名 ด่านที่เป็นชัยภูมิสำคัญ
要案 yào'àn 名 คดีสำคัญ
要不 yàobù 连 มิฉะนั้นแล้วก็ ; หรือไม่ก็
要不然 yàobùrán 连 มิฉะนั้นแล้วก็ ; หรือไม่ก็
要冲（要衝）yàochōng 名 ศูนย์กลางคมนาคมที่สำคัญ
要道 yàodào 名 เส้นทางสำคัญ
要地 yàodì 名 สถานที่สำคัญ (ทางยุทธศาสตร์)
要点（要點）yàodiǎn 名 ประเด็นสำคัญ ; จุดสำคัญทางยุทธศาสตร์
要犯 yàofàn 名 นักโทษตัวฉกรรจ์
要饭（要飯）yàofàn 动 ขอทาน
要害 yàohài 名 จุดสำคัญของร่างกาย ; ส่วนสำคัญ ; จุดยุทธศาสตร์
要好 yàohǎo 形 สนิทสนม
要价（要價）yàojià 动 (ผู้ขาย) เสนอราคา (ต่อผู้ซื้อ)
要件 yàojiàn 名 เอกสารสำคัญ
要紧（要緊）yàojǐn 形 สำคัญ ; ร้ายแรง
要脸（要臉）yàoliǎn 动 รักหน้า
要领（要領）yàolǐng 名 สาระสำคัญ
要么（要麼）yào•me 连 (คำเชื่อม) ไม่ก็
要命 yàomìng 动 เหลือเกิน ; เอาชีวิต ; แย่มาก
要目 yàomù 名 รายการสำคัญ
要强 yàoqiáng 形 ไม่ยอมแพ้ใคร
要人 yàorén 名 บุคคลสำคัญ
要塞 yàosài 名 ที่มั่นสำคัญทางยุทธศาสตร์
要事 yàoshì 名 เรื่องสำคัญ

要是 yào•shi 连 ถ้า ; ถ้าหาก ; หากว่า
要素 yàosù 名 ปัจจัยสำคัญ
要闻（要聞）yàowén 名 ข่าวสำคัญ
要务（要務）yàowù 名 หน้าที่สำคัญ
要义（要義）yàoyì 名 ความหมายสำคัญ
要员（要員）yàoyuán 名〈旧〉บุคคลสำคัญ (ทางราชการ)
要职（要職）yàozhí 名 ตำแหน่งสำคัญ
钥匙（鑰匙）yào•shi 名 ลูกกุญแจ
鹞鹰（鷂鷹）yàoyīng 名〈动〉เหยี่ยวนกกระจอก ; เหยี่ยวนกเขา
耀目 yàomù 形〈书〉จ้าตา ; ลานตา
耀眼 yàoyǎn 形 จ้าตา ; ลานตา
耶稣（耶穌）Yēsū 名〈宗〉พระเยซู
掖 yē 动 สอด
椰林 yēlín 名 ป่ามะพร้าว
椰子 yē•zi 名 มะพร้าว
噎 yē 动 (อาหาร) ติดคอ
爷（爺）yé 名 ปู่ ; (คำเรียก) นาย (ผู้ชาย)
爷们儿（爺們兒）yé•menr 名〈方〉ผู้ชาย ; พวกผู้ชาย (ทั้งผู้ใหญ่และเด็ก)
爷儿俩（爺兒倆）yérliǎ 名 พ่อลูกสองคน
爷爷（爺爺）yé•ye 名〈口〉ปู่
揶揄 yéyú 动〈书〉เย้ยหยัน
也 yě 副 ก็
也罢（也罷）yěbà 助 แล้วกัน ; ...ก็ตาม
也好 yěhǎo 助 ก็ดี
也就是说（也就是說）yějiùshìshuō ก็หมายความว่า
也许（也許）yěxǔ 副 อาจจะ
冶金 yějīn 动 ถลุงโลหะ
冶炼（冶煉）yěliàn 动 ถลุง (แร่)
野 yě 名 ป่า 形 พาล ; เตลิดเปิดเปิง
野菜 yěcài 名〈植〉ผักป่า
野餐 yěcān 名 ปิกนิก (*picnic*)
野草 yěcǎo 名〈植〉หญ้าป่า
野炊 yěchuī 动 ก่อไฟหุงหาอาหารกลางแจ้ง
野地 yědì 名 ทุ่งร้าง
野狗 yěgǒu 名〈动〉สุนัขเถื่อน
野果 yěguǒ 名〈植〉ผลไม้ป่า
野花 yěhuā 名〈植〉ดอกไม้ป่า
野火 yěhuǒ 名 ไฟป่า
野鸡（野鷄）yějī 名〈动〉ไก่ป่า
野驴（野驢）yělǘ 名〈动〉ลาป่า
野马（野馬）yěmǎ 名〈动〉ม้าป่า
野蛮（野蠻）yěmán 形 ป่าเถื่อน
野牛 yěniú 名〈动〉วัวป่า
野炮 yěpào 名 ปืนใหญ่สนาม
野蔷薇（野薔薇）yěqiángwēi 名〈植〉กุหลาบป่า
野禽 yěqín 名〈动〉นกป่า
野趣 yěqù 名 ความสนุกเพลิดเพลินในความงามของธรรมชาติ
野人 yěrén 名 คนป่า
野生 yěshēng 形 ขึ้นเองตามป่า ; เกิดเองตามธรรมชาติ
野史 yěshǐ 名 พงศาวดาร
野兽（野獸）yěshòu 名 สัตว์ป่า
野兔 yětù 名〈动〉กระต่ายป่า
野外 yěwài 名 ทุ่งนา
野味 yěwèi 名 อาหารป่า
野心 yěxīn 名 ความทะเยอทะยาน ; ใจที่มักใหญ่ใฝ่สูง
野心家 yěxīnjiā 名 คนมักใหญ่ใฝ่สูง
野性 yěxìng 名 นิสัยดื้อรั้น ; นิสัยที่ควบคุมไม่อยู่ ; ความไม่เชื่อง
野营（野營）yěyíng 动 ตั้งค่ายพักแรม ; ตั้งแคมป์ (*camp*)
野战（野戰）yězhàn 动〈军〉การรบในสมรภูมิ
野战军（野戰軍）yězhànjūn 名 กองกำลังทหารในสมรภูมิ
野雉 yězhì 名〈动〉ไก่ฟ้า
野种（野種）yězhǒng 名〈骂〉ข้าวนอกนา
野猪 yězhū 名〈动〉หมูป่า
业（業）yè 名 อาชีพ ; กิจการ ;〈宗〉กรรม
业报（業報）yèbào 名〈宗〉กรรมสนอง
业绩（業績）yèjì 名 คุณูปการ

业界（業界）yèjiè 名 วงการธุรกิจ ; วงการวิสาหกิจ

业经（業經）yèjīng 副 ได้...แล้ว

业务（業務）yèwù 名 กิจการ ; ธุรกิจ ; งานวิชาชีพ

业余（業餘）yèyú 形 นอกเวลาทำงาน ; สมัครเล่น

业主（業主）yèzhǔ 名 เจ้าของกิจการ ; เจ้าของบ้านและที่ดิน

叶（葉）yè 名 ใบไม้ ; สิ่งที่มีลักษณะคล้ายใบไม้ ; ช่วงระยะเวลา (ที่ค่อนข้างยาวนาน)

叶斑病（葉斑病）yèbānbìng 名 〈农〉 โรคใบด่าง

叶柄（葉柄）yèbǐng 名 〈植〉 ก้านของใบไม้

叶黄素（葉黄素）yèhuángsù 名 〈化〉 สารแซนโธฟิลล์ (*xanthophyll*)

叶轮（葉輪）yèlún 名 〈机〉 ใบพัด

叶绿素（葉緑素）yèlǜsù 名 〈植〉 สารคลอโรฟิลล์ (*chlorophyll*)

叶脉（葉脉）yèmài 名 〈植〉 เส้นใบ

叶片（葉片）yèpiàn 名 〈植〉 ใบไม้ (ซึ่งไม่รวมก้าน) ; ใบพัด

叶鞘（葉鞘）yèqiào 名 〈植〉 กาบใบที่มีลักษณะเป็นแผ่นหุ้มก้าน มักจะพบในพืชใบเอี้ยงเดี่ยว เช่น กล้วย อ้อย ข้าวโพด เป็นต้น

叶酸（葉酸）yèsuān 名 〈药〉 กรดโฟลิก ; วิตามินบี ๙ ; วิตามินชนิดหนึ่งในกลุ่มของวิตามินบีรวม

叶子（葉子）yè•zi 名 〈植〉 ใบไม้

页（頁）yè 名 หน้า (ของหนังสือ) 量 (ลักษณนามของหน้ากระดาษหนังสือ) แผ่น

页码（頁碼）yèmǎ 名 เลขหน้า

页岩（頁岩）yèyán 名 〈矿〉 หินดินดาน

曳光弹（曳光彈）yèguāngdàn 名 〈军〉 กระสุนปืนส่องวิถี

夜 yè 名 กลางคืน

夜班 yèbān 名 งานกะกลางคืน

夜半 yèbàn 名 เที่ยงคืน

夜餐 yècān 名 อาหารว่างยามดึก

夜长梦多（夜長夢多）yècháng-mèngduō 〈成〉 อุปมาว่า เหตุการณ์ที่ยังคลุมเครือยืดเยื้ออาจก่อให้เกิดการเปลี่ยนแปลงไปในทางลบ

夜光表（夜光錶）yèguāngbiǎo 名 นาฬิกาพรายน้ำ

夜航 yèháng 动 การบินหรือการเดินเรือกลางคืน

夜间（夜間）yèjiān 名 เวลากลางคืน

夜景 yèjǐng 名 ทิวทัศน์กลางคืน

夜空 yèkōng 名 ท้องฟ้ายามราตรี

夜来香（夜來香）yèláixiāng 名 〈植〉 ดอกราตรี

夜里（夜裏）yè•lǐ 名 ในกลางคืน ; ยามราตรี

夜盲症 yèmángzhèng 名 〈医〉 โรคตาบอดกลางคืน

夜明珠 yèmíngzhū 名 แก้ววิเศษซึ่งเปล่งแสงยามกลางคืน

夜幕 yèmù 名 ม่านราตรี

夜色 yèsè 名 ความมืดยามราตรี

夜生活 yèshēnghuó 名 ชีวิตยามกลางคืน

夜市 yèshì 名 ตลาดกลางคืน

夜视仪（夜視儀）yèshìyí 名 〈军〉 อุปกรณ์การดูวิวในเวลากลางคืน

夜晚 yèwǎn 名 กลางคืน ; ราตรี

夜宵 yèxiāo 名 อาหารว่างยามดึก

夜校 yèxiào 名 โรงเรียนภาคค่ำ

夜行军（夜行軍）yèxíngjūn 名 การเดินทัพกลางคืน

夜以继日（夜以繼日）yèyǐjìrì 〈成〉 หามรุ่งหามค่ำ ; ทั้งวันทั้งคืน

夜莺（夜鶯）yèyīng 名 〈动〉 นกไนติงเกล (*nightingale*)

夜战（夜戰）yèzhàn 动 〈军〉 รบกันในเวลากลางคืน

夜总会（夜總會）yèzǒnghuì 名 ไนท์คลับ (*night club*)

液 yè 名 ของเหลว ; น้ำ

液化 yèhuà 动 〈化〉 กลายเป็นของเหลว ; 〈医〉 ส่วนประกอบขององค์อินทรีย์บางส่วนกลายเป็นของเหลว (เนื่องจากโรคบางชนิด)

液化气（液化氣）yèhuàqì 名 ก๊าซเหลว

液晶 yèjīng 名 〈物〉 ผลึกของเหลว ; ลิควิดคริสตัล (*liquid crystal*)

液冷 yèlěng 名〈机〉การทำความเย็นด้วยของเหลว

液力 yèlì 名〈机〉ไฮดรอลิก (*hydraulic*) ; พลังน้ำที่ใช้ในการขับเคลื่อน

液态（液態）yètài 名〈物〉ภาวะของเหลว

液体（液體）yètǐ 名 ของเหลว

液压机（液壓機）yèyājī 名 แท่นอัดไฮดรอลิก

谒见（謁見）yèjiàn 动 เข้าพบ (บุคคลผู้มีฐานะสูงกว่า) ; เข้าเฝ้า

腋 yè 名〈生理〉รักแร้

腋臭 yèchòu 名〈医〉กลิ่นขี้เต่าที่ใต้รักแร้

腋毛 yèmáo 名〈生理〉ขนรักแร้

腋窝（腋窩）yèwō 名〈生理〉รักแร้

腋芽 yèyá 名〈植〉ยอดอ่อนที่ผลิออกจากซอกระหว่างใบกับก้าน

一 yī 数 หนึ่ง ; เดียว ; ตลอด ; ทั่ว

一把手 yībǎshǒu 名 มือดี (มีความสามารถสูง) ; บุคคลที่มีตำแหน่งสูงสุดในหน่วยงาน

一般 yībān 形 ธรรมดา ; เหมือนกัน 数量 อย่างหนึ่ง

一般来说（一般來說）yībānláishuō กล่าวโดยทั่วไป ; โดยทั่วไป

一半 yībàn 数 ครึ่งหนึ่ง

一辈子（一輩子）yībèi·zi 名〈口〉ชั่วชีวิต ; ตลอดชีวิต

一本万利（一本萬利）yīběn-wànlì〈成〉ทุนหนึ่งกำไรหมื่น ; ทุนน้อยกำไรมาก

一本正经（一本正經）yīběn-zhèngjīng〈成〉ท่าทางจริงจัง ; เคร่งขรึม

一笔勾销（一筆勾銷）yībǐ-gōuxiāo〈成〉ยกเลิกทั้งหมด ; ลบล้างทั้งหมด

一边（一邊）yībiān 名 ด้านหนึ่ง ; ข้าง ๆ 副 พลาง 形〈方〉เท่ากัน ; เหมือนกัน

一并 yībìng 副 รวมด้วยกัน

一部分 yībùfèn 名 ส่วนหนึ่ง ; จำนวนหนึ่ง

一不小心 yī bù xiǎoxīn ไม่ทันระวัง

一侧（一側）yīcè 名 ข้างหนึ่ง

一长一短（一長一短）yīcháng-yīduǎn ยาวข้างสั้นข้าง ; ความยาวไม่เท่ากัน

一刹那 yīchànà 名 ชั่วขณะหนึ่ง

一尘不染（一塵不染）yīchén-bùrǎn〈成〉สะอาดบริสุทธิ์ ; สะอาดสะอ้าน

一成不变（一成不變）yīchéng-bùbiàn〈成〉พอก่อรูปขึ้น ก็ไม่เปลี่ยนแปลง

一筹莫展（一籌莫展）yīchóu-mòzhǎn〈成〉คิดวิธีแก้ไขไม่ออก ; คิดอุบายไม่ออก

一次性 yīcìxìng 形 ประเภทใช้ครั้งเดียว

一大早 yīdàzǎo 名〈口〉แต่เช้า

一代 yīdài 名 รุ่นหนึ่ง ; สมัยหนึ่ง

一带（一帶）yīdài 名 บริเวณ ; แถบ

一旦 yīdàn 名 แค่วันเดียว 副 พอ...ก็ ; ถ้า...ก็

一党制（一黨制）yīdǎngzhì 名 ระบบพรรคเดียว

一刀两断（一刀兩斷）yīdāo-liǎngduàn〈成〉ตัดความสัมพันธ์โดยสิ้นเชิง

一道 yīdào 副 ด้วยกัน ; ทางเดียวกัน

一点点（一點點）yīdiǎndiǎn 数量 เล็กน้อย ; นิดหน่อย

一点儿（一點兒）yīdiǎnr 数量 นิดหนึ่ง ; ...หน่อย

一丁点（一丁點）yīdīngdiǎn 数量 เล็กน้อย ; กระจิดริด

一定 yīdìng 形 แน่นอน 副 จักต้อง

一动不动（一動不動）yīdòng-bùdòng〈成〉ไม่ขยับ ; แน่นิ่ง

一度 yīdù 副 ครั้งหนึ่ง ; ช่วงหนึ่ง ; เคย

一帆风顺（一帆風順）yīfān-fēngshùn〈成〉ชักใบเรือตามลม อุปมาว่า การเดินทางหรือกิจการราบรื่น

一番 yīfān 数量 ชนิดหนึ่ง ; แบบหนึ่ง ; ครั้งหนึ่ง ; รอบหนึ่ง ; สักครั้ง ; หนึ่งเท่า

一概 yīgài 副 ทั้งหมด ; ทั้งนั้น

一概而论（一概而論）yīgài'érlùn〈成〉พิจารณาด้วยมาตรฐานอย่างเดียว โดยไม่แยกแยะสภาพที่แตกต่างกัน (มักจะใช้ในรูปปฏิเสธ) ; กล่าวโดยเหมารวม ; (สำนวน) เหวี่ยงแห

一个劲儿（一個勁兒）yī·gejìnr 副 อย่างต่อเนื่องไม่หยุดหย่อน

一共 yīgòng 副 รวมทั้งหมด

一贯（一貫）yīguàn 形 โดยตลอด

一锅粥（一鍋粥）yīguōzhōu 名 เละเป็นโจ๊ก อุปมาว่า ยุ่งหรือวุ่นวายไม่เป็นระเบียบจนเหมือนโจ๊กหนึ่งหม้อ

一晃 yīhuǎng 动 ปรากฏชั่วแวบเดียว

一回事 yīhuíshì 名 เรื่องเดียวกัน

一会儿（一會兒）yīhuìr 数量 สักครู่ ; ประเดี๋ยว

一技之长（一技之長）yījìzhīcháng 〈成〉 ฝีมือด้านใดด้านหนึ่ง

一家人 yījiārén 名 ครอบครัวเดียวกัน

一见钟情（一見鍾情）yījiàn-zhōngqíng 〈成〉 เพียงเห็นหน้าเข้าก็เกิดความรัก ; รักแรกพบ

一箭双雕（一箭雙雕）yījiàn-shuāngdiāo 〈成〉 กระสุนนัดเดียวได้นกสองตัว

一经（一經）yījīng 副 เมื่อได้ผ่าน (การกระทำบางอย่าง) ; พอ...ก็...

一举（一舉）yījǔ 名 การกระทำครั้งหนึ่ง 副 ทีเดียว

一举两得（一舉兩得）yījǔ-liǎngdé 〈成〉 กระสุนนัดเดียวได้นกสองตัว

一举一动（一舉一動）yījǔ-yīdòng 〈成〉 ทุกความเคลื่อนไหว

一句话（一句話）yījùhuà 〈熟〉 คำพูดคำเดียว ; ประโยคเดียว

一卡通 yīkǎtōng 名 〈交〉 สมาร์ท การ์ด (*smart card*) ; บัตรเติมเงินสำหรับรถโดยสารสาธารณะ

一口 yīkǒu 名 เต็มปาก 副 (พูดอย่าง) เด็ดเดี่ยว

一口气（一口氣）yīkǒuqì 副 รวดเดียว ; ไม่ขาดตอน 名 ลมหายใจ ; ลมปราณ

一览表（一覽表）yīlǎnbiǎo 名 ตารางแสดงสภาพทั่วไป

一揽子（一攬子）yīlǎn·zi 形 รวมทั้งหมด

一连（一連）yīlián 副 ติด ๆ กัน

一连串（一連串）yīliánchuàn 形 (เหตุการณ์การกระทำ) ต่อเนื่อง

一流 yīliú 形 ชั้นหนึ่ง

一路 yīlù 名 ตลอดทาง

一路上 yīlùshàng 名 ตลอดทาง ; ตลอดเส้นทาง

一路平安 yīlù-píng'ān 〈成〉 เดินทางโดยสวัสดิภาพ ; ขอให้เดินทางโดยสวัสดิภาพ

一路顺风（一路順風）yīlù-shùnfēng 〈成〉 ราบรื่นไปตลอดทาง

一律 yīlǜ 形 เหมือนกันหมด 副 ทั้งนั้น

一马当先（一馬當先）yīmǎ-dāngxiān 〈成〉 ควบม้าออกศึกนำหน้า อุปมาว่า นำหน้าไป

一脉相传（一脈相傳）yīmài-xiāngchuán 〈成〉 ถ่ายทอดตามสายโลหิตโดยตรงตลอดมา ; ถ่ายทอดจากสำนักเดียวกันโดยตลอด

一毛不拔 yīmáo-bùbá 〈成〉 ตระหนี่ถี่เหนียว ไม่ยอมสละประโยชน์ส่วนตัวแม้แต่น้อย

一面 yīmiàn 名 ด้านหนึ่ง

一面之词（一面之詞）yīmiànzhīcí 〈成〉 คำพูดฝ่ายเดียว

一鸣惊人（一鳴驚人）yīmíng-jīngrén 〈成〉 ปรกติไม่มีอะไรโดดเด่น แต่เมื่อมีโอกาสสร้างผลงานขึ้น ก็ทำให้คนถึงกับตื่นตะลึง

一模一样（一模一樣）yīmú-yīyàng 〈成〉 เหมือนกันราวกับแกะ

一目了然（一目瞭然）yīmù-liǎorán 〈成〉 มองปราดเดียวก็เข้าใจหมด

一年到头（一年到頭）yīnián-dàotóu 〈成〉 ทั้งปี ; ตลอดปี

一年生 yīniánshēng 形 〈植〉 พืชล้มลุก (ซึ่งมีชีวิตอยู่เพียงฤดูเดียวหรือปีเดียว)

一念之差 yīniànzhīchā 〈成〉 ความคิดที่ผิดไปแค่เพียงชั่ววูบ (แต่กลับส่งผลร้ายแรง)

一诺千金（一諾千金）yīnuò-qiānjīn 〈成〉 คำสัญญาที่มีค่าดั่งทอง พูดแล้วไม่คืนคำ

一拍即合 yīpāi-jíhé 〈成〉 เข้ากันได้โดยง่าย

一盘棋（一盤棋）yīpánqí 名 หมากรุกบนตากระดาน อุปมาว่า องค์ประกอบเดียวกัน

一盘散沙（一盤散沙）yīpán-sǎnshā 〈成〉 ทรายบนถาด อุปมาว่า ไม่สามัคคีกัน

一旁 yīpáng 名 ข้าง ๆ

一偏 yīpiān 形 เอนเอียงไปด้านเดียว

一片冰心 yīpiàn-bīngxīn 〈成〉 จิตใจอันบริสุทธิ์ผุดผ่อง

一瞥 yīpiē 动 มองแวบหนึ่ง อุปมาว่า ชั่วพริบตาเดียว

一贫如洗（一貧如洗）yīpín-rúxǐ 〈成〉 สิ้นเนื้อประดาตัว

一曝十寒 yīpù-shíhán 〈成〉 (ต้นพืช) ตากแดดวันหนึ่ง โดนอากาศหนาวสิบวัน อุปมาว่า บางทีขยันบางทีขี้เกียจไม่สม่ำเสมอ

一齐（一齊）yīqí 副 พร้อมกัน

一起 yīqǐ 副 ด้วยกัน

一气（一氣）yīqì 副 รวดเดียว

一气呵成（一氣呵成）yīqì-hēchéng 〈成〉 เนื้อหาและสำนวนของความเรียงสัมพันธ์เร้าใจโดยตลอด ;รวดเดียวทำสำเร็จ

一钱不值（一錢不值）yīqián-bùzhí 〈成〉 ไม่มีคุณค่าเลยแม้แต่สตางค์แดงเดียว

一窍不通（一竅不通）yīqiào-bùtōng 〈成〉 ไม่มีความรู้เลยแม้แต่นิดเดียว

一切 yīqiè 代 ทั้งมวล

一清二白 yīqīng-èrbái 〈成〉 ชัดเจนมากทีเดียว ; ไม่มีความพัวพันกันแต่อย่างใด

一清早 yīqīngzǎo 名 เช้าตรู่

一穷二白（一窮二白）yīqióng-èrbái 〈成〉 ยากจนและว่างเปล่า ; (เศรษฐกิจ วัฒนธรรม วิทยาศาสตร์ และเทคโนโลยี ฯลฯ) ล้าหลังมาก

一丘之貉 yīqiū-zhīhé 〈成〉 พวกคนระยำเหมือนกัน

一任 yīrèn 动 〈书〉 ปล่อยให้...

一仍旧贯（一仍舊貫）yīréng-jiùguàn 〈成〉 ยังคงยึดตามธรรมเนียมเก่า

一日千里 yīrì-qiānlǐ 〈成〉 วันหนึ่งพันลี้ อุปมาว่า รุดหน้าไปอย่างรวดเร็ว

一日三秋 yīrì-sānqiū 〈成〉 วันหนึ่งยาวนานราวสามปี อุปมาว่า คิดถึงเป็นอย่างยิ่ง

一如既往 yīrú-jìwǎng 〈成〉 เหมือนอดีตที่ผ่านมา

一扫而光（一掃而光）yīsǎo'érguāng 〈成〉 กวาดทีเดียวให้หมดสิ้นไป

一色 yīsè 形 สีเดียวกัน ; อย่างเดียวกันหมด

一霎时（一霎時）yīshàshí 名 ชั่วขณะหนึ่ง

一身 yīshēn 名 ทั้งตัว ; คนเดียว

一身两役（一身兩役）yīshēn-liǎngyì 〈成〉 คนเดียวทำหน้าที่สองอย่าง

一身是胆（一身是膽）yīshēn-shìdǎn 〈成〉 องอาจกล้าหาญมาก

一神教 yīshénjiào 名 〈宗〉 ศาสนาที่บูชาพระเจ้าองค์เดียว

一生 yīshēng 名 ชั่วชีวิต ; ตลอดชีวิต

一生一世 yīshēng-yīshì 〈成〉 ตลอดชั่วชีวิต

一声不吭（一聲不吭）yīshēng-bùkēng 〈成〉 ไม่พูดไม่จา

一声不响（一聲不響）yīshēng-bùxiǎng 〈成〉 ไม่พูดไม่จา

一声令下（一聲令下）yīshēng-lìngxià 〈成〉 พอออกคำสั่ง (ก็...)

一石二鸟（一石二鳥）yīshí-èrniǎo 〈成〉 ลูกศรดอกเดียวยิงนกได้สองตัว

一时（一時）yīshí 名 สมัยหนึ่ง ; ชั่วขณะ 副 บังเอิญ

一时半刻（一時半刻）yīshí-bànkè 〈熟〉 ในช่วงเวลาอันสั้น

一时间（一時間）yīshíjiān 名 ในชั่วขณะ

一事 yīshì 名 〈方〉 กลุ่มเดียวกัน ; เรื่องเดียวกัน

一事无成（一事無成）yīshì-wúchéng 〈成〉 ไม่สำเร็จสักอย่าง

一视同仁（一視同仁）yīshì-tóngrén 〈成〉 ให้ความเสมอภาคทั่วหน้ากัน

一手 yīshǒu 名 ฝีมือ ; กลอุบาย 副 (ทำ) คนเดียว

一手包办（一手包辦）yīshǒu-bāobàn 〈熟〉 เหมาทำหมดคนเดียว

一手遮天 yīshǒu-zhētiān 〈成〉 มือเดียวบังฟ้า อุปมาว่าใช้อำนาจปิดบังและหลอกลวงประชาชน

一瞬 yīshùn 名 พริบตาเดียว

一瞬间（一瞬間）yīshùnjiān 名 ชั่วพริบตาเดียว

一丝不苟（一絲不苟）yīsī-bùgǒu 〈成〉

Y

เอาจริงเอาจังและละเอียดลออ

一丝不挂（一絲不挂）yīsī-bùguà 〈成〉 เปลือยล่อนจ้อน

一丝一毫（一絲一毫）yīsī-yīháo 〈成〉 นิดเดียว (มักจะใช้ในประโยคปฏิเสธ)

一塌糊涂（一塌糊塗）yītāhútú 〈成〉 เละเทะ

一体（一體）yītǐ 名 องค์ประกอบเดียวกัน ; ทั้งปวง

一体化（一體化）yītǐhuà 动 ให้กลายเป็นแบบองค์ประกอบเดียวกัน

一天 yītiān 数量 หนึ่งวัน ; ตลอดทั้งวัน ; อยู่มาวันหนึ่ง

一天到晚 yītiān-dàowǎn 〈熟〉 วันยังค่ำ ; เช้าจรดเย็น ; ตลอดทั้งวัน ; ทุกวัน

一条龙（一條龍）yītiáolóng 名 แถวยาวเหยียด ; ครบวงจร

一条心（一條心）yītiáoxīn 名 ใจเดียวกัน

一通百通 yītōng-bǎitōng 〈俗〉 เข้าใจได้ข้อหนึ่งก็พลอยเข้าใจทั้งหมดไปด้วย

一同 yītóng 副 พร้อมกัน ; ด้วยกัน

一统（一統）yītǒng 动 เป็นเอกภาพ

一头（一頭）yītóu 名 ข้างหนึ่ง ; ฝ่ายหนึ่ง ; (ความสูงเท่า) หัว ; เต็มหัว 副 โดยไม่รีรอ

一团和气（一團和氣）yītuán-héqì 〈成〉 เต็มไปด้วยความอ่อนโยนละมุนละม่อม

一团漆黑（一團漆黑）yītuán-qīhēi 〈成〉 มืดไปหมด

一团糟（一團糟）yītuánzāo 形 เลอะเทอะไปหมด ; แย่ไปหมด

一网打尽（一網打盡）yīwǎng-dǎjìn 〈成〉 กวาดเรียบไม่เหลือ ; จับเรียบไม่รอดแม้แต่คนเดียว

一往情深 yīwǎng-qíngshēn 〈成〉 รำพึงรักอยู่เสมอ ; ใฝ่ใจเสมอ

一往无前（一往無前）yīwǎng-wúqián 〈成〉 มุ่งหน้าไปโดยไม่หวาดหวั่นต่ออุปสรรคใด ๆ ทั้งสิ้น

一望无际（一望無際）yīwàng-wújì 〈成〉 สุดสายตา

一味 yīwèi 副 เอาแต่... ; มุ่งแต่

一文不名 yīwén-bùmíng 〈成〉 ไม่มีแม้แต่แดงเดียว

一窝蜂（一窩蜂）yīwōfēng 副 เฮโลกัน

一无是处（一無是處）yīwúshìchù 〈成〉 ไม่มีที่ถูกเลยแม้แต่นิดเดียว ; ไม่มีดีสักอย่าง

一无所长（一無所長）yīwúsuǒcháng 〈成〉 ไม่มีความชำนาญเลยสักอย่าง

一无所得（一無所得）yīwúsuǒdé 〈成〉 ไม่ได้อะไรเลยสักอย่าง

一无所获（一無所獲）yīwúsuǒhuò 〈成〉 ไม่ได้อะไรเลยสักอย่าง

一无所有（一無所有）yīwúsuǒyǒu 〈成〉 ไส้แห้ง ; สิ้นเนื้อประดาตัว ; หมดเนื้อหมดตัว

一无所知（一無所知）yīwúsuǒzhī 〈成〉 ไม่รู้อะไรเลย

一五一十 yīwǔ-yīshí 〈成〉 (เล่า) อย่างละเอียดถี่ถ้วน

一物降一物 yī wù xiáng yī wù 〈俗〉 ของอย่างหนึ่งย่อมมีของอีกอย่างหนึ่งพิชิตได้

一息尚存 yīxī-shàngcún 〈成〉 ยังไม่สิ้นลมหายใจ

一席话（一席話）yīxíhuà คำพูดที่พูดมาทั้งหมด

一席谈（一席談）yīxítán คำกล่าวทั้งหมด

一系列 yīxìliè 形 มากมายหลายอย่างที่เกี่ยวข้องหรือเชื่อมโยงกัน

一下 yīxià 数量 สักหน่อย ; สักที 副 ประเดี๋ยว

一下子 yīxià·zi 副 ประเดี๋ยวเดียว

一线（一綫）yīxiàn 形 (ขนาด) เส้นเล็ก ๆ ; รำไร 名 แนวหน้า

一厢情愿（一厢情願）yīxiāng-qíngyuàn 〈成〉 ปรารถนาแต่ฝ่ายเดียว

一向 yīxiàng 副 แต่ไหนแต่ไร ; ช่วงระยะเวลาที่ผ่านมา

一笑置之 yīxiào-zhìzhī 〈成〉 ได้แต่หัวเราะโดยไม่สนใจไยดี

一些 yīxiē 数量 บาง ; บ้าง

一泻千里（一瀉千里）yīxiè-qiānlǐ 〈成〉 น้ำ (ในแม่น้ำ) ไหลพุ่งไปเป็นพัน ๆ ลี้ ; อุปมาว่าการประพันธ์ลื่นไหลและรวดเร็วดี

一心 yīxīn 副 ตั้งอกตั้งใจ 形 พร้อมใจ

Y

一心一德 yīxīn-yīdé 〈成〉 พร้อมจิตพร้อมใจ

一心一意 yīxīn-yīyì 〈成〉 ตั้งหน้าตั้งตา ; ตั้งอกตั้งใจ

一星半点儿（一星半點兒）yīxīng-bàndiǎnr น้อยนิด

一行 yīxíng 名 (บุคคลที่เดินทางไปด้วยกัน) กลุ่มหนึ่ง

一宿 yīxiǔ 数量 หนึ่งคืน ; ทั้งคืน

一言不发（一言不發）yīyán-bùfā 〈成〉 ไม่พูดแม้สักคำเดียว

一言九鼎 yīyán-jiǔdǐng 〈成〉 คำไหนคำนั้น

一言难尽（一言難盡）yīyán-nánjìn 〈成〉 ยากที่จะอธิบายด้วยคำพูดสั้น ๆ ได้

一言堂 yīyántáng 名 มีสิทธิ์ออกเสียงเพียงคนเดียว

一言为定（一言爲定）yīyánwéidìng 〈成〉 ตกลงแน่นอน

一言一行 yīyán-yīxíng 〈成〉 กิริยาวาจา

一言以蔽之 yī yán yǐ bì zhī 〈成〉 สรุปด้วยประโยคเดียว

一眼 yīyǎn 数量 มองแวบหนึ่ง ; มองปราดเดียว

一样（一樣）yīyàng 形 เหมือนกัน

一叶蔽目（一葉蔽目）yīyè-bìmù 〈成〉 เส้นผมบังภูเขา

一叶知秋（一葉知秋）yīyè-zhīqiū 〈成〉 เมื่อเห็นใบไม้ใบหนึ่งร่วงลงมาก็จะรู้ว่าฤดูใบไม้ร่วงมาถึงแล้ว อุปมาว่า ปรากฏการณ์เล็กน้อยจะส่อเค้าเหตุการณ์ทั้งหมดได้

一一 yīyī 副 ทีละ...ทีละ

一衣带水（一衣帶水）yīyīdàishuǐ 〈成〉 (ห่างกันแค่) สายน้ำแคบ ๆ สายหนึ่ง

一意孤行 yīyì-gūxíng 〈成〉 ทำตามอำเภอใจ

一应（一應）yīyīng 代 ทุกอย่าง

一应俱全（一應俱全）yīyīng-jùquán 〈成〉 มีครบทุกอย่าง

一拥而上（一擁而上）yīyōng'érshàng 〈成〉 กรูกันเข้ามา

一语道破（一語道破）yīyǔ-dàopò 〈成〉 พูดคำเดียวเผยออกหมด

一语破的（一語破的）yīyǔ-pòdì 〈成〉 พูดคำเดียวถูกประเด็น

一元方程 yīyuán fāngchéng 〈数〉 สมการชั้นเดียว

一元化 yīyuánhuà 动 แบบเอกภาพ ; แบบรวมศูนย์

一元论（一元論）yīyuánlùn 名 〈哲〉 เอกนิยม

一再 yīzài 副 ครั้งแล้วครั้งเล่า

一早 yīzǎo 名 〈口〉 รุ่งเช้า

一朝 yīzhāo 副 พอถึงวันใดวันหนึ่ง

一朝一夕 yīzhāo-yīxī 〈成〉 เช้าวันหนึ่งหรือเย็นวันหนึ่ง ; เวลาสั้น ๆ

一针见血（一針見血）yīzhēn-jiànxiě 〈成〉 เข็มเดียวเห็นเลือด อุปมาว่า คำเดียวแทงถูกใจดำ

一枕黄粱 yīzhěn-huángliáng 〈成〉 ฝันสลาย

一阵（一陣）yīzhèn 数量 พักหนึ่ง ; ครู่หนึ่ง

一阵风（一陣風）yīzhènfēng 名 ลมที่พัดผ่านหอบหนึ่ง

一知半解 yīzhī-bànjiě 〈成〉 รู้อย่างงู ๆ ปลา ๆ

一直 yīzhí 副 ตรงไป ; ตลอดเวลา

一纸空文（一紙空文）yīzhǐ-kōngwén 〈成〉 เอกสารที่ไร้ผลบังคับ

一致 yīzhì 副 เป็นเอกฉันท์

一掷千金（一擲千金）yīzhì-qiānjīn 〈成〉 วางเดิมพันทีเดียวเป็นเงินพันตำลึง อุปมาว่า ใช้จ่ายอย่างฟุ่มเฟือย

一准（一準）yīzhǔn 副 แน่นอน

一字长蛇阵（一字長蛇陣）yīzì chángshézhèn 〈俗〉 ขบวนแถวยาวเหยียด

一字千金 yīzì-qiānjīn 〈成〉 คำเดียวมีค่าพันตำลึงทอง

一字一板 yīzì-yībǎn 〈成〉 ชัดถ้อยชัดคำ

一总（一總）yīzǒng 副 รวม ; ทั้งหมด

伊 yī 助 〈书〉 นำหน้าคำอื่นเพื่อเสริมน้ำเสียง 代 เขา ; เธอ

伊甸园（伊甸園）Yīdiànyuán 名 〈宗〉 สวนอีเดน (*Eden*)

伊妹儿（伊妹兒）yīmèir 名 〈计〉 อีเมล์ (*e-mail*)

伊始 yīshǐ 动 〈书〉 เริ่มต้น

伊斯兰教（伊斯蘭教）Yīsīlánjiào 名 〈宗〉

ศาสนาอิสลาม

衣 yī 名 เสื้อ

衣服 yī·fu 名 เสื้อผ้า

衣冠楚楚 yīguān-chǔchǔ 〈成〉แต่งตัวสุภาพ เรียบร้อย

衣冠禽兽（衣冠禽獸）yīguān-qínshòu 〈成〉คนที่แต่งตัวเรียบร้อย แต่จิตใจต่ำช้าเลวทราม ยิ่งกว่าสัตว์เดียรัจฉาน

衣柜（衣櫃）yīguì 名 ตู้เสื้อผ้า

衣架 yījià 名 ไม้แขวนเสื้อ

衣料 yīliào 名 ผ้าสำหรับตัดเสื้อ

衣领（衣領）yīlǐng 名 ปกเสื้อ

衣帽间（衣帽間）yīmàojiān 名 ห้องรับฝากเสื้อ และหมวกตามสถานที่สาธารณะ

衣衫 yīshān 名 เสื้อผ้า

衣裳 yī·shang 名 〈口〉เสื้อผ้า

衣食住行 yī-shí-zhù-xíng 〈成〉เครื่องนุ่งห่ม อาหาร ที่อยู่อาศัยและยานพาหนะ (ซึ่งเป็นปัจจัย สี่ที่จำเป็นในการดำรงชีวิตของมนุษย์)

衣物 yīwù 名 เสื้อผ้าและของใช้ประจำวัน

衣箱 yīxiāng 名 หีบบรรจุเสื้อผ้า ; กระเป๋าบรรจุ เสื้อผ้า

衣着 yīzhuó 名 เสื้อผ้าอาภรณ์

医（醫）yī 名 แพทย์ ; แพทยศาสตร์ 动 บำบัดโรค

医道（醫道）yīdào 名 ความสามารถในการรักษา โรค ; ฝีมือรักษาโรค ; ความรู้ด้านแพทยศาสตร์

医德（醫德）yīdé 名 จรรยาแพทย์

医护（醫護）yīhù 动 รักษาเยียวยาและพยาบาล

医科（醫科）yīkē 名 วิชาแพทยศาสตร์

医疗（醫療）yīliáo 动 รักษาโรค

医生（醫生）yīshēng 名 นายแพทย์ ; หมอ

医师（醫師）yīshī 名 นายแพทย์ (ที่จบ แพทยศาสตร์ระดับอุดมศึกษา)

医士（醫士）yīshì 名 นายแพทย์ (ที่จบ การศึกษาทางแพทย์ระดับกลาง)

医术（醫術）yīshù 名 ฝีมือในการรักษาโรค

医务（醫務）yīwù 名 กิจการทางการแพทย์

医学（醫學）yīxué 名 แพทยศาสตร์

医药（醫藥）yīyào 名 ยาและการรักษาโรค

医院（醫院）yīyuàn 名 โรงพยาบาล

医治（醫治）yīzhì 动 รักษาเยียวยา

医嘱（醫囑）yīzhǔ 名 คำแนะนำของแพทย์

依 yī 动 พึ่งพา ; ยอม 介 ตาม

依傍 yībàng 动 พึ่งพา ; เลียนแบบ (ทางด้าน ศิลปะหรือด้านวิชาการ)

依次 yīcì 副 ตามลำดับ

依从（依從）yīcóng 动 คล้อยตาม

依存 yīcún 动 พึ่งพาอาศัยกันเพื่อความอยู่รอด

依法 yīfǎ 副 ตามกฎหมาย

依附 yīfù 动 อาศัย ; พึ่งพา ; สังกัด

依旧（依舊）yījiù 动 เหมือนเดิม 副 เช่นเคย

依据（依據）yījù 名 หลักฐาน 动 ตามที่...

依靠 yīkào 动 อาศัย ; พึ่งพา 名 บุคคลหรือ สิ่งของที่พึ่งได้

依赖（依賴）yīlài 动 พึ่งพาอาศัย

依赖性（依賴性）yīlàixìng 名 ความเคยชิน ในการพึ่งพาอาศัยคนอื่น

依恋（依戀）yīliàn 动 อาลัยอาวรณ์

依然 yīrán 副 ยังคง

依顺（依順）yīshùn 动 โอนอ่อนผ่อนตาม

依托 yītuō 动 อาศัย ; อ้างชื่อ

依偎 yīwēi 动 คลอเคลีย

依稀 yīxī 形 คลุมเครือ

依样画葫芦（依樣畫葫蘆）yīyàng huà húlu 〈熟〉ลอกตามแบบ

依依不舍（依依不捨）yīyī-bùshě 〈成〉อาลัยอาวรณ์

依依惜别 yīyī-xībié 〈成〉จากกันด้วย ความอาลัยอาวรณ์

依仗 yīzhàng 动 อาศัย (อิทธิพลผู้อื่นหรือเงื่อนไขที่ เป็นประโยชน์บางอย่าง)

依照 yīzhào 动 ปฏิบัติตาม... 介 ตาม

铱（銥）yī 名 〈化〉ธาตุอิริเดียม (iridium)

铱金笔（銥金筆）yījīnbǐ 名 ปากกาอิริเดียม

壹 yī 数 หนึ่ง

仪（儀）yí 名 รูปภายนอกของคน ; พิธี ; มิเตอร์

(*meter*)

仪表（儀表）yíbiǎo 名 มิเตอร์ (*meter*) ; รูปโฉม ; รูปร่างลักษณะ

仪器（儀器）yíqì 名 อุปกรณ์ (ทางวิทยาศาสตร์)

仪容（儀容）yíróng 名 รูปโฉม ; รูปร่างลักษณะ

仪式（儀式）yíshì 名 พิธี

仪态（儀態）yítài 名 รูปโฉมและอิริยาบถ

仪仗队（儀仗隊）yízhàngduì 名 กองเกียรติยศ

饴糖（飴糖）yítáng 名 น้ำตาลมอลโทส ; ตังเม

怡然 yírán 形 〈书〉 ปลื้มใจ ; อิ่มใจ

怡然自得 yírán-zìdé 〈成〉 อิ่มอกอิ่มใจ ; ปลื้มใจ

怡人 yírén 形 ทำให้สบายทั้งกายและใจ

宜 yí 副 เหมาะ

宜人 yírén 形 ถูกใจคน

咦 yí 叹 เอ๊ะ

贻害无穷（貽害無窮）yíhài-wúqióng 〈成〉 ปล่อยความผิดพลาดไว้จักเป็นภัยอย่างใหญ่หลวง

贻误（貽誤）yíwù 动 ทิ้งความผิดพลาดไว้ไม่แก้ไข (ทำให้ส่งผลเสียต่อไป)

贻笑大方（貽笑大方）yíxiào-dàfāng 〈成〉 เป็นที่หัวเราะเยาะของผู้รู้ผู้เชี่ยวชาญ

姨 yí 名 ป้า (พี่สาวของแม่) ; น้าสาว

姨夫 yí·fu 名 ลุงเขย (สามีของพี่สาวแม่) ; น้าเขย (สามีของน้องสาวแม่) 姨父、姨丈 ก็เรียก

姨母 yímǔ 名 ป้า (พี่สาวของแม่) ; น้า (น้องสาวของแม่)

胰 yí 名 〈生理〉 ตับอ่อน

胰岛（胰島）yídǎo 名 〈生理〉 กลุ่มเซลล์ที่กระจายแทรกอยู่ในเนื้อของตับอ่อน

胰岛素（胰島素）yídǎosù 名 〈药〉 อินซูลิน (*insulin*)

胰腺 yíxiàn 名 〈生理〉 ต่อมตับอ่อน

移 yí 动 เคลื่อนที่ ; ย้าย

移动（移動）yídòng 动 เคลื่อนที่

移动硬盘（移動硬盤）yídòng yìngpán 〈计〉 ฮาร์ดดิสก์แบบพกพา

移风易俗（移風易俗）yífēng-yìsú 〈成〉 เปลี่ยนแปลงขนบธรรมเนียมประเพณี

移行 yíháng 动 ย้ายบรรทัด

移花接木 yíhuā-jiēmù 〈成〉 อุปมาว่า แอบยักย้ายถ่ายเท (บุคคลหรือสิ่งของ)

移交 yíjiāo 动 มอบงาน (ก่อนออกจากตำแหน่ง) ; มอบสิ่งของ

移居 yíjū 动 ย้ายถิ่นที่อยู่

移苗 yímiáo 动 ย้ายต้นอ่อน

移民 yímín 动 อพยพคนไปที่อื่น 名 ผู้อพยพ ; ชาวต่างด้าวที่เข้าเมือง

移师（移師）yíshī 动 เคลื่อนย้ายกองทัพ

移栽 yízāi 动 ย้ายปลูก

移植 yízhí 动 ย้ายปลูก ; ย้ายเพาะเลี้ยง ; 〈医〉 ปลูกถ่าย (*transplant*) (เนื้อเยื่อหรืออวัยวะ)

遗（遺）yí 动 ตกหาย ; ตกทอด

遗产（遺産）yíchǎn 名 มรดก

遗传（遺傳）yíchuán 动 〈生物〉 กรรมพันธุ์

遗传学（遺傳學）yíchuánxué 名 〈生物〉 พันธุศาสตร์

遗风（遺風）yífēng 名 สมัยนิยมที่ตกทอดมา

遗腹子（遺腹子）yífùzǐ 名 ลูกที่เกิดหลังบิดาถึงแก่กรรม

遗稿（遺稿）yígǎo 名 งานประพันธ์ที่ยังไม่ได้ตีพิมพ์เผยแพร่ของนักเขียนที่ถึงแก่กรรม

遗孤（遺孤）yígū 名 ลูกกำพร้า

遗骨（遺骨）yígǔ 名 กระดูกของร่างคนหรือสัตว์ที่ตายแล้ว

遗骸（遺骸）yíhái 名 ซากศพ

遗憾（遺憾）yíhàn 形 เสียดาย

遗恨（遺恨）yíhèn 名 ความเสียใจหรือแค้นใจตลอดชีวิตจนตาย

遗迹（遺迹）yíjì 名 ร่องรอยแห่งประวัติศาสตร์

遗精（遺精）yíjīng 动 〈生理〉 ฝันเปียก

遗留（遺留）yíliú 动 ตกทอดมา

遗漏（遺漏）yílòu 动 ตกหล่น (โดยไม่ได้บันทึกหรือเอ่ยถึง)

遗弃（遺棄）yíqì 动 ทอดทิ้ง

遗容（遺容）yíróng 名 โฉมหน้าของผู้ถึงแก่กรรม ; รูปโฉมของผู้ถึงแก่กรรม

Y

遗失（遺失）yíshī 动 ตกหาย

遗书（遺書）yíshū 名 งานประพันธ์ของผู้ล่วงลับ ; ข้อความสั่งเสียที่เป็นลายลักษณ์อักษรของผู้เสียชีวิต ; หนังสือที่ตกหายไป

遗孀（遺孀）yíshuāng 名 หญิงม่าย

遗体（遺體）yítǐ 名 สรีระ (ใช้ในกรณีที่ให้เกียรติผู้ถึงแก่กรรม) ; ศพ

遗忘（遺忘）yíwàng 动 ลืม

遗物（遺物）yíwù 名 สิ่งของของผู้ถึงแก่กรรม ; สิ่งของที่ตกทอดมาแต่ครั้งโบราณกาล

遗像（遺像）yíxiàng 名 ภาพถ่ายของผู้ถึงแก่กรรม

遗言（遺言）yíyán 名 คำสั่งเสียก่อนสิ้นชีวิต

遗愿（遺願）yíyuàn 名 ความปรารถนาของผู้ถึงแก่กรรมซึ่งยังไม่บรรลุผล

遗照（遺照）yízhào 名 ภาพถ่ายของผู้ถึงแก่กรรม

遗址（遺址）yízhǐ 名 สถานที่ที่มีซากปรักหักพัง

遗志（遺志）yízhì 名 ปณิธานที่ยังไม่บรรลุผลสำเร็จก่อนสิ้นชีวิต

遗嘱（遺囑）yízhǔ 名 พินัยกรรม ; คำสั่งเสียของผู้ตาย

遗著（遺著）yízhù 名 ผลงานการประพันธ์ของผู้ตาย

遗作（遺作）yízuò 名 ผลงานการประพันธ์ของผู้ตาย

疑 yí 动 สงสัย ; ข้องใจ ; ระแวง

疑案 yí'àn 名 คดีซ่อนเงื่อน ; เหตุการณ์ที่น่าสงสัย

疑点（疑點）yídiǎn 名 ข้อสงสัย

疑惑 yíhuò 动 ฉงนสนเท่ห์ ; ข้องใจ

疑虑（疑慮）yílǜ 动 สงสัยและกังวลใจ

疑难（疑難）yínán 形 ข้องใจและแก้ยาก

疑神疑鬼 yíshén-yíguǐ 〈成〉 ขี้ระแวง ; ขี้สงสัย

疑似 yísì 动 ดูคล้ายกับว่าใช่ (แต่ก็ไม่แน่)

疑团（疑團）yítuán 名 ข้อกังขาที่ทับถมอยู่ในใจ

疑问（疑問）yíwèn 名 ข้อสงสัย

疑心 yíxīn 名 ความระแวง 动 สงสัย

疑心病 yíxīnbìng 名 โรคขี้ระแวง

疑凶 yíxiōng 名 〈法〉 ผู้ต้องสงสัยคดีฆาตกรรม

疑义（疑義）yíyì 名 ความสงสัย

疑云（疑雲）yíyún 名 ความแคลงใจที่เหมือนเมฆหมอกปกคลุมไว้

乙 yǐ 名 ตำแหน่งอันดับที่สองในระบบ "เทียนกาน" ซึ่งใช้ร่วมกับระบบ "ตี้จือ" ประกอบเป็น ๖๐ ตำแหน่ง เพื่อใช้แสดงลำดับของวันเดือนปีเป็นวัฏจักรหมุนเวียนกันไป

乙苯 yǐběn 名 〈化〉 เอทิลเบนซีน (ethylbenzene)

乙醇 yǐchún 名 〈化〉 แอลกอฮอล์ (alcohol)

乙肝 yǐgān 名 〈医〉 ตับอักเสบชนิด บี (hepatitis B)

乙醚 yǐmí 名 〈化〉 อีเธอร์ (ether)

乙脑（乙腦）yǐnǎo 名 〈医〉 สมองอักเสบชนิดบี (encephalitis B)

乙酸 yǐsuān 名 〈化〉 กรดแอซิติก (acetic acid)

乙烯 yǐxī 名 〈化〉 เอทิลีน (ethylene)

已 yǐ 动 ยุติ 副 ได้...ไปแล้ว

已故 yǐgù 形 ได้ถึงแก่กรรมเสียแล้ว 名 มรณกรรม

已婚 yǐhūn 形 แต่งงานแล้ว

已经（已經）yǐjīng 副 ได้...แล้ว

已然 yǐrán 副 ได้เป็นเช่นนี้เสียแล้ว

已往 yǐwǎng 名 อดีตที่ผ่านมา

已知数（已知數）yǐzhīshù 名 〈数〉 จำนวนที่รู้แล้ว

以 yǐ 介 ด้วย ; (ใช้) ตาม 连 จะได้

以便 yǐbiàn 连 จะได้

以次 yǐcì 副 ตามลำดับ

以德报怨（以德報怨）yǐdé-bàoyuàn 〈成〉 สนองโทษด้วยคุณ

以讹传讹（以訛傳訛）yǐé-chuán'é 〈成〉 เล่าลือผิดกันต่อ ๆ กันไป

以后（以後）yǐhòu 名 วันหลัง ; ต่อไป

以及 yǐjí 连 รวมทั้ง ; ตลอดจน

以假乱真（以假亂真）yǐjiǎ-luànzhēn 〈成〉 ใช้ของปลอมปะปนกับของจริง

以近 yǐjìn 名 〈交〉 (สถานี) ที่ใกล้กว่า (ตามเส้นทางรถไฟทางหลวงหรือสายการบิน)

以来（以來）yǐlái 名 เป็นต้นมา

以貌取人 yǐmào-qǔrén 〈成〉 ตัดสิน

Y

คนด้วยการยึดถือรูปโฉมโนมพรรณเป็นหลัก
以免 yǐmiǎn 连 จะได้ไม่...
以内 yǐnèi 名 ภายใน (ขอบเขต เวลา สถานที่ จำนวน ฯลฯ)
以期 yǐqī 连 จะได้
以前 yǐqián 名 แต่ก่อน
以人为本（以人爲本）yǐrén-wéiběn 〈成〉 ถือผลประโยชน์ของประชาชนเป็นหลัก
以上 yǐshàng 名 เหนือ (สูง) ขึ้นไป ; ดังกล่าว
以身试法（以身試法）yǐshēn-shìfǎ 〈成〉 เอาชีวิตไปผจญต่อกฎหมาย
以身作则（以身作則）yǐshēn-zuòzé 〈成〉 ปฏิบัติให้เป็นตัวอย่างแก่ผู้อื่น
以外 yǐwài 名 นอกจาก
以往 yǐwǎng 名 ที่แล้วมา ; เมื่อก่อน
以为（以爲）yǐwéi 动 เข้าใจว่า ; คิดว่า
以下 yǐxià 名 ต่ำกว่า ; ต่อจากนี้ไป
以眼还眼，以牙还牙（以眼還眼，以牙還牙）yǐyǎn-huányǎn,yǐyá-huányá 〈成〉 ตาต่อตา ฟันต่อฟัน
以一当十（以一當十）yǐyī-dāngshí 〈成〉 คนหนึ่งรับมือได้สิบคน อุปมาว่าเก่งกล้าสามารถ ; คนจำนวนน้อยเอาชนะคนจำนวนมากได้
以一儆百 yǐyī-jǐngbǎi 〈成〉 ลงโทษผู้กระทำผิดเพื่อให้บุคคลอื่น ๆ ไม่ทำผิดต่อไป ; เชือดไก่ให้ลิงดู
以逸待劳（以逸待勞）yǐyì-dàiláo 〈成〉 ตั้งมั่นออมกำลังไว้เพื่อรับมือข้าศึกที่บุกรุกจนเหน็ดเหนื่อย
以远（以遠）yǐyuǎn 名 〈交〉 (สถานี) ที่ไกลกว่า (ตามเส้นทางรถไฟทางหลวงหรือสายการบิน)
以至 yǐzhì 连 จนกระทั่ง ; ตลอดจน (คำเชื่อมที่บ่งบอกผลที่เกิดขึ้น)
以至于 yǐzhìyú 连 จนกระทั่ง ; ตลอดจน (คำเชื่อมที่บ่งบอกผลที่เกิดขึ้น)
以致 yǐzhì 连 จนกระทั่ง (คำเชื่อมที่บ่งบอกผลที่เกิดขึ้นในทางลบ)
矣 yǐ 助 〈书〉 แล้ว (คำช่วยกริยาภาษาจีนโบราณบ่งบอกแล้วเสร็จ)
迤逦（迤邐）yǐlǐ 形 〈书〉 คดเคี้ยว ; ลดเลี้ยว
蚁（蟻）yǐ 名 มด
倚 yǐ 动 พิง ; อาศัย ; 〈书〉 มีอคติ
倚靠 yǐkào 动 พึ่งพาอาศัย 名 ที่พึ่ง
倚赖（倚賴）yǐlài 动 พึ่งพาคนอื่นโดยไม่เป็นตัวของตัวเอง
倚老卖老（倚老賣老）yǐlǎo-màilǎo 〈成〉 อาศัยว่าตัวเองอายุมาก ถือตัวในความอาวุโส
倚仗 yǐzhàng 动 อาศัย (อิทธิพลผู้อื่นหรือเงื่อนไขที่เป็นประโยชน์บางอย่าง)
倚重 yǐzhòng 动 ไว้วางใจและพึ่งพาอาศัย
椅 yǐ 名 เก้าอี้
椅子 yǐ·zi 名 เก้าอี้
旖旎 yǐnǐ 形 〈书〉 วิจิตรงดงามละมุนละไม
亿（億）yì 数 ร้อยล้าน
义（義）yì 名 ธรรม ; บุญธรรม
义不容辞（義不容辭）yìbùróngcí 〈成〉 ปฏิเสธไม่ได้ในแง่ศีลธรรม
义齿（義齒）yìchǐ 名 ฟันปลอม
义愤（義憤）yìfèn 名 ความแค้นใจต่อสิ่งที่ไม่ชอบธรรม
义工（義工）yìgōng 名 งานเพื่อสาธารณประโยชน์ที่ไม่มีค่าตอบแทน ; อาสาสมัคร
义举（義舉）yìjǔ 名 การกระทำเพื่อการกุศลหรือความเป็นธรรม
义理（義理）yìlǐ 名 เนื้อหาและเหตุผล
义气（義氣）yì·qi 名 ความมีศีลมีสัตย์
义士（義士）yìshì 名 ผู้เชิดชูความเป็นธรรม
义无反顾（義無反顧）yìwúfǎngù 〈成〉 มุ่งหน้าไปตามหลักคุณธรรมโดยไม่ยอมหวนกลับ
义务（義務）yìwù 名 กรณียกิจอันพึงปฏิบัติตามกฎหมาย ; ภาระหน้าที่อันพึงปฏิบัติในด้านศีลธรรม ; (การทำงาน) ที่ไม่ได้รับค่าตอบแทน
义演（義演）yìyǎn 动 การแสดงเพื่อการกุศล
义正词严（義正詞嚴）yìzhèng-cíyán 〈成〉 เหตุผลถูกต้องวาทะจริงจัง
艺（藝）yì 名 ศิลปะ

艺德（藝德）yìdé 名 จรรยาบรรณของศิลปิน

艺妓（藝妓）yìjì 名 เกอิชา (นางระบำญี่ปุ่น)

艺名（藝名）yìmíng 名 ฉายานามของนักแสดง ที่ตั้งไว้สำหรับอาชีพการแสดง

艺人（藝人）yìrén 名 นักแสดง ; ช่างฝีมือ

艺术（藝術）yìshù 名 ศิลปะ

艺术家（藝術家）yìshùjiā 名 ศิลปิน

艺术品（藝術品）yìshùpǐn 名 ศิลปกรรม

艺员（藝員）yìyuán 名 ⟨方⟩ นักแสดง

艺苑（藝苑）yìyuàn 名 วงการศิลปะวรรณคดี

忆（憶）yì 动 หวนระลึก

忆想（憶想）yìxiǎng 动 หวนคิด ; คะนึงคิด

议（議）yì 名 ข้อคิดเห็น 动 ปรึกษา

议案（議案）yì'àn 名 ญัตติ

议程（議程）yìchéng 名 วาระการประชุม

议定（議定）yìdìng 动 ปรึกษาหารือและตกลง

议定书（議定書）yìdìngshū 名 ข้อตกลง

议和（議和）yìhé 动 เจรจาสงบศึก

议会（議會）yìhuì 名 รัฐสภา ; สภาผู้แทนราษฎร

议决（議決）yìjué 动 ลงมติ

议论（議論）yìlùn 动 วิพากษ์วิจารณ์ ; 名 คำวิจารณ์

议论文（議論文）yìlùnwén 名 บทความวิจารณ์

议事（議事）yìshì 动 ปรึกษาหารือเรื่องงาน

议题（議題）yìtí 名 หัวข้อในการอภิปราย

议席（議席）yìxí 名 ตำแหน่งสมาชิกสภา

议员（議員）yìyuán 名 สมาชิกสภา

议院（議院）yìyuàn 名 รัฐสภา

议长（議長）yìzhǎng 名 ประธานรัฐสภา

议政（議政）yìzhèng 动 วิพากษ์วิจารณ์กิจการ ของรัฐบาล ; วิพากษ์วิจารณ์งานราชการ

屹立 yìlì 动 ยืนตระหง่าน ; ตั้งตระหง่าน

亦 yì 副 ⟨书⟩ ก็ (แสดงความคล้อยตาม)

亦步亦趋（亦步亦趨）yìbù-yìqū ⟨成⟩ เดินตามหลังเขาโดยไม่มีความคิดของตัวเอง

亦即 yìjí ⟨书⟩ ก็คือ

异 yì 形 แตกต่าง ; ประหลาด ; อื่น

异邦 yìbāng 名 ต่างประเทศ ; ต่างด้าว

异彩 yìcǎi 名 แสงสีอันแพรวพราวอย่าง มหัศจรรย์ อุปมาว่าผลสำเร็จอันโดดเด่น

异常 yìcháng 形 ผิดปรกติ 副 อย่างยิ่ง

异地 yìdì 名 ต่างถิ่น

异端 yìduān 名 ความคิดหรือคำสอนทาง ศาสนาที่นอกรีตนอกรอย

异化 yìhuà 动 แปรเป็นอย่างอื่น

异己 yìjǐ 名 คนพวกอื่น

异教 yìjiào 名 ต่างศาสนา

异口同声（异口同聲）yìkǒu-tóngshēng ⟨成⟩ พูดเป็นเสียงเดียวกัน

异曲同工 yìqǔ-tónggōng ⟨成⟩ ทำนองเพลง แตกต่างกัน แต่ก็บรรเลงไพเราะเช่นเดียวกัน อุปมาว่า ทำนองของแต่ละคนไพเราะงดงามเหมือนกัน หรือ แม้วิธีการจะแตกต่างกัน แต่ก็ได้ผลดี เท่าเทียมกัน

异日 yìrì 名 ⟨书⟩ วันอื่น

异数（异數）yìshù 名 สภาพผิดแปลก

异同 yìtóng 名 ความแตกต่างและความเหมือน

异味 yìwèi 名 อาหารอร่อยที่ไม่ธรรมดา ; กลิ่น ชอบกล

异物 yìwù 名 ⟨医⟩ วัตถุแปลกปลอม ; ของแปลก

异乡（异鄉）yìxiāng 名 ต่างถิ่น

异香 yìxiāng 名 กลิ่นหอมเป็นพิเศษ

异想天开（异想天開）yìxiǎng-tiānkāi ⟨成⟩ คิดเพ้อเจ้อ

异心 yìxīn 名 นอกใจ

异性 yìxìng 名 ต่างเพศ

异样（异樣）yìyàng 形 ความแตกต่าง ; แปลก ๆ

异议（异議）yìyì 名 ความเห็นที่ต่างกัน

异域 yìyù 名 ต่างประเทศ ; ต่างถิ่น

异族 yìzú 名 ต่างชาติ

抑 yì 动 กด 连 ⟨书⟩ หรือ

抑或 yìhuò 连 หรือว่า

抑扬顿挫（抑揚頓挫）yìyáng-dùncuò ⟨成⟩ (เสียง) สูงต่ำชะงักและยอกย้อน

抑郁（抑鬱）yìyù 形 หดหู่ใจ ; ซึมเศร้า

抑郁症（抑鬱症）yìyùzhèng 名 ⟨医⟩ โรคซึมเศร้า

抑制 yìzhì 动 ระงับ ; ควบคุม

呓语（囈語）yìyǔ 名 คำพูดเพ้อเจ้อ

佚失 yìshī 动 สูญหาย

佚文 yìwén 名 บทความที่สูญหายไป

役畜 yìchù 名 สัตว์ที่ใช้ทำงาน

译（譯）yì 动 แปล ; ล่าม

译本（譯本）yìběn 名 ฉบับแปล

译电（譯電）yìdiàn 动 แปลข้อความเป็นรหัส ; แปลรหัส (เป็นข้อความ)

译介学（譯介學）yìjièxué 名 มิดิโอทรานสเลโทโลยี (*medio-translatology*)

译码（譯碼）yìmǎ 动 แปลรหัส (เป็นข้อความ)

译码器（譯碼器）yìmǎqì 名 เครื่องแปลรหัส

译名（譯名）yìmíng 名 ชื่อแปล

译述（譯述）yìshù 动 แปลบรรยาย

译文（譯文）yìwén 名 ข้อความแปล

译音（譯音）yìyīn 名 ทับศัพท์

译员（議員）yìyuán 名 ล่าม

译者（譯者）yìzhě 名 ผู้แปล

译制片（譯製片）yìzhìpiàn 名 〈影视〉 ภาพยนตร์แปล

译著（譯著）yìzhù 名 วรรณกรรมแปล

译作（譯作）yìzuò 名 วรรณกรรมแปล

易 yì 形 ง่าย ; อ่อนโยน 动 เปลี่ยน

易货（易貨）yìhuò 动 แลกเปลี่ยนสินค้า

易拉罐 yìlāguàn 名 กระป๋องอาหารชนิดเปิดง่าย

易燃品 yìránpǐn 名 〈工〉 วัตถุไวไฟ

易如反掌 yìrúfǎnzhǎng 〈成〉 ง่ายเหมือนพลิกฝ่ามือเป็นหลังมือ ; ง่ายเหมือนปอกกล้วย

易手 yìshǒu 动 เปลี่ยนมือ ; เปลี่ยนเจ้าของ

易损（易損）yìsǔn 形 เสียง่าย

易于 yìyú 动 ง่ายที่จะ...

奕奕 yìyì 形 กระปรี้กระเปร่า

疫病 yìbìng 名 〈医〉 โรคระบาด

疫苗 yìmiáo 名 〈医〉 วัคซีน (*vaccine*)

疫情 yìqíng 名 สภาวะโรคระบาด

疫区（疫區）yìqū 名 เขตที่มีโรคระบาด

益虫（益蟲）yìchóng 名 แมลงที่เป็นประโยชน์

益处（益處）yìchù 名 ประโยชน์

益鸟（益鳥）yìniǎo 名 นกที่เป็นประโยชน์

益兽（益獸）yìshòu 名 สัตว์ที่เป็นประโยชน์

益友 yìyǒu 名 เพื่อนที่เป็นประโยชน์ ; กัลยาณมิตร

益智 yìzhì 动 เป็นประโยชน์ต่อสติปัญญา

逸民 yìmín 名 ผู้ที่เก็บตัวอยู่อย่างสงบโดยไม่ยอมรับราชการ

逸事 yìshì 名 เกร็ดชีวประวัติซึ่งไม่ค่อยมีคนรู้กัน

逸闻（逸聞）yìwén 名 คำเล่าลือที่ไม่ปรากฏในหนังสือบันทึก

翌年 yìnián 名 〈书〉 ปีหน้า

翌日 yìrì 名 〈书〉 วันรุ่งขึ้น

肄业（肄業）yìyè 动 〈教〉 เรียนไม่จบ ; เรียน (ยังไม่จบ)

意 yì 名 ความหมาย ; เจตนา

意会（意會）yìhuì 动 เข้าใจความหมายโดยนัย

意见（意見）yì•jiàn 名 ความเห็น

意境 yìjìng 名 มโนคติ (ของงานศิลปวรรณคดี)

意料 yìliào 动 คาดหมาย

意料之外 yìliàozhīwài 〈成〉 นอกเหนือการคาดหมาย ; เกินการคาดหมาย

意念 yìniàn 名 ความนึกคิด

意气（意氣）yìqì 名 ปณิธาน ; รสนิยมและอุปนิสัย ; อารมณ์

意气风发（意氣風發）yìqì-fēngfā 〈成〉 จิตใจฮึกเหิม

意识（意識）yì•shí 名 〈哲〉 จิตสำนึก

意思 yì•si 名 ความหมาย (ของภาษาหรือตัวหนังสือ)

意图（意圖）yìtú 名 เจตนา

意外 yìwài 名 ความคาดไม่ถึง ; อุบัติเหตุ 形 เกินความคาดหมาย

意味 yìwèi 名 ความหมายแฝง ; รสชาติ

意味着 yìwèi•zhe 动 เป็นสัญลักษณ์ที่แสดงว่า ; มีความหมายว่า

意想不到 yìxiǎng-bùdào 〈成〉 นึกไม่ถึง ; คิดไม่ถึง ; เกินคาดคิด

意向（意嚮）yìxiàng 名 จุดประสงค์

Y

意向书（意嚮書）yìxiàngshū 名 หนังสือแสดงเจตจำนง

意象 yìxiàng 名 ภาพในใจ

意义（意義）yìyì 名 ความหมาย

意译（意譯）yìyì 动 แปลตามใจความ ; แปลตามความหมายของคำ

意愿（意願）yìyuàn 名 ความปรารถนา

意旨 yìzhǐ 名 วัตถุประสงค์

意志 yìzhì 名 ปณิธาน

意中人 yìzhōngrén 名 คนรักในดวงใจ

溢 yì 动 ล้น ; เกินไป

溢洪道 yìhóngdào 名 〈水〉 ทางระบายน้ำล้น

溢美 yìměi 动 (คำพูดที่) ชมเกิน

毅力 yìlì 名 จิตใจอันเด็ดเดี่ยวแน่วแน่

毅然 yìrán 副 อย่างเด็ดเดี่ยว

臆测（臆測）yìcè 动 คาดคะเน

臆断（臆斷）yìduàn 动 วินิจฉัยโดยการคาดคะเน

臆想 yìxiǎng 动 คาดคิด

臆造 yìzào 动 ปั้นเรื่องตามความคาดคิด

翼 yì 名 ปีก

癔病 yìbìng 名 〈医〉 โรคฮิสทีเรีย (*hysteria*)

因 yīn 连 เพราะ 名 มูลเหตุ

因材施教 yīncái-shījiào 〈成〉 สอนนักเรียนตามสภาพแต่ละคนที่ไม่เหมือนกัน

因此 yīncǐ 连 เพราะฉะนั้น ; ด้วยเหตุนี้

因地制宜 yīndì-zhìyí 〈成〉 ดำเนินการตามสภาพท้องถิ่นที่แตกต่างกัน

因而 yīn'ér 连 ฉะนั้น ; จึง

因果 yīnguǒ 名 เหตุและผล

因人而异 yīnrén'éryì 〈成〉 (การจัดการเรื่องใด) ให้พิจารณาถึงความแตกต่างของคน

因式 yīnshì 名 〈数〉 แฟกเตอร์ (*factor*)

因势利导（因勢利導）yīnshì-lìdǎo 〈成〉 โน้มน้าวตามสถานการณ์

因素 yīnsù 名 ปัจจัย

因特网（因特網）Yīntèwǎng 名 〈计〉 อินเตอร์เน็ต (*Internet*)

因陀罗（因陀羅）Yīntuóluó 名 〈宗〉 พระอินทร์ (ท้าวสักกะ) （也叫"帝释天"）

因为（因爲）yīn•wèi 连 เพราะว่า 介 เพราะ

因袭（因襲）yīnxí 动 ทำตาม (แบบเก่า) ; เลียนแบบ

因循守旧（因循守舊）yīnxún-shǒujiù 〈成〉 ยึดแนวทางเก่า

因噎废食（因噎廢食）yīnyē-fèishí 〈成〉 เพราะสำลักจึงเลิกกินข้าวเสียดื้อ ๆ อุปมาว่าเมื่อเกิดความผิดพลาดเพียงเล็กน้อยหรือกลัวจะเกิดปัญหาแล้วพาลยกเลิกสิ่งที่ควรทำโดยใช่เหตุ

因应（因應）yīnyìng 动 สอดคล้อง (กับสภาพที่เปลี่ยนไป) ; ใช้มาตรการรับมือ (กับสภาพที่เปลี่ยนไป)

因由 yīnyóu 名 〈口〉 สาเหตุ

因缘（因緣）yīnyuán 名 สาเหตุ ; 〈宗〉 บุพเพสันนิวาส

因子 yīnzǐ 名 〈数〉 แฟกเตอร์ (*factor*)

阴（陰）yīn 形 (อากาศ) ครึ้ม ; เต็มไปด้วยเล่ห์เหลี่ยม 名 ร่ม (ไม้) เงามืด ; สิ่งที่ซ่อนอยู่ข้างใน ; 〈电〉 (ขั้ว) ลบ

阴暗（陰暗）yīn'àn 形 มืด ; (หน้า) บึ้ง

阴暗面（陰暗面）yīn'ànmiàn 名 ด้านมืด

阴部（陰部）yīnbù 名 〈生理〉 อวัยวะสืบพันธุ์ภายนอกของคน

阴差阳错（陰差陽錯）yīnchā-yángcuò 〈成〉 ผิดพลาดไปโดยบังเอิญ

阴沉（陰沉）yīnchén 形 มืดครึ้ม ; (หน้า) บึ้ง

阴丹士林（陰丹士林）yīndānshìlín 〈纺〉 สีอินแดนธรีน (*indanthrene*)

阴道（陰道）yīndào 名 〈生理〉 ช่องคลอด

阴电（陰電）yīndiàn 名 ไฟฟ้าขั้วลบ

阴风（陰風）yīnfēng 名 ลมที่โชยมาจากที่มืด ; ลมหนาว

阴沟（陰溝）yīngōu 名 ท่อระบายน้ำใต้ดิน

阴魂（陰魂）yīnhún 名 วิญญาณคนตาย

阴极（陰極）yīnjí 名 〈电〉 ขั้วลบ

阴间（陰間）yīnjiān 名 เมืองผี

阴茎（陰莖）yīnjīng 名 〈生理〉 องคชาต

Y

阴冷（陰冷）yīnlěng 形 (ท้องฟ้า) มืดครึ้มและหนาวเย็น ; (สีหน้า) บึ้งตึงและเย็น

阴离子（陰離子）yīnlízǐ 名 อิออนลบ

阴历（陰曆）yīnlì 名 จันทรคติ

阴凉（陰涼）yīnliáng 形 ร่มเย็น

阴门（陰門）yīnmén 名〈生理〉ปากช่องคลอด

阴谋（陰謀）yīnmóu 动 ลอบวางแผน 名 แผนอุบาย

阴平（陰平）yīnpíng 名〈语〉เสียงวรรณยุกต์เสียง ๑ ในภาษาจีนกลาง

阴柔（陰柔）yīnróu 形 (บุคลิกลักษณะของผู้หญิง) อ่อนนุ่มละมุนละไม ; (ลีลาวรรณกรรม) ประณีตละมุนละไม

阴森（陰森）yīnsēn 形 มืดครึ้มน่าสะพรึงกลัว

阴私（陰私）yīnsī 名 ความลับในใจ

阴险（陰險）yīnxiǎn 形 เหี้ยมโหด ; หน้าเนื้อใจเสือ

阴性（陰性）yīnxìng 名〈医〉ผลลบ ;〈语〉เพศหญิง

阴阳人（陰陽人）yīnyángrén 名 กะเทย ; คนสองเพศ

阴影（陰影）yīnyǐng 名 เงามืด

阴雨（陰雨）yīnyǔ 动 ครึ้มฟ้าครึ้มฝน

阴郁（陰鬱）yīnyù 形 (อากาศ) อบอ้าวและมืดครึ้ม ; ซึมเศร้า ; ห่อเหี่ยวใจ

阴云（陰雲）yīnyún 名 เมฆดำ

荫（蔭）yīn 名 ร่มไม้

荫蔽（蔭蔽）yīnbì 动 ถูกบังด้วยกิ่งไม้

音 yīn 名 เสียง

音变（音變）yīnbiàn〈语〉การเปลี่ยนการออกเสียง

音标（音標）yīnbiāo 名〈语〉โฟเนติค

音波 yīnbō 名〈物〉คลื่นเสียง

音叉 yīnchā 名〈乐〉ส้อมเสียง

音长（音長）yīncháng 名〈语〉ความยาวของเสียง

音程 yīnchéng 名〈乐〉ระดับเสียงดนตรี

音调（音調）yīndiào 名〈语〉ทำนองเสียงดนตรี

音符 yīnfú 名〈乐〉โน้ตเพลง

音高 yīngāo 名〈乐〉ระดับ (ความสูง) ของเสียง

音阶（音階）yīnjiē 名〈乐〉สเกล (*scale*) ของเสียงดนตรี

音节（音節）yīnjié 名〈语〉พยางค์

音量 yīnliàng 名 ความดังของเสียง

音律 yīnlǜ 名〈乐〉ทำนองเสียงดนตรี ;〈语〉กฎเกณฑ์เสียงสัมผัสของกาพย์กลอน

音频（音頻）yīnpín 名〈物〉ความถี่ของเสียง

音强 yīnqiáng 名 ความเข้มของเสียง

音容 yīnróng 名 เสียงและรูปร่างหน้าตา

音色 yīnsè 名 คุณภาพของเสียง

音素 yīnsù 名〈语〉หน่วยพื้นฐานของเสียงซึ่งแตกต่างกันในแต่ละภาษา

音速 yīnsù 名〈物〉ความเร็วของเสียง

音位 yīnwèi 名〈语〉หน่วยเสียงที่ง่ายที่สุดซึ่งมีบทบาทในการจำแนกความหมาย

音位学（音位學）yīnwèixué 名 วิชาว่าด้วยหน่วยเสียง

音系 yīnxì 名〈语〉ระบบเสียง

音响（音響）yīnxiǎng 名 เสียง ; ประสิทธิภาพของเสียง ; เครื่องเสียง

音像 yīnxiàng 名 เทปเพลงและวิดีโอเทป

音信 yīnxìn 名 ข่าวคราว

音讯（音訊）yīnxùn 名 ข่าวคราว

音义（音義）yīnyì 名〈语〉การออกเสียงและความหมายของตัวหนังสือ ;〈旧〉อรรถาธิบายเกี่ยวกับการออกเสียงและความหมายของตัวหนังสือ

音译（音譯）yīnyì 动 แปลทับศัพท์

音域 yīnyù 名〈乐〉ขอบเขตของเสียง

音乐（音樂）yīnyuè 名 ดนตรี

音乐会（音樂會）yīnyuèhuì 名 งานดนตรี

音乐家（音樂家）yīnyuèjiā 名 นักดนตรี

音韵学（音韻學）yīnyùnxué 名〈语〉วิชาว่าด้วยระบบเสียงในภาษาจีน ; โฟโนโลยีภาษาจีน (*Chinese phonology*)

音值 yīnzhí 名〈语〉ระดับของเสียง

音质（音質）yīnzhì 名 ‹乐› คุณภาพของเสียง

洇 yīn 动 ซึม

姻亲（姻親）yīnqīn 名 ญาติที่เกี่ยวดองกันด้วยการแต่งงาน

姻缘（姻緣）yīnyuán 名 บุพเพสันนิวาส

殷切 yīnqiè 形 (มุ่งหวัง ฯลฯ ด้วยความ) กระตือรือร้น

殷勤 yīnqín 形 (ต้อนรับขับสู้ ฯลฯ) อย่างอบอุ่นและทั่วถึง

殷实（殷實）yīnshí 形 มั่งคั่ง

喑哑（喑啞）yīnyǎ 形 ‹书› เสียงแหบ

吟 yín 动 อ่านทำนองเสนาะ

吟诗（吟詩）yínshī 动 อ่านโคลงกลอนทำนองเสนาะ

吟诵（吟誦）yínsòng 动 อ่านทำนองเสนาะ

吟咏 yínyǒng 动 อ่านทำนองเสนาะ

银（銀）yín 名 เงินตรา ; ‹化› เงิน (*silver*) ; สีเงิน

银白色（銀白色）yínbáisè 名 สีเงินยวง

银本位（銀本位）yínběnwèi 名 ‹经› หน่วยเงินตราที่ใช้เงินเป็นมาตรฐาน

银币（銀幣）yínbì 名 เหรียญกษาปณ์เงิน

银锭（銀錠）yíndìng 名 เงินแท่ง

银耳（銀耳）yín'ěr 名 เห็ดหูหนูขาว

银发（銀髮）yínfà 名 ผมหงอก

银根（銀根）yíngēn 名 ‹经› ตลาดเงิน

银行（銀行）yínháng 名 ธนาคาร

银行家（銀行家）yínhángjiā 名 นักการธนาคาร

银行卡（銀行卡）yínhángkǎ 名 บัตรธนาคาร คำเรียกรวมบัตรเดบิต บัตรเครดิต ฯลฯ

银河（銀河）yínhé 名 ‹天› ทางช้างเผือก

银河系（銀河系）yínhéxì 名 ‹天› กลุ่มดาวทางช้างเผือก

银狐（銀狐）yínhú 名 จิ้งจอกขาวดำ

银灰色（銀灰色）yínhuīsè 名 สีเทาอมเงิน

银婚（銀婚）yínhūn 名 การครบรอบการแต่งงาน ๒๕ ปี

银奖（銀獎）yínjiǎng 名 รางวัลเหรียญเงิน

银匠（銀匠）yínjiàng 名 ช่างทำเครื่องเงิน

银幕（銀幕）yínmù 名 จอเงิน (ภาพยนตร์)

银牌（銀牌）yínpái 名 เหรียญเงิน

银器（銀器）yínqì 名 เครื่องเงิน

银杏（銀杏）yínxìng 名 ‹植› ต้นแป๊ะก้วย

银鱼（銀魚）yínyú 名 ปลาเงิน

银圆（銀圓）yínyuán 名 เหรียญกษาปณ์เงิน

银质奖（銀質獎）yínzhìjiǎng 名 รางวัลเหรียญเงิน

银子（銀子）yín·zi 名 เงิน (สารโลหะ)

淫荡（淫蕩）yíndàng 形 มั่วโลกีย์

淫棍 yíngùn 名 ชายมักมากในกามคุณ

淫秽（淫穢）yínhuì 形 ลามกอนาจาร

淫乱（淫亂）yínluàn 动 ล่วงประเวณี

淫书（淫書）yínshū 名 หนังสือลามก

淫威 yínwēi 名 อำนาจบาตรใหญ่

淫雨 yínyǔ 名 ฝนที่ตกไม่หยุด

引 yǐn 动 โน้มน้าว ; ชักนำ ; ก่อให้เกิด ; อ้างอิง

引爆 yǐnbào 动 ทำให้ระเบิด

引产（引産）yǐnchǎn 动 ‹医› เร่งให้คลอด

引导（引導）yǐndǎo 动 นำทาง ; โน้มนำ

引得 yǐndé 名 ดรรชนี

引渡 yǐndù 动 ส่งนักโทษข้ามแดน

引发（引發）yǐnfā 动 ทำให้เกิด...ขึ้น

引航 yǐnháng 动 นำร่อง

引号（引號）yǐnhào 名 ‹语› เครื่องหมายอัญประกาศ ได้แก่ “ ”

引见（引見）yǐnjiàn 动 นำไปพบ

引荐（引薦）yǐnjiàn 动 แนะนำ (คน)

引进（引進）yǐnjìn 动 นำเข้า (เทคโนโลยีหรือสินค้าใหม่)

引经据典（引經據典）yǐnjīng-jùdiǎn ‹成› อ้างอิงตำรับตำรา ; อ้างอิงคัมภีร์

引咎辞职（引咎辭職）yǐnjiù-cízhí ‹成› ลาออกด้วยการยอมรับผิด

引力 yǐnlì 名 ‹物› แรงโน้มถ่วงของโลก

引领（引領）yǐnlǐng 动 นำ ; พาไป ; ‹书› ชะเง้อคอมอง

引流 yǐnliú 动 〈医〉 (ผ่าตัด) ระบายน้ำหนองหรือของเสียออก
引路 yǐnlù 动 นำทาง
引起 yǐnqǐ 动 ทำให้เกิด...ขึ้น
引桥（引橋）yǐnqiáo 名 〈交〉 เชิงสะพาน
引擎 yǐnqíng 名 〈机〉 เครื่องยนต์ ; เอนจิน (*engine*)
引人入胜（引人入勝）yǐnrén-rùshèng 〈成〉 ดึงดูดใจให้เกิดความเพลิดเพลิน
引人注目 yǐnrén-zhùmù 〈成〉 ดึงดูดความสนใจของผู้อื่น
引入 yǐnrù 动 นำเข้า
引申 yǐnshēn 动 ขยายความ
引述 yǐnshù 动 อ้างอิงคำกล่าว
引水 yǐnshuǐ 动 〈旧〉 นำร่อง
引水员（引水員）yǐnshuǐyuán 名 พนักงานนำร่อง
引退 yǐntuì 动 ถอนตัว
引文 yǐnwén 名 บทความอ้างอิง
引线（引綫）yǐnxiàn 名 สายชนวน ; สื่อ
引信 yǐnxìn 名 ชนวน
引言 yǐnyán 名 คำนำ
引用 yǐnyòng 动 อ้างอิง
引诱（引誘）yǐnyòu 动 ล่อลวง
引证（引證）yǐnzhèng 动 อ้างอิงเป็นหลักฐาน
引致 yǐnzhì 动 ก่อให้เกิด
引种（引種）yǐnzhòng 动 〈农〉 นำพืชพันธุ์ที่ดีของต่างถิ่นเข้ามาเพาะปลูก
引子 yǐn·zi 名 บทเกริ่น ; คำเกริ่น ; 〈药〉 ส่วนผสมที่เพิ่มขึ้นเพื่อกระตุ้นฤทธิ์ยาสมุนไพร

饮

饮（飲）yǐn 动 ดื่ม ; รับเอา ; ทนเอา 名 เครื่องดื่ม
饮弹（飲彈）yǐndàn 动 〈书〉 ถูกลูกกระสุนปืนยิงตาย
饮恨（飲恨）yǐnhèn 动 〈书〉 กล้ำกลืนความเจ็บแค้นในใจ
饮料（飲料）yǐnliào 名 เครื่องดื่ม
饮食（飲食）yǐnshí 名 อาหารการกิน
饮水机（飲水機）yǐnshuǐjī 名 ตู้ทำน้ำร้อนน้ำเย็น
饮水思源（飲水思源）yǐnshuǐ-sīyuán 〈成〉 ดื่มน้ำอย่าลืมแหล่งน้ำ อุปมาว่า ไม่ควรลืมบุญคุณที่ช่วยให้เราได้ดี
饮用（飲用）yǐnyòng 动 ดื่ม
饮用水（飲用水）yǐnyòngshuǐ 名 น้ำดื่ม
饮誉（飲譽）yǐnyù 动 มีชื่อเสียงโด่งดัง
饮鸩止渴（飲鴆止渴）yǐnzhèn-zhǐkě 〈成〉 ดื่มเหล้าพิษแก้กระหาย อุปมาว่า ขอเพียงได้แก้ขัดไปชั่วขณะหนึ่ง โดยไม่คำนึงถึงผลร้ายในกาลข้างหน้า

隐

隐（隱）yǐn 动 หลบซ่อน ; แฝง
隐蔽（隱蔽）yǐnbì 动 กำบัง
隐藏（隱藏）yǐncáng 动 แอบซ่อน
隐含（隱含）yǐnhán 动 แฝง
隐患（隱患）yǐnhuàn 名 ภัยที่แฝงไว้
隐晦（隱晦）yǐnhuì 形 (ความหมาย) คลุมเครือ
隐居（隱居）yǐnjū 动 อยู่อย่างสันโดษ (โดยไม่ยอมรับราชการ)
隐瞒（隱瞞）yǐnmán 动 ปกปิด
隐秘（隱秘）yǐnmì 动 ปิดบัง 名 ความลับ
隐没（隱没）yǐnmò 动 ค่อย ๆ หายตัวไปจากสายตา
隐匿（隱匿）yǐnnì 动 ซ่อนตัว
隐情（隱情）yǐnqíng 名 เรื่องที่เก็บไว้ในใจ
隐身（隱身）yǐnshēn 动 ซ่อนตัว ; บังตัว
隐私（隱私）yǐnsī 名 ความลับส่วนตัว
隐痛（隱痛）yǐntòng 名 ความเจ็บปวดที่เก็บไว้ในใจ
隐退（隱退）yǐntuì 动 ลาออกจากราชการไปอยู่อย่างสันโดษ
隐现（隱現）yǐnxiàn 动 ผลุบโผล่
隐形（隱形）yǐnxíng 形 หายตัว ; ล่องหน
隐形眼镜（隱形眼鏡）yǐnxíng yǎnjìng คอนแทคเลนส์ (*contact lens*)
隐性（隱性）yǐnxìng 形 〈生理〉 ลักษณะกรรมพันธุ์อ่อน ; ลักษณะแฝง ; ลักษณะด้อย 隐性基因 ยีนส์ด้อย
隐隐约约（隱隱約約）yǐnyǐnyuēyuē คลุมเครือ ; รำไร
隐忧（隱憂）yǐnyōu 名 ความกังวลที่ซ่อนอยู่ในใจ

隐语（隱語）yǐnyǔ 名 คำพูดที่มีความหมายแฝง

隐喻（隱喻）yǐnyù 名 คำอุปมา

隐衷（隱衷）yǐnzhōng 名 ความลำบากใจหรือความรู้สึกที่เก็บไว้ในใจ

瘾（癮）yǐn 名 ⟨医⟩ การติด (เป็นนิสัยหรือเพราะชอบมาก)

瘾君子（癮君子）yǐnjūnzǐ 名 สุภาพบุรุษติดยา (คำประชด)

印 yìn 名 ตราประทับ 动 พิมพ์

印地语（印地語）Yìndìyǔ 名 ภาษาอินเดีย

印第安人 Yìndì'ānrén ชาวอินเดียนแดง

印发（印發）yìnfā 动 พิมพ์แจก

印花 yìnhuā 名 อากรแสตมป์ 动 พิมพ์ลาย

印记（印記）yìnjì 名 รอยตราประทับ ; ความประทับใจ

印鉴（印鑒）yìnjiàn 名 ตัวอย่างตราประทับ (เพื่อป้องกันการปลอมแปลง)

印泥 yìnní 名 สีประทับตรา

印染 yìnrǎn 动 ⟨纺⟩ พิมพ์ลายและย้อมสีสิ่งทอ

印数（印數）yìnshù 名 ⟨印⟩ จำนวนพิมพ์ (ของหนังสือหรือสิ่งพิมพ์อื่น ๆ)

印刷 yìnshuā 动 พิมพ์ 名 การพิมพ์

印刷机（印刷機）yìnshuājī 名 เครื่องพิมพ์

印刷品 yìnshuāpǐn 名 สิ่งพิมพ์

印刷体（印刷體）yìnshuātǐ 名 (อักษร) แบบตัวพิมพ์

印台（印臺）yìntái 名 กล่องบรรจุสีประทับตรา

印玺（印璽）yìnxǐ 名 พระราชลัญจกร

印相纸（印相紙）yìnxiàngzhǐ 名 กระดาษอัดรูป

印象 yìnxiàng 名 ความประทับใจ ; ภาพพิมพ์ใจ

印信 yìnxìn 名 ตราราชการ

印行 yìnxíng 动 จัดพิมพ์จำหน่าย

印油 yìnyóu 名 หมึกสีสำหรับประทับตรา

印章 yìnzhāng 名 ตราประทับ

印证（印證）yìnzhèng 动 พิสูจน์

印制（印製）yìnzhì 动 พิมพ์

印子 yìn•zi 名 รอย

饮（飲）yìn 动 ให้น้ำแก่สัตว์เลี้ยง

荫（蔭）yìn 形 ⟨口⟩ ไม่มีแดด ; ทั้งเย็นและชื้น

荫庇（蔭庇）yìnbì 动 ⟨口⟩ ปกป้อง

荫蔽（蔭蔽）yìnbì 动 ถูกบังด้วยร่มไม้

荫凉（蔭涼）yìnliáng 形 ร่มรื่น

应（應）yīng 动 ควร ; ขานรับ

应当（應當）yīngdāng 助动 ควร

应分（應分）yīngfèn 形 เป็นภาระหน้าที่ที่ควรทำ

应该（應該）yīnggāi 助动 ควร ; สมควร

应届（應屆）yīngjiè 形 (นักศึกษา) รุ่นใกล้จบ

应声（應聲）yīngshēng 动 ขานรับ

应许（應許）yīngxǔ 动 รับคำ

应有（應有）yīngyǒu 形 ควรจะมี

应有尽有（應有盡有）yīngyǒu-jìnyǒu ⟨成⟩ มีพร้อมทุกอย่างที่พึงมี

应允（應允）yīngyǔn 动 อนุญาต ; รับปาก

英镑（英鎊）yīngbàng 名 ปอนด์ (pound)

英才 yīngcái 名 ผู้มีสติปัญญายอดเยี่ยม ; สติปัญญายอดเยี่ยม

英尺 yīngchǐ 量 ฟุต (foot)

英寸 yīngcùn 量 นิ้ว

英豪 yīngháo 名 วีรบุรุษ

英杰 yīngjié 名 วีรบุรุษ

英俊 yīngjùn 名 ยอดบุรุษ 形 หล่อเหลามีสง่า

英里 yīnglǐ 量 ไมล์ (mile)

英两（英兩）yīngliǎng 量 ⟨旧⟩ ออนซ์ (ounce)

英烈 yīngliè 形 เข้มแข็งกล้าหาญ 名 วีรชนผู้พลีชีพ

英灵（英靈）yīnglíng 名 วิญญาณของผู้ที่ได้รับความเคารพบูชา ; วิญญาณของวีรชนผู้สละชีพ

英名 yīngmíng 名 นามของวีรชน ; ชื่อเสียงของวีรชน

英明 yīngmíng 形 ปรีชา ; ชาญฉลาด

英亩（英畝）yīngmǔ 量 เอเคอร์ (acre)

英文 Yīngwén 名 ภาษาอังกฤษ ; อักษรภาษาอังกฤษ

英武 yīngwǔ 形 องอาจผึ่งผาย

英雄 yīngxióng 名 วีรชน ; วีรบุรุษ ; วีรสตรี

英勇 yīngyǒng 形 องอาจกล้าหาญ

英语（英語）Yīngyǔ 名 ภาษาอังกฤษ

英姿 yīngzī 名 ท่าทางอันสง่าผ่าเผย

莺（鶯）yīng 名 นกขมิ้น

婴儿（嬰兒）yīng'ér 名 ทารก

罂粟（罌粟）yīngsù 名 〈植〉 ต้นฝิ่น

缨（纓）yīng 名 พู่ ; ระย้า

樱花（櫻花）yīnghuā 名 〈植〉 ดอกซากุระ

樱桃（櫻桃）yīng·tao 名 〈植〉 เชอร์รี่ (*cherry*)

鹦哥绿（鸚哥綠）yīng·gelǜ 形 สีเขียวขนนกแก้ว

鹦鹉（鸚鵡）yīngwǔ 名 〈动〉 นกแก้ว

鹰（鷹）yīng 名 〈动〉 นกอินทรี ; เหยี่ยว

鹰犬（鷹犬）yīngquǎn 名 เหยี่ยวและสุนัขที่ใช้ล่าสัตว์

迎 yíng 动 ต้อนรับ ; ปะทะ (ซึ่งหน้า)

迎春花 yíngchūnhuā 名 〈植〉 วินเทอร์จัสมิน (*winter jasmine*)

迎风（迎風）yíngfēng 动 ปะทะลม 副 โต้ลม

迎合 yínghé 动 เอาใจ

迎候 yínghòu 动 คอยต้อนรับ

迎击（迎擊）yíngjī 动 เผชิญหน้า (ข้าศึก) ; สวนหมัด

迎接 yíngjiē 动 ต้อนรับ

迎来（迎來）yínglái 动 ต้อนรับ

迎面 yíngmiàn 副 เผชิญหน้า ; สวนกัน

迎刃而解 yíngrèn'érjiě 〈成〉 อุปมาว่า (เมื่อปัญหาหลักแก้ตกไปแล้ว) ปัญหาต่าง ๆ ก็จะแก้ตกไปอย่างง่ายดาย

迎头（迎頭）yíngtóu 副 ซึ่งหน้า ; กลางแสกหน้า

迎新 yíngxīn 动 ต้อนรับเพื่อน (นักเรียน ฯลฯ) ใหม่

迎战（迎戰）yíngzhàn 动 ประจันหน้า (ข้าศึก)

荧光（熒光）yíngguāng 名 แสงเรือง

荧光灯（熒光燈）yíngguāngdēng 名 หลอดไฟเรืองแสง

荧光屏（熒光屏）yíngguāngpíng 名 จอเรืองแสง ; จอโทรทัศน์

荧幕（熒幕）yíngmù 名 〈影视〉 จอโทรทัศน์

荧屏（熒屏）yíngpíng 名 〈影视〉 จอโทรทัศน์

盈亏（盈虧）yíngkuī 动 กำไรหรือขาดทุน 名 ข้างขึ้นข้างแรม

盈余（盈餘）yíngyú 名 กำไร

萤火虫（螢火蟲）yínghuǒchóng 名 〈动〉 หิ่งห้อย

萤石（螢石）yíngshí 名 〈矿〉 สารฟลูออไรด์ (*fluorite*)

营（營）yíng 动 หา ; ดำเนินกิจการ 名 ค่าย ; 〈军〉 กองพัน

营地（營地）yíngdì 名 〈军〉 สถานที่ตั้งค่ายทหาร

营房（營房）yíngfáng 名 〈军〉 โรงทหาร

营火（營火）yínghuǒ 名 แคมป์ไฟ

营火会（營火會）yínghuǒhuì 名 งานราตรีแคมป์ไฟ ; งานรอบกองไฟ

营建（營建）yíngjiàn 动 ดำเนินการก่อสร้าง

营救（營救）yíngjiù 动 หาทางช่วย

营垒（營壘）yínglěi 名 〈军〉 ค่าย

营利（營利）yínglì 动 แสวงหากำไร

营生（營生）yíngshēng 动 หาเลี้ยงชีพ

营私舞弊（營私舞弊）yíngsī-wǔbì 〈成〉 ทุจริตเพื่อผลประโยชน์ส่วนตัว

营销（營銷）yíngxiāo 动 จัดการจำหน่าย ; การตลาด

营养（營養）yíngyǎng 名 สิ่งบำรุงร่างกาย 动 บำรุงร่างกาย

营养品（營養品）yíngyǎngpǐn 名 อาหารเสริมบำรุงร่างกาย

营养素（營養素）yíngyǎngsù 名 สารบำรุงร่างกาย

营业（營業）yíngyè 动 ดำเนินกิจการ

营业员（營業員）yíngyèyuán 名 พนักงานขายของ (หรือรับซื้อ)

营运（營運）yíngyùn 动 ดำเนินกิจการขนส่ง

营造（營造）yíngzào 动 ดำเนินการก่อสร้าง

萦绕（縈繞）yíngrào 动 วนเวียน

楹 yíng 名 〈建〉 เสาส่วนหน้าห้องโถง

楹联（楹聯）yínglián 名 กลอนคู่ที่ติดตามเสาส่วนหน้าห้องโถง

Y

蝇（蠅）yíng 名 〈动〉 แมลงวัน
蝇营狗苟（蠅營狗苟）yíngyíng-gǒugǒu 〈成〉 ใช้ชีวิตแบบแมลงวันหรือสุนัขเอาตัวรอดไปวัน ๆ อุปมาว่า มุ่งแต่จะแสวงหาผลประโยชน์โดยไม่คำนึกว่าถูกต้องหรือไม่
赢（赢）yíng 动 ชนะ
赢得（赢得）yíngdé 动 ได้รับ
赢家（赢家）yíngjiā 名 ผู้ชนะ
赢利（赢利）yínglì 动 ได้รับกำไร
颖慧（穎慧）yǐnghuì 形 〈书〉 เฉลียวฉลาด (ส่วนใหญ่จะใช้กับเด็ก)
颖悟（穎悟）yǐngwù 形 〈书〉 เฉลียวฉลาด
影 yǐng 名 เงา ; รูปถ่าย ; ภาพยนตร์
影集 yǐngjí 名 อัลบั้ม (*album*)
影迷 yǐngmí 名 〈影视〉 แฟนภาพยนตร์
影片 yǐngpiàn 名 ภาพยนตร์ ; หนัง
影评（影評）yǐngpíng 名 บทวิจารณ์ภาพยนตร์
影射 yǐngshè 动 พาดพิงเป็นนัย
影视（影視）yǐngshì 名 〈简〉 ภาพยนตร์และโทรทัศน์
影坛（影壇）yǐngtán 名 วงการภาพยนตร์
影响（影響）yǐngxiǎng 名 ผลกระทบ 动 ส่งผลกระทบ ; มีอิทธิพลต่อ
影像 yǐngxiàng 名 รูปภาพ ; ภาพสะท้อน
影星 yǐngxīng 名 ดาราภาพยนตร์
影印 yǐngyìn 名 〈印〉 การพิมพ์โฟโตออฟเซ็ต (*photo-offset*)
影印本 yǐngyìnběn 名 ฉบับสำเนาโฟโตออฟเซ็ต
影院 yǐngyuàn 名 โรงภาพยนตร์
影展 yǐngzhǎn 名 นิทรรศการภาพยนตร์
影子 yǐng·zi 名 เงา
应变（應變）yìngbiàn 动 รับสถานการณ์ ; รับการเปลี่ยนแปลงอย่างฉับพลัน
应承（應承）yìng·cheng 动 รับปาก
应酬（應酬）yìng·chou 动 การสมาคม 名 งานเลี้ยงส่วนตัว
应答（應答）yìngdá 动 ตอบรับ ; กล่าวตอบ
应对（應對）yìngduì 动 ตอบ ; โต้ตอบ
应付（應付）yìng·fu 动 รับมือ ; ถูไถ
应和（應和）yìnghè 动 (เสียงภาษา) ขานรับ (การกระทำ) ตอบรับ
应急（應急）yìngjí 动 เสนอความต้องการที่ฉุกเฉิน
应接不暇（應接不暇）yìngjiē-bùxiá 〈成〉 ต้อนรับไม่หวาดไม่ไหว
应景（應景）yìngjǐng 动 ฝืนใจทำเพื่อเข้ากับเหตุการณ์ ; เหมาะแก่สถานการณ์
应考（應考）yìngkǎo 动 เข้าสอบ
应力（應力）yìnglì 名 〈物〉 แรงต้าน
应聘（應聘）yìngpìn 动 สมัคร (งาน)
应声（應聲）yìngshēng 副 พร้อมกับเสียง (ที่ดังขึ้น) ; รับคำ
应声虫（應聲蟲）yìngshēngchóng 名 บุคคลที่กล่าว “ขอรับ” ทุกอย่าง
应时（應時）yìngshí 形 เหมาะกับฤดูกาล ; ทันที
应试（應試）yìngshì 动 เข้าสอบ
应验（應驗）yìngyàn 动 (คำพยากรณ์ ความสังหรณ์ใจ) ปรากฏเป็นจริงขึ้น ; พิสูจน์แล้วเป็นความจริง
应邀（應邀）yìngyāo 动 รับเชิญ
应用（應用）yìngyòng 动 ใช้ ; ประยุกต์
应用科学（應用科學）yìngyòng kēxué วิทยาศาสตร์ประยุกต์
应用软件（應用軟件）yìngyòng ruǎnjiàn 〈计〉 โปรแกรมประยุกต์ ; แอปพลิเคชัน (*application*)
应用文（應用文）yìngyòngwén 名 รูปแบบความเรียงที่ใช้เป็นประจำ (เช่น จดหมาย หนังสือราชการ ฯลฯ)
应用系统（應用系統）yìngyòng xìtǒng 〈计〉 ระบบประยุกต์
应运而生（應運而生）yìngyùn'érshēng 〈成〉 เกิดขึ้นตามโอกาส
应战（應戰）yìngzhàn 动 รับการโจมตี ; รับคำท้า
应诊（應診）yìngzhěn 动 (นายแพทย์) ทำ

การตรวจและรักษาคนไข้
应征（應徵）yìngzhēng 动 สมัครเข้าเป็นทหาร
映 yìng 动 ส่องสะท้อน
映衬（映襯）yìngchèn 动 ขับดุน
映射 yìngshè 动 ส่องสะท้อน
映现（映現）yìngxiàn 动 แสงส่องสะท้อนภาพออก
映像 yìngxiàng 名 ภาพสะท้อน ; ภาพในกระจก
映照 yìngzhào 动 ส่อง
硬 yìng 形 แข็ง ; ดึงดัน ; ดีเยี่ยม
硬邦邦 yìngbāngbāng 形 แข็งทื่อ
硬币（硬幣）yìngbì 名 เหรียญกษาปณ์ ; (เงินตรา) ที่แข็งแกร่ง
硬度 yìngdù 名 ความแข็ง
硬汉（硬漢）yìnghàn 名 ชายชาตรี ; ชายฉกรรจ์
硬核 yìnghé 名 ฮาร์ดคอร์ (*hard core*) 形 สุดเหวี่ยง (เช่น พวกฮาร์ดคอร์เกม คือพวกเล่นเกมแบบสุดเหวี่ยง)
硬化 yìnghuà 动 ทำให้แข็ง
硬件 yìngjiàn 名 〈计〉 ฮาร์ดแวร์ (*hardware*) ; อุปกรณ์ต่าง ๆ ที่ประกอบเป็นเครื่องคอมพิวเตอร์ ฯลฯ
硬结（硬結）yìngjié 动 เกาะตัวเป็นก้อนแข็ง 名 〈医〉 ก้อนแข็ง
硬朗 yìng•lang 形 〈口〉 (ร่างกาย) แข็งแรง
硬木 yìngmù 名 ไม้แข็ง
硬盘（硬盤）yìngpán 名 〈计〉 จานบันทึกแบบแข็ง ; ฮาร์ดดิสก์ (*hard disk*)
硬伤（硬傷）yìngshāng 名 บาดแผลสาหัส ; ความผิดพลาด (ในงานเขียน ฯลฯ) ที่เห็นได้ชัด
硬是 yìngshì 副 〈方〉 เป็น...จริง ; ถึงอย่างไรก็...
硬水 yìngshuǐ 名 น้ำกระด้าง
硬通货（硬通貨）yìngtōnghuò 名 〈经〉 เงินตราที่แข็งแกร่ง ; ฮาร์ดเคอร์เรนซี่ (*hard currency*)
硬卧 yìngwò 名 〈交〉 ที่นอนแบบง่ายบนรถไฟ ; ที่นอนแบบธรรมดาบนรถไฟ
硬席 yìngxí 名 〈交〉 ที่นั่งหรือที่นอนแบบง่ายบนรถไฟ ; ที่นั่งหรือที่นอนแบบธรรมดาบนรถไฟ
硬性 yìngxìng 形 แบบตายตัว
硬座 yìngzuò 名 〈交〉 ที่นั่งแบบง่าย ; ที่นั่งแบบธรรมดา
哟（喲）yō 叹 อ้าว
哟（喲）yo 助 นะ
佣人（傭人）yōngrén 名 คนใช้
拥（擁）yōng 动 กอด ; กรู ; สนับสนุน
拥抱（擁抱）yōngbào 动 โอบกอด
拥戴（擁戴）yōngdài 动 สนับสนุน (ให้เป็นผู้นำ)
拥护（擁護）yōnghù 动 สนับสนุน
拥挤（擁擠）yōngjǐ 动 เบียด 形 แน่นขนัด
拥塞（擁塞）yōngsè 动 จราจรติดขัด
拥有（擁有）yōngyǒu 动 มีไว้ในครอบครอง
痈（癰）yōng 名 〈医〉 ฝีฝักบัว
庸才 yōngcái 名 บุคคลที่มีความสามารถธรรมดา
庸碌 yōnglù 形 ธรรมดาสามัญ ; ไม่ค่อยมีผลงาน
庸人 yōngrén 名 สามัญชน
庸俗 yōngsú 形 หยาบช้า
庸医（庸醫）yōngyī 名 หมอชั้นเลว
雍容 yōngróng 形 สุภาพอ่อนโยนและท่าทางใจเย็น
壅 yōng 动 อุดตัน ; พูน (ดิน)
臃肿（臃腫）yōngzhǒng 形 อ้วนฉุ ; (องค์การ) ใหญ่เกินตัว
永 yǒng 副 ตลอดกาล
永别 yǒngbié 动 จากกันตลอดไป (มักจะหมายถึงตายจากกันไป)
永不 yǒngbù 副 ไม่มีวัน ; ไม่... ตลอดกาล
永垂不朽 yǒngchuí-bùxiǔ 〈成〉 สถิตชั่วนิรันดร์ ; เป็นอมตะ
永存 yǒngcún 动 สถิตสถาพร ; เก็บรักษาไว้ตลอดไป
永恒 yǒnghéng 形 นิรันดร
永久 yǒngjiǔ 形 ตลอดกาล ; ตลอดไป
永诀（永訣）yǒngjué 动 จากกันตลอดไป

永生 yǒngshēng 动 อมตะ
永远（永遠）yǒngyuǎn 副 ตลอดไป
永驻（永駐）yǒngzhù 动 〈书〉 อยู่ตลอด
咏 yǒng 动 อ่านทำนองเสนาะ ; บรรยายด้วยกาพย์กลอน
咏叹调（咏嘆調）yǒngtàndiào 名 〈乐〉 เพลงเดี่ยวบรรยายอารมณ์ที่มีเครื่องดนตรีบรรเลงประกอบในอุปรากร
泳池 yǒngchí 名 สระว่ายน้ำ
泳装（泳裝）yǒngzhuāng 名 ชุดว่ายน้ำ
勇 yǒng 形 กล้า
勇斗（勇鬥）yǒngdòu 动 ต่อสู้อย่างกล้าหาญ
勇敢 yǒnggǎn 形 กล้าหาญ
勇猛 yǒngměng 形 ห้าวหาญ
勇气（勇氣）yǒngqì 名 ความกล้า
勇士 yǒngshì 名 ผู้กล้าหาญ
勇往直前 yǒngwǎng-zhíqián 〈成〉 มุ่งหน้าไปอย่างองอาจกล้าหาญ
勇武 yǒngwǔ 形 กล้าหาญผึ่งผาย
勇于 yǒngyú 动 กล้าที่จะ
涌 yǒng 动 ทะลัก ; พรั่งพรู
涌出 yǒngchū 动 ทะลักออก ; หลั่งพรั่งพรู
涌入 yǒngrù 动 (น้ำ) ทะลักเข้า
涌现（涌現）yǒngxiàn 动 (บุคคล เหตุการณ์ ฯลฯ) ปรากฏออกมามากมาย
蛹 yǒng 名 〈动〉 ดักแด้
踊跃（踴躍）yǒngyuè 动 กระโดดโลดเต้น 形 กระตือรือร้น
用 yòng 动 ใช้
用兵 yòngbīng 动 〈军〉 สู้รบด้วยกำลังทหาร
用不着 yòngbuzháo 动 ไม่จำเป็น ; ไม่ต้อง
用材林 yòngcáilín 名 〈林〉 ป่าไม้ทางธุรกิจ
用餐 yòngcān 动 รับประทานอาหาร
用场（用場）yòngchǎng 名 ประโยชน์ในการใช้สอย
用处（用處）yòngchù 名 ประโยชน์ในการใช้สอย
用得着 yòngdezháo 动 จำเป็น ; ต้องการ
用度 yòngdù 名 ค่าใช้จ่ายรวมทั้งหมด
用法 yòngfǎ 名 วิธีการใช้
用费（用費）yòngfèi 名 ค่าใช้จ่าย
用功 yònggōng 动 ขยันเรียน
用户 yònghù 名 ผู้บริโภค ; ผู้ใช้บริการ
用劲（用勁）yòngjìn 动 ออกแรง
用具 yòngjù 名 เครื่องใช้
用来（用來）yònglái 动 นำมาใช้สำหรับ... ; นำมาใช้เพื่อ ; ใช้สำหรับ
用力 yònglì 动 ออกแรง ; ใช้แรง
用品 yòngpǐn 名 ของใช้
用人 yòngrén 动 ใช้คน ; ต้องการคน
用人 yòng•ren 名 คนใช้
用事 yòngshì 动 กระทำ (ตามอารมณ์ความรู้สึก ฯลฯ) ; กุมอำนาจ
用途 yòngtú 名 ประโยชน์ในการใช้สอย
用武 yòngwǔ 动 ใช้กำลัง
用心 yòngxīn 形 ตั้งใจ 名 เจตนา
用意 yòngyì 名 จุดประสงค์ ; ความตั้งใจ
用语（用語）yòngyǔ 动 การใช้คำ 名 ศัพท์เฉพาะด้าน
佣金 yòngjīn 名 ค่านายหน้า ; คอมมิชชัน (*commission*)
优（優）yōu 形 ดีเลิศ
优待（優待）yōudài 动 อำนวยสิทธิพิเศษ 名 สิทธิพิเศษ
优等（優等）yōuděng 形 ชั้นเยี่ยม
优点（優點）yōudiǎn 名 ข้อดี
优抚（優撫）yōufǔ 动 อำนวยสิทธิพิเศษและความช่วยเหลือ (แก่ครอบครัวทหารพิการหรือเสียชีวิตในหน้าที่)
优厚（優厚）yōuhòu 形 (เงินเดือนหรือค่าตอบแทน) ดี
优弧（優弧）yōuhú 名 〈数〉 เส้นโค้งที่ใหญ่กว่าครึ่งของวงกลม
优化（優化）yōuhuà 动 ปรับปรุงให้ดีขึ้น
优惠（優惠）yōuhuì 形 〈经〉 ให้สิทธิพิเศษ (ทางเศรษฐกิจ การค้า ฯลฯ)
优价（優價）yōujià 名 ราคาดี

优良（優良）yōuliáng 形 ดี ; ดีงาม

优美（優美）yōuměi 形 งดงาม

优盘（優盤）yōupán 名 〈计〉 แฟลชไดร์ฟ (USB *flash drive*)

优生学（優生學）yōushēngxué 名 พันธุศาสตร์ (เกี่ยวกับการปรับปรุงพันธุ์ของมนุษย์ให้ดีขึ้น)

优胜（優勝）yōushèng 形 ผลงานดีเด่น

优胜劣汰（優勝劣汰）yōushèng-liètài 〈成〉 (ในการแข่งขัน) ผลงานดีชนะ ผลงานไม่ดีถูกคัดออก

优势（優勢）yōushì 名 สถานะที่เป็นต่อ

优先（優先）yōuxiān 动 บุริมสิทธิ์

优秀（優秀）yōuxiù 形 ดีเลิศ

优选（優選）yōuxuǎn 动 คัดเลือกสิ่งที่ดี

优雅（優雅）yōuyǎ 形 งดงาม มีรสนิยมสูง

优异（優异）yōuyì 形 ดีเลิศ

优裕（優裕）yōuyù 形 มั่งคั่งสมบูรณ์

优越（優越）yōuyuè 形 ดีเด่น

优越性（優越性）yōuyuèxìng 名 ข้อดี

优质（優質）yōuzhì 形 คุณภาพที่ดี ; คุณสมบัติดีเลิศ

忧（憂）yōu 动 เป็นทุกข์ 名 ความกังวล

忧愁（憂愁）yōuchóu 形 เป็นทุกข์ ; กังวล

忧愤（憂憤）yōufèn 形 ขุ่นหมอง

忧患（憂患）yōuhuàn 名 ความทุกข์ยาก

忧虑（憂慮）yōulǜ 动 วิตกกังวล

忧伤（憂傷）yōushāng 形 ระทมทุกข์

忧思（憂思）yōusī 名 ความวิตกกังวล

忧心（憂心）yōuxīn 动 กังวลใจ ; เป็นห่วง 名 ความหมองใจ

忧心忡忡（憂心忡忡）yōuxīn-chōngchōng 〈成〉 ทุกข์ใจ ; กังวลใจ

忧郁（憂鬱）yōuyù 形 หดหู่ใจ ; เศร้าหมอง

幽

幽暗 yōu'àn 形 มืดมัว

幽会（幽會）yōuhuì 动 (ชายหญิง) แอบพบกัน

幽禁 yōujìn 动 กักบริเวณ

幽静 yōujìng 形 เงียบสงัด

幽灵（幽靈）yōulíng 名 วิญญาณ

幽门（幽門）yōumén 名 〈生理〉 ไพลอรัส (*pylorus*)

幽默 yōumò 形 ฮิวเมอร์ (*humorous*) ; ขบขัน

幽情 yōuqíng 名 อารมณ์ความรู้สึกที่ล้ำลึก

幽深 yōushēn 形 (ป่าเขา แม่น้ำ ตำหนักราชวัง ฯลฯ) ลึกและเงียบสงัด

幽思 yōusī 名 อารมณ์ความรู้สึกที่เก็บไว้ในใจ 动 ครุ่นคิดอย่างเงียบ ๆ

幽香 yōuxiāng 名 หอมเย็น

幽雅 yōuyǎ 形 (สถานที่) งามอย่างมีรสนิยมและเงียบสงบ

悠 yōu 形 ยาวนาน ; ว่าง ๆ สบาย ๆ 动 〈口〉 แกว่ง

悠长（悠長）yōucháng 形 ยาวนาน

悠久 yōujiǔ 形 ยาวนาน

悠然 yōurán 形 อย่างว่าง ๆ สบาย ๆ

悠闲（悠閑）yōuxián 形 ว่าง ๆ สบาย ๆ

悠扬（悠揚）yōuyáng 形 (เสียงดนตรี) สูง ๆ ต่ำ ๆ ไพเราะจับใจ

悠远（悠遠）yōuyuǎn 形 นมนาน ; ไกลโพ้น

尤 yóu 名 ความเด่น ; ความผิด 副 โดยเฉพาะ

尤其 yóuqí 副 โดยเฉพาะอย่างยิ่ง

尤为（尤爲）yóuwéi 副 เป็นพิเศษ ; อย่างยิ่ง

由 yóu 名 มูลเหตุ 介 แล้วแต่ ; โดย ; จาก

由不得 yóu·bu·de 动 ตามใจ...ไม่ได้ 副 อดไม่ได้ที่จะ

由此 yóucǐ 连 จากนี้

由此看来（由此看來）yóucǐ-kànlái ด้วยเหตุนี้จะเห็นได้ว่า ; ฉะนั้น จะเห็นได้ว่า

由此可见（由此可見）yóucǐ-kějiàn ด้วยเหตุนี้จึงเห็นได้ว่า ; ฉะนั้น จะเห็นได้ว่า

由来（由來）yóulái 名 ที่มา ; มูลเหตุ

由于 yóuyú 介 เนื่องจาก

由衷 yóuzhōng 动 จากใจจริง ; ด้วยความจริงใจ

邮（郵）yóu 动 ส่งทางไปรษณีย์

邮包（郵包）yóubāo 名 พัสดุไปรษณีย์

邮编（郵編）yóubiān 名 〈简〉 รหัสไปรษณีย์

邮差（郵差）yóuchāi 名 〈旧〉 บุรุษไปรษณีย์

邮车（郵車）yóuchē 名 รถไปรษณีย์

邮船（郵船）yóuchuán 名 เรือเดินสมุทรที่มี

Y

ระยะเวลาและสายการเดินเรือที่แน่นอน
邮戳（郵戳）yóuchuō 名 ตราประทับไปรษณียากร
邮袋（郵袋）yóudài 名 ถุงเมล์
邮递（郵遞）yóudì 动 ส่งทางไปรษณีย์
邮递员（郵遞員）yóudìyuán 名 บุรุษไปรษณีย์
邮电（郵電）yóudiàn 名 ไปรษณีย์โทรเลข
邮电局（郵電局）yóudiànjú 名 ที่ทำการไปรษณีย์และโทรเลข
邮费（郵費）yóufèi 名 ค่าไปรษณีย์
邮购（郵購）yóugòu 动 สั่งซื้อทางไปรษณีย์
邮汇（郵匯）yóuhuì 动 ส่งธนาณัติ
邮寄（郵寄）yóujì 动 ส่งทางไปรษณีย์
邮件（郵件）yóujiàn 名 ไปรษณียภัณฑ์
邮局（郵局）yóujú 名 ที่ทำการไปรษณีย์
邮票（郵票）yóupiào 名 ดวงตราไปรษณียากร ; แสตมป์ (*stamp*)
邮售（郵售）yóushòu 动 จำหน่ายทางไปรษณีย์
邮亭（郵亭）yóutíng 名 ซุ้มไปรษณีย์
邮筒（郵筒）yóutǒng 名 ตู้ไปรษณีย์ (ที่ติดตั้งตามถนน)
邮箱（郵箱）yóuxiāng 名 ตู้ไปรษณีย์ (ที่ติดตั้งในที่ทำการไปรษณีย์) ; อีเมลบอกซ์
邮展（郵展）yóuzhǎn 名 นิทรรศการดวงตราไปรษณียากร
邮政（郵政）yóuzhèng 名 การไปรษณีย์
邮资（郵資）yóuzī 名 ค่าบริการไปรษณีย์

犹（猶）yóu 动〈书〉ดุจดัง 副〈书〉ยัง
犹大（猶大）Yóudà 名 ยูดาส (*Judas*) ปริยายหมายถึงผู้ทรยศ
犹如（猶如）yóurú 动 ดุจดัง
犹太教（猶太教）Yóutàijiào 名 ศาสนายิว
犹疑（猶疑）yóuyí 形 ลังเล
犹豫（猶豫）yóuyù 形 ลังเล
犹豫不决（猶豫不決）yóuyù-bùjué〈成〉ลังเล ; ตัดสินใจไม่ถูก

油 yóu 名 น้ำมัน 动 ทาสี 形 กะล่อน
油泵 yóubèng 名 เครื่องสูบน้ำมัน
油饼（油餅）yóubǐng 名 ปาท่องโก๋แผ่น
油布 yóubù 名 ผ้าน้ำมัน
油彩 yóucǎi 名 สีน้ำมัน (ที่ใช้แต่งหน้าเวลาแสดงบนเวที)
油菜 yóucài 名〈植〉ผักกวางตุ้ง
油层（油層）yóucéng 名〈地质〉ชั้นดินที่มีน้ำมันปิโตรเลียม
油船 yóuchuán 名 เรือบรรทุกน้ำมัน
油灯（油燈）yóudēng 名 ตะเกียงน้ำมัน
油管 yóuguǎn 名 ท่อน้ำมัน
油罐 yóuguàn 名 แทงค์น้ำมัน (*oil tank*)
油耗 yóuhào 名〈机〉การสิ้นเปลืองน้ำมัน
油滑 yóuhuá 形 กลมดิก ; กะล่อน
油画（油畫）yóuhuà 名 ภาพสีน้ำมัน
油灰 yóuhuī 名〈建〉ปูนผสมน้ำมันลินสีด (สำหรับอุดรูหรือฉาบตัวถังรถ)
油井 yóujǐng 名 บ่อน้ำมัน
油库（油庫）yóukù 名 โกดังน้ำมัน
油矿（油礦）yóukuàng 名 เหมืองน้ำมัน ; น้ำมันปิโตรเลียมที่ฝังอยู่ใต้ดิน
油亮 yóuliàng 形 เป็นมันขวับ ; แวววาว
油料 yóuliào 名 วัสดุสำหรับผลิตน้ำมันพืช
油料作物 yóuliào zuòwù〈农〉เกสรพืชซึ่งเป็นวัสดุผลิตน้ำมันพืช
油轮（油輪）yóulún 名 เรือบรรทุกแทงก์น้ำมัน
油麦（油麥）yóumài 名〈植〉ข้าวโอ๊ตเปลือย
油门（油門）yóumén 名〈机〉คันเร่ง (ของรถยนต์)
油墨 yóumò 名〈印〉หมึกพิมพ์
油泥 yóuní 名 คราบน้ำมัน
油腻（油膩）yóunì 形 เลี่ยน ; มีน้ำมันมาก 名 อาหารที่มีน้ำมันมาก
油漆 yóuqī 名 สีทา 动 ทาสี
油气（油氣）yóuqì 名 แก๊สน้ำมัน
油石 yóushí 名〈机〉หินน้ำมัน
油水 yóu•shui 名 น้ำมันในอาหาร ; ผลประโยชน์ที่มีต่อตน
油田 yóutián 名 เหมืองน้ำมัน

油条（油條）yóutiáo 名 ปาท่องโก๋
油桐 yóutóng 名〈植〉ต้นน้ำมันตุง (*tung oil tree*)
油汪汪 yóuwāngwāng 形 น้ำมันเยิ้ม
油污 yóuwū 名 คราบน้ำมัน
油箱 yóuxiāng 名 ถังน้ำมัน
油烟 yóuyān 名 ขี้เขม่าน้ำมัน
油页岩（油頁岩）yóuyèyán 名〈矿〉หินดินดาน
油印 yóuyìn 名〈印〉พิมพ์โรเนียว
油印机（油印機）yóuyìnjī 名〈印〉เครื่องโรเนียว
油炸 yóuzhá 动 ทอดน้ำมัน
油毡（油氈）yóuzhān 名〈建〉แผ่นสักหลาดราดด้วยยางแอสฟัลต์ ; แอสฟัลต์เฟลต์ (*asphalt felt*)
油脂 yóuzhī 名 น้ำมันและไขมัน
油纸（油紙）yóuzhǐ 名 กระดาษน้ำมัน ; กระดาษเคลือบน้ำมัน
油渍（油漬）yóuzì 名 รอยเปื้อนน้ำมัน
油棕 yóuzōng 名〈植〉ต้นปาล์มน้ำมัน
油嘴滑舌 yóuzuǐ-huáshé〈成〉สับปลี้สับปลับ ; พูดสับปลี้สับปลับ
柚木 yóumù 名〈植〉ไม้สัก
疣 yóu 名〈医〉หูด
莜麦（莜麥）yóumài 名〈植〉ข้าวโอ๊ตเปลือย
铀（鈾）yóu 名〈化〉ธาตุยูเรเนียม (*uranium*)
鱿鱼（魷魚）yóuyú 名 ปลาหมึก
游 yóu 动 ว่าย ; ท่องเที่ยว ; เคลื่อนที่
游伴 yóubàn 名 เพื่อนที่เที่ยวด้วยกัน
游标（游標）yóubiāo 名〈机〉เวอร์เนียร์ (*vernier*)
游船 yóuchuán 名 เรือยอชต์ (*yacht*) ; เรือสำราญ
游荡（游蕩）yóudàng 动 เอ้อระเหยลอยชาย
游动（游動）yóudòng 动 ว่าย ; เคลื่อนที่
游逛 yóuguàng 动 เที่ยวเตร่
游击（游擊）yóujī 动〈军〉รบแบบจรยุทธ์
游记（游記）yóujì 名 บันทึกการท่องเที่ยว ; นิราศ
游客 yóukè 名 นักท่องเที่ยว
游览（游覽）yóulǎn 动 ทัศนาจร ; เที่ยวชม
游乐（游樂）yóulè 动 เที่ยวสำราญ
游乐场（游樂場）yóulèchǎng 名 สวนสนุก
游离（游離）yóulí 动 แยกตัวเป็นอิสระ
游历（游歷）yóulì 动 ท่องเที่ยว
游民 yóumín 名 คนไม่มีอาชีพ
游牧 yóumù 动 เร่ร่อนเลี้ยงสัตว์
游人 yóurén 名 นักท่องเที่ยว ; คนเที่ยว
游刃有余（游刃有餘）yóurèn-yǒuyú〈成〉ฝีมือชำนาญ ; ทำได้อย่างสบาย
游山玩水 yóushān-wánshuǐ〈成〉เที่ยวชมภูเขาและแม่น้ำ ; ทัศนาจร
游手好闲（游手好閑）yóushǒu-hàoxián〈成〉เอ้อระเหยลอยชาย
游水 yóushuǐ 动 ว่ายน้ำ
游说（游說）yóushuì 动 พูดเกลี้ยกล่อม
游丝（游絲）yóusī 名 ใยแมงมุม ;〈机〉ขดสปริงเล็กมากในนาฬิกาหรือมิเตอร์
游艇 yóutǐng 名 เรือยอชต์ (*yacht*) ; เรือท่องเที่ยว
游玩 yóuwán 动 เที่ยว ; เล่น
游戏（游戲）yóuxì 名 การละเล่น ; เกม 动 เล่น
游侠（游俠）yóuxiá 名 นักดาบพเนจร
游行 yóuxíng 动 เดินขบวน ; เดินพาเหรด ; เดินแห่
游兴（游興）yóuxìng 名 อารมณ์ที่สนุกสนานในการท่องเที่ยว
游移 yóuyí 动 โลเล
游弋 yóuyì 动 (เรือทหาร) ลาดตระเวน
游艺（游藝）yóuyì 名 มหรสพ
游泳 yóuyǒng 动〈体〉ว่ายน้ำ
游泳池 yóuyǒngchí 名 สระว่ายน้ำ
游园（游園）yóuyuán 动 เที่ยวสวนสาธารณะ ; เที่ยวชมอุทยาน
游资（游資）yóuzī 名 ทุนทรัพย์ลอย ; เงินจร
游子 yóuzǐ 名〈书〉คนที่จากบ้านไปอยู่ที่ถิ่นไกล
友 yǒu 名 มิตร ; เพื่อน 形 ฉันมิตร
友爱（友愛）yǒu'ài 形 รักด้วยไมตรีจิต
友邦 yǒubāng 名 มิตรประเทศ
友好 yǒuhǎo 形 เป็นมิตร 名 เพื่อนรัก
友军（友軍）yǒujūn 名 ทหารพันธมิตร

友邻（友鄰）yǒulín 名 เพื่อนบ้านฉันมิตร
友情 yǒuqíng 名 ไมตรีจิต
友人 yǒurén 名 มิตรสหาย ; เพื่อน
友善 yǒushàn 形 สนิทสนมและมีน้ำใจต่อกัน
友谊（友誼）yǒuyì 名 มิตรภาพ
友谊赛（友誼賽）yǒuyìsài 名 〈体〉 การแข่งขันเพื่อมิตรภาพ

有 yǒu 动 มี
有备无患（有備無患）yǒubèi-wúhuàn 〈成〉 เตรียมไว้ล่วงหน้า เพื่อความไม่ประมาท ; กันไว้ดีกว่าแก้
有偿（有償）yǒucháng 形 มีค่าตอบแทน
有待 yǒudài 动 ต้องรอเวลา (ไปจัดการ ฯลฯ)
有的 yǒu•de 代 บาง (คน อัน สิ่ง ฯลฯ)
有的是 yǒu•deshì 动 มีมากมาย
有底 yǒudǐ 动 มั่นใจเพราะรู้ดี
有的放矢 yǒudì-fàngshǐ 〈成〉 ยิงธนูตรงเป้า อุปมาว่า การพูดหรือการกระทำมีเป้าหมายชัดเจน
有毒 yǒudú 动 มีพิษ ; เป็นพิษ
有方 yǒufāng 动 มีวิธี
有感 yǒugǎn 动 มีความรู้สึกนึกคิด
有功 yǒugōng 动 มีความดีความชอบ
有关（有關）yǒuguān 动 เกี่ยวข้อง
有光纸（有光紙）yǒuguāngzhǐ 名 กระดาษบางที่หน้าหนึ่งมันหน้าหนึ่งหยาบ
有鬼 yǒuguǐ 动 มีพิรุธ ; วัวสันหลังหวะ
有害 yǒuhài 形 เป็นภัย ; เป็นโทษ
有恒 yǒuhéng 动 ยืนหยัดไม่ท้อถอย
有机（有機）yǒujī 形 〈化〉 อินทรีย์
有机肥（有機肥）yǒujīféi 名 〈农〉 ปุ๋ยชีวภาพ
有机体（有機體）yǒujītǐ 名 〈化〉 อินทรีย์
有机物（有機物）yǒujīwù 名 〈化〉 สารอินทรีย์
有劲（有勁）yǒujìn 动 มีแรง ; มีพละกำลัง
有救 yǒujiù 动 มีทางรอด
有空（有空）yǒukòng 动 มีเวลาว่าง
有口无心（有口無心）yǒukǒu-wúxīn 〈成〉 ปากพูดไป แต่ใจไม่ได้คิดจะทำตาม ; ปากไว
有愧 yǒukuì 动 ละอายใจ
有赖（有賴）yǒulài 动 ขึ้นอยู่กับ ; อาศัย
有劳（有勞）yǒuláo 动 〈套〉 ขอรบกวน
有礼（有禮）yǒulǐ 动 แสดงความเคารพ ; มีมารยาท
有理 yǒulǐ 动 มีเหตุผล ; มีเหตุมีผล
有理式 yǒulǐshì 名 〈数〉 สูตรตรรกยะ
有力 yǒulì 形 มีกำลัง ; มีพลัง
有利 yǒulì 形 มีประโยชน์ ; เป็นคุณ ; เอื้ออำนวยประโยชน์
有利于 yǒulìyú 动 เป็นคุณต่อ ; เอื้ออำนวยประโยชน์ต่อ
有两下子（有兩下子）yǒu liǎngxià•zi 〈口〉 มีความสามารถหรือมีฝีมืออยู่บ้าง
有没有 yǒuméiyǒu 动 มีหรือไม่มี ; มีหรือเปล่า
有名 yǒumíng 形 มีชื่อเสียง ; ชื่อดัง
有名无实（有名無實）yǒumíng-wúshí 〈成〉 ไม่มีความสามารถตามชื่อเสียงหรือสมญานามที่ร่ำลือ
有目共睹 yǒumù-gòngdǔ 〈成〉 เห็นประจักษ์ชัดแจ้งทั่วทุกคน
有钱（有錢）yǒuqián 形 มีเงิน ; ร่ำรวย
有情人 yǒuqíngrén 名 คนที่มีความรักมั่นคง
有请（有請）yǒuqǐng 动 〈套〉 ขอเรียนเชิญ
有求必应（有求必應）yǒuqiú-bìyìng 〈成〉 มีการตอบสนองตามข้อร้องขออย่างแน่นอน
有趣 yǒuqù 形 สนุก
有人 yǒurén 动 มีคน 名 บางคน
有如 yǒurú 动 เหมือนกับ
有色 yǒusè 形 มีสี
有神 yǒushén 形 มีชีวิตชีวา
有声（有聲）yǒushēng 动 มีเสียง
有声有色（有聲有色）yǒushēng-yǒusè 〈成〉 คึกคักมีชีวิตชีวา
有时（有時）yǒushí 副 บางที
有识（有識）yǒushí 动 มีความรู้เป็นเลิศ
有始有终（有始有終）yǒushǐ-yǒuzhōng 〈成〉 เสมอต้นเสมอปลาย
有事 yǒushì มีธุระ ; มีงานทำ ; มีปัญหา ; เกิดเรื่อง ; มีเหตุการณ์เกิดขึ้น

有恃无恐（有恃無恐）yǒushì-wúkǒng 〈成〉 ไม่ยี่หระเพราะมีคนหนุนหลัง
有数（有數）yǒushù 动 มั่นใจเพราะรู้ดี 形 ไม่กี่...(จำนวนน้อยนิด)
有所 yǒusuǒ 动 มี (ตามมาด้วยคำกริยาสองพยางค์) บ้าง ; มี...บางส่วน
有所不同 yǒusuǒ-bùtóng มีความแตกต่างกันบ้าง ; มีความแตกต่างกันบางส่วน
有条不紊（有條不紊）yǒutiáo-bùwěn 〈成〉 เป็นระเบียบเรียบร้อย
有望 yǒuwàng 动 มีหวัง
有为（有爲）yǒuwéi 动 มีความสามารถและมีผลงาน
有限 yǒuxiàn 形 จำกัด
有线（有綫）yǒuxiàn 形 มีสาย (สื่อสาร)
有效 yǒuxiào 动 มีผล ; ได้ผล
有效期 yǒuxiàoqī 名 ระยะเวลาที่มีผลบังคับ
有些 yǒuxiē 代 บาง 副 บ้าง
有心 yǒuxīn 动 มีใจจะ 副 เจตนาจะ
有心人 yǒuxīnrén 名 คนที่มีความตั้งใจจริง
有形 yǒuxíng 形 มีรูปมีร่าง
有幸 yǒuxìng 形 โชคดี ; โชคดีที่...
有序 yǒuxù 形 มีระเบียบ ; เป็นระเบียบเรียบร้อย
有血有肉 yǒuxuè-yǒuròu 〈成〉 (การพรรณนาในงานวรรณคดี) มีชีวิตชีวาและสมจริง
有言在先 yǒuyánzàixiān 〈俗〉 ได้พูดไว้ก่อนแล้ว
有益 yǒuyì 动 มีประโยชน์
有意 yǒuyì 动 คิดจะ 副 เจตนา
有意识（有意識）yǒuyì·shí 副 เจตนา
有意思 yǒu yì·si 形 มีความหมาย ; สนุก
有用 yǒuyòng 动 มีประโยชน์ ; ใช้การได้
有余（有餘）yǒuyú 动 มีเหลือ ; มีเศษ
有缘（有緣）yǒuyuán 动 มีความสัมพันธ์กันมาแต่ชาตก่อน ; มีบุพเพสันนิวาส
有增无减（有增無減）yǒuzēng-wújiǎn 〈成〉 มีแต่เพิ่มไม่มีลด
有朝一日 yǒuzhāo-yīrì 〈成〉 วันใดวันหนึ่งในอนาคต
有着 yǒu·zhe 动 มี
有志之士 yǒuzhìzhīshì 〈成〉 ผู้มีปณิธานอันแรงกล้า
有助于 yǒuzhùyú 动 มีส่วนช่วยให้... ; เป็นผลดีต่อ...

黝黑 yǒuhēi 形 ดำ ; มืดมน

又 yòu 副 อีก ; อีกด้วย
又及 yòují 动 ปัจฉิมลิขิต (ป.ล.)

右 yòu 名 ขวา
右臂 yòubì 名 แขนขวา
右边（右邊）yòu·bian 名 ด้านขวา
右边锋（右邊鋒）yòubiānfēng 名 〈体〉 ปีกขวากองหน้า (ของทีมฟุตบอล)
右侧（右側）yòucè 名 ข้างขวา
右耳 yòu'ěr 名 หูขวา
右锋（右鋒）yòufēng 名 〈体〉 ปีกขวากองหน้า (ของทีมบาสเกตบอล)
右面 yòumiàn 名 ด้านขวา
右派 yòupài 名 ฝ่ายขวา
右倾（右傾）yòuqīng 形 เอียงขวา
右手 yòushǒu 名 มือขวา
右首 yòushǒu 名 ข้างขวา
右腿 yòutuǐ 名 ขาขวา
右翼 yòuyì 名 ฝ่ายขวา ; 〈军〉 กองกำลังรบที่อยู่ด้านขวา

幼虫（幼蟲）yòuchóng 名 〈动〉 ตัวหนอนเล็ก ; ดักแด้
幼畜 yòuchù 名 ลูกสัตว์
幼儿（幼兒）yòu'ér 名 เด็กน้อย
幼儿教育（幼兒教育）yòu'ér jiàoyù 〈教〉 การศึกษาของเด็กเล็ก (ก่อนประถมศึกษา)
幼儿园（幼兒園）yòu'éryuán 名 โรงเรียนอนุบาล
幼教 yòujiào 名 〈简〉 การศึกษาของเด็กเล็ก (ก่อนประถมศึกษา)
幼林 yòulín 名 〈林〉 ป่าไม้ที่เป็นไม้อ่อน
幼苗 yòumiáo 名 ต้นอ่อน ; กล้า
幼年 yòunián 名 วัยเด็ก
幼女 yòunǚ 名 เด็กหญิงวัยน้อย ; ลูกสาวคนเล็ก

幼体（幼體）yòutǐ 名〈动〉ตัวอ่อน

幼童 yòutóng 名 เด็กน้อย

幼小 yòuxiǎo 形 เล็ก ๆ ; เยาว์วัย

幼芽 yòuyá 名 หน่อ

幼稚 yòuzhì 形 ไร้เดียงสา

柚子 yòu•zi 名〈植〉ส้มโอ

囿于 yòuyú 动〈书〉จำกัดอยู่ใน...

诱（誘）yòu 动 ล่อ ; ชักจูง

诱捕（誘捕）yòubǔ 动 จับกุมด้วยวิธีล่อลวง

诱导（誘導）yòudǎo 动 ชักนำ ; ชักจูง

诱饵（誘餌）yòu'ěr 名 เหยื่อ

诱发（誘發）yòufā 动 ทำให้เกิด ; ชักนำแนะแนว

诱供（誘供）yòugòng 动〈法〉หลอกล่อเพื่อให้สารภาพผิด

诱拐（誘拐）yòuguǎi 动 ลักพา

诱惑（誘惑）yòuhuò 动 ล่อใจ ; ดึงดูด ; ยั่วยวน

诱惑力（誘惑力）yòuhuòlì 名 แรงดึงดูดใจ

诱奸（誘奸）yòujiān 动 ล่อลวงไปข่มขืน

诱骗（誘騙）yòupiàn 动 ล่อลวง

诱人（誘人）yòurén 形 ดึงดูดใจคน

诱杀（誘殺）yòushā 动 ล่อลวงไปฆ่า

诱使（誘使）yòushǐ 动 ล่อให้...

诱降（誘降）yòuxiáng 动 ชักจูงให้ยอมจำนน

诱因（誘因）yòuyīn 名 สาเหตุที่ก่อให้เกิด

釉 yòu 名 สารเคลือบ

釉质（釉質）yòuzhì 名〈生理〉เคลือบฟัน

鼬 yòu 名〈动〉อีเห็น

迂 yū 形 วกวน ; คร่ำครึ

迂腐 yūfǔ 形 คร่ำครึ

迂回（迂迴）yūhuí 形 วกไปวนมา

吁 yū 叹 ยอ (คำเลียนเสียงซึ่งเป็นเสียงเรียกวัว ควาย ม้า ลา ฯลฯ ให้หยุดเดิน)

淤 yū 动 ทับถม ; เกาะติด ; คั่ง 名 โคลนเลน

淤积（淤積）yūjī 动 (ดินเลน ทราย ฯลฯ) ทับถมอยู่ใต้น้ำ

淤泥 yūní 名 โคลนเลนที่คั่งอยู่ใต้น้ำ

淤塞 yūsè 动〈水〉อุดตัน (ด้วยหินหรือทราย)

淤血 yūxuè 名〈生理〉เลือดคั่ง

于 yú 介 ใน ; เมื่อ ; ณ ; กับ ; จาก ; ต่อ ; กว่า

于是 yúshì 连 ดังนั้น ; ด้วยเหตุนี้ ; เพราะเหตุนี้ ; เลย

余（餘）yú 动 เหลือ

余波（餘波）yúbō 名 ควันหลง ; เรื่องที่ยังไม่สงบ

余党（餘黨）yúdǎng 名 พรรคพวกที่เหลือ

余地（餘地）yúdì 名 ทางหนีทีไล่

余额（餘額）yú'é 名 จำนวนคงเหลือ (ในบัญชี) ; อัตรา (หรือตำแหน่ง) ว่าง

余割（餘割）yúgē 名〈数〉โคเซแคนต์ (cosecant)

余悸（餘悸）yújì 名 ความหวาดกลัวที่ยังไม่หาย (หลังจากเหตุการณ์ผ่านไปแล้ว)

余烬（餘燼）yújìn 名 ขี้เถ้า

余力（餘力）yúlì 名 กำลังวังชาและกำลังใจที่ยังมีอยู่

余年（餘年）yúnián 名 ชีวิตบั้นปลาย

余孽（餘孽）yúniè 名 กากเดน

余钱（餘錢）yúqián 名 เงินคงเหลือ

余切（餘切）yúqiē 名〈数〉โคแทนเจนต์ (cotangent)

余缺（餘缺）yúquē 名 เหลือเฟือกับขาดแคลน

余热（餘熱）yúrè 名 ความร้อนที่เหลือค้างอยู่ในกระบวนการผลิต ; อุปมาว่า บทบาทของคนมีอายุหลังจากปลดเกษียณ

余生（餘生）yúshēng 名 ชีวิตบั้นปลาย ; ชีวิตที่รอดตายมา

余数（餘數）yúshù 名〈数〉จำนวนเศษ (ที่เหลือจากการหารจำนวนเต็ม)

余威（餘威）yúwēi 名 อานุภาพที่ยังหลงเหลืออยู่

余味（餘味）yúwèi 名 รสชาติที่ยังหลงเหลืออยู่

余暇（餘暇）yúxiá 名 เวลาว่าง

余下（餘下）yúxià 动 เหลือไว้

余弦（餘弦）yúxián 名〈数〉โคไซน์ (cosine)

余兴（餘興）yúxìng 名 อารมณ์สนุกที่ยังไม่หาย

余音（餘音）yúyīn 名 เสียงดนตรีที่ยังลอยอ้อยอิ่งอยู่

余震（餘震）yúzhèn 名〈地质〉แผ่นดินไหวตาม อาฟเตอร์ ช็อก (aftershock)

鱼（魚）yú 名 ปลา

Y

鱼白（魚白）yúbái 名 น้ำคัดหลั่งจากอวัยวะสืบพันธุ์ของปลา；⟨方⟩ สีท้องปลา (สีฟ้าสาง)

鱼鳔（魚鰾）yúbiào 名 กระเพาะปลา

鱼叉（魚叉）yúchā 名 ฉมวก

鱼池（魚池）yúchí 名 บ่อเลี้ยงปลา

鱼翅（魚翅）yúchì 名 หูฉลาม

鱼唇（魚唇）yúchún 名 ปากปลาฉลาม；ปากปลา

鱼刺（魚刺）yúcì 名 ก้างปลา

鱼肚（魚肚）yúdǔ 名 กระเพาะปลา

鱼饵（魚餌）yú'ěr 名 เหยื่อปลา

鱼粉（魚粉）yúfěn 名 ปลาป่น

鱼肝油（魚肝油）yúgānyóu 名 น้ำมันตับปลา

鱼竿（魚竿）yúgān 名 คันเบ็ด

鱼缸（魚缸）yúgāng 名 อ่างเลี้ยงปลา；ตู้ปลา

鱼钩（魚鈎）yúgōu 名 เบ็ดตกปลา

鱼胶（魚膠）yújiāo 名 กาวกระเพาะปลา；⟨方⟩ กระเพาะปลา

鱼雷（魚雷）yúléi 名 ⟨军⟩ ลูกตอร์ปิโด (torpedo)

鱼雷艇（魚雷艇）yúléitǐng 名 ⟨军⟩ เรือตอร์ปิโด

鱼类（魚類）yúlèi 名 ประเภทปลา

鱼鳞（魚鱗）yúlín 名 เกล็ดปลา

鱼卵（魚卵）yúluǎn 名 ไข่ปลา

鱼米之乡（魚米之鄉）yúmǐzhīxiāng ⟨成⟩ อู่ข้าวอู่น้ำ；ในน้ำมีปลาในนามีข้าว

鱼苗（魚苗）yúmiáo 名 พันธุ์ปลา

鱼目混珠（魚目混珠）yúmù-hùnzhū ⟨成⟩ เอาตาปลาไปปนกับไข่มุก อุปมาว่า เอาของปลอมปนกับของจริงเพื่อตบตา

鱼皮（魚皮）yúpí 名 หนังปลา

鱼漂（魚漂）yúpiāo 名 ลูกลอย (ของเบ็ดตกปลา)

鱼群（魚群）yúqún 名 ฝูงปลา

鱼肉（魚肉）yúròu 名 เนื้อปลา

鱼水（魚水）yúshuǐ 名 ปลากับน้ำ

鱼水情（魚水情）yúshuǐqíng 名 ความสัมพันธ์ที่แยกจากกันไม่ได้เปรียบเหมือนปลากับน้ำ

鱼塘（魚塘）yútáng 名 สระเลี้ยงปลา

鱼腥草（魚腥草）yúxīngcǎo 名 ⟨植⟩ พลูคาว (ผักคาวตอง)

鱼汛（魚汛）yúxùn 名 ฤดูจับปลา

鱼秧（魚秧）yúyāng 名 ⟨动⟩ ลูกปลา (ที่โตกว่าพันธุ์ปลา)

鱼鹰（魚鷹）yúyīng 名 ⟨动⟩ เหยี่ยวจับปลา；นกกาน้ำ

鱼油（魚油）yúyóu 名 น้ำมันปลา

鱼跃（魚躍）yúyuè 动 กระโดดท่าปลาดำน้ำ

鱼子（魚子）yúzǐ 名 ไข่ปลา

竽 yú 名 ⟨乐⟩ เครื่องดนตรีประเภทเป่าชนิดหนึ่งในสมัยโบราณของจีน

娱乐（娛樂）yúlè 名 ความบันเทิง

渔场（漁場）yúchǎng 名 แหล่งประมง

渔船（漁船）yúchuán 名 เรือประมง

渔夫（漁夫）yúfū 名 ชายชาวประมง

渔港（漁港）yúgǎng 名 ท่าเรือประมง

渔火（漁火）yúhuǒ 名 ไฟตะเกียงของเรือประมง

渔家（漁家）yújiā 名 ครอบครัวชาวประมง

渔具（漁具）yújù 名 เครื่องมือตกปลาหรือจับปลา

渔利（漁利）yúlì 动 ฉกฉวยผลประโยชน์ 名 ผลประโยชน์ที่ฉกฉวยมา

渔轮（漁輪）yúlún 名 เรือประมง (ซึ่งเป็นเรือยนต์)

渔民（漁民）yúmín 名 ชาวประมง

渔网（漁網）yúwǎng 名 แห

渔翁（漁翁）yúwēng 名 ผู้เฒ่าชาวประมง

渔业（漁業）yúyè 名 การประมง；

隅 yú 名 มุม；ริม

逾 yú 动 เกิน；เลย

逾期 yúqī 动 เลยกำหนดเวลา

逾越 yúyuè 动 เลยเถิด

愉快 yúkuài 形 สบายใจ；เบิกบานใจ

愉悦 yúyuè 形 ปีติยินดี

榆树（榆樹）yúshù 名 ⟨植⟩ ต้นเอล์ม (elm)

愚笨 yúbèn 形 โง่เง่า

愚蠢 yúchǔn 形 โง่เขลา

愚公移山 yúgōng-yíshān ⟨成⟩ ปู่โง่ย้ายภูเขา อุปมาว่า มีความพยายามไม่ย่อท้อ ไม่กลัวอุปสรรคใด ๆ ทั้งสิ้น

Y

愚见（愚見）yújiàn 名 〈谦〉ความเห็นโง่ ๆ ของข้าพเจ้า

愚昧 yúmèi 形 ไร้ความรู้

愚民 yúmín 动 มอมเมาประชาชนให้โง่เขลา

愚弄 yúnòng 动 หลอกลวง

愚人节（愚人節）Yúrén Jié 名 ออลฟูลส์เดย์ (All Fool's Day) ; วันเมษาหน้าโง่ (April Fool's Day)

愚妄 yúwàng 形 โง่แต่ทะนงตน

舆论（輿論）yúlùn 名 ประชามติ ; ข้อวิจารณ์ ของมวลชน

与（與）yǔ 介 ให้ ; กับ

与此同时（與此同時）yǔcǐ-tóngshí 连 ขณะเดียวกัน

与否（與否）yǔfǒu 连 หรือไม่ มักจะใช้ร่วมกับ 不 管 หรือ 无论 เป็นรูปประโยค 不管……与否, 无论…… 与否 ไม่ว่า...หรือไม่

与其……不如……（與其……不如……）yǔqí bùrú… ถ้า...สู้...จะดีกว่า

与人为善（與人爲善）yǔrén-wéishàn 成 ช่วยคนอื่นโดยเจตนาดี ; 〈旧〉ช่วยคนอื่นทำความดี

与日俱增（與日俱增）yǔrì-jùzēng 成 เพิ่มพูนมากขึ้นตามกาลเวลา

与时俱进（與時俱進）yǔshí-jùjìn 成 พัฒนาไปตามยุคสมัย ; ก้าวหน้าไปตามยุคสมัย

与世长辞（與世長辭）yǔshì-chángcí 成 อำลาโลก

与众不同（與衆不同）yǔzhòng-bùtóng 成 ไม่เหมือนกับทั่ว ๆ ไป

予以 yǔyǐ 动 〈书〉ให้... (ส่วนมากใช้กับสิ่ง นามธรรม)

宇航 yǔháng 名 〈天〉〈简〉การบินในอวกาศ

宇航员（宇航員）yǔhángyuán 名 นักบินอวกาศ

宇宙 yǔzhòu 名 〈天〉จักรวาล

宇宙尘（宇宙塵）yǔzhòuchén 名 ละอองฝุ่นใน อวกาศ

宇宙服 yǔzhòufú 名 ชุดอวกาศ

宇宙观（宇宙觀）yǔzhòuguān 名 〈哲〉โลกทรรศน์

宇宙射线（宇宙射綫）yǔzhòu shèxiàn 〈天〉 รังสีอวกาศ

宇宙速度 yǔzhòu sùdù 〈天〉อัตราความเร็ว ในอวกาศ

羽毛 yǔmáo 名 ขนนก

羽毛球 yǔmáoqiú 名 〈体〉(กีฬา) แบดมินตัน (badminton) ; ลูกแบดมินตัน

羽毛未丰 yǔmáo-wèifēng 成 ปีกยังไม่กล้า ขายังไม่แข็ง

羽绒（羽絨）yǔróng 名 ขนอ่อนของนก

羽绒服（羽絨服）yǔróngfú 名 เสื้อหนาวขนเป็ด

羽翼 yǔyì 名 ปีกของนก อุปมาว่า กำลัง หนุนช่วย มักใช้ในความหมายทางลบ

雨 yǔ 名 ฝน

雨点（雨點）yǔdiǎn 名 เม็ดฝน

雨刮器 yǔguāqì 名 ที่ปัดน้ำฝน

雨过天晴（雨過天晴）yǔguò-tiānqíng 成 ฝน หยุดฟ้าใส

雨季 yǔjì 名 〈气〉ฤดูฝน ; หน้าฝน

雨具 yǔjù 名 เครื่องกันฝน

雨量 yǔliàng 名 〈气〉ปริมาณน้ำฝน

雨露 yǔlù 名 น้ำฝนและน้ำค้าง อุปมาว่าบุญคุณ

雨披 yǔpī 名 เสื้อคลุมกันฝน

雨情 yǔqíng 名 สภาพฝนตก (ของท้องที่)

雨伞（雨傘）yǔsǎn 名 ร่มกันฝน

雨声（雨聲）yǔshēng 名 เสียงฝนตก

雨水 yǔshuǐ 名 น้ำฝน

雨丝（雨絲）yǔsī 名 สายฝน

雨天 yǔtiān 名 วันที่มีฝนตก

雨雾（雨霧）yǔwù 名 ฝนตกโปรยปรายที่คล้าย กับหมอกลง

雨鞋 yǔxié 名 รองเท้ากันฝน

雨靴 yǔxuē 名 รองเท้าบูธกันฝน

雨燕 yǔyàn 名 〈动〉นกนางแอ่นสวิฟต์ (swift)

雨夜 yǔyè 名 คืนที่มีฝนตก

雨衣 yǔyī 名 เสื้อกันฝน

语（語）yǔ 名 ภาษา ; คำพูด 动 พูด

Y

语病（語病）yǔbìng 名 ความผิดด้านภาษา
语词（語詞）yǔcí 名 〈语〉 คำศัพท์
语调（語調）yǔdiào 名 〈语〉 ทำนองเสียงพูด ; น้ำเสียง
语法（語法）yǔfǎ 名 〈语〉 ไวยากรณ์
语感（語感）yǔgǎn 名 〈语〉 ความรู้สึกทางภาษา
语汇（語匯）yǔhuì 名 〈语〉 ศัพท์และวลี (ที่มีอยู่หรือใช้อยู่ทั้งหมด)
语句（語句）yǔjù 名 〈语〉 ถ้อยคำ ; ประโยค
语录（語録）yǔlù 名 คติพจน์
语气（語氣）yǔqì 名 น้ำเสียง
语气词（語氣詞）yǔqìcí 名 〈语〉 คำอุทาน
语塞（語塞）yǔsè 动 พูดไม่ออก
语素（語素）yǔsù 名 〈语〉 หน่วยคำ
语体（語體）yǔtǐ 名 〈语〉 สำนวนภาษา
语体文（語體文）yǔtǐwén 名 บทความที่เขียนด้วยภาษาจีนปัจจุบัน (ซึ่งไม่ใช่ภาษาจีนโบราณ)（同"白话文"）
语文（語文）yǔwén 名 ภาษาและหนังสือ ; ภาษาและวรรณคดี
语无伦次（語無倫次）yǔwúlúncì 〈成〉 พูดสับสน
语系（語系）yǔxì 名 〈语〉 ตระกูลภาษา
语焉不详（語焉不詳）yǔyān-bùxiáng 〈成〉 พูดไม่ละเอียด
语言（語言）yǔyán 名 ภาษา
语言社群（語言社群）yǔyán shèqún ชุมชนภาษา
语言学（語言學）yǔyánxué 名 ภาษาศาสตร์
语义（語義）yǔyì 名 〈语〉 ความหมายของคำ
语义学（語義學）yǔyìxué 名 〈语〉 อรรถศาสตร์
语音（語音）yǔyīn 名 〈语〉 เสียงพูด
语音学（語音學）yǔyīnxué 名 〈语〉 สัทศาสตร์
语用学（語用學）yǔyòngxué 名 〈语〉 วัจนปฏิบัติศาสตร์
语源（語源）yǔyuán 名 〈语〉 แหล่งกำเนิดของภาษา
语种（語種）yǔzhǒng 名 〈语〉 ชนิดของภาษา
语重心长（語重心長）yǔzhòng-xīncháng 〈成〉 คำพูดที่เต็มไปด้วยน้ำใสใจจริง
语族（語族）yǔzú 名 〈语〉 สาขาตระกูลภาษา

玉 yù 名 หยก
玉雕 yùdiāo 名 หยกแกะสลัก
玉兰（玉蘭）yùlán 名 〈植〉 จำปี
玉兰片（玉蘭片）yùlánpiàn 名 แผ่นหน่อไม้แห้ง
玉米 yùmǐ 名 〈植〉 ข้าวโพด
玉米油 yùmǐyóu 名 น้ำมันข้าวโพด
玉器 yùqì 名 เครื่องหยก
玉石 yùshí 名 หยก
玉蜀黍 yùshǔshǔ 名 〈植〉 ข้าวโพด
玉体（玉體）yùtǐ 名 〈敬〉 สุขภาพ
玉玺（玉璽）yùxǐ 名 พระราชลัญจกร
玉照 yùzhào 名 〈敬〉 รูปถ่าย

驭（馭）yù 动 ขับขี่ ; 〈书〉 ควบคุม
驭手（馭手）yùshǒu 名 สารถี ; ทหารขับขี่สัตว์พาหนะ

芋 yù 名 〈植〉 เผือก ; มัน
芋头（芋頭）yù·tou 名 เผือก

吁请（吁請）yùqǐng 动 เรียกร้อง ; ขอร้อง

郁积（鬱積）yùjī 动 กลัดกลุ้ม ; อัดอั้น
郁结（鬱結）yùjié 动 กลัดกลุ้ม ; อัดอั้น
郁金香 yùjīnxiāng 名 〈植〉 ดอกทิวลิป (*tulip*)
郁闷（鬱悶）yùmèn 形 กลัดกลุ้มใจ
郁郁葱葱（鬱鬱葱葱）yùyùcōngcōng 形 เขียวชอุ่มเจริญงอกงาม

育 yù 动 ให้กำเนิด ; เลี้ยง ; อบรม ; ให้การศึกษา
育儿（育兒）yù'ér 动 เลี้ยงเด็ก
育肥 yùféi 动 เลี้ยง (สัตว์) ให้อ้วน
育林 yùlín 动 〈林〉 เพาะปลูกป่าไม้
育龄（育齡）yùlíng 名 ช่วงอายุที่มีลูกได้
育苗 yùmiáo 动 〈农〉 เพาะต้นอ่อน ; เพาะกล้า
育秧 yùyāng 动 〈农〉 เพาะต้นกล้า
育种（育種）yùzhǒng 动 〈农〉 เพาะเมล็ดพันธุ์

狱警（獄警）yùjǐng 名 ตำรวจประจำคุก
狱医（獄醫）yùyī 名 นายแพทย์ประจำคุก

浴 yù 动 อาบ

Y

浴场（浴場）yùchǎng 名 สระว่ายน้ำกลางแจ้ง

浴池 yùchí 名 อ่างอาบน้ำสาธารณะ ; สถานที่อาบน้ำสาธารณะ

浴缸 yùgāng 名 อ่างอาบน้ำ (ขนาดใหญ่)

浴巾 yùjīn 名 ผ้าเช็ดตัว

浴盆 yùpén 名 อ่างอาบน้ำ (ขนาดเล็ก)

浴室 yùshì 名 ห้องอาบน้ำ

浴血 yùxuè 动 นองเลือด

预报（預報）yùbào 动 พยากรณ์ 名 การพยากรณ์

预备（預備）yùbèi 动 เตรียมพร้อม

预备期（預備期）yùbèiqī 名 ช่วงระยะเวลาในการเตรียมพร้อม

预备役（預備役）yùbèiyì 名 〈军〉 การเป็นทหารกองหนุน

预测（預測）yùcè 动 คาดการณ์ล่วงหน้า ; ทำนาย

预产期（預産期）yùchǎnqī 名 〈医〉 วันกำหนดคลอด

预订（預訂）yùdìng 动 สั่งจองล่วงหน้า

预定（預定）yùdìng 动 กำหนดล่วงหน้า

预防（預防）yùfáng 动 ป้องกันล่วงหน้า

预付（預付）yùfù 动 จ่ายล่วงหน้า

预感（預感）yùgǎn 名 สังหรณ์ 动 สังหรณ์

预告（預告）yùgào 动 ประกาศล่วงหน้า

预购（預購）yùgòu 动 สั่งซื้อล่วงหน้า

预后（預後）yùhòu 名 〈医〉 การคาดคะเนอาการและผลสุดท้ายของโรค

预计（預計）yùjì 动 กะ ; คาดคะเน

预见（預見）yùjiàn 动 พยากรณ์ ; คาดการณ์ล่วงหน้า 名 ความคิดเห็นที่คาดการณ์ล่วงหน้า

预见性（預見性）yùjiànxìng 名 การคาดการณ์ล่วงหน้า

预考（預考）yùkǎo 动 〈教〉 สอบคัดเลือกก่อนสอบอย่างเป็นทางการ

预科（預科）yùkē 名 〈教〉 ชั้นเตรียมอุดมศึกษา

预料（預料）yùliào 动 คาดคะเน 名 ความคาดหมาย

预谋（預謀）yùmóu 动 คิดอุบายไว้ล่วงหน้า

预期（預期）yùqī 动 ตามที่คาดหมายไว้

预热（預熱）yùrè 动 〈机〉 ทำให้ร้อนก่อน

预赛（預賽）yùsài 动 〈体〉 แข่งขันรอบคัดเลือก

预审（預審）yùshěn 动 〈法〉 สอบสวนล่วงหน้า

预示（預示）yùshì 动 ส่อให้เห็นล่วงหน้า

预售（預售）yùshòu 动 จำหน่ายล่วงหน้า ; ขายล่วงหน้า ; พรีเซล

预算（預算）yùsuàn 名 งบประมาณ

预习（預習）yùxí 动 เตรียมการเรียนล่วงหน้า

预先（預先）yùxiān 副 ล่วงหน้า ; ก่อน

预想（預想）yùxiǎng 动 คิดล่วงหน้า

预选（預選）yùxuǎn 动 คัดเลือกล่วงหน้า

预言（預言）yùyán 动 พยากรณ์ 名 คำพยากรณ์

预言家（預言家）yùyánjiā 名 นักพยากรณ์

预演（預演）yùyǎn 动 แสดงก่อนเปิดให้ประชาชนชม

预应力（預應力）yùyìnglì 名 〈物〉 แรงอัดก่อน ; พรีเทรสซิงฟอร์ซ (*prestressing forces*)

预约（預約）yùyuē 动 นัดหมายล่วงหน้า

预兆（預兆）yùzhào 名 นิมิตหมาย ; ลาง

预支（預支）yùzhī 动 เบิกล่วงหน้า

预知（預知）yùzhī 动 ทราบล่วงหน้า

预制（預製）yùzhì 动 〈建〉 สร้างไว้ล่วงหน้า ; สร้างชิ้นส่วนไว้ก่อน (เพื่อนำมาประกอบกันทีหลัง)

预祝（預祝）yùzhù 动 อวยพรล่วงหน้า

欲 yù 名 ความอยาก 动 คิดจะ

欲罢不能（欲罷不能）yùbà-bùnéng 〈成〉 จะเลิกก็ไม่ได้ ; จะรามือก็ไม่ได้

欲盖弥彰（欲蓋彌彰）yùgài-mízhāng 〈成〉 ยิ่งพยายามปิดบังความผิด ยิ่งทำให้ความผิดนั้นถูกเปิดเผยมากขึ้น

欲速不达（欲速不達）yùsùbùdá 〈成〉 ยิ่งอยากเร็วก็ยิ่งช้า

欲望 yùwàng 名 ความปรารถนา ; ความทะยานอยาก

遇 yù 动 เจอ ; ประสบ 名 การปฏิบัติต่อ ; โอกาส

遇刺 yùcì 动 ถูกลอบสังหาร

遇到 yùdào 动 เจอ ; ประสบ ; พบกันโดยบังเอิญ

遇害 yùhài 动 ถูกสังหาร

遇见（遇見）yùjiàn 动 พบเห็น ; เจอ
遇救 yùjiù 动 ถูกช่วยชีวิตไว้
遇难（遇難）yùnàn 动 เสียชีวิต (เพราะประสบภัย)
遇上 yùshàng 动 เจอ ; ประสบ ; พบกันโดยบังเอิญ
遇险（遇險）yùxiǎn 动 เผชิญอันตราย

御 yù 动 ขับขี่ ; คำนำหน้าศัพท์บางคำที่เกี่ยวกับจักรพรรดิ ; ต้าน
御敌（禦敵）yùdí 动 ป้องกันการจู่โจมของศัตรู
御寒（禦寒）yùhán 动 กันหนาว
御侮（禦侮）yùwǔ 动 ต้านทานการรุกราน
御医（御醫）yùyī 名 แพทย์หลวง
御用 yùyòng 形 ทรงใช้

寓 yù 动 พักอาศัย ; แฝง 名 สถานที่พัก
寓公 yùgōng 名 ข้าราชการชั้นผู้ใหญ่พลัดถิ่น
寓居 yùjū 动 พำนัก
寓所 yùsuǒ 名 ที่พำนัก
寓言 yùyán 名 นิทานอุทาหรณ์
寓意 yùyì 名 ความหมายที่แฝงอยู่

愈 yù 动 หายป่วย 副 ยิ่ง
愈合 yùhé 动 (บาดแผล) หายสนิท
愈加 yùjiā 副 ยิ่งขึ้น
愈来愈（愈來愈）yùláiyù 副 นับวันยิ่ง... ; ...ยิ่งขึ้นเรื่อย ๆ
愈演愈烈 yùyǎn-yùliè 〈成〉 นับวันรุนแรงยิ่งขึ้น ; รุนแรงขึ้นเรื่อย ๆ

誉（譽）yù 名 เกียรติ ; การชมเชย

鹬（鷸）yù 名 〈动〉 นกอีก๋อย

鸳鸯（鴛鴦）yuān•yāng 名 〈动〉 เป็ดแมนดาริน (*mandarin duck*)

冤 yuān 名 การไม่ได้รับความเป็นธรรม 形 เสียเปรียบ
冤案 yuān'àn 名 คดีถูกใส่ความ
冤仇 yuānchóu 名 ความอาฆาตแค้น
冤家 yuān•jia 名 ศัตรูคู่อาฆาต
冤屈 yuānqū 动 ถูกใส่ความ 形 ถูกปฏิบัติต่ออย่างไม่เป็นธรรม 名 ความไม่เป็นธรรม
冤枉 yuān•wang 形 เสียเปรียบ 动 ถูกใส่ความ ; ถูกปฏิบัติต่ออย่างไม่เป็นธรรม ; ไม่คุ้มค่า ; เสียเปรียบ
冤狱（冤獄）yuānyù 名 คดีที่ถูกกลั่นแกล้งใส่ร้าย

渊博（淵博）yuānbó 形 (ความรู้) ลึกซึ้งและกว้าง
渊薮（淵藪）yuānsǒu 名 แหล่งชุมนุม
渊源（淵源）yuānyuán 名 แหล่งกำเนิด

元 yuán 形 ที่เริ่มต้น ; ที่เป็นประมุข ; สำคัญ 量 หยวน (yuan หน่วยเงินตราของจีน)
元旦 Yuándàn 名 วันขึ้นปีใหม่
元件 yuánjiàn 名 ส่วนประกอบ (ของเครื่องจักรมิเตอร์ ฯลฯ)
元老 yuánlǎo 名 รัฐบุรุษ ; ผู้อาวุโส
元老院 yuánlǎoyuàn 名 วุฒิสภา
元气（元氣）yuánqì 名 พลังชีวิต
元器件 yuánqìjiàn 名 ส่วนประกอบกับชิ้นส่วนสำคัญ
元首 yuánshǒu 名 ประมุข
元帅（元帥）yuánshuài 名 จอมพล
元素 yuánsù 名 〈化〉 ธาตุ
元宵 yuánxiāo 名 คืนแรม ๑๕ ค่ำเดือนอ้ายตามจันทรคติ ; ขนมบัวลอยมีไส้
元宵节（元宵節）Yuánxiāo Jié 名 เทศกาลหยวนเซียว (ง่วนเซียว) ; เทศกาลโคมไฟ ; เทศกาลซั่งหยวน
元凶 yuánxiōng 名 ตัวการ
元勋（元勛）yuánxūn 名 ผู้มีความดีความชอบอันยิ่งใหญ่
元音 yuányīn 名 〈语〉 เสียงสระ
元月 yuányuè 名 เดือนมกราคม ; เดือนอ้าย

园（園）yuán 名 สวน
园地（園地）yuándì 名 สวน
园丁（園丁）yuándīng 名 คนสวน ; อุปมา ครู (โรงเรียนประถม)
园林（園林）yuánlín 名 อุทยาน
园艺（園藝）yuányì 名 วิชาการทำสวน
园艺师（園藝師）yuányìshī 名 ผู้ชำนาญการทำสวน
园子（園子）yuán•zi 名 สวน

员（員）yuán 名 นัก ; ผู้ ; สมาชิก
员工（員工）yuángōng 名 พนักงานและกรรมกร

原 yuán 形 ดั้งเดิม ; ดิบ

原版 yuánbǎn 名 ฉบับพิมพ์ครั้งแรก

原本 yuánběn 名 ต้นฉบับ ; ฉบับพิมพ์ครั้งแรก

原材料 yuáncáiliào 名 วัตถุดิบ

原虫 (原蟲) yuánchóng 名 ⟨动⟩ จุลินทรีย์หรือ
พยาธิที่เป็นเชื้อโรคในร่างกาย

原创 (原創) yuánchuàng 动 (ผลงานประพันธ์
ฯลฯ) แรกเริ่มแต่ง ; (งานศิลปกรรม ฯลฯ)
แรกเริ่มสร้าง

原地 yuándì 名 ที่เดิม

原定 yuándìng 形 ที่กำหนดไว้แต่เดิม

原动力 (原動力) yuándònglì 名 ⟨物⟩
แหล่งพลังงานที่ทำให้เคลื่อนที่ ; แหล่งพลัง
งานจลน์

原发性 (原發性) yuánfāxìng 名 ลักษณะที่
เกิดขึ้นมาเอง

原封 yuánfēng 形 ปิดผนึกไว้แต่เดิมโดยไม่ได้
แกะออก

原封不动 (原封不動) yuánfēng-bùdòng ⟨成⟩
รักษาไว้ดังเดิม

原稿 yuángǎo 名 ต้นฉบับเดิม

原告 yuángào 名 ⟨法⟩ โจทก์

原籍 yuánjí 名 ภูมิลำเนาเดิม

原价 (原價) yuánjià 名 ราคาเดิม

原件 yuánjiàn 名 ของเดิม ; ต้นฉบับเดิม
(ของเอกสาร หนังสือ ฯลฯ)

原来 (原來) yuánlái 形 เดิม ; ที่แท้...นั่นเอง

原理 yuánlǐ 名 หลักทั่ว ๆ ไป

原谅 (原諒) yuánliàng 动 ให้อภัย ; ยกโทษ

原料 yuánliào 名 วัตถุดิบ

原貌 yuánmào 名 โฉมหน้าเดิม

原煤 yuánméi 名 ⟨矿⟩ ถ่านหินดิบ

原棉 yuánmián 名 ⟨纺⟩ ฝ้ายดิบ

原名 yuánmíng 名 ชื่อเดิม

原木 yuánmù 名 ⟨林⟩ ไม้ซุง

原判 yuánpàn 名 ⟨法⟩ คำพิพากษาเดิม

原配 yuánpèi 名 ภรรยาหลวง

原色 yuánsè 名 ⟨物⟩ แม่สี

原审 (原審) yuánshěn 名 ⟨法⟩ การไต่สวน
และตัดสินของศาลชั้นต้น

原生质 (原生質) yuánshēngzhì 名 ⟨生物⟩
เนื้อแท้และน้ำเลี้ยงในเซลล์ ; โปรโตปลาสซึม
(protoplasm)

原始 yuánshǐ 形 ดึกดำบรรพ์ ; ดั้งเดิม

原始林 yuánshǐlín 名 ป่าดึกดำบรรพ์

原始社会 (原始社會) yuánshǐ shèhuì
สังคมบุพกาล

原委 yuánwěi 名 ต้นสายปลายเหตุ

原文 yuánwén 名 ข้อความเดิม (ซึ่งนำมาแปลหรือ
อ้างอิง)

原物 yuánwù 名 ของเดิม

原先 yuánxiān 名 เดิมที ; แต่ก่อน

原形 yuánxíng 名 รูปเดิม

原形毕露 (原形畢露) yuánxíng-bìlù ⟨成⟩
โฉมหน้าแท้จริงเผยออกมาหมด

原型 yuánxíng 名 ต้นแบบ ; ตัวแบบ

原盐 (原鹽) yuányán 名 ⟨工⟩ เกลือดิบ

原样 (原樣) yuányàng 名 รูปเดิม ; แบบเดิม

原野 yuányě 名 ทุ่ง

原意 yuányì 名 ความตั้งใจเดิม

原因 yuányīn 名 สาเหตุ ; มูลเหตุ

原由 yuányóu 名 มูลเหตุ

原油 yuányóu 名 น้ำมันดิบ

原有 yuányǒu 动 มีอยู่เดิม

原原本本 yuányuánběnběn 副 ตั้งแต่ต้นจนจบ

原则 (原則) yuánzé 名 หลักการ

原汁原味 yuánzhī-yuánwèi ⟨成⟩ (อาหาร)
รสชาติดั้งเดิม ; อุปมาว่า (ลักษณะหรือท่วงทำนอง)
คงเดิม

原职 (原職) yuánzhí 名 ตำแหน่งเดิม

原址 yuánzhǐ 名 ที่อยู่เดิม

原主 yuánzhǔ 名 เจ้าของเดิม

原著 yuánzhù 名 งานประพันธ์เดิม

原装 (原裝) yuánzhuāng 形 สินค้าที่
ประกอบเป็นชุดเรียบร้อยก่อนออกจาก
โรงงาน ; สินค้าที่มีหีบห่อในสภาพเดิม

原状（原狀）yuánzhuàng 名 สภาพเดิม
原子 yuánzǐ 名〈物〉ปรมาณู ; อะตอม (*atom*)
原子弹（原子彈）yuánzǐdàn 名〈物〉ลูกระเบิดปรมาณู
原子核 yuánzǐhé 名〈物〉ปรมาณูนิวเคลียส (*atomic nucleus*)
原子价（原子價）yuánzǐjià 名〈物〉ค่าของปรมณูวาเลนซ์
原子量 yuánzǐliàng 名〈物〉น้ำหนักปรมาณู
原子能 yuánzǐnéng 名〈物〉พลังงานปรมาณู
原作 yuánzuò 名 งานประพันธ์เดิม
圆（圓）yuán 形 กลม ; บริบูรณ์ 名 วงกลม ; เหรียญกษาปณ์ 动 ไกล่เกลี่ย
圆白菜（圓白菜）yuánbáicài 名 กะหล่ำปลี
圆场（圓場）yuánchǎng 动 ไกล่เกลี่ยให้หันหน้าเข้าหากัน
圆顶（圓頂）yuándǐng 名 หลังคาทรงกลม
圆规（圓規）yuánguī 名 วงเวียน (เครื่องเขียนวงกลม)
圆号（圓號）yuánhào 名〈乐〉แตรฝรั่งเศส
圆滑（圓滑）yuánhuá 形 กลมดิก ; กลมเป็นลูกมะนาว
圆满（圓滿）yuánmǎn 形 สำเร็จบริบูรณ์ ; เป็นที่พึงพอใจ
圆梦（圓夢）yuánmèng 动 ฝันเป็นจริง ; ทำนายฝัน
圆圈（圓圈）yuánquān 名 วงกลม
圆润（圓潤）yuánrùn 形 (เสียง) กลมกล่อมและอ่อนหวานไพเราะ ; กลมกลึง
圆熟（圓熟）yuánshú 形 คล่องแคล่วชำนาญ
圆通（圓通）yuántōng 形 รู้จักพลิกแพลง ; ไม่ถือทิฐิ
圆筒（圓筒）yuántǒng 名 กระบอกกลม
圆舞曲（圓舞曲）yuánwǔqǔ 名〈乐〉ดนตรีวอลซ์ (*waltz*)
圆心（圓心）yuánxīn 名〈数〉ศูนย์กลางของวงกลม
圆心角（圓心角）yuánxīnjiǎo 名〈数〉จุดศูนย์กลางของวงกลม
圆形（圓形）yuánxíng 名〈数〉รูปวงกลม
圆周（圓周）yuánzhōu 名〈数〉เส้นรอบวง
圆周率（圓周率）yuánzhōulǜ 名〈数〉อัตราส่วนระหว่างเส้นรอบวงกับเส้นผ่านศูนย์กลาง
圆珠笔（圓珠筆）yuánzhūbǐ 名 ปากกาลูกลื่น
圆柱（圓柱）yuánzhù 名〈数〉รูปทรงกระบอก
圆锥（圓錐）yuánzhuī 名〈数〉รูปทรงกรวย
圆桌（圓桌）yuánzhuō 名 โต๊ะกลม
鼋鱼（黿魚）yuányú 名〈动〉ตะพาบน้ำ
援兵 yuánbīng 名 ทหารกองหนุน
援建 yuánjiàn 动 ช่วยก่อสร้าง
援救 yuánjiù 动 ช่วยให้พ้นอันตราย
援军（援軍）yuánjūn 名 กองหนุน
援款 yuánkuǎn 名 เงินช่วยเหลือ ; เงินสงเคราะห์
援外 yuánwài 动 ช่วยเหลือต่างประเทศ
援引 yuányǐn 动 อ้างอิง
援用 yuányòng 动 ใช้อ้างอิง
援助 yuánzhù 动 ช่วยเหลือ
缘（緣）yuán 名 เหตุ ;มีวาสนาต่อกัน ;〈宗〉โอกาสสัมพันธ์กันอันมีมาแต่ชาติปางก่อน
缘分（緣分）yuán·fèn 名〈宗〉โอกาสสัมพันธ์กันอันมีเหตุสืบเนื่องมาแต่ชาติก่อน ; บุพเพสันนิวาส
缘故（緣故）yuángù 名 สาเหตุ
缘由（緣由）yuányóu 名 มูลเหตุ
猿 yuán 名〈动〉วานร ; เอป (*ape*)
猿猴 yuánhóu 名 วานรและลิง
猿人 yuánrén 名 มนุษย์วานร
源 yuán 名 แหล่งน้ำ
源流 yuánliú 名 ต้นน้ำกับกระแสน้ำ ; อุปมาว่าแหล่งกำเนิดและการพัฒนา
源泉 yuánquán 名 แหล่งกำเนิด
源头（源頭）yuántóu 名 ต้นกำเนิด
源于 yuányú 动 ต้นกำเนิดมาจาก
源源不断（源源不斷）yuányuán-bùduàn〈成〉อย่างไม่ขาดสาย
源远流长（源遠流長）yuányuǎn-liúcháng〈成〉ต้นกำเนิดแม่น้ำอยู่ไกลกระแสน้ำย่อมไหลยาว

辕（轅）yuán 名 คานรถม้า ; 〈旧〉 ประตูหน้าของค่ายทหาร

远（遠）yuǎn 形 ไกล

远程（遠程）yuǎnchéng 形 ระยะทางไกล

远处（遠處）yuǎnchù 名 ที่ไกล

远大（遠大）yuǎndà 形 กว้างไกล

远道（遠道）yuǎndào 名 ทางไกล

远地点（遠地點）yuǎndìdiǎn 名 〈天〉 จุดโคจรไกลสุดจากโลก ; อะโพจี (*apogee*)

远东（遠東）Yuǎndōng 名 ตะวันออกไกล

远方（遠方）yuǎnfāng 名 แดนไกล

远古（遠古）yuǎngǔ 名 ยุคดึกดำบรรพ์

远见（遠見）yuǎnjiàn 名 วิสัยทัศน์กว้างไกล ; มองการณ์ไกล

远见卓识（遠見卓識）yuǎnjiàn-zhuóshí 〈成〉 มีวิสัยทัศน์กว้างไกลและความคิดหลักแหลม

远郊（遠郊）yuǎnjiāo 名 ชานเมืองชั้นนอก

远近闻名（遠近聞名）yuǎnjìn-wénmíng 〈成〉 ชื่อดังไปทั่ว

远景（遠景）yuǎnjǐng 名 ทิวทัศน์ไกล ๆ ; กาลภายหน้า

远离（遠離）yuǎnlí 动 ห่างไกล

远路（遠路）yuǎnlù 名 ทางไกล

远亲（遠親）yuǎnqīn 名 ญาติห่าง ๆ

远视（遠視）yuǎnshì 形 สายตายาว

远眺（遠眺）yuǎntiào 动 มองไปไกล ๆ

远行（遠行）yuǎnxíng 动 เดินทางไกล

远洋（遠洋）yuǎnyáng 名 มหาสมุทรที่ไกลจากแผ่นดินใหญ่

远缘杂交（遠緣雜交）yuǎnyuán zájiāo 〈农〉 การผสมพันธุ์พืชต่างสกุล

Y

远远（遠遠）yuǎnyuǎn 形 ไกล ๆ ; ห่าง ๆ ; (จำนวนหรือปริมาณขาดหรือเกิน) มาก ; (ต่างกัน) มาก

远征（遠征）yuǎnzhēng 动 เดินทัพทางไกล

远征军（遠征軍）yuǎnzhēngjūn 名 กองทัพที่เดินทัพทางไกล

远走高飞（遠走高飛）yuǎnzǒu-gāofēi 〈成〉 หนีไปอยู่ที่ไกล ๆ

远祖（遠祖）yuǎnzǔ 名 บรรพชนที่ห่างไกล

怨 yuàn 动 โทษ ; แค้น 名 ความแค้นใจ ; ความไม่พอใจ

怨不得 yuàn•bu•de 副 〈口〉 โทษไม่ได้ ; มิน่า

怨恨 yuànhèn 动 แค้นใจ 名 ความแค้นใจ

怨气（怨氣）yuànqì 名 อารมณ์ที่แค้นเคือง ; อารมณ์ที่ไม่พอใจ

怨声载道（怨聲載道）yuànshēng-zàidào 〈成〉 เสียงบ่นไม่พอใจเกิดขึ้นทั่วทุกหัวระแหง

怨天尤人 yuàntiān-yóurén 〈成〉 โทษฟ้าโทษคน (ไม่โทษตัวเอง)

怨言 yuànyán 名 คำพูดที่แสดงความไม่พอใจ

院 yuàn 名 ลานบ้าน ; หน่วยราชการหรือสถานที่สาธารณะ ; คณะ

院落 yuànluò 名 ลานบ้าน

院墙（院墻）yuànqiáng 名 กำแพงล้อมรอบบ้าน

院士 yuànshì 名 ราชบัณฑิตแห่งสภาวิทยาศาสตร์

院长（院長）yuànzhǎng 名 ประธาน ; ผู้อำนวยการ ; คณบดี

院子 yuàn•zi 名 ลานบ้าน

愿（願）yuàn 名 ความปรารถนา ; ยอม

愿景（願景）yuànjǐng 名 ภาพอนาคตที่คาดหวังไว้

愿望（願望）yuànwàng 名 ความปรารถนา

愿意（願意）yuànyì 动 ยอม ; ปรารถนา

约（約）yuē 动 นัด

约定（約定）yuēdìng 动 นัดหมายไว้

约定俗成（約定俗成）yuēdìng-súchéng 〈成〉 (คำกำหนดเรียกและประเพณีนิยมในสังคม) ก่อรูปขึ้นโดยการยอมรับของมวลชนและการปฏิบัติเป็นเวลายาวนาน

约分（約分）yuēfēn 动 〈数〉 การลดทอนเศษส่วน ; การย่อเศษส่วน

约会（約會）yuē•huì 动 นัดพบ

约计（約計）yuējì 动 คำนวณโดยประมาณ ; กะคร่าว ๆ

约见（約見）yuējiàn 动 นัดพบ

约莫（約莫）yuē•mo 副 〈口〉 ราว ๆ ; ประมาณ

约请（約請）yuēqǐng 动 เชิญ

约束（約束）yuēshù 动 บังคับให้อยู่ในขอบเขต

约束力（約束力）yuēshùlì 名 กำลังบังคับ

约数（約數）yuēshù 名 〈数〉 ตัวหาร ; จำนวนที่กะ
ประมาณ

约谈（約談）yuētán 动 นัดเวลาพบคุยกัน

曰 yuē 动 〈书〉 กล่าว ; กล่าวว่า (ภาษาจีนโบราณ)

月 yuè 名 ดวงจันทร์ ; ดวงเดือน ; เดือน

月报（月報）yuèbào 名 วารสารรายเดือน

月饼（月餅）yuè•bing 名 ขนมไหว้พระจันทร์

月初 yuèchū 名 ต้นเดือน

月底 yuèdǐ 名 ปลายเดือน

月份 yuèfèn 名 เดือน

月光 yuèguāng 名 แสงจันทร์ ; แสงเดือน

月季 yuèjì 名 〈植〉 กุหลาบจีน

月经（月經）yuèjīng 名 〈生理〉 ระดู

月刊 yuèkān 名 นิตยสารรายเดือน

月亮 yuè•liang 名 ดวงจันทร์ ; ดวงเดือน

月末 yuèmò 名 ปลายเดือน

月偏食 yuèpiānshí 名 〈天〉 จันทรุปราคาบางส่วน

月票 yuèpiào 名 ตั๋วเดือน

月琴 yuèqín 名 〈乐〉 เครื่องดนตรีจีนประเภทดีด
รูปกลมแบนหรือแปดเหลี่ยม มีสามสายหรือสี่สาย

月球 yuèqiú 名 〈天〉 โลกดวงจันทร์

月全食 yuèquánshí 名 〈天〉 จันทรุปราคาเต็มดวง

月色 yuèsè 名 〈天〉 แสงจันทร์

月食 yuèshí 名 〈天〉 จันทรุปราคา

月台（月臺）yuètái 名 〈交〉 ชานชาลา

月息 yuèxī 名 ดอกเบี้ยรายเดือน

月薪 yuèxīn 名 เงินเดือน

月牙 yuèyá 名 ดวงจันทร์เสี้ยว

月夜 yuèyè 名 คืนที่มีแสงจันทร์

月中 yuèzhōng 名 กลางเดือน

月终（月終）yuèzhōng 名 สิ้นเดือน

月子 yuè•zi 名 เดือนแรกหลังคลอด

乐池（樂池）yuèchí 名 〈乐〉 สถานที่สำหรับ
เล่นดนตรี ; ฟลอร์เต้นรำ

乐队（樂隊）yuèduì 名 วงดนตรี

乐理（樂理）yuèlǐ 名 〈乐〉 ทฤษฎีดนตรี

乐律（樂律）yuèlǜ 名 〈乐〉 ทำนองเสียงดนตรี

乐谱（樂譜）yuèpǔ 名 โน้ตเพลง

乐器（樂器）yuèqì 名 เครื่องดนตรี

乐曲（樂曲）yuèqǔ 名 เพลง ; ดนตรี

乐师（樂師）yuèshī 名 ผู้บรรเลงดนตรี

乐团（樂團）yuètuán 名 วงดนตรี ; วงดุริยางค์

乐音（樂音）yuèyīn 名 เสียงดนตรี

乐章（樂章）yuèzhāng 名 〈乐〉 บทดนตรี ;
มูฟเมนต์ (*movement*)

岳父 yuèfù 名 พ่อตา

岳母 yuèmǔ 名 แม่ยาย

阅（閱）yuè 动 อ่าน ; ตรวจ ; ผ่าน

阅兵（閱兵）yuèbīng 动 ตรวจพล

阅兵式（閱兵式）yuèbīngshì 名 พิธีตรวจพล
สวนสนาม

阅读（閱讀）yuèdú 动 อ่าน 名 คำอ่าน

阅览（閱覽）yuèlǎn 动 อ่าน

阅览室（閱覽室）yuèlǎnshì 名 ห้องอ่านหนังสือ

阅历（閱歷）yuèlì 名 ประสบการณ์ ; ความรู้ที่
ได้มาจากประสบการณ์

悦耳 yuè'ěr 形 ไพเราะ ; น่าฟัง

悦目 yuèmù 形 งามตา ; เจริญตา

跃（躍）yuè 动 กระโดด

跃进（躍進）yuèjìn 动 ก้าวกระโดด อุปมาว่า
(เศรษฐกิจ ฯลฯ) ก้าวรุดหน้าไปอย่างรวดเร็ว

跃居（躍居）yuèjū 动 ก้าวกระโดดขึ้นมาเป็น...

跃然（躍然）yuèrán 形 ปรากฏให้เห็นแจ้งอย่างมี
ชีวิตชีวา

跃然纸上（躍然紙上）yuèrán-zhǐshàng 〈成〉
ปรากฏอยู่บนหน้ากระดาษอย่างมีชีวิตชีวา

跃跃欲试（躍躍欲試）yuèyuè-yùshì 〈成〉
ทำท่าทำทางอยากลองทำ

越 yuè 动 ข้าม 副 ยิ่ง 形 (เสียงดนตรีอารมณ์)
ฮึกห้าว

越冬 yuèdōng 动 ผ่านฤดูหนาว

越发（越發）yuèfā 副 ยิ่งขึ้น

越轨（越軌）yuèguǐ 动 นอกลู่นอกทาง

越过（越過）yuèguò 动 ข้ามผ่าน

越级（越級）yuèjí 动 ข้ามขั้น

越界 yuèjiè 动 เลยเขต

越境 yuèjìng 动 ข้ามชายแดน

越剧（越劇）yuèjù 名〈剧〉งิ้วเซ่าซิง (เมืองในมณฑลเจ้อเจียงของจีน)

越来越（越來越）yuèláiyuè 副 นับวันยิ่ง...

越权（越權）yuèquán 动 ทำการโดยเกินอำนาจที่มีอยู่

越位 yuèwèi 动〈体〉ล้ำเขต (ไม่อยู่ในตำแหน่งตามกติกาการเล่นกีฬา)

越野 yuèyě 动 ข้ามทุ่ง

越野车（越野車）yuèyěchē 名 รถเอส.ยู.วี (*SUV*) ; รถออฟโรด (*off-road vehicle*)

越野赛（越野賽）yuèyěsài 名〈体〉การแข่งขันวิ่งเร็วข้ามทุ่ง

越狱（越獄）yuèyù 动 แหกคุก

粤菜 yuècài 名 อาหารกวางตุ้ง

粤剧（粵劇）yuèjù 名〈剧〉งิ้วกวางตุ้ง

粤语（粵語）yuèyǔ 名 ภาษากวางตุ้ง

晕（暈）yūn 动 วิงเวียน

晕倒（暈倒）yūndǎo 动 สลบล้ม

晕厥（暈厥）yūnjué 动〈医〉เป็นลม

晕头转向（暈頭轉嚮）yūntóu-zhuànxiàng〈成〉เวียนหัว ; ปวดเศียรเวียนเกล้า

云 yún 动〈书〉(ภาษาจีนโบราณ) กล่าว 助 คำเสริมบอกความเน้น 名 เมฆ ; คลาวด์ (*cloud*) ; (Yún)ชื่อเรียกอีกชื่อหนึ่งของมณฑลยูนนาน

云彩（雲彩）yún·cai 名〈口〉เมฆ

云层（雲層）yúncéng 名 เมฆที่เป็นชั้นๆ

云端（雲端）yúnduān 名 ในกลีบเมฆ

云朵（雲朵）yúnduǒ 名 กลีบเมฆ

云海（雲海）yúnhǎi 名 ท้องทะเลเมฆ

云集（雲集）yúnjí 动 ชุมนุมกัน

云计算（雲計算）yúnjìsuàn 名 คลาวด์คอมพิวติง (*cloud computing*)

云量（雲量）yúnliàng 名〈气〉ความมากน้อยของเมฆ ; การมีเมฆ

云母（雲母）yúnmǔ 名〈矿〉ไมกา (*mica*)

云盘（雲盤）yúnpán 名〈信息〉อุปกรณ์การจัดเก็บข้อมูลบนคลาวด์ (*cloud storage*)

云雀（雲雀）yúnquè 名〈动〉นกกระจาบฝน

云杉（雲杉）yúnshān 名〈植〉ดรากอนสปรัซ (*dragon spruce*) (ต้นสนชนิดหนึ่ง)

云梯（雲梯）yúntī 名 บันไดชูชีพ ; บันไดปีนกำแพงเมือง (ใช้ในเวลาตีเมือง)

云天（雲天）yúntiān 名〈书〉ท้องฟ้า

云图（雲圖）yúntú 名〈气〉แผนที่เมฆ

云团（雲團）yúntuán 名〈气〉กลุ่มเมฆ

云雾（雲霧）yúnwù 名〈气〉เมฆหมอก

云霞（雲霞）yúnxiá 名 เมฆ

云烟（雲烟）yúnyān 名 เมฆหมอกและควัน

云雨（雲雨）yúnyǔ 名 เมฆกับฝน ; การร่วมประเวณี

匀 yún 形 เสมอ 动 เฉลี่ยให้เสมอ

匀称（勻稱）yún·chèn 形 ได้สัดส่วน

匀净 yún·jing 形 ใหญ่ เล็ก เข้ม อ่อน เท่ากัน

匀速 yúnsù 名 ความเร็วสม่ำเสมอ

匀整 yún·zhěng 形 (ขนาด) เท่ากันและเรียบร้อย

芸豆 yúndòu 名〈植〉ถั่วแขก

芸薹（蕓薹）yúntái 名〈植〉ผักกวางตุ้ง

芸芸众生（芸芸衆生）yúnyún-zhòngshēng〈成〉〈宗〉สรรพสิ่งที่มีชีวิต

耘 yún 动〈农〉กำจัดหญ้าในไร่นา

允 yǔn 动 อนุญาต 形 ยุติธรรม

允诺（允諾）yǔnnuò 动 รับปาก

允许（允許）yǔnxǔ 动 อนุญาต

陨落（隕落）yǔnluò 动 (ดาว) ตก

陨灭（隕滅）yǔnmiè 动 (เทห์ฟากฟ้า) ตกลงมาและพังพินาศ ; สิ้นชีพ

陨石（隕石）yǔnshí 名〈天〉หินอุกกาบาต ; หินดาวตก

陨铁（隕鐵）yǔntiě 名〈天〉เหล็กอุกกาบาต ; เหล็กดาวตก

陨星（隕星）yǔnxīng 名〈天〉ดาวตก

孕 yùn 动 ตั้งครรภ์ ;〈农〉(รวงข้าว) ก่อตัว

孕妇（孕婦）yùnfù 名 หญิงมีครรภ์

孕期 yùnqī 名 〈医〉 ระยะเวลาตั้งครรภ์

孕穗 yùnsuì 动 〈农〉 รวงข้าวกำลังก่อตัว

孕穗期 yùnsuìqī 名 〈农〉 ระยะเวลารวงข้าวกำลังก่อตัว

孕育 yùnyù 动 ฟักตัว

运（運）yùn 动 ขนย้าย 名 ชะตา

运筹（運籌）yùnchóu 动 วางแผน

运筹帷幄（運籌帷幄）yùnchóu-wéiwò 〈成〉 วางแผนการรบในแนวหลัง ; วางแผน

运筹学（運籌學）yùnchóuxué 名 วิชาว่าด้วยการวางแผน

运动（運動）yùndòng 名 การเคลื่อนไหว ; กีฬา

运动（運動）yùn·dong 动 การวิ่งเต้น (เพื่อหาลู่ทางให้บรรลุจุดประสงค์)

运动场（運動場）yùndòngchǎng 名 สนามกีฬา

运动服（運動服）yùndòngfú 名 เสื้อกีฬา

运动会（運動會）yùndònghuì 名 งานกีฬา

运动量（運動量）yùndòngliàng 名 ความมากน้อยของการออกกำลังกาย

运动员（運動員）yùndòngyuán 名 นักกีฬา

运费（運費）yùnfèi 名 ค่าขนส่ง

运河（運河）yùnhé 名 คลองขุด

运气（運氣）yùnqì 动 ขับลมปราณภายในร่างกาย (ให้ไปอยู่ส่วนใดส่วนหนึ่ง)

运气（運氣）yùn·qi 名 โชค

运输（運輸）yùnshū 动 ขนส่ง 名 การขนส่ง

运输机（運輸機）yùnshūjī 名 เครื่องบินขนส่ง

运输线（運輸綫）yùnshūxiàn 名 เส้นทางการขนส่ง

运送（運送）yùnsòng 动 ขนย้าย ; ลำเลียง

运算（運算）yùnsuàn 动 〈数〉 คำนวณ 名 การดำเนินการ (ทางคณิตศาสตร์)

运算器（運算器）yùnsuànqì 名 〈计〉 หน่วยคำนวณทางคณิตศาสตร์ (ในเครื่องคอมพิวเตอร์)

运销（運銷）yùnxiāo 动 ขนส่งสินค้าไปจำหน่าย

运行（運行）yùnxíng 动 ดำเนินงาน ; ดำเนินไปตามวิถี

运营（運營）yùnyíng 动 ดำเนินกิจการขนส่ง ; ประกอบกิจการ

运用（運用）yùnyòng 动 ใช้เป็นประโยชน์

运载（運載）yùnzài 动 บรรทุกและขนส่ง

运转（運轉）yùnzhuǎn 动 โคจร ; (เครื่องจักร) ทำงาน

运作（運作）yùnzuò 动 ดำเนินการ

晕（暈）yùn 动 วิงเวียน

晕车（暈車）yùnchē 动 เมารถ

晕船（暈船）yùnchuán 动 เมาเรือ

晕针（暈針）yùnzhēn 动 เมาเข็มฉีดยา

酝酿（醖釀）yùnniàng 动 ก่อหวอด

愠怒 yùnnù 动 〈书〉 โกรธ

愠色 yùnsè 名 〈书〉 สีหน้าโกรธ

韵 yùn 名 เสียงอันไพเราะ ; รสนิยม ; 〈语〉 เสียงสระ

韵律 yùnlǜ 名 กฎการสัมผัส (ของบทกวี)

韵母 yùnmǔ 名 〈语〉 เสียงสระภาษาจีน

韵事 yùnshì 名 งานการกวี ดนตรี หมากรุก ลายสือศิลป์จีน ภาพวาด ฯลฯ ; เรื่องโรแมนติก

韵味 yùnwèi 名 อรรถรส

韵文 yùnwén 名 ร้อยกรอง

蕴藏（蘊藏）yùncáng 动 สั่งสม

蕴涵（蘊涵）yùnhán 动 แฝงไว้

蕴藉（蘊藉）yùnjiè 形 〈书〉 (ภาษา สำนวนการเขียน อารมณ์ที่แสดงออก ฯลฯ) แฝงไว้ด้วยความหมายอันลึกซึ้ง

熨 yùn 动 รีด (ผ้า)

熨斗 yùndǒu 名 เตารีด

Z z

扎 zā 动 มัด ; รัด ; ผูก

咂 zā 动 จิบ

咂嘴 zāzuǐ 动 จุ๊ปาก

杂（雜）zá 形 ปนเป ; เบ็ดเตล็ด

杂拌儿（雜拌兒）zábànr 名 ผลไม้แห้งหรือผลไม้เชื่อมรวมมิตร ; แบบผสม

杂草（雜草）zácǎo 名 หญ้ารก

杂费（雜費）záfèi 名 ค่าเบ็ดเตล็ด

杂感（雜感）zágǎn 名 ความรู้สึกนึกคิดแบบเรื่อยเปื่อยหรือปากกาพาไป ; ปกิณกคดี

杂货（雜貨）záhuò 名 สินค้าเบ็ดเตล็ด

杂货铺（雜貨鋪）záhuòpù 名 ร้านขายของเบ็ดเตล็ด

杂记（雜記）zájì 名 บันทึกปกิณกะ

杂技（雜技）zájì 名 กายกรรม

杂交（雜交）zájiāo 动〈动〉〈植〉ผสมพันธุ์ระหว่างสัตว์หรือพืชต่างประเภทกัน

杂居（雜居）zájū 动 อยู่ปะปนกัน

杂粮（雜糧）záliáng 名 ธัญญาหารนอกจากข้าวและข้าวสาลีซึ่งเป็นอาหารหลัก

杂乱（雜亂）záluàn 形 ปนกันยุ่ง

杂乱无章（雜亂無章）záluàn-wúzhāng〈成〉ยุ่งเหยิง ; ไม่เป็นระเบียบ

杂念（雜念）zániàn 名 ความคิดที่ไม่ซื่อ

杂牌（雜牌）zápái 形 ยี่ห้อที่ผิดกฎหมาย

杂品（雜品）zápǐn 名 สินค้าเบ็ดเตล็ด

杂七杂八（雜七雜八）záqī-zábā〈成〉สับสนปนเป

杂色（雜色）zásè 名 สีคละกัน

杂食（雜食）záshí 形 (สัตว์) กินอาหารหลายประเภท (ทั้งประเภทเนื้อและประเภทพืช)

杂事（雜事）záshì 名 เรื่องจุกจิก ; เรื่องสัพเพเหระ

杂耍（雜耍）záshuǎ 名 พิพิธทัศนา (การแสดงเบ็ดเตล็ด) ; กายกรรม

杂税（雜稅）záshuì 名 ภาษีเบ็ดเตล็ด

杂谈（雜談）zátán 名 ปกิณกคดี

杂文（雜文）záwén 名 ปกิณกคดี

杂务（雜務）záwù 名 งานจิปาถะ

杂物（雜物）záwù 名 ของจิปาถะ

杂音（雜音）záyīn 名 เสียงแทรก ; เสียงรบกวน

杂志（雜志）zázhì 名 นิตยสาร ; วารสาร

杂志社（雜志社）zázhìshè 名 สำนักนิตยสาร ; สำนักวารสาร

杂质（雜質）zázhì 名 สารเจือปน (ส่วนปะปนในวัตถุ)

杂种（雜種）zázhǒng 名〈动〉〈植〉พันธุ์ผสม ;〈骂〉ลูกผสม

砸 zá 动 ทุบ ;〈方〉ล้มเหลว

砸饭碗（砸飯碗）zá fànwǎn 动 ทุบชามข้าว อุปมาว่า ตกงาน ; ตัดทางทำกิน

砸锅（砸鍋）záguō 动〈口〉ทำงานล้มเหลว

咋 zǎ 代〈方〉อย่างไร ; ทำไม

灾 zāi 名 ภัย

灾害 zāihài 名 ภัยพิบัติ

灾荒 zāihuāng 名 ทุพภิกขภัย

灾祸（灾禍）zāihuò 名 ภัย ; ภยันตราย

灾民 zāimín 名 ประชาชนผู้ประสบภัย

灾难（灾難）zāinàn 名 ภัยพิบัติ

灾难性（灾難性）zāinànxìng 名 ซึ่งทำให้เกิดความหายนะ

灾年 zāinián 名 ปีที่ประสบภัยพิบัติ

灾情 zāiqíng 名 สภาพความหายนะ

灾区（灾區）zāiqū 名 เขตประสบภัย

栽 zāi 动 ปลูก ; หกล้ม

栽倒 zāidǎo 动 ล้มลง

栽跟头（栽跟頭）zāi gēn•tou 动 หกล้ม ; ล้มเหลว

栽培 zāipéi 动 ปลูกและบำรุงเลี้ยง ; อุปถัมภ์

栽赃（栽臟）zāizāng 动 แอบซ่อนของโจรไว้เพื่อใส่ร้ายผู้อื่น

栽植 zāizhí 动 ปลูกต้นอ่อน

栽种（栽種）zāizhòng 动 ปลูก

载（載）zǎi 名 ปี 动 บันทึก

宰 zǎi 动 ฆ่า (สัตว์) ; ปกครอง 名 ขุนนาง (สมัยเก่า)

宰割 zǎigē 动 ฆ่าและเชือดเฉือน อุปมาว่า รุกรานหรือกดขี่ขูดรีด

宰杀（宰殺）zǎishā 动 ฆ่า (สัตว์)

宰相 zǎixiàng 名 อัครเสนาบดี

崽 zǎi 名 ลูก ; ลูกสัตว์

崽子 zǎi•zi 名〈骂〉ไอ้ลูกสัตว์

再 zài 副 อีก ; ค่อย

再版 zàibǎn 动 พิมพ์ครั้งที่สอง ; พิมพ์ใหม่

再次 zàicì 副 อีกครั้ง

再度 zàidù 副 อีกที

再会（再會）zàihuì 动 พบกันใหม่

再婚 zàihūn 动 แต่งงานใหม่

再嫁 zàijià 动 (หญิง) แต่งงานใหม่

再见（再見）zàijiàn 动〈套〉พบกันใหม่ ; ลาก่อน

再教育 zàijiàoyù 动 ให้การศึกษาใหม่

再接再厉（再接再厲）zàijiē-zàilì〈成〉มุมานะบากบั่นต่อไป

再三 zàisān 副 ครั้งแล้วครั้งเล่า

再生 zàishēng 动 (อวัยวะบางส่วนที่สูญสิ้นสมรรถภาพ) งอกขึ้นใหม่ ; แปลงสภาพของเสียให้มีสมรรถภาพในการใช้ใหม่ ;〈宗〉เกิดใหม่ (หลังจากตายแล้ว)

再生产（再生產）zàishēngchǎn 动〈经〉ผลิตอีก

再世 zàishì 动〈书〉เกิดใหม่อีกชาติหนึ่ง

再说（再說）zàishuō 动 ว่ากันใหม่ ; อีกประการหนึ่ง

再现（再現）zàixiàn 动 ปรากฏอีก

再造 zàizào 动 ให้กำเนิดใหม่ ; สร้างขึ้นใหม่

再则（再則）zàizé 连 อนึ่ง

再者 zàizhě 连 อนึ่ง

再植 zàizhí 动〈医〉ก่อกำเนิดขึ้นใหม่อีก

在 zài 动 อยู่

在案 zài'àn 动 บันทึกไว้ในระเบียนแล้ว

在编（在編）zàibiān 动 อยู่ในตำแหน่งประจำ

在场（在場）zàichǎng 动 อยู่ในที่เกิดเหตุ

在朝 zàicháo 动 รับตำแหน่งอยู่ในราชสำนัก

在行 zàiháng 形 เชี่ยวชาญ ; ชำนาญ

在乎 zài•hu 动 ถือสา ; แยแส

在即 zàijí 动 (เหตุการณ์) ใกล้จะเกิดขึ้นอยู่แล้ว

在家 zàijiā 动 อยู่บ้าน ;〈宗〉เป็นฆราวาส

在建 zàijiàn 动 กำลังก่อสร้างอยู่

在教 zàijiào 动〈口〉นับถือศาสนาใดศาสนาหนึ่ง

在劫难逃（在劫難逃）zàijié-nántáo〈成〉หนีไม่พ้นภยันตรายที่มีอยู่ในดวงชะตา

在理 zàilǐ 形 มีเหตุผล

在内 zàinèi 动 รวมอยู่ใน... ; รวมใน

在世 zàishì 动 อยู่ในโลกนี้

在逃 zàitáo 动〈法〉(นักโทษ) หนีรอดไป

在逃犯 zàitáofàn 名 นักโทษที่หนีรอดไปได้

在外 zàiwài 动 อยู่ข้างนอก

在望 zàiwàng 动 มองเห็นอยู่แล้ว ; (สิ่งที่ปรารถนา) ใกล้จะมาถึงแล้ว

在位 zàiwèi 动 ครองราชย์

在握 zàiwò 动 อยู่ในกำมือ

在线（在綫）zàixiàn 动〈计〉ออนไลน์ (*on line*)

在心 zàixīn 动 ใส่ใจ

在押 zàiyā 动〈法〉อยู่ในระหว่างการถูกคุมขัง

在押犯 zàiyāfàn 名 นักโทษที่ถูกคุมขังอยู่

在野 zàiyě 动 อยู่นอกราชการ ; ไม่ร่วมรัฐบาล

在野党（在野黨）zàiyědǎng 名 พรรคฝ่ายค้าน

在意 zàiyì 动 ใส่ใจ ; สนใจ

在于 zàiyú 动 อยู่ที่ ; ขึ้นอยู่กับ

在职（在職）zàizhí 动 อยู่ในตำแหน่ง

在座 zàizuò 动 นั่งอยู่ด้วย (หมายถึงร่วมงานอยู่ร่วมประชุมอยู่ ฯลฯ)

载（載）zài 动 บรรทุก ; พลาง ; เต็ม

载歌载舞（載歌載舞）zàigē-zàiwǔ〈成〉

Z

ร้องรำทำเพลง

载荷（載荷）zàihè 名〈建〉รับน้ำหนัก

载体（載體）zàitǐ 名 ตัวพาหะ

载誉（載譽）zàiyù 动 ได้รับเกียรติ

载运（載運）zàiyùn 动 บรรทุกขนส่ง

载重（載重）zàizhòng 动 รับน้ำหนัก

载重量（載重量）zàizhòngliàng 名 น้ำหนักบรรทุก

簪子 zān•zi 名 ปิ่นปักผม

咱 zán 代 เรา (สรรพนามบุรุษที่ ๑)

咱们（咱們）zán•men 代 เรา พวกเรา (สรรพนามบุรุษที่ ๑ แทนผู้พูดและผู้ฟัง) ; ฉัน ผม เรา (สรรพนามบุรุษที่ ๑ แทนผู้พูด) ; คุณ พวกคุณ (สรรพนามบุรุษที่ ๒ แทนผู้ฟัง แสดงความเป็นกันเอง)

攒（攢）zǎn 动 สะสม

暂（暫）zàn 副 ชั่วคราว

暂定（暫定）zàndìng 动 ตกลงชั่วคราว ; กำหนดเฉพาะกาล

暂缓（暫緩）zànhuǎn 动 ช้าไว้ก่อน ; เลื่อนเวลาออกก่อน

暂且（暫且）zànqiě 副 ชั่วคราว

暂缺（暫缺）zànquē 动 ขาดชั่วคราว

暂时（暫時）zànshí 形 ชั่วคราว

暂停（暫停）zàntíng 动 หยุดชั่วคราว

暂行（暫行）zànxíng 形 ใช้ชั่วคราว (เช่น กฎข้อบังคับที่ให้ใช้ชั่วคราว)

錾（鏨）zàn 动 สกัด (ตอกเจาะหรือสลักของแข็ง)

赞不绝口（贊不絕口）zànbùjuékǒu〈成〉ชมไม่ขาดปาก

赞成（贊成）zànchéng 动 เห็นด้วย

赞歌（贊歌）zàngē 名 เพลง (หรือบทกวี) สดุดี

赞美（贊美）zànměi 动 ชมเชย ; สดุดี

赞美诗（贊美詩）zànměishī 名 บทกวีสดุดี

赞赏（贊賞）zànshǎng 动 ชื่นชม

赞颂（贊頌）zànsòng 动 สรรเสริญ

赞叹（贊嘆）zàntàn 动 ชื่นชมด้วยความประหลาดใจ

赞叹不已（贊嘆不已）zàntànbùyǐ〈成〉ชมเปาะ ; ชมไม่ขาดปาก

赞同（贊同）zàntóng 动 เห็นด้วย

赞许（贊許）zànxǔ 动 ชม (เพราะเห็นว่าดี)

赞扬（贊揚）zànyáng 动 ชื่นชมส่งเสริม

赞语（贊語）zànyǔ 名 คำชมเชย

赞助（贊助）zànzhù 动 สงเคราะห์ ; อุปถัมภ์

赃（贓）zāng 名 ของโจร ; สินบน

赃官（贓官）zāngguān 名 ขุนนางทุจริต ; ข้าราชการคอรัปชัน

赃款（贓款）zāngkuǎn 名 เงินโจร ; เงินสินบน

赃物（贓物）zāngwù 名 ของโจร ; ของที่มอบให้เป็นสินบน

脏（髒）zāng 形 สกปรก

脏话（髒話）zānghuà 名 คำพูดหยาบคาย

脏水（髒水）zāngshuǐ 名 น้ำสกปรก ; น้ำครำ

脏字（髒字）zāngzì 名 คำหยาบคาย

脏器（臟器）zàngqì 名〈医〉อวัยวะภายในช่องท้อง

葬 zàng 动 ฝังศพ

葬礼（葬禮）zànglǐ 名 พิธีฝังศพ (หรือเผาศพ ฯลฯ)

葬身 zàngshēn 动 ฝังศพ (ส่วนมากจะใช้ในกรณีอุปมาอุปไมย)

葬送 zàngsòng 动 ทำให้สูญสิ้นไป

藏传佛教（藏傳佛教）Zàngchuán-Fójiào〈宗〉พระพุทธศาสนานิกายทิเบต

藏红花（藏紅花）zànghónghuā 名〈植〉หญ้าฝรั่น ;〈药〉ดอกฝรั่น (สมุนไพร)

藏经阁（藏經閣）zàngjīnggé 名〈宗〉หอคัมภีร์พระไตรปิฎก

藏蓝（藏藍）zànglán 形 สีน้ำเงินอมแดงนิด ๆ

藏青 zàngqīng 形 สีน้ำเงินอมดำ

藏文 Zàngwén 名 ภาษาทิเบต ; อักษรทิเบต

藏语（藏語）Zàngyǔ 名 ภาษาทิเบต

遭 zāo 动 ประสบ 量 ครั้ง ; รอบ

遭非议（遭非議）zāo fēiyì ถูกครหา

遭劫 zāojié 动 ประสบภัยพิบัติ ; ถูกปล้น

遭难（遭難）zāonàn 动 ประสบภยันตราย

遭受 zāoshòu 动 ประสบ (เคราะห์ร้าย ฯลฯ)

遭殃 zāoyāng 动 ประสบความหายนะ

遭遇 zāoyù 动 ประสบเคราะห์กรรม 名 เคราะห์กรรมที่ประสบ

遭灾 zāozāi 动 ประสบภัย

遭罪 zāozuì 动 ถูกทรมาน

糟 zāo 形 แย่ ; ผุ (หรือเน่า) 名 กากที่เหลือจากการกลั่นเหล้า

糟糕 zāogāo 形 〈口〉 แย่

糟蹋 zāo•tà 动 ทำให้สิ้นเปลือง ; ย่ำยี

糟心 zāoxīn 形 ว้าวุ่น (เพราะสถานการณ์เลวลง)

凿（鑿）záo 名 สิ่ว 动 เจาะ

凿子（鑿子）záo•zi 名 สิ่ว

早 zǎo 名 เช้า 形 ก่อน

早安 zǎo'ān 动 อรุณสวัสดิ์

早班 zǎobān 名 ผลัดเช้า

早餐 zǎocān 名 อาหารเช้า

早操 zǎocāo 名 กายบริหารในยามเช้า

早茶 zǎochá 名 อาหารและน้ำชาตอนเช้า

早产（早産）zǎochǎn 动 〈医〉 คลอดก่อนกำหนด

早产儿（早産兒）zǎochǎn'ér 名 ทารกที่คลอดก่อนกำหนด

早车（早車）zǎochē 名 รถประจำทางตอนเช้า

早晨 zǎo•chen 名 ตอนเช้า ; รุ่งอรุณ

早春 zǎochūn 名 ต้นฤดูใบไม้ผลิ

早稻 zǎodào 名 〈农〉 ข้าวนาแรก

早点（早點）zǎodiǎn 名 อาหารว่างมื้อเช้า

早饭（早飯）zǎofàn 名 อาหารเช้า

早婚 zǎohūn 动 แต่งงานก่อนวัย

早就 zǎojiù 副 ...นานแล้ว

早恋（早戀）zǎoliàn 动 มีความรักก่อนวัย

早年 zǎonián 名 หลายปีก่อน

早期 zǎoqī 名 ระยะเวลาช่วงแรก

早起 zǎoqǐ 动 ตื่นแต่เช้าตรู่

早秋 zǎoqiū 名 ต้นฤดูใบไม้ร่วง

早日 zǎorì 副 ในเร็ววัน

早上 zǎo•shang 名 ตอนเช้า

早市 zǎoshì 名 ตลาดเช้า

早逝 zǎoshì 动 ถึงแก่กรรมก่อนวัยอันควร (ก่อนจะถึงวัยชรา)

早熟 zǎoshú 形 (เด็ก) โตก่อนวัย ; สุกงอมเร็ว

早衰 zǎoshuāi 形 แก่เกินวัย

早霜 zǎoshuāng 名 〈气〉 น้ำค้างแข็งที่ตกก่อนฤดูกาล

早退 zǎotuì 动 เลิกงานก่อนเวลา ; เลิกเรียนก่อนเวลา

早晚 zǎowǎn 名 เช้าเย็น 副 ช้าเร็ว

早先 zǎoxiān 名 แต่ก่อน

早育 zǎoyù 动 มีท้องก่อนวัย

早早 zǎozǎo 副 〈口〉 รีบ ; ล่วงหน้า ; ก่อน

枣（棗）zǎo 名 〈植〉 พุทราจีน

枣红（棗紅）zǎohóng 形 สีแดงเหมือนพุทราจีน

澡盆 zǎopén 名 อ่างอาบน้ำ (แบบเก่า)

澡堂 zǎotáng 名 สถานที่อาบน้ำสาธารณะ

藻 zǎo 名 〈植〉 สาหร่าย

藻类（藻類）zǎolèi 名 〈植〉 พืชประเภทสาหร่าย

皂白 zàobái 名 ขาวและดำ ; อุปมา ความถูกและความผิด

皂化 zàohuà 动〈化〉การทำเป็นสบู่

皂荚（皂莢）zàojiá 名 〈植〉 ต้นฮันนีโลคัสต์จีน (*Chinese honey locust*)

皂片 zàopiàn 名 สบู่ชนิดเป็นแผ่น

灶（竈）zào 名 เตา (ที่ก่อด้วยอิฐ ดินปั้น โลหะ ฯลฯ)

灶具（竈具）zàojù 名 เครื่องครัว

灶台（竈臺）zàotái 名 โต๊ะทำกับข้าวข้าง ๆ เตา

造 zào 动 สร้าง ; ผลิต ; ทำ ; ไป 名 ความสำเร็จ

造册 zàocè 动 จัดทำสมุดลงทะเบียน

造成 zàochéng 动 ยังผลให้... ; ทำให้กลายเป็น...

造反 zàofǎn 动 ก่อกบฏ ; แข็งข้อ

造访（造訪）zàofǎng 动 〈书〉 ไปเยี่ยม

造福 zàofú 动 สร้างความผาสุก

造化 zàohuà 名 〈书〉 ธรรมชาติ ; ผู้สร้างสิ่งธรรมชาติ

造化 zào•hua 名 บุญ ; วาสนา

造假 zàojiǎ 动 ปลอมแปลง ; แกล้งทำ

造价（造價）zàojià 名 ค่าก่อสร้าง ; ค่าผลิต

造就 zàojiù 动 สร้างขึ้น 名 ความสำเร็จ

造句 zàojù 动 ผูกประโยค ; แต่งประโยค

造林 zàolín 动 ปลูกป่า

Z

造孽 zàoniè 动〈宗〉ก่อเวรก่อกรรม

造物主 zàowùzhǔ 名〈宗〉พระผู้เป็นเจ้าที่สร้างโลก

造型 zàoxíng 动 สร้างแบบ (หรือหุ่นจำลอง) 名 ตัวแบบ (หรือหุ่นจำลอง)

造血 zàoxuè 动〈生理〉สร้างโลหิต

造谣（造謠）zàoyáo 动 สร้างข่าว ; กุข่าว

造诣（造詣）zàoyì 名 ความสำเร็จในวิชาความรู้

造影 zàoyǐng 动〈医〉บันทึกภาพรังสี

造纸术（造紙術）zàozhǐshù 名 เทคนิคการผลิตกระดาษ

造字 zàozì 动 สร้างอักษร

造作 zàozuò 动 สร้าง ; ผลิต

造作 zào·zuo 形 เสแสร้งทำ

噪 zào 动〈书〉(นกหรือแมลง) ร้อง

噪声（噪聲）zàoshēng 名 เสียงรบกวน ; เสียงดังอึกทึก

噪音 zàoyīn 名 เสียงรบกวน ; เสียงดังอึกทึก

燥 zào 形 แห้ง

燥热（燥熱）zàorè 形 ร้อนผะผ่าว

躁 zào 形 ใจร้อน

躁动（躁動）zàodòng 动 กระสับกระส่าย ; ร้อนรน

则（則）zé 名 มาตรฐาน ; กฎเกณฑ์ 连〈书〉ก็

责（責）zé 动 ตำหนิ 名 หน้าที่

责备（責備）zébèi 动 ตำหนิติเตียน

责成（責成）zéchéng 动 มอบหมายหน้าที่

责罚（責罰）zéfá 动 ลงโทษ

责怪（責怪）zéguài 动 ต่อว่าต่อขาน

责令（責令）zélìng 动 สั่งการ

责骂（責罵）zémà 动 ด่าว่า

责难（責難）zénàn 动 กล่าวโทษ

责任（責任）zérèn 名 หน้าที่

责问（責問）zéwèn 动 ไถ่ถามในลักษณะตำหนิ

责无旁贷（責無旁貸）zéwúpángdài〈成〉เป็นภาระหน้าที่ของตนซึ่งไม่อาจจะโยนให้ผู้อื่นได้

择（擇）zé 动 เลือก

择偶（擇偶）zé'ǒu 动 เลือกคู่

择业（擇業）zéyè 动 เลือกอาชีพ

择优（擇優）zéyōu 动 เลือกที่ดีเด่น

咋舌 zéshé 动〈书〉ตกตะลึงหรือหวาดกลัวเสียจนพูดไม่ออก

啧啧（嘖嘖）zézé 拟声 เสียงจุ๊ปากหรือชมเปาะ

仄 zè 形 แคบ ; ใจไม่สงบ 名〈语〉เสียงวรรณยุกต์สามเสียงในภาษาจีนโบราณ นอกจากเสียงสามัญ

贼（賊）zéi 名 ขโมย 形 จิตใจต่ำทราม

贼心（賊心）zéixīn 名 จิตใจที่ชั่วร้าย

贼星（賊星）zéixīng 名 ดาวตก

贼子（賊子）zéizǐ 名〈书〉คนเลวผู้เป็นภัยต่อบ้านเมืองและทำความชั่วร้ายต่อประชาชน

怎 zěn 代〈口〉ทำไม ; เพราะอะไร

怎地 zěn·di 代〈方〉ทำไม

怎的 zěn·di 代〈方〉ทำไม

怎么（怎麽）zěn·me 代 ไฉน ; อย่างไร

怎么办（怎麽辦）zěn·mebàn ทำอย่างไร ; ทำยังไง

怎么样（怎麽樣）zěn·meyàng 代 อย่างไร ; เป็นยังไง ; (ใช้ในรูปปฏิเสธ 不怎么样) ไม่ค่อยดี

怎么着（怎麽着）zěn·me·zhe 代 อย่างไร ; ว่ายังไง ; ทำอย่างไร

怎奈 zěnnài 连 แต่ทำอย่างไรได้

怎样（怎樣）zěnyàng 代 เป็นอย่างไร ; ยังไง

曾孙（曾孫）zēngsūn 名 เหลน

曾祖父 zēngzǔfù 名 ปู่ทวด

曾祖母 zēngzǔmǔ 名 ย่าทวด

增 zēng 动 เพิ่ม ; ทวี

增白剂（增白劑）zēngbáijì 名 น้ำยาทวีความขาว

增兵 zēngbīng 动 เพิ่มกำลังทหาร

增拨（增撥）zēngbō 动 จัดสรรเพิ่ม

增补（增補）zēngbǔ 动 เสริมส่วนที่ขาด (มักจะใช้กับเนื้อหา จำนวนคน ฯลฯ)

增产（增産）zēngchǎn 动 เพิ่มปริมาณการผลิต

增大 zēngdà 动 ขยายขนาดให้ใหญ่ขึ้น ; เสริมให้แข็งแกร่ง

增订（增訂）zēngdìng 动 สั่งจองเพิ่ม ; รับ (หนังสือพิมพ์ ฯลฯ) เพิ่ม

增多 zēngduō 动 เพิ่มมากขึ้น

增幅 zēngfú 名 ความมากน้อยที่เพิ่ม

增高 zēnggāo 动 เพิ่มความสูง

增光 zēngguāng 动 เทิดเกียรติ ; เสริมสร้างเกียรติคุณ

增辉（增輝）zēnghuī 动 เทิดเกียรติ ; เสริมสร้างเกียรติคุณ

增加 zēngjiā 动 เพิ่ม

增减 zēngjiǎn 动 เพิ่มหรือลด

增建 zēngjiàn 动 สร้างมากขึ้น ; ก่อสร้างเพิ่ม

增进（增進）zēngjìn 动 เพิ่มพูนและส่งเสริม

增刊 zēngkān 名 (หนังสือพิมพ์ นิตยสาร) ฉบับพิเศษ

增量 zēngliàng 名〈数〉จำนวนที่เพิ่ม

增强 zēngqiáng 动 เสริมให้แข็งแกร่ง ; เพิ่ม

增色 zēngsè 动 เพิ่มสีสัน ; เทิดเกียรติ

增删 zēngshān 动 เพิ่มและตัด (ข้อความ)

增生 zēngshēng 动〈医〉งอกขยาย

增收 zēngshōu 动 (การเก็บเกี่ยว) ได้ผลเพิ่มมากขึ้น ; เพิ่มรายได้

增添 zēngtiān 动 เพิ่ม ; บวก ; เติม

增温 zēngwēn 动 เพิ่มความร้อน

增选（增選）zēngxuǎn 动 เพิ่มจำนวนคัดเลือก

增益 zēngyì 动 เพิ่มกำไร

增援 zēngyuán 动 เสริมกำลังหนุนช่วย

增长（增長）zēngzhǎng 动 (ตัวเลข จำนวน) เพิ่มทวี

增长率（增長率）zēngzhǎnglǜ 名 อัตราการเพิ่ม

增值 zēngzhí 动〈经〉เพิ่มมูลค่า

憎 zēng 动 เกลียด ; ชิงชัง

憎恨 zēnghèn 动 เกลียดชัง ; เคียดแค้น

憎恶（憎惡）zēngwù 动 เกลียดชัง

罾 zēng 名〈方〉กั้นซู่ (เครื่องมือจับปลาชนิดหนึ่ง)

锃亮（鋥亮）zèngliàng 形〈口〉เป็นมันขลับ ; วาว

赠（贈）zèng 动 มอบให้

赠礼（贈禮）zènglǐ 动 มอบของขวัญให้ 名 ของขวัญ

赠品（贈品）zèngpǐn 名 ของที่มอบให้ ; ของขวัญ

赠送（贈送）zèngsòng 动 มอบให้

赠言（贈言）zèngyán 名 คำพูดให้กำลังใจ (ก่อนจากกัน)

赠与（贈與）zèngyǔ 动 มอบให้แก่

赠阅（贈閱）zèngyuè 动 อภินันทนาการ (หนังสือ นิตยสาร ฯลฯ)

甑 zèng 名 ภาชนะใช้นึ่งอาหารในสมัยโบราณ ;〈化〉หลอดแก้วสำหรับกลั่น

扎 zhā 动 แทง ; มุด

扎根 zhāgēn 动 ฝังราก

扎猛子 zhā měng·zi〈方〉ดำน้ำ

扎实（扎實）zhā·shi 形 แน่น ; เอาจริงเอาจัง ; มั่นคง

扎心 zhāxīn 动 เชือดเฉือนหัวใจ

扎眼 zhāyǎn 形 แสลงตา ; แสบตา ; สะดุดตา

扎营（扎營）zhāyíng 动 ตั้งค่าย

扎针（扎針）zhāzhēn 动 ฝังเข็ม ; ฉีดยา

咋呼 zhā·hu 动〈方〉โวยวาย

喳 zhā 拟声 (คำเลียนเสียงที่เป็นเสียงนกร้อง) จิ๊บ ๆ

渣 zhā 名 กาก ; เศษ

渣子 zhā·zi 名〈口〉เศษ

渣滓 zhā·zǐ 名 กาก ; กากเดน

札记（札記）zhájì 名 บันทึกการอ่าน

轧（軋）zhá 动 รีด (เหล็กกล้า)

轧钢（軋鋼）zhágāng 动 รีดเหล็กกล้า

轧机（軋機）zhájī 名〈冶〉เครื่องรีดเหล็กกล้า

轧制（軋製）zházhì 动〈冶〉รีด (เหล็กกล้า)

闸（閘）zhá 名 ประตูน้ำ ; สวิตช์ (ไฟฟ้า)

闸门（閘門）zhámén 名 ประตูน้ำ ;〈机〉ลิ้นบังคับการไหลของของเหลว

炸 zhá 动 ทอด

铡（鍘）zhá 动 ตัด (ด้วยมีดตัดหญ้า) 名 มีดตัดหญ้า

铡刀（鍘刀）zhádāo 名 มีดตัดหญ้า

眨 zhǎ 动 กะพริบ (ตา)

眨巴 zhǎ·ba 动〈方〉กะพริบ (ตา)

眨眼 zhǎyǎn 动 กะพริบตา ; (เวลาสั้น) ชั่วพริบตา

砟 zhǎ 名 ก้อนหินหรือก้อนถ่านหินเล็ก ๆ

乍 zhà 副 เริ่มแรก ; ฉับพลัน

Z

诈（詐）zhà 动 โกง
诈骗（詐騙）zhàpiàn 动 หลอกลวง ; ต้มตุ๋น
诈尸（詐尸）zhàshī 动 ศพลุกขึ้นก่อนบรรจุเข้าโลงศพ ; โวยวายจนทำให้ตกใจ
诈降（詐降）zhàxiáng 动 แสร้งทำเป็นยอมจำนน
栅栏（柵欄）zhà·lan 名 รั้วลูกกรง
炸 zhà 动 ระเบิด
炸弹（炸彈）zhàdàn 名 ลูกระเบิด
炸雷 zhàléi 名〈方〉ฟ้าร้อง (หรือฟ้าผ่า) ที่ดังเปรี้ยง
炸药（炸藥）zhàyào 名 ดินระเบิด
炸药包（炸藥包）zhàyàobāo 名 ห่อดินระเบิด
痄腮 zhà·sai 名〈医〉คางทูม
蚱蜢 zhàměng 名〈动〉ตั๊กแตน
榨 zhà 动 คั้น ; สกัด
榨取 zhàqǔ 动 บีบคั้นเอา ; ขูดรีด
榨油机（榨油機）zhàyóujī 名 เครื่องสกัดน้ำมัน
斋（齋）zhāi 名 เจ ; มังสวิรัติ ; เรือน
斋戒（齋戒）zhāijiè 动 ถือศีลกินเจ
斋月（齋月）zhāiyuè 名〈宗〉เดือนถือศีลอด (ของศาสนาอิสลาม)
摘 zhāi 动 เด็ด ; ถอด (หมวกออก) ; คัดเลือก
摘抄 zhāichāo 动 คัดข้อความบางตอน
摘除 zhāichú 动 ตัดออก
摘登 zhāidēng 动 คัดเลือกลง (หนังสือพิมพ์หรือนิตยสาร ฯลฯ)
摘记（摘記）zhāijì 动 บันทึกข้อความบางส่วน
摘录（摘録）zhāilù 动 บันทึกข้อความบางส่วน
摘要 zhāiyào 动 ย่อใจความสำคัญ 名 ใจความสำคัญ (ที่ได้คัดเลือก)
摘译（摘譯）zhāiyì 动 ย่อใจความสำคัญและแปล
摘引 zhāiyǐn 动 ย่อใจความสำคัญเพื่ออ้างอิง
宅 zhái 名 บ้าน
宅院 zháiyuàn 名 บ้านเดี่ยวที่มีลานบ้าน ; ลานบ้าน
宅子 zhái·zi 名〈口〉บ้านเดี่ยว
择（擇）zhái 动 คัดเลือก
窄 zhǎi 形 แคบ
窄脚裤（窄脚褲）zhǎijiǎokù 名 กางเกงจีบข้อเท้า
窄小 zhǎixiǎo 形 คับแคบ
债（債）zhài 名 หนี้
债户（債户）zhàihù 名 ลูกหนี้
债款（債款）zhàikuǎn 名 หนี้สิน
债权（債權）zhàiquán 名〈法〉สิทธิเรียกร้องให้ชำระหนี้
债权国（債權國）zhàiquánguó 名 ประเทศเจ้าหนี้
债券（債券）zhàiquàn 名 พันธบัตร
债务（債務）zhàiwù 名 พันธะชำระหนี้ ; หนี้
债务国（債務國）zhàiwùguó 名 ประเทศลูกหนี้
债务人（債務人）zhàiwùrén 名〈法〉ลูกหนี้
债主（債主）zhàizhǔ 名 เจ้าหนี้
寨 zhài 名 ค่าย ; หมู่บ้านที่มีรั้วกั้น
寨子 zhài·zi 名 หมู่บ้านที่มีรั้วกั้น
占 zhān 动 เสี่ยงทาย
占卜 zhānbǔ 动 เสี่ยงทาย
占梦（占夢）zhānmèng 动 ทำนายฝัน
沾 zhān 动 เปียก ; เปื้อน ; แตะ
沾边（沾邊）zhānbiān 动 แตะนิดหน่อย ; 形 ใกล้จะเข้าท่า
沾光 zhānguāng 动 อาศัยบารมี
沾染 zhānrǎn 动 ติด (สิ่งที่ไม่ดี)
沾手 zhānshǒu 动 แตะถูกมือ ; อุปมา ร่วมทำ (เรื่องบางเรื่อง) ด้วย
沾沾自喜 zhānzhān-zìxǐ〈成〉กระหยิ่มยิ้มย่อง
毡（氈）zhān 名 สักหลาดชนิดหยาบ
毡帽（氈帽）zhānmào 名 หมวกสักหลาดชนิดหยาบ
毡子（氈子）zhān·zi 名 สักหลาดชนิดหยาบ
粘 zhān 动 เหนียวติด
粘连（粘連）zhānlián 动 เกาะติดกัน
粘贴（粘貼）zhāntiē 动 ติดด้วยกาว
谵语（譫語）zhānyǔ 名〈书〉คำพูดเพ้อเจ้อ
瞻前顾后（瞻前顧後）zhānqián-gùhòu〈成〉ห่วงหน้าพะวงหลัง
瞻望 zhānwàng 动 ทอดสายตามอง
瞻仰 zhānyǎng 动 มองด้วยความเคารพ
斩（斬）zhǎn 动 ตัด
斩草除根（斬草除根）zhǎncǎo-chúgēn〈成〉ขุดรากถอนโคน

斩钉截铁（斬釘截鐵）zhǎndīng-jiétiě ‹成› ตัดตะปูและตัดเหล็ก อุปมาว่า (พูดหรือทำ) อย่างเด็ดขาด
斩首（斬首）zhǎnshǒu 动 ตัดศีรษะ
盏（盞）zhǎn 量 ลักษณะนามของหลอดไฟและตะเกียง 名 ถ้วยเล็ก
展 zhǎn 动 คลายออก ; แสดง
展出 zhǎnchū 动 นำออกแสดง ; โชว์ (*show*)
展开（展開）zhǎnkāi 动 คลายออก ; กางออก
展览（展覽）zhǎnlǎn 动 นิทรรศการ
展览馆（展覽館）zhǎnlǎnguǎn 名 หอนิทรรศการ
展览会（展覽會）zhǎnlǎnhuì 名 งานนิทรรศการ
展品 zhǎnpǐn 名 สิ่งของวางแสดง
展示 zhǎnshì 动 แสดงให้เห็น
展厅（展廳）zhǎntīng 名 ห้องแสดงนิทรรศการ
展望 zhǎnwàng 动 ทอดสายตามอง ; มอง
展现（展現）zhǎnxiàn 动 ปรากฏให้เห็น
展销（展銷）zhǎnxiāo 动 แสดงและจำหน่าย
展销会（展銷會）zhǎnxiāohuì 名 งานแสดงและจำหน่ายสินค้า
崭新（嶄新）zhǎnxīn 形 ใหม่เอี่ยม
搌 zhǎn 动 ซับน้ำ
搌布 zhǎn·bù 名 ผ้าเช็ดถ้วยชาม ; ผ้าเช็ดโต๊ะ
辗转（輾轉）zhǎnzhuǎn 动 พลิกตัวไปมา ; ผ่านหลายต่อหลายทอด
占 zhàn 动 ยึด ; อยู่ในฐานะ...
占据（占據）zhànjù 动 ยึดครอง
占领（占領）zhànlǐng 动 ยึดครอง
占先 zhànxiān 动 นำหน้า ; ได้อันดับแรก ๆ
占线（占綫）zhànxiàn 动 (โทรศัพท์) สายไม่ว่าง
占用 zhànyòng 动 ยึดใช้
占有 zhànyǒu 动 ยึดครอง ; อยู่ใน (ฐานะที่...) ; มีไว้ในมือ
栈（棧）zhàn 名 รั้วคอก ; คลังสินค้า ; โรงเตี๊ยม
战（戰）zhàn 动 รบ 名 การรบ 形 สั่น
战败（戰敗）zhànbài 动 ปราชัย ; รบแพ้
战报（戰報）zhànbào 名 รายงานผลการรบ
战备（戰備）zhànbèi 名 การเตรียมรบ
战场（戰場）zhànchǎng 名 สนามรบ
战车（戰車）zhànchē 名 รถศึก
战船（戰船）zhànchuán 名 เรือรบ
战刀（戰刀）zhàndāo 名 ดาบทหาร
战地（戰地）zhàndì 名 สนามรบ
战抖（戰抖）zhàndǒu 动 สั่นเทา
战斗（戰鬥）zhàndòu 动 สู้รบ ; ต่อสู้
战斗机（戰鬥機）zhàndòujī 名 เครื่องบินรบ
战斗力（戰鬥力）zhàndòulì 名 กำลังรบ
战斗员（戰鬥員）zhàndòuyuán 名 พลรบ
战犯（戰犯）zhànfàn 名 อาชญากรสงคราม
战俘（戰俘）zhànfú 名 เชลยศึก
战歌（戰歌）zhàngē 名 เพลงรบ
战功（戰功）zhàngōng 名 ความดีความชอบในการรบ
战果（戰果）zhànguǒ 名 ผลการรบ
战壕（戰壕）zhànháo 名 สนามเพลาะ
战后（戰後）zhànhòu 名 หลังสงคราม
战火（戰火）zhànhuǒ 名 ไฟสงคราม
战祸（戰禍）zhànhuò 名 ภัยสงคราม
战机（戰機）zhànjī 名 เครื่องบินรบ
战绩（戰績）zhànjì 名 ผลงานในการรบ
战舰（戰艦）zhànjiàn 名 เรือรบ
战局（戰局）zhànjú 名 สถานการณ์สงคราม
战况（戰況）zhànkuàng 名 สภาพการรบ
战例（戰例）zhànlì 名 ตัวอย่างการรบ ; ตัวอย่างการสงคราม
战栗（戰栗）zhànlì 动 สั่นเทา
战乱（戰亂）zhànluàn 名 ความวุ่นวายในระหว่างสงคราม
战略（戰略）zhànlüè 名 ยุทธศาสตร์
战马（戰馬）zhànmǎ 名 ม้าศึก
战旗（戰旗）zhànqí 名 ธงรบ
战前（戰前）zhànqián 名 ก่อนรบ ; ก่อนสงคราม
战区（戰區）zhànqū 名 เขตรบ ; เขตสงคราม
战胜（戰勝）zhànshèng 动 รบชนะ ; เอาชนะ
战时（戰時）zhànshí 名 ยามรบ ; ยามสงคราม
战士（戰士）zhànshì 名 นักรบ

Z

战事（戰事）zhànshì 名 ยุทธนาการ ; เรื่องการรบ ; เรื่องการสงคราม
战术（戰術）zhànshù 名 ยุทธวิธี
战线（戰綫）zhànxiàn 名 แนวรบ
战役（戰役）zhànyì 名 ยุทธการ
战友（戰友）zhànyǒu 名 เพื่อนนักรบ
战战兢兢（戰戰兢兢）zhànzhànjīngjīng 形 ตัวสั่นงันงก ; ระมัดระวังเป็นอย่างยิ่ง
战争（戰爭）zhànzhēng 名 สงคราม
站 zhàn 动 ยืน ; หยุดเดิน 名 สถานี
站岗（站崗）zhàngǎng 动 ยืนยาม
站立 zhànlì 动 ยืน
站台（站臺）zhàntái 名 〈交〉 ชานชาลา
站台票（站臺票）zhàntáipiào 名 〈交〉 ตั๋วชานชาลา
站住 zhànzhù 动 หยุดการเคลื่อนที่ ; ยืนมั่น ; ยืนได้ ; อยู่ต่อไป ; (หลักฐาน) ยืนยันได้ ; (เหตุผล) ยึดถือได้
站住脚 zhànzhùjiǎo หยุดเดิน ; ตั้งตัว (อยู่ในที่ใดที่หนึ่ง) ได้ ; มีเหตุผลสนับสนุน
绽（綻）zhàn 动 แตก ; ปริ
绽放（綻放）zhànfàng 动 (ดอกไม้) บาน
绽开（綻開）zhànkāi 动 แตก ; ปริ
湛蓝（湛藍）zhànlán 形 สีคราม (ของท้องฟ้าหรือน้ำทะเล ฯลฯ)
蘸 zhàn 动 จุ่ม ; จิ้ม
张（張）zhāng 动 กาง ; อ้า ; แผ่ 量 แผ่น
张大（張大）zhāngdà 动 ขยายใหญ่ ; คุยโต
张灯结彩（張燈結彩）zhāngdēng-jiécǎi 〈成〉 ประดับประดาด้วยโคมไฟและแพรหลากสี (เพื่อสร้างบรรยากาศในช่วงเทศกาลหรือมีเรื่องราวน่ายินดี)
张挂（張挂）zhāngguà 动 กางแขวน
张皇（張皇）zhānghuáng 动 〈书〉 ตกตะลึง
张皇失措（張皇失措）zhānghuáng-shīcuò 〈成〉 ตกตะลึงพรึงเพริด
张口结舌（張口結舌）zhāngkǒu-jiéshé 〈成〉 อ้าปากค้าง (พูดไม่ออก)
张力（張力）zhānglì 名 〈物〉 แรงดึง ; ความตึง
张罗（張羅）zhāng·luo 动 จัด ; จัดหา
张目（張目）zhāngmù 动 เบิกตากว้าง ; ถือท้าย
张贴（張貼）zhāngtiē 动 ติด ; ปิด
张望（張望）zhāngwàng 动 มอง
张牙舞爪（張牙舞爪）zhāngyá-wǔzhǎo 〈成〉 แยกเขี้ยวยิงฟัน
张扬（張揚）zhāngyáng 动 แพร่งพราย ; กระพือข่าว
张嘴（張嘴）zhāngzuǐ 动 อ้าปาก ; เอ่ยปาก
章 zhāng 名 บท ; ตรา ; ระเบียบ
章程 zhāngchéng 名 ระเบียบการ
章程 zhāng·cheng 名 〈方〉 วิธีการ
章法 zhāngfǎ 名 โครงสร้างของบทประพันธ์ ; ระเบียบการทำงาน
章节（章節）zhāngjié 名 บทและตอน
章鱼（章魚）zhāngyú 名 〈动〉 ปลาหมึกสาย (*octopus*)
獐子 zhāng·zi 名 〈动〉 กวางชะมด
樟脑（樟腦）zhāngnǎo 名 〈化〉 การบูร
樟树（樟樹）zhāngshù 名 〈植〉 ต้นการบูร
蟑螂 zhāngláng 名 〈动〉 แมลงสาบ
长（長）zhǎng 动 เติบโต 形 อาวุโส
长辈（長輩）zhǎngbèi 名 ผู้อาวุโส ; ผู้ใหญ่
长大（長大）zhǎngdà 动 โตขึ้น ; เติบโต
长官（長官）zhǎngguān 名 ข้าราชการชั้นผู้ใหญ่
长进（長進）zhǎngjìn 动 ก้าวหน้า (ในด้านวิชาความรู้)
长老（長老）zhǎnglǎo 名 ผู้สูงอายุ ; พระคุณเจ้า
长女（長女）zhǎngnǚ 名 ลูกสาวคนโต
长势（長勢）zhǎngshì 名 〈植〉 สภาพการเติบโต (ของต้นพืช)
长相（長相）zhǎngxiàng 名 รูปโฉม ; หน้าตา
长者（長者）zhǎngzhě 名 ผู้มีอาวุโสและอายุสูงกว่า ; ผู้อาวุโสที่ทรงคุณธรรม
长子（長子）zhǎngzǐ 名 ลูกชายคนโต
涨（漲）zhǎng 动 (น้ำ ราคา ฯลฯ) ขึ้น
涨潮（漲潮）zhǎngcháo 动 น้ำขึ้น
涨价（漲價）zhǎngjià 动 ขึ้นราคา

Z

掌 zhǎng 名 ฝ่า (มือ เท้า) 动 คุม
掌舵 zhǎngduò 动 <航> ถือท้ายเรือ
掌故 zhǎnggù 名 เกร็ดประวัติ ; เกร็ดเบาสมอง
掌管 zhǎngguǎn 动 ควบคุมดูแล
掌权（掌權）zhǎngquán 动 กุมอำนาจ
掌声（掌聲）zhǎngshēng 名 เสียงปรบมือ
掌握 zhǎngwò 动 คุม ; รู้ซึ้งและใช้เป็น
掌心 zhǎngxīn 名 อุ้งมือ
丈 zhàng 量 ตึ๋ง (มาตราวัดความยาวของจีน เท่ากับ ๓.๓๓ เมตร)
丈夫 zhàngfū 名 ผู้ชายที่เติบโตขึ้นเป็นผู้ใหญ่แล้ว
丈夫 zhàng•fu 名 สามี
丈量 zhàngliáng 动 วัด (ที่ดิน)
丈母娘 zhàng•muniáng 名 แม่ยาย
丈人 zhàng•ren 名 พ่อตา
仗 zhàng 名 การรบ ; อาวุธ 动 อาศัย ; ถือ
仗势（仗勢）zhàngshì 动 อาศัยอิทธิพล
仗义疏财（仗義疏財）zhàngyì-shūcái <成> อุดหนุนจุนเจือผู้อื่นด้วยทรัพสินย์เงินทองเพราะยึดมั่นในคุณธรรม
仗义执言（仗義執言）zhàngyì-zhíyán <成> พูดเพื่อความเป็นธรรม
杖 zhàng 名 ไม้เท้า
帐篷（帳篷）zhàng•peng 名 กระโจม ; เต็นท์ (*tent*)
帐子（帳子）zhàng•zi 名 มุ้ง ; ม่าน
账（賬）zhàng 名 บัญชี
账本（賬本）zhàngběn 名 สมุดบัญชี
账簿（賬簿）zhàngbù 名 สมุดบัญชี
账册（賬冊）zhàngcè 名 สมุดบัญชี
账单（賬單）zhàngdān 名 ใบเสร็จรับเงิน ; บิล (*bill*)
账号（賬號）zhànghào 名 เลขที่บัญชี
账户（賬户）zhànghù 名 ประเภทบัญชี ; บัญชี
账面（賬面）zhàngmiàn 名 รายการบัญชีที่ปรากฏในสมุด (ซึ่งคู่กับจำนวนสินค้าหรือสิ่งของที่มีจริง)
账目（賬目）zhàngmù 名 รายการบัญชี
胀（脹）zhàng 形 ขยายตัว ; อืด
涨（漲）zhàng 动 พองตัว
障碍（障礙）zhàng'ài 名 อุปสรรค ; เครื่องกีดขวาง
障碍物（障礙物）zhàng'àiwù 名 เครื่องกีดขวาง
瘴气（瘴氣）zhàngqì 名 อากาศซึ่งเป็นพิษร้ายกาจในป่าแถบร้อน
招 zhāo 动 กวัก (มือ) ; ประกาศรับสมัคร ; นำมาซึ่ง (สิ่งไม่ดี) ; ทำให้...
招标（招標）zhāobiāo 动 เปิดการประมูล
招兵 zhāobīng 动 รับสมัครการเป็นทหาร
招兵买马（招兵買馬）zhāobīng-mǎimǎ <成> รวบรวมกำลังทหาร (หรือกำลังคน)
招待 zhāodài 动 ต้อนรับ ; รับรอง
招待会（招待會）zhāodàihuì 名 งานเลี้ยงรับรอง
招待所 zhāodàisuǒ 名 บ้านรับรองของหน่วยงานราชการหรือองค์การ
招风（招風）zhāofēng 动 เด่นจนเป็นภัยแก่ตัว
招工 zhāogōng 动 รับสมัครงาน
招供 zhāogòng 动 ให้การ ; สารภาพ
招呼 zhāo•hu 动 ทักทาย ; เรียก
招魂 zhāohún 动 เรียกวิญญาณ
招集 zhāojí 动 ประกาศให้มารวมกัน
招架 zhāojià 动 รับมือ
招考 zhāokǎo 动 รับสมัครสอบคัดเลือก
招徕（招徠）zhāolái 动 ชักชวน (ลูกค้า)
招揽（招攬）zhāolǎn 动 ชักชวน (ลูกค้า)
招领（招領）zhāolǐng 动 ประกาศให้มารับ (สิ่งที่ตกหาย) คืน
招募 zhāomù 动 ประกาศรับสมัคร
招牌 zhāo•pai 名 ป้ายร้านค้า
招聘 zhāopìn 动 ประกาศรับสมัครงาน
招惹 zhāorě 动 (คำพูด การกระทำ ฯลฯ) ก่อให้เกิด (เรื่องมิดีมิร้ายหรือความยุ่งยาก ฯลฯ)
招认（招認）zhāorèn 动 (นักโทษหรือผู้ต้องหา) รับสารภาพ
招生 zhāoshēng 动 รับสมัครนักเรียน (นักศึกษา) ใหม่
招收 zhāoshōu 动 รับ (นักเรียน ผู้ฝึกงาน ฯลฯ)
招手 zhāoshǒu 动 โบกมือ
招数（招數）zhāoshù 名 กระบวนท่าในวิชาวิทยายุทธ์ ; อุปมา วิธีการหรือแผนการ

招贴画（招貼畫）zhāotiēhuà 名 ภาพโฆษณา

招摇 zhāoyáo 动 โฆษณาโอ้อวด

招摇过市（招摇過市）zhāoyáo-guòshì 〈成〉 เดินกรีดกรายทอดแขนไปตามถนนเพื่อดึงดูดความสนใจจากผู้อื่น

招引 zhāoyǐn 动 ล่อใจ

招展 zhāozhǎn 动 โบกพลิ้ว

招致 zhāozhì 动 ก่อให้เกิด (ผลเสีย)

昭然 zhāorán 形 ประจักษ์แจ้ง

昭示 zhāoshì 动 ประกาศให้ประจักษ์แจ้ง

昭雪 zhāoxuě 动 ชำระล้างมลทินที่ถูกใส่ความ

昭彰 zhāozhāng 形 โจ่งแจ้ง

昭著 zhāozhù 形 เด่นชัด

着 zhāo 名 วิธี 动 〈方〉 โอเค (*OK*)

着儿（着兒）zhāor 名 วิธี

着数（着數）zhāoshù 名 จังหวะการเดินหมาก ; กระบวนท่าในวิชาวิทยายุทธ์ ; อุปมา วิธีการหรือแผนการ

朝晖（朝暉）zhāohuī 名 แสงแดดยามเช้า

朝令夕改 zhāolìng-xīgǎi 〈成〉 เช้าสั่งเย็นแก้

朝露 zhāolù 名 〈书〉 น้ำค้างยามเช้า

朝暮 zhāomù 名 〈书〉 เช้าเย็น

朝暮课诵（朝暮課誦）zhāomù-kèsòng 〈宗〉 กิจวัตรที่ควรทำ แบ่งเป็นวัตรเช้า วัตรเย็น

朝气（朝氣）zhāoqì 名 ความคึกคักกระปรี้กระเปร่า

朝气蓬勃（朝氣蓬勃）zhāoqì-péngbó 〈成〉 คึกคักกระปรี้กระเปร่า

朝三暮四 zhāosān-mùsì 〈成〉 เปลี่ยนใจเก่ง

朝思暮想 zhāosī-mùxiǎng 〈成〉 คิดถึงทุกเมื่อเชื่อวัน

朝夕 zhāoxī 名 เช้าเย็น

朝夕相处（朝夕相處）zhāoxī-xiāngchǔ 〈成〉 อยู่ใกล้ชิดกันทุกวัน

朝霞 zhāoxiá 名 แสงเงินแสงทอง

朝阳（朝陽）zhāoyáng 名 อรุโณทัย

着 zháo 动 สัมผัส ; ถูก (ลม อากาศเย็น ฯลฯ) เข้า ; ติด (ไฟ)

着边（着邊）zháobiān 动 〈口〉 เกี่ยวข้อง

着慌 zháohuāng 形 ร้อนรน ; ตื่นตกใจ

着火 zháohuǒ 动 ไฟไหม้

着急 zháojí 形 ร้อนใจ ;กังวล

着凉 zháoliáng 动 อากาศเย็นเข้าไปในร่างกายจนไม่สบาย

着忙 zháománg 形 รีบร้อน

着迷 zháomí 动 ติด ; หลง

着魔 zháomó 动 ลุ่มหลงในทางผิด

爪 zhǎo 名 เล็บ (สัตว์) ; กรงเล็บ

爪牙 zhǎoyá 名 เขี้ยวเล็บ ; ลูกสมุน

找 zhǎo 动 หา ; ทอน (เงิน)

找碴儿（找碴兒）zhǎochár 动 หาเรื่อง

找出 zhǎochū 动 ค้นเจอ ; ค้นพบ ; หาเจอ

找到 zhǎodào 动 หาพบ ; หาเจอ

找麻烦（找麻煩）zhǎo má•fan 〈惯〉 หาเหาใส่หัว ; หาเรื่องเดือดร้อน

找钱（找錢）zhǎoqián 动 ทอนเงิน

找事 zhǎoshì 动 หางาน ; หาเรื่อง

找头（找頭）zhǎo•tou 名〈口〉 เงินทอน

找寻（找尋）zhǎoxún 动 หา

沼气（沼氣）zhǎoqì 名 แก๊สชีวภาพ

沼泽（沼澤）zhǎozé 名 หนองน้ำ

召 zhào 动 เรียก

召唤 zhàohuàn 动 เรียกร้อง (ส่วนมากจะใช้ในทางนามธรรม)

召集 zhàojí 动 เรียกให้มาชุมนุม

召见（召見）zhàojiàn 动 เรียกให้เข้าพบ

召开（召開）zhàokāi 动 เรียกประชุม

兆 zhào 名 ลาง ; นิมิต 数 ล้าน ; ล้านล้าน

兆赫 zhàohè 量 〈电〉 เมกะเฮิรตซ์ (*megahertz*)

兆头（兆頭）zhào•tou 名 ลาง ; นิมิต

兆瓦 zhàowǎ 量 〈电〉 เมกะโวลต์ (*megawatt*)

兆周 zhàozhōu 量 〈无〉 เมกะไซเคิล (*megacycle*)

诏书（詔書）zhàoshū 名 พระราชโองการ

照 zhào 动 ส่อง 介 ตาม

照搬 zhàobān 动 รับเอามาทั้งดุ้น

照办（照辦）zhàobàn 动 ทำตาม

照本宣科 zhàoběn-xuānkē 〈成〉

ประกาศตามที่เขียนไว้อย่างตายตัว
照常 zhàocháng 动 ตามปรกติ
照抄 zhàochāo 动 คัดลอกตาม (ข้อความ)
照发（照發）zhàofā 动 ส่ง (โทรเลข เอกสาร ฯลฯ) ตามนี้
照顾（照顧）zhàogù 动 ดูแล ; พิจารณาถึง ; อุดหนุน ; ช่วยเป็นพิเศษ
照管 zhàoguǎn 动 ดูแล
照会（照會）zhàohuì 动 มอบบันทึก (ทางการทูต) 名 บันทึก (ทางการทูต)
照旧（照舊）zhàojiù 动 ตามเดิม
照看 zhàokàn 动 ดูแล
照例 zhàolì 副 ตามธรรมเนียม ; ตามปรกติ
照亮 zhàoliàng 动 ส่องสว่าง
照料 zhàoliào 动 ดูแล
照面 zhàomiàn 动 สวนหน้ากัน ; ปรากฏตัว
照明 zhàomíng 动 (ใช้แสงไฟ) ส่องสว่าง
照明弹（照明彈）zhàomíngdàn 名 ลูกระเบิดเรืองแสง
照排机（照排機）zhàopáijī 名 〈印〉 เครื่องเรียงพิมพ์ด้วยวิธีถ่ายภาพ
照片 zhàopiàn 名 รูปถ่าย
照射 zhàoshè 动 ส่อง (แสง) ; ฉาย (แสง)
照实（照實）zhàoshí 副 ตามความจริง
照说（照說）zhàoshuō 副 ว่ากันตามความจริง
照相馆（照相館）zhàoxiàngguǎn 名 ร้านถ่ายรูป
照相机（照相機）zhàoxiàngjī 名 กล้องถ่ายรูป
照相纸（照相紙）zhàoxiàngzhǐ 名 กระดาษอัดและขยายรูป
照样（照樣）zhàoyàng 副 เหมือนเดิม ; เช่นเคย 动 ตามแบบ
照妖镜（照妖鏡）zhàoyāojìng 名 กระจกส่องปีศาจให้ปรากฏร่างเดิม
照耀 zhàoyào 动 ส่องแสงสว่างจ้า
照应（照應）zhàoyìng 动 (บทความ ฯลฯ) หัวท้ายสอดคล้องกันดี
照应（照應）zhào·ying 动 ดูแล

罩 zhào 动 คลุม 名 สิ่งที่ใช้ครอบคลุม
罩子 zhào·zi 名 สิ่งที่ใช้ครอบคลุม

肇事 zhàoshì 动 ก่อเหตุ
肇事者 zhàoshìzhě 名 ผู้ก่อเหตุ

折 zhē 动 พลิก ; เทกลับไปกลับมา (ระหว่างภาชนะสองใบ)
折腾（折騰）zhē·teng 动 พลิกไปพลิกมา ; ทำกลับไปกลับมา ; ทำกันวุ่น

蜇 zhē 动 (ผึ้ง ต่อ ฯลฯ) ต่อย

遮 zhē 动 บัง
遮蔽 zhēbì 动 บดบัง
遮挡（遮擋）zhēdǎng 动 ปิดกั้น
遮盖（遮蓋）zhēgài 动 ปกคลุม
遮羞布 zhēxiūbù 名 ผ้าปิดส่วนล่างของร่างกาย ; สิ่งปกปิดความอัปยศอดสู
遮掩 zhēyǎn 动 บดบัง ; อำพราง (ข้อบกพร่องความผิด ฯลฯ)
遮阳（遮陽）zhēyáng 动 บังแดด
遮阴（遮陰）zhēyīn 动 บังแดด

折 zhé 动 หัก ; ย้อนกลับ ; เลื่อมใส ; คิดค่าเทียบ ; หักเปอร์เซ็นต์ ; สูญเสีย 形 คดเคี้ยว
折半 zhébàn 动 ลดครึ่งหนึ่ง
折尺 zhéchǐ 名 ไม้บรรทัดพับ
折叠 zhédié 动 พับ
折断（折斷）zhéduàn 动 หักขาด
折返 zhéfǎn 动 ย้อนกลับ
折服 zhéfú 动 ยอมแพ้ ; เลื่อมใส
折光 zhéguāng 名 แสงหักเห
折合 zhéhé 动 คิด (เทียบ) เป็น...
折回 zhéhuí 动 ย้อนกลับ
折价（折價）zhéjià 动 คิดสิ่งของเป็นเงิน
折旧（折舊）zhéjiù 动 หักค่าเสื่อม
折扣 zhékòu 名 ลดเปอร์เซ็นต์
折磨 zhé·mó 动 ทรมาน
折射 zhéshè 动 〈物〉 (แสง เสียง) สะท้อนหักเห
折线（折綫）zhéxiàn 名 〈数〉 เส้นพับ
折腰 zhéyāo 动〈书〉 โค้งคำนับ ; จำใจรับใช้
折纸（折紙）zhézhǐ 动 พับกระดาษ 名 กระดาษพับ
折账（折賬）zhézhàng 动 ชดใช้หนี้สินด้วยสิ่งของ

Z

折中 zhézhōng 动 ประนีประนอม
折罪 zhézuì 动 ชดใช้ความผิด
哲理 zhélǐ 名 หลักปรัชญา
哲人 zhérén 名〈书〉 ปราชญ์
哲学（哲學）zhéxué 名 ปรัชญา
哲学家（哲學家）zhéxuéjiā 名 นักปรัชญา
蛰伏（蟄伏）zhéfú 动 (สัตว์) จำศีลในฤดูหนาว
蛰居（蟄居）zhéjū 动〈书〉 เก็บเนื้อเก็บตัว
辙（轍）zhé 名 รอยล้อรถ ; ทางแก้ปัญหา
者 zhě 助〈后缀〉 ผู้ (คำประกอบคำกริยาหรือคำวิเศษณ์ให้เป็นนาม)
赭石色 zhěshísè 名 สีน้ำตาลอมแดง
褶 zhě 名 จีบ (ของเสื้อผ้าหรือผ้าม่าน ฯลฯ) ; รอยยับ
褶子 zhě•zi 名 จีบ (ของเสื้อผ้าหรือผ้าม่าน ฯลฯ) ; รอยยับ
这边（這邊）zhèbiān 代 ทางนี้ ; ที่นี่
这个（這個）zhè•ge 代 อันนี้ ; นี้
这会儿（這會兒）zhèhuìr 代 เวลานี้ ; เดี๋ยวนี้
这就是说（這就是説）zhèjiùshìshuō นี่หมายความว่า ; นี่แสดงว่า
这里（這裏）zhè•lǐ 代 ที่นี่
这么（這麽）zhè•me 代 อย่างนี้ ; เช่นนี้
这么些（這麽些）zhè•mexiē 代 เหล่านี้
这儿（這兒）zhèr 代 ที่นี่
这时候（這時候）zhèshí•hou 名 เวลานี้ ; ขณะนี้
这些（這些）zhèxiē 代 เหล่านี้
这样（這樣）zhèyàng 代 อย่างนี้ ; เช่นนี้
这样一来（這樣一來）zhèyàngyīlái เมื่อเป็นเช่นนี้แล้ว
柘树（柘樹）zhèshù 名〈植〉 ต้นบริสเติลคิวดราเนีย (*three-bristle cudrania*)
蔗糖 zhètáng 名 น้ำตาลอ้อย
蔗田 zhètián 名 ไร่อ้อย
鹧鸪（鷓鴣）zhègū 名〈动〉 นกกระทาจีน
着 zhe 助 (กำลัง)...อยู่
这（這）zhèi 代 นี่ ; นี้
贞（貞）zhēn 形 จงรักภักดี ; ซื่อสัตย์
贞操（貞操）zhēncāo 名 คุณธรรมอันมีความจงรักภักดี ; คุณธรรมของสตรีซึ่งรักษาพรหมจารีหรือไม่แต่งงานใหม่
贞节（貞節）zhēnjié 名 ความจงรักภักดี ; คุณธรรมของสตรีซึ่งรักษาพรหมจารีหรือไม่แต่งงานใหม่
贞洁（貞潔）zhēnjié 形 (สตรี) บริสุทธิ์ไร้ราคี
贞烈（貞烈）zhēnliè 形 การยอมพลีชีพเพื่อรักษาความบริสุทธิ์ไร้ราคี (มักใช้กับสตรี)
针（針）zhēn 名 เข็ม ; สิ่งที่มีลักษณะคล้ายกับเข็ม
针鼻儿（針鼻兒）zhēnbír 名 รูเข็ม
针砭（針砭）zhēnbiān 动 รักษาโรคด้วยการฝังเข็ม ; (ปริยายหมายถึง) ชี้ให้เห็นความผิดเพื่อจะได้แก้ไขปรับปรุง
针刺麻醉（針刺麻醉）zhēncì-mázuì 动〈医〉 ฝังเข็มแทนยาชา
针对（針對）zhēnduì 动 เจาะจง ; สำหรับ
针锋相对（針鋒相對）zhēnfēng-xiāngduì〈成〉 ตาต่อตาฟันต่อฟัน
针工（針工）zhēngōng 名 ฝีมือเย็บปัก
针管（針管）zhēnguǎn 名 หลอดฉีดยา
针剂（針劑）zhēnjì 名〈药〉 ยาฉีด
针灸（針灸）zhēnjiǔ 名〈医〉 ฝังเข็มและรมยา
针头（針頭）zhēntóu 名 เข็มฉีดยา
针线（針綫）zhēn•xiàn 名 เข็มกับด้าย ; การเย็บปักถักร้อย
针眼（針眼）zhēnyǎn 名 รูเข็ม ; รูเล็ก ๆ ที่ถูกเข็มเจาะทะลุ
针眼（針眼）zhēn•yǎn 名〈医〉 กุ้งยิง
针叶树（針葉樹）zhēnyèshù 名〈植〉 ต้นไม้ใบเข็ม (เช่น ต้นสนต้นไป๋ ฯลฯ)
针织品（針織品）zhēnzhīpǐn 名〈纺〉 สิ่งทอประเภทถัก
针黹（針黹）zhēnzhǐ 名〈书〉 เข็มกับด้าย ; การเย็บปักถักร้อย
侦查（偵查）zhēnchá 动〈法〉 สืบสวน
侦察（偵察）zhēnchá 动〈军〉 สอดแนม
侦察机（偵察機）zhēnchájī 名〈军〉 เครื่องบินสอดแนม

侦察员（偵察員）zhēncháyuán 名〈军〉ผู้สอดแนม
侦缉（偵緝）zhēnjī 动 สืบสวนและจับกุม
侦探（偵探）zhēntàn 动 สืบ 名 นักสืบ
侦听（偵聽）zhēntīng 动〈军〉ดักฟัง
珍爱（珍愛）zhēn'ài 动 รักทะนุถนอม
珍宝（珍寶）zhēnbǎo 名 เพชรนิลจินดา ; ของล้ำค่า
珍本 zhēnběn 名 หนังสือล้ำค่า
珍藏 zhēncáng 动 เก็บรักษาอย่างทะนุถนอม
珍贵（珍貴）zhēnguì 形 ล้ำค่า
珍品 zhēnpǐn 名 ของล้ำค่า
珍奇 zhēnqí 形 ล้ำค่าและหายาก
珍视（珍視）zhēnshì 动 ให้ความสำคัญและทะนุถนอม
珍闻（珍聞）zhēnwén 名 เกร็ดความรู้ที่มีค่า
珍惜 zhēnxī 动 รักษาและทะนุถนอม
珍稀 zhēnxī 形 ล้ำค่าและหายาก
珍重 zhēnzhòng 动 รักษาอย่างดี ; รักษา (สุขภาพ)
珍珠 zhēnzhū 名 ไข่มุก
帧（幀）zhēn 量 (ลักษณนามของภาพวาดหรือรูปถ่าย) ภาพ ; รูป 名〈书〉ภาพวาด
胗 zhēn 名〈动〉กึ๋น (ไก่ เป็ด ฯลฯ)
真 zhēn 形 จริง ; แท้ ; ชัด 副 จริง ๆ
真才实学（真才實學）zhēncái-shíxué〈成〉ความรู้ความสามารถที่แท้จริง
真诚（真誠）zhēnchéng 形 จริงใจ
真的 zhēnde 形 จริง 名 ของจริง 副 จริง ๆ
真谛（真諦）zhēndì 名 สัจธรรม ; ความหมายที่แท้จริง
真鲷（真鯛）zhēndiāo 名〈动〉ปลาพอร์กี้แท้ ; ปลาพอจิแดง (*pagrosomus major*) ; ชื่อปลาชนิดหนึ่งมีสีแดง
真分数（真分數）zhēnfēnshù 名〈数〉เศษส่วนที่มีเศษน้อยกว่าส่วน
真迹 zhēnjì 名 ลายมือแท้จริงของนักพู่กันหรือจิตรกร
真假 zhēnjiǎ 名 จริงหรือปลอม
真菌 zhēnjūn 名 เห็ดรา
真空 zhēnkōng 名 สูญญากาศ
真理 zhēnlǐ 名 สัจธรรม
真皮 zhēnpí 名〈生理〉หนังแท้ที่อยู่ใต้หนังกำพร้า ; หนังสัตว์แท้ (ซึ่งไม่ใช่หนังเทียม)
真切 zhēnqiè 形 ชัดเจน ; แน่ชัด
真情 zhēnqíng 名 สภาพความเป็นจริง ; น้ำใสใจจริง
真确（真確）zhēnquè 形 แน่ชัด
真人真事 zhēnrén-zhēnshì คนจริงเรื่องจริง
真实（真實）zhēnshí 形 จริง ; แท้จริง
真实性（真實性）zhēnshíxìng 名 ความเป็นจริง
真是 zhēn•shi〈惯〉ช่างเหลือเกินจริง ๆ (แสดงอารมณ์ไม่พอใจหรือการขอโทษ)
真是的 zhēnshìde〈惯〉มันน่าจริง ๆ ; ช่างกระเลยจริง ๆ (แสดงอารมณ์ไม่พอใจหรือกล่าวโทษ)
真率 zhēnshuài 形 ใจซื่อ ; บริสุทธิ์
真丝（真絲）zhēnsī 名 ผ้าไหมแท้
真髓 zhēnsuǐ 名 แก่นแท้
真相 zhēnxiàng 名 ความจริง
真相毕露（真相畢露）zhēnxiàng-bìlù〈成〉ในที่สุด ข้อเท็จจริงย่อมจะปรากฏให้เห็น
真心 zhēnxīn 名 ความจริงใจ
真心实意（真心實意）zhēnxīn-shíyì〈成〉น้ำใสใจจริง
真正 zhēnzhèng 形 แท้จริง 副 แท้ ๆ
真知 zhēnzhī 名 ความรู้แท้จริง
真知灼见（真知灼見）zhēnzhī-zhuójiàn〈成〉ความรู้ความคิดเห็นที่ถูกต้องถ่องแท้
真挚（真摯）zhēnzhì 形 จริงใจ
真珠 zhēnzhū 名 ไข่มุก
真主 Zhēnzhǔ 名〈宗〉พระอัลลาห์ (*Allah*) (หรือพระอัลเลาะห์)
桢（楨）zhēn 名 ไม้แข็งชนิดหนึ่ง ; เสาหลักที่ตั้งไว้สองข้างเวลาก่อกำแพง
砧 zhēn 名 ทั่ง ; เขียง
砧板 zhēnbǎn 名 เขียง
砧骨 zhēngǔ 名〈生理〉กระดูกหูท่อนกลาง
砧木 zhēnmù 名〈农〉ต้นตอในการทาบกิ่ง
砧子 zhēn•zi 名〈口〉ทั่ง ; เขียง

祯（禎）zhēn 形〈书〉มงคล
斟 zhēn 动 ริน
斟酌 zhēnzhuó 动 พินิจพิเคราะห์
甄 zhēn 动〈书〉จำแนกแยกแยะ
甄拔 zhēnbá 动 คัดเลือก (บุคลากร)
甄别 zhēnbié 动 จำแนกแยกแยะ
甄选（甄選）zhēnxuǎn 动 เลือกสรร
榛 zhēn 名〈植〉เฮเซล (*hazel*) (ต้นไม้ชนิดหนึ่งจำพวก corylus ให้ผลไม้เปลือกแข็งที่ทานได้)
榛子 zhēn·zi 名〈植〉เฮเซลนัต (*hazelnut*) (ผลไม้เปลือกแข็งชนิดหนึ่ง)
箴 zhēn 动〈书〉ตักเตือน 名 วรรณกรรมสอนใจ
箴言 zhēnyán 名〈书〉คติสอนใจ ; สุภาษิต
臻 zhēn 动〈书〉บรรลุถึง
诊断（診斷）zhěnduàn 动〈医〉ตรวจและวินิจฉัยโรค
诊断书（診斷書）zhěnduànshū 名〈医〉ใบตรวจโรค
诊费（診費）zhěnfèi 名〈医〉ค่าตรวจโรค
诊疗（診療）zhěnliáo 动〈医〉ตรวจและรักษาโรค
诊室（診室）zhěnshì 名 ห้องตรวจโรค
诊所（診所）zhěnsuǒ 名 สถานพยาบาล ; คลินิก (*clinic*)
诊治（診治）zhěnzhì 动 ตรวจและรักษาโรค
枕 zhěn 名 หมอน
枕骨 zhěngǔ 名〈生理〉กระดูกท้ายทอย
枕巾 zhěnjīn 名 ผ้าคลุมหมอน
枕木 zhěnmù 名 ไม้หมอน (ของรางรถไฟ)
枕头（枕頭）zhěn·tou 名 หมอน
疹 zhěn 名〈医〉ผื่นบนผิวหนัง
疹子 zhěn·zi 名〈口〉ไข้หัด
缜密（縝密）zhěnmì 形 ละเอียดรอบคอบ
阵（陣）zhèn 名 ขบวนรบ 量 ช่วงเวลา
阵地（陣地）zhèndì 名 ฐานที่มั่น
阵风（陣風）zhènfēng 名 ลมที่พัดเป็นพัก ๆ
阵脚（陣脚）zhènjiǎo 名 แนวหน้า ; สถานการณ์
阵容（陣容）zhènróng 名 โฉมหน้าของขบวนรบ
阵势（陣勢）zhèn·shì 名 ท่าขบวนรบ ; สถานการณ์
阵痛（陣痛）zhèntòng 名〈医〉การปวดท้องเป็นพัก ๆ ก่อนคลอด
阵亡（陣亡）zhènwáng 动 พลีชีพในสนามรบ
阵线（陣綫）zhènxiàn 名 แนวรบ
阵营（陣營）zhènyíng 名 ค่าย (ของกลุ่มบุคคลซึ่งจัดขึ้นเพื่อการต่อสู้ร่วมกัน)
阵雨（陣雨）zhènyǔ 名 ฝนไล่ช้าง ; ฝนซู่
阵子（陣子）zhèn·zi 量〈方〉ช่วงระยะเวลา ; (ลักษณนาม) พัก ; ช่วง
鸩毒（鴆毒）zhèndú 名〈书〉เหล้าพิษ
振 zhèn 动 สะบัด ; กระเดื้อง
振臂 zhènbì 动 ชูแขน
振荡（振蕩）zhèndàng 动〈物〉สั่น ; แกว่งไกว
振荡器（振蕩器）zhèndàngqì 名〈物〉เครื่องมือที่ทำให้มีการแกว่งหรือสั่น
振捣器（振搗器）zhèndǎoqì 名〈建〉เครื่องสั่น ; เครื่องกวน
振动（振動）zhèndòng 动〈物〉สั่น
振奋（振奮）zhènfèn 形 คึกคัก ; กระปรี้กระเปร่า
振幅 zhènfú 名〈物〉แอมพลิจูด (*amplitude*)
振兴（振興）zhènxīng 动 ส่งเสริมให้เจริญรุ่งเรือง ; พัฒนาให้เจริญก้าวหน้า
振作 zhènzuò 动 กระตุ้นให้มีกำลังใจ ; ปลุกเร้าใจ ; 形 กระปรี้กระเปร่า
赈济（賑濟）zhènjì 动 สงเคราะห์ (เงิน เสื้อผ้า อาหาร ฯลฯ)
赈款（賑款）zhènkuǎn 名 เงินสงเคราะห์
赈灾（賑灾）zhènzāi 动 สงเคราะห์ผู้ประสบภัย
震 zhèn 动 สะเทือน ; อารมณ์เสีย
震颤（震顫）zhènchàn 动 สั่นสะเทือน
震荡（震蕩）zhèndàng 动 สั่นไหว
震动（震動）zhèndòng 动 สั่นสะเทือน
震撼 zhènhàn 动 หวั่นไหว ; เขย่า
震级（震級）zhènjí 名〈地质〉ริกเตอร์ (มาตราบอกความรุนแรงของแผ่นดินไหว)
震惊（震驚）zhènjīng 动 ทำให้ตื่นตระหนกตกใจ ;

形 ตื่นตระหนกตกใจ

震怒 zhènnù 动 เดือดดาลเป็นฟืนเป็นไฟ

震情 zhènqíng 名 สภาวการณ์แผ่นดินไหว

震区（震區）zhènqū 名 เขตแผ่นดินไหว

震慑（震懾）zhènshè 动 ทำให้หวาดหวั่น

震源 zhènyuán 名〈地质〉ศูนย์กลางการเกิด
แผ่นดินไหว

震中 zhènzhōng 名〈地质〉จุดเหนือศูนย์เกิด
แผ่นดินไหว

镇（鎮）zhèn 动 ระงับ ; ปราบ ; สงบ

镇定（鎮定）zhèndìng 形 สงบอารมณ์

镇静（鎮静）zhènjìng 形 อารมณ์สงบ ; ทำให้
อารมณ์สงบ

镇静剂（鎮静劑）zhènjìngjì 名〈医〉ยาระงับ

镇流器（鎮流器）zhènliúqì 名〈电〉บัลลาสต์
(ballast)

镇守（鎮守）zhènshǒu 动 ตั้งมั่นป้องกันรักษา

镇痛（鎮痛）zhèntòng 动〈医〉ระงับปวด ; บรรเทา
ปวด

镇压（鎮壓）zhènyā 动 ปราบ

镇长（鎮長）zhènzhǎng 名 กำนัน

镇子（鎮子）zhèn•zi 名 ตำบล (เมืองเล็ก ๆ
ซึ่งขึ้นต่ออำเภอ)

正月 zhēngyuè 名 เดือนแรกตามปฏิทิน
จันทรคติจีน

争 zhēng 动 ชิง ; เถียง

争霸 zhēngbà 动 ชิงอำนาจความเป็นเจ้า

争辩（争辯）zhēngbiàn 动 ถกเถียง

争吵 zhēngchǎo 动 ทะเลาะวิวาท

争持 zhēngchí 动 โต้เถียงอย่างไม่
ลดราวาศอก

争斗（争鬥）zhēngdòu 动 ต่อสู้

争端 zhēngduān 名 ข้อพิพาท

争夺（争奪）zhēngduó 动 แย่งชิง

争分夺秒（争分奪秒）zhēngfēn-duómiǎo〈成〉
แข่งขันกับเวลาทุกวินาที ; รีบเร่งเพื่อให้ทันเวลา

争光 zhēngguāng 动 สร้างเกียรติยศ

争论（争論）zhēnglùn 动 ถกเถียง ; โต้แย้ง

争气（争氣）zhēngqì 动
พยายามเพื่อให้ได้รับความเจริญก้าวหน้า
โดยไม่ยอมล้าหลังใคร

争抢（争搶）zhēngqiǎng 动 แย่ง

争取 zhēngqǔ 动 ช่วงชิง

争权夺利（争權奪利）zhēngquán-duólì〈成〉
แก่งแย่งอำนาจและผลประโยชน์

争胜（争勝）zhēngshèng 动 ชิงชัย

争先 zhēngxiān 动 ชิงนำหน้า

争先恐后（争先恐後）zhēngxiān-kǒnghòu
〈成〉แย่งกันนำหน้ากลัวจะล้าหลัง

争相 zhēngxiāng 副 แย่งกัน (ทำ)

争艳（争艷）zhēngyàn 动 ประชันความงาม

争议（争議）zhēngyì 动 โต้เถียง ; พิพาท

争执（争執）zhēngzhí 动 ต่างยึดมั่นในทัศนคติ
ของตนในการโต้แย้งกัน

征 zhēng 动 ยกทัพ ; เกณฑ์ (ทหาร) ; เรียกเก็บ

征兵（徵兵）zhēngbīng 动 เกณฑ์ทหาร

征程 zhēngchéng 名 ระยะทางไกลที่ต้องเดินไป

征地（徵地）zhēngdì 动 เวนคืนที่ดิน

征订（徵訂）zhēngdìng 动 ประกาศชักชวนให้รับ
(หนังสือพิมพ์ นิตยสาร ฯลฯ)

征服 zhēngfú 动 พิชิต

征稿（徵稿）zhēnggǎo 动 (กองบรรณาธิการ ฯลฯ)
ชักชวนให้เขียนเรื่องส่งไปลงพิมพ์

征购（徵購）zhēnggòu 动 (รัฐบาล) ออก
กฎหมายเกณฑ์ซื้อ

征候（徵候）zhēnghòu 名 อาการ ; ร่องรอย; ลาง ;
นิมิต

征集（徵集）zhēngjí 动 ประกาศรวบรวม

征求（徵求）zhēngqiú 动 ประกาศรับสมัคร ; ขอ
(ความเห็น ฯลฯ)

征收（徵收）zhēngshōu 动 เรียกเก็บ

征讨（征討）zhēngtǎo 动 ยกทัพไปปราบ

征途 zhēngtú 名 ระยะทางไกลที่ต้องเดินไป

征文（徵文）zhēngwén 动 ชักชวนให้เขียนความ
เรียง

征象（徵象）zhēngxiàng 名 อาการ ; ร่องรอย ;

Z

ลาง ; นิมิต

征询（徵詢）zhēngxún 动 ขอความคิดเห็น

征引（徵引）zhēngyǐn 动 อ้างอิง

征用（徵用）zhēngyòng 动 (รัฐบาล) เวนคืน (ที่ดินหรืออาคารบ้านเรือนของเอกชน)

征战（征戰）zhēngzhàn 动 ยกทัพจับศึก

征召（徵召）zhēngzhào 动 เกณฑ์ (ทหาร)

征兆（徵兆）zhēngzhào 名 ลาง ; นิมิตหมาย

挣扎 zhēngzhá 动 ดิ้นรน

峥嵘（峥嶸）zhēngróng 形 สูงตระหง่าน ; ยอดเยี่ยม

狰狞（狰獰）zhēngníng 形 (หน้าตา) ดุร้าย

症结（癥結）zhēngjié 名〈中医〉โรคที่มีก้อนในท้อง ; อุปมา ปมเงื่อนที่แก้ไขได้ยาก

睁 zhēng 动 ลืม (ตา)

铮铮（錚錚）zhēngzhēng 拟声 กริ๊ง ๆ แก๊ง ๆ (เสียงโลหะกระทบกัน)

蒸 zhēng 动 ระเหย ; นึ่ง

蒸发（蒸發）zhēngfā 动〈物〉ระเหย ; อุปมา หายตัวไปเงียบ ๆ

蒸发器（蒸發器）zhēngfāqì 名 เครื่องวัดอัตราการระเหยของน้ำ

蒸饺（蒸餃）zhēngjiǎo 名 เกี๊ยวนึ่ง

蒸馏（蒸餾）zhēngliú 动〈物〉กลั่น

蒸馏水（蒸餾水）zhēngliúshuǐ 名 น้ำกลั่น

蒸气（蒸氣）zhēngqì 名〈物〉ไอ

蒸汽 zhēngqì 名〈物〉ไอน้ำ

蒸汽机（蒸汽機）zhēngqìjī 名 เครื่องจักรไอน้ำ

蒸食 zhēngshí 动 นึ่งกิน ; นึ่งอาหารกิน

蒸食 zhēng•shi 名 อาหารประเภทนึ่ง เช่น ซาลาเปา หม่านโถว ฯลฯ

蒸腾（蒸騰）zhēngténg 动 (ไอน้ำ) ลอยตัว

蒸蒸日上 zhēngzhēng-rìshàng〈成〉กิจการดีวันดีคืน

蒸煮 zhēngzhǔ 动 นึ่งและต้ม

拯救 zhěngjiù 动 กอบกู้

整 zhěng 形 ครบถ้วน ; เรียบร้อย 动 จัด ; กลั่นแกล้ง

整备（整備）zhěngbèi 动〈军〉ปรับปรุงและติดอาวุธใหม่

整编（整編）zhěngbiān 动 ปรับปรุงและจัดแบ่งกำลังทหารใหม่

整饬（整飭）zhěngchì 动〈书〉จัดให้มีระเบียบ

整除 zhěngchú 动〈数〉หารลงตัว

整地 zhěngdì 动〈农〉ปรับที่ (ก่อนเพาะปลูก)

整点（整點）zhěngdiǎn 名 เวลาโมงตรง ; จุดเต็ม

整队（整隊）zhěngduì 动 จัดแถว ; จัดขบวน

整顿（整頓）zhěngdùn 动 ปรับปรุง

整个（整個）zhěnggè 形 ทั้งมวล ; ทั่ว

整合 zhěnghé 动 ปรับให้เข้ากันและรวมตัวกันใหม่

整机（整機）zhěngjī 名〈纺〉เครื่องสางด้ายตามแนวตั้งตรง

整洁（整潔）zhěngjié 形 สะอาดเรียบร้อย

整理 zhěnglǐ 动 จัดให้เป็นระเบียบ

整流器 zhěngliúqì 名〈电〉เครื่องปรับกระแสไฟให้เป็นกระแสไฟตรง

整齐（整齊）zhěngqí 形 เป็นระเบียบ

整容 zhěngróng 动 เสริมสวย ; ทำศัลยกรรมเสริมสวย

整数（整數）zhěngshù 名〈数〉จำนวนเต็ม

整套 zhěngtào 形 ทั้งชุด

整体（整體）zhěngtǐ 名 ส่วนรวม ; ทั้งปวง

整形 zhěngxíng 动〈医〉ศัลยกรรมตกแต่ง

整修 zhěngxiū 动 ซ่อมแซม (งานวิศวกรรมโยธา)

整整 zhěngzhěng 副 เต็ม ๆ ; ถ้วน ๆ

整枝 zhěngzhī 动 ตัดแต่งกิ่งไม้

整治 zhěngzhì 动 เล่นงานเพื่อสั่งสอน ; ซ่อมแซม ; ทำ

整装（整裝）zhěngzhuāng 动 จัดของเดินทาง

正 zhèng 形 ตรง ; ด้านหน้า ; เที่ยงธรรม 动 แก้ผิด ; บอก 副 กำลัง...อยู่

正版 zhèngbǎn 名 ฉบับตีพิมพ์โดยสำนักพิมพ์อย่างถูกต้อง (ตรงข้ามกับคำว่า “盗版” ซึ่งแปลว่าละเมิดลิขสิทธิ์)

正比 zhèngbǐ 名〈数〉ปฏิภาคตรง

正比例 zhèngbǐlì 名〈数〉ปฏิภาคตรง

正常 zhèngcháng 形 ปกติ

正常化 zhèngchánghuà 动 ทำให้เป็นภาวะปรกติ

正当（正當）zhèngdāng 动 กำลังอยู่ในระหว่าง...

正当年（正當年）zhèngdāngnián กำลังอยู่ในวัยฉกรรจ์

正当时（正當時）zhèngdāngshí กำลังอยู่ในฤดูกาลที่เหมาะสม

正当（正當）zhèngdàng 形 ชอบธรรม

正道 zhèngdào 名 ทางที่ถูกต้อง ; เหตุผลที่ถูกต้อง

正点（正點）zhèngdiǎn 动 (รถ เรือ เครื่องบินเข้าออก) ตรงตามเวลา

正电（正電）zhèngdiàn 名〈电〉ไฟฟ้าประจุบวก

正法 zhèngfǎ 动 ลงโทษประหารชีวิต

正方形 zhèngfāngxíng 名〈数〉รูปสี่เหลี่ยมจัตุรัส

正房 zhèngfáng 名 ห้องกลาง (ในบ้านล้อมรอบสี่ด้านแบบจีนโดยทั่วไปจะหันหน้าไปทางทิศใต้) ; ภรรยาหลวง

正告 zhènggào 动 แจ้งให้ทราบอย่างเป็นทางการ

正规（正規）zhèngguī 形 เป็นระเบียบ ; ตามกฎเกณฑ์

正规军（正規軍）zhèngguījūn 名〈军〉กองกำลังทหารประจำการ

正轨（正軌）zhèngguǐ 名 แนวทางที่ถูกต้อง

正好 zhènghǎo 形，副 พอดี

正号（正號）zhènghào 名〈数〉เครื่องหมายบวก

正极（正極）zhèngjí 名〈电〉ขั้วบวก

正教 Zhèngjiào 名〈宗〉ศาสนาคริสต์นิกายออร์ธอด็อกซ์

正经（正經）zhèngjīng 名 คัมภีร์ ๑๓ เล่มของสำนักขงจื๊อ

正经（正經）zhèng·jing 形 เรียบร้อยซื่อตรง ; เป็นการเป็นงาน ; ชอบด้วยทำนองคลองธรรม

正路 zhènglù 名 ทางที่ถูก

正门（正門）zhèngmén 名 ประตูหน้า

正面 zhèngmiàn 名 ด้านหน้า

正能量 zhèngnéngliàng 名 พลังงานด้านบวก

正派 zhèngpài 形 (ความคิด การกระทำ ฯลฯ) เที่ยงธรรมซื่อตรง

正品 zhèngpǐn 名 ผลิตภัณฑ์มาตรฐาน

正气（正氣）zhèngqì 名 ท่วงทำนองที่ยุติธรรมและบริสุทธิ์ผุดผ่อง

正巧 zhèngqiǎo 副 พอดี 形 ประจวบเหมาะ

正确（正確）zhèngquè 形 ถูกต้อง

正如 zhèngrú 连 ดังเช่น

正色 zhèngsè 名 สีบริสุทธิ์ ; อาการหรือสีหน้าที่เคร่งขรึม

正身 zhèngshēn 名 ตัวจริง (ไม่ใช่บุคคลที่แอบอ้าง)

正史 zhèngshǐ 名 หนังสือประวัติศาสตร์ที่บันทึกชีวประวัติตามความจริง

正式 zhèngshì 形 เป็นทางการ ; ตามแบบแผน

正事 zhèngshì 名 เรื่องเป็นงานเป็นการ

正视（正視）zhèngshì 动 กล้าเผชิญ

正是 zhèngshì 动 เป็น...พอดี

正手 zhèngshǒu 名〈体〉(ตี) หน้ามือ ; (ท่าเล่นแบดมินตัน ปิงปอง ฯลฯ) ; โฟร์แฮนด์ (*forehand*)

正题（正題）zhèngtí 名 ประเด็น ; หัวข้อ

正厅（正廳）zhèngtīng 名 ห้องโถงใหญ่

正统（正統）zhèngtǒng 名 ที่ถูกต้องตามกฎหมายหรือประเพณีนิยม ; ที่สืบทอดโดยเชื้อสาย

正文 zhèngwén 名 ตัวบท (ซึ่งแยกจากภาคผนวกหมายเหตุ ฯลฯ)

正午 zhèngwǔ 名 ตอนเที่ยงตรง

正误（正誤）zhèngwù 动 แก้คำผิด

正弦 zhèngxián 名〈数〉ไซน์ (*sine*)

正凶 zhèngxiōng 名〈法〉นักโทษตัวการ

正眼 zhèngyǎn 名 สายตาที่มองตรง

正业（正業）zhèngyè 名 อาชีพสุจริต ; สัมมาอาชีพ

正义（正義）zhèngyì 名 ความเป็นธรรม

正音 zhèngyīn 动 แก้การออกเสียง 名 การออกเสียงที่ได้มาตรฐาน

正直 zhèngzhí 形 ซื่อตรง

正值 zhèngzhí 副 กำลังอยู่ในช่วงระยะเวลา...

正中 zhèngzhōng 名 ศูนย์กลาง

正宗 zhèngzōng 名〈宗〉นิกายที่สืบเนื่องกันมาโดยตรง ; พวกถือตามลัทธิเดิม 形 ที่

Z

สืบทอดมาจากสำนักดั้งเดิม

证（證）zhèng 名 พยาน ; ใบสำคัญ

证词（證詞）zhèngcí 名《法》พยานบอกเล่า ;
พยานคำพูด

证婚（證婚）zhènghūn 动 เป็นสักขีพยานในการ
แต่งงาน

证婚人（證婚人）zhènghūnrén 名 ผู้เป็น
สักขีพยานในการแต่งงาน

证监会（證監會）Zhèngjiānhuì 名《经》
คณะกรรมการควบคุมความปลอดภัยของตลาด
หลักทรัพย์ ; ซีเอสอาร์ซี (CSRC: China
Securities Regulatory Commission)

证件（證件）zhèngjiàn 名 ใบสำคัญ ; บัตร

证据（證據）zhèngjù 名 หลักฐาน

证明（證明）zhèngmíng 名 หนังสือรับรอง
动 พิสูจน์ข้อเท็จจริง

证明书（證明書）zhèngmíngshū 名 หนังสือรับ
รอง

证券（證券）zhèngquàn 名《经》พันธบัตร ;
ตั๋วสัญญาใช้เงิน

证人（證人）zhèng•rén 名 พยานบุคคล

证实（證實）zhèngshí 动 พิสูจน์ให้เห็นจริง

证书（證書）zhèngshū 名 หนังสือรับรอง

证物（證物）zhèngwù 名 พยานเอกสาร
และพยานวัตถุ

证言（證言）zhèngyán 名 พยานบอกเล่า

证章（證章）zhèngzhāng 名 เหรียญตรา

郑重（鄭重）zhèngzhòng 形 อย่างเป็นทางการ ;
เอาจริงเอาจัง

怔 zhèng 动《方》ตะลึงงัน

诤言（諍言）zhèngyán 名《书》คำทักท้วงที่ตรงไป
ตรงมา

诤友（諍友）zhèngyǒu 名《书》เพื่อนที่คอย
ทักท้วงห้ามปราม

政 zhèng 名 การเมือง ; การบริหารฝ่ายรัฐบาล ;
กิจการ

政变（政變）zhèngbiàn 动 รัฐประหาร

政策 zhèngcè 名 นโยบาย

政党（政黨）zhèngdǎng 名 พรรคการเมือง

政敌（政敵）zhèngdí 名 ศัตรูทางการเมือง

政府 zhèngfǔ 名 รัฐบาล

政纲（政綱）zhènggāng 名 หลักนโยบายทาง
การเมือง

政绩（政績）zhèngjì 名 ผลงานการบริหารของ
ข้าราชการ

政见（政見）zhèngjiàn 名 ความเห็นทางการเมือง

政界 zhèngjiè 名 วงการการเมือง

政局 zhèngjú 名 สถานการณ์ทางการเมือง

政客 zhèngkè 名 นักการเมือง

政令 zhènglìng 名 พระราชกฤษฎีกา

政论（政論）zhènglùn 名 คำวิจารณ์ทางการเมือง

政论文（政論文）zhènglùnwén 名 บทความ
ด้านการเมือง

政权（政權）zhèngquán 名 อำนาจการปกครอง

政事 zhèngshì 名 กิจการรัฐบาล

政坛（政壇）zhèngtán 名 วงการการเมือง

政体（政體）zhèngtǐ 名 ระบอบการปกครอง

政协（政協）zhèngxié 名《简》สภาที่ปรึกษาทาง
การเมือง (เป็นคำย่อจาก 中国人民政治协商会议)

政治 zhèngzhì 名 การเมือง

政治犯 zhèngzhìfàn 名 นักโทษการเมือง

政治家 zhèngzhìjiā 名 นักการเมือง ; ผู้เชี่ยวชาญ
ทางการเมือง

挣 zhèng 动 ดิ้น

挣命 zhèngmìng 动 ต่อสู้เพื่อความอยู่รอด

挣脱 zhèngtuō 动 ดิ้นหลุด

症 zhèng 名 โรค

症候 zhènghòu 名《医》โรค ; อาการของโรค

症状（症狀）zhèngzhuàng 名《医》อาการ
ของโรค

之 zhī 代《书》สรรพนามในภาษาจีนโบราณ

之后（之後）zhīhòu 名 หลังจากนั้น ; หลังจาก

之类（之類）zhīlèi 名 จำพวก ; ประเภท

之内 zhīnèi 名 ภายใน

之前 zhīqián 名 ก่อนนี้ ; ก่อน

之所以 zhīsuǒyǐ การที่...(เป็นเพราะ...) ; การที่...

Z

(ด้วยเหตุว่า...)

之外 zhīwài 名 นอกเหนือจาก
(มักนิยมใช้ในรูปคำว่า 除……之外)

之下 zhīxià 名 ภายใต้

之一 zhīyī 名 หนึ่งใน...

之中 zhīzhōng 名 ท่ามกลาง

支 zhī 动 ค้ำ ; หนุนช่วย ; จ่าย 名 สาขา

支撑 zhīchēng 动 ค้ำจุน ; ประคับประคอง

支持 zhīchí 动 สนับสนุน

支出 zhīchū 动 จ่าย 名 รายจ่าย

支点 (支點) zhīdiǎn 名 จุดค้ำจุน ; จุดรองรับน้ำหนัก

支付 zhīfù 动 จ่าย

支架 zhījià 名 ไม้ค้ำ ; สิ่งที่ค้ำยัน

支解 zhījiě 动 ตัดแขนและขา

支离 (支離) zhīlí 动 กระจัดกระจาย ; ขาด 形
(ภาษาหรือตัวหนังสือ) สับสนไม่มีระเบียบ

支离破碎 (支離破碎) zhīlí-pòsuì 〈成〉
(สภาพบ้านเมือง ฯลฯ) แตกแยก ; (สิ่งของ)
แตกกระจัดกระจาย ; (เรื่องราว) ไม่เป็นชิ้นเป็นอัน

支流 zhīliú 名 แคว ; สาขาลำน้ำ

支脉 zhīmài 名 ทิวเขาสาขา

支派 zhīpài 名 นิกายย่อย 动 สั่งให้ทำ

支配 zhīpèi 动 จัดการ ; นำและควบคุม

支票 zhīpiào 名 เช็ค (cheque) (ใบสั่งจ่ายเงิน)

支气管 (支氣管) zhīqìguǎn 名 〈生理〉 หลอดลม
ใหญ่

支渠 zhīqú 名 คลองขุดสาขา

支取 zhīqǔ 动 เบิก (เงิน) ; ถอน (เงิน)

支使 zhī•shi 动 ใช้ให้ทำ

支线 (支綫) zhīxiàn 名 〈交〉 ทางแยก

支援 zhīyuán 动 หนุนช่วย

支支吾吾 zhīzhīwúwú 〈成〉 อ้ำอึ้ง

支柱 zhīzhù 名 เสาค้ำ

只 (隻) zhī 形 เดียว 量 ตัว (ลักษณนามของไก่
เป็ด นก กระต่าย กระเป๋า เรือ ฯลฯ) ; ข้าง
(ลักษณนามของสิ่งที่เป็นคู่ เช่น แขน ขา
รองเท้า ฯลฯ)

只身 (隻身) zhīshēn ตัวคนเดียว ;

ผู้เดียว

只言片语 (隻言片語) zhīyán-piànyǔ 〈成〉 (พูด)
คำสองคำ ; ไม่กี่ประโยค

汁 zhī 名 น้ำ (ที่มีอาหารบางอย่างเจือปน) ;
น้ำผลไม้

芝麻 zhī•ma 名 〈植〉 ต้นงา ; เมล็ดงา

芝麻酱 (芝麻醬) zhī•majiàng 名 ซอสงา

芝麻油 zhī•mayóu 名 น้ำมันงา

芝士 zhīshì 名 ชีส (cheese)

枝 zhī 名 กิ่ง ; คำลักษณนามของสิ่งของรูปร่างเล็ก
ยาว เช่น ปากกา ดินสอ ปืน บุหรี่ ฯลฯ

枝杈 zhīchà 名 ง่ามไม้

枝节 (枝節) zhījié 名 ปลีกย่อย ; เรื่องแทรกซ้อน

枝蔓 zhīmàn 名 ปลีกย่อย 形 สับสน

枝条 (枝條) zhītiáo 名 กิ่งไม้

枝叶 (枝葉) zhīyè 名 กิ่งและใบ

枝子 zhī•zi 名 กิ่งไม้

知 zhī 动 รู้

知道 zhī•dào 动 รู้ ; ทราบ

知底 zhīdǐ 动 รู้เส้นสนกลใน

知己 zhījǐ 形 รู้ใจ 名 คนที่รู้ใจ

知己知彼 zhījǐ-zhībǐ 〈成〉 รู้เขารู้เรา

知交 zhījiāo 名 เพื่อนรู้ใจ

知觉 (知覺) zhījué 名 สติ

知了 zhīliǎo 名 〈动〉 จักจั่น

知名 zhīmíng 形 ชื่อดัง

知名度 zhīmíngdù 名 ระดับชื่อดัง

知难而进 (知難而進) zhīnán'érjìn 〈成〉
รู้ว่ายากก็ต้องสู้

知难而退 (知難而退) zhīnán'értuì 〈成〉
รู้ว่ารับมือไม่ได้ก็ควรถอยเสีย

知青 zhīqīng 名 〈简〉 เยาวชนนักเรียน (ที่ไป
ฝึกฝนตนตามชนบทในระหว่างปฏิวัติ
วัฒนธรรม)

知情 zhīqíng 动 รู้ข้อเท็จจริงของคดี ; รู้รายละเอียด
ของเหตุการณ์

知情达理 (知情達理) zhīqíng-dálǐ 〈成〉
รู้เหตุรู้ผล

Z

知趣 zhīqù 形 รู้อะไรควรอะไรไม่ควร
知人善任 zhīrén-shànrèn 〈成〉 รู้จักใช้คนอย่างมีประสิทธิภาพ
知识（知識）zhī•shi 名 ความรู้
知识界（知識界）zhī•shijiè 名 วงการปัญญาชน
知悉 zhīxī 动 〈书〉 ได้รับทราบ
知晓（知曉）zhīxiǎo 动 ทราบ
知心 zhīxīn 形 รู้ใจ
知心话（知心話）zhīxīnhuà 名 คำพูดที่รู้ใจกัน
知音 zhīyīn 名 เพื่อนรู้ใจ
知足 zhīzú 形 รู้จักพอ
肢解 zhījiě 动 ตัดแขนและขา
肢体（肢體）zhītǐ 名 〈生理〉 แขนขา ; แขนขากับกาย
织（織）zhī 动 ทอ ; ถัก
织补（織補）zhībǔ 动 ถักปะ
织布机（織布機）zhībùjī 名 เครื่องทอผ้า
织机（織機）zhījī 名 เครื่องทอผ้า
织品（織品）zhīpǐn 名 สิ่งทอ
织物（織物）zhīwù 名 สิ่งทอ
栀子 zhī•zi 名 〈植〉 พุดจีน
脂肪 zhīfáng 名 〈生理〉 ไขมัน
脂粉 zhīfěn 名 เครื่องสำอาง ; ชาดทาแก้มและแป้ง ; ผู้หญิง
蜘蛛 zhīzhū 名 〈动〉 แมงมุม
执（執）zhí 动 ถือ ; กุม ; ยืนกราน ; ปฏิบัติ 名 ใบแสดงหลักฐาน
执笔（執筆）zhíbǐ 动 จับปากกาเขียน
执导（執導）zhídǎo 动 กำกับการ
执法（執法）zhífǎ 动 ทำให้ปฏิบัติตามกฎหมาย ; บังคับให้เป็นไปตามกฎหมาย
执教（執教）zhíjiào 动 ปฏิบัติหน้าที่การสอน
执迷不悟（執迷不悟）zhímí-bùwù 〈成〉 ดื้อรั้นไม่สำนึกผิด
执拗（執拗）zhíniù 形 ถือทิฐิ
执勤（執勤）zhíqín 动 ปฏิบัติตามหน้าที่
执行（執行）zhíxíng 动 ปฏิบัติ
执意（執意）zhíyì 副 ยืนกราน
执掌（執掌）zhízhǎng 动 คุม ; กุม
执照（執照）zhízhào 名 ใบอนุญาต ; ทะเบียน
执政（執政）zhízhèng 动 กุมอำนาจรัฐ
执政党（執政黨）zhízhèngdǎng 名 พรรคการเมืองฝ่ายรัฐบาล
执着（執着）zhízhuó 形 ถือทิฐิยืนหยัดอย่างไม่ระย่อท้อถอย
直 zhí 形 ตรง ; เป็นธรรม ; ไม่ขาด
直奔 zhíbèn 动 มุ่งไปยัง...โดยตรง
直逼 zhíbī 动 บุกตรงไป
直拨（直撥）zhíbō 动 กด (โทรศัพท์) สายตรง
直播 zhíbō 动 (โทรทัศน์) ถ่ายทอดสด ; 〈农〉 หว่านเมล็ดพืชโดยตรง
直播带货（直播帶貨）zhíbō dàihuò ขายสินค้าออนไลน์ ; ไลฟ์คอมเมิร์ซ (*live commerce*)
直插 zhíchā 动 เสียบตรงเข้าไป ; สอดแทรกตรงเข้าไป
直肠（直腸）zhícháng 名 〈生理〉 ลำไส้ตรง
直肠癌（直腸癌）zhícháng'ái 名 〈医〉 มะเร็งในลำไส้ตรง
直尺 zhíchǐ 名 ไม้บรรทัด
直达（直達）zhídá 动 (รถ เรือ เครื่องบิน) แล่นตรงโดยไม่แวะที่ใด
直到 zhídào 动 จนกระทั่ง ; จนถึง
直飞（直飛）zhífēi 动 บินตรง
直感 zhígǎn 名 ความรู้สึกที่เกิดขึ้นจากการสัมผัสโดยตรง
直观（直觀）zhíguān 形 รับรู้จากการสัมผัสโดยตรง
直航 zhíháng 动 (เรือ เครื่องบิน) แล่นตรงโดยไม่แวะที่ใด
直交 zhíjiāo 动 คบกันโดยตรง
直角 zhíjiǎo 名 〈数〉 มุมฉาก
直接 zhíjiē 形 โดยตรง
直径（直徑）zhíjìng 名 〈数〉 เส้นผ่าศูนย์กลาง
直觉（直覺）zhíjué 名 〈哲〉 การรู้โดยสัญชาติญาณ ; การรู้โดยความรู้สึกที่เกิดขึ้นเองในใจสหัชญาณ

直流电（直流電）zhíliúdiàn 名〈电〉ไฟกระแสตรง

直升机（直升機）zhíshēngjī 名 เฮลิคอปเตอร์ (*helicopter*)

直视（直視）zhíshì 动 เพ่งตรง

直属（直屬）zhíshǔ 动 ขึ้นตรงต่อ 形 ในสังกัด

直爽 zhíshuǎng 形 ตรงไปตรงมา ; เปิดอก

直说（直說）zhíshuō 动 พูดโดยตรง ; พูดตรงไปตรงมา

直系 zhíxì 形 เชื้อสายตรง

直线（直綫）zhíxiàn 名 เส้นตรง

直性子 zhíxìng·zi 形 นิสัยตรงไปตรงมา

直言 zhíyán 动 พูดตรงไปตรงมา

直译（直譯）zhíyì 动 แปลตรงตามคำศัพท์และประโยคของต้นฉบับเดิม (ซึ่งแตกต่างกับ “意译”)

直至 zhízhì 动 จนกระทั่ง

侄 zhí 名 หลาน (ลูกของน้องชายหรือพี่ชาย)

侄女 zhí·nǚ 名 หลานสาว (ลูกของน้องชายหรือพี่ชาย)

侄子 zhí·zi 名 หลานชาย (ลูกของน้องชายหรือพี่ชาย)

值 zhí 名 มูลค่า 动 อยู่เวร

值班 zhíbān 动 อยู่เวร

值班员（值班員）zhíbānyuán 名 ผู้ประจำเวร

值得 zhí·dé 动 คุ้มค่า

值钱（值錢）zhíqián 形 มีค่ามาก

值勤 zhíqín 动 (ทหารหรือผู้รักษาความปลอดภัย) อยู่เวร

值日 zhírì 动 อยู่เวร

值夜 zhíyè 动 อยู่เวรกลางคืน

职（職）zhí 名 หน้าที่ ; อาชีพ ; ตำแหน่ง

职别（職别）zhíbié 名 ตำแหน่ง ; ยศทางราชการ

职称（職稱）zhíchēng 名 ชื่อตำแหน่งทางวิชาการหรือเทคนิค

职工（職工）zhígōng 名 พนักงานและคนงานกรรมกร

职能（職能）zhínéng 名 หน้าที่ ; ประโยชน์

职权（職權）zhíquán 名 อำนาจและหน้าที่

职守（職守）zhíshǒu 名 ตำแหน่งหน้าที่

职位（職位）zhíwèi 名 ตำแหน่งงาน

职务（職務）zhíwù 名 ภาระหน้าที่ ; ตำแหน่ง

职衔（職銜）zhíxián 名 ยศและตำแหน่ง

职业（職業）zhíyè 名 อาชีพ

职业病（職業病）zhíyèbìng 名 โรคจากการทำงาน ; โรคออฟฟิศซินโดรม

职员（職員）zhíyuán 名 พนักงาน ; เจ้าหน้าที่

职责（職責）zhízé 名 หน้าที่และความรับผิดชอบ

职掌（職掌）zhízhǎng 动〈书〉ควบคุมดูแล

植 zhí 动 ปลูก ; สร้าง (อิทธิพล ฯลฯ)

植被 zhíbèi 名〈植〉พืชที่ขึ้นหนาแน่นและปกคลุมพื้นที่

植苗 zhímiáo 动 ปลูกต้นอ่อน 名 ต้นอ่อนที่ใช้ปลูกเป็นป่า

植皮 zhípí 动〈医〉การย้ายเพาะผิวหนัง

植入 zhírù 动 ปลูกฝังเข้าไป

植树（植樹）zhíshù 动 ปลูกต้นไม้

植物 zhíwù 名 พืช ; พฤกษชาติ

植物界 zhíwùjiè 名 อาณาจักรพืช

植物群落 zhíwù qúnluò〈植〉กลุ่มพรรณพืช

植物人 zhíwùrén 名〈医〉เจ้าชายหรือเจ้าหญิงนิทรา

植物学（植物學）zhíwùxué 名 พฤกษศาสตร์

植物油 zhíwùyóu 名 น้ำมันพืช

植物园（植物園）zhíwùyuán 名 สวนพฤกษชาติ

植株 zhízhū 名 ต้นพืช

殖民 zhímín 动 ล่าอาณานิคม ; ล่าเมืองขึ้น

殖民地 zhímíndì 名 เมืองขึ้น ; อาณานิคม

殖民者 zhímínzhě 名 นักล่าเมืองขึ้น

止 zhǐ 动 หยุด ; ห้าม ; สิ้นสุด

止步 zhǐbù 动 หยุดเดิน (ห้ามเข้า)

止境 zhǐjìng 名 ที่สิ้นสุด

止咳 zhǐké 动 บรรเทาอาการไอ ; แก้ไอ

止息 zhǐxī 动 หยุด

止血 zhǐxuè 动 ห้ามเลือด

只（衹）zhǐ 副 เพียงแต่ ; เพียง

只不过（衹不過）zhǐbuguò 连 เพียงแต่ ; เป็นแค่

只得（衹得）zhǐdé 副 จำเป็นต้อง ; จำใจต้อง

Z

只顾（衹顧）zhǐgù 副 ได้แต่ 动 มัวแต่ ; จดจ่อ ; ง่วนอยู่กับ... ; สนใจเพียง...

只管（衹管）zhǐguǎn 副 เอาแต่ ; ขอแต่

只好（衹好）zhǐhǎo 副 ได้แต่

只见（衹見）zhǐjiàn 动 เห็นเพียงแต่

只能（衹能）zhǐnéng 副 ได้แค่เพียง ; ได้เพียง ; ...เท่านั้น

只是（衹是）zhǐshì 副 เพียงแต่ ; ได้แต่ ; แต่ทว่า

只要（衹要）zhǐyào 连 ขอแต่ ; เพียงแต่

只有（衹有）zhǐyǒu 连 มีแต่

旨趣 zhǐqù 名 〈书〉 วัตถุประสงค์ ; จุดประสงค์

旨意 zhǐyì 名 พระราชโองการ ; คำสั่ง

旨在 zhǐzài 动 จุดประสงค์อยู่ที่... ; วัตถุประสงค์อยู่ที่... ; มุ่งหมายเพื่อ

纸（紙）zhǐ 名 กระดาษ

纸板（紙板）zhǐbǎn 名 กระดาษแข็ง

纸币（紙幣）zhǐbì 名 ธนบัตร

纸浆（紙漿）zhǐjiāng 名 เยื่อกระดาษ

纸巾（紙巾）zhǐjīn 名 กระดาษเช็ดปาก

纸牌（紙牌）zhǐpái 名 ไพ่

纸钱（紙錢）zhǐqián 名 กระดาษเงินกระดาษทอง

纸上谈兵（紙上談兵）zhǐshàng-tánbīng 〈成〉 วางกลยุทธ์บนกระดาษ อุปมาว่า พูดโดยไม่สอดคล้องกับความเป็นจริง

纸绳（紙繩）zhǐshéng 名 เชือกกระดาษ

纸型（紙型）zhǐxíng 名 〈印〉 แม่พิมพ์กระดาษ

纸张（紙張）zhǐzhāng 名 กระดาษ (คำเรียกรวม)

指 zhǐ 动 ชี้ ; นิ้ว

指北针（指北針）zhǐběizhēn 名 เข็มทิศ

指标（指標）zhǐbiāo 名 ดัชนี ; โควตา

指出 zhǐchū 动 ชี้ให้เห็น

指导（指導）zhǐdǎo 动 ชี้แนะ

指点（指點）zhǐdiǎn 动 ชี้แนะ

指定 zhǐdìng 动 กำหนดแน่ชัด ; ชี้เจาะจง

指法 zhǐfǎ 名 〈乐〉 วิธีการใช้นิ้วมือ (ในการเล่นดนตรี)

指环（指環）zhǐhuán 名 แหวน

指挥（指揮）zhǐhuī 动 บังคับบัญชา ; กำกับ 名 วาทยกร ; คอนดักเตอร์ (*conductor*)

指挥棒（指揮棒）zhǐhuībàng 名 ไม้ซึ่งวาทยกรใช้กำกับวงดนตรี ; บาตอง (*baton*)

指甲 zhǐ·jia 名 เล็บ (มือ เท้า)

指教 zhǐjiào 动 ชี้แนะ

指靠 zhǐkào 动 พึ่งพา (ทางด้านชีวิตความเป็นอยู่)

指控 zhǐkòng 动 กล่าวหา

指令 zhǐlìng 名 คำสั่ง ; 〈计〉 คำสั่ง

指鹿为马（指鹿爲馬）zhǐlùwéimǎ 〈成〉 กลับผิดเป็นถูก กลับถูกเป็นผิด

指明 zhǐmíng 动 ชี้ให้เห็นอย่างชัดแจ้ง

指南 zhǐnán 名 เข็มทิศ

指南针（指南針）zhǐnánzhēn 名 เข็มทิศ

指派 zhǐpài 动 ส่ง (ให้ไปปฏิบัติหน้าที่)

指桑骂槐（指桑罵槐）zhǐsāng-màhuái 〈成〉 ตีวัวกระทบคราด

指使 zhǐshǐ 动 บงการ

指示 zhǐshì 动 ชี้แนะ 名 คำชี้แนะ

指示灯（指示燈）zhǐshìdēng 名 สัญญาณไฟ

指手画脚（指手畫脚）zhǐshǒu-huàjiǎo 〈成〉 ชี้มือชี้ไม้ ; แนะนำ วิจารณ์หรือออกคำสั่งอย่างสะเพร่า

指数（指數）zhǐshù 名 〈数〉 ดัชนี (จำนวนที่เขียนไว้บนมุมขวาของอีกจำนวนหนึ่ง) ; 〈经〉 ตัวเลขดัชนี(ตัวเลขอัตราส่วน)

指头（指頭）zhǐ·tou 名 นิ้ว

指望 zhǐ·wàng 动 มุ่งหวัง 名 ความหวัง

指纹（指紋）zhǐwén 名 ลายนิ้วมือ

指向 zhǐxiàng 名 ทิศทางบ่งชี้ 动 ชี้ทาง

指引 zhǐyǐn 动 ชี้นำ

指印 zhǐyìn 名 ลายพิมพ์นิ้วมือ

指责（指責）zhǐzé 动 ประณาม

指着 zhǐzhe 动 ชี้ไปที่... ; จ่อ ; พึ่งพา

指针（指針）zhǐzhēn 名 เข็มนาฬิกา ; เข็มชี้ทิศทาง

指正 zhǐzhèng 动 〈套〉 ชี้แนะ (บอกความผิด)

指状贮存器（指狀貯存器）zhǐzhuàng zhùcúnqì 〈计〉 ธัมบ์ไดรฟ์ (*thumb drive*)（又名“拇指驱动器”）

咫尺 zhǐchǐ 名 〈书〉 ระยะทางที่ใกล้มาก

咫尺天涯 zhǐchǐ-tiānyá 〈成〉 ถึงแม้จะอยู่ใกล้ แต่ก็ไม่สามารถพบหน้ากัน เปรียบเสมือนอยู่กันคนละฟากฟ้า

趾 zhǐ 名 〈生理〉 นิ้วเท้า

趾高气扬（趾高氣揚）zhǐgāo-qìyáng 〈成〉 หยิ่งผยอง ลืมตัว

趾骨 zhǐgǔ 名 〈生理〉 กระดูกนิ้วเท้า

酯 zhǐ 名 〈化〉 เอสเตอร์ (*ester*)

至 zhì 动 ถึง 副 อย่างยิ่ง

至爱 zhì'ài 形 ยอดรัก 名 คนโปรดหรือของโปรด

至诚（至誠）zhìchéng 形 น้ำใสใจจริง

至迟（至遲）zhìchí 动 อย่างช้า

至此 zhìcǐ 动 ถึงตรงนี้ ; ถึงเวลานี้

至多 zhìduō 副 อย่างมาก

至高无上（至高無上）zhìgāo-wúshàng 〈成〉 ฐานะสูงสุด

至关重要（至關重要）zhìguān-zhòngyào 〈成〉 สำคัญยิ่ง

至交 zhìjiāo 名 เพื่อนสนิทที่สุด

至今 zhìjīn 副 จนกระทั่งทุกวันนี้

至理名言 zhìlǐ-míngyán 〈成〉 คติพจน์ที่ถูกต้องและมีค่าที่สุด ; สัจวาจา

至亲（至親）zhìqīn 名 ญาติที่ใกล้ชิดที่สุด

至上 zhìshàng 形 สูงสุด

至少 zhìshǎo 副 อย่างน้อย

至友 zhìyǒu 名 เพื่อนสนิทที่สุด

至于 zhìyú 介 ส่วนที่ว่า

至尊 zhìzūn 形 ที่ได้รับความเคารพสูงสุด

志 zhì 名 ความตั้งใจมุ่งหมาย ; ปณิธาน

志哀 zhì'āi 动 ไว้อาลัย

志气（志氣）zhì•qì 名 จิตใจที่มุ่งสู่ความก้าวหน้า

志趣 zhìqù 名 ความมุ่งมาดปรารถนาและรสนิยม

志同道合 zhìtóng-dàohé 〈成〉 อุดมการณ์ตรงกัน

志向 zhìxiàng 名 เจตจำนงและความตั้งใจ

志愿（志願）zhìyuàn 名 เจตจำนง 动 สมัครใจ

志愿兵（志願兵）zhìyuànbīng 名 ทหารอาสาสมัคร

志愿者（志願者）zhìyuànzhě 名 ผู้อาสาสมัคร

制 zhì 动 ทำ ; ใช้อำนาจหรือกำลังบังคับ ; กำหนด

制版（製版）zhìbǎn 动 〈印〉 ทำแม่พิมพ์

制备（製備）zhìbèi 动 〈工〉 เกิดขึ้นจากกระบวนการผลิตทางอุตสาหกรรมเคมี

制表（製表）zhìbiǎo 动 ทำแบบฟอร์ม

制裁 zhìcái 动 ลงโทษ

制成（製成）zhìchéng 动 ผลิตเป็น... ; ทำเป็น... ; ประดิษฐ์เป็น...

制成品（製成品）zhìchéngpǐn 名 〈工〉 ผลิตภัณฑ์สำเร็จรูป

制导（制導）zhìdǎo 动 〈航〉 ควบคุมและนำทาง

制订（制訂）zhìdìng 动 วาง (สูตร) ; สร้าง

制定 zhìdìng 动 บัญญัติ ; กำหนด

制动（制動）zhìdòng 动 〈机〉 ห้ามล้อ ; เบรก (*brake*)

制动器（制動器）zhìdòngqì 名 〈机〉 เครื่องห้ามล้อ ; เบรก (*brake*)

制度 zhìdù 名 ระบบ ; ระบอบ ; ระเบียบการ

制伏 zhìfú 动 ปราบให้เชื่อง ; ปราบปรามให้ยอมแพ้

制服 zhìfú 动 ปราบให้เชื่อง ; ปราบปรามให้ยอมแพ 名 เครื่องแบบ

制高点（制高點）zhìgāodiǎn 名 〈军〉 จุดครอบคลุม (หมายถึง จุดสูงเด่นซึ่งสามารถควบคุมบริเวณรอบ ๆ ได้ด้วยอาวุธสงคราม)

制海权（制海權）zhìhǎiquán 名 〈军〉 อำนาจเหนือน่านน้ำ

制剂（製劑）zhìjì 名 〈药〉 ยาผลิต

制空权（制空權）zhìkōngquán 名 〈军〉 อำนาจเหนือย่านฟ้า

制冷（製冷）zhìlěng 动 ทำความเย็น

制冷机（製冷機）zhìlěngjī 名 เครื่องทำความเย็น

制片人（製片人）zhìpiànrén 名 〈影视〉 ผู้อำนวยการสร้างภาพยนตร์

制品（製品）zhìpǐn 名 ผลิตภัณฑ์

制胜（制勝）zhìshèng 动 พิชิต ; เอาชนะ

制式 zhìshì 名 ระบบ (เครื่องวิดีโอ ฯลฯ)

Z

制图（製圖）zhìtú 动 ทำผัง
制宪（制憲）zhìxiàn 动 บัญญัติรัฐธรรมนูญ
制约（制約）zhìyuē 动 บังคับ
制造（製造）zhìzào 动 ผลิต
制止 zhìzhǐ 动 ห้าม ; ยับยั้ง
制作（製作）zhìzuò 动 ผลิต ; ทำ ; สร้าง
质（質）zhì 名 ธาตุแท้ ; คุณภาพ
质地（質地）zhìdì 名 เนื้อ (ของสิ่งของต่าง ๆ เช่น เนื้อผ้า เนื้อไม้) ; อุปนิสัย
质点（質點）zhìdiǎn 名〈物〉อนุภาค
质量（質量）zhìliàng 名 คุณภาพ ;〈物〉ปริมาณ
质朴（質樸）zhìpǔ 形 สัตย์ซื่อ ; เรียบง่าย
质数（質數）zhìshù 名〈数〉ไพรม์นัมเบอร์ (*prime number*) ; จำนวนฐาน (素数 ก็เรียก)
质问（質問）zhìwèn 动 ซักถาม ; ตั้งกระทู้ถาม
质询（質詢）zhìxún 动 สอบถามด้วยความสงสัย ; สอบถามเพื่อแก้ข้อข้องใจ
质疑（質疑）zhìyí 动 ซักถามข้อสงสัย
质子（質子）zhìzǐ 名〈物〉โปรตอน (*proton*)
炙热（炙熱）zhìrè 形 ร้อนดั่งนั่งบนกองไฟ
炙手可热（炙手可熱）zhìshǒu-kěrè〈成〉มีอำนาจและอิทธิพลมากจนผู้คนเกรงกลัว
治 zhì 动 ปกครอง ; เยียวยารักษา
治安 zhì'ān 名 ความสงบเรียบร้อย (ของสังคม)
治本 zhìběn 动 แก้ที่ราก ; แก้ที่ต้นเหตุ
治标（治標）zhìbiāo 动 แก้ผิวเผิน
治病 zhìbìng 动 รักษาโรค
治病救人 zhìbìng-jiùrén〈成〉รักษาโรคเพื่อช่วยชีวิตคน
治理 zhìlǐ 动 ปกครอง ; บริหาร ; ปฏิสังขรณ์
治疗（治療）zhìliáo 动 เยียวยารักษา
治丧（治喪）zhìsāng 动 จัดงานฌาปนกิจ
治世 zhìshì 动 ปกครองบ้านเมือง
治学（治學）zhìxué 动 ศึกษาหาความรู้
治愈 zhìyù 动 รักษา (โรค) หาย
治罪 zhìzuì 动 ลงโทษ
挚爱（摯愛）zhì'ài 动 รักด้วยความจริงใจ
挚诚（摯誠）zhìchéng 形 ซื่อสัตย์จริงใจ
挚友（摯友）zhìyǒu 名 เพื่อนที่จริงใจ
桎梏 zhìgù 名〈书〉ตรวนและกุญแจมือ ; เครื่องพันธนาการ
致 zhì 动 มอบให้ ; แสดงต่อ ; ก่อให้เกิด ; บรรลุถึง ; มุ่งมั่น ; ประณีต ; รสนิยม
致哀 zhì'āi 动 แสดงความเสียใจ (ในกรณีมีผู้ถึงแก่กรรม)
致癌 zhì'ái 动 ก่อให้เกิดมะเร็ง
致病菌 zhìbìngjūn 名〈医〉เชื้อ (ที่ก่อให้เกิด) โรค
致辞（致辭）zhìcí 动 กล่าวคำปราศรัย
致电（致電）zhìdiàn 动 มีโทรเลขไปถึง
致富 zhìfù 动 ทำให้ร่ำรวย
致函 zhìhán 动 มีจดหมายไปถึง
致贺（致賀）zhìhè 动 แสดงความยินดี ; อวยพร
致敬 zhìjìng 动 แสดงความคารวะ
致力 zhìlì 动 ทุ่มเทกำลัง
致密（緻密）zhìmì 形 ละเอียดประณีต
致命 zhìmìng 动 ทำให้ถึงแก่ชีวิต
致命伤（致命傷）zhìmìngshāng 名 การบาดเจ็บที่ทำให้ถึงแก่ชีวิต
致使 zhìshǐ 动 ทำให้
致死 zhìsǐ 动 ทำให้เสียชีวิต
致谢（致謝）zhìxiè 动 แสดงความขอบคุณ
致意 zhìyì 动 แสดงความคิดถึง ; ส่งความปรารถนาดี
秩序 zhìxù 名 ระเบียบ
掷（擲）zhì 动 ขว้าง
掷弹筒（擲彈筒）zhìdàntǒng 名〈军〉เครื่องยิงลูกระเบิด
痔 zhì 名〈医〉ริดสีดวงทวาร
痔疮（痔瘡）zhìchuāng 名〈医〉ริดสีดวงทวาร
窒息 zhìxī 动〈医〉หายใจไม่ออกหรือหยุดหายใจ
蛭 zhì 名〈动〉ปลิง
蛭石 zhìshí 名〈矿〉แร่แล่นจำพวกซิลิเคตของอะลูมิเนียมแมกนีเซียมและเหล็ก เป็นแร่ที่ขยายตัวได้มากเมื่อถูกความร้อน
智 zhì 名 ปัญญา 形 ฉลาด
智齿（智齒）zhìchǐ 名〈生理〉ฟันกรามท้าย
智慧 zhìhuì 名 สติปัญญา

智力 zhìlì 名 ระดับสติปัญญา

智谋（智謀）zhìmóu 名 สติปัญญา ; หัวคิดทางกลอุบาย

智囊 zhìnáng 名 บุคคลที่มีหัวคิดหลักแหลม ; มันสมอง

智囊团（智囊團）zhìnángtuán 名 กลุ่มมันสมอง

智能 zhìnéng 名 สติปัญญาและความสามารถ ; ปัญญาประดิษฐ์ 形 ชาญฉลาด

智取 zhìqǔ 动 พิชิตด้วยสติปัญญา

智商 zhìshāng 名 ไอคิว (*IQ*: *intelligence quotient*)

智育 zhìyù 名〈数〉พุทธิศึกษา

智者 zhìzhě 名 ผู้ฉลาด ; ผู้มีสติปัญญา

痣 zhì 名〈生理〉ไฝ

滞港（滯港）zhìgǎng 动 ติดค้างที่ท่าเรือ ; ติดค้างที่ท่าอากาศยาน

滞后（滯後）zhìhòu 动 (พัฒนา) ล่าช้า ; ล้าหลัง

滞留（滯留）zhìliú 动 ติดค้าง

滞纳金（滯納金）zhìnàjīn 名 เงินปรับด้วยการชำระเลยกำหนดเวลา

滞销（滯銷）zhìxiāo 动 (สินค้า) ขายไม่ออก ; ตลาดฝืด

置 zhì 动 วาง ; ตั้ง ; จัดซื้อ

置办（置辦）zhìbàn 动 จัดซื้อ

置备（置備）zhìbèi 动 จัดซื้อ

置辩（置辯）zhìbiàn 动〈书〉โต้แย้ง (ใช้ในรูปปฏิเสธ)

置换 zhìhuàn 动〈化〉(สารเคมี) เข้าแทนที่

置若罔闻（置若罔聞）zhìruòwǎngwén〈成〉เอาหูไปนาเอาตาไปไร่

置身 zhìshēn 动 วางตัว

置身事外 zhìshēn-shìwài〈成〉วางตัวออกนอกเหตุการณ์

置信 zhìxìn 动 เชื่อ (ใช้ในรูปปฏิเสธ)

置疑 zhìyí 动 สงสัย

置之不理 zhìzhī-bùlǐ〈成〉ไม่สนใจไยดี

雉 zhì 名〈动〉ไก่ฟ้า

雉鸡（雉鷄）zhìjī 名〈动〉ไก่ฟ้า

稚嫩 zhìnèn 形 อ่อนวัย

稚气（稚氣）zhìqì 名 ไร้เดียงสา

中 zhōng 名 กลาง ; ใน 形 เหมาะ 动 ได้

中饱私囊（中飽私囊）zhōngbǎo-sīnáng〈成〉อมเงินเข้ากระเป๋าตัวเอง

中波 zhōngbō 名〈无〉ความถี่คลื่นวิทยุระหว่าง ๓๐๐ – ๓ , ๐๐๐ กิโลเฮิรตซ์

中部 zhōngbù 名 ภาคกลาง

中餐 zhōngcān 名 อาหารจีน

中策 zhōngcè 名 แผนการที่ดีพอใช้

中层（中層）zhōngcéng 名 ชั้นกลาง

中长跑（中長跑）zhōngchángpǎo 名〈体〉การแข่งขันวิ่งทางไกลระยะปานกลาง

中成药（中成藥）zhōngchéngyào 名 ยาจีนสำเร็จรูป

中程 zhōngchéng 形 ทางระยะยาวปานกลาง

中辍（中輟）zhōngchuò 动 เลิกล้มกลางคัน

中档（中檔）zhōngdàng 形 ระดับปานกลาง ; เกรดปานกลาง

中等 zhōngděng 形 ปานกลาง ; ระดับปานกลาง

中点（中點）zhōngdiǎn 名 จุดกึ่งกลาง

中断（中斷）zhōngduàn 动 ขาดกลางคัน ; หยุดชะงักกลางคัน

中队（中隊）zhōngduì 名〈军〉กองร้อย

中耳 zhōng'ěr 名〈生理〉หูส่วนกลาง

中耳炎 zhōng'ěryán 名〈医〉หูส่วนกลางอักเสบ

中饭（中飯）zhōngfàn 名 อาหารกลางวัน

中锋（中鋒）zhōngfēng 名〈体〉กองหน้าส่วนกลาง

中缝（中縫）zhōngfèng 名 คอลัมน์แนวครึ่งหน้าของหนังสือพิมพ์ ; เส้นตัดกลางหลังเสื้อ

中国共产党（中國共産黨）Zhōngguó Gòngchǎndǎng 名 พรรคคอมมิวนิสต์จีน

中国画（中國畫）zhōngguóhuà 名 ภาพวาดจีน

中国科学院（中國科學院）Zhōngguó Kēxuéyuàn สภาวิทยาศาสตร์แห่งประเทศจีน

中国社会科学院（中國社會科學院）Zhōngguó Shèhuì Kēxuéyuàn สภาวิทยาศาสตร์สังคมแห่งประเทศจีน

中和 zhōnghé 动 ทำให้เป็นกลาง

Z

中华（中華）Zhōnghuá 名 จีน
中华民族（中華民族）Zhōnghuá Mínzú ประชาชาติจีน
中华人民共和国（中華人民共和國）Zhōnghuá Rénmín Gònghéguó 名 สาธารณรัฐประชาชนจีน
中级（中級）zhōngjí 形 ระดับกลาง ; ชั้นกลาง
中继站（中繼站）zhōngjìzhàn 名 〈通信〉 สถานีถ่ายทอด (สัญญาณวิทยุ ฯลฯ) ; 〈交〉 สถานีขนถ่ายสินค้า
中坚（中堅）zhōngjiān 名 แกนกลาง
中间（中間）zhōngjiān 名 ตรงกลาง ; ภายใน
中间人（中間人）zhōngjiānrén 名 คนกลาง ; นายหน้า
中间商（中間商）zhōngjiānshāng 名 พ่อค้าคนกลาง ; นายหน้า
中将（中將）zhōngjiàng 名 〈军〉 พลโท
中介 zhōngjiè 名 สื่อกลาง ; เอเยนซี่ (*agency*)
中景 zhōngjǐng 名 〈影视〉 ภาพระยะปานกลาง (ในภาพยนตร์)
中看 zhōngkàn 形 ดูสวย ; ดูดี
中考 zhōngkǎo 名 การสอบเข้าโรงเรียนมัธยม
中栏（中欄）zhōnglán 名 〈体〉 กระโดดข้ามรั้วสูงปานกลาง
中立 zhōnglì 动 เป็นกลาง ; วางตัวเป็นกลาง
中立国（中立國）zhōnglìguó 名 ประเทศที่วางตัวเป็นกลาง
中流砥柱 zhōngliú-dǐzhù 〈成〉 เสาหลักที่ปักอยู่กลางลำธาร อุปมาว่า บุคคลที่มีจิตใจแน่วแน่และมีความหนักแน่นไม่ระย่อท้อถอย
中路 zhōnglù 形 (คุณภาพ) ระดับกลาง ; (ถนนกองทัพ ฯลฯ) สายกลาง ; กลางทาง
中落 zhōngluò 动 (ฐานะครอบครัว) จากเจริญกลายเป็นตกต่ำ
中年 zhōngnián 名 วัยกลางคน
中跑 zhōngpǎo 名 〈体〉 การวิ่งแข่งระยะทางปานกลาง (ประเภทชาย ๘๐๐ เมตร, ๑,๘๐๐ เมตร, ๓,๐๐๐ เมตร ; ประเภทหญิง ๘๐๐ เมตร, ๑,๕๐๐ เมตร)
中篇 zhōngpiān 名 นวนิยายขนาดสั้น
中频（中頻）zhōngpín 名 〈无〉 ความถี่ขนาดกลาง
中期 zhōngqī 名 ช่วงระยะเวลาตอนกลาง
中秋节（中秋節）Zhōngqiū Jié 名 สารทไหว้พระจันทร์ ; วันไหว้พระจันทร์
中人 zhōngrén 名 คนกลาง ; คนปานกลาง (ในด้านรูปร่างหน้าตาและสติปัญญา ฯลฯ)
中山服 zhōngshānfú 名 (เสื้อผ้า) ชุดซุนยัตเซน
中生代 zhōngshēngdài 名 〈地质〉 ยุคเมโซโซอิก (*Mesozoic*)
中士 zhōngshì 名 〈军〉 สิบโท
中世纪（中世紀）zhōngshìjì 名 ยุคกลาง
中式 zhōngshì 形 แบบจีน
中枢（中樞）zhōngshū 名 ศูนย์กลาง
中提琴 zhōngtíqín 名 〈乐〉 วิโอลา (*viola*)
中天 zhōngtiān 名 กลางหาว
中听（中聽）zhōngtīng 形 น่าฟัง
中途 zhōngtú 名 ระหว่างทาง ; กลางทาง
中外 zhōngwài 名 〈简〉 ประเทศจีนและต่างประเทศ
中微子 zhōngwēizǐ 名 〈物〉 อนุภาคของธาตุที่มีมวลและประจุเป็นศูนย์ ; นิวทริโน (*neutrino*)
中纬度（中緯度）zhōngwěidù 名 〈地理〉 ระยะเส้นละติจูดกลาง (อยู่ในระหว่าง ๔๕ องศาของผิวโลก)
中卫（中衛）zhōngwèi 名 〈体〉 กองหลังส่วนกลาง
中尉 zhōngwèi 名 〈军〉 ร้อยโท
中文 Zhōngwén 名 ภาษาจีน
中午 zhōngwǔ 名 กลางวัน
中线（中綫）zhōngxiàn 名 เส้นศูนย์กลาง
中小学（中小學）zhōng-xiǎoxué 名 〈简〉 โรงเรียนประถมศึกษาและโรงเรียนมัธยมศึกษา
中校 zhōngxiào 名 〈军〉 พันโท
中心 zhōngxīn 名 ศูนย์กลาง
中心角 zhōngxīnjiǎo 名 〈数〉 มุมที่จุดศูนย์กลางวงกลมที่เกิดจากรัศมีสองเส้น
中兴（中興）zhōngxīng 动 ฟื้นฟูความเจริญขึ้น (จากความเสื่อมโทรม)

中型 zhōngxíng 形 ขนาดกลาง
中性 zhōngxìng 名 〈化〉 ภาวะความเป็นกลาง ; เพศกลาง
中学（中學）zhōngxué 名 โรงเรียนมัธยม
中学生（中學生）zhōngxuéshēng 名 นักเรียนโรงเรียนมัธยม
中旬 zhōngxún 名 กลางเดือนวันที่ ๑๐ ถึงวันที่ ๑๙
中央 zhōngyāng 名 ใจกลาง
中药（中藥）zhōngyào 名 ยาจีน
中叶（中葉）zhōngyè 名 ช่วงระยะเวลาตอนกลาง
中医（中醫）zhōngyī 名 แพทย์แผนโบราณของจีน
中庸 zhōngyōng 名 ทางสายกลางที่ประเสริฐ
中庸之道 zhōngyōngzhīdào 〈成〉 มัชฌิมาปฏิปทา ; ทางสายกลาง
中用 zhōngyòng 形 ใช้การได้
中游 zhōngyóu 名 แม่น้ำตอนกลาง
中雨 zhōngyǔ 名 ฝนตกที่มีปริมาณ 2.6-8 มิลิเมตรภายใน 1 ชั่วโมง หรือ 10-24.9 มิลิเมตรภายใน 24 ชั่วโมง
中原 Zhōngyuán 名 ที่ราบภาคกลาง หมายถึงเขตที่ราบแม่น้ำหวงเหอตอนกลางและตอนล่าง
中云（中雲）zhōngyún 名 〈气〉 เมฆที่ลอยสูงปานกลาง
中允 zhōngyǔn 形 〈书〉 ยุติธรรม
中止 zhōngzhǐ 动 หยุดชะงักกลางคัน
中指 zhōngzhǐ 名 นิ้วกลาง
中专（中專）zhōngzhuān 名 〈简〉 โรงเรียนอาชีวศึกษา
中专生（中專生）zhōngzhuānshēng 名 นักเรียนโรงเรียนอาชีวศึกษา
中转（中轉）zhōngzhuǎn 动 〈交〉 เปลี่ยนยานพาหนะระหว่างทาง
中转站（中轉站）zhōngzhuǎnzhàn 名 〈交〉 ชุมทางรถไฟ
中子 zhōngzǐ 名 〈物〉 นิวตรอน (*neutron*)
中子弹（中子彈）zhōngzǐdàn 名 ลูกระเบิดนิวตรอน

忠

忠臣 zhōngchén 名 ขุนนางผู้จงรักภักดี ; (จีน) ตงฉิน
忠诚（忠誠）zhōngchéng 形 ซื่อสัตย์
忠告 zhōnggào 动 เตือนด้วยความหวังดี
忠厚 zhōnghòu 形 ซื่อสัตย์จริงใจ
忠魂 zhōnghún 名 วิญญาณของผู้ซื่อสัตย์
忠良 zhōngliáng 名 ผู้จงรักภักดี
忠实（忠實）zhōngshí 形 จงรักภักดี ; ตรงความจริง
忠孝 zhōngxiào 形 จงรักภักดีและกตัญญู
忠心 zhōngxīn 名 ใจที่ซื่อสัตย์ ; ซื่อสัตย์
忠言 zhōngyán 名 คำเตือนด้วยความจริงใจและหวังดี
忠言逆耳 zhōngyán-nì'ěr 〈成〉 คำเตือนด้วยความจริงใจและหวังดีมักจะฟังขัดหู
忠义（忠義）zhōngyì 形 จงรักภักดีและเป็นธรรม
忠勇 zhōngyǒng 形 ซื่อสัตย์กล้าหาญ
忠于 zhōngyú 动 ซื่อสัตย์ต่อ... ; จงรักภักดีต่อ...
忠贞（忠貞）zhōngzhēn 形 ซื่อสัตย์สุจริต

终（終）zhōng 形 ปลาย ; ตลอด 动 จบ
终场（終場）zhōngchǎng 动 อวสาน (จบการแสดง)
终点（終點）zhōngdiǎn 名 จุดหมายปลายทาง
终点站（終點站）zhōngdiǎnzhàn 名 สถานีปลายทาง
终端（終端）zhōngduān 名 เทอร์มินัล (*terminal*)
终端机（終端機）zhōngduānjī 名 〈电〉 เครื่องเทอร์มินัล
终归（終歸）zhōngguī 副 ถึงอย่างไรก็... ; ในที่สุด
终极（終極）zhōngjí 名 สุดท้าย
终结（終結）zhōngjié 动 สิ้นสุดในขั้นสุดท้าย
终究（終究）zhōngjiū 副 ถึงอย่างไรก็...
终局（終局）zhōngjú 名 อวสาน
终了（終了）zhōngliǎo 动 (ช่วงเวลา) จบสิ้น
终年（終年）zhōngnián 副 ตลอดปี
终日（終日）zhōngrì 副 ตลอดวัน
终身（終身）zhōngshēn 名 ตลอดชีวิต
终审（終審）zhōngshěn 动 〈法〉 สอบสวนขั้นสุดท้าย

终生（終生）zhōngshēng 名 ตลอดชีวิต ; ตลอดชีพ

终于（終于）zhōngyú 副 ในที่สุด

终止（終止）zhōngzhǐ 动 ยุติ

盅 zhōng 名 จอก (เหล้าหรือน้ำชา)

钟 zhōng 名 ระฆัง ; นาฬิกา ; เวลา 动 รวมที่

钟爱（鍾愛）zhōng'ài 动 รัก (ลูกหลานหรือเด็กรุ่น
หลัง) มาก ; สงวนไว้ในดวงใจด้วยความรัก

钟摆（鐘擺）zhōngbǎi 名 ลูกตุ้มนาฬิกา

钟表（鐘錶）zhōngbiǎo 名 นาฬิกา (ซึ่งเป็นชื่อ
เรียกรวมนาฬิกาทุกประเภท)

钟点（鐘點）zhōngdiǎn 名 เวลา ; ชั่วโมง

钟楼（鐘樓）zhōnglóu 名 หอระฆัง ; หอนาฬิกา

钟情（鍾情）zhōngqíng 动 รักจับใจ ; รักใจเดียว

钟声（鐘聲）zhōngshēng 名 เสียงระฆัง ; เสียง
นาฬิกา (ประเภทตั้งพื้น ตั้งโต๊ะหรือแขวน)

钟头（鐘頭）zhōngtóu 名 ⟨口⟩ ชั่วโมง

衷肠（衷腸）zhōngcháng 名 ⟨书⟩ ความในใจ

衷情 zhōngqíng 名 ⟨书⟩ ความรู้สึกในใจ

衷曲 zhōngqū 名 ⟨书⟩ ความรู้สึกในใจ

衷心 zhōngxīn 形 จริงใจ

螽斯 zhōngsī 名 ⟨动⟩ เคทิดิด (katydid) (ตั๊กแตน
อเมริกันขนาดใหญ่)

肿（腫）zhǒng 动 บวม

肿大（腫大）zhǒngdà 形 ⟨医⟩ บวม

肿瘤（腫瘤）zhǒngliú 名 ⟨医⟩ เนื้องอก

肿胀（腫脹）zhǒngzhàng 动 ⟨中医⟩ บวมน้ำ
และท้องอืด

种（種）zhǒng 名 พันธุ์ 量 ประเภท

种畜（種畜）zhǒngchù 名 สัตว์ที่ใช้ทำพันธุ์

种类（種類）zhǒnglèi 名 ประเภท ; ชนิด

种马（種馬）zhǒngmǎ 名 ม้าทำพันธุ์

种牛（種牛）zhǒngniú 名 วัว (หรือควาย) ทำพันธุ์

种禽（種禽）zhǒngqín 名 นกที่ใช้ทำพันธุ์

种姓（種姓）zhǒngxìng 名 วรรณะ (ของสังคม
อินเดีย)

种种（種種）zhǒngzhǒng 形 ต่าง ๆ นานา

种子（種子）zhǒng•zi 名 เมล็ดพันธุ์

种族（種族）zhǒngzú 名 เชื้อชาติ

中 zhòng 动 ถูก (เป้า รางวัล พิษ ฯลฯ)

中标（中標）zhòngbiāo 动 ชนะการประมูล

中弹（中彈）zhòngdàn 动 ถูกกระสุนปืน

中的 zhòngdì 动 ถูกเป้า

中毒 zhòngdú 动 ถูกพิษ

中风（中風）zhòngfēng 名 ⟨医⟩ เป็นลม
(เนื่องจากเส้นโลหิตในสมองตีบหรือแตก)

中计（中計）zhòngjì 动 ต้องกล ; โดนอุบาย ;
ถูกหลอก

中奖（中獎）zhòngjiǎng 动 ถูกรางวัล

中肯 zhòngkěn 形 (คำพูด) ถูกประเด็น

中魔 zhòngmó 动 ถูกปีศาจสิง

中签（中簽）zhòngqiān 动 จับฉลากได้

中伤（中傷）zhòngshāng 动 พูดใส่ร้ายเพื่อให้
เสียหาย

中暑 zhòngshǔ 名 ⟨医⟩ โรคลมแดด

中邪 zhòngxié 动 ถูกอาถรรพณ์ ; ถูกของ

中选（中選）zhòngxuǎn 动 ได้รับเลือก

中意 zhòngyì 动 ถูกใจ

仲裁 zhòngcái 动 ⟨法⟩ ตัดสินโดยตุลาการ ;
ตัดสินโดยคนกลาง

众（衆）zhòng 形 คนจำนวนมาก ; มากมาย

众多（衆多）zhòngduō 形 มากมาย

众寡悬殊（衆寡懸殊）zhòngguǎ-xuánshū
⟨成⟩ แตกต่างกันมากทางด้านจำนวนคน

众口一词（衆口一詞）zhòngkǒu-yīcí ⟨成⟩ ทุก
คนพูดเป็นเสียงเดียวกันหมด

众人（衆人）zhòngrén 名 ทุก ๆ คน ; คนทั้งหลาย

众生（衆生）zhòngshēng 名 ⟨宗⟩ สัตว์
(ในภูมิทั้ง ๖) ; พหุชน ; มนุษย์

众矢之的（衆矢之的）zhòngshǐzhīdì ⟨成⟩
เป้าที่ถูกทุกคนโจมตี

众说纷纭（衆説紛紜）zhòngshuō-fēnyún ⟨成⟩
โจษจันกันต่าง ๆ นานา

众所周知（衆所周知）zhòngsuǒzhōuzhī ⟨成⟩
เป็นที่ทราบโดยทั่วกัน

众望（衆望）zhòngwàng 名 ความหวังของทุก ๆ
คน ; ความหวังของคนทั้งหลาย

众望所归（衆望所歸）zhòngwàng-suǒguī 〈成〉 ได้รับความไว้วางใจจากทุกผู้ทุกนาม (ให้ดำรงตำแหน่ง)

众议员（衆議員）zhòngyìyuán 名 สมาชิกสภาผู้แทนราษฎร

众议院（衆議院）zhòngyìyuàn 名 สภาผู้แทนราษฎร

众院（衆院）zhòngyuàn 名 〈简〉 สภาผู้แทนราษฎร

众志成城（衆志成城）zhòngzhì-chéngchéng 〈成〉 เมื่อทุกคนร่วมใจเป็นอันหนึ่งอันเดียวกันแล้วก็จะกลายเป็นปราการอันมั่นคงได้

种（種）zhòng 动 ปลูก

种地（種地）zhòngdì 动 ทำไร่ไถนา

种植（種植）zhòngzhí 动 ปลูก

重 zhòng 形 หนัก ; สำคัญ 动 ให้ความสำคัญ 名 น้ำหนัก

重兵 zhòngbīng 名 ทหารจำนวนมาก

重创（重創）zhòngchuāng 动 ทำให้ได้รับความเสียหายอย่างหนัก

重大 zhòngdà 形 ใหญ่หลวง ; สำคัญ

重担（重擔）zhòngdàn 名 ภาระหน้าที่อันหนักหน่วง

重地 zhòngdì 名 สถานที่สำคัญ

重点（重點）zhòngdiǎn 名 จุดสำคัญ ; 〈物〉 จุดรับน้ำหนัก

重读（重讀）zhòngdú 动 〈语〉 เน้นพยางค์ ; อ่านลงเสียงหนัก

重罚（重罰）zhòngfá 动 ปรับอย่างหนัก ; ลงโทษอย่างหนัก

重负（重負）zhòngfù 名 ภาระหนักหน่วง

重工业（重工業）zhònggōngyè 名 〈工〉 อุตสาหกรรมหนัก

重荷 zhònghè 名 ภาระอันหนักหน่วง

重活 zhònghuó 名 งานหนัก

重金属（重金屬）zhòngjīnshǔ 名 〈化〉 โลหะหนัก

重力 zhònglì 名 〈物〉 แรงถ่วง

重力场（重力場）zhònglìchǎng 名 〈物〉 สนามแรงถ่วง

重量 zhòngliàng 名 น้ำหนัก

重量级（重量級）zhòngliàngjí 形 〈体〉 (พิกัดน้ำหนักของนักชกมวยหรือนักยกน้ำหนัก) รุ่นเฮฟวีเวท (*heavy weight*) ; ที่มีความสำคัญมาก

重炮 zhòngpào 名 ปืนใหญ่ขนาดหนัก

重氢（重氫）zhòngqīng 名 〈化〉 ไฮโดรเจนหนัก (*heavy hydrogen*)

重任 zhòngrèn 名 ภารกิจอันสำคัญ

重视（重視）zhòngshì 动 ให้ความสำคัญ ; ให้ความสนใจ

重水 zhòngshuǐ 名 〈化〉 เฮฟวีวอเตอร์ (*heavy water*)

重托 zhòngtuō 名 การมอบหมายที่สำคัญยิ่ง

重武器 zhòngwǔqì 名 〈军〉 อาวุธหนัก

重心 zhòngxīn 名 〈物〉 ศูนย์กลางของแรงถ่วง ; จุดสำคัญ

重型 zhòngxíng 形 (เครื่องจักร อาวุธ ฯลฯ) ขนาดหนัก

重压（重壓）zhòngyā 名 แรงกดดันอันหนัก ; ภาระอันหนักหน่วง

重要 zhòngyào 形 สำคัญ

重要性 zhòngyàoxìng 名 ความสำคัญ

重音 zhòngyīn 名 〈语〉 〈乐〉 เสียงเน้น ; เสียงหนัก

重用 zhòngyòng 动 บรรจุบุคคลในตำแหน่งสำคัญ

重油 zhòngyóu 名 น้ำมันหนัก

重载（重載）zhòngzài 动 บรรทุกน้ำหนักเพียบ

重镇（重鎮）zhòngzhèn 名 เมืองสำคัญ (ทางด้านยุทธศาสตร์)

重中之重 zhòngzhōngzhīzhòng สำคัญยิ่งยวด

舟 zhōu 名 〈书〉 เรือ

州 zhōu 名 เขตปกครองในสมัยเก่า หรือเขตปกครองตนเองในสมัยปัจจุบันของจีน

诌（謅）zhōu 动 ปั้นเรื่อง

周 zhōu 名 รอบ ; สัปดาห์

周报（周報）zhōubào 名 วารสารรายสัปดาห์ ; นิตยสารรายสัปดาห์

周边（周邊）zhōubiān 名 รอบนอก

周波 zhōubō 量 〈电〉 รอบความถี่ (ลักษณนามของอัตราความถี่) ; ไซเคิล (*cycle*)

周长（周長）zhōucháng 名 ความยาวเส้นรอบวง

周到 zhōudào 形 รอบคอบ

周济（周濟）zhōujì 动 สงเคราะห์ ; อุดหนุน

周刊 zhōukān 名 วารสารรายสัปดาห์ ; นิตยสารรายสัปดาห์

周密 zhōumì 形 ละเอียดรอบคอบ

周末 zhōumò 名 ปลายสัปดาห์ ; สุดสัปดาห์

周年 zhōunián 名 ครบรอบหนึ่งปี

周期 zhōuqī 名 ระยะเวลาครบรอบ ; วงจรสมบูรณ์

周期表 zhōuqībiǎo 名 〈化〉 เพริโอดิกเทเบิล (*periodic table*) ; ตารางธาตุ

周全 zhōuquán 形 ถี่ถ้วน ; รอบคอบ

周身 zhōushēn 名 ทั่วร่าง ; ทั้งตัว

周岁（周歲）zhōusuì 名 หนึ่งขวบ

周围（周圍）zhōuwéi 名 รอบข้าง

周详（周詳）zhōuxiáng 形 ละเอียดถี่ถ้วน

周旋 zhōuxuán 动 คบค้าสมาคม (กับผู้อื่น) ; ประลองฝีมือ

周游 zhōuyóu 动 ท่องเที่ยวไปทั่ว

周缘（周緣）zhōuyuán 名 รอบสี่ด้าน ; รอบข้าง

周遭 zhōuzāo 名 รอบสี่ด้าน ; รอบข้าง

周折 zhōuzhé 名 การมีอุปสรรคมาก ; ความไม่ราบรื่น

周正 zhōu·zhèng 形 〈方〉 ตรง ; ได้สัดส่วนดี

周知 zhōuzhī 动 ทราบโดยทั่วถึง

周转（周轉）zhōuzhuǎn 动 หมุน (เงิน)

周转金（周轉金）zhōuzhuǎnjīn 名 เงินหมุนเวียน

洲

zhōu 名 〈地理〉 ทวีป

粥

zhōu 名 ข้าวต้ม ; โจ๊ก

妯

妯娌 zhóu·li 名 พี่สะใภ้หรือน้องสะใภ้ของสามี

轴

（軸）zhóu 名 〈机〉 แกน ; เพลา

轴承（軸承）zhóuchéng 名 〈机〉 ตลับลูกปืน

轴对称（軸對稱）zhóuduìchèn 名 〈数〉 ภาพที่มีเส้นแบ่งสมมาตร

轴线（軸綫）zhóuxiàn 名 〈机〉 เส้นศูนย์กลาง ; ด้ายหลอด

轴心（軸心）zhóuxīn 名 〈机〉 แกน ; อุปมาแกนนำ

肘

zhǒu 名 〈生理〉 ข้อศอก

咒

zhòu 名 คาถา 动 แช่ง

咒骂（咒罵）zhòumà 动 สาปแช่ง

咒语（咒語）zhòuyǔ 名 คาถา

绉

绉纱（縐紗）zhòushā 名 ผ้าไหมลายย่น

昼

（晝）zhòu 名 กลางวัน

昼夜（晝夜）zhòuyè 名 กลางวันและกลางคืน

皱

（皺）zhòu 名 รอยย่น 形 ยับ

皱眉（皺眉）zhòuméi 动 ขมวดคิ้ว

皱纹（皺紋）zhòuwén 名 รอยย่น

皱褶（皺褶）zhòuzhě 名 จีบ

骤

（驟）zhòu 形 รวดเร็ว 副 ฉับพลัน

骤变（驟變）zhòubiàn 动 ผันแปรอย่างฉับพลัน

骤然（驟然）zhòurán 副 อย่างฉับพลันทันที

骤增（驟增）zhòuzēng 动 เพิ่มมากขึ้นอย่างรวดเร็ว

朱

朱红（朱紅）zhūhóng 形 สีแดงสด

朱红色（朱紅色）zhūhóngsè 名 สีแดงสด

朱砂（硃砂）zhūshā 名 〈化〉 ชาด

侏

侏儒 zhūrú 名 คนแคระ

诛

（誅）zhū 动〈书〉 สังหาร (นักโทษ)

珠

珠蚌 zhūbàng 名 หอยมุก

珠宝（珠寶）zhūbǎo 名 เพชรนิลจินดา ; อัญมณี

珠光宝气（珠光寶氣）zhūguāng-bǎoqì 〈成〉 แสงแววาวแวบวับของเพชรนิลจินดา

珠玑（珠璣）zhūjī 名 〈书〉 ไข่มุก ; อุปมา บทประพันธ์หรือถ้อยคำที่สละสลวย

珠帘（珠簾）zhūlián 名 มู่ลี่ลูกปัด

珠联璧合（珠聯璧合）zhūlián-bìhé 〈成〉 ความเหมาะสมเข้าคู่กัน ; สมกันราวกับกิ่งทองใบหยก ; บุคคลผู้มีความรู้ความสามารถได้มาอยู่รวมกันหรือสิ่งดีได้มารวมกัน

珠算 zhūsuàn 名 〈书〉 วิชาลูกคิด

珠子 zhū·zi 名 ไข่มุก ; สิ่งที่คล้ายกับไข่มุก

株

zhū 量 ต้น 名 ลำต้น

株距 zhūjù 名 〈农〉 〈林〉 ความห่างของต้นพืชที่ปลูก

株连（株連）zhūlián 动 พัวพัน (กับเหตุร้าย ฯลฯ)

株型 zhūxíng 名〈农〉〈林〉รูปลักษณะของต้นพืช
株选（株選）zhūxuǎn 动〈农〉〈林〉คัดพันธุ์ไม้
诸多（諸多）zhūduō 形 มากมาย
诸君（諸君）zhūjūn 代〈敬〉ทุกท่าน
诸如（諸如）zhūrú 动 ดังเช่น ; อาทิเช่น
诸如此类（諸如此類）zhūrú-cǐlèi〈成〉สิ่งต่าง ๆ ดังเช่นที่กล่าวมานี้
诸位（諸位）zhūwèi 代〈敬〉ทุกท่าน
猪 zhū 名 หมู ; สุกร
猪肉 zhūròu 名 เนื้อหมู
猪鬃 zhūzōng 名 แผงขนคอหมู
蛛丝马迹（蛛絲馬迹）zhūsī-mǎjì〈成〉ร่องรอย ; เงื่อนงำ
蛛网（蛛網）zhūwǎng 名 ใยแมงมุม
潴留 zhūliú 动〈医〉(ของเหลว) ขัง
竹 zhú 名 ไผ่
竹编（竹編）zhúbiān 名 เครื่องจักสานไม้ไผ่
竹筏 zhúfá 名 แพไม้ไผ่
竹竿 zhúgān 名 ลำไผ่
竹简（竹簡）zhújiǎn 名 แผ่นไม้ไผ่ที่คนสมัยโบราณใช้เขียนหนังสือ
竹排 zhúpái 名 แพไม้ไผ่
竹器 zhúqì 名 เครื่องใช้ที่ทำจากไม้ไผ่
竹笋 zhúsǔn 名 หน่อไม้
竹席 zhúxí 名 เสื่อที่สานด้วยไม้ไผ่
竹制品（竹製品）zhúzhìpǐn 名 ผลิตภัณฑ์ไม้ไผ่
竹子 zhú·zi 名 ไม้ไผ่
逐 zhú 动 ไล่ 介 ตาม (ลำดับ)
逐步 zhúbù 副 ทีละขั้น ; ตามลำดับ
逐个（逐個）zhúgè 副 ทีละขั้น (อัน ข้อ คน)
逐渐（逐漸）zhújiàn 副 ค่อย ๆ
逐客令 zhúkèlìng 名 คำสั่งไล่แขก
逐年 zhúnián 副 ทีละปี ; เป็นปี ๆ ตามลำดับ
逐日 zhúrì 副 ทีละวัน
逐一 zhúyī 副 ทีละ (ชิ้น อัน ข้อ คน ฯลฯ)
逐字逐句 zhúzì-zhújù〈成〉เป็นคำต่อคำและเป็นประโยคต่อประโยค ; ทีละคำทีละประโยค
烛（燭）zhú 名 เทียน
烛光（燭光）zhúguāng 名 แสงเทียน
烛台（燭臺）zhútái 名 เชิงเทียน
主 zhǔ 名 เจ้าของ ; เจ้าภาพ ; เจ้านาย ; พระเจ้า 形 สำคัญ
主办（主辦）zhǔbàn 动 เป็นผู้จัดงาน
主笔（主筆）zhǔbǐ 名 บรรณาธิการใหญ่ ; ผู้เขียนบทวิจารณ์ในกองบรรณาธิการ
主编（主編）zhǔbiān 名 บรรณาธิการใหญ่ ; ผู้อำนวยการกองบรรณาธิการ
主播 zhǔbō 名 ผู้ประกาศข่าว ; ผู้รายงานข่าว ; ผู้ดำเนินรายการออนไลน์
主持 zhǔchí 动 จัดและดำเนินการ
主持人 zhǔchírén 名 ผู้จัดและดำเนินการ ; พิธีกร
主从（主從）zhǔcóng 名 สิ่งสำคัญกับสิ่งในสังกัด
主导（主導）zhǔdǎo 名 สำคัญและมีบทบาทในการนำวนำ
主调（主調）zhǔdiào 名〈乐〉ทำนองหลัก ; ความคิดเห็นหลัก
主动（主動）zhǔdòng 形 ริเริ่มกระทำเอง ; เป็นฝ่ายกระทำ (ตรงข้ามกับถูกกระทำ)
主动脉（主動脉）zhǔdòngmài 名〈生理〉เส้นโลหิตแดงใหญ่
主队（主隊）zhǔduì 名〈体〉ทีมเจ้าภาพ
主犯 zhǔfàn 名〈法〉ผู้ต้องหา (หรือนักโทษ) ตัวการสำคัญในการประกอบอาชญากรรม
主峰 zhǔfēng 名 ยอดสูงสุดของเทือกเขา
主妇（主婦）zhǔfù 名 แม่บ้าน
主干（主幹）zhǔgàn 名〈植〉ลำต้น ; แกนสำคัญ
主根 zhǔgēn 名〈植〉รากแก้ว
主攻 zhǔgōng 动〈军〉จู่โจมด้านสำคัญ
主顾（主顧）zhǔgù 名 ลูกค้า
主观（主觀）zhǔguān 形 อัตวิสัย ; เป็นอัตวิสัย
主管 zhǔguǎn 动 กำกับดูแล 名 ผู้กำกับดูแล
主婚 zhǔhūn 动 เป็นเจ้าภาพงานมงคลสมรส
主机（主機）zhǔjī 名〈航〉เครื่องบินจ่าฝูง ;〈机〉เครื่องยนต์หลัก ;〈计〉เครื่องคอมพิวเตอร์
主机箱（主機箱）zhǔjīxiāng 名〈计〉เคสคอมพิวเตอร์ ; กล่องเมนเฟรม

Z

主见（主見）zhǔjiàn 名 ความคิดเห็นของตน
主讲（主講）zhǔjiǎng 动 บรรยาย 名 ผู้บรรยาย
主教 zhǔjiào 名〈宗〉สังฆนายก
主角 zhǔjué 名〈影视〉ตัวแสดงนำ ; นักแสดงสำคัญ ; ตัวเอก
主考 zhǔkǎo 名 ผู้ควบคุมการสอบไล่
主课（主課）zhǔkè 名〈教〉วิชาหลัก ; วิชาเมเจอร์
主力 zhǔlì 名 กำลังหลัก
主力军（主力軍）zhǔlìjūn 名 กองกำลังหลัก
主梁 zhǔliáng 名 คานหลัก
主粮（主糧）zhǔliáng 名 ธัญญาหารหลัก ; ธัญญาหารสำคัญในภูมิภาค
主流 zhǔliú 名 สายน้ำหลัก ; กระแสหลัก
主楼（主樓）zhǔlóu 名 อาคารกลาง
主谋（主謀）zhǔmóu 名 ตัวการ
主桥（主橋）zhǔqiáo 名 ตัวสะพาน
主权（主權）zhǔquán 名 อธิปไตย
主人 zhǔ•rén 名 เจ้าของ ; เจ้าภาพ ; นาย
主人公 zhǔréngōng 名 ตัวเอก (ในงานวรรณคดี)
主人翁 zhǔrénwēng 名 เจ้าของ (ประเทศ)
主食 zhǔshí 名 อาหารหลัก ; อาหารสำคัญในชีวิตประจำวันนอกจากกับข้าว เช่น ข้าว หม่านโถว ฯลฯ
主使 zhǔshǐ 动 บงการ
主事 zhǔshì 动 กำกับดูแล
主帅（主帥）zhǔshuài 名 แม่ทัพ
主题（主題）zhǔtí 名 หัวข้อ ; ความคิดหลัก ; แก่นเรื่อง ; แนวคิด ; สารัตถะ
主题歌（主題歌）zhǔtígē 名 เพลงนำในภาพยนต์หรือในการแสดงที่เปิดซ้ำบ่อย ๆ ; เพลงประจำของรายการภาพยนตร์โทรทัศน์หรือวิทยุ
主体（主體）zhǔtǐ 名 องค์ประกอบสำคัญ
主席 zhǔxí 名 ประธาน
主线（主綫）zhǔxiàn 名 แนวเรื่องหลัก
主心骨 zhǔxīngǔ 名 ที่พึ่ง
主刑 zhǔxíng 名〈法〉โทษหลักทางอาญา (แตกต่างกับโทษเพิ่มซึ่งแปลว่า 附加刑)
主修 zhǔxiū 动〈教〉เรียนวิชาเอก 名 วิชาเอก
主旋律 zhǔxuánlǜ 名〈乐〉ทำนองเพลงหลัก
主演 zhǔyǎn 动〈剧〉〈影视〉แสดงนำ 名 ผู้แสดงนำ
主要 zhǔyào 形 สำคัญ ; เป็นหลัก
主页（主頁）zhǔyè 名〈计〉โฮมเพจ (*homepage*)
主义（主義）zhǔyì 名 ลัทธิ ; แนวคิดความคิดและท่วงทำนอง ; ระบอบสังคม
主意 zhǔ•yi 名 ข้อคิดเห็น ; วิธีการ
主语（主語）zhǔyǔ 名〈语〉ภาคประธาน ; บทประธาน
主宰 zhǔzǎi 动 ครอบงำ
主张（主張）zhǔzhāng 动 เห็นว่า 名 ข้อคิดเห็น
主旨 zhǔzhǐ 名 วัตถุประสงค์หลัก
主治 zhǔzhì 动〈药〉สำหรับรักษา (โรค) ;〈医〉(แพทย์) ควบคุมดูแลและรับผิดชอบ (ในการรักษาผู้ป่วย)
主轴（主軸）zhǔzhóu 名〈机〉แกนหลัก ; เพลาหมุน
主子 zhǔ•zi 名 เจ้านาย ; เจ้าเหนือหัว

拄 zhǔ 动 (ใช้ไม้เท้า) ค้ำยัน

煮 zhǔ 动 ต้ม
煮沸 zhǔfèi 动 ต้มให้เดือด

嘱咐（囑咐）zhǔ•fù 动 กำชับ
嘱托（囑托）zhǔtuō 动 ฝากฝัง

瞩目（矚目）zhǔmù 动〈书〉จับตามอง
瞩望（矚望）zhǔwàng 动〈书〉จ้องมองเป็นเวลานาน ; รอคอย

伫立 zhùlì 动〈书〉ยืนเป็นเวลานาน

苎麻（苧麻）zhùmá 名〈植〉ป่าน

助 zhù 动 ช่วย
助产（助産）zhùchǎn 动〈医〉ผดุงครรภ์
助产士（助産士）zhùchǎnshì 名〈医〉นางผดุงครรภ์
助词（助詞）zhùcí 名〈语〉คำช่วย
助动词（助動詞）zhùdòngcí 名〈语〉คำกริยานุเคราะห์ ; คำช่วยกริยา
助剂（助劑）zhùjì 名〈化〉ยาเสริม (ด้านเคมี)
助理 zhùlǐ 形 ช่วย (ผู้รับผิดชอบสำคัญ) 名 ผู้ช่วย
助跑 zhùpǎo 动〈体〉วิ่งเสริม

助燃 zhùrán 动 〈化〉 เสริมการลุกไหม้
助手 zhùshǒu 名 ผู้ช่วย
助听器（助聽器）zhùtīngqì 名 เครื่องช่วยฟัง
助威 zhùwēi 动 ช่วยเสริมสถานการณ์
助兴（助興）zhùxìng 动 ช่วยเสริมบรรยากาศสนุกสนาน
助学金（助學金）zhùxuéjīn 名 ทุนการศึกษา
助战（助戰）zhùzhàn 动 หนุนช่วยการรบ ; ช่วยเสริมสถานการณ์
助长（助長）zhùzhǎng 动 ช่วยเสริม (มักจะใช้ในทางลบ)
助阵（助陣）zhùzhèn 动 ช่วยเสริมสถานการณ์ในสนามรบ
住 zhù 动 อยู่ ; หยุด ; อยู่กับที่
住持 zhùchí 名 〈宗〉 เจ้าอาวาส
住处（住處）zhùchù 名 ที่อยู่
住地 zhùdì 名 ที่อยู่
住房 zhùfáng 名 บ้านพักอาศัย
住户 zhùhù 名 ครอบครัวที่พักอาศัยอยู่
住家 zhùjiā 名 ครอบครัวที่พักอาศัยอยู่ 动 อยู่
住口 zhùkǒu 动 หยุดพูด ; หุบปาก
住手 zhùshǒu 动 หยุด (ทำ) ; วางมือ
住宿 zhùsù 动 ค้างคืน ; พักแรม
住所 zhùsuǒ 名 ที่อยู่อาศัย
住院 zhùyuàn 动 (คนป่วย) เข้าพักรักษาในโรงพยาบาล
住宅 zhùzhái 名 บ้านเรือน ; เคหสถาน
住址 zhùzhǐ 名 ที่อยู่
住嘴 zhùzuǐ 动 หยุดพูด ; หุบปาก
贮（貯）zhù 动 เก็บไว้
贮藏（貯藏）zhùcáng 动 เก็บรักษาไว้
贮藏室（貯藏室）zhùcángshì 名 ห้องเก็บของ
贮存（貯存）zhùcún 动 เก็บเอาไว้
注 zhù 动 กรอก ; เท
注册 zhùcè 动 จดทะเบียน ; ลงทะเบียน
注定 zhùdìng 动 ลิขิต ; กำหนด (ล่วงหน้า)
注脚 zhùjiǎo 名 เชิงอรรถ ; ฟุตโน้ต (*footnote*)
注解 zhùjiě 名 คำอธิบาย
注明 zhùmíng 动 ระบุไว้
注目 zhùmù 动 เพ่งดู
注入 zhùrù 动 กรอกเข้าไป ; เทลงไป ; ฉีดเข้าไป
注射 zhùshè 动 ฉีดยา
注射器 zhùshèqì 名 เข็มฉีดยา ; เครื่องฉีด
注视（注視）zhùshì 动 จ้องมอง
注释（注釋）zhùshì 名 หมายเหตุ 动 อรรถาธิบาย ; คอมเม้นต์ (*comment*)
注销（注銷）zhùxiāo 动 ลบออกจากทะเบียน ; แทงออกจากบัญชี
注意 zhùyì 动 สนใจ ; ระวัง
注意力 zhùyìlì 名 ความสนใจ ; สมาธิ
注重 zhùzhòng 动 ให้ความสนใจ ; ให้ความสำคัญ ; เน้น
驻（駐）zhù 动 หยุด ; ตั้งประจำ
驻地（駐地）zhùdì 名 สถานที่ตั้ง
驻防（駐防）zhùfáng 动 〈军〉 (กองทหาร) ตั้งประจำรักษาการณ์
驻军（駐軍）zhùjūn 名 〈军〉 กองทหารที่ตั้งประจำ (อยู่ตามสถานที่ใดสถานที่หนึ่ง)
驻守（駐守）zhùshǒu 动 〈军〉 (กองทหาร) ตั้งประจำรักษาการณ์
驻外（駐外）zhùwài 动 (องค์การ กองทัพ ฯลฯ) ประจำต่างประเทศ
驻在国（駐在國）zhùzàiguó 名 ประเทศที่ (องค์การทางการทูต) ประจำอยู่
驻扎（駐扎）zhùzhā 动 〈军〉 (กองทหาร) ตั้งประจำการ
驻足（駐足）zhùzú 动 หยุดเดิน
柱 zhù 名 เสา
柱石 zhùshí 名 เสากับฐานหินใต้เสา ; อุปมาหัวเรี่ยวหัวแรง
柱子 zhù•zi 名 เสา
炷 zhù 名 〈书〉 ไส้ตะเกียง 量 (ลักษณนามของธูป) ดอก ; จุด (ธูป)
祝 zhù 动 ขอให้ ; ขออวยพรให้
祝词（祝詞）zhùcí 名 คำอวยพร
祝福 zhùfú 动 อวยพร

Z

祝贺（祝賀）zhùhè 动 แสดงความยินดี
祝捷 zhùjié 动 ฉลองความมีชัย ; อวยชัย
祝酒 zhùjiǔ 动 ดื่ม (เหล้า) อวยพร
祝酒词（祝酒詞）zhùjiǔcí 名 สุนทรพจน์ในงานเลี้ยง
祝寿（祝壽）zhùshòu 动 อวยพรวันเกิด
祝愿（祝願）zhùyuàn 动 อวยพร ; ส่งความปรารถนาดี
著 zhù 形 เด่น 动 แต่ง (งานประพันธ์) 名 งานประพันธ์
著称（著稱）zhùchēng 动 ลือชื่อ
著录（著録）zhùlù 动 บันทึก
著名 zhùmíng 形 ชื่อดัง ; นามอุโฆษ
著述 zhùshù 动 แต่งงานประพันธ์งาน 名 งานประพันธ์
著者 zhùzhě 名 ผู้แต่ง
著作 zhùzuò 动 แต่งงานประพันธ์ 名 งานประพันธ์
著作权（著作權）zhùzuòquán 名 〈法〉 ลิขสิทธิ์ของงานประพันธ์
蛀 zhù 名 ตัวมอด 动 ผุ
蛀虫（蛀蟲）zhùchóng 名 〈动〉 ตัวมอด
铸（鑄）zhù 动 หล่อ
铸币（鑄幣）zhùbì 名 เหรียญกษาปณ์หล่อ 动 หล่อเหรียญกษาปณ์
铸件（鑄件）zhùjiàn 名 〈冶〉 ชิ้นส่วนที่เป็นเหล็กหล่อ
铸铁（鑄鐵）zhùtiě 名 เหล็กหล่อ
铸造（鑄造）zhùzào 动 หล่อ
铸字（鑄字）zhùzì 动 〈印〉 หล่อตัวพิมพ์ตะกั่ว 名 ตัวพิมพ์หล่อ
筑（築）zhù 动 ก่อสร้าง
抓 zhuā 动 จับ
抓捕 zhuābǔ 动 จับกุม
抓斗（抓鬥）zhuādǒu 动 กระเช้าจับ
抓耳挠腮（抓耳撓腮）zhuā'ěr-náosāi 〈成〉 เกาหูเกาแก้ม อุปมาว่า กระวนกระวาย
抓饭（抓飯）zhuāfàn 动 กินข้าวด้วยมือ ; เปิบ
抓获（抓獲）zhuāhuò 动 จับได้
抓紧（抓緊）zhuājǐn 动 เร่ง (ทำ)
抓举（抓舉）zhuājǔ 名 〈体〉 (ท่ายกน้ำหนัก) ท่าสแน็ตช์ (*snatch*)
抓住 zhuāzhù 动 จับไว้ ; คว้าไว้ ; จับตัว (คนร้าย ฯลฯ) ได้
爪子 zhuǎ·zi 名 〈口〉 กรงเล็บ
拽 zhuāi 动 〈方〉 โยน
拽 zhuài 动 ดึง ; ลาก
专（專）zhuān 形 เฉพาะ ; เชี่ยวชาญ ; พิเศษ
专案（專案）zhuān'àn 名 คดีพิเศษ
专长（專長）zhuāncháng 名 ความเชี่ยวชาญเฉพาะด้าน
专场（專場）zhuānchǎng 名 (การแสดง) รอบพิเศษ
专车（專車）zhuānchē 名 รถประจำโดยเฉพาะ ; รถขบวนพิเศษ
专诚（專誠）zhuānchéng 副 เพื่อ...โดยเฉพาะ
专程（專程）zhuānchéng 副 เดินทางเพื่อ...โดยเฉพาะ
专电（專電）zhuāndiàn 名 ข่าวพิเศษที่นักข่าวส่งให้สำนักข่าวประจำจากต่างถิ่น
专断（專斷）zhuānduàn 动 ตัดสินตามอำเภอใจ
专访（專訪）zhuānfǎng 动 สัมภาษณ์พิเศษ
专稿（專稿）zhuāngǎo 名 บทความเฉพาะเรื่องสำหรับลงหนังสือพิมพ์ ฯลฯ
专攻（專攻）zhuāngōng 动 มุ่งศึกษาเฉพาะ (สาขาวิชา)
专柜（專櫃）zhuānguì 名 เคาน์เตอร์จำหน่ายสินค้าเฉพาะอย่าง
专号（專號）zhuānhào 名 (หนังสือพิมพ์นิตยสาร) ฉบับพิเศษ
专横（專横）zhuānhèng 形 เผด็จการและทำตามอำเภอใจ
专机（專機）zhuānjī 名 เครื่องบินเที่ยวพิเศษ ; เครื่องบินส่วนตัว
专辑（專輯）zhuānjí 名 หนังสือรวมผลงานเฉพาะด้าน
专家（專家）zhuānjiā 名 ผู้เชี่ยวชาญ ; ผู้ชำนาญการ

专刊（專刊）zhuānkān 名 หนังสือพิมพ์ นิตยสารฉบับพิเศษ ; หนังสือรวมผลงานวิจัยเฉพาะด้าน

专科（專科）zhuānkē 名〈教〉วิทยาลัย ; เฉพาะสาขาวิชา

专款（專款）zhuānkuǎn 名 เงินสำหรับใช้เฉพาะด้าน

专栏（專欄）zhuānlán 名 คอลัมน์ (*column*)

专利（專利）zhuānlì 名 การรับประโยชน์แต่ผู้เดียว ; สัมปทาน

专利法（專利法）zhuānlìfǎ 名〈法〉กฎหมายว่าด้วยสัมปทาน

专利权（專利權）zhuānlìquán 名〈法〉สิทธิในสัมปทาน

专列（專列）zhuānliè 名 รถไฟขบวนพิเศษ

专卖（專賣）zhuānmài 动 ผูกขาดการจำหน่าย

专卖店（專賣店）zhuānmàidiàn 名 ร้านค้าที่ผูกขาดจำหน่ายสินค้าเฉพาะอย่างหรือเฉพาะกลุ่ม

专门（專門）zhuānmén 副 โดยเฉพาะ 形 เฉพาะด้าน

专权（專權）zhuānquán 动 กุมอำนาจแต่ผู้เดียว

专人（專人）zhuānrén 名 ผู้มีหน้าที่เฉพาะ

专任（專任）zhuānrèn 动 ทำหน้าที่เฉพาะ

专使（專使）zhuānshǐ 名 ทูตพิเศษ

专题（專題）zhuāntí 名 หัวข้อพิเศษ

专线（專綫）zhuānxiàn 名〈交〉〈讯〉ทางรถไฟสายพิเศษ ; โทรศัพท์สายพิเศษ

专项（專項）zhuānxiàng 名 รายการพิเศษ

专心（專心）zhuānxīn 形 ตั้งใจ

专修（專修）zhuānxiū 动 ศึกษาเฉพาะวิชา

专业（專業）zhuānyè 名 สาขาวิชา

专业户（專業户）zhuānyèhù 名 เกษตรกรที่ประกอบอาชีพเฉพาะด้าน (เช่น ฟาร์มเลี้ยงไก่ ฯลฯ)

专业课（專業課）zhuānyèkè 名〈教〉วิชาเอก

专一（專一）zhuānyī 形 มุ่งไปทางเดียว ; ใจเดียว

专用（專用）zhuānyòng 动 ใช้โดยเฉพาะ

专有（專有）zhuānyǒu 动 เกี่ยวข้องโดยเฉพาะ ; เป็นเจ้าของแต่ผู้เดียว

专责（專責）zhuānzé 名 การรับผิดชอบเฉพาะด้าน

专政（專政）zhuānzhèng 名 เผด็จการ

专职（專職）zhuānzhí 名 ตำแหน่งหน้าที่เฉพาะ

专制（專制）zhuānzhì 动 อัตตาธิปไตย

专注（專注）zhuānzhù 形 จิตใจมุ่งมั่น

专著（專著）zhuānzhù 名 งานประพันธ์ที่ศึกษาวิจัยเฉพาะด้าน

砖（磚）zhuān 名 อิฐ

砖茶（磚茶）zhuānchá 名 ใบชาที่อัดเป็นแท่ง

砖头（磚頭）zhuāntóu 名 เศษอิฐ ; อิฐ

转（轉）zhuǎn 动 หัน ; ถ่ายทอดต่อ

转变（轉變）zhuǎnbiàn 动 เปลี่ยนแปลง

转播（轉播）zhuǎnbō 动 (สถานีวิทยุโทรทัศน์) ถ่ายทอดรายการ (ของสถานีอื่น)

转产（轉産）zhuǎnchǎn 动〈工〉(โรงงาน) เปลี่ยนเป็นผลิตอย่างอื่น

转存（轉存）zhuǎncún 动〈计〉โอนฝาก

转达（轉達）zhuǎndá 动 ถ่ายทอด (คำพูด)

转道（轉道）zhuǎndào 动 เดินอ้อมผ่าน

转递（轉遞）zhuǎndì 动 ส่งต่อ

转动（轉動）zhuǎndòng 动 ขยับ ; หมุน ; บิด

转告（轉告）zhuǎngào 动 บอกต่อ

转轨（轉軌）zhuǎnguǐ 动〈交〉สับหลีกรางรถไฟ ;〈经〉อุปมาว่า เปลี่ยนเส้นทางการดำเนินงาน

转化（轉化）zhuǎnhuà 动 เปลี่ยนแปลง

转换（轉换）zhuǎnhuàn 动 เปลี่ยน

转机（轉機）zhuǎnjī 名 โอกาสที่จะดีขึ้น ; ต่อเครื่องบิน

转嫁（轉嫁）zhuǎnjià 动 โยน (ความเสียหาย ความผิด ฯลฯ) ให้ผู้อื่น

转交（轉交）zhuǎnjiāo 动 มอบต่อ

转口（轉口）zhuǎnkǒu 动 ส่ง (สินค้า) ผ่านท่าเรือหรือประเทศ

转脸（轉臉）zhuǎnliǎn 动 หันหน้า

转录（轉録）zhuǎnlù 动 ทำสำเนาเทป ; ก๊อบปี้เทป (*copy tape*)

转卖（轉賣）zhuǎnmài 动 ขายต่อ

转念（轉念）zhuǎnniàn 动 คิดอีกที
转让（轉讓）zhuǎnràng 动 โอนให้ (คนอื่น) ; เซ้ง
转入（轉入）zhuǎnrù 动 โอนเข้า ; ย้ายเข้า
转身（轉身）zhuǎnshēn 动 หันตัว
转生（轉生）zhuǎnshēng 动 〈宗〉 กลับชาติใหม่
转述（轉述）zhuǎnshù 动 เล่าต่อ
转瞬（轉瞬）zhuǎnshùn 动 พริบตาเดียว
转送（轉送）zhuǎnsòng 动 มอบต่อ ; ให้ต่อ
转体（轉體）zhuǎntǐ 动 〈体〉 หมุนตัว
转弯（轉彎）zhuǎnwān 动 เลี้ยว
转向（轉嚮）zhuǎnxiàng 动 เปลี่ยนทิศทาง
转写（轉寫）zhuǎnxiě 动 〈语〉 สะกดทับศัพท์
转型（轉型）zhuǎnxíng 动 เปลี่ยนแปลง (หมายความถึง เปลี่ยนแปลงรูปแบบหรือชนิดของสินค้าที่ผลิต สังคมเกิดการเปลี่ยนแปลงทางระบอบการเมือง โครงสร้างเศรษฐกิจ ตลอดจนค่านิยม วิถีชีวิต ฯลฯ)
转型升级（轉型升級）zhuǎnxíng shēngjí 动 〈经〉 ปรับเปลี่ยนรูปแบบและอัปเกรด (*upgrade*)
转学（轉學）zhuǎnxué 动 ย้ายโรงเรียน
转眼（轉眼）zhuǎnyǎn 动 พริบตาเดียว
转业（轉業）zhuǎnyè 动 ทหารเปลี่ยนอาชีพเป็นข้าราชการพลเรือน
转移（轉移）zhuǎnyí 动 เลื่อนย้าย ; เปลี่ยน
转引（轉引）zhuǎnyǐn 动 อ้างอิง
转运（轉運）zhuǎnyùn 动 ขนถ่ายสินค้า ; ดวงพลิกดีขึ้น
转载（轉載）zhuǎnzǎi 动 ถ่ายทอดบทความของสื่อมวลชนอื่น ; พิมพ์ซ้ำ ; พิมพ์ใหม่
转战（轉戰）zhuǎnzhàn 动 รบกันตามสมรภูมิต่าง ๆ
转账（轉賬）zhuǎnzhàng 动 โอนบัญชี
转折（轉折）zhuǎnzhé 动 หักมุม ; หันเห
转折点（轉折點）zhuǎnzhédiǎn 名 จุดหัวเลี้ยวหัวต่อ ; จุดหักเห
转折性（轉折性）zhuǎnzhéxìng 名 ลักษณะที่เป็นหัวเลี้ยวหัวต่อ
转正（轉正）zhuǎnzhèng 动 เปลี่ยนสภาพเป็นสมาชิกสมบูรณ์แบบ
转租（轉租）zhuǎnzū 动 ให้เช่าช่วง ; ให้เช่าต่อ

传（傳）zhuàn 名 อรรถกถา ; ชีวประวัติ ; พงศาวดาร
传记（傳記）zhuànjì 名 ชีวประวัติ
传略（傳略）zhuànlüè 名 ชีวประวัติย่อ

转（轉）zhuàn 动 หมุน 量 รอบ
转动（轉動）zhuàndòng 动 หมุนรอบ
转炉（轉爐）zhuànlú 名 〈冶〉 เตาหลอมหมุน
转盘（轉盤）zhuànpán 名 〈机〉 จานหมุน
转速（轉速）zhuànsù 名 〈机〉 ความเร็วการหมุนรอบ
转台（轉臺）zhuàntái 名 เวทีหมุน
转向（轉嚮）zhuànxiàng 动 หลงทิศทาง
转椅（轉椅）zhuànyǐ 名 เก้าอี้หมุน
转悠（轉悠）zhuàn·you 动 〈口〉 เดินเตร่

赚（賺）zhuàn 动 ได้กำไร
赚钱（賺錢）zhuànqián 动 หาเงิน ; ได้กำไร ; มีกำไร
赚取（賺取）zhuànqǔ 动 ได้กำไร
赚头（賺頭）zhuàn·tou 名 〈口〉 กำไร

撰稿 zhuàngǎo 动 แต่งงานประพันธ์
撰述 zhuànshù 动 〈书〉 แต่ง (งานประพันธ์)
撰文 zhuànwén 动 เขียนบทความ
撰写（撰寫）zhuànxiě 动 แต่ง (งานประพันธ์) ; เขียน

妆饰（妝飾）zhuāngshì 动 แต่งตัว 名 ลักษณะที่แต่งตัวแล้ว

庄（莊）zhuāng 名 หมู่บ้าน
庄户（莊户）zhuānghù 名 〈农〉 ครอบครัวชาวนา
庄稼（莊稼）zhuāng·jia 名 〈农〉 ธัญพืช
庄稼汉（莊稼漢）zhuāng·jiahàn 名 ชาวไร่ชาวนาผู้ชาย
庄严（莊嚴）zhuāngyán 形 เคร่งขรึมและทรงเกียรติ ; สง่าผ่าเผยและเคร่งขรึม
庄园（莊園）zhuāngyuán 名 บริเวณที่ดินศักดินา
庄园主（莊園主）zhuāngyuánzhǔ 名 เจ้าของบริเวณที่ดินศักดินา

Z

庄重（莊重）zhuāngzhòng 形 (วาจาและอิริยาบถ)
เรียบร้อย

桩（樁）zhuāng 名 เสาเข็ม

桩子（樁子）zhuāng·zi 名 เสาเข็ม

装（裝）zhuāng 动 ใส่ ; แสร้ง ; แต่ง ; ประกอบ

装扮（裝扮）zhuāngbàn 动 แต่งตัว ; ปลอมตัว

装备（裝備）zhuāngbèi 动 ติดตั้ง (อาวุธ
ยุทโธปกรณ์) 名 อาวุธยุทโธปกรณ์ที่ติดตั้งให้

装点（裝點）zhuāngdiǎn 动 ประดับประดา

装订（裝訂）zhuāngdìng 动 เข้าเล่ม

装潢（裝潢）zhuānghuáng 动 ตกแต่ง

装甲车（裝甲車）zhuāngjiǎchē 名 〈军〉
รถยานเกราะ

装假（裝假）zhuāngjiǎ 动 เสแสร้ง

装殓（裝殮）zhuāngliàn 动 ตกแต่งและบรรจุศพ

装门面（裝門面）zhuāng mén·mian 〈惯〉
ทำแบบผักชีโรยหน้า

装模作样（裝模作樣）zhuāngmú-zuòyàng
〈成〉แกล้งดัดจริต ; เสแสร้ง

装配（裝配）zhuāngpèi 动 ประกอบ ; ติดตั้ง

装腔作势（裝腔作勢）zhuāngqiāng-zuòshì
〈成〉ทำท่าทางดัดจริตดีดดิ้น

装傻（裝傻）zhuāngshǎ 动 ทำเป็นโง่ ; แกล้งโง่ ;
แสร้งโง่

装饰（裝飾）zhuāngshì 名 ของประดับ 动
ตกแต่ง

装饰品（裝飾品）zhuāngshìpǐn 名 ของประดับ

装束（裝束）zhuāngshù 名 การแต่งตัว

装填（裝填）zhuāngtián 动 〈军〉บรรจุ (กระสุน
ปืนใหญ่ใส่ลำกล้อง)

装箱（裝箱）zhuāngxiāng 动 บรรจุใส่ลัง

装卸（裝卸）zhuāngxiè 动 ขนถ่าย

装修（裝修）zhuāngxiū 动 ตกแต่ง (บ้าน)

装运（裝運）zhuāngyùn 动 บรรทุกลำเลียง

装载（裝載）zhuāngzài 动 บรรทุก

装帧（裝幀）zhuāngzhēn 名 การออกแบบหนังสือ

装置（裝置）zhuāngzhì 动 ติดตั้ง 名
อุปกรณ์ติดตั้ง

奘 zhuǎng 形 (รูปร่าง) ใหญ่

壮（壯）zhuàng 形 แข็งแรง ; ล่ำสัน ; โอ่อ่า ; ยิ่ง
ใหญ่ 动 เสริมให้แข็งกล้า

壮大（壯大）zhuàngdà 形 เติบใหญ่เข้มแข็ง

壮胆（壯膽）zhuàngdǎn 动 ปลุกใจให้กล้า

壮工（壯工）zhuànggōng 名 กรรมกรแรงงาน

壮观（壯觀）zhuàngguān 名 ภาพอัน
ยิ่งใหญ่ตระการตา ; 形 โอ่อ่า

壮举（壯舉）zhuàngjǔ 名 วีรกรรมอันยิ่งใหญ่

壮阔（壯闊）zhuàngkuò 形 ยิ่งใหญ่และกว้าง
ไพศาล

壮丽（壯麗）zhuànglì 形 ยิ่งใหญ่และสง่างาม

壮烈（壯烈）zhuàngliè 形 วีรกรรมอาจหาญและ
สมศักดิ์ศรี

壮美（壯美）zhuàngměi 形 (ภาพ ทิวทัศน์ ฯลฯ)
สง่างาม

壮年（壯年）zhuàngnián 名 วัยฉกรรจ์

壮士（壯士）zhuàngshì 名 ผู้กล้าหาญ

壮实（壯實）zhuàng·shi 形 กำยำล่ำสัน

壮志（壯志）zhuàngzhì 名 ปณิธานอันยิ่งใหญ่

状况（狀況）zhuàngkuàng 名 สภาพ

状态（狀態）zhuàngtài 名 สภาวะ ; ภาวะ

状语（狀語）zhuàngyǔ 名 〈语〉บทขยายกริยา

状元（狀元）zhuàng·yuan 名 จอหงวน
(บัณฑิตอันดับหนึ่งในสมัยเก่าของจีน) ;
ผู้ดีเด่นอันดับหนึ่งในอาชีพนั้น ๆ

状纸（狀紙）zhuàngzhǐ 名 คำฟ้อง ;
แบบเขียนคำฟ้อง

状子（狀子）zhuàng·zi 名 คำฟ้อง

撞 zhuàng 动 ชน ; กระแทก ; เจอกัน (โดย
บังเอิญ) ; เสี่ยง

撞车（撞車）zhuàngchē 动 รถชนกัน

撞击（撞擊）zhuàngjī 动 กระแทก ; ชน

撞见（撞見）zhuàngjiàn 动 เจอกันโดยบังเอิญ

撞锁（撞鎖）zhuàngsuǒ 动 กุญแจสปริงล็อค

撞针（撞針）zhuàngzhēn 名 เข็มชนวน (ของปืน)

幢 zhuàng 量 หลัง (ลักษณนามของอาคาร)

追 zhuī 动 ไล่ตาม

Z

651

追逼 zhuībī 动 ไล่กวดอย่างกระชั้นชิด ; บีบบังคับเอาเรื่อง
追兵 zhuībīng 名 ทหารที่ไล่ตามมา
追捕 zhuībǔ 动 ตามจับ
追查 zhuīchá 动 สืบสวน
追悼会（追悼會）zhuīdàohuì 名 พิธีไว้อาลัยผู้ถึงแก่กรรม ; พิธีรำลึกถึงผู้เสียชีวิต
追肥 zhuīféi 动 〈农〉ใส่ปุ๋ยที่บริเวณผิวพื้นดิน ; ปุ๋ยที่ใส่บริเวณผิวพื้นดิน
追赶（追趕）zhuīgǎn 动 ไล่ตาม
追根究底 zhuīgēn-jiūdǐ 〈成〉สืบสาวราวเรื่อง
追悔 zhuīhuǐ 动 เสียใจในภายหลัง
追击（追擊）zhuījī 动 ไล่ตามโจมตี
追记（追記）zhuījì 动 จดเพิ่มเติมภายหลัง
追加 zhuījiā 动 เพิ่มเติม (จำนวน)
追剿 zhuījiǎo 动 ไล่ตามปราบ
追缴（追繳）zhuījiǎo 动 เร่งให้ชำระ (ภาษี ค่าธรรมเนียม ฯลฯ) ภายหลังหมดเขตกำหนดชำระ
追究 zhuījiū 动 เอาเรื่อง
追求 zhuīqiú 动 แสวงหา ; ติดตาม ; ตามจีบ
追认（追認）zhuīrèn 动 รับรองย้อนหลัง
追授 zhuīshòu 动 มอบเกียรติยศให้ผู้ถึงแก่กรรม
追述 zhuīshù 动 บรรยายเรื่องในอดีต
追思 zhuīsī 动 หวนคิด ; รำลึก
追诉（追訴）zhuīsù 动 กล่าวย้อนหลัง
追溯 zhuīsù 动 สืบย้อนถึงแหล่งแม่น้ำ ; สืบย้อนถึงต้นสายปลายเหตุ
追随（追隨）zhuīsuí 动 ติดตาม
追随者（追隨者）zhuīsuízhě 名 ผู้ติดตาม
追问（追問）zhuīwèn 动 ซักถาม
追想 zhuīxiǎng 动 หวนคิด
追叙 zhuīxù 动 บรรยายย้อนหลัง ; บรรยายเรื่องในอดีต
追寻（追尋）zhuīxún 动 ตามหา
追忆（追憶）zhuīyì 动 หวนระลึก
追赃（追贜）zhuīzāng 动 บังคับให้คืนของกลาง
追逐 zhuīzhú 动 ไล่ตาม ; แสวงหา
追踪 zhuīzōng 动 สะกดรอย

椎骨 zhuīgǔ 名 〈生理〉กระดูกสันหลัง

锥（錐）zhuī 名 เหล็กหมาด
锥度（錐度）zhuīdù 名 เทเปอร์ (*taper*) ; ระดับความลาดเอียงของทรงกรวย
锥面（錐面）zhuīmiàn 名 〈数〉ผิวหน้ารูปกรวย
锥体（錐體）zhuītǐ 名 〈数〉รูปทรงกรวย
锥形（錐形）zhuīxíng 名 รูปทรงกรวย
锥子（錐子）zhuī·zi 名 เหล็กหมาด

坠（墜）zhuì 动 ตก (ลงมา) ; ถ่วง 名 สิ่งของที่ห้อยลง
坠地（墜地）zhuìdì 动 (ทารก) ออกจากครรภ์มารดา
坠毁（墜毀）zhuìhuǐ 动 (เครื่องบิน ฯลฯ) ตกและพังพินาศ
坠落（墜落）zhuìluò 动 ตกลงมา
坠儿（墜兒）zhuìr 名 พู่ระย้า ; ตุ้มหู

缀（綴）zhuì 动 เย็บ ; ประดับ

惴惴不安 zhuìzhuì-bù'ān 〈成〉กระวนกระวาย

缒（縋）zhuì 动 ใช้เชือกผูกมัดไว้แล้วหย่อนลงมา

赘（贅）zhuì 形 ส่วนเกิน 动 〈方〉แต่งลูกเขยเข้าบ้าน
赘述（贅述）zhuìshù 动 กล่าวเกินความจำเป็น
赘疣（贅疣）zhuìyóu 名 หูด

谆谆（諄諄）zhūnzhūn 形 (อบรมบ่มนิสัย) อย่างจริงใจ

准 zhǔn 副 อนุญาต ; แน่นอน
准保（準保）zhǔnbǎo 副 รับรองว่า...แน่
准备（準備）zhǔnbèi 动 ตระเตรียม
准将（準將）zhǔnjiàng 名 〈军〉นายพลจัตวา
准确（準確）zhǔnquè 形 แม่นยำ
准绳（準繩）zhǔnshéng 名 บรรทัดฐาน
准时（準時）zhǔnshí 形 ตรงเวลา
准尉（準尉）zhǔnwèi 名 〈军〉พันจ่า
准信（準信）zhǔnxìn 名 〈口〉ข่าวสารที่แน่นอน
准星（準星）zhǔnxīng 名 〈军〉จุดเล็งยิง (บนกระบอกปืน)
准许（准許）zhǔnxǔ 动 อนุญาต

准予 zhǔnyǔ 动 อนุมัติ

准则（準則）zhǔnzé 名 กฎเกณฑ์ ; บรรทัดฐาน

拙 zhuō 形 ไม่เก่ง ; โง่

拙笨 zhuōbèn 形 เก้งก้าง ; เซอะซะ

拙见（拙見）zhuōjiàn 名〈谦〉ความคิดเห็นโง่ ๆ (เป็นคำพูดถ่อมตัวเวลาแสดงความคิดเห็นของตน)

拙劣 zhuōliè 形 เลว ๆ ; โง่ ๆ

拙著 zhuōzhù 名〈谦〉งานเขียนชั้นหยาบ (เป็นคำพูดถ่อมตัวในเวลาพูดถึงงานเขียนของตน)

拙作 zhuōzuò 名〈谦〉งานเขียนชั้นหยาบ

捉 zhuō 动 จับ ; จับกุม

捉奸 zhuōjiān 动 จับชู้

捉襟见肘（捉襟見肘）zhuōjīn-jiànzhǒu〈成〉ชักหน้าไม่ถึงหลัง

捉迷藏 zhuōmícáng เล่นซ่อนหา

捉摸 zhuōmō 动 คาดคิด ; เดาเอา

捉摸不定 zhuōmō-bùdìng〈成〉คาดคะเนไม่ถูก

捉拿 zhuōná 动 จับกุม

捉弄 zhuōnòng 动 เย้าแหย่

桌 zhuō 名 โต๊ะ

桌布 zhuōbù 名 ผ้าปูโต๊ะ

桌面 zhuōmiàn 名 หน้าโต๊ะ

桌子 zhuō·zi 名 โต๊ะ

灼 zhuó 动 ไฟลวก 形 สว่าง

灼见（灼見）zhuójiàn 名 ความเห็นที่ลึกซึ้งและกระจ่างแจ้ง

灼热（灼熱）zhuórè 形 ร้อนผ่าว

灼伤（灼傷）zhuóshāng 动 ไฟลวกเป็นแผล

茁壮（茁壯）zhuózhuàng 形 (เด็ก สัตว์ พืช) เติบโตแข็งแรง

卓见（卓見）zhuójiàn 名 ความคิดเห็นอันประเสริฐ

卓绝（卓絕）zhuójué 形 ยิ่งยวด

卓越 zhuóyuè 形 ล้ำเลิศ

卓著 zhuózhù 形 โดดเด่น

斫 zhuó 动〈书〉ตัด ; ฟัน

浊（濁）zhuó 形 ขุ่น

酌 zhuó 动 ริน (เหล้า) ; ดื่ม (เหล้า) ; พินิจพิเคราะห์

酌办（酌辦）zhuóbàn 动〈书〉พิจารณาจัดการตามความเหมาะสม

酌定 zhuódìng 动 พิจารณาตัดสิน

酌减 zhuójiǎn 动 พิจารณาลดทอนตามความเหมาะสม

酌量 zhuó·liang 动 พิจารณา ; กะ

酌情 zhuóqíng 动 พิจารณาตามสภาพ

啄 zhuó 动 จิก

啄木鸟（啄木鳥）zhuómùniǎo 名〈动〉นกหัวขวาน

啄食 zhuóshí 动 จิกกิน

着 zhuó 动 สวมใส่ ; แตะ ; ลง (มือ สี ฯลฯ) 名 แหล่ง

着力 zhuólì 动 ลงแรง

着陆（着陸）zhuólù 动 (เครื่องบิน ฯลฯ) ลงสู่พื้นดิน

着落 zhuóluò 名 ที่อยู่ ; แหล่งที่มีความหวัง 动 ตกที่

着色 zhuósè 动 ระบายสี

着实（着實）zhuóshí 副 จริง ๆ 形 (วาจาหรือการกระทำ) หนัก

着手 zhuóshǒu 动 ลงมือ

着想 zhuóxiǎng 动 ใคร่ครวญ (เพื่อเป็นผลดีต่อบุคคลบางคนหรือเรื่องบางเรื่อง)

着眼 zhuóyǎn 动 มอง (จากแง่ใดแง่หนึ่ง)

着眼点（着眼點）zhuóyǎndiǎn 名 จุดที่จะพิจารณา

着眼于 zhuóyǎnyú 动 มองจาก ; พิจารณาจาก

着意 zhuóyì 动 ตั้งอกตั้งใจ

着重 zhuózhòng 动 เน้นหนัก

着装（着裝）zhuózhuāng 动 สวมเสื้อผ้า 名 การแต่งตัว

琢 zhuó 动 เจียระไน

琢磨 zhuómó 动 เจียระไน ; ขัดเกลา

擢升 zhuóshēng 动〈书〉เลื่อนตำแหน่ง

镯子（鐲子）zhuó·zi 名 กำไล

吱 zī 拟声 (คำเลียนเสียงซึ่งเป็นเสียงสัตว์เล็กร้อง) เจี๊ยก ๆ

吱声（吱聲）zīshēng 动〈方〉พูด

Z

孜孜不倦 zīzī-bùjuàn 〈成〉 ขยันหมั่นเพียรอย่างไม่รู้จักเหน็ดเหนื่อย

孜孜以求 zīzīyǐqiú 〈成〉 มุ่งมาดด้วยความขยันหมั่นเพียร

咨文 zīwén 名 หนังสือราชการ (ระหว่างหน่วยราชการที่มีฐานะเท่าเทียมกัน) ; รายงานเกี่ยวกับเหตุการณ์ในประเทศซึ่งประมุขของรัฐเสนอต่อรัฐสภา

咨询（咨詢）zīxún 动 สอบถาม

姿 zī 名 โฉม ; ท่าทาง

姿容 zīróng 名 รูปโฉม

姿色 zīsè 名 รูปโฉมที่สวยงาม

姿势（姿勢）zīshì 名 ท่า

姿态（姿態）zītài 名 ลักษณะท่าทาง ; ท่าที

兹 zī 代 〈书〉 นี้

资（資）zī 名 ทุน 动 〈经〉 อุดหนุน

资本（資本）zīběn 名 เงินทุน

资本家（資本家）zīběnjiā 名 นายทุน

资本主义（資本主義）zīběn zhǔyì ลัทธิทุนนิยม

资财（資財）zīcái 名 ทรัพย์สิน

资产（資産）zīchǎn 名 〈经〉 ทรัพย์สมบัติ ; เงินทุนของบริษัท

资产阶级（資産階級）zīchǎn jiējí ชนชั้นนายทุน

资方（資方）zīfāng 名 ฝ่ายนายทุน

资格（資格）zīgé 名 คุณวุฒิ ; วุฒิ ; คุณสมบัติ

资金（資金）zījīn 名 เงินทุน

资历（資歷）zīlì 名 คุณสมบัติและประสบการณ์

资料（資料）zīliào 名 ปัจจัย ; ข้อมูล

资料片（資料片）zīliàopiàn 名 ภาพยนตร์ข่าวสาร

资料室（資料室）zīliàoshì 名 ห้องข้อมูลข่าวสาร

资深（資深）zīshēn 形 คุณวุฒิสูง

资信（資信）zīxìn 名 เงินทุนและเครดิต

资讯（資訊）zīxùn 名 ข่าวสาร ; ข่าวกรอง ; ข้อมูลข่าวสาร

资源（資源）zīyuán 名 แหล่งทรัพยากร

资助（資助）zīzhù 动 อุดหนุน ; สงเคราะห์

辎重（輜重）zīzhòng 名 〈军〉 สัมภาระในการเดินทาง (ของกองพลาธิการ)

锱铢必较（錙銖必較）zīzhū-bìjiào 〈成〉 คิดเล็กคิดน้อยในเรื่องเงินทอง ; จุกจิกจู้จี้กับเรื่องเล็กน้อย

孳生 zīshēng 动 แพร่พันธุ์

滋 zī 动 งอกขึ้น ; เพิ่ม ; 〈方〉 ฉีด

滋补（滋補）zībǔ 动 บำรุง (ร่างกาย)

滋扰（滋擾）zīrǎo 动 ก่อกวน

滋润（滋潤）zīrùn 形 ชุ่มชื้น 动 (น้ำ) หล่อเลี้ยง

滋生 zīshēng 动 แพร่พันธุ์ ; ก่อ (เรื่อง ฯลฯ)

滋事 zīshì 动 ก่อเรื่อง

滋味 zīwèi 名 รสชาติ

滋养（滋養）zīyǎng 动 หล่อเลี้ยง

滋长（滋長）zīzhǎng 动 เกิด (ความคิดในทางเสื่อม ฯลฯ)

龇（齜）zī 动 〈口〉 ยิง (ฟัน)

龇牙（齜牙）zīyá 动 ยิงฟัน

子 zǐ 名 ลูกชาย ; สร้อยคำนามภาษาจีน

子弹（子彈）zǐdàn 名 กระสุนปืน

子弟 zǐdì 名 ลูกหลาน

子宫 zǐgōng 名 〈生理〉 มดลูก

子宫癌 zǐgōng'ái 名 〈医〉 มะเร็งในมดลูก

子爵 zǐjué 名 (บรรดาศักดิ์) ไวส์เคานต์ (*viscount*)

子粒（子粒）zǐlì 名 เมล็ด

子母弹（子母彈）zǐmǔdàn 名 〈军〉 กระสุนลูกแตก

子母扣儿（子母扣兒）zǐmǔkòur 名 กระดุมแป๊บ

子女 zǐnǚ 名 บุตรธิดา ; ลูก ๆ

子儿（子兒）zǐr 名 เมล็ด (ต้นพืช)

子嗣 zǐsì 名 ทายาท ; ผู้สืบตระกูล

子孙（子孫）zǐsūn 名 ลูกหลาน

子午线（子午綫）zǐwǔxiàn 名 〈地理〉 เส้นเมอริเดียน (*meridian*)

子叶（子葉）zǐyè 名 〈植〉 ใบเลี้ยง

子夜 zǐyè 名 เที่ยงคืน

仔畜 zǐchù 名 ลูกสัตว์

仔细（仔細）zǐxì 形 ละเอียด

姊妹 zǐmèi 名 พี่สาวน้องสาว

籽 zǐ 名 เมล็ดพืช

籽棉 zǐmián 名 ดอกฝ้ายที่ยังไม่ได้เอาเมล็ดออก

紫 zǐ 形 ม่วง

紫菜 zǐcài 名 〈植〉สาหร่ายทะเล

紫草 zǐcǎo 名 〈植〉พืช พะคูนเอเชีย (Asian puccoon) (ใช้ย้อมสีแดงได้)

紫貂 zǐdiāo 名 〈动〉สัตว์ประเภทมิงก์แต่ตัว เล็กกว่า

紫绀 (紫紺) zǐgàn 名 〈医〉ภาวะผิวหนังเป็น สีเขียวเนื่องจากขาดออกซิเจน

紫红 (紫紅) zǐhóng 形 สีแดงอมม่วง

紫荆 zǐjīng 名 〈植〉เรดบัดจีน (Chinese redbud) ขึ้นเป็นกอ ดอกสีม่วง ไม้และเปลือกใช้ทำยาได้

紫罗兰 (紫羅蘭) zǐluólán 名 〈植〉ต้นไวโอเลต (violet)

紫色 zǐsè 名 สีม่วง

紫杉 zǐshān 名 〈植〉(ต้นสนพันธุ์หนึ่ง) ต้นยู ญี่ปุ่น

紫穗槐 zǐsuìhuái 名 〈植〉(ไม้พุ่มขนาดเล็ก ออกดอกสีม่วง) ฟอลส์อินดิโก (false indigo)

紫檀 zǐtán 名 〈植〉ไม้จันทน์แดง

紫藤 zǐténg 名 〈植〉(พันธุ์ไม้เลื้อยชนิดหนึ่ง ออกดอกสีม่วง) วิสเทอเรียจีน (Chinese wistaria)

紫铜 (紫銅) zǐtóng 名 ทองแดงบริสุทธิ์ ออกสีม่วงอมแดง

紫外线 (紫外綫) zǐwàixiàn 名 รังสีอัลตรา ไวโอเลต (ultraviolet ray)

紫药水 (紫藥水) zǐyàoshuǐ 名 〈药〉ยาฆ่าเชื้อ แบคทีเรียสีม่วง

紫云英 (紫雲英) zǐyúnyīng 名 〈植〉มิลก์เวตช์ (milk vetch) ; พืชเถา

自 zì 代 ตนเอง 介 จาก ; ตั้งแต่ 副 เป็นธรรมดา

自爱 (自愛) zì'ài 动 ถนอมตัว ; รักเกียรติของตน

自拔 zìbá 动 ถอนตัวออก (จากความชั่วหรือ ความทุกข์)

自白 zìbái 动 สาธยายความคิดเห็นของตน

自暴自弃 zìbào-zìqì 〈成〉ยอมแพ้ต่อโชคชะตา ไม่แสวงหาความก้าวหน้า

自卑 zìbēi 形 ขาดความมั่นใจในตนเอง

自卑感 zìbēigǎn 名 ความรู้สึกขาดความมั่นใจใน ตนเอง

自便 zìbiàn 动 ตามสบาย

自不量力 zìbùliànglì 〈成〉ไม่เจียมตัว

自惭形秽 (自慚形穢) zìcán-xínghuì 〈成〉 รู้สึกอับอายขายหน้าที่ตัวเองสู้คนอื่นไม่ได้

自称 (自稱) zìchēng 动 ขนานนามเอง ; อ้างตัว

自乘 zìchéng 动 〈数〉คูณตัวเอง

自持 zìchí 动 ควบคุมอารมณ์ของตน

自吹自擂 zìchuī-zìléi 〈成〉ยกหางตัวเอง

自从 (自從) zìcóng 介 ตั้งแต่

自大 zìdà 形 ทะนงตน

自得 zìdé 形 กระหยิ่มใจ

自动 (自動) zìdòng 形 อัตโนมัติ (automatic) ; ออโต้

自动化 (自動化) zìdònghuà 动 แบบอัตโนมัติ

自动铅笔 (自動鉛筆) zìdòng qiānbǐ ดินสอกด

自发 (自發) zìfā 形 เกิดขึ้นเอง

自费 (自費) zìfèi 动 ออกค่าใช้จ่ายเอง 名 ทุนส่วนตัว

自费生 (自費生) zìfèishēng 动 นักเรียน ทุนส่วนตัว

自焚 zìfén 动 เผาตัวตาย

自封 zìfēng 动 แต่งตั้งตัวเอง

自负 (自負) zìfù 动 รับผิดชอบเอง 形 ถือดี

自高自大 zìgāo-zìdà 〈成〉เย่อหยิ่งทะนงตน

自个儿 (自個兒) zìgěr 代 〈口〉ตัวเอง ; ตนเอง

自供 zìgòng 动 สารภาพ

自供状 (自供狀) zìgòngzhuàng 名 คำสารภาพ

自古 zìgǔ 副 ตั้งแต่โบราณกาล

自顾不暇 (自顧不暇) zìgù-bùxiá 〈成〉ตัวเอง ยังเอาตัวไม่รอด

自豪 zìháo 形 ภาคภูมิใจ

自豪感 zìháogǎn 名 ความรู้สึกภาคภูมิใจ

自画像 (自畫像) zìhuàxiàng 名 รูปภาพของตนที่ วาดเอง

Z

自己 zìjǐ 代 ตัวเอง
自己人 zìjǐrén 名 คนกันเอง
自给（自給）zìjǐ 动 เลี้ยงตัวเอง
自给自足（自給自足）zìjǐ-zìzú 〈成〉 เลี้ยงตัวเอง
自家 zìjiā 代 〈方〉 ตัวเอง 名 บ้านของตน
自家人 zìjiārén 名 คนกันเอง
自荐（自薦）zìjiàn 动 แนะนำตัวเอง (เพื่อได้งานหรือตำแหน่ง)
自尽（自盡）zìjìn 动 ฆ่าตัวตาย
自救 zìjiù 动 ช่วยเหลือตัวเอง (ให้พ้นภัย)
自居 zìjū 动 ถือตัว ; วางมาด
自决 zìjué 动 ตัดสินด้วยตนเอง
自决权（自決權）zìjuéquán 名 สิทธิในการตัดสินด้วยตัวเอง
自觉（自覺）zìjué 动 รู้สึกตัว ; มีจิตสำนึก
自绝（自絶）zìjué 动 ตัดความสัมพันธ์เอง (โดยไม่ยอมกลับตัว) ; ฆ่าตัวตาย
自控 zìkòng 动 ควบคุมเอง
自夸（自誇）zìkuā 动 โอ้อวดตนเอง
自来水（自來水）zìláishuǐ 名 น้ำประปา
自来水笔（自來水筆）zìláishuǐbǐ ปากกาหมึกซึม
自理 zìlǐ 动 ช่วยเหลือตัวเอง ; จัดการเอง
自立 zìlì 动 ตั้งตัวด้วยตัวเอง ; พึ่งตนเอง
自满（自滿）zìmǎn 形 ทะนงตน
自媒体（自媒體）zìméitǐ 名 วี มีเดีย (*We Media*) ; สื่อเรา
自勉 zìmiǎn 动 ให้กำลังใจตัวเอง
自鸣钟（自鳴鐘）zìmíngzhōng 名 นาฬิกาที่มีการบอกเวลา
自命不凡 zìmìng-bùfán 〈成〉 ยกย่องตนเองเป็นคนวิเศษ
自馁（自餒）zìněi 动 ท้อแท้
自欺欺人 zìqī-qīrén 〈成〉 หลอกคนอื่นทั้ง ๆ ที่ตัวเองก็รู้สึกว่าไม่น่าเชื่อ
自强不息 zìqiáng-bùxī 〈成〉 มุมานะบากบั่นอย่างไม่ระย่อท้อถอย
自然 zìrán 名 ธรรมชาติ 形 โดยธรรมชาติ (ไม่ฝืนไม่ปลอม) 副 แน่นอน
自然而然 zìrán'érrán 〈成〉 เป็นไปตามธรรมชาติ
自然界 zìránjiè 名 ธรรมชาติ ; โลกธรรมชาติ
自然力 zìránlì 名 พลังธรรมชาติ
自然人 zìránrén 名 〈法〉 บุคคลโดยธรรมชาติ ; บุคคลธรรมดา
自然数（自然數）zìránshù 名 〈数〉 จำนวนธรรมชาติ (*natural number*)
自燃 zìrán 动 〈化〉 ลุกไหม้เอง
自如 zìrú 形 คล่องตัว ; คล่องแคล่ว
自若 zìruò 形 〈书〉 (ลักษณะท่าทาง) เป็นธรรมชาติ
自杀（自殺）zìshā 动 ฆ่าตัวตาย
自伤（自傷）zìshāng 动 ทำร้ายร่างกายของตน
自身 zìshēn 名 ตัวของตัวเอง
自始至终（自始至終）zìshǐ-zhìzhōng 〈成〉 ตั้งแต่ต้นจนจบ
自恃 zìshì 形 〈书〉 เย่อหยิ่งทะนงตน 动 ถือดี
自首 zìshǒu 动 〈法〉 มอบตัว
自述 zìshù 动 กล่าวด้วยตนเอง ; บอกเล่าเรื่องราวของตัวเอง
自私 zìsī 形 เห็นแก่ตัว
自私自利 zìsī-zìlì 〈成〉 เห็นแก่ตัว
自诉（自訴）zìsù 动 〈法〉 ยื่นฟ้องด้วยตนเอง
自卫（自衛）zìwèi 动 ป้องกันตัว
自慰 zìwèi 动 ปลอบใจตัวเอง
自刎 zìwěn 动 ฆ่าตัวตายโดยเชือดคอตัวเอง
自问（自問）zìwèn 动 ถามตนเอง
自我 zìwǒ 代 ตัวเอง
自习（自習）zìxí 动 เรียนเอง (ตามเวลากำหนดหรือนอกเวลาเรียน)
自相矛盾 zìxiāng-máodùn 〈成〉 ขัดแย้งในตัวเอง
自小 zìxiǎo 副 ตั้งแต่เด็ก
自新 zìxīn 动 กลับตัวใหม่
自信 zìxìn 动 เชื่อมั่นในตัวเอง
自信心 zìxìnxīn 名 ความเชื่อมั่นในตัวเอง
自行 zìxíng 副 (ทำ) เอง
自行车（自行車）zìxíngchē 名 รถจักรยาน

自修 zìxiū 动 ศึกษาด้วยตนเอง

自诩（自詡）zìxǔ 动 〈书〉 โอ้อวดตัวเอง

自序 zìxù 名 อารัมภบทจากผู้เขียน

自选（自選）zìxuǎn 动 เลือกเอง

自学（自學）zìxué 动 เรียนเอง

自言自语（自言自語）zìyán-zìyǔ 〈成〉 พูดกับตัวเอง

自已 zìyǐ 动 ระงับสติอารมณ์ของตน (มักจะใช้ในเชิงปฏิเสธ เช่น "不能自已")

自以为是（自以爲是）zìyǐwéishì 〈成〉 ถือความเห็นของตนเป็นใหญ่ โดยไม่ยอมรับฟังความเห็นของคนอื่น

自用 zìyòng 动 ใช้เอง ; ถือว่าตัวเองถูกต้อง

自由 zìyóu 形 เสรี ; อิสระ 名 เสรีภาพ

自由港 zìyóugǎng 名 ท่าเรือเสรี ; ท่าเรือยกเว้นภาษี

自由基 zìyóujī 名 〈生化〉 อนุมูลอิสระ ; ฟรีแรดิเคิล (*free radical*)

自由竞争（自由競爭）zìyóu jìngzhēng 〈经〉 การแข่งขันอย่างเสรี

自由市场（自由市場）zìyóu shìchǎng 〈经〉 ตลาดเสรี ; ฟรีมาร์เกต (*free market*)

自由泳 zìyóuyǒng 名 〈体〉 การว่ายน้ำท่าฟรีสไตล์

自由职业（自由職業）zìyóu zhíyè อาชีพอิสระ

自由主义（自由主義）zìyóu zhǔyì ลัทธิเสรี

自由自在 zìyóu-zìzài 〈成〉 อยู่อย่างอิสระ ; อิสระเสรี

自幼 zìyòu 副 ตั้งแต่เด็ก

自娱 zìyú 动 หาความสุขสำราญใส่ตัว

自语（自語）zìyǔ 动 พูดกับตัวเอง

自圆其说（自圓其說）zìyuán-qíshuō 〈成〉 กลบเกลื่อนคำพูดของตนให้น่าเชื่อ

自愿（自願）zìyuàn 动 สมัครใจ

自在 zìzài 形 อิสระเสรี

自在 zì•zai 形 สบาย

自责（自責）zìzé 动 ตำหนิตัวเอง

自知之明 zìzhīzhīmíng 〈成〉 การรู้จักตนเอง ; ความเข้าใจในตัวของตัวเอง

自制（自製）zìzhì 动 ควบคุมสติของตน ; ผลิตเอง

自治 zìzhì 动 ปกครองตนเอง

自重 zìzhòng 动 ระวังคำพูดและการกระทำของตน 名 น้ำหนักของตัวเครื่องจักรยานพาหนะ ฯลฯ ซึ่งไม่รวมน้ำหนักสิ่งของที่บรรทุกไว้

自主 zìzhǔ 动 เป็นตัวของตัวเอง

自助 zìzhù 动 ช่วยเหลือตนเอง ; บริการตนเอง

自助餐 zìzhùcān 名 บุฟเฟ่ต์ (*buffet*)

自传（自傳）zìzhuàn 名 อัตชีวประวัติ

自转（自轉）zìzhuàn 动 〈天〉 หมุนตัว

自足 zìzú 动 เลี้ยงตัวเอง

自尊 zìzūn 动 หยิ่งในศักดิ์ศรี

自尊心 zìzūnxīn 名 ความคิดที่หยิ่งในศักดิ์ศรี

自作聪明（自作聰明）zìzuò-cōngmíng 〈成〉 ถือดีว่าตนฉลาด

自作自受 zìzuò-zìshòu 〈成〉 กรรมใดใครก่อ กรรมนั้นใครรับ

字 zì 名 ตัวหนังสือ

字典 zìdiǎn 名 พจนานุกรม ; ปทานุกรม

字符 zìfú 名 〈计〉 ตัวอักษร ; ตัวเลขและเครื่องหมาย (ในคอมพิวเตอร์)

字符串 zìfúchuàn 名 〈计〉 ชุดตัวอักษร ตัวเลขและเครื่องหมาย (ในคอมพิวเตอร์)

字号（字號）zìhào 名 〈印〉 ขนาดของตัวหนังสือหรือตัวอักษร

字号（字號）zì•hao 名 ยี่ห้อของร้านค้า

字迹 zìjì 名 ลายมือ ; การเขียน

字句 zìjù 名 ถ้อยคำสำนวน

字据（字據）zìjù 名 หลักฐานที่เป็นลายลักษณ์อักษร

字谜（字謎）zìmí 名 อักษรปริศนา

字面 zìmiàn 名 ความหมายตามตัวหนังสือ ; ตัวหนังสือ

字模 zìmú 名 〈印〉 เบ้าหล่อตัวพิมพ์

字母 zìmǔ 名 ตัวอักษร

字母表 zìmǔbiǎo 名 อักขรานุกรม

字幕 zìmù 名 〈剧〉〈影视〉 คำบรรยายบนจอ (ภาพยนตร์ โทรทัศน์ ฯลฯ)

字体（字體）zìtǐ 名 แบบตัวอักษร ;

แบบตัวลายสือศิลป์จีน
字条（字條）zìtiáo 名 กระดาษบันทึกข้อความสั้น ๆ ; โน้ต (*note*)
字眼 zìyǎn 名 คำศัพท์ในประโยค
字样（字樣）zìyàng 名 แบบตัวอักษร ; ตัวหนังสือที่เขียนหรือพิมพ์ที่ติดไว้บางสถานที่
恣肆 zìsì 形 〈书〉 กำเริบเสิบสาน ; ท่วงทำนองการเขียนอิสระเสรี
恣睢 zìsuī 形 〈书〉 กำเริบเสิบสาน
恣意 zìyì 副 〈书〉 ตามอำเภอใจ
渍（漬）zì 名 คราบ (คราบน้ำมัน ฯลฯ) ที่เกาะติด
宗 zōng 名 ตระกูล ; นิกาย
宗祠 zōngcí 名 ศาลบรรพบุรุษของวงศ์ตระกูล
宗法 zōngfǎ 名 ระบบที่ถือวงศ์ตระกูลเป็นศูนย์กลาง
宗教 zōngjiào 名 ศาสนา
宗派 zōngpài 名 นิกาย ; พรรคพวก
宗亲（宗親）zōngqīn 名 ญาติตระกูลเดียวกัน
宗师（宗師）zōngshī 名 มหาครู ; ปรมาจารย์
宗旨 zōngzhǐ 名 วัตถุประสงค์
宗主国（宗主國）zōngzhǔguó 名 ประเทศเหนือหัว
宗族 zōngzú 名 วงศ์ตระกูล ; คนในตระกูลเดียวกัน (ซึ่งไม่รวมหญิงที่แต่งงานไปแล้ว)
综观（綜觀）zōngguān 动 พินิจพิเคราะห์รอบด้าน
综合（綜合）zōnghé 动 สรุปรวบยอด ; รวมหลายด้าน
综合学科（綜合學科）〈教〉 zōnghé xuékē สหวิทยาการ
综合征（綜合徵）zōnghézhēng 名 〈医〉 กลุ่มของอาการโรค
综上所述（綜上所述）zōngshàngsuǒshù 〈惯〉 สรุป ; รวมความว่า
综述（綜述）zōngshù 动 บรรยายสรุป 名 บทสรุป
棕 zōng 名 〈植〉 ต้นปาล์ม ; ใยต้นปาล์ม
棕红（棕紅）zōnghóng 名 สีแดงอมน้ำตาล
棕榈（棕櫚）zōnglǘ 名 〈植〉 ต้นปาล์ม
棕榈油（棕櫚油）zōnglǘyóu 名 〈植〉 น้ำมันปาล์ม
棕色 zōngsè 名 สีน้ำตาล
棕树（棕樹）zōngshù 名 ต้นปาล์ม
踪 zōng 名 รอยเท้า
踪迹 zōngjì 名 ร่องรอย
踪影 zōngyǐng 名 เงา ; ร่องรอย
鬃 zōng 名 〈动〉 ขนแผง (ของม้าหรือหมู)
鬃毛 zōngmáo 名 〈动〉 ขนแผง
总（總）zǒng 动 สรุป 形 รวมทั้งหมด 副 เสมอ
总编（總編）zǒngbiān 名 บรรณาธิการใหญ่
总部（總部）zǒngbù 名 สำนักงานใหญ่ ; กองบัญชาการใหญ่
总裁（總裁）zǒngcái 名 ผู้อำนวยการ (ของธนาคาร บริษัทใหญ่ ฯลฯ) ; หัวหน้าพรรคการเมือง
总产（總產）zǒngchǎn 名 ปริมาณการผลิต
总称（總稱）zǒngchēng 名 ชื่อเรียกรวม
总成（總成）zǒngchéng 动 〈机〉 ประกอบชิ้นส่วนต่าง ๆ ของเครื่องจักร
总的来说（總的來說）zǒngdeláishuō 〈惯〉 กล่าวโดยสรุป
总得（總得）zǒngděi 副 ต้อง ; จำต้อง
总督（總督）zǒngdū 名 ข้าหลวงใหญ่
总额（總額）zǒng'é 名 ยอด (เงิน)
总而言之（總而言之）zǒng'éryánzhī 〈成〉 สรุปแล้ว
总分（總分）zǒngfēn 名 คะแนนรวม
总纲（總綱）zǒnggāng 名 หลักนโยบายรวม
总攻（總攻）zǒnggōng 动 〈军〉 จู่โจมครั้งใหญ่
总共（總共）zǒnggòng 副 รวมทั้งหมด
总管（總管）zǒngguǎn 名 หัวหน้าควบคุมทั่วไป
总归（總歸）zǒngguī 副 ในที่สุด
总和（總和）zǒnghé 名 ยอดรวม
总汇（總匯）zǒnghuì 动 (กระแสน้ำ) ไหลมาบรรจบ 名 สิ่งอันเป็นศูนย์รวม
总机（總機）zǒngjī 名 〈讯〉 ชุมสาย (โทรศัพท์)
总计（總計）zǒngjì 动 คิดรวม ; รวมทั้งหมด ; รวมทั้งสิ้น
总价（總價）zǒngjià 名 ราคารวม

总监（總監）zǒngjiān 名 ผู้ตรวจการใหญ่
总结（總結）zǒngjié 动 สรุป 名 ข้อสรุป
总经理（總經理）zǒngjīnglǐ 名 ผู้จัดการใหญ่
总括（總括）zǒngkuò 动 สรุป ; รวมทั้งหมด
总揽（總攬）zǒnglǎn 动 กุมทั้งหมด
总理（總理）zǒnglǐ 名 นายกรัฐมนตรี ; ผู้ควบคุมดูแลทั่วไป
总量（總量）zǒngliàng 名 ปริมาณรวม
总领馆（總領館）zǒnglǐngguǎn 名 สถานกงสุลใหญ่
总领事（總領事）zǒnglǐngshì 名 กงสุลใหญ่
总目（總目）zǒngmù 名 สารบัญรวม
总评（總評）zǒngpíng 名 การประเมินค่ารวม ; ข้อวิจารณ์รวม ; ผลรวมคะแนนประกวด
总设计师（總設計師）zǒngshèjìshī 名 ผู้ออกแบบทั่วไป ; ผู้วางแผนทั่วไป
总是（總是）zǒngshì 副 เสมอ ; เป็นประจำ ; มักจะ
总数（總數）zǒngshù 名 จำนวนรวม
总司令（總司令）zǒngsīlìng 名 〈军〉 ผู้บัญชาการใหญ่
总算 zǒngsuàn 副 ในที่สุดก็ (สมความปรารถนา) ; โดยทั่วไปนับว่า
总体（總體）zǒngtǐ 名 โดยรวม ; ทั้งมวล
总统（總統）zǒngtǒng 名 ประธานาธิบดี
总星系（總星系）zǒngxīngxì 名 〈天〉 ระบบซับซ้อนของกลุ่มกาแล็กซีที่รวมทั้งทางช้างเผือก
总则（總則）zǒngzé 名 หลักการทั่วไป
总账（總賬）zǒngzhàng 名 บัญชีรวม
总之（總之）zǒngzhī 连 สรุปแล้ว
总值（總值）zǒngzhí 名 มูลค่ารวม
总装（總裝）zǒngzhuāng 动 〈机〉 ประกอบชิ้นส่วนต่าง ๆ ให้เข้าเครื่อง

纵
（縱）zòng 动 ปล่อย ; กระโดด
纵波（縱波）zòngbō 名 〈物〉 คลื่นตามยาว
纵断面（縱斷面）zòngduànmiàn 名 หน้าตัดตามแนวตั้ง
纵队（縱隊）zòngduì 名 แถวตามยาว
纵观（縱觀）zòngguān 动 〈书〉 มองโดยทั่ว ๆ ไป
纵贯（縱貫）zòngguàn 动 เชื่อมโยงตามแนวยาว ; ผ่านทะลุตามแนวยาว
纵横（縱橫）zònghéng 形 แนวยาวกับแนวขวาง 动 เคลื่อนตัวอย่างคล่องแคล่ว
纵横交错（縱橫交錯）zònghéng-jiāocuò 〈成〉 แนวขวางและแนวตรงสลับกันไปมา อุปมาว่าเรื่องยุ่งเหยิง หรือสภาพสับสน
纵火（縱火）zònghuǒ 动 วางเพลิง
纵览（縱覽）zònglǎn 动 ทอดสายตามอง (หรืออ่าน ดู) อย่างสบายอารมณ์
纵论（縱論）zònglùn 动 วิพากษ์วิจารณ์ตามอารมณ์
纵剖面（縱剖面）zòngpōumiàn 名 〈测〉 หน้าตัดตามแนวตั้ง
纵切面（縱切面）zòngqiēmiàn 名 〈测〉 หน้าตัดตามแนวตั้ง
纵情（縱情）zòngqíng 副 ปล่อยอารมณ์
纵然（縱然）zòngrán 连 ถึงแม้ว่า
纵容（縱容）zòngróng 动 ปล่อยให้กระทำผิดโดยไม่ห้ามปราม ; ส่งเสริม (ในทางเสื่อมเสีย)
纵身（縱身）zòngshēn 动 กระโดด
纵深（縱深）zòngshēn 名 ความลึกตามแนวตรง
纵使（縱使）zòngshǐ 连 ถึงแม้ว่า
纵向（縱嚮）zòngxiàng 形 ทิศตามแนวตรง
纵欲（縱欲）zòngyù 动 ปล่อยตัว ; มั่วโลกีย์
纵坐标（縱坐標）zòngzuòbiāo 名 〈数〉 พิกัดแนวดิ่ง

粽
粽子 zòng·zi 名 ขนมจ้าง

走
zǒu 动 เดิน ; จากไป ; เคลื่อนที่ ; รั่ว ; ผิดไปจากเดิม ; ผ่าน
走步 zǒubù 动 เดิน ; ก้าวเท้า
走调儿（走調兒）zǒudiàor 动 〈乐〉 ร้อง (หรือบรรเลง) ผิดทำนอง
走动（走動）zǒudòng 动 เดิน ; ไปมาหาสู่
走读（走讀）zǒudú 动 เรียนเช้าไปเย็นกลับ
走访（走訪）zǒufǎng 动 เยี่ยม ; เข้าสัมภาษณ์
走狗 zǒugǒu 名 สุนัขรับใช้

Z

走过（走過）zǒuguò 动 เดินผ่าน ; ผ่านไป

走过场（走過場）zǒu guòchǎng 动 〈剧〉 เดินผ่านเวที (เวลาแสดง) ; ทำอย่างขอไปที

走红（走紅）zǒuhóng 动 ราศีขึ้น ; กำลังดัง

走后门（走後門）zǒu hòumén 〈惯〉 อาศัยเส้นสาย

走火 zǒuhuǒ 动 กระสุนลั่น ; ไฟลัดวงจร ; เพลิงไหม้

走火 zǒuhuǒ 动 ฝึกกังฟูผิดทางจนเกิดอาการผิดปกติ

走火入魔 zǒuhuǒ-rùmó 〈成〉 ลุ่มหลงในสิ่งหนึ่งสิ่งใดจนขาดสติ

走近 zǒujìn 动 เดินเข้าใกล้ ; เดินเข้ามาประชิด ; ใกล้ชิด

走开（走開）zǒukāi 动 เดินผ่านไป ; เดินห่างออก ; ไปให้พ้น (คำร้องบอกให้ไปให้พ้นทันที)

走廊 zǒuláng 名 ระเบียง

走漏 zǒulòu 动 (ข่าว) รั่วไหล

走路 zǒulù 动 เดิน ; ให้ออก (เลิกจ้าง)

走马观花（走馬觀花）zǒumǎ-guānhuā 〈成〉 ขี่ม้าชมดอกไม้ อุปมาว่า เที่ยวชมอย่างผ่าน ๆ ตา

走俏 zǒuqiào 形 (สินค้า) ขายดี

走人 zǒurén 动 ลาออก ; เดินผ่านได้ ; ไป

走神 zǒushén 动 คิดฟุ้งซ่านชั่วขณะหนึ่ง

走失 zǒushī 动 พลัดหายเพราะหลงทาง

走势（走勢）zǒushì 名 แนวโน้ม

走兽（走獸）zǒushòu 名 สัตว์

走私 zǒusī 动 ค้าของเถื่อน ; ค้าของหนีภาษี

走题（走題）zǒutí 动 เรียงความ ไม่ตรงกับหัวข้อ

走投无路（走投無路）zǒutóu-wúlù 〈成〉 จนตรอก

走弯路（走彎路）zǒuwānlù 动 เดินทางอ้อม ; เดินผิดทาง

走味儿（走味兒）zǒuwèir 动 เสียรสชาติ ; หมดอร่อย

走向（走嚮）zǒuxiàng 名 〈地理〉 ทิศทางที่ยืดขยายออกไป (ของเทือกเขา ชั้นแร่ ฯลฯ)

走形 zǒuxíng 动 เสียรูป ; เสียทรง

走穴 zǒuxué 动 (นักแสดง) แสดงข้ามคณะประจำของตน

走样（走樣）zǒuyàng 动 ผิดรูปลักษณะ

走运（走運）zǒuyùn 形 〈口〉 โชคดี ; ดวงขึ้น

走着瞧 zǒu·zheqiáo 〈口〉 (คำท้า) ฝากไว้ก่อน (ต้องกลับมาเอาเรื่องแน่นอน)

走卒 zǒuzú 名 สมุนรับใช้

走嘴 zǒuzuǐ 动 พลั้งปาก

奏 zòu 动 บรรเลง ; เกิด ; ถวายบังคมทูล

奏鸣曲（奏鳴曲）zòumíngqǔ 名 〈乐〉 เพลงโซนาตา (*sonata*)

奏效 zòuxiào 动 เกิดผล

奏乐（奏樂）zòuyuè 动 บรรเลงดนตรี

奏章 zòuzhāng 名 สาส์นกราบบังคมทูล (เจ้าแผ่นดินหรือจักรพรรดิ)

揍 zòu 动 〈口〉 ตี (คน) ; ต่อย ; 〈方〉 ทำแตก

租 zū 动 เช่า

租借 zūjiè 动 เช่า ; ให้เช่า

租金 zūjīn 名 ค่าเช่า

租赁（租賃）zūlìn 动 เช่า ; ให้เช่า

租用 zūyòng 动 เช่า (บ้านหรือสิ่งของมาอยู่หรือใช้)

租约（租約）zūyuē 名 สัญญาเช่า

足 zú 名 เท้า ; ขา (ของภาชนะ) 形 พอ

足额（足額）zú'é 名 จำนวน (ตามกำหนด) ครบบริบูรณ์

足够 zúgòu 动 เพียงพอ

足迹 zújì 名 รอยเท้า

足见（足見）zújiàn 连 เห็นได้ว่า

足球 zúqiú 名 〈体〉 ฟุตบอล

足下 zúxià 名 〈敬〉 ท่าน (สรรพนามบุรุษที่สองแสดงความให้เกียรติ ส่วนมากใช้ในจดหมายที่เขียนถึงเพื่อน)

足以 zúyǐ 副 พอที่จะ...

足智多谋（足智多謀）zúzhì-duōmóu 〈成〉 มีสติปัญญาเฉียบแหลมและสามารถแก้ปัญหาได้ดี

卒 zú 名 พลทหาร 动 〈书〉 สำเร็จ ; ถึงแก่กรรม

族 zú 名 ชาติ ; ตระกูล

诅咒（詛咒）zǔzhòu 动 สาปแช่ง

阻 zǔ 动 ขวาง ; กีดกั้น

阻碍（阻礙）zǔ'ài 动 กีดขวาง 名 อุปสรรค

阻挡（阻擋）zǔdǎng 动 กีดกั้น
阻断（阻斷）zǔduàn 动 สกัดกั้นให้ขาดจาก การเชื่อมโยง
阻隔 zǔgé 动 กั้นกลาง
阻击（阻擊）zǔjī 动 〈军〉 ดักโจมตี
阻截 zǔjié 动 สกัดกั้น
阻抗 zǔkàng 名 〈电〉 ความต้านทานเชิงซ้อน
阻拦（阻攔）zǔlán 动 ห้ามปราม
阻力 zǔlì 名 แรงต้านทาน
阻挠（阻撓）zǔnáo 动 ขัดขวาง
阻尼 zǔní 名 〈物〉 การหน่วง
阻燃 zǔrán 动 〈化〉 สกัดการลุกลาม
阻塞 zǔsè 动 ติดขัด ; อุดตัน
阻值 zǔzhí 名 〈电〉 ตัวเลขความต้านทานต่อ กระแสไฟฟ้า
阻止 zǔzhǐ 动 ห้าม ; ยับยั้ง

组（組）zǔ 名 กลุ่ม 动 จัดตั้ง
组成（組成）zǔchéng 动 ประกอบเป็น 名 ส่วนประกอบ
组分（組分）zǔfèn 名 〈化〉 ส่วนประกอบ ; ส่วนเสริม
组稿（組稿）zǔgǎo 动 (บรรณาธิการ) เชิญชวนให้ เขียนเรื่อง
组阁（組閣）zǔgé 动 จัดตั้งรัฐบาล
组合（組合）zǔhé 动 รวมกัน ; ประกอบด้วย...
组建（組建）zǔjiàn 动 จัดตั้ง ; ก่อตั้ง
组曲（組曲）zǔqǔ 名 〈乐〉 เพลงชุด
组长（組長）zǔzhǎng 名 หัวหน้ากลุ่ม
组织（組織）zǔzhī 动 จัดตั้ง 名 องค์การจัดตั้ง
组织液（組織液）zǔzhīyè 名 〈生理〉 ของเหลวใน เนื้อเยื่อ ; ยาน้ำที่ทำจากเนื้อเยื่อของสัตว์หรือของพืช
组装（組裝）zǔzhuāng 动 ประกอบ (เครื่องยนต์ เครื่องไฟฟ้า ฯลฯ)

祖 zǔ 名 (รุ่น) ปู่ย่าตายาย ; บรรพบุรุษ
祖辈（祖輩）zǔbèi 名 บรรพบุรุษ
祖传（祖傳）zǔchuán 动 สืบทอดมาจากบรรพบุรุษ
祖坟（祖墳）zǔfén 名 สุสานของบรรพบุรุษ
祖父 zǔfù 名 ปู่
祖国（祖國）zǔguó 名 มาตุภูมิ ; ปิตุภูมิ
祖籍 zǔjí 名 ภูมิลำเนาเดิม
祖居 zǔjū 名 ที่อยู่อาศัยของบรรพบุรุษ
祖母 zǔmǔ 名 ย่า
祖母绿（祖母綠）zǔmǔlǜ 名 (หยก) เขียวมรกต
祖先 zǔxiān 名 บรรพบุรุษ ; บรรพชน
祖业（祖業）zǔyè 名 ทรัพย์สินที่ตกทอดมาจาก บรรพบุรุษ
祖宗 zǔ·zong 名 บรรพบุรุษ ; บรรพชน

钻（鑽）zuān 动 เจาะ ; มุด
钻空子（鑽空子）zuān kòng·zi 〈惯〉 ใช้ช่องโหว่ ให้เป็นประโยชน์แก่ตน
钻探（鑽探）zuāntàn 动 เจาะสำรวจ
钻心（鑽心）zuānxīn 动 (เจ็บปวด) แทงหัวใจ
钻心虫（鑽心蟲）zuānxīnchóng 名 〈动〉 แมลงที่เจาะรูต้นไม้หรือผลไม้ ; หนอนเจาะรู
钻研（鑽研）zuānyán 动 ศึกษาค้นคว้า
钻营（鑽營）zuānyíng 动 พยายามหาช่องทาง ประจบผู้มีอำนาจ

躜（躦）zuān 动 พุ่งขึ้นหรือพุ่งไปข้างหน้า ; กระโดดขึ้น

纂 zuǎn 动 〈书〉 เรียบเรียง

钻（鑽）zuàn 名 สว่าน
钻床（鑽床）zuànchuáng 名 แท่นเจาะ
钻工（鑽工）zuàngōng 名 ช่างเจาะ
钻机（鑽機）zuànjī 名 เครื่องเจาะ
钻石（鑽石）zuànshí 名 เพชร
钻塔（鑽塔）zuàntǎ 名 〈矿〉 โครงเหล็กที่ทำขึ้น เหนือปากบ่อน้ำมัน
钻台（鑽臺）zuàntái 名 〈矿〉 แท่นที่ทำขึ้นเหนือ พื้นน้ำทะเลสำหรับติดตั้งเครื่องอุปกรณ์เจาะน้ำมัน
钻头（鑽頭）zuàntóu 名 หัวเจาะ

攥 zuàn 动 〈口〉 กุม

嘴 zuǐ 名 ปาก
嘴巴 zuǐ·ba 名 〈方〉 ปาก
嘴唇 zuǐchún 名 ริมฝีปาก
嘴角 zuǐjiǎo 名 มุมปาก
嘴脸（嘴臉）zuǐliǎn 名 〈贬〉 หน้าตา (ใช้ในความ

หมายทางลบ)
嘴皮子 zuǐpí·zi 名 〈口〉 ฝีปาก (มักจะใช้ในความหมายทางลบ)
嘴儿（嘴兒）zuǐr 名 ปาก
嘴碎 zuǐsuì 形 พูดจู้จี้ ; พูดเรื่อยเปื่อย
嘴甜 zuǐtián 形 ปากหวาน
嘴严（嘴嚴）zuǐyán 形 พูดจารอบคอบ ไม่ชอบเที่ยวพูดสิ่งไม่สมควร
嘴硬 zuǐyìng 形 ปากแข็ง
嘴子 zuǐ·zi 名 〈方〉 สิ่งที่มีรูปคล้ายปาก
最 zuì 副 ที่สุด
最初 zuìchū 名 แรกเริ่ม
最后（最後）zuìhòu 名 สุดท้าย ; ในที่สุด
最惠国（最惠國）zuìhuìguó 名 ประเทศที่ได้รับสิทธิพิเศษทางการค้า
最佳 zuìjiā 形 ดีเด่น
最近 zuìjìn 名 เมื่อเร็ว ๆ นี้ ; ระยะใกล้ ๆ นี้
最终（最終）zuìzhōng 名 ในที่สุด
罪 zuì 名 โทษ ; ความทุกข์ ; ความผิด 动 โทษ
罪案 zuì'àn 名 〈法〉 คดีผิดกฎหมาย
罪不容诛（罪不容誅）zuìbùróngzhū 〈成〉 (ผู้ก่อกรรมทำชั่วไว้มาก) แม้จะรับโทษประหารก็ไม่สาสมกับความผิดที่ได้ก่อไว้
罪大恶极（罪大惡極）zuìdà-èjí 〈成〉 โทษมหันต์
罪恶（罪惡）zuì'è 名 โทษ ; ความชั่วร้าย
罪犯 zuìfàn 名 〈法〉 นักโทษ
罪过（罪過）zuì·guo 名 ความผิด
罪魁 zuìkuí 名 ตัวการสำคัญในการประกอบอาชญากรรม
罪魁祸首（罪魁禍首）zuìkuí-huòshǒu 〈成〉 ตัวการใหญ่ ; หัวโจก
罪名 zuìmíng 名 〈法〉 โทษฐาน (ในการกระทำผิด)
罪孽 zuìniè 名 บาปกรรม
罪人 zuìrén 名 คนมีโทษ
罪行 zuìxíng 名 โทษกรรม
罪责（罪責）zuìzé 名 ความรับผิดชอบในการก่อโทษกรรม
罪证（罪證）zuìzhèng 名 หลักฐานการกระทำผิดกฎหมาย
罪状（罪狀）zuìzhuàng 名 โทษกรรม ; ความผิดมหันต์
醉 zuì 动 เมา ; มัวเมา ; ดองด้วยเหล้า
醉鬼 zuìguǐ 名 ขี้เมา
醉汉（醉漢）zuìhàn 名 ชายเมาเหล้า
醉驾（醉駕）zuìjià 动 〈交〉 เมาแล้วขับ
醉酒 zuìjiǔ 动 เมาเหล้า
醉生梦死（醉生夢死）zuìshēng-mèngsǐ 〈成〉 ใช้ชีวิตอย่างสับสนไปวัน ๆ ราวกับอยู่ในความฝัน
醉心 zuìxīn 动 หมกมุ่น
醉醺醺 zuìxūnxūn 形 เมาสะลึมสะลือ
醉眼 zuìyǎn 名 ตาปรือขณะเมาเหล้า
醉意 zuìyì 名 ความรู้สึกมึนเมา
尊 zūn 动 เคารพ 名 ศักดิ์สูง 量 (ลักษณนามของรูปปั้น ฯลฯ) องค์ ; คำนำหน้าคำนามแสดงความเคารพ เช่น “尊姓” “尊府” ฯลฯ
尊卑 zūnbēi 名 ความสูงต่ำของฐานะ
尊称（尊稱）zūnchēng 动 เรียกอย่างยกย่อง 名 คำเรียกอย่างยกย่อง
尊崇 zūnchóng 动 เคารพบูชา
尊贵（尊貴）zūnguì 形 มีเกียรติ ; สูงศักดิ์
尊敬 zūnjìng 动 เคารพ
尊姓大名 zūnxìng-dàmíng แซ่และชื่อของท่าน ; นามของท่าน
尊严（尊嚴）zūnyán 名 ศักดิ์ศรี
尊重 zūnzhòng 动 เคารพและให้ความสำคัญ
遵 zūn 动 ปฏิบัติตาม
遵从（遵從）zūncóng 动 ปฏิบัติตามและเชื่อฟัง
遵纪（遵紀）zūnjì 动 ปฏิบัติตามกฎหมาย
遵纪守法（遵紀守法）zūnjì-shǒufǎ 〈成〉 รักษาและปฏิบัติตามกฎหมาย
遵命 zūnmìng 动 〈敬〉 ปฏิบัติตามคำสั่ง
遵守 zūnshǒu 动 ปฏิบัติตาม (กฎระเบียบ)
遵行 zūnxíng 动 ดำเนินตาม
遵循 zūnxún 动 ปฏิบัติตาม
遵照 zūnzhào 动 ปฏิบัติตาม
遵嘱（遵囑）zūnzhǔ 动 ปฏิบัติตามคำกำชับ

撙 zǔn 动 ประหยัด

撙节（撙節）zǔnjié 动 ประหยัด；เก็บออม

作坊 zuō·fang 名 โรงงานหัตถกรรม

嘬 zuō 动〈口〉ดูด

昨 zuó 名 เมื่อวาน

昨儿（昨兒）zuór 名〈口〉เมื่อวาน

昨日 zuórì 名 เมื่อวาน

昨天 zuótiān 名 เมื่อวาน

琢磨 zuó·mo 动 ครุ่นคิด；พินิจพิเคราะห์；ไตร่ตรอง

左 zuǒ 名 ซ้าย

左边（左邊）zuǒ·bian 名 ข้างซ้าย

左侧（左側）zuǒcè 名 ข้างซ้าย

左耳 zuǒ'ěr 名 หูซ้าย

左方 zuǒfāng 名 ด้าน (ข้าง，ทาง) ซ้าย

左顾右盼（左顧右盼）zuǒgù-yòupàn〈成〉มอง
　ซ้ายแลขวา

左邻右舍（左鄰右舍）zuǒlín-yòushè〈成〉
　เพื่อนบ้าน

左轮（左輪）zuǒlún 名 ปืนลูกโม่；รีวอลเวอร์
　(revolver)

左面 zuǒmiàn 名 ด้านซ้าย

左派 zuǒpài 名 ฝ่ายซ้าย

左撇子 zuǒpiě·zi 名 คนถนัดมือซ้าย

左手 zuǒshǒu 名 มือซ้าย

左首 zuǒshǒu 名 ด้านซ้าย (ส่วนมากใช้กับที่นั่ง)

左舷 zuǒxián 名 (เดินเรือ) ทางซ้าย

左翼 zuǒyì 名 ปีกซ้าย；ฝ่ายซ้าย

左右 zuǒyòu 名 ซ้ายและขวา；ผู้ติดตาม
　副〈方〉ราว ๆ；ยังไง ๆ ก็ 动 ควบคุม

左右逢源 zuǒyòu-féngyuán〈成〉
　ดำเนินกิจการอย่างราบรื่นทุกประการ

左右手 zuǒyòushǒu 名 มือซ้ายและมือขวา；ผู้ช่วย

左证（左證）zuǒzhèng 名 พยานหลักฐาน

左转（左轉）zuǒzhuǎn 动 ซ้ายหัน；เลี้ยวซ้าย

佐餐 zuǒcān 动〈书〉(อาหารสำหรับ) ทานกับข้าว

佐料 zuǒliào 名 เครื่องปรุงอาหาร

佐证（佐證）zuǒzhèng 名〈法〉พยานหลักฐาน

撮 zuǒ 量 กระจุก

作 zuò 动 ประพันธ์；ขึ้น；แสร้ง；ถือว่า 名 งานเขียน

作案 zuò'àn 动 ก่อคดี

作罢（作罷）zuòbà 动 ยกเลิก；เลิกกัน

作保 zuòbǎo 动 ค้ำประกัน

作弊 zuòbì 动 ทำการทุจริต

作别 zuòbié 动〈书〉อำลาจากกัน

作出 zuòchū 动 ทำขึ้น；สร้างขึ้น

作答 zuòdá 动 ตอบ

作对（作對）zuòduì 动 ตั้งตัวเป็นปรปักษ์

作恶（作惡）zuò'è 动 ก่อกรรมทำชั่ว

作法 zuòfǎ 动 (นักพรตเต๋า) ร่ายเวทมนตร์

作法 zuò·fǎ 名 วิธีการ

作废（作廢）zuòfèi 动 เป็นโมฆะ

作风（作風）zuòfēng 名 ท่วงทำนอง
　(ทางด้านความคิด การทำงาน การดำรงชีวิต)；
　สไตล์ (style)

作梗 zuògěng 动 คอยขัดขวาง；ก่อกวน

作古 zuògǔ 动〈书〉〈婉〉ถึงแก่กรรม

作家 zuòjiā 名 นักเขียน；นักประพันธ์

作假 zuòjiǎ 动 ปลอมแปลง；เสแสร้ง

作价（作價）zuòjià 动 ตีราคา

作茧自缚（作繭自縛）zuòjiǎn-zìfù〈成〉
　ก่อเรื่องยุ่งยากขึ้นมาผูกมัดตัวเอง
　เปรียบเหมือนตัวไหมพ่นไหมห่อหุ้มตัวเอง

作客 zuòkè 动〈书〉ตั้งถิ่นฐานที่ต่างถิ่น

作乐（作樂）zuòlè 动 หาความสำราญ

作乱（作亂）zuòluàn 动 ก่อกบฏ

作美 zuòměi 动 (อากาศ ฯลฯ) เป็นใจ

作难（作難）zuònán 动 ลำบากใจ

作孽 zuòniè 动 ก่อกรรมทำเข็ญ

作弄 zuònòng 动 แกล้ง

作呕（作嘔）zuò'ǒu 动 สะอิดสะเอียน；หมั่นไส้

作陪 zuòpéi 动 คอยอยู่เป็นเพื่อน

作品 zuòpǐn 名 ผลงานด้านศิลปวรรณกรรม

作曲 zuòqǔ 动 แต่งบทเพลง

作曲家 zuòqǔjiā 名 นักแต่งเพลง

作声（作聲）zuòshēng 动 พูด

作祟 zuòsuì 动 (ผี) แกล้ง；อุปมาว่า (คนเลวหรือคน

Z

663

คิดชั่ว) ก่อกวน

作态（作態）zuòtài 动 ทำท่าทำทาง

作威作福 zuòwēi-zuòfú 〈成〉 วางอำนาจบาตรใหญ่

作为（作爲）zuòwéi 名 การกระทำ ; การสร้างผลงาน 动 ถือเป็น...

作伪（作僞）zuòwěi 动 ปลอมแปลง

作文 zuòwén 动 เรียงความ 名 ความเรียง

作物 zuòwù 名 〈农〉 พืชการเกษตร

作息 zuòxī 动 ทำงานและพักผ่อน

作业（作業）zuòyè 名 การบ้าน (ที่ครูสั่งทำ) ; กิจกรรมทางด้านการทหารหรือการผลิต

作用 zuòyòng 名 บทบาท 动 ส่งผลกระทบ

作用力 zuòyònglì 名 〈物〉 แรงที่กระทำต่อเทหวัตถุ

作战（作戰）zuòzhàn 动 รบ ; สู้รบ

作者 zuòzhě 名 ผู้เขียน ; ผู้แต่ง ; ผู้ประพันธ์

作证（作證）zuòzhèng 动 เป็นหลักฐาน ; เป็นสักขีพยาน

作主 zuòzhǔ 动 รับผิดชอบและตัดสินใจ

作准（作準）zuòzhǔn 动 มีผลบังคับ ; ยอมรับ ; อนุญาต

坐 zuò 动 นั่ง

坐标（坐標）zuòbiāo 名 〈数〉 พิกัด

坐禅（坐禪）zuòchán 动 〈宗〉 นั่งสมาธิ

坐吃山空 zuòchī-shānkōng 〈成〉 ทรัพย์สินเงินทองเอาแต่ใช้ไม่รู้จักสร้างก็มีวันหมดไปได้ในที่สุด

坐等 zuòděng 动 นั่งรอ

坐地分赃（坐地分臟）zuòdì-fēnzāng 〈成〉 นั่งรับส่วนแบ่งของโจร (โดยไม่ต้องออกแรง)

坐垫（坐墊）zuòdiàn 名 เบาะรองนั่ง

坐骨 zuògǔ 名 〈生理〉 กระดูกรองนั่ง ; กระดูกก้นกบ

坐交椅 zuòjiāoyǐ 动 ดำรงตำแหน่งหัวหน้า ; (ภาษาข่าว) นั่งเก้าอี้...

坐牢 zuòláo 动 ติดคุก ; ติดตะราง

坐立难安（坐立難安）zuòlì-nán'ān 〈成〉 นั่งไม่ติด ; นั่งไม่เป็นสุข (ด้วยความกระวนกระวายใจ)

坐落 zuòluò 动 (สิ่งปลูกสร้าง) ตั้งอยู่ (ที่...)

坐骑（坐騎）zuòqí 名 ม้าที่ใช้สำหรับขี่ ; สัตว์ที่ใช้สำหรับขี่

坐失良机（坐失良機）zuòshī-liángjī 〈成〉 ปล่อยให้โอกาสดี ๆ พลาดไป

坐视（坐視）zuòshì 动 มองเฉย

坐视不救（坐視不救）zuòshì-bùjiù 〈成〉 นั่งดูดายไม่ยอมช่วย

坐收渔利（坐收漁利）zuòshōu-yúlì 〈成〉 นั่งรับผลประโยชน์ (จากการต่อสู้แก่งแย่งของผู้อื่น)

坐探 zuòtàn 名 ไส้ศึก

坐卧不安 zuòwò-bù'ān 〈成〉 นั่งนอนไม่เป็นสุข

坐席 zuòxí 动 เข้าร่วมงานเลี้ยง

坐月子 zuò yuè•zi 〈口〉 พักหลังคลอด ; อยู่ไฟ

坐镇（坐鎮）zuòzhèn 动 (ผู้บัญชาการ ฯลฯ) นั่งบัญชาการด้วยตนเอง

柞树（柞樹）zuòshù 名 〈植〉 ต้นโอ๊คพันธุ์หนึ่ง

座舱（座艙）zuòcāng 名 ห้องผู้โดยสารบนเครื่องบิน

座次 zuòcì 名 ลำดับที่นั่ง

座机（座機）zuòjī 名 เครื่องบินเอกชน ; โทรศัพท์ตั้งโต๊ะ

座儿（座兒）zuòr 名 〈口〉 ที่นั่ง

座谈（座談）zuòtán 动 สังสรรค์สนทนา

座谈会（座談會）zuòtánhuì 名 งานสังสรรค์ ; งานสัมมนา

座位 zuò•wèi 名 ที่นั่ง

座无虚席（座無虛席）zuòwúxūxí 〈成〉 ที่นั่งเต็มทุกที่ ; นั่งเต็มทุกที่

座右铭（座右銘）zuòyòumíng 名 คติพจน์

座钟（座鐘）zuòzhōng 名 นาฬิกาตั้งโต๊ะ

做 zuò 动 ทำ

做伴 zuòbàn 动 อยู่เป็นเพื่อน

做到 zuòdào 动 ทำสำเร็จ ; ทำได้

做东（做東）zuòdōng 动 เป็นเจ้ามือ ; เป็นเจ้าภาพ

做法 zuò•fǎ 名 วิธีทำ

做饭（做飯）zuòfàn 动 ทำกับข้าว ; หุงข้าว

做工 zuògōng 动 ทำงาน (ด้านการใช้แรงกาย)

做活儿（做活兒）zuòhuór 动 ทำงาน (ด้านการใช้แรงกาย)

做客 zuòkè 动 เป็นแขก
做礼拜（做禮拜）zuò lǐbài 〈宗〉ฟังธรรมที่โบสถ์
做买卖（做買賣）zuò mǎi•mai ค้าขาย
做满月（做滿月）zuò mǎnyuè จัดงานเลี้ยงเมื่อลูกอายุครบ ๑ เดือน
做媒 zuòméi 动 เป็นแม่สื่อ (หรือพ่อสื่อ)
做梦（做夢）zuòmèng 动 ฝัน
做人 zuòrén 动 ปฏิบัติตัว ; เป็นคนดี
做生意 zuò shēng•yi ค้าขาย
做声（做聲）zuòshēng 动 พูด
做事 zuòshì 动 ทำธุระ ; ทำงาน
做手脚 zuò shǒujiǎo แอบวางแผน (เพื่อทำการทุจริต)
做文章 zuò wénzhāng ขยายความ ; เขียนบทความ
做戏（做戲）zuòxì 动 เล่นละคร ; อุปมาทำท่าทำทาง
做贼心虚（做賊心虛）zuòzéi-xīnxū 〈成〉กินปูนร้อนท้อง
做证（做證）zuòzhèng 动 เป็นหลักฐาน ; เป็นสักขีพยาน
做主 zuòzhǔ 动 รับผิดชอบและตัดสินใจได้
做作 zuò•zuo 形 เสแสร้ง ; ดัดจริต

分类配图 รูปประกอบแบ่งประเภท

1. 职业 อาชีพ

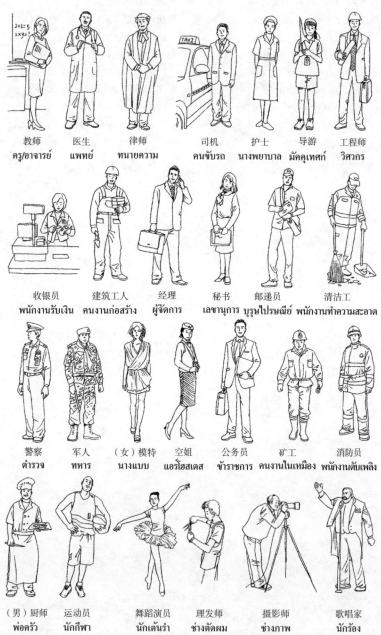

教师 ครู/อาจารย์	医生 แพทย์	律师 ทนายความ	司机 คนขับรถ	护士 นางพยาบาล	导游 มัคคุเทศก์	工程师 วิศวกร

收银员 พนักงานรับเงิน	建筑工人 คนงานก่อสร้าง	经理 ผู้จัดการ	秘书 เลขานุการ	邮递员 บุรุษไปรษณีย์	清洁工 พนักงานทำความสะอาด

警察 ตำรวจ	军人 ทหาร	（女）模特 นางแบบ	空姐 แอร์โฮสเตส	公务员 ข้าราชการ	矿工 คนงานในเหมือง	消防员 พนักงานดับเพลิง

（男）厨师 พ่อครัว	运动员 นักกีฬา	舞蹈演员 นักเต้นรำ	理发师 ช่างตัดผม	摄影师 ช่างภาพ	歌唱家 นักร้อง

2. 体育运动 กีฬา

游泳 ว่ายน้ำ

跑步 วิ่ง

跳水 กระโดดน้ำ

鞍马 ม้ากายบริหาร

平衡木 ราวทรงตัว

高低杠 บาร์ต่างระดับ

跳远 กระโดดไกล

跳高 กระโดดสูง

击剑 ฟันดาบ

足球 ฟุตบอล

排球 วอลเลย์บอล

冲浪 โต้คลื่น

体操 ยิมนาสติก

吊环 ห่วง

篮球 บาสเกตบอล

射击 ยิงปืน

羽毛球 แบดมินตัน

摔跤 มวยปล้ำ

曲棍球 ฮอกกี้

滑冰 สเกตน้ำแข็ง

高尔夫球 กอล์ฟ

乒乓球 ปิงปอง

拳击 มวย

举重 ยกน้ำหนัก

棒球 เบสบอล

网球 เทนนิส

3. 休闲娱乐 นันทการและการบันเทิง

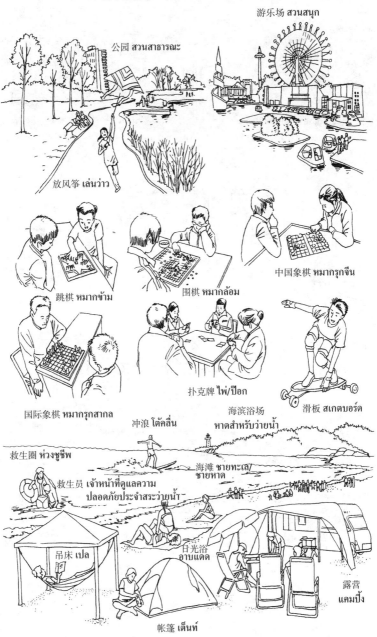

游乐场 สวนสนุก

公园 สวนสาธารณะ

放风筝 เล่นว่าว

跳棋 หมากข้าม

围棋 หมากล้อม

中国象棋 หมากรุกจีน

扑克牌 ไพ่/ป๊อก

滑板 สเกตบอร์ด

国际象棋 หมากรุกสากล

冲浪 โต้คลื่น

海滨浴场 หาดสำหรับว่ายน้ำ

救生圈 ห่วงชูชีพ

海滩 ชายทะเล/ชายหาด

救生员 เจ้าหน้าที่ดูแลความปลอดภัยประจำสระว่ายน้ำ

吊床 เปล

日光浴 อาบแดด

露营 แคมปิ้ง

帐篷 เต็นท์

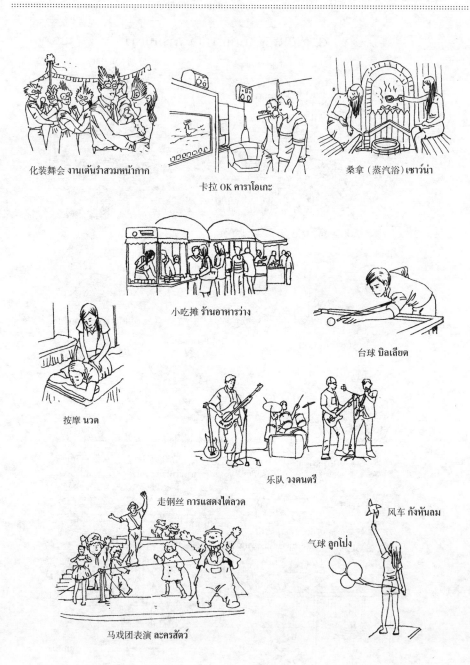

化装舞会 งานเต้นรำสวมหน้ากาก

卡拉 OK คาราโอเกะ

桑拿（蒸汽浴）เซาว์น่า

小吃摊 ร้านอาหารว่าง

台球 บิลเลียด

按摩 นวด

乐队 วงดนตรี

走钢丝 การแสดงไต่ลวด

风车 กังหันลม

气球 ลูกโป่ง

马戏团表演 ละครสัตว์

放映机
เครื่องฉายภาพยนตร์

摄影机
กล้องถ่ายวีดีโอ

电影院 โรงภาพยนตร์

夜总会 ไนท์คลับ

舞台 เวที

芭蕾舞 บัลเลต์

剧院 โรงละคร

酒吧 บาร์/ผับ

咖啡吧 ร้านกาแฟ

4. 城镇 เมือง

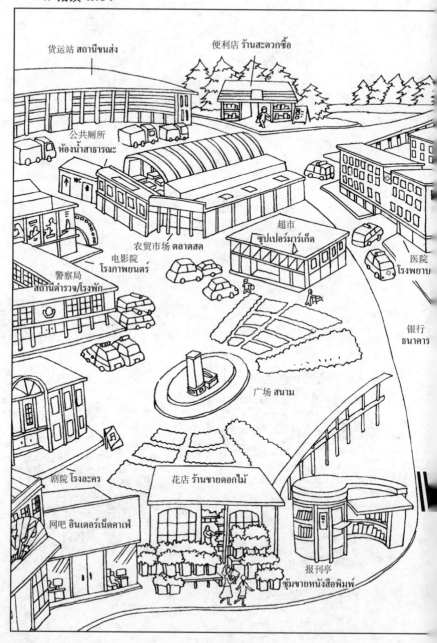

货运站 สถานีขนส่ง

便利店 ร้านสะดวกซื้อ

公共厕所
ห้องน้ำสาธารณะ

超市
ซุปเปอร์มาร์เก็ต

农贸市场 ตลาดสด

医院
โรงพยาบาล

电影院
โรงภาพยนตร์

警察局
สถานีตำรวจ/โรงพัก

银行
ธนาคาร

广场 สนาม

剧院 โรงละคร

花店 ร้านขายดอกไม้

网吧 อินเตอร์เน็ตคาเฟ่

报刊亭
ซุ้มขายหนังสือพิมพ์

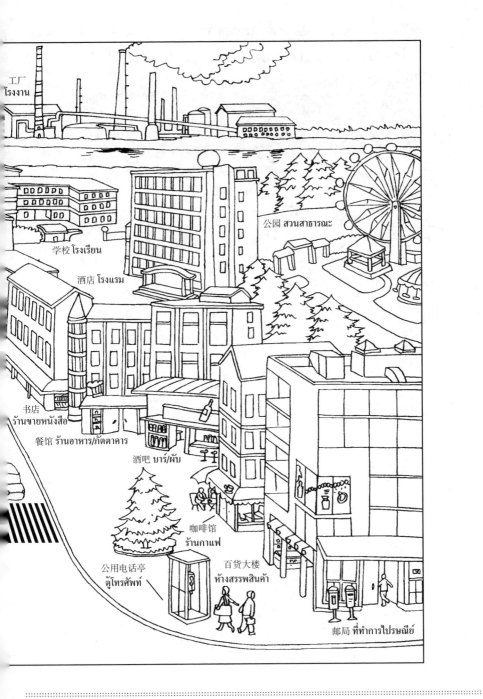

工厂
โรงงาน

公园 สวนสาธารณะ

学校 โรงเรียน

酒店 โรงแรม

书店
ร้านขายหนังสือ

餐馆 ร้านอาหาร/ภัตตาคาร

酒吧 บาร์/ผับ

咖啡馆
ร้านกาแฟ

公用电话亭
ตู้โทรศัพท์

百货大楼
ห้างสรรพสินค้า

邮局 ที่ทำการไปรษณีย์

5. 会展 นิทรรศการ

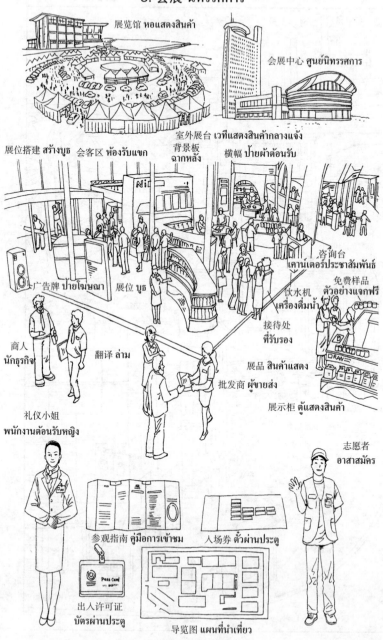

展览馆 หอแสดงสินค้า

会展中心 ศูนย์นิทรรศการ

室外展台 เวทีแสดงสินค้ากลางแจ้ง

展位搭建 สร้างบูธ　会客区 ห้องรับแขก　背景板 ฉากหลัง　横幅 ป้ายผ้าต้อนรับ

咨询台 เคาน์เตอร์ประชาสัมพันธ์

广告牌 ป้ายโฆษณา　展位 บูธ

免费样品 ตัวอย่างแจกฟรี

饮水机 เครื่องดื่มน้ำ

接待处 ที่รับรอง

商人 นักธุรกิจ

翻译 ล่าม

展品 สินค้าแสดง

批发商 ผู้ขายส่ง

展示柜 ตู้แสดงสินค้า

礼仪小姐 พนักงานต้อนรับหญิง

志愿者 อาสาสมัคร

参观指南 คู่มือการเข้าชม　入场券 ตั๋วผ่านประตู

出入许可证 บัตรผ่านประตู

导览图 แผนที่นำเที่ยว

674

6. 宾馆 โรงแรม

标准间 ห้องมาตรฐาน

衣柜 ตู้เสื้อผ้า

总统套房
ห้องชุดเพรสซิเดนท์

洗手间 ห้องน้ำ

豪华套房
ห้องชุดวีไอพี

房间电话
โทรศัพท์ในห้อง

单人间 ห้องเดี่ยว

服务员 พนักงาน

护照
หนังสือเดินทาง

房卡
บัตรกุญแจห้อง

登记簿
สมุดลงทะเบียน

餐厅 ห้องอาหาร

信用卡 บัตรเครดิต

停车场
ที่จอดรถ

门童
พนักงานเปิดประตู

退房
เช็คเอาท์

身份证 บัตรประจำตัว

贵宾
แขกผู้
มีเกียรติ

酒店大厅 ล็อบบี้

入住登记
เช็คอิน

服务台
เคาน์เตอร์

结账
เช็คบิล

接待员
พนักงานต้อนรับ

刷卡 ใช้บัตรเครดิต

7. 电子产品 สินค้าอิเล็กทรอนิกส์

移动电话 โทรศัพท์เคลื่อนที่

内存卡 แรม

手写笔 ปากกาดิจิตอล

电池 ถ่าน

光盘 แผ่นซี

数据线 สายต่อคอมพิวเตอร์

充值卡 การ์ดเติมเงิน

U 盘 แฮนดีไดรฟ

打印机 ปรินเตอร์

笔记本电脑 คอมพิวเตอร์โน้ตบุ๊ก

读卡器 การ์ดรีเดอร์

平板电脑 คอมพิวเตอร์จอแบน

充电器 ที่ชาร์จแบต

台式电脑 คอมพิวเตอร์ตั้งโต๊

对讲机 วิทยุมือถือ

MP3 เอ็มพี 3

MP4 เอ็มพี 4

掌上电脑 คอมพิวเตอร์ขนาดฝ่ามือ

录音笔 ปากกาอัดเสียง

MP5 เอ็มพี 5

电子词典 พจนานุกรมอิเล็กทรอนิกส์

电子书 หนังสืออิเล็กทรอนิกส์

收音机 เครื่องรับวิทยุ

676

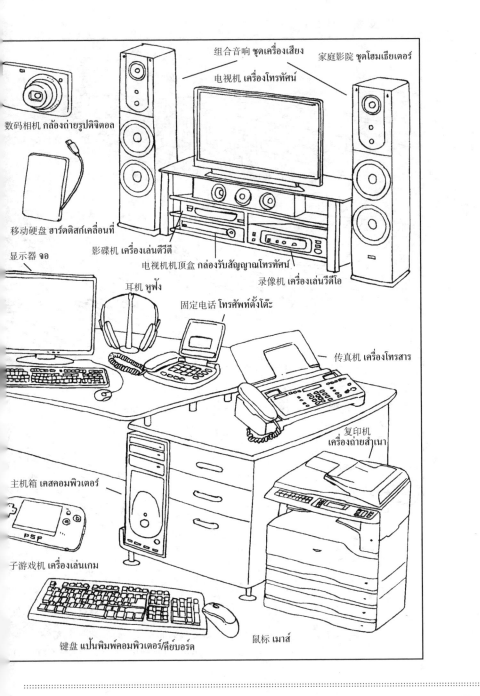

组合音响 ชุดเครื่องเสียง

家庭影院 ชุดโฮมเธียเตอร์

电视机 เครื่องโทรทัศน์

数码相机 กล้องถ่ายรูปดิจิตอล

移动硬盘 ฮาร์ดดิสก์เคลื่อนที่

显示器 จอ

影碟机 เครื่องเล่นดีวีดี

电视机机顶盒 กล่องรับสัญญาณโทรทัศน์

录像机 เครื่องเล่นวีดีโอ

耳机 หูฟัง

固定电话 โทรศัพท์ตั้งโต๊ะ

传真机 เครื่องโทรสาร

复印机 เครื่องถ่ายสำเนา

主机箱 เคสคอมพิวเตอร์

子游戏机 เครื่องเล่นเกม

键盘 แป้นพิมพ์คอมพิวเตอร์/คีย์บอร์ด

鼠标 เมาส์

8. 交通 คมนาคม

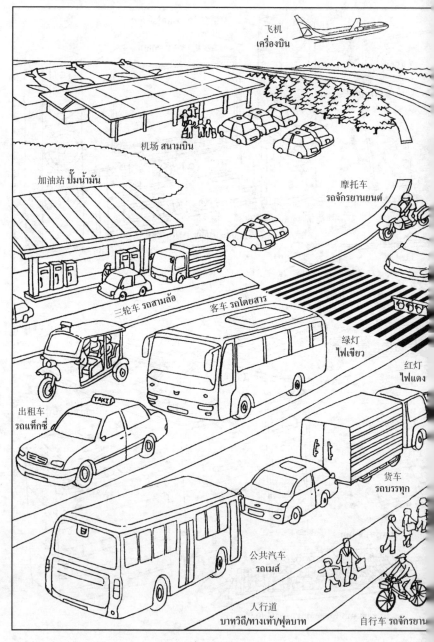

飞机
เครื่องบิน
机场 สนามบิน
加油站 ปั๊มน้ำมัน
摩托车
รถจักรยานยนต์
三轮车 รถสามล้อ
客车 รถโดยสาร
绿灯
ไฟเขียว
红灯
ไฟแดง
TAXI
出租车
รถแท็กซี่
货车
รถบรรทุก
公共汽车
รถเมล์
人行道
บาทวิถี/ทางเท้า/ฟุตบาท
自行车 รถจักรยาน

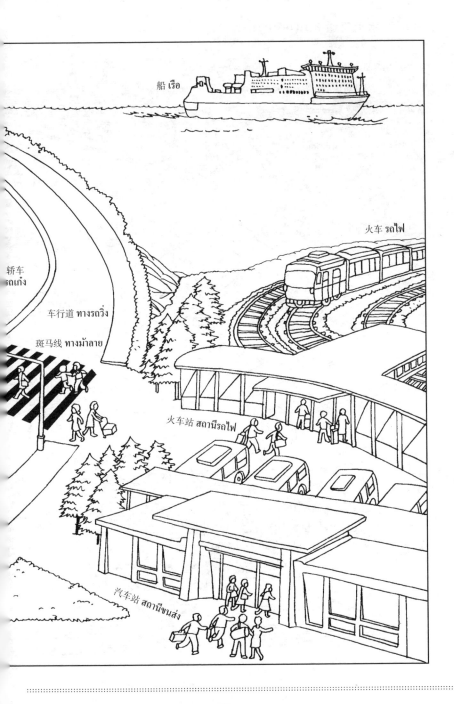

船 เรือ

火车 รถไฟ

轿车
รถเก๋ง

车行道 ทางรถวิ่ง

斑马线 ทางม้าลาย

火车站 สถานีรถไฟ

汽车站 สถานีขนส่ง

9. 水上交通 คมนาคมทางน้ำ

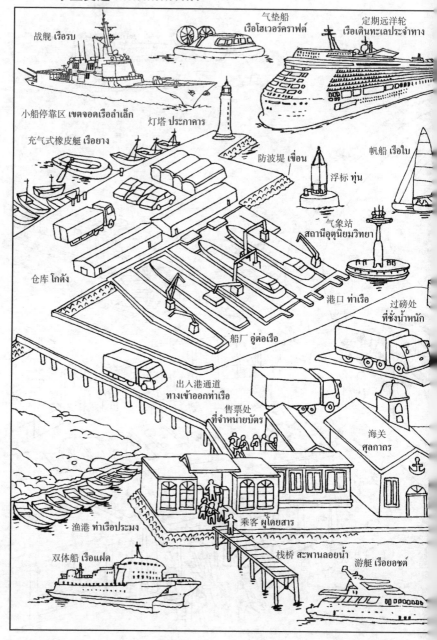

战舰 เรือรบ

气垫船 เรือโฮเวอร์คราฟต์

定期远洋轮 เรือเดินทะเลประจำทาง

小船停靠区 เขตจอดเรือลำเล็ก

灯塔 ประภาคาร

充气式橡皮艇 เรือยาง

防波堤 เขื่อน

帆船 เรือใบ

浮标 ทุ่น

气象站 สถานีอุตุนิยมวิทยา

仓库 โกดัง

港口 ท่าเรือ

过磅处 ที่ชั่งน้ำหนัก

船厂 อู่ต่อเรือ

出入港通道 ทางเข้าออกท่าเรือ

售票处 ที่จำหน่ายบัตร

海关 ศุลกากร

渔港 ท่าเรือประมง

乘客 ผู้โดยสาร

双体船 เรือแฝด

栈桥 สะพานลอยน้ำ

游艇 เรือยอชต์

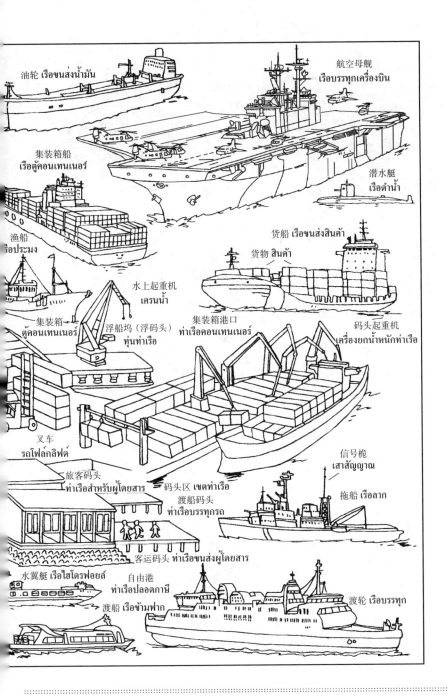

油轮 เรือขนส่งน้ำมัน

航空母舰 เรือบรรทุกเครื่องบิน

集装箱船 เรือตู้คอนเทนเนอร์

潜水艇 เรือดำน้ำ

渔船 เรือประมง

货船 เรือขนส่งสินค้า

货物 สินค้า

水上起重机 เครนน้ำ

集装箱 ตู้คอนเทนเนอร์

浮船坞（浮码头） ทุ่นท่าเรือ

集装箱港口 ท่าเรือคอนเทนเนอร์

码头起重机 เครื่องยกน้ำหนักท่าเรือ

叉车 รถโฟล์กลิฟต์

信号枪 เสาสัญญาณ

旅客码头 ท่าเรือสำหรับผู้โดยสาร

码头区 เขตท่าเรือ

渡船码头 ท่าเรือบรรทุกรถ

拖船 เรือลาก

客运码头 ท่าเรือขนส่งผู้โดยสาร

水翼艇 เรือไฮโดรฟอยล์

自由港 ท่าเรือปลอดภาษี

渡船 เรือข้ามฟาก

渡轮 เรือบรรทุก

10. 机械（一）เครื่องจักรกล 1

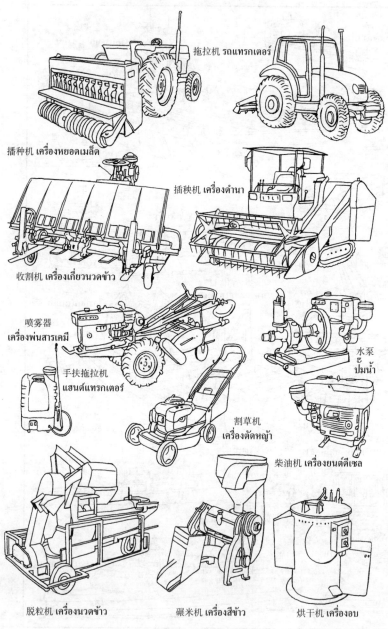

拖拉机 รถแทรกเตอร์

播种机 เครื่องหยอดเมล็ด

插秧机 เครื่องดำนา

收割机 เครื่องเกี่ยวนวดข้าว

喷雾器 เครื่องพ่นสารเคมี

手扶拖拉机 แฮนด์แทรกเตอร์

水泵 ปั๊มน้ำ

割草机 เครื่องตัดหญ้า

柴油机 เครื่องยนต์ดีเซล

脱粒机 เครื่องนวดข้าว

碾米机 เครื่องสีข้าว

烘干机 เครื่องอบ

11. 机械（二）เครื่องจักรกล 2

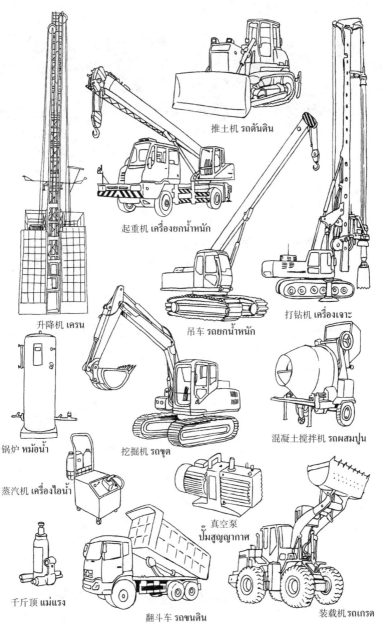

推土机 รถดันดิน
起重机 เครื่องยกน้ำหนัก
升降机 เครน
吊车 รถยกน้ำหนัก
打钻机 เครื่องเจาะ
锅炉 หม้อน้ำ
挖掘机 รถขุด
混凝土搅拌机 รถผสมปูน
蒸汽机 เครื่องไอน้ำ
真空泵
ปั๊มสูญญากาศ
千斤顶 แม่แรง
翻斗车 รถขนดิน
装载机 รถเกรด

12. 常见食品 อาหาร

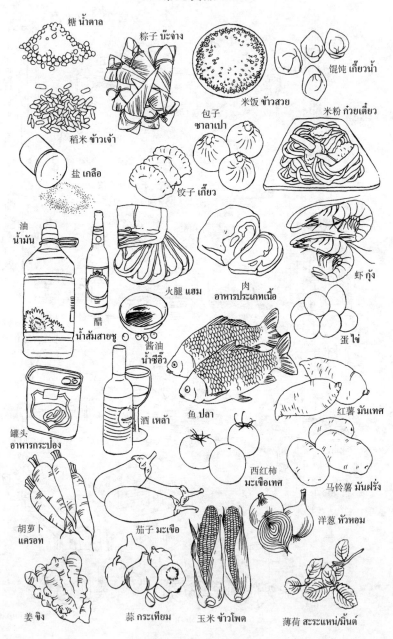

糖 น้ำตาล

粽子 บ๊ะจ่าง

米饭 ข้าวสวย

馄饨 เกี๊ยวน้ำ

稻米 ข้าวเจ้า

包子 ซาลาเปา

米粉 ก๋วยเตี๋ยว

盐 เกลือ

饺子 เกี๊ยว

油 น้ำมัน

火腿 แฮม

肉 อาหารประเภทเนื้อ

虾 กุ้ง

醋 น้ำส้มสายชู

酱油 น้ำซีอิ๊ว

蛋 ไข่

罐头 อาหารกระป๋อง

酒 เหล้า

鱼 ปลา

红薯 มันเทศ

西红柿 มะเขือเทศ

马铃薯 มันฝรั่ง

胡萝卜 แครอท

茄子 มะเขือ

洋葱 หัวหอม

姜 ขิง

蒜 กระเทียม

玉米 ข้าวโพด

薄荷 สะระแหน่/มิ้นต์

684

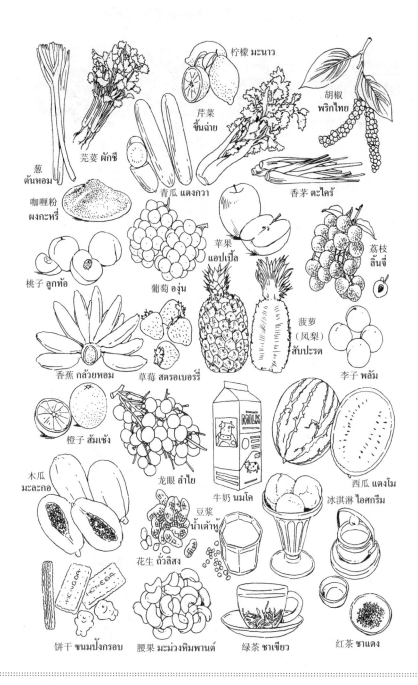

柠檬 มะนาว

芹菜 ขึ้นฉ่าย

胡椒 พริกไทย

芫荽 ผักชี

葱 ต้นหอม

咖喱粉 ผงกะหรี่

青瓜 แตงกวา

香茅 ตะไคร้

苹果 แอปเปิ้ล

荔枝 ลิ้นจี่

桃子 ลูกท้อ

葡萄 องุ่น

菠萝（凤梨）สับปะรด

香蕉 กล้วยหอม

草莓 สตรอเบอร์รี่

李子 พลัม

橙子 ส้มเช้ง

木瓜 มะละกอ

龙眼 ลำไย

牛奶 นมโค

西瓜 แตงโม

冰淇淋 ไอศกรีม

豆浆 น้ำเต้าหู้

花生 ถั่วลิสง

饼干 ขนมปังกรอบ

腰果 มะม่วงหิมพานต์

绿茶 ชาเขียว

红茶 ชาแดง

685

13. 泰国特色 เอกลักษณ์เด่นของประเทศไทย

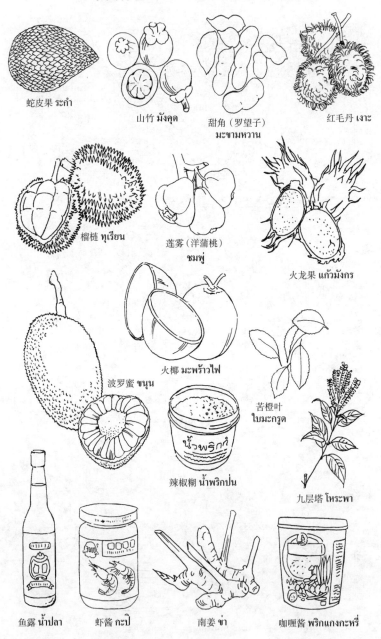

蛇皮果 ระกำ

山竹 มังคุด

甜角（罗望子）
มะขามหวาน

红毛丹 เงาะ

榴梿 ทุเรียน

莲雾（洋蒲桃）
ชมพู่

火龙果 แก้วมังกร

波罗蜜 ขนุน

火椰 มะพร้าวไฟ

苦橙叶
ใบมะกรูด

辣椒糊 น้ำพริกป่น

九层塔 โหระพา

鱼露 น้ำปลา

虾酱 กะปิ

南姜 ข่า

咖喱酱 พริกแกงกะหรี่

鸭嘴壳 ปากเป็ด

椰子饼 ขนมเข่งมะพร้าว

烤酸肉团 แหนมย่าง

酸辣虾汤 ต้มยำกุ้ง

泰国香米 ข้าวหอมมะลิ

碎肉西谷米球 สาคูไส้หมู

青瓷 เครื่องศิลาดล

泰丝 ผ้าไหมไทย

苎麻 ด้ายป่าน

蓝宝石
นิลสีน้ำเงิน/นิลสีคราม

红宝石
พลอยสีแดง/ทับทิม

泰国柚木雕 ไม้สักแกะสลักไทย

榴梿干 ทุเรียนกรอบ

天然橡胶 ยางพารา

菩提寺内的卧佛 พระพุทธไสยาสน์

泰式按摩 นวดแผนโบราณไทย

泰拳 มวยไทย

玉佛寺内的玉佛 พระแก้ว

三友寺内的金佛 พระพุทธรูปในวัดไตรมิตร

机动三轮车 รถตุ๊กตุ๊ก

人妖表演 การแสดงของกะเทย

大象表演 การแสดงของช้าง

水灯节 วันลอยกระทง

孔剧 โขน

春节舞龙盛会 งานเชิดมังกรในเทศกาลตรุษจีน

农耕节 วันพืชมงคล

女子上衣 เสื้อสตรี 披肩 สไบพาดไหล่

筒裙 ผ้าซิ่น

纱笼 โสร่ง

昭帕雅河（湄南河）แม่น้ำเจ้าพระยา

黎明寺（郑王庙）วัดอรุณ

刺鼓 กลองแอว

象脚鼓 กลองโทน

独弦琴 พิณสายเดียว

大梵天（四面天神）พระพรหม

苏梅岛 เกาะสมุย

大王宫 พระมหาราชวัง

鹦鹉花 ดอกนกแก้ว

芭堤雅（海滩）พัทยา (ชายหาด)

玉佛寺 วัดพระแก้ว

睡莲 บัวเผื่อน

米老鼠花 ดอกมิกกีเมาส์

曼陀罗 มะเขือบ้า

水上市场 ตลาดน้ำ

鳄鱼湖 ฟาร์มจระเข้

14. 时间 เวลา

เที่ยงคืน
午夜
ตีหนึ่ง
凌晨一点
ตีสอง
凌晨两点
ตีสาม
凌晨三点
ตีสี่
凌晨四点
ตีห้า
凌晨五点
หกโมงเช้า
上午六点
โมงเช้า
上午七点
สองโมงเช้า
上午八点
สามโมงเช้า
上午九点
สี่โมงเช้า
上午十点
ห้าโมงเช้า
上午十一点
AM
12
1
2
3
4
5
6
7
8
9
10
11

เที่ยงวัน
中午十二点
บ่ายโมง
下午一点
บ่ายสองโมง
下午两点
บ่ายสามโมง
下午三点
สี่โมงเย็น
下午四点
ห้าโมงเย็น
下午五点
หกโมงเย็น
下午六点
หนึ่งทุ่ม
晚上七点
สองทุ่ม
晚上八点
สามทุ่ม
晚上九点
สี่ทุ่ม
晚上十点
ห้าทุ่ม
晚上十一点
PM
12
1
2
3
4
5
6
7
8
9
10
11

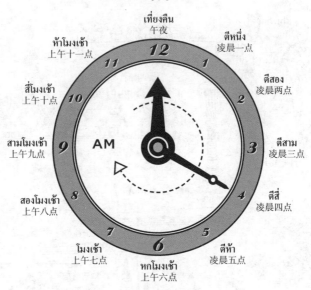

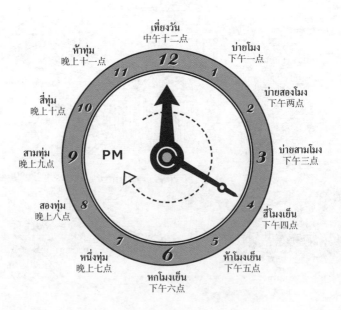

附录 ภาคผนวก

一、中国历史年代简表 ตารางแสดงลำดับราชวงศ์ของจีนโดยย่อ

夏 ราชวงศ์เซี่ย Xia Dynasty		约前2070—前1600 ก่อนคริสต์ศักราช 2070- ก่อนคริสต์ศักราช 1600
商 ราชวงศ์ซาง Shang Dynasty		前1600—前1046 ก่อนคริสต์ศักราช 1600- ก่อนคริสต์ศักราช 1046
周 ราชวงศ์โจว Zhou Dynasty （前1046—前256 ก่อนคริสต์ศักราช 1046-ก่อนคริสต์ ศักราช 256）	西周 โจวตะวันตก Western Zhou Dynasty	前1046—前771 ก่อนคริสต์ศักราช 1046- ก่อนคริสต์ศักราช 771
	东周 โจวตะวันออก Eastern Zhou Dynasty	前770—前256 ก่อนคริสต์ศักราช 770- ก่อนคริสต์ศักราช 256
	春秋 ชุนชิว Spring and Autumn Period	前770—前476 ก่อนคริสต์ศักราช 770- ก่อนคริสต์ศักราช 476
	战国 จ้านกั๋ว Warring States Period	前475—前221 ก่อนคริสต์ศักราช 475- ก่อนคริสต์ศักราช 221
秦 ราชวงศ์ฉิน Qin Dynasty		前221—前206 ก่อนคริสต์ศักราช 221- ก่อนคริสต์ศักราช 206
汉 ราชวงศ์ฮั่น Han Dynasty （前206—公元220 ก่อนคริสต์ศักราช 206- คริสต์ศักราช 220）	西汉 ฮั่นตะวันตก Western Han	前206—公元25 ก่อนคริสต์ศักราช 206- คริสต์ศักราช 25
	东汉 ฮั่นตะวันออก Eastern Han	25—220

续表

三国 ยุคสามก๊ก Three Kingdoms （220—280）	魏 ก๊กวุ่ย Wei	220—265	
	蜀汉 ก๊กสู่ฮั่น Shu Han	221—263	
	吴 ก๊กอู๋ Wu	222—280	
晋 ราชวงศ์จิ้น Jin Dynasty （265—420）	西晋 จิ้นตะวันตก Western Jin Dynasty	265—317	
	东晋 จิ้นตะวันออก Eastern Jin Dynasty	317—420	
南北朝 ราชวงศ์ใต้และ ราชวงศ์เหนือ Southern and Northern Dynasties （420—589）	南朝 ราชวงศ์ใต้ Southern Dynasties	宋 ซ่ง Song	420—479
		齐 ฉี Qi	479—502
		梁 เหลียง Liang	502—557
		陈 เฉิน Chen	557—589
	北朝 ราชวงศ์เหนือ Northern Dynasties	北魏 วุ่ยเหนือ Northern Wei	386—534
		东魏 วุ่ยตะวันออก Eastern Wei	534—550
		北齐 ฉีเหนือ Northern Qi	550—577
		西魏 วุ่ยตะวันตก Western Wei	535—556
		北周 เป่ยโจวเหนือ Northern Zhou	557—581
隋 ราชวงศ์สุย Sui Dynasty			581—618
唐 ราชวงศ์ถัง Tang Dynasty			618—907

续表

五代 ยุคห้าราชวงศ์ Five Dynasties （907—960）	后梁 โฮ่วเหลียง Later Liang	907—923
	后唐 โฮ่วถัง Later Tang	923—936
	后晋 โฮ่วจิ้น Later Jin	936—947
	后汉 โฮ่วฮั่น Later Han	947—950
	后周 โฮ่วโจว Later Zhou	951—960
宋 ราชวงศ์ซ่ง Song Dynasty （960—1279）	北宋 ซ่งเหนือ Northern Song Dynasty	960—1127
	南宋 ซ่งใต้ Southern Song Dynasty	1127—1279
辽 ราชวงศ์เหลียว Liao		907—1125
西夏 ราชวงศ์เซี่ยตะวันตก Xixia		1038—1227
金 ราชวงศ์จิน Jin		1115—1234
元 ราชวงศ์หยวน Yuan Dynasty		1206—1368
明 ราชวงศ์หมิง Ming Dynasty		1368—1644
清 ราชวงศ์ชิง Qing Dynasty		1616—1911
中华民国 สาธารณรัฐแห่งชาติจีน Republic of China		1912—1949
中华人民共和国 สาธารณรัฐประชาชนจีน People's Republic of China		1949—

二、汉族亲族关系图 แผนภูมิแสดงความสัมพันธ์ทางเครือญาติของชาติจีน

(一)父系
สายบิดา

- 曾祖父(老爷爷) ปู่ทวด / 曾祖母(老奶奶) ย่าทวด
  - 祖父(爷爷) ปู่ / 祖母(奶奶) ย่า
    - 伯祖 ปู่ใหญ่ / 伯祖母 ย่าใหญ่ / 叔祖 ปู่น้อย / 叔祖母 ย่าเล็ก
    - 祖姑母(姑奶奶) ย่า (พี่สาวหรือน้องสาวของปู่) / 祖姑爷 ปู่ ปู่เขย
    - 父亲(爸爸、爹) บิดา (พ่อ) / 母亲(妈妈、娘) มารดา (แม่)
      - 伯父(大爷) ลุง / 伯母(大娘) ป้าสะใภ้ / 叔父(叔叔) อาชาย / 婶母(婶子) อาสะใภ้
        - 堂兄 พี่ชาย (ลูกพี่ลูกน้อง)
        - 堂弟 น้องชาย (ลูกพี่ลูกน้อง)
        - 堂姐 พี่สาว (ลูกพี่ลูกน้อง)
        - 堂妹 น้องสาว (ลูกพี่ลูกน้อง)
      - 本人 ตัวเอง
        - 兄(哥哥) พี่ชาย / 嫂(嫂子) พี่สะใภ้ / 弟(弟弟) น้องชาย / 弟妹(弟媳) น้องสะใภ้
          - 侄子 หลานชาย (หลานลุง หลานอา) / 侄媳妇 หลานสะใภ้
          - 侄女 หลานสาว (หลานลุง หลานอา) / 侄女婿 หลานเขย
        - 儿子 ลูกชาย / 儿媳妇 ลูกสะใภ้
          - 孙子 หลานชาย (หลานปู่)
          - 孙女 หลานสาว (หลานปู่)
        - 女儿 ลูกสาว / 女婿 ลูกเขย
          - 外孙 หลานชาย (หลานตา)
          - 外孙女 หลานสาว (หลานตา)
        - 姐(姐姐) พี่สาว / 姐夫 พี่เขย / 妹(妹妹) น้องสาว / 妹夫 น้องเขย
          - 外甥 หลานชาย (หลานน้า) / 外甥媳妇 หลานสะใภ้
          - 外甥女 หลานสาว (หลานน้า) / 外甥女婿 หลานเขย
      - 姑母 / 姑姑 ป้า ; อาสาว (ก่อนสมรส)/ อาหญิง (หลังสมรส) / 姑夫(姑父、姑丈) ลุงเขย/อาเขย
        - 表兄(表哥) พี่ชาย (ลูกพี่ลูกน้อง)
        - 表弟 น้องชาย (ลูกพี่ลูกน้อง)
        - 表姐 พี่สาว (ลูกพี่ลูกน้อง)
        - 表妹 น้องสาว (ลูกพี่ลูกน้อง)

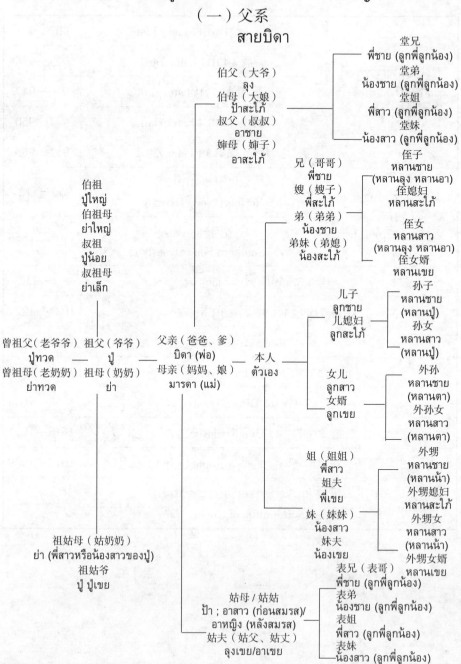

（二）母系

สายมารดา

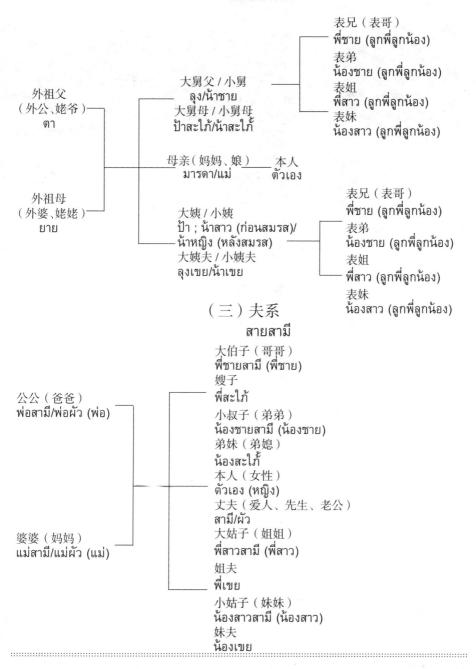

- 外祖父（外公、姥爷）ตา
- 外祖母（外婆、姥姥）ยาย
  - 大舅父 / 小舅 ลุง/น้าชาย
    大舅母 / 小舅母 ป้าสะใภ้/น้าสะใภ้
    - 表兄（表哥）พี่ชาย (ลูกพี่ลูกน้อง)
    - 表弟 น้องชาย (ลูกพี่ลูกน้อง)
    - 表姐 พี่สาว (ลูกพี่ลูกน้อง)
    - 表妹 น้องสาว (ลูกพี่ลูกน้อง)
  - 母亲（妈妈、娘）มารดา/แม่
    - 本人 ตัวเอง
  - 大姨 / 小姨 ป้า ; น้าสาว (ก่อนสมรส)/ น้าหญิง (หลังสมรส)
    大姨夫 / 小姨夫 ลุงเขย/น้าเขย
    - 表兄（表哥）พี่ชาย (ลูกพี่ลูกน้อง)
    - 表弟 น้องชาย (ลูกพี่ลูกน้อง)
    - 表姐 พี่สาว (ลูกพี่ลูกน้อง)
    - 表妹 น้องสาว (ลูกพี่ลูกน้อง)

（三）夫系

สายสามี

- 公公（爸爸）พ่อสามี/พ่อผัว (พ่อ)
- 婆婆（妈妈）แม่สามี/แม่ผัว (แม่)
  - 大伯子（哥哥）พี่ชายสามี (พี่ชาย)
    嫂子 พี่สะใภ้
  - 小叔子（弟弟）น้องชายสามี (น้องชาย)
    弟妹（弟媳）น้องสะใภ้
  - 本人（女性）ตัวเอง (หญิง)
    丈夫（爱人、先生、老公）สามี/ผัว
  - 大姑子（姐姐）พี่สาวสามี (พี่สาว)
    姐夫 พี่เขย
  - 小姑子（妹妹）น้องสาวสามี (น้องสาว)
    妹夫 น้องเขย

（四）妇系
สายภรรยา

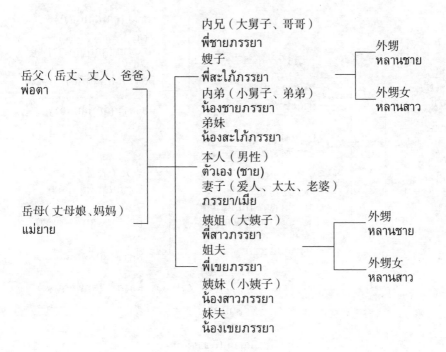

岳父（岳丈、丈人、爸爸）
พ่อตา

内兄（大舅子、哥哥）
พี่ชายภรรยา
嫂子
พี่สะใภ้ภรรยา
内弟（小舅子、弟弟）
น้องชายภรรยา
弟妹
น้องสะใภ้ภรรยา

外甥
หลานชาย

外甥女
หลานสาว

本人（男性）
ตัวเอง (ชาย)
妻子（爱人、太太、老婆）
ภรรยา/เมีย

岳母（丈母娘、妈妈）
แม่ยาย

姨姐（大姨子）
พี่สาวภรรยา
姐夫
พี่เขยภรรยา
姨妹（小姨子）
น้องสาวภรรยา
妹夫
น้องเขยภรรยา

外甥
หลานชาย

外甥女
หลานสาว

三、中国少数民族名称表 ตารางชื่อชนชาติกลุ่มน้อยของจีน

民族名称（中文）	（泰文）	（英文）
蒙古族	ชนชาติมองโกล	Mongol
回族	ชนชาติหุย（อิสลาม）	Hui
藏族	ชนชาติธิเบต	Zang
维吾尔族	ชนชาติเวกูร	Uygur
苗族	ชนชาติแม้ว	Miao
彝族	ชนชาติอี๋	Yi
壮族	ชนชาติจ้วง	Zhuang
布依族	ชนชาติปู้อี（ปูเย）	Buyei
朝鲜族	ชนชาติเกาหลี	Chosen
满族	ชนชาติแมนจู	Man
侗族	ชนชาติโด้ง（กำไท）	Dong
瑶族	ชนชาติเย้า	Yao
白族	ชนชาติไป๋	Bai
土家族	ชนชาติทูเจีย	Tujia
哈尼族	ชนชาติฮานี（อาข่า อีก้อ）	Hani
哈萨克族	ชนชาติคาซัก	Kazak
傣族	ชนชาติไต（ไท）	Dai
黎族	ชนชาติหลี	Li
傈僳族	ชนชาติลีซู	Lisu
佤族	ชนชาติว้า	Va
畲族	ชนชาติเซอ	She
高山族	ชนชาติเกาซาน	Gaoshan
拉祜族	ชนชาติลาฮู（มูเซอ）	Lahu
水族	ชนชาติสุ่ย	Sui
东乡族	ชนชาติตงเซียง	Dongxiang
纳西族	ชนชาติน่าซี	Naxi

续表

民族名称（中文）	（泰文）	（英文）
景颇族	ชนชาติจิงโป（กะเหรี่ยง）	Jingpo
柯尔克孜族	ชนชาติเคอร์จีซ	Kirgiz
土族	ชนชาติทู	Tu
达斡尔族	ชนชาติดาวูร์	Daur
仫佬族	ชนชาติมูลำ	Mulao
羌族	ชนชาติเชียง	Qiang
布朗族	ชนชาติปล่าง	Blang
撒拉族	ชนชาติซาลาร์	Salar
毛南族	ชนชาติเหมาน่าน	Maonan
仡佬族	ชนชาติเกลาว	Gelao
锡伯族	ชนชาติซีบอ	Xibe
阿昌族	ชนชาติอาชาง	Achang
普米族	ชนชาติพรึมี	Pumi
塔吉克族	ชนชาติทาจิก	Tajik
怒族	ชนชาตินู	Nu
乌孜别克族	ชนชาติอูซเบก	Uzbek
俄罗斯族	ชนชาติรัสเซีย	Russ
鄂温克族	ชนชาติอีเวนคี	Ewenki
德昂族	ชนชาติเตอาง	Deang
保安族	ชนชาติบอนัน	Bonan
裕固族	ชนชาติยูกูร์	Yugur
京族	ชนชาติจิง	Gin
塔塔尔族	ชนชาติทาทาร์	Tatar
独龙族	ชนชาติโตรง	Derung
鄂伦春族	ชนชาติออโรเควน	Oroqen
赫哲族	ชนชาติเฮอเจน	Hezhen
门巴族	ชนชาติมอนบา	Monba
珞巴族	ชนชาติลัวบา	Lhoba
基诺族	ชนชาติกีโน	Jino

四、世界主要国家（地区）和首都（首府）名称表
ชื่อประเทศ（เขตการปกครอง）และเมืองหลวง（เมืองเอก）

国家（地区） ประเทศ（เขตการปกครอง）	首都（首府） เมืองหลวง（เมืองเอก）
亚洲 ทวีปเอเชีย	
柬埔寨 กัมพูชา : ราชอาณาจักรกัมพูชา	金边 พนมเปญ
卡塔尔 กาตาร์ : รัฐกาตาร์	多哈 โดฮา
韩国 เกาหลีใต้ : สาธารณรัฐเกาหลี	首尔 โซล
朝鲜 เกาหลีเหนือ : สาธารณรัฐประชาธิปไตยประชาชนเกาหลี	平壤 เปียงยาง
哈萨克斯坦 คาซัคสถาน : สาธารณรัฐคาซัคสถาน	努尔苏丹 นูร์-ซุลตัน
吉尔吉斯斯坦 คีร์กีซสถาน : สาธารณรัฐคีร์กีซ	比什凯克 บิชเคก
科威特 คูเวต : รัฐคูเวต	科威特城 คูเวตซิตี
格鲁吉亚 จอร์เจีย	第比利斯 ทบิลิซิ
约旦 จอร์แดน : ราชอาณาจักรฮัชไมต์จอร์แดน	安曼 อัมมาน
中国 จีน : สาธารณรัฐประชาชนจีน	北京 ปักกิ่ง
沙特阿拉伯 ซาอุดีอาระเบีย : ราชอาณาจักรซาอุดีอาระเบีย	利雅得 ริยาด
叙利亚 ซีเรีย : สาธารณรัฐอาหรับซีเรีย	大马士革 ดามัสกัส
日本 ญี่ปุ่น	东京 โตเกียว
土耳其 ตุรกี : สาธารณรัฐตุรกี	安卡拉 อังการา
土库曼斯坦 เติร์กเมนิสถาน	阿什哈巴德 อาชคาบัด
塔吉克斯坦 ทาจิกิสถาน : สาธารณรัฐทาจิกิสถาน	杜尚别 ดูชานเบ
泰国 ไทย : ราชอาณาจักรไทย	曼谷 กรุงเทพมหานคร/ กรุงเทพฯ
尼泊尔 เนปาล : สหพันธ์สาธารณรัฐประชาธิปไตยเนปาล	加德满都 กาฐมาณฑุ
文莱 บรูไนดารุสซาลาม : เนการาบรูไนดารุสซาลาม	斯里巴加湾市 บันดาร์เสรีเบกาวัน

续表

国家（地区） ประเทศ（เขตการปกครอง）	首都（首府） เมืองหลวง（เมืองเอก）
孟加拉国 บังกลาเทศ : สาธารณรัฐประชาชนบังกลาเทศ	达卡 ธากา
巴林 บาห์เรน : ราชอาณาจักรบาห์เรน	麦纳麦 มานามา
巴基斯坦 ปากีสถาน : สาธารณรัฐอิสลามปากีสถาน	伊斯兰堡 อิสลามาบัด
巴勒斯坦 ปาเลสไตน์ : รัฐปาเลสไตน์	耶路撒冷 เยรูซาเลม
缅甸 เมียนมา : สาธารณรัฐแห่งสหภาพเมียนมา	内比都 เนปีดอ
菲律宾 ฟิลิปปินส์ : สาธารณรัฐฟิลิปปินส์	大马尼拉市 มะนิลา
不丹 ภูฏาน : ราชอาณาจักรภูฏาน	廷布 ทิมพู
蒙古 มองโกเลีย	乌兰巴托 อูลานบาตอร์
马尔代夫 มัลดีฟส์ : สาธารณรัฐมัลดีฟส์	马累 มาเล
马来西亚 มาเลเซีย	吉隆坡 กัวลาลัมเปอร์
也门 เยเมน : สาธารณรัฐเยเมน	萨那 ซานา
老挝 ลาว : สาธารณรัฐประชาธิปไตยประชาชนลาว	万象 เวียงจันทน์
黎巴嫩 เลบานอน : สาธารณรัฐเลบานอน	贝鲁特 เบรุต
越南 เวียดนาม : สาธารณรัฐสังคมนิยมเวียดนาม	河内 ฮานอย
斯里兰卡 ศรีลังกา : สาธารณรัฐสังคมนิยมประชาธิปไตยศรีลังกา	科伦坡 โคลัมโบ
阿联酋 สหรัฐอาหรับเอมิเรตส์	阿布扎比 อาบูดาบี
新加坡 สิงคโปร์ : สาธารณรัฐสิงคโปร์	新加坡 สิงคโปร์
阿富汗 อัฟกานิสถาน : สาธารณรัฐอิสลามอัฟกานิสถาน	喀布尔 คาบูล
阿塞拜疆 อาเซอร์ไบจาน : สาธารณรัฐอาเซอร์ไบจาน	巴库 บากู
亚美尼亚 อาร์เมเนีย : สาธารณรัฐอาร์เมเนีย	埃里温 เยเรวาน
印度 อินเดีย : สาธารณรัฐอินเดีย	新德里 นิวเดลี

续表

国家（地区） ประเทศ（เขตการปกครอง）	首都（首府） เมืองหลวง（เมืองเอก）
印度尼西亚 อินโดนีเซีย : สาธารณรัฐอินโดนีเซีย	雅加达 จาการ์ตา
伊拉克 อิรัก : สาธารณรัฐอิรัก	巴格达 แบกแดด
以色列 อิสราเอล : รัฐอิสราเอล	特拉维夫（实际行政中心） เทลอาวีฟ
伊朗 อิหร่าน : สาธารณรัฐอิสลามอิหร่าน	德黑兰 เตหะราน
乌兹别克斯坦 อุซเบกิสถาน : สาธารณรัฐอุซเบกิสถาน	塔什干 ทาชเคนต์
阿曼苏丹国 โอมาน : รัฐสุลต่านโอมาน	马斯喀特 มัสกัต
中国澳门 มาเก๊าประเทศจีน	
中国台湾 ไต้หวันประเทศจีน	
中国香港 ฮ่องกงประเทศจีน	
东帝汶民主共和国 ติมอร์-เลสเต/ สาธารณรัฐประชาธิปไตยติมอร์-เลสเต	帝力 ดิลี
大洋洲 **เขตโอเชียเนีย**（ทวีปออสเตรเลียและหมู่เกาะในมหาสมุทรแปซิฟิก）	
基里巴斯 คิริบาส : สาธารณรัฐคิริบาส	塔拉瓦 ตาระวา
萨摩亚 ซามัว : รัฐเอกราชซามัว	阿皮亚 อาปีอา
汤加 ตองงา : ราชอาณาจักรตองงา	努库阿洛法 นูกูอะโลฟา
图瓦卢 ตูวาลู	富纳富提 ฟูนะฟูตี
瑙鲁 นาอูรู : สาธารณรัฐนาอูรู	亚伦区（行政管理中心） ยาเรน (เมืองโดยพฤตินัย)
新西兰 นิวซีแลนด์	惠灵顿 เวลลิงตัน
巴布亚新几内亚 ปาปัวนิวกินี : รัฐเอกราชปาปัวนิวกินี	莫尔斯比港 พอร์ตมอร์สบี
帕劳 ปาเลา : สาธารณรัฐปาเลา	梅莱凯奥克 เมเลเกอ็อก

续表

国家（地区） **ประเทศ（เขตการปกครอง）**	首都（首府） **เมืองหลวง（เมืองเอก）**
斐济 ฟีจี : สาธารณรัฐฟีจี	苏瓦 ซูวา
密克罗尼西亚联邦 ไมโครนีเซีย : สหพันธรัฐไมโครนีเซีย	帕利基尔 ปาลีกีร์
瓦努阿图 วานูอาตู : สาธารณรัฐวานูอาตู	维拉港 พอร์ตวิลา
所罗门群岛 หมู่เกาะโซโลมอน	霍尼亚拉 โฮนีอารา
马绍尔群岛 หมู่เกาะมาร์แชลล์ : สาธารณรัฐหมู่เกาะมาร์แชลล์	马朱罗 มาจูโร
澳大利亚 ออสเตรเลีย : เครือรัฐออสเตรเลีย	堪培拉 แคนเบอร์รา
库克群岛 หมู่เกาะคุก	阿瓦鲁阿 อะวารัว
纽埃 นีอุเอ	阿洛菲 อาโลฟี
欧洲 ทวีปยุโรป	
希腊 กรีซ : สาธารณรัฐเฮลเลนิก	雅典 เอเธนส์
克罗地亚 โครเอเชีย : สาธารณรัฐโครเอเชีย	萨格勒布 ซาเกร็บ
圣马力诺 ซานมารีโน : สาธารณรัฐซานมารีโน	圣马力诺 ซานมารีโน
塞浦路斯 ไซปรัส : สาธารณรัฐไซปรัส	尼科西亚 นิโคเซีย
丹麦 เดนมาร์ก : ราชอาณาจักรเดนมาร์ก	哥本哈根 โคเปนเฮเกน
梵蒂冈城国 วาติกัน : นครรัฐวาติกัน	梵蒂冈城 วาติกัน
挪威 นอร์เวย์ : ราชอาณาจักรนอร์เวย์	奥斯陆 ออสโล
荷兰 เนเธอร์แลนด์ : ราชอาณาจักรเนเธอร์แลนด์	阿姆斯特丹 อัมสเตอร์ดัม
波斯尼亚和黑塞哥维那（波黑）บอสเนียและเฮอร์เซโกวีนา	萨拉热窝 ซาราเยโว
保加利亚 บัลแกเรีย : สาธารณรัฐบัลแกเรีย	索非亚 โซเฟีย
比利时 เบลเยียม : ราชอาณาจักรเบลเยียม	布鲁塞尔 บรัสเซลส์
白俄罗斯 เบลารุส : สาธารณรัฐเบลารุส	明斯克 มินสก์
葡萄牙 โปรตุเกส : สาธารณรัฐโปรตุเกส	里斯本 ลิสบอน

续表

国家（地区） **ประเทศ（เขตการปกครอง）**	首都（首府） **เมืองหลวง（เมืองเอก）**
波兰 โปแลนด์ : สาธารณรัฐโปแลนด์	华沙 วอร์ซอ
法国 ฝรั่งเศส : สาธารณรัฐฝรั่งเศส	巴黎 ปารีส
芬兰 ฟินแลนด์ : สาธารณรัฐฟินแลนด์	赫尔辛基 เฮลซิงกิ
摩尔多瓦 มอลโดวา : สาธารณรัฐมอลโดวา	基希讷乌 คีชีเนา
马耳他 มอลตา : สาธารณรัฐมอลตา	瓦莱塔 วัลเลตตา
北马其顿 เหนือมาซิโดเนีย : สาธารณรัฐเหนือมาซิโดเนีย	斯科普里 สโกเปีย
摩纳哥 โมนาโก : ราชรัฐโมนาโก	摩纳哥 โมนาโก
塞尔维亚 เซอร์เบีย : สาธารณรัฐเซอร์เบีย	贝尔格莱德 เบลเกรด
黑山 มอนเตเนโกร	波德戈里察 พอดกอรีตซา
乌克兰 ยูเครน	基辅 เคียฟ
德国 เยอรมนี : สหพันธ์สาธารณรัฐเยอรมนี	柏林 เบอร์ลิน
俄罗斯 รัสเซีย : สหพันธรัฐรัสเซีย	莫斯科 มอสโก
罗马尼亚 โรมาเนีย	布加勒斯特 บูคาเรสต์
卢森堡 ลักเซมเบิร์ก : ราชรัฐลักเซมเบิร์ก	卢森堡市 ลักเซมเบิร์ก
拉脱维亚 ลัตเวีย : สาธารณรัฐลัตเวีย	里加 ริกา
列支敦士登 ลิกเตนสไตน์ : ราชรัฐลิกเตนสไตน์	瓦杜兹 วาดุซ
立陶宛 ลิทัวเนีย : สาธารณรัฐลิทัวเนีย	维尔纽斯 วิลนีอุส
西班牙 สเปน : ราชอาณาจักรสเปน	马德里 มาดริด
斯洛伐克 สโลวะเกีย : สาธารณรัฐสโลวัก	布拉迪斯拉发 บราติสลาวา
斯洛文尼亚 สโลวีเนีย:สาธารณรัฐสโลวีเนีย	卢布尔雅那 ลูบลิยานา
瑞士 สวิตเซอร์แลนด์ : สมาพันธรัฐสวิส	伯尔尼 เบิร์น
瑞典 สวีเดน : ราชอาณารัฐสวีเดน	斯德哥尔摩 สตอกโฮล์ม
英国 อังกฤษ : สหราชอาณาจักรเกรตบริเตนและ นอร์เทิร์นไอรแลนด์	伦敦 ลอนดอน

续表

国家（地区） ประเทศ（เขตการปกครอง）	首都（首府） เมืองหลวง（เมืองเอก）
捷克 สาธารณรัฐเช็ก	布拉格 ปราก
奥地利 ออสเตรีย：สาธารณรัฐออสเตรีย	维也纳 เวียนนา
安道尔 อันดอร์รา：ราชรัฐอันดอร์รา	安道尔城 อันดอร์ราลาเวลลา
意大利 อิตาลี：สาธารณรัฐอิตาลี	罗马 โรม
爱沙尼亚 เอสโตเนีย：สาธารณรัฐเอสโตเนีย	塔林 ทาลลินน์
阿尔巴尼亚 แอลเบเนีย：สาธารณรัฐแอลเบเนีย	地拉那 ติรานา
冰岛 ไอซ์แลนด์：สาธารณรัฐไอซ์แลนด์	雷克雅未克 เรคยาวิก
爱尔兰 ไอร์แลนด์：สาธารณรัฐไอร์แลนด์	都柏林 ดับลิน
匈牙利 ฮังการี	布达佩斯 บูดาเปสต์
非洲 ทวีปแอฟริกา	
加纳 กานา：สาธารณรัฐกานา	阿克拉 อักกรา
加蓬 กาบอง：สาธารณรัฐกาบอง	利伯维尔 ลีเบรอวิล
几内亚 กินี：สาธารณรัฐกินี	科纳克里 โกนากรี
几内亚比绍 กินี-บิสเซา：สาธารณรัฐกินี-บิสเซา	比绍 บิสเซา
冈比亚 แกมเบีย：สาธารณรัฐแกมเบีย	班珠尔 บันจูล
科特迪瓦 โกตดิวัวร์：สาธารณรัฐโกตดิวัวร์	亚穆苏克罗 ยามูซูโกร
刚果（布）คองโก：สาธารณรัฐคองโก	布拉柴维尔 บราซซาวิล
科摩罗 คอโมโรส：สหภาพคอโมโรส	莫罗尼 โมโรนี
肯尼亚 เคนยา：สาธารณรัฐเคนยา	内罗毕 ไนโรบี
喀麦隆 แคเมอรูน：สาธารณรัฐแคเมอรูน	雅温得 ยาอุนเด
吉布提 จิบูตี：สาธารณรัฐจิบูตี	吉布提市 จิบูตี
乍得 ชาด：สาธารณรัฐชาด	恩贾梅纳 เอ็นจาเมนา
刚果（金）สาธารณรัฐประชาธิปไตยคองโก	金沙萨 กินชาซา
津巴布韦 ซิมบับเว：สาธารณรัฐซิมบับเว	哈拉雷 ฮาราเร
苏丹 ซูดาน：สาธารณรัฐซูดาน	喀土穆 คาร์ทูม
塞舌尔 เซเชลส์：สาธารณรัฐเซเชลส์	维多利亚 วิกตอเรีย

续表

国家（地区） **ประเทศ（เขตการปกครอง）**	首都（首府） **เมืองหลวง（เมืองเอก）**
塞内加尔 เซเนกัล : สาธารณรัฐเซเนกัล	达喀尔 ดาการ์
圣多美和普林西比 เซาตูเมและปรินซิปี : สาธารณรัฐประชาธิปไตยเซาตูเมและปรินซิปี	圣多美 เซาตูเม
塞拉利昂 เซียร์ราลีโอน : สาธารณรัฐเซียร์ราลีโอน	弗里敦 ฟรีทาวน์
赞比亚 แซมเบีย : สาธารณรัฐแซมเบีย	卢萨卡 ลูซากา
索马里 โซมาเลีย : สหพันธ์สาธารณรัฐโซมาเลีย	摩加迪沙 โมกาดิชู
突尼斯 ตูนิเซีย : สาธารณรัฐตูนิเซีย	突尼斯市 ตูนิส
多哥 โตโก : สาธารณรัฐโตโก	洛美 โลเม
坦桑尼亚 แทนซาเนีย : สหสาธารณรัฐแทนซาเนีย	多多马 โดโดมา
纳米比亚 นามิเบีย : สาธารณรัฐนามิเบีย	温得和克 วินด์ฮุก
尼日利亚 ไนจีเรีย : สหพันธ์สาธารณรัฐไนจีเรีย	阿布贾 อาบูจา
尼日尔 ไนเจอร์ : สาธารณรัฐไนเจอร์	尼亚美 นีอาเม
博茨瓦纳 บอตสวานา : สาธารณรัฐบอตสวานา	哈博罗内 กาโบโรน
布隆迪 บุรุนดี : สาธารณรัฐบุรุนดี	基特加 กีเตกา
布基纳法索 บูร์กินาฟาโซ	瓦加杜古 วากาดูกู
贝宁 เบนิน : สาธารณรัฐเบนิน	波多诺伏 ปอร์โต-โนโว
毛里求斯 มอริเชียส : สาธารณรัฐมอริเชียส	路易港 พอร์ตหลุยส์
毛里塔尼亚 มอริเตเนีย : สาธารณรัฐอิสลามมอริเตเนีย	努瓦克肖特 นูแอกชอต
马达加斯加 มาดากัสการ์ : สาธารณรัฐมาดากัสการ์	塔那那利佛 อันตานานาริโว
马拉维 มาลาวี : สาธารณรัฐมาลาวี	利隆圭 ลิลองเว
马里 มาลี : สาธารณรัฐมาลี	巴马科 บามาโก
莫桑比克 โมซัมบิก : สาธารณรัฐโมซัมบิก	马普托 มาปูโต
摩洛哥 โมร็อกโก : ราชอาณาจักรโมร็อกโก	拉巴特 ราบัต

续表

国家（地区） **ประเทศ（เขตการปกครอง）**	首都（首府） **เมืองหลวง（เมืองเอก）**
乌干达 ยูกันดา : สาธารณรัฐยูกันดา	坎帕拉 กัมปาลา
卢旺达 รวันดา : สาธารณรัฐรวันดา	基加利 คิกาลี
利比亚 ลิเบีย : รัฐลิเบีย	的黎波里 ตริโปลี
莱索托 เลโซโท : ราชอาณาจักรเลโซโท	马塞卢 มาเซรู
利比里亚 ไลบีเรีย : สาธารณรัฐไลบีเรีย	蒙罗维亚 มันโรเวีย
斯威士兰 สวาซิแลนด์ : ราชอาณาจักรสวาซิแลนด์	姆巴巴内 อึมบาบาน
中非共和国 สาธารณรัฐแอฟริกากลาง	班吉 บังกี
赤道几内亚 อิเควทอเรียลกินี : สาธารณรัฐอิเควทอเรียลกินี	马拉博 มาลาโบ
埃及 อียิปต์ : สาธารณรัฐอาหรับอียิปต์	开罗 ไคโร
埃塞俄比亚 เอธิโอเปีย : สหพันธ์สาธารณรัฐประชาธิปไตยเอธิโอเปีย	亚的斯亚贝巴 แอดดิสอาบาบา
厄立特里亚 เอริเทรีย : รัฐเอริเทรีย	阿斯马拉 แอสมารา
安哥拉 แองโกลา : สาธารณรัฐแองโกลา	罗安达 ลูอันดา
南非 แอฟริกาใต้ : สาธารณรัฐแอฟริกาใต้	比勒陀利亚 พริทอเรีย
阿尔及利亚 แอลจีเรีย : สาธารณรัฐประชาธิปไตยประชาชนแอลจีเรีย	阿尔及尔 แอลเจียร์
南苏丹 สาธารณรัฐเซาท์ซูดาน	朱巴 จูบา
佛得角 สาธารณรัฐกาบูเวร์ดี	普拉亚 ไปรอา

北美洲 ทวีปอเมริกาเหนือ	
危地马拉 กัวเตมาลา : สาธารณรัฐกัวเตมาลา	危地马拉城 กัวเตมาลาซิตี
格林纳达 เกรเนดา	圣乔治 เซนต์จอร์เจส
哥斯达黎加 คอสตาริกา : สาธารณรัฐคอสตาริกา	圣何塞 ซันโฮเซ
古巴 คิวบา : สาธารณรัฐคิวบา	哈瓦那 ฮาวานา

续表

国家（地区） **ประเทศ（เขตการปกครอง）**	首都（首府） **เมืองหลวง（เมืองเอก）**
加拿大 แคนาดา	渥太华 ออตตาวา
牙买加 จาเมกา	金斯敦 คิงส์ตัน
圣基茨和尼维斯 เซนต์คิตส์และเนวิส	巴斯特尔 บาสแตร์
圣卢西亚 เซนต์ลูเซีย	卡斯特里 แคสตรีส์
圣文森特和格林纳丁斯 เซนต์วินเซนต์และเกรนาดีนส์	金斯顿 คิงส์ทาวน์
多米尼克 โดมินิกา : เครือรัฐโดมินิกา	罗索 โรโซ
特立尼达和多巴哥 ตรินิแดดและโตเบโก : สาธารณรัฐตรินิแดดและโตเบโก	西班牙港 พอร์ต-ออฟ-สเปน
尼加拉瓜 นิการากัว : สาธารณรัฐนิการากัว	马那瓜 มานากัว
巴巴多斯 บาร์เบโดส	布里奇顿 บริดจ์ทาวน์
巴哈马 บาฮามาส : เครือรัฐบาฮามาส	拿骚 แนสซอ
伯利兹 เบลีซ	贝尔莫潘 เบลโมแพน
巴拿马 ปานามา : สาธารณรัฐปานามา	巴拿马城 ปานามา
墨西哥 เม็กซิโก : สหรัฐเม็กซิโก	墨西哥城 เม็กซิโกซิตี
美国 อเมริกา : สหรัฐอเมริกา	华盛顿哥伦比亚特区 วอชิงตัน ดี. ซี.
多米尼加 โดมินิกัน : สาธารณรัฐโดมินิกัน	圣多明各 ซันโตโดมิงโก
萨尔瓦多 เอลซัลวาดอร์ : สาธารณรัฐเอลซัลวาดอร์	圣萨尔瓦多市 ซันซัลวาดอร์
安提瓜和巴布达 แอนติกาและบาร์บูดา	圣约翰 เซนต์จอนส์
洪都拉斯 ฮอนดูรัส : สาธารณรัฐฮอนดูรัส	特古西加尔巴 เตกูซิกัลปา
海地 เฮติ : สาธารณรัฐเฮติ	太子港 ปอร์โตแปรงซ์
南美洲 ทวีปอเมริกาใต้	
圭亚那 กายอานา : สาธารณรัฐสหกรณ์กายอานา	乔治敦 จอร์จทาวน์
哥伦比亚 โคลอมเบีย : สาธารณรัฐโคลอมเบีย	波哥大 โบโกตา

续表

国家（地区） **ประเทศ（เขตการปกครอง）**	首都（首府） **เมืองหลวง（เมืองเอก）**
智利 ชิลี : สาธารณรัฐชิลี	圣地亚哥 ซานติอาโก
苏里南 ซูรินาเม : สาธารณรัฐซูรินาเม	帕拉马里博 ปารามาริโบ
巴西 บราซิล : สหพันธ์สาธารณรัฐบราซิล	巴西利亚 บราซิเลีย
玻利维亚 โบลิเวีย : รัฐพหุชนชาติแห่งโบลิเวีย	苏克雷 ซุเกร
巴拉圭 ปารากวัย : สาธารณรัฐปารากวัย	亚松森 อะซุนซิออง
秘鲁 เปรู : สาธารณรัฐเปรู	利马 ลิมา
委内瑞拉 เวเนซุเอลา : สาธารณรัฐโบลีวาร์แห่งเวเนซุเอลา	加拉加斯 การากัส
阿根廷 อาร์เจนตินา : สาธารณรัฐอาร์เจนตินา	布宜诺斯艾利斯 บัวโนสไอเรส
乌拉圭 อุรุกวัย : สาธารณรัฐบูรพาอุรุกวัย	蒙得维的亚 มอนเตวิเดโอ
厄瓜多尔 เอกวาดอร์ : สาธารณรัฐเอกวาดอร์	基多 กีโต

（注：资料来源于中华人民共和国外交部官网，数据更新至2021年11月5日）

五、汉语拼音方案 แบบแผนการสะกดเสียงของภาษาจีน

汉语拼音方案

（1957年11月1日国务院全体会议第60次会议通过）

（1958年2月11日第一届全国人民代表大会第五次会议批准）

（一）字母表

字母	A a	B b	C c	D d	E e	F f	G g
名称	ㄚ	ㄅㄝ	ㄘㄝ	ㄉㄝ	ㄜ	ㄝㄈ	ㄍㄝ
字母	H h	I i	J j	K k	L l	M m	N n
名称	ㄏㄚ	ㄧ	ㄐㄧㄝ	ㄎㄝ	ㄝㄌ	ㄝㄇ	ㄋㄝ
字母	O o	P p	Q q	R r	S s	T t	
名称	ㄛ	ㄆㄝ	ㄑㄧㄡ	ㄚㄦ	ㄝㄙ	ㄊㄝ	
字母	U u	V v	W w	X x	Y y	Z z	
名称	ㄨ	ㄪㄝ	ㄨㄚ	ㄒㄧ	ㄧㄚ	ㄗㄝ	

（二）声母表

声母	b［p］	p［pʻ］	m［m］	f［f］	d［t］	t［tʻ］	n［n］	l［l］
名称	ㄅ玻	ㄆ坡	ㄇ摸	ㄈ佛	ㄉ得	ㄊ特	ㄋ讷	ㄌ勒
声母	g［k］	k［kʻ］	h［x］	j［tɕ］	q［tɕʻ］	x［ɕ］		
名称	ㄍ哥	ㄎ科	ㄏ喝	ㄐ基	ㄑ欺	ㄒ希		
声母	zh［tʂ］	ch［tʂʻ］	sh［ʂ］	r［ʐ］	z［ts］	c［tsʻ］	s［s］	
名称	ㄓ知	ㄔ蚩	ㄕ诗	ㄖ日	ㄗ资	ㄘ雌	ㄙ思	

（三）韵母表

	i［i］ 丨　衣	u［u］ ㄨ　乌	ü［y］ ㄩ　迂
ɑ［a］ ㄚ　啊	iɑ［ia］ 丨ㄚ　呀	uɑ［ua］ ㄨㄚ　蛙	
o［o］ ㄛ　喔		uo［uo］ ㄨㄛ　窝	
e［ə］［ɣ］ ㄜ　鹅	ie［iɛ］ 丨ㄝ　耶		üe［yɛ］ ㄩㄝ　约
ɑi［ai］ ㄞ　哀		uɑi［uai］ ㄨㄞ　歪	
ei［əi］ ㄟ　欸		uei［uəi］ ㄨㄟ　威	
ɑo［ɑu］ ㄠ　熬	iɑo［iɑu］ 丨ㄠ　腰		
ou［əu］ ㄡ　欧	iou［iəu］ 丨ㄡ　忧		
ɑn［an］ ㄢ　安	iɑn［iɛn］ 丨ㄢ　烟	uɑn［uan］ ㄨㄢ　弯	üɑn［yɛn］ ㄩㄢ　冤
en［ən］ ㄣ　恩	in［in］ 丨ㄣ　因	uen［uən］ ㄨㄣ　温	ün［yn］ ㄩㄣ　晕
ɑng［ɑŋ］ ㄤ　昂	iɑng［iɑŋ］ 丨ㄤ　央	uɑng［uɑŋ］ ㄨㄤ　汪	
eng［əŋ］ ㄥ　亨的韵母	ing［iŋ］ 丨ㄥ　英	ueng［uəŋ］ ㄨㄥ　翁	
ong［uŋ］ （ㄨㄥ）轰的韵母	iong［yŋ］ ㄩㄥ　雍		

（1）“知、蚩、诗、日、资、雌、思”等七个音节的韵母用i，即知、蚩、诗、日、资、雌、思等字拼作zhi，chi，shi，ri，zi，ci，si。

（2）韵母儿写成er，用作韵尾的时候写成r。例如："儿童"拼作ertong，"花儿"拼作huar。

（3）韵母ㄝ单用的时候写成 ê 。

（4）i行的韵母，前面没有声母的时候，写成yi（衣），ya（呀），ye（耶），yao（腰），you（忧），yan（烟），yin（因），yang（央），ying（英），yong（雍）。

u行的韵母，前面没有声母的时候，写成wu（乌），wa（蛙），wo（窝），wai（歪），wei（威），wan（弯），wen（温），wang（汪），weng（翁）。

ü行的韵母，前面没有声母的时候，写成yu（迂），yue（约），yuan（冤），yun（晕）；ü上两点省略。

ü行的韵母跟声母j，q，x拼的时候，写成ju（居），qu（区），xu（虚），ü上两点也省略；但是跟声母n，l拼的时候，仍然写成nü（女），lü（吕）。

（5）iou，uei，uen前面加声母的时候，写成iu，ui，un，例如niu（牛），gui（归），lun（论）。

（6）在给汉字注音的时候，为了使拼式简短，ng可以省作ŋ。

（四）声调符号

阴平	阳平	上声	去声
ˉ	ˊ	ˇ	ˋ

声调符号标在音节的主要母音上。轻声不标。例如：

妈 mā	麻 má	马 mǎ	骂 mà	吗 ma
（阴平）	（阳平）	（上声）	（去声）	（轻声）

（五）隔音符号

a，o，e开头的音节连接在其他音节后面的时候，如果音节的界限发生混淆，用隔音符号（'）隔开，例如：pi'ao（皮袄）。

六、汉语拼音声母、韵母和国际音标对照表 ตารางเปรียบเทียบสัญลักษณ์การออกเสียงสระพยัญชนะ（พินยิน）ภาษาจีนกับสัญลักษณ์การออกเสียงสากล

汉语拼音声母韵母和国际音标对照表

汉语拼音	国际音标	汉语拼音	国际音标	汉语拼音	国际音标	汉语拼音	国际音标
b	[p]	s	[s]	ê	[ε]	ian	[iεn]
p	[p‘]	zh	[tʂ]	er	[ər]	in	[in]
m	[m]	ch	[tʂ‘]			iang	[iɑŋ]
f	[f]	sh	[ʂ]	ai	[ai]	ing	[iŋ]
d	[t]	r	[ʐ]	ei	[əi]	iong	[yŋ]
t	[t‘]			ao	[ɑu]	ua	[ua]
n	[n]	y	[j]	ou	[əu]	uo	[uo]
l	[l]	w	[w]	an	[an]	uai	[uai]
g	[k]			en	[ən]	ui，uei	[uəi]
k	[k‘]	a	[a]	ang	[ɑŋ]	uan	[uan]
h	[x]	o	[o]	eng	[əŋ]	un，uen	[uən]
j	[tɕ]	e	[ə] [ɣ]	ong	[uŋ]	uang	[uɑŋ]
q	[tɕ‘]	i	[i]	ia	[ia]	üe	[yε]
x	[ɕ]	u	[u]	ie	[iε]	üan	[yεn]
z	[ts]	ü	[y]	iao	[iau]	ün	[yn]
c	[ts‘]	-i	[ɿ][ʅ]*	iu，iou	[iəu]		

*[ɿ]用于z，c，s后，[ʅ]用于zh，ch，sh，r后。

七、汉字偏旁名称表 ตารางแสดงชื่อส่วนประกอบด้านข้างของอักษรจีน

（1）本表列举的是一部分常见汉字偏旁的名称。

（2）本表收录的汉字大多数是现在不能单独成字、不易称呼或字形稍有变化的。能单独成字、易于称呼的，如山、马、日、月、鸟、鱼、虫等，不收录。

（3）有的偏旁有几种不同的名称，本表只选取较为通行的一种名称。

偏旁	名称	例字	偏旁	名称	例字
厂	厂字头	厅厕原	艹	草字头	芝花莫
𠂆	反字框	反后盾	廾	弄字底	弁开弊
匚	三　框	巨匣匪	尢	尤字旁	无龙尬
⺊	占字头	卡卢卓	扌	提手旁	挑捉捕
刂	立刀旁	刘创刻	囗	国字框	因固圈
冂（⺆）	同字框	冈网周	彳	双人旁	征律街
亻	单人旁	化伺俘	彡	三撇儿	须形影
⺈	负字头	刍争免	犭	反犬旁	狂狐猜
勹	包字头	勺句匍	夂	折文儿	处冬夏
几	风字头	凤凰夙	饣	食字旁	饥饼馋
亠	京字头	六亢亨	丬（爿）	将字旁	状壮洞
冫	两点水	冻冷准	广	广字旁	庄店席
丷	兰字头	兰关单	氵	三点水	河浮漠
冖	秃宝盖	冗军冠	忄	竖心旁	怯惜愉
讠	言字旁	讨讲识	宀	宝　盖	字宣室
凵	凶字框	击画函	辶	走　之	迂迈迫
卩	单耳旁	叩印即	彐	雪字底	归灵慧
阝	左耳刀	队附限	子	子字旁	孔孤孩
阝	右耳刀	邢郊都	纟	绞丝旁	纱细织
厶	私字边	么允云	幺	幼字旁	幻幼畿
廴	建之旁	廷延建	巛	三拐儿	甾巢巡
㔾	仓字底	仓危卺	王	王字旁	环珠班
土	提土旁	地块堆	龶	青字头	麦表纛

续表

偏旁	名称	例字	偏旁	名称	例字
耂	老字头	考孝者	衤	衣字旁	衬袖被
止	止字旁	此歧武	癶	登字头	癸登凳
牜	牛字旁	牧特犊	𢦏	栽字头	哉载戴
攵	反文旁	故效教	覀	西字头	要粟覆
爫	爪字头	受爱舀	虍	虎字头	虏虚虔
火	火字旁	灯灿烛	⺮	竹字头	笼笛筝
灬	四点底	点热煮	𦍌	羊字头	美羔羡
礻	示字旁	祀神祥	𦍍	羊字旁	差羞翔
⺗	竖心底	忝恭舔	龹	卷字头	券拳眷
夫	春字头	奉奏泰	米	米字旁	粉粮糕
⺌	常字头	尝堂裳	糸	绞丝底	紧紫繁
罒	四字头	罗罩罪	𧾷	足字旁	距跋蹄
皿	皿字底	盂盐盟	㐬	流字旁	梳疏毓
钅	金字旁	针铁锡	卓	朝字旁	乾韩翰
矢	矢字旁	知短矮	雨	雨字头	雪霜露
禾	禾木旁	秋种秧	釆	番字头	悉番释
疒	病字头	疯症痒	髟	髦字头	髡髯鬃
穴	穴字头	究穷穿			

八、汉字简化字和繁体字对照表 ตารางเปรียบเทียบอักษรจีนแบบตัวย่อและตัวเต็ม

第一表

不作简化偏旁用的简化字

本表所收简化字按读音的拼音字母顺序排列。
本表的简化字都不得作简化偏旁使用。

A

碍[礙]
肮[骯]
袄[襖]

B

坝[垻]
[壩]
板[闆]
办[辦]
帮[幫]
宝[寶]
报[報]
币[幣]
毙[斃]
标[標]
表[錶]
别[彆]
卜[蔔]
补[補]

C

才[纔]
蚕[蠶]
灿[燦]
层[層]
搀[攙]
谗[讒]
馋[饞]
缠[纏]
忏[懺]
偿[償]
厂[廠]
彻[徹]
尘[塵]
衬[襯]
称[稱]
惩[懲]
迟[遲]
冲[衝]
丑[醜]
出[齣]
础[礎]
处[處]
触[觸]
辞[辭]
聪[聰]
丛[叢]

D

担[擔]
胆[膽]
导[導]
灯[燈]
邓[鄧]
籴[糴]
敌[敵]
递[遞]
点[點]
电[電]
淀[澱]
冬[鼕]
斗[鬥]
独[獨]
吨[噸]
夺[奪]
堕[墮]

E

儿[兒]

F

矾[礬]
范[範]
飞[飛]
坟[墳]
奋[奮]
粪[糞]
凤[鳳]
肤[膚]
妇[婦]
复[複]
[復]

G

盖[蓋]
干[乾]
[幹]
赶[趕]
个[個]
巩[鞏]
沟[溝]
构[構]
购[購]
谷[穀]
顾[顧]
刮[颳]
关[關]
观[觀]
柜[櫃]

H

汉[漢]
号[號]
合[閤]
轰[轟]
后[後]
胡[鬍]
壶[壺]
护[護]
沪[滬]
划[劃]
怀[懷]
坏[壞]
欢[歡]
还[還]
环[環]
回[迴]
伙[夥]
获[獲]
[穫]

J

击[擊]
鸡[鷄]
积[積]
极[極]
系[係]
[繫]
际[際]
继[繼]
家[傢]
价[價]
歼[殲]
艰[艱]
拣[揀]
茧[繭]
舰[艦]
姜[薑]
浆[漿]
讲[講]
奖[獎]
桨[槳]
酱[醬]
胶[膠]
阶[階]
疖[癤]
洁[潔]
借[藉]
仅[僅]
惊[驚]
竞[競]
旧[舊]
剧[劇]
据[據]
惧[懼]
卷[捲]

K

开[開]
克[剋]
垦[墾]
恳[懇]
夸[誇]
块[塊]
亏[虧]
困[睏]

L

腊[臘]
蜡[蠟]
兰[蘭]
拦[攔]
栏[欄]

烂[爛]
累[纍]
垒[壘]
类[類]
礼[禮]
里[裏]
隶[隸]
怜[憐]
帘[簾]
联[聯]
练[練]
炼[煉]
粮[糧]
辽[遼]
疗[療]
了[瞭]
猎[獵]
邻[鄰]
临[臨]
岭[嶺]
芦[蘆]
庐[廬]
炉[爐]
陆[陸]
驴[驢]
乱[亂]

M

么[麽]
霉[黴]
蒙[矇]
[濛][懞]
梦[夢]
面[麵]
庙[廟]
灭[滅]
蔑[衊]
亩[畝]

N

恼[惱]
脑[腦]
拟[擬]
酿[釀]
疟[瘧]

P

盘[盤]
辟[闢]
苹[蘋]
凭[憑]
扑[撲]
仆[僕]
朴[樸]

Q

启[啓]
千[韆]
牵[牽]
签[簽]
[籤]
纤[縴]
[纖]
窍[竅]
窃[竊]
寝[寢]
庆[慶]
琼[瓊]
秋[鞦]
曲[麯]
权[權]
劝[勸]
确[確]

R

让[讓]
扰[擾]
热[熱]
认[認]

S

洒[灑]
伞[傘]
丧[喪]
扫[掃]
涩[澀]
晒[曬]
伤[傷]
舍[捨]
沈[瀋]
声[聲]
胜[勝]
湿[濕]
实[實]
势[勢]
适[適]
兽[獸]
书[書]
术[術]
树[樹]
帅[帥]
松[鬆]
苏[蘇]
[囌]
虽[雖]
随[隨]

T

台[臺]
[檯][颱]
态[態]
坛[壇]
[罎]
叹[嘆]
誊[謄]
体[體]
粜[糶]
铁[鐵]
厅[廳]
听[聽]
头[頭]
图[圖]
涂[塗]
团[團]
[糰]
椭[橢]

W

洼[窪]
袜[襪]
网[網]
卫[衛]
稳[穩]
务[務]
雾[霧]

X

牺[犧]
习[習]
戏[戲]
虾[蝦]
吓[嚇]
咸[鹹]
显[顯]
宪[憲]
县[縣]
响[響]
向[嚮]
协[協]
胁[脅]
亵[褻]
衅[釁]
兴[興]
须[須]
[鬚]
悬[懸]
选[選]
旋[鏇]

Y

压[壓]
盐[鹽]
阳[陽]
养[養]
痒[癢]
样[樣]
钥[鑰]
药[藥]
爷[爺]
叶[葉]
医[醫]
亿[億]
忆[憶]
应[應]
佣[傭]
拥[擁]
痈[癰]
踊[踴]
优[優]
忧[憂]
邮[郵]
余[餘]
吁[籲]
郁[鬱]
誉[譽]
御[禦]
渊[淵]
园[園]
远[遠]
愿[願]
跃[躍]
运[運]
酝[醞]

Z

杂[雜]
赃[贓]
脏[髒]
[臟]
凿[鑿]
枣[棗]
灶[竈]
斋[齋]
毡[氈]
战[戰]
赵[趙]
折[摺]
这[這]
征[徵]
症[癥]
证[證]
只[隻]
[祇]
制[製]
致[緻]
钟[鐘]
[鍾]
肿[腫]
种[種]
众[衆]
昼[晝]
朱[硃]
烛[燭]
筑[築]
妆[妝]
庄[莊]
桩[樁]
装[裝]
壮[壯]
状[狀]
准[準]
浊[濁]
总[總]
钻[鑽]

第二表

可作简化偏旁用的简化字和简化偏旁

本表所收简化字按读音的拼音字母顺序排列，
简化偏旁按笔画数排列。

A

爱[愛]

B

罢[罷]
贝[貝]
备[備]
笔[筆]
毕[畢]
边[邊]
宾[賓]

C

参[參]
仓[倉]
产[産]
长[長]
尝[嘗]
车[車]
齿[齒]
虫[蟲]
刍[芻]
从[從]
窜[竄]

D

达[達]
带[帶]
单[單]
当[當]
[噹]
党[黨]
东[東]
动[動]
断[斷]
队[隊]
对[對]

E

尔[爾]

F

发[發]
[髮]
丰[豐]
风[風]

G

冈[岡]
广[廣]
归[歸]
龟[龜]
国[國]
过[過]

H

华[華]
画[畫]
汇[匯]
[彙]
会[會]

J

几[幾]
夹[夾]
戋[戔]
监[監]
见[見]
荐[薦]
将[將]
节[節]
尽[儘]
[盡]
进[進]
举[舉]

K

壳[殼]

L

来[來]
乐[樂]
离[離]
历[歷]
[曆]
丽[麗]
两[兩]
灵[靈]
刘[劉]
龙[龍]
娄[婁]
卢[盧]
卤[鹵]
[滷]
虏[虜]
录[録]
虑[慮]
仑[侖]
罗[羅]

M

马[馬]
买[買]
麦[麥]
卖[賣]
门[門]
黾[黽]

N

难[難]
鸟[鳥]
聂[聶]
宁[寧]
农[農]

Q

齐[齊]
岂[豈]
气[氣]
迁[遷]
佥[僉]
乔[喬]
亲[親]
穷[窮]
区[區]

S

啬[嗇]
杀[殺]
审[審]
圣[聖]
师[師]
时[時]
寿[壽]
属[屬]
双[雙]
肃[肅]
岁[歲]
孙[孫]

T

条[條]

W

万[萬]
韦[韋]
为[爲]
乌[烏]
无[無]

X

献[獻]
乡[鄉]
写[寫]
寻[尋]

Y

亚[亞]
严[嚴]
厌[厭]
尧[堯]
业[業]
页[頁]
义[義]
艺[藝]
阴[陰]
隐[隱]
犹[猶]
鱼[魚]
与[與]
云[雲]

Z

郑[鄭]
执[執]
质[質]
专[專]

简化偏旁

讠[言]
饣[食]
𠃓[昜]
纟[糸]
〢又[臤]
𫇦[𤇾]
〢𠂉[臨]
只[戠]
钅[金]
𭕄[𦥯]
𠬤[睪]
𢀖[巠]
亦[䜌]
呙[咼]

第三表

应用第二表所列简化字和简化偏旁得出来的简化字

本表所收的简化字以第二表中的简化字和简化偏旁作部首，这些部首按第二表的顺序排列。同一部首中的简化字按笔画数排列。

爱	贫[貧]	贾[賈]	偾[僨]	赗[賵]	赢[贏]	边
嗳[噯]	侦[偵]	损[損]	铡[鍘]	腻[膩]	赡[贍]	笾[籩]
嫒[嬡]	侧[側]	贽[贄]	绩[績]	赛[賽]	癞[癩]	
瑷[璦]	货[貨]	埙[塤]	溃[潰]	䙌[𧝝]	攒[攢]	宾
叆[靉]	贯[貫]	桢[楨]	溅[濺]	赘[贅]	籁[籟]	傧[儐]
暧[曖]	测[測]	唝[嗊]	赓[賡]	撄[攖]	缵[纘]	滨[濱]
	浈[湞]	唢[嗩]	愦[憒]	槚[檟]	瓒[瓚]	摈[擯]
备	恻[惻]	赅[賅]	愤[憤]	嘤[嚶]	臜[臢]	嫔[嬪]
惫[憊]	贰[貳]	圆[圓]	蒉[蕢]	赚[賺]	赣[贛]	缤[繽]
	贲[賁]	贼[賊]	赍[賫]	赙[賻]	趱[趲]	殡[殯]
贝	贳[貰]	贿[賄]	蒇[蕆]	罂[罌]	躜[躦]	槟[檳]
贞[貞]	费[費]	赆[贐]	䞍[䝼]	镄[鐨]	戆[戇]	膑[臏]
则[則]	郧[鄖]	赂[賂]	赔[賠]	鲗[鰂]		镔[鑌]
负[負]	勋[勛]	债[債]	赕[賧]	缨[纓]	罢	髌[髕]
贡[貢]	帧[幀]	赁[賃]	遗[遺]	璎[瓔]	摆[擺]	鬓[鬢]
呗[唄]	贴[貼]	渍[漬]	赋[賦]	聩[聵]	[襬]	
员[員]	贶[貺]	惯[慣]	喷[噴]	樱[櫻]	罴[羆]	参
财[財]	贻[貽]	琐[瑣]	赌[賭]	赜[賾]	䎱[䎘]	渗[滲]
狈[狽]	贱[賤]	赉[賚]	赎[贖]	篑[簣]		惨[慘]
责[責]	贵[貴]	匮[匱]	赏[賞]	濑[瀨]	笔	掺[摻]
厕[厠]	钡[鋇]	掼[摜]	赐[賜]	瘿[癭]	滗[潷]	骖[驂]
贤[賢]	贷[貸]	殒[殞]	赒[賙]	懒[懶]		毵[毿]
账[賬]	贸[貿]	勚[勩]	锁[鎖]	赝[贗]	毕	瘆[瘮]
贩[販]	贺[賀]	赈[賑]	馈[饋]	豮[豶]	荜[蓽]	碜[磣]
贬[貶]	陨[隕]	婴[嬰]	赖[賴]	赠[贈]	哔[嗶]	䅟[穇]
败[敗]	涢[溳]	啧[嘖]	赪[赬]	鹦[鸚]	筚[篳]	糁[糝]
贮[貯]	资[資]	赊[賒]	碛[磧]	獭[獺]	跸[蹕]	
贪[貪]	祯[禎]	帻[幘]	㱮[殨]	赞[贊]		

仓
伧[傖]
创[創]
沧[滄]
怆[愴]
苍[蒼]
抢[搶]
呛[嗆]
炝[熗]
玱[瑲]
枪[槍]
戗[戧]
疮[瘡]
鸧[鶬]
舱[艙]
跄[蹌]

产
浐[滻]
萨[薩]
铲[鏟]

长
伥[倀]
怅[悵]
帐[帳]
张[張]
枨[棖]
账[賬]
胀[脹]
涨[漲]

尝
鲿[鱨]

车
轧[軋]
军[軍]
轨[軌]
厍[厙]
阵[陣]
库[庫]
连[連]
轩[軒]
诨[諢]
郓[鄆]
轫[軔]
轭[軛]
匦[匭]
转[轉]
轮[輪]
斩[斬]
软[軟]
浑[渾]
恽[惲]
砗[硨]
轶[軼]
轲[軻]
轱[軲]
轷[軤]
轻[輕]
轳[轤]
轴[軸]
挥[揮]
荤[葷]
轹[轢]
轸[軫]
轺[軺]
涟[漣]
珲[琿]
载[載]
莲[蓮]
较[較]
轼[軾]
轾[輊]
辂[輅]
轿[轎]
晕[暈]
渐[漸]
惭[慚]
皲[皸]
琏[璉]
辅[輔]
辄[輒]
辆[輛]
堑[塹]
啭[囀]
崭[嶄]
裤[褲]
裢[褳]
辇[輦]
辋[輞]
辍[輟]
辊[輥]
椠[槧]
辎[輜]
暂[暫]
辉[輝]
辈[輩]
链[鏈]
翚[翬]
辏[輳]
辐[輻]
辑[輯]
输[輸]
毂[轂]
辔[轡]
辖[轄]
辕[轅]
辗[輾]
舆[輿]
辘[轆]
撵[攆]
鲢[鰱]
辙[轍]
錾[鏨]
辚[轔]

齿
龀[齔]
啮[嚙]
龆[齠]
龅[齙]
龃[齟]
龄[齡]
龇[齜]
龈[齦]
龉[齬]
龊[齪]
龌[齷]
龋[齲]

虫
蛊[蠱]

刍
诌[謅]
㑇[㑳]
邹[鄒]
㤘[㥮]
驺[騶]
绉[縐]
皱[皺]
趋[趨]
雏[雛]

从
苁[蓯]
纵[縱]
枞[樅]
怂[慫]
耸[聳]

窜
撺[攛]
镩[鑹]
蹿[躥]

达
汰[澾]
闼[闥]
挞[撻]
哒[噠]
鞑[韃]

带
滞[滯]

单
郸[鄲]
惮[憚]
阐[闡]
掸[撣]
弹[彈]
婵[嬋]
禅[禪]
殚[殫]
瘅[癉]
蝉[蟬]
箪[簞]
蕲[蘄]
冁[囅]

当
挡[擋]
档[檔]
裆[襠]
铛[鐺]

党
谠[讜]
傥[儻]
镋[钂]

东
冻[凍]
陈[陳]
岽[崬]
栋[棟]
胨[腖]
鸫[鶇]

动
恸[慟]

断
簖[籪]

队
坠[墜]

对
怼[懟]

尔
迩[邇]
弥[彌]
[瀰]
祢[禰]
玺[璽]
猕[獼]

发
泼[潑]
废[廢]
拨[撥]
钹[鈸]

丰
沣[灃]
艳[艷]
滟[灧]

风
讽[諷]
沨[渢]
岚[嵐]
枫[楓]
疯[瘋]

飒[颯]
砜[碸]
飓[颶]
飔[颸]
飕[颼]
飗[飀]
飘[飄]
飙[飆]

冈

刚[剛]
㧏[掆]
岗[崗]
纲[綱]
㭎[棡]
钢[鋼]

广

邝[鄺]
圹[壙]
扩[擴]
犷[獷]
纩[纊]
旷[曠]
矿[礦]

归

岿[巋]

龟

阄[鬮]

国

掴[摑]
帼[幗]
腘[膕]
蝈[蟈]

过

挝[撾]

华

哗[嘩]
骅[驊]
烨[燁]
桦[樺]
晔[曄]
铧[鏵]

画

婳[嫿]

汇

㧟[擓]

会

刽[劊]
郐[鄶]
侩[儈]
浍[澮]
荟[薈]
哙[噲]
狯[獪]
绘[繪]
烩[燴]
桧[檜]
脍[膾]
鲙[鱠]

几

讥[譏]
叽[嘰]
饥[飢]
[饑]
机[機]
玑[璣]
矶[磯]
虮[蟣]

夹

郏[郟]
侠[俠]
陕[陝]
浃[浹]
挟[挾]
荚[莢]
峡[峽]
狭[狹]
惬[愜]
硖[硤]
铗[鋏]
颊[頰]
蛱[蛺]
瘗[瘞]
箧[篋]

戋

刬[剗]
浅[淺]
饯[餞]
线[綫]
残[殘]
栈[棧]
贱[賤]
盏[盞]
钱[錢]
笺[箋]
溅[濺]
践[踐]

监

滥[濫]
蓝[藍]
尴[尷]
槛[檻]
褴[襤]
篮[籃]

见

苋[莧]
岘[峴]
觃[覎]
视[視]
规[規]
现[現]
枧[梘]
觅[覓]
觉[覺]
砚[硯]
觇[覘]
览[覽]
宽[寬]
蚬[蜆]
觊[覬]
笕[筧]
觋[覡]
觌[覿]
靓[靚]
搅[攪]
揽[攬]
缆[纜]
窥[窺]
榄[欖]
觎[覦]
觏[覯]
觐[覲]
觑[覷]
髋[髖]

荐

鞯[韉]

将

蒋[蔣]
锵[鏘]

节

栉[櫛]

尽

浕[濜]
荩[藎]
烬[燼]
赆[贐]

进

琎[璡]

举

榉[櫸]

壳

悫[愨]

来

涞[淶]
莱[萊]
崃[崍]
徕[徠]
赉[賚]
睐[睞]
铼[錸]

乐

泺[濼]
烁[爍]
栎[櫟]
轹[轢]
砾[礫]
铄[鑠]

离

漓[灕]
篱[籬]

历

沥[瀝]
坜[壢]
苈[藶]
呖[嚦]
枥[櫪]
疬[癧]
雳[靂]

丽

俪[儷]
郦[酈]
逦[邐]
骊[驪]
鹂[鸝]
酾[釃]
鲡[鱺]

两

俩[倆]
唡[啢]
辆[輛]
满[滿]
瞒[瞞]
颟[顢]
螨[蟎]
魉[魎]
懑[懣]
蹒[蹣]

灵

棂[欞]

刘

浏[瀏]

龙

陇[隴]
泷[瀧]
宠[寵]
庞[龐]
垄[壟]
拢[攏]

茏[蘢]
咙[嚨]
珑[瓏]
栊[櫳]
䶮[龑]
昽[曨]
胧[朧]
砻[礱]
袭[襲]
聋[聾]
龚[龔]
龛[龕]
笼[籠]
詟[讋]

娄

偻[僂]
溇[漊]
蒌[蔞]
搂[摟]
嵝[嶁]
喽[嘍]
缕[縷]
屡[屢]
数[數]
楼[樓]
瘘[瘻]
褛[褸]
窭[窶]
䁖[瞜]
镂[鏤]
屦[屨]
蝼[螻]
篓[簍]
耧[耬]
薮[藪]
擞[擻]
髅[髏]

卢

泸[瀘]
垆[壚]
栌[櫨]
轳[轤]
胪[臚]
鸬[鸕]
颅[顱]
舻[艫]
鲈[鱸]

卤

鹾[鹺]

虏

掳[擄]

录

箓[籙]

虑

滤[濾]
摅[攄]

仑

论[論]
伦[倫]
沦[淪]
抡[掄]
囵[圇]
纶[綸]
轮[輪]
瘪[癟]

罗

萝[蘿]
啰[囉]
逻[邏]
猡[玀]
椤[欏]
锣[鑼]
箩[籮]

马

冯[馮]
驭[馭]
闯[闖]
吗[嗎]
犸[獁]
驮[馱]
驰[馳]
驯[馴]
妈[媽]
玛[瑪]
驱[驅]
驳[駁]
码[碼]
驼[駝]
驻[駐]
驵[駔]
驾[駕]
驿[驛]
驷[駟]
驶[駛]
驹[駒]
驺[騶]
骀[駘]
驸[駙]
驽[駑]
骂[罵]
蚂[螞]
笃[篤]
骇[駭]
骈[駢]
骁[驍]
骄[驕]
骅[驊]
骆[駱]
骊[驪]
骋[騁]
验[驗]
骏[駿]
骎[駸]
骑[騎]
骐[騏]
骒[騍]
骓[騅]
骖[驂]
骗[騙]
骘[騭]
骛[騖]
骚[騷]
骞[騫]
骜[驁]
蓦[驀]
腾[騰]
骝[騮]
骟[騸]
骠[驃]
骢[驄]
骡[騾]
羁[羈]
骤[驟]
骥[驥]
骧[驤]

买

荬[蕒]

麦

唛[嘜]
麸[麩]

卖

读[讀]
渎[瀆]
续[續]
椟[櫝]
觌[覿]
赎[贖]
犊[犢]
牍[牘]
窦[竇]
黩[黷]

门

闩[閂]
闪[閃]
们[們]
闭[閉]
闯[闖]
问[問]
扪[捫]
闱[闈]
闵[閔]
闷[悶]
闰[閏]
闲[閑]
间[間]
闹[閙]
闸[閘]
钔[鍆]
阂[閡]
闺[閨]
闻[聞]
闼[闥]
闽[閩]
闾[閭]
闿[闓]
[illegible][[illegible]]
阁[閣]
阀[閥]
润[潤]
涧[澗]
悯[憫]
阆[閬]
阅[閱]
阃[閫]
阄[鬮]
[illegible][[illegible]]
娴[嫻]
阏[閼]
阈[閾]
阉[閹]
阊[閶]
阍[閽]
阌[閿]
阋[鬩]
阐[闡]
阎[閻]
焖[燜]
阑[闌]
裥[襇]
阔[闊]
痫[癇]
鹇[鷴]
阕[闋]
阒[闃]
搁[擱]
锏[鐧]
锎[鐦]
阙[闕]
阖[闔]
阗[闐]
榈[櫚]
简[簡]
谰[讕]
阚[闞]
蔺[藺]
澜[瀾]
斓[斕]
镧[鑭]
躏[躪]

黾

渑[澠]
绳[繩]
鼋[黿]
蝇[蠅]

鼍[鼉]

难

傩[儺]
滩[灘]
摊[攤]
瘫[癱]

鸟

凫[鳧]
鸠[鳩]
岛[島]
茑[蔦]
鸢[鳶]
鸣[鳴]
枭[梟]
鸦[鴉]
䴓[鳾]
鸥[鷗]
鸨[鴇]
鸧[鶬]
窎[窵]
莺[鶯]
鸪[鴣]
捣[搗]
鸫[鶇]
鸬[鸕]
鸭[鴨]
鸯[鴦]
鸮[鴞]
鸲[鴝]
鸰[鴒]
鸳[鴛]
鸵[鴕]
袅[裊]
鸱[鴟]
鸶[鷥]
鸾[鸞]
䴔[鵁]
鸿[鴻]
鸷[鷙]
鸸[鴯]
䴕[鴷]
鸼[鵃]
鸽[鴿]
鸹[鴰]
鸺[鵂]
鸻[鴴]
鹈[鵜]
鹇[鷳]
鹁[鵓]
鹂[鸝]
鹃[鵑]
鹆[鵒]
鹄[鵠]
鹅[鵝]
鹑[鶉]
鹒[鶊]
䴖[鶄]
鹉[鵡]
鹊[鵲]
鹋[鶓]
鹌[鵪]
鹏[鵬]
鹐[鵮]
鹚[鶿]
鹕[鶘]
鹖[鶡]
䴗[鶪]
鹗[鶚]
鹘[鶻]
鹙[鶖]
鹜[鶩]
鹛[鶥]
鹤[鶴]
鹣[鶼]
鹞[鷂]
鹡[鶺]
鹧[鷓]
鹥[鷖]
鹦[鸚]
鹨[鷚]
鹫[鷲]
鹩[鷯]
鹪[鷦]
鹬[鷸]
鹰[鷹]
鹯[鸇]
鹭[鷺]
䴙[鸊]
鹳[鸛]

聂

慑[懾]
滠[灄]
摄[攝]
嗫[囁]
镊[鑷]
颞[顳]
蹑[躡]

宁

泞[濘]
拧[擰]
咛[嚀]
狞[獰]
柠[檸]
聍[聹]

农

侬[儂]
浓[濃]
哝[噥]
脓[膿]

齐

剂[劑]
侪[儕]
济[濟]
荠[薺]
挤[擠]
脐[臍]
蛴[蠐]
跻[躋]
霁[霽]
鲚[鱭]
齑[齏]

岂

剀[剴]
凯[凱]
恺[愷]
闿[闓]
垲[塏]
桤[榿]
觊[覬]
硙[磑]
皑[皚]
铠[鎧]

气

忾[愾]
饩[餼]

迁

跹[躚]

佥

剑[劍]
俭[儉]
险[險]
捡[撿]
猃[獫]
验[驗]
检[檢]
殓[殮]
敛[斂]
脸[臉]
裣[襝]
睑[瞼]
签[簽]
[籤]
潋[瀲]
蔹[蘞]

乔

侨[僑]
挢[撟]
荞[蕎]
峤[嶠]
骄[驕]
娇[嬌]
桥[橋]
轿[轎]
硚[礄]
矫[矯]
鞒[鞽]

亲

榇[櫬]

穷

䓖[藭]

区

讴[謳]
伛[傴]
沤[漚]
怄[慪]
抠[摳]
奁[奩]
呕[嘔]
岖[嶇]
妪[嫗]
驱[驅]
枢[樞]
瓯[甌]
欧[歐]
殴[毆]
鸥[鷗]
眍[瞘]
躯[軀]

啬

蔷[薔]
墙[墻]
嫱[嬙]
樯[檣]
穑[穡]

杀

铩[鎩]

审

谉[讅]
婶[嬸]

圣

柽[檉]
蛏[蟶]

师

浉[溮]
狮[獅]
蛳[螄]
筛[篩]

时

埘[塒]
莳[蒔]
鲥[鰣]

寿

俦[儔]
涛[濤]
祷[禱]
焘[燾]

畴[疇]
铸[鑄]
筹[籌]
踌[躊]

属
嘱[囑]
瞩[矚]

双
㧐[㩳]

肃
萧[蕭]
啸[嘯]
潇[瀟]
箫[簫]
蟏[蠨]

岁
刿[劌]
哕[噦]
秽[穢]

孙
荪[蓀]
狲[猻]
逊[遜]

条
涤[滌]
绦[縧]
鲦[鰷]

万
厉[厲]
迈[邁]
励[勵]
疠[癘]
虿[蠆]
趸[躉]
砺[礪]
粝[糲]
蛎[蠣]

韦
讳[諱]
伟[偉]
闱[闈]
违[違]
苇[葦]
韧[韌]
帏[幃]
围[圍]
纬[緯]
炜[煒]
祎[禕]
玮[瑋]
韨[韍]
涠[潿]
韩[韓]
韫[韞]
韪[韙]
韬[韜]

为
伪[僞]
沩[潙]

妫[媯]

乌
邬[鄔]
坞[塢]
呜[嗚]
钨[鎢]

无
怃[憮]
庑[廡]
抚[撫]
芜[蕪]
呒[嘸]
妩[嫵]

献
谳[讞]

乡
芗[薌]
飨[饗]

写
泻[瀉]

寻
浔[潯]
荨[蕁]
挦[撏]
鲟[鱘]

亚
垩[堊]
垭[埡]
挜[掗]
哑[啞]
娅[婭]
恶[惡]
[噁]
氩[氬]
壶[壺]

严
俨[儼]
酽[釅]

厌
恹[懨]
厣[厴]
靥[靨]
餍[饜]
魇[魘]
黡[黶]

尧
侥[僥]
浇[澆]
挠[撓]
荛[蕘]
峣[嶢]
哓[嘵]
娆[嬈]
骁[驍]
绕[繞]
饶[饒]
烧[燒]
桡[橈]
晓[曉]
硗[磽]
铙[鐃]
翘[翹]
蛲[蟯]
跷[蹺]

业
邺[鄴]

页
顶[頂]
顷[頃]
项[項]
顸[頇]
顺[順]
须[須]
[鬚]
颃[頏]
烦[煩]
顼[頊]
顽[頑]
顿[頓]
颀[頎]
颁[頒]
颂[頌]
倾[傾]
预[預]
庼[廎]
硕[碩]
颅[顱]
领[領]
颈[頸]
颇[頗]
颏[頦]
颊[頰]
颉[頡]
颍[潁]
颌[頜]
颋[頲]
滪[澦]
颐[頤]
蓣[蕷]
频[頻]
颓[頹]
颔[頷]
颖[穎]
颗[顆]
额[額]
颜[顏]
撷[擷]
题[題]
颙[顒]
颛[顓]
缬[纈]
濒[瀕]
颠[顛]
颟[顢]
颞[顳]
颡[顙]
嚣[囂]
颢[顥]
颤[顫]
巅[巔]
颥[顬]
癫[癲]
灏[灝]
颦[顰]
颧[顴]

义
议[議]
仪[儀]
蚁[蟻]

艺
呓[囈]

阴
荫[蔭]

隐
瘾[癮]

犹
莸[蕕]

鱼
鱽[魛]
渔[漁]
鲂[魴]
鱿[魷]
鲁[魯]
鲎[鱟]
蓟[薊]
鲆[鮃]
鲏[鮍]
鲅[鮁]
鲈[鱸]
鲇[鮎]
鲊[鮓]
䲟[鮣]

稣[穌]
鲋[鮒]
鲍[鮑]
鲐[鮐]
鲞[鯗]
鲝[鮺]
鲚[鱭]
鲛[鮫]
鲜[鮮]
鲑[鮭]
鲒[鮚]
鲔[鮪]
鲟[鱘]
鲗[鰂]
鲖[鮦]
鲙[鱠]
鲨[鯊]
噜[嚕]
鲡[鱺]
鲠[鯁]
鲢[鰱]
鲫[鯽]
鲥[鰣]
鲩[鯇]
鲣[鰹]
鲤[鯉]
鲦[鰷]
鲧[鯀]
橹[櫓]
氇[氌]
鲸[鯨]
鲭[鯖]
鲮[鯪]
鲰[鯫]
鲲[鯤]
鲻[鯔]
鲳[鯧]
鲱[鯡]
鲵[鯢]
鲷[鯛]
藓[蘚]
䲠[鰆]
鲿[鱨]
鳊[鯿]
鲽[鰈]
鳁[鰮]
鳃[鰓]
鳄[鱷]
镥[鑥]
鳅[鰍]
鳆[鰒]
鳇[鰉]
鳌[鰲]
䲢[鰧]
鳒[鰜]
鳍[鰭]
鳎[鰨]
鳏[鰥]
鳑[鰟]
癣[癬]
鳖[鱉]
鳙[鱅]
鳛[鰼]
鳕[鱈]
鳔[鰾]
鳓[鰳]
鳘[鰵]
鳗[鰻]
鳝[鱔]
鳟[鱒]
鳞[鱗]
鳜[鱖]
鳣[鱣]
鳢[鱧]

与

屿[嶼]
欤[歟]

云

芸[蕓]
昙[曇]
叆[靉]
叇[靆]

郑

掷[擲]
踯[躑]

执

垫[墊]
挚[摯]
贽[贄]
鸷[鷙]
蛰[蟄]
絷[縶]

质

锧[鑕]
踬[躓]

专

传[傳]
抟[摶]
转[轉]
䏝[膞]
砖[磚]
啭[囀]

讠

计[計]
订[訂]
讣[訃]
讥[譏]
议[議]
讨[討]
讧[訌]
讦[訐]
记[記]
讯[訊]
讪[訕]
训[訓]
讫[訖]
访[訪]
讶[訝]
讳[諱]
讵[詎]
讴[謳]
诀[訣]
讷[訥]
设[設]
讽[諷]
讹[訛]
䜣[訢]
许[許]
论[論]
讼[訟]
讻[訩]
诂[詁]
诃[訶]
评[評]
诏[詔]
词[詞]
译[譯]
诎[詘]
诇[詗]
诅[詛]
识[識]
诌[謅]
诋[詆]
诉[訴]
诈[詐]
诊[診]
诒[詒]
诨[諢]
该[該]
详[詳]
诧[詫]
诓[誆]
诖[詿]
诘[詰]
诙[詼]
试[試]
诗[詩]
诩[詡]
诤[諍]
诠[詮]
诛[誅]
诔[誄]
诟[詬]
诣[詣]
话[話]
诡[詭]
询[詢]
诚[誠]
诞[誕]
浒[滸]
诮[誚]
说[說]
诫[誡]
诬[誣]
语[語]
诵[誦]
罚[罰]
误[誤]
诰[誥]
诳[誑]
诱[誘]
诲[誨]
狱[獄]
谊[誼]
谅[諒]
谈[談]
谆[諄]
谉[讅]
谇[誶]
请[請]
诺[諾]
诸[諸]
读[讀]
诼[諑]
诹[諏]
课[課]
诽[誹]
诿[諉]
谁[誰]
谀[諛]
调[調]
谄[諂]
谂[諗]
谛[諦]
谙[諳]
谜[謎]
谚[諺]
谝[諞]
谘[諮]
谌[諶]
谎[謊]
谋[謀]
谍[諜]
谐[諧]
谏[諫]
谞[諝]
谑[謔]
谒[謁]
谔[諤]
谓[謂]
谖[諼]
谕[諭]
谥[謚]
谤[謗]
谦[謙]
谧[謐]
谟[謨]
谠[讜]
谡[謖]
谢[謝]

谣[謠]
储[儲]
谪[謫]
谫[謭]
谨[謹]
谬[謬]
谩[謾]
谱[譜]
谮[譖]
谭[譚]
谰[讕]
谲[譎]
谯[譙]
蔼[藹]
槠[櫧]
谴[譴]
谵[譫]
谳[讞]
辩[辯]
雠[讎]
谶[讖]
霭[靄]

饣

饥[飢]
[饑]
饦[飥]
饧[餳]
饨[飩]
饭[飯]
饮[飲]
饫[飫]
饩[餼]
饪[飪]
饬[飭]
饲[飼]
饯[餞]
饰[飾]
饱[飽]
饴[飴]
饳[飿]
饸[餄]
饷[餉]
饺[餃]
饻[餏]
饼[餅]
饵[餌]
饶[饒]
蚀[蝕]
饹[餎]
饽[餑]
馁[餒]
饿[餓]
馆[館]
馄[餛]
馃[餜]
馅[餡]
馉[餶]
馇[餷]
馈[饋]
馊[餿]
馐[饈]
馍[饃]
馎[餺]
馏[餾]
馑[饉]
馒[饅]
馓[饊]
馔[饌]
馕[饢]

𠃓

汤[湯]
扬[揚]
场[場]
旸[暘]
饧[餳]
炀[煬]
杨[楊]
肠[腸]
疡[瘍]
砀[碭]
畅[暢]
钖[鍚]
殇[殤]
荡[蕩]
烫[燙]
觞[觴]

纟

丝[絲]
纠[糾]
纩[纊]
纡[紆]
纣[紂]
红[紅]
纪[紀]
纫[紉]
纥[紇]
约[約]
纨[紈]
级[級]
纺[紡]
纹[紋]
纬[緯]
纭[紜]
纯[純]
纰[紕]
纽[紐]
纳[納]
纲[綱]
纱[紗]
纴[紝]
纷[紛]
纶[綸]
纸[紙]
纵[縱]
纾[紓]
纼[紖]
咝[噝]
绊[絆]
线[綫]
绀[紺]
绁[紲]
绂[紱]
绋[紼]
绎[繹]
经[經]
绍[紹]
组[組]
细[細]
绅[紳]
织[織]
绌[絀]
终[終]
绉[縐]
绐[紿]
哟[喲]
绖[絰]
荮[葤]
荭[葒]
绞[絞]
统[統]
绒[絨]
绕[繞]
绔[絝]
结[結]
绗[絎]
给[給]
绘[繪]
绝[絶]
绛[絳]
络[絡]
绚[絢]
绑[綁]
莼[蒓]
绠[綆]
绨[綈]
绡[綃]
绢[絹]
绣[綉]
绥[綏]
绦[縧]
鸶[鷥]
综[綜]
绽[綻]
绾[綰]
绻[綣]
绩[績]
绫[綾]
绪[緒]
续[續]
绮[綺]
缀[綴]
绿[緑]
绰[綽]
绲[緄]
绳[繩]
绯[緋]
绶[綬]
绸[綢]
绷[綳]
绺[綹]
维[維]
绵[綿]
缁[緇]
缔[締]
编[編]
缕[縷]
缃[緗]
缂[緙]
缅[緬]
缘[緣]
缉[緝]
缇[緹]
缈[緲]
缗[緡]
缊[緼]
缌[緦]
缆[纜]
缓[緩]
缄[緘]
缑[緱]
缒[縋]
缎[緞]
辔[轡]
缞[縗]
缤[繽]
缟[縞]
缣[縑]
缢[縊]
缚[縛]
缙[縉]
缛[縟]
缜[縝]
缝[縫]
缡[縭]
潍[濰]
缩[縮]
缥[縹]
缪[繆]
缦[縵]
缨[纓]
缫[繅]
缧[縲]
蕴[藴]
缮[繕]
缯[繒]
缬[纈]
缭[繚]
橼[櫞]
缰[繮]
缳[繯]
缲[繰]
缱[繾]
缴[繳]
辫[辮]
缵[纘]

収	监	钚[鈈]	铅[鉛]	铜[銅]	铹[鐒]	锲[鍥]
坚[堅]	览[覽]	钪[鈧]	铂[鉑]	铝[鋁]	锔[鋦]	锵[鏘]
贤[賢]	揽[攬]	钯[鈀]	铄[鑠]	铡[鍘]	锕[錒]	锷[鍔]
肾[腎]	缆[纜]	钭[鈄]	铆[鉚]	铠[鎧]	锎[鐦]	锶[鍶]
竖[豎]	榄[欖]	钙[鈣]	铍[鈹]	铨[銓]	铽[鋱]	锴[鍇]
悭[慳]	鉴[鑒]	钝[鈍]	铊[鉈]	铢[銖]	铼[錸]	锾[鍰]
紧[緊]		钛[鈦]	钽[鉭]	铣[銑]	锇[鋨]	锹[鍬]
铿[鏗]	只	钘[鈃]	铌[鈮]	铤[鋌]	锂[鋰]	锿[鎄]
鲣[鰹]	识[識]	钮[鈕]	钜[鉅]	铭[銘]	锧[鑕]	镅[鎇]
	帜[幟]	钞[鈔]	铈[鈰]	铬[鉻]	锘[鍩]	镄[鐨]
𫇦	织[織]	钢[鋼]	铉[鉉]	铮[錚]	锞[錁]	锻[鍛]
劳[勞]	炽[熾]	钠[鈉]	铒[鉺]	铧[鏵]	锭[錠]	锸[鍤]
茕[煢]	职[職]	钡[鋇]	铑[銠]	铩[鎩]	锗[鍺]	锼[鎪]
茔[塋]		钤[鈐]	铕[銪]	揿[撳]	锝[鍀]	镎[鎿]
荧[熒]	钅	钧[鈞]	铟[銦]	锌[鋅]	锫[錇]	镓[鎵]
荣[榮]	钆[釓]	钩[鈎]	铷[銣]	锐[鋭]	错[錯]	镋[鑜]
荥[滎]	钇[釔]	钦[欽]	铯[銫]	锑[銻]	锚[錨]	镔[鑌]
荦[犖]	钌[釕]	钨[鎢]	铥[銩]	锒[鋃]	锛[錛]	镒[鎰]
涝[澇]	钋[釙]	铋[鉍]	铪[鉿]	铺[鋪]	锯[鋸]	镑[鎊]
崂[嶗]	钉[釘]	钰[鈺]	铞[銱]	铸[鑄]	锰[錳]	镐[鎬]
莹[瑩]	针[針]	钱[錢]	铫[銚]	嵚[嶔]	锢[錮]	镉[鎘]
捞[撈]	钊[釗]	钲[鉦]	铵[銨]	锓[鋟]	锟[錕]	镊[鑷]
唠[嘮]	钗[釵]	钳[鉗]	衔[銜]	锃[鋥]	锡[錫]	镇[鎮]
莺[鶯]	钎[釺]	钴[鈷]	铲[鏟]	链[鏈]	锣[鑼]	镊[鑷]
萤[螢]	钓[釣]	钺[鉞]	铰[鉸]	铿[鏗]	锤[錘]	镌[鎸]
营[營]	钏[釧]	钵[鉢]	铳[銃]	锏[鐧]	锥[錐]	镏[鎦]
萦[縈]	钍[釷]	钹[鈸]	铱[銥]	销[銷]	锦[錦]	镜[鏡]
痨[癆]	钐[釤]	钼[鉬]	铓[鋩]	锁[鎖]	锨[鍁]	镝[鏑]
嵘[嶸]	钒[釩]	钾[鉀]	铗[鋏]	锄[鋤]	锱[錙]	镛[鏞]
铹[鐒]	钖[鍚]	铀[鈾]	铐[銬]	锅[鍋]	键[鍵]	镞[鏃]
耢[耮]	钕[釹]	钿[鈿]	铏[鉶]	锉[銼]	镀[鍍]	镖[鏢]
蝾[蠑]	钔[鍆]	铎[鐸]	铙[鐃]	锈[銹]	镃[鎡]	镚[鏰]
	钬[鈥]	䥽[鏺]	银[銀]	锋[鋒]	镁[鎂]	镗[鏜]
	钫[鈁]	铃[鈴]	铛[鐺]	锆[鋯]	镂[鏤]	镨[鐠]

镘[鏝]
镩[鑹]
镦[鐓]
镨[鐠]
镧[鑭]
镥[鑥]
镤[鏷]
镢[鐝]
镣[鐐]
镫[鐙]
镪[鏹]
镰[鐮]
镱[鐿]
镭[鐳]
镬[鑊]
镮[鐶]
镯[鐲]
镲[鑔]
镳[鑣]
镴[鑞]
镶[鑲]
钁[钁]

⺍

峃[嶨]
学[學]
觉[覺]
搅[攪]
喾[嚳]
鸴[鷽]
黉[黌]

𠬤

译[譯]
泽[澤]
怿[懌]
择[擇]
峄[嶧]
绎[繹]
驿[驛]
铎[鐸]
萚[蘀]
释[釋]
箨[籜]

𢀖

劲[勁]
刭[剄]
陉[陘]
泾[涇]
茎[莖]
径[徑]
经[經]
烃[烴]
轻[輕]
氢[氫]
胫[脛]
痉[痙]
羟[羥]
颈[頸]
巯[巰]

亦

变[變]
弯[彎]
孪[孿]
峦[巒]
娈[孌]
恋[戀]
栾[欒]
挛[攣]
鸾[鸞]
湾[灣]
蛮[蠻]
脔[臠]
滦[灤]
銮[鑾]

呙

剐[剮]
涡[渦]
埚[堝]
㖞[喎]
莴[萵]
娲[媧]
祸[禍]
脶[腡]
窝[窩]
锅[鍋]
蜗[蝸]

九、现代汉语常用字表 อักษรจีนที่ใช้บ่อยในปัจจุบัน

常用字（2500字）

笔画顺序表

一画

一乙

二画

二十丁厂七卜 人入八九几儿 了力乃刀又

三画

三于干亏士工 土才寸下大丈 与万上小口巾 山千乞川亿个
勺久凡及夕丸 么广亡门义之 尸弓己已子卫 也女飞刃习叉
马乡

四画

丰王井开夫天 无元专云扎艺 本五支厅不太 犬区历尤友匹
车巨牙屯比互 切瓦止少日中 冈贝内水见午 牛手毛气升长
仁什片仆化仇 币仍仅斤爪反 介父从今凶分 乏公仓月氏勿
欠风丹匀乌凤 勾文六方火为 斗忆订计户认 心尺引丑巴孔
队办以允予劝 双书幻

五画

玉刊示末未击 打巧正扑扒功 扔去甘世古节 本术可丙左厉
右石布龙平灭 轧东卡北占业 旧帅归且旦目 叶甲申叮电号
田由史只央兄 叼叫另叨叹四 生失禾丘付仗 代仙们仪白仔
他斥瓜乎丛令 用甩印乐句匆 册犯外处冬鸟 务包饥主市立
闪兰半汁汇头 汉宁穴它讨写 让礼训必议讯 记永司尼民出
辽奶奴加召皮 边发孕圣对台 矛纠母幼丝

六画

式刑动扛寺吉 扣考托老执巩 圾扩扫地扬场 耳共芒亚芝朽
朴机权过臣再 协西压厌在有 百存而页匠夸 夺灰达列死成
夹轨邪划迈毕 至此贞师尘尖 劣光当早吐吓 虫曲团同吊吃
因吸吗屿帆岁 回岂刚则肉网 年朱先丢舌竹 迁乔伟传乒乓
休伍伏优伐延 件任伤价份华 仰仿伙伪自血 向似后行舟全
会杀合兆企众 爷伞创肌朵杂 危旬旨负各名 多争色壮冲冰
庄庆亦刘齐交 次衣产决充妄 闭问闯羊并关 米灯州汗污江

池汤忙兴宇守	宅字安讲军许	论农讽设访寻	那迅尽导异孙
阵阳收阶阴防	奸如妇好她妈	戏羽观欢买红	纤级约纪驰巡
七画			
寿弄麦形进戒	吞远违运扶抚	坛技坏扰拒找	批扯址走抄坝
贡攻赤折抓扮	抢孝均抛投坟	抗坑坊抖护壳	志扭块声把报
却劫芽花芹芬	苍芳严芦劳克	苏杆杠杜材村	杏极李杨求更
束豆两丽医辰	励否还歼来连	步坚旱盯呈时	吴助县里呆园
旷围呀吨足邮	男困吵串员听	吩吹呜吧吼别	岗帐财针钉告
我乱利秃秀私	每兵估体何但	伸作伯伶佣低	你住位伴身皂
佛近彻役返余	希坐谷妥含邻	岔肝肚肠龟免	狂犹角删条卵
岛迎饭饮系言	冻状亩况床库	疗应冷这序辛	弃冶忘闲间闷
判灶灿弟汪沙	汽沃泛沟没沈	沉怀忧快完宋	宏牢究穷灾良
证启评补初社	识诉诊词译君	灵即层尿尾迟	局改张忌际陆
阿陈阻附妙妖	妨努忍劲鸡驱	纯纱纳纲驳纵	纷纸纹纺驴纽
八画			
奉玩环武青责	现表规抹拢拔	拣担坦押抽拐	拖拍者顶拆拥
抵拘势抱垃拉	拦拌幸招坡披	拨择抬其取苦	若茂苹苗英范
直茄茎茅林枝	杯柜析板松枪	构杰述枕丧或	画卧事刺枣雨
卖矿码厕奔奇	奋态欧垄妻轰	顷转斩轮软到	非叔肯齿些虎
虏肾贤尚旺具	果味昆国昌畅	明易昂典固忠	咐呼鸣咏呢岸
岩帖罗帜岭凯	败贩购图钓制	知垂牧物乖刮	秆和季委佳侍
供使例版侄侦	侧凭侨佩货依	的迫质欣征往	爬彼径所舍金
命斧爸采受乳	贪念贫肤肺肢	肿胀朋股肥服	胁周昏鱼兔狐
忽狗备饰饱饲	变京享店夜庙	府底剂郊废净	盲放刻育闸闹
郑券卷单炒炊	炕炎炉沫浅法	泄河沾泪油泊	沿泡注泻泳泥
沸波泼泽治怖	性怕怜怪学宝	宗定宜审宙官	空帘实试郎诗
肩房诚衬衫视	话诞询该详建	肃录隶居届刷	屈弦承孟孤陕
降限妹姑姐姓	始驾参艰线练	组细驶织终驻	驼绍经贯
九画			
奏春帮珍玻毒	型挂封持项垮	挎城挠政赴赵	挡挺括拴拾挑
指垫挣挤拼挖	按挥挪某甚革	荐巷带草茧茶	荒茫荡荣故胡
南药标枯柄栋	相查柏柳柱柿	栏树要咸威歪	研砖厘厚砌砍
面耐耍牵残殃	轻鸦皆背战点	临览竖省削尝	是盼眨哄显哑
冒映星昨畏趴	胃贵界虹虾蚁	思蚂虽品咽骂	哗咱响哈咬咳

哪炭峡罚贱贴　骨钞钟钢钥钩　卸缸拜看矩怎　牲选适秒香种
秋科重复竿段　便俩贷顺修保　促侮俭俗俘信　皇泉鬼侵追俊
盾待律很须叙　剑逃食盆胆胜　胞胖脉勉狭狮　独狡狱狠贸怨
急饶蚀饺饼弯　将奖哀亭亮度　迹庭疮疯疫疤　姿亲音帝施闻
阀阁差养美姜　叛送类迷前首　逆总炼炸炮烂　剃洁洪洒浇浊
洞测洗活派洽　染济洋洲浑浓　津恒恢恰恼恨　举觉宣室宫宪
突穿窃客冠语　扁袄祖神祝误　诱说诵垦退既　屋昼费陡眉孩
除险院娃姥姨　姻娇怒架贺盈　勇怠柔垒绑绒　结绕骄绘给络
骆绝绞统

十画

耕耗艳泰珠班　素蚕顽盏匪捞　栽捕振载赶起　盐捎捏埋捉捆
捐损都哲逝捡　换挽热恐壶挨　耻耽恭莲莫荷　获晋恶真框桂
档桐株桥桃格　校核样根索哥　速逗栗配翅辱　唇夏础破原套
逐烈殊顾轿较　顿毙致柴桌虑　监紧党晒眠晓　鸭晃晌晕蚊哨
哭恩唤啊唉罢　峰圆贼贿钱钳　钻铁铃铅缺氧　特牺造乘敌秤
租积秧秩称秘　透笔笑笋债借　值倚倾倒倘俱　倡候俯倍倦健
臭射躬息徒徐　舰舱般航途拿　爹爱颂翁脆脂　胸胳脏胶脑狸
狼逢留皱饿恋　桨浆衰高席准　座脊症病疾疼　疲效离唐资凉
站剖竞部旁旅　畜阅羞瓶拳粉　料益兼烤烘烦　烧烛烟递涛浙
涝酒涉消浩海　涂浴浮流润浪　浸涨烫涌悟悄　悔悦害宽家宵
宴宾窄容宰案　请朗诸读扇袜　袖袍被祥课谁　调冤谅谈谊剥
恳展剧屑弱陵　陶陷陪娱娘通　能难预桑绢绣　验继

十一画

球理捧堵描域　掩捷排掉堆推　掀授教掏掠培　接控探据掘职
基著勒黄萌萝　菌菜萄菊萍菠　营械梦梢梅检　梳梯桶救副票
戚爽聋袭盛雪　辅辆虚雀堂常　匙晨睁眯眼悬　野啦晚啄距跃
略蛇累唱患唯　崖崭崇圈铜铲　银甜梨犁移笨　笼笛符第敏做
袋悠偿偶偷您　售停偏假得衔　盘船斜盒鸽悉　欲彩领脚脖脸
脱象够猜猪猎　猫猛馅馆凑减　毫麻痒痕廊康　庸鹿盗章竟商
族旋望率着盖　粘粗粒断剪兽　清添淋淹渠渐　混渔淘液淡深
婆梁渗情惜惭　悼惧惕惊惨惯　寇寄宿窑密谋　谎祸谜逮敢屠
弹随蛋隆隐婚　婶颈绩绪续骑　绳维绵绸绿

十二画

琴斑替款堪搭　塔越趁趋超提　堤博揭喜插揪　搜煮援裁搁搂

730

搅握揉斯期欺 联散惹葬葛董 葡敬葱落朝辜 葵棒棋植森椅
椒棵棍棉棚棕 惠惑逼厨厦硬 确雁殖裂雄暂 雅辈悲紫辉敞
赏掌晴暑最量 喷晶喇遇喊景 践跌跑遗蛙蛛 蜓喝喂喘喉幅
帽赌赔黑铸铺 链销锁锄锅锈 锋锐短智毯鹅 剩稍程稀税筐
等筑策筛筒答 筋筝傲傅牌堡 集焦傍储奥街 惩御循艇舒番
释禽腊脾腔鲁 猾猴然馋装蛮 就痛童阔善羡 普粪尊道曾焰
港湖渣湿温渴 滑湾渡游滋溉 愤慌惰愧愉慨 割寒富窜窝窗
遍裕裤裙谢谣 谦属屡强粥疏 隔隙絮嫂登缎 缓编骗缘

十三画

瑞魂肆摄摸填 搏塌鼓摆携搬 摇搞塘摊蒜勤 鹊蓝墓幕蓬蓄
蒙蒸献禁楚想 槐榆楼概赖酬 感碍碑碎碰碗 碌雷零雾雹输
督龄鉴睛睡睬 鄙愚暖盟歇暗 照跨跳跪路跟 遣蛾蜂嗓置罪
罩错锡锣锤锦 键锯矮辞稠愁 筹签简毁舅鼠 催傻像躲微愈
遥腰腥腹腾腿 触解酱痰廉新 韵意粮数煎塑 慈煤煌满漠源
滤滥滔溪溜滚 滨粱滩慎誉塞 谨福群殿辟障 嫌嫁叠缝缠

十四画

静碧璃墙撇嘉 摧截誓境摘摔 聚蔽慕暮蔑模 榴榜榨歌遭酷
酿酸磁愿需弊 裳颗嗽蜻蜡蝇 蜘赚锹锻舞稳 算箩管僚鼻魄
貌膜膊膀鲜疑 馒裹敲豪膏遮 腐瘦辣竭端旗 精歉熄熔漆漂
漫滴演漏慢寨 赛察蜜谱嫩翠 熊凳骡缩

十五画

慧撕撒趣趟撑 播撞撤增聪鞋 蕉蔬横槽樱橡 飘醋醉震霉瞒
题暴瞎影踢踏 踩踪蝶蝴嘱墨 镇靠稻黎稿稼 箱箭篇僵躺僻
德艘膝膛熟摩 颜毅糊遵潜潮 懂额慰劈

十六画

操燕薯薪薄颠 橘整融醒餐嘴 蹄器赠默镜赞 篮邀衡膨雕磨
凝辨辩糖糕燃 澡激懒壁避缴

十七画

戴擦鞠藏霜霞 瞧蹈螺穗繁辫 赢糟糠燥臂翼 骤

十八画

鞭覆蹦镰翻鹰

十九画

警攀蹲颤瓣爆 疆

二十画
壤耀躁嚼嚷籍　魔灌
二十一画
蠢霸露
二十二画
囊
二十三画
罐

次常用字（1000字）
笔画顺序表

二画
匕刁
四画
丐歹戈夭仑讥　冗邓
五画
艾夯凸卢叭叽　皿凹囚矢乍尔　冯玄
六画
邦迂邢芋芍吏　夷吁吕吆屹廷　迄臼仲伦伊肋　旭匈凫妆亥汛
讳讶讹讼诀弛　阱驮驯纫
七画
玖玛韧抠扼汞　扳抡坎坞抑拟　抒芙芜苇芥芯　芭杖杉巫杈甫
匣轩卤肖吱吠　呕呐吟呛吻吭　邑囤吮岖牡佑　佃伺囱肛肘甸
狈鸠彤灸刨庇　吝庐闰兑灼沐　沛汰沥沦汹沧　沪忱诅诈罕屁
坠妓姊妒纬
八画
玫卦坷坯拓坪　坤拄拧拂拙拇　拗茉昔苛苫苟　苞茁苔枉枢枚
枫杭郁矾奈奄　殴歧卓昙哎咕　呵咙呻咒咆咖　帕账贬贮氛秉
岳侠侥侣侈卑　刽刹肴觅忿瓮　肮肪狞庞疟疙　疚卒氓炬沽沮
泣泞泌沼怔怯　宠宛衩祈诡帚　屉弧弥陋陌函　姆虱叁绅驹绊
绎
九画
契贰玷玲珊拭　拷拱挟垢垛拯　荆茸茬荚茵茴　荞荠荤荧荔栈
柑栅柠枷勃柬　砂泵砚鸥轴韭　虐昧盹咧昵昭　盅勋哆咪哟幽

钙钝钠钦钧钮 毡氢秕俏俄俐 侯徊衍胚胧胎 狰饵峦奕咨飒
闺闽籽娄烁炫 洼柒涎洛恃恍 恬恤宦诫诬祠 诲屏屎逊陨姚
娜蚤骇

十画

耘耙秦匿埂捂 捍袁捌挫挚捣 捅埃耿聂荸莽 莱莉莹莺梆栖
桦栓桅桩贾酌 砸砰砾殉逞哮 唠哺剔蚌蚜畔 蚣蚪蚓哩圃鸯
唁哼唆峭唧峻 赂赃钾铆氨秫 笆俺赁倔殷耸 舀豺豹颁胯胰
脐脓逛卿鸵鸳 馁凌凄衷郭斋 疹紊瓷羔烙浦 涡涣涤涧涕涩
悍悯窍诺诽袒 谆祟恕娩骏

十一画

琐麸琉琅措捺 捶赦埠捻掐掂 掖掷掸掺勘聊 娶菱菲萎菩萤
乾萧萨菇彬梗 梧梭曹酝酗厢 硅硕奢盔匾颅 彪眶晤曼晦冕
啡畦趾啃蛆蚯 蛉蛀唬啰唾啤 啥啸崎逻崔崩 婴赊铐铛铝铡
铣铭矫秸秽笙 笤偎傀躯兜衅 徘徙舶舷舵敛 翎脯逸凰猖祭
烹庶庵痊阎阐 眷焊焕鸿涯淑 淌淮淆渊淫淳 淤淀涮涵惦悴
惋寂窒谍谐裆 袱祷谒谓谚尉 堕隅婉颇绰绷 综绽缀巢

十二画

琳琢琼揍堰揩 揽揖彭揣搀搓 壹搔葫募蒋蒂 韩棱椰焚椎棺
榔椭粟棘酣酥 硝硫颊雳翘凿 棠晰鼎喳遏晾 畴跋跛蛔蜒蛤
鹃喻啼喧嵌赋 赎赐锉锌甥掰 氮氯黍筏牍粤 逾腌腋腕猩猬
惫敦痘痢痪竣 翔奠遂焙滞湘 渤渺溃溅湃愕 惶寓窖窘雇谤
犀隘媒媚婿缅 缆缔缕骚

十三画

瑟鹉瑰搪聘斟 靴靶蓖蒿蒲蓉 楔椿楷榄楞楣 酪碘硼碉辐辑
频睹睦瞄嗜嗦 暇畸跷跺蜈蜗 蜕蛹嗅嗡嗤署 蜀幌锚锥锨锭
锰稚颓筷魁衙 腻腮腺鹏肄猿 颖煞雏馍馏禀 痹廓痴靖誊漓
溢溯溶滓溺寞 窥窟寝褂裸谬 媳嫉缚缤剿

十四画

赘熬赫蔫摹蔓 蔗蔼熙蔚兢榛 榕酵碟碴碱碳 辕辖雌墅嘁踊
蝉嘀幔镀舔熏 箍箕箫舆僧孵 瘩瘟彰粹漱漩 漾慷寡寥谭褐
褪隧嫡缨

十五画

撵撩撮撬擒墩 撰鞍蕊蕴樊樟 橄敷豌醇磕磅 碾憋嘶嘲嘹蝠
蝎蝌蝗蝙嘿幢 镊镐稽篓膘鲤 鲫褒瘪瘤瘫凛 澎潭潦澳潘澈

澜澄憔懊憎翩　褥谴鹤憨履嬉　豫缭
十六画
撼擂擅蕾薛薇　擎翰噩橱橙瓢　碛霍霎辙冀踱　蹂蟆螃螟噪鹦
黔穆篡篷篙篱　儒膳鲸瘾瘸糙　燎濒憾懈窿缰
十七画
壕藐檬檐檩檀　礁磷瞭瞬瞳瞪　曙蹋蟋蟀嚎赡　镣魏簇儡徽爵
朦臊鳄縻癌懦　豁臀
十八画
藕藤瞻嚣鳍癞　瀑襟璧戳
十九画
攒孽蘑藻鳖蹭　蹬簸簿蟹靡癣　羹
二十画
鬓攘蠕巍鳞糯　譬
二十一画
霹躏髓
二十二画
蘸镶瓤
二十四画
矗

十、泰制、英制、公制计量单位换算表

ตารางแสดงมาตราวัดระบบเมตริก ระบบอังกฤษและระบบไทย

มาตราชั่ง ตวง วัด ของไทย 泰制计量单位

มาตราชั่งน้ำหนัก 质量单位

4	สลึง 钱	=	1	บาท 铢
4	บาท 铢	=	1	ตำลึง 两
20	ตำลึง 两	=	1	ชั่ง 斤
50	ชั่ง 斤	=	1	หาบ 担

มาตราชั่งเพชรพลอย 珠宝质量单位

1	กะรัต 克拉	=	20	เซนติกรัม 厘克

มาตราชั่งทองคำ 黄金质量单位

1	บาท 铢	=	4	สลึง 钱
1	บาท 铢	=	15	กรัม 克

มาตราตวง (วัดปริมาตร) 容量单位

20	ทะนาน 泰升	=	1	ถัง 桶
25	ทะนาน 泰升	=	1	สัด 箩
50	ถัง 桶	=	1	บั้น 石
2	บั้น 石	=	1	เกวียน 车

มาตราวัดพื้นที่ 面积单位

100	ตารางวา 平方庹	=	1	งาน 安
4	งาน 安	=	1	ไร่ 莱
400	ตารางวา 平方庹	=	1	ไร่ 莱

มาตราวัดความยาว 长度单位

12	นิ้ว 寸	=	1	คืบ 拃
2	คืบ 拃	=	1	ศอก 肘尺
4	ศอก 肘尺	=	1	วา 庹
20	วา 庹	=	1	เส้น 线
400	เส้น 线	=	1	โยชน์ 由旬

มาตราชั่ง ตวง วัด ของอังกฤษ 英制计量单位

มาตราชั่งน้ำหนัก 质量单位

16	ออนซ์ 盎司	=	1	ปอนด์ 磅
14	ปอนด์ 磅	=	1	สโตน 英石
8	สโตน 英石	=	1	ฮันเดรดเวต 英担
19.68	ฮันเดรตเวต 英担=		1	ตัน 吨

มาตราวัดปริมาตร 体积、容积单位

1,728	ลูกบาศก์นิ้ว 立方英寸	=	1	ลูกบาศก์ฟุต 立方英尺
1	ลูกบาศก์ฟุต 立方英尺	=	6.22883	แกลลอน 加仑
1	แกลลอน 加仑	=	4.54609	ลิตร 升

มาตราวัดความยาว 长度单位

12	นิ้ว 英寸	=	1	ฟุต 英尺
3	ฟุต 英尺	=	1	หลา 码
1,760	หลา 码	=	1	ไมล์ 英里

มาตราชั่ง ตวง วัด ระบบเมตริก 公制计量单位

มาตราชั่งน้ำหนัก 质量单位

10	มิลลิกรัม 毫克	=	1	เซนติกรัม 厘克
10	เซนติกรัม 厘克	=	1	เดซิกรัม 分克
10	เดซิกรัม 分克	=	1	กรัม 克
10	กรัม 克	=	1	เดคากรัม 十克
10	เดคากรัม 十克	=	1	เฮกโตกรัม 百克
10	เฮกโตกรัม 百克	=	1	กิโลกรัม 千克（公斤）

มาตราวัดปริมาตร 容积单位

10	มิลลิลิตร 毫升	=	1	เซนติลิตร 厘升
10	เซนติลิตร 厘升	=	1	เดซิลิตร 分升
10	เดซิลิตร 分升	=	1	ลิตร 升
10	ลิตร 升	=	1	เดคาลิตร 十升
10	เดคาลิตร 十升	=	1	เฮกโตลิตร 百升
10	เฮกโตลิตร 百升	=	1	กิโลลิตร 千升

มาตราวัดความยาว 长度计量单位

10	มิลลิเมตร 毫米	=	1	เซนติเมตร 厘米	
10	เซนติเมตร 厘米	=	1	เดซิเมตร 分米	
10	เดซิเมตร 分米	=	1	เมตร 米	
10	เมตร 米	=	1	เดคาเมตร 十米	
10	เดคาเมตร 十米	=	1	เฮกโตเมตร 百米	
10	เฮกโตเมตร 百米	=	1	กิโลเมตร 千米 (公里)	

เทียบมาตราชั่ง ตวง วัดระหว่างมาตราไทยกับมาตราเมตริก 泰制、公制计量单位换算表

น้ำหนัก 质量单位

1	สลึง 钱	=	3.75	กรัม 克
1	บาท 铢	=	15	กรัม 克
1	ชั่ง 斤	=	1,200	กรัม 克 (1.2 กิโลกรัม 千克)
1	หาบ 担	=	60,000	กรัม 克 (60 กิโลกรัม 千克)

ปริมาตร 容积单位

1	ทะนานหลวง 泰升	=	1	ลิตร 升
1	สัด 箩	=	20	ลิตร 升
1	บั้น 石	=	1,000	ลิตร 升 (1 กิโลลิตร 千升)
1	เกวียน 车	=	2,000	ลิตร 升 (2 กิโลลิตร 千升)

พื้นที่ 面积单位

1	ไร่ 莱	=	1,600	ตารางเมตร 平方米
1	งาน 安	=	400	ตารางเมตร 平方米
1	ตารางวา 平方庹	=	4	ตารางเมตร 平方米

ความยาว 长度单位

1	คืบ 拃	=	25	เซนติเมตร 厘米
1	ศอก 肘尺	=	50	เซนติเมตร 厘米
1	วา 庹	=	2	เมตร 米
1	เส้น 线	=	40	เมตร 米
25	เส้น 线	=	1	กิโลเมตร 千米
1	โยชน์ 由旬	=	16	กิโลเมตร 千米